பொன்னியின் செல்வன்

பகுதி : 2

பாகம் : 4, 5

நான்காம் பாகம்

மணிமகுடம்

धर्मो रक्षति रक्षितः
GIRI
SINCE 1951
FOR INDIAN CULTURE & TRADITION

கிரி

கிரி டிரேடிங் ஏஜென்ஸி பிரைவேட் லிமிடெட்

PONNIYIN SELVAN (VOL-2)

(Tamil)

ISBN : 978-81-7950-529-8

1st Edition : December 2011 | 2nd Edition : December 2017 | 10th Reprint : July 2022

Pages 688 | D/Crown | N.S. Maplitho | 1000 Copies

Published by : GIRI TRADING AGENCY PRIVATE LIMITED

Regd. Office : Modi Niwas, Opp.Post Office, Matunga, Mumbai - 19. (022) 2412 1344

Admn. Office : No.372/1, Mangadu Pattur Koot Road, Mangadu, Chennai - 600 122.

+91 44 66 93 93 93 (Multiple Lines), +91 44 2679 3190, 3100

www.giri.in ✉ sales@giri.in

பொன்னியின் செல்வன்

முதலாவது அத்தியாயம்

கெடிலக் கரையில்

திருமுனைப்பாடி நாட்டை வளப்படுத்திய இனிய நீர்ப் பெருக்குடைய நதிகளில் கெடிலம் நதியும் ஒன்று. அப்பர் பெருமானை ஆட்கொண்ட இறைவன் எழுந்தருளியிருந்த திருவதிகை வீரட்டானம் இந்த நதிக் கரையில் இருக்கிறது. சுந்தரமூர்த்தியைத் தடுத்தாட்கொண்ட பெருமான் வாழும் திருநாவலூர் இந்நதியின் அருகிலேதான் இருக்கிறது. இந்த இரண்டு க்ஷேத்திரங்களுக்கும் மத்தியில் தொண்டை நாட்டிலிருந்து நடு நாட்டுக்கும் சோழ நாட்டுக்கும் செல்லும் இராஜபாட்டை அந்த நாளில் அமைந்திருந்தது. இராஜபாட்டை கெடில நதியைக் கடக்கும் துறை எப்போதும் கலகலவென்று இருக்கும். நதிக் கரையில் உள்ள மரங்களில் பறவைகளின் குரல்களும், அவை இறகை அடித்துக்கொள்ளும் சத்தமும் கேட்டுக் கொண்டிருக்கும். பிரயாணிகள் அங்கே வண்டிகளிலிருந்து மாட்டை அவிழ்த்து விட்டுக் கட்டுச் சாதம் உண்பார்கள். உண்ணும்போது அவர்கள் விளையாட்டாக வானில் எறியும் சோற்றைக் காக்கைகள் வந்து அப்படியே கொத்திக் கொண்டு போகும். இவற்றையெல்லாம் பார்க்கும் இளம் சிறார்கள் கை தட்டி ஆரவாரித்தும், 'ஆ..... ஹூ' என்று வியப்பொலிகள் செய்தும், கலகலவென்று சிரித்தும், தங்கள் குதூகலத்தை வெளியிடுவார்கள்.

ஐப்பசி மாதம் ஆரம்பத்தில் கெடில நதியில் வழக்கத்தை விட அதிகமாகவே வெள்ளம் போய்க் கொண்டிருந்தது. இதனால் உச்சி வேளையில் அங்கே கட்டுச் சாதம் அருந்துவதற்காகத் தங்கிய பிரயாணிகளின் ஆரவார ஒலிகளும் அதிகமாயிருந்தன. அந்த ஒலிகளெல்லாம் அமுங்கிப் போகும்படியான ஒரு பெரும் ஆரவாரம் திடீரென்று சற்றுத் தூரத்தில் சாலையில் எழுந்தது கேட்டுப் பிரயாணிகள் வியப்புற்றார்கள். அவர்களில் சிலர் கரையேறிப் பார்த்தார்கள். முதலில் புழுதிப் படலம் மட்டுமே தெரிந்தது. பிறகு யானை, குதிரை, பல்லக்கு, பரிவட்டம் ஏந்துவோர் முதலிய இராஜ பரிவாரங்கள் வருவது தெரிந்தது. சிறிது அருகில் அப்பரிவாரங்கள் நெருங்கி வந்ததும் கட்டியக்காரர்களின் முழக்கம் தெளிவாகக் கேட்டது.

"பன்னிரண்டாம் பிராயத்தில் போர்க்களம் புகுந்த வீராதி வீரர், வீரபாண்டியன் தலைகொண்ட கோப்பரகேசரி, இரட்டை மண்டலத்தார் சொப்பனத்தில் கண்டு அஞ்சும் சிங்கம், தொண்டை மண்டலாதிபதி, வடதிசை மாதண்ட நாயகர், மூன்று உலகமுடைய சுந்தரசோழ சக்கரவர்த்தியின் திருமகனார், ஆதித்த கரிகால சோழ மகாராஜா வருகிறார்! பராக்!"

இடி முழக்கக் குரலில் எட்டுத் திசையும் எதிரொலி செய்யும்படி எழுந்த இந்தக் கோஷத்தைக் கேட்டதும் கெடில நதித்துறையில் இருந்தவர் அனைவரும் அவசர அவசரமாகக் கரையேறினார்கள். அத்தகைய வீராதி வீரனைக் காண வேண்டுமென்ற ஆவலுடன் நதித்துறையில் நடுவில் வழி விட்டுவிட்டு இருபுறமும் அவர்கள் ஒதுங்கி நின்றார்கள்.

கட்டியக்காரர்கள், எக்காளம் ஊதுவோர், பரிச்சின்னம் ஏந்துவோர் ஆகியவர்கள் முதலில் வந்து தண்ணீர்த் துறையை அடைந்தார்கள்.

பரிவாரங்களுக்குப் பின்னால் மூன்று குதிரைகள் ஒன்றின் பக்கம், ஒன்றாக வந்தன, மூன்று குதிரைகள் மீதும் மூன்று இளம் வீரர்கள் வீற்றிருந்தார்கள். அவர்களைத் தூரத்தில் பார்த்த போதே ஜனங்கள் அவர்களைச் சுட்டிக் காட்டி இன்னார் இன்னவர் என்று பேசத் தொடங்கினார்கள். "நடுவில் உள்ள குதிரை மீது வருகிறவர்தான் ஆதித்த கரிகாலர்! பொற் கிரீடத்தைப் பார்த்தவுடனே தெரியவில்லையா? வெய்யில் படும்போது எப்படி கிரீடம் ஜொலிக்கிறது!" என்றான் ஒருவன்.

"இந்தக் கிரீடத்தைப் போய்ச் சொல்லப் போகிறாயே? கரிகால்வளவன் அணிந்திருந்த மணி மகுடத்தை இவர் சிரசில் தாங்கும் போதல்லவா பார்க்க வேண்டும்? அது கோடி சூரியப் பிரகாசமாகக் கண்கள் கூசும்படி ஜொலிக்குமாம்!" என்றான் இன்னொருவன்.

"அது கரிகால்வளவன் கிரீடம் அல்ல தம்பி! அப்படிச் சம்பிரதாயமாகச் சொல்வதுதான். பராந்தக சக்கரவர்த்தியின் காலத்தில் செய்த மணிமகுடத்தைத்தான் இப்போது சுந்தர சோழர் அணிந்திருக்கிறார். இன்னும் எத்தனை நாளைக்கோ, தெரியவில்லை!" என்றான் மற்றொருவன்.

"சுந்தர சோழரின் வாழ்நாளை இப்படித்தான் சில காலமாக எண்ணிக் கொண்டிருக்கிறார்கள். அவர் சிரஞ்சீவியாயிருப்பார் என்று தோன்றுகிறது!" என்றான் முதலில் பேசியவன்.

"நன்றாயிருக்கட்டும், அவர் உயிரோடிருக்கும் வரையில் நாடு நகரமெல்லாம் குழப்பமில்லாமலிருக்கும்!"

"அப்படியும் சொல்வதற்கில்லை; பொன்னியின் செல்வனைக் கடல் கொண்டு விட்டதாகச் செய்தி வந்ததிலிருந்து, சோழ நாடெங்கும் ஒரே அல்லோலகல்லோலமாயிருக்கிறதாம். எப்போது சண்டை மூளுமோ என்று அங்கிருந்து வந்தவர்கள் எல்லாம் சொல்லி வருகிறார்கள்."

"யாருக்கும் யாருக்கும் சண்டை? எதற்காகச் சண்டை?"

"பழுவேட்டரையர்களுக்கும், கொடும்பாளூர் வேளாருக்கும் சண்டை மூளும் என்று சொல்கிறார்கள். அப்படியொன்றும் ஏற்படாமல் தடுப்பதற்காகத்தான் கடம்பூர் சம்புவரையர் மாளிகையில் சிற்றரசர்கள் கூடுகிறார்களாம். ஆதித்த கரிகாலரும் அங்கேதான் போகிறாராம்."

"குதிரைகள் நெருங்கி வந்துவிட்டன; இரைந்து பேசாதீர்கள்!" என்று ஒருவன் எச்சரித்துவிட்டு, "இளவரசர் ஆதித்த கரிகாலரின் முகம் எவ்வளவு வாட்டமடைந்திருக்கிறது பார்த்தாயா?" என்று கேட்டான்.

"அவர் முகம் வாட்டமடையாமல் எப்படியிருக்கும்? ஆதித்த கரிகாலருக்குத் தம்பியின் பேரில் பிராணன். அப்படிப்பட்ட தம்பியைப் பற்றித் தகவல் தெரியவில்லையென்றால் தமையனுக்கு வருத்தமாயிராதா? தந்தையோ நடமாட்டமில்லாமலிருக்கிறார்!"

"இதெல்லாம் உலகத்தில் இயற்கை, தம்பி! இளவரசருடைய முகவாட்டத்துக்குக் காரணம் இவையெல்லாம் அல்ல. இரட்டை மண்டலத்தார் மீது படையெடுத்துப் போக வேண்டும் என்று கரிகாலருக்கு ஆசை; அது கைகூடவில்லையே என்றுதான் கவலை!"

"அது ஏன் கைகூடவில்லை? யார் இவரைப் படையெடுத்துப் போக வேண்டாம் என்று தடுக்கிறார்கள்?"

"வேறு யார்? பழுவேட்டரையர்கள் தான்! படையெடுப்புக்கு வேண்டிய தளவாட சாமக்கிரியைகள் கொடுக்க மறுக்கிறார்களாம்!"

"ஏதேதோ இல்லாத காரணங்களையெல்லாம் கற்பித்துச் சொல்லுகிறார்கள். உண்மைக் காரணம் உங்கள் ஒருவருக்கும் தெரியவில்லை" என்றான் ஒருவன்.

"எல்லாம் தெரிந்தவனே! உண்மைக் காரணத்தை நீதான் சொல்லேன்!" என்று இன்னொருவன் கேட்டான்.

"ஆதித்த கரிகாலர் யாரோ ஒரு பாண்டிய நாட்டுப் பெண் மீது காதல் கொண்டிருந்தாராம். இளவரசர் வடபெண்ணைப் போருக்குச் சென்றிருந்த போது, பெரிய பழுவேட்டரையர் அப்பெண்ணை மணந்து கொண்டுவிட்டாராம். அவள்தான் இப்போது பழுவூர் இளையராணியாக விளங்கிச் சோழநாட்டில் சர்வாதிகாரம் செலுத்துகிறாள். அதிலிருந்து ஆதித்த கரிகாலரின் மனமே பேதலித்துப் போய்விட்டதாம்!"

"இருக்கலாம்; இருக்கலாம்! உலகத்தில் எல்லாச் சண்டைகளுக்கும் யாராவது ஒரு பெண்தான் காரணமாயிருப்பாள் என்று பெரியவர்கள் சொல்லியிருக்கிறார்கள் அல்லவா!"

"எந்தப் பெரியவர்கள், தம்பி, அப்படிச் சொல்லியிருக்கிறார்கள்? சுத்தப்பைத்தியக்காரத்தனம்! இளவரசர் ஒரு பெண்ணை விரும்பினார் என்றால், அவள் போய் ஒரு அறுபது வயதுக்கிழவனை மணந்து கொள்ளுவாளா? சொல்லுகிறவர்கள் சொன்னால் கேட்பவர்களுக்கு மதி இல்லையா?"

"அப்படியானால் ஆதித்த கரிகாலருக்கு இன்னும் கல்யாணமாகாமலிருப்பானேன்? நீர்தான் சொல்லுமே!"

"சும்மா இருங்கள்! இதோ நெருங்கி வந்துவிட்டார்கள். இளவரசருக்கு வலது புறத்தில் வருகின்றவதான் பார்த்திபேந்திர பல்லவன் போலிருக்கிறது. இடது புறத்தில் வருகிறவன் யார்? வாணர் குலத்து வந்தியத்தேவனா?"

"இல்லை; இல்லை! கடம்பூர் சம்புவரையர் மகன் கந்தமாறன். ஓலை கொடுத்து அனுப்பினால் இளவரசர் ஒருவேளை வரமாட்டார் என்று சம்புவரையர் தம் மகனையே அவரை அழைத்துவர அனுப்பியிருக்கிறார்."

"இதிலிருந்து ஏதோ விஷயம் மிக முக்கியமானது என்று தெரிகிறது."

"அந்த முக்கியமான விஷயம் ராஜரீக சம்பந்தமானதாகவும் இருக்கலாம். ஆதித்த கரிகாலருக்குத் திருமணம் ஆகாதிருக்கும் வரையில் சிற்றரசர்கள் அவரை வலை போட்டுப் பிடிக்க முயன்று கொண்டுதானிருப்பார்கள். முதன் முதலில் அவரை மணந்து கொள்ளும் பெண் சோழ சாம்ராஜ்யத்தின் சிங்காதனத்தில் அமரும் பாக்கியம் பெறுவாள் அல்லவா?"

மேற்கண்டவாறெல்லாம் கெடில நதிக்கரையில் வேடிக்கை பார்த்துக் கொண்டு நின்றிருந்த ஜனங்கள் பலவிதமாகப் பேசிக் கொண்டிருந்தார்கள்.

மூன்று குதிரைகளும் வந்து தண்ணீர்க் கரையோரம் நின்றன.

குதிரைகளுக்குப் பின்னால் வந்த ரதம் சற்று அப்பால், அரச மரத்தடியில் நின்றது. அந்த ரதத்தில் எண்பது பிராயமான வீரக் கிழவர் திருக்கோவலூர் மலையமான் இருந்தார். தண்ணீர்க் கரை ஓரத்தில் குதிரை மேலிருந்த வண்ணம் ஆதித்த கரிகாலன் திரும்பி அவரைப் பார்த்தான்.

❇ ❇ ❇ ❇

இரண்டாம் அத்தியாயம்

பாட்டனும் பேரனும்

பின்னால் ரதத்தில் வந்த கிழவர் சமிக்ஞை செய்யவே, ஆதித்த கரிகாலன் குதிரையைத் திருப்பிக் கொண்டு அவர் வீற்றிருந்த ரதத்தின் அருகில் சென்றான்.

"குழந்தாய்! கரிகாலா! நான் இவ்விடத்தில் உங்களிடம் விடை பெற்றுக் கொண்டு திருக்கோவலூர் போக எண்ணுகிறேன். போவதற்கு முன்னால் உன்னிடம் சில முக்கிய விஷயங்கள் சொல்ல வேண்டும். சற்றுக் குதிரையிலிருந்து இறங்கி அந்த அரச மரத்தடியிலுள்ள மேடைக்கு வா!" என்றார்.

"அப்படியே ஆகட்டும், தாத்தா!" என்று ஆதித்த கரிகாலன் குதிரையிலிருந்து கீழே குதித்தான்.

கிழவரும் ரதத்திலிருந்து இறங்கினார்.

இருவரும் அரசமரத்தடி மேடைக்குச் சென்றார்கள்.

அப்போது பார்த்திபேந்திரன், கந்தமாறனைப் பார்த்து, "நல்ல வேளையாய்ப் போயிற்று. இந்தக் கிழவர் விடேன் தொடேன் என்று நம்முடன் நெடுகிலும் வந்து விடுவாரோ எனப் பயந்து கொண்டிருந்தேன்" என்றான்.

"அப்படித் தொடர்ந்து வந்தால் இவரை வெள்ளாற்றின் பிரவாகத்தில் தள்ளி முழுக அடித்து விடுவது என்று நான் எண்ணியிருந்தேன்!" என்றான் கந்தமாறன்.

இருவரும் தங்கள் பேச்சில் தாங்களே சிரித்து மகிழ்ந்தார்கள்.

ஆதித்த கரிகாலனைப் பார்த்து மலைநாடு உடையாராகிய திருக்கோவலூர் மலையமான் சொல்லலுற்றார்--

"ஆதித்தா! இன்றைக்கு இருபத்து நான்கு ஆண்டுகளுக்கு முன்னால் நீ பிறந்தாய்! திருக்கோவலூரில் என்னுடைய அரண்மனையிலேதான் பிறந்தாய்! அச்சமயம் நடந்த கொண்டாட்டங்கள் நேற்று நடந்தது போல் எனக்கு ஞாபகமிருக்கின்றன. உன்னுடைய குலத்தைச் சேர்ந்தவர்களும், என்னுடைய குடியைச் சேர்ந்தவர்களும், சோழ நாட்டையும் தொண்டை நாட்டையும் சேர்ந்த சிற்றரசர்கள் பலரும் வந்திருந்தார்கள். இவர்கள் எல்லோரையும் சேர்ந்த வீரர்கள் முப்பதினாயிரம் பேர் வந்திருந்தார்கள். அவர்களுக்கெல்லாம் நடந்த விருந்தின் விமரிசையைச் சொல்லி முடியாது. உன் தந்தையின் பட்டாபிஷேக வைபவத்தின்போது கூட அத்தகைய விருந்துகளும் கோலாகலங்களும் நடைபெறவில்லை. என் பொக்கிஷத்தில் என் முன்னோர்கள் காலத்திலிருந்து நூறு வருஷங்களாகச் சேர்த்து வைத்திருந்த பொருள் அவ்வளவும் அந்த மூன்று நாள் கொண்டாட்டத்தில் தீர்ந்து போய் விட்டது!

"அச்சமயம் உன்னுடைய கொள்ளுப் பாட்டனாராகிய பராந்தக சக்கரவர்த்தியே திருக்கோவலூருக்கு வந்திருந்தார். உன் பெரிய பாட்டனார் கண்டராதித்தரும், உன் தந்தை சுந்தர சோழரும் வந்திருந்தார்கள். ஆண் குழந்தை பிறந்த செய்தி அறிந்ததும் அவர்கள் அனைவரும் அடைந்த ஆனந்தத்துக்கு அளவேயில்லை. சோழ குலத்தை விளங்க வைப்பதற்கு நீ பிறந்து விட்டாய் என்று குதூகலம் அடைந்தார்கள். உன் பாட்டனின் மூத்த தமையன்மார்களுக்கு அதுவரையில் சந்ததியில்லை. அரிஞ்சயனுக்கும் உன் தகப்பன் ஒரே மகனாக விளங்கினான். அவன் உன் பிராயத்தில் மன்மதனையொத்த அழகுடன் விளங்கினான், சோழ குலத்திலோ அல்லது தமிழகத்துச் சிற்றரசர் வம்சத்திலோ அவ்வளவு அழகுடைய பிள்ளையை யாரும் அதற்கு முன் கண்டதில்லை. இதனால் உன் தந்தைக்குச் சில சங்கடங்களும் நேர்ந்தன. குடும்பத்தார் அனைவருக்கும் அவன் செல்லப் பிள்ளையாக இருந்தான். அரண்மனைப் பெண்டிர்கள் அவனுக்குப் பெண் வேடம் போட்டுப் பார்த்து

மகிழ்ந்தார்கள். 'இவன் மட்டும் பெண்ணாய்ப் பிறந்திருந்தால்?' என்று பேசிப்பேசிப் பூரித்தார்கள். உன் தந்தைக்குத் தங்கள் பெண்ணைக் கொடுப்பதற்கு இலங்கை முதல் விந்திய பர்வதம் வரையில் உள்ள மன்னாதி மன்னர்களும், சிற்றரசர்களும் தவம் கிடந்தார்கள். அர்ச்சுனனையும் மன்மதனையும் நிகர்த்த அழகன் அவன் என்பதுடன் சோழ சிங்காதனத்துக்கு உரியவன் என்ற எண்ணத்தினாலும் அவ்வளவு ஆர்வத்துடன் இருந்தார்கள். உன் தந்தையை மருமகனாகப் பெறும்பேறு கடைசியில் எனக்குக் கிடைத்தது."

"எங்கள் வம்சத்தில் நாங்கள் ஆண் ஆகட்டும், பெண் ஆகட்டும் மேனி அழகுக்குப் பெயர் போனவர்கள் அல்ல. ஆண் பிள்ளைகள் உடம்பில் எத்தனைக்கெத்தனை போர்க் காயங்களைப் பெறுகிறோமோ அவ்வளவுக்கு அழகுடையவர்களாக எண்ணிக் கொள்வோம். எங்கள் குலத்துப் பெண்களுக்குக் கற்பும், குணமும் தான் அழகும், ஆபரணமும். உன் தந்தைக்கு என் மகளைக் கல்யாணம் செய்வதென்று தீர்மானித்தபோது, மலையமானாடு முழுதும் அல்லோலகல்லோலப்பட்டது. அவ்வளவுக்குத் தமிழகத்துச் சிற்றரசர்கள் எல்லாரும் அசூயை கொண்டார்கள்; அதை நான் பொருட்படுத்தவில்லை. மூன்று உலகமும் பிரமிக்கும்படியாக உன் பெற்றோர்களின் திருமணம் தஞ்சையில் நடந்தது. என்றாலும் அப்போது நடந்த கொண்டாட்டத்தைக் காட்டிலும் நீ பிறந்த போது திருக்கோவலூரில் நடந்த கொண்டாட்டந்தான் அதிகக் குதூகலமாயிருந்தது. உனக்கு என்ன பெயர் வைப்பது என்பது பற்றிக் குதூகலமான சர்ச்சை நடந்தது. சிலர் உன் குலத்து முன்னோரில் மிகப் புகழ் பெற்ற 'கரிகால் வளவன்' பெயரை இடவேண்டும் என்றார்கள். நானும் இன்னும் சிலரும் உன் பெரிய பாட்டனார் ராஜாதித்தர் பெயரைத்தான் வைக்க வேண்டும் என்று வற்புறுத்தினோம். கடைசியில் இரண்டையும் சேர்த்து 'ஆதித்த கரிகாலன்' என்று உனக்கு நாமகரணம் செய்தார்கள்."

"அதோ பார்! ஆதித்தா! திருநாவலூரின் கோவில் சிகரம் தெரிகிறது. நம்பி ஆரூரர் சுந்தரமூர்த்தி அடிகள் பிறந்த ஸ்தலம் அது. அங்கே, இன்றைக்கு இருபத்தைந்து ஆண்டுகளுக்கு முன்னால் உன் பெரிய பாட்டனார் ராஜாதித்த சோழர் முகாம் செய்திருந்தார். கதைகளிலும், காவியங்களிலும் வரும் எத்தனையோ வீரர்களைப் பற்றிக் கேட்டறிந்திருக்கிறேன். இந்த வீரத் தமிழகத்தில் எவ்வளவோ வீரர்களைப் பார்த்துமிருக்கிறேன். ஆனால் ராஜாதித்தரைப் போன்ற இன்னொரு வீரரைப் பார்த்ததுமில்லை; கேட்டதுமில்லை. போர்க்களத்தில் அவர் போர் செய்வதைப் பார்த்தவர்கள் யாராயிருந்தாலும், அப்படித்தான் சொல்லுவார்கள்."

"ஒரு மாபெரும் சைன்யத்தைத் திரட்டிக் கொண்டு வடநாட்டின் மீது படையெடுத்துச் செல்ல அவர் இங்கே ஆயத்தம் செய்து கொண்டிருந்தார். இரட்டை மண்டலத்து அரசனாகிய கன்னரதேவனை முறியடித்து, மானியகேடம் என்னும் அவனுடைய தலைநகரைத் தரைமட்டமாக்க வேண்டும் என்று அவர் உறுதி கொண்டிருந்தார். முன்னொரு காலத்தில் பல்லவ குலத்து மாமல்ல சக்கரவர்த்தி வாதாபி நகரை அழித்தது போல், மானியகேட நகரை அடியோடு அழித்தால்தான் இரட்டை மண்டலத்தாரின் கொட்டம் அடங்கும் என்றும் தானும் மாமல்லரைப்போல் புகழ் பெறலாம் என்றும் ராஜாதித்தர் எண்ணினார். அதற்கு வேண்டிய மாபெரும் சைன்யத்தைத் திரட்டுவதென்றால் இலேசான காரியமா? மாமல்லர் ஏழு வருஷ காலம் படை திரட்டியதாகச் சொல்லுவார்கள். அவ்வளவு காலம் தனக்கு வேண்டியதில்லையென்றும் மூன்று அல்லது நாலு ஆண்டுகள் போதும் என்றும் ராஜாதித்தர் கூறினார். படை திரட்டிச் சேர்ப்பதற்கும், திரட்டிய படைகளுக்குப் போர்ப் பயிற்சி தருவதற்கும், தகுந்த பிரதேசம் இந்தக் கெடிலம் ஆற்றுக்கும் தென்பெண்ணை நதிக்கும் இடைப்பட்ட நாடுதான் என்று தேர்ந்தெடுத்தார்."

"ஆதித்தா! அந்த நாளில் இந்த இரு நதிகளுக்கும் இடையிலுள்ள பிரதேசத்தை நீ பார்க்கக் கொடுத்து வைக்கவில்லை. அந்தக் காட்சிகளைப் பார்த்தவர்களோ, உயிர் உள்ள வரையில் அதை மறக்க மாட்டார்கள். திருநாவலூரில் ராஜாதித்தர் முப்பதினாயிரம் வீரர்களுடன் தங்கியிருந்தார். பெண்ணை ஆற்றங்கரை முடியூரில் சேர நாட்டுச் சிற்றரசன் வெள்ளன் குமரன் இருபதினாயிரம் வீரர்களுடன் முகாம் செய்திருந்தான். உன் பாட்டன்

அரிஞ்சயன் என்னுடன் திருக்கோவலூரில் இருந்தான். நானும், அரிஞ்சயனும் ஐம்பதினாயிரம் வீரர்களை ஆயத்தம் செய்தோம். இன்னும் கொடும்பாளூர்ப் பெரிய வேளான், இன்று சோழ நாட்டுக்குச் சனியனாக முளைத்திருக்கும் பழுவேட்டரையன், கடம்பூர் சம்புவரையன், இந்தத் திருமுனைப்பாடி நாட்டின் சிற்றரசனான முனையதரையன், மழநாட்டு மழவரையன், குன்றத்தூர்க் கிழான், வைதும்பராயன் முதலியவர்கள் தத்தம் படைகளுடன் இந்த இரண்டு நதிகளுக்கும் இடையில் தங்கியிருந்தார்கள். யானைப் படைகளும், குதிரைப் படைகளும் தெரிஞ்ச கைக்கோளரின் மூன்று கைப் படைகளும் இங்கே முகாம் போட்டிருந்தன. இப்படித் தங்கியிருந்த படைகளுக்குள்ளே அடிக்கடி பயிற்சிப் போர்கள் நடக்கும். யானைகளோடு யானைகள் மோதும்போது பூகம்பம் வந்து விட்டதாகத் தோன்றும். குதிரைப் படைகளின் அணிவகுப்புகள் வேல் பிடித்த வீரர்களுடன் பாய்ந்து செல்லுங்கால் எழும் சத்தம் பிரளய கால சமுத்திரம் பொங்கிவருவது போலிருக்கும். வீரர்கள் வில்களிலிருந்து அம்புகள் விட்டுப் பழகிக் கொள்ளும்போது அந்தச் சரமாரியினால் வானமே மறைந்துவிடும். எதிரிப் படைகளைத் தாக்குவதற்காக ஆயிரமாயிரம் வீரர்கள் 'நாவலோ நாவல்' என்று ஏககாலத்தில் கர்ஜித்துக் கொண்டு கிளம்பிப் பாயும் போது உலகத்தின் முடிவு நெருங்கி விட்டதாகவே தோன்றும். இதையெல்லாம் வேடிக்கை பார்ப்பதற்குத் திரள் திரளாக ஜனங்கள் வருவார்கள்.

"இந்தத் திருமுனைப்பாடி நாட்டிலும் நடு நாட்டிலும் உள்ள ஜனங்கள் மிக நல்லவர்கள். அதோடு வீரம் மிகுந்தவர்கள். இங்கே படை திரண்டிருந்தபோது அவர்களுடைய விவசாயத்துக்குப் பெரும் குந்தகங்கள் நேர்ந்தன. அதையெல்லாம் அவர்கள் பொருட்படுத்தவில்லை. இத்தகைய மக்களுக்கு நன்றி தெரிவித்துக் கொள்வதற்காகவே ராஜாதித்தர் இந்த இரண்டு நாட்டிலும் பல ஏரிகள் தோண்டுவித்தார். கொள்ளிடத்திலிருந்து புதிய ஆறு வெட்டிக் கொண்டு வந்து வீர நாராயணபுரத்து ஏரியில் நிரப்புவதற்கும் ஏற்பாடு செய்தார். ஆதித்தா! அந்த ஏரியின் வளத்தினால் பெருநன்மை அடைந்தவன் கடம்பூர் சம்புவரையன். அவன் அன்றைக்கு ராஜாதித்தரின் அடிபணிந்து நின்ற நிலையையும் இன்று அடைந்திருக்கும் செல்வச் செருக்கையும் ஒப்பிட்டுப் பார்த்தால் எனக்குப் பெரு வியப்பு உண்டாகிறது!.."

ஆதித்த கரிகாலன் குறுக்கிட்டு, "தாத்தா! சம்புவரையர் செருக்கைப் பற்றித் தங்களுக்கு என்ன கவலை? தக்கோலத்தில் நடந்த யுத்தத்தைப் பற்றிச் சொல்லுங்கள். இந்தக் கெடிலக் கரையில் திரட்டிய மாபெரும் சைனியம் எப்போது இங்கிருந்து புறப்பட்டது? அவ்வளவு முன்னேற்பாடுகள் செய்திருந்தும், என் பெரிய பாட்டனார் அவ்வளவு பெரிய மகா வீரராயிருந்தும், ஏன் நம் படைகள் தக்கோலத்தில் தோல்வியுற்றன? தாங்களும் அந்தப் போரில் கலந்து போரிட்டவர் அல்லவா? ஆகையால் நேரில் பார்த்துத் தெரிந்து கொண்டிருப்பீர்களே?" என்றான்.

"ஆம், நானும் அந்தப் போர்க்களத்தில் இருந்தேன். அதைப் பற்றித்தான் உனக்குச் சொல்லப் போகிறேன்."

"ராஜாதித்தர் இங்கே பல வகைப் படைகள் திரட்டித் தூர தேசங்களுக்குச் சென்று போர் செய்வதற்குப் பயிற்சி அளித்துக் கொண்டிருந்தார் அல்லவா? சில காரணங்களினால் உத்தேசித்திருந்த காலத்துக்குள் அவர் புறப்பட முடியவில்லை. இலங்கையில் மறுபடியும் போர் மூண்டதாகச் செய்தி வந்தது. அதை வெற்றிகரமாக முடிப்பதற்கு மேலும் படைகள் அனுப்ப வேண்டியிருந்தது. தெற்கே ஒரு பகைவனை வைத்துக் கொண்டு வடக்கே நெடுந்தூரம் சோழ நாட்டின் முக்கிய சேனா வீரர்களும், தளபதிகளும் போவதைச் சக்கரவர்த்தி விரும்பவில்லை. 'இலங்கைப் போர் முடிந்ததாகச் செய்தி வந்த பிறகு புறப்படலாம்' என்று கூறி வந்தார். ராஜாதித்தரும் தந்தையின் வார்த்தையைத் தட்ட முடியாமல் பொறுமையுடன் காத்திருந்தார். ஆனால் பகைவர்கள் அவ்விதம் காத்திருக்க இணங்கவில்லை. இரட்டை மண்டலச் சக்கரவர்த்தி கன்னரதேவனும் அதே சமயத்தில் சோழ நாட்டின் மீது படை எடுப்பதற்காகப் பெரிய சைன்யம் சேர்த்துக் கொண்டு வந்தான். அந்த மாபெரும் சைன்யத்துடன் அவன் தெற்கு நோக்கிப் புறப்பட்டு விட்டான். கங்க நாட்டு மன்னன் பூதுகனும், தன் பெரும் படையுடன் கன்னரதேவனோடு சேர்ந்து கொண்டான். வட கடலும் தென் கடலும் ஒன்று சேர்ந்தாற்போல் இரட்டை மண்டல

சைன்யமும், கங்க நாட்டுப் பூதுகன் சைன்யமும் சேர்ந்து ஒரு மகா சமுத்திரமாகி முன்னேறி வந்தது. அந்தச் சமுத்திரத்தில் யானைகளாகிய திமிங்கிலங்கள் ஆயிரக்கணக்கிலும் குதிரைகளாகிய மகர மீன்கள் பதினாயிரக்கணக்கிலும் இருந்தன. பிரளய காலத்தில் ஏழு கடலும் சேர்ந்து பொங்குவது போல் பொங்கி முன்னேறி வந்த அந்தச் சேனா சமுத்திரம் தென்னாட்டை அடியோடு மூழ்க அடித்துவிடும் என்று தோன்றியது. அந்தச் சைன்யத்தைப் பற்றிய விவரங்களை முன்னால் தெரிந்து கொண்டு வாயுவேக மனோவேகமாக ஓடிவந்து அறிவித்த நம் ஒற்றர்கள் அவ்வாறு சொன்னார்கள்."

"ஆனால் இதுவும் ஒரு விதத்தில் நல்லதே என்று பராந்தக சக்கரவர்த்தி கூறினார். நம்முடைய சைன்யங்களைத் தொலைதூரம் பிரயாணம் செய்யப் பண்ணி, பிரயாணக் களைப்புடன் பகைவர்களின் நாட்டில் எதிரி சைன்யத்துடன் போர் புரியச் செய்வதைக் காட்டிலும் எதிரி சைன்யங்களை நமது நாட்டுக்குச் சமீபமாக இழுத்து அவர்களை நாலாபுறமும் மடக்கி, அதம் செய்வதுதான் நல்ல போர் முறை என்று சக்கரவர்த்தி கூறினார். எதிரி சைன்யம் வடவேங்கடம் வரை நெருங்கி விட்டதென்று தெரிந்த பிறகுதான் பிரயாணப்படுவதற்கு அனுமதி கொடுத்தார்."

"அனுமதி கிடைத்ததோ, இல்லையோ, ராஜாதித்தர் புறப்பட்டு விட்டார். மூன்று லட்சம் காலாள் வீரர்களும், ஐம்பதினாயிரம் குதிரை வீரர்களும், பதினாயிரம் போர் யானைகளும், இரண்டாயிரம் ரதங்களும், முந்நூற்றிருபது தளபதிகளும், முப்பத்திரண்டு சிற்றரசர்களும் அப்பெரும் சைன்யத்தில் சேர்ந்து சென்றார்கள். அவர்களில் ஒருவனாகச் செல்லும் பாக்கியம் எனக்கும் கிடைத்தது. ஆனால் உயிர் பிழைத்துத் திரும்பி வந்த துர்பாக்கியசாலியும் ஆனேன்."

"மூன்று நாள் பிரயாணத்துக்குப் பிறகு காஞ்சிக்கு வடக்கே இரண்டு காத தூரத்தில் தக்கோலம் என்னும் இடத்தில் நம் படைகளும் எதிரிப் படைகளும் போர்க்களத்தில் சந்தித்தன!"

"ஆதித்தா! புராணங்களில் தேவேந்திரனுக்கும் விருத்திராசுரனுக்கும் நடந்த யுத்தம் பற்றிக் கேட்டிருக்கிறோம். ராமராவண யுத்தம், பாண்டவர் – கௌரவர் யுத்தம் பற்றியும் அறிந்திருக்கிறோம். தக்கோலத்தில் ந நந்த கோரயுத்தத்தை நேரில் பார்த்தவர்கள் அந்த யுத்தங்கள் எல்லாம் அற்பமானவை என்றே சொல்லுவார்கள். நம்முடைய படைகளைக் காட்டிலும் எதிரிகளின் படைகள் சுமார் இரண்டு மடங்கு அதிகமாயிருந்தன. ஐந்து லட்சம் வீரர்களும் முப்பதினாயிரம் போர் யானைகளும் அச்சைன்யத்தில் இருந்ததாகத் தெரிகிறது. இருந்தால் என்ன? உன்னுடைய பெரிய பாட்டனார் ராஜாதித்தரைப் போன்ற சேனாதிபதி அந்தச் சைன்யத்தில் இல்லை. ஆகையால் வீர லக்ஷ்மியும் ஜயலக்ஷ்மியும் நம்முடைய பக்கத்திலேயே இருந்து வருவதாகத் தோன்றியது.

"பத்து நாள் வரையில் யுத்தம் நடந்தது. இரு பக்கத்திலும் இறந்து போன வீரர்களைக் கணக்கு எடுப்பது அசாத்தியமாயிற்று. போர்க்களங்களில் கரிய குன்றுகளைப் போல் யானைகள் இறந்து விழுந்து கிடந்தன. இரு பக்கத்திலும் சேதம் அதிகமாயிருந்தாலும், எதிரிகளின் கட்சியே விரைவில் பலவீனமடைந்தது. இதற்குக் காரணம் என்னவென்பதை எதிரிகள் கண்டு கொண்டார்கள். புலிக் கொடியைக் கம்பீரமாகப் பறக்க விட்டுக் கொண்டு ராஜாதித்தரின் யானை போகுமிடமெல்லாம் ஜயலக்ஷ்மியும் தொடர்ந்து போகிறாள் என்பதை அறிந்து கொண்டார்கள். எங்கெங்கே நமது படையில் சோர்வு ஏற்படுகிறதாகத் தென்பட்டதோ, அங்கங்கே ராஜாதித்தரின் யானை போய்ச் சேர்ந்தது. அந்த யானையையும் அதன் மீது வீற்றிருந்த வீர புருஷரையும் பார்த்ததும் நம் வீரர்கள் சோர்வு நீங்கி மும்மடங்கு பலம் பெற்று எதிரிகளைத் தாக்கினார்கள். இதையெல்லாம் பத்து நாளும் கவனித்து வந்த பகைவர்கள் ஒரு படுபாதகமான சூழ்ச்சி செய்தார்கள். அது சூழ்ச்சி என்று பின்னால்தான் தெரியவந்தது. சூழ்ச்சி செய்தவனும் அதை நிறைவேற்றி வைத்தவனும் கங்க மன்னன் பூதுகன் தான். திடீரென்று அந்தப்

பாதகன் தன் யானையின் மீது சமாதானக் கொடியைப் பறக்க விட்டுக் கொண்டு இரண்டு கைகளையும் தலைக்கு மேல் தூக்கிக் கொண்டு 'சரணம் சரணம்!' என்று கூறிக் கொண்டு வந்தான். அச்சமயம் ராஜாதித்தரே சமீபத்தில் இருந்தார். புலிக் கொடி பறந்த அவருடைய யானையின் அம்பாரியைப் பார்த்த பின்னரே பூதுகன் அவ்வாறு செய்திருக்க வேண்டும். மகாவீரராகிய ராஜாதித்தர் இவ்வாறு ஒரு பகை மன்னன் 'சரணாகதி' என்று சொல்லிக் கொண்டு வருவதைப் பார்த்ததும் மனம் இளகி விட்டார். இரட்டை மண்டலச் சக்கரவர்த்தியே போரை நிறுத்த, சமாதானம் கோருகிறாரா அல்லது அவரைப் பிரிந்து பூதுகன் மட்டும் நம்முடன் சேர வருகிறானா என்று தெரிந்து கொள்ள விரும்பினார். ஆகையால் சங்கநாதம் செய்து தன்னைச் சுற்றி நின்ற மெய்க்காப்பாளரை விலகச் செய்தார். பூதுகன் ஏறியிருந்த யானையைத் தாம் ஏறியிருந்த யானைக்கு அருகில் வரும்படி சமிக்ஞை செய்தார். பூதுகன் ராஜாதித்தரின் அருகில் வரும் வரையில் கைகூப்பிய வண்ணம் வந்தான். அவனுடைய கண்களிலிருந்து கண்ணீர் பெருகியதையும் ராஜாதித்தர் பார்த்தார். இதனால் அவருடைய மனம் இன்னும் இளகிவிட்டது.

'தொழுகை யுள்ளும் படையொடுங்கும் ஒன்னார்
அழுத கண்ணீரும் அனைத்து'

என்னும் தமிழ்நாட்டுப் பெரும் புலவரின் வாக்கு அச்சமயம் ராஜாதித்தரின் ஞாபகத்தில் இருக்கவில்லை. கண்ணீரைக் கண்டு கரைந்து விட்டார். இன்னும் சமீபமாகப் பூதுகனை வரவிட்டு, 'என்ன சேதி?' என்று கேட்டார். அதற்கு அவன் கூறிய மறுமொழி ராஜாதித்தரை அருவருப்புக் கொள்ளும்படி செய்தது. இரட்டை மண்டலப் படைகளுக்குத் தோல்வி நிச்சயம் என்று தெரிந்து விட்டதால் சரணாகதி அடைந்துவிடும்படி கன்னர தேவனிடம் தான் கூறியதாயும், அவன் அதை மறுத்து விட்டபடியால் தான் மட்டும் தனியே பிரிந்து வந்து சரணாகதி அடையத் தீர்மானித்ததாகவும் பூதுகன் கூறினான். இதைக் கேட்டதும் ராஜாதித்தர் அவனைக் கடுமையாக நிந்தித்தார்."

"அத்தகைய நீசனைத் தாம் தம் கட்சியில் சேர்த்துக் கொள்ள முடியாது என்றும், திரும்பிப் போகும்படியும் கூறிக் கொண்டிருக்கும்போதே, பூதுகன் கண்மூடிக் கண் திறக்கும் நேரத்தில் அந்தப் பயங்கரமான வஞ்சகச் செயலைப் புரிந்து விட்டான். மறைவாய் வைத்திருந்த வில்லையும், அம்பையும் எடுத்து வில்லில் நாணேற்றி அம்பைப் பூட்டி எய்து விட்டான். அந்தக் கொடிய விஷம் தோய்ந்த அம்பு எதிர்பாராத சமயத்தில் ராஜாதித்தரின் மார்பில் பாய்ந்ததும் அவர் சாய்ந்தார். இப்படிப்பட்ட வஞ்சனையை யாரும் எதிர்பார்க்கவில்லையாதலால் சுற்றிலும் நின்ற வீரர்கள் என்ன நேர்ந்தது என்பதையே சிறிது நேரம் தெரிந்து கொள்ளவில்லை. ராஜாதித்தர் பூதுகனைத் திரும்பிப் போகும்படி கட்டளையிட்டது மட்டும் அவர்கள் காதில் விழுந்தது. உடனே பூதுகன் தன் யானையை விரட்டி அடித்துக் கொண்டு ஓடிப் போனான்!"

"ராஜாதித்தர் யானை மேலிருந்தபடியே மரணமடைந்தார் என்ற செய்தி பரவியதும் நமது படையைச் சேர்ந்தவர்கள் அனைவருக்கும் தனித்தனியே தலையில் இடி விழுந்ததுபோல் ஆகிவிட்டது. அந்த மாபெரும் துயரத்தினால் யுத்தத்தையே மறந்து விட்டார்கள். சிற்றரசர்கள், தளபதிகள், படை வீரர்கள் எல்லாருமே செயல் இழந்து புலம்பத் தொடங்கி விட்டார்கள். அந்த நிலைமையில் பகைவர்களின் கை ஓங்கி விட்டதில் ஆச்சரியம் இல்லையல்லவா? சிறிது நேரத்துக்கெல்லாம் நமது சைனியம் பின் வாங்க வேண்டிய அவசியம் ஏற்பட்டு விட்டது. ஓடுகிறவர்களைத் துரத்துவது எல்லாருக்குமே எளிதுதானே? அப்படி ஓடி வந்தவர்களில் நானும் ஒருவன்தான்! இந்தக் கெடில நதிக்கரை வரையிலே கூடப் பகைவர்களின் சைனியம் வந்து விட்டது. இங்கே வந்த பிறகுதான் நாங்கள் சுய உணர்வு பெற்றுத் திரும்பி நின்றோம். பகைவர்களைத் தடுத்து நிறுத்தினோம். நான் திருக்கோவலூரிலிருந்து என் குடும்பத்தாரை அழைத்துக் கொண்டு போய் மேற்கே மலை நாட்டில் இருக்கும் என்னுடைய கோட்டையில் விட்டேன். அந்த மலைச்சாரலிலேயே படைகளைத் திரட்டினேன். இந்தக் கெடில

நதி வரையில் வந்து விட்ட பகைவர்களை அவ்வப்போது தாக்கிக் கொண்டு வந்தேன். ஆயினும் அப்போது வந்த பகைவர்கள் பல வருஷ காலம் இந்தப் பகுதியை விட்டுப் போகவில்லை. அங்குமிங்கும் தங்கித் தொல்லை கொடுத்துக் கொண்டுதானிருந்தார்கள். காஞ்சி நகர் அவர்கள் வசத்திலே தான் இருந்தது. மூன்று ஆண்டுகளுக்கு முன்னால் நீ வீரபாண்டியனை முறியடித்த பிறகு இந்தப் பக்கம் வந்துதான் காஞ்சி நகரை மீட்டாய்..."

ஆதித்த கரிகாலன் மீண்டும் குறுக்கிட்டு, "தாத்தா! இதெல்லாம் எனக்கு முன்னமே தெரிந்ததுதான்! ஆனால் தக்கோலப் போரைப் பற்றியும் ராஜாதித்தர் வரலாற்றையும் எத்தனை தடவை கேட்டாலும் எனக்கு அலுப்பதில்லை. இப்போது ராஜாதித்தரப் பற்றி எனக்கு எதற்காக நினைப்பூட்டினீர்கள்? அதைச் சொல்லுங்கள்!" என்றான்.

"குழந்தாய்! உன் பெரிய பாட்டனார் ராஜாதித்தர் சோழ சாம்ராஜ்யத்தை இலங்கை முதல் கங்கை நதி வரையில் விஸ்தரிக்க ஆசை கொண்டிருந்தார். அந்த ஆசை நிறைவேறாமலே உயிர் நீத்தார். அவரைப் போன்ற மகாவீரன் என் பேரன் ஆதித்த கரிகாலன் என்று நாடு நகரமெல்லாம் பேச்சாயிருக்கிறது. அவர் சாதிக்க நினைத்த காரியத்தை நீ சாதிக்கப் போகிறாய் என்று இத்தமிழகமெங்கும் ஜனங்கள் பேசிக் கொண்டிருக்கிறார்கள். ஆனால் ராஜாதித்தரப் போல் நீயும் வஞ்சகத்திற்கு ஏமாந்து போகக்கூடாது என்பதற்காகவே அவருடைய வரலாற்றை உனக்கு நினைவூட்டினேன்..."

"தாத்தா! என் பெரிய பாட்டனார் போர்க்களத்தில் பகைவர்களின் வஞ்சனையினால் உயிரை இழந்தார். அதை இப்போது எனக்கு எதற்காக நினைவூட்டுகிறீர்கள்? நான் போர்க்களத்துக்குப் போகவில்லையே! என்னை வஞ்சிக்கக் கூடிய பகைவர்களின் மத்தியிலும் போகவில்லையே! என் தந்தையின் அத்யந்த நண்பர்களையல்லவா பார்க்கப் போகிறேன்! அவர்கள் என்னை எந்த விதத்தில், எதற்காக வஞ்சிக்கப் போகிறார்கள்?" என்றான் ஆதித்த கரிகாலன்.

"கேள், கரிகாலா! எதிரிகள் தொழுத கையிலும் அழுத கண்ணீரிலும் கொடிய ஆயுதம் இருக்கக்கூடும் என்று கூறிய திருவள்ளுவர் பெருமான், வெளிப்பகையைக் காட்டிலும் உட்பகை கொடியது என்றும் கூறியிருக்கிறார்.

'வாள்போல் பகைவரை அஞ்சற்க அஞ்சுக
கேள்போல் பகைவர் தொடர்பு'

வாளைப் போல் வெளிப்படையாக எதிர்த்து நிற்கும் பகைவர்களிடம் பயம் வேண்டியதில்லை. சிநேகிதர்களைப் போல் நடிக்கும் பகைவர்களிடமே பயப்பட வேண்டும் என்று சொல்லியிருக்கிறார். குழந்தாய்! கேளிரைப் போல் நடிக்கும் பகைவர்களின் மத்தியில் இப்போது போகிறாய். நான் வேண்டாம் என்று தடுத்தும் கேளாமல் நீ போகிறாய். ஏதோ ராஜ்யம் சம்பந்தமாகத் தகராறு நேர்ந்து விட்டதாகவும் அதைத் தீர்த்து வைக்கப் போவதாகவும் உன்னை அழைத்திருக்கிறார்கள். சம்புவரையன் மகள் ஒருத்தியை உன் கழுத்தில் கட்டிவிட உத்தேசித்து உன்னை அழைத்திருப்பதாகவும் அறிகிறேன். ஆனால் அவர்களுடைய உண்மையான நோக்கம் இன்னதென்பது எனக்கும் தெரியாது; நீயும் அறிந்திருக்க முடியாது. உனக்குப் பெண் கொடுப்பதற்கு இந்தப் பாரத தேசத்தில் மன்னர்கள் பலர் காத்திருக்கிறார்கள். இந்தச் சம்புவரையன் மகள் தான் வேண்டுமென்பதில்லை. ராஜ்யத்தை உனக்குப் பாதி என்றும் மதுராந்தகனுக்குப் பாதி என்றும் பிரித்துக் கொடுத்துச் சமாதானம் செய்விக்கப் போகிறார்கள் என்றும் கேள்விப்படுகிறேன். அதில் என்ன சூது இருக்குமோ, சூழ்ச்சி இருக்குமோ, எனக்குத் தெரியாது. எது எப்படியானாலும், நான் உடனே திருக்கோவலூருக்குச் சென்று என்னுடைய பாதுகாப்புப் படைகளையெல்லாம் திரட்டிக் கொண்டு வந்து வெள்ளாற்றங்கரையில் தங்கியிருப்பேன். சம்புவரையர்

அரண்மனையில் இருக்கும்போது உனக்கு ஏதேனும் சந்தேகம் தோன்றினால் எனக்கு உடனே சொல்லி அனுப்பு!..."

இச்சமயம் ஆதித்த கரிகாலனுடைய கவனம் தன் பக்கம் இல்லை என்பதையும் வேறு பக்கம் திரும்பியிருக்கிறதென்பதையும் மலையமான் கண்டார்.

"தாத்தா! அதோ பாருங்கள்!" என்று ஆதித்த கரிகாலன் கலக்கத்துடன் கூறிய வார்த்தைகளை அந்த வீரக் கிழவர் கேட்டு, அந்தத் திசையை உற்று நோக்கினார்.

❋ ❋ ❋ ❋

மூன்றாம் அத்தியாயம்

பருந்தும் புறாவும்

ஆதித்த கரிகாலன் சுட்டிக்காடிய திசையில் ஆற்றங்கரை மண்டபம் ஒன்று இருந்தது. அது கல் வேலையினால் ஆன மண்டபம். வழிப்போக்கர்கள் வெய்யிலிலும் மழையிலும் தங்குவதற்காக யாரோ தர்மவான் அதைக் கட்டியிருக்க வேண்டும். அந்த மண்டபம் வெய்யிலிலும் மழையிலும் வெகு காலம் அடிப்பட்டு முதுமையின் அறிகுறிகளை காட்டிக் கொண்டிருந்தது, மண்டபத்தின் முனைகளில் சிற்ப வேலைப்பாடு உடைய உருவங்கள் சில காணப்பட்டன. அவை இன்னவை என்று கிழவராகிய மலையமானுக்குத் தெரியவில்லை.

"பார்த்தீர்களா, தாத்தா!" என்றான் ஆதித்த கரிகாலன்.

"குழந்தாய்! அந்த மண்டபத்தைத்தானே சொல்லுகிறாய்? அதில் வேறு ஒன்றும் எனக்குத் தெரியவில்லையே? மண்டபமும் வெறுமையாகத்தான் இருக்கிறது, அதில் யாரும் இருப்பதாகக் காணவில்லையே!" என்றார்.

"தாத்தா! உங்களுக்கு வயதாகிவிட்டது என்று இப்போது தான் எனக்கு நன்றாய்த் தெரிகிறது. அதனால் கண் பார்வை குன்றியிருக்கிறது. அதோ பாருங்கள்! ஒரு பெரிய ராஜாளி! எத்தனை பெரியது? அதன் சிறகுகள் எவ்வளவு விசாலம்? கொடுமை! கொடுமை! அது தன் கால்களில் ஒரு சின்னஞ்சிறு புறாவைப் பிடித்துக் கொண்டிருக்கிறதே; தெரியவில்லையா? ராஜாளியின் கூரிய நகங்கள் கிழித்துப் புறாவின் ரத்தம் சிந்துகிறதே, தெரியவில்லையா? கடவுளே, இது என்ன விந்தை! அதோ இன்னொரு புறாவைப் பாருங்கள், தாத்தா! அந்தப் பயங்கரமான ராஜாளியின் அருகில் வட்டமிடுகிறது! அது ராஜாளியிடம் எப்படிக் கெஞ்சுகிறது? இராஜாளியின் கால்களில் அகப்பட்டுக் கொண்டிருக்கும் புறா அதனுடைய காதலனாக இருக்க வேண்டும்! காதலனுக்கு உயிர்ப்பிச்சை கொடுக்கும்படி அது கெஞ்சுகிறது! தாத்தா! அந்தப் புறா கெஞ்சுகிறதா? அல்லது ராஜாளியிடம் சண்டைக்குப் போகிறதா? இறகை அடித்துக் கொள்வதைப் பார்த்தால் சண்டைக்குப் போவதாகவே தோன்றுகிறது. கடவுளே! அந்தப் பெண் புறாவுக்கு என்ன தைரியம் பாருங்கள்! ராஜாளியுடன் சண்டைக்குப் போகிறது! காதலனுடைய உயிரைக் காப்பாற்றுவதற்காக அந்தப் பயங்கர ராட்சதனுடன் போராடப் போகிறது! தாத்தா! ராஜாளி மனம் இரங்கும் என்று நினைக்கிறீர்களா? இரங்காது! இரங்காது! ஒருநாளும் இரங்காது! இம்மாதிரி எத்தனையோ புறாக்களை அது கொன்று தின்று கொழுத்துக் கிடக்கிறது! சண்டாள ராஜாளியே! இதோ உன்னைக் கொன்று போடுகிறேன்!" என்று கூறிக் கொண்டே ஆதித்த கரிகாலன் பக்கத்தில் கிடந்த ஒரு கூழாங்கல்லை எடுத்து வீசி எறிந்தான். அந்தக் கூழாங்கல் மண்டபத்தை நோக்கிச் சென்று அதன் ஒரு முனையில் பட்டுவிட்டுக் கீழே விழுந்தது.

ஆதித்த கரிகாலன், "ராட்சதனே! உனக்கு நன்றாய் வேண்டும்!" என்று சொல்லிவிட்டு, இடி இடி என்று பயங்கரமாகச் சிரித்தான்.

பேரப் பிள்ளையின் சித்த சுவாதீனத்தைப் பற்றி ஏற்கனவே கிழவருக்குச் சிறிது சந்தேகம் இருந்தது. அது இப்போது இன்னும் அதிகமாயிற்று.

"தாத்தா! ஏன் என்னை இப்படி வெறித்துப் பார்க்கிறீர்கள்? மண்டபத்தின் அருகில் போய்ப் பாருங்கள்" என்றான் கரிகாலன்.

அவ்விதமே மலையமான் மண்டபத்தைச் சற்று நெருங்கிச் சென்று கரிகாலனின் கல் விழுந்த இடத்தை உற்றுப் பார்த்தார். அங்கே ஒரு சிற்பம் காணப்பட்டது. அந்தச் சிற்பத்தில் ராஜாளி ஒன்று தன் கால் நகங்களில் ஒரு புறாவைக் கொத்தித் தூக்கிக் கொண்டிருப்பது போலவும், இன்னொரு புறா அந்த ராஜாளி மீது பாயப் போவது போலவும் தத்ரூபமாக அமைக்கப்பட்டிருந்தது.

மலையமான் திரும்பி வந்து, "குழந்தாய்! எனக்கு வயதாகி விட்டது என்பது உண்மைதான்! கண் பார்வை முன் போல் துல்லியமாக இல்லை. அருகில் சென்று உற்றுப் பார்த்த பிறகு தான் தெரிந்தது. நல்ல சிற்ப வேலை!" என்றார்.

"நல்ல சிற்ப வேலையா? சிற்ப அற்புதம் என்று சொல்லுங்கள் தாத்தா! மகேந்திரவர்மர் – மாமல்லர் காலத்துச் சிற்பச் சக்கரவர்த்தி யாரோ ஒருவன் இதையும் செய்திருக்க வேண்டும். முதலில் பார்த்ததும் உண்மையாகவே நடப்பது போலவே எனக்குத் தோன்றிவிட்டது!" என்றான் கரிகாலன்.

"ஆதித்தா! அற்புதம் அந்தக் கல்லிலே மட்டும் இல்லை! உன் கண்ணிலும் இருக்கிறது; உன் மனத்திற்குள்ளேயும் இருக்கிறது. இந்த வழியாக எவ்வளவோ பிரயாணிகள் தினந்தோறும் போகிறார்கள். அவர்களில் முக்கால்வாசிப் பேர் இந்தச் சிற்ப அற்புதத்தைக் கவனித்துக் கூட இருக்க மாட்டார்கள். மற்றும் பலர் பார்த்தும் பார்க்காதது போலவே போய்விடுவார்கள். உன்னைப் போல் ஒரு சிலர் தான் ஒரு சிற்பத்தைப் பார்த்து இவ்வளவு ஆச்சரியப்படுவார்கள்!..."

"நான் ஆச்சரியப்படவில்லை, தாத்தா! கோபப்படுகிறேன். அந்த சிற்பத்தை இப்போதே இடித்துத் தள்ளிவிட வேண்டுமென்று எனக்கு ஆத்திரம் உண்டாகிறது. இவ்வளவு கொடூரமான சிற்பத்தை அமைத்தவனை அதிகமாகப் புகழ்ந்து பாராட்டுவது கூட எனக்குப் பிடிக்கவில்லை!"

"கரிகாலா! இது என்ன விந்தை? உன்னுடைய வைர நெஞ்சு எப்போது இவ்வளவு இளக்கம் கொடுத்தது? ராஜாளி புறாவைக் கொன்று தின்பது அதனுடைய இயற்கை. சிங்கராஜா ஆட்டினிடம் இரக்கம் கொள்ள ஆரம்பித்தால் அது சிங்கராஜா அல்ல; அதுவும் ஆடாகத்தான் போய்விடும். சிம்மாசனத்தில் வீற்றிருந்து அரசு புரிய ஆசைப்படுகிறவர்கள் பகைவர்களையும் சதிகாரர்களையும் கொன்றுதான் ஆக வேண்டும். சக்கரவர்த்தியாயிருந்து உலகை ஒரு குடை நிழலில் ஆளப்பிறந்தவர்கள் பகையரசர்களைக் கொன்றுதான் தீரவேண்டும். ராஜாளி புறாவைக் கொல்லாவிட்டால், அது ராஜாளியாயிருக்க முடியுமா? இதைப் பற்றி ஏன் உனக்கு இவ்வளவு கலக்கம்?" என்றார் மலையமான்.

"தாத்தா! நீங்கள் சொல்வதெல்லாம் சரிதான் ஆனால் அந்தப் பெண் புறா அப்படித் தவிப்பதைப் பார்த்த பிறகு ராஜாளிக்கு இரக்கம் வர வேண்டாமா? பெண்ணுக்கு இரங்கி ஆணை விடுதலை செய்ய வேண்டாமா? ஐயா! நீங்களே சொல்லுங்கள், உங்கள் பகைவன் ஒருவனை நீங்கள் கொல்லப் போகும் சமயத்தில் அவனுடைய காதலி குறுக்கே வந்து புருஷனுக்கு உயிர்ப்பிச்சை கேட்டால் என்ன செய்வீர்கள்? அப்போது உங்கள் மனம் இரங்காமலிருக்குமா..?" என்று கரிகாலன் கேட்டான்.

"அப்படி ஒரு பெண் குறுக்கே வந்தால் அவளை என் இடது காலினால் உதைத்துவிட்டு என் பகைவனைக் கொல்லுவேன். கரிகாலா! அதைப் பற்றிச் சந்தேகமே இல்லை. பகைவர்கள் 'தொழுத கையினில்' ஆயுதம் வைத்திருப்பார்கள் என்றும், அவர்கள் 'அழுத கண்ணீரிலும்' ஆயுதம் மறைந்திருக்கும் என்றும் வள்ளுவர் கூறியிருக்கிறார். ஆண்களின் கண்ணீரைக் காட்டிலும் பெண்களின் கண்ணீர் அபாயமானது. ஏனெனில், பெண்களின் கண்ணீருக்கு இளகச் செய்யும் சக்தி அதிகம் உண்டு. அப்படி மனத்தை இளகவிட்டு விடுகிறவனால் இவ்வுலகில் பெரிய காரியம் எதையும் செய்ய முடியாது. அவன் பெண்களிலும் கேடு கெட்டவனாவான்!"

"தாத்தா! இது என்ன? பெண்களைப் பற்றி ஏன் நீங்கள் இவ்வளவு குறைவாகப் பேசுகிறீர்கள்? பெண்களைப் பற்றிக் குறைவாய்ப் பேசுவது என் தாயாரையும் குறைவுபடுத்துவதாகாதா?"

"குழந்தாய்! கேள்! உன் தாயாரிடம் நான் வைத்திருந்த அன்புக்கு இந்த உலகத்தில் இணை ஒன்றுமே இல்லை. எனக்கு ஆறு பிள்ளைகள் பிறந்தார்கள். பீமனையும், அர்ச்சுனனையும் ஒத்த வீரர்களாய் வளர்ந்தார்கள். அவ்வளவு பேரையும் யுத்தகளத்தில் பலி கொடுத்துவிட்டேன். அவர்கள் இறந்த செய்தி வந்தபோதெல்லாம் நான் வருத்தப்படவில்லை. ஆனால் உன் தாயாரை மணம் செய்து கொடுத்து அனுப்பி வைத்தபோது அவள் சாம்ராஜ்ய சிங்காதனத்தில் அமரப் போகிறாள் என்று தெரிந்திருந்தும் என் மனம் அடைந்த வேதனையைச் சொல்லி முடியாது. ஆனால் அந்த வேதனையை வெளிப்படையாகக் காட்டிக் கொண்டேனா? இல்லை! அவளிடந்தான் வெளியிட்டேனா? அதுவும் இல்லை. உன் தாயை மணம் செய்து கொடுப்பதற்கு முதல் நாள் அவளைத் தனியாக அழைத்து என்ன சொன்னேன்? கேள், கரிகாலா! 'மகளே! மாநிலம் புரக்கப் போகும் மன்னனை நீ மணந்து கொள்ளப் போகிறாய்! அதற்காக நீ கர்வம் அடையாதே! அவ்வளவு புகழ் வாய்ந்த கணவனை மணந்து கொள்வதினால் உனக்குக் கஷ்டந்தான் அதிகமாயிருக்கும். உன் அரண்மனையில் பணி செய்யும் பணிப் பெண்கள் பலரும் உன்னைக் காட்டிலும் சந்தோஷமாயிருப்பார்கள். துக்கப்படுவதற்கும் வேதனைப்படுவதற்கும் உன்னை நீ ஆயத்தம் செய்து கொள். உனக்குக் குழந்தைகள் பிறக்காவிட்டால் உன் புருஷன் வேறு ஸ்திரீகளை கட்டாயம் மணந்து கொள்வான். அதை நினைத்து நீ வேதனைப்படக் கூடாது. உனக்கு மக்கள் பிறந்தால் அவர்களை வீர மக்களாய் நீ வளர்க்க வேண்டும். அவர்கள் போர்க்களத்தில் உயிர் விட்டதாகச் செய்தி வந்தால் ஒரு சொட்டுக் கண்ணீர் கூட விடக்கூடாது. உன் கணவன் சந்தோஷமாயிருந்தால் நீயும் சந்தோஷமாயிரு! உன் புருஷன் துக்கப்பட்டால் நீ அவனைச் சந்தோஷப்படுத்தப் பார்! உன் பதி நோய்ப்பட்டால் நீ அவனுக்குப் பணிவிடை செய்! உன் கணவன் இறந்தால் நீயும் உடன்கட்டை ஏறிவிடு! உன் நெஞ்சில் உதிரம் கொட்டினாலும் உன் கண்களில் மட்டும் கண்ணீர் சொட்டக் கூடாது! மலையமான் வம்சத்தில் பெண்களுடைய குலாச்சாரம் இது!' என்று இவ்விதம் உன் அன்னைக்குப் புத்திமதி கூறினேன். அம்மாதிரியே உன் அன்னை இன்று வரை நடந்து வருகிறாள்; நடத்தி வருகிறாள். கரிகாலா! உன்னையும் உன் சகோதரனையும் இணையில்லாத வீரர்களாக வளர்த்து வந்திருக்கிறாள். உன் தந்தை நோய்ப்பட்ட பின்னர் இரவு பகல் அவர் பக்கத்திலிருந்து அவளே எல்லாப் பணிவிடைகளையும் செய்து வருகிறாள். உன் அன்னையை என் மகளாகப் பெற்றதை நினைக்கும்போதெல்லாம் என் தோள்கள் பூரிக்கின்றன!" என்றார் மலையமான்.

"தாத்தா! என் தாயை நினைக்கும்போதெல்லாம் நான் அடையும் பெருமிதத்துக்கும் அளவில்லை. ஆனால் ஒன்று கேட்கிறேன் சொல்லுங்கள்! என் தந்தையின் கொடிய பகைவன் ஒருவன் அவரைக் கொல்லுவதற்குக் கத்தியை ஓங்கிக் கொண்டு வருவதாக வைத்துக் கொள்ளுங்கள். என் தாயார் அப்பொழுது என்ன செய்வாள்? முன்னால் நின்று கண்ணீர் பெருக்கிக் கணவனைக் காப்பாற்றும்படி அப்பகைவனை வேண்டிக் கொள்வாளா? முக்கியமாக, அப்படி வருகிற பகைவன் என் அன்னைக்குத் தெரிந்தவனாகவும் இருந்து விட்டால்..."

"குழந்தாய்! உன் தாயார் ஒரு நாளும் அப்படிப் பகைவனிடம் உயிர்ப்பிச்சை கேட்கமாட்டாள். மலையமான் மகள் அவ்விதம் ஒருகாலும் தான் பிறந்த குலத்தையும், புகுந்த குலத்தையும் அவமானப்படுத்தமாட்டாள்.

அவளுடைய புருஷனுடைய பகைவனைத் தனக்கும் கொடிய பகைவனாகவே கருதுவாள். பகைவன் முன்னால் கைகூப்பமாட்டாள்; கண்ணீரும் விடமாட்டாள், கணவன் உயிர் துறந்தால் உடனே அவன் மீது விழுந்து தானும் உயிரை விடுவாள்! அல்லது மனத்தைக் கல்லாகச் செய்து கொண்டு உயிரோடிருப்பாள்; பகைவனைப் பழிக்குப் பழி வாங்குவதற்காக மட்டுமே உயிரை வைத்துக் கொண்டிருப்பாள்!"

இதைக் கேட்ட ஆதித்த கரிகாலன் ஒரு நெடிய பெருமூச்சு விட்டு, "தாத்தா! நான் போய் வரவா?" என்றான்.

"அவசியம் போகத்தான் வேண்டுமா?"

"அதைப்பற்றி இன்னும் என்ன சந்தேகம், தாத்தா? பாதி வழிக்கு மேலே வந்தாகிவிட்டதே!"

"ஆம், பாதி வழிக்கு மேல் வந்தாகிவிட்டது. நானும் முதலில் உன்னைப் போக வேண்டாம் என்றேன்; அப்புறம் போகும்படி சொன்னேன். உன் தம்பியைப் பற்றிய செய்தி கேட்ட பிறகு நீ போவதே நல்லது என்று தீர்மானித்தேன். அருள்மொழிவர்மன் இறந்திருப்பான் என்று நான் நம்பவில்லை..."

"நானும் நம்பவில்லை..."

"உன் தந்தையின் இளம் பிராயத்தில் சில காலம் அவர் இருக்குமிடம் தெரியாமலிருந்தது. அதுபோல் அருள்மொழியும் ஏதேனும் ஒரு தீவில் ஒதுங்கியிருப்பான். சில நாளைக்கெல்லாம் வந்து சேர்வான் என்றே நம்புகிறேன்! ஆனாலும் அச்செய்தி சோழ நாடெங்கும் கொந்தளிப்பை உண்டாக்கி விட்டிருக்கிறது என்று அறிகிறேன். உன் பெற்றோர்களும் கவலையில் ஆழ்ந்திருப்பார்கள். இச்சமயம் அவர்கள் பக்கத்தில் இருந்து நீ ஆறுதல் சொல்லுவது அவசியம்; அப்படிப் போகும்போது பழுவேட்டரையர்களின் விரோதியாகப் போவதைக் காட்டிலும், சிநேகமாய்ப் போவது நல்லது. ஆகையினால்தான் நீ சம்புவரையர் அழைப்புக்கு இணங்கிப் போவதற்குச் சம்மதித்தேன். அவன் வேண்டுமென்றே என்னை அழைக்கவில்லை. அழைத்திருந்தால் நானும் வந்திருப்பேன்."

"தாத்தா! எனக்காக அவ்வளவு தூரம் நீங்கள் பயப்படுகிறீர்களா? என்னை அவ்வளவு கையாலாகாதவன் என்று எண்ணி விட்டீர்களா?" என்று கேட்டான் கரிகாலன்.

"இல்லை, தம்பி! இல்லை! நீ எத்தகைய வீராதி வீரன் என்பது எனக்குத் தெரியாதா? கொடிய ஆயுதங்களைத் தரித்த பதினாயிரம் பகைவர்களின் நடுவில் நான் உன்னைத் தன்னந்தனியாக நம்பி அனுப்புவேன். ஆனால் கண்ணீர் பெருக்கி உன் மனத்தைக் கலங்கச் செய்யக் கூடிய ஒரு பெண்ணின் முன்னால் உன்னைத் தனியாக அனுப்புவதற்கு மட்டும் பயப்படுகிறேன்."

"சம்புவரையர் மகள் அப்படியெல்லாம் ஜாலவித்தையில் தேர்ந்தவள் என்று நான் கேள்விப்படவில்லை, தாத்தா! ஆண் மக்கள் முன்னால் வருவதற்கே அஞ்சக்கூடிய பெண்ணாம் அவள்; கந்தமாறன் சொல்லியிருக்கிறான். நானும் அப்படியெல்லாம் அவசரப்பட்டுத் தாய் தந்தையர் சம்மதம் இல்லாமல் ஒரு காரியத்தை செய்துவிடமாட்டேன். உங்களுடைய பழங்குடியில் பிறந்த இரண்டு பெண்கள் இன்னும் மணமாகாமல் இருக்கிறார்கள் என்பதும் எனக்கு நன்றாகத் தெரியும்.."

"ஆதித்தா, அதைப் பற்றிச் சிந்தனையே எனக்கு இல்லை. என் மூத்த மகனுடைய பெண்கள் இரண்டு பேர் திருமணப் பிராயம் வந்தவர்கள் இருக்கிறார்கள்தான். ஆனால் அவர்களை உன் கழுத்தில் கட்டும் எண்ணம் எனக்குச் சிறிதும் இல்லை. ஏற்கெனவே சோழ நாட்டுச் சிற்றரசர்கள் பலரும் என் மீது பொறாமையும், பகைமையும் கொண்டிருக்கிறார்கள். இதுவும் வேறு சேர்ந்துவிட்டால் கேட்க வேண்டியதில்லை. அதற்குப் பதிலாகச் சம்புவரையர் மகளையே நீ கட்டிக் கொண்டால் நான் ஒருவாறு திருப்தி அடைவேன். எனக்கோ வயது அதிகமாகி விட்டது; உடல் தளர்ந்து விட்டது. சில சமயம் உள்ளமும் நெகிழ்ந்துவிடுகிறது. மறுபடியும் என் அருமைப் பேரனைக் காணமாட்டேனோ, இதுதான் உன்னை நான் பார்ப்பது கடைசி முறையோ என்றெல்லாம் சில சமயம் எண்ணிக்

கொள்கிறேன். இனிமேல் என்னால் உனக்கு உதவி எதுவும் இல்லை. புதிய சிநேகிதர்கள் சிலர் உனக்கு அவசியம் வேண்டும். உன் விஷயத்தில் சிரத்தை கொள்ளக் கூடியவர்கள் வேண்டும். ஆகையால் சம்புவரையர் மகளை நீ மணந்து கொண்டால் நான் உண்மையில் மகிழ்ச்சியே அடைவேன்."

"தாத்தா! உங்கள் மகிழ்ச்சிக்காகக் கூட அதை நான் செய்ய முடியாது. சம்புவரையர் மாளிகைக்கு நான் விருந்தாளியாகப் போவது அவருடைய சிநேகத்தை விரும்பியும் அல்ல; அவர் மகளை மணம் புரியவும் அல்ல. நீங்கள் அதுபற்றி நிம்மதியாயிருக்கலாம்."

"அப்படியானால் எதற்காகப் போகிறாய், குழந்தாய்! என்னிடம் உண்மையைச் சொல்லக் கூடாதா? உன்னுடைய நண்பர்கள் இருவரும் பேசிக் கொண்டிருந்ததில் சில வார்த்தைகள் அவ்வப்போது என் காதில் விழுந்தன. பெரிய பழுவேட்டரையன் அறுபது வயதுக்கு மேல் கல்யாணம் செய்து கொண்டானே, அந்த மோகினிப் பிசாசு உனக்கு ஓலை அனுப்பியிருக்கிறாள் என்றும், அதனாலேதான் நீ கடம்பூர் வரச் சம்மதித்தாய் என்றும் அவர்கள் பேசிக் கொண்டார்கள். அது உண்மையா?"

"ஆம் தாத்தா! அது உண்மைதான்!" என்றான் ஆதித்த கரிகாலன்.

"கடவுளே! இது என்ன கஷ்ட காலம்? கரிகாலா! நான் சொல்வதைக் கேள். நீ பிறந்த சோழ குலம் இரண்டாயிரம் ஆண்டுகளாக வாழையடி வாழையாக வந்த பெருமை பெற்ற குலம். உன்னுடைய மூதாதைகள் சிலர் உலகத்தை ஒரு குடையில் ஆண்ட சக்கரவர்த்திகளாயிருந்திருக்கிறார்கள். சில சமயம் உறையூரையும் அதன் சுற்றுப் புறத்தையும் மட்டும் ஆண்ட குறுநில மன்னர்களாயிருந்திருக்கிறார்கள். சிலர் ஏகபத்தினி விரதம் கொண்டு ராமபிரானைப் போல இருந்ததுண்டு. சிலர் பல தாரங்களை மணம் செய்து கொண்டு வீரப் புதல்வர்கள் பலரை ஈன்றதுண்டு. சிலர் சிவபக்தர்கள்; சிலர் திருமாலின் பக்தர்கள். சிலர் 'சாமியுமில்லை; பூதமுமில்லை' என்று சொல்லி வந்தார்கள். ஆனால் அவர்களில் யாரும் தங்கள் நடத்தையில் களங்கமுண்டாகுமாறு நடந்ததில்லை. பிறன் மனை விழைந்ததில்லை. குழந்தாய்! கன்னிப் பெண்களாயிருப்பவர்கள் எத்தனை பேரை வேண்டுமானாலும் மணந்து கொள். உன் பாட்டனின் தந்தை – புகழ் பெற்ற பராந்தகச் சக்கரவர்த்தி, ஏழு பெண்களை மணந்து கொண்டார், அவரைப் போல் நீயும் மணந்துகொள். ஆனால் பெரிய பழுவேட்டரையனை மணந்து கொண்ட மாயமோகினியைக் கண்ணெடுத்தும் பாராதே!"

"மன்னிக்க வேண்டும் தாத்தா! அந்த மாதிரி குற்றம் ஒன்றும் நான் செய்யமாட்டேன். சோழ குலத்துக்கும் மலையமான் குலத்துக்கும் களங்கம் உண்டு பண்ண மாட்டேன்!"

"அப்படியானால் அவள் அழைப்புக்காக ஏன் போகிறாய், குழந்தாய்?"

"உண்மையை உங்களிடம் சொல்லிவிட்டே போகிறேன். அவளுக்கு ஒரு சமயம் நான் ஒரு பெரிய தீங்கு செய்தேன். அதற்காக அவளிடம் மன்னிப்புக் கேட்டுக் கொள்ளப் போகிறேன்" என்றான் கரிகாலன்.

"இது என்ன வார்த்தை? ஒரு பெண்ணிடம் நீ மன்னிப்புக் கேட்டுக் கொள்வதாவது! என் காதினால் கேட்கச் சகிக்க வில்லையே!" என்றார் மலையமான்.

ஆதித்த கரிகாலன் சிறிது நேரம் தலைகுனிந்த வண்ணமாக இருந்தான். பிறகு மனத்தைத் திடப்படுத்திக் கொண்டு, பாட்டனாரிடம் பழைய வரலாற்றை ஒருவாறு கூறினான்.

வீரபாண்டியனைத் தான் தேடிச் சென்று அவன் ஒளிந்திருந்த இடத்தைக் கண்டுபிடித்ததையும், நந்தினி குறுக்கிட்டு உயிர்ப்பிச்சை கேட்டதையும், தான் அதைக் கேட்காமல் ஆத்திரப்பட்டு அவனைக் கொன்றதையும் அதுமுதல் தன் மனம் நிம்மதியில்லாமல் அலைப்புறுவதையும் பற்றி விவரமாகக் கூறினான்.

"அந்த ஞாபகம் என்னை ஓயாமல் கஷ்டப்படுத்திக் கொண்டிருக்கிறது. தாத்தா! அவளை ஒரு தடவை பார்த்து மன்னிப்புக் கேட்டுக் கொண்டால்தான் என் மனம் நிம்மதி அடையும். அவளும் போனதையெல்லாம் மறந்துவிடத் தயாராகியிருப்பதாகக் காண்கிறது. ராஜ்யத்தில் குழப்பம் விளையாமல் பார்த்துக் கொள்வதிலும் சிரத்தை கொண்டிருக்கிறாள். அதற்காகவே என்னை அழைத்திருக்கிறாள். போகும் காரியத்தை முடித்துக் கொண்டு வெகு சீக்கிரமாகவே காஞ்சிக்குத் திரும்பி விடுவேன், தாத்தா! திரும்பி வந்ததும் என் தம்பியைக் கண்டு பிடித்துக் கொண்டு வருவதற்காகக் கப்பல் ஏறிப் புறப்படுவேன்" என்றான் ஆதித்த கரிகாலன்.

கிழவர் மலையமான் ஒரு பெருமூச்சுவிட்டு, "இதுவரையில் விளங்காமலிருந்த பல விஷயங்கள் இப்போது எனக்கு விளங்குகின்றன. இன்று வரை மர்மமாக இருந்த பல காரியங்கள் அர்த்தமாகின்றன. விதியை வெல்ல யாராலும் முடியாது என்பது நிச்சயந்தான்!" என்றார்.

❉ ❉ ❉ ❉

நான்காம் அத்தியாயம்

ஐயனார் கோவில்

கெடில நதிக் கரையில் பாட்டனும் பேரனும் பேசிக் கொண்டிருந்த அதே சமயத்தில் கொள்ளிடத்தின் வடகரையில் உள்ள திருக்கானாட்டுமுள்ளூர் என்னும் ஊரில் பழைய நண்பர்களான ஆழ்வார்க்கடியானும், வந்தியத்தேவனும் ஒரு விநோதமான காரியத்தில் ஈடுபட்டிருந்தார்கள். அக்காலத்தில் வட காவேரியாகிய கொள்ளிடமும் தென் காவேரியைப் போலவே புண்ணிய நதியாகக் கருதப்பட்டு வந்தது. துலா மாதத்தில் தினந்தோறும் கானாட்டுமுள்ளூர் ஆலயத்தில் கோயில் கொண்டுள்ள சிவபெருமான் ரிடபாரூடராகக் கொள்ளிடக் கரைக்கு எழுந்தருளி ஸ்நானத்துக்கு வந்துள்ள பக்தர்களுக்குச் சேவை தருவது வழக்கம். மத்தியான வேளையில் ஒவ்வொரு நாளும் உற்சவமாகவே இருக்கும். அக்கம் பக்கத்து கிராமங்களிலிருந்து பக்தர்கள் திரண்டு வருவார்கள். விஷ்ணு கோயில் அந்த ஊரில் சிறிதாக இருப்பினும் அந்தக் கோயிலிலிருந்தும் பகவான் கருட வாகனத்தில் ஆரோகணித்துக் கொள்ளிடக் கரைக்கு எழுந்தருளுவார்.

இவ்விதம் துலா மாதத்தில் வட காவேரியில் ஸ்நானம் செய்வதற்காக வந்து கூடியிருந்த ஜனக் கூட்டத்தினிடையே ஆழ்வார்க்கடியான் ஒரு நாவல் கிளையை மண்ணில் நட்டு வைத்து கொண்டு, "நாவலோ நாவல்! நாவலோ நாவல்! இந்த நாவலத் தீவில் வைஷ்ணவ சமயமே மேலான சமயம் என்று நிலைநாட்டுவதற்கு வாதப் போர் புரிய வந்துள்ளேன். சைவர்கள், சாக்தர்கள், அத்வைதிகள், காபாலிகர்கள், காளாமுகர்கள், பௌத்தர்கள், சமணர்கள் யார் வேணுமானாலும் வாதப் போர் புரிய வரலாம். அவர்கள் வெற்றி பெற்றால் அவர்களை என் தோள் மீது தூக்கி வைத்துக் கொண்டு ஊரைச் சுற்றி வலம் வருவேன், அவர்கள் தோற்றால் இடுப்புத் துணியைத் தவிர மற்றதையெல்லாம் இங்கே கொடுத்து விட்டுப் போக வேணும்! நாவலோ நாவல்" என்று கத்திக் கொண்டிருந்தான். அவனுக்கு முன்னால் ருத்திராட்ச மாலைகள், மகர கண்டிகள், கமண்டலங்கள், குண்டலங்கள், பட்டுப் பீதாம்பரங்கள், பொற்காசுகள் ஆகியவை குவிந்து கிடந்தன. இவற்றிலிருந்து வெகு நேரம் வாதமிட்டுப் பலரை வாதப் போரில் வென்றிருக்க வேண்டும் என்பது தெளிவாயிருந்தது. அவனுக்குப் பக்கத்தில் கடம்பமரம் ஒன்றில் சாய்ந்து கொண்டு வந்தியத்தேவன் கையில் உருவிய கத்தியுடன் நின்று கொண்டிருந்தான். இப்போது அவனுடைய அரையில், உடுத்திய ஒரு துணியும், கையில் ஒரு கத்தியும் மட்டும் தான் இருந்தன. அவனுடைய தோற்றத்திலிருந்து ஆழ்வார்க்கடியான் மீது பலாத்காரத்தைப் பிரயோகிக்கப் பார்த்தவர்களை அவன் கத்தியை வீசிப் பயமுறுத்தி அனுப்பியிருக்க வேண்டும் என்று தோன்றியது. அந்தச் சமயத்தில்

கூட்டமாகவும், கோஷித்துக் கொண்டும் வந்த சைவர் கூட்டம் ஒன்றைப் பார்த்து அவன் கூறிய மொழிகளிலிருந்தும் அது வெளியாயிற்று.

"எச்சரிக்கை! நியாயமாக வாதப் போர் செய்வோர் செய்யலாம். அத்துமீறி இந்த வைஷ்ணவன் மீது யாராவது கையை வைத்தால் இந்த வாளுக்கு இரையாவார்கள்!" என்று கூறியதுடன், கத்தியையும் இரு முறை சுழற்றினான். கோபத்துடன் வந்த சைவர்கள் சாந்தமடைந்தார்கள். அவர்களில் ஒருவர், "ஓ வைஷ்ணவனே! ஏதோ நீ இன்றைக்கு வாதத்தில் ஜெயித்து விட்டதாக எண்ணிக் கர்வம் கொள்ளாதே! திருநாரையூருக்குப் போ! அங்கே உன்னை வாதில் வென்று புறமுதுகிட்டு ஓடச் செய்யக்கூடிய நம்பியாண்டார் நம்பி இருக்கிறார்!" என்றார்.

"உங்கள் திருநாரையூர் நம்பியைத் திருநாராயணபுரத்து அனந்த பட்டரிடம் வந்து வாதமிடச் சொல்லுங்கள்! அங்கே நானும் ஒருவேளை இருந்தாலும் இருப்பேன்!" என்று கூறினான் ஆழ்வார்க்கடியான்.

பலமுறை அவன் "நாவலோ நாவல்!" என்று கூவியும் யாரும் புதிதாக வாதமிட வரவில்லை. எனவே, நாவல் கிளையை எடுத்துவிட்டுச் சங்கு சக்கரம் பொறித்த வெற்றிக் கொடியை ஆழ்வார்க்கடியான் நட்டான். பக்கத்தில் நின்று எல்லாவற்றையும் பார்த்துக் கொண்டிருந்த வைஷ்ணவர்கள் சிலர் உடனே அருகில் வந்து அவனைத் தூக்கித் தோளில் வைத்துக்கொண்டு,

"நாராயணனே நம் தெய்வம்!
நாமெல்லாரும் துதி செய்வம்!"

என்று பாடிக் கொண்டு கூத்தாடினார்கள். பிறகு அவர்கள், "வீர வைஷ்ணவனே! எங்கள் இல்லத்துக்கு வந்து அமுது செய்து அருள வேண்டும்!" என்று பிரார்த்தித்தார்கள்.

"அங்ஙனமே ஆகுக!" என்று ஆழ்வார்க்கடியான் கம்பீரமாகக் கூறிவிட்டு வந்தியத்தேவனையும் அழைத்துக் கொண்டு சென்றான். இருவரும் புளியோதரை, திருக்கண்ணமுது, ததியோன்னம் ஆகியவற்றை வயிறு முட்டும்படி ஒரு கை பார்த்தார்கள். ஆழ்வார்க்கடியான் தான் வாதப் போில் சம்பாதித்த பொருள்களில் அங்கவஸ்திரமாக அணியக்கூடிய பீதாம்பரம் ஒன்றை மட்டும் வந்தியத்தேவனிடம் கொடுத்து விட்டு மற்றவற்றை ஸ்ரீ வைஷ்ணவர்களிடம் கொடுத்து அவற்றின் பெறுமானத்துக்குப் பொற்கழஞ்சுகள் பெற்றுக் கொண்டான். வைஷ்ணவ சமயத்தின் மேன்மையை நிலைநாட்டிக் கொண்டு வடக்கே ஹரித்வாரம் வரையில் போக வேண்டியிருப்பதால் தனக்குப் பொற்காசுகள் தேவை என்பதாக அவன் தெரிவித்துக் கொண்டான். ஸ்ரீ வைஷ்ணவர்களும் மனமுவந்து பொருள்களின் பெறுமானத்துக்கு அதிகமாகவே பொற்காசுகள் கொடுத்தார்கள். பெற்றுக் கொண்டு ஆழ்வார்க்கடியானும் வந்தியத்தேவனும் பிற்பகலில் கடம்பூரை நோக்கிப் பிரயாணமானார்கள்.

கொள்ளிடத்தில் அப்போது பெருவெள்ளம் போய்க் கொண்டிருந்தபடியால் அவர்கள் ஏறிவந்த குதிரைகளைக் கொண்டு வரமுடியவில்லை. அவர்கள் நதியைக் கடந்த ஓடத்தில் ஜனங்கள் அதிகமாக ஏறியிருந்தபடியால், படகு கரையை அடையும் சமயத்தில் கவிழ்ந்துவிட்டது. மற்றவர்களைப் போல் வந்தியத்தேவனும் ஆற்று வெள்ளத்தில் விழுந்து நீந்திக் கரை சேர வேண்டியதாயிற்று. அச்சமயம் அத்தனை காலமாக எத்தனையோ நெருக்கடியான நிகழ்ச்சிகளிலும் வந்தியத்தேவன் காப்பாற்றிக் கொண்டு வந்த அவனுடைய அரைக்கச்சச் சுருளும் அதில் அவன் பத்திரப்படுத்தி வைத்திருந்த இலச்சினைகளும், இளையபிராட்டி தந்த ஓலையுங்கூட நதி வெள்ளத்தில் போய்விட்டன. அவற்றுடன் இருந்த பொன் நாணயங்களும் போய்விட்டன. புதிய குதிரைகள் வாங்குவதற்குப் பணம் சேகரிப்பதற்காகவே மேற்கூறிய யுக்தியை அவர்கள் கையாண்டார்கள். யுக்தி பலித்துக் கொஞ்சம் பணமும் கிடைத்தது. ஆனால் அந்த கிராமாந்தரப் பகுதிகளில் குதிரை எங்கும் விலைக்குக் கிடைக்காது என்றும் தெரிந்தது. கடம்பூர் கிராமத்தில் வாரம் ஒருநாள் நடைபெறும்

சந்தையில் ஒருவேளை குதிரைகள் விற்பனைக்கு வரலாம்; இல்லாவிடில் திருப்பாதிரிப்புலியூர் சென்று வாங்க வேண்டும்.

கடம்பூருக்குப் போவதா, வேண்டாமா என்பது பற்றி அந்த நண்பர்களுக்குள் விவாதம் நடந்தது. அதில் உள்ள சாதக பாதகங்களைப் பற்றி விவாதித்தார்கள். கடம்பூரில் ஆதித்த கரிகாலரின் வருகையைப் பற்றி ஏதேனும் செய்தி கிடைத்தாலும் கிடைக்கலாம். காஞ்சியிலிருந்து புறப்பட்டு விட்டாரா, எந்த வழியாக வருகிறார் என்று ஏதேனும் தகவல் தெரிந்தால் நல்லது அல்லவா! ஆனால் கடம்பூரில் தெரிந்தவர்களின் கண்ணில் படக் கூடாது. கந்தமாறனைச் சந்திக்க நேர்ந்து விட்டால் ஆபத்தாய்ப் போய்விடும். ஒருவேளை பழுவேட்டரையரின் பரிவாரங்கள் இதற்குள் வந்திருந்தால், அதுவும் தொல்லைதான்!

"வைஷ்ணவனே! உனக்குத்தான் இரவில் சுவர் ஏறிக் குதிக்கத் தெரியுமே? சம்புவரையர் குதிரை லாயத்திலிருந்து இரண்டு குதிரைகளைக் கொண்டு வந்து விடலாமே!" என்றான் வந்தியத்தேவன்.

"நான் சுவர் ஏறிக் குதிப்பேன். ஆனால் குதிரைகளுக்குச் சுவர் ஏறிக் குதிக்கத் தெரிய வேண்டுமே!" என்றான் வைஷ்ணவன்.

"பழுவூர்ப் பரிவாரங்கள் அங்கே வந்திருந்தால், இரண்டு குதிரைகளை அடித்துக் கொண்டு போகலாம். அவர்கள் முன்னொரு சமயம் கடம்பூரில் என்னுடைய குதிரையை விரட்டியடித்தார்கள் அல்லவா! அதற்குப் பழிக்குப் பழி வாங்க வேண்டும்", என்றான் வாணர் குல வீரன்.

சில மாதங்களுக்கு முன்பு கடம்பூரில் அவர்கள் சந்தித்தது பற்றியும் அன்று இரவு நடந்த அபூர்வ சம்பவங்களைப் பற்றியும் வழி நெடுகப் பேசிக் கொண்டு வந்தார்கள். இருவரும் சூரியன் அஸ்தமிக்கும் சமயத்துக்குக் கடம்பூரை அடைந்தார்கள்.

கடம்பூர் அவர்கள் எதிர்பார்த்ததுபோல் அமர்க்களப்பட்டுக் கொண்டுதானிருந்தது. அரண்மனையும் கோட்டை வாசலும் கொடிகளாலும் தோரணங்களாலும் தொங்கல் மாலைகளாலும் அலங்கரிக்கப்பட்டு விளங்கின. கோட்டை வாசலிலும் சரி, மதிள் சுவரைச் சுற்றியும் சரி, முன்னை விடக் காவல் பலமாக இருந்தது. பட்டத்து இளவரசர் ஆதித்த கரிகாலர் வருகிறார் என்றால் கேட்க வேண்டுமா! அதே சமயத்தில் தனாதிகாரி பெரிய பழுவேட்டரையரும் ராணியுடன் வரப் போகிறார். இரண்டு பேருடைய பரிவாரங்களும் வருவார்கள். சில நாளைக்கு ஊர் தடபுடல் பட்டுக்கொண்டுதானிருக்கும்.

இதையெல்லாம் பற்றிக் கடம்பூர்க் கடைத்தெருவில் ஜனங்கள் பேசிக் கொண்டிருந்ததை இரு நண்பர்களும் கேட்டார்கள். ஜனங்கள் பேச்சிலிருந்து இரு சாராரும் இன்னும் வந்து சேரவில்லை என்று தெரிந்தது. சம்புவரையர் மகன் கந்தமாறன், ஆதித்த கரிகாலரை அழைத்து வரக் காஞ்சிக்கே புறப்பட்டுப் போயிருக்கிறான் என்றும் தெரிந்தது. இந்தப் பரபரப்பான பேச்சுக்களுக்கிடையில் சிலர், 'கடல் கொண்டு விட்ட இளவரசன் அருள்மொழிவர்மனைப்' பற்றியும் மெல்லிய குரலில் பேசினார்கள். அவ்வளவு பெரிய துக்க சம்பவம் நடந்திருக்கும் போது இங்கே விருந்துகளுக்கும் களியாட்டங்களுக்கும் ஏற்பாடு நடந்து வருவது பலருக்குப் பிடிக்கவில்லை என்பது ஜாடைமாடையாக அவர்கள் பேசிக் கொண்டதிலிருந்து தெரிந்தது.

ஆழ்வார்க்கடியானும், வந்தியத்தேவனும் இந்தப் பேச்சுகளையெல்லாம் காது கொடுத்துக் கேளாதவர்கள் போல் கேட்டுக் கொண்டு ஊரைத் தாண்டிப் போனார்கள். ஊருக்குள் எங்கேயும் இரவு தங்க அவர்கள் விரும்பவில்லை. ஊருக்கு அப்பால் சமீபத்தில் எங்கேயாவது பாழடைந்த மண்டபம் அல்லது சத்திரம் சாவடி இல்லாமலா போகும்? அப்படியில்லாவிட்டால், இரவு வீரநாராயணபுரத்துக்குப் போய்த் தங்கி விடுவது நல்லது. அங்கேயுள்ள பெரிய பெருமாள் கோயிலின் நூற்றுக்கால் மண்டபத்தில் நிம்மதியாகப் படுத்து உறங்கலாம். முதன் நாள் இரவு நிகழ்ச்சிகளுக்குப் பிறகு, ஓர் இரவு நல்ல தூக்கம் அவர்களுக்கு அவசியமாயிருந்தது. கடம்பூரைத்

தாண்டிச் சாலையோடு சிறிது தூரம் சென்றதும் அடர்த்தியான மூங்கில் காடு ஒன்றும் அதற்குள் ஐயனார் கோவில் ஒன்றும் தெரிந்தன. "வைஷ்ணவரே! இனிமேல் என்னால் நடக்க முடியாது. இரவு இந்தக் கோயிலில் படுத்திருக்கலாம். யார் கண்ணிலும் படாமலிருப்பதற்கு இது நல்ல இடம்!" என்றான் வந்தியத்தேவன்.

"அப்பனே! நீ சொல்வது தவறு. இம்மாதிரி இடங்களுக்கு நம்மைப்போல் இன்னும் யாராவது வந்து சேர மாட்டார்கள் என்பது என்ன நிச்சயம்?" என்றான் ஆழ்வார்க்கடியான்.

"அப்படி வருகிறவர்கள், குதிரைகளுடன் வந்தவர்களானால் ரொம்ப நல்லது" என்றான் வந்தியத்தேவன்.

"இந்த மூங்கில் காட்டுக்குள் எந்தக் குதிரையும் நுழைய முடியாது. மனிதர்கள் நுழைந்து செல்வதே கடினமான காரியம் ஆயிற்றே!"

"எங்கேயாவது ஒற்றையடிப் பாதை ஒன்று இல்லாமற் போகாது. கோயில் பூசாரி வரக்கூடிய வழியேனும் இருந்துதானே ஆகவேண்டும்?"

இருவரும் அடர்த்தியாக மண்டிக் கிடந்த மூங்கில் புதர்களைச் சுற்றிச் சுற்றி வந்து, கடைசியாகக் குறுகலான ஒற்றையடிப் பாதை ஒன்றைக் கண்டுபிடித்தார்கள். அதன் வழியாக உடம்பில் முட்கள் கீறாமல் நடந்து போவது மிகவும் பிரயாசையாக இருந்தது. இவ்விதம் சிறிது தூரம் சென்ற பிறகு கொஞ்சம் இடைவெளி காணப்பட்டது. அதில் சிறிய ஐயனார் கோவில் இருந்தது. கோவிலுக்கு எதிரே பலி பீடமும் அதையொட்டி மண்ணினால் செய்து காளவாயில் சுடப்பட்ட யானைகளும் குதிரைகளும் வரிசையாக வைக்கப்பட்டிருந்தன. ஐயனாருக்கு வேண்டுதல் செய்து கொள்ளும் பக்தர்கள் இவ்விதம் மண்ணினால் செய்த குதிரைகளும் யானைகளும் கொண்டு வந்து வைப்பது வழக்கம்.

அவற்றைப் பார்த்ததும் வந்தியத்தேவன், "குதிரைகளைப் பற்றி இவ்வளவு கவலைப்படுகிறோமே? ஐயனாரைக் கேட்டு இரண்டு குதிரைகள் வாங்கிக் கொள்ளலாமே?" என்றான்.

"மண் குதிரையை நம்பி ஆற்றில் இறங்கக் கூடாது என்ற பழமொழி தெரியாதா!" என்றான் ஆழ்வார்க்கடியான்.

"வைஷ்ணவனே! எங்கள் ஐயனார் மிகவும் சக்தி வாய்ந்த தெய்வம். கேட்ட வரத்தை உடனே கொடுக்கக்கூடியவர், உங்கள் விஷ்ணுவைப் போல் பக்தர்களைத் தவிக்கவிட்டுப் பட்டப் பகலில் தூங்கிக் கொண்டிருப்பவர் அல்ல!" என்றான் வந்தியத்தேவன்.

"அப்படியானால் இந்த மண் குதிரைகளுக்கு உயிர் கொடுத்தாலும் கொடுப்பார் என்று சொல்லு! ரொம்ப நல்லதாய்ப் போயிற்று. பணம் மிச்சம்!"

"உண்மையான பக்தி இருந்தால், மண் குதிரைகளும் உயிர் பெறும்! பார்க்கப் போனால் நம்முடைய உடம்புகள் மட்டும் என்ன? பிரம்மதேவன் மண்ணினால் செய்து உயிர் கொடுத்தது தானே?"

"நன்கு சொன்னாய், தம்பி! இந்த உடம்பு மண்ணினால் செய்த உடம்பு என்பதை மறந்து விடுகிறோம். அதை அடிக்கடி ஞாபகப்படுத்திக் கொள்வதற்காகத்தான் திருமண்ணைக் குழைத்து நெற்றியிலும், உடம்பிலும் இட்டுக் கொள்ளும்படி வைஷ்ணவ ஆச்சாரிய புருஷர்கள் கட்டளையிட்டிருக்கிறார்கள்!"

வந்தியத்தேவன் "உஷ்!" என்று சொல்லி, ஆழ்வார்க்கடியானுடைய கையைப் பிடித்துக் கொண்டு, இன்னொரு கையினால் எதிரே சுட்டிக் காட்டினான். சூரியன் அஸ்தமித்துச் சிறிது நேரம் ஆகிவிட்டது. நாலாபுறமும் இருண்ட மூங்கில் தோப்புக்குள் சூழ்ந்திருந்த அச்சிறிய இடைவெளியில் மிக மங்கலாகத் தெரிந்த வெளிச்சத்தில் ஐயனாருடைய வாகனங்கள் உயிர் பெற்று அசைவதாகத் தோன்றின. ஒரு யானையும், ஒரு

குதிரையும் இடம் பெயர்ந்து நகர்ந்தன. கண்ணால் கண்ட இந்த அற்புதத்தை நம்புவதா, இல்லையா என்று தெரியாமல் வந்தியத்தேவன் சிறிது நேரம் திகைத்து நின்றான். ஆனாலும் ஐயனாருடைய அற்புத சக்தியை ஆழ்வார்க்கடியானுக்கு உடனே உணர்த்திவிடக் கூடிய சந்தர்ப்பத்தை இழக்கவும் அவனுக்கு மனம் வரவில்லை. "வைஷ்ணவரே! பார்த்தீரா?" என்று அவன் சொல்வதற்குள், ஆழ்வார்க்கடியான் அவனுடைய கையை இறுக்கிப் பிடித்து, உதட்டில் விரல் வைத்துச் சமிக்ஞை காட்டி, பேச்சை நிறுத்தினான். பின்னர், இறுக்கிப் பிடித்த கையினால் வந்தியத்தேவனைப் பற்றியவாறு அவனை இழுத்துக் கொண்டு அந்த மூங்கில் புதருக்குப் பின்னால் சென்று நன்றாக மறைந்து நின்றான்.

குதிரையும் யானையும் அசைந்து சிறிது விலகிக் கொடுத்தன அல்லவா? அப்படி விலகிக் கொடுத்து இடைவெளி ஏற்பட்ட இடத்தில் ஒரு மனிதனுடைய தலை மட்டும் தெரிந்தது. அந்தத் தலை அப்பாலும் இப்பாலும் திரும்பி நாலுபுறமும் பார்த்தது. ஐயனாருடைய பலிபீடத்துக்கு பக்கத்தில் இம்மாதிரி ஒரு தலை மட்டும் தோன்றி நாலா புறமும் சுழன்று விழித்த காட்சி மிகப் பயங்கரமாயிருந்தது. எவ்வளவோ பயங்கரங்களைப் பார்த்திருந்த வந்தியத்தேவனுடைய மெய் சிலிர்த்தது; ஆனால் தன்னைப் பிடித்திருந்த ஆழ்வார்க்கடியான் கை சிறிதும் நடுக்கமுறாமலும் தளராமலும் இருந்ததை அறிந்து வந்தியத்தேவன் நெஞ்சுறுதி கொண்டான்.

இவர்கள் பார்த்துக் கொண்டிருக்கும் போதே அந்தத் தலை எழும்பி மேலே வந்தது. ஒரு மனிதனுடைய மார்பு வரையில் தெரிந்தது. பிறகு அம்மனிதன் முழுமையான உருவத்துடன் கிளம்பி மேலே வந்தான். அம்மனிதன் வெளி வந்த இடத்தில் ஒரு சிறிய பிளவு, கரிய, இருள் சூழ்ந்த பாதாள பிலத்துவாரத்தைப் போல, பயங்கரமாக வாயைத் திறந்து கொண்டிருந்தது.

சற்று உற்றுப் பார்த்த பின்னர் அந்த மனிதன் யார் என்பதும் அவர்களுக்குத் தெரிந்துவிட்டது. கடம்பூர் மாளிகையில் பணியாளனாக இருந்துகொண்டே ரவிதாஸனுடைய சதிக் கும்பலிலும் சேர்ந்திருந்த இடும்பன்காரிதான் அவன்.

இதை இருவரும் ஏக காலத்தில் அறிந்து கொண்டதும் ஒருவரையொருவர் பார்த்துத் தங்கள் வியப்பைச் சமிக்ஞையினாலேயே தெரிவித்துக் கொண்டார்கள். இடும்பன்காரி திறந்திருந்த துவாரத்தை அப்படியே விட்டு விட்டு, மறுபடியும் ஒரு தடவை சுற்று முற்றும் பார்த்து விட்டு ஐயனார் கோவிலை நோக்கி நடந்தான். கோவில் கதவைத் திறந்து கொண்டு உள்ளே போனான். சிறிது நேரத்துக்கெல்லாம் கோயிலுக்குள்ளேயிருந்து முணுக்கு முணுக்கு என்று வெளிச்சம் தெரிந்தது, கோயிலுக்குள் விளக்கேற்றப்பட்டிருக்கிறது என்பதை அறிந்து கொண்டார்கள்.

"தம்பி! இதைப் பற்றி என்ன நினைக்கிறாய்?" என்று முணுமுணுக்கும் குரலில் அடியான் கேட்டான்.

"ஐயனார் சக்தியுள்ள தெய்வம் என்று நினைக்கிறேன்; குதிரைக்கு உயிர் வந்ததைப் பார்க்கவில்லையா?" என்றான் வந்தியத்தேவன்.

"அது சரி! இப்போது வந்தானே, அவனைப் பற்றி என்ன நினைக்கிறாய்?"

"அவன் ஐயனார் கோவில் பூசாரி போலிருக்கிறது நாமும் போய்ச் சுவாமி தரிசனம் செய்யலாமா?"

"கொஞ்சம் பொறு! இன்னும் யாராவது சுவாமி தரிசனத்துக்கு வருகிறார்களா என்று பார்த்துக் கொள்ளலாம்."

"இன்னும் யாரேனும் வருவார்கள் என்று நினைக்கிறீர்களா?"

"பின் எதற்காக இவன் விளக்குப் போடுகிறான்?"

"பூசாரி, கோவிலுக்கு விளக்குப் போடுவதில் ஆச்சரியம் என்ன?"

"தம்பி! அவன் யார் என்று தெரியவில்லையா?"

"நன்றாய்த் தெரிகிறது, கொள்ளிடத்தின் தென் கரையில் எனக்குக் குதிரை வாங்கிக் கொண்டு வந்து கொடுத்தானே? அந்த இடும்பன்காரி இவன்தான்! இப்போதும் இவனிடம் குதிரை கேட்கலாம் என்று பார்க்கிறேன்.."

"நல்ல யோசனை செய்தாய்."

"உமக்குப் பிடிக்கவில்லையா?"

"இடும்பன்காரி உனக்குக் குதிரை வாங்கிக் கொடுத்தவன் மட்டும் அல்ல; ரவிதாஸன் கூட்டத்தைச் சேர்ந்தவன்."

"அப்படியானால் இன்னொரு நல்ல யோசனை தோன்றுகிறது."

"என்ன? என்ன?"

"இடும்பன்காரி ஐயனார் கைங்கரியத்தில் ஈடுபட்டிருக்கும் போது, அவன் எங்கிருந்து வந்து முளைத்தான் என்பதைப் பார்த்துத் தெரிந்து கொண்டு வரலாம் என்று எண்ணுகிறேன்."

"அது எப்படி முடியும்?"

"அவன் வெளியே வந்த துவாரத்தில் நான் உள்ளே போக முடியாதா?"

"முடியலாம், ஆனால் அதில் உள்ள அபாயங்கள்..."

"அபாயம் இல்லாத காரியம் எது?"

"அப்புறம் உன் இஷ்டம்?"

"வைஷ்ணவரே! நீங்கள் இங்கேயிருந்து என்ன நடக்கிறதென்று பார்த்துக் கொண்டிருங்கள்..."

"அதற்கென்ன கஷ்டம்? நான் இருந்து பார்த்துக் கொண்டிருக்கிறேன். சுரங்க வழி எங்கே போகும் என்று உனக்கு ஏதாவது தோன்றுகிறதா?"

"தோன்றுகிறது சுவாமி, தோன்றுகிறது! அது சரிதானா என்று தெரிந்து கொள்ள விரும்புகிறேன்."

"அதை நீ எதற்காகத் தெரிந்து கொள்ள வேணும்?"

"ஏதேனும் ஒரு சமயத்தில் உபயோகப்படலாம். யார் கண்டது?"

அச்சமயம் சற்றுத் தூரத்தில் வேறு பேச்சுக் குரல்கள் கேட்டன.

"தாமதிப்பதற்கு நேரமில்லை வைஷ்ணவரே! நான் திரும்பி வருகிற வரையில் இங்கேயே இருப்பீர் அல்லவா? அல்லது சுக்ரீவன் வாலிக்குச் செய்தது போல் செய்து விடுவீரா!"

"உயிர் உள்ள வரையில் இங்கேயே இருக்கிறேன் ஆனால் நீ திரும்பி வருவது என்ன நிச்சயம்?"

"உயிர் இருந்தால் நானும் திரும்பி வருவேன்..."

இவ்விதம் சொல்லிக் கொண்டே வந்தியத்தேவன் நாலே பாய்ச்சலில் துவாரம் தெரிந்த இடத்தை நோக்கி ஓடினான். அதற்குள் இறங்கினான், மறு கணமே அந்த இருண்ட பள்ளத்தில் மறைந்தான். பிலத்துவாரம் அவனை அப்படியே விழுங்கி விட்டதாகத் தோன்றியது.

கோயிலுக்குள் சென்றிருந்த இடும்பன்காரி வெளியே வந்து சுற்று முற்றும் பார்த்தான், திறந்திருந்த துவாரம் கண்ணில் பட்டது. உடனே அவ்விடம் சென்று பலி பீடத்துக்குப் பக்கத்தில் நாட்டப்பட்டிருந்த சூலாயுதத்தைச் சுழற்றித் திருகினான்.

இடம் பெயர்ந்து அகன்றிருந்த யானையும் குதிரையும் மறுபடியும் நெருங்கி வந்தன. துவாரம் அடைப்பட்டு இருந்த இடம் தெரியாமல் மறைந்துவிட்டது!

இந்தக் காரியத்தைச் செய்துவிட்டு இடும்பன்காரி மறுபடியும் வாசற்படியண்டை வந்தான். அதே சமயத்தில் ரவிதாஸன், சோமன் சாம்பவன் முதலியவர்களும் வேறு திசையிலிருந்து வந்து சேர்ந்தார்கள்.

ஆழ்வார்க்கடியான் மூங்கில் காட்டுக்குப் பின்னால் இன்னும் நன்றாக மறைந்து கொண்டான். கோவில் வாசற்படி மேல் ரவிதாஸன் உட்கார்ந்து கொண்டான். மற்றவர்கள் அவன் எதிரே தரையில் அமர்ந்தார்கள்.

"தோழர்களே! நாம் கைக் கொண்ட விரதம் நிறைவேறும் சமயம் நெருங்கிவிட்டது!" என்றான் ரவிதாஸன்.

"இவ்வாறுதான் ஆறு மாதமாக 'நெருங்கிவிட்டது' 'நெருங்கிவிட்டது' என்று சொல்லிக் கொண்டிருக்கிறோம்" என்றான் ஒருவன்.

"ஆம், அதில் தவறு ஒன்றுமில்லை; ஆறு மாதமாகவே அந்த நாள் நெருங்கி வந்து கொண்டிருந்தது. விரல்விட்டு எண்ணக் கூடிய நாள் கணக்கில் நெருங்கி விட்டது. ஆதித்த கரிகாலன் காஞ்சியை விட்டுக் கிளம்பிவிட்டான் என்ற செய்தி வந்திருக்கிறது. திருகோவலூர்க் கிழவன் அவனைத் தடுத்து நிறுத்தச் செய்த பிரயத்தனம் பலிக்கவில்லையாம்!"

"வழியில் வேறு யாராவது தடுத்து நிறுத்த மாட்டார்கள் என்பது என்ன நிச்சயம்?"

"ஆதித்த கரிகாலன் முன் வைத்த காலைப் பின் வைக்கிறவன் அல்ல, இனி யார் தடுத்தாலும் கேட்க மாட்டான்..."

"அவனுடைய சகோதரி சொல்லி அனுப்பிய செய்தி போய்ச் சேர்ந்தால்..."

"அது எப்படிப் போய்ச் சேரமுடியும்? செய்தி கொண்டு போன வாலிபனைத்தான் காட்டில் கட்டிப் போட்டு விட்டு வந்தோமே?"

"அழகுதான்! அவனை இன்று காலையில் கொள்ளிடத்தின் வடகரையிலே பார்த்தேன். அவனோடு நமது இன்னொரு பகைவனும் சேர்ந்திருக்கிறான்."

"அது யார்?"

"போலி வைஷ்ணவ வேஷதாரி!"

"அப்படியானால் நாம் ஜாக்கிரதையாயிருக்க வேண்டியது தான். அவர்கள் ஆதித்த கரிகாலனைச் சந்திக்காமல் தடுக்கப் பார்க்க வேண்டும்."

"தும்பை விட்டு வாலைப் பிடிக்கிற கதையாக இருக்கிறது. கையில் அகப்பட்டவனை அங்கே ஒரு வழியாகத் தீர்த்திருக்கலாம். ராணி எதற்காக அவனை உயிரோடு விடச் சொன்னாள் என்று தெரியவில்லை...."

"தோழர்களே! எனக்கும் அது அப்போது புரியாமல்தான் இருந்தது. அப்புறம் தெரிந்து கொண்டேன்; ராணி என்னையும் மிஞ்சிவிட்டாள் என்பதை ஒத்துக்கொள்கிறேன். மிக முக்கியமான ஒரு நோக்கத்துடன் தான் வந்தியத்தேவனை உயிரோடு விடச் சொன்னாள் ராணி. அதை நீங்கள் இப்போது தெரிந்து கொள்ள வேண்டிய அவசியமில்லை. வந்தியத்தேவனைப் பற்றிக் கவலை வேண்டாம். ஆனால் அந்த வைஷ்ணவனைக் கண்டால் சிறிதும் தயங்காமல் உயிரை வாங்கிவிட்டு மறு காரியம் பாருங்கள்..." என்றான் ரவிதாஸன்.

ஐந்தாம் அத்தியாயம்

பயங்கர நிலவறை

பிலத் துவாரத்துக்குள் நுழைந்த வந்தியத்தேவன் சில படிகள் இறங்கிச் சென்றான். பிறகு சம தரையாக இருந்தது; மிக மிக இலேசாக வெளிச்சம் தெரிந்தது. பத்துப் பதினைந்து அடி சென்றான். ஏதோ வண்டிச் சக்கரம் சுற்றுவது போல் ஒரு சத்தம் கேட்டது. திடீரென்று இருள் வந்து கவிந்து அவனை விழுங்கி கொண்டது. சம்பந்தமில்லாத காரியத்தில் தலையிடக் கூடாது என்று பல முறை தீர்மானித்துக் கொண்டதை எண்ணினான்.

'நாம் புறப்பட்ட காரியம் என்ன? எவ்வளவு முக்கியமானது? அதை விடுத்து இப்போது இந்தப் பாதாளச் சுரங்க வழியில் பிரவேசித்தோமே? இது எங்கே கொண்டு போய்ச் சேர்க்குமோ? என்னமோ! அங்கே என்னென்ன வகை அபாயங்கள் காத்திருக்குமோ? என்ன அறிவீனமான காரியத்தில் இறங்கினோம். நம்முடைய அவசர புத்தி நம்மை விட்டு எப்போது போகப் போகிறது?'

இந்த எண்ணங்கள் அவன் கால்களின் வேகத்தைக் குறைத்தன. திரும்பிப் போய்விடலாம் என்று எண்ணி, வந்த வழியே திரும்பினான்; படிகள் தட்டுப்பட்டன. ஆனால் மேலே துவாரத்தைக் காணவில்லை; தடவித் தடவிப் பார்த்தான் பயனில்லை. யாரோ மேலிருந்து துவாரத்தை மூடியிருக்க வேண்டும். வந்தியத்தேவனுக்கு வியர்த்து விறுவிறுத்து விட்டது. மேலும் பரபரப்புடன், மூடப்பட்ட துவாரத்தைத் திறப்பதற்கு முயன்றான். இதற்குள், எங்கேயோ வெகு வெகு தூரத்தில், யாரோ பேசும் குரல் கேட்பது போலிருந்தது; வேறு வேறு குரல்கள் கேட்டன. ஒரு வேளை அவன் எங்கிருந்து பிலத்து வாரத்தில் பிரவேசித்தானோ, அந்த ஐயனார் கோவில் வாசலில் மனிதர்கள் பேசும் குரலாகவும் இருக்கலாம். இடும்பன்காரி யாரையோ எதிர்பார்த்துத்தானே விளக்குப் போட்டான்? அவர்கள் வந்திருக்கலாம், இது உண்மையாகுமானால் அவன் அச்சமயம் பிலத்துவாரத்தைத் திறக்க வழி கண்டுபிடித்து வெளியேறுதல் பெருந்தவறாக முடியலாம். அவர்கள் எத்தனை நேரம் அங்கு உட்கார்ந்து பேசிக் கொண்டிருப்பார்களோ தெரியாது. இடும்பன்காரியின் கூட்டாளிகளான ரவிதாஸன் முதலிய சதிகாரர்களானால் நெடுநேரம் பேசிக் கொண்டிருக்கக்கூடும். அவர்கள் எதற்காக இங்கே கூடியிருக்கிறார்கள்? என்ன பேசுகிறார்கள்? என்ன சதி செய்கிறார்கள்? இதையெல்லாம் அந்த வீரவைஷ்ணவன் கவனித்துக் கொண்டிருப்பான். நாம் இங்கே மூச்சு முட்டும்படி, உடம்பில் வியர்த்துக் கொட்டும்படி நின்று காத்திருப்பதைக் காட்டிலும், மேலே கொஞ்ச தூரம் போய்ப் பார்ப்பதே நல்லது. துணிந்து இறங்கியது இறங்கியாகிவிட்டது, இந்தச் சுரங்க வழி எங்கேதான் போகிறது என்பதைக் கண்டுபிடிப்பது மேல் அல்லவா?..."

இவ்வாறு முடிவு கட்டிக்கொண்டு வந்தியத்தேவன் பின் வைத்த காலை மறுபடி முன் வைத்து நடந்து செல்லத் தொடங்கினான். கீழே சமதரை என்றாலும் முண்டும் முரடுமாக இருந்தது. பாறையைக் குடைந்து எடுத்து அந்தப் பாதாள வழியை அமைத்திருக்க வேண்டும். அந்த வழி எங்கே போய்ச் சேரும் என்பது அவன் மனத்தில் ஓர் உத்தேசம் தோன்றியிருந்தது. அநேகமாக அது கடம்பூர் சம்புவரையர் மாளிகைக்குள் போய் முடிய வேண்டும். அந்த மாளிகையில் எங்கே போய் முடிகிறதோ என்னமோ! ஒருவேளை பொக்கிஷ அறையில் முடியலாம் அல்லது அரண்மனைப் பெண்டிர்கள் வாசம் செய்யும் அந்தப்புரத்தில் முடியலாம். அரசர்களும் சிற்றரசர்களும் வசிக்கும் அரண்மனைகளிலிருந்து அத்தகைய சுரங்கப்பாதைகள் இருக்கும் என்பது அவன் அறிந்த விஷயந்தான். ஏதாவது பேரபாயம் நேரும் காலங்களில் அரண்மனையிலிருந்து ஓடித் தப்பிக்க வேண்டிய சந்தர்ப்பம் நேர்ந்தால், அத்தகைய பாதைகளை உபயோகிப்பார்கள். அரண்மனைப் பெண்டிரை அப்புறப்படுத்துவது அவசியமாதலால் அத்தகைய பாதைகள் அந்தப்புரத்தில் சாதாரணமாக முடிவதுண்டு. முக்கியமான பொக்கிஷங்களை எடுத்துக் கொண்டு போவதும் அவசியமாதலால், பொக்கிஷ நிலவறை மூலமாகவும் அந்த வழிகள் போவது வழக்கம். இந்த

வழி எங்கே போய் முடிகிறதோ, என்னமோ? இடும்பன்காரி இவ்வழியாக வந்து வெளியேறியிருப்பதால், அநேகமாகப் பொக்கிஷ அறையில் தான் போய் முடியும். பெரிய பழுவேட்டரையரின் பொக்கிஷங்களை அவர் அறியாமல் இளைய ராணி மூலம் இச்சதிகாரர்கள் சூறையிடுவது போல், சம்புவரையரின் பொக்கிஷத்தையும் கொள்ளையிடத் திட்டம் போட்டிருக்கிறார்கள் போலும்! ஆதித்த கரிகாலரும் மற்றவர்களும் விருந்தாளிகளாக வரவிருக்கும் இந்தச் சந்தர்ப்பத்தில் இவர்கள் இம்மாதிரி காரியத்தில் பிரவேசிப்பதன் காரணம் என்ன? ஒருவேளை வேறு நோக்கம் ஏதேனும் இருக்க முடியுமா? திருப்புறம்பயம் பள்ளிப்படைக் காட்டில் பார்த்ததும் கேட்டதும் வந்தியத்தேவனுக்கு நினைவு வந்தன. பழுவூர் ராணியிடம் இருந்த மீன் அடையாளம் பொறித்த நீண்ட வாள் அவன் மனக்கண் முன்னே வந்து ஒரு கணம் ஜொலித்தது. வந்தியத்தேவனுக்கு உடம்பு சிலிர்த்தது. பொக்கிஷத்தைக் கொள்ளையிடுவதைக் காட்டிலும் இன்னும் பயங்கரமான நோக்கம் இவர்கள் வைத்திருந்தாலும் வைத்திருக்கலாம், இந்த வழி எங்கே போகிறதென்பதை நிச்சயமாகத் தெரிந்து கொண்டால் அவர்களுடைய கொடிய நோக்கம் நிறைவேறாமல் தடுப்பதற்குப் பயன்பட்டாலும் படலாம்.

சுரங்க வழியில் நடக்க ஆரம்பித்துச் சில நிமிஷ நேரந்தான் உண்மையில் ஆயிற்று; ஆனாலும் இருண்ட வழியாயிருந்தபடியால் நெடுநேரமாகத் தோன்றியது. காற்றுப் போக்கு இல்லாதபடியால் மூச்சுத் திணறியது; மேலும் வியர்த்துக் கொட்டியது. ஐயனார் கோவிலிலிருந்து கடம்பூர் மாளிகை எவ்வளவு தூரம் என்று எண்ணியபோது அவனுக்கு முதலில் மலைப்பாயிருந்தது ஆனால் மறுபடியும் யோசித்தான். மாளிகையின் முன் வாசலிலிருந்து வளைந்தும் சுற்றியும் சென்ற தெருக்களின் வழியாகவும், பின்னர் காட்டுப் பாதைகளின் வழியாகவும் வந்தபடியால் அவ்வளவு தூரமாகத் தெரிந்தது. அரண்மனையின் பின் பகுதியிலிருந்து நேர்வழியாக வந்தால் ஐயனார் கோவில் அவ்வளவு தூரத்தில் இராது. வில்லிலிருந்து அம்பு விட்டால் போய் விழக் கூடிய தூரந்தான் இருக்கும். அது உண்மையானால், இதற்குள் அரண்மனை வெளி மதிலை அவன் நெருங்கி வந்திருக்க வேண்டுமே....

ஆம்; அப்படித்தான், மேலே எங்கிருந்தோ திடீரென்று வந்தியத்தேவன் மேல் குளிர்ந்த காற்று குப்பென்று அடித்தது. வியர்த்து விறுவிறுத்து மூர்ச்சையடையும் நிலைக்கு வந்திருந்த வந்தியத்தேவனுக்கு அந்தக் காற்று புத்துயிர் தந்தது. அண்ணாந்து பார்த்தான்; உயரத்தில் வெகு தூரத்தில் சிறிது வெளிச்சம் தெரிந்தது. பேச்சுக் குரல்களும் கேட்டன. மதில்சுவரின் மேல் ஆங்காங்கு வீரர்கள் இருந்து காவல் புரிவதற்காக அமைத்த கொத்தளங்களில் அது ஒன்றாக இருக்க வேண்டும். அதன் வழியாகச் சுரங்கப் பாதையில் காற்றுப் புகுவதற்கு ஏற்பாடு செய்திருக்க வேண்டும். ஆனால் காற்றுத்தான் புகலாமே தவிர, மனிதர்கள் கீழே இறங்குவதற்கோ மேலே ஏறுவதற்கோ அங்கே வசதி ஒன்றுமில்லையென்பதையும் வந்தியத்தேவன் கண்டான்.

கடம்பூர் அரண்மனைக்குள் புகுந்தாகிவிட்டதென்ற எண்ணமும் மேலிருந்து வந்து அவன் மீது அடித்த குளிர்ந்த காற்றும் அவனுக்குப் புத்துயிரை அளித்துப் புதிய உற்சாகத்தை உண்டு பண்ணின. சுரங்கப்பாதை போய்ச் சேரும் இடம் இனி சமீபத்திலே தான் இருக்கும்! அது பொக்கிஷ நிலவறையாயிருக்குமா? பெரிய பழுவேட்டரையரைப் போல் சம்புவரையரும் ஏராளமான முத்தும், பவளமும், ரத்தினமும், வைரமும், தங்க நாணயங்களும் சேர்த்து வைத்திருப்பாரா? அங்கே பார்த்தது போல் இங்கேயும் அந்த ஐசுவரியக் குவியல்களுக்கிடையில் செத்த மனிதனின் எலும்புக்கூடு கிடக்குமா? தங்க நாணயங்களின் பேரில் சிலந்தி வலை கட்டியிருக்குமா?

இம்மாதிரி எண்ணிக் கொண்டே போன வந்தியத்தேவன் காலில் ஏதோ தட்டுப்பட்டுத் திடுக்கிட்டான். அப்புறம் அது படிக்கட்டு என்று தெரிந்து தைரியம் அடைந்தான். ஆம்; அந்தப் படிக்கட்டில் ஏறியானதும் பொக்கிஷ நிலவறையைக் காணப் போவது நிச்சயம். இல்லாவிட்டால், பெண்கள் வசிக்கும் அந்தப்புரமாயிருக்கலாம், அப்படியானால் தன்பாடு ஆபத்து தான்! ஆ! கந்தமாறன் தங்கை மணிமேகலை! அந்த கருநிறத்து அழகி அங்கே

இருப்பாள்! ஒரு சமயம் அவளை மணந்து கொள்ளும் யோசனை தனக்கு இருந்ததை நினைத்தபோது வந்தியத்தேவன் புன்னகை பூத்தான். அந்தப் புன்னகையைப் பார்த்து மகிழ அங்கு யாரும் இல்லைதான்! ஒருவேளை அந்தப்புரத்து மாதர் அலங்கோலமாக இருக்கும் சமயத்தில் திடீரென்று அவர்களிடையே தான் தோன்றினால்! இதை நினைக்க அவனுக்குச் சிரிப்பே வந்துவிட்டது.

சிரித்த மறுகணமே, அவனுடைய உடம்பின் ரத்தம் உறைந்து இதயத்துடிப்பு நின்று, கண் விழிகள் பிதுங்கும்படியான பயங்கரத் தோற்றத்தை அவன் கண்டான். படிக்கட்டில் ஏறினான் அல்லவா? மேல் படியில் கால் வைத்ததும், இனி ஏறுவதற்குப் படியில்லையென்று உணர்ந்து நாம் எங்கே வந்திருக்கிறோம் என்பதை அறிந்து கொள்ளச் சுற்றுமுற்றும் பார்த்தான். நூறு நூறு கொள்ளிக் கண்கள் அவனை உற்றுப் பார்த்தன. அந்தக் கண்கள் எல்லாம் பயங்கரமான காட்டு மிருகங்களின் கண்கள்! முதலில் ஏற்பட்ட பீதியில், வந்த வழியே திரும்பிவிட யத்தனித்தான். ஆனால் பின்னால் வழியைக் காணோம். மேற்படியில் அவன் கால் வைத்ததும் பின்னால் ஏதோ சத்தம் கேட்டது. சுரங்க வழி தானாக மூடிக் கொண்டு விட்டது போலும்! ஆனால் இது என்ன கோர பயங்கரம்? இவ்வளவு காட்டு மிருகங்களும் தனக்காக இங்கே காத்திருக்கின்றனவே! வேங்கைப் புலிகள், சிறுத்தைகள், சிங்கங்கள், கரடிகள், காட்டு எருமைகள், ஓநாய்கள், நரிகள், காண்டாமிருகங்கள்! அதோ இரண்டு யானைகள்! எல்லாம் தன் மீது பாய்வதற்கல்லவா ஆயத்தமாக இருக்கின்றன? ஏன் இன்னும் பாயவில்லை? அதோ, அவ்வளவு பிரம்மாண்டமான பருந்து! ஐயோ! அந்த ராட்சத ஆந்தை! ஆள் விழுங்கி வௌவால்! தான் காண்பது கனவா? அல்லது... இது என்ன? இங்கே ஒரு முதலை கிடக்கிறதே! வாயைப் பிளந்து கொண்டு கோரமான பற்களைக் காட்டிக் கொண்டு கிடக்கிறதே! முதலை தண்ணீரில் அல்லவா இருக்கும்? இது வெறுந்தரையல்லவா? காட்டு மிருகங்களுக்கு மத்தியில் இந்த முதலை எப்படி வந்தது?...

"அம்மா! பிழைத்தேன்!" என்று வாய்விட்டுக் கூறினான் வந்தியத்தேவன். தன்னைச் சூழ்ந்திருந்த அந்த மிருகங்கள் எல்லாம் உயிர் உள்ள மிருகங்கள் அல்லவென்பதை உணர்ந்தான். சம்புவரையர் குலத்தார் வேட்டைப் பிரியர்கள் என்று கந்தமாறன் கூறியிருந்தது நினைவு வந்தது. அந்த வம்சத்தினர் வேட்டையாடிக் கொன்ற மிருகங்களில் சிலவற்றின் தோலைப் பதப்படுத்தி, உள்ளே பஞ்சும் வைக்கோலும் அடைத்து உயிர் விலங்குகளைப் போல் வைத்திருக்கும் வேட்டை மண்டபம் ஒன்று அந்த மாளிகையில் உண்டு என்று கந்தமாறன் கூறியதும் நினைவு வந்தது. அந்த வேட்டை மண்டபத்துள் இப்போது தான் வந்திருப்பதை வந்தியத்தேவன் அறிந்து கொண்டான். ஆயினும் முதலில் ஏற்பட்ட பீதியினால் உண்டான உடம்பு நடுக்கம் நிற்பதற்கு சிறிது நேரம் ஆயிற்று.

பின்னர் ஒவ்வொரு மிருகமாக அருகில் சென்று பார்த்தான். தொட்டுப் பார்த்தான், அசைத்துப் பார்த்தான், மிதித்தும் பார்த்தான். அந்த மிருகங்களுக்கு உயிர் இல்லை என்பதை நிச்சயமாகத் தெரிந்து கொண்டான். பின்னர், என்ன செய்வதென்று யோசித்தான். வந்த வழி தானாக மூடிக் கொண்டு விட்டது. அதை மறுபடியும் கண்டுபிடித்துக் கொண்டு வந்த வழியே செல்வதா? அல்லது இந்த பயங்கர மண்டபம் கடம்பூர் மாளிகையில் எந்தப் பகுதியில் இருக்கிறது என்று கண்டுபிடிப்பதா? வேறு எந்த அறைக்குள்ளேனும் இங்கிருந்து வழி போகிறதா என்று கண்டுபிடிக்கும் முயற்சியில் இறங்குவதா? சுவர்களில் எங்கேயாவது கதவு இருக்கிறதா என்று பார்த்துக் கொண்டு சுற்றிச் சுற்றி வந்தான். வெளிப்படையாகத் தெரியும் கதவு ஒன்றும் இல்லை. சுவர்களையெல்லாம் தொட்டுப் பார்த்துக் கொண்டும் தட்டிப் பார்த்துக் கொண்டும் வந்தான். ஒன்றும் பயன்படவில்லை. நேரமாக ஆக வந்தியத்தேவனுக்குக் கோபம் அதிகமாகி வந்தது. 'இந்த அநாவசியமான காரியத்தில் பிரவேசித்து இப்படி வந்து மாட்டிக் கொண்டோமே' என்று ஆத்திரம் ஆத்திரமாக வந்தது. சுவர்களின் ஓரமாகச் சுற்றி வந்து கொண்டிருந்தபோது ஓரிடத்தில் ஒரு யானையின் முகம் துதிக்கையுடனும் தந்தங்களுடனும் சுவரோடு சேர்த்துப் பொருத்தப்பட்டிருப்பதைப் பார்த்தான்.

"நாசமாய்ப் போன யானையே! நீ நகர்ந்து கொடுத்தல்லவா என்னை இந்தச் சிறைச்சாலைக்குள் கொண்டு சேர்த்தாய்?" என்று அந்த யானையை நோக்கித் திட்டினான். யானை பேசாதிருந்தது. உயிர் உள்ள யானையே

பேசாது. உயிரில்லாத நாரும் உமியும் அடைத்த யானை என்ன செய்யும்? துதிக்கையைக் கூட ஆட்டாமல் சும்மா இருந்தது.

"என்ன நான் கேட்கிறேன், பேசாமல் இருக்கிறாய்?" என்று சொல்லிக்கொண்டே வந்தியத்தேவன் யானையின் தந்தங்களைப் பிடித்துக் கொண்டு ஒரு திருகு திருகினான். அடுத்த வினாடியில் அந்த மாயாஜாலம் நடந்தது.

தந்தத்தைத் திருகியதும், சுவரோடு ஒட்டியிருந்த யானையின் காது அசைந்தது. அசைந்தது மட்டுமல்ல மடங்கி நகர்ந்து கொடுத்தது. அங்கே சுவரில் ஒரு பெரிய துவாரம் தெரிந்தது. அடங்கா வியப்புடன் வந்தியத்தேவன் அந்தத் துவாரத்துக்கு அருகில் முகத்தை நீட்டி எட்டிப் பார்த்தான்.

பார்த்த இடத்தில் ஒரு பெண்ணின் முகம் தெரிந்தது. அது ஓர் இளம் பெண்ணின் முகம்; கரிய நிறத்து அழகிய பெண்ணின் முகம். அந்த முகத்திலிருந்த பெரிய கண்கள் இரண்டும் விரிந்து விழித்துக்கொண்டிருந்தன, ஆச்சரியம்! ஆச்சரியம்! அந்தப் பெண்ணின் முகத்துக்கு அருகில் வந்தியத்தேவன் தன்னுடைய முகத்தையும் கண்டான். ஒரு பெண்ணுக்கு அவள் காதலன் முத்தம் கொடுக்க எத்தனித்தால் எப்படி முகத்தை அருகில் கொண்டு போவானோ அந்த நிலையில் வந்தியத்தேவன் தன் முகத்தையும் அந்தப் பெண்ணின் முகத்தையும் பார்த்தான். ஏற்கெனவே அகன்று விழித்துக் கொண்டிருந்த அப்பெண்ணின் கண்கள் இப்போது இன்னும் அகலமாக விரிந்து, சொல்ல முடியாத வியப்பைக் காட்டின. வியப்புடன் சிறிது பயமும் அப்பார்வையில் பிரதிபலித்தது. ஒரு கணம் அந்தப் பெண் முகம் அப்படிப் பார்த்துக் கொண்டிருந்தது. அடுத்த கணம் அவள் தன் செக்கச் சிவந்த இதழ்களைக் குவித்துக் "கூ...!" என்று சத்தமிட்டாள்.

வந்தியத்தேவனைத் திடீரென்று திகில் பற்றிக் கொண்டது. அந்தத் திகிலில் யானைத் தந்தத்திலிருந்து தன்னுடைய கைகளை எடுத்தான்.

அடுத்த கணத்தில் யானை யானையாகவும், சுவர் சுவராகவும் நின்றது.

துவாரத்தையும் காணோம், பெண்ணையும் காணோம்.

சில் வண்டுகள் ரீங்காரம் போல் காதைத் துளைத்த 'கூ' என்ற அந்தப் பெண்ணின் குரலும் கேட்கவில்லை.

வந்தியத்தேவனுடைய நெஞ்சு படபடப்பு அடங்கச் சிறிது நேரம் ஆயிற்று.

தான் கண்ட தோற்றத்தைப் பற்றி அவன் சிந்தனையில் ஆழ்ந்தான்.

❇ ❇ ❇ ❇

ஆறாம் அத்தியாயம்

மணிமேகலை

சம்புவரையரின் செல்வப் புதல்வியான மணிமேகலை குதூகலம் நிறைந்த பெண். தந்தையும் தாயும் தமையன் கந்தமாறனும் அவளைக் குழந்தைப் பிராயம் முதலாவது அன்பும் ஆதரவுமாய்ப் பேணி வளர்த்து வந்தார்கள். சம்புவரையரின் அரண்மனையில் அவள் செங்கோல் அரசியாக விளங்கி வந்தாள். அவள் இட்டதே மாளிகைக்குள் சட்டமாக நடந்து வந்தது. சில காலத்துக்கு முன்பு வரையில் மணிமேகலையின் வாழ்க்கை ஆட்டமும் பாட்டமும் களியாட்டமுமாகக் கழிந்து வந்தது. நாலைந்து மாதத்துக்கு முன்னால் அவளுடைய வாழ்க்கையில் முதன் முதலாக ஒரு தடங்கல் ஏற்பட்டது. அவளது விருப்பத்துக்கு விரோதமான காரியத்தை அவள் செய்ய வேண்டும் என்று வீட்டுப் பெரியவர்கள் பிடிவாதம் பிடிக்க ஆரம்பித்தார்கள். 'பிடிவாதம் உதவாது' என்ற பாடத்தை வீட்டுப் பெரியவர்களுக்கு மணிமேகலை எவ்வளவுதான் உபதேசித்தும் பயன் தராது போலிருந்தது.

இரண்டு மூன்று வருஷமாகக் கந்தமாறன் போர்க்களங்களிலிருந்து திரும்பி வீட்டுக்கு வரும்போதெல்லாம் அவனுடைய சிநேகிதன் வல்லவரையனைப் பற்றி அவளிடம் கூறுவான். அவனுடைய வீர தீர சாமர்த்தியங்களைப் பற்றியும், புத்தி சாதுர்யத்தைப் பற்றியும் வானளாவப் புகழ்வான். அழகில் மன்மதன் என்றும், வீரத்தில் அர்ச்சுனன் என்றும், யுக்தியில் கிருஷ்ண பகவான் என்றும் வியந்து வர்ணிப்பான். "அவன் தான் உனக்குச் சரியான கணவன். துஷ்டத்தனத்தை அடக்கி உன்னைக் கட்டுக்குள் வைத்திருக்கக் கூடியவன்" என்பான். இதையெல்லாம் அடிக்கடி கேட்க வேண்டுமென்று மணிமேகலைக்கு ஆசையாயிருக்கும். அதே சமயத்தில் வெளிப்படையாகக் கந்தமாறன் மீது அவள் எரிந்து விழுவாள்; அவனுடன் சண்டை பிடிப்பாள்.

"இப்படி வெறுமனே சொல்லிக் கொண்டேயிருக்கிறாயே? ஒருநாள் அழைத்துக் கொண்டு தான் வாயேன்! அவன் சாமர்த்தியத்தைப் பார்த்துவிடுகிறேன்" என்பாள்.

"ஆகட்டும்; ஆகட்டும்!" என்று கந்தமாறன் கூறிக் கொண்டிருப்பான்.

மணிமேகலையும் ஒருவாறு வல்லவரையன் வந்தியத்தேவனைக் கற்பனைக் கண்ணால் கண்டு, மானஸ உலகில் அவனோடு பேசிப் பழகி, சிரித்து விளையாடி, சண்டை போட்டுச் சமாதானம் செய்து, இப்படியெல்லாம் பகற்கனவு காண்பதில் காலம் போக்கி வந்தாள். அவளுடைய அந்தரங்கத் தோழிகளிடம் சில சமயம் தன் தமையனுடைய சிநேகிதனான வாணர் குல வீரனைப் பற்றிப் பேசி மகிழ்ந்தும் வந்தாள்.

இத்தகைய இனிய பகற்கனவுகளுக்கு நாலு மாதங்களுக்கு முன்னால் எதிர்பாராத ஓர் இடையூறு நேர்ந்தது.

கந்தமாறன் வேறு ஸ்வரத்தில் பேச ஆரம்பித்தான். "வீடு வாசலும் பதவியும் அந்தஸ்தும் அற்ற அந்த அநாதைப் பையனை மறந்து விடு!" என்று கூறலானான். தஞ்சாவூர்ச் சிம்மாசனத்தில் அவளை ஏற்றி வைக்கத் தீர்மானித்திருப்பதாக ஆசை காட்டினான். பின்னர் ஒருநாள், தெளிவாகவே விஷயத்தைச் சொல்லி விட்டான். ஏற்கனவே சின்னப் பழுவேட்டரையரின் மகளை மணந்தவனான மதுராந்தகனுக்கு இவளையும் மணம் புரிந்து கொடுக்கப் போவதாகவும் கூறினான். மதுராந்தகன் தான் அடுத்த சக்கரவர்த்தியாகப் போகிறான் என்று ஜாடைமாடையாகச் சொன்னான். மதுராந்தகனை மணந்தால் மூன்று உலகங்களுக்கும் மணிமேகலை சக்கரவர்த்தினியாக விளங்குவாள் என்றும், அவள் வயிற்றில் பிறக்கும் பிள்ளையும் ஒருவேளை சாம்ராஜ்யம் ஆளும் பேறு பெறுவான் என்றும் கூறினான். இதற்கெல்லாம் அவளுடைய பெற்றோர்களும் ஒத்துப் பாடினார்கள்.

ஆனால் மணிமேகலைக்கு இந்தப் பேச்சு ஒன்றும் பிடிக்கவில்லை, வந்தியத்தேவனைப் பற்றிக் கேட்டுக் கேட்டு அவள் மனம் அவனிடம் ஈடுபட்டிருந்தது. அதுமட்டுமல்ல மதுராந்தகன் வீரமற்றவன் என்றும், போர்க்களத்தையே பார்த்து அறியாதவன் என்றும், நேற்று வரை உடம்பெல்லாம் விபூதி பூசி ருத்திராட்சம் அணிந்து சாமியார் ஆகப் போவதாகச் சொல்லி வந்தவன் என்றும் அறிந்திருந்தாள். போதாததற்கு ஏற்கெனவே அவனுக்கு ஒரு கல்யாணம் ஆகியிருந்தது. தஞ்சாவூர் அரண்மனைப் பெண்களோ மிகவும் கர்வக்காரிகள். தங்களுக்குத்தான் நாகரிகம் தெரியும் என்று எண்ணி மற்ற ஊர்க்காரர்களை அலட்சியம் செய்கிறவர்கள், இதையெல்லாம் எண்ணி மணிமேகலை மிக்க எரிச்சல் கொண்டாள். தஞ்சாவூர்ச் சிம்மாசனம் கிடைப்பதாயிருந்தாலும் சரி, தேவலோகத்துத் தேவேந்திரனுடைய சிம்மாசனமே கிடைப்பதாயிருந்தாலும் சரி, மதுராந்தகனை மணந்து கொள்ள முடியாது என்று அடம்பிடித்தாள்.

அப்புறம் இன்னொரு செய்தி தெரிய வந்தபோது அவளுடைய மன உறுதி வலுவடைந்தது. பெரிய பழுவேட்டரையர் கடம்பூருக்கு வந்திருந்தபோது பின்னோடு இளையராணி நந்தினியும் வந்திருந்ததாகச் சொன்னார்கள். ஆனால் அவள் அந்தப்புரத்துக்குள்ளேயே வரவில்லை. கடம்பூர் அரண்மனைப் பெண்களைப் பார்க்கவும் இல்லை. இது முதலில் வியப்பை அளித்தது. அரண்மனைப் பெண்டிர் அதைப் பற்றி பரிகாசமாகவும் நிந்தனையாகவும் பேசிக் கொண்டார்கள். பிறகு கொஞ்சம் கொஞ்சமாக உண்மை தெரிந்தது. மூடுபல்லக்கில் இளையராணி வரவில்லையென்றும் மதுராந்தகன் வந்திருந்தான் என்றும் அறிந்தபோது மணிமேகலையின் அருவருப்பு அதிகமாயிற்று. "சீச்சீ! இப்படிப் பயந்து கொண்டு மூடுபல்லக்கில் பெண் வேஷம் தரித்துக் கொண்டு வருகிறவனையா நான் மணவாளனாக வரிப்பேன்? ஒருநாளும் இல்லை!" என்று மணிமேகலை உறுதியடைந்தாள்.

மதுராந்தகன் மூடுபல்லக்கில் அரண்மனைக்கு வந்திருந்த அதே சமயம் கந்தமாறனின் சிநேகிதன் வந்தியத்தேவனும் வந்திருந்தான். அவன் அந்தப்புரத்துக்கு வந்து சற்று நேரம்தான் இருந்தான். எங்கிருந்தோ அப்போது மணிமேகலைக்கு அளவிலாத நாணம் வந்து பற்றிக் கொண்டது. மற்றப் பெண்களின் பின்னாலேயே நின்றாள். வந்தியத்தேவனை நேருக்கு நேர், முகத்துக்கு முகம், நன்றாகப் பார்க்கக் கூடவில்லை. ஆயினும் மற்றவர்களுக்குப் பின்னால் அரை குறையாகப் பார்த்த அவனுடைய களை பொருந்திய, புன்னகை ததும்பிய முகம் அவள் உள்ளத்தில் பதிந்து விட்டது. அவனுடைய குரலும் அவன் பேசிய சில வார்த்தைகளும் அவளுடைய ஞாபகத்தில் நிலைத்துவிட்டன.

ஆகையால் மறுபடியும் தமையன் கந்தமாறனுடன் மணிமேகலை முடிவில்லா விவாதம் தொடங்கினாள். முக்கண் படைத்த சிவபெருமானே வந்து சொன்னாலும் தான் மதுராந்தகனை ஒரு காலும் மணக்க முடியாது என்றாள்.

வந்தியத்தேவனைச் சிறிது நேரமே பார்த்திருந்த போதிலும் அவனிடம் தன் அந்தரங்கம் சென்று விட்டதையும் அவள் குறிப்பாக உணர்த்தினாள்.

கந்தமாறனுக்கு இது அளவில்லாத கோபத்தை உண்டாக்கிற்று. முதலில் நல்ல வார்த்தையாகச் சொல்லிப் பார்த்தான் பயன்படவில்லை. பின்னர், "வந்தியத்தேவன் என் சிநேகிதன் அல்ல; என் பரம விரோதி. என்னைப் பின்னாலிருந்து முதுகில் குத்திக் கொல்லப் பார்த்தவன்; அவனை நீ மணந்து கொள்வதாயிருந்தால் உன்னையும் அவனையும் சேர்த்துக் கொன்று விடுவேன்!" என்றான். முதுகில் ஏற்பட்டிருந்த கத்திக் காயத்தைக் காட்டினான். பழுவூர் இளையராணியின் பரிவான சிகிச்சையினால் உயிர் பிழைத்து எழுந்ததையும் கூறினான்.

"என் பேரில் உனக்கு எள்ளத்தனை விசுவாசமாவது இருந்தால், வந்தியத்தேவனை மறந்து விடு!" என்றான்.

இதைக் கேட்ட பிறகு மணிமேகலையின் மனம் உண்மையில் மாறிவிட்டது. கந்தமாறனிடம் அவள் மிக்க பிரியம் வைத்திருந்தாள். அவனைக் கொல்ல முயற்சி செய்த பகைவனைத் தான் மணந்து கொள்வது இயலாத

காரியந்தான். ஆகையால் வந்தியத்தேவனை மறக்க முயன்றாள். ஆயினும் எளிதில் முடிகிற காரியமாயில்லை, அடிக்கடி, எதிர்பாராத சமயங்களில், அவனுடைய புன்னகை ததும்பிய முகம் அவள் மனக்கண்ணின் முன்பு வந்து கொண்டிருந்தது. பகற் கனவுகளிலும் வந்தது, ராத்திரியில் கண்ட கனவுகளிலும் வந்தது!

இதனாலெல்லாம் சில மாத காலமாக மணிமேகலை அவளுக்கு இயற்கையான குதூகலத்தை இழந்திருந்தாள். சோகமும் சோர்வும் அவளைப் பீடித்தன. கல்யாணப் பருவம் வந்துவிட்டது தான் இதற்குக் காரணம் என்று முதியோர் நினைத்தார்கள். பிராயமொத்த தோழிகள் அவளை அது குறித்துப் பரிகாசம் செய்தார்கள். வேடிக்கை விளையாட்டுகள் மூலம் அவளை உற்சாகப்படுத்த தோழிமார்கள் முயன்றார்கள். அது ஒன்றும் பலிக்கவில்லை. மறுபடியும் சென்ற சில நாளாக மணிமேகலை சிறிது உற்சாகம் கொள்ளத் தொடங்கியிருந்தாள். மதுராந்தகனுக்கு அவளை மணம் செய்து கொடுக்கும் எண்ணத்தை அவள் பெற்றோர்களும் தமையன் கந்தமாறனும் கைவிட்டதை அறிந்ததில் சிறிது உற்சாகம் உண்டாயிற்று. சக்கரவர்த்தியின் மூத்த புதல்வரும் பட்டத்து இளவரசருமான ஆதித்த கரிகாலருக்கு மணிமேகலையைக் கொடுப்பது பற்றி அவர்கள் ஜாடைமாடையாகப் பேசியது அவள் காதில் விழுந்தது.

ஆதித்த கரிகாலரின் வீர, தீர பராக்கிரமங்களைப் பற்றி அறியாதவர்கள், ஆண்களிலோ, பெண்களிலோ தமிழகத்தில் யாரும் இல்லை. அவர் ஏதோ காரணத்தினால் மணம் புரிந்து கொள்ள மறுத்து வருகிறார் என்பதையும் அறிந்திருந்தார்கள். அப்படிப் பட்டவரை மணந்து கொள்வது என்றால், அது கனவிலும் கருத முடியாத பாக்கியம் அல்லவா? இந்தப் பரந்த பரத கண்டம் முழுவதிலும் எத்தனை ராஜகுலப் பெண்கள் அந்தப் பேறு பெறுவதற்காகத் தவம் கிடக்கிறார்கள்; இதையெல்லாம் எண்ணி மணிமேகலை ஒருவாறு உற்சாகம் கொண்டாள்.

காஞ்சியிலிருந்து ஆதித்த கரிகாலரும், தஞ்சாவூரிலிருந்து பெரிய பழுவேட்டரையரும் கடம்பூர் மாளிகைக்கு விருந்தாளிகளாக வரப்போகும் செய்தி அவளுக்கு மீண்டும் பழைய மாதிரி குதூகலத்தை அளித்தது. இந்தத் தடவை பழுவேட்டரையர் தம் இளையராணியையும் அழைத்து வருகிறார். நந்தினிதேவி தன் தமையன் உயிரைக் காப்பாற்றியவள். அவளுடைய அழகையும் குணத்தையும் அறிவாற்றலையும் பற்றி மணிமேகலை கந்தமாறனிடமிருந்து ரொம்பவும் கேள்விப்பட்டிருந்தாள். இந்தப் புதிய கல்யாணப் பேச்சுக்குக் காரணமானவளே பழுவூர் இளையராணி தான் என்றும் கந்தமாறன் சொல்லியிருந்தான். அவள் கடம்பூர் அரண்மனையில் இருக்கும்போது அவளைத் தக்கபடி உபசரிப்பதில் மணிமேகலை முன்னால் நிற்க வேண்டும் என்றும் சொல்லியிருந்தான். மணிமேகலையின் உள்ளமும் அதற்குத்தக்க பரிபக்குவம் அடைந்திருந்தது. பழுவூர் ராணியிடம் நல்லபடியாக சிநேகம் செய்து கொண்டு அவளுடைய பழக்கத்தினால் தஞ்சாவூர் அரண்மனைப் பெண்களை நாகரிகத்தில் தோற்கடிக்கக் கூடியவளாகத் தான் ஆகிவிட வேண்டும் என்று ஆசைப்பட்டாள்.

ஆதலின் ஒருவார காலமாக மணிமேகலை ஒரே உற்சாகத்தில் மூழ்கியிருந்ததுடன், பரபரப்புடன் அரண்மனையில் அங்குமிங்கும் ஓடி விருந்தாளிகளுக்கு வேண்டிய வசதிகளை மேற்பார்வை செய்வதில் ஈடுபட்டிருந்தாள். முக்கியமாகப் பழுவூர் இளையராணிக்கென்று ஒதுக்கப்பட்டிருந்த அரண்மனைப் பகுதியில் சகல வசதிகளும் ஏற்படுத்தி வைப்பதில் அவள் கவனம் செலுத்தினாள். தமையன் வேறு சொல்லியிருந்தான் அல்லவா? ஆகையால் அரண்மனைப் பணியாளர்களை வறுத்து எடுத்து விட்டாள். அவளுடைய தோழிகளையும் வதைத்து விட்டாள். பழுவூர் ராணி தங்கப் போகும் அறையில் ஒவ்வொரு பொருளையும் முப்பது தடவை பெயர்த்து எடுத்து வெவ்வேறு இடத்தில் வைக்கும்படி வற்புறுத்தினாள்.

இளவரசர் ஆதித்த கரிகாலர் தம்முடைய சிநேகிதர்களுடன் தங்கப் போகும் அறைகளையும் அடிக்கடி போய்ப் பார்த்து வந்தாள். யாரோ பார்த்திபேந்திரன் என்பவன் அவருடன் வரப் போகிறானாம். அவன் எப்படிப்பட்டவனோ, என்னமோ? இந்தக் காலத்தில் யார் எவ்விதம் மாறுவார்கள் என்று யார் கண்டது? தன்

தமையனுடைய சிநேகிதனாயிருந்த வந்தியத்தேவன் ஆதித்த கரிகாலரின் பரிவாரத்தைச் சேர்ந்தவன்தான்! அவன் மட்டும் இத்தகைய சிநேகத் துரோகியாக மாறாதிருந்தால், இப்போது அவனும் வந்து கலந்து கொள்வான் அல்லவா?

ஆம்! எவ்வளவுதான் மணிமேகலை வேறு பரபரப்பான காரியங்களில் ஈடுபட்டிருந்தாலும், அந்தச் சிநேகத் துரோகியை அடியோடு மறக்க முடியவில்லை!

பழுவூர் ராணி அன்று இரவே அநேகமாக வந்து விடுவாள் என்று சொன்னார்கள். ஆகையால் கடைசியாக நந்தினியின் அறை அலங்காரத்தை மணிமேகலை மேற்பார்வை செய்து கொண்டிருந்தாள். அப்போது பழுவூர் ராணிக்காகச் சுவர் ஓரமாகப் பொருத்தி வைக்கப்பட்டிருந்த முகம் பார்க்கும் கண்ணாடியின் எதிரில் வந்தாள். தன்னுடைய முகத்தை அதில் பார்த்துக் கொண்டாள். சிறிது நேரம் நிதானமாகவே பார்த்தாள். அப்படியொன்றும் தன் முகம் அழகில் குறைந்ததல்ல என்று தனக்குத்தானே முடிவு செய்து திருப்தி அடைந்தாள். கண்ணாடியை விட்டுப் போக எண்ணிய போது, அதில் இன்னொரு முகமும் தெரிந்தது. அது தன் முகத்தின் வெகு அருகில் வந்து கன்னத்தோடு கன்னம் ஒட்டும் நிலைக்கு வந்து விட்டது. அவள் கனவில் அடிக்கடி தோன்றித் தொல்லை செய்து கொண்டிருந்த வாணர் குல வீரனின் முகந்தான் அது. அவளை அறியாமல் அவளுடைய வாய் குவிந்து, 'கூகூ!' என்று சத்தமிட்டது.

அடுத்த கணம் கண்ணாடியில் அவள் முகம் மட்டுந்தான் தெரிந்தது. மற்றொரு முகம் மறைந்துவிட்டது.

❖ ❖ ❖ ❖

ஏழாம் அத்தியாயம்

வாலில்லாக் குரங்கு

மணிமேகலை சிறிது நேரம் யோசனையில் ஆழ்ந்தாள். தான் சற்று முன் கண்ட தோற்றம் வெறும் பிரமைதானா? அல்லது கனவில் கண்ட தோற்றமா? கனவாக இருந்தால் தான் தூங்கிக் கொண்டல்லவா இருக்க வேண்டும்? தன்னைத் தானே தொட்டுப் பார்த்துக் கொண்டாள்; இல்லை, தான் தூங்கவில்லை. பழுவூர் இளையராணிக்காக ஆயத்தமாயிருக்கும் அந்தப்புர அறை அல்லவா இது? பளிங்குக் கண்ணாடியில் தன் முகம் இதோ நன்றாகத் தெரிகிறது. அதோ குத்துவிளக்கு எரிந்து கொண்டிருக்கிறது. கண்ணாடிக்கு எதிரே சுவரை உற்றுப் பார்த்தாள். அங்கே ஓர் ரகசிய வாசல் இருப்பது அவளுக்குத் தெரியும். அதை வெளியிலிருந்தும் திறக்கலாம்; உள்ளிருந்தும் திறக்கலாம். மணிமேகலை அந்த இடத்தில் சுவர் ஓரமாக நின்று காதைச் சுவரோடு ஒட்டி வைத்து உற்றுக் கேட்டாள். அவ்விடத்தில் சுவரோடு சுவராக இருந்த ரகசியக் கதவு மரத்தினால் ஆனதுதான். ஆகையால் உள்ளே வேட்டை மண்டபத்தில் ஏதோ ஓசைப் பட்டது போல் கேட்டது.

மணிமேகலை மெதுவாக ரகசியக் கதவை திறந்தாள். வேட்டை மண்டபத்தில் எட்டிப் பார்த்தாள். அந்த மண்டபத்தின் பெரும் பகுதியில் இருள் சூழ்ந்திருந்தது. ஒரு மூலையில் சிறிய அகல் விளக்கு எரிந்து கொண்டிருந்தது. திடீரென்று அச்சிறிய விளக்கின் ஒளி மங்கிற்று, அடுத்த கணம் முன் போல் பிரகாசித்தது. ஏதோ ஓர் உருவம் அவ்விளக்கின் முன்புறமாகக் குறுக்கே சென்றது போலிருந்தது. அக்காரணத்தினால்தான் விளக்கு ஒரு கணம் மறைந்து அடுத்த கணம் பிரகாசித்திருக்க வேண்டும். அப்படி விளக்கை ஒரு கணம் மறைத்த உருவம் அதன் முகம் – தான் சற்று முன் கண்ணாடியில் கண்ட முகம்தானா? அல்லது இதுவும் தன் சித்தக் கோளாறுதானா?

மணிமேகலை எட்டிப் பார்த்தபடியே கையைத் தட்டினாள், "யார் அங்கே?" என்று மெல்லிய குரலில் கேட்டாள். பதிலுக்கு ஒரு கனைப்புக் குரல் கேட்டது. வௌவால் ஒன்று தான் மேல் கூரையில் தொங்கிய இடத்திலிருந்து கிளம்பி 'ஜிவ்'வென்று பறந்து போய், கூரையில் இன்னொரு இடத்தைப் பற்றிக் கொண்டு தொங்கிற்று. மறுபடியும் மிக மிக இலேசான இருமல் சத்தம்.

மணிமேகலை அவ்வாசற்படியில் நின்றபடியே, "அடியே சந்திரமதி!" என்று உரத்த குரலில் கூறினாள்.

"ஏன் அம்மா!" என்று பதில் வந்தது.

"கை விளக்கை எடுத்துக் கொண்டு உடனே இங்கு வா!" என்றாள் மணிமேகலை.

சற்று நேரத்துக்கெல்லாம் ஒரு பணிப்பெண் கையில் விளக்குடன் வந்தாள்.

"இங்கேதான் விளக்கு நன்றாக எரிகிறதே? எதற்கு அம்மா, விளக்கு?"

"வேட்டை மண்டபத்துக்குள்ளே போய்ப் பார்க்க வேண்டும். ஏதோ ஓசை கேட்டது."

"வௌவால் இறகை அடித்துக் கொண்டிருக்கும், அம்மா! வேறு என்ன இருக்கப் போகிறது?"

"இல்லையடி! சற்று முன் இந்தப் பளிங்குக் கண்ணாடியில் பார்த்துக் கொண்டிருந்தேன். திடீரென்று என் முகத்துக்குப் பக்கத்தில் இன்னொரு முகம் தெரிந்ததடி!"

"அந்த முகம் எப்படி இருந்தது? மன்மதன் முகம் போல் இருந்ததா? அர்ச்சுனன் முகம் போல் இருந்ததா?" என்று கூறிவிட்டுப் பணிப்பெண் சிரித்தாள்.

"என்னடி, சந்திரமதி! பரிகாசமா செய்கிறாய்?"

"இல்லை, அம்மா இல்லை! நீங்கள் அடிக்கடி கனவில் காண்பதாகச் சொன்னீர்களே? அவர்தான் இப்போது கண்ணாடியில் தோன்றினாரோ?"

"ஆமாமடி, சந்திரமதி! ஆனால் ரொம்ப ரொம்ப நிஜம் போலிருந்தது."

"எல்லாப் பெண்களுக்கும் இப்படித்தான் ஒரு சமயம் சித்தப்பிரமை பிடிக்கும். உங்களுக்கும் இன்னும் இரண்டொரு நாள் தான் அப்படி இருக்கும். நாளைக்குக் காஞ்சியிலிருந்து வரும் இளவரசரைப் பார்த்து விட்டீர்களானால், அந்தப் பழைய முகம் அடியோடு மறந்து போய்விடும்."

"அது இருக்கட்டுமடி! இப்போது இந்த வேட்டை மண்டபத்துக்குள் போய்ப் பார்க்கலாம், வா!"

"வீண் வேலை, அம்மா! வேட்டை மண்டபத்தில் ஒரே தூசியும் தும்புமாக இருக்கும். சேலை வீணாய்ப் போய்விடும்!"

"போனால் போகட்டுமடி!"

"இருமலும் தும்மலும் வரும். நாளைக்கு எல்லோரும் வரும் சமயத்தில்..."

"சும்மா வரட்டும், வேட்டை மண்டபத்தை இப்போது சோதித்துப் பார்த்தேயாக வேண்டும்; விளக்கை அசைத்து அணைத்து விடாமல் எடுத்து வா!"

இவ்விதம் கூறிக் கொண்டே மணிமேகலை வேட்டை மண்டபத்துக்குள் பிரவேசித்தாள். தோழியும் விளக்குடன் அவளைத் தொடர்ந்து வந்தாள்.

இருவரும் சுற்றிப் பார்த்துக் கொண்டே வந்தார்கள். சந்திரமதி, கையிலிருந்த தீபத்துக்கு மேலாக நோக்கி உயிர் அற்ற மிருகங்களை மட்டும் பார்த்துக் கொண்டே வந்தாள்.

மணிமேகலையோ சில சமயம் தரையிலும் பார்த்தாள். தரையில் படிந்திருந்த புழுதியில் அங்குமிங்கும் கால் சுவடுகள் இருந்ததைக் கவனித்துக் கொண்டாள்.

"அம்மா, அதோ!" என்றாள் சந்திரமதி,

"என்னடி இப்படிப் பதறுகிறாய்?"

"அதோ அந்த வாலில்லாக் குரங்கு அசைந்தது போலிருந்தது!"

"உன்னைப் பார்த்து அது தன் சந்தோஷத்தைத் தெரியப்படுத்தியதாக்கும்?"

"என்ன அம்மா, என்னைக் கேலி செய்கிறீர்களே?"

"நான் பிரமைபிடித்து அலைகிறேன் என்று நீ மட்டும் என்னைப் பரிகாசம் செய்யவில்லையா?"

"ஒருவேளை உங்கள் கண்ணாடியில் தெரிந்த முகம் அந்தக் குரங்கின் முகம்தானோ என்னமோ! நாம் வந்த வாசலுக்கு நேரே இருக்கிறது, பாருங்கள்! குரங்கு மறுபடியும் அசைகிறது!"

"சீச்சீ! உன் விளக்கின் நிழலடி! விளக்கின் நிழல் அசையும் போது அப்படிக் குரங்கு அசைவது போலத் தெரிகிறது வா போகலாம்! இங்கே ஒருவரையும் காணோம்!"

"அப்படியானால் அந்தக் குரங்கு முகம்தான் கண்ணாடியில் தெரிந்திருக்க வேண்டும். இல்லாவிடில் அதோ மேலே உட்கார்ந்திருக்கிறதே, அந்த ஆந்தையின் முகமாக இருக்கலாம். அது நம்மைப் பார்த்து எப்படி விழிக்கிறது பாருங்கள்!"

"என்னை ஏன் சேர்த்துக்கொள்கிறாய்? உன் அழகைப் பார்த்துச் சொக்கிப் போய்த்தான் அந்த ஆந்தை அப்படிக் கண்கொட்டாமல் பார்க்கிறது!"

"பின்னே, தங்களைக் கண்ணாடியில் எட்டிப் பார்த்த முகம் யாருடைய முகமாயிருக்கும்?"

"அடியே! எனக்குத் தான் சித்தப்பிரமை என்று நீ முடிவு கட்டி விட்டாயே! என் கனவில் அடிக்கடி தோன்றும் முகம் கண்ணாடியிலும் தோன்றியிருக்கலாம். அந்தச் சுந்தர முகத்தைப் பார்த்த கண்ணால் இந்தக் குரங்கையும் ஆந்தையையும் பார்க்க வேண்டி வந்ததே என்று எனக்குக் கஷ்டமாயிருக்கிறது, வாடி, போகலாம்! கண்ணாடியில் இன்னொரு தடவை அந்த முகம் தெரியுமா என்று பார்க்கிறேன்!"

இரண்டு பெண்களும் மறுபடியும் வந்த வழியே புகுந்து அந்தப்புற அறைக்குள்ளே போனார்கள்.

வாலில்லாக் குரங்குக்குப் பின்னாலிருந்து வந்தியத்தேவன் வெளியில் வந்தான். இரண்டு மூன்று தடவை தும்மி, மூக்கில் புகுந்திருந்த தூசி தும்புகளைப் போக்கிக் கொண்டான்.

தன்னை அவ்வளவு நன்றாக மறைத்திருந்த வாலில்லாக் குரங்குக்குத் தனது நன்றியைச் செலுத்தினான்.

"ஏ குரங்கே! நீ வாழ்க! அந்தப் பணிப்பெண் என் முகத்தை உன் முகத்தோடு ஒப்பிட்டாள். அப்போது எனக்குக் கோபமாய்த்தான் இருந்தது. வெளியில் வந்து விடலாமா என்று கூட எண்ணினேன், நல்ல வேளையாய்ப் போயிற்று. மனத்தை அடக்கிக் கொண்டேன். நீ மட்டும் இங்கே ஆள் உயரத்துக்கு நின்றிராவிட்டால் என் கதி என்ன ஆயிருக்கும்? அந்தப் பெண்களிடம் அகப்பட்டுக் கொண்டிருப்பேன்! குரங்கே! நீ நன்றாயிருக்க வேணும்!"

இப்படிச் சொல்லி முடிக்கும்போதே, அந்தப் பெண்களிடம் அகப்பட்டுக் கொண்டிருந்தாலும் அப்படி ஒன்றும் விபரீதமாகப் போயிராது என்ற எண்ணம் அவன் மனத்தில் தோன்றியது. அவர்கள் யார் என்பதை முன்னமே ஊகித்துக் கொண்டிருந்தான்.

அவர்கள் பேசிய வார்த்தைகள் யாவும் அவன் காதில் நன்றாய் விழுந்தன. அதிலும் மணிமேகலை உரத்த குரலில் கணீர் என்று பேசினாள். கனவில் கண்ட முகத்தைப் பற்றியும் கண்ணாடியில் பார்த்த முகத்தைப் பற்றியும் அவள் ஏதோ பேசினாளே, அது என்ன? பழைய சம்பவங்கள் அவனுக்கு நினைவு வந்தன. கந்தமாறன் அடிக்கடி இவளிடம் தன்னைப் பற்றி பேசியிருப்பதாகச் சொல்லியிருக்கிறான். முன் தடவை இந்த மாளிகைக்கு வந்திருந்தபோது அவளை அரைகுறையாகப் பார்த்துச் சென்றதும், கந்தமாறன் அவளை வேறு பெரிய இடத்தில் மணம் செய்து கொடுக்கப் போவதாகச் சொன்னதும் ஞாபகத்துக்கு வந்தன. இந்தப் பேதைப் பெண் ஒருவேளை அவளுடைய மனத்தை மாற்றிக் கொள்ளாமல் இருக்கிறாளா, என்ன...?

அதைப்பற்றி யோசிப்பதற்கு இப்போது நேரம் இல்லை; வெளியேறும் வழியைப் பார்க்க வேண்டும். யானைத் தந்தப் பிடியுள்ள வழி அந்தப்புரத்துக்குள் போகிறது. ஆகையால் அது தனக்குப் பயன்படாது. தான் வந்த வழியைத்தான் தேடிப் பிடிக்க வேண்டும். இரகசிய வழிகளின் கதவுகளை உள்ளேயிருந்து திறப்பதற்கும் வெளியிலிருந்து திறப்பதற்கும் வெவ்வேறு முறைகள் உண்டு என்பது அவனுக்குத் தெரிந்ததே. திறப்பது எப்படி என்று கஷ்டப்பட்டுக் கண்டுபிடிக்கலாம். ஆனால் இரகசிய வழி எங்கே இருக்கிறது என்று தெரிந்தால் அல்லவா திறப்பதற்கு வழி கண்டுபிடிக்கலாம்? சுவரை எவ்வளவு உற்று உற்றுப் பார்த்தாலும் ஒன்றும் தெரியவில்லை; வெளிச்சமும் போதவில்லை. தான் புகுந்த இடத்துக்குப் பக்கத்தில் முதலை ஒன்று கிடந்தது என்பது அவன் நினைவுக்கு வந்தது. அங்கே போய் அருகிலுள்ள சுவர்ப் பகுதியையெல்லாம் தடவிப் பார்த்தால், ஒருவேளை வெளியேறும் வழி புலப்படலாம்.

இவ்வாறு நினைத்து முதலைக்கு அருகில் சென்று சுற்றுப் பக்கத்துச் சுவரையெல்லாம் தடவி தடவிப் பார்த்தான். ஒன்றும் பயன்படவில்லை. நேரமாக ஆகக் கவலை அதிகரித்து வந்தது. இது என்ன தொல்லை? நன்றாக இந்தச் சிறைச்சாலையில் அகப்பட்டுக் கொண்டோமே? கடவுளே! அந்தப்புரத்துக்குள் புகுவதைத் தவிர வேறு வழி இல்லை போலிருக்கிறதே! அப்படி அந்தப்புரத்துக்குள் புகுந்தால் அதில் எத்தனை அபாயங்கள்! ஒருவேளை மணிமேகலை தன்னிடம் அனுதாபம் காட்டலாம். ஆயினும் தான் அவளிடம் இங்கே இப்படி ரகசியமாக வந்ததற்கு என்ன காரணம் சொல்வது? "உன்னிடம் கொண்ட காதலினால் வந்தேன்!" என்று சொல்லலாமா? அது எவ்வளவு கொடூரமான பொய்யாயிருக்கும்? துணிந்து அத்தகைய பொய் சொன்னாலும் அவள் நம்புவாளா? மணிமேகலை மட்டும் தனியாய் இருப்பாள் என்பது என்ன நிச்சயம்? மற்றப் பெண் பிள்ளைகளுக்கிடையில் அகப்பட்டுக் கொண்டால்? சம்புவரையர் அறிந்தால் கட்டாயம் தன்னைக் கொன்றே போடுவார்!

மறுபடியும் வந்தியத்தேவனுடைய கவனம் தரையில் கிடந்த முதலையின் மீது சென்றது. அதன் பேரில் அவனுக்குக் கோபமும் வந்தது. "முதலையே! எதற்காக இப்படி வாயைப் பிளந்து கொண்டே இருக்கிறாய்!" என்று சொல்லிக் கொண்டே அதை ஓங்கி ஒரு உதை உதைத்தான். உதைத்த போது முதலை கொஞ்சம் நகர்ந்தது. அதே சமயத்தில் சுவர் ஓரமாகத் தரையில் ஒரு சிறிய பிளவு தெரிந்தது!

"ஆகா! நீதானா வழியை அடைத்துக் கொண்டிருக்கிறாய்? முட்டாள் முதலையே! முன்னாலேயே சொல்வதற்கு என்ன?" என்று சொல்லிக் கொண்டே வந்தியத்தேவன் குனிந்து முதலையைப் பிடித்து நகர்த்தினான். முதலை நகர நகரச் சுவர் ஓரத்தில் துவாரம் பெரிதாகி வந்தது கீழே படிகளும் தெரிந்தன.

❖ ❖ ❖ ❖

எட்டாம் அத்தியாயம்

இருட்டில் இரு கரங்கள்

கடம்பூர் அரண்மனை ரகசிய வழிகளின் வாசல்கள் எவ்வளவு சாமர்த்தியமாக அமைக்கப்பட்டிருக்கின்றன என்பதை எண்ணி வந்தியத்தேவன் வியந்தான். அரை குறையாக அவற்றைக் குறித்து அறிந்தவன், அவசரமாக இறங்கவோ ஏறவோ முயற்சித்தால் அபாயம் நேரலாம். பாதிப் படிகளில் இறங்கும்போது முதலை நகர்ந்து விட்டால் சுவர் இடுக்கில் அகப்பட்டுக் கொண்டு திண்டாட வேண்டியதாகும்.

முதலை அசையாமல் நிற்கிறதா என்று நிதானித்துப் பார்த்துவிட்டு, வந்தியத்தேவன் துவாரத்தண்டை வந்து கீழே கால் வைக்கப் போனான். ஆ! அது என்ன? பில வழியில் காலடி சத்தம் கேட்கிறதே! வருகிறது யார்? ஒருவேளை ஆழ்வார்க்கடியானாயிருக்குமோ? தன்னைத் தேடி வருகிறானோ? அவன் இங்கு வந்து சேராமல் தடுத்து விடுவதே நல்லது. இல்லை இல்லை, வருகிறவன் ஒருவன் இல்லை. ஐந்தாறு பேர் வருவது போல காலடிச் சத்தம் கேட்கிறது. அப்படியானால் இடும்பன்காரியும் அவனுடைய கூட்டாளிகளுமாயிருக்கலாம். வந்தியத்தேவன் ஒரே பாய்ச்சலாகப் பாய்ந்து சென்று மறுபடியும் வாலில்லாக் குரங்கின் பின்னால் மறைந்து கொண்டான். ஆகா! இரகசிய வழியைத் திறந்து வைத்து விட்டு வந்து விட்டோமே? அதனால் ஏதேனும் சந்தேகம் ஏற்படுமா? இல்லை, இல்லை! நாம் வரும்போது அந்த வழி திறந்து தானிருந்தது. நாம் மேற்படியில் ஏறிய பிறகு தான் வழி மூடிக் கொண்டது! ஆகையால் திறந்திருப்பதே நல்லதாய்ப் போயிற்று. அதோ துவாரத்தின் வழியாகத் தலை ஒன்று தெரிகிறது. இடும்பன்காரியின் தலைதான்! இதோ மேற்படியில் ஒரு காலை வைத்து நின்று சுற்று முற்றும் அவன் பார்க்கிறான். ஒரு கால் மட்டும் கீழே இருக்கிறது. துவாரம் தானாக மூடிக் கொள்ளாமல் இருக்கும் பொருட்டு அப்படி அவன் ஒரு காலைக் கீழ்ப் படியில் வைத்துக் கொண்டிருக்கிறான் போலும்!

அடேடே! இந்தப் பக்கத்தில் என்ன வெளிச்சம்! சுவரில் யானை முகம் இருந்த இடத்தை விட்டுப் பெயர்கிறதே! அந்தப்புர வழி புலப்படுகிறதே! அந்த வாசல் வழியாக வருகிறது யார்? அதோ மணிமேகலையல்லவா தானே கையில் விளக்கு ஏந்திக் கொண்டு வருகிறாள்!

இடும்பன்காரி ஒரே பாய்ச்சலில் மேலேறி வருகிறான்; அவன் வந்த வழி மூடிக்கொள்கிறது. இடும்பன்காரி தன் தலைப்பாகைத் துணியை எடுத்துக் கொண்டு அருகிலேயிருந்த புலியின் மேலுள்ள தூசை அவசரமாகத் தட்டத் தொடங்குகிறான்! இந்நாடகத்தின் முடிவுதான் என்ன?

மணிமேகலை கை விளக்கைத் தூக்கிப் பிடித்து நாலு புறமும் பார்த்தாள். இடும்பன்காரியின் மீது அவள் பார்வை விழுந்ததும் அவனை அதிசயத்துடன் நோக்கினாள்.

இடும்பன்காரி தூசி தட்டுவதை நிறுத்திவிட்டுப் பதிலுக்கு மணிமேகலையை வியப்புடன் பார்த்தான்.

"தாயே! இது என்ன? இந்த வேளையில் இங்கு எதற்காக வந்தீர்கள்?" என்றான்.

"இடும்பா; நீதானா? என்ன செய்து கொண்டிருக்கிறாய்?" என்று மணிமேகலை வினவினாள்.

"அம்மா! நாளை வருகிற விருந்தாளிகளை இந்த வேட்டை மண்டபத்துக்கு அழைத்து வந்து காட்ட வேண்டியிருக்குமல்லவா? அதற்காகச் சுத்தம் செய்து கொண்டிருக்கிறேன். சின்ன எஜமான் காஞ்சிக்குப் போகும்போது அவ்விதம் கட்டளை இட்டுச் சென்றார்கள்."

"ஆம், இடும்பா! இந்த அரண்மனையிலேயே சின்ன எஜமானுக்கு உன்னிடமும், என்னிடமுந்தான் நம்பிக்கை. பழுவூர் ராணியம்மாள் தங்கப்போகிற அறையில் ஏற்பாடு சரியாயிருக்கிறதா என்று பார்த்துக்

கொண்டிருந்தேன். அப்போது இங்கே என்னமோ சத்தம் கேட்டது. நீயாகத்தான் இருக்கும் என்று நினைத்தேன், வேறு யாருக்கு இந்த அரண்மனையின் ரகசிய வழிகள் தெரியும்? எத்தனை நேரமாக நீ இங்கே வேலை செய்து கொண்டிருக்கிறாய்?"

"ஒரு நாழிகைக்கு மேலே இருக்கும், தாயே! இன்னும் ஒரு நாழிகை வேலை இருக்கிறது. தாங்கள் தனியாகவா இங்கே வந்தீர்கள். அந்த வாயாடிப் பெண் சந்திரமதி எங்கே?"

"ஏதோ சத்தம் கேட்கிறது என்று நான் அவளைப் போய்த் தந்தையை அழைத்து வரச் சொன்னேன். நீதானே இங்கு இருக்கிறாய்! நான் போய் அவளைத் தடுத்து நிறுத்தி விடுகிறேன்."

இவ்விதம் சொல்லிக் கொண்டே மணிமேகலை விளக்கைத் தூக்கிப் பிடித்து இடும்பன்காரியின் முக மாறுதலைக் கவனித்தாள். அடுத்தாற் போல், வாலில்லாக் குரங்கை நோக்கினாள். முன்னொரு தடவை அசைந்தது போல், அது அசைந்ததையும் பார்த்துக் கொண்டாள்.

"ஆம், தாயே! எஜமானுக்கு இன்று எவ்வளவோ அலுவல், தாங்கள் போய் அவரைக் கூப்பிட வேண்டாம்" என்று சொல்லிவிட்டு, "நிம்மதியாகப் படுத்துக் கொள்ளுங்கள். எல்லா வேலைகளையும் நானே பார்த்துக் கொள்கிறேன்" என்றான் இடும்பன்காரி.

மணிமேகலை மறுபடியும் வந்த வழியே உள்ளே போனாள். ரகசியக் கதவு மூடிக் கொண்டது.

இடும்பன்காரி யானை முகத்தினருகில் சென்று சற்று நேரம் சுவரண்டை காது கொடுத்து உற்றுக் கேட்டான். அடுத்த அறையில் சத்தம் ஒன்றும் இல்லை என்று நிச்சயம் அடைந்த பிறகு திரும்பி வந்தான். பிலத்துவாரத்தைத் திறந்து வைத்துக் கொண்டு இடுப்பு வரை கீழே படிகளில் இறங்கி நின்று கொண்டான்.

பிலத்துவாரத்தின் உட்புறமிருந்து ஆந்தையின் குரல் கேட்டது. பதிலுக்கு இடும்பன்காரி ஆந்தைக் குரல் ஒன்று கொடுத்தான்.

பில வழியில் ஆட்கள் நடந்து வரும் சத்தம் கேட்டது.

பின்னர் காரியங்கள் வெகு துரிதமாக நடைபெற்றன. வௌவால் ஒன்று சடசடவென்று சிறகை அடித்துக் கொண்டு பறந்தது.

இடும்பன்காரி அதைப் பார்த்தான்.

பின்னாலிருந்து அவன் பேரில் வாலில்லாக் குரங்கு தடால் என்று விழுந்தது.

அது திடீரென்று விழுந்த வேகத்தினால் இடும்பன்காரியின் முழங்கால்கள் மடிந்து அவன் தடுமாறினான். அதனால் இன்னும் இரண்டு படிகள் அவன் கீழே இறங்க வேண்டியதாயிற்று.

தன் பேரில் விழுந்தது இன்னதென்று முதலில் இடும்பன்காரிக்குத் தெரியாமையால் அவன் உளறி அடித்துக் கொண்டு கைகளை வீசி உதறினான்.

பிறகு, உயிரற்ற வாலில்லாக் குரங்கு எப்படியோ தவறித் தன் பேரில் விழுந்திருக்கிறது என்று தெரிந்தது. மனத்தைத் தைரியப்படுத்திக் கொண்டு அதைத் தூக்கி நிறுத்தப் பார்த்தான்.

இதற்குள் உயிருள்ள மனிதனுடைய கரங்கள் போன்ற இரண்டு கரங்கள் மேலேயிருந்து துவாரத்துக்குள் வந்து அவனை இன்னும் கீழே தள்ளி அமுக்கியது.

இடும்பன்காரியினால் அதை நம்பவே முடியவில்லை ஒரு கணம் அவனைப் பெரும் பீதி பிடித்துக் கொண்டது.

மறுபடியும் மேலும் கீழும் பார்த்தான்.

வாலில்லாக் குரங்கு தலை கீழாகத் துவார வழியில் இறங்கியிருப்பதையும், அதன் பாதி உடம்பு வரையில் கீழே வந்த பிறகு துவாரக் கதவு நெருங்கி வந்திருப்பதையும் கவனித்தான்.

இரண்டு மனிதக் கரங்களாகத் தோன்றியவை தன்னுடைய மனப் பிராந்தியாகத்தான் இருக்கவேண்டும் என்று நிச்சயம் செய்து கொண்டான்.

இதற்குள் பிலத்துவாரத்தில் வந்தவர்கள் நெருங்கி வந்து விட்டார்கள். முன்னால் வந்த ரவிதாஸன், "அப்பனே! என்ன இது ? எதற்காக இப்படி உளறி அடித்துக் கொண்டு அலறினாய்? அபாயம் ஏதேனும் உண்டா? நாங்கள் திரும்பிப் போகவா?" என்று கேட்டான்.

"வேண்டாம், வேண்டாம்! அபாயம் ஒன்றுமில்லை. பிலத்துவாரக் கதவை திறக்கும்போது, இந்த ராட்சதக் குரங்கு எப்படியோ இடம் பெயர்ந்து என் தலையில் விழுந்து விட்டது! ஒரு கணம் நானும் பீதி அடைந்து விட்டேன். இப்போது இந்தக் குரங்கு மேலேயும் போகாமல் கீழேயும் வராமல் வழியை அடைத்துக் கொண்டிருக்கிறது. கொஞ்சம் பொறுங்கள்; இந்தக் குரங்கை அகற்றி வழியைச் சரிப்படுத்திவிடுகிறேன்" என்றான் இடும்பன்காரி.

தடுமாறி விழுந்த இடும்பன்காரியை மேலேயிருந்து அமுக்கித் தள்ளிய கரங்கள் யாருடைய கரங்கள் என்பதை நேயர்கள் ஊகித்திருப்பார்கள். வந்தியத்தேவனுடைய அதிர்ஷ்டம் இச்சந்தர்ப்பத்திலும் அவன் பக்கம் இருந்தது. சரியான சமயத்தில் அவனுக்குச் சரியான யுக்தி தோன்றியது. இடும்பன்காரி பிலத்துவராத்தின் படிகளில் நின்றபடி வௌவாலைப் பார்த்த தருணத்தில் அவன் தலை மீது வாலில்லாக் குரங்கைத் தள்ளினான். பிறகு அவன் தன்னுடைய முகத்தைப் பார்க்க முடியாதபடி நின்று கொண்டு கைகளினால் அவனைப் பிடித்துக் கீழே அமுக்கினான். அதன் பின்னர் வாலில்லாக் குரங்கையும் தலைகீழாகத் துவாரத்தினுள் தள்ளினான். கடைசியாக, முதலையையும் நகர்த்தி விட்டான்.

இவ்வளவையும் சில கண நேரத்தில் செய்து முடித்துவிட்டு வந்தியத்தேவன் யானை முகத்தண்டை ஓடினான். யானைத் தந்தங்களைப் பிடித்துத் தன் பலம் கொண்ட மட்டும் அழுத்தித் திருப்பினான்.

சுவரில் வழி உண்டாயிற்று ஆனால் மணிமேகலை உள்ளிருந்து வந்தது போன்ற விசாலமான வழி அல்ல. வட்ட வடிவமான குறுகலான வழி; அது கதவுக்குள் கதவாயிருக்கலாம். முழுக் கதவையும் திறப்பது எப்படி என்று யோசிக்க அது சமயம் அல்ல. அதற்குள் சதிகாரக் கூட்டம் வேட்டை மண்டபத்துக்குள் புகுந்து விடலாம். பிறகு தான் தப்புவது துர்லபமாகிவிடும்.

ஆகவே, திறந்த வழி குறுகலான வழியாக இருந்தாலும் அதற்குள் புகுந்து விடவேண்டியதுதான்.

தீர்மானித்தபடியே காரியத்தில் நிறைவேற்றத் துணிந்து, அந்த வட்ட வடிவமான துவாரத்தில் வந்தியத்தேவன் புகுந்தான். அவனுடைய தலையும் கைகளும் பாதி உடம்பும் உள்ளே வந்து விட்டன. மிச்சம் பாதி உடம்பு உள்ளே புகுந்து பிரயாசையாயிருந்தது. கைகளினால் தாவிப் பிடித்துக் கொள்ள ஒன்றும் அகப்படவில்லை. இச்சமயத்தில் உள்ளேயிருந்த தீபம் அணைந்து இருள் சூழ்ந்தது.

வந்தியத்தேவன் அபயம் கேட்கும் குரலில், "சந்திரமதி! சந்திரமதி! என்னைக் காப்பாற்று!" என்றான்.

கலகலவென்று சிரிக்கும் பெண்ணின் குரல் கேட்டது.

"சந்திரமதி! நீ இங்கே இருந்து கொண்டுதானா வேடிக்கை பார்க்கிறாய்? இது நன்றாயிருக்கிறதா?"

அதற்கு பதிலாக மறுபடியும் சிரிப்பு; அதைத் தொடர்ந்து "நீ இப்படி அந்தப்புரத்தில் திருட்டுத்தனமாக நுழைவது மட்டும் நன்றாயிருக்கிறதா?" என்று ஒரு பெண்ணின் குரல் கேட்டது.

அது மணிமேகலையின் குரல் என்று வந்தியத்தேவன் தெரிந்து கொண்டான்.

ஆயினும் வேண்டுமென்றே "சந்திரமதி! நீ வரச் சொன்னதினால்தானே வந்தேன்! பின்னால் ஆட்கள் வருகிறார்கள் சீக்கிரம் என்னை எடுத்து விடு இல்லாவிட்டால் விபரீதம் வரும்!" என்றான்.

"சந்திரமதி இவ்வளவு கெட்டிக்காரியா? இருக்கட்டும். உனக்கும் அவளுக்கு சேர்த்துப் புத்தி கற்பிக்கிறேன்!"

"ஒஹோ! தாங்கள் இளவரசி மணிமேகலையா? அம்மணி! இந்த ஒரு தடவை மட்டும் என்னை மன்னித்துக் காப்பாற்றி விடுங்கள்! இனி மேல் இம்மாதிரி தப்புக் காரியம் செய்ய மாட்டேன்! உங்களுக்குக் கோடி புண்ணியம் உண்டு!" என்று கெஞ்சினான் வந்தியத்தேவன்.

இருளில் இரு மெல்லிய கரங்கள் வந்தியத்தேவனுடைய தோள்களைப் பிடித்துத் தாங்கி மெள்ளக் கீழே தரையில் இறக்கிவிட்டன. சுவரில் தோன்றிய துவாரம் மூடிக் கொண்டது.

"இளவரசி! உங்களுக்கு அனந்த கோடி வந்தனம்!" என்றான்.

"கொஞ்சம் பொறு! நான் உன்னை என்ன செய்யப் போகிறேன் என்று தெரிந்து கொண்டு வந்தனம் செலுத்து!"

"தாங்கள் என்னை என்ன செய்தாலும் சரிதான்! கொலைகாரர்களிடமிருந்து என்னைத் தப்புவித்தீர்களே, அதுவே போதும்! அந்த அரக்கர் கைகளினால் சாவதைக் காட்டிலும் தங்களுடைய மணிக்கரத்தினால் சாகும்படி நேர்ந்தால் அது என்னுடைய பாக்கியம்தான்!"

"அடே அப்பா! பெரிய வீராதி வீரனாயிருக்கிறாயே? அப்படி உன்னைத் தேடி வரும் கொலைகாரர்கள் யார்? கொஞ்சம் பொறு. முதலில் விளக்கு ஏற்றி உன் முகம் எப்படியிருக்கிறது என்று பார்க்கிறேன்!"

"அம்மணி! என் முகத்தை மறுபடியும் பார்க்க வேண்டுமா? தாங்கள் கண்ணாடியில் பார்த்துக் கொண்டபோது பின்னால் நின்று பார்த்த குரங்கு முகந்தான் என் முகம்! சந்திரமதி வர்ணித்தாளே!" என்றான் வந்தியத்தேவன்.

இருட்டில் சிரிப்பின் ஒலியும், கை வளைகள் குலுங்கும் ஓசையும் கேட்டன.

வந்தியத்தேவன் அந்த அறைக்குள் தலையை நீட்டியபோது அந்த அறையில் எரிந்து கொண்டிருந்த விளக்கை மணிமேகலை மூடிவிட்டாள். அதனால் இருட்டாயிற்று; இப்போது அதன் மூடியை அகற்றியதும் தீபம் சுடர்விட்டு ஒளிர்ந்தது. அதன் ஒளியில் வந்தியத்தேவனுடைய முகத்தைப் பார்த்த வண்ணம் மணிமேகலை மெய்மறந்து நின்றாள்.

பக்கத்து வேட்டை மண்டபத்திற்குள் தடதடவென்று பலர் பிரவேசிக்கும் சத்தம் அச்சமயம் கேட்டது.

❉ ❉ ❉ ❉

ஒன்பதாம் அத்தியாயம்

நாய் குரைத்தது!

மணிமேகலை வந்தியத்தேவனுடைய முகத்தைப் பார்த்த வண்ணம் நின்றாள்.

வந்தியத்தேவனும் புன்னகை புரிந்தவண்ணம் நின்றான். இந்தப் பெண்ணிடம் என்ன சொல்லி விட்டு எப்படி தப்பிச் செல்வது என்று அவன் மனம் சிந்தித்துக் கொண்டிருந்தது.

இச்சமயம் எங்கேயோ தூரத்திலிருந்து ஒரு குரல் "அம்மா! என்னை அழைத்தீர்களா?" என்று கேட்டது.

"இல்லையடி, உன் வேலையைப் பார்!" என்றாள் மணிமேகலை. உடனே அவளுடைய திகைப்பு நீங்கியது.

சற்று முன் வந்தியத்தேவன் புகுந்து வந்த துவாரத்தின் அருகில் சென்று உட்பக்கத்துத் தாளையிட்டாள். பின்னர் வந்தியத்தேவனுக்குச் சமிக்ஞை காட்டி, அந்த அறையிலேயே சற்றுத் தூரமாக அழைத்துச் சென்றாள். சட்டென்று திரும்பி நின்று "ஐயா! உண்மையைச் சொல்லும்! சந்திரமதி உம்மை அழைத்ததாகக் கூறினீரே, அது நிஜமா?" என்று கேட்டாள்.

"ஆம், அம்மணி!"

"எப்போது, எங்கே பார்த்து உம்மை அழைத்தாள்?"

"சற்று முன்னால்தான்! அடுத்த அறையில் நான் குரங்கின் பின்னால் மறைந்து நின்றபோது நீங்கள் இருவரும் வந்து பார்த்துவிட்டுத் திரும்பினீர்கள். நீங்கள் திரும்பிய பிறகு அவள் என்னைப் பார்த்து, 'குரங்கே! நீ என்னுடைய அறைக்கு வந்து இருக்கிறாயா? வேண்டாத சமயத்தில் வருகிறவர்களைப் பயமுறுத்தி அனுப்பச் சௌகரியமாயிருக்கும்!' என்றாள். அது தங்கள் காதில் விழவில்லை போலிருக்கிறது!"

மணிமேகலை இளநகை புரிந்தவண்ணமாக "காதில் விழுந்திருந்தால் அவளைச் சும்மா விட்டிருப்பேனா?" என்றாள்.

"இளவரசி! தங்கள் தோழி பேரில் கோபிப்பதில் பயன் என்ன? என் முகமும் வாலில்லாக் குரங்கின் முகமும் ஒன்று போலிருந்தால் அதற்குச் சந்திரமதி என்ன செய்வாள்?"

"உமது முகத்துக்கும் வாலில்லாக் குரங்கின் முகத்துக்கும் வெகு தூரம்!"

"குரங்கின் முகத்துக்கும் அதற்கு மேலே தொங்கிய ஆந்தையின் முகத்துக்கும் உள்ள தூரம் போலிருக்கிறது."

"உமது முகம் குரங்கு முகமும் அல்ல; ஆந்தை முகமும் அல்ல. ஆனால், குரங்கின் சேஷ்டையெல்லாம் உம்மிடம் இருக்கிறது. சில சமயம் ஆந்தையைப் போலவும் விழிக்கிறீர்! சற்று முன்னால் இதோ இந்தக் கண்ணாடியில் எட்டிப் பார்த்து விழித்தது நீர் தானே?"

"ஆம், இளவரசி, நான்தான்!"

"எதற்காக, உடனே பின்வாங்கிக் கதவைச் சாத்திக் கொண்டீர்?"

"இந்தக் கண்ணாடியில் என் முகத்துக்கு அருகில் ஒரு தேவ கன்னிகையின் முகம் போலத் தெரிந்தது. அந்த தேவ கன்னிகை என் முகத்தைப் பார்த்துப் பயந்து கொள்ளப் போகிறாளே என்று நான் பிடித்திருந்த யானைத் தந்தத்திலிருந்து கையை எடுத்தேன் கதவு தானாகச் சாத்திக் கொண்டது."

"அந்தத் தேவ கன்னிகை யார் என்பது உங்களுக்கு தெரியுமா?"

"அந்த க்ஷணம் எனக்குத் தெரியவில்லை பிறகு நினைத்துப் பார்த்துத் தெரிந்து கொண்டேன்."

"என்ன தெரிந்து கொண்டீர்?"

"நான் பார்த்தது தேவ கன்னிகை அல்ல; தேவகன்னிகைகள் ஓடி வந்து அடிபணிவதற்குரிய மணிமேகலாதேவி! கடம்பூர் சம்புவரையரின் செல்வக் குமாரி என்று தெரிந்து கொண்டேன். என்னுடைய ஆருயிர் நண்பன் கந்தமாறனுடைய அருமைத் தங்கை என்பதும் நினைவுக்கு வந்தது."

மணிமேகலையின் புருவங்கள் நெறிந்தன. ஏளனமும் கோபமும் கலந்த புன்சிரிப்புடன், "அப்படியா? என் தமையன் கந்தமாறன் தங்களுடைய ஆருயிர் நண்பனா?" என்றாள்.

"அதில் என்ன சந்தேகம், இளவரசி! நாலு மாதங்களுக்கு முன்னால் நான் இங்கு ஒருநாள் வந்திருந்தது நினைவில்லையா? அந்தப்புரத்துக்குக்கூட வந்து தாய்மார்களுக்கு வணக்கம் செலுத்தினேனே! அது ஞாபகம் இல்லையா!"

"நன்றாய் ஞாபகம் இருக்கிறது. அதற்குள் மறந்து விடுமா? அந்த வல்லவரையர் வந்தியத்தேவர் என்னும் வாணர் குலத்து இளவரசர் தாங்கள்தானா?"

"ஆம் இளவரசி! தங்குவதற்கு அரண்மனையும் ஆளுவதற்கு ராஜ்யமும் இல்லாமல் 'அரையன்' என்ற குலப்பெயரை மட்டும் தாங்கிக் கொண்டிருக்கும் அந்த ஏழை நான் தான்! ஒரு காலத்தில் தங்கள் தமையன் என்னிடம் தங்களைப் பற்றி எவ்வளவோ சொல்லியதுண்டு. ஒரு காலத்தில் நானும் கந்தமாறனும் வடபெண்ணை நதிக்கரையில் காவல் செய்து கொண்டிருந்தபோது, தங்களைப் பற்றி அடிக்கடி சொல்லுவான். நானும் ஏதேதோ கனவு கண்டு கொண்டிருந்தேன். பிறகு அந்த எண்ணத்தை மறந்து விட்டேன்."

மணிமேகலையின் உள்ளத்தில் ஓர் அதிசயமான எண்ணம் தோன்றியது. இவன் தன்னைக் குத்திக் கொல்ல முயன்றதாகக் கந்தமாறன் கூறினான். அது எதற்காக இருக்கும்? ஒருவேளை தன்னைப் பற்றியதாகவே இருக்குமோ? தன்னை இவனுக்கு மணம் செய்து கொடுக்கப் போவதில்லை என்று சொன்னதற்காகக் கந்தமாறனுடன் சண்டையிட்டிருப்பானோ! இந்த எண்ணம் அவள் உள்ளத்தில் இன்பப் புயலை உண்டாக்கியது.

அதை அவள் கோபப் புயலாக மாற்றிக் கொண்டாள்.

"ஐயா! பழைய கதையெல்லாம் இப்போது வேண்டாம். இந்த அரண்மனையில் நீர் கள்ளத்தனமாகப் புகுந்ததின் காரணத்தைச் சொல்லும்; இல்லாவிடில் உடனே என் தோழியை அழைத்துத் தந்தைக்குச் சொல்லி அனுப்பவேணும்" என்றாள்.

"இளவரசி! நான் இங்கு வந்த காரணத்தை முன்பே சொன்னேனே! சில கொலைகாரர்கள் என்னைக் கொல்லுவதற்காகத் துரத்திக் கொண்டு வந்தார்கள். அவர்களிடமிருந்து தப்பி ஓடிவந்தபோது பூமியில் ஒரு துவாரம் தெரிந்தது. அது ஏதோ இரகசியப் பாதை என்று அறிந்து கொண்டேன். அதன் வழியாக ஓடித் தப்பிக்கலாம் என்று வந்தபோது, அந்த வழி இங்கே கொண்டு வந்து சேர்த்தது!"

"ஐயா! சுத்த வீரர் என்றால் உமக்கே தகும். நானும் எத்தனையோ அசகாய சூரர்களைப் பற்றிக் கேட்டிருக்கிறேன். ஆனால் உம்மைப்போல் ஓட்டத்தில் சூரனைப் பற்றிக் கேட்டதில்லை. உத்தரகுமாரன் உம்மிடம் பிச்சை வாங்க வேண்டியது தான்!"

வந்தியத்தேவன் மனத்தில் சுரீர் என்றது. தான் அசட்டுப் பெண் என்று நினைத்த மணிமேகலை இப்படித் தன்னைக் குத்திக் காட்டும்படி ஆகிவிட்டதல்லவா!

"தேவி! அவர்கள் ஏழெட்டுப் பேர்! நான் ஒருவன். அவர்கள் ஆயுதபாணிகள். என்னிடம் ஆயுதமே இல்லை. என்னுடைய அருமை வேல் கொள்ளிடத்து வெள்ளத்தில் போய் விட்டது."

"ரொம்ப நல்லது! அந்தப் படுபாதக வேல், சிநேகிதனைப் பின்னாலிருந்து குத்திக் கொல்லும் வேல் ஆற்றோடு போனதே நல்லது!"

வந்தியத்தேவனுக்குத் தூக்கி வாரிப்போட்டது அவன் பதில் சொல்ல வாயெடுப்பதற்குள் மணிமேகலை, "உண்மையைக் கூறிவிடும். கொலைகாரர்களிடம் தப்புவதற்காக ஓடிவந்தீரா? கொலை செய்வதற்காக இங்கு வந்தீரா?" என்று கேட்டாள்.

வந்தியத்தேவன் தீயில் காலை வைத்தவனைப் போல் துடித்து, " சிவசிவா! நாராயணா! நான் யாரை கொலை செய்வதற்காக இங்கே வரவேணும்? என் ஆருயிர் சிநேகிதரின் அருமைத் தங்கையையா! எதற்காக?" என்றான்.

"நான் என்ன கண்டேன்? 'அருமை சிநேகிதன்' என்று வாய்கூசாமல் பொய் சொல்கிறீரே? அப்பேர்ப்பட்ட அருமை சிநேகிதனின் பின்னாலிருந்து முதுகிலே குத்திக் கொல்லுவதற்கு நீர் முயலவில்லையா? அது எதற்காகவோ, அதே காரணத்துக்காக, இங்கே யாரையேனும் கொலை செய்வதற்கு நீர் வந்திருக்கலாம்."

"கடவுளே! இது என்ன வீண் பழி? நானா கந்தமாறனின் முதுகில் குத்தினேன்? அப்படிப்பட்ட காரியத்தைச் செய்வதற்கு முன்னால் என் கையை வெட்டிக் கொண்டிருப்பேனே! இளவரசி! இத்தகைய படுபாதகமான பொய்யைத் தங்களிடம் யார் கூறினார்கள்?"

"என் அண்ணனே கூறினான். வேறு யாராவது கூறியிருந்தால் நான் நம்பியே இருக்க மாட்டேன்."

"கந்தமாறனா இப்படிக் கூறினான்? அப்படியானால் நான் உண்மையில் துர்ப்பாக்கியசாலிதான்! யாரோ அவனை முதுகிலே குத்தித் தஞ்சாவூர் மதில் சுவருக்கு அருகில் போட்டிருந்தார்கள். மூர்ச்சையாகிக் கிடந்த அவனை நான் தூக்கிக் கொண்டு போய்ச் சேந்தன் அமுதன் குடிசையில் சேர்த்துக் காப்பாற்றினேன். அதற்கு எனக்குக் கிடைத்த வெகுமதியா இது? இளவரசி! எதற்காக அவனை நான் கொல்ல முயன்றேனாம்? ஏதாவது காரணம் சொன்னானா?"

"சொன்னான், சொன்னான்! நீர் என் அழகைப் பழித்து, அவலட்சணம் பிடித்தவள் என்று இகழ்ந்தீராம். தஞ்சாவூர்ப் பெண்கள் என்னைவிட அழகிகள் என்று சொன்னீராம். அதனால் கந்தமாறன் கோபங்கொண்டு உம்மை நன்றாய்ப் புடைத்தானாம். நேருக்கு நேர் சண்டையிடக் கையாலாகாமல் பின்னாலிருந்து குத்தி விட்டீராம்! இதெல்லாம் உண்மையா, இல்லையா?"

"பொய்! பொய்! பயங்கரமான பொய்; தங்களை அவலட்சணம் என்று சொல்வதற்கு முன்னால், என் நாக்கையே துண்டித்துக் கொண்டிருப்பேனே! கந்தமாறன் அல்லவா அவனுடைய சகோதரியை நான் மறந்து விடவேண்டும் என்று வற்புறுத்தினான்?"

"எதற்காக?"

"ராஜ்யம் ஆளும் பேரரசர்கள் தங்களை மணந்து கொள்ளக் காத்திருப்பதால் தங்களை நான் மறந்துவிட வேண்டுமென்று வற்புறுத்தினான்."

"நீரும் அடியோடு என்னை மறந்து விட்டீராக்கும்!"

"என்னால் அடியோடு மறக்க முடியவில்லை. ஆனால் அது முதல் தங்களை என் அருமைச் சகோதரியாகக் கருதத் தொடங்கினேன். இளவரசி! உடனே கந்தமாறனிடம் என்னை அழைத்துப் போங்கள்! அல்லது அவனை

இங்கே அழையுங்கள். ஏன் இத்தகைய பெரும் பொய்யை அவன் சொன்னான் என்றாவது தெரிந்து கொள்கிறேன், அல்லது உண்மையிலேயே அவன் அப்படி எண்ணிக் கொண்டிருந்தால், அந்தத் தப்பெண்ணத்தைப் போக்குகிறேன்."

"தஞ்சாவூரில் ஆரம்பித்த காரியத்தை இங்கே பூர்த்தி செய்து விடலாம் என்று வந்தீராக்கும்..."

"அப்படி என்றால்..."

"அங்கே அவனைக் கொல்ல முயன்றீர் அந்த முயற்சி பலிக்கவில்லை..."

"கடவுளே! கந்தமாறனைக் கொல்லுவதற்கு அவனுடைய அரண்மனையைத் தேடியா வருவேன்!"

"ரகசிய வழியாக வந்தது வேறு எதற்காக?"

"அதோ, உற்றுக் கேளுங்கள்! என்னைக் கொல்ல வந்தவர்கள் அடுத்த அறையில் இன்னும் இருக்கிறார்கள். அவர்கள் நடமாடும் சத்தமும் பேசும் குரல்களும் கேட்கவில்லையா?"

"அவர்கள் எதற்காக உம்மைக் கொல்ல வரவேணும்?"

"அவர்களைப் பார்த்தால் மந்திரவாதிகள் போலிருக்கிறது. ஒருவேளை நரபலி கொடுக்கும் கூட்டமாயிருக்கலாம்."

"சகல லட்சணங்களும் பொருந்திய ராஜகுமாரனாகிய உம்மை அதற்காகப் பிடித்தார்கள் போலிருக்கிறது.." என்று கூறி மணிமேகலை சிரித்தாள்.

"அதுதான் எனக்கும் அதிசயமாயிருக்கிறது; இந்த ஆந்தை விழி விழிக்கும் குரங்கு மூஞ்சிக்காரனை அவர்கள் எதற்காகப் பிடிக்க வந்தார்கள் என்று தெரியவில்லை. உங்கள் பேச்சைக் கேட்ட பிறகு ஒரு சந்தேகம் உதிக்கிறது. ஒருவேளை என் நண்பன் கந்தமாறனே இப்படிப்பட்ட ஏற்பாடு செய்திருப்பானோ என்று. அவனிடம் உடனே என்னை அழைத்துச் செல்லுங்கள்! ஒன்று அவனுடைய தப்பபிப்பிராயத்தைப் போக்கிக் கொள்ளட்டும்; இல்லாவிட்டால் என்னை அவன் கையினாலேயே கொன்றுவிடட்டும். கொலைகாரர்களை எதற்காக ஏவ வேண்டும்? அம்மணி! உடனே கந்தமாறனை அழைத்து விடுங்கள்!"

"ஐயா! அவ்வளவு அவசரப்பட வேண்டாம். கந்தமாறன் ஊரில் இல்லை."

"எங்கே போயிருக்கிறான்?"

"காஞ்சிக்குக் கரிகாலரை அழைத்து வரப் போயிருக்கிறான். நாளை இரவு எல்லாரும் இங்கு வந்து விடுவார்கள்; அதுவரையில் நீர்..."

"அதுவரையில் என்னை இங்கேயே இருக்கச் சொல்கிறீர்களா? அது நியாயமல்ல!"

"இங்கே இருக்கச் சொல்லவில்லை இன்னும் சற்று நேரத்துக்கெல்லாம் இங்கே பழுவூர் இளையராணி வந்து விடுவாள். பிறகு ஈ காக்காய் இங்கே வர முடியாது. பழுவேட்டரையர் எப்பேர்ப்பட்டவர் என்பது உமக்குத் தெரிந்திருக்கும். அவர் உம்மை இங்கே கண்டால் உடனே கண்டதுண்டமாய் வெட்டிப் போட்டுவிடச் செய்வார்! ஆ! அக்கிழவருக்குத்தான் பெண்டாட்டியின் பேரில் எவ்வளவு ஆசை!" என்று சொல்லி மணிமேகலை சிரித்தாள்.

வந்தியத்தேவன் முன் தடவை பழுவேட்டரையர் வந்த போது நடந்ததையெல்லாம் நினைத்துக் கொண்டான்.

"அப்படியா? பழுவேட்டரையருக்குப் பழுவூர் ராணி பேரில் ரொம்ப ரொம்ப ஆசையா?" என்று கேட்டான்.

"அது நாடு நகரம் எல்லாம் தெரிந்த விஷயம் ஆயிற்றே! போன தடவை, எட்டு மாதங்களுக்கு முன்னால் இங்கே ஒரு தடவை அவர்கள் வந்திருந்தார்கள். பழுவூர் ராணி அந்தப்புரத்துக்கு வரக் கூடக் கிழவர் விடவில்லை! அப்படிக் கண்ணும் கருத்துமாய்ப் பாதுகாக்கிறார். இந்தத் தடவை சில நாள் இங்கே இருக்கப் போகிறார்களாம். பழுவூர் ராணிக்குத் தனி அந்தப்புரம் வேண்டுமென்று ஒரே தடபுடல். இந்தத் தடவையாவது எங்களையெல்லாம் பார்க்கப் போகிறாளோ – பார்ப்பதற்குக் கிழவர் விடப் போகிறாரோ, தெரியவில்லை."

"அப்படியானால் நான் இப்பொழுது என்ன செய்யட்டும்?"

"அதுதான் நானும் யோசித்துக் கொண்டிருக்கிறேன் – ஆ! ஒரு யோசனை தோன்றுகிறது. என் தமையன் கந்தமாறனுடைய தனி ஆயுத அறை ஒன்று இந்த மாளிகையில் இருக்கிறது. அதில் உம்மைக் கொண்டு விடுகிறேன். நாளை சாயங்காலம் கந்தமாறன் வந்து விடுவான் அதுவரையில் அங்கேயே இரும். நீர் சொல்வதின் உண்மை, பொய்யைக் கந்தமாறனிடம் நேரில் நிரூபித்து விடலாம்..."

"இளவரசி! அது முறையன்று! மிகவும் ஆபத்தான காரியம்!"

"என்ன ஆபத்து?"

"அங்கே நான் எப்படி வந்து சேர்ந்தேன் என்று கந்தமாறன் கேட்டால் என்ன பதில் சொல்லுவது?"

"உள்ளது உள்ளபடி சொல்லுகிறது."

"உள்ளது உள்ளபடி நான் இப்போது சொன்னதை நீங்களே நம்பவில்லையே, அடுத்த அறையில் என்னைத் தேடி வந்த ஆட்கள் இருக்கும் போதே!"

"ஐயா! அதை இப்போதே சோதித்து விடுகிறேன்."

"என்ன சோதிக்கப் போகிறீர்கள்?"

"அடுத்த அறைக்குள் சென்று அந்த மனிதர்களைப் பார்த்து விசாரிக்கப் போகிறேன். அவர்கள் உம்மைக் கொல்ல வந்தவர்களா! அல்லது நீர் அழைத்து வந்தவர்களா என்று தெரிந்து கொண்டு வருகிறேன்."

"ஐயோ! அவர்கள் பொல்லாத துஷ்டர்கள். தாங்கள் அவர்களிடம் தனியாக அகப்பட்டுக் கொண்டால்..."

"என் அரண்மனையில் யார் என்னை என்ன செய்ய முடியும்? இதோ பாருங்கள்!" என்று கூறி மணிமேகலை யாருக்கும் தெரியாமல் தன் இடுப்பில் செருகியிருந்த சிறிய மடக்குக் கத்தியை எடுத்துக் காட்டினாள்.

"யாரும் என்கிட்ட வரமுடியாது. அப்படி ஏதாவது ஆபத்து வருவதாயிருந்தால் நீர்தான் சூராதி சூரர் இங்கே இருக்கிறீரே!"

"அம்மணி! என்னிடம் தற்சமயம் ஆயுதம் ஒன்றுமில்லை."

"வல்லவனுக்குப் புல்லும் ஆயுதம் என்று நீர் கேட்டதில்லையா? உமது பெயரே வல்லவரையர் ஆயிற்றே? ஆயுதம் கையில் இருந்தால் பெண்பிள்ளைகள் கூடச் சண்டை போடுவார்கள். ஆண்பிள்ளைகள் எதற்கு? உமக்கு வீண் கவலை வேண்டாம். அங்கே ஒரு அறையில் தூசு தட்டிக் கொண்டிருந்தவன் எங்கள் அரண்மனை வேலைக்காரன்தான். மற்றவர்களை அவன்தான் அழைத்து வந்திருக்க வேண்டும். அவர்களும் எனக்குத் தெரிந்தவர்கள் என்றே தோன்றுகிறது. அவர்கள் எதற்காக இங்கே வந்திருக்கிறார்கள் என்பதைத் தெரிந்து கொண்டு வருகிறேன். கதவுக்கு அருகில் நிற்க வேண்டாம். அதோ அந்த மரக்களஞ்சியத்துக்கு அருகில் போய் சிறிது மறைந்து நில்லுங்கள்!"

இவ்விதம் சொல்லிக் கொண்டே மணிமேகலை வேட்டை அறைக்குப் போகும் வாசற் பக்கம் சென்று அதன் கதவைத் திறக்க முயன்றாள்.

வந்தியத்தேவன் அவசரமாக நடந்து மரக்களஞ்சியத்தின் அருகில் சென்று மறைந்து நின்றான்.

மரக்களஞ்சியத்தின் கதவுகள் திறந்திருந்தன அதற்குள்ளே தற்செயலாகப் பார்த்தான். அது தானியம் கொட்டும் களஞ்சியம் அல்லவென்று தெரிந்தது. அறைக்குள்ளே படிப்படியாக அமைந்திருந்தது. ஒவ்வொரு படியிலும் யாழ், வீணை, மத்தளம், தாளம் முதலிய இசைக்கருவிகள் அடுக்கி வைக்கப்பட்டிருந்தன. மேலே சிறிது அண்ணாந்து பார்த்தான் படிகள் மேற்கூரை வரையில் போவதாகத் தெரிந்தது.

இதற்குள் மணிமேகலை வேட்டை மண்டபத்தின் கதவைத் திறந்து கொண்டு உள்ளே பிரவேசித்தாள்.

அவளுடைய தைரியத்தை வந்தியத்தேவன் வியந்தான். அதே சமயத்தில் மணிமேகலைக்கு ஆபத்து ஒன்றும் நேருவதற்கில்லை என்று மனத்தைத் திடப்படுத்திக் கொண்டான்.

இதற்குள் அந்த அறையின் இன்னொரு பக்கத்திலிருந்து கதவு திறந்தது. "அம்மா! அம்மா!" என்று கூவிக் கொண்டே சந்திரமதி உள்ளே வந்தாள். வந்தியத்தேவன் திடுக்கிட்டான் அவள் தன்னைப் பார்த்து விடாமலிருப்பதற்காக இசைக்கருவிக் களஞ்சியத்துக்குள் நுழைந்தான்.

"அம்மா! அம்மா! தஞ்சாவூர்க்காரர்கள் கோட்டை வாசலில் வந்து விட்டார்களாம். மகாராணி உடனே தங்களை அழைத்து வரச் சொன்னார்கள்!" என்று கத்திக் கொண்டே சுற்றுமுற்றும் பார்த்த அவள் எதிரில் திறந்திருந்த வேட்டை மண்டபக் கதவை நோக்கிப் போனாள்.

கதவின் அருகில் நின்று பார்த்தால் வந்தியத்தேவன் களஞ்சியத்துக்குள் இருப்பது தெரிந்து போய்விடும். ஆகையால் அவன் விரைவாகச் சில படிகள் மேலே ஏறினான்.

ஒரு வீணையின் மீது அவன் முழங்கால் இடித்து அது சப்தித்தது.

வந்தியத்தேவன் பீதி அடைந்து மேலும் சில படிகள் ஏறினான். அவன் தலை களஞ்சியத்தின் மேற்பலகையில் முட்டியது. என்ன விந்தை? அந்த மேற்பலகை வந்தியத்தேவனுடைய மண்டை முட்டியபோது சிறிது மேலே சென்றது.

ஏதோ சந்தேகம் தோன்றி வந்தியத்தேவன் அப்பலகையைக் கைகளினால் நெம்பித் தூக்கினான். அது நன்றாய் மேலே போனதுடன், திறந்த இடத்தின் மூலமாக வெளிச்சம் வந்தது. தூரத்தில் சலசலவென்று சத்தம் கேட்டுக் கொண்டிருந்தது. ஒரு பக்கத்தில் வானத்தில் மின்னும் நட்சத்திரங்களும் தெரிந்தன. வந்தியத்தேவனுடைய உள்ளம் உற்சாகத்தினால் துள்ளியது.

பலகையை நன்றாக நகர்த்திவிட்டு மேலே ஏறினான். மாளிகையின் மேல் மச்சில் ஒரு பகுதிக்குத் தான் வந்திருப்பதைக் கண்டான். அதிலும் அந்தப் பகுதி முன்னொரு நாள் அவன் சுகமாகக் காற்று வாங்கிக் கொண்டு படுத்திருந்த பகுதிதான். பெரிய தூண்களின் மறைவில் நின்று சிற்றரசர்களின் கொடிய சதியாலோசனையைப் பற்றித் தெரிந்து கொண்ட அதே இடந்தான்.

பலகையைத் தள்ளி முன்போல் மூடினான். மூடிய பிறகு, கூரையிலிருந்து அப்படி ஒரு வழி இருக்கிறதென்று கண்டுபிடிப்பது சுலபமல்லவென்பதை உணர்ந்தான். அதைப் பற்றி இப்போது யோசிக்கவும் அதிசயப்படவும் அவகாசம் இல்லை. அங்கிருந்து தப்பிச் செல்லும் வழியைப் பார்க்க வேணும்.

இத்தனை நேரமும் தனக்கு உதவி செய்த அதிர்ஷ்ட தேவதை இனியும் உதவி செய்யாமலா இருக்கப் போகிறது?

வந்தியத்தேவன் நாலா புறமும் சுற்றிப் பார்த்தான். எங்கு நோக்கினாலும் கொடிகளும் தோரணங்களும் பறந்து அந்த அரண்மனைப் பிரதேசம் முழுவதும் கண்கொள்ளாக் காட்சியாயிருந்தது. அடடா! ராஜோபசாரம் என்பது இதுதான் போலும்.

வந்தியத்தேவன் அடிமேல் அடி வைத்து மெள்ள மெள்ள நடந்தான், சுற்று முற்றும் பார்த்துக் கொண்டு நடந்தான். மேல் மச்சில் எங்கும் மனித சஞ்சாரமே இல்லை. அந்த வரையில் நம் அதிர்ஷ்டந்தான். பிறகு கொஞ்சம் விரைவாகவே நடந்தான்.

முன்னொரு தடவை அவன் படுத்திருந்த நிலா மாடத்துக்கு வந்து சேர்ந்தான். அங்கிருந்து பார்த்தபோது அரண்மனையின் வெளிமதிலும், மதில்களுக்கும் மாளிகைக்கும் நடுவிலிருந்த முற்றமும், குரவைக் கூத்து நடந்த இடமும், சதியாலோசனை நடந்த இடமும் காணப்பட்டன. ஆனால் அந்த இடங்களில் மனிதர்கள் யாரும் காணப்படவில்லை. அதற்குக் காரணம் கண்டுபிடிப்பது அவ்வளவு கடினமான காரியமாயில்லை. அரண்மனையின் முன் வாசலில் ஒரே அல்லோல கல்லோலமாயிருந்தது. நூற்றுக்கணக்கான தீவர்த்திகள் வெளிச்சம் தந்தன. மேள தாளங்கள் பேரிகை முழக்கங்களுடன் மனிதர்களின் வாழ்த்தொலிகளும் கலந்து பேரொலியாகக் கிளம்பியது. பழுவேட்டரையரின் பரிவாரங்கள் அரண்மனை வாசலை நெருங்கி வந்து விட்டபடியால், அவர்களை வரவேற்பதற்காக எல்லாரும் அங்கே போயிருக்கிறார்கள். அதனாலேதான் இங்கேயெல்லாம் ஜனசஞ்சாரம் இல்லை. ஆகா! உண்மையில் அதிர்ஷ்ட தேவதை வந்தியத்தேவன் பக்கத்தில் இருந்தாள் என்பதில் சந்தேகமில்லை. தப்பிச் செல்வதற்கு எவ்வளவு அருமையான சந்தர்ப்பம்; அரை நாழிகைக்கு முன்னாலும் இத்தகைய சமயம் கிடைத்திராது. அரை நாழிகை பின்னால் வந்தாலும் இம்மாதிரி வசதி கிட்டியிராது.

சதியாலோசனை நடந்த இடத்துக்குச் சமீபமாக வந்து, வந்தியத்தேவன் இன்னொரு தடவை சுற்று முற்றும் பார்த்தான்; ஒருவருமில்லை. கீழே குனிந்து பார்த்தான் அங்கேயும் யாரும் இல்லை. எதிரில் மதில் சுவரைப் பார்த்தான் அங்கேயும் யாரும்...ஆ! இது என்ன? மதில் மேல் கிளைகளுக்கு நடுவில் ஒரு முகம்! ஆழ்வார்க்கடியானுடைய முகம் போல் தெரிகிறதே!... சீச்சீ! வீண்பிரமை! முன்னொரு தடவை ஆழ்வார்க்கடியானுடைய முகம் போல் தெரிந்த இடம் அது! ஆகையால் அவன் மனம் அவனை அப்படி ஏமாற்றிவிட்டது! அதுவும் ஒரு நல்லதற்குத்தான். மதில் மேல் ஏறிக் குதித்துத் தாண்டுவதற்கு அதுதான் சரியான இடம். அதை அவனுடைய உள் மனம் சுட்டிக்காட்டி ஞாபகப்படுத்தியிருக்கிறது. வரவேற்பு முடிந்து வாசலில் நிற்கும் கூட்டம் உள்ளே வருவதற்குள் அவன் தப்பித்துக் செல்லவேண்டும். முற்றத்தில் எப்படி இறங்குவது? ஆ! இதோ ஒரு வழி! இங்கே முற்றத்தில் ஒரு கொட்டகை போட்டிருக்கிறது. குரவைக்கூத்துக்காகப் போட்டிருக்கும் கொட்டகை போலும். கொட்டகைக்காகப் புதைத்திருந்த மூங்கில் மரம் ஒன்று நெடிதுயர்ந்து மேல் மச்சு வரையில் வந்திருந்தது. வந்தியத்தேவன் அதைத் தாவிப் பிடித்துக் கொண்டு சரசரவென்று கீழே இறங்கினான். மீண்டும் சுற்று முற்றும் பார்த்தான் ஒருவரும் இல்லை. மச்சின் மேலே, தான் சற்று முன் நின்ற இடத்தில் கிண்கிணிச் சத்தம் கேட்டது. ஆகா! மணிமேகலை தன்னைத் தேடி வந்தாள் போலும்! பொல்லாத பெண்! இச்சமயம் அவளிடம் அகப்பட்டுக் கொண்டால் நம்பாடு தீர்ந்தது.

முற்றத்தின் திறந்த வெளியை ஒரே ஓட்டமாக ஓடி வந்தியத்தேவன் கடந்தான், மதில் சுவர் ஓரமாக நின்று திரும்பிப் பார்த்தான், மச்சின் மீது ஒரு பெண் உருவம் தெரிந்தது. மணிமேகலையோ, சந்திரமதியோ தெரியவில்லை. யாராயிருந்தாலும் தான் முற்றத்தை ஓடிக் கடந்ததைப் பார்த்திருக்க வேண்டும் நல்லவேளையாகக் கூச்சல் போடவில்லை. அவள் யாராயிருந்தாலும் நன்றாயிருக்கட்டும்! மகராஜியாயிருக்கட்டும்!

இவ்விதம் மனதிற்குள் வாழ்த்திக் கொண்டே மதில் சுவர் ஓரமாக வந்தியத்தேவன் விரைந்து நடந்தான். மதில் மேல் ஆழ்வார்க்கடியானுடைய முகம் தெரிந்த இடம் வந்துவிட்டது. அங்கே சுவரில் ஏறுவது எப்படி?

இவ்வளவு உயரமாயிருக்கிறதே! சுவரில் பிடித்துக் கொள்வதற்கு மேடு பள்ளம் ஒன்றுமே இல்லையே? கடவுளே!..இதோ ஒரு உபாயம்! குரவைக்கூத்துக் கொட்டகைக்காகக் கொணர்ந்த மூங்கில் கழிகள் சில சற்றுத் தூரத்தில் கிடந்தன; அவை மிஞ்சிப் போனவை போலும். ஒரே பாய்ச்சலாகப் பாய்ந்து அந்தக் கழிகளில் ஒன்றை எடுத்து வந்தான். மதிலின் பேரில் சாய்த்து வைத்தான். கழியின் உயரத்துக்கும் மதிலின் உயரத்துக்கும் சரியாக இருந்தது. ஆனால் கழி சுவரில் நிலைத்து நிற்க வேண்டுமே? ஏறும்போது நழுவி விட்டால்?.. நழுவி விட்டால் கீழே விழ வேண்டியதுதான்! அதற்காகக் கையைக் கட்டிக் கொண்டு சும்மா இருந்து என்ன பயன்?

கழியை இரண்டொரு தடவை அழுத்திப் பார்த்துவிட்டு, அதன் வழியாக ஏறத் தொடங்கினான். பாதி சுவர் ஏறியபோது கழி நழுவத் தொடங்கியது. 'தொலைந்தோம்! கீழே விழுந்தால் எலும்பு நொறுங்கிவிடும்!' என்று எண்ணுவதற்குள், கழி, மறுபடியும் உறுதியாக நின்றது.

மேலேயிருந்து ஒரு கரம் அதைப் பிடித்துக் கொண்டது போல் தோன்றியது! 'நமக்குப் பைத்தியம் பிடிப்பதுதான் பாக்கி!' என்று எண்ணிக் கொண்டு வந்தியத்தேவன் மேலே ஏறினான். மதில் சுவரின் மேல் முனையை அவன் பிடித்துக் கொண்டதும் கழி நழுவிக் கீழே விழுந்தது. அது விழுந்த சத்தம் இடி முழக்கம் போல் அவன் காதில் விழுந்தது. நல்ல வேளை! கோட்டை வாசலில் ஆரவாரம் இப்போது இன்னும் அதிகமாயிருந்தது. ஆகையால் யார் காதிலும் விழுந்திராது! ஆனால், எதிரே அந்தப்புர மேல் மாடத்தில் நின்ற பெண்! அவள் காதில் விழுந்திருக்கும்.

மதில் மேல் தாவி ஏறி நின்றபடி மறுபடி ஒரு தடவை வந்தியத்தேவன் அந்தப் பக்கம் திரும்பிப் பார்த்தான். இன்னமும் அப்பெண் அங்கேயே நின்று கொண்டிருந்தாள்!

வந்தியத்தேவனுடைய கிறுக்குக் குணம் அவனை விட்டுப் போகவில்லை! 'போய் வருகிறேன்!' என்று சொல்கிற பாவனையாகக் கையை ஆட்டிவிட்டு, மதிலின் அப்புறத்தில் இறங்கத் தொடங்கினான். இறங்குவதில் அவ்வளவு கஷ்டம் இல்லை. ஏனெனில் மதில் சுவரின் வெளிப்புறம் உட்புறத்தைப் போல் மட்டமாக இல்லை. சில மேடு பள்ளங்கள் இருந்தன. பக்கத்திலிருந்த மரங்களின் கிளைகள் சில சுவரின் மீது மோதி உராய்ந்து கொண்டிருந்தன. அவற்றின் உதவி கொண்டு சரசரவெனக் கீழே இறங்கினான். மணிமேகலையைத் தான் ஏமாற்றி விட்டு வந்தது பற்றி நினைத்தபோது அவனுக்குச் சிரிப்பு வந்தது. அந்தச் சிரிப்பின் எதிரொலியைப் போல் இன்னொரு சிரிப்பு எங்கிருந்தோ வந்தது. வந்தியத்தேவனுடைய ரத்தம் அவனுடைய உடம்பில் உறைந்து போயிற்று. கைகள் நடுங்கின. கீழே குதிப்பதற்காகப் பார்த்தான். நாய் ஒன்று அவன் மீது பாயக் காத்துக் கொண்டிருப்பதைக் கண்டான். மேலே ஏறுவதைப் பற்றி இனி யோசிப்பதற்கே இல்லை? கீழே குதித்துத்தான் ஆகவேண்டும். குதித்தால், இந்த நாயின் வாயில் ஒரு பிடி சதையையாவது கொடுத்துத் தீரவேண்டும். சற்று முன் கேட்டது சிரிப்புச் சத்தமா, அல்லது நாய் குரைத்த சத்தமா? பக்கத்தில் யாராவது மறைந்து நின்று நாயை ஏவி விட்டிருக்கிறார்களா?.. மேலே ஏறுவதில் அபாயம் அதிகமா? கீழே குதிப்பதில் அபாயம் அதிகமா? வந்தியத்தேவனுடைய உள்ளம் ஊசலாடியது! அவனுடைய கால்களும், எழும்பி எழும்பிக் குதித்த நாயின் வாயில் அகப்படாமல் இருப்பதற்காக ஊசலாடின.

❈ ❈ ❈ ❈

பத்தாம் அத்தியாயம்

மனித வேட்டை

வந்தியத்தேவன் நாயின் வாயில் அகப்படாமல் தரையில் குதிக்கப் பார்ப்பதா, அல்லது மறுபடியும் மதில் சுவரின் மேல் ஏறுவதா என்று தீவிரமாகச் சிந்தித்துக் கொண்டிருந்தான். அதே சமயத்தில் பக்கத்திலிருந்த மரங்களின் மறைவில் யாராவது ஒளிந்திருக்கிறார்களா என்றும் கூர்மையாகக் கவனித்தான். ஒரு மரத்தின் மறைவில் வெள்ளைத் துணி தெரிவது போலிருந்தது. சற்று முன் நாயின் குரைப்புச் சத்தத்தோடு மனிதனின் சிரிப்புக் குரல் கலந்து கேட்டது நினைவுக்கு வந்தது. மனிதர் யாராவது உண்மையில் மறைந்திருந்தால்? ஒரு மனிதனோ? பல மனிதர்களோ? அதைத் தெரிந்து கொள்ளாமல் குதிப்பது பெருந்தவறாக முடியும். நாயின் வாயிலிருந்து தப்பினாலும் மனிதர்களின் கையில் அகப்படும்படி நேரிடலாம். அரண்மனையின் மேல் மாடத்திலிருந்து பார்க்கும் போது ஆழ்வார்க்கடியானுடைய முகம் மதில் சுவர் மேல் தெரிவது போலத் தோன்றியது. அந்த வைஷ்ணவன்தான் ஐயனார் கோவிலில் காத்துக் காத்துப் பார்த்து அலுத்துப் போய் இங்கு வந்து நாயை ஏவிவிட்டு வேடிக்கை செய்கிறானா, என்ன? எல்லாவற்றுக்கும் கூப்பிட்டுப் பார்த்தால் போகிறது, "வைஷ்ணவரே! வைஷ்ணவரே! இது என்ன வேடிக்கை?" என்றான். மறுபடியும் ஒரு சிரிப்புச் சத்தம் கேட்டது; அது ஆழ்வார்க்கடியான் குரல் அல்ல. ஆகையால் திரும்ப மதில் மேல் ஏறி அரண்மனைக்குள் இறங்குவதுதான் சரி. பெரிய பழுவேட்டரையரின் வரவேற்பு தடபுடல்களில் எப்படியாவது தப்பித்துக் கொள்ளலாம் அல்லது சுரங்கவழி இருக்கவே இருக்கிறது. மணிமேகலையிடம் மீண்டும் கொஞ்சம் சரஸம் செய்தாற் போகிறது. இல்லாவிடில் பழுவூர் இளைய ராணியின் தயவையே சம்பாதித்துக் கொள்ள வேண்டியதுதான். இதுவரை தன்னைக் காட்டிக் கொடுக்காதவள் இப்போது மட்டும் காட்டிக் கொடுத்து விடுவாளா?..

வந்தியத்தேவன் இறங்கிய வழியில் மறுபடி மேலே ஏறத் தொடங்கினான். நாய் இன்னும் உயரமாக எழும்பிக் குதித்துக் குரைத்தது.

மீண்டும் சிரிப்புச் சத்தம் கேட்டது.

மரத்தின் மறைவிலிருந்து ஒரு உருவம் வெளியே வந்தது அதன் கையில் ஒரு வேல் இருந்தது.

அவன் தேவராளன் என்பதை வந்தியத்தேவன் தெரிந்து கொண்டான்.

தேவராளன் வந்தியத்தேவன் சுவரில் தொங்கிய இடத்திற்கு அருகில் வந்தான்.

"அப்பனே! உன் உயிர் வெகு கெட்டி!" என்றான்.

"அதுதான் தெரிந்திருக்கிறதே! ஏன் மறுபடியும் என்னிடம் வருகிறாய்?" என்று வந்தியத்தேவன் கேட்டான்.

"இந்தத் தடவை நீ தப்ப முடியாது!" என்று கூறித் தேவராளன் தன் கையிலிருந்த வேலை வந்தியத்தேவனை நோக்கிக் குறி பார்த்தான்.

வந்தியத்தேவன் தன்னுடைய ஆபத்தான நிலையை உணர்ந்து கொண்டான். பாதிச் சுவரில் தொங்கிக் கொண்டிருப்பவன் கீழேயிருந்து வேலினால் குத்தப் பார்ப்பவனுடன் எப்படிச் சண்டையிட முடியும்? குதித்துத் தப்பப் பார்க்கலாம் என்றால், வேட்டை நாய் ஒன்று மேலே பாயக் காத்துக் கொண்டிருக்கிறது.

"தேவராளா, ஜாக்கிரதை! உங்கள் எஜமானி பழுவூர் ராணியின் கட்டளையை ஞாபகப்படுத்திக் கொள்! என்னை ஒன்றும் செய்யவேண்டாம் என்று உங்களுக்கு ராணி சொல்லி இருக்கவில்லையா!"

தேவராளன் ஒரு பேய்ச் சிரிப்புச் சிரித்துவிட்டு, "பழுவூர் ராணி என் எஜமானி அல்ல! எந்த ஊர் ராணியும் என் எஜமானி அல்ல. பத்திரகாளி துர்க்கா பரமேசுவரிதான் என்னுடைய எஜமானி!" என்றான்.

"என் குலதெய்வமும் துர்க்காபரமேசுவரிதான்! அவளுடைய அருளினால்தான் நடுக்கடலில் எரிகிற கப்பலிலிருந்து தப்பித்து வந்தேன். என்னைத் தொட்டாயானால் துர்க்கை உன்னை அதம் செய்து விடுவாள்!" என்றான் வந்தியத்தேவன்.

"நீ துர்க்கையின் பக்தன் என்பது உண்மையானால், இப்பொழுது எனக்கு ஒரு காரியம் செய்ய வேண்டும். அப்போதுதான் உன்னைக் கொல்லாமல் விடுவேன்!" என்றான் தேவராளன்.

"என்ன செய்ய வேண்டும்? – முதலில் உன்னுடைய நாயை அப்பால் போகச் சொல்லு!"

"இந்தப் பக்கம் ஒரு வீர வைஷ்ணவன் வந்தான். அவனைத் தேடிப் பிடிப்பதற்கு நீ ஒத்தாசை செய்தால் உன்னைச் சும்மா விட்டு விடுகிறேன்."

"எதற்காக அவனைப் பிடிக்க வேண்டும்?" என்றான் வந்தியத்தேவன்.

"துர்க்காதேவிக்கு ஒரு வீர வைஷ்ணவனைப் பலி கொடுப்பதாக நான் சபதம் செய்திருக்கிறேன் அதற்காகத்தான்!" என்றான் தேவராளன்.

இந்தச் சமயத்தில் வந்தியத்தேவன் மதில் சுவரில் பிடித்துத் தொங்கிக் கொண்டிருந்த சிறிய செடி வேரோடு பெயர்ந்து வர ஆரம்பித்தது.

வேலின் முனையில் சிக்காமல் எப்படி தேவராளன் கழுத்தின் மேல் குதிப்பது என்று வந்தியத்தேவன் யோசித்துக் கொண்டே "அந்த வீர வைஷ்ணவன் என் அருமைச் சிநேகிதன். அவனுக்கு ஒரு போதும் நான் துரோகம் செய்யமாட்டேன். அவனுக்குப் பதிலாக என்னையே பலி கொடுத்து விடு!" என்றான்.

"அப்படியானால் இந்த வேலுக்கு இப்போதே இரையாகி விடு!" என்று தேவராளன் வேலைத் தூக்கி வந்தியத்தேவன் மீது குறி பார்த்தான்.

வந்தியத்தேவன் செடியை விட்டு விட்டு வேலின் முனைக்கு அடியில் அதைத் தாவிப் பிடித்துக் கொண்டு கீழே குதித்தான். குதித்த வேகத்தில் தரையில் மல்லாந்து விழுந்தான். தேவராளன் அந்த அதிர்ச்சியைச் சமாளித்துக் கொண்டு வேலைத் தூக்கினான்.

அந்தச் சமயத்தில் பின்னாலிருந்து ஓர் உருவம் ஓடிவந்து தன் கையிலிருந்த தடியினால் தேவராளன் தலையில் ஓங்கி ஒரு போடு போட்டது.

தேவராளன் வந்தியத்தேவன் பேரில் பொத்தென்று விழுந்தான்.

நாய் தன் எஜமானைத் தாக்கியவன் பேரில் பாய்ந்தது. ஆழ்வார்க்கடியான் அதற்கும் சித்தமாயிருந்தான். தன்னுடைய மேல் துணியை விரித்து நாயின் தலை மீது போட்டான். நாய் சில வினாடி நேரத்துக்குக் கண் தெரியாத குருடாயிருந்தது. அச்சமயம் சுருக்குப் போட்டுத் தயாராக வைத்திருந்த காட்டுக் கொடியை அதன் கழுத்தில் எறிந்து வைஷ்ணவன் நாயை ஒரு மரத்தோடு சேர்த்துப் பலமாகக் கட்டினான்.

இதற்குள் வந்தியத்தேவன் தேவராளனைத் தன் மேலிருந்து தூக்கித் தள்ளிவிட்டு எழுந்தான்.

தேவராளன் வைஷ்ணவனுடைய ஒரே அடியில் நினைவு இழந்து மூர்ச்சையாகிக் கிடந்தான். இருவரும் இன்னும் சில காட்டுக் கொடிகளைப் பிடுங்கி அவனுடைய கால்களையும் கைகளையும் கட்டிப் போட்டார்கள்.

பிறகு வந்தியத்தேவன் வேலையும், ஆழ்வார்க்கடியான் கைத் தடியையும் எடுத்துக் கொண்டு கிளம்பினார்கள்.

சம்புவரையர் மாளிகையின் வாசற் பக்கத்தைத் தவிர மற்ற மூன்று பக்கங்களிலும் நெடுந் தூரத்துக்குக் காடு மண்டிக் கிடந்தது. அதற்குள்ளே புகுந்து விட்டால் வெளியில் வருவது கஷ்டம். ஆகையால் வந்தியத்தேவனும் ஆழ்வார்க்கடியானும் மதில் சுவர் ஓரமாகவே விரைந்து சென்றார்கள். விரைந்து நடக்கும்போதே ஆழ்வார்க்கடியான் "நீ புத்திசாலி என்று நினைத்தேன். நான் நினைத்தது தவறு என்று இப்போதே தெரிந்தது" என்றான்.

"அவசரப்பட்டுச் சுரங்க வழியில் புகுந்ததைச் சொல்கிறீரா? அதன் மூலமாக எவ்வளவு பயங்கரமான மர்மங்களைக் கண்டுபிடித்திருக்கிறேன் தெரியுமா?" என்றான் வந்தியத்தேவன்.

"அது ஒரு புறம் இருக்கட்டும் 'வைஷ்ணவனைக் கண்டுபிடிப்பதற்கு ஒத்தாசை செய்கிறாயா? என்று தேவராளன் கேட்டதும் 'ஆகட்டும்' என்று சொல்லித் தொலைப்பதற்கு என்ன? வீணாக ஏன் அபாயத்துக்கு உள்ளாக வேண்டும்?" என்றான் வைஷ்ணவன்.

"எல்லாம் சகவாச தோஷந்தான்!" என்றான் வந்தியத்தேவன்.

"யாருடைய சகவாசத்தைச் சொல்கிறாய்? இத்தனை தவறு செய்யும்படி நான் உனக்கு ஒருநாளும் சொன்னதாக நினைக்கவில்லையே?"

"உம்மைச் சொல்லவில்லை ஐயா! பொன்னியின் செல்வரைச் சொல்லுகிறேன். அவரைப் பார்த்துப் பழகிய பிறகு, பொய் சொல்லுவதற்கு உள்ளம் இடம் கொடுக்கவில்லை..."

"உயிர் தப்புவதற்காகக் கூடவா? அவ்வளவு சத்திய சந்தனாகி விட்டாயா?"

"அது மட்டுமல்ல, நீர் எங்கேயோ பக்கத்தில் மறைந்திருக்கிறீர் என்று எனக்குத் தெரியும். நான் உம்மைப் பிடித்துக் கொடுக்கிறேன் என்று தேவராளனிடம் சொல்வதை நீர் கேட்டுக் கொண்டிருந்து 'உண்மை' என்று நம்பி விட்டால்! இந்த ஆபத்துச் சமயத்தில் எனக்கு உதவி செய்ய வந்திருப்பீரா?"

"அப்பனே! உன் அறிவுக் கூர்மை அபாரம்! சந்தேகமில்லை. உண்மையில், தேவராளன் கேட்ட கேள்விக்கு நீ என்ன பதில் சொல்லப் போகிறாய் என்று கேட்க நான் மிகுந்த ஆவலாய்த் தான் இருந்தேன்!"

"பார்த்தீரா? நீர் ஒரு சந்தேகப் பிராணி என்று நான் கருதியது சரியாய்ப் போயிற்று. அதைத் தவிர, எப்பேர்ப்பட்ட நன்மை வருவதாயிருந்தாலும் வாய் வார்த்தைக்குக்கூடச் சிநேகத் துரோகமாக எதுவும் நான் சொல்லும் வழக்கமில்லை. ஆனால் நீர் 'அய்யனார் கோவிலில் காத்திருக்கிறேன்' என்று சொல்லிவிட்டு இங்கு வந்தது எப்படி? சுரங்க வழியில் நான் திரும்பி வந்திருந்தால் உம்மைக் காணாமல் திண்டாடியிருப்பேனே?" என்றான் வந்தியத்தேவன்.

"சுரங்க வழியில் நீ திரும்பி வந்திருந்தால் உயிரோடு வந்திருப்பது சந்தேகந்தான். நீ சுரங்க வழியில் புகுந்து சிறிது நேரத்துக்கெல்லாம் சதிகாரர்கள் அதில் புகுந்தார்கள். நீ புத்திசாலியாகையால் நிச்சயம் வேறு வழியாகத்தான் வருவாய், அநேகமாக இங்கே சுவர் ஏறிக் குதித்து வரக்கூடும் என்று எண்ணினேன்."

"அவ்வாறு எண்ணிக் கொண்டா இவ்விடத்துக்கு வந்தீர்?"

"அது மட்டுமல்ல சுரங்கப் பாதையில் புகுந்த சதிகாரர்கள் தேவராளனை மட்டும் வெளியில் காவலுக்கு வைத்து விட்டுச் சென்றார்கள். அவர்கள் திரும்பி வரும்போது அய்யனார் கோவிலில் யாரும் இல்லாமலிருக்க கூடாதே? ஆனால் அது எனக்குத் தெரியாது; அதற்காக ஏதோ சமிக்ஞை சொல்லிவிட்டுப் புகுந்தார்கள் போலிருக்கிறது. எல்லாரும் சுரங்கத்துக்குள் புகுந்துவிட்டார்கள் என்று நான் நினைத்தேன். நீ உள்ளே போய் அகப்பட்டுக் கொண்டிருக்கிறாயே என்று வேறு கவலையாயிருந்தது. சுரங்கப் பாதையை வெளியிலிருந்து

திறப்பதற்கு என்ன உபாயம் என்று தெரிந்து கொள்ளவும் விரும்பினேன். ஆகையால் பலி பீடத்தின் அருகில் சென்று அதைத் திருப்ப முயன்று கொண்டிருந்தேன். காலடிச் சத்தம் கேட்டது. திடுக்கிட்டுத் திரும்பிப் பார்த்தேன். தேவராளன் கையில் வேலுடன் வந்து கொண்டிருந்தான். என்னைக் கண்ட இடத்தில் கொன்று விடச் சதிகாரக் கூட்டத்தார் வெகு நாளைக்கு முன்பே தீர்மானித்திருந்தார்கள்; அது எனக்குத் தெரியும். என் கையிலோ ஆயுதம் இல்லை, ஆகையால் ஓட்டம் பிடிப்பதைத் தவிர வேறு வழி இல்லை. தேவராளனும் தொடர்ந்து ஓடி வந்து கொண்டிருந்தான். அடர்ந்த காடாக இருந்தபடியால் அவனால் என்னைப் பிடிக்க முடியவில்லை. கொஞ்ச நேரத்துக்குப் பிறகு என்னை அவன் தொடர்ந்து வரவில்லை என்று தோன்றியது. வேட்டையைக் கைவிட்டுவிட்டான் என்று எண்ணிக் காட்டிலிருந்து இனி ராஜபாட்டைக்குப் போய் விடலாம் என்று உத்தேசித்தேன். சற்றுத் தூரத்தில் ஒரு குடிசை தெரிந்தது. அதில் ஒரு சிறிய விளக்கு மினுக்கு மினுக்கு என்று பிரகாசித்துக் கொண்டிருந்தது. அந்தக் குடிசையில் ராஜபாட்டைக்கு வழி கேட்கலாம் என்று நினைத்து அதை அணுகினேன். சற்றுத் தூரத்திலிருந்து உற்றுப் பார்த்தேன்; நல்ல வேளையாய்ப் போயிற்று. குடிசை வாசலில் தேவராளன் நின்று கொண்டிருந்தான். ஒரு பெண் பிள்ளையும், ஒரு நாயும் அவன் அருகில் நின்றார்கள். தேவராளன் பெண் பிள்ளையிடம் ஏதோ சொல்லிவிட்டு நாயை அழைத்துக் கொண்டு மறுபடியும் புறப்பட்டான். நாய் நான் நின்ற திசையை நோக்கிக் குரைத்தது ஆகவே அபாயம் இன்னும் அதிகமாயிற்று. ராஜபாட்டைக்குப் போகும் உத்தேசத்தைக் கைவிட்டு காட்டு வழியிலேயே புகுந்து ஓடி வந்தேன். நாய் அடிக்கடி குரைத்துக் கொண்டு வந்தபடியால் அவர்கள் எங்கே வருகிறார்கள் என்பதை நான் ஊகிக்க முடிந்தது. ஓடி வந்து கொண்டிருக்கும் போதே மூளையும் வேலை செய்து கொண்டிருந்தது. இரவு முழுவதும் காட்டில் சுற்றிக் கொண்டிருப்பது அசாத்தியம். எப்படியும் அவர்கள் வந்து பிடித்து விடுவார்கள். கையில் வேலுடன் கூடிய தேவராளனையும் வாயில் பல்லுடன் கூடிய வேட்டை நாயையும் ஏக காலத்தில் சமாளிப்பது சுலபம் அல்ல. அச்சமயத்தில் இப்பெரிய மாளிகையின் மதில் சுவர் தெரிந்தது. மதிலில் ஏறி உள்ளே குதித்துவிட்டால் எப்படியாவது சமாளித்துக் கொள்ளலாம் என்று எண்ணினேன், அப்படியே ஏறிவிட்டேன். அச்சமயம் நீ அரண்மனை மேல் மாடத்தில் ஓடி வந்து கொண்டிருப்பதைப் பார்த்தேன், நீ மதில் ஏறி வெளியே குதிப்பதற்குத்தான் ஓடி வருகிறாய் என்று தெரிந்து கொண்டு மறுபடியும் கீழே குதித்தேன். நாம் இரண்டு பேருமாகச் சேர்ந்து தேவராளனையும் அவனுடைய நாயையும் சமாளித்து விடலாம் என்ற நம்பிக்கை ஏற்பட்டது. இதற்குள் நாய் குரைக்கும் சத்தம் கேட்கவே பக்கத்திலிருந்த மரத்தின் மேலே ஏறிக் கொண்டேன். நாயும் தேவராளனும் நான் ஏறி இருந்த மரத்தை அணுகித்தான் வந்தார்கள். அதற்குள் நீ மதில் சுவரிலிருந்து இறங்கியது தேவராளனின் கண்ணில் பட்டது போலும். நாயையும் அழைத்துக் கொண்டு நீ இறங்குமிடத்தை நெருங்கினான். பிறகு நடந்ததெல்லாம் உனக்குத் தெரியும்..."

"வைஷ்ணவரே! விதியின் வலிமையைப் பற்றி உமது அபிப்ராயம் என்ன?" என்று வந்தியத்தேவன் கேட்டான்.

"இது என்ன கேள்வி? திடீரென்று விதியின் பேரில் உன்னுடைய எண்ணம் போனது, ஏன்?"

"ஒவ்வொருவனும் பிறக்கும் போதே 'இன்னாருக்கு இன்னபடி' என்று பிரம்மதேவன் தலையில் எழுதி விடுவதாகச் சொல்கிறார்களே, அதை நீர் நம்புகிறீரா, இல்லையா?"

"இல்லை! எனக்கு விதியில் நம்பிக்கையில்லை விதியை முழுதும் நம்புவதாயிருந்தால், பரந்தாமனிடம் பக்தி செய்து உய்யலாம் என்பதற்குப் பொருள் இல்லாமற் போய்விடும் அல்லவா? ஆழ்வார்கள் என்ன சொல்லியிருக்கிறார்கள் என்றால்..."

"ஆழ்வார்கள் எதையாவது சொல்லியிருக்கட்டும். எனக்கு விதியில் பூரண நம்பிக்கை உண்டாகியிருக்கிறது. விதியின்படியே தான் எல்லாம் நடக்கும் என்று கருதுகிறேன். இல்லாமற் போனால் இன்றைக்கு நான் தப்பித்துக் கொண்டு வந்திருக்க முடியாது..."

"அப்பனே! விதியினால் நீ தப்பித்து வரவில்லை. மதியின் உதவியினால் தப்பித்து வந்தாய்.."

"இல்லவே இல்லை; என் மதி என்னை ஆழம் தெரியாத அபாயத்தில் கொண்டு போய்ச் சேர்த்தது; விதி என்னை அதிலிருந்து கரையேற்றியது!"

இப்படி அவர்கள் பேசிக் கொண்டிருக்கும் போதே காட்டைக் கடந்து வந்து விட்டார்கள். கடம்பூர் அரண்மனையின் முன் வாசல் அங்கிருந்து தெரிந்தது. அங்கு ஒரே அல்லோலகல்லோலமாக இருந்ததும் தெரிந்தது. பழுவேட்டரையரின் யானை, குதிரை, பரிவாரங்கள் வெளியிலிருந்து வாசலை நெருங்கி வந்து கொண்டிருந்தன. அமோகமாக அலங்கரிக்கப்பட்டிருந்த அரண்மனை வாசலில் சம்புவரையரும் அவருடைய பரிவாரங்களும் வரவேற்பதற்குக் காத்திருந்தார்கள். நூற்றுக்கணக்கான தீவர்த்திகள் இரவைப் பகலாக்கிக் கொண்டிருந்தன. பேரிகைகள், முரசுகள், கொம்புகள், தாரைகள், தப்பட்டைகள் ஒன்று சேர்ந்து முழங்கின.

ஆழ்வார்க்கடியான் வந்தியத்தேவனுடைய கையைப் பிடித்து இழுத்து, "வா! போகலாம்; யாராவது நம்மைப் பார்த்து விடப் போகிறார்கள்!" என்றான்.

"இந்தப் பக்கம் ஒருவரும் பார்க்கமாட்டார்கள்; பார்த்தாலும் என்னுடைய விதி என்னைக் காப்பாற்றும். பெரிய பழுவேட்டரையர் யானை மீது வந்து இறங்கும் காட்சியைப் பார்க்க வேண்டாமா?"

"அது மட்டுந்தானா?"

"பழுவூர் ராணி நந்தினி அவருடன் யானை மீதில் வந்து இறங்குகிறாளா, அல்லது மூடுபல்லக்கில் வருகிறாளா என்று பார்க்கவும் விரும்புகிறேன்..."

"தம்பி! விதி எப்போதும் உனக்கு அனுகூலமாக இருக்கும் என்று எண்ணாதே. ஒரு மாயமோகினியின் உருவத்தில் வந்து உன்னைக் குடை கவிழ்த்தாலும் கவிழ்த்துவிடும்."

"அப்படியெல்லாம் மயங்கி விடுகிறவன் நான் அல்ல வைஷ்ணவரே! அதற்கு வேறு ஆட்கள் இருக்கிறார்கள்!"

கம்பீரமான யானை வந்து அரண்மனை வாசலில் நின்றது. அதன் மேலிருந்து பெரிய பழுவேட்டரையர் இறங்கினார். அவரைத் தொடர்ந்து பழுவூர் இளையராணியும் இறங்கினாள்.

"ஓ! இந்தத் தடவை இளையராணி மூடுபல்லக்கில் வரவில்லை. பகிரங்கமாகவே அழைத்து வந்திருக்கிறார்!" என்றான் ஆழ்வார்க்கடியான்.

"அதைத் தெரிந்து கொள்ளத் தான் விரும்பினேன் இனி போகலாம்" என்று வந்தியத்தேவன் பின்னால் சென்றான்.

ஆனால் இப்போது ஆழ்வார்க்கடியான் பின் செல்வதற்கு அவ்வளவு அவசரப்படவில்லை, மேலும் அந்த இடத்திலேயே நின்று கொண்டிருந்தான். பழுவூர் இளையராணி நந்தினியைக் கண்கொட்டாமல் பார்த்துக் கொண்டிருந்தான்.

தற்செயலாகவோ, அல்லது அவனுடைய மனோ சக்தியினால் இழுக்கப்பட்டுத்தானோ என்னவோ நந்தினி அந்தப் பக்கம் திரும்பிப் பார்த்தாள்.

ஆழ்வார்க்கடியானுடைய முகம் இருண்ட மரங்களின் மத்தியிலிருந்து எட்டிப் பார்த்துக் கொண்டிருந்ததைக் கூர்ந்து கவனித்தாள்.

அவள் முகத்தில் உடனே பீதியின் சாயல் பரவிற்று.

இளையராணியின் முகமாறுதலைப் பெரிய பழுவேட்டரையர் கவனித்தார். அவள் பார்த்த திசையை அவரும் ஒரு தடவை கூர்ந்து நோக்கினார். இரண்டு உருவங்கள் நெருங்கி வளர்ந்திருந்த மரங்களின் இருண்ட நிழலில் மறைந்து கொண்டிருந்தன.

உடனே சம்புவரையரின் காதோடு ஏதோ சொன்னார்.

சம்புவரையர் தம்முடைய வீரர்களில் இருவருக்கு ஏதோ கட்டளையிட்டார்.

பழுவேட்டரையரும் இளையராணியும் அமோகமான வாத்திய கோஷங்களுக்கிடையில் அரண்மனை வாசல் வழியாக உள்ளே பிரவேசித்தார்கள்.

அதே சமயத்தில் இரண்டு குதிரை வீரர்கள் அரண்மனை மதிலைச் சுற்றியிருந்த காட்டிற்குள் பிரவேசித்தார்கள்.

குதிரைகளைக் காட்டுக்குள் அவர்கள் கஷ்டத்துடன் செலுத்திக் கொண்டு போனார்கள்.

வெகு தூரம் சென்று யாரும் இருப்பதாகத் தெரியவில்லை. கிட்டத்தட்டக் காட்டைக் கடந்து அப்புறத்தில் சமவெளியாக இருந்த திறந்த மைதானத்தண்டை வந்து விட்டார்கள்.

"அண்ணே! காட்டில் ஒருவரும் இல்லை கிழவரின் மனப்பிராந்திதான்!" என்றான் அவர்களில் ஒருவன்.

அச்சமயம் நாய் ஒன்று அவர்களுக்கெதிரே ஊளையிட்டுக் கொண்டு வந்தது. "தம்பி! நாய் எப்போது ஊளையிடும் தெரியுமா?" என்று மற்றவன் கேட்டான்.

"யாராவது செத்துப் போனால் ஊளையிடும்!" என்றான் முதலில் பேசியவன்.

"பேய் பிசாசு வேதாளம் முதலியவைகளைக் கண்டாலும் ஊளையிடும்!" என்றான் இன்னொருவன்.

"உன்னைப் பார்த்துத்தான் பிசாசு என்று நினைத்துக் கொண்டுவிட்டதோ, என்னமோ?"

"இல்லை, தம்பி! உன்னை வேதாளம் என்று எண்ணிக் கொண்டு விட்டது!"

இச்சமயத்தில் அவர்களுடைய தலைக்கு மேலே பயங்கரமான பேய்ச் சிரிப்பைக் கேட்டு இருவரும் திடுக்கிட்டு அண்ணாந்து பார்த்தார்கள்.

இரண்டு பேரின் தலைக்கு மேலேயும் இரண்டு மரக்கிளைகளில் இரண்டு வேதாளங்கள் உட்கார்ந்திருந்தன!

இரண்டு வேதாளங்களும் அந்த இரண்டு வீரர்களின் கன்னத்திலும் பளீர் என்று அறைந்து, கழுத்தைப் பிடித்து நெட்டிக் கீழே தள்ளின!

பிறகு, அந்தப் பொல்லாத வேதாளங்கள் குதிரைகளின் மீது ஏறிக் கொண்டு காட்டைக் கடந்து மைதானத்தில் விரைந்து சென்றன!

❉ ❉ ❉ ❉

பதினோராம் அத்தியாயம்

தோழனா? துரோகியா?

மணிமுத்தா நதி வெள்ளாற்றில் கலக்கும் வனப்பு வாய்ந்த இடத்தைத் தாண்டி ஆதித்த கரிகாலனும் அவனுடைய தோழர்களும் பரிவாரங்களும் வந்து கொண்டிருந்தார்கள்.

முதல் நாள் இரவு திருமுதுகுன்றத்தில் இளவரசருக்கு நடந்த உபசாரங்களைப் பற்றியும், அந்த க்ஷேத்திரத்தில் நடந்து கொண்டிருந்த ஆலயத் திருப்பணியைப் பற்றியும் அவர்கள் பேசிக் கொண்டு வந்தார்கள்.

"திருமுதுகுன்றத்தில் சுந்தரமூர்த்தி நாயனார் செய்த காரியம் எனக்கு ரொம்பப் பிடித்திருக்கிறது!" என்றான் பார்த்திபேந்திரன்.

"எதைப் பற்றிச் சொல்லுகிறாய்?" என்று ஆதித்த கரிகாலன் கேட்டான்.

"கிழவியைப் பாடமாட்டேன் என்று சொன்னதைத் தான்!"

"அது என்ன எனக்குத் தெரியாதே? விவரமாகச் சொல்" என்றான் ஆதித்த கரிகாலன்.

சுந்தரமூர்த்தி நாயனார் க்ஷேத்திர யாத்திரை செய்து கொண்டு வந்த பொழுது திருமுதுகுன்றம் என்னும் விருத்தாசலத்துக்கு வந்தார். வழக்கம் போல் அந்த ஊர் சிவாலயத்துக்குச் சென்றார். பட்டர்கள் நாயனாருக்கு சுவாமி தரிசனம் பண்ணுவித்து, "எங்கள் ஊர் இறைவன் பேரிலும் பதிகம் பாடி அருள வேண்டும்!" என்று கேட்டுக் கொண்டார்கள்.

"பார்ப்போம், இந்த ஆலயத்திலுள்ள சுவாமியின் பெயர் என்ன?" என்று சுந்தரர் கேட்டார்.

'திருமுதுகுன்றம்' என்ற பெயரைக் கொண்டு அந்தச் சிவாலயத்திலுள்ள சுவாமிக்கு விருத்தகிரீசுவர் என்று பெயர் சூட்டியிருந்தார்கள். பட்டர்கள் அந்தப் பெயரைச் சொன்னார்கள்.

நாயனாரின் முகம் சுருங்கிற்று; போயும் போயும் கிழவரையா பாட வேண்டும் என்று மனத்தில் எண்ணிக் கொண்டு, "போகட்டும், அம்மன் பெயர் என்ன?" என்று வினவினார்.

"விருத்தகிரீசுவரி" என்றார்கள் கோவில் பட்டர்கள்.

"சுவாமிக்குத்தான் கிழவர் என்று பட்டம் கட்டினீர்கள். அம்மனையும் கிழவியாக்கி விட்டீர்களே? கிழவனையும் கிழவியையும் என்னால் பாட முடியாது போங்கள்!" என்று சொல்லி விட்டுச் சுந்தரமூர்த்தி நாயனார் கோபமாகக் கோவிலை விட்டுக் கிளம்பி விட்டார்.

சுந்தரமூர்த்தி நாயனாரால் பதிகம் பாடப் பெறாவிட்டால் தங்கள் ஊர் ஆலயத்துக்கு மகிமை ஏற்படாது என்று பட்டர்கள் கருதினார்கள். ஆகையால் ஆலயத்தில் இன்னொரு அம்மனைப் பிரதிஷ்டை செய்து "பாலாம்பிகை" என்று பெயர் சூட்டினார்கள்.

மறுபடியும் சுந்தரமூர்த்தி நாயனார் இருந்த இடத்துக்குப் போய் அவரிடம் மேற்படி விவரத்தைச் சொல்லித் திரும்பவும் திருமுதுகுன்றம் ஆலயத்துக்கு விஜயம் செய்யவேண்டுமென்று கேட்டுக் கொண்டார்கள். சுந்தரமூர்த்தி நாயனார் பெரிய மனது செய்து மீண்டும் அந்த ஊருக்குச் சென்று பாலாம்பிகை சமேத விருத்தகிரீசுவரர் மீது பதிகம் பாடித் துதித்தார்.

இந்தக் கதையைக் கேட்டுவிட்டு ஆதித்த கரிகாலன் உடல் குலுங்கக் குலுங்கச் சிரித்தான். "பெரிய பழுவேட்டரையரிடம் வந்த கவிஞன் யாராவது ஒருவேளை சுந்தரமூர்த்தியைப் போல் சொல்லியிருப்பான்.

கிழவனையும் கிழவியையும் பாடமாட்டேன் என்று கூறியிருப்பான். அதற்காகத்தான் அவர் நந்தினியை மணந்து கொண்டாரோ, என்னமோ?" என்றான்.

இதைக் கேட்டுப் பார்த்திபேந்திரனும், கந்தமாறனும் விழுந்து விழுந்து சிரித்தார்கள். அப்படி அவர்கள் சிரித்த சிரிப்பில் குதிரை மேலிருந்து கீழே விழுந்து விடுவார்கள் போலிருந்தது!

சிரித்து ஓய்ந்த பிறகு பார்த்திபேந்திரன், "கடவுள் முதுமை என்பதாக ஒன்றை, எதற்காக ஏற்படுத்தியிருக்கிறாரோ தெரியவில்லை. அவரவர்களுக்கு விதிக்கப்பட்ட வயது வரையில் ஒரே மாதிரி இருந்துவிட்டுச் சாவது என்று ஏற்படுத்தியிருக்கக் கூடாதோ?" என்றான்.

"கடவுள் என்ன ஏற்படுத்தினால் என்ன? முதுமை அடைவதும் அடையாததும் நம்முடைய கையிலே தானே இருக்கிறது?" என்றான் கரிகாலன்.

"அது எப்படி முடியும்?" என்று கந்தமாறன் கேட்டான்.

"அபிமன்யுவையும், அரவானையும் கிழவர்கள் என்று நாம் எண்ணுவதுண்டா?"

மற்ற இருவரும் ஒன்றும் கூறாமல் மௌனமாயிருந்தார்கள்.

"தஞ்சாவூர் அரண்மனைச் சித்திர மண்டபத்தில் என் மூதாதையர்களின் சித்திரங்கள் எல்லாம் எழுதியிருக்கின்றன. விஜயாலயச் சோழர், ஆதித்த சோழர், பராந்தக சக்கரவர்த்தி எல்லோரும் முதிய பிராயத்தவராகக் காட்சி அளிக்கிறார்கள். ஆனால் என் பெரிய பாட்டனார் ராஜாதித்தர் எப்படி இருக்கிறார்? நவயௌவன வீர புருஷராக விளங்குகிறார்! ராஜாதித்தர் இளம் வயதில் இறந்து போனார். அதனால் என்றைக்கும் அவர் யௌவனம் நீங்காத பாக்கியசாலி ஆனார்! நம்மில் யாருக்கு அத்தகைய பாக்கியம் கிட்டுகிறதோ, தெரியவில்லை!"

மற்ற இருவருக்கும் இந்தப் பேச்சு அவ்வளவாகப் பிடிக்கவில்லை. அவர்கள் மௌனமாகவே இருந்தார்கள்.

"ஏன் திடீரென்று மௌனமாகிவிட்டீர்கள்? சாவு என்றால் உங்களுக்கு ஏன் இவ்வளவு பயம்? இந்த உடம்பு போனால் இன்னொரு புத்தம் புதிய உடம்பு கிடைக்கிறது. எதற்காக மரணத்துக்கு அஞ்ச வேண்டும்? என்னுடைய நண்பன் வந்தியத்தேவன் இங்கே இருந்தால் என்னை ஆமோதிப்பான். அவனைப் போன்ற உற்சாக புருஷனைக் காண்பது அரிது. யமலோகத்தின் வாசலில் கொண்டு போய் விட்டாலும் அவன் குதூகலமாய் சிரிப்பான்!" என்றான் இளவரசன் கரிகாலன்.

அச்சமயத்தில் அவர்களுக்கு எதிராக சாலையில் இரண்டு குதிரைகள் புழுதியைக் கிளப்பிக் கொண்டு வெகு வேகமாக வருவதை அவர்கள் பார்த்தார்கள். கண்மூடித் திறக்கும் நேரத்தில் அக்குதிரைகள் அவர்களை நெருங்கி வந்து விட்டன. அவை வந்த வேகத்தைப் பார்த்தால் இளவரசர் கோஷ்டி எதிரில் வருவதைக் கூடக் கவனியாமல் தாண்டிப் போய்விடும் எனத் தோன்றியது. அவ்வளவு அகம்பாவம் பிடித்தவர்கள் யார் என்று பார்ப்பதற்காகக் கந்தமாறனும், பார்த்திபேந்திரனும் வேல்களை நீட்டிச் சாலையின் குறுக்கே வழி மறிக்க ஆயத்தமானார்கள்.

ஆனால் வந்த குதிரைகள் அவர்களுக்குச் சிறிது தூரத்தில் தடால் என்று பிடித்து இழுத்து நிறுத்தப்பட்டன.

வந்தியத்தேவனும் ஆழ்வார்க்கடியானும் குதிரைகள் மீதிருந்து கீழே குதித்தார்கள்.

வந்தியத்தேவனைக் கண்டதும் இளவரசன் ஆதித்த கரிகாலனுக்குக் குதூகலம் தாங்கவில்லை. அவனும் குதிரை மீதிருந்து கீழே குதித்து முன்னேறிச் சென்று வந்தியத்தேவனைக் கட்டிக் தழுவிக் கொண்டான்.

"தம்பி! உனக்கு நூறு வயது. இப்போது தான் உன் பெயரைச் சொல்லி ஒரு கண நேரங்கூட ஆகவில்லை!" என்றான் கரிகாலன்.

கந்தமாறனும், பார்த்திபேந்திரனும் இந்தக் காட்சியைப் பார்த்து அடைந்த அசூயை அவர்கள் முகத்தில் தெரிந்தது. அவர்கள் சற்று முன்னால் குதிரையைச் செலுத்திக் கொண்டு போய் நின்றார்கள்.

சிறிது தூரத்தில் இன்னும் சில குதிரைகள் வருவதை அவர்கள் கண்டார்கள். சில நிமிஷத்துக்கெல்லாம் அந்தக் குதிரைகளும் வந்து நின்றன. அந்தக் குதிரைகளின் மீது வந்தவர்கள் கடம்பூர் ஆள்கள் என்பதைக் கந்தமாறன் கவனித்தான். அவர்களிடம் நெருங்கிச் சென்று விவரம் கேட்டான்.

பின்னர், இளவரசன் ஆதித்த கரிகாலனிடம் வந்தான். "கோமகனே! இந்த வந்தியத்தேவன் தங்களுக்கும் நண்பன்; எனக்கும் சிநேகிதனாகத்தான் இருந்தான். ஆனால் இவன் மீது குற்றம் சுமத்த வேண்டியதாயிருக்கிறது. இவன் சிநேகிதத் துரோகி! இவன் என்னை முதுகில் குத்திப் படுகாயப் படுத்தினான். ஆகையால் இவன் விஷயத்தில் தாங்கள் ஜாக்கிரதையாயிருக்க வேண்டும் என்று எச்சரிப்பது என் கடமையாகிறது!" என்றான் கந்தமாறன்.

❋ ❋ ❋ ❋

பன்னிரண்டாம் அத்தியாயம்

வேல் முறிந்தது!

கந்தமாறன் அவனுடைய அருமை நண்பனாயிருந்த வந்தியத்தேவன் மீது கூறிய குற்றச்சாட்டைக் கேட்டு ஆதித்த கரிகாலன் இடி இடி என்று உடல் குலுங்கச் சிரித்தான்.

"கந்தமாறா! வந்தியத்தேவன் உன் முதுகில் குத்திவிட்டான் என்றா சொல்லுகிறாய்? நீ என்னத்திற்காக அவனுக்கு முதுகு காட்டினாய்?" என்று கேட்டுவிட்டு மறுபடியும் குலுங்கக் குலுங்கச் சிரிக்கத் தொடங்கினான்.

கந்தமாறனுடைய கரிய முகம் சிவந்தது; கண்கள் கோவைப் பழம் போலாயின. உதடுகள் துடித்தன.

"ஐயா! தாங்கள் இதைச் சிரிக்கக் கூடிய விஷயமாகக் கருதுகிறீர்களா?" என்று கேட்டான்.

"கந்தமாறா! நான் சிரிக்கக் கூடாது என்று சொல்கிறாயா? சிரிப்பு என்பது மனிதர்களுக்குத் தெய்வம் கொடுத்திருக்கும் ஒரு வரப் பிரஸாதம். மாடு சிரிக்காது; ஆடு சிரிக்காது; குதிரை சிரிக்காது; சிங்கம் சிரிக்காது; வேடிக்கை விளையாட்டுகளில் மிக்க பிரியம் உள்ள குரங்குகள் கூடச் சிரிப்பதில்லை. மனித ஜன்மம் எடுத்தவர்கள் மட்டுந்தான் சிரிக்க முடியும். அப்படி இருக்க, நீ என்னைச் சிரிக்கக் கூடாது என்கிறாயே? நான் கூடச் சிரித்து ரொம்ப காலமாயிற்று. நண்பா! இப்போது நான் சிரிக்கும் சத்தத்தைக் கேட்டு, எனக்கே ஆச்சரியமாயிருக்கிறது. நீ என்னைப் பார்த்துச் சிரிக்கக் கூடாது என்கிறாயே?" என்றான் ஆதித்த கரிகாலன்.

"ஐயா! தாங்கள் சிரித்து மகிழ்வது பற்றி எனக்கும் சந்தோஷந்தான். ஆனால் நான் இந்தச் சூராதி சூரனுக்கு முதுகு காட்டியதாக எண்ணிக் கொண்டு சிரிக்க வேண்டாம். நான் எதிர்பாராத சமயத்தில், பின்னால் மறைந்திருந்து இவன் என்னைக் குத்தினான். துர்க்காதேவியின் அருளாலும், நந்தினி தேவியின் அன்பான சிகிச்சையினாலுமே நான் பிழைத்து எழுந்து வந்தேன். இவன் செய்த அந்தத் துரோகச் செயலைக் குறித்துத் தாங்கள் விசாரித்து நியாயம் செய்யுங்கள். அல்லது நானே இவனைத் தண்டிப்பதற்கு எனக்கு உடனே அதிகாரம் கொடுங்கள்!" என்றான் கந்தமாறன்.

"நண்பனே! நானே அவசியம் விசாரித்து நியாயம் வழங்குகிறேன், செம்பியன் குலத்து மன்னர்களிடம் ஒருவன் நியாயம் கேட்டு அவனுக்கு நியாயம் கிட்டவில்லை என்ற பேச்சு இது வரையிலே கிடையாது. எங்கள்

பரம்பரையின் ஆதி மன்னனாகிய சிபி, புறாவுக்கு நியாயம் வழங்குவதற்காகத் தன் சதையைத் துண்டு துண்டாக வெட்டிக் கொடுக்கவில்லையா? எங்கள் குலத்தைச் சேர்ந்த மனுநீதிச் சோழன் பசுவுக்கு நியாயம் வழங்குவதற்காக தன் குமாரனையே பலி கொடுக்கவில்லையா! நீ புறாவை விட, பசுவை விட மட்டமானவன் அல்ல. உனக்கு நான் நியாயம் வழங்க மறுக்கமாட்டேன். இவனை நான் விசாரிக்கும் வரையில் பொறுமையாயிரு! வல்லவரையா! உன் பிரயாணத்தைப் பற்றிய மற்ற விவரங்களைச் சொல்லுவதற்கு முன்னால், கந்தமாறனுடைய குற்றச்சாட்டுக்கு நீ மறு மொழி சொல்லிவிடுவது நல்லது. என்ன சொல்லுகிறாய்? இவனை நீ பின்னாலிருந்து முதுகில் குத்தியது உண்மையா? அப்படியானால், அத்தகைய வீர லட்சணமில்லாத, நீசத்தனமான காரியத்தை ஏன் செய்தாய்? எதற்காகச் செய்தாய்?" என்று கேட்டான்.

"இளவரசே! நான் இந்த வீராதி வீரனைக் குத்தவும் இல்லை; முதுகில் குத்தவும் இல்லை; அதுவும் பின்னால் மறைந்து நின்று முதுகில் குத்தவே இல்லை. முதுகில் குத்தப்பட்டு நினைவிழந்து இரத்த வெள்ளத்தில் கிடந்தவனைத் தோளில் தூக்கிக் கொண்டு போய்ச் சேந்தன் அமுதன் வீட்டில் போட்டுக் காப்பாற்றினேன். ஆனால் அப்படி இவன் உயிரைக் காப்பாற்றியதற்காக நான் இப்போது வருத்தப்படுகிறேன். இவனை மார்பிலே குத்திக் கொல்லாமற் போனோமே என்று பச்சாதாபப்படுகிறேன். சிநேக தர்மத்தை முன்னிட்டு என் அரசருக்குச் செய்ய வேண்டிய கடமையைப் புறக்கணித்து விட்டேன். ஐயா! இவன் என்னைச் சிநேகத்துரோகி என்று சொன்னான். ஆனால் இவன் சிநேகத்துரோகி மட்டுமல்ல; எஜமானத் துரோகி. இவன் முதுகில் குத்தப்பட்டது எங்கே, எந்தச் சந்தர்ப்பத்தில் என்று கேளுங்கள்! தஞ்சாவூர்க் கோட்டையின் ரகசியச் சுரங்க வழியாக இவன் யாரைப் பழுவேட்டரையர் அரண்மனையில் கொண்டு போய்விட்டுத் திரும்பினான் என்று கேளுங்கள், பெரிய பழுவேட்டரையரின் பொக்கிஷ நிலவரையில் இவன் அன்றிரவு யாரைப் பார்த்தான் என்று கேளுங்கள். ஆடி மாதம் பதினெட்டாம் பெருக்கு தினத்தில் இவனுடைய கடம்பூர் மாளிகையில் என்ன நடந்தது என்று கேளுங்கள். அன்றைக்கு அங்கே மூடுபல்லக்கில் மறைந்து கொண்டு வந்தது யார் என்று கேளுங்கள்!

இந்தச் சமயத்தில் கந்தமாறன், உடல் நடுங்க, நாக்குழற, "அடே! அற்பப் பயலே! நிறுத்து உன் அபத்தப் பேச்சை! இல்லாவிட்டால் இதோ இந்த வேலுக்கு இரையாவாய்!" என்று கூறி வேலைக் கையில் எடுத்தான்.

ஆதித்த கரிகாலன் அவனுடைய படபடப்பைக் கண்டு சிறிது வியப்படைந்தான். கந்தமாறனுடைய கையிலிருந்த வேலைப் பிடுங்கித் தனது இரும்பையொத்த கரங்களினால் அதன் அடிக்காம்பை வளைத்தான். வேல் படார் என்று முறிந்தது. அதன் இரு பகுதிகளையும் ஆதித்த கரிகாலன் வீசித் தூர எறிந்து விட்டு, "ஜாக்கிரதை! என் சிநேகிதர்கள் என் முன்னாலேயே சண்டையிடுவதை நான் சும்மா பார்த்துக் கொண்டிருக்க முடியாது... பார்த்திபேந்திரா! இவர்களில் யாராவது இனி வேலையோ, வாளையோ கையில் எடுத்தால் உடனே அவனைச் சிறைப்படுத்துவது உன் பொறுப்பு!" என்றான்.

உடனே வந்தியத்தேவன் தன்னிடமிருந்த வாளை எடுத்துப் பார்த்திபேந்திரனிடம் கொடுத்தான். பார்த்திபேந்திரனும் வேண்டாவெறுப்பாக அந்த வாளைப் பெற்றுக் கொண்டான்.

"கந்தமாறா! உன்னுடைய குற்றச்சாட்டுக்கு வல்லவரையன் மறுமொழி கூறினான். அதன் உண்மையைக் குறித்து நானே சாவகாசமாக விசாரித்துத் தீர்ப்பு கூறுகிறேன். அவன் கேட்ட கேள்விகளுக்கு நீ விடை சொல்லப் போகிறாயா?" என்று கரிகாலன் கேட்டான்.

கந்தமாறன் தட்டுத்தடுமாறி மென்று விழுங்கிக் கொண்டு, "ஐயா! அந்த விஷயங்களைப்பற்றி நான் யாரிடமும் சொல்லுவதில்லை என்று சத்தியம் செய்திருக்கிறேன்" என்றான்.

பார்த்திபேந்திரன் இப்போது தலையிட்டு, "அரசே! இவர்கள் ஒருவரையொருவர் குற்றம் சாட்டுவது ஏதோ பெண்ணை பற்றிய விஷயமாகக் காண்கிறது. ஆகையால் இவர்களைத் தனித் தனியாகக் கேட்டுத் தெரிந்து கொள்வது நலம்!" என்றான்.

"ஆம், பார்த்திபா! நானும் அப்படித்தான் கருதுகிறேன். நீங்கள் மூன்று பேரும் தனித்தனியாகப் பழுவூர் இளையராணியைப் பார்த்து அவளுடைய மோக வலையில் விழுந்திருக்கிறீர்கள். ஆகையினால் தான் ஒருவரை ஒருவர் விழுங்கிவிடப் பார்க்கிறீர்கள்!" என்று கரிகாலன் கூறிவிட்டு மறுபடியும் சிரித்தான்.

பார்த்திபேந்திரனுடைய முகம் சிணுங்கியது; அவன் "பிரபு! தாங்கள் இன்றைக்கு எந்த முக்கிய விஷயத்தையும் லேசாகக் கருதிச் சிரிக்கத் தீர்மானித்திருப்பதாகத் தெரிகிறது. நல்லது. நானும் சொல்ல வேண்டியதைச் சொல்லி விடுகிறேன். இந்த வந்தியத்தேவன் பேரில் எனக்கும் பல சந்தேகங்கள் இருக்கின்றன. முக்கியமானதை மட்டும் இப்போது சொல்லுகிறேன். இவனைத் தீப்பிடித்த கப்பலிலிருந்து காப்பாற்றுவதற்காகவே தங்கள் அருமைச் சகோதரர் நடுக்கடலில் கடும் புயலில் குதித்தார். பிறகு பொன்னியின் செல்வரைக் காணவே இல்லை. இவன் மட்டும் அன்றிருந்த மேனிக்கு அழிவில்லாமல் கொட்டாப் புளியைப் போல் இங்கே வந்து முளைத்திருக்கிறான். தங்கள் சகோதரர் என்ன ஆனார் என்று இவனைக் கேளுங்கள். அவரைக் கடல் கொண்டிருந்தால் அதற்கு இந்தப் பாதகனே காரணமாவான்!" என்றான்.

கரிகாலன் வந்தியத்தேவனைப் பார்த்து "இதற்கு என்ன மறுமொழி சொல்லுகிறாய்?" என்று கேட்டான்.

"ஐயா! நான் இவருடைய கேள்விக்கு மறுமொழி சொல்லுவதற்கு முன்னால், இவர் ஒரு கேள்விக்கு விடை சொல்லட்டும். பொன்னியின் செல்வரை இலங்கையிலிருந்து இவர்தான் தம்முடைய கப்பலில் அழைத்துக் கொண்டு புறப்பட்டார். முதன் மந்திரி அநிருத்தரும், சேநாதிபதி பூதிவிக்கிரம கேசரியும் இலங்கையிலேயே இருக்கும்படி பொன்னியின் செல்வரைக் கேட்டுக் கொண்டார்கள். ஆயினும் தமையன் கட்டளையைப் பெரிதாய் மதித்து இளவரசர் இவருடைய கப்பலில் ஏறிக் கிளம்பினார். அவரை ஏன் இவர் பத்திரமாகத் தங்களிடம் கொண்டு வந்து சேர்க்கவில்லை? நடுக்கடலில் பொன்னியின் செல்வர் குதித்த போது இவர் ஏன் பார்த்துக் கொண்டு நின்றார்? ஏன் இளவரசரைத் தடுக்கவில்லை? ஏழையும் அநாதையுமான என்னைக் காப்பாற்றுவதற்காகப் பொன்னியின் செல்வர் தம் உயிருக்குத் துணிந்து இறங்கினாரே! வீர பல்லவ குலத்தின் தோன்றலாகிய இவரும், இவருடைய ஆட்களும் இளவரசரைப் பாதுகாப்பதற்காக ஏன் கடலில் குதிக்கவில்லை? அவரைக் கடல் கொண்டுபோவதை வேடிக்கை என்று எண்ணிப் பார்த்துக் கொண்டு நின்றார்களா...?"

பார்த்திபேந்திரனுடைய முகத்தில் எள்ளும் கொள்ளும் வெடித்தது. அவனுடைய கைகள் துடித்தன; உதடுகளும் துடித்தன; உடல் ஆடியது.

"ஐயா! இந்த மூடன் என் மீது குற்றம் சுமத்துகிறான் என்று தோன்றுகிறது. இளவரசரை நானே கொன்று விட்டேன் என்று கூடச் சொல்லுவான் போலிருக்கிறது. இதை நான் ஒரு கணமும் பொறுத்துக் கொண்டிருக்க முடியாது!" என்றான்.

கரிகாலன் அவனை உற்று நோக்கி, "பார்த்திபா! நான் தான் சொன்னேனே? என் அருமைத் தோழர்களாகிய நீங்கள் மூன்று பேரும் ஒருவரையொருவர் கடித்துத் தின்றுவிடும் நிலைக்கு வந்துவிட்டீர்கள். இதற்கெல்லாம் நான் உங்கள் பேரில் குற்றம் சொல்லவில்லை. அந்தப் பழுவூர் ராணியின் சக்தி அப்படிப்பட்டது என்பதை நானே உணர்ந்திருக்கிறேன். நீயும் கந்தமாறனும் குதிரை மீது ஏறிச் சற்று முன்னால் மெதுவாகப் போய்க் கொண்டிருங்கள். இவனுடைய பிரயாண விவரங்களைக் கேட்டுக் கொண்டு நான் சற்றுப் பின்னால் வருகிறேன். உங்கள் குற்றச்சாட்டுகளைப் பற்றி விசாரித்து உண்மையைக் கண்டுபிடிக்கிறேன். ஆனால் ஒன்று நிச்சயமாய் வைத்துக் கொள்ளுங்கள். நீங்கள் மூன்று பேரும் சிநேகமாக இருந்தே தீரவேண்டும். ஒருவருக்கொருவர் சண்டை போட்டுக் கொண்டீர்களானால், அதைக் காட்டிலும் எனக்கு அதிருப்தி உண்டாக்குவது வேறொன்றுமிராது!"

பார்த்திபேந்திரனும், கந்தமாறனும் வேறு வழியின்றித் தத்தம் குதிரை மீது ஏறி முன்னால் சென்றார்கள்.

அப்போது ஆழ்வார்க்கடியான் வந்தியத்தேவன் அருகில் வந்து அவன் காதோடு, "அப்பனே! நீ வெகு கெட்டிக்காரனாகி விட்டாய்! பொய்யும் சொல்லாமல் உண்மையையும் வெளியிடாமல் வெகு சாமர்த்தியமாகப் பேசித் தப்பித்துக் கொண்டாய்!" என்றான்.

அப்போதுதான் ஆதித்த கரிகாலன் பார்வை அங்கு வந்த ஆழ்வார்க்கடியான் மீது விழுந்தது.

"ஓகோ! இவன் யார்? எப்போதோ, எங்கேயோ பார்த்த முகமாக இருக்கிறதே!" என்று கேட்டான்.

"ஆம், அரசே! சில ஆண்டுகளுக்கு முன்பு என்னைப் பார்த்திருக்கிறீர்கள்!"

"உன் குரல் கூடக் கேட்ட குரலாகத்தானிருக்கிறது."

"ஆம் ஐயா! மூன்று ஆண்டுகளுக்கு முன்பு மிக முக்கியமான ஒரு தருணத்தில் என் குரலைக் கேட்டீர்கள்..."

ஆதித்த கரிகாலனின் முகத்தில் திடீரென்று ஒரு கரிய நிழல் வேகமாகப் படர்வது போலிருந்தது.

"மூன்று ஆண்டுகளுக்கு முன்னால்...முக்கியமான தருணம்.. அது என்ன?.. வைகை நதித் தீவில் பகைவனைத் தேடி அலைந்த போது நான் கேட்ட குரலா? அப்படியும் இருக்க முடியுமா?"

"அந்தக் குரல் என் குரல்தான் அரசே! பகைவன் ஒளிந்திருந்த இடத்தைத் தங்களுக்கு மரத்தின் மறைவிலிருந்து சொன்னவன் நான்தான்!"

"ஆகா! என்ன பயங்கரமான தினம் அது! அன்றைக்கு எனக்குப் பிடித்திருந்த வெறியை நினைத்தால் இன்றுகூட உடல் நடுங்குகிறது. வைஷ்ணவனே! நீ ஏன் அன்று காட்டில் மறைந்திருந்தாய்? எதற்காக உன்னை அசரீரியாக மாற்றிக் கொண்டாய்?"

"அரசே! சற்று முன் தாங்களே சொன்னீர்களே! தங்களுக்கு அன்று பிடித்திருந்த வெறியைப் பற்றி! எதிரில் கண்டவர்களையெல்லாம் வெட்டி வீழ்த்திக் கொண்டு போனீர்கள். சில காலம் நான் உயிர் வாழ விரும்பினேன்..."

"அது மட்டுந்தானா காரணம்? 'அசரீரி வெளி வந்து எனக்கு வழிகாட்டட்டும்' என்று எவ்வளவோ முறை தொண்டை வலிக்கக் கூவினேனே? அப்போதும் நீ ஏன் வெளி வரவில்லை?"

"நான் வளர்த்த சகோதரி – இப்பொழுது பழுவூர் இளையராணி! அவளுடைய தீராத கோபத்திற்கு ஆளாக நான் விரும்பவில்லை..."

"அவளுடைய தீராத கோபத்திற்கு நான் மட்டும் ஆளாகலாம் என்று எண்ணினாயாக்கும்! அட சண்டாளா!" என்று கூறி கரிகாலர் இடையிலிருந்த கத்தியை உருவினார்.

வந்தியத்தேவன் பயந்து போனான். ஆழ்வார்க்கடியானுடைய வாழ்வு அன்றோடு முடிந்தது என்றே எண்ணினான். மிக்க நயத்துடன், "ஐயா! இந்த வைஷ்ணவன் முதன் மந்திரியிடமிருந்து வந்திருக்கிறான். இவன் கொண்டு வந்த செய்தியைக் கேட்டுக் கொண்டு தண்டியுங்கள்!" என்றான்.

"ஆகா! இவனைத் தண்டித்து என்ன பிரயோஜனம்? இனி யாரைத் தண்டித்து என்ன பயன்?" என்று கூறிக் கரிகாலன் கத்தியை உறையில் போட்டான்.

கரிகாலன் போபத்தைக் கண்டு வந்தியத்தேவன் பயந்தது போல் ஆழ்வார்க்கடியான் பயந்ததாகத் தெரியவில்லை. முகத்தில் விசித்திரமான புன்னகையுடன், "அரசே! தங்கள் கோபத்தை என் பேரில் திருப்புவீர்கள்

என்று எண்ணித்தான் இத்தனை நாளும் தங்களை நான் நேரில் சந்திக்காமலிருந்தேன். என் பேரில் என் சகோதரி கொண்ட கோபமும் இன்னும் தீரவில்லை. இன்று வரையில் என்னைப் பார்ப்பதற்குப் பிடிவாதமாக மறுத்துக் கொண்டிருக்கிறாள். ஆனால் தங்கள் பேரில் அவளுடைய கோபம் தீர்ந்து விட்டதாகக் காண்கிறது. நந்தினி தேவியின் அன்பான திருமுக ஓலையைப் பார்த்து விட்டுத்தானே தாங்கள் கடம்பூர் அரண்மனைக்கு விருந்துக்குப் புறப்பட்டீர்கள்?" என்றான்.

"ஆகா! துஷ்ட வைஷ்ணவனே! அது உனக்கு எப்படித் தெரிந்தது?" என்று கரிகாலன் கேட்டான்.

"ஐயா! முதன் மந்திரி அநிருத்தரின் பணியாளன் நான். முதன் மந்திரிக்குத் தெரியாமல் இந்தச் சோழ ராஜ்யத்தில் எந்தச் சிறிய காரியமும் நடக்க முடியாது!" என்றான் ஆழ்வார்க்கடியான்.

"பார்த்துக் கொண்டே இரு! ஒருநாள் அந்த அன்பில் அநிருத்தரையும் உன்னையும் சேர்த்துத் தேசப் பிரஷ்டம் செய்து விடுகிறேன்!... இப்போது இருவரும் குதிரை மீது ஏறிக் கொள்ளுங்கள்! என் இரு பக்கத்திலும் வந்து கொண்டிருங்கள். பேசிக் கொண்டே போகலாம்" என்றான் ஆதித்த கரிகாலன்.

❉ ❉ ❉ ❉

பதின்மூன்றாம் அத்தியாயம்

மணிமேகலையின் அந்தரங்கம்

கடம்பூர் மாளிகையின் விருந்தினர் பகுதியில், விசேஷமாக அலங்கரிக்கப்பட்டிருந்த அந்தப்புரத்து அறையில், சப்ரமஞ்சக் கட்டிலில் நந்தினி சாய்ந்து கொண்டிருந்தாள். அவளும் அன்றைக்கு மிக நன்றாக அலங்கரித்துக் கொண்டு விளங்கினாள். அவளுடைய முகம் என்றுமில்லாத எழிலுடன் அன்று திகழ்ந்தது. அவள் பகற்கனவு கண்டு கொண்டிருக்கிறாள் என்பது அவளுடைய பாதி மூடிய கண்களிலிருந்து தெரிந்தது. கண்களின் கரிய இமைகள் மூடித்திறக்கும் போதெல்லாம் விழிகளிலிருந்து மின்னலைப் போன்ற காந்த ஒளிக்கிரணங்கள் தோன்றி மறைந்து கொண்டிருந்தன. இதிலிருந்து அவள் பார்ப்பதற்கு அரைத் தூக்கத்தில் இருப்பதாகத் தோன்றினாலும் அவளுடைய உள்ளம் உத்வேகத்துடன் சிந்தித்துக் கொண்டிருந்தது என்பது நன்றாகப் புலனாயிற்று.

இன்னும் சிறிது கூர்ந்து கவனித்துப் பார்த்தால், அவளுடைய பாதி மூடிய கண்களின் பார்வை அந்த அறையின் ஒரு பக்கத்தில் அகிற் குண்டத்திலிருந்து கிளம்பிக் கொண்டிருந்த புகைத் திரளின் மீது சென்றிருந்தது என்பதை அறியலாம். குண்டத்திலிருந்து புகை திரளாகக் கிளம்பிச் சுழிசுழியாக வட்டமிட்டுக் கொண்டு மேலே போய்ச் சிதறிப் பரவிக் கண்ணுக்குத் தெரியாமல் மறைந்து போய்க் கொண்டிருந்தது. அந்த அகிற் புகைச் சுழிகளிலே நந்தினி என்னென்ன காட்சிகளைக் கண்டாளோ, தெரியாது. திடீரென்று அவள் ஒரு பெருமூச்சு விட்டாள். அவளுடைய பவள இதழ்கள், "ஆம், ஆம்! நான் கண்ட கனவுகள் எல்லாம் இந்தப் புகைத் திரளில் தோன்றும் சுழிகளைப் போலவே ஒன்றுமில்லாமல் போயின. இந்தப் புகைத் திரளாவது அருமையான நறுமணத்தைத் தனக்குப் பின்னால் விட்டு விட்டு மறைகிறது. என் கனவுகள் பின்னால் விட்டுப் போனவையெல்லாம் வேதனையும் துன்பமும் அவதூறும் அபகீர்த்தியுந்தான்!" என்று முணுமுணுத்தாள்.

அச்சமயம் "தேவி! தேவி! உள்ளே வரலாமா!" என்று மணிமேகலையின் மெல்லிய குரல் கேட்டது.

"வா, அம்மா, வா! உன்னுடைய வீட்டில் நீ வருவதற்கு என்னைக் கேட்பானேன்?" என்றாள் நந்தினி.

மணிமேகலை அந்தக் கதவைத் திறந்து கொண்டு மெள்ள நடந்துதான் வந்தாள். ஆனால் அவளுடைய முகத்தோற்றத்திலும் நடக்கும் நடையிலும் கையின் வீச்சிலும் உற்சாகம் ததும்பியபடியால் அவள் துள்ளிக் குதித்து ஆடிப்பாடிக் கொண்டு வருவதாகத் தோன்றியது.

நந்தினி சிறிது நிமிர்ந்து உட்கார்ந்து, கட்டிலுக்குப் பக்கத்திலிருந்த தந்தப் பீடத்தைக் காட்டி, அதில் மணிமேகலையை உட்காரச் சொன்னாள்.

மணிமேகலை உட்கார்ந்து கொண்டு, "தேவி! தங்களிடம் நான் எப்படி எப்படி நடந்து கொள்ள வேண்டுமென்று என் தமையன் எனக்குச் சொல்லிக் கொடுத்திருக்கிறான். தென் தேசத்தாரின் நாகரிகத்தைப் பற்றி ரொம்பவும் சொல்லியிருக்கிறான். கேட்காமல் கொள்ளாமல் திடீரென்று இன்னொருவர் அறைக்குள் நுழையக் கூடாது என்று தெரிவித்திருக்கிறான்!" என்றாள்.

"தென் தேசத்தாரும் அவர்களுடைய நாகரிகமும் நாசமாய்ப் போகட்டும். உன் அண்ணன் உனக்குச் சொல்லிக் கொடுத்ததையெல்லாம் உடனே மறந்து விடு! என்னைத் 'தேவி' என்றோ, 'மகாராணி' என்றோ ஒரு போதும் கூப்பிடாதே! 'அக்கா' என்று அழை!"

"அக்கா! அக்கா! அடிக்கடி உங்களிடம் நான் வந்து தொந்தரவு செய்வது உங்களுக்குக் கஷ்டமாயிராதல்லவா?"

"நீ அடிக்கடி வந்து தொந்தரவு செய்வது எனக்குக் கஷ்டமாய்த்தானிருக்கும்; என்னை விட்டுப் போகாமல் இங்கேயே இருந்து விட்டாயானால் ஒரு தொந்தரவும் இராது!" என்று கூறி நந்தினி புன்னகை புரிந்தாள்.

அந்தப் புன்னகையில் சொக்கிப் போன மணிமேகலை, சற்று நேரம் நந்தினியின் முகத்தையே பார்த்துக் கொண்டிருந்து விட்டு, "தங்களைப் போன்ற அழகியை நான் பார்த்ததே இல்லை. சித்திரங்களிலேகூட பார்த்ததில்லை" என்று சொன்னாள்.

"பெண்ணே! நீ வேறு என் மீது மோகம் கொண்டு விடாதே! ஏற்கெனவே நான் ஒரு 'மாய மோகினி' என்பதாக ஊரெல்லாம் பேச்சாயிருக்கிறது. என் பக்கத்தில் வரும் ஆண்பிள்ளைகளை மயக்கிவிடுகிறேன் என்று என்னைப் பற்றி அவதூறு பேசுகிறார்கள்!"

"அக்கா! அப்படி யாராவது அவதூறு பேசுவது என் காதில் மட்டும் விழுந்தால், அவர்களுடைய நாக்கை ஒட்ட அறுத்து விட்டுத்தான் மறு காரியம் பார்ப்பேன்!" என்றாள் மணிமேகலை.

"ஊராரைக் குற்றம் சொல்லுவதில் பயனில்லை மணிமேகலை! நான் கிழவரைக் கல்யாணம் செய்து கொண்டிருக்கிறேன் அல்லவா. அதனால் அப்படித்தான் பேசுவார்கள்!"

மணிமேகலையின் முகம் சுருங்கிற்று. "ஆம், ஆம்! அதை நினைத்தால் எனக்குக் கூட வருத்தமாகத்தானிருக்கிறது. என் தமையனும் சொல்லிச் சொல்லி வருத்தப்பட்டான். அதற்காக ஒருவரைப் பற்றி கண்டபடி அவதூறு பேசலாமா, என்ன...?"

"பேசினால் பேசிக் கொண்டு போகிறார்கள்; மணிமேகலை! அப்பேர்ப்பட்ட சீதா தேவியைப் பற்றிக் கூடத்தான் ஊரில் அவதூறு பேசினார்கள். அதனால் சீதைக்கு என்ன நஷ்டம் வந்து விட்டது? என் விஷயம் இருக்கட்டும். உன்னைப் பற்றிச் சொல்லு!"

"என்னைப் பற்றி சொல்லுவதற்கு என்ன இருக்கிறது அக்கா!"

"அடி, கள்ளி! இன்று மாலையில் வந்து உன் மனத்தில் உள்ள அந்தரங்கத்தைச் சொல்லுகிறேன் என்று நீ கூறிவிட்டு போகவில்லையா? இப்போது என்ன சொல்லுவதற்கு இருக்கிறது என்கிறாயே?" என்று கூறிவிட்டு நந்தினி, மணிமேகலையின் அழகிய கன்னத்தை இலேசாகக் கிள்ளினாள்.

"அக்கா! எப்போதும் எனக்கு இப்படியே தங்களுடன் இருந்துவிட வேண்டும் என்று ஆசையாயிருக்கிறது. எனக்கு சுயம்வரம் வைத்து, பெண்கள் பெண்களையே கல்யாணம் செய்து கொள்ளலாம் என்று ஏற்படுத்தினால் நான் தங்களுக்குத் தான் மாலையிடுவேன்!" என்றாள் மணிமேகலை.

"என்னை நீ பார்த்து முழுமையாக ஒரு நாள் கூட ஆகவில்லை! அதற்குள் இப்படி மாய்மால வார்த்தைகள் பேசுகிறாயே? அதைப் பற்றி எனக்குச் சந்தோஷம்தான். எனக்குப் பிரியமான தோழி உன்னைப் போல் ஒருத்தி இல்லையே என்று எவ்வளவோ தாபப்பட்டுக் கொண்டிருந்தேன். சோழ நாட்டின் சிற்றரசர் வீட்டுப் பெண்கள் எல்லாரும் அந்தப் பழையாறைப் பிசாசைத்தான் தேடிக் கொண்டு போவார்கள், நீ ஒருத்தியாவது எனக்கு மிச்சமிருக்கிறாயே? ஆனால் நீ சற்று முன் கூறியது நடவாத காரியம். பெண்ணுக்குப் பெண் மாலையிடுவது என்பது உலகில் என்றும் நடந்ததில்லை. யாராவது ஓர் ஆண்பிள்ளையைத்தான் நீ மணந்து கொண்டு தீர வேண்டும்..."

"கன்னிப் பெண்ணாகவே இருந்துவிட்டால் என்ன, அக்கா?"

"முடியாது, கண்ணே! முடியாது! கன்னிப் பெண்ணாயிருக்க இந்த உலகம் உன்னை விடவே விடாது. உன் அம்மாவும் அப்பாவும் விடமாட்டார்கள்; உன் தமையனும் விட மாட்டான். யாராவது ஓர் ஆண்பிள்ளையின் கழுத்தில் உன்னைக் கட்டி விட்டால்தான் அவர்களது மனது நிம்மதி அடையும். அப்படி நீ கல்யாணம் செய்துகொள்வது என்று ஏற்பட்டால் யாரை மணந்து கொள்ளப் பிரியப்படுகிறாய், சொல்லு!"

"பெயரைக் குறிப்பிட்டுக் கேளுங்கள், அக்கா! சொல்லுகிறேன்!"

"சரி சரி, அப்படியே கேட்கிறேன் சிவபக்தியில் சிறந்த மதுராந்தகத் தேவரை மணந்து கொள்ள விரும்புகிறாயா? அல்லது வீரதீர பராக்கிரமங்கள் மிகுந்த ஆதித்த கரிகாலருக்கு மாலையிடப் பிரியப்படுகிறாயா?"

திடீரென்று மணிமேகலை எதையோ நினைத்துக் கொண்டவள் போல் கலகலவென்று வாய்விட்டுச் சிரித்தாள்.

"ஏன் சிரிக்கிறாய், மணிமேகலை? நான் பரிகாசம் செய்கிறேன் என்று எண்ணிக் கொண்டாயா? இந்த விஷயத்தை முடிவு செய்வதற்காகவே என்னை உன் தமையன் இங்கே முக்கியமாக வரச் சொன்னான். இன்னும் சற்று நேரத்தில் கரிகாலர் இங்கே வந்துவிடக் கூடும். உன் தமையனும் வந்து விடுவான். உன் அந்தரங்கத்தை அறிந்து சொல்லுவதாக அவனுக்கு நான் வாக்குக் கொடுத்திருக்கிறேன்" என்றாள் நந்தினி.

"என் அந்தரங்கம் இன்னதென்று எனக்கே தெரியவில்லையே, அக்கா! நான் என்ன செய்யட்டும்!"

"எதற்காகச் சிரித்தாய், அதையாவது சொல்!" என்று கேட்டாள் நந்தினி.

"மதுராந்தகர் பெயரைச் சொன்னதும் ஒரு விஷயம் ஞாபகத்துக்கு வந்தது. நாலு மாதத்துக்கு முன்பு அவர் இந்த வீட்டுக்கு ஒரு தடவை வந்திருந்தார். தாங்கள் வழக்கமாக வரும் மூடுபல்லக்கில் ஏறிக் கொண்டு ஒருவரும் பார்க்காமல் திரை போட்டுக் கொண்டு வந்தார். அந்தப்புரத்தில் எங்களுக்கு அந்த ரகசியம் தெரியாது. தாங்கள்தான் வந்திருக்கிறீர்கள் என்று எண்ணிக் கொண்டிருந்தோம். 'பழுவூர் ராணி ஏன் அந்தப்புரத்துக்கு வரவில்லை?' என்று ஒருவரையொருவர் கேட்டுக் கொண்டிருந்தோம். அக்கா! பெண்களைப் பெண்கள் கல்யாணம் செய்து கொள்ள முடியாது என்று சற்று முன் சொன்னீர்கள் அல்லவா? மதுராந்தகரை நான் மணந்து கொள்வது ஒரு பெண்ணை மணம் புரிந்து கொள்ளுவது போலத்தான்!..."

நந்தினி புன்னகை புரிந்து, "ஆம்! மதுராந்தகரை நீ விரும்பமாட்டாய் என்றுதான் நானும் நினைத்தேன். உன் அண்ணனிடமும் சொன்னேன். மதுராந்தகத்தேவர் முன்னமே என் மைத்துனர் மகளை மணந்து

கொண்டிருக்கிறார். அவள் ரொம்ப அகம்பாவக்காரி; அவளுடன் உன்னால் ஒரு நாள் கூட வாழ்க்கை நடத்த முடியாது. அப்படியானால் இளவரசர் கரிகாலரிடம் நீ மனத்தைச் செலுத்தி விட்டாய் என்று சொல்லு!" என்றாள் நந்தினி.

"அப்படியும் சொல்லமாட்டேன், அக்கா! அவரை நான் பார்த்ததே இல்லை, எப்படி என் மனம் அவரிடம் சென்றிருக்க முடியும்?"

"அடியே! ராஜகுலத்துக்குப் பெண்கள் பார்த்து விட்டுத்தான் மனத்தைச் செலுத்துவது என்பது உண்டா? கதைகளிலும் காவியங்களிலும் சித்திரங்களைப் பார்த்துவிட்டும் கீர்த்தியைக் கேட்டுவிட்டும் காதல் கொண்ட பெண்களைப் பற்றி நீ அறிந்ததில்லையா?"

"ஆம், ஆம்! அறிந்திருக்கிறேன். ஆதித்த கரிகாலர் வீராதி வீரர் என்றும் உலகமெல்லாம் அவர் புகழ் பரவியிருக்கிறதென்றும் அறிந்திருக்கிறேன். அக்கா! வீரபாண்டியனுடைய தலையை ஆதித்த கரிகாலர் ஒரே வெட்டில் வெட்டிவிட்டாராமே? அது உண்மையா?"

நந்தினியின் முகம் அச்சமயம் எவ்வளவு பயங்கரமாக மாறியது என்பதை மணிமேகலை கவனிக்கவில்லை.

நந்தினி சில வினாடி நேரம் வேறு பக்கம் பார்த்துக் கொண்டிருந்து விட்டுத் திரும்பினாள். அதற்குள் அவள் முகம் பழையபடி பார்ப்போரை மயக்கும் மோகன வசீகரத்துடன் விளங்கியது.

"மணிமேகலை! ஒருவருடைய தலையை ஒரே வெட்டில் வெட்டிவிடுவது பெரிய வீரம் என்று கருதுகிறாயா? அது பயங்கர அசுரத்தனம் அல்லவா?" என்றாள்.

"நீங்கள் சொல்லுவது எனக்கு விளங்கவில்லை அக்கா! பகைவனின் தலையை வெட்டுவது வீரம் இல்லையா? அது எப்படி அசுரத்தனமாகும்!"

"இந்த மாதிரி யோசனை செய்து பார்! உனக்கு ரொம்ப வேண்டியவன் ஒருவனை அவனுடைய பகைவன் தலையை வெட்ட வருகிறான் என்று வைத்துக்கொள். உன் தமையனை எண்ணிக் கொள். அல்லது நீ மணம் செய்துகொள்ள உத்தேசித்திருக்கும் காதலன் ஒருவன் இருப்பதாக நினைத்துக் கொள். அவன் காயம்பட்டு படுத்த படுக்கையாகக் கிடக்கும் போது இன்னொருவன் அவனுடைய பகைவன் கத்தியை ஓங்கிக் கொண்டு தலையை வெட்ட வருகிறான் என்று எண்ணிக்கொள். அப்படி வெட்ட வருகிறவனுடைய வீரத்தை நீ மெச்சிப் பாராட்டுவாயா?" என்று கேட்டாள் பழுவூர் ராணி.

மணிமேகலை சற்று யோசித்து விட்டு, "அக்கா! மிக விசித்திரமான கேள்வி நீங்கள் கேட்கிறீர்கள். ஆயினும் எனக்குத் தோன்றும் மறுமொழியைச் சொல்லுகிறேன். அத்தகைய நிலைமை எனக்கு ஏற்பட்டால், நான் சும்மா பார்த்துக் கொண்டிருக்க மாட்டேன். கொல்ல வருகிறவனுடைய கையிலிருந்து கத்தியைப் பிடுங்கி அவனை நான் குத்திக் கொன்று விடுவேன்!" என்றாள்.

நந்தினி மணிமேகலையை ஆர்வத்துடன் கட்டித் தழுவிக் கொண்டாள். "என் கண்ணே! நல்ல மறுமொழி சொன்னாய்! இவ்வளவு புத்திசாலியாகிய உனக்கு நல்ல கணவன் வாய்க்க வேண்டும் என்று கவலையாயிருக்கிறது. ஆதித்த கரிகாலர் கூட உனக்குத் தக்க மணவாளர் ஆவாரா என்பது சந்தேகந்தான்" என்றாள் நந்தினி.

"நானும் அப்படித்தான் எண்ணுகிறேன். கரிகாலருடைய குணாதிசயங்களைப் பற்றிக் கேட்ட பிறகு அவரை நினைத்தால் எனக்குச் சற்று பயமாகவே இருக்கிறது. என்னுடைய அந்தரங்கத்தை, என் மனத்திலுள்ளதை உள்ளபடி சொல்லட்டுமா அக்கா?" என்று கேட்டாள் மணிமேகலை.

❇ ❇ ❇ ❇

பதினான்காம் அத்தியாயம்

கனவு பலிக்குமா?

நந்தினி மணிமேகலையின் முகவாயைச் சற்று நிமிர்த்திப் பிடித்துக் கொண்டு அவளுடைய மலர்ந்த கண்களை ஊடுருவி நோக்கினாள்.

"என் கண்மணி! உன் அந்தரங்கத்தை நீ என்னிடம் சொல்லாமல் வைத்துக் கொள்வதே நல்லது. பார்க்கப்போனால் உனக்கு நான் பழக்கமாகி முழுமையாக ஒருநாள் கூட ஆகவில்லை. நெடுநாள் பழகிய தோழிகளிடம் தான் அந்தரங்கத்தைச் சொல்ல வேண்டும்" என்றாள்.

"இல்லை அக்கா! உங்களைப் பார்த்தால் எனக்கு வெகு நாள் பழக்கமான தோழி மாதிரியே தோன்றுகிறது. யாரிடமும் சொல்லாத விஷயத்தைத் தங்களிடம் சொல்லும்படி என் உள்ளம் தூண்டுகிறது. யாரிடமும் கேட்கக் கூடாத காரியத்தைத் தங்களிடம் கேட்கும் தைரியமும் உண்டாகிறது..."

"அப்படியானால் கேளடி, கண்ணே!"

"உருவெளித் தோற்றம் என்று கதைகளில் சொல்லுகிறார்களே, அது உண்மையாக ஏற்படக் கூடுமா, அக்கா? நம் எதிரில் ஒருவர் இல்லாதபோது அவர் இருப்பது போலவே தோன்றுமா?"

"சில சமயங்களில் அப்படித் தோன்றும்; ஒருவரிடம் நாம் அதிகமான ஆசை வைத்திருந்தால், அவருடைய உருவம் எதிரில் இல்லாவிட்டாலும் இருப்பது போலத் தோன்றும். ஒருவரிடம் அதிகமான துவேஷம் வைத்திருந்தால் அவருடைய உருவமும் தோற்றம் அளிக்கும், மாயக் கண்ணனுடைய கதை நீ கேட்டதில்லையா, மணிமேகலை? ஏன்? நாடகம்கூடப் பார்த்திருப்பாயே? கம்ஸனுக்குக் கிருஷ்ணன் பேரில் ரொம்பத் துவேஷம். ஆகையால் கண்ட இடமெல்லாம் கிருஷ்ணனாகத் தோன்றியது. கத்தியை வீசி வீசி ஏமாந்து போனான். நப்பின்னை என்னும் கோபிகைக்குக் கண்ணன் மீது ரொம்ப ஆசை. அவளுக்கும் கண்ணன் உருவம் இல்லாத இடத்திலெல்லாம் தோன்றுமாம். தூணையும், மரத்தையும், நதியின் வெள்ளத்தையும் கண்ணன் என்று கட்டித் தழுவிக் கொள்ளப் போய் ஏமாற்றமடைவாளாம்! அடியே, மணிமேகலை, உன்னை அந்த மாதிரி மயக்கிவிட்ட மாயக் கண்ணன் யாரடி?"

"அக்கா! முதன் முதலாக நாலு மாதத்துக்கு முன்னால் தான் அவரை நான் நேரில் பார்த்தேன். அதற்கு முன்னால் என் தமையன் கந்தமாறன் அவரைப் பற்றி அடிக்கடி சொல்லி இருந்தான். அப்போதெல்லாம் அவர் உருவம் என் கண் முன் தோன்றுவதில்லை. ஒரு தடவை பார்த்த பிறகு அடிக்கடி என் கனவில் தோன்றி வந்தார். பகலிலும் சில சமயம் எதிரில் அவருடைய உருவம் நிற்பது போலிருக்கும்...."

"நேற்றுக்கூட அந்த மாயாவியின் உருவெளித் தோற்றத்தை நீ கண்டாய் அல்லவா?"

"ஆம், அக்கா! உங்களுக்கு எப்படித் தெரிந்தது?"

"என்னிடம் மந்திர சக்தி உண்டு என்பதைப் பற்றி உனக்கு யாராவது சொல்லவில்லையா?"

"ஆம்; சொன்னார்கள். அது உண்மைதானா, அக்கா?"

"நீயே பரீட்சித்துத் தெரிந்துகொள்; உன் உள்ளத்தைக் கொள்ளை கொண்ட அந்த யௌவன சுந்தர புருஷனை யார் என்று வேண்டுமானால், என் மந்திர சக்தியினால் கண்டு சொல்லட்டுமா!"

"சொல்லுங்கள், பார்க்கலாம் எனக்கும் அவர் பெயரைச் சொல்லக் கூச்சமாயிருக்கிறது."

நந்தினி சிறிது நேரம் கண்ணிமைகளை மூடிக் கொண்டிருந்துவிட்டுத் திறந்து "உன் உள்ளத்தைக் கொள்ளை கொண்ட ஆசைக் காதலன் வாணர் குலத்தில் வந்த வல்லவரையன் வந்தியத்தேவன்! இல்லையா?" என்றாள்.

"அக்கா! உங்களிடம் மந்திர சக்தி இருப்பது உண்மைதான்!" என்றாள் மணிமேகலை.

"அடி பெண்ணே! எப்போது உன் உள்ளத்தை அவ்வளவு தூரம் ஒருவருக்குப் பறிகொடுத்துவிட்டாயோ, அப்போது ஏன் உன் தமையனிடம் அதைப் பற்றிச் சொல்லவில்லை? மதுராந்தகருக்கு ஆசை காட்டுவானேன்? கரிகாலரை இங்கே தருவித்து வீண் பிரயத்தனம் செய்வானேன்? என்னை அநாவசியமாக இங்கே வரவழைப்பானேன்?"

"அக்கா! என் தமையன் கந்தமாறனுக்கு அவரைப் பிடிக்கவில்லை.."

"அழகாயிருக்கிறது! உன் தமையனா கல்யாணம் செய்து கொள்ளப் போகிறான்? ஆனால் கந்தமாறன் தானே வந்தியத்தேவனைப் பற்றி உனக்குச் சொன்னான் என்றாய்? இங்கே அவனைக் கூட்டிக் கொண்டு வந்ததும் உன் தமையன் தானே?"

"ஆமாம், கந்தமாறன் தான் அவரைப் பற்றிச் சொன்னான். அந்தப்புரத்துக்கு ஒரு நாளைக்கு அழைத்துக் கொண்டும் வந்தான். ஆனால் பிற்பாடு அவன் மனம் மாறிவிட்டது; அதற்குக் காரணமும் இருக்கிறது. தஞ்சாவூரில் என் தமையனை அவர் கத்தியால் குத்திவிட்டாரம், அக்கா! உங்கள் அரண்மனையிலே என் தமையன் காயத்தோடு படுத்துக் கிடந்தானாமே? உங்கள் அன்பான பராமரிப்பினால்தான் அவன் உயிர் பிழைத்து எழுந்தானாமே?"

"நான் செய்ததை உன் தமையன் அதிகப்படுத்திக் கூறுகிறான். அது போனால் போகட்டும். இப்போது நீ என்ன செய்வாய்? உன் மனத்தைக் கவர்ந்தவன் இப்படி உன் தமையனுக்கு விரோதியாகி விட்டானே?"

"ஆனால் இவர் என்ன சொல்கிறார், தெரியுமா?..."

"இவர் என்றால், யார்?"

"அவர்தான்! நீங்கள் சற்று முன் பெயர் சொன்னீர்களே, அவர் தான்! கந்தமாறனை அவர் குத்தவேயில்லையென்று ஆணையிடுகிறார். வேறு யாரோ குத்தித் தஞ்சாவூர்க் கோட்டை மதில் ஓரத்தில் போட்டிருந்தார்கள் என்றும், அவர் எடுத்துக் கொண்டு போய்க் காப்பாற்றியதாகவும் சொல்கிறார்."

"இதை எப்போதடி அவன் உனக்குச் சொன்னான்?"

"நேற்றுத்தான்.."

"நேற்று அந்த வந்தியத்தேவனை நீ நேரில் பார்த்தாயா, என்ன ? அவனுடைய உருவெளித் தோற்றத்தைக் கண்டதாக அல்லவா கூறினாய்?"

"அதுதான் அக்கா, எனக்கு ஒரே மனக் குழப்பமாயிருக்கிறது. நேற்று நான் பார்த்தது அவரா, அல்லது அவருடைய உருவெளித் தோற்றமா என்று தெரியவில்லை. நேற்று நடந்தவற்றை எண்ணினால், எல்லாம் ஒரு கனவு மாதிரி இருக்கிறது. அக்கா! சில சமயம் மனிதர்கள் செத்துப் போனால் அவர்களுடைய ஆவி வந்து பேசும் என்று சொல்கிறார்களே, அது உண்மையா?"

இந்தக் கேள்வியைக் கேட்ட போது மணிமேகலையின் குரலில் அளவிலாத பீதி தொனித்தது. நந்தினியின் உடலும் நடுங்கிற்று. எங்கேயோ உச்சி முகட்டைப் பார்த்த வண்ணம் "ஆம்; உண்மைதான்! அற்பாயுளில் மாண்டவர்கள் ஆவி அப்படி உயிரோடிருப்பவர்களை வந்து சுற்றும். ஒருவருடைய தலையை வெட்டிக் கொன்று

விட்டார்கள் என்றால், சில சமயம் தலை மட்டும் வரும். சில சமயம் உடம்பு மட்டும் தனியாக வரும். இன்னும் சில சமயம் இரண்டும் தனித்தனியாக வந்து, 'பழி வாங்கினாயா?' என்று கேட்கும்!" என்றாள்.

பிறகு மணிமேகலையைப் பார்த்து உரத்த குரலில், "அடி பெண்ணே! நீ எதற்காக இந்தக் கேள்வி கேட்டாய்! உன் காதலனுக்கு அப்படி ஏதாவது நேர்ந்திருக்கும் என்று பயப்படுகிறாயா? உன் மனதில் இந்தச் சந்தேகத்தை யார் கிளப்பி விட்டார்கள்?" என்றாள்.

"இந்த அரண்மனையின் ஆவேசக்காரன் தேவராளன் என்று ஒருவன் இருக்கிறான். அவனைக் கூப்பிட்டு அனுப்பினேன். அவனை யாரோ நேற்றிரவு அடித்துப் போட்டு விட்டார்களாம். அவனுக்குப் பதிலாக அவன் பெண்டாட்டி தேவராட்டி வந்தாள். அவள் தான் சொன்னாள்!"

"சீச்சீ! அதையெல்லாம் நீ நம்பாதே!"

"எனக்கும் நம்பிக்கைப்படவில்லை. வெறும் ஆவி வடிவமாயிருந்தால், தொட முடியாதல்லவா, அக்கா!"

"ஆவியையும் தொட முடியாது; உருவெளித் தோற்றத்தையும் தொட முடியாது. நீ ஏன் கேட்கிறாய்! உன் உள்ளத்தைக் கவர்ந்தவனை நீ நேற்றுத் தொட்டுப் பார்த்தாயா, என்ன?"

"அதுதான் ஒரே குழப்பமாயிருக்கிறது. தொட்டுப் பார்த்தது போலவும் இருக்கிறது; ஆனால் வேறு சில விஷயங்களை நினைத்துப் பார்த்தால் சந்தேகமாகவும் இருக்கிறது."

"நேற்று நடந்ததையெல்லாம் விவரமாகச் சொல்லடி, பெண்ணே! நான் உன் சந்தேகத்தை நிவர்த்தி செய்கிறேன்!"

"ஆகட்டும் அக்கா! நான் ஏதாவது முன் பின்னாக உளறினால் கேள்வி கேட்டுத் தெரிந்து கொள்ளுங்கள்!" என்றாள் மணிமேகலை. பிறகு அவள் கூறினாள்; "நேற்று நான் கிட்டத்தட்ட இதே நேரத்தில் இங்கே இருந்தேன். என் தமையன் சொல்லிப் போயிருந்தபடி தங்களுக்கு இங்கே வேண்டிய சௌகரியம் எல்லாம் பணிப்பெண்கள் சரியாகச் செய்திருக்கிறார்களா என்று கவனிப்பதற்காக வந்தேன். ஒரு முறை, இதோ இருக்கும் கண்ணாடியில் என் முகத்தைப் பார்த்துக் கொண்டிருந்தேன்!"

"உன் அழகை நீயே பார்த்துக் கொண்டிருந்தாயாக்கும்..."

"அப்படியொன்றும் இல்லை, அக்கா! என் முக லட்சணம் எனக்குத் தெரியாதா, என்ன?"

"உன் முக லட்சணத்துக்கு என்ன குறைவு வந்தது? ரதியும், இந்திராணியும், மேனகையும், ஊர்வசியும், உன்னைப் பார்த்துப் பொறாமைப்பட மாட்டார்களா?"

"அவர்கள் எல்லாரும் உங்கள் கால் தூசி பெறமாட்டார்கள் அக்கா!"

"சரி, சரி! மேலே சொல்! கண்ணாடியில் உன் முகத்தைப் பார்த்துக் கொண்டிருந்தாய்..."

"அப்போது திடீரென்று இன்னொரு முகம் கண்ணாடியில் தெரிந்தது; என் முகத்துக்கு அருகில் தெரிந்தது."

"அது உன் காதலன் முகந்தானே!"

"ஆமாம்; எனக்குத் தூக்கி வாரிப் போட்டது..."

"எதற்காகத் தூக்கி வாரிப் போட வேண்டும்? நீ தான் அடிக்கடி அவனுடைய முகத்தைக் கனவில் பார்ப்பதுண்டு என்று சொன்னாயே?

"அதற்கும் இதற்கும் கொஞ்சம் வித்தியாசம் இருந்தது. கனவில் வரும்போது எதிரே சற்றுத் தூரத்தில் தெரியும். உருவெளித் தோற்றத்திலும் அப்படித்தான். ஆனால் இங்கே – பின்னாலிருந்து சொல்லக் கூச்சமாயிருக்கிறது..."

"பாதகமில்லை, சொல்லடி கள்ளி!"

"பின்னாலிருந்து கன்னத்தில் முத்தமிட வருவதைப் போல் இருந்தது. திடுக்கிட்டுத் திரும்பிப் பார்த்தேன் ஒருவரும் இல்லை. பிறகு கண்ணாடியிலும் அந்த முகம் தெரியவில்லை. எனக்கு ஒரு சந்தேகம் உண்டாயிற்று. இந்த அறைக்குப் பக்கத்தில் உள்ள வேட்டை மண்டபத்தின் ரகசியக் கதவைத் திறந்து காட்டினேன் அல்லவா? நேற்று கண்ணாடி அந்தக் கதவுக்கு நேரே இருந்தது. ஆகையால் அந்தக் கதவைத் திறந்து வேட்டை மண்டபத்திலிருந்து யாராவது எட்டிப் பார்த்தார்களோ என்று தோன்றியது. அப்படி இருக்க முடியாது என்றும் எண்ணினேன். அன்னிய புருஷன் ஒருவன் அந்த வேட்டை மண்டபத்தில் எப்படி வந்திருக்க முடியும்? ஆயினும் சந்தேகத்தைத் தீர்த்துக் கொள்வதற்காகக் கதவைத் திறந்து வேட்டை மண்டபத்துக்குள் போய்ப் பார்த்தேன்.."

நந்தினி இதற்குள் ஆர்வத்துடன் கேட்கத் தொடங்கியிருந்தாள். "வேட்டை மண்டபத்தில் அந்தத் திருடன் ஒளிந்திருந்தானா? அகப்பட்டுக் கொண்டானா?" என்று கேட்டாள்.

"என்ன அக்கா, அவரைத் 'திருடன்' என்கிறீர்களே?"

"திருடன் என்றால், நிஜத் திருடனா? உன் மனத்தைக் கவர்ந்த திருடனைச் சொன்னேனடி! அவன் வேட்டை மண்டபத்தில் இருந்தானா?"

"அதுதானே அதிசயம்! அவர் அங்கே இல்லை. அதற்குப் பதிலாக எங்கள் அரண்மனைப் பணியாள் இடும்பன்காரி அந்த அறையைச் சுத்தம் செய்து கொண்டிருந்தான். அவனுடைய முகம் அய்யனார் கோவில் வாசலில் உள்ள காடுவெட்டிக் கருப்பன் முகம் மாதிரி இருக்கும். 'இங்கே வேறு யாராவது வந்தார்களா?' என்று கேட்டேன்; 'இல்லை' என்று சாதித்து விட்டான்..."

"அவன் பொய் சொல்லியிருப்பான் என்று கருதுகிறாயா?"

"அது என்னமோ எனக்கு தெரியாது. ஆனால் இன்னொரு ஆள் அந்த மண்டபத்தில் ஒளிந்திருப்பதாகத் தோன்றியது. 'திருட்டு, தானே வெளியாகட்டும்' என்று நான் இந்த அறைக்குத் திரும்பி வந்துவிட்டேன்..."

"திருட்டு வெளியாயிற்றா?"

"கேளுங்கள்! நான் இந்த அறைக்குள் வந்து வேட்டை மண்டபத்துக்குள் ஏதாவது பேச்சுக் குரல் கேட்கிறதா என்று கவனித்துக் கொண்டிருந்தேன். பேச்சுக் குரல் கேட்டது! தடபுடலாக ஏதோ விழுகிற சத்தமும் கேட்டது. நான் என்ன செய்யலாம் என்று யோசித்துக் கொண்டிருக்கும் போதே இந்தக் கதவு அசைந்தது. நான் விளக்கை மறைத்து வைத்து விட்டுக் காத்துக் கொண்டிருந்தேன். இந்தக் கதவிலேயே வட்டமான ஒரு சிறிய உட்கதவு இருக்கிறது. அதைத் திறந்து கொண்டு ஓர் உருவம் இங்கே வரப் பார்த்தது. "அபயம் அபயம்! என்னைக் காப்பாற்று!" என்ற குரல் கேட்டது. குரலும் உருவமும் அவரைப் போல் தோன்றியபடியால் அவர் இந்த அறையில் வருவதற்கு உதவி செய்துவிட்டு விளக்கைத் தூண்டினேன். பார்த்தால் அவரேதான்!"

"மணிமேகலை! இது என்ன அதிசயமடி! விக்கிரமாதித்தன் கதையைப் போல அல்லவா இருக்கிறது?"

"இன்னும் கேளுங்கள்! நாலு மாதமாகக் கனவில் கண்டுவந்தவரை நேரில் பார்த்ததும் என் உள்ளம் பூரித்தது; உடம்பு சிலிர்த்தது. ஆனால் கள்ளக் கோபத்துடன் அவரிடம் பேசினேன். 'பெண்கள் வசிக்கும் அந்தப்புரத்தில் எப்படி அவர் திருட்டுத்தனமாகப் பிரவேசிக்கலாம்?" என்று கேட்டேன். அவரைக்

கொல்லுவதற்காக யாரோ சிலர் துரத்திக் கொண்டு வருவதாகக் கூறினார். 'உயிருக்குப் பயந்தோடும் பயங்கொள்ளி' என்று பரிகசித்தேன். அதற்குத் தம்மிடம் ஆயுதம் இல்லை என்று சமாதானம் கூறினார். பிறகு தான் என் தமையனை அவர் முதுகில் குத்தியதைப் பற்றிப் பிரஸ்தாபித்தேன். 'இல்லவே இல்லை' என்று சத்தியம் செய்தார், அக்கா!"

"நீயும் நம்பிவிட்டாயாக்கும்!"

"அப்போது நம்பும்படியாகத்தான் இருந்தது. ஆனால் பிறகு நடந்ததையெல்லாம் யோசிக்கும் போது எதை நம்புவது, எதை நம்பாமலிருப்பது என்றே தெரியவில்லை..."

"பிறகு இன்னும் என்ன அதிசயம் நடந்தது?"

"அவருடன் பேசிக் கொண்டிருக்கும் போதே, என் ஒரு காதினால் அடுத்த அறையில் ஏதாவது சத்தம் கேட்கிறதா என்று கவனித்துக் கொண்டிருந்தேன். பல பேர் நடமாடும் சத்தமும் பேச்சுக் குரல்களும் கேட்டன. ஆகையால் அவரைக் கொல்லுவதற்கு யாரோ தொடர்ந்து வருகிறார்கள் என்பது உண்மையாகவே இருக்கும் என்று எண்ணிக் கொண்டேன். கேளுங்கள் அக்கா! அந்தச் சமயத்தில் இந்தப் பேதை மனம் எப்படியாவது அவரைக் காப்பாற்ற வேண்டும் என்று உறுதி கொண்டது. அவரைக் கொல்ல வருகிறவர்கள் யார் என்றும் தெரிந்து கொள்ள விரும்பினேன். இடும்பன்காரி இதற்கெல்லாம் உட்கையாக இருப்பானா? அப்படியானால் அவன் இவருக்கு உட்கையா? இவரைக் கொல்ல வருகிறவர்களுக்கு உட்கையா என்றும் அறிய விரும்பினேன். வேட்டை மண்டபத்துக்குள் வரும் ரகசியச் சுரங்க வழி இவ்வளவு பேருக்குத் தெரிந்திருப்பதை நினைத்துத் திகில் உண்டாயிற்று. அதிலும் நீங்கள் இங்கே தங்கப் போகிறீர்கள் என்பதை எண்ணியபோது கவலை அதிகமாயிற்று. தகப்பனாரைக் கூப்பிட்டனுப்பலாம் என்று நினைத்தால், அதற்கும் தைரியம் வரவில்லை. இவர் அந்தப்புரத்துக்குள் வந்திருப்பதைத் தகப்பனார் பார்த்தால், உடனே இவர் உயிருக்கே ஆபத்து வந்துவிடும். ஆகையால் இவரை இங்கேயே சற்று இருக்கும்படி சொல்லிவிட்டு, வேட்டை மண்டபத்திற்குள் இருப்பவர்கள் யார் என்று பார்த்துவிட்டு வருவதற்காகக் கதவைத் திறந்து கொண்டு போனேன். உள்ளே ஐந்தாறு ஆட்கள் மூலைக்கு மூலை சுவர் ஓரமாக இருந்தார்கள். என்னைப் பார்த்துவிட்டு அவர்கள் பிரமித்து நின்றதாகத் தோன்றியது. அவர்களை அவ்விதம் பார்த்ததில் என் மனத்திலும் சிறிது பயம் உண்டாயிற்று. அந்தப் பயத்தைப் போக்கிக் கொண்டு கடுங்கோபத்தை வரவழைத்துக் கொண்டு அவர்கள் யார் என்று கேட்பதற்காக வாய் எடுத்தேன். இதற்குள், இந்த அறையில் என் தோழி சந்திரமதி மற்றொரு கதவு வழியாக 'அம்மா! அம்மா!' என்று கூப்பிட்டுக் கொண்டு வந்தாள். இவர் இங்கே இருப்பது எனக்கு உடனே நினைவு வந்தது. சந்திரமதி இவரைப் பார்த்து விட்டுக் கூச்சல் போடப் போகிறாளே என்று பயந்து போனேன். வேட்டை மண்டபத்துக்குள் இருப்பவர்களை மறுபடி பார்த்துக் கொள்ளலாம் என்று திரும்பினேன். சந்திரமதியையும் வழி மறித்து அழைத்துக் கொண்டு இந்த அறைக்குள் வந்து பார்த்தேன். இங்கே அவரைக் காணவில்லை; மாயமாய் மறைந்து போய்விட்டார். 'யாராவது இங்கே இருந்தார்களா?' என்று சந்திரமதியைக் கேட்டேன், தான் பார்க்கவில்லை என்றாள். இன்னும் சிறிது தேடிப் பார்த்து விட்டு மறுபடி வேட்டை மண்டபத்துக்குள் போனேன். அங்கேயும் நான் சற்று முன் பார்த்தவர்கள் யாரும் இல்லை. இடும்பன்காரி மாத்திரம் முன் போலவே அறையைச் சுத்தம் செய்து கொண்டிருந்தான். 'சற்று முன்னால் இங்கே வந்திருந்தவர்கள் யார்? அவர்கள் இப்போது எங்கே?' என்று கேட்டேன். இடும்பன்காரி 'இங்கே ஒருவரும் வரவில்லையே, அம்மா!' என்று ஒரே சாதிப்பாகச் சாதித்தான். அவன் வார்த்தையை என்னால் நம்ப முடியவில்லை. என் தோழி சந்திரமதியோ என்னைப் பரிகாசம் பண்ண ஆரம்பித்து விட்டாள். 'அக்கா! இன்றைக்கு உங்களுக்கு ஏதோ சித்தப்பிரமை தான் பிடித்திருக்கிறது! ஆள் இல்லாத இடங்களிலெல்லாம் ஆள் இருப்பதாகத் தோன்றுகிறது!' என்றாள். பிறகு நீங்கள் எல்லாரும் கோட்டை வாசலை நெருங்கி வந்து கொண்டிருப்பதாகத் தெரிவித்தாள். தங்களை வரவேற்பதற்காக என்னை என் தந்தை உடனே அழைத்து வரச் சொன்னதாகவும்

கூறினாள். உடனே நான் அரண்மனை வாசலுக்குப் புறப்பட்டேன். சீக்கிரம் அங்கே வந்து விடுவதற்காகச் சந்திரமதி வந்த வழியில் சென்று இரண்டு கட்டுக்களைத் தாண்டி மச்சுப்படி வழியாக ஏறி மேல் மாடத்தில் நடந்து போனேன். அப்போது மறுபடியும் ஓர் அதிசயத்தைப் பார்க்க நேர்ந்தது. அந்த வாணர் குலத்து வீரர் நிலா முற்றத்தைக் கடந்து மதில் சுவர் ஓரமாகப் போய்க் கொண்டிருந்தார். சுவரில் ஒரு மூங்கில் கழியை வைத்து ஏறி மதில் சுவரைத் தாண்டிக் குதிப்பதையும் பார்த்தேன். என் கண்களுக்கு அவ்வாறு தோன்றியது. அவையெல்லாம் உண்மையாக நடந்தவையா அல்லது என் சித்தப்பிரமையா என்று இன்னமும் எனக்கு நிச்சயமாகவில்லை..."

நந்தினி சிந்தனையில் ஆழ்ந்திருந்தாள். அந்த மாளிகை வாசலுக்குச் சற்றுத் தூரத்தில் அடர்ந்த மரங்களிடையே நேற்று மாலை அவள் பார்த்த இரு முகங்கள் அவள் மனக்கண் முன் தோன்றின. அவர்களைப் பிடிப்பதற்குக் குதிரை ஆட்கள் ஏவப்பட்டிருக்கிறார்கள் என்பதையும் அவள் அறிந்திருந்தாள். அவர்கள் ஒருவேளை இதற்குள் பிடிபட்டிருப்பார்களா? பிடிபட்டிருந்தால் இங்கே கொண்டு வரப்படுவார்களா?...

"அக்கா! உங்களுக்கு என்ன தோன்றுகிறது?" என்று கேட்டு, நந்தினியின் சிந்தனையைத் தடை செய்தாள் மணிமேகலை.

"எனக்கா! எனக்குத் தோன்றுகிறதையா கேட்கிறாய்? உனக்கு மோகப்பித்தம் நன்றாகத் தலைக்கு ஏறியிருக்கிறது என்று தோன்றுகிறது" என்றாள் நந்தினி.

"சந்திரமதியைப் போல் நீங்களும் பரிகாசம் செய்கிறீர்களா?"

"நான் பரிகாசம் செய்யவில்லையடி! நேரில் பார்த்துப் பேசிய உனக்கே உண்மையா, கனவா, சித்தப்பிரமையா என்று தெரியவில்லையே! நான் எப்படிச் சொல்ல முடியும்? இந்த அறையிலிருந்து வெளியேறிப் போவதற்கு வேறு ஏதேனும் ரகசிய வழி இருக்கிறதா?"

"எனக்குத் தெரிந்த வரையில் வேறு ரகசிய வழி இல்லை, அக்கா!"

"நீயும் சந்திரமதியும் போன வழியில் அவனும் போய் மச்சுப்படி ஏறிப் போயிருக்கலாம் அல்லவா?"

"அங்கே வழியில் பல பணிப்பெண்கள் இருந்தார்கள்; அக்கா! அவர்களுக்குத் தெரியாமல் போயிருக்க முடியாது."

"அதிசயமாகத்தானிருக்கிறது... இதையெல்லாம் பற்றி உன் தகப்பனாரிடம் நீ தெரிவிக்கவில்லையா?"

"தெரிவிக்கவில்லை அக்கா! தகப்பனாரிடம் சொல்லக் கூச்சமாகவும் இருக்கிறது; பயமாகவும் இருக்கிறது. ஒருவேளை அவர் இங்கே வந்திருந்ததெல்லாம் உண்மையாக இருந்தால்..."

"ஆமாம், புருஷர்களிடம் இதைப் பற்றியெல்லாம் சொல்லாமலிருப்பதே நல்லது. அவர்களுக்குச் சொன்னாலும் புரியாது..."

"என் தமையனிடம் சொல்லலாமா, வேண்டாமா என்று யோசித்துக் கொண்டிருக்கிறேன்.."

"அவனிடம் சொன்னால் கட்டாயம் ரகளையாக முடியும். உன் தமையனுக்கு இப்போது எப்படியாவது உன்னைக் கரிகாலனுக்குக் கல்யாணம் பண்ணி வைத்துவிட வேண்டும் என்றிருக்கிறது!"

"அக்கா! நீங்கள்தான் எனக்கு உதவி செய்ய வேண்டும். கந்தமாறனுக்கு உங்களிடம் ரொம்ப விசுவாசம். நீங்கள் சொன்னால் கேட்பான்..."

"அடி பெண்ணே! நான் எந்த நோக்கத்துடன் இங்கே வந்தேனோ, அதற்கு விரோதமாக என்னுடைய உதவியையே கேட்கிறாயே? வெகு கெட்டிக்காரி நீ! அப்படியே கரிகாலருக்கு உன்னை மணம் செய்து கொடுக்கும் யோசனையைக் கைவிட்டாலும், மற்றவனைப் பற்றி உனக்கு ஒன்றும் தெரியாதே! அவன் உன்னை விரும்புவான் என்பது என்ன நிச்சயம்?"

"அதைப் பற்றி நான் கவலைப்படவில்லை; அக்கா! அவர் என்னை விரும்பினாலும் விரும்பாவிட்டாலும்..."

"பெண்களின் தலையெழுத்தே இப்படித்தான் போலும்! புருஷர் எப்படி நடந்து கொண்டாலும், பெண்கள் அவர்களுக்காக உயிரை விட வேண்டியதென்று ஏற்பட்டிருக்கிறது! ஏதோ உன் அதிர்ஷ்டம் எப்படி இருக்கிறதென்று பார்க்கலாம். மறுபடியும் நேற்று மாதிரி ஏதேனும் நேர்ந்தால் என்னிடம் சொல்வாய் அல்லவா?"

"உங்களிடம் சொல்லாமல் வேறு யாரிடம் சொல்வது அக்கா! நேற்றிரவு ஒரு கனவு கண்டேன். அதையும் சொல்லிவிட விரும்புகிறேன்..."

"பகற் கனவு கண்டது போதாது என்று, இரவிலும் வேறு கனவு கண்டாயா? அது என்ன? மறுபடியும் அவன் கனவில் வந்து உன்னை ஏமாற்றிவிட்டுப் போனானா?"

"இல்லை, இல்லை! இது வேறு விஷயம். நினைக்கவே பயங்கரமாயிருக்கிறது. காலை நேரத்தில் காணும் கனவு பலிக்கும் என்கிறார்களே? அது உண்மைதானா, அக்கா!"

"கனவைச் சொல் கேட்கலாம்! வேறு விஷயம் என்றால்... இன்னும் யாரையேனும் பற்றிக் கனவு கண்டாயா?"

"இல்லை. இவரைப் பற்றித்தான்! இவரை யாரோ ஒருவன் கத்தியால் குத்த வருகிறது போல் இருந்தது. இவர் கையில் ஆயுதம் ஒன்றும் இல்லை. ஆனால் தரையிலே ஒரு கத்தி பளபளவென்று மின்னிக் கொண்டு கிடந்தது. நான் அதைத் தாவி எடுத்துக் கொண்டு பாய்ந்தேன். இவரைக் குத்த வருகிறவனை முதலில் நான் குத்தி விடுவது என்ற எண்ணத்துடன் ஓடினேன். அருகில் சென்றதும் அவனுடைய முகம் தெரிந்தது. அவன் என் தமையன் கந்தமாறன்!.... 'ஓ' என்று அலறிக் கொண்டு விழித்தெழுந்தேன். என் உடம்பெல்லாம் வியர்வையினால் சொட்ட நனைந்திருந்தது. வெகு நேரம் என் கை கால்கள் நடுங்கிக் கொண்டிருந்தன. கனவு அவ்வளவு நிஜம் போல இருந்தது. இது ஒருவேளை பலித்து விடுமா, அக்கா!"

"அடி பெண்ணே! உன் மனம் உண்மையிலேயே குழம்பிப் போயிருக்கிறது. நிஜமாக நடந்தது பிரமைபோலத் தோன்றுகிறது. கனவிலே கண்டது நிஜம்போலத் தோன்றுகிறது! நல்ல தோழி எனக்குக் கிடைத்தாய்! நான்தான் பைத்தியக்காரி என்றால், நீ என்னைவிட ஒருபடி மேலே போய்விட்டாய்!" என்றாள் நந்தினி.

இந்தச் சமயத்தில் சந்திரமதி உள்ளே வந்தாள். "அவர்கள் வந்து கொண்டிருக்கிறார்களாம்! வீரநாராயண ஏரியைத் தாண்டி வந்து விட்டார்களாம்" என்று தெரிவித்தாள்.

❉ ❉ ❉ ❉

பதினைந்தாம் அத்தியாயம்

இராஜோபசாரம்

கடம்பூர் சம்புவரையர் மாளிகையின் முன் வாசல் அன்று மாலை, கண்டறியாத அற்புதக் காட்சிகளைக் கண்டது. கண்ணுக்கெட்டிய தூரம் ஜனங்கள் திரள் திரளாக நெருக்கியடித்துக் கொண்டு நின்றார்கள். ஆண்களும், பெண்களும், சிறுவர்களும், சிறுமிகளும், வயோதிகர்களும் அக்கூட்டத்தில் இருந்தார்கள்.

திடமாகக் காலூன்றி நிற்கவும் முடியாத கிழவர்களும் கிழவிகளும் கோலூன்றி நின்றார்கள். தாங்கள் பிறரால் அங்குமிங்கும் தள்ளப்படுவதைப் பொருட்படுத்தாமல் அவர்கள் ஆதித்த கரிகாலரின் வீரத் திருமுகத்தைப் பார்க்கும் ஆர்வத்தினால் தள்ளாடிக் கொண்டு நின்றார்கள். சிறுவர் சிறுமியர் தாங்கள் ஜனக்கூட்டத்தின் நடுவே நசுக்கப்படுவதைப் பொருட்படுத்தாமல் முண்டியடித்துக் கொண்டு முன்னால் வர முயன்று கொண்டிருந்தார்கள். யௌவனப் பெண்கள் தங்களுக்கு இயற்கையான கூச்சத்தை அடியோடு கைவிட்டு அன்னிய புருஷர்களின் கூட்டத்தினிடையே இடித்துப் பிடித்துக் கொண்டு முன்னால் வரப் பிரயத்தனம் செய்தார்கள். யௌவன புருஷர்களோ, அத்தகைய இளம் பெண்களைச் சிறிதும் இலட்சியம் செய்யாமல், அவர்களின் மீது கடைக்கண் பார்வையைக் கூடச் செலுத்தாமல், இளவரசரை நன்றாகப் பார்க்கக் கூடிய இடங்களைப் பிடிப்பதிலேயே கவனம் செலுத்தினார்கள். அவர்களில் பலர் கடம்பூர் மாளிகைக்கு எதிரிலும் பக்கங்களிலும் உள்ள மரங்களின் மீதெல்லாம் ஏறிக் கொண்டிருந்தார்கள். இன்னும் அநேகர் அந்த மாளிகையில் வெளி மதில் சுவரின் பேரிலும் ஏற முயன்று, அரண்மனைக் காவலர்களால் கீழே இழுத்துத் தள்ளப்பட்டார்கள்.

பச்சைக் குழந்தைகளை இடுப்பில் வைத்துக் கொண்டு இளம் பெண்கள் எத்தனையோ பேர் அக்கூட்டத்தில் பல இன்னல்களை அனுபவித்துக் கொண்டு நின்றார்கள். அழுத குழந்தைகளிடம் அவற்றின் தாய்மார்கள், "கண்ணே! அழாதே! வீரத் தமிழகத்தின் மகாவீராதி வீரர் 'வீரபாண்டியன் தலை கொண்ட' ஆதித்த கரிகால சோழர் வரப் போகிறார்! அவரைப் பார்க்கும் பேறு பெற்றால் நீயும் ஒருநாள் அவரைப் போல் வீரனாவாய்!" என்று சொல்லிச் சமாதானப்படுத்த முயன்றார்கள். இம்மாதிரியே காதலர்கள் தங்கள் காதலிகளிடமும், தாய்மார்கள் தங்கள் புதல்வர்களிடமும், ஆதித்த கரிகாலரைப் பற்றிச் சொல்லிக் கொண்டிருந்தார்கள்.

அந்த விதமாக ஆதித்த கரிகாலரின் வீரப் புகழ் நாடெங்கும் அக்காலத்தில் பரவியிருந்தது. பன்னிரண்டாவது பிராயத்தில் போர்க்களம் புகுந்து கையில் கத்தி எடுத்துப் பகைவர் பலரை வெட்டி வீழ்த்தியவரும், சேவூர்ப் போர்க்களத்தில் பாண்டிய சைன்யத்தை முறியடித்து, வீரபாண்டியன் பாலைவனத்துக்கு ஓடிப் பாறைக் குகையில் ஒளிந்துகொள்ளும்படி செய்தவரும், பத்தொன்பதாவது பிராயத்தில் வீரபாண்டியனுடைய ஆபத்துதவிப் படையைச் சின்னாபின்னம் செய்து அவன் ஒளிந்திருந்த இடத்தைக் கண்டுபிடித்து அவன் தலையை வெட்டிக் கொண்டு வந்தவருமான இளவரசரைப் பார்ப்பதற்கு யார்தான் ஆர்வம் கொள்ளாமலிருக்க முடியும்?

இத்தகைய வீர புருஷரைப் பற்றிச் சென்ற மூன்று நாலு வருஷ காலமாகப் பற்பல வதந்திகள் உலாவி வந்தன. ஆதித்த கரிகாலருக்கு யுவராஜ பட்டாபிஷேகம் ஆன பிறகு சுந்தர சோழச் சக்கரவர்த்திக்கும் அவருக்கும் மனத்தாங்கல் வந்துவிட்டது என்றும், ஆதித்த கரிகாலர் தமக்குப் பின் பட்டத்துக்கு வருவதைச் சக்கரவர்த்தி விரும்பவில்லையென்றும் சிலர் சொன்னார்கள். முன்னொரு காலத்தில் காஞ்சியில் தனி ராஜ்யம் ஸ்தாபித்துப் பல்லவர் பெருங்குலத்தைத் தொடங்கி வைத்தது போல் ஆதித்த கரிகாலரும் காஞ்சியில் தனி அரசை ஏற்படுத்த விரும்புகிறார் என்றார்கள் சிலர். அவருடைய தம்பியாகிய அருள்மொழிவர்மரிடம் சக்கரவர்த்தி அதிக அன்பு காட்டிப் பட்சபாதமாக நடந்து கொள்வதால் ஆதித்த கரிகாலருக்குக் கோபம் என்றார்கள், வேறு சிலர். இன்னும்

சிலர் இதை அடியோடு மறுத்து கரிகாலரையும், அருள்மொழியையும் போல் நேய பாவமுள்ள சகோதரர்கள் இருக்க முடியாது என்று சாதித்தார்கள். இளவரசருக்கு இன்னும் திருமணம் ஆகாமலிருந்தது பற்றியும் பலர் பலவாறு பேசினார்கள். அரசகுலத்து மங்கை யாரையும் கரிகாலர் மணப்பதற்கு மறுதளித்து ஆலய பட்டர் மகளை மணந்து அரியாசனம் ஏற்றுவிக்க எண்ணியது தான், தந்தைக்கும் மகனுக்கும் வேற்றுமை நேர்ந்த காரணம் என்றும் சிலர் சொன்னார்கள். ஆதித்த கரிகாலருக்குச் சித்தப்பிரமை என்றும், பாண்டிய நாட்டு மந்திரவாதிகள் சூனிய வித்தையினால் அவரைப் பைத்தியமாக்கி விட்டார்கள் என்றும் அதனாலேயே சக்கரவர்த்திக்குப் பிறகு அவர் சோழ சிங்காதனம் ஏறுவதைச் சிற்றரசர்கள் விரும்பவில்லையென்றும் சிலர் பேசிக் கொண்டார்கள்.

எது எப்படியிருந்தாலும் அந்த மகாவீரரைப் பார்ப்பதற்கு ஜனங்கள் அளவில்லாத ஆர்வம் கொண்டிருந்தார்கள். கடம்பூர் மாளிகைக்கு இளவரசர் கரிகாலர் விஜயம் செய்யப் போகிறார் என்ற செய்தி பரவியதிலிருந்தே சுற்றுப் பக்கங்களில் பெருங் கிளர்ச்சி உண்டாகியிருந்தது. அன்று மாலை வரப்போகிறார் என்று தெரிந்த பிறகு அக்கம் பக்கத்தில் இரண்டு காத தூரம் வரையில் இருந்த எல்லா ஊர்களிலிருந்தும் மக்கள் வந்து திரண்டு விட்டார்கள்.

அந்தக் கூட்டத்தை ஜன சமுத்திரம் என்று சொல்வது மிகப் பொருத்தமாயிருந்தது. ஆயிரமாயிரம் ஜனங்களின் கண்டங்களிலிருந்து எழுந்த பேச்சுக் குரல்கள் உருத்தெரியாத ஒரே இரைச்சலாகி சமுத்திர கோஷத்தைப் போலவே கேட்டுக் கொண்டிருந்தது. மாளிகையின் முன் வாசலுக்கு எதிரே இளவரசரும் அவருடைய பரிவாரங்களும் வருவதற்கு அரண்மனைக் காவலர்கள் வழி வகுத்து நின்றார்கள். பின்னாலிருந்த ஜனங்கள் வந்து மோதியபடியால் முன்னாலிருந்தவர்கள் தள்ளப்பட்டு அவ்வழியை அடைக்கப் பார்த்ததும், காவலர்களால் தள்ளப்பட்டு அவர்கள் மீண்டும் பின்னால் சென்றதுமான காட்சி, சமுத்திரக் கரையில் அலைகள் வந்து மோதிவிட்டுப் பின்வாங்குவதை ஒத்திருந்தது.

மரத்தின் மேல் இருந்த ஒருவன் திடீரென்று, "அதோ வருகிறார்கள்!" என்று கூவினான். "எங்கே? எங்கே?" என்று ஆயிரம் குரல்கள் எழுந்தன. ஒரு குதிரை அதிவேகமாக வந்தது. கூட்டத்தைச் சிறிதும் பொருட்படுத்தாமல் புகுந்து பாய்ந்து வந்தது. குதிரையின் காலடியில் சிக்கிக் கொள்ளாமலிருக்கும்படி ஜனங்கள் இருபுறமும் நெருக்கியடித்துக் கொண்டு நகர்ந்து கொண்டு வழிவிட்டார்கள். "இளஞ் சம்புவரையன்!" என்று கத்தினார்கள். ஆம், வந்தவன் கந்தமாறன் தான்! கூட்டத்திலிருந்தவர்கள் கேட்ட கேள்விகளுக்குப் பதில் சொல்லாமல் கந்தமாறன் வேகமாகக் குதிரையைச் செலுத்திக் கொண்டு போய்க் கோட்டை வாசல் அருகில் நிறுத்திவிட்டுக் கீழே குதித்தான். அங்கே நின்று கொண்டிருந்த சம்புவரையரையும் பழுவேட்டரையரையும் பார்த்து வணங்கிவிட்டு, "இளவரசர் வருகிறார்; ஆனால் சித்தம் அவ்வளவு சுவாதீனத்தில் இல்லை. திடீர் திடீர் என்று கோபம் வருகிறது. முன்னெச்சரிக்கை செய்வதற்காகவே வந்தேன். நல்லபடியாக ராஜோபசாரம் செய்து வரவேற்க வேண்டும். அவர் ஏதாவது தாறுமாறாகப் பேசினாலும் பதில் சொல்லாமலிருப்பது நல்லது!" என்றான். இவ்விதம் கூறிவிட்டு அங்கே நிற்காமல் மேலே அண்ணாந்து பார்த்தான். முன் வாசல் கோபுரத்தின் மேல் மாடியில் அரண்மனைப் பெண்கள் காத்திருப்பது தெரிந்தது. உடனே கோட்டை வாசலில் புகுந்து உள்ளே சென்று, அங்கே ஒரு பக்கம் இருந்த மச்சுப் படிகளின் வழியாக மேலே ஏறிச் சென்றான்.

பெண்கள் இருக்குமிடத்தை அடைந்ததும் கந்தமாறனுடைய கண்கள் மற்றவர்களைப் பொருட்படுத்தாமல் நந்தினி தேவி இருக்குமிடத்தைத் தேடிக் கண்டுபிடித்தன. அவள் அருகில் சென்று, "தேவி! தங்கள் விருப்பத்தை நிறைவேற்றினேன். இளவரசரை அழைத்து வந்தேன், அதோ வந்து கொண்டிருக்கிறார். ஆனால் மதம் பிடித்த யானையைப் போல் இருக்கிறார். அவரை எப்படிச் சமாளிக்கப் போகிறோமோ, தெரியவில்லை!" என்றான்.

"ஐயா! அதைப்பற்றி என்ன கவலை? மதம் பிடித்த யானையை அடக்கி ஆள்வதற்குத் தங்கள் சகோதரியின் இரு கண்களாகிய அங்குசங்கள் இருக்கின்றன!" என்றாள் நந்தினி.

மணிமேகலை, "அக்கா! இது என்ன பேச்சு!" என்றாள்.

கந்தமாறன், "மணிமேகலை! பழுவூர் ராணி கூறுவதில் தவறு ஒன்றுமில்லையே! ஆதித்த கரிகாலரைப் போன்ற வீராதி வீரரைப் பதியாகப் பெறத் தவம் செய்ய வேண்டாமா?" என்றான்.

மணிமேகலை பதில் சொல்வதற்குள் நந்தினி குறுக்கிட்டு, "ஐயா! இளவரசருடன் இன்னும் யாரேனும் வருகிறார்களா?" என்று கேட்டாள்.

"ஆம், ஆம்! பார்த்திபேந்திர பல்லவனும், வந்தியத்தேவனும் வருகிறார்கள்.."

நந்தினி மணிமேகலையைக் குறிப்பாகப் பார்த்துவிட்டு "எந்த வந்தியத்தேவன்? தங்களுடைய சிநேகிதன் என்று சொன்னீர்களே, அவனா?" என்றாள்.

"ஆம், என்னைப் பின்னாலிருந்து குத்திக் கொல்லப் பார்த்த அந்தப் பரம சிநேகிதன்தான். அவன் எங்கிருந்தோ, எப்படியோ வந்து குதித்து வெள்ளாற்றங்கரையில் எங்களோடு சேர்ந்து கொண்டான். இளவரசருடைய தாட்சண்யத்துக்காகப் பார்த்தேன்; இல்லாவிடில் அங்கேயே அவனை என் கத்திக்கு இரையாக்கியிருப்பேன்!" என்றான்.

மணிமேகலையின் முகம் சுருங்கிப் புருவங்கள் நெரிந்தன. "அண்ணா! அவர் உங்கள் முதுகில் குத்தியது உண்மையாக இருக்கும் பட்சத்தில் அவரை எதற்காக இந்த மாளிகைக்குள் வர விடவேண்டும்?" என்றாள்.

"கண்ணே! நீ பேசாமலிரு! அதெல்லாம் புருஷர்களின் விஷயம். நேற்றைக்குச் சண்டை போட்டுக் கொள்வார்கள்; இன்றைக்கு கட்டிப் புரளுவார்கள்!" என்றாள் நந்தினி.

கந்தமாறன் புன்னகை புரிந்து, "அப்படியெல்லாம் ஒன்றுமில்லை. இளவரசரின் முகத்துக்காகப் பார்க்க வேண்டியதாயிற்று. ஓகோ! கூடை கூடையாகப் புஷ்பம் கொண்டு வந்து வைத்திருக்கிறீர்களே! நீங்கள் இங்கிருந்து பொழிகிற மலர் மழையினால் இளவரசரின் கோபம் தணிந்து அவர் சாந்தம் அடைந்து விடுவார்! அதோ வந்து விட்டார்கள்! நான் கீழே போகிறேன்!" என்று சொல்லிவிட்டு, விடுவிடுவென்று மச்சுப் படிகளில் இறங்கிப் போனான்.

அந்த முன் வாசலின் மேன்மாடத்திலிருந்து பார்க்கும் போது கண்ணுக்கெட்டிய தூரம் பரந்திருந்த ஜன சமுத்திரத்தின் நடுவே, சுழிக் காற்றினால் ஏற்படும் நீர்ச் சுழலைப் போல ஓரிடத்தில் தோன்றிக் கொண்டிருந்தது. அந்தச் சுழலின் மத்தியில் அகப்பட்டுக் கொண்ட நாவாயைப் போல் மூன்று குதிரைகளும் அவற்றின் மேல் வந்த வீரர்களும் சில சமயம் தோன்றினார்கள். மறு கணம் ஜன சமுத்திரத்தின் பேரலைகளினால் அவர்கள் மறைக்கப்பட்டார்கள்.

அவ்விதம் ஏற்பட்ட சுழல் மேலும் மேலும் பிரயாணம் செய்து கோட்டையின் முன் வாசலை நெருங்கிக் கொண்டிருந்தது. கடைசியில், கோட்டை வாசலுக்கே வந்து விட்டது.

கோட்டை வாசலை அடைந்த மூன்று குதிரைகள் மீதும் வீற்றிருந்தவர்கள் ஆதித்த கரிகாலரும், பார்த்திபேந்திரனும் வந்தியத்தேவனுந்தான்.

அவர்களைத் தொடர்ந்து வந்த யானை குதிரை பரிவாரங்கள் எல்லாம் வெகு தூரம் பின்னாலேயே அந்தப் பெரிய ஜன சமுத்திரத்தினால் தடை செய்யப்பட்டு நின்றுவிட்டன.

குதிரைகள் வந்து மாளிகை வாசலில் நின்றதும் ஒரு பெரிய முழக்கம் எழுந்தது. இருபது பேரிகைகள், இருநூறு கொம்புகள், முந்நூறு தாரைகள், ஐந்நூறு தம்பட்டங்களிலிருந்து எழுந்த அந்தப் பெருமுழக்கத்தைக் கேட்டு அந்த மாபெரும் ஜன சமுத்திரத்தின் பேரிரைச்சலும் ஒருவாறு அடங்கியது.

வாத்தியங்களின் பெருமுழக்கம் சிறிது நேரம் ஒலித்துவிட்டுச் சட்டென்று அடங்கி நின்றது.

அப்போது ஏற்பட்ட நிசப்தத்தில் கட்டியங் கூறுவோன் மேன்மாடத்தை அடுத்திருந்த ஒரு மேடை மீது நின்று இடி முழக்கக் குரலில் கூவினான்:–

"சூரிய வம்சத்திலே பிறந்த மனு மாந்தாதா, அந்த வம்சத்திலே புறாவுக்காக உடலை அறுத்துக் கொடுத்த சிபிச் சக்கரவர்த்தி, சிபிச் சக்கரவர்த்திக்குப் பின் தோன்றிய ராஜகேசரி, அவருடைய புதல்வர் பரகேசரி, பசுவுக்கு நியாயம் வழங்குவதற்காகப் புதல்வனைப் பலி கொடுத்த மனுநீதிச் சோழன், இமயமலையில் புலி இலச்சினை பொறித்த கரிகால் பெருவளத்தான், நலங்கிள்ளி, நெடுங்கிள்ளி, பெருநற்கிள்ளி, குளமுற்றத்துத் துஞ்சிய கிள்ளி வளவன், குராப்பள்ளி துஞ்சிய கிள்ளிவளவன், எழுபத்திரண்டு சிவாலயம் எடுப்பித்த கோப்பெருஞ் சோழர், இவர்கள் வழிவழித் தோன்றிய தொண்ணூறும் ஆறும் புண் சுமந்த பழையாறை விஜயாலயச் சோழர், அவருடைய குமாரர் ஸஹ்யமலையிலிருந்து புகார் நகரம் வரையில் காவேரி நதி தீரத்தில் எண்பத்திரண்டு சிவாலயம் எடுப்பித்த ஆதித்த சோழர், அவருடைய குமாரர் மதுரையும் ஈழமும் கொண்டு தில்லைச் சிதம்பரத்தில் பொன் மண்டபம் கட்டிய பராந்தகச் சோழச் சக்கரவர்த்தி, அவருடைய குமாரர் இரட்டை மண்டலத்துக் கன்னர தேவன் படைகளை முறியடித்து ஆற்றூர்த் துஞ்சிய வீராதி வீரராகிய அரிஞ்சய தேவர், அவருடைய குமாரர் ஈழம் முதல் சீட்புலி நாடு வரை ஒரு குடை நிழலில் ஆளும் பழையாறைப் பராந்தக சுந்தர சோழச் சக்கரவர்த்தி, அவருடைய மூத்த குமாரர் – கோப்பெரு மகனார் – வடதிசை மாதண்ட நாயகர் – யுவராஜ சக்கரவர்த்தி – வீரபாண்டியன் தலை கொண்ட ஆதித்த கரிகால சோழர் விஜயம் செய்திருக்கிறார்! பராக்! பராக்!" என்று அக்கட்டியங் கூறுவோன் கூறி முடித்ததும் மழை பெய்து இடி இடித்து ஓய்ந்தது போலிருந்தது.

உடனே அவன் அருகிலிருந்த இன்னொரு கட்டியங்காரன் "கொல்லி மலை மன்னன் – ஒரே அம்பில் சிங்கத்தையும் கரடியையும் மானையும் பன்றியையும் சேர்த்துத் தொளைத்த வீரன் வல் வில் ஓரி – அவனுடைய பரம்பரையில் வழி வழித் தோன்றிய ராஜாதி ராஜ ராஜமார்த்தாண்ட வீர கம்பீர சம்புவரையன் – சோழச் சக்கரவர்த்தி குலத்திற்கு என்றும் துணைவன் வீரநாராயண ஏரியின் காவலன் – ஐயாயிரம் வீரப் படையின் தண்டநாயகன் – தனது சிறு அரண்மனையில் எழுந்தருளியிருக்குமாறு கோப்பெருமகனார் ஆதித்த கரிகால சோழரை மனமொழி மெய்களால் உவந்து வரவேற்கிறான்! சோழ குலத்தோன்றலின் வரவு நல்வரவு ஆகுக!" என்று கூவினான்.

அவன் அவ்விதம் பேரிடி போன்ற குரலில் கூறி முடித்ததும் மேல் மாடியிலிருந்து மலர் மாரி பொழிந்தது. ஆதித்த கரிகாலனும், வந்தியத்தேவனும் அண்ணாந்து பார்த்தார்கள். அங்கே இருந்த பல பெண்களின் சுந்தர முகங்களுக்கு நடுவில் வந்தியத்தேவனுக்கு மணிமேகலையின் மலர்ந்த புன்னகையுடன் கூடிய முகம் மட்டும் தெரிந்தது. வந்தியத்தேவனும் ஒரு கணம் புன்முறுவல் செய்தான். உடனே தன் காரியம் எவ்வளவு தவறானது என்பதை உணர்ந்தவன் போல் வேறு திசையை நோக்கினான்.

அதே சமயத்தில் மேலே நோக்கிய ஆதித்த கரிகாலனின் முகத்தில் முன்னை விடக் கடுகடுப்பு அதிகமாயிற்று; அவன் குதிரை மீதிருந்து கீழே குதித்தான்.

மற்ற இருவரும் குதிரை மீதிருந்து இறங்கினார்கள்.

இதற்குள் மறுபடியும் வாத்தியங்களின் கோஷம் முழங்கத் தொடங்கி விட்டது. சற்று அடங்கியிருந்த ஜன சமுத்திரத்தின் ஆரவாரப் பேரொலியும் மீண்டும் பொங்கி எழுந்து விட்டது.

விருந்தாளிகளும், அவர்களை வரவேற்பதற்கு வாசலில் நின்றவர்களும் கோட்டை வாசலுக்குள் புகுந்தார்கள். உடனே கோட்டை வாசலின் கதவுகள் படார், படார் என்று சாத்தப்பட்டன.

ஆதித்த கரிகாலன் திரும்பிப் பார்த்துவிட்டு, "ஏன் இவ்வளவு அவசரமாகக் கதவைச் சாத்துகிறார்கள்? தஞ்சைக் கோட்டையில் என் தந்தையைச் சிறை வைத்திருப்பது போல் என்னையும் இங்கே சிறை வைக்கப் போகிறார்களா, என்ன? என்னுடன் வந்த பரிவாரங்கள் என்ன ஆவது?" என்று கேட்டான்.

இரு கிழவர்களும் சில கணநேரம் திகைத்துப் போய் நின்றார்கள்.

பழுவேட்டரையர் முதலில் சமாளித்துக் கொண்டு, "கோமகனே! இந்த சோழ சாம்ராஜ்யத்திலுள்ள லட்சோப லட்சம் ஜனங்களின் அன்பு நிறைந்த உள்ளங்களே தங்களையும், தங்கள் தந்தையையும் சிறைப்படுத்தியிருக்கின்றன; தனியாகச் சிறை வைப்பது எதற்கு?" என்றார்.

"இளவரசே! தங்களுடைய தரிசனத்துக்காக வந்திருக்கும் பெருந்திரளான மக்கள் இந்தச் சிறிய குடிசைக்குள் புகுந்தால் என்ன ஆவது? அவர்கள் வெளியில் நிற்கும்போது அக்கம் பக்கமுள்ள தோப்புகள் எல்லாம் குரங்குகள் அழித்த மதுவனம் போல் ஆகிவிட்டன. ஜனக் கூட்டம் கலைந்ததும் தங்களுடன் வந்த பரிவாரங்களை உள்ளே அழைத்து வருகிறோம். அது வரையில் தங்களுக்கு வேண்டிய பணிவிடைகளைச் செய்ய இங்கே பணியாளர் பலர் இருக்கிறார்கள்..." என்றார் சம்புவரையர்.

இச்சமயம் கோட்டை வெளி வாசலில் ஜனங்களின் ஆரவாரம் அதிகமானது போலக் கேட்டது. கரிகாலன் கந்தமறானிடம், "முன் வாசல் மேன்மாடிக்குப் போக வழி எங்கே?" என்று கேட்டான்.

கந்தமாறன் மாடிப்படிகள் இருந்த இடத்தைச் சுட்டிக் காட்டியதும் கரிகாலன் அந்தப் பக்கம் நோக்கி விடுவிடுவென்று நடந்து சென்றான். கந்தமாறனும், வந்தியத்தேவனும், பார்த்திபேந்திரனும் உடன் சென்றார்கள்.

சம்புவரையர், பழுவேட்டரையரைப் பார்த்து, "இது என்ன? வழியோடு போகிற சனியனை விலைக்கு வாங்கியது போல் வாங்கிக் கொண்டோமே? இவனுடைய மூளை சரியாயிருப்பதாகவே தோன்றவில்லையே? சின்னப்பிள்ளைகளின் பேச்சைக் கேட்டு இந்தக் காரியத்தில் தலையிட்டோம்!" என்றார்.

"அப்படி என்ன மோசம் வந்துவிடப் போகிறது? காரியம் நடந்தால் நடக்கட்டும்; நடக்காவிட்டால் போகட்டும்" என்றார் பழுவேட்டரையர்.

"காரியத்தைப் பற்றி நான் சொல்லவில்லை. நம் வீட்டில் இருக்கும்போது ஏதாவது ஏடாகூடமாக நடக்கக் கூடாது அல்லவா? நிமித்தம் ஒன்றும் சரியாக இல்லை. அவனோ மதம் பிடித்த யானையைப் போல் இருக்கிறான். முகத்தின் கடுகடுப்பையும், நாக்கில் விஷத்தையும் பார்த்தீர்கள் அல்லவா?"

"சில நாள் பல்லைக் கடித்துக் கொண்டு பொறுமையாக இருக்க வேண்டியதுதான். அந்தப் பல்லவன் பார்த்திபேந்திரன் அவனைக் கட்டுக்குள் வைத்திருக்க உதவியாயிருப்பான். இன்னொரு துஷ்டச் சிறுவன் பின்னோடு வந்திருக்கிறானே, அவனைத்தான் எனக்குப் பிடிக்கவில்லை. அவன் ஒற்றன் என்றுகூட எனக்குச் சந்தேகம். முன்னால் நாம் கூட்டம் போட்ட அன்றைக்குக்கூட அவன் இங்கு வந்திருந்தான் அல்லவா? நேற்று மாலை இந்தக் கோட்டைக்கு வெளியில் மரத்தின் மறைவில் நின்றிருந்தவனும் அவன்தான்!"

"அவன் என் மகனுடைய சிநேகிதன் அல்லவா! ஆகையால் அவனைப் பற்றிப் பயமில்லை. இப்போது எதற்காகப் பெண்கள் இருக்கும் இடத்துக்கு அவசரமாக போகிறார்கள்? நாமும் போவோமா?"

இச்சமயம், மச்சுப்படி வரையில் போன பார்த்திபேந்திரன் திரும்பி வந்து, இரு பெரும் குறுநில மன்னர்கள் பேசிக் கொண்டிருந்த இடத்தை அணுகினான். சம்புவரையர் கடைசியாகக் கூறிய வார்த்தைகள் அவன் காதில் விழுந்தன. "ஐயா! இளவரசர் விஷயத்தில் உங்களுக்கு வேறு என்ன சந்தேகம் இருந்தாலும், பெண்கள் சம்பந்தமான சந்தேகம் மட்டும் வேண்டியதில்லை. பெண்களை அவர் கண்ணெடுத்தும் பார்ப்பதில்லை.." என்று சொன்னான்.

பழுவேட்டரையர் புன்னகையுடன், "அப்படியானால் அவரை நாம் இங்கே அழைத்ததின் நோக்கம் எப்படி நிறைவேறும்?" என்று கேட்டார்.

"அது சம்புவரையர் திருமகளின் அதிர்ஷ்டத்தையும் சோழ சாம்ராஜ்யத்தின் அதிர்ஷ்டத்தையும் பொறுத்தது."

"பார்த்திபேந்திரா! மணிமேகலையின் அதிர்ஷ்டம் ஒருபுறம் இருக்கட்டும்! வரும்போதே எதற்காக இளவரசர் இவ்வளவு கடுகடுத்த முகத்துடன் வருகிறார்? எதற்காக இப்படி விஷமமாகப் பேசுகிறார்? அவரை நீ எப்படியாவது இங்கிருந்து சமாதானமாக அழைத்துப் போனால் போதும் என்று தோன்றுகிறது!" என்றார் சம்புவரையர்.

"வெள்ளாற்றங்கரை வரையில் இளவரசர் சுமுகமாகவும் குதூகலமாகவும் வந்தார். பின்னர் இந்த வந்தியத்தேவனும் வைஷ்ணவன் ஒருவனும் வந்து சேர்ந்தார்கள். அவர்கள் ஏதோ சொல்லியிருக்க வேண்டும். அது முதல் இளவரசரின் குணம் மாறியிருக்கிறது..."

"நாங்களும் அப்படித்தான் நினைத்தோம். இப்போது என்ன செய்யலாம்? அந்தத் துஷ்டப் பையனும் உங்களோடு வந்திருக்கிறானே!"

"நீங்கள் கொஞ்சம் பொறுமையாயிருங்கள்; நான் எல்லாம் சரிப்படுத்தியிருக்கிறேன். அந்தப் பையனுடன் எனக்கும் ஒரு சண்டை இருக்கிறது. அதை நான் சமயம் பார்த்துத் தீர்த்துக் கொள்கிறேன்" என்றான் பார்த்திபேந்திரன்.

கரிகாலனும் மற்ற இருவரும் முன் வாசல் மேன்மாடத்துக்குச் சென்றபோது அங்கிருந்த பெண்கள் திரும்பிப் படியில் இறங்கி வரும் சமயமாயிருந்தது.

கரிகாலன் கந்தமாறனைப் பார்த்து, "நண்பனே! தாய்மார்களையெல்லாம் நமக்காக இங்கு வந்து காத்திருக்கும்படி செய்யலாமா? அது பெருந்தவறு. நாம் அல்லவா இவர்கள் இருக்குமிடம் சென்று நமது வணக்கத்தைச் செலுத்த வேண்டும்!" என்று கூறிவிட்டுப் பெண்மணிகளுக்கு வணங்கி வழி விட்டு நின்றான். ஒவ்வொருவராக இறங்கிய போது கந்தமாறனிடம் யார் யார் என்று கேட்டுத் தெரிந்து கொண்டான். நந்தினியைப் பார்த்ததும், "ஓ! பழுவூர் இளைய பாட்டி அல்லவா? உண்மையாகவே வந்திருக்கிறார்களா? மிகவும் சந்தோஷம்!" என்றான். நந்தினி ஒன்றும் சொல்லாமல் அவனைத் தன் கூரிய கண்களால் பார்த்துவிட்டுச் சென்றாள். அப்பார்வையின் தீட்சண்யத்தினால் கரிகாலனுடைய உடம்பு சிறிது நடுங்கிற்று. மறுகணமே அவன் சமாளித்துக் கொண்டு, பின்னால் வந்த மணிமேகலையைப் பார்த்து, "ஓகோ! இவள் உன் தங்கை மணிமேகலையாக இருக்க வேண்டும். சித்திரத்தில் எழுதிய கந்தர்வ கன்னிகையைப் போல் இருக்கிறாள். இவளுக்கு விரைவில் ஒரு நல்ல மாப்பிள்ளையைப் பார்த்துக் கல்யாணம் பண்ணி வைக்க வேண்டும்!" என்றான். மணிமேகலை வெட்கத்தினால் குழிந்த கன்னங்களுடன் வந்தியத்தேவனைக் கடைக் கண்ணால் பார்த்துவிட்டு மடமடவென்று கீழே இறங்கினாள்.

பெண்கள் எல்லாருமே சென்ற பிறகு, கரிகாலன் அந்த மேல் மாடத்தின் முகப்புக்குச் சென்று நின்றான். வாசலில் அப்போது தான் கலையத் தொடங்கியிருந்த ஜனக் கூட்டதினிடையே மறுபடியும் பேராரவாரம் எழுந்தது. ஜனங்கள் திரும்பிக் கோட்டை வாசலண்டை வரத் தொடங்கினார்கள்.

அந்த மேல் மாடத்தையொட்டித் தனியாக நீண்டு அமைந்திருந்த மேடையில் கட்டியங் கூறுவோன் நிற்பதைக் கரிகாலன் கவனித்தான். அவனைச் சமிக்ஞையினால் அருகே வரும்படி அழைத்தான். வந்தவுடன் ஜனங்களுக்குச் சில விஷயங்களை அறிவிக்கும்படி கூறினான். கட்டியங் கூறுவோன் திரும்பிச் சென்று பேரிகையைச் சில தடவை முழக்கினான். பின்னர், ஜனங்களைச் சமிக்ஞையினால் பேசாதிருக்கும்படி கேட்டுக்

கொண்டான். ஆதித்த கரிகாலரின் விருதுகளில் சிலவற்றை விடுத்துச் சிலவற்றை மீண்டும் கூறிவிட்டு, "அத்தகைய சோழர் குலக் கோமகனார் இந்தக் கடம்பூர் மாளிகையில் ஒரு வாரம் பத்து நாட்கள் வரை தங்கியிருப்பார். சுற்றுப்புறமுள்ள ஊர்களுக்கெல்லாம் விஜயம் செய்வார். அப்போது அந்தந்த ஊர் மக்களை நேரில் கண்டு அவரவர்களுடைய குறைகளையெல்லாம் கேட்டு அறிந்து கொள்வார்!" என்று கூவினான்.

அவ்வளவுதான்! இதுவரையில் அந்த ஜனக் கூட்டத்தில் எழுந்த ஆரவாரமெல்லாம் நிசப்தம் என்று சொல்லும்படியாக அவ்வளவு பெரிய பேரிரைச்சல் கிளம்பியது. குதூகலக் குரல்களும் வாழ்த்தொலிகளும் கரகோஷ ஓசையும் சேர்ந்து கலந்து எழுந்து சுற்றுப் பக்கம் வெகு தூரம் சென்று வீர நாராயண ஏரியிலிருந்து எழுபத்து நாலு கண்மாய்களின் வழியாகப் பாய்ந்த தண்ணீர் வெள்ளத்தின் ஓசையும் அமுங்கி விடும்படி செய்தன.

சம்புவரையரும் பழுவேட்டரையரும் பார்த்திபேந்திரனும் முன்னால் நின்ற இடத்திலேயே நின்று கொண்டிருந்தார்கள். ஆதித்த கரிகாலன் அவர்கள் நின்ற இடத்தை நெருங்கியதும், "பார்த்திபேந்திரா! ஏது நீ இங்கேயே நின்றுவிட்டாய்? இந்தக் கிழவர்களுடன் சேர்ந்து நீயும் சதியாலோசனை செய்யத் தொடங்கி விட்டாயா?" என்று கேட்டான்.

கிழவர்கள் இருவரும் திடுக்கிட்டுக் கரிகாலனுடைய முகத்தைப் பார்த்தார்கள். அவன் முகத்தில் புன்னகை தவழ்ந்து கொண்டிருந்தது.

சம்புவரையர் சிறிது சமாளித்துக் கொண்டு, "கோமகனே! சற்று முன் சிறை என்றீர்கள்; இப்போது சதி என்கிறீர்கள். இந்தக் குடிசையில் தாங்கள் விருந்தாளியாகத் தங்கியிருக்கும் போது தங்களுக்கு அணுவளவேனும் தீங்கு நேராது என்று ஆணையிட்டுக் கூறுகிறேன். அவ்விதம் நேர்வதற்கு முன்னால் என் உடலிலிருந்து உயிர் பிரிந்து போயிருக்கும்!" என்றார்.

"ஐயா! எனக்குத் தீங்கு நேரும் என்று நான் அஞ்சுவதாக எண்ணினீர்களா? ஒரு லட்சம் பாண்டிய நாட்டுப் பகைவர்களின் மத்தியில் இருக்கும்போதே எனக்குத் தீங்கு நேரும் என்று நான் அஞ்சியதில்லை. என் அருமைச் சிநேகிதர்களின் மத்தியில் இருக்கும்போது அஞ்சுவானேன்? ஆனால் தங்களுடைய இந்த மாளிகையைக் குடிசை என்று மட்டும் கூற வேண்டாம்; ஆகா! இதைச் சுற்றியுள்ள மதில் சுவர்கள் எவ்வளவு உயரம்? எவ்வளவு கனம்? தஞ்சாவூர்க் கோட்டை மதிலை விடப் பெரியதாக அல்லவா இருக்கிறது? எந்தப் பகைவர்களை முன்னிட்டு இவ்வளவு பந்தோபஸ்தாகக் கோட்டை கட்டியிருக்கிறீர்கள்?" என்றான் கரிகாலன்.

"இளவரசே! எங்களுக்கென்று தனிப் பகைவர்கள் யாரும் இல்லை. சோழ குலத்தின் பகைவர்கள் எங்கள் பகைவர்கள்; சோழ குலத்தின் நண்பர்கள் எங்களுக்கும் நண்பர்கள்".

"தங்கள் வாக்குறுதி எனக்கு மிக்க மகிழ்ச்சி அளிக்கிறது. இதைத் தங்கள் குமாரன் கந்தமாறனிடம் சொல்லி வையுங்கள். என்னுடைய நண்பனாகிய வாணர் குலத்து இளவரசனைக் கந்தமாறன் தன்னுடைய பகைவன் என்று கருதி வருகிறான். இது பெரும் பிழையல்லவா?" என்று ஆதித்த கரிகாலன் கூறிய போது கந்தமாறன் தலையைக் குனிந்து கொண்டான்.

❖ ❖ ❖ ❖

பதினாறாம் அத்தியாயம்

"மலையமானின் கவலை"

மாளிகைக்கும் மதில் சுவருக்கும் இடையிலிருந்த நிலாமுற்றப் பகுதியில் கந்தமாறன் வழி காட்டிக் கொண்டு செல்ல, கரிகாலன் சுற்றுமுற்றும் பார்த்துக் கொண்டு நடந்தான். மற்ற நால்வரும் பின்தொடர்ந்து சென்றார்கள்.

குரவைக்கூத்துக்காக மேடையும், கொட்டகையும் போட்டிருந்த இடத்தை அடைந்ததும் கரிகாலன் நின்றான்.

"ஓகோ! இது என்ன? இங்கே என்ன நடக்கப் போகிறது?" என்று கேட்டான்.

"கோமகனே! தங்களுக்கு விருப்பமாயிருந்தால், இங்கே குரவைக்கூத்து வைக்கலாம் என்று உத்தேசம்..."

"ஆகா! ரொம்ப நல்லது! குரவைக்கூத்து வையுங்கள்; வில்லுப்பாட்டு வையுங்கள். கரிகால் வளவர் நாடகம், விஜயாலயச் சோழர் நாடகம் எல்லாம் வையுங்கள். பகலெல்லாம் காட்டில் வேட்டையாடுவதில் கழிப்போம். இரவெல்லாம் பாட்டிலும், கூத்திலும் கழிப்போம். சம்புவரையரே! என் பாட்டன் மலையமான் எனக்கு என்ன சொல்லி அனுப்பினான், தெரியுமா! கடம்பூர் சம்புவரையன் மாளிகையில் இருக்கும் போது, 'இரவில் தூங்காதே!' என்று எச்சரிக்கை செய்தான். நான் என் பாட்டனுக்கு என்ன மறுமொழி சொன்னேன் தெரியுமா? 'பாட்டா! நான் பகலில் தூங்குவதில்லை; இரவிலும் தூங்குவதில்லை. நான் தூங்கி மூன்று வருஷம் ஆகிறது. ஆகையால் நான் தூங்கும்போது விரோதிகள் எனக்கு ஏதேனும் தீங்கு செய்து விடுவார்கள் என்று பயப்பட வேண்டாம். நான் விழித்துக் கொண்டிருக்கும் போதே யாராவது தீங்கு செய்தால்தான் செய்யலாம். அவ்வளவு துணிச்சலுள்ள ஆண் மகன் யார் இருக்கிறான்?" என்று மலையமானுக்குத் தைரியம் சொல்லி விட்டு வந்தேன்!" என்று கூறிவிட்டுக் கரிகாலன் கடகடவென்று சிரித்தான்.

சம்புவரையர் கோபத்தினால் நடுங்கிய குரலில், "ஐயா! தாங்கள் தூங்கினாலும் சரி, விழித்துக் கொண்டிருந்தாலும் சரி... தங்களுக்கு எவனும்.. இந்த மாளிகையில் இருக்கும் போது தீங்கு செய்யத் துணிய மாட்டான்!" என்றார்.

"ஆம், ஆம்! கடம்பூர் சம்புவரையர் மாளிகைக்குள் எனக்குத் தீங்கு செய்யக் கூடியவன் யார் இருக்க முடியும்? அல்லது வெளியிலிருந்து இவ்வளவு பெரிய மதில் சுவர்களைத் தாண்டி யார் வர முடியும்? யமன் கூட வர முடியாது. கடம்பூர் சம்புவரையர் என்றால் யமன் கூடப் பயப்படுவானே? அந்தத் திருக்கோவலூர்க் கிழவனாரின் வீண் கவலையைப்பற்றி உங்களுக்குச் சொன்னேன். வயதாகிவிட்டதல்லவா? சில பேருக்கு வயதானால் மனோதைரியம் குறைந்து விடுகிறது. அடுத்தாற்போல், என் பழுவூர்ப் பாட்டனைப் பாருங்கள்! எவ்வளவு மிடுக்காக நடந்து வருகிறார்? அறுபது பிராயத்தைக் கடந்தவர் என்று யாராவது சொல்ல முடியுமா?" என்று கூறிச் சிறுநகை செய்தான் கரிகாலன்.

பழுவேட்டரையர் இதற்கு மறுமொழி ஏதேனும் சொல்ல வேண்டும் என்று எண்ணித் தமது தொண்டையைக் கனைத்துக் கொண்டார். அது சிங்க கர்ஜனையைப் போல் முழங்கிற்று.

"பாருங்கள்! பெரிய பழுவேட்டரையர் தொண்டையைக் கனைத்தால், பாரெங்கும் நடுங்கும் என்று சொல்வது எவ்வளவு சரியாயிருக்கிறது. கந்தமாறா! வந்தியத்தேவா! பார்த்திபேந்திரா! நீங்கள் எல்லாம் பழுவூர்ப் பாட்டன் வயதில் இவ்வளவு திடமாக இருப்பீர்களா என்று யோசித்துப் பாருங்கள். ஒருவேளை அவரைப் போல் தொண்டையைக் கனைப்பீர்கள். ஆனால் அவர் வயதில் அந்தப்புரத்துக்குப் புதிய பெண்ணைக் கொண்டு

வரமாட்டீர்கள். தாத்தா! தங்களுடன் இளைய ராணியையும் அழைத்து வந்திருக்கிறீர்கள் போலிருக்கிறதே! முன் வாசல் மாடத்தில் பார்த்தேன்! இளையராணி எப்படிப் பிரயாணம் செய்து வந்தார்கள்? மூடுபல்லக்கிலா? ரதத்திலா? அல்லது வண்டியிலா?"

பழுவேட்டரையர் அப்போது குறுக்கிட்டு, "யானை மீது அம்பாரியில் வைத்து நாடு நகரமெல்லாம் அறிய அழைத்து வந்தேன்!" என்று பெருமிதத்துடன் கூறினார்.

"அப்படித்தான் செய்ய வேண்டும், தாத்தா! இனிமேல் எப்போதும் அப்படியே செய்யுங்கள்! மூடுபல்லக்கில் மட்டும் அழைத்துவர வேண்டாம். அதனால் பல விரசமான வதந்திகள் ஏற்படுகின்றன. ஒரு வேடிக்கையைக் கேளுங்கள்; பழுவூர் இளையராணியின் மூடுபல்லக்கில் சில சமயம் என் சித்தப்பன் மதுராந்தகன் ரகசியமாக ஏறிக் கொண்டு ஊர் ஊராகப் போய் வருகிறானாம்! இப்படி ஒரு வதந்தி நாடெங்கும் பரவியிருக்கிறது!" என்று கரிகாலன் கூறி இடி இடி என்று சிரித்தான்.

ஆனால் அங்கிருந்த மற்றவர்கள் யாரும் சிரிக்கவில்லை. ஒவ்வொருவர் மனத்திலும் ஒவ்வொரு விதக் கலக்கம் ஏற்பட்டது.

வந்தியத்தேவன் தன் மனத்திற்குள் "ஐயோ! எப்பேர்ப்பட்ட தவறு செய்து விட்டோம்! இந்த வெறி பிடித்த மனிதரிடம் எல்லாவற்றையும் சொல்லி விட்டோமே! ஒன்றையும் மிச்சம் வைத்துக் கொள்ளாமல் பகிரங்கப்படுத்தி விடுவார் போலிருக்கிறதே!" என்று எண்ணிக் கலங்கினான்.

பெரிய பழுவேட்டரையரின் உள்ளம் எரிமலையின் உட்பிரதேசத்தைப் போல, தீயும் புகையுமாகக் குழம்பிக் கொதித்துக் கனன்றது. தீயும் புகையும் எரிமலை வாயின் வழியாக வருவதற்கு முன்னால் உண்டாகும் பயங்கர உறுமலைப் போல் அவர் மீண்டும் தொண்டையைக் கனைத்துக் கொண்டார்.

அவர் பேசுவதற்கு முன் பார்த்திபேந்திரன் ஓர் அடி முன்னால் பெயர்ந்து வந்து, "கோமகனே! பழுவூர் இளையராணியை நான் வெகு சிறிய காலந்தான் பார்த்துப் பழக நேர்ந்தது. அதற்குள்ளேயே அவர் எத்தகைய பத்தினித் தெய்வம் என்பதை அறிந்து கொண்டேன். பழுவூர் ராணியைப் பற்றி யாரேனும் அவதூறு கூற முற்பட்டால், அவனை அந்தக் கணமே என் வாளுக்கு இரையாக்குவேன்! இது சத்தியம்!" என்று சொன்னான்.

கந்தமாறன் பின்னால் ஓர் அடி வந்து நின்று, "என் கையில் கத்தி எடுக்க வேண்டிய அவசியமே இல்லை, பழுவூர் இளையராணியைப் பற்றி அவதூறு கூறுகிறவனை என் கையினாலேயே கழுத்தை நெறித்துக் கொன்று விடுவேன் இது சத்தியம்!" என்றான்.

இதைக் கேட்ட வந்தியத்தேவனும் ஒரு அடி முன் வந்து "நானும் அப்படித்தான்! பழுவூர் ராணியைப் பற்றி யாரேனும் தவறாகப் பேசினால், என் கண்பார்வையினாலேயே அவனைச் சுட்டெரித்து விடுவேன்!" என்றான்.

"ஆஹாஹா! கொஞ்சம் பொறுங்கள்; நண்பர்களே! என்னிடமே சண்டைக்கு வந்து விடுவீர்கள் போலிருக்கிறதே! பார்த்தீர்களா, தாத்தா! தமிழ்ப் பெண் குலத்தின் கௌரவத்தைக் காப்பாற்றுவதில் இவர்கள் எவ்வளவு துடிப்புடன் இருக்கிறார்கள்! ஆனால் பழுவூர் இளையராணியைப்பற்றி யாரும் அவதூறு சொல்லவில்லை. சொன்னால், நானும் கேட்டுக் கொண்டு சும்மா இருக்க மாட்டேன். இந்த வீராதி வீரர்கள் வரும் வரையில் அப்படி அவதூறு சொன்னவனை நான் உயிரோடு வைத்திருக்க மாட்டேன். பழுவூர் இளையராணியின் மூடுபல்லக்கைப் பற்றித்தான் குறை சொல்லுகிறார்கள்! அந்தக் கோழை மதுராந்தகன் பழுவூர் ராணியின் மூடுபல்லக்கில் ஊர் ஊராக ரகசியப் பிரயாணம் செய்கிறானாம்! எப்போது ஆண் மகன் ஒருவன் மூடுபல்லக்கில் இரண்டு பக்கத்திலும் திரைவிட்டுக் கொண்டு பிரயாணம் செய்கிறானோ, அப்போது இளையராணியும் அப்படிப் பிரயாணம் செய்தால், சில அனர்த்தங்கள் விளையக் கூடும் அல்லவா?"

"கோமகனே! பராந்தக சக்கரவர்த்தியின் பேரனும் கண்டராதித்தருடைய திருமகனுமான மதுராந்தகத் தேவர் எதற்காக மூடுபல்லக்கில் பிரயாணம் செய்ய வேண்டுமாம்? எனக்கு ஒன்றும் விளங்கவில்லையே!" என்றான் பார்த்திபேந்திர பல்லவன்.

"அதன் காரணமும் ஒரு வேடிக்கையான காரணந்தான்! மதுராந்தகன் மூடுபல்லக்கில் ஏறிக் கொண்டு ஊர் ஊராகப் போய்த் தன் கட்சிக்குப் பலம் திரட்டிக் கொண்டு வருகிறானாம்!"

"எதற்காகப் பலம் திரட்டுகிறது?"

"எதற்காகவா? என் தகப்பனாருக்குப் பிறகு சோழ ராஜ்ய சிம்மாசனத்தில் அவன் ஏறுவதற்காகத்தான்! எப்படியிருக்கிறது கதை? சில மாதங்களுக்கு முன்பு ஒரு நாள் இந்தக் கடம்பூர் மாளிகைக்குக் கூட அவன் அப்படி மூடுபல்லக்கில் ரகசியமாக வந்திருந்தானாம். நள்ளிரவில் சதியாலோசனைக் கூட்டம் ஒன்று இங்கே நடந்ததாம். பார்த்திபேந்திரா! நீயும் என்னுடன் இருந்தபோதுதானே, திருக்கோவலூர்க் கிழவனார் இதையெல்லாம் சொன்னார்? மதுராந்தகனுக்குச் சிம்மாதனம் ஏறுவதற்கு உள்ள ஆர்வத்தினால் அவசரப்பட்டு என் தந்தையைக் கொஞ்சம் சீக்கிரமாகவே சொர்க்கத்துக்கு அனுப்பினாலும் அனுப்பிவிடுவான் என்று சொன்னாரே! அதெல்லாம் உனக்கு நினைவில்லையா?"

"நினைவுக்கு வருகிறது, இளவரசே! அதையெல்லாம் அப்போதும் நான் நம்பவில்லை; இப்போதோ, சிறிதுகூட நம்பவில்லை. தஞ்சாவூருக்குப் போய் தங்கள் தந்தையை நேரில் தரிசித்துவிட்டு வந்த பிறகு..."

"நீ மட்டும் என்ன? நானுங்கூடத்தான் நம்பவில்லை. நம்பியிருந்தால் இந்தக் கடம்பூர் மாளிகைக்கு விருந்தாளியாக வந்திருப்பேனா?" என்று கூறிக் கரிகாலன் மீண்டும் எதையோ நினைத்துக் கொண்டவன் போல் சிரித்தான்.

கடம்பூர் சம்புவரையர் தொண்டையைக் கனைத்துக் கொண்டு, "கோமகனே! திருக்கோவலூர் மலையமான் குலத்துக்கும் எங்கள் குலத்துக்கும் நீண்ட கால விரோதம் என்பது தங்களுக்குத் தெரிந்திருக்கும்!" என்றார்.

"தெரியாமல் என்ன? அந்த விரோதத்தைப் பற்றி சங்கப் புலவர்கள் பாடியிருக்கிறார்களே? கொல்லி மலை வல் வில் ஓரியை மலையமான் திருமுடிக்காரி சண்டையில் கொன்றான். வல் வில் ஓரியின் வம்சத்தில் நீங்கள் வந்தவர்கள். ஆகையால் அந்த விரோதத்தை இன்னமும் வைத்துக் கொண்டிருக்கிறீர்கள்..."

"கோமகனே! வல் வில் ஓரியின் சாவுக்கு உடனே பழி வாங்கப்பட்டது. வல் வில் ஓரியின் உறவினனாகிய அதியமான் நெடுமானஞ்சி திருக்கோவலூர் மீது படையெடுத்துச் சென்று அந்த ஊரையும் அழித்தான்; மலையமானுடைய முள்ளூர் மலைக் கோட்டையையும் தரைமட்டமாக்கினான்..."

"சம்புவரையரே! அதியமான் மட்டும் தனியாக அந்தக் காரியத்தைச் செய்து விடவில்லை. என் முன்னோனாகிய சோழன் கிள்ளி வளவனுடைய உதவியைக் கொண்டு தான் மலையமான் மீது அதியமான் வெற்றி அடைந்தான். அந்தப் பழைய கதையெல்லாம் இப்போது எதற்கு?"

"நாங்கள் மறந்து விட்டாலும், மலையமான் மறப்பதில்லை. ஏதாவது எங்கள் பேரில் அவன் குற்றம் சாட்டிக் கொண்டிருக்கிறான்..."

"நான்தான் சொன்னேனே? கிழவருக்கு வயதாகி விட்டது ஆகையால் புத்தியும் தடுமாறுகிறது. நான் இங்கே இருக்கும்போது எனக்கு ஆபத்து ஒன்றும் வராமல் பாதுகாப்பதற்காக அவர் ஒரு பெரும் சைன்யத்தைத் திரட்டிக் கொண்டு வராமல் இருக்க வேண்டுமே என்று கூட எனக்குக் கொஞ்சம் கவலையாயிருக்கிறது...."

"இளவரசே! அப்படி ஏதேனும் தங்களுக்குச் சந்தேகம் இருந்தால்..." என்று சம்புவரையர் தடுமாறினார்.

"எனக்குச் சந்தேகமா? இல்லவே இல்லை. மலையமானோடு எங்கள் உறவு இரண்டு தலைமுறையாகத்தான். பழுவேட்டரையரோடு எங்கள் உறவு ஆறு தலைமுறையாகத் தொடர்ந்து வந்திருக்கிறது. பழுவூர் அரசரே இங்கே வந்திருக்கிறார். அவர் சோழ குலத்துக்கு விரோதமாக ஏதும் செய்வார் என்று நினைக்க எனக்குப் பைத்தியம் பிடித்திருக்கிறதா?" என்று கரிகாலன் கூறிப் பைத்தியச் சிரிப்புச் சிரித்தான்.

பழுவேட்டரையர் கம்பீரமான குரலில், "இளவரசே! சோழ குலத்துக்கு விரோதமாக நான் ஏதுவும் செய்ய மாட்டேன். இது சத்தியம். தர்ம நியாயத்துக்கும் விரோதமாகவும் ஏதுவும் எப்பொழுதும் செய்ய மாட்டேன். இது இரு மடங்கு சத்தியம்" என்றார்.

"ஆமாம், ஆமாம்! தர்ம நியாயம் என்பதாக ஒன்று இருக்கத்தான் இருக்கிறது. அதைப் பற்றித் தங்களிடம் பேசித் தெரிந்து கொள்ளத்தான் வந்தேன். வேட்டையாடும் நேரமும், கூத்துப் பார்க்கும் நேரமும் போக ஒழிந்த நேரத்தில் சற்று தர்ம நியாயத்தையும் பற்றிப் பேசலாம்! சம்புவரையரே! இந்த பிரம்மாண்டமான அரண்மனையில் நானும் என் சிநேகிதர்களும் தங்குவதற்கு எந்த இடத்தை ஏற்படுத்தியிருக்கிறீர்கள்?" என்று கேட்டான் கரிகாலன்.

"ஐயா! தங்களுக்கும் பழுவூர் மன்னருக்கும் பின்கட்டில் விருந்தினர் விடுதி முழுவதையும் ஒதுக்கி விட்டிருக்கிறோம். மற்றப்படி வரக்கூடிய சிற்றரசர்களை எல்லாம் என்னோடு முன் கட்டிலேயே வைத்துக் கொள்வேன்..."

"ஓகோ! இன்னும் சிற்றரசர்களும் வரப் போகிறார்களா?"

"ஆம், இளவரசே! தங்களை இங்கே சந்திப்பதற்குச் சுற்றுப்புறமுள்ள குறுநில மன்னர்கள் எல்லாரும் ஆவலாயிருக்கிறார்கள், பலரும் வருவார்கள்."

"வரட்டும், வரட்டும்! எல்லாரும் வரட்டும்! ரொம்ப நல்லது. யோசித்து முடிவு செய்ய வேண்டியதை ஒரு வழியாக முடிவு செய்து விடலாம். மதுராந்தகனுடைய சதியாலோசனை ஒருபுறம் இருக்கட்டும். நானே உங்களுடன் சேர்ந்து ஒரு சதியாலோசனை செய்ய விரும்புகிறேன். அதற்கு இந்த மாளிகையைக் காட்டிலும் தகுந்த இடம் கிடைக்காது!" என்றான் கரிகாலன்.

❉ ❉ ❉ ❉

பதினேழாம் அத்தியாயம்

பூங்குழலியின் ஆசை

நாகைப்பட்டினத்திலிருந்து கோடிக்கரை வரையில் சென்ற ஓடையில் பூங்குழலியின் படகு போய்க் கொண்டிருந்தது. பூங்குழலியோடு சேந்தன் அமுதனும் அப்படகில் இருந்தான். படகு கோடிக்கரையை நெருங்கிக் கொண்டிருந்தது.

ஓடைக் கரையில் தங்க நிறத் தாழம்பூக்கள் மடல் விரித்து மணத்தை அள்ளி எங்கும் வீசிக் கொண்டிருந்தன.

ஒரு தாழம் பூவின் மீது பச்சைக்கிளி பறந்து வந்து உட்கார்ந்தது. அது உட்காந்த வேகத்தில், தாழம்பூ ஊஞ்சல் ஆடுவது போல் ஆடியது. பச்சைக்கிளியும் அத்துடன் ஆடி விட்டுப் பிறகு அதன் தங்க நிற மடலைத் தன் பவள நிற மூக்கினால் கொத்தியது.

படகு நெருங்கியதும், பச்சைக்கிளி, 'கிக்கி, கிக்கி' என்று கத்திக் கொண்டு பறந்தோடி விட்டது.

"பிறந்தால் பச்சைக் கிளியாகப் பிறக்க வேண்டும்!" என்றாள் பூங்குழலி.

"நீ அவ்விதம் எண்ணுகிறாய்! அதற்கு எத்தனை கவலையோ, எவ்வளவு கஷ்டமோ, யார் கண்டது?" என்றான் சேந்தன் அமுதன்.

"என்ன கவலை, கஷ்டம் இருந்தாலும் இஷ்டம் போல் எல்லையற்ற வானத்தில் பறந்து செல்ல முடிகிறதல்லவா? அதைக் காட்டிலும் இன்பம் வேறு உண்டா?" என்றாள் பூங்குழலி.

"அப்படிப் பறந்து திரியும் பச்சைக்கிளியைச் சிலர் பிடித்துக் கூண்டில் அடைத்து விடுகிறார்களே!" என்றான் சேந்தன் அமுதன்.

"ஆமாம், ஆமாம்! அரண்மனைகளில் வாழும் ராஜகுமாரிகள் பச்சைக்கிளிகளைக் கூண்டுக்குள் அடைத்து வைக்கிறார்கள்! குரூர ராட்சஸிகள்! கிளிகளைக் கூண்டில் அடைத்து விட்டு அவற்றுடன் கொஞ்சி விளையாடுகிறார்கள். நான் மட்டும் ஏதேனும் ஓர் அரண்மனையில் சேடிப் பெண்ணாயிருந்தால், கூண்டில் அடைபட்ட கிளிகளுக்கு விஷம் வைத்துக் கொன்று விடுவேன். கிளிகளைப் பிடித்துக் கூண்டில் அடைக்கும் ராஜகுமாரிகளுக்கும் விஷத்தைக் கொடுத்து விடுவேன்..."

"நீ இப்போது பேசுவதைக் கேட்டால், உன்னையும் குரூர ராட்சஸி என்று தான் சொல்லுவார்கள்!"

"சொன்னால் சொல்லட்டும்! நான் ராட்சஸியாயிருந்தாலும் இருப்பேன்; ராஜகுமாரியாயிருக்க மாட்டேன்."

"ராஜகுமாரிகளின் மீது உனக்கு ஏன் இத்தனை கோபம் பூங்குழலி! பார்க்கப் போனால் அவர்கள் பேரிலும் பரிதாபப்பட வேண்டியதல்லவா? கூண்டில் அடைபட்ட பச்சைக்கிளிகளைப் போலத்தான் அவர்களும் அரண்மனைக்குள் அடைபட்டுக் காலம் கழிக்க வேண்டியிருக்கிறது. தப்பித் தவறி அவர்கள் வெளியில் புறப்பட்டால், எத்தனை கட்டுக்காவல்! எத்தனை ரகசியம்? எத்தனை ஜாக்கிரதை! உன்னைப் போல் அவர்கள் படகில் ஏறிக் கொண்டு, தன்னந் தனியாக ஓடையிலும் கடலிலும் போக முடியுமா? இஷ்டப்படி துள்ளித் திரியும் மானைப் போல் காட்டில் சுற்றி அலைய முடியுமா?"

"அவர்களை யார் அடைந்து கிடக்கச் சொல்கிறார்கள்? நான் சொல்லவில்லையே! இஷ்டமிருந்தால் அவர்களும் காட்டில் அலைந்து திரிவதுதானே!"

"இஷ்டம் மட்டும் போதாது; அவரவர்களுடைய பிறப்பு வளர்ப்பையும் பொறுத்தது. கிளியைப் போல நீயும் வானத்தில் பறக்க விரும்புகிறாய் அது முடிகிற காரியமா? கடற்கரையில் நீ பிறந்து வளர்ந்தாய். அதனால் இவ்வளவு சுயேச்சையாக இருக்க முடிகிறது. அரண்மனையில் பிறந்து வளர்ந்தவர்களால் அது முடியாது. இன்னும் ஒரு விசித்திரத்தைக் கேள். சில நாள் கூண்டில் அடைபட்டு ராஜகுமாரிகளின் கையினால் உணவு அருந்தி பழக்கப்பட்ட கிளிகள் பிறகு கூண்டைத் திறந்து விட்டாலும் ஓடிப் போகவே விரும்புவதில்லை. சிறிது தூரம் பறந்து வட்டமிட்டு விட்டு, 'கிறீச், கிறீச்' என்று கத்திக் கொண்டு கூண்டுக்குள் திரும்பி வந்து விடும். தஞ்சையிலும் பழையாறையிலும் உள்ள அரண்மனைகளில் இதை நானே நேரில் பார்த்திருக்கிறேன்...."

"அவ்விதம் கூண்டில் அடைபடுவதற்கு நான் ஒரு நாளும் சம்மதிக்க மாட்டேன். நான் கிளியாயிருந்தால் சொல்கிறேன், என்னைக் கூண்டில் அடைத்து வைத்து அமுதூட்ட வரும் ராஜகுமாரியின் கையை வெடுக்கென்று கடித்து விடுவேன்..."

"கூண்டில் அடைபட்ட கிளியாயிருக்கவும் நீ விரும்பமாட்டாய். அரண்மனையில் அடைபட்ட அரசிளங் குமரியாயிருக்கவும் நீ விரும்ப மாட்டாயல்லவா?"

"மாட்டவே மாட்டேன். அதைக் காட்டிலும் விஷந்தின்று உயிரை விட்டுவிடுவேன்!"

"அதுதான் சரி; அப்படியானால் அரண்மனையில் வாழும் ராஜகுமாரனைக் கல்யாணம் செய்து கொள்ளவும் நீ ஆசைப்படக் கூடாது."

கீழ்வானத்தில் கருமேகங்கள் திரண்டு கொண்டிருந்தன. அவ்வப்போது பளீர் பளீர் என்று மின்னல்கள் மின்னிக் கொண்டிருந்தன. இடியின் குமுறல் இலேசாகக் கேட்டுக் கொண்டிருந்தது.

சேந்தன் அமுதன் கடைசியாகச் சொன்னதைக் கேட்டதும் பூங்குழலியின் கண்களிலிருந்தும் பளீர் என்று மின்னல் கற்றைகள் புறப்பட்டன.

"நான் ராஜகுமாரனைக் கல்யாணம் செய்து கொள்ள ஆசைப்படுவதாக உனக்கு யார் சொன்னது?" என்று கோபமாகக் கேட்டாள்.

"எனக்கு யாரும் சொல்லவில்லை; நானாகத்தான் சொன்னேன். உன் மனதில் அத்தகைய ஆசை இல்லாவிட்டால் நல்லதாய்ப் போயிற்று. நான் சொன்னதை மறந்துவிடு!" என்றான் சேந்தன் அமுதன்.

சற்று நேரம் அந்தப் படகில் மௌனம் குடி கொண்டிருந்தது. சேந்தன் அமுதன் துடுப்பினால் படகு தள்ளும் சத்தமும், தவளைகளின் குரலும், கடல் பறவைகளின் ஒலியும் கடல் அலைகளின் ஓசையும் அவ்வப்போது கீழ்த் திசைகளில் இடி முழக்கமும் கேட்டுக் கொண்டிருந்தன.

சேந்தன் அமுதன் தொண்டையைக் கனைத்துக் கொண்டு மனத்தையும் தைரியப்படுத்திக் கொண்டு "பூங்குழலி! என் அந்தரங்கத்தை வந்தியத்தேவன் உன்னிடம் வெளியிட்டதாகக் கூறினாய் அல்லவா? அதைப் பற்றி உன் கருத்தைத் தெரிவித்தால் நல்லது. அதோ கோடிக்கரையின் கலங்கரைவிளக்கம் தெரிகிறது. இனி உன்னோடு தனியாகப் பேசும் சந்தர்ப்பம் கிட்டாமற் போகலாம். நாளை நானும் புறப்பட்டுச் செல்ல வேண்டும். தஞ்சையில் என் தாயாரைத் தனியாக விட்டு வந்து வெகு நாளாகிறது!" என்றான்.

"வந்தியத்தேவன் உனக்காக ஏன் தூது வர வேண்டும்? உனக்கு வாய் இல்லையா? கேட்க வேண்டியதை நேரில் கேட்டு விடேன்!" என்றாள் பூங்குழலி.

"சரி! கேட்கிறேன்; நீ என்னைக் கல்யாணம் செய்து கொள்வாயா?" என்று சேந்தன் அமுதன் கேட்டான்.

"எதற்காக என்னைக் கல்யாணம் செய்து கொள்ளும்படி கேட்கிறாய்?" என்றாள் பூங்குழலி.

"உன் பேரில் எனக்கு அந்தரங்கமான ஆசை இருக்கிறது; அதனாலேதான்!"

"அந்தரங்கமான ஆசையிருந்தால் கல்யாணம் செய்து கொண்டுதான் தீர வேண்டுமா?"

"அப்படியொன்றும் 'தீர வேண்டும்' என்பதில்லை. உலக வழக்கம் அப்படி இருந்து வருகிறது.."

"உன்னைக் கல்யாணம் செய்து கொண்டால் எனக்கு நீ என்ன தருவாய்? நான் வேண்டும் அரண்மனை வாழ்வும், ஆடை ஆபரணங்களும், யானை குதிரைகளும், பல்லக்கும் பணிப்பெண்களும் உன்னால் தர முடியுமா?"

"முடியாது; அவற்றுக்கெல்லாம் மேலான அமைதியுள்ள வாழ்க்கையைத் தருவேன். கேள், பூங்குழலி! தஞ்சை நகர்ப்புறத்திலுள்ள அழகான பூந்தோட்டத்தின் மத்தியில் என் குடிசை இருக்கிறது. அதில் என் அன்னையும் நானுந்தான் வசிக்கிறோம். நீ அங்கு வந்துவிட்டாயானால், உன் வாழ்க்கையே மாறுதல் அடைந்து விடும். என் அன்னை உன்னை அன்போடு வைத்து ஆதரித்துப் பாதுகாப்பாள். பொழுது விடிந்ததும் எழுந்திருந்து, நம் வீட்டைச் சுற்றியுள்ள கொடிகளிலும், மரங்களிலும் குலுங்கும் மலர்களை இருவரும் சேர்ந்து சித்திர விசித்திரமான மாலைகளாகக் கட்டலாம். மாலைகளை நான் தஞ்சைத் தளிக்குளத்தார் ஆலயத்துக்கும், துர்க்கா பரமேசுவரியின் ஆலயத்துக்கும் கொண்டு போய்க் கொடுத்துவிட்டு வருவேன். அதற்குள் நீ எங்கள்

தோட்டத்திலுள்ள தாமரைக் குளத்தில் குளித்துவிட்டு என் அன்னைக்கு வீட்டு வேலைகளில் உதவி செய்யலாம். மாலை நேரங்களில் நாம் மூவரும் தாமரைக் குளத்தில் தண்ணீர் மொண்டு கொண்டு போய்ப் பூச்செடிகளுக்கு ஊற்றலாம். மாலை ஆனதும் நான் உனக்கு அமுதினும் இனிய தெய்வத் தமிழ்ப் பதிகங்களைச் சொல்லிக் கொடுப்பேன். உன்னுடைய மதுரமான குரலில் அவற்றைப் பாடினால், பாடிய உன் நாவும் இனிக்கும்; கேட்கும் என் காதும் இனிக்கும். நமக்கு விருப்பம் இருந்தால் ஆலயங்களுக்குச் சென்று இறைவனைத் தரிசித்து விட்டு அத்தெய்வப் பாடல்களைப் பாடிவிட்டு வரலாம். கோயிலுக்கு வரும் பக்தர்களும் கேட்டு மகிழ்வார்கள். பூங்குழலி! இதைக் காட்டிலும் இனிய வாழ்க்கை – மகிழ்ச்சி அளிக்கும் வாழ்க்கை உலகில் வேறு என்ன இருக்க முடியும்? யோசித்துப் பார்த்துச் சொல்லு!"

இவ்விதம் சேந்தன் அமுதன் கூறியதையெல்லாம் கேட்டு விட்டுப் பூங்குழலி கலகலவென்று சிரித்தாள்.

"அமுதா! நீ இனியதென்று கருதும் வாழ்க்கையைப் பற்றிச் சொன்னாய்! ஆனால் நான் எத்தகைய வாழ்க்கை வேண்டுமென்று ஆசைப்படுகிறேன், தெரியுமா, வானுலகத்துக்குச் சென்று தேவேந்திரனை மணந்து கொள்ள ஆசைப்படுகிறேன். தேவேந்திரனுடன் ஐராவதத்தில் ஏறி வானத்தில் மேக மண்டலங்களுக்கு மத்தியில் பிரயாணம் செய்ய விரும்புகிறேன். தேவேந்திரனுடைய கையிலிருந்து வஜ்ராயுதத்தைப் பிடுங்கி மேகக் கூட்டங்களின் மீது பிரயோகிக்க ஆசைப்படுகிறேன். வஜ்ராயுதத்தினால் தாக்கப்படும்போது அந்தக் கரிய மேகங்களிலிருந்து ஆயிரம் பதினாயிரம் மின்னல்கள் கற்றை கற்றையாகக் கிளம்பி வான மண்டலத்தைச் சுக்கு நூறாகப் பிளப்பதைப் பார்க்க ஆசைப்படுகிறேன். இப்போதெல்லாம் வானத்திலிருந்து இடி விழுந்தால் எங்கேயோ கடலில் அல்லது காட்டில் விழுந்து விடுகிறதல்லவா? நான் அப்படி இடிகளை வீணாக்க மாட்டேன். அரசர்களும், அரசிகளும், ராஜகுமாரர்களும் ராஜகுமாரிகளும், வாழும் அரண்மனைகளாகப் பார்த்து அவற்றின் மேல் இடிகளைப் போடுவேன், அந்த அரண்மனைகள் இடிந்து விழுந்து மண்ணோடு மண்ணாவதைப் பார்த்துக் களிப்பேன். தேவேந்திரன் ஒருவேளை என்னை மணந்து கொள்ள இஷ்டப்படாவிட்டால் வாயு தேவனிடம் செல்வேன். அவனுக்கு ஏற்கெனவே பல மனைவிகள் இருந்தாலும் பாதகம் இல்லையென்று என்னை மணந்து கொள்ளச் சொல்லுவேன். அவ்வளவுதான், பிறகு இந்த உலகத்தில் எப்போதும் புயற்காற்றும் சுழிக் காற்றும் சண்ட மாருதமும் அடித்துக் கொண்டேயிருக்கும். பெரிய பெரிய மரங்கள் பெயர்ந்து மாடமாளிகைகளின் மீது விழுந்து அவற்றை அழிக்கும். கடலில் போகும் மரக்கலங்கள் சண்ட மாருதத்தினால் தாக்குண்டு துகள் துகளாகச் சிதறிப் போகும். அந்தக் கப்பல்களில் பிரயாணம் செய்வோர் கொந்தளிக்கும் கடலில் விழுந்து தவிப்பார்கள். அவர்களில் ராஜகுமாரர்களும் ராஜகுமாரிகளும் இருந்தால் அவர்கள் ஆழ் கடலின் அடிவாரத்துக்குப் போகட்டும் என்று விட்டுவிட்டு, மற்றவர்களை மட்டும் போனால் போகிறதென்று தப்ப வைப்பேன், வாயுதேவனும் ஒருவேளை என்னை மணந்து கொள்ள மறுத்தால், அக்கினி தேவனிடம் செல்வேன். அப்புறம் கேட்க வேண்டுமா? இந்த உலகமே தீப்பற்றி எரிய வேண்டியதுதான்...!"

"பூங்குழலி, போதும்! நிறுத்து! ஏதோ ஒரு மனக் கசப்பினால் இவ்விதமெல்லாம் நீ பேசுகிறாய்; மனமறிந்து யோசித்துப் பேசவில்லை. உன் மன நிலையை அறிந்து கொள்ளாமல் உன்னிடம் நான் கல்யாணப் பேச்சை எடுத்ததே என் தவறு தான், அதற்காக என்னை மன்னித்து விடு! கடவுள் தான் உன்னுடைய மனக் கசப்பைப் போக்கி அமைதி அளித்து அருள வேண்டும். அதற்காக நான் அல்லும் பகலும் பிரார்த்தனை செய்து வருவேன்!" என்றான் அமுதன்.

உட்கார்ந்திருந்த பூங்குழலி திடீரென்று எழுந்து நின்றாள். ஓடைக் கரையில் இருந்த ஒரு மரத்தின் பக்கமாக உற்றுப் பார்த்தாள். சேந்தன் அமுதனும் அந்தத் திசையை நோக்கினான். மரக்கிளைகளின் மத்தியில் ஒரு பெண்மணியின் முகம் தெரிந்தது. சேந்தன் அமுதன் ஒரு கணம் அங்கே நின்றவளின் முகத்தில் தன் அன்னையின் முகச் சாயலைக் கண்டு திகைத்துப் போனான்.

பின்னர், அவள் தன் அன்னை இல்லையென்பதை அறிந்து கொண்டான். பூதத் தீவில் வசிப்பதாகப் பூங்குழலி கூறிய தன் பெரியம்மாவாக இருக்க வேண்டும் என்று ஊகித்துக் கொண்டான்.

பூங்குழலி படகிலிருந்து தாவி, ஓடைக் கரையில் குதித்து அந்தப் பெண்மணியை நோக்கி விரைந்து ஓடினாள்.

❉ ❉ ❉ ❉

பதினெட்டாம் அத்தியாயம்

அம்பு பாய்ந்தது!

ஓடைக் கரையில் ஒரு மரத்தின் பின்னால் மறைந்தும் மறையாமலும் நின்ற ஊமை ராணியைப் பூங்குழலி பார்த்தாள். எதிர்பாராத சமயத்தில் எதிர்பாராத இடத்தில் அவளைக் கண்டதினால் பூங்குழலிக்குச் சிறிது திகைப்பு உண்டாயிற்று. அயல் மனிதர்களைப் பார்ப்பதில் ஊமை ராணிக்குப் பிரியம் இல்லை என்பது அவளுக்குத் தெரிந்திருந்தது. படகில் சேந்தன் அமுதன் இருக்கிறானே, அவனைக் கண்டு ஒருவேளை அத்தை ஓடிவிடுவாளோ? என்ற எண்ணம் அவள் மனத்தில் தோன்றிய அந்தக் கணமே அவளுடைய அத்தை ஓடத் தொடங்கி விட்டாள். பூங்குழலி சட்டென்று ஓடத்திலிருந்து ஓடைக் கரையில் குதித்து மேட்டில் ஏறிப் பார்த்தாள். அத்தை சற்றுத் தூரத்தில் அடர்ந்த காட்டுக்குள் மறைந்ததைக் கவனித்தாள்.

இதற்குள் சேந்தன் அமுதனும் கரையில் குதித்து மேட்டில் ஏறிப் பூங்குழலி நின்ற இடத்துக்கு வந்து சேர்ந்தான். "பூங்குழலி! பூங்குழலி! சற்று முன் இங்கே நின்றது யார்?" என்று கேட்டான்.

"உனக்குத் தெரியவில்லையா, அமுதா?"

"நிச்சயமாகச் சொல்லத் தெரியவில்லை! ஒருவேளை..."

"ஆமாம், என் அத்தைதான்! செத்துப் போனதாக நீ நினைத்துக் கொண்டிருந்த உன் பெரியம்மாதான்!"

"ஆமாம்; அம்மாவின் ஜாடை கொஞ்சம் இருந்தது போல் தோன்றியது"

"வெறுமனே ஏதாவது சொல்லாதே! சின்ன அத்தைக்கும் பெரிய அத்தைக்கும் உருவ ஒற்றுமை ஒன்றுமில்லை; குணத்தில் ஒற்றுமையும் இல்லை. வீட்டில் கட்டிப் போட்டிருக்கும் பசு எங்கே? எதேச்சையாகத் திரியும் சிங்க ராணி எங்கே?"

"சரி, அப்படியே இருக்கட்டும். ஏன் உன்னைப் பார்த்ததும் சிங்க ராணி ஓடிப் போய்விட்டாள்?"

பூங்குழலி சிரித்துவிட்டு, "உன்னைப் பார்த்து விட்டுத் தான் ஓடினாள். அயல் மனிதர்களைப் பார்ப்பதற்கு அவளுக்குப் பிரியமிருப்பதில்லை" என்றாள்.

"நான் அயல் மனிதன் அல்லவே?"

"அத்தைக்கு அது தெரியாதல்லவா? தெரிந்து கொண்டால் உன்னைப் பார்த்துவிட்டு ஓடமாட்டாள். ஆனால் தெரிந்து கொள்வதற்கு முன்னால் ரொம்பவும் தயங்குவாள்."

"பூங்குழலி! இப்போது என்ன செய்யப் போகிறாய்?"

"அத்தையைத் தேடிப் பிடிக்கப் போகிறேன்."

"நானும் வரட்டுமா?"

"எதற்காக?"

"பெரியம்மாவை நேரில் பார்த்துத் தெரிந்து கொள்வதற்காகத்தான்."

"எதற்காகப் பெரியம்மாவை நீ தெரிந்து கொள்ள வேண்டும்?"

சேந்தன் அமுதன் தன் பெரியம்மாவின் பழைய வரலாற்றைச் சிறிது பூங்குழலியிடம் அறிந்து கொண்டிருந்தபடியால் அவளைப் பார்க்க ஆவலாயிருந்தான். அத்துடன் பெரியம்மா தன் கட்சியிலிருந்து பூங்குழலியின் மனத்தை மாற்றுவதற்கு உதவி செய்யக் கூடும் என்ற ஆசையும் அவனுக்கு இருந்தது.

"எத்தனையோ காரணங்கள் இருக்கின்றன; ஆனால் பெரியம்மாவைத் தெரிந்து கொள்ள விரும்புவதற்குக் காரணம் வேண்டுமா, என்ன?" என்றான்.

பூங்குழலி சற்று யோசித்துவிட்டு, "சரி வா! போகலாம். உன்னையும் அழைத்துச் சென்றால் பெரியம்மாவைப் பிடிப்பது சற்றுப் பிரயாசையாக இருக்கும். ஆனாலும் யார் விடுகிறார்கள்? படகை இங்கேயே கட்டிப் போட்டு விட்டுப் போகலாம்!" என்றாள்.

அவ்விதமே படகை ஒரு தாழம்பூப் புதரின் அடியில் மறைவாக விட்டுக் கட்டிப் போட்டுவிட்டு இருவரும் கோடிக்கரைக் காட்டை நோக்கிச் சென்றார்கள்.

நடந்து கொண்டே சேந்தன் அமுதன், "பூங்குழலி! பெரியம்மா இலங்கைத் தீவிலோ பூதத் தீவிலோ இருக்கிறாள் என்று சொன்னாயல்லவா?" என்றான்.

"ஆமாம், சில சமயம் இலங்கைத் தீவிலும், சில சமயம் பூதத் தீவிலும் இருப்பாள்."

"இங்கே அடிக்கடி வருவதுண்டா?"

"இல்லை; அபூர்வமாகத்தான் வருவாள். நான் வெகுநாள் அவளைப் போய்ப் பார்க்காமலிருந்தால் வருவாள்."

"இப்போது உன்னைப் பார்க்கத்தான் வந்திருக்கிறாளா?"

"இந்தத் தடவை வேறு காரியமாக வந்திருக்கிறாள் என்று தோன்றுகிறது."

"வேறு என்ன காரியம்?"

"அவளுடைய சுவீகாரப் புதல்வன் கடலில் முழுகிப் போய் விட்டானா, தப்பிப் பிழைத்துக் கரை சேர்ந்தானா என்று தெரிந்து கொள்வதற்கு வந்திருக்கலாம். இளவரசர் கப்பலேறிப் புறப்பட்ட பிறகு கடலில் சுழிக் காற்று அடித்தது அத்தைக்குத் தெரியும் அல்லவா?"

"அருள்மொழிவர்மர் இவளுடைய சுவீகாரப் புதல்வரா? அப்படியானால் பெரியம்மாவின் சொந்த மகன் யார்?"

"அதுதான் எனக்குத் தெரியவில்லை. ஒருநாள் இல்லாவிட்டால் ஒரு நாள் அந்த இரகசியத்தை நான் கண்டுபிடித்துத் தெரிந்து கொள்ளப் போகிறேன்."

"சொந்த மகன் உயிரோடிருக்கிறானா, அல்லது இறந்து போய் விட்டானா?"

"ஆம், அவன் இறந்து போயிருக்கவும்கூடும். யாருக்குத் தெரியும்?" என்று சொன்னாள் பூங்குழலி.

சற்றுப் பொறுத்து, "அமுதா! அத்தையைப் பார்த்தாயே! உன் அன்னையின் முகஜாடையாயிருப்பதாகச் சொன்னாய்; வேறு யாருடைய முகமாவது ஞாபகத்துக்கு வந்ததா?" என்று கேட்டாள்.

"ஏதோ ஞாபகம் வருவதுபோலத் தோன்றுகிறது. தெளிவாகத் தெரியவில்லை. மேகத்திரை போட்டு மறைத்தது போலிருக்கிறது."

"பழுவூர் இளையராணியை நீ அடிக்கடி பார்த்ததுண்டா?"

"சில சமயம் பார்த்ததுண்டு. ஆமாம்! நீ சொன்ன பிறகு யாருடைய முக ஜாடை என்று தெரிகிறது. நந்தினி தேவியின் முகத் தோற்றமேதான்! ஆச்சரியமாக இருக்கிறதே! அது எப்படி ஏற்பட்டிருக்கும்? பூங்குழலி! நீ எப்படி அந்த ஒற்றுமையை கண்டுபிடித்தாய்?"

"அத்தையை அடிக்கடி நான் பார்த்துக் கொண்டிருக்கிறேன். பழுவூர் இளையராணியைச் சில தினங்களுக்கு முன்னாலேதான் இதே கோடிக்கரையில் பார்த்தேன். முகத்தோற்றத்தின் ஒற்றுமை உடனே எனக்குத் தெரிந்து போய் விட்டது."

"காரணம் என்னவாயிருக்கும்?"

"அதையுந்தான் ஒரு நாள் கண்டுபிடிக்கப் போகிறேன். இன்றைக்கு அத்தையைப் பார்த்ததும் அதைப்பற்றிக் கேட்கலாமென்றிருக்கிறேன்."

"அத்தைதான் ஊமையாயிற்றே! எப்படி அவளுடன் பேசுவாய்?"

"நீ உன் தாயாரோடு பேசுவதில்லையா அமுதா!"

"ஜாடையினால் பேசுவேன். பிறந்தது முதல் பழக்கம். அப்படியும் புதிய விஷயம் ஒன்றைப் பற்றிச் சொல்வதாயிருந்தால் கஷ்டந்தான்!"

"பெரிய அத்தையும் நானும் அப்படித்தான் ஜாடையினால் பேசிக் கொள்வோம். ஜாடையினால் பேச முடியாததைச் சித்திரம் எழுதிக் காட்டிக் கொள்வோம்."

"ஒரே குடும்பத்தில் அக்கா, தங்கை இருவரும் ஊமையாகப் பிறந்தது எவ்வளவு கஷ்டமான விஷயம்? அவர்களைப் பெற்றவர்களுக்கு அதனால் எவ்வளவு துன்பமாயிருந்திருக்கும்?"

"அது மட்டுமல்ல சிறு வயதில் அக்காவும், தங்கையும் ஓயாமல் சண்டை போட்டுக் கொள்வார்களாம். அதனால்தான் பாட்டனார் பெரிய அத்தையை மட்டும் அழைத்துக் கொண்டு போய்த் பூதத்தீவில் குடியேறி வசித்து வந்தாராம். பெரிய அத்தையின் பேரில் தாத்தாவுக்கு ரொம்ப ஆசையாம். குழந்தை பிறந்தவுடன் ராணியாகும் யோகம் இருக்கிறது என்று யாரோ ஜோசியன் ஒருவன் சொன்னானாம். அதனால் குழந்தை ஊமை என்று தெரிந்ததும் அவருடைய மன வேதனை ரொம்ப அதிகமாயிருந்ததாம்..."

இப்படிப் பேசிக் கொண்டே அவர்கள் காட்டில் புகுந்தார்கள். வெகு நேரம் அலைந்தும் ஊமை ராணியைக் கண்டுபிடிக்க முடியவில்லை.

"அமுதா! நீ என்னுடனிருப்பதனால்தான் அத்தையைக் கண்டுபிடிக்க முடியவில்லை. உன்னைக் கண்டு வேண்டுமென்றே மறைந்து கொள்கிறாள்."

"என் அதிர்ஷ்டம் அவ்வளவுதான். நான் நினைத்தது எதுவும் நடைபெறுவதில்லை நான் போகட்டுமா?"

"எப்படிப் போவாய்? இந்தக் காட்டிலிருந்து உன்னை நான் தான் வெளியிலே கொண்டு போய் விட வேண்டும்."

இந்தச் சமயத்தில் ஓர் அதிசயமான குரல் ஒலி காட்டுக்குள்ளேயிருந்து வந்தது, அது மனிதக் குரலாகவும் தோன்றவில்லை; மிருகங்களின் குரலாகவும் தோன்றவில்லை. இரண்டு மூன்று தடவை அந்த ஒலி கேட்டது. ஒலி வந்த திசையை நோக்கிச் சில மான்கள் பாய்ந்து ஓடின.

பூங்குழலி சற்று நின்று யோசித்தாள்; "அமுதா! சத்தம் செய்யாமல் என்னைத் தொடர்ந்து வா!" என்று கூறினாள்.

குரல் வந்த திக்கை நோக்கி இருவரும் மெள்ள நடந்து சென்றார்கள். சற்று நேரத்துக்கெல்லாம் அதிசயமான காட்சி ஒன்றைக் கண்டார்கள்.

ஊமை ராணி ஒரு மரத்தின் அடிப்பகுதியில் சாய்ந்து நின்று கொண்டிருந்தாள். அவளுடைய கையில் இளந்தளிர்கள் சில வைத்துக் கொண்டிருந்தாள். அவளைச் சுற்றிலும் ஏழெட்டு அழகிய மான்கள் நின்று கொண்டிருந்தன. அவள் கையிலிருந்த தளிர்களைத் தின்பதற்கு அவை போட்டியிட்டன. அவளுடைய தோளின் மீது ஒரு சிறிய மான் குட்டி உட்கார்ந்து தன் சின்னஞ்சிறிய அழகிய கண்களால் அவளுடைய முகத்தைப் பார்த்துக் கொண்டிருந்தது. இந்த அபூர்வமான தோற்றத்தைக் கண்டு பூங்குழலியும் அமுதனும் சிறிது நேரம் அசையாமல் நின்றார்கள்.

முதலில் ஊமை ராணியின் தோள் மேலிருந்த மான் குட்டிதான் அவர்களைப் பார்த்தது. பார்த்ததும் தோள் மீதிருந்து துள்ளிக் கீழே குதித்தது.

மற்ற மான்களும் அவர்களைப் பார்த்துவிட்டன. எல்லா மான்களும் அவர்கள் நெருங்கி வந்தால் பாய்ந்து ஓடுவதற்கு ஆயத்தமாக நின்றன. பின்னர் ஊமை ராணியும் அவர்களைப் பார்த்தாள். அவள் தொண்டையிலிருந்து இன்னொரு விசித்திரமான ஒலி வந்தது.

அதைக் கேட்டதும் மான்கள் எல்லாம் துள்ளிப் பாய்ந்து ஓடிப் போய் விட்டன.

"அத்தைக்கு மனிதர்களின் பாஷை மட்டுந்தான் தெரியாது. மிருகங்களின் பாஷை நன்றாய்த் தெரியும்" என்று பூங்குழலி சொல்லிக் கொண்டே ஊமை ராணியிடம் சமிக்ஞை செய்தாள்.

ஊமை ராணி இம்முறை ஓடவில்லை; பூங்குழலியைப் பார்த்துப் பதில் சமிக்ஞை செய்தாள்.

பூங்குழலி நெருங்கி வந்ததும் ஊமை ராணி அவளைக் கட்டி அணைத்துக் கொண்டு உச்சி முகந்தாள்.

சேந்தன் அமுதன் சற்றுத் தூரத்திலேயே நின்று கொண்டிருந்தான்.

அத்தையும் மருமகளும் சிறிது நேரம் மௌன பாஷையில் பேசினார்கள்.

பின்னர் பூங்குழலி அமுதனை அருகில் வரும்படி அழைத்தாள்.

ஊமை ராணி அவனை மேலும் கீழும் சில தடவை உற்றுப் பார்த்துவிட்டு அவன் தலை மீது கை வைத்து ஆசி கூறும் பாவனையில் சிறிது நேரம் இருந்தாள்.

பின்னர் கையை அவன் தலையிலிருந்து எடுத்து விட்டுப் பூங்குழலியைக் கையைப் பிடித்து இழுத்துக் கொண்டு போனாள்.

மூன்று பேரும் ஓடைக் கரைக்கு வந்தார்கள்.

ஊமை ராணி அங்கேயே உட்கார்ந்து கொண்டு பூங்குழலிக்குப் போய் வரும்படி சமிக்ஞை காட்டினாள்.

பூங்குழலி "வா! அமுதா! வீட்டுக்குப் போகலாம், அத்தை வரமாட்டாளாம். இங்கே சாப்பாடு கொண்டு வர வேண்டுமாம்" என்றாள். இருவரும் கலங்கரை விளக்கை நோக்கிப் போனார்கள்.

"பூங்குழலி! எனக்கு என்ன சொல்கிறாய்?" என்று அமுதன் கேட்டான்.

"உன்னோடு தஞ்சைக்கு வரலாம் என்ற எண்ணம் எனக்கு இருந்தது. அது இப்போது சாத்தியமில்லை; அத்தைக்கு அவருடைய செல்வச் சுவீகாரப் பிள்ளையைப் பார்க்க வேண்டுமாம். ஆகையால் மறுபடியும் நாகைப்பட்டினப் பிரயாணம் எனக்கு இருக்கிறது. நீயும் உடன் வந்தால் அத்தை உடனே ஓடி மறைந்தாலும் மறைந்து விடுவாள். அவளிடம் நான் தெரிந்து கொள்ள வேண்டிய விவரங்களையும் தெரிந்து கொள்ள முடியாது".

சேந்தன் அமுதன் பெருமூச்சுவிட்டு "நான் கொடுத்து வைத்தது அவ்வளவுதான். அப்படியானால், இப்போதே உன்னிடம் விடைபெற்றுக் கொள்கிறேன்!" என்றான்.

"இல்லை, இல்லை! வீட்டுக்கு வந்து சாப்பிட்டு விட்டு உன் மாமன் முதலியவர்களிடம் விடை பெற்றுக் கொண்டு போ! இல்லாவிட்டால் என்னிடம் எல்லாரும் சண்டைக்கு வருவார்கள்!"

வழியில் இன்னொரு இடத்தில் ஒரு புதரின் மறைவில் நின்று ஒரு பெண்ணும் ஆணும் பேசிக் கொண்டிருப்பதை அவர்கள் பார்த்தார்கள்.

"ஆகா! அண்ணி ராக்கம்மாள் போலிருக்கிறது. இன்னமும் ரகசியப் பேச்சு முடிந்தபாடாக இல்லை. இப்போது வந்திருப்பவர்கள் யார்? அந்தப் பாண்டிய நாட்டு ஒற்றர்கள்தானா? வேறு யாராவதா?" என்று பூங்குழலி தனக்குத்தானே சொல்லிக் கொண்டாள்.

ராக்கம்மாள் புதர் மறைவிலிருந்து வெளிப்பட்டு வந்தாள். பூங்குழலியைப் பார்த்ததும் சிறிது திடுக்கிட்டாள். ஆனால் அதை உடனே மறைத்துக் கொண்டு வேகமாக அவர்களண்டை நெருங்கி வந்தாள்.

"பூங்குழலி! இத்தனை நாள் எங்கே தொலைந்து போயிருந்தாய்? உன் அப்பாவும் அண்ணனும் ரொம்பக் கவலைப்பட்டுப் போனார்களே!" என்றாள்.

"எதற்காகக் கவலைப்பட வேண்டும்? நான் வீட்டை விட்டுப் போவது இதுதான் முதலாவது தடவையா!"

"இந்தத் தடவை உன் அத்தை மகனையும் அழைத்துக் கொண்டு போய் விட்டாயல்லவா? ஒருவருக்கும் சொல்லாமல் நீங்கள் கல்யாணம் செய்து கொண்டு விடுவீர்களோ என்று கவலை!"

"அண்ணி! இந்த மாதிரி அசட்டுப் பேச்செல்லாம் என்னிடம் பேச வேண்டாம் என்று எத்தனை தடவை சொல்லியிருக்கிறேன்? இன்னொரு தடவை இவ்வாறு பேசினாயோ...?"

"இல்லையடி பெண்ணே! இல்லை! நீ உன் அத்தை மகனைக் கல்யாணம் செய்து கொண்டால் எனக்கு என்ன? அரச குமாரனைக் கல்யாணம் செய்து கொண்டால் எனக்கென்ன? இலங்கையிலிருந்து உன் பெரிய அத்தை வந்து உன்னை தேடிக் கொண்டிருந்தாள். அவளை நீ பார்த்து விட்டாயா?" என்றாள்.

"இல்லை, இன்னும் பார்க்கவில்லை" என்று சொன்னாள் பூங்குழலி.

வீடு சேர்வதற்குள் சேந்தன் அமுதனிடம் தனியாகப் பேசும் சந்தர்ப்பம் கிடைத்தபோது, "அமுதா! ஜாக்கிரதை! அண்ணி பாண்டிய நாட்டுச் சதிகாரர்களோடு சேர்ந்தவள். அவள் உன் வாயைப் பிடுங்கப் பார்ப்பாள் ஒன்றுக்கும் பதில் சொல்லாதே!" என்றாள்.

"இங்கே நான் இருக்கும் இன்னும் சிறிது நேரமும் ஊமையாகவே இருந்து விடுகிறேன்" என்றான் சேந்தன் அமுதன்.

* * *

அன்று பிற்பகலில் பூங்குழலி மறுபடியும் நாகைப்பட்டினத்தை நோக்கித் தன் ஓடத்தைச் செலுத்தினாள்; படகில் ஊமை ராணி வீற்றிருந்தாள்.

ஊமை ராணியின் அருகில் இருக்கும் போது பூங்குழலி எப்போதும் மன நிம்மதி அடைவது வழக்கம். ஒத்த உணர்ச்சியுள்ள அவர்களுடைய உள்ளங்கள் ஒன்றுக்கொன்று அவ்விதம் அமைதியை அளிப்பதுண்டு.

ஆனால் இம்முறை பூங்குழலியின் மனத்தில் அத்தகைய நிம்மதி ஏற்படவில்லை.

சில நாளைக்கு முன்பு அதே இடத்தில் பொன்னியின் செல்வனை உணர்வு இழந்திருந்த நிலையில் அழைத்துப்போனது அவளுக்கு அடிக்கடி நினைவு வந்தது. அந்த ராஜகுமாரனை இன்னொரு ராஜகுமாரியிடம் சேர்ப்பிப்பதற்காகவே தான் அத்தனை கஷ்டத்திற்கு உள்ளானதை எண்ணியபோது அவளுடைய இதயத்தில் 'சுருக்'கென்ற வேதனை ஏற்பட்டது.

சேந்தன் அமுதனை "ஊருக்குப் போ" என்று பிடித்துத் தள்ளியது போல் அனுப்பிவிட்டதை எண்ணியபோது அவள் உள்ளம் இரங்கியது. இந்த எண்ணங்களைத் தவிர, அன்று அவளுடைய தந்தை தியாக விடங்கக்கரையர் செய்த எச்சரிக்கை அடிக்கடி நினைவுக்கு வந்து கொண்டிருந்தது.

"குழந்தாய்! உன்னுடைய போக்குவரத்துக்களைக் கொஞ்சம் கட்டுப்படுத்திக் கொண்டால் நன்றாயிருக்கும். யார் யாரோ புதுப் புது மனிதர்கள் இங்கே வந்து கொண்டிருக்கிறார்கள். எதற்காக வருகிறார்கள் என்று தெரியவில்லை. ராஜ்யத்தில் ஏதேதோ சதிகள் நடந்து கொண்டிருக்கின்றன. அவற்றில் நீ அகப்பட்டுக் கொள்ளாதே! நம்முடைய குடும்பம் என்றென்றைக்கும் சோழ குலத்து மன்னர் குடும்பத்துக்குக் கடமைப்பட்டது! இதை மறந்து விடாதே!" என்று அவளுடைய தந்தை கூறினார்.

'தந்தையின் எச்சரிக்கையோடு அண்ணியின் ரகசிய நடவடிக்கைகளையும் சேர்த்து எண்ணியபோது பூங்குழலிக்கு என்றுமில்லாத திகில் உண்டாயிற்று. ஒருவேளை அந்தப் புது மனிதர்கள் தன்னைத் தேடிக் கொண்டுதான் வந்திருப்பார்களோ! தன்னைத் தொடர்வதின் மூலம் பொன்னியின் செல்வன் இருக்குமிடத்தைக் கண்டுபிடிக்க முயல்வார்களோ? தன் மூலமாக அது வெளிப்பட்டால் எவ்வளவு பெரிய குற்றமாக முடியும்?...'

பூங்குழலியின் மனக் கலக்கத்தை அதிகமாக்கக் கூடிய விதமாக ஓடையின் கரையோரமாகக் காடுகளில் சலசலப்புச் சத்தங்கள் கேட்டுக் கொண்டிருந்தன. அப்போது காற்றே அடிக்கவில்லை; எட்டுத் திசைகளும் சதி செய்து கொண்டு காற்றைப் பிடித்துத் தடுத்து வைத்திருப்பது போல் இருந்தது.

அப்படியிருக்கும் போது ஓடைக்கரைக் காடுகளில் சலசலப்பு ஏற்படக் காரணம் என்ன?

ஊமை ராணிக்கு இந்தத் தொந்தரவு ஒன்றுமில்லை. அவளுக்குக் காது கேட்காது. ஆகையால் சலசலப்புச் சத்தமும் காதில் விழாது. அவளிடம் அதைப்பற்றி யோசனை கேட்கவும் முடியாது.

ஆனால் ஊமை ராணிக்கு அதிகமான வேறு சில சக்திகள் உண்டு. கண்ணால் பார்த்தும், காதால் கேட்டு தெரிந்து கொள்ள முடியாத விஷயங்களை ஆறாவது புலனின் உதவியைக் கொண்டு அவள் கண்டுகொள்வாள். அவள் அறியாத அபாயம் ஒன்றும் தன்னை நெருங்க முடியாதல்லவா?....

இது என்ன? அத்தையும் கவலையோடு அடிக்கடி ஓடைக்கரையை அண்ணாந்து பார்த்துக் கொண்டு வருகிறாளே! உண்மையிலேயே அபாயம் ஏதேனும் தொடர்ந்து வருகிறதோ!...

அத்தை ஓடைக்கரையை அடிக்கடி பார்ப்பதின் காரணம் சீக்கிரம் தெளிவாகிவிட்டது. பூங்குழலியின் கவலையை அது போக்குவதாயிருந்தது.

ஓரிடத்தில் ஐந்தாறு மான்கள் ஓடைக்கரைப் புதர்களின் இடையில் தெரிந்தும் தெரியாமலும் நின்று படகை எட்டிப் பார்த்தன! இல்லை; படகைப் பார்க்கவில்லை! ஊமை ராணியைப் பார்த்தன!

ஆகா! மான்களைப் போன்ற அழகான பிராணிகள் உலகில் வேறு எதுவும் இல்லை! மான்களைப் படைத்த கடவுள் எதற்காக மனிதர்களையும் படைத்தாரோ, தெரியவில்லை! சண்டாள மனிதர்கள்! இவ்வளவு அழகான பிராணிகளை வேட்டையாடிக் கொல்லுகிறவர்களும் இருக்கிறார்கள் அல்லவா?...

மான்களைப் பார்த்து, அவற்றின் அழகை நினைத்து, அதிசயித்த பூங்குழலியின் கரங்கள் துடுப்புப் போடுவதை நிறுத்தின; படகு நின்றது.

ஊமை ராணியின் தொண்டையிலிருந்து ஒரு விசித்திரமான ஒலி கிளம்பிற்று. அது அன்று காலையில் கேட்ட குரல் போல் இல்லை இதில் திகிலும் எச்சரிக்கையும் கலந்திருந்தன.

அதைக் கேட்ட மான்களும் திகில் அடைந்து திரும்பி ஓடத்தொடங்கின.

அதே கணத்தில் எங்கேயோ மறைவான இடத்திலிருந்து ஓர் அம்பு விர் என்று ஒரு மானின் மீது தைத்தது.

அம்பு தைத்த மான் சோகம் நிறைந்த ஓலமிட்டது.

ஊமை ராணி படகிலிருந்து கரையில் தாவிக் குதித்துக் காயமடைந்த மானை நோக்கி ஓடினாள்.

அவள் மானின் சமீபத்தை அடைந்த அதே சமயத்தில் நாலாபுறத்துப் புதர்களிலும் சலசலப்புச் சத்தம் உண்டாயிற்று. அடுத்த வினாடிகளில் ஏழெட்டுப் பேர் வந்து அவளைச் சூழ்ந்து கொண்டார்கள். அவர்களில் பலர் கையில் வேலாயுதங்கள் இருந்தன. சற்றுத் தூரத்தில் அவர்களுக்கு வழிகாட்டி அழைத்து வந்த ராக்கம்மாளும் காணப்பட்டாள்.

ஊமை ராணி தப்பி ஓட முயன்றாள்; முடியவில்லை. தப்பி ஓடுவது இயலாத காரியம் என்று அறிந்ததும் ஊமை ராணி சும்மா நின்று விட்டாள்.

இரண்டு பேர் நெருங்கி வந்து அவளுடைய கைகளைக் கயிற்றினால் பிணைத்துக் கட்டினார்கள்.

இவ்வளவும் பூங்குழலி பார்த்துக் கொண்டிருக்கும் போதே சில வினாடி நேரத்தில் நிகழ்ந்து விட்டன. ஊமை ராணியின் கரங்களைக் கயிற்றினால் கட்டுகிறார்கள் என்பதை அறிந்ததும் பூங்குழலி படகிலிருந்து பாய்ந்து கூச்சலிட்டுக் கொண்டு ஓடி வந்தாள். கையிலிருந்த துடுப்பை ஓங்கிக் கொண்டு வந்தாள். ஊமை ராணியைச் சுற்றி நின்றவர்களில் ஐந்தாறு பேர் பூங்குழலியை நோக்கி ஓடிவந்தார்கள். அவளைப் பிடித்து இழுத்துக் கொண்டு போய்ப் படகில் தூக்கிப் போட்டுக் கயிற்றினால் இறுக்கிக் கட்டிவிட்டார்கள்.

பிறகு திரும்பிச் சென்றார்கள்; அவர்களுடன் சாவதானமாக வந்த ஊமை ராணியையும் அழைத்துக் கொண்டு சில வினாடி நேரத்தில் மறைந்து விட்டார்கள்.

❖ ❖ ❖ ❖

பத்தொன்பதாம் அத்தியாயம்

சிரிப்பும் நெருப்பும்

பூங்குழலி தன்னைப் படகுடன் சேர்த்துக் கட்டியிருந்த கட்டுகளை அவிழ்க்க அவசர அவசரமாக முயன்றாள். அது அவ்வளவு இலகுவான காரியமாக இல்லை. சண்டாளப் பாவிகள்! கயிற்றைத் தாறுமாறாக விட்டு முடிச்சுக்கு மேல் முடிச்சாகப் போட்டிருந்தார்கள். பூங்குழலியின் சிறிய கத்தி படகின் அடியில் கிடந்தது. ஒரு கரத்துக்காவது விடுதலை கிடைத்தால் கத்தியை எடுத்துக் கட்டுக்களை அறுத்து எரியலாம். ஆனால் பாவிகள் மணிக்கட்டுகளைச் சேர்த்துத்தான் பலமாகப் பின் புறத்தில் கட்டியிருந்தார்கள். பூங்குழலி மிகவும் கஷ்டப்பட்டுக் குனிந்து பற்களினால் கத்தியின் பிடியைக் கவ்வி எடுத்துக் கொண்டாள். பற்களினால் கவ்விய வண்ணமே கத்தியைப் பிடித்துக் கொண்டு கயிற்றை ஓரிடத்தில் அறுத்தாள். கைகளின் கட்டுச் சிறிது தளர்ந்தது. ஒரு கையை மிகவும் பிரயாசையின் பேரில் கட்டிலிருந்து விடுதலை செய்து கொண்டாள். பிறகு கயிறுகளை அறுப்பது சிறிது எளிதாயிற்று.

கட்டுகளிலிருந்து முழுதும் விடுவித்துக் கொள்வதற்கு ஏறக்குறைய ஒரு நாழிகை நேரம் ஆகி விட்டது.

இந்தச் சமயத்தில் ஓடைக்கரை மீது காலடிச் சத்தம் கேட்டது பிறகு ஒரு நிழல் தெரிந்தது. தன்னைக் கட்டிப் போட்டவர்களில் ஒருவன்தான் திரும்பி வருகிறான் போலும்! அல்லது தான் கட்டுகளை அவிழ்த்துக் கொண்டு தப்பிவிடாமல் பார்த்துக் கொள்வதற்காக ஒருவனைப் பின்னால் விட்டு வைத்துச் சென்றிருக்கிறார்கள் போலும்! அவன் தன் கண் முன்னால் தெரிந்ததும் கையிலிருந்து கத்தியை அவன் மீது எறிந்து கொன்று விடுவது என்று பூங்குழலி தீர்மானித்துக் கொண்டு அதற்கு ஆயத்தமாகக் கத்தியைப் பிடித்துக் கொண்டிருந்தாள்.

ஆனால் எத்தகைய ஏமாற்றம்?

"பூங்குழலி! பூங்குழலி!" என்று சேந்தன் அமுதனுடைய குரல் கேட்டது.

அடுத்த வினாடி அமுதனுடைய பயப் பிராந்தியுற்ற முகம் ஓடைக் கரையின் மேலிருந்து எட்டிப் பார்த்தது.

பூங்குழலி கத்தியை இடுப்பில் செருகிக் கொண்டாள்.

அமுதனும் அவளைப் பார்த்துவிட்டான்; "பூங்குழலி! நீ உயிரோடு இருக்கிறாயா?" என்று சொல்லிக் கொண்டே பாய்ந்து ஓடி வந்தான்.

"நான் உயிரோடிருப்பது உனக்கு கஷ்டமாயிருக்கிறதாக்கும்! வேண்டுமானால் உன் கையாலேயே கொன்று விட்டுப் போய்விடு! ஆனால் அவ்வளவு தைரியம் உனக்கு எங்கிருந்து வரப் போகிறது?" என்றாள் பூங்குழலி.

"சிவ! சிவா! எவ்வளவு கொடூரமான வார்த்தைகளைக் கூறுகிறாய்? நான் எதற்காக உன்னைக் கொல்லப் போகிறேன்? நீ தான் உன் வார்த்தைகளினால் என்னைக் கொல்லுகிறாய்!" என்றான் அமுதன்.

"பின்னே, சற்று முன்னாலேயே ஏன் வந்திருக்கக் கூடாது? கட்டுக்களை நானாக அறுத்து விடுவித்துக் கொள்ளுவதற்கு எவ்வளவு கஷ்டப்பட்டுப் போனேன், தெரியுமா?" என்று சொல்லிக் கொண்டே பூங்குழலி எழுந்து நிற்க முயன்றாள். கால்கள் கயிறுகளில் தாறுமாறாகச் சிக்கிக் கொண்டிருந்தபடியால் தடுமாறி விழப் பார்த்தாள்.

அமுதன் அலறிப் புடைத்துக் கொண்டு அவளைப் பிடித்து விழாமல் தடுத்தான்.

"ஐயையோ! இப்படியா பாவிகள் உன்னைக் கட்டிப் போட்டு விட்டுப் போனார்கள்? உடம்பெல்லாம் தடித்துப் போயிருக்கிறதே!" என்றான்.

"இப்போது இவ்வளவு கரிசனப்படுகிறாயே? சற்று முன்னாலேயே வருவதற்கு என்ன?"

"மறுபடியும் அப்படியே கேட்கிறாயே! உனக்கு இப்பேர்ப்பட்ட ஆபத்து வந்திருக்கிறது என்று நான் என்ன கண்டேன்! நீ என்னைப் 'போ, போ' என்று விரட்டினாய். நான் போய்க் கொண்டிருந்தேன்..."

"பின் எதற்காகத் திரும்பி வந்தாய்? ஒருவேளை நான் செத்துப்போயிருந்தால் என் உடலைத் தகனம் செய்து விட்டுப் போகலாம் என்பதற்காகவா?"

"சிவபெருமான் தொண்டையில் விஷத்தை வைத்துக் கொண்டார். நீ நாக்கிலேயே வைத்துக் கொண்டிருக்கிறாய். உனக்கு ஏதாவது ஆபத்து நேர்ந்திருக்கலாம் என்று உன் அண்ணி சொன்னதைக் கேட்டு ஓடோடியும் வந்தேன். அதற்கு நல்ல பரிசு கிடைத்தது!"

இதற்குள் படகிலிருந்து ஓடைக்கரையில் இறங்கியிருந்தாள் பூங்குழலி.

"இந்தக் கத்தியை உன் மீது எறியலாம் என்றிருந்தேன். நீ தப்பித்தாய்; இதே கத்தியினால் என் அண்ணியை முதலில் குத்திக் கொன்று விட்டுத்தான் மறு காரியம் பார்க்கப் போகிறேன். அந்தச் சண்டாளி எங்கே இருக்கிறாள்?"

"என்னை விட்டுவிட்டு உன் அண்ணியின் பேரில் எதற்காகப் பாய்கிறாய்? அவள் பேரில் எதற்காக இத்தனை கோபம்? உன்னைப்பற்றி எனக்கு அவள் சொன்னது குற்றமா?..."

"அவள் தான் என் அத்தையைக் காட்டிக் கொடுத்தவள். புதர் மறைவில் அவள் யாருடனோ ரகசியமாகப் பேசிக் கொண்டிருந்ததை நீ கூடத்தான் பார்த்தாயே?" என்றாள் பூங்குழலி.

"நீ நினைப்பது தவறு! உன் அண்ணி, யாருடன் என்ன ரகசியம் பேசிக் கொண்டிருந்தாளோ, என்னமோ? உன் அத்தையை அவள் காட்டிக் கொடுக்கவில்லை என்பது நிச்சயம். உன் அத்தையைப் பலாத்காரமாகப் பிடித்துக் கொண்டு போனவர்கள் உன் அண்ணியையும் மரத்தோடு சேர்த்துக் கட்டிவிட்டுப் போய் விட்டார்கள். அவளுடைய தலையில் அடித்துக் காயப்படுத்தி விட்டும் போய்விட்டார்கள்.

"இது என்ன வேடிக்கை! நம்புவதற்கு முடியவில்லையே! உன்னை அவள் ஏமாற்றி விட்டிருக்கிறாள்! நல்லது; நீ ஏன் திரும்பி வந்தாய், அண்ணியை எவ்விடத்தில் பார்த்தாய், – எல்லாம் விவரமாகச் சொல்லு!" என்று பரபரப்புடன் பூங்குழலி கேட்டாள்.

சேந்தன் அமுதன் அவ்வாறே விவரமாகக் கூறினான். அவன் தஞ்சாவூர் செல்லும் சாலையில் போய்க் கொண்டிருந்தான். பூங்குழலியைப் பிரிந்து போக மனமின்றி தயக்கத்துடனே தான் போய்க் கொண்டிருந்தான். அப்போது பக்கத்துக் காட்டிலிருந்து ஏதோ கூச்சலும் அலறும் குரலும் கேட்டன. பலர் விரைந்து நடந்து வரும் சத்தமும் கேட்டது. சேந்தன் அமுதன் சாலை ஓரத்து மரம் ஒன்றின் பின்னால் மறைந்து கொண்டான். கையில் வேல் பிடித்த வீரர்கள் ஏழெட்டுப் பேர் காட்டு வழியாகத் திடுதிடுவென்று நடந்து வந்து ராஜபாட்டையில் பிரவேசித்தார்கள். அவர்களுக்கு மத்தியில் ஒரு பெண் பிள்ளை இருப்பது போலத் தோன்றியது. மனிதர்களிடையில் சற்று இடைவெளி தெரிந்த போது மத்தியில் இருந்தவள் பூங்குழலியின் அத்தை மாதிரி தோன்றினாள். அவள் அத்தையாக இருக்க முடியாது, அது தன்னுடைய மனப் பிரமை என்று சேந்தன் அமுதன் எண்ணிக் கொண்டான்.

அந்த வீரர் கூட்டம் சென்ற பிறகும் காட்டிற்குள்ளேயிருந்து ஒரு பெண் பிள்ளையின் கூக்குரல் கேட்டுக் கொண்டிருந்தது. சேந்தன் அமுதன் முதலில் 'நமக்கு என்னத்திற்கு வம்பு? நம் வழியே நாம் போய் விடலாமா?' என்று நினைத்தான். ஆனாலும் மனது கேட்கவில்லை. யார் அலறுவது என்று பார்த்து, தன்னால் ஏதேனும்

உதவி செய்யக் கூடுமானால் செய்யலாம் என்று எண்ணிக் கூக்குரல் வந்த திசையை நோக்கிப் போனான். அங்கே ராக்கம்மாள் மரத்தில் கட்டப்பட்டிருந்ததைக் கண்டான். அவள் தலையிலிருந்து இரத்தம் வழிந்து முகமெல்லாம் ஒரே கோரமாயிருந்தது. அமுதனுக்கு அருகில் நெருங்கவே பயமாயிருந்தது. மனதைத் திடப்படுத்திக் கொண்டு சென்று கட்டுக்களை அவிழ்த்து விட்டான். அவிழ்க்கும் போதே 'இந்த அக்கிரமம் யார் செய்தது? எதற்காகச் செய்தார்கள்? சற்று முன் சாலையில் வந்து ஏறின மனிதர்கள் யார்? அவர்கள் மத்தியில் ஒரு பெண் பிள்ளையும் போனது போலிருந்ததே! அவள் யார்?' என்றெல்லாம் கேட்டான்.

'ஆம், தம்பி, அவர்கள் உன் பெரியம்மாவைக் கட்டி இழுத்துக் கொண்டு போகிறார்கள். அதைத் தடுப்பதற்கு நான் முயன்றேன். அதற்காகத்தான் என்னை இப்படி அடித்துக் கட்டி விட்டுப் போனார்கள். உன் மாமன் மகளும், பெரியம்மாவும் படகிலேறிப் போய்க் கொண்டிருந்தார்கள். படகிலிருந்துதான் பெரியம்மாவைக் கட்டி இழுத்து வந்தார்கள். பூங்குழலியின் கதி என்ன ஆயிற்றோ தெரியவில்லை. ஓடிப்போய்ப் பார்!' என்றாள். சேந்தன் அமுதன் திடுக்கிட்டுப் பூங்குழலியைத் தேடிக் கொண்டு புறப்பட்டான். அச்சமயம் ராக்கம்மாள், 'கொஞ்சம் பொறு தம்பி! பூங்குழலியும் அந்த ஊமைப்பிசாசும் படகில் ஏறி எங்கே புறப்பட்டார்கள்? உனக்கு தெரியுமா? உன்னை ஏன் விட்டு விட்டுப் போனார்கள்? நீ எங்கே தனியாகக் கிளம்பினாய்?' என்று கேட்டாள். இப்படி அவள் கேட்டது, முக்கியமாக 'ஊமைப் பிசாசு' என்று சொன்னது சேந்தன் அமுதனுக்குப் பிடிக்கவில்லை. 'எல்லாம் அப்புறம் சொல்லுகிறேன்' என்று கூறிவிட்டு, கால்வாயை நோக்கி ஓடிவந்தான். பூங்குழலியையும் அந்த மனிதர்கள் அடித்துப் போட்டிருப்பார்களோ, ஒருவேளை கொன்றே இருப்பார்களோ என்ற பதைபதைப்புடனே வந்தான். பூங்குழலி உயிரோடிருப்பதையும் ரத்தக் காயமில்லாமலிருப்பதையும் பார்த்ததும் அவனுக்கு ஆறுதல் உண்டாயிற்று...

இந்த விவரங்களைக் கூறிவிட்டு, "பூங்குழலி! இப்போது என்ன சொல்லுகிறாய்? உன் அண்ணியின் பேரில் நீ கோபித்துக் கொண்டது தவறுதான் அல்லவா?" என்று சேந்தன் அமுதன் கேட்டான்.

"நீ சொல்லுவதைக் கேட்டால், அப்படித்தான் தோன்றுகிறது. அவளை எந்த இடத்தில் விட்டுவிட்டு வந்தாய்? அங்கே போய்ப் பார்க்கலாம், வா!" என்றாள் பூங்குழலி.

"அவள் அங்கேயே இருப்பாள் என்பது என்ன நிச்சயம்?"

"அங்கே இல்லாவிட்டால் அக்கம்பக்கத்தில் இருப்பாள். இல்லாவிடில் நம்மை தேடிக் கொண்டு வருவாள். அமுதா! நானும் என் அத்தையும் படகில் ஏறி எங்கே புறப்பட்டோம் என்று அண்ணி கேட்டாள் அல்லவா?"

"ஆம், கேட்டாள்."

"நீ அதற்கு மறுமொழி சொல்லவில்லையே? நிச்சயந்தானே?"

"நிச்சயந்தான் 'ஊமைப் பிசாசு' என்று அவள் சொன்னதும் எனக்கு உண்டான அருவருப்பினால் மறுமொழி சொல்லாமலே வந்துவிட்டேன்."

"இனிமேல் நல்ல வார்த்தையாகக் கேட்டாலும் சொல்லாதே! நாங்கள் எங்கே புறப்பட்டோம் என்பதை அவள் ஏன் தெரிந்து கொள்ள விரும்புகிறாள்? அதற்கு ஏதோ காரணம் இருக்க வேண்டும் அல்லவா? அமுதா! அத்தையைப் பிடித்துக் கொண்டு போனவர்களுக்கும் அண்ணிக்கும் தொடர்பு இல்லை என்று நிச்சயமாகச் சொல்ல முடியாது. அண்ணியின் மூலமாக அவர்கள் உளவறிந்து கொண்டு, தங்கள் காரியம் முடிந்ததும், அவளை அடித்துக் கட்டிப் போட்டு விட்டுப் போயிருக்கலாம். அப்படியில்லா விட்டாலும், அண்ணி வேறு ஏதோ துர்நோக்கத்துடனே தான் எங்களைத் தொடர்ந்து வந்திருக்க வேண்டும். ஆகையால் அவளுடன் ஜாக்கிரதையாகவே நடந்துகொள்! முழுவதும் அவளை நம்பி மோசம் போய் விடாதே!..."

"பூங்குழலி! உன் அண்ணியின் சந்நிதானத்தில் உன் அண்ணன் ஊமையாக இருந்து விடுவான் என்று சொல்லியிருக்கிறாய் அல்லவா? அதுபோலவே நானும் இருந்து விடுகிறேன், பேச வேண்டியதையெல்லாம் நீயே பேசிக்கொள்..."

இதைக் கேட்ட பூங்குழலி சிரித்தாள்.

"உன் சிரிப்பு என் செவிகளுக்கு இன்னமுதாயிருக்கிறது. திருநாவுக்கரசரின் தேவாரப் பதிகத்தைப் போல் இனிக்கிறது" என்றான் அமுதன்.

"ஏதோ தவறிச் சிரித்துவிட்டேன்; அதைக் கேட்டு ஏமாந்து விடாதே! என் உள்ளத்தில் அனல் பொங்குகிறது, நெஞ்சில் நெருப்புப் பற்றி எரிகிறது."

"நெஞ்சின் தாபத்தைத் தணிப்பதற்கு இறைவனுடைய கருணை வெள்ளத்தைக் காட்டிலும் சிறந்த உபாயம் வேறு இல்லை!" என்றான் சேந்தன் அமுதன்.

❉ ❉ ❉ ❉

இருபதாம்அத்தியாயம்

மீண்டும் வைத்தியர் மகன்

சிறிது நேரம் பூங்குழலியும் அவளுடைய அத்தை மகனும் காட்டு வழியில் மௌனமாக நடந்து சென்றார்கள்.

பூங்குழலி ஒரு நெடு மூச்சு விட்டு, "அமுதா! உனக்கும் எனக்கும் ஏதோ ஜன்மாந்தரத் தொடர்பு இருக்குமென்று தோன்றுகிறது" என்றாள்.

"பூர்வ ஜன்மங்களைப் பற்றி இப்போது யாருக்கு என்ன கவலை? இந்த ஜன்மத்தைப் பற்றி ஏதாவது நல்ல செய்தி இருந்தால் சொல்லு!" என்றான் சேந்தன் அமுதன்.

"முந்தைப் பிறவிகளின் சொந்தம் இந்தப் பிறவியிலும் தொடரும் என்று சொல்லுகிறார்கள் அல்லவா? அது உண்மையாகத்தான் இருக்க வேண்டும்; இன்று உச்சி வேளையில் உன்னைப் பிரிந்த போது இனி உன்னைப் பார்க்கப் போவதே இல்லை என்று எண்ணினேன். இரண்டு நாழிகைக்குள்ளாக உன்னை மறுபடி பார்க்கும்படி நேர்ந்தது...."

"அதற்காக வருத்தப்பட வேண்டாம்; இந்தக் காட்டு வழியைக் கடந்து தஞ்சாவூர்ச் சாலையை அடைந்ததும் நான் என் வழியே செல்வேன், நீ உன்னிஷ்டம் போல் போகலாம்..."

"உன்னை நான் அப்படித் தனியே விட்டுவிடப் போவதில்லை. அண்ணியைக் கண்டு பேசிய பிறகு உன்னுடன் நான் தஞ்சாவூருக்கு வரப்போகிறேன். என் அத்தைக்கு நேர்ந்த துன்பத்துக்கு பரிகாரம் தேடப் போகிறேன். சோழச் சக்கரவர்த்தியின் சந்நிதானத்தில் சென்று முறையிடப் போகிறேன்..."

"பூங்குழலி. சக்கரவர்த்தியின் சந்நிதானத்தை அடைவது அவ்வளவு எளிது என்று கருதுகிறாயா? நம் போன்றவர்கள் தஞ்சாவூர்க் கோட்டைக்குள்ளேயே பிரவேசிக்க முடியாதே!"

"ஏன் முடியாது? கோட்டைக் கதவு திறக்காவிட்டால் கதவை உடைத்துத் திறப்பேன்! அது முடியாவிட்டால் மதில் சுவரில் ஏறிக் குதித்துப் போவேன்..."

"அரண்மனை வாசலில் காவலிருக்கும் சேவகர்களை என்ன செய்வாய்?"

"நான் போடுகிற கூச்சலைக் கேட்டு அவர்கள் மிரண்டு போய் என்னைச் சக்கரவர்த்தியிடம் அழைத்துப் போவார்கள்..."

"சின்னப் பழுவேட்டரையரை அப்படியெல்லாம் மிரட்டி விட முடியாது. அவருடைய அனுமதியில்லாமல் யமன் கூடச் சக்கரவர்த்தியை அணுக முடியாது என்று தஞ்சாவூர்ப் பக்கங்களில் ஜனங்கள் பேசிக் கொள்வது வழக்கம். அதனாலேதான் சக்கரவர்த்தி இன்னும் உயிரோடிருக்கிறார் என்று சிலர் சொல்லுவதையும் கேட்டிருக்கிறேன்."

"சக்கரவர்த்தியைப் பார்க்க முடியாவிட்டால், பழுவேட்டரையர்களையே பார்த்து இந்த அக்கிரமத்துக்குப் பரிகாரம் உண்டா, இல்லையா என்று கேட்பேன்! அவர்கள் தக்க பரிகாரம் செய்யாவிட்டால், முதன் மந்திரி பிரம்மராயரிடம் போவேன். அதிலும் பயனில்லாவிட்டால், பழையாறையிலுள்ள ராணிகளிடம் போய் முறையிடுவேன். என் அத்தையின் கதி என்ன ஆயிற்று என்று தெரிந்து கொள்ளும் வரையில் ஓரிடத்தில் தங்கமாட்டேன். அவளுக்கு இழைக்கப்பட்ட அநீதிக்குப் பரிகாரம் கிடைக்கும் வரையில் இரவு பகல் தூங்க மாட்டேன். அண்ணி என் அத்தையை 'ஊமைப் பிசாசு' என்று சொன்னாள் அல்லவா? நானும் ஒரு பிசாசாக மாறி நாடு நகரமெல்லாம் சுற்றி அலைவேன், 'நீதி! நீதி' என்று அலறிக் கொண்டு அலைந்து திரிவேன்... அமுதா! நீயும் என்னோடு வருவாயா...?"

"நிச்சயமாக வருவேன், பூங்குழலி! நீ விரும்பினால் வருவேன். ஆனால் ஏன் நீ உன் மனத்தை இப்படி எல்லாம் குழம்பவிடுகிறாய். எங்கெல்லாமோ வெகு தூரத்துக்குப் போய் விட்டாயே! முதலில் உன் அத்தையைக் கண்டுபிடித்துக் காப்பாற்ற வேண்டியதல்லவா முக்கியமான காரியம்! அவளைப் பிடித்துக் கொண்டு போன துஷ்டர்களிடமிருந்து அவளை விடுதலை செய்ய வேண்டாமா? உன் தந்தை, அண்ணன் முதலியவர்களிடம் சொல்ல வேண்டாமா?..."

"அமுதா! என் அத்தை தெய்வீக சக்தி உள்ளவள். அவளுக்கு யாரும் எந்தவிதமான கெடுதலும் செய்ய முடியாது. தமயந்தி, வேடனை எரித்தது போல கண் பார்வையினாலேயே எரித்து விடுவாள். ஆகையால் அவளைப் பற்றிக்கூட எனக்கு அவ்வளவு கவலையில்லை. ஆனால் இந்தச் சோழ சாம்ராஜ்யத்தில் பட்டப்பகலில் இவ்வளவு பெரிய அக்கிரமம் நடக்கிறதே! பராந்தக சக்கரவர்த்தியின் காலத்திலிருந்து இந்த நாட்டில் தர்ம ராஜ்யம் நடப்பதாகச் சொல்லுகிறார்கள். மகாசிவ பக்தராகிய கண்டராதித்த மன்னர் அரசு புரிந்த நாட்டில், பசுவும் புலியும் ஒரு துறையில் தண்ணீர் குடித்தது என்று பெருமை பேசிக் கொள்கிறார்கள். சுந்தர சோழரின் அரசாட்சியின் கீழ் சோழ நாட்டில் எந்த ஒரு சிறு பெண்ணும் இரவு பகல் எந்த நேரத்திலும் பயமின்றிப் பிரயாணம் செய்யலாம் என்று பறையறைந்து கொண்டிருக்கிறார்கள். அப்படியெல்லாம் புகழ் பெற்ற ராஜ்யத்தில், ஒரு மூதாட்டியை – காது கேளாத பேசத் தெரியாத ஒரு பேதை ஸ்திரீயை, பட்டப் பகலில் துஷ்டர்கள் பிடித்துக் கொண்டு போவதென்றால், அது எப்படிப்பட்ட அக்கிரமம்? என் அத்தையைப் பற்றிக் கூட எனக்கு அவ்வளவு கவலை இல்லை. இன்றைக்கு என் அத்தைக்கு நேர்ந்தது நாளைக்கு எனக்கு நேரலாம் அல்லவா? இன்னும் இந்த நாட்டிலுள்ள கன்னிப் பெண்கள் பலருக்கும் நேரலாம் அல்லவா?"

சேந்தன் அமுதன் இப்போது குறுகிட்டு, "ஆமாம்; அத்தகைய அபாயம் இந்த நாட்டில் இப்போது இருக்கத் தான் இருக்கிறது. சுந்தர சோழர் நோயாளியாகிப் படுத்ததிலிருந்து சோழ நாட்டில் தர்மம் தலைகீழாகி விட்டது. கட்டுக்காவல் அற்றுப் போய்விட்டது. கன்னிப் பெண்களுக்கு அபாயம் எங்கே என்று காத்திருக்கிறது. ஆகையால் கன்னிப் பெண்களெல்லாம் கூடிய சீக்கிரம் கல்யாணம் செய்து கொண்டு விடுவதுதான் நல்லது!" என்றான்.

பூங்குழலி கலகலவென்று சிரித்தாள்.

"அமுதா! ஒரு கன்னிப் பெண் உன்னைக் கல்யாணம் செய்து கொண்டால் அவளை உன்னால் காப்பாற்ற முடியுமா? உனக்கு கத்தி எடுத்துப் போர் செய்யத் தெரியுமா?" என்று கேட்டாள்.

"மலர் எடுத்து மாலை தொடுக்கவும் பதிகம் பாடிப் பரமனைத் துதிக்கவுந்தான் நான் கற்றிருக்கிறேன். கத்தி எடுத்து யுத்தம் செய்ய நான் கற்கவில்லை. அதனால் என்ன? துடுப்புப் பிடித்துப் படகு தள்ள நீ எனக்குக் கற்றுக் கொடுத்து விடவில்லையா? அதுபோல் வாள் எடுத்துப் போர் செய்யவும் கற்றுக் கொண்டு விடுகிறேன். மதுராந்தகத் தேவர் சிங்காதனம் ஏறி ராஜ்யம் ஆள ஆசைப்படும்போது, நான் கத்திச் சண்டை கற்றுக் கொள்வதுதானா முடியாத காரியம்?" என்றான் சேந்தன் அமுதன்.

இதற்குள் பூங்குழலியின் அண்ணியைக் கட்டிப் போட்டிருந்த மரத்தடிக்கு அவர்கள் வந்து சேர்ந்தார்கள். அங்கே அந்த மாதரசியைக் காணவில்லை. அவளுடைய மண்டையில் பட்ட காயத்திலிருந்து தரையில் சிந்தியிருந்த இரத்தத் துளிகளைச் சேந்தன் அமுதன் பூங்குழலிக்குச் சுட்டிக் காட்டினான்.

"நன்றாக அடித்துவிட்டிருக்கிறார்கள்; அத்தையைப் பிடித்துக் கொண்டு போனவர்களுக்கு அண்ணி உளவு சொல்லவில்லையென்பது நிச்சயமாகிறது. ஆனால் அவள் வேறு யாருக்காக என்ன உளவு பார்த்துக் கொண்டிருந்தாள் என்பதை எப்படியாவது கண்டுபிடிக்க வேண்டும்!" என்றாள் பூங்குழலி.

"மாமன் மகளே! இதைக் கேள்! இங்கே நடந்திருப்பதெல்லாம் காரணம் தெரியாத மர்மமான காரியங்களாயிருக்கின்றன. ரகசியத்துக்குள் ரகசியமாகவும், சுழலுக்குள் சுழலாகவும் இருக்கின்றன. எல்லாம் ராஜாங்கத்தோடும் ராஜ வம்சத்தாரோடும் சம்பந்தப்பட்ட சிக்கல்களாக இருக்கின்றன. இவற்றைக் குறித்து நீயும் நானும் ஏன் கவலைப்பட வேண்டும்? நம்மை நாமே ஏன் சங்கடத்துக்கு உள்ளாக்கிக் கொள்ள வேண்டும்?"

"அமுதா! எவ்வளவு பெரிய ராஜாங்க விஷயமாயிருந்தால் என்ன? எத்தகைய மர்மமாக இருந்தால்தான் என்ன? என் அத்தை சம்பந்தப்பட்ட காரியத்தில் நான் கவலை எடுத்துப் பாடுபடாமலிருக்க முடியுமா? உன் பெரியம்மாவின் கதியைப் பற்றி நீ சிந்திக்காமலிருக்க முடியுமா?"

"என் மனதில் பட்டதை நான் சொல்கிறேன், பூங்குழலி! நான் பார்த்த ஏழெட்டு மனிதர்களுக்கு நடுவில் ஒரு பெண் பிள்ளையும் சென்றாள் என்று சொன்னேன் அல்லவா? அவள் என் பெரியம்மாவாக இருக்கக்கூடும் என்றும் சொன்னேன் அல்லவா? அவள் நடந்துபோன விதத்தைப் பார்த்தால், கட்டாயப்படுத்தி அவளை அழைத்துப் போனதாகத் தோன்றவில்லை. தன் இஷ்டத்துடனே யதேச்சையாகச் சென்றவள் போலவே காணப்பட்டது..."

"இருக்கலாம், அமுதா! அப்படியும் இருக்கலாம்; என் அத்தையின் இயல்பே அப்படி! எங்கேதான் அழைத்துப் போகிறார்கள் என்று தெரிந்து கொள்வதற்காகவே அவளே இஷ்டப்பட்டுப் போயிருக்கலாம். அவளுக்கு விருப்பமில்லாவிட்டால், ஆயிரம் பேருக்கு நடுவிலிருந்தும் அவள் தப்பிச் சென்று விடுவாள். கோட்டை கொத்தளங்களும் பாதாளச் சிறைகளும் கூட அவளைப் பத்திரப்படுத்தி வைக்க முடியாது. ஆகையினால்தான், அத்தைக்கு நேர்ந்த ஆபத்தைப் பற்றி, நான் அவ்வளவு கவலைப்படவில்லையென்று சொன்னேன். அத்தைக்கு இழைக்கப்பட்ட அநீதிக்குப் பரிகாரம் தேடுவதே என் முக்கிய நோக்கம். அந்த அநீதி இன்றைக்கு இழைக்கப்பட்டதன்று; இருபத்தைந்து ஆண்டுகளுக்கு முன்னால் செய்யப்பட்ட கொடும் அநீதி! அதற்குப் பரிகாரம் கிடைக்கும் வரையில் எனக்கு நிம்மதி இல்லை!" என்றாள் பூங்குழலி.

"கடவுளே! எவ்வளவு அசாத்தியமான காரியத்தில் உன் மனத்தைப் பிரவேசிக்க விட்டிருக்கிறாய்?" என்று சேந்தன் அமுதன் கூறி ஒரு நீண்ட பெருமூச்சு விட்டான்.

சற்றுத் தூரத்தில் பேச்சுக் குரல் கேட்டது; ஒரு குரல் பெண் குரலாகத் தோன்றியது. பேசியவர்களைத் தஞ்சாவூர் ராஜபாட்டை சந்திப்பில் அமுதனும் பூங்குழலியும் கண்டார்கள்.

அண்ணி ராக்கம்மாளுடன் பேசிக் கொண்டிருந்தவன் பழையாறை வைத்தியர் மகன் என்று அறிந்ததும் பூங்குழலியின் முகத்தில் அருவருப்பின் அறிகுறி காணப்பட்டது.

ராக்கம்மாள் பூங்குழலியைப் பார்த்ததும், "அடி பெண்ணே! பிழைத்து வந்தாயா? உன்னைக் கொன்று போட்டிருப்பார்களோ என்று பயந்து போனேன். இதோ பார்! உன் அத்தையைக் காப்பாற்ற முயன்றதில் என் மண்டையில் எவ்வளவு பெரிய காயம்? வைத்தியர் மகனிடம் காயத்துக்கு மருந்து ஏதேனும் இருக்கிறதா என்று கேட்டுக் கொண்டிருந்தேன்!" என்றாள்.

"கரையர் மகளுக்கு ஏதேனும் காயம் பட்டிருந்தாலும் மருந்து போட்டுக் குணப்படுத்துகிறேன்" என்றான் வைத்தியர் மகன்.

பூங்குழலி அவனுக்கு மறுமொழி சொல்லாமல், "அண்ணி! அத்தையைப் பிடித்துக் கொண்டு எந்தப் பக்கம் போனார்கள், உனக்குத் தெரியுமா?" என்று கேட்டாள்.

"நான் பார்க்கவில்லை. தஞ்சாவூர்ச் சாலையோடு போனதாக இந்த வைத்தியர் மகன் சொல்லுகிறான்..."

"அண்ணி! நானும் அமுதனும் அத்தையைத் தொடர்ந்து போகிறோம். அப்பாவிடம் சொல்லிவிடு! வா, அமுதா!" என்று பூங்குழலி அங்கிருந்து உடனே போகத் தொடங்கினாள்.

அப்போது வைத்தியர் மகன், "பூங்குழலி! சற்று நில்! உங்களால் அவர்களைத் தொடர்ந்து போக முடியாது. இங்கிருந்து சற்றுத் தூரத்தில் காத்திருந்த குதிரைகள் மீதேறி அவர்கள் போகிறார்கள். என்னிடம் குதிரை இருக்கிறது; நான் வாயு வேக மனோ வேகமாய்க் குதிரையை விட்டுக் கொண்டு சென்று அவர்கள் போய்ச் சேரும் இடத்தைக் கண்டுபிடித்து உங்களுக்குச் சொல்வேன். அதற்குப் பிரதியாக நீ எனக்கு ஓர் உதவி செய்ய வேண்டும். நீயும் உன் அத்தையும் படகில் ஏறிக் கொண்டு எங்கே போவதற்குக் கிளம்பினீர்கள்? அதை மட்டும் சொல்லி விடு!" என்றான்.

பூங்குழலி, "அண்ணி! இவருடைய உதவி எங்களுக்கு தேவையில்லை! நாங்கள் போகிறோம். அப்பாவிடம் மட்டும் சொல்லி விடு!" என்றாள்.

வைத்தியர் மகன் அப்போதும் விடவில்லை. "ஆகா! கரையர் மகளின் கர்வத்தைப் பார்! என் உதவி தேவை இல்லையாம்! பெண்ணே, உனக்கு ஏன் என் பேரில் இத்தனை கோபம்? நீ அரச குமாரனைக் கல்யாணம் செய்து கொள்வதை நானா குறுக்கே நின்று தடுத்தேன்? என்னை வஞ்சித்து ஏமாற்றி விட்டுப் படகில் ஏற்றிக் கொண்டு போனாயே! அந்த வாணர்குலத்து வந்தியத்தேவனல்லவா உன் ஆசைக்குகந்த ராஜகுமாரனை நடுக்கடலில் தள்ளிக் கொன்று விட்டான்! என் பேரில் கோபித்து என்ன பயன்?" என்று சொல்லிவிட்டு 'ஹா ஹா ஹா' என்று பேய்ச் சிரிப்புச் சிரித்தான்.

பூங்குழலி கண்களில் தீப்பொறி பறக்க அவனை ஒரு தடவை விழித்துப் பார்த்துவிட்டு அமுதனுடைய கையைப் பிடித்து இழுத்துக் கொண்டு சாலையோடு மேலே சென்றாள்.

கொஞ்ச தூரம் போனதும், "அமுதா! நீ கத்தி எடுத்துப் போர் செய்யக் கற்றுக் கொண்டதும் முதலில் இந்தத் தூர்த்தனாகிய வைத்தியர் மகனின் உயிரை வாங்க வேண்டும். உன் கத்திக்கு முதலாவது பலி இவன்தான்" என்றாள்.

இரவும் பகலும் வழி நடந்து பூங்குழலியும் சேந்தன் அமுதனும் தஞ்சாவூரை நோக்கிச் சென்றார்கள். ஏழெட்டுக் குதிரை வீரர்கள் ஒரு பெண்மணியை அழைத்துச் சென்றதைக் குறித்து வழியில் விசாரித்துக் கொண்டு போனார்கள். பாதி வழி வரையில் கொஞ்சம் தகவல் கிடைத்தது, அப்புறம் ஒன்றும் கிடைக்கவில்லை. ஆயினும் தஞ்சாவூர் வரையிலும் போய்த் தேடிப் பார்த்து விடுவது என்று போனார்கள்.

சேந்தன் அமுதனுக்கு இந்தப் பிரயாணம் வெகு உற்சாகமாயிருந்தது. பூங்குழலியுடன் பேசிக் கொண்டு சென்றது உற்சாகத்துக்கு ஒரு காரணம்; கத்திப் பயிற்சி பெற்றுக் கொண்டே போனது மற்றொரு காரணம்.

கோடிக்கரைக்கு அருகிலேயே பூங்குழலிக்குத் தெரிந்த ஒரு கொல்லுப் பட்டறையில் அவன் ஒரு கத்தி வாங்கிக் கொண்டிருந்தான். போகும் போதெல்லாம் அதைச் சுழற்றிக் கொண்டே போனான். சில சமயம் எதிரில் பகைவன் வருவதாகவும் அவனுடன் சண்டை போடுவதாகவும் எண்ணிக் கொண்டு கத்தியைத் தாறுமாறாக வீசினான். அவ்வப்போது பூங்குழலி அவனுக்குக் கத்தியை இப்படிப் பிடித்துக்கொள்ள வேண்டும், இப்படிச் சுழற்ற வேண்டும் என்று கற்பித்துக் கொடுத்துக் கொண்டு வந்தாள்.

இதனால் இரண்டு பேருக்குமே பிரயாணம் உற்சாகமாயிருந்தது.

தஞ்சாவூர்க் கோட்டை கண்ணெதிரே தென்பட்ட போது தான் வந்த காரியத்தை எப்படிச் சாதிப்பது என்ற கவலை பூங்குழலிக்கு ஏற்பட்டது. அவளுடைய கவலையைச் சேந்தன் அமுதனும் சேர்ந்து பகிர்ந்து கொண்டான்.

கோட்டைக்குள் பிரவேசிப்பதே பிரம்மப் பிரயத்தனமான காரியமாயிற்றே? பூங்குழலி எண்ணியுள்ள காரியங்களை எல்லாம் எப்படி நிறைவேற்றுவது?

வந்தியத்தேவனுடைய அகடவிகட சாமர்த்தியங்களெல்லாம் சேந்தன் அமுதனுக்கு நினைவு வந்தன. அவனுடைய சாமர்த்தியங்களில் பத்தில் ஒரு பங்கு தனக்கு இருக்கக்கூடாதா? அல்லது அந்த வந்தியத்தேவனே இந்தச் சமயம் இங்கே வரக்கூடாதா!....

வந்தியத்தேவனாயிருந்தால் இந்தச் சந்தர்ப்பத்தில் எப்படி நடந்து கொள்வான் என்று சேந்தன் அமுதன் சிந்திக்கத் தொடங்கினான்.

அந்தச்சமயத்தில் சாலையில் மூடுபல்லக்கு ஒன்று வந்தது. சூரியன் மேற்குத் திசையில் மறைந்து இருள் சூழ்ந்து வந்த நேரம். மூடுபல்லக்கின் மேல் திரையில் பனை மரச் சித்திரங்கள் காணப்பட்டன.

'ஆகா! பழுவூர் இளையராணியின் பல்லக்குப் போலல்லவா காண்கிறது? கோட்டைக்கு வெளியிலேயே பழுவூர் ராணியைச் சந்தித்து முத்திரை மோதிர இலச்சினையைப் பெற முடியுமானால் எவ்வளவு சௌகரியமாயிருக்கும்?' என்று அமுதன் எண்ணினான்.

இதைப் பூங்குழலியிடமும் வெளியிட்டான். அவளும் அது நல்ல யோசனைதான் என்று சொன்னாள்.

ஆனால் மூடுபல்லக்கின் உள்ளே இருக்கும் ராணியை எப்படிப் பார்ப்பது?

சிவிகைக்கு பின்னும் காவலர்கள் போகிறார்களே!

பல்லக்கின் அருகிலே போக முயன்றாலே அவர்கள் தடுப்பார்கள் அல்லவா?

"அமுதா! கவலைப்படாதே! தஞ்சாவூர்க் கோட்டை இன்னும் அரைக்காதம் இருக்கிறது. அதற்குள் நமக்கு ஏதேனும் சந்தர்ப்பம் கிட்டாமற் போகாது!" என்றாள் பூங்குழலி.

எதிர்பாராத விதத்தில் அச்சந்தர்ப்பம் அவர்களுக்கு கிட்டியது.

❉ ❉ ❉ ❉

இருபத்தொன்றாம் அத்தியாயம்

பல்லக்கு ஏறும் பாக்கியம்

அந்த ஆண்டில் வழக்கமாக மாரிக்காலம் ஆரம்பிக்க வேண்டிய காலத்தில் ஆரம்பிக்கவில்லை.

இரண்டு தடவை மழை தொடங்குவது போல் தொடங்கிச் சட்டென்று நின்று விட்டது.

காவேரி ஆற்றிலும் அதன் கிளை நதிகளிலும் தண்ணீர்ப் பிரவாகம் வர வரக் குறைந்து வந்தது.

புது நடவு நட்ட வயல்களுக்குத் தண்ணீர் வரத்து இல்லாமல் பயிர்கள் வாடத் தொடங்கின.

"எல்லாம் வால்நட்சத்திரத்தினால் வந்த விபத்து!" என்று மக்கள் பேசிக் கொள்ளலானார்கள்.

"நாட்டுக்கு எல்லா விதத்திலும் பீடை வரும் போலத் தோன்றுகிறது. ராஜ்ய காரியங்களில் குழப்பம்; இளவரசரைப் பற்றித் தகவல் இல்லை; அதற்கு மேல் வானமும் ஏமாற்றி விடும் போலிருக்கிறது" என்பவை போன்ற பேச்சுக்களை வழி நெடுகிலும் சேந்தன் அமுதனும் பூங்குழலியும் கேட்டுக் கொண்டே வந்தார்கள்.

மழை பெய்யாமலிருந்தது அவர்களுடைய பிரயாணத்துக்கு என்னமோ சௌகரியமாகத்தானிருந்தது.

அன்று காலையிலிருந்தே வெய்யில் சுளீர் என்று அடித்தது. பிற்பகலில் தாங்க முடியாத புழுக்கமாயிருந்தது. இராஜபாட்டையில் மரங்களின் குளிர்ந்த நிழலில் சென்ற போதே அவர்களுக்கு வியர்த்துக் கொட்டியது.

"இது ஐப்பசி மாதமாகவே தோன்றவில்லையே! வைகாசிக் கோடை மாதிரியல்லவா இருக்கிறது!" என்று ஒருவருக்கொருவர் பேசிக் கொண்டு போனார்கள்.

பழுவேட்டரையரின் அரண்மனைப் பல்லக்கு அவர்களைத் தாண்டிச் சென்ற சிறிது நேரத்துக்குப் பிறகு திடீரென்று குளிர்ந்த காற்று வீசத் தொடங்கியது.

சாலை மரங்களின் இலைகள் காற்றில் அசைந்தாடிச் சலசலவென்று சத்தத்தை உண்டாக்கின.

வடகிழக்குத் திக்கில் இருண்டு வருவது போலத் தோன்றியது. வானத்தின் அடி முகட்டில் இருண்ட மேகத் திரள்கள் தலை காட்டின.

சிறிது நேரத்துக்குள்ளே அந்த மேகக் கூட்டங்கள் யானை மந்தை மதம் கொண்டு ஓடி வருவது போல் வானத்தில் மோதி அடித்துக் கொண்டு மேலே மேலே வரலாயின.

இளங்காற்று பெருங்காற்றாக மாறியது; பெருங்காற்றில் சிறிய மழைத் துளிகள் சீறிக் கொண்டு வந்து விழுந்தன.

சிறு தூற்றல் விழத் தொடங்கிக் கால் நாழிகை நேரத்தில் 'சோ' என்ற இரைச்சலுடன் பெருமழை கொட்டலாயிற்று.

காற்றிலும் மழையிலும் சாலை ஓரத்து விருட்சங்கள் பட்டபாட்டைச் சொல்லி முடியாது. சடசடவென்று மரக்கிளைகள் முறிந்து விழத் தொடங்கின. அப்போது அவற்றில் அடைக்கலம் புகுந்திருந்த பட்சிகள் கீச்சிட்டுக் கொண்டு நாலா திசைகளிலும் பறந்தோடின.

சாலையில் போய்க் கொண்டிருந்த ஜனங்களும் நாலாபுறமும் சிதறி ஓடினார்கள்.

காற்று மழையிலிருந்து தப்புவதற்காகச் சிலர் ஓடினார்கள். மரக்கிளைகள் தலையில் விழுந்து சாக நேரிடுமோ என்ற பயத்தினால் மற்றவர்கள் ஓடினார்கள்.

அண்ட கடாகங்கள் வெடிப்பது போன்ற இடி முழக்கத்தைக் கேட்டு அஞ்சி வேறு சிலர் ஓடினார்கள்.

மழை பிடித்துக் கொண்ட சிறிது நேரத்துக்கெல்லாம், பகற்பொழுது சென்று இரவு நெருங்கி வந்தது.

அன்றிரவே தஞ்சாவூர்க் கோட்டைக்குள் பிரவேசித்து விட வேண்டும் என்ற எண்ணத்தைச் சேந்தன் அமுதனும், பூங்குழலியும் கைவிட்டு விட்டார்கள்.

சேந்தன் அமுதனின் நந்தவனக் குடிலுக்கு அன்றிரவு போய்ச் சேர்ந்தால் போதும் என்று தீர்மானித்தார்கள். மழைக்கால இருட்டில் ஒருவரையொருவர் தைரியப்படுத்திக் கொண்டு, ஜாக்கிரதையாக நடந்தார்கள்.

"பூங்குழலி! நடுக்கடலில் எவ்வளவோ புயல்களையும் பெரு மழையையும் பார்த்தவளாயிற்றே நீ! மலை போன்ற அலைகளுக்கு மத்தியில் படகு விட்டுக் கொண்டு போகிறவள் ஆயிற்றே! இந்த மழைக்கு இவ்வளவு பயப்படுகிறாயே!" என்றான் சேந்தன் அமுதன்.

"நடுக்கடலில் எவ்வளவுதான் புயல் அடித்தாலும் மழை பெய்தாலும் தலையில் மரம் ஒடிந்து விழாதல்லவா? விழுந்தால் இடிதானே விழும்!" என்றாள் பூங்குழலி.

இவ்விதம் பூங்குழலி கூறி வாய் மூடுவதற்குள் அவர்களுக்கு எதிரே சற்றுத் தூரத்தில் சடசடவென்று மரம் முறிந்து விழும் சத்தம் கேட்டது.

சேந்தன் அமுதன் பூங்குழலியின் கையைக் கெட்டியாகப் பற்றிக் கொண்டு மேலே செல்வதை நிறுத்தினான்.

"இனி அவசரப்பட்டுக் கொண்டு போவதில் உபயோகமில்லை. சாலை ஓரத்தில் இங்கே சில மண்டபங்கள் இருக்கின்றன, அவற்றில் ஒன்றில் சிறிது நேரம் தங்கி மழையின் வேகம் குறைந்த பிறகு மேலே போகலாம்!" என்றான் சேந்தன் அமுதன்.

"அப்படியே செய்யலாம். ஆனால் மண்டபத்தை இந்த இருளில் எப்படிக் கண்டுபிடிப்பது?" என்றாள் பூங்குழலி.

"மின்னல் மின்னும் போது பார்த்தால் தெரிந்து விடும். இருபுறமும் கவனமாகப் பார்க்க வேண்டும்!" என்றான் சேந்தன் அமுதன்.

வானத்தையும் பூமியையும் பொன்னொளி மயமாக்கிக் கண்களைக் கூசச் செய்த ஒரு மின்னல் மின்னியது.

"அதோ ஒரு மண்டபம்!" என்றான் சேந்தன் அமுதன்.

பூங்குழலியும் அந்த மண்டபத்தைப் பார்த்தாள். அதே மின்னல் வெளிச்சத்தில் அவர்களுக்கு முன்னால் சற்றுத் தூரத்தில் ஒரு பெரிய மரம் விழுந்து கிடப்பதையும் பார்த்தாள். விழுந்த மரத்தினடியில் சிலர் சிக்கிக் கொண்டிருப்பது போலத் தோன்றியது.

"அமுதா! விழுந்து கிடந்த மரத்தைப் பார்த்தாயா? அதனடியில்..." என்றாள்.

"ஆமாம், பார்த்தேன், அந்தக் கதி நமக்கும் ஏற்பட்டு விடப்போகிறது. சீக்கிரம் மண்டபத்துக்குப் போய்ச் சேரலாம்!" என்று கூறிவிட்டு அமுதன் பூங்குழலியின் கையைப் பிடித்து இழுத்துக் கொண்டு மண்டபம் இருந்த திசையைக் குறிவைத்து விரைந்து சென்றான்.

இருவரும் மண்டபத்தை அடைந்தார்கள்; சொட்ட நனைந்திருந்த துணிகளிலிருந்து தண்ணீரைப் பிழிந்தார்கள். துணியைப் பிழிந்த பிறகு பூங்குழலி தன் நீண்ட கூந்தலையும் பிழிந்தாள். பிழிந்த ஜலம் மண்டபத்தின் தரையில் விழுந்து சிறு கால்வாய்களாக ஓடியது.

"அடாடா! மண்டபத்தை ஈரமாக்கி விட்டோமே?" என்றாள் பூங்குழலி.

"மண்டபத்துக்கு அதனால் தீங்கு ஒன்றுமில்லை. ஜலதோஷம் காய்ச்சல் வந்துவிடாது! நீ இப்படிச் சொட்ட நனைந்து விட்டாயே!" என்றான் சேந்தன் அமுதன்.

"நான் கடலிலேயே பிறந்து வளர்ந்தவள், எனக்கு இன்னொரு பெயர் 'சமுத்திர குமாரி'. என்னை மழைத் தண்ணீர் ஒன்றும் செய்து விடாது" என்றாள் பூங்குழலி.

அவளுடைய உள்ளம் அப்போது தஞ்சாவூர்க் கோட்டைக்கு அருகிலிருந்த சாலை ஓர மண்டபத்திலிருந்து நாகைப்பட்டினத்து சூடாமணி விஹாரத்துக்குப் பாய்ந்து சென்றது. 'சமுத்திரகுமாரி' என்று அவளை முதன் முதலாக அழைத்தவர் அந்தச் சூடாமணி விஹாரத்தில் அல்லவா இருந்தார்.

"பூங்குழலி என்னுடைய நந்தவனமும் குடிசையும் சிறிது தூரத்திலேதான் இருக்கிறது. மழைவிட்டதும் அங்கே போய் விடலாம். என் தாயார் உன்னைச் சரியாகக் கவனித்துக் கொள்ளுவாள்!" என்று அமுதன் கூறிய வார்த்தைகள் பூங்குழலியின் காதில் அரைகுறையாக விழுந்தன.

மறுபடியும் பளிச்சென்று கண்ணைப் பறித்தது ஒரு மின்னல்.

அதன் ஒளியில் அவர்கள் முன்னம் அரைகுறையாகப் பார்த்த காட்சி நன்றாகத் தெரிந்தது. இருவரும் திடுக்கிட்டுப் போனார்கள்.

சாலையில் ஏறக்குறைய அந்த மண்டபத்துக்கு எதிரே ஒரு பெரிய ஆலமரம் வேரோடு பறிக்கப்பட்டு விழுந்து கிடந்தது. விசாலமாகப் படர்ந்திருந்த அதன் கிளைகளும் விழுதுகளும் தாறுமாறாக முறிந்தும் சிதைந்தும் கிடந்தன.

அவற்றுக்கடியில் இரண்டு குதிரைகளும் ஐந்தாறு மனிதர்களும் அகப்பட்டுக் கொண்டிருந்தார்கள். அப்படி அகப்பட்டுக் கொண்டிருந்தவர்களை விடுதலை செய்து காப்பாற்றுவதற்காக வேறு சிலர் முயன்று கொண்டிருப்பது தெரிந்தது. அவசரம் அவசரமாக அவர்கள் முறிந்து கிடந்த கிளைகளை அப்புறப்படுத்திக் கொண்டிருந்தார்கள்.

"ஐயோ!" "அப்பா!" "இங்கே!" "அங்கே" "சீக்கிரம்!" என்பவை போன்ற குரல்கள் மழைச் சப்தத்தினிடையே மலினமாகக் கேட்டன.

இவற்றையெல்லாம் விட அதிகமாகச் சேந்தன் அமுதன் – பூங்குழலியின் கவனத்தை வேறொன்று கவர்ந்தது. விழுந்து கிடந்த மரத்துக்குச் சற்றுத் தூரத்தில் ஒரு பல்லக்கு தரையில் வைக்கப்பட்டிருந்தது. அதன் அருகில் இரண்டு ஆட்கள் மட்டும் நின்றார்கள். மற்றவர்கள் விழுந்த மரத்தினடியில் அகப்பட்டுக் கொண்டவர்களைக் காப்பாற்றுவதில் முனைந்திருந்தார்கள் போலும்.

"அமுதா! பல்லக்கைப் பார்த்தாயா?" என்று கேட்டாள் பூங்குழலி.

"பார்த்தேன், பழுவூர் இளையராணியின் பல்லக்குப் போல் இருந்தது."

"விழுந்த மரம் அந்தப் பல்லக்கின் மேலே விழுந்திருக்கக் கூடாதா?"

"கடவுளே! ஏன் அப்படிச் சொல்கிறாய்? பழுவூர் ராணியைப் பார்த்து அவள் மூலமாக ஏதோ காரியத்தைச் சாதிக்கப் போகிறதாகச் சொன்னாயே?"

"ஆமாம், இருந்தாலும், அந்தப் பழுவூர் இளையராணியை எனக்கு அவ்வளவாகப் பிடிக்கவில்லை!"

"பிடிக்காவிட்டால், அவள் பேரில் மரம் முறிந்து விழ வேண்டுமா, என்ன?"

"சாதாரணப்பட்டவர்களின் தலையிலேதான் மரம் விழ வேண்டுமா? ராணிகளின் தலையிலே விழக் கூடாதா?... அது போனால் போகட்டும்; இப்போது நாம் பல்லக்கினருகில் சென்று பழுவூர் ராணியைப் பார்த்துப் பேசலாமா? கோட்டைக்குள் போவதற்கு அவளுடைய உதவியைக் கேட்கலாமா?"

"அழகுதான்! ராணியைப் பேட்டி காண்பதற்கு நல்ல சமயம்! நல்ல இடம்! பல்லக்கின் கிட்டப் போனால் மழைக் கால இருட்டில் திருட வருகிறோம் என்றெண்ணி நம்மை அடித்துப் போட்டாலும் போடுவார்கள்."

"ராணியை நான் பார்த்துவிட்டால் அப்புறம் காரியம் எளிதாகி விடும்..."

"அது எப்படி?"

"என் அண்ணியின் பெயரைச் சொல்வேன். அல்லது மந்திரவாதி ரவிதாஸன் அனுப்பினான் என்பேன்."

"நல்ல யோசனைதான்! ஆனால் ராணியின் அருகில் நெருங்க முடிந்தால் அல்லவா!... அதோ பார், பூங்குழலி.

மீண்டும் ஒரு மின்னல் மின்னியது; அதன் வெளிச்சத்தில் இரண்டு பேர் பல்லக்கைத் தூக்குவது தெரிந்தது. ஆகா! கிளம்பி விட்டார்களா? இல்லை, இல்லை! மண்டபத்தை நோக்கியல்லவா பல்லக்கு வருவது போலக் காண்கிறது?

ஆம், சிறிது நேரத்தில் பல்லக்கு மண்டபத்தின் முகப்புக்கு வந்து சேர்ந்தது. பல்லக்கைச் சுமந்து வந்தவர்கள் அதை இறக்கி வைத்தார்கள்.

"பழுவூர் இளையராணி நம்மைத் தேடிக் கொண்டல்லவா வருகிறாள்!" என்றாள் பூங்குழலி.

அமுதன் அவளுடைய கரத்தைப் பற்றிக் கொண்டு மண்டபத்தின் உட்புறத்தை நோக்கி நகர முயன்றான்; ஆனால் பூங்குழலி அவ்விதம் நகர மறுத்தாள்.

இதற்குள் "யார் அங்கே?" என்று ஓர் அதட்டும் குரல் கேட்டது. பல்லக்கைச் சுமந்து வந்தவர்களில் ஒருவனின் குரல் என்பதைத் தெரிந்து கொண்டு, "பயப்படாதே, அண்ணே! உங்களைப் போல் நாங்களும் வழிப்போக்கர்கள்தான். மழைக்காக மண்டபத்தில் வந்து ஒதுங்கியிருக்கிறோம்!" என்று சொன்னாள் பூங்குழலி.

"சரி, சரி! பல்லக்கின் அருகில் வரவேண்டாம்" என்றது அதே குரல்.

"நாங்கள் ஏன் பல்லக்கின் அருகில் நெருங்கப் போகிறோம்? பல்லக்கில் ஏறுவதற்குப் பாக்கியம் செய்திருக்க வேண்டாமா!" என்றாள் பூங்குழலி.

சேந்தன் அமுதன், "வள்ளுவப் பெருமான் கூட இதைப் பற்றிச் சொல்லியிருக்கிறார். முற்பிறப்பில் செய்த வினைப் பயனைப் பற்றிக் கூறும்போது..." என்று தொடங்கினான்.

"போதும், போதும்! வாயை மூடிக் கொண்டு சும்மா இருங்கள்! நீங்கள் எத்தனை பேர்?"

"நாங்கள் இரண்டு பேர்தான். இன்னும் இரு நூறு பேர் வந்தாலும் இந்த மண்டபத்தில் மழைக்கு ஒதுங்கலாம்!..." என்றான் அமுதன்.

தான் உண்மையென்று நம்பியதையே அமுதன் சொன்னான். அதே மண்டபத்தின் உட்புறத்தில் தூணின் மறைவில் மூன்றாவது மனிதன் ஒருவன் நின்றது அவனுக்குத் தெரிந்திருக்கவில்லை.

பல்லக்குச் சுமந்தவன், "நான் அப்போதே சொன்னேன். மழை வந்ததும் மண்டபத்தில் போய் ஒதுங்கலாம் என்றேன்; கேட்கவில்லை. அதனால் இந்தச் சங்கடம் நேர்ந்தது!" என்று தன் தோழனிடம் சொன்னான்.

"இப்படி ஆகும் என்று யார் அப்பா கண்டது? மழை வலுப்பதற்குள் கோட்டைக்குள் போய்விடலாம் என்று எண்ணினோம். இந்த மட்டும் பல்லக்கின் மேல் மரம் விழாமல் போச்சே!" என்றான் அவன் தோழன்.

இச்சமயம் இன்னொரு பிரகாசமான மின்னல் மின்னியது.

சேந்தன் அமுதன் – பூங்குழலி இருவர்களுடைய கண்களும் கவனமும் பல்லக்கின் பேரிலேயே இருந்தது.

ஆகையால் அந்த மின்னல் வெளிச்சத்தில், பல்லக்கின் திரையை விலக்கிக் கொண்டு ஒரு பெண்மணி தாங்கள் நின்ற திசையை உற்று நோக்கிக் கொண்டிருந்ததை அவர்கள் பார்த்தார்கள். அப்படி நோக்கிய பெண்மணியின் முகம் அவர்களைப் பார்த்து இன்னார் என்று தெரிந்து கொண்டு புன்னகை புரிந்ததையும் கவனித்தார்கள். மறு வினாடி மண்டபத்திலும் வெளியிலும் இருள் சூழ்ந்தது.

மிக மெல்லிய குரலில் பூங்குழலி, "அமுதா! பார்த்தாயா?" என்றாள்.

"ஆம், பார்தேன்"

"பல்லக்கில் இருந்தது யார்?"

"பழுவூர் இளையராணிதானே?"

"உனக்கு என்ன தோன்றியது?"

"பழுவூர் ராணியைப் போலத்தான் இருந்தது. ஆனால் கொஞ்சம் சந்தேகமாக இருந்தது."

"சந்தேகமில்லை; நிச்சயந்தான்."

"எது நிச்சயம்?"

"பழுவூர் ராணி அல்ல; பித்துப்பிடித்த என் அத்தை ராணி தான் பல்லக்கில் இருக்கிறாள்!"

"உஷ்! இரைந்து பேசாதே!"

"இரைந்து பேசாவிட்டால் காரியம் நடப்பது எப்படி?"

"என்ன காரியம்?"

"எதற்காக இத்தனை தூரம் வந்தோமோ, அந்தக் காரியந்தான். அத்தையைக் கண்டுபிடித்து விட்டோம். அவளை விடுவித்து அழைத்துப் போக வேண்டாமா?"

"இப்போது அது முடியாத காரியம், பூங்குழலி! பல்லக்கு எங்கே போய்ச் சேர்கிறது என்று பார்த்துக் கொள்வோம். பிறகு யோசித்து விடுதலை செய்வதற்கு வழி தேடலாம்."

"தும்பை விட்டு விட்டு வாலைப் பிடிக்க வேண்டும் என்கிறாயே? அதெல்லாம் முடியாது; இப்போது அத்தையை விடுதலை செய்தாக வேண்டும். உனக்குப் பயமிருந்தால் நீ சும்மா இரு!"

"விடுதலையாவதற்கு உன் அத்தை சம்மதிக்க வேண்டாமா? பல்லக்கில் ஏறி ஜாம் ஜாம் என்று போய்க் கொண்டிருக்கிறாள். எங்கே போகிறாள்; எதற்காக, யார் அவளைப் பிடித்து வரச் செய்தது என்றெல்லாம் தெரிந்து கொள்ள வேண்டாமா?"

"பாதாளச் சிறைக்குக் கொண்டு போகிறார்களோ, என்னமோ? அப்புறம் நம்மால் என்ன செய்ய முடியும்?"

"ஏன் முடியாது? பாதாளச் சிறையில் நானே இருந்து வெளி வந்தவன்தான். அரண்மனைகளில் எனக்கும் கொஞ்சம் செல்வாக்கு உண்டு. உன் அத்தையை எப்படியாவது நான் விடுதலை செய்கிறேன் இப்போது நீ சும்மா இரு!"

பூங்குழலியும் அச்சமயம் பொறுமையுடன் சும்மா இருக்கத்தான் வேண்டும் என்று தீர்மானித்தாள். அப்போது அவர்கள் சிறிதும் எதிர்பாராத காரியம் ஒன்று நிகழ்ந்தது.

மூடுபல்லக்கின் விலகிய திரை இன்னும் நன்றாய் விலகுவது போலிருந்தது. அதன் உள்ளிருந்து ஓர் உருவம் வெளியே வந்தது. சத்தம் சிறிதுமின்றிப் பூனை நடப்பது போல் நடந்தது. அடுத்த வினாடி அவர்கள் அருகில் வந்து விட்டது.

இவ்வளவும் நல்ல இருட்டில் நடந்தபடியால், மண்டபத்தின் அடிப்படிகளில் நின்ற காவலர்கள் கண்ணில் படவில்லை.

பல்லக்கிலிருந்து வெளிவந்தவள் ஊமை ராணிதான் என்பதைப் பூங்குழலி அந்த இருளிலும் நன்றாய்த் தெரிந்து கொண்டு விட்டாள்.

ஊமை ராணி அந்த இரண்டு பேரின் கைகளையும் பிடித்து இழுத்துக் கொண்டு அம்மண்டபத்தின் பின் பகுதிக்கு விரைந்து சென்றாள்.

பூங்குழலியைத் தழுவிக் கொண்டு உச்சிமுகந்து, அவளைப் பார்த்ததில் தன் மகிழ்ச்சியைத் தெரிவித்தாள்.

பின்னர், அத்தைக்கும் மருமகளுக்கும் சமிக்ஞை பாஷையில் சிறிது நேரம் சம்பாஷணை நடந்தது.

அந்தக் காரிருளில் அவர்கள் ஒருவருக்கொருவர் எப்படித் தான் பேசிக் கொண்டார்களோ? ஒருவர் கருத்தை ஒருவர் எவ்வாறு தான் தெரிந்து கொண்டார்களோ? அது நம்மால் விளங்கச் சொல்ல முடியாத காரியம்.

பூங்குழலி சேந்தன் அமுதனிடம், "அத்தை சொல்லுவது உனக்குத் தெரிந்ததா? என்னைப் பல்லக்கில் ஏறிக் கொண்டு போகச் சொல்கிறாள். அவளை உன் வீட்டுக்கு அழைத்துப் போகச் சொல்லுகிறாள்!" என்றாள்.

"உன் சம்மதம் என்ன பூங்குழலி?" என்று அமுதன் கேட்டான்.

"அத்தை சொல்லுகிறபடி செய்யப் போகிறேன். ஆளைப் பிடித்துக் கொண்டு வரச் சொன்னவர்கள் இன்னார் என்று தெரிந்து கொள்வதற்கு சரியான உபாயம் அல்லவா?"

"யோசித்துச் சொல்லு! பூங்குழலி! உபாயம் சரிதான்! அதில் என்ன அபாயம் இருக்குமோ!"

"அமுதா! நீ கவலைப்படாதே! அத்தை சொன்னபடி செய்வதினால் எனக்கு ஓர் அபாயமும் ஏற்படாது. அப்படி ஏற்படுவதாயிருந்தால், என் இடுப்பில் இந்தக் கத்தி இருக்கவே இருக்கிறது!" என்று சொன்னாள் பூங்குழலி.

அத்தையை மறுபடி ஒரு முறை தழுவிக் கொண்டு விட்டுப் பூங்குழலி அவளைப் போலவே சத்தம் செய்யாமல் நடந்து சென்று பல்லக்கில் புகுந்து திரையையும் விட்டுக் கொண்டாள்.

❉ ❉ ❉ ❉

இருபத்திரண்டாம் அத்தியாயம்

அநிருத்தரின் ஏமாற்றம்

முதன்மந்திரி அநிருத்தப் பிரம்மராயர் சில தினங்களாகத் தலைநகரிலேயே தங்கியிருந்தார். அவரைக் காண்பதற்கு அரசாங்க அதிகாரிகள், சிற்றரசர்கள், சேனைத் தலைவர்கள், அயல்நாட்டுத் தூதுவர்கள், வர்த்தகக் குழுக்களின் பிரதிநிதிகள், ஆலய நிர்வாகிகள், தென்மொழி வடமொழி வித்வான்கள் முதலியோர் வந்த வண்ணமிருந்தார்கள். ஆதலின் அவருடைய மாளிகையில் ஜே, ஜே என்று எப்போதும் ஜனக்கூட்டமாக இருந்தது.

அநிருத்தர் தமக்கெனத் தனியாக காவல் படை வைத்துக் கொள்ளவில்லை. பரிவாரங்களும் மிகக் குறைவாகவே வைத்துக் கொண்டிருந்தார். ஆகையால் பழுவேட்டரையர்களோடு அவருக்குத் தகராறு எழுவதற்குக் காரணம் எதுவும் ஏற்படாமலிருந்தது.

ஆனபோதிலும், சின்னப் பழுவேட்டரையர் முணு முணுத்துக் கொண்டிருந்தார். முதன்மந்திரி தஞ்சை நகரில் தங்க ஆரம்பித்ததிலிருந்து கட்டுக்காவல் குறைந்து போயிருந்தது. முதன்மந்திரியைக் காண வேண்டுமென்ற வியாஜத்தில் கண்டவர்கள் எல்லாம் கோட்டைக்குள் நுழைந்து கொண்டே இருந்தார்கள். சக்கரவர்த்தியின் அரண்மனையை அடுத்து முதல்மந்திரியின் மாளிகை இருந்தபடியால், அரண்மனை வட்டாரத்திலும் ஜனக் கூட்டம் அதிகமாகிக் கொண்டிருந்தது. முதன்மந்திரியின் பெயரைச் சொல்லிக் கொண்டும் அவருடைய இலச்சினையைக் காட்டிக் கொண்டும் அநேகம் பேர் அங்கே வந்து அவரைப் பார்த்த வண்ணமிருந்தார்கள்.

இதையெல்லாம் ஓரளவு கட்டுப்படுத்த வேண்டும் என்று சின்னப் பழுவேட்டரையர் விரும்பினார். ஆனால் நேரில் முதன்மந்திரியிடம் போய்ச் சண்டை பிடிப்பதற்கு வேண்டிய துணிச்சல் அவருக்கு இல்லை. பெரிய பழுவேட்டரையரும் இருந்தால், இருவருமாக யோசித்து ஏதேனும் செய்யலாம். இந்தச் சமயம் பார்த்துப் பெரிய பழுவேட்டரையரும் கடம்பூருக்குப் போய் விட்டதனால், சின்னவரான காலாந்தக கண்டருக்கு ஒரு கை ஒடிந்தது போல் இருந்தது.

கோட்டைக்குள் ஜனக் கூட்டத்தைச் சேர்த்துக் கட்டுக் காவலுக்கு ஊறு விளைவிப்பது போதாது என்று, முதன்மந்திரி அநிருத்தர் அடிக்கடி ஏதாவது சின்னப் பழுவேட்டரையரிடம் உதவி கேட்கும் பாவனையில் அவருக்குக் கட்டளை அனுப்பிக் கொண்டிருந்தார்.

சில நாளைக்கு முன்பு கோடிக்கரைக்கு அனுப்புவதற்குச் சில வீரர்கள் வேண்டும் என்று கேட்டார். காலாந்தக கண்டரும் ஆட்களைக் கொடுத்து உதவினார். பிறகு நேற்றைக்கு உயர் குலத்துப் பெண்மணி ஒருவரைத் திருவையாற்றிலிருந்து அழைத்து வரவேண்டுமென்றும், அதற்குப் பழுவூர் அரண்மனையின் மூடுபல்லக்கு ஒன்றும், சிவிகை தூக்கிகளும் வேண்டும் என்றும் சொல்லி அனுப்பினார். சின்னப் பழுவேட்டரையர் இந்த கோரிக்கையையும் நிறைவேற்றினார். ஆனால் மனத்திற்குள் 'இந்தப் பிரம்மராயன் ஏதோ சூழ்ச்சியில் ஈடுபட்டிருக்கிறான். அவ்விதம் மூடுபல்லக்கில் வைத்து வரவழைக்கக்கூடிய உயர் குடும்பத்துப் பெண்மணி யார்? எதற்காக இங்கே வருகிறாள். இதை எப்படியும் கண்டுபிடிக்க வேண்டும். இத்தகைய சந்தர்ப்பத்தில் தமையனார் இங்கே இல்லாமற் போய் விட்டாரே?' என்று அவர் மனசு சஞ்சலப்பட்டது.

முதன்மந்திரி அநிருத்தரின் மாளிகைக்கு மூடுபல்லக்கில் வந்தது யார் என்று தெரிந்து கொள்ள இன்னொரு மனிதனும் ஆவல் கொண்டிருந்தான். அவன் வேறு யாரும் இல்லை; அநிருத்தப் பிரம்மராயரின் அருமைச் சீடனான ஆழ்வார்க்கடியான்தான்.

பெருமழை பெய்த அன்றைக்கு மறுநாள் காலையில் அநிருத்தப் பிரம்மராயர் ஸ்நானபானம், ஜபதபம், பூஜை, புனஸ்காரம் ஆகியவற்றை முடித்துக் கொண்டு மாளிகையில் முன் முகப்புக்கு வந்து சேர்ந்தார். தம்மைக்

காண்பதற்கு யாரார் வந்து காத்திருக்கிறார்கள் என்று சேவகனைப் பார்த்துக்கொண்டு வரச் செய்தார். காத்திருந்தவர்களில் ஆழ்வார்க்கடியான் ஒருவன் என்று தெரிந்ததும், அவனை உடனே கூட்டி வரும்படி ஆக்ஞாபித்தார்.

ஆழ்வார்க்கடியான் தன் குருநாதரின் முன்னால் விரைந்து வந்து பயபக்தி வினயத்துடன் நின்றான்.

"திருமலை! போன காரியம் என்ன ஆயிற்று?" என்று அநிருத்தர் கேட்டார்.

"குருவே! மன்னிக்க வேண்டும். தோல்வியடைந்து திரும்பினேன்" என்றான் ஆழ்வார்க்கடியான்.

"ஒருவாறு நான் எதிர்பார்த்ததுதான். ஆதித்த கரிகாலரைச் சந்திக்கவே முடியவில்லையா?"

"சந்தித்தேன் ஐயா! தாங்கள் சொல்லச் சொன்ன செய்திகளையும் சொன்னேன், ஒன்றும் பயனில்லை. இளவரசரைக் கடம்பூர் அரண்மனைக்குப் போகாமல் தடுக்க முடியவில்லை..."

"இளவரசர் இப்போது கடம்பூரில்தான் இருக்கிறாரா?"

"ஆம், குருவே! சம்புவரையரின் மாளிகையில் அவர் பிரவேசித்ததைப் பார்த்துவிட்டு தான் வந்தேன். இளவரசருக்கு சம்புவரையர் ராஜோபசார வரவேற்பு அளித்தார். சுற்றுப்புறத்து மக்கள் காட்டிய உற்சாகத்தை வர்ணிக்க முடியாது."

"அதெல்லாம் எதிர்பார்க்கக் கூடியதுதான். கடம்பூர் மாளிகைக்கு இன்னும் யார்யார் வந்திருக்கிறார்கள்?"

"இளவரசருடன் பார்த்திபேந்திரனும் வந்தியத்தேவனும் வந்திருக்கிறார்கள். இங்கிருந்து பெரிய பழுவேட்டரையர் இளைய ராணியுடன் வந்திருக்கிறார். இன்னும் நடுநாட்டையும் திருமுனைப்பாடி நாட்டையும் சேர்ந்த பல சிற்றரசர்களையும் அழைத்திருப்பதாகக் கேள்விப்படுகிறேன்..."

"திருக்கோவலூர் மலையமான்..."

"மணிமுத்தா நதி வரையில் இளவரசருடன் வந்து திரும்பி போய்விட்டார்..."

"அந்த வீரக்கிழவன் சும்மா இருக்கமாட்டான். இதற்குள் சைனியம் திரட்டத் தொடங்கியிருப்பான். தெற்கேயிருந்து கொடும்பாளூர்ப் பெரிய வேளான் பெரிய சைன்யத்துடன் வருவதாகக் கேள்விப்படுகிறேன். இந்த ராஜ்யத்துக்கு கேடு ஒன்றும் வராமல் கடவுள்தான் காப்பாற்ற வேண்டும். திருமலை! நீ வரும் வழியில் சோழ நாட்டு மக்கள் என்ன பேசிக் கொண்டிருக்கிறார்கள் என்பது ஏதேனும் காதில் விழுந்ததா?"

"சின்ன இளவரசருக்கு நேர்ந்த கடல் விபத்தைப் பற்றியே அதிகம் பேசிக் கொண்டிருக்கிறார்கள். பழுவேட்டரையர்கள் மீது ஒரே கோபமாயிருக்கிறார்கள். சிலர் தங்களையும் சேர்த்துக் குறை கூறுகிறார்கள்..."

"ஆம், ஆம்; குறை கூறுவதற்கு அவர்களுக்கு நியாயம் இருக்கத்தான் செய்கிறது. திருமலை! சீக்கிரத்தில் இந்த முதன்மந்திரி உத்தியோகத்தை விட்டுவிட எண்ணி இருக்கிறேன்.."

"குருவே! தாங்கள் அப்படிச் செய்தால் எனக்கும் விடுதலை கிடைக்கும். ஆழ்வார்களின் பாசுரங்களை நாடெங்கும் பாடி யாத்திரை செய்து ஆனந்தமாய்க் காலம் கழிப்பேன். எப்போது உத்தியோகத்தை விட்டு விடப் போகிறீர்கள், ஐயா!"

"ராஜ்யத்திற்கு விபத்து நேராமல் பாதுகாக்கக் கடைசியாக ஒரு முயற்சி செய்து பார்க்கப் போகிறேன்; அது முடிந்ததும் விடப் போகிறேன்.."

"அது என்ன முயற்சி குருவே?"

"அந்த முயற்சியில் மிக முக்கியமான முதற்படி ஏறியாகி விட்டது. திருமலை! உன்னால் வரமுடியாது என்று நீ கைவிட்டு விட்ட ஒரு காரியத்தில் நான் வெற்றி பெற்று விட்டேன்..."

"அதில் வியப்பு ஒன்றுமில்லை, ஐயா! அது என்ன காரியமோ?"

"ஈழத் தீவில் பித்துப்பிடித்தவள் போலத் திரிந்து கொண்டிருக்கும் ஓர் ஊமை ஸ்திரீயைத் தேடிப் பிடித்து அழைத்து வரச் சொன்னேன் அல்லவா? உன்னால் அந்தக் காரியம் முடியவில்லை என்று திரும்பி வந்து கூறினாய் அல்லவா?" என்று அநிருத்தர் கேட்டார்.

"ஆம், ஐயா! அந்த ஊமை ஸ்திரீ..."

"நேற்றிரவு நம் அரண்மனைக்கு அவளைக் கொண்டு வந்தாகி விட்டது."

"ஆகா! அதிசயம்! அதிசயம்! இதை எப்படிச் சாதித்தீர்கள்?"

"சின்ன இளவரசர் தப்பிப் பிழைத்தாரா இல்லையா என்று தெரிந்துகொள்ள அந்த ஊமைப் பெண் கோடிக்கரைக்கு வருவாள் என்று எதிர்பார்த்தேன். வந்தால் அவளைப் பிடித்துக் கொண்டு வரும்படி ஆட்களை அனுப்பியிருந்தேன். நல்ல வேளையாக அவள் அதிக தொந்திரவு கொடுக்காமலே வந்து விட்டாள். இந்த வேடிக்கையைக் கேள், திருமலை! திருவையாற்றிலிருந்து அவளை மூடுபல்லக்கில் வைத்து அழைத்து வரச் செய்தேன். இதற்காகப் பழுவூர் ராணியின் மூடுபல்லக்கையே வரச் செய்தேன்...."

"ஐயா! நேற்று மாலை பெரும் புயலும் மழையும் அடித்ததே!"

"ஆம்; அதனால் வழியில் தடங்கல் ஏற்பட்டது. எனக்குக் கூடக் கவலையாகத்தானிருந்தது. நேற்று நள்ளிரவு நேரத்துக்குப் பல்லக்கு வந்த பிறகுதான் நிம்மதியாயிற்று."

"ஓகோ! நள்ளிரவு ஆகிவிட்டதா? தாங்களும் அத்தனை நேரமும் விழித்திருந்து வரவேற்பு அளித்தீர்களா?"

"விழித்திருந்தேன். ஆனால் வரவேற்பதற்கு நான் போகவில்லை. வீட்டுப் பெண்களைவிட்டே வரவேற்கச் செய்தேன். வெறி பிடித்தவளாயிற்றே; என்ன தகராறு செய்கிறாளோ என்று கவலையாகத்தானிருந்தது. நல்ல வேளையாக, அப்படி ஒன்றும் நடக்கவில்லை. நன்றாகச் சாப்பிட்டு விட்டு, உடனே உறங்கி விட்டாள். திருமலை! உண்மையைச் சொல்லப் போனால், இன்னமும் அவளைப் பார்க்கும் விஷயத்தில் எனக்குக் கொஞ்சம் பயமாய்த்தானிருக்கிறது. நீ இச்சமயம் வந்தது நல்லதாய்ப் போயிற்று...."

"குருவே! நானும் அந்தப் பெண்மணியைப் பார்ப்பதற்கு மிக்க ஆவலாயிருக்கிறேன்..."

"அப்படியானால், வா! அந்தப்புரத்துக்குப் போகலாம். உன்னை ஏற்கனவே அவளுக்குத் தெரியும் அல்லவா? நீ சின்ன இளவரசருக்கு வேண்டியவன் என்பதும் தெரியும். ஆகையால் உன்னிடமும் சிறிது சுகமாக இருக்கக்கூடும்."

குருவும், சீடனும் மாளிகையின் பின் கட்டுக்குச் சென்றார்கள். தாதிமார்களிடம் நேற்றிரவு வந்த பெண்மணியை அழைத்து வரும்படி அநிருத்தப்பிரம்மராயர் கட்டளை இட்டார்.

தாதிமார்கள் அந்த ஸ்திரீயை அழைத்துக் கொண்டு வந்து நிறுத்தினார்கள்.

அநிருத்தர் அவளைப் பார்த்துத் திகைத்துப் போய் நின்றார்.

ஆழ்வார்க்கடியானின் முகத்தில் புன்னகை தவழ்ந்தது.

❉ ❉ ❉ ❉

இருபத்து மூன்றாம் அத்தியாயம்

ஊமையும் பேசுமோ?

அநிருத்தர் சற்று நேரம் பூங்குழலியை உற்று பார்த்துக் கொண்டிருந்துவிட்டு, அவளைக் கொண்டு வந்த தாதிமார்களை அருகில் அழைத்தார்.

அவர்களிடம் மெல்லிய குரலில் ஏதோ கேட்டார். அவர்கள் மறுமொழி சொன்ன பிறகு அந்த அறையை விட்டு அப்பால் போகச் செய்தார்.

ஆழ்வார்க்கடியானைப் பார்த்து, "திருமலை! ஏதோ தவறு நேர்ந்திருப்பதாகத் தோன்றுகிறது!" என்றார்.

"ஆம், ஐயா! அப்படித்தான் எனக்கும் தோன்றுகிறது."

"இவள் இளம் பெண். சுமார் இருபது பிராயந்தான் இருக்கலாம்."

"அவ்வளவு கூட இராது."

"நான் எதிர்பார்த்துக் கொண்டிருந்த மாதரசிக்குப் பிராயம் நாற்பது இருக்க வேண்டும்."

"அதற்கு மேலேயும் இருக்கும்"

"ஆம், ஆம், நீ இலங்கைத் தீவில் மந்தாகினி தேவியைப் பார்த்திருக்கிறாய் அல்லவா?"

"ஆம்; ஐயா! பார்த்து, தங்கள் கட்டளைப்படி இங்கு அழைத்து வரவும் முயன்றேன், முடியவில்லை."

"இந்தப் பெண் மந்தாகினி தேவி அல்லவே?"

"இல்லை, குருதேவரே! நிச்சயமாக அந்த அம்மையார் இல்லை!"

"அப்படியானால் இவள் யாராயிருக்கும்? எப்படி இங்கு வந்து சேர்ந்தாள்?"

"இவளையே கேட்டுவிட்டால் போகிறது!" என்றான் ஆழ்வார்க்கடியான்.

"ஊமையிடம் கேட்டு என்ன பயன்?"

"குருதேவரே! இவள் ஊமைதான் என்பது..."

"அதைத்தான் தாதிமார்களிடம் கேட்டேன் இங்கு வந்ததிலிருந்து இவள் ஒன்றும் பேசவில்லை என்றார்கள்."

"குருதேவரே! இவளை அடையாளம் கண்டு அழைத்து வருவதற்கு யாரை அனுப்பியிருந்தீர்கள்?"

"ஆகா! அந்த மூடன் ஏதாவது தவறு செய்து விட்டானா, என்ன?"

"எந்த மூடன், குருதேவரே! தாங்கள் இத்தகைய காரியங்களுக்கு மூடனை அனுப்பி வைத்திருப்பீர்களா?"

"புத்திசாலியாக காணப்பட்டான்; பழையாறைக்கு நான் சென்றிருந்த அன்று, வாணர்குலத்து வல்லவரையனுடன் ஒரு வாலிபன் சண்டையிட்டான் அல்லவா?"

"ஆம்! பழையாறை வைத்தியர் மகன் பினாகபாணி."

"அவனேதான்! உன்னையும் வல்லவரையனையும் கரிகாலரைச் சந்திக்க அனுப்பிய பிறகு அந்த வைத்தியர் மகனைச் சிறையிலிருந்து விடுதலை செய்து அழைத்து வரப் பண்ணினேன். நம் ஒற்றர் படைக்குத் தகுந்தவன்

என்று கண்டு, அவனைக் கோடிக்கரைக்கு அனுப்பினேன். முன்னம் அவன் கோடிக்கரைக்குப் போய்ப் பழக்கப்பட்டவனாம்.."

"அவன்தான் இந்தப் பெண்ணை இங்கு அழைத்து வந்தானா?"

"அடையாளம் எல்லாம் சரியாகச் சொல்லி அனுப்பினேன். அவனும் திருவையாற்றில் கொண்டு வந்து சேர்த்துவிட்டுக் காரியம் வெற்றி என்று செய்தி அனுப்பியிருந்தான்..."

"ஐயா! நான் தோற்றுப்போன காரியத்தில் வெற்றி அடைந்த அந்தப் புத்திசாலி ஒற்றன் இப்போது எங்கே? இந்தப் பெண்ணைக் குறித்து அவனையே கேட்டுவிடுவது நல்லதல்லவா?"

"நல்லதுதான்! ஆனால் நேற்றிரவு அவனுக்கு எதிர்பாராமல் ஒரு விபத்து நேர்ந்து விட்டது...!"

"அடாடா! அவனுக்கு என்ன விபத்து, எப்படி நேர்ந்தது?"

"சிவிகையின் பின்னால் அவனும் வந்து கொண்டிருந்தான். இருட்டிய பிறகு கோட்டைக்கு வரவேண்டும் என்று நான் கட்டளையிட்டிருந்தபடியால் அந்தப்படியே அந்திமாலை நேரத்தில் திருவையாற்றிலிருந்து புறப்பட்டு, முன்னிரவு வேளையில் கோட்டையை நெருங்கிக் கொண்டிருந்தார்கள். திடீரென்று புயல் அடித்த செய்திதான் உனக்குத் தெரிந்திருக்குமே..."

"ஆம், ஐயா! நான் கூடப் புயலுக்குப் பயந்து சாலை ஓரத்து யாத்திரை மண்டபம் ஒன்றில் சிறிது நேரம் தங்கியிருக்கும்படி நேர்ந்தது."

"கோட்டைக்குச் சற்றுத் தூரத்தில் சிவிகை வந்தபோது சாலையில் பெரிய மரம் ஒன்று வேரோடு பெயர்ந்து விழுந்து விட்டது. அதிர்ஷ்டவசமாகப் பல்லக்கின் மீது விழாமல் பின்னால் வந்தவர்கள் மீது விழுந்தது. வைத்தியர் மகன் பினாகபாணி விழுந்த மரத்தடியில் அகப்பட்டுக் கொண்டான்.."

இவ்வாறு முதன்மந்திரி கூறியபோது, ஒரு பெண் குரல் "அந்தச் சண்டாளன் தலையில் மரம் மட்டுந்தானா விழுந்தது? இடி விழவில்லையா?" என்று ஆத்திரத்துடன் கூறியது கேட்டது.

முதன்மந்திரி அநிருத்தர் அளவிலாத வியப்புடன் பூங்குழலியை நோக்கினார். அவளைப் பார்த்துக் கொண்டே "திருமலை! இப்போது பேசியவள் இந்தப் பெண்தானா?" என்றார்.

"ஆம், ஐயா! அப்படித்தான் தோன்றியது."

"இது என்ன விந்தை? செவிடுக்குக் காது கேட்குமா? ஊமையும் பேசுமா?" என்றார் அநிருத்தர்.

"செவிட்டுக்குக் காது கேட்பதும், ஊமை பேசுவதும் மிகவும் விந்தையான காரியந்தான். ஆனால் சர்வசக்தி வாய்ந்த விஷ்ணு மூர்த்தியின் பக்தராகிய தாங்கள் மனது வைத்தால் எந்த அற்புதந்தான் நடவாது? ஆழ்வார் திருவாய் மலர்ந்தருளியிருப்பது என்னவென்றால்.."

"போதும்! ஆழ்வார்களை இப்போது இங்கே இழுத்துத் தொந்தரவு செய்யாதே! இது விஷ்ணு பகவானின் கருணையினால் நடந்தது அல்ல; ஏதோ தவறு நடந்திருக்கிறது. இந்தப் பெண் நம்மை ஏமாற்றியிருக்கிறாள். இவள் யார்? இவளுடைய நோக்கம் என்ன? எதற்காக இவள் இத்தனை நேரமும் செவிட்டு ஊமை போல நடித்தாள்?"

"குருதேவரே! இந்தப் பெண்ணையே கேட்டு விடலாமே?"

"அப்பனே! உன் முகத்தில் தவழும் புன்னகையைப் பார்த்தால், உனக்கு ஒருவேளை தெரிந்திருக்கக் கூடுமோ என்று தோன்றுகிறது. சரி! இவளையே கேட்டு விடுகிறேன்; பெண்ணே! நீ செவிடு இல்லையா? நான் பேசுவது உனக்குக் காது கேட்கிறதா...?"

"ஐயா! நான் செவிடாயிருக்கக் கூடாதா என்று சில சமயம் விரும்பியதுண்டு. ஆனால் எனக்குக் காது கேட்பது பற்றி இப்போது சந்தோஷப்படுகிறேன். அந்தச் சண்டாளன் வைத்தியர் மகன் தலையில் மரம் ஒடிந்து விழுந்த செய்தியைக் கேட்டேன் அல்லவா? சுவாமி! அவன் செத்து ஒழிந்தானா?" என்றாள் பூங்குழலி.

"ஆகா! உனக்குக் காது கேட்கிறது; பேசவும் பேசுகிறாய்; நீ ஊமை அல்ல!" என்றார் அநிருத்தர்.

"நிச்சயமாய் இந்தப் பெண் ஊமை இல்லை!" என்றான் சீடன்.

"ஆகா! நான் ஊமையில்லை என்பதைக் கண்டுபிடித்து விட்டீர்களே! சோழ சாம்ராஜ்யத்திலேயே மிக்க அறிவாளி முதன்மந்திரி அநிருத்தப் பிரம்மராயர் என்று நான் கேள்விப்பட்டது சரிதான்!" என்றாள் பூங்குழலி.

"பெண்ணே! என்னைப் பரிகாசமா செய்கிறாய்! ஜாக்கிரதை! நீ ஊமையில்லாவிட்டால் நேற்று இரவு இங்கு வந்ததிலிருந்து பேசாமலிருந்தது ஏன்? ஊமைபோல் நடித்தது ஏன்? உண்மையைச் சொல்லு!" என்று கேட்டார் முதன்மந்திரி அநிருத்தப்பிரம்மாதிராயர்.

"ஐயா! நேற்றிரவு இங்கு நான் வந்து சேரும் வரையில் பேசத் தெரிந்தவளாக இருந்தேன். என்னை 'வாயாடி' என்று கூடச் சொல்வதுண்டு. முதன்மந்திரியின் அரண்மனையைப் பார்த்து இங்கு எனக்கு நடந்த ராஜோபசாரங்களைப் பார்த்ததும் பிரமித்து ஊமையாய்ப் போனேன். உங்கள் அரண்மனைப் பெண்மணிகள் என்னுடன் சமிக்ஞை மூலமாகப் பேசினார்கள். அவர்கள் எல்லாரும் ஊமை என்று எண்ணி நானும் சமிக்ஞையாக மறுமொழி சொன்னேன். தங்களுடைய பேச்சைக் கேட்ட பிறகு, எனக்கும் பேச்சு நினைவு வந்தது...."

"நீ பெரிய வாயாடி என்பதில் சந்தேகமில்லை; உன்னை எப்படித்தான் வைத்தியர் மகன் பிடித்துக் கொண்டு வந்தான் என்பதை நினைத்தால் ஆச்சரியமாயிருக்கிறது. அவன் முட்டாளாயிருந்தாலும் சாமர்த்தியசாலிதான்."

"சுவாமி! அந்தப் பாவி மகன் என்னைப் பிடித்துக் கொண்டு வரவில்லை. அதற்குப் பிரயத்தனப் பட்டிருந்தால், இத்தனை நேரம் அவன் யமலோகத்துக்கு நிச்சயமாக யாத்திரை செய்து கொண்டிருப்பான்!" என்று கூறிப் பூங்குழலி தன் இடுப்பில் செருகியிருந்த கத்தியை எடுத்துக் காட்டினாள்.

"பெண்ணே! உனக்குப் புண்ணியமாய்ப் போகட்டும். கத்தியை இடுப்பிலே செருகிக்கொள். அவன் பேரில் உனக்கு ஏன் இத்தனை கோபம்? அவன்தான் உன்னைப் பிடித்து வரவில்லை என்கிறாயே?"

"என்னை அவன் பிடித்துக் கொண்டு வரவில்லை; ஆனால் என்னை அவன் ஆட்கள் படகிலே சேர்த்துக் கட்டிப் போட்டு விட்டு வந்தார்கள். என் அண்ணியை மரத்திலே சேர்த்துக் கட்டி விட்டார்கள். இத்தனைக்கும் அந்தச் சண்டாள வைத்தியர் மகன் தனக்கு இதில் ஒரு சம்பந்தமும் இல்லையென்று என்னிடம் சொன்னான்.."

"அந்த வரையில் அவன் புத்திசாலிதான். நான் சொன்னபடியே அவன் நடந்து கொண்டிருக்கிறான்..."

"ஐயா! முதன்மந்திரி அவர்களே! அந்த தூர்த்தனை அனுப்பியது தாங்கள்தானா? வாயில்லாப் பேதையாகிய என் அத்தையைப் பிடித்துக் கொண்டு வரக்கட்டளையிட்டதும் தாங்கள்தானா?"

"உன் அத்தையா? கரையர் மகள் மந்தாகினி உன் அத்தையா? அப்படியானால், நீ கலங்கரை விளக்கத்துக் காவலர் தியாகவிடங்கருக்கு நீ என்ன வேணும்?" என்று அநிருத்தர் கேட்டார்.

"ஐயா! அவருடைய அருமைப் புதல்விதான் நான்!"

"ஆகா! தியாகவிடங்கருக்கு இவ்வளவு வாயாடியான ஒரு மகள் இருக்கிறாள் என்பது எனக்கு இதுவரை தெரியாமற் போயிற்று!"

"இதை வெளியில் சொல்ல வேண்டாம், ஐயா!"

"ஏன், பெண்ணே?"

"சோழ சாம்ராஜ்யத்தின் முதன்மந்திரி பிரம்மராயருக்குத் தெரியாத விஷயம் எதுவுமே இல்லை என்று நாடெல்லாம் பிரசித்தமாயிருக்கிறது. தங்களுக்கு ஒன்று தெரியாது என்று ஏற்பட்டால், தங்களிடம் மக்களுக்குள்ள மதிப்புக்குப் பங்கம் வந்துவிடாதா?"

"பெண்ணே! என் மதிப்பைப் பற்றி எனக்குக் கவலை இல்லை. எனக்குத் தெரியாத இன்னொரு செய்தியை மட்டும் சொல்லிவிடு. உன் அத்தையைப் பிடித்துக் கொண்டு வந்தார்கள் என்றாயே, அவள் இப்போது எங்கே? நான் அனுப்பிய பல்லக்கில், நீ எப்படி ஏறிக்கொண்டாய்? எவ்விடத்தில் ஏறிக் கொண்டாய்?" என்று அநிருத்தர் கேட்டார்.

"ஐயா! வாயில்லாத ஊமையாகிய என் அத்தையைத் தாங்கள் எதற்காகக் கைப்பற்றிக் கொண்டு வர ஆட்களை அனுப்பினீர்கள்?"

"மகளே! அதை உன்னிடம் சொல்வதற்கில்லை; அது பெரிய ராஜாங்க சம்பந்தமான விஷயம்."

"தந்தையே! அப்படியானால், தாங்கள் கேட்ட கேள்விகளுக்கு நானும் மறுமொழி சொல்ல இயலாது."

"சொல்லும்படி செய்வதற்கு வழிகள் இருக்கின்றன!"

"என்னிடம் பலிக்காது!"

"பெண்ணே! உன்னைப் பாதாளச் சிறைக்கூடத்துக்கு அனுப்புவேன்!"

"எந்தப் பாதாளச் சிறையிலும் என்னை அடைத்து வைத்திருக்க முடியாது."

"பாதாளச் சிறைக்கு ஒரு தடவை போனவர்கள் திரும்பி வருவதில்லை...."

"திரும்பி வந்த ஒருவனை எனக்குத் தெரியும், ஐயா! நேற்றுக்கூடச் சேந்தன் அமுதனுடன் பேசிக் கொண்டு தான் பிரயாணம் செய்தேன்..."

"அவன் யார் சேந்தன் அமுதன்?..."

"அவன் என்னுடைய இன்னொரு அத்தையின் மகன். அவனும் நானுமாகத்தான் கோடிக்கரையிலிருந்து வந்து கொண்டிருந்தோம்."

"எதற்காக மகளே?"

"இந்தத் தஞ்சாவூரிலுள்ள மாடமாளிகை, கூடகோபுரங்களைப் பார்க்க வேண்டுமென்று வெகு காலமாக ஆசை உண்டு. சக்கரவர்த்தி சுந்தர சோழரைத் தரிசிக்க வேண்டும் என்றும் ஆவல் கொண்டிருந்தேன். சக்கரவர்த்திக்கு உடல்நலமில்லை என்று சொன்னார்களே? இப்போது எப்படியிருக்கிறது ஐயா! நான் பார்க்கலாமா?"

"அப்படியேதான் இருக்கிறது, மகளே! அபிவிருத்தி ஒன்றுமில்லை, ஆகையால் சக்கரவர்த்தியைத் தரிசிக்கும் எண்ணத்தை மறந்துவிடு!..."

"அது எப்படி மறக்க முடியும் ஐயா! சக்கரவர்த்தியை நான் பார்த்தேயாக வேண்டும். பார்த்து, அவருடைய தர்மராஜ்யத்தில் பெண்களைப் பலவந்தமாகப் பற்றிக் கொண்டு வரும் அக்கிரமம் நடக்கும் செய்தியைச் சொல்ல வேண்டும்..."

"பெண்ணே! உன்னோடு வெறும் விவாதம் செய்து கொண்டிருக்க எனக்கு நேரம் இல்லை. உன்னைப் பலவந்தமாகப் பற்றிக்கொண்டு வர நான் கட்டளையிடவும் இல்லை. நான் அனுப்பிய பல்லக்கில் நீ எப்படி ஏறிக் கொண்டாய், அதைச் சொல்! யாராவது உன்னைப் பலவந்தமாகப் பிடித்துப் பல்லக்கில் ஏற்றினார்களா?"

"இல்லை, சுவாமி! அது மட்டும் இல்லை. தஞ்சைக் கோட்டைக்கு அருகில் வரும் சமயத்தில் இந்தப் பல்லக்கு வெறுமையாக இருந்தது. மழையாயிருக்கிறதே என்று நானாகவேதான் பல்லக்கில் ஏறிக் கொண்டேன்..."

முதன்மந்திரி அநிருத்தப்பிரம்மராயர் தமது சீடனாகிய ஆழ்வார்க்கடியானைப் பார்த்து, "ஒருவாறு எனக்கு இப்போது விஷயம் விளங்குகிறது. வழியில் புயலும் மழையுமாயிருந்தபோது பல்லக்கை எங்கேயோ இறக்கியிருக்கிறார்கள். அச்சமயம் இவள் அத்தையைப் பல்லக்கிலிருந்து இறக்கிவிட்டு இவள் ஏறிக் கொண்டிருக்கிறாள். வைத்தியர் மகன் பேரில் மரம் விழுந்து பிரக்ஞை இழந்துவிட்டபடியால் அவனால் கவனிக்க முடியவில்லை. சிவிகை தூக்கிய மற்றவர்கள் கவனிக்கவில்லை. கோட்டை வாசலுக்குச் சமீபத்திலேதான் இது நடந்திருக்க வேண்டும். திருமலை! என்னுடைய ஊகம் சரியாயிருக்கும் என்று உனக்குத் தோன்றுகிறதா?" என்று கேட்டார்.

"சுவாமி! தாங்கள் இப்போது ஊகித்துச் சொன்னபடியே தான் நடந்தது; நானே கண்ணால் பார்த்தேன்."

"நீ பார்த்தாயா? அது ஏன்? இத்தனை நேரம் ஏன் வாயை மூடிக் கொண்டிருந்தாய்? சீக்கிரம் சொல்லு!"

"நேற்று முன்னிரவில் மழைக்கால இருட்டில் கோட்டை வாசலை நெருங்கி வந்து கொண்டிருந்தேன். பெரும் புயலும் மழையும் அடித்தன; மரங்கள் முறிந்து விழுந்தன. சாலையோரத்து யாத்ரிகர் மண்டபம் ஒன்றில் சிறிது நேரம் தங்கியிருக்கலாம் என்று சென்றேன். அங்கே நான் ஒதுங்கிய சிறிது நேரத்துக்கெல்லாம் இந்தப் பெண்ணும் இன்னொரு வாலிபனும் வந்தார்கள். இவள் தன் அத்தை மகன் என்று சொன்னாளே, அவனாக இருக்கலாம். மின்னல் வெளிச்சத்தில் அவன் கழுத்தில் ருத்திராட்சம் கட்டியிருப்பதைப் பார்த்தேன். பிஞ்சிலே பழுத்த சைவன் என்று தெரிந்து கொண்டு அவனிடம் 'வைஷ்ணவத்தின் பெருமையைச் சொல்லலாம்; சற்றுப் பொழுது போகும்' என்று எண்ணினேன். இதற்குள் அதே மண்டபத்தின் முகப்பில் ஒரு சிவிகையைக் கொண்டு வந்து வைத்தார்கள். சிவிகையின் திரையில் பழுவேட்டரையரின் பனைச் சின்னம் தெரிந்தது. சிவிகையிலிருந்து ஒரு பெண் இறங்கி இவர்கள் அருகில் வந்தாள். மண்டபத்தில் இருள் கவிழ்ந்த இடத்தில் மூன்று பேரும் ஏதோ ஜாடைமாடையாகப் பேசிக் கொண்டார்கள். பிறகு இவள் போய்ப் பல்லக்கில் ஏறுவதைப் பார்த்தேன். மின்னல் வெளிச்சத்திலிருந்து 'பல்லக்கிலிருந்து இறங்கியவள் வேறு; மறுபடியும் ஏறியவள் வேறு' என்று தெரிந்து கொண்டேன். பல்லக்குத் தூக்கிகள் இதையொன்றும் கவனிக்கவில்லை; மழை சிறிது நின்றதும் பல்லக்கைத் தூக்கிக் கொண்டு புறப்பட்டுப் போய் விட்டார்கள்!..."

"ஆகா! அப்படியா என்னை ஏமாற்றி விட்டார்கள்? இத்தனை நேரம் சொல்லாமல் சும்மா இருந்தாயே? அந்த இரண்டு பேரும் பிறகு என்ன செய்தார்கள்?"

"பல்லக்குப் போன பிறகு அவர்களும் போய் விட்டார்கள்; பின்னர் நானும் புறப்பட்டேன்..."

"திருமலை! நீ ஏன் இதையெல்லாம் பார்த்துக் கொண்டு சும்மாயிருந்தாய்? இவள் அத்தையை நீ ஏன் தடுத்து நிறுத்தவில்லை? நீயும் இவர்களுடைய சூழ்ச்சியில் கலந்துவிட்டாயா, என்ன?"

"அபசாரம், குருதேவரே! அபசாரம்! அத்தகைய துரோகத்தை நான் செய்யக்கூடியவனல்ல. முதலில், இதெல்லாம் தங்கள் ஏற்பாடு என்று எனக்குத் தெரியாது. பழுவூர் அரண்மனைப் பல்லக்கு ஆனபடியால், சின்னப் பழுவேட்டரையருடைய காரியமாயிருக்கும் என்று எண்ணினேன். மேலும், மந்தாகினி தேவியை என்னால் தடுத்து நிறுத்த முடியுமா? புயல்காற்றை அணை போட்டு நிறுத்தினாலும் நிறுத்தலாம்; அந்த மாதரசியை நிறுத்த முடியுமா? இலங்கையிலேயே முயன்று பார்த்துத் தோல்வி அடைந்தவன்தானே. மேலும் அந்த அம்மாளுக்கு என்னை அடையாளம் தெரியும். பார்த்ததும் மிரண்டு ஓடிப் போவார்கள்; பிறகு யாராலும் அவரைப் பிடிக்க முடியாது..."

"அதை நினைத்தால் வைத்தியர் மகன் கெட்டிக்காரன் என்றே தோன்றுகிறது. இத்தனை தூரம் அழைத்துக் கொண்டு வந்துவிட்டான் அல்லவா?"

"குருதேவரே! இந்த விஷயத்தில் தங்கள் ஊகம் சரியல்லவென்று தோன்றுகிறது. மந்தாகினி தேவி தாமே விரும்பித்தான் வந்திருக்க வேண்டும். தஞ்சையை நெருங்கியதும் அவருடைய மனம் மாறியிருக்க வேண்டும்..."

"இருக்கலாம்; இருக்கலாம், ஆனாலும் இதற்குள் அதிக தூரம் அந்தக் கரையர் மகள் போயிருக்க முடியாது. இரவெல்லாம் காற்றும் மழையுமாக இருந்ததல்லவா? சமீபத்திலேதான் எங்கேயாவதுதான் இருக்க வேண்டும். திருமலை! எப்படியாவது அவளைப் பிடித்தாக வேண்டும். ஒரு வேளை இந்தப் பெண்ணுக்கு அவள் தங்குமிடம் தெரிந்திருக்கலாம்...மகளே! உன் பெயர் என்ன?"

"பூங்குழலி, ஐயா!"

"ஆகா! அழகான பெயர்! பெயர் வைப்பதில் தியாகவிடங்கரின் சாமர்த்தியத்துக்கு இணையே கிடையாது. பூங்குழலி! உன் அத்தை எங்கே தங்கியிருப்பாள் என்று உனக்குத் தெரிந்திருக்கும். தெரிந்தால் சொல்லு! அவளுக்கு ஒன்றும் கெடுதல் நேராது."

பூங்குழலி சிறிது யோசித்துவிட்டு, "சுவாமி! என் அத்தை இப்போது இருக்கக்கூடிய இடம் எனக்குத் தெரியும். அவளை எதற்காகத் தாங்கள் பிடித்துக் கொண்டு வரச் செய்தீர்கள் என்று சொன்னால், நானும் அவள் இருக்குமிடத்தைச் சொல்லலாம்..."

"பூங்குழலி! அது பெரிய ராஜாங்க விஷயம். அரண்மனையைப் பற்றிய ரகசியம் உன்னிடம் சொல்ல முடியாது."

"நானும் சொல்ல முடியாது!"

"இந்தப் பெண்ணுடன் பேசிச் சாத்தியப்படாது.."

"ஐயா! ஒரு நிபந்தனையை நிறைவேற்றுவதாயிருந்தால்..."

"ஆகா! எனக்கு இந்தப் பெண் நிபந்தனை போடுகிறாளாம்! அது என்ன?"

"என் அத்தையைத் தஞ்சாவூர்ச் சிம்மாசனத்தில் ஏற்றி வைத்து மணிமகுடம் சூட்டுவதாயிருந்தால், அவளை நானே அழைத்து வருகிறேன்."

"திருமலை! இந்தப் பெண்ணுக்குப் பைத்தியம் பிடித்திருக்கிறது...!"

"அதை இப்போதுதானா கண்டீர்கள், குருதேவரே! இவளை ஒன்றும் கேட்கவே வேண்டாம். இவள் அத்தை இருக்குமிடம் எனக்குத் தெரியும். இவள் அத்தை மகன் சேந்தன் அமுதன் கோட்டைக்குச் சற்றுத் தூரத்தில் பூந்தோட்டத்தில் இருக்கிறான். அவனும் அவனது அன்னையும் தளிக்குளத்தார் கோயிலுக்குப் புஷ்ப கைங்கரியம் செய்கிறவர்கள். அங்கேதான் தாங்கள் தேடும் பெண்மணி இருக்கிறாள். என்னுடன் சில ஆட்களை அனுப்பினால், அழைத்து வருகிறேன்!" என்றான் ஆழ்வார்க்கடியான்.

பூங்குழலி திருமலையை எரித்து விடுகிறவள் போலப் பார்த்துவிட்டு, "அப்படி ஏதாவது செய்தால், நான் இப்போதே சக்கரவர்த்தியின் அரண்மனை முன்னால் சென்று முறையிடுவேன்! நீங்கள் செய்யும் அக்கிரமம் ஊரெல்லாம் அறியும்படி செய்வேன்!" என்றாள்.

"திருமலை! இவளைப் பாதாளச் சிறைக்கு அனுப்பி வைக்க வேண்டியதுதான்; வேறு வழி இல்லை!" என்றார் அநிருத்தப்பிரம்மராயர்.

"என் அருகில் யாராவது வந்தால் கொன்று விடுவேன்!" என்று பூங்குழலி மடியில் செருகி வைத்திருந்த கத்தியை எடுத்துக் காட்டினாள்.

"ஐயா! இந்தப் பெண்ணை பாதாளச் சிறைக்கு அனுப்ப வேண்டியதில்லை. அதற்குப் பதிலாக இளையபிராட்டி குந்தவை தேவியின் மாளிகைக்கு அனுப்பி வைக்கலாம். இளையபிராட்டி இப்போது இங்கேதானே இருக்கிறார்? அவர் இந்தப் பெண்ணின் பைத்தியத்தைத் தெளிய வைப்பார்! இளையபிராட்டிக்கும் இந்தப் பெண்ணினால் ஆக வேண்டிய காரியம் ஏதேனும் இருக்கலாம்!" என்றான் ஆழ்வார்க்கடியான்.

"எதனால் சொல்லுகிறாய்? இளையபிராட்டிக்கு இந்தப் பெண்ணின் மூலமாக என்ன காரியம் ஆகவேண்டியிருக்கப் போகிறது...?"

"குருதேவரே! தங்களுக்குத் தெரியாதா? நேற்று மாலை இங்கு அடித்த புயல் சோழ நாட்டுக் கடற்கரை ஓரமாக அதாஹதம் செய்து விட்டிருக்கிறதாம்! தங்கள் அரண்மனை வாசலில் நாலாபுறமிருந்தும் தூதர்கள் வந்து காத்திருக்கிறார்கள்..."

"ஆம், ஆம்! அவர்களையெல்லாம் நான் இப்போது பார்க்கவேண்டும். அதற்குள் இந்தப் பெண்ணிடம் பேச்சுக் கொடுத்ததில் வெகு நேரம் வீணாகிவிட்டது. இவள் ஊமையாகவே பிறந்திருந்தால் எவ்வளவோ நன்றாயிருந்திருக்கும்..."

"கேள்வி முறையில்லாமல் கொடுமை செய்யலாம் அல்லவா?" என்று முணுமுணுத்தாள் பூங்குழலி.

"நாகைப்பட்டினத்துக்குப் பெரிய ஆபத்து என்று கேள்விப்படுகிறேன். கடல் பொங்கி வந்து நகரையே மூழ்க அடித்து விட்டதாகச் சொல்கிறார்கள்!..."

இந்த வார்த்தைகளைக் கேட்டு முதன் மந்திரி அநிருத்தர், பூங்குழலி இருவருமே திடுக்கிட்டார்கள்.

"அதைப் பற்றித் தங்களிடம் விசாரிப்பதற்கு இளையபிராட்டியே இங்கே வந்தாலும் வரக்கூடும்" என்று முடித்தான் ஆழ்வார்க்கடியான்.

அவன் சொல்லி வாய் மூடுவதற்குள்ளே அரண்மனை வாசலில் ஜயகோஷத் தொனிகள் கேட்டன.

"திருமலை, நீ எப்போது ஞானதிருஷ்டி பெற்றாய்? இளையபிராட்டிதான் வருகிறார் போலிருக்கிறது!" என்று சொல்லிக் கொண்டு அநிருத்தர் எழுந்து வாசலை நோக்கி நடந்தார்.

அதற்குள் அதே வாசல் வழியாகக் குந்தவை தேவியும் வானதியும் உள்ளே பிரவேசித்தார்கள்.

பூங்குழலி அங்கே நின்று கொண்டிருப்பதைப் பார்த்ததும், இளையபிராட்டியின் திருமுகத்தில் குடிகொண்டிருந்த கவலைக் குறி மறைந்து, வியப்பும் உவகையும் ஒருங்கே பிரதிபலித்தன.

❈ ❈ ❈ ❈

இருபத்து நாலாம் அத்தியாயம்

இளவரசியின் அவசரம்

இளவரசிகளை உபசரித்து வரவேற்றுப் பீடங்களில் உட்காரச் செய்த பிறகு அநிருத்தர் தாமும் அமர்ந்தார்.

"தேவி, என்னைப் பார்க்க வேணுமென்று சொல்லி அனுப்பினால் நானே வந்திருக்கமாட்டேனா? இவ்வளவு அவசரமாக வந்த காரணம் என்ன? சக்கரவர்த்தி சௌக்கியமாயிருக்கிறார் அல்லவா?" என்று கேட்டார்.

"சக்கரவர்த்தியின் தேக சுகம் எப்போதும் போலிருக்கிறது, ஐயா! ஆனால் மனதுதான் கொஞ்சமும் சரியாக இல்லை. நேற்று இரவு அடித்த கடும் புயல் தந்தையின் மனத்தை ரொம்பவும் பாதித்திருக்கிறது. ராத்திரியெல்லாம் அவர் தூங்கவில்லை. குடிசைகளில் வாழும் ஏழை எளிய மக்கள் என்ன கஷ்டப்பட்டிருப்பார்கள் என்பதை எண்ணி அடிக்கடி புலம்பினார். பொழுது விடிந்தவுடன் தங்களைப் போய்ப் பார்க்கும்படி சொன்னார். புயலினால் கஷ்ட நஷ்டம் அடைந்தவர்களுக்கெல்லாம் உடனே உதவி அளிக்க ஏற்பாடு செய்ய வேண்டுமாம். அதைத் தங்களிடம் சொல்லுவதற்காகவே முக்கியமாக வந்தேன்!" என்றாள் இளையபிராட்டி குந்தவை.

"தேவி! இந்த எளியவனால் என்ன செய்ய முடியும்? முதன்மந்திரி என்ற பெயர்தான் எனக்கு என்பது தங்களுக்குத் தெரியாதா? பெரிய பழுவேட்டரையர் இந்தச் சமயம் ஊரை விட்டுப் போயிருக்கிறார். பொக்கிஷத்தை இறுக்கிப் பூட்டிக் கொண்டுதான் போயிருப்பார். அவருடைய சம்மதமின்றிக் காலாந்தககண்டரால் கூடப் பொக்கிஷ சாலையைத் திறக்க முடியாதே! கஷ்ட நஷ்டங்களை அடைந்தவர்களுக்கு நான் என்ன உதவி செய்ய முடியும்? வாசலில் பலர் வந்து காத்திருப்பதைத் தாங்கள் பார்த்திருப்பீர்கள். ஆனால் அவர்களைப் பார்ப்பதற்கே எனக்கு வெட்கமாயிருக்கிறது. அதனால்தான் வெளியில் செல்லத் தயங்கிக் கொண்டிருக்கிறேன்" என்று அநிருத்தப்பிரம்மராயர் பஞ்சப் பாட்டுப் பாடினார்.

"ஐயா! அதைப்பற்றி தாங்கள் கவலைப்பட வேண்டாம். என்னுடைய சொந்த உடைமைகள் அனைத்தையும் கொடுக்கிறேன். என் அன்னையும் அவ்விதமே கொடுக்கச் சித்தமாயிருக்கிறார்கள். சக்கரவர்த்தியின் அரண்மனையில் உள்ள எல்லாப் பொருள்களையும் தாங்கள் எடுத்துக் கொள்ளலாம். தந்தை அவ்விதம் சொல்லி அனுப்பினார்கள். ஏழைகளின் கஷ்டங்களுக்குத் தற்காலிக, சாந்தியாகவேனும் – ஏதேனும் ஏற்பாடு செய்யுங்கள்..."

"தங்களுடைய சொந்த உடைமைகள் யானைப் பசிக்குச் சோளப் பொரி கொடுத்ததாகவே இருக்கும். சோழ நாடு முழுவதும் நேற்றுப் புயல் அடித்திருக்கிறது. எங்கெங்கே என்னென்ன நேர்ந்திருக்கிறது என்ற செய்திகளே இன்னும் கிட்டவில்லை. இதோ நிற்கிறானே, என் பரமானந்த சீடன், இவன் பெரும் பயங்கரமான செய்தியைச் சொல்லுகிறான். கடல் பொங்கி எழுந்து கோடிக்கரை முதல் நாகைப்பட்டினம் வரை கடலோரமுள்ள ஊர்களையெல்லாம் மூழ்கடித்து விட்டதாம்...!"

இந்த வார்த்தைகளைக் கேட்டதும் அங்கிருந்த மூன்று பெண்களின் முகங்களும் பீதிகரமான மாறுதலை அடைந்ததை அநிருத்தர் கவனித்தார். உடனே அவர் தொடர்ந்து ஆறுதலாகக் கூறினார்

"ஆனால் அதை நான் நம்பவில்லை. இவன் கூறுவது வெறும் வதந்திதான். புயலைக் காட்டிலும் வேகமாக வதந்தி பரவியிருக்கிறது. கடற்கரைப் பகுதியிலிருந்து செய்தி வருவதற்கே இன்னும் நேரமாகவில்லை. குதிரை மீது தூதர்கள் வந்தாலும் இன்று மத்தியானத்துக்கு மேலேதான் இங்கு வந்து சேர முடியும். இதற்கிடையில் நம்மால் செய்யக் கூடிய உதவிகளையெல்லாம் செய்வதற்கு ஏற்பாடு செய்யலாம்."

இளையபிராட்டி குந்தவை தன் மனக் குழப்பத்தைச் சிறிது சமாளித்துக் கொண்டு, "ஐயா! நாகைப்பட்டினம் பற்றிய வதந்தி என் காதிலும் விழுந்தது. அதைப் பற்றியும் தங்களிடம் பேசலாம் என்று வந்தேன். இப்போதுதானே சூடாமணி விஹாரத்திற்கு நாம் நிவந்தங்கள் அளித்து விட்டு வந்தோம்? விஹாரத்துக்கு விபத்து நேர்ந்தால் பாவம், அதில் உள்ள பிக்ஷுக்கள் என்ன செய்வார்கள்?" என்று கூறிவிட்டு, பூங்குழலி நின்ற இடத்தை நோக்கினாள்.

"ஐயா! இந்தப் பெண் இங்கே எப்படி வந்தாள்? கோடிக்கரைத் தியாவிடங்கரின் மகள் பூங்குழலி அல்லவா இவள்?" என்று வினவினாள்.

"ஆமாம்; தியாகவிடங்கரின் குமாரிதான். ஆனால் அவரைப் போல் சாதுவல்ல. ரொம்பப் பொல்லாத பெண். தனக்குச் சம்பந்தமில்லாத காரியங்களில் தலையிட்டுத் தொந்தரவு விளைவிப்பவள்!" என்றார் முதன்மந்திரி.

இளையபிராட்டிக்கு வேறு வித ஐயப்பாடு தோன்றியது. அருள்மொழியைப் பற்றி உளவு அறிவதற்காகத்தான் பூங்குழலியை இங்கே அநிருத்தர் தருவித்திருக்கிறாரோ! தந்திர வித்தைகளில் கைதேர்ந்த மந்திரியாயிற்றே? எப்படி இருந்தாலும் பூங்குழலியின் சார்பில் தான் இருக்க வேண்டுமென்று தீர்மானித்துக் கொண்டு, "அப்படியொன்றுமில்லையே! பூங்குழலி மிக நல்ல பெண் ஆயிற்றே! இங்கே வா, அம்மா! முதன்மந்திரி ஏன் உன் பேரில் கோபமாயிருக்கிறார்? அவருக்கு ஏதேனும் தொந்தரவு கொடுத்தாயா?" என்றாள்.

பூங்குழலி சற்று நெருங்கி வந்து, "தேவி! முதன்மந்திரியையே தாங்கள் கேளுங்கள்! நான் முதன்மந்திரிக்குத் தொந்தரவு கொடுத்தேனா அவர் எனக்குத் தொந்தரவு கொடுத்தாரா என்று கேளுங்கள்!" என்றாள்.

"ஓகோ! நீயும் கோபமாகத்தான் இருக்கிறாய்! இங்கே வா, பெண்ணே; என் அருகில் உட்கார்ந்துகொள்!" என்று கூறி இளையபிராட்டி பூங்குழலியைத் தன் அருகில் உட்கார வைத்துக் கொண்டாள்.

"ஐயா! இந்தப் பெண்ணை எதற்காகத் தருவித்தீர்கள்? ஏதாவது முக்கியமான காரியமா?" என்று கேட்டாள்.

"அம்மணி! நான் இந்தப் பெண்ணைத் தருவிக்கவில்லை. இப்படி ஒரு பொல்லாத பெண் இருக்கிறாள் என்ற செய்தியே எனக்குத் தெரியாது. இவளாகவேதான்.." என்று அநிருத்தர் தயங்கினார்.

"தேவி! முதன்மந்திரி ஏன் தயங்குகிறார்? மிச்சத்தையும் சொல்லச் சொல்லுங்கள்!" என்றாள் பூங்குழலி.

"இவளாகவேதான் இவளுடைய அத்தையைத் தேடிக் கொண்டு வந்தாள்."

"யார் இவளுடைய அத்தை? ஓகோ! சேந்தன் அமுதனின் அன்னையா? கோட்டைக்கு வெளியில் அல்லவா அவர்களுடைய வீடு இருக்கிறது?"

"இல்லை; அமுதனின் அன்னை இல்லை; இவளுக்கு இன்னொரு ஊமை அத்தை இருக்கிறாள். இளவரசி! தங்களுக்கும் தெரிந்திருக்க வேண்டிய செய்திதான். ஈழநாட்டுக் காடுகளில் பித்துப்பிடித்தவள் போல் திரிந்து கொண்டிருந்த ஊமை ஸ்திரீ ஒருவர் உண்டு. அந்த மாதரசியை இங்கே ஒரு முக்கியமான காரியத்துக்காக அழைத்து வர விரும்பினேன். அதற்காகப் பெரு முயற்சி செய்தேன்; கடைசியில், வெற்றி கிட்டியது அந்தச் சமயத்தில்..."

குந்தவை தேவி சொல்லி முடியாத பரபரப்பை அடைந்து, "உண்மையாகவா? அந்தப் பெண்மணி இப்போது இங்கே இருக்கிறாளா? நான் உடனே பார்க்க வேண்டும்" என்று சொல்லிக் கொண்டே பீடத்தை விட்டு எழுந்தாள்.

"மன்னிக்க வேண்டும் தேவி! வெற்றி கிட்டும் சமயத்தில் இந்தப் பெண் குறுகிட்டுக் காரியத்தைக் கெடுத்துவிட்டாள்!" என்றார் முதன்மந்திரி.

குந்தவை மிக்க ஏமாற்றத்துடன் திரும்பவும் உட்கார்ந்து "பூங்குழலி! இது உண்மைதானா? என்ன காரியம் செய்து விட்டாய்!" என்றாள்.

"தேவி! என் அத்தையை அழைத்து வருவதற்கு முதன்மந்திரி கையாண்ட முறையைக் கேளுங்கள். அப்போது என் பேரில் குற்றம் சொல்லமாட்டீர்கள்!" என்றாள் பூங்குழலி.

பிறகு, முதன்மந்திரி நடந்தவற்றைச் சுருக்கமாகக் கூறினார்.

கேட்டுக் கொண்டிருந்த இளையபிராட்டி, "அப்படியானால், இந்தக் கோட்டைக்குப் பக்கத்திலே தானே எங்கேனும் இருக்க வேணும்? தேடிப் பார்க்கலாமே!" என்றாள்.

"நல்ல வேளையாகத் தேடிப் பார்க்க வேண்டிய அவசியம் கூட இல்லை. சேந்தன் அமுதன் குடிசையில் இன்று காலையில் பார்த்ததாக என் சீடன் சொல்லுகிறான்" என்றார் முதன்மந்திரி.

"அப்படியானால் ஏன் வீண் கால தாமதம்? மற்றக் காரியங்கள் எல்லாம் அப்புறம் பார்த்துக் கொள்ளலாம். நாமே போய் அழைத்து வருவோம்; தாங்கள் வருவதற்கில்லாவிட்டால் நான் போய் வருகிறேன். வானதி! புறப்படு, போகலாம்!" என்றாள்.

ஆழ்வார்க்கடியான் அப்போது குறுக்கிட்டு, "தேவி! சற்று யோசித்துச் செய்ய வேண்டும். புதிய மனிதர்கள் கூட்டமாய் வருவதைக் கண்டால் அந்த அம்மாள் மிரண்டு ஓடத் தொடங்கி விடலாம். பிறகு புயலைப் பிடித்தாலும் அந்த அம்மணியைப் பிடிக்க முடியாது!" என்று சொன்னான்.

"ஆம், திருமலை சொல்லுவது சரிதான். நம்மைப் பார்த்ததும் பூங்குழலியின் அத்தை மிரண்டு ஓடத் தொடங்கி விடலாம். நமது பிரயத்தனமெல்லாம் வீணாகிவிடும்! நீ என்ன யோசனை சொல்கிறாய், திருமலை?" என்று முதன்மந்திரி கேட்டார்.

"இந்தப் பெண்மணியையே போய் அழைத்து வரும்படி சொல்லுங்கள். இந்த உலகத்தில் அந்த மாதரசியைக் கட்டுக்குள் வைக்கக் கூடியவர்கள் இரண்டே பேர்தான்! அவர்களில் இந்தப் பெண் ஒருத்தி!"

"இன்னொருவர் யார்?" என்று முதன்மந்திரி கேட்டதற்கு, ஆழ்வார்க்கடியான் சிறிது தயங்கி "இன்னொருவர் கடலில் முழுகிவிட்டதாக ஊரெல்லாம் வதந்தியாயிருக்கிறது!" என்றான்.

குந்தவை தேவி அதைக் கவனியாதவள்போல், பூங்குழலியைப் பார்த்து, "கரையர் மகளே! உடனே போய், உன் அத்தையை இங்கே அழைத்து வா! அவளுக்கு இங்கே ஒரு கெடுதியும் நேராது. மிக முக்கியமான காரியமாக உன் அத்தையை உடனே நான் பார்க்க வேண்டியிருக்கிறது! எனக்காக இந்த உதவி செய்வாய் அல்லவா?" என்றாள்.

"ஆகட்டும், அம்மா, முயன்று பார்க்கிறேன் ஆனாலும் முதன்மந்திரி இப்படிப்பட்ட உபாயத்தைக் கடைப்பிடித்திருக்க வேண்டியதில்லை. முன்னாலேயே எனக்குத் தெரிந்திருந்தால்.."

"ஆமாம்; விஷயங்களை மறைத்து வைப்பதால் இம்மாதிரி அசந்தர்ப்பங்கள் நேரத்தான் நேருகின்றன. அதை நானே உணர்ந்து வருத்தப்பட்டுக் கொண்டிருக்கிறேன். சீக்கிரம் அத்தையை அழைத்துக் கொண்டு வா! அதற்குப் பிறகு இன்னொரு முக்கியமான வேலை உனக்கு இருக்கிறது!" என்றாள் இளையபிராட்டி.

"திருமலை! நீயும் இந்தப் பெண்ணோடு போய்விட்டு வா! கோட்டை வாசல் வழியாக நீங்கள் வருவதில் ஏதேனும் சிரமம் இருந்தால், நமது அரண்மனைக்கு வரும் ரகசிய வழியில் அழைத்துக் கொண்டு வா!" என்றார் அநிருத்தர்.

பூங்குழலியும் ஆழ்வார்க்கடியானும் போன பிறகு குந்தவை முதன்மந்திரியைப் பார்த்து, "ஐயா! வாசலில் வந்து காத்திருப்பவர்களுக்குச் சொல்ல வேண்டியதைச் சொல்லி அனுப்பி விட்டு வாருங்கள். மிக முக்கியமான காரியங்களைப் பற்றித் தங்களிடம் ஆலோசனை கேட்க வேண்டியிருக்கிறது!" என்றாள்.

"இதோ வந்துவிடுகிறேன், தாயே! எனக்கும் தங்களிடம் பேச வேண்டியதிருக்கிறது!" என்று சொல்லி விட்டு அநிருத்தர் சென்றார்.

இத்தனை நேரமும் மௌனமாக இருந்த வானதி, "அக்கா! பூங்குழலிக்கு இன்னொரு முக்கியமான காரியம் என்ன வைத்திருக்கிறீர்கள்? மறுபடியும் நாகைப்பட்டினத்துக்கு அனுப்பப் போகிறீர்களா?" என்று கேட்டாள்.

"ஆம் வானதி! நீ வீணாகக் கவலைப்படாதே! பொன்னியின் செல்வனுக்கு ஆபத்து ஒன்றும் நேர்ந்து விடாது."

"நானும் அவளுடன் நாகைப்பட்டினத்துக்குப் போகிறேனே அக்கா!"

"நீ போய் என்ன செய்வாய்? உன்னைக் காப்பாற்றுவதற்கு வேறு யாராவது வேண்டுமே?"

"அந்த ஓடக்காரிக்கு என்னைக் கண்டால் பிடிக்கவேயில்லை, அக்கா!"

"எப்படியடி அவள் மனதை நீ கண்டுபிடித்தாய்?"

"என்னுடன் அவள் பேசவே இல்லை!"

"நீயும் அவளோடு பேசவில்லை; அவளும் உன்னோடு பேசவில்லை."

"நான் அடிக்கடி அவள் முகத்தைப் பார்த்துக் கொண்டிருந்தேன். அவள் என்னை ஒரு தடவைகூடத் திரும்பிப் பார்க்கவில்லை; அவளுக்கு ஏதோ என் பேரில் கோபம்!"

"ஆமாமடி, வானதி! இந்த நாட்டில் உள்ள கல்யாணமாகாத கன்னிப் பெண்களுக்கெல்லாம் உன் பேரில் கோபமாய்த்தானிருக்கும். அதற்காக நீ வருத்தப்படுவதில் பயனில்லை" என்று சொன்னாள் இளையபிராட்டி குந்தவைதேவி.

❉ ❉ ❉ ❉

இருபத்தைந்தாம் அத்தியாயம்

அநிருத்தரின் குற்றம்

முதன்மந்திரி தம் அரண்மனை ஆசார வாசலில் காத்திருந்தவர்களைப் பார்த்துப் பேசி அனுப்பிவிட்டு விரைவிலேயே திரும்பி வந்தார்.

"அம்மணி! ஏதோ என்னால் முடிந்த வரைக்கும் ஏற்பாடு செய்திருக்கிறேன். புயலினால் நேர்ந்த சேதங்களை அறிந்து வர நாலா பக்கமும் ஆட்களை அனுப்பியிருக்கிறேன். சின்னப் பழுவேட்டரையருக்கும் சொல்லி அனுப்பியிருக்கிறேன், நம் இருவரின் பொறுப்பிலும் பொக்கிஷ சாலையைத் திறந்து விடவேண்டும் என்று."

"ஐயா! பெரிய பழுவேட்டரையரின் மாளிகையையொட்டி நிலவறைப் பொக்கிஷம் ஒன்று இருக்கிறதாமே! அதில் கணக்கில்லாத பொருள்கள் குவிந்து இருப்பது உண்மையா? பெரிய பிராட்டி ஒரு தடவை சொன்னார்கள்."

"அதைத் திறந்தால் அதிலுள்ள பொருளைக் கொண்டு ஆயிரம் பெரிய கோவில்கள் புதியதாய்க் கட்டலாமே என்று அந்த அம்மாளுக்கு எண்ணம். நான் கூட அந்த நிலவறைக்குள் போனதில்லை அம்மா! அதற்குள் ஒரு தடவை போகிறவர்கள் உயிரோடு திரும்புவதில்லை" என்றார் முதன்மந்திரி.

"அது போகட்டும், ஐயா! அந்த ஊமைத் தாயை இவர்கள் அழைத்துக் கொண்டு வந்து விடுவார்களா? கைக்கு எட்டியது வாய்க்கு எட்டாமற் போய்விடுமோ என்று எனக்குக் கவலையாயிருக்கிறது" என்றாள் குந்தவை.

"தாயே! அந்த மாதரசியைப் பற்றித் தங்களுக்கு என்ன தெரியும்? எப்படித் தெரிந்தது? தாங்கள் ஏன் அவளைப் பற்றி இவ்வளவு பரபரப்பு அடைந்திருக்கிறீர்கள்.... ?" என்றார் அநிருத்தர்.

"ஐயா! சில தினங்களுக்கு முன்பு சக்கரவர்த்தியே என்னிடம் அந்த மாதரசியைப் பற்றிச் சொன்னார்."

"என்ன? அவள் உயிரோடிருப்பதாகச் சொன்னாரா, என்ன ?"

"இல்லை, ஐயா! இருபத்தைந்து வருஷங்களுக்கு முன்னால் நடந்த நிகழ்ச்சிகளைச் சொன்னார். அவள் இறந்து போய்விட்டதாகவே எண்ணிக் கொண்டிருக்கிறார். அதனாலேதான் அவருடைய சித்தம் கலங்கிப் போயிருக்கிறது. அந்த ஊமைத்தாய் கடலில் விழுந்து இறந்து போய்விட்டதாகத் தாங்கள் தானே தெரிந்து கொண்டு வந்து என் தந்தையிடத்தில் சொன்னீர்களாம்? பின், அந்த மாதரசி உயிரோடிருக்கும் செய்தி தங்களுக்கு எப்படித் தெரிந்தது?"

"தங்களை அதே கேள்வி கேட்கவேண்டும் என்று எண்ணினேன்; தங்களுக்கு எப்படித் தெரிந்தது, தேவி?"

"அதற்கென்ன, சொல்கிறேன். வாணர்குலத்து வீரர் ஈழத்துக்குப் போய்த் திரும்பி வந்தாரே, அவர் முதலில் சொன்னார். பிறகு என் தம்பி அருள்மொழி..." என்று கூறிவிட்டு, குந்தவை தன் தவறைத் தானே உணர்ந்தவள் போல் வாயைக் கையினால் பொத்திக் கொண்டாள்.

"தேவி! இளவரசர் அருள்மொழிவர்மரைப்பற்றித் தாங்கள் என்னிடம் சொல்ல விரும்பவில்லையென்றால், சொல்ல வேண்டாம். தாங்கள் அந்தப் பெயரைக் குறிப்பிட்டதை நான் அடியோடு மறந்துவிடுகிறேன்."

"இல்லை, ஐயா! தங்களிடம் எல்லாவற்றையும் சொல்லிவிடுவது என்ற எண்ணத்துடனேயே வந்தேன். விஷயங்களை மூடி மறைத்து வைப்பதினால் தீமைதானே தவிர, நன்மை ஒன்றுமில்லை என்பதைக் கண்டுகொண்டேன். நேற்றிரவு எனக்கு அது நன்றாய்த் தெரிந்தது. ஐயா! என் இளைய சகோதரனைக் கடல் கொண்டு போய்விடவில்லை. பொன்னியின் செல்வனைச் சமுத்திரராஜன் காப்பாற்றிக் கரையில் சேர்த்தார். அவன் இப்போது நாகைப்பட்டினத்திலுள்ள புத்த விஹாரத்தில் இருக்கிறான். அவனைப் பார்ப்பதற்காகவே நான் நாகைப்பட்டினம் போயிருந்தேன். ஆனால் தங்களுக்கு இது எல்லாம் தெரியும் என்று எனக்கு ஒரு சந்தேகம் உண்டு."

"தாங்கள் சந்தேகித்தது நியாயமே; ஆனால் தேவி, தெரிந்ததாக நான் காட்டிக் கொள்ளவில்லையே! வேறு யாருடைய காரியத்தில் தலையிட்டாலும் தங்களுடைய காரியத்தில் தலையிடுவதில்லை என்று வைத்துக் கொண்டிருக்கிறேன். என்னுடைய ஆட்களுக்கும் அவ்விதமே கட்டளை இட்டிருக்கிறேன். தாங்கள் செய்வது எதுவுமே உசிதமாகத்தான் இருக்கும் என்பது என் நம்பிக்கை. நானும், மலையமானும் கொடும்பாளூர் வேளானும் அடிக்கடி பேசிக் கொண்டிருக்கிறோம் 'இளையபிராட்டி மட்டும் ஆண் பிள்ளையாய்ப் பிறந்திருந்தால், இந்த அகில உலகத்தையும் சோழர்களின் வெண்கொற்றக் குடையின் கீழ் கொண்டு வந்து தனியரசு செலுத்தி ஆண்டு வருவாள்' என்று."

"அந்த மாதிரி எண்ணம் எனக்கு இருந்தது உண்மைதான். நான் பெண்ணாகப் பிறந்திருந்த போதிலும் என் சகோதரர்கள் மூலமாக அந்த மனோரதம் நிறைவேறும் என்ற ஆசையுடன் இருந்தேன். அந்த ஆசையை இப்போது விட்டுவிட்டேன், ஐயா! ராஜ்ய விஷயங்களில் பெண்கள் தலையிடவே கூடாது என்று முடிவு செய்து விட்டேன்! பாருங்கள், என் சகோதரனை நாகைப்பட்டினம் சூடாமணி விஹாரத்தில் இருக்கும்படி செய்தேன். அதன் விபரீதப் பலனைப் பாருங்கள்!"

"ஒன்றும் நேர்ந்து விடவில்லையே, தாயே! பொன்னியின் செல்வனை நடுக்கடலில் காப்பாற்றிய சமுத்திரராஜன், இப்போது கரையில் பத்திரமாயிருக்கும் போது தீங்கு விளைவித்து விடுவானா?"

"ஐயா! தாங்கள் உடனே என் தந்தையிடம் வந்து இவ்வாறு தைரியம் சொல்லுங்கள்."

"ஆகா! சக்கரவர்த்திக்குத் தெரியுமா, என்ன? இளவரசர் சூடாமணி விஹாரத்தில் இருக்கும் செய்தி?"

"நேற்று இரவுதான் சொன்னேன்; சொல்லும்படியாக நேர்ந்துவிட்டது."

"ஆகா! இன்னும் கொஞ்சநாள் சொல்லாமலிருந்திருந்தால் நன்றாயிருந்திருக்கும். தாங்கள் செய்திருந்தது மிக நல்ல ஏற்பாடு என்று நினைத்தேன்! தேவி! சோழ நாடு முழுவதும் ஒரே கொந்தளிப்பாகயிருக்கிறது. நேற்று அடித்த புயல் காரணமாக வெளியில் ஏற்பட்ட கொந்தளிப்பு சில நாளாகவே சோழ நாட்டு மக்களின் உள்ளத்தில் பொங்கிக் கொண்டிருக்கிறது. மதுராந்தகர் மீதும் பழுவேட்டரையர்கள் மீதும் ஜனங்கள் ஒரே கோபமாக இருக்கிறார்கள். இளவரசரைச் சிறைப்படுத்திக் கொண்டு வரக் கப்பல்கள் அனுப்பப்பட்டதையும் அறிந்திருக்கிறார்கள். இளவரசரைப் பழுவேட்டரையர்கள் தான் கடலில் மூழ்கடித்து விட்டதாகப் பலர் நம்புகிறார்கள். இச்சமயத்தில் இளவரசர் இந்த நாட்டில் இருப்பது தெரிந்தால் மக்கள் கொதித்து எழுவார்கள். இளவரசரின் தலையில் இப்போதே மணிமகுடத்தைச் சூட்டிவிட வேண்டும் என்று பெரும் கிளர்ச்சி செய்வார்கள். பழுவேட்டரையர்களும் சண்டைக்கு எப்போது முகாந்தரம் ஏற்படும் என்று காத்திருக்கிறார்கள். கொடும்பாளூர் பெரியவேளார் பெரும் படை திரட்டிக் கொண்டு தஞ்சையை நோக்கி வந்து கொண்டிருக்கிறார். தேவி! சோழ நாட்டில் ரத்த வெள்ளம் ஓடப்போகிறது என்று அஞ்சுகிறேன். இந்தப் பெரிய சாம்ராஜ்யம் சகோதரச் சண்டையினால் அழிந்துவிடுமே என்று பயப்படுகிறேன். அப்படி ஒன்றும் நேராமலிருக்க வேண்டும் என்று அல்லும் பகலும் ஸ்ரீரங்கநாதரைப் பிரார்த்தனை செய்து கொண்டிருக்கிறேன்."

"என்னுடைய பிரார்த்தனையும் அதுவேதான், ஐயா! என் சகோதரர்கள் இந்த சாம்ராஜ்யத்தின் சிம்மாசனத்தில் ஏற வேண்டுமென்ற ஆசையை நான் விட்டுவிட்டேன். என்னைப் பொறுத்த வரையில் மதுராந்தகனுக்கே முடி சூட்டுவதில் இப்போது எனக்கு ஆட்சேபம் ஒன்றுமில்லை."

"தங்களுக்கு ஆட்சேபமில்லை, ஆனால் மக்களுக்கு ஆட்சேபம் இருக்கிறதே! சக்கரவர்த்தி இன்னும் பல்லாண்டு இவ்வுலகில் வாழவேண்டும். ஆனால் விதிவசத்தினால் அவருக்கு ஏதாவது நேர்ந்து விட்டதென்றால் அன்றைய தினமே இந்தச் சோழ நாடு முழுவதும் ரணகளமாகி விடும்..."

"ஐயா! அத்தகைய துர்க்கதி விரைவிலேயே நேர்ந்து விடுமோ என்று எனக்குப் பயம் அதிகமாயிருக்கிறது. நேற்றிரவு சக்கரவர்த்தியின் நிலை மிக்க கவலைக்கிடமாகி விட்டது. அதனாலேதான் அவரிடம் பொன்னியின் செல்வன் பத்திரமாயிருக்கிறான் என்று சொல்ல வேண்டியதாயிற்று. ஆனால், சொல்லியும் அவர் நம்பவில்லை! அவருக்கு நான் வெறுமே ஆறுதல் சொல்வதாக எண்ணிக் கொண்டார். பல வருஷங்களுக்கு முன்னால் மாண்டு போன 'பழிகாரி'யின் ஆவி அவருடைய புதல்வர்களின் மீது பழி வாங்குவதாக எண்ணிப் பிரமை கொண்டு பிதற்றுகிறார்..."

"அந்தோ, கடவுளே! என்ன விபரீதம்? நேற்று இரவு நடந்ததையெல்லாம் விவரமாகச் சொல்லுங்கள்!"

"அதற்காகத்தான் வந்தேன் ஐயா! சொல்லித் தங்களிடம் யோசனை கேட்பதற்காகவே வந்தேன். முன் தடவை சுந்தர சோழர் மருத்துவசாலை ஏற்படுத்துவதற்காக நான் வந்த சமயத்தில், சக்கரவர்த்தி எனக்கு அந்தப் பழைய வரலாற்றைக் கூறினார். ஈழ நாட்டை அடுத்த தீவில் தாம் ஒதுங்க நேர்ந்த போது, கரையர் மகள் ஒருத்தி தம்மைக் கரடிக்கு இரையாகாமல் காப்பாற்றியது பற்றிச் சொன்னார். பின்னர் அத்தீவிலேயே சில மாத காலம் சொப்பன சொர்க்கலோகத்தில் வாழ்வது போல் அந்தப் பெண்ணுடன் வாழ்ந்திருந்ததைப் பற்றிச் சொன்னார். பின்னர் இந்தத் தஞ்சைபுரிக்கு அவர் அழைத்து வரப்பட்டதையும் கூறினார். அரண்மனை வாசலில் கூடியிருந்த

கூட்டத்தின் மத்தியில் கரையர் மகளைப் பார்த்ததையும், ஆருயிர் நண்பராகிய தங்களை விட்டு அவளைத் தேடிக் கொண்டு வரச் சொன்னதையும், தாங்கள் தேடிப் போய்த் திரும்பி வந்து அவள் கடலில் விழுந்து இறந்தாள் என்று தெரிவித்ததையும் கூறினார். அதுமுதல் அடிக்கடி அந்தக் கரையர் மகள், ஆவி வடிவத்தில் வந்து தம்மைத் துன்புறுத்துவதாகவும் சமீப காலத்தில் அவள் வருகை அதிகமாயிருப்பதாகவும் சொன்னார்..."

"தேவி, அதையெல்லாம் நீங்கள் நம்பினீர்களா!"

"தந்தை கூறிய வரலாறு அவ்வளவு அதிசயமாயிருந்தபடியால் என் மனமும் மிக்க குழம்பி விட்டது. இறந்து போனவளின் ஆவி வந்து தந்தையைத் தொந்தரவு படுத்துவது சித்தப்பிரமையாயிருக்கலாம் என்று நினைத்தேன். பிறகு யோசித்துப் பார்க்கப் பார்க்க வேறு சில ஐயங்கள் உண்டாயின. வானதி ஒரு நாள் இரவு, சக்கரவர்த்தியின் கூக்குரலைக் கேட்டுப் போய்ப் பார்த்தாள். பழுவூர் இளையராணி மாதிரி ஓர் உருவம் மன்னரின் எதிரில் நிற்பதைக் கண்டு திடுக்கிட்டு மூர்ச்சித்து விழுந்தாள். அதுமுதல் அந்தக் கரையர் மகளுக்கும், இந்தப் பழுவூர் இளைய ராணிக்கும் ஏதோ சம்பந்தம் இருக்க வேண்டும் என்று தோன்றியது. வல்லவரையரும், அருள்மொழியும் கூறியதிலிருந்து அது உறுதியாயிற்று. ஐயா! நந்தினி தேவி ஒருவேளை அந்த கரையர் மகளின் புதல்வியாயிருக்க முடியுமா?"

"தங்களைப் போலவே நானும் ஊகிக்கத்தான் முடியும். தாயே! உருவ ஒற்றுமையைப் பார்த்தால் அப்படித் தான் கருத வேண்டியிருக்கிறது. ஆனால் அதிலிருந்து மட்டும் நிச்சயிக்க முடியுமா? ஒரு வேளை கரையர் மகளின் கடைசித் தங்கையாகக் கூட நந்தினிதேவி இருக்கலாம். இதையெல்லாம் பற்றி நிச்சயமாகத் தெரிந்தவர்கள் இப்போது மூன்று பேர்தான் இருக்கிறார்கள்..."

"அவர்கள் யார், சுவாமி!"

"ஒருவர்தான் பெரிய பிராட்டி செம்பியன் மாதேவி. அவருடைய உள்ளத்தில் ஏதோ ஒரு ரகசியம் இருந்து வேதனை செய்து வருகிறது. ஆனால் அது இன்னதென்பதை அவராகச் சொன்னாலொழிய, நாம் கேட்டுத் தெரிந்து கொள்ள இயலாது. மகானாகிய கண்டராதித்தர் காலமாகும் தருவாயில் பெரிய பிராட்டி அதை அவரிடம் கூறினார் என்பது எனக்குத் தெரியும். கண்டராதித்தர் என்னிடம் சொல்லத் தொடங்கினார். இரண்டு வார்த்தை சொல்வதற்குள் அவருடைய மூச்சு நின்றுவிட்டது.."

"மற்ற இருவரும் யார், ஐயா?"

"மற்ற இருவரும் பேசத் தெரியாத ஊமைகள். சேந்தன் அமுதனின் அன்னையும் பெரியன்னையுந்தான். இவர்களில் அமுதனுடைய அன்னையிடமிருந்து நாம் ஒன்றும் தெரிந்து கொள்ள இயலாது. செம்பியன் மாதேவியிடம் அவள் அளவிலாத பக்தி உள்ளவள். அந்தத் தேவி உயிரோடிருக்கும் வரையில் இவள் ஒன்றும் தெரிவிக்க மாட்டாள். ஆகையினால்தான் அவளுடைய தமக்கை மந்தாகினியை ஈழ நாட்டிலிருந்து அழைத்து வருவதற்கு நான் பெரும் பிரயத்தனம் செய்து கொண்டிருந்தேன்..."

"ஆகா! அந்தக் கரையர் மகளின் பெயர் மந்தாகினியா ! அவள் உயிரோடிருப்பது தங்களுக்கு எப்போது தெரிந்தது?"

"தேவி! இருபத்தைந்து ஆண்டுகளுக்கு மேலாக அது எனக்குத் தெரிந்த விஷயந்தான்."

"என்ன? என்ன? இருபத்தைந்து வருஷங்களாகத் தெரிந்துமா என் தந்தையிடம் தாங்கள் சொல்லவில்லை. ஐயா! அவள் இறந்துவிட்டாள் என்ற எண்ணத்தினால் என் தந்தை எத்தனை மனோவேதனைக்கு உள்ளானார் என்பதெல்லாம் தங்களுக்குத் தெரியாதா?"

"தெரியும் தாயே! தெரியும்."

"தெரிந்துமா அவரிடம் உண்மையைச் சொல்லாதிருந்தீர்கள்?"

அநிருத்தர் ஒரு நெடிய பெருமூச்சு விட்டார். அவர் உள்ளத்தில் ஒரு போராட்டம் நிகழ்ந்தது என்பதை அவருடைய முகம் எடுத்துக்காட்டியது பின்னர் அவர் கூறினார்.

"தேவி! இருபத்தைந்து வருஷங்களுக்கு முன்னால் நான் ஒரு குற்றம் செய்தேன். முதன்முதலாக அதை இப்போது தங்களிடந்தான் சொல்லுகிறேன். கரையர் மகளைத் தேடி வரும்படி தங்கள் தந்தை என்னை அனுப்பினார் அல்லவா? விரைவாகக் குதிரை மீது செல்லும் ஆட்களுடன் நானும் போனேன்; கோடிக்கரை போய்ச் சேர்ந்தோம். அங்கே கொந்தளித்துக் கொண்டிருந்த கடலில் அவள் கலங்கரை விளக்கின் உச்சியிலிருந்து விழுந்துவிட்டாள் என்பதை அறிந்தோம். அந்தப் பயங்கரக் காட்சியை நேரில் பார்த்தவர்கள் சொன்னார்கள். தியாகவிடங்கரே நடுங்கிய குரலில் நாக்குழறக் கூறினார். அதைத்தான் நானும் தஞ்சாவூருக்கு வந்து என் நண்பரிடம் தெரிவித்தேன்..."

"இதில் தங்கள் குற்றம் என்ன, ஐயா?" என்றாள் குந்தவை.

"குற்றம் இதுதான்; கரையர் மகள் கடலில் விழுந்தாளே தவிர, அதிலே முழுகிச் சாகவில்லை. அந்தக் கொந்தளித்த கடலில் படகு விட்டுக் கொண்டு வந்த வலைஞன் ஒருவன் அவளைக் கண்டெடுத்துப் படகில் ஏற்றிக் காப்பாற்றிவிட்டான். கோடிக்கரைக்கு வெகு தூரத்தில் அப்பால் அவன் வந்து கரையேறினான். திரும்பி வரும் வழியில் நான் அந்தக் கரையேறும் படகைப் பார்த்தேன். அதில் இருந்த பெண் யார் என்பதையும் தெரிந்து கொண்டேன். அந்தப் படகுக்காரனிடம் நிறையப் பணம் கொடுத்து அவளைப் பத்திரமாக இலங்கைக்குக் கொண்டு போய்ச் சேர்க்கும்படியும் அங்கேயே இருக்கும்படியும் கூறினேன்; அவனும் சம்மதித்துச் சென்றான். நான் திரும்பித் தஞ்சைக்கு வந்து கரையரின் மகள் கடலில் விழுந்து மாண்டு விட்டதாகக் கூறினேன். தங்கள் தந்தைக்கு நன்மை செய்வதாக நினைத்துக் கொண்டுதான் மனமறிந்து அத்தகைய குற்றத்தைச் செய்தேன். அந்தக் குற்றம் இத்தனை காலத்துக்குப் பிறகு இப்படி ஒரு விபரீதமான விளைவை உண்டாக்குமென்று எதிர்பார்க்கவில்லை..."

இளையபிராட்டி குந்தவை அப்போது குறுக்கிட்டு, "ஐயா! தாங்கள் செய்தது குற்றமாயிருந்தாலும் என் தந்தைக்கு நன்மை செய்யும் எண்ணத்துடனேயே செய்தீர்கள். பிறகு, அக்கரையர் மகளைப் பற்றித் தாங்கள் கேள்விப்பட்டு வந்தீர்களா?" என்று கேட்டாள்.

"ஏன்? அடிக்கடி கேள்விப்பட்டுத்தான் வந்தேன். இளவரசுப் பட்டம் சூட்டிக் கொண்டதும், சுந்தர சோழர் மதுரைப் போர் முனைக்குப் போனார். நான் காசி க்ஷேத்திரத்துக்குச் சென்றேன். சில ஆண்டுகள் அங்கேயே தங்கி வேதாகம சாத்திரங்கள் பயின்றுவிட்டுத் திரும்பி வந்தேன். அப்போது பழையாறையில் ஈசான பட்டரின் தந்தை அந்தக் கரையர் மகளோடு அந்தரங்கமாக உரையாடிக் கொண்டிருந்ததைக் கண்டு வியந்தேன். அவர் ஒரு அதிசயமான செய்தியைச் சொன்னார். அந்தக் கரையர் மகள் பெரிய பிராட்டியின் அரண்மனைத் தோட்டத்தில் வந்து சில நாள் தங்கியிருந்ததாகவும், இரட்டைக் குழந்தைகள் பெற்று அங்கேயே போட்டுவிட்டு ஓடிப் போனதாகவும் கூறினார். எப்போதாவது நினைத்துக் கொண்டு குழந்தைகளைப் பார்ப்பதற்காக அவள் ரகசியமாக வருவதுண்டு என்றும் தெரிவித்தார். குழந்தைகள் என்ன ஆயின என்று கேட்டேன், அவர் சொல்ல மறுத்து விட்டார். அது செம்பியன்மாதேவிக்கு மட்டுமே தெரிந்த ரகசியம் என்று கூறினார். நானும் அதைப்பற்றி அதிகம் கிளறாமலிருப்பதுதான் நல்லது என்று சும்மா விட்டு விட்டேன். தேவி! அருள்மொழி குழந்தைப் பிராயத்தில் காவேரி நதியில் விழுந்து விட்டபோது, அவனைக் காவேரி அன்னை காப்பாற்றினாள் என்று எல்லாரும் சொல்லுவார்கள் அல்லவா? அப்படிக் காப்பாற்றியவள் உண்மையில் கரையர் மகள்தான் என்று என் மனத்தில் அச்சமயமே தோன்றியது...."

"தங்கள் உள்ளத்தில் தோன்றியது உண்மைதான், ஐயா! அருள்மொழி ஈழ நாட்டில் அந்த மாதரசியைப் பார்த்துவிட்டு வந்து அவ்வாறுதான் சொன்னான். ஆனால் இந்த விந்தையைக் கேளுங்கள்! என் தந்தை என்ன

எண்ணுகிறார் தெரியுமா? கடலில் விழுந்து இறந்த கரையர் மகள்தான் ஆவி வடிவத்தில் வந்து தம் மக்கள் மீது பழி வாங்குவதாக எண்ணுகிறார். நேற்றிரவு வெளியில் கடும் புயல் அடித்தபோது என் தந்தையின் உள்ளப் புயலும் வேகத்தை அடைந்தது. இரவு முழுவதும் அவர் தூங்கவே இல்லை; என்னையும் தூங்கவிடவில்லை. பழைய கதைகளையெல்லாம் மறுபடி சொன்னார். 'கடலில் விழுந்து இறந்த அந்தப் பழிகாரிதான் இப்போது என் பேரில் பழி வாங்குகிறாள். அவள்தான் என் அருள்மொழியைக் கடலில் மூழ்க அடித்துக் கொன்று விட்டாள்! கரிகாலனையும் அவள் பழி வாங்காமல் விடமாட்டாள்!' என்று அடிக்கடி அலறினார். 'என் ஒரு மகனாவது உயிரோடிருக்கும்போது என்னைக் கொண்டு போக மாட்டாயா, யமனே!' என்று கதறினார். அவருக்கு எவ்வளவோ நான் சமாதானம் சொல்லியும் கேட்கவில்லை. அதன் பேரிலேதான் நாகைப்பட்டினம் புத்த விஹாரத்தில் அருள்மொழிவர்மன் பத்திரமாயிருப்பதைப் பற்றி அவரிடம் சொல்ல வேண்டி நேர்ந்தது..."

"அதற்குப் பிறகு சக்கரவர்த்தி சிறிது ஆறுதல் அடைந்தாரா?"

"அதுதான் இல்லை; அதன் பிறகு சித்தப்பிரமை இன்னும் அதிகமாகிவிட்டது! முதலில் அச்செய்தியை அவர் நம்பவே இல்லை. ஆனால் நேரில் பார்த்துவிட்டு வந்தேன் என்று சொன்ன பிறகு நம்பினார். ஏன் அவனை அழைத்துக் கொண்டு வரவில்லை என்று கேட்டார். குளிர் சுரத்துக்குப் பிறகு பிரயாணத்துக்கு வேண்டிய உடல் பலம் வரவில்லை என்றும், விரைவில் அழைத்துக் கொண்டு வர ஏற்பாடு செய்வதாகவும் கூறினேன். ஆனால் அவனை இப்போது இங்கு அழைத்து வருவதால் ராஜ்யத்தில் ஏற்படக் கூடிய குழப்பத்தைப் பற்றியும் லேசாகச் சொன்னேன். இதைக் கேட்டதும் அவருடைய மனப் போக்கு வேறு விதமாகத் திரும்பி விட்டது. 'இந்த இராஜ்யந்தான் என் பிள்ளைகளுக்கு யமனாக ஏற்பட்டிருக்கிறது. ராஜ்யம் அவர்களுக்கு இல்லையென்று தீர்ந்தால் என் புதல்வர்கள் உயிரோடு சுகமாயிருப்பார்கள். அதற்காகத்தான் அவர்களை இங்கு அழைத்து வர இவ்வளவு அவசரப்படுகிறேன்!' என்றார். திடீரென்று இன்னொரு பீதி அவர் மனத்தில் குடிகொண்டது. உக்கிரமான புயல் காற்றினால் நேற்றிரவு அரண்மனையெல்லாம் கிடுகிடுத்துப் போயிற்று. ஒரு தடவை பேரிடி இடித்து ஓய்ந்ததும் என் தந்தை வெறி கொண்டு விட்டார். 'மகளே! அருள்மொழியை இனி நான் பார்க்கப் போவதில்லை. கீழைக் கடலில் தோன்றும் புயல் காற்றுகளையும் சுழிக் காற்றுகளையும் பற்றி எனக்கு நன்றாய்த் தெரியும். இன்று அடிக்கும் புயலினால் கடற்கரையில் தென்னை மர உயரம் அலைகள் எழும்பும். உள்நாட்டில் வெகு தூரம் கடல் பொங்கிவந்து மூழ்க அடிக்கும். காவேரிப்பட்டினத்தை அன்று ஒருநாள் கடல் கொண்டது போல் நாகைப்பட்டினத்தையும் கொண்டு போனாலும் போய்விடும். அதிலும் கடற்கரைக்கும் கால்வாய்க்கும் மத்தியில் உள்ள புத்த விஹாரம் ஒரு நாளும் தப்பிப் பிழைக்காது. அந்தப் பழிகாரி கரையர் மகள் கடலில் என் மகனைக் கொண்டு போக முடியவில்லை. அதற்குப் பதிலாக கரையிலேயே வந்து என் மகனைக் கொல்லப் போகிறாள்! நான் போய் இதோ அவளைத் தடுத்து என் மகனைக் காப்பாற்றப் போகிறேன்' என்று கதறிக் கொண்டு எழுந்திருக்க முயன்றார். அந்த முயற்சியில் தளர்ச்சியுற்றுப் படுக்கையில் விழுந்தார். ஐயா! அப்போது என் தந்தை விம்மி அழுத குரலைக் கேட்டால் கல்லும் மலையும் உருகிவிடும்!" என்றாள் இளையபிராட்டி. அவளுடைய கண்களில் அப்போது தாரை தாரையாகக் கண்ணீர் வழிந்து கொண்டிருந்தது.

❉ ❉ ❉ ❉

இருபத்தாறாம் அத்தியாயம்

வீதியில் குழப்பம்

குந்தவை கண்ணீர் விடுவதைப் பார்த்துவிட்டு, வானதியும் விம்மத் தொடங்கினாள். உலகத்தில் எத்தனையோ இன்ப துன்பங்களைப் பார்த்தவரான அநிருத்தப் பிரம்மராயரின் இரும்பு நெஞ்சமும் இளகியது.

"தாயே! சக்கரவர்த்தி இப்போது படும் கஷ்டங்களுக்கெல்லாம் காரணமானவன் இந்தப் பாவிதான். என்ன பிராயச்சித்தம் செய்து அந்தப் பாவத்தைத் தீர்த்துக் கொள்ளப் போகிறேனோ தெரியவில்லை!" என்றார்.

"ஐயா! தங்களுக்குத் தெரியாதது ஒன்றுமில்லை; ஆயினும் எனக்குத் தெரிந்ததைச் சொல்லுகிறேன். அந்தக் கரையர் மகள் இறந்துவிடவில்லை. உயிரோடிருக்கிறாள் என்பதைத் தந்தைக்குத் தெரிவித்துவிட்டால் அவருடைய துன்பம் தீர்ந்து மன அமைதி ஏற்பட்டு விடும். அதைச் சொல்வதற்காகவே தங்களிடம் வந்தேன். எப்படியாவது என் பெரியன்னையை அழைத்து வர ஏற்பாடு செய்யுங்கள் என்று கேட்டுக் கொள்ள வந்தேன். ஆனால் தாங்களே அதற்குப் பிரயத்தனம் செய்திருக்கிறீர்கள்!" என்றாள் இளையபிராட்டி.

"ஆம், அம்மா! நானும் அத்தகைய முடிவுக்குத்தான் வந்திருந்தேன். மந்தாகினிதேவி உயிரோடிருக்கும் விவரத்தைச் சக்கரவர்த்தியிடம் தெரிவித்துவிடத் தீர்மானித்து விட்டேன். ஆனால் வெறுமனே சொன்னால் அவர் நம்ப மாட்டார். முன்னே நான் கூறியது பொய், இப்போது சொல்வதுதான் உண்மை என்று எவ்விதம் அவரை நம்பச் செய்வது? அதற்காகவே அந்தத் தேவியை இங்கே அழைத்து வரச் செய்த பிறகு சொல்ல எண்ணினேன். நேரிலே பார்த்தால் நம்பியே தீரவேண்டும் அல்லவா? அதற்காகவே முக்கியமாக இலங்கைத் தீவுக்குச் சென்றிருந்தேன். ஆனால் தங்கள் தம்பியோடும் பெரிய வேளாரோடும் சதி செய்வதற்காக நான் ஈழ நாட்டுக்குப் போனேன் என்று பழுவேட்டரையர்கள் சக்கரவர்த்தியிடம் சொல்லியிருக்கிறார்கள். அது இல்லை என்று நிரூபிப்பதற்காகவேனும் மந்தாகினி தேவியைத் தங்கள் தந்தையின் முன்னால் கொண்டு போய் நிறுத்தப் போகிறேன்" என்றார் அநிருத்தர்.

"ஐயா! அந்த மாதிரி திடீரென்று கொண்டு போய் நிறுத்தினால் தந்தைக்கு ஏதேனும் தீங்கு நேரிட்டாலும் நேரிடலாம். முன்னால் தெரிவித்து விட்டுத்தான் அவர்களைப் பார்க்கச் செய்யவேண்டும்!" என்றாள் இளையபிராட்டி.

"ஆம், ஆம் அவ்வாறுதான் செய்ய உத்தேசித்திருக்கிறேன். இந்த வீட்டுக்கு மந்தாகினி தேவி வந்து சேர்ந்ததும் போய்ச் சொல்லலாம் என்று நினைத்தேன். இன்று காலை அரண்மனைக்கு வரவே எண்ணியிருந்தேன். அதற்குள் தியாகவிடங்கரின் மகள் நடுவில் தலையிட்டு எனக்கு ஏமாற்றத்தை அளித்து விட்டாள். அந்தப் பொல்லாத பெண்ணுக்கு ஒருநாள் தகுந்த தண்டனை விதிப்பேன்!" என்றார் முதன்மந்திரி.

"ஐயோ! அப்படி ஒன்றும் செய்யாதீர்கள் அவள் நல்ல பெண்ணோ, பொல்லாத பெண்ணோ, நான் அறியேன். ஆனால் அருள்மொழியைக் கடலில் முழுகிப் போகாமல் காப்பாற்றியவள் பூங்குழலிதான் அல்லவா?"

"கடவுள் காப்பாற்றினார் என்று சொல்லுங்கள், தாயே! பாற்கடலில் பள்ளிகொண்ட பகவான் காப்பாற்றினார். அவருடைய அருள் இல்லாவிட்டால், இந்தச் சிறு பெண்ணால் என்ன செய்துவிட முடியும்? ஜோதிட சாஸ்திரம் உண்மையானால், கிரகங்கள், நட்சத்திரங்களின் சஞ்சார பலன்கள் மெய்யானால், இளவரசரைக் கடலும் தீயும் புயலும் பூகம்பமும்கூட ஒன்றும் செய்ய முடியாது..."

"இறைவன் அருளின்றி எதுவும் நடவாதுதான். ஆனால் இறைவனுடைய சக்தியும் மனிதர்கள் மூலமாகத் தானே இயங்க வேண்டும்? பூங்குழலியை மறுபடியும் நாகைப்பட்டினத்துக்கு அனுப்ப எண்ணியிருக்கிறேன், ஐயா!

அல்லது, தாங்கள் வேறுவிதமாக எண்ணினால் – பகிரங்கமாகவே அருள்மொழியை இங்கு வரச் செய்யலாம் என்று கருதினால்..."

"இல்லை, தாயே! இல்லை! சிம்மாசனம் யாருக்கு என்பது நிச்சயமாகும் வரைக்கும் அருள்மொழிவர்மனைப் பற்றி மக்கள் அறிந்துகொள்ளாமலிருப்பதே நல்லது. தங்கள் தந்தையை இன்று முடிவாகக் கேட்டுவிட எண்ணியிருக்கிறேன். மதுராந்தகருக்குப் பட்டம் கட்டுவதாயிருந்தால், தங்கள் தம்பியை மறுபடியும் ஈழ நாட்டுக்குத் திருப்பி அனுப்பி விடுவது நல்லது. அருள்மொழிவர்மர் இங்கு இருக்கும்போது மதுராந்தகருக்கு மகுடம் சூட்டச் சோழ நாட்டு மக்கள் ஒருநாளும் உடன்படமாட்டார்கள். சோழ நாடு பெரும் ரணகளமாகும்; சோழ நாட்டின் நதிகளில் எல்லாம் ரத்த வெள்ளம் பெருகி ஓடும்..."

"ஐயா! அப்படியானால் பூங்குழலியையும், சேந்தன் அமுதனையும் மறுபடி நாகைப்பட்டினத்துக்கு அனுப்புவதே நல்லதல்லவா?"

"அதுதான் நல்லது. சக்கரவர்த்தி விரும்பினால் ஒரு முறை அருள்மொழிவர்மர் ரகசியமாகத் தஞ்சைக்கு வந்துவிட்டுத் திரும்பிப் போகலாம்!"

"ஆம், ஆம்! மந்தாகினி தேவியும் அருள்மொழியும் உயிரோடிருக்கிறார்கள் என்பதை ஒருமுறை கண்ணால் பார்த்துத் தெரிந்து கொண்டால்தான் சக்கரவர்த்தியின் உள்ளம் அமைதி அடையும்."

"பெரிய இளவரசரைப் பற்றித் தங்கள் தந்தைக்கு எவ்விதக் கவலையும் இல்லை அல்லவா?"

"இல்லவே இல்லை; ஆதித்த கரிகாலனுக்கு அபாயம் விளைவிக்கக் கூடியவர்கள் இந்த உலகத்திலேயே இல்லை என்று சக்கரவர்த்தி நம்பியிருக்கிறார். தாங்கள் என்ன நினைக்கிறீர்கள் ஐயா?"

"எனக்கு என்னமோ அவ்வளவு நம்பிக்கை இல்லை. போர்க்களத்தில் பெரிய இளவரசர் அசகாய சூரர்தான், ஆனால் மற்ற இடங்களில் அவரை ஏமாற்றுவதும் வஞ்சிப்பதும் கஷ்டமல்ல. பழுவேட்டரையர்கள் அவரை விரோதிக்கிறார்கள். பழுவூர் இளையராணி அவருக்கு எதிராக ஏதோ பயங்கரமான ரகசியச் சூழ்ச்சி செய்து வருகிறாள். இந்த இரண்டு செய்திகளையும் கரிகாலருக்கு என் சீடன் மூலம் சொல்லி அனுப்பினேன். ஆயினும் பலன் இல்லை; தஞ்சாவூருக்கு எவ்வளவு சொல்லியும் வர மறுத்தவர் கடம்பூர் சம்புவரையர் மாளிகைக்குப் போயிருக்கிறார்..."

"ஐயா! பழுவூர் இளையராணி எங்கள் சகோதரியாயிருக்கக் கூடும் என்று நான் என் தமையனுக்குச் செய்தி அனுப்பியிருக்கிறேன். அருகிலிருந்து காப்பாற்றும்படியும் வாணர் குலத்து வீரருக்குச் சொல்லி அனுப்பினேன். ஆகா! வல்லவரையர் மட்டும் இப்போது இங்கே இருந்திருந்தால், நாகைப்பட்டினத்துக்கு அனுப்பியிருக்கலாம்..."

"அந்தப் பிள்ளை ஏதாவது சங்கடத்தில் அகப்பட்டுக் கொள்ளாமலிருப்பதற்கு நானும் என் சீடனை அனுப்பி இருப்பேன். இப்போதுகூடத் தாங்கள் பூங்குழலியை அனுப்பினால் பின்னோடு திருமலையையும் அனுப்ப உத்தேசிக்கிறேன்."

"போனவர்கள் இன்னும் வந்து சேரவில்லையே? என் பெரியன்னை வந்துவிட்டால், என் நெஞ்சிலிருந்து முக்கால்வாசி பாரம் இறங்கிவிடும் ஐயா! அவர் வந்தவுடனே, தாங்கள் என் தந்தையைச் சந்தித்துச் சொல்லி விடுவீர்கள் அல்லவா? நான் என் அன்னையிடம் ஆதியிலிருந்து எல்லாக் கதையையும் சொல்லியாக வேண்டும்..."

"ஆகா! மலையமான் மகளுக்குத்தான் எத்தனை மனத்துன்பங்கள்! அதோடு, திருக்கோவலூர்க் கிழவனுக்கு இதெல்லாம் தெரியும்போது அவன் என்ன செய்யப் போகிறானோ? தன் பேரப் பிள்ளைகளுக்குப் பட்டம் இல்லை என்று தெரிந்தால், இந்த நாட்டையே அழித்து விடுவேன் என்று ஒருவேளை மலையமான் கிளம்பக்கூடும்..."

"என் பாட்டனாரைச் சரிக்கட்டும் வேலையை என்னிடம் விட்டு விடுங்கள். இந்தப் பெண் வானதி இருக்கிறாளே, இவளுடைய பெரிய தகப்பனாரைப் பற்றித்தான் எனக்கு கவலையாயிருக்கிறது. கொடும்பாளூர்ப் பெண், சோழ சிங்காதனத்தில் ஒருநாள் வீற்றிருக்கப் போகிறாள் என்று அவர் ஆசை கொண்டிருக்கிறாராம். இந்தப் பெண்ணின் மனதிலே கூட அந்த ஆசை இருக்கிறது..."

வானதி இப்போது குறுக்கிட்டு ஆத்திரம் நிறைந்த குரலில் "அக்கா!..." என்றாள்.

அந்தச் சமயத்தில், வானதி மேலே பேசுவதற்குள், பூங்குழலி உள்ளே பிரவேசித்தாள். அவள் தனியாக வந்தது கண்டு மூன்று பேரும் சிறிது துணுக்குற்றார்கள்.

"கரையர் மகளே! உன் அத்தை எங்கே? திருமலை எங்கே?" என்று முதன்மந்திரி பரபரப்புடன் கேட்டார்.

"ஐயா! என் கர்வம் பங்கமுற்றது; நான் சொல்லிப் போனபடி அத்தையை இங்கு கொண்டு வந்து சேர்க்க முடியவில்லை."

"நீங்கள் போவதற்குள்ளேயே காணோமா? அல்லது வருவதற்கு மறுத்து விட்டாளா? அப்படியானால்..."

"இல்லை ஐயா! கோட்டைக்குள்ளே அழைத்துக் கொண்டு வந்துவிட்டோம். அதற்குப் பிறகுதான் ஜனக் கூட்டத்திலே அகப்பட்டு அத்தை காணாமற் போய்விட்டார்!" என்றாள் பூங்குழலி. பின்னர் அச்சம்பவம் பற்றிய பின்வரும் விவரங்களைக் கூறினாள்—

மந்தாகினிதேவி நல்ல வேளையாகச் சேந்தன் அமுதன் வீட்டிலேயேதான் இருந்தாள். அவள் அங்கேயே இருக்கும்படியான காரணங்கள் நேர்ந்திருந்தன. நேற்றிரவு அடித்த புயலில் அமுதனுடைய வீடு சின்னாபின்னமடைந்திருந்தது. தோட்டத்திலிருந்த மரம் ஒன்று வீட்டுக் கூரை மேலேயே விழுந்திருந்தது. சேந்தன் அமுதனோ முதலாவது நாளிரவு மழையில் நனைந்த காரணத்தினால் கடும் சுரம் வந்து படுத்துப் பிதற்றிக் கொண்டிருந்தான். இரண்டு சகோதரிகளும் விழுந்த மரங்களை அகற்றி வீட்டைச் சரிப்படுத்தும் முயற்சியில் ஈடுபட்டிருந்தார்கள். பூங்குழலியைக் கண்டதும் மந்தாகினி மகிழ்ச்சி அடைந்தாள். திருமலையைக் கண்டு கொஞ்சம் தயங்கினாள். அவன் நம்மைச் சேர்ந்தவன் என்று பூங்குழலி கூறிய பிறகு தைரியம் அடைந்தாள். வழியில் பூங்குழலியும் திருமலையும் ஊமை ராணியிடம் என்ன சொல்லுவது, எவ்வாறு சொன்னால் அவள் தயங்காமல் தங்களுடன் வருவாள் என்று பேசி முடிவு செய்திருந்தார்கள். அந்தப்படியே பூங்குழலி அவள் அத்தையிடம் கூறினாள். சக்கரவர்த்தி நோய்ப்பட்டுப் படுத்த படுக்கையாயிருப்பதாகவும், எந்த நேரத்திலும் இந்த மண்ணுலகை விட்டுப் போய்விடலாமென்றும், அவருடைய மூச்சுப் பிரிவதற்கு முன்னால் ஊமை ராணியை ஒரு தடவை பார்க்க ஆசைப்படுகிறார் என்றும், ஊமை ராணியை அவர் இத்தனை காலமாகியும் மறக்கவில்லையென்றும், அவளைப் பார்த்தால் ஒருவேளை அவர் புதிய பலம் பெற்று இன்னும் சில காலம் உயிர் வாழக்கூடும் என்றும் சமிக்ஞை பாஷையில் தெரியப்படுத்தினாள். அதற்காகவே தான் முதன்மந்திரி அநிருத்தப்பிரம்மராயர் அவளை எப்படியாவது பிடித்து வர ஆட்களை அனுப்பியதாகவும் முதன்மந்திரியின் அரண்மனையிலேதான் முதல் நாளிரவு தான் தங்கியிருந்ததாகவும் கூறினாள். சக்கரவர்த்தியின் அருமைப் புதல்வி குந்தவை தேவி ஊமை ராணியைத் தன் தந்தையிடம் அழைத்துப் போவதற்காக முதன்மந்திரி வீட்டில் காத்திருப்பதாகவும் தெரியப்படுத்தினாள். இதையெல்லாம் ஒருவாறு தெரிந்து கொண்ட பிறகு மந்தாகினி பூங்குழலியுடனும் திருமலையுடனும் புறப்பட்டு வர இசைந்தாள். கோட்டை வாசலுக்கு அவர்கள் வந்து சேர்ந்தபோது, சக்கரவர்த்தியின் வேளக்காரப் படையினர், கோட்டைக்குள் பிரவேசித்துக் கொண்டிருந்தார்கள். அவர்கள் போகட்டும் என்று மூன்று பேரும் ஒதுங்கி நின்றார்கள். வேளக்காரப் படையை மந்தாகினி கண்கொட்டாத ஆர்வத்துடன் பார்த்துக் கொண்டிருந்தாள். வேளக்காரப் படையைத் தொடர்ந்து ஒரு பெருங்கூட்டம் கோட்டைக்குள்ளே பிரவேசித்தது. அவர்களைத் தடுத்து நிறுத்தவும் கோட்டைக் கதவுகளைச் சாத்தவும் காவலர்கள் செய்த முயற்சி பலிக்கவில்லை. "இந்தக் கூட்டத்தோடு நாம் போக வேண்டாம்;

முதன்மந்திரி அரண்மனைக்குப் போகப் பிரத்தியேகமான சுரங்க வழி இருக்கிறது; அதன் வழியாகப் போகலாம்" என்றான் திருமலை. இதைப் பற்றி பூங்குழலி அவளுடைய அத்தைக்குச் சொல்லப் பிரயத்தனப்பட்டாள். ஊமை ராணி அதைக் கவனியாமல் கோட்டைக்குள் போகும் கூட்டத்தோடு சேர்ந்து போகத் தொடங்கினாள். திருமலையும் பூங்குழலியும் பின்னோடு சென்றார்கள். கோட்டைக்குள் பிரவேசித்த பிறகும், திருமலை வேறு தனி வழியாகப் போகலாம் என்று சொன்னதைப் பூங்குழலியின் அத்தை பொருட்படுத்தவில்லை. கூட்டத்துடன் கலந்தே சென்றாள். கூட்டத்தைப் பார்த்து பயப்படும் சுபாவம் உடையவள் இம்மாதிரி செய்வதைக் கண்டு மற்ற இருவருக்கும் வியப்பாயிருந்தது. கொஞ்ச தூரம் போன பிறகு கூட்டத்தில் சிலர் மந்தாகினியைக் குறிப்பாகக் கவனிக்க ஆரம்பித்தார்கள். "இந்த அம்மாளைப் பார்த்தால் பழுவூர் இளையராணியின் ஜாடையாக இல்லையா?" என்று ஒருவருக்கொருவர் பேசிக்கொள்ள ஆரம்பித்தார்கள். திருமலைக்கும் பூங்குழலிக்கும் இது கவலையை அளித்தது. அவர்கள் மந்தாகினிக்கு முன்னால் போய் நின்று தடுத்து நிறுத்த முயன்றார்கள். இதற்குள் ஆழ்வார்க்கடியானைப் பார்த்தவர்கள் சிலர் "இவன், யாரடா வைஷ்ணவன்? பெண் பிள்ளையைத் தொந்தரவு படுத்துகிறான்?" என்றார்கள். இந்த வார்த்தைகள் காதில் விழுந்து வேளக்காரப் படையில் முன்னால் போனவர்கள் திரும்பி வந்தார்கள். ஊமை ராணியைச் சூழ்ந்து கொண்டு மற்றவர்களை அப்புறப்படுத்தினார்கள். அந்த நெருக்கடியில் திருமலையும் பூங்குழலியும் கூட அப்பால் தள்ளப்பட்டு விலகிப் போக நேர்ந்தது.

வேளக்காரப் படையில் ஒருவன் மந்தாகினி தேவியிடம், "அம்மா! நீ யார்? உன்னை யார் தொந்தரவு செய்தார்கள், சொல்! அவனை இங்கேயே தூக்கிலே போட்டு விடுகிறோம்!" என்று கேட்டான். ஊமை ராணி மறுமொழி சொல்லாமல் நின்றாள்.

இன்னும் சிலர் கேட்டதற்கும் அவள் பதில் சொல்லவில்லை. இதற்குள் ஒருவன் "இவளைப் பார்த்தால் பழுவூர் ராணி ஜாடையாக இல்லையா?" என்றான்.

இன்னொருவன், "அப்படித்தான் இருக்க வேண்டும். அதனாலேதான் இவ்வளவு கர்வமாயிருக்கிறாள்!" என்றான்.

"பழுவூர்க் கூட்டமே கர்வம் பிடித்த கூட்டம்!" என்றான் மற்றொருவன்.

இந்த நிகழ்ச்சிகள் சின்னப் பழுவேட்டரையரின் அரண்மனைக்குச் சமீபத்தில் நிகழ்ந்தன. ஆகையால் என்ன சச்சரவு என்று தெரிந்து கொள்வதற்காகப் பழுவூர் வீரர்கள் சிலர் அங்கே வந்தார்கள். "பழுவூர்க் கூட்டமே கர்வம் பிடித்த கூட்டம்" என்று வேளக்கார வீரன் ஒருவன் கூறியது அவர்கள் காதில் விழுந்தது.

"யாரடா பழுவூர்க் கூட்டத்தைப் பற்றி நிந்தனை செய்கிறவன்? இங்கே முன்னால் வரட்டும்" என்றான் பழுவூர் வீரன் ஒருவன்.

"நான்தானடா சொன்னேன்! என்னடா செய்வாய்!" என்று வேளக்கார வீரன் முன் வந்தான்.

"நீங்கள்தானடா கர்வம் பிடித்தவர்கள். உங்கள் கர்வம் பங்கமடையும் காலம் நெருங்கிவிட்டது!" என்றான் பழுவூர் வீரன்.

"ஆகா! எங்கள் இளவரசரைக் கடலில் மூழ்கடித்து விட்டதனால் இப்படிப் பேசுகிறாயா? உங்களைப் போன்ற பாதகர்கள் இருப்பதாலேதான் புயல் அடித்து ஊரெல்லாம் பாழாகி விட்டது!" என்றான் கூட்டத்தில் ஒருவன்.

பழுவூர் வீரன் " என்னடா சொன்னாய்?" என்று அவனைத் தாக்கப் போனான். வேளக்கார வீரன் அவனைத் தடுத்தான் பின்னர் கூட்டத்தில் கைகலப்பும் குழப்பமும் கூச்சலும் எழுந்தன.

"பழுவூர் வள்ளல்கள் வாழ்க!" என்று சிலரும், "மூன்று உலகம் உடைய சுந்தர சோழச் சக்கரவர்த்தி வாழ்க!" என்று சிலரும் கோஷமிட்டார்கள். "கொடும்பாளூர் வேளார் வாழ்க!" "திருக்கோவலூர் மலையமான் வாழ்க!" என்ற குரல்களும் எழுந்தன.

அச்சமயத்தில் சின்னப் பழுவேட்டரையரே குதிரை மீது ஆரோகணித்து அங்கு வந்து சேர்ந்தார். அவரைக் கண்டதும் சண்டை நின்றது. ஜனங்களும் கலைந்து நாலாபுறமும் சிதறி ஓடினார்கள். வேளக்காரப் படையினர் முன்னால் சென்றார்கள். பழுவூர் வீரர்கள் காலாந்தககண்டரைச் சூழ்ந்து கொண்டு நடந்ததைத் தெரிவித்தார்கள். பூங்குழலியும் ஆழ்வார்க்கடியானும் வீதி ஓரத்தில் ஒதுங்கினார்கள். சுற்று முற்றும் கூர்ந்து கவனித்தார்கள். மந்தாகினியைக் காணவில்லை.

"ஐயோ! இது என்ன? இப்படி நேர்ந்துவிட்டதே! தலைநகரில் அரசாட்சி அழகாக நடக்கிறது! அத்தையை எப்படிக் கண்டுபிடிப்பது? ஏதாவது கெடுதல் நேர்ந்திருக்குமோ? யாரேனும் பிடித்துக் கொண்டு போயிருப்பார்களோ?" என்று பூங்குழலி கவலைப்பட்டாள். காலாந்தககண்டரும் பழுவூர் வீரர்களும் போன பிறகு நாலாபுறமும் தேடிப் பார்த்தார்கள்; மந்தாகினியைக் காணவில்லை. திருமலை, "நான் இன்னும் சிறிது நேரம் தேடிப் பார்க்கிறேன். நீ சீக்கிரம் சென்று முதன்மந்திரியிடமும் இளையபிராட்டியிடமும் சொல்லு; நாம் இரண்டு பேர் மட்டும் தேடினால் போதாது. முதன்மந்திரியும் இளையபிராட்டியும் ஏதேனும் ஏற்பாடு செய்வார்கள்" என்றான். பூங்குழலி போவதற்குத் தயங்கினாள். மறுபடியும் ஆழ்வார்க்கடியான், "நான் சொல்வதைக் கேள். உன் அத்தைக்கு ஒன்றும் நேர்ந்திருக்க முடியாது. ஜனக் கூட்டத்தில் யாரோ தெரிந்த மனிதன் ஒருவனை உன் அத்தை பார்த்திருக்கிறாள். அவள் ஒரு திக்கையே கவனமாக நோக்கியதிலிருந்து ஊகிக்கிறேன். அதனாலேதான் கூட்டத்தோடு சேர்ந்து வந்தாள். இப்போதும் அவனைத் தொடந்துதான் போயிருக்கிறாள் என்று தோன்றுகிறது. எப்படியும் கண்டு பிடித்துவிடலாம்; நீ போய் முதன்மந்திரியிடம் சொல்லு!" என்றான். பூங்குழலி முதன்மந்திரியின் அரண்மனைக்கு வந்து சேர்ந்தாள்...

இதையெல்லாம் கேட்ட குந்தவை பெரிதும் கவலை அடைந்தாள். அநிருத்தர் அவ்வளவு கவலை கொண்டதாகத் தெரியவில்லை. "பார்த்தீர்களா, இளவரசி! கலகப் பிசாசு எப்போது சந்தர்ப்பம் கிட்டும் என்று காத்துக் கொண்டிருப்பதை அறிந்து கொண்டீர்களா? அருள்மொழிவர்மர் உயிரோடிருக்கிறார் என்று தெரியவேண்டியதுதான். ராஜ்யமெங்கும் தீ மூண்டுவிடும்!" என்றார்.

"தாங்கள் முதன்மந்திரியாயிருக்கும் வரையில் அப்படி ஒன்றும் நேராது. இப்போது, என் பெரியன்னையைப் பற்றிச் சொல்லுங்கள். நான் பயந்தது போலவே ஆகிவிடும் போலிருக்கிறதே! அவரை எப்படிக் கண்டுபிடிப்பது?" என்று கேட்டாள்.

"அந்தக் கவலை தங்களுக்கு வேண்டாம்; கோட்டைக்குள் வந்து விட்டபடியால் இனி நான் அறியாமல் வெளியில் போக முடியாது. அதற்குத் தக்க ஏற்பாடு செய்துவிடுகிறேன்; தேடவும் ஏற்பாடு செய்கிறேன். இனி, சக்கரவர்த்தியைப் பார்க்காமல் மந்தாகினி தேவி இவ்விடம் விட்டுப் போகவும் மாட்டாள்!" என்றார்.

❈ ❈ ❈ ❈

இருபத்தேழாம் அத்தியாயம்

பொக்கிஷ நிலவறையில்

பூங்குழலி, மந்தாகினி தேவியை விட்டுப் பிரிந்த இடத்தில் நாம் இப்போது அந்த மாதரசியைத் தொடர்வது அவசியமாகிறது. அவள் கூட்டத்திலும் குழப்பத்திலும் மறைந்துவிட்ட காரணம் பற்றி ஆழ்வார்க்கடியான் கூறியது உண்மையேயாகும். வேளக்காரப் படையுடன் தொடர்ந்து கோட்டைக்குள் பிரவேசித்த கூட்டத்தில் மந்தாகினி, ரவிதாஸன் என்னும் சதிகாரனைப் பார்த்து விட்டாள். ஏதேனும் ஒரு புலன் குறைவாயுள்ளவர்களுக்கு மற்றப் புலன் நன்கு இயங்குவது இயல்பல்லவா? மந்தாகினிக்கோ காது கேளாது; வாய் பேசாது. அவ்வளவுக்கு அவளுடைய கண் பார்வை கூர்மையாயிருந்தது. ஆழ்வார்க்கடியானும், பூங்குழலியும் மந்தாகினி தேவியையே கவனித்துக் கொண்டிருந்தார்கள். ஆகையால் அவர்கள் கண்ணிற்குப் படாத ரவிதாஸன் மந்தாகினியின் பார்வைக்கு இலக்கானான்.

வரப் போகும் நன்மை தீமைகளை முன்னாலேயே அறிந்து கொள்ளக் கூடிய இயற்கையான உணர்ச்சி அறிவும் மந்தாகினிக்கு இருந்தது. ஆதலின் ரவிதாஸன் ஏதோ தீய காரியத்துக்காகவே இங்கே வந்திருக்கிறான் என்பதை அவள் உணர்ந்து கொண்டாள். ஏற்கெனவே ஈழ நாட்டில் அருள்மொழிவர்மனை ரவிதாஸன் கொல்ல முயன்றதையும் அவள் அறிந்திருந்தாள் அல்லவா! ஆதலின் கூட்டத்தோடு கூட்டமாகத் தஞ்சையின் வீதிகளில் சென்ற போது அவள் பார்வை ரவிதாஸனை விட்டு அகலவில்லை.

குழப்பத்தின் உச்சமான நிலையில் சின்னப் பழுவேட்டரையர் குதிரை மேலேறி வந்த சமயத்தில் ஜனக்கூட்டம் சடசடவென்று கலைந்ததல்லவா? அச்சமயம் ரவிதாஸனும் இன்னொரு மனிதனும் ஒரு சந்து வழியில் அவசரமாகப் புகுந்து செல்வதை மந்தாகினி பார்த்தாள். உடனே அந்தத் திசையைக் குறிவைத்து அவளும் வேகமாகச் சென்று, அதே சந்து வழியில் பிரவேசித்தாள்.

இது நிகழ்ந்த ஒரு நிமிட நேரத்தில், ஜனக்கூட்டத்தினால் மோதித் தள்ளப்பட்ட திருமலையும், பூங்குழலியும் மந்தாகினியைக் கவனிக்க முடியவில்லை. பிறகு பார்த்தால் அவளைக் காணவில்லை. மந்தாகினி சந்து வழியில் புகுந்து பிறகு இரண்டொரு தடவை திரும்பிப் பார்த்தாள். பூங்குழலியும் திருமலையும் வருகிறார்களோ என்று. அவர்களைக் காணவில்லை. ஆனாலும் ரவிதாஸனைத் தொடர்வதே, முக்கியமான காரியம் என்று எண்ணிச் சென்றாள். இந்த வரலாற்றின் ஆரம்பத்தில் வந்தியத்தேவன் காலாந்தககண்டரின் ஆட்களிடமிருந்து தப்பிச் சென்ற வழியிலேயே ரவிதாஸனும் அவனுடைய தோழனும் சென்றார்கள். ரவிதாஸனுடைய தோழனையும் முன்னம் நாம் சந்தித்திருக்கிறோம். திருப்புறம்பியம் பள்ளிப்படையிலே நள்ளிரவு சதிக் கூட்டத்திலே நாம் பார்த்த சோமன் சாம்பவன் என்பவன் தான் அவன்.

அவ்விருவரும் அதி வேகமாகச் சந்து பொந்துகளில் புகுந்து சென்றார்கள். ஆங்காங்கு விழுந்து கிடந்த மரங்களைப் பொருட்படுத்தாமல் தாண்டிக் குதித்துச் சென்றார்கள். மழைத் தண்ணீர் தேங்கியதால் ஏற்பட்டிருந்த சேற்றுக் குட்டைகளையும் கவனியாமல் சென்றார்கள். இன்னமும் இலேசாகக் காற்று அடித்துக் கொண்டிருந்தபடியால் மரக்கிளைகள் அசைந்தாடிக் கொண்டிருந்தன. கிளைகளிலிருந்து அவ்வப்போது தண்ணீர்த் துளிகள் சலசலவென்று விழுந்தன. தங்களை யாரும் பின் தொடர்வார்கள் என்ற எண்ணமே அவர்களுக்கு லவலேசமும் இல்லை. ஆகையால் அவர்கள் திரும்பிப் பாராமலே விரைந்து சென்றார்கள். திரும்பிப் பார்த்திருந்தாலும் மந்தாகினி தேவியை அவர்கள் பார்த்திருக்க முடியாது.

கடைசியில், அவர்களுடைய துரிதப் பிரயாணம் பெரிய பழுவேட்டரையருடைய அரண்மனைத் தோட்டத்தின் பின் மதில் ஓரத்தில் வந்து நின்றது. புயலினால் வேருடன் பறிக்கப்பட்ட மரம் ஒன்று அந்த மதில் மேலே விழுந்து முறிந்து கிடந்தது. ரவிதாஸனும் சோமன் சாம்பவனும் அந்த மரத்தின் மீது எளிதில் ஏறி மதிலைக் கடந்து அப்பால்

தோட்டத்தில் குதித்தார்கள். அவர்கள் குதிப்பதைப் பார்த்த மந்தாகினி தேவியும் சிறிது நேரத்துக்கெல்லாம் அதே மரத்தின் மீது ஏறி அப்பாலிருந்த தோட்டத்தில் இறங்கினாள்.

ரவிதாஸன், சோமன் சாம்பவனைச் சற்று தூரத்திலேயே நிறுத்தி விட்டுப் பெரிய பழுவேட்டரையரின் அரண்மனையை அணுகினான். பெரிய பழுவேட்டரையரும் பழுவூர் இளைய ராணியும் இல்லாதபடியால் அரண்மனை சூன்யமாகக் காணப்பட்டது. எனினும் பெண்களின் பேச்சுக் குரல் மட்டும் கேட்டது.

ஒருமுறை இரண்டு தாதிப் பெண்கள் அந்த மாளிகையின் பின் முகப்புக்கு வந்தார்கள். தோட்டத்து மரங்கள் பல முறிந்து விழுந்து கிடந்ததைப் பார்த்தார்கள். "ஆகா! அனுமார் அழித்த அசோக வனம் மாதிரியல்லவா இருக்கிறது?" என்றாள் ஒருத்தி.

"நம்முடைய சீதா தேவி இங்கே இச்சமயம் இருந்திருந்தால், ரொம்ப மனவேதனைப் பட்டிருப்பாள்!" என்றாள் இன்னொருத்தி.

சற்று நேரம் இவ்விதம் பேசிக் கொண்டிருந்துவிட்டு அவர்கள் திரும்ப உள்ளே செல்லும் சமயத்தில் ரவிதாஸன் வாயைக் குவித்துக் கொண்டு ஆந்தைக் குரல் போன்ற ஒலி உண்டாக்கினான். தாதிப் பெண்கள் இருவரும் திரும்பிப் பார்த்தார்கள். ரவிதாஸன் நன்றாக மறைந்து கொண்டிருந்தான். தாதிகளில் ஒருத்தி "பாரடி! பட்டப் பகலில் கோட்டான் கத்துகிறது! நேற்று அடித்த புயலில் ஆந்தைக்கும் புத்தி சிதறிவிட்டது!" என்றாள். இன்னொருத்தி ஒன்றும் சொல்லவில்லை.

சற்று நேரத்துக்கெல்லாம் மறுமொழி சொல்லாமல் சென்றவள் திரும்பி வந்தாள். பழுவூர் அரண்மனைக்கும் பொக்கிஷ நிலவறைக்கும் நடுவில் இருந்த வஸந்த மண்டபத்துக்கு வந்து சேர்ந்தாள். இந்த மண்டபத்திலேதான் வந்தியத்தேவன் பழுவூர் ராணியைச் சந்தித்தான் என்பது வாசகர்களுக்கு நினைவிருக்கலாம். அந்தத் தோழிப் பெண் தோட்டத்தை உற்றுப் பார்த்தாள். மறுபடியும் ஆந்தையின் குரல் கேட்டது. குரல் வந்த இடத்தை நோக்கி அந்தப் பெண் நடந்து வந்தாள். மரத்தின் மறைவிலிருந்து ரவிதாஸனும் முன்னால் வந்தான். காந்த சக்தி கொண்ட கண்களால் அவளை விழித்துப் பார்த்தாள்.

"மந்திரவாதி, வந்துவிட்டாயா? இளைய ராணி கூட இங்கே இல்லையே? எதற்காக வந்தாய்?" என்று கேட்டாள்.

"பெண்ணே, இளையராணி அனுப்பித்தான் வந்திருக்கிறேன்!" என்றான் ரவிதாஸன்.

"போன இடத்திலும் ராணியை நீ விடவில்லையா? இங்கே எதற்காக வந்தாய்? யாருக்காவது தெரிந்தால்..."

"தெரிந்தால் என்ன முழுகிவிடும்?"

"அப்படிச் சொல்லாதே! சின்னப் பழுவேட்டரையர் எங்கள் பேரில் சந்தேகம் கொண்டிருக்கிறார். என்னை அழைத்து ஒருநாள் கடுமையாக எச்சரித்தார். மறுபடியும் மந்திரவாதி வந்தால் தம்மிடம் வந்து சொல்லவேண்டும் என்று கட்டளை இட்டிருக்கிறார்..."

"அவன் கெட்டான், போ! அவர்களுடைய காலமெல்லாம் நெருங்கிவிட்டது! நீ ஒன்றும் கவலைப்படாதே! நிலவறையின் சாவி வேண்டும் சீக்கிரம் கொண்டு வந்து கொடு!" என்றான் ரவிதாஸன்.

"ஐயையோ! நான் மாட்டேன்!"

"இதோ பார், உன் எஜமானியின் மோதிரம்!" என்று ரவிதாஸன் இளையராணியின் முத்திரை மோதிரத்தைக் காட்டினான்.

"இதை நீ எங்கே திருடினாயோ, என்னமோ யார் கண்டது?"

"அடி பாவி! என்னையா திருடன் என்கிறாய்? இளைய ராணியே என்னைக் கண்டு நடுங்குவதைப் பார்த்து விட்டுமா இப்படிச் சொல்கிறாய்? பார்! இன்றிரவே ஒன்பது பிசாசுகள் வந்து உன்னை உயிரோடு மயானத்துக்குத் தூக்கிச் சென்று..."

"வேண்டாம், வேண்டாம்! உன் பிசாசுகள் எல்லாம் உன்னிடமே இருக்கட்டும். எனக்கென்ன வந்தது? இளைய ராணியின் மோதிரத்தைக் காட்டியதால் நீ கேட்டதைக் கொண்டு வந்து கொடுத்து விடுகிறேன். ஆனால் அவசரப்படாதே! தோட்டம் அழிந்து கிடப்பதைப் பார்க்க அடிக்கடி பெண்கள் இங்கே வருகிறார்கள். எல்லாரும் சாப்பிடும் சமயத்தில் நான் உன்னிடம் சாவியைக் கொண்டு வந்து கொடுக்கிறேன். அதுவரை பொறுத்திரு...!"

"ஆகட்டும்; எனக்கும் கொஞ்சம் சாப்பாடு கொண்டு வா! சாப்பிட்டு இரண்டு நாள் ஆகிறது நிறையக் கொண்டு வா!" என்றான் ரவிதாஸன்.

தாதிப் பெண் போன பிறகு, ரவிதாஸனும் சோமன் சாம்பவனும் விழுந்து கிடந்த மரம் ஒன்றில் மேல் உட்கார்ந்து பேசிக் கொண்டிருந்தார்கள்.

அவர்கள் அறியாத வண்ணம் மந்தாகினியும் சற்று தூரத்தில் மறைவான இடத்தில் உட்கார்ந்து கொண்டாள்.

ரவிதாஸனும் தாதிப் பெண்ணும் பேசியது ஒன்றும் அவளுக்குப் புரியாவிட்டாலும் ஏதோ நடக்கப் போகிறதென்று ஊகித்துக் கொண்டாள்.

வெகு நேரம் கழித்து அத்தாதிப் பெண் திரும்பி வந்தாள். ரவிதாஸன் எழுந்து முன்னால் போனான். அவள் கொண்டு வந்திருந்த சோற்று மூட்டையையும், சாவிக் கொத்தையும் வாங்கிக் கொண்டான். பிறகு, வஸந்த மண்டபத்தை அடைந்து அங்கிருந்த பொக்கிஷ நிலவறைக்குச் சென்ற நடை பாதையில் இருவரும் சென்றார்கள். ஒரு சாவி, இரண்டு சாவி, மூன்றாவது சாவியையும் போட்டுத் திருப்பிய பிறகு, பூட்டுத் திறந்தது. நிலவறையின் உள்ளே ஒரே கும்மிருட்டாக இருந்தது.

ரவிதாஸன் தாதிப் பெண்ணைப் பார்த்து, "அடடா! ஒன்று மறந்து விட்டேனே! இந்த இருட்டறையில் விளக்கு இல்லாமல் எப்படி போவது? ஒரு விளக்காவது தீவர்த்தியாவது கொண்டு வா!" என்றான்.

"பட்டப்பகலில் தீவர்த்தியும், விளக்கும் எப்படிக் கொண்டு வருவேன்? யாராவது பார்த்துச் சந்தேகப்பட்டால்?"

"அது எனக்குத் தெரியாது! உனக்கு அவ்வளவு சாமர்த்தியம் இல்லை என்றா சொல்கிறாய்? நான் நம்பமாட்டேன். தீவர்த்தியாவது தீபமாவது கொண்டு வா! இல்லாவிடில் ராத்திரி பன்னிரண்டு கொள்ளிவாய்ப் பிசாசுகளை அனுப்பி..."

"ஐயையோ, சும்மா இரு! எப்படியாவது கொண்டு வந்து தொலைக்கிறேன்" என்று கூறினாள் அந்தத் தாதிப் பெண்.

"அதற்குள் நானும் சாப்பிட்டு முடிக்கிறேன்" என்றான் ரவிதாஸன்.

தோழிப் பெண் அரண்மனையை நோக்கிச் சென்ற பிறகு ரவிதாஸனும் சோற்று மூட்டையுடன் தோட்டத்துக்குள் பிரவேசித்தான். சோமன் சாம்பவனிடம் வந்தான். அவனிடம் சோற்று மூட்டையைக் கொடுத்து, "ஒருவேளை இரண்டு மூன்று நாள் நிலவறையிலேயே நீ இருக்கும்படி நேரலாம். சரியான சந்தர்ப்பம் கிடைக்க வேண்டும் அல்லவா? ஆகையால் இந்தச் சோற்று மூட்டையை வைத்துக் கொள். வேலை எடுத்துக் கொண்டு என்னோடு சத்தமிடாமல் வா! அந்தப் பெண் தீவர்த்தி கொண்டு வரப் போயிருக்கிறாள். அதற்குள் நீ நிலவறைக்குள் புகுந்து விட வேண்டும்" என்று சொன்னான்.

இருவரும் துரிதமாகச் சென்றார்கள்; மந்தாகினியும் அவர்கள் அறியாமல் பின் தொடர்ந்தாள்.

இருபத்தெட்டாம் அத்தியாயம்

பாதாளப்பாதை

நாற்புறமும் நன்றாகப் பார்த்துவிட்டு ரவிதாஸன் திறந்திருந்த நிலவறைக் கதவைச் சுட்டிக் காட்டிச் சோமன் சாம்பவனை அதன் உள்ளே போகச் சொன்னான்.

"முதலில் இருட்டில் கண் தெரியாது அதற்காகக் கதவின் அருகிலேயே நின்றுவிடாதே! உள்ளே கொஞ்சம் தூரமாகவே போய் நின்றுகொள்!" என்றான்.

சோமன் சாம்பவன் நிலவறைக்குள் புகுந்ததும் அவனை இருள் விழுங்கிவிட்டது போலிருந்தது. பிறகு, ரவிதாஸன் நடைபாதை வழியாகத் திரும்பி நந்தினிதேவியின் வஸந்த மண்டபம் வரையில் சென்றான். அங்கிருந்து பழுவேட்டரையரின் அரண்மனையைப் பார்த்துக் கொண்டிருந்தான். தாதிப் பெண்ணைத் தவிர வேறு யாராவது வந்து விட்டால் அவனும் நிலவறைக்குள் அவசரமாகச் சென்று கதவைச் சாத்திக் கொள்வது அவசியமாயிருக்கலாம் அல்லவா?

ரவிதாஸன் அவ்விதம் வஸந்த மண்டபத்தில் நின்று கொண்டு அரண்மனை வாசலையே பார்த்துக் கொண்டிருந்த சமயத்தில், மந்தாகினி சிறிதும் சத்தமின்றி நடந்து வந்து திறந்திருந்த நிலவறைக்குள் பிரவேசித்தாள். அடர்ந்த காடுகளில் நள்ளிரவில் எத்தனையோ நாள் இருந்து பழக்கப்பட்டவளுக்கு அந்த நிலவறையின் இருட்டு ஒரு பிரமாதமா என்ன? சில வினாடி நேரத்தில் கண் தெரிய ஆரம்பித்தது. ரவிதாஸனுடன் வந்தவன் சற்றுத் தூரத்தில் ஒரு தூணுடன் முட்டிகொண்டு தவித்ததைப் பார்த்தாள். இவள் அதற்கு நேர்மாறான திசையில் சென்றாள். அங்கே ஒரு படிக்கட்டு காணப்பட்டது. நிலவறைப் பாதை அங்கே கீழே இறங்கிச் சென்றது. படிகளின் வழியாக இறங்கிக் கீழே நின்று கொண்டாள்.

சோமன் சாம்பவனுக்கு ஏதோ சிறிது சத்தம் கேட்டிருக்க வேண்டும். "யார் அது? யார் அது?" என்று குரல் கொடுத்தான்.

அது திறந்திருந்த வாசல் வழியாகப் போய் ரவிதாஸனுடைய காதில் இலேசாக விழுந்தது. அதே சமயத்தில் அரண்மனை வாசல் வழியாகத் தாதிப் பெண் கையில் தீவர்த்தியுடன் வந்து கொண்டிருந்ததை ரவிதாஸன் பார்த்தான். தான் முன்னால் சென்று சோமன் சாம்பவனுக்கு எச்சரிக்கை செய்வதற்காக விரைந்து நடந்தான்.

நிலவறை வாசற்படிக்குள் புகுந்ததும், "சாம்பவா! எங்கே இருக்கிறாய்?" என்னைக் கூப்பிட்டாயா?" என்றான்.

"ஆமாம்; கூப்பிட்டேன்!"

"அதற்குள்ளே அவசரமா? உன் குரல் வெளியிலே யாருக்காவது கேட்டால் என்ன செய்கிறது? உன்னை இங்கே இப்படியே விட்டு விட்டுப் போய்விடுவேன் என்று நினைத்தாயா?"

"இல்லை; இல்லை! ஒரு விஷயம் கேட்பதற்காகக் கூப்பிட்டேன்" என்று சொல்லிக் கொண்டே சோமன் சாம்பவன் ரவிதாஸனை அணுகி வந்தான்.

இச்சமயத்தில் நிலவறையில் வாசலில் பிரகாசமான வெளிச்சம் தெரிந்தது. "ஓகோ! அந்தப் பெண் தீவர்த்தியுடன் வந்து விட்டாள்; உன்னைப் பார்த்துவிடப் போகிறாள். போ! போ! தூரமாகச் சென்று தூண் மறைவில் நில்! சீக்கிரம்!" என்றான் ரவிதாஸன்.

சோமன் சாம்பவன் அவசரமாகப் பின்வாங்கிச் சென்றான். அடுத்த வினாடி நிலவறையின் வாசலில் தாதிப் பெண் கையில் தீவர்த்தியுடன் வந்து நின்றாள்.

"மந்திரவாதி! மந்திரவாதி! எங்கே போனாய்?" என்றாள்.

"எங்கேயும், போகவில்லை உனக்காகத்தான் காத்துக் கொண்டிருந்தேன்" என்று கூறிக் கொண்டே ரவிதாஸன் அவளை அணுகித் தீவர்த்தியைக் கையில் வாங்கிக் கொண்டான்.

"பெண்ணே! வெளியில் கதவைப் பூட்டிக்கொள். இன்னும் ஒரு நாழிகைக்கெல்லாம் சாவியுடன் திரும்பி வா! கதவைத் தட்டிப் பார்! நான் குரல் கொடுத்தால் திறந்து விடு! ஒருவரும் இல்லாத சமயமாகப் பார்த்துத் திற!" என்றான் ரவிதாஸன்.

"ஆகட்டும், மந்திரவாதி! ஆனாலும் உனக்கு எச்சரிக்கை செய்கிறேன். சின்னப் பழுவேட்டரையருக்கு ஏதோ சந்தேகம் ஏற்பட்டிருக்கிறது. நீ அகப்பட்டுக் கொண்டால் என்னைக் காட்டிக் கொடுத்து விடாதே!" என்று கேட்டுக் கொண்டாள் தாதிப் பெண்.

"பெண்ணே! வீணாகக் கலவரப்படாதே! நான்தான் சொன்னேனே! காலாந்தககண்டனுக்கே இறுதிக் காலம் நெருங்கிவிட்டது!"

"என்னை ஏன் மறுபடி வந்து கதவைத் திறக்கச் சொல்லுகிறாய்? நிலவறையிலிருந்து வெளியில் போவதற்குத்தான் வேறு வழி இருக்கிறதே!"

"அந்த வழி இன்றைக்கு உபயோகப்படாது; வெட்டாற்றில் வெள்ளம் கரைபுரண்டு ஓடுகிறது. நீ போ! சரியாக ஒரு நாழிகைக்கெல்லாம் திரும்பிவிடு!"

தாதிப் பெண் வெளியில் சென்று கதவைச் சாத்தினாள். அவள் வெளியில் கதவைப் பூட்டிய அதே சமயத்தில் ரவிதாஸன் உட்புறத்தில் தாளிட்டான். பின்னர், கையில் தீவர்த்தியைத் தூக்கிப் பிடித்துக் கொண்டு சோமன் சாம்பவன் இருக்குமிடம் நோக்கி விரைந்து வந்தான்.

"சாம்பவா! என்னை என்னமோ கேட்க வேண்டுமென்று சொன்னாயே? இப்போது கேள்" என்றான்.

"நீ இதற்கு முன் ஒரு தடவை இங்கு வந்தாயா?" என்று சோமன் சாம்பவன் கேட்டான்.

"ஒரு தடவை என்ன? பல தடவை வந்திருக்கிறேன். நாம் சேர்த்து வைத்திருக்கும் பொருளெல்லாம் வேறு எங்கிருந்து வந்ததென்று நினைத்தாய்?" என்றான் ரவிதாஸன்.

"நான் அதைக் கேட்கவில்லை நீ சற்று முன் என்னை இங்கு விட்டு விட்டு வெளியில் போனாயல்லவா? மறுபடியும்..."

"இப்போதுதான் வந்திருக்கிறேனே !"

"நடுவில் ஒரு தடவை வந்தாயா?"

"நடுவிலும் வரவில்லை; ஓரத்திலும் வரவில்லை, எதற்காகக் கேட்கிறாய்?"

"நீ போன சிறிது நேரத்துக்கெல்லாம் வாசற்படியின் வெளிச்சம் சட்டென்று மறைந்தது. நான் தூணில் முட்டிக் கொண்டேன்.

"ஒருவேளை கதவு தானாகச் சாத்தித் திறந்துக் கொண்டிருக்கும்."

"ஏதோ ஒரு உருவம் உள்ளே வந்தது போலத் தெரிந்தது; காலடி சத்தமும் நன்றாகக் கேட்டது."

"உன்னுடைய சித்தப்பிரமையாயிருக்கும் இந்த நிலவறையே அப்படித்தான் இருட்டிலே நிழல் போலத் தெரியும். திடீரென்று வெளிச்சம் தோன்றி மறையும். விசித்திரமான ஓசைகள் எல்லாம் கேட்கும். இங்கு

நுழைந்தவர்கள் சிலர் பயப்பிராந்தியினாலேயே செத்துப் போயிருக்கிறார்கள். அவர்களுடைய எலும்புக்கூடுகள் அங்கங்கே கிடக்கின்றன. பழுவேட்டரையன் வேண்டுமென்றே அந்த எலும்புக்கூடுகளை எடுக்காமல் விட்டு வைத்திருக்கிறான். ஒருவரும் அறியாமல் இந்த நிலவறைக்குள் நுழைகிறவர்கள் எலும்புக்கூடுகளைப் பார்த்துப் பயந்து சாகட்டும் என்று.."

"அப்படி யாருக்கும் தெரியாமல் இந்த நிலவறையில் பிரவேசிக்க முடியுமா, என்ன?"

"சாதாரணமாக யாரும் நுழைய முடியாது. என்னைத் தவிர அப்படி யாரும் நுழைந்திருப்பார்கள் என்று தோன்றவில்லை. நானும் இளையராணி அல்லது அவளுடைய தோழியின் உதவியினால்தான் இங்கு வந்திருக்கிறேன்.."

"பின்னே மனிதர்களின் எலும்புக்கூடுகளைப் பற்றிச் சொன்னாயே?"

"அதுவா? பழுவேட்டரையன் யாரையாவது பயங்கரமாகத் தண்டிக்க விரும்பினால், நிலவறைக் கதவை லேசாகத் திறந்து வைத்து விடுவான். பொக்கிஷ நிலவறையைப் பற்றிக் கேட்டிருப்பவர்கள் பொருளாசையினால் இதில் நுழைவார்கள். அப்புறம் இதைவிட்டு வெளியில் போவதில்லை."

"நீ ஒருவனைத் தவிர இங்கு வந்தவன் யாரும் வெளியில் போனதில்லையென்றா சொல்லுகிறாய்?"

"முன்னேயெல்லாம் அப்படித்தான். இப்போது இரண்டு பேரைப் பற்றி எனக்குச் சந்தேகமாயிருக்கிறது..."

"யாரைச் சொல்லுகிறாய் என்று எனக்குத் தெரியும். வல்லவரையனையும், கந்தமாறனையும் சொல்லுகிறாய்."

"ஆமாம்."

"அவர்களை நாம் இன்னும் உயிரோடு விட்டு வைத்திருக்கிறோமே!"

"எத்தனை தடவை உனக்குச் சொல்வது? வல்லவரையனை ஒரு முக்கியமான காரியத்துக்காகத்தான் இளைய ராணி விட்டு வைத்திருக்கிறாள். சுந்தர சோழனுடைய குலம் நசிக்கும் போது வந்தியத்தேவனும் சாவான். அதற்குக் காலம் நெருங்கிவிட்டது. வா! வா! இந்த நிலவறையிலுள்ள சுரங்கப் பாதைகளை எல்லாம் உனக்குக் காட்டுகிறேன்... ஒரு காரியத்தில் மட்டும் ஜாக்கிரதையாயிரு! இங்கே நவரத்தினக் குவியல் வைத்திருக்கும் மண்டபம் ஒன்றிருக்கிறது. அதில் நூறு வருஷங்களாகச் சோழர்கள் சேர்த்து வைத்த நவரத்தினங்களைக் குப்பல் குப்பலாகப் போட்டு வைத்திருக்கிறார்கள். அந்த நவரத்தினங்களின் மோகத்தில் மனத்தைப் பறிகொடுத்து விட்டால், நீ வந்த காரியத்தையே மறந்து போனாலும் போய்விடுவாய்!"

"ரவிதாஸா! யாரைப் பார்த்து இந்த வார்த்தை சொல்கிறாய்? உன்னைப் போல் நானும் வீரபாண்டியனுடைய தலையற்ற உடலின் மீது சத்தியம் செய்து கொடுத்தவன் அல்லவா?"

"யார் இல்லை என்றார்கள்? அந்த நவரத்தினக் குவியல்களைப் பார்த்தபோது என் மனது கூடச் சிறிது சலித்துப் போய் விட்டது; அதனாலேதான் எச்சரிக்கை செய்தேன். இருக்கட்டும்; வா, போகலாம், முதலில் சோழன் அரண்மனைக்குப் போகும் வழியை உனக்குக் காட்டுகிறேன். அதைக் காட்டிவிட்டு நான் போன பிறகு நீயே சாவகாசமாக இந்த நிலவறை முழுவதையும் சுற்றிப் பார்த்துக் கொள் பின்னொரு காலத்தில் உபயோகமாகயிருக்கலாம்."

ரவிதாஸன் தீவர்த்தியைப் பிடித்துக் கொண்டு மேலே நடந்தான். சோமன் சாம்பவன் பக்கத்திலேயே சென்றான்.

முன்னொரு சமயம் பெரிய பழுவேட்டரையரும் இளையராணி நந்தினியும் சென்ற அதே பாதையில் அவர்கள் சென்றார்கள்.

தீவர்த்தியின் புகை சூழ்ந்த வெளிச்சத்தில் நிலவறையின் தூண்களும் அவற்றின் நிழல்களும் கரிய பெரிய பூதங்களைப் போல் தோன்றின. இருளில் வாழும் வௌவால்கள் பயங்கரமான குட்டிப் பேய்களின் தோற்றம் கொண்டிருந்தன. ஆங்காங்கு பிரம்மாண்டமான சிலந்திக் கூடுகளும் அவற்றின் மத்தியில் ராட்சஸ சிலந்திப் பூச்சிகளும் காணப்பட்டன. தரையிலோ விசித்திர வடிவங்கள் கொண்ட ஜீவராசிகள் சில அதிவேகமாகவும் சில மிகவும் மெதுவாகவும் ஊர்ந்து சென்றன. ரவிதாஸன் கூறியது போலவே இனந்தெரியாத பலவிதச் சத்தங்கள் கேட்டன. வெளியே இன்னமும் அடித்துக் கொண்டிருந்த புயலின் சத்தமும் எப்படியோ எங்கிருந்தோ அந்தச் சுரங்க நிலவறைக்குள் வந்து எதிரொலி செய்தது.

சோமன் சாம்பவன் திடீரென்று திடுக்கிட்டு நின்று, "ரவிதாஸா! ஏதோ காலடிச் சத்தம் போல் கேட்கவில்லை?" என்று கேட்டான்.

"கேட்காமல் என்ன? நம்முடைய காலடிச் சத்தம் கேட்கத் தான் கேட்கிறது. வீணாக மிரண்டு விடாதே! இப்போது நானும் இருக்கும் போதே இப்படிப் பயப்பட்டாயானால், இங்கே இரண்டு மூன்று தினங்கள் எப்படியிருப்பாய்?" என்றான் ரவிதாஸன்.

"நான் ஒன்றும் பயப்படவில்லை; நீ போன பிறகு வீண்பிராந்திக்கு உள்ளாவதைக் காட்டிலும் நீ இருக்கும்போதே கேட்டுத் தெரிந்து கொள்ள விரும்புகிறேன். இந்த நிலவறைக்குள் புகுந்தவர்கள் சிலர் இங்கேயே செத்துப் போனார்கள் என்று சொன்னாயல்லவா?" என்றான் சோமன் சாம்பவன்.

"ஆமாம்; அவர்களுடைய ஆவிகள் இங்கேயே உலாவிக் கொண்டு தானிருக்கும். அதனால் என்ன? பேய்கள்தான் நம்மைக் கண்டு பயந்து அலறுமே? அந்தச் சிறு பையன் வந்தியத்தேவன் இந்த நிலவறையில் பயப்படாமல் இருந்து எப்படியோ தப்பி வெளியேறியிருக்கிறான். எத்தனையோ பேய் பிசாசுகளைப் பார்த்த நானும் நீயும் ஏன் பயப்பட வேண்டும்?"

"பேயும் பிசாசும் இருக்கட்டும், அதற்கெல்லாம் யார் பயப்படுகிறார்கள். வேறு பிராணிகள், விஷ ஜந்துகள் இங்கே இருக்கலாம் அல்லவா?"

"பாம்புக்கும் தேளுக்கும் பயப்படப் போகிறாயா? நம்மைக் கண்டாலே அவைகள் வளைகளில் போய் ஒளிந்து கொள்ளும்..."

"இருந்தாலும் இரண்டு மூன்று நாட்கள் இங்கேயே இருக்கிறது என்றால் யோசனையாகத்தான் இருக்கிறது, ரவிதாஸா! அதற்கு முன்னாலேயே ஒருவேளை சந்தர்ப்பம் கிடைத்தால்...?"

"வேண்டாம், வேண்டாம்! அந்தத் தவறு மட்டும் செய்து விடாதே! இன்றைக்குச் செவ்வாய்க் கிழமை; புதன், வியாழன், இரண்டு நாளும் நீ காத்திருக்க வேண்டும். சுந்தர சோழன் தனிமையாக இருக்கும் நேரம் எது என்பதைப் பார்த்து வைத்துக் கொள். சுந்தர சோழனுடைய பட்டமகிஷி எப்போதும் அவன் அருகிலேயே இருப்பாள். வெள்ளிக்கிழமை இரவு நிச்சயமாகத் துர்க்கா பரமேசுவரியின் கோயிலுக்குப் போவாள். அன்று இரவுதான் நீயும் உன் காரியத்தை முடிக்க வேண்டும். சுந்தர சோழனுடைய குலம் நிர்மூலமாகும் நாள் வெள்ளிக்கிழமை தான். முன்பின்னாக ஏதாவது நடந்தால் காரியம் கெட்டுப் போகலாம்!" என்றான் ரவிதாஸன்.

இப்படிப் பேசிக் கொண்டே இருவரும் விரைவாக நடந்தார்கள். சோமன் சாம்பவன் மட்டும் சுற்று முற்றும் பார்த்துக் கொண்டே போனான். ஆயினும் அவர்கள் அறியாமல் தூண்களின் மறைவிலே ஒளிந்தும் சிறிதும் சத்தமின்றிப் பாய்ந்தும் அவர்களைத் தொடர்ந்து வந்து கொண்டிருந்த ஊமை ராணி அவர்கள் கண்ணில் படவில்லை.

நிலவறைச் சுரங்கத்தின் ஒரு பக்கத்திலிருந்து இன்னொரு பக்கத்துக்கு அவர்கள் வந்து சேர்ந்தார்கள். அவர்களுக்கெதிரே நெடுஞ்சுவர் நின்றது. அதில் எங்கும் வாசல் இருப்பதாகவே தெரியவில்லை. ஆனால், சுவரின் உச்சியில் சிறு பலகணி வழியாகக் கொஞ்சம் வெளிச்சம் வந்தது.

ரவிதாஸன் தீவர்த்தியைச் சாம்பவன் கையில் கொடுத்து விட்டு அந்தச் செங்குத்தான சுவரில் ஆங்காங்கு நீட்டிக் கொண்டிருந்த முண்டு முரடுகளைப் பிடித்துக் கொண்டு ஏறினான். பலகணி வழியாகச் சிறிது நேரம் பார்த்துக் கொண்டிருந்து விட்டுக் கீழே சரசர என்று இறங்கினான்.

"அந்தப் பலகணி வழியாக வெளியில் குதிக்க வேண்டுமா? அதுதான் வழியா?" என்று சாம்பவன் கேட்டான்.

"இல்லை; இல்லை. அந்தப் பலகணி வழியாக எலிதான் நுழைந்து செல்லலாம். ஆனால் அது வழியாகப் பார்த்தால் சோழன் அரண்மனை தெரியும். அந்த அரண்மனையிலும் முக்கியமான இடம் தெரியும்" என்றான் ரவிதாஸன்.

"சுந்தர சோழன் படுத்திருக்கும் இடமா?" என்றான் சாம்பவன்.

"ஆமாம். அங்கே ஜன நடமாட்டம் எப்படியிருக்கிறது என்பதை இந்தப் பலகணியின் மூலமாகப் பார்த்து நீ தெரிந்து கொள்ளலாம். இப்போது என்னுடன் வா! நான் செய்கிறதை நன்றாகப் பார்த்துக் கொள்!"

இவ்விதம் கூறிவிட்டு ரவிதாஸன் கீழே குனிந்தான். உற்றுப் பார்த்து வட்ட வடிவமான ஒரு கல்லின் மீது காலை வைத்து அமுக்கிக் கொண்டு இரண்டு கையினாலும் ஒரு சதுர வடிவமான கல்லைப் பிடித்துத் தள்ளினான்; கீழே ஒரு வழி காணப்பட்டது.

"கடவுளே! நிலவறைக்குள்ளே ஒரு பாதாளப் பாதையா?" என்று வியந்தான் சோம்பன் சாம்பவன்.

"ஆமாம்; இந்தப் பாதை இருப்பது பெரிய பழுவேட்டரையரையும் இளைய ராணியையும் தவிர யாருக்கும் தெரியாது. மூன்றாவதாக எனக்குத் தெரியும்! இப்போது உனக்கும் தெரியும்! பாதையைத் திறப்பது எப்படி என்று தெரிந்து கொண்டாய் அல்லவா?"

இருவரும் அப்பாதையில் இறங்கிச் சென்றார்கள்; தீவர்த்தியின் வெளிச்சம் சிறிது நேரத்திற்கெல்லாம் மறைந்தது.

ஊமை ராணி தான் மறைந்து நின்ற இடத்திலிருந்து ஒரே பாய்ச்சலாக அங்கு வந்தாள். திறந்திருந்த வழியை உற்றுப் பார்த்தாள். அதில் இறங்குவதற்கு ஓர் அடி வைத்தாள். பிறகு புனராலோசனை செய்தவளாய்ச் சட்டென்று காலை வெளியில் எடுத்தாள்.

சிறிது நேரம் யோசனை செய்து கொண்டிருந்துவிட்டு, முன்னம் ரவிதாஸன் சுவரின் மீது ஏறிய இடத்தை நோக்கினாள். அங்கே ஒரே பாய்ச்சலாகப் பாய்ந்து சென்று அவன் ஏறியது போலவே தானும் சுவர் மீது ஏறினாள். பலகணியை அடைந்ததும் அதில் ஏறி உட்கார்ந்து கொண்டு அப்பால் பார்த்தாள். சுவரை ஒட்டினாற்போல் தோட்டமும் அதற்கப்பால் அழகிய மாடமாளிகையும் தென்பட்டன. அந்த மாளிகையைப் பார்த்ததும் அவளுக்கு உடம்பு சிலிர்த்தது. அதற்குள்ளே தனக்கு உயிரினும் இனியவர்கள் இருக்கிறார்கள் என்பதை அவள் உள்ளுணர்ச்சி கூறியது. ரகசிய வழியாகப் போகிறவர்கள் தனக்குப் பிரியமானவர்களுக்குத் தீங்கு செய்யும் நோக்கம் கொண்டவர்கள் என்பதையும் உணர்ந்தாள். அவர்களுடைய தீய நோக்கத்தைத் தடுக்கும் ஆற்றலைத் தனக்குக் கொடுத்து அருள வேண்டுமென்று அவள் அந்தராத்மாவில் குடிகொண்டிருந்த தெய்வத்தைப் பிரார்த்தனை செய்து கொண்டாள்.

கீழே இறங்கிவிடலாமா என்று அவள் எண்ணிய சமயத்தில் சற்றுத் தூரத்தில் தெரிந்த மாளிகையின் மேன்மாடத்தில் ஓர் அதிசயக் காட்சி தெரிந்தது. சற்று முன் அந்த இருளடர்ந்த நிலவறையிலிருந்த ரவிதாஸனும் சோமன் சாம்பவனும் அதில் ஏறித் தூண்களின் மறைவில் ஒளிந்து நின்றார்கள். அரண்மனையின் உட்பக்கமாக உற்று உற்றுப் பார்த்தார்கள். அப்போது பகல் நேரமாதலால் அந்த மாளிகையின் மேன்மாடம் நன்றாகத் தெரிந்தது. ரவிதாஸன் கையில் தீவர்த்தி இல்லை. சாம்பவன் கையில் வேல் மட்டும் இருந்தது. ரவிதாஸன் அந்த வேலை வாங்கிக் கொண்டு மாளிகையின் உட்புறத்தை நோக்கி அதை எறிவதற்காகக் குறிபார்த்தான். ஊமை ராணியின் நெஞ்சு அச்சமயம் நின்றுவிட்டது போலிருந்தது. நல்ல வேளையாக ரவிதாஸன் வேலை எறியவில்லை. எறிவது போல் பாவனை செய்து விட்டுச் சோமன் சாம்பவனிடம் திரும்பக் கொடுத்து விட்டான். மறுகணம் அவர்கள் இருவரும் அங்கிருந்து மறைந்து விட்டார்கள்.

ஊமை ராணியும் பலகணியிலிருந்து சுவர் வழியாகக் கீழே இறங்கினாள். சுரங்கப்பாதை தென்பட்ட இடத்தையே பார்த்துக் கொண்டு மறைந்து நின்றாள். இன்னும் சிறிது நேரத்துக்கெல்லாம் அந்தப் பாதையில் மறுபடி தீவர்த்தி வெளிச்சம் தெரிந்தது. இருவரும் வெளியில் வந்தார்கள். சுரங்கப்பாதையை மூடினார்கள்.

"அதைத் திறக்கும் வழியை நன்றாய்த் தெரிந்து கொண்டாயல்லவா?" என்று ரவிதாஸன் கேட்டான்.

"தெரிந்து கொண்டேன் இனி உனக்குக் கவலை வேண்டாம். ஒப்புக் கொண்ட காரியத்தை நிச்சயமாகச் செய்து முடிப்பேன்! சுந்தர சோழனுடைய வாழ்க்கை வெள்ளிக்கிழமையோடு முடிவடையும்! இம்மாதிரியே நீங்களும் உங்கள் காரியத்தைச் செய்யுங்கள்" என்றான் சாம்பவன்.

"இளையராணி கரிகாலனைப் பார்த்துக் கொள்வாள். அதைப் பற்றிக் கவலையில்லை. அந்தக் குட்டிப் புலி கடலிலிருந்து தப்பி வந்து நாகைப்பட்டினத்தில் இருப்பதாகக் காண்கிறது. ஆனால் இந்த தடவை அவன் தப்ப முடியாது. அவனைக் காப்பாற்றி வந்த இரண்டு பெண் பேய்களும் இப்போது இத்தஞ்சையில் இருக்கின்றன. ஓடக்காரப் பெண்ணையும், ஊமைச்சியையும் கூட்டத்தில் பார்த்தேன். அந்த வீர வைஷ்ணவத் துரோகிகூட இங்கேதான் இருக்கிறான். ஆகையால் குட்டிப் புலியும் இனித் தப்ப முடியாது. நாகைப்பட்டினத்துக்குக் கிரமவித்தனை அனுப்பப் போகிறேன். சுந்தர சோழனுடைய குலம் இந்த வெள்ளிக்கிழமை நசிந்து விடும்..."

"அப்புறம் மதுராந்தகத்தேவன் இருப்பானே?"

"அவன் இருந்தால் இருக்கட்டும். அப்படிப்பட்ட ஒரு பேதை இன்னும் சில காலத்துக்குச் சோழ நாட்டுச் சிங்காதனத்தில் இருந்து வருவதுதான் நல்லது. பாண்டியச் சக்கரவர்த்திக்கும் வயது வரவேண்டும் அல்லவா?"

இவ்வாறு பேசிக் கொண்டே ரவிதாஸனும் சோமன் சாம்பவனும் வந்த வழியோடு விரைந்து சென்றார்கள்.

❉ ❉ ❉ ❉

இருபத்தொன்பதாம் அத்தியாயம்

இராஜ தரிசனம்

அவர்கள் மறைந்த பிறகு ஊமை ராணி சுரங்கப்பாதை தென்பட்ட இடத்துக்கு வந்தாள். உற்று உற்றுப் பார்த்துப் பாதையைத் திறப்பதற்கு முயன்றாள், முடியவில்லை. ரவிதாஸன் அப்பாதையைத் திறந்தபோது அவள் தூரத்தில் நின்றபடியால் திறக்கும் வழியை அவள் கவனித்துப் பார்த்துக் கொள்ள முடியவில்லை.

இரண்டு பேரில் ஒருவனாவது அங்கே கட்டாயம் திரும்பி வருவான் என்று அவள் மனத்தில் நிச்சயமாகப் பட்டிருந்தது. ஆகையால், அவ்விடத்திலேயே காத்திருக்கத் தீர்மானித்தாள்.

அவள் எதிர்பார்த்தது வீண் போகவில்லை. ரவிதாஸனை வெளியில் அனுப்பிவிட்டுச் சோமன் சாம்பவன் அங்கே திரும்பி வந்தான். அவன் கையில் தீவர்த்தி இருந்தது. ஆனால் முன்னைக் காட்டிலும் மங்கலாக எரிந்தது. ரவிதாஸனிடம் அவன் எவ்வளவோ தைரியமாகத்தான் பேசினான். ஆயினும் அவன் மனத்தில் பீதி போகவில்லையென்பது சுற்று முற்றும் மிரண்டு பார்த்துக் கொண்டு வந்ததிலிருந்து தெரிந்தது.

சுரங்கப்பாதை திறந்த இடத்தின் அருகில் வந்து அவன் பீதியுடன் உட்கார்ந்து கொண்டான்.

சற்று நேரத்துக்கெல்லாம் தீவர்த்தி அணைந்து விட்டது.

பிறகு அவன் சுவரின் உச்சியின் மீதிருந்த பலகணியை அடிக்கடி அண்ணாந்து பார்த்துக் கொண்டிருந்தான்.

அதன் வழியாக உள்ளே வந்த வெளிச்சம் சிறிது சிறிதாக மங்கி மறைந்து கொண்டிருந்தது.

நன்றாக வெளிச்சம் மங்கிச் சூரியன் அஸ்தமித்துவிட்டது என்று அறிந்த பிறகு அவன் சுரங்கப்பாதையை மறுபடியும் திறக்கத் தொடங்கினான். இப்போது மந்தாகினி அதன் சமீபமாக வந்து நின்று கொண்டாள்.

பாதை திறந்தது; சோமன் சாம்பவன் அதனுள் இறங்கப் போனான்.

அப்போது அந்த நிலவறையில், அவனுக்கு வெகு சமீபத்தில், 'கிறீச்' என்ற நீடித்த ஓலக் குரல் ஒன்று கேட்டது. சோமன் சாம்பவன் தன் வாழ் நாளில் எத்தனையோ பயங்கரங்களைப் பார்த்தவன்தான். ஆயினும் அந்த மாதிரி அமானுஷிகமான ஒரு சத்தத்தை அவன் கேட்டதில்லை. பேய் என்பதாக ஒன்று இருந்து அதற்குக் குரலும் இருந்தால், அது இப்படித்தான் இருக்க வேண்டும் என்று தோன்றியது. முதலாவது தடவை அக்குரல் கேட்டதும் சாம்பவன் தயங்கி நின்றான்; அதன் எதிரொலி நிற்கும் வரையில் காத்திருந்தான். இரண்டாந்தடவை அந்த ஓலக் குரலைக் கேட்டதும் அவன் உடம்பின் ரோமமெல்லாம் குத்திட்டு நிற்கத் தொடங்கியது. மூன்றாந்தடவை இன்னும் சமீபத்தில் கேட்ட பிறகு அவனுடைய உறுதி குலைந்து விட்டது. அந்த இருளடர்ந்த நிலவறையில் வழி துறை கவனியாமல் குருட்டாம் போக்காக ஓடத் தொடங்கினான்.

அவன் மறைந்ததும் ஊமை ராணி அந்தப் பாதையில் இறங்கினாள். சில படிகள் இறங்கிய பிறகு சமதரையாக இருந்தது. அதில் விடுவிடு என்று நடந்து போனாள். சோமன் சாம்பவன் அவள் இறங்குவதைப் பார்த்திருந்து திரும்பி வந்தாலும் அவளைப் பிடித்திருக்க முடியாது. அவ்வளவு விரைவாக நடந்தாள். நரகத்துக்குப் போகும் தொலைவில்லாத இருண்ட வழியைப் போல் தோன்றியது. ஆயினும் அதற்கும் ஒரு முடிவு இருந்தது. செங்குத்தான சுவரில் முடிந்த இடத்தில் மேலே இடைவெளி சிறிது தெரிந்தது. சில படிகளும் கைக்குத் தென்பட்டன. அவற்றின் வழியாக ஏறியபோது தலையில் திடீரென்று முட்டியது. பாதாளப் பாதையின் படிகளுக்கும், மேலே தலை முட்டிய இடத்துக்கும் நடுவில் சிறிய சிறிய இடைவெளிகள் காணப்பட்டன. அவற்றின் ஒன்றில் நுழைந்து வெளியில் வந்தாள். சுற்றிலும் பெரிய பெரிய பூத வடிவங்கள் தென்பட்டன. ஈழத் தீவில்

பிரம்மாண்டமான சிலை வடிவங்களைப் பார்த்தவளானபடியால் அந்தக் காட்சி அவளுக்குத் திகைப்பை உண்டு பண்ணவில்லை. தான் வெளி வந்த பாதை எங்கே முடிகிறது என்பதை நன்றாய்க் கவனித்துக் கொண்டாள். பத்துத் தலை இராவணன் தன் இருபது கைகளினாலும் கைலையங்கிரியைப் பெயர்த்து எடுத்துக் கொண்டிருந்தான். மலைக்கு மேலே சிவனும் பார்வதியும் வீற்றிருந்தார்கள். இராவணன் மலையைத் தூக்கிய இடத்தில் கீழே பள்ளமாயிருந்தது. மேலே தூக்கி நிறுத்திய மலையை அவனுடைய இருபது கைகளும் தாங்கிக் கொண்டிருந்தன. அவற்றில் இரண்டு கைகளுக்கு மத்தியில் இருந்த இடைவெளி வழியாக அந்தச் சிற்ப மண்டபத்துக்குள் தான் பிரவேசித்திருப்பதைத் தெரிந்து கொண்டாள். கைலையங்கிரிக்கு அடியில் அப்படி ஒரு பாதை இருக்கிறதென்பது சாதாரணமாகப் பார்ப்பவர்களுக்கு ஒரு நாளும் தெரியாது. அதன் அடியில் இறங்கிப் பார்க்கலாம் என்ற எண்ணமும் யாருக்கும் தோன்றாது. சமயத்தில் ஒளிந்து கொள்ளுவதற்குக் கூட அது சரியான மறைவிடந்தான்.

சில மணி நேரம் அந்தச் சிற்பச் சுரங்கப்பாதையின் அதிசயத்தைப் பார்த்துக் கொண்டிருந்து விட்டு மந்தாகினி அச்சிற்ப மண்டபத்தைச் சுற்றினாள். வெளிச்சம் மிகக் குறைவாயிருந்த போதிலும் இரவில் பார்த்துப் பழக்கமுற்ற அவளுடைய கூரிய கண்களுக்கு எல்லாம் நன்றாகத் தெரிந்தன.

ஓரிடத்தில் சோழ குலத்து முன்னோர்களில் ஒருவரான சிபிச் சக்கரவர்த்தி புறாவின் உயிரைக் காக்கத் தம் உடலின் சதைகளை அறுத்துக் கொடுக்கும் காட்சி சிலை வடிவத்தில் இருந்தது. சிபியின் வம்சத்தில் பிறந்தவர்களானபடியினால் அல்லவோ சோழர்களுக்குச் 'செம்பியன்' என்னும் பட்டம் உரியதாயிற்று! அந்தச் சிற்பத்தைக் கூர்மையாகக் கவனித்துப் பார்த்த பிறகு ஊமை ராணி அப்பால் சென்றாள். பிரம்மாண்டமான சிவபெருமானுடைய சிரஸிலிருந்து கங்கை நதி கீழே விழும் காட்சி ஒரு சிற்பத்தில் அமைந்திருந்தது. அருகில் பகீரதன் கைகூப்பிய வண்ணம் நின்று கொண்டிருந்தான். கீழே விழுந்த பாகீரதி நதி ஒரு பிரம்மாண்டமான ரிஷியின் வாய் வழியாகப் புகுந்து, காது வழியாக வெளியேறியது. அப்படி வெளியேறிய கங்கையில் ஒரு சிறிய முனிவர் குண்டிகையில் தண்ணீர் மொண்டு கொண்டிருந்தார். அவர்தான் குறு முனிவர் என்று பெயர் பெற்ற அகஸ்தியராக இருக்க வேண்டும். அந்தக் குண்டிகையை அவர் இன்னொரு சிறிய மலையின் மீது கவிழ்த்தார். குண்டிகையிலிருந்து பெருகிய நதி வரவரப் பெரிதாகிக் கொண்டு சென்றது. இந்தச் சிற்பக் கங்கையிலும் காவேரியிலும், அவற்றை அமைத்த போது தண்ணீர் பெருகுவதற்கும் ஏற்பாடு செய்திருக்க வேண்டும். ஆனால் இப்போது அவற்றில் தண்ணீர் இல்லை. காவேரி நீண்டு வளைந்து மலைப் பாறைகளின் வழியாகவும் மரமடர்ந்த சோலைகளின் வழியாகவும் சென்றது. அதன் இருபுறமும் அநேக சிவன் கோயில்கள் இருந்தன. கடைசியாகக் காவேரி கடலில் கலக்க வேண்டிய இடத்தில் அந்தச் சிற்ப மண்டபத்தின் மதில் சுவர் இருந்தது. ஏதோ சந்தேகப்பட்டு ஊமை ராணி அந்த இடத்தில் மதில் சுவரில் கையை வைத்து அமுக்கினாள். சிறிய கதவு ஒன்று திறந்தது. அதன் வழியாக வெளியேறிய இடம் அரண்மனைத் தோட்டம். அதற்கு அப்பால் வெகு சமீபத்தில் அரண்மனையின் உன்னதமான மாடங்கள் காணப்பட்டன. சுற்றுமுற்றும் பார்த்தாள்; மயங்கிய அந்தி மாலையின் வெளிச்சத்தில் தோட்டத்தில் யாருமில்லை என்று தெரிந்தது. பழுவேட்டரையரின் தோட்டத்தில் விழுந்து கிடந்தது போலவே இங்கேயும் மரங்கள் முறிந்து விழுந்து கிடந்தன. ஆகையால் தோட்டத்தில் யாராவது இருந்தாலும் அவள் சிற்ப மண்டபத்திலிருந்து வெளிவந்ததைப் பார்த்திருக்க முடியாது. இன்னும் நன்றாய் இருட்டட்டும் என்று சிற்ப மண்டபத்தை ஒட்டியே நின்று காத்திருந்தாள். ஒருவேளை கையில் வேலையுடைய அந்த யமகிங்கரன் வந்தாலும் வரக்கூடும். ஆகையால், சிற்ப மண்டபத்துக்குள்ளும் அடிக்கடி எட்டிப் பார்த்துக் கொண்டிருந்தாள்.

அரண்மனையின் தீபங்கள் ஒவ்வொன்றாகச் சுடர்விட்டு எரியத் தொடங்கின. சிறிது நேரத்துக்கெல்லாம் அரண்மனை முழுவதும் ஒரே ஜெகஜோதியாகக் காட்சி அளித்தது. கீழ் அறைகளில் ஏற்றிய தீபங்கள் பலகணிகளின் வழியாக வெளியில் ஒளி வீசின. மேல் மாடங்களில் ஏற்றிய தீபங்கள் வானத்து நட்சத்திரங்களுடன் போட்டியிட்டுக் கொண்டு பிரகாசித்தன.

"ஐயோ! பகல் வேளையைக் காட்டிலும் இரவு மிகவும் அபாயகரமாகத் தோன்றுகிறதே!" என்று மந்தாகினி எண்ணினாள்.

அரண்மனையை நாலுபுறமும் நன்றாக உற்றுப் பார்த்தாள். சிற்ப மண்டபத்துக்குச் சமீபமாக இருந்த அரண்மனைப் பகுதியிலே மட்டும் அதிக விளக்குகள் இல்லை என்பதைக் கவனித்துக் கொண்டாள். காவேரி வெள்ளத்திலிருந்து தான் எடுத்துக் காப்பாற்றிய தன் உயிருக்குயிரான செல்வக் குமாரனை இலங்கையில் கொல்ல முயற்சித்த பாதகனும், அவனுடைய தோழனும் அரண்மனையின் இந்தப் பகுதியிலே தான் மேல் மாடத்தில் ஏறி நின்றார்கள். ரவிதாஸன் இன்னொருவனிடமிருந்து வேலை வாங்கி யார் மீதோ எறிவது போல் குறி பார்த்த இடம் இதுதான். நல்ல வேளையாக, இந்தப் பகுதியில் அதிகமாக தீபங்கள் ஏற்றவில்லை. அதற்குக் காரணம் யாதாயிருக்கலாம்?.. நல்லது; அதுவும் சீக்கிரத்தில் தெரிந்து போகிறது.

நன்றாக அஸ்தமித்து அரண்மனைத் தோட்டத்தில் இருள் சூழ்ந்தவுடனே மந்தாகினி சிற்ப மண்டபத்தின் வாசலிலிருந்து மிரண்டோடும் மானின் வேகத்துடன் பாய்ந்து சென்று அரண்மனையை அடைந்தாள். அரண்மனையின் அந்தப் பின் பகுதியில் வட்ட வடிவமான தாழ்வாரங்களும் அவற்றைத் தாங்கி நின்ற வரிசை வரிசையான தூண்களும், பல இடங்களில் மேன் மாடத்துக்கு ஏறும் படிக்கட்டுகளும் காணப்பட்டன. தாழ்வாரங்களில், பெரிய விருந்துகளுக்குச் சமையல் செய்ய உதவும் பிரம்மாண்டமான தாமிரப் பாத்திரங்கள், பழசாய்ப் போன தந்தப் பல்லக்குகள், ஒடிந்த சிங்காதனங்கள், இப்படிப் பல பொருள்கள் இருந்தன. அவற்றின் மத்தியில் சிறிது நேரம் சுற்றிப் பார்த்துவிட்டு மந்தாகினி கடைசியாக ஒரு படிக்கட்டின் மீது துணிந்து ஏறினாள். கீழே இருந்தது போலவே மேன் மாடத்திலும் வட்ட வடிவமான தாழ்வாரங்களும் அவற்றின் மேற்கூரையைத் தாங்கிய சித்திர விசித்திரமான தூண்களும் வேலைப்பாடு அமைந்த பலகணிகளும் நிலா முன்றில்களும் அவற்றில் பளிங்குக்கல் மேடைகளும் காணப்பட்டன. மனித சஞ்சாரம் அற்றதாகத் தோன்றிய அந்த மேன்மாடக் கூடங்களில் மந்தாகினி சுற்றிச்சுற்றி அலைந்தாள். மாடத்தின் உட்புறத்து ஓரங்களுக்குப் போக அவள் மிகவும் தயங்கினாள். ஓரிடத்தில் உட்புறத்தில் கீழேயிருந்த தீப வெளிச்சம் வருவதைக் கண்டு அங்கே போய்த் தூண் மறைவில் எட்டி பார்த்தாள்.

ஆகா! அவள் பார்த்தது என்ன? பார்த்த கண்களைத் திருப்பவே முடியாத காட்சிகளைப் பார்த்தாள்.

ஒரு விசாலமான மண்டபத்தின் மத்தியில் சித்திர வேலைப்பாடு அமைந்த சப்ரமஞ்சக் கட்டிலில் ஒருவர் சாய்ந்த வண்ணம் படுத்திருந்தார். அவரைச் சுற்றிலும் நாலு ஸ்திரீகளும் இரண்டு ஆடவர்களும் அச்சமயம் நின்றார்கள். படுத்திருந்தவரிடம் அவர்கள் பயபக்தி கொண்டவர்கள் என்பது அவர்களுடைய தோற்றத்திலிருந்து தெரிந்தது. சிறிது தூரத்தில் இன்னும் அதிக மரியாதையுடன் இரு தாதிப் பெண்கள் நின்றார்கள்.

ஒரே ஒரு தீபந்தான் அந்த மண்டபத்தில் எரிந்தது. அதுவும் கட்டிலுக்கு அருகில் இருந்த விளக்குத் தண்டின் மீது பொருத்தப்பட்டு மங்கலான வெளிச்சத்தையே தந்து கொண்டிருந்தது.

சுற்றிலும் நின்றவர்களை முதலில் மந்தாகினி பார்த்தாள். அவர்களில் ஒருத்தி தன் உயிருக்குயிரான சகோதரன் மகள் பூங்குழலி என்பதை அறிந்தாள். மற்றவர்களையும் அவள் முன்னம் சில தடவை மறைவான இடங்களிலிருந்து பார்த்திருக்கிறாள். ஆனால், அவர்கள் எல்லாம் யார் யார் என்பது அவ்வளவு நன்றாய்த் தெரியாது.

சுற்றி நின்றவர்களைப் பார்த்துவிட்டு மிக மிகத் தயக்கத்துடன் மந்தாகினி கட்டிலில் படுத்திருந்தவரைப் பார்த்தாள். அவளுடைய நெஞ்சு ஒரு கணம் ஸ்தம்பித்துவிட்டது.

ஆம்; அவரேதான்! எத்தனையோ யுகம் என்று சொல்லக் கூடிய நீண்ட காலத்துக்கு முன்னால் தான் சின்னஞ்சிறு பெண்ணாக ஓடி விளையாடிக் காடுகளில் திரிந்து கொண்டிருந்த காலத்தில் ஓரிடத்தில் வந்து

ஒதுங்கி, தன் உள்ளத்தையும் உயிரையும் கொள்ளை கொண்ட மனிதர் தான். தான் வாழ்ந்திருந்த பூதத் தீவைச் சில காலம் சொர்க்க லோகமாக ஆக்கியிருந்தவர்தான். பெரிய கப்பலில் கூட்டமாக வந்தவர்களால் அழைத்துப் போகப்பட்டவர்தான்! ஆகா! அவர் இப்போது எப்படி மாறிப் போயிருக்கிறார்!

பூர்வ ஜன்மம் என்று சொல்லக்கூடிய அந்த நாட்களுக்குப் பிறகும் மந்தாகினி அவரைப் பல தடவை அவரறியாமல் பார்த்திருக்கிறாள். காவேரி நதியில் உல்லாசப் படகுகளில் அவர் சென்ற போது கரையில் அடர்ந்த புதர்களின் மறைவில் ஒளிந்திருந்து பார்த்திருக்கிறாள். நகரங்களின் தெருக்களில் வெண்புரவிகள் பூட்டிய தங்க ரதத்தில் வீதிவலம் வந்தபோது கூட்டத்தோடு கூட்டமாய் நின்று பார்த்திருக்கிறாள். ஆனால் கடைசியாக அவரைப் பார்த்துக் கொஞ்ச காலம் ஆகிவிட்டது. அந்தக் காலத்திற்குள்ளே தான் இப்படி மாறிப் போயிருக்கிறார். முகத்தில் தாடியும் மீசையும் வளர்ந்திருந்தன. கன்னங்கள் ஒட்டி உலர்ந்து போயிருந்தன; நெற்றியிலே சுருக்கங்கள். ஆகா! அந்தக் கண்களில் ஒரு காலத்தில் குடிகொண்டிருந்த காந்த ஒளி எங்கே போயிற்று? தெய்வமே! இப்படியும் மனிதர்கள் மாறுவது உண்டா? இலங்கைத் தீவில் விஷ ஜுரத்தில் பீடிக்கப்பட்டவர்கள் பலரை நீண்ட நாள் காய்ச்சலுக்குப் பிறகு உயிர் போகும் சமயத்தில் ஊமை ராணி மந்தாகினி பார்த்ததுண்டு.

ஆகா! ஒரு சமயம் தங்கச் சூரியனைப் போல் பிரகாசித்துக் கொண்டிருந்த இவருடைய களை ததும்பிய முகமும் அவ்வளவாக மாறிப் போயிருக்கிறதே!

ஒருவேளை இவருடைய அந்திம காலமும் நெருங்கி விட்டதோ!

திடீரென்று மந்தாகினிக்கு அன்று மாலை தான் பார்த்த பயங்கரக் காட்சி நினைவுக்கு வந்தது. அவள் அச்சமயம் நின்ற இடத்திலேதான் ரவிதாஸன் என்னும் கொலைகாரனும் அவனுடைய தோழனும் நின்றார்கள். அங்கிருந்து தான் வேல் எறியக் குறி பார்த்தார்கள். ஒருவேளை கட்டிலில் படுத்திருப்பவர் மீது எறியத்தான் குறி பார்த்தார்களோ?

இந்த நினைவினால் மந்தாகினியின் உடம்பெல்லாம் வெடவெடவென்று நடுங்கியது. கண்களைச் சுற்றிக் கொண்டு வந்தது; மயக்கம் வரும் போலிருந்தது. தூணைக் கெட்டியாகப் பிடித்துக் கொண்டு கால்களை ஊன்றி நின்று சமாளித்துக் கொண்டாள்.

❖ ❖ ❖ ❖

முப்பதாம் அத்தியாயம்

குற்றச்சாட்டு

சுந்தர சோழச் சக்கரவர்த்தியின் உள்ளமும் உடலும் சில நாளாகப் பெரிதும் நைந்து போயிருந்தன. புயல் அடித்த இரவு அவர் தூங்கவே இல்லையென்று இளையபிராட்டி முதன்மந்திரியிடம் கூறியது மிகைப்படுத்திக் கூறியதல்ல. அன்று பகற்பொழுது அவர் மனம் சஞ்சலப்பட்டுக் கொண்டுதானிருந்தது. பிற்பகலில் சின்னப் பழுவேட்டரையர் வந்து அவருடைய சஞ்சலத்தை அதிகப்படுத்தி விட்டார். முக்கியமாக, முதன்மந்திரி அநிருத்தர் மீது அவர் பல குற்றங்களைச் சுமத்தினார். அவர் தஞ்சைக்கு வந்தது முதல் கோட்டைக்குள் ஜனங்கள் வருவது பற்றிய கட்டு திட்டங்கள் எல்லாம் உடைந்து விட்டன என்று கூறினார். முதன்மந்திரியைப் பார்ப்பதற்கு வருகிறோம் என்று வியாஜத்தினால் கண்டவர்கள் எல்லாம் கோட்டைக்குள் நுழைகிறார்கள் என்றும், இதனால் சக்கரவர்த்தியின் பாதுகாப்புக்கே பங்கம் விளையலாம் என்றும் குறிப்பிட்டார். அந்த இரண்டு குற்றங்களையும் கேட்ட சக்கரவர்த்தி தமக்குத் தாமே புன்னகை செய்து கொண்டார். அவற்றை அவர் முக்கியமாகக் கருதவில்லை.

ஆனால், மேலும் காலாந்தககண்டர் சுமத்திய குற்றங்களைப் பற்றி அவ்விதம் அலட்சியம் செய்ய முடியவில்லை. அன்று வெளியிலேயிருந்து வந்த ஜனங்களுக்கும் வேளக்காரப் படையினருக்கும் வீதியில் விவாதம் முற்றிப் பெரும் கலவரமாகி விடக் கூடிய நிலைமை ஏற்பட்டதென்றும், அச்சமயம் நல்ல வேளையாகத் தாம் அங்கே செல்ல நேர்ந்தபடியால் விபரீதம் எதுவும் நேரிடாமல் தடுத்து இரு சாராரையும் சமாதானப்படுத்தி அனுப்பியதாகவும் கூறினார். முதன்மந்திரி அநிருத்தர் ஒழுக்கத்தில் மிகச் சிறந்தவர் என்று நாடெல்லாம் பிரசித்தமாயிருக்க, அவருடைய நடவடிக்கை அதற்கு நேர்மாறாயிருக்கிறதென்றும், கோடிக்கரையிலிருந்து யாரோ ஒரு ஸ்திரீயைப் பலவந்தமாகக் கைப்பற்றி அவர் கொண்டு வந்திருக்கிறார் என்றும், பழுவூர் அரண்மனைப் பல்லக்கையும், ஆள்களையும் இந்தக் காரியத்துக்கு உபயோகப்படுத்தியதாகவும், எதற்காக என்பது தெரியாமல் தாம் ஆள்களையும் பல்லக்கையும் அனுப்பிவிட்டதாகவும், ஏதாவது அபகீர்த்தி ஏற்பட்டால் அது பழுவூர்க் குடும்பத்தின் தலையிலே விடியும் என்றும் கூறினார்.

கடைசியாக இன்னொரு சந்தேகாஸ்பதமான சம்பவத்தைப் பற்றியும் சொன்னார். "பெரிய பழுவேட்டரையர் அரண்மனைக்கு யாரோ ஒரு மந்திரவாதி அடிக்கடி வருவதாக அறிந்து நான் கவலை கொண்டிருந்தேன். அவன் இளையபிராட்டியைப் பார்க்க வருவதாக அறிந்தபடியால் நடவடிக்கை எடுக்கத் தயக்கமாயிருந்தது. ஆயினும், அந்த அரண்மனையின் மீது ஒரு கண் வைத்திருக்கும்படி ஓர் ஒற்றனை நியமித்திருந்தேன். இன்றைக்கு யாரோ ஒருவன் பொக்கிஷ மந்திரியின் அரண்மனைத் தோட்டத்தில் பின்புறமாகச் சுவர் ஏறிக் குதித்ததைப் பார்த்ததாக அந்த ஒற்றன் வந்து சொன்னான். உடனே அவனைக் கைப்பற்றி வரச் சில ஆட்களை அனுப்பினேன். அவர்கள் ஒருவனை அரண்மனைத் தோட்டத்தில் கையும் மெய்யுமாகப் பிடித்து வந்தார்கள். யார் என்று பார்த்தால், முதன்மந்திரியின் அருமைச் சீடனாகிய ஆழ்வார்க்கடியான் என்று தெரிய வந்தது.

"எதற்காக சுவர் ஏறிக் குதித்தாய்?' என்று கேட்டதற்கு அவன் மறுமொழி சொல்ல மறுத்துவிட்டான். 'முதன் மந்திரியின் கட்டளை' என்றான். சக்கரவர்த்தி! இப்படியெல்லாம் இந்த அநிருத்தப்பிரம்மராயர் செய்து வந்தால், தஞ்சைக் கோட்டைப் பாதுகாப்புக்கு நான் எப்படிப் பொறுப்பு வகிக்க முடியும்? என் தமையனாரும் ஊரில் இல்லாதபடியால் இதையெல்லாம் தங்கள் காதில் போட வேண்டியதாயிற்று!"

இவ்வாறு சின்னப் பழுவேட்டரையர் முறையிட்டது சக்கரவர்த்தியின் மனக் குழப்பத்தை அதிகமாக்கிற்று. "ஆகட்டும், இன்று மாலை அநிருத்தர் இங்கே வருகிறார். இதைப்பற்றி எல்லாம் விசாரிக்கிறேன். முக்கியமாக, கோடிக்கரையிலிருந்து ஒரு பெண்ணைப் பலவந்தமாகப் பிடித்து வரச் சொன்ன விஷயம் என் மனத்தைப் புண்ணாக்கியிருக்கிறது. அது உண்மை தானே! தளபதி! சிறிதும் சந்தேகம் இல்லையே?" என்று கேட்டார்.

"சந்தேகமே இல்லை! பல்லக்குத் தூக்கிகளும் அவர்களுடன் வந்த வீரர்களும் நேற்று நள்ளிரவில் என்னிடம் வந்து சொன்னார்கள். தஞ்சைக் கோட்டையை அணுகிய போது புயலில் சிக்கிக் கொண்டார்களாம். சாலையின் மரம் ஒன்று பெயர்ந்து விழுந்து சிலருக்கு அபாயம் ஏற்பட்டதாம். சிவிகை மீது மரம் விழாமல் தப்பியது பெரும் புண்ணியம் என்று சொன்னார்கள். நல்லவேளையாக ஸ்திரீ ஹத்தி தோஷம் ஏற்படாமற்போயிற்று! இதைப் பற்றி விசாரிப்பதோடு ஆழ்வார்க்கடியான் காரியத்தையும் சக்கரவர்த்தி தீர விசாரணை செய்ய வேண்டும்!" என்று தெரிவித்துவிட்டு, காலாந்தக கண்டர் சக்கரவர்த்தியிடம் விடைபெற்றுச் சென்றார்.

அநிருத்தர் வரும் சமயத்தில் அங்கே இருக்கச் சின்னப் பழுவேட்டரையர் விரும்பவில்லை. தாறுமாறாகச் சம்பந்தமில்லாத கேள்வி ஏதேனும் தம்மை முதன்மந்திரி கேட்டு திணறச் செய்யக்கூடும் என்ற அச்சம் அவர் மனதிற்குள்ளே இருந்தது. முக்கியமாக சக்கரவர்த்தியிடம் புயலினால் அவதிக்குள்ளான ஜனங்களுக்கு உதவுவதற்காகப் பொக்கிஷ சாலையைத் திறந்து விடும்படி அநிருத்தர் தம் முன்னாலேயே உத்தரவு வாங்கி விட்டால் பெரிய தொல்லையாகப் போய்விடும். நாளைக்குத் தமையனாரின் முன்னால் எப்படி முகத்தைக் காட்டுவது?

அநிருத்தருடைய வரவை அன்று காலையிலிருந்தே சக்கரவர்த்தி எதிர்பார்த்துக் கொண்டிருந்தார். ஆனால் சூரியன் அஸ்தமிக்கும் சமயத்தில்தான் முதன்மந்திரி வந்தார். அவருடைய திட நெஞ்சமும் இப்போது சிறிது கலங்கிப் போயிருந்தது. அவர் எவ்வளவோ ஜாக்கிரதையுடன் போட்டிருந்த திட்டம் தவறிப் போய்விட்டது. மந்தாகினியைப் பற்றி ஏதேனும் செய்தி கிடைக்கும். பின்னர் சக்கரவர்த்தியைப் போய்ப் பார்க்கலாம் என்று அவர் அரண்மனைக்குப் போவதைத் தள்ளிப் போட்டுக் கொண்டிருந்தார். பிற்பகலில் ஆழ்வார்க்கடியான் வந்து பெரிதும் தர்மசங்கடமான செய்தியைத் தெரியப்படுத்தினான். ஊமை ராணி போயிருக்கக்கூடும் என்று தான் ஊகித்த குறுகிய சந்து வழியில் சென்றதாகவும், ஒரு ஸ்திரீ பழுவேட்டரையர் அரண்மனைத் தோட்டத்து மதில்சுவர் ஏறிக் குதித்தது போல் தோன்றியதென்றும், அவள் ஊமை ராணியாக இருக்கக் கூடும் என்று எண்ணி அவனும் அந்த மதில் சுவரில் ஏறிக் குதித்ததாகவும் தோட்டத்தில் தேட ஆரம்பிப்பதற்குள்ளே சின்னப் பழுவேட்டரையரின் ஆட்கள் வந்து பிடித்துக் கொண்டதாகவும் கூறினான். "அவர்களிடம் உண்மைக் காரணத்தைச் சொல்ல முடியவில்லை. ஐயா அதனாலேதான் தங்களுடைய பெயரைக் கூறி விடுதலை பெற்று வரவேண்டியதாயிற்று!" என்றான்.

இந்த விவரம் முதன்மந்திரிக்குப் பெரும் கவலையை உண்டாக்கிற்று. "இந்தத் தஞ்சாவூர்க் கோட்டையில் இவ்வளவு அரண்மனைகள் இருக்கிறபோது, பெரிய பழுவேட்டரையரின் மாளிகையிலேதானா அவள் பிரவேசிக்க வேண்டும்? பகிரங்கமாக ஆள்விட்டுத் தேடச் சொல்லக்கூட முடியாதே? ஆனாலும் பார்க்கலாம். பெரிய பழுவேட்டரையர் ஊரில் இல்லாதது ஒரு விதத்தில் நல்லதாய்ப் போயிற்று. அரண்மனையைச் சுற்றிலும் காவல் போட்டு வைக்கலாம். அவ்வரண்மனைக்கு உள்ளேயும் எனக்கு ஒரு ஆள் இருக்கிறான் அவனுக்கும் சொல்லி அனுப்புகிறேன்! இருந்தாலும், இந்த ஓடக்காரப் பெண் எவ்வளவு தர்ம சங்கடத்தை உண்டாக்கி விட்டாள்?" என்றார் முதன்மந்திரி.

"சுவாமி! ஓடக்காரப் பெண் குறுக்கிட்டிராவிட்டாலும் ஊமை ராணி தங்கள் விருப்பத்தின்படி நடந்திருப்பாள் என்பது நிச்சயமில்லை. எப்படியாவது ஓடிப் போகத்தான் முயன்றிருப்பாள்!" என்றான் ஆழ்வார்க்கடியான்.

"எனக்கென்னவோ ஒரு நம்பிக்கை இருக்கிறது. இத்தனை தூரம் வந்தவள் சக்கரவர்த்தியைப் பார்க்காமல் போக மாட்டாள் என்று. நம்மால் முடிந்த முயற்சிகளையெல்லாம் செய்து பார்க்கலாம். ஆனால், இனிமேலும் சக்கரவர்த்தியைப் பார்ப்பதற்குப் போகாமல் காலம் தாழ்த்துவது முறையன்று. நீயும் அந்த ஓடக்காரப் பெண்ணை அழைத்துக் கொண்டு என்னுடன் வா! இரண்டு இளவரசர்களைப் பற்றிய எல்லாச் செய்திகளையும் சக்கரவர்த்திக்குத் தெரியப்படுத்தி விடவேண்டும். சின்ன இளவரசரைக் கடலிலிருந்து கரை சேர்த்த ஓடக்காரப் பெண் நேரில் அதைப்பற்றிச் சொன்னால் சக்கரவர்த்திக்கு நம்பிக்கை உண்டாகலாம்!" என்றார்.

முதன்மந்திரி அநிருத்தரும், அவருடைய சீடனும், பூங்குழலியும் சக்கரவர்த்தியின் அரண்மனைக்குச் சென்றார்கள். அரண்மனை முகப்பிலேயே இளையபிராட்டியும் வானதியும் அவர்களுக்காகக் காத்திருந்தார்கள். ஊமை ராணி அகப்படவில்லையென்ற செய்தி இளையபிராட்டிக்கும் கலக்கத்தை அளித்தது. அவள் பெரிய பழுவூர் மன்னரின் அரண்மனைத் தோட்டத்தில் புகுந்த செய்தி கலக்கத்தை அதிகப்படுத்தியது. இதிலிருந்து விபரீத விளைவு ஏதேனும் ஏற்படாமலிருக்க வேண்டுமே என்ற கவலையும் ஏற்பட்டது.

"ஐயா! பெரிய பழுவூர் மன்னரின் மாளிகையிலிருந்து வெளியேறுவதற்குச் சுரங்க வழி இருக்கிறதாமே? அதன் வழியாகப் போய் விட்டால்?"

முதன்மந்திரிக்கு வந்தியத்தேவனின் நினைவு வந்தது. "தாயே! அந்த வழியைக் கண்டுபிடிப்பது அவ்வளவு சுலபமாயிருக்குமா? எல்லாரும் வாணர் குலத்து வாலிபனைப் போன்ற அதிர்ஷ்டசாலியாயிருப்பார்களா? ஆயினும் கோட்டைக்கு வெளியிலும் ஆட்களை நிறுத்தி வைப்பதற்கு ஏற்பாடு செய்கிறேன்!" என்றார்.

பின்னர் ஆழ்வார்க்கடியானையும் பூங்குழலியையும் இளையபிராட்டியுடன் விட்டுவிட்டு முதன்மந்திரி மட்டும் சக்கரவர்த்தி படுத்திருந்த இடத்துக்குச் சென்றார். சக்கரவர்த்திக்கும் அவர் அருகில் வீற்றிருந்த வானமாதேவிக்கும் வழக்கமான மாரியாதைகளைச் செலுத்திவிட்டு, புயலினால் சோழ நாடெங்கும் நேர்ந்துள்ள சேதங்களைப் பற்றி விசாரித்துத் தக்க ஏற்பாடு செய்து கொண்டிருந்ததினால் சீக்கிரமாக வரமுடியவில்லை என்று சக்கரவர்த்தியிடம் தெரியப்படுத்திக் கொண்டார். அந்த ஏற்பாடுகளைப் பற்றிய விவரங்களை அறிந்து கொண்டதில் சக்கரவர்த்திக்குச் சிறிது திருப்தி உண்டாயிற்று.

"தனாதிகாரி இல்லாத சமயத்தில் நீங்களாவது இப்போது இங்கு இருந்தீர்களே! அது நல்லதாய்ப் போயிற்று! ஆனால் இது என்ன நான் கேள்விப்படுவது? கோடிக்கரையிலிருந்து யாரோ ஒரு ஸ்திரீயைப் பலவந்தமாகப் பிடித்து வந்திருக்கிறீராமே? சற்று முன் கோட்டைத் தளபதி சொன்னார். பிரம்மராயரே! இம்மாதிரி நடவடிக்கையை உம்மிடம் நான் எதிர்பார்க்கவில்லையே! ஒரு வேளை அதற்கு மிக அவசியமான காரணம் ஏதேனும் இருந்திருக்கலாம். அப்படியானால் எனக்குத் தெரிவிக்கலாமல்லவா? அல்லது எல்லாருமே நான் நோயாளியாகி விட்டபடியால் என்னிடம் ஒன்றுமே சொல்ல வேண்டியதில்லை, என்னை எதுவும் கேட்க வேண்டியதுமில்லை என்று வைத்துக் கொண்டு விட்டீர்களா? அருள்மொழிவர்மன் கடலில் முழுகாமல் தப்பிக் கரை சேர்ந்து நாகப்பட்டினம் புத்த விஹாரத்தில் இருப்பதாகக் குந்தவை கூறுகிறாள். அதைப்பற்றிச் சந்தோஷப்படுவதா, வருத்தப்படுவதா என்று எனக்குத் தெரியவில்லை. கரை ஏறியவன் ஏன் இவ்விடத்துக்கு வரவில்லை? அவன் தப்பிப் பிழைத்து பத்திரமாக இருக்கும் செய்தியை ஏன் இதுவரை எனக்கு ஒருவரும் தெரியப்படுத்தவில்லை? மந்திரி! என்னைச் சுற்றிலும் நான் அறியாமல் என்னவெல்லாமோ நடைபெறுகிறது. என்னுடைய ராஜ்யத்தில் எனக்குத் தெரியாமல் பல காரியங்கள் நிகழ்கின்றன. இப்படிப்பட்ட நிலைமையில் உயிரோடிருப்பதைக் காட்டிலும் ...." என்று சக்கரவர்த்தி கூறி வந்தபோது அவர் தொண்டை அடைத்துக் கொண்டது; கண்களில் கண்ணீர் ததும்பி நின்றது.

குறுக்கே பேசக்கூடாதென்ற மரியாதையினால் இத்தனை நேரம் சும்மாயிருந்த அநிருத்தர் இப்போது குறுக்கிட்டு, "பிரபு! நிறுத்துங்கள். தங்களுடன் எனக்கு நட்பு ஏற்பட்டு நாற்பது ஆண்டுகள் ஆகின்றன. இவ்வளவு நாளும் தங்களுடைய நலனுக்கு எதிரான காரியம் எதுவும் செய்யவில்லை; இனியும் செய்யமாட்டேன். தங்களுக்கு வீண்தொல்லை கொடுக்க வேண்டாம் என்ற காரணத்துக்காக இரண்டொரு விஷயங்களைத் தங்களிடம் சொல்லாமல் விட்டிருக்கலாம். அது குற்றமாயிருந்தால் மன்னித்துவிடுங்கள். இப்போது தாங்கள் கேட்டவற்றுக் கெல்லாம் மறுமொழி சொல்கிறேன். கருணைகூர்ந்து அமைதியாயிருக்க வேண்டும்" என்று இரக்கமாகக் கேட்டுக் கொண்டார்.

"முதன்மந்திரி! இந்த ஜன்மத்தில் எனக்கு இனி மன அமைதி இல்லை. அடுத்த பிறவியிலாவது மன அமைதி கிட்டுமா என்று தெரியாது. என் அருமை மக்களும் என் ஆருயிர் நண்பராகிய முதன்மந்திரியும் எனக்கு எதிராகச் சதி செய்யும் போது..."

"பிரபு, தங்களுக்கு எதிராகச் சதி செய்பவர்கள் யார் என்பதைச் சீக்கிரத்தில் அறிந்து கொள்வீர்கள். அந்தப் பாதகத்துக்கு நான் உடந்தைப்பட்டவன் அல்ல. இந்த முதன்மந்திரி பதவியை இப்போது நான் பெயருக்காகவே வைத்துக் கொண்டிருக்கிறேன். பெரிய பழுவேட்டரையரிடமே இந்தப் பதவியைக் கொடுத்து விடுகிறேன் என்று முன்னமே பல தடவை சொல்லியிருக்கிறேன். இப்போதும் அதற்குச் சித்தமாயிருக்கிறேன். என் பேரில் சிறிதளவேனும் தங்களுக்கு அதிருப்தி இருந்தால்..."

"ஆம் முதன்மந்திரி, ஆம்! எந்த நேரத்திலும் என்னைக் கைவிட்டுப் போய்விட நீங்கள் எல்லோருமே சித்தமாயிருக்கிறீர்கள். என் மூச்சுப் போகும் வரையில் என்னுடன் இருந்து என்னுடன் சாகப் போகிறவள் இந்த மலையமான் மகள் ஒருத்திதான். நான் செய்திருக்கும் எத்தனையோ பாவங்களுக்கு மத்தியில் ஏதோ

புண்ணியமும் செய்திருக்கிறேன். ஆகையினால் தான் இவளை என் வாழ்க்கைத் துணைவியாகப் பெற்றேன்!" என்றார் சக்கரவர்த்தி.

இந்த வார்த்தைகளைக் கேட்டதும் சக்கரவர்த்திக்கு அருகில் கட்டிலில் வீற்றிருந்த வானமாதேவிக்கு விம்மலுடன் அழுகை வந்து விட்டது. அவள் உடனே எழுந்து அடுத்த அறைக்குச் சென்றாள்.

"மன்னர் மன்னா! மலையமான் மகளைப் பற்றித் தாங்கள் கூறிய ஒவ்வொரு வார்த்தையும் சத்தியம். அவருடைய திருவயிற்றில் பிறந்த மக்களும் தங்களிடம் இணையற்ற பக்தி விசுவாசம் கொண்டிருக்கிறார்கள்."

"ஆனாலும் என் வார்த்தையை அவர்கள் மதிப்பதில்லை. என் கட்டளைக்கும் கீழ்ப்படிவதில்லை. எனக்குத் தெரியாமல் ஏதேதோ, செய்கிறார்கள். நீரும் அவர்களோடு சேர்ந்து கொள்கிறீர்! அருள்மொழிவர்மன் கடலிலிருந்து தப்பிப் பிழைத்து நாகைப்பட்டினம் புத்த விஹாரத்திலிருப்பது உமக்கு முன்னமே தெரியும் அல்லவா? ஏன் என்னிடம் சொல்லவில்லை?"

"மன்னிக்க வேண்டும் பிரபு! அந்த விவரம் நேற்று வரையில் எனக்கு நிச்சயமாய்த் தெரிந்திருக்கவில்லை. இளவரசரின் உயிருக்கு ஆபத்து நேரிட்டிராது என்று மட்டும் உறுதியாயிருந்தேன். அவர் பிறந்த வேளையைக் குறித்துச் சோதிடக்காரர்கள் எல்லாரும் கூறியிருப்பது பொய்யாகி விடாதல்லவா?"

"முதன்மந்திரி! சோதிட சாஸ்திரத்தினால் நேரக்கூடிய தீங்குகளுக்கு அளவே இல்லை. இந்த ராஜ்யத்திலிருந்து சோதிடக்காரர்கள் எல்லாரையுமே அப்புறப்படுத்திவிட எண்ணுகிறேன். அருள்மொழியின் ஜாதகத்தைக் குறித்து சோதிடக்காரர்கள் கூறியிருப்பதை வைத்துக் கொண்டுதான் நான் உயிரோடிருக்கும் போதே அவனைச் சிம்மாசனத்தில் ஏற்றி விடுவதற்கு எல்லாரும் பிரயத்தனப்படுகிறார்கள்; நீரும் அவர்களைச் சேர்ந்தவர்தானே?"

"சத்தியமாக இல்லை; பிரபு! அதற்கு மாறாக, சின்ன இளவரசர் சிறிது காலத்துக்கு இந்தச் சோழ நாட்டுக்குள் வராமலிருந்தாலே நல்லது என்று எண்ணினேன். இலங்கைக்குப் போயிருந்தபோது இளவரசரிடம் அவ்விதமே சொல்லி விட்டு வந்தேன். ஆனால் நான் இப்பால் வந்தவுடன் பழுவேட்டரையர்களின் ஆட்கள் இளவரசரைச் சிறைப்படுத்திக் கொண்டு வர இலங்கைக்கு வந்திருக்கிறார்கள். தாங்களும் அதற்குச் சம்மதம் அளித்திருக்கிறீர்கள். இந்தச் செய்தி நாடு நகரமெல்லாம் பரவியிருக்கிறபடியால், ஜனங்கள் பழுவேட்டரையர்கள் மீது ஒரே கோபமாயிருக்கிறார்கள். அவர்கள் தான் இளவரசரை ஏற்றி வந்த கப்பலை வேண்டுமென்று கடலில் மூழ்கடித்து விட்டதாக ஜனங்களிடையில் பேச்சாயிருக்கிறது...."

"பொய், முதன்மந்திரி! பொய்! எல்லாம் முழுப் பொய்! பார்த்திபேந்திர பல்லவன் எல்லாம் என்னிடம் கூறிவிட்டான். பழுவேட்டரையர்கள் அனுப்பிய கப்பலில் இளவரசன் வரவில்லை. பார்த்திபேந்திரனுடைய கப்பலில் வந்தான். வழியில் வேண்டுமென்று கடலில் குதித்தான். இன்னொரு எரிந்த கப்பலில் இருந்த யாரோ ஒருவனைக் காப்பாற்றுவதற்காக என்று சொல்லி, பார்த்திபேந்திரன் தடுத்தும் கேளாமல், கொந்தளித்த கடலில் குதித்தான். இப்போது யோசிக்கும் போது எல்லாமே பொய்யென்றும் என்னை ஏமாற்றுவதற்காகச் செய்யப்பட்ட சூழ்ச்சி என்றும் தோன்றுகிறது. இந்தச் சூழ்ச்சியில் குந்தவையும் சம்பந்தப்பட்டவள் என்பதை நினைக்கும்போதுதான் எனக்கு வேதனை தாங்கவில்லை. இந்த உலகமே எனக்கு எதிராகப் போனாலும் குந்தவை என்னுடன் இருப்பாள் என்று எண்ணியிருந்தேன். ஒரு தகப்பன் தன் மகளிடம் சாதாரணமாகச் சொல்லத் தயங்கக் கூடிய வரலாறுகளையெல்லாம் சொன்னேன்...."

"அரசர்க்கரசே! இளையபிராட்டி தங்களுக்கு எதிராக சதி செய்வதாய் உலகமே சொன்னாலும் நான் நம்பமாட்டேன்; தாங்களும் நம்பக்கூடாது. இளையபிராட்டி ஒரு விஷயத்தைத் தங்களிடம் சொல்லவில்லை என்றால், அதற்குக் காரணம் அவசியம் இருக்கவேண்டும். சின்ன இளவரசர் தம் சிநேகிதனைக்

காப்பாற்றுவதற்காகக் கடலில் குதித்ததில் பொய் ஒன்றுமில்லை. இளவரசரையும் அவருடைய சிநேகிதரையும் கடலிலிருந்து காப்பாற்றிக் கரை சேர்த்த ஓடக்காரப் பெண் இதோ அடுத்த அறையில் இருக்கிறாள். இலங்கையில் நடந்தவற்றையும் நேரில் பார்த்து அறிந்தவள். அரசே! அவளைக் கூப்பிடட்டுமா!" என்றார் அநிருத்தர்.

சக்கரவர்த்தி மிக்க ஆவலுடன், "அப்படியா? உடனே அவளை அழையுங்கள். முதன்மந்திரி!... கோடிக்கரையிலிருந்து நீர் பலவந்தமாகப் பிடித்து வரச் சொன்ன பெண் அவள்தானா?"...என்றார்.

"பழுவேட்டரையர் பல்லக்கில் வந்த பெண்தான் அடுத்த அறையில் காத்திருக்கிறாள். இதோ அழைக்கிறேன்" என்று அநிருத்தர் கூறிக் கையைத் தட்டியதும், பூங்குழலியும் ஆழ்வார்க்கடியானும் உள்ளே வந்தார்கள்.

❉ ❉ ❉ ❉

முப்பத்தொன்றாம் அத்தியாயம்

முன்மாலைக் கனவு

பூங்குழலியைச் சக்கரவர்த்தி உற்றுப் பார்த்துவிட்டு, "இந்தப் பெண்ணை நான் இதுவரை பார்த்ததில்லையல்லவா? ஆனால் முகஜாடை சற்றுத் தெரிந்த மாதிரி இருக்கிறது; பிரம்மராயரே! இவள் யார்?" என்று கேட்டார்.

"இவள் கோடிக்கரைத் தியாக விடங்கர் மகள் பெயர் பூங்குழலி!"

"ஆகா! அதுதான் காரணம்!" என்று சக்கரவர்த்தி கூறினார். பிறகு வாய்க்குள்ளே, 'இவள் அத்தையின் முகஜாடை கொஞ்சம் இருக்கிறது! ஆனால் அவளைப் போல் இல்லை; ரொம்ப வித்தியாசம் இருக்கிறது' என்று முணுமுணுத்துக் கொண்டார்.

அவர் முணுமுணுத்தது பூங்குழலியின் காதில் இலேசாக விழுந்தது. அதுவரையில் சக்கரவர்த்தியைப் பூங்குழலி பார்த்ததில்லை. அவர் அழகில் மன்மதனை மிஞ்சியவர் என்று கேள்விப்பட்டிருந்தாள். இளவரசரைப் பெற்ற தந்தை அப்படித்தான் இருக்க வேண்டுமென்றும் எண்ணியிருந்தாள். இப்போது உடல் நோயினாலும் மன நோயினாலும் விகாரப்பட்டுத் தோன்றிய சக்கரவர்த்தியின் உருவத்தைப் பார்த்துத் திகைத்துப் போனாள். தன் அத்தையைக் கைவிட்டது பற்றிச் சக்கரவர்த்தியிடம் சண்டை பிடிக்க வேண்டும் என்று எண்ணியிருந்ததை நினைத்து வெட்கினாள். பயத்தினாலும் வியப்பினாலும் கூச்சத்தினாலும் சக்கரவர்த்தியைத் தரிசித்தவுடனே வணக்கம் கூறுவதற்குக் கூட மறந்து நின்றாள்.

"பெண்ணே! உன் தந்தை தியாகவிடங்கர் சுகமா?" என்று சக்கரவர்த்தி அவளைப் பார்த்துக் கேட்டார். அப்போதுதான் பூங்குழலிக்குச் சுய நினைவு வந்தது. இலங்கை முதலாவது கிருஷ்ணா நதி வரையில் ஒரு குடை நிழலில் ஆளும் சக்கரவர்த்தியின் சந்நிதியில் தான் நிற்பதை உணர்ந்தாள். உடனே தரையில் விழுந்து நமஸ்கரித்துவிட்டு எழுந்து கை கூப்பி வணக்கத்துடன் நின்றாள்.

சுந்தரசோழர் அநிருத்தரைப் பார்த்து, "இந்தப் பெண்ணுக்குப் பேச வரும் அல்லவா? ஒரு கால் இவள் அத்தையைப் போல் இவளும் ஊமையா?" என்று கேட்டபோது, அவர் முகம் மன வேதனையினால் சுருங்கியது.

"சக்கரவர்த்தி! இந்தப் பெண்ணுக்குப் பேசத் தெரியும். ஒன்பது ஸ்திரீகள் பேசக்கூடியதை இவள் ஒருத்தியே பேசி விடுவாள்! தங்களைத் தரிசித்த அதிர்ச்சியினால் திகைத்துப் போயிருக்கிறாள்" என்றார் அநிருத்தர்.

"ஆமாம்; என்னைப் பார்த்தால் எல்லாருமே மௌனமாகி நின்று விடுகிறார்கள். என்னிடம் ஒருவரும் ஒன்றும் சொல்வதில்லை!" என்றார் சக்கரவர்த்தி.

மறுபடியும் பூங்குழலியைப் பார்த்து, "பெண்ணே! இளவரசன் அருள்மொழிவர்மனை நீ கொந்தளித்த கடலிலிருந்து காப்பாற்றினாய் என்று முதன்மந்திரி சொல்லுகிறார் அது உண்மையா?" என்ற சுந்தர சோழர் கேட்டார்.

பூங்குழலி தயங்கித் தயங்கி, "ஆம், பிரபு!...அது குற்றமாகயிருந்தால்.." என்றாள்.

சக்கரவர்த்தி சிரித்தார்; அந்தச் சிரிப்பின் ஒலி பயங்கரமாக தொனித்தது.

"பிரம்மராயரே! இந்தப் பெண் சொல்லுவதைக் கேளுங்கள்! 'அது குற்றமாயிருந்தால்' என்கிறாள். இளவரசன் உயிரை இவள் காப்பாற்றியது 'குற்றமாயிருந்தால்' என்கிறாள். என் மகன் கடலில் முழுகிச் செத்திருக்க வேண்டும் என்று நான் ஆசைப்படுகிறேன் போலிருக்கிறது. அப்படிப்பட்ட ராட்சதன் நான் என்று இவளிடம் யாரோ சொல்லியிருக்கிறார்கள்? முதன்மந்திரி, நாட்டு மக்கள் எல்லாம் இப்படித்தான் என்னைப் பற்றி எண்ணிக் கொண்டிருக்கிறார்களா?" என்று கேட்டார் சுந்தர சோழர்.

"பிரபு! இவள் பயத்தினால் ஏதோ சொல்லிவிட்டாள் அதைப் பொருட்படுத்த வேண்டாம். பெண்ணே! இளவரசரை நீ காப்பாற்றியதற்காக இந்தச் சோழ நாடே உனக்கு நன்றிக் கடன்பட்டிருக்கிறது. சக்கரவர்த்தியும் அளவில்லாத மகிழ்ச்சி அடைந்திருக்கிறார். அதற்காக நீ என்ன பரிசு வேண்டுமோ, அதைக் கேட்டுப் பெறலாம். இப்போது, நடந்ததையெல்லாம் சக்கரவர்த்தியிடம் விவரமாகக் கூறு! பயப்படாமல் சொல்லு!" என்றார்.

"முதலில் ஒரு விஷயத்தை இந்தப் பெண் சொல்லட்டும். இளவரசரைக் கடலிலிருந்து காப்பாற்றியதாகச் சொல்லுகிறாளே, அவன் இளவரசன் தான் என்பது இவளுக்கு எப்படி தெரியும்? முன்னம் பார்த்ததுண்டா...!" என்றார் சக்கரவர்த்தி.

"ஆம், பிரபு! முன்னம் ஈழ நாட்டுக்கு வீரர்களுடன் இளவரசர் கப்பல் ஏறியபோது சில தடவை பார்த்திருக்கிறேன். ஒரு முறை இளவரசர் என்னைச் 'சமுத்திர குமாரி' என்று அழைத்ததும் உண்டு!" என்று கூறினாள் பூங்குழலி.

"ஆகா! இந்தப் பெண்ணுக்கு இப்போதுதான் பேச்சு வருகிறது!" என்றார் சோழச் சக்கரவர்த்தி.

பின்னர், முதன்மந்திரி அடிக்கடி தூண்டிக் கேள்வி கேட்டதன் பேரில் பூங்குழலி வந்தியத்தேவனை இலங்கைக்கு அழைத்துச் சென்றதிலிருந்து இளவரசரை நாகைப்பட்டினத்தில் கொண்டு போய் விட்டது வரையில் எல்லாவற்றையும் கூறினாள். ஆனால் அநிருத்தர் எச்சரிக்கை செய்திருந்தபடியால் மந்தாகினியைப் பற்றி மட்டும் ஒன்றும் சொல்லவில்லை.

எல்லாம் கேட்ட பின்னர் சக்கரவர்த்தி, "பெண்ணே! சோழ குலத்துக்கு இணையில்லாத உதவி செய்திருக்கிறாய். அதற்கு ஈடாக உனக்குச் செய்யக்கூடியது ஒன்றுமில்லை. ஆனால் ஒன்று கேட்கிறேன், சொல்! கோடிக்கரையில் இளவரசரைக் கரை சேர்ந்த பிறகு இங்கே ஏன் அழைத்து வரவில்லை? ஏன் நாகப்பட்டினத்துக்கு அழைத்துப் போனாய்?" என்றார்.

"சுவாமி! இளவரசர் கொடிய சுரத்தினால் நினைவு இழந்திருந்தார். நாகப்பட்டினம் புத்த விஹாரத்தில் நல்ல வைத்தியர்கள் இருக்கிறார்கள் என்று அங்கே அழைத்துப் போனோம். பிக்ஷுக்கள் இளவரசரிடம் மிக்க பக்தி உள்ளவர்கள் என்பது எங்களுக்குத் தெரியும். இளவரசரை அந்த நிலையில் ஓடத்தில்தான் ஏற்றிப் போகலாமே தவிர, குதிரை மேலோ, வண்டியிலோ ஏற்றி அனுப்ப முடிந்திராது..."

"அச்சமயம் கோடிக்கரையில் பழுவேட்டரையர் இருந்தாரே, அவரிடம் ஏன் தெரிவிக்கவில்லை...?"

பூங்குழலி சற்றுத் தயங்கிவிட்டுப் பின்னர் கம்பீரமான குரலில், "சக்கரவர்த்தி! பழுவேட்டரையர் இளவரசருக்கு விரோதி என்று நாடெல்லாம் அறிந்திருக்கிறது. அப்படியிருக்க, இளவரசரைப் பழுவேட்டரையரிடம் ஒப்புவிக்க எவ்விதம் எனக்கு மனம் துணியும்?" என்றாள்.

"ஆம், ஆம்! என் புதல்வர்களுக்குப் பழுவேட்டரையர்கள் மட்டுமா விரோதிகள்? நான் கூடத்தான் விரோதி. உலகம் அப்படித்தான் எண்ணிக் கொண்டிருக்கிறது. அது போகட்டும்! முதன்மந்திரி நேற்று இங்கு அடித்த புயல் நாகைப்பட்டினத்தில் இன்னும் கடுமையாக இருந்திருக்குமே? இளவரசனுக்கு மறுபடியும் ஏதேனும் தீங்கு நேரிடாமலிருக்க வேண்டுமே என்று என் நெஞ்சம் துடிக்கிறது."

"பிரபு, சோழ நாடு அதிர்ஷ்டம் செய்த நாடு. இப்போது இந்நாட்டுக்கு மகத்தான நல்ல யோகம் ஆகையால்.."

"சோழ நாடு அதிர்ஷ்டம் செய்த நாடுதான்; ஆனால் நான் துரதிர்ஷ்டசாலியாயிற்றே, பிரம்மராயரே! நான் கண்ணை மூடுவதற்குள் என் புதல்வர்களை ஒரு தடவை பார்க்க விரும்புகிறேன்..."

"ஐயா! அப்படியெல்லாம் சொல்லாதீர்கள், இத்தகைய புதல்வர்களையும், புதல்வியையும் பெற்ற தங்களைப் போன்ற பாக்கியசாலி யார்? இதோ இன்றைக்கே ஆட்களை அனுப்பி வைக்கிறேன். இளவரசரைப் பத்திரமாய் அழைத்து வருவதற்கு என் சீடன் திருமலையையும் கூட அனுப்புகிறேன்!" என்றார் முதன்மந்திரி.

அப்போதுதான் சக்கரவர்த்தி ஆழ்வார்க்கடியான் மீது தம் பார்வையைச் செலுத்தினார்.

"ஆகா! இவன் இத்தனை நேரமும் இங்கே நிற்கிறானா? சின்னப் பழுவேட்டரையர் இவனைப் பற்றித்தானே சொன்னார்? பழுவூர் அரண்மனை மதிலில் ஏறிக் குதித்தவன் இவன்தானே?"

"பிரபு, அதற்குத் தகுந்த காரணம் இருக்கிறது. அதைப் பற்றி நாளைக்குத் தெரியப்படுத்த அனுமதி கொடுங்கள். ஏற்கனவே மிக்க களைப்படைந்து விட்டீர்கள்!" என்றார் முதன்மந்திரி.

இச்சமயத்தில் மலையமான் மகளும், குந்தவையும் வானதியும் சக்கரவர்த்தி அறைக்குள்ளே வந்தார்கள். "முதன்மந்திரி! இன்றைக்கு இத்துடன் நிறுத்திக் கொள்ளுங்கள். சக்கரவர்த்திக்கு அதிகக் களைப்பு உண்டாகக் கூடாது என்று வைத்தியர்கள் கண்டிப்பாகக் கட்டளையிட்டிருக்கிறார்கள்!" என்று மகாராணி கூறினாள். பின்னர், "இந்தப் பெண் இனிமையாகப் பாடுவாளாம். ஒரு தேவாரப் பாடல் பாடச் சொல்லுங்கள்; சக்கரவர்த்திக்குக் கானம் மிகவும் பிடிக்கும்" என்றாள்.

"ஆகட்டும் தாயே! என் சீடன் கூட ஆழ்வார் பாசுரங்களை நன்றாகப் பாடுவான் அவனையும் பாடச் சொல்கிறேன்!" என்றார் முதன்மந்திரி.

பூங்குழலி "கூற்றாயினவாறு விலக்ககிலீர்" என்ற அப்பர் தேவாரத்தைப் பாடினாள்.

ஆழ்வார்க்கடியான் "திருக்கண்டேன் பொன் மேனி கண்டேன்" என்ற பாசுரத்தைப் பாடினான்.

பாடல் ஆரம்பித்ததும் சுந்தர சோழர் கண்களை மூடிக் கொண்டார். சிறிது நேரத்துக்கெல்லாம் அவர் முகத்தில் சாந்தியும் நிம்மதியும் காணப்பட்டன. மூச்சு நிதானமாகவும் ஒரே மாதிரியாகவும் வந்தது. நல்ல நித்திரையில் ஆழ்ந்து விட்டார் என்று தெரிந்தது.

இருட்டுகிற சமயமாகி விட்டபடியால் தாதிப் பெண் விளக்கேற்றிக் கொண்டு வந்து வைத்தாள்.

முதன்மந்திரி உள்ளிட்ட அனைவரும் அவ்வறையிலிருந்து வெளியேறினார்கள்.

மலையமான் மகள் மட்டும் சிறிது நேரம் சக்கரவர்த்தியின் அருகில் இருந்தாள். அடுத்த அறையின் வாசற்படியிலிருந்து குந்தவை அவளைப் பார்த்து ஏதோ சமிக்ஞை செய்யவே அவளும் எழுந்து சென்றாள்.

பின்னர், அந்த அறையில் மௌனம் குடிகொண்டது. சுந்தர சோழர் மூச்சுவிடும் சப்தம் மட்டும் இலேசாகக் கேட்டுக் கொண்டிருந்தது.

முதல் நாளிரவு சற்றும் தூங்காத காரணத்தினால் களைத்துச் சோர்ந்திருந்தபடியினாலும், பூங்குழலியும் ஆழ்வார்க்கடியானும் பாடிய தமிழ்ப் பாசுரங்களின் இனிமையினாலும் சுந்தர சோழர் அந்த முன் மாலை நேரத்தில் நித்திரையில் ஆழ்ந்தாரென்றாலும், அவருடைய துயில் நினைவற்ற அமைதி குடிகொண்ட துயிலாக இல்லை. பழைய நினைவுகளும் புதிய நினைவுகளும் உண்மை நிகழ்ச்சிகளும் உள்ளக் கற்பனைகளும் கனவுகளாக உருவெடுத்து அவரை விதவிதமான விசித்திர அனுபவங்களுக்கு உள்ளாக்கின.

* * *

அமைதி குடிகொண்டிருந்த நீலக்கடலில் அவரும் பூங்குழலியும் படகில் போய்க் கொண்டிருந்தார்கள். பூங்குழலி படகைத் தள்ளிக் கொண்டே கடலின் ஓங்கார சுருதிக்கு இசைய ஒரு கீதம் பாடிக் கொண்டிருந்தாள்.

"சோர்வு கொள்ளாதே மனமே - உன்
ஆர்வ மெல்லாம் ஒருநாள் பூரணமாகும்!
காரிருள் சூழ்ந்த நீளிரவின் பின்னர்
காலை மலர்தலும் கண்டனை அன்றோ
தாரணி உயிர்க்கும் தாமரை சிலிர்க்கும்
அளிகுலம் களிக்கும் அருணனும் உதிப்பான்!"

இந்தக் கீதத்தைக் கேட்டுச் சுந்தர சோழர் புளகாங்கிதம் அடைந்தார். அவருடைய உள்ளத்தில் குடிகொண்டிருந்த சோர்வு நீங்கி உற்சாகம் ததும்பியது. "இன்னும் பாடு! இன்னும் பாடு!" என்று பூங்குழலியைத் தூண்டிக் கொண்டிருந்தார். ஆழ் கடலில் மிதந்து படகு போய்க் கொண்டேயிருந்தது.

திடீரென்று இருள் சூழ்ந்தது; பெரும் காற்று அடிக்கத் தொடங்கியது. சற்று முன் அமைதியாக இருந்த கடலில் மலை மலையாக அலைகள் எழுந்து விழுந்தன. தொட்டில் ஆடுவது போல் சற்று முன்னால் ஆடிக் கொண்டிருந்த படகு இப்போது மேக மண்டலத்தை எட்டியும் அதல பாதாளத்தில் விழுந்தும் தத்தளித்தது. படகில் இருந்த பாய்மரங்களின் பாய்கள் சுக்குநூறாகக் கிழிந்து காற்றில் அடித்துக் கொண்டு போகப்பட்டன. ஆயினும் படகு மட்டும் கவிழாமல் எப்படியோ சமாளித்துக் கொண்டிருந்தது. அப்போதெல்லாம் பூங்குழலியின் படகு விடும் திறத்தைச் சுந்தர சோழச் சக்கரவர்த்தி வியந்து மகிழ்ந்து கொண்டிருந்தார்.

காற்று, வந்த வேகத்தைப் போலவே சட்டென்று நின்றது. கடலின் கொந்தளிப்பு வரவரக் குறைந்தது. மீண்டும் பழையபடி அமைதி ஏற்பட்டது. கீழ்திசையில் வான்முகட்டில் அருணோதயத்துக்கு அறிகுறி தென்பட்டது. சிறிது நேரத்துக்கெல்லாம் தங்கச் சூரியன் உதயமானான். கடலின் நீரும் பொன் வண்ணம் பெற்றுத் தகதகா மயமாகத் திகழ்ந்தது. சற்று தூரத்தில் பசுமையான தென்னந் தோப்புக்கள் சூழ்ந்த தீவுகள் சில தென்பட்டன. அத்தீவுகளிலிருந்து புள்ளினங்கள் மதுர மதுரமான குரல்களில் இசைத்த கீதங்கள் எழுந்தன. ஈழ நாட்டின் கரையோரமுள்ள தீவுகள் அவை என்பதைச் சுந்தர சோழர் உணர்ந்து கொண்டார். அவற்றில் ஒரு தீவிலேதான் முந்தைப் பிறவியில் அவர் மந்தாகினியைச் சந்தித்தார் என்பது நினைவு வந்தது.

அந்தத் தீவின் பேரில் பார்வையைச் செலுத்திக் கொண்டே "பூங்குழலி! கடைசியில் என்னைச் சொர்க்கலோகத்துக்கே கொண்டு வந்து சேர்த்து விட்டாயல்லவா? உனக்கு நான் எவ்விதத்தில் நன்றி செலுத்தப் போகிறேன்?" என்றார். பூங்குழலி மறுமொழி சொல்லாதது கண்டு அவள் பக்கம் திரும்பிப் பார்த்தார் அப்படியே ஸ்தம்பிதமாகிவிட்டார். ஏனெனில், படகில் இன்னொரு பக்கத்தில் இருந்தவள் பூங்குழலி இல்லை. அவள் மந்தாகினி! முப்பது ஆண்டுகளுக்கு முன்னர் எப்படி இருந்தாளோ, அப்படியே இன்றும் இருந்தாள்!

சில நிமிஷ நேரம் திகைத்திருந்து விட்டு, "மந்தாகினி நீதானா? உண்மையாக நீதானா? பூங்குழலி மாதிரி மாற்றுருவம் கொண்டு என்னை அழைத்து வந்தவள் நீதானா?" என்றார். தாம் பேசுவது அவளுக்குக் காது கேளாது என்பது நினைவு வந்தது. ஆயினும் உதடுகளின் அசைவிலிருந்து அவர் சொல்வது இன்னதென்பதை அறிந்து கொண்டவள் போல மந்தாகினி புன்னகை புரிவதைக் கண்டார்.

அவள் அருகில் நெருங்கிச் செல்வதற்காக எழுந்து செல்ல முயன்றார். ஆனால் அவரால் எழுந்திருக்க முடியவில்லை. தம் கால்கள் பயனற்றுப் போயின என்பது நினைவு வந்தது.

"மந்தாகினி! நான் நோயாளியாய்ப் போய் விட்டேன். உன்னிடம் என்னால் வர முடியவில்லை; நீதான் என் அருகில் வரவேண்டும். இதோ பார் மந்தாகினி! இனி ஒரு தடவை மூன்று உலகத்துக்கும் சக்கரவர்த்தியாக முடிசூட்டுவதாய் என்னை யாரேனும் அழைத்தாலும் நான் உன்னை விட்டுப் போகமாட்டேன். இந்த ஈழ நாட்டுக்கு அருகிலுள்ள தீவுகளுக்கு நாம் போக வேண்டாம். இங்கே யாராவது வந்து கொண்டே இருப்பார்கள். படகை நடுக்கடலில் விடு! வெகுதூரம், தொலைதூரம், ஏழு கடல்களையும் தாண்டிச் சென்று அப்பால் உள்ள தீவாந்தரத்துக்கு நாம் போய்விடுவோம்!" என்றார் சுந்தர சோழர். அவர் கூறியதையெல்லாம் தெரிந்து கொண்டவள் போல் மந்தாகினி புன்னகை புரிந்தாள்.

* * *

காவேரி நதியில் ராஜ ஹம்ஸத்தைப் போல் அலங்கரித்த சிங்காரப் படகில் சுந்தர சோழ சக்கரவர்த்தியும் அவருடைய பட்டத்து ராணியும் குழந்தைகளும் உல்லாசப் பிரயாணம் செய்து கொண்டிருந்தார்கள். கான வித்தையில் தேர்ந்தவர்கள் பாடிக் கொண்டிருந்தார்கள். சுந்தர சோழர் கான இன்பத்தில் மெய் மறந்து கண்களை மூடிக் கொண்டிருந்தார். திடீரென்று, "ஐயோ! ஐயோ!" என்ற கூக்குரலைக் கேட்டுக் கண் விழித்துப் பார்த்தார். "குழந்தையைக் காணோமே! அருள்மொழியைக் காணோமே" என்று பல குரல்கள் முறையிட்டன. சுந்தர சோழர் பரபரப்புடன் சுற்றுமுற்றும் பார்த்தார். காவேரியின் வெள்ளத்தில் அவருடைய செல்வக் குழந்தையான அருள்மொழியை யாரோ ஒரு ஸ்திரீ கையினால் பிடித்துக் கொண்டு தண்ணீரில் அமுக்கிக் கொல்ல முயன்று கொண்டிருந்தாள். சொல்ல முடியாத பயங்கரத்தை அடைந்த சுந்தர சோழர் காவேரி வெள்ளத்தில் குதிக்க எண்ணினார். அச்சமயம் அந்த ஸ்திரீயின் முகம் அவருக்குத் தெரிந்தது. அது விகாரத்தை அடைந்த மந்தாகினியின் முகம் என்பதை அறிந்து கொண்டார். உடனே அவருடைய உடல் ஜீவசக்தி அற்ற ஜடப் பொருளைப் போல் ஆயிற்று. தண்ணீரில் குதிக்கப் போனவர் படகிலேயே தடால் என்று விழுந்தார்.

* * *

படகிலே விழுந்த அதிர்ச்சியினாலே தானோ, என்னமோ, சுந்தர சோழர் துயிலும் கனவும் ஒரே காலத்தில் நீங்கப் பெற்றார். புயல் மழை காரணமாக வழக்கத்தைவிடக் குளிர்ச்சி மிகுந்திருந்த அவ்வேளையில் அவருடைய தேகமெல்லாம் வியர்த்திருந்தது. இவ்வளவு நேரமும் கண்ட தோற்றங்கள் எல்லாம் கனவில் கண்டவை என்பதை உணர்ந்தபோது அவருடைய நெஞ்சிலிருந்து ஒரு பெரும் பாரத்தை எடுத்தது போன்ற ஆறுதல் ஏற்பட்டது. எதிரே பார்த்தார். அறையில் ஒருவரும் இருக்கவில்லை. தீபம் மட்டும் எரிந்து கொண்டிருந்தது. தாம் தூங்கிவிட்ட படியால் பக்கத்து அறையில் இருக்கிறார்கள் போலும்! கையைத் தட்டி அழைக்கலாமா என்று எண்ணினார். "சற்றுப் போகட்டும்; கனவுத் தோற்றத்தின் அதிர்ச்சிகள் நீங்கட்டும்" என்று எண்ணிக் கொண்டார்.

அப்போது மேல் மச்சியிலிருந்து ஏதோ மிக மெல்லிய சப்தம் கேட்டது. அது என்னவாயிருக்கும்? முகத்தைச் சிறிதளவு திருப்பிச் சப்தம் வந்த திக்கை நோக்கினார். மேல் மச்சில் தூணைப் பிடித்துக் கொண்டு விளிம்பின் வழியாக ஓர் உருவம் இறங்கி வருவது போலத் தோன்றியது.

❉ ❉ ❉ ❉

முப்பத்திரண்டாம் அத்தியாயம்

"ஏன் என்னை வதைக்கிறாய்?"

சுந்தர சோழர் மிக்க வியப்பு அடைந்தார். மேன்மாடத்திலிருந்து அவ்வாறு தூண்களின் விளிம்பின் வழியாக யார் இறங்கி வருகிறது? எதற்காக வரவேண்டும்! இத்தனை நேரம் கண்ட குழப்பமான கனவுகள் நினைவு வந்தன. இதுவும் கனவிலே காணும் தோற்றமா? இன்னும் தாம் தூக்கத்திலிருந்து நன்றாக விழித்துக் கொள்ளவில்லையா? இந்தச் சந்தேகத்தைத் தீர்த்துக் கொள்வதற்காகச் சுந்தர சோழர் மறுபடியும் கண்களை மூடிக் கொண்டார். ஒரு நிமிஷ நேரம் அவ்வாறு இருந்துவிட்டுக் கண்களை நன்றாகத் திறந்து அந்த உருவம் இறங்கிய திக்கைப் பார்த்தார். அங்கே இப்போது ஒன்றும் இல்லை. ஆகா! அந்தத் தோற்றம் வெறும் பிரமையாகத்தான் இருக்க வேண்டும்.

அவர் உறங்குவதற்கு முன்னால் நிகழ்ந்தவற்றை ஞாபகப்படுத்திக் கொண்டார். முதன்மந்திரியும் அவருடைய சீடனும் இனிய குரலில் பாடிய தியாகவிடங்கரின் மகளும் தாம் தூங்கிய பிறகு போய்விட்டார்கள் போலும். மலையமான் மகளும் தாதிமார்களும் வழக்கம் போல் அடுத்த அறையிலே காத்திருக்கிறார்கள் போலும். குந்தவையைக் குறித்துத் தாம் முதன்மந்திரியிடம் குறை கூறியதைச் சக்கரவர்த்தி நினைத்துக் கொண்டு சிறிது வருத்தப்பட்டார். குந்தவை இணையற்ற அறிவும், முன் யோசனையும் படைத்தவள். ராஜ்யத்திலே குழப்பம் ஏற்படாமலிருக்கும் பொருட்டு இளவரசனை நாகைப்பட்டினத்தில் இருக்கச் செய்திருக்கிறாள். அதைப் பற்றித் தவறாக எண்ணிக் கொண்டது தம்முடைய தவறு. தமது அறிவு சரியான நிலைமையில் இல்லை என்பது சில காலமாகச் சுந்தர சோழருக்கே தெரிந்திருந்தது. பின்னே, இளையபிராட்டியின் பேரில் கோபித்துக் கொள்வதில் என்ன பயன்? எதையும் அவளுடைய யோசனைப்படி செய்வதே நல்லது. இப்போது முக்கியமாகச் செய்ய வேண்டியது நாகைப்பட்டினத்திலிருந்து இளவரசனை அழைத்து வர வேண்டியது. கடவுளே! புயலினால் அவனுக்கு யாதொரு ஆபத்தும் நேரிடாமல் இருக்க வேண்டுமே! உடன் குந்தவையிடம் அதைப் பற்றிக் கேட்க வேண்டும். பக்கத்து அறையில் இருப்பவர்களை அழைப்பதற்காகச் சுந்தர சோழர் கையைத் தட்ட எண்ணினார்....

ஆனால் இது என்ன? தம்முடைய தலைமாட்டில் யாரோ நடமாடுவதுபோல் தோன்றுகிறதே! ஆனால் காலடிச் சத்தம் மிக மெதுவாக – பூனை, புலி முதலிய மிருகங்கள் நடமாடுவது போல் கேட்கிறது. யாராயிருக்கும்? ஒருவேளை மலையமான் மகளா? தம் குமாரியா? தாதிப் பெண்ணா? தமது உறக்கத்தைக் கலைக்கக் கூடாது என்று அவ்வளவு மெதுவாக அவர்கள் நடக்கிறார்களா?

"யார் அது?" என்று மெதுவான குரலில் சுந்தர சோழர் கேட்டார். அதற்குப் பதில் இல்லை.

"யார் அது? இப்படி எதிரே வா!" என்று சற்று உரத்த குரலில் கூறினார். அதற்கும் மறுமொழி இல்லை.

சுந்தர சோழருக்கு ஓர் எண்ணம் தோன்றியது. அது அவருக்குக் குழப்பத்தையும் திகிலையும் உண்டாக்கியது.

'ஒருவேளை அவளாக இருக்குமோ? அவளுடைய ஆவியாக இருக்குமோ? கனவிலே தோன்றிய கிராதகி இப்போது நேரிலும் வந்து விட்டாளா? நள்ளிரவில் அல்லவா ஆடை ஆபரண பூஷிதையாக வந்து தன்னைத் துன்புறுத்துவது வழக்கம்! இப்போது முன் மாலையிலேயே வந்துவிட்டாளா? அல்லது ஒருவேளை நள்ளிரவு ஆகிவிட்டதா? அவ்வளவு நேரம் தூங்கி விட்டோமா? அதனாலேதான் ஒருவேளை மலையமான் மகளும், தம் குமாரியும் இங்கே இல்லையோ? தாதிப் பெண்களும் தூங்கி விட்டார்களோ? ஐயோ! அவர்கள் ஏன் என்னைத் தனியாக விட்டுவிட்டுப் போனார்கள்? அந்தப் பாதகி கரையர் மகளாக இருந்தால் என்னை இலேசில் விடமாட்டாளே! உள்ளம் குமுறி வெறி கொள்ளும் வரையில் போகமாட்டாளோ!'

"அடிபாவி! உண்மையில் நீயாக இருந்தால் என் முன்னால் வந்து தொலை! என்னை எப்படியெல்லாம் வதைக்க வேண்டுமோ, அப்படியெல்லாம் வதைத்துவிட்டுப் போ! ஏன் பார்க்க முடியாதபடி தலைமாட்டில் உலாவி என் பிராணனை வாங்குகிறாய்? முன்னால் வா! இரத்த பலி கேட்பதற்காக வந்திருக்கிறாயா? வா! வா! நீ தான் மடியில் கத்தி வைத்திருப்பாயே? புலி கரடிகளைக் கொன்ற அதே கத்தியினால் என்னையும் கொன்றுவிட்டுப் போய்விடு! என் மக்களை மட்டும் ஒன்றும் செய்யாதே! நான் செய்த குற்றத்துக்காக அவர்களைப் பழி வாங்காதே! அவர்கள் உனக்கு ஒரு துரோகமும் செய்யவில்லையடி! நான்தான் உனக்கு என்ன துரோகம் செய்தேன்? கலங்கரை விளக்கத்தின் உச்சியில் ஏறிக் கடலில் விழுந்து சாகும்படி நானா சொன்னேன்? நீயே செய்த அந்தக் கோரமான காரியத்துக்கு என்னை எதற்காக வதைக்கிறாய்?..."

சுந்தர சோழர் தம்முடைய தலைமாட்டில் வெகு சமீபத்தில் ஓர் உருவம் வந்து நிற்பதை உணர்ந்தார். திகிலினால் அவருடைய உடம்பு நடுங்கியது. வயிற்றிலிருந்து குடல் மேலே ஏறி நெஞ்சை அடைத்துக் கொண்டது போலிருந்தது! நெஞ்சு மேலே ஏறித் தொண்டையை அடைத்துக் கொண்டது. கண் விழிகள் பிதுங்கி வெளியே வந்துவிடும் போலிருந்தது. அவள்தான் வந்து நிற்கிறாள். சந்தேகமில்லை. அவளுடைய ஆவிதான் வந்து நிற்கிறது. தாம் நினைத்தபடியே கடைசியாக ரத்தப் பழி வாங்குவதற்கு வந்திருக்கிறது. தம் நெஞ்சில் கத்தியால் குத்தித் தம்மைக் கொல்லப் போகிறது. அல்லது வெறுங் கையினாலேயே தம் தொண்டையை நெறித்துக் கொல்லப் போகிறதோ, என்னமோ? எப்படியாவது அவள் எண்ணம் நிறைவேறட்டும்! தாம் இனி உயிர் வாழ்ந்திருப்பதில் யாருக்கும் எந்த உபயோகமும் இல்லை. அந்தப் பேய் தம்மைப் பழி வாங்கி விட்டுப் போனால் தம் மக்களை ஒன்றும் செய்யாமல் விட்டுவிடும் அல்லவா?

இன்னும் சிறிது நிமிர்ந்து அண்ணாந்து பார்த்தால், மந்தாகினிப் பேயின் ஆவி வடிவம் தம் கண்களுக்குப் புலனாகும் என்று சுந்தர சோழருக்குத் தோன்றியது. தலைமாட்டில் அவ்வளவு சமீபத்தில் அந்த உருவம் வந்து நிற்பது போலிருந்தது. அதன் நிழல் கூட அவர் முகத்திலே விழுந்தது போலிருந்தது. ஒரு கணம் நிமிர்ந்து பார்ப்பதற்கு எண்ணினார். அவ்வளவு தைரியம் வரவில்லை. "நான் கண்களை இறுக மூடிக் கொள்கிறேன். அது செய்வதை செய்துவிட்டுப் போகட்டும்" என்று தீர்மானித்துக் கண்களை மூடிக் கொண்டார்.

சற்று நேரம் அப்படியே இருந்தார்; அவர் எதிர்பார்த்தது போல் அவர் நெஞ்சில் கூரிய கத்தி இறங்கவும் இல்லை. அவர் தொண்டையை இரண்டு ஆவி வடிவக் கைகள் பிடித்து நெறிக்கவும் இல்லை. அந்த உருவம் அவர் தலைமாட்டில் நின்ற உருவம் அங்கிருந்து நகர்ந்து போய்விட்டதாகத் தோன்றியது. ஆகா, கரையர் மகள் அவ்வளவு சுலபமாக என்னை விட மாட்டாள். இன்னும் எத்தனை காலம் என்னை உயிரோடு வைத்திருந்து சித்திரவதை செய்ய வேண்டுமோ செய்வாள்? இன்றைக்கு என் கண்ணில் படாமலே திரும்பித் தொலைந்து போய்விட்டாள் போலும்! சரி, சரி யாரையாவது கூப்பிடலாம். யாராவது இந்த அறைக்குள்ளே வந்தால், இன்னும் இவள் ஒரு வேளை இங்கேயே இருந்தாலும் மறைந்து போய்த் தொலைவாள்!

"யார் அங்கே? எல்லாரும் எங்கே போனீர்கள்?" என்று உரத்த குரலில் கூவிக் கொண்டே சுந்தர சோழர் கண்களைத் திறந்தார்.

ஆகா! அவர் எதிரே, மஞ்சத்தில் கீழ்ப்புரத்தில், நிற்பது யார்? அவள்தான் சந்தேகமில்லை; அந்த ஊமையின் பேய்தான், தலைவிரி கோலமாக நிற்கிறது பேய்! அதன் நெற்றியிலே ரத்தம் கொட்டுகிறது! "ரத்தப் பழி வாங்க வந்தேன்!" என்று சொல்லுகிறது போலும்! சுந்தர சோழர் உரத்த குரலில் வெறி கொண்டவரைப் போல் அந்த ஆவி உருவத்தைப் பார்த்த வண்ணமாகக் கத்தினார் :–

"அடி ஊமைப் பேயே! நீ உயிரோடிருந்த போதும் வாய் திறந்து பேசாமல் என்னை வதைத்தாய்; இப்பொழுதும் என்னை வதைக்கிறாய்! எதற்காக வந்திருக்கிறாய், சொல்லு! ரத்தப் பழி வாங்க வந்திருந்தால் என்னைப் பழி வாங்கிவிட்டுப் போ; ஏன் சும்மா நிற்கிறாய்? ஏன் முகத்தை இப்படிப் பரிதாபமாக வைத்துக் கொண்டிருக்கிறாய்?

என்னிடம் ஏதாவது கேட்க வந்திருக்கிறாயா? அப்படியானால் சொல்லு! வாய் திறந்து பேச முடியவில்லையென்றால், சமிக்ஞையினாலே சொல்லு! வெறுமனே நின்று கொண்டு என்னை வதைக்காதே. உன் கண்ணில் ஏன் கண்ணீர் ததும்புகிறது? ஐயையோ! விம்மி அழுகிறாயா, என்ன?என்னால் பொறுக்க முடியவில்லையே! ஏதாவது சொல்லுகிறதாயிருந்தால் சொல்லு! இல்லாவிட்டால் தொலைந்து போ. போகமாட்டாயா; ஏன் போக மாட்டாய்? என்னை என்ன செய்ய வேண்டுமென்றுதான் எண்ணிக் கொண்டிருக்கிறாய்? என் அருமை மகனை சின்னஞ்சிறு குழந்தையை காவேரி வெள்ளத்தில் அமுக்கிக் கொல்லப் பார்த்தவள்தானே நீ! கடவுள் அருளால் உன் எண்ணம் பலிக்கவில்லை. இனியும் பலிக்கப் போவதில்லை! அடி பாதகி! இன்னும் எதற்காக என் நெஞ்சைப் பிளக்கிறவள்போல பார்த்துக் கொண்டு இருக்கிறாய்? போ! போ! போக மாட்டாயா? போகமாட்டாயா! இதோ உன்னைப் போகும்படி செய்கிறேன் பார்!..."

இப்படிச் சொல்லிக் கொண்டே சுந்தர சோழர் தமதருகில் கைக்கெட்டும் தூரத்தில் என்ன பொருள் இருக்கிறதென்று பார்த்தார். பஞ்ச உலோகங்களினால் செய்த அகல் விளக்கு ஒன்றுதான் அவ்விதம் கைக்குக் கிடைப்பதாகத் தென்பட்டது. அதை எடுத்துக் கொண்டு, "போ! பேயே போ!" என்று அலறிக் கொண்டு மந்தாகினிப் பேயின் முகத்தைக் குறி பார்த்து வீசி எறிந்தார். திருமால் எறிந்த சக்ராயுதத்தைப் போல் அந்தத் தீபம் சுடர்விட்டு எரிந்த வண்ணம் அந்தப் பெண்ணுருவத்தை நோக்கிப் பாய்ந்து சென்றது.

அப்போது சுந்தர சோழர் பேய் என்று கருதிய அந்தப் பெண் உருவத்தில் வாயிலிருந்து ஓர் ஓலக்குரல் கிளம்பிற்று.

சுந்தர சோழருடைய ஏழு நாடியும் – ஒடுங்கி, அவருடைய உடலும் சதையும் எலும்பும் எலும்புக்குள்ளே இருந்த ஜீவ சத்தும் உறைந்து போயின. தீபம் அந்த உருவத்தின் முகத்தின் மீது விழவில்லை. சற்று முன்னாலேயே தரையில் விழுந்து உருண்டு 'டணங் டணங்' என்று சத்தமிட்டது.

அகல் விளக்கு அணைந்துவிட்ட போதிலும், நல்ல வேளையாக அந்த அறையின் இன்னொரு பக்கத்தில் வேறொரு தீபம் எரிந்து கொண்டிருந்தது. அதன் மங்கலான வெளிச்சத்தில் சுந்தர சோழர் உற்றுப் பார்த்து, மந்தாகினியின் ஆவி வடிவம் இன்னும் அங்கேயே நிற்பதைக் கண்டார். அதனுடைய முகத்தில் விவரிக்க முடியாத வேதனை ஒரு கணம் காணப்பட்டது. பின்னர் அது கடைசி முறையாக ஒரு தடவை சுந்தர சோழரை அளவில்லாத ஆதங்கத்துடன் பார்த்துவிட்டுத் திரும்பி அங்கிருந்து போவதற்கு யத்தனித்தது.

அந்த நேரத்திலேதான் சுந்தர சோழரின் உள்ளத்திலே முதன் முதலாக ஒரு சந்தேகம் உதித்தது. இது மந்தாகினியின் ஆவி உருவமா? அல்லது அவளை வடிவத்தில் முழுக்க முழுக்க ஒத்த இன்னொரு ஸ்திரீயா? அவளுடன் இரட்டையாகப் பிறந்த சகோதரியா? அல்லது ஒரு வேளை... ஒரு வேளை... அவளேதானா? அவள் சாகவில்லையா? இன்னமும் உயிரோடிருக்கிறாளா? தாம் நினைத்ததெல்லாம் தவறா? அவளேயாக இருக்கும் பட்சத்தில் அவள் பேரில் தாம் விளக்கை எடுத்து எறிந்தது எவ்வளவு கொடுமை! அவளுடைய முகத்தில் சற்று முன் காணப்பட்ட பரிதாபம் மாறி, விவரிக்க முடியாத வேதனை தோன்றியதே! தம்முடைய கொடூரத்தை எண்ணி அவள் வேதனைப் பட்டாளோ? ஆகா! அதோ அவள் திரும்பிப் போக யத்தனிக்கிறாள். எந்தப் பக்கம் போகலாம் என்று பார்க்கிறாள்.

"பெண்ணே! நீ கரையர் மகள் மந்தாகினியா? அல்லது அவளுடைய ஆவி வடிவமா? அல்லது அவளுடன் பிறந்த சகோதரியா? நில், நில்! போகாதே! உண்மையைச் சொல்லிவிட்டுப் போ!..."

இவ்விதம் சுந்தர சோழர் பெரும் குரலில் கூவிக் கொண்டிருந்தபோது தடதடவென்று பலர் அந்த அறைக்குள் புகுந்தார்கள். மலையமான் மகள், குந்தவை, வானதி, பூங்குழலி, முதன்மந்திரி, அவருடைய சீடன், அத்தனை பேரும் அறைக்குள்ளே வருகிறார்கள் என்பதைச் சுந்தர சோழர் ஒரு கண நேரத்தில் தெரிந்து கொண்டார்.

"நிறுத்துங்கள்! அவள் ஓடிப் போகாமல் தடுத்து நிறுத்துங்கள்! அவள் யார், எதற்காக வந்தாள் என்பதைக் கேளுங்கள்!" என்று சுந்தர சோழர் அலறினார்.

உள்ளே வந்தவர்கள் அவ்வளவு பேரும் ஒரு கணம் வியப்பினால் திகைத்துப் போய் நின்றார்கள். சுந்தர சோழரின் வெறி கொண்ட முகத் தோற்றமும், அவருடைய அலறும் குரலில் தொனித்த பயங்கரமும் அவர்களுக்குப் பீதியை உண்டாக்கின. மந்தாகினி தேவியை அங்கே பார்த்தது அவர்களை வியப்பு வெள்ளத்தில் திக்குமுக்காடச் செய்தது. இன்னது செய்வது என்று அறியாமல் எல்லாரும் சற்று நேரம் அசைவற்று நின்றார்கள். முதன்மந்திரி அநிருத்தர், நிலைமை இன்னதென்பதையும் அது எவ்வாறு நேர்ந்திருக்கக் கூடும் என்பதையும் ஒருவாறு ஊகித்து உணர்ந்து கொண்டார். அவர் பூங்குழலியைப் பார்த்து, "பெண்ணே! இவள்தானே உன் அத்தை?" என்றார்.

"ஆம், ஐயா!" என்றாள் பூங்குழலி.

"திருமலை! ஏன் மரம் போல நிற்கிறாய்? மந்தாகினி தேவி ஓடப் பார்க்கிறாள்! அவளைத் தடுத்து நிறுத்து, சக்கரவர்த்தியின் கட்டளை!" என்றார்.

ஆழ்வார்க்கடியான் தன் வாழ்நாளில் முதன்முறையாகக் குருவின் கட்டளைக்குக் கீழ்ப்படிய மறுத்தான். "ஐயா! அதைக் காட்டிலும் புயற் காற்றைத் தடுத்து நிறுத்தும்படி எனக்குக் கட்டளையிடுங்கள்!" என்றான்.

இதற்குள் பூங்குழலி சும்மா இருக்கவில்லை. ஒரே பாய்ச்சலாக ஓடிச் சென்று அத்தையின் தோளைப் பிடித்துக் கொண்டாள். மந்தாகினி அவளை உதறித் தள்ளிவிட்டு ஓடினாள்.

ஆழ்வார்க்கடியான் சட்டென்று ஒரு காரியம் செய்தான். சற்று முன்னால் முதன்மந்திரி முதலியவர்கள் நுழைந்து வந்த கதவண்டை சென்று அதைச் சாத்தித் தாளிட்டான். பிறகு கதவை யாரும் திறக்க முடியாதபடி கைகளை விரித்துக் கொண்டு நின்றான்.

வேடர்களால் சூழ்ந்து கொள்ளப்பட்ட மானைப் போல் நாலுபுறமும் பார்த்து மிரண்டு விழித்தாள் மந்தாகினி. தப்பிச் செல்வதற்கு வேறு வழி இல்லை என்று, தான் இறங்கி வந்த வழியாக ஏறிச் செல்ல வேண்டியது தான் என்றும் தீர்மானித்துக் கொண்டாள். அவள் மேல் மாடியை நோக்கிய பார்வையிலிருந்து அவளுடைய உத்தேசத்தை மற்றவர்களும் அறிந்து கொண்டார்கள்.

சுந்தர சோழர், "பிடியுங்கள்! அவளைப் பிடித்து நிறுத்துங்கள்! அவள் எதற்காக வந்தாள், யாரைப் பழிவாங்க வந்தாள் என்று கேளுங்கள்!" என்று மேலும் கத்தினார்.

தூணின் வழியாக மேல் மாடத்துக்கு ஏறிச் செல்ல ஆயத்தமாயிருந்த மந்தாகினி தேவியிடம் மறுபடியும் பூங்குழலி ஓடி நெருங்கினாள். இம்முறை அவளைப் பிடித்து நிறுத்துவதற்குப் பதிலாகப் பூங்குழலி கையினால் சமிக்ஞை செய்து ஏதோ கூற முயன்றாள். மந்தாகினி அதன் பொருளைத் தெரிந்து கொண்டவள் போல், கீழே விழுந்து கிடந்த அகல் விளக்கைச் சுட்டிக் காட்டினாள்.

இதைக் கவனித்துக் கொண்டிருந்த குந்தவை, "அப்பா! பெரியம்மாவின் பேரில் தாங்கள்தான் விளக்கை எடுத்து எறிந்தீர்களா?" என்று கேட்டாள்.

"ஆம் மகளே! அந்தப் பேய் என்னைப் பார்த்த பார்வையை என்னால் சகிக்க முடியவில்லை. அதனால் விளக்கை எடுத்து எறிந்தேன்!" என்றார் சுந்தர சோழர்.

"தந்தையே! பேயுமல்ல; ஆவியும் அல்ல; உயிரோடிருக்கும் மாதரசியேதான். அப்பா! பெரியம்மா சாகவே இல்லை! முதன்மந்திரியைக் கேளுங்கள்! எல்லாம் சொல்லுவார்!" என்று குந்தவை கூறிவிட்டு, மந்தாகினியும்

பூங்குழலியும் மௌன வாக்குவாதம் செய்து கொண்டிருந்த காட்சியைப் பார்த்தாள். உடனே அந்த இடத்துக்குப் பாய்ந்து சென்றாள்.

"மகளே! அவளிடம் போகாதே! அந்த ராட்சஸி உன்னை ஏதாவது செய்து விடுவாள்!" என்று சுந்தர சோழர் கூவிக் கொண்டே குந்தவையைத் தடுப்பதற்காகப் படுக்கையிலிருந்து பரபரப்புடன் எழுந்திருக்க முயன்றார். மலையமான் மகள் வானமாதேவி அவருடைய தோள்களை ஆதரவுடன் பிடித்துப் படுக்கையில் சாயவைத்தாள்.

"பிரபு! சற்றுப் பொறுங்கள்! தங்கள் திருமகளுக்கு அபாயம் ஒன்றும் நேராது!" என்று கூறினாள்.

❖ ❖ ❖ ❖

முப்பத்து மூன்றாம் அத்தியாயம்

"சோழர் குல தெய்வம்"

குந்தவை தன் அருகில் வந்ததும் மந்தாகினி அவளை ஒரு கணம் உற்றுப் பார்த்தாள். அப்போது யாரும் எதிர்பாராத ஒரு காரியத்தை இளையபிராட்டி செய்தாள். தரையில் விழுந்து மந்தாகினியின் பாதங்களைத் தொட்டு சாஷ்டாங்கமாக நமஸ்காரம் செய்தாள். மந்தாகினியின் கண்களில் கண்ணீர் பெருகிற்று. அவள் குனிந்து குந்தவையைத் தூக்கி எடுத்து அணைத்துக் கொண்டாள். பிறகு இளையபிராட்டி அவளுடைய ஒரு கையைத் தோள் வரையில் சேர்த்துத் தன் கையினால் தழுவிப் பிணைத்துக் கொண்டு சக்கரவர்த்தி படுத்திருந்த இடத்தை நோக்கி வந்தாள்.

சக்கரவர்த்தினி இப்போதுதான் மந்தாகினியின் முகத்தை நன்றாகப் பார்த்தார். அவளுடைய நெற்றியிலிருந்து ரத்தம் வழிவதைக் கண்டார்.

"சுவாமி! தாங்கள்தான் விளக்கை எறிந்து காயப்படுத்தி விட்டீர்களா? ஐயோ! என்ன காரியம் செய்தீர்கள்?" என்று மலையமான் மகள் அலறினாள்.

"இல்லை, இல்லை! நான் எறிந்த விளக்கு இவள் பேரில் விழவே இல்லை. அதற்கு முன்னாலேயே இவள் ரத்தக் காயத்துடன் வந்து நின்றாள். ஆனால் இந்தப் பாதகி என் பேரில் பழி சொன்னாலும் சொல்லுவாள்! நீங்களும் நம்பிவிடுவீர்கள். நீங்கள் எல்லோருமே அவளுடைய பட்சத்தில் இருக்கிறீர்கள். மலையமான் மகளே! இவளிடம் நீ கூடப் பரிதாபப்படுகிறாயே? இவள் யார் என்பது உனக்குத் தெரியுமா?" என்று சுந்தர சோழர் கேட்டார்.

"தெரியும், சுவாமி! இவர் என் குலதெய்வம். சோழர் குலத்துக்கே தெய்வம். என் அருமை மகன் காவேரியில் மூழ்கிப் போய் விடாமல் காப்பாற்றிக் கொடுத்த தெய்வம் அல்லவா?..."

"ஆகா! நீ கூட அவ்விதம் நம்புகிறாயா! குந்தவை ஒருவேளை அவ்வாறு உன்னிடம் சொன்னாளா?"

"நானே கண்ணால் பார்த்ததைத்தான் சொல்கிறேன், குந்தவையும் அப்போது குழந்தை அல்லவா! அவளுக்கு என்ன தெரிந்திருக்க முடியும்? அருள்மொழியைக் காப்பாற்றியது மட்டும் அல்ல, சோழ நாட்டுக்குத் தங்கள் உயிரைக் காப்பாற்றிக் கொடுத்த தெய்வமும் இவர்தானே! தாங்கள் பூதத் தீவில் காட்டுக் கரடிக்கு இரையாகாமல் காப்பாற்றிய தெய்வம் அல்லவா?"

"கடவுளே! அதுகூட உனக்குத் தெரியுமா? இவள் இத்தனை நாள் உயிரோடு இருந்து வருகிறாள் என்பதும் தெரியுமா?"

"சில காலமாகத் தெரியும்; தெரிந்தது முதலாவது இத்தேவியை ஈழ நாட்டிலிருந்து அழைத்து வரும்படி முதன்மந்திரியிடம் சொல்லிக் கொண்டிருந்தேன்..."

"அநிருத்தரே! இது என்ன மகாராணி சொல்லுவது? இவள் உண்மையிலேயே அந்தக் கரையர் மகள்தானா? இவள் உயிரோடு தானிருக்கிறாளா? இவள் இறந்துவிட்டாள் என்பது பொய்யா? இவள் ஆவி என்னை வந்து சுற்றுகிறதென்று நான் எண்ணியதெல்லாம் பிரமையா? ஏற்கெனவே என் அறிவு குழம்பியிருக்கிறது. எல்லாருமாகச் சேர்ந்து என்னை முழுப் பைத்தியமாக்கி விடாதீர்கள்" என்றார் சக்கரவர்த்தி சுந்தர சோழர்.

"பிரபு! இவர் கரையர் மகள் என்பது உண்மைதான். இவர் இறக்கவில்லை என்பதும் உண்மைதான். சக்கரவர்த்தி! நான் பெரிய குற்றவாளி. நான் செய்த குற்றத்துக்கு மன்னிப்பே இல்லை ஆனாலும் தங்கள் கருணையினால்..."

"முதன்மந்திரி! இப்போது தெரிகிறது, கோடிக்கரையிலிருந்து நீர் பலவந்தமாகப் பிடித்துக் கொண்டு வரச் சொன்னவள் இவள் தான்! பல்லக்கில் வந்தவள் அந்த ஓடக்காரப் பெண் என்று நீர் கூறியது உண்மையல்ல!..."

"மன்னர் மன்னா! அடியேனை மன்னிக்க வேண்டும்!"

"ஆகா! மன்னிக்க வேண்டுமாம்! சக்கரவர்த்தி என்றும், மன்னர் மன்னன் என்றும் கூறப்பட்ட ஒருவன் என்னைப் போல் ஏமாற்றப்பட்டது இந்த உலகம் தோன்றிய காலத்திலிருந்து நேர்ந்திராது. எனக்குத் தெரியாமல் ஏன் இந்தக் காரியத்தைச் செய்ய வேண்டும்? ஏன் முன்னாலேயே சொல்லியிருக்கக் கூடாது? இன்று சாயங்காலம் என்னுடன் அத்தனை நேரம் பேசிக்கொண்டிருந்தீர்களே? அப்போதுகூட ஏன் சொல்லவில்லை? முதன்மந்திரி! எனக்கு எல்லாம் விளங்குகிறது. பழுவேட்டரையர்கள் சொல்லுவது சரிதான். நீங்கள் எல்லாருமாகச் சேர்ந்து எனக்கு எதிராகச் சூழ்ச்சி செய்கிறீர்கள்!"

"நாங்கள் சூழ்ச்சி செய்தது என்னமோ உண்மைதான். ஆனால் தங்களுக்கு எதிராகச் சூழ்ச்சி செய்யவில்லை. எப்படியாவது கரையர் மகளைத் தங்களிடம் கொண்டு வந்து சேர்ப்பிக்க வேண்டுமென்று எண்ணினோம். அவள் கடலில் விழுந்து இறந்தது பற்றித் தங்கள் மனம் மிக்க வேதனைப்பட்டுக் கொண்டிருக்கிறது என்று மகாராணியின் மூலமாக அறிந்து நான் இந்த முடிவுக்கு வந்தேன். மகாராணியும் அவ்விதம் ஆக்ஞாபித்தார்கள். ஆனால் அவரை அழைத்து வருவது எளிய காரியமாயில்லை. அவர் உயிரோடிருப்பதாகச் சொன்னால், தாங்கள் நம்புவது சிரமமாயிருக்கும். ஆகையால் எப்படியும் அவரை இந்த ஊரில் கொண்டு வந்து சேர்த்த பிற்பாடு தங்களிடம் சொல்ல எண்ணினேன். நேற்று மாலை கோட்டை வாசலுக்குக் கிட்டத்தட்ட வந்த பிறகு மந்தாகினி தேவி மறைந்து விட்டார். அவருக்குப் பதிலாக இந்தப் பெண் பல்லக்கில் வந்தாள். இன்றைக்கெல்லாம் தேவியைத் தேடுவதில் ஈடுபட்டிருந்தோம். அவர் பழுவூர் அரண்மனைத் தோட்டத்தின் மதில் ஏறிக் குதித்ததைப் பார்த்து விட்டுத்தான் என் சீடனும் அவ்வாறு மதிள் ஏறிக் குதித்தான். ஆனால் இந்தத் தேவி அகப்படவில்லை. திருமலையைப் பழுவூர் ஆட்கள் பிடித்துக் கொண்டு வந்தார்கள். சக்கரவர்த்தி! என் சீடனை அக்குற்றத்துக்காக மன்னிக்கப் பிரார்த்திக்கிறேன்."

"மன்னிப்பதற்கு இது ஒரு குற்றந்தானா? எவ்வளவோ இருக்கிறது! அப்புறம் சொல்லுங்கள்!"

"அப்புறம், இன்று சாயங்காலம் வரை காத்திருந்தும், பழுவூர் அரண்மனைக்குள்ளே தேடியும், இவரைக் காணவில்லை. தாங்கள் சற்று முன் கண்ணயர்ந்திருந்தபோது நாங்கள் எல்லாரும் அடுத்த அறையில் இவரைப் பற்றியே பேசிக் கொண்டிருந்தோம். இவர் எங்கே மறைந்திருக்கக் கூடும் என்றும், இதையெல்லாம் பற்றித் தங்களிடம் எப்படிச் சொல்லுவது, யார் சொல்லுவது என்றும் யோசனை செய்து கொண்டிருந்தோம். அதற்குள் இவராகவே எப்படியோ தங்கள் சந்நிதிக்கு வந்து சேர்ந்திருக்கிறார். பழம் நழுவிப் பாலில் விழுந்தது போலாயிற்று!"

சக்கரவர்த்தி அப்போது மந்தாகினி தேவி இருந்த இடத்தை நோக்கினார். குந்தவை, பூங்குழலி முதலியோர் அந்தப் பெண்மணியின் நெற்றியிலிருந்த காயத்தை ஈரத் துணியினால் துடைத்து விட்டு மருந்து கலந்த சந்தனக் குழம்பை அதன் பேரில் அப்புவதைக் கவனித்தார்.

"விடங்கர் மகளே! உன் அத்தையின் நெற்றியில் காயம் எப்படி ஏற்பட்டதென்று கேட்டுச் சொல்லுவாயா?" என்றார்.

பூங்குழலி இரண்டு அடி முன்னால் வந்து, "கேட்டேன், பிரபு! ஆனால் அத்தை சொல்லும் காரணம் எனக்கே சரியாக விளங்கவில்லை.." என்றாள்.

"என்னதான் சொல்லுகிறாள்? நான் விளக்கை எறிந்ததால் ஏற்பட்ட காயம் என்று சொல்லுகிறாளா?"

"இல்லை, இல்லை! மலை மேல் முட்டிக் கொண்டதால் காயம் பட்டதாகச் சொல்கிறார். இரத்தம் வழிந்ததை அவர் கவனிக்கவில்லையென்றும் கூறுகிறார்..."

சுந்தர சோழர் அப்போது ஒரு மிக அபூர்வமான காரியம் செய்தார். கலகலவென்று நகைத்தார்! அம்மாதிரி அவர் சிரித்ததை மற்றவர்கள் பார்த்துப் பல வருஷங்கள் ஆயின. மீண்டும் மீண்டும் அவர் நினைத்து நினைத்துச் சிரித்தார். அனைவரும் அவரைக் கவலையுடன் உற்றுப் பார்க்கத் தொடங்கினார்கள்.

"முதன்மந்திரி எதற்காக என்னை எல்லோரும் இப்படி உற்றுப் பார்க்கிறீர்கள்? எனக்குப் புதிதாகப் பைத்தியம் பிடிக்கவில்லை. பழைய பைத்தியந்தான் மிச்சமிருக்கிறது. இப்போது நான் சிரிப்பதன் காரணம் உங்களுக்கெல்லாம் தெரியவில்லையா? சோழ வளநாட்டில் இவள் மலையில் மோதிக் கொண்டு காயம் பட்டதாகக் கூறுகிறாளே! அதை எண்ணித்தான் சிரித்தேன். மலையைப் பற்றிச் சொல்வானேன்? இங்கே ஒரு சிறிய விக்கிரகம் செய்யக் கூடக் கல் கிடைக்காதே! சோழச் சக்கரவர்த்தியின் தலையில் யாராவது கல்லைப் போட விரும்பினால் அதற்குக்கூட ஒரு கருங்கல் கிட்டாதே! இவள் மலை மீது மோதிக் கொண்டதாகச் சொல்கிறாளாமே? எந்த மலையின் மேல் மோதிக் கொண்டாள்? பூங்குழலி, நன்றாக கேள்!" என்றார்.

இதையெல்லாம் கேட்டுக் கொண்டிருந்த வானதியின் முகத்தில் அப்போது ஒரு பிரகாசம் உண்டாயிற்று. அவள் சட்டென்று இரண்டு அடி முன் வந்து சக்கரவர்த்திக்கு வணக்கம் செலுத்தினாள். "ஐயா! எனக்கு ஒன்று தோன்றுகிறது. கட்டளையிட்டால் சொல்லுகிறேன்!" என்றாள்.

"வேளிர் மகளே! நீ வேறு இங்கே இருக்கிறாயா? உன்னை இத்தனை நேரமும் நான் கவனிக்கவே இல்லையே! இவ்வளவு தடபுடலுக்கும் நீ மூர்ச்சையடைந்து விழாமல் இருக்கிறாயே! அதுவே ஆச்சரியந்தான்! உனக்கு என்ன தோன்றுகிறது? எதைப்பற்றி? சொல்!" என்று சக்கரவர்த்தி ஆக்ஞாபித்தார்.

"இந்தத் தேவி மலை மேல் மோதிக் கொண்டதால் காயம் பட்டது என்கிறாரே! அதைப்பற்றி எனக்கு ஒன்று தோன்றுகிறது ஐயா!"

"என்ன? என்ன? நீ புத்திசாலிப்பெண்! உனக்கு ஏதேனும் காரணம் புரிந்தாலும் புரிந்திருக்கும்! சீக்கிரம் சொல்! ஈழ நாட்டில் மலையில் முட்டிக் கொண்டு அந்த ரத்தக்காயத்துடனே இங்கே வந்திருக்கிறாளா?"

"இல்லை, ஐயா; இந்த அரண்மனைத் தோட்டத்தில் சிற்ப மண்டபம் ஒன்று இருக்கிறதல்லவா? அதற்குள்ளே ராவணன் தூக்கிப் பிடிக்கும் கைலாச மலை ஒன்று இருக்கிறது. ஒருவேளை அதில் இவர் முட்டிக் கொண்டிருக்கலாம்!"

இவ்விதம் வானதி சொன்னதும் அத்தனை பேரும் வியப்புக் கடலில் மூழ்கிப் போனார்கள்.

"இருக்கலாம்; இருக்கலாம்!" "அப்படித்தான் இருக்கும்" என்று ஒருவருக்கொருவர் சொல்லிக் கொண்டார்கள்.

குந்தவை வானதியின் நெற்றியைத் தொட்டு திருஷ்டி கழிப்பது போல் கையை நெறித்து, "அடி என் கண்ணே! என்ன புத்திசாலியடி நீ! எங்களுக்கெல்லாம் தோன்றாதது உனக்குத் தோன்றியதே!" என்றாள்.

பூங்குழலி அதைக் கோபத்துடன் பார்த்துக் கொண்டிருந்து விட்டு, தன்னுடைய ஊமை அத்தையிடம் சமிக்ஞா பாஷையில் பேசினாள் பின்னர், "ஆமாம்! சிற்ப மண்டபத்தில் உள்ள மலைதானாம்! அந்த மண்டபத்தை நான் பார்த்திருந்தால், எனக்கும் அது தெரிந்திருக்கும்!" என்றாள்.

சக்கரவர்த்தி மந்தாகினியை உற்றுப் பார்த்துக் கொண்டே "ஆமாம்; வழி தெரியாமல் தவித்துச் சிற்ப மண்டபத்தின் மலை மேல் முட்டிக் கொண்டிருக்கிறாள். எங்கே போவதற்காக வழி தேடினாளோ, தெரியவில்லை கடைசியில் இங்கே வந்து சேர்ந்தாள்!" என்றார்.

"தங்களிடம் வருவதற்குத்தான் வழி தேடி இருக்கிறாள். அதைப்பற்றிச் சிறிதும் சந்தேகம் இல்லை. நானே இவர்களிடம் சொல்லிக் கொண்டிருந்தேன். தங்களைத் தரிசிக்காமல் இவ்விடம் விட்டுப் போகமாட்டார் என்று..."

"நான் நம்பவில்லை; முதன்மந்திரி! என்னிடம் இவள் வருவதாக இருந்தால் முன்னமே வந்திருக்க மாட்டாளா? இருபத்தைந்து வருஷமாக வந்திருக்கமாட்டாளா? இத்தனை நாள் பொறுத்திருந்து வருவானேன்? என்னைப் பேயாக வந்து சுற்றுவானேன்? ஆம், ஆம்! இவள் பேய் வடிவத்தில் இருப்பதாக எண்ணிக் கொண்டிருந்தேன். அதுவும் உண்மை தானே! பேயைப் போலத்தான் ஈழ நாட்டுக் காடு மலைகளில் அலைந்து திரிந்து வந்திருக்கிறாள். நான் இத்தனை காலமும் அரண்மனைச் சுகபோகங்களில் ஆழ்ந்து காலம் கழித்திருக்கிறேன். குற்றத்தின் சக்தியைத்தான் என்னவென்று சொல்லுவது! இவளைப் போன்ற உருவத்தைக் கண்டு எத்தனை தடவை என் உள்ளம் பிரமை அடைந்திருக்கிறது; யார் கண்டது? இப்போது வந்ததைப் போல் இதற்கு முன்னாலும் ரகசியமாக வந்து என்னைப் பார்த்து விட்டுப் போனாளோ, என்னவோ? நான் பிசாசு என்று எண்ணி மிரண்டு வந்தேன்!... இருபத்தைந்து ஆண்டு! இருபத்தைந்து யுகம்!"

இவ்விதம் தமக்குத் தாமே பேசுக்கிறவர் போலச் சொல்லி வந்த சக்கரவர்த்தி திடீரென்று அநிருத்தரின் பக்கம் திரும்பி, "முதன்மந்திரி! நீர் ஏதோ குற்றம் செய்ததாகச் சொல்லி மன்னிப்புக் கேட்டீரே! அது என்ன குற்றம்?" என்று ஆத்திரத்துடன் கேட்டார்.

அநிருத்தர், "சக்கரவர்த்தி! குற்றவாளியிடமே குற்றத்தைப் பற்றிக் கேட்பது தர்மமா?" என்றார்.

"பின்னே, யாரிடம் கேட்கிறது? ஆம், ஒருவரிடமும் கேட்க வேண்டியதில்லை. உம்முடைய முகத்திலேயே எழுதியிருக்கிறது. அவள் கடலில் விழுந்து இறந்துவிட்டதாக வந்து சொன்னீரே? அதுவே பொய்! இருபத்தைந்து வருஷங்களாக அந்தப் பொய்யை நீர் சாதித்து வந்தீர். நானும் நம்பி வந்தேன் அநிருத்தரே! உண்மையிலேயே உமது குற்றம் மிகப் பயங்கரமானது!..."

"அதற்கு நான் மட்டும் பொறுப்பாளி அல்ல, சக்கரவர்த்தி! கரையர் குல மகளும் பொறுப்பாளிதான்! அவர் கடலில் விழுந்தது என்னமோ உண்மை. பிறகு புனர் ஜன்மம் அடைந்தார். தங்களிடம் அவர் உயிரோடிருப்பதைச் சொல்ல வேண்டாமென்று வாக்குறுதி வாங்கிக் கொண்டார்; வாக்குறுதியைக் கொடுக்காவிடில் மறுபடியும் உயிரை விட்டு விடுவேன் என்று சொன்னார். இவையெல்லாம் உண்மையா என்பதைத் தாங்களே அவரிடம் கேட்டுத் தெரிந்து கொள்ளலாம்."

"கேட்க வேண்டியதே இல்லை! அவ்விதமே இருக்கும். ஆனாலும் நீங்கள் எல்லோருமாகச் சேர்ந்து எனக்கு எதிராகச் சதி செய்கிறீர்கள் என்று நான் கூறியதிலே தவறு ஒன்றுமில்லை அல்லவா?" என்றார் சுந்தர சோழர்.

"நான் செய்த குற்றத்துக்கு மன்னிப்பு இல்லைதான்; மன்னிப்பு நான் கோரவும் இல்லை. ஆனாலும் பல வருஷ காலமாக என் மனத்திலிருந்த பாரம் இன்றைக்கு நீங்கிவிட்டது. இனி எனக்கு விடை கொடுங்கள். திருவரங்கம் சென்று ஸ்ரீரங்கநாதருக்குச் சேவை செய்து என் நாட்களைக் கழிக்க அனுமதியுங்கள்."

"அது முடியாத காரியம், பிரம்மராயரே! நீ அன்று செய்த குற்றத்தினால் இன்று எத்தனையோ குழப்பங்கள் நேர்ந்திருக்கின்றன. அவற்றையெல்லாம் தீர்த்து வைத்து விட்டல்லவா நீர் ரங்கநாதருக்குச் சேவை செய்யப் போக வேண்டும்!" என்றார் சக்கரவர்த்தி.

❇ ❇ ❇ ❇

முப்பத்து நான்காம் அத்தியாயம்

ராவணனுக்கு ஆபத்து!

சுந்தர சோழர் தமது செல்வக் குமாரியைப் பார்த்து, "குந்தவை! நான் முதன்மந்திரியோடு ராஜ்ய காரியங்களைப் பற்றிக் கொஞ்சம் பேச வேண்டும். நீங்கள் போய் உங்கள் காரியங்களைப் பாருங்கள். போகும் போது இதையும் அழைத்துக் கொண்டு போங்கள்! உன் தாயார் மட்டும் இங்கே சிறிது நேரம் இருக்கட்டும்!" என்றார்.

சக்கரவர்த்தி "இதையும்" என்று குறிப்பிட்டது மந்தாகினியைத்தான். அப்படிக் குறிப்பிட்டதிலிருந்து அவள் விஷயத்தில் அவருடைய அருவருப்பு வெளியாயிற்று. குந்தவை சிறிது ஏமாற்றத்துடன் தந்தையை நோக்கினாள்.

அதைக் கவனித்த சக்கரவர்த்தி, "ஆமாம், இவள் முட்டிக் கொண்டது சிற்ப மண்டபத்திலுள்ள கைலாச மலைதானா என்பதைத் தெரிந்து கொள்வது நல்லது! இவளை அங்கேயே அழைத்துக் கொண்டு போய்க் காட்டித் தெரிந்து கொள்ளுங்கள்! இவள் இங்கே நிற்பதை என்னால் சகிக்க முடியவில்லை" என்றார்.

குந்தவை ஏமாற்றம் நிறைந்த முகத்தோடு மந்தாகினியைக் கையைப் பிடித்து அழைத்துக் கொண்டு புறப்பட்டாள். அப்போது மலையமான் மகள் குந்தவையின் அருகில் வந்து, அவள் காதில் மட்டும் கேட்கும்படியாக, "குழந்தாய்! இவள் இப்போது பார்க்கச் சகிக்காமல்தானே இருக்கிறாள்! அப்பாவிடம் வருத்தப்படுவதில் என்ன பயன்? உன்னுடைய அலங்காரக் கலைத் திறமையையெல்லாம் இவளிடம் காட்டு பார்க்கலாம்!" என்றாள்.

குந்தவை புன்னகை மூலம் தன் சம்மதத்தைத் தெரிந்துவிட்டு அங்கிருந்து மந்தாகினியை அழைத்துச் சென்றாள். அவர்களுடன் வானதியும் பூங்குழலியும் வெளியேறினார்கள்.

பிறகு சுந்தர சோழர் முதன்மந்திரியையும் மலையமான் மகளையும் மாறி மாறிப் பார்த்தவண்ணம், "நீங்கள் இரண்டு பேரும் சேர்ந்து இந்தக் காரியத்தை எதற்காகச் செய்தீர்கள் என்று தெரியவில்லை. எனக்கு இதனால் சந்தோஷம் உண்டாகும் என்று நீங்கள் எண்ணியிருந்தால் அது பெரும் தவறு! முதன்மந்திரி! எதற்காக நீர் இவ்வளவு பிரயத்தனப்பட்டுக் கோடிக்கரையிலிருந்து இந்தக் காட்டுமிராண்டி ஜன்மத்தைப் பிடித்துக் கொண்டு வரச் செய்தீர்? இப்போதாவது உண்மையைச் சொல்லுங்கள்! இனிமேலாவது என்னிடம் எதையும் மறைத்து வைக்க முயல வேண்டாம்!" என்றார்.

அப்போது முதன்மந்திரி அநிருத்தர் உணர்ச்சி ததும்பக் கூறினார் "ஒரு தடவை செய்த பிழையை மறுபடியும் செய்ய மாட்டேன். இனி எந்தக் காரியத்தையும் தங்களிடமிருந்து மறைத்து வைக்கவும் உடன்படேன். உண்மை

வெளிப்பட வேண்டுமென்பதற்காகவே இப்போது இவ்வளவு பிரயத்தனம் எடுத்துக் கொண்டேன். தங்களால் ஒரு பெண்மணி கடலில் விழுந்து இறந்ததாகத் தங்கள் மனம் வேதனைப்பட்டுக் கொண்டிருந்தது. அந்தச் சம்பவத்தைத் தாங்கள் மறந்து விட்டதாக வெகுகாலம் நான் எண்ணிக் கொண்டிருந்தேன். ஆனால் நாளாக ஆக அந்த நினைவு தங்கள் உள்ளத்தின் உள்ளே பதிந்து வேதனையை அதிகப்படுத்திக் கொண்டிருந்ததாக அறிந்தேன். தூக்கத்தில் தாங்கள் அதைப் பற்றிய கனவு கண்டு பல முறை ஓலமிட்டதாக மகாராணி சொன்னார்கள். அதனால் தங்களைக் காட்டிலும் மலையமான் மகளார் அதிக வேதனை அடைந்தார்கள். சில காலத்துக்கு முன்பு என்னிடம் யோசனை கேட்டார்கள். அதன் பேரில் நாங்கள் இந்தப் பிரயத்தனம் செய்யத் தீர்மானித்தோம். தங்கள் காரணமாக இறந்து விட்டதாக தாங்கள் நினைத்து வருந்திய பெண்மணியைத் தங்கள் முன்னாலேயே கொண்டு வந்து நிறுத்தி அந்த எண்ணத்தைப் போக்க உத்தேசித்தோம். நேரில் கொண்டு வந்து நிறுத்தினால்தான் தாங்கள் நம்புவீர்கள் என்று எண்ணினோம். இது குற்றமாயிருந்தால் கருணை கூர்ந்து மன்னிக்க வேண்டும்!"

இதைக் கேட்ட சக்கரவர்த்தி ஆத்திரம் பொங்கக் கூறியதாவது "குற்றந்தான்! பெருங்குற்றம்! இத்தனை நாளும் இவள் பேயாக என்னைச் சுற்றிக் கொண்டிருந்தாள். கனவிலே வந்து கஷ்டப்படுத்திக் கொண்டிருந்தாள். பேய்க்குப் பதிலாகப் பிச்சியைக் கொண்டு வந்து என் முன்னால் நிறுத்தியிருக்கிறீர்கள். இது எனக்கு மகிழ்ச்சி தரும் என்று நினைத்தீர்களா? ஒரு நாளும் இல்லை. என்னிடம் முன்னதாக உண்மையைத் தெரிவித்திருந்தால் இவளை இங்கே அழைத்து வரும் யோசனையைக் கண்டிப்பாக நிராகரித்திருப்பேன். போனது போகட்டும். ஏதோ செய்தது செய்து விட்டீர்கள். வெகு கஷ்டப்பட்டு இங்கே இந்த ஊமைப் பைத்தியக்காரியை அழைத்து வந்து சேர்த்தீர்களே? திரும்பி அவளை எப்போது எப்படிப் போகச் செய்வதாக உத்தேசம்?"

இவ்வாறு சுந்தர சோழர் கேட்டதும், அநிருத்தர் உண்மையிலேயே பேச்சிழந்து நின்றார்.

அப்போது சக்கரவர்த்தினி, "சுவாமி! இங்கிருந்து என் சகோதரியைத் திரும்பிப் போகச் செய்வதாகவே எனக்கு உத்தேசமில்லை. இந்த அரண்மனையில் என்னுடனேயே அவர் தங்கியிருப்பார். எனக்கு முன் பிறந்த தமக்கையைப் போல் பாவித்து இவரை நான் போற்றிப் பூசித்து வருவேன்!" என்றாள்.

"தேவி! என்னிடம் உனக்குள்ள பக்தியை இந்த மாதிரி மெய்ப்பிக்க நீ பிரயத்தனப்பட வேண்டியதில்லை. கண்ணகியைக் காட்டிலும் மேலான கற்பின் அரசி என்பதை இந்த இருபத்தைந்து ஆண்டுகளில் நான் கண்டிருக்கிறேன். நான் நோய்ப்பட்டது முதலாவது நீ உன் செல்வக் குழந்தைகளையும் மறந்து எனக்குப் பணிவிடைகள் செய்து வருவதையும் எனக்காக நோன்பு நோற்று வருவதையும் அறிந்துதானிருக்கிறேன். காட்டிலே திரிந்த ஊமைப் பிச்சியை அரண்மனையிலே அழைத்து வைத்து என்னிடம் உனக்குள்ள பக்தியைக் காட்ட வேண்டியதில்லை. மலையமான் மகளே! இதைக்கேள்! முதன்மந்திரி! நீங்களும் நன்றாய்க் கேட்டுக் கொள்ளுங்கள். எப்போதோ ஒரு காலத்தில் மனித சஞ்சாரமற்ற தீவாந்தரத்தில் நான் தன்னந்தனியே தங்கியிருந்தபோது இந்த ஊமைப் பிச்சியைப் பார்த்தேன். அச்சமயம் இவளிடத்தில் பிரியம் கொண்டதும் உண்மைதான். இல்லை என்று சொல்லவில்லை. அதனாலேயே இன்னமும் நான் இவளை நினைத்து ஏங்கித் தவிப்பதாக நீங்கள் எண்ணினால் அதைவிடப் பெரிய தவறு செய்ய முடியாது. அப்போது இவள் பேரில் எனக்கு ஏற்பட்டிருந்த பிரியத்துக்கு எத்தனையோ காரணங்கள் இருந்தன. அந்தப் பிரியம் இந்த இருபத்தைந்து வருஷ காலத்தில் முற்றும் மாறித் துவேஷமாகவும் அருவருப்பாகவும் உருவெடுத்திருக்கிறது. கனவிலும் நினைவிலும் என்னை அவ்வளவாக இவள் கஷ்டப்படுத்தி இருக்கிறாள். இவள் இந்த அரண்மனையில் இருக்கிறாள் என்னும் எண்ணத்தையே என்னால் சகிக்க முடியவில்லை. உடனே இவளை இங்கிருந்து அனுப்பி விட்டு மறுகாரியம் பாருங்கள். இவளைப் பேய் என்று நினைத்தபடியால் இவள் பேரில் விளக்கை எடுத்து எறிந்தேன். உயிரோடும் உடம்போடும் இருப்பவள் என்று அறிந்திருந்தால், என்ன செய்திருப்பேனோ, தெரியாது!"

இவ்வாறு சுந்தர சோழர் குரோதம் ததும்பிய குரலில் கூறிய குரூரமான வார்த்தைகளைக் கேட்டுச் சக்கரவர்த்தினியும் முதன்மந்திரியும் கதிகலங்கிப் போனார்கள். சக்கரவர்த்தி இவ்விதம் பேசுவார் என்று அவர்கள் எதிர்பார்க்கவே இல்லை. அநிருத்தர் தாம் செய்த பழைய குற்றத்துக்காக மட்டுமே தம்மைச் சக்கரவர்த்தி கண்டனம் செய்வார் என்று கருதியிருந்தார். மகாராணியோ சக்கரவர்த்தி வாய்விட்டு வெளிப்படையாகச் சொல்லாவிட்டாலும் மனத்திற்குள் மகிழ்ந்து பூரித்துத் தன்னுடைய பெருந்தன்மையான செயலை ரொம்பவும் பாராட்டுவார் என்று எதிர்பார்த்தாள்.

சுந்தர சோழரின் கொடிய வார்த்தைகள் அவர்களுக்கு ஏமாற்றமளித்ததோடு ஓரளவு வெறுப்பையும் கோபத்தையும் உண்டாக்கின.

சக்கரவர்த்தி இத்தனை நேரம் பேசியதற்கெல்லாம் சிகரம் வைத்தாற்போல், "சீச்சீ, இந்த ஊமைப் பைத்தியக்காரி உலகில் உயிரோடு வாழ்ந்திராவிட்டால் என்ன நஷ்டம் நேர்ந்து விடும்? இவள் கடலில் விழுந்த போது உண்மையாகவே செத்துத் தொலைந்து போயிருந்தால் எவ்வளவு நன்றாயிருந்திருக்கும்! எந்தப் பரம முட்டாள் மெனக்கட்டு இவளை எடுத்துக் காப்பாற்றினான்?" என்றார்.

இதற்குப் பிறகு மலையமான் மகளால் பொறுக்க முடியாமல் போயிற்று. உருக்கம் ததும்பிய ஆவேசத்துடன் அவள், "சுவாமி! தங்கள் வாயால் அப்படிச் சொல்லாதீர்கள்! மகாபாவம்! நன்றி மறத்தல் எவ்வளவு கொடிய பாதகம் என்று பெரியோர்கள் எத்தனையோ பேர் சொல்லியிருக்கிறார்களே! தங்கள் உயிரை இந்த மாதரசி காப்பாற்றியதை வேணுமானாலும் மறந்து விடுங்கள். ஆனால் நம் அருமைக் குமாரன் அருள்மொழிவர்மனை இவர் காப்பாற்றியதை மறக்கலாமா? தாங்கள் மறந்தாலும் நான் மறக்க முடியாது. பதினாலு ஜன்மத்துக்கும் இந்தத் தெய்வ மகளுக்கு நான் நன்றிக் கடன்பட்டிருப்பேன்!" என்று சொன்னாள்.

"தேவி அந்தக் கதையை மறுபடியுமா சொல்லுகிறாய்..?" என்று சுந்தர சோழர் மேலும் பேசுவதற்குள் மலையமான் மகள் குறுக்கிட்டுக் கூறினாள் "கதை அல்ல, சுவாமி! அருள்மொழியே என்னிடம் சொன்னான். காவேரி வெள்ளத்திலிருந்து தன்னைக் காப்பாற்றிய தேவிதான் ஈழத் தீவிலும் பலமுறை தன்னைக் காப்பாற்றியதாகச் சொன்னான். நல்ல வேளையாக, அவன் நாகப்பட்டினத்திற்கு வந்து சுகமாயிருக்கிறான். அவனை அழைத்து வரச் செய்யுங்கள். தாங்களே நேரில் கேட்டுத் தெரிந்து கொள்ளுங்கள்!"

"ஆமாம், ஆமாம்! அருள்மொழி நாகைப்பட்டினத்தில் இருக்கிறான். ஆனால் அவன் சுகமாயிருக்கிறான் என்பது என்ன நிச்சயம்? நேற்று அடித்த பெரும் புயலில் அவனுக்கு ஆபத்து நேர்ந்ததோ என்னமோ? முதன்மந்திரி! என் உள்ளத்தில் நிம்மதி இல்லை! இனந் தெரியாத அபாயம் ஏதோ என் குலத்தை நெருங்கிக் கொண்டிருப்பதாகத் தோன்றுகிறது. இந்தச் சமயத்தில் இந்த ஊமைப் பிச்சி இங்கு வந்திருப்பதும் ஓர் அபசகுனமாகவே தோன்றுகிறது..."

"சுவாமி! கரையர் குலமகள் இங்கே இச்சமயம் வந்திருப்பது அபசகுனம் இல்லை; நல்ல சகுனம். இவர் இங்கிருப்பது நம்முடைய குலத்துக்கே ஒரு பாதுகாப்பு. நான் இடைவிடாமல் பிரார்த்தனை செய்யும் துர்க்கா பரமேசுவரியே என் மீது அருள் புரிந்து இந்தத் தேவியை அனுப்பி வைத்திருக்கிறாள்..."

"இல்லவே இல்லை; துர்க்கா பரமேசுவரி அனுப்பவில்லை, சனீசுவரன் அனுப்பியிருக்கிறான். அந்தப் பிச்சியை உடனே திரும்பிப் போகச் சொல்லிவிட்டு மறுகாரியம் பாருங்கள். நீங்கள் முடியாது என்றால், நானே அந்தக் காரியத்தைச் செய்ய வேண்டியது தான்.."

"சுவாமி! ரொம்பவும் கருணைகூர்ந்து எனக்கு இந்த வரத்தைக் கொடுங்கள். அருள்மொழி வந்து சேருகிற வரையில் அவர் இந்த அரண்மனையில் இருப்பதற்கு அனுமதி அளியுங்கள்!" என்று சக்கரவர்த்தினி உருக்கமான குரலில் கேட்டு விட்டு சுந்தர சோழரின் பாதங்களைத் தொட்டுப் பணிந்தாள்.

"முதன்மந்திரி! கேட்டீரா? வெளுத்ததெல்லாம் பால் என்று கருதும் மலையமான் மகளின் கோரிக்கையைக் கேட்டீரா? கடவுளே! இப்படியும் ஒரு கபடமற்ற சாது உலகத்தில் இருக்க முடியுமா? இவள் என்னிடம் எதுவுமே கோருவதில்லை. போயும் போயும் இப்படிப்பட்ட வரத்தைக் கேட்கிறாள். அதை மறுக்க மனம் வரவில்லை. ஆனால் அந்த ஊமைப் பைத்தியக்காரி இங்கே இருக்கும் ஒவ்வொரு நிமிஷமும் எனக்கு நரக வேதனையாக இருக்கும். ஆகையால், நாகையிலிருந்து இளவரசனை அழைத்துவர உடனே ஏற்பாடு செய்யுங்கள்!"

"அப்படியே செய்கிறேன் ஐயா! யானைப் படைகளும் குதிரைப் படைகளும் அனுப்பிப் பகிரங்கமாக இளவரசரை அழைத்து வரச் செய்யலாமா? அல்லது..."

"மாறு வேடம் பூணச் செய்து ரகசியமாக அழைத்து வரலாமா, என்றுதானே கேட்கிறீர்? பகிரங்கமாக இளவரசன் வந்தால் சோழ நாட்டில் பெரும் குழப்பம் ஏற்படும் என்று எண்ணுகிறீர்கள் அல்லவா?"

"நான் எண்ணுவது மட்டும் அல்ல, பிரபு! நிச்சயமாக அறிந்திருக்கிறேன். மக்கள் பல காரணங்களினால் கொதிப்பு அடைந்திருக்கிறார்கள். ஏதாவது ஒரு வியாஜம் ஏற்பட வேண்டியது தான்; உடனே மக்களின் உள்ளக் கொதிப்பு வெளியே பீறிக் கொண்டு வரும். பழுவேட்டரையர்களும் மதுராந்தகத் தேவரும் என்ன கதி அடைவார்கள் என்று சொல்ல முடியாது..."

"இது என்ன பேச்சு, முதன்மந்திரி! குடிமக்கள் அப்படி மூர்க்கத்தனமாக நடந்து கொண்டால், சோழ நாட்டு வீர சைன்யங்கள் எங்கே போயின?"

"சைன்யங்களிடையேதான் கொதிப்பு அதிகம், பிரபு! மக்களாவது வெறுங் கூச்சல் குழப்பத்துடன் அடங்கி விடுவார்கள். சேனா வீரர்களோ, தஞ்சைக் கோட்டையை சின்னா பின்னமாக்கி, பழுவேட்டரையர்களையும் மதுராந்தகத் தேவரையும் சிறையில் அடைத்துவிட்டு, ஈழங்கொண்ட வீராதி வீரராகிய அருள்மொழிவர்மரைச் சிங்காதனத்தில் ஏற்றிவிட்டே மறுகாரியம் பார்ப்பார்கள்..."

"அப்படி நடக்க வேண்டுமென்று நீங்களும் மனத்திற்குள் ஆசைப்பட்டுக் கொண்டிருக்கிறீர்கள். முட்டாள் ஜோதிடர்கள் கட்டி விட்ட கதைகளை நம்பிக் கொண்டு குடிமக்களும் புத்தி தடுமாறி அலைகிறார்கள். ஆனால் உங்கள் மனத்தில் ஒன்று நிச்சயமாகப் பதிய வைத்துக் கொள்ளுங்கள். என் பெரிய பாட்டனார் கண்டராதித்த அடிகளின் குமாரன் மதுராந்தகனே இந்தச் சோழ சிம்மாசனத்துக்கு உரிமை உடையவன். அவனுக்கே பட்டம் கட்டி வைப்பதென்று தீர்மானித்து விட்டேன். மக்கள் அதற்குத் தடை சொன்னாலும் சரி, தேவர்களும் மூவர்களும் வந்து தடுத்தாலும் சரி, நான் கேட்கப் போவதில்லை. என்னுடைய குமாரர்கள் அதற்குக் குறுக்கே நின்றால்..."

"சுவாமி! அப்படி ஒரு நாளும் நேராது. தங்கள் விருப்பத்துக்கு மாறாகத் தங்கள் குமாரர்கள் ஒரு நாளும் தடை சொல்ல மாட்டார்கள். அருள்மொழிக்கு ராஜ்ய ஆசையே கிடையாது. இலங்கை மணிமகுடத்தை அவனுக்குக் கொடுத்தார்கள். அதை அவன் வேண்டாம் என்று மறுதளித்து விட்டான். அப்படிப்பட்டவனா தங்கள் வார்த்தைக்கு மறுவார்த்தை கூறப் போகிறான்? கரிகாலன் மட்டும் என்ன? அவனுக்குத் தாங்களே யுவராஜ பட்டாபிஷேகம் செய்து வைத்தீர்கள். அதனால் ஒப்புக் கொண்டான். அவனுடைய வீர பராக்கிரமத்தைப் பற்றி நான் சொல்லவேணுமா? அவன் ஆசைப்பட்டால் தானாகவே அவனுடைய வீரவாளின் உதவியைக் கொண்டு பெரிய ராஜ்யத்தை ஸ்தாபித்துக் கொள்ளக் கூடியவன் அல்லவா? ஆனால் அவனுக்கும் ராஜ்யம் ஆளுகிற ஆசை இல்லை. தாங்கள் அவனிடம் தங்கள் விருப்பம் இன்னதென்பது பற்றி ஒரே ஒரு வார்த்தை சொல்ல வேண்டியதுதான்..." என்றாள் மலையமான் மகள்.

"அந்த வார்த்தையை நான் சொல்லிவிடப் போகிறேனே, அவன் காதில் விழுந்துவிடப் போகிறதே என்பதற்காகத்தானே, எத்தனை சொல்லி அனுப்பியும் இங்கே வராமல் ஆட்டம் போடுகிறான்?"

"சக்கரவர்த்தி! பட்டத்து இளவரசர் காஞ்சியில் அற்புதமான பொன் மாளிகை நிர்மாணித்துவிட்டுத் தங்களின் வருகைக்காகக் காத்திருக்கிறார்..."

"எதற்காகக் காத்திருக்கிறான் என்று எனக்குத் தெரியும். கம்ஸன் அவனுடைய பெற்றோர்களைச் சிறை வைத்தது போல் எங்களைச் சிறை வைத்துவிட்டுச் சோழ சிம்மாசனம் ஏறக் காத்திருக்கிறான். அவன் கட்டியிருப்பது பொன் மாளிகையோ, அல்லது அரக்கு மாளிகைதானோ, யாருக்குத் தெரியும்?"

"சுவாமி! கரிகாலனைப் பற்றித் தாங்கள் இவ்வாறு சொல்வது கொடுமை!" என்றாள் மலையமான் மகள்.

"சக்கரவர்த்தியின் உள்ளத்தை அவ்வளவு தூரம் விஷமாக்கி வைத்திருக்கிறார்கள்!" என்றார் முதன்மந்திரி.

"வேறு யாரும் இல்லை; என் மனத்தில் விஷம் ஏற்றியவன் கரிகாலனேதான்! அவன் எனக்கு உண்மையான மகனாயிருந்தால் எத்தனை தடவை சொல்லி அனுப்பியும் ஏன் வரவில்லை?" என்று சுந்தர சோழர் கேட்டார்.

"அதற்கு வேறு சரியான காரணங்களும் இருக்கலாம் அல்லவா?"

"நீங்களே ஒரு காரணத்தை ஊகித்துச் சொல்லுவது தானே?"

"கரிகாலன் கொள்ளிடத்துக்கு இப்பால் வந்தால் பழுவேட்டரையர்கள் அவனைச் சிறைப்படுத்தி விடுவார்கள் என்று நாடெல்லாம் பேச்சாயிருக்கிறது.."

"அம்மாதிரி சொல்லி என் மகனுடைய மனத்தை யாரோ கெடுத்திருக்கிறார்கள்! இவளுடைய தகப்பன் திருக்கோவலூர் மலையமான் ஒருவன், கொடும்பாளூர் வேளான் ஒருவன். நீங்களும் அவர்களோடு சேர்ந்து கொண்டீர்களோ, என்னவோ தெரியவில்லை."

"சுவாமி! நான் யாரைப் பற்றியும் அவர்களுக்குப் பின்னால் பேசும் வழக்கமில்லை. சற்று முன் தாங்களே அபாயத்தைப் பற்றிப் பேசினீர்கள். தங்கள் உள்ளத்தில் அவ்விதம் தோன்றுவதாகச் சொன்னீர்கள். தங்கள் உள்ளத்தில் தோன்றுவது முற்றிலும் உண்மை. சோழர் குலத்துக்கு அபாயம் நெருங்கிக் கொண்டுதானிருக்கிறது. அது இரண்டு வழியாக வருகிறது. இந்த நாட்டில் இப்போது இரண்டுவிதமான சதிகள் நடைபெற்று வருகின்றன. பழுவேட்டரையர்களும், சம்புவரையர்களும்..."

"முதன்மந்திரி அநிருத்தரே! நிறுத்துங்கள்; பழுவூர் வம்சத்தார் நூறு ஆண்டு காலமாகச் சோழ குலத்துக்குத் தொண்டு செய்து வந்தவர்கள், பெரிய பழுவேட்டரையர் இருபத்துநாலு போர் முனையில் போரிட்டுத் தமது மேனியில் அறுபத்துநாலு புண்களைச் சுமந்து கொண்டிருக்கிறார். அப்படிப்பட்டவர் இன்று சோழ குலத்துக்கு எதிராகச் சதி செய்கிறார் என்று சொல்வதைக் காட்டிலும், சூரியன் இருட்டாகி விட்டது என்றும், கடல் நீரில் தீப்பிடித்துக் கொண்டுவிட்டது என்றும் சொல்லுவதை நம்பலாம்.."

"சக்கரவர்த்தி! சூரியனையும் கிரஹணம் பிடிக்கிறது. கடல் நீரில் வடவாமுகாக்கினி கொழுந்து விட்டெரிகிறது. ஆனால் அதைப் பற்றி நான் சொல்ல வரவில்லை. பழுவேட்டரையர்கள் சோழ குலத்துக்கு எதிராக சதி செய்வதாக நான் கூறவே இல்லை. மதுராந்தகருக்குப் பட்டம் கட்டுவதற்காக அவர்கள் மிகுந்த பிரயத்தனம் செய்து வருகிறார்கள்.."

"மகா சிவபக்தராகிய கண்டராதித்தருடைய புதல்வருக்குப் பட்டம் கட்ட எண்ணுவதில் என்ன தவறு? சிம்மாசன உரிமை நியாயமாக மதுராந்தகனுக்குத் தானே உரியது?" என்றார் சக்கரவர்த்தி.

"நானும் அதையேதான் சொல்லுகிறேன் மேலும் தாங்களே மனமுவந்து மதுராந்தகத் தேவருக்குச் சோழர் குலத்து மணிமகுடத்தை அளிக்கத் தீர்மானித்து விட்டீர்கள். அப்படியிருக்கும்போது பழுவேட்டரையர்கள் மீது குற்றம் என்ன? தங்கள் விருப்பத்தை நிறைவேற்றி வைக்கவே அவர்கள் பிரயத்தனப்படுகிறார்கள்.."

"ஆகையினால் என்னுடைய நன்றியறிதலுக்கு மேலும் அவர்கள் பாத்திரமாகியிருக்கிறார்கள்."

"ஆனால், சக்கரவர்த்தி, தங்களுடைய சம்மதம் பெறாத சில காரியங்களும் செய்கிறார்கள். சோழ ராஜ்யத்தை இரண்டாகப் பங்கு போட்டுக் காவேரிக்குத் தெற்கேயுள்ளதை மதுராந்தகத் தேவருக்கும் வடக்கே உள்ள பகுதியைக் கரிகாலருக்கும் கொடுத்து விடுவதென்று யோசனை செய்து வருகிறார்கள். சம்புவரையர் மாளிகையில் இன்றைய தினம் அந்தப் பேச்சு நடந்து வருகிறது. சக்கரவர்த்தி! நூறு வருஷ காலமாகத் தங்கள் முன்னோர்கள் பாடுபட்டு விஸ்தரித்த ராஜ்யத்தை விஜயாலய சோழரும், ஆதித்த சோழரும், மகாபராந்தக சக்கரவர்த்தியும் ஈழம் முதலாவது கோதாவரி வரையில் நிலைநாட்டிய சோழ மகாராஜ்யத்தை இரண்டாகப் பிளந்து பங்கு போடுவது தங்களுக்குச் சம்மதமா?"

"முதன்மந்திரி! ஒரு நாளும் அதற்கு நான் சம்மதம் கொடேன். சோழ ராஜ்யத்தைப் பிளப்பதற்கு முன்னால் என்னை வெட்டிப் பிளந்து விடுங்கள் என்று சொல்லுவேன். பழுவேட்டரையர் அத்தகைய முயற்சியில் இறங்கியிருப்பார் என்று நான் நம்பவில்லை. ஒருவேளை எனக்கு அது பிரியமாயிருக்கலாம். என் மகனுக்குப் பாதி ராஜ்யமாவது கொடுக்க நான் ஆசைப்படலாம் என்ற எண்ணத்தினால் அவர் இந்த யோசனைக்கு இணங்கியிருப்பார். அது எனக்கு விருப்பமில்லையென்று தெரிந்தால் கைவிட்டு விடுவார். முதன்மந்திரி! இந்தச் சோழ சாம்ராஜ்யத்தில் ஓர் அங்குல விஸ்தீரணம் கூடக் குறையாமல் மதுராந்தகனுக்குப் பட்டம் கட்டி வைப்பேன். அதை என் மக்கள் எதிர்த்தாலும் சரி, பழுவேட்டரையரே எதிர்த்தாலும் சரி, நான் கேட்கப் போவதில்லை."

"சக்கரவர்த்தி! பழுவேட்டரையர் எதிர்த்தால் பொருட்படுத்த வேண்டியதில்லை. தங்கள் புதல்வர்களோ எதிர்க்கப் போவதில்லை. ஆனால் மதுராந்தகருக்குப் பட்டம் கட்டுவதற்குத் தடை இவையெல்லாம் அல்ல. அந்தத் தடை இன்னும் பெரிய இடத்திலிருந்து வருகிறது. தாங்களும் நானும் இந்தச் சோழ நாட்டு மக்கள் அனைவரும் போற்றி வணங்கும் தெய்வப் பெண்மணியிடமிருந்து அந்தத் தடை வருகிறது. சில நாளைக்கு முன்பு கூட அவரிடம் பேசிப் பார்த்தேன்..."

"செம்பியன் மாதேவியை நீங்கள் குறிப்பிடுகிறீர்கள். அந்த மாதரசியின் மனத்தையும் யாரோ கெடுத்திருக்கிறார்கள். நான் என் புதல்வர்களுக்குப் பட்டம் கட்ட ஆசைப்படுவதாக பெரிய பிராட்டி கருதி வருகிறார். முதன்மந்திரி! அவரை உடனே இங்கு அழைத்து வருவதற்கு ஏற்பாடு செய்யுங்கள். நான் அவருடைய மனதை மாற்றி விடுகிறேன்.."

"சக்கரவர்த்தி! அது அவ்வளவு சுலபம் அல்ல. மகான் கண்டராதித்தர் தமது தர்மபத்தினிக்கு அவ்விதம் கட்டளை இட்டுச் சென்றிருக்கிறார். அவருடைய மரணத் தறுவாயில் நான் அவர் அருகில் இருந்தேன். 'மதுராந்தகனுக்குப் பட்டம் கட்டக் கூடாது என்பதற்கு முக்கிய காரணம் இருக்கிறது; அது என் துணைவிக்குத் தெரியும்' என்று தங்கள் பெரிய பாட்டனார் சொன்னார்..."

"முதன்மந்திரி! அப்படிப்பட்ட தடை உண்மையில் இருக்கிறதா? அது இன்னதென்று உங்களுக்குத் தெரியுமா?"

"தெரிந்திருந்தால், தாங்கள் கேட்கும் வரையில் காத்துக் கொண்டிருப்பேனா? பெரிய பிராட்டியை அழைத்து வரச் செய்து தாங்கள்தான் அதைப்பற்றிக் கேட்டுத் தெரிந்து கொள்ள வேண்டும்..."

"ஆமாம்; அந்த ஒரு விஷயந்தான் எனக்கும் தொல்லை கொடுத்து வருகிறது. பெரிய பிராட்டியை உடனே அழைத்து வருவதற்கு ஏற்பாடு செய்யுங்கள். எப்பேர்ப்பட்ட தடையாயிருந்தாலும் அதை நான் நிவர்த்தி செய்கிறேன். அவரை அழைத்து வருவதற்கு யாரை அனுப்பலாம்? ஏன் என் குமாரியையே அனுப்புகிறேன். தேவி! குந்தவையை உடனே இங்கு அழைத்து வா!" என்று சுந்தர சோழர் மலையமான் மகளைப் பார்த்துக் கூறினார்.

சக்கரவர்த்திக்கும் முதன்மந்திரிக்கும் நடந்த சம்பாஷணையை வானமா தேவி ஒரு காதினால் கேட்டுக் கொண்டிருந்தாலும், அவளுடைய கவனமெல்லாம் சற்று முன் அங்கிருந்து சென்ற ஊமை ராணியின் பேரிலேயே இருந்தது. ஆதலின் சக்கரவர்த்தி குந்தவையை அழைத்து வரும்படி சொன்னதும் மலையமான் மகள் அங்கிருந்து அந்தப்புரத்துக்கு விரைந்து சென்றாள்.

அவள் அந்தப்புரத்தை அடைந்த போது குந்தவை, வானதி, பூங்குழலி ஆகியவர்கள் பெருங்கலக்கத்தில் ஆழ்ந்திருந்தார்கள். அதற்குக் காரணத்தையும் மகாராணி உடனே தெரிந்து கொண்டாள். ஊமை ராணியை அங்கே காணவில்லை. எங்கே என்று கவலையுடன் கேட்ட போது குந்தவை கூறியதாவது :– "அம்மா! தங்கள் கட்டளையை நிறைவேற்றுவது சுலபமான காரியமாக இல்லை. ஆயினும் நாங்கள் மூன்று பேருமாகச் சேர்ந்து வற்புறுத்தி மந்தாகினி தேவியைக் குளிப்பாட்டினோம். பிறகு புதிய ஆடைகள் அணிவித்தோம். வானதி அவருடைய கூந்தலை வாரி முடிந்து கொண்டிருந்தாள். பூங்குழலி பூத்தொடுத்துக் கொண்டிருந்தாள். ஆபரணங்கள் எடுத்துக் கொண்டிருந்தபோதே, இவளுடைய கூச்சல் கேட்டது. திரும்பி வந்து பார்த்தால் மந்தாகினி தேவியைக் காணவில்லை. கூந்தலை வாரி முடி போட்டவுடனே திடீரென்று அவர் திமிறிக் கொண்டு ஓடிப்போனாராம். அக்கம் பக்கத்து அறைகளில் எங்கேயும் காணவில்லை. இன்னமும் தேடிக் கொண்டிருக்கிறோம்!"

இதைக் கேட்டு மலையமான் மகள் புன்னகை புரிந்தார். "அவருக்கு அலங்காரம் செய்தபோது எதிரில் கண்ணாடி இருந்ததா?" என்று கேட்டாள்.

"இருந்தது; சற்றுத் தூரத்தில் இருந்தது" என்றாள் வானதி.

"அவருடைய அலங்கரித்த உருவத்தைத் தற்செயலாகக் கண்ணாடியில் பார்த்திருப்பார். அது அவருக்கு வெட்கத்தை உண்டாக்கியிருக்கும். அதனால் ஓடி எங்கேயாவது மறைந்து கொண்டிருப்பார். இன்னும் நன்றாகத் தேடிப் பாருங்கள். ஒருவேளை அந்தப்புரத்துப் பூங்காவிற்குச் சென்று ஒளிந்து கொண்டிருந்தாலும் இருப்பார். மதில் ஏறிக் குதிப்பது, பலகணி வழியாகக் குதிப்பது போன்ற காரியங்கள்தான் அவருக்கு வழக்கமானவை ஆயிற்றே!" என்றாள் சக்கரவர்த்தினி.

பிறகு எல்லோருமாக நந்தவனத்துக்குச் சென்று தேடினார்கள். அங்கு ஊமை ராணி அகப்படவில்லை; அவர்களுடைய கவலை அதிகமாயிற்று. முதன்மந்திரியி மும் சக்கரவர்த்தியிடமும் போய்த் தெரிவிக்கலாமா என்று அவர்கள் எண்ணத் தொடங்கியபோது எங்கிருந்தோ 'டணார் டணார்' என்று ஒரு சத்தம் வந்தது. கருங்கல்லில் இரும்பு உளியினால் ஓங்கி அடிப்பது போன்ற ஓசை. அது எங்கிருந்து அந்த ஓசை வருகிறது என்று காது கொடுத்துக் கவனமாகக் கேட்டார்கள். சிற்ப மண்டபத்திலிருந்து வருகிறதென்று தெரிந்தது. உடனே ஒரு தாதிப் பெண்ணைத் தீபம் எடுத்துக் கொண்டு வரும்படி சொல்லி விட்டு எல்லாரும் சிற்ப மண்டபத்துக்குச் சென்றார்கள். சிற்ப மண்டபத்துக்குள்ளே அவர்கள் ஒரு விந்தையான காட்சியைக் கண்டார்கள். ஓரளவு ஆடை அலங்காரங்கள் அணிந்து விளங்கிய மந்தாகினி கையில் ஒரு நீண்ட பிடியுள்ள சுத்தியை வைத்துக் கொண்டு கைலாச மலையைத் தாங்கிக் கொண்டிருந்த இராவணேசுவரனுடைய கரங்களை ஓங்கி ஓங்கி அடித்துக் கொண்டிருந்தாள். மிக உறுதியான கல்லினால் செய்யப்பட்ட சிற்பமாதலால் அந்தத் தாக்குதலுக்கு இராவணன் அது வரையில் அசைந்து கொடுக்கவில்லை. ஆனாலும் சீக்கிரத்தில் அவனுக்கு ஆபத்து வந்து விடலாம் என்ற நிலைமை ஏற்பட்டிருந்தது. கைலாச மலையைத் தாங்கி கொண்டிருந்த இராவணனுடைய கரங்களில் இரண்டு மூன்று கைகள் ஒடிந்து விட்டால் மலையே இடம் பெயர்ந்து அவன் தலைகளின் மீது இன்னும் நன்றாக உட்கார்ந்து விடக்கூடும்! தலைகள் சுக்குநூறாக நொறுங்கி விடக்கூடும்! அத்தகைய ஆபத்தான நெருக்கடியிலேதான் குந்தவை முதலியவர்கள் சிற்ப மண்டபத்துக்குள் பிரவேசித்தார்கள்.

அவர்களுடைய வரவைப் பார்த்ததும் மந்தாகினி தன்னுடைய கையில் பிடித்திருந்த சுத்தியைக் கீழே போட்டு விட்டு வந்தவர்களைப் பார்த்துப் புன்னகை புரிந்து கொண்டு நின்றாள்.

மண்டபத்துக்குள் பிரவேசித்தவர்களில் பூங்குழலியைத் தவிர மற்றவர்களின் உள்ளங்களில் "இவள் ஒரு பைத்தியக்காரப் பிச்சிதான்! சக்கரவர்த்தி இவளைக் கண்டு அருவருப்பு அடைவதில் வியப்பு ஒன்றுமில்லை!" என்ற எண்ணம் தோன்றியது.

மலையமான் மகள் மற்றவர்களைப் பார்த்து, "பெண்களே, இதைப்பற்றிச் சக்கரவர்த்தியின் முன்னிலையில் யாரும் பிரஸ்தாபிக்க வேண்டாம்!" என்று எச்சரிக்கை செய்தாள்.

❉ ❉ ❉ ❉

முப்பத்தைந்தாம் அத்தியாயம்

சக்கரவர்த்தியின் கோபம்

மந்தாகினியை மற்ற அரண்மனைப் பெண்டிர் சிற்ப மண்டபத்தில் கண்டுபிடித்த சமயத்தில் சக்கரவர்த்திக்கும் முதன்மந்திரிக்கும் கடுமையான வாக்குவாதம் நடந்து கொண்டிருந்தது. மலையமான் மகள் அங்கிருந்து சென்றவுடனேயே முதன்மந்திரி அநிருத்தர், "மன்னர் பெரும! பெண்மணிகள் இருக்கும் போது சில விஷயங்கள் சொல்லக்கூடாது என்றிருந்தேன். இப்போது அவற்றைச் சொல்லித் தீர வேண்டியதாயிருக்கிறது. வீரபாண்டியனுடைய ஆபத்துதவிகள் இன்னமும் இந்த நாட்டில் மறைந்து திரிந்து கொண்டிருக்கிறார்கள். அவர்களுடைய கொடுமையான சபதத்தை நிறைவேற்றுவதற்குத் தக்க சமயத்தை எதிர்பார்த்துக் கொண்டிருக்கிறார்கள்" என்றார்.

"இது ஒன்றும் புதிதில்லையே? எனக்குத் தெரிந்த செய்திதானே? பழுவேட்டரையர்கள் அந்தக் காரணத்தைக் கொண்டே எனக்கு இத்தனை பலமான பாதுகாப்பு ஏற்படுத்தியிருக்கிறார்கள் அல்லவா?" என்று சக்கரவர்த்தி ஏளனச் சிரிப்புடன் கூறினார்.

"ஆபத்துதவிகளின் விஷயம் தங்களுக்குத் தெரிந்ததுதான். ஆனால் அந்தச் சதிகாரர்களுக்குச் சோழ ராஜ்யத்தின் பொக்கிஷத்திலிருந்தே பொருள் உதவி கிடைத்து வருகிறது என்பது தங்களுக்குத் தெரிந்திருக்க முடியாது!" என்றார் முதன்மந்திரி.

"ஆகா! இது என்ன கட்டுக் கதை!" என்றார் சுந்தர சோழர்.

"இதைக் காட்டிலும் பிரமிப்பான கட்டுக் கதைகள் சிலவற்றையும் தங்களுக்கு நான் சொல்ல வேண்டியிருக்கிறது. பெரிய பழுவேட்டரையரின் பொக்கிஷ நிலவறையிலிருந்த புதிய பொற்காசுகள் ஆபத்துதவிகள் கூட்டத்தின் மத்தியில் குவியலாகக் கொட்டப்பட்டிருந்தன. கண்ணால் பார்த்தவனாகிய சீடன் திருமலை இதோ இருக்கிறான். தாங்கள் பணித்தால் அதைப் பற்றி விவரமாகச் சொல்லுவான்..."

"வேண்டியதில்லை, தலைமுறை தலைமுறையாகச் சோழ குலத்துக்காக உயிரைக் கொடுத்து இரத்தம் சிந்தி வந்தவர்கள் பழுவேட்டரையர்கள். அவர்கள் என்னைக் கொல்லுவதற்காகச் சதி செய்யும் கூட்டத்திற்கு என் பொக்கிஷத்திலிருந்து பொற்காசு கொடுக்கிறார்கள் என்று அரிச்சந்திரனே வந்து சொன்னாலும் நான் நம்பமாட்டேன்."

"மன்னிக்க வேண்டும். பழுவேட்டரையர்கள் மீது அத்தகைய துரோகக் குற்றத்தை நான் சுமத்தவில்லை. அவர்களுக்குத் தெரியாமலே சதிகாரர்களுக்கு நம் பொக்கிஷத்திலிருந்து பொற்காசுகள் போகலாம் அல்லவா?"

"அது எப்படி முடியும்? யமன் அறியாமல் உயிர் போகக் கூடுமா, என்ன?"

"யமன் ஒருவேளை கிழப் பருவத்தில் இளமங்கை ஒருத்தியை மணம் செய்து கொண்டிருந்தால் அதுவும் சாத்தியமாகலாம் அரசே!"

"பெரிய பழுவேட்டரையர் இந்தப் பிராயத்தில் கல்யாணம் செய்து கொண்டது எனக்கும் பிடிக்கவில்லைதான். அதை அவரிடமே சொல்லியிருக்கிறேன். அதற்காக இம்மாதிரியெல்லாம் அவர் மீது துரோகக் குற்றம் சுமத்துவதை என்னால் சகிக்க முடியாது."

"சக்கரவர்த்தி! பழுவேட்டரையர் மீது நான் துரோகக் குற்றம் சுமத்தவில்லை. அவர் மணந்து கொண்ட இளைய ராணி மீதுதான் சுமத்துகிறேன்."

"ஆண்பிள்ளைகள் மீது குற்றம் சுமத்துவதையாவது பொறுத்துக் கொள்ளலாம். துர்ப்பாக்கியவதியான அபலைப் பெண் ஒருத்தியின் மீது நீர் குற்றம் சுமத்துவது எனக்கு நாராசமாயிருக்கிறது."

"எவ்வளவு நாராசமாக இருந்தாலும் பழுவூர் இளைய ராணியைப் பற்றிய சில உண்மைகளைத் தங்களுக்கு நான் சொல்லியே தீர வேண்டும். ஒரு தடவை தங்களுக்கு நான் ஓர் உண்மையைச் சரியான சமயத்தில் சொல்லாதது பற்றி எவ்வளவோ வருத்தப்பட நேர்ந்தது. சற்று முன் தாங்களும் கோபித்துக் கொண்டீர்கள். ஆகையினால் சிறிது பொறுமையாகக் கேட்க வேண்டும்."

முதன்மந்திரியின் இந்தச் சாமர்த்தியமான வார்த்தைகளைக் கேட்டுச் சக்கரவர்த்தி புன்னகை புரிந்தார்.

"என் வார்த்தையைக் கொண்டே என்னை மடக்குகிறீர்கள். அது என் சொந்தக் காரியம். அதற்கும் இதற்கும் யாதொரு சம்பந்தமும் இல்லை. ஆயினும் சொல்லுங்கள், கேட்கிறேன்" என்றார்.

"பழுவூர் பெரிய அரண்மனைக்கு மூன்று வருஷங்களுக்கு முன்னால் இளைய ராணி நந்தினி தேவி வந்து சேர்ந்தாள். அது முதல் பழுவூர் அரண்மனைக்குச் சில மந்திரவாதிகள் அடிக்கடி வந்து போகிறார்கள். இது சின்னப் பழுவேட்டரையருக்கும் தெரியும். அவருக்கும் மந்திரவாதிகள் வருவது பிடிக்கவில்லை. ஆனாலும் தமையனாரை எதிர்த்துப் பேசத் தைரியமில்லாமல் சும்மா இருந்து வருகிறார்."

"சகோதரர்கள் என்றால், இப்படியல்லவா இருக்க வேண்டும்!"

"சகோதர விசுவாசத்தினால் ராஜ்யத்துக்குக் கேடு வரக்கூடாதல்லவா?"

"இப்போது ராஜ்யத்துக்கு என்ன கேடு வந்துவிட்டது? ஒரு பேதைப் பெண் யாரோ மந்திரவாதிகளைக் கூப்பிட்டு மந்திரம் போடச் சொல்வதினால் ராஜ்யம் கெட்டுப் போய் விடுமா? பழுவூர் இளைய ராணி மந்திரம் போட்டுத்தான் எனக்கு நோய் வந்துவிட்டதென்று சொல்லுகிறீர்களா?"

"சக்கரவர்த்தி! பழுவூர் இளைய ராணியைப் பார்க்க வருகிறவர்கள் உண்மையில் மந்திரவாதிகள் அல்ல. மந்திரவாதிகள் என்று சொல்லிக் கொண்டு வரும் சதிகாரர்கள் என்று சந்தேகிக்கிறேன். அவர்கள் மூலமாக நம் பொக்கிஷத்திலிருந்து பொருள் போய்க் கொண்டிருக்கிறதென்றும் சந்தேகிக்கிறேன்."

"எதைப் பற்றி வேணுமானாலும் யாரைப் பற்றி வேணுமானாலும் சந்தேகிக்கலாம். ருசு ஏதேனும் உண்டா?"

"மன்னர் மன்னா! இன்றைய தினம் பெரிய பழுவேட்டரையரின் அரண்மனையையும், பொக்கிஷ நிலவறையையும் சோதனை போட்டால் ஒருவேளை ருசுக் கிடைக்கலாம்."

"இதைக் காட்டிலும் எனக்குப் பிரியமில்லாத காரியத்தை இதுவரை யாரும் சொன்னது கிடையாது. அநிருத்தரே! நீர் எனக்கு மட்டும் நண்பர். பழுவேட்டரையர் எனக்கு முன் மூன்று தலைமுறையைச் சேர்ந்த சோழச் சக்கரவர்த்திகளுக்கு உயிருக்குயிரான நண்பர். சோழ குலத்துக்கு இரும்புக் கவசம் போன்றவர். சோழர்களின் பகைவர்களுக்கு இந்திரனுடைய வஜ்ராயுதம் போன்றவர். அப்படிப்பட்டவருடைய மாளிகையை அவர்

இல்லாதபோது சோதனை போடுவதா? பழுவேட்டரையர் தம் அரண்மனையில் சதிகாரர்களுக்கு இடம் கொடுக்கிறார் என்று நம்புவதைக் காட்டிலும், மலையமான் மகள் மருந்து என்று சொல்லி எனக்கு நஞ்சைக் கொடுக்கிறாள் என்று நம்புவேன்...."

"சக்கரவர்த்தி! பழுவேட்டரையருக்குத் தெரிந்து இது நடைபெறவில்லை. மோகத்தினால் கண்ணிழந்திருக்கும் பழுவேட்டரையருக்குத் தம் எதிரில் நடப்பது தெரியவில்லை. அவர் அறியாமலே அவருடைய மாளிகை சதிகாரர்களின் தலைமை ஸ்தலமாக இருந்து வருகிறது. பழுவூர் இளைய ராணியே சதிகாரர்களோடு சேர்ந்தவள் என்று நம்புவதற்கு இடமிருக்கிறது."

"அந்தப் பேதைப் பெண்ணைக் குறித்து இன்னும் என்ன அவதூறு சொல்லப் போகிறீர்கள்?"

"சில நாளைக்கு முன்பு திருப்புறம்பியம் காட்டில் பிருதிவீபதியின் பள்ளிப்படைக்கு அருகில் நள்ளிரவு வேளையில் மகுடாபிஷேக வைபவம் ஒன்று நடந்தது. ஒரு ஐந்து வயதுப் பிள்ளையைச் சிங்காதனத்தில் உட்கார வைத்துப் பாண்டிய மன்னன் என்றும் பட்டம் சூட்டினார்கள். இந்த மகுடாபிஷேக வைபவத்தில் கலந்து கொண்டவர்கள் சோழ குலத்தை அடியோடு நிர்மூலம் செய்வதாகவும் சபதம் எடுத்துக் கொண்டார்கள்.."

"முதன்மந்திரி! இந்தச் செய்தியைச் சொல்லி என்னைப் பயப்படுத்தலாம் என்று உத்தேசமா? என் கைகால்கள் நடுங்குமென்று எதிர்பார்த்தீரா?"

"இல்லை, சக்கரவர்த்தி, இல்லை! அந்தக் கேலிக்கூத்தை நான் ஒரு பொருட்டாக எண்ணவில்லை. அப்படி சபதம் எடுத்துக் கொண்ட சதிகாரர் கூட்டத்தில் பழுவூர் இளைய ராணியும் இருந்தாள் என்பதைத் தங்களிடம் சொல்ல விரும்பினேன்."

"அதையெல்லாம் அருகில் இருந்து பார்த்துவிட்டு வந்து தங்களுக்குத் தெரிவித்த புத்திசாலி யார்? அதோ நிற்கிறானே, தங்களுடைய அருமைச் சீடன், அவன் தானே?"

"எல்லாம் நடந்து முடிந்த பிறகு இவன் அங்கே போய்ச் சேர்ந்தான். நேரில் பார்த்தவன் வாணர் குலத்து வந்தியத்தேவன்..."

"இங்கே ஒரு தடவை வந்துவிட்டுத் தப்பி ஓடிப் போனானே அந்த ஒற்றனையா சொல்லுகிறீர்?"

"அவன் ஒற்றன் அல்ல, பிரபு! தங்கள் திருக்குமரன் ஆதித்த கரிகாலரின் அந்தரங்க நண்பன்."

"கரிகாலனுக்கு இப்படிப்பட்ட அந்தரங்க நண்பர்கள் எத்தனையோ பேர். ஒருவர் சொன்னதுபோல் இன்னொருவர் சொல்லமாட்டார்கள். அவன் கூறியது உண்மையாகவே இருக்கட்டும். அதற்காக இப்போது செய்யக் கூடியது ஒன்றுமில்லை. பெரிய பழுவேட்டரையரும் இங்கே இல்லை; அவருடைய இளைய ராணியும் இல்லை. அவர்கள் திரும்பி வந்த பிறகு விசாரித்துக் கொள்ளலாம். முதன்மந்திரி! பழுவூர் இளைய ராணியைப் பற்றி நீங்கள் சொல்லச் சொல்ல, அத்தகைய அதிசயமான பெண்ணைப் பார்க்க வேண்டும் என்று எனக்கே ஆர்வமுண்டாகிவிட்டது. பழுவேட்டரையர் கல்யாணம் செய்து கொண்டு வந்தபோது எனக்கு ஏற்பட்ட அருவருப்பினால் அந்தப் பெண்ணை என் முன்னால் அழைத்து வரவேண்டாம் என்று சொல்லியிருந்தேன். அதனாலேயே அவளுக்கு ஒருவேளை என் பேரில் கோபம் உண்டாகி விட்டதோ என்னமோ தெரியவில்லை. பெரிய பழுவேட்டரையர் இம்முறை திரும்பி வந்ததும் அவருடைய இளைய ராணியை அழைத்து வரச் செய்து அவளுடைய கோபத்தைத் தீர்க்கப் போகிறேன்..."

"சக்கரவர்த்தி! நான் விரும்புவதும் அதுதான். நந்தினி தேவியின் கோபத்தைத் தணிப்பதற்கு இன்னும் முக்கியமான காரணங்களும் இருக்கின்றன. நந்தினி வந்து சேரும் வரையில் ஈழத்து அரசி நமது அரண்மனையில் இருப்பதற்கு அனுமதி தரவேண்டும்..."

"ஆகா; அவளை ஈழத்து அரசியாக முடிசூட்டிவிட்டீர்கள் அல்லவா? போகட்டும்; அவளுக்கும் பழுவூர் ராணிக்கும் என்ன சம்பந்தம்?"

"அதைத்தான் கண்டுபிடிக்க வேண்டும், பிரபு! இருவரும் நேருக்கு நேர் சந்தித்தால் ஒருவேளை அந்தச் சம்பந்தம் தெரிய வரலாம். நந்தினிதேவி சோழ குலத்தின் மீது கொண்டிருக்கும் பகையும் ஒருவேளை மாறலாம்..."

"மந்திரி! ஒரு பெண்ணின் பகையைக் குறித்து நீங்கள் இவ்வளவு கவலைப்படுவது ஆச்சரியமாயிருக்கிறது..."

"நந்தினி தேவியின் பகையைக் குறித்து கவலைப்படக் காரணம் இருக்கிறது. அதை நான் சொல்வது உசிதமாயிருக்குமா என்று அஞ்சுகிறேன்.."

"தாங்கள் சொல்லத் தயங்குவதை வேறு யார் என்னிடம் சொல்ல முடியும்? மிச்சம் வைக்காமல் சொல்லிவிடுங்கள்" என்றார் சக்கரவர்த்தி.

முதன்மந்திரி சிறிது யோசனை செய்துவிட்டுக் கூறினார். "மன்னர் பெருமானே! இப்போது நான் கூறப்போவது மிகச் சிக்கலான விஷயம். தங்களுக்கு அது உகந்ததாயிருக்க முடியாது. ஆயினும் பொறுமையுடன் கேட்க வேண்டும். நந்தினி தேவியையும், மந்தாகினி தேவியையும் பார்த்தவர்கள் அனைவரும் அவர்களுடைய தோற்றத்தின் ஒற்றுமையைக் குறித்து அதிசயிக்கிறார்கள்..."

"உலகத்தில் இப்படி எத்தனையோ அதிசயங்கள் இருக்கின்றன. ஒரு மரத்தைப் போலவே இன்னொரு மரம் இருக்கிறது. ஒரு பைத்தியம் போல் இன்னொரு பைத்தியம் இருக்கிறது..."

"ஆனால் ஒரு மரம் இன்னொரு மரத்தைப்போல் வேஷம் போட்டு நடப்பதில்லை. ஒரு பைத்தியம் இன்னொரு பைத்தியத்தின் ஆவியைப்போல் வந்து சக்கரவர்த்தியை இம்சிப்பதில்லை.."

"என்ன சொல்கிறீர், முதன்மந்திரி?"

"மந்தாகினி தேவியின் ஆவி தங்களை இரவு நேரங்களில் வந்து இம்சிப்பதாக எண்ணித் தாங்கள் வேதனைப்பட்டு வந்தீர்கள்..."

"அவளுடைய ஆவி வரவில்லை, அவளே வந்தாள் என்று சொல்கிறீரா?"

"இல்லை, இல்லை. பழுவூர் இளைய ராணி, மந்தாகினியின் ஆவியாக நடித்துத் தங்களை இம்சித்திருக்க வேண்டும் என்று சொல்கிறேன்."

சுந்தர சோழர் சிறிது நிமிர்ந்து உட்கார்ந்து, கோப வெறி பொங்க, "நீங்கள் இப்போது சொல்வது மட்டும் உண்மை என்று ஏற்பட்டால், அந்த ராட்சஸியை என் கையினாலேயே கழுத்தை நெரித்து..." என்று கூறுவதற்குள், முதன்மந்திரி குறுக்கிட்டு, "வேண்டாம், சக்கரவர்த்தி! தங்கள் வாயால் அப்படியொன்றும் சபதம் கூற வேண்டாம்!" என்று பரபரப்புடன் சொன்னார்.

"ஏன்? அவள் பேரில் என்ன தங்களுக்கு அவ்வளவு இரக்கம்? என்னை அவ்வளவு தூரம் வேதனைப் படுத்தியவளை என்ன செய்தால்தான் என்ன?" என்று சுந்தர சோழர் பொங்கினார்.

"எவ்வளவு கஷ்டப்படுத்தியிருந்தாலும், கஷ்டப்படுத்தியவர் நெருங்கிய பந்துவாயிருக்கும் பட்சத்தில்... ஒருவேளை சொந்தப் புதல்வியாயிருக்கும் பட்சத்தில்..." என்று முதன்மந்திரி கூறித் தயங்கி நின்றார்.

"முதன்மந்திரி! இது என்ன பிதற்றல்?" என்றார் சுந்தர சோழர்.

"சக்கரவர்த்தி! தங்களுடைய பொறுமையை உண்மையில் சோதித்துவிட்டேன். அதற்காக எனக்கு உசிதமான தண்டனையைக் கொடுங்கள். ஆனால் நந்தினி தேவியைத் தண்டிப்பது பற்றிப் பேச வேண்டாம். நந்தினிதேவி தனாதிகாரி பழுவேட்டரையரின் இளைய ராணி மட்டும் அல்ல; மூன்று உலகமும் உடைய சுந்தர சோழ சக்கரவர்த்தியின் புதல்வி. அவரை எந்தக் குற்றத்துக்காக யார்தான் தண்டிக்க முடியும்?" என்றார் அநிருத்தப்பிரம்மராயர்.

இதைக் கேட்ட சக்கரவர்த்தி சிறிது நேரம் முதன்மந்திரியை அளவில்லாத வியப்போடு உற்றுப் பார்த்துக் கொண்டிருந்தார். பிறகு 'கலீர்' என்று சிரித்தார்.

"சக்கரவர்த்தி! இன்றைக்கு மிகவும் சுபதினம். இரண்டு தடவை தாங்கள் சிரிக்கக் கேட்டேன்" என்றார் அநிருத்தர்.

"பிரம்மராயரே! இந்த அரண்மனையில் இப்போது ஒரு பெண் பைத்தியந்தான் இருக்கிறது என்று நினைத்தேன். நீர் அவளை விடப் பெரிய பைத்தியம் என்று இப்போது அறிந்தேன். அவள் பேசாத ஊமைப் பைத்தியம்; நீர் பேசிப் பிதற்றும் பைத்தியம்!" என்று கூறிவிட்டுச் சுந்தர சோழர் மறுபடியும் நினைத்து நினைத்துச் சிரித்தார்.

❉ ❉ ❉ ❉

முப்பத்தாறாம் அத்தியாயம்

பின்னிரவில்

சுந்தர சோழரின் சிரிப்பு ஒலி கேட்டுக் கொண்டிருக்கும் போதே பெண்மணிகள் அங்கு வந்தார்கள். முன்னால் மகாராணியும் அவளுக்குப் பின்னால் குந்தவை ஒரு பக்கமும் வானதி ஒரு பக்கமும் பிடித்து இழுத்துக் கொண்டு வர மந்தாகினியும், அவர்களுக்கும் பின்னால் பூங்குழலியும் ஒரு தாதிப் பெண்ணுமாக ஊர்வலம் போல வந்தார்கள். சுந்தர சோழரின் சிரிப்பு அவர்களுக்கும் சிறிது குதூகலத்தை உண்டு பண்ணியிருந்தது. மந்தாகினி அவரை ஒரு கணம் நிமிர்ந்து பார்ப்பதும் மறு கணம் குனிந்து தரையைப் பார்ப்பதுமாயிருந்தாள். அவளுடைய அலங்காரம் இப்போது பூரணம் அடைந்திருந்தது. குந்தவைப்பிராட்டி அலங்காரக் கலையில் இணையில்லாத தேர்ச்சி பெற்றவள் என்று அந்தக் காலத்தில் புகழ் பெற்றிருந்தாள். அதற்காகவே சிற்றரசர்கள் தங்கள் மகளிரை இளையபிராட்டியின் தோழியாயிருப்பதற்கு பழையாறைக்கு அனுப்புவது வழக்கம். குந்தவை தன் முழுத் திறமையையும் ஊமை ராணியை அலங்கரிப்பதில் பயன்படுத்தியிருந்தாள். அடி உள்ளத்தில் தோன்றிய ஏதோ ஓர் உருத்தெரியாத உணர்ச்சியினால் மந்தாகினியின் தலைக் கூந்தலை நந்தினியைப்போல் ஆண்டாள் கட்டுடன் அலங்கரித்திருந்தாள். இந்த அலங்காரம் முடிந்ததும் பெண்கள் எல்லோருக்குமே அவள் தத்ரூபமாக நந்தினியைப் போலிருந்தது தெரிந்து விட்டது. காட்டிலே அலைந்து திரிந்த தேக ஆரோக்கியமுள்ள மாதரசியாதலால் பிராயத்திலே இருந்த இருபத்தைந்து வருஷ வித்தியாசம் கூடத் தெரியவில்லை.

மற்றப் பெண்மணிகள் மந்தாகினி தேவியைச் சிறிது பெருமையுடனேயே அழைத்துக் கொண்டு வந்தார்கள். ஒவ்வொருவரும் ஒவ்வொரு காரணத்தினால் பெருமை கொண்டிருந்தார்கள்.

இந்தச் சரித்திரம் நிகழ்ந்த நாட்களில் தமிழகத்துப் பேரரசர்களும் குறுநில மன்னர்களும் பல மனைவியரை மணப்பது சகஜமாயிருந்தது. ஓயாமல் போர்கள் நடந்த வண்ணமாயிருந்தன. அரசிளங் குமாரர்களோ போர் முனையில் எப்போதும் முன்னணியில் இருந்தார்கள். ஆகையால் குலம் நசிக்காமல் பாதுகாப்பதற்காக அரச

குலத்தவர் பெண்கள் பலரை மணப்பது வழக்கமாயிருந்தது. பட்ட மகிஷியாயிருப்பவள் மற்ற ராணிகளிடம் அசூயை கொள்ளாமல் அணைத்து ஆதரிப்பது ஒரு சிறந்த நறுங் குணமாகக் கருதப்பட்டது. இந்த முறையிலேயே மலையமான் மகள் உற்சாகமாயிருந்தாள். குந்தவை தன்னுடைய அலங்காரத் திறமையை இவ்வளவு நன்றாகக் காட்ட முடிந்தது பற்றிப் பெருமை கொண்டிருந்தாள். பைத்தியக்காரப் பிச்சியாகத் தோன்றியவளை இணையில்லா அழகு வாய்ந்த இளம் பெண்ணாகத் தோன்றும்படியல்லவா அவள் செய்துவிட்டாள்? பூங்குழலிக்கோ தன் அத்தைக்கு அரண்மனையில் இவ்வளவு ராஜோபசாரங்கள் நடப்பது பற்றிக் களிப்பு உண்டாகியிருந்தது. அவள் எதிர்பார்த்ததற்கெல்லாம் மாறாக இங்கேயுள்ள அரண்மனைப் பெண்கள் நடந்து கொண்டிருந்தார்கள் அல்லவா?

இவ்வாறு பெருமிதம் பொங்க அந்த அறையினுள் பிரவேசித்த பெண்களின் ஊர்வலத்தைச் சக்கரவர்த்தி பார்த்தார். அவருடைய சிரிப்பு அந்த க்ஷணமே நின்றுவிட்டது. மந்தாகினியின் புதிய தோற்றம் அவருக்கே அளவில்லாத பிரமிப்பை அளித்தது. தாம் கண் முன்னால் பார்ப்பது உண்மைதானா என்று சந்தேகிப்பவர்போல் கண்களைக் கையினால் சிறிது மூடிக் கொண்டும் பின்னர் திறந்தும் உற்று உற்றுப் பார்த்தார். சற்று முன்னால் முதன்மந்திரி சொல்லிக் கொண்டிருந்த விவரங்கள் எல்லாம் அவர் மனத்தில் பதிந்திருந்தன. சில காலமாக நள்ளிரவில் தன் எதிரே தோன்றித் தன்னை வருத்திய பெண் உருவத்துக்கும் மந்தாகினியின் உருவத்துக்கும் உள்ள ஒற்றுமை அவருக்கு நன்கு புலனாயிற்று. அதே சமயத்தில் சில வேற்றுமைகள் இருப்பதையும் கவனித்துக் கொண்டார். இதைப் பற்றிய மர்மத்தை முழுவதும் ஆராய்ந்து உண்மையை அறிய வேண்டும் என்னும் ஆசை அவர் உள்ளத்திலும் உதயமாயிற்று.

மந்தாகினி மீது அவருக்கு முதலில் ஏற்பட்டிருந்த அருவருப்பு அப்படியே மாறாமல் இருந்தது. ஆனால் அதை வெளியில் காட்டிக் கொள்ளாமலிருக்கத் தீர்மானித்தார்.

அநிருத்தரிடம் அவர், "முதன்மந்திரி! சற்று முன் உங்களை நான் பைத்தியம் என்றேன். பிரமை, பைத்தியம் எல்லாம் எனக்குத்தான் என்று தோன்றுகிறது. இனிமேல் தினந்தோறும் வைத்தியன் என்னை வந்து பார்ப்பது மட்டும் போதாது; மாந்திரீகனையும் அனுப்பி வைக்க வேண்டியதுதான். பழுவூர் இளைய ராணியைப் பார்க்க வரும் மந்திரவாதியைப் பிடித்து அனுப்பி வைத்தால் கூடப் பாவமில்லை!" என்று மெல்லிய குரலில் கூறினார்.

அநிருத்தரின் உள்ளத்தில் ஒரு சிறிய துணுக்கம் உண்டாயிற்று. "அந்த மந்திரவாதிகளில் எவனும் சக்கரவர்த்தியை நெருங்காமலிருக்கட்டும்" என்று மனதிற்குள் வேண்டிக் கொண்டார். பிறகு, "மன்னர் பெரும! மந்திரவாதி எதற்கு? வேறு மந்திரந்தான் எதற்கு? ஸ்ரீமந் நாராயணனுடைய திருநாமத்தை விடச் சக்தியுள்ள மந்திரம் வேறு ஒன்றுமில்லை!" என்றார்.

குந்தவைப்பிராட்டி, "அப்பா! என்னை அழைத்து வரச் சொன்னீர்களாமே? பழையாறைக்குப் போக வேண்டும் என்று கூறினீர்களாமே? நாங்கள் எல்லோருமே போகலாமா?" என்றாள்.

சுந்தர சோழர் அதற்கு மறுமொழி சொல்லாமல் முதன்மந்திரியைப் பார்த்து, "அநிருத்தரே! நான் என் கருத்தை மாற்றிக் கொண்டேன். இந்தப் பெண்கள் எதனாலோ ஒரே உற்சாகமாக இருக்கிறார்கள். வீட்டுக்குப் புதிய மருமகள் வந்தது போலக் களிப்படைந்திருக்கிறார்கள். இச்சமயம் இவர்களைப் பிரிக்க எனக்கு விருப்பமில்லை. தாங்கள் சற்று முன் சொன்னது போல் இவர்கள் எல்லாரும் சில நாள் இங்கேயே தங்கியிருக்கட்டும். செம்பியன் மாதேவி தங்களிடம் மிக்க நம்பிக்கையும் மரியாதையும் உள்ளவர். ஆகையால் தாங்களே நேரில் சென்று அவரை அழைத்துக் கொண்டு வாருங்கள்! தங்கள் சீடனை நாகப்பட்டினத்துக்கு அனுப்புங்கள். பெரிய பழுவேட்டரையரையும் அவருடைய இளைய ராணியையும் உடனே அழைத்து வர ஏற்பாடு செய்யும்படி நானே சின்னப் பழுவேட்டரையருக்குச் சொல்கிறேன்!" என்றார்.

"அப்படியே செய்யலாம், சக்கரவர்த்தி! ஆனால் எல்லாரும் வந்து சேருவதற்குச் சில தினங்கள் பிடிக்கலாம்.

நேற்று அடித்த புயல் மழை காரணமாக நதிகளில் எல்லாம் பூரணப் பிரவாகம் ஓடிக் கொண்டிருக்கிறது!" என்றார் முதன்மந்திரி.

"அதனால் பாதகம் இல்லை; இத்தனை நாள் பொறுத்த நாம் இன்னும் சில நாள் பொறுத்திருப்பதில் நஷ்டம் ஒன்றுமில்லை. கரிகாலனையும் அழைத்து வருவதற்கு ஏற்பாடு செய்தால் எல்லா விஷயங்களையும் முடிவு செய்து விடலாம். அவன் இன்னமும் வருவதற்கு மறுத்தால் நானே புறப்பட்டுப் போக வேண்டியதுதான். அதைப் பற்றிப் பிறகு பேசிக் கொள்ளலாம். நீங்கள் நாளைக்கே சென்று பெரிய பிராட்டியை எப்படியாவது கையோடு அழைத்து வாருங்கள்! போகும்போது புயலினால் கஷ்டத்திற்குள்ளான மக்களைப் பற்றியும் கவனியுங்கள். நம்முடைய குடும்ப விவகாரங்களில் கவனம் செலுத்தி அந்த முக்கியமான காரியத்தை மறந்தே விட்டோம்" என்றார் சக்கரவர்த்தி.

"இல்லை, பிரபு! அதை நான் மறக்கவே இல்லை. எல்லாக் காரியங்களும் சரிவர நடைபெறும்; தாங்கள் நிம்மதியாயிருக்கலாம்" என்று சொல்லிவிட்டு முதன்மந்திரி விடை பெற்றுச் சென்றார்.

* * *

அன்றிரவு சுந்தர சோழர் உண்மையிலேயே இத்தனை காலமும் அனுபவியாத நிம்மதியை அடைந்திருந்தார். கரையர் குலத்து மந்தாகினி இறக்கவில்லை என்னும் செய்தி மெய்யாகவே அவருடைய நெஞ்சில் வெகு காலமாகக் குடிகொண்டிருந்த ஒரு பெரும் பாரத்தை அகற்றிவிட்டது. அருள்மொழிவர்மன் நாகப்பட்டினத்தில் இருக்கிறான் என்ற செய்தியும் அவருக்கு ஆறுதல் அளித்திருந்தது. சூடாமணி விஹாரம் மிகப் பலமான கட்டிடமாதலால் அதில் உள்ளவர்க்கு அபாயம் ஒன்றும் நேருவதற்கில்லை என்ற தைரியமும் அவருக்கு இருந்தது. பழுவூர் இளைய ராணி அவருடைய புதல்வியாயிருக்கலாம் என்று அநிருத்தர் குறிப்பிட்டதை நினைக்க நினைக்க அவருக்கு வேடிக்கையாயிருக்கிறது. இது சக்கரவர்த்தியின் முகத்திலும் அடிக்கடி குறுநகையை உண்டாக்கியது.

மலையமான் மகள் முதலிய பெண்களுடன் அவர் சிறிது நேரம் உல்லாசமாகப் பேசிக் கொண்டிருந்தார். குந்தவையின் அலங்காரத் திறமையைப் பற்றிப் பாராட்டினார். "காட்டுமிராண்டி ஜன்மமாகக் காணப்பட்டவளைத் தேவலோகத்து இந்திராணியாக மாற்றி விட்டாயே? ஆனால் அதற்கெல்லாம் இந்தக் கிழவிதானா அகப்பட்டாள்? வானதியைப் போன்ற சிறு பெண்களிடமல்லவா உன் திறமையைக் காட்ட வேண்டும்!" என்று பரிகாசமும் செய்தார். பிறகு பூங்குழலியிடம் அருள்மொழிவர்மனைப் பற்றி மேலும் விவரங்கள் கேட்டுத் தெரிந்து கொண்டார்.

அதன் முடிவில் பூங்குழலி, "அரசே! நான் கோடிக்கரைக்குத் திரும்பிப் போக அனுமதி கொடுங்கள். நாளைக்கே நான் புறப்படலாம் அல்லவா? என் அத்தையைப் பற்றிய கவலை இனிமேல் எனக்கு இல்லை!" என்றாள்.

"உன் அத்தை மகன் ஒருவன் காய்ச்சல் வந்து கிடக்கிறான் என்றாயே! அவனைப் பற்றிக்கூடக் கவலை இல்லையா? போவதற்கு நீ இவ்வளவு அவசரப்பட வேண்டாம். சில நாள் இருந்துவிட்டுப் போ!" என்றார் சக்கரவர்த்தி; பூங்குழலி மௌனமாயிருந்தாள்.

* * *

அன்றிரவு சுந்தர சோழச் சக்கரவர்த்தி நிம்மதியாக உறங்கினார். கனவுகள் கூட அதிகம் காணவில்லை. கண்ட கனவுகளும் துர்ச் சொப்பனங்களாக இல்லை; இன்பமான கனவுகள்.

அவருக்குப் பக்கத்து அறையிலே படுத்துறங்கிய அரண்மனைப் பெண்டிர்களும் நிம்மதியாகவே தூங்கினார்கள். அவர்களிலே நிம்மதியில்லாமலும் நன்றாகத் தூங்காமலும் இருந்தவள் மந்தாகினி ஒருத்திதான்.

இன்று நடந்த நிகழ்ச்சிகள் எல்லாம் அவளுடைய மனதில் பெருங் கிளர்ச்சியை உண்டுபண்ணியிருந்தன. முக்கியமாக அவளுடைய நினைவு பொக்கிஷ நிலவறைக்கும் சுரங்கப்பாதைக்கும் ஊசலாடிக் கொண்டிருந்தது. ராவணனுடைய கரங்களை உடைத்து அந்தச் சுரங்கப்பாதையை மூடிவிடுவதற்குத் தான் செய்த முயற்சி பலிக்காமற் போனது பற்றி எண்ணி எண்ணி அவள் மனம் நிம்மதிகொள்ளாமல் தவித்தது. தூங்கா விளக்கின் மங்கலான வெளிச்சத்தில் சுற்று முற்றும் பார்த்துக் கொண்டேயிருந்தாள். முக்கியமாக மேல் மாடங்களின் சாளரங்களை அடிக்கடி உற்று நோக்கிக் கொண்டிருந்தாள்.

நள்ளிரவு கழிந்தது; பின்னிரவு தொடங்கியது. மூன்றாவது ஜாமம் ஏறக்குறைய முடியும் நேரம் ஆகிவிட்டது. அப்போது மேல் மாடத்தின் சாளரம் ஒன்றில் ஒரு தோற்றம் அவளுக்குத் தென்பட்டது. அகோர பயங்கர முகம் ஒன்று அந்தச் சாளரத்தை ஒட்டினாற் போலிருந்த அந்த அறைக்குள்ளே எட்டிப் பார்த்துக் கொண்டிருந்ததைக் கண்டாள். அந்த முகம் இன்னாருடைய முகம் என்பதும் ஒருவாறு அவளுக்குத் தெரிந்துவிட்டது. தூக்கிவாரிப் போட்டுக் கொண்டு எழுந்து நின்றாள். மறுபடியும் அந்தச் சாளரத்தை உற்றுப் பார்த்தாள். அங்கே அந்த முகத்தைக் காணவில்லை. பக்கத்து அறை வாசற்படி வரையில் மெள்ள நடந்து சென்று எட்டிப் பார்த்தாள். அங்கே சக்கரவர்த்தி நிம்மதியாக உறங்குவதைக் கண்டாள். அந்த அறையில் மேல் மாடச் சாளரங்களையும் உற்றுப் பார்த்தாள். ஒன்றும் தெரியவில்லை.

திரும்பி வந்து சிறிது சத்தம் செய்யாமல் பூங்குழலியைக் கையினால் தொட்டு அசைத்து எழுப்பினாள். அசந்து தூங்கிய பூங்குழலி கண் விழித்தாள். ஊமை ராணியின் முகத்தோற்றத்தைக் கண்டு திடுக்கிட்டாள். ஊமை ராணி சமிக்ஞையினால் தன்னைத் தொடர்ந்து வரும்படி அவளிடம் சொன்னாள். அத்தையிடம் அளவிலாத பக்தி விசுவாசம் வைத்திருந்த பூங்குழலியும் சத்தம் செய்யாமல் எழுந்து அவளைப் பின்பற்றிச் சென்றாள்.

ஊமை ராணி சிற்ப-மண்டபத்தை நோக்கிச் சென்றாள். போகும்போது நடைபாதையில் எரிந்து கொண்டிருந்த தூங்கா விளக்கு ஒன்றைக் கையில் எடுத்துக் கொண்டு நடந்தாள். சிற்ப மண்டபத்தை அடைந்ததும் பூங்குழலிக்குச் சிறிது கவலை உண்டாயிற்று. மறுபடியும் இவள் ராவணச் சிற்பத்தை உடைக்கப் போகிறாளா, என்ன? அப்படியானால் அதனால் ஏற்படும் சத்தத்தில் அரண்மனையில் உள்ளவர்கள் அத்தனை பேரும் விழித்துக் கொள்வார்களே! தன் அத்தை பைத்தியக்காரிதான் என்று ஊர்ஜிதமல்லவா ஆகிவிடும்!

அத்தை அந்த முயற்சியில் இறங்கினால், தான் அதைத் தடுத்தேயாக வேண்டும். சுத்தியைப் பலவந்தமாகப் பிடுங்கியாவது தடுத்தாக வேண்டும்... இப்படி எண்ணிக் கொண்டே அத்தையைத் தொடர்ந்து சிற்ப மண்டபத்துக்குள் பூங்குழலி பிரவேசித்தாள்.

ஆ! இது என்ன! அந்த ராவணச் சிற்பத்தின் தலை ஒன்று அசைகிறதே? இல்லை, இல்லை! ராவணன் தலை அசையவில்லை. ராவணனுடைய தலைகளுக்கும், மேலே உள்ள கைலாச மலைக்கு மத்தியில் வேறொரு மனிதனின் தலை மாதிரி தெரிந்தது! உடனே அது மறைந்துவிட்டது. வீண் பிரமை! தூக்கக் கலக்கம்! விளக்கின் ஒளியில் உண்டாகும் சிற்பங்களின் நிழல் தோற்றமாயிருக்க வேண்டும்!...

மந்தாகினிக்கும் அந்தத் தோற்றம் புலப்பட்டதோ என்னமோ, தெரியவில்லை; ஆனால் அவள் ராவணன் சிலையை நெருங்கித்தான் சென்றாள். நல்ல வேளையாகப் பக்கத்தில் கிடந்த சுத்தியின் மீது அவள் கவனம் செல்லவில்லை. ராவணன் தலைகள் – கைகளுக்கும் அவை தாங்கிக் கொண்டிருந்த கைலாசகிரிக்கும் நடுவிலிருந்த இருளடர்ந்த பகுதியில் தீபத்தைத் தூக்கிப்பிடித்துக் காட்டினாள். அங்கே ஒரு துவாரம் இருந்தது தெரிந்தது.

பூங்குழலி முன்னமேயே ஊகித்தது சரிதான். அங்கே ஒரு சுரங்கப்பாதையின் வெளித்துவாரம் இருக்கிறது. யாரும் சந்தேகிக்க முடியாதபடி அவ்வளவு சாமர்த்தியமாக அமைக்கப்பட்டிருக்கிறது. அந்தச் சுரங்கப்பாதையின்

துவாரத்தை மூடிவிடுவதற்கே முன்னிரவில் தன் அத்தை பிரயத்தனப்பட்டாள். அதை அறிந்து கொள்ளாமல் மற்றவர்கள் தடுத்து விட்டார்கள்.

இவ்விதம் பூங்குழலி எண்ணிக் கொண்டிருக்கும்போதே ஊமை ராணி தன் மருமகளுக்குத் தன்னைப் பின் பற்றி வரும்படி சமிக்ஞை செய்து விட்டுக் கையில் விளக்குடனே அந்தத் தூவரத்தில் சிரமப்பட்டுப் புகுந்து அதில் இறங்கிச் செல்லத் தொடங்கினாள். சிறிது சிறிதாக அவள் உடம்பு மறைந்து வந்து தலையும் மறைந்து கையில் பிடித்திருந்த விளக்கும் மறைந்தது. கொஞ்சம் வெளிச்சம் மட்டும் தெரிந்தது. பிறகு பூங்குழலியும் உடம்பை நெளித்து வளைத்துத் தலையில் மோதிக் கொள்ளாமல் ஜாக்கிரதையாக அந்தச் சுரங்கத் துவாரத்துக்குள் இறங்கினாள். சில கணங்களுக்கெல்லாம் அவளும் மறைந்தாள். பின்னர், விளக்கின் ஒளியும் மறைந்தது சிற்ப மண்டபத்தில் அந்தகாரம் குடிகொண்டது.

* * *

காலையில் மலையமான் மகளும் குந்தவையும் வானதியும் எழுந்து பார்த்தபோது ஊமை ராணியையும் பூங்குழலியையும் அவர்கள் படுத்திருந்த இடத்தில் காணாமல் திடுக்கிட்டார்கள். அரண்மனை முழுவதும், தோட்டத்திலும், சிற்ப மண்டபத்திலும் தேடிப் பார்த்தும் அவர்கள் அகப்படவில்லை. அவர்கள் எப்படி மாயமாய் மறைந்தார்கள் என்பதை யாராலும் ஊகிக்க முடியவில்லை. சக்கரவர்த்தியிடம் கூறிய போது முதலில் அவர் சிறிது கவலைப்பட்டார். பின்னர், "அந்தப் பைத்தியங்கள் போய்த் தொலைந்ததே நல்லது! எப்படி தொலைந்தால் என்ன?" என்றார். எனினும் அவர் உள்ளத்தினுள்ளே இனந்தெரியாத கவலையும் பயமும் குடிகொண்டன.

❈ ❈ ❈ ❈

முப்பத்தேழாம் அத்தியாயம்

கடம்பூரில் கலக்கம்

ஆதித்த கரிகாலன் கடம்பூர் மாளிகைக்கு வந்ததிலிருந்து அம்மாளிகையில் நிரந்தரமாக வசித்தவர்களும் விருந்தினராக வந்தவர்களும் முள்ளின் மேல் நிற்பவர்கள் போலவும் நெருப்பின் மேல் நடப்பவர்கள் போலவும் காலங்கழிக்க வேண்டியிருந்தது. இளவரசரின் நாவிலிருந்து எந்த நொடியில் எந்தவிதமான அஸ்திரம் வரும் என்று யாராலும் ஊகிக்க முடியவில்லை. ஆகையால் எல்லாரும் தவியாய்த் தவித்துக் கொண்டிருந்தார்கள்.

சோழ சிம்மாசனத்தில் மதுராந்தகனை ஏற்றி வைப்பதற்குச் செய்யப்படும் சதியாலோசனை பற்றிக் கரிகாலன் அடிக்கடி ஜாடைமாடையாகக் குறிப்பிட்டு மற்றவர்களைத் துடிதுடிக்கச் செய்து வந்தான். பழுவேட்டரையரால் இதைப் பொறுக்க முடியவில்லை. சிற்றரசர்களின் அபிப்பிராயத்தைக் கரிகாலனிடம் வெளிப்படையாகச் சொல்லிவிட வேண்டியது தான் என்று சம்புவரையரிடம் வற்புறுத்தினார். சம்புவரையரோ, "கொஞ்சம் பொறுங்கள்; எப்படியும் நமது விருந்தாளியாக வந்திருக்கிறான்; வெறும் முரடனாகவும் இருக்கிறான். ஒன்று நினைக்க வேறொன்றாக முடிந்தால் என்ன செய்கிறது? நல்ல சமயம் பார்த்துச் சொல்வோம்" என்று தள்ளிப் போட்டு கொண்டேயிருந்தார்.

எப்படி அந்தப் பேச்சை ஆரம்பிப்பது என்ற தர்மசங்கடத்தை அவர்களுக்கு வைக்காமல் ஆதித்த கரிகாலனே ஒரு நாள் எல்லாரும் சேர்ந்திருந்த சமயத்தில் பட்டவர்த்தனமாக அதைப் பற்றிக் கேட்டு விட்டான். "பழுவூர்ப் பாட்டனிடமும் கடம்பூர் மாமனிடமும் ஒரு முக்கியமான விஷயத்தில் யோசனை கேட்பதற்காகவே

நான் இங்கு வந்தேன். அதை இப்போது கேட்டுவிடுகிறேன். மூன்று வருஷங்களுக்கு முன் என் தகப்பனார் என்னைச் சோழ ராஜ்யத்தின் பட்டத்து இளவரசனாக்கிப் பகிரங்கமாக முடிசூட்டினார். அதற்கு நீங்கள் எல்லாரும் சம்மதம் கொடுத்தீர்கள். இப்போது சக்கரவர்த்தி தம் அபிப்பிராயத்தை மாற்றிக் கொண்டிருப்பதாகத் தெரிகிறது. மதுராந்தகனைச் சிம்மாசனத்தில் ஏற்றி வைத்து முடிசூட்ட வேண்டும் என்று விரும்புகிறாராம். அதற்காகவே தஞ்சாவூருக்கு வரும்படியாக எனக்கு அழைப்புக்கு மேல் அழைப்பு அனுப்பிக் கொண்டிருக்கிறார். நானும் போகாமல் தட்டிக் கழித்துக் கொண்டிருக்கிறேன். எதற்காகத் தஞ்சாவூர் போகவேண்டும்? போய் என் தந்தையின் வார்த்தையை நேருக்கு நேர் ஏன் புறக்கணிக்க வேண்டும்? அதைவிடப் போகாமலிருந்துவிடுவதே நல்லது அல்லவா! பழுவூர்ப் பாட்டா! கடம்பூர் மாமா! நீங்கள் பெரியவர்கள். எல்லா நியாயமும் தெரிந்தவர்கள் நீங்களே சொல்லுங்கள். ராஜ்யத்தை மதுராந்தகனுக்கு விட்டுக் கொடுத்து விடும்படி என் தந்தை இத்தனை காலத்துக்குப் பிறகு என்னைக் கேட்பது நியாயமாகுமா? அதை நான் மறுதளித்தல் குற்றமாகுமா?" என்று ஆதித்த கரிகாலன் திட்டவட்டமாகக் கேட்டதும், எல்லாருமே திகைத்துப் போனார்கள்.

பழுவேட்டரையர் தொண்டையைக் கனைத்துக் கொண்டு, பதில் சொல்லச் சிறிது காலம் கடத்தலாம் என்று எண்ணி, "கோமகனே! இந்த விஷயமாகத் தங்கள் திருக்கோவலூர்ப் பாட்டனை யோசனை கேட்டிருப்பீர்களே! மலையமான் என்ன சொல்கிறார்?" என்றார்.

"ஆகா! அந்தக் கிழவனாரின் இயல்புதான் உங்களுக்கெல்லாம் தெரியுமே! அவருடைய பேரப்பிள்ளை சிம்மாசனத்தை இன்னொருவனுக்கு விட்டுக் கொடுத்துவிட அவர் சம்மதிப்பாரா? அதைக் காட்டிலும் என்னையும், என்னைப் பெற்ற தாயையும் சேர்த்து அவர் வெட்டிப்போட்டு விடுவார்! இப்போது மலையமான் சைன்யம் சேர்க்கத் தொடங்கி விட்டார் – அவருடைய பேரனுடைய சிங்காதன உரிமையை நிலைநாட்டுவதற்காக! ஆனால் நான் அவருடைய பேச்சைக் கேட்டு மட்டும் நடக்கப் போவதில்லை. நீங்கள் எல்லாரும் எப்படிச் சொல்கிறீர்களோ, அப்படி நடந்து கொள்வேன்!" என்று கரிகாலன் மிக்க சாதுப் பிள்ளையைப் போல் கூறினான்.

இதனால் ஏமாந்துபோன பழுவேட்டரையர், "மலையமானைப் போல் தந்தையைத் தனயன் எதிர்க்கும்படி தூண்டி விடக்கூடியவர்கள் நாங்கள் அல்ல. சக்கரவர்த்தியின் கட்டளை எதுவாயிருந்தாலும் அதை அனுசரித்து நடக்க நாம் எல்லாரும் கடமைப்பட்டவர்கள். ஆனால் நியாயம் இன்னது என்பதைச் சொல்லும் பாத்தியதை நமக்கு உண்டு. சக்கரவர்த்தி இந்த விஷயமாகச் சொல்வதில் நியாயமே இல்லையென்று சொல்ல முடியாது. இந்தச் சோழ ராஜ்யத்தின் மீது மதுராந்தகத் தேவருக்கு உரிமையே கிடையாது என்றும் சொல்வதற்கில்லை. இளவரசே! தாங்கள் கேட்கிறபடியினால் எங்கள் மனதை விட்டுச் சொல்கிறோம். முடிவு தங்கள் இஷ்டத்தைப் பொறுத்தது. இந்த விவாதத்தை வளரும்படி விடுவது ராஜ்யத்துக்கு மிக்க அபாயகரமானது என்று நாங்கள் கருதுகிறோம். ஆகையால், ஏதேனும் ஒரு சமரச முடிவுக்கு வருவது நல்லது. சோழ ராஜ்யம் இப்போது முன்னைப்போல் இரண்டு வெள்ளாறுகளுக்கு மத்தியில் குறுகிக் கிடக்கவில்லை. குமரி முனையிலிருந்து கிருஷ்ணை நதி வரையில் பரவிப் படர்ந்திருக்கிறது. இதை இரண்டாகப் பிரித்தாலும் ஒவ்வொன்றும் பெரிய ராஜ்யமாக இருக்கும். அவ்விதம் கொள்ளிடம் நதிக்குத் தெற்கேயுள்ள ராஜ்யத்தை மதுராந்தகத் தேவருக்கும் வடக்கேயுள்ள பகுதியைத் தங்களுக்கும் உரியதென்று பிரித்துக் கொடுப்பது நியாயமாயிருக்கும். இது எங்கள் முடிவான கருத்து. தாங்கள் இதை ஒப்புக் கொண்டால் மேலே செய்ய வேண்டியதைச் செய்யலாம். சக்கரவர்த்தியை இந்த ஏற்பாட்டுக்குச் சம்மதிக்கச் செய்யும் பொறுப்பை நானே ஏற்றுக் கொள்கிறேன்!" என்றார்.

ஆதித்த கரிகாலன் அப்போது கலகலவென்று சிரித்தது பழுவேட்டரையருடைய வயிற்றில் அனலை மூட்டியது. "பாட்டா! சோழ இராஜ்யத்தை இரண்டாகப் பிரித்துத் தெற்கு ராஜ்யத்தில் பழுவேட்டரையர்களும் வடக்கு ராஜ்யத்தில் சம்புவரையர்களும் அதிகாரம் செலுத்துவது சரியான பங்கீடுதான். உங்கள் இரு குடும்பங்களும் என் பாட்டனுக்குத் தகப்பனார் காலத்திலிருந்து செய்து வந்திருக்கும் சேவைக்கு உரிய

வெகுமதிதான். ஆனால் ராஜ்யத்தைப் பிரிப்பதில் எனக்குச் சிறிதும் விருப்பமில்லை. வழிவழியாக வந்த ராஜ்யத்தைப் பங்கிட்டுக் கொள்வதும் ஒன்றுதான்; தாலி கட்டிய மனைவியை பங்கிட்டுக் கொள்வதும் ஒன்றுதான்! கிழவர்களாகிய உங்களுக்கு அது சம்மதமாயிருக்கலாம்! எனக்குச் சம்மதம் இல்லை!" என்று கரிகாலன் கூறியபோது பெரிய பழுவேட்டரையரின் கண்களில் தீப்பொறி பறந்தது. அவர் கொதிப்புடன் எழுந்து நின்றார். உடைவாளை உறையிலிருந்து எடுப்பதற்கும் ஆயத்தமானார்.

அச்சமயத்தில் கரிகாலன் "பாட்டா! என்ன, இதற்குள் எழுந்து போகப் பார்க்கிறீர்கள்? என்னுடைய யோசனையை முழுதும் கேட்டு விட்டுப் போங்கள். சோழ ராஜ்யத்தைப் பிரிப்பதற்கு எனக்குச் சம்மதமில்லை. என் குலத்து முன்னோர்களும், நீங்களும் உங்கள் முன்னோர்களும் ஐந்து தலைமுறையாகப் பாடுபட்டு எத்தனையோ வீராதி வீரர்களின் உயிர்களைப் பலி கொடுத்துச் சோழ ராஜ்யம் இந்த நிலைமைக்கு வந்திருக்கிறது. இதை இரண்டாகப் பிரித்துச் சிறிய பகுதிகளாக்குவது பாவமாகும். வீர சொர்க்கத்திலுள்ள ராஜாதித்தர் முதலிய நம் முன்னோர்கள் நம்மைச் சபிப்பதற்கு ஏதுவாகும். ஆகையால் அந்த யோசனையை விட்டுவிடுங்கள். இந்தப் பெரிய சோழ ராஜ்யம் முழுவதையும் மதுராந்தகனுக்கே விட்டுக் கொடுத்து விட நான் ஆயத்தமாயிருக்கிறேன்; அதற்கு நியாயமும் உண்டு. என் பெரிய பாட்டனாரின் மகன் மதுராந்தகன். ஆகையால் என் தந்தைக்குப் பதிலாகவே மதுராந்தகனுக்குப் பட்டம் கட்டியிருக்க வேண்டும். பராந்தகச் சக்கரவர்த்தியின் ஏற்பாட்டினால் என் தந்தை முடிசூட்டிக் கொள்ள வேண்டியதாயிற்று. அந்தத் தவறு அவரோடு போகட்டும். 'தந்தைக்குப் பிறகு மகன்' என்ற நியதிப்படி எனக்கு இந்த ராஜ்யத்தின் பேரில் பூரண உரிமை இருந்தாலும் அதை விட்டுக் கொடுத்து விடுகிறேன். ஆனால் அதற்கு ஒரு நிபந்தனை இருக்கிறது. வடதிசையின் மீது படை எடுத்துச் செல்ல மூன்று லட்சம் போர் வீரர் கொண்ட சைன்யம் எனக்கு வேண்டும். சைன்யத்துக்கு வேண்டிய தளவாட சாமான்களும் சாமக்கிரியைகளும் ஒரு வருஷத்துக்கு உணவுப் பொருள்களும் திரட்டித்தர வேண்டும். மாகடலில் செல்லக் கூடிய முந்நூறு பெரிய மரக்கலங்களும் வேண்டும். பார்த்திபேந்திரனைக் கப்பல் படைத் தலைவனாக்கிக் கடலோரமாக வரச் செய்துவிட்டு நான் தரை மார்க்கமாக வட நாட்டின் மீது படை எடுத்துச் செல்வேன். கங்கை நதியின் முகத்துவாரத்தில் நானும் பார்த்திபேந்திரனும் சந்திப்போம். பிறகு மேலும் வடக்கே போவோம். என் குலத்து முன்னோன், என் பெயர் கொண்ட கரிகால் வளவன், இமயமலை மீது புலிக் கொடியை நாட்டினான் என்று கவிஞர்கள் பாடி வைத்திருக்கிறார்கள். என் முன்னோர் சாதித்ததை நானும் இப்போது மறுபடியும் சாதிப்பேன். என்னுடைய வாள் வலிகொண்டும், எனக்குத் துணை வரும் வீரர்களின் தோள் வலிக்கொண்டும், கிருஷ்ணை நதிக்கு வடக்கே நானாகக் கைப்பற்றும் நாடுகளுக்குச் சக்கரவர்த்தியாவேன். அன்றி, போரில் மடிந்தால், சோழ குலத்தின் வீரப் புகழை நிலை நாட்டினோம் என்ற மகிழ்ச்சியுடன் வீர சொர்க்கம் அடைவேன். பழுவூர்ப் பாட்டா! கடம்பூர் மாமா! என்ன சொல்கிறீர்கள்? இந்த நிபந்தனையை நிறைவேற்றித் தர நீங்கள் ஒப்புக் கொள்வீர்களா?"

இவ்விதம் கம்பீரமாக கேட்டுவிட்டுக் கரிகாலன் நிறுத்தினான். கிழவர்கள் இருவரும் திகைத்துப் போனார்கள். பழுவேட்டரையர், தடுமாற்றத்துடன், "இளவரசே! தங்களுடைய நிபந்தனையை ஒப்புக் கொள்ள நாங்கள் யார்? எங்களுக்கு என்ன உரிமை? சக்கரவர்த்தியை அல்லவா கேட்க வேண்டும்!" என்றார்.

கரிகாலன் கொதித்து எழுந்து, இடி முழக்கக் குரலில் கர்ஜனை செய்தான்:-

"பாட்டா! சக்கரவர்த்தியின் பெயரைச் சொல்லி யாரை ஏமாற்றலாம் என்று பார்க்கிறீர்கள்? என்னை ஏமாற்ற முடியாது! என் தந்தையை நீங்கள் அரண்மனையில் சிறைப்படுத்தி நீங்கள் ஆட்டி வைத்தபடி ஆடும் பொம்மையாக வைத்துக் கொண்டிருக்கிறீர்கள்! அது எனக்குத் தெரியாது என்றா எண்ணினீர்கள்? சின்னப் பழுவேட்டரையர் அனுமதியின்றி யாராவது என் தந்தையைப் பார்க்க முடியுமா? என் தம்பியை ஈழத்திலிருந்து சிறைப்படுத்திக் கொண்டு வருவதற்கு என் தந்தை கட்டளை போட்டது சக்கரவர்த்தியின் சொந்த விருப்பத்தினாலா? உங்கள்

கட்டாயத்தினாலா? தேச மக்களின் கண்ணுக்குக் கண்ணான அருமை மகனை, வீராதி வீரனை, சிறைப்படுத்திக் கொண்டு வரும்படி எந்தத் தகப்பனாவது இஷ்டப்பட்டுக் கட்டளையிடுவானா? அருள்மொழியைச் சிறைப்படுத்திக் கொண்டு வந்து கடலில் மூழ்க அடித்துக் கொன்றுவிட்டதாக உங்கள் பேரில் இன்று சோழ நாட்டு மக்கள் எல்லாரும் ஆத்திரப்பட்டுக் கொதித்துக் கொண்டிருக்கிறார்கள்...."

"இளவரசே! அத்தகைய அபாண்டமான பழியை யார் சொன்னது? சொன்னவனுடைய நாவைத் துண்டித்து அவனையும் கண்டதுண்டமாக்குவேன்...!" என்று பழுவேட்டரையர் அலறினார்.

"பழி சொல்லுகிறவர் ஒருவராயிருந்தால் நீங்கள் கண்டதுண்டம் செய்யலாம். பதினாயிரம், லட்சம், பத்து லட்சம் பேர் சொல்லுகிறார்கள். அவ்வளவு பேரையும் நீங்கள் தண்டிப்பதாயிருந்தால் சோழ நாடு பிணக்காடாகவும் சுடுகாடாகவும் மாறிவிடும். சிவபக்தனாகிய மதுராந்தகன் ஆட்சி புரிவதற்குச் சோழ நாடு தகுந்த ராஜ்யமாயிருக்கும்! ஆனால் பாட்டா! அந்தப் பேச்சை நான் நம்பவில்லை. மக்கள் அறிவற்ற மூடர்கள். ஆராய்ந்து பாராமல் ஒருவன் கட்டிவிட்ட கதையையே மற்றவர்களும் திரும்பிச் சொல்லிக் கொண்டிருப்பார்கள். சோழ குலத்துக்குப் பரம்பரைத் துணைவர்களான நீங்கள் அத்தகைய படுபாதகத்தை ஒரு நாளும் செய்திருக்க மாட்டீர்கள். அருள்மொழி கடலில் மூழ்கியிருந்தால் அது அவனுடைய தலைவிதியின் காரணமாகத்தான் இருக்க வேண்டும். 'மூன்று உலகமும் ஆளப் பிறந்தவன்' என்று கூறி வந்த ஜோதிடர்கள், ஆரூடக்காரர்கள், ரேகை சாஸ்திரிகள் வாயில் மண்ணைப் போடுவதற்காகவே அவன் கடலில் மூழ்கி மாண்டிருக்க வேண்டும். பாட்டா! நீங்கள் எவ்வளவு பெரிய வீராதி வீரராயிருந்தாலும் நடுக்கடலில் சுழிக்காற்றை வரவழைப்பதற்கும் கப்பலின் பாய்மரத்தின் மீது இடிவிழச் செய்வதற்கும் உங்களால் கூட முடியாது. ஒருவேளை அது பாண்டிய நாட்டு மந்திரவாதிகளின் காரியமாயிருக்கலாம்; நீங்கள் அதற்குப் பொறுப்பில்லை. ஆகையால் அருள்மொழியின் கதிக்கும் நீங்கள் பொறுப்பாளியில்லை. ஆனால் 'சக்கரவர்த்தியைக் கேட்டுச் சொல்ல வேண்டும்' என்று மட்டும் இனி என்னிடம் சொல்லாதீர்கள். அப்புறம் அந்த அன்பில் பிரம்மராயரைக் கேட்டுச் சொல்ல வேண்டும் என்று கூடச் சொல்வீர்கள். சக்கரவர்த்தியும் முதன்மந்திரியும் ஏதோ அந்தப் பட்டங்களைச் சுமந்து கொண்டிருக்கிறார்கள். உங்கள் விருப்பத்தை மீறி அவர்கள் எதுவும் செய்ய முடியாது. பழுவூர் பாட்டி நந்தினிதேவியைக் கேட்டுச் சொல்கிறேன் என்று வேண்டுமானால் சொல்லுங்கள்..!"

இச்சமயம் கந்தமாறன் குறுக்கிட்டு, "ஐயா! எங்கள் வீட்டுக்கு விருந்தாளியாக வந்திருப்பவர்களை..." என்று ஏதோ தடுமாற்றத்துடன் இரைந்து சொல்ல ஆரம்பித்தான்.

கரிகாலன் அவன் பக்கம் கண்களில் தீ எழ நோக்கி, முப்புரம் எரித்த சிவனைப்போலச் சிரித்து, "கந்தமாறா! இது உங்கள் வீடா? மறந்துவிட்டேன்! கொல்லி மலை வல்வில் ஓரியின் வம்சத்தில் பிறந்த வீராதி வீரன் நீ என்பதையும் மறந்து விட்டேன். உன் வீட்டில், அதுவும் நீ இருக்கும் இடத்தில் கொஞ்சம் பயந்துதான் பேசவேண்டும்! தவறாக என்ன சொல்லிவிட்டேன்? உன் வீட்டு விருந்தாளிகளை என்ன செய்துவிட்டேன்?.... கந்தமாறா! ஏன் உன் கைகால் நடுங்குகிறது? ஈழத்தில் பரவியிருக்கும் நடுக்கு ஜுரம் உனக்கும் வந்து விட்டதா? நீ ஈழத்துக்குக் கூடப் போகவில்லையே!" என்றான்.

வந்தியத்தேவன் அப்போது, "கோமகனே! கந்தமாறனுக்கு நடுக்கு ஜுரம் இல்லை. தாங்கள் பழுவூர் இளைய ராணியைப் பாட்டி என்று சொன்னதில் அவனுக்குக் கோபம்!" என்றான்.

கந்தமாறன் வந்தியத்தேவனைக் குரோதத்துடன் பார்த்துக் கொண்டு கத்தியை எடுக்கத் தொடங்கினான். பார்த்திபேந்திரன் அவன் கையைப் பிடித்து இழுத்து உட்கார வைத்துக் காதோடு ஏதோ சொன்னான். கந்தமாறன் அடங்கினான். அவனுடைய உடல் மட்டும் சிறிது நேரம் நடுங்கிக் கொண்டிருந்தது.

கரிகாலன் அவனைப் பார்த்துச் சிரித்துவிட்டு, பழுவேட்டரையர் பக்கம் திரும்பி, "பாட்டா! இளங்காளைகள் இப்படித்தான் கட்டுக் கடங்காமல் சில சமயம் துள்ளிக் குதிப்பார்கள். அவர்களை நீங்கள் பொருட்படுத்த

வேண்டாம். நீங்கள் எனக்குப் பாட்டன் முறை. ஆகையால் இளைய ராணி எனக்குப் பாட்டிதானே? அப்படி நான் அழைப்பதில் என் பாட்டிக்கும் வருத்தம் இல்லை; தங்களுக்கும் வருத்தமில்லை. இந்தச் சிறு பிள்ளைகளுக்கு எதற்காக ஆத்திரம் பொத்துக் கொண்டு வருகிறது? போனால் போகட்டும்! நான் ஆரம்பித்த விஷயத்தை விட்டுவிட்டு எங்கேயோ போய்விட்டேன். என் தந்தை – சக்கரவர்த்தியின் பேரில் தாங்கள் பாரத்தைச் சுமத்த வேண்டாம். தாங்கள் சம்மதித்தால் என் தந்தையும் சம்மதித்தாற் போலத்தான். பொக்கிஷம் தங்கள் கையில் இருக்கிறது. வடபுலத்துக்குப் படையெடுத்துப் போகிறேன் என்றால், சோழ நாட்டிலிருந்து மூன்று லட்சம் என்ன, முப்பது லட்சம் வீரர்கள் போட்டியிட்டுக் கொண்டு வருவார்கள். முந்நூறு கப்பல்களைச் சேகரித்துக் கொடுப்பதிலும் கஷ்டம் ஒன்றுமில்லை. தாங்கள் சம்மதிக்க வேண்டும்! மதுராந்தகத் தேவனும் சம்மதிக்க வேண்டும்! அவ்வளவுதான்! என்ன சொல்லுகிறீர்கள்?" என்று கரிகாலன் நிறுத்தினான்.

திணறித் திண்டாடித் திக்கு முக்காடிப் போன பழுவேட்டரையர் தொண்டையை மறுபடியும் கனைத்துக் கொண்டு கூறினார், "கோமகனே! தங்கள் அதிசயமான விருப்பத்துக்கு நான் சம்மதித்தாலும், மதுராந்தகத் தேவரின் சம்மதம் எப்படியும் வேண்டும் அல்லவா? சக்கரவர்த்தியிடம் விடை பெற்றுக் கொள்ளாமல் தாங்கள் திக்விஜயத்துக்குப் புறப்பட முடியுமா? ஆகையால் எல்லோருமாகத் தஞ்சாவூருக்குப் போவோம்..."

"அது மட்டும் முடியாது; பாட்டா, தஞ்சாவூருக்குப் போன பிறகு என் தந்தை வேறு விதமாகக் கட்டளையிட்டால் என்னால் அதை மீற முடியாமற் போய்விடும். அப்புறம் அங்கே என் அன்னை, மலையமான் மகள், இருக்கிறாள். என் சகோதரி இளைய பிராட்டி இருக்கிறாள். அவர்களுக்கு நான் முடிதுறந்து தேசாந்தரம் செல்வது சம்மதமாயிராது. அவர்கள் பேச்சை மீறுவதும் கஷ்டமாயிருக்கும். பாட்டா! இந்த விஷயம் இந்தக் கடம்பூர் மாளிகையில்தான் முடிவாக வேண்டும். தாங்கள் தஞ்சைக்குப் போய் மதுராந்தகனை இங்கே அழைத்து வாருங்கள். நமக்குள் பேசி முடிவு செய்த பிறகு தந்தையிடம் தெரிவிக்கலாம். படையெடுப்புக்கு எல்லாம் ஆயத்தமான பிறகு நான் தஞ்சைக்கு வந்து என் பெற்றோர்களிடம் விடைபெற்றுக் கொண்டு கிளம்புகிறேன். அல்லது மதுராந்தகனுக்கு இப்போதே பட்டம் கட்டிவிட்டு என் பெற்றோர்கள் காஞ்சிக்கு வரட்டும். அங்கே நான் கட்டியிருக்கும் பொன் மாளிகையில் அவர்களை இருக்கச் செய்துவிட்டு நான் புறப்படுகிறேன்" என்றான்.

பழுவேட்டரையர் சம்புவரையரைப் பார்த்தார். சம்புவரையரோ கூரை மேட்டைப் பார்த்துக் கொண்டிருந்தார். அவரிடமிருந்து உதவி ஒன்றும் கிடைப்பதற்கில்லையென்று கண்டு, பழுவேட்டரையர் "கோமகனே! தங்களுடைய கட்டளைக்கு மாறாக நான் என்ன சொல்ல முடியும்?" என்றார்.

"கட்டளை என்று சொல்லாதீர்கள், பாட்டா! சோழ சாம்ராஜ்யத்தின் சேவையில் தலைநரைத்துப் போன தங்களுக்கு இந்தச் சிறுவனா கட்டளையிடுவது? என்னுடைய பிரார்த்தனையை நிறைவேற்றி வைப்பதாகச் சொல்லுங்கள்!" என்றான் ஆதிக்க கரிகாலன்.

"ஆகட்டும்" என்று சொல்லிப் பழுவேட்டரையர் கனைத்துக் கொண்டார்.

"மிக்க வந்தனம், பாட்டா! அப்படியானால் சீக்கிரமே புறப்படுவதற்கு ஏற்பாடு செய்யுங்கள்! மதுராந்தகனைப் பகிரங்கமாகவே யானை மீது ஏற்றி வைத்து இவ்விடத்துக்கு அழைத்து வாருங்கள். அல்லது பொன் ரதத்தில் ஏற்றி அழைத்து வாருங்கள். இளைய பாட்டியின் மூடு பல்லக்கு மட்டும் இந்தத் தடவை வேண்டாம்!" என்று சொல்லிவிட்டுச் சிரித்தான் கரிகாலன்.

பின்னர் கந்தமாறன் முதலியவர்களைப் பார்த்து, "கந்தமாறா! உன்பாடு யோகந்தான்! உன் வீட்டுக்கு மேலும் விருந்தாளிகள் வரப் போகிறார்கள். சுந்தர சோழருக்குப் பிறகு சோழ நாட்டுக்குச் சக்கரவர்த்தியாகப் போகிற மதுராந்தகர் வரப் போகிறார். அவருக்குப் பட்ட மகிஷியாகப் போகும் சின்னப் பழுவேட்டரையரின் மகளையும் உடன் அழைத்து வந்தாலும் வருவார். கடம்பூர் மாளிகை ஒரே கோலாகலமாகத் தானிருக்கும். பழுவூர்ப்

பாட்டனார் தஞ்சைக்குப் புறப்படட்டும். நாம் வேட்டைக்குப் புறப்படலாம். வாருங்கள்! வில் வித்தையில் ஒரு காலத்தில் நான் வல்லவனாக இருந்தேன். 'அர்ச்சுனனுக்கு அடுத்தபடி ஆதித்த கரிகாலன் தான்' என்று பெயர் வாங்கியிருந்தேன். மூன்று வருஷங்களாக வில்லைத் தொடாமல் வில் வித்தையே மறந்து போய் விட்டது. மறுபடியும் பழக்கம் செய்து கொள்ள வேண்டும். பார்த்திபேந்திரா! வந்தியத்தேவா! எல்லாரும் கிளம்புங்கள்! வேட்டைக்கு எங்கே போகலாம்? கொல்லிமலைக்குப் போகலாமா?" என்று பொதுப் படையாகக் கரிகாலன் கேட்டான்.

இத்தனை நேரமும் எந்தப் பேச்சிலும் கலந்து கொள்ளாமலிருந்த சம்புவரையர், "கோமகனே! கொல்லிமலை வெகு தூரத்தில் இருக்கிறது. அவ்வளவு தூரம் போக வேண்டியதில்லை. வீரநாராயண ஏரியின் மேற்குக் கரையில் அடர்ந்த காடு இருக்கிறது. அதைத் 'தண்டகாரண்யம்' என்றே சொல்வதுண்டு. வேட்டைக்கு வேண்டிய காட்டு மிருகங்களும் அங்கே ஏராளமாக இருக்கின்றன. அந்தக் காட்டிலிருந்து வேட்டையாடிக் கொண்டு வந்த மிருகங்கள் தான் நமது வேட்டை மண்டபத்தில் உள்ளவை. ஏரிக்கரைக் காடு, இம்மாளிகைக்குச் சமீபத்திலும் இருக்கிறது. காலையில் வேட்டையாடப் புறப்பட்டுச் சென்றால் இரவு வீடு திரும்பி விடலாம்!" என்றார்.

"அப்படியே செய்யலாம், ஐயா! இந்த மாளிகையில் நான் விருந்தாளியாயிருக்கும் வரையில் தாங்கள் வைத்ததே எனக்குச் சட்டம். தங்கள் குமாரி மணிமேகலையையும் வேட்டைக்கு அழைத்துப் போகலாமா? அவள் இருக்குமிடம் எப்போதும் கலகலப்பாயிருக்கிறது!" என்றான் ஆதித்த கரிகாலன்.

"எனக்கு ஆட்சேபமில்லை; மணிமேகலையைக் கேட்டுப் பார்க்கலாம்" என்றார் சம்புவரையர்.

அப்போது கந்தமாறன், "வேட்டைக்குப் போகும் இடத்தில் பெண்கள் எதற்கு? அவர்கள் பத்திரமாயிருக்கிறார்களா என்று பார்ப்பதற்குத்தான் வேலை சரியாயிருக்கும். வேட்டையில் கவனம் செலுத்த முடியாது. மேலும், நந்தினி தேவிக்கு இங்கே துணை வேண்டுமல்லவா?" என்றான்.

"ஆமாம்; ஆமாம். கந்தமாறனுக்கு எப்போதும் பழுவூர் பாட்டியைப் பற்றித்தான் கவலை. மணிமேகலையை அழைத்துப் போவதில் இன்னொரு கஷ்டமும் இருக்கிறது. அவள் துள்ளிக் குதிப்பதைப் பார்த்துவிட்டு மான் துள்ளிக் குதிப்பதாக நினைத்து யாராவது அவள் பேரில் அம்பை விட்டாலும் விடுவார்கள். பெண்கள் அரண்மனையிலேயே இருக்கட்டும், நாம் வேட்டைக்குப் போகலாம். நாளை அதிகாலையில் புறப்பட வேண்டும். இன்றிரவு குரவைக்கூத்தைச் சீக்கிரம் முடித்துவிட்டு, அவரவர்களும் சீக்கிரமாகத் தூங்குங்கள். ஐயா! வேட்டைக்காரர்களுக்கெல்லாம் இப்போதே சொல்லி வைத்துவிடுங்கள். வந்தியத்தேவா! வா! நம்முடைய ஜாகைக்குப் போகலாம்!" என்று சொல்லி ஆதித்த கரிகாலன் வந்தியத்தேவனைக் கையைப் பிடித்து இழுத்துக் கொண்டு புறப்பட்டான்.

கந்தமாறனும் பார்த்திபேந்திரனும் அவர்களைச் சிறிது அசூயையுடன் பார்த்துக் கொண்டு நின்றார்கள். சம்புவரையர் வேட்டைக்காரர்களுக்குக் கட்டளை பிறப்பிப்பதற்காகச் சென்றார். பழுவேட்டரையர் நந்தினியைத் தேடி அந்தப்புரத்துக்குப் போனார்.

❉ ❉ ❉ ❉

முப்பத்தெட்டாம் அத்தியாயம்

நந்தினி மறுத்தாள்

பழுவேட்டரையர் சிறிது உற்சாகத்துடனேயே நந்தினியைப் பார்க்கப் போனார். கடம்பூருக்கு அவர் புறப்பட்டு வந்த போது என்ன நம்பிக்கையுடன் வந்தாரோ, அது ஒன்றும் இது வரையில் நிறைவேறவில்லை. சிறு பிள்ளையாகிய ஆதித்த கரிகாலனைக் கடம்பூர் மாளிகையிலே தருவித்து வைத்துக் கொண்டால், அவனை நயத்தினாலும் பயத்தினாலும் தம்முடைய விருப்பத்தின்படி நடக்கச் செய்யலாம் என்று அவர் எண்ணியிருந்தார். தாமும் சம்புவரையரும் சொல்லுவதற்கு அவன் கட்டுப்பட்டே தீரவேண்டும் என்று நம்பினார். சோழ ராஜ்யம் முழுவதற்கும் மதுராந்தகனுக்கு உடனடியாகப் பட்டம் கட்டுவதிலுள்ள அபாயம் அவருக்குத் தெரிந்தேயிருந்தது. வடக்கே மலையமானும், தெற்கே கொடும்பாளூர் வேளானும் அதற்கு விரோதமாயிருப்பார்கள். கரிகாலன் அவர்களுடன் சேர்ந்து கொண்டால் உள்நாட்டு யுத்தம் மூண்டே தீரும். அதன் முடிவு எப்படியாகும் என்று யார் சொல்ல முடியும்? பொது மக்களில் பெரும்பாலோர் சுந்தர சோழருடைய புதல்வர்களின் பக்கமே இருப்பார்கள். மதுராந்தகனுடைய தாயே அவனுக்கு விரோதமாயிருக்கிறாள். காளாமுகக் கூட்டத்தாரை மட்டும் நம்பி உள்நாட்டுப் போரில் இறங்க முடியுமா? பாண்டிய நாட்டிலும், சேர நாட்டிலும் பாலாற்றுக்கு வடக்கேயுள்ள நாடுகளிலும் கலகங்கள் கிளம்பினாலும் கிளம்பும். ஆகையால் இப்போதைக்கு மதுராந்தகனுக்குப் பாதி ராஜ்யம் என்று பிரித்துக் கொண்டால், அதுவும் தஞ்சையை தலைநகராகக் கொண்ட தென் சோழ ராஜ்யமாயிருந்தால், பிற்பாடு போகப் போகப் பார்த்துக் கொள்ளலாம். கொடும்பாளூர் வேளானின் செல்வாக்கை ஒரு வழியாகத் தீர்த்துக் கட்டிவிடலாம். பிறகு வடக்கே திரும்பித் திருக்கோவலூர் மலையமானையும் ஒரு கை பார்க்கலாம். கரிகாலன் வெறும் முரடன். என்றைக்காவது ஒரு நாள் ஏதாவது ஏடாகூடமான காரியத்தில் இறங்கி அற்பாயுளில் இறக்கக்கூடும். அப்படி நேர்ந்தால், எல்லாக் கவலையும் தீர்ந்தது. இப்போதைக்குப் பாதி ராஜ்யம் என்று ஏற்பாடு செய்து கொள்வது நல்லது.

இளைய ராணி நந்தினியுடனும் கலந்தாலோசித்ததின் பேரில் பெரிய பழுவேட்டரையர் இத்தகைய முடிவுக்கு வந்து, அதன் பிறகுதான் கடம்பூருக்கு வந்தார். கரிகாலனையும் அங்கு அழைத்து வரச் செய்தார். ஆனால் எதிர்பார்த்தபடி ஒன்றும் நடக்கவில்லை. பெரியவர்களுக்கு அடங்கி நடப்பதற்குப் பதிலாக கரிகாலன் பெரியவர்களை அதட்டி உருட்டி அதிகப் பிரசங்கம் செய்து கொண்டிருந்தான். அவனுடைய கேலிப் பேச்சுக்களையும் இரு பொருள் கொண்ட மொழிகளையும் பழுவேட்டரையரால் பொறுக்க முடியவில்லை. முக்கியமாக அவரைப் பற்றிக் கரிகாலன் அடிக்கடி வயதான கிழவர் என்று குறிப்பிட்டதும், இளைய ராணியைப் பாட்டி என்று அழைத்து வந்ததும் கூரிய விஷந் தோய்ந்த பாணங்களைப் போல் அவரைத் துன்புறுத்தி வந்தன. போதும் போதாதற்குச் சம்புவரையரின் போக்கும் அவ்வளவு திருப்திகரமாயில்லை. தமக்குப் பக்கபலமாக நின்று கரிகாலனுடைய அதிகப் பிரசங்கத்தை அடக்க முயல்வதற்குப் பதிலாகச் சம்புவரையர் பெரும்பாலும் வாயை மூடி மௌனம் சாதித்துக் கொண்டிருந்தார். ஏதாவது பேசினாலும் தயங்கித் தயங்கி வழவழா, குழகுழா என்று பேசினார். கரிகாலன் தமது மாளிகைக்கு விருந்தாளியாக வந்து விட்டபடியினால் ஏதாவது ஏடாகூடமாய் நடந்து விடக் கூடாதென்று அப்படி ஜாக்கிரதையாக நடந்து கொண்டிருக்கிறார் போலும்! காரணம் எதுவாயிருந்தாலும் சம்புவரையரின் போக்கு கொஞ்சங்கூடப் பழுவேட்டரையருக்குத் திருப்திகரமாக இல்லை.

இன்றைக்குக் கரிகாலன் கூறியதில் எவ்வளவு தூரம் உண்மையான பேச்சு, எவ்வளவு தூரம் கேலிப் பேச்சு, எவ்வளவு தூரம் மனதில் ஒன்று உதட்டில் ஒன்றுமான வஞ்சகப் பேச்சு என்பதைக் கண்டு கொள்வதும் எளிதாயில்லை. மதுராந்தகனையும் அங்கே வரவழைத்த பிறகு ஏதேனும் பெரிய விபரீத காரியம் செய்ய உத்தேசித்திருக்கிறானோ என்னமோ, யார் கண்டது? மலையமானைப் பெரும் சைன்யத்துடன் படையெடுத்து வரச் செய்து கடம்பூர் மாளிகையை வளைத்துக் கொள்ளும்படி செய்தாலும் செய்யலாம் அல்லவா?...

இவையெல்லாவற்றையும் எண்ணும்போது தஞ்சாவூருக்குத் திரும்பிப் போய்விடுவதே நல்லது. சின்னப் பழுவேட்டரையன் நல்ல மதியூகி. அவனிடமும் யோசனை கேட்டுக் கொள்ளலாம். ஒருவேளை மதுராந்தகனை இங்கு அழைத்து வருவதாயிருந்தாலும் எல்லா நிலைமைக்கும் ஆயத்தமாகக் காலாந்தககண்டனைப் பெரிய படை திரட்டிக் கொள்ளிடக் கரையில் கொண்டு வந்து வைத்திருக்கச் செய்யலாம். எது எப்படியானாலும் இளைய ராணியை இங்கே இனி மேல் இருக்கச் செய்து இந்த மூடர்களின் கேலிப் பேச்சுக்கு உள்ளாக்குவது கூடவே கூடாது. அவளை அழைத்துக் கொண்டு போய்த் தஞ்சாவூரில் விட்டுவிடுவது மிக்க அவசியம். அதற்கு ஒரு வசதி இப்போது ஏற்பட்டிருக்கிறது. அதைக் கைவிடுவானேன்?

இவ்விதம் ஒரு முடிவுக்கு வந்ததும் பெரிய பழுவேட்டரையருக்குச் சிறிது உற்சாகம் உண்டாயிற்று. முக மலர்ச்சியுடனே நந்தினியின் அந்தப்புரத்தை அடைந்தார். அங்கே அவர் வாசற்படியருகில் வந்த போது உள்ளேயிருந்து கலகலவென்று சிரிப்புச் சத்தம் வருவதைக் கேட்டார். ஏனோ அந்தச் சிரிப்பின் ஒலி அவருக்கு எரிச்சலை உண்டாக்கிற்று. தஞ்சாவூர் அரண்மனையில் நந்தினி இவ்விதம் சிரிப்பதேயில்லை. இப்போது என்ன குதூகலம் வந்துவிட்டது? எதற்காகச் சிரிக்கிறாள்? அவளுடன் சேர்ந்து சிரிப்பது யார்?... உள்ளே பிரவேசித்ததும் உடன் இருந்தவள் மணிமேகலை என்று தெரிந்தது. இதனால் அவர் மனம் சிறிது தெளிந்தது. அவரைக் கண்டதும் மணிமேகலை சிரிப்பை அடக்குவதற்காக இரண்டு கைகளினாலும் வாயைப் பொத்திக் கொண்டாள். அப்படியும் அடக்க முடியாமற் போகவே சிரித்துக் கொண்டே அந்த அறையை விட்டு ஓடிப் போனாள்.

நந்தினியின் சிரிப்பு பழுவேட்டரையரைக் கண்டதுமே நின்றுவிட்டது. அவளுடைய முகமும் வழக்கமான கம்பீரத்தை அடைந்தது. "ஐயா! வாருங்கள்! யோசனை முடிவடைந்ததா?" என்றாள்.

"நந்தினி! அந்தப் பெண் எதற்காக அப்படிச் சிரித்தாள்? ஏன் சிரித்துக் கொண்டே ஓடுகிறாள்?" என்று பழுவேட்டரையர் கேட்டார்.

"அதைச் சொல்லத்தான் வேண்டுமா? சொல்லுகிறேன். சபாமண்டபத்தில் நடந்த பேச்சுக்களில் கொஞ்சம் பக்கத்து அறையிலிருந்த மணிமேகலையின் காதில் விழுந்ததாம். இளவரசர் ஆதித்த கரிகாலர் பாட்டன்களைப் பற்றியும் பாட்டிகளைப் பற்றியும் பரிகாசமாகப் பேசியதைச் சொல்லி விட்டு அவள் சிரித்தாள்.."

"சீ! துஷ்டப்பெண்! அவளோடு சேர்ந்து நீயும் சிரித்தாயே?"

"ஆம்; அவளோடு சேர்ந்து சிரித்தேன். அவள் அப்பால் போனதும் அழலாம் என்று இருந்தேன். அதற்குள் தாங்கள் வந்து விட்டீர்கள்!" என்று நந்தினி கூறிவிட்டுக் கண்ணில் துளித்த கண்ணீரைத் துடைத்துக் கொண்டாள்.

"ஆகா! உன்னை இப்பேர்ப்பட்ட மூடர்களின் மத்தியில் நான் அழைத்துக் கொண்டு வந்தது என் தவறு. நாளைப் பொழுது விடிந்ததும் நாம் தஞ்சாவூருக்குப் புறப்பட்டுப் போகலாம். இன்றிரவு மட்டும் பொறுத்துக் கொள்!" என்றார்.

"தஞ்சாவூருக்குப் புறப்படவேண்டுமா? ஏன்? வந்த காரியம் ஆகிவிட்டதா?" என்று நந்தினி கேட்டாள்.

அன்று சபா மண்டபத்தில் நடந்த பேச்சின் முடிவுகளைப் பழுவேட்டரையர் நந்தினிக்குத் தெரியப் படுத்தினார்.

எல்லாவற்றையும் கேட்டு விட்டு நந்தினி, "சுவாமி! தாங்கள் தஞ்சாவூருக்குப் போய் வாருங்கள். நான் வரமாட்டேன். ஆதித்த கரிகாலனுக்கு புத்தி கற்பிக்கும் வரையில் நான் இங்கிருந்து புறப்படுவதாக உத்தேசமில்லை. அந்தக் கர்வம் பிடித்த இளவரசன் ஒன்று தங்கள் காலில் விழுந்து அவன் பேசிய பரிகாசப்

பேச்சுக்களுக்காக மன்னிப்புக் கேட்டுக் கொள்ள வேண்டும். அல்லது தங்கள் கத்திக்கு அவன் இரையாக வேண்டும்!" என்றாள்.

"நந்தினி! இது என்ன சொல்லுகிறாய்? இத்தகைய பாதகமான எண்ணம் உன் உள்ளத்தில் எப்படி உதித்தது."

"ஐயா! எது பாதகமான எண்ணம்? என்னைக் கைப்பிடித்து மணந்த கணவனை ஒருவன் நிந்தித்துப் பேசினால், அவனைப் பழிவாங்க வேண்டும் என்று நான் நினைப்பது பாதகமா?"

"இல்லை, நந்தினி! இதைக் கேள்! எங்கள் பழுவூர்க் குலம் சோழ குலத்தோடு ஆறு தலைமுறையாக நட்புரிமை கொண்டது. அதையெல்லாம் மறந்து, அறியாச் சிறுவன் ஒருவன் ஏதோ உளறினான் என்பதற்காக நான் அக்குலத்துக்கு விரோதமாய்க் கத்தி எடுக்க முடியுமா? சுந்தர சோழரின் புதல்வனை, இன்று வரையில் பட்டத்து இளவரசனாயிருப்பவனை, நான் என் கையினால் கொல்லுவதா? இது என்ன பேச்சு?" என்று பழுவேட்டரையர் பதறினார்.

கரிகாலனுடைய காரசாரமான வார்த்தைகளை கேட்ட போது சில சமயம் பழுவேட்டரையருக்கே உடைவாளின் மீது கை சென்றது. அப்போது சிரமப்பட்டு மனத்தையும் கையையும் கட்டுப்படுத்திக் கொண்டார். தம் உள்ளத்தில் முன்னம் தோன்றிய எண்ணத்தை நந்தினி வெளியிட்டுச் சொன்னவுடனே அவருக்கு அவ்வளவு பதட்டம் உண்டாயிற்று.

"ஐயா! தாங்கள் சோழ குலத்தோடு ஆறு தலைமுறையாக நட்புக் கொண்டவர்கள்; உறவும் கொண்டவர்கள். ஆகையால் தாங்கள் கத்தி எடுக்கத் தயங்குவது இயல்பு. ஆனால் எனக்கு அத்தகைய உறவு ஒன்றுமில்லை. சோழ குலத்துக்கு நான் எந்த விதத்திலும் கடமைப்பட்டவள் அல்ல. ஆதித்த கரிகாலன் தங்கள் அடிபணிந்து மன்னிப்புக் கேட்டுக் கொள்ளாவிட்டால், என் கையில் கத்தி எடுத்து நானே அவனைக் கொன்று விடுகிறேன்!" என்றாள் நந்தினி. அப்போது அவளுடைய கண்கள் சிவந்து, புருவங்கள் நெரிந்து முகத்தோற்றமே மாறி விட்டது.

❉ ❉ ❉ ❉

முப்பத்தொன்பதாம் அத்தியாயம்

"விபத்து வருகிறது!"

பழுவேட்டரையர் சிரித்தார்; நந்தினியின் வார்த்தையைக் கேட்டுப் பரிகாசமாகச் சிர்ப்பதாய் எண்ணிக் கொண்டு இலேசாகத்தான் சிரித்தார். அந்தச் சிரிப்பின் ஒலியால் அந்த அறையும் அதிலிருந்த சகல பொருள்களும் நடுநடுங்கின.

தம்மை அவமதித்தவர்களை நந்தினி தன் கையினாலேயே கத்தி எடுத்துக் கொன்றுவிடுவதாகக் கூறியதைக் கேட்ட போது அவருடைய உள்ளத்தில் ஒரு பெருமிதம் உண்டாயிற்று. தம்முடைய மரியாதையைப் பாதுகாப்பதில் நந்தினிக்கு அவ்வளவு அக்கறை இருக்கிறது என்பதை அறிந்ததில் பழுவேட்டரையருக்கு இறும்பூது ஏற்பட்டது. அதே தோரணையில் அவள் மேலும் பேசிக் கேட்க வேண்டுமென்ற ஆசை அவர் மனதில் ஒரு பக்கம் பெருகியது. மற்றொரு பக்கத்தில் அவள் அம்மாதிரியெல்லாம் பேசுவதைத் தாம் விரும்பவில்லை என்று காட்டிக் கொள்ளவும் ஆசைப்பட்டார்.

"ஐயா! ஏன் சிரிக்கிறீர்கள்! என் வார்த்தையில் அவநம்பிக்கையினால் சிரிக்கிறீர்களா?" என்று கேட்டாள்.

"தேவி! மந்தார மலரின் இதழைப் போல் மென்மையான உன் கையினால் கத்தியை எப்படி எடுப்பாய் என்று எண்ணிச் சிரித்தேன். மேலும் நான் ஒருவன் இரண்டு நீண்ட கைகளை வைத்துக் கொண்டு உயிரோடிருக்கும்போது.."

"ஐயா! தங்கள் கரங்களின் பெருமையையும் வலிமையையும் நான் அறிவேன். யானைத் துதிக்கையையொத்த நீண்ட கைகள், இந்திரனுடைய வஜ்ராயுதத்தைப் போன்ற வலிமையுள்ள கைகள். போர்க்களத்தில் ஆயிரமாயிரம் பகைவர்களை வெட்டி வீழ்த்திய கைகள், சோழ சக்கரவர்த்திகளின் சிரத்தில் மணிமகுடத்தை வைத்து நிலைநாட்டிவரும் கைகள். ஆனாலும் அதையெல்லாம் இன்று நினைத்துப் பார்ப்பாரில்லை. நேற்றுப் பிறந்த பிள்ளைகள் தங்களைக் 'கிழடு' என்று சொல்லி ஏளனம் செய்யும் காலம் வந்து விட்டது. தாங்களோ மந்திரத்தால் கட்டுண்ட சர்ப்பராஜனைப் போல் சோழ குலத்தாரிடம் கொண்ட பக்திக்குக் கட்டுப்பட்டுச் சும்மா இருக்க வேண்டியிருக்கிறது. என்னுடைய கரங்கள் வளையல் அணிந்த மென்மையான கரங்கள்தான். ஆனாலும் வீராதி வீரராகிய தங்களை அக்கினி சாட்சியாகக் கைப்பிடித்த காரணத்தினால் எனது கைகளுக்கும் சிறிது சக்தி ஏற்பட்டிருக்கிறது. என் கற்பைக் காத்துக் கொள்வதற்கும் என் கணவரின் மரியாதையை நிலை நிறுத்துவதற்கும் அவசியம் ஏற்படுமானால் என் கைகளுக்கும் கத்தி எடுக்கும் வலிமை உண்டாகி விடும். இதோ பாருங்கள்...!" என்று நந்தினி கூறிவிட்டு, மஞ்சத்துக்கு அடியிலிருந்த பெட்டியை வெளிப்புறமாக நகர்த்தினாள். பெட்டியைத் திறந்து அதன் மேற்புறத்தில் கிடந்த ஆடைகளை அப்புறப்படுத்தினாள். அடியில் தகதகவென்று பிரகாசித்துக் கொண்டிருந்த நீண்ட வாளை ஒரு கையினால் அலட்சியமாக எடுத்துத் தலைக்கு மேலே தூக்கிப்பிடித்தாள்.

பழுவேட்டரையர் அதைப் பார்த்த வண்ணமாகச் சிறிது நேரம் பிரமித்துப் போய் நின்றார். பின்னர், "இந்த பெட்டிக்குள்ளே இந்த வாள் எத்தனை காலமாக இருக்கிறது? உன் ஆடை ஆபரணங்களை வைத்திருப்பதாக வல்லவோ நினைத்தேன்?" என்றார்.

நந்தினி வாளைப் பெட்டியில் திரும்ப வைத்துவிட்டு, "ஆம்; என் ஆடை ஆபரணங்களை இந்தப் பெட்டியிலேதான் வைத்திருக்கிறேன். என் ஆபரணங்களுக்குள்ளே மிக முக்கியமான ஆபரணம் இந்த வாள். என் கற்பையும் என் கணவருடைய கௌரவத்தையும் பாதுகாப்பதற்குரியது" என்றாள்.

"ஆனால் இதை நீ உபயோகப்படுத்துவதற்கு அவசியம் ஒன்றும் ஏற்படப் போவதில்லை. நான் ஒருவன் உயிரோடிருக்கும் வரையில்!"

"அதனாலேதான் இந்த வாளை நான் வெளியில் எடுப்பதில்லை. ஈழ நாட்டிலிருந்து வேங்கி நாடு வரையில் சோழ ராஜ்யத்தைப் பாதுகாத்துக் கொண்டிருக்கும் தங்கள் தோள் வலிமையால் தங்கள் கௌரவத்தைப் பாதுகாத்துக் கொள்ள முடியாதா? அல்லது பேதையாகிய என்னைத்தான் பாதுகாக்க முடியாதா? என்றாலும், முக்கியமான ராஜரீக காரியங்களில் ஈடுபட்டிருக்கும் தாங்கள் எப்போதும் என்னைக் கட்டிக் காத்துக் கொண்டிருக்க முடியாது. தங்களைப் பிரிந்திருக்கும் நேரங்களில் என்னை நான் பாதுகாத்துக் கொள்ள ஆயத்தமாய் இருக்க வேண்டும் அல்லவா?"

"தேவி! அதற்கு அவசியம் என்ன? போனது போகட்டும், இனி நான் உன்னைப் பிரிந்திருக்கப் போவதே இல்லை...."

"ஐயா! என்னுடைய விருப்பமும் அதுதான்; ஆனால் இந்த ஒரு தடவை மட்டும் தாங்கள் என்னைப் பிரிந்து தஞ்சைபுரிக்குப் போய் வாருங்கள்...."

"இது என்ன பிடிவாதம்? எதற்காக இந்தத் தடவை மட்டும் நான் உன்னை இங்கே விட்டுவிட்டுப் போக வேண்டும்?" என்று பழுவேட்டரையர் கேட்டபோது அவருடைய புருவங்கள் நெரிந்தன.

"சுவாமி! அதற்கு இரண்டு காரணங்கள் இருக்கின்றன. என்னை நீங்கள் இப்போது தங்களுடன் அழைத்துப் போனால் இந்த மூடர்கள் மேலும் நம்மைக் குறித்துப் பரிகசித்துச் சிரிப்பார்கள். 'கிழவருக்கு இளைய ராணியிடம் அவ்வளவு நம்பிக்கை!' என்று சொல்லுவார்கள். அதை நினைத்தாலே எனக்கு ரத்தம் கொதிக்கிறது. மற்றொரு காரணம் இன்னும் முக்கியமானது. சம்புவரையரைத் தங்களுடைய அத்தியந்த சிநேகிதர் என்று இத்தனை காலமும் தாங்கள் சொல்லி வந்தீர்கள்; நம்பியும் வந்தீர்கள். ஆனால் இளவரசர் வந்ததிலிருந்து அவருடைய பேச்சிலும், நடவடிக்கைகளிலும் ஏற்பட்டிருக்கும் மாறுதலைக் கவனித்தீர்களா? தாங்கள் கவனிக்காவிட்டாலும் நான் கவனித்துக் கொண்டு வருகிறேன்...."

"நானும் அதைக் கவனித்துத்தான் வருகிறேன். அந்த மாறுதலுக்குக் காரணம் என்னவாயிருக்குமென்று ஆச்சரியப்பட்டுக் கொண்டிருக்கிறேன்...."

"தாங்கள் கபடமற்ற உள்ளமுடையவர்; ஆகையால் ஆச்சரியப்படுகிறீர்கள். எனக்கு அதில் ஆச்சரியம் இல்லை. மனிதர்களுடைய பேராசை இயல்புதான், சம்புவரையரின் மாறுதலுக்குக் காரணம். இளவரசர் ஆதித்த கரிகாலர் பெண்களை முகமெடுத்தே பார்ப்பதில்லையென்றும் கல்யாணமே செய்து கொள்ளப் போவதில்லை என்றும் வதந்தியாயிருந்தது. இங்கு அவர் வந்ததிலிருந்து அதற்கு நேர்மாறாக நடந்து வருவதைப் பார்த்திருப்பீர்கள். பெண்கள் இருக்குமிடத்துக்கு அடிக்கடி வருகிறார், கொஞ்சிக் கொஞ்சிப் பேசுகிறார். இதற்கெல்லாம் காரணம் சம்புவரையர் மகள் மணிமேகலை மீது அவருடைய மனது சென்றிருப்பதுதான். 'மணிமேகலையை வேட்டையாடுவதற்கு அழைத்துப் போகலாமா' என்று கூடக் கரிகாலர் கேட்டார் அல்லவா? இது சம்புவரையருக்கும் தெரிந்திருக்கிறது. ஆகையால் பழைய ஏற்பாடுகளையெல்லாம் அவர் மறந்து விட்டார். தம் அருமை மகள் தஞ்சாவூர்த் தங்கச் சிங்காதனத்தில் வீற்றிருக்கப் போவது பற்றிக் கனவு காணத் தொடங்கி விட்டார்...."

"ஆமாம்; நீ சொல்லுவதுதான் காரணமாயிருக்க வேண்டும். சம்புவரையன் இத்தகைய நீச குணம் படைத்தவன் என்று நான் கனவிலும் எண்ணவில்லை. இரண்டு மாதங்களுக்கு முன்பு தான் இதே மாளிகையில் மதுராந்தகரைத் தஞ்சைச் சிம்மாதனத்தில் ஏற்றிவைப்பதாக எல்லோரும் கூடிச் சபதம் செய்தோம். சீச்சீ! இப்படிப் பேச்சுத் தவறுகிறவனும் ஒரு மனிதனா?" என்று பழுவேட்டரையர் சீறினார்.

"சுவாமி! அதனாலேதான் நான் தங்களுடன் வரவில்லை என்று சொல்கிறேன். தாங்கள் இல்லாத சமயத்தில் இவர்கள் இங்கே என்ன சதி செய்கிறார்கள் என்பதைக் கவனித்துக் கொள்வேன். ஏதேனும் இவர்கள் சூழ்ச்சி செய்தால் அது பலிக்காமற் செய்ய வழி தேடுவேன்."

"நந்தினி! இதிலேயெல்லாம் நீ எதற்காகப் பிரவேசிக்க வேண்டும்?"

"கணவர் சிரத்தை கொண்டுள்ள காரியத்தில் மனைவிக்கும் சிரத்தை இருக்க வேண்டாமா? 'வாழ்க்கைத் துணைவி' என்று பிறகு எதற்காக எங்களைச் சொல்கிறது?"

"என்ன இருந்தாலும் இந்த மூர்க்கர்களுக்கும் நீசர்களுக்கும் நடுவில் உன்னைத் துணையின்றி விட்டுவிட்டு நான் போகிறதா? அது எனக்குச் சிறிது கூடச் சம்மதமாயில்லையே!"

"எனக்கு இங்கே துணையில்லாமற் போகவில்லை. மணிமேகலை இருக்கிறாள்; எனக்காக அந்தப் பெண் என்ன வேண்டுமானாலும் செய்வாள்..."

"அது உண்மைதான். நானும் கவனித்தேன். உன்னுடைய மோகன சக்தி அவளை உன் அடிமையாக்கி இருக்கிறது. ஆனாலும் அது எவ்வளவு தூரம் நிலைத்திருக்கும்? ஆதித்த கரிகாலன் சிங்காதனத்தில் ஏறி அந்தப் பெண்ணை சக்கரவர்த்தினியாக்கிக் கொள்ளப் போவதாக ஆசை காட்டினால்..."

"ஐயா! அது விஷயத்தில் தங்களுக்குச் சிறிதும் சந்தேகம் வேண்டியதில்லை. மணிமேகலை என் கருத்துக்கு மாறாகத் தேவலோகத்து இந்திராணி பதவியையும் ஏற்றுக் கொள்ள மாட்டாள். 'கரிகாலனை இந்தக் கத்தியால் குத்திக் கொன்று விட்டு வா!' என்று நான் சொன்னால், உடனே அவ்விதம் செய்து விட்டு வருவாள். என்னுடைய மோகன சக்தியைப் பற்றி அடிக்கடி தாங்களே சொல்வீர்கள் அல்லவா? அது மணிமேகலையை முழுதும் ஆட்கொண்டிருக்கிறது! வேணுமானால், இப்போதே தங்களுக்கு அதை நிரூபித்துக் காட்டுகிறேன்!" என்றாள் நந்தினி.

பழுவேட்டரையரின் உடம்பு படபடத்தது. அந்தக் கிழவர் உதடுகள் துடிக்க, தொண்டை அடைக்க, நாத்தழுதழுக்கக் கூறினார் "தேவி! உன்னுடைய சக்தியை நான் அறிவேன். ஆனால் கரிகாலன் விஷயத்தில் நீ அம்மாதிரி எதுவும் பரீட்சை பார்க்க வேண்டாம்; அவன் அறியாச் சிறுவன். ஏதோ தெரியாமல் உளறினான் என்பதை நாம் பெரிது படுத்தக் கூடாது. கரிகாலன் மணிமேகலையை மணந்து கொள்ள இஷ்டப்பட்டால் நாம் அதற்குத் தடையாக இருக்க வேண்டாம்!"

"ஐயா! நாம் தடை செய்யாமலிருக்கலாம். ஆனால் விதி ஒன்று இருக்கிறதே! அதை யார் தடை செய்ய முடியும்? மணிமேகலை என்னிடம் பிரியங் கொண்டவளாயிருப்பது போல் நானும் அவளிடம் பாசம் வைத்திருக்கிறேன். என் கூடப் பிறந்த தங்கையைப் போல் அவளிடம் ஆசை கொண்டிருக்கிறேன். அற்பாயுளில் சாகப் போகிறவனுக்கு அவளை மணம் செய்து கொடுக்க நான் எப்படி இணங்குவேன்?" என்றாள் நந்தினி. அப்போது அவளுடைய பார்வை எங்கேயோ தூரத்தில் நடக்கும் எதையோ பார்த்துக் கொண்டிருப்பது போல தோன்றியது.

பழுவேட்டரையர் இன்னும் அதிகப் பரபரப்பை அடைந்து கூறினார் "நந்தினி! இது என்ன வார்த்தை? சோழ சக்கரவர்த்தியின் வேளக்காரப் படைக்கு நான் ஒரு சமயம் தலைவனாயிருந்தேன். சக்கரவர்த்தியையும் அவருடைய சந்ததிகளையும் உயிரைக் கொடுத்தேனும் பாதுகாப்பதாகச் சத்தியம் செய்திருக்கிறேன்...."

"ஐயா! அந்தச் சத்தியத்தைத் தாங்கள் மீற வேண்டுமென்று நான் சொல்லவில்லையே!"

"உன்னால் கரிகாலனுக்கு ஏதேனும் தீங்கு நேர்ந்தாலும் அந்தக் குற்றம் என்னையே சாரும். 'சிறு பிள்ளையின் பரிகாசப் பேச்சைப் பொறுக்காமல் கிழவன் படுபாதகம் செய்து விட்டான்' என்று உலகம் என்னை நிந்திக்கும். ஆறு தலைமுறையாக எங்கள் குலம் சோழர்களுக்குப் பாதுகாப்பாக இருந்து எடுத்திருக்கும் நல்ல பெயர் நாசமாகும்..."

"அப்படியானால் தாங்கள் இந்த ஊரைவிட்டு உடனே போக வேண்டியது மிகவும் அவசியம்!" என்று நந்தினி மர்மம் நிறைந்த குரலில் கூறினாள்.

"எதனால் அவ்விதம் சொல்லுகிறாய்?" என்று பழுவேட்டரையர் கேட்டார்.

"தங்களிடம் எப்படிச் சொல்வதென்று தயங்கிக் கொண்டிருந்தேன். இப்போது சொல்ல வேண்டிய அவசியம் ஏற்பட்டு விட்டது. துர்க்கா பரமேசுவரி எனக்குச் சில அபூர்வ சக்திகளை அளித்திருக்கிறாள் இது தங்களுக்கே தெரியும். சுந்தர சோழர் இளம் வயதில் ஸ்திரீ ஹத்தி தோஷத்துக்கு உள்ளானவர் என்பதை நான் என் மந்திர சக்தியினால் அறிந்தேன். அதைத் தங்களுக்கும் நிரூபித்துக் காட்டினேன். அதே போல் ஆதித்த கரிகாலனுடைய இறுதிக் காலம் நெருங்கிக் கொண்டிருக்கிறது என்பதையும் இப்போது என் அகக் கண்ணினால் காண்கிறேன். அது தங்கள் கையினாலும் நேரப் போவதில்லை; என் கையினாலும் நேரப் போவதில்லை. ஆனால் யமனுடைய பாசக் கயிறு அவனை நெருங்கிக் கொண்டிருக்கிறது என்பது மட்டும் நிச்சயம். காட்டிலே வேட்டையாடப் போன இடத்திலே அவனுக்கு இறுதி நேரலாம்; அல்லது அரண்மனையில் படுத்திருக்கும் போதும் நேரலாம்; புலி, கரடி முதலிய துஷ்ட மிருகங்களினால் நேரலாம்; அல்லது அவனுடைய சிநேகிதர்கள் விடும் அம்பு தவறி விழுந்தும்

அவன் சாகலாம். அல்லது மென்மையான பெண்ணின் கரத்திலே பிடித்த கத்தியினால் குத்தப்பட்டும் அவனுக்கு மரணம் நேரலாம். ஆனால், ஐயா, அவனுடைய மரணம் தாங்கள் கைப்பிடித்து மணந்த என்னுடைய கரத்தினால் நேராது என்று தங்களுக்குச் சத்தியம் செய்து கொடுக்கிறேன். சாலை ஓரத்திலே அநாதையாக நின்ற என்னைத் தாங்கள் உலகறிய மணந்து இளைய ராணி ஆக்கினீர்கள். அத்தகைய தங்களுக்கு என்னால் ஒரு பழியும் ஏற்படாமல் பார்த்துக் கொள்வேன். அதற்காகவே தாங்கள் இச்சமயம் இங்கு இருக்க வேண்டாம், போய் விடுங்கள் என்று வற்புறுத்திச் சொல்கிறேன். தாங்கள் இங்கு இருக்கும் சமயம் கரிகாலனுக்கு என்ன விதமான விபத்து நேர்ந்தாலும் உலகத்தார் தங்களை அத்துடன் சம்பந்தப்படுத்துவார்கள். அருள்மொழிவர்மனைக் கடல் கொண்டதற்கு தங்கள் மீது பழி கூறவில்லையா? அம்மாதிரி இதற்கும் தங்கள் பேரில் குற்றம் சாட்டுவார்கள். தங்களால் விபத்து நேர்ந்ததென்று சொல்லாவிட்டாலும் தாங்கள் ஏன் அதைத் தடுக்கவில்லை என்று கேட்பார்கள்! ஆனால் தங்களுடைய வஜ்ராயுதம் போன்ற கரங்களாலும் கரிகாலனுக்கு வரப் போகும் விபத்தைத் தடுக்க முடியாது. ஆகையால், தாங்கள் உடனே போய்விட வேண்டும். என்னைத் தங்களுடன் அழைத்துக் கொண்டு போனால், அதைப் பற்றியும் வீண் சந்தேகம் ஏற்படும். முன்னதாக தெரிந்திருந்தபடியினால் என்னையும் அழைத்து கொண்டு போய் விட்டதாகச் சொல்வார்கள். ஆகையால், தாங்கள் மட்டுமே போகவேண்டும். என்ன நேர்ந்தாலும், எப்படி நேர்ந்தாலும் அதனால் தங்களுக்கு அபகீர்த்தி எதுவும் ஏற்படாமல் பார்த்துக் கொள்ள நான் இங்கிருப்பேன். ஐயா! என்னிடம் அவ்வளவு நம்பிக்கை தங்களுக்கு உண்டா?" என்று நந்தினி கேட்டுவிட்டுத் தன் கரிய பெரிய விழிகளால் பழுவேட்டரையரின் நெஞ்சை ஊடுருவிப் பார்ப்பவள் போலப் பார்த்தாள்.

பாவம்! அந்த வீரக் கிழவர் நந்தினியின் சொல்லம்பினால் பெரிதும் கலங்கிப் போயிருந்தார். அவளுடைய கண் அம்புக்கு முன்னால் கதிகலங்கிப் பணிந்தார்.

❖ ❖ ❖ ❖

நாற்பதாம் அத்தியாயம்

நீர் விளையாட்டு

இந்த வரலாறு நிகழ்ந்த காலத்துக்கு அறுநூறு ஆண்டுகளுக்கு முன்னால் தமிழகத்தில் மூவேந்தர்களைத் தவிர, சிற்றரசர்கள் எழுவர் புகழ்பெற்று விளங்கினார்கள். அவர்களுக்கு 'வள்ளல்கள்' என்ற பட்டப் பெயரும் வழங்கி வந்தது. அந்த எழுவரில் ஒருவன் கொல்லி மலையின் தலைவனான ஓரி என்பவன். இவன் வில் வித்தையில் இணையில்லாத வீரன் என்று பெயர் பெற்றிருந்தான். இவன் தன் வலிய பெரிய வில்லை வளைத்து நாணேற்றி அம்பை விட்டானாயின், அது ராமபிரானுடைய அம்பு ஏழு மரங்களைத் துளைத்தது போல் முதலில் ஒரு புலியைத் துளைத்து, பிறகு ஒரு மானைத் துளைத்து பிறகு ஒரு பன்றியை துளைத்து, பின்னர் ஒரு முயலைத் துளைத்து விடுமாம். இவ்வாறு புலவர்களால் அவனுடைய வில் வித்தைத் திறன் பாடப் பெற்றிருந்தது. அதிலிருந்து அவன் 'வல்வில் ஓரி' என்று குறிப்பிடுவதும் வழக்கமாயிற்று.

கொல்லி மலை வல்வில் ஓரியின் மீது, அந்நாளில் வலிமை பெற்ற வேந்தனாக விளங்கிய சேரன் கோபம் கொண்டான். அவனைத் தாக்குவதற்குத் திருக்கோவலூர்த் தலைவன் மலையமான் திருமுடிக்காரியின் துணையை நாடினான். காரியின் வீரம் ஓரியின் வீரத்துக்கு குறைந்ததன்று. அத்துடன் மலையமான் காரிக்குப் படைபலம் அதிகமாயிருந்தது. மலையமான், கொல்லி மலைமீது படை எடுத்துச் சென்று வல்வில் ஓரியைக் கொன்று அவனுடைய மலைக் கோட்டையையும் நிர்மூலமாக்கினான்.

அதே காலத்தில் கொல்லி மலையை அடுத்திருந்த நிலப் பகுதியில் அதிகமான் நெடுமானஞ்சி என்னும் குறுநில மன்னன் அரசு புரிந்து வந்தான். வல்வில் ஓரியுடன் அவன் உறவு பூண்டவன். வல்வில் ஓரியைக் கொன்ற மலையமான் காரியை அவன் பழிவாங்க விரும்பினான். தன்னால் மட்டும் அது முடியாதென்று எண்ணிச் சோழ மன்னனாகிய கிள்ளி வளவனின் உதவியை நாடினான். மலையமானின் வலிமை அதிகமாகி வருவது பற்றியும் அவன் சேரனோடு தோழமை கொண்டிருப்பது பற்றியும் கிள்ளிவளவனுக்குக் கோபம் இருந்தது. எனவே சோழன் கிள்ளிவளவனும் தகடூர் அதிகமானும் சேர்ந்து திருக்கோவலூர் மலையமானைத் தாக்கினார்கள். மலையமான் போர்க்களத்தில் வீர சொர்க்கம் எய்தினான். மலையமானுடைய இரு இளம் புதல்வர்களைச் சோழ நாட்டு வீரர்கள் சிறைப்பிடித்து வந்தார்கள். மலையமானுடைய வம்சத்தையே அழித்துவிட வேண்டுமென்று கருதியிருந்த அதிகமானும் கிள்ளிவளவனும் அந்தக் குழந்தைகளைப் பூமியில் கழுத்தளவு புதைத்து யானைக் காலால் இடறிக் கொல்லும்படி கட்டளையிட்டார்கள். மலையமானுடைய வள்ளன்மையை அறிந்து, அதனால் பயன் துய்த்திருந்த புலவர் ஒருவர் அச்சமயம் அங்கு வந்து சேர்ந்தார். மலையமானுடைய குழந்தைகளின் உயிருக்காகச் சோழ மன்னனிடம் மன்றாடினார்.

"வேந்தே! அதோ பார்! கழுத்து வரை புதைக்கப்பட்டிருக்கும் குழந்தைகளின் முகங்களைப் பார்! அந்த முகங்களில் தவழும் புன்னகையைப் பார்! தங்களைக் காலால் இடறிக் கொல்லப் போகிற யானையைப் பார்த்து, அதன் துதிக்கை ஆடுவதைப் பார்த்து, அக்குழந்தைகள் ஏதோ வேடிக்கை என்று எண்ணிச் சிரிக்கின்றன. இத்தகைய குற்றமற்ற குழந்தைகளையா கொல்லப் போகிறாய்? அந்தக் குழந்தைகள் என்ன பாவம் செய்தன? தகப்பன் செய்த குற்றத்துக்காகக் குழந்தைகளைத் தண்டிக்கலாமா?" என்றார் புலவர்.

அதைக் கேட்ட சோழன் மனமாற்றம் அடைந்தான். தன் கட்டளையை உடனே மாற்றினான். குழந்தைகளைத் தரையிலிருந்து எடுக்கச் செய்தான். வயது வந்த பிறகு அவர்களில் மூத்த பிள்ளைக்குத் திருக்கோவலூர் அரசையும் திரும்பக் கொடுத்தான்.

அது முதல் நூற்றாண்டு நூற்றாண்டாகச் சோழ குலத்து மன்னர்களிடம் திருக்கோவலூர் மலையமான் வம்சத்தினர் நன்றியுடன் நட்புரிமை கொண்டிருந்தார்கள். அந்த உறவு சுந்தர சோழர் காலம் வரையில் நீடித்திருந்தது. மலையமான் மகளாகிய வானமாதேவியைச் சுந்தர சோழர் மணந்து பட்ட மகிஷியாகக் கொண்டிருந்தார்.

கொல்லி மலை வல்வில் ஓரி – தகடூர் அதிகமான் இவர்களுடைய வம்சத்தினர் அழிந்துபட்டனர். ஆயினும் அவர்களுடைய கிளை வம்சத்தில் தாங்கள் தோன்றியதாகக் கடம்பூர் சம்புவரையர்கள் சொல்லிக் கொண்டார்கள். அவர்களுடைய முன்னோர்கள் திருக்கோவலூர் மலையமான் வம்சத்தாரிடம் கொண்டிருந்த பகைமையை சம்புவரையர்கள் மறக்கவில்லை. ஆதலின் மலையமானுடைய பேரப்பிள்ளை சோழ சாம்ராஜ்யத்தின் சக்கரவர்த்தியாக முடி சூடுவதை பெரிய சம்புவரையர் விரும்பாதது இயற்கையேயல்லவா? ஆதித்த கரிகாலனுடைய அகம்பாவமும், சிற்றரசர்களைச் சிறிதும் மதியாமல் அவன் நடந்து கொண்ட விதமும் சம்புவரையரின் வெறுப்பு வளர்வதற்கு மேலும் காரணம் தந்தது. ஆகையினாலேயே கண்டராதித்தருடைய குமாரன் மதுராந்தகனைத் தஞ்சை சிம்மாதனத்தில் ஏற்றிவைக்கும் முயற்சியில் பெரிய சம்புவரையர் ஊக்கமாக ஈடுபட்டார்.

ஆனால் கரிகாலன் கடம்பூருக்கு வந்த நாளிலிருந்து பெரிய சம்புவரையரின் உள்ளம் சிறிது சிறிதாக மாறுதல் அடையலாயிற்று. அவருடைய செல்வப் புதல்வியாகிய மணிமேகலையே அவருடைய மனமாறுதலுக்குக் காரணமாயிருந்தாள். ஆதித்த கரிகாலனுடைய உள்ளத்தை மணிமேகலை கவர்ந்து விட்டாள் என்பதற்குப் பல அறிகுறிகள் தென்பட்டன. பெண்களைக் கண்ணெடுத்தும் பாராதவன் என்றும், பிரம்மச்சாரியாகவே காலத்தைக் கழிக்கப் போகிறான் என்றும் கரிகாலனைப் பற்றி பேசப்பட்டு வந்தது. அத்தகையவன் கடம்பூர் மாளிகைக்கு வந்ததிலிருந்து அடிக்கடி பெண்கள் இருக்கும் இடம் போவதும் அவர்களுடன் உல்லாசமாகப் பேசுவதுமாக

இருந்தான். முக்கியமாக அவன் மணிமேகலையின் 'சூடிகை'யைப் பற்றி அடிக்கடி பாராட்டிப் பேசினான். கரிகாலன் வந்ததிலிருந்து மணிமேகலையும் ஒரே உற்சாகமாக இருந்தாள். அதற்குக் காரணம் அவளும் கரிகாலனிடம் பற்றுக் கொண்டதுதான் என்று பெரிய சம்புவரையர் கருதினார். அவர்கள் இருவருடைய குதூகலத்தையும் பார்த்துப் பார்த்துச் சம்புவரையரும் உற்சாகம் கொண்டார். கரிகாலன் மணிமேகலையை மணந்து கொண்டால் தம் செல்வத் திருமகள் சோழ சாம்ராஜ்யத்தின் சக்கரவர்த்தினியாக விளங்குவாள்! அவளுக்குப் பிறக்கும் குழந்தையும் தஞ்சை சிங்காதனத்துக்கு உரியவனாவான்! இன்று திருக்கோவலூர் மலையமான் அடைந்திருக்கும் பெருமிதத்தை அப்போது தாமும் அடையலாம். அதற்கெல்லாம் தாமே எதற்காகத் தடையாக இருக்கவேண்டும்? தமது அருமைக் குமாரியின் ஏற்றத்துக்குத் தாமே ஏன் இடையூறு செய்ய வேண்டும்?

மதுராந்தகனுக்குத் தம் மகளை மணம் செய்விக்கலாம் என்ற யோசனை முன்னம் சம்புவரையருக்கு இருந்தது உண்மைதான். ஆனால் மதுராந்தகனுக்கு ஏற்கெனவே இரு மனைவியர் இருந்தனர். சின்னப் பழுவேட்டரையரின் மகளை அவன் மணந்திருந்ததுடன், அவளுக்கு ஓர் ஆண் மகனும் பிறந்திருந்தன. ஆகையால் மதுராந்தகன் சிங்காதனம் ஏறினால் பழுவேட்டரையரின் வம்சத்தினர்தான் பட்டத்துக்கு உரிமை பெறுவார்கள். மணிமேகலை தஞ்சை அரண்மனையில் உள்ள பல சேடிப் பெண்களில் தானும் ஒருத்தியாக வாழ வேண்டியிருக்கும்.

ஆனால் ஆதித்த கரிகாலனை மணிமேகலை மணம் செய்து கொண்டால் அவள்தான் பட்ட மகிஷியாயிருப்பாள். அவளுக்குப் பிறக்கும் பிள்ளைக்கே சிங்காதனம் உரியதாகும்.

மதுராந்தகனுக்குப் பட்டம் சூட்டுவதென்பது பிரம்மப் பிரயத்தனமான காரியம். மக்கள் அதற்கு விரோதமாயிருப்பார்கள். மலையமானுடனும் கொடும்பாளூர் வேளானுடனும் போராட்டம் நடத்தித்தான் அதைச் சாதிக்க வேண்டியதாயிருக்கும். மதுராந்தகனுடைய அன்னையே அதற்குத் தடையாயிருக்கிறாள். இவ்வளவு தொல்லையான முயற்சியை எதற்காக மேற்கொள்ள வேண்டும்?

ஆதித்த கரிகாலனுக்கு முடிசூட்டுவதென்பது ஏற்கெனவே முடிவான காரியம். அதை நிறைவேற்றுவதில் எவ்வித சிரமமும் ஏற்படாது. பழுவேட்டரையர்களின் பிடிவாதந்தான் பெரிய இடையூறாயிருக்கும். அவர்களில் பெரிய கிழவனோ இளைய ராணியின் மோகத்தில் மூழ்கிக்கிடக்கிறான். இன்னும் எத்தனை நாளைக்கு அவன் உயிரோடிருப்பானோ, தெரியாது. இந்தக் கிழவனை நம்பி ஒரு பெரும் அபாயகரமான காரியத்தில் எதற்காகத் தலையிட வேண்டும்?

மதுராந்தகன் பக்கம் இருப்பதாகத் தாம் சபதம் செய்து கொடுத்திருப்பது என்னமோ உண்மைதான். அதனால் என்ன? சபதத்துக்குப் பங்கம் செய்யாமலே காரியத்தை முடிக்க வழியில்லாமலா போகிறது! மதுராந்தகன் ஓர் அப்பாவிப் பிள்ளை என்பது தெரிந்த விஷயந்தான். அவனைக் கொண்டே "எனக்கு ராஜ்யம் வேண்டாம்" என்று கூடச் சொல்லும்படி செய்து விடலாம். அல்லது அவனுடைய அன்னையின் சம்மதம் வேண்டும் என்று வற்புறுத்தினாலும் போதுமே!...

இவ்வாறெல்லாம் சம்புவரையரின் உள்ளம் சிந்திக்கத் தொடங்கியிருந்தது. ஆகையால் பழுவேட்டரையர் தஞ்சைக்குப் போகும் யோசனையை அவர் உற்சாகமாக ஆதரித்தார். அவர் இல்லாத சமயத்தில் கரிகாலனுடன் அந்தரங்கமாகப் பேசி அவனுடைய உள்ளத்தை நன்கு அறிந்து கொள்ளலாம் என்றும், பிறகு சமயோசிதம்போல் நடந்து கொள்ளலாம் என்றும் எண்ணினார். ஆதலின் பெரிய பழுவேட்டரையரை அவரே துரிதப்படுத்திப் பரிவாரங்களுடன் தஞ்சை அனுப்பி வைத்தார்.

பழுவேட்டரையர் பிரயாணப்பட்டுச் சென்ற பிறகு ஆதித்த கரிகாலனும், அவனுடைய தோழர்களும் வேட்டைக்குப் புறப்பட்டார்கள். அவர்களுடனே மணிமேகலையையும் மற்ற அந்தப்புரப் பெண்களையும் அனுப்பக் கூடச் சம்புவரையர் சித்தமாயிருந்தார். ஆனால் நடப்பதையெல்லாம் வேறு நோக்குடன் கவனித்து வந்த கந்தமாறன் அதை ஆட்சேபித்தான். கரிகாலன் மணிமேகலையிடம் காட்டிய சிரத்தையெல்லாம் நந்தினியை முன்னிட்டுத்தான் என்பதை அவன் உணர்ந்திருந்தான். இதனால் கரிகாலன் பேரில் அவனுடைய வெறுப்பு வளர்ந்திருந்தது. இதை எல்லாம் தந்தையிடம் விளக்கிச் சொல்லவும் முடியவில்லை. ஆகையால், "வேட்டையாடும் இடத்தில் பெண்களைக் கூட்டிக் கொண்டு போய் என்னத்தைச் செய்வது? இவர்கள் பத்திரமாயிருக்கிறார்களா என்று பார்ப்பதற்குத்தான் சரியாயிருக்கும். மேலும் இது ஐப்பசி மாதம், எந்த நிமிஷத்திலும் பெரு மழை தொடங்கலாம். ஏரிக்கரைக் காடெல்லாம் வெள்ளமாகிவிடும். பெண்கள் திண்டாடிப் போவார்கள்!" என்று சொன்னான். அதன் பேரில் சம்புவரையரும் அந்த யோசனையைக் கைவிட்டு விட்டார். ஆதித்த கரிகாலன் தன் தோழர்களாகிய பார்த்திபேந்திரன், வந்தியத்தேவன், கந்தமாறன் இவர்களையும், மற்ற வேட்டைக்காரர்களையும் அழைத்துக் கொண்டு புறப்பட்டுச் சென்றான்.

* * *

எல்லோரும் சென்ற பிறகு சம்புவரையர் மாளிகை வெறிச்சென்று இருந்தது. நந்தினி, மணிமேகலையைப் பார்த்து "புருஷர்கள் வீட்டில் இருக்கும்போது நமக்குத் தொல்லையாகத் தோன்றுகிறார்கள். ஆனால் அவர்கள் எங்கேயாவது போய்விட்டாலும் நமக்குச் சங்கடமாகத்தான் இருக்கிறது. பரிகசித்துச் சிரிப்பதற்குக் கூட விஷயம் கிடைப்பதில்லை!" என்றாள்.

"ஆம், அக்கா! நாம் கூட வேட்டைக்குப் போயிருக்கலாம். எனக்கு வேட்டை பார்க்கப் பிரியம் அதிகம். என் தந்தையோடும் தமையனோடும் சில சமயம் போவதுண்டு. ஆனால் இன்றைக்கு என்னமோ கந்தமாறன் பிடிவாதமாகத் தடை செய்து விட்டான். ஒருவேளை உங்களுக்கு வேட்டை பிடிக்காது என்று அவ்விதம் தடை செய்தானோ, என்னமோ?" என்றாள் மணிமேகலை.

"ஆமாம்; எனக்கு வேட்டை அவ்வளவாகப் பிடிப்பதில்லைதான். ரத்தத்தைக் கண்டாலே எனக்குத் திகிலாயிருக்கும். ஆனால் கந்தமாறன் அதற்காகச் சொல்லவில்லையடி! உன்னையும் உன் வீட்டு விருந்தாளிகளில் ஒருவரையும் பிரித்து வைப்பதற்காகவே அவ்விதம் அவன் தடை செய்து விட்டான்!" என்றாள்.

மணிமேகலையின் கன்னங்களில் சுழிகள் காணப்பட்டன. சிறிது நேரம் தரையைப் பார்த்துக் கொண்டிருந்து விட்டு, "புருஷர்கள் எங்கேயாவது போய்த் தொலையட்டும், அக்கா! அவர்கள் சகவாசமே நமக்கு வேண்டாம். நாம் ஏரிக்கரை நீராழி மண்டபத்துக்குப் போய் நீர் விளையாடி விட்டு வரலாம்! வருகிறீர்களா?" என்றாள். நந்தினியும் அதற்குச் சம்மதிக்கவே தந்தையிடம் சொல்லி அதற்கு வேண்டிய ஏற்பாடுகளை மணிமேகலை செய்தாள்.

* * *

வீரநாராயண ஏரியின் கீழ்ப்புறத்தில் பெரிய கரையும் அதில் எழுபத்து நாலு மடைவாய்களும் உண்டு என்பதைப் பார்த்திருக்கிறோமல்லவா? ஏரியின் மேற்புறத்தில் அத்தகைய பெரிய கரை கிடையாது. ஏரி நீரின் ஆழம் சிறிது சிறிதாகக் குறைந்து வந்து ஏரிக்கரை அங்கே சம தரையாக அமைந்திருந்தது. இன்னும் மேற்கே அடர்ந்த காடுகள் மண்டிக் கிடந்தன.

இவ்விதம் ஏரி நீர் குறைந்து சம தரையாகும் பிரதேசத்தில் ஆங்காங்கே சிறிய தீவுகள் காணப்பட்டன. தீவுகளில் மரங்களும் செடி கொடிகளும் அடர்ந்து வளர்ந்திருந்தன. அத்தீவுகளில் ஒன்றின் கரையில்

படித்துறையும் நீராழி மண்டபமும் அமைக்கப்பட்டிருந்தன. இங்கே கடம்பூர் சம்புவரையரின் அந்தப்புரத்துப் பெண்கள் நீராடுவதற்காகவும் உல்லாசமாகப் பொழுது போக்குவதற்காகவும் வருவது வழக்கம். அந்த இடத்துக்கு வந்து சேர வேண்டுமானால் இரண்டு காததூரம் ஏரியைச் சுற்றிக் கொண்டு வரவேண்டும். இதனாலும் சம்புவரையர் வீட்டுப் பெண்கள் குளிக்குமிடம் என்று தெரிந்திருந்தபடியாலும் அன்னிய மனிதர்கள் அங்கே வருவது கிடையாது.

நந்தினியும் மணிமேகலையும் படகிலேறிக் கொண்டு அந்தத் தீவுக்கு இப்போது வந்து சேர்ந்தார்கள். படகு செலுத்தத் தெரிந்த இரண்டு தோழிமார்கள் உடன் வந்தார்கள். சமையல் செய்வதற்கு வேண்டிய பண்டங்களையும் படகில் கொண்டு வந்தார்கள். நீராழி மண்டபப் படித்துறையை அடைந்ததும் தோழிப் பெண்கள் படகை விட்டிறங்கி மண்டபத்தில் சமையல் செய்யத் தொடங்கினார்கள்.

நந்தினியும் மணிமேகலையும் சிறிது நேரம் படித்துறையில் உட்கார்ந்து வம்பு பேசிக் கொண்டிருந்தார்கள். மணிமேகலை, இயற்கை மதியூகமுள்ள பெண்; குறும்பில் பற்றுள்ளவள். அவள் பழுவேட்டரையர் பேசுவது போலவும் கரிகாலன், கந்தமாறன், பார்த்திபேந்திரன், வந்தியத்தேவன் ஆகியவர்கள் பேசுவது போலவும் நடித்துக் காட்டினாள். அதையெல்லாம் பார்த்தும் கேட்டும் நந்தினி 'கலீர், கலீர்' என்று சிரித்துக் கொண்டிருந்தாள். ஆயினும் அவளுடைய கவனம் முழுவதும் மணிமேகலையிடம் இல்லை என்பதும், அவள் மனம் அவ்வப்போது ஏதோ அந்தரங்க சிந்தனையில் ஈடுபட்டது என்பதும் வெளியாகி வந்தது.

திடீரென்று மணிமேகலை துள்ளிக் குதித்து எழுந்து நின்றாள்.

"அக்கா! வேட்டைக்கு நாம் போகவில்லை; ஆனால் வேட்டை நம்மைத் தேடி வந்திருக்கிறது!" என்று கூவிக் கொண்டே இடுப்பில் செருகியிருந்த கத்தியை எடுத்தாள்.

நந்தினியும் திடுக்கிட்டு எழுந்து மணிமேகலை பார்த்த திசையை நோக்கினாள். அங்கே சாய்ந்து படர்ந்திருந்த ஒரு பெரிய மரக்கிளையின் மீது சிறுத்தைப் புலி ஒன்று காணப்பட்டது! அந்தச் சிறுத்தை அவர்கள் மீது பாயலாமா, வேண்டாமா என்று யோசிப்பது போலப் பார்த்துக் கொண்டிருந்தது.

அதே சமயத்தில் சிறிது தூரத்தில் குதிரைகள் தண்ணீரில் இறங்கிப் பாய்ந்து வரும் சத்தமும் கேட்டது.

❖ ❖ ❖ ❖

நாற்பத்தொன்றாம் அத்தியாயம்

கரிகாலன் கொலை வெறி

ஆதித்த கரிகாலன் தான் வேட்டையாடச் சென்று வெகு காலமாயிற்று என்றும், வில்வித்தையையே மறந்து போயிருக்கக் கூடும் என்று சொன்னான் அல்லவா? அன்று அவன் வீரநாராயண ஏரிக்கரைக் காட்டில் வேட்டையாடியதைப் பார்த்தவர்கள் அவ்விதம் எண்ணவில்லை. அவனுடைய வில்லிலிருந்து கிளம்பிய அம்புகளுக்கு அன்று எத்தனையோ காட்டு மிருகங்கள் இரையாயின. முயல்களும், மான்களும், கரடிகளும், சிறுத்தைகளும் செத்து விழுந்தன. விலங்கு எதுவும் கண்ணில் படாத போது வானத்தில் பறந்த பறவைகள் மீது அவனுடைய அம்புகள் பாய்ந்தன. பருந்துகளும் ராஜாளிகளும் அலறிக் கொண்டு தரையில் விழுந்தன. கரிகாலனுடைய கொலை வெறி நேரமாக ஆக அதிகமாகிக் கொண்டிருந்தது. அவனுடன் சென்றவர்களுக்கு அதிக வேலை இருக்கவில்லை. குதிரைகளும் மனிதர்களும் கூட்டமாக இரைச்சலிட்டுக் கொண்டு சென்றதில்

காட்டு மிருகங்கள் தத்தம் இடத்திலிருந்து கிளம்பிச் சிதறி ஓடின. மற்றவர்கள் வேட்டையில் செய்த உதவி அவ்வளவேதான். கரிகாலன் மீது பாய வந்த மிருகங்கள் மீது மற்றவர்கள் அம்பு விடுவதையும் வேலை எறிவதையும் கூடக் கரிகாலன் அனுமதிக்கவில்லை. கந்தமாறன் ஒரு தடவை அவ்வாறு கரிகாலன் மீது பாய்ந்து வந்த கரடியின் பேரில் அம்பு எய்தான். அப்போது கரிகாலன் அவன் பக்கம் திரும்பிப் பார்த்து, "கந்தமாறா! நீ கரடியைக் கொல்லப் பார்த்தாயா? என்னைக் கொல்ல முயன்றாயா?" என்று கேட்டான். கந்தமாறன் முகத்தில் எள்ளும் கொள்ளும் வெடித்தன; பிறகு அவன் வில்லை வளைக்கவே இல்லை.

ஏறக்குறைய சூரியன் உச்சி வானத்தை அடைந்த சமயத்தில் எல்லாரும் களைத்துப் போனார்கள். சற்று ஓய்வு எடுத்துக் கொண்டு வீடு திரும்பலாமே என்ற யோசனை எல்லாருடைய மனத்திலும் தோன்றியது. ஆனால் கரிகாலனோ களைத்துப் போன குதிரையை மேலும் காட்டு வழிகளில் செலுத்திக் கொண்டு போனான்.

காலை நேரத்திலெல்லாம் கந்தமாறன் கரிகாலனையொட்டிப் போய்க்கொண்டிருந்தான். "என்னைக் கொல்லப் பார்த்தாயா?" என்று கரிகாலன் அவனைக் கேட்ட பிறகு கந்தமாறன் பின்னால் தங்கிப் பார்த்திபேந்திரனுடன் சேர்ந்து கொண்டான். அவனிடம் இளவரசரின் முரட்டுத்தனமான நடத்தையும் பேச்சையும் பற்றிக் குறை கூறத் தொடங்கினான். பார்த்திபேந்திரன் அதற்குச் சமாதானம் கூற முயன்றான்.

இந்தச் சமயம் பார்த்து வந்தியத்தேவன் கரிகாலனை அணுகினான். பிறகு அவர்கள் இருவருமே சேர்ந்து முன்னால் சென்று கொண்டிருந்தார்கள். வந்தியத்தேவன் வில்லும் அம்பும் எடுத்து வரவில்லை. அவனுக்கு வில்வித்தை அவ்வளவாகப் பழக்கமும் இல்லை. கையில் வேல் மட்டும்தான் கொண்டு வந்திருந்தான். ஆகையால் கரிகாலனுடைய வேட்டையில் குறுக்கிடாமல் அவன் ஜாக்கிரதையாகச் சென்று வந்தான். ஏதாவது அபாயம் நேருவதாக இருந்தால் வேலை உபயோகிப்பதற்கு மட்டும் எச்சமயமும் ஆயத்தமாகப் போய்க் கொண்டிருந்தான். அதற்கு அவசியம் உச்சி நேரம் வரை ஏற்படவில்லை.

கந்தமாறன் பார்த்திபேந்திரனிடம், "இன்றைக்கு இவ்வளவு வேட்டை ஆடியது போதாதா? இன்று ஒரு நாளிலேயே இந்தக் காட்டிலுள்ள விலங்குகளையெல்லாம் கொன்று தீர்த்து விடுவார் போலிருக்கிறதே. இவருடைய வேட்டை வெறி தணிவதற்குக் கொல்லி மலைக்குத்தான் போக வேண்டும். இன்றைக்குப் போதும்; வீடு திரும்பலாம் என்று சொல்லுங்கள்!" என்று கூ றினான்.

அதற்குப் பார்த்திபேந்திர பல்லவன், "தம்பி! இளவரசரின் உள்ளத்தில் ஏதோ கொந்தளித்துக் கொண்டிருக்கிறது. ஒரு பெரிய சாம்ராஜ்யத்தை விட்டுக் கொடுத்துவிடுவது என்றால் இலேசான காரியமா? அந்த ஆத்திரத்தையெல்லாம் வேட்டையில் காட்டுகிறார்; அது வரையில் நல்லதுதான். இல்லாவிடில் உன் மீதும் என் மீதும் காட்டுவார். அவராகச் சலிப்புற்றுப் 'போதும்' என்று சொல்லட்டும்; நாம் தலையிட வேண்டாம்" என்றான்.

இந்தச் சமயத்தில் அந்த வனம் வனாந்தரமெல்லாம் நடுங்கும்படியான உறுமல் சத்தம் ஒன்று கேட்டது. கந்தமாறன் முகத்தில் பீதியின் அறிகுறி காணப்பட்டது. "ஐயோ! காட்டுப்பன்றி! இளவரசரை நிற்கச் சொல்லுங்கள்!" என்றான்.

"காட்டுப்பன்றிக்கு என்ன அவ்வளவு பயம்? புலி, கரடியெல்லாம் இளவரசரிடம் பட்ட பாட்டில் பன்றி எந்த மூலை?"என்றான் பார்த்திபேந்திரன்.

"நீங்கள் தெரியாமல் சொல்கிறீர்கள். இந்தக் காடுகளில் உள்ள பன்றிகள், புலி கரடிகளை சின்னாபின்னமாக்கிவிடும்! யானையை முட்டிக் கீழே தள்ளிவிடும்! குதிரைகள் லட்சியமே இல்லை, அம்பும் வேலும் காட்டுப்பன்றியின் தோலிலே பட்டுத் தெறித்து விழுமே தவிர அதன் உடலுக்குள்ளே போகாது!... ஐயா! ஐயா! நில்லுங்கள்" என்று கந்தமாறன் கூச்சலிட்டான்.

அதே சமயத்தில் காட்டுப் புதர்களிலே ஒரு சிறிய சுழற்காற்று அடிப்பது போன்ற அல்லோலகல்லோலம் ஏற்பட்டது. மறு நிமிடம் குட்டி யானைகளைப் போன்ற கரிய பெரிய உருவம் வாய்ந்த இரண்டு காட்டுப்பன்றிகள் வெளிப்பட்டன. அவை ஒரு கண நேரம் நின்று குதிரைகளையும் அவற்றின் மீது வந்தவர்களையும் உற்றுப் பார்த்தன.

கந்தமாறன், "ஜாக்கிரதை ஐயா! ஜாக்கிரதை"! என்று கூச்சலிட்டான்.

பின் தொடர்ந்து வந்த வேட்டைக்காரர்களில் சிலர் இதற்குள் அங்கு வந்து சேர்ந்து விட்டார்கள். அவர்கள் தாரை தப்பட்டைகளைப் பிராணன் போகிற அவசரத்துடன் முழக்கிக் கொண்டு "கா கூ" என்று கூச்சலிட்டார்கள்.

அந்தப் பன்றிகள் என்ன நினைத்துக் கொண்டனவோ என்னமோ தெரியவில்லை. ஒருவேளை அவற்றின் குட்டிகளை நினைத்துக் கொண்டிருக்கலாம். குட்டிகளுக்கு ஆபத்து வராமல் தடுக்க வேண்டுமென்ற உணர்ச்சியினால் தூண்டப்பட்டிருக்கலாம். அல்லது தாரை தப்பட்டைகளின் சப்தத்தைக் கேட்டு மிரண்டிருக்கலாம். பன்றிகள் இரண்டும் வெவ்வேறு திசையை நோக்கி பிய்த்துக் கொண்டு ஓடத் தொடங்கின.

கந்தமாறன் அதைப் பார்த்துவிட்டு, "கோமகனே! அவை போய்த் தொலையட்டும், ஐந்தாறு வேட்டை நாய்கள் இல்லாமல் ஒரு காட்டுப்பன்றியைத் துரத்திக் கொல்ல முடியாது!" என்றான்.

கரிகாலன் அதைக் காதில் வாங்கிக் கொள்ளாமல் வில்லை வளைத்து அம்பை விட்டான். அது ஒரு பன்றியின் முதுகில் போய்த் தைத்ததைப் பார்த்து விட்டு இளவரசன், "ஆஹா!" என்று உற்சாக கோஷம் செய்தான். அடுத்த கணத்தில் அந்தப் பன்றி உடம்பை ஒரு உலுக்கு உலுக்கியது. அம்பு தெறித்துக் கீழே விழுந்தது; பன்றி மேலே ஓடியது.

கந்தமாறன் அப்போது சிரித்த சிரிப்பில் ஏளனத்தின் தொனி தெரிந்தது. கரிகாலன் அவனைப் பார்த்து, "கந்தமாறா! எங்கே ஒரு பந்தயம்! நானும் வந்தியத்தேவனும் அந்தப் பன்றியைத் தொடர்ந்து போய் அதைக் கொன்று எடுத்துக் கொண்டு வருகிறோம். நீயும் பார்த்திபேந்திரனும் இன்னொரு பன்றியைத் துரத்திப் போய்க் கொன்று எடுத்து வாருங்கள்! இந்தப் பன்றிகள் இரண்டையும் கொல்லாமல் அரண்மனைக்குத் திரும்பக்கூடாது!" என்று சொல்லிக் கொண்டே குதிரையைத் தட்டி விட்டான்; வந்தியத்தேவனும் அவனுடன் சென்றான்.

அவர்கள் தொடர்ந்து சென்ற காட்டுப்பன்றி எந்தத் திசையில் எந்த வழியாகப் போய்க் கொண்டிருக்கிற தென்பது கொஞ்ச நேரம் வரையில் தெரிந்து கொண்டிருந்தது. ஏனெனில் பன்றி சென்ற வழியிலிருந்த செடி கொடிகளும் புதர்களும் அந்தப் பாடுபட்டிருந்தன. பின்னர் ஒரு சிறிய கால்வாய் குறுக்கிட்டது. அது காட்டில் பெய்யும் மழைத் தண்ணீரை ஏரியில் கொண்டு வந்து சேர்க்கும் கால்வாய். அவ்விடத்துக்கு வந்த பிறகு பன்றி எந்தப் பக்கம் போயிற்று என்று கண்டுபிடிக்க முடியவில்லை. கால்வாயைக் கடந்து அப்பாலுள்ள காட்டுக்குச் சென்றதா? கால்வாய் ஓரமாக இந்தப் பக்கமாகவோ, அந்தப் பக்கமாகவோ சென்றதா என்பதை அறிய முடியவில்லை.

அச்சமயம் கால்வாயின் வழியாகத் தெரிந்த ஏரியின் விசாலமான நீர்ப்பரப்பில் தெரிந்த ஒரு காட்சி அவர்களுடைய கவனத்தைக் கவர்ந்தது. படகு ஒன்று வந்து கொண்டிருந்தது. அதிலிருந்தவர்கள் பெண்மணிகள் என்றும் அறியக் கூடியதாயிருந்தது. ஆனால் அவர்கள் யார் என்று தெரிந்து கொள்ள முடியவில்லை. வந்தியத்தேவனும் கரிகாலனும் அச்சமயம் இருந்த இடத்தை நோக்கியே படகு வருவதாக முதலில் காணப்பட்டது. பிறகு திசை சற்றுத் திரும்பி, ஏரிக் கரையோரமாக இருந்த இன்னொரு தீவை நோக்கிச் சென்று படகு மறைந்து விட்டது.

"வல்லவரையா! படகில் வந்தவர்கள் யாராயிருக்கும்? பெண்மணிகள் போலத் தோன்றினார்கள் அல்லவா?" என்றான் கரிகாலன்.

"பெண்கள் போலத்தான் தோன்றியது; அதற்குமேல் எனக்கும் தெரியவில்லை" என்றான் வந்தியத்தேவன்.

"ஒருவேளை சம்புவரையர் வீட்டுப் பெண்களாயிருக்குமோ?"

"இருந்தாலும் இருக்கலாம்; ஆனால் அவர்கள் ஏன் இவ்வளவு தூரம் வரவேண்டும்?"

"ஆமாம்; அவர்களாயிருக்க முடியாதுதான்... காலையில் பழுவேட்டரையர் புறப்பட்டுப் போய்விட்டார் அல்லவா? நிச்சயந்தானே?"

"நிச்சயந்தான், ஐயா! அரண்மனை வாசல் திறப்பதையும் அவர் யானை மீது வெளியே போவதையும் நானே பார்த்தேன்."

"அவர் மட்டுந்தான் போனாரா?"

"ஆமாம்; கிழவர் மட்டுந்தான் போனார்; இளைய ராணி போகவில்லை."

"அந்தக் கிழவரைப் போன்ற வீராதிவீரனை எங்கே பார்க்கப் போகிறோம்? என் பாட்டனார் மலையமானைக் கூடப் பழுவேட்டரையருக்கு அடுத்தபடியாகத்தான் சொல்ல வேண்டும்..."

"ஐயா! அந்தக் கிழவர்களைப் பற்றியெல்லாம் பிறர் சொல்லித்தான் கேட்டிருக்கிறேன். தங்களுடைய வீரத்தைப் போர்க்களத்தில் நேரில் பார்த்திருக்கிறேன்; கடம்பூர் அரண்மனையிலும் பார்த்தேன். கிழவர்கள், குமாரர்கள் எல்லாரையும் எப்படி நடு நடுங்க அடித்துக் கொண்டிருந்தீர்கள்!" என்றான் வந்தியத்தேவன்.

"அது உண்மைதான். ஆனால் எதற்காக அவ்வளவு தடபுடல் செய்தேனோ, அந்தச் சந்தர்ப்பம் நெருங்கி வந்திருக்கும்போது எனக்கு உள்ளமும் உடலும் நடுங்குகின்றன. என்னைப் போன்ற பயங்கொள்ளிக் கோழையை இந்தச் சோழ நாட்டிலேயே காணமுடியாது..."

"இளவரசே! இன்று காட்டில் வேட்டையாடியபோது அப்படித் தாங்கள் பயந்து நடுங்கியதாகத் தெரியவில்லையே? வனவிலங்குகள், பட்சிகள், பின்னோடு வந்தவர்கள் எல்லோரையும் அல்லவா நடு நடுங்கச் செய்தீர்கள்?"

"இவையெல்லாம் ஒரு தைரியத்தில் சேர்ந்ததா? கேவலம் ஒரு வேட்டை நாய் வேங்கைப் புலி மீது பாய்ந்து கொல்லுகிறது; காட்டுப்பன்றி மதயானையோடு சண்டைக்குப் போகிறது. வேட்டையாடும் தைரியம் ஒரு தைரியமா? வல்லவரையா, கேள்! நான் செய்த சூழ்ச்சி பலித்துவிட்டது. பழுவேட்டரையர் நந்தினியைத் தனியாக விட்டு விட்டுச் சென்று விட்டார். ஆயினும் அவளைத் தனிமையில் பார்த்துப் பேசுவதைப் பற்றி எண்ணினால் எனக்குப் பீதி உண்டாகிறது!" என்றான் ஆதித்த கரிகாலன்.

"ஐயா! அதற்கு காரணம் உண்டு; இத்தனை காலமும் பழுவூர் இளைய ராணியைப் பற்றி ஒருவிதமாக எண்ணி இருந்தீர்கள். இப்போது அவர் தங்கள் சகோதரி என்பதை அறிந்திருக்கிறீர்கள். அவரோ தங்கள் குலத்தையே அழித்துவிட விரும்பும் பாண்டிய நாட்டுச் சதிகாரர்களோடு சேர்ந்து கொண்டிருக்கிறார். இதையெல்லாம் அவரிடம் சொல்வது கஷ்டமான காரியந்தான். எனக்கு அதற்கு ஒரு சந்தர்ப்பம் கிடைத்தும் என்னால் சொல்ல முடியவில்லையே!...."

"நண்பா! நீ அறிந்து வந்து கூறிய செய்தி ஒவ்வொன்றும் திடுக்கிடச் செய்வதாகவே இருக்கிறது. இன்னமும் என்னால் நம்ப முடியவில்லை. ஆனால் சிற்சில பழைய விஷயங்களை யோசித்துப் பார்த்தால் உண்மையாக இருக்கலாம் என்று தோன்றுகிறது. எனக்கும் அவளுக்குமிடையில் எப்பொழுதும் ஒரு மாயத்திரை

இருந்து வந்தது. பழையாறை பெரிய பிராட்டியார் – செம்பியன் மாதேவியார் – நந்தினியுடன் நான் சகவாசம் வைத்துக் கொள்ளக்கூடாது என்று அந்த நாளில் வற்புறுத்திச் சொன்னார். ஆனால் உண்மை முழுவதையும் சொல்லவில்லை; சொல்லியிருந்தால் இவ்வளவெல்லாம் நேர்ந்திராது..."

"செம்பியன் மாதேவிக்கு முழு உண்மையும் தெரிந்திராமலிருக்கலாம். யாரோ அநாதை ஊமை ஸ்திரீ பெற்று போட்டுவிட்டுப் போன பெண் என்று மட்டும் அறிந்திருக்கலாம். சுந்தர சோழரின் மகள் அவர் என்பது ஒருவேளை தெரியாமலிருக்கலாம்."

❈ ❈ ❈ ❈

நாற்பத்திரண்டாம் அத்தியாயம்

"அவள் பெண் அல்ல!"

இளவரசன் கரிகாலன் சிறிது நேரம் யோசனையில் ஆழ்ந்திருந்தான். இளம் பிராயத்து நினைவுகள் அவன் உள்ளத்தில் அலை அலையாக மோதிக் கொண்டு தோன்றி, குமுறிக் கொந்தளித்து விட்டுப் பிறகு வேறு நினைவுகளுக்கு இடங்கொடுத்து விட்டு மறைந்தன. அந்த நினைவு அலைகளைப் பலவந்தமாகத் தடுத்து நிறுத்தி ஒரு தீர்க்கமான மூச்சு விட்டு விட்டுக் கரிகாலன்

"போனதைப் பற்றி இப்போது பேசவேண்டாம்; நடக்க வேண்டியதைப் பற்றி பேசலாம். அதற்காகவே உன்னைத் தனியாக அழைத்து வந்தேன். பந்தயத்தில் நாம் தோற்று விட்டோம்; பன்றி போய்விட்டது. இனி என்ன செய்வது, எப்படிச் செய்வது என்று யோசித்து முடிவு செய்யலாம். வல்லவரையா! நந்தினியிடம் அவளுக்கும் எனக்கும் உள்ள உறவை எப்படிச் சொல்வது என்று நினைத்தாலே எனக்குப் பீதி உண்டாகிறது. அவள் முகத்தை நன்றாக நிமிர்ந்து பார்க்கக் கூட என்னால் முடியவில்லை. தப்பித் தவறிப் பார்க்கும் போதெல்லாம், வீர பாண்டியனுடைய உயிருக்காக அவள் மன்றாடிய போது எப்படி முகத்தை வைத்துக் கொண்டாளோ, அப்படியே வைத்துக் கொள்கிறாள். அவளுடைய பார்வை, நெஞ்சை வாள் கொண்டு அறுப்பது போலிருக்கிறது. என் சகோதரி வீர பாண்டியன் மீது காதல் கொண்டு அவன் உயிருக்காக என்னிடம் மன்றாடினாள் என்பதை நினைத்தாலே என் நெஞ்சு உடைந்துவிடும் போலிருக்கிறது. வல்லவரையா! உன் கருத்து என்ன? இன்னமும் அவளுக்கு உண்மை தெரியாது என்றா நினைக்கிறாய்? அவள் சுந்தர சோழரின் மகள் என்றும், எங்களுக்கெல்லாம் சகோதரி என்றும் அறியமாட்டாள் என்றா கருதுகிறாய்?"

"கோமகனே! இவையெல்லாம் தெரிந்திருந்தால், இன்னமும் பாண்டிய நாட்டுச் சதிகாரர்களுடன் சேர்ந்திருப்பாரா? சோழ குலத்துக்கு விரோதமாக ஒரு சிறுபிள்ளையைச் சிம்மாசனத்தில் அமர்த்திப் பாண்டிய நாட்டு மன்னனாகவும் சோழ சாம்ராஜ்ய சக்கரவர்த்தியாகவும் மணிமகுடம் சூட்டியிருப்பாரா? அந்த மணிமகுடத்தைத் தாங்கி நிற்பதாகக் கையில் கத்தி ஏந்திச் சபதம் செய்திருப்பாரா? இவையெல்லாம் திருப்புறம்பியம் பள்ளிப்படையருகில் நள்ளிரவில் நடந்ததை நானே பார்த்தேன்.."

"இவ்வளவையும் பார்த்த உன்னை நந்தினி உயிரோடு விட்டு விட்டதை நினைத்தால் வியப்பாயிருக்கிறது."

"ஐயா! எனக்கு அதில் வியப்பு இல்லை; பெண் உள்ளத்தில் இயற்கையாகக் குடிகொண்டுள்ள இரக்கம் காரணமாயிருக்கலாம் அல்லவா?"

"வல்லவரையா! நீ உலகமறியாதவன்; பெண் உள்ளத்தில் குடிகொண்டுள்ள வஞ்சகமும் வஞ்சனையும் எத்தகையவை என்பது உனக்குத் தெரியாது. என்ன நோக்கத்துடன் உன்னை அவள் உயிரோடு விட்டாள்

என்பதை நான் அறியேன். ஆனால் என்னை எதற்காக ஓலை அனுப்பி வரவழைத்தாள் என்பது என் அந்தரங்கத்துக்குத் தெரிந்திருக்கிறது."

"இளவரசே! அது என்ன காரணமாயிருக்கும்?"

"என்னைக் கொன்று வீர பாண்டியனுக்குப் பழிக்குப் பழி வாங்குவதற்காகத்தான் வரவழைத்திருக்கிறாள்.."

"ஐயா! அப்படி ஏதாவது விபரீதம் நேர்ந்துவிடப் போகிறதென்று எண்ணித்தான் இளைய பிராட்டியும் முதன்மந்திரியும் என்னை அவசரமாக அனுப்பி வைத்தார்கள். ஆனால் அவர்கள் கடம்பூருக்குப் போக வேண்டாம் என்று சொன்னதைத் தாங்கள் கேட்கவில்லை...."

"வல்லவரையா! இளைய பிராட்டியும் முதன்மந்திரியும் மிக மிக அறிவாளிகள்தான். ஆனால் விதியை அவர்களால் கூடத் தடுக்க முடியாது அல்லவா? அருள்மொழிவர்மனைப் பற்றிச் சோதிடர்கள் சொல்லி இருப்பதையெல்லாம் உண்மையாக்குவதற்காகவே விதி என்னை இங்கே கொண்டு வந்து சேர்த்திருக்கிறதோ என்னமோ, யார் கண்டது? வல்லவரையா! கந்தமாறன் என் பின்னாலிருந்து அம்பை விட்டானே? உண்மையில் அவன் கரடியைக் குறிபார்த்து விட்டானா? என்னைக் குறிபார்த்து விட்டானா? நீ கவனித்தாயா?"

"நான் கவனிக்கவில்லை, ஐயா! ஆனால் கந்தமாறன் அத்தகைய துரோகம் செய்யக் கூடியவன் என்று நான் ஒரு நாளும் ஒப்புக் கொள்ளமாட்டேன். வீட்டுக்கு வந்த விருந்தாளியை, அதிலும் சக்கரவர்த்தியின் குமாரனைப் பின்னாலிருந்து அம்பு எய்து கொல்லக் கூடியவனா கந்தமாறன்? அவனுடைய அறிவுக் கூர்மையைப் பற்றி எனக்கு அவ்வளவு உயர்ந்த அபிப்பிராயம் இல்லைதான். முதுகில் குத்தப்பட்டு உணர்வற்றுக் கிடந்தவனை நான் தூக்கிக் கொண்டு போய்க் காப்பாற்றினேன். கண் விழித்ததும் என்னைப் பார்த்தபடியால் நான்தான் அவனைக் குத்தியதாக எண்ணிக் கொண்டான். அப்போது அவன் என் பேரில் கொண்ட பகைமை இன்னும் மாறவில்லை. ஆனால் அவனுடைய புத்தி கொஞ்சம் கட்டையாயிருந்தாலும், துரோக சிந்தையுள்ளவன் அல்ல..."

"நண்பா! ஒரு அழகிய பெண்ணின் மோகனாஸ்திரத்துக்கு எவ்வளவு சக்தியுண்டு என்று உனக்குத் தெரியாது. எவ்வளவு நல்லவனையும் அது துரோகச் செயல் புரியச் செய்துவிடும்..."

"ஐயா! பெண்களின் மோகன சக்தியைப் பற்றி நானும் சிறிது அறிந்து தானிருக்கிறேன். அதனால் நான் ஒரு நாளும் துரோகியாகி விடமாட்டேன்..."

"ஆகா! மணிமேகலை நல்ல பெண், உன்னைத் துரோகமான காரியம் செய்யும்படி ஏவமாட்டாள்..."

"நான் மணிமேகலையைச் சொல்லவில்லை; பூரண சந்திரனைப் பார்த்த கண்களுக்கு மின்மினி கவர்ச்சிகரமாகத் தோன்ற முடியுமா?"

"பூரண சந்திரன் என்று யாரைக் குறிப்பிடுகிறாய்?"

"இளவரசே! கோபிக்க வேண்டாம்; பழையாறை இளைய பிராட்டியைத்தான் சொல்லுகிறேன்..."

"அடே! அதிகப் பிரசங்கி! உலகிலுள்ள மன்னாதி மன்னர்கள் எல்லோரும் குந்தவையின் கைபிடிக்கத் தவம் கிடக்கிறார்கள். அத்தகைய என் சகோதரியை நீ மனத்தினாலும் நினைக்கலாமா?"

"ஐயா! பூரண சந்திரனுடைய மோகனத்தையும் தண்ணொளியையும் பூலோக சக்கரவர்த்திகளும் பார்த்து அனுபவிக்கிறார்கள்; ஏழை எளியவர்களுந்தான் அந்த வெண் நிலவில் நின்று களிக்கிறார்கள்; அவர்களை யார் தடுக்க முடியும்?"

"ஆமாம்; உன் பேரில் கோபித்துக் கொள்வதில் பயனில்லை. தெரிந்துதான் நான் உன்னை என் சகோதரியிடம் ஓலையுடன் அனுப்பினேன். நீயும் அவளுக்குத் திருப்தியாக நடந்து கொண்டாய். ஆனால்

பார்த்திபேந்திரனிடம் மட்டும் இதையெல்லாம் சொல்லிவிடாதே! அவன் சோழ குலத்துக்கு மருமகனாகித் தொண்டை நாட்டுக்கு மன்னனாக விளங்கலாம் என்று கனவு கண்டு கொண்டிருக்கிறான்..."

"ஐயா! அவ்விதம் சில காலத்துக்கு முன்பு வரையில் இருந்திருக்கலாம். இப்போது கந்தமாறன், பார்த்திபேந்திரன் இருவரும் நந்தினி தேவி காலால் இட்ட வேலையைத் தலையினால் செய்யக் காத்திருக்கிறார்கள்....."

"அதை நான் கவனித்து வருகிறேன்; ஆகையினால்தான் அவர்கள் விஷயத்தில் எனக்குப் பயமாயிருக்கிறது."

"எல்லாவற்றையும் உத்தேசிக்கும்போது, தாங்கள் இளைய ராணியைச் சீக்கிரம் சந்தித்து எல்லா உண்மைகளையும் சொல்லி விடுவது அவசியம் என்று தோன்றுகிறது."

"நண்பா! எனக்கு அவ்வளவு தைரியம் வரும் என்று தோன்றவில்லை. எனக்குப் பதிலாக நீயே அவளைச் சந்தித்துச் சொல்லி விட்டால் என்ன?"

"இளவரசே! நான் சொன்னால் இளைய ராணிக்கு நம்பிக்கை ஏற்படாது. ஒருமுறை நான் அவரை ஏமாற்றிவிட்டு தப்பித்துக் கொண்டு சென்றிருக்கிறேன். ஆகையால் இதுவும் ஏதோ ஒரு சூழ்ச்சி என்று கருதக் கூடும்."

"ஆனால் நான் நந்தினியைத் தனியாகச் சந்திப்பது எப்படி? அவளோ அந்தப்புரத்தில் இருக்கிறாள்!"

"ஐயா! மணிமேகலையின் மூலம் அது சாத்தியமாகும்; அதற்கு வேண்டிய ஏற்பாடு நான் செய்கிறேன்...."

"மணிமேகலையை நீ கைக்குள் போட்டுக் கொண்டிருக்கிறாய் போலிருக்கிறது. நல்ல காரியந்தான்! எது எப்படியானாலும் மணிமேகலையை உனக்குத் திருமணம் செய்து வைத்து விட்டால், என் உள்ளம் ஓரளவு நிம்மதி அடையும்."

"ஐயா! மணிமேகலையை நான் என் உடன் பிறந்த சகோதரியாகக் கருதுகிறேன். அவளுக்கு இன்னும் பன்மடங்கு மேலான அதிர்ஷ்டம் கிட்டக்கூடும் என்று எதிர்பார்க்கிறேன்..."

"எதைப் பற்றிச் சொல்லுகிறாய்?"

"தெரியவில்லையா, இளவரசே! சோழ சாம்ராஜ்யத்தின் பட்டத்து இளவரசரின் உள்ளத்தில் கன்னி மணிமேகலை இடம் பெற்றிருப்பதாக ஊகிக்கிறேன். சற்று முன் சம்புவரையர் குமாரியைப் பற்றி ஒரு மாதிரி பேசினேன். என் மனத்தைத் தங்களுக்குத் தெரிவிப்பதற்காக அவ்விதம் சொன்னேன். இளைய பிராட்டி ஒருவரைத் தவிர இந்த உலகில் பிறந்த வேறு எந்தப் பெண்ணும் மணிமேகலைக்கு அறிவிலும் குணத்திலும் இணையாக மாட்டார்கள். தாங்கள் மட்டும் மணிமேகலையை மணந்து கொண்டால் நம்முடைய தொல்லைகள் எல்லாம் தீர்ந்து விடும். சம்புவரையரும் கந்தமாறனும் நம்முடன் சேர்ந்து விடுவார்கள். பழுவேட்டரையர்கள் தனித்துப் போய் விடுவார்கள். இளைய ராணியின் சக்தியும் குன்றி விடும். மதுராந்தகத் தேவர் பின்னர் ராஜ்யம் என்ற பேச்சையே எடுக்க மாட்டார். சிற்றரசர்களின் சூழ்ச்சியையும் பாண்டிய நாட்டு ஆபத்துதவிகளின் சதியையும் ஒரேயடியாய் முறியடித்து வெற்றி காணலாம்..."

"எல்லாம் சரிதான், தம்பி! ஆனால் கடம்பூருக்கு நான் திருமணம் செய்து கொள்வதற்காக வரவில்லை. ஏதோ ஒரு பெரிய ஆபத்து நெருங்கிக் கொண்டிருக்கிறது. நான் சொல்கிறேன், கேள்! பழுவேட்டரையர் மதுராந்தகனோடு திரும்பி வரும்போது ஒரு பெரிய படையுடன் வரப்போகிறார்..."

"ஐயா! அப்படியானால் நாமும் திருக்கோவலூர் அரசருக்குச் சொல்லி அனுப்பிப் படை திரட்டிக் கொண்டு வரச் செய்தால் என்ன? எதற்கும் முன் ஜாக்கிரதையுடன் இருப்பது நல்லதல்லவா?"

"நானும் அதைப் பற்றி யோசித்து வருகிறேன். ஒவ்வொரு சமயம் எனக்கு என்ன தோன்றுகிறது தெரியுமா? இந்தக் கடம்பூர் அரண்மனையைத் தரை மட்டமாக்கி, இங்கே சதியாலோசனை செய்தவர்கள் அத்தனை பேரையும் அரண்மனை வாசலில் கழுவிலேற்ற வேண்டுமென்று தோன்றுகிறது. என் தந்தையை முன்னிட்டுத்தான் கோபத்தை அடக்கிக் கொள்கிறேன். அவரை மட்டும் நீ காஞ்சிக்கு அழைத்து வந்திருந்தால்...!"

"இளவரசே! அவரிடம் தங்கள் ஓலையைச் சேர்ப்பிப்பதே பிரம்மப் பிரயத்தனமாகி விட்டதே!"

"ஆமாம்; சக்கரவர்த்தி இந்தப் பழுவேட்டரையர்களிடம் நன்றாய் அகப்பட்டுக் கொண்டிருக்கிறார். என் பெற்றோர்களுக்கென்று காஞ்சிமா நகரில் நான் கட்டிய பொன் மாளிகையில் வௌவால்கள் சஞ்சரிக்கின்றன. நான் உயிரோடிருக்கும்போது அவர்களை அம்மாளிகையில் வரவேற்கும் பாக்கியம் எனக்குக் கிடைக்குமோ, என்னமோ தெரியாது. இந்தக் கடம்பூரைவிட்டு உயிரோடு வெளியில் போவேனோ என்று கூடச் சந்தேகமாயிருக்கிறது..."

"இளவரசே! தாங்கள் இவ்விதம் பேசப் பேச, மலையமானைப் படைகளுடன் வரச் சொல்வது மிக்க அவசியம் என்று தோன்றுகிறது.."

"அந்த காரியத்துக்கு உன்னையே அனுப்பலாமா என்று பார்க்கிறேன்.."

"ஐயா! மன்னிக்கவேணும்! தங்களை விட்டு ஒரு கணமும் பிரியவே கூடாது என்று தங்கள் தமக்கையார் எனக்குக் கட்டளையிட்டிருக்கிறார்கள்.."

"அதை நீ இது வரை நன்றாக நிறைவேற்றி வருகிறாய்."

"பார்த்திபேந்திர பல்லவர் இங்கே சும்மாதான் இருக்கிறார்; பொழுது போகாமல் கஷ்டப்படுகிறார்..."

"ஆமாம்; பழுவூர் இளைய ராணியைப் பாராத ஒவ்வொரு கணமும் அவனுக்கு ஒவ்வொரு யுகமாக இருக்கிறது. பார்த்திபேந்திரன் பெண்ணழகுக்கு இவ்வளவு அடிமையாவான் என்று நான் கனவிலும் கருதவில்லை. அவனைத்தான் மலையமானிடம் அனுப்ப வேண்டும்."

"சரியான யோசனை, ஐயா!"

"அவன் இல்லாதபோது எனக்கு ஏதாவது அபாயம் நேரிட்டால் உதவிக்கு நீ இருக்கவே இருக்கிறாய்..."

"இளவரசே! யார் இருந்தாலும் இல்லாவிட்டாலும், தங்களுக்குத் தீங்கு செய்யத் துணிவுள்ளவன் இந்த உலகில் இருப்பதாக நான் கருதவில்லை. தாங்கள் இல்லாதபோது தங்களைப் பற்றி ஏதேதோ பேசிய வீரக் கிழவர்கள் தங்களை நேரில் பார்த்ததும் கைகால் நடுங்கி வாய் குழறித் தடுமாறுவதை நேரில் பார்த்தேனே?"

"தம்பி! கையில் கத்தி எடுத்துப் போராடக் கூடிய எந்த ஆண் மகனுக்கும் நான் பயப்படவில்லை. பின்னாலிருந்து முதுகில் அம்பு விடக்கூடிய கந்தமாறன் போன்றவர்களுக்கும் நான் பயப்படவில்லை..."

"மறுபடி கந்தமாறனைப் பற்றி அப்படிச் சொல்கிறீர்களே.."

"கேள், தம்பி! ஒரு பெண்ணின் நெஞ்சின் ஆழத்தில் உள்ள வஞ்சகத்துக்குத்தான் அஞ்சுகிறேன். அவள் மனத்தில் என்ன வைத்துக் கொண்டிருக்கிறாளோ என்று எண்ணும்போதெல்லாம் என் உள்ளம் பதைபதைக்கிறது. அவள் என்னை மர்மமாகப் பார்க்கும் ஒவ்வொரு பார்வையும் என் நெஞ்சில் ஈட்டியைச் செலுத்துவது போலிருக்கிறது. அதைப் பற்றி எண்ணிய உடனே என் கை கால்கள் வெடவெடத்துப் போகின்றன."

"ஐயா! நந்தினிதேவியின் வஞ்சகத்துக்குப் பயப்பட வேண்டியதுதான் என்பதை நானும் ஒத்துக் கொள்கிறேன். அவருடைய உள்ளத்தில் எவ்வளவு பயங்கரமான துவேஷம் குடிகொண்டிருக்கிறது என்பதை நான் உணர்ந்திருக்கிறேன். என்னை அவர் உயிரோடு போகவிட்டதை நினைக்கும்போது சில சமயம் அதில் என்ன

சூழ்ச்சி இருக்குமோ என்று பீதி கொள்கிறேன். ஆனால் இதெல்லாம் அவருக்கு உண்மை தெரியாமலிருக்கும் காரணத்தினால்தான் அல்லவா? அவருடைய சகோதரர் தாங்கள் என்பதைத் தெரிவித்து விட்டால் அதற்குப் பிறகு எந்தக் கவலையும் வேண்டியதில்லையல்லவா?"

"அப்படியா எண்ணுகிறாய்? வல்லவரையா! நீ கெட்டிக்காரன்தான். ஆனால் பெண்களின் இயல்பு அறியாத அப்பாவிப் பிள்ளை. நந்தினிக்குத் தான் சுந்தர சோழரின் குமாரி என்பது தெரிந்தால், எங்கள் எல்லோரிடமும் அவளுடைய குரோதம் ஒன்றுக்கு நூறு மடங்கு ஆகும். தஞ்சை சாம்ராஜ்யத்தின் சக்கரவர்த்தினியாக அவளுக்குப் பட்டம் சூட்டுவதாகச் சொன்ன போதிலும் அவளுடைய கோபம் தீராது..."

"இளவரசே! அப்படித் தாங்கள் கருதினால் அந்தப் பொறுப்பை என்னிடமே ஒப்புவியுங்கள். நானே நந்தினியிடம் உண்மை வரலாற்றைச் சொல்வேன். அவருடைய கோபத்தையும் தணிக்க முயல்வேன்...."

"உன்னாலும் அது முடியாது, நண்பா! நந்தினியின் கோபத்தை யாராலும் தடுக்க முடியாது. நான் சொல்வதைக் கேள்! எங்கள் சோழ குலத்தைக் காப்பாற்ற வேண்டுமானால், ஒன்று நான் சாக வேண்டும்; அல்லது அவள் சாக வேண்டும்; அல்லது இரண்டு பேரும் சாக வேண்டும். வீரபாண்டியனைக் கொன்ற வாளினால் அவளையும் கொன்று விடுகிறேன்...."

"இளவரசே! இது என்ன பயங்கரமான பேச்சு?"

"வல்லவரையா! ஒரு சாம்ராஜ்யத்தைப் பாதுகாப்பதற்காக ஓர் உயிரைக் கொல்லுவது குற்றமா? அவள் பெண்ணாயிருந்தால் என்ன? என் உடன் பிறந்த சகோதரியாக இருந்தால்தான் என்ன? உண்மையில் அவள் பெண் அல்ல; பெண் உருக்கொண்ட மாய மோகினிப் பேய்! அவளை உயிரோடு விட்டுவைத்தால் விஜயாலய சோழர் காலத்திலிருந்து பல்கிப் பெருகி வந்திருக்கும் இந்தச் சோழ சாம்ராஜ்யம் சின்னாபின்னமாகிவிடும்... ஆகா! அது என்ன?" என்று ஆதித்த கரிகாலன் திகிலுடன் கேட்டு விட்டுத் திரும்பிப் பார்த்தான்.

அச்சமயம் அவர்கள் இருந்த இடத்துக்குச் சற்றுத் தூரத்தில் காட்டுப் புதர்களுக்கு மத்தியில் ஏதோ அல்லோலகல்லோலம் நடந்து கொண்டிருந்தது. இருவரும் குதிரைகளைத் தட்டிவிட்டு அருகில் சென்று பார்த்தார்கள். மிக அபூர்வமான காட்சி ஒன்று தென்பட்டது; காட்டுப்பன்றி ஒன்றும், சிறுத்தைப் புலி ஒன்றும் கொடூரமாகச் சண்டையிட்டுக் கொண்டிருந்தன.

"ஆகா! நாம் தேடி வந்தவன் இங்கே இருக்கிறான்!" என்றான் கரிகாலன்.

"சிறுத்தை நமக்கு வேலை இல்லாமல் செய்து விடும் போலிருக்கிறது!" என்றான் வந்தியத்தேவன்.

"அப்படியா நினைக்கிறாய்? பார்த்துக் கொண்டே இரு!" என்றான் கரிகாலன்.

சிறுத்தைக்கும் பன்றிக்கும் நடந்த அகோரமான யுத்தத்தை இருவரும் சிறிது நேரம் கண்கொட்டாமல் பார்த்துக் கொண்டிருந்தார்கள். சிறுத்தை பன்றியின் மீது பாய்ந்து அதை நகங்களினாலும் பற்களினாலும் தாக்க முயன்றது. ஆனால் காட்டுப்பன்றியின் கடினமான தோல், புலி நகத்திற்கும் பற்களுக்கும் சிறிது அசைந்து கொடுக்கவில்லை. ஆனால் பன்றி வேகமாக ஓடி வந்து சிறுத்தையை முட்டித் தள்ளித் தரையிலும் மரங்களின் வேர்களிலும் வைத்துத் தேய்த்த போதெல்லாம் சிறுத்தை படாதபாடு பட்டது. பன்றியின் கோரைப் பற்கள் சிறுத்தையின் தோலைச் சின்னாபின்னமாகக் கிழித்தன. கடைசியாக ஒரு முறை சிறுத்தையைப் பன்றி கீழே முட்டித் தள்ளியபோது அது செத்தது போலக் கிடந்தது.

"தம்பி! சிறுத்தை செத்து விட்டது! பன்றி இனி நம் பேரில் திரும்பும்! அதற்கு நாம் ஆயத்தமாக வேண்டும்!" என்று கூறிக் கரிகாலன் வில்லில் அம்பைப் பூட்டி, விட்டான்.

அம்பு பன்றியின் கழுத்தில் போய்த் தைத்தது. பன்றி கழுத்தை உதறிக் கொண்டே திரும்பிப் பார்த்தது. இரு குதிரைகளையும் அவற்றின் மீதிருந்தவர்களையும் ஒரு கணம் கவனித்தது. பிறகு ஒரு தடவை சிறுத்தையைப் பார்த்தது. அதனால் இனி ஒன்றும் ஆகாது என்று தெரிந்து கொண்டது போலும்! மூர்க்க ஆவேசத்துடன் குதிரைகளை நோக்கிப் பாய்ந்து வந்தது. கரிகாலன் இன்னொரு அம்பை வில்லில் பூட்டுவதற்கு முன்னால் அவன் ஏறியிருந்த குதிரையைத் தாக்கியது. தாக்குதலின் வேகத்தினால் சிறிது நகர்ந்த குதிரையின் பின்னங்கால் ஒரு மரத்தின் வேரில் அகப்பட்டுக் கொள்ளவே குதிரை தடுமாறிக் கீழே விழுந்தது. குதிரையின் அடியில் கரிகாலன் அகப்பட்டுக் கொண்டான்.

பன்றி சிறிது பின்னால் நகர்ந்து வந்து மறுபடியும் தரையில் கிடந்த குதிரையை நோக்கிப் பாய்ந்து சென்றது.

❉ ❉ ❉ ❉

நாற்பத்து மூன்றாம் அத்தியாயம்

"புலி எங்கே?"

ஆதித்த கரிகாலர் எப்பேர்ப்பட்ட ஆபத்தில் அகப்பட்டுக் கொண்டார் என்பதை வந்தியத்தேவன் கவனித்தான். கண்மூடித் திறக்கும் நேரத்தில் குதிரையைச் செலுத்திக் கொண்டு வந்து பன்றியின் மீது தன் கையிலிருந்த வேலைச் செலுத்தினான். வேல் பன்றியின் முதுகுத் தோலின் மீது மேலாகக் குத்தியது . பன்றி உடம்பை ஒரு குலுக்குக் குலுக்கிக் கொண்டு திரும்பியது. அந்த வேகத்தில் வந்தியத்தேவன் கையில் பிடித்திருந்த வேலின் பிடி நழுவிவிட்டது. பன்றியின் முதுகில் இலேசாகச் சென்றிருந்த வேல் நழுவிக் கீழே விழுந்தது.

பன்றி இப்போது வந்தியத்தேவன் பக்கம் திரும்பி ஓடி வந்தது. அவன் தன் அபாயகரமான நிலையை உணர்ந்தான். பன்றியின் தாக்குதலுக்கு அவனுடைய குதிரையினால் ஈடு கொடுக்க முடியாது; கையில் வேலும் இல்லை. இளவரசரோ இன்னமும் குதிரையின் கீழிருந்து வெளிப்படுவதற்கு முயன்று கொண்டிருக்கிறார். தான் குதிரை மேலிருந்தபடி ஏதாவது ஒரு மரத்தின் மேல் தாவி ஏறிக் கொண்டால்தான் தப்பிப் பிழைக்கலாம். சீச்சீ! எத்தனையோ அபாயங்களுக்குத் தப்பி வந்து கடைசியில் கேவலம் ஒரு காட்டுப்பன்றியினாலேயா கொல்லப்பட வேண்டும்?...

நல்ல வேளையாக அருகாமையிலேயே தாழ்ந்து படர்ந்த மரம் ஒன்று இருந்தது. வந்தியத்தேவன் குதிரை மீதிருந்து பாய்ந்து மரத்தின் கிளை ஒன்றைத் தாவிப் பிடித்துக் கொண்டான். கால் முதல் தோள் வரையில் அவனுடைய பலத்தை முழுவதும் பிரயோகித்து எழும்பி கிளை மீது ஏறிக் கொண்டான். அதே சமயத்தில் பன்றி அவனுடைய குதிரையை முட்டியது. குதிரை தட்டுத்தடுமாறி விழப் பார்த்துச் சமாளித்துக் கொண்டு அப்பால் ஓடியது.

கரிகாலர் இன்னமும் குதிரையின் அடியில் கிடந்தார். வந்தியத்தேவன் மரக்கிளை மீது இருந்தான். காட்டுப்பன்றி இருவருக்கும் நடுவில் நின்று இப்படியும் அப்படியும் திரும்பிப் பார்த்தது.

இரண்டு எதிரிகளில் யாரைத் தாக்கலாம் என்று அந்தக் காட்டுப்பன்றி யோசனை செய்கிறது என்பதை வந்தியத்தேவன் அறிந்தான். இளவரசர் இன்னும் குதிரைக்கு அடியிலிருந்து விடுவித்துக் கொண்டு வெளி வந்தபாடில்லை. வெளி வந்துவிட்ட போதிலும் பன்றியின் தாக்குதலை அவரால் அச்சமயம் சமாளிக்க முடியுமா என்பது சந்தேகந்தான். அவர் கையில் உடனே பிரயோகிக்கக் கூடிய ஆயுதம் இல்லை. வில்லை வளைத்து அம்பு விட வேண்டும். குதிரைக்கு அடியில் விழுந்து அகப்பட்டுக் கொண்டதில் அவருக்குப் பலமான காயம்

பட்டிருந்தாலும் பட்டிருக்கலாம். எப்படியும் இளவரசருக்குச் சிறிது சாவகாசம் ஏற்படுத்திக் கொடுப்பது அவசியம். இவ்வளவையும் மின்னல் மின்னும் நேரத்தில் வந்தியத்தேவன் யோசனை செய்து ஒரு முடிவுக்கு வந்தான். தான் ஏறியிருந்த மரக்கிளையைப் பலமாக உலுக்கி ஆட்டிக் கொண்டே "ஆகா, ஊ கூ" என்று பெரியதாகச் சத்தமிட்டான்.

அவனுடைய யுக்தி பலித்தது; பன்றி மூர்க்காவேசத்துடன் அவன் ஏறியிருந்த மரத்தை நோக்கிப் பாய்ந்து வந்தது.

"வரட்டும்; வரட்டும் வந்து மரத்தின் பேரில் முட்டிக் கொள்ளட்டும்" என்று வந்தியத்தேவன் எண்ணிக் கொண்டிருக்கும்போதே, அவன் ஏறி உட்கார்ந்து உலுக்கிய மரக்கிளை மடமடவென்று முறிந்தது. கடவுளே! இது என்ன ஆபத்து?... கிளையுடன் தரையில் விழுந்தால்? அடுத்த நிமிடமே பன்றியின் கோரப் பற்கள் அவனைச் சின்னாபின்னமாகக் கிழித்து விடும். வேறு கிளை ஒன்றைத் தாவிப் பிடித்துக் கொண்டால்தான் பிழைக்கலாம்; அப்படித் தாவிப் பிடிக்க முயன்றான். பிடிக்க முயன்ற கிளை சற்றுத் தூரத்தில் இருந்தபடியால் ஒரு கை மட்டுந்தான் பிடித்தது. பிடித்த கிளை மெல்லியதாயிருந்தபடியால் வளைந்து கொடுத்தது. கைப்பிடி நழுவத் தொடங்கியது, கால்கள் ஊசலாடின! சரி! கீழே விழ வேண்டியதுதான், உடனே மரணந்தான்! சந்தேகமில்லை. ஏதோ, கடைசியாக ஆதித்த கரிகாலரைக் காப்பாற்ற முடிந்தது அல்லவா? இளைய பிராட்டி இதை அறியும்போது மகிழ்ச்சி அடைவாள் அல்லவா? தன்னுடைய மரணத்துக்காக ஒரு துளி கண்ணீர் விடுவாள் அல்லவா?...

ஏதோ ஒரு பயங்கரமான சத்தம் கேட்டது! அதே சமயத்தில் கைப்பிடியும் நழுவி விட்டது! வந்தியத்தேவன் கண்களை இறுக மூடிக்கொண்டான். தடால் என்று கீழே விழுந்தான்; விழும்போதே நினைவை இழந்தான்.

வந்தியத்தேவன் நினைவு வந்து கண் விழித்துப் பார்த்த போது ஆதித்தகரிகாலர் அவன் முகத்தில் தண்ணீர் தெளித்துக் கொண்டிருப்பதைக் கண்டான். சட்டென்று நிமிர்ந்து எழுந்து உட்கார்ந்து, "இளவரசே! பிழைத்திருக்கிறீர்களா?" என்றான்.

"ஆமாம்; உன்னுடைய தயவினால் இன்னும் பிழைத்திருக்கிறேன்" என்றார் ஆதித்தகரிகாலர்.

"காட்டுப்பன்றி என்ன ஆயிற்று?" என்று கேட்டான்.

"அதோ!" என்று இளவரசர் சுட்டிக் காட்டிய இடத்தில் காட்டுப்பன்றி செத்துக் கிடந்தது.

வந்தியத்தேவன் அதைச் சற்று உற்றுப் பார்த்துவிட்டு, "அரசே! இவ்வளவு சின்ன உருவமுள்ள பிராணி என்ன பாடுபடுத்தி விட்டது? கந்தமாறன் காட்டுப்பன்றியைக் குறித்துச் சொன்னது அவ்வளவும் உண்மைதான். கடைசியில் அதை எப்படித்தான் கொன்றீர்கள்?" என்று கேட்டான்.

"நான் கொல்லவில்லை. உன்னுடைய வேலும் நீயுமாகச் சேர்ந்துதான் கொன்றீர்கள்!" என்றார் இளவரசர்.

வந்தியத்தேவன் அதன் பொருள் விளங்காதவனைப் போல் இளவரசரின் முகத்தைப் பார்த்தான்.

"என்னுடைய வேலைத் தாங்கள் நன்றாக உபயோகப்படுத்தியிருக்கிறீர்கள்! ஆனால் நான் ஒன்றும் செய்யவில்லையே? ஆபத்தான சமயத்தில் தங்களுக்கு உதவி செய்ய முடியாதவனாகி விட்டேனே?" என்றான்.

"நீ மரக் கிளையைப் பிடித்து உலுக்கிச் சத்தமிட்டாய் அல்லவா? அப்போது நான் குதிரை அடியிலிருந்து வெளிவந்து உன் வேலை எடுத்துக் கொண்டேன். என் மனத்தில் கொந்தளித்துக் கொண்டிருந்த கோபத்தையெல்லாம் பாவம், இந்தப் பன்றியின் பேரில் பிரயோகித்தேன். வேலினால் குத்தப்பட்டதும் அது பயங்கரமாகச் சத்தமிட்டது. என் காதே செவிடாகி விடும் போலிருந்தது. ஆனால் வேலினால் மட்டும் அது சாகவில்லை. நீ மரக் கிளையிலிருந்து நழுவி அதன் பேரில் விழுந்தாய்; அந்த அதிர்ச்சியினால் தான் செத்தது!" என்று கரிகாலர் சொல்லிவிட்டுச் சிரித்தார்.

வந்தியத்தேவனும் அதை நினைத்து நினைத்துச் சிரித்தான். உடம்பைத் தடவிப் பார்த்துக் கொண்டு "பன்றியின் மேல் விழுந்ததினாலேதான், காயம் படாமல் தப்பினேன் போலிருக்கிறது. மகா விஷ்ணு வராக அவதாரம் எடுத்து இரணியாட்சனைக் கொன்றார் என்பதை இனி என்னால் நம்ப முடியும். அப்பா! எவ்வளவு மூர்க்கமான பிராணி" என்றான்.

"இந்தச் சிறு காட்டுப்பன்றியைப் பார்த்துவிட்டு வராகாவதாரத்தை மதிப்பிடாதே, தம்பி! வடக்கே விந்திய மலையைச் சேர்ந்த காடுகளிலே தலையிலே ஒற்றைக் கொம்பு உள்ள பன்றி ஒன்று இருக்கிறதாம். ஏறக்குறைய யானை அவ்வளவு பெரியதாயிருக்குமாம். அந்த மாதிரி பன்றியாயிருந்து, நீ ஏறியிருக்கும் மரத்தை முட்டியிருந்தால், மரம் என்னபாடு பட்டிருக்கும் என்று யோசித்துப் பார்!" என்றார் இளவரசர்.

"மரம் அடியோடு முறிந்து விழுந்திருக்கும், தாங்கள் எறிந்த வேலும் முறிந்திருக்கும். நம் கதி அதோ கதியாகியிருக்கும். சோழ குலத்தின் எதிரிகளுக்கு வேலை மிச்சமாகப் போயிருக்கும்" என்றான் வந்தியத்தேவன்.

"தம்பி! உண்மையைச் சொல்லு! என் குதிரை தடுமாறி விழுந்தவுடனே நீ வேலை எறிந்தாயே? அந்தக் காட்டுப்பன்றியின் மேல் எறிந்தாயா? என் பேரில் எறிந்தாயா?" என்று ஆதித்தகரிகாலர் கேட்டார்.

வந்தியத்தேவன் ஆத்திரத்துடன், "ஐயா! உண்மையாகவே தாங்கள் இந்த கேள்வி கேட்கிறீர்களா? அப்படித் தாங்கள் சந்தேகப்படுவதாயிருந்தால் பன்றியைக் கொன்று என்னைக் காப்பாற்றியிருக்க வேண்டிய அவசியம் இல்லையே?" என்றான்.

"ஆமாம்; ஆமாம்! உன் பேரில் சந்தேகப்படக் கூடாதுதான். நீ மரக் கிளையை ஆட்டிக் கொண்டு கூச்சல் போட்டிராவிட்டால் எனக்கே அந்தப் பன்றி யமனாக இருந்திருக்கும். ஆனாலும் நீ வேலை எறிந்த போது ஒரு கணம் எனக்கு அத்தகைய சந்தேகம் உண்டாயிற்று. இப்போதெல்லாம் எனக்கு எதைப் பார்த்தாலும் யாரைப் பார்த்தாலும் வீண் சந்தேகம் தோன்றுகிறது. யமன் என்னைத் தொடர்ந்து வந்து கொண்டேயிருக்கிறான் என்ற பிரமையைப் போக்கிக் கொள்ளவே முடியவில்லை. யமன் இந்தப் பன்றியின் உருவத்தில் என்னைக் கொல்ல வந்ததாகவும் எண்ணினேன்..."

"அப்படியானால் மிக நல்லதாய்ப் போயிற்று. அரசே! தங்களைத் தொடர்ந்து வந்த யமன் செத்து ஒழிந்தான்; இனி என்ன கவலை? கந்தமாறனோடு நாம் போட்டியிட்ட பந்தயத்திலும் ஜெயித்து விட்டோம். பன்றியை இழுத்துக் கொண்டு போக வேண்டியது தானே? புறப்படலாம் அல்லவா?" என்றான் வல்லவரையன்.

"புறப்பட வேண்டியதுதான்! ஆனால் அவசரம் என்ன? சற்று இங்கே தங்கிக் களைப்பு ஆறிவிட்டுப் போகலாம்" என்றார் இளவரசர்.

"தாங்கள் களைப்படைந்ததாகச் சொல்லுவதை இப்போதுதான் முதன் முதலாகக் கேட்கிறேன். ஆம், குதிரையின் அடியில் சிக்கி ரொம்பக் கஷ்டப்பட்டுப் போயிருப்பீர்கள்."

"அது ஒன்றுமில்லை; உடலின் களைப்பைக் காட்டிலும் உள்ளத்தின் களைப்புதான் அதிகமாயிருக்கிறது. வந்த வழியாகவே அவ்வளவு தூரமும் காட்டு வழியில் திரும்பிப் போக வேண்டுமா? மறுபடியும் அந்த மூடர்களுடன் சேர்ந்தல்லவா பிரயாணம் செய்ய வேண்டி வரும்? அதைக் காட்டிலும் இந்த ஏரியைக் கடந்து போய்விட்டால் என்ன?"

"கடவுளே! இந்தச் சமுத்திரம் போன்ற ஏரியை நீந்திக் கடக்க வேண்டும் என்றா சொல்கிறீர்கள்? பன்றியிடமிருந்து என்னைத் தப்பவைத்து ஏரியில் மூழ்கடித்துக் கொல்ல வேண்டும் என்று உத்தேசமா?" என்றான் வந்தியத்தேவன்.

"உனக்கு நீந்தத் தெரியாது என்பது நினைவிருக்கிறது. என்னால் கூட இவ்வளவு பெரிய ஏரியை நீந்திக்

கடக்க முடியாது. ஒரு படகு கிடைத்தால் காரியம் சுலபமாகிவிடும். சற்று முன் ஒரு படகு பார்த்தோமே, அது எங்கேயாவது சமீபத்தில் கரையோரமாகத் தானே தங்கியிருக்கும்? அதைத் தேடிப் பிடித்தால் என்ன?"

"குதிரைகளின் கதி என்ன ஆவது? காட்டு மிருகங்களுக்கு உணவாகட்டும் என்று விட்டு விட்டுப் போய்விடலாமா?" என்றான் வந்தியத்தேவன்.

உடனே ஏதோ ஞாபகம் வந்து திடுக்கிட்டவன் போல் துள்ளிக் குதித்து எழுந்து, "ஐயா! சிறுத்தைப் புலி எங்கே?" என்று கேட்டான்.

"நானும் அதை மறந்துவிட்டேன்; பக்கத்தில் எங்கேயாவது மறைந்திருக்கப் போகிறது. யமன் பன்றி ரூபத்தில் வராமல் ஒரு வேளை சிறுத்தைப்புலி ரூபத்திலும் என்னைத் தொடரலாம் அல்லவா?" என்றார் இளவரசர்.

இருவரும் சுற்றும் முற்றும் உற்றுப் பார்க்கலானார்கள். சிறிது நேரம் பார்த்த பிறகு வந்தியத்தேவன் "அதோ!" என்று சுட்டிக் காட்டினான்.

ஏரியில் தண்ணீர் கொண்டு வந்து சேர்த்த அந்த வாய்க்கால் வடக்கே போகப் போக குறுகலாகிக் கொண்டு சென்றது. அவ்விதம் குறுகலாகியிருந்த இடத்தில் வாய்க்காலின் மீது ஒரு பெரிய மரம் விழுந்து இரு கரைகளையும் தொட்டுக் கொண்டிருந்தது. சிறுத்தைப்புலி அந்த மரப்பாலத்தின் மீது மெல்ல ஊர்ந்து சென்று அக்கரையை நெருங்கிக் கொண்டிருந்ததை இரண்டு பேரும் கவனித்தார்கள். இரண்டு பேருடைய மனத்திலும் ஒரே எண்ணம் உதித்தது.

"ஆகா! படகிலே வந்த பெண்கள்!" என்று இருவரும் ஏக காலத்தில் வாய்விட்டுக் கூறினார்கள்.

பின்னர், "இந்த வாய்க்காலை அடுத்துள்ள தீவின் கரையிலேதான் அந்தப் பெண்கள் இறங்கியிருக்க வேண்டும்" என்றான் வல்லவரையன்.

"காயம்பட்ட சிறுத்தை மிக அபாயகரமானது" என்றார் இளவரசர்.

"பன்றியுடன் சிறுத்தைப் புலியையும் கொன்று எடுத்துப் போகத்தான் வேண்டும்."

"இந்த வாய்க்காலை எப்படித் தாண்டுவது? குதிரைகள் மரப்பாலத்தின் மேல் போக முடியாதே?"

"தண்ணீர் கொஞ்சமாகத்தான் இருக்கும்; இறங்கிப் போகலாம்."

கரிகாலரின் குதிரையும் அதற்குள் எழுந்து வந்தியத்தேவன் குதிரைக்கு அருகே போய் நின்று கொண்டிருந்தது. எஜமானர்கள் அந்தரங்கம் பேசியதுபோல் அவையும் தங்களுக்குச் சற்று முன் நேர்ந்த அபாயத்தைப் பற்றிப் பேசிக் கொண்டன போலும்.

இருவரும் தத்தம் குதிரைமீது தாவி ஏறினார்கள்; வாய்க்காலில் குதிரைகளை இறக்கினார்கள்.

வாய்க்காலில் தண்ணீர் அதிகமாக இல்லைதான். ஆனால் சேறும் உளையும் அதிகமாயிருந்தன. குதிரைகள் தட்டுத் தடுமாறித் தத்தளித்துச் சென்றன.

கோடிக்கரைப் புதை சேற்றுக் குழிகளை நினைத்துக் கொண்டு வந்தியத்தேவன் "இந்தச் சேறு ஒன்றும் பிரமாதமில்லை" என்று தைரியமடைந்தான். அதைப் பற்றி கரிகாலருக்குச் சொல்லவும் தொடங்கினான்.

"நண்பா! வெளியிலுள்ள சேற்றைப் பற்றிச் சொல்லப் போய்விட்டாயே! மனிதர்களுடைய உள்ளத்தில் உள்ள சேற்றைக் குறித்து என்ன கருதுகிறாய்? ஒரு தடவை தீய எண்ணமாகிற சேற்றில் இறங்குகிறவர்கள் மீண்டும் கரை ஏறுவது எவ்வளவு கடினம் தெரியுமா?" என்று கரிகாலர் கேட்டார். இளவரசரின் உள்ளம் உண்மையில் சேறு போலக் குழம்பியிருக்கிறது என்று வந்தியத்தேவன் எண்ணிக் கொண்டான்.

குதிரைகள் மிகப் பிரயாசையுடன் அக்கரையை அடைந்தன. காட்டுக்குள்ளே மிக ஜாக்கிரதையுடன் நாலா புறமும் உற்றுப் பார்த்துக் கொண்டு இருவரும் சென்றார்கள்.

கரிகாலரின் கையில் வில்லும் அம்பும் தயாராயிருந்தன. வந்தியத்தேவன் தன் வேலையும் சிறுத்தைப் புலியின் பேரில் எறிவதற்கு ஆயத்தமாக வைத்துக் கொண்டிருந்தான். திடீரென்று, காட்டில் சாதாரணமாகக் கேட்கும் சத்தங்களை அடக்கிக் கொண்டு ஒரு பெண்ணின் 'கிறீச்' என்ற குரல், "அம்மா! அம்மா! சிறுத்தைப் புலி!" என்று கதறுவது கேட்டது.

மணிமேகலை மரக் கிளையின் மீது சிறுத்தையைப் பார்த்த அதே சமயத்தில் வசந்த மண்டபத்தில் சமையல் வேலையில் ஈடுபட்டிருந்த தோழிப் பெண் ஒருத்தியும் அதைப் பார்த்து விட்டு அவ்விதம் அலறினாள்.

அந்தக் குரல் இரு நண்பர்களின் செவிகளிலும் விழுந்து ரோமாஞ்சனத்தை உண்டு பண்ணியது.

குதிரைகளை வேகமாகச் செலுத்திக் கொண்டு குரல் வந்த திசையை நோக்கி அவர்கள் சென்றார்கள். ஏரிக் கரையின் ஒரு திருப்பம் திரும்பியதும் அவர்கள் கண்ட காட்சி இருவரையும் திடுக்கிட்டுத் திகில் கொள்ளும்படிச் செய்து விட்டது.

நந்தினியும், மணிமேகலையும் படித்துறையில் குளிப்பதற்காக இறங்கிக் கொண்டிருந்த சமயத்தில், அருகில் சாய்ந்திருந்த மரக்கிளை ஒன்றின் மீது சிறுத்தை சிறிது சிறிதாக ஊர்ந்து மேலேறிக் கொண்டிருந்தது.

பன்றியோடு போட்ட சண்டையில் நன்றாக அடிபட்டுக் காயமுற்றிருந்த அந்தச் சிறுத்தை அப்போது தன் உயிரைக் காப்பாற்றிக் கொண்டால் போதும் என்ற நிலையில் இருந்தது.

ஆனால் இது அந்தப் சிறுத்தைப் புலியைத் தவிர வேறு யாருக்கும் தெரிந்திருக்கவில்லை. அடுத்த கணம் சிறுத்தை தண்ணீரில் நின்ற பெண்களின் மீது பாயப் போகிறதென்று கரிகாலரும், வந்தியத்தேவனும் எண்ணினார்கள்.

வந்தியத்தேவன் வேலை உபயோகிக்கத் தயங்கினான். வேல் தவறிப் பெண்களின் மீது விழுந்துவிட்டால் என்ன செய்வது என்று பயந்தான்.

கரிகாலருக்கு அத்தகைய தயக்கம் ஒன்றும் ஏற்படவில்லை, வளைத்திருந்த வில்லில் அம்பைக் கோர்த்து நன்றாகக் குறிப்பார்த்து இழுத்து விட்டார். அம்பு விர்ரென்று சென்று சிறுத்தையின் அடி வயிற்றில் பாய்ந்தது.

சிறுத்தை பயங்கரமாக உறுமிக் கொண்டு அப்பாலிருந்த பெண்களின் மீது பாய்ந்தது. அடுத்த கணத்தில் என்ன நேர்ந்தது என்பதைத் தெளிவாகப் பார்க்க முடியாதபடி ஒரே குழப்பமாகி விட்டது.

சிறுத்தையும் பெண்கள் இருவரும் திடீரென்று மறைந்து விட்டார்கள். சில கணநேரம் கழித்து மூவரும் வெவ்வேறு இடத்தில் தண்ணீருக்குள்ளிருந்து வெளியே தலையை நீட்டினார்கள்.

ஏரியின் நீரோடு ரத்தம் கலந்து செக்கச் செவேலென்று ஆயிற்று.

❋ ❋ ❋ ❋

நாற்பத்து நான்காம் அத்தியாயம்

காதலும் பழியும்

இரு நண்பர்களும் மேற்கூறியவற்றையெல்லாம் திகிலுடன் பார்த்துக் கொண்டுதானிருந்தார்கள். குதிரைகள் மீதிருந்து குதித்தார்கள்; தண்ணீர் கரையோரம் பாய்ந்து வந்தார்கள்.

இதற்குள் சிறுத்தை தண்ணீரிலே சிறிது தூரம் சென்று விட்டது! அது மிதந்த விதத்தைப் பார்த்தால் அது ஒரு வழியாகப் பிராணனை விட்டுவிட்டது என்று தோன்றியது.

பெண்மணிகள் இருவரும் சிறுத்தைப் புலியினால் எவ்வளவு காயப்படுத்தப்பட்டார்கள் என்பது ஒன்றும் தெரியவில்லை.

இருவரும் தண்ணீரில் குதித்துப் பெண்மணிகளை நோக்கிச் சென்றார்கள்.

முதலில் வந்தியத்தேவன் மணிமேகலையை அணுகிச் சென்றான். ஏனெனில் நந்தினியை நெருங்குவதற்கு அவனுக்கு அச்சமாக இருந்தது.

மணிமேகலைக்குக் காயம் எதுவும் ஏற்படவில்லை. சிறுத்தைப் புலி விழுந்த வேகத்தில் அவளும் தண்ணீரில் விழுந்து முழுகியதில் சிறிது மூச்சுத் திணறியதைத் தவிர வேறொன்றும் அவளுக்கு நேரவில்லை!

வந்தியத்தேவன் தன் அருகில் வருவதைப் பார்த்ததும் அவள் எல்லையில்லாத உள்ளக் கிளர்ச்சி அடைந்து கண்களை இறுக மூடிக் கொண்டாள்.

கரிகாலர் வந்தியத்தேவனுடைய கையைப் பிடித்து நிறுத்தி நந்தினியின் பக்கம் அனுப்பிவிட்டுத் தன்னை நோக்கி வருவதை அவள் அறியவில்லை. இரண்டு கைகளினாலும் கரிகாலர் அவளைத் தூக்கி அணைத்துக் கொண்டு படித்துறைப் படிகளில் ஏறி மேலே போய்ச் சேர்ந்து தரையில் மெதுவாக அவளை வைக்கும் வரையில் கண்ணை விழித்துப் பார்க்கவில்லை. மூக்கில் சுவாசம் வருகிறதா என்று கரிகாலர் விரலை வைத்துப் பார்த்தபோதுதான் கண்களை மெல்ல மெல்லத் திறந்தாள். திறக்கும்போதே வந்தியத்தேவனிடம் தன் கரை காணாக் காதலைத் தெரிவிக்கும் பொருட்டு அன்பும் ஆர்வமும் ததும்பிய நோக்குடன் பார்த்தாள்.

அவளுடைய கண்ணின் முன் தெரிந்தவர் இளவரசர் கரிகாலர் என்று தெரிந்ததும் துள்ளி எழுந்து நகர்ந்து உட்கார்ந்து கொண்டாள்.

அவளுடைய முகத்தில் அச்சமயம் தோன்றிய ஏமாற்றத்தைக் கவனித்த கரிகாலர் 'கலீர்' என்று சிரித்தார்.

"மணிமேகலை! இது என்ன துள்ளல்? என்னைக் கண்டு இவ்வளவு அருவருப்பு ஏன்?" என்றார்.

"ஐயா! வேற்று மனிதர் கை பட்டால் பெண்களுக்குக் கூச்சமாயிராதா?" என்றாள் மணிமேகலை.

"பெண்ணே! என்னை வேற்று மனிதனாக்கி விட்டாயா? எனக்கும் உனக்கும் கல்யாணம் செய்து வைக்க ஏகப் பிரயத்தனம் நடக்கிறதே?" என்றார் கரிகாலர்.

"சுவாமி! அந்தப் பிரயத்தனம் பலித்த பிறகுதானே சொந்தமாக முடியும்? அதுவரையில் தாங்கள் வேற்று மனிதர்தானே!" என்றாள் மணிமேகலை.

"ஆனால் அது உனக்கு இஷ்டமா என்பதை நீ சொல்லலாம் அல்லவா?"

கடம்பூர் இளவரசி சற்று யோசித்துவிட்டு, "ஐயா! தாங்கள் சோழ குலத்தோன்றல்; எல்லாம் அறிந்த புத்திமான். சிறு பெண்ணாகிய என்னிடம் இவ்விதம் பேசலாமா? என் தந்தையிடமல்லவா கேட்க வேண்டும்?" என்றாள்.

"பெண்ணே! உன் தந்தை சம்மதித்தால் நீ சம்மதிப்பாயா?"

"என் தந்தை சம்மதித்த பிறகு அவர் கேட்டால் சொல்லுவேன். தங்களிடம் இதைப் பற்றிப் பேசவே எனக்குக் கூச்சமாயிருக்கிறது. சிறுத்தைப்புலி என்னைக் கொல்லாமலும், நான் தண்ணீரில் முழுகிப் போகாமலும் என்னைக் காப்பாற்றினீர்கள். அதனால் தங்களிடம் ஏற்பட்டுள்ள நன்றி காரணமாக இத்தனை நேரமும் பொறுமையாக இருக்கிறேன்..."

கரிகாலன் சிரித்துவிட்டு, "மணிமேகலை! நீ வெகு கெட்டிக்காரி; மிக அழுத்தமானவள். ஆனாலும் ஏமாந்து போனாய். அதற்காக என்னை ஏமாற்றப் பார்க்க வேண்டாம்!" என்றார்.

"ஐயா! இது என்ன வார்த்தை! தங்களை இந்த அறியாப் பெண் ஏமாற்றுவதா? எதற்காக? எந்த முறையில்?"

"வீணாக ஏன் சுற்றி வளைத்துப் பேசுகிறாய்? எனக்குப் பதிலாக வந்தியத்தேவன் உன்னைத் தூக்கிக் கொண்டு வந்து கரை சேர்ந்திருந்தால் இவ்வளவு கடூரமாகப் பேசுவாயா? வந்தியத்தேவன் என்று நினைத்துத்தானே நீ கண்ணை மூடிக் கொண்டாய்? அதே எண்ணத்துடன்தானே கண்ணைத் திறந்தும் பார்த்தாய்! பாவம்! ஏமாந்து போனாய்!" என்றான் கரிகாலன்.

மணிமேகலை வெட்கத்துடனே சிறிது பீதியும் அடைந்தாள். பின்னர் தைரியப்படுத்திக் கொண்டு, "அரசே, தங்களுக்குத் தான் என் மனது தெரிந்திருக்கிறதே! அப்படியிருக்கும்போது, இந்தப் பேதைப் பெண்ணை எதற்காகச் சோதிக்கிறீர்கள்?" என்றாள்.

"மணிமேகலை! உன் மனது எனக்குத் தெரிந்திருக்கிறது. அது போலவே வல்லவரையனுடைய மனமும் எனக்குத் தெரிந்திருக்கிறது. உன்னுடைய பரிசுத்தமான அன்புக்கு அவன் பாத்திரன் அல்லவே என்றுதான் யோசிக்கிறேன். அதோ பார், இளைய ராணி நந்தினியும் வந்தியத்தேவனும் சல்லாபம் செய்வதை! நந்தினியின் முகத்தில் குடிகொண்டிருக்கும் குதூகலத்தைப் பார்!" என்றார். மணிமேகலை அவர் காட்டிய திசையைப் பார்த்தாள். அந்தக் கணத்தில் அசூயை என்னும் விஷம் அவளுடைய பால் போன்ற நெஞ்சில் ஏறிவிட்டது.

* * *

அதே சமயத்தில் வந்தியத்தேவனும், நந்தினியும் பேசிக் கொண்டிருந்தார்கள். நந்தினியின் தோள் ஒன்றில் சிறுத்தைப்புலி நகம் பட்டு ரத்தம் கசிந்து கொண்டிருந்தது. வந்தியத்தேவனால் தூக்கிக் கொள்ளப்பட்ட உடன் மணிமேகலையைப் போல் நந்தினி கண்ணை மூடிக்கொள்ளவும் இல்லை; அவன் கைகளிலிருந்து விடுவித்துக் கொள்ள அவசரப்படவும் இல்லை. வந்தியத்தேவனோ, தன் கையைச் சுட்டுக் கொண்டிருந்த நெருப்புத் தணலைக் கீழே போடுவதுபோல் அவசரமாக இளைய ராணியைக் கரையில் இறக்கிவிட்டான். அதே போல தண்ணீரில் முழுகி இருந்த போதிலும் நந்தினியின் உடம்பும் உண்மையிலேயே சுட்டுக் கொண்டிருந்தது.

வந்தியத்தேவன் உள்ளத்தில் இனந்தெரியாத பீதி குடிகொண்டது; அவன் உடம்பு பதறியது. நந்தினி புன்னகையுடன் "ஐயா! ஏன் இவ்வளவு பதட்டம்? என்னைப் புலி என்று நினைத்துக் கொண்டீரா? அல்லது புலியைக் காக்க நினைத்துத் தவறாக என்னைக் கரை சேர்த்து விட்டதற்காக வருத்தப்படுகிறீரா?" என்றாள்.

"அம்மணி! இவ்வளவு கொடூரமான வார்த்தைகளைச் சொல்ல வேண்டாம். தங்களைத் தொட்டு எடுத்து வரும்படி நேர்ந்து விட்டதை நினைத்து நெஞ்சு சிறிது கலக்கம் அடைந்தது..."

"குற்றம் உள்ள நெஞ்சு அல்லவா? அதனால் கலங்குகிறது!"

"தேவி! நான் ஒரு குற்றமும் செய்யவில்லையே!"

"குற்றம் செய்யவில்லை? தஞ்சைக் கோட்டைக்குள் பிரவேசிப்பதற்கு என் உதவியை நாடினீர். முத்திரை மோதிரத்தைக் கொடுத்து உதவினேன். பிறகு என் அந்தப்புரத்தில் திருட்டுத்தனமாகப் பிரவேசித்தீர். அப்போதும் உமக்குத் தீங்கு நேராமல் காப்பாற்றினேன். அதற்குக் கைம்மாறு என்ன செய்தீர்? எனக்குத் தெரியாமல், என்னிடம் சொல்லிக் கொள்ளாமல் திருடனைப் போல தப்பி ஓடிப்போனீர். பழையாறை இளைய பிராட்டியைச் சந்தித்த பிறகு என்னிடம் திரும்பி வருவதாகச் சொன்னீர். அந்த வாக்குறுதியை நிறைவேற்றவில்லை; இவையெல்லாம் குற்றமல்லவா?"

"அந்தக் குற்றங்களை ஒப்புக் கொள்கிறேன். ஆனால் அவை ஒவ்வொன்றுக்கும் காரணம் இருக்கிறது. நான் பிறரிடம் சேவகம் செய்பவன். ஆதித்த கரிகாலருடைய கட்டளைக்குக் கட்டுப்பட்டவன். இதைத் தாங்கள் எண்ணிப்பார்த்தால் என் பேரில் குற்றம் சாட்டமாட்டீர்கள்..."

"ஆமாம்; புலியின் வாயிலிருந்து ஒரு பெண்ணைக் காப்பாற்ற வேண்டுமென்றால் கூடக் கரிகாலன் கட்டளை உமக்கு வேண்டும். தண்ணீரில் மூழ்கும் பெண்ணைக் கரை சேர்ப்பதற்கும் அவருடைய அனுமதி வேண்டும். நான் கவனித்துக் கொண்டுதானிருந்தேன். அடடா! மணிமேகலையைக் காப்பாற்றுவதில் இளவரசர் எத்தனை பரபரப்புக் காட்டினார்? நான் நீரில் மூழ்கி செத்துப் போயிருந்தால் சந்தோஷப்பட்டிருப்பார். அவருடைய மனதை அறியாமல் நீர் என்னைக் கரை சேர்த்து விட்டீர்..."

"அம்மணி! அவ்வாறு சொல்ல வேண்டாம்! தாங்கள் ஓலை அனுப்பியபடியால்தான் கரிகாலர் காஞ்சியிலிருந்து இவ்வளவு தூரம் வந்திருக்கிறார்..."

"ஆனால் அவர் இங்கு வராமல் தடை செய்வதற்காக நீர் அவசர அவசரமாக ஓடி வந்தீர். இளைய பிராட்டியின் செய்தியுடன் வந்தீர். ஆனால் உம்முடைய முயற்சி பலிக்கவில்லை. என்னுடைய காரியத்தில் நீர் தலையிடுவதற்குச் செய்யும் முயற்சியெல்லாம் இவ்வாறுதான் தோற்றுப் போகும்!"

நந்தினியின் இந்த வார்த்தைகள் வந்தியத்தேவனின் மனக் குழப்பத்தை அதிகமாக்கின. அந்த வார்த்தைகளின் உட்கருத்தை நந்தினியின் முகபாவத்திலிருந்து தெரிந்து கொள்ளும் நோக்கத்துடன் அவளை உற்றுப் பார்த்தான். ஆனால் நந்தினியின் முகம் எவ்வித மாறுதலும் இன்றி வழக்கம் போலப் புன்னகை பூத்து விளங்கியது.

நந்தினி தொடர்ந்து, "உம்முடைய குற்றத்தை உம்முடைய முகத்தோற்றமே ஒப்புக் கொள்கிறது. அமாவாசை ராத்திரி, பள்ளிப்படைக்கு அருகில் நீர் என் வசம் அகப்பட்டீர். என் ஆட்களிடம் ஒரு சமிக்ஞை செய்திருந்தால் போதும்; உம்மைக் கொன்றிருப்பார்கள். அப்போதும் உம் உயிரைக் காப்பாற்றி அனுப்பினேன், அதற்குக்கூட உமக்கு நன்றி இல்லை. உம்மைப் போல் நன்றி கெட்ட மனிதரை இந்த உலகத்தில் நான் பார்த்ததே இல்லை...."

"தேவி! என் மனத்தில் தங்களிடம் பரிபூரண நன்றி குடிகொண்டிருக்கிறது; சத்தியமாகச் சொல்கிறேன்."

"ஆனால் இந்த ஊருக்கு நான் வந்து இத்தனை நாளாகியும் உமது நன்றியைத் தெரிவிப்பதற்கு நீர் ஒரு முயற்சியும் செய்யவில்லையே? உமது வார்த்தையை நான் எப்படி நம்புவது?"

"தங்களைத் தனியாகச் சந்திக்கும்போது தெரிவித்துக் கொள்ளலாம் என்றிருந்தேன். அதற்குரிய சந்தர்ப்பம் கிடைக்கவில்லை..."

"சந்தர்ப்பம் ஏற்படுத்திக்கொள்ள நீர் ஒருவித முயற்சியும் செய்யவில்லை. முகத் தோற்றத்தினால், கண் பார்வையினால் ஒரு குறிப்பு வெளியிடக் கூடவில்லை. ஏன்? இத்தனை நாளாக என் பக்கம் நீர் ஒரு தடவையாவது திரும்பிப் பார்க்கக் கூடவில்லை.."

"தேவி! தாங்கள் சோழ நாட்டுத் தனாதிகாரி பெரிய பழுவேட்டரையாரின் தர்மபத்தினி..."

"அதாவது கிழவனைக் கல்யாணம் செய்து கொண்டவள் என்று என்னைப் பரிகசிக்கிறீர்; இல்லையா?"

"ஐயோ! தங்களை நான் பரிகசித்தால் கொடிய நரகத்துக்குப் போவேன்..."

"வேண்டாம், வேண்டாம்! எது எப்படியிருந்தாலும் சரி; பழுவேட்டரையரின் 'தர்ம பத்தினி' என்று என்னைக் குறிப்பிட வேண்டாம், நான் அவருடைய மனைவியே அல்ல..."

"ஐயோ! இது என்ன சொல்கிறீர்கள்?"

"உண்மையைத்தான் சொல்கிறேன்; பலவந்தமாக ஒரு பெண்ணைப் பிடித்துக் கொண்டு வந்து வைத்திருந்தால், அவள் மனைவி ஆகிவிடுவாளா?"

"தேவி! தாங்கள் தமிழ் நாட்டுப் பெண் குலத்தில் வந்தவர். பெண் குலத்தின் தர்மத்துக்கு மாறாகத் தாங்கள் எதுவும் செய்ய மாட்டீர்கள்!"

"பெண் குலத்தில் தர்மத்தை நான் அறிந்துதானிருக்கிறேன். பழந்தமிழ் நாட்டுப் பெண்கள் மனத்தினால் யாரைக் காதலித்தார்களோ, அவரையே கணவனாகக் கொண்டார்கள். பலவந்த மணத்துக்கு அவர்கள் உடன்படுவதில்லை!"

"ஆனால் தாங்கள்..."

"நீர் சொல்லப் போவது எனக்குத் தெரியும். பழுவேட்டரையருடைய பலவந்த மணத்துக்கு நான் எப்படி உடன் பட்டேன் என்று கேட்கிறீர். ஒரு முக்கிய நோக்கத்துக்காகவே உடன்பட்டேன். பழந்தமிழ் நாட்டுப் பெண்களுக்கு மற்றொரு சிறப்பியல்பும் உண்டு. அவர்கள் தங்களுக்கு இழைக்கப்பட்ட அநீதிக்குப் பழி வாங்கியே தீருவார்கள். ஐயா! நீர் எனது காதல் நிறைவேறுவதற்குத்தான் உதவி செய்யவில்லை; என் விரோதிகள் மீது பழி வாங்குவதற்காவது உதவி செய்வீரா?"

கடைசியாக நந்தினி கூறிய மொழிகள் ஏககாலத்தில் வந்தியத்தேவனுடைய நெஞ்சை வஜ்ராயுதத்தினால் பிளப்பது போலவும், அவன் தலையில் திடீரென்று பேரிடி விழுவது போலவும் அவனைத் திணறித் திண்டாடச் செய்தன.

"தேவி! தேவி! இது என்ன?... காதலாவது? பழியாவது? எனக்கும் தங்கள் காதலுக்கும் என்ன சம்பந்தம்? காதலுக்கும் பழி வாங்குவதற்கும் என்ன சம்பந்தம்?...

"சம்பந்தம் உண்டு; ஆனால் அதைப் பற்றிச் சொல்வதற்கு இப்போது நேரம் இல்லை. அதோ, இளவரசரும் மணிமேகலையும் நெருங்கி வந்து கொண்டிருக்கிறார்கள். நாளை நள்ளிரவு நேரத்தில் நான் இருக்கும் அறைக்குத் தனியாக வந்தால் சொல்லுகிறேன்..."

"அது எப்படிச் சாத்தியம், தேவி! தாங்கள் அந்தப்புரத்தில் இருக்கிறீர்கள். நான் எப்படி அங்கே நள்ளிரவில் தனியாக வர முடியும்?"

"அதே அந்தப்புர அறையிலிருந்து ஒரு நாள் நீர் யாரும் அறியாமல் தப்பித்துக் கொண்டு செல்லவில்லையா? போன வழியாகவே அங்கே திரும்பி வரலாம் அல்லவா? உமக்கு மனம் மட்டும் இருந்தால்..."

வந்தியத்தேவனுடைய திகைப்பு இப்போது பரிபூரணமாகிவிட்டது.

ஆனால் நந்தினியின் முகத்தில் எவ்வித மாறுதலும் இல்லை. எப்போதும் போலப் புன்னகை தவழ்ந்தது.

❖ ❖ ❖ ❖

நாற்பத்தைந்தாம் அத்தியாயம்

"நீ என் சகோதரி!"

நந்தினியும் வந்தியத்தேவனும் நின்ற இடத்தை அணுகி கரிகாலனும் மணிமேகலையும் வந்து சேர்ந்தார்கள். அருகில் வரும் வரையில் கரிகாலன் வந்தியத்தேவனை நோக்கிய வண்ணம் வந்தான். கிட்ட வந்ததும் நந்தினியை ஏறிட்டுப் பார்த்தான். அவளுடைய ஒரு கன்னத்திலும் ஒரு தோளிலும் சிவந்த கோடுகள் போன்ற காயங்களிலிருந்து ரத்தம் கசிவதைக் கண்டார்.

"ஐயோ! உங்களை அந்தப் பாழாய்ப்போன சிறுத்தைப் புலி காயப்படுத்திவிட்டதா, என்ன?" என்றான்.

"ஆம், ஐயா! ஆனால் அந்தப் புலி என் உடம்பைத்தான் காயப்படுத்தியது; நெஞ்சிலே காயம் உண்டாக்கவில்லை!"

இந்த வார்த்தைகள் கரிகாலனுடைய நெஞ்சிலே பாய்ந்தன. அவன் மேலே எதுவும் சொல்லுவதற்குள் மணிமேகலை நந்தினியின் அருகில் பதட்டத்துடன் சென்று, "ஆம், அக்கா! நன்றாய்க் கீறி விட்டிருக்கிறதே! நல்ல வேளையாக அஞ்சனம் கொண்டு வந்திருக்கிறேன். வாருங்கள், போட்டு விடுகிறேன்! உடனே போட்டால் காயம் சீக்கிரம் குணமாகிவிடும்!" என்றாள்.

"தங்காய்! இந்த மாதிரி காயங்கள் எனக்குச் சர்வசாதாரணம். எத்தனையோ காயங்கள் பட்டு ஆறியிருக்கின்றன. நெஞ்சில் படும் காயத்தை ஆற்ற ஏதாவது அஞ்சனம் இருக்கிறதா, சொல்!" என்றாள்.

"ஓ! இருக்கிறது, அக்கா! அதுவும் இருக்கிறது!" என்று மணிமேகலை சொல்லிவிட்டு நந்தினியைக் கையைப் பிடித்து அழைத்துக் கொண்டு பளிங்கு மண்டபத்துக்குச் சென்றாள்.

கரிகாலனும் வந்தியத்தேவனும் சிறிது பின்னால் சென்று மண்டபத்துக்கு அருகில் ஒரு விசாலமான மாமரத்தின் அடியில் அமைந்திருந்த சலவைக் கல் மேடையில் அமர்ந்தார்கள்.

"ஐயா! எவ்வளவு சீக்கிரம் இங்கிருந்து போகிறோமோ அவ்வளவுக்கு நல்லது! அதிக நேரம் தங்கினால் கந்தமாறனும் அவன் தந்தையும் ஏதாவது தவறாக எண்ணிக் கொள்ளலாம்" என்றான் வந்தியத்தேவன்.

"யார் வேணுமானாலும் தவறாக எண்ணிக் கொள்ளட்டும். நம் தலையை வாங்கிவிடுவார்களா, என்ன? இந்தப் பெண்கள் நம்மைப் பற்றித் தவறாக எண்ணிக் கொள்ளாமலிருந்தால் போதும். அவர்கள் வந்ததும் சொல்லிக் கொண்டு புறப்படலாம்" என்றான் கரிகாலன்.

சற்று நேரத்துக்கெல்லாம் நந்தினியும் மணிமேகலையும் புதிய ஆடைகள் அணிந்து அலங்கரித்துக் கொண்டு வந்தார்கள். நந்தினியின் கன்னத்திலும் தோளிலும் இரத்தக் காயம் தெரியாதபடி அஞ்சனம் தடவியிருந்தது.

"உங்களிடம் விடை பெற்றுக் கொண்டு போவதற்காகக் காத்திருந்தோம்" என்றான் கரிகாலன்.

"நன்றாயிருக்கிறது; உச்சி வேளைக்கு மேலாகிவிட்டது எங்களுடன் இருந்து உணவருந்திவிட்டுத்தான் போக வேண்டும். இந்த நேரத்தில் உங்களைப் போக விட்டுவிட்டால், சம்புவரையர் மகள் என்னை மன்னிக்கவே மாட்டாள்" என்றாள் பழுவூர் ராணி.

"ஒரு நிபந்தனையின் பேரில் இருக்கிறோம்; உங்களுடைய காயத்துக்கு அஞ்சனம் தடவியிருக்கிறாள் மணிமேகலை. நெஞ்சத்தின் காயத்துக்கும் ஏதோ அஞ்சனம் இருக்கிறது என்று சொன்னாள் அல்லவா? அது என்ன அஞ்சனம் என்பதைத் தெரிவித்தால் இருக்கிறோம்" என்றான் கரிகாலன்.

மணிமேகலை பேசாதிருந்தாள்.

"அவளைக் கேட்காமல் நாமே அதை ஊகித்துச் சொல்லப் பார்க்கலாமே?" என்றாள் நந்தினி.

"ஒருவேளை காலப்போக்கினால் ஏற்படும் மறதியைச் சொல்லியிருக்கலாம்" என்றான் கரிகாலன்.

"அதுவாக இருக்க முடியாது; காலப்போக்கினால் மாறாத நெஞ்சுப் புண்ணும் உண்டு அல்லவா?" என்றாள் நந்தினி.

"பெண்களின் விஷயத்தில் நெஞ்சுப் புண்ணுக்கு ஒரு நல்ல அஞ்சனம் இருக்கிறது! அது தான் கண்ணீர்!" என்றான் வந்தியத்தேவன்.

"பெண்களைக் கேவலப்படுத்தச் சந்தர்ப்பம் எப்போது கிடைக்கும் என்று வல்லத்து இளவரசர் காத்திருந்தார்; ஆனால் அவர் சொல்வது சரியல்ல. சில விதமான நெஞ்சுக் காயங்கள் ஏற்பட்டு விட்டால் கண்ணீர் விடும் சக்தியே போய்விடுகிறது. பிறகு அது அஞ்சனமாக எவ்விதம் பயன்படக்கூடும்?" என்றாள் நந்தினி.

"நாங்கள் இருவரும் சொன்னது சரியில்லையென்றால், நீங்கள் உங்கள் ஊகத்தைச் சொல்லுங்கள்?" என்றான் வந்தியத்தேவன்.

"அதற்கென்ன, சொல்கிறேன்; தங்காய்! நீ குறிப்பிட்ட அஞ்சனம் செவியின் மூலமாக நெஞ்சுக்குப் போவதுதானே? யாழிலும், குழலிலும், இனிய குரலிலும் எழும் இன்னிசையைத் தானே நெஞ்சின் காயத்துக்கு அஞ்சனம் என்று சொன்னாய்?" என்றாள் நந்தினி.

"ஆம், அக்கா! உங்களுக்கு எப்படித் தெரிந்தது?" என்று மணிமேகலை கேட்டாள்.

"நான்தான் மந்திரக்காரி என்று சொல்லியிருக்கிறேனே? பிறர் மனத்தில் உள்ளதை அறியும் சக்தி எனக்கு உண்டு. ஐயா! நீங்கள் இருவரும் இன்னிசையின் அந்த அபூர்வ சக்தியை ஒப்புக் கொள்கிறீர்களா?" என்று நந்தினி கேட்டாள்.

"ஆம், ஆம்! அதை ஊகிக்க முடியாமற் போனது எங்கள் தவறு என்பதையும் ஒப்புக் கொள்கிறேன். மணிமேகலை இசைக் கலையில் தேர்ந்தவள் என்றும் நன்றாக யாழ் வாசிப்பாள் என்றும் கந்தமாறன் கூறியதும் நினைவு வருகிறது" என்றான் கரிகாலன்.

"தமையன் என்றால் இப்படியல்லவா இருக்க வேண்டும்? தங்கையின் புகழை யாரிடமாவது சொல்லாத நாளெல்லாம் கடம்பூர் இளவரசருக்குப் பிறவாத நாள் போலிருக்கிறது. மணிமேகலையின் இசைத்திறனைப் பற்றி அவர் கூறியது உண்மைதான். மணிமேகலை யாழ் கூட எடுத்து வந்திருக்கிறாள். கானவித்தையின் மகிமை அறியாத என்னை மட்டும் வைத்துக் கொண்டு பாட வேண்டிய நிர்ப்பந்தம் நல்ல வேளையாக அவளுக்கு இன்று இல்லை. ஐயா! பேதைப் பெண்களாகிய எங்களை இன்று சிறுத்தைப்புலிக்கு உணவாகாமல் காப்பாற்றினீர்கள். அதற்கு நாங்கள் நன்றி செலுத்த வேண்டாமா? எங்களுடன் உணவருந்திவிட்டு, மணிமேகலையின் இசை அமுதையும் அருந்திவிட்டுத்தான் போக வேண்டும்" என்று வற்புறுத்தினாள் நந்தினி.

வந்தியத்தேவன் அதற்கு இணங்க வேண்டாம் என்று இளவரசனுக்குச் சமிக்ஞை செய்தான்; அதை அவன் கவனிக்கவே இல்லை.

"இளவரசிகளின் சித்தம் எங்கள் பாக்கியம்" என்றான் கரிகாலன்.

"மணிமேகலை! உன் மனோரதம் நிறைவேறிவிட்டது. சமையல் ஆகிவிட்டதா என்று போய்ப் பார்! இல்லாவிடில், சற்று துரிதப்படுத்து" என்று ஏவினாள் நந்தினி.

மணிமேகலை உடனே எழுந்து சமையல் நடந்த இடத்தை நோக்கிச் சென்றாள். அதே சமயத்தில் வந்தியத்தேவனும் எழுந்து நின்று கொண்டு சுற்றும் முற்றும் பார்த்தான். அதை நந்தினி கவனித்துவிட்டு, "சற்று முன் பிறருடைய மனத்தில் உள்ளதை அறியும் மந்திர சக்தி எனக்கு உண்டு என்று சொன்னேன் அல்லவா! அதை இப்போது பரீட்சை பார்க்க விரும்புகிறேன். வல்லத்து இளவரசரின் மனத்தில் இப்போதுதுள்ள எண்ணத்தைச் சொல்லட்டுமா?" என்று கேட்டாள்.

கரிகாலன் சிரித்துக் கொண்டே, "சொல்லுங்கள் பார்க்கலாம்!" என்றான்.

"அந்த சிறுத்தைப் புலியைக் கொன்று இந்தப் பெண்களைக் காப்பாற்றியது பெருந்தவறு என்று வருத்தப்பட்டுக் கொண்டிருக்கிறார். இவர்கள் இருவரும் அந்தப் புலியின் வயிற்றுக்குள் போயிருந்தால் மிக்க நன்றாயிருக்கும் என்று எண்ணமிடுகிறார்!"

கரிகாலன் மேலும் சிரித்துக் கொண்டே, "நண்பா! நீ இப்படி எண்ணமிடுகிறாயா?" என்று கேட்டார்.

"இல்லை, ஐயா! அப்படி நான் எண்ணவில்லை. ஆனால் சிறுத்தைப் புலியைப் பற்றியும் இவர்களைப் பற்றியும் எண்ணியது உண்மைதான். இவர்களிடம் அகப்பட்டுக் கொண்ட புலி எப்படி உயிரோடு தப்பிப் பிழைத்தது என்று ஆச்சரியப்பட்டுக் கொண்டிருக்கிறேன்!" என்றான்.

"என்ன, தம்பி! உளறுகிறாய்? சிறுத்தைப் புலி தப்பிப் பிழைத்ததா? மறுபடியுமா? செத்த புலியின் உடல் தண்ணீரில் மிதந்ததே! அது எங்கே?" என்று இளவரசனும் எழுந்து நின்று கேட்டான்.

"அதோ பாருங்கள்!" என்று வந்தியத்தேவன் சுட்டிக் காட்டினான்.

அவர்கள் இருந்த இடத்திலிருந்து கூப்பிடு தூரத்தில் மரக்கிளைகளின் இடையில் தண்ணீர்க் கரை தெரிந்தது. அங்கே இளவரசிகள் வந்த படகு கட்டிப் போட்டிருந்தது. அந்தப் படகின் முனையை முன்னங்கால்களினால் பற்றிக் கொண்டு சிறுத்தை படகில் ஏற முயன்று கொண்டிருந்தது.

"ஆகா! இந்தப் புலியின் உயிர் வெகு கெட்டி!" என்றான் கரிகாலன்.

"ஐயா! வாருங்கள், போய் அதைக் கொன்றுவிட்டு வரலாம். காயம் பட்ட சிறுத்தைப் புலியை உயிரோடு விடுவது தவறு!" என்றான் வல்லவரையன்.

"வாணர் குலத்து வீரரே! நீங்கள் இரண்டு வீரர்கள் ஒரு காயம் பட்ட சிறுத்தைப் புலிக்காக ஏன் சிரமப்பட வேண்டும்? மணிமேகலையைக் கூப்பிடுகிறேன்; அவள் தன் கையில் உள்ள சிறிய கத்தியினால் புலியைக் கொன்றுவிட்டு வருவாள்!" என்றாள் நந்தினி.

"பார்த்தாயா, நண்பா! பழுவூர் ராணி நமது வீர தீரத்தைக் குறித்து அவ்வளவு பெருமதிப்பு வைத்திருக்கிறார். நானும் வரவேண்டுமா? நீ மட்டும் போய் வருகிறாயா?" என்றான் கரிகாலன்.

"அல்லது மணிமேகலையை அனுப்பலாமா?" என்றாள் நந்தினி.

"மணிமேகலையை அனுப்பலாம். ஆனால் அந்தப் பெண் ஒருவேளை காயம்பட்ட புலிக்கும் அஞ்சனம் தடவிப் பிழைக்க வைத்துக் கொண்டு வந்து விட்டால் என்ன செய்கிறது?" என்று வந்தியத்தேவன் முணுமுணுத்தான்.

"என்ன யோசிக்கிறாய்?" என்றான் இளவரசன்.

"காயம்பட்ட புலியின் தலையை வெட்டிக் கொண்டு வந்து பழுவூர் அரசியின் காலடியில் சமர்ப்பிக்கலாமா என யோசிக்கிறேன். அப்போதாவது அவர் திருப்தியடைகிறாரா, பார்க்கலாம்" என்று சொல்லிவிட்டு வந்தியத்தேவன் விடுவிடு என்று நடந்தான்.

"அந்த மூடன் சொன்னதைக் கேட்டீர்களா? காயம்பட்ட புலியின் தலையை வெட்ட ரொம்ப வீரம் வேண்டுமா?" என்று கரிகாலன் கேட்டுக் கொண்டே சிரிக்கத் தொடங்கியவன்,

நந்தினியின் முகத்தைப் பார்த்து விட்டுப் பாதியில் சிரிப்பை நிறுத்தினான்.

"அதைப் பற்றித் தாங்கள் அல்லவோ அபிப்ராயம் சொல்ல வேண்டும்?" என்றாள் நந்தினி.

கரிகாலன் தேகமெல்லாம் சிலிர்த்தது.

தழதழத்த குரலில், "நந்தினி! கந்தமாறனிடம் நீ ஓலை கொடுத்து அனுப்பினாய். அதனாலேதான் நான் இவ்விடம் வந்தேன்; இல்லாவிட்டால் வந்திருக்க மாட்டேன்" என்றான்.

"என் வேண்டுகோளுக்கு இத்தனை காலங்கழித்தாவது மதிப்புக் கொடுத்தீர்களே! மிக்க வந்தனம்!" என்றாள் நந்தினி.

"சென்று போனதையெல்லாம் நீ மறந்துவிட்டாய் என்று நினைத்தேன். அதனாலேதான் ஓலை அனுப்பினாய் என்று கருதினேன்..."

"சென்றதையெல்லாம் மறக்க முடியுமா, ஐயா! நீங்கள் எல்லாவற்றையும் மறந்துவிட்டீர்களா?..."

"மறக்க முடியாதுதான் என்னாலும் மறக்கமுடியவில்லை! நீ கண்ணீரும் கம்பலையுமாக நின்று என்னிடம் ஒரு வரம் கேட்டாய். அதை நான் கொடுக்கவில்லை; அந்தச் சமயம் ஏதோ வெறி கொண்டிருந்தேன். அதையெல்லாம் நான் இன்னமும் மறக்கவில்லைதான். ஆனால் எதற்காக ஓலை கொடுத்து அனுப்பினாய்? எதற்காக என்னை இவ்விடம் வரச் சொன்னாய்?" என்று கேட்டான் இளவரசன்.

"ஐயா! தஞ்சாவூருக்குத் தாங்கள் மூன்று ஆண்டுகளாக வரவில்லை. நோய்ப்பட்டிருக்கும் தங்கள் தந்தையைப் பார்க்கவும் வரவில்லை...."

"அவர் எனக்கு மட்டும் தந்தை அல்ல, நந்தினி!..."

"ஆம், இளைய பிராட்டிக்கும் தந்தைதான்! பொன்னியின் செல்வருக்கும் தந்தைதான்! ஆயினும் தங்களைப் பார்க்காதது தான் தங்கள் தந்தைக்குப் பெருங்குறையாக இருக்கிறது. தாங்கள் வராமைக்குக் காரணம் நான் என்று சக்கரவர்த்தியிடம் யாரோ சொல்லியிருக்கிறார்கள். அதனால் அவர் என்னைப் பார்ப்பதே கிடையாது. ஐயா! எனக்கு ஏற்கெனவே தாங்கள் செய்த தீங்கெல்லாம் போதாதா? இந்தப் பழி வேறு எனக்கு ஏற்பட வேண்டுமா?..."

"ஆனால் அது உண்மைதானே? உன் காரணமாகத் தான் தஞ்சைக்கு நான் வரவில்லை.."

"அப்படியானால், நான் தஞ்சையை விட்டுப் போய் விடுகிறேன். தாங்கள் தஞ்சைக்கு வந்து, தங்கள் தந்தையின் சிம்மாசனத்தில் அமர்ந்து மணிமகுடம் சூட்டிக்கொண்டு..."

"நந்தினி! அது ஒரு நாளும் நடவாத காரியம். எனக்குச் சிம்மாசனத்தில் இப்போது ஆசை இல்லை. மதுராந்தகத்தேவன் சிம்மாசனத்தில் அமர்ந்து சாம்ராஜ்யத்தின் மணிமகுடத்தைச் சூட்டிக் கொண்டு ராஜ்யம் ஆளட்டும்..."

"ஐயா! மதுராந்தகரைத் தங்களுக்கு நன்றாகத் தெரியும். அவரால் இந்தப் பெரிய சாம்ராஜ்யத்தை ஒரு நாளேனும் ஆளமுடியுமா?"

"அவனால் ஆள முடியாவிட்டால், அவனுக்கு உதவி செய்யப் பழுவேட்டரையர்கள் இருக்கிறார்கள்; நீயும் இருக்கிறாய்..."

"ஐயா! தங்கள் விருப்பம் இப்போது நன்றாய் எனக்குத் தெரிகிறது. நான் தஞ்சையிலிருந்து, பழுவூர் அரண்மனையிலிருந்து, போய்விடுகிறேன்... தாங்கள் தஞ்சைக்கு வந்து..."

"இல்லை, இல்லை! நீ தவறாக எண்ணுகிறாய்! எனக்கு அந்த எண்ணமே கிடையாது. உனக்கு நான் முன்னம் செய்த குற்றமெல்லாம் போதும். பழுவூர் அரண்மனையிலிருந்து உன்னைத் துரத்திய பாதகத்தையும் நான் சேர்த்துக் கட்டிக் கொள்ள வேண்டாம்..."

"ஐயா! நாம் இருவரும் தஞ்சையில் இருக்க முடியாதா? அந்தப் பெரிய நகரில் நாம் இரண்டு பேரும் இருக்க இடம் இல்லையா? ஒருவரையொருவர் பார்க்க வேண்டிய அவசியம் கூட இல்லையே?"

"பார்க்க வேண்டிய அவசியமில்லாமலிருக்கலாம். ஆனால் மனத்தில் நினைக்காமல் இருக்க முடியுமா? சற்று முன் நீதான் சொன்னாய்! சென்று போனதையெல்லாம் மறக்க முடியாது என்று. உன் நெஞ்சத்திலுள்ள காயத்தைப் பற்றியும் சொன்னாய். என் நெஞ்சத்திலும் காயம் பட்டிருக்கிறது. என்னாலும் மறக்க முடியவில்லை."

"மறக்க முடியாமல் இருக்கலாம்; ஆனால் மன்னிக்க முடியாதா? நான் செய்த குற்றங்களை இத்தனை காலம் கழித்த பிறகும் மன்னிக்க முடியாதா?"

"நந்தினி! நான் மன்னிக்கும்படியாக நீ ஒரு குற்றமும் செய்யவில்லை. குற்றம் செய்தவன் நான்; உன்னிடம் மன்னிப்புக் கேட்க வேண்டியவன் நான். காஞ்சியிலிருந்து புறப்பட்ட போது கூட உன்னிடம் மன்னிப்புக் கேட்டுப் பெறலாம் என்ற எண்ணத்துடன் கிளம்பினேன். ஆனால் வழியில் நான் அறிந்த ஒரு செய்தி உன்னிடம் மன்னிப்புக் கேட்கவே என்னைத் தகுதியற்றவன் ஆக்கிவிட்டது."

"கோமகனே! தாங்கள் என்னிடம் மன்னிப்புக் கேட்பது எந்த வகையிலும் தகுதியற்றது தான். தாங்கள் புவி ஆளும் சக்கரவர்த்தியின் திருக்குமாரர். நான் பெற்ற தாய் தந்தையரால் கைவிடப்பட்ட அநாதைப் பெண்..."

"இல்லை, நந்தினி! நீ அநாதைப் பெண் அல்ல...."

"தனாதிகாரி பழுவேட்டரையர் என்னை மனமுவந்து தம் இளைய ராணியாக அங்கீகரித்தார் ஆனாலும்..."

"அதுமட்டுமல்ல, நந்தினி! எப்படி உன்னிடம் உண்மையைச் சொல்லுவது என்று தயங்குகிறேன்..."

"இந்தப் பேதைப் பெண்ணிடம் தாங்கள் எதை வேண்டுமானாலும் தயங்காமல் சொல்லலாம். வழியோடு போகிறவர்கள் எல்லாரும் என்னிடம் ஏதேதோ சொல்லத் துணிகிறார்கள். என்னை வம்புக்கு இழுத்து அவமதிக்கிறார்கள்...."

"நந்தினி! இனி அவ்விதம் யாரேனும் நடந்து கொண்டால் என்னால் ஒரு கணமும் பொறுக்க முடியாது. நீ சொல்ல வேண்டியதுதான். அவனை உடனே யமனுலகுக்கு அனுப்பி விட்டு மறு காரியம் பார்ப்பேன்...."

"எப்போதும் என்னிடம் தாங்கள் அத்தகைய கருணைகாட்டி வந்திருக்கிறீர்கள். பழையாறை இளைய பிராட்டியோடு கூட எனக்காகச் சிறு பிராயத்தில் சண்டை பிடித்திருக்கிறீர்கள். அவர் தங்கள் சகோதரி..."

"நந்தினி! நீயும் என் சகோதரி தான்! இளைய பிராட்டியைப் போல நீயும் என் சகோதரி; நான் உன் சகோதரன்!"

"கோமகனே! நான் இன்னொருவரை மணந்ததிலிருந்து என்னைத் தங்கள் சகோதரியாகப் பாவிக்கிறீர்கள். அது தங்கள் குலத்தின் பெருமைக்கு உகந்ததுதான். ஆனால் சக்கரவர்த்தியின் திருக்குமாரரை, மூவுலகும் ஆளப் பிறந்தவரை, நான் எவ்வாறு என் சகோதரராகக் கருத முடியும்...?"

"நான் சொல்வதை நீ சரியாகப் புரிந்து கொள்ளவில்லை நந்தினி! உண்மையாகவே நீ என் சகோதரி; மூவுலகும் ஆளும் சக்கரவர்த்தியின் திருக்குமாரி...!"

இதைக் கேட்ட நந்தினி கலகலவென்று சிரித்தாள்.

"தங்களுடைய சித்தம் குழம்பியிருக்கிறதா, எனக்குத்தான் பைத்தியம் பிடித்திருக்கிறதா, தெரியவில்லை!" என்று கூறினாள்.

"சித்தப்பிரமையும் இல்லை! பைத்தியமும் இல்லை."

"அப்படியானால், இந்தப் பேதையைப் பரிகாசம் செய்கிறீர்களா?"

"என்னைப் பார்த்துச் சொல், நந்தினி! உண்மையாகவே உன்னைப் பரிகசிப்பவனாகத் தோன்றுகிறதா?"

"ஐயா! தாங்கள் என் முகத்தைப் பார்த்துச் சொல்லுங்கள்! என்னைப் பார்த்தால், சக்கரவர்த்தியின் திருக்குமாரி என்று தோன்றுகிறதா? ராஜ குலத்தின் இலட்சணம் என் முகத்திலே விளங்குகிறதா?"

"நந்தினி! நீ ஐந்து வயதுப் பெண்ணாக இருந்தது முதலாவது உன் முகத்தை பார்த்திருக்கிறேன். உன் முகத்தில் ஜொலித்த இணையில்லாத சௌந்தரியத்தைக் கண்டு வியந்திருக்கிறேன். அதற்குக் காரணம் மட்டும் இப்போதுதான் தெரிந்தது. காஞ்சியிலிருந்து புறப்பட்ட பிறகு நடுவழியிலேதான் தெரிந்தது. சோழ குலத்தில் வாழ்க்கைப்பட்டவர்களிலே வைதும்பராயன் மகள் கலியாணிக்கு இணையான அழகுடையவர் யாரும் இல்லை என்பது உலகப் பிரசித்தம். அவர் என் பாட்டி; இன்னமும் பழையாறையில் உயிரோடு இருந்து வருகிறார். எழுபது வயது ஆன பிறகும் அவர் முகத்தில் விளங்கும் தெய்வீகமான அழகு கண்களைக் கூசச் செய்யும். அவருடைய அழகெல்லாம் இப்போது உன்னிடந்தான் தஞ்சம் புகுந்திருக்கிறது. அது என்னிடம் இல்லை; இளைய பிராட்டியிடம் இல்லை, அருள்மொழியிடமும் இல்லை; என் தந்தையின் மூலமாக உன்னிடத்தேதான் வந்திருக்கிறது..."

"ஐயா! என்ன சொல்கிறீர்கள்? உண்மையிலேயே எனக்குச் சித்தக் கோளாறுதான் போலிருக்கிறது. அல்லது என் காதுகளில் ஏதேனும் கோளாறு இருக்க வேண்டும்..."

"இல்லை, நந்தினி இல்லை! சித்தக் கோளாறும் இல்லை; உன் காதிலே கோளாறும் இல்லை; நீ என் தந்தையின் மகள்; ஆகையால் என் சகோதரி! சக்கரவர்த்தி என் அன்னையை மணப்பதற்கு முன்னால் ஈழ நாட்டைச் சேர்ந்த ஒரு தீவிலே ஒரு மாதரசியைக் காதலித்துக் காந்தர்வ மணம் புரிந்து கொண்டார். அவளுடைய புதல்வி நீ, ஆகையால் என் சகோதரி!" என்று கரிகாலன் ஆதுரம் ததும்பிய குரலிலே கூறினான்.

நந்தினி பெருந் திகைப்பு அடைந்தவள் போலச் சிறிது நேரம் ஆதித்த கரிகாலரைப் பார்த்துக் கொண்டிருந்தாள். பிறகு அவளுடைய முகத்தில் தெளிவு தோன்றியது. "ஐயா! இந்தச் செய்தியைத்தானா தாங்கள் காஞ்சியிலிருந்து புறப்பட்ட பிறகு அறிந்தீர்கள்?" என்று கேட்டாள்.

"ஆம் நந்தினி! அதை அறிந்ததும் ஏற்கெனவே விளங்காமலிருந்த பல விஷயங்கள் எனக்கு விளங்கின."

"கோமகனே! தங்களுக்கு இந்தச் செய்தியை வழியிலே சொன்னவர் யார்? வல்லத்து இளவரசரா?"

"அவன்தான்! ஆனால் அவனாகச் சொல்லவில்லை. இளைய பிராட்டி குந்தவை அவனிடம் சொல்லி அனுப்பினாள்!"

"ஆகா! தங்களையும் என்னையும் பிரித்து வைப்பதற்கு ஆதிநாளிலிருந்து எத்தனையோ சூழ்ச்சி செய்து வந்திருக்கிறார்கள். இன்னமும் அவர்களுடைய சூழ்ச்சிகள் முடிந்தபாடில்லை."

"நீ நினைப்பது தவறு நந்தினி! இதில் சூழ்ச்சி ஒன்றுமில்லை. சிறு பிராயத்தில் உன்னையும் என்னையும் பிரித்து வைப்பதற்குப் பெரிய பிராட்டி செம்பியன் மாதேவி செய்த முயற்சிகள் எனக்குப் புரியாமலிருந்தன. அதற்காக அளவில்லாத கோபம் அடைந்தேன். அவர் எவ்வளவு பயங்கரமான விபத்திலிருந்து நம்மைத் தடுத்துக்

காப்பாற்றினார் என்று இப்போதுதான் தெரிகிறது. ஆனால் உண்மையை அவர்கள் அப்போதே சொல்லியிருக்கலாம். சொல்லாத காரணத்தினால் உனக்குப் பெரும் அநீதி செய்தார்கள்; எனக்கும் தீங்கு செய்துவிட்டார்கள்; போனது போகட்டும். சென்றதையெல்லாம் நாம் இருவரும் மறந்து விடுவோம்; மறக்க முடியாவிட்டாலும் மன்னித்து விடுவோம்..."

"ஐயா! வல்லத்து இளவரசர் வழியில் தங்களைச் சந்தித்து இந்தக் கதையை மட்டுந்தான் சொன்னாரா? இன்னும் ஏதாவது சொன்னாரா?" என்று நந்தினி கேட்டாள்.

"கதை என்று ஏன் கூறுகிறாய், நந்தினி! உனக்கு நம்பிக்கை இல்லையா?" என்றான் ஆதித்த கரிகாலன்.

"தாங்கள் கூறிய செய்தி அவ்வளவு எளிதாக நம்பக் கூடியதா? சக்கரவர்த்தியின் குமாரியாகப் பிறந்து நான் இந்தக் கதியை அடைந்திருக்கமுடியுமா? இவ்வளவு கொடுமையான துன்பங்களுக்கு உள்ளாகியிருக்க முடியுமா? வந்தியத்தேவர் கூறியது உண்மையாகவே இருக்கட்டும். இது மட்டுந்தான் அவர் சொன்னாரா? வேறு ஒன்றும் சொல்லவில்லையா?" என்றாள் நந்தினி.

கரிகாலர் சிறிது தயங்கிவிட்டு, "ஆம்; இன்னொரு செய்தியும் சொன்னான். நீ பாண்டிய நாட்டுச் சதிகாரர்களோடு சேர்ந்திருப்பதாகச் சொன்னான். சோழர் குலத்தையே கருவறுத்து விடக் கங்கணம் கட்டிக் கொண்டிருப்பதாகச் சொன்னான். அதற்காக, பிடியில் மீன் சின்னம் உள்ள கொலைவாள் ஒன்றை நீ வைத்துப் பூஜித்து வருவதாகவும் சொன்னான். கொள்ளிடக்கரைக் காட்டில் பள்ளிப்படையின் அருகில் யாரோ ஒரு சிறுவனை வைத்து மணிமகுடம் சூட்டியதாகவும் கூறினான். நந்தினி! அதையெல்லாம் நீ இனி மறந்துவிடு! சோழர் குலத்தின் பெருமைக்கெல்லாம் என்னைப் போல் உரிமையுள்ளவள் நீ. சுந்தர சோழ சக்கரவர்த்தியின் புதல்வி; எங்கள் அருமைச் சகோதரி. உனக்கு இதுவரை செய்த அநீதிகளுக்கெல்லாம் பரிகாரம் செய்வதே எனது முதற் கடமையாக இனி வைத்துக் கொள்வேன்..."

"ஐயா! இவ்வளவையும் தாங்கள் நம்புகிறீர்கள் அல்லவா? அப்படியிருக்கும்போது, கடம்பூருக்கு வந்து இத்தனை நாள் வரையில் காத்திருந்ததேன்? முன்னாடியே என்னைச் சந்தித்துப் பேச ஒரு முயற்சியும் செய்யாதது ஏன்?"

"என் மனத்தில் ஏற்பட்டிருந்த குழப்பந்தான் காரணம். நம்முடைய புதிய உறவை என் மனதில் நிலைப்படுத்திக் கொள்ள அவகாசமும் வேண்டியிருந்தது. எல்லாவற்றையும் விளக்கமாகச் சொல்லத் தக்க சந்தர்ப்பத்தையும் எதிர்பார்த்துக் கொண்டிருந்தேன். பலர் முன்னிலையில் சொல்லக்கூடிய செய்தியா இது? அதிர்ஷ்டவசமாக, ஒரு காட்டுப்பன்றியும் ஒரு சிறுத்தைப் புலியும் இன்றைக்கு அத்தகைய சந்தர்ப்பத்தை எனக்கு ஏற்படுத்திக் கொடுத்தன..."

நந்தினி குறுக்கிட்டு, "ஐயா! காட்டு மிருகங்கள் பொல்லாதவைதான்! ஆனால் மனிதர்களைப் போல் அவ்வளவு கொடுமை செய்யக் கூடியவை அல்ல. இது இன்றைக்குத்தான் எனக்கு நன்கு தெரிந்தது" என்றாள்.

"சகோதரி! சென்று போனதையெல்லாம் மறக்க முடியுமா என்று சற்று முன்னால் நீ சொன்னாய். அதை நானும் ஒப்புக் கொண்டேன். மறக்க முடியாவிட்டாலும் மன்னிக்க வேண்டுமென்று கேட்டுக் கொண்டேன். அதற்கு நீ மறுமொழி சொல்லவில்லை."

"கோமகனே! தாங்கள் இதற்கு முன்னால் எனக்குச் செய்த துரோகங்கள், குற்றங்கள் எல்லாவற்றையும் மன்னித்து விடுவேன்; ஒருவேளை மறந்தும் விடுவேன். ஆனால் இன்றைக்குச் செய்த துரோகத்தை என்றைக்கும் மறக்கவும் முடியாது; மன்னிக்கவும் முடியாது..."

"ஐயோ! இன்றைக்கு நான் என்ன செய்தேன்? நான் அறிந்து ஒரு துரோகமும் உனக்குச் செய்யவில்லையே?"

"சொல்லுகிறேன் அதோ வருகிறானே, அந்த தூர்த்தனைப் பாருங்கள்!"

"வல்லவரையனையா சொல்கிறாய்?"

"ஆமாம்; புலியின் தலையைக் கொண்டு வராமல் வெறுங்கையுடனே வருகிறானே, அவன்தான். ஒருநாள் அவன் தஞ்சையில் என்னைப் பார்த்தான். என்னுடைய பாதம் அவன் பேரில் பட்டால் அதை ஒரு 'பாக்கியமாகக் கருதுவேன்' என்று சொன்னான். அவனை என் காலால் தொட்டு உதைக்கவும் நான் இஷ்டப்படவில்லை. வேலைக்காரர்களை அழைப்பதாகச் சொன்ன பிறகு ஓடி விட்டான். அவனுடைய நீசத்தனமான எண்ணத்துக்கு நான் இணங்காததற்காகத் தங்களிடம் இத்தகைய பயங்கரமான கற்பனைகளைப் புனைந்து சொல்லியிருக்கிறான். நான் விரும்பினால் தங்களுடைய தலையையே கொண்டு வந்து விடுவதாக உறுதி கூறினான். இதையெல்லாம் தங்களிடம் நான் சொல்லி விடப் போகிறேனோ என்று அவனுக்குப் பயம். அதற்காகவே தாங்கள் கடம்பூர் மாளிகைக்கு வராமல் வழியிலே தடுத்து விடப் பார்த்தான். அதனாலேயே தங்களுடன் இணைபிரியாமல் சுற்றி வந்து கொண்டிருக்கிறான். அப்படிப்பட்ட நீசன், என் காலினால் தொடுவதற்குக்கூட நான் விரும்பாதவன், – அவன் என் உடம்பு முழுவதையும் அணைத்துத் தூக்கிக் கரையேற்றும்படிச் செய்தீர்கள். அதைப் பார்த்துக் கொண்டுமிருந்தீர்கள்; இதை நான் மறக்க முடியுமா? அல்லது மன்னிக்கத் தான் முடியுமா?"

இவ்விதம் நந்தினி கண்களில் கோபக்கனல் பொங்கக் கூறி வந்த பயங்கரமான மொழிகளைக் கேட்டுக் கரிகாலனுடைய தலை உண்மையிலேயே சுழலத் தொடங்கியது. பளிங்கு மண்டபம், ஏரியின் நீர், காட்டு மரங்கள் எல்லாம் சுழன்றன. சற்று நிதானித்துக் கொண்டு, "சகோதரி! நந்தினி! நீ சொல்வது உண்மையாக இருக்க முடியுமா? எதை நம்புவதென்று எனக்கு மெய்யாகவே தெரியவில்லை. வந்தியத்தேவன் அவ்வளவு நீசனாக இருக்கக் கூடுமா? அவனுக்கு இந்தப் பேதைப் பெண் மணிமேகலையைத் திருமணம் செய்விப்பது என்று சற்று நேரத்துக்கு முன்னால் கூட எண்ணினேனே?" என்றான்.

"ஐயா! நான் சொல்வதை மட்டும் நீங்கள் நம்பிவிட வேண்டாம். எப்போதுமே அவசரப்பட்டுத் தாங்கள் காரியம் செய்து விடுவீர்கள். இந்தத் தடவை அப்படிச் செய்ய வேண்டாம். இரண்டு நாள் பொறுத்திருந்து இவனுடைய நடவடிக்கைகளைக் கவனித்து வாருங்கள். தாங்களே தெரிந்து கொள்வீர்கள்!" என்றாள் நந்தினி.

❉ ❉ ❉ ❉

நாற்பத்தாறாம் அத்தியாயம்

படகு நகர்ந்தது!

வந்தியத்தேவன் ஒரு பக்கத்தில் விரைந்து வந்து கொண்டிருந்தான்.

மற்றொரு புறத்தில் மணிமேகலை, "அக்கா! உணவு சித்தமாயிருக்கிறது!" என்று சொல்லிக் கொண்டு நெருங்கி வந்து கொண்டிருந்தாள்.

கரிகாலன் இருபுறமும் பார்த்துவிட்டு, "நந்தினி, என்னைக் கடம்பூர் மாளிகைக்கு வரவேண்டாம் என்று தடுக்க வந்தியத்தேவன் மட்டும் முயலவில்லை. ஆழ்வார்க்கடியான் என்னும் வைஷ்ணவனும் அதே மாதிரி செய்தியைக் கொண்டு வந்தானே! என் தந்தையின் உயிர் நண்பரும் என் பக்திக்கு உரியவருமான முதன்மந்திரி அநிருத்தரும் சொல்லி அனுப்பினாரே?" என்றான்.

"முதன்மந்திரி அநிருத்தர்! தங்கள் தந்தையின் பிராண சிநேகிதர்! ஆகையினால் தங்கள் தந்தையின் பிராணனைத் தாமே அபகரிக்கப் பார்க்கிறார். தங்களுடைய பக்திக்கு உரியவர்! ஆகையால் தங்களுக்கு அடுத்த பட்டம் இல்லாமற் செய்யப் பார்க்கிறார்..."

"ஏன்? ஏன்?"

"தாங்கள் வெறிபிடித்தவர் என்றும், தெய்வ பக்தி இல்லாதவர் என்றும் அவருக்கு எண்ணம். தங்கள் தம்பிக்குப் பட்டம் கட்டி வைத்து அவனை வீர வைஷ்ணவனாக்கி இந்தச் சோழ நாட்டையே வைஷ்ணவ நாடாக்கிவிட வேண்டுமென்பது அவருடைய விருப்பம். தங்களுடைய தம்பி நடுக்கடலில் காணாமற்போனபோது அவருடைய எண்ணத்திலே மண் விழுந்தது!"

"அதற்காக என்னைக் கடம்பூர் வராமல் தடுக்க வேண்டிய அவசியம் என்ன?"

"அவர்களுடைய அந்தரங்கத்தையெல்லாம் தங்களிடம் நான் சொல்லிவிடலாம் அல்லவா?"

"உனக்கு எப்படி அவர்களின் அந்தரங்கம் தெரியும்?"

"ஐயா! அந்த வைஷ்ணவன் ஆழ்வார்க்கடியானின் சகோதரி நான் என்பதை மறந்து விட்டீர்கள்...."

"உண்மையாக நீ அவனுக்கு உடன் பிறந்த சகோதரியா? அந்தக் கதையை என்னை நம்பச் சொல்கிறாயா?"

"நானும் அந்தக் கதையை நம்பவில்லை. தங்களை நம்புமாறு சொல்லவும் இல்லை. அவனுடைய தந்தையின் வீட்டில் நான் வளர்ந்து வந்தேன். ஆகையால் என்னைச் சகோதரி என்று அழைத்து வந்தான். என்னை ஆண்டாளின் அவதாரம் என்று அந்த வைஷ்ணவன் சொல்வது வழக்கம். ஊர் ஊராக அவனுடன் நான் சென்று ஆழ்வார்களின் பாசுரங்களைப் பாடி வைஷ்ணவ சம்பிரதாயத்தைப் பரப்ப வேண்டும் என்று அவனுடைய ஆசை!"

"பௌத்த சந்நியாசினிகளைப்போல் உன்னையும் வைஷ்ணவ சந்நியாசினியாக்க அவன் விரும்பினானா?" என்று ஆதித்தகரிகாலன் கேட்டான்.

"அப்படி ஒன்றுமில்லை; நான் அவனைக் கல்யாணம் செய்து கொண்டு தம்பதிகளாகப் பாசுரம் பாடிக் கொண்டு ஊர் ஊராகப் போகவேண்டும் என்பது அவன் ஆசை. வைஷ்ணவத்தைப் பிரசாரம் செய்ய நான் பல குழந்தைகளைப் பெற்று அளிக்க வேண்டும் என்பதும் அவன் விருப்பம்..."

"சீச்சீ! அந்தக் குரங்கு மூஞ்சித் திருமலை எங்கே? நீ எங்கே? உன்னை அவன் தனக்கு மனைவியாக்கிக் கொள்ள விரும்பினானா?"

"ஐயா! என் துரதிர்ஷ்டம் அது! நான் பிறந்த வேளை அப்படி! என்னை நெருங்கி வரும் ஆண் பிள்ளைகள் எல்லாரும் துர் எண்ணத்துடனேயே என்னை நெருங்குகிறார்கள்..."

"கிழவன் பழுவேட்டரையனுடைய புத்தி போன பாட்டில் மற்றவர்களைப் பற்றிச் சொல்வானேன்?"

"கோமகனே! பழுவேட்டரையரைப் பற்றி என் காதில் படத் தூஷணையாக எதுவும் சொல்ல வேண்டாம். அவர் என்னிடம் ஆசை கொண்டார்; என்னை உலகமறிய மணந்து கொண்டார். அநாதைப் பெண்ணாயிருந்த என்னை அவருடைய திருமாளிகையில் பட்டது ராணியாக்கிப் பெருமைப்படுத்தினார்...."

"ஆனால் உன்னுடைய விருப்பம் என்ன, நந்தினி? நீ அவரை உண்மையிலேயே உன் பதியாகக் கொண்டு பூஜிக்கிறாயா? அப்படியானால்..."

"இல்லை; இல்லை அவரிடம் நான் அளவில்லாத நன்றியுடையவள். ஆனால் அவருடன் நான் மனை வாழ்க்கை நடத்தவில்லை. ஐயா! நான் ஏழைக் குடியில் பிறந்தவள்; பிறந்தவுடனே கைவிடப்பட்டவள். ஆயினும் என்னுடைய நெஞ்சை ஒரே ஒருவருக்குத்தான் அர்ப்பணம் செய்தேன். அதை ஒரு நாளும் மாற்றிக் கொண்டதில்லை...."

"நந்தினி! அந்தப் பாக்கியசாலி யார்? வேண்டாம்; அதைச் சொல்ல வேண்டாம். நீ யார்? உண்மையைச் சொல்! நீ என் தந்தையின் மகள் இல்லாவிடில், என் சகோதரி இல்லாவிடில், ஆழ்வார்க்கடியானுடன் கூடப்

பிறந்தவளும் இல்லை என்றால், பிறகு நீ யார்? அதை மட்டும் சொல்லிவிடு, நந்தினி! அதைத் தெரிந்து கொள்ளாவிட்டால் எனக்குப் பைத்தியம் உண்மையிலேயே பிடித்துவிடும்!" என்றான் கரிகாலன்.

"அதை தங்களுக்கு தெரிவிக்க வேண்டுமென்றுதான் நானும் விரும்புகிறேன். ஆனால் தங்களுடைய தோழரும் என்னுடைய தோழியும், இதோ நெருங்கி வந்துவிட்டார்கள். மறுபடியும் சந்தர்ப்பம் வாய்க்கும்போது அவசியம் சொல்லுகிறேன்" என்றாள் நந்தினி.

* * *

மிகச் சமீபத்தில் வந்துவிட்ட வல்லவரையனைப் பார்த்துப் பழுவூர் ராணி, "ஐயா! இது என்ன வெறுங்கையுடனே திரும்பி வந்திருக்கிறீர்? புலியின் தலை எங்கே?" என்று கேட்டாள்.

"தேவி! புலியின் தலையைக் கொண்டு வந்து தங்கள் காலடியில் சமர்ப்பிக்கும் பாக்கியம் எனக்குக் கிட்டவில்லை!" என்றான் வந்தியத்தேவன்.

"ஆகா! இவ்வளவுதானா உமது வீரம்? உமது முன்னோர்களின் வீரத்தைப் பற்றிப் பாட்டுகள் எல்லாம் சொன்னீரே? மூன்று குலத்து வேந்தர்களின் தலைகளைப் பறித்துக் கழனியில் நடவு நட்டார்கள் என்று சொன்னீரே?"

"அது என்ன அப்படிப்பட்ட பாடல்?" என்று கரிகாலன் கேட்டான்.

"ஐயா! நீர் சொல்கிறீரா? நான் சொல்லட்டுமா?" என்று நந்தினி வந்தியத்தேவனைப் பார்த்து வினவினாள்.

"ராணி! அப்படி ஒரு பாடல் சொன்னதாக எனக்கு ஞாபகம் இல்லையே!" என்றான் வந்தியத்தேவன்.

"உமக்கு ஞாபகம் இல்லை; ஆனால் எனக்கு நன்றாய் நினைவு இருக்கிறது நான் சொல்லுகிறேன் கேளுங்கள், ஐயா!

சேனை தழையாக்கிச் செங்குருதி நீர்
தேக்கி ஆனை மிதித்த அருஞ்சேற்றில் - மானபரன்
பாவேந்தர் தம் வேந்தன் வாணன் பறித்து நட்டான்
மூவேந்தர் தங்கள் முடி!

எப்படியிருக்கிறது பாட்டு! கோமகனே! தாங்கள் பாண்டியன் ஒருவனுடைய தலையை மட்டுமே கொண்டீர்கள். இந்த வீரருடைய முன்னோர்கள், சேர சோழ பாண்டியர்களுடைய தலைகளைப் பறித்துக் கொண்டு வந்து கழனியில் நடவு நட்டார்களாம்...!"

கரிகாலனுடைய முகத்தில் அருவருப்பும் குரோதமும் தாண்டவம் ஆடின.

"நல்ல உழவு! நல்ல நடவு!" என்று சொல்லிவிட்டு அவன் இடி இடி என்று வாய்விட்டுச் சிரித்தான்.

வந்தியத்தேவன் கரிகாலனுடைய முகத்தையே ஏறிட்டுப் பார்க்க முடியவில்லை. அவன் தட்டுத் தடுமாறி, "தேவி! இத்தகைய பாடல் ஒன்றை தங்களிடம் நான் சொல்லவே இல்லையே?" என்றான்.

"அதனால் என்ன? ஏற்கெனவே தெரிந்து கொண்டிராவிட்டால் உமது குலத்தின் பெருமையை இப்போதாவது தெரிந்து கொள்ளும்! அவ்வாறு முக்குலத்து வேந்தர்களின் முடிகளைப் பறித்து நட்ட வம்சத்தில் கேவலம் காயம்பட்ட சிறுத்தைப் புலி ஒன்றின் தலையைக் கொண்டு வர முடியவில்லையே?" என்றாள்.

"தேவி! காயம்பட்ட அந்த சிறுத்தைப் புலி செத்துத் தொலைந்து போய் விட்டது. செத்த புலியின் தலையை வெட்ட நான் விரும்பவில்லை."

"அது எப்படி? புலி தத்தித் தத்திப் படகில் ஏறியதை நான் பார்த்தேனே?" என்றான் கரிகாலன்.

"நான்தான் அந்தக் காட்சியைத் தங்களுக்குக் காட்டினேன். படகில் ஏறிப் படுத்துக் கொண்ட பிறகு அது செத்துப் போயிருக்கிறது. பழுவூர் இளைய ராணியின் திருமேனியைக் காயப்படுத்தி விட்டோமே என்ற பச்சாத்தாபத்தினால் அது பிராணனை விட்டு விட்டதோ, என்னமோ?" என்றான் வந்தியத்தேவன்.

கரிகாலன் முகத்தில் கடுகடுப்புச் சிறிது தணிந்து புன்னகை அரும்பியது. "ஆனால் அது தண்ணீரிலேயே செத்துப் போயிருக்கலாமே? படகில் ஏறிச் சாக வேண்டியதில்லையே?" என்றான் அவன்.

"என்னைப்போல் அதற்கும் தண்ணீரைக் கண்டால் பிடிப்பதில்லை போலிருக்கிறது. எல்லாச் சாவுகளிலும் தண்ணீரிலே சாவது தான் எனக்குப் பயமளிக்கிறது!" என்றான் வந்தியத்தேவன்.

"ஆயினும் சற்று முன்னால் தைரியமாகத் தண்ணீரில் குதித்து விட்டீரே? இந்தப் பேதைப் பெண்களின் பேரில் அவ்வளவு கருணை போலிருக்கிறது?" என்று புன்னகைத்தாள் நந்தினி.

"தேவி! தண்ணீரைக் காட்டிலும் எனக்குப் பெண்களைக் கண்டால் அதிக பயம் உண்டாகிறது. இளவரசருடைய வற்புறுத்தலுக்காகத்தான் குதித்தேன். உண்மையில் அப்படிக் குதித்திருக்க வேண்டிய அவசியமே இல்லை என்று இப்போது தெரிகிறது" என்றான் வல்லவரையன்.

"ஆம், ஆம்! நீர் தண்ணீரில் விழுந்து சாவது பற்றித் தான் உமக்குப் பயம். பிறரை மூழ்க அடித்துச் சாகச் செய்வது பற்றி உமக்குப் பயமே இல்லை!" என்றாள் நந்தினி.

இந்தப் பேச்சுக்கள் ஒன்றும் மணிமேகலைக்குப் பிடிக்கவில்லை என்பது அவளுடைய முகபாவத்திலிருந்து நன்கு வெளியாயிற்று.

"அக்கா, சமைத்த உணவு ஆறிப் போய்விடும்; வாருங்கள் போகலாம்!" என்றாள்.

நால்வரும் பளிங்கு மண்டபத்தை நோக்கி நடந்தார்கள். அப்போது இடையிடையே மணிமேகலை வந்தியத்தேவனை நோக்கினாள். அவனுடைய மனதில் ஏதோ சங்கடம் ஏற்பட்டிருக்கிறதென்றும், இளவரசரும் நந்தினியும் அவனுக்கு ஏதோ தொல்லை கொடுக்கிறார்கள் என்றும் அவள் தன் உள்ளுணர்ச்சியால் அறிந்தாள். "யார் தங்களுக்கு எதிரியானாலும் நான் தங்களுடைய கட்சியில் இருப்பேன்; கவலைப்பட வேண்டாம்!" என்று நயன பாஷையின் மூலம் வந்தியத்தேவனுக்கு ஆறுதல் கூற முயன்றாள். ஆனால் வந்தியத்தேவனோ அவள் பக்கம் திரும்பிப் பார்க்கவே இல்லை. அவன் கவலைக் கடலில் அடியோடு மூழ்கிப் போனவனாகக் காணப்பட்டான்.

* * *

நந்தினி தேவியின் வஞ்சக வார்த்தைகளும் வந்தியத்தேவன் மீது அவள் சுமத்திய பயங்கரமான பழியும் இந்தக் கதையைத் தொடர்ந்து படித்து வரும் நேயர்களுக்கு அருவருப்பை அளித்திருக்கக் கூடியது இயல்பேயாகும்.

எனினும், நாம் அறிந்துள்ள வரையில் அவளுடைய பிறப்பையும் வாழ்க்கை நிகழ்ச்சிகளையும் நினைவு கூர்ந்தால் அவ்வளவாக வியப்பு அடைய மாட்டோம்.

மனிதர்களின் குணாதிசயங்கள் பரம்பரை காரணமாக ரத்தத்தில் ஊறியுள்ள இயல்புகளில் அமைகின்றன. சூழ்நிலையினாலும் பழக்க வழக்கங்களினாலும் வாழ்க்கை அனுபவங்களினாலும் மாறுதலடைகின்றன.

ஊமையும் செவிடுமான மந்தாகினி காட்டிலே பெரும்பாலும் வாழ்ந்திருந்தவள். வனவிலங்குகளிடமிருந்து தப்பித்துக் கொள்ள அவள் எவ்வளவோ ஜாக்கிரதையாயிருக்க வேண்டியிருந்தது. தான் உயிர் தப்புவதற்காகச் சில சமயம் அந்த மிருகங்களைக் கொடூரமாகக் கொல்ல வேண்டியும் நேர்ந்தது.

வெகு காலம் வரையில் பால்போல் தூய்மையாக இருந்த அவள் உள்ளத்தில் ஒரு சமயம் அன்பு என்னும் அமுத ஊற்றுச் சுரந்தது. விரைவில், அந்த ஊற்று வறண்டு அவளுடைய நெஞ்சத்தை வறண்ட பாலைவனம் ஆக்கியது. விதியின் விளையாட்டு அவளை ஒரு பெரிய ஏமாற்றத்துக்கு உள்ளாக்கிவிட்டது. அதனால் ஏற்பட்ட அதிர்ச்சி அவளுடைய புத்தியே பேதலித்துப் போகும்படி செய்துவிட்டது. எனினும், நாளடைவில் அவளுடைய நெஞ்சின் காயம் ஆறியது. அன்பாகிய அமுத ஊற்று மீண்டும் சுரந்தது. சுந்தர சோழரின் மீது கொண்ட காதலையெல்லாம் அவருடைய அருமைப் புதல்வனாகிய அருள்மொழிச் செல்வனிடம் பிள்ளைப் பிரேமையாக மாற்றிக் கொண்டாள்.

மந்தாகினியின் புதல்வியாகிய நந்தினியிடம் தாயின் குணாதிசயங்கள் பல இயற்கையில் தோன்றியிருந்தன. ஆனால் தாயை உலகம் வஞ்சித்ததைக் காட்டிலும் மகளை அதிகமாக வஞ்சித்தது. பெற்ற தாயினாலும் கைவிடப் பட்டாள்; பிறர் வீட்டில் வளர்ந்தாள். காட்டு மிருகங்களினால் அன்னைக்கு ஏற்பட்ட தொல்லைகளைக் காட்டிலும் நாட்டு மனிதர்களால் மகள் அதிகக் கொடுமைகளுக்கு உள்ளானாள். இளம் பிராயத்தில் அரச குலத்தினரால் அவமதிக்கப்பட்டதெல்லாம் அவளுடைய நெஞ்சில் வைரம் பாய்ந்து நிலைத்து விஷத்தினும் கொடிய துவேஷமாக மாறியது. துவேஷத்துக்கு மாற்று அளிக்கக் கூடிய அன்பு என்னும் அமுதம் அவளுக்கு கிட்டவில்லை. அவள் யார் யாரிடம் அன்பு வைத்தாளோ அவர்கள் ஒன்று, அவளை அலட்சியம் செய்து புறக்கணித்தார்கள்; அல்லது துரதிர்ஷ்டத்துக்கு உள்ளாகி மாண்டு போனார்கள். அவளை அவமதித்தவர்களும் அவளால் வெறுக்கப் பட்டவர்களும் மேன்மையுடன் வாழ்ந்தார்கள். ஒரு பெண்ணின் உள்ளத்தை நஞ்சினும் கொடியதாக்குவதற்கு வேறு என்ன காரணங்கள் வேண்டும்? தன்னை வஞ்சித்தவர்களையும் அவமதித்தவர்களையும் பழி வாங்குவதைத் தவிர அவளுடைய உள்ளத்தில் வேறு எதற்கும் இடம் இருக்கவில்லை. அதற்கு வேண்டிய சூழ்ச்சித் திறன்கள் அன்னையின் கர்ப்பத்தில் இருந்த நாளிலேயே அவளுடைய இரத்தத்தில் சேர்ந்திருந்தன. வாழ்க்கையில் அவள் பட்ட அல்லல்களும் ஏமாற்றங்களும் பயங்கர அனுபவங்களும் அவளுடைய உள்ளத்திலிருந்த இரக்கம், அன்பு முதலிய மிருதுவான பண்புகளை அடியோடு துடைத்து இரும்பினும் கல்லினும் கடினமாக்கியிருந்தன.

இக்கதையில் இனி வரப்போகும் நிகழ்ச்சிகளை நன்கு அறிந்து கொள்வதற்கு இந்தக் குணாதிசய விளக்கத்தை இங்கே குறிப்பிடுவது அவசியம் என்று கருதி எழுதினோம்.

* * *

உணவருந்தும் வேளையிலும் அவர்களுக்குள் உற்சாகமான பேச்சு எதுவும் நடைபெறவில்லை. நந்தினியும், கரிகாலனும் வந்தியத்தேவனும் அவரவர்களுடைய கவலையிலே ஆழ்ந்திருந்தார்கள். இதனால் மணிமேகலைக்குத்தான் மிக்க ஆதங்கமாயிருந்தது. பழுவூர் ராணியுடன் உல்லாசமாகப் பேசி உற்சாகமாகப் பொழுது போக்கும் எண்ணத்துடன் அவள், அன்று நீர் விளையாடலுக்கும் வன போஜனத்துக்கும் ஏற்பாடு செய்திருந்தாள். இளவரசரும் வந்தியத்தேவனும் எதிர்பாராமல் வந்து சேர்ந்து கொண்டவுடன் அவளுடைய உற்சாகம் அதிகமாயிற்று. ஆனால் அதற்குப் பிறகு மற்ற மூவரும் பேசிய வார்த்தைகளும் நடந்து கொண்ட விதமும் அவளுக்குச் சிறிதும் திருப்தி அளிக்கவில்லை. நந்தினியையும் வந்தியத்தேவனையும் சேர்த்துப் பார்த்த போது ஏற்பட்ட வேதனையை அவளுடைய குழந்தை உள்ளம் உடனே மறந்து விட்டது. அதைப் பற்றித் தவறாக எண்ணி அசூயைக்கு இடங்கொடுத்தது தன்னுடைய தவறு என்று எண்ணித் தேறினாள். அதற்கு பிறகு மற்ற மூன்று பேரும் கலகலப்பில்லாமல் சிடுசிடுவென்று முகத்தை வைத்துக் கொண்டிருந்ததும் கபடமாகப் பேசி வந்ததும் அவளுக்கு விளங்கவும் இல்லை; பிடிக்கவும் இல்லை.

எனவே, உணவருந்திச் சிறிது நேரம் ஆனதும் மணிமேகலை "அக்கா! நாம் திரும்பிப் பிரயாணப்படலாமா? படகைக் கொண்டு வரச் சொல்லட்டுமா? இவர்கள் இருவரும் நம்முடன் வருகிறார்களா அல்லது குதிரை மீது வந்த வழியே போகிறார்களா?" என்று கேட்டாள்.

அப்போதுதான் கரிகாலன் சிந்தனை உலகத்திலிருந்து வெளி உலகத்துக்கு வந்தான். "ஆ! ஆ! இந்தப் பெண்ணின் யாழிசையைக் கேட்காமல் திரும்புவதா? ஒரு நாளும் முடியாது. நந்தினி! மறந்து விட்டாயா, என்ன? மணிமேகலை! எங்களை ஏமாற்றி விடாதே!" என்றான்.

"அதை நான் மறக்கவில்லை; தங்களையும் தங்கள் சிநேகிதரையும் பார்த்தால் கானத்தைக் கேட்கக் கூடியவர்களாகத் தோன்றவில்லை. முள்ளின் மேல் நிற்பது போல் நிற்கிறீர்கள். ஆயினும் பாதகமில்லை; மணிமேகலை! எங்கே, யாழை எடுத்துக் கொண்டு வா!" என்றாள் நந்தினி.

"எதற்காக, அக்கா? விரும்பாதவர்களின் முன்னால் எதற்காக என்னை யாழ் வாசிக்கச் சொல்கிறீர்கள்?" என்று மணிமேகலை சிறிது கிராக்கி செய்தாள்.

"இல்லை, இல்லை! இளவரசர்தான் கேட்பதாகச் சொல்கிறாரே; அவருடைய நண்பருக்குப் பாட்டுப் பிடிக்காவிட்டால் காதைப் பொத்திக் கொள்ளட்டும்" என்றாள் நந்தினி!

"கடவுளே! அப்படியொன்றும் நான் இசைக்கலையின் விரோதி அல்ல! கோடிக்கரையில் பூங்குழலி என்னும் ஓடக்காரப் பெண்,

'அலைகடலும் ஓய்ந்திருக்க அகக்கடல்தான் பொங்குவதேன்?'

என்று ஒரு பாட்டுப் பாடினாள். அதை நினைத்தால் இப்போதும் எனக்கு உடம்பு சிலிர்க்கிறது!" என்றான் வந்தியத்தேவன்.

"சில பேருக்குச் சிலருடைய பாட்டுத்தான் பிடிக்கும். என்னுடைய பாட்டு உங்களுக்குப் பிடிக்குமோ என்னமோ?" என்றாள் மணிமேகலை.

"பிடிக்காமற் போனால், யார் விடுகிறார்கள்? அதற்கு நான் ஆயிற்று. நீ யாழை எடுத்துக் கொண்டு வா!" என்றான் கரிகாலன்.

மணிமேகலை யாழை எடுத்துக்கொண்டு வந்தாள். பளிங்கு மண்டபத்தின் படிக்கட்டில் மேற்படியில் உட்கார்ந்து கொண்டாள். நரம்புகளை முறுக்கிச் சுருதி கூட்டினாள். ஏழு தந்திகள் கொண்ட யாழ் அது. ஒவ்வொரு தந்தியிலும் பாதி வரையில் ஒரு ஸ்வரமும் அதற்கு மேலே இன்னொரு ஸ்வரமும் பேசக் கூடியது.

சிறிது நேரம் யாழை மட்டும் வாசித்து இன்னிசையைப் பொழிந்தாள். கரிகாலனும் வந்தியத்தேவனும் உண்மையிலேயே மற்றக் கவலைகளையெல்லாம் மறந்துவிட்டார்கள். யாழின் இசையில் உள்ளத்தைப் பறிகொடுத்துப் பரவசமானார்கள்.

பின்னர், மணிமேகலை யாழிசையுடன் குரலிசையையும் சேர்த்துப் பாடினாள். அப்பர், சம்பந்தர், சுந்தரரின் தெய்வீகமான பாசுரங்களைப் பாடினாள்.

சிறிது நேரமானதும் இளவரசன், "மணிமேகலை! உன்னுடைய கானம் அற்புதமாயிருக்கிறது. ஆனால் எல்லாம் பக்திமயமான பாடல்களையே பாடி வருகிறாய். அவ்வளவாக நான் பக்தியில் ஈடுபட்டவனல்ல. சிவபக்தியையெல்லாம் மதுராந்தனுக்கே உரிமையாக்கி விட்டேன். ஏதாவது காதல் பாட்டுப் பாடு!" என்று சொன்னான்.

மணிமேகலையின் அழகிய கன்னங்கள் நாணத்தினால் குழிந்தன; சிறிது தயக்கம் காட்டினாள். "பெண்ணே! ஏன் தயங்குகிறாய்? இங்கே நீ காதல் பாட்டுப் பாடினால் என்னை உத்தேசித்துப் பாடுகிறாய் என்று நான் எண்ணிக் கொள்ள மாட்டேன். என் சிநேகிதனும் எண்ணிக் கொள்ள மாட்டான், ஆகையால் தயக்கமின்றிப் பாடு!" என்றான் கரிகாலன்.

"அப்படி யாராவது எண்ணிக் கொண்டால் மணிமேகலை அதற்காகக் கவலைப்படவும் மாட்டாள்!" என்றாள் நந்தினி.

"போங்கள், அக்கா! இரண்டு புருஷர்கள் இருக்குமிடத்தில் இப்படிப் பரிகாசம் செய்யலாமா?" என்றாள் மணிமேகலை.

"இவர்கள் புருஷர்கள் என்று நீ நினைப்பதுதான் பிசகு. ஒரு செத்த சிறுத்தைப் புலியின் தலையைக் கொண்டு வர முடியாதவர்களை ஆண் பிள்ளைகள் என்று சொல்ல முடியுமா? முற்காலத்தில் தமிழ்நாட்டு வீர புருஷர்கள் உயிருடன் புலியைப் பிடித்து அதன் வாயைப் பிளந்து பற்களைப் பிடுங்கிக் கொண்டுவந்து தங்கள் நாயகிகளுக்கு ஆபரணமாகச் சூட்டுவார்களாம்! அந்தக் காலமெல்லாம் போய் விட்டது! போனால் போகட்டும்! நீ பாடு! அன்றைக்கு என்னிடம் பாடிக் காட்டினாயே? அந்த அழகான பாட்டைப் பாடு!" என்றாள் நந்தினி.

மணிமேகலை யாழ் வாசித்துக் கொண்டு பின்வரும் கீதத்தைப் பாடினாள். அது என்னமோ, இத்தனை நேரம் பாடியதைக் காட்டிலும் இந்தப் பாட்டில் அவள் குரல் இணையற்ற இனிமையுடன் அமுத வெள்ளத்தைப் பொழிந்தது:–

"இனியபுனல் அருவி தவழ்
இன்பமலைச் சாரலிலே
கனிகுலவும் மரநிழலில்
கரம்பிடித்து உகந்ததெல்லாம்

கனவு தானோடி - சகியே
நினைவு தானோடி!

* * *

புன்னைமரச் சோலையிலே
பொன்னொளிரும் மாலையிலே
என்னைவரச் சொல்லி அவர்
கன்னல்மொழி பகர்ந்ததெல்லாம்

சொப்பனந் தானோடி - அந்த
அற்புதம் பொய்யோடி?

* * *

கட்டுக்காவல் தான்கடந்து
கள்ளரைப்போல் மெள்ள வந்து
மட்டிலாத காதலுடன்
கட்டி முத்தம் ஈந்ததெல்லாம்

நிகழ்ந்த துண்டோடி - நாங்கள்
மகிழ்ந்த துண்டோடி!"

இவ்வாறு மேலும் மேலும் பல கண்ணிகளை மணிமேகலை வெவ்வேறு பண்களில் அமைத்துப் பாடினாள். அந்தக் கான வெள்ளத்தில் மற்ற மூவரும் மூழ்கிப் போனார்கள். பல காரணங்களினால் நெஞ்சைக் கல்லினும் இரும்பினும் கடினமாக்கிக் கொண்டிருந்த நந்தினியின் கண்களிலும் கண்ணீர் ததும்பியது. ஆதித்த கரிகாலன் இந்த உலகத்தை அடியோடு மறந்துவிட்டான். வந்தியத்தேவன் அடிக்கடி திடுக்கிட்டு விழித்துக் கொண்டவன்

போல் மணிமேகலையை நோக்கினான். அப்போதெல்லாம் அவள் தன்னையே பார்த்துக் கொண்டிருந்தது கண்டு அந்த வீரனுடைய உள்ளம் மேலும் திடுக்கிட்டது. "ஐயோ! இந்தப் பெண்ணுக்கு நாம் என்ன தீங்கு செய்துவிட்டோம்?" என்று அவன் நெஞ்சம் பதைபதைத்தது.

கான வெள்ளத்திலும், உணர்ச்சி வெள்ளத்திலும் மூழ்கியிருந்தவர்கள் வரவரக் காற்று கடுமையாகிக் கொண்டு வருவதைக் கவனிக்கவில்லை. ஏரியில் முதலில் சிறிய சிறிய அலைகள் கிளம்பி விழுந்ததையும் வரவர அவை பெரிதாகி வந்ததையும் கவனிக்கவில்லை. காற்று கடும் புயலாக மாறிக் காட்டு மரம் ஒன்றை அடியோடு பெயர்த்துத் தள்ளியபோது தான் நால்வரும் விழித்துக் கொண்டு சுற்றுமுற்றும் பார்த்தார்கள். கடுமையான புயல் காற்று அடிப்பதையும் ஏரி கொந்தளித்துப் பேரலைகள் 'ஓ' என்ற இரைச்சலுடன் எழுந்து விழுவதையும் பார்த்தார்கள்.

திடீரென்று நந்தினி, "ஐயோ! படகு எங்கே?" என்று அலறினாள்.

கட்டிப் போட்டிருந்த இடத்தில் படகைக் காணவில்லை. உற்றுப் பார்த்தபோது வெகு தூரத்தில் படகு அலைகளால் மொத்துண்டு நகர்ந்து நகர்ந்து போய்க்கொண்டிருந்தது.

"ஐயோ! இப்போது என்ன செய்வது?" என்று நந்தினி அலறினாள்.

"உங்கள் இருவருக்கும் குதிரை ஏறத்தெரிந்தால் ஏறிப்போய் விடுங்கள். நாங்கள் சமாளித்துக் கொள்கிறோம்" என்றான் வந்தியத்தேவன்.

"இந்தப் புயல் காற்றில் காட்டு மரங்கள் பெயர்ந்து விழுந்து எங்களைச் சாக அடிப்பதற்கு வழி செய்கிறீர்களா?" என்று நந்தினி கேட்டாள்.

"அதெல்லாம் வேண்டாம்; புயலின் வேகம் தணியும் வரையில் இங்கேயே இருந்து விடுவோம். அங்கே போய் என்ன செய்யப் போகிறோம்? சமையலுக்குப் பண்டங்கள் இருக்கின்றன; பாடுவதற்கு மணிமேகலை இருக்கிறாள். இவ்வளவு சந்தோஷமாகச் சமீபத்தில் நான் இருந்ததில்லை!" என்றான் கரிகாலன்.

"இளவரசே! அது சரியல்ல! சம்புவரையரும், கந்தமாறனும் என்ன நினைப்பார்கள்?" என்றான் வல்லவரையன்.

"இவரே புலியைத் தேடிச் சென்றபோது படகை அவிழ்த்துவிட்டு விட்டார் போலிருக்கிறது!" என்றாள் நந்தினி.

"அக்கா! ஏன் வீண் பழி சொல்கிறீர்கள்? இவர் வந்தபோது படகு கரையோரமாகத்தானே இருந்தது. யாரும் கவலைப்படவேண்டாம், என் தந்தை இந்தப் புயல் காற்றைப் பார்த்ததும் நம் துணைக்குப் பெரிய படகுகளை அனுப்பி வைப்பார்!" என்றாள் மணிமேகலை.

அவள் கூறியது சற்று நேரத்துக்கெல்லாம் உண்மையாயிற்று. ஏறக்குறைய கப்பல் என்று சொல்லத் தக்க இரு பெரும் படகுகள் அத்தீவை நோக்கி வந்தன. அவற்றில் ஒன்றில் பெரிய சம்புவரையரே இருந்தார். நாலு பேரும் பத்திரமாய் இருப்பதைக் கண்டு மிக்க மகிழ்ச்சி அடைந்தார்.

அவர்களை ஏற்றிக் கொண்டு அலைகடல் போல் பொங்கிக் கொந்தளித்த ஏரியில் இரண்டு படகுகளும் திரும்பிச் சென்றன. சம்புவரையரைத் தவிர, மற்ற நால்வரின் உள்ளங்களிலும் கடும் புயல் வீசிக் கொந்தளிப்பை உண்டாக்கிக் கொண்டிருந்தது.

❖ ❖ ❖ ❖

அமரர் கல்கி அவர்களின் பொன்னியின் செல்வன்
நான்காம் பாகம் (மணிமகுடம்) முற்றும்.

பொன்னியின் செல்வன்

ஐந்தாம் பாகம்

தியாகச் சிகரம்

பொன்னியின் செல்வன்

முதல் அத்தியாயம்

மூன்று குரல்கள்

நாகைப்பட்டினம் சூடாமணி விஹாரத்தில் பொன்னியின் செல்வர் பொறுமையுடன் காத்துக் கொண்டிருந்தார். தஞ்சைக்குச் சென்று தந்தை தாயாரைப் பார்க்க வேண்டுமென்ற ஆர்வம் அவர் உள்ளத்தில் பொங்கிக் கொண்டிருந்தது. இலங்கையின் அரசைத் தாம் கவர எண்ணியதாகத் தம் மீது சாட்டப் பட்ட குற்றம் ஆதாரமற்றது என்று நிரூபிக்க அவர் ஆர்வம் கொண்டிருந்தார். தந்தையின் வாக்கை மீறி நடந்ததாகத் தம் மீது ஏற்படக்கூடிய அபவாதத்தைக் கூடிய விரைவில் போக்கிக் கொள்ளவும் அவர் விரும்பினார்.

ஆயினும், தமது ஆர்வத்தையெல்லாம் அடக்கிக் கொண்டு தமக்கையாரிடமிருந்து செய்தி வந்த பின்னர்தான் தஞ்சைக்குப் புறப்பட வேண்டுமென்று உறுதியாக இருந்தார்.

பொழுது போவது என்னமோ மிகவும் கஷ்டமாக இருந்தது. புத்த பிக்ஷுக்கள் தினந்தோறும் நடத்திய ஆராதனைகளிலும், பூஜைகளிலும் கலந்துகொண்டு சிறிது நேரத்தைப் போக்கினார்.

சூடாமணி விஹாரத்தின் சுவர்களிலே தீட்டப்பட்டிருந்த அருமையான சித்திரக் காட்சிகளைப் பார்ப்பதில் சிறிது நேரம் சென்றது. பிக்ஷுக்களுடன், முக்கியமாகச் சூடாமணி விஹாரத்தின் ஆச்சாரிய பிக்ஷுவுடன் சம்பாஷிப்பதிலே கழிந்த பொழுது அவருக்கு உற்சாகத்தை அளித்தது.

ஏனெனில் சூடாமணி விஹாரத்தின் தலைமைப் பிக்ஷு கீழ்த்திசைக்கடலுக்கு அப்பாலுள்ள பற்பல நாடுகளிலே வெகுகாலம் யாத்திரை செய்தவர். சீன தேசத்திலிருந்து சாவகத் தீவு வரையில் பல ஊர்களுக்கும் சென்று வந்தவர். அந்தந்த நாடுகளைப் பற்றியும் அவற்றிலுள்ள நகரங்களைப் பற்றியும் ஆங்காங்கு வசித்த மக்களைப் பற்றியும் அவர் நன்கு எடுத்துக்கூற வல்லவராயிருந்தார்.

சீன தேசத்துக்குத் தெற்கே கடல் சூழ்ந்த பல நாடுகள் அந்நாளில் ஸ்ரீ விஜயம் என்னும் சாம்ராஜ்யத்தில் அடங்கியிருந்தன. அருமண நாடு, காம்போஜ தேசம், மானக்கவாரம், தலைத்தக்கோலம், மாபப்பாளம், மாயிருடிங்கம், இலங்கா சோகம், தாமரலிங்கம், இலாமுரி தேசம் முதலிய பல நாடுகளும் நகரங்களும் ஸ்ரீ விஜய சாம்ராஜ்யத்துக்கு உட்பட்டோ, நேசப்பான்மையுடனோ இருந்து வந்தன. இவற்றுக்கெல்லாம் நடுநாயகமாகக் கடாரம் என்னும் மாநகரம் இணையற்ற சீர் சிறப்புகளுடனும் செல்வ வளத்துடனும் விளங்கி வந்தது.

அந்த நாடு நகரங்களைப்பற்றி விவரிக்கும்படி ஆச்சாரிய பிக்ஷுவுக்கு ஓய்வு கிடைத்த போதெல்லாம் பொன்னியின் செல்வர் அவரைக் கேட்டு வந்தார். அவரும் அலுப்புச் சலிப்பில்லாமல் சொல்லி வந்தார். அந்நாடுகளில் உள்ள இயற்கை வளங்களைப் பற்றியும் வர்த்தகப் பெருக்கத்தைப் பற்றியும் கூறினார். பொன்னும் மணியும் கொழித்துச் செந்நெல்லும் கரும்பும் செழித்துச் சோழ வள நாட்டுடன் எல்லா வகையிலும் போட்டியிடக் கூடிய சிறப்புக்களுடன் அந்நாடுகள் விளங்குவதைப் பற்றிக் கூறினார். பழைய காலத்திலிருந்து தமிழகத்துக்கும்,

அந்த நாடுகளுக்கும் உள்ள தொடர்புகளைப்பற்றிக் கூறினார். பல்லவ நாட்டுச் சிற்பிகள் அந்த தேசங்களுக்குச் சென்று எடுப்பித்திருக்கும் அற்புத சிற்பத்திறமை வாய்ந்த ஆலயங்களைப் பற்றிச் சொன்னார். தமிழகத்திலிருந்து சென்ற சித்திர, சங்கீத நாட்டியக் கலைகள் அந்நாடுகளில் பரவியிருப்பதைப் பற்றியும் கூறினார். இராமாயணம், மகாபாரதம், முதலிய இதிகாசங்களும், விநாயகர், சுப்ரமணியர், சிவன், பார்வதி, திருமால் ஆகிய தெய்வங்களும், புத்த தர்மமும் அந்த தேசத்து மக்களின் உள்ளங்களில் கலந்து கொண்டிருப்பதையும், ஒன்றோடொன்று பிரித்து உணர முடியாதவர்களாக அந்நாட்டு மக்கள் எல்லாத் தெய்வங்களையும் வணங்கி வருவதையும் எடுத்துச் சொன்னார். தமிழ் மொழியின் தந்தையாகிய அகஸ்திய முனிவருக்கு அந்த நாடுகளில் விசேஷ மரியாதை உண்டு என்பதையும் அம்முனிவருக்குப் பல கோயில்கள் கட்டியிருப்பதையும் கூறினார்.

இதையெல்லாம் திரும்பத் திரும்ப அருள்மொழிவர்மர் கேட்டுத் தெரிந்து, மனத்திலும் பதிய வைத்துக்கொண்டார். அந்தந்த தேசங்களுக்குத் தரை வழியான மார்க்கங்களையும், கடல் வழியான மார்க்கங்களையும் இளவரசர் நன்கு விசாரித்து அறிந்தார். வழியில் உள்ள அபாயங்கள் என்ன, வசதிகள் என்ன என்பதையும் கேட்டு அறிந்தார்.

"சுவாமி! அந்த நாடுகளில் மறுபடியும் தாங்கள் யாத்திரை செய்யும்படியாக நேரிடுமோ?" என்று வினவினார்.

"புத்த பகவானுடைய சித்தம்போல் நடக்கும், இளவரசே! எதற்காகக் கேட்கிறீர்கள்?" என்றார் பிக்ஷு.

"நானும் தங்களுடன் வரலாம் என்ற ஆசையினால்தான்."

"நான் உலகத்தைத் துறந்த சந்நியாசி; தாங்கள் புவி ஆளும் சக்கரவர்த்தியின் திருக்குமாரர். தாங்களும், நானும் சேர்ந்து யாத்திரை செய்வது எப்படி? தங்களைச் சிலநாள் இந்த விஹாரத்தில் வைத்துக் காப்பாற்றும் பொறுப்பே எனக்குப் பெரும் பாரமாயிருக்கிறது. எப்போது, என்ன நேருமோ என்று நெஞ்சு 'திக், திக்' என்று அடித்துக் கொள்கிறது..."

"சுவாமி! அந்தப் பாரத்தை உடனே நிவர்த்தி செய்ய விரும்புகிறேன். இந்தக் கணமே இங்கிருந்து..."

"இளவரசே! ஒன்று நினைத்து ஒன்றைச் சொல்லிவிட்டேன். தங்களை இங்கு வைத்துக் கொண்டிருப்பது பாரமாயிருந்தாலும், அதை ஒரு பாக்கியமாகக் கருதுகிறேன். தங்கள் தந்தையாகிய சக்கரவர்த்தியும், தமக்கையார் இளைய பிராட்டியும் புத்த தர்மத்துக்கு எவ்வளவோ உதவி செய்திருக்கிறார்கள். அதற்காக நாங்கள் பட்டிருக்கும் நன்றிக் கடனில் ஆயிரத்தில் ஒரு பங்குக்குக் கூட இப்போது நாங்கள் செய்வது ஈடாகாது. தாங்கள் புத்த தர்மத்துக்குச் செய்திருக்கும் உதவிதான் அற்ப சொற்பமானதா? அநுராதபுரத்தின் சிதிலமான ஸ்தூபங்களையும், விஹாரங்களையும் செப்பனிடச் செய்த கைங்கரியத்தை நாங்கள் மறக்க முடியுமா? அதற்கெல்லாம் இணையான பிரதி உபகாரமாக ஈழநாட்டின் மணி மகுடத்தையே தங்களுக்கு அளிக்கப் பிக்ஷுக்கள் முன் வந்தார்கள். இளவரசே! அதை ஏன் மறுத்தீர்கள்? இலங்கையின் சுதந்திரச் சிங்காதனத்தில் தாங்கள் ஏறியிருந்தால், நூறு நூறு கப்பல்களில் ஏராளமான பரிவாரங்களுடனே, கீழ்த்திசை நாடுகளுக்குத் தாங்கள் போய் வரலாமே? இந்தப் பிக்ஷுவைப் பின் தொடர்ந்து யாத்திரை செய்ய வேண்டுமென்ற விருப்பமே தங்கள் மனத்தில் தோன்றியிராதே?" என்றார் ஆச்சாரிய பிக்ஷு.

"குருதேவரே! இலங்கை ராஜகுலத்தின் சரித்திரத்தைக் கூறும் 'மகா வம்சம்' என்னும் கிரந்தத்தைத் தாங்கள் படித்ததுண்டா?" என்று இளவரசர் கேட்டார்.

"ஐயா! இது என்ன கேள்வி? 'மகா வம்சம்' படிக்காமல் நான் இந்தச் சூடாமணி விஹாரத்தின் தலைவனாக ஆகியிருக்க முடியுமா?"

"மன்னிக்க வேண்டும். 'மகா வம்சம் படித்ததுண்டா?' என்று தங்களிடம் கேட்டது, தங்களுக்குப் படிக்கத் தெரியுமா என்று கேட்பது போலத்தான். ஆனால் அந்த 'மகா வம்சம்' கூறும் அரச பரம்பரையில் யார், யார் என்னென்ன பயங்கரமான கொடும் பாவங்களைச் செய்திருக்கிறார்கள் என்று தங்களுக்குத் தெரியும் அல்லவா? மகன் தந்தையைச் சிறையில் அடைத்தான். தந்தை மகனை வெட்டிக் கொன்றான். தாய் மகனுக்கு விஷமிட்டுக் கொன்றாள்; தாயை மகன் தீயிலே போட்டு வதைத்தான்... பெற்றோர்களுக்கும் பெற்ற மக்களுக்கும் உறவு இப்படி என்றால், சித்தப்பன்மார்கள், மாமன்மார்கள், சிற்றன்னை, பெரியன்னைமார்கள், அண்ணன் தம்பிமார்கள்.... இவர்களைப் பற்றிச் சொல்ல வேண்டியதில்லை. குருதேவரே! இப்படிப்பட்ட கொடும் பாதகங்களை இலங்கை அரச குடும்பத்தினர் செய்தனர் என்று 'மகா வம்சம்' கூறுகிறதல்லவா?"

"ஆம். ஆம்! அத்தகைய தீச்செயல்களுக்கு அவரவர்கள் அடைந்த தண்டனைகளையும் கூறுகிறது. அந்த உதாரணங்களைக் காட்டி மக்களைத் தர்ம மார்க்கத்தில் நடக்கும்படி 'மகா வம்சம்' உபதேசிக்கிறது. அதை மறந்து விட வேண்டாம்! 'மகா வம்சம்' புனிதமான கிரந்தம். உலகிலே ஒப்புயர்வற்ற தர்ம போதனை செய்யும் நூல்!" என்று ஆச்சாரிய பிக்ஷு பரபரப்புடன் கூறினார்.

"சுவாமி, 'மகா வம்சம்' என்ற நூலை நான் குறை சொல்லவில்லை. இராஜ்யாதிகார ஆசை எப்படி மனிதர்களை அரக்கர்களிலும் கொடியவர்களாக்கி விடுகிறது என்பதைப் பற்றித்தான் சொன்னேன். அத்தகைய கொடும் பாவங்களினால் களங்கமடைந்த இலங்கைச் சிம்மாதனத்தை நான் மறுதளித்தது தவறாகுமா?"

"மகா புத்திமான்களான புத்த சங்கத்தார் அதனாலேதான் இலங்கை அரச வம்சத்தையே மாற்ற விரும்பினார்கள். தங்களை முதல்வராகக் கொண்டு, புதிய வம்சம் தொடங்கட்டும் என்று எண்ணினார்கள். தாங்கள் அதை மறுத்தது தவறுதான். இலங்கைச் சிம்மாதனத்தில் வீற்றிருந்து அசோக வர்த்தனரைப் போல் உலகமெல்லாம் புத்த தர்மத்தைப் பரப்பிப் பாதுகாக்கும் வாய்ப்பு தங்களுக்குக் கிடைத்தது..."

"குருதேவரே! பரத கண்டத்தை ஒரு குடை நிழலில் ஆண்ட அசோக வர்த்தனர் எங்கே? இன்று இந்தப் புத்த விஹாரத்தில் ஒளிந்து கொண்டு தங்கள் பாதுகாப்பை நாடியிருக்கும் இந்தச் சிறுவன் எங்கே? உண்மையில், தங்கள் சீடனாகக் கூட நான் அருகதையில்லாதவன், புத்த தர்மத்தை எப்படிப் பாதுகாக்கப் போகிறேன்?"

"இளவரசே! அவ்விதம் சொல்ல வேண்டாம். தங்களிடம் மறைந்து கிடக்கும் மகா சக்தியைத் தாங்கள் அறியவில்லை. தாங்கள் மட்டும் புத்த தர்மத்தை மனப்பூர்வமாக ஒப்புக் கொண்டால் அசோகரைப் போல் புகழ் பெறுவீர்கள்..."

"என் உள்ளத்தில் இளம்பிராயத்திலிருந்து விநாயகரும், முருகனும், பார்வதியும், பரமேசுவரனும், நந்தியும், பிருங்கியும், சண்டிகேசுவரரும் கோயில் கொண்டிருக்கிறார்கள். அவர்களையெல்லாம் அப்புறப்படுத்தி விட்டல்லவா புத்த தர்மத்திற்கு இடங் கொடுக்கவேண்டும்? குருதேவரே! அடியேனை மன்னியுங்கள்! தங்களுடனே நான் யாத்திரை வருகிறேன் என்று சொன்னபோது, புத்த தர்மத்தில் சேர்ந்து விடுவதாக எண்ணிச் சொல்லவில்லை. கடல்களைக் கடந்து தூர தேசங்களுக்குப் போய்ப் பார்க்கும் ஆசையினால் தங்களுடன் வருவதாகச் சொன்னேன்! ஆனாலும் மறுபடி யோசிக்கும்போது..."

"இளவரசே! தங்கள் வார்த்தையை நான் தவறாகத்தான் புரிந்து கொண்டேன். ஆனாலும் புத்த தர்மத்துக்கும் தங்களுக்கும் தொடர்பு இல்லாமற் போகவில்லை. புத்த பகவானுடைய பூர்வ ஜன்மம் ஒன்றில் அவர் சிபிச் சக்கரவர்த்தியாக அவதரித்திருந்தார். புறாவின் உயிரைக் காப்பாற்றுவதற்காகத் தமது சதையை அவர் அரிந்து கொடுத்தார். அந்த சிபியின் வம்சத்திலே பிறந்தவர் சோழ குலத்தினர். ஆகையினாலே தான் உங்கள் குலத்தில் பிறந்தவர்களுக்குச் 'செம்பியன்' என்ற பட்டம் ஏற்பட்டிருக்கிறது. இதைத் தாங்கள் மறந்து விடவேண்டாம்."

"மறக்கவில்லை. குருதேவரே! மறந்தாலும் என் உடம்பில் ஓடும் இரத்தம் என்னை மறக்கவிடுவதில்லை. ஒரு பக்கத்தில் சிபிச் சக்கரவர்த்தியும், மனு நீதிச் சோழரும் என்னுடைய இரத்தத்திலேயும், சதையிலேயும், எலும்பிலேயும் கலந்திருந்து, **'பிறருக்கு உபகாரம் செய்; மற்றவர்களுக்காக உன்னுடைய நலன்களைத் தியாகம் செய்!'** என்று வற்புறுத்திக் கொண்டேயிருக்கிறார்கள். மற்றொரு பக்கத்தில் கரிகால் வளவரும், விஜயாலய சோழரும், பராந்தகச் சக்கரவர்த்தியும் என்னுடைய இரத்தத்திலே சேர்ந்திருந்து **'கையில் கத்தியை எடு! நால்வகைச் சைனியத்தைத் திரட்டு! நாலு திசையிலும் படை எடுத்துப் போ! கடல் கடந்து போ! சோழ ராஜ்யத்தை விஸ்தரித்து உலகம் காணாத மகோன்னதம் அடையச் செய்!'** என்று இடித்துக் கூறுகிறார்கள். இன்னொரு புறத்தில் சிவனடியார் கோச்செங்கணாரும், தொண்டை மண்டலம் பரவிய ஆதித்த சோழரும், மகானாகிய கண்டராதித்தரும், என் உள்ளத்தில் குடி கொண்டு **'ஆலயத் திருப்பணி செய்! பெரிய பெரிய சிவாலயங்களையும் எழுப்பு! மேரு மலைபோல் வானளாவி நிற்கும் கோபுரங்களையுடைய கோயில்களை நிர்மாணி!'** என்று உபதேசித்துக் கொண்டேயிருக்கிறார்கள். என் முன்னோர்கள் இவ்வளவு பேருக்கும் நடுவில் கிடந்து நான் திண்டாடுகிறேன். குருதேவரே! அவர்களுடைய தொந்தரவுகளைப் பொறுக்க முடியாமல் உண்மையாகவே சில சமயம் எனக்குப் பௌத்த சமயத்தை மேற்கொண்டு புத்த பிக்ஷுவாகி விடலாம் என்று கூடத் தோன்றுகிறது. கருணை கூர்ந்து எனக்குப் பௌத்த சமயத்தைப் பற்றிச் சொல்லுங்கள். புத்த பகவானைப் பற்றிச் சொல்லுங்கள்!" என்றார் பொன்னியின் செல்வர்.

இதைக் கேட்ட பிக்ஷுவின் முகம் மிக்க மலர்ச்சியடைந்து விளங்கியது. "இளவரசே! பௌத்த மதத்தைப் பற்றியும், புத்த பகவானைப் பற்றியும் தாங்கள் அறியாதது என்ன இருக்கக்கூடும்?" என்றார்.

"அதோ அந்தச் சுவர்களில் காணப்படும் சித்திரக் காட்சிகளை விளக்கிச் சொல்லுங்கள். அங்கே ஓர் இராஜ குமாரர் இரவில் எழுந்து போகப் பிரயத்தனப் படுவது போல் ஒரு சித்திரம் இருக்கிறதே? அது என்ன? அவர் அருகில் படுத்திருக்கும் பெண்மணி யார்? தொட்டிலில் தூங்கும் குழந்தை யார்? அந்த இராஜகுமாரர் முகத்தில் அவ்வளவு கவலை குடிகொண்ட தோற்றம் ஏன்?" என்று இளவரசர் கேட்டார்.

"ஐயா! புத்த பகவான் இளம் பிராயத்தில் தங்களைப் போல் இராஜ குலத்தில் பிறந்த இளவரசராக இருந்தார். யசோதரை என்னும் நிகரற்ற அழகு வாய்ந்த மங்கையை மணந்திருந்தார். அவர்களுக்கு ஒரு செல்வப் புதல்வன் பிறந்திருந்தான். தகப்பனார் இராஜ்ய பாரத்தை அவரிடம் ஒப்புவிக்கச் சித்தமாயிருந்தார். அந்தச் சமயத்தில் சித்தார்த்தர் உலகில் மக்கட் குலம் அனுபவிக்கும் துன்பங்களைப் போக்குவதற்கு வழி கண்டுபிடிக்க விரும்பினார். இதற்காக அருமை மனைவியையும் செல்வக் குழந்தையையும் இராஜ்யத்தையும் விட்டுப் போகத் தீர்மானித்தார். அவர் நள்ளிரவில் அரண்மனையை விட்டுப் புறப்படும் காட்சி தான் அது. இளவரசே! இந்த வரலாற்றைத் தாங்கள் முன்னம் அறிந்ததில்லையா?"

"ஆம், ஆம்! பலமுறை கேட்டு அறிந்து கொண்டிருக்கிறேன். ஆனால் இந்தச் சித்திரத்தில் பார்க்கும்போது மனதில் பதிவதுபோல், வாயினால் கேட்ட வரலாறு பதியவில்லை. தூங்குகின்ற யசோதரையை எழுப்பி 'சித்தார்த்தர் உன்னை விட்டுப் போகிறார்! அவரைத் தடுத்து நிறுத்து!' என்று எச்சரிக்கத் தோன்றுகிறது. சரி; அடுத்த சித்திரத்தைப் பற்றிச் சொல்லுங்கள்!"

புத்த பகவானுடைய வரலாற்றைக் குறிப்பிட்ட மற்றச் சித்திரங்களையும் ஒவ்வொன்றாக ஆச்சாரிய பிக்ஷு எடுத்து விளக்கி வந்தார். அருள்மொழிவர்மர் புத்த தர்மத்தைத் தழுவினால் எவ்வளவு நன்றாயிருக்கும் என்ற ஆசை பிக்ஷுவின் இதய அந்தரங்கத்தில் இருக்கத்தான் இருந்தது. ஆகையால் மிக்க ஆர்வத்துடனே சித்தார்த்தருடைய சரித்திரத்தைச் சொல்லி வந்தார். கடைசியில் சித்தார்த்தர் போதி விருட்சத்தின் அடியில் அமர்ந்து தவம் செய்து ஞான ஒளி பெறும் சித்திரத்துக்கு வந்தார்.

அந்தச் சித்திரத்தைச் குறித்து அவர் சொன்ன பிறகு பொன்னியின் செல்வர், "குருதேவா! தங்கள் கருத்துக்கு மாறாக நான் ஏதேனும் சொன்னால் தங்களுக்குக் கோபம் வருமா?" என்று கேட்டார்.

"இளவரசே! நான் ஐம்புலன்களை வென்று மனத்தை அடக்கவும் பயின்றவன். தங்கள் கருத்தைத் தாராளமாகச் சொல்லலாம்" என்றார் பிக்ஷு.

"போதி விருட்சத்தின் அடியில் வீற்றிருந்தபோது சித்தார்த்தர் ஞான ஒளி பெற்றார் என்பதை நான் நம்பவில்லை."

ஐம்புலன்களையும் உள்ளத்தையும் அடக்கியவராயிருந்த போதிலும் பிக்ஷுவின் முகம் சுருங்கியது.

"இளவரசே! மகா போதி விருட்சத்தின் ஒரு கிளை அசோக வர்த்தனரின் காலத்தில் இலங்கைக்குக் கொண்டு வரப்பட்டது. அந்தக் கிளை, வேர் விட்டு வளர்ந்து ஆயிரம் ஆண்டுகளுக்கு மேலாகியும் இன்றைக்கும் பட்டுப் போகாமல் அநுராதபுரத்தில் விசாலமாகப் படர்ந்து விளங்கி வருகிறது. அந்தப் புனித விருட்சத்தைத் தாங்களே அனுராதபுரத்தில் பார்த்திருப்பீர்கள். பின்னர், 'நம்பவில்லை' என்று ஏன் சொல்லுகிறீர்கள்?" என்று கேட்டார்.

"குருதேவரே! போதி விருட்சமே இல்லையென்று நான் சொல்லவில்லை. அதனடியில் அமர்ந்து சித்தார்த்தர் தவம் செய்ததையும் மறுக்கவில்லை. அங்கே தான் அவர் ஞான ஒளி பெற்றார் என்பதைத்தான் மறுத்துக் கூறுகிறேன். என்றைய தினம் சித்தார்த்தர் மக்களுடைய துன்பத்தைத் துடைக்க வழி காண்பதற்காகக் கட்டிய மனைவியையும், பெற்ற மகனையும், உரிமையுள்ள இராஜ்யத்தையும் தியாகம் செய்து நள்ளிரவில் புறப்பட்டாரோ, அப்போதே அவர் ஞான ஒளி பெற்றுவிட்டார் என்றுதான் சொல்லுகிறேன். அதைக் காட்டிலும் ஓர் அற்புதமான செயலை நான் எந்த வரலாற்றிலும் கேட்டதில்லை. இராமர் தன் தந்தையின் வாக்கைப் பரிபாலனம் செய்வதற்காக, இராஜ்யத்தைத் தியாகம் செய்தார். பரதர் தம் தமையனிடம் கொண்ட பக்தியினால், 'இராஜ்யம் வேண்டாம்' என்றார். அரிச்சந்திர மகாராஜா தாம் கொடுத்த வாக்குறுதியை நிறைவேற்றுவதற்காக, இராஜ்யத்தைத் துறந்தார். சிபிச் சக்கரவர்த்தியும் புறாவுக்கு அடைக்கலம் கொடுத்து விட்ட காரணத்தினால், தம் உடலை அறுத்துக் கொடுத்தார். ஆனால் சித்தார்த்தர் யாருக்கும் வாக்குக் கொடுக்கவில்லை; யாரையும் திருப்தி செய்ய விரும்பவில்லை. மனித குலத்தின் துன்பத்தைப் போக்க வழி கண்டுபிடிக்கும் பொருட்டுத் தாமாகவே எல்லாவற்றையும் தியாகம் செய்து விட்டுப் புறப்பட்டார். புத்த பகவான் போதி விருட்சத்தின் அடியில் ஞான ஒளி பெற்ற பிறகு, இதைக் காட்டிலும் அற்புதமான செயல் ஏதேனும் செய்ததுண்டா? ஆகையால் அரண்மனையை விட்டுப் புறப்பட்ட போதே அவர் ஞான ஒளி பெற்றுவிட்டார் என்று சொல்லுவது தவறாகுமா?"

இவ்விதம் பொன்னியின் செல்வர் கூறிய மொழிகள் ஆச்சாரிய பிக்ஷுவின் செவிகளில் அமுதத் துளிகளைப் போல் விழுந்தன.

"ஐயா! தாங்கள் கூறுவதில் பெரிதும் உண்மையிருக்கிறது. ஆயினும் போதி விருட்சத்தினடியிலேதான் மக்களின் துன்பங்களைப் போக்கும் வழி இன்னதென்பது புத்த பகவானுக்கு உதயமாயிற்று. அதிலிருந்துதான் மக்களுக்குப் பகவான் போதனை செய்யத் தொடங்கினார்."

"சுவாமி! புத்த பகவானுடைய போதனைகளைக் கேட்டிருக்கிறேன். அந்த போதனைகளைக் காட்டிலும் அவருடைய தியாகச் செயலிலேதான் அதிக போதனை நிறைந்திருப்பதாக எனக்குத் தோன்றுகிறது. மன்னிக்கவேணும். நானும் அவருடைய செயலைப் பின்பற்ற விரும்புகிறேன். சற்று முன்னால், என் முந்தையரின் மூன்றுவிதக் குரல்கள் என் உள்ளத்தில் ஓயாமல் ஒலித்து, என்னை வேதனைப் படுத்துவதாகச் சொன்னேன் அல்லவா? அந்தத் தொல்லையிலிருந்து விடுதலை அடைய விரும்புகிறேன். என்னைத் தங்கள் சீடனாக ஏற்றுக்கொள்ளுங்கள்!" என்றார் இளவரசர்.

"இளவரசே! தங்களையொத்த சீடனைப் பெறுவதற்கு நான் எவ்வளவோ பாக்கியம் செய்திருக்க வேண்டும். ஆனால் அதற்கு வேண்டிய தகுதியும் எனக்கில்லை; தைரியமும் இல்லை. இலங்கையில் புத்த மகா சங்கம் கூடும்போது தாங்கள் விண்ணப்பித்துக் கொள்ளலாம்" என்றார் பிக்ஷு.

"தங்கள் தகுதியைப்பற்றி எனக்குச் சந்தேகமில்லை. ஆனால் தைரியத்தைப் பற்றிச் சொன்னீர்கள், அது என்ன?"

"ஆமாம். தைரியமும் இல்லைதான்! இரண்டு தினங்களாக இந்த நாகைப்பட்டினத்தில் ஒரு வதந்தி பரவிக்கொண்டு வருகிறது. அதை யார் கிளப்பி விட்டார்கள் என்று தெரியவில்லை. தாங்கள் இந்த விஹாரத்தில் இருப்பதாகவும், தங்களைப் புத்த பிக்ஷுவாக்க நாங்கள் முயன்று வருவதாகவும் ஜனங்கள் ஒருவருக்கொருவர் பேசிக் கொள்கிறார்களாம். இதனால் அநேகர் கோபங் கொண்டிருக்கிறார்களாம். இந்த விஹாரத்தின் மீது மக்கள் படை எடுத்து வந்து உண்மையை அறியவேண்டும் என்றும் பேசிக் கொள்கிறார்களாம்!"

"ஆகா! இது என்ன பைத்தியக்காரத்தனம்? நான் பௌத்த மதத்தில் சேர்வதுபற்றி ஊரில் உள்ளவர்களுக்கு என்ன கவலை? நான் காவித்துணி அணிந்து சந்நியாச ஆசிரமத்தை மேற்கொண்டால், இவர்கள் ஏன் கோபங்கொள்ள வேண்டும். இத்தனைக்கும் எனக்குக் கலியாணம் கூட ஆகவில்லையே? மனைவி மக்களை விட்டுப் போகிறேன் என்று கூடக் குற்றம் சுமத்த முடியாதே?" என்றார் இளவரசர்.

"ஐயா! ஜனங்களுக்குத் தங்கள் மீது கோபம் எதுவும் இல்லை. தங்களை ஏமாற்றிப் புத்த பிக்ஷுவாக்க முயல்வதாக எங்கள் பேரிலே தான் கோபம். வெறும் வதந்தியே இப்படிப்பட்ட கலக்கத்தை உண்டாக்கியிருக்கிறது. உண்மையாகவே நடந்துவிட்டால் என்ன ஆகும்? இந்த விஹாரத்தையே ஜனங்கள் தரை மட்டமாக்கி விடுவார்கள். ஏதோ தங்களுடைய தந்தையின் ஆட்சியில் நாங்கள் நிம்மதியாக வாழ்ந்து வருகிறோம். தினந்தோறும்.

"போதியந் திருநிழர் புனித நிற் பரவுதும்
மேதகு நந்தி புரி மன்னர் சுந்தரச்
சோழர் வண்மையும் வனப்பும்
திண்மையும் உலகிற் சிறந்து வாழ்கெனவே!"

எனப் பிரார்த்தனை செய்து வருகிறோம். இந்த நல்ல நிலைமையைக் கெடுத்துக்கொள்ள் நான் விரும்பவில்லை. அதனாலேதான் 'தைரியமில்லை' என்று சொன்னேன்" என்றார் பிக்ஷு.

அவர் கூறி வாய் மூடுவதற்குள்ளே அந்தப் புத்த விஹாரத்தின் வாசற்புறத்தில் மக்கள் பலரின் குரல்கள் திரண்டு ஒருமித்து எழும் பேரோசை கேட்கத் தொடங்கியது. பிக்ஷு அதைச் செவி கொடுத்துச் சிறிது நேரம் கேட்டுவிட்டு, "இளவரசே! நான் கூறியது உண்மையென்று நிரூபிக்க மக்களே வந்துவிட்டார்கள் போலிருக்கிறது. இதை எப்படிச் சமாளிக்கப் போகிறேனோ, தெரியவில்லை! புத்த பகவான்தான் வழி காட்டியருள வேண்டும்!" என்றார்.

சூடாமணி விஹாரத்தின் சுற்றுப் புறங்களில் ஆயிரக் கணக்கான மக்களின் கூக்குரல் ஒலி கணத்துக்குக் கணம் அதிகமாகிக் கொண்டு வந்தது.

❖ ❖ ❖ ❖

இரண்டாம் அத்தியாயம்

வந்தான் முருகய்யன்!

சூடாமணி விஹாரத்துக்கு வெளியே கடல் பொங்கும் போது எழும் ஓசையைப் போல் மக்களின் இரைச்சல் ஒலி பெருகிக் கொண்டிருந்ததைச் சிறிது நேரம் ஆச்சாரிய பிக்ஷுவும், அருள்மொழிவர்மரும் கேட்டுக் கொண்டிருந்தார்கள். அந்தப் புத்த விஹாரமும், அதில் உள்ள பிக்ஷுக்களும் தம்மால் இந்தப் பெரும் சங்கடத்துக்கு உள்ளாகியிருப்பதை எண்ணி இளவரசர் மிகவும் மனக்கலக்கம் அடைந்தார். "சுவாமி என்னால் உங்களுக்கு இந்தத் தொல்லை உண்டானதைப் பற்றி வருத்தப்படுகிறேன்" என்றார்.

"இளவரசே! தங்கள் காரணமாக இதுபோல் நூறு மடங்கு தொல்லை நேர்ந்தாலும், நாங்கள் பொருட்படுத்த மாட்டோம். தாங்களும், தங்கள் குடும்பத்தாரும் எங்களுக்குச் செய்திருக்கும் உதவிகளுக்கு இது ஒரு கைம்மாறாகுமா?" என்றார் பிக்ஷு.

"அதுமட்டும் அல்ல. இம்மாதிரி ஒளிவு மறைவாகக் காரியம் செய்வது எனக்கு எப்போதும் பிடிப்பதில்லை. நான் இங்கு இருந்து கொண்டே எதற்காக 'இல்லை' என்று சொல்ல வேண்டும்? சத்தியத்துக்கு விரோதமான இந்தக் காரியத்தில் தங்களையும் எதற்காக நான் உட்படுத்த வேண்டும்? தங்களுடைய பரிவான சிகிச்சையினால் எனக்கு உடம்பும், நன்றாகக் குணமாகிவிட்டது. இப்போதே வெளியேறிச் சென்று ஜனங்களிடம் நான் இன்னான் என்பதைத் தெரியப்படுத்திக் கொள்கிறேன். தாங்கள் எனக்கு அடைக்கலம் அளித்துச் சிகிச்சை செய்து என் உயிரையும் காப்பாற்றினீர்கள் என்பதை மக்களிடம் அறிவிக்கிறேன். இந்தச் சூடாமணி விஹாரத்துக்கு என் காரணமாக எந்த வித அபகீர்த்தியும் ஏற்படக் கூடாது" என்றார் இளவரசர்.

"ஐயா! இதில் சத்தியத்துக்கு விரோதமான காரியம் எதுவும் இல்லை. தங்களுடைய எதிரிகள் தாங்கள் இருக்கும் இடத்தைக் கண்டுபிடிக்க முயல்கிறார்கள். இந்த நாகைப்பட்டினத்தில் அவர்கள் சென்ற இரண்டு நாளாகப் பரப்பி உள்ள வதந்தியிலிருந்தே அது நிச்சயமாகிறது. அப்படியிருக்க தாங்கள் இங்கே இருப்பதைத் தெரிவியாமல் வைத்திருப்பதில் தவறு என்ன? அரச குலத்தினர் இம்மாதிரி சில சமயம் மறைந்திருக்க வேண்டியது இராஜரீக தர்மத்துக்கு உகந்தது. பஞ்ச பாண்டவர்கள் ஒரு வருஷம் அஞ்ஞாத வாசம் செய்யவில்லையா? அப்போது தர்மபுத்திரர் சத்தியத்துக்கு மாறாக நடந்தார் என்று சொல்ல முடியுமா?" என்று பிக்ஷு கேட்டார்.

"குருதேவரே! தங்கள் அறிவுத்திறனும், விவாதத்திறனும் அபாரமானவை என்பதை அறிவேன். தங்களுடன் தர்க்கம் செய்து என்னால் வெல்ல முடியாது. ஆனாலும் ஒன்று சொல்லுகிறேன்; பஞ்சபாண்டவர்கள் மறைந்திருக்க வேண்டியது. அவர்கள் ஏற்றுக்கொண்ட 'சூள்' காரணமாக அவசியமாயிருந்தது. எனக்கு அப்படி அவசியம் ஒன்றும் இல்லை. என் விரோதிகளைப் பற்றிச் சொல்கிறீர்கள். எனக்கு அப்படிப்பட்ட விரோதிகள் யார்? எதற்காக என்னை அவர்கள் விரோதிக்க வேண்டும்? எனக்கோ இராஜ்யம் ஆளுவதில் சிறிதும் ஆசை இல்லை. இதையெல்லாம் நான் வெளியிட்டுச் சொல்லி, அப்படி யாராவது எனக்கு எதிரிகள் இருந்தாலும், அவர்களையும் சிநேகிதர்கள் ஆக்கிக் கொள்வேன். என்னால் உங்களுக்குத் தொந்தரவும் இல்லாமற் போகும். மக்களும் நான் உயிரோடிருப்பது அறிந்து ஏதேனும் திருப்தி அடைவதாயிருந்தால் அடையட்டுமே? அதில் யாருக்கு என்ன நஷ்டம்?"

"இளவரசே! தாங்கள் சொல்லுவதெல்லாம் உண்மையே. தங்களுடைய நிலைமையில் நானும் அவ்விதமே எண்ணி நடந்து கொள்வேன். ஆனால் அதற்குத் தடையாக நிற்பது, தங்கள் திருச்சகோதரி குந்தவைப் பிராட்டிக்கு நாங்கள் கொடுத்திருக்கும் வாக்குறுதிதான். பழையாறை இளைய பிராட்டியைப் போன்ற அறிவிற் சிறந்த மாதரசி சோழ குலத்தில் தோன்றியதில்லையென்று தாங்களே பலமுறை சொல்லியிருக்கிறீர்கள். வேறு

எந்த இராஜ குலத்திலும் தோன்றியதில்லை என்பது என் கருத்து. அவர் தாம் செய்தி அனுப்பும் வரையில் தங்களை இங்கே வைத்துப் பாதுகாக்கும்படி சொல்லிவிட்டுச் சென்றார். முக்கியமான காரணம் இன்றி அவர் அவ்விதம் சொல்லியிருக்கமாட்டார். சுந்தர சோழ சக்கரவர்த்தியின் குடும்பத்துக்கு விரோதமாகச் சோழ நாட்டுச் சிற்றரசர்கள் பலர் சதி செய்வதாக நாடெல்லாம் பேச்சாக இருந்து வருகிறது. மற்றொரு பக்கத்தில் பாண்டிய நாட்டைச் சேர்ந்த சிலர் இரகசியச் சதி வேலை செய்து வருவதாகவும் பேசிக் கொள்கிறார்கள். அந்தக் கூட்டத்தாருக்கு இந்தப் புத்த விஹாரத்திலுள்ள நாங்கள் உதவி செய்கிறோமோ என்று எண்ணித்தான் ஜனங்கள் ஆத்திரம் அடைந்து வாசலில் வந்து கூடியிருக்கிறார்கள். இந்த நிலைமையில் தாங்கள் வெளியேறி, மக்களின் முன்னிலையில் தங்களை வெளிப்படுத்திக் கொள்வது உசிதமான காரியமா? யோசியுங்கள்! அதைக் காட்டிலும் தங்களைப் பாதுகாக்கும் முயற்சியில் எங்களுக்கெல்லாம் ஏதேனும் சங்கடம் நேர்ந்தால் நேரட்டுமே?... அதற்கு நாங்கள் ஒரு நாளும் பின்வாங்கப் போவதில்லை!..."

இவ்வாறு தலைமைப் பிக்ஷு சொல்லிக் கொண்டிருந்த போது இன்னொரு இளம் சந்நியாசி அங்கே பரபரப்புடன் வந்தார். "சுவாமி! நிலைமை மிஞ்சிப் போய் விட்டது. ஆயிரக்கணக்கான மக்கள் சூழ்ந்து நின்று 'இளவரசரைப் பார்க்க வேண்டும்' என்று கூச்சலிடுகிறார்கள். 'இளவரசர் இங்கே இல்லை' என்று நாங்கள் எவ்வளவு சொல்லியும் பயனில்லை. 'நாங்களே விஹாரத்துக்குள் வந்து சோதித்துப் பார்க்க வேண்டும் என்று கூச்சலிடுகிறார்கள். அவர்களுக்கு நாம் ஏதாவது ஒரு வழி சொல்லா விட்டால், பலாத்காரமாக உள்ளே புகுந்து விடுவார்கள் போலிருக்கிறது!" என்றார்.

"அவர்களுக்கு நாம் என்ன வழி சொல்ல முடியும்? புத்த பகவான் அவர்களுடைய மனத்தை மாற்ற ஏதேனும் வழி கூறினால் தான் உண்டு!" என்றார் தலைமைப் பிக்ஷு.

இளவரசர் அப்போது "குருதேவரே! எனக்கு ஒரு வழி தோன்றுகிறது. கருணை கூர்ந்து கேட்க வேண்டும். தங்கள் சீடர்கள் நான் இங்கே இல்லை என்று ஜனங்களுக்குச் சொல்லியிருக்கிறார்கள். இனி நான் ஜனங்களின் முன்னிலையில் போய் நின்றால், தங்கள் சீடர்களின் வாக்கைப் பொய்யாக்கியதாகும். அதனால் ஒரு வேளை ஜனங்களின் மூர்க்காவேசம் அதிகமானாலும் ஆகலாம்" என்றார்.

"நிச்சயமாய் ஆகியே தீரும். அதன் பலனை நாங்கள் அனுபவிக்க வேண்டியதுதான்" என்றார் பிக்ஷு.

"அதைக் காட்டிலும் தங்கள் சீடர்களுடைய வாக்கை நான் மெய்யாக்கி விடுகிறேன்..."

"இளவரசே! தங்களால்கூட அது முடியாத காரியம் என்று நினைக்கிறேன். இவர்கள் சொன்னது சொன்னதுதானே? அதை எப்படி இனி மெய்யாக்க முடியும்?"

"அதற்கு வழியிருக்கிறது. ஜனங்கள் இந்த விஹாரத்துக்குள் புகுவதற்குள்ளே நான் இங்கிருந்து போய் விடலாம் அல்லவா?"

"ஆகா! எங்களைக் காப்பாற்றிக் கொள்வதற்காக அத்தகைய பாவச் செயலை நாங்கள் செய்ய வேண்டுமா? தங்களை வெளியேற்ற வேண்டுமா?"

"குருதேவரே! இதில் பாவமும் இல்லை. பழியும் இல்லை. இங்கிருந்து அரைக்காத தூரத்தில் ஆனை மங்கலத்தில் சோழ மாளிகை இருக்கிறது. அன்றைக்கு என் சகோதரியைப் பார்க்கச் சென்றபடி, இப்போதும் உடனே கால்வாய் வழியே அங்கே போய் விடுகிறேன். பிறகு சௌகரியமான போது திரும்பி வந்து விட்டால் போகிறது!" என்று சொன்னார் இளவரசர்.

ஆச்சாரிய பிக்ஷுவுக்கு இளவரசர் கூறிய அந்த யோசனை பிடித்திருந்ததாகத் தோன்றியது.

"ஆம், ஆம்! அப்படிச் செய்தால் தங்களை உடனே வெளிப்படுத்திக் கொள்ளவேண்டிய அவசியமில்லாமற் போகும். தங்கள் தமக்கையின் கருத்தையும் நிறைவேற்றியதாகும். ஆனால் கால்வாய், விஹாரத்திலிருந்து

வெளியேறும் இடத்திலும், ஜனங்கள் நிற்கலாம் அல்லவா? அவர்கள் படகில் தாங்கள் போவதைப் பார்க்கக் கூடுமே?" என்றார்.

"குருதேவரே! அதற்கு ஓர் உபாயம் செய்ய முடியும். கூட்டத்தில் உள்ளவர்களில் யாரேனும் ஒருவன் விஹாரத்திற்குள் வந்து தேடிப் பார்த்துக் கொள்ளலாம் என்று சொல்லுவோம்" என்றார் இளம் பிக்ஷு.

"ஒருவன் வந்து பார்த்தால் போதாதா? அவன் வெளியிலே சென்று மற்றவர்களிடமும் சொல்லமாட்டானா?" என்றார் குரு.

"அவனை இங்கே கொஞ்சம் தாமதப்படுத்தி வைத்திருந்தால், அதற்குள் இருட்டிவிடும். இளவரசர் வெளியேறச் சௌகரியமாகயிருக்கும். அது மட்டுமல்ல, சீக்கிரத்தில் ஒரு பெரும் புயல் அடிக்கலாம் என்பதற்கு அறிகுறிகள் தென்படுகின்றன. இங்கிருந்து பார்க்கும்போதே கடல் அலைகள் மலைபோல் எழுகின்றன. கடலின் ஆரவாரமும் அதிகமாகி வருகிறது. புத்த பகவானுடைய கருணை அப்படி இருக்கிறதோ, என்னமோ? பெரும் புயல் அடித்து நம்முடைய இந்தச் சங்கடம் தீர வேண்டும் என்பது பகவானுடைய சித்தமோ, என்னமோ!" என்று கூறினார் இளம் பிக்ஷு.

"அப்படியெல்லாம் சொல்லவேண்டாம். நம்முடைய சங்கடம் தீருவதற்காகக் கடல் கொந்தளித்துப் பெரும் புயல் வர வேண்டுமா?" என்றார் குரு.

"சுவாமி! தங்கள் சீடர் சொல்லும் வழியை பரீட்சித்துப் பார்க்கலாம் என்று எனக்கும் தோன்றுகிறது. உள்ளே ஒரு தனி மனிதன் மட்டும் வந்தால், ஒருவேளை அவனிடம் நான் பேசி அவன் மனத்தை மாற்றுவது சாத்தியமாகலாம்" என்றார் இளவரசர்.

"அந்த யோசனையும் என் மனத்தில் இருக்கிறது. இரண்டும் தினங்களுக்கு முன்பு கோடிக்கரையிலிருந்து ஒரு படகோட்டியும், அவன் மனையாளும் விஹாரத்தின் வாசலில் வந்து இளவரசரைப் பற்றி விசாரித்தார்கள். இளவரசர் இங்கேதான் இருக்கவேண்டும் என்று சொன்னார்கள். படகோட்டியின் மனையாள் பெருங்கூச்சல் போட்டாள்...!"

"ஆகா! அப்படிப்பட்ட படகோட்டி யார்? அவன் பெயர் என்னவென்று தெரியுமா?" என்றார் இளவரசர்.

"ஆம்; தன் பெயர் முருகய்யன் என்று சொன்னான். கோடிக்கரைத் தியாக விடங்கர் மகன் என்று கூறினான்..."

"அவன் எனக்கு நன்கு தெரிந்தவன். என் விருப்பத்துக்கு விரோதமாக எதுவும் செய்யமாட்டான். அவனை ஏன் என்னிடம் அழைத்து வரவில்லை...?"

"அவன் பெண்டாட்டியினால் நமது இரகசியத்தைக் காப்பாற்ற முடியாது என்று எண்ணினோம். இப்போது அவனும் அவன் மனையாளும் மக்கள் கூட்டத்தில் இருக்கிறார்கள்..."

"பழம் நழுவிப் பாலில் விழுந்தது போலாயிற்று. படகோட்டி முருகய்யனை மெதுவாக இங்கே அழைத்து வந்து விடுங்கள். நான் இட்ட கோட்டை அவன் தாண்டவே மாட்டான். இருட்டிய பிறகு திரும்பி வந்து, அவனே என்னைப் படகில் ஏற்றி, ஆனைமங்கலத்துச் சோழ மாளிகைக்கு அழைத்துப் போய்விடுவான்!" என்றார் இளவரசர்.

ஆச்சாரிய பிக்ஷு, "இளவரசரே! இந்தக் காலத்தில் யாரையும் பூரணமாக நம்பி விடுவதற்கில்லை. இந்தப் படகோட்டியும், அவனது மனையாளுந்தான் இரண்டு நாளாக இந்தப் பட்டினத்தில் தங்களைப் பற்றிய வதந்தியைப் பரப்பியிருக்கவேண்டும் என்று கருதுகிறேன்."

"அப்படியேயிருந்தாலும் அதனால் பாதகமில்லை. எப்படியும் யாரேனும் ஒருவனை விகாரத்துக்குள் அழைத்து வரவேண்டும் அல்லவா? அவன் கொஞ்சம் பெண்டாட்டி சொல்லுகிறபடி ஆடுகின்றவன் தான். ஆனாலும் என் விருப்பத்துக்கு மாறாக, மனையாள் சொல்வதைக் கூடக் கேட்க மாட்டான். முடியுமானால் அவனையே அழைத்துக் கொண்டு வாருங்கள்!" என்றார் இளவரசர்.

ஆச்சாரிய பிக்ஷுவின் சம்மதத்துடன், இளைய பிக்ஷு வெளியேறினார். அவர் சென்ற சிறிது நேரத்துக்கெல்லாம் பெரிய பிக்ஷு, "இளவரசே! என் மனம் ஏனோ நிம்மதியாகவே இல்லை. நானும் வெளியிலே சென்று பார்த்து வருகிறேன். ஜனங்களுடைய மனோ நிலை எப்படி இருக்கிறது என்பதை நேரில் அறிந்து வருகிறேன். என்னுடைய பிசகினால் இந்தப் புராதனமான சூடாமணி விஹாரத்துக்கும் கேடு வரக் கூடாது; தங்களுக்கும் தீங்கு எதுவும் நேரக்கூடாது!" என்று சொல்லி விட்டு வெளியே சென்றார்.

❖ ❖ ❖ ❖

மூன்றாம் அத்தியாயம்

கடல் பொங்கியது!

விஹாரத்துக்கு வெளியே ஆச்சாரிய பிக்ஷு கண்ட காட்சி அவருக்குக் கதி கலக்கம் உண்டாக்குவதாயிருந்தது. ஆயிரக்கணக்கான மக்கள் திரண்டு வந்து நின்று கொண்டிருந்தார்கள். அவர்களுடைய தோற்றமும் அவர்கள் போட்ட கூச்சலும் அவர்கள் ஆவேசங் கொண்டவர்கள் என்பதைக் காட்டின. அந்த ஆவேசத்தைக் குரோத வெறியாகச் செய்வது மிக எளிதான காரியம். பலர் கைகளில் வாள், வேல், தடி முதலிய ஆயுதங்களை வைத்திருந்தார்கள்.

இன்னும் சிலரின் கையில் கடப்பாரைகள் இருந்தன. பிக்ஷுக்கள் வழிக்கு வராவிட்டால் விஹாரத்தையே இடித்துத் தரைமட்டமாக்கி விடுவது என்று அவர்கள் உத்தேசித்திருந்தனர் போலும்.

அதற்கு வேண்டிய காரணம் இல்லாமலும் போகவில்லை. பராந்தகச் சக்கரவர்த்தியின் காலம் முதல் அடிக்கடி சோழ நாட்டுக்கும், ஈழ நாட்டுக்கும் யுத்தம் நடந்து வந்தது. சோழநாட்டு வீரர் பலர் இலங்கைப் போரில் மடிந்திருந்தார்கள். ஏதாவது ஒன்றைப் பிடிக்கவில்லையென்றால், அதைச் சேர்ந்த மற்றவையும் பிடிக்காமல் போவது மக்களின் இயல்பு அல்லவா? இலங்கைப் போர்கள் காரணமாகச் சோழ மக்களுக்கு ஏற்பட்டிருந்த ஆத்திரம் அத்தீவில் வியாபகமாயிருந்த பௌத்த மதத்தின் மேலும் ஓரளவு திரும்பியிருந்தது. ஏதாவது ஒரு சிறிய காரணம் ஏற்பட்டால் போதும். தமிழகத்தில் மிஞ்சியிருந்த பௌத்த விஹாரங்கள் மீதும் அவற்றில் வாழ்ந்த பிக்ஷுக்கள் மீதும் பழி தீர்த்துக்கொள்ளப் பாமர மக்கள் சித்தமாயிருந்தார்கள்.

அத்தகைய சந்தர்ப்பம் இப்போது ஏற்பட்டு விட்டதாக ஆச்சாரிய பிக்ஷு கருதினார். யாரோ தீயநோக்கம் கொண்டவர்கள் இவ்விதம் பாமர மக்களின் ஆத்திரத்தை தூண்டிவிட்டிருக்கிறார்கள். புத்த பகவானுடைய கருணையினாலேதான் இந்தப் பேராபத்திலிருந்து மீள வேண்டும்!...

ஆச்சாரிய பிக்ஷுவைப் பார்த்ததும் அந்த ஜனக் கூட்டத்தின் ஆரவாரம் முன்னை விட அதிகமாயிற்று.

"பொன்னியின் செல்வரைக் கொடுத்து விடுங்கள். இல்லாவிடில் விஹாரத்தை இடித்துத் தரை மட்டமாக்கி விடுவோம்" என்பவை போன்ற மொழிகள் ஏக காலத்தில் ஆயிரக்கணக்கான குரோதம் நிறைந்த குரல்களிலிருந்து வெளியாகிச் சமுத்திர கோஷத்தைப் போல் கேட்டது. அதே சமயத்தில் கடலின் பேரோசையும்

அதிகமாகிக் கொண்டிருப்பதை ஆச்சாரிய பிக்ஷு கவனித்துக் கொண்டார். இளம் பிக்ஷு கூறியது உண்மைதான். அளவிலாத வேகம் பொருந்திய கொடும்புயல். கடற்கரையை நோக்கி வந்து கொண்டிருக்கிறது. அதி சீக்கிரத்தில் புயல் கரையைத் தாக்கப்போகிறது, இந்த மக்களால் ஏற்படும் அபாயத்துக்குப் பிழைத்தாலும், புயலின் கொடுமையிலிருந்து விஹாரம் தப்பிப் பிழைக்க வேண்டும் என்ற கவலை பிக்ஷுவுக்கு ஏற்பட்டது.

இதற்குள் வாலிப பிக்ஷு கையமர்த்திச் சமிக்ஞை செய்து ஆத்திரம் கொண்ட மக்களின் கூட்டத்தில் சிறிது இரைச்சல் அடங்கும்படி செய்திருந்தார்.

"மகா ஜனங்களே! எங்கள் தலைவரை அழைத்து வந்திருக்கிறேன், சற்று நிம்மதியாயிருங்கள். நீங்கள் இத்தனை பேரும் இந்த விஹாரத்துக்குள் ஒரே சமயத்தில் புக முடியாது அல்லவா? உங்களில் யாராவது ஒருவரையோ, இரண்டு பேரையோ குறிப்பிடுங்கள்! அவர்கள் விஹாரத்துக்குள் வந்து தேடிப் பார்க்கட்டும்! திரும்பி வந்து அவர்கள் சொல்வதை நீங்கள் ஏற்றுக்கொள்ள வேண்டும்! இது உங்களுக்குச் சம்மதந்தானே? உங்களில் யார் என்னுடன் விஹாரத்துக்குள் வருகிறீர்கள்?" என்று வினவினார்.

கூட்டத்தில் நூற்றுக் கணக்கானவர்கள் "நான் வருகிறேன்" "நான் வருகிறேன்" என்று கூச்சலிட்டார்கள். இளம் பிக்ஷு மறுபடியும் கையமர்த்தி, "எல்லோரும் சேர்ந்து கூச்சலிடுவதினால் என்ன பயன்? யாராவது ஒருவரைத் தேர்ந்தெடுங்கள். நான் யோசனை சொல்லுகிறேன். சமீப காலத்தில், சென்ற ஒரு மாத காலத்துக்குள் பொன்னியின் செல்வரைப் பார்த்தவர் உங்களில் யாராவது இருந்தால் சொல்லுங்கள். அப்படிப்பட்டவரை நான் அழைத்துப் போகிறேன். இளவரசரை அடையாளம் கண்டு கொள்ளவும் சௌகரியமாயிருக்கும்!" என்றார்.

கூட்டத்தின் முன்னணியில் நின்று கொண்டு ஒவ்வொரு தடவையும் பெரும் கூச்சல் போட்டுக் கொண்டிருந்த ராக்கம்மாள், "இதோ நாங்கள் பார்த்திருக்கிறோம்" என்று கூவினாள்.

படகோட்டியைப் பார்த்து இளம் பிக்ஷு, "அப்பனே! இவள் கூறுவது சரியா?" என்று கேட்டார்.

முருகய்யன் "சுவாமி! இவள் கூறுவது முழுவதும் சரியல்ல. இவள் இளவரசரைச் சமீபத்தில் பார்க்கவில்லை. நான் சென்ற ஒரு மாதத்துக்குள்ளே ஈழநாட்டில் பொன்னியின் செல்வரைப் பார்த்தது உண்மை. நான் அறியாமல் அவருக்குச் செய்த அபகாரத்துக்காகக் காலில் விழுந்து மன்னிப்பும் கேட்டுக் கொண்டேன். அச்சமயம் அவர் கருணையுடன் என்னைப் பார்த்துப் புன்னகை புரிந்தது, நேற்று நடந்தது போல் என் மனத்தில் பதிந்திருக்கிறது. அவரை நான் சுலபமாக அடையாளம் கண்டுகொள்ள முடியும்" என்று சொன்னான்.

"அப்படியானால் நீதான் இந்த வேலைக்குத் தகுதியானவன். உன் மனையாள் சொல்வதிலும் அவ்வளவு தவறு கிடையாது. நீ பார்த்தது இவள் பார்த்தது போலத்தான் என்று எண்ணிச் சொல்லியிருக்கிறாள். இப்போதும் நீ விஹாரத்துக்குள் தேடிப் பார்த்து விட்டு வந்து சொன்னால் இவள் ஒப்புக்கொள்வாள். பிக்ஷுக்கள் தவம் செய்யும் புத்த விஹாரத்துக்குள் பெண் பிள்ளைகளை விடுகிறதில்லையென்பது உன் மனையாளுக்குத் தெரிந்து தானிருக்கும். ஆகையால், நீ வா இங்கே!" என்று இளம் பிக்ஷு கூறினார்.

பிறகு விஹாரத்தின் முன் வாசற் படிகளில் இறங்கிச் சென்று முருகய்யனுடைய ஒரு கரத்தைப் பற்றி அழைத்துக் கொண்டு மறுபடியும் படிகளில் ஏறினார்.

மக்களைப் பார்த்து, "இதோ இந்தப் படகோட்டி முருகய்யன் சமீபத்தில் இளவரசரைப் பார்த்திருக்கிறானாம். இவனை உள்ளே அழைத்துப் போகிறேன். விஹாரம் முழுதும் தேடிப் பார்த்து விட்டுத் திரும்பி வந்து சொல்வான். உங்கள் எல்லோருக்கும் இது சம்மதந்தானே!" என்றார்.

மக்களின் கூட்டத்திலிருந்து சம்மதக்குரல் அவ்வளவு வேகத்துடன் வரவில்லை. சிலர் "சம்மதம் என்று முணுமுணுத்தார்கள். மற்றவர்கள் ஒருவரோடொருவர் "இதில் ஏதாவது மோசம் இருக்குமோ?" என்று

இரகசியமாக பேசிக் கொண்டார்கள். அவர்கள் இரகசியம் பேசிய குரல்கள் சேர்ந்து கடலின் இரைச்சலுடன் போட்டியிட்டன.

இளம் பிக்ஷு அதைக் கவனித்து விட்டு, பெரிய குரலில் "மகா ஜனங்களே! இதோ எங்கள் ஆச்சாரியரும் வந்திருக்கிறார். உங்களுக்கு ஏதேனும் கேட்க வேண்டியது இருந்தால் அவரைக் கேட்டுக் கொள்ளுங்கள். அதற்குள் இந்த மனிதனை நான் அழைத்துப் போய் விஹாரத்தைச் சுற்றிக் காண்பித்து விட்டு வருகிறேன்" என்று சொல்லிப் படகோட்டி முருகய்யனை அழைத்துக் கொண்டு சென்றார். கம்பீரமான தோற்றத்துடனும் சாந்தம் குடி கொண்ட முகத்துடனும் பொலிந்த ஆச்சாரிய பிக்ஷுவைப் பார்த்ததும் மக்களின் மனத்தில் சிறிது பயபக்தி உண்டாயிற்று. அவரிடம் அதிகப் பிரசங்கமான கேள்வி எதுவும் கேட்பதற்கு யாரும் துணிவு கொள்ளவில்லை.

ஆச்சாரிய பிக்ஷு சற்று நேரம் அந்த ஜனக்கூட்டத்தைப் பார்த்துக் கொண்டிருந்தார். பின்னர், அவர்களுக்குப் பின்னால் சற்றுத் தூரத்தில் தெரிந்த கடலையும் நோக்கினார். "மகா ஜனங்களே! நீங்கள் எல்லோரும் இங்கே வந்து கூடியிருப்பதின் நோக்கத்தை அறிந்து கொண்டேன். சக்கரவர்த்தியின் திருக்குமாரரும் பொன்னியின் செல்வருமான இளவரசர் அருள்மொழிவர்மரிடம் உங்களுக்கெல்லாம் எவ்வளவு அன்பு உண்டு என்பது இன்றைக்கு எனக்கு நன்றாய்த் தெரிந்தது. உங்களைப் போலவே அடியேனும் பொன்னியின் செல்வரிடம் அன்புடையவன் தான். அருள்மொழிவர்மர் கடலில் மூழ்கி விட்டார் என்ற செய்தி வந்து அன்று காலையில் நான் இதே இடத்தில் நின்று கண்ணீர் அருவி பெருக்கினேன். புத்த தர்மத்தில் பற்றுக் கொண்டவர் எவரும் அருள்மொழிவர்மரிடம் அன்பு கொள்ளாமல் இருக்க முடியாது. பௌத்த தர்மத்துக்கும், புத்த பிக்ஷுக்களுக்கும் அவர் அத்தகைய மகத்தான உபகாரங்களைச் செய்திருக்கிறார். பௌத்தர்களின் புண்ணிய க்ஷேத்திரமாகிய அனுராதபுரத்தில் பௌத்த மன்னர்களின் காலத்தில் இடிந்து தகர்ந்து பாழான விஹாரங்களையும் ஸ்தூபங்களையும் திருப்பணி செய்து செப்பனிடுவதற்கு ஏற்பாடு செய்தவர். அப்படிப்பட்ட உத்தமரான இளவரசருக்கு எந்த வகையிலும் தீங்கு நேர நாங்கள் உடந்தையாக இருக்க முடியுமா? இளவரசருக்கு ஒன்றும் நேராமல் இருக்க வேண்டும். அவரைக் கடல் கொண்ட செய்தி பொய்யாயிருக்க வேண்டும் என்று நாங்கள் பிரார்த்தனை செய்த வண்ணம் இருந்தோம். உங்களையெல்லாம் விடப் பொன்னியின் செல்வரிடம் நாங்கள் அன்புடையவர்களாயிருப்பதற்குக் காரணங்கள் உண்டு..."

இச்சமயத்தில் கூட்டத்தில் ஒருவன் குறுக்கிட்டு, "அதனாலே தான் எங்களுக்கு அச்சமாயிருக்கிறது. உங்களுடைய அன்பு அபரிமிதமாகப் போய் எங்கள் இளவரசரின் தலையை மொட்டையடித்துக் காவித்துணி கொடுத்துப் பிக்ஷுவாக்கி விடுவீர்களோ என்று பயப்படுகிறோம்!" என்றான். அவனைச் சுற்றி நின்றவர்கள் பலர் இதைக் கேட்டதும் 'கலீர்' என்ற கேலிச் சிரிப்பு சிரித்தார்கள்.

ஆச்சாரிய பிக்ஷுவுக்கு எப்படியோ அச்சமயம் ஒருவித ஆவேசம் ஏற்பட்டு விட்டது. இந்தச் சந்தர்ப்பத்தில் மக்களின் சந்தேகத்தைத் தீர்த்து வைப்பதற்கு ஒரே ஒரு நிச்சயமான வழிமட்டும் உண்டு என்பதை அவர் உள்ளம் உணர்த்தியது. உடனே முன் பின் யோசியாமல் தம் உள்ளத்தில் தோன்றியதைப் பின்வரும் மொழிகளில் சபதமாக வெளியிட்டார்.

"சக்கரவர்த்தியின் திருக்குமாரரும் பொன்னியின் செல்வருமான இளவரசர் அருள்மொழிவர்மரைப் புத்த சமயத்தை மேற்கொள்ளும்படி தான் கோரமாட்டேன். அவரே முன்வந்தாலும் ஏற்றுக்கொள்ள மாட்டேன். உலகை ஆளப்பிறந்தவரும், உங்கள் அன்பைக் கவர்ந்தவருமான கோமகனைத் தலையை மொட்டையடித்துக் காவித்துணி அளிக்கும் கைங்கரியத்தை நான் ஒரு நாளும் செய்யமாட்டேன். அதற்கு உடந்தையாகவும் இருக்க மாட்டேன். இவ்வாறு புத்த பகவானுடைய பத்ம சரணங்களின் மீது ஆணையாகச் சபதம் செய்கிறேன்! புத்தம் கச்சாமி! தர்மம் கச்சாமி! சங்கம் கச்சாமி!"

இடிமுழக்கம் போன்ற கம்பீரத்துடன் உணர்ச்சி ததும்பக் கூறிய இந்த மொழிகளைக் கேட்டதும் அங்கே கூடியிருந்த அத்தனை மக்களின் உள்ளங்களும் ஒரு பெரிய மாறுதலை அடைந்தன. பலர் கண்களில் கண்ணீர் ததும்பியது. சிறிது நேரம் நிசப்தம் நிலவியது.

ஆச்சாரிய பிக்ஷு தொடர்ந்து கூறினார்– "சோழ நாட்டு மக்களின் கண்ணுக்குக் கண்ணான இளவரசரைக் குறித்து நீங்கள் எல்லோரும் இவ்வளவு சிரத்தை கொண்டிருப்பது இயல்புதான். பொன்னியின் செல்வரைக் குறித்த கவலை இப்போது உங்களுக்குத் தீர்ந்து போயிருக்கலாம். இனிமேல் உங்கள் குடும்பம், வீடு, வாசலைப் பற்றிச் சிறிது கவலை கொள்ளுங்கள். மகா ஜனங்களே! இது வரையில் நாம் இந்தப் பக்கத்திலேயே கண்டும் கேட்டுமிராத கொடும் புயல் நம்மை நெருங்கிக் கொண்டிருப்பதாகத் தோன்றுகிறது. அதோ, உங்கள் பின் பக்கமாகத் திரும்பிப் பாருங்கள்!"

ஜனங்கள் திரும்பிப் பார்த்தார்கள். பிக்ஷு கூறியபடியே அவர்களுடைய வாழ்க்கையில் என்றுமே காணாத அதிசயமான காட்சியைக் கண்டார்கள். அதிசயமான காட்சி மட்டுமன்று, பயங்கரமான காட்சியுந்தான்.

கடலானது பொங்கி மேலுயர்ந்து வானத்தில் மேலே மேலே வந்து கொண்டிருந்த கரிய கொண்டல்களைத் தொட்டுக் கொண்டிருந்தது. அந்தக் கரிய நிறத் தண்ணீர் மலையானது நின்ற இடத்தில் நிற்கவில்லை. மேலே மேலே நகர்ந்து வந்து கொண்டிருந்தது. ஜனங்கள் நின்ற இடத்திலிருந்து பார்க்கும் போது அந்த மலையானது அவர்கள் இருக்குமிடம் வரையில் வந்தால், அவர்கள் மட்டுமல்ல. சூடாமணி விஹாரமே மூழ்கிப் போவது திண்ணம் என்று தோன்றுகிறது.

இந்தக் காட்சியைப் பார்த்து மக்கள் பிரமித்து நின்றது, ஆச்சாரிய பிக்ஷு மறுபடியும், "அதோ, நீங்கள் எல்லாரும் வசிக்கும் நாகைப்பட்டினத்தைப் பாருங்கள்!" என்று சொன்னார்.

நாகைப்பட்டினம் நகரம் சூடாமணி விஹாரத்துக்குச் சிறிது வடதிசையில் அமைந்திருந்தது. வெகு தூரத்துக்கு வெகு தூரம் பரவியிருந்தது. கடற்கரையை யடுத்துப் பண்டக சாலைகள், சுங்கம் வாங்கும் கட்டிடங்கள் முதலியவை இருந்தன. அவற்றுக்கு அப்பால் ஜனங்கள் வசிக்கும் வீடுகள் ஆரம்பமாகிக் கிழக்கு மேற்கிலும், தெற்கு வடக்கிலும் சுமார் அரைக் காத தூரத்துக்கு மேலே பரவியிருந்தன.

கடல் பொங்கிப் பண்டக சாலைகளும், சுங்கச் சாவடிகளும் இருந்த இடத்தையெல்லாம் தாண்டிக் கொண்டு வந்து பட்டினத்தின் தெருக்களிலும் புகுவதற்கு அச்சமயம் ஆரம்பித்திருந்தது. கடலில் இருந்த படகுகளும், நாவாய்களும் எங்கேயோ ஆகாசத்தில் அந்தரமாகத் தொங்குவதுபோல் தண்ணீர் மலைகளின் உச்சியில் காட்சி அளித்து, இப்படியும் அப்படியும் ஆடிக் கொண்டிருந்தன. படகுகளின் பாய் மரங்கள் பேயாட்டம் ஆடிச் சுக்கு நூறாகப் போய்க் கொண்டிருந்தன.

"மகா ஜனங்களே! ஒரு காலத்தில் காவிரிப்பட்டினத்தைக் கடல் கொண்டது என்று கேள்விப் பட்டிருக்கிறோம். அம்மாதிரியான விபத்து நமது நாகைப்பட்டினத்துக்கு வராமல் புத்த பகவான் காப்பாற்றுவாராக! ஆனாலும் நீங்கள் உடனே திரும்பிச் சென்று உங்கள் குழந்தை குட்டிகளையும், உடைமைகளையும் கூடுமானவரை காப்பாற்றிக் கொள்ள முயலுங்கள்!" என்று ஆச்சாரிய பிக்ஷு தழுதழுத்த குரலில் கூவினார்.

இதைக் கேட்டதும் அந்த ஜனக் கூட்டமானது கடல் அலை போலவே விரைந்து, நகரத்தை நோக்கி நகரலாயிற்று. முன்னணியில் நின்றவர்கள் ஓடத் தொடங்கினார்கள். பின்னால் நின்றவர்கள் அவர்களைத் தொடர்ந்து ஓடினார்கள். முதலில் கூட்டமாக நகர்ந்தார்கள். பிறகு நாலாபுறமும் சிதறி ஓடினார்கள். சில நிமிட நேரத்திற்குள் சற்று முன்னால் பெரும் ஜனத்திரள் நின்று கொண்டிருந்த இடம் வெறுமையாகக் காட்சி அளித்தது.

படகோட்டி முருகய்யனின் மனையாள் ராக்கம்மாள் மட்டும் நின்ற இடத்திலேயே நின்று "என் புருஷன்!" "என் புருஷன்!" என்று கத்தினாள்.

"தாயே! உன் புருஷனுக்கும், ஒன்றும் ஆபத்து நேராது. பத்திரமாகத் திரும்பி வந்து சேருவான். நீ உன்னைக் காப்பாற்றிக்கொள்!" என்றார் பிக்ஷு.

"இல்லை, இல்லை! என் புருஷனை விட்டு விட்டு, நான் எப்படிப் போவேன்? நான் கோவிலுக்குள் வருகிறேன்" என்றாள் ராக்கம்மாள்.

"கூடாது அம்மா! கூடாது! பௌத்த சந்நியாசிகள் வசிக்கும் விஹாரத்துக்குள் பெண்பிள்ளைகள் வரக்கூடாது! உனக்குத் தெரியாதா?" என்றார் பிக்ஷு.

இச்சமயத்தில் அந்த மாபெரும் ஜனக் கூட்டத்திலே ஓடாமல், பின் தங்கி நின்று கொண்டிருந்த மனிதன் ஒருவன் ராக்கம்மாளை அணுகி வந்தான். அவள் காதோடு ஏதோ சொன்னான். அவளுடைய கரத்தைப் பிடித்துக் கரகரவென்று இழுத்தான். அவள் அவனுடன் வேண்டா வெறுப்புடன் போகத் தொடங்கினாள்.

"ஆகா, இந்த மனிதன் யார்? இவனுக்கும் இந்தப் பெண்ணுக்கும் என்ன உறவு?" என்று எண்ணிய வண்ணம் ஆச்சாரிய பிக்ஷு விஹாரத்துக்குள் சென்றார். பொன்னியின் செல்வர் இருந்த இடத்தை அணுகினார். முருகய்யன் இதற்குள் அதிசயமெல்லாம் நீங்கப் பெற்றவனாய் இளவரசர் கூறுவதைப் பக்தியுடன் கேட்டுக் கொண்டிருந்தான்.

"முருகா! இன்றிரவு நீ திரும்பி வந்து என்னைப் படகில் ஏற்றி ஆனைமங்கலத்துக்கு அழைத்துப்போக வேண்டும்" என்று இளவரசர் கூறினார்.

ஆச்சார்ய பிக்ஷு, "இளவரசே! இரவு வரையில் காத்திருக்க வேண்டியதில்லை. ஜனக்கூட்டம் கலைந்துவிட்டது. தாங்கள் இப்போதே புறப்பட்டுப் போகலாம்" என்று சொன்னார்.

பின்னர், வெளியில் நடந்தவற்றைச் சில வார்த்தைகளில் கூறினார். "சுவாமி! ஜனங்கள்தான் கலைந்து போய் விட்டார்களே! நான் எதற்காகப் போகவேண்டும்?" என்றார் இளவரசர்.

"அவர்கள் திரும்பி வரமாட்டார்கள் என்பது என்ன நிச்சயம்? மேலும், பிக்ஷுக்களாகிய எங்கள் வாக்கை மெய்யாக்குவதாகச் சற்று முன் சொன்னீர்கள் அல்லவா? அதை நிறைவேற்றி அருள வேண்டும்!" என்றார் பிக்ஷு.

உண்மை என்னவென்றால் பொங்கி வரும் கடல் அந்த சூடாமணி விஹாரத்தை சிறிது நேரத்துக்கெல்லாம் முழுக அடித்து விடும் என்று பிக்ஷுவின் உள்ளத்தில் ஒரு பீதி உண்டாகியிருந்தது. ஆகையால் இளவரசரை அவசரமாக வெளியேற்ற விரும்பினார். ஆனைமங்கலம் கடற்கரையிலிருந்து கிழக்கே சற்றுத் தூரத்தில் இருந்தது. ஆகையினால் பொங்கி வரும் கடல் அவ்வளவு தூரம் போய் எட்ட முடியாது. எட்டினாலும் அங்குள்ள மிகப் பெரிய சோழ மாளிகை மூழ்கிவிடாது.

இளவரசர் பிக்ஷுவின் கருத்தை ஏற்றுக் கொண்டார். உடனே படகு கொண்டு வருமாறு கட்டளை பிறந்தது.

இதற்கிடையில் அங்கே கூடியிருந்த புத்த பிக்ஷுக்களைப் பார்த்து ஆச்சாரிய பிக்ஷு, "நாம் கருணையே வடிவமான புத்த பகவானைச் சேர்ந்தவர்கள். இப்போது நாகைப்பட்டினத்து மக்களுக்குப் பெரும் சோதனை நேரிட்டிருக்கிறது. கடல் பொங்கி நகரத்துக்குள் வேகமாக புகுவதைக் கண்டேன். புயலின் வேகத்தினால் வீடுகளின் கூரைகள் சிதறிப் பறக்கின்றன. மரங்கள் தடதடவென்று முறிந்து விழுகின்றன. நாகைப் பட்டினத்திலும், அக்கம் பக்கத்திலும் வசிக்கும் மக்களில் வயோதிகர்களும் குழந்தைகளும் எத்தனையோ பேர் தப்பிக்கும் வகை அறியாது தவித்துக் கொண்டிருப்பார்கள். நீங்கள் அனைவரும் நாலாபுறமும் சென்று உங்கள் கண் முன்னால் கஷ்டப்படுகிறவர்களுக்கு உங்களால் இயன்ற உதவிகளைச் செய்யுங்கள். குழந்தைகளையும் வயோதிகர்களையும் முதலில் கவனியுங்கள். சமுத்திர ராஜனின் கோபத்திலிருந்து எத்தனை பேரைக் காப்பாற்றலாமோ காப்பாற்றுங்கள்! நான் வயதானவன். இங்கேயே இருந்து மாலை நேரத்துப் பூஜையைக் கவனித்துக் கொள்கிறேன்" என்றார்.

இதைக் கேட்டதும் பிக்ஷுக்கள் அங்கிருந்து அகன்று சென்றார்கள்.

கால்வாயில் படகு வந்து சேர்ந்தது. இளவரசர் ஆச்சாரிய பிக்ஷுவுக்கு வணக்கம் செலுத்தி விடைபெற்று அதில் ஏறிக் கொண்டார். முருகய்யனும் ஏறிப் படகு தள்ளத் தொடங்கினான்.

படகு கண்ணுக்கு மறையும் வரையில் பிக்ஷு அதையே பார்த்துக் கொண்டு நின்றிருந்தார். அவருடைய முகத்தைச் சுற்றி அபூர்வமான ஜோதி ஒன்று பிரகாசப்படுத்திக் கொண்டிருந்தது.

❖ ❖ ❖ ❖

நான்காம் அத்தியாயம்

நந்தி முழுகியது

படகு கால்வாயில் போய்க் கொண்டிருந்த போது இளவரசர் நிமிஷத்துக்கு நிமிஷம் கால்வாயின் நீர்மட்டம் அதிகமாகிக் கொண்டிருப்பதைக் கவனித்தார்.

படகு தத்தளித்துக் கொண்டிருந்தது. முருகய்யன் அதைச் செலுத்துவதற்கு வெகு பாடுபட்டுக் கொண்டிருந்தான்.

புயலின் வேகமும் வினாடிக்கு வினாடி அதிகமாகிக் கொண்டிருந்தது. இருபுறமும் மரங்கள் சடசடவென்று முறிந்து விழுந்து கொண்டிருந்தன.

நந்தி மண்டபத்தை நெருங்கிப் படகு வந்தது. இளவரசர் அந்த மண்டபத்தைப் பார்த்தார். நந்தியின் தலைக்கு மேலே தண்ணீர் வந்திருந்தது. இதிலிருந்து நீர் மட்டம் எவ்வளவு உயர்ந்திருந்தது என்று நன்கு தெரிய வந்தது.

"முருகய்யா! படகைச் சிறிது நிறுத்து" என்று இளவரசர் கூறினார். முருகய்யன் படகை நிறுத்தினான். ஆனால் அதன் ஆட்டத்தை நிறுத்த முடியவில்லை.

இளவரசர் படகிலிருந்து தாவிக் குதித்து நந்தி மண்டபத்தில் இறங்கினார். பின்னர் அதன் அருகில் விழுந்திருந்த ஒரு மரத்தைப் பிடித்துக்கொண்டு மண்டபத்தின் மேல் சிகரத்தின் மீது ஏறினார். அங்கேயிருந்து சுற்று முற்றும் பார்த்தார். கால்வாய்க்குக் கீழ்ப்புறம் முழுதும் ஒரே ஜலப்பிரளயமாக இருந்தது. தென்னந்தோப்பில் பாதி மரங்களுக்கு மேல் அதற்குள் விழுந்து விட்டிருந்தன. இடைவெளி வழியாகப் பார்த்தபோது, கடல் பொங்கி அந்தத் தென்னந் தோப்பின் முனைவரையில் வந்து விட்டதாகத் தெரிந்தது.

வடக்கே, சூடாமணி விஹாரம் இருந்த திசையை அருள்மொழிவர்மர் நோக்கினார். விஹாரத்தின் வெளிப் படிக்கட்டுகள் வரையில் கடல் பொங்கிப் பரவியிருந்தது தெரிந்தது.

பொன்னியின் செல்வருடைய மனத்தில் அப்போது ஓர் எண்ணம் உதயமாயிற்று. அது அவருடைய உடல் முழுதும் சிலிர்க்கும்படி செய்தது.

"முருகய்யா! படகைத் திருப்பிக்கொண்டு போ! விஹாரத்தை நோக்கி விடு!" என்றார் இளவரசர்.

அதிகமாகப் பேசிப் பழக்கமில்லாதவனும், இளவரசரிடம் அளவிறந்த பக்தி கொண்டவனுமான தியாகவிடங்கரின் மகன் ஏன் என்றுகூடக் கேளாமல் படகைத் திருப்பிச் சூடாமணி விஹாரத்தை நோக்கிச் செலுத்தினான்.

வரும்போது ஆன நேரத்தைக் காட்டிலும் போகும் போது சிறிது குறைவாகவே நேரமாயிற்று. ஆனால் இளவரசருக்கோ ஒவ்வொரு விநாடியும் ஒரு யுகமாக இருந்து கொண்டிருந்தது.

படகு விஹாரத்தை அடைந்த போது பொங்கி வந்த கடல் ஏறக்குறைய விஹாரம் முழுவதையும் சூழ்ந்து கொண்டிருந்தது. நீர் மட்டம் மேலே ஏறிக் கொண்டுமிருந்தது.

ஈழநாட்டிலுள்ள விஹாரங்களைப் போல் நாகைப்பட்டினம் சூடாமணி விஹாரம் அக்காலத்தில் அவ்வளவு கம்பீரமாகவோ உயரமாகவோ அமைந்திருக்கவில்லை. இன்னும் கொஞ்சம் தண்ணீர் மேலே ஏறினால் விஹாரத்தின் மண்டப சிகரம்கூட முழுகிவிடும் என்ற நிலைமை ஏற்பட்டிருந்தது.

இளவரசர் படகிலிருந்து தாவித் தண்ணீரில் முழுகாமலிருந்த ஒருமண்டபத்தின் மேல் தளத்தில் குதித்தார். அங்குமிங்கும் பரபரப்புடன் ஓடினார். விஹாரத்தின் அடித்தளத்துக்கு அவர் போகாமல் மேல் மாடங்களில் ஒவ்வொரு பகுதியாகத் தேடிக் கொண்டு வந்தார். மேல் மாடங்களிலேயே சில இடங்களில் மார்பு அளவு தண்ணீரில் அவர் புகுந்து செல்ல வேண்டியதாயிருந்தது. மேலும் மேலும் ஏமாற்றம் ஏற்பட்டுக் கொண்டிருந்தது. கடைசியில் கௌதமபுத்தரின் உருவச் சிலை அமைந்திருந்த இடத்துக்கு வந்து சேர்ந்தார். அந்தச் சிலையின் மார்பு அளவுக்குத் தண்ணீர் ஏறியிருந்தது. அங்கே இளவரசர் நின்று சுற்று முற்றும் பார்த்தார். தண்ணீரில் குனிந்தும் பார்த்தார். அவருடைய வாயிலிருந்து எழுந்த மகிழ்ச்சியும் வியப்பும் கலந்த 'ஆஹா!' ஒலி அவர் தேடி வந்ததை அடைந்து விட்டார் என்பதற்கு அறிகுறியாக இருந்தது.

ஆம்; புத்தர் சிலையின் அடியில் தண்ணீருக்குள்ளே பகவானுடைய பத்ம சரணங்கள் இரண்டையும் இறுகக் கட்டிக் கொண்டு ஆச்சாரிய பிக்ஷு உட்கார்ந்து கொண்டிருந்தார்.

பொன்னியின் செல்வர் தண்ணீரில் முழுகிப் பிக்ஷுவின் கரங்கள் இரண்டையும் சிலையிலிருந்து பலவந்தமாக விடுவித்து விட்டு அவரைத் தூக்கி எடுத்தார். தண்ணீருக்குள்ளே பிக்ஷுவைத் தூக்குவது இலேசாக இருந்தது. தண்ணீருக்கு வெளியே வந்த பிறகு அவ்வளவு இலேசாக இல்லை. ஆஜானுபாகுவும், நல்ல பலிஷ்டருமான அந்த பிக்ஷுவின் உடல் கனம் இளவரசரைத் திணறச் செய்தது.

"முருகய்யா! முருகய்யா!" என்று குரல் கொடுத்தார்.

"இதோ வந்தேன்!" என்று சொல்லிக் கொண்டே முருகய்யன் படகைக் கொண்டு வந்தான்.

பொன்னியின் செல்வர் ஆச்சாரிய பிக்ஷுவைத் தூக்கிக் கொண்டு படகை நோக்கி விரைந்து சென்றார். அவருடைய கால்கள் தடுமாறின.

❉ ❉ ❉ ❉

ஐந்தாம் அத்தியாயம்

தாயைப் பிரிந்த கன்று

இளவரசர் புத்த பிக்ஷுவையும் தூக்கிக்கொண்டு முருகய்யன் கொண்டு வந்து நிறுத்திய படகிலே குதித்தார். அவர் குதித்த வேகத்தில் அந்தச் சிறிய படகு பேயாட்டம் ஆடியது. ஒரு கணம் கவிழ்ந்து விடும் போலவும் இருந்தது. முருகய்யன் மிகப் பிரயத்தனப் பட்டுப் படகு கவிழாமல் காப்பாற்றினான்.

"முருகையா! இனிமேல் படகைவிடு! ஆனைமங்கலம் அரண்மனைக்கு விடு!" என்று பொன்னியின் செல்வர் உரத்த குரலில் கூவினார். அச்சமயம் உச்சநிலையை அடைந்திருந்த புயற்காற்றும், புயலில் பொங்கி வந்த கடலும் போட்ட இரைச்சலினால் அவர் கூறியது முருகய்யன் காதில் விழவில்லை. ஆயினும் இளவரசரின் முகத்தோற்றத்திலிருந்து அவருடைய விருப்பத்தை அறிந்து கொண்ட முருகய்யன் படகைச் செலுத்தத் தொடங்கினான். சூடாமணி விஹாரத்தின் முழுகிக் கொண்டிருந்த மண்டபச் சிகரங்களின் மீதும் புத்தர் சிலைகளின் மீதும் மோதாமல் படகைச் செலுத்துவது மிகவும் கடினமாயிருந்தது. முருகய்யன் பெரும் புயலிலும் சுழிக் காற்றிலும் நடுக் கடலில் படகு செலுத்திப் பழக்கப்பட்டவனாதலால் வெகு லாவகமாகச் செலுத்திக் கொண்டு போனான். அதைப் பார்த்து இளவரசர் வியந்தார். அவனுக்குச் சற்று உதவி செய்யலாம் என்று அவருக்குத் தோன்றியது. ஆனால் புத்த பிக்ஷுவைப் பிடித்திருந்த பிடியை விட்டுவிடத் தயங்கினார். அதற்கு ஏற்றாற்போல், திடீரென்று பிக்ஷு இளவரசருடைய பிடியிலிருந்து விடுவித்துக் கொள்ளப் பிரயத்தனம் செய்தார். அச்சமயம் படகு புத்த பகவானின் சிலையின் அருகே போய்க் கொண்டிருந்தது. இப்போது கடல் வெள்ளம் அச்சிலையின் கண்கள் வரை ஏறியிருந்தது. இன்னும் சில நிமிடத்தில் சிலையே முழுகிவிடும் என்பதில் ஐயமில்லை.

இளவரசர் பிக்ஷுவை இறுகப் பிடித்துக் கொண்டார். பார்ப்பதற்கு மிக மென்மையான தேகம் உடையவராகக் காணப்பட்ட இளவரசரின் கரங்களில் எவ்வளவு வலிமை இருந்தது என்பதை அறிந்து பிக்ஷு வியந்தார் என்பதை அவருடைய முகத் தோற்றம் காட்டியது. நெஞ்சிலே உரம் இருந்தால், உடலிலும் வலிமை உண்டாகும் போலும்! இத்தனைக்கும் பலநாள் சுரத்தினால் மெலிந்திருந்த உடம்பு!

புத்தரின் சிலையைத் தாண்டிப் படகு போயிற்று. முழுகிக் கொண்டிருந்த அச்சிலையைப் பிக்ஷு பார்த்துக் கொண்டேயிருந்தார். சிலை விரைவில் மறைந்தது. பிக்ஷுவின் கண்களில் தாரை தாரையாகக் கண்ணீர் பெருகியது.

"இளவரசே! என்ன காரியம் செய்தீர்?" என்றார் பிக்ஷு.

அவருடைய உதடுகளின் அசைவிலிருந்து என்ன சொல்கிறார் என்பதைத் தெரிந்து கொண்ட இளவரசர் பிக்ஷுவின் காதில் அருகில் குனிந்து, "சுவாமி! அந்தக் கேள்வியை நான் அல்லவா கேட்க வேண்டும்? என்ன காரியம் செய்யத் துணிந்தீர்கள்?" என்றார்.

"இளவரசே! இந்த விஹாரம் ஐந்நூறு ஆண்டுகளுக்கு முன்னாலிருந்து இங்கே இருந்து வருகிறது. மகானாகிய தர்மபாத முனிவரின் காலத்திலே கூட இருந்தது. வீர சைவர்களான பல்லவ சக்கரவர்த்திகள் இதை அழிக்காமல் விட்டு வைத்தார்கள். அப்படிப்பட்ட புராதன விஹாரம் என் காலத்தில், என் கண் முன்னால் முழுகிவிட்டது. செங்கல் திருப்பணியினாலான இந்த விஹாரம் இந்தக் கடல் வெள்ளத்துக்குத் தப்ப முடியாது! வெள்ளம் வடிந்த பிறகு சில குட்டிச் சுவர்களே மிச்சமிருக்கும்! விஹாரம் போன பிறகு நான் மட்டும் எதற்காக உயிரோடு இருக்க வேண்டும்?" என்றார் பிக்ஷு.

"விஹாரம் இடிந்து அழிந்தால், மறுபடியும் திருப்பணி செய்து கட்டிக்கொள்ளலாம். புத்த பகவானுடைய சித்தமிருந்தால் நானே திரும்பவும் கட்டிக் கொடுப்பேன். தாங்கள் போய்விட்டால் என்னால் தங்களைத் திருப்பிக் கொண்டு வர முடியாதே?" என்றார் இளவரசர் அருள்மொழிவர்மர்.

கடலும் புயலும் சேர்ந்து போட்ட இரைச்சலினால் அவர்களால் மேலும் தொடர்ந்து விவாதம் செய்ய முடியவில்லை. மற்றும், சுற்றுப்புறங்களில் நாலாபுறத்திலும் அவர்கள் கண்ட கோரக் காட்சிகள் அவர்களைப் பேச முடியாதபடி செய்துவிட்டன.

முறிந்த பாய்மரங்களுடனே பெரிய பெரிய நாவாய்களும், சின்னஞ் சிறு மீன் பிடிக்கும் படகுகளும் கடற் பக்கத்திலிருந்து கரையை நோக்கி வந்து கொண்டிருந்தன. அவற்றில் பல கரை தட்டியும், கட்டிடங்களின் மேல் மோதியும், பேயாட்டம் ஆடிய மரங்களின் மீது இடித்துக் கொண்டும், சுக்கு நூறாக நொறுங்கி விழுந்தன. பெருங்காற்றில் வீடுகளின் கூரைகள் அப்படியே பிய்த்துக் கொண்டு பறந்து சென்று வெள்ளத்தில் விழுந்தன.

வேறு சில கூரைகள் மிதந்து கொண்டிருந்தன. அவற்றில் சிலவற்றில் மனிதர்கள் மிகுந்த சிரமத்துடன் தொத்திக் கொண்டிருந்தார்கள். ஓவென்று அவர்கள் ஓலமிட்டுக் கொண்டிருந்தார்கள்.

பெரிய பெரிய மரங்கள் காற்றில் முறிந்து விழுந்தன. முறிந்த மரங்களில் சில மிதந்து மிதந்து சென்றன. மிதந்த மரங்களைப் பிடித்துக் கொண்டு சில மனிதர்கள் உயிர் தப்ப முயன்றார்கள். ஆடுமாடுகள் வெள்ளத்தில் அலறிக்கொண்டு மிதந்து சென்றன.

இத்தகைய கோரமான காட்சிகளைப் பார்த்துப் பார்த்து இளவரசரும் பிக்ஷுவும் மனங் கசிந்தார்கள். அந்த நிலைமையில் தங்களால் ஒன்றும் உதவி செய்ய முடியவில்லையே என்ற எண்ணம் அவர்களுடைய வேதனையை அதிகப்படுத்தியது.

* * *

முருகய்யன் அப்பால் இப்பால் பார்க்காமல் படகை சர்வ ஜாக்கிரதையாகச் செலுத்திக்கொண்டு சென்றான்.

சூடாமணி விஹாரம் நாகைப்பட்டினத்தில் கடற்கரையோரமாக இருந்தது. அங்கிருந்து கால்வாய் சிறிது தூரம் வரையில் தெற்குத் திசையை நோக்கிச் சென்றது. பிறகு தென்மேற்காக அரைக்காதம் வரையில் சென்று, அங்கிருந்து மீண்டும் திரும்பித் தென் திசையில் நேராகச் சென்றது. இந்த இரண்டாவது திருப்பத்தின் முனையிலேதான் ஆனைமங்கலம் அரண்மனை இருந்தது.

வழி நடுவில் இருந்த நந்தி மண்டபத்தின் அருகில் படகு வந்த போது, நந்தி முழுதும் முழுகியிருந்தது மட்டுமல்லாமல் மேல் மண்டபத்தின் விளிம்பைத் தொட்டுக்கொண்டு வெள்ளம் சென்றது. மண்டபத்துக்கு அப்பால் நாலாபுறமும் பரவி இருந்த தென்னந் தோப்புகளில் முக்கால்வாசி மரங்கள் காற்றினால் முறிந்து விழுந்து விட்டன. மிஞ்சியிருந்த மரங்களின் உச்சியில் மட்டைகள் ஆடியது தலைவிரிகோலமாகப் பேய்கள் ஆடுவது போலவே இருந்தது. அவற்றில் சில மட்டைகள் காற்றினால் பிய்க்கப்பட்டு வெகு தூரத்துக்கு அப்பால் சென்று விழுந்தன.

நந்தி மண்டபத்தின் உச்சியில் தாயைப் பிரிந்த கன்றுக்குட்டி ஒன்று எப்படியோ வந்து தொத்திக் கொண்டிருந்தது. அது நாலாபுறமும் பார்த்துப் பார்த்து மிரண்டு விழித்தது. உடம்பை அடிக்கடி சிலிர்த்துக் கொண்டது. அதன் கால்கள் நடுங்கிக் கொண்டிருந்தன. அந்தக் கன்று 'அம்மா' என்று எழுப்பிய தீனக்குரல் படகில் சென்று கொண்டிருந்தவர்களின் காதில் இலேசாக விழுந்தது."ஐயோ! பாவம்! தாயைப் பிரிந்த இந்தக் கன்றின் கதி என்ன ஆகுமோ!" என்று இளவரசர் எண்ணிய அதே சமயத்தில், ஒரு பெரிய தென்னை மரம்

திடீரென்று முறிந்து மண்டபத்தின் பின்புறத்தில் விழுந்தது. சிறிது முன் பக்கமாக விழுந்திருந்தால், கன்றுக் குட்டியின் மேலேயே அது விழுந்திருக்கும்.

மரம் விழுந்த வேகத்தினால் தண்ணீரில் ஒரு பெரிய அலை கிளம்பி மண்டபத்தில் மேலே தாவி வந்தது. முன்னமே நடுங்கிக் கொண்டிருந்த கன்றுகுட்டி அந்த அலையைச் சமாளிக்க முடியாமல் தடுமாறி விழுந்தது. மண்டபத்தின் உச்சியிலிருந்து அலையினால் அது வெள்ளத்தில் உந்தித் தள்ளப்பட்டுத் தத்தளித்தது.

இளவரசர் இதுவரையில் புத்த பிக்ஷுவைத் தம் கரங்களினால் பிடித்துக் கொண்டிருந்தார். கன்றுக்குட்டி மண்டபத்தின் உச்சியிலிருந்து உந்தித் தள்ளப்பட்டதைப் பார்த்ததும், "ஆகா" என்று சத்தமிட்டுப் பிக்ஷுவைப் பிடித்துக் கொண்டிருந்த பிடியை விட்டார். பிக்ஷு அக்கணமே வெள்ளத்தில் குதித்தார்.

படகோட்டி முருகய்யன் துடுப்பைப் படகில் போட்டு விட்டு இளவரசரைக் கெட்டியாகப் பிடித்துக் கொண்டான். அவனை இளவரசர் கடுங்கோபத்துடன் பார்த்துவிட்டு "விடு!" என்று கையை உதறினார். அதற்குள் பிக்ஷு இரண்டு எட்டில் நீந்திச் சென்று கன்றுக்குட்டியின் முன்னங்கால்கள் இரண்டையும் கெட்டியாகப் பிடித்துக் கொண்டார். கன்றுக் குட்டியும் உயிர் மீதுள்ள இயற்கையான ஆசையினால் தலையை மட்டும் தண்ணீருக்கு மேலே வைத்துக் கொண்டிருக்க பிரயத்தனப்பட்டது. பிக்ஷு கன்றுக் குட்டியைப் பிடித்து இழுத்துக்கொண்டு படகை நோக்கி வந்தார். இளவரசர் அவருக்குக் கை கொடுத்து உதவினார். இருவருமாகச் சேர்த்து முதலில் கன்று குட்டியைப் படகில் ஏற்றினார்கள். பின்னர் இளவரசரின் உதவியினால் ஆச்சாரிய பிக்ஷு படகில் ஏறிக் கொண்டார்.

இத்தனை நேரம் எப்படியோ சமாளித்துக் கொண்டிருந்த கன்றுக் குட்டி ஒரு ஆட்டம் ஆடியதும், கால் தடுமாறித் தொப்பென்று விழுந்தது. நல்ல வேளையாக, படகின் உட்புறத்திலே தான் விழுந்தது. பிக்ஷு அதன் அருகில் உட்கார்ந்தார். கன்றின் தலையைத் தம் மடிமீது எடுத்து வைத்துக்கொண்டு அதைத் தடவிக் கொடுக்கத் தொடங்கினார்.

"குருதேவரே! சற்று முன்னால் சூடாமணி விஹாரத்தில் புத்த பகவானின் சரணங்களைப் பிடித்துக் கொண்டு பிராணத் தியாகம் செய்யப் பார்த்தீர்களே? அப்படித் தாங்கள் செய்திருந்தால், இந்த வாயில்லா ஜீவனை இப்போது காப்பாற்றியிருக்க முடியுமா?" என்று இளவரசர் கேட்டார்.

"ஐயா நான் செய்ய இருந்த குற்றத்தைச் செய்யாமல் தடுத்தீர்கள். அதற்காக நன்றியுடையேன். ஆம், இந்தக் கன்றின் உயிரைக் காப்பாற்றியது என் மனதுக்கு நிம்மதியளிக்கிறது. சூடாமணி விஹாரம் இடிந்து தகர்ந்து போய்விட்டால் கூட இனி அவ்வளவு கவலைப்பட மாட்டேன்" என்றார் பிக்ஷு.

"ஆச்சாரியரே! ஒரு கன்றின் உயிரைக் காப்பாற்றியதனாலே எப்படி மன நிம்மதி பெறுகிறீர்கள்? இன்று இந்தப் புயலினால் எவ்வளவு ஜீவன்கள் கஷ்டப்படுகின்றன? எவ்வளவு ஆயிரக்கணக்கான மக்கள் – ஆண்கள், பெண்கள், குழந்தைகள், வயோதிகர்கள், கஷ்டப்படுகிறார்கள்? எத்தனை வாயில்லா ஜீவன்கள், ஆடு மாடுகள், குதிரைகள், பறவைகள், உயிரை இழக்க நேரிடும்? இந்தத் துன்பங்களுக்கெல்லாம் பரிகாரம் என்ன?" என்று கேட்டார் இளவரசர்.

"ஐயா! நம்மால் இயன்றதைத்தான் நாம் செய்யலாம். அதற்கு மேல் நாம் செய்யக் கூடியது ஒன்றுமில்லை. இயற்கை உற்பாதங்களைத் தடுக்கும் சக்தி நமக்கு இல்லை. புயற்காற்றை நாம் கட்டுப்படுத்த முடியுமா? பெருமழையைத் தடுக்க முடியுமா? அல்லது மழை பெய்யும்படி செய்யத்தான் முடியுமா? கடல் பொங்கி வரும்போது அதை நாம் தடுத்து நிறுத்திவிடமுடியுமா? ஆகா! கடல்களுக்கு அப்பால் உள்ள கீழைத் தேசங்களில் எரிமலை நெருப்பைக் கக்குவதையும், பூகம்பம் நேர்ந்து பூமி பிளப்பதையும் நான் பார்த்திருக்கிறேன். அவற்றுக்கெல்லாம் நாம் என்ன செய்யலாம்? நம் கண் முன்னால் கஷ்டப்பட்டுத் தவிக்கும் ஜீவனுக்கு உதவி செய்யத்தான் நம்மால் முடியும்!"

"குருதேவரே! இயற்கை உற்பாதங்கள் ஏன் உண்டாகின்றன? புயற்காற்றும் பூகம்பமும் ஏன் நிகழ்கின்றன? கொள்ளை நோய்கள் ஏன் வருகின்றன? அவற்றினால் மக்களும், மற்றப் பிராணிகளும் அடையும் துன்பங்களுக்குப் பொறுப்பாளி யார்? நம்மால் இயற்கையின் உற்பாதங்களைத் தடுக்கமுடியாது. ஆனால் கடவுளால் கூட முடியாதா? கடவுள் ஏன் இத்தகைய உற்பாதங்களைத் தடுக்காமல் ஜீவராசிகள் இவற்றினால் கஷ்டப்படுவதைப் பார்த்துக் கொண்டிருக்கிறார்?" என்று இளவரசர் கேட்டார்.

"பொன்னியின் செல்வ! தாங்கள் இப்போது கேட்ட கேள்விக்கு ஆதி காலம் முதல் மகான்களும், முனிவர்களும் விடை சொல்ல முயன்றிருக்கிறார்கள். ஆனால் அவை எல்லோருக்கும் திருப்தி அளிப்பதாக இல்லை. ஆகையினாலேயே புத்த பகவான் கடவுளைப் பற்றி ஏதும் சொல்லவில்லை. கடவுளைப் பற்றிய ஆராய்ச்சியிலேயே இறங்கவில்லை. 'பிறருக்கு உதவி செய்யுங்கள். பிறருடைய கஷ்டங்களைப் போக்க முயலுங்கள், அந்த முயற்சியிலே தான் உண்மையான ஆனந்தம் அடைவீர்கள். அதிலிருந்து சுக துக்கங்களைக் கடந்த நிர்வாண நிலையை அடைவீர்கள்!' என்று புத்த பகவான் போதித்தார்" என்று பிக்ஷு கூறினார்.

படகு நந்தி மண்டபத்திலிருந்து மேற்குத் திசையில் திரும்பி, ஆனை மங்கலத்தை நோக்கிப் போய்க் கொண்டிருந்தது.

பொன்னியின் செல்வரின் உள்ளம் சிந்தனையில் ஆழ்ந்திருந்தது. சற்று முன் பிக்ஷு வெளியிட்ட புத்த சமயக் கொள்கையோடு தமது முன்னோர்களின் சமயக் கொள்கையை அவர் மனத்துள்ளேயே ஒப்பிட்டுப் பார்த்தார். பிறருக்கு உதவி செய்யும் கடமையைச் சைவ, வைஷ்ணவ சமயங்களும் வற்புறுத்துகின்றன. 'பரோபகாரம் இதம் சரீரம்' என்ற மகா வாக்கியமும் இருக்கிறது. ஆனால் அதே சமயத்தில் கடவுளிடம் நம்பிக்கை வைத்துப் பக்தி செய்யும் கடமையையும் நம் முன்னோர்கள் வற்புறுத்தியிருக்கிறார்கள். கடவுளைச் சம்ஹார மூர்த்தியான ருத்திரனாகவும், கருணாமூர்த்தியான மகா விஷ்ணுவாகவும் உருவங் கொடுத்துப் போற்றியிருக்கிறார்கள். கடவுளுக்கு ஜகன்மாதா உருவம் கொடுத்து ஒரே சமயத்தில் அன்பே வடிவான உமாதேவியாகவும், கோர பயங்கர ரணபத்திர காளியாகவும் இருக்கமுடியுமா? ஏன் இருக்க முடியாது? பெற்ற குழந்தையை ஒரு சமயம் தாயார் அன்புடன் கட்டித் தழுவிக் கொஞ்சுகிறாள். இன்னொரு சமயம் கோபித்துக் கொண்டு அடிக்கவும் செய்கிறாள். ஏன் அடிக்கிறாள் என்பது சில சமயம் குழந்தைக்குப் புரிவதில்லை. ஆனால் அடிக்கும் தாயாருக்குத் தான் பெற்ற குழந்தையிடம் அன்பு இல்லை என்று சொல்ல முடியுமா?...

இருட்டுகிற சமயத்தில் படகு ஆனைமங்கலத்திலிருந்த சோழ மாளிகையை அணுகியது. பொங்கி வந்த கடல் அந்த மாளிகையை எட்டவில்லையென்பதை படகில் வந்தவர்கள் கண்டார்கள். அரண்மனைக்கருகில் அமைந்திருந்த அலங்காரப் படித்துறையில் கொண்டுபோய் முருகய்யன் படகை நிறுத்தினான்.

அதுவரைக்கும் இயற்கையும் படகில் சென்றவர்களிடம் ஓரளவு கருணை செய்தது. பெரும் புயல் அடித்துக் கடல் பொங்கி வந்தாலும், பெருமழை மட்டும் பெய்யத் தொடங்கவில்லை. சிறு தூற்றலோடு நின்றிருந்தது.

படகு அரண்மனை ஓரத்தில் வந்து நின்ற பிறகுதான் பெருமழை பிடித்துக் கொண்டு பெய்ய ஆரம்பித்தது.

ஆனைமங்கலத்து அரண்மனைக் காவலன் அரண்மனையின் முன் வாசலில் கையில் ஒரு தீவர்த்தியைப் பிடித்துக் கொண்டு நின்றான். சுற்றுப் புறங்களிலிருந்து அன்றிரவு அடைக்கலம் புகுவதற்காக ஓடி வந்திருந்த ஜனங்களோடு அவன் பேசிக் கொண்டிருந்தான்.

படகு ஒன்று வந்து படித்துறையில் நின்றதைக் கண்டதும் காவலன் தீவர்த்தியைத் தூக்கிப் பிடித்தான். பொன்னியின் செல்வரின் திருமுகம் அவன் கண்ணில் பட்டது. உடனே மற்றதையெல்லாம் மறந்து விட்டுப் படித்துறையை நோக்கி ஓட்டமாக ஓடினான்.

இதற்குள் படகிலிருந்து இளவரசரும், ஆச்சாரிய பிக்ஷுவும் படிக்கட்டில் இறங்கினார்கள். கன்றை மெள்ளப் பிடித்துக் கரையில் இறக்கி விட்டார்கள். காவலன் இளவரசரின் காலில் விழப்போனான். அவர் அவனைப் பிடித்துத் தடுத்தார். காவலன் கையிலிருந்த தீவர்த்தி கால்வாயில் விழுந்து ஒரு கணம் சுடர் விட்டு எரிந்து விட்டு மறைந்தது.

"இளவரசே! சூடாமணி விஹாரத்தைப் பற்றி நானே கவலைப்பட்டுக் கொண்டிருந்தேன்! தாங்கள் இங்கே வந்து விட்டது மிகவும் நல்லதாய்ப் போயிற்று" என்றான் காவலன்.

"நான் சூடாமணி விஹாரத்தில் இருப்பது உனக்குத் தெரியுமா?"

"தெரியும், ஐயா! இளைய பிராட்டியும், கொடும்பாளூர் இளவரசியும் வந்திருந்தபோது தெரிந்து கொண்டேன். யாரிடமும் சொல்ல வேண்டாம் என்று இளைய பிராட்டி பணித்துவிட்டுச் சென்றார்."

"அதை இன்னமும் நீ நிறைவேற்றத்தான் வேண்டும். மாளிகை வாசலில் கூடியிருப்பவர்கள் யார்?"

"கடற்கரையோரத்துக் கிராமங்களில் கடல் புகுந்து விட்டதால் ஓடி வந்தவர்கள். இரவு தங்குவதற்கு இடங் கேட்டுக் கொண்டிருந்தார்கள். அச்சமயம் தாங்கள் வந்தீர்கள், அவர்களை விரட்டி விடுகிறேன்..."

"வேண்டாம்! வேண்டாம்! அவர்கள் எல்லோருக்கும் இருக்கவும் படுக்கவும் இடங்கொடு. உணவுப் பொருள்கள் இருக்கும் வரையில் சமையல் செய்து சாப்பிடவும் கொடு. ஆனால் என்னைப் பற்றி அவர்களிடம் சொல்ல வேண்டாம். உன் தீவர்த்தி கால்வாயில் விழுந்து அணைந்ததும் நல்லதாய்ப் போயிற்று. எங்களை வேறு வழியாக அரண்மனை மேன்மாடத்துக்கு அழைத்துக்கொண்டு போ!" என்றார் இளவரசர்.

அவர்கள் அரண்மனைக்குள் பிரவேசித்ததும் புயல் காற்றோடு பெருமழையும் சேர்ந்து 'சோ' என்று கொட்டத் தொடங்கியதும் சரியாயிருந்தன.

❉ ❉ ❉ ❉

ஆறாம் அத்தியாயம்

முருகய்யன் அழுதான்!

தஞ்சை நகருக்கு அருகில், மந்தாகினி ஏறியிருந்த பல்லக்கின் பின்னால் மரம் முறிந்து விழுந்த அதே தினத்தில், வீர நாராயண ஏரியில் காற்று அடித்துக் கரையோரமிருந்த படகு நகர்ந்துபோன அதே நேரத்தில், நாகைப் பட்டினத்தில் நிகழ்ந்த சம்பவங்களையே சென்ற அத்தியாயங்களில் கூறினோம் என்பதை நேயர்கள் அறிந்திருப்பார்கள்.

அன்றிரவு முழுவதும் நாகைப்பட்டினமும், அதன் சுற்றுப்புறங்களும் ஒரே அல்லோலகல்லோலமாக இருந்தன. அவரவர்களும் உயிர் பிழைத்தால் போதும் என்ற நிலைமையில் ஒருவருக்கொருவர் உதவி செய்து கொள்வதும் இயலாத காரியமாயிருந்தது. ஆயினும் புத்த பிக்ஷுக்கள் நாகைப்பட்டினத்தின் வீதிகளில் அலைந்து ஜனங்களுக்கு இயன்றவரை உதவி புரிந்து வந்தார்கள்.

அதே இரவில் ஆச்சாரிய பிக்ஷுவும் பொன்னியின் செல்வரும் ஆனைமங்கலம் சோழ மாளிகைக்குள் வெகுநேரம் கண் விழித்திருந்து பேசிக் கொண்டிருந்தார்கள். இந்தக் கடும் புயலினால் கடல் பொங்கியதால் கடற்கரையோரத்து மக்கள் எவ்வளவு கஷ்ட நஷ்டங்களுக்கு உள்ளாவார்கள் என்பதைப் பற்றிப் பேசிப் பேசிக் கவலைப்பட்டார்கள்.

அரண்மனை மணியக்காரனை இளவரசர் அழைத்து அரண்மனைக் களஞ்சியங்களில் தானியம் எவ்வளவு இருக்கிறது என்றும், பொக்கிஷத்தில் பணம் எவ்வளவு இருக்கிறது என்றும் விசாரித்தார். களஞ்சியங்கள் நிறையத் தானியம் இருந்ததென்று தெரிந்தது. திருநாகைக்காரோணத்தில், நீலாயதாட்சி அம்மனின் ஆலயத்தைப் புதுப்பித்துக் கருங்கல் திருப்பணி செய்வதற்காகச் செம்பியன் மாதேவி அனுப்பி வைத்த பொற்காசுகள் பன்னிரெண்டு செப்புக் குடங்கள் நிறைய இருப்பதாகவும் தெரிந்தது.

"குருதேவரே! புத்த பகவானுடைய சித்தத்துக்கு உகந்த கைங்கரியத்தைத் தாங்கள் செய்வதற்கு வேண்டிய வசதிகள் இருக்கின்றன. அரண்மனைக் களஞ்சியங்களில் உள்ள தானியம் முழுவதையும் ஏழைகளுக்கு, உணவளிப்பதில் செலவிடுங்கள். செப்புக்குடங்களிலுள்ள பொற்காசுகள் அவ்வளவையும் வீடு இழந்தவர்களுக்கு விநியோகம் செய்யுங்கள்!" என்றார் இளவரசர் பொன்னியின் செல்வர்.

"அது எப்படி நியாயமாகும்? தானியத்தையாவது உபயோகிக்கலாம். தங்கள் பெரிய பாட்டியார், செம்பியன் மாதேவியார், ஆலயத் திருப்பணிக்காக அனுப்பியுள்ள பணத்தை வேறு காரியத்துக்காக செலவு செய்யலாமா? அந்த மூதாட்டி வருத்தப்பட மாட்டாரா?" என்றார் ஆச்சாரிய பிக்ஷு.

"ஆச்சாரியரே! என் பெரிய பாட்டியாருக்கு நான் சமாதானம் சொல்லிக்கொள்வேன். இப்பொழுது இந்தப் பணத்தை ஏழை எளியவர்களின் துயரத்தைத் துடைப்பதற்காகச் செலவு செய்வேன். வருங்காலத்தில் என் பாட்டியாரின் உள்ளம் மகிழ்ந்து பூரிக்கும்படி இந்தச் சோழ நாடெங்கும் நூறு நூறு சிவாலயங்களை எழுப்பிக் கொடுப்பேன்; பெரிய பெரிய கோபுரங்களை அமைப்பேன். இந்த மாதிரி கடல் பொங்கி வந்தாலும் முழுக அடிக்கமுடியாத உயரமுள்ள ஸ்தூபிகளை எழுப்புவேன். தஞ்சை மாநகரில் தக்ஷிண மேரு என்று சொல்லும் படி விண்ணையளாவும் உயரம் பொருந்திய கோபுரத்துடன் பெரியதொரு கோயிலைக் கட்டுவேன்! ஐயா! இன்று முழுகிப்போன சூடாமணி விஹாரம் மண்ணோடு மண்ணாய்ப் போனாலும் கவலைப்பட வேண்டாம். அதற்கு அருகாமையில் கல்லினால் திருப்பணி செய்து பிரளயம் வந்தாலும் அசைக்க முடியாத பெரிய சூடாமணி விஹாரத்தை எழுப்பிக் கொடுப்பேன்!" என்று இளவரசர் ஆவேசம் ததும்பக் கூறினார்.

"பொன்னியின் செல்வ! வருங்காலத்தைப் பற்றித் தாங்கள் இத்தனை உற்சாகத்துடன் பேசுவது எனக்கு மிக்க மகிழ்ச்சி தருகிறது!" என்றார் பிக்ஷு.

"ஆம், ஆம், இந்த உலகில் நான் ஜீவித்திருந்து ஏதோ பெரிய காரியங்கள் செய்ய வேண்டுமென்பது இறைவனுடைய சித்தம். ஆகையினாலேயே என் உயிருக்கு நேர்ந்த எத்தனையோ அபாயங்களிலிருந்து என்னைக் காப்பாற்றியிருக்கிறார். இன்றைக்குப் கூடப் பாருங்கள். இந்த முருகய்யன் எப்படியோ நல்ல சமயத்தில் வந்து சேர்ந்தான். இல்லாவிடில் தாங்களும், நானும் சூடாமணி விஹாரத்துக்குள்ளேயே இருந்திருப்போம். கடல் பொங்கி வந்து இவ்வளவு சீக்கிரத்தில் விஹாரத்தை முழுக அடித்துவிடும் என்று எண்ணியிருக்க மாட்டோம்."

"அது உண்மைதான். ஐந்நூறு ஆண்டுகளாக நடவாத சம்பவம் இன்று பிற்பகலில் ஒரே முகூர்த்த நேரத்தில் நடந்துவிடும் என்று யார் எதிர்பார்த்திருக்க முடியும்? கருணைக் கடலாகிய புத்த பகவான் பொங்கி வந்த கடலின் கோபத்திலிருந்து தங்களைக் காப்பாற்றினார். தங்கள் மூலம் என் அற்பமான உயிரையும் காத்தருளினார். தாங்கள் செய்ய உத்தேசிக்கும் காரியத்தை நான் பூரணமாக ஒத்துக் கொள்கிறேன். அரசாங்கப் பொக்கிஷத்திலிருந்து எடுத்துச் செலவு செய்தால் தனாதிகாரி பெரிய பழுவேட்டரையர் கோபங்கொள்வார். ஆலயத் திருப்பணிக்காக வைத்திருக்கும் பணத்தை வீடு வாசலற்ற ஏழைகளுக்கு விநியோகிப்பதைக் குறித்து தங்கள் திருப்பாட்டியார் கோபித்துக்கொள்ள மாட்டார். அவ்விதம் தாங்கள் செய்வது உசிதமானது. ஆனால், இந்த மகத்தான புண்ணிய காரியத்தைத் தாங்களே முன்னின்று நடத்துவது அல்லவோ பொருத்தமாயிருக்கும்? இந்த ஏழைச் சந்நியாசி அவ்வளவு பெரிய பொறுப்பை ஏற்க முடியாது!..."

"குருதேவரே! நான் முன்னின்று நடத்தினால் என்னை வெளிப்படுத்திக் கொள்ள வேண்டிய அவசியம் ஏற்படும். பாண்டவர்களின் அஞ்ஞாத வாசத்தைப் பற்றித் தாங்கள் கூறியது என் நெஞ்சில் பதிந்திருக்கிறது. நமது செந்தமிழ் நாட்டுப் பொய்யாமொழிப் புலவரின் வாக்கும் நினைவுக்கு வந்தது.

"வாய்மை எனப்படுவது யாதெனின் யாதொன்றும்
தீமை இலாத சொலல்"

என்றும்,

"பொய்மையும் வாய்மை இடத்து புரைதீர்ந்த
நன்மை பயக்கு மெனின்"

என்றும் தமிழ் மறை கூறுகிறதல்லவா? என்னை நான் இச்சமயம் ஜனங்களுக்கு வெளிப்படுத்திக் கொள்வதால் நாட்டில் குழப்பமும் கலகமும் விளையலாம் என்று அறிவிற் சிறந்த என் தமக்கையார் கருதுகிறார். நான் மறைந்திருப்பதனால் யாருக்கும் எத்தகைய தீமையும் இல்லை. ஆகையால் புயலின் கொடுமையினால் கஷ்டப்பட்டுத் தவிக்கும் மக்களுக்குத் தாங்கள்தான் அரண்மனையில் உள்ள பொருளைக் கொண்டு உதவி புரிய வேண்டும்" என்றார் இளவரசர்.

"பொன்னியின் செல்வ! என் மனம் எதனாலோ மாறிவிட்டது. தங்களை வெளியிட்டுக் கொண்டு மக்களுக்கு உதவி செய்ய இதுவே சரியான தருணம் என்று என் மனத்தில் உதித்திருக்கிறது. அதுவே புத்த பகவானுடைய சித்தம் என்று கருதுகிறேன்" என்றார் பிக்ஷு.

இச்சமயம் யாரோ விம்மும் குரல் கேட்டு இருவரும் திடுக்கிட்டுத் திரும்பிப் பார்த்தார்கள். முருகய்யன் ஒரு மூலையில் உட்கார்ந்து முகத்தைக் கைகளால் மூடிக்கொண்டு விம்மி விம்மி அழுதுகொண்டிருந்தான். இளவரசர் அவனிடம் சென்று கையைப் பிடித்து அழைத்துக் கொண்டு வந்தார். "முருகய்யா! இது என்ன? ஏன் அழுகிறாய்?" என்று கேட்டார்.

"என் மனையாள்... என் மனையாள்..." என்று தடுமாற்றத்துடன் கூறி முருகய்யன் மேலும் விம்மினான்.

"ஆமாம், ஆமாம்! உன் மனைவியை நாங்கள் அடியோடு மறந்து விட்டோம். அவள் இன்றிரவு புயலிலும் மழையிலும் என்ன ஆனாளோ என்று உனக்குக் கவலை இருப்பது இயல்புதான். ஆயினும் இந்த நள்ளிரவு நேரத்தில் செய்யக் கூடியதும் ஒன்றுமில்லை. பொழுது விடிந்ததும் உன் மனையாளைத் தேடிக் கண்டு பிடிக்கலாம்" என்றார் இளவரசர்.

"ஐயா அதற்காக நான் வருந்தவில்லை. அவளுக்கு ஆபத்து ஒன்றும் நேர்ந்திராது. இதைப்போல் எத்தனையோ பயங்கரமான புயலையும், வெள்ளத்தையும் அவள் சமாளித்திருக்கிறாள்!" என்றான் முருகய்யன்.

"பின் எதற்காக அழுகிறாய்?" என்று இளவரசர் கேட்டார்.

படகோட்டி தட்டுத் தடுமாறிப் பின்வரும் விவரங்களைக் கூறினான்– "அவளைப் பற்றி நாள் என்னென்னமோ சந்தேகப்பட்டதை நினைத்து வருத்தப்படுகிறேன். அவள்தான் என்னை வற்புறுத்திக் கோடிக் கரையிலிருந்து இங்கே அழைத்துக் கொண்டு வந்தாள். தாங்கள் சூடாமணி விஹாரத்தில் இருக்கக்கூடும் என்று அவள் தான் சொன்னாள். அவளுடைய கட்டாயத்துக்காகவே நான் வந்தேன். தங்களுக்கு ஏதோ தீங்கு செய்ய நினைக்கிறாளோ என்று கூடப் பயந்தேன். அது எவ்வளவு பிசகு என்று இப்போது தெரிந்தது. சற்று முன்னால் தாங்கள் இந்த படகோட்டி ஏழையைக் குறித்துப் பாராட்டிப் பேசினீர்கள். கடவுள் என் மூலம் தங்கள் உயிரைக் காப்பாற்றியதாகக் கூறினீர்கள். ஆனால் என்னை இந்தக் காரியத்துக்கு தூண்டியவள் என் மனையாள். அவளைப் பற்றிச் சந்தேகித்தோமே என்று நினைத்தபோது என்னை மீறி அழுகை வந்து விட்டது!"

இதையெல்லாம் கேட்டுக்கொண்டிருந்த இளவரசர் பொன்னியின் செல்வரின் உள்ளத்தில் வேறொரு ஐயம் இப்போது உதித்தது. "அப்பனே! உன் மனையாள் மிக்க உத்தமி. அவளைப் பற்றி நீ சந்தேகித்தது தவறுதான். ஆனால் அவளுக்கு நான் இங்கே இருப்பது எப்படித் தெரிந்தது?" என்று கேட்டார்.

"என் அத்தையும், என் தங்கை பூங்குழலியும் நாகைப் பட்டினத்துக்குப் படகில் புறப்பட்டார்கள். அதிலிருந்து என் மனையாள் ஒருவாறு ஊகித்துத் தெரிந்து கொண்டாள்."

"எந்த அத்தை?" இளவரசர் பரபரப்புடன் கேட்டார்.

"ஐயா, ஈழத்தீவில் தங்களைப் பலமுறை அபாயங்களிலிருந்து காப்பாற்றிய ஊமை அத்தைதான்."

"ஆகா! அவர்கள் இப்போது எங்கே? உன் அத்தையும் பூங்குழலியும் என்ன ஆனார்கள்? இங்கே புறப்பட்டு வந்தார்கள் என்று கூறினாயே?"

"ஆம்; புறப்பட்டு வந்தார்கள். ஆனால் அவர்கள் பிரயாணம் தடைப்பட்டு விட்டது!" என்று சொல்லிவிட்டு மேலும் முருகய்யன் விம்மி விம்மி அழத் தொடங்கினான்.

பொன்னியின் செல்வர் மிக்க கவலை அடைந்து அவனைச் சமாதானப்படுத்தி விவரங்களைக் கேட்டுத் தெரிந்து கொண்டார். ஈழத்து அரசியை யாரோ மூர்க்கர்கள் பலவந்தமாகப் பிடித்துக்கொண்டு போனதை அறிந்ததும் இளவரசருக்கு வந்த கோபத்துக்கு அளவில்லை. அவர்களை ராக்கம்மாள் தடுக்கப் பார்த்தாள் என்றும், அதற்காக அவளை அடித்து மரத்தில் சேர்த்து வைத்துக் கட்டி விட்டுப் போனார்கள் என்றும் அறிந்தபோது ராக்கம்மாளின் பேரில் ஏற்பட்டிருந்த ஐயம் நீங்கி விட்டது. இளவரசருக்கு அவள் பேரில் இப்போது மதிப்பும் அபிமானமும் வளர்ந்தன.

"குருதேவரே! கேட்டீர்களா! இந்த உலகத்தில் நான் போற்றும் தெய்வம் ஒன்று உண்டு என்றால், ஈழத்தரசியாகிய மந்தாகினி தேவிதான். அந்த ஊமை மாதரசிக்கு எந்தவிதமான தீங்கும் செய்தவர்களை நான் மன்னிக்க முடியாது. பழுவேட்டரையர்கள் என்னைச் சிறைப்படுத்தக் கட்டளை பிறப்பித்தது குறித்து நான் சிறிதும் கோபம் கொள்ளவில்லை. ஆனால் ஊமை ராணிக்கு ஏதேனும் அவர்கள் தீங்கு செய்திருந்தால், ஒருநாளும் என்னால் பொறுக்க முடியாது. பழுவேட்டரையர் குலத்தை அடியோடு அழித்து விட்டு மறு காரியம் பார்ப்பேன். என்னைப் பெற்ற அன்னையும், என் சொந்தத் தந்தையும் ஈழத்து அரசிக்குத் தீங்கு செய்திருந்தாலும், அவர்களை என்னால் மன்னிக்க முடியாது. குருதேவரே! நாளைக்கே நான் தஞ்சாவூருக்குப் பிரயாணப்படப் போகிறேன். வியாபாரியைப் போல் வேடம் பூண்டு இந்த படகோட்டி முருகய்யனைத் துணைக்கு அழைத்துக் கொண்டு கிளம்பப் போகிறேன். ஈழத்தரசியைப் பற்றி அறிந்து கொண்டாலன்றி என் மனம் இனி நிம்மதி அடையாது! ஆச்சாரியரே! புயலினால் கஷ்டப்பட்டவர்களுக்கு உதவி செய்யும் கைங்கரியத்தைத் தாங்கள்தான் நடத்த வேண்டும். தங்கள் பெயரால் நடத்தப் பிரியப்படாவிட்டால் 'ஈழத்து நாச்சியார் அறச்சாலை' என்று வைத்து நடத்துங்கள். "ஈழத்தரசி புத்த மதத்தில் பற்றுக் கொண்டவர் என்பது தங்களுக்குத் தெரியுமோ? என்னமோ? 'பூதத்தீவு' என்று மக்கள் அழைக்கும் போதத் தீவில் உள்ள புத்த பிக்ஷுக்களின் மடத்திலேதான் அவர் சாதாரணமாக வசிப்பது வழக்கம்!" என்றார் இளவரசர்.

புத்த பிக்ஷுவும் இதற்கு மாறு சொல்லாமல் ஒப்புக் கொண்டார்.

* * *

மறுநாள் புயலின் உக்கிரம் தணிந்தது. பொங்கி வந்த கடலும் பின்வாங்கிச் சென்றது. ஆனால் அவற்றினால் ஏற்பட்ட நாசவேலைகள் வர்ணனைக்கு அப்பாற்பட்டிருந்தன. நாகைப் பட்டினம் நகரில் பாதி வீடுகளுக்கு மேல் கூரைகளை இழந்து குட்டிச்சுவர்களாக நின்றன. அந்த வீதிகளில் ஒன்றில் இளவரசர்

அருள்மொழிவர்மர் வியாபாரியின் வேடத்தில் தோளில் ஒரு மூட்டையைச் சுமந்து நடந்து கொண்டிருந்தார். அவர் பின்னால் முருகய்யன் இன்னும் ஒரு பெரிய மூட்டையைச் சுமந்து நடந்து கொண்டிருந்தான். புயலினாலும் வெள்ளத்தினாலும் நேர்ந்திருந்த அல்லோலகல்லோலங்களைப் பார்த்துக்கொண்டு அவர்கள் போனார்கள்.

இடிந்த வீடு ஒன்றின் சுவரின் மறைவிலிருந்து ஒரு பெண் அவர்கள் வருவதைப் பார்த்துக் கொண்டேயிருந்தாள். அவள் வேறு யாரும் இல்லை. முருகய்யனின் மனையாள் ராக்கம்மாள் தான். இளவரசரும், முருகய்யனும் அவள் நின்ற இடத்துக்கு அருகில் வரும் வரையில் அவள் பொறுமையோடு காத்திருந்தாள். திடீரென்று வெளிப்புறப்பட்டு ஓடி வந்து இளவரசரின் முன்னால் வந்து காலில் விழுந்தாள். முருகய்யன் அவளுடைய கவனத்தைக் கவர முயன்றாள். உதட்டில் விரலை வைத்துச் சமிக்ஞை செய்தான். 'உஷ், உஷ்' என்று எச்சரித்தான். ஒன்றும் பயன்படவில்லை.

"சக்கரவர்த்தித் திருமகனே! வீராதி வீரனே! பொன்னியின் செல்வா! சோழ நாட்டின் தவப் புதல்வா! சூடாமணி விஹாரத்தில் முழுகிப் போய்விடாமல் தாங்கள் பிழைத்து வந்தீர்களா? என் கண்கள் என்ன பாக்கியம் செய்தன!" என்று கூச்சலிட்டாள்.

வீதியில் அச்சமயம் அங்குமிங்கும் போய்க் கொண்டிருந்தவர்கள் அத்தனை பேருடைய கவனமும் இப்பொழுது இளவரசரின்பால் திரும்பின.

❖ ❖ ❖ ❖

ஏழாம் அத்தியாயம்

மக்கள் குதூகலம்

ஓடக்கார முருகய்யன் தன் மனைவி போட்ட கூக்குரலைக் கேட்டுத் திடுக்கிட்டுத் திகைத்தான். மறுபடியும் அவளைப் பார்த்துக் கையினால் சமிக்ஞைகள் செய்து கொண்டே, "பெண்ணே! என்ன உளறுகிறாய்? உனக்குப் பைத்தியமா?" என்றான்.

"எனக்கு ஒன்றும் பைத்தியமில்லை. உனக்குப் பைத்தியம். உன் அப்பனுக்குப் பைத்தியம். உன் பாட்டனுக்குப் பைத்தியம். உனக்கு இவரை அடையாளம் தெரியவில்லை? ஈழத்தை வெற்றி கொண்டு, மன்னன் மகிந்தனை மலை நாட்டுக்குத் துரத்திய வீரரை உனக்கு இன்னாரென்று தெரியவில்லையா? சக்கரவர்த்தியின் திருக்குமாரரை, சோழநாட்டு மக்களின் கண்ணின் மணியானவரை, காவேரித்தாய் காப்பாற்றிக் கொடுத்த தவப் புதல்வரை உன்னால் அடையாளம் கண்டு கொள்ள முடியவில்லையா? அப்படியானால், இவரோடு எதற்காக நீ புறப்பட்டாய். எங்கே போகப் புறப்பட்டாய்?" என்றாள் ராக்கம்மாள்.

இளவரசர் இப்போது குறுக்கிட்டு, "பெண்ணே! நீ என்னை யார் என்றோ தவறாக நினைத்துக்கொண்டாய். நான் ஈழநாட்டிலிருந்து வந்த வியாபாரி. நான்தான் இவனை என்னுடன் வழி காட்டுவதற்காக அழைத்துக் கொண்டு புறப்பட்டேன்! உன்னோடு அழைத்துக் கொண்டு போ! வீண் கூச்சல் போடாதே!" என்றார்.

இந்தப் பேச்சு நடந்து கொண்டிருக்கும் போதே அவர்களைச் சுற்றிலும் ஜனங்கள் கூடிவிட்டார்கள். கூட்டம் நிமிஷத்துக்கு நிமிஷம் அதிகமாகிக் கொண்டிருந்தது. வந்தவர்கள் எல்லாரும் இளவரசரை உற்றுப் பார்க்கலானார்கள்.

அப்போது ராக்கம்மாள் இன்னும் உரத்த குரலில், "ஆ! தெய்வமே! இது என்ன பொன்னியின் செல்வருக்குச் சித்தப் பிரமையா? கடலில் மூழ்கிய போது நினைவை இழந்து விட்டீர்களா? அல்லது அந்தப் பாவி புத்த

பிக்ஷுக்கள் இப்படித் தங்களை மந்திரம் போட்டு வேறொருவர் என்று எண்ணச் செய்து விட்டார்களா? அல்லது – ஐயையோ! அப்படியும் இருக்குமா? தாங்கள் இறந்துபோய் தங்கள் திருமேனியில் எவனேனும் கூடுவிட்டுக் கூடு பாயும் வித்தை தெரிந்தவன் வந்து புகுந்திருக்கிறானா? அப்படியெல்லாம் இருக்க முடியாது! கோமகனே! நன்றாக யோசித்துப் பாருங்கள்! தாங்கள் வியாபாரி அல்ல. சுந்தரசோழ சக்கரவர்த்தியின் திருப்புதல்வர். உலகத்தை ஒரு குடை நிழலில் ஆளப் பிறந்தவர். சந்தேகமிருந்தால் தங்கள் உள்ளங்கைகளைக் கவனமாகப் பாருங்கள். சங்கு சக்கர ரேகைகள் இருக்கும்!" என்று கத்தினாள்.

உடனே இளவரசர் அருள்மொழிவர்மர் தம் இரு கைகளையும் இறுக மூடிக் கொண்டார்.

"பெண்ணே! நீ வாயை மூடிக்கொண்டு சும்மா இருக்க மாட்டாயா!" என்று சொல்லிவிட்டு, முருகய்யனைப் பார்த்து, "இது என்ன தொல்லை? இவளுடைய கூச்சலை நிறுத்த உன்னால் முடியாதா?" என்று கேட்டார்.

முருகய்யன் தன் மனைவியின் அருகில் வந்து காதோடு, "ராக்கம்மா! உனக்குப் புண்ணியமாய்ப் போகட்டும்! பேசாமலிரு! இளவரசர் யாருக்கும் தெரியாமல் வியாபாரி வேஷத்தில் தஞ்சாவூர் போக விரும்புகிறார்!" என்றான்.

"அடபாவி மகனே! இதை முன்னாடியே சொல்லியிருக்கக் கூடாதா? புத்த மடத்தில் இளவரசர் இருக்கவே மாட்டார் என்று சொன்னாயே? அந்தப் புத்தியோடு தான் இப்போதும் இருந்திருக்கிறாய்! ஐயையோ! என்ன குற்றம் செய்துவிட்டேன்! ஆசை மிகுதியால் உளறிவிட்டேனே! பாவிப் பழுவேட்டரையர்கள் தங்களைச் சிறைப்படுத்திப் பழிவாங்கச் சமயம் பார்த்துக் கொண்டிருக்கிறார்களே! அது தெரிந்திருந்தும் இப்படித் தங்களை பகிரங்கப்படுத்தி விட்டேனே! இளவரசே! ஆனாலும் நீங்கள் அஞ்சவேண்டாம். பழுவேட்டரையர்கள் தங்கள் திருமேனியில் ஓர் அணுவுக்கும் தீங்கு செய்யமுடியாது. என்னைப் போலும், என் கணவனைப் போலும் லட்ச லட்சம் பேர்கள் தங்கள் கட்சியில் நின்று தங்களைப் பாதுகாக்க ஆயத்தமாயிருக்கிறார்கள்!" என்றாள். உடனே தன்னைச் சுற்றிலும் நின்ற பெருங் கூட்டத்தைப் பார்த்து, "நான் சொன்னதை நீங்கள் எல்லாரும் ஆமோதிக்கிறீர்கள் அல்லவா? உங்களில் யாரேனும் பழுவேட்டரையர் கட்சியைச் சேர்ந்தவர்கள் உண்டா? அப்படியானால், அவர்கள் இப்படி முன்னால் வாருங்கள்! என்னை முதலில் கொன்றுவிட்டுப் பிறகு இளவரசருக்குத் தீங்கு செய்ய எண்ணுங்கள்!" என்று அலறினாள்.

அதுவரையில் அடங்காத வியப்புடன் பார்த்துக் கேட்டுக் கொண்டிருந்த மக்கள், "பொன்னியின் செல்வர் வாழ்க! ஈழம் கொண்ட வீராதி வீரர் வாழ்க!" என்று ஒரு பெரிய கோஷத்தைக் கிளப்பினார்கள். அதைக் கேட்டுவிட்டு மேலும் பல மக்கள் திரண்டு வந்து அங்கே கூடினார்கள். அப்படி வந்தவர்களிலே நாகைப்பட்டினம் நகரத்தின் எண்பேராயத் தலைவர் ஒருவரும் இருந்தார்.

அவர் கூட்டத்தை விலக்கிக் கொண்டு முன்னால் வந்து, "கோமகனே! தாங்கள் இந்த நகரின் சூடாமணி விஹாரத்தில் இருந்து வருவதாகக் கேள்விப்பட்டோம். அந்த வதந்தியை நாங்கள் நம்பவில்லை, இப்போது உண்மை அறிந்தோம். நேற்று அடித்த பெரும் புயல் இந்த நகரத்தில் எத்தனையோ நாசங்களை விளைவித்திருக்கிறது. ஆனாலும் தங்களைப் புத்த விஹாரத்திலிருந்து பத்திரமாய் வெளிக்கொணர்ந்ததே, அதை முன்னிட்டுப் புயலின் கொடுமைகளையெல்லாம் மறந்து விடுகிறோம். இந்த நகரில் தங்களுடைய பாதம் பட்டது இந்நகரின் பாக்கியம்!" என்று கூறினார்.

இளவரசர் இனிமேல் தன்னை மறைத்துக்கொள்ளப் பார்ப்பதில் பயனில்லை என்று கண்டு கொண்டார்.

"ஐயா! தங்களுடைய அன்புக்கு மிக்க நன்றி, இந்த நகர மாந்தரின் அன்பு என்னைப் பரவசப்படுத்துகிறது. ஆனால் வெகு முக்கியமான காரியமாக நான் தஞ்சாவூருக்கு அவசரமாகப் போக வேண்டியிருக்கிறது. பிரயாணம் தடைப்படக் கூடாது என்பதற்காகத்தான் இப்படி வியாபாரியின் வேடம் பூண்டு புறப்பட்டேன். எனக்கு விடை கொடுங்கள்!" என்றார்.

அப்போது கூட்டத்திலிருந்து ஒரு குரல் கிளம்பியது. "கூடாது கூடாது! இளவரசர் இங்கே ஒரு நாளாவது தங்கி ஏழைகளாகிய எங்களின் உபசாரத்தைப் பெற்றுக்கொண்டுதான் புறப்படவேண்டும்" என்று உரக்கச் சத்தமிட்டுக் கூறியது அக்குரல். அதைப் பின்பற்றி இன்னும் ஆயிரமாயிரம் குரல்கள் "கூடவே கூடாது! இளவரசர் ஒரு நாளாவது இங்கே தங்கி இளைப்பாறி விட்டுத்தான் போகவேண்டும்!" என்று கூச்சலிட்டன.

எண் பேராயத்தின் தலைவர் அப்போது, "கோமகனே! என் நகர மக்களின் அன்பையும், உற்சாகத்தையும் பார்த்தீர்களா? எங்கள் உபசாரத்தைத் தாங்கள் ஏற்றுக் கொண்டு ஒருவேளையாவது எங்கள் விருந்தாளியாக இருந்துவிட்டுத்தான் போக வேண்டும். புத்த பிக்ஷுக்கள் செய்த பாக்கியம் நாங்கள் செய்யவில்லையா? நேற்று, இந்நகர மாந்தர் தங்களைப் புத்த பிக்ஷுக்கள் மறைத்து வைத்திருக்கிறார்கள் என்று சந்தேகப்பட்டுச் சூடாமணி விஹாரத்தையே தகர்த்து மண்ணோடு மண்ணாக்கிவிடப் பார்த்தார்கள். அந்தச் சமயத்தில் புயல் வந்துவிட்டது! நாங்கள் செய்யத் தவறியதைப் புயல் செய்துவிட்டது. விஹாரம் இடிந்து மண்ணோடு மண்ணாகிவிட்டது!" என்று சொன்னார்.

அதைக் கேட்ட இளவரசர், "ஐயா! தாங்கள் புத்த பிக்ஷுக்கள் மீது குற்றம் சுமத்தியது சரியல்ல. என்னுடைய வேண்டுகோளுக்காகவே பிக்ஷுக்கள் புத்த விஹாரத்தில் என்னை வைத்திருந்தார்கள். நோய் வாய்ப்பட்டு உயிருக்கு மன்றாடிய என்னை யமனுடைய பாசக் கயிற்றிலிருந்து காப்பாற்றினார்கள். சூடாமணி விஹாரம் விழுந்து விட்டது என்று கேட்டு என் மனம் வேதனைப்படுகிறது. அதைத் திருப்பிக் கட்டிக் கொடுப்பது என்னுடைய கடமை!" என்றார்.

"ஆகா! இதெல்லாம் முன்னரே எங்களுக்குத் தெரியாமல் போயிற்றே! இப்போது தெரிந்துவிட்டபடியால் சூடாமணி விஹாரத்தை நாங்களே புதுப்பித்துக் கட்டிக் கொடுத்துவிடுவோம். இளவரசே! தாங்கள் ஒருபொழுது எங்கள் விருந்தாளியாக மட்டும் இருந்துவிட்டுப் போக வேண்டும்!" என்றார் எண்பேராயத்தின் தலைவர்.

"ஆமாம், ஆமாம்!" என்று பதினாயிரக்கணக்கான மக்களின் குரல்கள் எதிரொலி செய்தன.

"இளவரசே! இங்கே தங்குவதினால் ஏற்படும் தாமதத்தைச் சரிப்படுத்திக் கொள்ளலாம். தாங்களோ கால்நடையாகப் புறப்பட்டிருக்கிறீர்கள். புயல் மழை காரணமாகச் சோழ நாட்டுச் சாலைகள் எல்லாம் தடைபட்டுக் கிடக்கின்றன. நதிகளில் எல்லாம் பூரண வெள்ளம் போகிறது. கால்நடையாகச் சென்று எப்போது போய்ச் சேர்வீர்கள்? தங்களை யானைமீது வைத்து ஊர்வலமாக தஞ்சாவூருக்கே அனுப்புகிறோம். தங்களுடன் நாங்கள் அனைவரும் வந்து தஞ்சாவூருக்கே கொண்டுவிட்டு வருகிறோம்" என்றார் எண்பேராயத்தின் தலைவர்.

அவர் பேசிக் கொண்டிருக்கையில் ஜனங்களின் கூட்டம் மேலும் அதிகமாகிக் கொண்டிருந்தது.

இளவரசர் யோசித்தார். 'காரியம் என்னவோ கெட்டுப் போய்விட்டது. இரகசியம் வெளியாகிவிட்டது. ராக்கம்மாள் மூடத்தனமாகக் கூச்சலிட்டு வெளிப்படுத்திவிட்டாள். மூடத்தனத்தினால் வெளிப்படுத்தினாளா?.... அல்லது வேறு ஏதேனும் நோக்கம் இருக்குமா? எப்படியிருந்தாலும் இந்த நகர மக்களின் அன்பை மீறிக் கொண்டு உடனே புறப்படுவது இயலாத காரியம். அதனால் இவர்கள் மனக்கஷ்டம் அடைவார்கள். அதோடு, உத்தேசித்துள்ள நோக்கம் மேலும் தவறினாலும் தவறிவிடும். மத்தியானம் வரையிலேனும் இருந்து இவர்களைச் சமாதானப்படுத்திவிட்டுத்தான் போகவேண்டும். புயலினால் கஷ்ட நஷ்டங்களை அடைந்தவர்களுக்கு சிறிது ஆறுதல் கூறிவிட்டுப் போக வசதியாகவும் இருக்கும். ஆகா! நான் இச்சமயம் என்னை வெளிப்படுத்திக் கொள்வதால் நாட்டில் குழப்பம் விளையும் என்று இளைய பிராட்டி குந்தவை கூறினாளே! அது எவ்வளவு உண்மையான வார்த்தை!– என் தமக்கையைப் போன்ற அறிவாளி இந்த உலகிலேயே யாரும் இல்லைதான்! தஞ்சைச் சிம்மாதன உரிமையைப் பற்றிப் பேசுகிறார்களே! உண்மையில், குந்தவை தேவியை அல்லவா சிம்மாதனத்தில் அமர்த்த வேண்டும்!....'

இவ்வாறு பொன்னியின் செல்வர் சிந்தித்துக் கொண்டிருந்தபோது ஜனக்கூட்டம் மேலும் அதிகமாகி வருவதைக் கண்டார். அவர்களுடைய குதூகலமும் வளர்ந்து வருவதை அறிந்தார். புயலின் கொடுமைகளையும், புயலினால் விளைந்த சேதங்களையும் மக்கள் அடியோடு மறந்துவிட்டதாகத் தோன்றியது. எங்கிருந்தோ, யானைகள், குதிரைகள், சிவிகைகள், திருச்சின்னங்கள், கொடிகள், பேரிகை, எக்காளம் முதலிய வாத்தியங்கள் எல்லாம் வந்து சேர்ந்துவிட்டன.

அரைப் பகல் நேரமாவது இங்கே தங்கிவிட்டுத்தான் புறப்பட வேண்டும் என்று இளவரசர் முடிவு செய்தார்.

எண்பேராயத்தின் தலைவரைப் பார்த்து, "ஐயா! இவ்வளவு மக்களின் அன்பையும் புறக்கணித்துவிட்டு, நான் போக விரும்பவில்லை. பிற்பகல் வரையில் இங்கே இருந்துவிட்டு மாலையில் புறப்படுகிறேன். அதற்காவது அநுமதி கொடுப்பீர்கள் அல்லவா?" என்றார்.

இளவரசர் தங்கிச் செல்லச் சம்மதித்துவிட்டார் என்ற செய்தி பரவியதும் ஜனக்கூட்டத்தின் உற்சாகம் எல்லை கடந்துவிட்டது. குதூகலத்தை வெளிப்படுத்தும் வழிகளைக் கடைப்பிடிக்கத் தொடங்கினார்கள். வாத்தியங்கள் முழங்கத் தொடங்கின. ஆங்காங்கே வீதிகளில் கத்தி விளையாட்டு, கழி விளையாட்டு, குரவைக் கூத்து முதலியவை ஆரம்பமாயின. ஜனங்களையும் அவர்களுடைய குதூகல விளையாட்டுக்களையும் கடந்து கொண்டு நாகைப்பட்டினத்துச் சோழ மாளிகைக்குச் செல்வது பெரிதும் கஷ்டமாயிற்று. எப்படியோ கடைசியில் போய்ச் சேர்ந்தார்கள்.

மாளிகைக்குள் இளவரசர் சிறிது நேரம் கூடத் தங்கி இளைப்பாற முடியவில்லை. ஏனெனில், அவர் வெளிப்பட்ட செய்தி அக்கம் பக்கத்துக் கிராமங்களுக்கெல்லாம் பரவிவிட்டது! ஜனங்கள் திரள்திரளாக வந்து குவிந்து கொண்டிருந்தார்கள். இளவரசரைப் பார்க்க வேண்டும் என்ற தங்கள் ஆவலைத் தெரியப்படுத்திக் கொண்டார்கள்.

இளவரசரும் அடிக்கடி வெளியில் வந்து ஜனக்கூட்டத்தினிடையே சென்று அவர்களுடைய க்ஷேம லாபங்களைப் பற்றிக் கேட்டார். புயலினால் விளைந்த கஷ்ட நஷ்டங்களைப் பற்றி அனுதாபத்துடன் விசாரித்தார். தாம் தஞ்சாவூருக்குப் போனவுடனே ஜனங்கள் அடைந்த கஷ்டங்களுக்குப் பரிகாரம் கிடைக்க ஏற்பாடு செய்வதாகக் கூறினார். அதைப்பற்றி ஜனங்கள் அவ்வளவு உற்சாகமடையவில்லை என்பதையும் கண்டு கொண்டார். ஜனங்கள் ஒருவரோடொருவர், "பழுவேட்டரையர்களின் அதிகாரத்துக்கு முடிவு ஏற்படுமா?" என்று பேசிக் கொண்டதும் அவர் காதில் விழுந்தது. சக்கரவர்த்தியின் உடல் நிலையைப்பற்றியும், அடுத்தபடி சிம்மாதனத்துக்கு வரக்கூடியவரைப் பற்றியும், அடக்கமான குரலில், ஆனால் இளவரசர் காதில் விழும்படியாகப் பலரும் பேசினார்கள்.

இதற்கிடையில், நாகைப்பட்டினம் நகரின் ஐம்பெருங் குழுவின் அதிகாரிகளும், எண்பேராயத்தின் தலைவர்கள் அனைவரும் வந்து சேர்ந்துவிட்டார்கள். இளவரசருக்கு விருந்து அளிக்கப் பெருந்தர ஏற்பாடுகள் நடந்தன. இளவரசரைப் பார்க்க வந்த ஜனத்திரளுக்கு உணவளிக்கும் ஏற்பாடுகளும் நடந்தன. புயலினால் நஷ்டமானது போக நகரில் எஞ்சியிருந்த தானியங்கள் எல்லாம் வந்து குவிந்தன. கறிகாய்களைப் பற்றியோ கவலையே இல்லை. விழுந்த வாழை மரங்களின் வாழைக்காய்க் குலைகளையும், விழுந்த தென்னை மரங்களின் தென்னங் குலைகளையும் கொண்டு ஒரு லட்சம் பேருக்கு விருந்து தயாரித்து விடலாமே?

* * *

விருந்துகள் முடிந்து, புறப்பட வேண்டிய சமயம் நெருங்கிற்று. இளவரசர் சோழ மாளிகையின் மேன் மாடத்து முகப்பில் வந்து கைகூப்பிக் கொண்டு நின்றார். வீதியில் ஒரு பெரிய கோலாகலமான ஊர்வலம் புறப்படுவதற்கு எல்லாம் ஆயத்தமாயிருந்தன. இளவரசர் ஏறிச் செல்வதற்கு அலங்கரிக்கப்பட்ட யானை ஒன்று வந்து நின்றது.

முன்னாலும், பின்னாலும் குதிரைகள், ரிஷபங்கள் முதலியவை நின்றன. திருச்சின்னங்களும், கொடிகளும் ஏந்தியவர்களும், பலவித வாத்தியக்காரர்களும், அணிவகுத்து நின்றார்கள். மக்களோ, நேற்று மாலை பொங்கி எழுந்த கடலைப் போல் ஆரவாரித்துக் கொண்டு கண்ணுக்கெட்டிய தூரம் நின்றார்கள்.

இளவரசர் வெளித் தோற்றத்துக்குப் புன்னகை பூத்த முகத்துடன் பொலிந்தார். அவர் உள்ளத்திலோ பெருங் கவலை குடி கொண்டிருந்தது. பெற்ற தாயைக் காட்டிலும் பதின்மடங்கு அவருடைய அன்பைக் கவர்ந்திருந்த ஈழத்து ராணியின் கதியைப் பற்றி அறிந்து கொள்ள அவர் உள்ளம் துடிதுடித்தது. முருகய்யன் மனைவியிடம் இன்னும் சிறிது விவரம் கேட்டுத் தெரிந்து கொள்ளலாம் என்று எண்ணியிருந்தார். அவளோ ஜனக் கூட்டத்தில் மறைந்துவிட்டாள். முருகய்யன் மட்டும் முண்டியடித்துக் கொண்டு இளவரசரைத் தொடர்ந்து சோழ மாளிகைக்கு வந்து சேர்ந்தான். அவன் மனைவி ராக்கம்மாள் என்ன ஆனாள் என்பது அவனுக்கும் தெரியவில்லை.

மற்றொரு பக்கத்தில் இளவரசரை வேறொரு கவலை பற்றிக் கொண்டிருந்தது. சக்கரவர்த்தியின் விருப்பத்துக்கு விரோதமாகத் தான் இராஜ்யத்தைக் கைப்பற்ற விரும்புவதாய் முன்னமேயே பழுவேட்டரையர்கள் சொல்லிக் கொண்டிருந்தார்கள். இந்த ஜனங்கள் செய்யும் ஆர்ப்பாட்டங்களின் காரணமாக அவர்கள் கூற்று உண்மை என்று ஏற்பட்டு விடலாம் அல்லவா?

எப்படியாவது இந்த நகர மாந்தர்களின் அன்புச் சுழலிலிருந்து தப்பித்துப் போனால் போதும் என்று இளவரசருக்குத் தோன்றி விட்டது.

இந்த நிலைமையில் அவர் சற்றும் எதிர்பாராத இன்னொரு சம்பவம் நிகழ்ந்தது.

ஜனங்களிடம் விடை பெற்றுக் கொள்ளும் பாவனையில் இளவரசர் கும்பிட்டுக் கொண்டு நின்ற போது, ஜனக்கூட்டத்தை விலக்கிக் கொண்டு ஐம்பெருங் குழுவின் அதிகாரிகளும், எண்பேராயத்தின் தலைவர்களும் மாளிகையின் வாசலில் வந்து நின்றார்கள்.

முன்னேற்பாட்டின்படி நிகழ்ந்தது போல், சில நிமிட நேரம் பேரிகை, முரசு, எக்காளம் முதலிய நூறு நூறு வாத்தியங்கள் கடலொலியையும் அடக்கிக் கொண்டு ஒலித்தன. சட்டென்று அவ்வளவு வாத்தியங்களும் நின்ற போது, அப்பெருங் கூட்டத்தில் நிசப்தம் நிலவியது. அச்சமயத்தில் நகரத் தலைவர்களில் முதியவராக காணப்பட்ட ஒருவர் மாளிகை முன் வாசலில் இருந்த நிலா மேடை மீது ஏறி நின்று கம்பீரமான குரலில் கூறினார் :–

"பொன்னியின் செல்வ! ஒரு விண்ணப்பம். நாகை நகரையும் அக்கம் பக்கத்துக் கிராமங்களையும் சேர்ந்த ஜனங்களின் சார்பாக ஒரு கோரிக்கை. சக்கரவர்த்தியின் உடல் நிலைமையைப் பற்றி நாங்கள் அனைவரும் கவலை கொண்டிருக்கிறோம். அதைப் போலவே நாங்கள் கேள்விப்படும் இன்னொரு செய்தியும் எங்களுக்குக் கவலை தருகிறது. பழுவேட்டரையர்களும், பல சிற்றரசர்களும் சேர்ந்து சக்கரவர்த்திக்குப் பிறகு மதுராந்தகத் தேவருக்கு முடிசூட்டத் தீர்மானித்திருப்பதாக அறிகிறோம். மதுராந்தகத்தேவர் இன்று வரையில் போர்க்களம் சென்று அறியாதவர். அவர் பட்டத்துக்கு வந்தால் உண்மையில் பழுவேட்டரையர்கள்தான் இராஜ்யம் ஆளுவார்கள். சிற்றரசர்கள் வைத்ததே சட்டமாயிருக்கும். இளவரசர் ஆதித்த கரிகாலர் மூன்று ஆண்டுக் காலமாகச் சோழ நாட்டுக்கு வரவேயில்லை. அதற்கு ஏதேதோ காரணங்கள் சொல்கிறார்கள். அவருக்கு மகுடம் சூட்டிக் கொள்ள விருப்பமில்லை என்று கூறுகிறார்கள். அப்படியானால் அடுத்தபடி நியாயமாகப் பட்டத்துக்கு வர வேண்டியவர் யார்? சோழ நாடு தவம் செய்து பெற்ற புதல்வரும், காவேரித் தாய் காப்பாற்றிக் கொடுத்த செல்வரும், ஈழம் வென்ற வீராதி வீரருமான தாங்கள்தான்.... மக்களே! நான் கூறியது உங்களுக்கெல்லாம் சம்மதமான காரியமா?" என்று அந்த முதியவர் சுற்றிலும் நின்ற ஜனத்திரளைப் பார்த்துக் கேட்கவும், எட்டுத் திசையும் நடுங்கும் படியான பேரொலி அக்கூட்டத்திலிருந்து எழுந்தது; "ஆம், ஆம்; எங்கள் கருத்தும் அதுவே!" என்று பதினாயிரம் குரல்கள் கூறின. அதைத் தொடர்ந்து கோஷித்தன. இவ்வளவு கோஷங்களும் சேர்ந்து உருத்தெரியாத ஒரு பெரும் இரைச்சலாகக் கேட்டது.

மறுமொழி சொல்வதற்காக இளவரசரின் உதடுகள் அசையத் தொடங்கியதும், ஏதோ மந்திர சக்தியினால் கட்டுண்டு அடங்கியது போல் அந்தப் பேரிரைச்சல் அடங்கியது.

"ஐயா! நீங்கள் எல்லோரும் என்னிடம் கொண்டிருக்கும் அன்பைக் கண்டு ஆனந்தப்படுகிறேன். ஆனால் அந்த அன்பை நீங்கள் காட்டும் விதம் முறையாக இல்லையே? என் அருமைத் தந்தை–சுந்தர சோழ சக்கரவர்த்தி இன்னும் ஜீவியவந்தராக இருக்கிறார் என்பதை நீங்கள் மறந்து விட்டதாகத் தோன்றுகிறது. 'சக்கரவர்த்தி நீடூழி வாழ வேண்டும்' என்று என்னுடன் சேர்ந்து நீங்களும் பிரார்த்திக்க வேண்டும். சக்கரவர்த்தி ஜீவியவந்தராக இருக்கும்போது அவருக்குப் பிறகு பட்டத்துக்கு யார் என்பதைப் பற்றி யோசிப்பது ஏன்?"

நகரத் தலைவர்களின் முதல் தலைவரான முதியவர் இளவரசரின் இக்கேள்விக்குச் சரியான விடை வைத்திருந்தார்.

"பொன்னியின் செல்வ! சோழ நாட்டில் ஒரு மன்னர் உயிரோடிருக்கும்போதே, அடுத்தபடி பட்டத்துக்குரியவர் யார் என்பதை நிர்ணயித்து விடுவது தொன்று தொட்டு வந்திருக்கும் வழக்கம். மதுரை கொண்ட வீரரும், தில்லையம்பலத்துக் கோயிலுக்குப் பொற்கூரை வேய்ந்தவருமான மகா பராந்தகச் சக்கரவர்த்தி, தம் காலத்திலேயே தமக்குப் பின் பட்டத்துக்கு வர வேண்டியவர்களை முறைப்படுத்தி விடவில்லையா? அதன்படி தானே தங்கள் தந்தை சிம்மாசனம் ஏறினார்?" என்றார்.

"ஆம், ஆம்! ஆகையால், இப்போதும் அடுத்த பட்டத்துக்கு உரியவரைப் பற்றிச் சக்கரவர்த்திதானே தீர்மானிக்க வேண்டும்? நீங்களும், நானும் அதைப் பற்றி யோசிப்பதும், பேசுவதும் முறை அல்லவே?" என்றார் இளவரசர்.

"பொன்னியின் செல்வ! சக்கரவர்த்திக்குதான் அந்த உரிமை உண்டு என்பதை ஒப்புக் கொள்கிறோம். சக்கரவர்த்தி சுயேச்சையாக முடிவு செய்யக் கூடியவராயிருந்தால் அது சரியாகும். தற்போது சக்கரவர்த்தியைப் பழுவேட்டரையர்கள் தஞ்சைக் கோட்டைக்குள் சிறைப்படுத்தி அல்லவோ வைத்திருக்கிறார்கள். இளவரசே! இன்னும் சொல்லப் போனால், சக்கரவர்த்தி உயிரோடு இருக்கிறாரா என்பதைப் பற்றியே எங்களில் பலருக்குச் சந்தேகமாயிருக்கிறது. தங்களுடன் தொடர்ந்து தஞ்சைக்கு வந்து அந்தச் சந்தேகத்தைத் தீர்த்துக் கொள்ள விரும்புகிறோம். அதிர்ஷ்டவசமாகச் சக்கரவர்த்தி நல்லபடியாக இருந்தால், அவரிடம் எங்கள் விருப்பத்தைத் தெரிவித்துக் கொள்வோம். அவருக்குப் பிற்பாடு தாங்கள்தான் சிங்காதனம் ஏற வேண்டுமென்று விண்ணப்பித்துக் கொள்வோம். பிறகு, சக்கரவர்த்தி முடிவு செய்கிறபடி செய்யட்டும்!"

பெரியவர் சக்கரவர்த்தி உயிரோடிருக்கிறாரா என்பதைப் பற்றிச் சந்தேகப்பட்டுக் கூறிய வார்த்தைகள் இளவரசரின் உள்ளத்தில் ஒரு பெரும் திகிலை உண்டாக்கின. இத்தனை நாளும் அவர் அறிந்திராத வேதனையும் பீதியும் ஏற்பட்டன. சக்கரவர்த்தியின் உயிருக்கு ஏதோ ஆபத்து நெருங்கிவிட்டது போலவும் அதைத் தடுக்கமுடியாத தூரத்தில் தாம் இருப்பது போலவும் ஒரு பிரமை உண்டாயிற்று. ஈழத்து ராணியை யாரோ மூர்க்கர்கள் பலவந்தமாகப் பிடித்துக் கொண்டு போன விவரமும் நினைவுக்கு வந்தது. இனி ஒரு கணமும் தாமதியாமல் தஞ்சை போய்ச் சேர வேண்டும் என்ற பரபரப்பு ஏற்பட்டது. ஒரு சில வினாடி நேரத்தில் இளவரசர் தாம் செய்ய வேண்டியது இன்னதென்று தீர்மானித்துக் கொண்டார். இவர்களுடன் வாதமிட்டுக் கொண்டிருப்பதில் பயனில்லை. பிரயாணப்படுவதுதான் தாமதமாகும். இப்போது இவர்கள் பேச்சை ஒப்புக் கொண்டதாகச் சொல்லிப் பிரயாணப் பட்டு விட்டால், வழியில் போகப் போக வேறு உபாயங்களைக் கண்டுபிடித்துக் கொள்ளலாம்.

"ஐயா! உங்களுடைய விருப்பத்துக்கு நான் குறுக்கே நிற்கவில்லை. சக்கரவர்த்தியைப் பற்றித் தாங்கள் கூறியது அவரைத் தரிசிக்க வேண்டுமென்ற என் கவலையை அதிகரித்து விட்டது. நான் உடனே புறப்பட வேண்டும். நீங்களும் சக்கரவர்த்தியைத் தரிசிக்க விரும்பினால் தாராளமாக என்னுடன் வாருங்கள். பட்டத்து

உரிமையைப் பற்றிச் சக்கரவர்த்தி என்ன சொல்லுகிறாரோ, அதைக் கேட்டு நாம் அனைவரும் நடந்து கொள்வோம்!" என்றார்.

சிறிது நேரத்துக்கெல்லாம் இளவரசர் யானைமீது ஏறிக் கொண்டு பிரயாணப்பட்டார். ஆயிரக்கணக்கான மக்கள் அடங்கிய ஒரு மாபெரும் ஊர்வலம் தஞ்சையை நோக்கிப் புறப்பட்டது. போகப் போக இளவரசருடன் தொடர்ந்த ஊர்வலம் பெரிதாகிக் கொண்டிருந்தது.

❖ ❖ ❖ ❖

எட்டாம் அத்தியாயம்

படகில் பழுவேட்டரையர்

புயல் அடித்த அன்று காலையிலேதான் பெரிய பழுவேட்டரையர் கடம்பூரிலிருந்து தஞ்சைக்குப் புறப்பட்டார் என்பது நேயர்களுக்கு நினைவிருக்கும். கொள்ளிட நதி வரையில் அவர் வழக்கமான பாதையிலே சென்று, பின்னர் கொள்ளிடக் கரைச் சாலை வழியாக மேற்கு நோக்கித் திரும்பினார். சோழ நாட்டுக் கிராமங்களின் வழியாக அவர் நீண்ட பிரயாணம் செய்ய விரும்பவில்லை. மேற்கே சென்று திருவையாற்றுக்கு நேராக கொள்ளிடத்தைக் கடக்க விரும்பிச் சென்றார்.

வழக்கம் போல் நூற்றுக்கணக்கான பரிவாரங்களுடன் இச்சமயம் பெரிய பழுவேட்டரையர் புறப்படவில்லை. தாம் போவதும் வருவதும் கூடிய வரையில் எவருடைய கவனத்தையும் கவராமலிருக்க வேண்டுமென்று நினைத்தார். ஆகையால் பத்துப் பேரைத்தான் தம்முடன் அழைத்துப் போனார்.

திருவையாற்றுக்கு நேரே கொள்ளிடத்துக்கு வட கரையில் பழுவேட்டரையர் வந்தபோது அந்தப் பெரிய நதியில் வெள்ளம் இரு கரையும் தொட்டுக்கொண்டு பிரவாகமாகப் போய் கொண்டிருந்தது. அங்கிருந்த சிறிய படகில் குதிரைகளைக் கொண்டுபோவது இயலாத காரியம். பெருங்காற்றுக்கு அறிகுறிகள் காணப்பட்டுக் கொண்டிருந்தன. ஆகையால் திரும்பிப் போவதற்குச் சௌகரியமாக இருக்கட்டும் என்று குதிரைகளை வடகரையில் விட்டு விட்டுப் பழுவேட்டரையர் தம்முடன் வந்த பத்து வீரர்களுடன் படகில் ஏறினார். படகு நடு நதியில் சென்று கொண்டிருந்தபோது புயல் வலுத்துவிட்டது. படகோட்டிகள் இருவரும் எவ்வளவோ கஷ்டப்பட்டுப் படகைச் செலுத்தினார்கள். நதி வெள்ளத்தின் வேகம் படகைக் கிழக்கு நோக்கி இழுத்தது. புயல் அதை மேற்கு நோக்கித் தள்ளப் பார்த்தது. படகோட்டிகள் படகைத் தெற்கு நோக்கிச் செலுத்த முயன்றார்கள். இந்த மூன்றுவித சக்திகளுக்கு இடையில் அகப்பட்டுக் கொண்ட படகு திரும்பித் திரும்பிச் சக்கராகாரமாகச் சுழன்றது.

பழுவேட்டரையரின் உள்ளத்திலும் அப்பொழுது ஒரு பெரும் புயல் அடித்துச் சுழன்று கொண்டிருந்தது. நந்தினியின் எதிரில் இருக்கும்போது அவருடைய அறிவு மயங்கிப் போவது சாதாரண வழக்கம். அவள் கூறுவதெல்லாம் சரியாகவே அவருக்குத் தோன்றும். வாழ்நாளெல்லாம் தமக்குப் பிடிக்காமலிருந்த ஒரு காரியத்தை நந்தினி சொல்லும்போது அது செய்வதற்குரியதாகவே அவருக்குத் தோன்றிவிடும். ஏதேனும் மனதில் சிறிது சந்தேகமிருந்தாலும் அவருடைய வாய், "சரி சரி! அப்படியே செய்வோம்" என்று கூறிவிடும். சொல்லிய பிறகு, வாக்குத் தவறி எதுவும் செய்வதற்கு அவர் விரும்புவதில்லை.

இப்போதும் அவரைத் தஞ்சைக்குப் போய் மதுராந்தகரை அழைத்து வரும்படி நந்தினி சொன்னபோது சரி என்று ஒத்துக்கொண்டு விட்டார். பிரயாணம் கிளம்பிய பிறகு அது சம்பந்தமாகப் பற்பல ஐயங்கள் எழுந்து அவர் உள்ளத்தை வதைத்தன. நந்தினியின் நடத்தையில் அணுவளவும் களங்கம் ஏற்படக் கூடும் என்று அவர்

எண்ணவில்லை. ஆயினும் நந்தினியையொத்த பிராயமுடைய மூன்று வாலிபர்களுக்கு மத்தியில் அவளைத் தனியே விட்டு விட்டு வந்திருக்கிறோம் என்ற எண்ணம் அடிக்கடி அவர் மனத்தில் தோன்றி வேதனை தந்தது.

கந்தமாறன், வந்தியத்தேவன், ஆதித்த கரிகாலன் ஆகிய மூவர் மீதும் அவர் குரோதம் கொள்வதற்குக் காரணங்கள் இருந்தன. பொக்கிஷ நிலவறையில் நள்ளிரவில் தாமும் நந்தினியும் போய்க்கொண்டிருந்த போது, கந்தமாறன் எதிர்ப்பட்டு, நந்தினியை "தங்கள் மகள்" என்று குறிப்பிட்டது அவர் நெஞ்சத்தில் பழுக்கக் காய்ச்சிய இரும்பினால் சூடு போட்டது போல் பதிந்திருந்தது. அப்போது உண்டான குரோதத்தில் அவனைக் கொன்று விடும்படியாகவே காவலனுக்கு ரகசியக் கட்டளையிட்டு விட்டார். பின்னால் அதைப் பற்றி வருந்தினார். எப்படியோ கந்தமாறன் பிழைத்துவிட்டான். அவன் எப்படிப் பிழைத்தான், நிலவறைக் காவலன் எப்படி மாண்டான், என்னும் விவரத்தை இன்னமும் அவரால் அறிய முடியவில்லை. அதற்குப் பிறகு கந்தமாறன் தம் அரண்மனையிலேயே சிலநாள் இருந்ததையும், நந்தினி அவனுக்குச் சிரத்தையுடன் பணிவிடை செய்ததையும் அவரால் மறக்க முடியவில்லை.

பிறகு வந்தியத்தேவனும் கடம்பூரில் இருக்கிறான். முதன் முதலில் அந்த அதிகப்பிரசங்கி வாலிபனைப் பார்த்ததுமே அவருக்கு அவனைப் பிடிக்கவில்லை. பிறகு அவன் தஞ்சாவூரில் சக்கரவர்த்தியிடம் தனியாக ஏதோ எச்சரிக்கை செய்ய விரும்பியதையும் தஞ்சைக் கோட்டையிலிருந்து ஒருவரும் அறியாமல் தப்பி ஓடியதையும் அறிந்தபோது அவருடைய வெறுப்பு அதிகமாயிற்று. அச்சமயம் சின்னப் பழுவேட்டரையர் அவன் தப்பிச் சென்றதற்கு நந்தினி உதவி செய்திருக்கலாம் என்று குறிப்பாகச் சொன்னதையும் அவர் மறக்கவில்லை. அது ஒரு நாளும் உண்மையாக இருக்க முடியாது. ஏனெனில் அவன் குந்தவை பிராட்டிக்கும், இளவரசர் அருள்மொழிக்கும் அந்தரங்கத் தூதன் என்று தெரிய வந்திருக்கிறது. ஆகையால் அவனுக்கும் நந்தினிக்கும் தொடர்பு ஏதும் இருக்கமுடியாது. ஆனாலும், அவனையும் நந்தினியையும் சேர்த்து எண்ணிப் பார்த்த போதெல்லாம் பெரிய பழுவேட்டரையரின் இரும்பு இதயத்தில் அனல் வீசிற்று.

பிறகு ஆதித்த கரிகாலன் இருக்கவே இருக்கிறான். அவன் முன் ஒரு சமயம் ஒரு கோவில் பட்டரின் மகளைக் கலியாணம் செய்து கொள்ள விரும்பினான் என்பதும், அவள்தான் நந்தினி என்பதும், அவர் காதுக்கு எட்டியிருந்தது. அவர்கள் இப்போது சந்தித்திருக்கிறார்கள். எதற்காக? ஒன்று நிச்சயம், ஆதித்த கரிகாலன் பெரிய முரடனாயிருக்கலாம். பெரியோர்களிடம் மரியாதை இல்லாதவனாயிருக்கலாம். ஆனால் அவன் சோழ குலத்தில் உதித்தவன். அந்தக் குலத்திலே யாரும் பிறனில் விழையும் துரோகத்தைச் செய்ததில்லை. கரிகாலனும் பெண்கள் விஷயமான நடத்தையில் மாசு மறுவற்றவன். ஆனால் நந்தினி? அவளைத் தாம் இவ்வளவு தூரம் நம்பி அவள் விருப்பப்படியெல்லாம் நடந்து வந்திருப்பது சரிதானா? அவளுடைய நடத்தையில் மாசு ஒன்றும் இல்லையென்பது நிச்சயமா? அவளுடைய பூர்வோத்தரமே இன்னும் அவருக்குச் சரி வரத் தெரியாது. அவருடைய சகோதரன் காலாந்தகக் கண்டன் அவளைப் பற்றிச் சொல்லாமற் சொல்லிப் பலமுறை எச்சரித்திருக்கிறான்.

'தம்பி கூறியதே சரியாகப் போய் விடுமோ? நந்தினி தம்மை வஞ்சித்து விடுவாளா? ஆகா! கதைகளில் சொல்லுகிறார்களே! அது போன்ற வஞ்சக நெஞ்சமுள்ள ஸ்திரீகள் உண்மையிலேயே உலகத்தில் உண்டா? அவர்களில் ஒருத்தி நந்தினியா?'..

இப்படி எண்ணியபோது பெரிய பழுவேட்டரையரின் உள்ளத்தில் குரோதக் கனல் கொழுந்து விட்டது என்றால், அதே சமயத்தில் நந்தினியின் மீது அவர் கொண்டிருந்த மோகத்தீயும் ஜ்வாலை வீசியது. இவற்றினால் உண்டான வேதனையை மறப்பதற்காகப் பழுவேட்டரையர் தம் தலையை ஆட்டிக் கொண்டு, தொண்டையையும் கனைத்துக் கொண்டார். பத்துப் பேருக்கு மத்தியில் இருக்கிறோம் என்ற நினைவுதான் அவர் தமது பெரிய தடக்கைகளினால் நெற்றியில் அடித்துக் கொள்ளாமல் தடை செய்தது. அவரை அறியாமல் பெரிய நெடு

மூச்சுக்கள் வந்து கொண்டிருந்தன. படகின் விளிம்புகளை இறுக்கிப் பிடித்துக் கொண்டு பற்களைக் கடித்துக்கொண்டு, "எல்லா உண்மைகளையும் இன்னும் இரண்டு தினங்களில் தெரிந்து கொண்டு விடுகிறேன்! இது வரை செய்த தவறுபோல் இனிமேல் ஒருநாளும் செய்வதில்லை!" என்று சங்கல்பம் செய்து கொண்டார்.

❋ ❋ ❋ ❋

ஒன்பதாம் அத்தியாயம்

கரை உடைந்தது!

பழுவேட்டரையரின் மனத்தில் குடி கொண்டிருந்த வேதனையைப் படகிலே இருந்த மற்றவர்கள் உணரக் கூடவில்லை. புயற் காற்றில் படகு அகப்பட்டுக் கொண்டதன் காரணமாகவே அவர் அவ்வளவு சங்கடப்படுவதாக நினைத்தார்கள். பெரிய பழுவேட்டரையர் மனோ தைரியத்தில் நிகரற்றவர் எனப் பெயர் வாங்கியிருந்தவர். அவரே இவ்வளவு கலங்கிப் போனதைப் பார்த்து, மற்றவர்களின் மனத்திலும் பீதி குடி கொண்டது. எந்த நேரம் படகு கவிழுமோ என்று எண்ணி, அனைவரும் தப்பிப் பிழைப்பதற்கு வேண்டிய உபாயங்களைப் பற்றியும் யோசித்துக் கொண்டிருந்தார்கள்.

கடைசியாக வெகு நேரம் படகு தவித்துத் தத்தளித்த பிறகு, கரை ஏற வேண்டிய துறைக்கு அரைக் காத தூரம் கிழக்கே சென்று, கரையை அணுகியது. "இனிக் கவலை இல்லை" என்று எல்லாரும் பெரு மூச்சு விட்டார்கள். அச்சமயத்தில் நதிக்கரையில் புயற் காற்றினால் பேயாட்டம் ஆடிக் கொண்டிருந்த மரங்களில் ஒன்று தடார் என்று முறிந்து விழுந்தது. முறிந்த மரத்தைக் காற்று தூக்கிக் கொண்டு வந்து படகின் அருகில் தண்ணீரில் போட்டது. படகைத் திருப்பி அப்பால் செலுத்துவதற்கு ஓடக்காரர்கள் பெரு முயற்சி செய்தார்கள். பலிக்கவில்லை. மரம் அதி வேகமாக வந்து படகிலே மோதியது. படகு 'தடால்' என்று கவிழ்ந்தது. மறுகணம் படகில் இருந்தவர்கள் அனைவரும் தண்ணீரில் விழுந்து மிதந்தார்கள்.

மற்றவர்கள் எல்லாரும் படகு கவிழ்ந்தால் தப்பிப் பிழைப்பது பற்றியே எண்ணிக் கொண்டிருந்தார்களாதலால், அவ்வாறு உண்மையில் நிகழ்ந்துவிட்டதும், அந்த அபாயத்திலிருந்து சமாளிப்பதற்கு ஓரளவு ஆயத்தமாயிருந்தார்கள். கரையை நெருங்கிப் படகு வந்து விட்டிருந்தபடியால் சிலர் நீந்திச் சென்று கரையை அடைந்தார்கள். சிலர் மரங்களின் மீது தொத்திக்கொண்டு நின்றார்கள். சிலர் கையில் அகப்பட்டதைப் பிடித்துக் கொண்டு தண்ணீரில் மிதந்து கொண்டிருந்தார்கள்.

ஆனால் பழுவேட்டரையர் வேறு சிந்தனைகளில் ஈடுபட்டிருந்தபடியால், படகுக்கு நேர்ந்த விபத்தை எதிர்பார்க்கவே இல்லை. படகு கவிழ்ந்ததும் தண்ணீரில் முழுகி விட்டார். அவரைப் பிரவாகத்தின் வேகம் வெகு தூரம் அடித்துக் கொண்டு போய் விட்டது. சில முறை தண்ணீர் குடித்து, மூக்கிலும் காதிலும் தண்ணீர் ஏறி, திணறித் தடுமாறி கடைசியில் ஒருவாறு சமாளித்துக் கொண்டு அவர் பிரவாகத்துக்கு மேலே வந்தபோது படகையும் காணவில்லை; படகில் இருந்தவர்கள் யாரையும் காணவில்லை. அதுமட்டுமல்லாமல், வெள்ளம் தம்மை அந்த நதியின் மத்தியப் பிரதேசத்தை நோக்கி இழுத்துக்கொண்டு போவதைப் பழுவேட்டரையர் அறிந்தார்.

உடனே அந்தக் கிழவரின் நெஞ்சில் பழைய தீரத்துவம் துளிர்த்து எழுந்தது. எத்தனையோ போர்களில் மிக ஆபத்தான நிலைமையில் துணிவுடன் போராடி வெற்றி பெற்ற அந்த மாபெரும் வீரர் இந்தக் கொள்ளிடத்து வெள்ளத்துடனும் போராடி வெற்றி கொள்ளத் தீர்மானித்தார். சுற்று முற்றும் பார்த்தார். சமீபத்தில் மிதந்து வந்த ஒரு மரக்கட்டையை எட்டிப் பிடித்துக்கொண்டார். கரையைக் குறி வைத்து நீந்தத் தொடங்கினார். வெள்ளத்தின்

வேகத்துடனும், புயலின் வேகத்துடனும், ஏக காலத்தில் போராடிக் கொண்டே நீந்தினார். கை சளைத்தபோது சிறிது நேரம் வெறுமனே மிதந்தார். பலமுறை நதிக்கரையை ஏற முயன்றபோது மழையினால் சேறாகியிருந்த கரை அவரை மறுபடியும் நதியில் தள்ளி விட்டது. உடனே விட்டுவிட்ட கட்டையைத் தாவிப் பிடித்துக் கொண்டார்.

இவ்விதம் இருட்டி ஒரு ஜாமத்துக்கு மேலாகும் வரையில் போராடிய பிறகு நதிப் படுக்கையில் நாணற் காடு மண்டி வளர்ந்திருந்த ஓரிடத்தில் அவருடைய கால்கள் தரையைத் தொட்டன. பின்னர், வளைந்து கொடுத்த நாணற் புதர்களின் உதவியைக் கொண்டு அக்கிழவர் தட்டுத் தடுமாறி நடந்து, கடைசியாகக் கரை ஏறினார்.

அவரைச் சுற்றிலும் கனாந்தகாரம் சூழ்ந்திருந்தது. பக்கத்தில் ஊர் எதுவும் இருப்பதாகத் தெரியவில்லை. திருவையாற்றுக்கு எதிரில் கரை ஏற வேண்டிய ஓடத்துறைக்குச் சுமார் ஒன்றரைக் காத தூரம் கிழக்கே வந்திருக்க வேண்டுமென்று தோன்றியது. ஆம், ஆம்! குடந்தை நகரத்துக்கு அருகிலேதான் தாம் கரை ஏறியிருக்க வேண்டும். இன்றிரவு எப்படியாவது குடந்தை நகருக்கு போய்விட முடியுமா?...

புயல் அப்போது தான் பூரண உக்கிரத்தை அந்தப் பிரதேசத்தில் அடைந்திருந்தது. நூறாயிரம் பேய்கள் சேர்ந்து சத்தமிடுவது போன்ற பேரோசை காதைச் செவிடுபடச் சேய்தது. மரங்கள் சடசடவென்று முறிந்து விழுந்தன. வானத்தில் அண்ட கடாகங்கள் வெடித்து விடுவது போன்ற இடி முழக்கங்கள் அடிக்கடி கேட்டன. பெருமழை சோவென்று கொட்டியது.

'எங்கேயாவது பாழடைந்த மண்டபம் அல்லது பழைய கோயில் இல்லாமலா போகும்? அதில் தங்கி இரவைக் கழிக்க வேண்டியதுதான். பொழுது விடிந்த பிறகுதான் மேலே நடையைத் தொடங்க வேண்டும்' என்று முடிவு கட்டிக் கொண்டு, தள்ளாடி நடுங்கிய கால்களை ஊன்றி வைத்த வண்ணம் நதிக்கரையோடு நடந்து சென்றார்.

நதியில் கரையின் விளிம்பைத் தொட்டுக் கொண்டு வெள்ளம் போய்க்கொண்டிருந்தது. மழை பெய்தபடியால் கரை மேலேயும் ஓரளவு தண்ணீராயிருந்தது. இருட்டைப் பற்றியோ சொல்ல வேண்டியதாயில்லை. ஆகவே, அந்த வீரக் கிழவர் நடந்து சென்ற போது, தம் எதிரிலே நதிக் கரையின் குறுக்கே கொஞ்சம் தண்ணீர் அதிகமாக ஓடியதைப் பற்றி அதிக கவனம் செலுத்தவில்லை. திடீரென்று முழங்கால் அளவு ஜலம் வந்து விட்டதும், சற்றுத் தயங்கி யோசித்தார். தொடையளவு ஜலம் வந்ததும் திடுக்கிட்டார். அதற்கு மேலே யோசிப்பதற்கு அவகாசமே இருக்கவில்லை. மறுகணம் அவர் தலை குப்புறத் தண்ணீரில் விழுந்தார். கொள்ளிடத்தின் கரை உடைத்துக் கொண்டு அந்த இடத்தில் தெற்கு நோக்கிப் பாய்ந்து கொண்டிருந்த வெள்ளம் அவரை உருட்டிப் புரட்டி அடித்துக் கொண்டு போயிற்று. கரைக்கு அப்பால் பள்ளமான பிரதேசமானபடியால் அவரை ஆழமாக, இன்னும் ஆழமாக அதல பாதாளத்துக்கே அடித்துக் கொண்டு போவது போலிருந்தது. படகு கவிழ்ந்து நதியில் போய்க் கொண்டிருந்த வெள்ளத்தில் மூழ்கியபோது அவர் சற்று எளிதாகவே சமாளித்துக் கொண்டார். இப்போது அவ்விதம் முடியவில்லை. உருண்டு, புரண்டு, உருண்டு புரண்டு, கீழே கீழே போய்க் கொண்டிருந்தார். கண் தெரியவில்லை. காது கேட்கவில்லை. நிமிர்ந்து நின்று மேலே வரவும் முடியவில்லை. மூச்சுத் திணறியது. யாரோ ஒரு பயங்கர ராட்சதன் அவரைத்தண்ணீரில் அமுக்கி அமுக்கித் தலை குப்புறப் புரட்டிப் புரட்டி அதே சமயத்தில் பாதாளத்தை நோக்கி இழுத்துக் கொண்டு போனான்.

'ஆகா! அந்த ராட்சதன் வேறு யாரும் இல்லை! கொள்ளிடத்தின் கரையை உடைத்துக் கொண்டு, உடைப்பின் வழியாக அதி வேகமாகப் பாய்ந்த வெள்ளமாகிய ராட்சதன்தான்! அவனுடைய கோரமான பிடியிலிருந்து பயங்கரமான உருட்டலிலிருந்து தப்பிப் பிழைக்க முடியுமா? கால் தரையில் பாவ வில்லையே! கைக்குப் பிடி எதுவும் அகப்படவில்லையே! மூச்சுத் திணறுகிறதே? கழுத்தைப் பிடித்துத் திருகுவது போலிருக்கிறதே? காது செவிடுபடுகிறதே! துர்க்கா பரமேஸ்வரி! தேவி! நான் இந்த விபத்திலிருந்து பிழைப்பேனா? அடிபாவி நந்தினி! உன்னால் எனக்கு நேர்ந்த கதியைப் பார்! ஐயோ, பாவம்! உன்னை அந்த தூர்த்தர்கள் மத்தியில் விட்டுவிட்டு வந்தேனோ! சீச்சீ! உன் அழகைக் கண்டு மயங்கி, உன் நிலையைக் கண்டு இரங்கி, உன்னை மணந்து கொண்டதில் நான் என்ன சுகத்தைக் கண்டேன்? மன அமைதி இழந்ததைத் தவிர

வேறு என்ன பலனை அநுபவித்தேன்? கடைசியில் இப்படிக் கொள்ளிடத்து உடைப்பில் அகப்பட்டுத் திணறித் திண்டாடிச் சாகப் போகிறேனே! அறுபத்து நாலு போர்க்காயங்களைச் சுமந்த என் உடம்பைப் புதைத்து, வீரக்கல் நாட்டிப் பள்ளிப்படை கட்டப் போவதில்லை! என் உடலை யாரும் கண்டெடுக்கப் போவதுகூட இல்லை! எங்கேயாவது படு பள்ளத்தில் சேற்றில் புதைந்து விடப் போகிறேன்! என் கதி என்ன ஆயிற்று என்று கூட யாருக்கும் தெரியாமலே போய்விடப் போகிறது! அல்லது எங்கேயாவது கரையில் கொண்டு போய் என் உடம்பை இவ்வெள்ளம் ஒதுக்கித் தள்ளிவிடும்! நாய் நரிகள் பிடுங்கித் தின்று பசியாறப் போகின்றன!...'

சில நிமிட நேரத்திற்குள் இவை போன்ற எத்தனையோ எண்ணங்கள் பழுவேட்டரையர் மனத்தில் தோன்றி மறைந்தன. பின்னர் அடியோடு அவர் நினைவை இழந்தார்!...

தடார் என்று தலையில் ஏதோ முட்டியதும், மீண்டும் சிறிது நினைவு வந்தது. கைகள் எதையோ, கருங்கல்லையோ, கெட்டியான தரையையோ – பிடித்துக் கொண்டிருந்தன. ஏதோ ஒரு சக்தி அவரை மேலே கொண்டு வந்து உந்தித் தள்ளியது. அவரும் மிச்சமிருந்த சிறிது சக்தியைப் பிரயோகித்து, கரங்களை ஊன்றி மேலே எழும்பிப் பாய்ந்தார். மறு நிமிடம், கெட்டியான கருங்கல் தரையில் அவர் கிடந்தார். கஷ்டப்பட்டுக் கண்களைத் திறக்கப் பிரயத்தனப்பட்டார். இறுக அமுங்கிக் கிடந்த கண்ணிமைகள் சிறிது திறந்ததும், எதிரே தோன்றிய ஜோதி அவருடைய கண்களைக் கூசச் செய்தது. அந்த ஜோதியில் துர்க்கா பரமேசுவரியின் திருமுக மண்டலம் தரிசனம் தந்தது! தேவி! உன் கருணையே கருணை! என்னுடைய அமைதியற்ற மண்ணுலக வாழ்வை முடித்து விண்ணுலகில் உன்னுடைய சந்நிதானத்துக்கே அழைத்துக் கொண்டாய் போலும்!....

இல்லை, இல்லை! இது விண்ணுலகம் இல்லை. மண்ணுலகத்திலுள்ள அம்மன் கோயில். எதிரே தரிசனம் அளிப்பது அம்மனுடைய விக்கிரகம். நாம் விழுந்து கிடப்பது கர்ப்பக் கிருஹத்தை அடுத்துள்ள அர்த்த மண்டபம். அம்மனுக்கு அருகில் முணுக், முணுக்கென்று சிறிய தீபம் எரிந்து கொண்டிருக்கிறது. அதன் வெளிச்சந்தான் சற்று முன் தம் கண்களை அவ்வளவு கூசச் செய்தது! வெளியிலே இன்னும் 'சோ' என்று மழை கொட்டிக் கொண்டிருக்கிறது. புயலும் அடித்துக் கொண்டிருக்கிறது. அவ்வளவு புயலும், மழையும் தேவி கோவிலின் கர்ப்பக் கிருஹத்தில் ஒளிர்ந்த தீபத்தை அசைக்க முடியவில்லை! அது ஒரு நல்ல சகுனமோ? துர்க்கா பரமேசுவரி தம்மிடம் வைத்துள்ள கருணைக்கான அறிகுறியோ? எத்தனை பெரிய விபத்துக்கள் வந்தாலும் தமது ஜீவன் மங்கிவிடாது என்று எடுத்துக் காட்டுவது போல அல்லவா இருக்கிறது! ஜகன்மாதாவின் கருணையே கருணை! தமது பக்தியெல்லாம், தாம் செய்த பூசனை எல்லாம் வீண் போகவில்லை.

கிழவர் தட்டுத்தடுமாறி எழுந்து நிற்க முயன்றார். அவர் உடம்பு நடுங்கியது. சில்லிட்டு நடுங்குவது இயல்புதான் அன்றோ! அம்மன் சந்நிதியில் திரை விடுவதற்காகத் தொங்கிய துணியை எடுத்து உடம்பை நன்றாகத் துடைத்துக் கொண்டார். தமது ஈரத் துணியைக் களைந்து எறிந்துவிட்டுத் திரைத் துணியை அரையில் உடுத்திக் கொண்டார்.

அம்மன் சந்நிதியில் உடைத்த தேங்காய் மூடிகள், பழங்கள், நிவேதனத்துக்காகப் பொங்கல் பிரசாதங்கள் – எல்லாம் வைத்திருப்பதைக் கண்டார். தேவிக்குப் பூஜை செய்வதற்காக வந்த பூசாரியும், பிரார்த்தனைக்காரர்களும் எல்லாவற்றையும் அப்படி அப்படியே போட்டுவிட்டு ஓடிப் போயிருக்க வேண்டும். ஏன் அவர்கள் அப்படி ஓடினார்கள்? புயலுக்கும், மழைக்கும் பயந்து ஓடினார்களா? அல்லது கொள்ளிடத்துக் கரையில் உடைப்பு ஏற்பட்டு விட்டதைப் பார்த்துவிட்டு ஓடினார்களா? எதுவாயிருந்தாலும் சரி. தாம் செய்த புண்ணியந்தான்! துர்க்கா பரமேசுவரி தம்மை உடைப்பு வெள்ளத்திலிருந்து காப்பாற்றியது மட்டுமல்ல. தம்முடைய பசி தீருவதற்குப் பிரசாதமும் வைத்துக் கொண்டு காத்திருக்கிறாள்....

இன்றிரவை இந்தக் கோயிலிலேயே கழிக்க வேண்டியதுதான். இதைக் காட்டிலும் வேறு தக்க இடம் கிடைக்கப் போவதில்லை. உடைப்பு வெள்ளம் இந்தச் சிறிய கோவிலை ஒட்டித்தான் பாய்ந்து செல்ல வேண்டும்.

அதனால் கோவிலுக்கே ஆபத்து வரலாம். கோவிலைச் சுற்றிலும் வெள்ளம் குழிபறித்துக் கொண்டிருக்கும். அஸ்திவாரத்தையே தகர்த்தாலும் தகர்த்துவிடும். ஆயினும் இன்று இரவுக்குள்ளே அப்படி ஒன்றும் நேர்ந்துவிடாது. அவ்விதம் நேர்வதாயிருந்தாலும் சரிதான். இன்றிரவு இந்தக் கோவிலை விட்டுப் போவதற்கில்லை. உடம்பில் தெம்பு இல்லை; உள்ளத்திலும் சக்தி இல்லை...

பயபக்தியுடன் பழுவேட்டரையர் தேவியின் சந்நிதானத்தை நெருங்கினார். அங்கிருந்த பிரசாதங்களை எடுத்து வேண்டிய அளவு அருந்தினார். மிச்சத்தைப் பத்திரமாக வைத்து மூடினார்.

தேவியின் முன்னிலையில் நமஸ்காரம் செய்யும் பாவனையில் படுத்தார். கண்களைச் சுற்றிக் கொண்டு வந்தது. சிறிது நேரத்துக்குள் பழுவேட்டரையர் பெருந்துயிலில் ஆழ்ந்து விட்டார்.

❉ ❉ ❉ ❉

பத்தாம் அத்தியாயம்

கண் திறந்தது!

முதலில் நதி வெள்ளத்திலும், பின்னர் உடைப்பு வெள்ளத்திலும் அகப்பட்டுத் திண்டாடியபடியால் பெரிதும் களைப்படைத்திருந்த பழுவேட்டரையர் வெகு நேரம் நினைவற்று, உணர்ச்சியற்று, கட்டையைப் போல் கிடந்து தூங்கினார். வேண்டிய அளவு தூங்கிய பிறகு, இலேசாக நினைவுகளும், கனவுகளும் தோன்றின. ஒரு சமயம் துர்க்கா பரமேசுவரி, கோவில் விக்கிரகத்திலிருந்து புறப்பட்டு நாலு அடி எடுத்து வைத்து நடந்து அவர் அருகில் வந்தாள். அனல் வீசிய கண்களினால் அவரை உற்று நோக்கிய வண்ணம் திருவாய் மலர்ந்தாள். 'அடே, பழுவேட்டரையா! நீயும் உன் குலத்தாரும் தலைமுறை தலைமுறையாக எனக்கு வேண்டியவர்கள். ஆகையால் உனக்கு எச்சரிக்கிறேன். உன்னுடைய அரண்மனையில் நீ கொண்டு வைத்திருக்கிறாயே. அந்த நந்தினி என்பவள் மனிதப் பெண் உருக் கொண்ட ராட்சஸி! உன்னுடைய குலத்தையும், சோழர் குலத்தையும் வேரோடு அழித்துப் போடுவதற்காக வந்தவள். அதற்குச் சரியான சமயத்தை எதிர்பார்த்துக் கொண்டிருக்கிறாள். அவளை அரண்மனையிலிருந்தும், உன் உள்ளத்திலிருந்தும் அப்புறப்படுத்திவிட்டு மறு காரியம் பார்! இல்லாவிட்டால், உனக்கும் உன் குலத்துக்கும் என்றும் அழியாத அபகீர்த்தி ஏற்படும்...!"

இவ்விதம் எச்சரித்துவிட்டுத் தேவி திரும்பிச் சென்று விக்கிரகத்துக்குள் புகுந்து கலந்து விட்டாள்...!

பழுவேட்டரையர் திடுக்கிட்டு எழுந்தார். அவர் உடம்பு கிடுகிடுவென்று நடுங்கிக் கொண்டிருந்தது. தாம் கண்டது கனவுதான் என்று நம்புவது அவருக்குச் சற்றுச் சிரமமாகவே இருந்தது. ஆயினும் அப்படித்தான் இருக்க வேண்டும் என்று தீர்மானித்துக் கொண்டார்.

பொழுது நன்றாக விடிந்திருந்தது. புயலின் உக்கிரம் தணிந்திருந்தது. மழை நின்று போயிருந்தது. 'சோ' வென்ற சத்தம் மட்டும் கேட்டுக் கொண்டிருந்தது. கோவில் வெளி மண்டபத்தின் விளிம்பில் அருகில் வந்து நின்று சுற்று முற்றும் பார்த்தார். அவர் கண்ட காட்சி உற்சாகமளிப்பதாக இல்லை.

கொள்ளிடத்தின் உடைப்பு இதற்குள் மிகப் பெரிதாகப் போயிருந்தது. நதி வெள்ளத்தில் ஏறக்குறையப் பாதி அந்த உடைப்பின் வழியாகக் குபு குபுவென்று பாய்ந்து கொண்டிருந்ததாகத் தோன்றியது. கிழக்குத் திசையிலும், தெற்குத் திசையிலும் ஒரே வெள்ளக் காடாக இருந்தது. மேற்கே மட்டும் கோவிலை அடுத்துச் சிறிது தூரம் வரையில் வெள்ளம் சுழி போட்டுக் கொண்டு, துள்ளிக் குதித்துக் கொண்டு போயிற்று. அப்பால் குட்டை மரங்களும் புதர்களும் அடர்ந்திருந்த காட்டுப் பிரதேசம் வெகு தூரத்துக்குக் காணப்பட்டது. அது

திருப்புறம்பியம் கிராமத்தை அடுத்த காடாயிருக்க வேண்டுமென்றும், அந்தக் காட்டின் நடுவில் எங்கேயோதான் கங்க மன்னன் பிருதிவீபதிக்கு வீரக் கல் நாட்டிய பழைய பள்ளிப் படைக்கோயில் இருக்க வேண்டும் என்றும் ஊகம் செய்தார்.

அந்தப் பள்ளிப்படை உள்ள இடத்தில் நூறு வருஷங்களுக்கு முன்னால் நடந்த மாபெரும் யுத்தம் அவர் நினைவுக்கு வந்தது. அந்தப் போரில் சோழர் குலத்துக்கு உதவியாகத் தமது முன்னோர்கள் செய்த வீர சாகஸச் செயல்களையும் ஞாபகப்படுத்திக் கொண்டார். அப்படிப் பட்ட தமது பழம் பெருங்குலத்துக்கு இந்த நந்தினியினால் உண்மையிலேயே அவக்கேடு நேர்ந்துவிடுமோ? துர்க்கா பரமேசுவரி தனது கனவிலே தோன்றிக் கூறியதில் ஏதேனும் உண்மை இருந்தாலும் இருக்குமோ...?

எப்படியிருந்தாலும் இனி சர்வ ஜாக்கிரதையாகயிருக்க வேண்டும். நந்தினியின் அந்தரங்கம் என்னவென்பதையும் கண்டுபிடித்தேயாக வேண்டும். முதலில், இங்கிருந்து சென்ற பிறகல்லவா, மற்றக் காரியங்கள்? திருப்புறம்பியம் கிராமத்தை அடைந்தால் அங்கே ஏதேனும் உதவி பெறலாம். கவிழ்ந்த படகிலிருந்து தம்மைப்போல் வேறு யாரேனும் தப்பிப் பிழைத்திருந்தால், அவர்களும் அங்கே வந்திருக்கக்கூடும். ஆனால் வெள்ளத்தைக் கடந்து திருப்புறம்பியம் கிராமத்துக்குப் போவது எப்படி?

இந்தக் கோவிலைச் சுற்றி உடைப்பு வெள்ளம் இப்படிச் சுழி போட்டுக்கொண்டு ஓடுகிறதே! இதில் ஒரு மத யானை இறங்கினால் கூட அடித்துத் தள்ளிக் கொண்டு போய்விடுமே? இதை எப்படித் தாண்டிச் செல்வது?

உடைப்பு வெள்ளம் கோவிலைச் சுற்றிக் கீழே கீழே தோண்டிக் குழி பறித்துக் கொண்டிருப்பது திண்ணம். கோவில் எப்போது விழுமோ தெரியாது! துர்க்கா பரமேசுவரியின் சக்தியினால் விழாமலிருந்தால்தான் உண்டு. ஆயினும், அங்கிருந்து வெளியேறுவது எப்படி? உடைப்பு வெள்ளம் வடிந்த பிறகு போவது என்றால், எத்தனை நாள் ஆகுமோ தெரியாது.

நல்லவேளை, வேறொரு வழி இருக்கிறது. கோவிலுக்கு எதிரே பிரம்மாண்டமாக வளர்ந்திருந்த வேப்பமரம் ஒன்று இருந்தது. புயற்காற்றிலே விழாமல் அது எப்படியோ தப்பிப் பிழைத்தது. ஆனால் கோவிலைச் சுற்றித் துள்ளிச் சென்று கொண்டிருந்த உடைப்பு வெள்ளம் அந்த வேப்ப மரத்தைச் சுற்றிலும் சுழியிட்டுக் குழி பறித்துக் கொண்டிருந்ததால், கோவில் விழுவதற்கு முன்னால், அந்த மரம் விழுவது நிச்சயம். மரம் விழுந்தால் அநேகமாக மேற்குத் திசையிலுள்ள காட்டுப் பிரதேசத்துக்கு ஒரு பாலத்தைப் போல் அது விழக் கூடும். இல்லாவிட்டாலும், வெள்ளம் மரத்தை அடித்துக் கொண்டு போய், எங்கேயாவது கரையோரத்தில் சேர்க்கும். மரம் விழுந்தவுடனே அதன் மேல் தொத்தி ஏறிக் கொண்டால், ஒருவாறு அங்கிருந்து தப்பிப் பிழைக்கலாம்.

அதுவரையில் இக்கோயிலிலேயே இருக்க வேண்டியதுதான். தேவியின் கருணையினால் இன்னும் ஒருநாள் பசியாறுவதற்கும் பிரசாதம் மிச்சமிருக்கிறது. மரம் விழும் வரையில், அல்லது வெள்ளம் வடியும் வரையில் அங்கேயே பொறுமையுடன் காத்திருக்க வேண்டியதுதான். அதைத் தவிர வேறு என்ன செய்வது?

அவசரப்படுவதில் பயன் ஒன்றுமில்லை. நம்மால் இவ்வுலகில் இன்னும் ஏதோ பெரிய காரியங்கள் ஆக வேண்டியிருப்பதனாலேதான், தேவி ஜகன்மாதா, நம்மை வெள்ளத்தில் சாகாமல் காப்பாற்றியிருக்கிறாள். ஆதலின் மேலே நடக்க வேண்டியதற்கும், துர்க்கா பரமேசுவரியே வழி காட்டுவாள் அல்லவா?

அன்று பகல் சென்றது. இன்னும் ஓர் இரவும், பகலும் கழிந்தன. புயல், தான் சென்றவிடமெல்லாம் அதாஹதம் செய்து கொண்டே மேற்குத் திசையை நோக்கிச் சென்றுவிட்டது.

தூவானமும் விட்டுவிட்டது. ஆனால் துர்க்கா தேவியின் கோயிலில் அகப்பட்டுக் கொண்ட பழுவேட்டரையருக்கு மட்டும் விடுதலை கிட்டவில்லை. கொள்ளிடத்து வெள்ளம் குறைந்தது போலக் காணப்பட்டது. ஆனால் உடைப்பு வரவரப் பெரிதாகிக் கொண்டு வந்தது. கோயிலைச் சுற்றிச் சென்ற வெள்ளம்

குறையவில்லை. ஆழம் என்னமோ அதிகமாகிக் கொண்டே இருக்க வேண்டும். அதை அளந்து பார்ப்பது எப்படி? அல்லது அந்த உடைப்பு வெள்ளத்தில் இறங்கி நீந்திச் செல்லுவது பற்றித்தான் நினைத்துப் பார்க்கவும் முடியுமா?

கடைசியாக, அன்று சூரியன் அஸ்தமிக்கும் நேரத்தில் பழுவேட்டரையர் எதிர்பார்த்தபடி கோயிலுக்கு எதிரேயிருந்த பெரும் வேப்பமரமும் விழுந்தது. விழுந்த மரம் நல்ல வேளையாக உடைப்பு வெள்ளத்தின் மேற்குக் கரையைத் தொட்டுக் கொண்டு கிடந்தது. அதன் வழியாக அப்பால் செல்வதற்குப் பழுவேட்டரையர் ஆயத்தமானார். இரவிலே புறப்பட்டு அந்தக் காட்டுப் பிரதேசத்தில் எப்படி வழி கண்டு பிடித்துப் போவது என்பது பற்றிச் சிறிது தயங்கினார். சில கண நேரத்துக்குமேல் அந்தத் தயக்கம் நீடித்திருக்கவில்லை. உடனே புறப்பட வேண்டியதுதான் என்று முடிவு செய்து, தம்மை அந்தப் பேராபத்திலிருந்து காத்தருளிய துர்க்கா பரமேசுவரிக்கு நன்றி தெரிவிப்பதற்காகச் சந்நிதியை நெருங்கினார். சந்நிதியில் விழுந்து நமஸ்கரித்தார்.

அச்சமயத்தில் அவர் உடம்பு சிலிர்க்கும்படியான குரல் ஒன்று கேட்டது. முதலில் துர்க்கையம்மன் தான் பேசுகிறாளோ என்று தோன்றியது. பிறகு, இல்லை, குரல் வெளியில் சிறிது தூரத்துக்கு அப்பாலிருந்து வருகிறது என்று தெளிவடைந்தார். "மந்திரவாதி! மந்திரவாதி!" என்று கூப்பிட்டது அந்தக் குரல்.

பிறகு மறுபடியும் "ரவிதாசா! ரவிதாசா!" என்று கூவியது. முன் எப்பொழுதோ கேட்ட குரல் போலத் தோன்றியது.

பழுவேட்டரையர் எழுந்து முன் மண்டபத்துக்கு வந்தார். தூண் மறைவில் நின்று குரல் வந்த இடத்தை நோக்கினார். உடைப்பு வெள்ளத்துக்கு அப்பால், விழுந்த வேப்பமரத்தின் நுனிப் பகுதிக்கு அருகில் ஓர் உருவம் நின்று கொண்டிருக்கக் கண்டார். "மந்திரவாதி! மந்திரவாதி!" என்னும் கூக்குரல், அவருக்குத் தம் சகோதரன் முன்னொரு சமயம் கூறியவற்றை ஞாபகப்படுத்துகிறது. துர்க்காதேவியின் கருணையினால் தாம் அதுவரை அறிந்திராத மர்மத்தை அறிந்து கொள்ளப் போகிறோமோ என்ற எண்ணம் உதித்தது. ஆதலின் அசையாமல் நின்றார்.

அக்கரையில் நின்ற உருவம், விழுந்த வேப்ப மரத்தின் வழியாக உடைப்பு வெள்ளத்தைக் கடந்து வரத் தொடங்கியதைப் பார்த்தார்.

தம் வாணாளில் அதுவரை செய்திராத ஓர் அதிசயமான காரியத்தைப் பழுவேட்டரையர் அப்போது செய்தார். கோவில் முன் மண்டபத்தில் சட்டென்று படுத்துக் கொண்டார். தூங்குவது போலப் பாசாங்கு செய்தார்.

ரவிதாஸன் என்னும் மந்திரவாதியைப் பற்றி அறிந்து கொள்ளும் ஆசை அவரை அவ்வளவாகப் பற்றிக் கொண்டது. அவன் நந்தினியைப் பார்ப்பதற்காகச் சில சமயம் அவர் அரண்மனைக்கு வந்த மந்திரவாதியாகவே இருக்க வேண்டும். அவனுக்கும் நந்தினிக்கும் உள்ள தொடர்பு உண்மையில் எத்தகையது? அவனை அந்த இடத்தில், இந்த வேளையில், தேடி அலைகிறவன் யார்? எதற்காகத் தேடுகிறான்? இதையெல்லாம் தெரிந்து கொண்டால், ஒருவேளை நந்தினி தம்மை உண்மையிலேயே வஞ்சித்து வருகிறாளா என்பதைப் பற்றி அறிந்து கொள்ளலாம் அல்லவா? ரவிதாஸன் மட்டும் அவரிடம் சிக்கிக் கொண்டால், அவனிடத்திலிருந்து உண்மையைத் தெரிந்து கொள்ளாமல் விடுவதில்லை என்று மனத்தில் உறுதி கொண்டார்.

தூங்குவது போல் பாசாங்கு செய்தவரின் அருகில் அந்த மனிதன் வந்தான். மீண்டும், "ரவிதாஸா! ரவிதாஸா!" என்று கூப்பிட்டான்.

ஆகா! இந்தக் குரல் கடம்பூர் மாளிகையில் முன்னொரு தடவை வேலனாட்டம் ஆடிக் குறி சொன்னானே; அந்தத் தேவராளன் குரல் போல அல்லவா இருக்கிறது? இவனுடைய கழுத்தைப் பிடித்து இறுக்கி உண்மையைச் சொல்லும்படி செய்யலாமா? வேண்டாம்? இன்னும் சற்றுப் பொறுப்போம். இவன் மூலமாக மந்திரவாதி ரவிதாஸனைப் பிடிப்பதல்லவா முக்கியமான காரியம்?

"மந்திரவாதி! சூரியன் அஸ்தமிப்பதற்குள்ளேயே தூங்கி விட்டாயா?" என்று சொல்லிக் கொண்டே வந்த மனிதன் பழுவேட்டரையரின் உடம்பைத் தொட்டு அவருடைய முகம் தெரியும்படி புரட்டினான். அப்படிப் புரட்டியும் பழுவேட்டரையர் ஆடாமல் அசையாமல் கிடந்தார்.

பின் மாலையும், முன்னிரவும் கலந்து மயங்கிய அந்த நேரத்தில், மங்கலான வெளிச்சத்தில், தேவராளன் (ஆமாம், அவனே தான்!) பழுவேட்டரையரின் முகத்தைப் பார்த்தான். தன் கண்களை நன்றாகத் துடைத்துக் கொண்டு இன்னொரு தடவை உற்றுப் பார்த்தான். பீதியும், பயங்கரமும், ஆச்சரியமும், அவ நம்பிக்கையும் கலந்து தொனித்த ஈனக்குரலில் 'ஊ ஊ!' 'ஓ! ஓ!' 'ஆ! ஆ!' என்று ஊளையிட்ட வண்ணம் அவ்விடத்தை விட்டு ஓட்டம் பிடித்தான்!

பழுவேட்டரையர் கண்ணைத் திறந்து நிமிர்ந்து உட்கார்ந்து பார்ப்பதற்குள்ளே அவன் கோயிலுக்கு முன்னாலிருந்த பலிபீட மண்டபத்தை இரண்டு எட்டில் தாண்டிச் சென்று, வேப்ப மரப் பாலத்தின் மீது வேகமாக நடக்கத் தொடங்கி விட்டான்.

திரும்பிப் பார்ப்பதற்குக்கூட ஒரு கணமும் நில்லாமல் அதிவிரைவாக அம்மரத்தின் மீது ஓட்டமும் தாவலுமாகச் சென்று, அக்கரையை அடைந்தான். மறுகணம் புதர்களும் மரங்களும் அடர்ந்த காட்டில் மறைந்து விட்டான்.

பழுவேட்டரையர் அவன் மிரண்டு தாவி ஓடுவதைக் கண்கொட்டா வியப்புடன் பார்த்துக் கொண்டிருந்தார். காட்டில் அவன் மறைந்ததும், சமயம் நேர்ந்தபோது அவனைப் பிடிக்காமல் தாம் விட்டுவிட்டது தவறோ என்ற ஐயம் அவரைப் பற்றிக் கொண்டது. உடனே, அவரும் குதித்து எழுந்து ஓடினார். தேவராளனைப் போல் அவ்வளவு வேகமாக மரப் பாலத்தின் பேரில் அவரால் தாவிச் செல்ல முடியவில்லை. மெள்ள மெள்ளத் தட்டுத் தடுமாறிக் கிளைகளை ஆங்காங்கு பிடித்துக் கொண்டு தான் போக வேண்டியிருந்தது.

அக்கரையை அடைந்ததும், காட்டுப் பிரதேசத்துக்குள்ளே ஒற்றையடிப் பாதை ஒன்று போவது தெரிந்து. அதை உறுத்துப் பார்த்தார். சேற்றில் புதிதாகக் காலடிகள் பதிந்திருந்தது தெரிந்தன. அந்த வழியிலேதான் தேவராளன் போயிருக்க வேண்டுமென்று தீர்மானித்து மேலே விரைவாக நடந்தார்.

அது முன்னிலாக் காலமானாலும், வானத்தில் இன்னும் மேகங்கள் சூழ்ந்திருந்தபடியால் நல்ல இருட்டாகவே இருந்தது. காட்டுப் பிரதேசத்தில் என்னவெல்லாமோ சத்தங்கள் கேட்டன. புயலிலும் மழையிலும் அடிபட்டுக் கஷ்டங்களுக்கு உள்ளாகியிருந்த காட்டில் வாழும் ஜீவராசிகள் கணக்கற்றவை. மழை நின்றதினால் ஏற்பட்ட மகிழ்ச்சியைத் தெரிவித்துக் குரல் கொடுத்துக் கொண்டு அங்குமிங்கும் சஞ்சரித்தன.

ஒற்றையடிப் பாதை சிறிது தூரம் போய் நின்றுவிட்டது. ஆனால் பழுவேட்டரையர் அத்துடன் நின்றுவிட விரும்பவில்லை. அன்றிரவு முழுவதும் அந்தக் காட்டில் அலைந்து திரியும்படி நேர்ந்தாலும் அந்தத் தேவராளனையும், அவன் தேடிப் போகும் மந்திரவாதி ரவிதாஸனையும் பிடித்தே தீருவது என்று தீர்மானித்துக் கொண்டு, காட்டுப் புதர்களில் வழிகண்ட இடத்தில் நுழைந்து சென்றார்.

ஒரு ஜாம நேரம் காட்டுக்கள் அலைந்த பிறகு சற்றுத் தூரத்தில் வெளிச்சம் ஒன்று தெரிவதைப் பார்த்தார். அந்த வெளிச்சம் நின்ற இடத்தில் நில்லாமல் போய்க் கொண்டிருந்த படியால் அது வழி கண்டுபிடிப்பதற்காக யாரோ கையில் எடுத்துச் செல்லும் சுளுந்தின் வெளிச்சமாகவே இருக்க வேண்டும் என்பது தெரிந்தது.

அந்த வெளிச்சத்தைக் குறி வைத்துக் கொண்டு வெகு விரைவாக நடந்தார். வெளிச்சத்தை நெருங்கிச் சென்று கொண்டிருந்தார்.

கடைசியாக, அந்தச் சுளுந்து வெளிச்சம் காட்டின் நடுவே ஒரு பாழடைந்த மண்டபத்தை வெளிச்சம் போட்டுக் காட்டுவது போல் காட்டிவிட்டு உடனே மறைந்தது. அந்த மண்டபம் திருப்புறம்பியத்திலுள்ள

பிருதிவீபதியின் பள்ளிப்படைக் கோவில்தான் என்பதைப் பழுவேட்டரையர் பார்த்த உடனே தெரிந்து கொண்டார். பள்ளிப்படையை நெருங்கி, ஒரு பக்கத்துச் சுவர் ஓரமாக நின்று காது கொடுத்துக் கேட்டார்.

ஆமாம்; அவர் எதிர்பார்த்தது வீண்போகவில்லை. இரண்டு பேர் பேசிக் கொண்டிருந்தது கேட்டது. உரத்த குரலில் பேசியபடியால் பேசியது தெளிவாகக் கேட்டது.

"மந்திரவாதி! உன்னை எத்தனை நேரமாகத் தேடிக் கொண்டிருக்கிறேன், தெரியுமா? நீ ஒரு வேளை வர முடியாமற் போய் விட்டதோ, அல்லது உன்னையுந்தான் யமன் கொண்டு போய் விட்டானோ என்று பயந்து போனேன்!" என்றான் தேவராளன்.

மந்திரவாதி ரவிதாஸன் கடகடவென்று சிரித்தான்.

"யமன் என்னிடம் ஏன் வருகிறான்? சுந்தர சோழனையும், அவனுடைய இரண்டு பிள்ளைகளையும்தான் யமன் நெருங்கிக் கொண்டிருக்கிறான். நாளைய தினம் அவர்களுடைய வாழ்நாள் முடிந்துவிடும்!" என்றான் மந்திரவாதி.

அச்சமயம் வானத்தையும் பூமியையும் பிரகாசப்படுத்திக் கொண்டு மின்னல் ஒன்று மின்னியது.

❉ ❉ ❉ ❉

பதினொன்றாம் அத்தியாயம்

மண்டபம் விழுந்தது!

மின்னல் வெளிச்சத்தில், அங்கே நின்று பேசியவர்கள் இருவருடைய தோற்றங்களையும் பழுவேட்டரையர் ஒரு கணம் பார்த்துத் தெரிந்து கொண்டார். அவர்களில் ஒருவனாகிய ரவிதாஸனை இரண்டொரு தடவை அவர் தமது அரண்மனையிலேயே பார்த்ததுண்டு. அவன் மந்திர வித்தைகளில் தேர்ந்தவன் என்று நந்தினி கூறியதுண்டு. அவருடைய சகோதரன் காலாந்தக கண்டன் இந்த மந்திரவாதியைப் பற்றியே தான் சந்தேகப்பட்டு அவரை எச்சரித்திருக்கிறான். இன்னொருவன், கடம்பூர் அரண்மனையில் வேலனாட்டம் ஆடிய தேவராளன். அவனைத் தாம் பார்த்தது அதுதானா முதல் தடவை? அவனுடைய உண்மைப் பெயர் என்ன?... அப்படியும் ஒரு வேளை இருக்க முடியும்? நெடுங்காலத்துக்கு முன்பு அவரால் அரசாங்க உத்தியோகத்திலிருந்து விலக்கப்பட்ட பரமேசுவரனா அவன்?...

இருக்கட்டும்; இவர்கள் மேலும் என்ன பேசுகிறார்கள் கேட்கலாம்.

"ரவிதாசா! நீ இப்படித்தான் வெகு காலமாகச் சொல்லிக் கொண்டிருக்கிறாய். 'நாள் நெருங்கிவிட்டது' 'யமன் நெருங்கிவிட்டான்' என்றெல்லாம் பிதற்றுகிறாய்! யமன் வந்து யார் யாரையோ கொண்டு போகிறான்! ஆனால் மூன்று வருஷங்களாகப் படுத்த படுக்கையாய்க் கிடக்கும் சுந்தர சோழனைக் கொண்டு போவதாக இல்லை. அவனுடைய குமாரர்களையோ, யமன் நெருங்குவதற்கே அஞ்சுகிறான். ஈழநாட்டில் நாம் இரண்டு பேரும் எத்தனையோ முயன்று பார்த்தோமே!..."

"அதனால் குற்றமில்லை. அப்பனே! யமதர்மராஜன் உன்னையும் என்னையும் விடப் புத்திசாலி! மூன்று பேரையும் ஒரே தினத்தில் கொண்டு போவதற்காகவே இத்தனை காலமும் காத்துக் கொண்டிருந்தான். அந்தத் தினம் நாளைக்கு வரப் போகிறது. நல்ல வேளையாக, நீயும் இங்கே வந்து சேர்ந்தாய்! சரியான யம தூதன் நீ!

ஏன் இப்படி நடுங்குகிறாய்! கொள்ளிட வெள்ளத்தில் அகப்பட்டுக் கொண்டாயா? படகு கொண்டு வந்து வைத்திருக்கிறாய் அல்லவா?"

"வைத்திருக்கிறேன். அனால் படகை வெள்ளமும் காற்றும் அடித்துக்கொண்டு போகாமல் காப்பாற்றுவது பெரும் பாடாய்ப் போய்விட்டது! உன்னை இத்தனை நேரம் எங்கெல்லாம் தேடுவது?... ரவிதாசா! ஏன் என் உடம்பு நடுங்குகிறது என்று கேட்டாய் அல்லவா? சற்று முன்னால், யமதர்மராஜனை நான் நேருக்கு நேர் பார்த்தேன். இல்லை, இல்லை; யமனுக்கு அண்ணனைப் பார்த்தேன். அதனால் சற்று உண்மையிலேயே பயந்து போய் விட்டேன்..."

"பரமேசுவரா! என்ன உளறுகிறாய்? யமனாவது, அவன் அண்ணனாவது? அவர்களைக் கண்டு உனக்கு என்ன பயம்? அவர்கள் அல்லவோ உன்னைக் கண்டு அஞ்ச வேண்டும்?"

ரவிதாசன் மற்றவனைப் 'பரமேசுவரன்' என்று அழைத்ததும் பழுவேட்டரையர் துணுக்குற்றார். தாம் சந்தேகப்பட்டது உண்மையாயிற்று! யமதர்மனுடைய அண்ணன் என்று அவன் குறிப்பிட்டது தம்மைத்தான் என்பதையும் அறிந்துகொண்டார். அவனை உடனே நெருங்கிச் சென்று கழுத்தைப் பிடித்து நெறித்துக் கொல்ல வேணுமென்று அவர் உள்ளமும் கைகளும் துடித்தன. மேலும் அவர்களுடைய பேச்சைக் கேட்கவேணும் என்ற ஆவலினால் பொறுமையாக இருந்தார். நந்தினியைப்பற்றி அவர்கள் இன்னும் பேச்சு எடுக்கவில்லை. சுந்தர சோழரின் குடும்பத்துக்கே நாளை யமன் வரப் போகிறான் என்று மந்திரவாதி கூறியதன் கருத்து என்ன? உண்மையிலேயே ஜோதிடம் பார்த்துச் சொல்கிறானா? இவனுடைய மந்திர சக்தியைப் பற்றி நந்தினி கூறியதெல்லாம் உண்மைதானோ? ஒரு வேளை இவன் கூறுகிறபடி தெய்வாதீனமாக நடந்துவிட்டால்?... தம்முடைய நோக்கம் நிறைவேறுவது எளிதாகப் போய் விடும்! சோழ சாம்ராஜ்யத்தைப் பங்கீடு செய்யவேண்டிய அவசியம் ஏற்படாது! ஆனால் இந்தப் பரமேசுவரன்?... இவனுக்கு என்ன இந்த விஷயத்தில் கவலை? ஆம்; ஆம்; இருபது வருஷங்களுக்கு முன்னால் 'சோழ குலத்தையே அழித்துவிடப் போகிறேன்' என்று சபதம் செய்து விட்டுப் போனவன் அல்லவா இவன்?... ஆகா! தம்மைப் பற்றித்தான் அவன் ஏதோ பேசுகிறான்! என்ன சொல்லுகிறான் என்று கேட்கலாம்!

"நீ என்னிடம் சொல்லியிருந்தபடி இன்று காலையே இங்கு நான் வந்தேன். ஆனால் உன்னைக் காணவில்லை. காற்றிலும் மழையிலும் அடிபட்டு எங்கேயாவது சமீபத்தில் ஒதுங்கி இருக்கிறாயா என்று சுற்றுப்புறமெல்லாம் தேடி அலைந்தேன். கொள்ளிடத்து உடைப்புக்கு அருகில் ஒரு சிறிய கோவில் இருக்கிறது. அதில் யாரோ படுத்திருப்பதுபோலத் தோன்றியது. ஒரு வேளை நீதான் அசந்து தூங்குகிறாயோ என்று அருகில் போய்ப் பார்த்தேன்...யாரைப் பார்த்தேன் என்று நினைக்கிறாய்? சாக்ஷாத் பெரிய பழுவேட்டரையனைத் தான்!..."

மந்திரவாதி, 'ஹாஹாஹா' என்று உரத்துச் சிரித்தான். அதைக் கேட்ட வனத்தில் வாழும் பறவைகள் 'கீறீச்' 'கீறீச்' என்று சத்தமிட்டன. ஊமைக் கோட்டான்கள் உறுமின.

"பழுவேட்டரையனைப் பார்த்தாயா? அல்லது அவனுடைய பிசாசைப் பார்த்தாயா?" என்று ரவிதாசன் கேட்டான்.

"இல்லை; பிசாசு இல்லை. குப்புறப்படுத்திருந்தவனைத் தொட்டுப் புரட்டிப் போட்டு முகத்தை நன்றாக உற்றுப் பார்த்தேன். ரவிதாசா! யமனுக்கு அண்ணன்கள் இரண்டு பேர் இருக்கமுடியுமா? பழுவேட்டரையனைப் போலவே, அதே முகம், அதே மீசை, அதே காய வடுக்கள்– இவற்றுடன் மனிதன் இருக்க முடியுமா?"

"நீ பார்த்தவன் பழுவேட்டரையன்தான்! சந்தேகமில்லை. நேற்று மாலை பழுவேட்டரையன் படகில் ஏறிக் கொள்ளிடத்தைத் தாண்டிக் கொண்டிருந்தான். கரையருகில் வந்தபோது படகு காற்றினால் கவிழ்ந்துவிட்டது. அவனுடைய பரிவாரங்களில் தப்பிப் பிழைத்துக் கரையேறியவர்கள் இப்போதுகூடக் கொள்ளிடக் கரையோரமாகப்

பழுவேட்டரையனைத் தேடிக் கொண்டிருக்கிறார்கள். அவன் வெள்ளத்தில் மூழ்கிச் செத்துப் போயிருக்கலாம் என்று சந்தேகப்படுகிறார்கள். உடைப்பு வரையில் போய்ப் பார்த்துவிட்டு அவர்கள் திரும்பி வரும்போது பேசியதை நான் கேட்டேன். ஆகையால், நீ பார்த்தவன் பழுவேட்டரையனாகவே இருக்கக்கூடும். ஒரு வேளை அவனுடைய பிரேதத்தைப் பார்த்தாயோ, என்னமோ!"

"இல்லை, இல்லை. செத்துப்போயிருந்தால் கண் விழிகள் தெரியுமா? நான் புரட்டிப் பார்த்தவனுடைய கண்கள் நன்றாக மூடியிருந்தன. களைத்துப் போய்த் தூங்கிக் கொண்டிருந்தான் போலிருக்கிறது?....

"முட்டாளே! நீ என்ன செய்தாய்! அவனைச் சும்மா விட்டுவிட்டு வந்தாயா? தலையிலே ஒரு கல்லைத் தூக்கிப் போட்டிருக்கக் கூடாதா?...."

"பழுவேட்டரையன் தலையைப் பற்றி உனக்குத் தெரியாது. அவன் தலையிலே கல்லைப் போட்டால், கல்தான் உடைந்து தூள்தூளாகும்!"

"அப்படியானால் கொள்ளிடத்து உடைப்பு வெள்ளத்திலாவது அவனை இழுத்து விட்டிருக்கலாமே?"

"நான்தான் சொன்னேனே? அவனைக் கண்டதும் எனக்கு யமனுடைய அண்ணனைக் கண்டதுபோல் ஆகிவிட்டது. கடம்பூரில் அவன் முன்னால் வேலனாட்டம் ஆடியபோது கூட என் நெஞ்சு 'திக் திக்' என்று அடித்துக் கொண்டுதானிருந்தது. என்னை அவன் அடையாளங் கண்டு கொண்டானானால்...."

"அதை நினைத்து இப்போது எதற்கு நடுங்குகிறாய்?"

"அவன் உயிரோடிருக்கும் வரையிலே எனக்குக் கொஞ்சம் திகிலாய்த்தானிருக்கும். நீ சொன்னபடி செய்யாமற் போனோமே, அவனை வெள்ளத்தில் புரட்டித் தள்ளாமல் வந்து விட்டோமே என்று கவலையாயிருக்கிறது..."

"ஒரு கவலையும் வேண்டாம். ஒரு விதத்தில் பெரிய பழுவேட்டரையன் உயிரோடிருப்பதே நல்லது. அப்போதுதான், சுந்தரசோழனும், அவனுடைய பிள்ளைகளும் இறந்து ஒழிந்த பிறகு சோழ நாட்டுச் சிற்றரசர்கள் இருபிரிவாய்ப் பிரிந்து நின்று சண்டையிடுவார்கள். பழுவேட்டரையர்களும் சம்புவரையர்களும் ஒரு பக்கத்திலும், கொடும்பாளூர் வேளானும் திருக்கோவலூர் மலையமானும் இன்னொரு பக்கத்திலும் இருந்து சண்டையிடுவார்கள். அது நம்முடைய நோக்கத்துக்கு மிக்க அநுகூலமாயிருக்கும். அவர்கள் தங்களுக்குள் சண்டையிடும்போது நாம் பாண்டிய நாட்டில் ரகசியமாகப் படை திரட்டிச் சேர்க்கலாம்..."

"ரவிதாசா! 'அத்தைக்கு மீசை முளைத்தால் சித்தப்பா' என்ற கதையாகப் பேசுகிறாய்! சுந்தர சோழனுக்கும் அவனுடைய இரு புதல்வர்களுக்கும் நாளைக்கு இறுதி நேர்ந்தால் அல்லவா நீ சொன்னபடி சோழநாட்டுத் தலைவர்கள் சண்டை போட்டுக் கொள்வார்கள்? மூன்று பேருக்கும் நாளைக்கே முடிவு வரும் என்பது என்ன நிச்சயம்? உனக்கு ஒரு செய்தி தெரியுமா?..."

"எதைச் சொல்லுகிறாய்?"

"நாகைப்பட்டினத்தில் அருள்மொழிவர்மன் உயிரோடிருக்கிறானாம்! மக்கள் அவனைச் சூழ்ந்துகொண்டு அவனே சோழ நாட்டின் சக்கரவர்த்தி ஆக வேண்டும் என்று ஆர்ப்பரிக்கிறார்களாம்! நீ கேள்விப்பட்டாயா?"

ரவிதாசன் மறுபடியும் சிரித்துவிட்டு, "நான் கேள்விப் படவில்லை. எனக்கே அது தெரியும். அருள்மொழி வர்மனைப் புத்த விஹாரத்திலிருந்து வெளிப்படுத்தியது யார் என்று நினைக்கிறாய்? நம் ரேவதாசக் கிரமவித்தனுடைய மகள் ராக்கம்மாள்தான்! அவள்தான் படகோட்டி முருகய்யனுடைய மனைவி!" என்றான்.

"அதனால் என்ன? அருள்மொழிவர்மன் வெளிப்பட்டதனால் என்ன லாபம்? அவனை இனி எப்போதும் லட்சக் கணக்கான ஜனங்கள் அல்லவா சூழ்ந்து கொண்டிருப்பார்கள்? ஈழ நாட்டில் அவன் இரண்டு மூன்று பேருடன் இருந்தபோதே நம்முடைய முயற்சி பலிக்கவில்லையே" என்றான் தேவராளன்.

"அதுவும் நல்லதுதான் என்று சொன்னேனே! மூன்று பேருக்கும் ஒரே நாளில் யமன் வருவதற்கு இருக்கும்போது..."

"ரவிதாசா! லட்சம் பேருக்கு மத்தியில் உள்ள இளவரசனிடம் யமன் எப்படி நெருங்குவான்? அதை நீ சொல்லவில்லையே?"

"நெருங்குவான், அப்பனே நெருங்குவான்! யானைப் பாகனுடைய அங்குசத்தின் நுனியில் யமன் உட்கார்ந்திருப்பான்! சரியான சமயத்தில் இளவரசனுடைய உயிரை வாங்குவான்! பரமேச்சுவரா! சோழ நாட்டு மக்கள் இளவரசனை யானை மீது ஏற்றிவைத்து ஊர்வலம் விட்டுக் கொண்டு தஞ்சையை நோக்கி வருவார்கள். அந்த யானையை ஓட்டும் பாகனுக்கு வழியில் ஏதாவது ஆபத்து வந்துவிடும். அவனுடைய இடத்தில் நம் ரேவதாசக் கிரமவித்தன் யானைப் பாகனாக அமருவான்! அப்புறம் என்ன நடக்கும் என்பதை நீயே ஒருவாறு ஊகித்துக்கொள்!"

"ரவிதாசா! உன் புத்திக் கூர்மைக்கு இணை இல்லை என்பதை ஒத்துக் கொள்கிறேன். கிரமவித்தன் எடுத்த காரியத்தை முடிப்பான் என்று நாம் நம்பியிருக்கலாம். சுந்தரசோழன் விஷயம் என்ன? அவனுக்கு என்ன ஏற்பாடு செய்திருக்கிறாய்?" என்றான் தேவராளன்.

"பழுவேட்டரையனுடைய கருவூல நிலவரையில் சோமன் சாம்பவனை விட்டுவிட்டு வந்திருக்கிறேன். கையில் வேலாயுதத்துடன் விட்டு வந்திருக்கிறேன். அங்கேயிருந்து சுந்தர சோழன் அரண்மனைக்குச் சுரங்கப் பாதை போகிறது. சுந்தர சோழன் படுத்திருக்கும் இடத்தையே சோமன் சாம்பவனுக்குச் சுட்டிக் காட்டியிருக்கிறேன். இரண்டு கண்ணும் தெரியாத குருடன் கூட நான் குறிப்பிட்ட இடத்தில் நின்று வேலை எறிந்து சுந்தர சோழனைக் கொன்று விடலாம். சோமன் சாம்பவனை 'அவசரப் படாதே; நாளை வரையில் பொறுத்துக் கொண்டிரு!' என்று எச்சரித்து விட்டு வந்திருக்கிறேன்..."

"அது எதற்காக? சமயம் நேரும்போது காரியத்தை முடிப்பதல்லவா நல்லது?"

"முட்டாள்! சுந்தரசோழன் முன்னதாகக் கொலையுண்டால், அந்தச் செய்தி கேட்டதும் அவன் குமாரர்கள் ஜாக்கிரதையாகி விடமாட்டார்களா? அந்த நோயாளிக் கிழவன் இறந்துதான் என்ன உபயோகம்? அது இருக்கட்டும்; நீ என்ன செய்தி கொண்டு வந்திருக்கிறாய்? கடம்பூர் மாளிகையில் எல்லோரும் எப்படியிருக்கிறார்கள்? அங்கே நாளை இரவு நடக்கப் போகிற காரியம் அல்லவா எல்லாவற்றையும் விட முக்கியமானது!"

"கடம்பூரில் எல்லாம் கோலாகலமாகத்தான் இருந்து வருகிறது. கலியாணப் பேச்சும், காதல் நாடகங்களுமாயிருக்கின்றன. நீ என்னமோ அந்தப் பழுவூர் ராணியை நம்பியிருப்பது எனக்குப் பிடிக்கவே இல்லை..."

"பழுவூர் ராணியா அவள்? பாண்டிமாதேவி என்று சொல்! வீர பாண்டியர் இறப்பதற்கு இரண்டு நாளைக்கு முன்னால் அவளைத் தம் பட்ட மகிஷியாக்கிக் கொண்டதை மறந்து விட்டாயா? வீர பாண்டியர் மரணத்துக்குப் பழிக்குப்பழி வாங்க அவள் சபதம் செய்திருப்பதை மறந்துவிட்டாயா? ஒரு வாரத்துக்கு முன்னால் இதே இடத்தில் அவள் பாண்டிய குமாரன் கையிலிருந்து பாண்டிய குலத்து வீரவாளைப் பெற்றுக் கொள்ளவில்லையா...?"

"ஆமாம், ஆமாம்! ஆனால் நேற்று மாலை உன் பாண்டிமாதேவி வீர நாராயண ஏரியில் உல்லாசப் படகு யாத்திரை செய்து விட்டுத் திரும்பி வந்ததை நீ பார்த்திருக்க வேண்டும்..."

"உல்லாசமாயிராமல் பின் எப்படியிருக்க வேண்டும் என்கிறாய்? மனத்தில் உள்ளதை மறைத்து வைக்கும் வித்தையை நந்தினியைப் போல் கற்றிருப்பவர் யாரும் கிடையாது. இல்லாவிட்டால், பழுவேட்டரையரின் அரண்மனையில் மூன்று வருஷம் காலந் தள்ள முடியுமா? அங்கே இருந்தபடி நம்முடைய காரியங்களுக்கு இவ்வளவு உதவிதான் செய்திருக்க முடியுமா? ஆமாம், பழுவேட்டரையனை நீ சற்று முன் கொள்ளிடக்கரைத் துர்க்கையம்மன் கோவிலில் பார்த்ததாகக் கூறினாயே? அவனை ஏற்றி வந்த படகு கவிழ்ந்ததைப் பற்றி நானும் கேள்விப்பட்டேன். பழுவேட்டரையன் எப்போது ஏன் கடம்பூரிலிருந்து புறப்பட்டான்?"

"ஏன் என்று எனக்கு உறுதியாகத் தெரியாது. மதுராந்தகத் தேவனைக் கடம்பூருக்கு அழைத்து வரப் புறப்பட்டதாகச் சொன்னார்கள். நேற்றுக்காலை பழுவேட்டரையன் கிளம்பினான். அவன் சென்ற பிறகு இளவரசர்கள் வேட்டையாடச் சென்றார்கள். இளவரசிமார்கள் வீர நாராயண ஏரிக்கு ஜலக்கிரீடை செய்யச் சென்றார்கள். இளவரசர்களும் இளவரசிகளும் திரும்பி வந்த குதூகலமான காட்சியை நீ பார்த்திருந்தாயானால் இவ்வளவு நம்பிக்கையோடு பேசமாட்டாய்!..."

"அதைப் பற்றி நீ கொஞ்சமும் கவலைப்படவேண்டாம். பழுவேட்டரையனைத் தஞ்சைக்கு அனுப்பி வைத்ததிலிருந்தே பாண்டிமாதேவியின் மனதை அறிந்து கொள்ளலாமே!"

"பெண்களின் மனதை யாரால் அறியமுடியும்? அந்தக் கிழவனை ஊருக்கு அனுப்பியது பழிவாங்கும் நோக்கத்துக்காகவும் இருக்கலாம், காதல் நாடகம் நடத்துவதற்காகவும் இருக்கலாம்..."

"என்ன உளறுகிறாய், பரமேச்சுவரா! நந்தினி அந்தப் பழைய கதையை அடியோடு மறந்துவிட்டாள். கரிகாலனை அவள் இப்போது விஷம்போலத் துவேஷிக்கிறாள்!"

"கரிகாலனைப்பற்றி நான் சொல்லவில்லை. அவனுடைய தூதன் வந்தியத்தேவனைப் பற்றிச் சொல்லுகிறேன். இரண்டு மூன்று தடவை நந்தினி அவனைத் தப்பிச் செல்லும்படி விட்டதை நீ மறந்துவிட்டாயா?"

மந்திரவாதி கலகலவென்று சிரித்துவிட்டு, "ஆமாம்; வந்தியத்தேவன் எதற்காகப் பிழைத்திருக்கிறான் என்பது சீக்கிரத்திலேயே தெரியும். அது தெரியும்போது நீ மட்டுந்தான் ஆச்சரியப்படுவாய் என்று எண்ணாதே! இன்னும் ரொம்பப் பேர் ஆச்சரியப்படுவார்கள்! முக்கியமாக, சுந்தர சோழரின் செல்வக்குமாரி குந்தவை ஆச்சரியப்படுவாள். அவள் எந்தச் சுகுமார வாலிபனுக்குத் தன் உள்ளத்தைப் பறிகொடுத்திருக்கிறாளோ, அவனே அவளுடைய தமையன் ஆதித்த கரிகாலனைக் கொன்றவன் என்று அறிந்தால் ஆச்சரியப்பட மாட்டாளா!" என்றான்.

"என்ன செல்கிறாய், ரவிதாசா! உண்மையாகவே வந்தியத்தேவனா கரிகாலனைக் கொல்லப் போகிறான்? அவன் நம்மோடு சேர்ந்துவிட்டானா, என்ன?"

"அதெல்லாம் இப்போது கேட்காதே! கரிகாலனைக் கொல்லும் கை யாருடைய கையாக இருந்தால் என்ன? பாண்டிய குலத்து மீன் சின்னம் பொறித்த வீரவாள் அவனைக் கொல்லப் போகிறது. அவனைக் கொன்ற பழி வந்தியத்தேவன் தலைமீது விழப்போகிறது! நம்முடைய ராணியின் சாமர்த்தியத்தைப் பற்றி இப்போது என்ன சொல்லுகிறாய்?"

"நீ சொன்னபடி எல்லாம் நடக்கட்டும். பிற்பாடு கேள், சொல்லுகிறேன்".

"வேறு எது நடந்தாலும் நடக்காவிட்டாலும், கரிகாலனுடைய ஆவி நாளை இரவுக்குள் பிரிவது நிச்சயம். நந்தினி ஏற்றுக்கொண்ட பொறுப்பை நிறைவேற்றியே தீருவாள். நம்முடைய பொறுப்பையும் நாம் நிறைவேற்ற வேண்டும்..."

"நம்முடைய பொறுப்பு என்ன?"

"நாளை இரவு கடம்பூர் மாளிகையிலிருந்து வெளியேறும் சுரங்கப் பாதையில் ஆயத்தமாக காத்திருக்க வேண்டும். காரியம் முடிந்ததும் நந்தினி அதன் வழியாக வருவாள். அவளை அழைத்துக் கொண்டு இரவுக்கிரவே கொல்லி மலையை அடைந்து விட வேண்டும். அங்கே இருந்து கொண்டு, சோழ நாட்டில் நடைபெறும் அல்லோல கல்லோலத்தைப் பார்த்துக் கொண்டிருப்போம். ஒருவேளை சௌகரியப்பட்டால்..."

"சௌகரியப்பட்டால், என்ன?"

"பழுவேட்டரையனின் கருவூல நிலவறையில் சேர்த்து வைத்திருக்கும் பொருள்களையெல்லாம் சுரங்கப் பாதை வழியாகக் கொண்டுபோய்ச் சேர்க்க வேண்டும். சோழ நாட்டுப் பொக்கிஷத்திலிருந்து கொண்டுபோன பொருள்களைக் கொண்டே சோழ நாட்டின்மீது போர் தொடுக்கப் படை திரட்டுவது எவ்வளவு பொருத்தமாயிருக்கும்?" இவ்விதம் கூறிவிட்டு மறுபடியும் ரவிதாசன் சிரித்தான்.

தேவராளனாக நடித்த பரமேச்சுவரன், "சரி, சரி! ஆகாசக் கோட்டையை ரொம்பப் பெரிதாகக் கட்டிவிடாதே! முதலில் கொள்ளிடத்தைத் தாண்டி அக்கரையை அடைந்து, கடம்பூர் போய்ச் சேரலாம். கடம்பூரில் நீ சொன்னபடி எல்லாம் நடக்கட்டும்! பிறகு, பழுவேட்டரையனுடைய பொக்கிஷத்தைக் கொள்ளையடிப்பது பற்றி யோசிக்கலாம். என்ன சொல்லுகிறாய்? இப்போதே கிளம்பலாமா? இரவே கொள்ளிடத்தைத் தாண்டி விடுவோமா?" என்றான்.

"வேண்டாம், வேண்டாம்! பொழுது விடிந்ததும் படகில் ஏறினால் போதும். அதற்குள் காற்றும் நன்றாக அடங்கிவிடும். ஆற்று வெள்ளமும் கொஞ்சம் குறைந்துவிடும்."

"அப்படியானால், இன்றிரவு இந்தப் பள்ளிப்படை மண்டபத்திலேயே படுத்திருக்கலாமா?" ரவிதாசன் சற்று யோசித்தான்.

அப்போது சற்று தூரத்தில் நரிகள் ஊளையிடும் சத்தம் கேட்டது. ரவிதாசனுடைய உடல் நடுங்கிற்று.

"ரவிதாசா! கேவலம் நரிகளின் குரலைக் கேட்டு ஏன் இப்படி நடுங்குகிறாய்?" என்றான் தேவராளன்.

"அப்பனே! கோடிக்கரைப் புதை சேற்றில் கழுத்துவரையில் நீ புதைபட்டிருந்து, சுற்றிலும் நூறு நரிகள் நின்று உன்னைத் தின்பதற்காகக் காத்திருக்கும் பயங்கரத்தை நீ அனுபவித்திருந்தால் இப்படிச் சொல்லமாட்டாய்! சிங்கத்தின் கர்ஜனையையும், மத யானையின் ஓலத்தையும் கேட்டு, எனக்குப் பயம் உண்டாவதில்லை. நரியின் ஊளையைக் கேட்டால் குலை நடுங்குகிறது. வா! வா! இந்தச் சுடுகாட்டில் இராத் தங்கவேண்டாம். வேறு எங்கேயாவது கிராமத்துக்குப் பக்கமாயுள்ள கோவில் அல்லது சத்திரத்தில் தங்குவோம். இல்லாவிட்டால், கொள்ளிடக் கரையிலுள்ள துர்க்கைக் கோவிலைப் பற்றிச் சொன்னாயே! அங்கே போவோம். இன்னமும் அந்தக் கிழவன் அங்கே படுத்திருந்தால், வெள்ளத்தில் அவனை இழுத்து விட்டு விடலாம். அதுவே அவனுக்கு நாம் செய்யும் பேருதவியாயிருக்கும். நாளைக்கு மறுநாள் வரையில் அவன் உயிரோடிருந்தால், ரொம்பவும் மனத்துயரத்துக்கு ஆளாக நேரிடும்!"

மேற்கூறிய சம்பாஷணையை ஏறக்குறைய ஒன்றும் விடாமல் பெரிய பழுவேட்டரையர் கேட்டுக் கொண்டிருந்தார். அவர்கள் பேசிய ஒவ்வொரு வார்த்தையும் அவருடைய செவிகளில் ஈயத்தைக் காய்ச்சி ஊற்றுவது போலிருந்தது. அவருடைய நெஞ்சு ஒரு பெரிய எரிமலையின் கர்ப்பத்தைப் போல் தீக்குழம்பாகிக் கொதித்தது. தாம் காதலித்துக் கலியாணம் செய்து கொண்ட பெண், வீரபாண்டியன் மரணத்துக்காகச் சோழ குலத்தின்மீது பழி வாங்க வந்தவள் என்பதும், மூன்று வருஷங்களாக அவள் தம்மை ஏமாற்றி வருகிறாள் என்பதும் சொல்ல முடியாத வேதனையும் அவமானத்தையும் அவருக்கு உண்டாக்கின.

ஆறு தலைமுறையாகச் சோழர் குலத்துக்கும், பழுவூர் வம்சத்துக்கும் நிலைபெற்று வளர்ந்து வரும் உறவுகளை அச்சமயம் பழுவேட்டரையர் நினைத்துக் கொண்டார். பார்க்கப் போனால், சுந்தர சோழனும் அவனுடைய மக்களும் யார்? சுந்தர சோழனுடைய பாட்டி பழுவூர் வம்சத்தைச் சேர்ந்தவள் அல்லவா? சுந்தர சோழனுடைய மக்கள் மீது தமக்கு ஏற்பட்ட கோபமெல்லாம் சமீப காலத்தது அல்லவா? ஆதித்த கரிகாலன் ஏதோ சிறுபிள்ளைத்தனமாக நடந்து கொண்டான் என்பதற்காகவும், மலையமானை நமக்குப் பிடிக்கவில்லை என்பதற்காகவும், எவ்வளவு பயங்கரமான சதிச் செயல்களுக்கு இடங் கொடுத்துவிட்டோம்? சோழர் குலத்தின் தீராப் பகைவர்களான பாண்டிய நாட்டுச் சதிகாரர்கள் நம்முடைய அரண்மனையிலிருந்து கொண்டு, நம்முடைய நிலவறைப் பொக்கிஷத்திலிருந்து திருடிப்போன பொருளைக் கொண்டு சோழ குலத்துக்கு விரோதமாகச் சதிகாரச் செயல்களைச் செய்ய அல்லவா இடம் கொடுத்து விட்டோம்! ஆகா! இந்தச் சண்டாளர்கள் சொன்னபடி நாளை இரவுக்குள் மூன்று இடங்களில் மூன்று பயங்கரமான கொலைகள் நடக்கப் போகின்றனவா? நம்முடைய உடலில் மூச்சு இருக்கும் வரையில் முயன்று அவற்றைத் தடுத்தேயாகவேண்டும். இன்னும் அறுபது நாழிகை நேரம் இருக்கிறது. அதற்குள் எவ்வளவோ காரியங்கள் செய்து விடலாம். இரவுக்கிரவே குடந்தை சென்று தஞ்சைக்கும், நாகைப்பட்டினத்துக்கும் செய்தி அனுப்பிவிட்டுக் கடம்பூருக்குக் கிளம்ப வேண்டும். இந்தப் பாதகர்கள் அங்கே போய்ச் சேர்வதற்குள் நாம் போய்விடவேண்டும்!"...

இவர்களைக் கடம்பூருக்கு வரும்படி விடுவதா? இந்த இடத்திலேயே இவர்களைக் கொன்று போட்டு விட்டுப் போய்விடுவது நல்லதல்லவா? நம்மிடம் ஆயுதம் ஒன்றுமில்லை. இல்லாவிட்டால் என்ன? வஜ்ராயுதத்தை நிகர்த்த நம் கைகள் இருக்கும்போது வேறு ஆயுதம் எதற்கு? ஆனால் இவர்கள் ஒரு வேளை சிறிய கத்திகளை இடையில் செருகி வைத்திருக்கக்கூடும். அவற்றை எடுப்பதற்கே இடங்கொடுக்காமல் இரண்டு பேருடைய கழுத்தையும் இறுக்கிப் பிடித்து நெறித்துக் கொன்றுவிட வேண்டும்...

ஆனால் அவ்வாறு இவர்களுடன் இந்த இடத்தில் சண்டை பிடிப்பது உசிதமா?

'இவர்களிடம் தெரிந்து கொள்ள வேண்டிய விஷயங்களைத் தெரிந்து கொண்டாகி விட்டது. நாம் வழிபடும் குலதெய்வமாகிய துர்க்கா பரமேசுவரியே படகு கவிழச் செய்து, இந்தப் பயங்கர ரகசியங்களைத் தெரிந்து கொள்ளும்படி செய்திருக்கிறாள். சக்கரவர்த்திக்கும், அவருடைய குமாரர்களுக்கும் விபத்து நேரிடாமல் பாதுகாப்பதல்லவா நம்முடைய முக்கியமான கடமை? அதிலும் கடம்பூரில் கரிகாலனுக்கு எதுவும் நேராமல் தடுப்பது மிக மிக முக்கியமானது. அப்படி எதாவது நேர்ந்து விட்டால் நமக்கும் நமது குலத்துக்கும் அழியாத பழிச் சொல் ஏற்பட்டு விடும். ஆறு தலைமுறையாகச் சோழ குலத்துக்குப் பழுவூர் வம்சத்தினர் செய்திருக்கும் உதவிகள் எல்லாம் மறைந்து மண்ணாகிவிடும். பெண் என்று எண்ணி, நமது அரண்மனையில் கொண்டு வந்து வைத்திருந்த அரக்கியினால் கரிகாலன் கொல்லப்பட்டால், அதைக் காட்டிலும் நமக்கு நேரக்கூடிய அவக்கேடு வேறு ஒன்றுமில்லை.'

'ஆகா! அத்தகைய அழகிய வடிவத்துக்குள்ளே அவ்வளவு பயங்கரமான ஆலகால விஷம் நிறைந்திருக்க முடியுமா? மூன்று உலகத்தையும் மயக்கக் கூடிய மோகனப் புன்னகைக்குப் பின்னால் இவ்வளவு வஞ்சகம் மறைந்திருக்க முடியுமா? இந்தச் சண்டாளர்கள் சற்று முன்னால் சொன்னதெல்லாம் உண்மையாக இருக்க முடியுமா?...'

பழுவேட்டரையருடைய உள்ளத்தில் கோபத் தீ கொழுந்து விட்டு எரியும்படி செய்த அந்தச் சதிகாரர்களின் வார்த்தைகள் ஒருவிதத்தில் அவருக்கு சிறிது திருப்தியையும் அளித்திருந்தன. நந்தினி சதிகாரியாக இருக்கலாம். தம்மிடம் அன்பு கொண்டதாக நடித்து வஞ்சித்து ஏமாற்றி வந்திருக்கலாம். ஆனால் அவள் கரிகாலன் மீதோ கந்தமாறன் அல்லது வந்தியத்தேவன் மீதோ மோகம் கொண்ட காரணத்தினால் தம்மை

வஞ்சிக்கவில்லை! அந்த மௌடீகச் சிறுவர்களை அவள் பொருட்படுத்தவில்லை. அவளுடைய அந்தரங்க நோக்கத்துக்கு அவர்களையும் உபயோகப்படுத்துவதற்காகவே அவர்களிடம் சுமுகமாகப் பேசிப் பழகி வருகிறாள்!

இந்தச் செய்தி பழுவேட்டரையரின் அந்தரங்கத்தின் அந்தரங்கத்துக்குள்ளே அவரையும் அறியாமல் சிறிது திருப்தியை அளித்தது. கரிகாலன் கொல்லப்படாமல் தடுக்க வேண்டியது, தம் குல கௌரவத்தைப் பாதுகாத்துக் கொள்ளவும், தமக்கு என்றென்றைக்கும் அழியாத அபகீர்த்தி நேராமல் தடுத்துக் கொள்ளவும் மட்டும் அல்ல; நந்தினியை அத்தகைய கோரமான பாவகாரியத்திலிருந்து தப்புவிப்பதற்காகவுந்தான். ஒருவேளை அவளுடைய மனத்தையே மாற்றி விடுதல்கூடச் சாத்தியமாகலாம். இந்தச் சண்டாளச் சதிகாரர்களிடம் அகப்பட்டுக் கொண்டிருப்பதால் அவள் வேறு வழியின்றி, இவர்களுக்கு உடந்தையாயிருக்கலாம் அல்லவா? இவர்களை இங்கேயே கொன்று ஒழித்துவிட்டால் நந்தினிக்கு விடுதலை கிடைக்கலாம் அல்லவா?...

இவ்வாறு எண்ணி அந்த வீரக் கிழவர் தம்மையறியாமல் தொண்டையைக் கனைத்துக் கொண்டார். சிம்ம கர்ஜனை போன்ற அந்தச் சத்தம் சதிகாரர்கள் இருவரையும் திடுக்கிடச் செய்தது.

"யார் அங்கே?" என்றான் தேவராளனாகிய பரமேச்சுவரன்.

அதற்குமேல் தாம் மறைந்திருப்பது சாத்தியம் இல்லை, உசிதமும் ஆகாது என்று கருதிப் பெரிய பழுவேட்டரையர் வெளிப்பட்டு வந்தார்.

மழைக்கால இருட்டில் திடீரென்ற தோன்றிய அந்த நெடிய பெரிய உருவத்தைக் கண்டு சதிகாரர்கள் இருவரும் திகைத்து நின்றபோது, "நான்தான் யமனுக்கு அண்ணன்!" என்று கூறிவிட்டுப் பழுவேட்டரையர் சிரித்தார்.

அந்தக் கம்பீரமான சிரிப்பின் ஒலி அவ்வனப் பிரதேசம் முழுவதையும் நடுநடுங்கச் செய்தது.

வந்தவர் பழுவேட்டரையர் என்று அறிந்ததும் ரவிதாஸன், தேவராளன் இருவரும் தப்பி ஓடப் பார்த்தார்கள்! ஆனால் பழுவேட்டரையர் அதற்கு இடம் கொடுக்கவில்லை. தம் நீண்ட கரங்கள் இரண்டையும் நீட்டி இருவரையும் பிடித்து நிறுத்தினார். அவருடைய வலது கை ரவிதாஸனுடைய ஒரு புஜத்தைப் பற்றியது. வஜ்ராயுதத்தைக் காட்டிலும் வலிமை பொருந்திய அந்தக் கரங்களின் பிடிகள் அவ்விருவரையும் திக்குமுக்காடச் செய்தன.

எவ்வளவுதான் கையில் வலிவு இருந்தாலும் இருவரையும் ஏக காலத்தில் சமாளிக்க முடியாது எண்ணிப் பழுவேட்டரையர் தேவராளனைத் தலைகுப்புற விழும்படி கீழே தள்ளினார். கீழே விழுந்தவன் முதுகில் ஒருகாலை ஊன்றி வைத்துக் கொண்டு, ரவிதாஸனுடைய கழுத்தை இரண்டு கைகளாலும் நெறிக்கத் தொடங்கினார்.

ஆனால் தேவராளன் சும்மா இருக்கவில்லை. அவனுடைய இடுப்பில் செருகியிருந்த கத்தியைச் சிரமப்பட்டு எடுத்துத் தன்னை மிதித்துக் கொண்டிருந்த காலில் குத்தப் பார்த்தான். பழுவேட்டரையர் அதை அறிந்து கொண்டார். இன்னொரு காலினால் அவனுடைய கை மணிக்கட்டை நோக்கி ஒரு பலமான உதை கொடுத்தார். கத்தி வெகு தூரத்தில் போய் விழுந்தது. தேவராளனுடைய ஒரு கையும் அற்று விழுந்துவிட்டதுபோல் ஜீவனற்றதாயிற்று. ஆனால் அதே சமயத்தில் அவனை மிதித்திருந்த கால் சிறிது நழுவியது. தேவராளன் சட்டென்று நெளிந்து கொடுத்து வெளியே வந்து குதித்து எழுந்தான். உதைபடாத கையின் முஷ்டியினால் பழுவேட்டரையரை நோக்கிக் குத்தத் தொடங்கினான். அந்தக் குத்துக்கள் கருங்கல் பாறைச் சுவர்மீது விழுவது போலாயின. குத்திய தேவராளனுடைய கைதான் வலித்தது. அதுவும் இன்னொரு கையைப்போல் ஆகிவிடுமோ என்று தோன்றியது.

இதற்கிடையில் ரவிதாஸன் தன் கழுத்திலிருந்து பழுவேட்டரையருடைய கரங்களை விலக்கப் பெருமுயற்சி செய்தான். ஒன்றும் பலிக்கவில்லை. கிழவருடைய இரும்புப்பிடி சிறிதும் தளரவில்லை. ரவிதாஸனுடைய விழிகள்

பிதுங்கத் தொடங்கின. உளறிக் குளறிக் கொண்டே "தேவராளா! சீக்கிரம்! சீக்கிரம் கோயில் மேலே ஏறு! மண்டபத்தைக் கீழே தள்ளு!" என்றான்.

தேவராளன் உடனே பாய்ந்து சென்று பள்ளிப் படைக் கோயிலின் மேல்மண்டபத்தின் மீது ஏறினான். அங்கே மண்டபத்தின் ஒரு பகுதியில் பிளவு ஏற்பட்டு இனிச் சிறிது நகர்ந்தாலும் கீழே விழக்கூடிய நிலையில் இருந்தது. அதை முன்னமே அவர்கள் கவனித்திருந்தார்கள். ரவிதாஸன் அதைத்தான் குறிப்பிடுகிறான் என்று தேவராளன் தெரிந்து கொண்டான். மண்டபத்தின் இடிந்த பகுதியைத் தன் மிச்சமிருந்த வலிவையெல்லாம் பிரயோகித்து நகர்த்தித் தள்ளினான். அது விழும் போது அதனுடனிருந்த மரம் ஒன்றையும் சேர்த்துத் தள்ளிக் கொண்டு விழுந்தது.

பழுவேட்டரையர், மேலேயிருந்த மண்டபம் நகர்ந்து விழப் போவதைத் தெரிந்து கொண்டார். ஒரு கையை ரவிதாஸனுடைய கழுத்திலிருந்து எடுத்து மேலேயிருந்து விழும் மண்டபத்தைத் தாங்கிக் கொள்ள முயன்றார்.

ரவிதாஸன் அப்போது பெருமுயற்சி செய்து அவருடைய பிடியிலிருந்து தப்பி அப்பால் நகர்ந்தான்.

மரமும், மண்டபமும் பழுவேட்டரையர் பேரில் விழுந்தன. பழுவேட்டரையர் தரையில் விழுந்து நினைவு இழந்தார்.

❉ ❉ ❉ ❉

பன்னிரண்டாம் அத்தியாயம்

தூமகேது மறைந்தது!

நெடு நேரத்துக்கு அப்பால் பழுவேட்டரையருக்குச் சிறிது நினைவு வந்தபோது, அவர் ஒரு பயங்கரமான போர்க்களத்தில் இருப்பதைக் கண்டார். வாள்கள் ஒன்றோடொன்று மோதி ஜணஜணவென்று ஓங்கார ஒலி கிளப்பின. ஒரு பக்கத்தில் ஜய பேரிகைகள் முழங்கிக் கொண்டிருந்தன. அவற்றுடன் சேர்ந்து ஆயிரக் கணக்கான குரல்கள், "மகா ராஜாதிராஜ பாண்டிய மன்னர் வாழ்க! பாண்டிய விரோதிகள் வீழ்க!" என்று கோஷமிட்டன. இன்னொரு பக்கத்தில் ஆயிரக்கணக்கான குரல்கள், "கங்க மன்னன் விழுந்து விட்டான்! ஓடுங்கள்! ஓடுங்கள்" என்று கூக்குரலிட்டன. ஓடுகிறவர்களைத் தடுத்து நிறுத்தும் குரல்கள் சிலவும் கேட்டன.

அப்போது திடீரென்று ஒரு கணம் போர்க்களத்தில் நிசப்தம் நிலவியது. பழுவேட்டரையர் சுற்றுமுற்றும் பார்த்தார். இரண்டு கால்களையும் இழந்த விஜயாலய சோழனை இன்னொரு நெடிதுயர்ந்த ஆஜானுபாகுவான மனிதன் தன் தோள்களிலே தூக்கிக் கொண்டு வந்தான். தோள்மீது அமர்ந்திருந்தவன் இரண்டு கரங்களிலும் இரண்டு ராட்சத வாள்களை ஏந்திக்கொண்டிருந்தான்.

"சோழ வீரர்களே! நில்லுங்கள்! பல்லவர்களே! ஓடாதீர்கள்! ஆறிலும் சாவு! நூறிலும் சாவு! என்னைப் பின் தொடர்ந்து வாருங்கள்! எதிரிகளைச் சின்னா பின்னம் செய்வோம்!" என்று அவன் கோஷித்தான்.

ஓடத் தொடங்கியிருந்த சோழ – பல்லவ வீரர்கள் விஜயாலய சோழனைப் பார்த்துவிட்டு, அவன் வார்த்தைகளைக் கேட்டுவிட்டு நின்றார்கள். அவர்களுடைய முகங்களிலே சோர்வும் பீதியும் நீங்கி மீண்டும் தீரமும், வீரக்களையும் தோன்றின. பின் வாங்கியவர்கள் முன்னேறத் தொடங்கினார்கள். இந்த அதிசய மாறுதலுக்குக் காரணமாயிருந்த விஜயாலய சோழனை மீண்டும் பழுவேட்டரையர் பார்த்தார். அவனைத் தோளிலே தாங்கிக் கொண்டிருந்த வீரனையும் பார்த்தார். அதிசயம்! அதிசயம்! அப்படி தாங்கிக் கொண்டு நின்ற

வீரன் தாமேதான் என்பதைக் கண்டார். அந்தப் பழுவேட்டரையர் ஒரு கையால் தம் தோளின் மீதிருந்த இருகாலும் இல்லாத விஜயாலய சோழனைப் பிடித்துக் கொண்டு இன்னொரு கையில் பிடித்திருந்த நீண்ட கத்தியைச் சுழற்றிக் கொண்டே எதிரிகளிடையே புகுந்தார். அவர்கள் இருவரும் போன இடமெல்லாம் பாண்டிய வீரர்களின் தலைகள் தரையில் உருண்டு விழுந்தன.

போர் நிலைமை அடியோடு மாறிவிட்டது. பாண்டிய சைனியம் சிதறி ஓடியது. சோழ, பல்லவர்கள் வென்றார்கள். எட்டுத் திக்கும் அதிரும்படி ஜயபேரிகைகள் முழங்கின. பல்லவ சக்கரவர்த்திக்கு முன்னால் விஜயாலய சோழர் அமர்ந்திருந்தார்! அவருக்கு அருகில் பழுவேட்டரையர் நின்றார். பல்லவ சக்கரவர்த்தி, சோழ மன்னரைப் பார்த்து, "வீராதி வீரரே! உம்மாலே இன்று தோல்வி வெற்றியாயிற்று! இனிச் சோழ நாடு சுதந்திர நாடு! நீரும் உமது வீரப் புதல்வன் ஆதித்தனும் உங்கள் சந்ததிகளும் என்றென்றும் சுதந்திர மன்னர்களாகச் சோழ நாட்டை ஆளுவீர்கள்!" என்றார்.

உடனே விஜயாலய சோழர் தமக்கருகில் நின்ற பழுவேட்டரையரைப் பார்த்து, "அத்தான்! தங்களாலேதான் இந்த வெற்றி நமக்குக் கிட்டியது. சுதந்திர சோழ நாட்டின் சேநாதிபதியாகவும், தனாதிகாரியாகவும் உம்மை நியமிக்கிறேன். உமது சந்ததிகளும் சோழ குலத்துக்கு உண்மையாயிருக்கும் வரையில் தனாதிகாரிகளாகவும், சேநாதிபதிகளாகவும் இருப்பார்கள்!" என்றார். பழுவேட்டரையரின் காயங்கள் நிறைந்த முகம் பெருமிதத்தால் மலர்ந்தது.

திடீரென்று அந்த முகத்தில் கடுங் கோபம் தோன்றியது. அந்தப் பழைய பழுவேட்டரையர் இந்தப் புதிய பழுவேட்டரையரைப் பார்த்தார். "அட பாவி! துரோகி! சண்டாளா! என் குலத்தைக் கெடுக்க வந்த கோடாரிக் காம்பே! ஆறு தலைமுறையாகச் சேர்ந்த அருமையான வீரப் புகழையெல்லாம் நாசமாக்கிக் கொண்டாயே! சிநேகிதத் துரோகம், எஜமானத் துரோகம் செய்தாயே! சோழ குலத்தின் பரம்பரைப் பகைவர்களுக்கு உன்னுடைய வீட்டிலே இடங்கொடுத்தாயே! உன்னுடைய பொக்கிஷத்திலிருந்து பொருள் கொடுத்தாயே! உன்னால் அல்லவோ இன்று சோழ குலத்துக்கு இறுதி நேரப் போகிறது! நீ நாசமாய்ப் போவாய்! உனக்கும், உன் குலத்துக்கும் உன்னால் உற்ற பழி உலகம் உள்ள அளவும் மாறவே மாறாது!" என்று சபித்தார். சபித்த பழுவேட்டரையரின் கண்களில் கண்ணீர் தாரை தாரையாகப் பெருகியது.

பிறகு மற்றும் பல பழுவேட்டரையர்கள் வந்தார்கள். ஒவ்வொருவரும் தாம் தாம் செய்த வீரச் செயல்களைக் கூறினார்கள். ஒவ்வொருவரும் பழுவேட்டரையரைச் சபித்தார்கள். பின்னர் எல்லாரும் சேர்ந்து சபித்தார்கள். "சண்டாளா! குலத் துரோகமும், ராஜத் துரோகமும் செய்து விட்டாயே! நாங்கள் உயிரைக் கொடுத்துச் சம்பாதித்த வீரப் புகழையெல்லாம் நாசமாக்கி விட்டாயே! உன்புத்தி ஏன் இப்படி போயிற்று?" என்றார்கள்.

பழுவேட்டரையர்கள் மறைந்தார்கள். கொடும்பாளூர் வேளிர்களும், திருக்கோவலூர் மலையமான்களும் வந்தார்கள். தன்னந்தனியே நின்ற பழுவேட்டரையரைச் சூழ்ந்து கொண்டார்கள். "சீச்சீ! நீயும் மனிதனா? சோழர் குலத்தை நீயும் உன் பரம்பரையுந்தான் தாங்கி வந்தது என்று பெருமை அடித்துக் கொண்டாயே! இப்போது என்ன சொல்லுகிறாய்? சோழ குலத்துக்கு நீ யமனாக மாறி விட்டாயே! பாதகா! உன் பவிஷு எங்கே?" என்று கூறி எக்காளம் கொட்டிச் சிரித்தார்கள்.

அவர்களுக்கு பின்னால் கூட்டமாக நின்ற சோழ நாட்டு மக்கள் கல்லையும், மண்ணையும் வாரிப் பழுவேட்டரையர் மீது எறியத் தொடங்கினார்கள். அச்சமயம் சுந்தர சோழ சக்கரவர்த்தி அந்தக் கூட்டத்தை விலக்கிக் கொண்டு பலமற்ற கால்களினால் தள்ளாடி நடந்து வந்தார். வேளிர்களையும், மலையமானையும் மற்றவர்களையும் கோபமாகப் பார்த்தார். "சீச்சீ! என்ன காரியம் செய்கிறீர்கள்? வீராதி வீரரான பழுவேட்டரையர் மீதா கல்லையும் மண்ணையும் எறிகிறீர்கள்? அவரையா துரோகி என்கிறீர்கள்? பழுவேட்டரையரின் துரோகத்தினால் நானும் என் குலமும் அழிந்து போனாலும் போகிறோம். நீங்கள் யாரும் அவரைக் குற்றம் சொல்ல

வேண்டாம்! தனாதிகாரி! வாரும் என்னுடன் அரண்மனைக்கு!" என்றார். ஜனக்கூட்டம் கலைந்து போயிற்று. சுந்தர சோழரும் மறைந்தார். தம்பி காலாந்தக கண்டர் மட்டும் பழுவேட்டரையர் முன்னால் நின்றார். "அண்ணா! நம்மிடம் இவ்வளவு நம்பிக்கை வைத்திருக்கிறாரே சக்கரவர்த்தி! அவருக்குத் துரோகம் செய்யலாமா? அவருடைய குலத்தை அழிக்க வந்த பெண் பேயை நம் அரண்மனையில் வைத்துக் கொண்டிருக்கலாமா?" என்றார். உடனே அவரும் மறைந்தார்.

வந்தியத்தேவனும், கந்தமாறனும் அவர்களையொத்த வாலிபர்களும் பெரிய பழுவேட்டரையரைச் சூழ்ந்து கொண்டார்கள். "மீசை நரைத்த கிழவா! உனக்கு ஆசை மட்டும் நரைக்கவில்லையே! பெண் மோகத்தினால் அழிந்து போனாயே! உன் உடம்பிலுள்ள 'அறுபத்து நாலு' புண்களும் இப்போது என்ன சொல்லுகின்றன? அவை வீரத்தின் பரிசான விழுப்புண்களா? அல்லது துரோகத்தின் கூலியான புழுப்புண்களா?" என்று கேட்டுவிட்டுக் கலகலவென்று சிரித்தார்கள். அவர்களைக் கொல்லுவதற்காகப் பழுவேட்டரையர் தம் உடை வாளை எடுக்க முயன்றார். ஆனால் உடைவாள் இருக்கவேண்டிய இடத்தில் அதைக் காணவில்லை.

இச்சமயத்தில் குந்தவைப் பிராட்டி வந்தாள். வாலிபர்களை நோக்கிக் கையமர்த்திச் சிரிப்பை நிறுத்தினாள்.

"பாட்டா! இவர்களுடைய விளையாட்டுப் பேச்சைத் தாங்கள் பொருட்படுத்த வேண்டாம். தங்கள் அரண்மனையில் உள்ள பெண் வேடங்கொண்ட விஷப்பாம்பைத் துரத்தி விடுங்கள்! எல்லாம் சரியாகி விடும்!" என்றாள்.

அவர்கள் மறைந்தார்கள். பழுவேட்டரையர் குலத்தைச் சேர்ந்த பெண்கள் வரத் தொடங்கினார்கள். பத்து பேர், நூறு பேர், ஆயிரம் பேர்; ஆறு தலைமுறையைச் சேர்ந்தவர்கள் வந்து, அவரைச் சூழ்ந்து கொண்டார்கள். "ஐயையோ! உனக்கு இந்தக் கதியா நேரவேண்டும்! நம்முடைய வீரக் குலத்துக்கு உன்னால் இந்தப் பெரும் பழியா ஏற்பட வேண்டும்! நாங்கள் எங்கள் கணவன்மார்களையும், அண்ணன்மார்களையும், தம்பிமார்களையும், பத்து மாதம் சுமந்து பெற்ற பிள்ளைகளையும் சோழ நாட்டுக்காகப் போர்க்களத்துக்கு அனுப்பி வைத்தோமே! அவர்கள் இரத்தம் சிந்தி உயிரைக் கொடுத்துப் பழுவூர் வம்சத்துக்கு இணையில்லாப் புகழைத் தேடித் தந்தார்களே! அதையெல்லாம் ஒரு நொடியில் போக்கடித்துக் கொண்டாயே!" என்று கதறினார்கள்.

"பெண்களே! வாயை மூடிக்கொண்டு அந்தப்புரத்துக்குப் போங்கள். என்னால் ஒரு பழியும் உண்டாகாது!" என்று பழுவேட்டரையர் கஷ்டப்பட்டுப் பதில் கூறினார். அப்போது அந்தப் பெண்கள் ஒரு திசையில் சுட்டிக் காட்டினார்கள். யமதர்மராஜன் எருமைக்கடா வாகனத்தில் ஏறிக்கொண்டு கையில் வேலும், பாசக் கயிறும் எடுத்துக் கொண்டு வந்தான். பழுவேட்டரையரை நெருங்கினான். போகிற போக்கில், "பழுவேட்டரையா! உனக்கு மிக்க வந்தனம்! சுந்தர சோழனுடைய உயிரையும் அவனுடைய மக்கள் இருவர் உயிரையும் ஒரே நாளில் கொண்டு போக உதவி செய்தாய் அல்லவா? உனக்கு என் நன்றி!" என்று கூறினான் யமதர்மராஜன்.

"இல்லை, இல்லை! நான் உனக்கு உதவி செய்யவில்லை; செய்யமாட்டேன்! உன்னைத் தடுப்பேன்! யமனே! நில்! நில்!" என்று பழுவேட்டரையர் அலறினார். யமனைத் தடுத்து நிறுத்துவதற்காக விரைந்து செல்ல முயன்றார். ஆனால் அவரை ஏதோ ஒரு சக்தி பிடித்து நிறுத்தியது. ஏதோ ஒரு பெரிய பாரம் அவரை அமுக்கியது. நின்ற இடத்திலிருந்து அவரால் நகர முடியவில்லை.

"பார்த்தாயா! நாங்கள் சொன்னது சரியாகப் போய்விட்டதே!" என்று கூறிவிட்டுப் பழுவேட்டரையர் குலப் பெண்கள் ஓவென்று சத்தமிட்டுப் புலம்பினார்கள். அவர்களில் பலர் ஒப்பாரி வைத்து அழுதார்கள்.

அவர்களுடைய அழுகுரலின் சத்தம் நிமிடத்துக்கு நிமிடம் அதிகமாகி வந்தது. பழுவேட்டரையரால் அதைச் சகிக்க முடியவில்லை. அவர் பேச முயன்றார்; ஆனால் அழுகைச் சத்தத்தில் அவர் பேச்சு மறைந்து விட்டது.

அழுகையும், புலம்பலையும் கேட்கச் சகிக்கவில்லை. இரண்டு கைகளினாலும் செவிகளைப் பொத்திக் கொள்ள முயன்றார். ஆனால் அவருடைய கைகளும் அசைவற்றுக் கிடந்தன. அவற்றை எடுக்கவே முடியவில்லை.

ஒரு பெரு முயற்சி செய்து கரங்களை உதறி எடுத்தார். அந்த முயற்சியிலே அவருடைய கண்ணிமைகளும் திறந்து கொண்டன. சட்டென்று நினைவு வந்தது. அத்தனை நேரமும் அவர் அநுபவித்தவை மனப் பிரமையில் கண்ட காட்சிகள் என்பதை உணர்ந்தார். ஆனால் ஓலக் குரல் மட்டும் கேட்டுக் கொண்டிருந்தது. சற்றுக் கவனித்துக் கேட்டார். அவை பெண்களின் ஓலக் குரல் அல்ல; நரிகளின் ஊளைக் குரல்!

அவர் நினைவு இழந்து கொண்டிருந்த சமயத்தில் இலேசாகக் காதில் விழுந்த சம்பாஷணை ஞாபகத்துக்கு வந்தது.

"கிழவன் செத்துப் போய் விட்டான்!" என்றது ஒரு குரல்.

"நன்றாகப் பார்! பழுவேட்டரையனுடைய உயிர் ரொம்பக் கெட்டி! யமன் கூட அவன் அருகில் வரப் பயப்படுவான்!" என்றது மற்றொரு குரல்.

"யமன் பயப்பட்டாலும் நரி பயப்படாது. கொஞ்ச நஞ்சம் உயிர் மிச்சமிருந்தாலும் நரிகள் சரிப்படுத்திவிடும். பொழுது விடியும்போது கிழவனின் எலும்புகள்தான் மிச்சமிருக்கும்!"

"நல்ல சமயத்தில் நீ பிளந்த மண்டபத்தைத் தள்ளினாய். இல்லாவிடில் நான் அந்தக் கதியை அடைந்திருப்பேன். கிழவன் என்னைக் கொன்றிருப்பான்!"

"எங்கே? மண்டபத்தை நகர்த்த முடியுமா, பார்க்கலாம்!" என்ற மந்திரவாதி சற்றுப் பொறுத்து,"துளிகூட அசையவில்லை! ஒரு பகைவனுடைய பள்ளிப் படையைக் கொண்டு இன்னொருவனுக்கும் வீரக்கல் நாட்டி விட்டோம்" என்று கூறிவிட்டு கலகலவென்று சிரித்தான்.

"சிரித்தது போதும், வா! படகு பிய்த்துக் கொண்டு ஆற்றோடு போய் விடப் போகிறது. அப்புறம் கொள்ளிடத்தைத் தாண்ட முடியாது!"

* * *

இந்த வார்த்தைகளை ஞாபகப்படுத்திக் கொண்டு பழுவேட்டரையர் தம்முடைய நிலை இன்னதென்பதை ஆராய்ந்தார். ஆம்; அவர்மீது பள்ளிப்படை மண்டபத்தின் ஒரு பாதி விழுந்து கிடந்தது. அதன் பெரிய பாரம் அவரை அமுக்கிக் கொண்டிருந்தது.

ஆனால் மூச்சுவிட முடிகிறதே, எப்படி?

நல்லவேளையாக, மண்டபத்தோடு விழுந்த மரம் அவர் தோளின் மீது படிந்து அதன் பேரில் மண்டபம் விழுந்திருந்தது. மண்டபத்தையொட்டியிருந்த மரந்தான் அவர் உயிரைக் காப்பாற்றியது. மண்டபம் நேரே அவர் மேல் விழுந்திருந்தால் மார்பும் தலையும் நொறுங்கிப் போயிருக்கும்.

கிழவனார் தம்முடைய உடம்பின் வலிமையை எண்ணித் தாமே ஆச்சரியப்பட்டார். அந்தப் பெரிய பாரத்தை இத்தனை நேரம் சுமந்தும் தம்முடைய உயிர் போகவில்லையென்பதை உணர்ந்து கொண்டார். ஆனால் இவ்வளவு கெட்டியான உயிரை இன்னமும் காப்பாற்றிக் கொள்ள முடியுமா?

ஆம்; எப்படியாவது காப்பாற்றிக் கொண்டேயாக வேண்டும். காப்பாற்றிக் கொண்டு சோழ குலத்துக்கு நேரவிருந்த அபாயத்தைத் தடுக்க வேண்டும். அப்படித் தடுக்காவிட்டால் அவருடைய குலத்துக்கு என்றும்

அழியாத பழி இவ்வுலகில் ஏற்படுவது நிச்சயம். வானுலகத்துக்குப் போனால் அங்கேயும் அவருடைய மூதாதையர்கள் அனைவரும் அவரைச் சபிப்பார்கள். ஆகையால், எந்தப் பாடுபட்டாலும் இந்த மரத்தையும் மண்டபத்தையும் அப்புறப்படுத்திவிட்டு எழுந்திருக்க வேண்டும். ஐயோ! எத்தனை நேரம் இங்கே இப்படி நினைவு இழந்து கிடந்தோமோ என்னமோ தெரியவில்லையே? இதற்குள் ஒரு வேளை நாம் தடுக்க விரும்பும் விபரீதங்கள் நேரிட்டிருக்குமோ?

இதற்கிடையில் நரிகளின் ஊளைக் குரல் நெருங்கி நெருங்கி வந்து கொண்டிருந்தது. நரிகள் மூச்சு விடும் சத்தம் அவர் தலைக்கு அருகில் கேட்டது! ஆகா! இந்த நரிகளுக்குக் கூடவா பழுவேட்டரையனைக் கண்டு இளக்காரமாகப் போய்விட்டது? பார்க்கலாம் ஒரு கை!

பழுவேட்டரையர் ஒரு கையினால் மட்டும் அல்ல, இரண்டு கைகளினாலும் பார்க்கத் தொடங்கினார். தம் உடம்பில் மிச்சமிருந்த பலம் முழுவதையும் பிரயோகித்து அவர்மீது விழுந்து கிடந்த மரத்தைத் தூக்க முயன்றார். மரம் சிறிது சிறிதாக உயர உயர, அதன் மேல் நின்ற மண்டபப் பாறை நகர்ந்து சரியத் தொடங்கியது. இடையிடையே அவர் செய்த ஹுங்காரங்கள் நெருங்கி வந்த நரிகளை அப்பால் நகரும்படி செய்தன.

ஒரு யுகம் எனத் தோன்றிய ஒரு நாழிகை முயன்ற பிறகு அவரை அமுக்கிக் கொண்டிருந்த மரமும் மண்டபப் பாறையும் சிறிது அப்பால் நகர்ந்து அவரை விடுதலை செய்தன.

அந்த முயற்சியினால் அவருக்கு ஏற்பட்ட சிரமம் காரணமாகச் சிறிது நேரம் அப்படியே கிடந்தார். பெரிய நெடுமூச்சுகள் விட்டார்.

ஆகாசத்தை அண்ணாந்து பார்த்தார். மண்டபத்துக்குச் சமீபமாதலாலும், புயலில் மரங்கள் பல விழுந்து விட்டிருந்த படியாலும் வானவெளி நன்றாகத் தெரிந்தது. இப்போது கருமேகங்கள் வானத்தை மறைத்திருக்கவில்லை. வைரப் பொரிகள் போன்ற எண்ணற்ற நட்சத்திரங்கள் தெரிந்தன. இலேசான மேகங்கள் அவற்றைச் சிறிது மறைத்தும் பின்னர் திறந்து விட்டும் அதிவேகமாகக் கலைந்துபோய்க் கொண்டிருந்தன.

சட்டென்று வானத்தில் வடதிசையில் தோன்றிய ஒரு விசித்திரமான நட்சத்திரம் அவருடைய கவனத்தைக் கவர்ந்தது. அடடா! சில நாளைக்கு முன்பு அவ்வளவு நீளமான வாலைப் பெற்றிருந்த தூமகேதுவா இப்போது இவ்வளவு குறுகிப் போயிருக்கிறது? அந்த நட்சத்திரத்தின் ஒரு முனையில் சுமார் ஒரு அடி நீளம் வெளிறிய புகைத்திரள் போல நீண்டிருந்தது. பத்து நாளைக்கு முன்புகூட வானத்தின் ஒரு கோணம் முழுதும் நீண்டிருந்த வால் இப்படிக் குறுகிவிட்ட காரணம் என்ன?....

வானத்திலிருந்து பார்வையை அகற்றிச் சுற்று முற்றும் பார்த்தார். நரிகள் இன்னும் போகவில்லையென்பதைக் கண்டார்! பத்து, இருபது, ஐம்பது நரிகள் இருக்கும். அவற்றின் கண்கள் நெருப்புத் தணல்களைப்போல் காட்டின் இருளில் ஜொலித்துக் கொண்டிருந்தன. கிழவன் எப்போது சாகப் போகிறான் என்று காத்துக் கொண்டிருந்தன போலும்! போகட்டும்! போகட்டும்! அவ்வளவு மரியாதை பழுவேட்டரையனிடம் இந்த நரிகள் காட்டுகின்றனவே!...

திடீரென்று வானமும் பூமியும் அந்த வனப்பிரதேசம் முழுவதும் ஒளி மயமாயின. பழுவேட்டரையரின் கண்கள் கூசின. அது மின்னல் அல்ல. வேறு என்னவாயிருக்கக் கூடும்? வானத்தைக் நோக்கினார். ஜாஜ்வல்யமாகப் பிரகாசித்த ஒரு தீப்பந்தம் வான வட்டத்திலே ஒரு கோணத்தில் பிரயாணம் செய்து கொண்டிருக்கக் கண்டார். அதன் பிரகாசம் அவருடைய கண்களைக் கூசச் செய்தது. கண்ணை ஒரு கணம் மூடிவிட்டுத் திறந்து பார்த்தார். அந்தத் தீப்பந்தம் சிறிதாகிப் போயிருந்தது; வர வர ஒளி குறைந்து வந்தது; திடீரென்று அது மறைந்தேவிட்டது. பழையபடி இருள் சூழ்ந்தது.

இந்த அதிசயம் என்னவாயிருக்கும் என்று பழுவேட்டரையர் சிந்தித்துக் கொண்டே மீண்டும் வானத்தை நோக்கினார். குறுகிய தூமகேது சற்றுமுன் இருந்த இடத்தைப் பார்த்தார். அங்கே அதைக் காணவில்லை. ஆகா! தூமகேதுதான் விழுந்து விட்டது! இதன் கருத்து என்ன? இதன் விளைவு என்ன? உலகத்தில் ஏதேனும் விபரீதம் நடக்கப் போவதற்கு அறிகுறிதான். ராஜகுடும்பத்தினர் யாருக்காவது விபத்து நேரிடுவதற்கு அடையாளம்! வால் நட்சத்திரம் மறையும்போது அரச குலத்தைச் சேர்ந்த யாரேனும் மரணம் அடைவார்கள். இது வெகுகாலமாக மக்களிடையே பரவியிருக்கும் நம்பிக்கை. அப்படியெல்லாம் கிடையாது என்று சொல்லுவோரும் உண்டு. அதன் உண்மையும் பொய்மையும் நாளைக்குத் தெரிந்து விடும். நாளைக்கா? இல்லை! இன்றைக்கே தெரிந்து போய் விடும்...! அதோ கீழ் வானம் வெளுத்துவிட்டது! பொழுது புலரப் போகிறது! இன்று இரவுக்குள் மூன்று இடங்களில் மூன்று விபரீத பயங்கர நிகழ்ச்சிகள் நடைபெறக்கூடும். அவை நடக்கப்போகும் விவரம் நமக்கு மட்டும் தெரியும். அவற்றைத் தடுக்கும் சக்தியும் நமக்குத்தான் உண்டு. தடுப்பதில் வெற்றி பெற்றால் தூமகேது விழுந்த அபசகுனத்தைக்கூட வெற்றி கொண்டதாகும். இல்லாவிடில்... அதைப்பற்றி எண்ணவே பழுவேட்டரையரால் முடியவில்லை. தடுத்தேயாக வேண்டும்! சோழர் குலத்தைச் சேர்ந்த மூவரையும் காப்பாற்றியேயாக வேண்டும்.

தமது முதல் கடமை – மிக முக்கியமான கடமை ஆதித்த கரிகாலனைக் காப்பாற்றுவதுதான்! அவனுக்கு விபத்து வந்தால் அதன் பழி தன் தலையில் நேராக விழும். ஆகையால் கொள்ளிடத்தைத் தாண்டிக் கடம்பூருக்கு உடனே போய்ச் சேர வேண்டும். அதற்கு முன்னால், குடந்தைக்குச் சென்று, தஞ்சைக்கும், நாகைக்கும் எச்சரிக்கை அனுப்பிவிட்டுப் போவது நல்லது. பின்னர், விதிவசம் போல் நடந்துவிட்டுப் போகிறது. தாம் செய்யக் கூடியது அவ்வளவுதான்!

பழுவேட்டரையர் எழுந்திருக்க முயன்றார். உடம்பெல்லாம் ரணமாக வலித்தது. மரம் விழுந்திருந்த இடம் மார்பில் பொறுக்க முடியாத வேதனையை உண்டாக்கிற்று. ஒரு கால் முறிந்து விட்டது போல் தோன்றியது. தேகம் முழுவதும் பல்வேறு காயங்கள் பட்டிருந்தன.

அவற்றையெல்லாம் அந்த வீரக்கிழவர் பொருட்படுத்தவில்லை. பல்லைக் கடித்துக் கொண்டு ஒரு பெரு முயற்சி செய்து எழுந்து நின்றார். சுற்றும் முற்றும் பார்த்தார். காத்திருந்த நரிகள் அதற்குள் ஓடிப்போய்விட்டிருந்தன. தூமகேது விழுந்தபோது உண்டான ஒளி வெள்ளத்தைக் கண்டு மிரண்டு அவை ஓடிப் போயின போலும்!

குடந்தை நகரம் அங்கிருந்து எந்தத் திசையில் இருக்கலாம் என்பதை நிர்ணயித்துக் கொண்டு புறப்பட்டார். திடமாக கால்களை ஊன்றி வைத்து நடக்கத் தொடங்கினார்.

வழியெல்லாம் புயல் அடித்து மரங்கள் விழுந்து கிடந்தன. பெருமழையினாலும், கொள்ளிடத்து உடைப்பினாலும் வெள்ளக் காடாக இருந்தது. இந்த இடையூறுகளையெல்லாம் சிறிதும் பொருட்படுத்தாமல் பழுவேட்டரையர் நடந்தார். உள்ளத்தின் கொந்தளிப்பு உடலின் சிரமங்களையெல்லாம் மறந்துவிடச் செய்தது. ஆனாலும் நேரம் போய்க் கொண்டே இருந்தது. பொழுது விடிந்து இரண்டு ஜாம நேரம் ஆன சமயத்தில் குடந்தை நகரை அவர் அணுகினார். அந்த மாநகரின் மத்தியப் பிரதேசத்துக்குப் போக அவர் விரும்பவில்லை. அவரை இந்தக் கோலத்தில் பார்த்தால் ஜனங்கள் வந்து சூழ்ந்து கொள்வார்கள். என்ன, ஏது என்று கேட்பார்கள். அவர் செய்ய விரும்பிய காரியத்தை துரிதமாகவும், திறமையாகவும் செய்ய முடியாமற் போய்விடும்.

ஆகையினால் நகரின் முனையிலேயே, ஜன நெருக்கமில்லாத இடத்தில், யாரையாவது பிடித்து, தஞ்சைக்கும், நாகைக்கும் ஓலை அனுப்ப வேண்டும். பிறகு ஒரு வாகனம் சம்பாதித்துக் கொண்டு கடம்பூருக்குக் கிளம்ப வேண்டும்.

துர்க்கை அம்மன் கோவிலுக்கு அருகிலுள்ள ஜோதிடர் ஞாபகம் அவருக்கு வந்தது. ஆம்; அது தனிப்பட்ட பிரதேசம். அக்கம் பக்கத்தில் வேறு வீடுகள் இல்லை. ஜோதிடர் தகுந்த மனிதர்; இனிய இயல்பு படைத்த மனிதர். ராஜ குடும்பத்துக்கும் முதன் மந்திரிக்கும் வேண்டியவர். அதனால் என்ன? யாராயிருந்தாலும் இந்தக் காரியத்தைச் செய்வார்கள். ராஜ குடும்பத்துக்கு வேண்டியவராக இருப்பதால், இன்னும் ஆர்வத்துடன் செய்வார்கள். ஆகா! ஜோதிடருக்கு உண்மையில் ஜோதிடம் தெரியுமா, ஜோதிட சாஸ்திரத்தில் உண்மை உண்டா என்பதையும் இச்சமயத்தில் பரிசோதித்துப் பார்த்து விடலாம்.

அம்மன் கோவிலையும், ஜோதிடர் வீட்டையும் பழுவேட்டரையர் அணுகிச் சென்றார். கோவிலுக்கு முன்னாலிருந்த நெடிய பெரிய மரம், புயலில் முறிந்து விழுந்து கிடந்தது. முதலில் அவருடைய கவனத்தைக் கவர்ந்தது. அடுத்தாற் போல் கோவிலை அடுத்து நின்ற இரட்டைக் குதிரை பூட்டிய ரதத்தின் பேரில் அவருடைய பார்வை விழுந்தது. அது விசித்திரமான அமைப்புள்ள ரதம். அந்த ரதத்தின் மேற்பகுதி ஓர் ஓடத்தைப் போல் அமைந்திருந்தது. வெள்ளம் வரும் காலங்களில் அவசரமாகப் பிரயாணம் செய்ய நேர்ந்தால் இம்மாதிரி ரதங்களை உபயோகப்படுத்துவார்கள்.

இத்தகைய ரதங்கள் சோழ நாட்டில் அபூர்வமாகத் தான் உண்டு. இது யாருடைய ரதமாயிருக்கும்? அரண்மனை ரதமாயிருக்க வேண்டும்; அல்லது முதன்மந்திரியின் ரதமாக இருக்க வேண்டும். இதில் வந்தவர்கள் இப்போது ஜோதிடர் வீட்டுக்குள் ஜோதிடம் கேட்டுக் கொண்டிருக்கிறார்கள் போலும்! அவர்கள் யாராக இருக்கும்? ரத சாரதியைக் கேட்கலாமா? வேண்டாம்! அவன் தம்மைப் பார்த்து மிரண்டு போனாலும் போவான். ஜோதிடர் வீட்டுக்குள் நேரே பிரவேசித்துப் பார்த்து விடுவது நலம். அங்கே வந்திருப்பவர்கள் யாராயிருந்தாலும் இந்த ரதத்தைக் கேட்டு வாங்கிக் கொண்டால், கடம்பூர் திரும்பிச் செல்ல வசதியாக இருக்கும் அல்லவா?

ஜோதிடர் வீட்டு வாசலுக்குப் பழுவேட்டரையர் வந்தபோது உள்ளே பெண் குரல்கள் கேட்டன. கிழவருக்கு தூக்கி வாரிப்போட்டது. யாருடைய குரல்? ஏன்? இளைய பிராட்டி குந்தவை குரல் போல அல்லவா இருக்கிறது? அவள் எதற்காக இங்கே வந்தாள்? இந்தச் சமயம் பார்த்தா வரவேண்டும்?... முதலில் இப்படி எண்ணியவர் உடனே மனத்தை மாற்றிக் கொண்டார். அவ்விதமானால், இளைய பிராட்டியாக இருந்தால், ரொம்ப நல்லதாய்ப் போயிற்று. பழம் நழுவிப் பாலில் விழுந்தது போலாயிற்று. குந்தவை தேவியின் காதில் விஷயத்தைப் போட்டு விட்டால் தம்முடைய பாரமே நீங்கியது போலாகும். அவளுடைய தந்தைக்கும், தம்பிக்கும் நிகழக் கூடிய ஆபத்தைப் பற்றி குறிப்பாகச் சொல்லிவிட்டால், பிறகு அந்த சாமர்த்தியசாலியான பெண் வேண்டிய முன்ஜாக்கிரதை எடுத்துக் கொள்வாள். பிறகு தாம் நிம்மதியாகத் திரும்பிக் கடம்பூருக்குப் போகலாம். அங்கேயல்லவா தம்முடைய முக்கியமான கடமை இருக்கிறது?

பழுவேட்டரையர் ஜோதிடர் வீட்டு வாசலில் பிரவேசித்தபோது, முன்னொரு தடவை நாம் பார்த்திருக்கும் அதே காவல்காரன் – ஜோதிடரின் சீடன் – அவரைத் தடுத்து நிறுத்தினான். பழுவேட்டரையர் அப்போதிருந்த கோலத்தில் அவரை அவனால் அடையாளங் கண்டுகொள்ள முடியவில்லை. ஆகையினாலேயே, "நில்!" என்று அதட்டும் குரலில் கூறிவிட்டுத் தடுத்தான். பழுவேட்டரையர் ஒருமுறை ஹூங்காரம் செய்துவிட்டு அவன் கழுத்தைப் பிடித்துத் தள்ளினார். சீடன் குட்டிக் கரணம் அடித்துக் கொண்டு போய் வீதியில் விழுந்தான். பழுவேட்டரையர் மத யானையைப் போல் பூமி அதிர நடந்து ஜோதிடரின் வீட்டுக்குள் புகுந்தார்.

❉ ❉ ❉ ❉

பதிமூன்றாம் அத்தியாயம்

குந்தவை கேட்ட வரம்

ஜோதிடரின் வீட்டுக்குள் பழுவேட்டரையர் பிரவேசித்த போது அங்கு உண்மையாகவே குந்தவைப் பிராட்டியும், வானதியும் இருந்தார்கள்.

ஈழத்து ராணியைப் பொழுது விடிந்ததும் காணாததிலிருந்து குந்தவையின் மனம் அமைதியை இழந்துவிட்டது. அதே சமயத்தில் பூங்குழலியும் காணாமற் போனது அவளுடைய கலக்கத்தை அதிகமாக்கிற்று. முதன் மந்திரி அநிருத்தரைப் பார்க்கச் சென்றாள். அச்சமயத்தில் அங்கே அருள்மொழிச் சோழனைப் பற்றிச் செய்தி வந்திருந்தது. நாகைப்பட்டினத்தில் அடித்த புயலின் காரணமாக அவன் வெளிப்பட நேர்ந்ததென்றும் திரளான மக்கள் கூடி அவனை வெற்றி முழக்கத்துடன் தஞ்சைக்கு அழைத்து வருகிறார்கள் என்றும் அறிந்தாள். குந்தவையின் பரபரப்பு எல்லையைக் கடந்துவிட்டது. இதனால் ஏதோ விபரீதம் வரப்போகிறது என்று கருதினாள். பொன்னியின் செல்வனை வழியில் சந்தித்துப் பேசித் தஞ்சையில் நடந்ததையெல்லாம் தெரிவிக்க வேண்டும் என்று விரும்பினாள். அவன் பெரும் ஜனக் கூட்டம் புடை சூழத் தஞ்சைக் கோட்டையில் பிரவேசிக்க விரும்பினால், பழுவேட்டரையரின் படைவீரர்கள் அவனைத் தடுத்து நிறுத்த முயலுவார்கள். இதற்கிடையில் பூதி விக்கிரம கேசரி தென் பிரதேசத்துப் படைகளுடனே கொடும்பாளூர் வரைக்கும் வந்துவிட்டார் என்று தெரிய வந்திருந்தது. இரண்டு படைகளும் தஞ்சைக் கருகில் மோதிக் கொள்ளும்படி நேரிடலாம். அதனால் தந்தையின் உள்ளம் புண்படும் என்பது நிச்சயம். அதனால் அவருடைய உயிருக்கே அபாயம் நேர்ந்து விடலாம். மேலும் என்னென்ன விளையுமோ, யாருக்குத் தெரியும்? புயற்காற்றின் காரணமாகக் குடிமக்களின் உள்ளங்கள் கொந்தளித்துக் கொண்டிருக்கின்றன. ஏதாவது ஒரு வியாஜம் ஏற்பட வேண்டியதுதான்; சோழ நாடே அழியும்படியான பெரும் உள் நாட்டுக் கலகம் மூண்டு விடக் கூடும். பிறகு அதை நிறுத்துவது எப்படி? வந்த பின்னர் நிறுத்த முயலுவதைக் காட்டிலும், முன்னாலேயே தடுக்கப் பார்ப்பது அவசியம் அல்லவா? இல்லாவிடில் இத்தனை காலமும் செய்த முயற்சியெல்லாம் வீணாகிவிடுமே? ஆதலின் அருள் மொழிச் சோழனை வழியிலேயே சந்தித்துப் பழையாறையில் சிறிது காலத்துக்கு நிறுத்திக் கொள்ள வேண்டும். கடம்பூரிலிருந்து பெரிய பழுவேட்டரையரையும் தருவிக்க வேண்டும். அருள்மொழிக்கு ராஜ்யம் ஆளும் ஆசை இல்லை என்பதை அவருக்குத் தெரிவித்து, அவருடைய சம்மதம் பெற்ற பிறகுதான், தஞ்சைக்கு அவனை அழைத்துப் போக வேண்டும்...

இவ்விதம் தனக்குள் சிந்தித்து முடிவு செய்துகொண்டு, தந்தையிடம் கூடச் சொல்லிக் கொள்ளாமல், அன்னையிடமும் அநிருத்தரிடமும் மட்டும் சொல்லிவிட்டு, இணை பிரியாத வானதியையும் அழைத்துக்கொண்டு புறப்பட்டாள். பழையாறைக்குப் போகுமுன்பு குடந்தை ஜோதிடரை இன்னொரு தடவை பார்த்து விட விரும்பினாள். கவலை அதிகம் ஏற்படும்போது வருங்காலத்தைப் பற்றி ஜோதிடம் பார்த்து அறிய விரும்புவது மனித இயல்பு அல்லவா?

வழக்கம் போல் அம்மன் கோவிலுக்கு அருகில் ரதத்தை விட்டு விட்டு, ஜோதிடர் வீட்டுக்குள் புகுந்தாள். ஜோதிடரிடம் அவளுடைய கவலையைத் தெரிவிக்கத் தொடங்கிச் சிறிது நேரம் கூட ஆகவில்லை. அதற்குள் வீட்டு வாசலில் ஏதோ தடபுடல் நடைபெறும் சத்தம் கேட்டது. முக்கியமாக, பழுவேட்டரையரின் ஹூங்காரம் அவளுக்கு ரோமாஞ்சனம் உண்டு பண்ணியது. அந்த மாதிரி கம்பீரமாக ஹூங்காரம் செய்யக் கூடியவர் பெரிய பழுவேட்டரையர் ஒருவர்தான். தடுக்க முயன்ற ஜோதிடரின் சீடனைத் தள்ளிவிட்டுப் பழுவேட்டரையர் உள்ளே வருவதாகக் காணப்பட்டது. அவர் எப்படி இங்கே வந்தார்? எதற்காக வருகிறார்? அதுவும் இந்த வேளையில்?

ஆகா! ஒருவேளை ஜோதிடம் கேட்கத்தான் வருகிறார் போலும்! அவர் ஜோதிடருடன் பேசுவதைக் கேட்டால் ஒரு வேளை அவருடைய மனத்தில் உள்ள எண்ணங்கள் தெரியக் கூடும். ராஜ்யத்துக்கும், ராஜ குலத்துக்கும்

பெரிய நெருக்கடி நேர்ந்திருக்கும் இச்சமயத்தில், பெரிய பழுவேட்டரையரின் மனப்போக்குத் தெரிந்தால் எவ்வளவோ சௌகரியமாயிருக்கும். அதைத் தெரிந்து கொள்ள இப்போது ஒரு சந்தர்ப்பம் நேர்ந்திருக்கிறது. மேலும், தானும், வானதியும் அங்கு இருப்பதைப் பார்த்தால், அவர் என்ன எண்ணிக் கொள்வாரோ என்னமோ ஏன்? தவறாகத்தான் எண்ணிக் கொள்வார்! சந்தேகமில்லை. ஆகையால் அவர் கண்ணில் படாமல் மறைந்திருப்பது தான் நல்லது...

குந்தவை, ஜோதிடரிடம் ஜாடையினால் தனது நோக்கத்தைத் தெரிவித்துவிட்டு வானதியையும் கையைப் பிடித்து அழைத்துக் கொண்டு அவசரமாக அடுத்த அறைக்குள்ளே சென்றாள்.

அவர்கள் புகுந்த அறையின் கதவு சாத்தப்பட தட்சணமே பழுவேட்டரையர் உள்ளே பிரவேசித்தார். பரபரப்புடன் எழுந்து நின்று கும்பிட்ட ஜோதிடரை உற்றுப் பார்த்துவிட்டுச் சுற்று முற்றும் நோக்கினார். அவர் முகத்தில் வியப்புக்கும், ஏமாற்றத்துக்கும் அறிகுறி தென்பட்டது. இது ஒரு கண நேரந்தான். உடனே சமாளித்துக்கொண்டு, "ஜோதிடரே! நான் யார் தெரிகிறதா? தனாதிகாரி பெரிய பழுவேட்டரையனே தான்! ஏன் இவ்வாறு பேந்த விழிக்கிறீர்? அவ்வளவு உருமாறிப் போயிருக்கிறேனா? உம்மால் எனக்கு ஒரு முக்கியமான காரியம் ஆக வேண்டியிருக்கிறது! ஒரு பெரிய உதவி நீ எனக்குச் செய்ய வேண்டும். முதலில் சாப்பிடுவதற்கு ஏதேனும் இருந்தால் கொண்டு வாரும். ரொம்பப் பசியாயிருக்கிறது. சாப்பிட்டுக் கொண்டே சொல்ல வேண்டியதைச் சொல்கிறேன்" என்றார்.

ஜோதிடர் தட்டுத் தடுமாறி, "ஐயா! இந்த ஏழை எளியவனால் தங்களுக்கு என்ன பெரிய உதவி தேவையாயிருக்க முடியும்? இந்தக் குடிசையைத் தேடித் தாங்கள் வந்தது என் முன்னோர் செய்த பாக்கியம். தங்களுடைய அந்தஸ்துக்கு தக்கபடி விருந்து அளிக்க என்னால் இயலாது. ஆனாலும் இந்தக் குடிசையில் உள்ளவையெல்லாம் தங்களுடையவைதான். தயவு செய்து அமருங்கள். நின்று கொண்டிருக்கிறீர்களே? தங்களைப் பார்த்தவுடனே திடுக்கிட்டுப் போனேன். அதனால் தங்களைத் தக்கபடி வரவேற்று உபசரிப்பதற்குத் தவறிவிட்டேன். ஆகா! இந்த எளியவனுடைய குடிசையில் தாங்கள் அமருவதற்குத் தகுதியான ஆசனம் கூட இல்லை. பெரிய மனது செய்து அந்தப் பலகையிலே உட்கார வேண்டும்" என்று சற்று முன் குந்தவையும், வானதியும் உட்கார்ந்திருந்த பலகைகளைச் சுட்டிக் காட்டினார்.

பழுவேட்டரையர் அப்பலகைகளையும் அவற்றின் அருகில் சிந்தியிருந்த மலர்களையும் உற்றுப் பார்த்துவிட்டு, "ஜோதிடரே! இல்லை; எனக்கு உட்கார நேரமில்லை. இலையிலே சுற்றிக் கொடுக்கக் கூடியது இருந்தால் இலையிலே சுற்றிக் கொடுத்து விடும். தஞ்சைக்கு அவசரமாக ஒரு செய்தி அனுப்ப வேண்டும் என் சகோதரன் காலாந்தக கண்டனுக்கு... ஓலையும், எழுத்தாணியும் தருகிறீரா?... வேண்டாம்! ஓலை எழுதிக் கொண்டிருக்க நேரமில்லை. என் முத்திரை மோதிரத்தைக் கொடுக்கிறேன். அதை எடுத்துக் கொண்டு நீர் தஞ்சாவூர் உடனே போக முடியுமா? அல்லது வாசலில் நின்றானே உமது சீடன், நல்ல தடியனாக இருக்கிறான். அவனை அவசரமாக அனுப்ப முடியுமா?" என்று கேட்டார்.

"தங்கள் கட்டளை எதுவோ, அப்படியே செய்கிறேன். நானும், என் சீடனும், இரண்டு பேரும் வேணுமானாலும் போகிறோம். ஆனால், தனாதிபதி! பெரிய மனது செய்து சிறிது நேரம் இந்த ஏழையின் குடிசையில் அமர்ந்து, இந்த எளியவன் அளிக்கும் அமுதைத் தாங்கள் அருந்திவிட்டுப் போக வேண்டும்!"

"ஜோதிடரே! எதற்காக உம்மை ஏழை என்றும், எளியவன் என்றும் அடிக்கடி சொல்லிக் கொள்கிறீர்? உம்முடைய வீட்டைத் தேடி அரசர்களும், அரசிளங்குமரிகளும் அடிக்கடி வருவதுண்டு என்று கேள்விப் பட்டிருக்கிறேன். நான் ஒருவனே உம்மிடம் ஜோதிடம் கேட்க வராதவன். அது தவறு என்பதை உணர்ந்து கொண்டேன். ஒருவேளை உம்மிடம் கேட்டிருந்தால் இம்மாதிரி பயங்கர விபத்துக்கள் ஏற்படாமலிருந்திருக்கலாம்..."

"ஐயா? தங்கள் மொழிகள் எனக்குப் பெரிதும் கவலையைத் தருகின்றன. என்ன விபத்து நேர்ந்தது? தங்களை இந்தக் கோலத்தில் பார்த்ததும் நான் திடுக்கிட்டது சரிதான். புயலிலும், வெள்ளத்திலும் சிக்கிக் கொண்டீர்களா? கொள்ளிடம் உடைப்பு எடுத்துக் கொண்டது என்று கேள்விப்பட்டேன். ஒருவேளை, அதனால்....? தனாதிபதி!....

"பழுவூர் இளையராணி சௌக்கியமாயிருக்கிறார்கள் அல்லவா?" என்று ஜோதிடர் கேட்டதும், பழுவேட்டரையர் பயங்கரத் தொனியில் சிரித்தார்.

"இல்லை, இல்லை! பழுவூர் இளைய ராணிக்கு ஒன்றும் நேரவில்லை. அவள் கொள்ளிடத்தில் மூழ்கி செத்துப் போய்விடவில்லை. இது வரையில் கடம்பூர் அரண்மனையில் சௌக்கியமாகவே இருக்க வேண்டும்; ஆனால் அந்தச் சண்டாளி நாளை இந்த நேரம் வரையில் உயிரோடு இருப்பாளா என்று நான் சொல்ல முடியாது. ஜோதிடரே! நீர் சொல்ல முடியுமா? ராஜ குடும்பங்களைச் சேர்ந்தவர்கள் எல்லோருடைய ஜாதகங்களும் உம்மிடம் இருப்பதாகக் கேள்விப்பட்டிருக்கிறேன். அது உண்மையா? நந்தினியின் ஜாதகம், நான் கிழ வயதில் அறிவு கெட்டு மணந்து கொண்ட மோகினிப் பேயின் ஜாதகம் இருக்கிறதா?"

ஜோதிடர் மேலும் பதறிப் போனவராய், "தனாதிபதி! இது என்ன சொல்கிறீர்கள்! என்னைச் சோதனை செய்கிறீர்களா? இளைய ராணியின் ஜாதகம் என்னிடம் இல்லை. அவர் பிறந்த நாளும், வேளையும் தாங்கள் தெரிவித்தால் ஜாதகம் கணிக்க முடியும்!" என்றார்.

"வேண்டாம்; வேண்டாம். நந்தினியின் ஜாதகத்தை நானே கணித்துக் கொள்வேன். அவளுடைய ஆயுளை நானே, என் கையினாலேயே, முடிவு கட்டத் தீர்மானித்து விட்டேன். மற்றவர்களுடைய ஜாதகத்தைப் பற்றித் தெரிந்தால் சொல்லுங்கள். சக்கரவர்த்தியின் ஆயுள் பாவம் எப்படியிருக்கிறது?... ஆகா! தலையை அசைக்கிறீர்! நீர் சொல்லமாட்டீர். உம்மை நான் சோதிப்பதாகவே எண்ணுவீர். அல்லது உம்முடைய ஜோதிட சாஸ்திரம் எல்லாமே வெறும் புரட்டோ, என்னவோ யார் கண்டது?... ஜோதிடரே! ஜாதகம் ஒரு புறம் இருக்கட்டும். சில காலமாக வானத்தில் தோன்றிக் கொண்டிருந்த தூமகேது இன்று காலையில் வானத்திலிருந்து பூமியில் விழுந்து மறைந்ததே, அது உமக்குத் தெரியுமா? தெரிந்தால், அதன் பொருள் என்ன என்று சொல்லக் கூடுமா? அது ஏதேனும் பெரிய உற்பாதத்தைக் குறிப்பிடுகிறதா? சக்கரவர்த்திக்கோ, அவருடைய மக்களுக்கோ நேரப் போகிற விபத்தைக் குறிப்பிடுகிறதா? இதைக் கூட நீர் சொல்ல மறுப்பதாயிருந்தால் உம்முடைய ஜோதிடம் வெறும் புரட்டுத்தான்!"

"தனாதிபதி! அப்படி முடிவு கட்ட வேண்டாம். ராஜாங்க சம்பந்தமான காரியங்களில் ஜோதிடம் பார்க்கக் கூடாது என்பது எங்கள் தொழிலில் பரம்பரை மரபு. இன்று காலையில் தூமகேது விழுந்ததை நான் கண்ணால் பார்க்கவில்லை. ஏதோ ஜகஜ்ஜோதியான வெளிச்சம் தோன்றியதைக் கண்டு ஆச்சரியப்பட்டு உடனே எழுந்து வெளியில் சென்று பார்த்தேன். சில நாளாக வால் குறுகி வந்து கொண்டிருந்த தூமகேதுவைக் காணவில்லை. தூமகேது தோன்றுவதும், விழுவதும் அரச குலத்திற்கு அரிஷ்டத்தைக் குறிப்பிடுவதாகச் சொல்லுவார்கள். ஆனால் அது ஜோதிட சாஸ்திரத்தைச் சேர்ந்ததல்ல. ஜனங்களின் தொன்று தொட்ட நம்பிக்கை! அதில் எனக்கு அவ்வளவாக நம்பிக்கை கிடையாது. இன்று காலையில் கூடச் சக்கரவர்த்தி சௌக்கியம் என்று தெரிந்து கொண்டிருக்கிறேன்."

"அது நமது அதிர்ஷ்டந்தான். இன்றிரவு சக்கரவர்த்திக்கும் ஒன்றும் நேரிடாமலிருக்க வேண்டும். நாளை வரையில் அவர் சுகமாயிருந்தால் அப்புறம் கவலையில்லை. பொன்னியின் செல்வனைப் பற்றி ஏதேனும் தெரியுமா?...."

"நேற்றிரவு வெகு நேரத்துக்குப் பிறகு இளவரசர் திருவாரூர் வந்து சேர்ந்திருப்பதாகக் கேள்விப்பட்டேன்.

தனாதிபதி! பதினாயிரம், லட்சம் மக்கள் அவரைச் சூழ்ந்து வந்து கொண்டிருக்கிறார்களாம். அவருடைய விருப்பத்துக்கு விரோதமாக அவரைத் தஞ்சைக்கு அழைத்து வருகிறார்களாம்!"

"ஆகா! அவர்கள் மட்டும் இளவரசரைத் தஞ்சையில் கொண்டு போய்ச் சேர்த்துவிட்டால் எவ்வளவோ நன்றாயிருக்கும். ஆனால் முடியுமா? லட்சக்கணக்கானவர்கள் சூழ்ந்திருந்தாலும், யமனைத் தடுத்து நிறுத்த முடியுமா? சொல்லும், ஜோதிடரே சொல்லும்! நீர் ஜோதிடம் சொல்லாவிட்டாலும் நான் சொல்லுகிறேன். சக்கரவர்த்திக்கும், அவருடைய குமாரர்கள் இருவருக்கும் இன்றைக்குப் பெரிய கண்டம் காத்திருக்கிறது. யமதர்மன் அவர்களை நெருங்கி நெருங்கி வந்து கொண்டிருக்கிறான். சக்கரவர்த்தியின் யமன் பழுவூர் மாளிகையைச் சேர்ந்த பொக்கிஷ நிலவறையில் மறைந்திருக்கிறான். அருள்மொழியின் யமன் யானைப் பாகனுடைய அங்குசத்திலே ஒளிந்திருக்கிறான். அவர்கள் இருவரையும் தடுத்து நிறுத்திச் சக்கரவர்த்தியையும், பொன்னியின் செல்வனையும் காப்பாற்றுவது உம்முடைய பொறுப்பு. என் முத்திரை மோதிரத்தை எடுத்துக் கொண்டு உம் சீடன் தஞ்சைக்குப் போகட்டும். நீர் திருவாரூர் சென்று இளவரசருக்கு எச்சரிக்க வேண்டும். செய்வீரா? உடனே புறப்படுவீரா?"

ஜோதிடர் தத்தளித்துப் போனார். பழுவேட்டரையருக்கு சித்தப் பிரமை பிடித்துவிட்டதா என்ற சந்தேகம் அவர் மனத்தில் தோன்றியது. ஆனால் அப்படியும் நிச்சயமாகச் சொல்லுவதற்கில்லை. கூறுவதெல்லாம் அறிவுக்குப் பொருத்தமாகவே இருக்கிறது. ஆத்திரத்துடனும் பரபரப்புடனும் பேசினாலும், உண்மையைச் சொல்லுகிறவராகவே தோன்றுகிறது. இந்தப் பேச்சையெல்லாம் இளைய பிராட்டியும் கேட்டுக் கொண்டிருப்பார். அவளுடைய கருத்தைத் தெரிந்து கொள்ள வேண்டும். எப்படியாவது இந்தக் கிழவரை இங்கிருந்து உடனே அனுப்பி விட வேண்டும்.

"துர்க்கை பரமேசுவரியின் அருளினால் தங்களுடைய கட்டளையை என்னால் இயன்றவரை நிறைவேற்றி வைப்பேன்!"

இப்படி ஜோதிடர் கூறியபோது உள்ளேயிருந்து பெண்கள் அணியும் பாதச் சிலம்பின் ஒலி கேட்டது.

"ஆகா! துர்க்கா பரமேசுவரி பாதச் சதங்கையை ஒலித்து அருள் புரிகிறாள்! இனி, நான் கடம்பூருக்குத் திரும்பலாம். இதோ புறப்படுகிறேன்...."

"தனாதிபதி! பசியாயிருக்கிறது என்றீர்களே? இந்த எளியவன் வீட்டில் அமுது செய்துவிட்டு...."

"வேண்டாம், வேண்டாம்! என் பசி, தாகம் எல்லாம் பறந்து போய்விட்டன. நானும் கடம்பூருக்குப் பறந்து போக வேண்டும். ஆலயத்துக்கு அருகில் ரதம் ஒன்று நிற்கிறதே. அது யாருடையது. ஜோதிடரே? அதை நான் எடுத்துச் செல்லப் போகிறேன். கொள்ளிடக்கரை சென்றதும் திருப்பி அனுப்பி விடுகிறேன். ஓடத்தை மட்டும் எடுத்துக் கொண்டு..."

"ஐயா! அந்த ரதம்.... அந்த ரதம்.... என் பேரில் கருணை கூர்ந்து அதை எடுத்துப் போக வேண்டாம்..."

"ஜோதிடரே! நீர் வீணாகக் கவலைப்படாதீர்! சோழ நாட்டின் பட்டத்து இளவரசருடைய உயிரைக் காப்பாற்றுவதற்காக நான் அந்த ரதத்தை எடுத்துப் போகிறேன். துர்க்கா தேவியே அதற்கு சம்மதம் தருவாள். மறுபடியும் பாதச் சிலம்பை ஒலிக்கச் செய்த தேவி அருள் புரிந்தால், சம்மதம் கிடைத்ததாக அறிந்து கொள்வேன் அதோ, கேளும்,"

இவ்விதம் பெரிய பழுவேட்டரையர் கூறிக் கொண்டிருக்கையில், இளைய பிராட்டி குந்தவை பக்கத்து அறையின் கதவைத் திறந்து கொண்டு இலேசாகப் பாதச் சிலம்பு ஒலிக்க நடந்து வந்தாள்.

பெரிய பழுவேட்டரையர் அவளைப் பார்த்து வியப்படையவில்லை; திடுக்கிடவும் இல்லை.

"தாயே! நான் ஊகித்தது சரிதான். அடுத்த அறையில் நீ இருக்க வேண்டும் என்று கருதினேன். உன் முகத்தைப் பார்த்துப் பேசுவதற்கு எனக்கு தைரியம் இல்லை. ஆகையினாலேயே உன் காதில் விழட்டும் என்று இவ்வளவு சத்தம் போட்டுப் பேசினேன்; ஜோதிடரிடம் நான் சொன்னதையெல்லாம் கேட்டுக் கொண்டாய் அல்லவா?"

"ஐயா! மன்னிக்க வேண்டும். நான் செய்த பிழையை மன்னிக்க வேண்டும். இந்த வீட்டில் தாங்கள் திடீரென்று பிரவேசித்தபோது, தாங்கள்தான் என்பதை என்னால் நிச்சயமாக அறிய முடியவில்லை. அதனால் தங்களுடைய பேச்சை ஒட்டுக் கேட்கும்படி நேர்ந்தது. மன்னிக்க வேண்டும்!" என்றாள் குந்தவை.

"தாயே! நான் உன்னை மன்னிப்பதற்கு ஒரு காரணமும் ஏற்படவில்லை. உன்னிடந்தான் நான் மன்னிப்புக் கேட்க வேண்டும். மன்னிப்பு கோரத் தகுதியுடையவனா என்பதே எனக்குச் சந்தேகமாயிருக்கிறது. இன்றிரவுக்குள் கடம்பூர் சென்று, பட்டத்து இளரவரசருக்கு எதுவும் நேராமல் தடுத்தேனானால், உன்னிடம் மன்னிப்புக் கோருவதற்கு நான் தகுதி பெறுவேன். மூன்று வருஷங்களாக இந்தக் கிழவனின் கண்கள், மோகாந்திரத்தினால் மூடியிருந்தன. என் கண்களைத் திறப்பதற்கு நீ எவ்வளவோ பிரயத்தனம் செய்தாய். எத்தனையோ குறிப்புக்கள் சொன்னாய். ஒன்றும் என் காதில் ஏறவில்லை. என் சகோதரன் காலாந்தக கண்டனும் என் கண்களைத் திறக்க முயன்றான். அவன் முயற்சியும் பலிக்கவில்லை. நேற்றிரவு துர்க்கா பரமேசுவரியின் கருணையினால் பாண்டிய நாட்டுச் சதிகாரர்கள் இருவரின் சம்பாஷணையை ஒட்டுக் கேட்க நேர்ந்தது. அதன் பலனாகவே உண்மையை அறிந்தேன். அந்தச் சண்டாளியை, சதிகாரியை, விஷநாகத்தை, என் அரண்மனையிலேயே வைத்திருந்து பாலூட்டிச் சீராட்டி வளர்த்தேன். அவள் என்னைக் குலத் துரோகியாக்கினாள்; ராஜத் துரோகியாக்கினாள். சோழ நாட்டுப் பொக்கிஷத்திலிருந்த பொருளை எடுத்துப் பாண்டியநாட்டுச் சதிகாரர்களுக்கு கொடுத்தாள். அந்தப் பாதகி நந்தினியை இன்று இரவு கழிவதற்குள் என் கையினாலேயே கொன்றாலொழிய என் நெஞ்சில் கொழுந்துவிடும் நெருப்பு அணையாது...."

இவ்வாறு பழுவேட்டரையர் கூறி வந்தபோது அவர் சற்றும் எதிர்பாராத ஒரு காரியத்தைக் குந்தவை செய்தாள். திடீரென்று அவர் காலடியில் விழுந்து வணங்கினாள். பழுவேட்டரையர் இன்னது செய்வதென்று தெரியாமல் திகைத்து நின்றபோது, இளையபிராட்டி எழுந்து நின்று, "ஐயா! எனக்கு ஒருவரம் கொடுத்து அருள வேண்டும்!" என்றாள்.

"இளவரசி! என்னைச் சோதிக்கிறாய் போலத் தோன்றுகிறது. வேண்டாம்! என்னுடைய பாவச் செயல்கள் எவ்வளவு பயங்கரமானவை என்பதை நன்கு உணர்ந்து கொண்டேன். அவற்றுக்கு என்ன பிராயச்சித்தம் செய்து கொள்வது என்று தான் யோசித்துக் கொண்டிருக்கிறேன். அதற்கு முன்னால், இன்றையக் கண்டத்திலிருந்து சோழ குலத்தைச் சேர்ந்த மூன்று பேரையும் தப்புவித்தாக வேண்டும். உன் தந்தைக்கும், சகோதரர்களுக்கும் இன்று தீங்கு ஒன்றும் நேரிடாமலிருக்க வேண்டும். அதற்கு எனக்கு உதவி செய். இன்று ஒரு நாள் போகட்டும். நாளைக்கு நானே உன்னிடம் வந்து, "எனக்குத் தண்டனை என்ன?" "பிராயச்சித்தம் என்ன?" என்று கேட்பேன்!" என்றார்.

"ஐயா! தங்களுக்குத் தண்டனை கொடுக்கவோ, பிராயச்சித்தம் சொல்லவோ, நான் முற்படமாட்டேன். தாங்கள் என் பாட்டனாரின் ஸ்தானத்தில் உள்ளவர். என் தந்தையின் போற்றுதலுக்கு உரியவர். உண்மையாகவே, தங்களிடம் ஒரு வரம் கேட்கிறேன்..."

"அப்படியானால், உடனே கேள் அம்மா! வெறும் பேச்சுப் பேசுவதற்கு இப்பொழுது நேரமில்லை!"

"கொடுப்பதாக வாக்கு அளியுங்கள்!"

"உனக்கும் உன் குடும்பத்துக்கும் நான் செய்து விட்ட துரோகத்துக்கு நான் கொடுக்கக் கூடியது எதுவும் ஈடாகாது. நீ எது கேட்டாலும் கொடுக்கிறேன். சீக்கிரம் கேள்!"

"இளையராணி நந்தினி தேவியைத் தாங்கள் ஒன்றும் செய்வதற்கில்லை என்று வாக்கு அளிக்க வேண்டும். அதுதான் நான் கோரும் வரம்!"

"அம்மா! இது என்ன விளையாட்டா? விளையாட இதுதானா சமயம்? என் முதுமைப் பிராயத்தில் நான் புத்தி கெட்டுப் போனது உண்மைதான். அதற்காக என்னை முழுப் பைத்தியக்காரனாக்கி விடப் பார்க்கிறாயா? அந்தச் சதிகாரிக்கு நான் தக்க தண்டனை கொடுக்காவிட்டால், மற்றச் சதிகாரர்களை எப்படி தண்டிக்க முடியும்? என் கையினால் அவளைக் கொன்று விட்டுத்தான் மறு காரியம் பார்ப்பேன். என் மனத்திலுள்ளதையெல்லாம் சொல்லிவிட்டு, இந்தக் கிழவனை அவளால் கடைசி வரையில் ஏமாற்ற முடியவில்லையென்பதை எடுத்துக் காட்டிவிட்டு, அவளை என் வாளினாலேயே வெட்டிக் கொல்லுவேன். அதற்குக் குறைந்த தண்டனை எதுவும் அவளுக்குக் கொடுத்தால் நியாயம் செய்தவனாக மாட்டேன். அதற்குப் பிறகு, எனக்கு என்ன நியாயமான தண்டனை என்பதையும் யோசிப்பேன். போ! அம்மா! போ! உன் தந்தையையும், தம்பியையும் இன்று வரப்போகும் கண்டத்திலிருந்து காப்பாற்றுவதற்கு வேண்டிய பிரயத்தனம் செய்!...."

"செய்கிறேன் ஐயா! ஆனால் என் சகோதரியைப் பாதுகாக்கவும் முயற்சி செய்ய வேண்டாமா? இளைய ராணி நந்தினி என் சகோதரி. அவளுக்குத் தாங்கள் என்ன தீங்கு செய்தாலும், அதுவும் சோழ குலத்துக்குச் செய்த துரோகமாகும்!"

பழுவேட்டரையர் எல்லை கடந்த திகைப்பில் ஆழ்ந்தார். "நான் இன்னமும் கனவு கண்டு கொண்டிருக்கிறேனா?" என்று அவர் உதடுகள் முணுமுணுத்தன.

"இல்லை, இல்லை! தாங்கள் கனவு காணவில்லை. தாங்கள் காண்பதும், கேட்பதும் உண்மைதான். சிறிது யோசித்துப் பாருங்கள். பழைய சம்பவங்களை நினைத்துப் பாருங்கள். என் சகோதரன் அருள்மொழிவர்மனைக் காவேரியில் முழுகிப் போகாமல் ஒரு மாதரசி காப்பாற்றியது நினைவிருக்கிறதா? அவள்தான் இளையராணி நந்தினியின் தாயார். இளைய ராணியைத் தாங்கள் மணம் புரிந்து அரண்மனைக்கு அழைத்துக் கொண்டு வந்த நாளில், என் தந்தை நினைவிழந்தது நினைவிருக்கிறதா? இளைய ராணியின் அன்னையைக் காண்பதாக நினைத்தே சக்கரவர்த்தி மூர்ச்சை அடைந்தார். அவள் இறந்துவிட்டதாக வெகுகாலம் எண்ணிக் கொண்டிருந்தார். ஆகையால், திடீரென்று, இளைய ராணியைப் பார்த்ததும் ஞாபகத்தை இழந்தார்..."

பழுவேட்டரையருக்கு வேறு சில சம்பவங்களும் நினைவுக்கு வந்தன. நள்ளிரவில் நந்தினியை அவர் சுந்தர சோழ சக்கரவர்த்தியின் முன்னால் கொண்டுபோய் நிறுத்தியதும், அவளைக் கண்டு சக்கரவர்த்தி அலறியதும் அதற்கு நந்தினி கற்பித்துக் கூறிய காரணங்களும் அவருக்கு அப்பொழுது நினைவு வந்தன.

"தாயே! நீ பேசுவது விளையாட்டு அல்ல என்பதை உணர்கிறேன். இளையராணி உன் தமக்கை என்றால், ஆதித்த கரிகாலனுக்கு அவள் சகோதரியாகிறாள். இந்த உறவு எனக்கு மட்டுந்தான் தெரியுமா? இன்னும் யார் யாருக்கெல்லாம் தெரியும்? சக்கரவர்த்திக்குத் தெரியுமா?"

"சக்கரவர்த்தி இரண்டு நாளைக்கு முன்பு வரையில் என்னுடைய பெரியன்னை இறந்துவிட்டதாகவே எண்ணிக் கொண்டிருந்தார். முந்தாநாள் அந்த மூதாட்டி நேரில் வந்தபோது கூடப் பேய் என்று எண்ணி விளக்கை விட்டு எறிந்தார். பிறகுதான் நம்பினார்..."

"அதைப்பற்றிக் கேட்கவில்லை, அம்மா! இளைய ராணி தன் சகோதரி என்பது கரிகாலனுக்குத் தெரியுமா?"

"அவனுக்கு இதற்குள் தெரிந்திருக்க வேண்டும். எனக்கு அவன் வாணர்குலத்து வீரர் ஒருவரிடம் ஓலை கொடுத்து அனுப்பியிருந்தான். அவரிடம் நான் சொல்லி அனுப்பினேன்..."

"ஆகா! வந்தியத்தேவன் வல்லவரையனை சொல்கிறாயாக்கும்!"

"ஆம், ஐயா!"

"அவன் கரிகாலனிடம் சொல்லியிருப்பான் என்று தோன்றவில்லை. சொல்லியிருந்தாலும், கரிகாலன் நம்பியிருக்க மாட்டான். எனக்கே நம்பிக்கை உண்டாகவில்லையே! அவன் எப்படி நம்புவான்? இளைய ராணிக்கு இச்செய்தி தெரிந்திருக்க முடியாது. தெரிந்திருந்தாலும் பயனில்லை. சதிகாரர்கள் வேறு விதத்தில் தங்கள் நோக்கத்தை நிறைவேற்றிக் கொள்ளப் பார்ப்பார்கள். இன்றிரவு அதற்குக் கட்டாயம் முயற்சி செய்வார்கள். அம்மா! நீ தெரிவித்த செய்தி என்னுடைய பொறுப்பை இன்னும் பயங்கரமாக்குகிறது. இளையராணி நந்தினி, சகோதர ஹத்தி செய்யாமல் பாதுகாக்கும் கடமை எனக்கு ஏற்படுகிறது. நான் உடனே கடம்பூர் போகிறேன். நீங்கள் வந்த ரதத்தை எடுத்துக் கொண்டு போகிறேன். சக்கரவர்த்திக்கும், பொன்னியின் செல்வனுக்கும் ஒன்றும் நேராமல் பாதுகாப்பது உன்னுடைய பொறுப்பு!" என்றார்.

"ஐயா! தாங்கள் கவலைப்பட வேண்டாம். நான் இதோ தஞ்சைக்குப் புறப்படுகிறேன். பழையாறையிலிருந்து வாகனம் தருவித்துக் கொண்டு போகிறேன். பொன்னியின் செல்வனைப் பற்றிச் சிறிதும் கவலைப்படத் தேவையில்லை. அவன் பிறந்த நாளும் வேளையும் அவனைப் பாதுகாக்கும்!" என்றாள்.

"பெண்ணே! ஜோதிடத்தை நம்பி அஜாக்கிரதையாக இருந்துவிடாதே! ஜோதிடர்கள் மனத்திற்குள் உண்மை தெரிந்திருந்தாலும் வெளிப்படையாகச் சொல்ல மாட்டார்கள்! இரண்டு பொருள் தொனிக்கும்படி ஏதேனும் கூறி வைப்பார்கள். காரியம் நடந்த பிறகு 'முன்னமே சொல்லவில்லையா?' என்பார்கள். ஜோதிடத்தை நம்பினாலும் ஜோதிடக்காரர்களை நம்ப வேண்டாம்!" என்று போகிற போக்கில் ஒரு சொல்லம்பைப் போட்டு விட்டுப் பழுவேட்டரையர் வெளியேறினார்.

அவர் அப்பால் சென்ற சில வினாடி நேரத்துக்கெல்லாம் ஆழ்வார்க்கடியான் உள்ளே பிரவேசித்தான்.

"ஆம், ஆம்! தனாதிகாரி கூறியதை நான் ஆமோதிக்கிறேன். ஜோதிடத்தை நம்பினாலும், ஜோதிடக்காரர்களை நம்பவே கூடாது!" என்றான்.

❇ ❇ ❇ ❇

பதினான்காம் அத்தியாயம்

வானதியின் சபதம்

திடும் பிரவேசமாக உள்ளே புகுந்த ஆழ்வார்க்கடியானைப் பார்த்துக் குந்தவை, "திருமலை, நீ எப்படி இங்கே வந்து முளைத்தாய்? எதற்காக வந்தாய்?" என்று கேட்டாள்.

"அம்மணி! எல்லாம் இந்த ஜோசியருடைய மோசடி வார்த்தையினால்தான்! இன்று காலையில் இவரிடம் 'நான் போகும் காரியம் வெற்றிகரமாக முடியுமா?' என்று கேட்டேன். 'முடியும்' என்று சொன்னார். ஆனால் இந்த இடத்தை விட்டுச் சிறிது தூரம் போகக் கூட முடியவில்லை. காரியம் வெற்றி பெறுவது எப்படி? ஆகையினால்தான் சற்று முன் பழுவேட்டரையர் கூறியதை நான் ஆமோதிக்கிறேன். இவருடைய ஜோதிட சாஸ்திரமே ஏமாற்றா அல்லது இவர்தான் வேண்டுமென்று ஏமாற்றினாரா என்று கேட்டுத் தெரிந்து கொண்டு போக வந்தேன். பழுவேட்டரையரின் குரலை இங்கே கேட்டதும், இவர் பேரிலேயே எனக்கு சந்தேகம் ஊர்ஜிதப்பட்டது. ஆனால் தங்களை இங்கு நான் எதிர்பார்க்கவேயில்லை" என்றான்.

"என்னை நீ எதிர்பார்த்திருக்க முடியாதுதான். நீ எதற்காக வந்தாய்? என்ன காரியம் வெற்றி அடையுமா என்று ஜோதிடரைக் கேட்டாய்? ரகசியம் ஒன்றுமில்லையே" என்றாள் இளவரசி.

"தங்களுக்குத் தெரிய முடியாத இரகசியம் என்ன இருக்க முடியும்? சக்கரவர்த்தியின் கட்டளைப்படி நேற்றிரவே முதன் மந்திரி என்னை நாகைப்பட்டினத்துக்குப் போகும்படி ஏவினார் – இளவரசரைக் கையோடு அழைத்து வருவதற்காகத்தான். வழியில் செம்பியன் மாதேவியைப் பார்த்து அவரிடமும் ஓர் ஓலையைக் கொடுத்துப் போகும்படி ஏவினார்.... தாங்கள் எப்போது தஞ்சையிலிருந்து கிளம்பினீர்கள், தேவி?"

"பொழுது விடிந்து சிறிது நேரத்துக்குப் பிறகு கிளம்பினோம். இதை ஏன் கேட்கிறாய், திருமலை?"

"கொடும்பாளூர்ப் படைகள் தஞ்சைக் கோட்டையைச் சூழ்ந்து கொண்டு விட்டனவா என்று தெரிந்து கொள்வதற்காகக் கேட்டேன்."

"என்ன? என்ன?"

"ஆம், தேவி! தங்களுக்குத் தெரியாதா, என்ன? நேற்றிரவு சக்கரவர்த்தியைப் பார்த்து விட்டு முதன் மந்திரி அவருடைய மாளிகைக்குத் திரும்பி வந்தபோது இரண்டு செய்திகள் காத்திருந்தன. ஒன்றுதான், நாகைப்பட்டினத்திலிருந்து இளவரசர் புறப்பட்டு வருகிறார்; பெரும் ஜனக்கூட்டம் புடைசூழ வந்து கொண்டிருக்கிறார் என்பது..."

"அதை நானும் இன்று காலை அறிந்தேன். என் தம்பியை இங்கே தடுத்து நிறுத்திக் கொள்வதற்காகவே புறப்பட்டு வந்தேன். இன்னொரு செய்தி என்றாயே, அது என்ன?"

ஆழ்வார்க்கடியான் வானதியைச் சுட்டிக்காட்டி, "அம்மா! இந்தக் கொடும்பாளூர் இளவரசியை எதற்காக அழைத்து வந்தீர்கள்?" என்று கேட்டான்.

"அவள் எப்போதும் வருவது போல் இப்போதும் வந்தாள்; அழைத்து வந்தேன். எதற்காகக் கேட்டாய்?"

"இரண்டாவது செய்தியை இந்த இளவரசி இருக்கும்போது சொல்லத் தயக்கமாய் இருக்கிறது."

"சொல், திருமலை! இவள் எனக்கு எவ்வளவு அந்தரங்கமானவள் என்பது உனக்குத் தெரியாதா? எனக்குத் தெரியக் கூடியது எதுவும் இவளுக்கும் தெரியலாம்..."

"ஆனாலும் இந்த இளவரசிக்குச் சம்மந்தப்பட்ட காரியம் அது. தென்திசைச் சேனாதிபதி பூதி விக்கிரம கேசரி ஒரு மாபெரும் சைன்யத்தைத் திரட்டிக் கொண்டு தஞ்சைக் கோட்டையை நெருங்கி வந்து கொண்டிருக்கிறார் என்று நேற்றிரவு முதன் மந்திரிக்குச் செய்தி வந்தது. சேனாதிபதியிடமிருந்து ஓர் ஓலையும் முதன் மந்திரிக்கு வந்தது. சக்கரவர்த்தியைத் தஞ்சைக் கோட்டையிலும், சின்ன இளவரசரை ஏதோ ஓர் ரகசிய இடத்திலும் பழுவேட்டரையர்கள் சிறைப்படுத்தி வைத்திருப்பதாக அதில் குற்றம் சாட்டியிருந்தது. பழுவேட்டரையர்கள், தனாதிகாரி பொறுப்பையும், தஞ்சைக் காவல் பொறுப்பையும் விட்டு உடனே நீங்க வேண்டும் என்றும், இளவரசரைக் கொண்டு வந்து ஒப்புவிக்க வேண்டும் என்று எழுதியிருந்தது. இல்லாவிட்டால் இன்று மாலைக்குள் தஞ்சைக் கோட்டையைச் சுற்றி முற்றுகை ஆரம்பமாகி விடும் என்று எழுதியிருந்தது. அம்மணி! தஞ்சைக்குத் தெற்குத் திசையிலும், மேற்குத் திசையிலும் ஏற்கனவே கொடும்பாளூர் படைகள் நெருங்கி வந்து விட்டனவே! தங்களுக்குத் தெரியாதா?"

"தெரியாது. முதன் மந்திரி இதைப்பற்றி ஒரு வார்த்தையும் என்னிடம் சொல்லவில்லையே!"

"சொல்லியிருந்தால், நீங்கள் ஒருவேளை தஞ்சைக் கோட்டையை விட்டுப் புறப்பட்டிருக்க மாட்டீர்கள். முக்கியமாக, கொடும்பாளூர் இளவரசியை உடனே வெளியேற்றிவிட முதன் மந்திரி விரும்பியிருக்கலாம்..."

"அது ஏன்? இவள் அங்கு இருந்தால் என்ன நேர்ந்து விடும்?"

"இந்த இளவரசியைச் சின்னப் பழுவேட்டரையர் ஒருவேளை சிறைப்படுத்தினாலும் படுத்தி விடுவார்..."

"அவ்வளவு துணிச்சல் அவருக்கு வந்து விடுமா? மெய்யாகவே இதை நீ சொல்லுகிறாய்?"

"ஆம், தேவி! மேலும் தென்திசைச் சேனாதிபதி சொல்லி அனுப்பிய செய்தியைக் கேட்டால், தாங்களே அறிந்து கொள்வீர்கள்..."

"என்ன? மேலும் என்ன?"

"இளவரசர் அருள்மொழிவர்மருக்கும், கொடும்பாளூர் இளவரசி வானதி தேவிக்கும் உடனே திருமணம் நடத்தியாக வேண்டும். ஆதித்த கரிகாலர் தமக்கு ராஜ்யம் வேண்டாம் என்று சொல்வதால் அருள்மொழிச் சோழரையே அடுத்த பட்டத்துக்கு உரியவராக யுவராஜ பட்டாபிஷேகம் செய்ய வேண்டும் என்றும் கேட்டிருக்கிறார். இதற்கெல்லாம் சம்மதிக்காவிட்டால் தஞ்சைக் கோட்டையை மூன்றே நாளைக்குள் தரை மட்டமாக்கி விடுவேன் என்று சொல்லி அனுப்பியிருக்கிறார். சோழநாட்டு மக்கள் தம்மை ஆதரிப்பதாகவும் தெரிவித்திருக்கிறார்..."

இதையெல்லாம் கேட்டுக் கொண்டிருந்த வானதி. "அக்கா! என் பெரியப்பாவுக்குத் திடீரென்று பைத்தியம் பிடித்து விட்டதா, என்ன?" என்று ஆத்திரத்துடன் கேட்டாள்.

"ஏன் வானதி அப்படிச் சொல்கிறாய்? வெகு காலமாகப் பலர் மனத்தில் இருந்த விஷயத்தையே உன் பெரியப்பா இப்போது பகிரங்கமாக அறிவித்திருக்கிறார். பழுவேட்டரையர்கள் 'மதுராந்தகனுக்குப் பட்டம் கட்ட வேண்டும்' என்ற முயற்சி தொடங்கியிருப்பதினால் கொடும்பாளூர் மன்னரும் திருக்கோவலூர் மலையமானும் இவ்விதம் வெளிப்படையாகச் சொல்ல ஆரம்பித்திருக்கிறார்கள்..."

"ஆம், தாயே! திருக்கோவலூர் மலையமான் கூட இதற்குள் ஒரு பெரிய சைன்யத்துடன் கடம்பூர் கோட்டைக்குச் சமீபம் வந்திருப்பார். என்னிடம் அவர் பேசியதிலிருந்தே அவ்வாறு தான் ஊகித்தேன். முதன் மந்திரிக்கும் தகவல் கிடைத்திருக்கிறது..."

"ஆனால் இப்போது நான் அறிந்திருக்கும் செய்திகள் அவர்கள் இருவருக்கும் தெரியாது. அவர்கள் இரண்டு பேருடனும் நான் பேசி உள்நாட்டுச் சண்டை நேராமல் தடுத்தாக வேண்டும். எப்படிச் செய்யப் போகிறேனோ, தெரியவில்லை..."

"தாயே ! நிலைமை இப்போது மிகவும் முற்றிப் போய் விட்டது. இனிமேல் ஒரு பெரிய பாரத யுத்தம் நடந்தே தீரும் போலிருக்கிறது..."

"இதைப் பாரத யுத்தம் என்று கூறியது ரொம்ப சரி, திருமலை! இப்போது யுத்தம் மூண்டால் அது ஒரு சகோதரச் சண்டையாகத்தான் இருக்கும். உற்றார் உறவினருக்குள்ளே நிகழும் சர்வ நாச யுத்தமாக இருக்கும். வானதி! இதைக் கேள்! என் பாட்டானாரின் தகப்பனார் புகழ்பெற்ற பராந்தகச் சக்கரவர்த்தி, பழுவேட்டரையர் குலத்தில் பெண் கொண்டார். அவருடைய மகள், – என் சிறிய பாட்டி, – கொடும்பாளூரின் அரசரை மணந்து கொண்டார். என் பாட்டனார் அரிஞ்சயர் கொடும்பாளூர்ப் பெண்ணை மணந்து கொண்டார். என் தந்தையோ திருக்கோவலூர் மலையமான் மகளை மணந்திருக்கிறார். இப்படி இந்த மூன்று குல மன்னர்களும் எங்கள் குலத்துடன் நெருங்கிய உறவு பூண்டவர்கள். ஒன்றுக்குள் ஒன்றாகக் கலந்து போனவர்கள். ஆயினும் அவர்கள் இப்போது கச்சை கட்டிக் கொண்டு சண்டைக்கு ஆயத்தமாகி வருகிறார்கள்! இந்த விதியை என்னவென்று சொல்கிறது – இவர்களுடைய சண்டையினால் சோழ ராஜ்யமே அழிந்து விடும் போலிருக்கிறது!"

"அக்கா! எனக்குப் அதைப் பற்றியெல்லாம் கவலை இல்லை. எப்படியாவது சண்டை போட்டுக் கொண்டு சாகட்டும். ஆனால் இதில் என் பெயரை என் பெரிய தகப்பனார் எதற்காக இழுக்க வேண்டும்? உடனே திரும்பிப்போய் என் பெரியப்பாவைப் பார்த்து சண்டை பிடிக்கவேண்டும் என்று தோன்றுகிறது..."

"அதனால் என்ன பயன், கண்ணே? நீ சொல்வதை உன் பெரிய தகப்பனார் கேட்க மாட்டார். நீயும் நானும் சேர்ந்து மன்றாடினாலும் பயன்படாது. சிறு வயதுப் பெண்களாகிய நாம் சொல்வதை உன் பெரியப்பாவைப் போன்ற கிழவர்கள் கேட்க மாட்டார்கள். என் தம்பி அருள்மொழிவர்மன் மூலமாகத்தான் இந்தச் சண்டை நேராமல் தடுக்கமுடியும். திருமலை! நீ போனவன் ஏன் திரும்பி வந்தாய்? அருள் மொழி இப்போது எங்கே இருக்கிறானாம்?"

"திருவாரூரிலிருந்து நேற்றிரவே புறப்பட எண்ணியதாகக் கேள்வி. ஆனால் வழியெல்லாம் ஒரே வெள்ளக்காடாக இருப்பதால் வர முடியவில்லையாம். நானும் பழையாறைக்கு அப்பால் போகப் பார்த்து முடியாமல் திரும்பி வந்தேன். குடமுருட்டி உடைப்பெடுத்து ஒரே சமுத்திரமாகச் செய்திருக்கிறது..."

"எப்படியும் வெள்ளம் வடியும். அதற்குப் பிறகு அருள்மொழி இந்த வழியாக வந்துதானே ஆகவேண்டும்? அதுவரை காத்திருக்க வேண்டியதுதான். அதற்குள் தஞ்சையில் ஏதேனும் விபரீதம் நேர்ந்து விடப்போகிறதே என்று கவலையாயிருக்கிறது. திருமலை! நீ உடனே தஞ்சாவூர் திரும்பிப் போய்க் கொடும்பாளூர் மன்னரைக் கண்டு நான் சொல்லும் செய்தியைச் சொல்ல முடியுமா? அருள்மொழி வரும் வரையில் தஞ்சைக் கோட்டையை முற்றுகையிட வேண்டாம் என்று தெரிவிப்பாயா?"

"அக்கா! நானும் இவருடன் தஞ்சைக்குப் போகட்டுமா?"

"நீ இந்த மனிதருடன் போய் என்ன செய்வாய், என் கண்ணே?"

"போய் என் பெரிய தகப்பனாருடன் சண்டை பிடிப்பேன்."

"என்னவென்று சண்டை பிடிப்பாய்? உன் பேச்சை அவர் கேட்டுச் சண்டையை நிறுத்தி விடுவாரா?"

"சண்டையை நிறுத்தினால் நிறுத்தட்டும்; நிறுத்தாவிட்டால் எப்படியாவது நாசமாகப் போகட்டும். என் பெயரை இதில் இழுக்க வேண்டாம் என்று வற்புறுத்துவேன்."

"உன் பெயரை இழுக்கிறார்களா? அது எதற்காக?"

"சற்று முன் இந்த வீர வைஷ்ணவர் சொன்னதை நீங்கள் கேட்கவில்லையா, அக்கா?" என்று வானதி கூறி வெட்கத்தினால் தலை குனிந்தாள்.

"உன்னைப் பற்றி யார் என்ன சொன்னார்கள்? திருமலை! நீ இந்தப் பெண்ணைப்பற்றி என்ன சொன்னாய்?"

"இவரைப் பொன்னியின் செல்வருக்கு மணம் செய்விக்க வேண்டும் என்று சேனாதிபதி வற்புறுத்துவதைப் பற்றிச் சொன்னேன் அல்லவா? அதைக் குறிப்பிடுகிறார் போலிருக்கிறது!"

"வானதி! அதில் என்ன உனக்கு ஆட்சேபம்? பொன்னியின் செல்வனை மணந்து கொள்வதற்கு உனக்குப் பிரியம் இல்லையா?"

"பிரியம் இருக்கிறதோ, இல்லையோ. அதைப்பற்றி இப்போது என்ன பேச்சு? கல்யாணத்தையும், பட்டங்கட்டுவதையும் என் பேரில் தந்தை சேர்த்துப் பிரஸ்தாபிப்பதைத்தான், நான் ஆட்சேபிக்கிறேன். என்னைச் சோழ சிம்மாசனத்தில் ஏற்றுவிப்பதற்காகவே என் பெரிய தந்தை இந்தச் சண்டையை ஆரம்பிக்கிறார் என்றல்லவா ஏற்படுகிறது?..."

இச்சமயத்தில் ஒரு பெண்ணின் குரல், "கொடும்பாளூர் இளவரசிக்குச் சிம்மாசனம் ஏறுவது என்றாலே ரொம்ப வெறுப்புப் போலிருக்கிறது!" என்று கூறியதைக் கேட்டு எல்லாரும் அக்குரல் வந்த இடத்தைப் பார்த்தார்கள். அங்கே ஓடக்காரப் பெண் பூங்குழலி நின்று கொண்டிருந்தாள்.

குந்தவை அவளை வியப்புடன் பார்த்து, "பெண்ணே! நீ எப்படி இங்கே வந்தாய்? இன்று காலை உன்னையும், ஈழத்து ராணியையும் காணாமல் நாங்கள் தேடி அலைந்தோமே? உன் அத்தை எங்கே?" என்று கேட்டாள்.

"தேவி! மன்னிக்க வேண்டும்! என் அத்தை என்னைப் பலவந்தமாகப் பழுவூர் அரண்மனையின் சுரங்க வழியாகப் பிடித்து இழுத்துக் கொண்டுவந்து கோட்டைக்கு வெளியே அனுப்பி விட்டாள். நான் தஞ்சை அரண்மனையில் ஒருநாள் இருப்பது கூட என் அத்தைக்குப் பிடிக்கவில்லை! எனக்கும் அரண்மனை வாழ்வு பிடிக்கவில்லைதான்! கொடும்பாளூர் இளவரசிக்குச் சிம்மாசனமே வெறுத்துப் போயிருக்கும்போது, என்னைப் போன்றவர்களுக்கு அரண்மனையில் வசிக்க எப்படிப் பிடிக்கும்?" என்றாள் பூங்குழலி.

"பெண்ணே! எதையோ கேட்டால், எதையோ சொல்லுகிறாயே? உன் சித்தம் சரியான நிலையில் இல்லை போலிருக்கிறதே?" என்றாள் குந்தவை.

"அக்கா! அவள் சித்தம் சரியாகத்தான் இருக்கிறது. என்னைக் கேவலப்படுத்துவதற்காக வேண்டுமென்று இப்படிப் பேசுகிறாள். நான் சோழநாட்டின் சிம்மாதனம் ஏறி மகாராணி ஆகவேண்டும் என்ற ஆசை கொண்டிருக்கிறேனாம்! அதற்காகத் தான் தங்கள் தம்பியை – பொன்னியின் செல்வரை – மணக்க விரும்புகிறேனாம்! இவளுடைய மனசு எனக்கு நன்றாய்த் தெரிந்திருக்கிறது" என்றாள் வானதி.

"பாம்பின் கால் பாம்பு அறியும் என்ற பழமொழி பொய்யாகப் போகுமா?" என்றாள் பூங்குழலி.

"பெண்களே! நிறுத்துங்கள்! எந்தச் சமயத்தில் என்ன பேசுவது என்றே உங்களுக்குத் தெரியவில்லை. பூங்குழலி! உன் அத்தை இப்போது எங்கே இருக்கிறாள்?" என்று குந்தவை கேட்டாள்.

"பழுவூர் மாளிகையைச் சேர்ந்த பொக்கிஷ நிலவறையில் இருக்கிறாள்..."

"எதற்காக?"

"அங்கே ஒரு கொலைகாரன் கையில் வேலுடன் ஒளிந்து கொண்டிருக்கிறான். ஆகா! அவனை நாங்கள் இருவரும் இன்று அதிகாலையில் படுத்தி வைத்த பாட்டை நினைத்தால்! எங்கள் இருவரையும் இரண்டு பெண் பேய்கள் என்று நினைத்துக் கொண்டு அவன் மிரண்டு போய் அங்குமிங்கும் ஓடியதை எண்ணினால்...!" என்று கூறிவிட்டுப் பூங்குழலி கலகலவென்று சிரித்தாள்.

இந்தப் பெண்ணுக்குச் சித்தப் பிரமைதான் என்று குந்தவை மனதில் எண்ணிக்கொண்டு, "அப்புறம் சொல்! அவன் யார்? எதற்காக ஒளிந்திருக்கிறான்? உங்களுக்கு எப்படி அது தெரிந்தது?" என்று கேட்டாள்.

"அதெல்லாம் எனக்குத் தெரியாது, தேவி! என் அத்தைக்கு வாய் பேச முடியாவிட்டாலும் காது கேளாவிட்டாலும், நமக்கெல்லாம் தெரியாத விஷயங்களைத் தெரிந்து கொள்ளும் அதிசயமான சக்தி உண்டு. அரண்மனையில் உள்ள யாரோ ஒருவரைக் கொல்லுவதற்காக அவன் அங்கே காத்திருக்கிறான் என்று எப்படியோ அறிந்து கொண்டாள். தேவி! பத்துத் தலை ராவணேசுவரனுடைய கைகளை உடைப்பதற்கு என் அத்தைப் பிரயத்தனப்பட்டாளே! அது எதற்கு என்று தெரியுமா?"

"தெரியாது; உனக்குத் தெரிந்தால் உடனே சொல்லு!"

"என் அத்தை ராவணன் கரங்களைத் தகர்க்க முயன்றதைப் பார்த்தபோது நீங்கள் எல்லாரும் அவளைப் பிச்சி – பைத்தியக்காரி என்று நினைத்தீர்கள். ஆனால் என் அத்தை பிச்சி அல்ல. அந்த ராவணன் கைகளுக்கு மத்தியிலேதான் பழுவேட்டரையரின் நிலவறைப் பொக்கிஷத்துக்குப் போகும் சுரங்கப்பாதை இருக்கிறது."

"ஆகா! அப்படியா?" என்று குந்தவை அதிசயித்தாள்.

"ஈழத்து ஊமை ராணி, சக்கரவர்த்தியின் அரண்மனைக்கு எப்படி வந்தாள் என்பதும் தெரிகிறது!" என்றான் ஆழ்வார்க்கடியான்.

"இத்தனை நாளும் அரண்மனையிலிருந்த நமக்கு அப்படி ஒரு சுரங்க வழி இருப்பது தெரியாமற் போயிற்றே? இருக்கட்டும், நீ ஏன் உடனே அரண்மனைக்கு வந்து எங்களிடம் இதையெல்லாம் சொல்லவில்லை? உன் அத்தையைத் தனியாக விட்டுவிட்டு ஏன் வந்து விட்டாய்?" என்றாள் இளையபிராட்டி.

"அத்தையின் பிடிவாதந்தான் காரணம். அங்கே ஒளிந்திருப்பவனைத் தான் பார்த்துக் கொள்வதாகச் சொல்லி என்னை வெளியே அனுப்பிவிட்டாள்!"

"ஏன்? ஏன்? அதைவிட முக்கியமான காரியம். எதற்காகவாவது உன்னை அனுப்பினாளா?"

"ஆம், அம்மணி!"

"அது என்ன பெண்ணே?"

"பொன்னியின் செல்வருக்கும் ஏதோ ஆபத்து வரப் போகிறது என்று என்னுடைய அத்தை தன் அதிசய சக்தியினால் தெரிந்து கொண்டிருக்க வேண்டும். அவர் இருக்குமிடத்துக்குப் போகும்படி என்னை அனுப்பினாள்!"

"ஆகா! பொன்னியின் செல்வன் இருக்குமிடத்தை தேடித் தான் நீ போய்க்கொண்டிருந்தாயா? அப்படியானால் ஏன் நின்று விட்டாய்?"

"இல்லை, தேவி! உண்மையைச் சொல்லிவிடுகிறேன். அரண்மனைக் காரியங்களில் இனிமேல் தலையிடுவதில்லையென்று தீர்மானித்து விட்டேன். கோடிக்கரைக்குப் போய்க் கொண்டிருந்தேன். வழியில் இந்த வீர வைஷ்ணவன் என்னைச் சந்தித்து இங்கே அழைத்துக் கொண்டு வந்தான்!... நீங்கள் இருப்பது தெரிந்திருந்தால் வந்திருக்க மாட்டேன்!"

"பெண்ணே! அரண்மனை உனக்கு ஏன் அவ்வளவு வெறுத்துப் போய்விட்டது? எங்களை ஏன் பிடிக்காமல் போய் விட்டது? உன்னை யார் என்ன செய்துவிட்டார்கள்?" என்று இளையபிராட்டி குந்தவை கேட்டாள்.

"என்னை யாரும் எதுவும் செய்துவிடவில்லை. யார் பேரிலும் எனக்குக் குறையும் இல்லை. சில பேருக்குச் சிம்மாதனம் பிடிக்காமலிருப்பதுபோல் எனக்கும் அரண்மனை வாழ்வு பிடிக்கவில்லை, அவ்வளவுதான்!" என்று பூங்குழலி கூறிவிட்டு, வானதியைக் கடைக் கண்ணால் பார்த்து நகைத்தாள்.

அதைக் கவனித்து வானதி ஆவேசம் வந்தவள் போல் ஓர் அடி முன்னால் வந்து கூறினாள்– "அக்கா! இவள் மறுபடியும் என்னைத் தான் ஏசிக் காட்டுகிறாள். நான் சொல்கிறேன். கேளுங்கள். தங்கள் திருப்பாதங்களின்மீது ஆணையாகச் சொல்கிறேன். ஆகாசவாணி, பூமாதேவி சாட்சியாகச் சபதம் செய்கிறேன். பொன்னியின் செல்வர் இந்தக் கண்டத்திலும் தப்பிப் பிழைத்தாரானால், அவர் மனமுவந்து என்னைக் கரம் பிடித்து மணந்து கொண்டாரானால், அத்தகைய பெரும் பேறு எனக்குக் கிடைத்ததானால், தஞ்சை அரண்மனைச் சிம்மாதனத்தில் நான் ஒருநாளும் உட்காரவே மாட்டேன். இது சத்தியம்! சத்தியம்!"

❉ ❉ ❉ ❉

பதினைந்தாம் அத்தியாயம்

கூரை மிதந்தது!

அச்சந்தர்ப்பத்தில் கொடும்பாளூர் இளவரசி இம்மாதிரி ஒரு சபதத்தைச் செய்வாள் என்று யாரும் எதிர்பார்க்கவில்லை. அதைக் கேட்டு அனைவரும் திகைத்துப் போனார்கள்.

இளையபிராட்டி கோபமும் இரக்கமும் கலந்து பொங்கிய குரலில், "பெண்ணே! இது என்ன சபதம்? எதற்காகச் செய்தாய்? இப்படியும் ஒரு மூடத்தனம் உண்டா? ஏதோ வெறி பிடித்தவள் போல அல்லவா பிதற்றிவிட்டாய்?" என்றாள்.

"இல்லை, அக்கா! இல்லை! எனக்கு வெறி இல்லை. என் அறிவு தெளிவாயிருக்கிறது. பல நாளாக யோசித்து என் மனத்திற்குள் முடிவு செய்து வைத்திருந்ததையே இப்போது பலர் அறியக் கூறினேன்" என்றாள் வானதி.

அதற்குக் குந்தவை மறுமொழி சொல்வதற்குள் பூங்குழலியின் சிரிப்பு அவள் கவனத்தைக் கவர்ந்தது. அந்தப் பெண்ணுக்கு உண்மையிலேயே இப்போது வெறி பிடித்துவிட்டது போலத் தோன்றியது. முதலில் கலகலவென்று சிரித்தாள். பிறகு முகத்தைக் கைகளால் மூடிக்கொண்டு விம்மி விம்மி அழுதாள். பின்னர் திடீரென்று அழுகையை நிறுத்திவிட்டு மெல்லிய குரலில்,

"அலைகடலும் ஓய்ந்திருக்க
அகக்கடல்தான் பொங்குவதேன்?"

என்று பாடத் தொடங்கினாள்.

குந்தவை ஆழ்வார்க்கடியானைப் பார்த்து, "இந்த இரண்டு பெண்களும் சேர்ந்து என் மனத்தையும் குழப்பிப் பைத்தியமாக்கி விடுவார்கள் போலிருக்கிறது. திருமலை! இளவரசரைப் பார்க்கப் புறப்பட்டவன் இவளை எதற்காக இங்கு அழைத்துக் கொண்டு திரும்பி வந்தாய்?" என்று கேட்டாள்.

"தேவி! பொன்னியின் செல்வரைச் சந்திப்பதற்குத்தான் புறப்பட்டுச் சென்றேன். வழியெல்லாம் ஒரே வெள்ளமாயிருந்தபடியால் போக முடியவில்லை. என்னைப் போலவே இவளும் தடைப்பட்டு நின்றதைப் பார்த்தேன். படகு சம்பாதித்துக் கொடுத்தால் தள்ளிக்கொண்டு போய்த் திருவாரூர் சேர்ப்பதாகச் சொன்னாள். அதற்காக ஜோதிடரிடம் திரும்பி வந்தேன். கோயிலுக்குப் பக்கத்தில் தங்கள் ரதப் படகைப் பார்த்ததும் சந்தோஷமாயிற்று. தங்களிடம் கேட்டுப் படகு வாங்கிச் செல்லலாம் என்று நினைத்தேன். ஆனால் பழுவேட்டரையர் ரதத்தோடு படகையும் கொண்டு போய் விட்டார்!" என்றான் ஆழ்வார்க்கடியான்.

"இப்போது என்ன யோசனை சொல்கிறாய்? பழுவேட்டரையர் கூறியதையெல்லாம் நீயும் கேட்டுக் கொண்டிருந்தாய் அல்லவா?" என்றாள் குந்தவை.

"ஆம் தாயே! அதைக் கேட்ட பிறகு இங்கே வீணாகப்போகும் ஒவ்வொரு நிமிஷமும் ஒரு யுகமாகத் தோன்றுகிறது. இந்தப் பெண் சொல்வதிலிருந்தும் சக்கரவர்த்தியை உண்மையிலேயே பயங்கரமான அபாயம் நெருங்கியிருப்பதாகத் தெரிகிறது. அது முதன் மந்திரிக்குக் கூடத் தெரியாது. ஆகையால் தாங்கள் கொடும்பாளூர் இளவரசியை அழைத்துக் கொண்டு உடனே தஞ்சாவூருக்குச் செல்லுங்கள். கொடும்பாளூர் படைகள் ஒருவேளை கோட்டையை முற்றுகையிட்டிருந்தால் தங்களைத் தவிர யாராலும் அப்படைகளைத் தாண்டிக் கொண்டு போக முடியாது. வானதி தேவியும் தங்களுடன் வந்தால் அதிக வசதியாகப் போய்விடும். நான் இந்த ஓடக்காரப் பெண்ணைச் சமாதானப்படுத்தி அழைத்துக் கொண்டு, ஒரு படகு சம்பாதித்துக் கொண்டு

பொன்னியின் செல்வரிடம் போகிறேன். ஜோதிடரின் சீடனைப் படகு கொண்டு வருவதற்காக ஏற்கனவே அனுப்பி விட்டேன்!" என்றான் ஆழ்வார்க்கடியான்.

வானதி திடுக்கிட்டு எழுந்தவள் அவனை வெறிக்கப் பார்த்து, "முடியாது! முடியாது! பொன்னியின் செல்வரிடந்தான் போவேன்! செத்தாலும் அவர் காலடியிலேதான் சாவேன்!" என்றாள்.

அதைக் கேட்ட பூங்குழலி, 'கிறீச்' என்ற குரலில், "வைஷ்ணவரே! நான் உம்முடன் வரமுடியாது! கோடிக்கரையில் என் காதலர்கள் என்னை அழைக்கிறார்கள்! நள்ளிரவில் நெருப்பைக் கக்கும் என் காதலர்கள் என்னை அழைக்கிறார்கள்! இளவரசி ஓலை கொடுத்து அனுப்பினாரே, அந்த வாணர்குல வீரருக்குக்கூட என் காதலர்களை நான் காட்டினேன். அவர்களிடம் நான் போகவேண்டும்!" என்று கூவினாள்.

இதுவரையிலும் இவர்களுடைய சம்பாஷணையில் கலந்து கொள்ளாமல் எல்லாவற்றையும் கேட்டுக்கொண்டு திகைத்து நின்ற ஜோதிடர் இப்போது குறுக்கிட்டார். "அம்மா! அம்மா! எல்லாரும் சற்றுச் சும்மா இருங்கள்!" என்று இரைந்து கத்தினார்.

ஒரு நிமிடம் அங்கே பேச்சின் ஒலி நின்றிருந்தது. அப்போது வேறோர் ஒலி, – ரோமாஞ்சனத்தை உண்டாக்கும்படியான பேரொலி, – புயல் அடிக்கும்போது அலை கடலில் உண்டாகும் இரைச்சலையொத்த பேரோசை – கேட்டது.

"தாய்மார்களே! இந்தச் சந்தர்ப்பம் பார்த்து நீங்கள் இந்தப் பாவியின் குடிசைக்கு வந்தீர்களே! நான் நாட்டுக்கெல்லாம் ஜோதிடம் சொல்லி வந்தவன். உங்களுக்கு எச்சரிக்கை செய்து அனுப்பாமல் இருந்து விட்டேனே?" என்று ஜோதிடர் புலம்பினார்.

"ஐயா! இது என்ன? புதிய அபாயம் எங்களுக்கு என்ன வருகிறது?" என்று குந்தவை கேட்டாள்.

"தாயே! அரசலாற்றில் வெள்ளம் பெருகி வடகரையை உடைத்துக் கொள்ளும் போலிருக்கிறது என்று காலையிலேயே என் சீடன் சொன்னான். அரசலாறு உடைத்துக் கொண்டால் அந்த ஜலமெல்லாம் காவேரியில் வந்து விழும். காவேரி கரை புரண்டால் இந்த ஏழையின் வீடு அடியோடு முழுகிப் போய்விடும். காவேரிக்கு வெகு சமீபத்தில் இந்த வீடு இருக்கிறது. வாருங்கள்! வாருங்கள்! வெளியே வாருங்கள்!" என்று ஜோதிடர் கதறிக் கொண்டு, வீட்டை விட்டு வெளியே ஓடினார்.

எல்லாரும் அவரைத் தொடர்ந்து வெளியேறினார்கள். பீதி கொண்ட முகத் தோற்றத்துடன் ஜோதிடர், "அதோ!" என்று சுட்டிக் காட்டினார். அவர் சுட்டிக் காட்டிய தென்மேற்குத் திசையில் ஓர் அபூர்வமான காட்சி தென்பட்டது. அரைத் தென்னை மரம் உயரமுடைய ஒரு பசுமையான சுவர், – நீண்டு படர்ந்து ஓரளவு வளைந்திருந்த விசாலமான சுவர், – அந்த வீட்டை நோக்கி இரைச்சலிட்டுக் கொண்டு வந்ததைக் கண்டார்கள். காவேரியின் கரை உடைந்து நீர் வெள்ளம் அப்படிச் சுவரைப் போல் நகர்ந்து வருகிறது என்பதை அங்கிருந்த அனைவரும் ஒரு நொடியில் அறிந்து கொண்டார்கள்.

"அம்மா! வாருங்கள்! எல்லாரும் ஓடி வாருங்கள்! அம்மன் கோவில் மண்டபத்தின் மீது ஏறி நிற்கலாம்! தப்ப வேறு மார்க்கம் இல்லை! திருமலை என் சீடனைப் படகு கொண்டுவர அனுப்பியதே நல்லதாய்ப் போயிற்று! 'ஓடி வாருங்கள்!' என்று சொல்லிக் கொண்டே ஜோதிடர் வழி காட்டினார்.

மற்றவர்களும் அவரைப் பின்பற்றினார்கள். பூங்குழலியின் வெறியெல்லாம் இப்போது போய் விட்டது."தேவி! தாங்கள் சிறிதும் அஞ்ச வேண்டாம். இதைக் காட்டிலும் எத்தனையோ பெரிய வெள்ளங்களை நான் சமாளித்திருக்கிறேன்!" என்று கூறிக் கொண்டே அவள் ஓடினாள். எல்லாருக்கும் முன்னதாகக் கோவில் மண்டபத்தை அடைந்து அதில் தாவி ஏறினாள்.

இதற்குள் வெள்ளம் கோவில் அருகிலும் வந்து சூழ்ந்து கொண்டு விட்டது. கீழே நின்றவர்களின் முழங்கால் வரை ஏறிவிட்டது. ஜோதிடரும், ஆழ்வார்க்கடியானும் தத்தித் தடுமாறி மண்டபத்தின் மீது ஏறினார்கள்.

குந்தவையும், வானதியும் மட்டும் இன்னும் கீழே நின்றார்கள்.

இருவரும் ஏற முயன்றார்கள். மேலேயிருந்த பூங்குழலி இளையபிராட்டியின் கைகளைப் பிடித்துத் தூக்கி விட்டாள். வானதி மட்டும் கீழே நின்றாள். அவள் இரண்டு தடவை ஏற முயன்று இரண்டு தடவையும் கைதவறி விட்டு விட்டாள்.

மேலே இருந்த இரு பெண்மணிகளும் அவளைப் பிடித்து மண்டபத்தில் தூக்கிவிட முயன்றார்கள். பூங்குழலி ஒரு கரத்தையும் இளைய பிராட்டி குந்தவை ஒரு கரத்தையும் பிடித்துத் தூக்கினார்கள். வானதி சட்டென்று நிமிர்ந்து பார்த்தாள். அவளுடைய ஒரு கரத்தைப் பூங்குழலி பிடித்துக் கொண்டிருந்தது தெரிந்தது. உடனே அந்தக் கையை உதறினாள். அவள் பிடியிலிருந்து கையை விடுவித்துக் கொண்டாள்.

அந்த வேகத்தில் குந்தவை பிடித்திருந்த கரமும் நழுவி விட்டது. வானதி தொப்பென்று விழுந்தாள்; தண்ணீரிலேதான் விழுந்தாள். அதற்குள் தண்ணீர் அவளுடைய கழுத்துவரையில் ஏறி விட்டது. கால் நிலை கொள்ளவில்லை. வானதி தண்ணீரில் மிதந்தாள். வெள்ளம் அவளை அடித்துக் கொண்டு போயிற்று.

இவ்வளவும் ஒரு கணத்தில் நடந்து விட்டது; மண்டபத்தின் மேலேயிருந்தவர்கள், "ஆ! என்று பரிதாபமாகக் கதறினார்கள். சில கண நேரத்துக்குள் வெள்ளம் வானதியை ஜோதிடர் வீட்டுக் கூரைமேல் கொண்டு போய்ச் சேர்த்தது. அந்தக் கூரை மேல் அவள் ஏறிக்கொண்டாள்.

"நல்ல வேளை! அபாயம் ஒன்றுமில்லை!" என்று எண்ணினாள்.

மண்டபத்தின் மேலிருந்தவர்களும் அவளைப் பார்த்தார்கள். வீட்டுக் கூரை மீது தொத்திக் கொண்டதைப் பார்த்தார்கள். அவர்களும், 'நல்ல வேளை! அபாயம் ஒன்றுமில்லை. படகு வந்ததும் அவளை எப்படியும் தப்புவிக்கலாம்!' என்று கருதினார்கள்.

"கூரையை விட்டுவிடாதே! கெட்டியாகப் பிடித்துக் கொள்!" என்று பலமாகக் கத்தினார்கள்.

வானதி ஜோதிடர் வீட்டுக் கூரையைக் கெட்டியாகப் பிடித்துக் கொண்டாள்.

சிறிது நேரத்துக்கெல்லாம் அந்தக் கூரையே அசைவது போலத் தோன்றியது. 'அடடா! வீடு இடிந்து விழுகிறதா, என்ன?'

ஆம்; ஜோதிடர் வீட்டுச் சுவர்கள் இடிந்து விழுந்து விட்டன. ஆனால் கூரை மட்டும் விழவில்லை! கூரை, வெள்ளத்தில் மிதக்கத் தொடங்கி விட்டது.

வானதி அந்தக் கூரையைக் கெட்டியாகப் பிடித்துக் கொண்டு மிதந்தாள்.

கோவில் மண்டபத்தை நோக்கித் திரும்பிப் பார்த்தாள். "அக்கா! நான் அவரைப் பார்க்கப் போகிறேன். பொன்னியின் செல்வரைப் பார்க்கப் போகிறேன். காவேரித்தாய் என்னை அவரிடம் கொண்டு போகிறாள்!" என்று கூவினாள்.

அவள் கூறியது அவர்கள் காதில் விழுந்திருக்கும். முக்கியமாகப் பூங்குழலியின் காதில் விழுந்திருக்கும், என்று மனப்பூர்வமாக நம்பினாள்.

ஜோதிடர் வீட்டுக் கூரை வெள்ளத்தில் மிதந்து சென்று கொண்டிருந்தது. வானதியும் போய்க் கொண்டிருந்தாள்.

❖ ❖ ❖ ❖

பதினாறாம் அத்தியாயம்

பூங்குழலி பாய்ந்தாள்!

சோழ நாட்டில் பிரயாணம் செய்துள்ளவர்கள் அந்நாட்டின் இயற்கை அமைப்பில் ஒரு விசித்திரத்தைக் கவனித்திருப்பார்கள். சோழ நாட்டைச் சோறுடை வளநாடாகச் செய்யும் நதிகளில் வெள்ளம் வரும்போது, வெள்ளத்தின் மேல் மட்டம் நதிக்கு இருபுறங்களிலுமுள்ள பூமி மட்டத்துக்கு மிக்க உயரமாயிருக்கும். இவ்விதம் இருப்பதினாலேதான் நதிகளில் வரும் வெள்ளம் வாய்க்கால்களின் வழியாக வயல்களுக்குப் பாய்வது சாத்தியமாகின்றது.

இந்த நிலையில் வெள்ளத்தை நதிப் படுகையோடு போகச் செய்வதென்பது மிகவும் சிரமமான காரியம் அல்லவா? நதிகளுக்கு இருபக்கங்களிலும் உயரமான கரைகள் உறுதியாக அமைந்திருக்க வேண்டும். இல்லாவிடில், வெள்ளம் நதியோடு போவதற்குப் பதிலாக, மழை நீர் நாலா புறமும் பாய்ந்து ஓடுவதுபோல் ஓடிச் சோழ நாட்டைத் தண்ணீர் தேங்கிய சதுப்பு நிலமாக்கி ஒன்றுக்கும் பயனற்றதாகச் செய்துவிடும்.

இதை முன்னிட்டு ஆதிகாலத்திலிருந்து சோழமன்னர்கள் காவேரிக்கும், காவேரியின் கிளை நதிகளுக்கும் கரைகள் அமைப்பதில் மிக்க கவனம் செலுத்தினார்கள். கரிகால் வளவன் ஈழ நாட்டிலிருந்து யுத்தத்தில் தோற்றவர்களைச் சிறைப்படுத்தி வந்து, காவேரிக்குக் கரையெடுக்கும் வேலையில் அவர்களை ஈடுபடுத்தினான் என்னும் வரலாற்றை நேயர்கள் அறிந்திருப்பார்கள்.

காவேரியின் கிளை நதிகளில் தண்ணீர் நல்ல மேல் மட்டத்தில் வருவதற்கு உதவியாகவே ஸ்ரீரங்கத்துக்கு ஒரு காத தூரம் கிழக்கே சோழ மன்னர்கள் கல்லணை கட்டினார்கள். அந்த அணையின் மூலம் தண்ணீர் மட்டம் மேலும் உயர்ந்து கிளை நதிகளில் நிறையத் தண்ணீர் பாய்வது சாத்தியமாயிற்று. இவ்விதம் இயற்கை அமைப்போடு இடைவிடாத செயற்கை முயற்சிகளும் சேர்ந்தே சோழ நாட்டைப் பண்டை நாளிலேயே நீர் வளத்தில் இணையில்லாத நாடாகச் செய்திருந்தன.

சோழ வள நாட்டுக்கு இவ்விதம் இயற்கை, விசேஷ உதவிகள் செய்தது போலவே, சில சமயம் விபரீதமான அபாயங்களையும் உண்டாக்கி வந்தது.

சோழ மண்டலத்துக் கடற்கரைக்குக் கிழக்கே கடலில் அடிக்கடி சுழிக் காற்றுகளும், புயற்காற்றுகளும் தோன்றுவது உண்டு. இக்காற்றுகள் சில சமயம் கடற்கரையோரமாக வடக்கு நோக்கிச் சென்று கிருஷ்ணை – கோதாவரி முகத்துவாரங்களிலோ அல்லது கலிங்க நாட்டிலோ, உள்ளே பிரவேசித்துப் பெருமழை கொட்டச் செய்து கடுமையான சேதங்களை விளைவிக்கும். வேறு சில சமயங்களில் சோழ நாட்டுக்குள்ளேயே நேரடியாகப் பிரவேசித்து மேற்கு நோக்கி விரைந்து செல்லும். கோடிக்கரைக்கும், கொள்ளிடக் கரையின் முகத்துவாரத்துக்கும் மத்தியில் இவ்விதம் சுழிக்காற்று உள்நாட்டில் பிரவேசிப்பது சரித்திரத்தில் பலமுறை நடந்திருக்கும் சம்பவம். சில சமயம் அச்சுழிக் காற்றுகள் கோரபயங்கர ரூபங்கொண்டு கடலையே பொங்கி எழச் செய்து கடற்கரையோரமுள்ள ஊர்களையே அழித்துவிடும்!

பூம்புகார் என்று வழங்கிய காவேரிப்பட்டினத்தைக் கடல் கொண்டது வெறுங்கதையன்று; சரித்திர ஆதாரங்களினால் நிரூபிக்கக் கூடிய உண்மை நிகழ்ச்சியேயாகும்.

நதிகளில் வெள்ளம் அதிகமாக வரும்போது சில சமயம் கரைகள் உடைந்து விடுவதும் உண்டு. நதிகளின் நீர்மட்டத்தைக் காட்டிலும் பூமி மட்டம் தாழ்வாயிருக்கும் காரணத்தினால் உடைப்பு எடுத்ததும் சுற்றுப்புறமெல்லாம் ஒரே தண்ணீர் மயமாகிவிடும். நதிகளுக்கு அருகிலுள்ள ஊர்கள் முழுகிப் போய்விடும். அப்போதெல்லாம் ஜனங்கள் உயிர் தப்புவதற்கு அக்கம்பக்கத்திலுள்ள கோயில்கள் உதவியாயிருக்கும்.

விஜயாலய சோழனின் மகன் ஆதித்த சோழன் காவேரி உற்பத்தியாகும் ஸஹ்ய மலையிலிருந்து அந்த மாநதி கடலில் சங்கமமாகும் இடம் வரையில் நூற்றெட்டு ஆலயங்களை எடுப்பித்தான் என்று சரித்திரம் கூறுகிறது. சாதாரண காலங்களில் கோயில்கள் கடவுளை ஆராதிப்பதற்குப் பயன்படுவது போலவே, பெருவெள்ளம் வந்து உடைப்பெடுக்கும் காலத்தில் மக்கள் கோயில் மண்டபங்களின் மீது ஏறி உயிர் தப்புவதற்கும் உபயோகமாயிருக்கட்டும் என்பது ஆதித்த சோழனின் நோக்கமாக இருக்கலாம் அல்லவா?

நதிக்கரைகளில் உடைப்பு உண்டாவதன் காரணமாகச் சில சமயம் நதிகளின் போக்கே மாறிவிடுவது உண்டு. அரசலாறும், குடமுருட்டி முதலிய நதிகளும் இப்படி பலமுறை இடம்மாறி, திசை மாறியிருக்கின்றன என்பதைப் பழைய வரலாறுகளிலிருந்து அறியலாம்.

* * *

இனி நம்முடைய வரலாறு நடந்த காலத்துக்கு வருவோம். இலங்கைத் தீவிலிருந்து சோழ நாட்டுக்குப் பார்த்திபேந்திரனுடைய கப்பல் வந்து கொண்டிருந்தபோது உண்டான சுழிக்காற்று, வந்தியத்தேவனை முன்னிட்டு இளவரசர் அருள்மொழிவர்மரைக் கடலில் குதிக்கச் செய்தபிறகு, கடலோரமாகவே சென்று கலிங்க நாட்டை அடைந்து மறைந்தது.

ஆனால் அருள்மொழிவர்மர் நாகைப்பட்டினம் சூடாமணி விஹாரத்தில் தங்கியிருந்தபோது உண்டான சுழிக்காற்று, சோழ நாட்டுக்குள்ளேயே புகுந்து பற்பல அட்டகாசங்களைச் செய்து கொண்டு மேற்கு நோக்கிச் சென்றது. ஒரே இரவில் அது காவேரியின் இருபுறங்களிலும் தன் லீலைகளை நடத்திக் கொண்டு போய் மறுநாள் கொங்குநாட்டை அடைந்து தேய்ந்து மறைந்தது. அது பிரயாணம் செய்த இடங்களிலெல்லாம் பற்பல சேதங்களை விளைவித்தது மட்டுமன்று; அதைத் தொடர்ந்து பெருமழை கொட்டும்படியாகவும் செய்து கொண்டு போயிற்று. மேற்கே போகப்போக மழை அதிகமாகப் பெய்தது. ஆகவே காவேரியிலும் கொள்ளிடத்திலும் அவற்றிலிருந்து பிரிந்த கிளை நதிகளிலும் மறுநாள் முதல் வெள்ளம் அபரிமிதமாக வந்தது. பல நதிகள் கரைகளை உடைத்துக் கொண்டன. மழையினாலும், நதிகளின் உடைப்பினாலும் சோழ நாடெங்கும் வெள்ளக் காடாகிவிட்டது.

ஆனால் இவ்வளவு இயற்கை விபரீதங்களும் சோழநாட்டு மக்களைப் பீதிகொண்டு செயலிழக்கச் செய்துவிடவில்லை. இவை அடிக்கடி நடைபெறும் நிகழ்ச்சிகளாதலால், அம்மாதிரி நிலைமைகளில் என்ன செய்யவேண்டும் என்பதை மக்கள் அறிந்திருந்தார்கள். அப்போதைக்குக் கோயில் மண்டபங்களிலோ வேறு உயரமான இடங்களிலோ ஏறிக்கொண்டு உயிர் தப்புவார்கள். வெள்ளம் எவ்வளவு அவசரமாக வந்ததோ, அவ்வளவு துரிதமாக வடிந்து போய்விடும். பிறகு வழக்கம்போல் அவரவர்களின் வேலையில் ஈடுபடுவார்கள். வீடுகளை இழந்தவர்கள் அக்கம் பக்கத்தில் உள்ளவர்களின் உதவியைக் கொண்டு உடனே வீடு கட்டிக் கொள்வார்கள். "ஐயோ! போய் விட்டதே!" என்று தலையில் கையை வைத்துக் கொண்டு உட்கார்ந்து விடமாட்டார்கள்.

சோர்வு சோம்பல் என்பதையே அறியாத தன்னம்பிக்கை கொண்ட மக்கள் அக்காலத்தில் சோழ நாட்டில் வாழ்ந்திருந்தார்கள். இல்லாவிடில் இன்றைக்கும் உலகம் கண்டு வியக்கும்படியான அற்புதங்களை அவர்கள் சாதித்திருக்க முடியாது அல்லவா?

* * *

வானதி கோயில் மண்டபத்தின் மீது ஏறாமல் தவறித் தண்ணீரில் விழுந்ததும் முதலில் மண்டபத்தின் மேல் ஏறியிருந்தவர்கள் கவலை அடைந்தார்கள். ஆனால் உடனடியாக அந்தக் கவலை மாறியது. வானதி, ஜோதிடர் வீட்டுக் கூரை மீது தொற்றிக் கொண்டதைப் பார்த்து அவர்களுக்குத் தைரியம் உண்டாயிற்று. இளையபிராட்டி ஓரளவு குதூகலமே அடைந்தாள். வானதியை அபாயகரமான நிலைமைகளில் சிக்க வைப்பதிலும்,

அவள் எப்படிச் சமாளிக்கிறாள் என்று பார்ப்பதிலும் குந்தவை தேவிக்கு எப்போதும் உற்சாகம் இருந்தது. வீராதி வீரனான தம்பியை மணந்து கொள்ளப் போகிறவளுக்கு இருக்க வேண்டிய நெஞ்சுத் தீரத்தை வானதியின் உள்ளத்தில் வளர்க்கும் பொருட்டு குந்தவை பல உபாயங்களையும் தந்திரங்களையும் கையாண்டு வந்தாள். அந்த உபாயங்கள் நல்ல பலன் அளித்திருக்கின்றன என்ற நம்பிக்கையும் அவளுக்கு ஏற்பட்டிருந்தது.

சில காலமாக வானதி மூர்ச்சையடைந்து விழும் வழக்கத்தை நிறுத்திக் கொண்டிருந்தாள் அல்லவா?

இப்போது குந்தவையின் தந்திரம் ஒன்றுமின்றித் தெய்வாதீனமாகவே வானதியின் தீரத்தைச் சோதிக்கும் வாய்ப்பு ஏற்பட்டு விட்டது. சுற்றிலும் வெள்ளம் சூழ்ந்திருக்க, ஓர் ஓட்டுக் கூரையின் மேல் வானதி தொற்றிக் கொண்டிருக்கிறாள். அவள் பயப்படாதிருப்பாளா? ஜோதிடரின் சீடன், படகு கொண்டு வந்து அவளைத் தப்புவிக்கும் வரையில், தைரியத்தைக் கைவிடாது இருப்பாளா? – ஆம்; இருப்பாள்; சந்தேகமில்லை! இத்தனை காலமும் அளித்து வந்த பயிற்சி இச்சமயம் பயன்படாமலா போய்விடும்?

இவ்விதம் குந்தவை எண்ணமிட்டுக் கொண்டிருந்த போது, ஆழ்வார்க்கடியான், "தாயே! இது என்ன? கூரை நகர்வதாகத் தோன்றுகிறதே?" என்றான்.

"உன் கண்ணில் ஏதோ கோளாறு! வெள்ளம் நகர்ந்து செல்கிறது; கூரை நகர்வதாகத் தோன்றுகிறது!" என்றாள் குந்தவை. இப்படிச் சொல்லும்போதே அவளுடைய உள்ளத்திலும் சந்தேகம் உதித்து விட்டது. அதன் அறிகுறி முகத்திலும் காணப்பட்டது.

"அம்மா! நன்றாகப் பாருங்கள்!" என்றான் ஆழ்வார்க்கடியான்.

"ஐயோ! இது என்ன விபரீதம்?"என்றாள் இளைய பிராட்டி.

"ஜோதிடரே! உம்முடைய சீடன் சீக்கிரம் படகுடன் வருவானா?" என்றான் ஆழ்வார்க்கடியான்.

"போதும்! போதும்! ஜோதிடரையும் அவருடைய சீடனையும் நம்பியது போதும்! திருமலை! உன்னால் வானதியைக் காப்பாற்ற முடியுமா என்று பார்; இல்லாவிட்டால், நானே வெள்ளத்தில் குதிக்க வேண்டியதுதான்! வானதிக்கு ஏதேனும் நேர்ந்துவிட்டால், அப்புறம் நான் ஒரு கணமும் உயிர் வைத்திருக்கமாட்டேன்!" என்றாள்.

"தாயே! அபாயம் நேரும் காலத்திலேதான் நிதானத்தை இழக்கக்கூடாது. இது தங்களுக்கு தெரியாதது அல்ல. கொடும்பாளூர் இளவரசிக்கு உதவி செய்வதற்காக என் உயிரைக் கொடுக்கவும் சித்தமாயிருக்கிறேன்; அதனால் பயன் ஏற்பட வேண்டுமே? படகு இல்லாமல் நான் மட்டும் நீந்திச் சென்றால் அந்தக் கூரையில் போய் நானும் தொத்தி ஏறிக் கொள்ளலாம். கொடும்பாளூர் இளவரசியைத் தாங்கும் கூரை என்னையும் சேர்த்துத் தாங்குமா? அல்லது இரண்டு பேரையும் வெள்ளத்தில் அமுக்கிவிட்டுக் கூரையும் கீழே போய்விடுமா? இதைப்பற்றி சிறிது யோசிக்க வேண்டும்..."

பூங்குழலியின் சிரிப்புச் சத்தத்தைக் கேட்டு அவளை இருவரும் திரும்பிப் பார்த்தார்கள்.

"இந்த வீர வைஷ்ணவர் யோசித்து முடிப்பதற்குள் கொடும்பாளூர் இளவரசியின் வாழ்க்கை முடிந்துவிடும்!" என்றாள் பூங்குழலி.

"அப்படி நேர்ந்தால் இந்த ஓடக்காரப் பெண் சந்தோஷப்படுவாள்!" என்று ஆழ்வார்க்கடியான் கூறியதும் பூங்குழலியின் முகத்தில் ஆத்திரம் கொதித்தது.

திருமலை மேலும் தொடர்ந்து கூறினான்– "ஆனால், தேவி! அவ்விதம் ஒன்றும் நேரப் போவதில்லை! ஆலிலை மேல் பள்ளி கொண்டு அகிலமெல்லாம் காப்பாற்றும் திருமால், வானதியையும் காப்பாற்றுவார். மச்ச, கூர்ம, வராக அவதாரங்கள் எடுத்து இந்தப் பூவுலகைக் காப்பாற்றிய ஸ்ரீமந்நாராயணன் கொடும்பாளூர் இளவரசியையும் காப்பாற்றுவார்!... அதோ பாருங்கள்! ஜோதிடர் சீடன் படகுடன் வருகிறான்!"

ஆழ்வார்க்கடியான் சுட்டிக்காட்டிய திசையில் உண்மையாக படகு வந்து கொண்டிருந்தது. அப்படகு வெள்ளத்தின் வேகத்தை எதிர்த்து இவர்கள் இருந்த கோயில் மண்டபத்தை நோக்கி மெதுவாக வந்து கொண்டிருந்தது. வானதி ஏறியிருந்த கூரையோ வெள்ளத்தோடு போய்க் கொண்டிருந்தது.

படகு இங்கே வந்து இவர்களை ஏற்றிக் கொண்டு போவதற்கு வெகு நேரம் ஆகிவிடும். அதற்குள் வானதி அதிக தூரம் போய் விடுவாள். கண்ணுக்கு மறைந்தாலும் மறைந்து விடுவாள்.

இதையெல்லாம் எண்ணி மண்டபத்தில் மேல் நின்றவர்கள் படகில் வந்த ஜோதிடர் சீடனைப் பார்த்து உரக்கக் கத்தினார்கள். சமிக்ஞைகளும் செய்து பார்த்தார்கள். தன்னைச் சீக்கிரம் வரச் சொல்லுகிறார்கள் என்று எண்ணிக் கொண்டு அவன் படகை விரைவாகச் செலுத்தி வர முயன்றான்.

பூங்குழலி அப்போது குந்தவையைப் பார்த்து, "தேவி! எனக்கு அனுமதி கொடுங்கள்! நான் நீந்திப்போய் படகை வழிமறிந்து அழைத்துச் சென்று கொடும்பாளூர் இளவரசியை ஏற்றி வருகிறேன்!" என்றாள்.

குந்தவை சிறிது தயங்கினாள். பூங்குழலி கையைக் கொடுக்கப் போய்த்தான் வானதி வெள்ளத்தில் விழுந்தாள் என்பது அவளுக்கு நினைவு இருந்தது.

"தேவி என்னை நம்புங்கள். என்னுடைய அஜாக்கிரதையினால் தான் இளவரசி வெள்ளத்தில் விழுந்தாள். ஆகையால் அவரை மீட்பது என்னுடைய கடமை!" என்று பூங்குழலி கூறினாள்.

"பெண்ணே! உன்னை நான் நம்புகிறேன். ஆனால் வானதியைத் தான் நம்பவில்லை!" என்றாள் குந்தவை.

"ஆகா! நான் இருக்கும் படகில் ஒருவேளை ஏற மறுத்து விடுவார் என்கிறீர்களா? அப்படியானால் அவரை ஏற்றிவிட்டு நான் இறங்கிக் கொள்வேன்!" என்று சொல்லிக் கொண்டே பூங்குழலி வெள்ளத்தில் பாய்ந்தாள். படகை நோக்கி விரைந்து சென்றாள்.

குந்தவை ஜோதிடரைப் பார்த்து, "ஐயா! ஜோதிடரே! உம்முடைய சாஸ்திரத்தில் ரொம்ப நம்பிக்கை வைத்திருந்தேன்; இன்றைக்கு அந்த நம்பிக்கையை இழந்து விட்டேன்!" என்றாள்.

"ஆனால் எனக்கு இன்றைக்குத்தான் பூரண நம்பிக்கை ஏற்பட்டது. தேவி! கொடும்பாளூர் இளவரசியின் ஜாதகப் பிரகாரம் அவருக்கு இன்று பெரிய கண்டம் வரவேண்டும். பழுவேட்டரையர் மூலம் அது வருமோ என்று நினைத்தேன். அப்படி வராமற் போகவே ஆச்சரியமடைந்தேன். வேறு விதமாகக் கண்டம் வந்தது. இளவரசி இந்தக் கண்டத்துக்குத் தப்பிப் பிழைப்பார்! ஆகா! அவருடைய அபூர்வமான கை ரேகைகள்! அவர் விஷயமாக நான் சொல்லியிருப்பதெல்லாம் நிறைவேறும், அதைப் பற்றி சந்தேகமில்லை!" என்றார்.

"அழகாய்த்தானிருக்கிறது. அது எப்படி நிறைவேறும்? வானதி இந்தக் கண்டத்துக்குத் தப்பிப் பிழைத்தாலும் உம் ஜோசியம் நிறைவேறப் போவதில்லை. சற்றுமுன் உம்முடைய வீட்டில் அந்தப் பெண் செய்த சபதத்தை நீர் கேட்கவில்லையா?" என்றாள் குந்தவை.

"யார் என்ன சபதம் செய்தாலும், என் ஜோசியம் நிறைவேறியே தீரும். அப்படி நிறைவேறாவிட்டால், என்னிடமுள்ள ஜோதிட ஏடுகளையெல்லாம் காவேரி நதியில் எறிந்து விடுகிறேன்! இது என் சபதம்!" என்றார் ஜோதிடர்.

அப்போது ஆழ்வார்க்கடியான், "ஜோதிடரே! உமது ஏடுகளை நீரே எறியும் வரையில் காவேரி மாதா காத்திருக்கவில்லை. அவளே கொண்டுபோய் விட்டாள்!" என்றான்.

ஜோதிடர் அவன் கூறியதன் உண்மையை உணர்ந்து திகைத்து நின்றார். "ஆயினும், என் ஜோதிடம் பலிக்காமற் போகாது!" என்று தம் வாய்க்குள்ளே முணுமுணுத்துக் கொண்டார்.

❈ ❈ ❈ ❈

பதினேழாம் அத்தியாயம்

யானை எறிந்தது!

சென்ற அத்தியாயங்களில் கூறிய சம்பவங்கள் நடந்த அன்றைக்கு முதல் நாள், நாகைப்பட்டின நகர மாந்தரின் விருந்தினராக இளவரசர் அருள்மொழிவர்மரை நாம் விட்டு விட்டு வந்தோம். விருந்தெல்லாம் முடிந்த பிறகு அலங்கரித்த யானைமீது ஏறி இளவரசர் புறப்பட்டார். எண்ணற்ற மக்கள் அவரைத் தொடர்ந்து 'தஞ்சைக்கு வருவோம்' என்று கிளம்பினார்கள். அன்றிரவு இளவரசரும் அவருடன் வந்த ஜனங்களும் திரு ஆரூர் வந்து சேர்ந்தார்கள். திரு ஆரூர் மக்கள் இளவரசர் வருகையை முன்னதாக அறிந்திருந்தபடியால், அவருக்கு ராஜரீக வரவேற்பு அளித்து ராஜோபசாரங்கள் செய்தார்கள். பழம் பெரும் பதியான திரு ஆரூரின் குணவாசலிலிருந்து குடவாசல் வரையில் மக்கள் திரண்டு நின்றார்கள். நாலு ராஜ வீதிகளும் எள்ளுப் போட்டால் எள்ளு விழாதபடி ஜனக்கூட்டம் நிறைந்திருந்தது. வீடுகளின் முகப்புக்கள் எல்லாம் தோரணங்களினால் அலங்கரிக்கப்பட்டிருந்தன. திரு ஆரூர்ச் சோழ மாளிகையையும் அதிகாரிகள் அலங்கரித்திருந்தார்கள். இளவரசருக்கு மட்டுமின்றி அவருடன் வரும் திரளான மக்களுக்கும் விருந்தளிக்க ஏற்பாடு செய்திருந்தார்கள்.

முதல் நாளிரவு திரு ஆரூர் வழியாகவும் கொடும் புயல் சென்றிருந்தது. ஆனால் இளவரசர் வருகையில் உண்டான குதூகல கோலாகலப் புயல், முதல் நாள் அடித்த புயலை அடியோடு மறக்கச் செய்துவிட்டது. வீதிகளிலெல்லாம் வாத்திய முழக்கங்களும், ஆடல் பாடல்களும், குரவைக் கூத்துக்களும், பொம்மலாட்டங்களும், வீர முழக்கங்களுடன் கூடிய கத்தி விளையாட்டு – கழி விளையாட்டுக்களும் நடந்து கொண்டிருந்தன.

தஞ்சாவூர்ச் சோழ குலத்தினர் தில்லையம்பலத்தில் ஆடும் நடராஜப் பெருமானின் கோயிலுக்கு அடுத்தபடியாகத் திரு ஆரூரில் உள்ள தியாகராஜப் பெருமானின் ஆலயத்திடம் விசேஷ பக்திகொண்டு, ஏராளமான மானியங்கள் அளித்திருந்தார்கள். ஆனால் இளவரசர் அருள்மொழிவர்மர் மட்டும் அது வரையில் திரு ஆரூர் வந்ததில்லை. ஆகையால் கோயிலுக்கு இளவரசர் அவசியம் வரவேண்டுமென்று ஆலயத்தார் வற்புறுத்தினார்கள். இளவரசரும் கோயிலுக்குப் போனார். பல காரணங்களினால் அவருடைய உள்ளம் கொந்தளித்துக் கொண்டிருந்தபடியால் இறைவனுடைய திருக்கோலங்களில் அவருடைய மனம் பூரணமாக ஈடுபட முடியவில்லை. அர்ச்சனை ஆராதனைகள் முடிந்து இறைவனுடைய பிரசாதங்களும் பெற்றுத் திரும்பும் சமயத்தில், ஆலயத்தார்களைப் பார்த்து இளவரசர் "இந்தக் கோயிலின் இறைவருக்குத் தியாகராஜர் என்று ஏன் பெயர் வந்தது?" என்று கேட்டார்.

தேவர்களுக்குள் மகாதேவரும், மூவர்களில் முதல்வருமான சிவபெருமான் மூன்று உலகங்களிலும் வாழும் உயிர்கள் உய்யும் பொருட்டுச் செய்த தியாகங்களை ஆலயத்தார் எடுத்துச் சொன்னார்கள். மூன்று உலகங்களையும் ஆக்கவும், அழிக்கவும் வல்ல பெருமான் தம்முடைய பக்தர்களுக்கு அருள்புரியுமாறு மேற்கொண்ட கஷ்டங்களைப்பற்றிக் கூறினார்கள். உயிர்கள் உய்யும் பொருட்டுத் தவக்கோலம் பூண்டு மயானத்தில் தவம் புரிந்ததைப் பற்றிச் சொன்னார்கள். அந்தத் தவத்தையும் கைவிட்டுத் தேவர்களின் நன்மைக்காக உமையை மணந்தது பற்றிக் கூறினார்கள். எல்லா உலகங்களுக்கும் இறைவர், பிக்ஷாடன மூர்த்தியாகச் சென்று, பிச்சை எடுத்த வரலாற்றைக் கூறினார்கள். தில்லை அம்பலத்தில் வந்து ஆடியது பற்றிச் சொன்னார்கள். பிட்டுக்கு மண் சுமந்து பாண்டிய மன்னனிடம் பிரம்பினால் அடிபட்டது பற்றியும் கூறினார்கள்.

அத்தகைய தியாகராஜப் பெருமான், கோயில் கொண்டு எழுந்தருளியுள்ள திரு ஆரூரில் பழைய காலத்தில் அருள்மொழிவர்மரின் முன்னோர்கள் வசித்து வந்ததையும், மனுநீதிச் சோழன் பசுவுக்கு நீதி வழங்கும் பொருட்டுத் தன் அருமை மகனையே தியாகம் செய்த அற்புதத்தையும் நினைவூட்டினார்கள்.

இவையெல்லாம் அருள்மொழி வர்மரின் உள்ளத்தில் நன்கு பதிந்தன. இதுகாறும் புத்த பகவானுடைய தியாகத்தை நினைந்து நினைந்து வியந்து கொண்டிருந்த இளவரசர், தேவதேவரான சிவபெருமானைத் தியாக மூர்த்தியாகச் சித்தரிக்கும் வரலாறுகளைப் பற்றி எண்ணி எண்ணி வியக்கத் தொடங்கினார். மேலைத் தேசங்களிலே கடவுளின் திருப்புதல்வராகப் போற்றப்படும், அவதார புருஷர் மக்களின் நலத்துக்காகச் சிலுவையில் அறையப்பட்டு மாண்டார் என்ற வரலாறும் அவர் காதுக்கு எட்டியிருந்தது. இவற்றையெல்லாம் பற்றிச் சிந்திக்கச் சிந்திக்க, மனிதனுக்குத் தெய்வத்தன்மை அளிக்கக் கூடியது தியாகந்தான் என்னும் எண்ணம் அவர் மனதில் வேர் ஊன்றியது. ஆதலின் அவரைச் சூழ்ந்துள்ள மக்கள் அனைவரும் தம் மீதுள்ள அன்பின் மிகுதியினால் தம்மைத் தஞ்சைச் சிங்காதனத்தில் அமர்த்திப் பட்டம் சூட்ட விரும்புவது பற்றி அவர் மனம் அளவில்லாத வேதனை அடைந்தது. இவர்களுடைய அன்புச் சிறையிலிருந்து தப்புவது எப்படி என்பது பற்றியும் தீவிரமாக யோசிக்கலானார்.

ஆலய வழிபாட்டுக்குப் பிறகு திரு ஆரூர் மக்கள் இளவரசருக்குப் பெருவிருந்து அளித்தார்கள். அவரை உபசரிக்கும் பொருட்டுப் பற்பல கேளிக்கைகளை நடத்தினார்கள். அவற்றிலெல்லாம் இளவரசரின் உள்ளம் ஈடுபடாவிட்டாலும் வெளிப்படையாக உற்சாகம் காட்டி ஏற்றுக் கொண்டார்.

பின்னர் ஏறக்குறைய நடுநிசியில் இளவரசர் சோழ மாளிகைக்கு வந்து சேர்ந்தார். அங்கே சில விபரீதமான செய்திகள் காத்திருந்தன. தஞ்சைக்கு மேற்கே பலமான மழை பெய்தபடியால் காவேரியிலும் கொள்ளிடத்திலும் அவற்றின் கிளை நதிகளிலும் பெரு வெள்ளம் வந்து பல இடங்களில் கரை உடைத்துக் கொண்டதாகவும், ஒரே வெள்ளக் காடாக இருப்பதால் மேற்கொண்டு பிரயாணத்தைத் தொடர்ந்து நடத்துவது கஷ்டமாயிருக்குமென்றும் சொன்னார்கள். இரண்டு நாள் திரு ஆரூரில், தங்கி, வெள்ளம் வடிந்த பிறகு புறப்படுவது உசிதம் என்று தெரிவித்தார்கள். இதற்கு இளவரசர் இஷ்டப்படவில்லை. தஞ்சையை உடனே அடைய வேண்டுமென்ற பரபரப்பு அவர் உள்ளத்தில் குடிகொண்டிருந்தது. நதி உடைப்புக்களும், வெள்ளமும் அவருடைய அந்த ஆர்வத்தைத் தடை செய்துவிடக்கூடுமா, என்ன? ஆம்; இத்தனை ஜனங்களும் பரிவாரங்களும் புடை சூழப் போவதாயிருந்தால் பிரயாணம் தடைப்படத்தான் செய்யும். தாம் மட்டும் தனியே யானை மீது ஏறிச் சென்றால் பிரயாணம் தடைப்பட வேண்டிய அவசியமில்லை. யானைக்கு அண்டாத ஆழம் உடைய நதி எதுவும் தஞ்சைக்குப் போகும் வழியில் இல்லை. அப்படியிருந்தாலும் இளவரசருக்கு அதைப்பற்றிக் கவலை கிடையாது. தண்ணீரிடத்தில் அவருக்கு எப்போதும் அச்சம் ஏற்பட்டதில்லை. பொன்னி நதி அவருடைய அன்னைக்கு மேலான அன்புடையவள் ஆயிற்றே? சின்னஞ்சிறு குழந்தைப் பிராயத்தில் தான் முழுகிப் போகாமல் காப்பாற்றிய காவேரித் தாய் இப்போது தன்னைக் காப்பாற்ற மாட்டாளா?

இந்தப் பெருந் திரளான மக்களிடமிருந்து எப்படித் தப்பிச் செல்வது என்பதுதான் கேள்வி. அயோத்தியின் மக்களிடமிருந்து ராமர் இரவுக்கிரவே தப்பிச் சென்றது பொன்னியின் செல்வருக்கு நினைவு வந்தது. அவ்விதமே அவரும் இரவில் ஜனங்கள் தூங்கும் சமயத்தில் போய் விட்டால் என்ன? எல்லாவற்றுக்கும் யானைப் பாகனிடம் எந்த நேரத்திலும் புறப்பட ஆயத்தமாயிருக்கும்படி சொல்லி வைப்பது நல்லது.

இந்த எண்ணம் தோன்றியதும் யானைப்பாகனை அழைத்து வரும்படி அரண்மனைச் சேவகனுக்கு இளவரசர் கட்டளையிட்டார். சேவகன் வீதிக்குச் சென்று பார்த்துவிட்டு உடனே திரும்பி வந்தான். யானை மட்டும் வாசலில் கட்டியிருக்கிறதென்றும், யானைப் பாகனைக் காணோம் என்றும் தெரிவித்தான்.

"ஒருவேளை வீதிகளில் நடைபெறும் ஆடல் பாடல் களியாட்டங்களைப் பார்க்கப் போயிருப்பான். அவன் திரும்பி வந்ததும் அழைத்து வா! அல்லது யாரையாவது சிலரை அனுப்பித் தேடிப் பார்க்கச் சொல்!" என்று இளவரசர் கட்டளையிட்டார்.

"ஆகட்டும் இளவரசே! படகோட்டி முருகய்யன் என்பவன் ஒருவன் மாளிகை வாசலில் காத்திருக்கிறான். தங்களை அவசரமாகப் பார்க்கவேண்டும் என்று அவன் பிடிவாதம் பிடிக்கிறான்!" என்றான் சேவகன்.

படகோட்டி முருகய்யனை இத்தனை நேரம் மறந்திருந்தது பற்றி இளவரசர் பச்சதாபங்கொண்டார். தாம் ரகசியமாகத் தப்பிச் செல்வதற்கு அவன் ஒருவேளை உதவியாயிருந்தாலும் இருப்பான். அவனை உடனே தம்மிடம் அனுப்பும்படி அரண்மனைச் சேவகனுக்குக் கட்டளையிட்டார்.

முருகய்யன் இளவரசரிடம் வந்ததும் அவருடைய காலில் விழுந்து, தேம்பி அழத் தொடங்கினான். இந்த மூட பக்தனைச் சமாதானப்படுத்துவதும் அவனிடம் விஷயங்களைக் கிரஹிப்பதும் சிரமமான காரியந்தான். ஆயினும் செய்யவேண்டும்.

முருகய்யன் தனது துயரத்தின் காரணத்தைக் கூறினான் அதன் விவரமாவது;

முருகய்யன் நாகைப்பட்டினத்திலேயே தன் மனைவியிடமிருந்து பிரிந்துவிட்டான். திரு ஆரூர் வந்து சேர்ந்த பிறகு அவளும் அங்கு வந்திருக்கிறாளா என்று பார்ப்பதற்காக ஜனக் கூட்டத்தினிடையில் அலைந்து சுற்றினான். ஒரு ஜாம நேரம் தேடிய பிறகு ராஜ வீதியிலிருந்து பிரிந்து சென்ற ஒரு சந்தின் முனையில் அவன் மனைவியும், இளவரசர் ஏறிவந்த யானையைச் செலுத்திய யானைப்பாகனும் போவதைக் கண்டான். அவர்கள் சந்தில் புகுந்ததும் மிக வேகமாக நடந்து சென்றார்கள். முருகய்யனும் தொடர்ந்து போனான். கடைசியாக ஒரு வீட்டின் வாசலில் நின்றார்கள். அங்கே இன்னொரு மனிதன் அவர்களுக்காகக் காத்துக் கொண்டிருந்ததாகத் தோன்றியது. அவனும் இவர்களுடன் சேர்ந்து கொண்டான். பிறகு மூன்று பேரும் சேர்ந்து போனார்கள். முருகய்யனுக்கு ஏதேதோ சந்தேகங்கள் உதித்தன. தன் மனைவியின் ஒழுக்கத்தைப் பற்றியே ஐயம் கொண்டான். உண்மையைக் கண்டுபிடிக்க ஆத்திரம் அடைந்தான். ஆகையால் அவர்களைப் போய்ப் பிடித்துவிடாமல் பின்னாலேயே போனான். அவர்கள் ஊரைத் தாண்டி வாய்க்கால் – வயல் வரப்புகள் வழியாகச் சென்று கடைசியில் ஒரு மயானத்தை அடைந்தார்கள். முருகய்யனுடைய உள்ளம் பயங்கரத்தை அடைந்தது. ஆயினும் அவன் விடாமல் சென்று மயானத்தில் இருந்த ஒரு மரத்தின் பின்னால் ஒளிந்து கொண்டான். ராக்கம்மாளுடனும், யானைப்பாகனுடனும் வழியில் சேர்ந்து கொண்ட மனிதன், மயானத்தில் சாம்பலைப் பூசிக் கொண்டு ஏதேதோ பயங்கரமான மந்திரங்களை உச்சரித்தான். பிறகு யானைப்பாகனைப் பார்த்து, "நாளைக் காலையில் உன் உயிருக்கு ஆபத்து வரப்போகிறது! ஜாக்கிரதையாயிருந்து பிழை!" என்றான். யானைப்பாகன் கதி கலக்கத்துடன், "என்ன ஆபத்து? எவ்விதம் வரும்? தெரிந்தால் அல்லவா பிழைக்கலாம்?" என்றான். மந்திரவாதி "யானைக்குத் திடீர் என்று மதம் பிடிக்கும்! நீ அருகில் சென்றதும் உன்னைக் கீழே தள்ளிவிட்டு ஓடும்! உன்னால்தான் யானைக்கு மதம் பிடித்தது என்று ஜனங்கள் எண்ணுவார்கள். உன் கையிலுள்ள அங்குசத்தைப் பிடுங்கி உன்னைக் கொன்று விடுவார்கள்!" என்றான் மந்திரவாதி. "ஐயையோ! தப்புவதற்கு வழி என்ன?" என்று யானைப்பாகன் கேட்டான். "நாளைக் காலையில் யானையிடம் நெருங்காமலிருந்து விடு!" என்றான் மந்திரவாதி. "அது எப்படி முடியும்? பின்னால் ராஜ தண்டனைக்கு உள்ளாக நேரிடுமே?" என்று யானைப்பாகன் அலறினான். "அப்படியானால், என் வீட்டுக்கு வா! மந்திரித்த கவசம் தருகிறேன். அதை அணிந்து கொண்டு போ! கையில் அங்குசத்தைக் கொண்டு போகாதே!" என்றான் மந்திரவாதி. "அப்படியே ஆகட்டும், ஐயா! இளவரசருக்கு ஏதேனும் ஆபத்து நேருமா?" என்று யானைப்பாகன் கேட்டான். "அது எப்படிச் சொல்ல முடியும்? இளவரசர் வந்து கேட்டால் அல்லவோ சொல்லலாம்?" என்றான் மந்திரவாதி.

முருகய்யன் அதற்குமேல் அங்கே நிற்க மனமில்லாமல் ஓடி வந்துவிட்டான். நாளைக் காலையில் யானைக்கு மதம் பிடிக்கப்போகும் செய்தியை இளவரசரிடம் சொல்லி எச்சரிப்பதற்காகவே முக்கியமாக ஓடி வந்தான்... இதையெல்லாம் கூறிவிட்டு முருகய்யன் மீண்டும் தேம்பி அழுதான். "அப்பனே! ஏன் அழுகிறாய்? நீதான் சமயத்தில் வந்து எச்சரிக்கை செய்துவிட்டாயே? இனி, நான் பார்த்துக் கொள்கிறேன்!" என்றார் பொன்னியின் செல்வர்.

"ஐயா! இதிலெல்லாம் என் மனைவி சம்பந்தப்படுவது பற்றித் தான் வருந்துகிறேன். ராக்கம்மாளைப் பற்றி என்ன நினைப்பது என்றே எனக்குத் தெரியவில்லை. அவளைப்பற்றிய பழைய சந்தேகங்கள் திரும்பி வருகின்றன!" என்றான் முருகய்யன்.

"அவளை நான் திருத்திவிடுகிறேன். நீ கவலைப்படாதே! உடனே திரும்பிப் போ! யானைப்பாகனை எப்படியாவது தேடிப் பிடித்து அழைத்துக்கொண்டு வா!" என்றார் இளவரசர்.

படகோட்டி முருகய்யன் போன பிறகு பொன்னியின் செல்வர் சிறிது நேரம் சிந்தனையில் ஆழ்ந்திருந்தார். முருகய்யன் கண்டது, கேட்டது இவற்றின் பொருள் என்னவாயிருக்கும் என்று ஊகத்தினால் அறிய முயன்றார். பழுவேட்டரையர்களின் உத்தேசம், பாண்டி நாட்டுச் சதிகாரர்களின் முயற்சி,– இவற்றைக் குறித்து இளையபிராட்டி கூறியதை இளவரசர் நினைவு படுத்திக் கொண்டார். அந்தச் சதிகாரர்களின் முயற்சியில் இது ஒன்றாயிருக்கலாம். அல்லது வெறும் அசட்டுத்தனமாகவும் இருக்கலாம். எப்படியிருந்தாலும், காலையில் தாம் என்ன செய்யவேண்டும் என்பது பற்றி ஒரு முடிவுக்கு வந்தார். பிறகு, நிம்மதியாக நித்திரையில் ஆழ்ந்தார்.

மறுநாள் அதிகாலையிலேயே எழுந்து பிரயாணத்துக்கு ஆயத்தமானார். மாளிகை வாசலுக்கு வந்தார். அங்கே கட்டியிருந்த யானை இளவரசரைப் பார்த்ததும் ஆதரவோடு துதிக்கையை நீட்டி அவரைத் தடவிக் கொடுத்துக் கொஞ்சியது. "யானைக்கு மதம் பிடிக்கும்" என்று மந்திரவாதி கூறியதாக முருகய்யன் சொன்னது இளவரசருக்கு நினைவு வந்தது. மதம் பிடிக்கும் என்பதற்கு அறிகுறி எதுவும் இல்லை.

"யானைப்பாகன் எங்கே?" என்று இளவரசர் உரத்த குரலில் கேட்டார். உடனே பல குரல்கள் "யானைப்பாகன் எங்கே?" என்று எதிரொலி செய்தன.

இளவரசரைப் போலவே அதிகாலையில் பிரயாணத்துக்கு ஆயத்தமாக ஜனங்கள் திரண்டு வந்திருந்தார்கள். அவர்களிடையே அகப்பட்டுக்கொண்டு முன்னால் வரமுடியாமல் திணறிக்கொண்டிருந்த முருகய்யனைப் பார்த்தார். அவனை நோக்கிச் சமிக்ஞை செய்யவே ஜனங்கள் அவனுக்கு வழிவிட்டார்கள். முருகய்யன் அருகில் வந்து இரவில் வெகுநேரம் தேடிய பிறகு தன் மனைவியை மாத்திரம் கண்டு பிடித்ததாகவும், அவள் தான் மயானத்துக்குப் போனதையெல்லாம் அடியோடு மறுத்து, முருகய்யனுக்குப் பித்துப் பிடித்துவிட்டது என்று கூறியதாகவும், யானைப்பாகன் அகப்படவே இல்லை என்றும் சொன்னான்.

"அதைப்பற்றிக் கவலை இல்லை, முருகய்யா! யானையின் காலைக் கட்டியுள்ள சங்கிலியை அவிழ்த்து விடு!" என்றார் இளவரசர்.

முருகய்யன் அவ்வாறு அவிழ்த்துவிட்டுக்கொண்டிருக்கும் போதே, "இதோ யானைப்பாகன் வந்துவிட்டான்!" என்று ஒரு குரல் கேட்டது. "வந்துவிட்டான்! வந்துவிட்டான்!" என்று பல குரல்கள் ஒலித்தன.

கையில் அங்குசத்துடன் யானைப்பாகன் ஓடிவந்து கொண்டிருந்தான். கூட்டத்திலிருந்தவர்கள் அவசர அவசரமாக விலகிக் கொண்டு அவனுக்கு வழிவிட்டார்கள்.

பொன்னியின் செல்வரும் "நல்ல வேளை!" என்று பெருமூச்சு விட்டு, யானைப்பாகன் ஓடி வந்து கொண்டிருந்த திசையை நோக்கினார்.

பாவம்! ஒருநாள் இரவு அநுபவத்தில் அவன் எவ்வளவு மாறிப் போயிருக்கிறான்? பயப்பிராந்தி கொண்டவனாக அல்லவா தோன்றுகிறான்?

ஒரு கையில் அங்குசம் வைத்துக்கொண்டிருந்த யானைப் பாகன், யானையின் அருகில் வந்து அதன் துதிக்கையை இன்னொரு கையால் தொட்டான்.

யானை உடனே அவனைத் துதிக்கையால் சுழற்றிப் பிடித்துத் தலைக்கு மேலே தூக்கியது. கேட்டவர்கள் பீதி கொள்ளும்படியாகப் பிளறிவிட்டு, யானைப்பாகனை வீசி எறிந்தது!

யானைப்பாகன் வெகு தூரத்திலே போய் விழுந்தான். அவன் கையில் வைத்திருந்த அங்குசம், இன்னும் அப்பாலே போய் விழுந்தது.

"யானைக்கு மதம் பிடித்துவிட்டது!" என்ற பயங்கரம் நிறைந்த குரல் அந்த ஜனக் கூட்டத்திலே எழுந்தது. ஜனங்கள் நாலா பக்கமும் சிதறி ஓடத் தொடங்கினார்கள்!

❉ ❉ ❉ ❉

பதினெட்டாம் அத்தியாயம்

ஏமாந்த யானைப் பாகன்

"சந்தர்ப்பம் என்பது கடவுளுக்கு ஒரு புனை பெயர்" என்பதாகத் தற்கால அறிஞர் ஒருவர் கூறியிருக்கிறார். கடவுள் தாம் செய்யும் காரியத்தைத் தாம் செய்தது என்று காட்டிக் கொள்ள விரும்பாத போது "சந்தர்ப்பம்" என்னும் புனை பெயரைச் சூட்டிக் கொள்ளுகிறாராம்! உலக சரித்திரத்தில் மிகப் பிரசித்திபெற்ற வீரர்கள், அரும் பெரும் காரியங்களைச் சாதித்த மகான்கள், – இவர்களுடைய வரலாறுகளைப் பார்க்கும்போது, சந்தர்ப்பம் இவர்களுக்கு மிக்க உதவி செய்திருக்கிறது என்பதை அறியலாம். அவர்களிடம் கடவுள் விசேஷ கருணை காட்டி அத்தகைய சந்தர்ப்பங்களை அனுப்புவதாகச் சிலர் கூறுவர். அவரவர்கள் பிறந்த வேளையின் மகிமை; ஜாதகத்தின் பலன், பிரம்மா எழுதிய, பூர்வஜன்ம சுகிர்தம், –என்றெல்லாம் வாழ்க்கையில் ஏற்படும் அநுகூலமான சந்தர்ப்பங்களுக்குக் காரணங்கள் கற்பிப்போரும் உண்டு.

நம் காலத்தில் காந்தி மகான் தென்னாப்பிரிக்கா போவதற்கு ஒரு சந்தர்ப்பம் ஏற்படாதிருந்திருந்தால் அவர் மனித குல சிரேஷ்டர் என்றும், அவதார புருஷர் என்றும் மக்களால் போற்றப்படும் நிலையை அடைந்திருக்க முடியுமா?

சந்திரகுப்தன், விக்கிரமாதித்தன், ஜூலியஸ் ஸீஸர், நெப்போலியன், டியூக் ஆஃப் வில்லிங்டன், ஜார்ஜ் வாஷிங்டன், ஜோஸப் ஸ்டாலின் போன்ற மகா வீரர்களின் வாழ்க்கையில் சந்தர்ப்பங்கள் எவ்வளவோ உதவி செய்திருக்கின்றன என்பதை அறிந்திருக்கிறோம். இதிலிருந்து, ஆண்டவர் எவ்வளவு பாரபட்சமுள்ளவர் என்று முடிவு கட்டுதல் தவறாகும். சரித்திரத்தில் புகழ்பெற்ற மகான்களையும் வீரர்களையும் தவிர இன்னும் எத்தனையோ பேருக்கும் ஆண்டவர் சந்தர்ப்பங்களை அனுப்பிக் கொண்டுதானிருக்கிறார்.

ஆனால் அந்தச் சந்தர்ப்பங்களைப் பயன்படுத்திக் கொள்வது மனிதனுடைய சமயோசித அறிவையும், சரியான சமயத்தில் சரியான முடிவு செய்யும் ஆற்றலையும் பொறுத்தது. சந்தர்ப்பங்களைக் கை நழுவ விடுகிற கோடானு கோடிப் பேர் பெயரும் புகழும் இல்லாமல் சாதாரண வாழ்க்கை வாழ்ந்து உலகைவிட்டுச் செல்கிறார்கள். சந்தர்ப்பங்களைச் சரிவரப் பயன்படுத்திக் கொள்கிறவர்கள் சரித்திரத்தில் தங்கள் பெயரை நிலைநாட்டிவிட்டுச் செல்கிறார்கள்.

ஒரே நாளில், ஒரே நேரத்தில் பிறக்கிறவர்களின் வாழ்க்கைத் தரம் எவ்வளவோ வித்தியாசமாயிருப்பதற்குக் காரணம் வேறு என்ன சொல்லமுடியும்?

* * *

இளவரசர் அருள்மொழிவர்மரின் வாழ்க்கையில் இப்போது அத்தகைய சந்தர்ப்பம் ஒன்று நேர்ந்தது. தன் அருகில் நெருங்கிய பாகனை யானை தூக்கி எறிந்த உடன், "யானைக்கு மதம் பிடித்துவிட்டது!" என்ற கூச்சல் கிளம்பியபோது, அந்தச் சந்தர்ப்பம் அவரை வந்தடைந்தது. அதை அவர் பயன்படுத்திக் கொள்ளாமல்

விட்டிருந்தால், இந்த வரலாறு வேறுவிதமாகப் போயிருக்கும். தமிழ் நாட்டின் சரித்திரத்தில் ராஜராஜ சோழர் உன்னத ஸ்தானத்துக்கு வந்திருக்கவும் முடியாது.

அதிர்ஷ்டவசமாக அந்தச் சந்தர்ப்பத்தைத் தெரிந்து கொண்டு அதை உபயோகப்படுத்திக் கொள்ளும் சமயோசித அறிவாற்றல் அவரிடம் இருந்தது. படகோட்டி முருகய்யன் முதல் நாள் கூறிய செய்தியை நினைவு படுத்திக்கொண்டார். யானையை நெருங்கி வந்தவன் உண்மையான யானைப்பாகன் அல்ல, ஏதோ தீய நோக்கத்துடன் வந்தவன், அதனாலேதான் யானை அவனைத் தூக்கி எறிந்திருக்கிறது என்பதையும் ஒரு நொடியில் ஊகித்துக் கொண்டார். வந்தவன் யார், எதற்காக வந்தான் என்பதையெல்லாம் அச்சமயம் கண்டு பிடிக்க முயன்றால், கிடைத்த சந்தர்ப்பம் தவறிபோய்விடும். "யானைக்கு மதம் பிடித்துவிட்டது!" என்ற கூச்சலினால் மக்களிடையே உண்டான குழப்பத்தைப் பின்னர் பயன்படுத்திக்கொள்ள முடியாது. அந்த ஜனக் கூட்டத்தினிடையிலிருந்து தப்பிச் சென்று கூடிய விரைவில் தஞ்சையை அடைவது அச்சமயம் அவருடைய பிரதான நோக்கமாயிருந்தது. அந்த நோக்கத்தை நிறைவேற்றிக் கொள்ள இதைக் காட்டிலும் சரியான சந்தர்ப்பம் கிடைக்கப் போவதில்லை.

ஆதலின், முருகய்யனைத் தம் அருகில் அழைத்து, அவன் காதோடு ஏதோ சொல்லிவிட்டு, அவன் தோள்மீது ஏறி யானையின் மீது தாவினார். அப்படித் தாவும்போதே யானை மேலிருந்த அம்பாரியைத் தட்டிவிட்டார். அம்பாரி கீழே விழுந்து உருண்டது. பின்னர், யானையிடத்திலும் அதன் பாஷையில் ஏதோ சொன்னார். உடனே யானை பிய்த்துக் கொண்டு கிளம்பியது. முன்போல, பயங்கரமான குரலில் பிளிறிக் கொண்டே விரைவாக நடந்தது. சிறிது நேரத்துக்கெல்லாம் ஓடவே தொடங்கிவிட்டது.

அதே சமயத்தில் முருகய்யன், "ஐயோ! யானைக்கு மதம் பிடித்து விட்டது. ஓடுங்கள்! உடனே ஓடுங்கள்" என்று பெருங்கூச்சலிட்டான்.

ஜனங்கள் முனைக் காட்டிலும் அதிக பீதியடைந்து நாலாபுறமும் சிதறி ஓடினார்கள். அக்கம் பக்கத்திலிருந்து குறுக்கு வீதிகளிலும் சந்துகளிலும் புகுந்து ஓடினார்கள். திறந்திருந்த வீடுகளுக்குள் நுழைந்து ஒளிந்துகொண்டார்கள். வேறு எதற்கும் அஞ்சாத தீர நெஞ்சமுள்ளவர்களும் மதங்கொண்ட யானை என்றால் ஓடத்தான் வேண்டும். எப்பேர்ப்பட்ட வீராதி வீரனானாலும் மதங்கொண்ட யானையை எதிர்க்க முடியாது. ஆயுதங்களுடனே எதிர்த்து நிற்பதும் இயலாத காரியம். நிராயுதபாணிகளான ஜனங்கள், ஆண்களும், பெண்களும், முதியோர்களும், பாலர்களும், மதயானைக்கு முன்னால் சிதறி ஓடாமல் வேறு என்ன செய்ய முடியும்?

திரு ஆரூர் நகரத்தைத் தாண்டியதும் இளவரசர் யானையை நேரே தஞ்சாவூர்ச் சாலையில் செலுத்துவதற்குப் பதிலாக, வடமேற்குத் திசையை நோக்கித் திருப்பினார். முதலிலேயே அவருக்கு வழியில் பழையாறையை அடைந்து அங்கே தம் திருத்தமக்கையார் இருந்தால், அவரைப் பார்த்துப் பேசிவிட்டுத் தஞ்சை போகவேண்டும் என்ற எண்ணம் இருந்தது. இப்போது அது ஊர்ஜிதம் ஆயிற்று. மதம் பிடித்த யானை குறுக்கே விழுந்து ஓடுவதுதான் இயற்கையாயிருக்கும். தஞ்சைச் சாலையில் சென்றால் மக்கள் தம்மை விடாமல் தொடர்ந்து வரக்கூடும். வழியில்லாத வழியில் யானை போய்விட்டால், ஜனங்கள் தொடர்ந்து வரமுடியாது!

இவ்விதம் அதி விரைவில் சிந்தித்து முடிவுசெய்து, யானையை வடமேற்குத் திசையில் குறுக்கு வழியில் செலுத்தினார். வயல்கள், வரப்புகள், வாய்க்கால்கள், நதிகள், அவற்றின் உடைப்புகள் – இவை ஒன்றையும் பொருட்படுத்தாமல் யானை ஜாம் ஜாம் என்று மனம் போன போக்கில் சென்றது. இளவரசரின் உள்ளமும் இனந்தெரியாத உற்சாகத்தை அடைந்து, கூண்டிலிருந்து விடுதலை அடைந்த பறவையைப் போல் ஆகாச வெளியில் வட்டமிட்டுத் திரிந்தது. தம்முடைய வாழ்நாளில் ஒரு முக்கியமான கட்டத்தை நெருங்கிக் கொண்டிருக்கிறோம் என்றும் உள்ளுணர்ச்சியிலிருந்து உற்சாகமும் பரபரப்பும் பொங்கிக் கொண்டிருந்தன.

* * *

யானை ஓடத் தொடங்கிய அதே சமயத்தில் முருகய்யனும் "யானைக்கு மதம் பிடித்து விட்டது!" என்று கூச்சலிட்டுக் கொண்டு ஓடினான். யானையினால் தூக்கி எறியப்பட்ட பாகன் விழுந்த இடத்தைச் சுமாராகக் குறி வைத்துக்கொண்டு சென்றான். இளவரசர் தங்கியிருந்த சோழ மாளிகைக்குச் சற்றுத் தூரத்தில் நாடெங்கும் புகழ் பெற்ற கமலாலயம் என்றும் தடாகம் இருந்தது. அந்தக் குளக்கரையின் அருகில் சென்று பார்த்தான். யானைக்குப் பயந்தவர்கள் பலர் குளக்கரையில் இறங்கி நின்றார்கள். சிலர் குளத்தில் தண்ணீரிலே கூட இறங்கியிருந்தார்கள். ஒரு மனிதன் தட்டு தடுமாறி நீந்திக் கரையேறிக் கொண்டிருந்தான். அவனை முருகய்யன் உற்றுப் பார்த்தான். முதல் நாளிரவு யானைப்பாகனையும், ராக்கம்மாளையும் அழைத்துக் கொண்டு போன மந்திரவாதிதான் அவன்! அதிர்ஷ்டக்காரன்! ஆயுள் ரொம்பக் கெட்டி! யானை தூக்கி எறிந்ததும் உயிர் பிழைத்திருக்கிறான் அல்லவா? கையில் அங்குசத்துடன் சற்றுமுன் யானையை நோக்கி ஓடி வந்தவன் இவனேதான்...! அங்குசம் என்ன ஆயிற்று என்று தெரியவில்லை. அதுவும் குளத்தில் விழுந்து விட்டதா?

முருகய்யன் அவன் அருகில் சென்று, "யானைப்பாகா! நல்ல வேளை பிழைத்து எழுந்து வந்தாய்! அங்குசம் எங்கே?" என்று கேட்டான்.

ரேவதாஸன் என்னும் கிரமவித்தன் முருகய்யனை ஏற இறங்கப் பார்த்துவிட்டு, "என்னப்பா கேட்கிறாய்? நீ யார்? நான் இப்போது தான் குளத்தில் குளித்துவிட்டுக் கரை ஏறுகிறேன்!" என்று சொன்னான்.

"ஓகோ! அப்படியா? நீ யானைப்பாகன் இல்லையா? யானை தூக்கி எறிந்தது உன்னை அல்லவா? அப்படியானால், யானைப்பாகன் எங்கே இருக்கிறான்?" என்று கேட்டான்.

கிரமவித்தன் மேலும் திகைப்புடன், "நான் என்ன கண்டேன்? என்னை ஏன் கேட்கிறாய்?" என்றான்.

"மந்திரவாதி! என்னை ஏன் ஏமாற்றப் பார்க்கிறாய்? நேற்றிரவு யானைப்பாகனை இடுகாட்டுக்கு அழைத்துப் போய் 'இளவரசர் ஏறும் யானைக்கு மதம் பிடிக்கும்' என்று எச்சரிக்கை செய்தாயே? அப்படியிருக்க, அந்த எச்சரிக்கையை நீயே மறந்துவிட்டு யானையிடம் அகப்பட்டுக் கொண்டாயே? அது உன் பாடு! யானைப்பாகன் எங்கே? என் மனைவி ராக்கம்மாள் எங்கே?" என்று கேட்டான் முருகய்யன். கிரமவித்தனின் முகத்தில் முன்னைவிடத் திகைப்பும் பீதியும் அதிகமாயின.

"யானைப் பாகனாவது? ராக்கம்மாளாவது? உனக்கு என்ன பைத்தியமா?" என்று சொல்லிக் கொண்டே கிரமவித்தன் சுற்றும் முற்றும் பார்க்கலானான்.

"ஆம், ஆம்! யானைக்கு மதம் பிடித்தது போலத்தான் எனக்கும் பைத்தியம் பிடித்திருக்கிறது! யானைப்பாகன் எங்கே என்று மட்டும் சொல்லிவிடு! இல்லாவிடில்...." என்று முருகய்யன் சிறிது அதிகார தோரணையில் அவனிடம் பேசத் தொடங்கினான்.

சுற்றுமுற்றும் பார்த்துக் கொண்டிருந்த ரேவதாஸன் இப்போது முருகய்யனைப் பார்த்துப் புன்னகை புரிந்தான்.

"நீ என்னை 'மந்திரவாதி' என்கிறாய்! நீ என்னை விடப் பெரிய மந்திரவாதியாயிருக்கிறாயே! உனக்கு எல்லாம் தெரிந்திருக்கிறது! உன்னிடம் மறைப்பதில் பயனில்லை. 'யானைக்கு மதம் பிடிக்கப் போகிறது! அதன் பேரில் ஏறவேண்டாம்' என்று இளவரசருக்கு எச்சரிக்கை செய்வதற்காகவே ஓடி வந்தேன். அதன் பலன் இப்படி ஆயிற்று. உன் மனைவியும் யானைப் பாகனும் அங்கே ஒரு வீட்டில் இருக்கிறார்கள். அவர்களை நீ பார்க்க விரும்பினால் நானே அழைத்துப் போகிறேன். இளவரசருக்கு ஒன்றும் நேரவில்லையே! சௌக்கியமாயிருக்கிறார் அல்லவா?" என்றான்.

"இளவரசர் சௌக்கியம். அவர்தான் உன்னையும், யானைப் பாகனையும் அழைத்துக் கொண்டு வரும்படி எனக்குக் கட்டளையிட்டார்..."

"இளவரசரிடம் எனக்கு நல்ல பரிசு வாங்கித் தர வேண்டும்! பார்க்கப் போனால் அவரை நான் காப்பாற்றியது உண்மைதானே? ஆ! அதோ...!" என்று மந்திரவாதி வியப்புடன் கூறி நிறுத்தினான்.

மந்திரவாதி உற்று நோக்கிய இடத்தில், குளத்தின் கரையோரமிருந்த அரளிச் செடிப் புதர்களில் வேல் முனை போன்ற ஒரு சிறிது தெரிந்தது.

"ஆ! அங்குசம்!" என்று சொல்லிக் கொண்டே மந்திரவாதி அந்த அரளிச் செடிப்புதரை நோக்கி ஓடினான்.

முருகய்யன் அவனைவிட விரைந்து ஓடி அரளிச் செடிப் புதர்களில் புகுந்து அங்குசத்தின் அடிப்பிடியைப் பிடித்து ஜாக்கிரதையாக எடுத்துக் கொண்டான்.

பின்னர் திரும்பிப் பார்த்தான். மந்திரவாதியைக் காணவில்லை. "அடடா, ஏமாந்து போய்விட்டோமே?" என்ற துணுக்கத்துடன் அங்குமிங்கும் ஓடிப் பார்த்தான். பயனில்லை. குளக்கரையில் கூடியிருந்த பெரும் ஜனக் கூட்டத்தின் மத்தியில் புகுந்த மந்திரவாதி கிரமவித்தன் மாயமாய் மறைந்து விட்டான்.

மதயானை ஓடிப்போன பிறகு, ஜனங்கள் மறுபடியும் திரும்பிச் சோழ மாளிகையை நெருங்கி வந்து கொண்டிருப்பதை முருகய்யன் கண்டான்.

ஆனால் அங்கே அவன் நிற்கவில்லை.

முதல் நாள் மந்திரவாதியை அவன் பார்த்த வீடு எந்தத் திசையில் இருந்தது என்பதை நினைத்துப் பார்த்துக் கொண்டு, அதை நோக்கிச் சென்றான். வழியெல்லாம் ராஜ வீதிகளிலெல்லாம், ஜனங்கள் ஆங்காங்கு கூடிக் கூடி நின்று பேசிக் கொண்டிருந்தார்கள். மதயானை ஓடியதைப் பார்த்தவர்களில் சிலர், "யானையின் மேலே யாரோ ஆள் இருந்ததாகத் தோன்றியது" என்றார்கள். மற்றும் சிலர் அதை மறுத்தார்கள். "அது எப்படி இருக்க முடியும்? யானைப் பாகனைத் தூக்கி எறிந்தவுடனேதான் யானை ஓடத் தொடங்கி விட்டதே! அதன் மேலே யார் ஏறியிருக்க முடியும்?" என்றார்கள். எல்லாரும் இவ்வாறு விவாதித்துக் கொண்டே சோழ மாளிகையை நோக்கித் திரும்பிச் சென்று கொண்டிருந்தார்கள். தங்கள் இதயங் கவர்ந்த இளவரசருக்கு அபாயம் ஒன்றும் நேரவில்லை என்பதை உறுதிப்படுத்திக் கொள்வதற்கு ஜனங்கள் அனைவரும் ஆவலாக இருந்தார்கள்.

முருகய்யன் ஜனங்கள் வந்த திசைக்கு எதிர்த் திசையாகச் சென்று குறிப்பிட்ட சந்தை அடைந்தான். அங்கே அப்போது ஜன நடமாட்டமே இருக்கவில்லை. எல்லாரும் ராஜ வீதிகளுக்குப் போய்விட்டார்கள். இரவில் பார்த்த வீட்டைப் பகலில் அவ்வளவு சுலபமாக அடையாளம் கண்டுபிடிக்க முடியவில்லை. உற்றுப் பார்த்துக் கொண்டே முருகய்யன் போனான். ஒரு வீடு மட்டும் வெளிப்புறம் பூட்டப்பட்டிருந்தது. உள்ளேயிருந்து ஏதோ முனகல் சத்தம் கேட்டுக் கொண்டிருந்தது. அந்த வீட்டுக்குப் பக்கத்தில் ஒரு பாழும் வீடு இருந்தது. முருகய்யன் அந்தப் பாழும் வீட்டில் புகுந்து அடுத்த வீட்டின் மேற்கூரையில் ஏறி முற்றத்தில் குதித்தான். அவன் எதிர்பார்த்தபடியே அங்கே யானைப்பாகன் தென்பட்டான். அவன் வெறி கொண்டவனைப் போல் தோன்றினான். அவனுடைய கால்களையும், கைகளையும் கட்டியிருந்ததுமல்லாமல் ஒரு தூணோடும் அவனைச் சேர்த்துக் கட்டியிருந்தது. யானைப்பாகன் தன் கைக் கட்டுகளைப் பல்லால் கடித்து அவிழ்க்கப் பெரு முயற்சி செய்து கொண்டிருந்தான். நடு நடுவில் கடிப்பதை நிறுத்திவிட்டுக் கூச்சல் போட்டுக் கொண்டிருந்தான்.

முருகய்யனைப் பார்த்ததும் அவன் முகத்தில் சிறிது தெளிவு ஏற்பட்டது. நாகைப்பட்டினத்திலேயே அவன் முருகய்யனைப் பார்த்திருந்தான். இளவரசருக்கு வேண்டியவன் என்பதையும் அறிந்து கொண்டிருந்தான். ஆகையால் இப்போது பரபரப்புடன், "முருகய்யா! அவிழ்த்து விடு! அவிழ்த்து விடு! சண்டாளர்கள் என்னை ஏமாற்றிவிட்டார்கள்! இளவரசருக்கு அபாயம் ஒன்றும் நேரவில்லையே!" என்றான்.

முருகய்யன் கட்டுக்களை அவிழ்த்துவிட்டுக் கொண்டே காலையில் நடந்தவற்றைச் சுருக்கமாகக் கூறிவிட்டு, யானைப் பாகனிடம் அவனுக்கு நேர்ந்தது என்னவென்று விசாரித்தான். யானைப் பாகனும் ஒருவாறு தட்டுத்

தடுமாறிக் கூறினான். யானைக்கு மதம் பிடித்தாலும் தனக்கு ஒன்றும் நேராமல் இருக்க மந்திரக்கவசம் தருவதாகச் சொல்லி, இந்த வீட்டுக்கு அழைத்து வந்தார்கள் என்றும், இங்கே வந்ததும் சாம்பிராணிப் புகை போட்டுக் கொண்டே மந்திரவாதி மந்திரம் ஜபித்தான் என்றும், அப்போது தனக்கு மயக்கமாக வந்து தூங்கி விழுந்து விட்டதாகவும், கண்விழித்துப் பார்த்தபோது தன்னைத் தூணோடு கட்டிப் போட்டிருந்ததாகவும் கூறினான்.

இருவரும் அந்த வீட்டை விட்டு வெளியேறிச் சோழ மாளிகையை நோக்கி விரைந்து சென்றார்கள்.

அவர்கள் அம்மாளிகையை அடைந்தபோது அங்கே முன்னைவிடப் பெருங்கூட்டம் கூடியிருப்பதையும் ஜனங்கள் மிக்க கவலையோடு பேசிக் கொண்டிருப்பதையும் கண்டார்கள்.

ஜனங்களின் கவலைக்குக் காரணம், இளவரசரைக் காணோம் என்பதுதான். அவருக்கு என்ன நேர்ந்தது என்பதைத் திட்டமாக அறிந்தவர்கள் அங்கு யாரும் இல்லை. யானைமேல் ஒருவர் இருந்ததைப் பார்த்ததாக மட்டும் சிலர் கூறினார்கள். அவர் ஒருவேளை இளவரசராக இருக்கலாம் என்று ஊகித்திருந்தார்கள்.

இளவரசர் யானைகளைப் பழக்கும் வித்தையில் மிகத் தேர்ந்தவர் என்பதும், யானைகளின் பாஷைகூட அவருக்குத் தெரியும் என்பதும் சோழ நாட்டில் பிரசித்தமாயிருந்தன. ஆகையால், மதங்கொண்ட யானையினால் ஒருவருக்கும் தீங்கு நேரிடாமல் அதன் மதத்தை அடக்கும் பொருட்டு பொன்னியின் செல்வர் யானைமேல் ஏறிச் சென்றிருக்க வேண்டும் என்றும் சிலர் தங்கள் உறுதியான நம்பிக்கையைத் தெரிவித்தார்கள்.

இச்சமயத்தில் அங்கே முருகய்யனும், யானைப் பாகனும் வந்தார்கள். யானைப்பாகனுக்கு நேற்றிரவு நேர்ந்தது அங்குள்ளவர்களுக்குத் தெரிந்தபோது, அவர்களுடைய வியப்பும் திகைப்பும் பன்மடங்கு அதிகமாயின.

யானைப் பாகனைக் கட்டிப் போட்டுவிட்டு, அங்குசத்தை எடுத்துக் கொண்டு ஓடிவந்தவன், சோழ குலத்தின் விரோதிகளால் அனுப்பப்பட்டவனாயிருக்க வேண்டும். "ஒருவேளை பழுவேட்டரையர்களே அனுப்பியிருக்கக்கூடும்!" என்று சிலர் ஊகித்துக் கூறியதைப் பெரும்பாலான மக்கள் நம்பினார்கள். அதனால் பழுவேட்டரையர்களின் மீது அவர்களுடைய கோபம் அதிகமாயிற்று. அந்தக் கோப வெறியுடனே பலர் உடனே தஞ்சையை நோக்கிக் கிளம்பினார்கள். யானை போன வழியை விசாரித்துக் கொண்டு ஒரு பகுதியினரும், தஞ்சாவூருக்கு நேரே போகும் சாலையில் மற்றவர்களும் கோபாவேசத்துடன் புறப்பட்டுச் சென்றார்கள்.

❉ ❉ ❉ ❉

பத்தொன்பதாம் அத்தியாயம்

திருநல்லம்

ஜோசியர் வீட்டின் ஓட்டுக் கூரையையும், அதனுடன் தன்னுடைய உயிரையும் கெட்டியாகப் பிடித்துக் கொண்டிருந்த வானதி, காவேரி நதியின் உடைப்பு வெள்ளத்தில் மிதந்து மிதந்து போய்க் கொண்டிருந்தாள். வெள்ளம் அவளை மேலே மேலே இழுத்துக் கொண்டு கிழக்கு நோக்கிச் சென்றது. சில சமயம் மெதுவாகச் சென்றது. சிலசமயம் வேகமாகச் சென்றது. வேறு சில போது பெரிய சுழல்களிலும் அந்த வீட்டுக் கூரை அகப்பட்டுக்கொண்டு சுற்றிச் சுழன்று தடுமாறிக் கொண்டு சென்றது.

வெள்ளத்தின் ஆழம் அதிகமில்லாத மேட்டுப்பாங்கான இடங்களில் சிலபோது சென்றது. அது, மரங்களின் அடியில் வெள்ளம் எவ்வளவு தூரம் ஏறியிருக்கிறது என்பதைப் பார்த்ததும், ஆங்காங்கு காவேரிக் கரை ஓரமிருந்த மண்டபங்கள் எவ்வளவு தூரம் முழுகியிருக்கிறது என்பதைப் பார்த்ததும் தெரிந்தது. மேட்டுப் பாங்கான இடங்களில் கீழே இறங்கலாமா என்று வானதி யோசிப்பதற்குள் ஆழமான இடங்களுக்குச் சுழல்கள் இழுத்துப் போய்விட்டன.

இறங்குவதற்கும் வானதிக்கும் அவ்வளவாக மனம் இல்லை. ஏனெனில், பொன்னி நதியின் அவ்வெள்ளம் அவளைப் பொன்னியின் செல்வர் இருக்குமிடத்துக்கு அழைத்துச் செல்வதாக அவளுடைய மனதில் ஒரு தோற்றம் ஏற்பட்டிருந்தது. இளவரசருக்கு ஏற்படப் போகும் அபாயத்தைப் பழுவேட்டரையர் மூடு மந்திரமாக கூறியது அவள் உள்ளத்திலும் பதிந்திருந்தது. அவரை அந்த அபாயத்திலிருந்து பாதுகாக்கவே காவேரி நதி தன்னை அழைத்துப் போவதாக அவள் எண்ணிக் கொண்டாள்.

ஆகா! அந்தப் பூங்குழலிக்குத்தான் எவ்வளவு கர்வம்? இளவரசர் விஷயத்தில் எவ்வளவு உரிமை கொண்டாடுகிறாள்? ஆயினும், உரிமை கொண்டாடுவதற்குக் காரணம் உண்டு. இன்று இளவரசர் பிழைத்திருப்பதே பூங்குழலியினால் தானே! – ஒரு நாளும் இல்லை! – அந்தக் குடந்தை ஜோதிடர் கூறியதைத்தான் வானதி கேட்டிருந்தாளே! இளவரசர் பிறந்த வேளை அப்படி! அவருக்கு இம்மாதிரி கண்டங்கள் பல வரக்கூடும்! ஆனால் அவர் உயிருக்கு ஒன்றும் ஆபத்து வராது! உலகத்தை ஆளப் பிறந்தவரைக் கேவலம் கடலும் புயலும், நதி வெள்ளமும் என்ன செய்துவிடும்? அவர் அவ்விதம் உயிர் தப்புவதற்கு யாரேனும் ஒருவர் வியாஜமாகவேண்டும்! பூங்குழலிக்கு அத்தகைய பாக்கியம் கிடைத்திருக்கிறது! அதற்காக அவள் உரிமை எப்படிக் கொண்டாடலாம்? – எனினும், அம்மாதிரி பாக்கியம் தனக்கும் ஒரு தடவை கிட்டக்கூடாதா என்ற ஏக்கம் வானதியின் இதய அந்தரங்கத்தில் நீண்ட காலமாக இருந்து கொண்டிருந்தது.

சில சமயம் கூரை சுழன்று திரும்பியபோது, பின்னால் வெகு தூரத்தில் படகு ஒன்று வருவதை வானதி பார்த்தாள். அதில் பெண் ஒருத்தியும் ஆண் ஒருவரும் இருப்பதும் தெரிந்தது. யார் என்று நன்றாய்த் தெரியவில்லை. பெண், படகு செலுத்தியதைப் பார்த்ததும் அவள் ஒரு வேளை பூங்குழலியாயிருக்கலாம் என்று தோன்றியது. தன்னை வெள்ளத்திலிருந்து காப்பாற்றத்தான் வருகிறாளா? இளைய பிராட்டி அனுப்பி வைத்திருக்கிறாரா? போதும், போதும்! அவளுக்கு இளவரசர் கடமைப்பட்டிருப்பதே போதும். தானும் வேறு நன்றிக் கடன் பட வேண்டாம்! கூடவே கூடாது! தான் அவளால் இந்த வெள்ளத்திலிருந்து காப்பாற்றப் படுதலே கூடாது.

சில சமயம் படகு அவளுக்கு அருகில் நெருங்கி வந்து விட்டது போலிருந்தது. சில சமயம் கூரை வேகமாகச் சென்று படகை வெகு தூரம் பின்னால் விட்டுவிட்டுச் சென்றது.

இவ்விதம் படகு கண்ணுக்கு மறைந்திருந்த ஒரு சமயத்தில் வீட்டுக் கூரை திசை திரும்பித் தெற்கு நோக்கிச் செல்லுவது போலத் தோன்றியது. இவ்வாறு வெகு தூரம் போயிற்று. காவேரியின் தென் கரையைத் தாண்டி, தெற்கே ஒரே சமுத்திரம் போலத் தோன்றிய வெள்ளப் பிரதேசத்தில் சென்றது. கடைசியில், அந்தத் தண்ணீர் வெள்ளத்தின் எல்லை கண்ணுக்குப் புலப்பட்டது. ஆகா! இது ஒரு நதியின் கரைபோல அல்லவா காணப்படுகிறது. ஆம், ஆம்! இது அரசலாற்றங்கரைதான்! காவேரி உடைப்பு வெள்ளம் நடுவில் பல பிரதேசங்களை முழுக அடித்துக்கொண்டு வந்து இந்த ஆற்றில் விழுந்து கலந்திருக்கிறது. இதன் தென்கரை சிறிது மேடாக இருப்பதால் அதற்குள் அடங்கிச் செல்லுகிறது. அந்த நதிக்கரை, அதன் மரங்களடர்ந்த தோற்றம், அவளுக்குப் பழக்கப்பட்ட இடமாகத் தோன்றியது. பூர்வ ஜன்ம வாசனையைப்போல் ஞாபகம் வந்தது. இல்லை, இல்லை! இந்த ஜன்மத்தில் இரண்டு மூன்று தடவை பார்த்த இடந்தான்! அவள் திருநல்லம் என்னும் க்ஷேத்திரத்தை நெருங்கி வந்து கொண்டிருக்கவேண்டும். அங்குள்ள ஆலயத்தை மழவரையர் மகளார், செம்பியன் மாதேவி, தம் அருமைக் கணவரான கண்டராதித்த சோழரின் ஞாபகமாகக் கருங்கல் திருப்பணியாகச் செய்ய ஆவல்கொண்டிருக்கிறார். அங்கே நதிக்கரையில் சோழ குலத்தார்கள் தங்குவதற்கு வசந்த மாளிகை ஒன்றும் இருக்கிறது. செம்பியன் மாதேவி ஒரு சமயம் இளைய பிராட்டியை அவ்விடத்துக்கு அழைத்துச் செல்ல, அவருடன் தானும் போனதுண்டு! அந்த வஸந்த மாளிகையையொட்டியிருந்த தோட்டங்களிலே சென்று பறவைகளின் இனிய கீதங்களைக் கேட்பதில் தனக்கு எவ்வளவு ஆர்வமிருந்தது! ஆகா! அப்போது அங்கு நடந்த ஒரு சம்பவம், வானதியின் உள்ளத்தில் என்றும் மறக்கமுடியாதபடி ஆழ்ந்து பதிந்திருந்தது.

❖ ❖ ❖ ❖

இருபதாம்அத்தியாயம்

பறவைக் குஞ்சுகள்

கொடும்பாளூரிலிருந்து வானதி பழையாறை நகருக்கு வந்த புதிதில், சோழநாட்டின் நீர்வளம் அவளை ஒரே ஆச்சரியக் கடலில் ஆழ்த்தியிருந்தது. கொடும்பாளூர்ப் பக்கத்தில் நதி ஒன்றும் கிடையாது. ஏரிகள் உண்டு. மழை பெய்யும் காலங்களில் ஏரிகள் தண்ணீர் நிறைந்து ததும்பிக் கொண்டிருக்கும். கோடைக் காலத்தில் காய்ந்துவிடும். இம்மாதிரி இரு கரைகளையும் தொட்டுக் கொண்டு தண்ணீர் ததும்பிச் சுழிகளும் சுழல்களுமாய் ஓடும் நதிகளும், வாய்க்கால்களும், அங்கே இல்லை. தாமரையும் செங்கழு நீரும் தழைத்துப் பூத்துக் கொழித்த தடாகங்களை வானதி பிறந்த ஊரில் பார்க்க முடியாது. இவற்றையெல்லாம் வானதி பார்த்துப் பார்த்து மெய்ம்மறந்து உட்கார்ந்திருப்பாள். குளத்து மீனுக்குக் குடைபிடித்த தாமரை இலைகளின் மீது முத்துக்கள் போன்ற நீர்த்துளிகள் அங்கு மிங்கும் ஓடிக் களிப்பதைப் பார்த்து மகிழ்வாள். கமல மலர்களையும் அல்லிப் பூக்களையும் கருவண்டுகள் சுற்றிச் சுழன்று வந்து ஆடிப்பாடுவதைக் கண்டதும் பரவசமாகி விடுவாள். பொழுது போவதே தெரியாமல் போய்விடும்.

ஒரு சமயம் வானதியும், குந்தவையும் செம்பியன் மாதேவி அழைத்ததின் பேரில் திருநல்லத்துக்குப் போயிருந்தார்கள். (இக்காலத்தில் திருநல்லத்துக்குக் கோனேரிராஜபுரம் என்று பெயர் வழங்குகிறது.) வசந்த மாளிகையில் தங்கியிருந்தார்கள். செம்பியன் மாதேவியும் குந்தவையும் அடிக்கடி சைவ சமயக் குரவர்களின் வரலாறுகளைப் பற்றியும், அவர்களுடைய பதிகங்களில் கனிந்து சொட்டும் பக்திரஸத்தைப் பற்றியும், பேசத் தொடங்கிவிடுவார்கள். அதையெல்லாம் கேட்டுக் கொண்டிருப்பதில் வானதிக்குச் சிரத்தை இருப்பதில்லை. அதைக் காட்டிலும் வசந்த மாளிகையை யொட்டியிருந்த தோட்டங்களிலே சென்று பறவைகளின் இனிய கீதங்களைக் கேட்பதிலும், தடாகத்திலே பூத்துக் குலுங்கிய தாமரை மலர்களைச் சுற்றி வந்து கொண்டிருந்த கரு நீல வண்டுகளின் இன்ப ரீங்காரத்தைக் கேட்பதிலும் அவளுக்கு ஆர்வம் அதிகமாயிருந்தது. இன்னும் மாளிகையின் ஒரு பக்கமாகச் சென்று கொண்டிருந்த நதிவெள்ளம் சுழி போட்டுக் கொண்டு ஓடுவதையும், அந்தச் சுழிகளில் அழகிய செக்கச் சிவந்த கடம்ப மலர்கள் சுழன்று கொண்டிருப்பதையும் பார்க்க அவளுக்கு மிக்க ஆர்வம் இருந்தது. கொடும்பாளூர்ப் பகுதிகளில் இம்மாதிரி மனோரம்யமான காட்சிகளைப் பார்க்க இயலாதல்லவா?

ஒரு நாள் மழவரையர் மகளாரும், இளைய பிராட்டி குந்தவையும் சுவாரஸ்யமாக ஏதோ பேசிக் கொண்டிருந்தார்கள். வானதி அவர்கள் அருகில் சென்றபோது, இளைய பிராட்டி "வானதி! நீ தோட்டத்திற்குப் போ! சற்று நேரத்துக்கெல்லாம் நானும் வருகிறேன்!" என்றார். வானதி குதூகலத்துடன் துள்ளிக் குதித்து ஓடினாள். தோட்டத்தில் சற்று நேரம் சுற்றி அலைந்து விட்டுத் தாமரைக் குளக்கரைக்குச் சென்றாள். குளக்கரையில் வானை மறைத்துக் கொண்டு வளர்ந்திருந்த மரங்கள் பல இருந்தன. அவற்றில் நெடிதுயர்ந்து பல்கிப் பரவித் தழைத்திருந்த இலுப்பை மரம் ஒன்றிருந்தது. இலுப்பைப் பூக்கள் உதிர்ந்து பூமியை அடியோடு மறைத்துக் கொண்டிருந்தன. அவற்றின் நறுமணம் கம்மென்று வீசித் தோட்டம் முழுவதும் பரவியிருந்தது. அந்த மரத்தடியில் ஒரு பெரிய வேரின் மேல் வானதி உட்கார்ந்தாள். அடிமரத்தில் சாய்ந்து கொண்டு மேலும் கீழும் நாலாபுறமும் பார்த்துக் கொண்டிருந்தாள். பறவை இனங்களின் இனிய கீதங்கள் அவளுடைய செவிகளில் அமுத வெள்ளமாகப் பாய்ந்து கொண்டிருந்தன. அந்த நாள்வரை அநுபவித்திராத இன்ப உணர்ச்சி அவள் இதயத்தில் தோன்றியது. அந்த உள்ளக் களிப்பு அடிக்கடி பொங்கித் ததும்பி அவள் மேனியெல்லாம் பரவியது. வாழ்க்கை இவ்வளவு ஆனந்த மயமாக இருக்கக்கூடும் என்று வானதி அன்று வரை கனவிலும் கருதியதில்லை.

அந்த மரத்தடியிலிருந்து பார்த்தால் சற்றுத் தூரத்தில் ஆற்று வெள்ளம் தெரிந்தது. அவ்வப்போது நதி ஓட்டத்தின் இனிய காட்சிகளையும் அவள் மரங்களின் இடைவெளி வழியாகப் பார்த்துக் கொண்டிருந்தாள்.

ஒருமுறை, யாரோ ஒரு வாலிபன் ஆற்றில் நீந்திக் கொண்டிருப்பது தெரிந்தது. செந்நிற நீர்ப் பிரவாகத்தில் அவனுடைய பொன்னொளிர் மேனி பாதி தண்ணீரிலும் பாதி மேலேயும் மிதந்த வனப்பு மிக்க காட்சி அவள் உள்ளத்தைக் கவர்ந்தது. சீச்சீ! யாரோ இளம்பிள்ளை ஒருவனுடைய தோற்றத்தில் தனது கவனம் செல்வது என்ன அசட்டுத்தனம்? – நாணம், மடம் என்னும் இயல்புகளைத் தன் உடன் பிறந்த செல்வங்களாகக் கொண்டிருந்த வானதிக்கு அந்த எண்ணம் மிக்க கூச்சத்தை உண்டாக்கியது. அவளுடைய உள்ளக் கட்டுப்பாட்டையும் மீறிக் கண்கள் மீண்டும் இரண்டொரு தடவை நதிப்பக்கம் சென்றன.

வானதிக்குத் தன் பேரில் கோபமே உண்டாயிற்று. அங்கிருந்து எழுந்து போய்விடலாமா என்று எண்ணினாள். அச்சமயம் வேறொரு நிகழ்ச்சி அவளுடைய உள்ளத்தைக் கவர்ந்தது.

அவள் அமர்ந்திருந்த இடத்துக்கு அருகாமையில், தலைக்கு மேலே பறவைக் குஞ்சுகளின் கூக்குரலைக் கேட்டு நிமிர்ந்து பார்த்தாள். அங்கே அவள் கண்ட காட்சி அவளுக்கு ஏக காலத்தில் பரிதாபத்தையும் திகிலையும் உண்டாக்கின.

ஒரு மரக்கிளையில் கவட்டை போலப் பிரிந்த இடத்தில் பட்சிக் கூடு ஒன்று இருந்தது. அதில் சில பறவைக் குஞ்சுகள் தலைகளை நீட்டிக் கொண்டிருந்தன. அவைதாம் 'கிறீச்' என்று மெல்லிய குரலில் சத்தமிட்டன. அந்தச் சத்தத்தில் பயமும், அபாய அறிவிப்பும், பரிதாபமான அடைக்கல விண்ணப்ப முறையீடும் கலந்திருந்தன. அவ்விதம் கலந்திருந்ததாக வானதியின் செவிகளில் ஒலித்தது. கூட்டுக்கு அருகில் மரக்கிளையில் ஒரு காட்டுப் பூனை ஏறிக் கொண்டிருந்தது. மெள்ள மெள்ள அது கூட்டை நெருங்கி வந்து கொண்டிருந்தது!

அதைப் பார்த்த வானதி, "ஐயோ! ஐயோ!" என்று சத்தமிட்டாள். அடுத்த கணத்தில் "என்ன? என்ன?" என்று ஒரு குரல் கேட்டது. யாரோ விரைந்து ஓடி வரும் காலடிச் சத்தமும் கேட்டது. வானதி அந்தப் பக்கம் பார்த்தாள். சற்று முன் நதி வெள்ளத்தில் நீந்திக் கொண்டிருந்த வாலிபன்தான் கரையேறி ஓடி வந்து கொண்டிருந்தான் என்பதை அவள் அறிந்தாள்.

அதே சமயத்தில் எங்கிருந்தோ இரண்டு பெரிய பறவைகள் வந்துவிட்டன. கூட்டைச் சுற்றி அவை கராபுராவென்று கத்திக் கொண்டு வட்டமிட்டன. அவை அக்குஞ்சுகளின் தாயும் தகப்பனுமாகவே இருக்க வேண்டும். குஞ்சுகளைக் காப்பாற்றுவதற்காகவே அவை அவசரமாக வந்திருக்க வேண்டும் என்பதை வானதி உணர்ந்தாள். இரண்டும் நீள மூக்குகள் உள்ள பறவைகள். மரங்கொத்திப் பறவைகள் என்பவை இவைதாம் போலும். ஒரு பறவை கூட்டைச் சுற்றி அதிகமாக வட்டமிட்டது. இன்னொன்று பூனையை நெருங்கி அதை மூக்கினால் கொத்தித் தாக்கும் பாவனையுடன் சப்தமிட்டது! பூனையை அந்தப் பறவையினால் ஒன்றும் செய்துவிட முடியாது. பூனையின் வாயில் அகப்பட்டால் மறுகணம் அதன் வயிற்றுக்குள்ளேயே போய்விட வேண்டியதுதான். ஆயினும் தன் குஞ்சுகளைக் காப்பதற்காக அந்தப் பறவை அப்படித் தீரத்துடன் போராடியது. தாயையும் தகப்பனையும் இளம் பிராயத்திலேயே இழந்துவிட்ட வானதிக்கு அந்த காட்சி மிக்க மனக்கசிவை உண்டாக்கியது.

பூனை சற்றுச் சும்மா இருந்துவிட்டுத் திடீரென்று முன்னங்கால் ஒன்றைக் கூட்டின் பக்கம் நீட்டியது. பறவைக் குஞ்சுகள் இருந்த கூட்டின் ஒரு முனையையும் தொட்டுவிட்டது.

வானதி மறுபடியும் அலறினாள். இதற்குள் அந்த வாலிபன் நெருங்கி வந்துவிட்டான். அவனை அருகில் பார்ப்பதற்கு வானதிக்கு மிக்க கூச்சமாயிருந்தது. மறுமொழி சொல்ல வரவில்லை. பேசுவதற்கு நா எழவில்லை. சமிக்ஞையினால் பட்சியின் கூட்டைச் சுட்டிக் காட்டினாள்.

அதுவரையில் அந்தப் பெண்ணுக்குத்தான் ஏதோ அபாயம் என்று எண்ணிக் கொண்டிருந்தான். வானதி சுட்டிக் காட்டிய இடத்தை அண்ணாந்து பார்த்தான். மறுபடியும் வானதியை நோக்கிப் புன்னகை புரிந்தான்.

அவனுடைய பார்வையும், புன்னகையும் வானதியின் நெஞ்சத்தை நெகிழச் செய்து, பறவைக் குஞ்சுகளின் நிலையைக் கூட மறந்துவிடச் செய்தன.

ஆனால் வாலிபன் உடனே அங்கிருந்து விரைந்து ஓடி, மரக்கிளையின் பறவைக்கூடு இருந்த இடத்துக்கு நேர் கீழே சென்று நின்றான்.

காட்டுப் பூனையை அதட்டினான். அது கீழே குனிந்து பார்த்து உறுமியது. "பொல்லாத பூனையாயிருக்கிறதே!" என்று சொல்லிக் கொண்டே தரையிலிருந்து ஒரு கல்லைப் பொறுக்கி வேகமாக விட்டெறிந்தான். கல் பூனையின் மீது படாமல் அதன் அருகில் மரக்கிளையைத் தாக்கியது. பூனை உடனே தாவி வேறு கிளையில் பாய்ந்து, அங்கிருந்து இன்னொரு அடர்ந்த மரத்துக்குச் சென்று பின்னர் மறைந்துவிட்டது.

ஆனால் இதற்குள் வேறொரு விபரீதம் நேர்ந்து விட்டது. பூனையின் ஒரு கால் பறவைக் கூட்டின் முனையைப் பற்றி இழுத்ததல்லவா? அதனால் சிறிது ஆடிப் போயிருந்த கூடு வாலிபனின் கல்லெறி மரக்கிளையில் தாக்கிய வேகத்தினால் அதிகமாக நிலை குலைந்து, சிறிது சிறிதாக அந்தக் கூடு கிளையின் கப்பிலிருந்து நழுவியது. முழுதும் நழுவி விழுந்திருந்தால் காட்டுப் பூனையின் வாயிலிருந்து தப்பிய குஞ்சுகள் தரையில் விழுந்து மாண்டிருக்கும்! நல்ல வேளையாகக் கூட்டின் ஒரு முனை கிளையைக் கவ்விக் கொண்டிருந்தது. கூடு அதில் இருந்த குஞ்சுகளுடன் கீழே தொங்கி ஊசலாடியது. குஞ்சுகளின் உயிர்களும் ஊசலாடின. மரங்கொத்திப் பறவைகள் முன்னைவிடப் பீதியில் அலறிக் கொண்டு குஞ்சுகள் இருந்த கூட்டைச் சுற்றி சுற்றி வந்தன. காற்று கொஞ்சம் வேகமாக அடித்தால் கூடு தரையில் விழுந்து விடும். அவ்வளவு உயரத்திலிருந்து விழுந்தால் குஞ்சுகள் பிழைப்பது துர்லபந்தான்.

வாலிபன் ஒரு கணநேரம் யோசித்தான். முதலில் மரத்தின் மேல் தாவி ஏற அவன் எண்ணியதாகத் தோன்றியது. மறு கணத்தில் மனத்தை மாற்றிக் கொண்டதாகக் காணப்பட்டது.

வானதியைப் பார்த்து, "பெண்ணே! சற்று இங்கே வா! கூடு கீழே விழுந்தால் உன் சேலைத் தலைப்பினால் பிடித்துக் கொள்! இதோ நான் ஒரு நொடியில் திரும்பி வருகிறேன்!" என்று சொல்லிவிட்டு ஓடினான்.

அவன் சொன்னபடியே மிகச் சொற்ப நேரத்தில் திரும்பி வந்தான். ஆனால் இப்போது அவன் நடந்து வரவில்லை. யானை மீது ஏறிக்கொண்டு வந்தான். வானதிக்கு அவன் என்ன செய்யப் போகிறான் என்பது ஒருவாறு தெரிந்துவிட்டது. ஆகையால், அங்கிருந்து அப்பால் சென்றாள். அங்கிருந்த தாமரைக் குளத்தின் படிக்கட்டை அடைந்தாள். சில படிகள் இறங்கி உட்கார்ந்து கொண்டு யானை மேல் வந்த வாலிபன் என்ன செய்கிறான் என்பதைப் பார்த்துக் கொண்டிருந்தாள்.

யானை மரத்தடிக்கு வந்ததும் நின்றது. அதன் முதுகில் இருந்தபடி வாலிபன் பறவைக் கூட்டைக் கையினால் தாங்கி முன்னால் அது இருந்த கிளைப் பொந்திலே ஜாக்கிரதையாக வைத்தான். தாய்ப் பறவையும், தகப்பன் பறவையும் இப்போது முன்னைவிட அதிகமாகக் கூச்சலிட்டன. ஆனால் அந்தக் கூச்சலில் இப்போது குதூகல த்வனி மேலிட்டிருப்பதாகத் தோன்றியது.

வாலிபன் பின்னர் திரும்பிச் சென்று சுற்று முற்றும் பார்த்தான். "பெண்ணே! எங்கே போனாய்?" என்று கூவினான். வானதி பெரிதும் நாணம் அடைந்து மௌனமாயிருந்தாள். வாலிபன் யானையின் மீதிருந்து கீழிறங்கினான். பின்னர் மறுபடியும் சுற்று முற்றும் பார்த்தான்.

வானதி மனதில் எதையோ நினைத்துக் கொண்டாள். அந்த நினைவு அவளுக்குப் பெரும் வேடிக்கையாயிருந்தது. அவளை அறியாமல் சிரிப்பு வந்தது. உரத்த சத்தத்துடன் கலகலவென்று சிரித்தாள்.

அதைக் கேட்டுவிட்டு வாலிபன் குளத்தின் படிக்கட்டுக்கு வந்தான். வானதியைப் பார்த்து, "பெண்ணே! ஏன் சிரிக்கிறாய்? நீ இவ்வளவு பலமாகச் சிரிக்கும்படியாக இப்போது என்ன நேர்ந்து விட்டது?" என்றான்.

வாலிபன் குரல் வானதியின் செவிகளில் விழுந்ததும் மறுபடியும் முன்போல அவளுடைய நெஞ்சம் நெகிழ்ந்து பொங்கிற்று. கூச்சம் முன்னிலும் அதிகமாயிற்று. அவனை ஏறிட்டுப் பார்க்க முடியாதபடியால், அப்புறமும், இப்புறமும் பார்த்துக் கொண்டிருந்தாள்.

"பெண்ணே! ஏன் சிரித்தாய்? சொல்ல மாட்டாயா?" என்று மீண்டும் வாலிபன் கேட்டான்.

வானதி மனத்தைத் திடப்படுத்திக் கொண்டு, "ஒன்றுமில்லை. நீ பெரிய வீரனாயிருக்கிறாயே என்று எண்ணிச் சிரித்தேன். பூனையோடு சண்டை போடுவதற்கு யானையின் மீது ஏறி வந்தாய் அல்லவா?" என்று கேட்டாள்.

அதைக் கேட்டு வாலிபனும் சிரித்தான்.

"பெண்ணே! அது பூனைதானா? நீ போட்ட கூக்குரலைக் கேட்டுப் புலியோ என்று பயந்துவிட்டேன்!" என்று சொன்னான்.

வானதிக்கு இதற்குள் துணிவு வந்துவிட்டது; அவளிடமிருந்த கூச்சமும் குறைந்துவிட்டது.

"ஆகா! அப்படியா! புலிக்கொடி பறக்கும் சோழ நாட்டில் புலியைக் கண்டு நான் எதற்காக பயப்பட வேணும்? நீ பாண்டிய நாட்டானா?" என்றாள்.

அதைக் கேட்ட வாலிபனின் முகன் முன்னைக் காட்டிலும் சற்று அதிகமாக மலர்ச்சி அடைந்தது.

"பெண்ணே! நான் வேற்று நாட்டவன் அல்லன்; இந்தச் சோழ நாட்டைச் சேர்ந்தவன்தான்! யானை மீது ஏறி வேறு போர்க்களங்களுக்கும் சென்றிருக்கிறேன். நீ யார்? எந்த ஊர்ப் பெண்? பெரிய வாயாடிப் பெண்ணாக இருக்கிறாயே!" என்றான்.

"யானைப்பாகா! மரியாதையாகப் பேசு! நான் யாராயிருந்தால் உனக்கு என்ன? எதற்காக அதைப்பற்றிக் கேட்கிறாய்?" என்றாள் வானதி.

"சரி. அப்படியானால் நான் கேட்கவில்லை. பெரிய இடத்துப் பெண் போலிருக்கிறது! போகிறேன்!" என்று சொல்லிவிட்டு அந்த வாலிபன் படியேறி மேலே போகலானான்.

வானதி மறுபடியும் விளையாட்டு, பரிகாசம் தொனித்த குரலில், "யானைப்பாகா! யானைப்பாகா! என்னையும் உன் யானையின் மேல் ஏற்றிக்கொண்டு போகிறாயா?" என்றாள்.

"சரி; ஏற்றிக்கொண்டு போகிறேன். எனக்கு என்ன கூலி தருவாய்?" என்று கேட்டான்.

"கூலியா? என் பெரியப்பாவிடம் சொல்லி உனக்குக் கொடும்பாளூர் அரண்மனையில் உத்தியோகம் வாங்கித் தருகிறேன். இல்லாவிட்டால், யானைப் படைக்குச் சேநாதிபதியாக்கச் செய்கிறேன்!" என்றாள் வானதி.

"ஓகோ! கொடும்பாளூர் இளவரசியா தாங்கள்?" என்றான் அந்த வாலிபன்.

இதுவரையில் மலர்ந்திருந்த அவனது முகம் இப்போது சுருங்கியது. புன்னகை மறைந்தது. புருவங்கள் நெறிந்தன.

"ஏன்? கொடும்பாளூர் இளவரசி என்றால் அவ்வளவு மட்டமா? உன் யானை மேல் ஏறக்கூடாதா?" என்றாள் வானதி.

"இல்லை, இல்லை! கொடும்பாளூர் அரண்மனைக் கொட்டாரத்தில் எவ்வளவோ யானைகள் இருக்கின்றன; எத்தனையோ யானைப் பாகர்களும் இருக்கிறார்கள். நான் என்னத்திற்கு?" என்று

சொல்லிவிட்டு அந்த வாலிபன் விடுவிடு என்று நடந்து போனான். அவன் ஒருவேளை திரும்பிப் பார்ப்பானோ என்று சற்று நேரம் வரையில் வானதி எதிர் பார்த்தாள். ஆனால் அவன் திரும்பியே பாராமல் நடந்து சென்று யானை மேல் ஏறிப் போய்விட்டான்.

இந்தச் சம்பவம் வானதியின் உள்ளத்தை வெகுவாகப் பாதித்துவிட்டது. அடிக்கடி அது அவளுடைய ஞாபகத்துக்கு வந்தது. அந்த யானைப்பாகனுடைய உருவத் தோற்றமும் மலர்ந்த முகமும் இனிய குரலும் நினைவுக்கு வந்தபோதெல்லாம் உள்ளத்தில் இனந் தெரியாத இன்ப உணர்ச்சி உண்டாயிற்று. அவன் பறவைக் குஞ்சுகளைக் காப்பாற்ற யானைமேல் ஏறி வந்ததை நினைத்தபோதெல்லாம் அவளையறியாமல் நகைப்பு வந்தது. தனக்குத்தானே சிரித்துக் கொண்டாள். பிறகு அதற்காக வெட்கமும் அடைந்தாள். அந்த யானைப்பாகனின் அகம்பாவத்தையும், கொடும்பாளூர் என்ற வார்த்தையைக் கேட்டவுடனே அவன் முகத்தைச் சுருக்கிக் கொண்டு போய்விட்டதையும் எண்ணியபோதெல்லாம் அவன் பேரில் கோபம் உண்டாகி வளர்ந்தது. மொத்தத்தில், அந்த யானைப்பாகனைப் பற்றி அடிக்கடி நினைவு வந்து கொண்டிருந்தது. இது தவறோ என்ற சந்தேகமும் கூடத் தோன்றி அவளை மிகவும் வருத்திக் கொண்டிருந்தது.

திருநல்லத்துக்கு தமது தமக்கையைப் பார்க்கப் பொன்னியின் செல்வர் வரப்போகிறார் என்று அரண்மனையில் பேச்சாக இருந்தது. சோழநாட்டின் கண்மணியாக விளங்கிய இளவரசரைப் பார்க்க வேண்டுமென்ற ஆவல் அரண்மனைப் பெண்கள் எல்லாருக்கும் இருந்தது போல் வானதிக்கும் இருந்தது. அதற்குச் சந்தர்ப்பம் எளிதில் கிடைக்கவில்லை. இளவரசர் வந்து விட்டார் என்று பேச்சாக இருந்ததே தவிர, அவர் அந்தப்புரத்துக்குள் வரவேயில்லை. இயற்கையில் சங்கோசம் நிறைந்த வானதியோ மற்றத் தோழிப் பெண்களைப் போல் சந்தர்ப்பத்தை உண்டு பண்ணிக் கொண்டு போய் அவரைப் பார்க்க விரும்பவில்லை. திருநல்லத்தை விட்டு இளவரசர் புறப்பட்ட அன்றைக்குத்தான் அரண்மனை மேல் மாடத்தில் நின்று வானதி பொன்னியின் செல்வரைப் பார்க்க நேர்ந்தது. அவர் யானையின்மீது ஏறிப் பிரயாணமாகிக் கொண்டிருந்தார். வானதி தன் கண்களை நம்பமுடியவில்லை என்றால், அது சம்பிரதாய வார்த்தையன்று. யானைப்பாகன் என்று தான் எண்ணிக் கேலிப் பேசிச் சிரித்து அதிகாரம் செய்யவும் துணிந்த வாலிபனே இந்த மாநிலம் போற்றும் இளவரசர் அருள்மொழிவர்மர் என்று கண்டால், வானதிக்கு அவளுடைய கண்களை எப்படி நம்பமுடியும்? பின்னர், பக்கத்திலிருந்த பெண்களைப் பலமுறை கேட்டுத்தான் அதை நிச்சயம் செய்து கொண்டாள். இதனால் அவள் அடைந்த அவமானத்தையும், மனவேதனையையும் சொல்லிச் சாத்தியமில்லை.

உலகம் ஆளப் பிறந்தவருக்குக் கொடும்பாளூர் அரண்மனையின் யானைக் கொட்டாரத் தலைவன் உத்தியோகம் செய்துவைப்பதாகத் தான் சொன்னதை அவள் நினைத்தபோது ஒரு பக்கம் சிரிப்பு வந்தது! அதே சமயத்தில் கண்களில் கண்ணீர் வந்தது. தன்னுடைய மூடத்தனத்தை நினைத்து வருந்தினாள். அப்போது அவருடைய முகம் சுருங்கியதன் காரணம் அவரை, "யானைப்பாகா!" என்று அழைத்ததுதான் என்று நம்பினாள். நாணம், மடம், அச்சம், பயிர்ப்பு என்னும் குணங்களில் ஒன்றும் இல்லாத பெண் என்றுதான் தன்னைப்பற்றி அவர் எண்ணியிருப்பார்! இதை நினைத்தபோது வானதியின் உள்ளம் அடைந்த வேதனைக்கு அளவே இல்லை. ஆற்றிலோ, குளத்திலோ விழுந்து உயிரையே விட்டு விடலாமா என்று கூடப் பலமுறை எண்ணினாள். இளையபிராட்டி குந்தவையிடம் தான் செய்த குற்றத்தைச் சொல்லிவிடப் பலமுறை முயன்றாள். ஆனால் அதற்குத் துணிவு வரவில்லை; நா எழவில்லை. இளவரசரே குந்தவை தேவியிடம் சொல்லியிருந்தால் அவரே தன்னிடம் கேட்டிருப்பார். குந்தவை தேவி கேளாததினால் இளவரசர் சொல்லவில்லை என்று முடிவு செய்தாள். எத்தனையோ மனவேதனைக்கு மத்தியில் இந்த எண்ணம் அவளுக்குச் சிறிது ஆறுதல் அளித்தது. என்றைக்காவது ஒருநாள் பொன்னியின் செல்வரிடம் நேரில் மன்னிப்புக் கேட்டுக் கொண்ட பிறகு உயிரை விட்டு விடலாம் என்று கருதினாள். ஆனால் அதற்கும் தைரியம் வரவில்லை.

பழையாறைக்குப் போன பிறகு இளவரசரைச் சந்திக்கும் சந்தர்ப்பம் நேரலாம் என்று தோன்றியபோதெல்லாம் ஓடி ஒளிந்து கொண்டாள். இளவரசரின் முன்னால் போவதைக் காட்டிலும் உயிரையே விட்டுவிடலாம் என்று கருதலானாள். திருநல்லத்தில் நடந்ததை அறியாத இளையபிராட்டியும் அவளுடைய தோழிமார்களும், "இந்தப் பெண் இவ்வளவு கூச்சப்படுகிறாளே!" என்று மட்டும் ஆச்சரியப்பட்டார்கள்! அவளுடைய பயந்த சுபாவத்தோடு இதுவும் சேர்ந்தது என்று நினைத்தார்கள்.

பொன்னியின் செல்வர் தன்னிடம் அருவருப்புக் கொள்வதற்கு வேறு முக்கிய காரணமும் உண்டு என்பதை வானதி விரைவில் அறிந்து கொண்டாள். இளவரசர் அருள்மொழிவர்மர் ஒரு காலத்தில் உலகமாளும் சக்கரவர்த்தியாவார் என்று பலரும் நம்பியதுபோல அவளுடைய பிறந்த வீட்டிலும் நம்பினார்கள். அதனால் அவளை அருள்மொழிவர்மருக்கு மணம் செய்து வைத்துவிட வேண்டுமென்று அவளுடைய பெரிய தகப்பனார் திட்டமிட்டிருந்தார் என்பது வானதிக்கு ஒருவாறு தெரிந்திருந்தது. அந்த நோக்கத்துடனேயே அவளைப் பழையாறைக்குப் பூதி விக்கிரம கேசரி அனுப்பி வைத்திருப்பதாகக் குந்தவை தேவியின் மற்றத் தோழிப்பெண்கள் அடிக்கடி ஜாடைமாடையாகப் பேசிக் கொள்வார்கள். சில சமயம் வானதியிடமே சொல்லிப் பரிகசிப்பார்கள். "ஆகையினாலேதான் நீ இளவரசர் முன்னாலேயே போகமாட்டேன் என்கிறாய்! எங்களுக்குத் தெரியாதா உன் கள்ளத்தனம்?" என்பார்கள். இந்த வார்த்தைகள் வானதியின் காதில் நாராசமாக விழுந்தன. தான் கொடும்பாளூர்ப் பெண் என்று அறிந்ததும் யானைப் பாகனுடைய முகம் சுருங்கியதன் காரணம் இதுவாகவே இருக்கலாம் அல்லவா?

இவ்வாறெல்லாம் வானதியின் இளம் உள்ளம் கொந்தளித்துக் கொண்டிருந்த நிலைமையிலேதான் ஒருநாள் பொன்னியின் செல்வர் ஈழத்துப் போருக்குப் புறப்பட்டார். அன்றைக்கு அரண்மனையிலிருந்து எல்லாத் தோழிப் பெண்களும் கையில் மங்கள தீபங்களுடன் நின்று அவரை வாழ்த்தி அனுப்ப ஏற்பாடாயிருந்தது. இந்தச் சமயத்திலும் வரமுடியாது என்று மறுக்க வானதியினால் இயலவில்லை. போருக்குப் புறப்படும் இளவரசரை ஒருமுறை பார்த்து விடவேண்டும் என்ற ஆர்வமும் அவள் உள்ளத்தில் பொங்கியது. வாய் திறந்து பேசாவிட்டாலும் தன் முகபாவத்தைக் கொண்டும் நயன பாஷையினாலும் அவரிடம் மன்னிப்புக் கேட்டுக் கொள்ளலாம் என்ற சபலமும் இருந்தது. ஆனால் அவள் எண்ணியதற்கெல்லாம் மாறான சம்பவம் நடந்துவிட்டது. இளவரசர் அருகில் வந்து அவளை ஏறிட்டுப் பார்த்ததும் வானதி உணர்விழந்து, தீபத்தையும் போட்டுவிட்டுத் தரையில் விழுந்து மூர்ச்சையானாள். இதன் பிறகு நிகழ்ந்தவையெல்லாம் வாசகர்கள் அறிந்தவைதாம் அல்லவா?

* * *

ஓட்டுக் கூரை ஓடத்தில் மிதந்து சென்றுகொண்டிருந்த வானதி திருநல்லத்தை அணுகியபோது அவளுடைய உள்ளத்தில் மேற்கூறிய சம்பவங்கள் ஒன்றன் பின் ஒன்றாக வந்து சென்றன. பொன்னியின் செல்வருக்குத் தன் மீது அநுதாபமும் உண்டு என்பதை அவள் உணர்ந்திருந்தாள். அதை அவர் இளைய பிராட்டி மூலமாகவும் நேரிலேயும் தெரிவித்ததும் உண்டு. ஆனால் அவருடைய அன்பு பூரணமடையாத வண்ணம் அவ்வப்போது தடைசெய்த முட்டுக்கட்டை ஒன்றும் இருந்தது. அது இன்னதென்பதையும் அவள் அறிந்திருந்தாள். இளவரசர் ஒரு காலத்தில் சக்கரவர்த்தியாகலாம் என்னும் எண்ணத்தின் பேரில் அவளை அவர் கழுத்தில் கட்டிவிடப் பார்க்கிறார்கள் என்று இளவரசர் நம்பியதுதான் அந்த முட்டுக்கட்டை. இவ்விதம் அவர் நம்புவதற்குக் காரணம் இல்லாமற் போகவில்லை. வானதியின் பெரிய தந்தை இதைப்பற்றிப் பலமுறை பேசியதுண்டு. ஏன்? இளையபிராட்டி குந்தவை தேவியே அந்தச் சதியாலோசனையில் சம்பந்தப்பட்டவர்தாம். அது இன்னும் பலருக்கும் தெரிந்திருந்தது. அந்த ஓடக்காரப் பெண் பூங்குழலிகூட அதைக் குறிப்பிட்டுப் பரிகாசம் செய்யவில்லையா? ஆகையால் இளவரசர் மனத்தில் அந்த எண்ணம் தங்கி நின்று அவருடைய அன்புக்கே ஒரு முட்டுக்கட்டையாக இருந்ததில் வியப்பில்லைதானே!

ஆனால் சற்று முன்பு வானதி செய்த சபதத்தை இளவரசர் அறிய நேரும்போது அந்த முட்டுக்கட்டை நீங்கிவிடும் அல்லவா? அதை அவர் அறியுமாறு நேரிடுமா? தானே அவரிடம் சொல்லிவிட்டால் என்ன? அடி அசட்டு வானதி! உனக்குத்தான் அவர் முன்னால் நின்றால் வாய் அடைத்துவிடுகிறதே! அவரை யானைப்பாகன் என்று நீ எண்ணியபோது, இந்தத் திருநல்லத்தில் சக்கரவட்டமாகப் பேசி அவரிடம் 'வாயாடிப் பெண்' என்ற பெயரும் பெற்றாய்! அதற்குப் பிறகு அவரை முகம் எடுத்துப் பார்க்கவும், வாய் திறந்து பேசவும் உன்னால் முடியவில்லையே? அநாதை வானதி! மறுமுறை நீ இளவரசரைப் பார்க்க நேரும்போது அப்படி மோசம் போய்விடாதே! துணிச்சலுடன் உன் மனத்தில் உள்ளதைச் சொல்லிவிடு! "நீங்கள் சிங்காதனம் ஏறினாலும் நான் ஏறமாட்டேன்! அவ்வாறு சபதம் செய்திருக்கிறேன்! தாங்கள் வெறும் யானைப்பாகனாகவே இருந்து, என்னையும் தங்களுடன் யானைமீது ஏற்றிக்கொண்டு ஒரு தடவை சென்றால், அதையே சொர்க்க வாழ்விலும் மேலாகக் கருதுவேன்" என்று தைரியமாகச் சொல்லிவிடு!

எல்லாம் சரிதான்! ஆனால் அவ்விதம் சொல்லுவதற்குச் சந்தர்ப்பம் கிடைக்குமா? இந்த வெள்ளம் என்னை எங்கே கொண்டுபோய்ச் சேர்க்கப்போகிறது? கரை சேராமலே முழுகிச் செத்துப் போய்விடுவேனோ! ஒருநாளும் அவ்விதம் நேராது. அதோ கரை தெரிகிறதே! திருநல்லத்து வசந்த மாளிகையின் மகுட கலசம் தெரிகிறதே! ஆஹா! இளவரசர் யானைமேல் ஏறி வந்து பறவைக் குஞ்சுகளைக் காப்பாற்றியதும், என்னுடன் இதமாகப் பேசியதும் நேற்று நடந்ததுபோல் அல்லவா தோன்றுகின்றன!

* * *

இது என்ன? அதோ ஒரு யானை! அதன்பேரில் ஒரு யானைப்பாகன்! வெள்ளத்தின் வேகத்தை அந்த யானை எவ்வளவு அலட்சியமாக தாண்டிக்கொண்டு குன்று நகருவது போல் நகருகிறது! அதோ கரை ஏறிவிட்டது! கரையோடு மேற்கு நோக்கிச் செல்கிறது!

யானையின் மேல் கம்பீரமாக உட்கார்ந்திருப்பது யாராயிருக்கும்? ஒருவேளை...சீச்சீ! இது என்ன பைத்தியக்கார எண்ணம்? இளவரசர் இங்கே எதற்காக இப்படித் தனியாக யானை மீது வருகிறார்?

ஒரு முறை யானைமீது வந்த இளவரசரை யானைப் பாகன் என்று நான் எண்ணிவிட்டால், அப்புறம் எந்த யானைப் பாகனைக் கண்டாலும் இளவரசராயிருக்கலாம் என்று சந்தேகிக்க வேண்டுமா? என்ன அறிவீனம்!

இருந்தாலும், இவன் வெறும் யானைப்பாகனாகவே இருந்தாலும், எனக்கு ஒருவேளை உதவி செய்யக்கூடும் அல்லவா? என்னை இந்த ஓட்டுக்கூரை இடத்திலிருந்து, இந்தப் பெரு வெள்ளத்திலிருந்து, கரையேற்றிவிடலாம் அல்லவா? நான் யார் என்று சொன்னால் என்னை யானை மேல் ஏற்றிப் பொன்னியின் செல்வரிடம் அழைத்துக்கொண்டு போகவும் கூடும் அல்லவா?

இத்தகைய எண்ணம் தோன்றியதும், வானதி, "யானைப்பாகா! யானைப்பாகா!" என்று கூவி அழைத்தாள்.

அது அவன் காதில் விழவில்லையோ, அல்லது விழுந்தும் அவன் லட்சியம் செய்யவில்லையோ, தெரியாது. யானை நிற்கவும் இல்லை; யானைப்பாகன் திரும்பிப் பார்க்கவும் இல்லை! யானையின் நடை வேகமாகிக் கொண்டிருந்தது. வெகு சீக்கிரத்தில் நதிக்கரையின் வளைவு ஒன்றில் திரும்பி யானையும் யானைப்பாகனும் மறைந்து விட்டனர்.

வானதி இந்த ஏமாற்றத்தைப்பற்றி எண்ணமிடுவதற்குள் பெரும் பீதிகரமான மற்றொரு எண்ணம் அவள் மனதில் உதித்தது. ஓட்டுக்கூரை திடீரென்று அதிவேகமாக சுழன்று செல்லத் தொடங்கியதாகத் தோன்றியது. ஆம், ஆம்! ஆற்று வெள்ளம் அங்கே அதிகமான வேகத்தை அடைந்திருந்தது. நதிக்கரையும், அதன் ஓரத்தில் வளர்ந்திருந்த பிரம்மாண்டமான விருட்சங்களின் தடிமனான வேர்களும் அவளுடைய சமீபத்தில் விரைந்து வந்து

கொண்டிருந்தன. ஓட்டுக்கூரை ஓடம் மரங்களின் வேர்களில் மோதிக்கொள்ளப் போவது நிச்சயம். மோதிக் கொண்டதும் தூள் தூளாகித் தண்ணீரில் மூழ்கிவிடும். பிறகு தன்னுடைய கதி என்னு? தப்பிப் பிழைத்துக் கரை ஏற முடியுமா? சுழல்களில் சிக்கி மரங்களின் வேர்களில் அடிபட்டுச் சாக நேரிடுமா?

ஐயோ! இது என்ன? அந்த மரங்களின் வேர்களுக்கு மத்தியில் பயங்கரமான முதலை ஒன்று வாயைப் பிளந்து கொண்டிருக்கிறதே! அது உண்மை முதலையா? அல்லது பொம்மையா? அல்லது என் உள்ளத்தின் பிரமையா?

இதோ கரை நெருங்கிவிட்டது! மரங்களின் வேர்களின் மேல் ஓட்டுக் கூரை மோதிக் கொள்ளப் போகிறது!

வானதி தன் கண்களை இறுக்க மூடிக்கொண்டாள்.

"தாயே! துர்க்கா பரமேசுவரி! தாய் தந்தையற்ற இந்த அநாதைப் பெண்ணுக்கு நீதான் கதி! என்னை உன் பாதங்களில் சேர்த்துக் கொள்!" – என்று பிரார்த்தனை செய்தாள்.

❉ ❉ ❉ ❉

இருபத்தொன்றாம் அத்தியாயம்

உயிர் ஊசலாடியது!

ஒரு கண நேரம் ஒரு யுகமாகத் தோன்றக்கூடிய சந்தர்ப்பங்கள் சில உண்டு. அவற்றில் ஒன்று, இப்போது வானதிக்கு நேர்ந்தது. அவள் கண்ணை மூடிக்கொண்டு, துர்க்கா பரமேசுவரியைப் பிரார்த்தனை செய்துகொண்டு, ஓட்டுக்கூரை ஓடத்தில் சுழன்று சென்ற நேரம் சில வினாடிகள்தான் இருக்கும். ஆயினும் அவை சில யுகங்களாகவே அவளுக்குத் தோன்றின. பின்னர் ஏற்பட்ட ஒரு பெரிய அதிர்ச்சி அவளுடைய தேகத்தையெல்லாம் குலுக்கிப் போட்டபோது அவளுடைய கண்களும் திறந்து கொண்டன. கூரை ஓடம் ஆற்றங்கரை மரத்தின் வேரில் மோதியதனால் அந்த அதிர்ச்சி உண்டாயிற்று என்பதை அவள் அறிந்தாள். அதனால் அந்தக் கூரை சுக்கல் சுக்கலான போது அதிர்ஷ்டவசமாக வானதியின் பாதி உடம்பு, வளைந்திருந்த மரக் கிளைகளில் சிக்கிக் கொண்டிருந்தது. அதனால் அவள் மரத்தின் வேர்களில் மோதப்படாமல் தப்பினாள். தனது நிலையை ஒருவாறு உணர்ந்து மரக்கிளைகளைக் கெட்டியாகப் பிடித்துக் கொண்டாள். வெள்ளத்தின் சுழல் அவளுடைய கால்களைப் பிடித்து அதிவேகமாக இழுத்துக் கொண்டிருந்தது. அந்த வேகத்தினால் கால்கள் பிய்த்துக்கொண்டு போய் விடும் போலிருந்தது. அவள் உடுத்தியிருந்த சேலையும் அவளை இழுத்து, வெள்ளத்தில் விட்டு விட முயன்றதாகத் தோன்றியது.

வானதிக்கு அச்சமயம் அதிசயமான மனோதிடமும் தைரியமும் எங்கிருந்தோ வந்திருந்தன! பல்லைக் கடித்துக் கொண்டு தன் முழு பலத்தையும் கொண்டு எழும்பி மரக்கிளையின் மேலே தாவி ஏறினாள். வளைந்து ஊசலாடிய மெல்லிய கிளைகளுக்கு மேலே இரண்டு கவடுகளாகப் பிரிந்த ஒரு பெரிய கிளையில் வசதியான இடத்தில் கெட்டியாக உட்கார்ந்து கொண்டாள். சேலைத் தலைப்புகளை முறுக்கித் தண்ணீரைப் பிழிந்தாள்.

அப்போது சடபடவென்று தண்ணீர் அடிபடும் சத்தம் கேட்டது. சற்று முன்னால், அவள் கண்களை மூடிக்கொள்வதற்கு முன்னால், பார்த்த முதலையின் நினைவு வந்தது.

கீழே குனிந்து நாலு பக்கமும் உற்றுப் பார்த்தாள். முதலில் முதலையின் வால் தண்ணீரை அடிக்கும் காட்சி மட்டும் தென்பட்டது. முதலையின் உடம்பில் பெரும்பகுதியை அவள் ஏறி வந்த ஓட்டுக் கூரையின் உடைந்து

சிதறிய பகுதிகள் மறைந்துக் கொண்டிருந்தன. சிறிது சிறிதாக முதலை தன் வாலின் உதவி கொண்டும் உடம்பை அசைத்தும் நெளிந்தும் அந்தக் கூரைப் பகுதிகளிலிருந்து முழுதும் விடுவித்துக்கொண்டு வெளி வந்தது; அப்படி வெளிவந்த மகிழ்ச்சியைக் காட்டுவதற்காக முதலை தன் வாயை அகலப் பிளந்தது. வானதியைப் பார்த்து அது, "வா, வா! எப்படியும் நீ என் வாயில் விழ வேண்டியதுதான்!" என்று சொல்வது போலிருந்தது.

வானதியும் தான் தப்பிப் பிழைத்த விதத்தை எண்ணிப் பார்த்து உற்சாகம் கொண்டிருந்தாள். "ஓகோ! அப்படியா சொல்கிறாய்? என்னை விழுங்கி விடுவேன் என்றா சொல்கிறாய்? முதலையே! உன் கைவரிசை, வால் வரிசை ஒன்றும் என்னிடம் பலியாது! நீ பல்லைக் காட்டுவதிலும் உபயோகமில்லை. உன் பசிக்கு என்னை நம்பியிராதே! வேறு யாரையாவது பார்த்துக்கொண்டு போ!" என்று வானதி முதலையிடம் பேசினாள். அந்தக் குரலைக் கேட்ட முதலை தன் இரண்டு பயங்கரமான கண்களாலும் அவளை உற்றுப் பார்க்கத் தொடங்கியது.

வானதி "ஓகோ! உன்னுடைய சபலம் உன்னை விடவில்லை போலிருக்கிறது!" என்று கூறிவிட்டுச் சுற்று முற்றும் பார்த்தாள். அவளுடைய நிலைமை சற்றுப் பீதி அளிக்கக் கூடியதாகவே தோன்றியது. தண்ணீரின் பக்கம் அந்தப் பெரிய மரத்தின் கிளைகள் வளைந்து தொங்கின. ஆனால் கரையின் பக்கத்தில் அப்படித் தாழ்ந்திருந்த கிளைகளையே காணவில்லை. அடிமரத்தின் வழியாக இறங்கினால், அங்கே வேர்களோடு வேராக முதலை காத்துக் கொண்டிருந்தது. நதியின் பக்கம் வளைந்திருந்த கிளைகளிலிருந்து குதித்தால் மடுவின் சுழல் அவளைச் சுற்றிச் சுற்றிப் பாதாளத்துக்கு இழுத்துக் கொண்டு போகக் காத்திருந்தது. அந்தப் பெரிய சுழலைச் சற்று நேரம் உற்றுப் பார்த்துக் கொண்டிருந்தால் கூடத் தலை சுற்றும் போலத் தோன்றியது. "கரைப் பக்கம் கிளைகள் உயரமாக இருந்தாலும் பாதகமில்லை, எப்படியோ குதித்துச் சமாளிக்கலாம்" என்று எண்ணி, மரக்கிளைகளின் வழியாக நடந்து மறு பக்கம் போக எத்தனித்து எழுந்தாள்.

ஏற்கனவே வெகு நேரம் அவளுடைய உடம்பின் கீழ்ப் பகுதி முழுவதும் தண்ணீரில் இருந்தபடியால் கால்கள் சில்லிட்டுப் போயிருந்தன. எழுந்து நிற்க முயன்றபோது கால்கள் வெடவெடவென்று நடுங்கின. "சீச்சீ! கால்களே! உங்களுக்கு என்ன வந்து விட்டது?" என்று சொல்லிவிட்டு வானதி மறுபடி உட்கார்ந்து கொண்டாள். யாருக்குப் பொறுமை அதிகம்? முதலைக்கா, தனக்கா?... என்று சோதித்துப் பார்க்க வேண்டியது தான் போலும்!

இச்சமயம், கஜேந்திரனின் பிளிறல் சத்தம் கேட்டு வானதி திடுக்கிட்டாள். சற்று முன் நதியைக் குறுக்கே கடந்து கரை ஏறி மேற்கு நோக்கிச் சென்ற யானை திரும்பி வந்து கொண்டிருந்தது. அதே சமயத்தில் ஆற்றின் கரை ஓரமாகப் படகு ஒன்று வருவதையும் கவனித்தாள். அந்தப் படகில் இருவர் இருந்தார்கள். ஆம், ஆம்; அந்த இருவரில் ஒருவன் ஜோதிடரின் சீடன். இன்னொருத்தி பூங்குழலிதான்! கடைசியில் தன்னைக் காப்பாற்றி அழைத்துப் போகப் பூங்குழலிதானா வரவேண்டும்?

படகு மரத்தின் அடியில் வந்தது. மரக்கிளைமேல் உட்கார்ந்திருந்த வானதியைப் பூங்குழலி பார்த்து விட்டாள். சிரித்துக் கொண்டே, "இளவரசி! நல்ல இடம் பார்த்து ஒளிந்து கொண்டீர்கள். சீக்கிரம் இறங்கி வாருங்கள்! அதோ அந்த யானையின்மேல் வருகிறது யார் தெரியுமா?" என்று கேட்டாள்.

வானதியின் மனத்தில் சட்டென்று உண்மை உதயமாகி விட்டது. ஆனாலும் அதை உறுதிப்படுத்திக் கொள்வதற்காக , "தெரியாதே? யார்?" என்று கேட்டாள்.

"தாங்கள் யாரைத் தேடிக் கொண்டு புறப்பட்டீர்களோ, அவர் தான்! இளவரசர் தான்" என்றாள் பூங்குழலி.

வானதி அடங்கா வியப்புடன் யானையின் மேல் வருகிறவரைச் சில கண நேரம் பார்த்துக் கொண்டிருந்தாள். அவர் அருகில் வரும் சமயத்தில் தான் மரக்கிளையின் மேல் உட்கார்ந்திருப்பது மிக்க அசம்பாவிதம் என்று தோன்றியது. பூங்குழலியின் யோசனைப்படி அவளுடைய படகில் இறங்கிவிட வேண்டியதுதான் என்று எண்ணிக் கீழே பார்த்தாள்.

அச்சமயம் படகு, வெள்ளத்தின் வேகத்தினால் மரத்தடியில் நிற்க முடியாமல் நகர்ந்து செல்வதைக் கண்டாள். படகுடன் போக விரும்பாமல் பூங்குழலி தாவிக் குதித்ததையும் பார்த்தாள். ஐயோ இது என்ன? பக்கத்தில் பயங்கர முதலை கிடப்பதை இந்தப் பெண் கவனிக்கவில்லையா, என்ன? ஒரு கணத்தில் ஒன்பதினாயிரம் எண்ணங்கள் வானதியின் உள்ளத்தில் எழுந்து கொந்தளித்தன. அவள் வாயிலிருந்து ஏதோ உளறிக்குளறி வார்த்தைகள் வந்தன.

"முதலை!" என்பது மட்டும் பூங்குழலியின் காதில் விழுந்தது. அவள் திரும்பிப் பார்த்தாள். ஆம்; அவளுக்கு வெகு சமீபத்தில் பிரம்மாண்டமான முதலை அதன் வாயைப் பிளந்து கொண்டிருந்தது. பூங்குழலி திரும்பிப் பார்த்த சமயம் முதலை தன் வாலை ஓங்கித் தண்ணீரில் அடித்தது.

பூங்குழலி எவ்வளவோ தைரியசாலிதான்! எத்தனையோ அபாயங்களைச் சமாளித்திருக்கிறாள். ஆனால் பத்தடி தூரத்தில் வாயைப் பிளந்து கொண்டிருக்கும் முதலைக்கு முன்னால் மனோ தைரியத்தை மட்டும் வைத்துக் கொண்டு என்ன செய்ய? கரணம் தப்பினால் மரணம்! ஒரு வினாடியில் உயிர் தப்பாவிட்டால், முதலையின் வாயில் போக வேண்டியதுதான்! எப்படி உயிர் தப்புவது? மறுபடியும் படகில் ஏறிக்கொள்ள வேண்டியதுதான்!

இவ்வாறு எண்ணிப் பூங்குழலி தண்ணீரில் பாய்ந்தாள். படகு அதற்குள் கொஞ்ச தூரம் போய்விட்டது. ஜோதிடரின் சீடன் படகை அவ்விடத்தில் நிறுத்த முடியாது என்று தீர்மானித்துச் சற்றுக் கீழ்ப்புறம் சென்று கரையோரமாக அதை ஒதுக்க எண்ணிக் கொண்டு போனான். பூங்குழலியின் ஆபத்தான நிலையை அவன் கவனிக்கவில்லை.

படகைப் பிடிக்கத் தாவி நீந்திச் சென்ற பூங்குழலி அலைமோதும் கடலைக் காட்டிலும் காவேரி வெள்ளத்தின் கரையோரச் சுழல் அபாயகரமானது என்று கண்டாள். சுழலின் வேகம் அவளைக் கீழ் நோக்கி இழுத்தது. முதலை அவள் பின்னால் அவளைப் பிடிப்பதற்காக நகரத் தொடங்கி விட்டதென்பதை உணர்ந்தாள். இந்த நிலையில் அவளுடைய சேலையின் தலைப்பு வளைந்திருந்த மரக்கிளைகளில் மாட்டிக் கொண்டு அவளுடைய நிலையை மேலும் அபாயகரமாக்கியது.

இதையெல்லாம் மேற்கிளைமீது அமர்ந்திருந்த வானதி கண்டாள். தன்மீது பூங்குழலி கொண்டிருந்த மனக்கசப்பும், சற்று முன்னால் அவளுடைய கொடூர வார்த்தை காரணமாகத் தான் செய்த சபதமும், அவள் தன்னைக் கை தூக்கிவிட வேண்டாம் என்று எண்ணிக் கையை உதறித் தண்ணீரில் விழுந்ததும் மின்னல் வேகத்தில் அவள் மனதில் தோன்றி மறைந்தன. கூடவே, அப்பெண் பொன்னியின் செல்வரைக் கடலிலிருந்து காப்பாற்றிச் சூடாமணி விஹாரத்தில் கொண்டு போய்ச் சேர்த்ததும், அதனால் சோழ நாடும், தானும் அவளுக்குப் பட்டிருந்த நன்றிக்கடனும் நினைவுக்கு வந்தன. அதோ, யானை மீது அவர் வந்து கொண்டிருக்கிறார். அவர் வருவதற்குள்ளே இவள் முதலை வாயில் அகப்பட்டுக் கொண்டு விட்டால், அவர் மனம் என்ன பாடுபடும்? தன்னைப் பற்றி அவர் என்ன எண்ணுவார்? பார்க்கப் போனால் தன்னைக் காப்பாற்றும் எண்ணத்துடன் அல்லவா இவள் தொடர்ந்து வந்து இந்த அபாயத்துக்கு உள்ளாயிருக்கிறாள்!

இவ்வளவு எண்ணங்களும், இங்கே நேயர்கள் படிப்பதற்கு ஆன நேரத்தில் நூற்றில் ஒரு பங்கு நேரத்திற்குள்ளே, வானதியின் உள்ளத்தில் தோன்றின. "வாயுவேகம் மனோவேகம்" என்று சொல்வது வெறும் வார்த்தை அன்று. எல்லா வேகங்களுக்குள்ளும் சிந்தனையின் வேகம்தான் அதிக வேகமானது.

இவ்விதம் எண்ணமிட்ட நேரத்திலேயே தன்னுடைய கடமை இன்னதென்பதையும் வானதி நிச்சயித்து விட்டாள். மேற்கிளையிலிருந்து ஒரு கிளை கீழே இறங்கி, அதன்மீது படுத்த வண்ணம் கைகளைக் கீழே நீட்டினாள். பூங்குழலியின் தலைக் கூந்தலை வாரிப் பிடித்துக் கொண்டாள். பூங்குழலி மேல் நோக்கிப் பார்த்தாள். வானதியின் கைப்பிடியிலிருந்து அவள் தப்பிச் செல்ல முயலவில்லை. ஒரு கரத்தை மேலே நீட்டினாள். வானதி

இப்போது அந்தக் கரத்தைப் பிடித்துக் கொண்டாள். பூங்குழலியை மேலே இழுக்கத் தொடங்கினாள். இன்னொரு கையினால் மரக்கிளை ஒன்றைப் பற்றிக் கொண்டு பூங்குழலி வெள்ளத்திலிருந்து மேலே எழும்பினாள். வானதி இருந்த கிளையிலேயே அவளும் தாவி ஏறினாள். இரண்டு பேரையும் தாங்க முடியாமல் அந்தக் கிளை வளைந்தது. பூங்குழலியும் மேலே ஏற முயற்சித்தாள். அந்த முயற்சியில் அவளுடைய கால்கள் தடுமாறின. மறுகணத்தில் அவள் மரக்கிளைக்கும், நதி வெள்ளத்துக்கும் இடையில் தொங்கிக் கொண்டிருந்தாள். அவளுடைய ஒரு கையை மட்டும் வானதியின் இரு கரங்களும் கெட்டியாகப் பற்றிக் கொண்டிருந்தன.

மரத்தின் வேர்களுக்கு மத்தியில் கிடந்த முதலை வெளிப் புறப்படுவதற்குச் சிறிது நேரம் ஆயிற்று. இப்போது அது வெளிவந்து விட்டது.

மரக்கிளையிலிருந்து தொங்கிய உருவத்தைப் பார்த்து விட்டு, வாயை மறுபடியும் அகலமாகத் திறந்தது.

பூங்குழலியின் உடலும், உயிரும் ஊசலாடிக் கொண்டிருந்தன.

வானதியின் மெல்லிய கரங்கள் பூங்குழலியின் வைர உடலின் கனத்தினால் இற்று விழுந்துவிடும் போலிருந்தன. அவளுடைய உள்ளமோ எந்தக் கணத்தில் பூங்குழலி தன் கையிலிருந்து நழுவி முதலையின் வாயில் விழுந்து விடுவாளோ என்ற எண்ணத்தினால் துடி துடித்தது.

அத்தகைய விபத்து நேர்ந்துவிட்டால், பிறகு இளவரசரின் முகத்தை அவள் ஏறிட்டுப் பார்க்கவே முடியாது. பூங்குழலி விழும்போது அவளும் கூட விழுந்து உயிரை விட்டு விடுவதே மேலானது. அப்படித்தான் செய்ய வேண்டும்.

அதோ யானை நெருங்கி வந்துவிட்டது. இளவரசர் அதன்மேல் வருகிறார். அவர் வந்து காப்பாற்றும் வரையில், பூங்குழலியை விட்டு விடாமலிருக்க இந்தக் கரங்களில் சக்தி இருக்குமா...?

யானை ஆற்றங்கரையில் வந்து மரத்தடியில் நின்றது. மறுபடியும் ஒரு தடவை பிளிறியது, அந்தச் சத்தத்தைக் கேட்டு முதலை அந்தப் பக்கம் திரும்பிப் பார்த்தது. என்ன நினைத்துக் கொண்டதோ என்னவோ மறுபடியும் மரத்தின் வேர்களுக்கு மத்தியில் சென்று படுத்துக் கொண்டது.

வானதியும் மரக்கிளையின்மீது குனிந்தவண்ணம் யானையைப் பார்த்தாள். அதன் மேலிருந்தவரையும் பார்த்தாள். ஆகம்; அவர் இளவரசர்தான்! பொன்னியின் செல்வர்தான்!

"யானைப்பாகா! யானைப்பாகா! அன்றொரு நாள் பறவைக் குஞ்சுகளைக் காப்பாற்றியதுபோல் இன்றைக்கு இந்தப் பேதைப் பெண்களைக் காப்பாற்று!" என்று தனக்கு மட்டும் கேட்கக் கூடிய மெல்லிய குரலில் கூறிக் கொண்டாள்.

முடியாது; இனி இந்த ஓடக்காரப் பெண்ணைத் தாங்க முடியாது!

இனி ஒரு நிமிஷம் தாமதித்தாலும் தோள் பட்டைகளிலிருந்து கைகள் தனியாகப் பிய்ந்து விழுந்துவிடும்!

அப்பப்பா! இவள் பெயர் பூங்குழலி! ஆனால் என்ன கனம் கனக்கிறாள்? இரும்பினால் செய்த உடம்பு போல அல்லவா இருக்கிறது!

"யானைப்பாகா! யானைப்பாகா! சீக்கிரம் வரமாட்டாயா?...."

பூங்குழலி 'கிரீச்' என்று கத்தினாள்.

அதைக் கேட்ட வானதி அவளை முதலை பிடித்துக் கொண்டதாக எண்ணினாள். சொல்ல முடியாத பயங்கரம் அவள் மனதில் குடிகொண்டது. கண்களை இறுக மூடிக்கொண்டாள்.

அவளுடைய கைகளைப் பிடித்துக் கீழே நோக்கி இழுத்துக் கொண்டிருந்த கனம் மேலும் அதிகமாயிற்று. முதலைதான் பூங்குழலியைப் பிடித்து இழுப்பதாக எண்ணிக் கண்ணை மூடிய வண்ணம் அவளை இன்னும் கெட்டியாகப் பிடித்து மேலே தூக்க முயன்றாள்.

"கையை விடு! வானதி! கையை விடு!" என்று செவியில் அமுதென ஒலித்த இளவரசரின் குரல் கேட்டது.

இன்னது செய்கிறோம் என்று தெரியாமல் கையை விட்டாள்.

அவளுடைய தோள்களைப் பிடித்து இழுத்த பாரம் நீங்கியது.

கண்களைத் திறந்து பார்த்தாள்.

பூங்குழலியைக் கஜேந்திரன் துதிக்கையினால் சுழற்றிப் பற்றி எடுத்துக் கரையில் இறக்கி விடுவதைக் கண்டாள்.

பூங்குழலியின் கண்கள் மூடியிருந்தன.

யானைத் துதிக்கை அவள்மீது சுற்றியபோதுதான் அவள் அவ்வாறு 'கிறீச்'சிட்டுக் கத்தியிருக்க வேண்டும்.

அதேமாதிரி தானும் ஒரு தடவை கத்திவிட்டு மூர்ச்சையடைந்தது வானதிக்கு நினைவு வந்தது.

இப்போது அதைக்காட்டிலும் பன்மடங்கு அபாயகரமான நிலைமையாயிருந்தும், தான் பயப்படாமலும் பிரக்ஞை இழக்காமலும் இருப்பதை நினைக்க அவளுக்கே வியப்பாயிருந்தது!

தன்னுடைய தைரியத்தைப் பார்த்து மெச்சிப் பாராட்ட இளையபிராட்டி இங்கே இல்லையே! ஆயினும் பாதகமில்லை. எப்படியும் ஒருநாள் அவருக்குத் தெரியாமற் போகாது. இப்போது என்னுடைய கதி என்ன? பூங்குழலியை மட்டும் அழைத்துக் கொண்டு என்னை இந்த மரத்தின் மேலேயே விட்டுவிட்டு இளவரசர் போய்விடுவாரா?

அவ்விதம் அவர் செய்தால் அது என்னுடைய அசட்டுத்தனத்துக்குச் சரியான தண்டனையாகத்தான் இருக்கும்!

இல்லை, இல்லை! கஜராஜனின் துதிக்கை மறுபடியும் அவளை நோக்கி நீண்டு கொண்டு வந்தது.

வானதி மீண்டும் ஒரு தடவை கண்களை மூடிக் கொண்டாள்.

மறுகணம் அவள் மரக்கிளையிலிருந்து தூக்கப்பட்டுக் கெட்டியான தரையில் விடப்பட்டதை உணர்ந்தாள்.

கண் விழித்துப் பார்த்தபோது தான் நதிக்கரையில் பூங்குழலிக்கு அருகில் நிற்பதைக் கண்டாள்.

தன்னை அறியாமல் எழுந்த அன்புடனும் ஆர்வத்துடனும் அந்த ஓடக்காரப் பெண்ணைக் கட்டித் தழுவிக் கொண்டாள்.

பூங்குழலி கண்களில் நீர் ததும்ப, தழுதழுத்த குரலில், "இளவரசி! இன்று என் உயிரைக் காப்பாற்றினீர்கள். நான் உங்களை நதி வெள்ளத்தில் முழுகிப் போகாமல் காப்பாற்றி அழைத்துப்போக வந்தேன். அதற்கு மாறாக நீங்கள் என்னை முதலை வாயிலிருந்து காப்பாற்றினீர்கள். இந்த நன்றியை என்றும் மறக்க மாட்டேன்" என்றாள்.

"பூங்குழலி! நானா உன்னைக் காப்பாற்றினேன்? உன்னையும் என்னையும் அந்த யானைப்பாகர் அல்லவா காப்பாற்றினார்? அவரிடம் உன் நன்றியைக் கூறு!" என்றாள் வானதி.

"என் உயிர்மேல் எனக்கு அவ்வளவாக ஆசை ஒன்றுமில்லை. ஆனால் என் அத்தை அவளுடைய செல்வப் புதல்வரிடம் ஓர் அவசரச் செய்தி சொல்லும்படி என்னை அனுப்பினாள். அதைச் சொல்லுவதற்கு முன்னால் நான் செத்துப் போக விரும்பவில்லை!" என்றாள் பூங்குழலி.

யானையின் மேலிருந்தவரை வானதி நிமிர்ந்து பார்த்தாள். ஏதோ ஒரு விஷமக் குதூகலம் அவளை அச்சமயம் பற்றிக் கொண்டிருந்தது.

"யானைப்பாகா! யானைப்பாகா! எங்களை உன் யானை மேல் ஏற்றிக்கொண்டு போகிறாயா?" என்று கேட்டுவிட்டுக் கலீர் என்று சிரித்தாள்.

❉ ❉ ❉ ❉

இருபத்திரண்டாம் அத்தியாயம்

மகிழ்ச்சியும், துயரமும்

வானதியின் சிரிப்பொலியுடன் கலந்த வார்த்தைகளைக் கேட்டுவிட்டு, இளவரசரும் சிரித்துக்கொண்டே யானையின் மேலிருந்து கீழிறங்கினார்.

"ஆகா! யானை ஏற்றம் என்பது மிகவும் கடினமான காரியம். ராஜ்ய சிம்மாசனத்தில் ஏறுவது போலத்தான். யானைமேல் ஏறுவதும் கஷ்டம்; அதன்மேல் உட்கார்ந்திருப்பதும் கஷ்டம்! யானை மேலிருந்து இறங்குவது எல்லாவற்றையும் விடக் கஷ்டம். ஆயினும், அந்தக் கஷ்டங்களையும் சிலசமயம் ஒருவன் அநுபவிக்க வேண்டியிருக்கிறது!" என்றார் பொன்னியின் செல்வர்.

"சிலர் அந்தக் கஷ்டத்தை மிக அற்பமான காரணங்களுக்காகக்கூட அநுபவிக்கிறார்கள். பறவைக் குஞ்சுகளைக் காப்பாற்றுவதற்காக யானை மேல் ஏறிக்கொண்டு ஓடி வருகிறவர்களும் உண்டு!" என்றாள் வானதி.

"அந்தச் சம்பவம் உனக்கு இன்னும் நினைவு இருக்கிறதா, வானதி! நீ அதைப்பற்றி இன்று வரை பேச்சே எடுக்காததினால் மறந்துவிட்டாயோ என்று எண்ணினேன்!" என்றார் இளவரசர்.

"உலகமெல்லாம் சுற்றி அலைந்து அநேக வீரச் செயல்களில் ஈடுபடுகிறவர்கள் மறந்து விடுவார்கள். அரண்மனையிலேயே இருக்கும் பேதைப் பெண்ணுக்கு அதை ஞாபகம் வைத்துக் கொள்வதைவிட வேறு என்ன வேலை? தாங்கள் அன்றைக்கு யானைமேல் ஏறிக்கொண்டு வந்ததும் நினைவிலிருக்கிறது; நான் கொடும்பாளூர்ப் பெண் என்று சொன்னதும் தாங்கள் முகத்தைச் சுருக்கிக்கொண்டு திரும்பிப் போனதும் நினைவில் இருக்கிறது!"

"அதற்கு அப்போது காரணம் இருந்தது, வானதி!"

"அந்தக் காரணம் இப்போதும் இருக்கிறது, ஐயா! தாங்கள் உலகமாளும் சக்கரவர்த்தியின் புதல்வர்; சோழவளநாட்டின் கண்ணின் மணி போன்ற பொன்னியின் செல்வர். நானோ பொட்டைக் காட்டுப் பிராந்தியத்தில் பிறந்து வளர்ந்தவள். சிற்றரசர் குலமகள்; அதிலும், போரில் இறந்து போனவருடைய அநாதை மகள்!..."

"வானதி! நீ எனக்கு அநீதி செய்கிறாய்! நியாயம் அற்ற வார்த்தை கூறுகிறாய்! போனால் போகட்டும்! நான் தஞ்சைக்கு அவசரமாகப் போகவேண்டும்! சீக்கிரம் சொல்! நீ எப்படி இங்கே வந்து சேர்ந்தாய்? தனியாக ஏன் வந்தாய்? இந்தப் பெண் இங்கே எதற்காக வந்தாள்? எப்படி இத்தகைய பிராணாபத்தில் சிக்கிக் கொண்டாள்?..."

"நான் ஒருத்தி இங்கே நின்று கொண்டிருப்பது தங்களுக்கு ஞாபகம் வந்ததுபற்றிச் சந்தோஷம். ஒரு நிமிஷம் தனியாகப் பேச அவகாசம் கொடுத்தால், நான் சொல்லவேண்டியதைச் சொல்லி விட்டுப் போயே போய்விடுவேன்!" என்றாள் பூங்குழலி.

அந்த இரண்டு பெண்களும் அச்சமயம் இளவரசரின் முன்னால் நேருக்கு நேர் நின்றபோது, எப்படியோ அவர்களுக்கு அசாதாரண தைரியமும், வாசாலகமும் ஏற்பட்டிருந்தன.

"சமுத்திரகுமாரி! உன்னை மறந்துவிட்டேன் என்றா நினைத்தாய்? அது எப்படி முடியும்? நீதான் நான் கூப்பிடக் கூப்பிட, நின்றுகூடப் பதில் சொல்லாமல் படகைச் செலுத்திக் கொண்டு வந்தாய்! அப்படி அவசரமாக வந்தவள் மரக்கிளைக்கும், முதலையின் திறந்த வாய்க்கும் நடுவில் நின்று ஊஞ்சலாடிக்கொண்டிருந்ததை என் ஆயுள் உள்ளளவும் மறக்க முடியாது!" என்று சொல்லிவிட்டு இளவரசர் சிரித்தார்.

"உன்னைத் தூக்கமுடியாமல் தூக்கிப் பிடித்துக்கொண்டு வானதி பட்டுக்கொண்டிருந்த அவஸ்தையையும் நான் மறக்க முடியாது. ஆனால் நீங்கள் இருவரும் இங்கே எப்படி வந்து சேர்ந்தீர்கள்? எதற்காக? யாராவது ஒருவர் சீக்கிரம் சொல்லுங்கள்!"

"பொன்னியின் செல்வ! நானும் தங்கள் திருத்தமக்கையாரும் தங்களை வழியில் கண்டு நிறுத்தித் தஞ்சாவூருக்குப் போவதைத் தடை செய்வதற்காக வந்தோம். தாங்கள் தற்சமயம் தஞ்சாவூர் வந்தால், அங்கே பெரிய யுத்தம் மூளும் என்று இளையபிராட்டி அஞ்சுகிறார். அதற்கு முன்னால் சந்தித்துப் பேச விரும்புகிறார்..."

"இளையபிராட்டி இப்போது எங்கே?"

"குடந்தையில் இருக்கிறார்..."

"நீ மட்டும் எப்படி இங்கே வந்தாய்?"

"வழியில் குடந்தை ஜோதிடர் வீட்டில் நானும் இளைய பிராட்டியும் சிறிது நேரம் தங்கினோம். அந்தச் சமயத்தில் காவேரி கரையை உடைத்துக்கொண்டு வந்து, ஜோதிடர் வீட்டையே அடித்துக்கொண்டு வந்து விட்டது. இளவரசே! காவேரித் தாய் தங்களைக் குழந்தைப் பிராயத்தில் காப்பாற்றியதாகச் சொல்கிறார்கள். தங்களுக்கு இந்தப் பொன்னி நதியின் பேரில் எவ்வளவோ ஆசை உண்டு என்பதையும் அறிவேன். ஆனால் இன்று இந்த நதியினால் நாடு நகரங்களும், மக்களும் மிருகங்களும் பட்ட கஷ்டத்தை நினைப்பதற்கே பயங்கரமாயிருக்கிறது. காவேரித் தாய் மிகக் கொடுமையானவள் என்று சொல்லத் தோன்றுகிறது..."

"வானதி! காவேரி அன்னையின் பேரில் அப்படிப் பழி சொல்லாதே! இந்த மாதரசிக்கு எங்கள் சோழ நாட்டின்பேரில் அவ்வளவு ஆசை. அந்த ஆசை வரம்பு மீறிப் போகும்போது கரையை உடைத்துக்கொண்டு கிளம்பிவிடுகிறாள். இதை அறியாதவர்கள் அன்னையின் பேரில் வீண்பழி சொல்லுகிறார்கள்! ஏன்! கரையை மீறிக்கொண்டு வருவதற்காக சமுத்திரராஜன் பேரில்கூடச் சிலர் குறை சொல்கிறார்கள். ஆனால் பூங்குழலி அப்படிக் கடலரசன் பேரில் குறை சொல்ல மாட்டாள்!" என்றார் இளவரசர்.

"மன்னியுங்கள்! நானும் இனிக் காவேரி அன்னையின் பேரில் குற்றம் சொல்லவில்லை. நானும், தங்கள் தமக்கையும் குடந்தை ஜோதிடர் வீட்டில் இருந்தபோது திடீரென்று காவேரியின் ஆசை பொங்கிப் பெருகிவிட்டது. தங்கள் தமக்கை முதலியவர்கள் ஓடிப்போய்க் கோவில் மண்டபத்தின் பேரில் ஏறிக்கொண்டார்கள். நான் என் அசட்டுத் தனத்தினால் மண்டபத்தின் பேரில் ஏறத் தவறிவிட்டேன். ஜோதிடர் வீட்டு ஓட்டுக் கூரையைப் பிடித்துக் கொண்டு மிதந்து வந்தேன்..."

"உன்னைக் காப்பாற்றுவதற்காகப் பூங்குழலி படகில் ஏறிக்கொண்டு வந்தாளாக்கும். அழகாய்த் தானிருக்கிறது! உங்கள் இருவரையும் சேர்த்து இந்தக் கஜேந்திரன் காப்பாற்ற வேண்டியதாயிற்று. இந்த யானையின் அறிவே அறிவு! உங்கள் இருவரையும் அதன் துதிக்கையால் பூமாலையை எடுப்பது போல் அசங்காமல் கசங்காமல் எடுத்துச் சற்றுமுன் கரையில் விட்டது! இன்று காலையில் இதே யானை கையில் அங்குசத்துடன் நேரங்கழித்து ஓடிவந்த யானைப்பாகனைத் தூக்கிச் சுழற்றி வெகுதூரத்தில் போய் விழும்படி எறிந்தது! அவன் உயிர் பிழைத்திருப்பதே துர்லபம்!"

"ஐயோ! அது என்ன? நானே தங்களிடத்தில் அதைப் பற்றிக் கேட்க வேண்டும் என்றிருந்தேன்..."

"என்னை நீ என்ன கேட்கவேண்டுமென்றிருந்தாய்?"

"யானைப்பாகனாலும், அங்குசத்தினாலும் தங்களுக்கு ஏதாவது தீங்கு நேர்ந்ததோ என்று கேட்க விரும்பினேன்."

"தீங்கு நேர இருந்தது என்பது உண்மைதான்; அது உனக்கு எப்படித் தெரிந்தது? ஜோதிடர் சொன்னாரா, என்ன? அந்தப் பித்து இளையபிராட்டிக்கு இன்னும் போகவில்லையா?"

"ஜோதிடர் சொல்லவில்லை! சொன்னாலும் நாங்கள் நம்பியிருக்கமாட்டோம். பெரிய பழுவேட்டரையர் சொன்னார்!"

"என்ன? என்ன? யார் சொன்னார்?"

"ஆம் இளவரசே! தனாதிகாரி பெரிய பழுவேட்டரையர் தான் சொன்னார். நாங்கள் ஜோதிடர் வீட்டில் இருந்தபோது திடும் பிரவேசமாக அவர் உள்ளே நுழைந்து வந்தார். தங்களுக்கு வரக்கூடிய ஆபத்தைப்பற்றிச் சொன்னார். விஷந்தடவிய அங்குசத்தைப் பற்றியும் சொன்னார்....!"

"ஆகா! இது பெரிய அதிசயந்தான்! அவருக்கு எவ்விதம் தெரிந்தது? அவரும் ஜோதிடர் ஆகிவிட்டாரா? அல்லது ஒரு வேளை... எல்லாரும் சொல்லுவதுபோல் அவரே இந்த ஏற்பாடு செய்தாரா?"

"இல்லை, இளவரசே! அவர் செய்த ஏற்பாடன்று. பாண்டிய நாட்டுச் சதிகாரர்கள் ரகசியமாகப் பேசிக் கொண்டிருந்ததை ஒட்டுக் கேட்டதினால் அறிந்து கொண்டாராம்....!"

"ஓகோ! இன்னும் ஏதாவது அவர் சொன்னாரா?"

"நினைப்பதற்கும் சொல்வதற்கும் பயங்கரமாயிருக்கிறது. தங்களையும், தங்கள் தந்தையையும், மூத்த இளவரசரான ஆதித்த கரிகாலரையும் ஒரே நாளில் யமனுலகம் அனுப்ப அந்தச் சதிகாரர்கள் திட்டமிட்டிருப்பதாகச் சொன்னார். அவர் ஆதித்த கரிகாலரைக் காப்பாற்றுவதற்காகக் கடம்பூருக்கு விரைந்து போய் விட்டார். தங்களுக்கும் சக்கரவர்த்திக்கும் இளையபிராட்டி எச்சரிக்கை செய்ய வேண்டும் என்பதாகச் சொல்லிவிட்டுப் போனார்...."

"ஆகா! அவருடைய எச்சரிக்கை என் ஒருவன் விஷயத்தில் உண்மையாயிருந்தபடியால் மற்றவர்கள் விஷயத்திலும் உண்மையாகத் தானிருக்கவேண்டும்! சமுத்திரகுமாரி! நீ ஏதோ சொல்ல வேண்டும் என்றாயே?"

"ஆம், இளவரசே! ஈழத்து ஊமைராணி தங்களை உடனே தஞ்சைக்கு அழைத்து வரும்படி என்னை அனுப்பி வைத்தார்...."

"ஆகா! அதைப்பற்றி உன்னிடம் கேட்க மறந்தே போனேன். ஈழத்து ராணிக்காகவே நான் இவ்வளவு அவசரமாகப் புறப்பட்டு வந்தேன். அவரைத் தஞ்சாவூருக்கு யாரோ பலவந்தமாகக் கட்டி இழுத்து வந்தார்களாமே? அது உண்மையா?"

"உண்மைதான், ஐயா! ஆனால் முதன் மந்திரி அநிருத்தர் நல்ல நோக்கத்துடனேதான் அவ்விதம் செய்தார்...."

"ஓகோ! அநிருத்தர் வேலையா? என் தந்தையிடம் சேர்ப்பிப்பதற்காக அழைத்துச் சென்றிருக்க வேண்டும். பூங்குழலி! முதன் மந்திரியின் நோக்கம் வெற்றி பெற்றதா? அவர்கள் – சக்கரவர்த்தியும் ஈழத்து ராணியும் – சந்தித்தார்களா?"

"ஆம், சந்தித்தார்கள்!"

"என் வாழ்க்கை மனோரதம் நிறைவேறிவிட்டது. இதைக் காட்டிலும் சந்தோஷமான செய்தி என்ன வேறு எதுவும் இல்லை. என் பெரியன்னை அருகில் இருக்கும் வரையில் என் தந்தையின் உயிருக்கு அபாயமும் இல்லை. அந்த மாதரசிக்கு அபூர்வமான வருங்கால திருஷ்டி உண்டு என்பது உனக்குத் தெரியுமே, பூங்குழலி!"

"ஆம், எனக்கு அது தெரியும்! ஈழத்து ராணி இருக்கும் வரையில் சக்கரவர்த்திக்கு அபாயம் இல்லை. ஆனால்....!"

"ஆனால் என்ன? ஏன் தயங்கி நிற்கிறாய் சமுத்திரகுமாரி!"

"சொல்லத் தயக்கமாகவே இருக்கிறது. நா எழவில்லை. ஈழத்து ராணி தம்முடைய இறுதிக்காலம் நெருங்கி விட்டதாக எண்ணுகிறார். கடைசியாகக் கண் மூடுவதற்கு முன்னால் தங்களை ஒருமுறை பார்க்க விரும்புகிறார்!" என்றாள்.

"தெய்வமே! என்ன சொல்லுகிறாய்? சந்தோஷமான செய்தியைச் சொல்லிவிட்டு, உடனே இந்தப் பேரிடி போன்ற செய்தியையும் சொல்லுகிறாயே! இனி நான் ஒரு கணமும் தாமதிப்பதற்கில்லை, வானதி! இளையபிராட்டியிடம் மன்னிப்புக் கேட்டுக் கொண்டதாகச் சொல்லு!" என்றார் இளவரசர் அருள்மொழிவர்மர்.

❉ ❉ ❉ ❉

இருபத்துமூன்றாம் அத்தியாயம்

படைகள் வந்தன!

தஞ்சைமா நகரம் அன்று முழுதும் ஒரே அல்லோலகல்லோலப்பட்டுக் கொண்டிருந்தது. புயலையும், மழையையும் அவற்றினால் நேர்ந்த சேதங்களையும் மக்களை அடியோடு மறந்து விட்டார்கள். "ஈழங்கொண்ட வீராதி வீரரும், சோழ நாட்டு மக்களின் இதயங்கொண்ட இளவரசருமான பொன்னியின் செல்வர் நாகைப்பட்டினத்தில் புயல் அடித்த அன்று வெளிப்பட்டு விட்டார்; பின்னர் தஞ்சையை நோக்கி வந்து கொண்டிருக்கிறார்; அவரைச் சிங்காதனத்தில் ஏற்றி வைத்துச் சக்கரவர்த்தியாக முடிசூட்டும் நோக்கத்துடன் பெருந்திரளான மக்கள் தொடர்ந்து வந்துகொண்டிருக்கிறார்கள்" என்னும் செய்திகள் முதலில் வதந்திகளாகக் காற்று வாக்கில் வந்தன. பின்னர், நேரில் இளவரசரை நாகைப்பட்டினத்தில் பார்த்தவர்களே வந்து சொன்னார்கள். இந்தச் செய்தி காரணமாக, இரண்டு தினங்களுக்கு முன் வெளியிலே அடித்த புயலைப் போலவே தஞ்சை நகர மாந்தரின் உள்ளத்தில் உத்வேகப் புயல் அடிக்கத் தொடங்கியது. தஞ்சை நகரம் என்றும் கண்டறியாத அளவில் இளவரசருக்குச் சிறப்பான வரவேற்பு அளிக்க வேண்டும் என்று மக்கள் தீர்மானம் செய்தார்கள். கோட்டைக்கு வெளியிலேயிருந்த புறநகரத்தின் வீதிகளை அலங்கரிக்கத் தொடங்கினார்கள். கூட்டம் கூட்டமாகத் தெருக்களிலே நின்று பேசலானார்கள். மேளதாளங்கள், தாரை தப்பட்டைகள் முதலிய வாத்தியங்கள் சேகரிக்கப்பட்டன. ஆடல் பாடல்களில் தேர்ந்தவர்கள் இந்த விசேஷ சந்தர்ப்பத்தில் ஆற்றல்களையெல்லாம் காட்டிவிடுவது என்று எண்ணி ஆயத்தம் செய்யலானார்கள். மாந்தர்களும் இளஞ்சிறார்களும் தங்களை அலங்கரித்துக்கொள்ளும் விதங்களைப்பற்றிச் சிந்தித்தார்கள். மற்றும் பல அவசரக்காரர்கள் இளவரசரை வரவேற்பதில் தாங்கள் முந்திக்கொள்ள வேண்டும் என்ற நோக்கத்துடன் தஞ்சையிலிருந்து நாலா திசைகளிலும் சென்ற சாலைகளில் கொஞ்ச தூரம் முன்னதாகச் சென்று காத்திருக்கத் தொடங்கினார்கள். அப்படி முன்னதாகப் புறப்பட்டவர்களை வேறு சிலர் பார்த்துப் பரிகசித்தார்கள்.

புறநகரம் இந்தப் பாடுபட்டதென்றால், கோட்டைக்குள்ளேயும் ஏதோ முக்கியமான சம்பவங்கள் எதிர்பார்க்கப் படுகின்றன என்பதற்கு விரைவிலேயே அறிகுறிகள் தென்பட்டன.

காலையில் வழக்கம்போல் கோட்டை வாசல் திறந்தது. கறிகாய், தயிர், மோர் விற்பவர்களும் அரண்மனைகளில் அலுவல்களுக்குச் செல்வோரும் வழக்கம்போல் கோட்டைக்குள் சென்று கொண்டிருந்தார்கள். புயல் – மழையினால் ஏற்பட்ட சேதங்களைப் பற்றி முறையிட்டுக்கொள்ள விரும்பியவர்கள் இன்று ஒருசிலர்தான் வந்தார்கள். அவர்களும் கோட்டைக்குள் சென்றார்கள். வழக்கம் போல வேளக்காரப் படையும் கோட்டைக்குள் பிரவேசித்தது.

பின்னர், கோட்டை வாசற் கதவுகள் எல்லாம் சடசடவென்று சாத்தப்பட்டன. பெரிய பெரிய இரும்புத் தாழ்களைக் கொண்டு கதவுகளை இறுக்கும் சத்தமும் பூட்டுக்களை மாட்டிப் பூட்டும் சத்தமும் கேட்கத் தொடங்கின. பிற்பாடு வந்தவர்கள் காவலர்களால் தடுத்து நிறுத்தப்பட்டார்கள். முற்பகல் நேரத்தில் இம்மாதிரிக் கோட்டைக் கதவுகளைச் சாத்தித் தாழிடும் காரணம் என்னவென்று ஜனங்கள் பேச ஆரம்பித்த சமயத்தில் இன்னொரு அதிசயம் நடந்தது. கோட்டையைச் சுற்றியிருந்த அகழியைக் கடப்பதற்கு ஏற்பட்ட பாலமும் தூக்கப்பட்டது. அதற்குப் பிறகு யாரும் கோட்டை வாசலை நெருங்குவதற்கே முடியாமல் போய்விட்டது.

கோட்டையின் பிரதான வாசலாகிய வடக்கு வாசலுக்குச் சமீபமாக இருந்தவர்கள் மேற்கு வாசலையும் தெற்கு வாசலையும் பற்றி விசாரித்தார்கள். அந்த வாசல்களும் வடக்கு வாசலைப் போலவே சாத்திப் பூட்டப்பட்டன என்றும், பாலங்கள் தூக்கிவிடப்பட்டன என்றும் அறிந்ததும் மிக்க வியப்படைந்தார்கள்.

இது என்ன? யுத்தம் ஒன்றும் நடக்கவில்லையே! பகைவர்களின் சைன்யங்கள் படை எடுத்து வருவதாகத் தெரியவில்லையே! அப்படிப் படையெடுத்து வருவதற்கு ஆற்றல் வாய்ந்த பகைவர்கள் வடக்கே, தெற்கே, மேற்கே, கிழக்கே, எங்கும் சமீபப் பிரதேசத்தில் இல்லையே! அப்படி ஒருவேளை வடக்கே இரட்டை மண்டலத்திலிருந்து பகைவர்கள் திடீர்ப் பாய்ச்சலில் வந்து விடுவதாக இருந்தாலும் கொள்ளிடத்தையும் காவேரியையும் மற்றுமுள்ள நதிகளையும் தாண்டி இப்போது எப்படி வர முடியும்? அந்த மா நதிகளில் வெள்ளம் பூரணப் பிரவாகமாக அல்லவா போய்க் கொண்டிருக்கிறது?" இவ்விதமெல்லாம் தஞ்சைக் கோட்டையின் புற நகரத்தில் வசித்த ஜனங்கள் பேசிக்கொண்டார்கள். ஒரு வேளை பொன்னியின் செல்வரைக் கோட்டைக்குள் பிரவேசியாமல் தடுப்பதற்காகவே இந்த ஏற்பாடுகள் எல்லாம் செய்யப்படுகின்றனவோ என்று சிலர் கேள்விகளைப் போட்டுக்கொண்டு, "அப்படித்தான் இருக்கவேண்டும்" என்று மறுமொழி கூறிக்கொண்டார்கள். இந்த வதந்தி பரவப் பரவ, நகரமாந்தரின் உத்வேகம் அதிகமாயிற்று. "விஜயாலய சோழரின் வம்சத்தில் வழிவழியாக வந்த இளவரசரைக் கோட்டைக்குள்ளே வராமல் தடுப்பதற்கு இந்தப் பழுவேட்டரையர்கள் யார்? அப்படிப் பழுவேட்டரையர்கள் உண்மையில் முயல்வதாயிருந்தால் கோட்டை மதில்களையே இடித்துத் தகர்த்துவிட வேண்டியதுதான்!" என்ற தோரணையில் பேசுவோரும் இருந்தனர்.

வதந்தி என்னும் மாயா பூதம் எப்படிக் கிளம்புகின்றது, எப்படி அவ்வளவு விரைவில் பிரயாணம் செய்கின்றது என்பது யாராலும் கண்டு பிடிக்க முடியாத மர்மமான காரியம்தான். திடீரென்று இன்னொரு பயங்கரமான வதந்தி மக்களிடையே பரவத் தொடங்கியது. வெகு காலமாக எதிர்பார்க்கப்பட்டு வந்த சுந்தர சோழச் சக்கரவர்த்தியின் மரணம் நேர்ந்துவிட்டது என்பது தான் அவ்வதந்தி. "சக்கரவர்த்தி காலமாகி விட்டாராமே! அது உண்மையா?" என்று முதலில் கேட்டார்கள். அன்று அதிகாலையில் வால் நட்சத்திரம் ஒரு நிமிடம் ஜோதி மயமாக ஒளி வீசிவிட்டுப் பூமியை நோக்கி விழுந்து மறைந்ததைப் பார்த்தவர்கள் சிலர், அதையே அத்தாட்சியாகக் கொண்டு சுந்தர சோழர் காலமானதை ஊர்ஜிதம் செய்தார்கள். "இது உண்மையாயின், மேலே என்ன நடக்கப் போகிறது?" என்பது பற்றிக் கவலையுடன் விவாதிக்கப்பட்டதும் இயல்பேயல்லவா? ராஜ்ய உரிமை சம்பந்தமாகத் தகராறுகள் ஏற்படுமா? சிற்றரசர்கள் இருகட்சியாகப் பிரிந்து நின்று சண்டையிடுவார்களா? இத்தகைய உள் நாட்டுச் சச்சரவுகள் காரணமாகச் சோழ சாம்ராஜ்யமே சின்னாபின்னமாகி விடுமா? நூறு ஆண்டுகளாகத் தழைத்து ஓங்கி வளர்ந்து வந்த சாம்ராஜ்யத்தில் மீண்டும் பகைவர்களின் படைகள் உட்புகுமா?

இவ்விதமெல்லாம் ஜனங்கள் பேசிக் கொண்டிருக்கும் போதே, "அதோ படை வருகிறது!" என்று கூக்குரல் ஒன்று எழுந்தது. பலரும் அங்குமிங்கும் ஓடிச் சென்று பார்த்தார்கள். உயர்ந்த கட்டடங்களின் மீதும், உயரமான மரங்களின் மீதும் ஏறிப் பார்த்தார்கள். அவ்வாறு பார்த்தவர்கள் கண்ட காட்சி ஒரேயடியாக வியப்பையும், திகைப்பையும் அளிப்பதாக இருந்தது.

தஞ்சையிலிருந்து மேற்கேயும், தென்மேற்குத் திசையிலேயும் புறப்பட்டுச் சென்ற மூன்று பெரிய சாலைகள் அக்காலத்தில் இருந்தன. ஒன்று கொடும்பாளூர் வழியாக ராமேசுவரம் போகும் சாலை; மற்றொன்று மதுரை வழியாகத் தென்பாண்டிய நாட்டுக்குச் சென்ற சாலை; இன்னொன்று உறையூர் வழியாகக் கரூருக்கும், சேர நாட்டுக்கும் சென்ற நீண்ட அகன்ற சாலை.

அன்று பிற்பகலில் மேற்கூறிய மூன்று சாலைகள் வழியாகவும், படைகள் அணிவகுத்து வந்து கொண்டிருந்தன. அவற்றில் முன்னால் வந்த அணிகள் கண்ணுக்குத் தெரிந்தனவே தவிர, பின்னால் அந்த அணிவரிசைகள் எங்கே முடிகின்றன என்பதே தெரியவில்லை. அவ்வாறு அப்படை வீரர்களின் அணிகள் பின்னால் பின்னால் தொடர்ந்து வந்து கொண்டேயிருந்தன.

நல்லவேளையாக, அப்படைகளின் முன்னணியில் பெரிய புலிக்கொடிகள் பறந்து கொண்டிருந்தபடியால் பகைவர்களின் படைகள் என்ற சந்தேகிக்க இடம் ஏற்படவில்லை. சோழ சாம்ராஜ்யத்துச் சைன்யங்கள்தான் அவை! ஆனால் எதற்காக வருகின்றன? எங்கிருந்து வருகின்றன?

இன்னும் சற்று அருகில் அப்படைகள் நெருங்கி வந்தபோது, புலி உருவம் தாங்கிய கொடிகளில் சிறிய அளவில் பதிந்திருந்த இலச்சினைகளும் கண்ணில் பட்டன. அவற்றிலிருந்து கொடும்பாளூர்த் தலைமைக்கு உட்பட்ட பராந்தக சோழப் பெரும் படையும், தென்பாண்டிய நாட்டிலிருந்த தெரிஞ்ச கைக்கோளப் பெரும் படையும், ஈழத்துப் போரில் ஈடுபட்டிருந்த அரிஞ்சய சோழப் பெரும்படையும் சேர்ந்து வந்து கொண்டிருந்தனவென்று தெரிய வந்தது. இன்னும் சிறிது நேரத்திற்கெல்லாம், தென்திசைச் சேநாதிபதியான பூதிவிக்ரம கேசரியே மேற்கூறிய படைகளுடன் வந்து கொண்டிருக்கிறார் என்பது தஞ்சை நகர மாந்தர்களுக்குத் தெரிந்து போய்விட்டது. இதிலிருந்து, சைன்யங்கள் எதற்காக வருகின்றன என்பதை ஊகித்து உணர்வதும் எளிதாயிற்று. கொடும்பாளூர்ப் பெரிய வேளாரான பூதிவிக்கிரம கேசரி, ஈழத்துப்பட்ட சிறிய வேளாரின் திருமகளாகிய வானதியைப் பொன்னியின் செல்வருக்கு மணம் புரிந்து கொடுத்து, அவரையே சோழ நாட்டுச் சிம்மாதனத்தில் ஏற்றிவைக்க விரும்புகிறார் என்பது சோழ நாட்டில் எல்லாருக்கும் தெரிந்திருந்த செய்தியே யாகும். கிழக்கேயிருந்து இளவரசர் அருள்மொழிவர்மர் பொது ஜனங்களின் ஆரவாரத்துடன் அழைத்து வரப்படுவதும், மேற்கேயிருந்து சேநாதிபதி பூதி விக்கிரம கேசரி மாபெரும் சைன்யத்துடன் அதே சமயத்தில் தஞ்சையை நோக்கி வருவதும் ஒன்றுக்கொன்று பொருத்தமாயிருந்தன.

பழுவேட்டரையர்களும், அவர்களுடன் தோழமை பூண்ட சிற்றரசர்களும் மதுராந்தகருக்குப் பட்டம் சூட்டப் பிரயத்தனம் செய்கிறார்கள் என்பதை ஏற்கனவே மக்கள் அறிந்திருந்தார்கள்.

ஆதலின் அவர்களுடைய அன்புக்கு உகந்த அருள்மொழிச் செல்வரைச் சிங்காதனம் ஏற்றுவதற்காகவே கொடும்பாளூர்ப் பூதி விக்கிரம கேசரி தமக்கு உட்பட்ட மாபெரும் தென்திசைப் படைகளுடன் வருகிறார் என்று தஞ்சை நகர மக்கள் ஊகித்துக் கொண்டார்கள். இதனால் அவர்களுடைய உற்சாகம் மேலும் கரைபுரண்டு ஓடத் தொடங்கியது. சமுத்திரம் போல் பொங்கிவந்த படை வீரர்கள் அனைவரையும் வரவேற்று உபசரிக்கவும் விருந்து அளிக்கவும் அவர்கள் சித்தமானார்கள்.

தஞ்சை நகரில் அக்காலத்தில் பல பெரிய வர்த்தகக் குழுவினர் நடத்திய சத்திரங்கள் இருந்தன. கொடும்பாளூர் மணிக்கிராமத்தார், திருப்புறம்பியம் வலஞ்சியர், உறையூர்த் தர்ம வணிகர், நானா தேசத்திசை

ஆயிரத்து ஐந்நூற்றுவர் ஆகிய வர்த்தகக் குழுவினர் நடத்திய சத்திரங்களில் அன்று பிற்பகலிலிருந்தே ஆயிரக் கணக்கானவர்களுக்கு உணவு அளிக்க ஏற்பாடுகள் நடந்து கொண்டிருந்தன.

இதை அறிந்ததும் நகர மாந்தர்களின் உற்சாகம் அதிகமாகி விட்டது. அங்குமிங்கும் திரிவதும் கூடிக்கூடிப் பேசுவதுமாக இருந்தார்கள். அவர்களில் நூற்றுக்கு நூறு பேரும் அருள்மொழி வர்மரின் கட்சியைச் சேர்ந்தவர்களாயிருந்தபடியால், வரப் போகும் சம்பவங்களைப் பற்றிப் பேசுவதில் ஒளிவு மறைவு ஒன்றும் அவசியமாகக் கருதவில்லை. படை வீரர்கள் தஞ்சையை அணுகி வந்து ஆங்காங்கே கூடாரம் அடித்து முகாம் போடத் தொடங்கியதும், நகர மாந்தர்கள் அந்த முகாம்களுக்கே சென்று வீரர்களுடன் சல்லாபம் செய்யத் தொடங்கி விட்டார்கள்.

சூரியன் மறைந்து நன்றாக இருட்டுவதற்குள்ளே தஞ்சை நகரின் மூன்று பக்கங்களையும் சேனா வீரர்கள் சூழ்ந்து கொண்டு விட்டார்கள். நாலாவது பக்கத்தில் வடவாறு தஞ்சைக் கோட்டையையொட்டிச் சென்றபடியாலும், வடவாற்றில் பெரு வெள்ளம் போய்க் கொண்டிருந்தபடியாலும், அந்தப் பக்கம் வீரர்கள் போவதற்கு வசதியாக இல்லை. அதற்கு அவசியமுமில்லையென்று கருதி விட்டுவிட்டார்கள்.

தஞ்சைக் கோட்டையின் பிரதான வடக்கு வாசலை முன்னம் நாம் பார்த்திருக்கிறோம் அல்லவா? முதன் முதலாக நந்தினி தேவியைத் தொடர்ந்து வந்தியத்தேவன் கோட்டைக்குள் பிரவேசித்த வாசல் அதுவன்றோ? அதன் கோட்டை வாசல் கண்ணுக்குத் தெரியும்படியான இடத்தில் சேனாதிபதி பூதி விக்கிரம கேசரியின் ஜாகை அமைக்கப்பட்டது.

இருட்டி ஒருஜாமம் ஆனபிறகு சேனாதிபதி கோட்டையைச் சுற்றிப் பார்த்துவிட்டுத் தமது ஜாகைக்கு வந்து சேர்ந்தார். அவருக்கு முன்னாலேயே அங்கே ஏறக்குறைய நூறு பேர் வந்து சேர்ந்திருந்தார்கள். அவர்களில் வேளிர் படைத் தலைவர்களும், கைக்கோளர் படைத்தலைவர்களும், பாண்டிய மண்டலத்தின் தலைவர்களும், கொங்கு நாட்டுத் தலைவர்களும் இருந்தார்கள். ஈழ நாட்டுப் போரில் வெற்றி கண்ட சோழர் படைத் தலைவர்களும் பலர் இருந்தார்கள். இவர்களைத் தவிர பற்பல வர்த்தக மகா சபைகளின் தலைவர்கள் இருந்தார்கள். முக்கியமாக 'நானா தேசத்திசை ஆயிரத்து ஐந்நூற்றுவர்' என்று உலகமெல்லாம் புகழ்பெற்ற வர்த்தக மண்டலத்தின் தலைவர்கள் வந்திருந்தார்கள். இவர்கள் அயல் நாடுகளுடன் கப்பல் வாணிகம் செய்யும் பெரும் தனவந்தர்கள். வர்த்தகப் பொருள்களை ஏற்றிச் செல்லும் கப்பல்களைக் காவல் புரிவதற்காகத் தாங்களே யுத்தக் கப்பல்களை அனுப்பக் கூடிய வசதி வாய்ந்தவர்கள். இவர்களைத் தவிர, தஞ்சாவூர் நகரத்தைச் சேர்ந்த ஐம்பெருங் குழுவினரும், எண்பேர் ஆயத்தின் தலைவர்களும் அழைக்கப்பட்டு அந்தக் கூடாரத்தில் வந்து கூடியிருந்தார்கள்.

❉ ❉ ❉ ❉

இருபத்துநான்காம் அத்தியாயம்

மந்திராலோசனை

ஆரம்பத்தில் வழக்கமான யோக க்ஷேம விசாரணைக்குப் பிறகு கொடும்பாளூர் பெரிய வேளார் அங்கே கூடியிருந்தவர்களை பார்த்துக் கூறலுற்றார்:–

"நான் யார் யாருக்குத் தூது அனுப்பினேனோ, அவர்களில் ஏறக்குறைய எல்லாரும் வந்து இங்கே கூடியிருக்கிறீர்கள். திருக்கோவலூர் முதுகிழவரான மலையமான் அரசர் மட்டும் வரவில்லை. அவர் வர முடியாததற்குத் தக்க காரணம் இருக்கும் என்றே நினைக்கிறேன். மிகவும் அபாயகரமான காரியம் என்று பலரும் கருதக்கூடிய காரியத்தைப் பற்றி யோசிக்க நாம் இங்கே வந்திருக்கிறோம். சோழ குலத்தாரிடமும், சுந்தர சோழச் சக்கரவர்த்தியிடமும் நாம் எல்லாரும் எவ்வளவு பக்தி கொண்டவர்கள் என்பது உலகம் அறிந்தது. அதை எவ்வளவோ தடவை எவ்வளவோ காரியங்களில் நிரூபித்திருக்கிறோம். ஆனாலும் நாம் சக்கரவர்த்தியின் விருப்பத்துக்கு விரோதமாக இங்கே கூடியிருக்கிறோம் என்று நம் எதிரிகள் குற்றம் சாட்டக்கூடும். சக்கரவர்த்தியை எதிர்த்து யுத்தம் செய்யப் படை திரட்டி வந்திருக்கிறோம் என்றுகூட அவர்கள் சொல்லலாம். ஆனால் சக்கரவர்த்தியை நாம் தனிப்படப் பார்க்க முடிகிறதில்லை. அவருடைய அந்தரங்க விருப்பத்தை அறிய ஒரு நிமிஷங்கூட அவரிடம் தனித்துப் பேச முடிவதில்லை. ஏன் என்பது எல்லாருக்கும் தெரிந்ததே. சக்கரவர்த்தியின் தேக சுகத்தை உத்தேசித்து அவரைத் தஞ்சைக் கோட்டையில் வைத்திருப்பதாகச் சொல்லப்படுகிறது. உண்மையில் பழுவேட்டரையர்கள் அவரைச் சிறைப்படுத்தி வைத்திருக்கிறார்கள் என்றே எனக்குத் தோன்றுகிறது. நீங்கள் எல்லோரும் என்ன கருதுகிறீர்களோ, தெரியவில்லை..."

சேனாதிபதி இந்த இடத்தில் சிறிது நின்றதும், "ஆம், ஆம்", "அதுதான் உண்மை!" "சக்கரவர்த்தியைச் சிறையில்தான் வைத்திருக்கிறார்கள்", என்று அக்கூட்டத்தில் பல குரல்கள் எழுந்தன.

"உங்கள் ஆமோதிப்பிலிருந்து நாம் எல்லாரும் ஒத்த உணர்ச்சியும், ஒரே நோக்கமும் கொண்டவர்கள் என்று ஏற்படுகிறது. விஜயாலய சோழர் காலத்திலிருந்து எத்தனையோ ஆயிரமாயிரம் வீரர்கள் இன்னுயிரைப் போர்க்களத்தில் பலிகொடுத்து இந்தச் சோழ சாம்ராஜ்யம் இந்த மகோந்நத நிலைக்கு வந்திருக்கிறது. சோழ நாட்டைச் சேர்ந்தவர்கள் என்று சொல்லிக் கொள்ளவே நமக்கெல்லாம் பெருமையாயிருக்கிறது. அப்படிப்பட்ட சோழ குலத்துக்கும், சாம்ராஜ்யத்துக்கும் எவ்விதக் குறைவும் ஏற்படாமல் பாதுகாப்பதற்கே நாம் இங்கே கூடியிருக்கிறோம். சக்கரவர்த்திக்கு எதிராகச் சதி செய்வதற்கு அல்ல. சக்கரவர்த்தியின் எதிரிகள் அவரை மூன்று வருஷ காலமாகச் சிறையில் அடைத்து வைத்திருக்கிறார்கள். அவருக்கு உடல் நிலை சரியாக இல்லை என்று காரணம் சொல்லுகிறார்கள். தொண்ணூறும் ஆறும் புண் சுமந்த திருமேனியரான விஜயாலய சோழர், எண்பதாவது பிராயத்தில் திருப்புறம்பியம் போர்க் களத்தில் வந்து இரண்டு கைகளில் இரண்டு கத்திகளை ஏந்திச் சக்கரமாகச் சுழற்றி அவர் புகுந்து சென்றவிடமெல்லாம் எதிரிகளின் தலைகளை மலைமலையாகக் குவித்தார்! அத்தகைய வீரர் வம்சத்தில் பிறந்த சுந்தர சோழர் தேக அசௌக்கியத்தைக் காரணமாகச் சொல்லிக் கொண்டு வெளியில் வரவே மறுக்கிறார் என்றால், அது நம்பக்கூடிய காரியமா? சக்கரவர்த்தியைச் சிறை வைத்திருக்கும் துரோக சிந்தனையாளர், பில்லி சூனிய மாய மந்திர வித்தைகளைக் கொண்டு அவருக்குச் சித்தக் குழப்பத்தையும் உண்டாக்கி விட்டார்கள் என்று தோன்றுகிறது. சக்கரவர்த்தியின் சித்தம் சரியான நிலையில் இருந்தால், தமக்குப் பீமார்ஜுனர்களைப் போன்ற இரண்டு வீராதி வீரப் புதல்வர்கள் இருக்கும்போது, போர்க்களத்தையே கண்ணால் கண்டறியாத மதுராந்தகனுக்குப் பட்டம் கட்ட விரும்புவாரா?..."

இப்போது பலர் ஒரே சமயத்தில், "சக்கரவர்த்தியின் விருப்பம் அதுவென்று நமக்கு எப்படித் தெரியும்?" என்று கேட்டார்கள்.

"நமக்கு நேர்முகமாகத் தெரியாதுதான். பழுவேட்டரையர்கள் கட்டிவிட்ட கதையாக இருக்கலாம். ஆனால் நம் முதன் மந்திரி அநிருத்தப் பிரம்மராயர் கூட அதை நம்புகிறார்..."

"அநிருத்தரும் அவர்களோடு சேர்ந்திருக்கலாம்; யார் கண்டது?" என்றார் கூட்டத்தில் ஒருவர்.

"அப்படியும் இருக்கலாம். அதன் உண்மையை அறிந்து கொள்வது நாம் இங்கே கூடியிருப்பதன் ஒரு முக்கிய நோக்கம். இன்றைய தினம் இத்தஞ்சை மாநகரில் உலவி வரும் வதந்தியை நீங்களும் அறிந்திருப்பீர்கள். நான் அதை நம்பவில்லை. சக்கரவர்த்தியை உயிரோடு தரிசிக்கும் பாக்கியம் நமக்கெல்லாம் கிடைக்கும் என்றே நம்பியிருக்கிறேன். அப்படி அவரைத் தரிசிக்கும்போது பட்டத்தைப்பற்றி அவருடைய விருப்பம் என்னவென்பதை நேரில் கேட்டுத் தெரிந்து கொள்வோம். ஒருவேளை சக்கரவர்த்தியே மதுராந்தகனுக்குப் பட்டம் கட்டும் விருப்பத்தைத் தெரிவித்தார் என்றால், அதை நீங்கள் எல்லாரும் ஒப்புக்கொள்வீர்களா?..."

"மாட்டோம்! மாட்டோம்!" என்ற பெருங் கோஷம் எழுந்தது.

"நானும் ஒப்புக்கொள்ள மாட்டேன். ஏனென்றால், சக்கரவர்த்தி தெளிவுள்ள சித்தமுடையவராயிருந்தால் அவ்விதம் ஒரு நாளும் தெரிவிக்க மாட்டார். பராந்தகச் சக்கரவர்த்தியின் காலத்திலேயே பட்டத்து உரிமைபற்றி விஷயம் தீர்ந்து முடிவாகிவிட்டது. சுந்தர சோழரும் அவருடைய சந்ததிகளுமே தஞ்சைச் சிங்காதனம் ஏறவேண்டும் என்று அந்த மன்னர் உயிர் விடும் தறுவாயில் கூறியதை நானே என் செவிகளினால் கேட்டேன். கேட்டவர்கள் இன்னும் பலரும் இங்கே இருப்பார்கள். காலஞ் சென்ற மகானாகிய கண்டராதித்தர் தம் குமாரனுக்கு ராஜ்யம் ஆளும் ஆசையே உண்டாகாத விதத்தில் அவனை வளர்க்க முயன்றார். அவருடைய தர்மபத்தினியாகிய பெரிய பிராட்டியார், – சிவபக்தியே உருக்கொண்டவரான செம்பியன் மாதேவடிகள், – மதுராந்தகனுக்குப் பட்டம் கட்டக் கூடாதென்பதில் பிடிவாதமாயிருப்பதை நாம் எல்லாரும் அறிந்திருக்கிறோம். இதற்கெல்லாம் ஏதோ ஒரு முக்கிய காரணம் இருக்கத் தான் வேண்டும். அப்படியிருக்கும்போது, சுந்தர சோழர் ஏன் மதுராந்தகனுக்குப் பட்டம் கட்ட ஆசைப்படுகிறார்? அவர் சித்தம் சரியாயில்லை என்பதற்கு இன்னும் ஓர் உதாரணமும் கூறுகிறேன். வீர பாண்டியனைக் கொன்று பாண்டிய சைன்யத்தை நிர்மூலம் செய்த பிறகு, பாண்டியனுக்கு உதவி செய்ய முன்வந்த ஈழத்து அரசனைத் தண்டிப்பதற்காக என் சகோதரன் படை எடுத்துச் சென்றான். அவனுக்கு உதவியாகப் போதிய சைன்யங்களையும் தளவாடங்களையும் அனுப்பத் தவறிவிட்டோம். அதனால் அவன் போர்க்களத்தில் வீர மரணம் எய்த நேர்ந்தது. சோழ நாட்டின் வீரப் புகழுக்கு நேர்ந்த அந்தக் களங்கத்தைத் துடைத்துக் கொள்ளும் பொருட்டு நானும் பொன்னியின் செல்வரும் சென்றோம். ஈழத்துப் படைகளை நிர்மூலமாக்கினோம். அநுராதபுரத்தைக் கைப்பற்றினோம். மகிந்தன் மலை நாட்டுக்குள் ஓடி ஒளிந்து கொள்ளுமாறு செய்தோம். தனாதிகாரி பழுவேட்டரையர் எங்களுடன் ஒத்துழைக்கவில்லையென்பது உங்களுக்கெல்லாம் தெரியும். உங்களில் இங்கே வந்திருக்கும் வர்த்தக மகா ஜனத்தலைவர்கள் உணவுப் பொருள்களை அனுப்பிப் பேருதவி செய்தீர்கள். ஆனாலும் நம் வீரர்கள் எவ்வளவோ கஷ்டங்களை அநுபவிக்கும்படி நேர்ந்தது. அவ்வளவையும் பொறுத்துக் கொண்டு மகிந்தன் படைகளை நிர்மூலமாக்கியது எதனால்? சோழ குலத்து மாவீரர்களுக்குள்ளே ஈடில்லா மாவீரராகிய பொன்னியின் செல்வர் அளித்த உற்சாகத்தினாலேதான்! அப்படிப்பட்ட வீரப்புதல்வருக்குத் தந்தையாகிய சக்கரவர்த்தி அளித்த பரிசு என்ன? ராஜத் துரோகம் செய்துவிட்டதாக அபாண்டம் சுமத்தி இளவரசரைச் சிறைப்படுத்திக் கொண்டு வரும்படி கட்டளையிட்டதுதான்! சித்தசுவாதீனம் உடைய ஒருவர் இவ்வாறு கட்டளை பிறப்பித்திருக்க முடியுமா?..."

"சேநாதிபதி! மறுபடியும் சக்கரவர்த்தியின் கட்டளையைப் பற்றியே பேசுகிறீர்கள். சக்கரவர்த்திதான் அக்கட்டளையை அனுப்பினார் என்பதற்கு என்ன அத்தாட்சி?" என்று சபையிலிருந்தவர்களில் ஒருவர் கேட்டார்.

"அதற்கு அத்தாட்சி ஒன்றுமில்லை. அதன் உண்மையைப் பற்றி நேரில் கேட்டுத் தெரிந்துகொள்ள விரும்பியுந்தான் இங்கே நாம் வந்து சேர்ந்திருக்கிறோம். சக்கரவர்த்தியின் சம்மதமின்றி இத்தகைய கட்டளை பிறந்திருக்கக் கூடுமானால், இந்தச் சோழ சாம்ராஜ்யம் எவ்வளவு பயங்கரமான நிலைமையில் இருக்கிறது

என்பதைச் சிந்தித்துப் பாருங்கள். பின்னால் நிகழ்ந்தவற்றையும் எண்ணிப் பாருங்கள். சிறைப்படுத்த வந்த வீரர்கள் இளவரசரைச் சிறைப்படுத்த மறுத்துவிட்டார்கள். இளவரசர் தாமாகவே தந்தையின் கட்டளைக்குக் கீழ்ப்படிந்து பார்த்திபேந்திர பல்லவனுடைய கப்பலில் ஏறி வந்தார். அந்தக் கப்பல் புயலில் சிக்கிக் கொண்டதாம். அப்போது இளவரசர் கடலில் மூழ்கிமாண்டதாக ஒரு வதந்தி புறப்பட்டது. இதை நான் நம்பவேயில்லை. பொன்னியின் செல்வனை சமுத்திரராஜன் அபகரித்திருக்க மாட்டான் என்று உறுதியாக நம்பினேன். அந்தக் கப்பலில் வந்த மற்ற எல்லாரும் உயிர் பிழைத்திருக்கும்போது இளவரசர் மட்டும் எப்படிக் கடலில் மூழ்கி மாண்டிருக்க முடியும்? – ஆகையால் இளவரசர் கரை ஏறியதும் அவரைச் சிறைப்படுத்தச் சதி நடந்திருக்க வேண்டும். அந்தச் சூழ்ச்சியை அறிந்துகொண்ட இளவரசர் தப்பிச் சென்று எங்கேயோ பத்திரமாயிருக்கிறார்; சரியான சமயத்தில் வெளிப் புறப்பட்டு வருவார் என்று நம்பியிருந்தேன். உங்களில் பலரும் அப்படி நம்பியதாகத் தெரிவித்தீர்கள். நமது நம்பிக்கை நிறைவேறியது. நாகைப்பட்டினத்தில் புயல் அடித்த அன்று இளவரசர் வெளிப்பட்டார் என்பதாகவும், சோழ நாட்டு மக்கள் அவரை விஜய கோலாகலத்துடன் வரவேற்றுத் தஞ்சைக்கு அழைத்து வருகிறார்கள் என்பதையும் அறிந்தோம். அவர்களுக்குப் பக்க பலமாக இருக்கும் உத்தேசத்துடனேயே நாமும் இவ்விடம் வந்து சேர்ந்தோம். ஆனால் வஞ்சகச் சூழ்ச்சிக்காரர்கள் மறுபடியும் தங்கள் கை வரிசையைக் காட்டிவிட்டார்கள்..."

"என்ன? என்ன?" என்று பலர் கவலைக் குரலில் கேட்டார்கள்.

"நான் இந்தக் கூட்டத்துக்கு வருவதற்குச் சில நிமிடங்களுக்கு முன்புதான் அச்செய்தி கிடைத்தது. இன்று காலையில் திருவாரூரிலிருந்து இளவரசர் புறப்படவிருந்த சமயத்தில் அவர் ஏறிவந்த யானைக்கு மதம் பிடித்து, யானைப் பாகனைத் தூக்கி எறிந்துவிட்டதாம். யானை தறிகெட்டு ஓடி விட்டதாம். அப்போது ஏற்பட்ட குழப்பத்தில் இளவரசரும் காணாமற் போய்விட்டாராம்!..."

"ஐயையோ!", "இது என்ன விபரீதம்?" "தெய்வமும் வஞ்சகர்களின் கட்சியில் இருக்கிறதா?" – என்று இப்படிப் பலர் அங்கலாய்க்கத் தொடங்கினார்கள்.

அவர்களைச் சேநாதிபதி கையமர்த்தி அமைதியாயிருக்கச் செய்தார். "செய்தியை முதலில் கேட்டதும் நானும் கதிகலங்கிப் போனேன். ஒருவாறு சமாளித்துக் கொண்டுதான் இந்தக் கூட்டத்திற்கு வந்து சேர்ந்தேன். இளவரசர் அருள்மொழிவர்மர் போர் முனையில் எத்தகைய நிகரில்லாத வீரம் உடையவரோ, அப்படியே அறிவாற்றலிலும் நிகரற்றவர், வஞ்சகர்களின் சூழ்ச்சி வலையில் அவ்வளவு சுலபமாக அகப்பட்டுக் கொண்டு விடமாட்டார். சீக்கிரத்தில் அவரைப் பற்றி நல்ல செய்தி ஏதேனும் கிடைக்கும் என்று எதிர்பார்த்துக் கொண்டிருக்கின்றேன். அதற்கிடையில் நாம் என்ன செய்யவேண்டும், இந்த இக்கட்டான நிலைமையில் எப்படி நடந்து கொள்ளவேண்டும் என்பதைப் பற்றி உங்கள் அபிப்பிராயங்களைத் தெரிந்துகொள்ள விரும்புகிறேன்!"

இவ்விதம் சேநாதிபதி தாம் சொல்ல வேண்டியதைச் சொல்லி முடிந்ததும், மற்றவர்கள் தங்கள் கருத்துக்களைத் தெரிவித்தார்கள். அவர்களுடைய கருத்துக்கள் முக்கியமான விஷயங்களில் ஏறக்குறைய ஒரு மாதிரியாகவே இருந்தன. சில்லறை விவரங்களில் மட்டுமே மாறுபட்டன. "அங்கே உள்ளவர்களின் பிரதிநிதிகள் நாளைய தினம் சக்கரவர்த்தியை நேரில் சந்தித்துப் பேச வசதி கோரவேண்டும்; அதற்கு வாய்ப்புக் கிடைத்தால் சக்கரவர்த்தியிடம் 'மதுராந்தகன் சோழ சிங்காதனம் ஏறுவதை நாங்கள் விரும்பவில்லை' என்று தெளிவாகத் தெரிவித்து விடவேண்டும்" என்று பலர் கூறினார்கள். "ஒன்று, பழுவேட்டரையர்களுடைய சர்வாதிகாரப் பதவிகளிலிருந்து சக்கரவர்த்தி அவர்களை நீக்கிவிடவேண்டும்; அல்லது சக்கரவர்த்தி தஞ்சாவூரை விட்டுப் பழையாறைக்குப் போய்விடவேண்டும்" என்று இன்னும் சிலர் வற்புறுத்தினார்கள்.

"ஆதித்த கரிகாலருக்கு ஏற்கெனவே யுவராஜ்ய பட்டாபிஷேகம் ஆகியிருப்பதால் அவரே அடுத்து பட்டத்துக்கு உரியவர்; அவராகப் பட்டம் வேண்டாம் என்று மறுதளித்தால் அடுத்தபடி சிங்காதனத்துக்கு

உரிமையாளர் அருள்மொழிவர்மர்தான். இதைச் சந்தேகத்துக்கு இடம் வையாமல் சக்கரவர்த்தியிடம் தெரிவித்து அவரையும் ஒப்புக்கொள்ளப் பண்ணவேண்டும்" என்றார்கள் வேறு சிலர். சக்கரவர்த்தியைச் சந்திப்பதற்கே வாய்ப்புக் கிடைக்காவிட்டால், கோட்டைக் கதவுகளைத் திறப்பதற்கு மறுத்தால், கோட்டையை முற்றுகையிட வேண்டியதுதான் என்று சிலர் சொன்னார்கள். "முற்றுகை எதற்காக? உடனடியாகக் கோட்டைக் கதவுகளையும் மதில்களையும் தகர்க்கும்படி வீரர்களை ஏவ வேண்டியதுதான்!" என்று சிலர் கூறினார்கள். "இளவரசரைப் பற்றிச் செய்தி வரும் வரையில் காத்திருப்பது நல்லது" என்றும் "ஆதித்த கரிகாலருக்கு ஆள் அனுப்பி அவரையும் தருவித்துக் கொள்ள வேண்டும்" என்றும் சிலர் கருதினார்கள்.

"அதற்காகவெல்லாம் காத்திருப்பதில் என்ன பயன்? பழுவேட்டரையர்களின் ஆதிக்கத்திலுள்ள சுந்தர சோழப் பெரும்படை கொள்ளிடத்துக்கு அக்கரையில் மழ நாட்டில் இருந்து வருகிறது. தற்சமயம் கொள்ளிடத்திலும் மற்ற நதிகளிலும் பெருவெள்ளம் போவதால் அப்படைகள் இங்கு வர முடியாது. ஆகையால் கோட்டையை தகர்த்துச் சக்கரவர்த்தியைப் பழுவேட்டரையர்களின் சிறையிலிருந்து மீட்பதற்கு இதுவே தக்க சமயம்" என்று வற்புறுத்தினார்கள் வேறு சிலர்.

இவ்வாறு விவாதம் நடந்து கொண்டிருக்கையில், கூடாரத்தின் வாசலில் காவல் புரிந்து கொண்டிருந்த வீரன் ஒருவன் அவசரமாக உள்ளே வந்து சேனாதிபதியின் காதில் ஏதோ கூறினான். அவர் கூட்டத்தினரைப் பார்த்து, "இதோ வந்து விடுகிறேன். சற்றுப் பேசிக் கொண்டிருங்கள்" என்று சொல்லிவிட்டு வெளியேறினார்.

❉ ❉ ❉ ❉

இருபத்தைந்தாம் அத்தியாயம்

கோட்டைவாசலில்

மந்திராலோசனை நடந்த இடத்திலிருந்து வெளிவந்த பூதிவிக்கிரம கேசரி, அங்கேயிருந்த குதிரைமேல் தாவி ஏறினார். தஞ்சைக் கோட்டையின் வடக்கு வாசலை நோக்கி விரைந்து சென்றார். அதே சமயத்தில் யானை ஒன்று வடக்கு வாசலை நெருங்கி வந்து கொண்டிருந்ததைப் பார்த்தார். யானையின் மேல் யானைப் பாகன் ஒருவனும், இரண்டு ஸ்திரீகளும் இருந்தார்கள். யானைப் பாகன் தன் கையில் வைத்திருந்த கொம்பை வாயில் வைத்துச் சிறிது நேரம் முழக்கினான். பின்னர் 'கிறீச்' என்று உச்ச ஸ்தாயியில் ஒலித்த குரலில், கணீர் என்றும் தெளிவாகவும் அவன் கூறியதாவது:– "ஈழத்துப்பட்ட பராந்தகன் சிறிய வேளாரின் செல்வப் புதல்வி, கொடும்பாளூர்ப் பெரிய வேளார் சேநாதிபதி பூதிவிக்கிரம கேசரியின் வளர்ப்புக் குமாரி, பழையாறை இளைய பிராட்டி குந்தவை தேவியின் அருமைத் தோழியரான வானதி தேவியார் வருகிறார்! பராக்! பராக்! வழி விடுங்கள்!"

கோட்டை வாசலுக்குச் சமீபத்தில் அகழிக் கரையை அடைந்ததும் அவன் மறுபடியும் ஒரு முறை கொம்பை வாயில் வைத்து ஊதினான். அதன் எதிரொலி நிற்பதற்குள்ளே மறுபடியும் அவன் முன்போன்ற கிறீச்சுக் குரலில் கூறியதாவது– "கொடும்பாளூர் இளவரசி வானதி தேவியார் இளைய பிராட்டியிடமிருந்து சக்கரவர்த்திக்குச் செய்தி கொண்டு வருகிறார். பெரிய பழுவேட்டரையரிடமிருந்து சின்னப் பழுவேட்டரையருக்கு முக்கியமான செய்தி கொண்டு வருகிறார்! கோட்டைக் கதவைத் திறவுங்கள்! பராக்! பராக்! கொடும்பாளூர் இளவரசிக்கும், அவருடைய தோழி பூங்குழலி அம்மைக்கும் உடனே வழி விடுங்கள்! கோட்டைக் கதவைத் திறந்து விடுங்கள்!"

இவ்வாறு யானைப் பாகன் கூவியதைக் கேட்டுச் சேநாதிபதி பூதிவிக்கிரம கேசரி அடைந்த வியப்பு இவ்வளவு என்று சொல்ல முடியாது. அந்த யானைப் பாகன் குரலை எங்கேயோ, எப்போதோ கேட்டது

போலிருக்கிறதே? அவன் யார்? யானைப்பாகன் யாராயிருந்தால் என்ன? யானைமேல் இருப்பது வானதிதானா என்பதையல்லவா முதலில் பார்த்துத் தெரிந்து கொள்ள வேண்டும்? அவள் கோட்டைக்குள் போகாமல் தடுத்து நிறுத்த வேண்டுமே? வானதியாயிருந்தால் மிக்க நல்லதாய்ப் போயிற்று! இந்தச் சிக்கல்கள் எல்லாம் தீரும் வரையில் குழந்தை நம்மிடத்தில் இருப்பதே நல்லது...! இவ்வாறு எண்ணிக் கொண்டே சேனாதிபதி குதிரையைத் தட்டி விட்டுக்கொண்டு போய் யானையின் சமீபத்தை அடைந்தார். அவர் பின்னோடு விரைந்து வந்த வீரர்களில் ஒரு வீரன் தீவர்த்தி கொண்டு வந்தான். அதன் வெளிச்சத்தில் யானை மீதிருந்தவர்களைப் பார்த்தபோது பெண்கள் இருவரும் சிறிய வேளாரின் புதல்வி வானதியும், பூங்குழலியுந்தான் என்று தெரிய வந்தது.

"குழந்தாய்! வானதி!" என்று அவர் ஏதோ சொல்வதற்குள் யானைப் பாகன் மறுபடியும் கொம்பு ஊதத் தொடங்கினான். அவனை எப்படி நிறுத்தச் செய்வது? நல்ல வேளையாக இதற்குள் யானைமேலிருந்த பெண்கள் தங்களை நெருங்கி வந்த குதிரைமேல் இருப்பவர் யார் என்று உற்றுப் பார்த்தார்கள். உடனே, வானதி, யானைப் பாகனிடம் ஏதோ சொல்லி அவன் கொம்பு முழக்கத்தை நிறுத்திவிட்டு, "பெரியப்பா! தாங்கள்தானா? நான் கேள்விப்பட்டது உண்மைதான்!" என்றாள்.

"ஆம், குழந்தாய்! நான்தான். ஆனால் இது என்ன விசித்திரம்? செய்தி கொண்டு வருவதற்கு நீதானா அகப்பட்டாய்? இளையபிராட்டிக்கு வேறு யாரும் அகப்படாமலா போய் விட்டார்கள்! அதிலும் இப்பேர்ப்பட்ட நிலைமையில்!" என்றார் சேனாதிபதி.

"ஆம். பெரியப்பா! இப்பேர்ப்பட்ட நிலைமையாயிருப்பதினாலேதான் என்னைச் செய்தி கொண்டு போக அனுப்பினார். தாங்கள் சைன்யத்துடன் வந்து தஞ்சைக் கோட்டையைச் சூழ்ந்து கொண்டிருப்பதாகச் செய்தி கிடைத்தது. வேறு யாரையாவது அனுப்பினால் ஒருவேளை தங்கள் படை வீரர்கள் தடுத்து நிறுத்திவிடக்கூடும். தாங்கள் அநுமதித்தாலும், கோட்டைக்குள்ளே இருப்பவர்கள் கதவைத் திறந்துவிட மறுத்துவிடலாம். என்னை அனுப்பி வைத்தால் இரண்டு காரியத்துக்கும் அனுகூலமாயிருக்கலாம் என்று அனுப்பியுள்ளார்கள். துணைக்குப் பூங்குழலியையும் அனுப்பினார்கள்..."

"ஆமாம், ஆமாம்! இந்த ஓடக்காரப் பெண் வெகு கெட்டிக்காரி. அது முன்னமே எனக்குத் தெரிந்த விஷயந்தான். ஆனால் நீ அப்படி என்ன செய்தி கொண்டு வந்தாய்? இரவுக்கிரவே தூது அனுப்ப வேண்டிய அவ்வளவு அவசரமான செய்தி என்ன?"

"அவசரமான செய்திதான், பெரியப்பா! பொன்னியின் செல்வரைப் பற்றிச் சக்கரவர்த்திக்குச் செய்தி கொண்டு வந்திருக்கிறேன்."

"ஆகா! பொன்னியின் செல்வரைப் பற்றியா? அவரைப் பற்றி உனக்கு ஏதாவது தெரியுமா?"

"ஏன்? எவ்வளவோ தெரியும். அவர் வீராதி, வீரர், சூராதி சூரர், காவேரியில் அமுங்காதவர், கடலில் விழுந்தாலும் முழுகாதவர், அண்டினோரைக் கைவிடாதவர், ஆபத்தில் உதவி செய்தவர்களிடம் நன்றி மறவாதவர், அன்னை தந்தையிடம் பக்தி உள்ளவர், தமக்கையார் சொல்லைத் தட்டாதவர், ராஜ்யத்தில் ஆசையில்லாதவர்..."

"போதும்! போதும்! அதையெல்லாம் நான் கேட்கவில்லை. இளவரசர் சௌக்கியமாயிருக்கிறாரா? இப்போது அவர் எங்கேயிருக்கிறார் என்று உனக்குத் தெரியுமா?"

"சௌக்கியமாக இருக்கிறார், பெரியப்பா! இப்போது எங்கேயிருக்கிறார் என்றும் தெரியும். ஆனால் அதைத் தங்களிடம் கூற முடியாது!"

"என்ன? சொல்ல முடியாதா? என்னிடம் கூடவா சொல்ல முடியாது? நீதானா பேசுகிறாய், வானதி?"

"ஆம், பெரியப்பா! நான்தான் பேசுகிறேன். இளவரசர் இருக்குமிடத்தை ஒருவரிடமும் சொல்வதில்லை யென்று வாக்களித்திருக்கிறேன்."

சேநாதிபதி பூதிவிக்கிரமகேசரிக்கு ஆக்ரோஷம் பொங்கி ஆத்திரம் பொத்துக்கொண்டு வந்தது. "பெண்ணே! இளைய பிராட்டியிடம் அனுப்பினால் உன்னை நல்ல முறையில் வளர்ப்பாள் என்று நம்பினேன். இவ்வளவு பிடிவாதக்காரியாக வளர்த்து விட்டாளே! போதும், போதும்! நீ பழையாறையில் இருந்தது போதும். கீழே இறங்கு! உன்னைக் கொடும்பாளூருக்கு அனுப்பிவிட்டு மறுகாரியம் பார்க்கிறேன்" என்றார்.

"பெரியப்பா! எனக்கும் இந்தத் தஞ்சாவூர் மண்ணை மிதிக்கவே இஷ்டமில்லை. ஆகையினால்தான் யானைமேல் ஏறி உட்கார்ந்திருக்கிறேன். இந்த யானைக்கு அடிக்கடி மதம் பிடித்து விடுகிறது. இன்று காலையில் ஒருவனைத் தூக்கி எறிந்துவிட்டது. ஆகையினால், அருகில் ரொம்ப நெருங்கி வராதீர்கள். நான் கொண்டு வந்திருக்கும் செய்திகளைச் சொன்ன பிறகு நானே தங்களிடம் வந்து விடுகிறேன். என்னைக் கொடும்பாளூருக்கு அனுப்பினாலும் அனுப்பி விடுங்கள். இப்போது மட்டும் என்னைத் தடுத்து நிறுத்தாதீர்கள்!" என்றாள் வானதி.

பூதி விக்கிரமகேசரி சிறிது யோசித்துவிட்டு, "சரி, மகளே! நான் உன்னைத் தடுத்து நிறுத்தாமல் விட்டு விடுகிறேன். கோட்டைக் கதவு திறக்காவிட்டால் என்ன செய்வாய்?" என்றார்.

"பெரியப்பா! நீங்கள் இவ்வளவு பெரிய படைகளுடன் வந்திருக்கிறீர்களே? எதற்காக? கோட்டைக் கதவு திறக்காவிட்டால், உங்கள் படைகளை ஏவிக் கதவை உடைத்துத் திறந்து விடச் செய்யுங்கள்!" என்றாள் வானதி.

பூதி விக்கிரமகேசரி இதைக் கேட்டுப் பெருமிதம் அடைந்தார். "மகளே! கொடும்பாளூர்க் கோமகள் பேச வேண்டியவாறு பேசினாய். அவசியம் ஏற்பட்டால் அவ்விதமே செய்வேன். ஆனால் அதற்கு அவசியம் ஏற்படாது. இளைய பிராட்டியிடமிருந்து சக்கரவர்த்திக்குச் செய்தி கொண்டு வந்திருக்கும் உன்னைத் தடுத்து நிறுத்த இந்தச் சின்னப் பழுவேட்டரையன் யார்? அவ்விதம் அவன் ஒருநாளும் செய்ய மாட்டான். ஆனால் எனக்காகவும் சின்னப் பழுவேட்டரையனிடம் ஒரு செய்தியைச் சொல்! நீ கோட்டைக்குள் இருக்கும்போது உனக்கு ஏதாவது சிறிய தீங்கு நேர்ந்தாலும் அவனுடைய குலத்தைப் பூண்டோடு அழித்து விடுவேன் என்று சொல்! நானும் என்னுடைய துணைவர்களும் சக்கரவர்த்தியை நேரில் பார்த்து அவருடைய விருப்பத்தை அவருடைய வாய்மொழியாகத் தெரிந்து கொள்ள வந்திருக்கிறோம் என்றும் சொல்! நாளைப் பகல் பொழுது போவதற்குள் சக்கரவர்த்தியை நாங்கள் தரிசிக்க அவன் வகை செய்யாவிட்டால், கோட்டையைத் தாக்கத் தொடங்கி விடுவோம் என்று தெரியப்படுத்து!" என்றார்.

"அப்படியே ஆகட்டும், பெரியப்பா!" என்றாள் வானதி. மறுபடியும் யானைப்பாகன் கொம்பு முழக்கினான்.

"கொடும்பாளூர் இளவரசிக்கு வழிவிடுங்கள்! கோட்டைக் கதவைத் திறந்து விடுங்கள்!" என்று கூவினான்.

❉ ❉ ❉ ❉

இருபத்தாறாம் அத்தியாயம்

வானதியின் பிரவேசம்

கோட்டைக்குள்ளே சின்னப் பழுவேட்டரையர் பெரும் மனக்கலக்கத்துக்கு உள்ளாகியிருந்தார். வீர தீரங்களில் அவர் யாருக்கும் சளைத்தவர் அல்ல. ஆனால் தமையனாருடைய யோசனையைக் கேட்டே எந்தக் காரியமும் செய்து பழக்கப்பட்டவராதலால் இந்த நெருக்கடியான நிலைமையில் சிறகு இழந்த பறவையைப் போல் தவித்தார்.

அன்று காலை முதல் ஒன்றன் பின் ஒன்றாக விபரீதமான செய்திகள் அவர் காதுக்கு எட்டிக் கொண்டிருந்தன.

பெரிய பழுவேட்டரையர் கடம்பூர் சம்புவரையர் மாளிகையிலிருந்து தஞ்சைக்குப் புறப்பட்டு இரண்டு தினங்களுக்கு மேலாயின என்று ஒரு செய்தி கிடைத்தது. புயல் அடித்த அன்று கொள்ளிட நதியைக் கடந்து கொண்டிருந்த படகுகள் பல முழுகிப் போயின என்றும் அவருக்குத் தெரிந்திருந்தது. சிறிது நேரத்துக்கெல்லாம் பெரிய பழுவேட்டரையரின் படகில் இருந்த ஒருவனே வந்து சேர்ந்தான். அவர் வந்த படகும் முழுகிப் போயிற்று என்றும், தான் திணறித் திண்டாடிக் கரை ஏறி வந்து சேர்ந்ததாகவும் கூறினான்.

இளவரசர் அருள்மொழிவர்மர் நாகைப்பட்டினம் சூடாமணி விஹாரத்தில் மறைந்திருந்து வெளிப்பட்டார் என்றும் பெரும் ஜனத்திரளுடன் தஞ்சையை நோக்கி வந்து கொண்டிருக்கிறார் என்றும் இன்னொரு ஒற்றன் வந்து கூறினான். இரவு திருவாரூரில் அவர் தங்கியதாகவும், தான் இரவுக்கிரவே பிரயாணம் செய்து வெள்ளக் காடாயிருந்த பிரதேசங்களையெல்லாம் தாண்டி வந்ததாகவும் தெரிவித்தான்.

இன்னும் சற்று நேரத்துக்கெல்லாம் சம்புவரையர் அனுப்பிய ஆள் ஒருவனே வந்து சேர்ந்தான். திருக்கோவலூர் மலையமான் பெரும்படை திரட்டிக் கொண்டிருப்பதாகத் தெரிகிறது என்றும் ஆதித்த கரிகாலரின் வெறி அதிகமாகி வருகிறது என்றும், ஆகையால் பெரிய பழுவேட்டரையரை உடனே புறப்பட்டு வரும்படி சம்புவரையர் செய்தி அனுப்பியதாகவும் கூறினான்.

பெரிய பழுவேட்டரையரோ தஞ்சைக்கு இன்னும் வந்து சேரவே இல்லை. அவர் உடனே புறப்பட்டுச் செல்வது எப்படி? யமனும் அருகில் வருவதற்கு அஞ்சக்கூடிய அந்த வீரக் கிழவரை ஒருவேளை கொள்ளிடத்து வெள்ளம் கொள்ளை கொண்டிருக்குமோ? – என்று சின்னப் பழுவேட்டரையர் கலங்கினார்.

இதற்கு அடுத்தபடியாக எல்லாவற்றிலும் பெரிய இடி போன்ற செய்தியைத் தெற்கேயிருந்து ஒற்றர்கள் ஓடிவந்து தெரிவித்தார்கள். தென் திசையிலிருந்து தஞ்சைக்கு வந்த மூன்று பெரிய சாலைகளிலும் சேனா வீரர்கள் சாரிசாரியாக வந்து கொண்டிருப்பதாகவும், கொடும்பாளூர் பூதி விக்கிரம கேசரியும் வருவதாகவும் அவர்கள் கூறினார்கள்.

இதைக் கேட்டவுடனேதான் சின்னப் பழுவேட்டரையர் கோட்டைக் கதவுகளையெல்லாம் சாத்திவிடும்படி உத்தரவு போட்டார். உள்ளிருந்து யாரும் வெளியேறுவதையும், வெளியிலிருந்து உள்ளே வருவதையும் கண்டிப்பாகத் தடை செய்து விட்டார்.

வழக்கம்போல அன்று கோட்டைக்குள் வந்த வேளக்காரப் படையினரைச் சக்கரவர்த்தியின் அரண்மனையைச் சுற்றிலும் காவலுக்கு அமைத்துவிட்டுத் தம்முடைய சொந்தப் படை வீரர்களைக் கோட்டைக் காவலுக்கு நியமித்தார்.

இந்த விவரங்களையெல்லாம் சக்கரவர்த்திக்கும் தெரிவித்து விட வேண்டும் என்று எண்ணினார். அதற்கு முன்னால், முதன் மந்திரி அநிருத்தரைக் கலந்து கொள்ள வேண்டும் என்றும் விரும்பினார். அநிருத்தரிடம்

அவருக்கு அவ்வளவாக நம்பிக்கை கிடையாதுதான் என்றாலும், அச்சமயம் அவர் கோட்டைக்கு வெளியில் இல்லாமல் உள்ளேயிருப்பது நல்லது. தம்மை அறியாமல் அவர் எதுவும் செய்ய முடியாதல்லவா? அவரிடம் யோசனை கேட்டுக் கொண்டு காரியங்கள் செய்வதாகப் பாவனை பண்ணுவதும் நல்லது. பின்னால் ஏதாவது தவறாகப் போனால் தம்மீது மட்டும் குற்றம் சுமத்த முடியாது.

சக்கரவர்த்தியிடம் தாமே நேரில் சொல்வதைக் காட்டிலும் அநிருத்தரையும் அழைத்துக்கொண்டு போய்ச் சொல்வது சுலபமாயிருக்கும்.

இளவரசன் அருள்மொழிவர்மனும், அவனுக்குப் பெண் கொடுத்துச் சம்பந்தம் செய்து கொள்ள விரும்பிய பூதி விக்கிரம கேசரியும் சேர்ந்து சதியாலோசனை செய்து தஞ்சாவூரைக் கைப்பற்றுவதற்காகவே, இரு பக்கமிருந்தும் வருவதாகச் சின்னப் பழுவேட்டரையர் நம்பினார். இதைப் பற்றித் தாம் தனிப்படக் கூறினால் சக்கரவர்த்தி நம்புவதுகூடக் கடினமாயிருக்கும். முதன் மந்திரி அநிருத்தரும் சேர்ந்து சொன்னால் நம்பியே தீரவேண்டும் அல்லவா?

முதன் மந்திரி அநிருத்தரும் ஓரளவு கலக்கம் அடைந்துதானிருந்தார். இளைய பிராட்டி குந்தவை அன்று காலை தஞ்சையை விட்டுப் போனதையே அவர் அவ்வளவாக விரும்பவில்லை. ஈழத்து ராணியும், பூங்குழலியும் காலையில் காணாமற் போனது அவருடைய உள்ளத்தின் அமைதியை ஓரளவு குலைத்திருந்தது. எங்கே போயிருப்பார்கள்? எப்படிப் போயிருப்பார்கள்? எதற்காக?" என்றெல்லாம் எவ்வளவோ சிந்தித்தும் ஒரு முடிவுக்கு வரமுடியவில்லை. பூதி விக்கிரம கேசரி சைன்யத்துடன் வருகிறார் என்னும் செய்தி அவருக்குப் பெருங்கலக்கத்தையே உண்டு பண்ணிவிட்டது.

ஆனாலும் இதையெல்லாம் உடனே சக்கரவர்த்தியிடம் தெரிவிக்க வேண்டிய அவசியமில்லை என்று சின்னப் பழுவேட்டரையருக்கு அவர் யோசனை சொன்னார்.

"சக்கரவர்த்தியின் மனக் குழப்பம் இன்று அதிகமாகியிருப்பதாகக் கேள்விப்படுகிறேன். மகாராணியின் அந்தரங்கச் சேடி வந்து தெரிவித்துவிட்டுப் போனாள். இந்த நிலையில் பூதிவிக்கிரமகேசரியைப் பற்றிச் சொன்னால், சக்கரவர்த்தியின் மூளையிலுள்ள ரத்த நாளம் வெடித்து உயிருக்கே கூட ஒருவேளை ஆபத்து உண்டாகிவிடும். ஏற்கெனவே, தஞ்சை நகரத்தில் சக்கரவர்த்தி காலமாகிவிட்டார் என்ற வதந்தி பரவியிருக்கிறதாம். உண்மையாகவே அப்படி நேர்ந்துவிட்டால் எத்தனை விபரீதம் ஆகும் என்று யோசித்துப் பாருங்கள். சக்கரவர்த்தியை நீங்களே கொன்று விட்டதாக வதந்தி உண்டாகிவிடும். உங்கள் விரோதிகளுக்கு மிகவும் சௌகரியமாகப் போய்விடும். ஆகையால், பொறுத்துப் பார்த்து முடிவு செய்யலாம். பூதிவிக்கிரம கேசரியின் உத்தேசம் இன்னதென்று முதலில் தெரிந்து கொள்ளலாம். பெரிய பழுவேட்டரையரைப் பற்றியும் பொன்னியின் செல்வரைப் பற்றியும் அதற்குள் ஏதேனும் நிச்சயமான செய்தி கிடைக்கக் கூடும். அது வரை வரையில் பொறுமையாக இருங்கள்" என்று முதன் மந்திரி அநிருத்தர் கூறியது காலாந்தக கண்டருக்கும் உசிதமாகவே தோன்றியது.

"அப்படியானால், சக்கரவர்த்தியிடம் சமயம் பார்த்துச் சொல்லவேண்டிய காரியத்தைத் தங்களிடமே விட்டு விடுகிறேன். கோட்டைப் பாதுகாப்புக் காரியங்களை நான் கவனிக்கிறேன்" என்று சொல்லிவிட்டுச் சின்னப் பழுவேட்டரையர் முதன் மந்திரியிடம் விடை பெற்றுக் கொண்டார்.

அதுமுதல் கோட்டை மதில் ஓரமாகச் சுற்றி வந்து கோட்டைப் பாதுகாப்புக்கு வேண்டிய முன் ஏற்பாடுகளைச் செய்துவந்தார். பல நாள் முற்றுகைக்கும் கோட்டையை ஆயத்தமாகச் செய்ய வேண்டும்; கொடும்பாளூர்ப் படைகள் கோட்டைக் கதவைத் தகர்த்தும், மதில் மேல் ஏறிக் குதித்தும் கைப்பற்ற முயன்றால், அந்த முயற்சியைத் தோற்கடிக்கவும் சித்தமாயிருக்கவேண்டும், இதன் பொருட்டு அவருக்கு நம்பிக்கையான வீரர்களை அங்கங்கே நிறுத்தி வைக்க வேண்டும். கோட்டை மதில் எங்கேயாவது பலவீனப் பட்டிருந்தால், அதைச் செப்பனிட்டுப் பலப்படுத்த வேண்டும்.

இந்த ஏற்பாடுகளில் சின்னப் பழுவேட்டரையர் கவனம் செலுத்திக் கொண்டிருந்தபோதே, வெளியில் இருந்து செய்திகள் அறிவதற்கு வழி என்ன என்பது பற்றியும் அவருடைய உள்ளம் சிந்தித்துக் கொண்டிருந்தது.

தஞ்சைக் கோட்டைக்கு ரகசியச் சுரங்க வழிகள் இரண்டுதான் உண்டு. ஒன்று பெரிய பழுவேட்டரையரின் மாளிகையிலிருந்து பொக்கிஷ நிலவறை வழியாக வெளியே சென்றது. இந்த வழியைச் சிலநாள் யாரும் உபயோகிக்க முடியாது. ஏனென்றால், அந்த வழி வெளியே திறக்கவேண்டிய இடத்தில் வடவாற்றின் வெள்ளம் அலை மோதிக் கொண்டு சென்றது. அந்த வழியை அப்போது திறந்தால் வெள்ளம் நிலவறைக்குள்ளேயே புகுந்துவிடும்.

இன்னொரு, சுரங்க வழி முதன் மந்திரி அநிருத்தரின் அரண்மனைக்குள்ளே இருந்து புறப்பட்டது. ஆனால் அதன் வழியாகச் சின்னப் பழுவேட்டரையர் அறியாமல் யாரும் வெளியே போகவோ, உள்ளே வரவோ முடியாது. அந்த வழி கோட்டைச் சுவரைக் கடந்து செல்லும் இடத்தில் சின்னப் பழுவேட்டரையரின் காவல் இருந்தது. இரவு இரண்டாம் ஜாமத்துக்கு மேலே அந்தச் சுரங்க வழியாக வெளியே அந்தரங்கமான ஆட்களை அனுப்ப வேணுமென்று சின்னப் பழுவேட்டரையர் எண்ணமிட்டுக் கொண்டிருந்தார். கடம்பூருக்கும், பழையாறைக்கும் ஆட்களை அனுப்பி பெரிய பழுவேட்டரையரைப் பற்றியும் பொன்னியின் செல்வரைப் பற்றியும் நிச்சயமான தகவல் அறிந்து வரச் செய்யவேண்டும்.

இம்மாதிரி காலாந்த கண்டர் முடிவு செய்திருந்த சமயத்திலே தான் ஒரு வீரன் விரைந்து வந்து, வடக்கு வாசலில் ஒரு யானையின் மேல் இரு பெண்கள் வந்திருப்பதைப் பற்றியும், அவர்களுக்காகக் கதவைத் திறக்கும்படி யானைப்பாகன் கூவுவதைப் பற்றியும் தெரிவித்தான். வந்திருக்கும் பெண்களில் ஒருத்தி வானதி என்று தெரிந்ததும் சின்னப் பழுவேட்டரையர் பெரிதும் ஆச்சரியம் அடைந்தார். வானதியின் பெரியப்பன் சைன்யத்துடன் வந்து கோட்டையைச் சுற்றி முற்றுகையிட்டிருக்கும் போது, அந்தப் பெண் கோட்டைக்குள் தன்னைவிடும்படி கேட்பதற்கு எவ்வளவு துணிச்சல் வேண்டும்? முதலில், "கண்டிப்பாகக் கதவைத் திறக்க முடியாது" என்று சொல்லிவிட வேண்டுமென்றே எண்ணினார். வடக்குக் கோட்டை வாசலுக்குப் போய்ச் சேருவதற்குள் அவருடைய எண்ணம் மாறிவிட்டது.

"கேவலம் ஒரு சிறு பெண்ணுக்குப் பயந்து கோட்டைக் கதவைத் திறக்க மறுப்பதா? இது என் வீரதீரத்துக்கு இழுக்கு ஆகாதா?" என்று எண்ணினார். அப்படி எதற்காகத்தான் அந்தப் பெண் கோட்டைக்குள் வர விரும்புகிறாள் என்பதை அறிந்து கொள்ளவும் அவருக்கு ஆவல் உண்டாயிற்று.

கோட்டை வாசலின் மேல் மாடியில் ஏறி நின்று பார்த்தார். யானைமீது யானைப் பாகனைத் தவிர இரு பெண்கள்தான் இருந்தார்கள் என்பது நன்றாகத் தெரிந்தது. அவர்களில் ஒருத்தி வானதிதான் என்பதையும் தெரிந்து கொண்டார். அச்சமயம் கொடும்பாளூர்ப் பெரிய வேளார் அவர்களுடன் பேசிக் கொண்டிருந்தார். அந்தச் சம்பாஷணையில் ஒரு பகுதியும் அவர் காதில் விழுந்தது. பெரிய வேளார் வானதியைக் "கோட்டைக்குள் போக வேண்டாம்" என்று சொல்வதையும், வானதி அதை மறுத்து "உள்ளே போவேன்" என்று பிடிவாதம் பிடிப்பதையும் அறிந்த கொண்டார். எனவே, வானதிக்குக் கதவைத் திறந்து விடலாம் என்ற எண்ணம் உறுதிப்பட்டது.

பெரிய வேளார் அப்பால் அகன்று சென்றதும், யானை மேலும் சில அடிகள் எடுத்து வைத்து அகழ் ஓரத்தில் வந்து நிற்பதைக் கண்டார்.

யானைப்பாகன் கொம்பை எடுத்து ஊதிவிட்டு முன் போலவே, "கொடும்பாளூர் இளவரசிக்குக் கோட்டைக் கதவைத் திறந்துவிடுங்கள்! பெரிய பழுவேட்டரையரிடமிருந்து சின்னப் பழுவேட்டரையருக்கும், இளைய பிராட்டியிடமிருந்து சக்கரவர்த்திக்கும் செய்தி கொண்டு வரும் வானதி தேவிக்கு உடனே வழி விடுங்கள்!" என்று கூவினான்.

இதைக் கேட்டதும் சின்னப் பழுவேட்டரையரின் மனதில் கொஞ்ச நஞ்சமிருந்த சந்தேகமும், தயக்கமும் நீங்கி விட்டன. பெரிய பழுவேட்டரையர் வானதியின் மூலமாகத் தமக்குச் செய்தி அனுப்புவது விசித்திரமானது தான். இதில் ஏதாவது சூழ்ச்சியோ, தந்திரமோ இருக்கக்கூடும். இருந்தால் அதைத் தம்மால் கண்டுபிடிக்க முடியாதா? இந்தச் சிறு பெண் தம்மை ஏமாற்றிவிட்டுத் தப்பிப் பிழைக்க முடியுமா?... பார்த்துக் கொள்ளலாம்!

யானைப் பாகன் ஊதிய கொம்பின் முழக்கத்துக்குப் பதில் முழக்கம் கோட்டை வாசல் மேல் மாடியிலிருந்து கேட்டது, தீவர்த்தி வெளிச்சம் தெரிந்தது. அந்த வெளிச்சத்தில் வேல்களின் முனைகள் ஒளி வீசித் திகழ்ந்தன. வளைத்து நாணேற்றப்பட்டிருந்த வில்களில் அம்புகள் பூட்டப்பட்டுப் புறப்படச் சித்தமாயிருந்தன. அவற்றுக்கு மத்தியில் ஒரு மனித உருவம் வெளிப்பட்டு வந்தது.

"கொடும்பாளூர் இளவரசியாருக்குக் கோட்டைக் கதவு திறந்து விடப்படும். யானையையும், யானைமீது உள்ளவர்களையும் தவிர வேறு யாரேனும் பின் தொடர முயன்றால் உடனே யமனுலகம் சேர்வார்கள்!" என்று அந்த மனித உருவம் இடி முழக்கம் போன்ற குரலில் கர்ஜனை செய்தது.

இதைக் கேட்டதும் பூதிவிக்கிரம கேசரியும் அவருடன் வந்த ஆட்களும் இன்னும் சிறிது அப்பால் சென்றார்கள்.

கோட்டைக் கதவுகள் திறப்பட்டன. அகழியின் பாலம் இறக்கப்பட்டது. யானை, பாலத்தின் மேல் நடந்து சென்றபோது, பாலம் அதிர்ந்தது. வானதிக்குச் சிறிது அச்சம் உண்டாயிற்று. ஆனால் ஆபத்து ஒன்றும் ஏற்படவில்லை. யானை அகழியின் அக்கரையை அடைந்தது. திறந்திருந்த கதவுகளின் வழியாகக் கோட்டைக்குள் பிரவேசித்தது. மறுநிமிடமே பாலம் மறுபடியும் தூக்கப்பட்டது. கோட்டை வாசற் கதவுகளும் சாத்தப்பட்டன.

வானதி ஏறியிருந்த யானைக்கு அருகில் சின்னப் பழுவேட்டரையரின் யானை வந்து நின்றது.

"இளவரசி! வரவேண்டும்! வரவேண்டும்! தங்கள் பெரிய தந்தை தடுத்தும் கேளாமல் தாங்கள் என் விருந்தாளியாக வர இசைந்தது பற்றி மிக்க மகிழ்ச்சி அடைந்தேன்! தங்களுக்கு இங்கே எந்த விதமான தீங்கேனும் நேருமோ என்று அஞ்ச வேண்டாம்!" என்று சின்னப் பழுவேட்டரையர் கம்பீரமான குரலில் கூறினார்.

"ஐயா! எனக்கு அத்தகைய அச்சம் சிறிதும் இல்லை. நான் சொல்ல வந்த செய்திகளைச் சொன்ன பிறகு என்னைத் தாங்கள் பாதாளச் சிறையிலே அடைத்தாலும் கவலையில்லை!" என்றாள் வானதி.

❉ ❉ ❉ ❉

இருபத்தேழாம் அத்தியாயம்

"நில் இங்கே!"

பாதாளச் சிறையைப் பற்றிக் கூறியதும் சின்னப் பழுவேட்டரையருக்குப் பழைய நினைவுகள் வந்தன. சம்பிரதாய மரியாதைப் பேச்சை மறந்துவிட்டுக் கூறினார்!– "ஆமாம்; நீ ஒரு தடவை பாதாளச் சிறைக்குப் போயிருக்கிறாய். இளைய பிராட்டியுடன் சென்றாய். உளவு அறிய வந்து தப்பி ஓடிவிட்ட ஒற்றன் ஒருவனைப் பற்றித் தகவல் தெரிந்து கொள்ளப் போனீர்கள் இல்லையா?"

"இல்லை, ஐயா! தாங்கள் சொல்வது சரியல்ல. நாங்கள் அன்று பாதாளச் சிறைக்குப் போனது ஒற்றனைப்பற்றி அறிந்து கொள்வதற்காக அல்ல. பட்டத்து இளவரசர் ஆதித்த கரிகாலர் ஓலையுடன் அனுப்பியிருந்த தூதரைப் பற்றித் தெரிந்து கொள்ளப் போனோம்."

"அப்படி நீங்கள் எண்ணிக்கொண்டு போனீர்கள். அவன் ஒற்றனா, தூதனா என்பது உங்களுக்கு எப்படித் தெரியும்? நீ ஏதும் அறியாத சிறு பெண். உன்னோடு அதைப்பற்றி விவாதித்துப் பயனில்லை. நீங்கள் போனதுதான் போனீர்களே! அவனைப்பற்றி ஏதாவது தெரிந்து கொண்டீர்களா!"

"இல்லை, நாங்கள் எவனைப் பார்க்கப் போனோமோ, அவன் உங்களுக்குக் கூடத் தெரியாமல் விடுதலையாகிப் போய் விட்டான். பழுவூர் இளைய ராணி நந்தினி தேவியின் கட்டளை எங்களை முந்திக் கொண்டு விட்டது. பாவம்! நீங்கள்தான் என்ன செய்வீர்கள்?"

சின்னப் பழுவேட்டரையர் உதடுகளைக் கடித்துக்கொண்டார். தமது எச்சரிக்கையைப் பொருட்படுத்தாமல் தம் தமையனார் இளைய ராணிக்கு அதிக இடம் கொடுத்து வந்தது இத்தகைய இளம் பெண்களுக்குக்கூட அல்லவா ஏச்சாகப் போய்விட்டது? இவ்விதம் தமது உள்ளத்தில் தோன்றிய அவமான உணர்ச்சியை வெளியில் காட்டிக் கொள்ளாமல், "உங்கள் பங்குக்கு நீங்களும் ஓர் அரைப் பைத்தியக்காரனை விடுதலை செய்தீர்கள்!" என்றார்.

"ஐயா! அரைப் பைத்தியம் என்று புஷ்ப சேவை செய்து வரும் சேந்தன் அமுதனைத் தானே சொல்கிறீர்கள்? அவரை அன்று விடுதலை செய்ததினால் இந்தச் சோழ நாடு எவ்வளவு பெரிய நன்மை அடைந்தது என்பதை அறிந்தால் ஆச்சரியப்பட்டுப் போவீர்கள்!"

"பெண்ணே! எனக்கு ஆச்சரியம் இனி ஒன்றிலுமே ஏற்படப் போவதில்லை. இந்தச் சோழ ராஜ்யம் யார் யாருக்கெல்லாம் நன்றிக்கடன் பட்டிருக்கிறது என்பதை நினைத்து ஆச்சரியப்பட்டுப்பட்டு எனக்கு அலுத்துப் போய்விட்டது. நீ கூட இப்போது ஏதோ ஒரு முக்கியமான நன்மையைச் சோழ நாட்டுக்குச் செய்வதற்காகத்தான் வந்திருக்கிறாய் அல்லவா?"

"ஆம், ஐயா! முக்கியமான காரியம் இல்லாவிட்டல் தங்கள் தமையனார் அனுப்பியிருப்பாரா? அதிலும் ஒன்றும் அறியாத அபலைப் பெண்ணாகிய என்னை அனுப்பியிருப்பாரா?"

"என் தமையானருக்குப் புத்திசாலித்தனம் அதிகரித்துக் கொண்டுதான் வருகிறது. உன்னை அனுப்பியதிலிருந்தே அது தெரிகிறது. நீ கொண்டு வந்த செய்தியைச் சீக்கிரம் சொல்லி விடு!"

"பாண்டிய நாட்டுச் சதிகாரர்களைப் பற்றி அலட்சியமாயிருந்தது தவறு என்று தங்களிடம் கூறும்படி சொன்னார். வீர பாண்டியனுடைய ஆபத்துதவிகள் சிலர் உண்மையாகவே பயங்கரச் சதி செய்து வருகிறார்கள்; சோழ குலத்தைப் பழிவாங்க இன்று கெடு வைத்திருக்கிறார்கள், சக்கரவர்த்தியைப் பத்திரமாய்ப் பாதுகாக்கவேண்டும் என்பது எச்சரிக்கும்படி கூறினார்..."

இதைக் கேட்ட காலாந்தக கண்டார் நகைத்தார். "இந்தப் பிரமாதமான செய்தியைத்தானா சொல்லி அனுப்பினார்? ஒரு வேளை உன் பெரிய தகப்பனார் படை எடுத்து வரப்போவதைப் பற்றித்தான் தகவல் தெரிந்து சொல்லி அனுப்பினாரோ என்று பார்த்தேன். அவர் வெளியிலிருந்து கொடும்பாளூர் சைன்யத்தைப் பார்த்துக் கொண்டால், நான் கோட்டைக்குள்ளே சக்கரவர்த்திக்கு ஏதும் நேராமல் பார்த்துக் கொள்கிறேன். அதைப்பற்றி அவரும், நீயும், இளையபிராட்டியும் கூடக் கவலைப்பட வேண்டியதில்லை!" என்றார்.

"ஐயா! தாங்கள் இப்படி அலட்சியமாகக் கருதுவீர்கள் என்று தெரிந்து, மேலும் ஒரு விஷயம் சொல்லி அனுப்பியிருக்கிறார். பழுவூர் இளைய ராணியின் அரண்மனைக்கு அடிக்கடி யாரோ மந்திரவாதி ஒருவன் வந்து போனது பற்றித் தாங்கள் எச்சரிக்கை செய்தீர்களாம். அதற்கு அவர் செவி கொடாமல், தங்களைக் கோபித்துக் கொண்டாராம். 'தம்பி! பெருங்குற்றம் செய்து விட்டேன். அந்த மந்திரவாதி ரவிதாஸன் என்பவன்தான் பாண்டியச் சதிகாரன். வீர பாண்டியனுடைய ஆபத்துதவிகளின் தலைவன். சோழ குலத்தை வேரோடு கருவறுக்கக் கங்கணம் கட்டிக் கொண்டிருப்பவன். அவனுடைய ஆள் ஒருவன் இன்றைக்குச் சக்கரவர்த்தியின் மீது பழிவாங்க

முயலுவான். அலட்சியம் வேண்டாம். சர்வ ஜாக்கிரதையுடனிருக்கவும் – இதுவே பெரிய பழுவேட்டரையர் தங்களுக்கு அனுப்பிய செய்தி! என் கடமையை நான் செய்து விட்டேன்..."

காலாந்தக கண்டர் சிறிது திகைத்துத்தான் போய்விட்டார். இம்மாதிரி செய்தியைப் பெரியவரைத் தவிர வேறு யாரும் அனுப்பியிருக்க முடியாது.

"பெண்ணே! இது உண்மையானால் அவர் ஏன் இங்கு உடனே வரவில்லை? உன்னை எதற்காக அனுப்பினார்...?"

"என்னை அவர் அனுப்பவில்லை. அவர் இளையபிராட்டியிடம் கூறினார். இளைய பிராட்டி என்னை அனுப்பி வைத்தார். ஆதித்த கரிகாலருக்கும் இன்றைக்கே ஆபத்து வர இருக்கிறது. ஆகையால் அவரைக் காப்பாற்ற அவர் திரும்பிப் போயிருக்கிறார்."

"எங்கேயிருந்து அவர் உங்களை எங்கே பார்த்தார்?"

"குடந்தையில் ஜோதிடர் வீட்டில் பார்த்தார். இன்னும் தங்களுக்குச் சந்தேகம் தெளியவில்லையானால் இதையும் கேளுங்கள். தங்கள் அண்ணன் படகில் கொள்ளிடத்தைத் தாண்டி வந்தபோது புயல் அடித்துப் படகு கவிழ்ந்து விட்டது. தப்பிப் பிழைத்துக் கரையேறிப் பள்ளிப் படையில் படுத்திருந்த போது சதிகாரர்கள் பேசியதைக் கேட்டுத் தெரிந்து கொண்டார். ஐயா! இன்னும் இங்கேயே நின்று பேசிக் கொண்டிருக்க வேண்டுமா? அல்லது அரண்மனைக்குப் போகலாமா?"

"பெண்ணே! நீ சொன்னதெல்லாம் உண்மையாகவே இருக்கட்டும். எப்பேர்ப்பட்ட சதிகாரனாயிருந்தாலும் கோட்டைக் காவலைக் கடந்து வரமுடியாது. நீ பெண்ணாயிருப்பதனால்தான் உள்ளே வரவிட்டேன்..."

"வெளியேயிருந்து வரவேண்டும் என்பது என்ன? சதிகாரர்கள் கோட்டைக்குள்ளேயே இருந்துவிட்டால்...?"

"ஒரு நாளும் முடியாத காரியம்...."

"சரி; அது தங்கள் பொறுப்பு. என் கடமையை..."

"நிறைவேற்றி விட்டாய். இனி நீ திரும்பிப் போகலாம்."

"இல்லை, ஐயா! என் கடமையில் ஒரு பாதியைத்தான் நிறைவேற்றியிருக்கிறேன் சக்கரவர்த்தியைப் பார்த்து இளைய பிராட்டியின் செய்தியைச் சொல்லிவிட்டால் முழுவதும் நிறைவேற்றியதாகும்..."

"அந்தச் செய்தியையும் என்னிடமே சொல்லிவிடலாம்."

"முடியாத காரியம். சக்கரவர்த்தியிடம் நேரில் தெரிவிக்கும் படி இளைபிராட்டியின் ஆக்ஞை. இதோ இளைய பிராட்டியின் முத்திரை மோத்திரம்!..."

"ஆ! முத்திரை மோதிரம் யார் யாரிடமோ வந்துவிடுகிறது. இளைய பிராட்டிதான் கொடுத்தாள் என்பது என்ன நிச்சயம்? உன் பெரிய தந்தை இந்தக் கோட்டையை முற்றுகையிட்டிருக்கிறார். உன்னை எப்படி நம்புவது?...."

"ஓர் அபலைப் பெண்ணால் என்ன அபாயம் நேர்ந்துவிடும் என்று பயப்படுகிறீர்கள்?"

"பெண்ணே! பழுவூர் வம்சத்தினர் பயம் என்பது இன்னதென்று அறியமாட்டார்கள்..."

"அப்படியானால் என்னை அரண்மனை வரையில் போக விடுங்கள். தாங்களும் கூட வாருங்கள்...."

"இன்றைக்கெல்லாம் சக்கரவர்த்தியின் மனக் கலக்கம் மிகவும் அதிகமாயிருக்கிறது..."

"அந்தக் கலக்கத்தைத் தீர்ப்பதற்குரிய செய்தியுடன் நான் வந்திருக்கிறேன், ஐயா! விஷயம் இன்னதென்று அறிந்தால் என்னைத் தடுத்துத் தாமதப்படுத்தியதற்காகத் தாங்களே வருத்தப்படுவீர்கள்..."

சின்னப் பழுவேட்டரையர் சிறிது வியப்புக் குறி காட்டி, "பெண்ணே! ஒருவேளை சின்ன இளவரசர் – பொன்னியின் செல்வரைப் பற்றிச் செய்திகொண்டு வந்திருக்கிறாயா?" என்றார்.

"ஆம், தளபதி!"

"ஆகா! சின்ன இளவரசர் சுகமாயிருக்கிறாரா? இப்போது எங்கே வந்து கொண்டிருக்கிறார்? அவருக்கு – சதிகாரர்களால் அவருக்கு..."

"ஆம்; பாண்டிய நாட்டுச் சதிகாரர்களால் அவருடைய உயிருக்கும் அபாயம் நேர இருந்தது. ஆனால் கடவுள் அருளால் விபத்து ஒன்றும் ஏற்படவில்லை. சௌக்கியமாயிருக்கிறார். இது தங்களுக்குச் சந்தோஷமளிக்கும் அல்லவா?"

"நல்ல கேள்வி! சின்ன இளவரசர் சௌக்கியமாயிருப்பது பற்றிச் சந்தோஷப் படாமல் துக்கப்படுவார்களா? வா, வா! உன்னோடு வீண் பொழுது போக்க விரும்பவில்லை. அரண்மனைக்கு வந்து சக்கரவர்த்தியிடம் நேரில் சொல்ல வேண்டியதைச் சொல்லிவிடு!"

இவ்விதம் கூறிச் சின்னப் பழுவேட்டரையர் தம் யானையை மேலே செலுத்தினார். இளவரசரைப் பற்றி அறிந்து கொள்ள அவருக்கும் பெரும் ஆவல் உண்டாயிற்று. அவருடைய மாப்பிள்ளை மதுராந்தகன் தஞ்சை சிம்மாசனம் ஏறுவதற்கு அருள்மொழிவர்மன் ஒரு போட்டி என்பதாக அவர் என்றும் கருதியதில்லை. சக்கரவர்த்திக்கு அந்த எண்ணமே இல்லை என்பதை அவர் அறிவார். அருள்மொழி தந்தை சொல்லைத் தட்டக் கூடியவனும் இல்லை. குந்தவை தலையிட்டு ஏதேனும் குழப்பம் செய்யாமலிருக்க வேண்டுமென்பதுதான் அவர் கவலை. அவள் இப்போது ஏதேனும் சூழ்ச்சி தொடங்கியிருக்கிறாளா, என்ன? அருள்மொழியைத் தன் வசத்தில் வைத்துக் கொண்டு ஏதேனும் தந்தைக்குத் தாறுமாறான செய்தி அனுப்பியிருப்பாளா? இளவரசரைப் பற்றி இந்தக் கொடும்பாளூர்ப் பெண் உண்மையாகவே செய்தி கொண்டு வந்திருந்து சக்கரவர்த்தியிடம் கூறினால், அதை அவர் தம்மிடம் சொல்லாமல் இருக்கமாட்டார். அருள்மொழிவர்மரின் உத்தேசம் இன்னதுதான் என்று தெரிந்து கொண்டால், அதற்கேற்பத் தாம் செய்ய வேண்டியது பற்றித் தீர்மானித்துக் கொள்ளலாம் அல்லவா? அச்சமயத்தில் பூதி விக்கிரம கேசரி தஞ்சைக் கோட்டை மீது படை எடுத்து வந்திருக்கும் சதிகாரச் செயலைப் பற்றியும் சக்கரவர்த்தியிடம் தெரிவித்துவிடலாம் அல்லவா?...

இரண்டு யானைகளும் அரண்மனை வாசலில் வந்து நின்றன.

சின்னப் பழுவேட்டரையர் இலகுவாக யானை மீதிருந்து கீழே குதித்தார்.

இன்னொரு யானை மலை அசைவதுபோல் அசைந்து மண்டியிட்டுப் படுத்தது. இரண்டு பெண்களும் யானைப் பாகனும் கீழே இறங்கினார்கள்.

வாசற் காவலனை அழைத்துச் சின்னப் பழுவேட்டரையர் ஏதோ கூறினார். அவன் அரண்மனையின் முன் வாசலைத் திறந்து விட்டான்.

காலாந்தக கண்டருடைய மனதில் அவருடைய தமையனார் சொல்லி அனுப்பியதாக வானதி கூறிய செய்தி உறுத்திக் கொண்டிருந்தது. அதை அவர் அலட்சியம் செய்யப் பார்த்ததும் முடியவில்லை. முக்கியமாக, மந்திரவாதி ரவிதாஸனைப் பற்றி அறிந்தது. அவருடைய மன அமைதியை மிகக் குலைத்தது. வீர பாண்டியரின் ஆபத்துதவிகளைப் பற்றி அவர் முன்னமே அறிந்திருந்தார். ஆனால் அவர்களுக்குத் தஞ்சாவூர்க் கோட்டைக்குள்ளேயே இடம் கிடைத்திருந்தது என்று அறியவில்லை. பழுவூர் இளைய ராணி மந்திரவாதியை அழைத்துப் பேசுவதெல்லாம் பெரிய பழுவேட்டரையரை மேலும் மேலும் தன் வசப்படுத்துவதற்காகவே என்று அவர் நம்பிக் கொண்டிருந்தார். அண்ணன் தம்பிகளுக்குள்ளே விரோதத்தை வளர்ப்பதும், அவளுடைய

நோக்கமாயிருக்கலாம் என்று நினைத்தார். இப்போது இந்தப் பெண் சொல்வது சிறிது பீதிகரமான செய்தியாகத்தான் இருக்கிறது. ஆயினும், எந்த மந்திரவாதி அல்லது சதிகாரன் என்ன செய்துவிட முடியும்? தம்முடைய அநுமதியின்றிச் சக்கரவர்த்தியின் அரண்மனைக்குள் ஓர் ஈயும் நுழைய முடியாது. சக்கரவர்த்தி வெளியில் வருவதும் கிடையாது. இருந்தாலும் அரண்மனையைச் சுற்றிலும் இன்னும் கொஞ்சம் பாதுகாப்பைப் பலப்படுத்தி வைப்பது நல்லது. புயல் – வெள்ளம் என்று சொல்லிக் கொண்டும், முதல் மந்திரியைப் பார்ப்பதற்காக என்று சொல்லிக் கொண்டும் அதிகம் பேர் இரண்டு நாளாகக் கோட்டைக்குள் வந்திருந்தார்கள். அவர்கள் எல்லாரும் வெளியில் போய்விட்டார்களா என்று தெரியாது. இன்று பகலில் திடீரென்று கோட்டைக் கதவைச் சாத்தியதும் நல்லதாய்ப் போயிற்று. துர்நோக்கம் கொண்டவர்கள், – சந்தேகாஸ்பதமான மனிதர்கள், – யாராவது இந்தக் கோட்டைக்குள் வந்திருக்கிறார்களா என்று நன்றாகப் பரிசோதனை செய்து பார்த்து விடலாம்...

இவ்விதம், யானைமேல் அரண்மனையை நோக்கி வரும் போதே எண்ணமிட்டுக் கொண்டு வந்தார். அரண்மனை வாசலில் ஒரு பக்கத்தில் எப்போதும் ஆயத்தமாயிருந்த தம் ஆட்களைச் சமிக்ஞையால் அழைத்தார். அவர்களிடம் கோட்டையின் உட்பக்கம் முழுவதும் நன்றாய்த் தேடிச் சந்தேகாஸ்பதமாக யார் தென்பட்டாலும் பிடித்துக் கொண்டு வரும்படி கட்டளையிட்டார். பிறகு, வேளக்காரப் படையாரிடம் அன்றிரவு முழுவதும் தூங்காமலே அரண்மனையையும் சுற்றுப் புறங்களையும் காவல் புரியவேண்டுமென்று சொல்ல எண்ணி, அவர்களுடைய தலைவனை அனுப்பும்படி ஆக்ஞாபித்தார்.

இந்த நிலையில், யானையின்மேல் வந்த பெண்கள் என்ன ஆனார்கள் என்று திரும்பிப் பார்த்தார். அவர்கள் அப்போது அரண்மனை முன்புறத்து நிலா முற்றத்தைத் தாண்டி முதல் வாசற்படிக்கு அருகிலே போய்க் கொண்டிருந்தார்கள். ஆனால்,... ஆனால்... இவன் யார்? அவர்களைத் தொடர்ந்து போகும் அந்த மூன்றாவது உருவம்? தலைப்பாகையைப் பார்த்தால், யானைப் பாகன் மாதிரி தோன்றியது! ஆகா! யானைப்பாகன் ஏன் தொடர்ந்து போகிறான்? அரண்மனைக்குள் அவனுக்கு என்ன வேலை? சக்கரவர்த்தியிடந்தான் அவனுக்கு என்ன காரியம்?

மிகப் பயங்கரமான ஓர் எண்ணம் அவர் மனத்தில் மின்னலைப் போல் தோன்றிச் சொல்ல முடியாத வேதனையை உண்டாக்கியது. கோபக்கனலை எழுப்பியது. ஒருவேளை இதில் ஏதேனும் சூழ்ச்சி இருக்குமோ? இவன்தான் சதிகாரனோ? இந்தப் பெண்களை ஏமாற்றிவிட்டு, யானைப் பாகனைப்போல் வந்திருக்கிறானோ? நாமும் ஏமாந்து விட்டோமோ? தம் கண் முன்னால் சக்கரவர்த்தியைக் கொல்ல வந்த வீர பாண்டியரின் ஆபத்துதவி அரண்மனைக்குள்ளே போகிறதாவது? காலாந்தக கண்டனுக்கு அவ்வளவு பெரிய அசட்டுப் பட்டமா? அல்லது பூதிவிக்கிரம கேசரியின் சூழ்ச்சியில் சேர்ந்ததா? – எதுவாயிருந்தாலும் சரி, இதோ மறுகணத்தில் எல்லாம் தெரிந்து போய்விடுகிறது!

நாலே எட்டில் நிலா முற்றத்தைக் காலாந்தக கண்டர் கடந்து சென்று யானைப் பாகன் சமீபம் அடைந்தார். "அடே! நில் இங்கே!" என்று ஒரு கர்ஜனை செய்தார். "நீ ஏன் உள்ளே போகிறாய்? யானைப் பாகனுக்கு அரண்மனைக்குள் என்ன வேலை?" என்று கூறிக்கொண்டே அவனுடைய ஒரு கரத்தைத் தமது வஜ்ராயுதம் போன்ற கை முஷ்டியினால் பிடித்துக் கொண்டார்.

அவருடைய கோப கர்ஜனைக் குரலைக் கேட்டுவிட்டு முன்னால் சென்ற இரு பெண்களும் திரும்பிப் பார்த்தார்கள். அவர்களுடைய முகங்கள் சிறிது பயம், வியப்பு, ஆர்வம் முதலிய உணர்ச்சிகளைப் பிரதிபலித்தன; அதே சமயத்தில் புன்னகை மலர்ந்தது. வானதி "ஐயா!.... அவர்..... அவர்...." என்று ஏதோ சொல்ல ஆரம்பித்துச் சிறிது தயங்கினாள்.

குரோதத்தின் சிகரத்தை அடைந்திருந்த சின்னப் பழுவேட்டரையர் அவளைத் திரும்பிப் பார்க்கவும் இல்லை. அவள் வார்த்தையைப் பொருட்படுத்திக் கேட்கவும் விரும்பவில்லை.

யானைப் பாகனுடைய தடுமாற்றத்திலிருந்து அவருடைய சந்தேகம் மேலும் மேலும் உறுதிப்பட்டது.

முன்னொரு தடவை தம்மை ஏமாற்றிவிட்டுத் தப்பி ஓடிப்போன வாணர்குலத்து வாலிபனோ என்ற விபரீத எண்ணம் அந்தக் கணத்தில் தோன்றியது. மறுபடியும் தம்மை ஏமாற்றிவிட்டுப் போகலாம் என்று இவ்வளவு துணிச்சலுடன் வந்திருக்கிறானோ?....

பிடித்த பிடியை இன்னும் சிறிது கெட்டியாக்கிக் கொண்டு சின்னப் பழுவேட்டரையர், "அடா! உண்மையைச் சொல்! நீ யார்? யானைப்பாகன்தானா? அல்லது சதிகாரனா? முன்னொரு தடவை என்னிடமிருந்து தப்பிச் சென்ற ஒற்றனா? இம்முறை தப்ப முடியாது?" என்று சொல்லிக் கொண்டே, பிடித்த பிடியை விடாமல் 'யானைப்பாகன்' முகத்தைத் தம்மை நோக்கித் திருப்பினார்.

அரண்மனையின் முன் மண்டபத்தில் எரிந்த தீபங்களின் வெளிச்சம் லேசாக அந்த 'யானைப்பாகனின்' கம்பீரமான முகத்தில் விழுந்தது.

"தளபதி! நான் யானைப்பாகன் கூடத்தான். தங்களிடமிருந்து என்றும் தப்பிச் சென்றதில்லை. தங்களிடம் என்னை ஒப்புக் கொடுக்கவே வந்திருக்கிறேன்!" என்றான் யானைப்பாகன்.

காலாந்தக கண்டர் அந்த முகத்தைப் பார்த்தார். அந்தக் குரலைக் கேட்டார். மேல் உலகம் ஏழும் இடிந்து அவர் தலைமேல் ஒருமிக்க விழுந்து விட்டது போலிருந்தது. அவ்விதமாகத் திகைத்துச் சித்திரப் பதுமைபோல நின்றுவிட்டார். கைப்பிடியை விடுவதற்குக் கூட அவருக்குத் தோன்றவில்லை. கைப்பிடி அதுவாகத் தளர்ந்து இளவரசர் அருள்மொழி வர்மரை விடுதலை செய்தது.

❉ ❉ ❉ ❉

இருபத்தெட்டாம் அத்தியாயம்

கோஷம் எழுந்தது!

இளவரசர் அருள்மொழிவர்மரின் அந்த இளம் பொன் முகத்தில் என்ன மாய மந்திர சக்திதான் இருந்ததோ, தெரியாது. இத்தனைக்கும் இளவரசர் அச்சமயம் முகத்தைச் சுளுக்கிக் கொள்ளவும் இல்லை. கோபத்தின் அறிகுறியையும் சிறிது கூடக் காட்டவில்லை. வெண்ணெய் திருடி அகப்பட்டுக் கொண்ட கண்ணனைப் போல் குற்றத்தை ஒப்புக் கொள்ளும் பாவனை முகத்தில் தோன்றும்படி நின்றார். சின்னப் பழுவேட்டரையர்பால் குற்றம் கண்டுபிடித்துக் கடிந்து கொள்ளும் அறிகுறியோ, அவரை எதிர்த்துப் போராடும் நோக்கமோ அணுவளவும் அவர் முகத்தில் காணப்பட்டவில்லை.

ஆயினும், அஞ்சா நெஞ்சமும், அளவிலா மனோதிடமும் வாய்ந்தவரான காலாந்தக கண்டரின் கை கால்கள் அந்தக் கணத்தில் வெடவெடத்து விட்டன. முகத்தில் வியர்வை அரும்பியது. இன்னது செய்கிறோம் என்றுகூட அறியாமல் இரு கைகளையும் கூப்பி வணக்கம் செலுத்தியவாறு, "பொன்னியின் செல்வா! ஈழங்கொண்ட வீரா! சோழ நாட்டின் தவப்புதல்வா! இது என்ன கோலம்? இது என்ன காரியம்? இவ்விதம் தண்டிப்பதற்கு என்ன குற்றம் செய்தேன் நான்?... சற்றுமுன் நான் செய்த பிழையைப் பொறுத்துக் கருணை புரிய வேண்டும். 'மன்னித்தேன்' என்று அருள் வாக்குத் தரவேண்டும். கண்ணிருந்தும் பாராத குருடனாகி விட்டேன்..." என்று நாத்தழுதழுக்கக் குரல் நடுங்கக் கூறினார்.

மேலும் இதே முறையில் பேசப் போனவரை இளவரசர் தடுத்து, "தளபதி! இது என்ன? தாங்களாவது, குற்றம் செய்யவாவது? ஒன்றும் அறியாத இந்தச் சிறுவன் தங்களை மன்னிப்பதாவது?" என்றார்.

"தங்களைப் பிடித்து நிறுத்திய இந்தக் கையை வெட்டினாலும் போதிய தண்டனை ஆகாது. 'அடா' என்று அழைத்த என் நாவை அறுத்துப் போட்டாலும் போதாது...."

"தங்கள் வார்த்தைகள் என் காதில் நாராசமாக விழுகின்றன. போதும், நிறுத்தங்கள்! தங்கள் பொறுப்பை நிறைவேற்றுவதற்காகத் தங்கள் கடமையைச் செய்தீர்கள். அதில் குற்றம் என்ன? தவறு என்னுடையது. நான் இந்த வேடத்தில் யானைப் பாகனாக வருவேன் என்று..."

"நான் எதிர்பார்க்கவே இல்லைதான். இப்படித் தாங்கள் செய்யலாமா? எதற்காக? சோழ நாட்டின் மகா வீரரை இப்படியா நான் வரவேற்றிருக்க வேண்டும்? ஆசார உபசாரங்களுடன் முன் வாசலில் வந்து காத்திருந்து, வெற்றி முரசுகள் எட்டுத் திக்கும் அதிரும்படி முழங்க வரவேற்றிருக்க மாட்டேனா?..."

"தாங்கள் அப்படிச் செய்வீர்கள் என்று அறிந்துதான் நான் இந்த வேஷத்தில் வந்தேன். அதற்கெல்லாம் இது சரியான நேரமல்ல. தங்களுக்குத் தெரியாதா? சதிகாரர்களின் தீய முயற்சிகளைப் பற்றிச் சற்றுமுன் கொடும்பாளூர் இளவரசி கூறினாள் அல்லவா? அது உண்மையாக இருக்கலாமென்றே எனக்குத் தோன்றுகிறது..."

"இளவரசே! என்னையும் அந்தப் பாண்டியச் சதிகாரர்களுடன் சேர்த்து விட்டீர்களா?..."

"கடவுளே! என் தந்தை சக்கரவர்த்தியைப் பாதுகாப்பதற்குத் தாங்கள் செய்திருக்கும் ஏற்பாடுகளைப் பார்த்து மனதிற்குள் மகிழ்ச்சியடைந்து கொண்டிருக்கிறேன். முதலில் என் தந்தையைப் பார்த்து விட்டு, பிறகு..."

"ஐயா! சக்கரவர்த்தியைத் தாங்கள் பார்க்கக் கூடாதென்று நான் தடுத்து விடுவேன் என்று நினைத்தீர்களா? அத்தகைய பாவி நான் என்று யாரேனும் தங்களுக்குச் சொல்லியிருந்தால்...."

"ஒருநாளும் நான் நம்பியிருக்க மாட்டேன், தளபதி!"

"பின் ஏன் இந்த வேஷம்?"

"வேறு முறையில் நான் கோட்டைக்குள் வந்திருக்க முடியுமா, யோசியுங்கள்! கோட்டையைச் சுற்றி தென்திசைச் சேனைகள் வந்து சூழ்ந்திருக்கின்றன. பெரிய வேளாரும் வந்திருக்கிறார். எதற்காக வந்திருக்கிறார் என்று தங்களுக்குத் தெரிந்திருக்கும்...."

"கோட்டைக் கதவுகளை நான் மூடச் செய்தது நியாயமே அல்லவா? அதில் ஏதேனும் குற்றம் உண்டா?"

"ரொம்ப நியாயம். பெரிய வேளாரின் புத்தி கெட்டுப் போயிருக்கிறது. அவரால் நான் கோட்டைக்குள் வருவது தடைப்படும் என்றுதான் இந்த வேடத்தில் வந்தேன். அவர் மகளையும் அழைத்துக் கொண்டு வந்தேன். நல்ல வேளையாக அவர் என்னைக் கவனிக்கவில்லை. தங்களுடைய கூர்மையான கண்கள் கண்டுபிடித்துவிட்டன..."

"என் கண்கள் மூடிப் போயிருந்தன. அதனால்தான் பார்த்தவுடன் தெரிந்து கொள்ளவில்லை. தங்களை யானைப் பாகன் என்று கூறிய வார்த்தைகளைத் தாங்கள் கருணை கூர்ந்து மன்னித்துவிடுங்கள்..."

"அவ்விதம் சொல்லவேண்டாம். தாங்கள் வேறு, என் தந்தை வேறு என்றே நான் எண்ணவில்லை. என்னைச் சிறைப் படுத்திக் கையோடு கொண்டு வருவதற்காகத் தாங்கள் ஆள்களை அனுப்பியிருந்தீர்கள்..."

"கடவுளே! இது என்ன வார்த்தை? நானா சிறைப்படுத்த ஆட்களை அனுப்பினேன்? தங்களை உடனே பார்க்கவேண்டும் என்பதற்காகத் தங்கள் தந்தை – சக்கரவர்த்தி – அனுப்பினார்..."

"அது எனக்குத் தெரியாதா, தளபதி! இலங்கையில் நான் இருந்தபோது அவர்கள் வந்தார்கள். 'சக்கரவர்த்தியின் கட்டளை அல்ல; பழுவேட்டரையர்களின் கட்டளை' என்று என் அருகில் இருந்தவர்கள் சொன்னார்கள்..."

"எங்கள் விரோதிகள் அப்படிச் சொல்லியிருப்பார்கள்..."

"நான் அவர்களுக்கு 'என் தந்தையின் கட்டளை எப்படியோ, அப்படியே பழுவேட்டரையர்களின் கட்டளையும் என் சிரமேல் கொள்ளத் தக்கது' என்று கூறினேன். கடலையும் புயலையும், மழையையும் வெள்ளத்தையும் தாண்டி வந்தேன். அரண்மனையின் முன் வாசலைத் தாண்டி உள்ளே போனதும் தங்கள் விருப்பத்தைத் தெரிந்து கொள்ளலாம் என்று எண்ணினேன். தங்கள் கட்டளையின்றி தந்தையைப் பார்க்கவும் நான் விரும்பவில்லை..."

"இளவரசே! இன்னும் என்னைச் சோதிக்கிறீர்களா? தங்கள் தந்தையைத் தாங்கள் சந்திப்பதற்கு நான் என்ன கட்டளையிடுவது? தங்களுடன் வரச் சொன்னால் வருகிறேன். இங்கேயே நிற்கச் சொன்னால் நின்று விடுகிறேன்! இளவரசரின் விருப்பமே என் சிரசின்மேல் சூடும் கட்டளை" என்று பணிவுடன் கூறினார் சின்னப் பழுவேட்டரையர்.

"தளபதி! தாங்கள் இங்கேயே நிற்க வேண்டித்தான் நேரும் போலிருக்கிறது. அதிக நேரம் நாம் இங்கு நின்று பேசிக்கொண்டிருந்து விட்டோம். அதோ பாருங்கள்!" என்றார் இளவரசர்.

சின்னப் பழுவேட்டரையர் திரும்பிப் பார்த்தார். சற்று முன், தூரத்தில் நின்ற அவருடைய ஆட்கள் எல்லாம் நெருங்கி வந்திருப்பதைக் கண்டார். அவர்கள் மட்டுமல்ல; அரண்மனை வாசற் காவலர்களும் வந்துவிட்டார்கள். இன்னும் தூரத்திலே நின்ற வேளக்காரப் படையினரிலும் சிலர் பிரிந்து வந்து கொண்டிருந்தார்கள்.

அருகில் வந்துவிட்டவர்கள் அனைவரும் பொன்னியின் செல்வரைக் கண்கொட்டாத ஆரவாரத்துடன் பார்த்துக் கொண்டிருந்தார்கள். சின்னப் பழுவேட்டரையர் திரும்பிப் பார்த்த நேரத்தில் இளவரசரின் திருமுகத்தில் விளக்கு வெளிச்சம் நன்றாக விழுந்து மிகப் பிரகாசமாகத் தெரிந்தது.

வீரர்களில் ஒருவன் "வாழ்க இளவரசர்!" என்றான். "வாழ்க பொன்னியின் செல்வர்!" என்றான் இன்னொருவன். "மகிந்தனைப் புறங்கண்டு ஈழம்கொண்ட வீராதி வீரர் வாழ்க!" என்றான் மற்றொருவன்.

இந்தக் குரல்களைக் கேட்டவுடன் வேளக்காரப் படையினர் அனைவரும் அங்கு விரைந்து வரத் தொடங்கினார்கள்.

பற்பல குரல்களிலிருந்து "வாழ்க பொன்னியின் செல்வர்!" என்ற வாழ்த்தொலிகள் எழுந்தன.

அரண்மனை வாசலான படியாலும், சின்னப் பழுவேட்டரையர் அங்கிருந்தபடியாலும் அந்த ஒலி மிக மெல்லியதாகத் தான் அப்போது எழுந்தது. இளந்தென்றல்காற்று புதிதாகத் தளிர்த்த அரசமரத்தின் மீது அடிக்குங்கால் ஏற்படும் 'சல சல'ப்புச் சத்தத்தைப் போலத்தான் கேட்டது. நேரமாக ஆக, நாள் ஆக ஆக, அந்த மெல்லிய ஒலி எப்படி வளர்ந்து வளர்ந்து பெரிதாகி மகா சமுத்திரத்தின் ஆயிரமாயிரம் அலைகளின் ஆரவாரத்தையும் மிஞ்சிய மாபெரும் கோஷமாயிற்று என்பதைப் பின்வரும் அத்தியாயங்களில் பார்ப்போம்.

"தளபதி! நாம் இங்கே நின்று பேசியது தவறாகப் போயிற்று. அரண்மனைக்குள்ளே பிரவேசிக்கும் வரையில் நான் என்னைத் தெரியப்படுத்திக்கொள்ள விரும்பாததின் காரணம் இப்போது தெரிகிறது அல்லவா?" என்று இளவரசர் கேட்டார்.

"தெரிகிறது, அரசே! நான் இவர்களுக்குச் சமாதானம் சொல்லிவிட்டு வருகிறேன். தாங்கள் தயவு செய்து விரைந்து உள்ளே செல்லுங்கள்!" என்றார் காலாந்தக கண்டர்.

❇ ❇ ❇ ❇

இருபத்தொன்பதாம் அத்தியாயம்

சந்தேக விபரீதம்

பொன்னியின் செல்வர் அரண்மனைக்கு உள்ளே சென்ற பிறகு, காலாந்தக கண்டர் அரண்மனை வாசலில் வந்து சேர்ந்து கொண்டிருந்த வேளக்காரப்படை வீரர்களை நெருங்கினார்.

"இது என்ன கூச்சல்? அரண்மனைக்குள்ளே சக்கரவர்த்தி நோயுடன் படுத்திருப்பது உங்களுக்குத் தெரியாதா? கோட்டையைச் சுற்றிப் பகைவர் படை சூழ்ந்திருப்பது தெரியாதா?" என்று கடுமை தொனிக்கும் குரலில் கேட்டார்.

வேளக்காரப் படையின் தலைவன், "ஐயா! கோட்டையைச் சூழ்ந்திருப்பவர்கள் பகைவர்கள் தானா? கொடும்பாளூர்ப் பெரிய வேளார் நமக்குப் பகைவர் ஆனது எப்படி?" என்று கேட்டான்.

சின்னப் பழுவேட்டரையர் பொங்கி வந்த கோபத்தை அடக்கிக் கொண்டு, "அதை அவரிடந்தான் கேட்க வேண்டும்; பகைவர் இல்லையென்றால், எதற்காகச் சைன்யத்துடன் வந்து கோட்டையை முற்றுகையிட்டிருக்கிறார்?" என்று கேட்டார்.

"சின்ன இளவரசரைச் சிம்மாசனத்தில் ஏற்றி முடிசூட்டுவதற்காக என்று கேள்விப்படுகிறோம்" என்றான் வேளக்காரப் படைத்தலைவன்.

"அது உங்களுக்கெல்லாம் சம்மதமா?" என்று சின்னப் பழுவேட்டரையர் கேட்டார்.

வேளக்காரப் படைத்தலைவன் தன் வீரர்களைத் திரும்பிப் பார்த்து, "நீங்களே சொல்லுங்கள்!" என்றான்.

வீரர்கள் உடனே "சம்மதம்! சம்மதம்! பொன்னியின் செல்வர் வாழ்க! ஈழங்கொண்ட இளவரசர் வாழ்க!" என்று கோஷித்தார்கள்.

இம்முறை அந்தக் கோஷம் முன்னைவிட அதிக வலுவுடையதாயிருந்தது. சின்னப் பழுவேட்டரையரின் முகம் சிவந்தது. மீசை துடித்தது. ஆயினும் பல்லைக் கடித்துக் கொண்டு, "முடி சூட்டுவது பெரிய வேளாரின் இஷ்டத்தைப் பொறுத்ததா? அல்லது உங்கள் விருப்பத்தைப் பொறுத்ததா? சக்கரவர்த்தியின் விருப்பத்துக்கு மதிப்பு ஒன்றும் இல்லையா?" என்று கேட்டார்.

வீரர்களில் ஒருவன், "தளபதி! சக்கரவர்த்தி சௌக்கியமாயிருக்கிறாரா! நிச்சயந்தானா!" என்று கேட்டான்.

"இது என்ன கேள்வி?" என்று காலாந்தகர் சீறினார்.

"சக்கரவர்த்தியைப் பற்றி ஊரில் ஏதேதோ வதந்தி பரவியிருக்கிறது. நாங்களும் அவரை இன்று பார்க்க முடியவில்லை! அதனால் அவருடைய சுகத்தைப் பற்றி எல்லாரும் மிக்க கவலை அடைந்திருக்கிறோம்!" என்று வேளக்காரப்படை வீரர்களின் தலைவன் கூறினான்.

"சக்கரவர்த்தியை நீங்கள் பார்க்க முடியாத காரணம் முன்னமே நான் சொல்லவில்லையா? சக்கரவர்த்தியின் மனக்குழப்பம் இன்று அதிகமாயிருந்தது. யாரையும் பார்ப்பதற்கு அவர் விரும்பவில்லை. சபாமண்டபத்திற்கு வருவதற்கும் மறுத்துவிட்டார்..."

"சக்கரவர்த்தியின் மனக்குழப்பத்திற்குக் காரணம் என்ன? ஏன் எங்களுக்குத் தரிசனம் அளிப்பதற்கு மறுக்க வேண்டும்? நாங்கள் அதையாவது தெரிந்து கொள்ளலாம் அல்லவா?"

"நல்லது; சொல்லுகிறேன்; ஈழத்துக்குச் சென்றிருக்க இளவரசரைப் பற்றி ஒன்றும் தெரியாமலிருந்ததுதான் சக்கரவர்த்தியின் கவலை அதிகமானதற்குக் காரணம். இப்போது இளவரசரே வந்து விட்டபடியால்..."

"இளவரசரை நாங்கள் பார்க்கவேண்டும். நன்றாக வெளிச்சத்தில் பார்க்கவேண்டும்!" என்று அந்தப் படையினரில் ஒரு வீரன் கூறினான்.

"ஆமாம்; பார்க்க வேண்டும்! ஈழங்கொண்ட இளவரசர் வாழ்க!" என்று எல்லாரும் சேர்ந்து கூவினார்கள்.

"இளவரசர் முதலில் சக்கரவர்த்தியைத் தரிசிக்க வேண்டும் அல்லவா? பிறகு இஷ்டப்பட்டால் உங்களையும் வந்து பார்ப்பார்!"

"நிச்சயந்தானா? ஒரு வேளை பாதாளச் சிறைக்கு அனுப்பப்படுவாரா?"

வேறொரு நாளாக, வேறொரு சந்தர்ப்பமாக இருந்தால், வேளக்காரப் படையினர் இவ்வளவு துடுக்காகப் பேசியதற்குச் சின்னப் பழுவேட்டரையரின் வீரர்கள் அவர்கள் மீது போர் தொடுத்திருப்பார்கள்; பெரிய ரகளையாகப் போயிருக்கும். ஆனால் இளவரசரின் திருமுகத்தைச் சற்றுமுன் பார்த்த காரணத்தினாலோ, என்னமோ, காலாந்தக கண்டரின் வீரர்களும் மௌனமாக நின்று கொண்டிருந்தார்கள்.

சின்னப் பழுவேட்டரையருடைய கை அவருடைய உடைவாளை நாடியது. மேற்கண்டவாறு கேட்ட வீரனை ஒரே வெட்டில் வெட்டிக் கொன்றுவிட வேண்டுமென்று ஒரு கணம் எண்ணினார். உடனே அந்தக் கோபத்தைச் சமாளித்துக் கொண்டு உரத்துச் சிரித்தார்.

"இவன் கேட்ட கேள்வி உங்கள் காதிலெல்லாம் விழுந்ததல்லவா? இளவரசர் பாதாளச் சிறைக்கு அனுப்பப்படுவாரா என்று கேட்கிறான். நல்லது; இளவரசரைச் சிங்காதனத்தில் ஏற்றி முடிசூட்டுவதோ, பாதாளச் சிறைக்கு அனுப்புவதோ என்னுடைய அதிகாரத்தில் இல்லை, சக்கரவர்த்தியின் விருப்பத்தின்படி நடக்கும். இளவரசரைப் பாதாளச் சிறைக்குக் கொண்டு போவதாயிருந்தாலும், இந்த வழியே தான் கொண்டு போக வேண்டும். அப்போது நீங்கள் அவரைப் பார்த்துக் கொள்ளலாம்!" என்று காலாந்தக கண்டர் கண்களில் கனல் பறக்கக் கூறிவிட்டு, அரண்மனைப் பக்கம் திரும்பினார். வீரர்கள் மீண்டும் கோஷமிட்டதையும் பொருட்படுத்தாமல் அரண்மனை முன் வாசலை நோக்கிச் சென்றார்.

அங்கே வாசற்படிக்கு அருகில் பூங்குழலி தன்னந்தனியாக நின்று கொண்டிருப்பதைக் கண்டார்.

"பெண்ணே! நீ ஏன் இங்கே நின்று கொண்டிருக்கிறாய்? உன்னை உள்ளே வர வேண்டாம் என்று தடுத்து விட்டார்களா?" என்று கேட்டார்.

"என்னை யாரும் தடுக்கவில்லை. நானாகவே நின்று விட்டேன் ஐயா!" என்றாள் பூங்குழலி.

"ஏன்?"

"வெகுநாட்களாகப் பிரிந்திருந்த தந்தையும் மகனும் சந்திக்கும் வேளையில் எனக்கு என்ன அங்கே வேலை?"

"போகட்டும்; நீயாவது சக்கரவர்த்தி உயிரோடு இருக்கிறார் என்று நம்புகிறாயே! அந்த மட்டில் சந்தோஷம்!"

"நம்புவது மட்டுமில்லை. சக்கரவர்த்தி சௌக்கியமாயிருப்பதைக் கண்ணாலேயே பார்த்துவிட்டுத் தான் திரும்பி வந்தேன்."

"அதோ நிற்கிறார்களே, அந்த வேளக்காரப் படையினரிடம் நீ பார்த்ததைச் சொல்! அவர்கள் சந்தேகப்படுவதாகத் தோன்றுகிறது!" என்றார்.

"அவர்களுடைய சந்தேகத்துக்கு இந்த நிமிஷம் வரையில் ஆதாரம் இல்லை. அடுத்த நிமிஷம் அது உண்மையாகாது என்று யார் சொல்ல முடியும்?"

"பெண்ணே! நீயும் சேர்ந்து என்னைக் கலவரப் படுத்தப் பார்க்கிறாயா? உங்கள் எல்லாருக்கும் பைத்தியம் பிடித்து விட்டதா?" என்று கேட்டார்.

"தளபதி! என்னைப் பலர் 'பைத்தியம்' என்று சொல்லுவதுண்டு. நானே என்னைப் 'பைத்தியம்' என்று சொல்லிக் கொள்வதுமுண்டு. ஆனால் இந்தப் பைத்தியத்தின் யோசனையைக் கேட்டபடியினால்தான் இன்று இளவரசர் இந்தக் கோட்டைக்குள் அபாயம் இன்றிப் புக முடிந்தது. சக்கரவர்த்தி உயிரோடிருக்கும்போதே அவரைச் சந்திக்கவும் முடிந்தது..."

"ஆகா! இது என்ன? சக்கரவர்த்தியின் உயிருக்கு நீயும் கெடு வைக்கிறாய் போலிருக்கிறதே! மூட ஜனங்களும் முட்டாள் ஜோசியர்களும் உளறுவதைக் கேட்டு நீயும் பிதற்றுகிறாயா? அல்லது உனக்கு வேறு ஏதேனும் தெரியுமா?"

"ஜனங்களும் ஜோதிடர்களும் மட்டுந்தானா கெடு வைக்கிறார்கள்? தங்கள் தமையனார் சொல்லி அனுப்பிய செய்தியைச் சற்று முன் கேட்டீர்களே?"

"அது உண்மை என்பது என்ன நிச்சயம்?" என்றார் காலாந்தக கண்டர்.

"தளபதி! கொடும்பாளூர் இளவரசி எதற்காகப் பொய் சொல்ல வேண்டும்?"

"யார் கண்டது? அடுத்தாற்போல் சிங்காதனம் ஏறிப் பட்ட மகிஷியாகும் ஆசையிருக்கலாம்.."

"தளபதி! நானும் அப்படித்தான் எண்ணியிருந்தேன். இளவரசி இன்று காலையில் செய்த சபதத்தைக் கேட்ட பிறகு என் எண்ணத்தை மாற்றிக் கொண்டேன்" என்றாள் பூங்குழலி.

"பெண்ணே! ஒருவேளை உனக்கே அத்தகைய ஆசை இருக்கிறதா, என்ன?" என்று கேட்டுவிட்டுச் சின்னப் பழுவேட்டரையர் இலேசாக நகைத்தார்.

"தளபதி! உண்மையில் நான் பைத்தியக்காரிதான்! தங்களிடம் பேச நின்றேன் அல்லவா?" என்று கூறிவிட்டுப் பூங்குழலி திரும்பிப் போக யத்தனித்தாள்.

காலாந்தக கண்டரிடம் உடனே ஒரு மாறுதல் காணப்பட்டது.

"பெண்ணே, கோபித்துக் கொள்ளாதே! நீ சொல்ல வந்ததைச் சொல்லிவிட்டுப் போ!" என்றார்.

பூங்குழலி மறுபடியும் திரும்பி, "ஆம், சொல்லத்தான் வேண்டும். இல்லாவிடில் பின்னால் நானும் வருத்தப்படுவேன்; தாங்களும் வருந்தும்படி நேரிடும். ஐயா! சக்கரவர்த்தியின் உயிருக்கு ஏதாவது அபாயம் நேர்ந்தால், நாடு நகரமெல்லாம் தங்கள் பேரிலேதான் பழி சொல்லும். தங்களுடைய வீரர்களே கூடச் சொல்லுவார்கள்!" என்றாள்.

சின்னப் பழுவேட்டரையரின் முகம் சுருங்கிற்று. "அப்படி ஏதாவது நேர்ந்துவிட்டால் மற்றவர்கள் பழி சொல்லும் வரையில் காத்திருக்க மாட்டேன். பழிச்சொல் காதில் விழுவதற்குள்ளே என் உயிர் பிரிந்துவிடும்! இந்த வேளக்காரப் படையினர் துர்க்கா பரமேசுவரி கோவிலில் சத்தியம் செய்தபோது, எல்லாருக்கும் முதலில் சத்தியம் செய்து வழிகாட்டியவன் நான்!" என்றார்.

"அதில் என்ன பயன்? சோழ ராஜ்யம் சக்கரவர்த்தியையும் இழந்து, ஒரு மகா வீரரையும் இழந்து விடும்! அதைக் காட்டிலும் முன் ஜாக்கிரதையாக இருப்பது நல்லதல்லவா?"

"பெண்ணே! நான் முன் ஜாக்கிரதையாக இல்லை என்றா சொல்லுகிறாய்? இதோ இந்த அரண்மனையைச் சுற்றி இவ்வளவு வீரர்கள் கண் கொட்டாமல் நின்று காத்து வருகிறார்களே! எதற்காக? முதன் மந்திரி அநிருத்தர்கூட நான் அறியாமல் அரண்மனைக்குள்ளே போகமுடியாது! தெரியுமா?"

"தெரியும், தளபதி! ஆனால் அரண்மனைக்குள்ளேயிருந்தும், அபாயம் வரலாம் அல்லவா?"

"என்ன பிதற்றல்? அரண்மனைப் பெண்கள் சக்கரவர்த்திக்கு விஷங்கொடுத்துக் கொன்றுவிடுவார்கள் என்று சொல்லுகிறாயா?... அல்லது ஒரு வேளை இப்போது இளவரசருடன் உள்ளே போனாளே, அந்தக் கொடும்பாளூர்ப் பெண்ணின் பேரில் சந்தேகப்படுகிறாயா?" என்றார்.

"தெய்வமே! அந்தச் சாதுப் பெண்ணின் பேரில் சந்தேகப்படுகிறவர்களுக்கு நல்ல கதி கிடைக்காது. அவளுக்கு அவ்வளவு சாமர்த்தியமும் இல்லை. ஐயா! இந்த அரண்மனைக்குள் வருவதற்குச் சுரங்கப்பாதை ஒன்று இருக்கிறதல்லவா?..."

சின்னப் பழுவேட்டரையர் திடுக்கிட்டு, "பெண்ணே! அதைப் பற்றி உனக்கு என்ன தெரியும்? எப்படித் தெரியும்? மூன்று நாலு பேரைத் தவிர அந்தப் பாதையைப் பற்றி யாருக்கும் தெரியாதே! தெரிந்தவர்கள் உயிரோடு திரும்பிப் போக முடியாதே?" என்று பரபரப்புடன் கேட்டார்.

"தளபதி! அதைப்பற்றி இன்று அதிகாலையிலேதான் நான் தெரிந்துகொண்டேன். அங்கே கையில் கூரிய எறிவேலுடன் பாண்டிய நாட்டுச் சதிகாரன் ஒருவன் ஒளிந்து கொண்டிருப்பதையும் பார்த்தேன்..."

"கடவுளே! இது என்ன பயங்கரமான வார்த்தை சொல்லுகிறாய்?... அந்த பாதை... அந்தப் பாதை... எங்கே போய் முடிகிறது என்று தெரியுமா?"

"பொக்கிஷ நிலவறை வழியாகப் போகிறது!" என்றாள் பூங்குழலி.

"ஆகா! நீ சொல்லுவது உண்மையாக இருக்கலாம். மனிதப் பெண் உருக்கொண்ட அந்த மாய மோகினியின் வேலைதான் இது! என் தமையனை அடிமை கொண்ட பெண் பேயின் வேலைதான் இது. ஐயோ! எத்தனை தடவை நான் எச்சரித்தேன்? பெண்ணே! நீ சொல்லுவது சத்தியமா? நீயே பார்த்தாயா? அந்தப் பாதை இருக்குமிடம் உனக்கு எப்படித் தெரிந்தது?..."

"என் அத்தை இன்று காலையில் அழைத்துப் போனபோது தெரிந்தது..."

"அவள் யார் உன் அத்தை?"

"முதன் மந்திரியின் கட்டளையின் பேரில் தங்கள் அனுப்பிய பல்லக்கில் கோடிக்கரையிலிருந்து கொண்டுவரப் பட்டவள்தான், ஐயா! நாம் இதைப்பற்றி மேலும் இங்கே பேசிக் கொண்டேயிருக்கும்போது..."

"உண்மைதான்! நான் உடனே பெரிய பழுவூர் அரண்மனைக்குப் போய் வேண்டிய ஏற்பாடு செய்துவிட்டு வருகிறேன். அதற்குள் நீ..."

"நான் இந்தப் பக்கத்து முனையில் நின்று பார்த்துக் கொள்கிறேன்..."

"ஆகா! உன்னை நான் எப்படி நம்புவது? நீ அந்தப் பாண்டிய நாட்டுச் சதிகாரர்களுக்கு உடந்தையானவள் இல்லை என்பது என்ன நிச்சயம்? என்னைப் போக்குக் காட்டி ஏமாற்றி விட்டு..."

"தளபதி, அப்படியானால் என்னுடன் தாங்களும் வாருங்கள்! ஒரு தீவர்த்தி எடுத்துக் கொண்டு வாருங்கள்! இரண்டு பேருமாகப் போய்ப் பார்ப்போம்! போகும்போது எனக்குத் தெரிந்த மற்ற விவரங்களையும் சொல்கிறேன்..."

சின்னப் பழுவேட்டரையர் உடனே வாசற்பக்கம் சென்ற தமது வீரர்களில் சிலரை அழைத்து அவர்களிடம் ஏதோ சொன்னார். அவர்கள் பழுவூர் அரண்மனைக்குப் போகிறார்கள் என்று பூங்குழலி ஊகித்துக் கொண்டாள். வீரர்களில் ஒருவன் கையில் பிடித்திருந்த தீவர்த்தியைக் கோட்டைத் தளபதி வாங்கிக் கொண்டு வந்தார்.

"பெண்ணே! வழிகாட்டிச் செல்! நீ சொன்னதெல்லாம் உண்மைதானா என்று பார்த்து விடுகிறேன்" என்றார் காலாந்தககண்டர்.

அப்போதும் அவர் மனத்தில் பூங்குழலியைப் பற்றிச் சந்தேகம் தீரவில்லை. இந்தப் பெண் பொய்யும் புனைசுருட்டும் சொல்லித் தன்னை ஏமாற்றப் பார்க்கிறாளோ, என்னமோ! சுரங்கப் பாதையைப் பற்றித் தன் மூலமாக அறிந்துகொள்ள விரும்புகிறாளோ, என்னமோ? அதன் வழியாகக் கொடும்பாளூர் ஆட்களைக் கோட்டைக்குள் விடுவதற்கு இது ஒரு சூழ்ச்சியோ என்னமோ!... அப்படியெல்லாம் தன்னை எளிதில் ஏமாற்றிவிட முடியாது. இவள் அத்தகைய உத்தேசத்துடன் தன்னை அழைத்துப் போனால் இவளுக்குச் சரியான தண்டனை விதிக்க வேண்டும். பெரிய பழுவேட்டரையரைப்போல் நான்கூட ஏமாந்து விடுவேனோ, என்ன? எல்லாவற்றுக்கும் இவள் முன்னால் போகட்டும், சுரங்கப்பாதை இவளுக்குத் தெரியும் என்பது உண்மைதானா என்று முதலில் தெரிந்து கொள்ளலாம். பிறகு அங்கே சதிகாரர்கள் ஒளிந்திருப்பது உண்மைதானா என்று அறியலாம். அது உண்மையாயிருந்தால், கடவுளே! எத்தகைய ஆபத்து! நல்ல வேளையாக அதைத் தடுப்பதில் கஷ்டம் ஒன்றுமில்லை. பொந்தில் ஒளிந்திருக்கும் நரியைப் பிடிப்பதுபோல் பிடித்துக் கொன்று விடலாம்...!

இவ்வாறு எண்ணமிட்டுக் கொண்டே சின்னப் பழுவேட்டரையர் பூங்குழலிக்குப் பின்னால் நடந்தார். அவளுடைய நடையில் இருந்த வேகத்தைக் குறித்து அதிசயப்பட்டார்.

ஆம்; பூங்குழலியின் உள்ளப் பரபரப்பு அப்போது உச்ச நிலையை அடைந்திருந்தது. அதற்குத் தகுந்தாற்போல் அவளுடைய நடையும் துரிதமாயிருந்தது.

பூங்குழலியின் வாழ்க்கையில் சில காலமாகவே அபூர்வமான சம்பவங்கள் நடந்து கொண்டிருந்தன. ஆனால் அன்றைக்கு நிகழ்ந்தவை போல் அதற்கு முன் என்றும் நடந்ததில்லை.

அதிகாலையில் அவளைத் தூக்கத்திலிருந்து அத்தை தொட்டு எழுப்பினாள். அவர்கள் படுத்திருந்த அந்தப்புரத்தின் மேல் மச்சுப் பலகணியில் கோரமான முகம் ஒன்று தெரிந்தது. உடனே அது மறைந்தது. மந்தாகினி சத்தம் செய்யாமல் எழுந்து பூங்குழலியையும் அழைத்துக் கொண்டு மூடிக்கிடந்த சிற்ப மண்டபத்துக்குள்ளே சென்றாள். மேல் மச்சுப் பலகணியில் பார்த்த அதே பயங்கரமான முகம் ராவணனுடைய தலைகளுக்கும், அவன் கைகளினால் தாங்கிக் கொண்டிருந்த கைலையங்கிரிக்கும் நடுவில் ஒரு கணம் தெரிந்து மறைந்தது.

இருவரும் அச்சிலையின் அருகில் சென்று பார்த்தார்கள். ராவணன் தலைகளுக்கு இடையே சுரங்க வழி ஒன்று ஆரம்பமாகிச் செல்கிறது என்று பூங்குழலி அறிந்தாள். மந்தாகினி முதலிலும், பூங்குழலி அவளைத் தொடர்ந்தும் அச்சுரங்கப்பாதையில் இறங்கிச் சென்றார்கள். பூங்குழலிக்கு முதலில் கண்ணே தெரியவில்லை. அத்தகைய அந்தகாரம் சுரங்கப் பாதையில் குடிகொண்டிருந்தது. அத்தையின் கையைப் பிடித்துக் கொண்டு தட்டுத் தடுமாறித்தான் போனாள். பாதையிலிருந்து சில படிகள் ஏறியதும் ஒரு மண்டபத்துக்குள் இருவரும் வந்துவிட்டதாகத் தோன்றியது. அங்கேயும் இருளடர்ந்து தானிருந்தது. கையினால் தடவிப் பார்த்துக் கொண்டு தூண்களிலும், சுவர்களிலும் முட்டிக் கொள்ளாமல் போவதே கஷ்டமாயிருந்தது. சிறிது நேரத்துக்கெல்லாம் மேலே எங்கிருந்தோ சிறிய பலகணிகளின் வழியாகச் சொற்ப வெளிச்சம் வரத் தொடங்கியதும், பொழுது நன்றாய்ப் புலர்ந்திருக்க வேண்டும் என்று பூங்குழலி ஊகித்தாள். அத்துடன் அவர்கள் சுற்றி அலைந்து கொண்டிருப்பது பொக்கிஷ நிலவறை என்பதையும் தெரிந்துகொண்டாள். ஆனால் மந்தாகினி அத்தை எந்த மனிதனைத் தேடிக்கொண்டு வந்தாளோ, அவன் அகப்படுவான் என்று தோன்றவில்லை. இருள் சூழ்ந்த அந்த நிலவறையில் ஒளிந்து கொள்வதற்கு எத்தனையோ இடங்கள். அவன் எங்கே ஒளிந்திருக்கிறானோ, என்னமோ? நாம் அவனைக் கண்டு பிடிப்பதற்கு முன்னால், அவன் நம்மைக் கண்டுபிடித்துப் பின்புறமாக வந்து குத்திக் கொன்றாலும் கொன்றுவிடலாம்; இந்த நிலவறையில் கேள்வி முறை ஒன்றும் இராது.

பூங்குழலி இப்படி எண்ணமிட்டுக் கொண்டிருந்தபோது மந்தாகினி அவளுடைய அபூர்வமான குரலில், – மானிடக் குரல் என்றோ, பிராணியின் குரல் என்றோ கண்டுபிடிக்க முடியாத குரலில்–கூச்சலிட்டாள். அதைத் தொடர்ந்து பீதி நிறைந்த ஒரு மனிதக் குரல் ஓலமிட்டது. நிழல் போன்ற உருவம் ஒன்று தடதடவென்று ஓடியது.

பலகணியில் முகத்தைக் காட்டிய மனிதனாகத்தான் இருக்க வேண்டும் என்ற பூங்குழலி தீர்மானித்துக் கொண்டாள். அத்தையின் குரலைக் கேட்டு அவன் பேயோ, பிசாசோ என்று பயந்து ஓடுகிறான் என்று பூங்குழலி அறிந்தாள். இந்த எண்ணம் அவளுக்குச் சிரிப்பை உண்டாக்கியது. சிறிது நேரத்துக்கு ஒருமுறை மீண்டும் மீண்டும் மந்தாகினி அத்தை அந்த மாதிரி குரல் கொடுத்து அம்மனிதனை அங்குமிங்கும் தெறிகெட்டு ஓடி அலையும்படி செய்தாள். கடைசியாக அவன் ஓடிப்போய் மரக்கதவு ஒன்றில் மோதிக்கொண்டான். பிறகு, அக்கதவை தடதடவென்று தட்டினான். விட்டுவிட்டு நாலைந்து தடவை தட்டினான். பின்னர் கதவு திறந்தது. திறந்த இடத்தில் பெண் ஒருத்தி நிற்பது தெரிந்தது. அவளிடம் அம்மனிதன் ஏதோ கூறினான். அந்தப் பெண் சிறிது தயங்கியதாகவும், அம்மனிதன் அவளை பயமுறுத்தியதாகவும் தோன்றியது. பிறகு அவள் திரும்பிப் போனாள். மனிதன் கதவினருகிலேயே நின்று எட்டிப் பார்த்துக் கொண்டிருந்தான். சற்று நேரத்துக்கெல்லாம் அந்தப் பெண் கையில் ஒரு விளக்குடன் வந்து சேர்ந்தாள். இருவரும் நிலவறைக்குள் நுழைந்தார்கள். மந்தாகினி, பூங்குழலியின் கையைப் பிடித்து அழைத்துச் சென்று ஒரு பெரிய தூணின் மறைவில் நின்று கொண்டாள். விளக்கு வெளிச்சத்தில் அந்த மனிதனுடைய முகத்தோற்றத்தை அவர்கள் நன்றாகப் பார்த்துக் கொண்டார்கள்.

அந்த மனிதனும் விளக்குக் கொண்டு வந்த பெண்ணும் நிலவறையின் உட்பகுதிக்குச் சென்றார்கள்.

“பேயாவது? பிசாசாவது? நன்றாகப் பீதி அடைந்து போயிருக்கிறாய்! இவ்வளவு பயந்தவன் இந்தமாதிரி காரியத்துக்கு ஏன் வரவேண்டும்?" என்று அந்தப் பெண் கேட்டது பூங்குழலியின் காதில் நன்றாக விழுந்தது. ‘எந்த மாதிரி காரியம்’ என்பது அவ்வளவு நன்றாகப் பூங்குழலிக்கு விளங்கவில்லை.

நிலவறைக்குள்ளே விளக்குடன் அவர்கள் மறைந்ததும் மந்தாகினி, பூங்குழலியைக் கையைப் பிடித்துக் கரகரவென்று இழுத்துக் கொண்டு போய்த் திறந்திருந்த கதவின் வழியாக வெளியேறினாள். நடை பாதையைக் குறுக்கே நடந்து கடந்து ஒரு பெரிய தோட்டத்துக்குள் அவர்கள் பிரவேசித்தார்கள். அங்கே ஏகாந்தமான ஓரிடத்தில் மந்தாகினி பூங்குழலியிடம்தான் சொல்ல வேண்டியதைச் சமிக்ஞை பாஷையினால் தெரிவித்தாள். "என்னுடைய அந்திமகாலம் நெருங்கிவிட்டது. நான் கடைசியாகக் கண்ணை மூடுவதற்குள்ளே இளவரசனை ஒருமுறை பார்க்கவேண்டும். நீ போய் இச் செய்தியைச் சொல்லி அவனைக் கையோடு அழைத்து வர வேண்டும்" என்பதுதான் அச்செய்தி.

பூங்குழலி அவளுடைய அத்தையிடம் கொண்டிருந்த அன்பு நாம் நன்கு அறிந்ததே, அம்மாதிரி சமயத்தில் அவளை விட்டு விட்டுப்போகவும் பூங்குழலிக்கு மனம் வரவில்லை; அவள் வார்த்தையைத் தட்டவும் இயலவில்லை. எனினும், அதே சமயத்தில் பொன்னியின் செல்வரைப் பார்ப்பதற்கு இது ஒரு சந்தர்ப்பம் என்னும் எண்ணம் அவளை உடனே முடிவுக்கு வரும்படி செய்தது. அத்தையிடம் விடை பெற்றுக் கொண்டு சென்றாள். தோட்டத்தின் மதில் ஏறிக் குதித்து அப்பால் சென்று தஞ்சை நகரின் கோட்டை வாசலையும் கடந்தாள். அங்கே ஆழ்வார்க்கடியானைச் சந்தித்தாள். அவனும் முதன் மந்திரியின் ஆக்ஞையினால் பொன்னியின் செல்வரைப் பார்ப்பதற்கே போவதாக அறிந்தாள். அந்த வீர வைஷ்ணவனுடைய உதவியினால் அவளுடைய பிரயாணமும் சௌகரியமாக நடந்தது.

அன்றைக்கு அதிர்ஷ்டம் நெடுகிலும் அவள் பக்கம் இருந்தது. குடந்தை ஜோதிடர் வீட்டின் வாசலில் இளைய பிராட்டியின் ரதத்தை அவர்கள் கண்டார்கள். இளவரசரைப் பற்றிக் குந்தவை தேவிக்கு ஏதேனும் செய்தி தெரிந்திருக்கலாம் என்று எண்ணி விசாரிப்பதற்காக ஜோதிடர் வீட்டில் நுழைந்தார்கள். அங்கே பெரிய பழுவேட்டரையரின் வாய் மொழியினால் பாண்டிய நாட்டுச் சதிகாரர்களைப்பற்றி அறிய நேர்ந்தது. பொக்கிஷ நிலவறையில், ஒளிந்திருந்தவன் அந்தச் சதிகாரர்களில் ஒருவன்தான் என்பதைப் பூங்குழலி நிச்சயித்துக் கொண்டாள். அதே சமயத்தில், இளவரசருக்கும் சதிகாரர்களினால் அபாயம் ஏற்படலாம் என்று அறிந்த அவள் உள்ளம் வேதனைப்பட்டது. வானதி செய்த சபதம் அந்த வேதனைக்கு ஒரு பரிகாரமாயிருந்தது. இளவரசி வானதியைக் காப்பாற்றப்போன இடத்தில் இளவரசரையும் சந்திக்கலாயிற்று.

எல்லாவற்றையும்விட அவளுக்குத் திருப்தி அளித்த காரியம். தஞ்சாவூருக்குப் போவது பற்றி அவளுடைய யோசனையை இளவரசர் ஏற்றுக் கொண்டது தான். இலங்கையில் தம்மைத் தெரியப்படுத்திக் கொள்ளாமல் யானைப்பாகனைப் போல் அவர் யாத்திரை செய்வதுண்டு என்பதை அவள் அறிந்திருந்தாள், அங்கே சேநாதிபதியையும் படைவீரர்களையும் அவர் பிரிந்து தன்னை மட்டும் யானை மேல் ஏற்றிக்கொண்டு கடற்கரைக்கு விரைந்து வந்ததையும் அவள் மறந்து விடவில்லை. எனவே இச்சமயமும், இளவரசர் அதே முறையைக் கடைப்பிடித்தால் நல்லது என்றும், அவர் தனியாகப் போனால் தஞ்சைக் கோட்டைக்குள் போக இயலாது என்றும், தன்னையும் வானதியையும் அழைத்துப் போனால் யானைப்பாகன் என்று எண்ணி விட்டுவிடுவார்கள் என்றும் சொன்னாள்.

"சமுத்திர குமாரி! நல்ல யோசனை சொன்னாய்; ஒரு பெரிய ராஜ்யத்துக்கு முதன் மந்திரியாக இருக்க நீ தகுந்தவள்!" என்று இளவரசர் கூறிய மொழிகளை நினைத்து நினைத்து அவள் உள்ளம் பூரித்தது.

ஆனால், இவ்விதம் அந்த நிமிஷம் வரையில் அவள் நினைத்தபடியே எல்லாம் நடந்திருந்தும் என்ன உபயோகம்? அவள் எதிர்பார்த்தபடி மந்தாகினி அத்தை சக்கரவர்த்தி படுத்திருந்த அறையில் இல்லை! அவளைப் பற்றி அங்கே யாரிடமும் விசாரிக்கவும் கூடவில்லை. "என்னுடைய இறுதிக் காலம் நெருங்கி விட்டது" என்று அத்தை சமிக்ஞையினால் அறிவித்ததை எண்ணிய போதெல்லாம் பூங்குழலியின் நெஞ்சு 'பகீர்' என்றது. 'இவ்வளவு சிரமம் எடுத்துச் சாதுர்யமாகப் பேசி இளவரசரை இங்கே அழைத்து வந்திருந்து என்ன பயன்? அத்தையைக் காணவில்லையே' அவள் நெஞ்சு துடிதுடித்தது. நிலவறையிலேயே இன்னும் இருக்கிறாளோ என்று தோன்றியது. ஒருவேளை அந்தப் பாதகச் சதிகாரனால் அங்கேயே கொல்லப்பட்டிருப்பாளோ என்று எண்ணியபோது அவள் நெஞ்சு பிளந்தே போயிற்று.

சுரங்கப்பாதை வழியாக நிலவறைக்குள் போய்ப் பார்க்க விரும்பினாள். ஆனால் அரண்மனையில் அப்போது இளவரசரின் வரவு காரணமாக ஒரே கோலாகலமாயிருந்தது. குறுக்கும் நெடுக்குமாகப் பெண்கள் போவதும் வருவதுமாயிருந்தார்கள். கூட்டம் கூட்டமாக வந்து சக்கரவர்த்தி படுத்திருந்த அறையை எட்டிப் பார்த்து விட்டுப்போன வண்ணமிருந்தார்கள். இதற்கிடையில் தான் மட்டும் அந்தப் பழைய சிற்ப மண்டபத்துக்குத் தனியாகப் போவதை யாராவது பார்த்தால் என்ன நினைத்துக் கொள்வார்கள்? அந்தச் சதிகாரன் ஒருவேளை இன்னமும் அங்கே இருந்தால், தான் அவனிடம் தனியாகப் போய் அகப்பட்டுக் கொள்வதும் உசிதமல்ல. எத்தனையோ நெஞ்சத்துணிவுள்ள பூங்குழலிக்கும் அந்த இருளடர்ந்த பொக்கிஷ நிலவறை சிறிது பயத்தை அளித்தது.

ஆகையினாலேயே சின்னப் பழுவேட்டரையரிடம் சொல்லி, அவரையும் அழைத்துக் கொண்டு போய் நிலவறையில் தேடிப் பார்க்கத் தீர்மானித்தாள்.

காலாந்தக கண்டரோடு வாதம் செய்து அவர் மனத்தைத் திருப்பி அழைத்துப் போவதற்குச் சிறிது அவகாசம் ஆகிவிட்டது. அதை நினைத்துத்தான் அவள் இப்போது மிக விரைவாக நடந்தாள். விரைவில் ஏதோ விபரீதம் நடக்கப் போகிறது என்று அவளுடைய உள்ளுணர்ச்சி கூறியது. அதனால் தனக்கு ஏதேனும் ஆபத்து நேர்ந்தால் பாதகமில்லை; அத்தைக்கு ஒன்றும் நேரக்கூடாதென்று மனப்பூர்வமாக விரும்பினாள்.

சிற்ப மண்டபத்துக்குள் பிரவேசிக்கும் சமயத்தில், அரண்மனை மாடத்திலிருந்து ஏதோ கரிய நிழல் விழுவது போலிருந்தது. சுவர் ஓரமாக ஓர் உருவம் போவது போலவுமிருந்தது. அவை உண்மையா அல்லது பிரமையா என்று பார்த்துத் தெளிவதற்காகச் சற்று நின்றாள்.

"பெண்ணே! ஏன் நிற்கிறாய்? பொய் வெளிப்பட்டு விடுமே என்று பயப்படுகிறாயா?" என்று சின்னப் பழுவேட்டரையர் கூறியது காதில் விழுந்ததும், மேலே விரைந்து நடந்தாள்.

சிற்ப மண்டபத்துக்குள் சென்றதும் ராவணன் தலைகளுக்கும், கைலையங்கிரிக்கும் நடுவில் இருந்த துவார வாசலைப் பூங்குழலி சின்னப் பழுவேட்டரையருக்குச் சுட்டிக் காட்டினாள்.

"சரிதான்! இறங்கு முதலில்!" என்றார் கோட்டைத் தளபதி.

ஏனோ பூங்குழலிக்குத் தயக்கம் உண்டாயிற்று. அவள் உடம்பு நடுங்கிற்று.

அதே சமயத்தில் 'கிறீச்' என்று அமானுஷ்யமான குரல் ஒன்று ஓலமிடும் சத்தம் கேட்டது.

அது தன்னுடைய அத்தை மந்தாகினியின் குரல் என்பதை உடனே உணர்ந்து கொண்டாள். அந்த ஓலக்குரல் அரண்மனைக்குள்ளே சக்கரவர்த்தி படுத்திருக்கும் அறையிலிருந்து வருகிறது என்பதையும் அறிந்தாள்.

உடனே அவளுடைய தயக்கம் தீர்ந்துவிட்டது. சின்னப் பழுவேட்டரையரைச் சிறிதும் பொருட்படுத்தாமல் அரண்மனை அந்தப்புரத்தை நோக்கி விரைந்து ஓடினாள். மீண்டும் மீண்டும் அந்தப் பயங்கர ஓலக்குரல் கேட்டுக் கொண்டேயிருந்தது.

சக்கரவர்த்தி படுத்திருந்த அறைக்குள் அவள் பிரவேசித்த போது, அங்கே தோன்றிய காட்சி அவள் உள்ளத்தில் ஒரு பெரிய சித்திரக் காட்சியைப் போல் பதிந்தது.

சக்கரவர்த்தி சாய்ந்து படுத்த வண்ணம் தமது அருமைக் குமாரன் அருள்மொழியின் கைகளைத் தமது கைகளால் பிடித்துக் கொண்டிருந்தார். அவர்கள் இருவருக்கும் முன்னால் மந்தாகினி அத்தை நின்று ஓலமிட்டாள். ஒரு பக்கத்தில் வானதியும், அவளை மருமகளாகப் பெறவதற்கிருந்த மலையமான் மகளும் நின்று கொண்டிருந்தார்கள்.

எல்லாரும், வெறி கொண்டவள் போல் கூச்சலிட்ட மந்தாகினியைப் பார்த்துக் கொண்டிருந்தார்கள்.

மேல் மண்டபத்தின் முகப்பிலிருந்து பாய்ந்து வந்த கூரிய வேலை அவர்களில் யாரும் கவனிக்கவில்லை.

பூங்குழலி தன் அத்தையை நோக்கி ஒரே பாய்ச்சலாகப் பாய்ந்து சென்றாள்.

❖ ❖ ❖ ❖

முப்பதாம் அத்தியாயம்

தெய்வம் ஆயினாள்!

பூங்குழலி எவ்வளவு விரைவாக ஓடக் கூடியவளானாலும், மேலிருந்த எறியப்பட்ட வேலுடன் போட்டியிட முடியாதல்லவா? அவள் மந்தாகினி அத்தையின் அருகில் பாய்ந்து செல்வதற்குள் வேல் அத்தையின் விலாவில் பாய்ந்துவிட்டது. 'வீல்' என்று மற்றொரு முறை பயங்கரமாக ஓலமிட்டு விட்டு மந்தாகினி கீழே விழுந்தாள்.

அதே சமயத்தில் அந்த அறையிலிருந்த அத்தனை பேருடைய குரல்களிலிருந்தும் பரிதாப ஒலிகள் கிளம்பின.

பூங்குழலியைப் போலவே மற்றவர்களும் தரையில் விழுந்த மாதரசியை நோக்கி ஓடிவர ஆயத்தமானார்கள்.

அச்சமயம் மேல் மாடத்திலிருந்து தடதடவென்று சத்தம் கேட்டது. சில மண் பாண்டங்கள் கீழ் நோக்கிப் பல திசைகளிலும் எறியப்பட்டன.

அவற்றில் ஒன்று சக்கரவர்த்தியின் அருகில் சுடர்விட்டுப் பிரகாசமாக எரிந்து கொண்டிருந்த தீபத்தின் பேரில் விழுந்தது; தீபம் அணைந்தது. அறையில் உடனே இருள் சூழ்ந்தது.

பிறகு சிறிது நேரம் அந்த அந்தப்புர அறையிலும் அதைச் சுற்றியுள்ள நீண்ட தாழ்வாரங்களிலும் ஒரே குழப்பமாயிருந்தது.

திடுதிடுவென்று மனிதர்கள் அங்குமிங்கும் வேகமாக ஓடும் காலடிச் சத்தங்கள் கேட்டன.

"விளக்கு! விளக்கு!" என்று சின்னப் பழுவேட்டரையரின் கர்ஜனைக் குரல் அலறியது.

"ஆகா! ஐயோ!" என்று ஒரு பெண் குரல் அலறும் சத்தம் கேட்டது. அது மகாராணியின் குரல் போலிருக்கவே எல்லாருடைய நெஞ்சங்களும் திடுக்கிட்டு, உடல்கள் பதறின.

இத்தனை குழப்பத்துக்கிடையே பூங்குழலி அவளுடைய அத்தை மந்தாகினி விழுந்த இடத்தைக் குறி வைத்து ஓடி அடைந்தாள். அத்தையை அவளுக்கு முன் யாரோ தூக்கி மடியின் மேல் போட்டுக் கொண்டிருப்பதை உணர்ந்தாள்.

இதயத்தைப் பிளக்கும்படியான சோகத் தொனியில் விம்மும் குரலும், அழுகைக் குரலும் சேர்ந்து அவள் காதில் விழுந்தன.

வாசற்படிக் கருகில் "யாரடா அவன்? ஓடாதே! நில்!" என்று சின்னப் பழுவேட்டரையர் கூச்சலிட்டார்.

ஓடியவன் யாராயிருக்குமென்று பூங்குழலி ஊகித்துக் கொண்டாள்.

அச்சமயம் இரண்டு தாதிப் பெண்கள் தீபங்களுடன் வந்து அந்த அறையில் பிரவேசித்தார்கள்.

தீப வெளிச்சத்தில் தோன்றிய காட்சி யாருமே எதிர்பார்க்க முடியாத அதிசயக் காட்சியாயிருந்தது.

மூன்று வருஷங்களாகக் காலை ஊன்றி நடந்தறியாமலிருந்த சக்கரவர்த்தி, – கால்களின் சக்தியை அடியோடு இழந்து விட்டிருந்த சுந்தரசோழ மன்னர், – தாம் படுத்திருந்த கட்டிலிலிருந்து இறங்கி நடந்து வந்து, மந்தாகினியின் அருகில் உட்கார்ந்திருந்தார். அவர் அருகில் இளவரசரும் இருந்தார்.

மந்தாகினியின் விலாவில் ஒரு பக்கத்தில் பாய்ந்து இன்னொரு பக்கம் வெளி வந்திருந்த வேலின் முனையிலிருந்து இரத்தம் கசிந்து கொண்டிருந்தது.

சக்கரவர்த்தி படுத்திருந்த கட்டிலின் அருகில் மலையமான் மகள் வானமாதேவி காணப்பட்டாள்.

அவளுக்கு அருகில் சக்கரவர்த்தி தலை வைத்துச் சாய்ந்திருந்த தலையணையில் ஒரு கூரிய கத்தி செருகப்பட்டிருந்தது.

விளக்கு வந்ததும் மகாராணி கட்டிலை வெறிக்கப் பார்த்துவிட்டு, கரை காணாத அதிசயம் ததும்பிய கண்களினால் சக்கரவர்த்தி கீழே உட்கார்ந்திருந்ததைப் பார்த்தாள். அப்போது பொன்னியின் செல்வர் மந்தாகினியின் தலையை மெள்ளத் தூக்கிச் சக்கரவர்த்தியின் மடியில் வைத்தார்.

இளவரசர் அருள்மொழிவர்மரின் கண்களிலிருந்து கண்ணீர் தாரை தாரையாக வழிந்து கொண்டிருந்தது.

சக்கரவர்த்தியோ விம்மி விம்மி அழுது கொண்டிருந்தார்.

இவ்வளவையும் பூங்குழலி ஒரு கணநேரப் பார்வையில் பார்த்தாள். மறுகணத்திலேயே அங்கு நடந்த சம்பவங்களையெல்லாம் ஒருவாறு ஊகித்துத் தெரிந்து கொண்டாள்.

மேலேயிருந்து வேலை எறிந்தவன், அதை ஊமை ராணி தடைசெய்து விட்டதைக் கவனித்திருக்கிறான்.

உடனே மேலேயிருந்த தட்டு முட்டுச் சாமான்களை எடுத்தெறிந்து விளக்கை அணைத்து விட்டிருக்கிறான்.

அப்போது ஏற்பட்ட இருட்டில் கீழே குதித்து இறங்கிக் கட்டிலில் சக்கரவர்த்தி படுத்திருப்பதாக எண்ணிக் கத்தியினால் குத்திவிட்டு ஓடியிருக்கிறான்.

சக்கரவர்த்திக்கு ஆபத்து என்று அறிந்து கட்டிலின் அருகில் ஓடிய மகாராணியைத் தள்ளி விட்டுப் போயிருக்கிறான். அப்போதுதான் மகாராணி "ஐயோ" என்று கதறியிருக்கிறாள்.

பின்னர் அச்சதிகாரன் வாசற்படியின் பக்கம் ஓடி அங்கே அச்சமயம் பிரவேசித்துக் கொண்டிருந்த சின்னப் பழுவேட்டரையரையும் தள்ளி விட்டு ஓடிப்போயிருக்க வேண்டும்.

இவ்வளவையும் பூங்குழலி ஊகித்துத் தெரிந்து கொண்டாள். இந்தப் பாதகச் செயலைச் செய்து தப்பி ஓடியவனைத் தொடர்ந்து போய்ப் பிடிக்க வேண்டும் என்ற எண்ணம் அவள் மனத்தில் ஒரு பக்கத்தில் உதயமாயிற்று. அதைக் காட்டிலும் தன் அத்தையின் இறுதி நெருங்கி விட்டது என்ற நினைவு அவள் உள்ளத்தில் பெருங் கொந்தளிப்பை உண்டாக்கியது. ஆகையால் மந்தாகினி சக்கரவர்த்தியின் மடியில் தலை வைத்துப் படுத்திருப்பதையும் பொருட்படுத்தாமல் அவள் அருகில் சென்று மண்டியிட்டு உட்கார்ந்து "அத்தை! அத்தை!" என்று கதறினாள்.

"ஐயோ! நீ சொன்னது உண்மையாகிவிட்டதே! பாவி நான் உன்னைத் தனியாக விட்டு விட்டுப் போனேனே!" என்று அழுது புலம்பினாள்.

ஆனால் மந்தாகினியோ அவள் இருந்த பக்கம் திரும்பிப் பார்க்கவே இல்லை. அவளுடைய கண்கள் சக்கரவர்த்தியின் திருமுகத்தை ஆவலுடன் அண்ணாந்து பார்த்த வண்ணமிருந்தன.

ஏன், அவளுடைய கரத்தைப் பிடித்துக்கொண்டு கண்ணீர் உகுத்த இளவரசர் மீதே அவளுடைய கவனம் செல்லவில்லை. பூங்குழலியைக் கவனிப்பது எப்படி?

பூங்குழலி மேலும் புலம்பத் தொடங்கியபோது இளவரசர் தமது விம்மலை அடக்கிக் கொண்டு, "சமுத்திர குமாரி! இது என்ன? உன்னை நீ மறந்துவிட்டாயா? நீ இருக்குமிடத்தை மறந்து விட்டாயா?" என்று சொல்லிக் கொண்டே எழுந்தார்.

பூங்குழலியும் சிறிது வெட்கமடைந்தவளாய்த் துயரத்தை அடக்கிக் கொண்டு எழுந்து நின்றாள்.

"அரசே! எனக்கு என் அத்தையைத் தவிர இவ்வுலகில் யாரும் கதி இல்லை!" என்று விம்மினாள்.

இளவரசர் தமது கண்ணில் பொங்கி வந்த கண்ணீரைத் துடைத்துக்கொண்டே, "பூங்குழலி! அவள் உனக்கு அத்தை! ஆனால் எனக்கு என் பெற்ற தாயைக் காட்டிலும் பதின் மடங்கு மேலான தாய்! என்னை அழைத்து வரச் சொல்லி உன்னை அனுப்பி வைத்தாள்! ஆயினும் என் முகத்தை அவள் ஏறிட்டுக்கூடப் பார்க்கவில்லை. இதன் காரணத்தை அறிந்தாயா? முப்பது வருஷங்களுக்கு முன்னால் பிரிந்த என் தந்தையும் தாயும் இன்று சேர்ந்திருக்கிறார்கள். அவர்களுக்கு மத்தியில் தடையாக நிற்பதற்கு நாம் யார்?..." என்று கூறிவிட்டு, மகாராணி உள்பட எல்லாரையும் ஒரு தடவை இளவரசர் கூர்ந்து பார்த்தார்.

மீண்டும் பூங்குழலியை நோக்கி, "பெண்ணே! முன்னேயும் சில முறை எனக்கு நீ உதவி செய்திருக்கிறாய்! அந்த உதவியெல்லாம் அவ்வளவு முக்கியமானவையல்ல. இன்றைக்கு, என் தாயும் தந்தையும் ஒன்று சேரும் காட்சியைப் பார்க்கும் பாக்கியம் எனக்குக் கிடைக்கும்படி செய்தாய்! இதை நான் என்றும் மறக்கமாட்டேன்! சமுத்திர குமாரி! உன் அத்தை இன்று எவ்வளவு மகத்தான புண்ணியத்தைக் கட்டிக் கொண்டாள் என்பதை எண்ணிப் பார்! சதிகாரனுடைய கொலை வேல் என் தந்தையின் மேல் படாமல் காப்பாற்றினாள்! அந்த வேலைத் தன் உடம்பில் பாயும்படியும் செய்து கொண்டாள்! தன் உயிரைப் பற்றி எண்ணாமல் சக்கரவர்த்தியின் உயிரைக் காப்பாற்றினாள்! ஒருமுறையல்ல. இருமுறை அவரைக் காப்பாற்றினாள்! உன் அத்தையின் மீது வேல் பாய்ந்ததைக்

கண்டதும் மூன்று வருஷமாகச் சக்தி இழந்திருந்த என் தந்தையின் கால்களில் மீண்டும் சக்தி வந்தது. அவர் கட்டிலிருந்து எழுந்து வந்தார். அதனால் மறுபடியும் அவர் உயிர் தப்பியது. சதிகாரன் அவனுடைய குறி தப்பி விட்டதாக எண்ணி விளக்கை அணைத்து விட்டுக் கீழே குதித்து வந்து மீண்டும் அவனுடைய பாதகத் தொழிலைச் செய்யப் பார்த்தான். ஆனால் சக்கரவர்த்தி எழுந்துவந்துவிட்டதால் அவனுடைய நோக்கம் நிறைவேறவில்லை. அதோ, என்னைப் பெற்ற தாய், மலையமான் மகள், கரைகாணா வியப்புடன் நிற்பதைப் பார்! உன் அத்தையின் மீது வேல் பாய்ந்ததை என்னைப் பெற்ற தாய் பார்த்தாள். மறுபடியும் அந்தக் கொலைகாரன் தன் சதித்தொழிலைச் செய்யலாம் என்று எண்ணி அவள் ஓடிவந்தாள். உன் அத்தை போல தானும் தியாகம் செய்ய வேண்டுமென்று எண்ணினாள். என் தந்தையைத் தன் உடலினால் மறைத்து, அவர் மீது விழும் அடுத்த ஆயுதத்தைத் தான் தாங்கிக் கொள்ள வேண்டும் என்று நினைத்தாள். கட்டிலில் என் தந்தையைக் காணாதிருக்கவே தான் "ஐயோ" என்று அலறினாள். சக்கரவர்த்தி அங்கேயே இருந்திருந்தால், என் தந்தை, தாய் இருவரில் ஒருவர் இன்று இறந்திருப்பார்கள். சமுத்திரகுமாரி! உன் அத்தை இந்தச் சோழ குலத்துக்கும், சோழ நாட்டுக்கும் எவ்வளவு பெரிய சேவை செய்திருக்கிறாள் என்பதை இப்போது உணர்ந்தாயா? சதிகாரனுடைய ஆயுதத்தினால் சக்கரவர்த்தி மாண்டிருந்தால், சோழ ராஜ்யம் சின்னா பின்னப்பட்டுப் போய்விடும். பழுவேட்டரையர் குலத்துக்கு என்றென்றும் மாறாத பழிச் சொல் ஏற்படும். என் தந்தையின் உயிரையும், தாயின் உயிரையும் மட்டும் உன் அத்தை காப்பாற்றவில்லை. பழுவேட்டரையரின் குலப் பெயரையும் காப்பாற்றினாள். சோழ நாட்டுக்கே பெரும் விபத்து நேராமல் காப்பாற்றினாள். சோழ வம்சத்துக்கே குல தெய்வம் ஆனாள். பூங்குழலி! உன் அத்தைக்காக இனி நான் ஒரு சொட்டுக் கண்ணீர் கூட விடப்போவதில்லை. அவளுக்காக நீயும் அழ வேண்டியதில்லை. வேறு யாரும் துக்கப்பட வேண்டியதில்லை! அவள் உயிர் போனாலும், இத்தகைய தெய்வ மரணம் யாருக்குக் கிடைக்கும்? முப்பது வருஷங்களாகப் பிரிந்திருந்த பதிக்காக உயிரைக் கொடுக்கும் பாக்கியம் யாருக்குக் கிடைக்கும்? அவருடைய மடியிலே தலையை வைத்துக்கொண்டு நிம்மதியாக உயிரைவிடும் பேறு யாருக்குக் கிடைக்கும்?" என்று கூறிவிட்டு இளவரசர் மீண்டும் ஒருமுறை சுற்று முற்றும் பார்த்தார்.

அந்த அறையிலும், வாசற்படி அருகிலும் நின்றவர்கள் அனைவரும் தம்முடைய வார்த்தைகளைக் கேட்டுக் கொண்டிருந்தார்கள் என்பதைப் பார்த்துக் கொண்டார். மேலும் கூறினார்;

"பூங்குழலி! உன் அத்தை இறந்துவிட்டால் நீ அனாதை ஆகிவிடுவாய் என்று அஞ்ச வேண்டாம். நீ இன்று செய்த உதவியை நான் என்றும் மறக்கமாட்டேன். நான் ஒரு வேளை மறந்துவிட்டாலும், சின்னப் பழுவேட்டரையர் மறக்கமாட்டார். உன் அத்தையும், நீயும் இன்று அவருக்கு எத்தகைய உதவி செய்தீர்கள்! சக்கரவர்த்தியின் மீது வேலோ, கத்தியோ பாய்ந்திருந்தால் உலகம் என்ன சொல்லியிருக்கும்? தஞ்சைக் கோட்டைத் தளபதியான பழுவேட்டரையரும் அந்தப் பாதகச் செயலுக்கு உடந்தை என்றுதான் ஊரார், உலகத்தார் சொல்லுவார்கள். கோட்டை வாசலில் கொடும்பாளூர் வேளார் வேறு காத்திருக்கிறார். பழுவூர்க் குலத்தை அடியோடு ஒழித்துக் கட்டுவதற்கு அவருக்கு வேண்டிய காரணம் கிடைத்திருக்கும். அவ்வளவு ஏன்? இன்றைக்கு நான் உன் உதவியினால் கோட்டைக்குள் வராதிருந்தால், கோட்டைத் தளபதியின் மேல் எனக்குக் கூடத்தான் சந்தேகம் உதித்திருக்கும். ஆகையால் சின்னப் பழுவேட்டரையர் மற்ற எல்லோரையும்விட உன்னிடம் அதிக நன்றி செலுத்த வேண்டும். அவரிடம் நீ என்ன பரிசு கேட்டாலும் கொடுப்பார். அவருடைய சொத்திலே பாதியைக் கேட்டாலும் கொடுத்து விடுவார்!"

இவ்வாறு இளவரசர் கூறியபோது சின்னப் பழுவேட்டரையரைப் பார்த்துக் கொண்டிருந்தார். அவருடைய கடமையை அவர் சரியாக நிறைவேற்றவில்லையென்பதை அவருக்கு ஒருவாறு உணர்த்த விரும்பியே மேற்கண்டவாறு பேசினார். அதைச் சின்னப் பழுவேட்டரையர் அறிந்து கொண்டார் என்பதை அவருடைய முகத்தில் தோன்றிய வேதனை நன்கு எடுத்துக் காட்டியது. அவருடைய முகத்தில் சாதாரணமாகக் குடி

கொண்டிருந்த கம்பீரத் தோற்றம் போய்விட்டது. யாரையும் லட்சியம் செய்யாத, எதற்கும் அஞ்சாத, வீரப் பெருமிதத்தின் அறிகுறி இப்போது அந்த முகத்தில் இல்லவே இல்லை.

போர்க்களத்திலிருந்து புறமுதுகிட்டு ஓடிவந்த வீரன் ஒருவன், பலர் ஏசும்படியாக இந்த உயிரைக் காப்பாற்றிக் கொண்டு வந்ததில் என்ன பயன் என்று வெட்கி மருகும் பாவனை அவருடைய முகத்தில் இப்போது காணப்பட்டது.

இளவரசர் முதலில் கூறியதையெல்லாம் கேட்டு உள்ளமும் உடலும் உருகி நெகிழ்ந்து கொண்டிருந்த பூங்குழலி அவர் பரிசைப் பற்றிச் சொன்னதும் பழைய ஆக்ரோஷங்கொண்ட சமுத்திர குமாரியாகி விட்டாள்.

"இளவரசே! எனக்கு யாருடைய நன்றியும் தேவையில்லை; பரிசும் வேண்டியதில்லை. எனக்குத் தஞ்சம் அளிக்க சமுத்திர ராஜா இருக்கிறார். என் படகும் கால்வாய் முனையில் பத்திரமாயிருக்கிறது. இதோ நான் புறப்படுகிறேன். ஒரு வேளை என் அத்தை உயிர் பிழைத்தால்! ... இல்லை, அது வீண் ஆசை! காலையிலே என் அத்தை சொல்லிவிட்டாள். வரப்போவதை உணர்ந்துதான் சொன்னாள். இனி அவள் பிழைக்கப் போவதில்லை. எனக்கு இங்கே வேலையும் இல்லை. என்றாவது ஒருநாள் தாங்களும் கொடும்பாளூர் இளவரசியும் கோடிக்கரைக்கு வந்தால்..." என்று கூறிப் பூங்குழலி வானதி இருந்த இடத்தை நோக்கினாள்.

அந்தப் பெண் அகல விரிந்த கண்களினால் தன்னையும் இளவரசையும் பார்த்துக் கொண்டிருப்பதைக் கவனித்தாள். "சீச்சீ! இது என்ன ஆசை? நான் போகிறேன்" என்று கூறிவிட்டு, வாசற்படியை நோக்கி விரைந்து நடந்தாள்.

இதுவரையில் திக்பிரமை கொண்டவளைப் போல் நின்றிருந்த வானதிக்கு அப்போது தான் சிறிது தன்னுணர்வு வந்தது. அவள் பூங்குழலியின் அருகில் வந்து, "என் அருமைத் தோழி நீ எங்கே போகிறாய்? நானும் உன்னைப்போல் அநாதைதான்!..." என்று மேலும் பேசுவதற்குள், பூங்குழலி குறுக்கிட்டாள் "தேவி! நான் தங்கள் அருமைத் தோழியும் அல்ல. தாங்கள் என்னைப்போல் அநாதையும் அல்ல; சீக்கிரத்தில் பழையாறை இளையபிராட்டி வந்து விடுவார்!" என்றாள்.

வானதிக்கு அப்போதுதான் உண்மையில் இளைய பிராட்டியின் நினைவு வந்தது. "ஐயோ! அக்காவுக்கு இங்கு நடந்ததெல்லாம் ஒன்றும் தெரியாதே! செய்தி சொல்லி அனுப்ப வேண்டுமே!" என்றாள்.

"அதற்கும் ஒரு கவலையா? கோட்டை வாசலில் தங்கள் பெரிய தகப்பனார் இருக்கிறாரே? அவரிடம் சொன்னால் செய்தி அனுப்புகிறார்" என்று கூறிவிட்டுப் பூங்குழலி வழிமறிப்பவள்போல் நின்ற வானதியைக் கையினால் சிறிது நகர்த்தி விட்டு மேலே சென்றாள்.

வாசற்படிக்கு அருகில் சின்னப் பழுவேட்டரையர் மறுபடியும் அவளை வழிமறித்து நிறுத்தினார்.

"பெண்ணே! பொன்னியின் செல்வர் கூறியதையெல்லாம் நான் கேட்டுக்கொண்டிருந்தேன். அவர் கூறியது முற்றும் உண்மை. பழுவூர்க் குலத்துக்கு அழியாத அபகீர்த்தி உண்டாகாமல் நீ காப்பாற்றினாய், உனக்கு நான் அளவில்லாத நன்றிக் கடன்பட்டிருக்கிறேன். நீ என்ன பரிசு வேண்டுமென்று கேட்டாலும் தருகிறேன்" என்றார்.

பூங்குழலி துயரப் புன்னகையுடன், "தளபதி! இங்குள்ளவர்களில் சிலருக்குச் சக்கரவர்த்தி உயிர் பிழைத்ததில் சந்தோஷம். சிலருக்கு அவர் நடமாடும் சக்தி பெற்றதில் சந்தோஷம். இன்னும் சிலருக்குப் பழுவேட்டரையர் குலம் அபகீர்த்திக்கு உள்ளாகாததில் மகிழ்ச்சி. என் அத்தை மரண வாயிலில் கிடப்பதைப் பற்றி யாருக்கும் கவலையிருப்பதாகத் தெரியவில்லை. நானாவது அதைப்பற்றிக் கவலைப்பட வேண்டாமா! என் அத்தை மீது வேல் எறிந்தவன் எங்கே போனான் என்று தேடிக் கண்டுபிடிக்கப் பார்க்கிறேன். தயவு செய்து எனக்கு வழியை விடுங்கள்!" என்றாள்.

பூங்குழலியின் இந்த வார்த்தைகள் கோட்டைத் தளபதி காலாந்தக கண்டரைத் தூக்கி வாரிப் போட்டன.

"பெண்ணே! உன்னிடம் நான் தோற்றேன். கொலைகாரனை விட்டுவிட்டுச் சும்மா நின்று கொண்டிருக்கிறேன். அவனைக் கண்டுபிடிக்காவிட்டால், சக்கரவர்த்தி பிழைத்ததினால் மட்டும் என் பழி தீர்ந்துவிடாது. உன் வார்த்தைகளில் நான் அவநம்பிக்கை கொண்டதே தவறு! கொலைகாரன் எங்கே போயிருப்பான்? என்னைத் தள்ளிவிட்டு ஓடினான். ஆம்! ஆம்! சுரங்க வழிக்குத்தான் போயிருப்பான். வா! எனக்கு உதவியாக வா! வேறு யாரையும் அழைத்துப் போக விருப்பம் இல்லை! அவன் மட்டும் என்னிடம் அகப்படட்டும்! என்ன செய்கிறேன், பார்!"

இவ்விதம் சொல்லிக்கொண்டே சின்னப் பழுவேட்டரையர் தம் இரும்புக் கையினால் பூங்குழலியையும் பிடித்து இழுத்துக் கொண்டு சிற்ப மண்டபத்தை நோக்கி விரைந்து சென்றார்.

* * *

அந்த அறையில் இருந்த மற்ற எல்லாரும் அப்படி அப்படியே நின்றார்கள். இளவரசர் விருப்பத்தை அறிந்து கொண்டு சக்கரவர்த்தியின் அருகில் போகாமல் தூரத்தில் ஒதுங்கி நின்றார்கள். எல்லாருடைய கண்கள் மட்டும் சக்கரவர்த்தியின் பேரிலும், அவர் மடியில் தலை வைத்துப் படுத்திருந்த மாதரசியின் பேரிலும் இருந்தன.

ஆனால் சுந்தர சோழரும், மந்தாகினியுமோ ஒருவரோடொருவர் பரிபூரணமாய்க் கலந்து போயிருந்தார்கள். மற்றவர்களைப் பற்றிய எண்ணமே அவர்களுடைய நெஞ்சில் புகுவதற்கு இடமிருக்கவில்லை. முப்பது வருஷத்து வாழ்க்கையைச் சில நிமிஷ நேரத்தில் நடத்த முடியுமா என்பது பற்றி மனோதத்துவ விற்பன்னர்கள் பொது முறையில் என்ன சொல்லுவார்களோ, தெரியாது. ஆனால் சுந்தர சோழரும் மந்தாகினியும் அந்தச் சில நிமிஷ நேரத்தில் பன்னெடுங்கால வாழ்க்கையை நடத்தினார்கள் என்பதில் சந்தேகம் சிறிதுமில்லை. முப்பது வருஷத்தில் ஒருவரோடொருவர் பேசக் கூடியதையெல்லாம் அவர்கள் பேசிக் கொண்டார்கள். மந்தாகினி தனக்குரிய நயன பாஷை மூலமாகவே பேசினாள். சுந்தர சோழர் பெரும்பாலும் அந்த பாஷையை அறிந்து கொண்டார். இளம் பிராயத்தில் பூதத்தீவில் அவர் சில மாத காலம் மந்தாகினியுடன் சொர்க்க வாழ்க்கை நடத்திக் கொண்டிருந்த காலத்தில் அவளுடைய சமிக்ஞை பாஷையையும் நன்கு தெரிந்து கொண்டிருந்தார். அவற்றை அவர் இன்றளவும் மறந்துவிடவில்லை. ஆகையால் மந்தாகினி இப்போது கண்களால் மட்டுமே பேசியபோதிலும் அவருடைய உள்ளம் அவள் மனதில் உதித்த எண்ணங்களை அக்கணமே தெரிந்து கொண்டது. அப்படி அதிகமாக மந்தாகினி விஷயம் எதுவும் சொல்லிவிடவும் இல்லை.

"தங்கள் பேரில் எனக்கு ஒரு வருத்தமும் இல்லை. உலகையாளும் சக்கரவர்த்தியாகிய தாங்கள் எங்கே? கரையர் மகளும், ஊமையும் செவிடுமான நான் எங்கே? தங்கள் முன் வராமல் நான்தான் இத்தனை காலமும் மறைந்து திரிந்து கொண்டிருந்தேன். அவ்வப்போது தூரத்தில் நின்று தரிசித்து மனத்தைத் திருப்தி செய்து கொண்டிருந்தேன். உயிரை விடும் தருணத்தில் தங்கள் மடியில் தலை வைத்துப் படுக்கும் பாக்கியம் எனக்குக் கிடைத்ததே? இதைக் காட்டிலும் எனக்கு வேறு என்ன வேண்டும்?" – இவ்வளவுதான் மந்தாகினி கூறியது. இதையே திருப்பித் திருப்பி அவளுடைய உள்ளமும் கண்களும் சொல்லிக் கொண்டிருந்தன. அவளுடைய முகத்திலோ எல்லையற்ற ஆனந்தம் ததும்பிக் கொண்டிருந்தது. விலாப் புறத்தில் வேல் குத்தி வெளியிலும் வந்திருந்ததினால் அவள் சிறிதும் வேதனைப்பட்டதாக அவள் முகக் குறியிலிருந்து தெரியவில்லை. அவள் அடியோடு தன் தேகத்தைப் பற்றிய நினைவை இழந்து விட்டிருந்ததாகக் காணப்பட்டது. பறவை, கூண்டிலிருந்து கிளம்பும் தருணம் நெருங்கிவிட்டது. இனி, கூண்டைப் பற்றி அந்தப் பறவைக்கு என்ன கவலை இருக்கப் போகிறது?

சுந்தர சோழரும் தமது உடம்பைப் பற்றிய நினைவை மறந்து விட்டிருந்தார். அதனால்தானே அவர் தமது கால்கள் பலவீனமடைந்திருந்ததைக் கூட மறந்து கட்டிலிலிருந்து இறங்கி மந்தாகினியிடம் ஓடிவர முடிந்தது!

ஆனால் சுந்தர சோழர் மந்தாகினியைப் போல் சில வார்த்தைகள் சொல்வதோடு திருப்தி அடையவில்லை. எத்தனை எத்தனையோ விஷயங்களை அவர் சொல்லிக் கொண்டேயிருந்தார். அவருடைய கண்கள் சொல்லிய விஷயங்களை அவருடைய உதடுகள் வார்த்தைகளாக முணுமுணுத்துக் கொண்டேயிருந்தன. அந்த அறையிலிருந்த மற்றவர்களுக்கு அவர் பேசிய வார்த்தை ஒன்றுகூடப் புரியவில்லை. ஆனால் மந்தாகினிக்கு எல்லாம் விளங்கிக் கொண்டு வந்தது. ஆமோதிக்க வேண்டிய இடத்தில் தலையை ஆட்டி ஆமோதித்தாள்; மறுக்க வேண்டிய இடத்தில் தலையை ஆட்டி மறுத்தாள். ஆனந்தமடைய வேண்டிய இடத்தில் ஆனந்தப்பட்டாள். ஆறுதல் கூறவேண்டிய இடத்தில் ஆறுதலும் தெரிவித்தாள்.

"என் உயிருக்கு உயிரானவளே! நீ இன்று எனக்காக உன் உயிரை விடுகிறாய்! என் உயிர் மட்டும் எத்தனை நாள் இருக்கும் என்று எண்ணுகிறாய்? நான் கல் நெஞ்சமுள்ள பாவிதான்; ஒத்துக் கொள்கிறேன். ராஜ்யம் ஆளும் விதிக்குப் பிறந்தவர்கள் இவ்விதம் நெஞ்சைக் கல்லாகச் செய்துகொள்ள வேண்டியிருக்கிறது. இல்லாவிடில் ராஜ்ய நிர்வாகம் எப்படி நடக்கும்? பூதத்தீவில் நான் உன்னை விட்டு விட்டு வந்தது முதலில் நான் செய்த பெருங்குற்றம். அதன் விளைவாக இன்னும் பல குற்றங்களைச் செய்ய வேண்டியதாயிற்று. அந்தச் சொர்க்கத்துக்கு இணையான தீவில் நாம் எவ்வளவு ஆனந்தமாக வாழ்ந்தோம்? அது நீடித்திருக்கக் கொடுத்து வைக்கவில்லையே! கடவுளே சதி செய்து விட்டாரே! என்னைச் சேர்ந்தவர்கள் எல்லோரும் சதிசெய்து விட்டார்களே! யுவராஜ்ய பட்டாபிஷேகம் ஆனதும் உன்னைத் தேடி வரவேண்டுமென்றிருந்தேன். உன்னைத் தேடிக் கோடிக்கரை வரையில் ஓடிவந்தேன். பாவிகள் நீ கடலில் குதித்துச் செத்து விட்டாய் என்று சொன்னார்கள். என் பிராண சிநேகிதன் என்று எண்ணியிருந்த அநிருத்தன் ஏமாற்றிவிட்டான்.... ஆமாம், ஆமாம்! நீ சொல்வது தெரிகிறது. நீ கடலில் குதித்தது உண்மைதான் என்றும் பிறகு யாரோ உன்னைக் காப்பாற்றியதாகவும் சொல்லுகிறாய். ஆனால் இது அநிருத்தனுக்குத் தெரிந்திருந்தும் அவன் சொல்லவில்லை. அதனால் வந்த விபரீதத்தைப் பார்! உன்னைப் பார்க்க நேர்ந்த போதெல்லாம் உன் ஆவியைப் பார்ப்பதாக எண்ணிக் கொண்டேன். என்னைப் பழி வாங்குவதற்காக வந்து சுற்றுகிறாய் என்று நினைத்துக் கொண்டேன். என் அருமைக் குமரனை நீ காவேரி வெள்ளத்திலிருந்து எடுத்துக் காப்பாற்றியிருக்க, நீதான் அவனைக் காவேரியில் தள்ளிவிட்டாய் என்று எண்ணிக் கொண்டேன். ஆகா! நீ மட்டும் உயிரோடிருக்கிறாய் என்று அறிந்திருந்தால், என் வாழ்க்கை எப்படியெல்லாம் இருந்திருக்கும்? இந்தப் பெரிய சாம்ராஜ்யத்துக்காக உன்னை நான் கைவிட்டிருப்பேன் என்று நினைக்கிறாயா? ஒரு நாளும் இல்லை!...."

இவ்விதம் சுந்தர சோழர் தம் உள்ளத்தில் பொங்கித் ததும்பிய எண்ணங்களையெல்லாம் வாய் வார்த்தைகளினால் முணுமுணுத்துக் கொண்டே வந்தார். கடைசியாக அவர் கூறினார்.

"இரண்டு நாளைக்கு முன் நீ என் முன் வந்தபோது உன் மேல் விளக்கை விட்டெறிந்தேன். உன்னை மறுபடியும் பார்த்த போதெல்லாம் அருவருப்புக் காட்டினேன். அதற்காகவெல்லாம் நீ என்னை மன்னிக்க வேண்டும். பல வருஷ காலமாக நீ ஆவியாக வந்து என்னைத் துன்புறுத்துகிறாய் என்ற எண்ணத்தில் இருந்தேன். நள்ளிரவில் நீ இதே அறையில் என் முன் தோன்றி ஏதேதோ கூறினாய். என் மக்களை நீ சபிக்கிறாய் என்று எண்ணிக் கொண்டேன். அப்போது ஏற்பட்ட வெறுப்பு உன்னை நேரில் பார்த்தபோதும் தீரவில்லை. உண்மையில், நீ எங்கள் குலதெய்வமாக வந்தாய்! எனக்கும் என் மக்களுக்கும் தீங்கு நேராமல் தடுப்பதற்காக வந்தாய்! அதையெல்லாம் நான் தெரிந்துகொள்ளவில்லை. என் மகள் குந்தவை எடுத்தக் கூறியபிறகுதான் தெரிந்தது. ஐயோ! எப்பேர்ப்பட்ட தவறு செய்தேன்! அதற்காகவெல்லாம் என்னை மன்னித்துவிடு. உன்னிடம் எனக்குள்ள அன்பை இனி எப்படி காட்டுவேன்? அதற்கு வழியில்லாமல் சாகப் போகிறாயே! என் குமாரர்களுக்குப் பட்டம் கட்ட வேண்டாமென்று சொன்னாய். அதன் நியாயம் எனக்கே தெரிந்திருக்கிறது. ஏன் தலையை அசைக்கிறாய்? என் நன்மைக்காகவும், என் குலத்தின் நன்மைக்காகவுமே சொன்னாய்! அதில் தவறு ஒன்றுமில்லை. ஆனால்

இங்குள்ளவர்கள் ஏதேதோ சொல்லி என்னைப் பைத்தியமாக அடிக்கப் பார்க்கிறார்கள். உனக்குக் குழந்தை பிறந்ததாகச் சொல்கிறார்கள். அது உண்மையானால் சொல்லிவிடு! உன் மகன் இருந்தால் சொல்லிவிடு. அவனுக்கு என்னாலியன்றதைச் செய்து உனக்குச் செய்த துரோகத்துக்குப் பரிகாரம் தேடுகிறேன்..."

இவ்விதம் சுந்தரசோழர் கூறியபோது மந்தாகினி பரக்கப் பரக்க அவரைப் பார்த்து விட்டுப் பிறகு சுற்றுமுற்றும் பார்த்தாள். வாசற்படியின் அருகில் நின்ற பொன்னியின் செல்வர் மீது அவளுடைய பார்வை தங்கி நின்றது.

உடனே இளவரசர் தந்தையும் தாயும் இருந்த இடத்தை நெருங்கி வந்தார். தாயின் அருகில் உட்கார்ந்தார்.

மந்தாகினி இளவரசரைத் தன் கையினால் தொட்டுக் கொண்டு சக்கரவர்த்தியின் திருமுகத்தைப் பார்த்தாள். "இவன் தான் என் புதல்வன்!" என்னும் பொருள் அந்தப் பார்வையிலிருந்து மிகத் தெளிவாக வெளியாயிற்று.

இவ்வாறு இரண்டு மூன்று தடவை மந்தாகினி சக்கரவர்த்தியையும் பொன்னியின் செல்வரையும் மாறி மாறிப் பார்த்தாள். பின்னர் கண்களை மூடிக் கொண்டாள். சிறிது நிமிர்ந்திருந்த அவளுடைய தலை, – சக்கரவர்த்தியின் மடியில், – நன்றாகச் சாய்ந்தது.

மந்தாகினியின் உயிர் அவளுடைய உடலை விட்டுப் பிரிந்தது.

சுந்தர சோழச் சக்கரவர்த்தி விம்மி அழுததை இன்றுவரை யாரும் பார்த்ததுமில்லை; கேட்டதுமில்லை.

இன்றைக்கு அவர் 'ஓ' வென்று கதறி அழுததைப் பார்த்ததும் கேட்டும் எல்லாரும் திகைத்துப் போனார்கள்.

இளவரசர் அருள்மொழிவர்மர் மட்டுமே மனத்தெளிவுடன் இருந்தார்.

அவர் சக்கரவர்த்தியைப் பார்த்துக் கூறினார்– "தந்தையே! என் அன்னையின் மரணத்துக்காகத் தாங்கள் வருந்த வேண்டியதில்லை. அவர் மரணமடையவேயில்லை. தெய்வமாக அல்லவோ மாறியிருக்கிறார்? என்றென்றைக்கும் நம் சோழ வம்சத்துக்கு அவர் குல தெய்வமாக விளங்கி வருவார்!" என்றார்.

ஆயினும், சுந்தர சோழர் விம்மி அழுவது நின்ற பாடில்லை. மந்தாகினியின் மரணத்துக்காகத்தான் அழுதாரா? அல்லது அதே சமயத்தில் வெகு தூரத்தில் நடந்த இன்னொரு துயர சம்பவத்தின் அதிர்ச்சி அவர் உள்ளத்தில் தோன்றியதனால் அழுதாரா என்று யார் சொல்ல முடியும்?

* * *

இளவரசர் அருள்மொழிவர்மர் கூறிய தேறுதல் மொழி மட்டும் உண்மையாயிற்று. பொன்னியின் செல்வர் பிற்காலத்தில் ராஜராஜ சோழர் என்ற பெயருடன் சிங்காதனம் ஏறியபோது 'ஈழத்து ராணி' என்று அவர் அழைத்த மந்தாகினி தேவிக்காகத் தஞ்சையில் ஒரு கோயில் எடுப்பித்தார். அது சில காலம் 'சிங்கள நாச்சியார் கோவில்' என்ற பெயருடன் பிரபலமாக விளங்கி வந்தது. நாளடைவில் அதன் பெயர் திரிந்து 'சிங்காச்சியார் கோவில்' என்று ஆயிற்று. இன்றைக்கும் தஞ்சை நகரின் ஒரு பகுதியில் 'சிங்காச்சியார் கோவில்' என்ற பெயருடன் ஒரு சிறிய சிதிலமான கோவில் இருந்து வருவதைத் தஞ்சை செல்லுகிறவர்கள் விசாரித்துத் தெரிந்து கொள்ளலாம்.

❉ ❉ ❉ ❉

முப்பத்தொன்றாம் அத்தியாயம்

"வேளை வந்து விட்டது!"

சென்ற அத்தியாயத்தில் கூறிய நிகழ்ச்சிகளோடு இந்தக் கதையை முடித்துவிடக் கூடுமானால், எவ்வளவோ நன்றாயிருக்கும். நேயர்களில் சிலர் ஒருவேளை அவ்விதம் எதிர்பார்க்கவுங்கூடும். ஆனால் அது இயலாத காரியமாயிருக்கிறது. அதே தினத்தில் ஏறக்குறைய அதே நேரத்தில் கடம்பூர் சம்புவரையரின் மாளிகையில் நடந்த பயங்கர நிகழ்ச்சியைப் பற்றி நாம் இனிச் சொல்ல வேண்டியிருக்கிறது.

* * *

நந்தினி அவளுடைய அந்தப்புர அறையில் தனியாக அங்குமிங்கும் நடந்து கொண்டிருந்தாள். அவளுடைய உள்ளத்தில் குடிகொண்டிருந்த பரபரப்பை அவளுடைய முகத்தோற்றம் காட்டியது. அவளுடைய கண்ணில் ஓர் அபூர்வமான மின்னொளி சுடர்விட்டுத் தோன்றி மறைந்தது. அந்த அறைக்குள்ளே வருவதற்கு அமைந்திருந்த பல வழிகளையும் அவள் அடிக்கடி பார்த்துக் கொண்டிருந்தாள். அந்த வழிகளில் ஏதாவது காலடிச் சத்தம் கேட்கிறதா என்று அவளுடைய செவிகள் கூர்ந்து கவனித்துக் கொண்டிருந்தன. "வேளை நெருங்கி விட்டது !" என்று அவளுடைய உதடுகள் அடிக்கடி முணுமுணுத்துக் கொண்டிருந்தன. சில சமயம் அவ்விதம் முணுமுணுத்த அவளுடைய உதடுகள் துடித்தன. இன்னும் சில சமயம் அவளுடைய கண்ணிமைகளும், புருவங்களும் துடித்தன. ஒவ்வொரு தடவை அவள் உடம்பு முழுவதுமே ஆவேசக்காரனுடைய தேகம் துடிப்பதுபோல் பதறித் துடிதுடித்தது.

நந்தினி படுப்பதற்காக அமைந்திருந்த பஞ்சணை மெத்தை விரித்த கட்டிலில் நாலு பக்கமும் திரைச்சீலைகள் தொங்கின. அவை கட்டிலை அடியோடு மறைத்துக் கொண்டிருந்தன. நந்தினி ஒரு பக்கத்துத் திரைச் சீலையை மெதுவாகத் தூக்கினாள். படுக்கையில் நீளவாட்டில் வைத்திருந்த கொலை வாளைப் பார்த்தாள் கொல்லன் உலைக்களத்தில் ஜொலிக்கும் தீயினாலேயே செய்த வாளைப் போல் அது மின்னிட்டுத் திகழ்ந்தது. அத்தீயினால் மெத்தையும் கட்டிலும் திரைச் சீலைகளும் எரிந்து போகவில்லை என்பது ஆச்சரியத்துக் கிடமாயிருந்தது. இதை நினைத்துப் பார்த்துத்தான், அது செந்தழலினால் செய்த வாள் அல்லவென்றும், இரும்பினால் செய்த வாள்தான் என்றும் தெரிந்துகொள்ள வேண்டியிருந்தது.

நந்தினி அந்த வாளைக் கையில் எடுத்தாள். தூக்கிப் பிடித்தாள். தீபத்தின் ஒளியில் அதை இன்னும் நன்றாக மின்னிடும்படி செய்து பார்த்து மகிழ்ந்தாள். பிறகு, அதைத் தன் மார்புடன் அணைத்துக் கொண்டாள். கன்னத்தோடு சேர்த்து வைத்துக் கொண்டு முத்தமிட்டாள். அந்த வாளுடன் உரையாடவும் செய்தாள். "தெய்வ வாளே! நீ உன்னுடைய வேலையைச் செய்யவேண்டிய வேளை நெருங்கிவிட்டது! என்னை நீ கைவிடமாட்டாய் அல்லவா? இல்லை, நீ என்னைக் கைவிட மாட்டாய்! என்னுடைய கைகளேதான் என்னைக் கைவிட்டால் விடும்!" என்று கூறினாள்.

பிறகு, தன் கரங்களைப் பார்த்து, "கரங்களே! நீங்கள் உறுதியாக இருப்பீர்களா? சீச்சீ! இப்போதே இப்படி நடுங்குகிறீர்களே! சமயம் வரும்போது என்ன செய்வீர்கள்? ஆம், ஆம்! உங்களை நம்புவதில் பயனில்லை. வேறு இரண்டு கரங்களைத்தான் இன்றைக்கு நான் சம்பாதித்துக் கொள்ள வேண்டும்!" என்றாள்.

திடீரென்று நந்தினியின் உடம்பு முழுவதும் ஒரு தடவை சிலிர்த்தது. வெறிக்கனல் பாய்ந்த கண்களினால் மேல் நோக்காகப் பார்த்தாள்."ஆகா! நீ வந்துவிட்டாயா? வா! வா! சரியான சமயத்திலேதான் வந்தாய்! என்

அன்பே! என் அரசே! வா! வீர பாண்டியன் தலையே! ஏன் கூரை ஓரத்திலேயே இருக்கிறாய்? இறங்கி வா! இங்கே யாரும் இல்லை! உன் அடியாளைத் தவிர வேறு யாரும் இல்லை! ஏன் இப்படி விழித்துப் பார்த்துக் கொண்டிருக்கிறாய்? வாயைத் திறந்து ஒரு வார்த்தை சொல்! இந்தக் கண்டத்துக்குத் தப்பி உயிர் பிழைத்தால் உன்னைப் பாண்டிய சிங்காசனத்தில் ஏற்றி வைப்பேன் என்று சொன்னாயே! அதை நான் மறக்கவில்லை. உனக்கு நான் கொடுத்த வாக்குறுதியையும் மறக்கவில்லை. அதை நிறைவேற்றும் வேளை நெருங்கிவிட்டது. அதற்காக நான் எத்தனை காலம் பொறுமையாகக் காத்திருந்தேன்! என்னென்ன வேஷங்கள் போட்டேன்? – எல்லாம் நீ பார்த்துக் கொண்டுதானிருந்தாய்! இப்போதும் பார்த்துக் கொண்டிரு! கண் கொட்டாமல் பார்த்துக் கொண்டிரு. நீதான் கண் கொட்டுவதே கிடையாதே! நானும் கண்ணை மூடித் தூங்க முடியாமல் செய்து வருகிறாய்! இன்று இரவு உனக்காகப் பழி வாங்கி விட்டேனானால், அப்புறமாவது என்னை விட்டுப் போவாய் அல்லவா? அப்புறமாவது என்னைத் தூங்கவிடுவாய் அல்லவா? மாட்டாயா? பாண்டிய சிங்காசனத்தில் நான் ஏறி அமர்வதைப் பார்த்த பிறகுதான் போவாயா? என்னுடைய வாக்குறுதியை நான் நிறைவேற்றினால், உன்னுடைய வாக்குறுதியை நீ நிறைவேற்றுவதாகச் சொல்கிறாயா? இல்லை, இல்லை! எனக்கு சிங்காதனமும் வேண்டாம், மணி மகுடமும் வேண்டாம். உன் மகன் என்று யாரோ ஒரு சிறுவனை கொண்டு வந்தார்கள். அவனைச் சிங்காதனத்தில் ஏற்றி மணிமகுடம் சூட்டியாயிற்று. உனக்காகப் பழிக்குப் பழி வாங்கி விட்டேனானால், அதைக் கொண்டு நீ திருப்தியடைவாய்! பின்னராவது என்னை விட்டுச் செல்வாய்! போரில் இறந்தவர்கள் எல்லாரும் எந்த வீர சொர்க்கத்துக்குப் போகிறார்களோ, அந்த வீர சொர்க்கத்துக்கு நீயும் போவாய்! அங்கே என்னைப் போல் எத்தனையோ பெண்கள் இருப்பார்கள்! அவர்களில் ஒருத்தியை... என்ன? மாட்டேன் என்கிறாயா? சரி, சரி! அதைப் பற்றிப் பிறகு பேசிக் கொள்வோம்! என் அன்பே! யாரோ வருகிறார்கள் போலிருக்கிறது. நீ மறைந்துவிடு!...நானும் இந்தப் பழிவாங்கும் வாளை மறைத்து வைக்கிறேன்..."

அச்சமயம் வாசற்படிக்கு அருகில் உண்மையாகவே காலடிச் சத்தம் கேட்டது. நந்தினி வாளைக் கட்டிலில் வைத்துக் கொண்டிருக்கும்போதே மணிமேகலை உள்ளே வந்தாள்.

சற்று முன் வெறி பிடித்துப் புலம்பிய நந்தினி ஒரு கணநேரத்தில் முற்றும் மாறுதல் அடைந்தவளாய், "நீதானா, மணிமேகலை? வா! வா!" என்றாள். அவள் குரலில் அமைதி நிலவியது.

"அக்கா! இது என்ன? எப்போதும் வாளும் கையுமாகவே இருக்கிறீர்களே?" என்றாள் மணிமேகலை.

"பின், என்ன செய்வது? ஆண் பிள்ளைகள் இவ்வளவு தூர்த்தர்களாயிருந்தால், நாம் வாளைத் துணைகொள்ள வேண்டியது தானே?"

"தேவி! நான் ஒருத்தி துணை இருக்கிறேனே? என்னிடம் தங்களுக்கு நம்பிக்கை இல்லையா?"

"உன்னிடம் நம்பிக்கை இல்லாமலா என்னுடைய அந்தரங்கத்தையெல்லாம் உன்னிடம் சொன்னேன், மணிமேகலை! இந்த உலகிலேயே நான் நம்பிக்கை வைத்திருப்பவள் நீ ஒருத்திதான். ஆனாலும், உன் கூடப்பிறந்த சகோதரனுக்கு எதிராக உன்னால் ஒன்றும் செய்ய முடியாதல்லவா?"

"அக்கா! எனக்குக் கூடப் பிறந்த சகோதரன் இல்லை என்று முடிவு செய்து கொண்டு விட்டேன்..."

"ஏன் அவ்விதம் சொல்கிறாய்? எப்படியும் அவன் உன் சகோதரன்..."

"சகோதரனாவது? சகோதரியாவது? அந்த உறவெல்லாம் வெறும் பிரமை என்று தெரிந்து கொண்டேன். கந்தமாறன் என்னுடைய விருப்பத்துக்கு எதிராக, – தன்னுடைய சௌகரியத்துக்காக, – என்னை வற்புறுத்திக் கட்டிக் கொடுக்கப் பார்க்கிறான்! உண்மையான சகோதர பாசம் இருந்தால், இப்படிச் செய்வானா?..."

"தங்காய்! உன்னுடைய நன்மைக்காகவே அவன் உன்னை இளவரசருக்கு மணம் செய்து கொடுக்க விரும்பலாம் அல்லவா?"

"ஆமாம்; என்னுடைய நன்மை தீமையை இவன் கண்டு விட்டானாக்கும்! உண்மையில், என்னுடைய நன்மையை அவன் கருதவேயில்லை, அக்கா!"

"ஈழம் முதல் வட பெண்ணை வரை பரந்த சோழ ராஜ்யத்தின் சிங்காதனத்தில் நீ பட்டமகிஷியாக வீற்றிருக்க வேண்டும் என்று உன் தமையன் விரும்புவது உன்னுடைய நன்மைக்கு அல்லவா?"

"இல்லவே இல்லை! நான் தஞ்சாவூர் ராணியானால், இவன் முதன் மந்திரியாகலாம்; அல்லது பெரிய பழுவேட்டரையரைப்போல் தனாதிகாரியாகலாம் என்ற ஆசைதான் காரணம்! அக்கா! அக்கா...!" என்று மணிமேகலை மேலே சொல்லத் தயங்கினாள்.

"சொல், மணிமேகலை! உன் மனதில் உள்ளது எதுவானாலும் தாராளமாய்ச் சொல்லலாம். என்னிடம் உனக்குள்ள அன்பைக் குறித்து நீ சொன்னதெல்லாம் உண்மைதானே!"

"அக்கா! அதைப் பற்றிச் சந்தேகிக்க வேண்டாம். இந்த உலகத்திலேயே நான் அன்பு வைத்திருப்பது இரண்டு பேரிடந்தான். ஒருவர் தாங்கள்..."

"இன்னொருவர் யார்?"

"உங்கள் மனதுக்கு அது தெரியும். என்னை ஏன் கேட்கிறீர்கள்...?"

"தங்காய்! உனக்கு அது சந்தோஷமாயிருக்கும் என்று நினைத்தேன். கதைகளும் காவியங்களும் நீ கேட்டதில்லையா? ஒரு பெண்ணின் உள்ளத்தில் காதல் உதயமானால் அதைப் பற்றி அவள் யாரிடமாவது பேச விரும்புவது இயல்பு அல்லவா? அந்தரங்கத் தோழி என்பது பின் எதற்காக...?"

"அது உண்மைதான், அக்கா! என் அந்தரங்கத்தையும் தங்களிடம் தெரியப்படுத்தியிருக்கிறேன். ஆனால் இப்போது நான் தங்களிடம் அவசரமாக வந்தது வேறு ஒரு செய்தி சொல்வதற்காக. மிக்க கவலை தரும் செய்தி, அக்கா!"

நந்தினி திடுக்கிட்டு, "என்ன? என்ன?" என்று கேட்டாள். எத்தனையோ காலமாகத் திட்டமிட்டுக் கொண்டிருந்தது இன்று நிறைவேறலாம் என்று எண்ணியிருந்த காரியத்துக்கு ஏதாவது தடங்கல் ஏற்படுமோ என்ற பீதி அவள் மனத்தில் குடி கொண்டது. அதன் அறிகுறி அவள் முகத்திலும் தோன்றியது.

"அக்கா! தனாதிகாரி பழுவேட்டரையர் இன்னும் தஞ்சாவூருக்குப் போய்ச் சேர வில்லையாம். வழியில்..."

"வழியில் என்ன நேர்ந்தது? ஒரு வேளை மனத்தை மாற்றிக் கொண்டு திரும்பி விட்டாரா?" என்று நந்தினி கேட்ட கேள்வியில் பீதி குறைந்திருக்கவில்லை.

"அப்படி அவர் திரும்பியிருந்தால் நன்றாயிருக்கும், அக்கா! அன்றைக்கு நாம் ஏரித் தீவில் இருந்தபோது புயல் அடித்ததல்லவா? அந்தப் புயல் கொள்ளிடத்திலும் அப்பாலும் ரொம்பக் கடுமையாக அடித்ததாம். பழுவேட்டரையர் கொள்ளிடத்தில் படகில் சென்றபோது புயல் பலமாக இருந்ததாம்..."

"அப்புறம்" என்று நந்தினி பரபரப்புடனேதான் கேட்டாள். ஆயினும் கவலைத் தொனி சிறிது குறைந்திருந்தது.

"அக்கரை சேரும் சமயத்தில் படகு கவிழ்ந்து விட்டதாம்!"

"ஐயோ!"

"தப்பிக் கரை ஏறியவர்கள் கொள்ளிடக் கரையில் எங்கும் தேடிப் பார்த்தார்கள். தங்கள் கணவர் மட்டும் அகப்படவில்லை!" என்றாள் மணிமேகலை.

இந்தச் செய்தியைக் கேட்டதும் நந்தினி விம்மி அழுவாள் என்று மணிமேகலை எதிர்பார்த்து, அவளுக்கு ஆறுதல் சொல்லத் தயாராயிருந்தாள். ஆனால் நந்தினியோ அப்படியொன்றும் செய்யவில்லை. சிறிதும் படபடப்புக் காட்டாமல், அவநம்பிக்கை தொனித்த குரலில், "இந்தச் செய்தி உனக்கு எப்படித் தெரிந்தது?" என்றாள்.

"பழுவேட்டரையரோடு போன ஆட்களில் ஒருவன் திரும்பி வந்திருக்கிறான். அவன் என் தமையனிடம் சொல்லிக் கொண்டிருந்தான். நானே என் காதினால் கேட்டேன், அக்கா! தங்களிடம் இந்தச் செய்தியை எப்படித் தெரிவிப்பது என்று என் தமையன் தயங்கி, இளவரசரிடம் யோசனை கேட்டுக் கொண்டிருந்தான். நான் எப்படியாவது தங்களிடம் சொல்லி விடுவது என்று ஓடி வந்தேன்..."

இவ்விதம் கூறிய மணிமேகலை துயரம் தாங்காமல் விம்மத் தொடங்கினாள்.

நந்தினி அவளைக் கட்டி அணைத்துக்கொண்டு, "என் கண்ணே! என்னிடம் நீ எவ்வளவு அன்பு வைத்திருக்கிறாய் என்று தெரிந்து கொண்டேன். ஆனால், நீ வருத்தப்பட வேண்டாம்!" என்றாள்.

மணிமேகலை சிறிது வியப்புடனேயே நந்தினியை நிமிர்ந்து பார்த்தாள். 'இவளுடைய நெஞ்சு எவ்வளவு கல் நெஞ்சு?' என்று அவள் மனத்தில் தோன்றிய எண்ணத்தை நந்தினி தெரிந்து கொண்டாள்.

"தங்காய்! துக்கச் செய்தியைக் கூறி எனக்கு ஆறுதல் சொல்லுவதற்காக நீ ஓடிவந்தாய். ஆனால் உனக்கு நான் தேறுதல் கூற வேண்டியிருக்கிறது. நீ வருத்தப்பட வேண்டாம். என் கணவருடைய உயிருக்கு ஆபத்து ஒன்றும் வரவில்லை என்பது நிச்சயம். அப்படி ஏதாவது நேர்ந்திருந்தால் என் நெஞ்சே எனக்கு உணர்த்தியிருக்கும். அதனாலேதான் நான் கவலைப்படவில்லை. ஆனால் நீ கேள்விப்பட்டதை இன்னும் விவரமாய்ச் சொல்! என் மனத்தில் வேறொரு சந்தேகம் உதித்திருக்கிறது..."

"என்ன சந்தேகம், அக்கா?"

"உன் தமையனும் அந்தப் பல்லவப் பார்த்திபேந்திரனும் சேர்ந்து என் கணவருக்கு ஏதேனும் கெடுதல் செய்யத் திட்டமிட்டிருக்கிறார்களோ என்று எண்ணுகிறேன். அதற்கு, முன் ஜாக்கிரதையாக இம்மாதிரி ஒரு செய்தியை அவர்களே தயாரித்திருக்கலாமல்லவா?"

"எனக்கு விளங்கவில்லை, அக்கா! அவர்கள் ஏன் பழுவேட்டரையருக்குத் தீங்கு செய்ய வேண்டும்?"

"நீ பச்சைக் குழந்தையாகவே இருக்கிறாய், மணிமேகலை! உன் தமையனும் பார்த்திபேந்திரனும் என் மீது துர் எண்ணம் கொண்டிருக்கிறார்கள் என்று நான் சொல்ல வில்லையா? அதற்காகத்தான் இந்த வாளை எப்போதும் அருகிலேயே வைத்துக் கொண்டிருக்கிறேன் என்றும் சொல்லவில்லையா?..."

"சொன்னீர்கள்; அதனால் கந்தமாறனை இனிமேல் என் தமையன் என்று சொல்ல வேண்டாம் என்றும் கேட்டுக் கொண்டேன். அந்தப் பாதகனை என் உடன் பிறந்தவனாக நான் இனிக் கருதமாட்டேன். இருந்தாலும்... அவர்கள் பழுவேட்டரையருக்கு ஏன் தீங்கு செய்ய வேண்டும்?"

"தங்காய்! இதுகூடவா நீ தெரிந்து கொள்ள முடியவில்லை? கிழவரைக் கலியாணம் செய்துகொண்டு தவிக்கும் நான், அவர் போய்விட்டால் மனத்திற்குள் சந்தோஷப்படுவேன், பிறகு அவர்களுடைய துர்நோக்கத்துக்கும் இணங்குவேன் என்றுதான். உன் தமையன் இப்படிப் பட்டவன் என்று தெரிந்திருந்தால் அவனை என் வீட்டில் வைத்திருந்து சகோதரனைப் போல் கருதி பணிவிடை செய்திருக்க மாட்டேன். யமலோகத்தின் வாசல் வரை சென்றவனைக் காப்பாற்றியிருக்க மாட்டேன்..."

"அக்கா! இனி நான் தங்களை விட்டு ஒரு கணமும் பிரிய மாட்டேன். அந்த இருவரில் ஒருவர் இங்கு வந்தால், என்னுடைய கையாலேயே அவர்களைக் கொன்று விடுவேன்!"

"மணிமேகலை! அந்தக் கவலை உனக்கு வேண்டாம். என்னை நானே காப்பாற்றிக் கொள்வேன். கந்தமாறனும், பார்த்திபேந்திரனும் என் அருகில் நெருங்கினால், என்றும் மறக்காதபடி அவர்களுக்குப் புத்தி கற்பித்து அனுப்புவேன். அவர்களிடம் எனக்குச் சிறிதும் பயமில்லை. முரட்டு இளவரசரைப் பற்றி மட்டுந்தான் கொஞ்சம் பயம் இருந்தது. நல்ல வேளையாக அந்த அபாயத்தினின்று என்னை நீயே காப்பாற்றிவிட்டாய்!"

"நான் தங்களைக் காப்பாற்றினேனா? அது எப்படி?"

"இளவரசரின் உள்ளத்தை நீ கவர்ந்துவிட்டாய் என்பதை அறியவில்லையா, மணிமேகலை! வாணர் குலத்து வீரரைக் கையைப் பிடித்து இழுத்து அப்பால் தள்ளிவிட்டு உன்னை அவர் ஏரித் தண்ணீரிலிருந்து எடுத்துக் காப்பாற்றியதன் காரணம் என்ன? அதற்குப் பிறகும் அவரை நான் கவனித்துக் கொண்டுதான் வருகிறேன். உன் மனதிற்கு அது தெரியவில்லையா, மணிமேகலை?"

"தெரியாமல் என்ன? தெரிந்துதானிருக்கிறது. இளவரசரை நினைத்தாலே எனக்குப் பயமாயிருக்கிறது. அவர் அருகில் வந்தால் என் உடம்பு நடுங்குகிறது. என் தமையன் என்று சொல்லிக் கொள்ளும் கிராதகன் இருக்கிறான் அல்லவா? அவன் வேறு ஓயாமல் என் பிராணனை வாங்கிக் கொண்டிருக்கிறான்.."

"இளவரசரை நீ மணந்து கொள்ளவேண்டும் என்று தானே?"

"ஆம்; தனியாக என்னை ஒரு கணம் பார்த்தால் போதும்! உடனே எனக்கு அவன் உபதேசம் செய்ய ஆரம்பித்து விடுகிறான். அவனுடைய தொந்தரவுக்காகவே..."

"அவனுடைய தொந்தரவுக்காக இளவரசரை மணந்து கொண்டு விடலாம் என்று முடிவு செய்து விட்டாயா?"

"தாங்கள்கூட இவ்விதம் சொல்லுகிறீர்களே?" என்று மணிமேகலை விம்மி அழத் தொடங்கினாள். அவளுடைய கண்களில் கண்ணீர் அருவி பெருகிற்று.

நந்தினி அவளை சமாதானப்படுத்தினாள். "ஏதோ விளையாட்டுக்காகச் சொன்னேன். அதற்காக இப்படி அழ ஆரம்பித்துவிட்டாயே?" என்று சொல்லிக் கண்ணீரைத் துடைத்தாள்.

மணிமேகலை சிறிது சமாதானம் அடைந்ததும் "என் கண்ணே! உன் மனத்தை நன்றாகச் சோதித்துப் பார்த்துப் பதில் சொல். உண்மையாகவே நீ இளவரசர் கரிகாலரை விரும்பவில்லையா? அவரை மணந்துகொண்டு சோழ சாம்ராஜ்யத்தின் பட்டமகிஷியாக இருக்க ஆசைப்படவில்லையா?" என்றாள் நந்தினி.

"ஒரு தடவை கேட்டாலும் நூறு தடவை கேட்டாலும் என் பதில் ஒன்றுதான். அக்கா! அந்த ஆசை எனக்குக் கிடையவே கிடையாது."

"வாணர் குலத்து வந்தியத்தேவரிடம் உன் மனத்தைப் பறிகொடுத்திருக்கிறாய் என்பதும் உண்மைதானே?"

"ஆம், அக்கா! ஆனால் அவருடைய மனது எப்படியிருக்கிறதோ?"

"அவருடைய மனம் எப்படியிருந்தால் என்ன? அவர் உயிரோடிருந்தால் அல்லவா அவர் மனத்தைப் பற்றிக் கேட்க வேண்டும்?"

மணிமேகலை திடுக்கிட்டு, "என்ன சொல்கிறீர்கள், அக்கா!" என்றாள்.

"மணிமேகலை! நீ இன்னும் உண்மையைத் தெரிந்து கொள்ளவில்லை. உன்னுடைய நிலைமையையும், உன் அன்புக்குரியவனுடைய நிலைமையையும் உணரவில்லை. என்னைப் பற்றி நீ கவலைப்படுகிறாய்; என் கணவரைப் பற்றிக் கவலைப்படுகிறாய். எங்களைப் பற்றி உண்மையில் கவலைப்பட வேண்டியதேயில்லை. என் கணவர்

எப்பேர்ப்பட்டவர் என்பது எனக்குத் தெரியும். அவர் வாயசைந்தால் இந்த நாடே அசையும். சுந்தர சோழ சக்கரவர்த்தி அவர் இட்ட கோட்டைத் தாண்டமாட்டார். என் கணவர் வார்த்தைக்கு மாறாக முதன் மந்திரி வார்த்தையையும் கேட்க மாட்டார். அவருடைய சொந்தப் பெண்டு பிள்ளைகளின் பேச்சுக்கும் செவி கொடுக்க மாட்டார். பழுவேட்டரையரை வயதான கிழவர் என்று உன் தமையனைப் போன்ற மூடர்கள் எண்ணிப் பரிகாசமும் செய்து கொண்டிருக்கிறார்கள். ஆனால், அவர் ஒரு மூச்சு விட்டால், உன் தமையனையும், பார்த்திபேந்திரனையும் போன்ற நூறு வாலிபர்கள் மல்லாந்து விழுவார்கள். ஆகையால் பழுவேட்டரையருக்கு யாரும் தீங்கு செய்துவிட முடியாது. என் கண்ணே! என்னைக் காப்பாற்றிக் கொள்ளவும் எனக்குத் தெரியும். இதைக் காட்டிலும் எத்தனையோ இக்கட்டான நிலைமைகளில் என்னை நான் காப்பாற்றிக் கொண்டிருக்கிறேன். உண்மையாகவே இப்போது நான் கவலைப்படுவதெல்லாம் உன்னைப் பற்றித்தான். 'இந்தப் பெண் நம்மிடம் இவ்வளவு அன்பு வைத்திருக்கிறாளே! இவளுக்கு ஒன்றும் நேராமலிருக்க வேண்டுமே!' என்று கவலைப்படுகிறேன். நீ இந்த அறைக்குள் சற்றுமுன் வந்தபோது கூட உன்னைப் பற்றித்தான் சிந்தித்துக் கொண்டிருந்தேன்..."

"தாங்கள் சொல்வது ஒன்றும் புரியவில்லை, அக்கா! எனக்கு அப்படி என்ன அபாயம் வந்து விடும்?"

"பேதைப் பெண்ணே! வேண்டாத புருஷனுக்கு வாழ்க்கைப்படுவதைக் காட்டிலும் பெண்களுக்கு நேரக்கூடிய அபாயம் வேறு என்ன இருக்க முடியும்?"

"அது ஒரு நாளும் நடவாத காரியம்."

"உன் தமையன் உன்னை இளவரசருக்கு மணம் செய்விப்பது என்று தீர்மானம் செய்து விட்டான்; உன் தந்தையும் சம்மதித்து விட்டார்."

"அவர்களுடைய தீர்மானமும் சம்மதமும் என்னை என்ன செய்யும்? நான் சம்மதித்தால்தானே!"

"இப்படிக் குழந்தைபோல் பேசுகிறாய்! சிற்றரசர் குலத்துப் பெண்களைக் கலியாணம் செய்து கொடுப்பது, அந்தப் பெண்களின் சம்மதத்தைக் கேட்டுக் கொண்டுதான் உலகத்தில் நடைபெறுகிறதா? அதிலும், மூவுலகையும் ஆளும் சக்கரவர்த்தியின் மூத்தகுமாரர், – பட்டத்து இளவரசர், – உன்னை மணந்து கொள்ள விரும்பினால், அதற்கு யார் தடை சொல்ல முடியும்?"

"ஏன்? என்னால் முடியும். இளவரசரிடம் நேரே சொல்லி விடுவேன்."

"என்ன சொல்லுவாய்?"

"அவரை மணந்துகொள்ள எனக்கு இஷ்டம் இல்லை என்று சொல்வேன்..."

"காரணம் கேட்டால்?"

"உண்மையான காரணத்தைத்தான் சொல்வேன். என் மனம் அவருடைய சிநேகிதர் வல்லவரையரிடம் ஈடுபட்டு விட்டது என்று சொல்வேன்."

"பேதைப் பெண்ணே! இதை நீ சொல்லவே வேண்டாம். அவர்களுக்கு ஏற்கனவே தெரிந்திருக்கிறது."

"தெரிந்திருந்தால் என்னை ஏன் வற்புறுத்துகிறார்கள்? அப்படி அதிகமாக வற்புறுத்தினால் இதோ நானும் ஒரு கத்தி வைத்திருக்கிறேன். அக்கா!" என்று சொல்லி மணிமேகலை தன் இடுப்பில் செருகியிருந்த சிறிய கத்தி ஒன்றை எடுத்துக் காட்டினாள்.

"என் அருமைத் தங்கையே! உன் அறியாமையைக் கண்டு ஒரு பக்கம் எனக்கு அழுகை வருகிறது; இன்னொரு பக்கம் சிரிப்பும் வருகிறது."

"அப்படி என்ன நான் உளறி விட்டேன், அக்கா!"

"உன்னை யாரோ வற்புறுத்தப் போவதாக எண்ணியிருக்கிறாய். உன்னுடைய சம்மதத்தைக் கேட்பார்கள் என்றும் நினைத்திருக்கிறாய். அவ்விதம் ஒன்றும் அவர்கள் செய்யப் போவதில்லை. நீ இளவரசரை மணந்து கொள்ளத் தடையாயிருக்கிற காரணத்தை நீக்கிவிடப் போகிறார்கள்!"

"என்ன சொல்லுகிறீர்கள், அக்கா?"

"நீ யாரிடம் உன் மனத்தைப் பறி கொடுத்திருக்கிறாயோ, அவருடைய உயிருக்கு அபாயம் நெருங்கியிருக்கிறது என்று சொல்லுகிறேன்...!"

"ஐயையோ"

"உன் தமையன் ஏற்கெனவே அந்தப் பழைய சிநேகிதன் மீது துவேஷம் கொண்டிருக்கிறான். இந்த அரண்மனையில் சில மாதங்களுக்கு முன்னால் சிற்றரசர்கள் கூடிச் செய்த சதியாலோசனையைப் பற்றி இளவரசரிடம் சொல்லிக் கொடுத்துவிட்டான் என்று அவனுக்குக் கோபம். தன் முதுகிலே குத்திக் கொல்ல முயற்சித்ததாக வேறு குற்றம்சாட்டிக் கொண்டிருக்கிறான். வேறொரு காரணத்தினால் பார்த்திபேந்திரனுக்கும் உன் காதலன் பேரில் அளவில்லாத கோபம்..."

"இவர்களுடைய கோபம் அவரை என்ன செய்துவிடும். அக்கா? அவர் சுத்த வீரர் அல்லவா!"

"சுத்த வீரராயிருந்தால் என்ன? திடீரென்று சூழ்ந்து கொள்ளும் பல கொலைகாரர்களுக்கு மத்தியில் கையில் ஆயுதம் ஒன்றும் இல்லாத ஒரு சுத்த வீரன் என்ன செய்ய முடியும்?.."

"ஐயோ! அவரைக் கொன்று விடுவார்கள் என்றா சொல்லுகிறீர்கள்?"

"கொல்லமாட்டார்கள்; கண்டதுண்டமாக வெட்டி நரிகளுக்கும் நாய்களுக்கும் போட்டு விடுவார்கள்..."

"ஐயோ! என்ன கர்ண கடூரம்!"

"கேட்பதற்கே உனக்குக் கடூரமாயிருக்கிறதே! உண்மையில் நடந்து விட்டால், என்ன பாடுபடுவாய்?"

"அக்கா! இப்போதே என் உயிரும் உள்ளமும் துடிக்கின்றன. நிஜமாக, அப்படியும் செய்து விடுவார்களா? அவர் இளவரசருடைய அத்தியந்த சிநேகிதராயிற்றே!"

"அத்தியந்த சிநேகிதர்கள் கொடிய பகைவர்களாக மாறுவதைப் பற்றி நீ கேட்டதில்லையா, தங்காய்! உன் தமையனும் பார்த்திபேந்திரனும் அப்படியெல்லாம் இளவரசரிடம் தூபம் போட்டு விட்டிருக்கிறார்கள்..."

"சண்டாளர்கள்! இதெல்லாம் தங்களுக்கு..."

"எனக்கு எப்படித் தெரிந்தது என்றுதானே கேட்கிறாய்? இன்று பகலில் பார்த்திபேந்திரன் என்னிடம் விடைபெற்றுச் செல்லும் வியாஜ்யத்தை வைத்துக்கொண்டு வந்திருந்தான்..."

"அந்தப் பாதகன் எங்கே போகிறான்?"

"அதிக தூரம் போகவில்லை. திருக்கோவலூர்க் கிழவன் மலையமான் ஒரு பெரிய சைன்யத்தைத் திரட்டிக்கொண்டு இந்த ஊரை நோக்கி வந்து கொண்டிருக்கிறான் என்று நீ கேள்விப்பட்டாய் அல்லவா?"

"கேள்விப்பட்டேன். அது என்னத்திற்காக என்று ஆச்சரியப்பட்டேன்."

"அதுவும் உன் நிமித்தமாகத்தானாம்! இன்று மத்தியானம் இளவரசர் அதைப் பற்றிப் பிரஸ்தாபித்தாராம். 'மணிமேலையை எனக்கு மணம் செய்து கொடுக்காவிட்டால், மலையமான் சைன்யம் வந்தவுடன் இந்தக் கோட்டை – அரண்மனை எல்லாவற்றையும் தகர்த்துத் தரை மட்டமாக்கி விடப் போகிறேன்!' என்றாராம்.

அப்போதுதான் உன் தமையன் 'அதற்குத் தடையாயிருப்பது நாங்கள் அல்ல; உங்கள் சிநேகிதன் வந்தியத்தேவன்தான்' என்றானாம். 'அந்தத் தடையை நீக்க உங்களால் முடியாதா?' என்று இளவரசர் கேட்டாராம். 'கட்டளை அளித்தால் முடியும்' என்றானாம் உன் அண்ணன். என் அருமைச் சகோதரி! பார்த்திபேந்திரனிடம் மேலும் பேச்சுக் கொடுத்துச் சில விவரங்களை அறிந்தேன். உன் ஆருயிர்க் காதலனுடைய உயிருக்கு ஆபத்து நெருங்கியிருப்பது நிச்சயம். நீ உடனே முயற்சி எடுக்காவிட்டால், கலியாணம் ஆவதற்கு முன்பே கணவனை இழந்து விடுவாய்!" என்றாள் நந்தினி.

இதைக் கேட்ட மணிமேகலையின் உடலும் உள்ளமும் துடிதுடித்ததில் வியப்பு ஒன்றும் இல்லை அல்லவா?

"ஐயோ! அவருக்கு எப்படியாவது உடனே எச்சரிக்கை செய்ய வேண்டுமே!" என்று தட்டுத் தடுமாறிக் கொண்டே கூறினாள்.

"எச்சரிக்கை செய்யலாம். ஆனால், உன் காதலன் சுத்த வீரன் என்று நீ தானே சற்றுமுன் கூறினாய்? அவனுடைய உயிருக்கு அபாயம் என்று கேட்டுப் பயந்து ஓடி விடுவானா? மாட்டான்! இன்னும் அவனுடைய பிடிவாதம் அதிகமாகும்" என்றாள் நந்தினி.

"தாங்கள் தான் யோசனை சொல்லவேண்டும். என் தலை சுற்றுகிறது. என்ன செய்கிறது என்று தெரியவில்லை" என்றாள் மணிமேகலை.

"நீ இங்கே வரும்போது அதைப் பற்றித்தான் யோசித்துக் கொண்டிருந்தேன். எனக்கும் ஒன்றும் புரியவில்லை. நல்ல வேளையாக நீ ஒரு செய்தி கொண்டு வந்தாய். அதிலிருந்து, வல்லவரையரைக் காப்பாற்ற ஒரு யோசனை தோன்றியது."

"நான் கொண்டு வந்த செய்தியிலிருந்தா? அது என்ன செய்தி?"

"பழுவேட்டரையருடைய படகு கவிழ்ந்ததென்றும் பிறகு அவரைப் பற்றித் தகவல் தெரியவில்லை என்றும் சொன்னாய் அல்லவா?"

"ஆமாம்!"

"வந்தியத்தேவரிடம் நான் மன்றாடிக் கேட்டுக் கொள்கிறேன். எனக்காக அவர் போய் என் கணவரைப் பற்றிய உண்மை தெரிந்து வரவேண்டும் என்று வேண்டிக் கொள்கிறேன். நீயும் எனக்காகப் பரிந்து பேசு. இரண்டு பேதைப் பெண்களின் வேண்டுகோளை அந்த வீரர் புறக்கணிக்க மாட்டார். அவரை உடனே இந்த இடத்திலிருந்து வெளியே அனுப்புவதுதான் அவர் உயிரைக் காப்பாற்றும் வழி. வேறு உபாயம் ஒன்றுமில்லை. அவர் போன பிறகு நீ உன் தமையனாரிடமும் தந்தையிடமும் இளவரசரிடமும் தைரியமாக உன் மனத்தை வெளியிட்டுப் பேசலாம். நானும் உனக்காகப் பேசுகிறேன். 'இஷ்டமில்லாத பெண்ணை வற்புறுத்துவது சோழ குலத்தில் பிறந்தவர்களுக்கு அழகு அல்ல' என்று சொல்லுகிறேன்."

"தங்கள் பேச்சையும் அவர்கள் கேட்காவிட்டால், என் கையில் கத்தி இருக்கிறது!"

"சரி, சரி! இப்போது முதலில் உன் காதலரை வெளியேற்றிக் காப்பாற்ற முயல்வோம். அவர் இருக்குமிடம் உனக்குத் தெரியும் அல்லவா? நீ நேரில் அவரைப் பார்க்க முடியாவிட்டால், உன் தோழி சந்திரமதியை அனுப்பு. இல்லாவிடில், இடும்பன் காரியை அனுப்பு. எப்படியாவது அவரை இங்கே அழைத்துக்கொண்டு வா!"

"அவர் போகச் சம்மதித்தாலும் இங்கேயிருந்து எப்படி வெளியில் போவார், அக்கா! என் அண்ணன் தடுத்து நிறுத்தி விட்டால்...?"

"உன் அண்ணனுக்கு ஏன் தெரிய வேண்டும், மணிமேகலை! முதன் முதலில் அவர் இந்த அறைக்குள் வந்து உன்னைத் திடுக்கிடச் செய்தாரே! அந்தச் சுரங்க வழியிலேயே அனுப்பி விட்டால் போகிறது! சீக்கிரம்

போ, தங்காய்! வந்தியத்தேவர் இனி இந்தக் கோட்டையில் இருக்கும் ஒவ்வொரு நிமிடமும் அவருடைய உயிருக்கு அபாயம் அதிகமாகும். உன் தமையன் ஏவும் கொலைகாரர்கள் எப்போது அவரைத் தாக்குவார்கள் என்று நமக்கு என்ன தெரியும்?"

"இதோ போகிறேன், அக்கா! எப்படியாவது அவரை அழைத்துக் கொண்டுதான் திரும்பி வருவேன்" என்று சொல்லி விட்டு மணிமேகலை சென்றாள்.

அவளுடைய காலடிச் சத்தம் மறைந்ததும், பக்கத்திலிருந்த வேட்டை மண்டபத்தின் ரகசியக் கதவை யாரோ தட்டுவது போன்ற சத்தம் கேட்டது.

நந்தினி ரகசியக் கதவின் அருகில் சென்று, அதன் உட்கதவைத் திறந்தாள். இருட்டில் ஒரு கோரமான முகம் லேசாகத் தெரிந்தது.

"மந்திரவாதி! வந்துவிட்டாயா?" என்றாள் நந்தினி.

"வந்துவிட்டேன், ராணி! வேளையும் வந்துவிட்டது" என்றான் ரவிதாஸன்.

❉ ❉ ❉ ❉

முப்பத்திரண்டாம் அத்தியாயம்

இறுதிக் கட்டம்

நந்தினி திரும்பிச் சென்று தனது அறைக்குள் வருவதற்காக ஏற்பட்ட பிரதான வாசலின் கதவைச் சாத்தித் தாளிட்டு வந்தாள். பின்னர், கையில் தீபத்துடன் வேட்டை மண்டபத்தின் ரகசியக் கதவைத் திறந்துகொண்டு உள்ளே பிரவேசித்தாள்.

மந்திரவாதி ரவிதாஸன் முன்னமே கோரமான முகமுடையவன். முகத்திலும் தலையிலும் புதிதாக ஏற்பட்டிருந்த காயங்களினால் அவனுடைய தோற்றம் மேலும் கோரமடைந்திருந்தது. நந்தினி அதைப் பார்த்துவிட்டு, "மந்திரவாதி! இது என்ன, உன் உடம்பெல்லாம் புதுக் காயங்கள்?" என்றாள்.

"ராணி! இதிலே தங்களுக்கு வியப்பு என்ன? தங்களைப் போல் நாங்கள் அறுசுவை உண்டி அருந்தி பஞ்சணை மெத்தையில் சொகுசாய்ப் படுத்துக் காலங் கழிப்பதாக எண்ணிக் கொண்டிருக்கிறீர்களா? நானும் பரமேசுவரனும் இன்று பிழைத்து வந்திருப்பதே பெரிய காரியம், இறந்துபோன பாண்டிய சக்கரவர்த்தியின் ஆவிதான் எங்களை இன்று உயிரோடிருக்கும்படி காப்பாற்றியது..."

"இல்லை, ரவிதாஸா! இல்லை! அவருடைய ஆவி என்னுடனேயே சதா சர்வ காலமும் இருக்கிறது. ஒரு நாழிகைக்கு முந்திக் கூட என் முன்னால் தோன்றிச் சபதத்தை நிறைவேற்றப் போகிறாயா, இல்லையா?" என்று கேட்டது.

"ராணி! அதற்குத் தாங்கள் என்ன பதில் சொன்னீர்கள்?"

"சபதத்தை இன்று நிறைவேற்றுவேன்; இல்லாவிடில் உயிரை மாய்த்துக் கொள்வேன்" என்று சொன்னேன்.

"அப்படியானால் நாங்கள் ஓடோடியும் வந்ததே நல்லதாய்ப் போயிற்று. இத்தனை காலங்கழித்து நீங்கள் உயிரை மாய்த்துக் கொள்ளுவதில் யாருக்கு என்ன லாபம்? எடுத்த காரியம் அல்லவோ முடிவு பெற வேண்டும்? தங்களால் முடியாது என்றால்..."

"முடியாது என்று யார் சொன்னார்கள்? சபதத்தை நிறைவேற்றுவேன்; அதற்குப் பிறகு என்னுடைய உயிரை மாய்த்துக் கொள்வேன்..."

"வேண்டாம், வேண்டாம். சபதத்தை நிறைவேற்றிய பிறகு தாங்கள் செய்யக்கூடிய காரியங்கள் எவ்வளவோ இருக்கின்றன. மதுரையில் வீரபாண்டியனுடைய திருக்குமாரனுக்கு உலகமறியப் பட்டாபிஷேகம் செய்தாக வேண்டும்..."

"அதையெல்லாம் நீங்களே பார்த்துக் கொள்ளுங்கள். இன்று இரவு என் வேலை முடிந்து விடும்; என் வாழ்வும் முடிந்துவிடும்..."

"ராணி! பழுவேட்டரையருடைய பொக்கிஷத்தில் உள்ள திரவியங்கள் எல்லாம் மலை நாட்டுக்குப் போய்ச் சேர வேண்டும். அதற்குத் தங்கள் உதவி தேவையாயிருக்கிறது!"

"சபதம் முடிந்த பின்னரும் என் கணவரை ஏமாற்றிக் கொண்டு உயிர் வாழச் சொல்கிறாயா, மந்திரவாதி!"

"அம்மணி! தங்கள் கணவர் யார்?"

"உலகறிய என்னை மணந்து, நாடு நகரங்களில் உள்ளவர்களின் பரிகாசங்களை யெல்லாம் பொருட் படுத்தாமல், என் ஒவ்வொரு சபதத்தையும் நிறைவேற்றிக் கொண்டு வருகிற உத்தமரைத்தான் சொல்கிறேன்."

"ராணி! பழுவேட்டரையர் தங்கள் கணவர் அல்ல. ஒவ்வொரு நாள் இரவும் வீரபாண்டியர் என் கனவில் வந்து தங்களை அவருடைய பட்டமகிஷியாக நடத்தும்படி கட்டளையிடுகிறார்..."

"மந்திரவாதி! அவர் பேச்சு வேண்டாம். இந்தக் காயங்களெல்லாம் உனக்கு எப்படி ஏற்பட்டன என்று சொல்லவில்லையே?"

"நேற்றிரவு கொள்ளிடக் கரைக் காட்டில் எங்களை ஒரு கிழப் புலி தாக்கியது. கிழப்புலியானாலும் பற்களும் நகங்களும் மிக்க கூராயிருந்தன..."

"எப்படித் தப்பி வந்தீர்கள்?"

"பாண்டிய குமாரருக்குப் பட்டாபிஷேகம் நடத்தினோமே! அந்தப் பள்ளிப்படை கோபுரத்தில் இடிந்திருந்த பகுதியை அந்தப் புலியின் பேரில் தள்ளிவிட்டுத் தப்புவித்து வந்தோம்..."

"ஐயோ! பாவம்! கிழப்புலியைக் கூட நீங்கள் நேர் நின்று சண்டையிட்டு ஜெயிக்க முடியவில்லை...!"

"ஆம், ராணி! ஒப்புக்கொள்கிறோம். அப்படியிருக்கும் போது இளம் புலியாகிய ஆதித்த கரிகாலனை நேருக்கு நேர் எதிர்ப்பது எப்படி? அதனாலேதான் தந்திர மந்திரங்களைக் கையாளவேண்டியிருக்கிறது. தேவி! இன்றிரவு தப்பினால் அப்புறம் நமக்குச் சந்தர்ப்பம் கிட்டப் போவதில்லை. சுந்தர சோழனையும் அருள்மொழிவர்மனையும் பற்றிச் செய்தி வந்துவிட்டால், பிறகு ஆதித்த கரிகாலன் நம்மிடம் அகப்படப் போவதில்லை..." என்றான் ரவிதாஸன்.

"மந்திரவாதி! அவர்களைப் பற்றி என்ன? ஏதாவது நிச்சயமாகத் தெரியுமா?" என்று கேட்டாள் நந்தினி.

"இத்தனை நேரம் அவர்களுடைய ஆயுள் முடிந்திருக்கும், சந்தேகமில்லை."

"நீயும் தேவராளனும் ஈழத்துக்குப் போனபோது இப்படிச் சொல்லிவிட்டுத்தான் போனீர்கள்."

"அங்கே அந்த ஊமைப் பைத்தியம் ஓயாமல் எங்களைப் பின் தொடர்ந்து வந்து தொல்லை கொடுத்தது. அதனால்தான் முடியவில்லை..."

"வாணர் குலத்து வீரன் கடலில் மூழ்கி இறந்து விட்டதாகச் சொன்னீர்கள். அவனும் தப்பிப் பிழைத்து வந்து விட்டான்..."

"பள்ளிப்படைக் காட்டில் அவனை வேலை தீர்க்கச் சந்தர்ப்பம் கிடைத்தது. தாங்கள் தடுத்துவிட்டீர்கள்."

"அதற்கு முக்கிய காரணம் இருப்பதாகச் சொன்னேன்..."

"அது என்ன முக்கிய காரணமோ தெரியாது. அவன் இங்கே வந்து ஆதித்த கரிகாலனை இரும்புக் கவசம்போல் பாதுகாத்து வருகிறான்."

"அதைப் பற்றி நீ சிறிதும் கவலைப்பட வேண்டாம்."

"கவலைப்பட்டே தீரவேண்டியிருக்கிறது. இன்று இல்லாவிட்டால் என்றைக்கும் இல்லை. தேவி! என்ன ஏற்பாடு செய்திருக்கிறீர்கள்? நாங்கள் என்ன செய்ய வேண்டும்?"

"இந்தச் சமயத்தில் நீங்கள் ஒருவரும் இங்கு வராதிருந்தாலே எனக்குப் பெரிய உதவியாயிருக்கும்..."

"அது ஒருநாளும் முடியாத காரியம்."

"என்னிடம் உங்களுக்கு அவ்வளவு நம்பிக்கை இல்லை..."

"நம்பிக்கை இருப்பதினால்தான் வந்திருக்கிறோம். சபதம் முடிந்த பிறகு தங்களைப் பத்திரமாக அழைத்துக் கொண்டு போவதற்காக வந்திருக்கிறோம். எதிர்பாராத தடங்கல் ஏதாவது ஏற்பட்டால் அதற்கும் தயாராயிருப்போம். எந்த நிமிஷமும் தாங்கள் எங்களை உதவிக்கு அழைக்கலாம்."

"நான் போட்டிருக்கும் திட்டத்தில் தடங்கல் எதுவும் ஏற்படாது. சபதம் முடிந்த பிறகு நான் உயிரோடிருக்கவும் விரும்பவில்லை.

"கூடவே கூடாது! தாங்கள் எங்களுடன் வந்தே தீர வேண்டும். இல்லையென்றால்..."

"மந்திரவாதி! சபதம் முடிந்த பிறகு ஒரு நிமிஷமும் நான் பெரிய பழுவேட்டரையர் வீட்டில் இருக்க மாட்டேன்."

"அப்படியானால் நீங்கள் எங்களுடன் வந்து விடுங்கள்!"

"என்னை எப்படி அழைத்துக் கொண்டு போவீர்கள்?"

"இந்தச் சுரங்கப் பாதையின் முடிவில் ஐயனார் கோவில் இருக்கிறது. அதன் அருகில் உள்ள காட்டில் பழுவூர் ராணியின் பல்லக்கைத் தயாராக வைத்திருக்கிறோம். இடும்பன்காரி பல்லக்கைச் செப்பனிடுவதற்கென்று முன்னமே வெளியிலே கொண்டு வந்து விட்டான். வீரபாண்டியனின் தலையைக் கொய்தவனைப் பழிவாங்கிய தேவியை நாங்களே பல்லக்கில் வைத்துத் தூக்கிச் செல்வோம். பொழுது விடிவதற்குள் கொல்லிமலைக்குப் போய்விடுவோம்."

"நீங்கள் எத்தனை பேர் இந்த இடத்தில் இருக்கிறீர்கள்?"

"இங்கே நாலு பேர் இருக்கிறோம்!" என்று கூறிவிட்டு ரவிதாஸன் மெதுவாகக் கையைத் தட்டினான்.

அந்த மண்டபத்தில் இருந்த பயங்கரமான செத்த மிருகங்களுக்குப் பின்னால் ஒளிந்திருந்தவர்கள் சிறிது வெளிப்பட்டு முகத்தைக் காட்டினார்கள்.

"பரமேசுவரன் எங்கே?" என்று நந்தினி கேட்டாள்.

"அவனை வெளியில் நிறுத்தியிருக்கிறேன். ஐயனார் கோவிலில் காளாமுகன் ஒருவன் நிஷ்டை செய்து கொண்டிருந்தான். அவனை அங்கிருந்து போகச் சொல்வது பெரிய தொல்லையாய்ப் போய் விட்டது. மறுபடியும் அவன் அங்கு வந்து விடாமல் பார்த்துக் கொள்ளும்படி தேவராளனைக் கோவில் வாசலில் நிறுத்திவிட்டு வந்திருக்கிறேன்..."

"காளாமுகனைப் பற்றி நமக்கு என்ன கவலை? மந்திரவாதி! பெரிய பழுவேட்டரையரைப் பற்றிய செய்தி தெரியுமா?" என்று நந்தினி கேட்டாள்.

ரவிதாஸன் சிறிது திடுக்கிட்டு, "என்ன செய்தி?" என்றான்.

"அவர் தஞ்சாவூருக்குப் பிரயாணப்பட்டுப் போனார் அல்லவா? வழியில் கொள்ளிடத்தைப் படகில் கடக்கும்போது புயல் அடித்துப் படகு கவிழ்ந்துவிட்டதாம். பழுவேட்டரையர் கரையேறவில்லையென்றும், தண்ணீரில் மூழ்கிப் போய்விட்டதாகவும் சம்புவரையனுக்கு இன்று சாயங்காலம் செய்தி வந்திருக்கிறதாம்!"

"தெய்வமே? அவர் கதி அப்படியா ஆயிற்று? இத்தனை நேரம் தாங்கள் இந்த முக்கிய விவரத்தைப் பற்றிச் சொல்லவில்லையே?"

"அதை நான் நம்பவில்லை, மந்திரவாதி! பழுவேட்டரையர் கொள்ளிடத்தில் முழுகி இறந்திருப்பார் என்று எனக்குத் தோன்றவில்லை."

"எனக்கும் அந்தச் செய்தியில் நம்பிக்கை இல்லை, ராணி!"

"அவர் கொள்ளிடத்தின் இக்கரைக்கு நீந்தி வந்திருந்தால் என்ன செய்கிறது? ஒருவேளை இன்றிரவு இங்கு வந்து விட்டால்?... இதைப் பற்றித்தான் சிறிது கவலைப் படுகிறேன்..."

"ராணி! அதைப் பற்றித் தங்களுக்குக் கவலை வேண்டாம். இப்போதுதான் எனக்கும் நினைவு வருகிறது. கொள்ளிடத்துக்கு அக்கரையில் தஞ்சாவூர்ச் சாலையில் ஆஜானுபாகுவான மனிதர் ஒருவரை நேற்றிரவு பார்த்தேன். ஆடை ஆபரணம் ஒன்றும் அவர் அணிந்திருக்கவில்லை. இருட்டாக இருந்தபடியால் அடையாளம் தெரியவில்லை. இப்போது யோசித்தால், அந்த வழிப்போக்கர் ஒருவேளை பெரிய பழுவேட்டரையராகத்தான் இருக்கவேண்டும் என்று தோன்றுகிறது!"

"அப்படியானால், நிச்சயமாக இன்றிரவு அவர் இங்கே வந்து விடமாட்டார் அல்லவா?"

"மாட்டவே மாட்டார்! அதைப் பற்றித் தாங்கள் தைரியமாக இருக்கலாம். இப்பொழுது எங்களுக்கு என்ன கட்டளையிடுகிறீர்கள்?"

"மந்திரவாதி! நீங்கள் இங்கேயே பொறுமையுடன் காத்திருக்க வேண்டும். என்னுடைய அறையில் என்ன நடப்பதாகத் தோன்றினாலும், எத்தனை பேருடைய பேச்சுக் குரல் கேட்டாலும் அவசரப்பட்டு உள்ளே வரவேண்டாம். வந்தால் காரியம் கெட்டுப் போகும். நான் குரல் கொடுத்த பிறகு நீங்கள் வந்து சேருங்கள்!"

"ராணி! தாங்கள் எப்படிக் குரல் கொடுப்பீர்கள்?"

"மந்திரவாதி! நான் கலகலவென்று சிரித்துப் பல வருஷங்கள் ஆயிற்று என்று தெரியும் அல்லவா? நான் சிரித்து நீ கேட்டேயிருக்க மாட்டாய்!"

"தேவி! ஒரே ஒரு சமயம் அந்தத் துஷ்ட வாலிபன் வந்தியத்தேவனுடன் பேசிக் கொண்டிருந்தபோது நீங்கள் சிரிக்கக் கேட்டேன்..."

"ஆகா! அதைக்கூட ஞாபகம் வைத்துக் கொண்டிருக்கிறாயா? நல்லது! இன்றைக்கு நான் கலகலவென்று உரத்துச் சிரிக்கும் சத்தம் கேட்டால் நீங்கள் ரகசியக் கதவைத் திறந்து கொண்டு உள்ளே வாருங்கள். காரியம் முடிந்துவிட்டதற்கு அது அடையாளம். இப்போதும் வந்தியத்தேவனைப் பார்த்தே நான் சிரித்துக் கொண்டிருந்தாலும் இருப்பேன். அதைப் பற்றி நீங்கள் ஆச்சரியப்படவேண்டாம்..."

"தேவி! தங்களுடைய உத்தேசம் என்னவென்பது ஒருவாறு இப்போது எனக்குத் துலங்குகிறது..."

"கொஞ்சம் பொறுத்திருந்தால், எல்லாம் துலாம்பரமாகிவிடும். எதிர்பாராத தடங்கல் ஏதாவது ஏற்பட்டுவிட்டால், அப்போது என் அழுகைக் குரல் கேட்கும். உடனே வந்து சேருங்கள்..."

"அப்படியே செய்வோம், ராணி! ஆனால் தங்கள் அழுகைக் குரலைக் கேட்க நான் விரும்பவில்லை. சிரிப்புக் குரலைக் கேட்கத்தான் விரும்புகிறேன்" என்றான் மந்திரவாதி ரவிதாஸன்.

❖ ❖ ❖ ❖

முப்பத்துமூன்றாம் அத்தியாயம்

"ஐயோ! பிசாசு!"

அதே சமயத்தில் வந்தியத்தேவன் மிக்க மனச் சோர்வுடன் மாளிகையைச் சேர்ந்த நந்தவனத்தில் உலாவிக் கொண்டிருந்தான். அந்த நந்தவனம் மாளிகையில் வெளி மதில் சுவர் ஓரமாக அமைந்திருந்தது. இரவில் மலரும் புஷ்பங்கள் அப்போதுதான் மடல் அவிழ்ந்து கொண்டிருந்தன. பன்னீர், பாரிஜாதம், மல்லிகை, முல்லை முதலிய மலர்களின் நறுமணத்தை ஐப்பசி மாதத்தின் வாடைக் காற்று அவன் பக்கமாகக் கொண்டு வந்து வீசியது. "ஆகா! இந்த நேரத்தில் பழையாறை அரண்மனை நந்தவனத்தில் நாம் இருக்கக்கூடாதா? அப்படியிருக்கும் போது திடீரென்று குந்தவை தேவியின் பாதச் சிலம்பு ஒலிக்கக் கூடாதா?" என்று அவன் மனம் எண்ணமிட்டது. "இங்கே வந்து கடம்பூர் அரண்மனையில் அகப்பட்டுக் கிடக்கிறோமே! வெறிபிடித்த இளவரசரிடம் அகப்பட்டுக் கொண்டு விழிக்கிறோமே!" என்று நினைத்தான். ஆதித்த கரிகாலர் என்றுமில்லாத வண்ணம் அன்று மாலை அவன்மீது சீறி எரிந்து விழுந்ததும், "இனி என்றைக்கும் என் முகத்தில் விழிக்காதே! நாளைப்பொழுது விடிந்தபிறகு உன்னைப் பற்றி என் முடிவைத் தெரிவிக்கிறேன்" என்று கூறியதும் அவன் மனத்தைப் புண்படுத்தியிருந்தன. ஒரு நாளுமில்லாத விதமாக அவர் இன்று கோபித்துக் கொண்டு விட்டார். பாவம்! அவர்மீது குறைப்பட்டு என்ன பயன்? அவர் உள்ளம் அவ்விதமாக குழம்பிவிட்டிருக்கிறது. அவர் நிலைமை நினைத்துப் பார்க்கும் போது வந்தியத்தேவனுக்கு அவர் மீது பரிதாபமே உண்டாயிற்று.

* * *

அன்றெல்லாம் ஆதித்த கரிகாலனின் உன்மத்தம் உச்ச நிலையை அடைந்திருந்தது. உற்சாகமும் சோர்வும், கோபமும் குதூகலமும், சிநேகப் பான்மையும் கொடூரப் பகைமையும் மாறிமாறி அவனைப் பிடித்து ஆட்டி வைத்தன. அவனும் தம்மைச் சுற்றியிருந்தவர்களை அம்மாதிரி ஆட்டி வைத்துக் கொண்டிருந்தான். 'அடுத்த நிமிஷம் அவருடைய போக்கு எப்படியிருக்குமோ, என்ன செய்வாரோ' என்று அருகிலிருந்தவர்கள் கதிகலங்கிக் கொண்டிருந்தார்கள்.

அன்றைக்குச் சூரியன் உதயமானதிலிருந்து வந்து கொண்டிருந்த செய்திகள் அவனுடைய உன்மத்தத்தை அதிகமாக்க உதவி செய்து கொண்டிருந்தன. சம்புவரையர் முதன் முதலாக அவரிடம் வந்து, திருக்கோவலூர் மலையமான் படை திரட்டிக் கொண்டு வருகிற செய்தியைத் தெரிவித்தார். அதைப்பற்றித் தமது ஆட்சேபத்தையும் கண்டனத்தையும் தெரிவித்துக் கொண்டார்.

"மலையமான் தொண்டு கிழவர்; வயது எண்பதுக்கு மேலாகிறது. அவர் வருவதைக் குறித்து உங்களுக்கு என்ன பயம்?" என்றான் இளவரசன்.

"ஐயா! கொல்லிமலைத் தலைவன் வல்வில் ஓரியின் வம்சத்தில் வந்தவர்கள் நாங்கள். பயம் என்றால் இன்னதென்று அறியாதவர்கள். தாங்கள் இங்கு விஜயம் செய்திருப்பதை முன்னிட்டே தயங்குகிறேன். தாங்கள் மட்டும் அநுமதி கொடுத்தால்..."

"கிழவரோடு போர் புரிவதற்கு உடனே புறப்பட ஆயத்தமாயிருக்கிறீர்கள். அவ்வளவுதானே! சம்புவரையரே! என் பாட்டனைப் படையுடன் புறப்பட்டு வரும்படி நான்தான் செய்தி அனுப்பினேன்!"

"எதற்காக, இளவரசே?"

"நான் இங்கே உங்களிடம் தனியாக அகப்பட்டுக் கொண்டிருக்கிறேன் அல்லவா? இங்கே இருக்கும்போது எனக்கு ஏதாவது நேர்ந்தால்..."

"கோமகனே! அப்படிப்பட்ட சந்தேகம் அணுவளவும் தங்கள் மனத்தில் இருந்தால், இந்தக் கணமே..."

"இங்கிருந்து என்னைக் கிளம்பிவிடச் சொல்கிறீர்களாக்கும்!"

"ஐயா! இது தங்களுடைய ராஜ்யம்; இது தங்களுடைய அரண்மனை. இதன் உச்சியில் புலிக்கொடி பறக்கிறது. இங்கிருந்து தங்களைப் போகச் சொல்வதற்கு நான் யார்? தாங்கள் அநுமதி கொடுத்தால் நானும் என் குடும்பத்தாரும் இங்கிருந்து போய் விடுகிறோம். மிலாடுடையார் மலையமானை வரவழைத்து வைத்துக் கொண்டு தாங்கள் நிர்ப்பயமாக இங்கே இருக்கலாம்."

"ஓகோ! வல்வில் ஓரியின் வம்சத்தில் பிறந்த நீங்கள் பயமறியாதவர்கள் என்றும் விஜயாலய சோழரின் குலத்தில் பிறந்த நான் பயங்கொள்ளி என்றும் சொல்லிக் காட்டுகிறீரா?"

"இளவரசரின் வைர நெஞ்சமும், வீர தீரமும் உலகம் அறிந்தவை. பன்னிரண்டாம் பிராயத்தில் தாங்கள் சேவூர்ப் போர்க்களத்தில் புகுந்து பகைவர்களைச் சின்னா பின்னம் செய்து வீராதி வீரன் என்று பெயர் பெற்றீர்கள். பதினெட்டாம் பிராயத்தில் மறுபடி போருக்கு வந்த வீரபாண்டியனைத் தொடர்ந்து துரத்திச் சென்று ஒளிந்திருந்த இடத்தில் அவனைக் கண்டுபிடித்து அவன் சிரத்தைத் துண்டித்துக் கொண்டு வந்தீர்கள்..."

இதைக்கேட்ட ஆதித்த கரிகாலன், "தெரியும், ஐயா! தெரியும்! ஓடியவனைத் துரத்திய வீரப்புலி நான் என்றும், செத்துப் போன வீரபாண்டியனுடைய தலையை வெட்டிக் கொண்டு வந்தவனென்றும் நீங்கள் எல்லோரும் என்னைப் பரிகசித்துப் பேசுவது எனக்குத் தெரியும்; அந்தப் பழுவூர் மோகினிப் பேய் அத்தகைய வதந்திகளைக் கிளப்பி விட்டிருக்கிறாள் என்பதும் எனக்குத் தெரியும்!" என்று கூறிவிட்டுப் பயங்கரத் தொனியில் சிரித்தான்.

சம்புரவரையருக்கு ஏன் இந்த வெறிகொண்ட இளவரசரிடம் பேச்சுக் கொடுத்தோம் என்று ஆகிவிட்டது.

"கோமகனே! நான் எது சொன்னாலும் தவறாகப் போய் விடுகிறது. தங்கள் உசிதம் எப்படியோ அப்படிச் செய்யுங்கள். நான் போய் வருகிறேன்."

"போய் வருவது சரிதான்; அனால் இந்தக் கோட்டையை விட்டுப் போகும் எண்ணத்தை மட்டும் விட்டு விடுங்கள். இந்த அரண்மனையில் நான்கு மாதங்களுக்கு முன்னால் நடந்த சதியாலோசனையைப் பற்றிய உண்மையை அறிந்து கொள்ளும் வரையில் நானும் இந்த இடத்தை விட்டுப் போகப் போவதில்லை; நீங்கள் போவதற்கும் விடப்போவதில்லை!" என்றான் ஆதித்த கரிகாலன்.

சம்புவரையரின் உதடுகள் துடித்தன. உடம்பு நடுங்கியது. அவருடைய கண்களில் கண்ணீர் ததும்பியது.

இந்த நிலையைப் பக்கத்தில் இருந்த பார்த்திபேந்திரன் பார்த்தான். "கோமகனே! சோழ குலத்தவர் வீரத்திற்குப் புகழ் பெற்றது போலவே நீதிக்கும் பெயர் பெற்றவர்கள். இந்தப் பெரியவருக்குத் தாங்கள் நீதி

செய்யவில்லை. தங்கள் வார்த்தைகளினால் அவருடைய மனத்தைப் புண்படுத்துகிறீர்கள். இங்கு நடந்த சிற்றரசர் கூட்டத்தைப் பற்றிச் சம்புவரையர் முன்னமே தக்க சமாதானம் சொல்லித் தாங்களும் ஒப்புக் கொண்டிருக்கிறீர்கள். தாங்கள் ராஜ்யம் வேண்டாம் என்று சொல்லிக் கொண்டிருப்பதாலும், தஞ்சாவூருக்குப் போகவே மறுப்பதாலும், சிற்றரசர்கள் சோழ ராஜ்யத்தின் நன்மையைக் கருதி அடுத்த பட்டத்துக்கு யார் என்பதைப் பற்றி யோசித்தார்கள். தாங்கள் ராஜ்ய பாரத்தை வகிக்க இசைந்தால், அவர்கள் ஏன் வேறு யோசனை செய்ய வேண்டும்? உலகமெல்லாம் வீரப் புகழ் பரப்பிய ஆதித்த கரிகாலர் இருக்கும்போது, போர்க்களத்தையே பார்த்தறியாத மதுராந்தகத் தேவனைப் பற்றி இவர்கள் கனவிலும் கருதுவார்களா?..."

ஆதித்த கரிகாலன் குறுக்கிட்டு, "ஆமாம், ஆமாம்! நான் உயிரோடிருக்கும்போது இன்னொருவன் சோழ சிங்காதனம் ஏறுவது இயலாத காரியந்தான். அதற்காகத்தான் என்னை வேலை தீர்த்துவிடப் பார்க்கிறார்கள்!" என்று கூறிவிட்டு மறுபடியும் ஹா ஹா ஹா வென்று உரத்துச் சிரித்தான்.

"பார்த்திபேந்திரா! நீயும் இவர்களுடன் சேர்ந்து கொண்டதை நான் அறியவில்லையென்றா நினைத்தாய்? கந்தமாறனும் நீயும் அன்று நாம் வேட்டைக்குப் போனபோது என் பின்னாலேயே வேலைக் குறி பார்த்துக் கொண்டு வந்தது எனக்குத் தெரியாது என்றா நினைத்தாய்? என் உண்மை நண்பனாகிய இந்த வந்தியத்தேவன் மட்டும் தெய்வாதீனமாக இங்கு வந்து சேர்ந்திராவிட்டால் இதற்குள் என்னை யமனுலகத்துக்கு அனுப்பியிருக்க மாட்டீர்களா?" என்று சொன்னான்.

பார்த்திபேந்திரன் வந்தியத்தேவனைக் கண்ணாலேயே கொன்று விடுகிறவனைப்போல் பார்த்துவிட்டு, "ஐயா! இந்தப் பாதகன் ஏதேதோ சொல்லித் தங்கள் மனத்தைக் கெடுத்து விட்டான். தங்களுக்கு நான் மனத்தினாலும் துரோகம் எண்ணியதாக இவன் நிரூபித்துவிட்டால், இந்தக் கணமே..." என்றான்.

"அப்பனே! உன் மனத்தில் எண்ணிய துரோகத்தை யார் எப்படி நிரூபிக்க முடியும்? நான் கேட்கும் கேள்விக்குப் பதில் சொல்! நீயும் கந்தமாறனும் பழுவூர் இளைய ராணியின் பேச்சைக் கேட்டு மயங்கித்தானே என்னை இங்கே அழைத்து வர இவ்வளவு பிரயத்தனம் செய்தீர்கள்? இதை இல்லையென்று நீ மறுக்க முடியுமா?"

"அதை மறுக்கவில்லை, இளவரசே! மறுக்க வேண்டிய அவசியமும் இல்லை. பழுவூர் ராணி மிக நல்ல நோக்கத்துடனே இந்தக் காரியத்தில் தலையிட்டிருக்கிறார் என்பதை நான் நிச்சயமாய் அறிவேன். தங்களை இங்கு தருவித்துக் கந்தமாறனுடைய சகோதரியைத் தங்களுக்கு மணம் புரிவித்துச் சோழ நாட்டில் எவ்வித உட்கலகமும் ஏற்படாமல் பார்த்துக் கொள்வதே அவருடைய நோக்கம். தங்களுடைய சிரஸில் சோழகுலத்து மணிமகுடத்தை அணிந்து பார்ப்பதைக் காட்டிலும் எங்களுக்கெல்லாம் மகிழ்ச்சி தரக்கூடியது வேறு ஒன்றுமில்லை. என்னை யாராவது குறை கூறினாலும் பொறுத்துக் கொள்வேன்; பழுவூர் ராணியைப் பற்றி நிந்தை சொன்னால், அவனை அக்கணமே இந்த வாளுக்கிரையாக்குவேன்!" என்று பார்த்திபேந்திரன் வந்தியதேவனைப் பார்த்துக்கொண்டே கூறி, அதே சமயத்தில் வாளையும் உறையிலிருந்து உருவினான்.

"ஆகா! என் வீர நண்பா! வாளை உறையிலே போட்டு வை! நல்ல சமயம் வரும்போது சொல்கிறேன். அப்போது வெளியில் எடுக்கலாம். வந்தியத்தேவன் பழுவூர் ராணியைப் பற்றி ஒன்றும் குறை கூறவில்லை. அவனும் உங்களைப் போலத்தான் மதி மயங்கி நிற்கிறான். உண்மையில், பழுவூர் இளையராணி என் உடன்பிறந்த சகோதரி என்று சத்தியம் செய்து கொண்டிருக்கிறான். அதைச் சொல்வதற்காகவே ஓடோடியும் வந்தான். உன் பேரில் அவன் வேறு குற்றம் சாட்டுகிறான். என் சகோதரனை நீ ஈழ நாட்டிலிருந்து உன் கப்பலில் அழைத்துக் கொண்டு வந்து வழியில் கடலில் தள்ளி மூழ்க அடித்துவிட்டாய் என்று அவன் சொல்கிறானே! அதற்கு உன் பதில் என்ன?" என்றார் ஆதித்த கரிகாலர்.

அந்தச் சமயத்தில், "நான் அதற்குப் பதில் சொல்கிறேன்!" என்று கூறிக் கொண்டே கந்தமாறன் அங்கு வந்தான்.

"கோமகனே! மிகச் சந்தோஷமான செய்தி கொண்டு வந்திருக்கிறேன். சின்ன இளவரசர் கடலில் முழுகிச் சாகவில்லை. பொன்னியின் செல்வர் நாகைப்பட்டினம் சூடாமணி விஹாரத்தில் இத்தனை நாளும் மறைந்து இருந்து வந்தாராம். புயல் அடித்துக் கடல் பொங்கி நாகைப்பட்டினம் நகரில் புகுந்த போது அவர் வெளிப்பட நேர்ந்ததாம். லட்சக்கணக்கான ஜனங்கள் புடை சூழ இப்போது தஞ்சாவூரை நோக்கிப் போய்க் கொண்டிருக்கிறாராம்!" என்று கந்தமாறன் குதூகலத்துடன் கூறினான்.

இந்தச் செய்தினால் கரிகாலர் உற்சாகமடைவார் என்று எதிர்பார்த்ததில் அவன் பெரும் ஏமாற்றமடைந்தான். கரிகாலனுடைய குரோதம் இப்போது வேறு திசையில் திரும்பியது.

"என்ன? என்ன? அருள்மொழி தஞ்சாவூரை நோக்கிப் போகிறானா? லட்சக் கணக்கான ஜனங்கள் புடை சூழப் போகிறானா? எதற்காக? வல்லவரையா! நீ என்ன சொன்னாய்? இப்போது நடப்பதென்ன? என்னுடைய கருத்தை அறிந்து கொள்ளும் வரையில் அருள்மொழி நாகைப்பட்டினத்திலேயே இருப்பான் என்று சொன்னாய் அல்லவா? இப்போது ஏன் தஞ்சாவூரை நோக்கிப் போகிறான்?..."

வந்தியத்தேவன் குறுக்கிட்டுப் பேசினான்: "ஐயா! இளைய பிராட்டி அவ்வாறுதான் உறுதியாகக் கூறினார். அதற்குப் பின்னர் என்ன காரணம் நேர்ந்ததோ தெரியவில்லை. நான் வேணுமானால் போய்..."

"ஆகா! நீயும் போய்விடுகிறேன் என்கிறாயே? நல்லது, நல்லது! எல்லாருமே என் விரோதிகள் ஆகிவிட்டீர்கள். உங்கள் சூழ்ச்சியெல்லாம் எனக்குத் தெரிகிறது. அருள்மொழி ஏன் தஞ்சாவூரை நோக்கிப் போகிறான் என்று எனக்குத் தெரியும். அது அந்தக் கொடும்பாளூர்ப் பெரிய வேளானின் சூழ்ச்சி. அவனுடைய தம்பி மகளை என் சகோதரன் கழுத்தில் கட்டி அவர்களைச் சோழ சிங்காதனத்தில் ஏற்றி வைக்க வேண்டுமென்பது அக்கிழவனுடைய விருப்பம். கொடும்பாளூர் வேளானும் தென்திசைப் படையுடன் தஞ்சையை நோக்கி வருவதாகக் கேள்விப்பட்டேன். என் சகோதரி இளையபிராட்டியும் இந்தச் சூழ்ச்சியில் ஈடுபட்டிருக்கிறாள். ஆமாம்; நீயுங்கூடத்தான்..."

வந்தியத்தேவன், "இளவரசே! மன்னியுங்கள்! பொன்னியின் செல்வருக்காவது, இளையபிராட்டிக்காவது அத்தகைய எண்ணம் சிறிதும் கிடையாது. இது சத்தியம், நான் வேணுமானால், போய் உண்மையை அறிந்து வருகிறேன்!" என்றான்.

"ஆமாம், நீயும் போய் அவர்களுடைய சூழ்ச்சியில் கலந்து கொள்கிறேன் என்கிறாய்! கந்தமாறா! இவனை உடனே பிடித்து.. இந்த அரண்மனையில் சுரங்கச் சிறை ஏதாவது இருந்தால் அதில் அடைத்துவிடு!" என்றதும் கந்தமாறன் வெகு குதூகலத்துடன் வந்தியத் தேவனை அணுகினான்.

உடனே கரிகாலன் தமது கட்டளையை மாற்றிக்கொண்டு, "வேண்டாம்! வேண்டாம்! சோழ குலத்தவர்கள் நீதி தவறாதவர்கள். குற்றம் நிச்சயமாகிறவரையில் தண்டிக்க மாட்டார்கள். வல்லவரையா! இனிமேல் இன்று முழுவதும் என் முகத்தில் விழிக்காதே! அதுதான் உனக்குத் தண்டனை! உன்னைத் தஞ்சைக்கு அனுப்புகிறேனா, சிறைக்கு அனுப்புகிறேனா என்பதைப் பற்றி நாளைக்குச் சொல்கிறேன்! போ! போ! இனி ஒரு கணமும் இங்கே நில்லாதே! போய்விடு" என்றான்.

கரிகாலனுடைய முகத்தை அப்போது வந்தியத்தேவன் பார்த்தான். அவனுடைய கடைக் கண்ணின் சமிக்ஞை, "இதெல்லாம் விளையாட்டு!" என்று குறிப்பிடுவதுபோல் தோன்றியது.

ஆயினும் 'உன்மத்தம் கொண்டிருந்த இளவரசர் பக்கத்தில் இல்லாமலிருப்பதே நல்லது' என்று ஒரு நொடியில் தீர்மானித்துக் கொண்டு வந்தியத்தேவன், "ஐயா, தங்கள் சித்தம் என் பாக்கியம்!" என்று சொல்லிவிட்டு வெளியேறினான்.

பின்னர் அன்று பிற்பகலில் இளவரசரின் கட்டளையின் பேரில் சம்புவரையரும், பார்த்திபேந்திரனும் திருக்கோவலூர்க் கிழாரை எதிர்கொண்டு அழைத்து வருவதற்காகப் போனார்கள் என்று வல்லவரையன் வந்தியத்தேவன் தெரிந்து கொண்டான்.

'இளவரசரும் கந்தமாறனும் நெடுநேரம் அந்தரங்கமாக வார்த்தையாடிக் கொண்டிருந்ததையும்' அறிந்தான். இந்தச் சம்பவங்களெல்லாம் வந்தியத்தேவனுக்கு மிக்க மனச்சோர்வை உண்டாக்கியிருந்தன. 'மறுநாள் காலையில் இளவரசர் தனக்கு என்ன கட்டளை பிறப்பிப்பார்? தஞ்சாவூருக்குப் போகும்படி பணிப்பாரா? வழியில் பழையாறைக்குப் போகும்படியும் சொல்வாரா? 'சொன்னால் எவ்வளவு நன்றாயிருக்கும்?' இந்தக் கடம்பூர் மாளிகை வாழ்வு அவனுக்குப் பிடிக்கவே இல்லை. இங்கே யாரும் உற்சாகமாக இருப்பதில்லை. இங்கே உள்ளவர்கள் எல்லாரும் எப்போதும் எதையோ பறி கொடுத்தவர்களைப் போலிருக்கிறார்கள். அஸ்தமித்து விட்டால் இந்த மாளிகை, மனிதர்கள் வாழும் மாளிகையாகவே தோன்றவில்லை. பேய் பிசாசுகள் குடி கொண்டிருக்கும் பாழடைந்த மாளிகையாகத் தோன்றுகிறது. இங்கேயிருந்து எப்போது எப்படிக் கிளம்பப் போகிறோம்?

இப்படி வந்தியத்தேவன் எண்ணமிட்டபோது ஒரு பெண்ணின் குரல் "ஐயோ பிசாசு!" என்று அலறியது அவன் காதில் விழுந்தது.

❇ ❇ ❇ ❇

முப்பத்து நான்காம் அத்தியாயம்

"போய் விடுங்கள்!"

"ஐயோ! பிசாசு!" என்ற பீதி நிறைந்த குரல் வந்த திசையை நோக்கி வந்தியத்தேவன் விரைந்து ஓடினான். ஓடும்போதே அவன் உள்ளத்தில், "இது மணிமேகலையின் குரல் அல்லவா? இவள் எதற்காக இந்நேரத்தில் இங்கு வந்தாள்? எதைப் பார்த்துவிட்டு இப்படி அலறினாள்? பிசாசு என்பது ஒன்று இருக்க முடியாது. பின் என்னவாயிருக்கும்? குரலில் உண்மையான பயம் தொனித்ததே? அவளை இப்போது நாம் அணுகிச் செல்வதிலிருந்து ஏதாவது தொல்லை ஏற்படுமோ? அவளுடைய தமையனோ நம்மைக் கடித்துத் தின்று விட வேண்டுமென்றிருக்கிறான். ஆதித்த கரிகாலர் வெறி கொண்டிருக்கிறார். பழுவூர் ராணி மனத்தில் என்ன வஞ்சம் வைத்திருக்கிறாளோ, ஒன்றும் தெரியவில்லை!..." என்ற எண்ணங்கள் துரிதமாகத் தோன்றி மறைந்தன. இப்படி உள்ளத்தில் கலக்கம் இருந்தபடியால் அவன் கவனக்குறைவு அடைந்திருந்தான். திடீரென்று ஒரு பன்னீர் மரத்தின் வேர் தடுக்கித் தரையில் விழுந்தான். மேல் துணியின் தலைப்பு பக்கத்திலிருந்த பூம்புதரில் சிக்கிக் கொண்டது. விழுந்தவன் சமாளித்து எழுந்து உட்கார்ந்து அங்கவஸ்திரத்தை மெள்ள எடுக்க முயன்றான். எத்தனையோ பகைவர்களும் சதிகாரர்களும் செய்ய முடியாத காரியத்தை இந்தச் சிறிய மரத்தின் வேர் செய்துவிட்டதே, நம்மைக் கீழே தள்ளி விட்டதே, இது ஏதேனும் அபசகுனத்துக்கு அறிகுறியோ, அல்லது நம்மை ஆபத்துக்கு உள்ளாக்காமல் இந்த மரவேர் தடுத்து ஆட்கொள்கிறதோ என்று எண்ணி வந்தியத்தேவன் தனக்குத்தானே புன்னகை புரிந்து கொண்டான்.

அச்சமயம், "அம்மா! அம்மா! எங்கே இருக்கிறீர்கள்?" என்ற குரல் கேட்டது. அது சந்திரமதியின் குரல்.

"இங்கேதானடி இருக்கிறேன். அல்லிக் குளத்தின் அருகில் இருக்கிறேன்! சீக்கிரம் வா!" என்றது மணிமேகலையின் குரல்.

காலடிச் சத்தங்கள் கேட்டன; காலில் அணியும் நூபுரங்களின் இனிய ஒலிகளும் கேட்டன.

அல்லிக் குளம் என்று மணிமேகலை கூறியது அந்தப் பூங்காவனத்தின் மத்தியில் செய்குன்றத்தின் அருகில் இருந்த சிறிய பளிங்குக்கல் தடாகத்தைத்தான். அந்தக் குளம் அல்லிப் பூவின் வடிவத்தில் அமைக்கப்பட்டிருந்தது. அதில் சில அல்லிக் கொடிகளும் செங்கழுநீர்க் கொடிகளும் இருந்தன. அச்சமயம் சில மலர்களும் இருந்தன. இந்த அல்லிக் குளத்தை முன்னமே வந்தியத்தேவன் பார்த்திருந்தான். அதன் அருகிலே தான் அவனும் விழுந்திருக்க வேண்டும்! நல்லவேளையாக, அப்பெண்கள் இருவரும் அவனைக் கவனிக்கவில்லை. பகல் வேளையாக இருந்து அவர்கள் அவன் விழுந்ததைப் பார்த்திருந்தால் கலகலவென்று சிரித்து அவனுடைய மானம் போகும்படி செய்திருப்பார்கள். இப்போது மணிமேகலையின் துணைக்குச் சந்திரமதி வந்து விட்டபடியால், அந்தப் பெண்களுக்குத் தெரியாமலேயே அவன் அங்கிருந்து நழுவிப் போய் விடலாம்.

இதற்கிடையில் அந்தப் பெண்களின் பேச்சு அவன் காதில் விழுந்தது.

"அம்மா! எதைக் கண்டு பயந்தீர்கள்? ஏன் அப்படிக் கூச்சலிட்டீர்கள்?" என்றாள் சந்திரமதி.

"அடியே! அந்த மதில் சுவரைப் பாரடி! அதன் மேலே ஏதோ தெரிந்தது. தலையில் சடையும், முகத்தில் தாடியும் மீசையுமாக ஓர் உருவம் தெரிந்தது. அதன் கழுத்தில் – சொல்லப் பயமாயிருக்கிறதடி! – மண்டை ஓட்டு மாலை ஒன்று அணிந்திருந்தது! நான் கூச்சலிட்டதும் அது மறைந்து விட்டது!" என்றாள் மணிமேகலை.

"நன்றாயிருக்கிறது, இளவரசி! தங்களுடைய மனப் பிராந்திதான் அது! பேயும் இல்லை, பிசாசும் இல்லை! இவ்வளவு உயரமான மதில் சுவரின் மேல் யாரும் வந்து உட்கார்ந்திருக்கவும் முடியாது" என்றாள் சந்திரமதி.

"இல்லையடி! என் மனப் பிராந்தியில் அப்படிப் பேய் பிசாசு ஒன்றும் தோன்றுவது வழக்கமில்லை..."

"ஆமாம்! மன்மதனையொத்த வடிவழகரின் முகந்தான் உங்கள் கனவிலும் நனவிலும் தோன்றுவது வழக்கம்!"

"சீச்சீ! இப்போதுகூட உனக்கு விளையாட்டா?"

"பின் எப்போது விளையாடுவது? முன்மாலை நேரத்தில் பூங்காவனத்தில் அல்லிக் குளத்தினருகே வந்து காத்திருக்கிறீர்கள்! முல்லை மலர்களின் மணம் கம்மென்று வீசுகிறது... ஆனால், பாவம், என்ன செய்வது? தாங்கள் வல்லத்து இளவரசரை எதிர்பார்த்துக் கொண்டிருக்க, மீசையும் தாடியும் உள்ள பிசாசு வந்து சேருகிறது!"

"போதும் போதாதற்கு நீயும் வந்து சேருகிறாய்!"

"என்னைப் பார்த்துவிட்டுத்தான் அந்தப் பிசாசு பயந்து ஓடிவிட்டதோ, என்னமோ? கடம்பூர் அரண்மனைப் பணிப் பெண் சந்திரமதியைக் கண்டால் பேய் பிசாசுகள், பூதங்கள், வேதாளங்கள் எல்லாம் பயந்து ஓடும் என்பது உலகப் பிரசித்தியாயிற்றே!"

"சந்திரமதி! உன் வேடிக்கைப் பேச்செல்லாம் இப்போது வேண்டாம். உண்மையாகவே நான் மதில் சுவரின் மேல் கோரமான ஓர் உருவத்தைப் பார்த்தேன். நீ நம்பாவிட்டால் வேண்டாம்! நீ போன காரியம் என்ன ஆயிற்று என்று சொல்லு!"

"போன காரியம் பலிக்கவில்லை, இளவரசி!"

"ஏன்? ஏன்?"

"காஞ்சி இளவரசரும் கடம்பூர் இளவரசருந்தான் அங்கே கூடிக் கூடிப் பேசிக் கொண்டிருக்கிறார்கள். வல்லத்து இளவரசரைக் காணவே காணோம்..."

"ஒரு வேளை அவரையும் எங்கேயாவது அனுப்பி வைத்து விட்டார்களா, என்ன?"

"அப்படியும் தெரியவில்லை. தங்கள் தந்தையும் பல்லவருந்தான் மலையமான் அரசரை எதிர்கொள்ளப் போயிருக்கிறார்கள். இடும்பன்காரியைக் கேட்டேன். இன்று சாயங்காலம் கரிகாலர் வல்லத்தரசர் மீது ஏதோ எரிந்து விழுந்தாராம்!... "

"அவருக்குப் பைத்தியந்தான் பிடித்திருக்கிறது. எல்லார் பேரிலும் எரிந்து விழுகிறார். பிறகு?..."

"'இன்றைக்கு இனிமேல் என் முகத்தில் விழிக்காதே! நாளைப் பொழுது விடிந்த பிறகு வா!' என்று சொல்லி அனுப்பி விட்டாராம்!"

"பின்னர் அவர் எங்கே போயிருப்பார்?" என்றாள் மணிமேகலை.

"இந்த மாளிகை மதில் சுவருக்குள்ளேதான் எங்கேயாவது அலைந்து கொண்டிருக்க வேண்டும். அதனால்தான் சொன்னேன்; ஒருவேளை அவரே பிசாசு போல் வேஷம் போட்டுக் கொண்டு தங்களைப் பயமுறுத்தினாரோ என்று."

"இல்லை; இந்த அரண்மனையில் வேஷக்காரர்கள் பலர் இருப்பது எனக்குத் தெரியும். ஆனால் அவர் வேஷம் போட்டு ஏமாற்றுகிறவர் அல்ல..."

"இப்படித்தான் நம்மைப் போன்ற அபலைப் பெண்கள் புருஷர்களை நம்பி ஏமாந்து போவது வழக்கம்."

"அப்படியேயிருக்கட்டும். நீ மறுபடியும் போய்த் தேடிப் பார்! அரண்மனை மதிலுக்குள்ளேதானே எங்கேயாவது இருக்க வேண்டும்? இடும்பன் காரியையும் தேடிப் பார்க்கச் சொல்லு!"

"இளவரசி! அந்த இடும்பன் காரியைக் கண்டால் எனக்குப் பிடிக்கவேயில்லை. விழித்து விழித்துப் பார்க்கிறான். அவனிடம் எனக்குப் பயமாகக்கூட இருக்கிறது..."

"பேய் பிசாசுக்குப் பயப்படாதவள் இடும்பன்காரிக்குப் பயப்படுகிறாயே? போனால் போகட்டும். அவனிடம் ஒன்றும் சொல்லாமலிருப்பதே நல்லது. நீயே இன்னொரு தடவை போய்த் தேடிப் பார்த்துவிட்டு வா!"

"அதுவரையில்..."

"நான் இங்கேயே இருக்கிறேன்..."

"மறுபடியும் அந்தப் பிசாசு இங்கு வந்தால்?..."

"உன் பெயரைச் சொல்லி விரட்டியடித்து விடுகிறேன்!"

சந்திரமதி அங்கிருந்து போவதற்கு அறிகுறியான நூபுரத்தின் மெல்லிய ஒலி கேட்டது.

மேற்கூறிய சம்பாஷணையைக் கேட்டுக் கொண்டிருந்த வந்தியத்தேவனுடைய மனத்தில் பற்பல எண்ணங்கள் தோன்றின. சுவரின் மேலிருந்து எட்டிப் பார்த்த 'பிசாசு' யாராயிருக்கும் என்று யோசித்தான். ஆழ்வார்க்கடியான் காளாமுகனுடைய வேடம் தரித்து வந்து தன்னைக் காப்பாற்றியது அவன் நினைவுக்கு வந்தது. ஒரு வேளை அந்த வீர வைஷ்ணவனாகவே இருக்குமோ? தஞ்சாவூரிலிருந்து தனக்கு ஏதேனும் முக்கியமான செய்தியுடன் வந்திருக்கிறானோ? இங்குள்ளவர்களுக்கு அடையாளம் தெரியாமலிருக்க அப்படி வேஷம் தரித்து வந்திருக்கிறானோ?

மணிமேகலை தன்னைப் பார்க்க இவ்வளவு ஆவல் கொண்டிருப்பதின் காரணம் என்ன? எதற்காகத் தோழியை அனுப்பித் தேடி அழைத்துக்கொண்டு வரச் சொல்கிறாள்? அவன் விஷயத்தில் மணிமேகலையின் மனோநிலை அவனுக்கு ஒருவாறு தெரிந்திருந்தது. அதனாலேயே அவள் அருகில் அதிகமாக நெருங்காமலிருந்து வந்தான். கந்தமாறனுடைய பகைமையை இன்னும் தூண்டிவிடாமலிருக்கவும் விரும்பினான்.

ஆயினும், இப்போது நந்தவனத்தில் வந்து தனிமையாக உட்கார்ந்து கொண்டு அவனை அழைத்து வரச் சொல்லியிருக்கிறாள். ஏதோ முக்கியமான காரியம் இல்லாவிட்டால் இவ்வளவு துணிச்சலான காரியத்தில் இறங்கியிருக்க மாட்டாள். பாவம்! அவளுக்கும் ஏதாவது சங்கடம் நேர்ந்திருக்கிறதோ, என்னமோ? அல்லது நந்தினி அவளிடம் ஏதாவது செய்தி சொல்லி அனுப்பியிருக்கலாம். கடவுளே! இங்கே, இந்தக் கடம்பூர் அரண்மனையில் உள்ளவர்கள் ஒவ்வொருவரும் மனத்தில் ஏதோ ஒன்றை மறைத்து வைத்துக் கொண்டிருக்கிறார்கள். சற்று முன்னால் மணிமேகலை கூறியது ரொம்ப உண்மை. எல்லாருமே வஞ்சக வேஷதாரிகள். இவர்களுக்கு மத்தியில் இந்தப் பேதைப் பெண் அகப்பட்டுக் கொண்டு திண்டாடுகிறாள். பழுவூர் ராணி இந்தப் பெண்ணை எந்தத் தீய காரியத்துக்குப் பயன்படுத்தத் திட்டமிட்டிருக்கிறாளோ, தெரியவில்லை. ஆம்; மணிமேகலையின் மனத்தில் ஏதோ சந்தேகம் தோன்றியிருக்க வேண்டும். ஏதோ ஓர் அபாயத்தை அவள் எதிர்பார்த்திருக்க வேண்டும். ஆகையினாலேயே அவள் தன்னுடைய உதவியை நாடுகிறாள்.

அந்தக் கள்ளங் கபடமற்ற பேதைப் பெண் முன்னொரு சமயம் தனக்குச் செய்த உதவியை வந்தியத்தேவன் நினைத்துப் பார்த்துக் கொண்டான். அவளுக்கு உண்மையாகவே ஏதேனும் துன்பம் நேர்ந்திருந்து தன்னுடைய உதவியைக் கோருவதாயிருந்தால், அதை மறுப்பது நன்றி கொன்ற பாதகம். எப்படியிருந்தாலும் உண்மையைத் தெரிந்து கொள்ளுவதற்கு இது ஒரு நல்ல சந்தர்ப்பம். சந்திரமதி போய்விட்டாள்; மணிமேகலை தனியாக இருக்கிறாள். யார் கண்டது? அவளுடைய உதவி அவனுக்கு மறுபடியும் தேவையாயிருக்கக் கூடும். அவளுடைய சகாயத்தினால் இந்தச் சூழ்ச்சி குடிகொண்ட அரண்மனையை விட்டுப்போக முடிந்தால்கூட நல்லதுதான். எதற்கும் அவளிடம் இச்சமயம் போய்க் கேட்டு உண்மையைத் தெரிந்து கொள்ளலாம்....

அல்லிக் குளத்தின் கரையிலிருந்த பளிங்குக்கல் மேடையில் மணிமேகலை உட்கார்ந்திருந்தாள். மேகங்கள் சூழ்ந்திருந்த வானத்தில் ஆங்காங்கு சில நட்சத்திரங்கள் சுடர் விட்டு ஒளிர்ந்தது போல் அல்லிக்குளத்திலும் அடர்த்தியாகப் படர்ந்திருந்த இலைகளுக்கு மத்தியில் மலர்கள் தலை தூக்கி நின்றன. சுற்றிலும் சூழ்ந்திருந்த இருளில், இரவில் பூக்கும் அம்மலர்களின் வெண்மை நிறம் நன்கு எடுத்துக் காட்டப்பட்டது. அல்லிக் குளத்துக்கு அப்பால் முல்லைப் புதர்களில் பாதி மலர்ந்த பூக்களும் மொட்டுக்களும் நீல நிற விதானத்தில் முத்துக்களைப் பதித்ததுபோல் காட்சி தந்தன.

இதைப் பார்த்துக் கொண்டிருந்த மணிமேகலை தனக்குப் பின்னால் காலடிச் சத்தம் கேட்டுத் திடுக்கிட்டுத் திரும்பிப் பார்த்தாள். மிகச் சமீபத்தில் வந்திருந்த உருவத்தைக் கண்டு அவசரமாக எழுந்தபோது கால் தடுமாறிப் பின்னாலிருந்த குளத்தில் விழப் போனாள்.

"ராஜகுமாரி! நான்தான்!" என்று கூறிக் கொண்டே வந்தியத்தேவன் மணிமேகலையைத் தாங்கிப் பிடித்துக் கொண்டான்.

மணிமேகலையின் உடல் சிலிர்த்தது. இயற்கையாக ஏற்பட்ட கூச்சத்தினால் அவனுடைய கரங்களைப் பற்றி அப்பால் தள்ளிவிட்டுத் தன்னை விடுவித்துக் கொள்ளப் பார்த்தாள். ஆனால் அதற்கு வேண்டிய பலம் அப்போது அவளுடைய கரங்களில் இல்லை!

அந்த முயற்சியில் மறுபடியும் பின்னாலேதான் சாயும்படி நேர்ந்தது.

வந்தியத்தேவன் இன்னும் கெட்டியாக அவளைப் பிடித்துத் தாங்கி முன் பக்கமாகக் கொண்டு வந்தான்.

மணிமேகலை ஒரு பெருமுயற்சி செய்து தன்னைச் சுதாரித்துக் கொண்டு, "விடுங்கள்! என்னைத் தொடாதீர்கள்!" என்று கோபக்குரலில் கூறினாள்.

வந்தியத்தேவன் அவளைவிட்டு விட்டு, "ராஜகுமாரி!" மன்னிக்க வேண்டும்!" என்றான்.

மணிமேகலை இன்னமும் பட படப்பு நீங்காத தழுதழுத்த குரலில், "தங்களை நான் எதற்காக மன்னிக்க வேண்டும்?" என்று கேட்டாள்.

"திடீரென்று வந்து தங்களைத் திடுக்கிடச் செய்ததற்காகத்தான்!"

"வந்ததுதான் வந்தீர்கள்! எதற்காக என்னைத் தொட்டுப் பிடித்துக் கொள்ள வேண்டும்?" என்று மணிமேகலை கேட்ட குரலில், அவள் தன்னை நன்றாகச் சுதாரித்துக் கொண்டுவிட்டாள் என்பது வெளியாயிற்று.

"தாங்கள் குளத்தில் விழாமல் பிடித்துக் கொண்டேன்!"

"அழகாயிருக்கிறது! அன்று ஏரியில் விழுந்து நான் முழுகித் தத்தளித்தபோது இவ்வளவு பரிவு காட்டவில்லையே? இந்த முழங்கால் அளவு தண்ணீர் உள்ள குளத்தில் நான் விழாமல் காப்பாற்றுவதற்கு வந்து விட்டீர்களே?"

"அது என் குற்றந்தான்!"

"நீங்கள் ஒரு குற்றமும் செய்யவில்லை. குற்றமெல்லாம் என்னுடையதுதான்."

"அது எப்படி? தாங்கள் குற்றம் எதுவும் செய்யவில்லை. என் பேரில் ஏதோ கோபத்தினால் இவ்விதமாகச் சொல்லுகிறீர்கள்!"

"முன்னொரு நாள் தாங்கள் வேட்டை மண்டபத்துக்குள்ளிருந்து திடீரென்று நான் இருந்த அறையில் புகுந்தீர்கள். அன்றைக்கும் என்னைத் திடுக்கிட வைத்தீர்கள். அப்போதே நான் கூக்குரலிட்டுத் தங்களை என் தந்தையிடம் பிடித்துக் கொடுத்திருக்க வேண்டும்!"

"அன்றைக்கு என்னைப் பெரும் அபாயத்திலிருந்து காப்பாற்றினீர்கள். அதை என்றைக்கும் நான் மறக்க மாட்டேன்."

"அதற்குப் பதில் தாங்கள் நன்றி செலுத்திய விதத்தை நானும் மறக்கமாட்டேன். நன்றி கெட்டவர்களிலே தங்களைப் போல நான் பார்த்ததே இல்லை..."

"இளவரசி! இது பெரிய அபாண்டம்! எந்த விதத்தில் நான் நன்றி கெட்டவன்? சொல்லுங்கள்!"

"தங்களை யாரோ கொலைகாரர்கள் துரத்தி வருவதாகப் பொய் சொன்னீர்கள். நான் வேட்டை மண்டபத்துக்குப் போய்ப் பார்த்துவிட்டு வருவதற்குள் என்னிடம் சொல்லிக் கொள்ளாமலே திருடனைப் போல் ஓடிவிட்டீர்கள்!"

"திருடனைப் போல் ஓடி விட்டேன் என்றா சொன்னீர்கள்?"

"திருடனைப் போல் என்று கூறியது தவறு; திருடனே தான்!"

"இளவரசி அன்று நான் எவ்வளவு இக்கட்டான நிலைமையிலிருந்தேன் என்பது தங்களுக்குத் தெரியாது..."

"தெரியாதவர்களுக்குத் தாங்கள் தெரியப்படுத்தியிருக்கலாமே? யார் வேண்டாம் என்று தடுத்தார்கள்?"

"தங்கள் தோழி சந்திரமதிதான். தாங்கள் வேட்டை மண்டபத்துக்குள் சென்றதும் சந்திரமதி இன்னொரு வாசல் வழியாக வந்துவிட்டாள். அவள் கண்களில் படாமல் இருப்பதற்காக யாழ்க் களஞ்சியத்தில் மறைந்து கொண்டேன்."

"பிறகு அங்கிருந்து மாயமாய் மறைந்து போய் விட்டீர்கள்!"

"இல்லை; மச்சுப்படி ஏறி மாடங்களை யெல்லாம் தாண்டி மதில் சுவர் மேலும் ஏறிக் குதித்துத்தான் போனேன். இளவரசி! அன்று என்னை யாராவது கண்டுபிடித்திருந்தால், நான் ஏற்றுக் கொண்டிருந்த காரியமும் கெட்டிருக்கும்; தங்களுக்கும் வசைச் சொல் ஏற்பட்டிருக்கும்..."

"இந்தப் பேதைப் பெண்ணைப் பற்றித் தங்களுக்கு எவ்வளவு கவலை?"

"உண்மையாகவே கவலைதான்!"

"அப்படியானால், இங்கே தாங்கள் திரும்பி வந்து இத்தனை நாள் ஆயிற்றே? சொல்லாமல் ஓடிப்போன காரணத்தைச் சொல்லியிருக்கலாமே?..."

"அதற்குச் சந்தர்ப்பத்தைத்தான் எதிர்பார்த்துக் கொண்டிருந்தேன்..."

"ஏன், ஐயா, வெறும் வார்த்தை? நான் இருக்கும் திக்கையே தாங்கள் திரும்பிப் பார்ப்பது கிடையாதே?"

"சகோதரி!..."

"நான் தங்கள் சகோதரி அல்ல!"

"தாங்கள் என் சிநேகிதன் கந்தமாறனுடைய சகோதரி; ஆகையால் எனக்கும் சகோதரி."

"கந்தமாறன் என்னுடைய சகோதரன் அல்ல; தங்களுக்கு அவன் சிநேகிதனும் அல்ல. நம் இருவருக்கும் அவன் கொடிய பகைவன்..."

"இளவரசி! அதுதான் தங்களுக்குத் தெரிந்திருக்கிறதே! சிலநாள் முன் வரையில் கந்தமாறன் என் உயிருக்குயிரான நண்பனாக இருந்தான். இப்போது அடியோடு மாறிப் போயிருக்கிறான். பார்த்திபேந்திரன் எப்போது என் தலைக்கு உலை வைக்கலாம் என்று பார்த்துக் கொண்டிருக்கிறான். ஆதித்த கரிகாலரோ நிமிஷத்துக்கு நிமிஷம் மாறுகிறார். இந்த நிமிஷம் அன்பாகப் பேசுகிறார்; அடுத்த நிமிஷம் எரிந்து விழுகிறார். எப்போது என்ன ஆபத்து வருமோ என்று எதிர்பார்த்துக் காலங்கழிக்கிறேன். இந்த நிலைமையில் என்னுடைய நன்றியைச் செலுத்துவற்காகத் தங்களை நான் தேடிவந்தால்.."

"ஐயா! தங்களைக் காப்பாற்றிக் கொள்வதில் தாங்கள் இவ்வளவு ஊக்கமாயிருப்பது பற்றி நான் மிக்க மகிழ்ச்சி அடைகிறேன்...!"

"இளவரசி என்னைப் பற்றி நான் கவலைப்படவில்லை. என் உயிரைப் பற்றியும் கவலைப்படவில்லை. தங்களுக்கு என்னால் தீங்கு எதுவும் நேராமலிருக்க வேண்டும் என்று தான் கவலைப்பட்டுக் கொண்டிருக்கிறேன்."

"கவலைப்பட்டு உருகிக் கொண்டே இருக்கிறீர்கள். ஆண் மக்கள் எல்லாருமே வஞ்சகர்கள் என்று சந்திரமதி சொல்லுவாள். அது உண்மை என்று இப்போதுதான் நிச்சயமாகிறது."

"யார் என்ன சொன்னாலும் சரிதான்; என் உயிர் உள்ள வரையில் தங்களை நான் மறக்கமாட்டேன்! தாங்கள் எனக்குச் செய்த உதவியையும் மறக்கமாட்டேன்!"

மணிமேகலை சிறிது சிந்தனையில் ஆழ்ந்திருந்து விட்டு, "ஐயா! இப்போது தாங்கள் சொன்னதை இன்னொரு தடவை சொல்லுங்கள்!" என்றாள்.

"ஆயிரம் தடவை வேண்டுமானாலும் சொல்கிறேன். என் உயிர் உள்ளவரையில் தாங்கள் செய்த உதவியை மறக்கமாட்டேன்!" என்று வந்தியத்தேவன் உறுதியுடன் கூறினான்.

"ஆயிரம் தடவை சொன்னால் மட்டும் என்ன பயன்? அதை நிறைவேற்ற முயற்சி எடுக்க வேண்டும் அல்லவா?"

"எந்த விதத்தில் முயற்சி எடுப்பது? சொல்லுங்கள், இளவரசி!"

"தங்கள் உயிர் உள்ளவரையிலேதான் எனக்கு நன்றி செலுத்துவீர்கள்? ஆகையால், தங்கள் உயிரை முதலில் காப்பாற்றிக் கொள்ள வேண்டும், தங்களுக்காக இல்லாவிட்டாலும், எனக்காகக் காப்பாற்றிக் கொள்ளுங்கள்!"

"இளவரசி! இது என்ன?..."

"ஐயா! உண்மையைச் சொல்லுங்கள்! சற்று முன்னால் நானும் என் தோழியும் பேசிக் கொண்டிருந்ததைத் தாங்கள் கேட்டுக் கொண்டிருந்தீர்களா?"

"மன்னிக்க வேண்டும், இளவரசி! 'ஐயோ பிசாசு!' என்று தாங்கள் கூவியதைக் கேட்டு ஓடிவந்தேன். அதற்குள் தங்கள் தோழி சந்திரமதி வந்துவிட்டாள். உங்களுடைய பேச்சைக் கேட்கும்படி நேர்ந்துவிட்டது..."

"தங்களை எப்படியாவது தேடிப்பிடித்து அழைத்து வரும்படி அவளை நான் அனுப்பியது தெரியும் அல்லவா?"

"காதில் விழுந்தது; அதனாலேதான் தங்களை அணுகி வந்தேன்..."

"இல்லாவிடில் என் அருகிலும் வந்திருக்க மாட்டீர்கள். அடடா! என்ன கரிசனம்? போனால் போகட்டும். தாங்கள் எவ்வளவு கல்நெஞ்சராயிருந்தாலும் என் மனம் கேட்கவில்லை. தங்களுக்கு ஆபத்து என்றால், என்னால் பொறுத்துக் கொண்டிருக்க முடியவில்லை."

"இளவரசி! என்னுடைய ஆபத்தான நிலைமை எனக்குத் தெரிந்தேயிருக்கிறது. எனக்குத் தெரியாத புதிய ஆபத்து ஏதேனும் வரப்போகிறதா?"

"ஐயா! இந்த அரண்மனையை விட்டுத் தாங்கள் உடனே போய்விடுங்கள்!"

"என்னைப் புறங்காட்டி ஓடச் சொல்கிறீர்களா?"

"போர்க்களத்தில் புறங்காட்டி ஓடக் கூடாது. சதிகாரர்களிடமிருந்து தப்பிச் செல்வதில் குற்றம் என்ன?"

"யார் சதிகாரர்கள்?"

"வேறு யார்? கந்தமாறனும் பார்த்திபேந்திரனுந்தான்."

"அவர்களுக்குப் பயந்து நான் இந்த அரண்மனையை விட்டு ஓட முடியாது."

"என் தமையனால் தங்களுக்குத் தீங்கு நேர்வதை அறிந்து, நான் அதைச் சகித்துக் கொண்டிருக்க முடியாது."

"இளவரசி! கந்தமாறனுடைய காரியங்களுக்குத் தாங்கள் எப்படிப் பொறுப்பு ஆவீர்கள்?"

"என் காரணமாகவே அவனும் பார்த்திபேந்திரனும் தங்களுக்குத் தீங்கு இழைக்கப் பார்க்கிறார்கள்...."

"தங்களுக்காக நான் துன்பம் அடைந்தால் அது என் பாக்கியம். தாங்கள் செய்த உதவிக்குப் பிரதி செய்ததாக எண்ணிக் கொள்வேன்..."

"நந்தனி தேவி கூறியது சரிதான்!"

"ஆகா! பழுவூர் ராணி தங்களிடம் என்ன கூறினாள்?"

"உங்களிடம் உயிரைக் காப்பாற்றிக் கொள்ளும்படிச் சொன்னால், கேட்கமாட்டீர்கள்; – வேறு யுக்தி செய்ய வேண்டும் என்றார். ஐயா! தயவுசெய்து தாங்கள் என்னுடன் வாருங்கள். பழுவூர் ராணி தங்களை ஏதோ ஓர் அவசர காரியமாகப் பார்க்க வேண்டுமாம்."

"அந்த அவசரமான காரியம் என்னவென்பது தங்களுக்குத் தெரியும் அல்லவா?"

"தெரியும்; பழுவேட்டரையர் கொள்ளிடத்தைத் தாண்டும் போது படகு கவிழ்ந்து போய்விட்டதாக ஒருசெய்தி வந்திருக்கிறது..."

"நானும் கேள்விப்பட்டேன்!"

"தாங்கள் உடனே போய் அதைப்பற்றிய உண்மையைத் தெரிந்து கொண்டு வரவேண்டுமாம். அவ்விதம் தங்களிடம் பழுவூர் ராணி நேரில் கேட்டுக் கொள்ளப்போகிறார்."

வந்தியத்தேவன் சிறிது யோசித்துவிட்டு, "இதையெல்லாம் என்னிடம் முன்னால் கூற வேண்டாம் என்று பழுவூர் ராணி எச்சரிக்கவில்லையா?" என்றான்.

"ஆமாம்!"

"பின் ஏன் இதைப்பற்றி என்னிடம் சொன்னீர்கள்?"

"என் மனம் குழம்பியிருப்பதுதான் காரணம். ஐயா! சில நாளைக்கு முன்னால் வரையில் நான் கள்ளங் கபடமறியாத பெண்ணாயிருந்தேன். யாரைப் பற்றியும் எந்தவிதமான சந்தேகமும் கொண்டதில்லை. யாரைப் பற்றியேனும் என் தோழிகள் குறை சொன்னாலும் நம்புவதில்லை. இப்போது எல்லாரையும் சந்தேகிக்கிறேன்; எல்லாவற்றையும் சந்தேகிக்கிறேன்."

"என் முகத்தில் விழித்த நேரத்தினால் ஏற்பட்ட விபரீதம் போலிருக்கிறது."

"ஒரு விதத்தில் அது உண்மைதான். பழுவூர் இளையராணி தங்களை அழைத்து வரும்படி எனக்குச் சொல்லி அனுப்பினார். அவருடன் பேசும்போது ஒரு சந்தேகமும் தோன்றவில்லை. எல்லாம் சரியென்று தோன்றியது.... இப்பால் வந்ததும் அவர் பேரிலேயே சந்தேகம் ஏற்படுகிறது."

"என்ன சந்தேகம், இளவரசி? நந்தினிதேவியின் பேரில் தங்களுக்கு என்ன சந்தேகம்?"

"அவரும் சேர்ந்து தங்களுக்குத் தீங்கு செய்ய எண்ணுகிறாரோ என்றுதான்."

"இந்தச் சந்தேகம் ஏன் வந்தது? அவர் எனக்கு என்ன தீங்கு செய்யமுடியும்?"

"அதுவும் என்னால் சொல்ல முடியாது. ஆனால் அவருடைய பேச்சும் நடவடிக்கைகளும் யோசித்துப் பார்த்தால் சந்தேகம் உண்டாக்குகின்றன. அடிக்கடி ஒரு நீண்ட வாளைக் கையில் வைத்துக்கொண்டு ஏதேதோ பேசிக் கொண்டிருக்கிறார்..."

"ஒரு பெண்ணின் கையில் உள்ள வாளைக் கண்டு நான் அஞ்சுவதில்லை. அதைக்காட்டிலும்..."

"முகத்திலுள்ள கண்களாகிற வாள்களுக்கு அஞ்சுவீர்கள். எல்லாரும் சொல்லும் கதைதான் இது. ஐயா! நந்தினி தேவியின் வாளுக்கு மட்டும் தங்களை நான் பயப்படச் சொல்லவில்லை. முதன் முதலில் தாங்கள் வேட்டை மண்டபத்திலிருந்து நான் இருந்த அறைக்குள் வந்ததை ஞாபகப்படுத்திக் கொள்ளுங்கள்..."

"நன்றாக ஞாபகம் இருக்கிறது..."

"கொலைகாரர்கள் சிலர் தங்களைத் தொடர்ந்து வந்ததாகச் சொன்னீர்கள். முதலில் அதை நான் நம்பவில்லை. பிறகு வேட்டை மண்டபத்துக்குள் போய்ப் பார்த்தேன். அங்குள்ள மிருகங்களுக்குப் பின்னால் சிலர் மறைந்திருப்பதாகத் தோன்றியது. அவர்கள் தங்களைக் கொல்ல வந்தவர்களா, அல்லது தங்களுடனேயே வந்தவர்களா என்று அப்போது என்னால் நிச்சயிக்க முடியவில்லை. அவர்களைப் பற்றிச் சொன்னால், தங்களைப் பற்றியும் சொல்ல வேண்டியதாகும் அல்லவா?"

"எனக்குத் தாங்கள் செய்த பேருதவி எவ்வளவு என்பதை இப்போதுதான் நன்கு உணர்ந்துகொள்கிறேன்."

"அதற்காக நான் அந்த விஷயத்தை இப்போது சொல்லவில்லை. சற்று முன்னால் நந்தினி தேவி தங்களை அழைத்து வரும்படி என்னை அனுப்பினார். உடனே, ஏதோ அவரிடம் கேட்பதற்காகத் திரும்பிப் போனேன். கதவைத் தாளிட்டுக் கொண்டிருந்தார். உள்ளே, வேட்டை மண்டபத்திலிருந்து பேச்சுக் குரல்கள் லேசாகக் கேட்டன. ஐயா! என் சந்தேகத்தைத் தங்களுக்கு இப்போது சொல்லி விடுகிறேன். வேட்டை மண்டபத்தில் யாரோ ஆள்கள் வந்து ஒளிந்திருக்கிறார்கள் என்று தோன்றுகிறது. அவர்களுக்கும் பழுவூர் ராணிக்கும் ஏதோ சம்பந்தம் இருக்கவேண்டும் என்றும் சந்தேகிக்கிறேன்."

வந்தியத்தேவன் இப்போதுதான் நிலைமையின் முக்கியத்தை நன்கு உணர்ந்தான். இன்று ஏதோ விபரீத சம்பவம் நிகழப்போகிறது என்பதாக அவன் உள்ளுணர்ச்சி அவனுக்குச் சொல்லிக் கொண்டேயிருந்தது. மணிமேகலை கூறிய செய்திகள் அவன் உள்ளுணர்ச்சியை உறுதிப்படுத்தின.

"இளவரசி! எனக்குத் தாங்கள் ஓர் உதவி அவசியம் செய்ய வேண்டும்!"

"என்னவென்று சொல்லுங்கள்!"

"வேட்டை மண்டபத்துக்கு, வெளியிலிருந்து சுரங்கப் பாதை மூலமாக வரும் வழி ஒன்றிருக்கிறது. இப்போது நந்தினி தேவி இருக்கும் அறை வழியாகப் போவதற்கும் ஒரு வாசல் இருக்கிறது. இவற்றைத் தவிர மூன்றாவது வழி ஒன்று இருக்கிறதல்லவா?"

"ஆமாம்; வேலைக்காரர்கள் போவதற்கென்று ஒரு வழி இருக்கிறது. அரண்மனைக்குப் புதிதாக வரும் விருந்தாளிகளை அந்த வழியாகத்தான் என் தந்தை அழைத்துப் போவது வழக்கம்..."

"இளவரசி! அந்த வழியாக என்னை இப்போதே வேட்டை மண்டபத்துக்கு அழைத்துப் போங்கள்!"

"எதற்காக?"

"அங்கே வந்து ஒளிந்திருப்பவர்கள் யார், அவர்கள் என்ன நோக்கத்துடனே வந்திருக்கிறார்கள் என்று கண்டுபிடிப்பதற்குத் தான்..."

"தாங்களை அபாயத்திலிருந்து தப்புவிக்க வந்தேன். அபாயத்துக்கே இட்டுச் செல்லும்படி கேட்கிறீர்கள்...."

"என் இடையில் எப்போதும் கத்தி இருக்கிறது, இளவரசி! தெரியாமல் வரும் அபாயத்தைக் காட்டிலும் தெரிந்த அபாயத்தை எதிர்ப்பது எளிது. அபாயத்தை நாமே எதிர் கொண்டு போவது இன்னும் மேலானது."

"ஒரு நிபந்தனைக்குச் சம்மதித்தால் தங்களை வேட்டை மண்டபத்துக்கு அழைத்துப் போவேன்."

"அது என்ன?"

"நானும் தங்களுடன் வருவேன்; என் இடையிலும் ஒரு சிறிய கத்தி வைத்துக் கொண்டிருக்கிறேன்!" என்று மணிமேகலை தன்னுடைய கத்தியை எடுத்துக் காட்டினாள்.

வந்தியத்தேவன் அதற்குச் சம்மதம் கொடுத்தான்.

"அப்படியானால் சீக்கிரம் என்னைப் பின்தொடர்ந்து வாருங்கள். சந்திரமதி இங்கே என்னைத் தேடி வருவதற்குள் போய்விட வேண்டும்" என்றாள்.

நந்தவனத்தைக் கடந்து வந்தியத்தேவனை மணிமேகலை அழைத்துச் சென்றாள். பிறகு, மாளிகையின் ஓரமாகச் சுவர்களின் கரிய நிழல் அடர்ந்திருந்த இடங்களின் வழியாக அழைத்துச் சென்றாள். பிறகு மாளிகையில் புகுந்து ஜன சஞ்சாரம் இல்லாத தாழ்வாரங்கள், நடைபாதைகள் வழியாக அழைத்துச் சென்றாள். பின்னர், கதவு சாத்தப்பட்டிருந்த ஒரு வாசற்படியின் அருகில் வந்தாள். அங்கேயே வந்தியத்தேவனை நிற்கச் செய்துவிட்டு விரைந்து சென்று ஒரு கை விளக்கை எடுத்து வந்தாள். கதவைத் திறந்து உள்ளே விளக்கைத் தூக்கிக் காட்டிய போது வரிசையாகப் படிக்கட்டுக்கள் அமைந்த குறுகிய நடைபாதை காணப்பட்டது. இருவரும் அப்படிகளில் இறங்கிச் சென்றார்கள். சிறிது நேரம் சென்ற பிறகு, முன்னால் சென்ற மணிமேகலை சட்டென்று நின்று, மெல்லிய குரலில், "நில்லுங்கள்! ஏதோ காலடிச் சத்தம் போலிருக்கிறது. தங்களுக்குக் கேட்கிறதா?" என்றாள்.

❖ ❖ ❖ ❖

முப்பத்தைந்தாம் அத்தியாயம்

குரங்குப் பிடி

வந்தியத்தேவன் கவனமாகக் காது கொடுத்துக் கேட்டான். ஒரு நிமிட நேரம் காலடிச் சத்தம் கேட்பது போலிருந்தது. சட்டென்று அது நின்றது. மறுபடியும் கேட்டது. இப்போது அந்தச் சத்தம் பின்னோக்கிச் செல்வதுபோல் வரவரக் குறைந்தது.

"ஐயா! மேலே போகத்தான் வேண்டுமா? திரும்பிவிடுவது நல்லதல்லவா?" என்றாள் மணிமேகலை.

"இளவரசி! முன் வைத்த காலைப் பின் வைப்பது எனக்கு வழக்கமில்லை!" என்றான் வல்லவரையன்.

"பிடித்தால், குரங்குப் பிடிதான் என்று சொல்லுங்கள்!"

"முன்னொரு தடவை தங்கள் தோழி சந்திரமதி என்னைக் 'குரங்கு மூஞ்சி' என்று வர்ணித்தாள் அல்லவா? முகத்திற்கேற்பத்தானே பிடியும் இருக்கும்?"

இவ்விதம் சொல்லிக்கொண்டே வந்தியத்தேவன், இது காறும் மணிமேகலையின் பின்னால் வந்து கொண்டிருந்தவன், அவளைத் தாண்டிக்கொண்டு முன்னால் போக முயற்சித்தான். அதை மணிமேகலை தடுக்கப் பார்த்தாள்.

இருவரும் ஒருவரோடொருவர் மோதிக் கொண்டார்கள். மணிமேகலையின் கையிலிருந்த விளக்கு தடால் என்று விழுந்தது. இரண்டு மூன்று படிகள் தடதடவென்று உருண்டு சென்று அணைந்துவிட்டது.

பின்னர் அந்த மேடு பள்ளமான நடைபாதையில் காரிருள் சூழ்ந்தது.

"இளவரசி! இது என்ன இப்படிச் செய்தீர்கள்?" என்றான் வல்லவரையன்.

"தாங்கள் ஏன் என்னைத் தாண்டிக்கொண்டு முன்னால் போகப் பார்த்தீர்கள்?" என்றாள் மணிமேகலை.

"அபாயம் நேரும்போது முன்னால் பெண்களை விட்டுக் கொண்டு போகும் வழக்கம் எனக்கு இல்லை!" என்றான் வந்தியத்தேவன்.

"தங்களுக்கு எது எது வழக்கம், எது எது வழக்கமில்லை என்று ஒருமிக்க எனக்குத் தெரிவித்துவிட்டால் நலமாயிருக்கும். அதற்குத் தகுந்தபடி நானும் நடந்து கொள்வேன்."

"ஆகட்டும், அம்மணி! அவகாசம் கிடைக்கும்போது சொல்கிறேன்."

"இப்போது அவகாசம் இல்லாமல் என்ன? வாருங்கள், திரும்பி நந்தவனத்துக்குப் போகலாம். அங்கே சாவகாசமாக உட்கார்ந்துகொண்டு சொல்லுங்கள்."

"இருட்டில் வருவதற்குத் தங்களுக்குப் பயமாயிருந்தால் திரும்பிச் செல்லுங்கள்!..."

"தங்களைப் போன்ற வீரர் அருகில் இருக்கும்போது எனக்கு என்ன பயம்?"

"பின்னே வாருங்கள், போகலாம்! வழியில் நிற்பதில் என்ன பயன்?"

இவ்வாறு சொல்லிக் கொண்டே முன்னால் போகப் பார்த்த வந்தியத்தேவன் கால் தடுக்கி விழப் பார்த்தான். மணிமேகலை அவன் விழுந்துவிடாமல் தாங்கிப் பிடித்துக் கொண்டாள்.

"ஐயா! இந்த வழியில் மேடு பள்ளங்கள் அதிகம். படிகள் எங்கே, சமபாதை எங்கே என்று இருட்டில் கண்டுபிடிக்க முடியாது. நான் இந்த வழியில் எத்தனையோ தடவை போயிருக்கிறேன். படிகள், திருப்பங்கள் உள்ள இடமெல்லாம் நன்றாய்த் தெரியும். ஆகையால், தாங்கள் எவ்வளவு சூராதி சூரராக இருந்தபோதிலும், என் கையைப் பிடித்துக்கொண்டு பின்னால் வருவது நல்லது. இல்லாவிட்டால் வேட்டை மண்டபம் போய்ச் சேர மாட்டீர்கள். வழியில் கால் ஒடிந்து விழுந்து கிடப்பீர்கள்!" என்றாள் மணிமேகலை.

"இளவரசி! தங்கள் கட்டளைப்படியே நடந்து கொள்கிறேன். வந்தனம்!" என்றான் வந்தியத்தேவன்.

இருட்டில் மணிமேகலை வல்லவரையனுடைய ஒரு கரத்தைப் பற்றிக் கொண்டாள். வந்தியத்தேவனுடைய கரம் ஜில்லிட்டிருந்ததைத் தெரிந்து கொண்டாள். 'இவர் பகைவர்களுக்கு அஞ்சாதவர்; சதிகாரர்களுக்கும் பயப்படாதவர்; இந்தப் பேதைப் பெண்ணின் கையைப் பிடிப்பதற்கு இவ்விதம் ஏன் பயப்படுகிறார்?' என்று அவள் உள்ளம் எண்ணமிட்டது.

சிறிது தூரம் இருவரும் மௌனமாகச் சென்றார்கள். வந்தியத்தேவன் அடிக்கடி தடுமாறி விழப் பார்த்தான். ஒவ்வொரு தடவையும் அவன் விழுந்துவிடாமலிருக்கும் பொருட்டு மணிமேகலை அவனுடைய கையை இறுக்கிப் பிடித்துக்கொள்ள வேண்டி நேர்ந்தது.

"நரகத்துக்குப்போகும் வழி இப்படித்தான் இருள் அடர்ந்திருக்கும்!" என்று சொன்னான் வந்தியத்தேவன்.

"ஓகோ! தாங்கள் நரகத்துக்குப் போய்விட்டு வந்திருக்கிறீர்களா?" என்று மணிமேகலை கேட்டாள்.

"நான் நரகத்துக்கும் போனதில்லை; சொர்க்கத்துக்கும் போனதில்லை. பெரியோர்கள் சொல்லியிருக்கிறார்கள்!"

"அவர்களுக்கு அவர்களுடைய பெரியோர்கள் சொல்லியிருப்பார்கள்!"

சில காலத்துக்கு முன்பு வரையில் நாலு பேருக்கு முன்னால் வருவதற்குக் கூடக் கூச்சப் பட்டுக் கொண்டிருந்த இந்தப் பெண், இவ்வளவு வாசாலகமுள்ளவள் ஆனது எப்படி என்று வந்தியத்தேவன் சிந்தித்துப் பார்த்தான்.

"நரகத்துப் போகும் வழிதான் இருட்டாயிருக்கும்; சொர்க்கத்துக்குப் போகும் வழி எப்படியிருக்குமாம்?" என்றாள் மணிமேகலை.

"ஒரே ஜோதி மயமாயிருக்குமாம்! கோடி சூரியப் பிரகாசமாயிருக்குமாம்!"

"அப்படியானால் நரகத்துக்குப் போகும் வழிதான் எனக்குப் பிடிக்கும்! ஒரு சூரியனே கண்ணைக் கூசப் பண்ணுகிறது! கோடி சூரியனுடைய வெளிச்சம் கண்ணைக் குருடாக்கி விடுமே!" என்றாள் மணிமேகலை.

"நரகத்துக்குப் போகும் வழியாகப் போனால் முடிவில் நரகத்துக்குத்தானே போய்ச் சேரும்படியிருக்கும்?" என்றான் வல்லவரையன்.

"தங்களைப் போன்ற வீர புருஷரைத் தொடர்ந்து போனால், நரகப்பாதை வழியாகச் சொர்க்கத்துக்குப் போனாலும் போகலாம்!" என்றாள் மணிமேகலை.

"தங்களைப் போன்ற இளவரசியின் கையைப் பிடித்துக் கொண்டு போனால், நரகமே சொர்க்கம் ஆகிவிடும்!" என்றான் வந்தியத்தேவன்.

உடனே உதட்டைக் கடித்துக்கொண்டு 'இப்படிச் சொல்லி விட்டோமே? இந்தப் பெண் ஏதாவது தவறாக எண்ணிக் கொள்ளப் போகிறாளே?' என்று கவலை கொண்டான்.

"தங்களுடைய கரம் ஜில்லிட்டிருப்பதைப் பார்த்தால், தாங்கள் சொர்க்கத்துக்குப் போகிறவராக எண்ண இடமில்லை. கொலைக் களத்துக்குப் போகிறவரைப்போல் தங்கள் உடம்பு நடுங்குகிறது!" என்றாள் மணிமேகலை.

"இளவரசி! இந்த பிரயாணத்தின் முடிவில் எனக்குக் கொலைக்களந்தான் காத்திருக்கிறதோ, என்னமோ?"

"தாங்கள் தானே முன் வைத்த காலைப் பின் வைப்பதில்லை என்று பிடிவாதம் பிடிக்கிறீர்கள்? வேட்டை மண்டபத்தில் எத்தனை கொலைகாரர்கள் இருக்கிறார்களோ, என்னமோ?"

"அவர்கள் எத்தனைபேர் வேண்டுமானாலும் இருக்கட்டும்; அவர்களுக்கு நான் பயப்படவில்லை. தாங்களும் நானும் இப்படிக் கை கோத்துக்கொண்டு இருட்டில் போவதைக் கந்தமாறன் பார்த்துவிட்டால்... அதைப் பற்றித்தான் யோசனை செய்கிறேன்."

"ஐயா! நான் உயிரோடிருக்கும் வரையில் என் தமையனால் தங்களுக்கு ஒரு கெடுதியும் நேராது. நான் காணும் கனவில் பாதி இப்போது உண்மையாக நடந்திருக்கிறது; இன்னும் பாதியும் ஒரு வேளை உண்மையானாலும் ஆகலாம். யார் கண்டது?" என்றாள் மணிமேகலை.

இந்தச் சமயத்தில் ஏதோ ஒரு கதவு பூட்டப்படும் சத்தத்தைக் கேட்டு இருவரும் திடுக்கிட்டுப் போய் நின்றார்கள்.

"வேட்டை மண்டபத்துக்குச் சமீபத்தில் வந்து விட்டோம்!" என்று மணிமேகலை மெல்லிய குரலில் கூறினாள்.

இதற்குள் சற்றுத் தூரத்தில் சிறிது வெளிச்சம் தெரிந்தது. வரவர அவ்வெளிச்சம் அதிகமானதுடன் அவர்களை நெருங்கி வந்ததாகத் தோன்றியது. மணிமேகலை வந்தியத்தேவனுடைய கரத்தை விட்டு விட்டுச் சற்று விலகி நின்றாள்.

அடுத்த நிமிஷத்தில், ஒரு கையில் தூக்கிப் பிடித்த விளக்குடன் இன்னொரு கையில் முறுக்கித் திருகிய வேலைப்பாடு அமைந்த கூரிய கத்தியுடன் இடும்பன்காரி அவர்களுக்கு எதிரே தோன்றினான்.

இவர்களைப் பார்த்ததும் அவன் அதிசயத்தினால் திகைத்துப் போனவனைப்போல் நின்றான். ஆனால் அவன் அவ்வாறு வேஷம் போடுகிறான் என்பது இருவருக்கும் தெரிந்து போயிற்று.

"அம்மா! ஐயா! இது என்ன? இந்த இருட்டில் இவ்விதம் தனியாகக் கிளம்பினீர்கள்? அடிமையிடம் சொன்னால் விளக்குப் பிடித்துக் கொண்டு வரமாட்டேனா? எங்கே புறப்பட்டீர்கள்?" என்று கேட்டான்.

"இடும்பன்காரி! மலையமான் படை எடுத்து வருவதாகச் செய்தி வந்திருக்கிறது அல்லவா? ஆகையால் மதில் வாசல்கள் சுரங்க வாசல்கள் எல்லாம் பத்திரமாய்ப் பூட்டியிருக்கிறதா என்று பார்ப்பதற்காக வல்லத்து இளவரசரையும் அழைத்துக் கொண்டு புறப்பட்டேன்!" என்றாள் மணிமேகலை.

"அதிசயமாயிருக்கிறது, தாயே! நானும் அதைத்தான் பார்த்துவிட்டு வருகிறேன்!" என்றான் இடும்பன்காரி.

"அப்படித்தான் நினைத்தேன். நாங்கள் வரும்போது கொண்டு வந்த விளக்கு வழியில் விழுந்து அணைந்து விட்டது. இங்கே கொஞ்சம் வெளிச்சம் தெரிந்தது. நீயாய்த்தான் இருக்க வேண்டும் என்று எண்ணி மேலே வந்தோம்."

"சின்ன எஜமான் பார்க்கச் சொன்னார்கள்; அதனால் போய்ப் பார்த்துவிட்டு வந்தேன். சுரங்கப் பாதையெல்லாம் சரிவர அடைத்துத் தாளிட்டிருக்கிறது. திரும்பிப் போகலாமா தாயே!"

"உன் கையில் உள்ள விளக்கைக் கொடுத்துவிட்டு நீ போ! இந்த இளவரசருக்கு வேட்டை மண்டபத்திலிருந்து ஒரு வேலாயுதம் பொறுக்கி எடுத்துக்கொள்ள வேண்டுமாம். இவருடைய வேல் கொள்ளிடத்தில் போய்விட்டதாம். ஒரு வேளை யுத்தம் வந்தாலும் வரலாம் அல்லவா...?"

"ஆம், அம்மணி! யுத்தம் வந்தாலும் வரலாம். ஆகையால் வேற்று மனிதர்களை வேட்டை மண்டபத்துக்குள் அழைத்துப் போகாமலிருப்பதே நல்லது. தங்களுக்குத் தெரியாதா. நான் ஒன்றும் சொல்லத் தேவையில்லை."

"அது உண்மைதான், காரி! ஆனால் இவர் வேற்று மனிதர் அல்ல. சின்ன எஜமானுக்கு உயிருக்கு உயிரான சிநேகிதர் ஆயிற்றே! இன்னும் ஏதேனும் புதிய உறவு ஏற்பட்டாலும் ஏற்படும். நீ விளக்கைக் கொடுத்துவிட்டுப் போ!" என்றாள் மணிமேகலை.

இடும்பன்காரி வேண்டா வெறுப்பாக விளக்கை இளவரசியிடம் கொடுத்துவிட்டுப் போனான்.

வந்தியத்தேவனும் மணிமேகலையும் மேலே நடந்து வேட்டை மண்டபத்தை அணுகிச் சென்றார்கள். எங்கிருந்தோ ஓர் ஆந்தையின் குரல் கேட்டது.

"இது என்ன? அரண்மனைக்குள்ளே ஆந்தை எப்படி வந்தது?" என்று மணிமேகலை வியப்புடன் கூறினாள்.

"ஒரு வேளை வேட்டை மண்டபத்துக்குள் இருக்கும் செத்த ஆந்தைக்கு உயிர் வந்து விட்டதோ, என்னமோ? முன்னொரு சமயம் இளவரசியைப் பார்த்ததும் செத்த குரங்கு உயிர் பெறவில்லையா?" என்றான் வந்தியத்தேவன்.

வேட்டை மண்டபத்தின் கதவு வெளிப்பக்கம் பூட்டப்பட்டிருந்தது.

மணிமேகலை தான் கொண்டுவந்திருந்த சாவியைப் போட்டுப் பூட்டைத் திறந்தாள். பிறகு, கதவையும் இலேசாகத் திறந்தாள்.

இருவரும் உள்ளே பிரவேசித்தார்கள்.

முதலில் சிறிது நேரம் அவர்களைச் சுற்றிலும் செத்த யானைகள், கரடிகள், புலிகள், மான்கள், முதலைகள், பருந்துகள், ஆந்தைகள் – இவற்றின் பயங்கரமான உடல்கள் தான் தெரிந்தன.

விளக்கைத் தூக்கிப் பிடித்து நன்றாக உற்றுப் பார்த்தபோது, அந்தப் பிராணிகளுக்குப் பின்னால் பாதி மறைந்ததும் பாதி மறையாமலும் சில மனித உருவங்கள் உட்கார்ந்திருப்பது தெரிந்தது.

அப்போது அவர்கள் திறந்துகொண்டு வந்த வேட்டை மண்டபத்தின் கதவு படாரென்று சாத்தப்பட்டுவிட்டது.

யார் அவ்வளவு பலமாகக் கதவைச் சாத்துகிறார்கள் என்று தெரிந்துகொள்ள வந்தியத்தேவன் திரும்பிப் பார்த்தான்.

அதே கணத்தில் அவன் பின்னாலிருந்து பலமாகப் பிடித்துத் தள்ளப்பட்டான். முன்னொரு சமயம் அவன் எந்த வாலில்லாக் குரங்கின் பின்னால் ஒளிந்து கொண்டிருந்தானோ, அந்தக் குரங்கின் முன் புறத்தில் போய் மோதிக் கொண்டான். இரண்டு கரங்கள் அவனைப் பலமாகப் பற்றிக் கொண்டன.

'குரங்குப் பிடி' எவ்வளவு வலிவுள்ளது என்பதை அப்போது தான் அவன் நன்றாக, அனுபவ பூர்வமாகத் தெரிந்து கொண்டான்.

அவனுடைய அரையிலிருந்த கத்தியை எடுக்கச் செய்த முயற்சி சிறிதும் பலிக்கவில்லை. அப்பால் இப்பால் அவனால் திரும்பவே முடியவில்லை.

குரங்கின் கைகள், – அல்லது குரங்கின் கைகளோடு சேர்ந்து வந்த இரண்டு மனித கைகள், – அவனை அவ்வளவு பலமாகப் பிடித்துக் கொண்டன.

இன்னும் இரண்டு கைகள் அவனுடைய அரையிலிருந்த கத்தியை அவிழ்த்து எடுத்துக் கொண்டன.

"ஐயோ!" என்று பயங்கரமாக அலறிக்கொண்டு அவனருகில் ஓடி வந்த மணிமேகலையின் மார்பை நோக்கி அந்தக் கத்தி நீட்டப்பட்டது.

"சத்தம் போட வேண்டாம். சிறிது நேரம் சும்மா இருந்தால்,– நாங்கள் சொல்கிறபடி கேட்டால்,– உங்கள் இருவருடைய உயிருக்கும் அபாயம் இல்லை. சத்தம் போட்டீர்களானால் இருவரும் உயிர் இழக்க நேரிடும். முதலில், இந்த அதிகப்பிரசங்கி இளைஞன் இறந்து விழுவான்!" என்றது ஒரு குரல்.

அது ரவிதாஸனுடைய குரல் என்று வந்தியத்தேவன் தெரிந்து கொண்டான்.

"இளவரசி! சற்றுச் சும்மா இருங்கள்! இவர்கள் எதற்காக வந்திருக்கிறார்கள், என்னதான் சொல்லுகிறார்கள் என்று கேட்டுத் தெரிந்து கொள்ளலாம்!" என்று சொன்னான் வந்தியத்தேவன்.

❉ ❉ ❉ ❉

முப்பத்தாறாம் அத்தியாயம்

பாண்டிமாதேவி

வந்தியத்தேவனை வாலில்லாக் குரங்கோடு சேர்த்துக் கட்டியவர்கள், அவனுக்கு அருகில் சுவரில் மாட்டியிருந்த கலைமானின் கொம்புகளோடு மணிமேகலையைச் சேர்த்துக் கட்டினார்கள்.

"மந்திரவாதி! நான் தான் உங்கள் எதிரி! கடம்பூர் இளவரசியை ஏன் கட்டுகிறீர்கள்? விட்டு விடுங்கள்!" என்றான் வந்தியத்தேவன்.

ரவிதாஸன் அவனைப் பார்த்து, "பொறு, தம்பி, பொறு! பல தடவை நீ எங்கள் காரியத்தில் குறுக்கிட்டிருக்கிறாய்! ஒவ்வொரு தடவையும் உன்னை நாங்கள் உயிரோடு விட்டு வந்தோம். ஆனாலும் நீ எங்களைப் பின் தொடர்ந்து வருவதை நிறுத்தவில்லை!" என்றான்.

வந்தியத்தேவன் சிரித்தான்.

"என்னப்பா, சிரிக்கிறாய்? வாலில்லாக் குரங்கின் ஆலிங்கனம் அவ்வளவு குதூகலமாயிருக்கிறதா?" என்று கேட்டான் ரவிதாஸன்.

"இல்லை! நீ சொன்னதை எண்ணிப் பார்த்துத்தான் சிரித்தேன்!" என்றான் வல்லவரையன்.

"நான் சொன்னவற்றில் எதைக் குறித்து இப்படிச் சிரிக்கிறாய்?"

"உங்களை நான் தொடர்ந்து வருவதாகச் சொன்னாயே? நீங்கள் என்னை விடாமல் தொடர்ந்து வருவதாகவும் சொல்லலாம் அல்லவா? என் காரியத்தில் நீங்கள் குறுக்கிடுவதாகவும் சொல்லலாம் அல்லவா? இப்போது பார்! நான் கடம்பூர் ராஜகுமாரியை அழைத்துக்கொண்டு ஒரு முக்கியமான காரிய நிமித்தமாகப் புறப்பட்டேன். நீ குறுக்கிட்டு என்னை இந்தக் குரங்கோடு சேர்த்துக் கட்டிப் போட்டிருக்கிறாய்!"

"ஓகோ! அப்படியா சமாசாரம்? உன் காரியத்தில் நாங்கள் குறுக்கிடுவதாகவே வைத்துக் கொள். ஆனால் அவ்விதம் நேர்வது இதுதான் கடைசி முறை. இன்று நீ உயிரோடு பிழைத்து விட்டாயானால், பிறகு எங்களைக் காணவே மாட்டாய்!"

"அப்படியானால், நான் உயிரோடிருக்கப் பிரயத்தனப்பட வேண்டியதுதான்! மந்திரவாதி! நான் உயிரோடு தப்புவதற்கு நீயே ஒரு தந்திரம் சொல்லிக் கொடு!" என்றான் வந்தியத்தேவன்.

"பேஷாகச் சொல்லித் தருகிறேன். இந்த மண்டபத்திலும் இதற்கு அடுத்த அறையிலும் என்ன நடந்தாலும் நீ அதைப் பார்த்துக்கொண்டு சும்மா இரு! பதட்டமாக ஒன்றும் செய்யாதே! உன் உயிருக்கு ஆபத்து நேராது."

"ஏன் என்பேரில் உங்களுக்கு அவ்வளவு அபிமானம்? ஏன் என்னைக் கொல்லாமல் விடுகிறீர்கள்?"

"அப்படிக் கேள்! அது பெரிய முட்டாள்தனந்தான்! ஆனால் எங்கள் தேவியின் கட்டளை!"

"யார் உங்கள் தேவி?"

"இன்னுமா உனக்குத் தெரியவில்லை? பாண்டிமாதேவிதான். பெரிய பழுவேட்டரையரின் வீட்டில் வந்திருக்கும் வீரபாண்டியச் சக்கரவர்த்தியின் வீரபத்தினி நந்தினி தேவிதான்!"

"நல்ல வீரபத்தினி!"

"சீ! துஷ்டச் சிறுவனே! எங்கள் தேவியைப் பற்றி ஏதேனும் சொன்னால் உயிரை இழப்பாய்! ஜாக்கிரதை!"

"நீங்கள் அல்லவா பழுவூர் ராணியின் மீது அவதூறு சொல்கிறீர்கள்? இன்னொரு புருஷன் வீட்டில் வந்திருப்பவளை வீரபாண்டியனுடைய தேவி என்று சொல்கிறீர்களே?"

"அதனால் என்ன? ராமனுடைய பத்தினி சீதை, ராவணனுடைய வீட்டில் சிலகாலம் இருக்கவில்லையா?"

"ராமர் போய்ச் சீதா தேவியை அழைத்துக் கொண்டு வந்து விட்டாரே?"

"நாங்களும் எங்கள் பாண்டிமா தேவியை அழைத்துக் கொண்டு போகத்தான் வந்திருக்கிறோம். அவர் பழுவூர் அரண்மனையில் தாமாகவே எந்தக் காரியத்துக்காகச் சிறைப்பட்டிருந்தாரோ அது இன்றைக்கு முடியப் போகிறது..."

"ஆகா! அது என்ன காரியம்?"

"சற்று நேரம் பொறுமையாயிரு! நீயே தெரிந்து கொள்வாய்? உன் துஷ்டத்தனத்தைக் காட்டினாயானால், நீ மட்டுமல்ல, – இந்தப் பெண்ணும் துர்க்கதிக்கு உள்ளாக நேரிட்டு விடும்!"

இவ்விதம் கூறிவிட்டு ரவிதாஸன் எதிர்ப் பக்கத்துச் சுவரண்டை போவதற்கு யத்தனித்தான்.

"மந்திரவாதி! இன்னும் ஒரே ஒரு விஷயம் சொல்லி விட்டுப் போ!" என்றான் வந்தியத்தேவன்.

ரவிதாஸன் திரும்பிப் பார்த்து, "தம்பி! என்னை 'மந்திரவாதி' என்று இனி அழையாதே!" என்றான்.

"பின்னே, தங்களை என்னவென்று அழைக்க வேண்டும்?"

"முதன் மந்திரி என்று மரியாதையுடன் அழைக்க வேண்டும்!"

"ஐயா! தாங்கள் எந்த மகா ராஜ்யத்தின் முதன் மந்திரியோ?"

"தெரியவில்லையா, உனக்கு? பாண்டிய மகாசாம்ராஜ்யத்தின் முதன்மந்திரி! பள்ளிப்படைக்கு அருகில் நடந்த பட்டாபிஷேக வைபவத்தை நீ பார்த்துக் கொண்டிருந்தாயே?"

"பார்த்துக் கொண்டிருந்தேன். ஆனால் அது ஏதோ என் மனப்பிரமை என்று நினைத்தேன்..."

"அதனாலேதான் அதைப்பற்றி யாரிடமும் நீ சொல்லவில்லையாக்கும்?"

"இரண்டொருவரிடம் சொன்னேன். அவர்கள் என்னைப் பைத்தியக்காரன் என்றார்கள். நான் ஏதோ துர்சொப்பனம் கண்டிருக்க வேண்டும் என்று சொன்னார்கள்..."

"ஆகா! அவர்கள் அப்படியே நினைத்துக் கொண்டிருக்கட்டும். நீ வெளியில் சொன்னால் யாரும் நம்ப மாட்டார்கள் என்று நம்பித்தான் உன்னை நாங்களும் உயிரோடு விட்டோம்!..."

"மந்திரவாதி! நீங்கள் என்னை உயிரோடு விட்டதற்கு அது ஒன்று மட்டும்தான் காரணமா?"

"வேறு என்ன?"

"உங்கள் ராணி எனக்காகச் சிபாரிசு செய்யவில்லையா?"

"அதனால் என்ன?"

"இப்போதும் அவருடைய சிபாரிசு எனக்குக் கிடைக்கும்."

"கிடைக்கும் வரையில் பொறுத்திரு!"

"மந்திரவாதி, உங்கள் ராணி என்னை அவசரமாக அழைத்து வரும்படி இந்தக் கடம்பூர் இளவரசியை அனுப்பி வைத்தார். அதனாலேதான் நாங்கள் இருவரும் ஒன்றாக வந்தோம்..."

"அப்பனே! ராணியின் அறைக்கு வருவதற்கு வேறு வழி இருக்கிறதே! இந்த வழியில் வருவானேன்?"

"அதைப்பற்றி உன்னிடம் நான் சொல்ல வேண்டியதில்லை. ராணி கேட்டால் சொல்லிக் கொள்கிறேன்..."

"ராணி வந்து கேட்கும் வரையில் பொறுத்துக் கொண்டிரு!"

"மந்திரவாதி! என்னையும் சம்புவரையர் குமாரியையும் உடனே கட்டவிழ்த்து விடச் சொல்! இல்லாவிட்டால்..."

"என்ன செய்வாய்?"

"இந்த மண்டபம் அதிரும்படி கூச்சல் போடுவேன்!"

"நீ அப்படிக் கூச்சல் போட்ட உடனே உன் மேல் மூன்று வேல்கள் ஒரே சமயத்தில் பாயும், ஜாக்கிரதை!"

வந்தியத்தேவன் ஒரு முறை சுற்றும் முற்றும் கூர்ந்து பார்த்தான். ஆம்; மூன்று சதிகாரர்கள் கையில் வேலுடன் தயாராகக் காத்திருந்தார்கள்.

"தம்பி! நீ ரொம்பக் கெட்டிக்காரப் பிள்ளை. உன்னை எங்களுடன் சேர்த்துக் கொள்ளலாம் என்ற ஆசைகூட எனக்கு ஒரு சமயம் இருந்தது. ஆனால் அந்தப் பழையாறை மோகினியின் பாசவலையில் நீ விழுந்து விட்டாய். அது போனால் போகட்டும். இப்போது புத்திசாலித்தனமாகப் பிழை! சத்தம் மட்டும் போட்டால் நீ சாவது நிச்சயம்!"

இவ்வாறு ரவிதாஸன் எச்சரித்துவிட்டு எதிர்ப் பக்கத்துச் சுவரில் பொருந்தியிருந்த யானை முகத்தை நோக்கிப் போனான். சிறிது நேரம் சுவரண்டை காது கொடுத்துக் கேட்டான். பின்னர் அந்த யானையின் நீண்ட தந்தங்களைப் பிடித்துத் திருகினான்.

அங்கே ஒரு சிறிய துவாரம் ஏற்பட்டது. உள் அறையில் பிரகாசமாக ஜொலித்துக் கொண்டிருந்த தீபங்களின் ஒளி, வட்ட வடிவமான பூரண சந்திரனுடைய வெள்ளிக் கிரணங்களைப் போல வேட்டை மண்டபத்துக்குள்ளும் வந்து சிறிது பிரகாசப் படுத்தியது.

வந்தியத்தேவன் பக்கவாட்டில் திரும்பிப் பார்த்தான். இளவரசி மணிமேகலை தன் இடுப்பில் செருகியிருந்த சிறு கத்தியை எடுத்து அவளைக் கட்டியிருந்த கட்டுக்களை அறுத்துக் கொண்டதைத் தெரிந்து கொண்டான்.

மணிமேகலை இடும்பன்காரியிடமிருந்து வாங்கிக் கொண்டு வந்த சிறிய விளக்கு, வேட்டை மண்டபத்தின் ஒரு மூலையில் 'முணுக்கு' 'முணுக்கு' என்று எரிந்து கொண்டிருந்தது. அதன் வெளிச்சம் மணிமேகலையின் மீது படவே இல்லை. மேலும் சதிகாரர்கள் வந்தியத்தேவனையே கவனித்துக் கொண்டிருந்தபடியால், கடம்பூர் இளவரசி மணிமேகலையைக் கவனிக்கவும் இல்லை.

மணிமேகலை கட்டுகள் அவிழ்ந்து விடுதலை அடைந்துவிட்டதை வந்தியத்தேவன் கவனித்துக் கொண்டான்.

உடனே வாயைக் குவித்துக் கொண்டு ஆந்தை கத்துவது போல் கத்தினான். முதலில் சதிகாரர்கள் மூவரும் சிறிது பிரமித்து நின்றார்கள். திறந்த துவாரத்தின் வழியாக உள்ளே எட்டிப் பார்த்துக் கொண்டிருந்த ரவிதாஸனும் திடுக்கிட்டுத் திரும்பிப் பார்த்தான்.

"ஆகா! உன் வேலையா?" என்று சொல்லிக் கொண்டு வந்தியத்தேவனை நோக்கி விரைந்து வந்தான்.

அவன் யானைத் தந்தங்களிலிருந்து கையை எடுத்ததும், சுவரிலிருந்து துவாரம் மறைந்தது. மறுபடியும் வேட்டை மண்டபத்தில் இருள் சூழ்ந்தது.

சதிகாரர்கள் மூவரும் கையில் வேல்களுடன் வந்தியத்தேவனை நோக்கி விரைந்து ஓடி வந்தார்கள்.

அவர்களில் ஒருவனை முறுக்கிய நீண்ட கொம்புகளை உடைய மான் தாக்கியது, இன்னொருவன் மீது பிரம்மாண்டமான கரடி ஒன்று விழுந்து அவனைக் கீழே தள்ளியது, மற்றொருவன் மீது திறந்த வாயையும் பயங்கரமான பற்களையும் உடைய முதலை பாய்ந்தது. ரவிதாஸன் தலைமீது ஒரு பெரிய ராட்சத வௌவால் தடாலென்று விழுந்தது.

இவ்விதம் திடீரென்று ஏற்பட்ட தாக்குதல்களினால் அவர்கள் ஒரு நிமிடம் செயலற்று நின்றபோது, மணிமேகலை வந்தியத்தேவனை அணுகி அவனுடைய கட்டுக்களை அறுத்து விட்டாள்.

வந்தியத்தேவன் இதுகாறும் தன்னைப் பிடித்துக் கொண்டிருந்த வாலில்லாக் குரங்கைத் தூக்கி அந்தச் சதிகாரர்கள் மேல் வீசி எறிந்தான்.

நால்வரும் தங்கள் மீது விழுந்த செத்த விலங்குகளின் உடல்களைத் தள்ளிவிட்டு மெதுவாகச் சமாளித்து எழுந்தார்கள். இதற்குள் வந்தியத்தேவன் கையில் வேலொன்றை எடுத்துக் கொண்டிருந்தான். தாக்க வருகிறவர்களைத் திருப்பித் தாக்குவதற்குத் தயாராயிருந்தான்.

அச்சமயம் நந்தினி தேவியின் படுக்கை அறைக்கதவு நன்றாகத் திறந்தது.

வேட்டை மண்டபத்துக்குள் வெளிச்சம் புகுந்து பிரகாசப் படுத்தியது.

மறுகணம் நந்தினி தேவியும் வேட்டை மண்டபத்துக்குள்ளே பிரவேசித்தாள்.

"மந்திரவாதி! இது என்ன மூடத்தனம்? இங்கே என்ன தடபுடல் செய்கிறீர்கள்?" என்று கேட்டுக்கொண்டே மேலே வந்தாள்.

❉ ❉ ❉ ❉

முப்பத்தேழாம் அத்தியாயம்

இரும்பு நெஞ்சு இளகியது!

வேட்டை மண்டபத்துக்குள் வந்தியத்தேவனையும் மணிமேகலையையும் பார்த்துவிட்டு நந்தினியும் சிறிது திகைத்துப் போனாள்.

"ஓஹோ! நீங்கள் எப்படி இங்கே வந்தீர்கள்?" என்று கேட்டாள்.

"தேவி! தங்கள் கட்டளை என்று தங்கள் தோழி கூறியபடியால் வந்தேன். பெண் புத்தியைக் கேட்டிருக்கக்கூடாது என்று இங்கு வந்த பிறகு தெரிந்து கொண்டேன்" என்றான் வந்தியத்தேவன்.

"அக்கா! நான் இவருக்குப் புத்தி கூறவில்லை; என்னுடன் தங்களைப் பார்க்க வரும்படி வேண்டிக் கொண்டேன்!" என்றாள் மணிமேகலை.

நந்தினி தனக்கு முதலில் உண்டான திகைப்பைச் சமாளித்துக் கொண்டு புன்னகை புரிந்தாள்.

"என் அருமைத் தோழி! பெண்களாகிய நாம், புருஷர்களை வேண்டிக் கொண்டால் அது புத்தி கூறுவது போலத்தான்!" என்றாள்.

"புத்தி கூறுவது போல மட்டுமா? கட்டளையிடுவது போல என்று சொல்லுங்கள் தேவி! தாங்கள் என்னை அழைப்பதாகச் சொல்லி இளவரசி என்னைக் கைப்பிடியாகப் பிடித்து இழுத்துக் கொண்டு வந்தாள். அதன் பலன் நான் இந்தக் கொலைகாரர்களிடம் சிக்கிக் கொள்ள வேண்டியதாயிற்று!" என்றான் வந்தியத்தேவன்.

"ஐயா! இங்கே நடந்திருப்பதைப் பார்த்தால், இவர்கள் கொலைகாரர்கள் என்று தோன்றவில்லையே? நான் இப்போது இங்கு வந்திராவிட்டால், தாங்கள் அல்லவோ இவர்களையெல்லாம் கொன்று தீர்த்திருப்பீர்கள் போலிருக்கிறது!"

"அக்கா! இவர்கள் கொலைகாரர்கள்தான்! சற்று முன் இவர்கள் இவரை வாலில்லாக் குரங்குடனே சேர்த்துக் கட்டிவிட்டார்கள்!..."

நந்தினி இலேசாகச் சிரித்த வண்ணம், "மணிமேகலை! முன்னொரு சமயம் இவர் இந்த வாலில்லாக் குரங்கின் பின்னால் ஒளிந்து கொண்டிருந்தார் என்று சொன்னாய் அல்லவா? அது இவர்களுக்கு எப்படியோ தெரிந்திருக்கிறது!" என்றாள்.

"எப்படியோ இல்லை, அக்கா! நீங்கள் வருவதற்கு முதல் நாள் இந்த வேட்டை மண்டபத்தில் நான் பார்த்ததாகச் சொன்னேனே, அந்த மனிதர்கள்தான் இவர்கள்! அன்றைக்கே இவரைத் துரத்திக் கொண்டு வந்தார்கள். நல்ல வேளையாக இவர் அவர்களிடமிருந்து தப்பித்து ஓடிவிட்டார்!..."

"மறுபடியும் இன்றைக்கு இவரை நீயே இவர்களிடம் கொண்டு வந்து சேர்த்தது ஏன், மணிமேகலை? இந்த வழியில் எதற்காக இவரை அழைத்துக் கொண்டு வந்தாய்?"

"அக்கா! சற்று முன் என் தமையன் கந்தமாறன் தங்களைப் பார்க்கப் போகிறேன் என்று சொல்லிக் கொண்டிருந்தான். அவன் கண்ணில் படவேண்டாம் என்பதற்காக இந்த வழியில் அழைத்து வந்தேன். அதுவே நல்லதாய்ப் போயிற்று. இல்லாவிட்டால், இந்தக் கொலைகாரர்கள்..."

"தங்காய்! இவர்கள் கொலைக்காரர்கள் அல்ல. இவர்கள் இவரைக் கொல்லவும் வரவில்லை. இரண்டு மூன்று தடவை இவர் இவர்களிடம் தனியாக அகப்பட்டுக் கொண்டிருக்கிறார். ஆனாலும் உயிரோடு விட்டிருக்கிறார்கள். அதன் உண்மையை நீ இவரைக் கேட்டே தெரிந்து கொள்ளலாம்."

"அப்படியானால், இவர்கள் யார், அக்கா! சற்று முன்னால் இவர்கள் கூறியதுதான் உண்மையா? இவர்கள் தங்களுக்குத் தெரிந்தவர்களா? தங்களை அழைத்துக் கொண்டு போவதற்காக வந்தவர்களா?" என்று மணிமேகலை வியப்புடன் கேட்டாள்.

"ஆம், தோழி! என்னைக் காப்பாற்றி அழைத்துப் போக வந்தார்கள். எல்லாம் விவரமாகச் சொல்கிறேன். நீங்கள் இருவரும் என்னுடன் அடுத்த அறைக்கு வாருங்கள்! இவர்கள் இருக்கட்டும்!" என்றாள் நந்தினி.

பிறகு ரவிதாஸனைப் பார்த்து, "மந்திரவாதி! இந்த இருவரில் ஒருவருக்கு நீங்கள் ஏதேனும் தீங்கு செய்தால், அதை எனக்குச் செய்த தீங்காகவே கருதுவேன். இவர்களை நீங்கள் இனி எந்த நிலைமையில் எங்கு சந்திக்க நேர்ந்தாலும் மிக்க மரியாதையுடன் நடத்த வேண்டும்!" என்றாள்.

ரவிதாஸன், "தேவி! மன்னிக்க வேண்டும். இந்த வாலிபனுக்கு நம்முடைய சங்கேதக் குரல் தெரிந்திருக்கிறது. சற்று முன் ஆந்தைக் குரல் கொடுத்தது இவனேதான்!" என்றான்.

"அதிலிருந்தே இந்த வீரன் நம்மைச் சேர்ந்தவன் என்று தெரியவில்லையா? மந்திரவாதி! உன்னுடைய புத்திக் கூர்மை எங்கே போயிற்று? போனது போகட்டும். இனி, நான் மறுபடியும் தெரியப்படுத்தும் வரையில் இங்கே சத்தம் எதுவும் கேட்கக் கூடாது! ஜாக்கிரதை!" என்றாள் நந்தினி.

பிறகு, நந்தினியும் மணிமேகலையும் வந்தியத்தேவனும் யானைமுக வாசல் வழியாக நந்தினியின் அறைக்குள்ளே பிரவேசித்தார்கள். கதவும் உடனே அடைத்துக் கொண்டது.

* * *

"தங்காய்! நீ மிக்க புத்திசாலி! இவரை வேட்டை மண்டப வழியாக அழைத்து வந்தது நல்லதாய்ப் போயிற்று உன் தமையன் இப்போதுதான் இங்கிருந்து போகிறான். ஆதித்த கரிகாலரை அழைத்து வருவதாகச் சொல்லிப் போயிருக்கிறான். அதற்குள் உங்களை நான் அனுப்பிவிட வேண்டும். உங்களிடம் விடை பெற்றுக் கொள்ளவும் வேண்டும்!" என்றாள் நந்தினி.

"அக்கா! இது என்ன? தங்கள் கணவரைப் பற்றி உண்மையை அறிந்து வர இவரை அனுப்பப் போவதாக வல்லவோ சொன்னீர்கள்? தாங்கள் விடை பெற்றுக் கொள்வதாகச் சொல்கிறீர்களே?" என்றாள் மணிமேகலை.

"உன் தமையனிடம் பேசிய பிறகு அந்த எண்ணத்தை மாற்றிக் கொண்டுவிட்டேன், தங்காய்! பழுவேட்டரையர் உயிரோடு இருந்தாலும், இல்லாவிட்டாலும் நான் இனி இங்கே தங்க முடியாது. இந்த வீரரும் இனி இங்கே இருப்பது அபாயந்தான். ஐயா! தாங்கள் உடனே இங்கிருந்து கிளம்பிச் செல்லுங்கள். தங்கள் உயிரின் மேல் தங்களுக்கு ஆசை இல்லாவிட்டாலும், இந்தப் பெண்ணை உத்தேசித்தாவது உடனே போய்விடுங்கள்!" என்றாள் நந்தினி.

"அக்கா! அவர் போகிறதாயிருந்தால், என்னையும் கூட அழைத்துப் போகச் சொல்லுங்கள். நீங்களும் இவரும் போன பிறகு இந்த அரண்மனைச் சிறையில் அடைந்து கிடக்க என்னால் முடியாது!" என்றாள் மணிமேகலை.

"இளவரசி! பழுவூர் ராணியின் கருத்தைத் தாங்கள் அறிந்து கொள்ளவில்லை. நான் இங்கிருந்து போய்விட்டால், தாங்கள் ஆதித்த கரிகாலரை மணந்து தஞ்சை சாம்ராஜ்யத்தின் பட்ட மகிஷியாக விளங்கலாம் என்று சொல்கிறார்கள்!" என்றான் வல்லவரையன்.

"இல்லை, நான் அவ்விதம் சொல்லவில்லை. ஆதித்த கரிகாலரை மணக்கும் துர்ப்பாக்கியம் எந்தப் பெண்ணுக்கும் ஏற்படுவதை நான் விரும்ப மாட்டேன். அதிலும், என் உயிருக்குயிராகிவிட்ட மணிமேகலைக்கு அந்தக் கதி நேர வேண்டுமா? ஐயா! தாங்கள் வேண்டுமென்று என் கருத்தைத் திரித்துக் கூறுகிறீர்கள். தாங்கள் இப்போது தப்பித்துச் சென்றால், பிறிதொரு காலத்தில் இந்தப் பெண்ணைக் கைப்பிடித்து மணந்து கொள்ளும் பாக்கியத்தைப் பெறக்கூடும்! மணிமேகலை! உனக்கு இவர் மீதுள்ள அன்பு உண்மையான அன்பு என்றால், உடனே இவரை இங்கிருந்து போகச் சொல்லு!" என்றாள் நந்தினி.

"ராணி! நான் போகச் சித்தமாயிருக்கிறேன். தங்களிடம் உள்ள ஒரு பொருளை யாசிக்கிறேன். அதைக் கொடுத்தால், உடனே போய்விடுகிறேன்!" என்றான் வந்தியத்தேவன்.

"ஐயா! என்னிடம் தாங்கள் கோரிப் பெறக்கூடிய அத்தகைய பொருள் என்ன இருக்கிறது? சொல்லுங்கள்!"

"மீன் அடையாளம் பொறித்த வாள் ஒன்று தங்களிடம் இருக்கிறது. அதைக் கொடுத்தால் போய்விடுகிறேன். என்னுடைய வாளைக் கொள்ளிடத்து வெள்ளத்தில் விட்டு விட்டேன் என்பது தான் தங்களுக்குத் தெரியுமே!" என்றான் வந்தியத்தேவன்.

"ஐயா! வேட்டை மண்டபத்தில் எத்தனையோ வாள்களும், வேல்களும் இருக்கின்றன. வேண்டியவற்றை எடுத்துக் கொண்டு தாங்கள் இந்தக் கணமே புறப்படலாமே! பெண்பாலாகிய நான் என் உயிரைக் காப்பாற்றிக் கொள்ள வைத்திருக்கும் அந்த ஒரே ஆயுதத்தை ஏன் கேட்க வேண்டும்?"

"தேவி தங்களுடைய உயிரைக் காப்பாற்றிக் கொள்ள மட்டுந்தானா அந்த வாளை வைத்துப் பூஜை செய்து வருகிறீர்கள்? உண்மையைச் சொல்லுங்கள்!"

"என் உயிருக்கும் மேலான கற்பைக் காப்பாற்றிக் கொள்ளவுந்தான் அந்தக் கத்தியை வைத்திருக்கிறேன்."

"தேவி! வேறு நோக்கம் ஒன்றுமில்லையா?"

"வேறு நோக்கம் எனக்கு என்ன இருக்கக்கூடும்?"

"வீர பாண்டியருடைய மரணத்துக்குப் பழிக்குப் பழி வாங்குவதற்காகவும் இருக்கலாம் அல்லவா?"

"மணிமேகலை இருக்கும்போது நீர் அந்தப் பேச்சை எடுக்கமாட்டீர் என்று நினைத்தேன். நானும் இனி மறைக்க வேண்டிய அவசியம் இல்லை. தங்காய்! நீயும் தெரிந்து கொள். நான் இந்தக் கடம்பூர் அரண்மனைக்கு வந்ததின் நோக்கம் என்னவென்று தெரிந்து கொள்!"

இவ்வாறு சொல்லிய வண்ணம் நந்தினி தேவி பக்கத்தில் கட்டிலின் மீது வைத்திருந்த மீன் அடையாளமிட்ட வாளைக் கையில் எடுத்துக் கொண்டாள்.

"சோழ சாம்ராஜ்யத்தின் உட் கலகத்தைத் தீர்த்து வைப்பதற்காக நான் இங்கு வரவில்லை. மதுராந்தகத் தேவருக்கும், ஆதித்த கரிகாலருக்கும் ராஜ்யப் பிரிவினை செய்து வைப்பதற்காகவும் நான் இங்கே வரவில்லை. கடம்பூர் அரண்மனையில் விருந்துண்டு களிப்பதற்காகவும் வரவில்லை! தங்காய்! உனக்குத் திருமணம் முடித்து

வைப்பதற்காகவும் வரவில்லை. வீரபாண்டியரின் தலையைக் கொய்த பாதகனைப் பழிக்குப்பழி வாங்கவே வந்தேன். இது பாண்டிய குலத்து வாள்! இதன் மேல் ஆணையிட்டு நான் சபதம் செய்திருக்கிறேன். அந்தச் சபதத்தை முடிக்கவே வந்தேன். இன்றிரவு ஒன்று என் சபதத்தை முடிப்பேன்; அல்லது என் உயிரை முடிப்பேன்!" என்று நந்தினி ஆவேசம் வந்தவள் போல் பேசி நிறுத்தினாள்.

"அதற்கு நான் தடையாக இருப்பேன் என்றுதானே என்னைப் போகச் சொல்லுகிறீர்கள்? என் உயிருக்கு ஆபத்து வரும் என்று பயமுறுத்திப் பார்க்கிறீர்கள்?" என்றான் வந்தியத்தேவன்.

"ஆகா! என் பழியை முடிப்பதற்கு நீர் தடை செய்யப்போகிறீரா? நல்ல காரியம்! யார் வேண்டாம் என்றார்கள்? உம்முடைய நண்பரிடம் சென்று இதையெல்லாம் சொல்லி இங்கே அவரை வராமல் தடுத்து விடுவதுதானே!"

"தேவி! அவரிடம் சொல்லித் தடை செய்ய முடியாது என்றுதான் தங்களிடம் வந்தேன். தங்களுடைய காலில் விழுந்து கெஞ்சிக் கேட்டுக் கொண்டாவது தங்களை இந்தப் பாவ காரியம் செய்யாமல் தடுப்பதற்கு வந்தேன்..."

"ஆகா! பாவ காரியமா? எது பாவ காரியம்? என் தோழியிடம் கேட்டுப் பார்க்கலாம். மணிமேகலை! நீ சொல்! நீ உன் நெஞ்சை ஒருவருக்கு அர்ப்பணம் செய்திருக்கிறாய். அவர் காயம்பட்டு நிராதரவாயிருக்கும்போது அவருடைய பகைவன் அவரைக் கொல்ல வருகிறான். நீ அப்பகைவன் காலில் விழுந்து உன் காதலரைக் கொல்ல வேண்டாமென்று வேண்டிக் கொள்கிறாய். அவன் அப்படியும் கேட்காமல் கொன்றுவிட்டுப் போகிறான். அப்படிப்பட்ட கிராதகனைப் பழி வாங்குவது பாவம் என்று நீ சொல்லுவாயா, என் கண்ணே!"

"ஒரு நாளும் சொல்ல மாட்டேன், அக்கா! ஆனால் உங்களைப் போல் நான் அவன் காலில் விழுந்து கெஞ்சியிருக்கவும் மாட்டேன். நானே கத்தி எடுத்து அவனை முன்னாலேயே கொன்றிருப்பேன்!" என்று சொன்னாள் மணிமேகலை.

வந்தியத்தேவன் மணிமேகலையை நோக்கி, "இளவரசி! அந்தப் பகைவன் ஒருவேளை தங்களுடைய சொந்தச் சகோதரர் என்று ஏற்பட்டு விட்டால்...?" என்று கேட்டான்.

"சகோதரனாயிருந்தாலும், யாராயிருந்தாலும் எனக்கு ஒன்றுதான்!" என்றாள் மணிமேகலை.

"அப்படிச் சொல்லடி, என் கண்ணே!" என்றாள் நந்தினி.

"இளவரசி தாம் சொல்லுவது இன்னதென்று யோசியாமல் சொல்லுகிறார். இவருடைய தமையன் கந்தமாறன் என்னதான் இவருக்கு விரோதமாகக் காரியம் செய்தாலும், அவனைக் கொல்ல இவருக்கு மனம் வருமா?" என்று வல்லவரையன் கேட்டான்.

நந்தினியும் மணிமேகலையும் ஒருவரையொருவர் பார்த்துக் கொண்டார்கள்.

பின்னர் நந்தினி வந்தியத்தேவனைப் பார்த்து, "இது என்ன வீண் கேள்வி? நான் என் கூடப் பிறந்த சகோதரனைக் கொல்லப் போவதில்லை. முதன் முதலில் நீர் என்னைச் சந்தித்தபோது என் தமையன் திருமலையின் பெயரைச் சொன்னீர். அதனாலேதான் உம்மிடம் எனக்கு அபிமானம் உண்டாயிற்று. ஆழ்வார்க்கடியானுடைய நண்பர் என்பதற்காகவே நீர் பல முறை அபாயத்திலிருந்து தப்பிச் செல்வதற்கு உதவி செய்தேன். ஐயா! இன்று நான் என் சபதத்தை முடிக்காமல் என் உயிரை விடும்படி நேர்ந்தால், திருமலையிடம் என்னை மன்னிக்கும்படி கேட்டுக் கொண்டதாகத் தெரிவிக்க வேண்டும். அவனுடைய சொற்படி நான் நடக்காவிட்டாலும், அவனை அடியோடு மறந்து விடவில்லை என்பதாகச் சொல்ல வேண்டும்!" என்றாள்.

"அம்மணி! இந்தக் கபட நாடகம் இன்னும் ஏன்? ஆழ்வார்க்கடியான் தங்கள் தமையன் அல்ல; தாங்கள் அந்த வீர வைஷ்ணவனுடைய சகோதரியும் அல்ல..."

"பின் யார் என் தமையன்? யாருடைய சகோதரி நான்?"

"தங்கள் தமையனார் ஆதித்த கரிகாலர்தான். ஆகையினாலேயே தாங்கள் சகோதர ஹத்தி தோஷத்துக்கு ஆளாக வேண்டாம் என்று வேண்டிக் கொள்கிறேன். வீரபாண்டிய குலத்துக் கொலை வாளை தயவு கூர்ந்து என்னிடம் கொடுத்து விடும்படி மன்றாடுகிறேன்!"

"கரிகாலரும் நானும் உடன் பிறந்தவர்கள் என்ற அபூர்வ கற்பனையைத் தாங்கள் இளவரசரிடம் சொல்லியிருக்கிறீர்கள் அல்லவா? அதை அவர் நம்பினாரா?" என்று நந்தினி ஏளனப் புன்னகையுடன் கேட்டாள்.

"நம்பியதாகத்தான் தோன்றியது. ஆனால் அவர் மனத்தில் உள்ளதை நான் ஒன்றும் அறியேன்..."

"அவர் மனத்தில் உள்ளதை நான் அறிவேன். அந்தப் பழையாறை மோகினியின் கற்பனா சக்தியைப் பற்றி அவர் பெரிதும் வியக்கிறார்..."

"அம்மணி! நான் கூறியது கற்பனையல்ல. பழையாறை இளையபிராட்டியின் கற்பனை அல்லவே அல்ல. ஈழ நாட்டில் நான் என் கண்ணால் பார்த்தேன்..."

"என்னத்தைப் பார்த்தீர்?"

"வாயினால் பேசும் சக்தி அற்ற ஒரு பெண் தெய்வத்தைப் பார்த்தேன். என்னையும், ஆழ்வார்க்கடியானையும், அருள் மொழி வர்மரையும் அந்தத் தெய்வ மகள் பேரபாயத்திலிருந்து காப்பாற்றினார். அநுராதபுரத்தின் வீதிகளில் நள்ளிரவில் நாங்கள் ஒரு பழைய மாளிகையின் ஓரமாகப் போய்க் கொண்டிருந்தபோது அவர் வீதியின் எதிர்பக்கத்தில் நின்று எங்களைச் சமிக்ஞையினால் அழைத்தார். அருள்மொழி வர்மரும் நாங்களும் அவரை நோக்கி நகர்ந்ததும் நாங்கள் சற்றுமுன் நின்றிருந்த வீட்டின் முகப்பு இடிந்து விழுந்தது. பொன்னியின் செல்வர் அந்தப் பெண்ணரசியைத் தம் குல தெய்வம் என்று போற்றி வணங்கினார்."

"ஐயா! இந்தக் கதைக்கும் எனக்கும் என்ன சம்பந்தம்? அருள்மொழிவர்மரை சோழ சிங்காதனத்தில் அமர்த்த விரும்பும் இளைய பிராட்டியிடம் இதையெல்லாம் நீங்கள் கூறியிருக்கலாம்; அவரும் வியந்து மகிழ்ந்திருப்பாள். என்னிடம் ஏன் சொல்கிறீர்?...."

"அதற்குக் காரணம் இருக்கிறது. அநுராதபுரத்து வீதிகளில் மங்கலான நிலவு வெளிச்சத்தில் அந்தப் பெண்ணரசியை நான் சற்றுத் தூரத்திலிருந்து பார்த்தபோது, 'தஞ்சாவூரில் நாம் விட்டுப் பிரிந்து வந்த பழுவூர் இளைய ராணி இங்கே எப்படி வந்து சேர்ந்தார்?' என்று வியப்படைந்தேன். அம்மணி! தங்களுக்கும் அவருக்கும் உருவத்தோற்றத்தில் அணுவளவும் வித்தியாசம் இல்லை. தாங்கள் ஆபரண அலங்காரங்களை நீக்கிவிட்டுக் கூந்தலைப் பிரித்துப் போட்டுக் கொண்டால் தத்ரூபமாக அவரைப் போலவே இருப்பீர்கள்..."

"நீ சொல்லுவதை நான் ஏன் நம்பவேண்டும்? தாங்கள் கற்பனா சக்தி அதிகமுடையவர் என்பதை நான் அறிவேன். இதுவும் ஏன் உமது அபூர்வ கற்பனைகளில் ஒன்றாயிருக்கக் கூடாது?"

"தேவி! சத்தியமாகச் சொல்கிறேன்."

"நீர் எவ்வளவுதான் ஆணையிட்டுச் சொன்னாலும் என்னால் நம்ப முடியாது!"

"ராணி! 'நம்ப முடியாது' என்று தாங்கள் சொல்வது பொய்! நான் சொல்வது உண்மை என்பது தங்களுக்கே தெரியும். அந்த உண்மையைத் தங்கள் காரியத்துக்கு உபயோகப்படுத்திக் கொண்டிருக்கிறீர்கள். முதன் முதலில் தங்களைத் தஞ்சை அரண்மனையில் நான் சந்தித்துப் பேசிக் கொண்டிருந்தபோது இந்த மந்திரவாதி ஆந்தையைப்போல் கத்திக் கொண்டு வந்தான். என்னை அப்பால் போய் இருக்கச் சொன்னீர்கள். தற்செயலாகத் திறந்திருந்த பொக்கிஷ நிலவறைக்குள் நான் போய் ஒளிந்து கொண்டிருந்தேன். அப்போது சில விந்தையான காட்சிகளை நான் பார்க்கும்படி நேர்ந்தது..."

"ஆகா! அவை என்ன அபூர்வ காட்சிகள்?"

"கந்தமாறன் மதுராந்தகத் தேவரோடு அந்த நிலவறைப் பாதை வழியாகப் போவதைப் பார்த்தேன்..."

"அதனால் என்ன?"

"சிறிது நேரத்துக்கெல்லாம் அதே நிலவறையில் தாங்களும் பெரிய பழுவேட்டரையரும் போவதைப் பார்த்தேன். அப்போது நீங்கள் எங்கே போகிறீர்கள் என்பது தெரிந்திருக்கவில்லை. பிறகு தான் ஊகித்துத் தெரிந்து கொண்டேன். தங்கள் அன்னையின் ஆவி வடிவத்தைப் போல் நடித்துச் சக்கரவர்த்தியைத் துன்புறுத்துவதற்காகப் போகிறீர்கள் என்று தெரிந்து கொண்டேன்..."

இத்தனை நேரம் திடமாக நின்று பேசிக் கொண்டிருந்த நந்தினி இப்போது திடீரென்று சோர்வடைந்து அங்கே கிடந்த ஆசனம் ஒன்றில் அமர்ந்தாள்.

"ஐயா! இன்னும் என்ன தெரிந்து கொண்டீர்கள்?"

"தாங்களும் பெரிய பழுவேட்டரையரும் நிலவறைப் பாதையில் போய்க் கொண்டிருந்தபோது மதுராந்தகரை அழைத்துச் சென்ற கந்தமாறன் திரும்பி வந்து கொண்டிருந்தான். பழுவேட்டரையரிடம் அவன் ஏதோ கூறினான். அவர் அவனுடன் தீவர்த்தி பிடித்துக்கொண்டு வந்த காவலனிடம் ஒரு சமிக்ஞை செய்தார்..."

"அது என்ன சமிக்ஞை?"

"தங்களுக்கு அது தெரிந்தேயிருக்க வேண்டும். கந்தமாறனை முதுகில் குத்திக் கொன்றுவிடும்படி பழுவேட்டரையர் கட்டளையிட்டார். அதை நான் தடுத்துக் கந்தமாறன் உயிரைக் காப்பாற்றினேன். அதன் பயனாக, அவனுடைய முதுகில் கத்தியால் குத்திய பழி என் பேரில் விழுந்தது..."

நந்தினி மணிமேகலையைத் திரும்பிப் பார்த்துவிட்டு, "ஐயா! ஏதேதோ சொல்லி இந்தப் பெண்ணின் மனத்தை ஏன் கலக்குகிறீர்கள்?" என்றாள்.

"தேவி! இத்தனை காலமும் இதையெல்லாம் பற்றி நான் யாரிடமும் சொல்லவில்லை. உங்கள் கையில் வைத்திருக்கும் வாளை என்னிடம் தாங்கள் கொடுத்துவிட்டால், இனியும் யாரிடமும் சொல்லவில்லை..."

"வாளைக் கொடுக்க முடியாது, ஐயா! எதற்காகக் கொடுக்க வேண்டும்? யாரிடம் வேண்டுமானாலும் சொல்லிக் கொள்ளுங்கள். இன்னும் ஏதாவது கற்பனை சேர்த்து வேணுமானாலும் சொல்லிக் கொள்ளுங்கள். ஏன்? இப்போதே கரிகாலரிடம் சென்று, அவர் இங்கு வருவதை நிறுத்தி விடுங்கள்! என்னை ஏன் தொந்தரவு செய்கிறீர்கள்? போங்கள்!" என்று நந்தினி கூறிய போது, அவளுடைய கண்களில் நீர் ததும்பியது.

"அம்மணி! இளவரசருடைய சுபாவம் எனக்கு நன்றாய்த் தெரியும். அவரைத் தடுக்க என்னால் முடியாது. தடுக்க முயன்றால் அவருடைய பிடிவாதம் அதிகமாகும். ஆகையினால்தான் தங்களை வேண்டிக் கொள்ள வந்தேன்..."

"என்னை வேண்டிக் கொள்ள உமக்கு என்ன உரிமை? நீர் கூறியதெல்லாம் உண்மையாகவே இருக்கட்டும். ஈழ நாட்டில் என்னைப் பெற்றெடுத்த அன்னையை நீர் பார்த்ததாகவே இருக்கட்டும். அதற்காக நான் ஏன் என் சபதத்தைக் கைவிட வேண்டும்? என் அன்னைக்குச் சக்கரவர்த்தி பெரிய துரோகம் செய்திருக்கிறார். அவர் மேலும் அவருடைய மக்கள் மேலும் நான் ஏன் இரக்கம் காட்ட வேண்டும்? பழி வாங்குவதற்கு வேண்டிய காரணம் இன்னும் அதிகமாகவல்லவோ ஆகிறது?"

"இல்லை, அரசி! இல்லை! தங்களுடைய பழி வாங்கும் எண்ணத்தைத் தங்கள் அன்னை சரியென்று ஒப்புக் கொள்வாரா என்று யோசித்துப் பாருங்கள். சக்கரவர்த்தியின் மக்களை அந்த மூதாட்டி தம் உயிருக்கு உயிராகக் கருதியிருக்கிறார். அவர்களில் ஒருவரைத் தாங்கள் தங்கள் கையினால் கொல்லுவதை அவர் விரும்புவாரா என்று

யோசித்துப் பாருங்கள்? ஒருநாளும் விரும்ப மாட்டார். தங்களுடைய செயலை அறிந்தால் அவர் தங்களை வெறுப்பார். அவர் உயிரோடிருக்கும் வரையில் தங்களைச் சுற்றி வருத்திக் கொண்டிருப்பார். வாயினால் அவர் பேச முடியாது. ஆனால் அவருடைய கண் பார்வையே தங்களை என்றைக்கும் நரகத்திலும் கொடிய வேதனையில் ஆழ்த்திக் கொண்டிருக்கும்..."

நந்தினியின் கண்களில் இப்போது கண்ணீர் பெருகிக் கொண்டிருந்தது. கண்ணீரைத் துடைத்துக் கொண்டு மேல் நோக்காகப் பார்த்தாள். அங்கே ஏதோ துயர மயமான காட்சியைப் பார்த்தவள்போல் அவள் முகம் வேதனை அடைந்து காட்டியது. "அம்மா! அம்மா! வீரபாண்டியருடைய தலையும் உடலும் தனித்தனியே வந்து என் பிராணனை வதைத்து எடுப்பது போதாதா? நீ வேறே வந்து என்னைச் சுற்ற வேண்டுமா?" என்று சொல்லிக் கொண்டே, அந்தக் காட்சியைப் பார்க்கச் சகிக்காதவள்போல் கண்களைக் கையினால் மூடிக் கொண்டாள். சிறிது நேரம் அந்த அறையில் நந்தினியின் விம்மல் சத்தம் மட்டுமே கேட்டது.

மணிமேகலை வந்தியத்தேவனைப் பார்த்து, "ஐயா! தாங்கள் இவ்வளவு குரூரமானவர் என்று எனக்குத் தெரியாமல் போயிற்று!" என்றாள்.

இதைக் கேட்ட நந்தினி உடனே தன் கண்களைப் பொத்தியிருந்த கரங்களை எடுத்து விட்டு, "அவர் பேரில் குற்றம் ஒன்றுமில்லை, தங்காய்! என்னுடைய நன்மைக்காகத்தான் சொல்கிறார். என்னைப் பெரும் பாதகத்திலிருந்து காப்பாற்றுவதற்காகத்தான் சொல்லுகிறார்! ஆனாலும் அது என்னை இப்படித் துன்புறுத்துகிறது!" என்றாள்.

பின்னர், கண்ணீர் ததும்பிய கண்களினால் வந்தியத்தேவனை நோக்கி, "ஐயா! இது வரையில் யாரும் சாதிக்க முடியாத காரியத்தை நீர் சாதித்துவிட்டீர். இதோ உமது விருப்பத்தின்படி இந்த வாளை உம்மிடமே கொடுத்து விடுகிறேன். பெற்றுக் கொள்ளும்!" என்று வாளை நீட்டினாள்.

வந்தியத்தேவன் அதைப் பெற்றுக் கொள்ளக் கையை நீட்டியபோது நந்தினி மறுபடியும் பின் வாங்கினாள் :–

"கொஞ்சம், பொறுங்கள்! வாளை எடுத்து கொள்வதற்கு முன் எனக்கு ஓர் உதவி செய்ய முடியுமா என்று சொல்லுங்கள். என் சபதத்தை நிறைவேற்றாமல் நான் இங்கிருந்து கிளம்பினால் வேட்டை மண்டபத்தில் உள்ளவர்கள் என்னைச் சும்மா விடமாட்டார்கள். உயிரோடு சிதையில் வைத்து நெருப்பு மூட்டிக் கொளுத்தி விடுவார்கள். அதற்குக்கூட நான் அஞ்சவில்லை. ஆனால் நான் சாவதற்கு முன்னால் என் தாயை ஒரு முறை சந்திக்க விரும்புகிறேன்... வாணர் குல வீரரே! நீர் கூறியதையெல்லாம் நான் நம்பவில்லையென்று சொன்னேன். அது தவறு! ஈழநாட்டுக் காடுகளில் தலைவிரி கோலமாகத் திரிந்து கொண்டிருக்கும் என் அன்னையைப் பற்றி நீர் சொல்லியதையெல்லாம் நான் நம்புகிறேன். ஒவ்வொரு வார்த்தையையும் நம்புகிறேன். நானே அவரைப் பார்த்ததும் உண்டு..."

"எப்போது? எப்படி?" என்று கேட்டான் வந்தியத்தேவன்.

"குழந்தைப் பிராயத்தில் நான் படுத்துத் தூங்கும்போது சில சமயம் திடுக்கிட்டுக் கண் விழித்துக் கொள்வேன். அப்போது ஒரு பெண்ணுருவம் என் முகத்தினருகில் குனிந்து என்னைக் கண் கொட்டாமல் பார்த்துக் கொண்டிருக்கக் காண்பேன். நான் கண் விழித்ததும் அந்த உருவம் மறைந்து விடும். எனக்கு இது அதிசயத்தையும், அச்சத்தையும் அளித்து வந்தது. கண்ணாடியில் என் முகத்தைப் பார்த்துக் கொள்வதில் எனக்கு அப்போதிருந்து ஆசை நிரம்ப உண்டு. ஆகையால் என் முகத்தோற்றம் என் மனத்தில் நன்றாகப் பதிந்திருந்தது. நான் தூங்கும்போது என்னைக் குனிந்து உற்றுப்பார்த்த உருவம் என்னைப் போலவே இருப்பது பற்றி வியந்திருக்கிறேன். என் முகமும் என்னை உற்றுப் பார்த்துக் கொண்டிருந்த உருவத்தின் முகமும் ஒரேமாதிரி இருக்கும். கூடுவிட்டுக் கூடு பாய்வது பற்றிய கதைகளை நான் கேட்டிருந்தேன். என் உயிரே என் உடம்பை விட்டுப் பிரிந்து தனியாக மேலே நின்று என் முகத்தை உற்றுப் பார்த்துக் கொண்டிருக்கிறதோ என்று

சந்தேகப்படுவேன். சில சமயம், நான் இறந்துபோய் விட்டேனோ, படுத்திருப்பது என் உயிரற்ற உடம்போ என்று எண்ணித் திடுக்குறுவேன். இதெல்லாம் உண்மையாக நடப்பதா, கனவில் நடப்பதா, அல்லது என் மனப்பிரமையா, எனக்குச் சித்தக் கோளாறு ஏற்பட்டு விட்டதா என்றெல்லாம் எண்ணி வேதனைப்படுவேன். எனக்குப் பிராயம் வந்த பிறகு, அப்படி நான் கண்டதெல்லாம் உண்மையான தோற்றமேதான் என்று பல காரணங்களினால் எனக்கு நிச்சயமாயிற்று. முக்கியமாக சுந்தர சோழர் என்னைப் பார்த்து அடைந்த குழப்பத்தைக் கவனித்து அந்த நிச்சயம் அடைந்தேன். வேறு பல அறிகுறிகளிலும், ஆழ்வார்க்கடியான் சில சமயம் தவறிக் கூறிய வார்த்தைகளினாலும், என்னைப் போன்ற உருவம் படைத்த என் அன்னை ஒருத்தி இருக்க வேண்டும் என்று நிச்சயம் அடைந்தேன். அவரை ஒரு தடவை பார்க்க வேண்டும், அவருடைய மடியிலே படுத்து விம்மி அழவேண்டும் என்று என் உள்ளத்தில் தாபம் குடி கொண்டது. ஐயா! இன்று தாங்கள் கூறிய வார்த்தைகளினால் அந்தத் தாபம் பன் மடங்கு அதிகமாகிவிட்டது. என்னை என் தாயாரிடம் நீர் அழைத்துப் போவதாயிருந்தால், என் பழிவாங்கும் நோக்கத்தை விட்டு விடுகிறேன். இந்தப் பாண்டிய குலத்து வாளை உம்மிடம் இப்போதே கொடுத்து விடுகிறேன்!" என்று விம்மிக்கொண்டே கூறினாள் நந்தினி.

வந்தியத்தேவன் சிந்தனையில் ஆழ்ந்தான். "இது என்ன வம்பு? கிணறு வெட்டப் பூதம் புறப்பட்டுவிட்டதே!" என்று எண்ணினான்.

மணிமேகலை, "ஐயா! நானும் தங்களை வேண்டிக் கொள்கிறேன். அக்காவின் விருப்பத்தை நிறைவேற்றி வைப்பதாக வாக்குக் கொடுங்கள்" என்றாள்.

வந்தியத்தேவன் மிக்க தயக்கத்துடன், "என்னால் முடிந்தால் பார்க்கிறேன்!" என்று சொன்னான்.

"அப்படியானால், உடனே நாம் கிளம்ப வேண்டும். ஆதித்த கரிகாலர் இங்கு வருவதற்குள் கிளம்பிவிட வேண்டும். இங்கிருந்து எப்படிப் புறப்பட்டுச் செல்வது? வாசல் வழி அபாயகரமானது, எதிரே கந்தமாறனும், கரிகாலனும் வந்தாலும் வருவார்கள்!" என்றாள் நந்தினி.

"வேட்டை மண்டபத்துக்குள்ளிருக்கும் சுரங்கப்பாதை வழியாக அழைத்துப் போகிறேன், வாருங்கள்!" என்றான் வந்தியத்தேவன்.

"அக்கா! நானும் வந்துவிடுகிறேன். என்னையும் அழைத்துப் போங்கள்!" என்றாள் மணிமேகலை.

நந்தினி அதைக் கவனிக்காமலே, "வேட்டை மண்டபத்துக்குள் போக நான் விரும்பவில்லை. ரவிதாஸனும் அவனுடைய ஆட்களும் நம்மை உயிரோடு விடமாட்டார்கள்..." என்றாள்.

"அம்மணி! தங்கள் கையில் உள்ள வாளை மட்டும் என்னிடம் கொடுங்கள். அவர்கள் நாலு பேரையும் நான் சமாளித்துக் கொள்கிறேன்!" என்றான் வந்தியத்தேவன்.

"வேண்டாம்! அதனால் பல சங்கடங்கள் உண்டாகும். மணிமேகலை! இங்கிருந்து வெளியேறுவதற்கு வேறு வழி ஒன்றும் இல்லையா?" என்று கேட்டாள் நந்தினி தேவி.

மணிமேகலை புருவத்தை நெறித்துக் கொண்டு சிறிது யோசித்தாள். "அக்கா! எனக்கு வேறு வழி இருப்பதாகத் தெரியவில்லை. ஆனால் இவரையே கேளுங்கள். முன்னொரு சமயம் இவர் இந்த அறையிலிருந்து மாயமாக மறைந்து போனார். எப்படிப் போனார் என்று கேளுங்கள்!" என்றாள்.

நந்தினி வந்தியத்தேவன் முகத்தைப் பார்த்தாள்.

வந்தியத்தேவன், "ஆம், அம்மணி! வேறு ஒரு வழி இருக்கிறது. தற்செயலாக அதை நான் கண்டுபிடித்தேன். ஆனால் அதன் வழியாகப் போவது எளிதன்று. மச்சுக்கு மச்சு, மாடத்துக்கு மாடம் தாவிக் குதிக்க வேண்டும். அப்புறம் மதில் ஏறியும் குதிக்க வேண்டும். தங்களால் முடியுமா என்று சந்தேகிக்கிறேன். அதைக் காட்டிலும்

மந்திரவாதியையும் அவனுடைய ஆட்களையும் ஒரு கை பார்த்துவிட்டுச் சுரங்க வழி போவது எளிது!" என்று சொன்னான் வந்தியத்தேவன்.

அப்போது மணிமேகலை, "ஐயோ, அவர்கள் வருகிறார்கள் போலிருக்கிறதே!" என்று திடுக்கிட்டுக் கூறினாள்.

இருவரும் உற்றுக் கேட்டார்கள்.

ஆம்; அப்போது அரண்மனை முன்கட்டிலிருந்து அந்த அறைக்குள் யாரோ வரும் காலடிச் சத்தம் கேட்டது.

"ஐயா! சீக்கிரம் வேட்டை மண்டபத்துக்குள் போய் விடுங்கள்!" என்றாள் நந்தினி.

"மறைந்து கொள்ள எனக்கு வேறு ஒரு நல்ல இடம் இருக்கிறது. தேவி! அந்த வாளை இப்படிக் கொடுங்கள்!" என்றான் வந்தியத்தேவன்.

நந்தினி அவனிடம் வாளைக் கொடுப்பதற்காக அதை முன்னால் நீட்டினாள். அப்போது அவளுடைய கைதவறி, வாள் தரையில் விழுந்து ஜணஜண கண கணவென்னும் ஒலியை எழுப்பியது.

❉ ❉ ❉ ❉

முப்பத்தெட்டாம் அத்தியாயம்

நடித்தது நாடகமா?

வாள் தவறித் தரையில் விழுந்தபோது எழுந்த ஒலியுடன் நந்தினியின் சோகம் ததும்பிய மெல்லிய சிரிப்பின் ஒலியும் கலந்தது. அவள் பரபரப்புடன், "ஐயா! தெய்வத்தின் சித்தம் வேறு விதமாயிருக்கிறது. வாள் இங்கேயே கிடக்கட்டும். தாங்கள் உடனே போய் மறைந்து கொள்ளுங்கள்!" என்றாள்.

அதைக் காதில் வாங்கிக் கொள்ளாமல் வந்தியத்தேவன் குனிந்து வாளை எடுக்கப் போனான். அதன் கூரிய நுனிப் பகுதியைப் பிடித்துத் தூக்க முயன்றான். அதே சமயத்தில் அந்த வாளின் பிடியை ஒரு காலினால் மிதித்துக் கொண்டாள் நந்தினி.

"வேண்டாம்! இளவரசர் காதில் வாள் விழுந்த சத்தம் கேட்டிருக்கும். இங்கே வாள் இல்லாவிட்டால் அவர் மனத்தில் சந்தேகம் உண்டாகும். ஏற்கெனவே, தங்கள் மீது அவருக்குச் சந்தேகம். போய் விடுங்கள்! முன்னொரு தடவை மாயமாய் இங்கிருந்து மறைந்ததுபோல் இந்தத் தடவையும் மறைந்து போய் விடுங்கள்!" என்றாள்.

வந்தியத்தேவன் வாளின் முனையைப் பிடித்து எடுக்க முயன்றதில் அவன் கையில் சிறு காயம் உண்டாயிற்று. அவன் வாளை விட்டுவிட்டு நிமிர்ந்தான். அவன் உள்ளங் கையில் இலேசாக இரத்தம் கசிந்ததை நந்தினி பார்த்தாள்.

"நான் உமக்குக் கொடுத்த வாக்கை நிறைவேற்றுவேன். என் கையால் என் உடன் பிறந்தானைக் கொல்ல மாட்டேன். நீர் தப்பித்துக் கொள்ளும். உம்மை இங்கே அவர் கண்டுவிட்டால்...!"

"போய்விடுங்கள்! உடனே போய்விடுங்கள்!" என்று மணிமேகலையும் சேர்ந்து கெஞ்சினாள். காலடிச் சத்தம் மேலும் நெருங்கிக் கேட்டது. வந்தியத்தேவன் வேண்டா வெறுப்பாக யாழ்க் கருவிகளின் களஞ்சியத்தை நோக்கி விரைந்து சென்றான். களஞ்சியத்தின் கதவைத் திறந்துகொண்டு உள்ளே சென்று மறைந்தான்.

காலடிச் சத்தம் வெகு சமீபத்தில், வாசற்படிக்கருகில் கேட்டது.

வந்தியத்தேவன் மறைந்த இடத்தை வியப்புடன் உற்றுப் பார்த்துக் கொண்டிருந்த மணிமேகலையைப் பார்த்து, "தங்காய்! நீயும் மறைந்து கொள், கட்டிலின் திரைகளுக்குப் பின்னால் மறைந்து கொள். நாங்கள் பேசிக் கொண்டிருக்கும் போது அவருக்குத் தெரியாமல் இங்கிருந்து போய்விடு!" என்றாள் நந்தினி.

மணிமேகலை கட்டிலின் திரைச்சீலைக்குப் பின்னால் மறைந்த மறுகணத்தில் ஆதித்த கரிகாலனும் கந்தமாறனும் உள்ளே வந்தார்கள். கரிகாலன் சுற்றுமுற்றும் பார்த்துக் கொண்டே நந்தினியை நெருங்கினான். கட்டிலின் திரைச்சீலை அசைந்ததை அவன் கவனித்தான். ஆனால், கவனித்ததாகக் காட்டிக்கொள்ளவில்லை.

நந்தினிக்கு அருகில் வந்ததும் தரையிலே கிடந்து ஒளிவிட்டுக் கொண்டிருந்த வாளைப் பார்த்தான். பின்னர், நந்தினியின் முகத்தை உற்றுப் பார்த்தான். நந்தினியின் நெஞ்சை ஊடுருவிய அந்தப் பார்வையின் தீட்சண்யத்தைப் பொறுக்க மாட்டாமல் வாளை எடுக்கும் பாவனையாக அவள் குனிந்தாள்.

நந்தினியின் நோக்கத்தை அறிந்து அவளை முந்திக்கொண்டு கரிகாலன் வாளைக் கையில் எடுத்துக் கொண்டான். அதன் அடிப்பிடியிலிருந்து கூரிய நுனி வரையில் கூர்ந்து பார்த்தான். நுனியில் புதிய ரத்தக் கறை இருப்பதையும் பார்த்துக் கொண்டான்.

பின்னர் நந்தினியை நோக்கி, "தேவி! நாங்கள் வரும்போது கேட்ட சத்தம் இந்த வாளின் சத்தந்தான் போலிருக்கிறது. தங்கள் கையிலிருந்து நழுவிக்கீழே விழுந்திருக்கிறது! எங்களை வரவேற்பதற்குக் கையில் வாளேந்தி ஆயத்தமானது போலத் தோன்றுகிறது" என்றான்.

"வீரம் மிக்க இளம் புலிகளையும் தீரத்திற் சிறந்த வாலிப சிங்கங்களையும் வரவேற்பதற்குரிய முறை அதுவேயல்லவா?" என்றாள் நந்தினி.

"மூர்க்கப் புலிகளுக்கும், சிங்கங்களுக்கும் கூரிய நகங்களும் பற்களும் வேண்டும். ஆனால் துள்ளித் திரியும் புள்ளிமானுக்கு அவை தேவையில்லையென்றுதானே கடவுள் தரவில்லை?" என்றான் ஆதித்த கரிகாலன்.

"மானும் தன் கொம்புகளை உபயோகிக்க வேண்டிய தேவை நேரிடலாம் அல்லவா? தனக்குக் கொம்புகளை அளித்த கடவுளிடம் கலைமான் நன்றி செலுத்தும் சந்தர்ப்பமும் நேரிடலாம் அல்லவா? கருணை கூர்ந்து அந்த வாளை என்னிடம் கொடுத்து விடுங்கள்!" என்று மன்றாடினாள் நந்தினி.

"இல்லை; இல்லை! தங்கள் கைகளுக்கு இது ஏற்றதன்று. மலர் கொய்யவும், மாலை புனையவும் பிரம்மதேவன் படைத்த தளிர்க்கரங்களினால் வாளை எப்படிப் பிடிக்க முடியும்?" என்றான் கரிகாலன்.

"கோப்பெருமகனே! இந்த ஏழையின் கைகள் ஆர்வத்துடன் மலர் கொய்து ஆசையுடன் மாலை புனைந்த காலம் உண்டு. அந்த மாலையைச் சூடுவதற்குரியவர் எப்போது வருவார் என்று காத்திருந்து காத்திருந்து ஏமாந்த காலமும் உண்டு. அவ்விதம் பகற்கனவு கண்டுவந்த காலம் போய் எத்தனையோ யுகங்கள் ஆகிவிட்டன. இப்போது இந்தத் திக்கற்ற அநாதையின் கரங்கள் வாளைத் துணை கொள்ள வேண்டிய அவசியம் நேர்ந்திருக்கிறது. ஐயா! அந்தத் துணையையும் தாங்கள் என்னிடமிருந்து பறித்துக் கொள்ளாதீர்கள்!" என்றாள் நந்தினி.

"தேவி! இது என்ன பேச்சு? தங்களையா திக்கற்ற அநாதையென்று சொல்லிக் கொள்ளுகிறீர்கள்? தாங்கள் காலால் இட்ட பணியைத் தலையால் வகித்து நிறைவேற்றுவதற்கு எத்தனை வாலிப வீரர்கள் காத்துக் கொண்டிருக்கிறார்கள்? இது தங்களுக்குத் தெரியாதா?" என்றான் கரிகாலன்.

"தப்பித் தவறி என் கால் அத்தகைய தூர்த்தர்களுடைய தலையிலே பட்டுவிட்டால் அந்தக் காலை வெட்டிக்கொள்ள வேண்டியதாயிருக்கும், ஐயா! அதற்கேனும் வாள் அவசியம் அல்லவா?"

"ஐயோ! இது என்ன கர்ண கடூரமான பேச்சு? பாதச் சிலம்பு கலீர் கலீர் என்று ஒலிக்க அரண்மனை மாடக்கூடங்களில் அன்னமும் நாணும் நன்னடை பயில வேண்டிய கால்களை வெட்டுவதா? இந்த வார்த்தைகள் பெரிய பழுவேட்டரையரின் காதில் விழுந்தால் அவர் உள்ளம் என்ன பாடு படும்?"

"ஐயா! அவரைப்பற்றி கவலைப்படுவோர் யார்? அந்தக் கிழச்சிங்கம் ஒரு கர்ஜனை செய்தால் அதைக் கேட்டு நடுங்கி ஓடிப் பதுங்கிய வாலிபப் புலிகள் இப்போது எவ்வளவு தைரியமாக வெளிவந்து நடமாடுகின்றன! அவர் கொள்ளிடத்து வெள்ளத்தில் போய் விட்டார் என்ற செய்தியைக் கேட்ட பின்னர் அல்லவா வாலிபப் புலிகளுக்கு இவ்வளவு துணிச்சல் வந்து விட்டது! அந்தப் புலிகள் என்னிடம் ரொம்பவும் நெருங்கி விடாமல் பார்த்துக் கொள்வதற்காக இந்த ஆயுதத்தை வைத்திருந்தேன். குப்பையில் கிடந்த என்னை உலகமறிய அழைத்து வந்து அரண்மனை வாழ்வும் அரசபோகமும் அளித்த மகாபுருஷரின் கௌரவத்தைக் காப்பதற்காக இந்த வாளின் உதவியைக் கோரினேன். தாங்கள் சற்று முன்னால் சொன்னதுபோல், மலர் கொய்ய வேண்டிய கரங்களினால் வாள் சுழற்றப் பயின்றேன்..."

"தேவி! உண்மையில் அதற்காகத்தானா? இந்த வாளைத் தாங்கள் பெட்டியில் வைத்துப் பூஜை செய்து வந்ததும், இதைத் தங்கள் மலரினும் மென்மையான கன்னங்களோடு சேர்த்துக் கொஞ்சிக் குலாவி வந்ததும், பெரிய பழுவேட்டரையரின் கௌரவத்தைக் காப்பாற்றுவதற்காகத்தானா? அல்லது தங்களைப் பார்த்து அசட்டுச் சிரிப்புச் சிரித்துக் கொண்டு நெருங்கும் நிர்மூடர்களை நெருங்க வொட்டாமல் தடுப்பதற்குத் தானா? வேறு நோக்கம் ஒன்றுமில்லையா?"

"வேறு என்ன விதமான நோக்கம் இருக்க முடியும், ஐயா?"

"ஏன்? வேறு எத்தனையோ நோக்கங்கள் இருக்க முடியும்! பழி வாங்கும் நோக்கம் இருக்கலாம். தாங்கள் அடிபணிந்து கைகூப்பிக் கேட்டுக் கொண்ட வேண்டுகோளைப் புறக்கணித்துத் தங்கள் உள்ளத்தில் அழியாத புண்ணை உண்டாக்கிய பாதகனைக் கொன்று சபதம் முடிக்கும் நோக்கம் இருக்கலாம்!"

நந்தினி தலையைக் குனிந்து கொண்டு ஒரு நெடிய பெருமூச்சு விட்டாள். பின்னர், இளவரசனை நிமிர்ந்து நோக்கி, "கோமகனே! அம்மாதிரி எண்ணமும் ஒரு சமயம் எனக்கு இருந்தது உண்மைதான். அதற்காகவே இந்த வீரவாளைப் பூஜை செய்து வந்தேன். எப்போது அந்த வேளை வரும் என்று காத்துக் கொண்டிருந்தேன். ஆனால் வேளை வந்தபோது என் கரங்களில் வலிவு இல்லாமல் போய் விட்டது; நெஞ்சில் உறுதியில்லாமலும் போய்விட்டது. இனி இந்த வாளை என் கற்பையும் என் கணவரின் கௌரவத்தையும் காப்பாற்றிக் கொள்ள மட்டுமே உபயோகப்படுத்துவேன். கருணை செய்து அதை இப்படிக் கொடுங்கள்!" என்றாள்.

"தேவி அந்தப் பொறுப்பை நான் வகிக்கக் கூடாதா? தங்களுக்கோ, தங்கள் கணவருக்கோ தீங்கு எண்ணிய பாதகனைத் தண்டிக்கும் கடமையை நான் நிறைவேற்றக் கூடாதா?" என்றான் ஆதித்த கரிகாலன்.

"தங்களால் அது இயலாத காரியம். இந்தத் திக்கற்ற அநாதை ஸ்திரீயின் நிமித்தம் தங்கள் ஆருயிர் நண்பர்களைத் தண்டிக்க முடியுமா?"

"ஏன் முடியாது? நிச்சயமாய் முடியும்! நந்தினி! நீ அன்றைக்கு ஏரித் தீவில் வந்தியத்தேவனைப் பற்றிக் கூறியதையெல்லாம் அப்போது நான் பூரணமாக நம்பவில்லை. பின்னால், கந்தமாறன் சொல்லியதிலிருந்து அவ்வளவும் உண்மைதான் என்று அறிந்தேன். அந்தப் பாதகனை நீ மன்னித்தாலும் நான் மன்னிக்கச் சித்தமாயில்லை. அவன் எங்கே என்று சொல்!...சொல்ல மாட்டாயா!... வேண்டாம்! என் கண்கள் குருடாகி விடவில்லை!... இதோ பார்!" என்று ஆத்திரத்துடன் ஆதித்த கரிகாலன் கர்ஜனை செய்து கொண்டே கட்டிலை மூடியிருந்த திரைச் சீலையை நோக்கி அடி எடுத்து வைத்தான்.

நந்தினி அவன் காலைத் தொட்டு எழுந்து மண்டியிட்டுக் கரங்களைக் குவித்துக் கொண்டு, "கோமகனே! வேண்டாம்! வேண்டாம்! என்றாள்.

"நந்தினி! உன் கருணையை வேறு காரியங்களுக்கு வைத்துக் கொள்! என் நண்பனைப்போல் நடித்துச் சதி செய்யும் சண்டாளனிடம் கருணை காட்ட வேண்டாம்!" என்று சொல்லிய வண்ணம் ஆதித்த கரிகாலன் நந்தினியை மீறிக் கொண்டு மேலே நடந்தான்.

நந்தினி பிரமித்துத் திகைத்தவள் போல் நாலாபுறமும் பார்த்து விழித்தாள். இத்தனை நேரமும் வாசற்படிக்கு அருகில் சிலையைப்போல் நின்று கொண்டிருந்த கந்தமாறனைப் பார்த்து, "ஐயோ! அவரைத் தடுங்கள்!" என்று அலறினாள்.

கந்தமாறனாகிய சிலைக்கு உயிர் வந்தது. ஆனால் அவன் இருந்த இடத்தை விட்டு அசையவில்லை. இலேசாக ஓர் அசட்டுச் சிரிப்புச் சிரித்துவிட்டு மீண்டும் சிலையாக மாறிவிட்டான்.

கரிகாலன் ஒரு கையினால் வாளை ஓங்கிய வண்ணம் கட்டில் திரைச் சீலையின் அருகில் சென்று, இன்னொரு கையினால் திரையை விலக்கினான். உள்ளே, கையில் சிறிய கூரிய கத்தியுடன் தோன்றிய மணிமேகலை, 'கிறீச்' என்று சத்தமிட்டாள்.

ஆதித்த கரிகாலன் ஓங்கிய வாளுடன் சிறிது நேரம் ஸ்தம்பித்து நின்றுவிட்டுப் பின்னர் அந்த வாளினால் கட்டில் திரைச் சீலையைக் கிழித்தெறிந்தான்.

"ஆகா! இந்தப் பெண் புலியா இங்கே நிற்கிறது! அப்பப்பா! இதன் நகங்கள் மிகக் கூர்மையாயிற்றே!" என்று கூறி 'ஹா ஹா ஹா' வென்று சிரித்தான்.

பின்னர் கந்தமாறனைப் பார்த்து, "நண்பா! உன் தங்கையை அழைத்துப் போய் அவள் தாயாரிடம் ஒப்புவித்து விட்டு வா! இவள் வயிற்றில் எத்தனை புலிக் குட்டிகள் பிறக்குமோ தெரியாது! இவள் இந்த வீரபாண்டியனுடைய வாளுக்கு இத்தனை நேரம் இரையாகிச் செத்திருந்தால் சோழ நாடு எத்தனை வீரப் புதல்வர் புதல்விகளை இழக்கும்படி நேர்ந்திருக்கும்!" என்றான்.

சற்று முன் உண்மையிலேயே பெண் புலிபோல் சீறிய மணிமேகலை ஆதித்த கரிகாலனின் வார்த்தைகளைக் கேட்டு நாணம் அடைந்தாள். கந்தமாறன் அவளை அணுகி அழைப்பதற்குள் அவளாகவே அந்த அறையிலிருந்து செல்ல ஆயத்தமாகி விட்டாள்.

அண்ணனும் தங்கையும் அங்கிருந்து போனதும், கரிகாலன் நந்தினியைப் பார்த்து, "தேவி! ஒரு நாடகம் நடித்து அவர்கள் இருவரையும் போகச் செய்துவிட்டேன். இனிமேலாவது நம் உள்ளத்தைத் திறந்து உண்மையைப் பேசலாம் அல்லவா?" என்றான்.

நந்தினி உண்மையான வியப்புடன் கரிகாலனை நோக்கி, "ஐயா! தாங்கள் நடித்தது நாடகமா? அப்படியானால், அது ஆச்சரியமான நடிப்புத்தான்! நானும் அதை உண்மையென்றே நம்பி ஏமாந்து போனேன்!" என்றாள்.

"நந்தினி! நடிப்பிலே உனக்கு இணை இந்த உலகிலேயே இல்லை என்பது என் எண்ணம். நீயே ஏமாந்திருந்தால், என் நடிப்புத் திறமையை அவசியம் மெச்சிக் கொள்ள வேண்டியது தான்! ஆனாலும், நான் வாளை ஓங்கிக் கொண்டு மணிமேகலை மறைந்திருந்த இடத்தை நோக்கிப் போனபோது, நீ என்னைத் தடுக்கவில்லையே? அது ஏன்? என் மீது சுமந்துள்ள பல குற்றங்களுடன் ஸ்திரீஹத்தி தோஷமும் சேரட்டும் என்று எண்ணிப் பார்த்துக் கொண்டிருந்தாயா?" என்று கேட்டான் கரிகாலன்.

"சிவ, சிவா! இந்த உலகத்திலேயே இன்றைக்கு அந்தப் பெண் ஒருத்தியிடந்தான் நான் உண்மையான அன்பு கொண்டிருக்கிறேன். அவளும் சாகட்டும் என்று சும்மா பார்த்துக் கொண்டிருப்பேனா? திரையை நீக்கியதும் தாங்களே தெரிந்து கொள்வீர்கள் என்று எண்ணினேன்..."

கரிகாலன் சிரித்தான்.

"இந்தச் சிரிப்பின் பொருள் விளங்கவில்லை!" என்றாள் நந்தினி.

"மணிமேகலையை நான் கொல்லுவதற்கு நீ சொன்ன காரணமே போதும்!" என்றான் கரிகாலன்.

"இன்னும் விளங்கவில்லை!"

"நீ யாரிடமாவது அன்பு கொண்டாய் என்றால் அவனோ, அவளோ என்னுடைய பரம விரோதியாகி விடுவார்கள். இது உனக்குத் தெரியாதா?"

"தெரியும்; அத்தகைய துரதிர்ஷ்டசாலி நான் என்று தெரியும். ஆனாலும் தங்கள் குரோதம் கள்ளங்கபடமறியாத இந்த இளம் பெண் வரையில் செல்லும் என்று நான் கருதவில்லை!"

"அல்லது உன் நோக்கம் வேறு விதமாகவும் இருக்கலாம். நான் மணிமேகலையைக் கொன்றுவிட்டால், அதற்காகக் கந்தமாறன் என்னைப் பழி வாங்குவான் என்று எண்ணியிருக்கலாம். அல்லது நான் அவளைக் கொல்லுவதற்குள் அவள் கையிலிருந்த சிறிய கத்தியை எறிந்து என்னைக் கொன்று விடுவாள் என்றும் கருதியிருக்கலாம்..."

"ஐயையோ! இது என்ன? எப்படிப்பட்ட பயங்கரமான கற்பனைகள்!"

"கற்பனைகளா? என்னுடைய பயங்கரமான கற்பனைகளைக் காட்டிலும் பயங்கரமான நோக்கத்தை நீ உன் மனத்தில் வைத்திருக்கிறாய். உண்மையைச் சொல்! என் உள்ளத்தில் கொழுந்து விட்டெரியும் தீயை மேலும் வளர்க்க வேண்டாம்! என்னை எதற்காக இந்தக் கடம்பூர் அரண்மனைக்கு வரச் சொன்னாய்? எதற்காகப் பழுவேட்டரையரைத் தஞ்சைக்குப் போகும்படி செய்தாய்? சோழ சாம்ராஜ்யத்தைப் பங்கிட்டுக் கொடுத்துச் சமரசம் செய்து வைப்பதற்காகவோ, எனக்கும் மணிமேகலைக்கும் திருமணம் செய்வித்துக் கண்டு களிப்பதற்காகவோ இத்தனை முயற்சியும் செய்ததாகச் சொல்லாதே! அந்தக் கதைகளையெல்லாம் நான் நம்பமாட்டேன். நம்பியிருந்தால், இங்கு வந்திருக்கவும் மாட்டேன்..."

"பின் எதற்காக இங்கு வந்தீர்கள், கோமகனே! என்ன நம்பிக்கையுடன் இந்த இடத்துக்கு வந்தீர்கள்?"

"நம்பிக்கையா? எனக்கு ஒருவித நம்பிக்கையும் கிடையாது. என் உள்ளத்தில் நிரம்பியிருப்பதெல்லாம் நிராசையும் அவநம்பிக்கையுந்தான். இந்த நாட்டை விட்டும் இந்த உலகத்தை விட்டுமே, நான் போய்விட விரும்புகிறேன். அதற்கு முன்னால் உன்னை ஒரு தடவை பார்த்து விடை பெற்றுப் போகலாம் என்று தான் வந்தேன். ஒரு சமயம் என்னிடம் நீ ஒரு வரம் கோரினாய். காலில் விழுந்து மன்றாடிக் கேட்டுக் கொண்டாய். கையெடுத்துக் கும்பிட்டு இரந்தாய். என் ஆத்திரத்தினாலும் மூர்க்கத் தனத்தினாலும் நீ கோரியதை நான் கொடுக்கவில்லை. பிறகு ஒவ்வொரு கணமும் அதை நினைத்து வருத்தப்பட்டுக் கொண்டிருக்கிறேன். அதற்கு ஏதேனும் பரிகாரம் உண்டானால் அதைச் செய்துவிட்டுப் போகலாம் என்று வந்தேன். நந்தினி! சொல்! எந்த விதத்திலாவது அதற்கு நான் பரிகாரம் செய்யமுடியும் என்றால், சொல்!"

இவ்வாறு இரக்கம் ததும்பும் குரலில் கூறிய கரிகாலனைப் பார்த்து நந்தினி, "கோமகனே! அதற்குப் பரிகாரம் ஒன்றும் கிடையாது. இறந்தவர்கள் இறந்தவர்கள்தான்! இறந்தவர்களைப் பிழைக்கச் செய்யும் சக்தி இந்த உலகில் யாருக்கும் கிடையாது. கதைகளிலே காவியங்களிலே சொல்கிறார்கள். நாம் பார்த்ததில்லை" என்றாள்.

"இறந்தவர்களைப் பிழைக்கச் செய்ய முடியாது. அது உண்மைதான்! ஆனால் உயிருக்கு உயிர் கொடுத்துப் பரிகாரம் தேடலாம் அல்லவா?... இதோ பார்! என்னிடம் இனியும் மறைக்க வேண்டாம். இங்கு நீ எதற்காக வந்தாய், என்னை எதற்காக வரச் சொன்னாய், என்னத்திற்காகப் பழுவேட்டரையரைத் தஞ்சைக்கு அனுப்பினாய்

என்பதெல்லாம் எனக்குத் தெரியாது என்று எண்ணாதே! நீயும் நானும் சின்னஞ்சிறுவர்களாயிருந்த நாளிலிருந்து உன் மனத்தில் எழும் எண்ணங்களை அறியும் சக்தி எனக்கு உண்டு. எனக்கு ஆத்திரம் ஊட்டி நீசத்தனமான செயல் புரியும்படி செய்வதற்காகவே வீரபாண்டியனுடைய உயிருக்காக நீ மன்றாடினாய். என் பக்கத்திலிருந்து என்னை வதைத்துக் கொண்டிருப்பதற்காகவே பெரிய பழுவேட்டரையரை நீ மணந்து தஞ்சைக்கு வந்தாய். நான் காஞ்சியில் நிம்மதியுடன் இருப்பது உனக்குப் பொறுக்கவில்லை. அதனாலேயே இந்தக் கடம்பூர் அரண்மனைக்கு வரச் செய்தாய். வீரபாண்டியனுடைய வாளினால் என்னைக் கொன்று பழி முடிக்கும் நோக்கத்துடனேயே நீ இவ்விடத்துக்கு வந்திருக்கிறாய். அந்த உன்னுடைய நோக்கத்தை தடையின்றி நிறைவேற்றிக் கொள்! அதற்காகவே கந்தமாறனையும் அவன் தங்கையையும் அப்புறப்படுத்தினேன். இதோ! இந்த வாளைப் பெற்றுக் கொள்!" என்று கூறிக் கரிகாலன் வாளை நீட்டினான்.

நந்தினி வாளை வாங்கிக் கொண்டாள். வாளைப் பிடித்த அவளுடைய கைகள் நடுங்கின. பின்னர் அவள் உடம்பெல்லாம் நடுங்கியது. கண்களில் கண்ணீர் ததும்பியது. இதயத்தைப் பிளக்கும் சோகக் குரலில் விம்மலும் தேம்பலும் கலந்து வந்தன.

"நந்தினி! இது என்ன அதைரியம்? இந்த மனத் தளர்ச்சி ஏன்? நீ பட்டர் குடும்பத்தில் வளர்ந்தவள்; ஆனால் வீர மறக்குலத்தில் பிறந்தவள் அல்லவா? ஆட்டு மந்தையில் வளர்ந்தபடியால் சிங்கக்குட்டி தன் இயல்பை இழந்து விடுமா? இதோ பார்! உன் அந்தரங்கத்தை நான் அறிவேன். உன் பழியை முடிப்பதற்குக் கந்தமாறனையோ, பார்த்திபேந்திரனையோ, வந்தியத்தேவனையோ நீ ஏவிவிட வேண்டாம். அவர்கள் மீது எனக்குக் கோபத்தை உண்டாக்கவும் வேண்டாம். உன் சபதத்தை நீயே நிறைவேற்றிக் கொள்! உன் பழியை உன் கையினாலேயே முடித்துக்கொள்! யாராவது இங்கே மறுபடியும் வந்து தொலைத்து விடலாம். கந்தமாறன் தன் தங்கையை அன்னையிடம் சேர்ப்பித்து விட்டுத் திரும்பி வருவான். பார்த்திபேந்திரனும் சம்புவரையரும் திரும்பி வரும் நேரமும் ஆகிவிட்டது. அவர்களுடனே என் பாட்டன் மலையமானும் வந்தாலும் வரலாம். பழுவேட்டரையர் கொள்ளிடத்து வெள்ளத்தில் போயிருப்பார் என்று நான் நம்பவில்லை. அவரும் திடீரென்று வந்தாலும் வரக்கூடும். உன் பழியை முடித்துச் சபதத்தை நிறைவேற்றிக் கொள்ள இதைக் காட்டிலும் நல்ல சந்தர்ப்பம் வரப் போவதில்லை. என்னைக் கொல்லுவதினால், எனக்கு நீ எவ்விதத் தீங்கும் செய்தவளாக மாட்டாய்! பேருதவி செய்தவளாவாய்!" என்றான்.

நந்தினி பொங்கி வந்த விம்மலை அடக்கிக்கொண்டு, "கோமகனே! தங்களிடம் நான் எதையும் மறைக்கவும் இல்லை; மறைக்க விரும்பவும் இல்லை. நான் இங்கு வந்ததின் நோக்கம் பற்றித் தாங்கள் கூறியதெல்லாம் உண்மைதான். தங்களை இங்கு வரச் சொன்னதின் நோக்கமும் அதுதான். ஆனால் சந்தர்ப்பம் நேர்ந்திருக்கும் சமயத்தில் என் கைகளில் வலிவு இல்லை; என் நெஞ்சிலும் தைரியம் இல்லை. தாங்கள் என்னைத் தேடிவரும் காலடிச் சத்தம் கேட்டவுடனேயே என் கையிலிருந்த வாள் நழுவிக் கீழே விழுந்துவிட்டது. இதோ பாருங்கள்! வாளைப் பிடித்திருக்கும் என் கரங்கள் நடுங்குவதை!" என்றாள்.

"ஆம், ஆம்! அதைப் பார்த்துக் கொண்டு தானிருக்கிறேன். ஆனால் அதன் காரணந்தான் எனக்குத் தெரியவில்லை. உன் நெஞ்சம் ஒரு சமயம் எவ்வளவு உறுதியடைந்திருந்தது என்பதை நான் அறிவேன். தேவேந்திரனுக்காக வஜ்ராயுதத்தைச் செய்து கொடுத்த பிறகு அதில் மீதமான உலோகத்தைக் கொண்டு பிரம்மதேவன் உன் இருதயத்தைப் படைத்திருக்க வேண்டும் என்று நான் எண்ணுவதுண்டு. அப்படிப்பட்ட உன் நெஞ்சு இவ்விதம் இளகிவிட்டதன் காரணம் என்ன!..."

"தங்கள் தோழர் வந்தியத்தேவர் சொன்ன செய்திதான் காரணம்."

"ஆகா! நீயும் நானும் உடன் பிறந்தவர்கள் என்று அவன் கண்டு பிடித்துக் கொண்டுவந்த செய்தியைத் தானே சொல்லுகிறாய்? அன்றைக்கு ஏரிக் கரைத் தீவில் நாம் பேசிக் கொண்டிருந்த போது நீ அதை நம்பவில்லையென்று சொன்னாயே! நம்மை மறுபடியும் பிரித்து வைப்பதற்காக யாரோ செய்திருக்கும் சூழ்ச்சி என்று கூறினாயே!"

"நான் அதை நம்பக் கூடாது என்றுதான் பார்த்தேன். அதற்காக எவ்வளவோ பிரயத்தனம் செய்தேன். ஆனால் இன்று அவர் கூறிய வேறொரு செய்தி என் நெஞ்சுறுதியை அடியோடு குலைத்துவிட்டது."

"ஆகா! அது என்ன? இன்னும் ஏதாவது புதிய கற்பனையா? புதியதாக வேறு என்ன கூறினான்?"

"என்னைப் பெற்ற அன்னையைப் பற்றிச் சொன்னார். அவரை இலங்கைத் தீவில் பார்த்ததாகக் கூறினார். அதை நான் நம்ப மறுப்பதற்குக் காரணம் எதுவும் இல்லை. கோமகனே! முன்னொரு தடவை நான் ஒரு வரம் கேட்டேன். அதைத் தாங்கள் கொடுக்கவில்லை. அதற்காக இன்று வரை வருத்தப்படுவதாகச் சொன்னீர்கள். இன்று மறுபடியும் ஒரு வரம் கேட்கிறேன். இதையாவது கொடுப்பீர்களா?"

"வரம் இன்னது என்று குறிப்பிட்டுக் கேட்டால், கொடுக்க முடியும் முடியாது என்று சொல்கிறேன்."

"கோமகனே! வீரபாண்டியனுடைய மரணத்துக்குப் பழி வாங்குவதாக நான் சபதம் செய்தது உண்மைதான். மீன் சின்னம் பொறித்த இந்தப் பாண்டிய குலத்து வாளினால் ஒன்று தங்களை கொல்லுவேன், அல்லது என்னை நானே கொன்று கொண்டு மாய்வேன் என்று சபதம் எடுத்துக் கொண்டேன். தங்களைக் கொல்வதற்கு என் நெஞ்சிலும் துணிவு இல்லை; என் கைகளிலும் வலிவு இல்லை. என்னை நானே கொன்று கொண்டு, தங்கள் முன்னாலேயே மடியலாம் என்று எண்ணினால், அதற்குப் போதிய பலம் என் கையில் இல்லை. அரைகுறையாக முயன்று, என் உயிர் போகாவிட்டால் என்ன செய்வது என்று பயமாயிருக்கிறது. ஐயா! என் சபதத்தை நிறைவேற்றுவதற்கு உதவி செய்யுங்கள்! இந்த வாளைத் தாங்களே வாங்கிக் கொண்டு, தங்கள் கையினால் என்னை வெட்டிக் கொன்று விடுங்கள்! அப்போது என் சபதம் முடிந்துவிடும். இந்த ஜன்மத்தில் மட்டுமின்றி இனிவரும் பிறவிகளிலும் தங்களிடம் நன்றியுள்ளவளாவேன்!"

இவ்விதம் கூறிக்கொண்டே நந்தினி நீட்டிய வாளை, மறுபடியும் ஆதித்த கரிகாலன் வாங்கிக் கொண்டான்.

"ஹாஹாஹா" என்று அந்த அரண்மனை முழுதும் எதிரொலி செய்யும்படி பயங்கரமாகச் சிரித்தான்.

❖ ❖ ❖ ❖

முப்பதெண்பதாம் அத்தியாயம்

காரிருள் சூழ்ந்தது!

ஆதித்த கரிகாலனுடைய பயங்கரமான வெறிகொண்ட சிரிப்பு, யாழ்க்களஞ்சியத்தில் ஒளிந்திருந்த வந்தியதேவனுடைய காதில் விழுந்து அவனுக்கு ரோமாஞ்சனத்தை உண்டாக்கியது. விரைவில் ஏதோ விபரீதம் நிகழப் போகிறது என்று அவனுடைய உள்ளுணர்ச்சி கூறியது. நிழல் வடிவங்கொண்ட யமதர்மராஜன், கையில் பாசக்கயிறுடன் அந்த அறையில் பிரசன்னமாகியிருந்தான். பாசக்கயிற்றை வீசுவதற்குச் சமயம் நோக்கிக் கொண்டிருந்தான். ஆனால் யார்மீது எறியப் போகிறான்? யாருடைய உயிரைக் கொண்டு போகப் போகிறான்? கரிகாலன் உயிரையா? அல்லது நந்தினி தேவியின் உயிரையா? ஒருவேளை அவர்கள் இருவரையுமே மரணம் நெருங்கிக் கொண்டிருக்கிறதா? சகோதரன் சகோதரியைக் கொல்லப் போகிறானா? சகோதரி சகோதரனைக் கொல்லப் போகிறாளா? அல்லது இருவரும் ஒருவரையொருவர் கொன்று கொண்டு சாகப் போகிறார்களா? இம்மாதிரி ஏதும் நடவாதபடி தடுப்பதற்காகத்தான் இளையபிராட்டி தன்னை விரைந்து போகும்படி அனுப்பி வைத்தாள். தன்னால் இயன்றதைச் செய்தாகி விட்டது. இருவரிடமும் அவர்களுக்குள்ள உறவைப் பற்றிச் சொல்லியாகி விட்டது. இருவருடைய உள்ளமும் இளகும்படியும் செய்தாகிவிட்டது. ஆனாலும், பலன் ஏற்படுமா?

வெறிகொண்ட கரிகாலரையோ, பிரமை பிடித்த நந்தினியையோ, கொடூரச் செயல் எதுவும் செய்யாமல் தடுக்க முடியுமா? இந்தச் சமயத்தில் தான் நடுவில் குறுக்கிடுவதால் ஏதேனும் நன்மை விளையுமா? ஒரு வேளை இருவருக்கும் மத்தியில் தன்னுடைய உயிரைப் பலி கொடுப்பதினால், அவர்களுடைய குரோதம் தணியுமா? – இவ்வாறெல்லாம் எண்ணி வந்தியத்தேவனுடைய உள்ளக் கடல் கொந்தளித்துக் கொண்டிருந்தது. இன்னும் சிறிது பொறுத்துப் பார்க்கலாம், – தான் அவசரப்பட்டுக் குறுக்கிடுவதினால் காரியம் கெட்டுப் போக வேண்டாம் என்று பல்லைக் கடித்துக் கொண்டு நின்றான்.

* * *

கரிகாலருடைய வெறி கொண்ட சிரிப்பு அடங்கிய பிறகு, அவர்களுடைய சம்பாஷணை மேலும் தொடர்ந்தது. "ஐயா! என் வாழ்நாளில் தங்களுக்கு மகிழ்ச்சி தரும்படியான காரியம் எதுவும் நான் செய்ததில்லை. சாகும் சமயத்திலாவது தாங்கள் சிரித்து மகிழுவதற்குக் காரணமானது பற்றிச் சந்தோஷம்" என்றாள் நந்தினி.

"ஆம், நந்தினி! இன்றைக்கு எனக்கு மிகச் சந்தோஷமான தினந்தான். இத்தனை வருஷமாக நீ என்னைப் படுத்திவைத்த பாட்டுக்கெல்லாம் இன்றைக்கு முடிவு ஏற்படப் போகிறது. இந்தத் தடவை நான் காஞ்சியிலிருந்து புறப்பட்டபோது ஒருவாறு மனத்தைத் திடப்படுத்திக் கொண்டுதான் வந்தேன். உன்னை நேரில் பார்த்த பிறகு ஒருவேளை என் மனம் பேதலித்து விடுமோ என்று பயந்து கொண்டிருந்தேன். அதற்கிடமில்லாமல், நீயே வாளை என் கையில் கொடுத்து விட்டாய்!" என்று கூறிக் கரிகாலன் மீண்டும் சிரித்தான்.

"கோமகனே! எனக்கும் இன்று சுபதினந்தான். தங்கள் கையினால் வெட்டுண்டு இறப்பதைப் போன்ற இனிமையான மரணம் எனக்குக் கிட்டப் போவதில்லை. ஒரு காலத்தில் தாங்கள் என் கழுத்தில் பூமாலை சூட்டப் போகிறீர்கள் என்று ஆசைக் கனவு கண்டு கொண்டிருந்தேன். அது நிறைவேற முடியாமற் போயிற்று. தங்கள் கையிலுள்ள வாளை என் கழுத்தில் சூட்டிக் கொள்ளும் பேறாவது எனக்குக் கிடைக்கட்டும். ஐயா! நேரம் ஆகிறது. ஏன் தாமதிக்கிறீர்கள்?" என்றாள் நந்தினி.

"பல வருஷம் தாமதித்தாகிவிட்டது. இன்னும் சில நிமிஷம் தாமதிப்பதினால் நஷ்டம் ஒன்றுமில்லை. நந்தினி! சற்று என்னைப் பார்! கடைசி முறையாக என்னைப் பார்த்து என் கேள்விக்கு மறுமொழி சொல்! பூமாலை சூட்ட வேண்டிய கையினால், நான் ஏன் உனக்கு வாள்மாலை சூட்ட வேண்டும்? நீ ஒரு காலத்தில் ஆசைக் கனவு கண்டது உண்மையாக இருந்தால், இப்போது ஏன் அதை நிறைவேற்றிக் கொள்ளக் கூடாது? அதற்குக் தடையாக நிற்பவர்கள் யார் என்று சொல்லு! உன்னைக் கொல்லுவதற்குப் பதிலாக அவர்களைக் கொன்று விட்டு மறுகாரியம் பார்க்கிறேன்!" என்றான் கரிகாலன்.

"வேண்டாம், ஐயா! வேண்டாம்! உங்களுக்குக் கோடி புண்ணியம் உண்டு. என் காரணமாக, இனி வேறு யாரும் சாக வேண்டாம்! யாரும் தடையாக நிற்கவும் இல்லை. என்னுடைய தலைவிதிதான் தடையாக இருக்கிறது!"

"அந்தத் தடையை ஒரு நொடியில் நான் தவிடுபொடி செய்து விடுகிறேன். தலைவிதியின் பேரில் பாரத்தைப் போடாதே! பிரம்மா எழுதிய எழுத்தை நான் மாற்றி எழுதுகிறேன், பார்!..."

நந்தினி குறுக்கிட்டு, "பிரம்மா எழுதிய எழுத்தை மாற்றி எழுதலாம். ஆனால் ஒருவருடைய பிறப்பை மாற்றி அமைக்க முடியுமா?" என்று கேட்டாள்.

"எதைப்பற்றிக் கேட்கிறாய், நந்தினி! நமது சிறு பிராயத்தில் உன்னைப் பட்டர் குலத்துப் பெண் என்றும், அதனால் உன்னுடன் சிநேகம் செய்யக் கூடாதென்றும் என் குடும்பத்தினர் சொன்னார்களே, அதைப் பற்றியா? இல்லை! நீ பட்டர் குலத்தில் வளர்ந்தவளேயன்றி அந்தக் குலத்தில் பிறந்தவள் அல்ல என்பதை நீயும், நானும் முன்பே அறிந்திருந்தோம்."

"அதைப்பற்றி இப்போது சொல்லவில்லை, ஐயா! தங்கள் அருமை நண்பர் – வாணர்குலத்து வீரர் – கொண்டு வந்த செய்தியைப் பற்றியே சொல்லுகிறேன். பழையாறை இளைய பிராட்டி அவசரமாகச் சொல்லியனுப்பிய செய்தியைப் பற்றியே கூறுகிறேன். நான் தங்கள் சகோதரி என்பதை இதற்குள்ளாகவே மறந்து விட்டீர்களா?"

"நந்தினி! அன்றைக்கு நான் உன்னிடம் அதைப் பற்றிச் சொன்னபோது, நீ அதை நம்பவில்லை. உன்னையும் என்னையும் பிரித்து வைப்பதற்குச் செய்யும் இன்னொரு சூழ்ச்சி என்றாய். பிறகு நானும் யோசித்து அதே முடிவுக்கு வந்தேன். அதை நிச்சயம் செய்து கொள்ள வேண்டுமானால்..."

"வேண்டாம்! வேண்டாம்! எனக்கு அதைப்பற்றிச் சந்தேகமே இல்லை. கோமகனே! தங்களுக்கும் எனக்கும் ரத்த சம்பந்தம் ஏதுமில்லை..."

"பின், என்ன தடை நந்தினி?"

"நான் தங்களுக்குப் பாட்டனார் முறையிலுள்ள பழுவேட்டரையரை மணந்தவள். தங்களுக்கு பாட்டி முறையில் உள்ளவள். இது போதாதா?"

"நந்தினி! அந்தக் கதையைச் சொல்லி மறுபடியும் என்னை ஏமாற்றப் பார்க்க வேண்டாம். உலகத்தின் முன்னிலையில் நீ பழுவேட்டரையரின் இளைய ராணியாக இருக்கலாம். ஆனால் உண்மையில் நீ அவரை மணந்து கொள்ளவில்லை. ஏதோ காரணார்த்தமாகவே அவருடைய அரண்மனையில் வந்திருக்கிறாய். முன்னொரு தடவை, தஞ்சையில் நான் கேட்ட போது, இவ்வாறுதான் கூறினாய். அப்போது நான் நமது ஆசைக் கனவை உனக்கு நினைவூட்டினேன். அதை நிறைவேற்றுவதற்கு நீ பயங்கரமான நிபந்தனைகளை விதித்தாய்! பழுவேட்டரையரைக் கொன்று, என் தந்தையையும், சகோதரியையும் சிறையிலடைத்துவிட்டு, உன்னைச் சோழ சிங்காதனத்தில் ஏற்றி வைக்க வேண்டும் என்றாய். வெறி கொண்ட ராட்சஸி நீ என்று தீர்மானித்துக் கொண்டு, நான் காஞ்சிக்குப் போனேன். அப்புறம் நீ என்னை விட்டுவிட்டாயா? இல்லை! ஓயாமல் ஒழியாமல் கனவிலும் நினைவிலும் வந்து என்னை வதைத்துக் கொண்டிருந்தாய். சில சமயம் அழுது புலம்பி என்னைத் துன்புறுத்தினாய்; சில சமயம் மோகனப் புன்சிரிப்புச் சிரித்து என் உயிரை வதைத்தாய்! சில சமயம் பிச்சியைப்போல் சிரித்து என்னையும் பித்தனாக்கினாய்!...."

"கோமகனே! தங்களுடைய மனப்பிரமைக்கு என் பேரில் ஏன் குற்றம் சுமத்துக்கிறீர்கள்? தாங்கள் எனக்குச் செய்த அநீதிக்கும் கொடுமைக்கும் பலனை அநுபவித்தீர்கள். அதற்கு நான் என்ன செய்வேன்? நான் மட்டும் கஷ்டப்படவில்லையென்று எண்ணுகிறீர்களா? பழுவேட்டரையரின் மாளிகையின் சுக போகங்களில் ஆழ்ந்து குதூகலமாயிருந்தேன் என்று நம்புகிறீர்களா?" என நந்தினி கேட்ட குரலில் மீண்டும் பழையபடி ஆத்திரமும், கொடூரமும் பொங்கித் ததும்பின.

இதைக் கேட்டு வந்தியத்தேவன் பீதி கொண்டான். அவனுடைய உடம்பு படபடத்தது.

ஆதித்த கரிகாலனின் ஸ்வரமும் ஏறத் தொடங்கியது.

"நீயும் கஷ்டப்பட்டதாகவா சொல்கிறாய்? அப்படியானால், இப்போது ஏன் நாம் ஏதேதோ பேசிக் கொண்டு வீண்பொழுது போக்க வேண்டும்? என்னுடன் புறப்பட்டு வருவதற்கு உன்னுடைய சம்மதத்தைத் தெரியப்படுத்து, உடனே புறப்பட்டு செல்வோம். உனக்காக நான் இந்தப் பெரிய சோழ ராஜ்யத்தைத் தியாகம் செய்துவிட்டு வரச் சித்தமாயிருக்கிறேன். பிறந்த நாட்டையும் தாய் தந்தையரையும் உற்றார் உறவினரையும் துறந்துவிட்டு வருகிறேன். கப்பல் ஏறிக் கடல் கடந்து செல்வோம். கடல்களுக்கு அப்பால் எத்தனை எத்தனையோ அற்புதமான தீவ தீவாந்தரங்கள் இருக்கின்றன. அவற்றில் ஒன்றை அடைவோம். உன்னைக் காட்டிலும் இந்த ராஜ்யம் எனக்குப் பெரியதன்று."

"கோமகனே! தாங்கள் ராஜ்யத்தைத் துறந்தாலும் துறப்பீர்கள்! ஆனால் இந்தக் கீழ்க்குல மகள் புராதனமான சோழ சிங்காதனத்தில் ஏறுவதற்குச் சம்மதிக்க மாட்டீர்கள், இல்லையா?" என்று கூறிவிட்டு நந்தினி நகைத்த நகைப்பில் தீப்பொறி பறந்தது.

"பெண்ணே! இதை வேறு விதமாகப் பார்! உனக்கு என்னைக் காட்டிலும் சோழ சிங்காதனம் உயர்வானதா? என்னிடம் நீ அந்த நாளிலிருந்து காட்டிய பிரியம் எல்லாம் சிங்காதனம் ஏறி மணிமகுடம் சூடும் ஆசையினால் நடித்த நடிப்புத்தானா?" என்றான் கரிகாலன்.

"ஆகா! அப்படியே வைத்துக்கொள்ளுங்கள். எனக்கு அரண்மனை வாழ்வும், அரசபோகமும் அரியாசனமும் தான் வேண்டும். இவற்றுக்காகவே, பழுவேட்டரையரை நான் மணந்தேன். இவற்றுக்காகவே, வீரபாண்டியரைக் காப்பாற்றுவதற்கு முயன்றேன்.."

"அடி! பாதகி! அவன் பெயரை எதற்காக இப்போது சொல்லுகிறாய்?" என்று கர்ஜனை செய்தான் கரிகாலன். நந்தினி மறுமொழி கூறுவதற்கு முன்னால் அவன் தொடர்ந்து மேலும் கூறினான்:—

"ஆகா எனக்குத் தெரிகிறது. உன்னுடைய சூழ்ச்சியெல்லாம் எனக்கு இப்போது நன்றாகத் தெரிகிறது. வீரபாண்டியனுடைய பெயரைச் சொன்னால் எனக்கு ஆத்திரம் வரும். நான் உன்னை உண்மையாகவே கொல்ல வருவேன். உடனே இங்கு நீ காலால் இட்டதைத் தலையால் செய்யக் காத்திருக்கும் வாலிப சிங்கங்களில் ஒருவன் வந்து என்னைக் கொன்று விடுவான் என்பது உன் அந்தரங்க நோக்கம். அடி சண்டாளி! அந்த வந்தியத்தேவன் எங்கே இருக்கிறான்? எங்கே அவனை மறைத்து வைத்திருக்கிறாய், சொல்! இங்கேதான் அவன் ஒளிந்து கொண்டிருக்க வேண்டும். நீ என்னோடு வர மறுப்பதற்குக் காரணமும் இப்போது நன்றாய்த் தெரிகிறது. ஆமாம்; அவன்தான் காரணம்! அவனோடு நீ ஓடிப்போக எண்ணியிருப்பது தான் காரணம்! பழுவேட்டரையரை நீ இவ்விடம் விட்டு அனுப்பியதற்கும் அவன்தான் காரணம். நீங்கள் இரண்டு பேரும் சேர்ந்து பேசிக் கொண்டுதான் இப்படியெல்லாம் சூழ்ச்சி செய்திருக்கிறீர்கள்... ஆகா! எப்படி நான் ஏமாந்து போனேன்? எங்கே அந்த பாதகன் வந்தியத்தேவன்? எங்கே உன்னுடைய புதிய காதலன்...?"

இவ்வாறு ஆதித்த கரிகாலன் வெறிக் கூச்சல் போட்டுக் கொண்டே கத்தியைச் சுழற்றிகொண்டு அங்குமிங்கும் அந்த அறையில் ஓடத் தொடங்கினான். ஒரு சமயம் யாழ்க்களஞ்சியத்தை நெருங்கிவந்தான். அப்போது நந்தினி ஒரே பாய்ச்சலாகப் பாய்ந்து சென்று அவன் காலடியில் விழுந்து "கோமகனே! இதைக் கேளுங்கள்! உங்களுக்குக் கோடி புண்ணியம் உண்டு. நான் சொல்லுவதைக் கேட்டுவிட்டுப் பிறகு எது வேணுமானாலும் செய்யுங்கள். வாணர்குல வீரரைப் பற்றித் தாங்கள் கூறுவது அபாண்டம். பூமாதேவி பொறுக்க மாட்டாள். அவருக்கு ஏதேனும் தாங்கள் தீங்கு செய்தால், என் அருமைத் தோழி மணிமேகலை உயிரையே விட்டுவிடுவாள்! தங்களுக்கு மகத்தான பாவம் சம்பவிக்கும். வேண்டாம்! இதோ என் நெஞ்சைப் பிளந்து பாருங்கள். வீரபாண்டியருடைய வாளினாலேயே என் நெஞ்சைக் கீறிப் பாருங்கள். அதற்குள்ளே தங்களுடைய திருவுருவத்தைத் தவிர வேறு எதுவும் இராது. இது சத்தியம்! சத்தியம்! சத்தியம்!" என்று கூறிவிட்டு நந்தினி விம்மினாள்.

ஆதித்த கரிகாலனின் வெறி மீண்டும் சிறிது தணிந்தது போல் காணப்பட்டது.

"அப்படியானால், என்னுடன் வருவதற்கு நீ ஏன் மறுக்கிறாய்? அதையாவது சொல்லிவிடு! ஏன் என் கையினால் உன்னை வெட்டிக் கொல்லும்படி தூண்டுகிறாய்? உண்மையைச் சொல்லிவிடு!" என்று அலறினான் கரிகாலன்.

"ஆகட்டும்; இதோ சொல்லுகிறேன், என்னுடைய நெஞ்சில் தங்களைத் தவிர வேறு யாருக்கும் இடம் கிடையாது. இது சத்தியமான போதிலும், நான் தங்களுடன் வர முடியாது. தங்களை மணந்து கொள்ளவும்

இயலாது. அதற்குத் தடையாயுள்ள ஒரு பெரிய காரணம் இருக்கிறது. ஆம், கோமகனே! உண்மையில் அதை சொல்லுவதற்காகவே நான் இங்கே வந்தேன்; தங்களையும் வரச் செய்தேன். அதைச் சொல்லி விட்டு என்னை மன்னிக்கும்படி கேட்டுக் கொள்வதற்காக வந்தேன். இந்தத் துர்பாக்கியசாலியை மறந்து விட்டுத் தங்கள் குலத்துக்கும், பதவிக்கும் உகந்த பெண்ணை மணந்து வாழும்படி கெஞ்சிக் கேட்டுக் கொள்வதற்காக வந்தேன். ஆனாலும் அதைச் சொல்லத் தயங்கினேன். அதைச் சொல்லலாம் என்று நினைக்கும்போதே பயமாயிருக்கிறது. தங்களுடைய கோபத்தைக் கொழுந்து விட்டெரியச் செய்வோமோ, அதனால் இன்னும் என்ன தீங்கு நேரிடுமோ என்று அச்சமாயிருக்கிறது. தாங்கள் அமைதியுடனிருப்பதாக வாக்குக் கொடுத்தால்...."

"சொல், நந்தினி சொல்! எவ்வளவு கசப்பான விஷயமாயிருந்தாலும் கேட்டுப் பொறுத்துக் கொள்வேன். சற்றுமுன், உன்னை மறந்துவிட்டு வேறு பெண்ணை மணந்து சந்தோஷமாயிருக்கும்படி புத்திமதி கூறினாய்! அதற்கே நான் கோபித்துக் கொள்ளவில்லையே? வேறு என்ன கூறினால்தான் கோபித்துக் கொள்ள போகிறேன்? ஆனால் மறுபடியும் ஏதாவது கற்பனை செய்யாதே!..."

"கோமகனே! என் வாழ்க்கையே ஒரு கற்பனை. என் பிறப்பே ஒரு புனைகதை. என் வாழ்க்கையைச் சிறிது காலம் நீடிப்பதற்காகவும், நான் கொண்ட கருமத்தை முடிப்பதற்காகவும் நான் பலமுறை கற்பனைக் கதை புனைய வேண்டியதாயிருந்தது. இனி அதற்கு அவசியம் ஒன்றும் இல்லை. இன்றுடன் என் பொய் வாழ்க்கையை முடித்துக் கொள்ளப் போகிறேன். தங்களுடைய மனத் துன்பத்தை அதிகமாக்கக் கூடாது என்பதற்காகவே சில உண்மைகளை நான் அறிந்த பிறகும், தங்களுக்குச் சொல்லவில்லை. தாங்கள் என்னை வெறுத்துவிடவேண்டும் என்பதற்காகவே பல கற்பனைகளைப் புனைந்தேன். பல பயங்கரமான காரியங்களைப் புனைந்தேன். பல பயங்கரமான காரியங்களைச் செய்யும்படி கூறினேன். என் உள்ளத்தில் ஓயாத போராட்டம் நடந்து கொண்டிருந்தது. என் கடமையும், நான் எடுத்துக் கொண்ட சபதமும், தங்கள் பேரில் கொண்ட காதலும் ஓயாமல் போராடிக் கொண்டிருந்தன. இவற்றினால் நான் அடைந்த துயரத்தைச் சொல்லி முடியாது. கடைசியாக, இன்று அந்தப் போராட்டமெல்லாம் முடியும் தருணம் நெருங்கியிருக்கிறது. என்னைப் பற்றிய உண்மையைச் சொல்லி விடுகிறேன். அதைக்கேட்ட பிறகு என்னைத் தங்கள் கையினாலேயே கொன்றுவிடுங்கள்! ஆனால் வேறு யாருக்கும் தாங்கள் தீங்கு செய்ய வேண்டாம்! வீண் பாவத்துக்கும் பழிக்கும் ஆளாக வேண்டாம்!..."

"பாவம்! பழி! இனிப் புதிதாக நான் அடையக் கூடிய பாவம் – பழி என்ன இருக்கிறது? ஆயினும் சொல், நந்தினி! என்னுடன் வருவதற்கு, – நம் இளம் பிராயத்து ஆசைக் கனவு நிறைவேறுவதற்கு – தடையாயிருக்கும் உண்மையான காரணம் என்னவென்று சொல்! அது எவ்வளவு பயங்கரமான உண்மையாக இருந்தாலும் சொல்! அதோ அந்தத் திரைச் சீலைக்குப் பின்னால் யாரோ ஒளிந்திருக்கிறார்கள் என்று நான் எண்ணிக் கொண்டிருந்த வரையில், ஒளிந்திருப்பது யார் என்று தெரியாதிருந்த வரையில், என் மனம் அமைதி இழந்திருந்தது. உன்னுடன் பேசிக் கொண்டிருந்தபோது, என் உள்ளம் அதைப் பற்றியே எண்ணமிட்டுக் கொண்டிருந்தது. ஒளிந்திருந்தவள் மணிமேகலை என்று தெரிந்த பிறகு என் குழப்பமும் நீங்கியது. உண்மை தெரியாதிருக்கும் வரையிலேதான் பயம், கோபம், குழப்பம் எல்லாம்! எவ்வளவு கசப்பாயிருந்தாலும் உண்மை தெரிந்து போய்விட்டால் மனம் அமைதி அடைந்துவிடும் அல்லவா?"

"கோமகனே! நான் சொல்லப்போகும் செய்தியினால் தங்கள் மனம் உண்மையிலேயே அமைதி அடையட்டும். அதுதான் என் பிரார்த்தனை. ஆனால் அந்தச் செய்தி நான் தங்களுடன் வருவதோ, தங்களை மணப்பதோ முடியாத காரியம் என்பதையும் நிரூபிக்கும். என் வாழ்க்கையின் முடிவு, என் துன்பங்களுக்கு விமோசனம், – மரணம் ஒன்றுதான் என்பதையும் தெரியப்படுத்தும். வாணர்குலத்து வீரர் என்னுடைய அன்னையைப் பற்றிய செய்தி கொண்டு வந்தார். அது உண்மை என்று நான் அறிவேன். ஈழநாட்டில் வெறி கொண்டு அலைந்து திரிந்து கொண்டிருந்த மாதரசியைப் பற்றி நான் அறிவேன். அவள் என் அன்னை என்று அறிவேன். இது மற்றும் பலருக்கும் தெரிந்திருந்தது. ஏனெனில் அந்தப் பெண்ணரசிக்கும் எனக்கும் உருவத்தோற்றத்தில் அமைந்திருந்த

ஒற்றுமையைப் பலரும் காணக் கூடியதாயிருந்தது. என்னை, என் தாயார் என்று சிலர் சந்தேகிக்கும்படியிருந்தது. ஆனால் என் அன்னையை அத்தகைய வெறியளாக்கிய காரணம் இன்னதென்பதையும் சில காலத்துக்கு முன்பு நான் அறிந்து கொண்டேன். அது என்னைத் தவிர வேறு யாருக்காவது தெரியுமா என்பதை நான் அறியேன். யாரிடமும் இது வரையில் நான் சொன்னதில்லை. இப்போதுதான் தங்களிடம் முதன் முதலாகச் சொல்லப் போகிறேன். ஐயா! என் தந்தை யார் என்பதைத் தங்களுக்குச் சொல்லப் போகிறேன். கருணை கூர்ந்து எனக்குச் சற்று முன் கொடுத்த வாக்குறுதியை நினைவு படுத்திக் கொள்ளுங்கள். ஆத்திரத்துக்கும், குரோதத்துக்கும் இடங்கொடாதீர்கள்".

இவ்விதம் பலமான பூர்வ பீடிகை போட்டுக்கொண்டு நந்தினி ஆதித்த காரிகாலரை மிக நெருங்கி அவர் காதண்டை மிக மெல்லிய நடுங்கிய குரலில் "என்னைப் பெற்ற தந்தை... தான்!" என்று கூறினாள். கூறிவிட்டு விம்மி விம்மி அழத் தொடங்கினாள்.

ஆதித்த கரிகாலன் ஆயிரம் தேள் கொட்டியவனைப் போல் ஒரு கணம் துடிதுடித்துத் துள்ளினான்.

"இல்லை, இல்லை, இல்லை! ஒரு நாளும் இல்லை! நீ சொல்லுவது பொய், பொய் பெரும் பொய்!" என்று உரக்கக் கத்தினான்.

மறுகணமே அவனுடைய ஆவேசம் அடங்கியது. வேதனை மிகுந்த குரலில், "ஆம், நந்தினி, ஆம், நீ கூறியது உண்மையாகவே இருக்க வேண்டும். இப்போது எல்லாம் எனக்குத் தெரிகிறது. உன் மனத்திலே நிகழ்ந்திருக்கக் கூடிய போராட்டத்தைப் பற்றிய உண்மையும் தெரிகிறது. நீ எவ்வளவு துன்பப்பட்டிருக்க வேண்டும் என்று தெரிகிறது. உன் குழப்பத்துக்கும், தயக்கத்துக்கும் உன் பயங்கரமான வேண்டுகோளுக்கும் காரணம் தெரிகிறது. அன்றைக்கு நீ என்னுடைய காலில் விழுந்து மன்றாடியபோது, நான் உன் வேண்டுகோளை மறுத்தது எவ்வளவு பெரிய கொடுமை என்று தெரிகிறது! நந்தினி! உலகில் வேறு எத்தனையோ தீங்குகளுக்குப் பிராயச்சித்தம் உண்டு. ஆனால் நான் செய்ததற்குப் பிராயச்சித்தம் கிடையாது. நம் இருவருக்கும் நடுவில் உள்ள தடை நீங்க வழியே கிடையாது. ஐயோ! இந்தப் பெரும் பாரத்தை இத்தனை நாள் எப்படி உன் மனத்தில் வைத்துத் தாங்கிக் கொண்டிருந்தாய்? எப்படி இந்தப் பாதகன் இப்பூமியில் உயிர் வாழ்வதைச் சகித்துக் கொண்டிருந்தாய்? நல்லது! நம் இருவருடைய வாழ்க்கைக்கும் பரிகாரம் ஒன்று தான்! விமோசனம் ஒன்றுதான். இதோ, நந்தினி! என் பிராயச்சித்தம்!.."

* * *

யாழ்க் களஞ்சியத்திலேயிருந்து வந்தியத்தேவன் மேற்கூறிய சம்பாஷணைகளையெல்லாம் கேட்டுக் கொண்டிருந்தான். இடையிடையே கரிகாலரின் வெறி மூர்த்தண்யமாகிக் கொண்டிருந்த போது அவன் அவர்களுக்கிடையே போக எண்ணினான். பிறகு அதனால் என்ன விபரீதம் நேரிடுமோ என்று தயங்கினான். அவர்களுடைய உணர்ச்சிமயமான பேச்சு அவனை ஒருபுறத்தில் செயலற்றவனாகச் செய்து கொண்டிருந்தது. நந்தினி தன்னுடைய தந்தை இன்னார் என்று கூறியது மட்டும் அவன் காதில் நன்றாக விழவில்லை. ஆனால் அவள் என்ன சொல்லியிருக்கக்கூடும் என்று அவன் மனதில் ஓர் ஊகம் உண்டாயிற்று. அது அவனைத் 'திடுக்கிடச் செய்தது' என்றாலும், வேறு எந்தவிதமாகக் கூறினாலும், அது வெறும் சம்பிரதாயமாகவே இருக்கும். அம்மாதிரி ஒரு பெரும் அதிர்ச்சியை அவனுடைய அதிர்ச்சிகள் நிறைந்த வாழ்க்கையில் அவன் அநுபவித்ததேயில்லை.

கடைசியாக ஆதித்த கரிகாலர் அடங்கிய மெல்லிய தழதழத்த குரலில், நந்தினி கூறியதை ஒப்புக் கொள்ளும் முறையில் வார்த்தை சொல்லிக் கொண்டிருந்தபோது, அவனுடைய ஆர்வமும் கட்டுக் காவலைக் கடந்தது. அவர் உரக்கச் சத்தமிட்டுக் கொண்டிருந்த வரையில் அவன் அவ்வளவாகப் பயப்படவில்லை;

இப்போதுதான் அதிகமாக அஞ்சினான். என்ன செய்யப் போகிறாரோ என்ற பெருங் கவலையினால், யாழ்க் களஞ்சியத்திலிருந்து சிறிது தலையை நீட்டிப் பார்த்தான். பார்வைக்கு இலக்கான இடத்தில் நந்தினியும் கரிகாலரும் இல்லை. ஆனால் வேறொரு காட்சியைக் கண்டான். சுவரில் பதிந்திருந்த நிலைக் கண்ணாடியில் அந்தக் காட்சி தெரிந்தது. வேட்டை மண்டபத்தின் ரகசியக் கதவு துவாரத்தின் வழியாக ஒரு கோரமான முகம் தெரிந்தது. மந்திரவாதி ரவிதாஸனுடைய முகந்தான்! அடுத்த கணத்தில் வேட்டை மண்டபத்தின் ரகசியக் கதவு மெதுவாகத் திறப்பதை வந்தியத்தேவன் கண்டான். திறந்த கதவின் வழியாக முதலில் ஒரு புலியின் தலையும், பிறகு அதன் உடலும் வெளி வருவதையும் பார்த்தான். உடனே, அவனுக்கு உடம்பில் உயிர் வந்தது; உள்ளத்தில் ஊக்கம் பிறந்தது; கால் கைகள் செயல் திறன் பெற்றன. யாழ்க் களஞ்சியத்தின் மறைவிலிருந்து தாவி வெளியில் பாய்ந்து செல்ல முயன்றான்.

அச்சமயம் பின்னாலிருந்து அவனுடைய கழுத்தில் வஜ்ராயுதத்தை யொத்த ஒரு கை சுற்றி வளைத்துக் கொண்டது. அண்ணாந்து நோக்கினான். காளாமுகக் கோலங் கொண்ட ஓர் ஆஜானுபாகுவான உருவம் கண் முன்னே தெரிந்தது. ஆகா! இவன் யார்? இங்கு எப்படி வந்தான்! இது என்ன இரும்புப் பிடி? கழுத்து நெரிகிறதே! மூச்சுத் திணறுகிறதே! விழி பிதுங்குகிறதே! இன்னும் சில கண நேரம் போனால், உயிரே போய்விடுமே...! வந்தியத்தேவன் ஒரு பெரு முயற்சி செய்து அந்த இரும்புக் கையின் பிடியைத் திமிறித் தளர்த்திக் கொண்டு வெளியில் பாய்ந்தான். பாய்ந்த வேகத்தில் தரையில் விழுந்தான். தலையிலே ஒரு பெரிய பாறாங்கல்லைப் போட்டதுபோல் இருந்தது. ஒரு கணம் அவன் கண்களின் முன் கோடி சூரியர்கள் கோடானுகோடி கிரணங்களைப் பரப்பிக் கொண்டு பிரகாசித்தார்கள். அடுத்த கணத்தில் அவ்வளவு சூரியர்களும் மறைந்தார்கள். நாலா புறமும் இருண்டு வந்தது. வந்தியத்தேவன் அக்கணமே நினைவை இழந்தான்.

* * *

யாழ்க் களஞ்சியத்திலிருந்து, அதன் வாசலில் கிடந்த வந்தியத்தேவனுடைய உடலை மிதித்துத் தாண்டிக் கொண்டு, ஒரு கோர பயங்கரமான காளாமுக உருவம் வெளிப்பட்டது.

யாழ்க் களஞ்சியத்தின் அருகில் தடால் என்ற சத்தத்தைக் கேட்டு நந்தினி திரும்பிப் பார்த்தாள். காளாமுக உருவம் கையில் கத்தியை உருவிக் கொண்டு தன்னை நோக்கி வருவதைக் கண்டாள். விழிகள் பிதுங்கும்படியாக வியப்புடன் அந்த உருவத்தை நோக்கினாள். அவள் வயிற்றிலிருந்த குடல்கள் மேலே ஏறி மார்பையும், தொண்டையையும் அடைத்துக் கொண்டதாகத் தோன்றியது. கண்களைத் துடைத்துக் கொண்டு, எதிரே பார்த்தாள். கரிகாலன் கீழே விழுந்து கிடக்கக் கண்டாள். அவன் உடலில் வீர பாண்டியனுடைய வாள் பாய்ந்திருந்ததையும் கண்டாள்.

அப்போது அவளுடைய தொண்டையிலிருந்து விம்மலும், சிரிப்பும் கலந்த ஒரு பயங்கரமான தொனி எழுந்தது. அது அந்த அறையிலிருந்த கட்டில் முதலிய அசேதனப் பொருள்களைக் கூட நடுங்கும்படி செய்தது. "அடி பாதகி! சண்டாளி! உன் பழியை நிறைவேற்றி விட்டாயா?" என்று கூறிக்கொண்டே காளாமுக உருவம் அவளை மேலும் நெருங்கி வந்தது.

அதே சமயத்தில் வேட்டை மண்டபத்தின் ரகசியக் கதவின் வழியாக உள்ளே நுழைந்த புலி உருவத்தின் மறைவில் ரவிதாஸனும் பிரவேசித்தான். காளாமுகனைப் பார்த்தவுடனே புலியைத் தூக்கி வீசி எறிந்தான். அந்த அறைக்கு இலேசாக வெளிச்சம் தந்து கொண்டிருந்த விளக்கை அந்தச் செத்த புலியின் உடல் தாக்கியது.

விளக்கு அறுந்து விழுந்தது.

அது அணைவதற்கு முன்னால் ஒரு கண நேரம் மணிமேகலையின் பயப் பிராந்தி கொண்ட முகத்தைக் காட்டியது.

'கிறீச்' சென்று கூவிக் கொண்டே மணிமேகலை அங்கிருந்து ஓடினாள்.

அறையில் காரிருள் சூழ்ந்தது.

அந்தக் காரிருளில் சோகந் ததும்பிய விம்மல் குரலும், வெறி கொண்ட சிரிப்பின் ஒலியும், மரணத் தறுவாயில் கேட்கும் முனகல் ஓசையும் மனிதர்கள் விரைந்து அங்குமிங்கும் ஓடும் காலடிச் சத்தமும் கலந்து கேட்டன.

❉ ❉ ❉ ❉

நாற்பதாம் அத்தியாயம்

"நான் கொன்றேன்!"

திருவாலங்காட்டுச் செப்பேடுகளில் சோழ வம்சாவளியை விவரிக்கும்போது, "வானுலகைப் பார்க்கும் ஆசையினால் ஆதித்தன் அஸ்தமனத்தை அடைந்தான். உலகில் கலி என்னும் காரிருள் சூழ்ந்தது!" என்று கூறப்பட்டிருக்கிறது. வீரபாண்டியன் தலை கொண்ட வீராதி வீரனாகிய சோழ சாம்ராஜ்யத்துப் பட்டத்து இளவரசன் ஆதித்த கரிகாலன் அகால மரணமடைந்தது பற்றித்தான் அவ்வாறு திருவாலங் காட்டுச் செப்பேட்டில் பொறிக்கப்பட்டிருக்கிறது.

ஆதித்த கரிகாலன் மரணமுற்றுக் கிடந்த கடம்பூர் அரண்மனையின் அறையில் அப்போது உண்மையாகவே காரிருள் சூழ்ந்திருந்தது.

காளாமுகத் தோற்றங் கொண்டவனால் கழுத்து நெறிபட்டுத் தரையில் தடாலென்று தள்ளப்பட்ட வல்லவரையனுடைய உள்ளத்திலும் அவ்வாறே சிறிது நேரம் இருள் குடிகொண்டிருந்தது. கொஞ்சம் கொஞ்சமாக அந்த உள்ளத்தில் ஒளி தோன்றியபோது, நினைவு வரத் தொடங்கியபோது, அவன் கண்களும் விழித்தன. ஆனால் அவனைச் சுற்றிலும் சூழ்ந்திருந்த இருளின் காரணத்தினால் அவனுடைய கண்ணுக்கு எதுவும் புலன் ஆகவில்லை. ஆதலின், அவன் எங்கே இருக்கிறான், என்ன நிலைமையில் இருக்கிறான் என்பதும் அவன் உள்ளத்தில் புலப்படவில்லை.

மண்டை வலித்துக் கொண்டிருந்த உணர்ச்சி முதலில் ஏற்பட்டது. கழுத்து நெறிபட்ட இடத்திலும் வலி தோன்றியது. மூச்சு விடுவதற்குத் திணற வேண்டியிருந்ததை அறிந்தான். அந்த மண்டை வலி எப்படி வந்தது? இந்தக் கழுத்து வலி எதனால் ஏற்பட்டது? மூச்சு விடுவதற்கு ஏன் கஷ்டமாயிருக்கிறது? ஆகா! அந்தக் காளாமுகன்! அவனைத் தான் கண்டது உண்மையா? அவன் தன் கழுத்தை நெறித்துக் கொல்ல முயன்றது உண்மையா? எதற்காகக் கழுத்தை நெறித்தான்? தான் சத்தம் போடுவதைத் தடுப்பதற்காகவா? தன்னை அப்பால் நகரவொட்டாமல் தடுப்பதற்காகவா? ஏன்? ஏன்? அவனுடைய இரும்புப் பிடியை மீறிக் கொண்டு தான் போக விரும்பியது எங்கே? ஆகா! நினைவு வருகிறது! ஆதித்த கரிகாலரிடம் போவதற்காக! ஐயோ! அவர் கதி என்ன ஆயிற்று? நந்தினி என்ன ஆனாள்? ரவிதாஸன் என்ன செய்தான்? தன்னைத் தடுக்கப் பார்த்துத் தரையில் தள்ளிய காளாமுகன் பிறகு என்ன செய்திருப்பான்?... தான் இப்போது இருப்பது எங்கே? பாதாளச் சிறையிலா? சுரங்கப் பாதையிலா? கண் விழிகள் பிதுங்கும்படியாக வந்தியத்தேவன் சுற்று முற்றும் உற்றுப் பார்த்தான். ஒன்றுமே தெரியவில்லை! கடவுளே இப்படியும் ஓர் அந்தகாரம் உண்டா?... தான் விழுந்த இடம் நந்தினியின் அந்தப்புர அறையில், யாழ்க்களஞ்சியத்தின் அருகில் என்பது நினைவு வந்தது. அங்கேயே அவன் கிடக்கிறானா? அல்லது வேறு எங்கேயாவது தூக்கிக் கொண்டு போய்ப் போட்டு விட்டிருக்கிறார்களா? இதை எப்படித் தெரிந்து கொள்வது?

இரண்டு கைகளையும் நீட்டித் துழாவிப் பார்த்தான். ஒரு பொருள் கைக்குத் தட்டுப்பட்டது. அது என்ன? கத்திபோல் அல்லவா இருக்கிறது? ஆம்; கத்திதான்! திருகுமடல் உள்ள கத்தி! சாதாரணக் கத்திகளைவிட, மிகச் சக்தி வாய்ந்தது! எவன் பேரிலாவது பாய்ந்தால், அவன் செத்தான்! இம்மாதிரி விசித்திரமான கத்தியை எங்கேயோ பார்த்தோமே? அது எங்கே? யார் கையில் பார்த்தோம்!... ஆம்! இடும்பன்காரியின் கையில் அல்லவா பார்த்தோம்! அன்று முன்னிரவில் நடந்தவையெல்லாம் ஒவ்வொன்றாக நினைவுக்கு வந்தன! இந்தக் கத்தி இங்கே எப்படி வந்தது? ஓ! இதன் மடல் ஈரமாயிருக்கிறதே! ஈரம் எப்படி வந்தது? தண்ணீரா இல்லை! எண்ணெயா? அதுவும் இல்லை! ரத்தமாகத்தான் இருக்க வேண்டும்! ஐயோ! யாருடைய ரத்தம்? ஒருவேளை தன்னுடைய ரத்தமே தானோ? வந்தியத்தேவன் தன் பின் மண்டையைத் தொட்டுப் பார்த்துக் கொண்டான். கழுத்தைத் தொட்டுப் பார்த்துக் கொண்டான். அங்கேயெல்லாம் வலித்ததே தவிர, ரத்தம் வந்ததாகத் தெரியவில்லை. உடம்பில் வேறு எங்கும் கத்திக் காயத்தின் வலி இல்லை!... பின், இந்த முறுக்குக் கத்தியின் மடல் யாருடைய ரத்தத்தைக் குடித்துவிட்டு இங்கே நம் அருகில் கிடக்கிறது? இதனால் அவன் யாரையும் காயப்படுத்தவில்லை. இதற்கு முன் அவன் கையினால் அதை எடுத்ததும் இல்லை! பின்னே யார் அதை உபயோகித்திருப்பார்கள்! இடும்பன்காரியாயிருக்குமா? அவன் யார்மேல் இதைப் பிரயோகித்திருப்பான்? ஒருவேளை இடும்பன் காரிதான் அந்தப் பயங்கரத் தோற்றங் கொண்ட காளாமுகனின் வேடத்தில் வந்தானா? இல்லை! இல்லை! அப்படியிருக்க முடியாது! இடும்பன்காரி அவ்வளவு நெடிதுயர்ந்த உருவம் கொண்டவன் அல்ல...

இது என்ன? காலடிச் சத்தமா? யாராவது வருகிறார்களா? பேசாமல் இருக்கலாமா? குரல் கொடுக்கலாமா? வருகிறவர்கள் கையில் விளக்குடன் வரக்கூடாதோ? எங்கே இருக்கிறோம் என்றாவது தெரிந்து கொள்ளலாம் அல்லவா? இருட்டில் தெரியாமல் தன்னை மிதித்துவிடப் போகிறார்களே?...

இந்த எண்ணம் தோன்றியது வந்தியத்தேவன் சட்டென்று எழுந்து உட்கார்ந்தான். கையில் அந்தச் சிறிய கத்தியை ஆயத்தமாக வைத்துக்கொண்டு "யார் அங்கே?" என்று கேட்டான்.

அவனுடைய குரல் ஒலி அவனுக்கு அளவில்லாத வியப்பை அளித்தது. அதை அவனாலேயே அடையாளங் கண்டுகொள்ள முடியவில்லை. அவனுடைய குரலாகவே தோன்றவில்லை. அந்தக் காளாமுகன் பிடித்த பிடியினால் அவனுடைய தொண்டைக்கு இந்தக் கேடு நேர்ந்திருக்கிறது. சத்தம் வெளியில் வருவதே கஷ்டமாயிருக்கிறது.

மறுபடியும் ஒரு தடவை "யார் அங்கே?" என்று உரக்கச் சத்தமிட்டுக் கேட்க முயன்றான். ஏதோ அதுவும் ஓர் உறுமல் சத்தமாக வந்ததே தவிர, குரல் ஒலியாகவே தோன்றவில்லை.

மீண்டும் காலடிச் சத்தம் விரைவாகக் கேட்டு நின்றது. வந்தவர் அவனுடைய குரலைக் கேட்டுப் பேயோ பிசாசோ என்று பயந்து வந்த வழியே திரும்பிப் போய்விட்டார் போலும். இதை எண்ணி வந்தியத்தேவன் சிரிக்க முயன்றான். சிரிப்புக் குரலும் அம்மாதிரி உருத் தெரியாமலேதான் ஒலித்தது.

சரி; இனி உட்கார்ந்திருப்பதிலோ காத்திருப்பதிலோ பயனில்லை. எழுந்து நடந்து எங்கே இருக்கிறோம் என்று சோதித்துப் பார்க்க வேண்டியதுதான்.

எழுந்து நின்றான்; கால்கள் தள்ளாடின. ஆயினும் சமாளித்துக் கொண்டு நடந்தான். கைகளை எவ்வளவு நீட்டினாலும் ஒன்றும் தட்டுப்படவில்லை.

தூரத்தில் ஏதோ சிறிது பளபளவென்று தெரிந்தது. ஆகா! அது நிலைக்கண்ணாடி போல் அல்லவா இருக்கிறது? அதில் எங்கிருந்தோ மிக மெல்லிய ஒளிக்கிரணம் ஒன்று பட்டதினால் அது பளபளக்கிறது. ரவிதாஸன் கையில் புலியின் உடலை எடுத்துக் கொண்டு நுழைந்த தோற்றம் அந்தக் கண்ணாடியிலேயே பிரதிபலித்தது வந்தியத்தேவனின் நினைவுக்கு வந்தது. சரி, சரி! நந்தினியின் அந்தப்புர அறைக்குள்ளேதான்

இன்னும் இருக்கிறோம். ஆனால் ஏன் இங்கே இப்படி இருள் சூழ்ந்திருக்கிறது? ஏன் நிசப்தம் குடி கொண்டிருக்கிறது? இந்த அறையில் சற்று முன்னால் இருந்தவர்கள் அத்தனைபேரும் என்ன ஆனார்கள்?

இவ்விதம் எண்ணமிட்டுக் கொண்டே வந்தியத்தேவன் இருட்டில் தடுமாறிக் கொண்டு நடந்தான். வாசற்படிக்கருகில் போனால் ஒருவேளை வெளிச்சம் இருக்கலாம்,– அல்லது அங்கிருந்து வெளியேறி யாரையாவது கேட்டு நடந்ததைத் தெரிந்து கொள்ளலாம் என்று எண்ணிக் கொண்டு சென்றான்.

ஏதோ காலில் தடுக்கவே மறுபடியும் தடால் என்று விழுந்தான். ஆனால் இம்முறை ஏதோ மிருதுவான பொருளின் மீது விழுந்தபடியால் பலமாக அடிபடவில்லை. அந்த மிருதுவான பொருள் புலியின் தோல் என்று தெரிந்தது. ரவிதாஸன் கையில் எடுத்துக் கொண்டு வந்து எறிந்த புலித்தோல் மீது அவன் விழுந்திருக்க வேண்டும்...

தடுமாறி விழுந்தபோது கையிலிருந்த கத்தி நழுவி விட்டது; அதைக் கண்டுபிடித்து எடுத்துக் கொள்வதற்காகக் கையை நீட்டித் துழாவினான். கையில் மிருதுவாக ஏதோ தட்டுப்பட்டது. வந்தியத்தேவனுடைய உடம்பெல்லாம் நடுங்கியது. ரோமங்கள் குத்திட்டு நின்றன; நெஞ்சில் பீதி குடி கொண்டது.

'அப்படியும் இருக்க முடியுமா?' என்று எண்ணிக் கொண்டே மறுபடியும் தடவிப் பார்த்தான்.

ஆம்; அது ஒரு மனித உடல்தான்! அவன் கையில் தட்டுப்பட்டது அந்த மனிதனின் உள்ளங்கை ! புலித்தோலை உடனே அகற்றித் தூர எறிந்தான். பிறகு உற்றுப் பாத்தான். கண்ணாடியில் விழுந்த இலேசான ஒளி பிரதிபலித்துக் கீழே கிடந்த உடலையும் சிறிது புலப்படுத்தியது. ஐயோ!

இளவரசர் ஆதித்த கரிகாலர் அல்லவா கிடக்கிறார்? அவர் அல்ல! அவருடைய உயிர் அற்ற உடல்தான் கிடக்கிறது!

வந்தியத்தேவனுடைய நெஞ்சு விம்மித் தொண்டையை அடைத்துக் கொண்டது. கண்களில் அவனை அறியாமல் கண்ணீர் ததும்பியது!

நடுநடுங்கிய கைகளினால் கரிகாலருடைய உடம்பின் பல பகுதிகளையும் தொட்டுப் பார்த்தான். சிறிதும் சந்தேகத்துக்கு இடம் இல்லை. உயிர் சென்றுவிட்ட வெறுங்கூடுதான்!

அந்த உயிரற்ற உடம்பின் விலாப் பக்கத்திலிருந்து பெருகிப் பக்கத்தில் வழிந்திருந்த இரத்தம் அவனுடைய கைகளை நனைத்தது.

அச்சமயம் அவனுக்குக் குந்தவைப் பிராட்டியின் நினைவு உண்டாயிற்று. அந்த மாதரசி அவனை எதற்காக அனுப்பி வைத்தாளோ, அந்தக் காரியத்தில் அவன் வெற்றி அடையவில்லை. முழுத்தோல்வி அடைந்தான்! இனி அவள் முகத்தில் விழிப்பது எங்ஙனம்?

அவனால் எவ்வளவு பிரயத்தனம் செய்ய முடியுமோ, அவ்வளவும் செய்தாகிவிட்டது. ஆனாலும் பயன்படவில்லை. விதி வென்றுவிட்டது!

இளவரசரின் உயிரற்ற உடலை எடுத்து தன்னுடைய மடியிலே போட்டுக் கொண்டான். மேலே என்ன செய்வது என்று, தெரியவில்லை. சிந்திக்கும் சக்தியையே இழந்துவிட்டான். சத்தம்போட்டு அலறுவதற்குத் தொண்டையிலும் சக்தி இல்லாமற் போய்விட்டது.

"இளவரசர் இறந்துவிட்டார்; ஒப்புக்கொண்ட காரியத்தில் நாம் வெற்றி பெறவில்லை; குந்தவையின் முகத்தில் இனி விழிக்க முடியாது!" என்னும் இந்த எண்ணங்களே திரும்பத் திரும்ப அவன் மனத்தில் வந்து கொண்டிருந்தன.

இவ்வாறு எண்ணிக் கொண்டு அவன் எத்தனை நேரம் அங்கே உட்கார்ந்திருந்தான் என்பது அவனுக்கே தெரியாது.

தீவர்த்தி வெளிச்சத்துடன் மனிதர்கள் சிலர் அந்த அறையை நெருங்கி வருகிறார்கள் என்பதைக் கண்ட பிறகுதான் அவனுக்கு ஓரளவு சுய நினைவு வந்தது.

கரிகாலருடைய உடலைத் தன்னுடைய மடியிலிருந்து எடுத்துக் கீழே வைத்துவிட்டு எழுந்து நின்றான்.

பத்துப் பன்னிரண்டு ஆள்கள் முன்வாசற் பக்கமிருந்து வந்தார்கள். அவர்களில் இருவர் தீவர்த்தி பிடித்துக் கொண்டிருந்தார்கள். மற்றும் சிலர் வேல் ஏந்திக் கொண்டு வந்தார்கள்.

எல்லாருக்கும் முன்னால் கந்தமாறனும், அவனுக்கு அடுத்தாற் போல் பெரிய சம்புவரையரும் வந்தார்கள்.

வந்தவர்கள் எல்லாருடைய முகங்களும் பயப்பிராந்தியைக் காட்டின. தீவர்த்தி வெளிச்சத்தில் பேயடித்தவர்களைப் போல் காணப்பட்டார்கள்.

கந்தமாறனுடைய முகத்தில் மட்டும் கோபமும் ஆத்திரமும் கொந்தளித்துக் கொண்டிருந்தன.

அவன் வந்தியத்தேவனைப் பார்த்தும் "அடே, பாதகா! கொலைகாரா! சிநேகத் துரோகி! ராஜத் துரோகி! நீ தப்பித்துக் கொண்டு ஓடவில்லையா! போய்விட்டாய் என்றல்லவா நினைத்தேன்?" என்று கர்ஜனை செய்தான்.

பின்னர் பெரிய சம்புவரையரை நோக்கி, "தந்தையே! அதோ பாருங்கள், கொலைகாரனை! சிநேகிதன் போல் நடித்துப் பாதகம் செய்த பழிகாரனைப் பாருங்கள்! நம்முடைய வம்சத்துக்கு அழியாத களங்கத்தை உண்டு பண்ணிய சண்டாளனைப் பாருங்கள்! அவன் முகத்தோற்றத்தைப் பாருங்கள்! அவன் செய்த பயங்கரக் குற்றம் அவன் முகத்திலேயே எழுதியுள்ளதைப் போல் பிரதிபலிப்பதைப் பாருங்கள்!" என்றான்.

சம்புவரையர் அதற்கெல்லாம் மறுமொழி ஒன்றும் சொல்லாமல் கீழே கிடந்த ஆதித்த கரிகாலனுடைய உடலை அணுகினார். அதன் தலைமாட்டில் உட்கார்ந்து, சிறிது நேரம் உற்றுப் பார்த்துக் கொண்டிருந்து விட்டு, "ஐயோ! விதியே! இது என் வீட்டிலா நேர வேண்டும்? விருந்துக்கு என்று அழைத்து வேந்தனைக் கொன்ற பழி என் தலையிலா விடிய வேண்டும்?"என்று புலம்பிக் கொண்டே தமது தலையில் 'படார், படார்' என்று அடித்துக் கொண்டு புலம்பினார்.

கந்தமாறன், "தந்தையே! நம் குலத்துக்கு அந்தப் பழி ஒரு நாளும் வராது! இதோ கொலைகாரனைக் கையும் மெய்யுமாகப் பிடித்திருக்கிறோம்! இவன் இளவரசரைக் கொல்வதற்கு உபயோகித்த கத்தி அதோ கிடப்பதைப் பாருங்கள்! அதில் ரத்தம் தோய்ந்திருப்பதைப் பாருங்கள்! முன்னால் நான் வந்து பார்த்தபோது இவன் இல்லை, கத்தியும் இல்லை. ஓடப்பார்த்து, முடியாமல் திரும்பி விட்டான்! ஒரு வேளை இளவரசர் உடம்பில் உயிர் ஒட்டிக் கொண்டிருக்கிறதோ என்று பார்க்க வந்தான் போலும்! கத்தியால் குத்தியது போதாது என்று தொண்டையைத் திருகிவிட்டுப் போக வந்தான் போலும்! தந்தையே! இப்பேர்ப்பட்ட மகா பாதகனுக்கு, – சதிகாரத் துரோகிக்கு, – என்ன தண்டனை கொடுப்பது? எது கொடுத்தாலும் போதாதே?" என்று கந்தமாறன் பேசிக் கொண்டே போனான்.

வந்தியத்தேவன் ஏற்கெனவே தொண்டை நெறிந்து பேச முடியாதவனாயிருந்தான். கந்தமாறனுடைய வார்த்தைகள் அவனைத் திக்பிரமை கொள்ளச் செய்தன. தன்னைப் பிறர் கொலைகாரனாகக் கருதக் கூடிய நிலையில்தான் இருப்பது அப்போதுதான் அவனுக்குத் தெரிய வந்தது. இளவரசனைக் குத்திக் கொன்ற குற்றத்தையல்லவா இந்தக் கந்தமாறன் தன்மீது சுமத்துகிறான்? முன்னே இவன் முதுகில் நான் கத்தியால் குத்தியதாகச் சொன்னான். இப்போது இளவரசரை நான் கொன்றுவிட்டதாகவே சொல்கிறான்! நம் நிலை அப்படி இருக்கிறது! ஆகா! அந்தப் பழுவூர் மோகினி, – அழகே வடிவான விஷப்பாம்பு, – இதற்காகவே

திட்டமிட்டிருந்தாள் போலும்! இதற்காகவே தன்னைச் சில முறை காப்பாற்றினாள் போலும்! குந்தவைப் பிராட்டியின் பேரில் இவளுக்கு உள்ள குரோதத்தை இவ்விதம் தீர்த்துக் கொண்டாள்! ஆகா! அந்தச் சௌந்தரிய வடிவங்கொண்ட பெண் பேய் எங்கே? எப்படித் தப்பித்தாள்? காரியம் முடிந்ததும் மந்திரவாதி ரவிதாஸன் முதலியவர்களோடு சுரங்க வழியில் தப்பி ஓடிவிட்டாள் போலும்!...

இவ்வாறு எண்ணமிட்ட வந்தியத்தேவன் சிந்தனை சட்டென்று இன்னொரு பக்கம் திரும்பியது! ஆதித்த கரிகாலரைத் தான் கொல்லவில்லையென்பது நிச்சயம். ஆனால் வேறு யார் கொன்றிருப்பார்கள்? நந்தினியா? அல்லது ரவிதாஸனா? அல்லது காளாமுகனா? – ஒரு வேளை தான் நினைவு மறக்கும் தறுவாயில் ஒரு கணம் தோன்றி மறைந்த மணிமேகலையாகத்தான் இருக்குமோ? அல்லது இந்த முறுக்குக் கத்தியை எடுத்து வந்தவனான இடும்பன்காரியாக இருக்குமோ? ஒருகால் கந்தமாறனே தான் நந்தினி மேல் கொண்ட மோகத்தினால் இந்தப் படுபாதகத்தைச் செய்து விட்டு நம் பேரில் பழியைப் போடுகிறானா? அல்லது நந்தினி சொல்லிய அதிசயமான ரகசியத்தைக் கேட்டு விட்டுத் தன்னைத்தானே நொந்து கொண்ட ஆதித்த கரிகாலர் தற்கொலை செய்து கொண்டு இறந்தாரா?

கந்தமாறன், தன் பக்கத்தில் நின்ற ஆட்களைப் பார்த்து, "தடியர்களே! ஏன் சும்மா நிற்கிறீர்கள்? இந்தக் கொலைகாரனைப் பிடித்துக் கட்டுங்கள்!" என்று கத்தியதும்தான் வந்தியத்தேவனுக்குத் தனது இக்கட்டான நிலைமை மறுபடியும் ஞாபகத்துக்கு வந்தது.

கந்தமாறனை அவன் இரக்கமும், துயரமும் ததும்பிய கண்களினால் பார்த்தான். ஒரு பெரு முயற்சி செய்து தொண்டையில் ஜீவனைத் தருவித்துக் கொண்டு, "கந்தாமாறா! இது என்ன? நான் இத்தகைய கொடுஞ் செயலைச் செய்திருப்பேன் என்று நீ நம்புகிறாயா? எதற்காக நான் செய்ய வேண்டும்? எனக்கு என்ன லாபம் இதனால்? நண்பா!..." என்பதற்குள் கந்தமாறன், "சீச்சீ! நான் உன் நண்பன் அல்ல. அவ்விதம் கூறிய உன் நாவை அறுக்க வேண்டும். உனக்கு என்ன லாபம் என்றா கேட்கிறாய்? ஏன் லாபம் இல்லை? நந்தினியின் கடைக்கண் கடாட்சத்தைப் பெறலாம் என்ற ஆசைதான்! அடே! அந்தப் பழுவூர் மோகினி இப்போது எங்கே?" என்றான்.

"கந்தமாறா! உண்மையில் எனக்குத் தெரியாது. நான் இங்கே நினைவிழந்து கிடந்தேன். நீங்கள் வருவதற்குச் சற்று முன்புதான் நினைவு பெற்றேன். நந்தினி என்ன ஆனாள் என்று எனக்குத் தெரியாது. ஒருவேளை சுரங்கப்பாதை வழியாக வெளியேறியிருக்கலாம். வேட்டை மண்டபத்தில் அவளுடைய ஆட்கள், – வீரபாண்டியனுடைய ஆபத்துதவிகள், – நாலு பேர் காத்திருக்கிறார்கள். அவர்களுடன் நந்தினி போயிருக்கலாம்!"

கந்தமாறன், "ஓகோ! உன்னையும் ஏமாற்றிவிட்டு போய் விட்டாளாக்கும். ஆனால் உனக்கு ஒன்றும் தெரியாது என்று சாதிக்க வேண்டாம். அதை யார் நம்புவார்கள்? நீ அவளுடைய மோகவலையில் விழுந்திருந்தாய், காலால் இட்ட காரியத்தைத் தலையினாலே முடிப்பதற்குத் தயாராய் இருந்தாய் என்பது எனக்குத் தெரியாதா? ஆதித்த கரிகாலரே சொல்லியிருக்கிறார். நந்தினியும் அவரிடத்தில் உன்னைப் பற்றிய உண்மையைச் சொல்லியிருக்கிறாள். அவள் தூண்டியோ, அவளுக்குத் திருப்தி தரும் என்று நினைத்தோ, நீ இந்தக் கொலை பாதகத்தைச் செய்துவிட்டாய்! உன்னுடைய முகத்தில் விழித்தாலும் பாவம்!" என்றான்.

"கந்தமாறா! சத்தியமாகச் சொல்லுகிறேன். நான் இளவரசரைக் கொல்லவில்லை. அவர் உயிரைக் காப்பாற்றும் பொறுப்பைப் பழையாறை இளைய பிராட்டியிடம் நான் ஏற்றுக்கொண்டு வந்தேன்..."

"இவ்விதம் சொல்லித்தான் இளவரசரை ஏமாற்றினாய்! பிறகு வஞ்சகம் செய்து குத்திக் கொன்றாய்! இல்லாவிட்டால், இந்த அறைக்குள் எப்படி வந்து சேர்ந்தாய்? எதற்காக வந்தாய்?"

"கந்தமாறா! இளவரசருக்கு ஆபத்து வரப்போவதையறிந்து அவரைப் பாதுகாக்க வந்தேன். அந்த முயற்சியில் தோற்றுப் போனேன். ஆனால் அது என் குற்றம் இல்லை. உன் தங்கை மணிமேகலையை வேணுமானால் கேட்டுப் பார் அவள்தான் என்னை..."

"சீச்சீ! என் தங்கையைப் பற்றிப் பேசாதே! அவள் பெயரையே சொல்லாதே. ஜாக்கிரதை! இனி அவள் பேச்சை எடுத்தால் தெரியுமா? உன் கழுத்தைப் பிடித்து நெறித்து இப்பொழுதே கொன்று விடுவேன்!"

இவ்விதம் கூறிவிட்டுக் கந்தமாறன் வந்தியத்தேவன் மீது பாய்ந்து அவன் மார்பையும் தோள்களையும் சேர்த்துப் பிணைத்திருந்த கயிறுகளைப் பிடித்து ஒரு குலுக்குக் குலுக்கினான். பின்னர், கீழே ஆதித்த கரிகாலன் உடலுக்கருகில் உட்கார்ந்து வேதனையில் ஆழ்ந்திருந்த சம்புவரையரைப் பார்த்து, "தந்தையே! இவனை என்ன செய்கிறது என்று சொல்லுங்கள்! நம் குலத்துக்கு அழியா அபகீர்த்தியை உண்டு பண்ணிய இந்தக் கொலைபாதகனை என்ன செய்கிறது என்று சொல்லுங்கள்! தாங்கள் அநுமதி கொடுத்தால் இவனை இந்த நிமிடமே கண்ட துண்டமாக்கிப் போடுகிறேன்! தந்தையே! சொல்லுங்கள்!" என்று கத்தினான்.

கரிகாலனுடைய உடலைத் தடவிப் பார்த்துக் கொண்டு பிரமை பிடித்தவர்போல் உட்கார்ந்திருந்த சம்புவரையர், கந்தமாறனுடைய கூச்சலைக் கேட்டு அண்ணாந்து பார்த்தார்.

அவருடைய பார்வை கந்தமாறனுக்கு அப்பால் சென்றது. அந்த அறையிலேயிருந்த கட்டில் திரைச் சீலை அசைந்ததைக் கண்டார். மறுகணம் அத்திரைச்சீலையை விலக்கிக் கொண்டு ஓர் உருவம் வெளிப்படுவதைப் பார்த்தார். கண்களில் நீர் ததும்பியிருந்த காரணத்தினால் திரைச்சீலையிலிருந்து வெளிப்பட்டு வந்தது யார் என்பதை அவர் உடனே தெரிந்து கொள்ளவில்லை. இன்னும் சிறிது அருகில் அந்த உருவம் வந்ததைக் கண்டதும் அவள் தனது செல்வக்குமாரி மணிமேகலை என்பதை அறிந்து கொண்டார். அதனால் அவருக்கு ஏற்பட்ட வியப்பும், அருவருப்பும் வேதனையுடன் கலந்து முகத்தில் தோன்றின.

"மணிமேகலை! நீ எப்படி இங்கே வந்தாய்?" என்று அவர் கேட்ட வார்த்தைகள், கந்தமாறனையும் திரும்பிப் பார்க்கும்படி செய்தன. "அப்பா! நான் இங்கேயேதான் இருந்தேன். அவரை ஒன்றும் செய்ய வேண்டாம் என்று அண்ணனுக்குச் சொல்லுங்கள். அவர் பேரில் குற்றம் ஒன்றுமில்லை!" என்றாள்.

கந்தமாறன், "அப்பா! பார்த்தீர்களா? இந்தப் பாதகன் எப்படி என் தங்கையின் மனத்தைக் கெடுத்திருக்கிறான். பார்த்தீர்களா? இவன் பேரில் குற்றம் ஒன்றும் இல்லையாமே!" என்று சீறிக்கொண்டே சிரித்தான்.

"ஆம், அண்ணா! நிச்சயமாக இவர் பேரில் குற்றம் ஒன்றுமில்லை!" என்று மணிமேகலை உறுதியாகக் கூறினாள்.

கந்தமாறனை ஒரு பக்கம் ஆத்திரமும், இன்னொரு பக்கம் வெட்கமும் சேர்ந்து பிடுங்கித் தின்றன.

"தங்காய்! வாயை மூடிக்கொள்! உன்னை யார் இங்கே அழைத்தார்கள்? நீ இங்கே வந்திருக்கவே கூடாது. உன் புத்தி சுவாதீனத்தில் இல்லை. உடனே முன்கட்டுக்குப் போ! மற்றப் பெண்கள் உள்ள இடத்துக்குப் போ!" என்று கத்தினான் கந்தமாறன்.

"இல்லை, அண்ணா! என் புத்தி சுவாதீனத்திலேதான் இருக்கிறது. உன் புத்திதான் கலங்கிப் போயிருக்கிறது. இல்லாவிட்டால் இவர் இளவரசரைக் கொன்றதாக நீ குற்றம் சாட்டியிருக்க மாட்டாய்!" என்றாள் மணிமேகலை.

கந்தமாறன், "அறிவு கெட்டவளே! இந்தக் கொலை பாதகனுக்கு நீ ஏன் பரிந்து பேசுகிறாய்?" என்றான்.

"அவர் கொலைபாதகர் அல்ல, அதனால்தான்!" என்றாள் மணிமேகலை.

கந்தமாறன் ஆத்திரச் சிரிப்புடன், "இவன் கொலைபாதகன் இல்லை என்றால், பின்னே யார்? இளவரசரைக் கொன்றது யார்? நீ கொன்றாயா?" என்றான்.

"ஆம்! **நான்தான் கொன்றேன்! இந்த வாளினால் கொன்றேன்!"** என்றாள் மணிமேகலை.

இந்த வார்த்தைகளைக் கேட்டு அங்கேயிருந்தவர்கள் அவ்வளவு பேரும் திகைத்துப் போனார்கள். அவர்கள் ஒருவர் முகத்தை ஒருவர் வியப்புடன் பார்த்துக் கொண்டார்கள்.

ஒரு கண நேரத் திகைப்புக்குப் பிறகு கந்தமாறன் வந்தியத்தேவனை விட்டுவிட்டு மணிமேகலையண்டை பாய்ந்து ஓடினான். அதன் நுனியை உற்றுப் பார்த்தான்.

"அப்பா! இதைக் கேளுங்கள். இவளால் இந்த வாளைத் தூக்கவே முடியவில்லை. இவள் இதனால் இளவரசரைக் கொன்றதாகச் சொல்லுகிறாள். இது இளவரசர் உடம்பில் பாய்ந்திருந்தால், திரும்ப இவளால் எடுத்திருக்க முடியுமா? இதன் நுனியில் பாருங்கள்! சுத்தமாய்த் துடைத்தது போலிருக்கிறது! வல்லவரையனைக் காப்பாற்றுவதற்காக இப்படிச் சொல்லுகிறாள்! இவன் பேரில் இவளுக்கு ஏன் இவ்வளவு அக்கறை? அவ்வளவு தூரம் இவளுடைய மனதை இந்தப் பாதகன் கெடுத்து விட்டிருக்கிறான். மாய மந்திரம் போட்டு மயக்கி விட்டிருக்கிறான்! அவனுடைய முகத்தைப் பாருங்கள்! அவன் செய்த குற்றம் அவன் முகத்திலேயே எழுதியிருப்பதைப் பாருங்கள்!" என்றான்.

உண்மையிலேயே வந்தியத்தேவன் முகத்தில் வியப்பும், திகைப்பும் வேதனையும் குடிகொண்டிருந்தன. இத்தனை நேரம் மௌனமாயிருந்தவன் இப்போது வாய் திறந்து, "கந்தமாறா! நீ சொல்லுவது உண்மைதான்! நான்தான் குற்றவாளி. உன் சகோதரி என்னைக் காப்பாற்றுவதற்காகவே இப்படிக் கற்பனை செய்து சொல்லுகிறாள்! இளவரசி! தங்களுக்கு நன்றி! என் உடலிலிருந்து உயிர் பிரிந்த பிறகும் தாங்கள் என்னிடம் வைத்த சகோதர பாசத்தை மறக்க மாட்டேன். ஆனால், தங்கள் தமையன் சொல்வதை இப்போது கேளுங்கள்! அந்தப்புரத்துக்குப் போய்விடுங்கள்!" என்றான்.

இதைக் கேட்ட கந்தமாறனுடைய குரோதம் சிகரத்தை அடைந்தது. முன்னமே சிவந்திருக்க அவன் கண்கள் இப்போது அனலைக் கக்கின.

"அடே! எனக்காக நீ சிபாரிசு செய்யும் நிலைமைக்கு வந்து விட்டதா? நான் சொல்லிக் கேட்காதவள் நீ சொல்லித் தான் கேட்பாளா? இவள் உன்னிடம் அவ்வளவு சகோதர வாஞ்சை வைத்திருக்கிறாளா? இவள் என்னுடன் பிறந்தவளா? உன்னோடு பிறந்தவளா? என்னைக் காட்டிலும் உன்னிடம் இவளுக்கு மரியாதை அதிகமா? அது ஏன்? என்ன மாயமந்திரம் செய்து இவள் மனத்தை அவ்விதம் கெடுத்து விட்டிருக்கிறாய்? உன்னை நான் கொல்லுவதற்கு இதுவே போதுமே! இதோ உன்னை யமனுலகம் அனுப்பிவிட்டு மறுகாரியம் பார்க்கிறேன்! உன் அருமைச் சகோதரி கையில் வைத்திருந்த வாளினாலேயே உன்னைக் கொல்லுகிறேன். அது உனக்கு மகிழ்ச்சி தரும் அல்லவா?" இவ்வாறு கத்திக்கொண்டே கந்தமாறன் வாளை ஓங்கிக் கொண்டு வந்தியத்தேவன் மீது பாய்ந்தான்.

❖ ❖ ❖ ❖

நாற்பத்தொன்றாம் அத்தியாயம்

பாயுதே தீ!

இத்தனை நேரம் அசைவற்று உட்கார்ந்திருந்த சம்புவரையர் இப்போது பாய்ந்து எழுந்து கந்தமாறனுடைய கையைப் பிடித்துக் கொண்டார்.

"அடே மூடா! என்ன காரியம் செய்யத் துணிந்தாய்?" என்றார்.

"தந்தையே! இந்தச் சிநேகிதத் துரோகியைக் கொல்லுவதிலே என்ன தவறு?" என்றான் கந்தமாறன்.

"என்ன தவறா? அதனால், நானும் நீயும் இந்தப் பழைமையான சம்புவரையர் குலமும் அழிந்து போவோம். இவனைக் கொன்று விட்டால் இளவரசரையும், இவனையும் சேர்த்துக் கொன்றுவிட்டதாக நம் பேரில் அல்லவோ பழி சுமத்துவார்கள்? இது கூடவா உனக்குத் தெரியவில்லை?" என்றார் தந்தை.

"அவ்வாறு நம் பேரில் பழி சுமத்தக் கூடிய வல்லமையுடையவன் யார்? அவ்விதம் குற்றம் சுமத்திவிட்டு அவன் உயிருடன் பிழைத்திருப்பானா?" என்று கேட்டான் கந்தமாறன்.

"ஐயோ! அசட்டுப் பிள்ளையே! உன்னுடைய வீரத்தையும், துணிச்சலையும் இதிலேதானா காட்டவேண்டும்? உன்னுடைய யோசனையை ஆரம்பத்திலிருந்து கேட்டதினாலேதான் இந்த விபரீதம் நம் வீட்டில் நடந்து விட்டது! பெரிய பழுவேட்டரையரையும், மற்றச் சிற்றரசர்களையும் நீதான் இந்த வீட்டுக்கு அழைத்தாய். மதுராந்தகத் தேவர் ரகசியமாக இங்கே வந்ததும் உன்னாலேதான். அது இந்த உன் அருமைச் சிநேகிதன் மூலம் எல்லாருக்கும் தெரிந்துவிட்டது. பிறகு ஆதித்த கரிகாலரைக் காஞ்சியிலிருந்து அழைத்து வந்தவனும் நீதான்! ஐயோ! அதன் விளைவு இப்படியாகும் என்று நான் நினைக்கவே இல்லை! மலையமான் – நமது குலத்தின் பழைமையான விரோதி – பெரியதொரு படையுடன் நெருங்கி வந்து கொண்டிருக்கிறான். அவனுக்கு என்ன சொல்லப் போகிறேன்?... பழுவேட்டரையரும் இச்சமயம் பார்த்து ஊருக்குப் போய்விட்டார்!..." என்று கூறிச் சம்புவரையர் திரும்பவும் தலையிலே அடித்துக் கொண்டார்.

கந்தமாறன் கண்களில் நீர் ததும்ப, "தந்தையே! தாங்கள் வீணாக வேதனைப் படவேண்டாம். என்னால் நேர்ந்த விபரீதத்துக்கு நானே தண்டனை அனுபவிக்கிறேன். தாங்கள் என்ன கட்டளையிடுகிறீர்களோ, அவ்விதம் செய்யக் காத்திருக்கிறேன்!" என்றான்.

"முதலில் இந்தப் பெண்ணை அழைத்துக் கொண்டு போய் அந்தப்புரத்தில் விட்டுவிட்டு வா! இவள் ஏதாவது உளறினால் வாயிலே துணியை அடைத்துக் கையையும் காலையும் கட்டிப் போட்டுவிட்டு வா! இல்லாவிட்டால் ரகசிய அறையில் போட்டுப் பூட்டிவிட்டு வா!" என்றார் சம்புவரையர்.

மணிமேகலை தன் அருமைத் தந்தை அப்போது கொண்டிருந்த ரௌத்ராகாரத்தைப் பார்த்துவிட்டு நடுநடுங்கினாள். வந்தியத்தேவனுக்கு இப்போது உடனே ஆபத்து ஒன்றுமில்லை என்பதையும் தெரிந்து கொண்டாள்.

"தந்தையே! மன்னிக்க வேண்டும். தங்கள் கட்டளைப்படி நடந்து கொள்வேன். கந்தமாறன் என்னைத் தொட வேண்டாம். நானே இதோ தாய்மார்கள் இருக்கும் அந்தப்புரத்துக்குப் போய் விடுகிறேன்!" என்று சொல்லிவிட்டு விடு விடு என்று அங்கிருந்து நடந்து சென்றாள். கந்தமாறனும் அவளைப் பின்தொடர்ந்து போனான்.

அவர்கள் சென்றவுடனே சம்புவரையர் தம்முடன் வந்திருந்த ஆட்களைப் பார்த்து, "இவனை அந்தக் கட்டில் காலுடன் சேர்த்து, இறுக்கிக் கட்டுங்கள்!" என்று உத்தரவிட்டார்.

அவ்விதமே ஆட்கள் வந்தியத்தேவனை நெருங்கி வந்தபோது அவன் அமைதியாக இருந்தான். கட்டில் காலுடன் சேர்த்துக் கட்டிய போதும் அவன் எவ்விதத் தடங்கலும் செய்யவில்லை. கட்டி முடிந்தவுடனே அவன், "ஐயா! சற்றே யோசித்துப் பாருங்கள்! கரிகாலருடைய அந்தரங்கத்துக்குரிய நண்பன் நான். அவரைக் கொல்லுவதினால் எனக்கு என்ன லாபம்? உண்மையில் அவரைக் கொன்ற பாதகர்கள் சுரங்கப் பாதை வழியாகத் தப்பித்துக் கொண்டு போய் விட்டார்கள். அவர்களைத் தொடர்ந்து போய்ப் பிடிப்பதற்கு முயற்சி செய்யுங்கள். அவர்களை நான் பார்த்திருக்கிறேன். என்னை அவிழ்த்து விட்டால், நானே தங்களுடன் வந்து அவர்களைப் பிடிப்பதற்கு உதவி செய்வேன்! தப்பிச் செல்வதற்கு நான் பிரயத்தனம் செய்யமாட்டேன்!" என்றான்.

"அடே! நீ சொல்லுவது உண்மையானால் கரிகாலர் கொலை செய்யப்படும்போது நீ என்ன செய்து கொண்டிருந்தாய்? வேடிக்கைப் பார்த்துக் கொண்டிருந்தாயா?" என்றார் சம்புவரையர்.

"ஐயா! பழுவூர் ராணியும் கரிகாலரும் பேசிக் கொண்டிருந்த போது திடீரென்று கொலைகாரர்கள் பிரவேசித்தார்கள். அவர்களைத் தடுக்க நான் யத்தனித்தபோது பயங்கரமான தோற்றமுடைய காளாமுகன் ஒருவன் என் கழுத்தைப் பிடித்து நெறித்தான். நான் நினைவிழந்து விட்டேன். மறுபடியும் நினைவு வந்தபோது ஆதித்த கரிகாலர் உயிரற்று விழுந்து கிடப்பதைக் கண்டேன்!" என்றான் வந்தியத்தேவன்.

இச்சமயத்தில் அந்த மாளிகைச் சுவருக்கு அப்பால் பெரியதொரு கூச்சல் கேட்டது. ஆயிரக் கணக்கானவர்களின் கோபக் குரலிலிருந்து எழுந்த கோஷத்தைப் போல் தொனித்தது.

சம்புவரையர் அதைக் காது கொடுத்துக் கேட்டார். வந்தியத்தேவனைப் பார்த்து, "சரி! சரி! நீ சொல்வது உண்மையாகவே இருந்தாலும் சற்று நேரம் நீ இங்கேயே இரு! உன்னுடைய அருமை நண்பராகிய இளவரசருக்குத் துணையாக இரு! அது என்ன கூச்சல் என்று பார்த்து விட்டுப் பிறகு வருகிறேன்! வந்து உன் கட்சியை முழுதும் தெரிந்து கொள்கிறேன்!" என்று கூறிவிட்டுச் சம்புவரையர் புறப்பட்டார். அவருடன் ஆட்களும் கிளம்பினார்கள். போகும்போது சம்புவரையரின் கட்டளைப்படி அந்த அறையின் கதவைச் சாத்தி வெளிப்புறத்தில் தாளிட்டுவிட்டுச் சென்றார்கள்.

மறுபடியும் அந்த அறையில் இருள் சூழ்ந்தது. வந்தியத்தேவனுடைய உள்ளத்திலோ சொல்ல முடியாத வேதனை குடி கொண்டது! சில மாதங்களுக்கு முன்னர் அந்தக் கடம்பூர் சம்புவரையர் மாளிகைக்குத் தான் வந்ததிலிருந்து நடந்தவற்றையெல்லாம் நினைத்துப் பார்த்துக் கொண்டான். வானத்திலே அப்போது தான் பார்த்த தூமகேதுவையும் அதைப்பற்றி மக்கள் பேசிக் கொண்டதையும் ஞாபகப்படுத்திக் கொண்டான். வானத்தில் வால் நட்சத்திரம் காணப்பட்டமையால் சுந்தர சோழருடைய இறுதி நாள் நெருங்கிவிட்டதாக எல்லோரும் நினைத்தார்கள். சுந்தர சோழர் நீண்ட நாட்களாக நோய்ப்பட்டுக் கிடந்தபடியால் அவ்வாறு மக்கள் எதிர்பார்த்தது இயற்கைதான். அதனாலேயே அவருக்கு அடுத்தாற்போல் பட்டத்துக்கு வரக்கூடியவர் யார் என்பது பற்றியும் ஜனங்கள் பேசினார்கள். இந்த மாளிகையிலேயே சிற்றரசர்கள் கூடி அதைப்பற்றிப் பேசினார்கள். ஆனால் எல்லாரும் எதிர் பார்த்தது ஒன்றும், நடந்தது ஒன்றுமாக முடிந்தது. வாலிப வயதினரும் வீராதி வீரருமான ஆதித்த கரிகாலர் மாண்டு போனார். உயிரற்ற அவரது உடல் இதோ இந்த அறையில் கிடக்கிறது. நோய்ப்பட்டுள்ள சுந்தர சோழர் இன்னும் உயிரோடு இருக்கிறார். ஆனால் இன்னும் நெடுங்காலம் இருப்பாரா? தமது அருமைக் குமாரனின் அகால மரணச் செய்தியை அறிந்த பிறகும் உயிரோடு இருப்பாரா? ஐயோ! மகனைப் பார்க்க வேண்டுமென்று தந்தை எவ்வளவு ஆவல் கொண்டிருந்தார்? தந்தை வந்து தங்கியிருப்பதற்காகக் கரிகாலர் காஞ்சியில் பொன்மாளிகை கட்டினாரே? அந்தப் பொன் மாளிகையில் தந்தையை வரவேற்று உபசரிப்பதற்குக் கொடுத்து வைக்காமல் குமாரர் போய்விட்டரே? இதிலிருந்து இன்னும் என்னென்ன விளையப் போகிறதோ தெரியவில்லை. சோழ சாம்ராஜ்யம் முழுவதும் ஒரே துயர வெள்ளத்தில் முழுகப்போகிறது. அது மட்டுந்தானா? எத்தனை விதமான உட்கலகங்கள் விளையப் போகின்றனவோ, யாருக்குத் தெரியும்?

சிற்றரசர்களுக்குள் பெருஞ் சண்டை மூளப் போகிறது நிச்சயம். சற்று முன்னால் வெளியிலே கேட்ட சத்தம் மலையமானுடைய படைவீரர்கள் போட்ட சத்தமாகத்தான் இருக்கவேண்டும்! அவர்கள் எதற்காக அப்படிக் கோஷமிட்டார்கள்? இந்தக் கடம்பூர் மாளிகையைத் தாக்கப் போகிறார்களா என்ன! எதற்காக? கரிகாலருடைய மரணம் பற்றிய செய்தி ஒருவேளை அவர்களுக்கு எட்டியிருக்குமோ? ஆகா! சம்புவரையர் இதை எப்படிச் சமாளிக்கப் போகிறார்? நம் பேரில் கரிகாலரைக் கொன்ற குற்றத்தைச் சுமத்திச் சமாளிக்கப் பார்ப்பார். ஆனால் அதை மலையமான் நம்புவாரா? நம்பினாலுங்கூட, சம்புவரையரின் மாளிகையில் இது நடந்திருப்பதால் அவரைச் சும்மா விட்டுவிடுவாரா? முன்னர் இங்கே நடந்த சதியாலோசனையைப் பற்றி மலையமானுக்குத் தெரிந்திருக்க வேண்டும். தெரிந்திராவிட்டாலும் ஆழ்வார்க்கடியான் போய் எச்சரித்துவிட்டுப் போயிருக்கிறான். ஆகையினாலேதான் படை திரட்டிக்கொண்டு வருகிறார். மலையமான் தம் பேரப்பிள்ளை மீது எவ்வளவு அன்பு வைத்திருந்தார் என்பது வந்தியத்தேவனுக்கு நன்றாய்த் தெரியும். இந்தச் செய்தியை அறியும்போது அவர் என்ன செய்வார் என்பது யாருக்குத் தெரியும்? சம்புவரையர் குடும்பத்தையே நாசம் செய்து இந்த மாளிகையையும் அடியோடு அழித்துப் போட்டாலும் போட்டுவிடுவார்.

பாவம்! கந்தமாறன்! நல்ல பிள்ளை! நம்மிடம் எவ்வளவு சினேகமாக இருந்தான்? அவ்வளவு சினேகமும் கொடிய துவேஷமாக அல்லவா மாறிவிட்டது? எல்லாம் அந்தப் பழுவூர் மோகினியின் காரணமாகத்தான்... பார்க்கப் போனால், அவளுடைய கதையும் சோகமயமாக இருக்கிறது. அவள் பேரிலேதான் எப்படிக் குற்றம் சொல்லுவது? எல்லாம் விதி செய்யும் கொடுமைதான்...!

விதி! விதி! மணிமேகலையின் விதியை என்னவென்று சொல்லுவது? என்னிடம் எதற்காக அவள் இவ்வளவு அன்பு காட்ட வேண்டும்? என்னைத் தப்புவிப்பதற்காக முன்வந்து, 'நான் கொன்றேன்' என்று ஒப்புக் கொண்டாளே? இத்தகைய அன்புக்கு இணை ஏது?– இதற்குக் கைம்மாறுதான் என்ன செய்யப் போகிறேன்...?

வந்தியத்தேவன் தனக்குள்ளேயே சிரித்துக் கொண்டான். கைம்மாறு செய்வதைப் பற்றி எண்ணுவது என்ன பைத்தியக்காரத்தனம்! மற்றவர்களைப் பற்றி நான் பரிதாபப்படுவதிலேதான் என்ன அர்த்தம் இருக்கிறது? என்னுடைய நிலைமையைக் காட்டிலும் பயங்கரமான பரிதாபமான நிலைமையில் உள்ளவர்கள் வேறு யாரும் இல்லை! ஆதித்த கரிகாலரைக் கொன்றதாக என்பேரில் குற்றம் சுமத்தப் போகிறார்கள்! நான் அந்தப் பாதகத்தைச் செய்யவில்லை என்று நிரூபிப்பதற்கு எவ்விதச் சாட்சியமுமில்லை. நந்தினியும், ரவிதாஸன் கூட்டத்தாரும் போயே போய் விட்டார்கள். அவர்களைத் தொடர்ந்து போய்ப் பிடிப்பதற்கு யாரும் முயலவில்லை. அவர்களை ஒருவேளை பிடித்தாலுங்கூட நானும் அவர்களுடன் சேர்ந்து சதி செய்யவில்லை என்று எப்படி நிரூபிக்க முடியும்? முடியாது!

பட்டத்து இளவரசரைக் கொலை செய்த துரோகிக்கு என்ன விதமான தண்டனை கொடுப்பார்கள்? வெறுமனே கொலைக்குக் கொலை என்று தண்டனை கொடுத்துவிட மாட்டார்கள்! இம்மாதிரி காரியத்தை இனி யாரும் கனவிலும் செய்ய நினையாத வண்ணம் பயங்கரமான சித்திரவதைத் தண்டனை ஏற்படுத்துவார்கள். என்னவிதமான தண்டனை கொடுத்தாலும் கொடுக்கட்டும். கரிகாலரை நான் கொன்று விட்டதாகப் பழையாறை இளையபிராட்டியும், பொன்னியின் செல்வரும் கருதுவார்கள் அல்லவா? அதைக் காட்டிலும் வேறு என்ன சித்திரவதை கொடுமையாக இருக்கமுடியும்? தெய்வமே! சென்ற மூன்று நான்கு மாத காலத்தில் நான் எவ்வளவோ இக்கட்டுக்களில் தப்பி வந்ததெல்லாம் இந்தப் பயங்கரமான அபகீர்த்திக்கு ஆளாவதற்குத்தானா...?

இவ்வாறெல்லாம் வந்தியத்தேவனுடைய உள்ளத்தில் அலைமேல் அலை மோதுவதுபோல் எத்தனையோ எண்ணங்கள் தோன்றி மறைந்து கொண்டிருந்தன. எவ்வளவு நேரம் இப்படிக் கழிந்தது என்று அவனுக்குத் தெரியாது. இருளடர்ந்திருந்த அந்த அறையில் திடீரென்று மெல்லிய புகைப்படலம் பரவியபோது அவனுடைய எண்ணத் தொடர்பு கலைந்தது. அது என்ன புகை? எங்கிருந்து வருகிறது? என்று யோசிக்கத் தொடங்கினான்.

சற்று நேரத்துக்கெல்லாம் மிகச் சொற்ப வெளிச்சமும் பரவியது. அந்த வெளிச்சத்தில் ஆதித்த கரிகாலரின் உடல் தெரிந்தது. கதவுகள் சாத்தியபடியே இருந்தன. ஆகையால் விளக்கு வெளிச்சமாக இருக்க முடியாது. பின், என்ன வெளிச்சம்? நாலாபக்கமும் கூர்ந்து கவனிக்கலானான். புகையும் வெளிச்சமும் பக்கத்து வேட்டை மண்டபத்திலிருந்து புகை வருவதற்குக் காரணம் என்ன? ஒருவேளை தீப்பிடித்திருக்குமோ? வேட்டை மண்டபத்தின் வழியாக சுரங்கப் பாதையில் சென்றவர்கள், வேண்டுமென்றே தீ வைத்துவிட்டுப் போயிருப்பார்களோ? அல்லது அவனும் மணிமேகலையும் வேட்டை மண்டபத்துக்குள் வந்தபோது கொண்டு வந்த விளக்கு இந்த விபத்துக்குக் காரணமாயிருக்குமோ–....?

வர வரப் புகை அதிகமாயிற்று. உஷ்ணமும் அதிகரித்து வந்தது. சிறிது நேரத்துக்கெல்லாம் வேட்டை மண்டபத்துக்கும் அந்த அறைக்கும் இடையிலிருந்த மரப்பலகைச் சுவர்களின் இடுக்குகளின் வழியாகத் தீயின் ஜுவாலைகள் தெரியத் தொடங்கின. இன்னும் சற்று நேரத்துக்கெல்லாம் அக்கினி பகவான் தமது ஜோதி மயமான கரங்களை நீட்டித் துழாவிக் கொண்டு இந்த அறைக்குள்ளேயே பிரவேசித்துவிட்டார்!

அக்கினி பகவானுடைய பிரவேசத்தைக் கொஞ்சநேரம் வந்தியத்தேவன் கண்கொட்டா ஆர்வத்துடன் பார்த்துக் கொண்டிருந்தான். முதலில் அவனுக்கு ஒரு குதூகலமே ஏற்பட்டது. "நம்முடைய கவலைகளை யெல்லாம் அக்கினி பகவான் தீர்த்து வைத்துவிடப் போகிறார். ஆதித்த கரிகாலருக்கும், நமக்கும் ஒரே இடத்தில் தகனக்கிரியை நடந்து விடப்போகிறது!" என்று எண்ணினான். ஆனால் இது சிறிது நேரந்தான் நிலைத்திருந்தது. கரிகாலரைக் கொன்றவன் என்ற குற்றச் சாட்டுடன் இந்த உலகைவிட்டுப் போவதற்கு அவன் இஷ்டப்படவில்லை. சம்புவரையரும் அவருடைய மகனும் அப்படித்தான் வெளியிலே சொல்லுவார்கள். சிலர் அதை நம்பவும் செய்வார்கள். யார் நம்பினாலும், நம்பாவிட்டாலும் பொன்னியின் செல்வரும் குந்தவை தேவியும் அவ்வாறு நம்பக் கூடாது. நான் அந்தப் பயங்கரக் குற்றத்தைச் செய்யவில்லை என்று அவர்களுக்காகவேனும் நிரூபித்தாக வேண்டும். அது மட்டும் அல்ல; வீராதி வீரரான கரிகாலருடைய திருமேனிக்கு இறுதிச் சடங்கு இப்படி நடக்கும்படி விடலாமா? அவருடைய பெற்றோர்களும், உற்றார் உறவினர்களும் அவருடைய உயிரற்ற உடம்பையாவது பார்க்க வேண்டாமா...? ஆம், ஆம்! அவருடைய உயிரைக் காப்பாற்ற முடியாவிட்டாலும் அவருடைய உடம்பையாவது காப்பாற்ற வேண்டும். சக்கரவர்த்தித் திருமகனுக்குரிய மரியாதைகளுடனே இறுதிச் சடங்குகளைச் செய்வதற்கு வழி தேட வேண்டும்!...

அதுவரையில் வந்தியத்தேவன் தன்னை விடுவித்துக் கொள்ளப் பிரயத்தனம் செய்யவில்லை. அவனை எப்படிக் கட்டியிருக்கிறார்கள் என்று கூடக் கவனிக்கவில்லை. இப்போது கவனித்தான். முதலில் அவனுடைய முன் கைகள் இரண்டையும் சேர்த்துக் கட்டி அந்தக் கயிற்றைக் கொண்டே அவன் உடம்பு முழுவதையும் கட்டிலின் காலோடு சேர்த்துக் கட்டியிருந்தார்கள். குனியவோ நிமிரவோ முடியவில்லை. அவனுடைய பலம் முழுவதும் செலுத்திக் கைக்கட்டுக்களை இழுத்தும் பல்லினால் கடித்தும் அவிழ்த்துக் கொள்ளப் பார்த்தான்; முடியவில்லை. அவ்வாறே உடம்பின் கட்டுக்களைத் திமிறி அவிழ்க்கப் பார்த்தான். அதுவும் முடியவில்லை. ஆனால் அப்படி உடம்பைத் திமிறியபோது கட்டில் அசைந்தது. உடனே ஒரு யோசனை தோன்றியது. கட்டிலை இழுத்துக் கொண்டு வேட்டை மண்டபத்தின் இரகசிய வாசலை நோக்கிச் சென்றான். அது அவ்வளவு எளிதாக இல்லை. அங்குலம் அங்குலமாக நகர வேண்டியிருந்தது. கட்டிலை இழுத்த போதெல்லாம் அவன் உடம்பின் கட்டுக்கள் இறுகி வேதனை உண்டாக்கின. ஆயினும் சகித்துக் கொண்டு சென்றான். வாசலை நெருங்கியபோது சாத்தியிருந்த கதவு இடுக்குகளின் வழியாகத் தீயின் ஜுவாலைகள் வந்து கொண்டிருந்தன. அந்த ஜுவாலைகளில் கையைக் கட்டியிருந்த கயிற்றுக் கத்தையைப் பிடித்தான். கயிற்றில் தீப்பிடித்தது. அதே சமயத்தில் அவனுடைய கைகள் மீதும் நெருப்பு ஜுவாலைகள் வீசிச் சகிக்க முடியாத வேதனையை உண்டாக்கின. ஆயினும் பொறுத்துக் கொண்டிருந்து, நெருப்புப் பிடித்துக் கைகட்டு அறுபட்டவுடனே உடம்பின் கட்டுக்களை அவசர அவரசரமாக அவிழ்த்துக் கொண்டான். அவிழ்த்து முடிவதற்குள்ளே கட்டிலின் திரைச் சீலைகளிலே தீப்பிடித்துக்

கொண்டது. அறையில் புகை சூழ்ந்தது. வந்தியத்தேவனுடைய உடம்பெல்லாம் பற்றி எரிவது போன்ற உணர்ச்சி உண்டாயிற்று. அவனுடைய கண்களில் முதலில் எரிச்சல் கண்டது. பின்னர் கண்ணீர் ததும்பிற்று. கண் பார்வையே மங்கத் தொடங்கியது.

ஏது? ஏது? நானும் இளவரசோடு இங்கேயே மாண்டு எரிந்து போக வேண்டியதுதான்! ஒரு விதத்தில் இதுவும் நல்லதுதானே! இளவரசரைக் காப்பாற்றத்தான் முடியவில்லை; அவரோடு சாகும் பேறாவது எனக்குக் கிடைக்கட்டும்! சீச்சீ!. இது என்ன யோசனை? நான் இறப்பது பற்றிக் கவலையில்லை இளவரசருடைய உடல் இங்கு எரிந்து சாம்பலானால் எனக்கு அழியாத பழி அல்லவா ஏற்படும்? என்னை அறிந்தவர்கள் என்னுடைய நினைவு வரும் போதெல்லாம் என்னைச் சபிப்பார்களே! அத்தகைய பழிக்கு இடங்கொடுத்து நான் ஏன் சாகவேண்டும்? இளவரசரின் உடலை எப்படியேனும் வெளியே எடுத்துச் செல்வேன். அவருடைய பாட்டன் மலையமானிடம் ஒப்புவிப்பேன். இளவரசரை நான் கொல்லவில்லை என்றும், கொன்றவர்களைக் கண்டுபிடித்துக் கொடுப்பேனென்றும் உறுதி கூறுவேன். அவ்வாறு ஒப்புக்கொண்ட காரியத்தைச் செய்து முடித்த பிறகு நான் இறந்தால் பாதகம் இல்லை. அதுவரையில் எப்படியாவது இந்த உயிரை வைத்துக் கொண்டிருக்க வேண்டும்...

வந்தியத்தேவன் இப்போது கட்டுக்கள் அனைத்தையும் அவிழ்த்துக் கொண்டு விடுதலை பெற்றான். ஆனால் இது என்ன? கட்டில் தீப்பிடித்து எரிகிறதே! வெப்பம் தாங்க முடியவில்லையே! கண்களைத் திறக்கவே முடியவில்லையே! திறந்தாலும் புகை மண்டிக் கிடப்பதால் ஒன்றுமே தெரியவில்லையே?... ஆயினும் இளவரசரின் உடலைக் கண்டு பிடித்து தான் ஆகவேண்டும். வந்தியத்தேவன் தரையில் உட்கார்ந்த வண்ணம் பரபரப்புடன் கையை நீட்டி துளாவிக் கொண்டு அங்குமிங்கும் அவசரமாக நகர்ந்து தேடினான். தேடிய நேரம் சில நிமிஷந்தான் இருக்கும்; ஆனால் பல யுகங்களைப்போல் அவனுக்குத் தோன்றியது. கடைசியாக இளவரசரின் உடம்பு அவனுடைய கைகளுக்குத் தட்டுப்பட்டது. அந்த உடம்பைத் தூக்கி எடுத்துத் தூக்கி எடுத்துத் தோளின்மேல் போட்டுக் கொண்டான். அப்போதுதான் வெளியே போவது எப்படி என்ற யோசனை உண்டாயிற்று. வேட்டை மண்டபத்துக்குள் போவது இயலாத காரியம்! ஆகா! அங்கே எத்தனையோ காலமாகச் சம்புவரையர்கள் சேகரித்து வைத்திருந்த மிருகங்களெல்லாம் இதற்குள் எரிந்து சாம்பலாகப் போயிருக்கும்!... அந்த அறையிலிருந்து சாதாரணமாக எல்லோரும் வெளியே போவதற்குரிய பிரதான வாசலை அடைந்தான். ஒரு கையினால் கதவை இடித்துப் பார்த்தான் காலினால் உதைத்துப் பார்த்தான்; உடம்பினால் கதவின் பேரில் மோதிக்கொண்டும் பார்த்தான்; "தீ!தீ! கதவைத் திறவுங்கள்!" என்று சத்தம் போட்டுப் பார்த்தான். ஒன்றும் பயன்படவில்லை. சீச்சீ! என்ன அறிவீனம்! யாழ்க் களஞ்சியத்தின் வழியாகத்தான் ஏறிப்போக வேண்டும்! ஐயோ! அதற்குள் அதிலேயும் தீப்பிடிக்காமல் இருக்கவேண்டுமே! இத்தனை நேரம் வீண்பொழுது போக்கி விட்டோமே?

இப்போது அந்த அறை நல்ல பிரகாசமாக இருந்தது. ஆனால் அந்தப் பிரகாசம் பயன்படாதபடி புகை மண்டிக் கிடந்தது. கண்ணைத் திறந்து பார்க்கவே முடியவில்லை. கஷ்டத்துடன் பார்த்தாலும் திக்குத் திசை தெரியவில்லை. யாழ்க்களஞ்சியம் இருக்குமிடத்தை உத்தேசமாகக் குறிவைத்துக் கொண்டு வந்தியத்தேவன் ஓடினான்.

வழியில் காலில் ஏதோ தட்டுப்பட்டது. அது 'டணார்!' என்ற ஒலியை உண்டாக்கியது. ஆகா! அது எனக்கு நினைவு வந்தபோது பக்கத்தில் கிடந்து கைக்கு அகப்பட்ட திருகுமடல் உள்ள கத்தியாகவே இருக்க வேண்டும். அந்தக் கத்தியில் ஏதோ ஒரு மர்மம் இருக்கிறது. அதை எடுத்துக் கொள்ளலாம். வழியில் யாராவது குறுக்கிட்டுத் தடுத்தால் ஒருவேளை அந்தக் கத்தி உபயோகப்பட்டாலும் படும்.

இவ்விதம் எண்ணி அந்தக் கத்தியைக் குனிந்து எடுத்தான். அப்போது எரிந்த கட்டிலிருந்து தெறித்து வந்த ஜுவாலைத் தணல் ஒன்று அவன் தோள்மீது விழுந்தது. அதைத் தட்டி அப்பால் எறிந்துவிட்டு, ஓடிப்போய் யாழ்க்களஞ்சியத்தை அடைந்தான். இவ்வளவு நேரமும் அவன் தோள்மீது சாத்தியிருந்த கரிகாலருடைய

தேகத்தை அவனுடைய ஒரு கை இறுக்கிப் பிடித்துக் கொண்டிருந்தது. ஆனால் அவ்விதம் தோள்மீது சாத்திக்கொண்டே களஞ்சியத்தின் படிகளில் ஏறுவது அசாத்தியம். மேலே கதவு வேறு சாத்தியிருந்தது. எனவே கரிகாலருடைய தேகத்தைக் கீழே நிறுத்தி வைத்துவிட்டு ஏறி மேலேயுள்ள கதவைத் திறந்தான். பாதிக் களஞ்சியத்தில் நின்று கொண்டு குனிந்து எடுத்தான். தெய்வமே! அதற்குள் தீ அக்களஞ்சியத்துக்கும் வந்துவிட்டதே! இன்னும் சில நிமிஷம் தாமதித்திருந்தால், இந்த வழியும் இல்லாமல் போயிருக்கும்!...

வந்தியத்தேவன் மேல் மச்சில் கரிகாலருடைய உடலைத் தூக்கிப் போட்டுவிட்டுத் தானும் ஏறி வந்து சேர்ந்தபோது பாதிப்பிராணன் போனவனாக இருந்தான். இத்தனை நேரம் நெருப்பிலும் புகையிலும் வெந்து கொண்டிருந்தவன்மீது இப்போது குளிர்ந்த காற்று வீசிற்று. சிறிது நேரம் அங்கேயே கிடந்து இளைப்பாறலாமா என்று யோசித்தான். கூடாது, கூடாது! ஒரு நிமிஷங்கூடத் தாமதிக்கக்கூடாது! தீப்பிடித்த அக்கட்டடம் எப்போது இடிந்து விழும் என்று யார் கண்டது? மறுபடியும் கரிகாலருடைய உடலை எடுத்துத் தோளில் போட்டுக்கொண்டு மேல்மச்சு வழியாகவே விரைந்து சென்றான். முன்னொரு தடவை போனது போலவே மாட கூடங்களைக் கடந்து சென்றான். ஆனால் முன்னே அவன் தனியாகப் போனபடியால் மாளிகை மச்சிலிருந்து கீழே இறங்கி நிலா முற்றத்தைக் கடந்து மதில் சுவர் மீது ஏறிக் குதித்துப் போவது சாத்தியமாயிருந்தது. இப்போது அது முடியுமா? அவன் மிகவும் களைத்துப் போயிருந்ததுமன்றி ஆதித்த கரிகாலருடைய தேகத்தையும் அல்லவா தூக்கிப் போக வேண்டியிருக்கிறது?

அப்போது அம்மாளிகைக்கு வெளியே நாலா பக்கங்களில் இருந்தும் எழுந்த பெரும் ஆரவாரக் கூச்சல் மீது அவன் கவனம் சென்றது. ஆகா! இது என்ன? மலையமானுடைய வீரர்கள் கோட்டையைத் தாக்கத் தொடங்கிவிட்டார்கள் போலிருக்கிறதே! முன் வாசல் கதவைத் தாக்கித் தகர்க்கிறார்கள் போலிருக்கிறதே! மதில் சுவர் மீது வீரர் பலர் ஏறிக் குதிக்கிறார்களே! இளவரசர் கொலையுண்டார் என்ற செய்தியை அறிந்துதான் மலையமான் கடம்பூர் மாளிகையைத் தாக்கக் கட்டளையிட்டு விட்டாரா? அப்படியானால், கரிகாலருடைய உடலைத் தூக்கிக்கொண்டு வரும் என்னைப் பார்த்தால் அவ்வீரர்கள் என்ன செய்வார்கள்? ஏன்? நான்தான் அவரைக் கொன்றதாக எண்ணிக் கொள்வார்கள்! என்னைச் சின்னாபின்னம் செய்து போடுவார்கள்! ஆகையால் நான் மிக ஜாக்கிரதையாக நடந்து கொள்ள வேண்டும். யார் கண்ணிலும் தென்படாமல் போக வேண்டும். மலையமான் இருக்குமிடத்தைக் கண்டுபிடித்து அவரிடம் அவருடைய பேரப்பிள்ளையின் திருமேனியை ஒப்படைத்து விடவேண்டும். அதற்குப் பிறகு நடப்பது நடந்து விட்டுப் போகட்டும்...!

பின்னர், வந்தியத்தேவன் மிக ஜாக்கிரதையாக மாடகூடங்களின் மறைவிலும் அவற்றின் நிழல் படர்ந்திருந்த இருளான இடங்களிலுமே பதுங்கி நடந்து சென்றான்.

கடைசியாக, முதலாவது தடவை அங்கே வந்திருந்தபோது எவ்விடத்தில் நின்று கீழே நடந்த சிற்றரசர்களின் சதியாலோசனையைக் கவனித்தானோ, அவ்விடத்துக்கு வந்து சேர்ந்தான். கீழே எப்படி இறங்குவது என்பதாக யோசித்துக் கொண்டு அவன் அங்குமிங்கும் பார்த்தபோது, சுவர் ஓரத்தில் ஏணி ஒன்று வைக்கப்பட்டிருந்தது புலப்பட்டது. அதுமட்டும் அல்ல. ஏணியின் பக்கத்தில் மனித உருவம் ஒன்றும் தெரிந்தது. அது யாராயிருக்கும்? ஏணியை வைத்துக் கொண்டு யாருக்காகக் காத்திருக்கிறான்? தான் அந்த ஏணி வழியாகக் கீழே இறங்கினால் என்ன நேரும்? என்ன நேர்ந்தாலும் சரிதான்! அந்த ஏணியை உபயோகப்படுத்திக் கொண்டே தீரவேண்டும்! நல்ல வேளையாகக் கையிலே கத்தி ஒன்று இருக்கிறது! எது நேர்ந்தாலும் பார்த்துக் கொள்ளலாம்.

இந்தச் சமயத்தில் முன் வாசலுக்கு அருகில் ஆரவாரம் அதிகமாயிற்று. அது என்னவென்று தெரிந்து கொள்வதற்காகவோ என்னவோ, ஏணிக்கு அருகில் நின்ற மனிதன் சற்று அப்பால் போனான்.

ரொம்ப நல்லதாய்ப் போயிற்று என்று எண்ணி வந்தியத்தேவன் ஏணி வழியாக விரைந்து கீழே இறங்கினான். அவன் கீழே இறங்கித் தரையில் காலை வைத்ததற்கும் போன மனிதன் திரும்பி வருவதற்கும் சரியாயிருந்தது.

"சாமி! இவ்வளவு நேரம் பண்ணிவிட்டீர்கள்!" என்று அம்மனிதன் கேட்டதும், அவன் இடும்பன்காரி என்பதை வந்தியத்தேவன் தெரிந்து கொண்டான். அதே கணத்தில் இடும்பன்காரி யாரை எதிர்பார்த்து அங்கே காத்துக் கொண்டிருந்தான் என்பதையும் ஒருவாறு ஊகித்துக் கொண்டான்.

இடும்பன்காரி அவன் அருகில் வந்ததும் வியப்புடன், -"அடே! நீயா? யாரைத் தோளில் போட்டுக்கொண்டு வருகிறாய்?" என்று கேட்டான்.

"ஆம், அப்பா! நான்தான்! காளாமுகச் சாமியாரின் சீடன்! ரணபத்திரகாளியின் பலியுடனே என்னை முன்னால் அனுப்பினார். அவர் பின்னால் வருகிறார். உன்னை இங்கேயே ஏணியுடன் இருக்கச் சொன்னார்! இதோ பார்! இக்கத்தியை உனக்கு அடையாளங் காட்டச் சொன்னார்!" என்று வந்தியத்தேவன் கூறி, திருகு கத்தியைக் காட்டினான்.

இடும்பன்காரி சிறிது சந்தேகத்துடனேயே, "இத்தனை நாளாக நீ எனக்குச் சொல்லவில்லையே? போனால் போகட்டும். சாமியார் இவ்வளவு நேரம் பண்ணுகிறாரே! எப்படி இங்கிருந்து வெளியே போகப் போகிறோம்? திருக்கோவலூர் வீரர்கள் மாளிகையைச் சூழ்ந்து கொண்டு உள்ளே வரவும் தொடங்கி விட்டார்களே!" என்றான்.

"அதனால் என்ன? கூட்டம் அதிகமானால் நாம் தப்பிச் செல்வது சுலபம். அதெல்லாம் பெரிய சாமியாருக்குச் சொல்லித் தரவேண்டுமா? அவர் எப்படியோ வழி கண்டுபிடிப்பார். நீ இங்கேயே அவர் வரும் வரையில் காத்திரு! நான் போய் நந்தவனத்தில் இருப்பதாகச் சொல்லு!" என்றான் வந்தியத்தேவன்.

இடும்பன் காரியின் மறுமொழிக்குக் காத்திராமல் விடுவிடுவென்று மேலே நடந்தான். இடும்பன்காரியின் கண்ணோட்டத்திலிருந்து மறைந்ததும் அந்த மாளிகையின் முன் வாசல் கோபுரத்தை நோக்கி நடந்தான்.

❉ ❉ ❉ ❉

நாற்பத்திரண்டாம் அத்தியாயம்

மலையமான் துயரம்

சம்புவரையர் முன் கட்டுக்கு வந்ததும் கந்தமாறனைத் தனியாக அழைத்து, "மகனே! நம் குலத்துக்கு என்றும் நேராத ஆபத்து இன்று நேர்ந்திருக்கிறது ! அதிலிருந்து நாம் தப்ப வேண்டுமானால் நான் சொல்வதை உடனே நீ தடை செய்யாமல் நிறைவேற்ற வேண்டும்!" என்று கூறினார்.

கரிகாலருடைய மரணம் கந்தமாறனைப் பெரிதும் கலங்கச் செய்திருந்தது. தான் வந்தியத்தேவனைக் கொல்ல நினைத்தது எவ்வளவு பெரிய தவறு என்பதையும் அவன் உணர்ந்திருந்தான். "தந்தையே! மூடனாகிய என்னாலேதான் நம் குலத்துக்கு இந்த ஆபத்து நேர்ந்திருக்கிறது. அதற்காக என்னை மன்னியுங்கள். தாங்கள் என்ன கட்டளையிட்டாலும் அதை நிறைவேற்றி வைக்கிறேன்" என்றான்.

"நீ உடனே ஒருவருக்கும் தெரியாமல் இந்த மாளிகையை விட்டு வெளியேற வேண்டும். நான் படுக்கும் அறையில் கட்டிலுக்கு அடியிலிருந்து சுரங்கப்பாதை ஒன்று போகிறது உனக்குத் தெரியும் அல்லவா? அது வேட்டை மண்டபத்திலிருந்து போகும் சுரங்கப்பாதையில் இம்மாளிகையின் மதில் சுவரண்டை போய்ச் சேருகிறது..."

"தந்தையே! இந்த இக்கட்டான நிலைமையில் தங்களைத் தனியே விட்டுவிட்டு என்னைச் சுரங்க வழியில் தப்பித்துப் போகச் சொல்கிறீர்களா?" என்றான் கந்தமாறன்.

"பிள்ளாய்! அதற்குள் உன் வாக்குறுதியை மறந்து பேசுகிறாயே? ஆம்; நீ போகத்தான் வேண்டும். கொல்லி மலைத் தலைவன் வல்வில் ஓரியின் வம்சத்துக்கு இப்போது நீ ஒருவன்தான் இருக்கிறாய். அவசியமாயிருந்தால், நீ அந்த மலைக்கே போய் மறைந்து வாழவேண்டும். மதுராந்தகத் தேவருக்குப் பட்டங்கட்டுவது என்று நிச்சயமாகி, நான் உனக்குச் செய்தி அனுப்பிய பிறகுதான் திரும்பி வரவேண்டும்!" என்றார் சம்புவரையர்.

"மன்னிக்க வேண்டும், தந்தையே! மறைந்து வாழ்வது என்னால் இயலாத காரியம். வல்வில் ஓரியின் குலத்துக்கு அத்தகைய கோழையைப் பெற்ற அபகீர்த்தி வேறு வர வேண்டுமா? இந்தக் கணமே என்னுடைய இன்னுயிரைக் கொடுக்கச் சொன்னீர்களானால் கொடுக்கிறேன். ஆனால் ஒளிந்து வாழ ஒருப்படேன்!" என்றான் கந்தமாறன்.

சம்புவரையர் சிறிது யோசனை செய்துவிட்டு, "மகனே! உன்னைச் சோதனை செய்வதற்காகக் கூறினேன். ஓடித் தப்பித்துக் கொள்ளவும், மறைந்து வாழவும் நீ இஷ்டப்படவில்லை. நல்லது; உயிருக்கு ஆபத்து நேரக்கூடிய வீரச்செயலிலேதான் உன்னை நான் ஏவப்போகிறேன். சுரங்கப் பாதை வழியாக உடனே வெளியேறிச் செல்! ஆனால் கொல்லி மலைக்குப் போக வேண்டாம்! நேரே தஞ்சாவூருக்குப் போ! பெரிய பழுவேட்டரையர் அநேகமாக அங்கே இருக்கலாம். இருந்தால், அவரிடம் இங்கே நடந்ததைச் சொல்லு! அவர் இல்லாவிட்டால் சின்னப் பழுவேட்டரையரிடமும் மதுராந்தகத் தேவரிடமும் சொல்லு..." என்றார்.

"ஐயா! இங்கே என்ன நடந்தது என்று அவர்களிடம் சொல்லட்டும்?"

"இது என்ன கேள்வி? கரிகாலரின் மரணத்தைப் பற்றிச் சொல்லு! 'நாம் உத்தேசித்திருந்த காரியம் விதிவசத்தினால் வேறு விதமாக நடந்துவிட்டது! கரிகாலர் மாண்டு விட்டார்! மதுராந்தகருக்குப் பட்டம் கட்ட இதுதான் தக்க சமயம்' என்று அவர்களுக்குத் தெரியப்படுத்து! மலையமானும், கொடும்பாளூர் வேளானும் அதற்குக் குறுக்கே நிற்பார்கள். நமது பலத்தையெல்லாம் உடனே திரட்டி அந்த இரண்டு பேரையும் அடியோடு அழித்துவிட வேண்டும் என்று கூறு!" என்றார் சம்புவரையர்.

"கரிகாலர் எப்படி மரணமடைந்தார் என்று அவர்கள் கேட்டால் என்ன சொல்லட்டும்?" என்றான் கந்தமாறன்.

"வேறு என்ன சொல்கிறது? வாணர் குலத்தைச் சேர்ந்த வந்தியத்தேவன் அவரைக் கொலை செய்துவிட்டான் என்று கூறு! இன்னும் ஒரு முக்கியமான விஷயம். இதை நன்றாக ஞாபகம் வைத்துக்கொள்! வந்தியத்தேவன் ஈழ நாட்டுக்குப் போய்த் திரும்பி வந்திருக்கிறான். அங்கே அருள்மொழித் தேவனையும் பிறகு பழையாறையில் இளைய பிராட்டியையும் பார்த்து விட்டு வந்திருக்கிறான். அருள்மொழித்தேவன் நாகைப்பட்டினத்தில் மறைந்திருந்து இப்போது வெளிப்பட்டிருப்பதாக ஒரு செய்தி வந்திருக்கிறது. அருள்மொழித்தேவன் சிங்காதனம் ஏறும் ஆசையினால் அண்ணனைக் கொல்லுவதற்கு வந்தியத்தேவனை அனுப்பி வைத்தான் என்ற வதந்தியைச் சோழ நாட்டில் பரப்ப வேண்டும். பழையாறை இளைய பிராட்டியும் இதற்கு உடந்தையென்ற சந்தேகத்தையும் உண்டு பண்ண வேண்டும். இதையெல்லாம் பழுவேட்டரையர்களிடமும் மதுராந்தகத் தேவரிடமும் சொல்லு!... "

"தந்தையே! தாங்கள் சொல்வதே உண்மையாகவும் இருக்கலாம் அல்லவா? சிநேகத் துரோகியான வந்தியத்தேவன் அத்தகைய பயங்கரமான எண்ணத்துடனேயே இந்த மாளிகைக்கு வந்திருக்கலாம் அல்லவா?"

"இருக்கலாம், மகனே! ஆனால் பழுவூர் இளைய ராணி திடீரென்று மாயமாய் மறைந்து போனதற்குக் காரணம் கண்டு பிடிக்க வேண்டுமே? அவள் பேரிலும் அவளுக்கு உடந்தையாயிருந்த பாண்டிய நாட்டு ஆபத்துதவிகளின் பேரிலும் வல்லவரையன் வந்தியத்தேவன் குற்றம் சாட்டுகிறானே!..."

"குற்றம் செய்தவன் மற்றவர்கள் பேரில் அதைச் சுமத்தவே பார்ப்பான். இப்போது எனக்கு எல்லாம் விளங்குகிறது. தந்தையே! பழுவூர் இளைய ராணியைப் பழையாறைக் குந்தவை தேவிக்கு எப்போதும் பிடிப்பதேயில்லை. கரிகாலரைக் கொன்றுவிட்டு அதே சமயத்தில் பழுவூர் இளைய ராணியை அபகரித்துக் கொண்டு போவதற்கும் அவள்தான் ஏற்பாடு செய்திருக்க வேண்டும். முதன் மந்திரி அநிருத்தரும் இதற்கு உடந்தை போலிருக்கிறது. அதற்காகவே இந்த வந்தியத்தேவனை அவர்கள் அனுப்பியிருக்கிறார்கள்! ஐயோ! அவர்களுடைய சூழ்ச்சியை அறியாமல் மோசம் போய் விட்டோமே?"

"கந்தமாறா! போனதைப் பற்றி வருந்துவதில் பயனில்லை. இனி மேல் நடக்க வேண்டியதைப் பார்க்க வேண்டும். நீ உடனே புறப்பட்டுச் செல்! கரிகாலன் மரணச் செய்தி சுந்தர சோழருக்குப் போய்ச் சேர்வதற்கு முன்னால், தஞ்சையில் வேறு யாருக்கும் தெரிவதற்கு முன்னால், பழுவேட்டரையர்களுக்கும் மதுராந்தகருக்கும் தெரியவேண்டும். ஆகையால் நீ விரைந்து செல்! தஞ்சைக் கோட்டைக்குள் போவதற்கும் ரகசியச் சுரங்க வழி உண்டு என்பது உனக்குத் தெரியும் அல்லவா?..."

"தெரியும், தெரியும்!"

"அப்படியானால் உடனே புறப்படு!"

"புறப்படுகிறேன், தந்தையே! என் தங்கை – மணிமேகலை... அவளைப் பற்றித்தான் சிறிது கவலையாயிருக்கிறது."

"வேண்டாம் உனக்கு அந்தக் கவலை! நம்மிடம் அவள் உளறியது போல் வேறு யாரிடமும் உளறுவதற்கு நான் விடமாட்டேன். அப்படி அவள் உளற முற்பட்டால், அவளை என் கையினாலேயே கொன்று விடுவேன்..."

"ஐயோ! அதற்காகத்தான் கவலைப்படுகிறேன். தங்கள் கோபத்தை எண்ணித்தான் பயப்படுகிறேன்..."

"வேண்டாம்! அவளுடைய மனத்தை மாற்றும் வழி எனக்குத் தெரியும். ஆகா! விதி விசித்திரமானதுதான்! முதலில் அவளை நாம் மதுராந்தகத் தேவருக்கு மணம் செய்து கொடுப்பது என்று எண்ணினோம். இடையில் அந்த எண்ணத்தை மாற்றிக் கொண்டு கரிகாலருக்கு மணம் செய்து கொடுக்க உத்தேசித்தோம். கரிகாலர் இன்று பிணமாகக் கிடக்கிறார். நல்லவேளை, மணிமேகலையின் உள்ளம் அவரிடம் சொல்லவில்லை. நமது பழைய உத்தேசத்தையே நிறைவேற்ற வேண்டியதுதான்..."

"ஆனால், தந்தையே! மணிமேகலையின் உள்ளம் இப்போது அந்தச் சண்டாளன் வந்தியத்தேவன் பேரில் அல்லவா போயிருப்பதாகத் தெரிகிறது."

"அதெல்லாம் ஒன்றுமில்லை, மகனே! மணிமேகலைக்குத் தன் மனத்தைத் தான் அறியும் பிராயமே இன்னும் வரவில்லை. அவளை நான் கவனித்துக் கொள்கிறேன். நீ இனி ஒரு கணமும் இங்கே தாமதிக்க வேண்டாம்!"

அச்சமயம் மதில் சுவர்களுக்கு வெளியில் வெகு சமீபத்தில் எழுந்த ஆரவாரத்தைக் கேட்ட கந்தமாறன், "அப்பா! இது என்ன! மலையமான் படைகள் நெருங்கி வருவது போல் காண்கிறதே? மலையமானைத் தாங்கள் மாலையில் பார்த்தபோது அந்தக் கிழவன் என்ன சொன்னான்?" என்று கேட்டான்.

"நல்ல மங்களகரமான செய்தியைத்தான் சொன்னான். மணிமேகலையை ஆதித்த கரிகாலருக்கு மணம் செய்து கொடுக்கப் போகும் செய்தி அறிந்து அக்கிழவன் மிக்க மகிழ்ச்சி அடைந்தானாம். அதே மணப்பந்தலில் அவனுடைய மகள் வயிற்றுப் பேத்தி ஒருத்தியையும் மணஞ்செய்து கொடுக்கலாம் என்று அழைத்து வந்திருக்கிறானாம்! அழகாயிருக்கிறதல்லவா? மாளிகைக்கு வரும்படி நான் அழைத்ததற்கு, நாளைப் பொழுது விடிந்ததும் நல்ல முகூர்த்தத்தில் வருவதாகச் சொல்லியிருக்கிறான். அவனுடைய வீரர்கள் இப்போதே வரப் போகும் திருமணத்தைக் கொண்டாடுகிறார்கள் போலிருக்கிறது!" இவ்விதம் கூறிவிட்டுச் சம்புவரையர் சிரிக்கப் பார்த்தார். ஆனால் சிரிப்பு அரை குறையாகவே வந்தது.

"வா! வா! நானே உன்னைச் சுரங்கப் பாதையில் கொண்டு போய் விட்டு விட்டு வருகிறேன். வழியில் ஒரு விநாடிகூட நீ தாமதிக்கக் கூடாது. வழியில் எங்கேயாவது குதிரை சம்பாதித்துக் கொண்டு விரைந்து போக வேண்டும்!" என்றார்.

சம்புவரையர் கையில் ஒரு தீபத்தை எடுத்துக் கொண்டார். இருவரும் சுரங்கப் பாதையில் புகுந்தார்கள். விரைவாக நடந்தார்கள். மாளிகையின் மதில் சுவரைக் கந்தமாறன் கடந்த பிறகு, சம்புவரையர் அவனைக் கட்டித் தழுவி ஆசி கூறிவிட்டுத் திரும்பினார். "விளக்கு வேண்டுமா?" என்று கேட்டதற்குக் கந்தமாறன், "வேண்டாம், அப்பா! எனக்கு இந்த வழி நன்றாய்த் தெரிந்தது தானே? கண்ணைக் கட்டிவிட்டாலும் போய்விடுவேன்!" என்றான்.

அவன் சுரங்கப்பாதையில் கண்ணுக்கு மறைந்த பிறகு சம்புவரையர் திரும்பினார். வழியில் வேட்டை மண்டபத்துக்குள் புகுந்தார். அடுத்த அறையில் ஏதாவது சத்தம் கேட்கிறதா என்று காது கொடுத்துக் கேட்டார். ஒன்றும் கேட்கவில்லை. சில கணநேரம் தயங்கி நின்றார். பிறகு, ஒரு முடிவான தீர்மானத்துக்கு வந்தவர்போல், பெருமூச்சுவிட்டார். விளக்கை நன்றாகத் தூண்டி, வைக்க வேண்டிய இடத்தில் வைத்துவிட்டு விரைந்து திரும்பிச் சென்றார்.

திரும்பச் சம்புவரையர் முன்கட்டுக்குச் சென்றதும், அந்தப்புரத்துப் பெண்களையெல்லாம் ஒன்று சேர்த்தார்.

அவர்கள் எல்லோரும் ஏற்கனவே கலங்கிப் போயிருந்தார்கள். கண்ணீருங் கம்பலையுமாகக் கந்தமாறனால் அந்தப்புரத்தில் கொண்டுவந்து தள்ளப்பட்ட மணிமேகலையைக் கேட்டு அவர்கள் ஒருவாறு கரிகாலன் மரணத்தைப் பற்றித் தெரிந்து கொண்டிருந்தார்கள்.

"பெண்களே! நம் குலத்துக்கு என்றுமில்லாத பெரும் விபத்து ஏற்பட்டுவிட்டது. எந்த நிமிஷத்திலும் நீங்கள் இந்த மாளிகையை விட்டுப் புறப்படச் சித்தமாயிருக்க வேண்டும். பல தினங்கள் காட்டிலும், மலையிலும் காலங் கழிக்கவும் துணிவு பெறவேண்டும். எல்லாரும் அவரவர்களுடைய ஆடை ஆபரணங்களை எடுத்துக் கொண்டு நிலா முற்றத்துக்கு வந்து சேருங்கள். அழுகைச் சத்தமோ, புலம்பல் சத்தமோ 'முணுக்' என்று கூடக் கேட்கக் கூடாது! தெரியுமா?" என்று எச்சரித்தார்.

பின்னர் சம்புவரையர் மாளிகையின் முன்வாசற் பக்கம் வந்தார். முன்வாசல் கோபுரத்தின் மேல் ஏறி வெளியிலே என்ன அவ்வளவு ஆரவாரம் என்று தெரிந்து கொள்ள விரும்பினார். அதற்கு அவகாசம் கிடைக்கவில்லை. ஏனெனில் அவர் முன் வாசலை நெருங்கும்போதே வெளியிலிருந்து வீரர்கள் கோட்டை வாசற் கதவுகளை தகர்த்துத் தள்ளிவிட்டு உள்ளே தடதடவென்று புகுந்து கொண்டிருந்தார்கள். வாசற் காவலர்கள் அவர்களைத் தடுக்க முயன்று முடியாமல் கீழே விழுந்து கொண்டிருந்தார்கள்.

இதுவுமல்லாமல் கோட்டையின் மதில்சுவர் மீது ஏறிக் குதித்தும் வீரர்கள் உள்ளே புகுந்து கொண்டிருந்தார்கள்.

சம்புவரையரின் உள்ளத்தில் பெரும் பீதியும் கலக்கமும் ஏற்பட்டன. கரிகாலன் கொலையுண்ட செய்தி ஒருவேளை மலையமானுக்கும் தெரிந்துவிட்டதா, என்ன? இதற்குள் எவ்விதம் தெரிந்திருக்கும்?– தெரிந்தால் தெரியட்டும். எப்படியும் தெரிந்து தானே தீரவேண்டும்? ஆனால் இன்னும் சிறிது நேரத்துக்கு இவர்களை இங்கேயே நிறுத்தித் தாமதப்படுத்தி வைக்க வேண்டும். அரை நாழிகை நேரம் தாமதித்தால் போதுமானது. அதற்குள் நாம் உத்தேசித்த காரியம் நிறைவேறிவிடும்...

கோட்டை வாசலுக்கும் மாளிகை முகப்புக்கும் நடுவில் இருந்த நிலா முற்றத்தின் நடுவில் சென்று சம்புவரையர் கம்பீரமாக நின்றார். அவர் கையிலே கூரிய வாள் மின்னியது. அவருக்குப் பின்னால் ஏழெட்டு வீரர்கள் நெடிய வேல்களைப் பிடித்துக் கொண்டு நின்றார்கள். அவர்களில் சிலர் கையில் தீவர்த்தி வெளிச்சம் வைத்துக் கொண்டிருந்தார்கள்.

வாசற் கதவுகளை உடைத்துத் தகர்த்துக் கொண்டு முன்னால் வந்த வீரர்களைத் தொடர்ந்து திருக்கோவலூர் மலையமானும் பார்த்திபேந்திரனும் வந்தார்கள்.

நிலா முற்றத்தின் நடுவில் நின்ற சம்புவரையரைப் பார்த்து விட்டு பார்த்திபேந்திரன் மலையமானுக்கு அவரைச் சுட்டிக் காட்டினான். இருவரும் சம்புவரையரை நோக்கி வந்தார்கள்.

அருகில் வரும்போதே மலையமான், "சம்புவரையரே! இது என்ன நான் கேள்விப்படுவது? அத்தகைய பாதகத்தையும் செய்வீரா? ஓகோ! இது என்ன? கையில் வாளுடன் நிற்கிறீரே? உமது உத்தேசம் என்ன?" என்று கேட்டுக் கொண்டே வந்தார்.

"அந்தக் கேள்வியை உங்களிடம் கேட்கத்தான் நிற்கிறேன். உங்கள் உத்தேசந்தான் என்ன? வாசற் கதவைத் தகர்த்துக் கொண்டு வந்ததின் நோக்கம் என்ன? சற்று முன்னால் நான் வந்து தங்களை அழைத்தேன். நாளைக்கு நல்ல வேளை பார்த்துக்கொண்டு வருவதாகச் சொன்னீர்கள்..."

"சம்புவரையரே! நல்லவேளை இப்போதே வந்துவிட்டது. அதனாலேதான் வந்தேன். ஆதித்த கரிகாலன் எங்கே? வீர பாண்டியன் தலைகொண்ட வீராதி வீரன் எங்கே? சேவூர்ப் போர்க்களத்தின் வெற்றி வீரன் எங்கே? என் பேரன் எங்கே?" என்று மலையமான் கேட்டார்.

"என்னைக் கேட்டால் எனக்கு என்ன தெரியும்? இளவரசருக்கு இஷ்டப்பட்ட இடத்தில் அவர் இருப்பார். அந்த முரட்டுப் பிள்ளையிடம் நான் எவ்விதப் பேச்சு வார்த்தையும் வைத்துக் கொள்வதில்லையென்றுதான் முன்னமே தங்களிடம் சொன்னேனே? பார்த்திபேந்திரனுக்கும் அது தெரிந்த செய்திதான்!"

"அடே சம்புவரையா! இவ்வாறு வீண் சாக்குப் போக்குச் சொல்லி ஏமாற்றப் பார்க்காதே! ஆதித்த கரிகாலனை உடனே கொண்டுவந்து எங்களிடம் ஒப்படைத்துவிடு! இல்லாவிட்டால் உன்னுடைய இந்தக் கோட்டை கொத்தளம் மாளிகை எல்லாவற்றையும் இடித்துத் தகர்த்து மண்ணோடு மண்ணாக்கி விடுவேன்!" என்று திருக்கோவலூர் மலையமான் கர்ஜித்தார்.

"பார்த்திபேந்திரா? இந்தக் கிழவன் என்ன பிதற்றுகிறான்? இவனுக்குத் திடீரென்று பைத்தியம் பிடித்துவிட்டதா? இளவரசரைக் கொண்டுவந்து இவனிடம் ஒப்புவிப்பதற்கு நான் யார்? இவன்தான் யார்? இளவரசரை நான் சிறைப்படுத்தி வைத்திருக்கிறேனா? அல்லது இவன் இளவரசரைச் சிறைபிடித்துக் கொண்டு போகப் போகிறானா?" என்றார் சம்புவரையர்.

பார்த்திபேந்திரன் சிறிது சாந்தமான குரலில், "சம்புவரையரே! பதறவேண்டாம்! கிழவருக்குக் கோபம் வரக் காரணம் இருக்கிறது. இதோ இந்த ஓலையைப் பாருங்கள். தாங்களே தெரிந்து கொள்வீர்கள்!" என்று கூறிச் சம்புவரையர் கையில் கொடுத்தான்.

அவர் அதைப் பின்னால் பிடிக்கப்பட்ட தீவர்த்தியின் வெளிச்சத்தில் நன்றாக உற்றுப் பார்த்தார்.

"இளவரசர் ஆதித்த கரிகாலன் உயிருக்கு ஆபத்து. உடனே படைகளுடன் வந்து காப்பாற்றவும்" என்று அந்த ஓலையில் எழுதியிருந்தது.

அதைப் படிக்கும்போதே சம்புவரையர் முகமெல்லாம் வியர்த்தது. முன்னர் கரிகாலருடைய சடலத்தைக் கண்டதும் அவருடைய உடல் நடுங்கியது போல் இப்போதும் ஆடி நடுங்கியது.

"இது என்ன சூழ்ச்சி! இது என்ன சதி? யார் இப்படி ஓலை எழுதியிருக்க முடியும்?" என்று தடுமாறினார்.

"ஓலை யார் எழுதினால் என்ன? ஆதித்த கரிகாலரை உடனே இவ்விடம் அழைத்து வா! அல்லது அவர் இருக்குமிடத்துக்கு எங்களை அழைத்துப் போ! இல்லாவிட்டால் என் வீரர்களை விட்டுத் தேடச் சொல்லட்டுமா?" என்று கேட்டார் மலையமான்.

"ஆகட்டும் ஐயா! கரிகாலர் இருக்குமிடத்துக்கு உங்களை அழைத்துப் போகிறேன். பார்த்திபேந்திரா! உனக்கு அந்த இடம் தெரியும். பழுவூர் இளையராணியின் அந்தப்புரத்துக்குப் போயிருக்கிறார் என்று சற்றுமுன் அறிந்தேன். அங்கே இவரை நீயே அழைத்துப் போ!" என்றார் சம்புவரையர்.

பார்த்திபேந்திரன், "ஆம், தாத்தா! வாருங்கள்! நானே உங்களை அழைத்துப் போகிறேன்!" என்றான்.

இப்படிச் சொல்லிவிட்டுப் பார்த்திபேந்திரன் பழுவூர் இளையராணி நந்தினி தங்கியிருந்த அந்தப்புரம் இருந்த திக்கை நோக்கினான்.

"ஐயோ! இது என்ன?" என்று அலறினான். ஏனெனில், அவன் பார்த்த திக்கில் அப்போது தீ கொழுந்து விட்டு எரிந்து கொண்டிருந்தது. தீயின் கொழுந்துகளுக்கு மேலே கரிய புகை மண்டலம் அடர்ந்திருந்தது.

அவன் பார்த்த திசையை எல்லாரும் பார்த்தார்கள். "தீ! தீ!" என்ற பீதி நிறைந்த ஒலி எல்லாருடைய கண்டங்களிலிருந்தும் கிளம்பியது.

பார்த்திபேந்திரன் சிறிது திகைப்பு நீங்கியவனாய், "சம்புவரையரே! முதலில் இந்த ஓலையை நான் நம்பவில்லை. இப்போது நம்புகிறேன். ஏதோ சூழ்ச்சியும் சதியும் நடந்திருக்கின்றன. – பாட்டா! இந்த சதிகாரர்களை உடனே சிறைப்படுத்தச் சொல்லுங்கள்! நான் போய் இளவரசர் இருக்குமிடத்தைப் பார்த்துத் தேடி அழைத்து வருகிறேன்!" என்று சொன்னான்.

சம்புவரையர் மறுபடியும் பழைய தைரியமான குரலில், "ஆமாம், பார்த்திபேந்திரா! சூழ்ச்சியும் சதியும் நடந்திருக்கின்றன. ஆனால் செய்தவர்கள் நீங்கள். என் அரண்மனையின் கதவைத் தகர்த்துக் கொண்டு புகுந்தீர்கள். உங்கள் வீரர்களை ஏவி விட்டுத் தீ வைக்கும்படி சொல்லியிருக்கிறீர்கள். இளவரசருக்கு ஏதேனும் ஆபத்து என்றால், அதுவும் உங்களாலேதான் நேர்ந்திருக்க வேண்டும்! ஜாக்கிரதை! இதற்கெல்லாம் பழிக்குப் பழி வாங்கும் காலம் வரும்!" என்றார்.

பார்த்திபேந்திரன் அவருடைய வார்த்தைகளைப் பொருட்படுத்தாமல் ஓடினான்.

அதே சமயத்தில் சம்புவரையர் வீட்டுப் பெண்கள் கும்பலாக மாளிகைக்குள்ளேயிருந்து நிலா முற்றத்துக்கு வந்தார்கள். அவர்களுடைய மனக்கலக்கத்தை அவர்கள் முக பாவங்கள் வெளிப்படுத்தின. ஆனால் யாருடைய குரலிலிருந்தும் ஒரு சிறு முனகலாவது விம்மலாவது கேட்கவில்லை.

அவர்களில் சிலருடைய கவனம் மாளிகையின் பின்புறத்தில் வெளிச்சமாகத் தெரிந்த இடத்திற்குச் சென்றது. ஒருவரையொருவர் கட்டி அணைத்துக் கொழுந்து விட்டெரிந்த தீச்சுடரைக் காட்டினார்கள். மணிமேகலையும் அதைப் பார்த்தாள். உடனே, "ஐயோ! தீ! தீ! அவர் அங்கு இருக்கிறாரே!" என்று அலறிக் கொண்டு அந்தத் திக்கை நோக்கி ஓடத் தொடங்கினாள். சம்புவரையர் குறுக்கிட்டு அவளை நிறுத்தினார். அவளுடைய முகத்தில் 'பளார்' என்று ஓர் அறை கொடுத்தார். பிறந்தது முதலாவது யாரும் தன்னை இப்படி நடத்தி அறியாதவளான மணிமேகலை – சம்புவரையரின் கண்ணுக்குக் கண்ணான, செல்லப் பெண் மணிமேகலை, – தந்தையை வெறித்து நோக்கிய வண்ணம் ஸ்தம்பித்து நின்றாள்.

சம்புவரையர் சிறிது இரங்கிய குரலில், "அசட்டுப் பெண்ணே! உனக்குத்தான் முன்னமே நான் எச்சரிக்கை செய்திருந்தேனே? ஏன் எனக்குத் கோபம் வரச் செய்கிறாய்?" என்று கூறிவிட்டு, "அதோ பார்! நீ அலறி அடித்துக் கொண்டு ஓடவேண்டிய அவசியம் இல்லை என்பதைத் தெரிந்துகொள்!" என்றார்.

சம்புவரையர் சுட்டிக் காட்டிய திசையிலிருந்து வந்தியத்தேவன் தள்ளாடித் தள்ளாடி நடந்து வந்து கொண்டிருந்தான். அவனுடைய தோளின் பேரில் ஆதித்த கரிகாலன் உயிரற்ற உடலைச் சாத்தி எடுத்துக் கொண்டு வந்தான்.

சம்புவரையருக்கும், அவருடைய மகளுக்கும் நடந்த விவாதத்தில் கவனம் செலுத்திய மலையமானும் இப்போது வந்தியத்தேவனை நோக்கினார். அவன் மெள்ள மெள்ளத் தள்ளாடி வருவதையும் அவனுடைய தோளில் யாரையோ தூக்கிக் கொண்டு வருவதையும் கண்கொட்டாமல் பார்த்துக் கொண்டு நின்றார். ஏனோ அவருடைய முதுமைப் பிராயம் அடைந்த உடம்பு நடுங்கியது. உள்ளத்தில் ஒரு விதத் திகில் உண்டாயிற்று. கிட்ட நெருங்கி வந்தவனைப் பார்த்து ஏதோ கேட்க விரும்பினார். ஆனால் நா எழவில்லை; தொண்டை அடியோடு அடைத்துக் கொண்டு விட்டது.

வந்தியத்தேவன் மலையமானைப் பார்த்துக் கொண்டே அவர் அருகில் வந்தான்.

"ஐயா! இதோ இளவரசர் கரிகாலர்! வீரபாண்டியன் தலை கொண்ட இந்த வீராதிவீரரை உயிரோடு தங்களிடம் கொண்டு சேர்க்க என்னால் இயலவில்லை. உடலை மட்டும் தீக்கிரையாகாமல் கொண்டு சேர்த்தேன். விதியினாலும் சதியினாலும் கொல்லப்பட்ட உங்கள் பேரப் பிள்ளையை இனி நீங்கள் ஒப்புக் கொள்ளுங்கள்!" என்று கூறிவிட்டு வந்தியத்தேவன் இளவரசர் கரிகாலரின் சடலத்தை மெதுவாகத் கீழே இறக்கிப் படுக்க வைத்தான்.

உடனே தடால் என்று தானும் கீழே விழுந்து நினைவிழந்தான்.

கிழவர் மலையமான் இளவரசரின் உடலுக்கு அருகில் உட்கார்ந்தார். அவருடைய வீரத் திருமுகத்தைச் சற்று நேரம் உற்று நோக்கினார். திடீரென்று மலை குலுங்குவது போல் அவருடைய உடம்பெல்லாம் குலுங்கி அசைந்தது! அலைகடலின் பேராரவாரத்தைப் போல் அவருடைய தொண்டையிலிருந்து "ஐயோ!" என்ற சோகக் குரல் வந்தது.

தம் இரும்பையொத்த முதிய கைகளினால் தலையிலும் மார்பிலும் மாற்றி மாற்றி அடித்துக் கொண்டார்.

"என் செல்வமே! உன்னை மணக்கோலத்தில் பார்க்க வந்தேனே! பிணக்கோலத்தில் பார்க்கிறேனே!" என்று எட்டுத் திசையும் கிடுகிடுத்து நடுங்கும்படியாக் அலறினார்.

பின்னர், அம் முதுபெருங் கிழவர் ஆதித்த கரிகாலன் பிறந்ததிலிருந்து நடந்த சம்பவங்களை ஒவ்வொன்றாகக் கூறிப் புலம்பினார். அவன் பிறந்த நாளில் நடத்திய கொண்டாட்டங்களைக் குறிப்பிட்டார். அவன் குழந்தையாயிருந்த போது தமது மடியிலும், கரங்களிலும், தோள்களிலும் கொஞ்சி விளையாடியதைச் சொல்லி அழுதார். அவனுக்கு வேல் எறியவும், வாள் பிடித்துச் சண்டை செய்யவும் தாம் கற்றுக் கொடுத்ததையெல்லாம் சொன்னார். பதினாறாவது பிராயத்தில் சேவூர்ப் போர்க்களத்தில் அவன் நிகழ்த்திய அசகாய சூரத்தனமான வீர பராக்கிரமச் செயல்களை ஒவ்வொன்றாகக் கூறித் துக்கித்தார்.

"ஐயோ! பாண்டியனோடு நடத்திய அந்த வீரப் போர்களிலே நீ இறந்து வீர சொர்க்கம் அடைந்திருக்கக் கூடாதா? இந்தச் சண்டாளன் சம்புவரையனும், இவனுடன் சேர்ந்த சதிகாரர்களும் செய்த சூழ்ச்சிக்கு இரையாகியா மாண்டிருக்க வேண்டும்? அந்தோ, உன்னை நானே இவன் விருந்தாளியாகப் போகும்படி சொல்லி அனுப்பினேனே! எனக்கு வயதாகி விட்டது. உனக்கு இங்கே நண்பர்கள் வேண்டும் என்று எண்ணி, இவன் மகளை நீ மணந்து கொண்டால், உன் கட்சியில் இருப்பான் என்று நம்பி அனுப்பினேனே! சம்புவரையன் மாளிகைக்கு அனுப்புவதாக எண்ணிக் கொண்டு யமனுடைய மாளிகைக்கு விருந்தாளியாக அனுப்பி விட்டேனே! நான் அல்லவோ பாதகன்! நான் அல்லவோ உன்னைக் கொன்றவன்!" என்று கூறி மீண்டும் மீண்டும் தம் தலையில் அடித்துக் கொண்டார்.

பின்னர் திடீரென்று சோகத்திலிருந்து விடுபட்டு ரௌத்திராகாரம் அடைந்து சுற்று முற்றும் பார்த்தார். "அடே சம்புவரையா! உண்மையைச் சொல்! இளவரசர் எப்படியடா மாண்டார்? என்ன சூழ்ச்சியடா செய்தாய்? தேவேந்திரனே வந்து எதிர்த்தாலும் நேருக்கு நேர் நின்று அவனை வென்றிருக்க முடியாதே! எத்தனை பேரை

அவன் பேரில் ஏவி விட்டாய்? அவர்கள் எங்கே மறைந்திருந்து, எப்படியடா இந்த வீராதி வீரனைக் கொன்றார்கள்? உண்மையைச் சொல்லிவிடு!" என்று கர்ஜித்தார்.

சம்புவரையரும் கோபத்தோடு, "கிழவா! உன் முதுமைப் பிராயத்தை முன்னிட்டு பொறுத்திருக்கிறேன். இளவரசர் எப்படி இறந்தார் என்று உனக்கு எவ்வளவு தெரியுமோ, அவ்வளவுதான் எனக்கும் தெரியும்! இளவரசர் சடலத்தைத் தூக்கிக் கொண்டு வந்தானே, அவனைக் கேட்டால் ஒருவேளை சொல்லுவான்! என்னைக் கேட்பதில் என்ன பயன்?" என்றார்.

"அடே! உன்னுடைய மாளிகையில் உன்னுடைய விருந்தாளியாக இருக்கும்போது இச்சம்பவம் நேர்ந்திருக்கிறது. நீ ஒன்றும் அறியாதவன் போலப் பேசுகிறாய். இதை யார் நம்புவார்கள்? நல்லது; உன்னைச் சுந்தரசோழச் சக்கரவர்த்தி கேட்கும்போது இந்த மறுமொழியை அவரிடம் சொல்லு! வீரர்களே! இந்தச் சம்புவரையனைச் சிறைப்படுத்துங்கள். இவனுடைய மாளிகை, மதில் சுவர் எல்லாவற்றையும் இடித்துத் தரையோடு தரை ஆக்குங்கள்!" என்று கிழவர் இடிமுழக்கம் போன்ற குரலில் கட்டளையிட்டார்.

அப்போதுதான் திரும்பி வந்திருந்த பார்த்திபேந்திரன், மலையமானைப் பார்த்து, "ஐயா! இந்த மாளிகையை அழிக்கும் பொறுப்பு நமக்குக் கிடையாது. அக்னி பகவான் அந்த வேலையை மேற்கொண்டு விட்டார்! அதோ பாருங்கள்!" என்றான்.

மலையமான் பார்த்தார். அந்தப் பெரிய மாளிகையில் ஒரு மூலையில் சற்று முன் காணப்பட்ட தீ வெகு சீக்கிரமாகப் பரவி வருவதைக் கண்டார். பிரம்மாண்டமாக வளர்ந்து வானளாவிக் கொழுந்து விட்டெறிந்த அப்பெருந்தீ மாட கூடங்களையும், மச்சு மெத்தைகளையும் கோபுர கலசங்களையும் விழுங்கிப் பஸ்மீகரம் செய்து கொண்டு மேலும் மேலும் இரை தேடி அதன் ஆயிரம் பதினாயிரம் செந்நாக்குகளை நீட்டிக் கொண்டு விரைந்து வருவதைக் கண்டார். அந்த கோர பயங்கரமான காட்சியைப் பார்த்த வண்ணமாகத் திருக்கோவலூர் வீரர்கள் பிரமித்து நிற்பதையும் கண்டார்.

"சரி! சரி! அக்னி பகவான் நமது வேலையை ஏற்றுக் கொண்டு விட்டார். நல்லது, பார்த்திபேந்திரா! உடனே புறப்படுவோம். மூன்று உலகமாளும் சுந்தரசோழச் சக்கரவர்த்தி தமது மூத்த மகனைப் பார்க்க வேண்டும் என்று மூன்று வருஷமாகச் சொல்லி அனுப்பிக் கொண்டிருந்தார். என் மகள் வானமாதேவி இளவரசனை அழைத்து வரும்படி எனக்குச் சிபாரிசு மேல் சிபாரிசு அனுப்பிக் கொண்டிருந்தாள். உயிரற்ற இளவரசனின் சடலத்தையாவது அவர்கள் கடைசி முறை பார்க்கட்டும். இந்த வீராதி வீரனுடைய உடலைச் சண்டாளச் சம்புவரையனுடைய மாளிகையை விழுங்கிய அக்கினிக்கு நாம் இரையாக்க வேண்டாம். தஞ்சாவூருக்கு எடுத்துச் செல்வோம். சக்கரவர்த்தியின் சந்நிதானத்தில் கொண்டுபோய்ப் போடுவோம். உயிர்க் களை இழந்த திருமுகத்தையாவது பெற்ற தாயும் தகப்பனாரும் பார்த்துப் புலம்பட்டும். இளவரசனைக் கொன்ற சண்டாளப் பாதகர்களுக்குத் தக்க தண்டனையை சக்கரவர்த்தியே விதிக்கட்டும்!" என்றார் மலையமான்.

❖ ❖ ❖ ❖

நாற்பத்துமூன்றாம் அத்தியாயம்

மீண்டும் கொள்ளிடக்கரை

கொள்ளிடத்தின் வடகரையிலுள்ள திருநாரையூர் என்னும் கிராமத்தில் நம்பியாண்டார் நம்பி என்னும் சைவப் பெரியாரின் மடாலயம் இருந்தது. அதன் வாசலில் அரண்மனைப் பல்லக்கு ஒன்றும் பல்லக்குத் தூக்கிகளும் காவல் வீரர்களும் நின்றனர். இவர்களைத் தவிர கிராமவாசிகள் சிறிது தூரத்தில் கூட்டம் கூடி நின்றார்கள். அந்தக் கூட்டத்துக்கு மத்தியில் இரண்டு பேருக்குள் ஏதோ கடுமையான விவாதம் நடந்தது போலவும், அதை அக்கூட்டத்தார் உற்சாகத்துடன் கவனித்துக் கொண்டு வந்ததாகவும் தோன்றியது.

ஜனக் கூட்டத்தைச் சற்று விலக்கிக் கொண்டு உள்ளே எட்டிப் பார்த்தோமானால், நமக்கு முன்னே பழக்கமான இருவர்தான் அங்கே நின்று சண்டையிட்டுக் கொண்டிருந்தார்கள் என்பது தெரியவரும். அவர்களில் ஒருவன் திருமலை என்ற ஆழ்வார்க்கடியான் நம்பி, மற்றொருவர் நம் கதையின் ஆரம்பத்திலேயே அவனுடன் படகில் விவாதம் தொடுத்த வீர சைவர்; நம்பியாண்டார் நம்பியின் சைவ மடாலயத்தில் பிரதான காரியக்காரர்.

நம்பியாண்டாரைப் பார்ப்பதற்காக வந்திருந்த பெரிய பிராட்டி செம்பியன் மாதேவி அந்த மகானுடன் ஏதோ தனிமையில் பேச விரும்புகிறார் என்பதை அறிந்து கொண்டதும், மேற்கூறிய வீர சைவப் பெரியார் வெளியேறி வந்தார். ஆழ்வார்க்கடியானைப் பார்த்ததும் அவருக்கு இயற்கையாகவே ஆத்திரம் பொங்கி வந்தது. முன்னொரு தடவை அந்த வீரவைஷ்ணவ சிகாமணியிடம் விவாதத்தில் தோல்வியடைந்து விட்டோம் என்கிற வண்ணம் அந்த ஆத்திரத்தை மூட்டியது.

"அடே! நாமத்தைப் போட்டு ஊரை ஏமாற்றும் வேஷதாரி வைஷ்ணவனே! இங்கே எங்கு வந்தாய்? எங்கேயாவது பொங்கல் – புளியோதரை கிடைக்குமிடம் பார்த்துக்கொண்டு போவது தானே?" என்றார்.

"பொங்கல் புளியோதரை வேண்டிய மட்டும் சாப்பிட்டு விட்டுத் தான் வருகிறேன். இங்கேயுள்ள சைவ மடத்தில் நீங்கள் எல்லாரும் சாம்பலைத் தின்று உடம்பு வீங்கிப் போய்க் கிடக்கிறீர்கள் என்று அறிந்து வந்தேன். பாவம்! நீங்கள் என்ன செய்வீர்கள்! உங்கள் சிவபெருமான் சாப்பிட அன்னம் கிடைக்காத காரணத்தினாலேதான் விஷத்தை உண்டார்! அப்போது மட்டும் எங்கள் நாராயண மூர்த்தியின் சகோதரி பார்வதி கழுத்தைப் பிடிக்காமலிருந்திருந்தால் உங்கள் சிவனுடைய கதி யாதாயிருக்கும்?" என்றான் ஆழ்வார்க்கடியான்.

"அடே வீர வைஷ்ணவனே! நிறுத்து உன் கதையை! உயர உயரப் பறக்காதே! உங்கள் பெருமாள் உயர உயரப் பறந்தும் எங்கள் சிவபெருமானுடைய முடியைக் காண முடியாமல் திரும்பி வந்தாரில்லையா?"

"அது என்ன ஐயா கதை? எங்கள் மகாவிஷ்ணு வாமனாவதாரம் எடுத்து வந்து பூமியை ஒரு அடியினாலும் வானத்தை இன்னொரு அடியினாலும் அளந்தபோது உங்கள் சிவனுடைய முடி அந்த அடிக்குக் கீழேதானே இருந்திருக்க வேண்டும்?" என்றான் ஆழ்வார்க்கடியான்.

"உங்கள் மகாவிஷ்ணு பத்துத் தடவை பூலோகத்தில் பிறந்ததிலிருந்தே அவருடைய வண்டவாளம் வெளியாகவில்லையா? அதிலும் எப்படிப்பட்ட பிறவிகள்? மீனாவும் ஆமையாகவும் பிறந்தாரே!" என்றார் வீர சைவர்.

"உமக்குத் தெரிந்தது அவ்வளவுதான்! பகவான் மீனாகப் பிறந்தது எதற்காக? கடலில் மூழ்கிப்போன நாலு வேதங்களையும் திருப்பிக்கொண்டு வருவதற்கல்லவோ? ஆகையினாலேதான் எங்கள் ஆழ்வாரும்,

'ஆனாத செல்வத்து அரம்பையர்கள் தற்சூழ
வானாளும் செல்வமும் மண்ணரசும் யான் வேண்டேன்
தேனார் பூஞ்சோலை திருவேங்கடச் சுனையில்
மீனாய்ப் பிறக்கும் தவமுடையே னாவேனே!'

என்று பாடியிருக்கிறார்...!"

"அப்பனே! உங்கள் ஆழ்வார்கள் பன்னிரண்டு பேர்தான்! எங்கள் நாயன்மார்கள் அறுபத்து மூன்று பேர்! அதை ஞாபகம் வைத்துக்கொள்!"

"ஓகோ! இப்படி வேறே ஒரு பெருமையா! பஞ்ச பாண்டவர்கள் ஐந்து பேர்தான்; துரியோதனாதியர் நூறுபேர் என்று பெருமையடித்துக் கொள்வீர் போலிருக்கிறதே!"

"அதிகப் பிரசங்கி! எங்கள் நாயன்மார்களைத் துரியோதனன் கூட்டத்தோடு ஒப்பிடுகிறாயா? உங்கள் ஆழ்வார்களிலே தான் பேயாழ்வார், பூதத்தாழ்வார் எல்லாரும் உண்டு."

"உங்கள் சிவபெருமானுடைய கணங்களே பூகணங்கள் தானே! அதை மறந்து விட்டீராங்காணும்?..."

இப்படி வீர வைஷ்ணவரும் வீர சைவரும் வாதப்போர் நடத்திக் கொண்டிருந்தபோது இரு தரப்பிலும் சிரத்தையுள்ளவர்கள் இடையிடையே ஆரவாரித்து உற்சாகப்படுத்திக் கொண்டிருந்தார்கள். இச்சமயத்தில் மடாலயத்துக்குள்ளிருந்து சிவஞான கண்டராதித்தரின் திருத் தேவியான செம்பியன் மாதேவியும் அவரை வழி அனுப்புவதற்காக நம்பியாண்டார் நம்பியும் வெளியே வருவதைக் கண்டு, அக்கூட்டத்தில் நிசப்தம் நிலவியது.

மழவரையன் மகளார் நம்பியாண்டாரிடம் விடை பெற்றுக் கொண்டு வந்து ஆழ்வார்க்கடியானைப் பார்த்து, "திருமலை! இங்கே கூட உன் சண்டையை ஆரம்பித்து விட்டாயா?" என்றார்.

"இல்லை, தேவி! நாங்கள் மற்போர் நடத்தவில்லை; சொற்போர் தான் நடத்தினோம். இந்த வீர சைவ சிகாமணி தான் முதலிலே போரை ஆரம்பித்தார். எங்கள் சொற்போர் இங்கே கூடியிருப்பவர்களுக்கெல்லாம் மிக்க உற்சாகத்தை அளித்தது. அதனாலேதான் மடாலயத்துக்குள்ளே பிரவேசியாமலிருந்தார்கள்" என்றான் திருமலை.

"அப்பனே! தெய்வங்களுக்குள்ளே உயர்வு, தாழ்வு சொல்லி வேடிக்கையாகக்கூட விவாதம் செய்யக்கூடாது. அதனால் சாதாரண ஜனங்களின் உள்ளம் குழப்பத்துக்கு உள்ளாகும்! என் மாமனாராகிய பராந்தக தேவர் தில்லைச் சிற்றம்பலத்துக்குப் பொற்கூரை வேய்ந்தார். அம்மாதிரியே வீர நாராயணபுரத்திலுள்ள அனந்தீசுவரர் கோயிலுக்கும் திருப்பணி செய்து மான்யம் அளித்தார். அவர் காட்டிய வழியிலேயே நாம் அனைவரும் நடக்க வேண்டும்!" என்று கூறினார் செம்பியன் மாதேவி.

பின்னர் தேவியார் சிவிகையில் ஏறிக்கொள்ளவும், சிவிகை மேற்கு நோக்கிச் சென்றது. காவற்காரர்கள் முன்னும் பின்னும் தொடர்ந்தனர். ஆழ்வார்க்கடியான் செம்பியன் மாதேவியின் சிவிகைக்குச் சமீபமாக நடந்து சென்றான்.

சிறிது தூரம் சிவிகைபோன பிறகு ஆழ்வார்க்கடியான் பெரிய பிராட்டியைப் பார்த்து, "தேவி! நம்பியாண்டாரை நம்பி வந்த காரியம் என்ன ஆயிற்று?" என்று கேட்டான்.

"என் மனம் கலக்கம் நீங்கித் தெளிவு அடைந்து விட்டது திருமலை! மதுராந்தகன் சிங்காதனம் ஏறுவதை வேறு வழியில் தடுக்க முடியாவிட்டால் உலகம் அறிய உண்மையைச் சொல்லி விடுவதே முறை என்று நம்பியாண்டார் சொல்லிவிட்டார். நானும் அதை மனப்பூர்வமாக ஒப்புக்கொண்டு உறுதி அடைந்து விட்டேன்" என்றார் செம்பியன் மாதேவி.

"நம்பியாண்டார் அவ்விதம் கூறுவார் என்றுதான் முதன் மந்திரியும் எதிர்பார்த்தார். ஆயினும் தாங்கள் இந்தப் பிரயாணம் வந்தது மிக நல்லதாய்ப் போயிற்று, தாயே! தாங்கள் இந்த விஷயமாக உடனே முடிவு செய்வதற்கு இன்னும் அதிகமான அவசியம் நேர்ந்திருக்கிறது. கடம்பூரிலிருந்து மிகப் பயங்கரமான செய்தி வந்திருக்கிறது. அது இன்னும் இந்த ஊரில் உள்ளவர்களுக்குத் தெரியாது. தெரிந்தால் இங்கு ஒருவரும் இருந்திருக்க மாட்டார்கள். எல்லாரும் இளவரசரின் இறுதி ஊர்வலத்தைப் பார்ப்பதற்குப் போயிருப்பார்கள்!" என்றான் ஆழ்வார்க்கடியான்.

"திருமலை! என்ன சொல்லுகிறாய்? என்ன பயங்கரமான வார்த்தை! எந்த இளவரசர்? என்ன இறுதி ஊர்வலம்?" என்று தேவி கேட்டார்.

"மன்னிக்க வேண்டும், தாயே! சோழ குலத்தில் இதுவரை இம்மாதிரி துர்ச்சம்பவம் நடந்ததில்லை. கடம்பூர் அரண்மனையில் ஆதித்த கரிகாலர் காலமானார். துர்மரணம் என்று சொல்லுகிறார்கள். யாரால் நேர்ந்தது, எப்படி நேர்ந்தது என்று மட்டும் தெரியவில்லை. பலர் பலவாறு சொல்லுகிறார்கள். ஆதித்த கரிகாலர் அகால மரணமடைந்த பிறகு கடம்பூர் அரண்மனை முழுவதும் தீப்பட்டு எரிந்து விட்டதாம். இளவரசரின் சடலத்தைத் தஞ்சைக்கு ஊர்வலமாக எடுத்து வருகிறார்களாம். திருக்கோவலூர் மலையமான் கடம்பூர் சம்புவரையரையும் அவருடைய குடும்பத்தையும் சிறைப்படுத்தி அழைத்து வருகிறாராம். ஊர்வலத்தில் ஒரு லட்சம் ஜனங்களுக்கு மேல் முன்னும் பின்னும் வருகிறார்களாம்! அவர்கள் கொள்ளிடக் கரைக்கு வருவதற்குள் நாம் அந்த நதியைக் கடந்து விட வேண்டும்!"

"திருமலை! நீ சொல்லுவது உண்மையிலேயே பயங்கரமான செய்திதான்! வானத்தில் தூமகேது தோன்றியதின் காரணமாக ஜனங்கள் எதிர்பார்த்த விபரீதம் நேர்ந்து விட்டது! ஆகா! அந்த அசகாய சூரனின் கதி இப்படியா முடியவேண்டும்? ஐயோ! சுந்தர சோழருக்கு இது தெரியும்போது என்ன பாடுபடுவார்? நோய்ப்பட்டிருக்கும் சக்கரவர்த்திக்கும் இந்தச் செய்தியினால் ஏதாவது நேராமலிருக்க வேண்டுமே என்று எனக்குக் கவலையாயிருக்கிறது. கருணைக் கடலான சிவபெருமான் தான் சோழ குலத்தைக் காப்பாற்ற வேண்டும்" என்றார் மழவரையர் மகளார்.

"தாயே! சோழ குலத்துக்கு நேர்ந்திருக்கும் ஆபத்து ஒருபுறமிருக்கட்டும். இந்தத் துர்நிகழ்ச்சியினால் சோழ சாம்ராஜ்யமே சின்னா பின்னமாகி விடலாம் என்று எனக்குப் பயம் உண்டாகிறது."

"அது ஏன் அந்த எண்ணம் உனக்கு உண்டாயிற்று, திருமலை?"

"சோழ நாட்டுத் தலைவர்கள் – சிற்றரசர்களுக்குள்ளே பெரும் சண்டை மூளலாம். இவ்வாறு சோழ நாட்டில் உள் சண்டையினால் இரத்த வெள்ளம் ஓடிக்கொண்டிருக்கும்போது வெளி நாட்டுப் பகைவர்கள் தைரியம் கொண்டு படையெடுக்கத் தொடங்கி விடுவார்கள்! அதன் விளைவுகளைப் பற்றிச் சொல்ல வேண்டுமா, தாயே!"

"திருமலை! சிற்றசர்கள், தலைவர்களுக்குள்ளே ஏன் சண்டை மூளும் என்று சொல்லுகிறாய்?"

"தங்களுக்குத் தெரிந்த காரணந்தான் தாயே! சிலர் தங்கள் திருக்குமாரரான மதுராந்தகர் அடுத்தபடி பட்டத்துக்கு வர வேண்டும் என்பார்கள். மற்றும் சிலர் அருள்மொழிவர்மர்தான் சிம்மாசனம் ஏறவேண்டும் என்பார்கள். ஏற்கெனவே கொடும்பாளூர் வேளாரின் படைகள் தஞ்சைக் கோட்டையைச் சுற்றி முற்றுகை இட்டிருக்கின்றன. இளவரசரின் சடலத்துடன் மலையமான் தஞ்சையை நோக்கிப் போகிறார். பழுவேட்டரையரைச் சேர்ந்த சிற்றரசர்கள் சைன்யம் திரட்டிக் கொண்டிருக்கிறார்கள். ஆகையால் தஞ்சையிலும் தஞ்சையைச் சுற்றிலும் சோழ நாட்டு வீரர்கள் ஒருவரையொருவர் கொன்று கொண்டு ரத்த வெள்ளம் பெருக்கப் போகிறார்கள். காவேரி முதலிய ஐந்து ஆறுகளிலும் தண்ணீர் வெள்ளத்துக்குப் பதிலாக ரத்த வெள்ளம் ஓடப்போகிறது! மகா அறிவாளியான முதன் மந்திரி அநிருத்தரே கலக்கம் அடைந்திருக்கிறார். விஜயாலயரும் ஆதித்தரும் பராந்தகரும்

தங்கள் திருக்கணவரான கண்டராதித்தரும் நிலைநாட்டிய சோழப்பேரரசு நம் நாளில் அழிந்து போய்விடலாம் என்றே பயப்படுகிறார். இதைத் தடுப்பதற்கு அநிருத்தருக்கே வழி ஒன்றும் தோன்றவில்லை!" என்றான் ஆழ்வார்க்கடியான்.

"திருமலை! இறைவன் அருளால் இந்த மாபெரும் சாம்ராஜ்யத்துக்கு அத்தகைய விபத்து நேராமல் நான் தடுப்பேன். அதற்கு வழியை நான் அறிவேன். அந்த வழியைக் கடைபிடிக்கலாமா என்று என் மனத்தைத் திடப்படுத்திக் கொண்டு போகத்தான் நம்பியாண்டாரிடம் வந்தேன். மதுராந்தகனுக்கும், அருள்மொழி வர்மனுக்கும் சிங்காதனப் போட்டி ஏற்பட்டால்தானே உள்நாட்டுச் சண்டை மூளும்?"

"ஆம், தாயே! அத்தகைய சண்டை மூளாமல் எப்படித் தடுக்க முடியும்? ஆதித்த கரிகாலர் பிராயத்தில் சிறிது மூத்தவர் என்ற காரணமாவது இதுவரையில் சொல்லக் கூடியதாயிருந்தது. இப்போது அவரும் போய்விட்டார். தங்கள் திருப்புதல்வரைக் காட்டிலும் அருள்மொழிவர்மர் இளையவர். ஆனால் மலையமானும் வேளாரும் சோழ நாட்டு மக்களும் இனி அருள்மொழிவர்மருக்கே பட்டம் என்று வற்புறுத்தப் போகிறார்கள். பழுவேட்டரையர்கள் அதை ஒத்துக் கொள்ளப் போவதில்லை."

"திருமலை! யார் ஒத்துக்கொண்டாலும் சரி, ஒத்துக் கொள்ளாவிட்டாலும் சரி. மதுராந்தகன் சிங்காதனம் ஏறமாட்டான். அதை நான் பார்த்துக்கொள்வேன். மகா புருஷராகிய என்னுடைய பதியின் விருப்பத்தை நான் நிறைவேற்றுவேன். மதுராந்தகனுக்குப் பட்டம் இல்லையென்று முடிவானால் உள்நாட்டுச் சண்டையும் இல்லைதானே?"

"ஆம்; அன்னையே! சோழ சாம்ராஜ்யம் சர்வ நாசம் அடையாமல் இச்சமயம் தாங்கள் காப்பாற்றினால்தான் உண்டு. வேறு வழியே கிடையாது!" என்றான் ஆழ்வார்க்கடியான்.

"என்னால் ஆவது ஒன்றுமில்லை. மாதொரு பாகனாகிய மகேசுவரன் எனக்கு அத்தகைய சக்தியை அருள வேண்டும்" என்றார் பெரிய பிராட்டியார்.

சிறிது நேரம் இருவரும் மௌனமாகச் சென்றார்கள். கொள்ளிடத்தின் ஓடத்துறை சற்றுத் தூரத்தில் தெரிந்தது.

"திருமலை! சற்றுமுன் ஒரு பயங்கரமான செய்தியைக் கூறினாய். ஆதித்த கரிகாலன் உயிர் இழந்தான் என்றாய். மூன்று உலகையும் ஆள வேண்டிய அந்த வீராதி வீரன் இறந்ததே விபரீதமான செய்திதான். இளவரசன் துர்மரணம் அடைந்ததாகக் கூறினாயே! அது எப்படி? தன் உயிரைத் தானே போக்கிக் கொண்டானா? அல்லது யாராவது அவனைக் கொன்று விட்டதாகச் சொல்கிறார்களா?" என்று பெரிய பிராட்டி வினவினார்.

"தேவி! அதைப் பற்றிப் பலவிதப் பேச்சுக்கள் பரவி வருகின்றன. சம்புவரையர் வீட்டில் இது நடந்தபடியால் அவர் மீது சந்தேகப்பட்டு அவரையும் அவர் குடும்பத்தார் அத்தனை பேரையும் மலையமான் சிறைப்படுத்திக் கொண்டு வருகிறார். சம்புவரையர் மகன் கந்தமாறன் மட்டும் தப்பிச் சென்று விட்டானாம்..."

"சம்புவரையரால் இது நேர்ந்திருக்கும் என்று உண்மையில் எனக்கு நம்பிக்கைப்படவில்லை. எவ்வளவுதான் விரோதமிருந்தாலும் அவருடைய இல்லத்துக்கு விருந்தாளியாக வந்திருந்த சக்கரவர்த்தித் திருமகனைக் கொல்லுவதற்கு யாருக்குத்தான் மனம் வரும்? சம்புவரையர் அப்படிச் செய்திருக்க முடியாது. அவர் இதைப்பற்றி என்ன சொல்லுகிறாராம்? இளவரசர் கரிகாலரின் மரணம் எப்படி நேர்ந்திருக்கும் என்று சொல்லுகிறாராம்?"

"தேவி! பழையாறைக்கு முன்னொரு சமயம் வாணர்குலத்து வீர வாலிபன் ஒருவன் வந்திருந்தானே நினைவிருக்கிறதா? அவனைக் குந்தவைப் பிராட்டியார் ஈழ நாட்டுக்குக் கூட ஓலையுடன் அனுப்பி வைக்கவில்லையா?"

"ஆம்; ஆம்; ஞாபகம் இருக்கிறது. அவனைப் பற்றி என்ன?"

"இளவரசரின் உயிரற்ற சடலத்துக்கு அருகில் அந்த வாலிபன் தான் இருந்தானாம். ஆகையால் அவனேதான் கொன்றிருக்க வேண்டும் என்று சம்புவரையர் சொல்கிறாராம்..."

"திருமலை! அப்படி ஒருநாளும் நேர்ந்திராது. அந்தப் பிள்ளையைப் பார்த்த ஞாபகம் எனக்கு இருக்கிறது..."

"நானும் அப்படித்தான் நினைக்கிறேன், தாயே! ஆனால் சந்தர்ப்பங்களும் சாட்சியங்களும் வந்தியத்தேவனுக்கு எதிராயிருக்கின்றன!"

"ஐயோ! பாவம்! இளையபிராட்டி அந்த வாலிபனிடம் ரொம்ப நம்பிக்கை வைத்திருந்தாள். இந்தச் செய்தி தெரிந்தால் அவள் துடிதுடித்துப் போவாள்!"

"தாயே! தங்களிடம் அதைப் பற்றிக் கேட்டுக் கொள்ளலாம் என்று நினைத்தேன். தாங்கள் குடந்தைக்குச் சென்றதும் இளைய பிராட்டியைச் சந்தித்துத் தஞ்சைக்கு அழைத்துக் கொண்டு போவது நல்லது..."

"அதுதான் என் உத்தேசம். இளையபிராட்டி எனக்காக அங்கே காத்துக் கொண்டிருக்கிறாள்..."

"மற்றவர்கள் மூலம் பராபரியாக இளையபிராட்டிக்குச் செய்தி தெரிவதற்கு முன்னால் தாங்களே சொல்லி விடுவதுதான் நல்லது..."

"அப்படியானால் இப்போது நீ என்னுடன் வரப்போவதில்லையா, திருமலை?"

"தேவி! தாங்கள் அனுமதி கொடுத்தால் கொள்ளிடத்தின் தென் கரையில் தங்களிடம் விடை பெற்றுக் கொள்ள விரும்புகிறேன்..."

"எங்கே போகப் போகிறாய்?"

"இளவரசர் கரிகாலரின் மரணத்தில் ஏதோ ஒரு மர்மம் இருக்கிறது. அதைக் கண்டுபிடித்து வருவதற்காகப் போக விரும்புகிறேன்."

"எப்படிக் கண்டுபிடிப்பாய்?"

"தேவி! பாண்டிய நாட்டுச் சதிகாரர்களைப் பற்றித் தங்களுக்கு முன்னமே ஒருமுறை சொல்லியிருக்கிறேன். அச்சதிகாரர்களில் ஒருவனைக் கொள்ளிடத்தின் தென்கரையில் நான் வரும்போது பார்த்தேன்" என்றான் திருமலை.

"உடனே நீ ஏன் அவனைப் பின் தொடர்ந்து செல்லவில்லை?"

"கொள்ளிடத்தின் வடகரைக்கு வந்த பிறகுதான் கரிகாலர் மரணத்தைப் பற்றிச் செய்தி தெரிந்தது, அரசி! எனக்கு விடை கொடுங்கள்! சதிகாரர்கள் சாதாரணமாகக் கூடிப் பேசுகிற இடம் எனக்குத் தெரியும்..."

"சரி, போய் வா! இளையபிராட்டி குந்தவையிடம் என்ன சொல்லட்டும்? அவளை நினைத்தால் எனக்கு பெருங் கவலையாயிருக்கிறது."

"வந்தியத்தேவன் மீது குற்றம் சாட்டப்பட்டால் அதைப் பற்றிக் கவலைப்படவேண்டாம் என்று சொல்லுங்கள். உண்மைக் குற்றவாளியை நான் எப்படியும் கண்டுபிடித்துக் கொண்டு வருவேன் என்று சொல்லுங்கள்!"

"இறைவன் அருளினால் நீ போகும் காரியம் வெற்றி அடையட்டும்!" என்றார் சிவபக்தியில் சிறந்த பெண்மணியான செம்பியன் மாதேவி.

இதற்குள் கொள்ளிடக் கரை வந்துவிட்டது. பெரிய பிராட்டி செம்பியன் மாதேவியும் பரிவாரங்களும் ஏறிச் செல்வதற்காகப் படகுகள் காத்திருந்தன.

ஆழ்வார்க்கடியான் வேறொரு சிறிய படகு பிடித்துக் கொண்டு அவர்களுக்கு முன்னால் விரைந்து படகைச் செலுத்தச் சொல்லி, அங்கிருந்து சென்றான்.

❉ ❉ ❉ ❉

நாற்பத்துநான்காம் அத்தியாயம்

மலைக் குகையில்

கொள்ளிடத்தின் தென்கரையை அடைந்ததும் ஆழ்வார்க்கடியான் மேற்றிசையை நோக்கிப் போனான். கொள்ளிடத்தின் உடைப்பினால் எங்கும் வெள்ளக் காடாக இருந்ததைப் பார்த்தான். ஆயினும் கொள்ளிடத்தில் தண்ணீர் மட்டம் குறைந்து வந்ததைப் போல் உடைப்பினால் தண்ணீர் பரவியிருந்த இடங்களிலும் வேகமாகத் தண்ணீர் வடிந்து கொண்டு வந்தது. கடைசியாகத் திருப்புறம்பியத்தை அடைந்தான். அந்த ஊர் மட்டும் அவ்வளவு வெள்ளத்தினாலும் பாதிக்கப்படாமல் இருந்ததைப் பார்த்து வியந்தான். ஆதிகாலத்தில் உலகமே பிரளயத்தில் ஆழ்ந்தபோது திருப்புறம்பியம் மட்டும் தண்ணீரில் முழுகாமலிருந்தது என்னும் வரலாறு இதனாலே தான் ஏற்பட்டது போலும் என்று எண்ணிக் கொண்டு பள்ளிப்படைக் காட்டை நெருங்கினான். அங்கே புயலினால் பல மரங்கள் சாய்ந்து விழுந்திருந்த போதிலும் அவன் ஒளிந்து பார்ப்பதற்கு வேண்டிய அடர்த்தியில்லாமற் போகவில்லை. அவ்விதம் பார்த்தபோது, பள்ளிப்படைக் கோயில் வாசலில் ஆண்கள் மூவரும் ஒரு ஸ்திரீயும் நின்று பேசுவது தெரிந்தது. நன்றாய் உற்றுப் பார்த்தபோது, எல்லாரும் அவனுக்கு முன்னாலே தெரிந்தவர்கள் என்று அறிந்தான். அதே பள்ளிப்படைக் காட்டில் முதன் முதலில் சதியாலோசனைக்காகக் கூடியவர்களில் இந்த மூன்று ஆண்பிள்ளைகளும் இருந்தார்கள். ஒருவன் சோமன் சாம்பவன். இன்னொருவன் கிரமவித்தன். மூன்றாவது ஆள் இடும்பன்காரி. ஸ்திரீ, படகோட்டி முருகய்யனுடைய மனைவி. அவர்களில் இடும்பன்காரி மற்றவர்களுக்கு ஏதோ சொல்லிக் கொண்டிருந்தான். அச்செய்தி அவர்களுக்கு உற்சாகத்தை அளித்ததாகத் தெரிந்தது. "சரி ! அப்படியானால் நாமும் பச்சைமலை அடிவாரத்துக்கு உடனே புறப்படலாம். போய்ச்சேர இரண்டு நாள் பிடிக்கும்" என்று சோமன் சாம்பவன் கூறியது ஆழ்வார்க்கடியான் காதில் விழுந்தது.

அவர்களுக்கு முன்னால் தான் அங்கிருந்து புறப்பட்டு விடலாம் என்று எண்ணி ஆழ்வார்க்கடியான் திரும்பினான். அவனுடைய மார்புக்கு நேரே சிறிய கத்தியைக் கண்டு திடுக்கிட்டான். அதைப் பிடித்திருந்த கை பூங்குழலியின் கை என்று தெரிந்தது. திகைப்பு நீங்கியது. இருவரும் ஒருவரையொருவர் தெரிந்து புன்னகையினால் தங்களின் வியப்பைத் தெரிவித்துக் கொண்டார்கள்.

சதிகாரர்கள் அங்கிருந்து போய்விட்டார்கள் என்று தெரிந்த பிறகு ஆழ்வார்க்கடியான், "பூங்குழலி! தஞ்சாவூரிலிருந்து நீ எப்படி இங்கே வந்தாய்? எதற்காக வந்தாய்?" என்று கேட்டான்.

"பழி வாங்குவதற்காக வந்தேன்" என்றாள் பூங்குழலி.

"என்ன பழி? எதற்காக?"

"இவர்களிலே ஒருவன் என் அத்தையைக் கொன்றுவிட்டு ஓடி வந்த பாதகன். அப்பாதகனை விடாமல் பின்தொடர்ந்து இவ்விடத்தில் வந்து பிடித்தேன். இங்கே இன்னும் மூன்று பேர் அவனுக்கு முன்னால்

வந்திருந்தார்கள். அதிலும் என் அண்ணன் மனைவியை அவர்களுடன் பார்த்ததும் திகைத்துப் போனேன்! அதற்குள் நீ ஒருவன் வந்து குறுக்கிட்டாய். இப்போது என்ன செய்யலாம்? நீ எனக்கு உதவி செய்வதாயிருந்தால், இவர்களை விடாமல் தொடர்ந்துபோய் என் அத்தையைக் கொன்றவனைக் கொன்றுவிட்டு வருவேன்." என்றாள்.

"ஐயோ! பாவம்! உன் அத்தை என்றால், அந்த ஊமை ராணி மந்தாகினிதானே? அவளை எதற்காக இவர்களில் ஒருவன் கொன்றான்?" என்று ஆழ்வார்க்கடியான் கேட்டான்.

"அத்தையைக் கொல்ல வேண்டும் என்று நினைத்துக் கொல்லவில்லை. சக்கரவர்த்தியைக் கொல்ல நினைத்து அவர் மேல் எறிந்த வேலை என் அத்தை தாங்கிக் கொண்டாள்!" என்றாள்.

"ஓகோ! அப்படியா? ஊமை ராணி தன் உயிரைக் கொடுத்துச் சக்கரவர்த்தியைக் காப்பாற்றினாளா? இதெல்லாம் எப்படி நடந்தது? சற்று விவரமாகச் சொல், கேட்கலாம்!"

"விவரமாகச் சொல்லுவதற்கு இதுதானா சமயம்? அவர்கள் தப்பித்துக் கொண்டு போய்விடுவார்களே?"

"பூங்குழலி! அவர்கள் போகுமிடம் எனக்குத் தெரியும். எதற்காக யாரைச் சந்திப்பதற்காகப் போகிறார்கள் என்றும் ஊகித்துக் கொண்டேன். வழியிலே அவர்களைத் தடை செய்யாமலிருப்பதே நல்லது. அவர்கள் போகுமிடத்துக்கு நாமும் போகலாம். அங்கே நான் தெரிந்து கொள்ள விரும்புவதைத் தெரிந்து கொண்ட பிறகு நீ உன் பழியை முடித்துக் கொள்ளலாம்" என்றான் ஆழ்வார்க்கடியான்.

"அப்படியானால் புறப்படு! போகும் போதே தஞ்சாவூரில் நடந்தையெல்லாம் உனக்கு விவரமாகச் சொல்கிறேன்!" என்றாள் பூங்குழலி.

* * *

இருவரும் கொள்ளிடத்தைப் படகின் மூலமாகக் கடந்து அக்கரை அடைந்தார்கள். வடமேற்குத் திசையை நோக்கிப் பிரயாணம் செய்தார்கள். மூன்று தினங்கள் இரவும் பகலும் பிரயாணம் செய்த பின்னர் பச்சை மலையின் அடிவாரத்தை அடைந்தார்கள். அந்த அடிவாரத்தில் அடர்ந்த காடு மண்டிக் கிடந்தபடியால் இவர்கள் தேடிச் சென்றவர்கள் எங்கே இருக்கக் கூடும் என்பதை இலேசில் கண்டுபிடிக்க முடியவில்லை. இவ்வளவு பிரயாசையுடன் பிரயாணம் செய்து வந்ததே வீணாகிவிடுமோ என்று மனச் சோர்வு அடைந்தார்கள்.

திடீர் என்று ஆந்தையின் குரல் ஒன்று கேட்டது. பதிலுக்கு மற்றொரு குரல் அதே மாதிரி கேட்டது. ஆழ்வார்க்கடியானுடைய முகம் மலர்ந்தது. பூங்குழலிக்குச் சமிக்ஞை மூலமாகப் பேசாமல் தன்னுடன் வரும்படி தெரிவித்தான். ஆந்தைகளின் குரல் கேட்ட இடத்தில் இடைவெளி தென்பட்டது. அங்கே ஏழெட்டுப் பேர் இருந்தார்கள். சிலர் நெருப்பு மூட்டிச் சமையல் செய்து கொண்டிருந்தார்கள். மற்றவர்கள் பேசிக் கொண்டிருந்தார்கள். முன்னமே அங்கு இருந்தவர்களும் புதிதாக வந்து சேர்ந்தவர்களும் ஒருவருக்கொருவர் ஏதோ வியப்பான செய்தி சொல்லிக் கொண்டிருந்தார்கள் என்று தெரிந்தது.

முன்னமே அங்கிருந்தவர்களில் ரவிதாஸனும் ஒருவன். அவன் அப்போது புதிதாக அங்கே வந்து சேர்ந்தவர்களுக்குச் சற்றுத் தூரத்தில் இருந்த மலைக்குகையொன்றைச் சுட்டிக் காட்டி ஏதோ தெரிவித்துக் கொண்டிருந்தான். இதை ஆழ்வார்க்கடியான் கவனித்துக் கொண்டான்.

மெல்லிய குரலில், "பூங்குழலி! நான் தேடி வந்தவர்கள் அந்த குகைக்குள்ளேதான் இருக்கவேண்டும். நான் மெள்ளக் குகைக்குள்ளே நுழைந்து பார்க்கிறேன். இவர்களில் யாராவது குகையை நெருங்கி வந்தால் நீ ஒரு குரல் கொடு!" என்றான்.

"ஆந்தை கத்துவது போல் என்னால் கத்த முடியாது. குயில் கூவுவதுபோலக் கூவுகிறேன்!" என்றாள் பூங்குழலி.

மலைக் குகைக்குள்ளே காற்றும் வெளிச்சமும் நுழைவதற்காகச் சில பெரிய துவாரங்கள் செய்யப்பட்டிருந்தன. ஆகையால் உள்ளே வெளிச்சம் வந்து கொண்டிருந்தது.

அந்த வெளிச்சத்தில் ஆழ்வார்க்கடியான் ஓர் அபூர்வமான காட்சியைக் கண்டான். பெரிய பழுவேட்டரையர் காளாமுகச் சாமியார்களைப் போல் புலித்தோல் உடை தரித்திருந்தார். அவர் பக்கத்தில் மண்டை ஓட்டு மாலை கிடந்தது. அவர் உடம்பிலிருந்து ரத்தம் மிகச் சேதமாகியிருக்க வேண்டும் என்று அவர் முகம் வெளுத்துப் போயிருந்ததிலிருந்து ஊகிக்கும் படியிருந்தது. தரையிலே படுத்திருந்தவர் அப்போதுதான் சுய நினைவு பெற்று எழுந்து உட்கார முயன்றதாகத் தோன்றியது. ஏதோ பயங்கர சொப்பன உலகிலிருந்து அப்போதுதான் விழித்தெழுந்தவர் போல் காணப்பட்டார். அவருடைய கண்கள் திருதிருவென்று விழித்தன.

அவர் பக்கத்தில் நந்தினி இருந்தாள். அவள் ஆபரண அலங்காரங்கள் கலையப் பெற்றுத் தலைவிரி கோலமாக இருந்தாள். ஆயினும் அவளுடைய வசீகர சௌந்தரியம் முன்னைவிடப் பன்மடங்கு அதிகமாகப் பிரகாசித்தது. அன்பும், ஆதரவும், பரிதாபமும் பச்சாத்தாபமும் ததும்பிய குரலில், "ஐயா! இந்தக் கஞ்சியை அருந்துங்கள்!" என்று கூறிக் கொண்டே ஒரு மண் பாத்திரத்தை அவரிடம் நீட்டிக் கொண்டிருந்தாள்.

பழுவேட்டரையர் அவளைத் திரும்பிப் பார்த்தார். அவர் முகத்தில் ஒரு கணநேரம் எல்லையற்ற இன்பத்துக்கு அறிகுறியான புன்னகை மலர்ந்தது.

"நந்தினி! என் பேரரசி! நீதானா இப்போது பேசினாய்? உன் குரல்தானா இது? நாம் இப்போது எங்கே இருக்கிறோம்? மரணத்தின் வாசலுக்குச் சென்றிருந்த என்னை நீயா திரும்பக் கொண்டுவந்து சேர்த்தாய்? அன்று சாவித்திரி சத்தியவானுக்குச் செய்ததை இன்று நீ எனக்குச் செய்தாயா? எனக்கு நினைவு வந்த போது உன்னுடைய மலர்க் கையினால் என்னுடைய மார்பைத் தொட்டுப் பார்த்துக் கொண்டிருந்ததாகத் தோன்றியதே அது உண்மையா? மூன்று ஆண்டு காலமாக என்னைத் தொடவும் மறுத்தவள் கடைசியாக மனமிரங்கி விட்டாயா? எங்கே கொடு! கஞ்சியைக் கொடு! உன் கையினால் கஞ்சி கொடுத்தால் அதுவே எனக்குத் தேவாமிர்தமாகும்!" என்றார்.

இவ்விதம் சொல்லிக்கொண்டே நந்தினியின் கையிலிருந்த மண் பாண்டத்தை வாங்கிக் கொண்டவர் திடீரென்று அவளை வெறித்துப் பார்க்கத் தொடங்கினார். அடியோடு மாறிப்போன பயங்கரமான குரலில், "அடி பாதகி! ராட்சஸி! நீதானா? என்னைத் தொடுவதற்கு உனக்குத் தைரியம் வந்ததா? என் நெஞ்சில் கத்தியால் குத்தப் பார்த்தாயா? அப்போது நான் விழித்துக் கொண்டேனா? இந்தப் பாத்திரத்தில் இருப்பது உண்மையில் கஞ்சிதானா? அல்லது என்னைக் கொல்லுவதற்கான நஞ்சா? உன் கையால் கொடுப்பது தேவாமிர்தமானாலும் எனக்கு அது விஷமல்லவோ?" என்று கூறிவிட்டு அம்மண்பாண்டத்தை வீசி எறிந்தார். அது தடாலென்று குகைச் சுவரில் மோதிச் சுக்கு நூறாகிச் சிதறி விழுந்தது.

❖ ❖ ❖ ❖

நாற்பத்தைந்தாம் அத்தியாயம்

"விடை கொடுங்கள்!"

பெரிய பழுவேட்டரையரின் கோபவெறி நந்தினிக்கு எந்த விதமான வியப்பையும் உண்டாக்கியதாகத் தெரியவில்லை. மூன்று ஆண்டு காலமாக அந்த மகா வீரரான முதுகிழவரை அவள் கையில் பிடித்த கயிற்றின் நுனியில் ஆடும் பாவையைப் போல் ஆட்டி வைத்துக் கொண்டிருந்தாள். முதன் முதலாக, இன்றைக்கு அந்தக் கயிறு அறுந்து விட்டது. ஆட்டி வைத்தபடி ஆடிக் கொண்டிருந்த பாவை உயிரும், சுய அறிவும் பெற்றுவிட்டது. இதை நந்தினி எதிர் பார்த்தவளாகத் தோன்றியது. இனி அந்தப் பாவையினால் அவளுக்கு ஆகவேண்டிய காரியமும் ஒன்றுமில்லை.

சிறிதும் பதட்டம் காட்டாமல் நந்தினி எழுந்து பெரிய பழுவேட்டரையரின் முன்னால் நமஸ்கரித்தாள். உணர்ச்சி மிகுதியினால் தழுதழுத்திருந்த குரலில் அவள் கூறினாள்:

"சுவாமி! என்னுடைய வார்த்தைகள் தங்களுக்குத் தேனையும் தேவாமிர்தத்தையும் விட இனிப்பதாகப் பலமுறை சொல்லியிருக்கிறீர்கள். ஆனால் இன்றைக்கு நான் கொடுத்த கஞ்சியைப் போலவே என் வார்த்தைகளும் தங்களுக்கு நஞ்சினும் கசப்பாயிருக்கும். ஆயினும், கருணை கூர்ந்து தங்களிடம் இன்று இறுதி விடைபெறுவதற்கு முன்னால் சில வார்த்தைகள் சொல்ல அநுமதி கொடுங்கள். அருமைக் கண்மணி என்றும், ஆசைக்காதலி என்றும் என்னை அழைத்த வாயினால் இன்று பாதகி என்றும், ராட்சஸி என்றும் அழைத்தீர்கள். நான் பாதகிதான், ராட்சஸிதான்! மூன்று வருஷமாகத் தங்களை வஞ்சித்து ஏமாற்றி வந்தேன். வனாந்தரத்தில் அநாதையாக நின்ற என்னை அழைத்து வந்து அரண்மனையில் வைத்தீர்கள். பேரரசிகளும் இளவரசிகளும் எனக்கு மரியாதை செய்யப் பண்ணினீர்கள். தங்கள் உயிருக்குயிரான சின்னப் பழுவேட்டரையரை விரோதித்துக் கொள்ளவும் துணிந்தீர்கள். நாட்டு மக்களும் நகர மக்களும் கூறிய பழிச் சொற்களும் பரிகாஸப் பேச்சுக்களும் தாங்கள் என்னிடம் கொண்டிருந்த அபிமானத்தைப் பாதிக்க முடியவில்லை. இப்படியெல்லாம் என்னிடம் நம்பிக்கை வைத்து இணையில்லாச் சிறப்புக்கள் அளித்த தங்களை நான் வஞ்சித்து வந்தேன். அது உண்மைதான். என்னுடைய நோக்கத்தை நிறைவேற்றிக் கொள்வதற்காகவே தங்கள் அரண்மனையில் வசித்து வந்தேன். தங்களுக்குத் தெரியாமல் பல காரியங்களைச் செய்துவந்தேன். சதிகாரர்களுடன் தொடர்பு வைத்துக் கொண்டிருந்தேன். கந்தமாறன், பார்த்திபேந்திரன் போன்ற வாலிபர்களின் மதியை மயக்கி அவர்களை என் காரியத்துக்கு உபயோகப்படுத்திக் கொண்டேன். ஆனால், ஐயா, ஒரே ஒரு காரியத்தில் மட்டும் தங்களை நான் வஞ்சிக்கவில்லை. தங்களை உலகமறிய மணந்த நாளிலிருந்து தங்களையே என் பதியாகக் கொண்டிருந்தேன். தலைமுறை தலைமுறையாக மகாவீரர்களை அளித்து வந்த தங்கள் பழம் பெரும் குலத்துக்கு என்னுடைய ஒழுக்கத் தவறினால் சிறிதும் களங்கம் ஏற்படவில்லை. இனியும் நான் உயிரோடிருந்தால் அத்தகைய களங்கம் தங்களுக்கு ஒருநாளும் ஏற்படாது..."

"நந்தினி! என்ன வார்த்தை சொல்லுகிறாய்? என் குலத்துக்கு ஏற்படக்கூடிய களங்கம் வேறு என்ன இருக்கிறது? ஐயோ! என் கையினால்... இந்த என் கையினால்... அடி பாவி! வாள் ஒன்று வைத்திருந்தாயே? அது எங்கே? அதனால் என் கையை நீயே வெட்டி விடு! எனக்கு நீ செய்யக்கூடிய உதவி அது ஒன்றுதான்!...... இல்லை, இல்லை! வேண்டாம்! இந்த கைக்கு இன்னும் ஒரு வேலை இருக்கிறது; மிக முக்கியமான வேலை இருக்கிறது. நான் கூறியதை உண்மை என்று நினைத்து அப்படி ஏதாவது செய்து விடாதே!..."

"சுவாமி! அப்படியொன்றும் நான் செய்யமாட்டேன். எத்தனையோ காலமாக நான் பழி முடிக்க எண்ணி இருந்தவரின் பேரிலேயே அந்த வாளை என்னால் உபயோகிக்க முடியவில்லை. சமயம் நழுவிப் போய்விடுமோ என்று நான் பயந்து மதி மருண்டிருந்த நேரத்தில் தாங்கள் என் உதவிக்கு வந்தீர்கள்..."

"அடி பாதகி! உன் உதவிக்கா நான் வந்தேன்? என்ன வார்த்தை சொல்லுகிறாய்? சண்டாளி! பெண் உருக் கொண்ட பேயே! இம்மாதிரி நேரும் என்று தெரிந்திருந்தால் நான் அங்கு வந்திருக்கவே மாட்டேன்! தெய்வமே! கொள்ளிடத்து வெள்ளத்திலே நான் முழுகித் தத்தளித்த போதே அந்தப் பாவி யமன் என்னைக் கொண்டு போயிருக்கக் கூடாதா?"

"சுவாமி! தாங்கள் என் உதவிக்கு வரவில்லை. என் காரியத்தில் தங்களை உதவி செய்யும்படி நான் கோரவும் இல்லை. தாங்கள் சோழ மன்னர் குலத்துக்கு உண்மையாக நடக்கவும், சோழ குலத்தின் சேவையில் உயிரைக் கொடுக்கவும் பரம்பரையாக உறுதி பூண்ட குலத்தில் வந்தவர். நானோ சோழ குலத்தின் மீது வஞ்சம் தீர்த்துக் கொள்வதாக வந்தவள். ஆகையாலேயே தங்களிடம் என் உண்மை நோக்கத்தை நான் தெரிவிக்கவில்லை. சில சமயம் நான் அவ்விதம் தங்கள் மூலம் என் காரியத்தை நிறைவேற்றிக் கொள்ளலாமா என்று எண்ணியதுண்டு. யோசித்துப் பாருங்கள். தாங்கள் இன்று 'ராட்சஸி', என்றும், 'பெண்ணுருக் கொண்ட பேய்' என்றும் அழைக்கும் இந்தப் பேதையின் முக சௌந்தரியத்தில் கண்ணையும் கருத்தையும் பறிகொடுத்து அமிர்தமாக மதுபானம் செய்தவரைப் போல் மதியிழந்து பல தடவை தாங்கள் நின்றதில்லையா? அப்போதெல்லாம் தங்களைக் கொண்டே என் வஞ்சத்தைத் தீர்த்துக் கொண்டால் என்ன என்று நான் நினைத்ததுண்டு. ஆனால் தங்களை அப்படிப்பட்ட துரோகச் செயல் புரியும்படி செய்து தங்கள் குலத்துக்குக் களங்கம் உண்டாக்க நான் விரும்பவில்லை. இதனாலேயே தங்களைக் கடம்பூரிலிருந்து தஞ்சைக்குப் போகச் செய்வதற்கு நான் அவ்வளவு பாடுபட்டேன். தாங்களும் போனீர்கள். ஆனால் விதியானது தங்களைச் சமயம் பார்த்துத் திரும்பிக் கொண்டு வந்துவிட்டது! தாங்களாக எனக்கு உதவி செய்ய முன்வரவில்லை. ஆனால் விதியானது தங்களை என் உதவிக்கு நல்ல சமயத்தில் கொண்டு வந்து சேர்ந்தது! ஆம், ஐயா! விதிதான் தங்கள் மனத்தில் என் ஒழுக்கத்தைப் பற்றிச் சந்தேகத்தை மூட்டியது. நான் பழி முடிப்பதைத் தடுப்பது மட்டும் தங்கள் நோக்கமாயிருந்தால், பகிரங்கமாகவே வந்திருப்பீர்கள். நான் ஒழுக்கத் தவறு செய்து தங்களுக்குத் துரோகம் செய்கிறேனா என்று சந்தேகப்பட்டுத்தான் வேஷம் தரித்து ரகசிய வழியில் வந்தீர்கள். அந்த விஷயத்திலாவது தங்கள் சந்தேகம் தீர்ந்து போயிருக்க வேண்டும்! இல்லாவிடில், இப்போதாவது தீர்த்துக் கொள்ளுங்கள். மனைவியும் கணவனும் வாழ்க்கைத் துணைவர்கள் என்று பெரியோர்கள் சொல்லியிருக்கிறார்கள். நான் தங்களுக்கு உண்மையான பத்தினியாக இருந்தபடியால்தான் எனக்குத் துணை செய்வதற்குத் தக்க சமயத்தில் தங்களை விதி கொண்டுவந்து என்னிடம் சேர்த்தது..."

"நந்தினி! போதும்! நிறுத்து! உன் வார்த்தைகள் என்னைச் சித்திரவதை செய்கின்றன. அதைக் காட்டிலும், என்னை ஒரேடியாகக் கொன்று போட்டுவிடு! தடுப்பதற்குக் கூட என் கையில் சக்தி இல்லை; உடம்பிலும் வலிவு இல்லை. வாளினால் கொல்ல உனக்குத் தைரியம் இல்லையென்றால், உண்மையாகவே கஞ்சியில் விஷத்தைக் கலந்து எனக்குக் கொடுத்துவிடு!"

"அரசே! என்னை மன்னியுங்கள் இல்லை... என்னை உங்களால் மன்னிக்க முடியாது. இந்த ஜென்மத்தில் மன்னிக்க இயலாதுதான்! ஒன்று சொல்கிறேன், கேளுங்கள்! நாம் இருவரும் மறுஜன்மம் எடுத்து இந்தப் பூமியில் பிறந்தால், அப்போது இந்தப் பிறவியின் நினைவு ஒன்றும் நமக்கு இராது. நான் தங்களை வஞ்சித்துத் தங்கள் அரண்மனையில் வாழ்ந்ததும், தங்களுடைய பொக்கிஷத்தின் பொருளை என்னுடைய பழி முடிக்கும் காரியத்துக்கு உபயோகப்படுத்தியதும், கடைசியாகக் கடம்பூர் அரண்மனையில் விதி வசத்தினால் நேர்ந்த விளைவும், இவையொன்றும் தங்களுக்கும் நினைவு இராது; எனக்கும் நினைவு இராது. இந்த ஜன்மத்தில் தங்களுக்கு நான் செய்த துரோகத்துக்கு அடுத்த ஜன்மத்தில் பரிகாரம் செய்ய விரும்புகிறேன். மறுபிறப்பில் நான் தங்களையே மணப்பேன்; தங்களுக்கு உண்மையான வாழ்க்கைத் துணைவியாக இருப்பேன். இந்த வரத்தைத்தான் இனி இந்த உடம்பில் உயிர் இருக்கும் வரையில் எல்லாத் தெய்வங்களிடமும் நான் வேண்டிக் கொள்ளப் போகிறேன்."

பெரிய பழுவேட்டரையர் இந்த வார்த்தைகளைக் கேட்டு உடலும் உள்ளமும் நெகிழ்ந்து, "நந்தினி! நீ போய்விடு! உடனே இவ்விடம் விட்டுப் போய்விடு! இன்னும் சிறிது நேரம் இப்படியே நீ பேசிக்கொண்டிருந்தால் என் புத்தியே பேதலித்து விடும்! என் கடமையைக் கைவிடும்படி நேரிடும்! இவ்வளவு காலமும் உன்னால் நேர்ந்த அனர்த்தங்கள் போதும்! இன்னமும் என் புத்தியைச் சிதற அடித்துப் பித்துப் பிடிக்கச் செய்யாதே! போய்விடு, இப்போதே போய்விடு!" என்றார்.

"சுவாமி! மன்னியுங்கள்! என்னுடன் வந்தவர்களின் யோசனையை நான் கேட்டிருந்தால், இதற்குள்ளே இந்தப் பச்சை மலையையும், கொல்லி மலையையும் கடந்து கொங்கு நாட்டுக்குள் சென்றிருப்போம். ஆனால் தங்களிடம் பேசி விடை பெற்றுக் கொள்ளாமல் போக எனக்கு மனம் வரவில்லை. கடம்பூர்க் கோட்டைக்கு வெளியிலே வந்ததும் தாங்கள் மூர்ச்சையடைந்தீர்கள். தங்களை அங்கேயே போட்டுவிட்டு வந்துவிடும்படி அவர்கள் சொன்னார்கள். அதற்கும் நான் சம்மதிக்கவில்லை. அவர்களையே தங்களைத் தூக்கிச் சுமந்து கொண்டு வரச் செய்தேன். இரவு பகல் நாங்கள் இடைவிடாமல் நடந்து வந்தும் மூன்று நாள் ஆகிவிட்டது. இங்கே வந்த பிறகும் தங்களை விட்டுப் போய் விடலாம் என்று சொன்னார்கள். தங்களுக்கு நினைவு வந்த பிறகு சொல்லிக் கொண்டுதான் பிரிந்து வருவேன் என்று பிடிவாதம் பிடித்தேன். அந்த என் எண்ணம் நிறைவேறி விட்டது. தாங்கள் என்னைக் கொல்லப் பார்த்தீர்கள். அதற்கு நியாயம் இருந்தது. ஆனால் விதி வசத்தினால் வேறு விதமாக நடந்துவிட்டது. என் உயிரை வாங்க எண்ணிய தங்களை நான் உயிர்ப்பித்தேன். சற்று முன் என் கையால் கொடுத்த கஞ்சியை விஷம் என்று சொல்லி விட்டெறிந்தீர்கள். ஆனால் மூன்று தினங்களாகத் தாங்கள் நினைவிழந்திருந்த காலத்தில் இந்தக் கையினாலேதான் தங்கள் வாயில் தண்ணீர் விட்டுக் காப்பாற்றி வந்தேன். மூன்று ஆண்டு காலம் தாங்கள் என்னைத் தங்கள் அரண்மனையின் பேரரசியாக வைத்து இணையற்ற பெருமை அளித்து வந்தீர்கள். அதற்குக் கைம்மாறு இந்த ஜன்மத்தில் நான் செய்ய முடியாது. என்றாலும் இந்த மூன்று நாள் தங்களுக்கு என் கையினால் பணிவிடை செய்யக் கொடுத்து வைத்திருந்தேன். இந்த நினைவு என் உயிர் உள்ள வரையில் எனக்குத் திருப்தி அளித்து வரும். போய் வருகிறேன், ஐயா! விடை கொடுங்கள்!"

"நந்தினி! என்னிடம் ஏன் விடை கேட்கிறாய்? கேட்காமலே போய்விடு! நீ இங்கே தாமதிக்கத் தாமதிக்க, என் புத்தி தடுமாறிக் கொண்டு வரும்!"

"ஆம்; என்னை மறுபடியும் கொல்ல வேண்டும் என்று தங்களுக்குத் தோன்றினாலும் தோன்றிவிடும், சுவாமி! தங்கள் கையினால் உயிர் துறக்கும்படி நேர்ந்தால் அதை அடியாள் பெறற்கரிய பாக்கியமாகக் கருதுவேன். ஆயினும் முதலில் என்னைக் கொல்லுவதற்காகத்தானே தாங்கள் மாறுவேடம் பூண்டு வந்தீர்கள்?"

"எதற்காக மாறுவேடம் பூண்டு வந்தேன்? நீ ஏதோ ஒரு காரணம் கூறினாய். உன் ஒழுக்கத்தைச் சந்தேகித்து உண்மையைக் கண்டு பிடிக்க வந்தேன் என்று கூறினாய். அது சரியல்ல. நான் பழுவேட்டரையனாக உன்முன் தோன்றி நீ இரண்டு வார்த்தை என்னிடம் பேசிவிட்டால் என் மனம் இளகிவிடும் என்று பயந்துதான் அவ்வாறு வேடம் போட்டுக் கொண்டு ரகசிய வழியில் வந்தேன். உனக்குப் பேசுவதற்கே இடங்கொடாமல் நீ பிரமித்து நிற்கும்போது உன்மீது கத்தியை எறிந்து கொல்ல எண்ணி வந்தேன். கடம்பூர் அரண்மனை வேலைக்காரன் இடும்பன்காரியை பயமுறுத்தி அவன் கையிலிருந்த கத்தியைப் பிடுங்கிக்கொண்டு வந்தேன். அது மட்டுமல்ல, நந்தினி! கிழவன் பழுவேட்டரையன் பொறாமை கொண்டு அவனுடைய இளம் மனைவியைக் கொன்றான் என்ற பழிச் சொல் பரவி ஊர் சிரிக்கக்கூடாது என்று நினைத்துக் காளாமுகனுடைய வேடத்தில் வந்தேன். ஆனால் சற்று முன் நீ கூறியதுபோல், நான் ஒன்று நினைக்க விதி வேறு ஒன்று நினைத்தது. இனி ஒரு தடவை அத்தகைய முயற்சி என்னால் செய்ய முடியாது. ஆகையால் நீ போய்விடு. இதை மட்டும் சொல்லி விட்டுப் போ! அச்சமயம் நான் வந்து குறுக்கிட்டிரா விட்டால், என்ன நடந்திருக்கும்? உன் நோக்கத்தை எப்படி முடிக்க எண்ணியிருந்தாய்?"

"ஆம், ஆம்; அதையும் சொல்லவேண்டுமென்றுதான் காத்திருந்தேன். தங்கள் கோபம் என் புத்தியைக் குழப்பிவிட்டது. சுவாமி! தாங்கள் தஞ்சைக்குப் போகும் போது 'தங்கள் குலதர்மத்துக்கு என் கையினால் களங்கம் நேரிடாது' என்று உறுதி கொடுத்தேன். அதை நிறைவேற்றப் பெரும் பிரயத்தனம் செய்தேன். மணிமேகலை, கந்தமாறன், வந்தியத்தேவன் இவர்களில் ஒருவர் மூலமாக என் நோக்கத்தை நிறைவேற்றிக் கொள்ளலாமென்று யுக்திகள் செய்தேன். முக்கியமாக, மணிமேகலையை நான் அதிகமாக நம்பியிருந்தேன். வேறு காரணத்துக்காக அங்கே மறைந்து நின்ற வந்தியத்தேவனைக் கொல்வதற்காகக் கரிகாலர் வெறி கொண்டு ஓடுவார்; அப்போது மணிமேகலை அவரைக் கொல்லுவாள்; மணிமேகலையின் மேற் குற்றம் சாராமலிருப்பதற்காக வந்தியத்தேவன் 'நான்தான் கொன்றேன்!' என்று ஒப்புக் கொள்வான்; அதனால் பழையாறை குந்தவையின் பேரில் என் வஞ்சத்தை தீர்த்துக் கொண்டதுமாகும்; – இப்படியெல்லாம் திட்டமிட்டிருந்தேன். ஆனால் இதற்கெல்லாம் அவசியம் ஏற்படவே இல்லை. இளவரசர் தம் கையினாலேயே தம் உயிரை மாய்த்துக் கொண்டார்..."

"இல்லை, நந்தினி! இல்லை! கரிகாலர் தம் உயிரைத் தாமே மாய்த்துக் கொள்ளவில்லை. என்னைக் கூடவா ஏமாற்றப் பார்க்கிறாய்?"

"சுவாமி! இடும்பன்காரியின் கத்தியைத் தாங்கள் அச்சமயம் எறிந்திராவிட்டால், அடுத்த கணத்தில் கரிகாலர் தம்மைத்தாமே வீரபாண்டியன் வாளினால் மாய்த்துக் கொண்டிருப்பார்..."

"ஆம், ஆம்; ஒரு கணம் நான் தாமதித்து வந்திருந்தால் இந்தப் பெரிய துரோகச் செயலைச் செய்திருக்க மாட்டேன். அதற்கு மாறாக, உன் பேரில் சந்தேகப்பட்டிருப்பேன். நந்தினி! விதிப்படி நடந்துவிட்டது. இனி அதை மாற்ற முடியாது. விதி ஒரு விதத்தில் எனக்கும் நல்லது செய்திருக்கிறது. இருவரும் இன்னொரு ஜன்மம் எடுத்தால், நீ என்னையே வாழ்க்கைத் துணைவனாய்க் கொள்ள விரும்புவதாய்க் கூறினாயே! அதைக் காட்டிலும் இனிமையான வார்த்தைகளை என் வாழ்நாளில் நான் கேட்டதில்லை. உன்னிடம் கூடக் கேட்டதில்லை. என் ஆவி பிரியும் நேரத்தில் நான் அந்த வார்த்தைகளைத்தான் நினைத்துக் கொண்டு சாவேன். ஆம், நந்தினி! இந்தப் பிறவியில் இனி நீயும், நானும் சேர்ந்து வாழ்க்கை நடத்த முடியாது. ஆகையால் நீ போய்விடு! போவதற்கு முன்னால், நான் ஆத்திரத்தினால் கொட்டியது போகக் கஞ்சி மிச்சமிருந்தால் கொடுத்து விட்டுப் போ! கஞ்சி இல்லாவிட்டால், கொஞ்சம் தண்ணீராவது உன் கையினால் கொடுத்து விட்டுப்போ!" என்றார் பழுவேட்டரையர்.

"ஆகட்டும், ஐயா! இவ்வளவு கருணை செய்ததற்கு என் உயிர் உள்ள வரைக்கும் நன்றி செலுத்துவேன்!" என்று நந்தினி கூறிவிட்டு அடுப்பிலிருந்து கஞ்சி எடுத்துவரச் சென்றாள்.

ஆழ்வார்க்கடியான் அந்தச் சமயம் பார்த்துக் குகையிலிருந்து நழுவிச் செல்ல நினைத்தான். தெரிந்து கொள்ள விரும்பியதையெல்லாம் அவன் தெரிந்து கொண்டுவிட்டான். இனி அங்கிருப்பதில் உபயோகம் இல்லை; அபாயமும் உண்டு. இனிமேல் செய்ய வேண்டியதென்ன என்பதைப் பற்றி வெளியிலே போய் யோசித்துக் கொள்ளலாம் என்று எண்ணிக் கொண்டே வெளியேறினான்.

❇ ❇ ❇ ❇

நாற்பத்தாறாம் அத்தியாயம்

ஆழ்வானுக்கு ஆபத்து!

ஆழ்வார்க்கடியானும் பூங்குழலியும் மலையடிவாரத்து மரத்தினடியில் உட்கார்ந்தார்கள்.

"பெண்ணே! நான் வந்த காரியம் ஆகிவிட்டது. புறப்படலாமா?" என்றான் ஆழ்வார்க்கடியான்.

"வைஷ்ணவரே! நீர் வந்த காரியம் ஆகிவிட்டதென்றால் நீர் போகலாம். நான் வந்த காரியம் இன்னும் பூர்த்தி ஆகவில்லை!" என்றாள் பூங்குழலி.

"நீ என்ன காரியத்துக்காக வந்தாய்?"

"என் அத்தையைக் கொன்ற பாதகனைத் தேடிக் கொண்டு வந்தேன்."

"அவனைக் கண்டுபிடிக்கவில்லையா? அதோ அந்தச் சதிகாரரின் கூட்டத்தில் அவன் இல்லையா?"

"இருக்கிறான்!"

"பின்னே என்ன?"

"அவனைத் தரிசனம் செய்து புண்ணியம் கட்டிக்கொண்டு போவதற்காகவா வந்தேன்? கொலைக்குக் கொலை, பழிக்குப்பழி வாங்குவதற்காக வந்தேன்."

"பூங்குழலி! குற்றம் செய்தவர்களைத் தண்டிப்பதற்கு நாம் யார்? அதற்குக் கடவுள் இருக்கிறார்!"

"கடவுள் இருக்கிறாரா, இருந்தாலும் மனிதர்களுடைய துரோகச் செயல்களைத் தண்டிக்கிறாரா என்பதுபற்றி எனக்குச் சந்தேகமாயிருக்கிறது."

"கடவுளை விட்டுவிடுவோம். இந்த உலகில் குற்றம் செய்தவர்களைத் தண்டிக்கும் பொறுப்பு அரசர்களுடையது. அரசர்கள் நியமிக்கும் அதிகாரிகள் செய்ய வேண்டியது."

"அரசர்களும், அவர்களுடைய அதிகாரிகளும் தங்கள் கடமையைச் சரிவரச் செய்யாவிட்டால்?"

"செய்யவில்லையென்று நாம் எப்படித் தீர்மானிப்பது?"

"வைஷ்ணவரே! அதோ உள்ள பாதகர்களில் ஒருவன், மேல் மாடியிலிருந்து வேலை எறிந்து அன்பே உருவான என் அத்தையைக் கொன்றான். வாயினால் பேசத் தெரியாதவளும் ஒருவருக்கும் ஒரு தீங்கும் நினையாதவளும் வாழ்க்கையெல்லாம் துர்ப்பாக்கியசாலியாக இருந்தவளுமான ஒரு பேதைப் பெண்ணைக் கொன்றான். சக்கரவர்த்தியும் அவருடைய ராணிமார்களும் தஞ்சைக் கோட்டை அதிகாரியான சின்னப் பழுவேட்டரையரும் பார்த்துக் கொண்டிருந்தார்கள். ஆயினும் அவனைத் தப்பி ஓடும்படி விட்டுவிட்டார்கள்..."

"பூங்குழலி! சோமன் சாம்பவனைப் பிடிப்பதற்கு யாதொரு முயற்சியும் அவர்கள் செய்யவில்லையா?"

"வாழ்நாளெல்லாம் என் அத்தையை நிராகரித்த சக்கரவர்த்தி அப்போது அவளை மடியில் போட்டுக் கொண்டு அழுதார். மற்றவர்கள் எல்லோரும் திக்பிரமை கொண்டு நின்றார்கள். 'கொலைகாரனைத் தொடர்ந்து நான் போகிறேன்' என்றதும் சின்னப் பழுவேட்டரையரும் எழுந்து வந்தார். ஆனால் சுரங்கப்பாதையில் அவர் திரும்பிப் போக நேர்ந்தது."

"அது என்ன?"

"சுரங்கப்பாதையில் நானும் அவரும் சென்றபோது இருளில் ஓர் ஓலக்குரல் கேட்டது. சின்னப் பழுவேட்டரையர் அந்தக் குரல் வந்த இடத்தை நோக்கிப் பாய்ந்து அங்கே இருந்தவனைப் பிடித்துக் கொண்டார். 'இதோ கொலைகாரன் அகப்பட்டுவிட்டான்!' என்று கூவினார். 'இல்லை, இல்லை! நான் கொலை செய்யவில்லை!' என்று ஒரு குரல் வந்தது. அது யாருடைய குரல் என்பது சின்னப் பழுவேட்டரையருக்குத் தெரிந்ததும் அவர் திகைத்துப் போய், 'ஐயோ! நீ ஏன் இங்கு வந்தாய்?' என்றார். 'பொக்கிஷமெல்லாம் பத்திரமாக இருக்கிறதா என்று பார்ப்பதற்கு வந்தேன்' என்றது இருளில் வந்த குரல். 'ஐயோ! தெய்வமே! உன்னை இங்கே யாராவது பார்த்தால் என்ன நினைத்துக் கொள்வார்கள்? நீ அல்லவோ சக்கரவர்த்தியைக் கொல்ல முயன்றதாக எண்ணிக் கொள்வார்கள்?' என்றார் காலாந்தக கண்டர். 'சக்கரவர்த்தி செத்துப்போய் விட்டாரா?' என்று ஆவலுடன் கேட்டார் சின்னப் பழுவேட்டரையருடைய அருமை மருமகரான மதுராந்தகத் தேவர். 'அசட்டுப் பிள்ளையே! என்னுடன் வா! யாரும் பார்ப்பதற்கு முன் வா!' என்று சொல்லிக் காலாந்தக கண்டர் அவருடைய மருமகப் பிள்ளையின் கையைப் பிடித்து அழைத்துக் கொண்டு போய்விட்டார். பிறகு நான் மட்டும் இந்தக் கொலைகாரனைத் தொடர்ந்து வந்தேன் இவ்வளவு தூரம் சிரமப்பட்டு வந்து என் நோக்கத்தை நிறைவேற்றாமல் திரும்பிப் போகச் சொல்கிறாயா?" என்றாள் பூங்குழலி.

"பெண்ணே! நீ ஆண் பிள்ளையாகப் பிறந்திருக்க வேண்டியவள். பிறந்திருந்தால் பெரியதொரு சாம்ராஜ்யத்தின் சர்வாதிகாரியாக இருந்திருப்பாய். அது போனால் போகட்டும். இதைக் கேள். ஒரு நியாயம் சொல்லு! ஒருவரைக் கொல்ல நினைத்து, இன்னொருவரைத் தற்செயலாகக் கொன்றவன் மீது கொலைக் குற்றம் சாட்ட முடியுமா?"

"உம்முடைய கேள்வி எனக்கு விளங்கவில்லை. கொன்றவன் கொலைக்குற்றம் செய்தவன்தானே!"

"அது எப்படிச் சொல்ல முடியும்? ராமாயணம் கேட்டிருப்பாய். தசரதர், யானை தண்ணீர் குடிப்பதாக நினைத்து அம்பை விட்டார். அது ரிஷி குமாரன் மீது விழுந்தது. ரிஷி குமாரனைக் கொன்ற கொலைக் குற்றத்துக்காகத் தசரதர் தண்டிக்கப்பட்டாரா? இல்லை! இப்போது நீ தொடர்ந்து வந்த சோமன் சாம்பவனை எடுத்துக்கொள். அவன் சக்கரவர்த்தியைக் கொல்வதற்காக வேலை எறிந்தான். ஆனால் சக்கரவர்த்தி உயிரோடிருக்கிறார். உன் அத்தை குறுக்கே வந்து வேலைத்தாங்கி உயிரை விட்டாள். அவள் தற்கொலை செய்து கொண்டவள் தானே! பின் சோமன் சாம்பவன் மீது கொலைக் குற்றம் எப்படிச் சேரும்?"

"வைஷ்ணவரே! உம்முடைய நீதி முறை அதிசயமாக இருக்கிறது..."

"என்னுடைய நீதி குறை மட்டும் அல்ல. சர்வலோக நாயகனான சாக்ஷாத் நாராயண மூர்த்தியின் நீதி முறையே விசித்திரமாகத்தான் இருக்கிறது. இந்த உலகில் பாவம் செய்கிறவர்கள் செழிப்புடன் இருக்கிறார்கள். நல்லவர்கள் – புண்ணியாத்மாக்கள் – கஷ்டப்பட்டு உயிரை விடுகிறார்கள். இதற்கெல்லாம் கடவுளுடைய நியாயம் ஏதோ இருக்கத்தானே வேண்டும்?"

"நீரும் உம்முடைய நாராயணனும் எப்படியாவது போங்கள். எனக்குத் தெரிந்த நியாயத்தை நான் நிறைவேற்றி விட்டுத்தான் வருவேன்."

"பூங்குழலி! உனக்காக மட்டும் நான் இந்தப் பேச்சை எடுக்கவில்லை. அதோ அந்த மலைக்குகையில் இரண்டு பேர் இருக்கிறார்கள். அவர்களில் ஒருவர் ஆதித்த கரிகாலரைக் கொன்றவர். ஆனால் கரிகாலரைக் கொல்லவேணுமென்று நினைத்துக் கொல்லவில்லை. வேறொருவரைக் கொல்ல நினைத்து எறிந்த கத்தி இளவரசரின் பேரில் விழுந்து அவரைக் கொன்றுவிட்டது. அவரைக் கொலைகாரர் என்று சொல்ல முடியுமா?"

"வைஷ்ணவரே! என் மூளையைக் குழப்ப வேண்டாம். மலைக்குகைக்குள் இருப்பவர்கள் யார்?"

"சோழ சாம்ராஜ்யத்தின் தனாதிகாரி, தஞ்சை அரண்மனையில் சர்வாதிகாரி, இருபத்தி நான்கு போர்க்களங்களில் போரிட்டு அறுபத்து நாலு விழுப்புண்களைத் தம் திருமேனியில் சுமந்திருக்கும் வீராதி வீரர், இறை விதிக்கும் தேவர், குறுநில மன்னர் குழுவின் மாபெரும் தலைவர், நந்தினி தேவியின் கணவர் – பெரிய பழுவேட்டரையர் அந்த மலைக் குகையில் வீற்றிருக்கிறார்...!"

இவ்வாறு ஆழ்வார்க்கடியான் பெருங்குரலில் கட்டியும் கூறுவதுபோல் கூறினான். அதே சமயத்தில் ரவிதாஸன், ரேவதாஸன், பரமேசுவரன், சோமன் சாம்பவன் முதலியவர்கள் திடுதிடுவென்று ஓடி வந்தார்கள். பூங்குழலி சட்டென்று அப்பால் விலகி நின்றாள். ரவிதாஸன் கையில் குறுந்தடி ஒன்று இருந்தது. அதை ஓங்கிய வண்ணம் ரவிதாஸன், "அடே வேஷதாரி வைஷ்ணவனே! அன்பில் அநிருத்தரின் ஒற்றனே! கடைசியில் எங்களிடம் அகப்பட்டுக் கொண்டாயா? நாங்கள் செய்த மூன்று முயற்சியில் ஒன்றிலேதான் வெற்றி அடைந்தோம். மற்ற இரண்டிலும் தோல்வி அடைந்தோம். அந்தத் தோல்விகளைப் பற்றி எங்களுக்கு இனி கவலையில்லை. மூன்று ஆண்டுகளாகத் தேடிக் கொண்டிருந்த உன்னைப் பிடித்து விட்டோமல்லவா? இந்தத் தடவை நீ எங்களிடமிருந்து தப்பமுடியாது?" என்றான்.

உடனே ஆழ்வார்க்கடியான், முன்னை விட உரத்த குரலில், "அப்பனே! தேடுகிறவன் யார்? தப்பி ஓடுகிறவன் யார்? எல்லாரும் அந்த சாக்ஷாத் நாராயண மூர்த்தியின் குமாரர்கள் தான்! அவனன்றி ஓரணுவும் இந்த உலகில் அசையுமா? ரவிதாஸா! நீயும் கேள்! உன்னைச் சேர்ந்தவர்களும் கேட்கட்டும். வேறு வேறு சில்லறைத் தெய்வங்களையெல்லாம் விட்டுவிட்டு சாக்ஷாத் மகா விஷ்ணுவைச் சரணமடையுங்கள்! பகவான் உங்களுடைய பாவங்களையெல்லாம் மன்னித்துக் காப்பாற்றுவார்! மானிடர்களுக்காக உழைத்து வாழ்க்கையை வீணாக்கி மடிந்து போகாதீர்கள். நாராயணனைத் தொழுது நரஜன்மம் எடுத்ததின் பலனை அடையுங்கள்! பரம பதத்தில் உங்களுக்கு இடம் தேடிக்கொள்ளுங்கள்! எங்கே என்னுடன் சேர்ந்து எல்லாரும் பாடுங்கள், பார்க்கலாம்–

நாராயணனே தெய்வம்
நாமெல்லோரும் துதிசெய்வம்!"

என்று பாடத் தொடங்கினான்.

ரவிதாஸன் கல கல வென்று சிரித்துவிட்டு, "ஏனப்பா வைஷ்ணவனே! சாக்ஷாத் பரமசிவன் மட்டும் தெய்வம் இல்லையா? பரமசிவனைத் துதித்தால் பரம பதம் கிட்டாதா?" என்றான்.

ஆழ்வார்க்கடியான் உற்சாகத்துடன், "பரமசிவன் அழிக்கும் தெய்வம். நாராயணன்தான் காக்கும் தெய்வம்! அன்று முதலை வாயில் அகப்பட்டுக் கொண்டு தவித்த கஜராஜனை எங்கள் நாராயணமூர்த்தி காப்பாற்றியதை மறந்து விட்டீர்களா?" என்றான்.

"அப்பனே! கஜராஜனைக் காப்பாற்றிய விஷ்ணு பகவான் முதலையைக் கொல்லத்தானே செய்தார்? அது போலவே இராவணன், கும்பகர்ணன், இரணியாட்சன், இரணிய கசிபு, சிசுபாலன், தந்தவக்கிரன் ஆகியவர்களை உங்கள் மகாவிஷ்ணு அழித்துப் போடவில்லையா?" என்றான் ரவிதாஸன்.

"எங்கள் பெருமாளின் கையால் வதையுண்டவர்களும் சாக்ஷாத் ஸ்ரீவைகுண்டத்தை அடைவார்கள். இரணியனையும், இராவணனையும், சிசுபாலனையும் கொன்ற பிறகு அவர்களுக்குப் பகவான் வைகுண்ட பதவியை அளித்தார். உங்கள் பரமசிவனோ திரிபுரர்களை ஒரேடியாக நெற்றிக் கண்ணால் எரித்து அழித்துப் போட்டார். அவர்களுக்கு மோட்சத்தைக் கொடுத்தாரா?"

"சரி, சரி! உன் கதையை நிறுத்து! உன்னுடைய நாராயணன் இப்போது உன்னை வந்து காப்பாற்றட்டும்!" என்று சொல்லிக் கொண்டே ரவிதாஸன் தன் கையிலிருந்த குறுந்தடியை ஓங்கினான்.

அந்தச் சமயம் பூங்குழலி ஆழ்வார்க்கடியானுக்கு உதவி செய்ய விரும்பி இடுப்பில் செருகியிருந்த கத்தியை எடுத்தாள். அதே நேரத்தில் மலைக்குகையிலிருந்து தலைவிரி கோலமாக ஒரு பெண்ணுருவம் ஓடி வருவதைப் பார்த்தாள். ஒரு கணநேரம் அவளைத் தன் அத்தை மந்தாகினி! என்று எண்ணிப் பிரமித்து நின்றாள். பின்னர், 'இல்லை, இவள் பழுவூர் ராணி நந்தினி' என்று தெளிந்தாள்.

இதற்குள் நந்தினி ஆழ்வார்க்கடியான் அருகில் வந்து விட்டாள். ரவிதாஸனுடைய ஓங்கிய கைத்தடியைத் தன் கரங்களினால் தடுத்து நிறுத்தினாள்.

"வேண்டாம்! என் சகோதரனை ஒன்றும் செய்யாதீர்கள்! ரவிதாஸா! நான் உங்கள் ராணி என்பது உண்மையானால் தடியைக் கீழே போடு!" என்றாள்.

ஆழ்வார்க்கடியான் அப்போது, "சகோதரி உனக்கு நன்றி. ஆனால் இவர்களால் எனக்கு எந்தவிதத் தீங்கும் செய்திருக்க முடியாது. நான் வணங்கும் தெய்வமாகிய நாராயணமூர்த்தி என்னைக் காப்பாற்றியிருப்பார்!"என்றான்.

ரவிதாஸன் சிரித்துவிட்டு, "எப்படிக் காப்பாற்றியிருப்பார்? அன்றைக்குப் பிரஹலாதனைக் காப்பாற்றத் தூணிலிருந்து வந்தது போல் இன்று இந்த மரத்தைப் பிளந்து கொண்டு நாராயண மூர்த்தி வந்திருப்பாரா?" என்றான்.

"மந்திரவாதி! என் பேச்சில் உனக்கு நம்பிக்கை இல்லையா? நல்லது! அதோபார்! சற்றுத் தூரத்தில் தெரியும் அய்யனார் கோவிலைப் பார்! அந்தக் கோவிலுக்கு முன்னால் மூன்று குதிரைகள் இருக்கின்றன அல்லவா? ஸ்ரீமந் நாராயணனுடைய கருணையினால் அந்த மண் குதிரைகள் உயிர் பெற்றுவிடும்! அவற்றின் பேரில் வேல் பிடித்த வீரர்கள் ஏறிக்கொண்டு வந்து உங்களைச் சிறைபிடித்து என்னைக் காப்பாற்றுவார்கள்!"

ஆழ்வார்க்கடியான் மேற்கண்டவாறு சொல்லிக் கொண்டே கையினால் சுட்டிக்காட்டிய திக்கை அனைவரும் நோக்கினார்கள். தங்கள் கண்களை நம்பமுடியாமல் திண்டாடிப் போனார்கள்! ஏனெனில் அந்த மண் குதிரை உண்மையாகவே உயிர் பெற்று அவர்களை நோக்கிப் பாய்ந்து ஓடி வந்ததாக அவர்களுக்குத் தோன்றியது. ஒவ்வொரு குதிரையின் பேரிலும் வேல் பிடித்த வீரன் ஒருவன் உட்கார்ந்திருந்தான்!

❖ ❖ ❖ ❖

நாற்பத்தேழாம் அத்தியாயம்

நந்தினியின் மறைவு !

ஓடி வந்த குதிரைகளைப் பார்த்து வியந்தவர்களில் முதலிய சுய உணர்வு பெற்றவன் ரவிதாஸன்தான்.

"தேவி! இந்தப் போலி வைஷ்ணவன் தன் வேலைத் தனத்தைக் காண்பித்துவிட்டான். 'இவன் ஒற்றன், இவனை நம்ப வேண்டாம்!' என்று எத்தனையோ தடவை தங்களுக்கு நான் எச்சரித்திருக்கிறேன். நம்மைப் பிடிப்பதற்கு இவன் தன் ஆட்களைக் கொண்டு வந்திருக்கிறான். ஆனால் இவனால் நம்மைப் பிடிக்க முடியாது. இவனுடைய தெய்வமாகிய நாராயணனே வந்தாலும் முடியாது. வாருங்கள், போகலாம். குதிரைகள் வருவதற்குள் மலை மேல் ஏறிவிடலாம்!" என்றான் மந்திரவாதி.

ஆழ்வார்க்கடியான், "நந்தினி! இந்தப் பாதகர்களுடன் நீ போகாதே! இவர்களுடன் நீ சேர்ந்ததினால் நேர்ந்த விபத்துக்கள் எல்லாம் போதும்!" என்றான்.

நந்தினி ஆழ்வார்க்கடியானைப் பார்த்து, "திருமலை! நான் வெகு நாளாக ஒன்று கேட்டுக் கொண்டிருந்தேன். அது நினைவு இருக்கிறதா? என் அன்னையிடம் அழைத்துப் போகும்படி உன்னை வேண்டிக் கொண்டிருந்தேன். இப்போதாவது என்னை நீ என் தாயிடம் அழைத்துப் போவதாக வாக்களித்தால் உன்னுடன் வருகிறேன். இல்லாவிடில் இவர்களுடன் போகிறேன்" என்றாள்.

"நந்தினி! இனி என்னால் அது இயலாத காரியம்...!" என்று திருமலை சொல்வதற்குள் ரவிதாஸன் குறுக்கிட்டு, "இவன் என்ன அழைத்துப் போவது? நான் அழைத்துப் போகிறேன், வாருங்கள்!" என்றான்.

"ஆமாம்; ஆமாம்; இவன் உன்னை உன் அன்னையிடம் யமலோகத்துக்கு அழைத்துப் போவான்! உன் அன்னையைக் கொன்றது போல் உன்னையும் கொன்று யமலோகத்துக்கு அனுப்பி வைப்பான்! நந்தினி! இந்தப் பாதகர்களுடைய சகவாசம் இனியும் உனக்கு வேண்டாம். இவர்களில் ஒருவன் உன் தாயைக் கொன்றவன்! மந்திரவாதியின் முகத்தைப் பார்! கொலைகாரன் என்று எழுதியிருக்கிறது!" என்று சொன்னான் ஆழ்வார்க்கடியான்.

ரவிதாஸன் முகத்தில் கொந்தளித்த கோபத்துடன், "பொய்! பொய்!" என்று கத்தினான்.

சற்றுமுன் சாந்தம் குடிகொண்டிருந்த நந்தினியின் கண்களின் வெறியின் அறிகுறி காணப்பட்டது. "திருமலை! இது உண்மையா? என் அன்னை உண்மையிலேயே இறந்து விட்டாளா? அவளை இனி நான் பார்க்க முடியாதா?" என்றாள்.

"சந்தேகமிருந்தால் இதோ இந்தப் பெண்ணைக் கேட்டுத் தெரிந்துகொள். இவர்களில் ஒருவனான சோமன் சாம்பவன் தான் வேல் எறிந்து உன் அன்னையைக் கொன்றவன். இவள் நேரில் பார்த்தாள். அத்தையைக் கொன்றவனைப் பின் தொடர்ந்து வந்தாள்! பூங்குழலி! சொல்!" என்றான் ஆழ்வார்க்கடியான்.

"ஆமாம்! நானே என் கண்ணால் பார்த்தேனே! என் அத்தையைக் கொன்றவனைப் பழி வாங்கவே இங்கு வந்தேன்!" என்றாள் பூங்குழலி.

நந்தினி பைத்தியம் பிடித்தவள்போல் வெறி கொண்ட சிரிப்புச் சிரித்தாள். "பழி வாங்க வந்தாயா? பழி! பழி! நான் ஒருத்தி பழி வாங்கிய லட்சணம் போதாதா?" என்று சொல்லி விட்டு ரவிதாஸனைப் பார்த்து, "துரோகி! சண்டாளா! இப்படியா செய்தாய்?" என்றாள்.

"ராணி! நீ நினைப்பது தவறு! நான் ஒரு துரோகமும் செய்யவில்லை! சோமன் சாம்பவன் சக்கரவர்த்தியின் மீது வேலை எறிந்தான். அந்த ஊமைப் பைத்தியக்காரி குறுக்கே விழுந்து செத்தாள்! அவள் தலைவிதி! இப்போது நீ என்ன சொல்கிறாய்? எங்களுடன் வரப் போகிறாயா, இல்லையா? அதோ, குதிரைகள் நெருங்கி வந்துவிட்டன!" என்றான்.

அவனுடைய வார்த்தைகளை நந்தினி காதில் வாங்கி கொண்டதாகத் தோன்றவில்லை. திடீரென்று கீழே உட்கார்ந்து கொண்டாள். இரண்டு கண்களையும் இரண்டு கரங்களால் பொத்திக் கொண்டாள். அவள் உடம்பெல்லாம் குலுங்கும்படி விம்மி அழுதாள். அழுகையுடன் வெறிச் சிரிப்பும் கலந்து வந்தது.

ரவிதாஸன் தன் ஆட்களைப் பார்த்து, "ஓடுங்கள்! ஓடிப் போய் மலையேறிக் கொள்ளுங்கள்! இனி ராணியை நம்புவதில் பயனில்லை" என்றான்.

எல்லோரும் ஓடினார்கள்.

ரவிதாஸன், "வைஷ்ணவனே! இந்தா உன் விஷமத்துக்குக் கூலி!" என்று சொல்லிக் கையிலிருந்த தடியினால் வைஷ்ணவனின் தலையில் ஒரு அடி போட்டு விட்டு ஓட்டம் எடுத்தான்.

ஆழ்வார்க்கடியான், "நமோ நாராயணா!" என்று சொல்லித் தலையை ஒரு முறை தடவிக் கொண்டான்.

ஓடியவர்கள் எல்லாரும் மலைக் குகைக்குள் நுழைந்தார்கள். சற்று நேரத்துக்கெல்லாம் குகைக்கு மேலே குன்றின் உச்சியில் கானாரி ஆறு அருவியாக மாறி விழும் இடத்தின் அருகே நின்றார்கள்.

அதே சமயத்தில் குதிரைகள் மலை அடிவாரத்துக்கு வந்து சேர்ந்தன. சரியான வழியில்லாமல் பெரிய பெரிய பாறைக் கற்கள் எங்கும் பரவிக் கிடந்தபடியால் குதிரைகள் வந்து சேர்வதற்கு இத்தனை நேரம் பிடித்தது.

குதிரைகள் மீது வந்தவர்களில் முன்னால் வந்தவர்கள் சின்னப் பழுவேட்டரையரும் கந்தமாறனும்தான் என்பதை ஆழ்வார்க்கடியான் பார்த்துக் கொண்டான். அவர்களுக்குப் பின்னால் சேந்தன் அமுதன் ஒரு குதிரையின் மீது கயிற்றினால் சேர்த்துக் கட்டப்பட்டு வருவதையும் பார்த்தான்.

"வாருங்கள்! வாருங்கள்! நல்ல சமயத்தில் வந்து சேர்ந்தீர்கள்!" என்றான்.

சின்னப் பழுவேட்டரையரும் கந்தமாறனும் குதிரைகளின் மீதிருந்து கீழே குதித்தார்கள்.

கீழே உட்கார்ந்து விம்மிக் கொண்டிருந்த நந்தினியின் பேரில் முதலில் அவர்கள் கவனம் சென்றது.

கந்தமாறன் நந்தினியின் அருகில் சென்றான். ஏதோ சொல்லப் பிரயத்தனப்பட்டான். ஆனால் அவன் வாயிலிருந்து வார்த்தைகள் வரவில்லை.

சின்னப் பழுவேட்டரையர் ஆழ்வார்க்கடியானைப் பார்த்து, "வைஷ்ணவனே! நீ எப்படி இங்கே வந்தாய்? எதற்காக வந்தாய்?" என்று கேட்டார்.

"தளபதி! தாங்கள் யாரைத் தேடிக் கொண்டு வந்தீர்களோ, அவரைத் தேடிக் கொண்டு தான் நானும் வந்தேன். பெரிய பழுவேட்டரையர் அதோ அந்தக் குகைக்குள் இருக்கிறார்!" என்றான்.

"நிஜமாகவா? உயிரோடு இருக்கிறாரா?" என்று சின்னப் பழுவேட்டரையர் ஆவலோடு கேட்டார்.

"ஆமாம்; இன்னும் உயிரோடு இருக்கிறார். தங்கள் தமையனாரிடம் அணுகுவதற்கு யமனும் பயப்படுவான் அல்லவா? ஆகையால் அதோ அந்தக் கொலைகாரர்கள் செய்த முயற்சி தங்கள் தமையனார் விஷயத்தில் பலிக்கவில்லை!" என்று சொல்லிவிட்டுத் திருமலை குன்றின் உச்சியில் நின்ற ரவிதாஸன் முதலியவர்களைச் சுட்டிக் காட்டினான்.

"அவர்கள் யார்? ஏன் அவர்களைக் கொலைகாரர்கள் என்று சொல்கிறாய்?"

"அவர்கள் தான் மந்திரவாதி ரவிதாஸனும் அவனுடைய கூட்டத்தாரும். வீரபாண்டியனுடைய ஆபத்துதவிப் படையைச் சேர்ந்தவர்கள். சக்கரவர்த்தியைக் கொல்ல முயன்றவர்கள் அவர்கள்தான். இளவரசர் ஆதித்த கரிகாலரைக் கொன்ற பாவிகளும் அவர்களேதான்!" என்றான் திருமலை.

கந்தமாறன் குறுக்கிட்டு, "பொய்! பொய்! இளவரசரைக் கொன்றவன் வந்தியத்தேவன்! உன் சிநேகிதன் செய்த குற்றத்தை மறைக்கப் பார்க்கிறாயா?" என்றான்.

"முட்டாளே! சும்மா இரு!" என்று சின்னப் பழுவேட்டரையர் அவனை அதட்டினார். பின்னர் வைணவனைப் பார்த்து, "தனாதிகாரியையும் அவர்கள் கொல்லப் பார்த்தார்களா? எப்படித் தப்பினார்?" என்று கேட்டார்.

"இதோ உட்கார்ந்து விம்மிக் கொண்டிருக்கும் பழுவூர் இளைய ராணியின் உதவியினால் தான் தப்பினார்!"

"ஏன் இளைய ராணி அழுது கொண்டிருக்கிறாள்?"

"அவருடைய அன்னை இறந்து விட்டாள் என்று கேள்விப்பட்டார். அதனால் அழுகிறார்! இதெல்லாம் பிறகு விசாரித்துக் கொள்ளக்கூடாதா?"

"ஆம், ஆம்! பெரிய பழுவேட்டரையரை முதலில் பார்க்க வேண்டும். நீ போய் நான் வந்திருப்பதைச் சொல்லு!"

சின்னப் பழுவேட்டரையருக்குத் தம் தமையனாரிடம் உள்ள பயபக்தி அச்சமயம் கூடச் சிறிதும் குன்றவில்லை. ஆகையால் திடீரென்று தமையனாரைப் போய்ப் பார்க்க அவர் தயங்கினார்.

"ஐயா! தங்கள் தமையனார் இனி எங்கும் போய்விடமாட்டார். நான் போய்த் தாங்கள் வந்திருப்பதைச் சொல்லுகிறேன். அதோ அந்தக் கொலைகாரர்களைப் பிடிக்கத் தாங்கள் எதுவும் செய்யப் போவதில்லையா?"

சின்னப் பழுவேட்டரையர் தம் நெற்றியைக் கையினால் அழுத்திக் கொண்டு "ஆம்! ஆம்! முன்னொரு சமயம் இப்படித் தான் என் புத்தி தவறிவிட்டது! சக்கரவர்த்தியைக் கொல்ல முயன்றவனைத் தப்பி ஓடும்படி விட்டேன்!" என்றார்.

"அவனும் தப்பிவிடவில்லை. அதோ அந்தக் குன்றின் மேலே தான் இருக்கிறான். உங்கள் ஆட்களுக்குச் சீக்கிரம் கட்டளையிடுங்கள்!"

உடனே தளபதி காலாந்தக கண்டர் தம்முடன் வந்த வீரர்களைப் பார்த்துக் கட்டளை பிறப்பித்தார். அவர்கள் குதிரைகள் மீதிருந்து இறங்கிக் கானாறி நதி குன்றின் மீதிருந்து அருவியாக விழும் இடத்துக்கு அருகாமையில் போய்ச் சேர்ந்தார்கள். அவர்கள் அங்கே சேர்ந்ததும் மேலிருந்து பெரிய பெரிய உருண்டைக் கற்கள் கீழே விழ ஆரம்பித்தன. வீரர்கள் அந்தக் கற்கள் தங்கள் தலையில் விழாமல் தப்புவதற்காக அங்குமிங்கும் அவசரமாக நகர்ந்தார்கள். இரண்டொருவர் அக்கற்களினால் தாக்குண்டு கீழே விழுந்தார்கள்.

சின்னப் பழுவேட்டரையர், "அவர்கள் எப்படி மேலே ஏறினார்கள் தெரியுமா?" என்று கேட்டார்.

"குகைக்குள் புகுந்து ஏறினார்கள். குகையில் இரகசிய வழி இருப்பதாகத் தோன்றுகிறது. வாருங்கள், போய்ப் பார்க்கலாம்!" என்று ஆழ்வார்க்கடியான் முதலில் சென்றான். காலாந்தககண்டரும் கந்தமாறனும் பின் தொடர்ந்தார்கள்.

குகைக்குள்ளேயிருந்து ஒரு நெடிய கம்பீரமான உருவம் தட்டுத்தடுமாறித் தள்ளாடிக் கொண்டு வெளியே வந்தது. குகை வாசலில் நின்று நெருங்கி வருகிறவர்களை உற்றுப் பார்த்தது. தமையனாரை அடையாளம் கண்டு கொள்ளத் தம்பிக்குச் சிறிது நேரம் பிடித்தது.

உடம்பெல்லாம் காயங்களுடன் முகம் வெளுத்துப் பிரேதக் களையோடு நின்ற பெரிய பழுவேட்டரையரை அடையாளம் தெரிந்ததும், சின்னப் பழுவேட்டரையர், "அண்ணா!" என்று அலறிக் கொண்டு போய்ப் பெரிய பழுவேட்டரையரைக் கட்டிக் கொண்டார்.

அண்ணனின் கண்களிலிருந்து கண்ணீர் பெருகியது. அவருடைய வாய், "தம்பி! நீ பலமுறை எச்சரிக்கை செய்தாய்! அதைப் பொருட்படுத்தாமல் மோசம் போனேன்!" என்று தழுதழுத்த மெல்லிய குரலில் முணுமுணுத்தது. அச்சமயம் ஆழ்வார்க்கடியானும் கந்தமாறனும் குகைக்குள் பிரவேசிக்க யத்தனித்தார்கள்.

பெரிய பழுவேட்டரையர் அவர்களைத் தடுத்து நிறுத்தி, "எங்கே போகிறீர்கள்?" என்று கேட்டார்.

"கொலைகாரர்கள் இந்தக் குகைக்குள்ளே புகுந்தார்கள்..."

"எந்தக் கொலைகாரர்கள்?"

"மந்திரவாதி ரவிதாஸனும் அவனுடைய கூட்டாளிகளும்."

"அவர்கள் கொலைகாரர்கள் அல்ல" என்றார் பெரிய பழுவேட்டரையர்.

"பார்த்தீர்களா! வந்தியத்தேவன்தான் கொலைகாரன் என்று நான் சொல்லவில்லையா?" என்றான் கந்தமாறன்.

பெரிய பழுவேட்டரையர் அவனை உற்றுப் பார்த்துவிட்டு, "இந்த முட்டாள் வாலிபன் எப்படி இங்கே வந்து சேர்ந்தான்?" என்றார்.

"கந்தமாறன் தான் கடம்பூரிலிருந்து செய்தி கொண்டு வந்தான்."

"என்ன செய்தி?"

"இளவரசர் கரிகாலர் இறந்து விட்ட செய்தியைக் கொண்டு வந்தான். நம்முடைய பலத்தை உடனே திரட்டிச் சேர்த்து மதுராந்தகரைச் சிம்மாசனம் ஏற்ற ஏற்பாடு செய்ய வேண்டும் என்று சம்புவரையர் இவன் மூலமாகச் செய்தி அனுப்பி வைத்திருக்கிறார்!"

"ஆகா! அப்படியா!" என்று பெரிய பழுவேட்டரையர் சிறிதும் உற்சாகமின்றிக் கூறினார்.

பிறகு, "தஞ்சாவூரில் நிலைமை எப்படி இருக்கிறது?" என்று கேட்டார்.

"அண்ணா! விவரமாகக் கூற வேண்டும். தாங்கள் மிக்க பலவீனமாக இருக்கிறீர்கள். தயவுசெய்து உட்கார்ந்து கொண்டு பேசலாமா?" என்றார் சின்னப் பழுவேட்டரையர்.

தனாதிகாரி குகையின் வாசலிலேயே உட்கார்ந்து கொண்டார்.

"ஐயா! சற்று இடம் கொடுத்தால் குகைக்குள்ளே போய்க் குன்றின் மேல் ஏற வழி இருக்கிறதா என்று பார்க்கலாம்" என்றான் வைஷ்ணவன்.

"எதற்காக?" என்றார் பெரிய பழுவேட்டரையர்.

"ரவிதாஸன் கூட்டத்தார் இந்தக் குகையில் புகுந்துதான் குன்றின் மேலே ஏறினார்கள்" என்றான் திருமலை.

பெரிய பழுவேட்டரையர் தலையை அசைத்துவிட்டு, "குகைக்குள் போவதில் உபயோகமில்லை, அப்பனே! அவர்கள் மேலேயிருந்து பாறையைப் புரட்டித் தள்ளிக் குகை வழியையும் அடைத்து விட்டார்கள். பாறை என் மேல் விழுவதற்கிருந்தது. என் உயிர் தப்பியதே தெய்வச் செயல்தான்! போங்கள்! நீங்கள் இருவரும் போங்கள்! மலை மேல் ஏறுவதற்கு வேறு வழி இருக்கிறதா, பாருங்கள்!" என்றார்.

ஆழ்வார்க்கடியானும் கந்தமாறனும் அப்பால் சென்ற போது, பெரிய பழுவேட்டரையருடைய பார்வை சேந்தன் அமுதன் – பூங்குழலி இவர்கள் பேரில் விழுந்தது.

"அவர்கள் யார்? எங்கு வந்தார்கள்?" என்று கேட்டார்.

"அந்தப் பெண் கோடிக்கரைத் தியாகவிடங்கரின் மகள் பூங்குழலி. அவள் தன் அத்தையைக் கொன்றவனைத் தேடிக் கொண்டு வந்தாள். அவளைத் தேடிக் கொண்டு சேந்தன் அமுதன் வந்தான். சேந்தன் அமுதன் வழி காட்டித்தான் நாங்கள் இங்கு வந்து தங்களைக் கண்டுபிடித்தோம்!" என்றார் சின்னப் பழுவேட்டரையர்.

தஞ்சாவூரில் நடந்ததையெல்லாம் விவரமாகச் சொல்!" என்றார் பெரிய பழுவேட்டரையர். சின்னப் பழுவேட்டரையர் அவ்வாறே சொல்லலுற்றார். மந்திரவாதிக் கூட்டத்தில் ஒருவன் பொக்கிஷ நிலவறையில் ஒளிந்திருந்து சக்கரவர்த்தியைக் கொல்லுவதற்காகச் சமயம் பார்த்திருந்து வேலை எறிந்ததையும் சக்கரவர்த்தியைக் காப்பாற்றுவதற்காக மந்தாகினி தேவி இடையில் புகுந்து உயிரை விட்டதையும் சொன்னார். பிறகு அவர் தொடர்ந்து கூறியதாவது :–

"அண்ணா! இதற்கிடையில் கொடும்பாளூர் வேளான் பெரிய சைன்யத்துடன் திடீர் என்று தஞ்சாவூர்க் கோட்டையை முற்றுகையிடத் தொடங்கினான். தாங்கள் இல்லாதபடியால் வேளானுடன் போர் தொடங்குவதா,

இல்லையா என்று என்னால் நிச்சயிக்க முடியவில்லை. சக்கரவர்த்தியை யோசனை கேட்கவும் முடியவில்லை. முதன்மந்திரி அநிருத்தர் கோட்டைக்குள்ளே தான் இருக்கிறார். அவர் தாங்கள் வந்த பிறகு பார்த்துக் கொள்ளலாம் என்றும் அதுவரை கோட்டையைப் பாதுகாத்தால் போதும் என்றும் கூறினார். நல்ல வேளையாக இச்சமயத்தில் இளவரசர் அருள்மொழிவர்மரும் கொடும்பாளூர் வேளாருடைய மகள் வானதியும் கோட்டைக்குள் வந்து சேர்ந்தார்கள். இளவரசர் யானைப் பாகன் வேடத்தில் வந்தார். வானதி, பழையாறை இளைய பிராட்டியிடமிருந்து அவசரச் செய்தி கொண்டு வந்திருப்பதாகக் கூறினாள். வேளானுடைய மகள் கோட்டைக்குள்ளே இருப்பது நமக்கு அனுகூலந்தானே என்று நினைத்து அவள் ஏறி வந்த யானையை உள்ளே விட்டேன். சக்கரவர்த்தியின் அரண்மனை வாயிலிலே யானைப்பாகன் தான் இளவரசர் அருள்மொழிவர்மர் என்று தெரிந்தது. நான் கொஞ்சம் மிரண்டுதான் போய்விட்டேன். அண்ணா! சின்ன இளவரசரிடம் ஏதோ அதிசய சக்தி இருக்கத்தான் செய்கிறது. அவர் திருமுகத்தைப் பார்த்ததும் எனக்கே கை கால் வெலவெலத்து விட்டது. நெஞ்சம் இளகிவிட்டது. என்னை அறியாமல் என் கைகள் கூப்பிக் கொண்டன. அவரை வணங்கி வரவேற்க வேண்டியதாகி விட்டது. சோழ நாட்டு மக்கள் இளவரசர் அருள்மொழிவர்மர் என்றால் தலை கால் தெரியாமல் கூத்தாடுவதில் வியப்பில்லைதானே?..."

"போதும் போதும்! அதுதான் தெரிந்திருக்கிறதே! அருள்மொழிவர்மர் கடலில் முழுகி இறந்தார் என்பதெல்லாம் கட்டுக்கதை என்று நான் எண்ணியதும் சரியாய்ப் போய்விட்டது. அப்புறம் நடந்ததைச் சொல்லு! இளவரசர் எதற்காக யானைப்பாகன் போல வேஷம் பூண்டு கோட்டைக்குள் வந்தார்?" என்று பழுவேட்டரையர் கேட்டார்.

"இளவரசர் என்று தெரிந்தால் கொடும்பாளூர் வேளான் அவரைத் தடுத்து நிறுத்திக் கொள்வான். கோட்டைக்குள் போக விட மாட்டான். வேளானுடைய படை வீரர்களும் பெரிய ஆர்ப்பாட்டம் செய்வார்கள் என்று எண்ணி அவ்வாறு மாறுவேடம் பூண்டு வந்தாராம். அந்த வரையில் இளவரசரைப் பாராட்டத்தான் வேண்டும். இளவரசர் சக்கரவர்த்தியைச் சந்தித்துப் பேசிக் கொண்டிருந்த சமயத்திலேதான் மேலேயிருந்து கொலைகாரன் வேல் எறிந்தான். தெய்வாதீனமாக அது அந்த ஊமைப் பைத்தியத்தின் மேல் விழுந்து அவள் இறந்தாள். சக்கரவர்த்தியின் மீது விழுந்து அவர் இறந்திருந்தால் நம்முடைய குலத்துக்கு என்றும் அழியாத களங்கம் ஏற்பட்டிருக்கும்..."

பெரிய பழுவேட்டரையர் தமது வாய்க்குள்ளே, "இப்போது களங்கம் ஏற்படவில்லையா என்ன? தீராத களங்கம் ஏற்பட்டுத் தான் விட்டது!" என்று முணுமுணுத்தார்.

"அண்ணா! என்ன சொன்னீர்கள்?" என்று காலாந்தக கண்டர் கேட்டார்.

"ஒன்றுமில்லை. மேலே நடந்ததைச் சொல்லு!" என்றார் தனாதிகாரி.

"அப்புறம் ஒரு பெரிய அற்புதம் நடந்தது. வெகு காலமாக நடமாட முடியாமலிருந்த சக்கரவர்த்திக்கு திடீரென்று கால்களில் சக்தி உண்டாகிவிட்டது. ஓடிப்போய் அந்த ஊமையை எடுத்து மடியில் போட்டுக் கொண்டு புலம்ப ஆரம்பித்தார். சிறிது நேரம் நாங்கள் எல்லாரும் அந்தக் காட்சியைக் கண்டு பிரமித்து நின்று கொண்டிருந்தோம். பூங்குழலி என்னும் இந்த ஓ க்காரப் பெண்தான் 'கொலைகாரனைப் பிடிக்கப் போகிறேன்' என்று கூவிக் கொண்டு ஓடினாள். அவள் நன்றாயிருக்க வேண்டும். அவள் மூலமாகத்தான் இன்று தங்களை இந்தக் கோலத்திலாவது பார்க்கும் பாக்கியம் கிடைத்தது..."

பெரிய பழுவேட்டரையர் கண்களில் நீர் ததும்ப, "தம்பி! புராண இதிகாசங்களில் தமையனிடம் பக்தியுள்ள தம்பிகளைப் பற்றி கேட்டிருக்கிறேன். ஆனால் உன்னைப் போல் பக்தியுள்ள சகோதரன் அவர்களில் யாரும் இருக்க முடியாது. போகட்டும்; அப்புறம் நடந்ததைச் சொல்!" என்றார்.

"பூங்குழலியைப் பின்பற்றி நானும் பொக்கிஷ நிலவறையிலுள்ள சுரங்கப்பாதையில் சென்றேன். அங்கே இருட்டில் ஒருவனைக் கைப்பற்றினேன். அவன்தான் கொலைகாரனாயிருக்க வேண்டும் என்று நினைத்தேன். குரலைக் கேட்டதும் மதுராந்தகத் தேவன் என்று தெரிந்தது."

"அவன் எதற்காக நிலவறைப் பாதையில் வந்தானாம்?"

"அது எனக்கும் தெரியவில்லை. கேட்டதற்குச் சரியான மறுமொழியும் சொல்லவில்லை. கொலைகாரன் அவன்தான் என்ற சந்தேகம் யாருக்காவது உண்டாகிவிடப் போகிறதே என்று எனக்குப் பயமாயிருந்தது..."

"ஒருவேளை உண்மை அதுதானோ, என்னமோ?"

"இல்லை, அண்ணா, இல்லை! அந்தச் சாதுப்பிள்ளை அவ்வளவு தூரத்துக்குப் போகக் கூடியவனல்ல. மேலும், வேலை எறிந்து விட்டு ஓடியவனை நானே கண்ணால் பார்த்தேன். மதுராந்தகன் பொக்கிஷ நிலவறையிலிருந்து வருவதற்கு இலேசில் சம்மதிக்கவில்லை. அவனை மெதுவாகச் சரிப்படுத்தி அரண்மனையில் கொண்டு போய் சேர்த்து விட்டுக் காவலும் போட்டுவிட்டு மறுபடியும் பொக்கிஷ நிலவறைக்குப் போக எண்ணினேன். அதற்குள் வேறு பெரிய சம்பவங்கள் நடந்து விட்டன. 'சக்கரவர்த்தி இறந்து விட்டார்' என்றும், யாரோ அவரைக் கொன்று விட்டார்கள் என்றும் வெளியிலே வதந்தி பரவிவிட்டது. உடனே கொடும்பாளூர் வேளார் அவருடைய படை வீரர்களைக் கோட்டையைத் தாக்கும்படி கட்டளையிட்டு விட்டாராம். வேளிர் படையுடன் கைக்கோளர் படையும் வந்து சேர்ந்து கொண்டிருந்தது. நமது வீரர்கள் அச்சமயம் ஆயத்தமாக இல்லை. அவர்களுக்குக் கட்டளையிட நானும் கோட்டை வாசலில் இல்லை. ஆகையால் வேளிர் படை, கைக்கோளர் படை வீரர்கள் கோட்டைக் கதவுகளை உடைத்துக் கொண்டும் சுவர்களில் ஏறிக் குதித்தும் உள்ளே வரத் தொடங்கி விட்டனர். இந்தச் செய்தியைக் கேள்விப்பட்டு நான் கோட்டை வாசல் போய் சேர்வதற்குள் பதினாயிரம் வீரர்கள் கோட்டைக்குள் நுழைந்துவிட்டார்கள். நம்முடைய வீரர்கள் சுமார் இரண்டாயிரம் பேர்தான். அவர்கள் வெளியிலிருந்து வந்தவர்களோடு தீரத்தோடு போரிட்டார்கள். நான் போய்க் கட்டளையிட்டுச் சண்டையை நிறுத்தினேன். நமது வீரர்களையெல்லாம் ஒரே இடத்தில் சேர்த்துக் கொண்டேன். இனி கோட்டைக்குள் இருப்பதில் பயனில்லை என்று முடிவு செய்து கொண்டு நமது வீரர்களுடன் வெளிக் கிளம்பினேன். வேளிர், கைக்கோளர் படைகள் எங்களைத் தடுத்து நிறுத்தப் பார்த்தன. தடுத்தவர்களையெல்லாம் வெட்டி வீழ்த்தி அதாஹதம் செய்து கொண்டு வந்து விட்டோம். 'பழுவூர்க் குடும்பத்தைச் சேர்ந்தவர்களுக்காவது மதுராந்தகத் தேவருக்காவது ஒரு சிறிய கெடுதல் நேர்ந்தாலும் கொடும்பாளூர் வம்சத்தைப் பூண்டோடு அழித்து விடுவேன்' என்று பூதி விக்கிரம கேசரிக்கு செய்தி அனுப்பினேன். பிறகு தாங்கள் கடம்பூரில் இருப்பீர்கள் என்று எண்ணிக் கொண்டு தங்களைச் சேர்வதற்காக விரைந்து வந்தேன். எதிரில் குடமுருட்டி ஆற்றின் கரையில் கந்தமாறன் குதிரை மேல் ஏறிப் பறந்து வந்து கொண்டிருந்தான். பழுவூர்ப் பனை கொடியைக் கண்டதும் நின்றான். அவன் கொண்டு வந்த செய்தி என்னை மேலும் திகைக்கும்படி செய்தது. தாங்கள் கடம்பூரிலிருந்து தஞ்சைக்குக் கிளம்பி சில நாட்கள் ஆயினவென்றும், தங்களுக்குப் பெரிய சம்புவரையர் செய்தி அனுப்பியிருப்பதாகவும் கூறினான். தாங்கள் தஞ்சைக்கு வந்து சேரவே இல்லையென்று தெரிந்ததும் அவனும் திகைத்துப் போய்விட்டான். பிறகு சம்புவரையர் என்னதான் செய்தி சொல்லி அனுப்பினார் என்று கேட்டேன். இளவரசர் கரிகாலர் இறந்து விட்டார் என்றும், அவரை வந்தியத்தேவன் கொன்றுவிட்டான் என்றும், ஆகையால் மதுராந்தகத் தேவரைச் சிம்மாசனத்தில் அமர்த்த இது தான் தக்க சமயம் என்றும், அதற்கு வேண்டிய முயற்சிகளை உடனே செய்ய வேண்டும் என்றும், நம்மைச் சேர்ந்தவர்களுக்கெல்லாம் ஓலை அனுப்பிப் படை திரட்ட வேண்டும் என்றும் பெரிய சம்புவரையர் சொல்லி அனுப்பினாராம். இது எனக்குச் சரியாகப்பட்டது. தாங்களும் நமது பலத்தைத் திரட்டும் வேலையில் தான் ஈடுபட்டிருப்பீர்களென்றும் சீக்கிரத்தில் வந்து விடுவீர்கள் என்றும் நம்பினேன். நமது பழுவூர்ப் படைகளை மண்ணியாற்றுக்கும் கொள்ளிடத்துக்கும் நடுவில் திருப்புறம்பியம் மேட்டில் கொண்டு போய் நிறுத்தினேன். உடனே ஓலைகள் எழுதச் சொல்லி, மழபாடித் தென்னவன் மழவராயர்,

குன்றத்தூர்க் கிழார், மும்முடிப் பல்லவராயர், தானதொங்கிக் கலிங்கராயர், வணங்காமுடி முனையதரையர், தேவசேநாதிபதிப் பூவரையர், அஞ்சாத சிங்க முத்தரையர், இரட்டைக் குடை இராஜாளியர் ஆகியவர்களுக் கெல்லாம் குதிரைத் தூதுவர்களை விரைந்து போகும்படி அனுப்பினேன். அவர்கள் எல்லாரையும் படைகளைத் திரட்டிக் கொண்டு திரும்புறம்பியத்துக்குக் கூடிய சீக்கிரம் வந்து சேரும்படி எழுதியிருக்கிறேன். அண்ணா! தங்களுக்கு சிறிதும் கவலை வேண்டாம்! கொடும்பாளூர் வேளானையும், திருக்கோவலூர் மலையமானையும் மறுபடியும் தலை எடுக்க முடியாதபடி அழித்துப் போட்டு விடுவோம். மதுராந்தகத்தேவரையும் சிங்காதனத்தில் ஏற்றி வைத்துவிடுவோம்!" என்று சின்னப் பழுவேட்டரையர் உற்சாகம் ததும்ப வீர கர்ஜனை புரிந்தார்.

ஆனால் அவருடைய வார்த்தைகள் பெரிய பழுவேட்டரையருக்குச் சிறிதும் உற்சாகம் அளித்ததாகத் தெரியவில்லை. அவருடைய கவனம் திடீரென்று வேறு பக்கம் திரும்பியது.

"தம்பி! அது யார்? முகத்தில் கையை வைத்துக் கொண்டு விம்மி அழுது கொண்டிருப்பது யார்?" என்று கேட்டார்.

"அண்ணா! தெரியவில்லையா? அவர்தான் இளைய ராணி! பாவம்! தங்களைக் காப்பாற்ற முயன்றதில் ரொம்பக் கஷ்டப்பட்டுப் போயிருக்கிறார் போலும்! அவரைப்பற்றி நான் குறை கூறியதையெல்லாம் மன்னித்து விடுங்கள், அண்ணா! மந்திரவாதி ரவிதாஸனும் அவனுடைய கூட்டாளிகளும் தங்களைச் சிறைபிடித்துக் கொண்டு வந்தார்கள் என்றும், இளைய ராணிதான் தங்களைத் தொடர்ந்து வந்து காப்பாற்றினார் என்றும் அறிகிறேன். அது உண்மைதானே?" என்றார் காலாந்தகக்கண்டர்.

பெரிய பழுவேட்டரையர், "ஆம்! ஆம்! இளைய ராணி தான் என் உயிரை காப்பாற்றினாள். நந்தினி பணிவிடை செய்திராவிட்டால் என்னை நீ உயிரோடு பார்த்திருக்க மாட்டாய். உலகத்துக்கு உண்மை தெரியாமலே போயிருக்கும்!" என்று கூறினார்.

"இளைய ராணியின் ஒப்பற்ற பெருங்குணம் எனக்கே தெரியாமல் போய்விட்டதே! உலகத்துக்கு எப்படித் தெரியும்?" என்றார் காலாந்தககண்டர்.

பெரிய பழுவேட்டரையர் அதைக் கவனியாமல், "நந்தினி இன்னும் இங்கிருந்து போகவில்லையா? குகைப் படிகள் வழியாக ஏறிச் சென்றவர்களோடு அவளும் போயிருப்பாள் என்றல்லவா நினைத்தேன்?" என்றார்.

"தங்களை விட்டுவிட்டு இளைய ராணி எப்படிப் போவார், அண்ணா!" என்றார் சின்னப் பழுவேட்டரையர்.

"அது போகட்டும்! நீங்கள் இந்த இடத்துக்கு நாங்கள் வந்திருப்பதை எப்படிக் கண்டுபிடித்து வந்தீர்கள்?" என்று பெரியவர் கேட்டார்.

"திருப்புறம்பியம் பள்ளிப்படையருகில் நாங்கள் தங்கியிருந்தோம். கந்தமாறன் கொள்ளிடக் கரையோரமாகக் காவல் புரிந்து கொண்டிருந்தான். அங்கே சேந்தன் அமுதன் படகில் ஏற முயன்று கொண்டிருப்பதைப் பார்த்து அவனைப் பிடித்துக் கொண்டு வந்தான். சேந்தன் அமுதன் முன்னொரு தடவை வந்தியத்தேவன் தப்ப உதவி செய்ததற்காக அவனைச் சில காலம் நான் சிறையில் வைத்திருந்தது தங்களுக்கு நினைவிருக்கும். அவன் பேரில் கந்தமாறனுக்கு ஏற்கெனவே ரொம்பக் கோபம். இப்போதும் ஏதோ ஒற்றன் வேலை செய்கிறான் என்று சந்தேகித்துப் பிடித்துக் கொண்டு வந்தான். அவனிடம் விசாரித்தபோது தங்களைப் பற்றித் தெரிந்தது. அவனுடைய மாமன் மகள் பூங்குழலி யாரோ கொலைகாரனைத் தொடர்ந்து தனியே சென்றதைக் கேள்விப்பட்டு இவன் அவளைத் தேடிக் கொண்டு புறப்பட்டானாம். பூங்குழலி அவனைத் தன்னுடன் வரக்கூடாது என்று சொல்லித் திருப்பி அனுப்பி விட்டாளாம். ஆயினும் இவன் அவள் அறியாமல் பின்னோடு தொடர்ந்து போனானாம். அப்போது திருப்புறம்பியம் பள்ளிப்படைக்கருகில் சதிகாரர்கள் சிலர் சேர்ந்து பேசுவதை அவன் ஒளிந்திருந்து கேட்டானாம். அப்போதுதான் தங்களை ரவிதாஸன் கூட்டம் சிறைபிடித்துப் பச்சை மலைப்

பிராந்தியத்துக்குக் கொண்டு போயிருப்பதாகத் தெரிந்ததாம். பூங்குழலியும் வைஷ்ணவன் ஆழ்வார்க்கடியானும் பச்சை மலைக்குப் போவதை அறிந்து கொண்டு இவனும் அவர்களுக்குத் தெரியாமல் பின் தொடர முயற்சித்தானாம். இதையெல்லாம் கேட்டதும் நானும் கந்தமாறனும் ஐம்பது வீரர்களை அழைத்துக் கொண்டு புறப்பட்டோம். சேந்தன் அமுதன் தானும் வருவதாகப் பிடிவாதம் பிடித்தான். அதுவும் நல்லதுதான் என்று அவனை ஒரு குதிரை மேல் கட்டிப்போட்டு அழைத்து வந்தோம்! வந்தது நல்லதாய்ப் போயிற்று. தங்களைக் கண்டுபிடித்து விட்டோம். இனி என்ன கவலை அண்ணா! உடனே புறப்படுங்கள். தங்களுக்கு யாதொரு சிரமமும் ஏற்படாமல் ஆட்களைக் கொண்டு தூக்கிப் போக ஏற்பாடு செய்கிறேன். இதற்குள்ளே திருப்புறம்பியத்தில் பெரும் சைன்யம் சேர்ந்திருக்கும். தஞ்சாவூர்க் கோட்டையை ஒரு ஜாம நேரத்தில் திரும்பக் கைப்பற்றி விடலாம்!" என்று கூறினார் சின்னப் பழுவேட்டரையர்.

"ஆமாம், தஞ்சாவூருக்கு உடனே போக வேண்டியது தான்!" என்று சொல்லிக் கொண்டே பெரிய பழுவேட்டரையர் எழுந்து நின்றார். நந்தினி தேவி உட்கார்ந்திருந்த இடத்தை நோக்கி மெல்ல மெல்ல நடந்தார்.

அத்தனை நேரமும் ஒரு பாறைக் கல்லின் மீது உட்கார்ந்து விம்மி அழுது கொண்டிருந்த நந்தினி, பெரிய பழுவேட்டரையர் தொண்டையை கனைத்த கர்ஜனையைக் கேட்டுத் திடீரென்று எழுந்து நின்றாள். வெறி கொண்ட கண்களால் சுற்றுமுற்றும் பார்த்தாள்.

அவளுக்கு மிக்க அருகாமையில் நின்ற ஆழ்வார்க்கடியான் மெதுவான குரலில், "நந்தினி! இப்போதாவது உன் சம்மதத்தைச் சொல்! என்னுடன் வருகிறேன் என்று ஒரு வார்த்தை கூறு! இந்த நாட்டை விட்டு வடநாட்டுக்குப் போவோம். பிருந்தாவனம், வடமதுரை, அயோத்தி, காசி, ஹரித்வாரம், ரிஷிகேசம் முதலிய க்ஷேத்திரங்களுக்குப் பிரயாணம் செய்வோம். ஸ்ரீமந்நாராயணனுடைய திருநாமத்தைச் சொல்லிக் கொண்டு, ஆழ்வார்களுடைய பாசுரங்களைப் பாடிக் கொண்டு, நம்முடைய வாழ்க்கையை ஆனந்தமாகக் கழிப்போம். நான் என் அரசாங்க அலுவலை விட்டுவிட்டு உன்னுடன் வருவதற்கு ஆயத்தமாயிருக்கிறேன்" என்றான்.

நந்தினி கண்களில் நீர் ததும்ப அவனை நோக்கி, "திருமலை! உனக்கு நான் இத்தனை துரோகம் செய்தும் நீ என்னிடம் வைத்த அபிமானம் மாறவில்லை. உனக்கு நீ வணங்கும் நாராயணன் அருள் புரிவார்!" என்றாள்.

அதே சமயத்தில் பூங்குழலி, சேந்தன் அமுதனிடம், "அதோ! பழுவூர் இளைய ராணியைப் பார்! என் அத்தையைப் போலவே தோன்றுகிறாள் அல்லவா?" என்று கேட்டாள்.

"ஆம்; தலையை விரித்துப் போட்டுக் கொண்டால், தத்ரூபமாக உன் அத்தை மாதிரியே இருக்கிறது!" என்றான் சேந்தன் அமுதன்.

"இனிமேல் என் அத்தை இவள்தான்; அத்தையிடம் இத்தனை நாள் வைத்திருந்த அன்பை இனிப் பழுவூர் இளைய ராணியிடம் வைப்பேன்!" என்றாள் அவள்.

"என்னையும் சேர்த்துக்கொள் பூங்குழலி!" என்றான் அமுதன்.

பெரிய பழுவேட்டரையர் இதற்குள் நந்தினி நின்ற இடத்துக்குச் சமீபமாக வந்து விட்டார்.

அதைக் கண்ட நந்தினி அவருக்கு முன்னால் பூமியில் விழுந்து வணங்கினாள். அவருடைய பாதங்களைத் தொட்டுக் கண்களில் ஒத்திக் கொண்டாள்.

பூமியிலிருந்து எழுந்ததும், நந்தினி பெரிய பழுவேட்டரையரை ஒருமுறை பார்த்தாள். சட்டென்று திரும்பினாள். சற்றுத் தூரத்தில் சின்னப் பழுவேட்டரையர் முதலியோர் கொண்டு வந்து நிறுத்தியிருந்த குதிரைகள் மீது அவள் பார்வை விழுந்தது. அவை நின்ற இடத்தை நோக்கி மிக விரைவாக ஓடினாள்.

எல்லாவற்றுக்கும் முன்னால் நின்ற குதிரையின் மீது தாவி ஏறிக் கொண்டாள். குதிரையின் முகக் கயிற்றைக் கையில் பிடித்துக் கொண்டு ஒரு குலுக்குக் குலுக்கித் தட்டிவிட்டாள். குதிரை பாய்ந்து ஓடத் தொடங்கியது.

அதுவரைக்கும் நந்தினியின் நோக்கம் இன்னதென்று அறியாமல் செயலற்று நின்றவர்கள் இப்போது அவளைத் தொடர யத்தனித்தார்கள். சின்னப் பழுவேட்டரையர், ஆழ்வார்க்கடியான், சேந்தன் அமுதன், பூங்குழலி எல்லாருமே ஓர் அடி முன்னால் எடுத்து வைத்தார்கள்.

பெரிய பழுவேட்டரையர், "நில்லுங்கள்!" என்று ஒரு கர்ஜனை செய்தார். எல்லாரும் மறுபடியும் செயலிழந்து நின்றார்கள். பெரிய பழுவேட்டரையரையே பார்த்துக் கொண்டு நின்றார்கள்.

பெரிய பழுவேட்டரையர் குதிரை மேல் சென்ற நந்தினியின் உருவத்தைப் பார்த்துக் கொண்டே நின்றார்.

அதிவேகமாகக் காற்றைப் போல் பறந்து சென்ற அந்தக் குதிரை வெகு விரைவில் மலை அடிவாரத்தின் திருப்பம் ஒன்றில் திரும்பியது.

அவர்களுடைய பார்வையிலிருந்து குதிரை மறைந்தது.

ஆம்; பழுவூர் இளைய ராணி நந்தினி தேவியும் மறைந்து விட்டாள். இனி அவளை இக்கதையிலே நாம் காண மாட்டோம்.

ஒருவேளை, பல ஆண்டுகளுக்குப் பின்னால், வேறு இடத்தில், வேறு சூழ்நிலையில் காணும்படி நேரலாம் யார் சொல்ல முடியும்?

❉ ❉ ❉ ❉

நாற்பத்தெட்டாம் அத்தியாயம்

"நீ என் மகன் அல்ல!"

ஆதித்த கரிகாலன் இறுதி ஊர்வலம் காவிரி நதிக் கரையோரமாகத் தஞ்சையை நோக்கிச் சென்றபோது, அந்த ஊர்வலத்தில் சோழ நாட்டு மக்கள் லட்சக்கணக்கானவர்கள் கலந்து கொண்டார்கள். வீரர்களைப் போற்றும் குணம் அந்நாளில் தமிழகத்தில் பெரிதும் பரவியிருந்தது. இடையில் சில காலம் சோழ குலம் மங்கியிருந்து. விஜயாலய சோழர் காலத்திலிருந்து மீண்டும் தலையெடுத்ததைக் கண்டோம் அல்லவா? நூறு ஆண்டுகளாக அந்தக் குலத்தில் பிறந்தவர்கள் ஒவ்வொருவரும் வீரப் புகழில் ஒருவரையொருவர் மிஞ்சிக் கொண்டு வந்தார்கள். விஜயாலயன் மகன் ஆதித்தவர்மன் பல்லவ குலத்தின் புகழை அழித்துத் தொண்டை நாட்டைக் கைப்பற்றினான். அவனுடைய மகன் பராந்தகச் சக்கரவர்த்தி மதுரையும், ஈழமும் கொண்டு தென்னாடு முழுவதையும் தன் ஆட்சிக்கு உட்படுத்தினான். பராந்தகச் சக்கரவர்த்தியின் புதல்வர்கள் நால்வரும் ஒருவரையொருவர் வீரத்தில் மிஞ்சினார்கள். அவர்களில் ஒருவன் பாண்டிய நாட்டுப் போரில் உயிர் துறந்தான். மூத்த மகனாகிய இராஜாதித்தனோ, சமுத்திரம் போல் பொங்கி வந்த இரட்டை மண்டலக் கன்னர தேவனின் பெரும் படையுடன் தக்கோலத்தில் போர் தொடுத்து, அம்மாபெரும் சைன்யத்தை முறியடித்த பிறகு போர்க் களத்திலேயே வஞ்சனையினால் கொல்லப்பட்டு, 'யானை மேல் துஞ்சின தேவன்' ஆயினான். கண்டராதித்தர் சிவஞானச் செல்வராயினும் அவரும் வீரத்தில் குறைந்தவராக இல்லை. பின்னர் ஆற்றூர்த் துஞ்சிய அரிஞ்சயனுடைய குமாரர் சுந்தரசோழர் காலத்தில் தக்கோலப் போருக்குப் பிறகு சிறிது மங்கியிருந்த சோழ சாம்ராஜ்யத்தின் புகழ் மீண்டும் மகோந்நதமடைந்தது.

இவ்வாறு வழி வழியாக வந்த வீர பரம்பரையில் பிறந்தவர்களில் ஆதித்த கரிகாலனுக்கு ஒப்பாருமில்லை, மிக்காருமில்லை என்று மக்களின் ஏகோபித்த வாக்கே எங்கும் கேட்கக் கூடியதாயிருந்தது. பன்னிரண்டாம் வயதில் சேவூர்ப் போர்க்களத்தில் அவன் புரிந்த வீரதீர சாகசச் செயல்கள் அர்ச்சுனன் மகனான அபிமன்யுவின் புகழையும் மங்கச் செய்து விட்டனவல்லவா?

இத்தகைய வீராதி வீரன் சில வருட காலமாகத் தஞ்சைக்கு வராமல் காஞ்சியிலேயே தங்கியிருந்த காரணம் பற்றிப் பலவித வதந்திகள் உலாவி வந்தன. சிற்றரசர்கள் சூழ்ச்சி செய்து மதுராந்தகனுக்குப் பட்டம் கட்டும் நோக்கத்துடன் ஆதித்த கரிகாலனைத் தஞ்சைப் பக்கம் வராதபடி செய்து வருகிறார்கள் என்பது ஒரு வதந்தி. முன்னொரு காலத்தில் கரிகால் வளவன் வடநாட்டுக்குப் படையெடுத்துச் சென்று இமயமலையின் உச்சியில் புலிக் கொடியை நாட்டிவிட்டு வந்தது போல் அதே பெயர் கொண்ட ஆதித்த கரிகாலனும் செய்ய விரும்பிச் சபதம் செய்திருக்கிறான் என்றும், அந்தச் சபதம் நிறைவேறாமல் அவன் தஞ்சைக்குத் திரும்ப விரும்பவில்லையென்றும், அதற்குப் பழுவேட்டரையர் முதலியவர்கள் குறுக்கே நின்று தடுத்து வருகிறார்கள் என்றும் இன்னொரு வதந்தி பரவியிருந்தது.

எனவே, திடீர் என்று ஒரு நாள் ஆதித்த கரிகாலன் இறந்து விட்டான் என்றும், சம்புவரையரின் மாளிகையில் வஞ்சனையினால் கொல்லப்பட்டான் என்றும் செய்தி பரவவே, சோழ நாட்டு மக்களின் உள்ளக் கிளர்ச்சி எப்படியிருந்திருக்கும் என்று சொல்ல வேண்டியதில்லை அல்லவா?

அந்த வீர புருஷனுக்கு இறுதி மரியாதை செய்வதற்கு மக்கள் லட்சக்கணக்கிலே திரண்டு வந்து சேர்ந்ததிலும் வியப்பில்லை தானே?

ஊர்வலம் தஞ்சையை அணுகியபோது, ஜனக்கூட்டம் ஜன சமுத்திரமாகவே ஆகிவிட்டது. தஞ்சை நகர மக்களும் தஞ்சைக் கோட்டையைச் சுற்றிலும் சூழ்ந்திருந்த தென் திசைப் படை வீரர்களும் கூட்டத்தோடு கூட்டமாகச் சேர்ந்து விட்டார்கள். அவர்களையெல்லாம் கோட்டைக்குள் அனுமதித்தால் பல விபரீதங்கள் நேரிடலாம் என்று முதன்மந்திரி அநிருத்தர் எச்சரித்ததின் பேரில், துயரக் கடலில் மூழ்கியிருந்த சக்கரவர்த்தியும் அவருடைய குடும்பத்தாரும் கோட்டைக்கு வெளியிலேயே வந்துவிட்டார்கள். சுந்தர சோழரைப் பார்த்ததும், அந்த மாபெரும் கூட்டத்தில் ஒரு பேரிரைச்சல் எழுந்தது.

"சோழ நாட்டைச் சுந்தர சோழர் அரசு புரிந்தபோது 'ஹா' என்ற சத்தமே கேட்டதில்லை" என்று சிலா சாசனங்கள் சொல்லுகின்றன. ஆதித்த கரிகாலரின் மரணத்துக்கு முன்னால் குடிகொண்டிருந்த நிலைமை அச்சிலா சாசனங்களில் பொறிக்கப்பட்டிருக்கிறது.

இன்றைக்கோ "ஹா! ஹா!" "ஐயையோ!" என்ற சத்தங்கள் லட்சக்கணக்கான குரல்களில் எழுந்தன. அபிமன்யுவைப் பறி கொடுத்த அர்ச்சுனனுடைய நினைவு அநேகருக்கு வந்தது. ஆனால் அபிமன்யுவோ பகைவர் கூட்டத்துக்கு மத்தியில் தன்னந்தனியாக நின்று அஸகாய சூரத்தனங்கள் செய்துவிட்டு உயிரை விட்டான்.

இங்கேயோ ஆதித்த கரிகாலன் மதுராந்தகனின் மண்ணாசையினாலும் சிற்றரசர்களின் அதிகார வெறியினாலும் சூழ்ச்சிக்கு ஆளாகிக் கொல்லப்பட்டான். மக்களின் மனத்தில் குடிகொண்டிருந்த இந்த எண்ணத்தை உறுதிப்படுத்தும் காரியங்களும் வெளியில் நடந்தன.

ஆதித்த கரிகாலனுடைய சடலம் தஞ்சைக் கோட்டைக்கு வெளியே எல்லோரும் வந்து பார்க்கும்படியாக வைக்கப்பட்டிருந்தது. அனைவரும் வந்து பார்த்துக் கண்ணீர் விட்டு விட்டுப் போனார்கள். ஆனால் மதுராந்தகர் மட்டும் வரவில்லை. பழுவேட்டரையர்களும் வரவில்லை.

பழுவேட்டரையர்கள் தங்கள் நண்பர்களைச் சைன்யங்களுடன் ஒன்று சேர்த்துக் கொண்டிருக்கிறார்கள் என்று வதந்தி பரவவும் ஆரம்பித்திருந்தது. எனவே ஆதித்த கரிகாலருக்கு வீரமரணத்துக்குரிய முறையில் ஈமச்

சடங்குகள் நடந்து, சக்கரவர்த்தியின் குடும்பத்தினர் தஞ்சைக் கோட்டைக்குள் பிரவேசித்த பிறகும் ஜனக் கூட்டம் விரைவாகக் கலையவில்லை.

"மதுராந்தகன் வீழ்க!", "பழுவேட்டரையர்கள் வீழ்க!" என்னும் கோஷங்கள் முதலில் இலேசாக எழுந்தன. நேரமாக, ஆக, இந்தக் கோஷங்கள் பலம் பெற்று வந்தன.

திடீரென்று ஜனக்கூட்டத்தில் ஒரு பகுதியினர் கோட்டைக் கதவுகளை இடித்து மோதித் திறந்து கொண்டு தஞ்சை நகருக்குள் பிரவேசித்தார்கள். முதலில் அவர்கள் பழுவேட்டரையர்களின் மாளிகைக்குச் சென்றார்கள். வெளியிலே நின்று "பழுவேட்டரையர்கள் வீழ்க!" என்று சத்தமிட்டார்கள்.

முதன்மந்திரி அநிருத்தரின் கட்டளையின் பேரில் வேளக்காரப் படை வீரர்கள் ஜனங்களைக் கலைந்து போகச் செய்ய நேர்ந்தது.

இதற்கிடையில், மதுராந்தகத் தேவன் அநிருத்தரின் வீட்டில் ஒளிந்து கொண்டிருக்கிறான் என்பதாக ஒரு வதந்தி பரவியது. ஜனங்கள் அநிருத்தரின் வீட்டைப் போய்ச் சூழ்ந்து கொண்டார்கள்.

"எங்கே அந்தப் பேடி மதுராந்தகன்? வெளியே வரச் சொல்லுங்கள் மதுராந்தகனை!" என்று கத்தினார்கள்.

அச்சமயம் உண்மையாகவே மதுராந்தகன் அநிருத்தரின் வீட்டுக்குள்ளிருந்தான். வெளியிலே ஜனங்களின் கூக்குரலைக் கேட்டுவிட்டு, அவன் நடுநடுங்கினான். அநிருத்தரைப் பார்த்து, "முதன்மந்திரி! என்னை எப்படியாவது கோட்டைக்கு வெளியே அனுப்பி விடுங்கள். ரகசியச் சுரங்க வழியாக அனுப்பி விடுங்கள். என்னை ஆதரிக்கும் நண்பர்களுடனே நான் போய்ச் சேர்ந்து கொள்கிறேன். இந்த உதவியைத் தாங்கள் செய்யும் பட்சத்தில் நான் சோழ சிம்மாசனத்தில் ஏறும் போது தங்களையே முதன்மந்திரியாக வைத்துக் கொள்ளுவேன்" என்று சொன்னான்.

"ஐயா! சிங்காசனம் ஏறுவதைப் பற்றி இப்போது ஏன் பேச வேண்டும்? இன்னும் சுந்தர சோழச் சக்கரவர்த்தி உயிருடன் இருக்கிறாரே" என்றார் முதன்மந்திரி அநிருத்தர்.

"சுந்தர சோழர் தம் குமாரனுக்கு ஈமக் கடன் செய்து விட்டுத் திரும்பி வந்ததை நீங்கள் பார்க்கவில்லையா? அவர் முகம் எவ்வாறு பேயடித்தது போலிருந்தது என்பதைக் கவனிக்கவில்லையா? நான் இந்த மச்சு மேடையிலிருந்து பார்த்துக் கொண்டிருந்தேன். அதிக காலம் இனி உயிரோடு இருக்க மாட்டார். அருள்மொழி வர்மனாவது, நானாவது சிங்காதனம் ஏறி இந்த ராஜ்யத்தை ஆள வேண்டும். சுந்தர சோழர் எனக்கு பட்டம் கட்டவே பிரியப்படுகிறார். நீங்களும் அன்னையும் எதற்காக அதற்குக் குறுக்கே நிற்க வேண்டும்?" என்றான் மதுராந்தகன்.

"இளவரசே! தங்கள் அன்னை குறுக்கே நிற்பதற்கான காரணம் இல்லாமல் போகுமா? அதோ கேளுங்கள், இந்த வீட்டைச் சூழ்ந்திருக்கும் மக்களின் கூச்சலை. சுந்தர சோழர் இஷ்டப்பட்டால் மட்டும் போதுமா? சோழ நாட்டு மக்கள் இஷ்டப்பட வேண்டாமா?" என்று கூறிவிட்டு, "ஆகா! இது என்ன?" என்று அநிருத்தர் வீதியில் எட்டிப் பார்த்தார்.

பழைய கூக்குரலுக்குப் பதிலாக இப்போது "அருள்மொழிவர்மர் வாழ்க!" "பொன்னியின் செல்வர் வாழ்க!" "ஈழங்கொண்ட வீராதி வீரர் வாழ்க!" என்ற கோஷங்கள் கிளம்பின.

கம்பீரமான குதிரை மேலேறி அருள்மொழிவர்மர் அங்கே வந்து கொண்டிருந்தார். அவரைப் பின் தொடர்ந்து அத்தனை ஜனங்களும் போனார்கள். சில நிமிஷ நேரத்துக்கெல்லாம் அநிருத்தர் வீட்டின் வெளிப்புறம் வெறுமையாகி விட்டது. அநிருத்தருக்கு முன்னாலிருந்து மதுராந்தகனும் அந்தக் காட்சியைப் பார்த்துக் கொண்டிருந்தான். அவனுடைய கண்கள் பொறாமைத் தீயினால் கோவைப்பழம் போலச் சிவந்தன.

"ஆகா! இந்தப் பிள்ளையிடம் அப்படி என்னதான் வசீகரம் இருக்கிறதோ?" என்று தனக்குத்தானே சொல்லிப் பொருமிக் கொண்டான்.

அநிருத்தர், "இளவரசே! ஈழத்து ராணியைக் கொன்றவனைப் பின் தொடர்ந்து சின்னப் பழுவேட்டரையர் ஓடியபோது, நீங்கள் அந்தப் பாதாளச் சுரங்க வழியில் இருந்ததற்குக் காரணம் என்ன?" என்று கேட்டார்.

"பொன்னியின் செல்வன் யானைப்பாகன் வேஷத்தில் அரண்மனைக்கு வந்த போது எனக்கு மிக்க மனச்சோர்வு உண்டாயிற்று. அவனும் நானும் ஒரே சமயத்தில் இந்தக் கோட்டைக்குள்ளிருக்கப் பிரியப்படவில்லை. பழுவேட்டரையர் சுரங்க வழியை எனக்குக் காட்டிக் கொடுத்திருந்தார். அதன் வழியாகப் போய்விடலாமா என்று யோசித்துக் கொண்டு அரண்மனைத் தோட்டத்தைச் சுற்றிக் கொண்டிருந்தேன். அப்போது ஒருவன் சுரங்கப்பாதை வழியாக வெளியே வருவதைப் பார்த்தேன். அவன் என்னை நெருங்கி, 'இளவரசே! தங்களைப் பார்க்கத்தான் வந்தேன். பெரிய பழுவேட்டரையரும், கந்தமாறனும் தங்களை உடனே அழைத்து வரும்படி என்னை அனுப்பினார்கள். தங்கள் சிம்மாசன உரிமையை ஆதரித்து நிற்கப் பெரிய சைன்யங்கள் தயாராயிருக்கின்றன' என்றான். அவனுடைய தோற்றம் எனக்குச் சிறிது சந்தேகத்தை உண்டாக்கிற்று.

"பெரிய சைன்யம் தயாராகியிருந்தால் நான் ஏன் வெளியே வரவேண்டும்? அவர்களே இங்கு வந்து கொடும்பாளூர்ப் படைகளைத் தோற்கடித்து விட்டு என்னைச் சிம்மாசனத்தில் ஏற்றி வைக்கட்டுமே!" என்றேன்.

அந்த மனிதன், "இளவரசே! அது மட்டுமல்ல. தங்களுடைய பிறப்பைக் குறித்து ஒரு பயங்கரமான மர்மம் இருக்கிறது. அதை வேறு யாரும் உங்களுக்குச் சொல்லத் துணிய மாட்டார்கள். நான் சொல்வேன்" என்றான்.

'அப்படியானால் வா! உடனே போகலாம்' என்றேன் நான். அதற்கு அவன், 'முதன்மந்திரி அநிருத்தருக்கு ஒரு செய்தி சொல்ல வேண்டியிருக்கிறது. அதைச் சொல்லிவிட்டு வருகிறேன். நீங்கள் முதலில் போய்ச் சுரங்கப் பாதையில் ஒளிந்திருங்கள்' என்றான். அதன் பேரில் பொக்கிஷ நிலவறைக்குள் போய் நான் காத்திருந்தேன். முதன்மந்திரி! தங்களை அவன் வந்து பார்த்தானா? என் பிறப்பைக் குறித்த பயங்கரமான மர்மம் என்னவாக இருக்கக் கூடும்?" என்றான் மதுராந்தகன்.

"இளவரசே! தங்களுக்கு அதை வெளியிட்டுச் சொல்லும் உரிமை பெற்றவர் தங்கள் அன்னை செம்பியன் மாதேவி ஒருவர் தான். எனக்கு ஓரளவு தெரிந்திருந்தாலும் நான் அதைச் சொல்லக் கூடாது" என்றார் அநிருத்தர்.

இந்தச் சமயத்தில் அம்மாளிகையின் வாசலில் மறுபடியும் கலகலப்புச் சத்தம் கேட்டது. முதன்மந்திரி எட்டிப் பார்த்தார்; "ஆகா! இதோ உங்கள் அன்னையே வந்து விட்டார்!" என்றார்.

சிறிது நேரத்திற்கெல்லாம் செம்பியன் மாதேவி அநிருத்தரின் வீட்டுப் பெண்மணிகளைப் பார்த்துப் பேசிவிட்டு மேல் மாடிக்கு வந்தார். அந்தத் தேவியின் முகத்தில் அப்போது சோகம் ததும்பிக் கொண்டிருந்தது. அநிருத்தர் எழுந்து உபசரித்துச் சுட்டிக் காட்டிய ஆசனத்தில் தேவி உட்கார்ந்தார். சிறிது நேரம் தரையைக் குனிந்து பார்த்த வண்ணமாக இருந்தார். அந்த மேல்மாடத்திலும் மாளிகைக்கு வெளியிலும் வீதியிலும் நிசப்தம் குடிகொண்டிருந்தது. பின்னர் செம்பியன் மாதேவி, மதுராந்தகனையும், அநிருத்தரையும் ஒரு முறை பார்த்துவிட்டு, "ஐயா! என் கணவர் என் தலை மீது இந்தப் பாரத்தைச் சுமத்திவிட்டு மேற்றிசைக்கு எழுந்தருளி விட்டார். தவறு செய்தது என்னவோ நான்தான். ஆனால் அவர் இச்சமயம் இருந்திருந்தால் நான் இவ்வளவு துன்பப்பட நேர்ந்திராது" என்றாள்.

அப்போது மதுராந்தகன் கண்களில் கோபக்கனல் பறக்க, "நீ ஏன் இப்படி வேதனைப்படுகிறாய்? ஏன் அடிக்கடி என் தந்தையின் பெயரை எடுக்கிறாய்? தஞ்சாவூர்ச் சிம்மாதனத்தில் நான் ஏறப்போவதென்னமோ

நிச்சயம். அதற்குத் தடையாக இருந்தவர்களில் ஒருவன் இறந்து போனான். அருள்மொழிவர்மனோ என்னை விட வயதில் சிறியவன். நான் உயிரோடு இருக்கும்போது அவனுக்கு ஒருநாளும் பட்டம் கட்ட மாட்டார்கள். நீ மட்டும் குறுக்கே நில்லாமல் கருணை செய்ய வேண்டும். அம்மா! பெற்ற பிள்ளைக்குத் துரோகம் செய்யும் அன்னையைப் பற்றி யாராவது கேள்விப்பட்டதுண்டா? சிவபக்த மணியாகிய நீ ஏன் எனக்குத் துரோகம் செய்யப் பார்க்கிறாய்?" என்றான்.

"என் குழந்தாய்! பெற்ற பிள்ளைக்குத் தாய் விரோதமாக இருப்பது பயங்கரமான துரோகம்தான். ஆனால் என் கணவர் எனக்கு அவ்விதம் கட்டளையிட்டுச் சென்றிருக்கிறார். அவருடைய கட்டளையை நிறைவேற்றுவது என் கடமை. சொல்லுகிறேன் கேள்! மண்ணாசை ரொம்பப் பொல்லாதது. ராஜ்யத்தின் மேல் ஆசை அதை விடக் கொடியது. தலையிலே முடிசூட்டிக் கொண்டிருப்பவர்களைப் போல் இவ்வுலகத்தில் கவலைக்குள்ளாகிறவர்கள் வேறு யாருமில்லை. சிங்காதனத்தில் வீற்றிருப்பவர்களைப் போல் மன அமைதியின்றிச் சங்கடப்படுபவர்களும் யாரும் இல்லை. தலையிலே கிரீடம் வைத்துக் கொண்டிருந்த காரணத்தினால் அல்லவா வீரபாண்டியன் உயிரை விட நேர்ந்தது? பூலோக ராஜ்யத்தைக் காட்டிலும் எவ்வளவோ மடங்கு மேலானது சிவலோக சாம்ராஜ்யம். நாம் இந்த ஊரைவிட்டே போய்விடுவோம் வா. க்ஷேத்திர தரிசனம் செய்து கொண்டு கைலையங்கிரி வரையிலே போவோம். சாக்ஷாத் கைலாசநாதரின் கருணைக்குப் பாத்திரமாவோம்."

"ஆகா! கைலாச யாத்திரை போவதற்குத் தங்களுக்குத் தக்க பருவம்தான். எனக்கு இன்னும் பிராயம் ஆகவில்லை. இந்த உலகத்தின் சுகதுக்கங்கள் எதையும் நான் பார்க்கவில்லை. உடம்பெல்லாம் சாம்பலைப் பூசிக் கொண்டு 'சிவ சிவா' என்று பைத்தியக்காரனைப் போல் அலைந்து திரியும்படி என்னை நீ வளர்த்துவிட்டாய். அந்தப் பரமசிவனுடைய பெருங் கருணையினாலேயே என்னிடம் இப்போது ராஜ்யம் நெருங்கி வந்திருக்கிறது. அதை ஏன் நான் கைவிட வேண்டும்?" என்று கேட்டான் மதுராந்தகன்.

"அப்பனே! உன்னை நெருங்கி வந்திருக்கும் ராஜ்யம் எத்தனையோ அபாயங்களுடன் சேர்ந்து வந்திருக்கிறது. நீ சிங்காதனம் ஏறுவதற்கு ஒரு தடை நீங்கிவிட்டது. ஆதித்த கரிகாலன் இறந்து விட்டான் என்று சொன்னாய். சற்று முன்னால் இந்த வீட்டைச் சுற்றி நின்று கொண்டிருந்த ஜனங்கள் கூச்சலிட்டது உன் காதில் விழவில்லையா? மதுராந்தகா! ஆதித்த கரிகாலன் இறந்ததற்கு நீயும் பழுவேட்டரையர்களுமே காரணம் என்று மக்கள் நினைக்கிறார்கள். உன்னை எப்படிச் சக்கரவர்த்தியாக அவர்கள் ஒப்புக்கொள்வார்கள்?"

"அம்மா அதையெல்லாம் ஜனங்கள் வெகு சீக்கிரம் மறந்து விடுவார்கள். என்னைச் சிங்காதனத்தில் ஏற்றி விட்டால் என்னையே சக்கரவர்த்தி என்று ஒப்புக் கொள்வார்கள். இன்னும் சொல்கிறேன் கேள்! கரிகாலனுடைய மரணத்துக்கு யார் காரணம் தெரியுமா? அருள்மொழிவர்மரின் அருமைச் சிநேகிதன் வந்தியத்தேவன் தான். சம்புவரையர் வீட்டில் கரிகாலன் செத்துக் கிடந்த இடத்தில் வந்தியத்தேவன்தான் இருந்தானாம். சம்புவரையரையும், வந்தியத்தேவனையும் பாதாளச் சிறையில் போட்டிருக்கிறார்கள். தனக்குச் சிம்மாதனம் கிடைக்கும் பொருட்டுத் தமையனைக் கொலை செய்ய ஏற்பாடு செய்தவன் அருள்மொழிவர்மன். இது மட்டும் ஜனங்களுக்குத் தெரியட்டும், அப்புறம் பொன்னியின் செல்வனின் கதி என்ன ஆகிறதென்று பார்க்கலாம்."

செம்பியன் மாதேவி தம் கண்களில் கனல் வீச, "அட பாவி! கருணையே உருக்கொண்ட அருள்மொழியைப் பற்றி என்ன வார்த்தை சொல்கிறாய்? உன்னைப் போன்ற துராசை பிடித்தவனையே அவன் கோவிலில் வைத்துக் கும்பிடத் தயாராக இருக்கிறானே. அவனைப்பற்றி நீ மறுபடியும் இப்படிச் சொன்னால் நீ எரிவாய் நரகத்துக்குத் தான் போவாய். உனக்கு இம்மையிலும், மறுமையிலும் கதி மோட்சம் கிடையாது" என்றாள்.

இதைக் கேட்டதும் மதுராந்தகன் குதித்தெழுந்தான். "அடி பேயே! உன் சொந்த மகனுக்குச் சாபம் கொடுக்கிறாய். என்னுடைய விரோதிக்கு ஆசி கூறுகிறாய். நீ என்னுடைய தாயாராக இருக்க முடியுமா? இல்லவே இல்லை" என்று மதுராந்தகன் உள்ளம் நொந்து கொதித்துக் கூறினான்.

அப்போது செம்பியன் மாதேவி, "அப்பா! உனக்கு நான் இதை என்றைக்கும் சொல்ல வேண்டாம் என்றிருந்தேன். உன்னுடைய பிடிவாதத்தினால் சொல்லும்படி செய்து விட்டாய். உண்மையிலேயே நான் உன்னைப் பெற்ற தாயார் அல்ல. நீ என் மகனும் அல்ல" என்றாள்.

மதுராந்தகன் கம்மிய குரலில், "ஆகா! நான் சந்தேகித்தது உண்மையாகப் போய்விட்டது. நீ என் தாயாரில்லாவிட்டால் என் தாயார் யார்? நான் உன் மகன் இல்லையென்றால் பின் யாருடைய மகன்?" என்றான்.

தேவி முதன்மந்திரி அநிருத்தரைப் பார்த்து, "ஐயா! தாங்கள் சொல்லுங்கள். என்னுடைய அவமானத்தை நானே சொல்லும்படி தயவு செய்து வைக்க வேண்டாம்" என்றாள்.

முதன்மந்திரி அநிருத்தர், மதுராந்தகனைப் பார்த்துச் சொன்னார் "இளவரசே! தங்களைச் சின்னஞ்சிறு குழவிப் பருவத்திலிருந்து எடுத்து வளர்த்த அன்னையை மனம் நோகும்படி செய்து விட்டீர்கள். எப்படியும் ஒருநாள் தாங்கள் உண்மையை அறிந்து கொள்ள வேண்டியதுதான் இப்போதே அதைத் தெரிந்து கொள்ளுங்கள்."

* * *

செம்பியன் மாதேவிக்குக் கல்யாணமான புதிதில் தன் வயிற்றில் ஒரு குழந்தை பிறக்க வேண்டுமென்றும் அக்குழந்தை சோழ சாம்ராஜ்யத்தின் சக்கரவர்த்தியாக வேண்டுமென்றும் ஆசை இருந்தது. அவள் கர்ப்பந்தரித்து குழந்தைப் பேற்றை எதிர்பார்த்துக் கொண்டிருந்த சமயத்தில், அவருடைய கணவர் வெளியூருக்குச் சென்றிருந்தார். அதே சமயத்தில் அதே காலத்தில் அக்காளும் தங்கையுமான இரண்டு ஊமை ஸ்திரீகள் அரண்மனைத் தோட்டத்தில் குடியிருந்தார்கள். அவர்களில் ஒருத்தி கர்ப்பந்தரித்து குழந்தைப் பேற்றை எதிர்பார்த்துக் கொண்டிருந்தாள். செம்பியன் மாதேவி க்ஷேத்திராடனம் சென்றிருந்த போது அனாதையாகக் காணப்பட்ட அந்த கர்ப்ப ஸ்திரீயை அழைத்து வந்திருந்தாள். அவளுடைய சகோதரி தஞ்சாவூருக்கருகில் இருக்கிறாளென்று கேள்விப்பட்டுக் கர்ப்ப ஸ்திரீக்கு உதவி செய்வதற்காக அவளை வரவழைத்துக் கொண்டிருந்தாள்.

செம்பியன் மாதேவிக்குக் குழந்தை பிறந்தது. முதன்மந்திரி அநிருத்தர் ராஜ்யத்துக்குப் பிள்ளை பிறந்திருப்பதன் பொருட்டு வாழ்த்துக்கூற வந்தார். அப்போது செம்பியன் மாதேவி கண்ணீர் விட்டுக் 'கோ'வென்று அழுதாள். பிறந்த குழந்தை உயிரில்லாமல் அசைவற்றுக் கட்டையைப் போல் கிடந்தபடியால் அவ்வாறு அவள் துக்கப்பட்டாள்.

"ஐயா! என் கணவன் வந்து கேட்கும்போது நான் என்ன பதில் சொல்வேன்?" என்று விம்மியழுதாள். அவளுடைய துயரத்தைக் கண்டு பொறுக்க முடியாமல் அநிருத்தர் ஒரு யோசனை கூறினார். தோட்டத்தில் குடியிருந்த ஊமைப் பெண்ணுக்கு ஓர் ஆணும், ஒரு பெண்ணுமாக இரட்டைக் குழந்தைகள் பிறந்திருப்பதை அவர் அறிந்திருந்தார். அந்த ஊமைப் பெண்ணிடம் சென்று குழந்தைகளை அங்கேயே விட்டுவிட்டுப் போய்விட்டால், அவர்கள் அரண்மனையில் வளர்வார்களென்று ஜாடையினால் தெரிவித்தார். அந்த ஊமைப் பெண் வெறிபிடித்த பைத்தியக்காரி போல் இருந்தாள். முதலில் அவள் குழந்தைகளைக் கொடுக்க மறுத்தாள். சற்று நேரம் கழித்துக் குழந்தைகளை விட்டுவிட்டு ஓடியே விட்டாள். உடனே அநிருத்தர் அவளுடைய தங்கையைக் கொண்டு ஆண் குழந்தையைச் செம்பியன் மாதேவியிடம் கொண்டுவிடச் செய்தார். உயிரின்றிக் கட்டை போல் இருந்த குழந்தையை ஒருவருக்கும் தெரியாமல் கொண்டு போய்ப் புதைத்துவிடும்படி ஊமைத் தங்கையிடம் கொடுத்தனுப்பி விட்டார். மற்றொரு பெண் குழந்தையைத் தன்னுடைய வீட்டுக்கு எடுத்துச் சென்று அங்கிருந்த தன்னுடைய சீடன் ஆழ்வார்க்கடியானிடம் கொடுத்துப் பாண்டிய நாட்டுக்கு அனுப்பி வைத்து விட்டார். இவ்விதம் குழந்தை மாற்றம் செய்தது செம்பியன் மாதேவியின் உள்ளத்தில் உறுத்திக் கொண்டே

இருந்தது. ஒரு நாள் கண்டராதித்த தேவரிடம் உண்மையை ஒப்புக் கொண்டு விட்டாள். அந்த மகான், "அதனால் பாதகமில்லை! பெண்ணே! யார் வயிற்றில் பிறந்த குழந்தையாக இருந்தால் என்ன? சிவபெருமான் அளித்த குழந்தைதான். உன் வயிற்றில் பிறந்த குழந்தையைப் போலவே வளர்த்து வா. ஆனால் வேறு குலத்தில் பிறந்த பிள்ளை சோழ சிங்காதனத்தில் ஏறக்கூடாது. அப்படிச் செய்வது குலத் துரோகமாகும், ஆகையால் சிறு பிராயத்திலிருந்தே இவனைச் சிவ பக்தனாகும்படி வளர்த்து வருவோம். 'சோழ சாம்ராஜ்யம் வேண்டாம்; சிவபக்தி சாம்ராஜ்யமே போதும்!' என்று இவனே சொல்லும்படி வளர்ப்போம். ஆனால் எந்தக் காரணத்தை முன்னிட்டும் இவனைத் தஞ்சாவூர் சிங்காதனத்தில் ஏற்றி வைப்பதற்கு மட்டும் நாம் உடந்தையாக இருக்கக்கூடாது. அந்தச் சந்தர்ப்பம் வரும்போது நான் உயிரோடு இல்லாவிட்டாலும், நீ உறுதியுடனிருந்து சோழர் குலத்தைக் காப்பாற்ற வேண்டும்" என்று கேட்டுக் கொண்டார்.

* * *

"மதுராந்தகா! நீ கண்டராதித்த தேவருடைய புதல்வனுமல்ல. செம்பியன் மாதேவி வயிற்றில் பிறந்த பிள்ளையுமல்ல. ஊர் சுற்றித் திரிந்த அனாதை ஊமைப் பெண்ணின் மகன். உன்னை இந்தத் தேவி தம் சொந்தக் குழந்தையைவிட நூறு மடங்கு அதிகமாகச் சீராட்டிப் பாராட்டி வளர்த்து வந்தார். இப்போது அவருடைய கருத்துக்கு மாறாக நடக்காதே! தேவி சொல்வதைக் கேள். அதனால் உனக்கு நன்மையே விளையும்" என்றார் அநிருத்தர்.

❉ ❉ ❉ ❉

நாற்பத்தொன்பதாம் அத்தியாயம்

துர்பாக்கியசாலி

மதுராந்தகன் சிறிது நேரம் பிரமை பிடித்தவன் போல் உட்கார்ந்திருந்த பிறகு திடீரென்று எழுந்து நின்று, அநிருத்தரைப் பார்த்து, "முதன்மந்திரி! இதெல்லாம் உமது சூழ்ச்சி! எனக்கு அப்போதே தெரியும்! சுந்தர சோழரின் மக்கள், அதிலும் முக்கியமாக அருள்மொழிவர்மன் பேரில் உமக்குப் பிரியம் அவனுக்குப் பட்டங்கட்ட வேண்டும் என்பது உம்முடைய விருப்பம். அதற்காக, இப்படியெல்லாம் என் தாயாரிடம் பொய்யும் புனை சுருட்டும் கூறி அவருடைய உத்தமமான மனத்தைக் கெடுத்திருக்கிறீர்! அன்பில் பிரம்மராயரே! உமக்கு என்ன தீங்கு நான் செய்தேன்? எதற்காக எனக்கு இந்தத் துரோகம் செய்யப் பார்க்கிறீர்? உம்முடைய நோக்கத்துக்காக நான் என் தாயாருக்கு பிள்ளையில்லாமல் போக வேண்டுமா? இந்த மாதிரி ஒரு பயங்கரமான பாதகச் சூழ்ச்சி இந்த உலகில் இதுவரை யாரும் செய்திருக்க மாட்டார்களே? விஷ்ணு பக்தர்களின் குலத்தில் வந்த அந்தணராகிய நீர் இப்படிச் செய்ய வேண்டுமா? இல்லை, இல்லை! உமது பேரில் தவறு ஒன்றும் இல்லை. இளைய பிராட்டி குந்தவையும், அருள்மொழிவர்மனும் ஏதோ சூழ்ச்சி செய்து இப்படி உம்மைப் பாதகம் செய்யப் பண்ணியிருக்கிறார்கள்!" என்று கத்தினான்.

அநிருத்தர் சாவதானமான குரலில், "இளவரசே! தங்கள் பேரில் எனக்கு அவ்வளவு துவேஷம் இருந்தால், கொட்டுகிற மழையில் மரத்தடியில் விழுந்து கிடந்த தங்களை எடுத்து வந்திருக்க மாட்டேன். அருள்மொழி வர்மரைப் பற்றியும் தாங்கள் குறைகூற வேண்டாம். ஈழம் கொண்ட அவ்வீரர் இந்த நிமிஷத்தில் என்ன செய்து கொண்டிருக்கிறார் தெரியுமா? தஞ்சைக் கோட்டையைச் சூழ்ந்துள்ள படை வீரர்களிடத்திலும் மக்களிடத்திலும் சென்று நல்ல வார்த்தை சொல்லி அவர்களைச் சமாதானப்படுத்தி வருகிறார். அவருடைய சித்தப்பாவாகிய

தாங்கள் உயிரோடிருக்கும்போது தாம் சிங்காதனம் ஏறுவது தர்மம் அல்லவென்றும், அம்மாதிரி வீரர்களும் மக்களும் கோரக்கூடாதென்றும் சொல்லி அவர்கள் மனத்தை மாற்றிச் சரிப்படுத்த முயன்று வருகிறார்" என்றார்.

"அப்படியானால், அப்படியானால், நீங்கள் சற்று முன் சொன்ன செய்தி அருள்மொழிக்குத் தெரியாது அல்லவா?"

"அருள்மொழிக்கும் தெரியாது; வேறு யாருக்கும் தெரியாது!"

"இனிமேல்தான் எதற்காகத் தெரியப்படுத்த வேண்டும். அநிருத்தரே! நீர் மட்டும் வாயை மூடிக் கொண்டிருப்பதாக ஒப்புக்கொள்ளும். சக்கரவர்த்தி தங்களுக்கு ஒரு கிராமத்தில் பத்து வேலி நிலந்தானே பட்டயத்தில் எழுதி மானிய சாஸனம் அளித்தார்? நான் உமக்குப் பாண்டிய நாட்டையே பரிசாக அளித்துவிடுகிறேன்...."

"ஐயா! என்னை வாயை மூடிக்கொண்டிருக்கச் செய்வதற்குப் பாண்டிய நாட்டைத் தரவேண்டியதில்லை. தங்களுடைய அன்னையின் கட்டளை ஒன்றே போதும். அவரிடம் சொல்லுங்கள்!"

மதுராந்தகன் தன்னை வளர்த்த அன்னையைப் பரிதாபமாகப் பார்த்தான்.

"குழந்தாய்! மதுராந்தகா! அநிருத்தர் சொல்வது சரிதான். அவருக்கு இருபது வருஷத்துக்கு முன்னாலிருந்து என் ரகசியம் தெரியும். அன்றைக்கு அவர், 'மகாராணி! இது தங்களுடைய ரகசியம். தாங்கள் யாரிடமாவது சொன்னாலன்றி வேறு எவருக்கும் தெரிய முடியாது. என் வாய் மூலமாக ஒரு நாளும் வெளிப்படாது இது சத்தியம்!' என்று சொன்னார். அதை இன்று வரையில் நிறைவேற்றி வருகிறார். சோழ குலத்துக்கு உண்மையாக நடப்பதாக இவர் சத்தியம் செய்து கொடுத்தவர். ஆயினும் சுந்தர சோழச் சக்கரவர்த்தியிடம் கூடச் சொன்னதில்லை. நீ சோழ சிம்மாசனத்தில் ஏற நான் சம்மதித்தால் இவரும் பேசாமலிருந்திருப்பார்..."

"ஆம், தாயே! பேசாமலிருந்திருப்பேன்; ஆனால் உள்ளத்தில் பொய்யை வைத்துக் கொண்டு முதன்மந்திரி உத்தியோகம் பார்த்திருக்க மாட்டேன். ஸ்ரீரங்கநாதருக்குச் சேவை செய்யப் போயிருப்பேன்!" என்றார் அநிருத்தர்.

"ஆனால் அதற்கு அவசியம் ஒன்றும் நேரப் போவதில்லை. மதுராந்தகன் சிங்காதனம் ஏறமாட்டான். என் விருப்பத்தை நிறைவேற்றுவான். அவனே ராஜ்யம் வேண்டாம் என்று சொல்லிவிடுவான்! மகனே! 'ஆம்' என்று ஒப்புக்கொள்ளு!" என்றாள் பெரியபிராட்டி செம்பியன் மாதேவி.

"தாயே! அப்படியானால் நான் சிங்காதனம் ஏறத் தடையாயிருப்பது தாங்கள் ஒருவர்தானா? நான் தங்கள் வயிற்றில் பிறந்த மகனில்லையென்றே வைத்துக் கொள்கிறேன். இருபது வருஷத்துக்கு மேலாகத் தங்கள் வயிற்றில் பிறந்த மகனுக்கு மேல் அருமையாக வளர்த்தீர்கள். இப்போது எதற்காக எனக்கு இந்தத் துரோகம் செய்கிறீர்கள்? நான் உங்களுக்கு என்ன தீங்கு செய்தேன்?"

"குழந்தாய்! நீ எனக்கு ஒரு தீங்கும் செய்யவில்லை. நான்தான் உனக்கு பெருந்தீங்கு செய்துவிட்டேன். இத்தனை நாளும் உன்னை என் வயற்றில் பெற்ற மகனைப் போலவே வளர்த்து வந்துவிட்டு இப்போது 'நீ என் மகன் இல்லை!' என்று சொல்கிறேன். இதனால் உன் மனம் எத்தனை புண்ணாகும் என்பது எனக்குத் தெரியாதா? என் ஆயுள் உள்ள வரையில் இதை நான் வெளியிட்டுச் சொல்லியிருக்க மாட்டேன். ஆனால் என் கணவருக்கு நான் கொடுத்த வாக்குறுதியை நிறைவேற்ற வேண்டும். நான் புகுந்த சோழ குலத்துக்கு துரோகம் செய்யக் கூடாது. சோழ குலத்தில் பிறக்காதவனைச் சோழ குல சிங்காதனத்தில் நான் ஏற்றி வைக்கக் கூடாது. ஏற்றுவதற்கு நான் உடந்தையாகவும் இருக்கக் கூடாது. என் மனம் இதைப் பற்றி வேதனை அடைய வில்லையென்றா நினைக்கிறாய்? 'நீ என் மகன் அல்ல' என்று சற்று முன்னால் சொன்னபோது என் நெஞ்சே

உடைந்து போய்விட்டது. கடைசி வரையில் சொல்வதற்குத் தயங்கினேன். உள்ளம் ஒரே குழப்பமாயிருந்தது. என்னுடைய கடமை என்ன, தர்மம் என்ன என்று தெரிந்து கொள்வதற்காகவே நம்பியாண்டார் நம்பியிடம் போயிருந்தேன். அந்த மகான் தர்ம சூக்ஷுமத்தை விளக்கமாக எடுத்துச் சொன்னார். 'உலகிலுள்ள மாந்தர் அனைவரும் மகாதேவரின் புதல்வர்கள்தான். சிவ பக்த சிரோமணியான தாங்கள் 'சொந்தக் குழந்தை' என்றும், 'வளர்த்த குழந்தை' என்றும் பேதம் பாராட்ட மாட்டீர்கள். தங்களுடைய சொந்த சொத்துக்கள் எல்லாவற்றையும் வளர்த்த மகனுக்கே கொடுப்பீர்கள்; ஆனால் ராஜ்யத்தின் சமாசாரம் வேறு. நம்முடைய பொய்யின் மூலம் இன்னொருவருடைய நியாயமான உரிமையைத் தடைசெய்வது பாவமாகும். சோழ குலத்தில் பிறக்காதவனைத் தெரிந்து சோழ சிங்காதனதில் ஏற்றி வைப்பது குலத்துரோகமாகும். தங்கள் மகனிடமும் சக்கரவர்த்தியிடமும் உண்மையைச் சொல்லி விடுவது தான் தர்மம்' என்று உபதேசித்தார். கேட்டுக் கொண்டு திரும்பி வந்தேன். குமாரா! நீ என் சொந்த மகன் அல்ல என்று சொல்வதில் எனக்குச் சந்தோஷம் இருக்க முடியுமா? சக்கரவர்த்தியிடம் சொல்லும்போதுதான் இதை நான் பெருமையுடன் சொல்ல முடியுமா?"

அச்சமயம் மதுராந்தகன் திடீரென்று எழுந்து செம்பியன் மாதேவியின் காலில் விழுந்து, "அன்னையே! எனக்கு ராஜ்யம் வேண்டாம்; சிங்காதனமும் வேண்டாம். இங்கே இருக்கச் சொன்னால் இருக்கிறேன்; தேசாந்திரம் போகச் சொன்னால் போய்விடுகிறேன். ஆனால் நான் தங்கள் மகன் அல்ல; தங்கள் திருவயிற்றில் பிறந்தவன் அல்ல என்று மட்டும் சொல்ல வேண்டாம்! யாரிடமும் சொல்ல வேண்டாம்! சொன்னீர்களானால் அந்த அவமானத்தினாலேயே என் நெஞ்சு வெடித்து இறந்து விடுவேன்!" என்று கதறினான்.

செம்பியன் மாதேவி கண்களில் நீர் ததும்ப மிகுந்த ஆவலுடன் மதுராந்தகனை வாரி எடுத்துத் தம் பக்கத்தில் உட்கார வைத்துக் கொண்டாள்.

"குமாரா! உன்னை இந்தத் துன்பம் அணுகாதிருக்கும் பொருட்டுத்தான் இந்த உலக ராஜ்யத்தில் விருப்பமில்லாதவனாகவும், சிவலோக சாம்ராஜ்யத்தில் பற்றுள்ளவனாகவும் வளர்க்க முயன்று வந்தேன்; அதில் தோல்வி அடைந்தேன். எந்தப் பாவிகளோ உன் மனத்தைக் கெடுத்து விட்டார்கள். இப்போதும் மோசம் போய்விடவில்லை. நீயாக உன் மனப்பூர்வமாக 'இந்த ராஜ்யம் எனக்கு வேண்டாம்; சுந்தர சோழரின் மகன் அருள்மொழியே அரசாளட்டும்' என்று நாடு நகரமறியச் சொல்லி விட்டாயானால், 'நீ என் மகன் அல்ல!' என்று பகிரங்கமாகச் சொல்ல வேண்டிய அவசியம் ஒன்றுமில்லை. உன் மனத்தை இப்போது புண்படுத்தியதே எனக்கு அளவிலாத வேதனை தருகிறது. இன்றைக்கு முதன்மந்திரி அநிருத்தரின் முன்னிலையில் ஒப்புக்கொள். மூன்று நாளைக்கெல்லாம் சிற்றரசர்களின் மகாசபை கூடும். அச்சபையின் முன்னிலையிலேயும் ஒப்புக்கொள். 'எனக்கு ராஜ்யம் ஆளும் விருப்பம் இல்லை. சிவபெருமானுடைய கைங்கரியத்திலும், சிவாலயத் திருப்பணியிலும் ஈடுபட விரும்புகிறேன். என் தந்தை–தாயின் கட்டளையும் அதுதான்! அருள்மொழிவர்மனுக்கே பட்டம் கட்டுங்கள்!' என்று சொல்லி விடு. 'சோழ ராஜ்யத்துக்கு விரோதமாக எதுவும் செய்வதில்லை. சிற்றரசர்கள் யாரேனும் துர்ப்புத்தி கூறினாலும் செவி சாய்ப்பதில்லை' என்று சத்தியம் செய்துவிடு! அப்படிச் செய்துவிட்டால் நானாவது, முதன்மந்திரியாவது உன் பிறப்பைக் குறித்த ரகசியத்தை வெளியிடுவதற்கே அவசியம் இராது. நீ எப்போதும் போல் என் கண்ணின் மணியான அருமைப் புதல்வனாயிருந்து வருவாய். நாம் இருவரும் சேர்ந்து இந்தப் பரந்த பாரத தேசமெங்கும் யாத்திரை செல்வோம். ஆங்காங்கே சிவாலயத் திருப்பணிகள் செய்வோம். அருள்மொழிவர்மன் என்னிடம் அளவிலாத பக்தி உள்ளவன். உன்னைப் போலவே அவனையும் பெரும்பாலும் நான்தான் வளர்த்தேன். என் பேச்சுக்கு அவன் ஒருகாலும் மறுப்பு சொல்ல மாட்டான்!" என்றாள் மழவரையர் மகளான செம்பியன் மாதேவி.

மதுராந்தகன் இதைக் கேட்டு நெற்றியை இரண்டு கைகளினாலும் தாங்கிப் பிடித்துக் கொண்டு சிறிது நேரம் சிந்தனையில் ஆழ்ந்திருந்தான்.

"ஆகா! எனக்குப் பிராயம் தெரிந்தது முதலாவது ஏதேதோ உருவமில்லாத நிழல் போன்ற நினைவுகள் அடிக்கடி தோன்றி எனக்கு வேதனை அளித்து வந்தன. அவற்றுக்கெல்லாம் காரணம் இப்போதுதான் தெரிகிறது. என்னைப் போன்ற துரதிர்ஷ்டசாலி இந்த உலகத்தில் யார் உண்டு? என்ன வேளையில், என்ன ஜாதகத்தில் பிறந்தேனோ தெரியவில்லை. ஒரே நாளில் ஒரு கண நேரத்தில் தாய் தந்தையரை இழந்தேன்; குலம் கோத்திரம் இழந்தேன்; ஒரு பெரிய மகா ராஜ்யத்தை இழந்தேன்; ஆயிரம் வருஷத்து வீர பரம்பரையில் வந்த சிங்காதனத்தை இழந்தேன். சிநேகிதர்கள் யாவரையும் இழந்தேன். ஆம்; இந்த உண்மை தெரிந்தால் அப்புறம் எவன் எனக்குச் சிநேகிதனாயிருக்கப் போகிறான்? எனக்குப் பட்டம் கட்டுவதற்காக உயிரைக் கொடுப்பதாய்ப் பிரமாணம் செய்த சிற்றரசர்கள் எல்லாரும் ஒரு நொடியில் என்னைக் கைவிட்டு விடுவார்கள்!... ஆம், என்னைப் போன்ற துர்பாக்கியசாலி இந்த உலகம் தோன்றிய தினத்திலிருந்து யாரும் இருந்திருக்க முடியாது. அம்மா! என் அறிவு குழம்புகிறது. தெளிவாகச் சிந்திக்க முடியவில்லை. இரண்டு நாள் அவகாசம் கொடுங்கள், என் முடிவைச் சொல்லுகிறேன்!" என்றான்.

"குழந்தாய்! நீ யோசிப்பதற்கு என்ன இருக்கிறது? என் மனதைக் கல்லாக்கிக் கொண்டு தான் இதைச் சொல்கிறேன். ஒன்று நீயாக ராஜ்யத்தை துறந்து விடுவதாய் ஒப்புக் கொள்ள வேண்டும். அல்லது நீ என் வயிற்றில் பிறந்த மகன் அல்ல என்பதை நாடு நகரமெல்லாம் அறிய நான் ஒப்புக் கொள்ள வேண்டும். எப்படியும் நீ சிங்காதனம் ஏற முடியாது. நீ யோசித்துச் சொல்வதற்கு என்ன இருக்கிறது?" என்றாள் பெரிய பிராட்டியென்று உலகமெல்லாம் போற்றி வணங்கிய உத்தமி.

அப்போது அநிருத்தர், "அம்மா! இரண்டு நாள் அவகாசம் கொடுப்பதில் தவறு ஒன்றுமில்லை. மந்திராலோசனை சபையும் மகாஜன சபையும் கூடுவதற்கு இன்னும் மூன்று நாள் இருக்கிறது. அதுவரை இளவரசர் நிம்மதியாக யோசித்துப் பார்க்கட்டும்!" என்றார்.

"அம்மா! அம்மா! இந்த ரகசியம் தங்களையும் முதன்மந்திரியையும் தவிர வேறு யாருக்காவது தெரியுமா?" என்று மதுராந்தகன் திடீரென்று தோன்றிய ஆவலுடன் கேட்டான். அவன் உள்ளத்தில் என்ன தீய எண்ணம் தோன்றியதோ, எத்தகைய சூழ்ச்சி முளைவிடத் தொடங்கியதோ, நாம் அறியோம்.

மதுராந்தகனுடைய பரபரப்பு மழவரையர் மகளுக்குச் சிறிது வியப்பை அளித்தது. "எங்களைத் தவிர இன்னும் மூன்று பேருக்கு மட்டும் தெரிந்திருந்தது. மகனே! அவர்களில் உன் தந்தை சிவநேசச் செல்வரான, என் சிந்தையில் குடிகொண்ட கணவர் – காலமாகி விட்டார். தமக்கையும் தங்கையுமான இரண்டு ஊமை ஸ்திரீகளுக்குத் தெரியும். அவர்களில் ஒருத்தி, – உன்னைப் பெற்றவள் – இரண்டு நாளைக்கு முன்பு சுந்தர சோழர் அரண்மனையில் துர்மரணம் அடைந்தாள். அவளுடைய உயிரற்ற உடல் அடக்கம் செய்யப்படாமல் கிடந்தபோதே உன்னிடம் உண்மையைச் சொல்லிவிடலாமா என்று பார்த்தேன். ஆனால் மனம் வரவில்லை. உன்னை வேதனைப்படுத்த விருப்பமில்லாமல் சும்மாயிருந்து விட்டேன். மகனே! உன்னைப் பெற்றவளை நினைத்து நீ அழுவதாயிருந்தால் அழு! உன்னை அவள் பெற்றாளேயன்றி, அப்புறம் உனக்கும் அவளுக்கும் யாதொரு சம்பந்தமும் இருக்கவில்லை. உன்னை வந்து பார்க்க வேண்டும் என்று கூட முயற்சி செய்யவில்லை. அவள் புத்தி சுவாதீனத்தை இழந்து பிச்சியாகி போய்விட்டாள். அவளை நினைத்து நீ கண்ணீர் விடுவதாயிருந்தால் விடு!" என்று சொன்னாள் தேவி.

"இல்லை, இல்லை. தங்களைத் தவிர வேறு யாரையும் அன்னையாக நினைக்க என்னால் முடியவில்லை. முன்னாலேயே தாங்கள் சொல்லியிருந்தாலும் அவள் அருகிலே கூடப் போயிருக்கமாட்டேன். ரகசியம் தெரிந்த இன்னொருவர் யார், அம்மா! அந்த இன்னொரு ஊமை ஸ்திரீ யார்?" என்று கேட்டான்.

"அவளுடைய தங்கைதான். இந்தத் தஞ்சைக்கு வெளியில் நந்தவனம் வைத்து வளர்த்து வருகிறவள். என் வயிற்றில் செத்துப் போய்க் கட்டை போல் பிறந்த சிசுவையும் உன்னையும் மாற்றிப் போட்டவள் அவள்தான்.

பிறவி ஊமையும் செவிடுமாதலால் யாரிடமும் சொல்லமாட்டாள். அவளுக்கும் ஒரு குமாரன் இருக்கிறான். தாயும் மகனும் தஞ்சைத் தளிக்குளத்தார் ஆலயத்துக்குப் புஷ்ப சேவை செய்து வருகிறார்கள். அவர்களுக்கு மானியம் கொடுத்து நான்தான் ஆதரித்து வருகிறேன்."

"ஆகா! அவர்களை எனக்குத் தெரியும். தாய், மகன் இருவரையும் தெரியும். மகன் பெயர் சேந்தன் அமுதன்; வந்தியத்தேவன் என்ற ஒற்றன் இங்கிருந்து தப்புவதற்கு உதவி செய்தவன். அம்மா! பிள்ளைக்கு இதைப்பற்றி ஏதாவது தெரியுமா?"

"தெரியாது, மகனே! தெரியாது! அவனுடைய தாயார் இந்த ரகசியத்தை யாரிடமும் சொல்வதில்லை என்று என்னிடம் சத்தியம் செய்து கொடுத்திருக்கிறாள். அதைப்பற்றி உனக்குக் கவலை வேண்டாம். அவளைத் தவிர, நானும் முதன் மந்திரியுந்தான்!"

மதுராந்தகனுடைய உள்ளத்தில் அச்சமயம் பயங்கரமான தீய எண்ணங்கள் பல தோன்றின. இவர்கள் இருவரும் இவ்வுலகை விட்டு அகன்றால், உண்மையைச் சொல்லக் கூடியவர்கள் யாருமே இல்லை என்று எண்ணினான். "முதன்மந்திரிக்கு நான் எந்தவிதத்திலும் கடமைப்பட்டிருக்கவில்லை. இந்த மாதரசியோ உண்மையில் என் அன்னை அல்ல. இவர்களிடம் எதற்காக நான் கருணை காட்ட வேண்டும்? ஆகா! என் பிறப்பைக் குறித்த ரகசியத்தை அறிவிப்பதாகச் சுந்தர சோழரின் தோட்டத்தில் கூறினானே, அவன் யார்? பொக்கிஷ நிலவறையில் என்னை வந்திருக்கும்படி சொன்னவன் யார்? அவனை மட்டும் நான் சந்திக்கும்படி நேர்ந்தால்? சுந்தர சோழரைக் கொல்ல முயன்று அவன் அந்த ஊமை ஸ்திரீயைக் கொன்றுவிட்டான்; அவன் பேரில் குற்றமில்லை. அவள்தான் என் தாயார் என்று இவர்கள் சொல்லுகிறார்கள். அவள் என் தாயார் என்றால், என் தகப்பனார் யார்? ஒருவேளை...ஒருவேளை... இந்த வஞ்சனை நிறைந்த கிழவியும், இந்த வேஷதாரிப் பிரம்மராயனும் என்னை வஞ்சிக்கத்தான் பார்க்கிறார்களோ? உண்மையில் நான் சுந்தர சோழரின் குமாரன் தானோ?...ஆகா! இந்த உண்மையை எப்படி அறிவது?"

"மகனே! நான் போய் வருகிறேன். நன்றாக யோசித்துச் சீக்கிரம் ஒரு முடிவுக்கு வந்து விடு! பெற்ற தாயைவிடப் பதின்மடங்கு அன்புடன் உன்னை இருபத்திரண்டு வருஷம் வளர்த்த நான் உனக்கு கெடுதலைச் சொல்ல மாட்டேன். இந்த நிலையற்ற பூலோக ராஜ்யத்தைத் தியாகம் செய்துவிடு! என்றும் அழியாத சிவலோக சாம்ராஜ்யத்தை அடைவதற்கு வழி தேடு!" என்று கூறினாள் பெரிய பிராட்டியார்.

இச்சமயம் அவர்கள் யாரும் எதிர்பாராத ஒரு சம்பவம் நடந்தது. அருள்மொழிவர்மன் அந்த அறைக்குள் வந்தான். நேரே செம்பியன் மாதேவியிடம் வந்து நமஸ்கரித்தான்.

"தேவி! தாங்கள் தங்களுடைய அருமைப் புதல்வருக்குக் கூறிய புத்திமதியை எனக்குக் கூறிய புத்திமதியாகவும் ஏற்றுக் கொண்டேன். இந்தச் சோழ சாம்ராஜ்யம் எனக்கு உரியதாக இருக்கும் பட்சத்தில் அதை நான் தியாகம் செய்துவிடச் சித்தமாயிருக்கிறேன். தங்களுடைய ஆசியினால் என் உள்ளம் சிவபெருமானுடைய பாத கமலங்களில் செல்லட்டும். சிவலோக சாம்ராஜ்யத்தில் ஒரு சிறிய இடம் – தங்கள் கணவராகிய மகான் கண்டராதித்தர் இருக்கும் இடத்துக்கருகில், எனக்குக் கிடைக்கட்டும்! அவ்வாறு எனக்கு ஆசி கூறுங்கள்!" என்றான்.

இதைக் கேட்ட செம்பியன் மாதேவியும் முதன்மந்திரி அநிருத்தப் பிரம்மராயரும் ஒருவரையொருவர் பார்த்துக் கொண்டு திகைத்து நின்றார்கள்.

"தேவி! சற்று முன்னால் தங்கள் செல்வப் புதல்வரிடம் தாங்கள் சொல்லிக் கொண்டிருந்ததை நான் விருப்பமின்றிக் கேட்கும்படியாக நேர்ந்துவிட்டது மன்னிக்க வேணும். இந்த மாளிகையைச் சுற்றி நின்ற ஜனங்களைக் கோட்டைக்கு வெளியே கொண்டு போய்ச் சேர்த்து விட்டுத் திரும்பி வந்தேன். முதன்மந்திரியைப்

பார்த்து மேலே நடக்க வேண்டியதைப் பற்றிப் பேசுவதற்காக இந்த மாளிகையில் நுழைந்தேன். தாங்களும் இங்கு இருப்பதாக அறிந்ததும் 'பழம் நழுவிப் பாலில் விழுந்தது போலாயிற்று' என்று எண்ணிக் கொண்டு வந்தேன். தாங்கள் வழக்கத்தைக் காட்டிலும் உரத்த குரலில் பேசினீர்கள், மதுராந்தகத் தேவரும் சத்தம் போட்டுப் பேசினார். உள்ளே பிரவேசிக்கலாமா, வேண்டாமா என்று தயங்கி நிற்கையில் தங்களுடைய சம்பாஷணையில் ஒரு பகுதி என் காதில் விழுந்தது. தேவி! உயிரோடிருப்பவர்களில் தங்களுக்கும், முதன்மந்திரிக்கும், சேந்தன் அமுதனுடைய அன்னைக்கும் மட்டும் மதுராந்தகருடைய பிறப்பைக் குறித்த இரகசியம் தெரியும் என்று சற்றுமுன் சொல்லிக் கொண்டிருந்தீர்கள். அது சரியல்ல; எனக்கும் என் தமக்கையாகிய இளைய பிராட்டிக்கும் கூட அது தெரியும். சக்கரவர்த்தியின் உயிரைக் காப்பதற்காகத் தன் இன்னுயிரை ஈந்த மந்தாகினி தேவியை நான் ஈழ நாட்டில் அடிக்கடி சந்திக்க நேர்ந்தது. சித்திர பாஷையின் மூலம் அவர் எனக்கு இதையெல்லாம் தெரிவித்தார். நான் என் தமக்கையாரிடம் கூறினேன். இரண்டு பேரும் யோசித்து ஒரு முடிவுக்கு வந்தோம். என் சிறிய தகப்பனாராகிய மதுராந்தகத் தேவர் தான் சோழ சிங்காசனத்தில் வீற்றிருக்க வேண்டியவர். அவர் தங்களுடைய சொந்த மகனைக் காட்டிலும் ஆயிரம் மடங்கு ஆதரவுடன் வளர்க்கப்பட்டவர். என்னைக் காவேரி வெள்ளத்தில் மூழ்காமல் காப்பாற்றியதோடு, பின்னரும் பல முறை உயிர் பிழைப்பதற்கு உதவி செய்த மந்தாகினி தேவி வயிற்றில் பிறந்த புதல்வர். ஆகையால், எப்படிப் பார்த்தாலும் சோழ சிங்காசனத்தில் ஏற உரிமை உள்ளவர். அவருடைய உரிமையில் ஏதேனும் சந்தேகம் இருந்தால், நான் அதைத் தீர்த்து வைப்பேன்! சோழ சிங்காசனத்தில் எனக்குள்ள பாத்தியதையைத் தங்கள் பாத தாமரைகளின் ஆணையாகத் தியாகம் செய்வேன். ஆகையால், தாங்கள் மதுராந்தகத் தேவர் தங்கள் புதல்வர் அல்லவென்று சொல்ல வேண்டிய அவசியமுமில்லை. மதுராந்தகர் சோழ சிங்காசனத்தைத் தியாகம் செய்ய வேண்டிய அவசியமும் இல்லை!"

இவ்வாறு பொன்னியின் செல்வர் கூறியதைக் கேட்டு அந்த அறையில் மூவரும் தங்கள் வாழ்நாளில் என்றும் அடைந்திராத வியப்பையும் பிரமிப்பையும் அடைந்தார்கள். அவர்களில் அநிருத்தர் தான் முதலில் அறிவுத் தெளிவு பெற்றார்.

"இளவரசே! தாங்கள் இப்போது கூறிய வார்த்தைகள் காவியத்திலும், இதிகாசத்திலும் இடம் பெற வேண்டும். கருங்கல்லிலும், செப்பேட்டிலும், பொன் தகடுகளிலும் பொறிக்கப்பட வேண்டியவை. ஆனால் இங்கேயுள்ள நாம் மட்டும் இந்த விஷயத்தைப்பற்றித் தீர்மானம் செய்ய முடியாது. சக்கரவர்த்தியையும், மற்ற சிற்றரசர்களையும் கலந்தாலோசிக்க வேண்டும். பின்னொரு காலத்தில் உண்மை வெளியானால் மக்கள் என்ன சொல்வார்கள் என்பதையும் சற்று சிந்தித்துப் பார்க்க வேண்டும். இளவரசே! மகா சபை கூடுவதற்கு இன்னும் மூன்று தினங்கள்தான் இருக்கின்றன. அதுவரையில் நாம் ஒவ்வொருவரும் நிதானமாக ஆழ்ந்து யோசனை செய்து பார்ப்போம்!" என்றார் அவர்.

❉ ❉ ❉ ❉

ஐம்பதாம் அத்தியாயம்

குந்தவையின் கலக்கம்

செல்வத்தில் பிறந்து செல்வத்தில் வளர்ந்தவள் இளைய பிராட்டி குந்தவை தேவி. அழகில் ரதியையும், அறிவில் கலைமகளையும் அதிர்ஷ்டத்தில் திருமகளையும் ஒத்தவள். சுந்தர சோழச் சக்கரவர்த்தி முதல் சோழ நாட்டின் சாதாரண குடிமக்கள் வரையில் அவளைப் போற்றினார்கள். அரண்மனையில் அவள் காலால் இட்டதைத் தலையினால் செய்ய எத்தனையோ பேர் காத்திருந்தார்கள். சிற்றரசர்கள் தங்கள் குலத்தில் வந்த அரசிளங் குமரிகளுக்குக் குந்தவை தேவியின் பணிப்பெண்ணாக இருக்கும் பாக்கியம் கிடைக்காதா என்று ஏங்கினார்கள். பாரத நாட்டில் அந்நாளில் பேரரசர்களாக விளங்கிய பலரின் பட்டத்துக்குரிய அரச குமாரர்கள் இளைய பிராட்டி குந்தவையின் கைப்பிடிக்கும் பாக்கியத்துக்குத் தவம் கிடந்தார்கள்.

அத்தகைய சகல பாக்கியங்களும் வாய்க்கப் பெற்ற இளைய பிராட்டி அளவில்லாத சோகக் கடலில் மூழ்கி இருந்தாள். ஆதித்த கரிகாலனுக்கு அவள் சொல்லி அனுப்பிய எச்சரிக்கையெல்லாம் பயனிலதாய்ப் போயிற்று. சம்புவரையர் மாளிகைக்குப் போக வேண்டாமென்று அவனுக்கு அவள் அவசரச் செய்தி அனுப்பியிருந்தாள். அவளுடைய வார்த்தைக்கு எப்போதும் மிக்க மதிப்புக் கொடுக்கக்கூடிய அருமைத் தமையன் இந்த வார்த்தையைத் தட்டிவிட்டுக் கடம்பூர் அரண்மனைக்குப் போனான். அங்கே மர்மமான முறையில் அகால மரணமடைந்தான். நந்தினி, கரிகாலனுக்கும் தனக்கும் அருள்மொழிக்கும் சகோதரி என்றே அவள் நம்பியிருந்தாள். நந்தினி ஏதோ ஒரு காரணத்துக்காக அவன் மீது வஞ்சம் கொண்டிருந்தாள் என்பதையும் அறிந்திருந்தாள். நந்தினியின் கையினாலேயே கரிகாலன் மரணம் அடைய நேர்ந்திருந்தால் அதைக் காட்டிலும் சோழ குலத்துக்கு ஏற்படக் கூடிய அபகீர்த்தியும், பழியும் வேறெதுவும் இல்லை. கரிகாலன் மரணத்துக்குப் பிறகு நந்தினி என்ன ஆனாள் என்பது தெரியவில்லை.

அருமைத் தமையனைப் பறிகொடுக்க நேர்ந்தது அவளுக்கு எல்லையில்லாத் துயரத்தை அளித்தது. உயிர் பிரிந்து இரண்டு நாளைக்குப் பிறகும் அவனுடைய திருமுகத்தில் குடிகொண்டிருந்த வீரக் களையை நினைத்து நினைத்து உருகினாள். ஆகா! என்னவெல்லாம் அந்த மகாவீரன் கனவு கண்டு கொண்டிருந்தான்? கரிகால் பெருவளத்தானைப் போல் இமயமலை வரையில் திக்விஜயம் செய்து அம்மாமலையின் சிகரத்தில் புலிக் கொடியை நாட்டப் போவதாகச் சொல்லிக் கொண்டிருந்தானே! அப்படிப் பட்டவனுடைய திருமேனி அரை நாழிகைப் பொழுதில் எரிந்து பிடி சாம்பலாகி விட்டது. சோழ நாட்டில் மண்ணோடு மண்ணாகக் கலந்துவிட்டது. அப்படிக் கலந்த மண்ணிலிருந்து வருங்காலத்தில் ஆயிரமாயிரம் வீராதி வீரர்கள் தோன்றுவார்கள். சோழ நாட்டிலிருந்து நாலா திசைகளிலும் செல்லுவார்கள். கடல் கடந்து தூர தூர தேசங்களுக்குச் செல்லுவார்கள். வீரப் போர்கள் புரிந்து சோழ சாம்ராஜ்யத்தின் எல்லையை விஸ்தரிப்பார்கள். போகுமிடங்களிலெல்லாம் வானளாவிய கோபுரங்களை உடைய கோவில்களை எழுப்புவார்கள். அவை சோழ நாட்டின் பெருமையை உலகுக்கு எடுத்து இயம்பிய வண்ணம் கம்பீரமாக நிற்கும். தமிழையும் தமிழ்க் கலைகளையும் சைவ வைஷ்ணவ சமயங்களையும் பரப்புவார்கள். மூவர் தேவாரப் பதிகங்களும் ஆழ்வார்களின் பாசுரங்களும் கடல் கடந்த நாடுகளிலெல்லாம் ஒலி செய்யும். "வெற்றி வேல்! வீர வேல்!" என்னும் வெற்றி முழக்கங்கள் கேட்கும்....

இவையெல்லாம் வெறும் கனவு அல்ல; நடக்கக்கூடியவை தான். அருள்மொழிவர்மன் பிறந்த வேளையின் விசேஷம் பற்றிப் பெரியவர்களும் சோதிடர்களும் அனுபவம் வாய்ந்த தாய்மார்களும் சொல்லியிருப்பதெல்லாம் உண்மையானால், கரிகாலன் கனவு கண்டவையெல்லாம் அருள்மொழிவர்மன் மூலமாக நினைவாகக் கூடும்.

ஆனால், அதற்கு எத்தனை இடைஞ்சல்கள் குறுக்கே நிற்கின்றன? ஆகா! இச்சிற்றரசர்கள் தங்களுக்குள் பூசல் விளைவித்துக் கொண்டு என்ன விபரீதங்கள் விளைவிப்பார்களோ, தெரியவில்லை. மலையமானும்,

வேளானும் அருள்மொழிவர்மனைச் சிம்மாசனம் ஏற்றியே தீருவதென்று ஒரே பிடிவாதமாக இருக்கிறார்கள். பழுவேட்டரையர்களும் அவர்களுடைய நண்பர்களும் மதுராந்தகனுக்காகப் படை திரட்டி வருகிறார்கள். சக்கரவர்த்தியோ அடுத்தடுத்து நேர்ந்து விட்ட இரு பெரும் விபத்துக்களால் சோகக் கடலில் ஆழ்ந்திருக்கிறார். யாரிடமும் எதைப்பற்றியும் பேச மறுக்கிறார். இளம் பிராயத்தில் தாம் செய்த பாவத்தை எண்ணி எண்ணிப் பச்சாதாபப்பட்டுக் கொண்டிருக்கிறார். அவருக்குத் தேறுதல் மொழி சொல்லக் கூட யாருக்கும் தைரியமில்லை. அவருடைய செல்வக் குமாரியாகிய தனக்கே அவரை அணுக அச்சமாயிருக்கிறதென்றால் மற்றவர்களைப் பற்றிக் கேட்பானேன்!

அருள்மொழிவர்மன் ராஜ்யத்தைத் தியாகம் செய்யச் சித்தமாயிருக்கிறான். மதுராந்தகனுக்குப் பட்டம் கட்டி வைத்து விட்டுத் தான் சோழர் படைகளுடன் கடல் கடந்து திக்விஜயம் செய்ய விரும்புகிறான். ஆனால், அதற்கும் எதிர்பாராத முட்டுக்கட்டை ஏற்பட்டிருக்கிறது. ஏது காரணத்தினாலோ, சோழ நாடே போற்றிப் பணியும் முதிய பிராட்டியான செம்பியன் மாதேவி தம் மகனுக்குப் பட்டம் கட்டுவதை ஆட்சேபிக்கிறார். காலஞ்சென்ற தமது கணவரின் கட்டளை என்கிறார்.

இந்தச் சிக்கல்களெல்லாம் எப்படித் தீரப் போகின்றனவோ, தெரியவில்லை.

இப்படிச் சோழர் குலத்தைப் பற்றியும் சோழ சாம்ராஜ்யத்தைப் பற்றியும் ஏற்பட்டிருக்கும் கவலைகள் எல்லாம் போதாதென்று குந்தவையை இன்னொரு பெருங்கவலை வாட்டி வதைத்தது. அவளுடைய உள்ளம் கவர்ந்த வாணர்குல வீரனைப் பாதாளச் சிறையில் அடைத்து வைத்திருக்கிறார்கள். ஆதித்த கரிகாலனுடைய மரணத்துக்கு அவனைப் பொறுப்பாக்க முயல்கிறார்கள். இதில் அந்தப் பல்லவ குலத்துப் பார்த்திபேந்திரன் பிடிவாதமாக இருக்கிறான். பாட்டனார் மலையமான் ஒருவேளை தான் சொன்னால் கேட்டு விடுவார். ஆனால் சந்தேகத்துக்கு ஆளாகியிருக்கும் ஒருவன் விஷயத்தில் பெண்பாலாகிய தான் எப்படித் தலையிடுவது? தமையனாகிய ஆதித்த கரிகாலனைக் காட்டிலும் வழிப்போக்கனாக வந்த வந்தியத்தேவன் பேரில் தனக்கு அதிக அபிமானம் என்று ஏற்பட்டால், அதைவிட அபகீர்த்தி வேறு என்ன இருக்கிறது? பார்த்திபேந்திரன் வேணுமென்றே அத்தகைய அபகீர்த்தியைப் பரப்பக் கூடியவன். கரிகாலன் கொலையுண்டு கிடந்த இடத்தில் வந்தியத்தேவனைக் கையும் மெய்யுமாகச் சம்புவரையரும், கந்தமாறனும் பிடித்ததாகப் பார்த்திபேந்திரன் சொல்கிறான். இது உண்மையாகவே இருக்கலாம். ஆனால் கரிகாலனை ஒரு நிமிடமும் விட்டுப் பிரியக் கூடாது என்று தான் கூறிய வார்த்தையை வந்தியத்தேவர் நிறைவேற்றியிருக்க வேண்டும். ஆதித்த கரிகாலனைக் கொலைகாரர்களிடமிருந்து காப்பாற்றுவதற்கு முயன்று அதில் வெற்றி காணமுடியாமல் தோல்வியுற்றிருக்க வேண்டும்.

ஆனால் இதைப்பற்றிய உண்மையை எப்படி அறிந்து கொள்வது? வந்தியத்தேவரைத் தான் போய்ப் பார்க்க முயன்றாலும், அவரைச் சிறையிலிருந்து இங்கே தருவித்தாலும் வீண் சந்தேகங்களுக்கும் பழிச் சொற்களுக்கும் இடங்கொடுக்கும். தன்னைப்பற்றி யாரும் எதுவும் சொல்லத் துணியமாட்டார்கள். அப்படிச் சொன்னாலும் கவலையில்லை; ஆனால் கரிகாலனுடைய மரணத்துக்கு அருள்மொழிவர்மனையே காரணமாக்கவும் சில வஞ்சகர்கள் முயன்று வருகிறார்கள். தான் அவசரப்பட்டு ஏதாவது செய்வதால், அவர்களுடைய கட்சிக்கு ஆக்கம் உண்டாகி விடக்கூடாது அல்லவா?

தெய்வமே! தேவி! ஜகன்மாதா! பிறந்ததிலிருந்து ஒரு கவலையுமின்றி வாழ்ந்திருந்த எனக்கு எப்பேர்ப்பட்ட சோதனையை அளித்துவிட்டாய்?....

இவ்வாறெல்லாம் குந்தவையின் உள்ளம் எண்ணி எண்ணிப் புண்ணாகிக் கொண்டிருந்தது. கரிகாலனுடைய மரணச் செய்தியும் வந்தியத்தேவர் அதில் சம்பந்தப்பட்டிருக்கும் செய்தியும் வந்தது முதல் இளைய பிராட்டி இரவில் ஒரு கணமும் தூங்க முடியவில்லை. இந்தச் சிக்கலான நிலைமை தீர்வதற்கு வழி கண்டுபிடிக்க பல வழிகளை யோசித்து, ஒவ்வொன்றையும் நிராகரித்துக் கொண்டிருந்தாள்.

அவளுடைய உயிருக்குயிரான தோழி வானதியிடம் கூட மனம் விட்டுப் பேசுவதற்கு மறுத்தாள்.

வானதியும் அவளுடைய மனோநிலையை ஒருவாறு உணர்ந்து கொண்டு ஏதும் பேசாமலும் கேட்காமலும் இருந்தாள். குந்தவைக்குப் பக்கத்தில் பெரும்பாலும் நிழல் போல் தொடர்ந்து இருந்துகொண்டு அந்த நிழலைப் போலவே மௌனமாகவும் இருந்து வந்தாள்.

அவ்விதம் சமயோசிதம் அறிந்து குந்தவையின் சிந்தனைகளில் குறுக்கிடாமல் சர்வ ஜாக்கிரதையாக இருந்து வந்த வானதி, அன்றைக்குத் திடீரென்று இளைய பிராட்டியை நெருங்கி, "அக்கா! அக்கா! தங்களைப் பார்ப்பதற்காக ஒரு பெண் வந்திருக்கிறாள். கண்ணீரும் கம்பலையுமாய் நிற்கிறாள்; பார்த்தால் பரிதாபமாயிருக்கிறது!" என்று சொன்னதும் குந்தவைக்கே சிறிது வியப்பாகப் போய்விட்டது.

"அவள் யார்? என்ன விஷயம் என்று நீ கேட்கவில்லையா?" என்றாள்.

"கேட்டேன், அக்கா! அதைச் சொன்னால் தங்களுக்கு எரிச்சல் வருமோ, என்னமோ! சம்புவரையர் மகள் மணிமேகலையாம்! சின்னப் பழுவேட்டரையர் மாளிகையில் சம்புவரையர் குடும்பத்தைச் சிறை வைத்திருக்கிறார்கள். இவள் ஒருவருக்கும் தெரியாமல் வழி விசாரித்துக் கொண்டு ஓடி வந்திருக்கிறாள். என்ன காரியம் என்று கேட்டால், தங்களிடம் நேரிலேதான் சொல்வேன் என்கிறாள். அவளுடைய கண்ணீர் ததும்பிய முகத்தை நீங்கள் பார்த்தால் உடனே உங்களுடைய மனம்கூட மாறிவிடும்!" என்றாள் வானதி.

"அப்படியானால், என் மனம் கல்மனம் என்றா சொல்கிறாய்?" என்றாள் குந்தவை கோபமாக.

"தங்களுக்கு உண்மையிலேயே கல்மனம்தான். அக்கா! இல்லாவிட்டால், வந்தியத்தேவரைப் பாதாளச் சிறையில் விட்டுவிட்டுச் சும்மா இருப்பீர்களா?" என்றாள் வானதி.

"சரி, சரி, அந்தப் பெண்ணை இங்கே வரச் சொல்!" என்றாள் குந்தவை.

வானதி மானைப்போல் குதித்தோடி மறுநிமிடம் மணிமேகலையை அழைத்துக் கொண்டு வந்தாள்.

❉ ❉ ❉ ❉

ஐம்பத்தொன்றாம் அத்தியாயம்

மணிமேகலை கேட்ட வரம்

சித்தப்பிரமை கொண்டவளைப் போல் அப்படியும் இப்படியும் பார்த்துத் திருதிருவென்று விழித்துக் கொண்டு மணிமேகலை உள்ளே வந்தாள். வானதி கூறியதைப்போல் அவளுடைய தோற்றம் பார்க்கப் பரிதாபமாயிருந்தது. அழுது அழுது அவளுடைய முகமும் கண்ணிமைகளும் வீங்கிப் போயிருந்தன.

ஆயினும் எக்காரணத்தினாலோ குந்தவைக்கு அவள் மீது இரக்கம் உண்டாகவில்லை. சமீப காலத்தில் சோழ குலத்துக்கு ஏற்பட்ட விபத்துக்களுக்கெல்லாம் கடம்பூர் சம்புவரையர் மாளிகையிலே நடந்த சதியாலோசனைதான் ஆதி காரணம் என்பதை அவளால் மறக்க முடியவில்லை. கடைசியாக வீராதி வீரனான தன் தமையன் கரிகாலன் அவளுடைய வீட்டிலேதான் கொலையுண்டு மாண்டான் என்னும் எண்ணமும் அவளுக்கு ஆத்திரமூட்டிக் கொண்டிருந்தது.

சட்டென்று, இன்னொரு விஷயம் ஞாபகம் வந்தது. இவளுடைய தமையன் கந்தமாறனும், வாணர் குலத்து வீரரும் பழைய சினேகிதர்கள். அந்தச் சிநேகத்தை முன்னிட்டுத்தான் வந்தியத்தேவர் கடம்பூர் மாளிகைக்குச்

சென்றிருந்தார். அங்கே நடந்த சதியாலோசனையைப் பற்றி அறிந்து வந்து சொன்னார். கந்தமாறன் தன் சகோதரியை வல்லத்து இளவரசருக்கு மணம் செய்து கொடுக்கும் உத்தேசமும் ஒரு காலத்தில் கொண்டிருந்தான். அந்தப் பெண் இவளாகத்தான் இருக்கவேண்டும்!...

இந்தச் செய்தி நினைவு வந்ததும் குந்தவைக்கு மணிமேகலையின் மீது ஒரு புதிய சிரத்தை உண்டாயிற்று. ஆகா! இவள் எதற்காகத் தன்னைத் தேடிக் கொண்டு வந்திருக்கிறாள்? தந்தைக்காகவும் தமையனுக்காகவும் முறையிடுவதற்கு வந்திருக்கிறாள்! சம்புவரையர் மாளிகைக்குத் தன் தமையன் கரிகாலனை அழைத்த போது, அவனுக்கு இப்பெண்ணை மணம் செய்து கொடுக்கும் பிரஸ்தாபமும் செய்யப்பட்டது. கரிகாலனிடம் ஒருவேளை இந்தப் பேதைப் பெண் தன் உள்ளத்தைச் செலுத்தியிருப்பாளா? தான் மணக்க நினைத்தவன் அகால மரணமடைந்ததால் இவள் சித்தம் கலங்கி விட்டதா? அதைப்பற்றி ஏதேனும் சொல்ல வந்திருக்கிறாளா? அல்லது... அல்லது.. ஒருவேளை அப்படியும் இருக்கக் கூடுமா? கந்தமாறன் தன் சிநேகிதனைப்பற்றி இவளிடம் சொல்லித்தானிருக்க வேண்டும். வந்தியத்தேவர் இவள் வீட்டில் தங்கியிருந்திருக்கிறார். முன்னால் ஒரு தடவை இருந்திருக்கிறார். இப்போது அதிக நாள் தங்கி இருந்திருக்கிறார். இவள் மனம் ஒருவேளை வந்தியத்தேவரிடம் ஈடுபட்டிருக்குமோ? அப்படியானால், அவர் இவளை நிராகரித்திருப்பார் என்பதில் ஐயமில்லை. அதற்கு வஞ்சம் தீர்த்துக் கொள்ளும் பொருட்டு இல்லாத பொல்லாத பழிகளையெல்லாம் அவர் மீது சுமத்த வந்திருக்கிறாளா?...

இவ்வளவு எண்ணங்களும் அதி விரைவாகக் குந்தவையின் உள்ளத்திரையில் தோன்றி மறைந்தன. மணிமேகலையின் நெஞ்சத்தை ஊடுருவி அதில் உள்ளதைத் தெரிந்து கொள்ள விரும்புகிறவள் போல் குந்தவை உற்றுப் பார்த்தாள். அந்தப் பார்வையைத் தாங்க முடியாமல் மணிமேகலை தலை குனிந்தாள். அவளுடைய கண்களிலிருந்து இரண்டு கண்ணீர்த் துளிகள் தரையில் சிதறி விழுந்தன.

"பெண்ணே! நீ ஏன் கண்ணீர் விடுகிறாய்? உன் தமையன் இன்னும் உயிரோடுதானே இருக்கிறான்? என் தமையன் அல்லவா உங்கள் மாளிகையில் படுகொலை செய்யப்பட்டு இறந்தான்? அழுதால், நான் அல்லவோ அழ வேண்டும்? ஆனால் என்னைப் பார்! நான் அழவில்லை; கண்ணீர் விடவும் இல்லை. மறக் குலத்து மாதர்கள் வீர மரணம் அடைந்தவர்களைக் குறித்து அழுவது வழக்கமில்லை!" என்றாள் குந்தவை.

மணிமேகலை இளைய பிராட்டியை நிமிர்ந்து நோக்கி, "தேவி! என் அண்ணன் வாள் முனையில் இறந்தால் நானும் அழமாட்டேன். ஆனால் இறந்தவர்...இறந்தவர்" என்று மேலே சொல்லத் தயங்கி விம்மினாள்.

குந்தவை தான் முதலில் சந்தேகித்தது தான் உண்மையாயிருக்க வேண்டும் என்று எண்ணத் தொடங்கினாள். இவள் ஆதித்த கரிகாலனிடம் தன் நெஞ்சைப் பறி கொடுத்திருக்கக் கூடும். அதைச் சொல்லத் தயங்குகிறாள் போலும்! ஐயோ, பாவம்! அப்படியானால் இவளுக்கு ஆறுதல் சொல்ல வேண்டியதுதான். "பெண்ணே! நெஞ்சைத் திடப்படுத்திக் கொள். மனத்தில் உள்ளதைத் தைரியமாகச் சொல்லு! இறந்து போனவன் உன் தமையன் அல்ல; என் அண்ணன் தான். அதற்காக நீ ஏன் அழவேண்டும்? ஒருவேளை உங்கள் வீட்டில் விருந்தாளியாக வந்திருந்த போது இப்படியாகி விட்டதே என்று நினைத்து வருந்துகிறாயாக்கும்! அதற்கு நீ என்ன செய்வாய்? வீட்டில் பெரியவர்கள் பலர் இருந்திருக்கிறார்கள். பொறுப்பு அவர்களுடையதே..."

"இல்லை, தேவி, இல்லை! பொறுப்பு என்னுடையது தான்! அதனாலேயே எவ்வளவு அடக்கிப் பார்த்தும் என் துயரத்தை அடக்க முடியவில்லை. என் கண்களிலிருந்து கண்ணீர் பெருகுவதும் நிற்கவில்லை. இந்தக் கையில் பிடித்த கத்தியினால் அந்த வீராதி வீரரைக் கொன்றேன் என்று எண்ணும்போது என் நெஞ்சம் வெடித்துச் சிதறி விடும்போல் இருக்கிறது.."

குந்தவை தேவி திடுக்கிட்டவளாய், "பெண்ணே! என்ன பிதற்றுகிறாய்? உனக்குச் சித்தப் பிரமை பிடித்து விட்டதா?" என்றாள்.

"இல்லை, இல்லை! எனக்குச் சித்தப் பிரமை இல்லை, பிடித்தால் இனிமேல்தான் பிடிக்கவேண்டும். உண்மையில் நடந்ததையே சொல்கிறேன். ஆதித்த கரிகாலரைக் கொன்றவள் இந்தப் பாதகி தான். தங்களிடம் உண்மையைச் சொல்லித் தக்க தண்டனை பெறுவதற்காகவே வந்தேன்..."

"சீச்சீ! இது என்ன அவதூறு? வீராதி வீரனாகிய என் தமையன், ஒரு பெண்ணின் கையால் கொலையுண்டதாக என்னை நம்பச் சொல்கிறாயா? இம்மாதிரி சொல்லும்படி உனக்கு யார் கற்பித்துக் கொடுத்தார்கள்!"

"ஒருவரும் கற்பித்துக் கொடுக்கவில்லை! தேவி! நான் சொல்லுவதை யாரும் நம்பக்கூட மறுக்கிறார்கள். என் தமையனும், தந்தையும் கூட நான் சொல்வதை ஒப்புக் கொள்ளவில்லை."

"ஏன் வீண் கதை சொல்லுகிறாய்? அவர்கள்தான் உனக்கு இவ்விதம் சொல்லும்படி கற்பித்திருக்க வேண்டும் அல்லது நீயே உன்னுடைய தந்தையையும், தமையனையும் காப்பாற்றுவதற்காக இப்படிக் கற்பனை செய்து கொண்டு வந்தாய் போலும்!"

"தேவி! அவர்களை ஏன் நான் காப்பாற்ற முயல வேண்டும்? என் விருப்பத்துக்கு விரோதமாக அவர்கள் என்னை மணம் செய்து கொடுக்கப் பார்த்தார்கள். முதலில், 'மதுராந்தகத் தேவரைக் கட்டிக்கொள்' என்றார்கள். பிறகு திடீரென்று ஆதித்த கரிகாலரை அழைத்து வந்து 'இவரைத் தான் நீ மணந்து கொள்ள வேண்டும். மணந்து கொண்டால் சோழ சிங்காதனம் ஏறுவாய்!' என்றார்கள். அப்படி என்னைப் பலி கொடுக்கப் பார்த்தவர்களுக்காக நான் பரிந்து ஏன் வர வேண்டும்? அவர்கள் செய்த குற்றத்தை நான் செய்ததாக ஏன் ஒப்புக்கொள்ள வேண்டும்? இல்லவே இல்லை!" என்று கூறினாள் மணிமேகலை.

"பெண்ணே! நீ சொல்லுவது ஒன்றைவிட ஒன்று விசித்திரமாயிருக்கிறது. என் தமையன் கரிகாலனை மணந்து கொள்ளும் பாக்கியத்துக்காக எத்தனையோ ராஜாதிராஜாக்களின் குமாரிகள் தவங்கிடந்தார்கள். அப்படியிருக்க உன் தந்தையும் தமையனும் உன்னைப் பலி கொடுக்க விரும்பியதாக நீ சொல்லுவது ஏன்? சோழர் குலத்தில் வாழ்க்கைப்படுதல் அவ்வளவு பயங்கரமான துன்பம் என்று நீ கருதியது ஏன்?"

"தேவி! எனக்குக் கூடப் பிறந்த தமக்கையோ தங்கையோ யாரும் இல்லை. தங்களையே என்னுடைய உடன் பிறந்த சகோதரியாக நினைத்துச் சொல்கிறேன்..." என்றாள் மணிமேகலை.

"என் தமையனைக் கொன்றதாகச் சொல்லுகிறாய்; என்னுடன் சகோதரி உறவு கொண்டாட எப்படித் துணிகிறாய்?" என்று இளைய பிராட்டி சற்றுக் கடுமையாகக் கேட்டாள்.

"எனக்கு அந்த உரிமை உண்டு; தங்கள் சகோதரர் கரிகாலர் என்னைக் கூடப் பிறந்த சகோதரியாக எண்ணினார். அவ்வாறு தம் கைப்பட எழுதியும் இருக்கிறார். அதை நினைக்கும் போதுதான் அவரை நான் கொல்லும்படி நேர்ந்தது குறித்து என் உள்ளம் துடிக்கிறது. அதற்குப் பிராயச்சித்தம் என்னவென்று கேட்பதற்காகவே தங்களிடம் வந்தேன்!" என்று கூறிவிட்டு மீண்டும் விம்மினாள் மணிமேகலை.

இளைய பிராட்டி வானதியிடம் மெதுவான குரலில், " பாவம்! இந்தப் பெண்ணுக்கு உண்மையிலேயே சித்தப்பிரமை தான் போலிருக்கிறது. இந்தச் சமயத்தில் இவளை அழைத்துக் கொண்டு வந்தாயே? திடீரென்று வெறி முற்றி விட்டால் என்ன செய்கிறது?" என்றாள்.

வானதி, "அக்கா! எனக்கும் கவலையாகத்தானிருக்கிறது. தயவு செய்து கோபமாகப் பேசாதீர்கள்; நல்ல வார்த்தையாகப் பேசி அவளை திருப்பி அனுப்பி விடுவோம்!" என்றாள்.

குந்தவை மணிமேகலையைப் பார்த்து, "பெண்ணே! நடந்தது நடந்துவிட்டது. எல்லாம் விதியின் செயல்! வருத்தப்படாதே! என்னை உன் தமக்கையாகவே நீ பாவித்துக் கொள்ளலாம். ஏதோ சொல்லவேண்டும்

என்றாயே! அது என்ன? அல்லது நீ விரும்பினால் இன்னொரு சமயம் வேண்டுமானாலும் சொல்லிக் கொள்ளலாம்!" என்றாள்.

"இல்லை, இல்லை; இப்போதே சொல்லி விடுகிறேன். அக்கா! தாங்கள் பெண்ணாய்ப் பிறந்தவர்கள் ஆகையால், நான் சொல்வதைத் தெரிந்து கொள்வீர்கள். புருஷர்களிடம் எவ்வளவு சொன்னாலும் அவர்களால் தெரிந்து கொள்ள முடியாது. ஒரு பெண் தன் உள்ளத்தை ஒருவனுக்குக் கொடுத்து விட்டாள் என்று வைத்துக் கொள்ளுங்கள். அப்படிப்பட்டவர் கையில் ஆயுதம் ஒன்றுமின்றி நிராதரவாக இருக்கும் போது, இன்னொருவன் கையில் பெரிய வாளை எடுத்துக் கொண்டு அவரைக் கொல்லப் போகிறான் என்று வைத்துக் கொள்ளுங்கள். அப்போது அந்தப் பெண் உண்மையான அன்புள்ளவள் என்றால், என்ன செய்வாள்? பார்த்துக் கொண்டு சும்மா இருப்பாளா...?"

குந்தவைக்கு உடனே மந்தாகினியின் நினைவு வந்தது; அவளுடைய கண்களில் கண்ணீர் துளித்தது.

"அது எப்படிச் சும்மா பார்த்துக் கொண்டிருப்பாள்? குறுக்கே சென்று தன் உயிரைக் கொடுத்தாவது தன் காதலனுடைய உயிரைக் காப்பாற்ற முயன்றிருப்பாள்!"

இதைக் கேட்ட மணிமேகலை, "ஆகா! இந்த மாதிரி யோசனை சொல்ல யாரும் இல்லாமற் போய்விட்டார்களே. அந்தப் பாதகி பழுவூர் நந்தினியின் யோசனையைக் கேட்டல்லவா மோசம் போய்விட்டேன்! என்னைத் தன் உடன் பிறந்த சகோதரியாக பாவித்து என் காதலருக்கு மணம் செய்து வைக்கவும் எண்ணியிருந்த உத்தமரை இந்தப் பாவியின் கைகளால் கொன்றுவிட்டேனே?" என்று சொல்லி விம்மினாள்.

இளைய பிராட்டி குந்தவை தேவி திரும்பி வானதியைப் பார்த்து, "வெறி முற்றிக் கொண்டு வருகிறது!" என்று மெல்லிய குரலில் கூறினாள்.

பின்னர், மணிமேகலையை நோக்கி, "பெண்ணே! அழ வேண்டாம்! நடந்தது என்னவென்று சொல்லு! இல்லாவிட்டால் இன்னொரு சமயம் சொல்லுகிறாயா?" என்றாள்.

"இல்லை, இல்லை; இப்போதே சொல்லி விடுகிறேன் அக்கா! என் தமையன் கந்தமாறன் வெகு காலமாகத் தன் சிநேகிதர் ஒருவரைப்பற்றி எனக்குச் சொல்லி வந்தான். அவர் சில மாதங்களுக்கு முன்னால் ஒரு நாள் கடம்பூரில் உள்ள எங்கள் மாளிகைக்கு வந்தார். அவரைப் பார்த்தவுடனேயே என் நெஞ்சம் 'இவர்தான் என் நாயகர்' என்று தீர்மானித்து விட்டது..."

இளைய பிராட்டி குரலில் சிறிது நடுக்கத்துடனேயே, "அப்படி உன் உள்ளத்தைக் கொள்ளை கொண்ட பாக்கியசாலி யார்?" என்று கேட்டாள்.

"அவரைப் பாக்கியசாலி என்றா சொல்கிறீர்கள்! இல்லை, இல்லை. என் உள்ளம் அவரிடம் சென்றபோது, என் துரதிர்ஷ்டமும் அவரைப் பிடித்துக்கொண்டது. இன்று இந்தத் தஞ்சாவூர்க் கோட்டையின் பாதாளச் சிறையில் அவர் அடைபட்டுக் கிடக்கிறார், அக்கா! பழுவேட்டரையர் வீட்டுப் பெண்கள் சொன்னார்கள். இந்தக் கோட்டையிலுள்ள பாதாளச் சிறை ரொம்பப் பயங்கரமாக இருக்குமாமே! அதற்குள் அடைபட்டவர்கள் திரும்ப உயிரோடு வருவதில்லையாமே?" என்றாள்.

"அதெல்லாம் பொய், பெண்ணே! நானும் இதோ நிற்கும் வானதியும் பாதாளச் சிறைக்குச் சில காலத்துக்கு முன்பு கூடப் போயிருக்கிறோம்.."

"தேவி! நான் பாதாளச் சிறைக்குப் போக முடியுமா? ஒரு தடவை அவரைப் பார்க்க முடியுமா?"

"அவர் யார் என்று நீ இன்னும் சொல்லவில்லை பெண்ணே!"

"அவர் வாணர் குலத்து இளவரசர்; பெயர் வந்தியத்தேவர்!"

குந்தவையும் வானதியும் ஒருவரையொருவர் பார்த்துக் கொண்டார்கள். வானதி இப்போது குறுக்கிட்டு, "அவரைப்பற்றி உனக்கு என்ன இவ்வளவு கவலை? அவருக்கும் உனக்கும் என்ன உறவு?" என்று கேட்டாள்.

மணிமேகலை வானதியைப் பார்த்து, "நீ யார் அதைக் கேட்பதற்கு?" என்று ஆத்திரமாய்க் கூறினாள்.

உடனே தணிவடைந்து, "கோபித்துக் கொள்ளாதே அம்மா! நீ கொடும்பாளூர் இளவரசி வானதி அல்லவா? உன்னுடைய பெரிய தகப்பனார் தானே இன்று இக்கோட்டையின் அதிபதியாக இருக்கிறார்? உன் காலில் விழுந்து கேட்டுக் கொள்கிறேன். எனக்கு ஒரு வரம் கொடு! உன் பெரிய தகப்பனார் பெரிய வேளாரிடம் சொல்லி வந்தியத்தேவரைப் பாதாளச் சிறையிலிருந்து விடுதலை செய்! அவருக்குப் பதிலாக என்னைப் பாதாளச் சிறையில் போடச் சொல்லு! இளவரசர் கரிகாலரைக் கொன்ற பாதகி நான்! என் குற்றத்தை நானே ஒப்புக்கொள்ளும் போது, இன்னொருவர் பேரில் குற்றம் சுமத்துவது என்ன நியாயம்? தேவி! தங்களையும் அடிபணிந்து கேட்டுக்கொள்கிறேன். கொடும்பாளூர் பெரிய வேளார் நியாயம் செய்யாவிட்டால், தங்கள் தந்தை சக்கரவர்த்தியிடம் நேரில் முறையிட்டுக் கொள்ள விரும்புகிறேன். அதற்குத் தாங்கள் உதவி செய்ய வேண்டும்!" என்றாள் மணிமேகலை.

குந்தவையின் உள்ளம் பல உணர்ச்சிகளால் அலைகடல் போலக் கொந்தளித்தது. வந்தியத்தேவரைப் பாதாளச் சிறையில் போய்ப் பார்ப்பதற்குக் கூட தயங்கிக் கொண்டிருந்தாள். இந்தப் பெண்ணோ வந்தியத் தேவரிடம் கொண்ட காதல் நிமித்தமாகக் கொலைக் குற்றத்தையே ஒப்புக்கொள்ள முன்வந்திருக்கிறாள்!

ஆனால் இவள் கூறுவதில் எவ்வளவு உண்மை? எவ்வளவு கற்பனை? காதலனைக் காப்பாற்றுவதற்காக இப்படிக் கற்பனை செய்து கூறுகிறாளா? ஒருவேளை நந்தினியின் துர்ப்போதனையைப் பற்றிக் கூறினாளே, அதனால் மதிமயங்கி இவளே அக்கொடிய செயலைச் செய்திருக்கவும் கூடுமா?

இல்லை, இல்லை; இவளால் அந்தப் பாதகத்தைச் செய்திருக்க முடியாது. வந்தியத்தேவரைக் கொலைக் குற்றத்திலிருந்து தப்புவிப்பதற்கே இவ்விதம் சொல்லுகிறாள். இவள் பேசும் விதத்திலிருந்து இது நன்கு தெரிகிறது. இவள் பேச்சை யாரும் நம்பமாட்டார்கள். இவள் பேச்சை நம்பி வந்தியத்தேவரை விடுதலை செய்யவும் மாட்டார்கள்.

ஆனாலும், இவளிடமிருந்து இன்னும் ஏதேனும் தெரிந்து கொள்ள முடியுமா என்று பார்க்க வேண்டும். கரிகாலனுடைய அகால மரணத்தில் ஏதோ மர்மம் இருக்கிறது என்பது நிச்சயம். அதை இந்தப் பெண்ணின் மூலமாக வெளிப்படுத்த முடியுமா?

"மணிமேகலை! உன் நெஞ்சின் உறுதியைப் பாராட்டுகிறேன். உன் காதலனைக் காப்பாற்றும் பொருட்டு நீ உன்னுடைய குற்றத்தை ஒப்புக்கொள்ள முன் வந்ததைப் பாராட்டுகிறேன். இம்மாதிரி அரிய செயல்களைக் கதைகளிலும் காவியங்களிலும் தான் கேள்விப்பட்டிருக்கிறோம். உன்னைப் பற்றிக் கவிபாடுவதற்குச் சங்கப் புலவர் யாரும் இந்த நாளில் இல்லாமற் போய்விட்டார்கள். ஆனால் உன் வார்த்தையை நான் நம்பினாலும் மற்றவர்கள் நம்ப வேண்டுமே! கரிகாலருடைய உயிரற்ற உடம்புக்குப் பக்கத்தில் வந்தியத்தேவர் இருந்ததாக உன் தந்தையும் தமையனும் சொல்லுகிறார்களே! அவர்கள் பேச்சை நம்புவார்களா? உன் வார்த்தையை நம்புவார்களா? உன் வார்த்தையை நம்புவதற்கு இன்னொரு தடையும் இருக்கிறது. வல்லத்து இளவரசரை நான்தான் அவசரமாக என் தமையனிடம் அனுப்பினேன். கடம்பூருக்குப் போகாமல் தடுத்து விடும்படி சொல்லி அனுப்பினேன். அப்படிப் போனாலும் கரிகாலனை விட்டு ஒரு கணமும் பிரியாமலிருந்து அவனுக்குப் பாதுகாப்பாயிருக்க வேண்டும் என்று சொல்லி அனுப்பினேன். அன்றியும் கரிகாலனின் மெய் காவற்படையைச் சேர்ந்தவர் வல்லத்து இளவரசர். கரிகாலன் மரணமடையும்போது இவர் அருகில் இருந்திருக்கிறார். அப்படியிருந்தும் அவனைக் காப்பாற்றவில்லை. ஆகையினால் கடமையில் தவறிவிட்டவராகிறார். தம் உயிரைக்

கொடுத்தாவது கரிகாலனுடைய உயிரை இவர் காப்பாற்றியிருக்க வேண்டும். இவரே கொல்லவில்லை என்று ஏற்பட்டாலும், கடமையில் தவறியதற்குத் தக்க தண்டனை உண்டல்லவா?"

"தேவி! அவர் தமது கடமையில் சிறிதும் தவறவில்லை."

"அதற்கு உன் வார்த்தையைத் தவிர வேறு என்ன அத்தாட்சி இருக்கிறது?"

"இதோ அத்தாட்சி இருக்கிறது! தங்கள் தமையனாரின் எழுத்து மூலமான அத்தாட்சியே இருக்கிறது!" என்று கூறிக்கொண்டே மணிமேகலை தன் இடையில் செருகியிருந்த ஓலை ஒன்றை எடுத்துக் கொடுத்தாள்.

குந்தவை அளவில்லா ஆர்வத்துடன் அந்த ஓலையைப் படித்தாள். ஆம்; ஆதித்த கரிகாலரின் சொந்தக் கையெழுத்துத்தான் அது. வேறு யாருக்கும் தெரியக்கூடாது என்பதற்காக அவனே எழுதியிருக்கிறான். குந்தவைக்குத்தான் முகவரியிட்டு எழுதியுள்ளான்.

"என் அருமை சகோதரியார், சக்கரவர்த்தித் திருமகளார், இளைய பிராட்டியார் குந்தவை தேவிக்கு, ஆதித்த கரிகாலன் எழுதியது,

எத்தனையோ காலமாக எனக்கு இரவில் தூக்கம் கிடையாது. மூன்று ஆண்டுகளுக்கு முன்னால் ஒரு கொடிய பாவம் செய்தேன். சரணாகதி அடைந்த பகைவனைக் கொன்றேன். அவனும் அவனுக்காக உயிர்ப்பிச்சை கேட்டவளும் என்னை வருத்திக் கொண்டிருக்கிறார்கள். அவர்கள் என்னை நிம்மதியாகத் தூங்கவிடுவதில்லை.

இன்று அதிகாலையில் தூக்கமில்லாமல் வெளியே வந்த போது வால் நட்சத்திரம் விழுந்து மறைவதைக் கண்டேன். என் உடம்பிலிருந்தும் ஏதோ அச்சமயம் போய்விட்டது. இப்போது வெறும் கூடு மாத்திரமே இருக்கிறது. சகோதரி! இந்தத் துர்நிமித்தம் என்னோடு போகட்டும். நம் அருமைத் தந்தைக்கும், அருள்மொழிக்கும் ஒன்றும் நேராமல் ஏகாம்பரநாதர் காப்பாற்றட்டும்.

நானும் நீயும் நம் இளம்பிராயத்தில் சோழ சாம்ராஜ்யத்தின் உன்னதத்தைப் பற்றி எவ்வளவோ கனவு கண்டோம். அவற்றை என்னால் நிறைவேற்றக் கூடவில்லை, என் தம்பி நிறைவேற்றுவான். அவன் மூன்று உலகையும் ஆளப்பிறந்தவன். அவனுக்கு வல்லத்திளவரசன் வந்தியத்தேவன் துணையாக இருப்பான்.

தேவி! வந்தியத்தேவன் நீ இட்ட பணிகளை நன்கு நிறைவேற்றினான் என்று அறிந்து திருப்தி அடைந்தேன். இல்லாவிடில் அவனை இங்கே இவ்வளவு முக்கியமான காரியத்துக்கு அனுப்பியிருக்க மாட்டாய். என்னை, என் விதியிலிருந்து காப்பாற்ற அனுப்பியிருக்க மாட்டாய்.

சகோதரி! இங்கே எனக்கு ஏதாவது நேர்ந்து விட்டால், அதற்கு என் விதியும் என் பிடிவாதமும்தான் பொறுப்பே தவிர வந்தியத்தேவன் பொறுப்பு அல்ல. நீ சொல்லி அனுப்பியபடி அவன் இந்த கடம்பூர் மாளிகைக்கு வராமல் தடுக்க எவ்வளவோ முயன்றான். இந்த மாளிகைக்கு வந்த பிறகு நிழலைப் போல என்னைத் தொடர்ந்து கொண்டிருக்கிறான். அதற்காகவே இந்த வீட்டுப் பெண் மணிமேகலையைச் சிநேகம் பிடித்து வைத்துக் கொண்டிருக்கிறான். அவளுடைய உதவியினால் நான் போக உத்தேசித்திருக்கும் இடத்துக்கு முன்னதாகவே போய் ஒளிந்து கொண்டிருக்கிறான். எல்லாம் என்னைக் காப்பாற்றுவதற்காகத்தான்.

ஆனால் விதியிலிருந்தும், வினை வசத்திலிருந்தும் ஒருவர் இன்னொருவரைக் காப்பாற்ற முடியுமா?

படம் எடுத்து ஆடும் நாக சர்ப்பத்தின் மோகன சக்தியினால் கவரப்பட்ட சிறிய பிராணிகள் தாங்களே வலியச் சென்று அப்பாம்புக்கு இரையாகி மடியும் என்று கேள்விப்பட்டிருப்பாய்.

அம்மாதிரியே நானும் நந்தினியிடம் போகிறேன். அவள் நம் சகோதரி என்று எனக்கு எச்சரிக்கை அனுப்பியிருக்கிறாய். அதை நம்ப முடியவில்லை; ஆயினும் அவள் விஷயமான மர்மம் ஏதோ ஒன்று இருக்கிறது. அதை அறிந்து கொள்வதற்கே போகிறேன். எப்படியும் இன்று உண்மையை அறிந்து கொள்வேன்.

என் விதி என்ன ஆனாலும், வந்தியத்தேவன் பேரில் குற்றம் யாதுமில்லை. அவன் உன் கட்டளையைச் சரிவர நிறைவேற்றி வருகிறான். சகோதரி! அந்த மாயமோகினி நந்தினியின் வலையில் கந்தமாறனும், பார்த்திபேந்திரனும் அடியோடு விழுந்து விட்டார்கள். அப்படி விழாமல் தப்பிப் பிழைத்தவன் வந்தியத்தேவன் ஒருவன்தான்.

அவனுக்கு என்ன பரிசு கொடுப்பது என்று எனக்குத் தெரியவில்லை. இந்த வீட்டில் மிகச் சூடிகையான பெண் ஒருத்தி இருக்கிறாள். என் உடன் பிறந்த சகோதரியைப் போல் அவள் பேரில் எனக்குப் பிரியம் உண்டாகிவிட்டது. மணிமேகலையை வந்தியத்தேவனுக்குத் திருமணம் செய்வித்தால், அவனுக்கு நல்ல பரிசாக இருக்கும். ஆனால், சகோதரி, உனக்கு இது சம்மதமாக இருக்குமோ, என்னமோ தெரியாது.

என் அருமைத் தங்காய்! இந்த ஓலையை அந்தப் பெண்ணிடந்தான் ஒப்புவிக்கப் போகிறேன். நல்ல வேளையாக அவளுக்குப் படிக்கத் தெரியாது. அவளைக் குறித்து உன் விருப்பம் எப்படியோ அப்படிச் செய்! நம் குடும்பத்தில் நீயே மிகச் சிறந்த அறிவாளி. உன் வார்த்தையை நான் தட்டி நடந்தேன். அதன் பலனை அனுபவிக்கப் போகிறேன். தம்பி அருள்மொழியாவது உன் யோசனைப்படி நடந்து சோழ சாம்ராஜ்யத்தை மகோந்நத நிலைக்குக் கொண்டு வருவானாக..."

இந்த இடத்தில் எழுத்து நின்று போயிருந்தது. ஓலையைப் படித்து முடிக்கும்போது குந்தவையின் கண்களிலிருந்து கண்ணீர் சொரிந்தது.

கண்களைச் சட்டென்று துடைத்துக் கொண்டு, மணிமேகலையைப் பார்த்து, "பெண்ணே! இந்த ஓலை உன்னிடம் எப்படி வந்தது? யார் கொடுத்தார்கள்?" என்று கேட்டாள்.

"தேவி! இளவரசரே என்னிடம் கொடுத்தார், அவரைப் பற்றி நந்தினி என்னவெல்லாமோ தவறாகச் சொல்லியிருந்தாள். ஆகையால் எனக்குத்தான், காதல் ஓலை எழுதியிருக்கிறார் என்று முதலில் நினைத்துக் கொண்டேன். இதைத் தீயில் போட்டுப் பொசுக்கிவிட எண்ணினேன். பிறகு என்னதான் எழுதியிருக்கிறார் என்று பார்க்கலாம் என்று நினைத்துப் பத்திரப்படுத்தி வைத்தேன். என் தோழி சந்திரமதியிடம் கொடுத்துப் படித்துக் காட்டச் சொன்னேன். என்னைத் தம் உடன் பிறந்த சகோதரி என்று எழுதியிருக்கும் வீர புருஷரை இந்தக் கைகளினால் கொன்று விட்டேன் என்று எண்ணும் போது என் நெஞ்சு துடிக்கிறது. தேவி! படுகொலை செய்த பாதகிக்கு என்ன தண்டனை உண்டோ அதை எனக்குக் கொடுக்கும்படி செய்யுங்கள்!" என்று வேண்டினாள் மணிமேகலை.

அவளுடைய பரபரப்பும், அவள் பேசிய விதமும், அவள் இதைக் கற்பனை செய்து சொல்லுகிறாள், வந்தியத்தேவரைக் காப்பாற்றுவதற்காகச் சொல்லுகிறாள் என்பதை நன்கு வெளிப்படுத்தின. குந்தவை அதை அறிந்து கொண்டாள், ஆயினும் அவள் கொண்டு வந்த ஓலை கற்பனை அல்ல; அது கரிகாலரின் சொந்த எழுத்து. வந்தியத்தேவரைச் சிறை மீட்கவும் பயங்கரமான கொலைக் குற்றம் அவர் மீது சாராமல் தடுக்கவும் இந்த ஓலையே போதும். இந்தப் பெண் வாயை மூடிக் கொண்டிருந்தால் ரொம்ப அனுகூலமாயிருக்கும். ஆனால் எப்படி இப்பெண்ணைச் சும்மா இருக்கப் பண்ணுவது?

"மணிமேகலை! இன்னமும் கரிகாலரை நீ தான் கொன்றதாகச் சாதிக்கிறாயா?" என்று கேட்டாள்.

"ஆம், தேவி!"

"இந்த ஓலையைப் படிக்கச் சொல்லிக் கேட்டதாகச் சொல்கிறாய். இதில் உன்னை உடன் பிறந்த சகோதரி என்று கரிகாலன் குறிப்பிட்டிருக்கிறான். அவ்வளவு உன் மேல் பிரியம் வைத்திருந்தவனை நீ எதற்காகக் கொல்ல வேண்டும்?"

"ஓலையை முன்னதாகப் படித்திருந்தால், அந்தப் பயங்கரமான காரியத்தைச் செய்திருக்க மாட்டேன். அவருடைய மனத்தை அறியாமல் செய்து விட்டேன். அந்த வஞ்சகி நந்தினியும் என் மனத்தைக் கெடுத்து வைத்திருந்தாள்."

"எந்த விதத்தில் கெடுத்திருந்தாள்?"

"வந்தியத்தேவர் மீது கரிகாலர் துவேஷம் கொண்டிருப்பதாகவும் அவரைக் கொன்றாலும் கொன்றுவிடுவார் என்றும் அடிக்கடி சொல்லிக் கொண்டிருந்தாள். அதற்குத் தகுந்தாற் போல கரிகாலரும் கையில் வாளை தூக்கிக் கொண்டு, 'எங்கே அந்த வந்தியத்தேவன்? அவனை இதோ கொன்றுவிடுகிறேன்!' என்று கூத்தாடவே, நான் உண்மையென்று நம்பிவிட்டேன். உடனே என் கையிலிருந்த கத்தியினால்...."

"பெண்ணே! இந்தப் பேச்சை விட்டுவிடு; வீராதி வீரனாகிய ஆதித்த கரிகாலனை ஓர் அபலைப் பெண் கொன்றாள் என்பதை நான் நம்பினாலும் உலகம் நம்பவே நம்பாது."

"தேவி! வேறு யார் கொன்றிருக்க முடியும்? கரிகாலருடைய உடல் கிடந்த இருட்டறையில் வந்தியத்தேவரும் நானும் மட்டுமே இருந்தோம். அவர் கொல்லவில்லை; பின்னே, நான்தானே கொன்றிருக்க வேண்டும்?"

"நீ இப்படிச் சொல்வதினால் இறந்து போன என் தமையனுக்கு அபகீர்த்தி உண்டாக்குகிறாய். மேலும் இன்னொன்று யோசித்துப் பார்! வாணர் குலத்து இளவரசர் நீ கொலைக் குற்றம் செய்தாய் என்பதை ஒப்புக் கொண்டு சும்மா இருப்பாரா? நீ அவரைக் காப்பாற்ற விரும்புவது போல் அவர் உன்னைக் காப்பாற்ற விரும்ப மாட்டாரா? நீ பிடிவாதமாகச் சொல்வது போல் அவரும் 'நான் தான் கொன்றேன்' என்பார். நீ பெண் என்பதற்காக உன்னை ஒருவேளை மன்னித்து விடுவார்கள்; அவரை மன்னிக்க மாட்டார்கள். ராஜ குலத்தினரைக் கொன்ற துரோகிகளுக்கு எவ்வளவு பயங்கரமான தண்டனை விதிக்கப்படும் என்று உனக்குத் தெரியும் அல்லவா? நாற்சந்தியில் நிறுத்தி வைத்து..."

இதைக் கேட்ட மணிமேகலை 'ஓ'வென்று அழுது விட்டாள். தேம்பி அழுதுகொண்டே, "அக்கா! தாங்கள் தான் அவரைக் காப்பாற்ற வேண்டும்!" என்று கதறினாள்.

❖ ❖ ❖ ❖

ஐம்பத்திரண்டாம் அத்தியாயம்

விடுதலைக்குத் தடை

மணிமேகலைக்கு எப்படி ஆறுதல் கூறுவது என்று குந்தவைப் பிராட்டி யோசித்தாள். அவளுடைய உள்ளம் தாங்க முடியாத துயரத்தினாலும் கவலையினாலும் குழம்பியிருந்தபடியால், யோசனை ஒன்றும் தோன்றவில்லை.

அச்சமயத்தில் அரண்மனை வாசலில் பெரியதொரு கோஷம் எழுந்தது.

"வானதி! அது என்னவென்று பார்! சக்கரவர்த்தியின் மனோ நிலையையும் உடல் நிலையையும் கூட இந்த ஜனங்கள் மறந்து விடுகிறார்கள்! இப்படி ஆரவாரம் செய்கிறார்கள்!" என்றாள்.

வானதி அரண்மனையில் முகப்பில் சென்று எட்டிப் பார்த்து விட்டு உடனே அவசரமாகத் திரும்பி வந்தாள். மிகுந்த பரபரப்புடன், "அக்கா! அவர் வந்து கொண்டிருக்கிறார்!" என்றாள்.

"அவர் என்றால் யார்?" என்று புன்னகையுடன் கேட்டாள் குந்தவை.

"அவர்தான், அக்கா! உங்கள் தம்பி!"

உடனே குந்தவை, "சரி அப்படியானால் நீ இந்தப் பெண்ணைச் சற்று அப்பால் அழைத்துக் கொண்டு போ!" என்று சொன்னாள்.

வானதி தயங்குவதைப் பார்த்துவிட்டு, "சீக்கிரம் போ! உன்னைப் பார்க்காமல் அவன் போய்விட மாட்டான். நான் உனக்குச் சொல்லி அனுப்புகிறேன்" என்றாள் இளைய பிராட்டி குந்தவை.

வானதி மணிமேகலையின் கையைப் பிடித்து அழைத்துக் கொண்டு அப்பால் சென்றதும், பொன்னியின் செல்வர் அந்த இடத்துக்கு வந்தார்.

"தம்பி! இது என்ன? நீ போகுமிடமெல்லாம் ஜனங்கள் கூடிக் கூச்சல் போடுகிறார்கள் என்று கேள்விப்பட்டேன். அவர்களை அரண்மனை வாசலுக்கே அழைத்துக் கொண்டு வந்து விட்டாயே! மனம் புண்ணாகி வேதனையில் ஆழ்ந்திருக்கும் சக்கரவர்த்தியின் காதில் இந்த ஜனங்களின் கூச்சல் விழுந்தால் அவருக்கு எவ்வளவு கஷ்டமாயிருக்கும்?" என்றாள்.

"நான் என்ன செய்யட்டும், அக்கா! எனக்கு மட்டும் மனவேதனை இல்லாமலா இருக்கிறது? கரிகாலருடைய வீரத்திருமேனி எரிந்து சாம்பலாவதற்குள்ளே இந்த ஜனங்கள் 'அருள்மொழிக்குப் பட்டம்' என்று கூச்சல் போடத் தொடங்கி விட்டார்கள். இந்தக் கூச்சல் எனக்கு கர்ண கடூரமாக இருக்கிறது. ஒவ்வொரு சமயம் ஒருவரிடமும் சொல்லிக் கொள்ளாமல் ஓடிப் போய்விடலாமா என்று எண்ணுகிறேன். அப்படிச் செய்தால் குழப்பம் இன்னும் அதிகமாகி விடுமோ என்றும் பயமாயிருக்கிறது. மதுராந்தகரும் சிற்றரசர்களும் சூழ்ச்சி செய்து என்னையும் கொன்று விட்டார்கள் என்று ஜனங்கள் நம்பினாலும் நம்புவார்கள். அதனால் ஏற்படக் கூடிய விபரீதங்களை நினைத்தால் என் உள்ளம் திடுக்கிட்டு நடுங்குகிறது...."

"ஆம், ஆம்! அம்மாதிரி ஒருக்காலும் செய்துவிடாதே! அந்த எண்ணத்தையே விட்டுவிடு! ஜனங்கள் நினைப்பது ஒருபுறம் இருக்கட்டும். சக்கரவர்த்தியின் நெஞ்சு நிச்சயமாகப் பிளந்து போய்விடும். மந்தாகினி தேவியையும், கரிகாலனையும் நினைத்து நினைத்து அவர் துயரப்பட்டுக் கொண்டிருப்பது போதும்!" என்றாள் இளைய பிராட்டி.

"ஆகையினால்தான் நான் ஓடிப் போகத் தயங்குகிறேன். எப்படியாவது ஜனங்களுக்கும், வீரர்களுக்கும் நல்ல வார்த்தை சொல்லி மதுராந்தகருக்குப் பட்டம் கட்ட அவர்களுடைய சம்மதத்தைப் பெறுவதற்குப் பார்க்கிறேன். நான் பேசும் போதெல்லாம் ஜனங்களும் சாவதானமாகக் கேட்டுக் கொண்டிருக்கிறார்கள். நான் இப்பால் திரும்பியதும் உடனே பழையபடி கோஷம் போடத் தொடங்கிவிடுகிறார்கள். நான் அவர்களுடைய மனத்தை மாற்றி விட்டதாக நினைத்துக் கொண்டு இப்பால் வருகிறேன். உடனே திருக்கோவலூர்ப் பாட்டனும், கொடும்பாளூர் வேளானும் போய்ப் படை வீரர்களுடைய மனத்தை மாற்றி விடுகிறார்கள்! அக்கா! அவர்களைப் பற்றி உன்னிடம் சொல்லத்தான் வந்தேன். மலையமானையும் வேளாரையும் நீங்கள் அழைத்துப் பேச வேண்டும். நான் எது சொன்னாலும் அவர்கள் காதில் வாங்கிக் கொள்வதில்லை; நீ சொன்னால் ஒருவேளை கேட்பார்கள்..."

"நானும் எவ்வளவோ சொல்லிப் பார்த்துவிட்டேன், தம்பி! அவர்கள் பிடிவாதத்தை மாற்ற முடியவில்லை. வேறு ஏதேனும் உபாயத்தைத்தான் பார்க்கவேண்டும்.."

"அக்கா! வேளாரிடம் நீங்கள் ஒரு செய்தியைக் கூறியிருக்க மாட்டாய். அதைச் சொன்னால் அவர் ஒருவேளை எனக்குப் பட்டம் கட்டுவதில் இவ்வளவு பிடிவாதமாக இருக்க மாட்டார்."

"அது என்ன, தம்பி?"

"உங்கள் தோழி வானதி செய்திருக்கும் சபதத்தைப் பற்றிக் கூற வேண்டும். அவள் என்னோடு சிங்காதனத்தில் அமருவதில்லை என்று சத்தியம் செய்திருக்கிறாள் அல்லவா? அதைப் பற்றிச் சொன்னால் பெரிய வேளாருக்கு எனக்குப் பட்டம் கட்டுவதில் அவ்வளவு சிரத்தை இல்லாமல் போய்விடும்!"

"தம்பி! அதை நான் அவரிடம் சொல்லவில்லையென்றா நினைத்தாய்? சொல்லியாகிவிட்டது. அதற்கு அவர் என்ன சொல்கிறார் தெரியுமா? 'ஒரு சிறு பெண்ணின் மூடத்தனத்துக்காக ஒரு பெரிய ராஜ்யத்தை பாழாக்கச் சொல்கிறீர்களா? வானதி இல்லாவிட்டால், இந்தப் பாரத தேசத்தில் நூறு இளவரசிகள் அருள்மொழிக்கு மாலையிடக் காத்திருக்கிறார்கள். சிங்காதனம் ஏறச் சொன்னாலும் ஏறுவார்கள்; கழுமரத்தில் ஏறச் சொன்னால் கூட ஏறுவார்கள்!' என்று சேநாதிபதி கூறிவிட்டு வானதியை ஒரு கோபப் பார்வை பார்த்தார்; அந்தப் பெண் நடுநடுங்கிப் போய்விட்டாள்!"

அருள்மொழிவர்மர் புன்னகை புரிந்து, "நல்லவேளையாய் அப்பொழுது மூர்ச்சையாகிக் கீழே விழுந்து விடவில்லையே!" என்று சொல்லிக் கொண்டே சுற்றுமுற்றும் பார்த்தார்.

"வானதியை ஒரு காரியமாக அனுப்பியிருக்கிறேன்" என்றாள் இளைய பிராட்டி.

"அக்கா! நீங்களும் வானதியும் என் கட்சியில் உறுதியாக இருந்தால் ஒரு மாதிரி சமாளிக்கலாம். நாம் இருவரும் சக்கரவர்த்தியிடம் செல்வோம். சக்கரவர்த்தியின் கண்டிப்பான கட்டளைக்குத்தான் இந்தக் கிழவர்கள் இருவரும் கீழ்ப்படிவார்கள்..."

"அதற்கும், ஓர் இடையூறு இருக்கிறதே, தம்பி! செம்பியன் மாதேவி குறுக்கே நிற்கிறார்களே! நாம் சொல்வதற்கு விரோதமாக அவர் பிடிவாதமாகச் சொன்னால் நம் தந்தைதான் என்ன செய்வார்! அவருடைய மனதே பேதலித்துப் போனாலும் போய்விடும். ஆகையால் இது விஷயமாகச் சக்கரவர்த்தியைத் தொந்தரவு செய்யவும் எனக்குப் பயமாயிருக்கிறது."

"அப்படியானால் நாம் இருவரும் சேர்ந்து செம்பியன் மாதேவியைத் தான் பிரார்த்தனை செய்து கேட்டுக் கொள்ளவேண்டும். அவருடைய மனத்தை மாற்ற முயல வேண்டும். மதுராந்தகருக்குப் பட்டம் கட்டக் கூடாது என்று அவர் பிடிவாதம் பிடிப்பதற்குக் காரணம் நாம் ஊகித்ததுதான். சற்று முன்னால் முதன்மந்திரி அநிருத்தர் வீட்டில் அவரைச் சந்தித்தேன். மதுராந்தகரிடம் இன்றைக்குத்தான் அவர் உண்மையைக் கூறினார். 'நீ என் மகன் அல்ல' என்று சொன்னதும், நம் சித்தப்பாவின் முகத்தை நீ பார்த்திருக்க வேண்டும். களை சொட்டும் அவருடைய அழகிய முகம் கோர ராட்சதனின் முகம் போல மாறிவிட்டது. நல்லவேளையாக அந்தச் சமயம் நான் போய்ச் சேர்ந்தேன்..."

"அப்படியா? அப்புறம் என்ன நடந்தது?" என்றாள் குந்தவை.

"பாட்டியின் முன்னால் கைகூப்பி நின்று, 'அம்மா! மதுராந்தகர் தங்கள் வயிற்றில் பிறந்த மகன் அல்ல என்பதை நானும் அறிவேன். அதனால் என்ன? தாங்கள் அருமையாக வளர்த்த புதல்வர் தங்கள் புதல்வரே அல்லவா? ஆகையால் அவர்தான் மகுடம் சூட்டிக் கொள்ளவேண்டும்' என்றேன்.."

"அதற்குப் பெரிய பிராட்டி செம்பியன் மாதேவி என்ன பதில் கூறினார்?"

"அவர் பதில் கூறுவதற்கு முன்னால் திரும்பி வந்து விட்டேன்."

"தம்பி! மதுராந்தகர் செம்பியன் மாதேவியின் புதல்வர் இல்லாவிட்டாலும், வேறு வகையில் அவருக்குச் சோழ சிம்மாசனத்துக்கு உரிமை உண்டு என்று நீ சொல்லவில்லையா? அவரும் நம் தந்தையின் புதல்வர், உன் தமையன் என்று கூறவில்லையா?"

"சொல்லவில்லை, அக்கா!"

"ஏன் தம்பி! அதனால் நம் தந்தைக்குக் களங்கம் உண்டாகும் என்று அஞ்சினாயா? அல்லது பின்னால் சொல்லிக் கொள்ளலாம் என்று எண்ணினாயா?"

"இல்லை அக்கா! நீங்களும் நானும் இத்தனை நாளும் அதைப் பற்றிக் கொண்டிருந்த நம்பிக்கை ஆதாரமற்றது என்று அறிந்தேன். அதனால்தான் அதைப்பற்றி ஒன்றும் சொல்லவில்லை...."

"அது எப்படி தம்பி?"

"ஆம், அக்கா! முதன்மந்திரி அநிருத்தருக்கு அந்தச் செய்தியெல்லாம் நன்றாய்த் தெரியும். நம் தந்தை ஈழத் தீவிலிருந்து திரும்பி வந்து இரண்டு ஆண்டுகளுக்கு பிறகு மதுராந்தகரும் நந்தினியும் இரட்டைக் குழந்தைகளாகப் பிறந்தார்களாம். ஆகையால், அவர்கள் நம் உடன் பிறந்தவர்களாக இருக்க முடியாதல்லவா?" என்றார் அருள்மொழி.

குந்தவை சிறிது நேரம் யோசனையில் ஆழ்ந்திருந்து விட்டு, "அருள்மொழி! இது தெரிந்தும் நீ மதுராந்தகருக்குப் பட்டத்தைக் கொடுப்பதற்கு விரும்புகிறாயா?" என்று கேட்டாள்.

"ஆம், அக்கா! எப்படியும் மதுராந்தகர் மந்தாகினி தேவியின் வயிற்றில் பிறந்த புதல்வர். செம்பியன் மாதேவி எடுத்து வளர்த்த புதல்வர். எனக்கோ ராஜ்யம் ஆளுவதில் சிறிதும் ஆசை கிடையாது. உன் தோழி வானதிக்கும் சிங்காதனம் ஏறும் விருப்பம் இல்லை..."

"தம்பி! ராம கதையில் பரதர் தமக்குக் கிடைத்த ராஜ்யத்தை வேண்டாமென்று சொல்லி ராமரை அழைத்து வரப் போனார். குஹன் இதை அறிந்ததும் 'ஆயிரம் ராமர் உனக்கு இணையாக மாட்டார்' என்று கூறினானாம். 'ஆயிரம் பரதர்கள் உனக்கு இணையாக மாட்டார்கள்' என்று சோழ நாட்டு மக்கள் சொல்லப் போகிறார்கள்...."

"பிற்பாடு அவர்கள் எது வேணுமானாலும் சொல்லட்டும். இச்சமயம் என்னை விட்டால் போதும் என்றிருக்கிறது அக்கா! கடைசியாக நான் ஒரு யுக்தி கண்டுபிடித்து மனதிற்குள் வைத்திருக்கிறேன். அதைப் பற்றி உங்கள் அபிப்ராயத்தை அறிந்து கொள்ள விரும்புகிறேன்..."

"அது என்ன யுக்தி, தம்பி?"

"குடந்தைக்கு அருகில் பழுவேட்டரையர்கள் படை திரட்டிச் சேர்த்து வருகிறார்கள் என்பது தெரியும் அல்லவா?"

"ஆமாம்; அவர்களுடன் பல சிற்றரசர்களும் வந்து சேர்ந்து கொண்டிருக்கிறார்கள் என்றும் தெரியும். ஆனால் அது மிகவும் சிறிய படை என்று கேள்விப்படுகிறேன். நம் பாட்டனாரும் வேளாரும் இங்கே வைத்திருக்கும் படையோடு போனால் மூன்றே முக்கால் நாழிகையில் அந்தப் படையை அழித்து விடுவோம் என்று சொல்கிறார்களே!"

"அப்படி ஒன்றும் நேராமலிருப்பதற்குத்தான் யுக்தி செய்திருக்கிறேன். ஒருவருக்கும் தெரியாமல் நான் மட்டும் ஒரு குதிரை மேல் ஏறிக் கொண்டு போய் பழுவேட்டரையர்களிடம் என்னை ஒப்புக் கொடுத்துவிடப் போகிறேன். அவர்கள் என்னைச் சிறைப்படுத்திவிடுவார்கள். அப்புறம் நம் பாட்டன் மலையமானும், சேநாதிபதி பெரிய வேளாரும் ஒன்றும் செய்ய முடியாது அல்லவா?"

குந்தவை மூக்கில் விரல் வைத்து அதிசயித்துவிட்டு, "அற்புதமான யுக்திதான். தம்பி! ஆனால் அதிலும் ஒரு சிறிய அபாயம் இருக்கிறது!" என்றாள்.

"அது என்ன, அக்கா?"

"நீ பழுவேட்டரையர்கள் திரட்டும் படையை அடைந்ததும், அந்தப் படையில் உள்ள வீரர்கள் என்ன செய்வார்கள், தெரியுமா? 'அருள்மொழிவர்மர் வாழ்க! பொன்னியின் செல்வருக்கே பட்டம்!' என்று கூச்சலிடத் தொடங்குவார்கள். உன்னைச் சிறை வைப்பதற்குப் பதிலாகப் பழுவேட்டரையர்களைப் பிடித்துச் சிறை வைத்தாலும் வைத்து விடுவார்கள்!"

அருள்மொழிவர்மர் சிறிது நேரம் திகைத்துப் போய் நின்றார். "ஆமாம்; அந்த அபாயம் ஏற்படலாம் என்று எனக்குத் தெரியாமற் போயிற்று. நல்ல வேளையாகத் தாங்கள் எச்சரித்தீர்கள். இந்தத் தஞ்சைபுரிக் கோட்டைக்குள் மாறு வேடம் பூண்டு வந்தது போல அங்கேயும் மாறு வேடம் புனைந்து போகிறேன்..."

"என்னதான் மாறு வேடம் பூண்டு போனாலும், எத்தனை நேரம் உண்மை வெளிப்படாதிருக்கும், தம்பி? ஒருவருக்குத் தெரிந்தால் போதுமே! ஒரு நாழிகைக்கெல்லாம் எல்லாருக்கும் தெரிந்துவிடும். அக்கம் பக்கத்திலுள்ள ஜனங்களும் வந்து கூடி விடுவார்களே!"

அருள்மொழியின் முகம் சுருங்கிற்று.

"அக்கா, பின்னர் என்னதான் என்னைச் செய்யச் சொல்கிறீர்கள்? இந்த உலகத்தில் எதற்காக நான் பிறந்தேன்? பிறருக்குத் தொல்லை கொடுப்பதற்காகத்தானா! காவேரியில் நான் விழுந்து முழுகிய போதே இறந்து போயிருக்கக் கூடாதா?"

"தம்பி! யார் கண்டார்கள்? ஜோதிடர்களும் ரேகை சாஸ்திரங்களும் கூறியதெல்லாம் உண்மைதானோ, என்னமோ! நீ வேண்டாம் என்று தள்ளினாலும் ராஜ்ய லக்ஷ்மி உன்னை வந்து அடைவாள் போலிருக்கிறது, நீ பிறந்த வேளை அப்படி இருக்கிறது!"

"அக்கா! தாங்களுமா நம் பாட்டன் மலையமானோடு சேர்ந்து கொண்டீர்கள்? தங்கள் மனமும் மாறிவிட்டதா?"

"பாட்டன் போதனையில் என் மனம் பேதலிக்கவில்லை தம்பி! ஆனால் அண்ணன் கரிகாலனுடைய ஓலையினால் கொஞ்சம் என் மனமும் மாறித்தான் இருக்கிறது. அவன் கண்ட கனவுகளையெல்லாம் நீ காரியத்தில் நிறைவேற்றுவாய் என்று எழுதியிருக்கிறான். அதைப் படித்ததும்..." என்று கூறியபோது குந்தவையின் கண்களில் கண்ணீர் ததும்பிக் குரலும் தழுதழுத்தது.

பொன்னியின் செல்வர், ஆதித்த கரிகாலனிடைய ஓலையை வாங்கிப் படித்தார். அவருடைய கண்களிலேயிருந்தும் கண்ணீர் பொழிந்தது.

ஓலையை அவர் படித்து முடித்ததும் குந்தவை கூறினாள் :-

"தம்பி! நீ என்ன நினைத்துக் கொண்டாலும் சரிதான், என் மனத்தில் உள்ளதைச் சொல்லிவிடுகிறேன். மதுராந்தகரும், நந்தினியும் நம் சோழ குலத்தைச் சேர்ந்தவர்கள் அல்ல என்று தெரிந்து கொண்டதில் என் மனம் ஒருவாறு நிம்மதி அடைந்திருக்கிறது. சோழ குலத்தில் பிறக்காத ஒருவரைச் சோழ சிங்காதனம் ஏறச் செய்வதிலும், எனக்கு விருப்பம் இல்லை. செம்பியன் மாதேவியிடமும், மந்தாகினி தேவியிடமும் எனக்கு எவ்வளவு பக்தி இருந்தாலும், அவ்வளவு தூரம் விட்டுக் கொடுக்க என்னால் முடியவில்லை. மதுராந்தகருக்குப் பட்டம் கட்டுவதை இனி ஒரு கணமும் என்னால் சகித்துக் கொள்ளவே முடியாது...."

"அக்கா! அக்கா! என்ன சொல்கிறீர்கள்? செம்பியன் மாதேவி முன்னாலும், அநிருத்தர் முன்னாலும் மதுராந்தகன் முன்னாலும் 'எனக்குப் பட்டம் வேண்டாம்' என்று சொல்லி விட்டு வந்தேன். ஆயிரமாயிரம் போர் வீரர்கள் முன்னாலும் மகாஜனங்களின் முன்னாலும் அவ்விதமே சொல்லிவிட்டு வந்திருக்கிறேன். இப்போது என் வார்த்தையை மீறச் சொல்கிறீர்களா?" என்று கேட்டார் அருள்மொழிவர்மர்.

"தம்பி! உனக்கும் எனக்கும் நம் குலதெய்வமான துர்க்கா பரமேசுவரிதான் வழி காட்ட வேண்டும். உனக்கு என்ன யோசனை சொல்லுவது என்று எனக்கும் தெளிவாகத் தெரியவில்லை. ஆதித்த கரிகாலன் என் வார்த்தையைக் கேட்டிருந்தால், இந்த மாதிரி நிலைமை ஏற்பட்டே இராது! அந்த மகாவீரனுக்கு இந்தக் கதியா நேர்ந்திருக்க வேண்டும்?" என்று குந்தவை புலம்பினாள்.

"இந்த ஓலை தங்களுக்கு எப்படிக் கிடைத்தது, அக்கா? யார் கொண்டு வந்தார்கள்? எப்போது தங்கள் கைக்கு வந்தது? ஏன் முன்னாலேயே சொல்லவில்லை?" என்றார் அருள்மொழி.

"சற்று முன்னாலே தான் எனக்கு வந்தது. சம்புவரையரின் மகள் மணிமேகலை கொண்டு வந்து கொடுத்தாள்.."

"ஆம், ஆம்; மணிமேகலையைப் பற்றி நானும் கேள்விப்பட்டிருக்கிறேன். அவளிடம் இந்த ஓலை எவ்விதம் வந்தது?"

"அவளே இருக்கிறாள், தம்பி! நீயே நேரில் கேட்டுத் தெரிந்து கொள்! அவள் பேச்சை எவ்வளவு தூரம் நம்புவது என்று எனக்கே தெரியவில்லை" என்றாள் இளைய பிராட்டி.

அருள்மொழிவர்மன் உள்ளே வந்தவுடன் மணிமேகலையை அவன் முன்னால் நிறுத்தி, வந்தியதேவரைப் பற்றிப் பிரஸ்தாபிக்கச் சொல்லுவதென்று இளைய பிராட்டி தீர்மானித்திருந்தாள். இத்தனை சம்பாஷணைகளுக்கு மத்தியிலும் அவளுடைய உள்மனம் வந்தியத்தேவர் பாதாளச் சிறையில் இருப்பது பற்றிச் சிந்தித்துக் கொண்டிருந்தது. அவரைப் பற்றித் தானே பேச்சு எடுக்கக் குந்தவை விரும்பவில்லை. மணிமேகலையை அழைப்பதற்கு ஒரு தக்க சந்தர்ப்பத்தை எதிர்நோக்கியிருந்தாள். அந்தச் சந்தர்ப்பம் இப்போது கிடைத்ததும், வானதியைக் கூவி அழைத்து, மணிமேகலையையும் அழைத்து வரும்படி கூறினாள்.

மணிமேகலை வரும்போதே கண்ணீர் ததும்பிய சோகமயமான முகத்துடன் வந்தாள். இதைப் பார்த்த பொன்னியின் செல்வர் அவள் துயரப்படுவதற்குக் காரணமிருக்கிறது என்று எண்ணினார்.

"தம்பி! இந்தப் பெண்தான் மணிமேகலை. ஓலையை இவள்தான் கொண்டு வந்தாள். இது எப்படி இவளிடம் வந்தது என்று நீயே கேட்டுக் கொள்!"

"சகோதரி! எங்கள் தமையன் கடைசியாக எழுதிய ஓலையை நீ கொண்டு வந்து பத்திரமாக ஒப்புவித்தாய். இதற்காக உன்னிடம் நாங்கள் என்றைக்கும் நன்றி செலுத்துவோம்!" என்று மேலே அருள்மொழிவர்மர் தொடர்வதற்குள்ளே, மணிமேகலை திடீரென்று அவன் முன்னால் விழுந்து வணங்கினாள்.

"இளவரசே! பொன்னியின் செல்வ! தாங்கள் இப்போது சொன்ன வார்த்தை சத்தியமா? என்னிடம் தாங்கள் நன்றி செலுத்துவது உண்மையானால்.."

இவ்வாறு சொல்லிவிட்டு மேலே பேச முடியாமல் மணிமேகலை விம்மி விம்மி அழத் தொடங்கினாள்.

"அக்கா! இது என்ன? இந்தப் பெண் எதற்காக இப்படி விம்மி அழுகிறாள்? ஒருவேளை இவளுடைய வீட்டில் நம் தமையன் இறக்க நேர்ந்ததே என்று வருந்துகிறாளா?"

"இல்லை, தம்பி! இவள் மனத்தில் இருப்பது வேறொரு காரியம். மணிமேகலை! என்னிடம் கூறியதை இளவரசரிடமும் சொல்லு!" என்று குந்தவைப் பிராட்டி அவளைத் தைரியப்படுத்தினாள்.

"ஐயா! தங்கள் தமையனைக் கொன்ற பாவி நான்தான். என்னைப் பாதாளச் சிறையில் போட்டுவிட்டு அவரை விடுதலை செய்யுங்கள்!" என்று அழுது கொண்டே கூறினாள்.

அருள்மொழிவர்மர் திகைப்புடன் குந்தவையைப் பார்த்து, "அக்கா! இவள் என்ன சொல்லுகிறாள்? இந்தப் பெண்ணுக்குப் பைத்தியம் பிடித்துவிட்டதா, என்ன?" என்று கேட்டார்.

"இவளுக்கு இன்னும் பைத்தியம் பிடிக்கவில்லை, தம்பி! ஆனால் சீக்கிரத்தில் வல்லத்து இளவரசரைப் பாதாளச் சிறையிலிருந்து விடுதலை செய்யாவிட்டால் இவளுக்குப் பைத்தியம் பிடித்தாலும் பிடித்துவிடும்!" என்றாள்.

"என்ன? என்ன? யார் பாதாளச் சிறையில் இருக்கிறது?" என்று வியப்புடன் கேட்டார் அருள்மொழி.

"ஈழ நாட்டுக்கு நான் ஓலை கொடுத்து அனுப்பிய வாணர் குல வீரரை அடியோடு மறந்து விட்டாயா, தம்பி!"

நெடுங் கனவிலிருந்து அப்பொழுதுதான் விழித்து எழுந்து இவ்வுலக நினைவு வந்தவரைப் போல் அருள்மொழிவர்மர் ஒரு நிமிட நேரம் தோற்றமளித்தார்.

தஞ்சைக் கோட்டைக்குள் அவர் பிரவேசித்ததிலிருந்து ஒன்றன் பின் ஒன்றாக நடந்த சம்பவங்கள் அவருடைய கவனத்தை முழுதும் கவர்ந்திருந்தன. கரிகாலனுடைய மரணச் செய்தி வந்த பிறகு, சோழ சிங்காசனத்தில் மதுராந்தகரை ஏறச் செய்யும் மார்க்கத்தைப் பற்றிச் சிந்திப்பதிலேயே அவருடைய உள்ளம் முழுவதும் ஈடுபட்டிருந்தது.

வந்தியத்தேவனைப் பற்றி உண்மையிலேயே அவர் மறந்து விட்டிருந்தார். இப்போது அவன் பெயரைக் கேட்டதும் ஒரு துள்ளுத் துள்ளி, "யார்? என்னுடைய அருமை நண்பர் வந்தியத்தேவரா பாதாளச் சிறையில் இருக்கிறார். எதற்காக? யார் அவரைச் சிறையில் அடைத்தது?" என்று கேட்டார்.

மணிமேகலை கூறிய விவரங்களைக் குந்தவை அவருக்கு எடுத்துக் கூறினாள்.

எல்லாவற்றையும் கேட்டுக் கொண்டு இருந்த பொன்னியின் செல்வர், "அக்கா! என்னைப் போன்ற நன்றி கெட்டவன் யாருமே இருக்க முடியாது. வாணர் குலத்து வீரரைப் பற்றி நான் விசாரிக்காமலே இருந்து விட்டேன். அது என் குற்றந்தான்! அவரைப் பாதாளச் சிறையில் அடைக்கத் துணிந்தவர்கள் என்னை விடப் பெரிய குற்றவாளிகள். நம் தமையனிடம் அவருக்கு எவ்வளவு பக்தி உண்டு என்பதை நான் அறிவேன். கரிகாலரின் மரணத்துக்கு அவரைப் பொறுப்பாளியாக்கத் துணிந்தவர்கள் யார்? இது என்ன மூடத்தனம்? அவரைத் தப்புவிப்பதற்காக இந்தப் பெண் தன் பேரில் குற்றம் சுமத்திக் கொள்வது நமக்கெல்லாம் ஒரு பாடம் கற்பிப்பது போலிருக்கிறது. இந்தப் பெண்ணைப் பார்க்கவே எனக்கு வெட்கமாக இருக்கிறது. மற்றக் காரியங்கள் அப்புறம் ஆகட்டும். இப்போதே பாதாளச் சிறைக்குச் சென்று வந்தியத்தேவரை விடுவித்துக் கொண்டு வருகிறேன். சம்புவரையர் மகளுக்கு நீ தேறுதல் கூறு!" என்று சொல்லிவிட்டுத் திரும்பி, விடு விடு என்று நடந்தார்.

அவர் வாசற்படியை அடைந்தபோது, அங்கே திடீரென்று திருக்கோவலூர் மலையமானும் கொடும்பாளூர் வேளாரும் தோன்றினார்கள்.

அவர்களுடைய தோற்றமே இளவரசரின் மனத்தில் ஒருவித ஐயத்தை உண்டு பண்ணியது.

பெரிய வேளார் தம் கையில் கொண்டு வந்திருந்த வேலை வாசற்படியின் குறுக்கே வைத்து இளவரசரைத் தடுக்கும் பாவனையில் நின்றார். அவருக்குப் பின்னால் மலையமானும் கையில் பிடித்திருந்த கத்தியைக் கீழே ஊன்றிய வண்ணம் இளவரசர் மேலே போவதைத் தடுப்பதற்கு ஆயத்தமாக நின்றார்.

பொன்னியின் செல்வர் பெரும் வியப்புடனும் சிறிது கோபத்துடனும், "சேநாதிபதி! இது என்ன? என்னைக் கூடச் சிறைப்படுத்தப் போகிறீர்களா?" என்று கேட்டார்.

"இளவரசே! இப்போது பாதாளச் சிறைக்குப் போகாமல் தங்களைத் தடை செய்கிறோம். அவசியம் நேர்ந்தால் சிறைப்படுத்தவும் செய்வோம்!" என்றார் பூதி விக்கிரம கேசரி.

அவர் கூறியது உண்மையாகவா, வேடிக்கையாகவா என்று பொன்னியின் செல்வருக்கு விளங்கவில்லை. ஆனால் வேடிக்கையைப் பொறுத்துக் கொள்ளும் மனோ நிலையும் அச்சமயம் அவருக்கு இல்லை. ஆகையால் முன்னைவிடக் கோபமான குரலில், "எந்த அதிகாரத்தைக் கொண்டு தடை செய்ய முன்வந்தீர்கள்?" என்றார்.

"தாங்கள் எந்த அதிகாரத்தைக் கொண்டு பாதாளச் சிறையில் உள்ளவனை விடுதலை செய்யப் போகிறீர்கள்?" என்றார் பெரிய வேளார்.

"சேனாதிபதி! எனக்கு அந்த அதிகாரம் இல்லையா? நான் யார் என்பதை மறந்து விட்டீர்களா? அல்லது தங்களைத் தாங்களே மறந்து விட்டீர்களா?"

"என்னை நான் மறக்கவும் இல்லை; தாங்கள் யார் என்பதை மறக்கவுமில்லை. நான் தஞ்சைக் கோட்டைக்கு இன்று தளபதி. ஆகையால் பாதாளச் சிறைக்குக் காவலன். தாங்கள் சக்கரவர்த்தியின் திருக்குமாரர், பொன்னியின் செல்வர். ஆயினும் தங்கள் தமையனைக் கொன்றதற்காகக் குற்றம்சாட்டிப் பாதாளச் சிறையில் வைக்கப்பட்டவனை விடுதலை செய்யத் தங்களுக்கு அதிகாரம் கிடையாது. சக்கரவர்த்திக்குத்தான் அந்த அதிகாரம் உண்டு. அல்லது சக்கரவர்த்தியின் ஸ்தானத்தில் முடிசூட்டிக் கொள்ளப் போகிறவருக்கு அந்த அதிகாரம் உண்டு. தாங்களோ சோழ சிங்காதனத்தில் ஏறப்போவதில்லையென்று பறைசாற்றிக் கொண்டு வருகிறீர்கள். ஆகையால் சக்கரவர்த்தியின் கட்டளையின்றிப் பாதாளச் சிறையிலிருந்து யாரையும் விடுவிக்க முடியாது!" என்றார் கொடும்பாளூர்ப் பெரிய வேளாராகிய சேனாதிபதி பூதி விக்கிரம கேசரி.

"குழந்தாய்! வேளார் கூறியது உண்மையான வார்த்தை. சின்னப் பழுவேட்டரையன் ஓடிப்போனபடியால் பெரிய வேளாரைத் தஞ்சைக் கோட்டைத் தளபதியாகச் சக்கரவர்த்தி நியமித்திருக்கிறார். ஆகையால் பாதாளச் சிறையிலிருந்து யாரையும் விடுவிக்க உனக்கு அதிகாரம் இல்லை!" என்று மலையமான் ஆமோதித்தார்.

பொன்னியின் செல்வர் அவர்களுக்கு என்ன பதில் சொல்வது என்று தெரியாமல் மௌனமாக நின்றார்.

மணிமேகலையின் விம்மல் சத்தம் கேட்டுக் கொண்டிருந்தது.

❊ ❊ ❊ ❊

ஐம்பத்துமூன்றாம் அத்தியாயம்

வானதியின் யோசனை

அருள்மொழிவர்மருக்கும் சிற்றரசர்கள் இருவருக்கும் நடந்த வாக்குவாதத்தைக் கேட்டுக் கொண்டு நின்ற குந்தவை தேவி இப்போது சற்று முன் சென்று, "தாத்தா! மாமா! வாசலில் நின்றே பேசவேண்டுமா? உள்ளே வாருங்கள்! உங்கள் பேச்சை மீறிப் பொன்னியின் செல்வன் ஒன்றும் செய்துவிட மாட்டான்" என்றாள்.

மலையமானும், வேளாரும் உள்ளே வந்தார்கள். இளைய பிராட்டியைப் பார்த்து வேளார், "தாயே! இளவரசர் மட்டும் பட்டத்தை ஏற்றுக் கொள்ளச் சம்மதித்தால் ஒரு தொல்லையும் இல்லை. அவருடைய கட்டளையை நாங்கள் நிறைவேற்ற வேண்டியவர்களாவோம். சக்கரவர்த்தியோ ராஜ்யத்தை எப்போது இறக்கி வைப்போம் என்று இருக்கிறார். காஞ்சியில் கரிகாலர் கட்டியுள்ள பொன் மாளிகைக்குப் போய்த் தம்முடைய கடைசிக் காலத்தை நிம்மதியாகக் கழிக்க விரும்புகிறார்!" என்றார்.

"மாமா! நீங்கள் இருவரும் வந்தபோது நானும் இளவரசரிடம் அதைத்தான் சொல்லிக் கொண்டிருந்தேன். இந்தப் பெண் இடையில் வந்து முறையிட்டாள். அதைக் கேட்டு இளவரசர் மனமிரங்கிச் சிறைக்குப் போய் அவரை விடுதலை செய்ய விரும்பினார்..."

"இந்த பெண் யார்? எதற்காக இவள் இப்படி விம்மி விம்மி அழுகிறாள்?" என்று வேளார் கேட்டார்.

"தெரியவில்லையா, மாமா? இவள் தான் சம்புவரையர் மகள் மணிமேகலை..."

"ஓகோ! சம்புவரையர் சிறையில் இருப்பதை எண்ணி அழுகிறாளாக்கும். அழ வேண்டாம், பெண்ணே! உன் தந்தையை விடுதலை செய்து அழைத்து வரும்படி சக்கரவர்த்தி கட்டளை பிறப்பித்து விட்டார். பாதாளச் சிறைக்குப் பார்த்திபேந்திர பல்லவன் போயிருக்கிறான்!" என்றார் மலையமான்.

"தாத்தா! இவள் தன் தந்தையைப் பற்றி மட்டும் கவலைப்படவில்லை. வாணர் குலத்து வீரரைப் பற்றிக் கவலைப்படுகிறாள். அவரை விடுதலை செய்யுங்கள்; 'இளவரசரை நான்தான் கொன்றேன்' என்று புலம்புகிறாள்!" என்றாள் இளைய பிராட்டி.

"ஓகோ! அப்படி இவள் சொல்லுவதாயிருந்தால் இவளையும் வேண்டுமானால் பாதாளச் சிறையில் கொண்டு போய் அடைத்து விடுவோம். வல்லத்து இளவரசனை விடுவிக்க முடியாது!" என்றார் பெரிய வேளார்.

மணிமேகலை விம்மிக் கொண்டே குந்தவையைப் பார்த்து, "அதுதான் நான் கோருவதும் இளவரசி! என்னையும் அவர் இருக்குமிடத்தில் கொண்டு போய் அடைக்கச் சொல்லுங்கள்!" என்றாள்.

சேநாபதி வேளார் தமது நெற்றியை விரலால் தொட்டுச் சுட்டிக்காட்டி, மெல்லிய குரலில், "இந்தப் பெண்ணுக்குச் சித்தம் பேதலித்து விட்டதாகக் காண்கிறது!' என்று கூறினார்.

இதுவரை சும்மா இருந்த வானதி இப்பொழுது பேச்சில் குறுக்கிட்டு, "பெரியப்பா! மணிமேகலையின் சித்தம் சரியாகத் தான் இருக்கிறது. உங்களுக்கும், திருக்கோவலூர்ப் பாட்டனுக்கும்தான் சித்தம் சரியாக இல்லை என்று தோன்றுகிறது. சிறையில் உள்ள வல்லத்திளவரசர் பொன்னியின் செல்வருடைய அருமைத் தோழர். இளைய பிராட்டியிடமிருந்து ஓலை கொண்டுபோய் இலங்கையிலிருந்து பொன்னியின் செல்வரை அழைத்து வந்தவர். வீர சொர்க்கம் அடைந்த இளவரசருடைய பூரண நம்பிக்கைக்கும் பாத்திரமாயிருந்தவர். அவர் மீது குற்றம்சாட்டிச் சிறையில் வைத்திருப்பவர்களுக்குத்தான் சித்தம் கோளாறாக இருக்க வேண்டும்!" என்றாள்.

"ஆகா! இந்தப் பெண் எப்போது இவ்வளவு வாயாடி ஆனாள்? வானதி! இளைய பிராட்டியிடமிருந்து நீ கற்றுக் கொண்டது இதுதானா? பெரியவர்கள் முன்னால் வாயைத் திறக்காமல் சும்மா இருப்பதற்கு நீ இன்னும் பயிலவில்லையா? உன்னை ஏதாவது கேட்டால் பதில் சொல்ல வேண்டும். இல்லாவிட்டால் வாயை மூடிக் கொண்டிருக்க வேண்டும்!" என்றார் பெரிய வேளார்.

மலையமான், "சேனாதிபதி! இந்தக் குழந்தையின் மீது ஏன் கோபித்துக் கொள்கிறீர்கள்? இங்கே உள்ளவர்கள் மனத்தில் உள்ளதையே இவள் வெளியிட்டாள்!" என்றார்.

குந்தவை, "ஆம், மாமா! வானதியை நீங்களும் நானும் இனி விரட்ட நினைப்பது உசிதமாயிராது. நாளைக்கு அவள் சோழ சாம்ராஜ்யத்தின் சக்கரவர்த்தினியாகிச் சிம்மாசனத்தில் அமர்வாள். அப்போது அவளுடைய கட்டளையைத் தாங்களும் நானும் நிறைவேற்ற வேண்டியதாகும்!" என்றாள்.

"அருள்மொழி மட்டும் இதற்கு இசைந்தால் ஒரு தொல்லையும் இல்லையே! மகுடாபிஷேகத்தன்று பாதாளச் சிறையில் உள்ளவர்கள் அத்தனை பேரையும் விடுதலை செய்யும்படி கட்டளையிடலாமே!" என்றார் மலையமான்.

"தங்களையும் என்னையும் வெளியில் உள்ளவர்கள் அத்தனை பேரையும் பாதாளச் சிறையில் பிடித்துப் போடும்படியும் கட்டளையிடலாம்!" என்றார் சேனாதிபதி பெரிய வேளார்.

"ஐயா! நீங்கள் இருவரும் பெரியவர்கள். உங்களை மறுத்துப் பேச வேண்டியிருக்கிறதே என்று வருத்தப்படுகிறேன். ஆயினும் அவசரமாகச் செய்ய வேண்டிய காரியத்தை விட்டு விட்டு ஏதேதோ பேசுகிறீர்கள்!" என்று இளவரசர் கூறுவதற்குள் சேனாதிபதி, "இளவரசே! சோழ நாட்டின் பட்டத்து உரிமையை நிர்ணயித்துக் குழப்பம் நேரிடாமல் தடுப்பது மிகவும் அவசரமான காரியம் அல்லவா?" என்றார்.

"சக்கரவர்த்தி ஒருவர் இருக்கிறார் என்பதையே மறந்து விட்டுப் பேசுகிறீர்கள்!" என்றார் அருள்மொழி.

"நாங்கள் மறக்கவில்லை. சற்றுமுன் சக்கரவர்த்தியைப் பார்த்துவிட்டுத்தான் திரும்பினோம். அவர்தான் ராஜ்யப் பிரச்னையைத் தீர்த்து வைத்து விட்டுக் காஞ்சியில் கரிகாலர் கட்டிய பொன் மாளிகையில் போய் வசிக்கப் பிரியப்படுகிறார்."

"இதோ நான் சக்கரவர்த்தியிடம் போகிறேன். வந்தியத்தேவரின் விடுதலைக்குக் கட்டளை வாங்கிக் கொண்டு வருகிறேன். பிறகு, நீங்கள் ஆட்சேபிக்க மாட்டீர்கள் அல்லவா?"

"இளவரசே! சக்கரவர்த்தியிடம் தாங்கள் வந்தியத்தேவனைப் பற்றிப் பிரஸ்தாபிப்பதே உசிதம் அன்று. பாண்டிய நாட்டு ஆபத்துதவிகளுடனும் நந்தினி தேவியுடனும் சேர்ந்து சதி செய்து வந்தியத்தேவன் தான் கரிகாலரைக் கொன்றிருக்க வேண்டும் என்று சக்கரவர்த்தி கருதுகிறார்..."

"ஆகா! அந்த எண்ணத்தை உண்டாக்கியது யார்?"

"நாங்கள் அல்ல, இளவரசே! பார்த்திபேந்திரன் தான் அந்த நம்பிக்கையை சக்கரவர்த்திக்கு உண்டாக்கியவன்..."

"அப்படியானால் பல்லவரையே நான் போய்ப் பார்க்கிறேன். எந்த ஆதாரத்தைக் கொண்டு அம்மாதிரி குற்றம் சாட்டுகிறார் என்று கேட்கிறேன்."

"பார்த்திபேந்திர பல்லவனைத் தாங்கள் இப்போது சந்திக்க முடியாது. சக்கரவர்த்தியின் கட்டளையுடன் அவன் சம்புவரையரை விடுதலை செய்து கொண்டு குடந்தைக்குப் போயிருக்கிறான். அங்கே பழுவேட்டரையரையும் மற்றச் சிற்றரசர்களையும் சந்தித்துப் பேசி உடனே அவர்களை அழைத்து வரும்படி சக்கரவர்த்தி சொல்லி அனுப்பியிருக்கிறார். ராஜ்ய உரிமையைப் பற்றி சமரசமாகப் பேசித் தீர்த்துக் கொள்ளலாம் என்ற செய்தி அனுப்பி இருக்கிறார். மதுராந்தகருக்கே பட்டம் கட்டச் சம்மதம் என்றும் தெரியப்படுத்தியிருக்கிறார். "

பொன்னியின் செல்வர் முக மலர்ச்சியுடன் இளைய பிராட்டியையும் வானதியையும் பார்த்துவிட்டு, "ரொம்ப நல்ல செய்தி சொன்னீர்கள்" என்றார்.

"கொஞ்சங்கூட நல்ல செய்தி அல்ல; குடிகளின் விருப்பத்துக்கும் போர் வீரர்களின் கருத்துக்கும் மாறாக என்று மதுராந்தகன் சோழ சிங்காதனம் ஏறுகிறானோ, அன்றைக்கே நூறு ஆண்டுகளாக மேன்மை பெற்று வளர்த்த சோழ சாம்ராஜ்யத்துக்கு விநாச காலம் ஆரம்பமாகும்" என்றார் சேனாதிபதி.

"அதில் சந்தேகமே இல்லை. ஈழ நாட்டிலிருந்து வட பெண்ணை நதி வரையில் குழப்பமும் கலகமும் தொடங்கும்" என்றார் மலையமான்.

"அதற்கெல்லாம் நீங்கள் இருவருமே தலைமை வகித்து நடத்துவீர்கள் போலிருக்கிறது. அது உங்கள் இஷ்டம். அதற்குள் நான் சக்கரவர்த்தியிடம் விண்ணப்பம் செய்து வந்தியத்தேவரை விடுதலை செய்யப் பார்க்கிறேன்!" என்று அருள்மொழிவர்மர் அங்கிருந்து வெளியேறுவதற்காகத் திரும்பினார்.

"இளவரசே! சக்கரவர்த்தியிடம் தாங்கள் இந்தக் கோரிக்கையுடன் போக வேண்டாம். அதனால் பெரும் விபரீதம் விளையும். தேவி! தங்கள் தம்பியைத் தடுத்து நிறுத்துங்கள்!" என்றார் சேனாதிபதி பெரிய வேளார்.

"ஆம், குழந்தாய்! வயது சென்ற இந்தக் கிழவன் சொல்வதைக் கேள்!" என்றார் மிலாடுடையார்.

"அதனால் என்ன விபரீதம் நடந்துவிடும் என்று கருதுகிறீர்கள்?" என்று குந்தவை கேட்டாள்.

"யாரோ சில பாதகர்கள் ஒரு பொய்யான வதந்தியைக் கிளப்பி விட்டிருக்கிறார்கள். அதைச் சொல்லவும் வாய் கூசுகிறது. பொன்னியின் செல்வர் தாம் ராஜ்யம் ஆளும் ஆசையினால் வந்தியத்தேவனை அனுப்பிக் கரிகாலரைக் கொல்லச் செய்ததாக நேற்று நம் சேனா வீரர்களிடம் இரண்டு பேர் வந்து சொன்னார்கள்..."

"தெய்வமே! இது என்ன பயங்கரமான அபவாதம்?" என்றாள் இளைய பிராட்டி குந்தவை.

"அந்த இருவரையும் நம் வீரர்கள் என்ன செய்தார்கள் தெரியுமா? வடவாற்று வெள்ளத்தில் அமுக்கி அமுக்கி எடுத்துக் கொண்டிருந்தார்கள். நான் தற்செயலாக அங்கே போய் அவர்களைக் காப்பாற்றினேன்..."

பொன்னியின் செல்வர் குறுக்கிட்டு, "இவ்வளவு கொடூரமான அபவாதத்தைச் சோழ நாட்டில் யாரும் நம்பப் போவதில்லை. நம் வீரர்களின் செய்கையிலிருந்தே தெரியவில்லையா?" என்றார்.

"இன்றைக்கு நம்பமாட்டார்கள், இளவரசே! மக்களுடைய இயல்பு தங்களுக்கு தெரியாது. சில காலத்துக்குப் பிறகு மறுபடியும் இந்த வதந்தி கிளம்பும். தங்களை அறியாதவர்கள் சிலர் நம்பக் கூடும். அன்னிய நாடுகளில் இராஜ்யத்துக்காக உறவினர்கள் ஒருவரை ஒருவர் கொன்று கொள்வது சர்வ சாதாரணமாயிருக்கிறது. ஈழ நாட்டு ராஜ வம்சத்தின் சரித்திரம் தங்களுக்குத் தெரியுமே!..."

"சேனாதிபதி! பிற்காலத்தில் ஒரு பொய் வதந்தி பரவும் என்பதற்காக இன்றைக்கு என் பிராண சிநேகிதனைப் பாதாளச் சிறையில் விட்டு வைத்திருக்கச் சொல்கிறீர்களா?"

"பிற்காலத்தில் அல்ல, இளவரசே! இன்றைக்குத் தாங்கள் வந்தியத்தேவனின் விடுதலையில் ஊக்கம் எடுத்துக் கொண்டால் நாளைக்கே சிலர் அந்த வதந்தியில் நம்பிக்கை கொள்வார்கள். சக்கரவர்த்தியின் காதிலும் அது விழும். அதனால் தங்கள் தந்தையின் மனம் எவ்வளவு புண்படும் என்று யோசியுங்கள்!"

பொன்னியின் செல்வரின் திருமுகம் கருமேகத்தினால் மறைக்கப்பட்ட பூரண சந்திரனைப் போல் ஆயிற்று. குந்தவை தேவியைப் பார்த்து, "அக்கா! தாங்கள் என்ன சொல்கிறீர்கள்!" என்றார்.

இளைய பிராட்டியின் முகம் மிக்க வேதனையைக் காட்டியது. அவர் பெரிய வேளாரைப் பார்த்து, "சேனாதிபதி! இத்தகைய கொடூரமான வதந்தியைப் பரப்ப முயலுவோர் யாராயிருக்கும்?" என்று கேட்டார்.

"வடவாற்றில் நம் வீரர்கள் முழுக்கி முழுக்கி எடுத்துக் கொண்டிருந்தவர்களை நான் தனியே அழைத்துக் கொண்டு போய் அவர்களை நயத்திலும், பயத்திலும் கேட்டேன். சம்புவரையர் மகன் கந்தமாறன்தான் இவ்விதம் சொல்லி அனுப்பியதாகக் கூறினார்கள்."

அப்போது மணிமேகலை முன் வந்து, "என் தமையன் காரியத்துக்காக நான் வெட்கப்படுகிறேன். நல்லவனாயிருந்த என் அண்ணன் பழுவூர் இளைய ராணியின் போதனையினால்தான் இப்படிப் பாதகனாகி விட்டான். உண்மையில் ஆதித்த கரிகாலரைக் கொன்றவள் நான். என்னைச் சிறைப்படுத்துங்கள்! வல்லத்திளவரசரை உடனே விடுதலை செய்யுங்கள்!" என்று ஆத்திரமும் அழுகையும் பொங்கக் கூறினாள்.

இளைய பிராட்டி அவளுடைய முதுகை அன்புடன் தொட்டு, "மணிமேகலை! சாந்தமாயிரு! நீ இவ்விதம் சொல்வதை யாரும் நம்பமாட்டார்கள். மேலும் ஏதேனும் அபவாதத்தைக் கிளப்புவார்கள். இந்தச் சிக்கலைத் தீர்ப்பதற்கு வழி கண்டுபிடிக்கலாம்" என்றாள்.

பிறகு சேனாதிபதியைப் பார்த்து, "ஐயா! தங்களுடைய புத்திமதியை நானும் என் சகோதரனும் ஒப்புக் கொள்கிறோம். இப்போது வல்லத்திளவரசரை விடுதலை செய்ய முயல்வதால் வீண் வதந்திகள் ஏற்பட இடமுண்டு

என்பது உண்மைதான். உண்மையான குற்றவாளியை முதலில் கண்டுபிடிக்க வேண்டும். இதைக் குறித்து முதன்மந்திரி அநிருத்தரிடம் நான் கலந்தாலோசிப்பேன். அவருடைய சீடன் ஆழ்வார்க்கடியான் பாண்டிய நாட்டு ஆபத்துதவிகளைத் தேடிக் கொண்டு போயிருக்கிறான். அவன் ஏதேனும் தகவல் கொண்டு வருவான். பெரிய பழுவேட்டரையரும், பழுவூர் இளைய ராணியும் என்ன ஆனார்கள் என்று தெரியவில்லை. அவர்கள் கண்டுபிடிக்கப்பட்டாலும் உண்மை வெளியாகலாம். அதற்கிடையில் நான் இந்தப் பெண்ணிடம் கடம்பூரில் நடந்ததையெல்லாம் கேட்டுத் தெரிந்து கொள்கிறேன். அதுவரையில் பாதாளச் சிறையில் வல்லத்திளவரசர் சௌகரியமாயிருப்பதற்கு வேண்டிய ஏற்பாடு செய்யுங்கள். அவர் இந்தப் பயங்கரமான கொலைக் குற்றத்தைச் செய்யவில்லை என்பது நிச்சயம்!" என்றாள்.

இச்சமயத்தில், "எனக்கு ஒரு யோசனை தோன்றுகிறது அக்கா!" என்றாள் கொடும்பாளூர் இளவரசி.

"சொல் வானதி!" என்றாள் குந்தவை.

"முன்னொரு தடவை நாம் இருவரும் பாதாளச் சிறைக்குப் போய்விட்டு வந்தோமே, நினைவிருக்கிறதா? அதுபோல் நாம் எல்லாருமாக இன்றைக்குப் போய்ப் பார்த்துவிட்டு வருவோம். கடம்பூர் இளவரசியையும் அழைத்துப் போவோம்!" என்றாள் வானதி.

குந்தவை பெரிய வேளாரைப் பார்த்து, "சேனாதிபதி! தங்கள் குமாரியின் யோசனையைப் பற்றி என்ன சொல்லுகிறீர்கள்?" என்று கேட்டாள்.

"என் குமாரியும் புத்திசாலித்தனமாகப் பேசக் கூடும் என்று தெரிகிறது. கரிகாலர் இறந்த அன்றிரவு அதே இடத்தில் அவருடன் இருந்தவன் வல்லத்திளவரசன். அவனிடம் விசாரித்தாலும் உண்மை புலப்படலாம்" என்றார் சேனாதிபதி பெரிய வேளார்.

உடனேயே எல்லாரும் பாதாளச் சிறைக்குச் சென்றார்கள். சின்னப் பழுவேட்டரையர் கோட்டையை விட்டுப் போவதற்கு முன்னாலேயே தங்க நாணயங்கள் அச்சிடும் வேலையை நிறுத்தி விட்டார். ஆகையால் நாணயத் தொழிற்சாலை வெறுமையாக இருந்தது. காவற்காரர்களும் சிலர்தான் இருந்தார்கள். புலிகள் அடைத்து வைக்கப்பட்டிருந்த இடத்தைத் தாண்டிச் சுரங்க வழியில் பிரவேசித்துச் சென்று வல்லத்திளவரசன் வந்தியத்தேவன் அடைக்கப்பட்டிருந்த அறையை அடைந்தார்கள்.

ஆனால் அங்கே வந்தியத்தேவனை அவர்கள் காணவில்லை! அவனுடைய அறையில் சுவரில் மாட்டியிருந்த வளையங்களில் சங்கிலியால் பிணைக்கப்பட்டிருந்த வைத்தியர் மகன் பினாகபாணியைக் கண்டார்கள். அவன் இவர்களைக் கண்டதும், "ஐயோ! ஐயோ! என்னை விடுதலை செய்யுங்கள், விடுதலை செய்யுங்கள்!" என்று பரிதாபமாக அலறினான்!

❉ ❉ ❉ ❉

ஐம்பத்துநான்காம் அத்தியாயம்

பினாகபாணியின் வேலை

வைத்தியர் மகன் பினாகபாணி அரசாங்கத்தில் பெரிய பதவிக்கு வருவதென்று தீர்மானம் செய்திருந்தான். வந்தியத்தேவனைச் சந்தித்த நாளிலிருந்து அவனுடைய உள்ளத்தில் இந்த ஆசை தோன்றிக் கொழுந்து விட்டு ஓங்கி வளர்ந்து கொண்டிருந்தது.

இதற்கு முன் அவன் ஈடுபட்ட சில காரியங்களில் அவன் அவ்வளவாக வெற்றி பெறவில்லை. நந்தினி தேவி அவனிடத்தில் சிறிது கருணை காட்டியது போலத் தோன்றியது. பிற்பாடு பழுவூர் ராணி அவனை அடியோடு மறந்துவிட்டாள். குந்தவை தேவியைப் பார்க்கப் போன போது அவர் அவனுடன் சரியாக முகம் கொடுத்துப் பேசவும் இல்லை. பழையாறை அரண்மனை வாசலில் வந்தியத்தேவன் மீது 'ஒற்றன்' என்று குற்றம் சுமத்தியதில் அவனிடம் அடிபட்டது தான் மிச்சமாயிற்றே தவிர லாபம் ஒன்றும் கிட்டவில்லை.

ஆனால் முதன்மந்திரி அநிருத்தர் அவனைக் கூப்பிட்டு அனுப்பிக் கோடிக்கரைக்குச் சென்று ராணியைப் பிடித்துக் கொண்டு வரும்படி அனுப்பியபோது, இனித் தான் பெரிய பதவிக்கு வருவது நிச்சயம் என்று முடிவு செய்து கொண்டான். அந்தக் காரியத்தை எப்படியாவது சரிவர நிறைவேற்றி விட்டால் போதும்; முதன்மந்திரியின் தயவினால் அவன் அடையக் கூடாதது ஒன்றுமில்லை. பிறகு முதற்காரியமாக வந்தியத்தேவனை ஒரு கை பார்க்க வேண்டும். அப்புறம் பூங்குழலியின் கர்வத்தையும் அடக்கி ஒடுக்கிவிட வேண்டும்.

இந்த மாதிரி ஆகாசக் கோட்டைகள் கட்டிக் கொண்டு பினாகபாணி கோடிக்கரை சென்றான். அங்கே கோடிக்கரையில் ராக்கம்மாளை மெள்ள வசப்படுத்திக் கொண்டான். அவள் அவனிடம் ஏமாந்து போனாள். ஆபத்துதவிக் கூட்டத்தைச் சேர்ந்தவன் அவன் என்று எண்ணிக் கொண்டு அவர்களுடைய முயற்சிகளைப் பற்றி அவனிடம் பேசினாள். அவள் உதவியைக் கொண்டு ஊமை ராணியைக் கண்டுபிடித்துத் தஞ்சைக் கோட்டை வாசல் வரையில் கொண்டு வந்து சேர்த்தான்.

இப்பிரயாணத்தின் போதெல்லாம் பினாகபாணியின் உள்ளம் வேலை செய்து கொண்டே இருந்தது. ஊமை ராணி சம்பந்தமான ரகசியங்களை அறியப் பிரயத்தனம் செய்தது. பாதாளச் சிறையில் அவன் ஒரு நாள் அடைப்பட்டிருந்தபோது அங்கிருந்த பைத்தியக்காரன் ஒருவன் கூறிய விவரங்கள் நினைவுக்கு வந்தன. அப்போது அவை பைத்தியக்காரனின் உளறலாக அவனுக்குத் தோன்றியது. இப்போது அவன் கூறியவற்றில் உண்மை இருக்கும் என்று எண்ணினான்.

ஊமை ராணி ஏறி இருந்த பல்லக்கு தஞ்சைக் கோட்டைக்கு அருகில் வந்த சமயம் புயலும் மழையும் அடித்து அவன் மீது மரம் முறிந்து விழுந்ததல்லவா? அதனால் ஏற்பட்ட காயங்கள் ஆறிய பின்னர் அவன் முதன்மந்திரி அநிருத்தரைப் பார்க்கப் போனான். அதற்குள்ளே மிக முக்கியமான சம்பவங்கள் நிகழ்ந்து விட்டன. ஊமை ராணி சக்கரவர்த்தியின் உயிரைக் காப்பதற்காக உயிரை விட்டுவிட்டாள். கரிகாலர் கொலையுண்டு இறந்து விட்டார். அடுத்த பட்டம் யாருக்கு என்பதைப் பற்றி நாடு நகரமெல்லாம் அல்லோலகல்லோலப்பட்டுக் கொண்டிருந்தது. தஞ்சைக் கோட்டை கொடும்பாளூர் வேளாரின் வசத்துக்கு வந்து விட்டது. பழுவேட்டரையர்களும் அவர்களைச் சேர்ந்த சிற்றரசர்களும் படை திரட்டிக் கொண்டிருப்பதாகச் செய்தி பரவிற்று. பெரிய உள்நாட்டுப் போர் மூளலாம் என்பதற்கு அறிகுறிகள் தென்பட்டன.

இத்தகைய கொந்தளிப்பான நிலையில் வைத்தியர் மகன் பினாகபாணி முதன்மந்திரி அநிருத்தரைப் போய்ப் பார்த்தான். பெரும் கவலைக் கடலில் ஆழ்ந்திருந்த அன்பில் பிரம்மராயர் பினாகபாணியோடு அதிகமாய்ப் பேசிக்

காலம் போக்க விரும்பவில்லை. தாம் இட்ட காரியத்தை அவன் நிறைவேற்றி விட்டபடியால் அவனுக்குப் பரிசு கொடுத்துச் சீக்கிரமாக அனுப்பிவிட விரும்பினார்.

ஆனால் பினாகபாணி பாதாளச் சிறையில் தான் சந்தித்த பைத்தியக்காரனைப்பற்றிச் சொல்லத் தொடங்கியதும் அவருடைய உள்ளம் அவன் பக்கம் திரும்பியது. பாண்டிய ராஜ்யத்தின் புராதனமான மணி மகுடமும், தேவேந்திரன் அளித்ததாகக் கூறப்படும் ரத்தின ஹாரமும் இலங்கையில் எங்கே இருக்கின்றன என்பது அந்தப் பைத்தியக்காரனுக்குத் தெரியும் என்று கேட்டதும் அநிருத்தர் மிக்க ஆர்வம் கொண்டார். அந்த மணி மகுடத்தையும், ரத்தின ஹாரத்தையும் தேடிக் கண்டுபிடிப்பதற்குப் பராந்தகச் சக்கரவர்த்தியின் காலத்திலிருந்து முயன்றும் பலன் கிட்டவில்லை. அவற்றைக் கைப்பற்றும் வரையில் பாண்டிய வம்சத்தைச் சேர்ந்தவன் என்பதாக யாராவது ஒருவன் முளைத்துக் கொண்டுதானிருப்பான். திருப்புறம்பியத்தில் நள்ளிரவில் ஒரு சின்னஞ்சிறு பையனைப் பாண்டிய சிங்காதனத்தில் ஏற்றி மகுடம் சூட்டிய நாடகத்தைப் பற்றி அநிருத்தர் ஆழ்வார்க்கடியான் மூலம் அறிந்திருந்தார். இம்மாதிரி யாராவது சிலர் அவ்வப்போது கிளம்பிக் கொண்டு தானிருப்பார்கள். அவர்களுக்கு ஈழத்து அரசர்களும் சேர மன்னர்களும் உதவி செய்வார்கள். பாண்டிய நாடு ஒரு வழியாகச் சோழ சாம்ராஜ்யத்துடன் சேர்ந்துவிட்டதாக ஏற்பட வேண்டுமானால், சோழச் சக்கரவர்த்தியே மதுரையிலும் முடிசூட்டிக் கொள்ள வேண்டும். அந்த வைபவத்தின்போது பாண்டிய வம்சத்தின் புராதன கிரீடத்தையும், ரத்தின ஹாரத்தையும் சோழச் சக்கரவர்த்தி அணிய வேண்டும்.

இவையெல்லாம் முன்னமே அநிருத்தர் தீர்மானித்திருந்த காரியங்கள். ஆகையினாலேயே ஈழ நாட்டுக்குப் படையெடுத்துச் சென்ற ஒவ்வொரு சோழ தளபதியிடமும் அநிருத்தர் மேற்கூறிய மணிமகுடத்தையும், ரத்தின ஹாரத்தையும் கண்டுபிடித்துக் கொண்டு வரும்படி சொல்லி அனுப்பி வந்தார். அதுவரையில் ஒருவராவது அக்காரியத்தில் வெற்றி பெறவில்லை.

இப்போது பாதாளச் சிறையில் உள்ள ஒருவனுக்கு அவை இருக்குமிடம் தெரியும் என்று கேள்விப்பட்டதும் அன்பில் அநிருத்தப் பிரம்மராயர் ஆர்வம் கொண்டது இயற்கையே அல்லவா?

வைத்தியர் மகன் இன்னொரு செய்தியும் கூறினான். அது முதன்மந்திரியின் ஆர்வத்தை அதிகமாக்கியதோடு கவலையையும் உண்டாக்கியது. அந்தப் பைத்தியக்காரன் சோழ வம்சத்தைப் பற்றி ஒரு மகத்தான ரகசியம் தனக்குத் தெரியும் என்றும், சோழ சிங்காதனத்துக்கு உரிமை கொண்டாடும் இளவரசன் ஒருவன் உண்மையில் சோழ வம்சத்தைச் சேர்ந்தவனே அல்லவென்றும் கூறியதாகப் பினாகபாணி சொன்னான்.

இதையெல்லாம் கேட்டதும் அநிருத்தர் முதலில் தாமே பாதாளச் சிறைக்குப் போய் அந்தப் பைத்தியக் காரனைப் பார்க்க எண்ணினார். பிறகு அந்த எண்ணத்தை மாற்றிக் கொண்டார். தாம் அங்கே போனால் எதற்கு என்னத்திற்கு என்ற கேள்விகள் கிளம்பும். மலையமானும், வேளாரும் அநிருத்தரிடம் பூரண நம்பிக்கை கொண்டிருக்கவில்லை. அவர் சக்கரவர்த்தியின் விருப்பத்தின்படி மதுராந்தகன் கட்சியை ஆதரிப்பதாகவே அவர்கள் கருதியிருந்தார்கள். தாம் பாதாளச் சிறைக்குப் போனால் அதிலிருந்து ஏதேனும் புதிய சந்தேகங்கள் அவர்களுக்கு ஏற்படும். சம்புவரையரைப் பார்க்கப் போவதாகவும் எண்ணிக் கொள்வார்கள். இந்த அம்சத்தைப் பற்றி நன்கு யோசித்த பிறகு, அநிருத்தர் வைத்தியர் மகனையே உபயோகித்துக் கொள்ள விரும்பினார். தம் முத்திரை மோதிரத்தைக் கொடுத்துப் பாதாளச் சிறைக்குச் சென்று அந்தப் பைத்தியக்காரனைப் பார்த்து வரும்படி கூறினார்.

பினாகபாணி அவ்விதமே அப்பைத்தியக்காரனைப் பார்க்கப் போனான். பக்கத்து அறையில் வந்தியத்தேவன் அடைக்கப்பட்டுக் கிடந்ததைப் பார்த்ததும் அவனுக்குக் குதூகலமே உண்டாகி விட்டது. அந்த அறையின் வாசலில் சிறிது நின்று வந்தியத்தேவனுடன் பேச்சுக் கொடுத்தான். வந்தியத்தேவன் அவனுடன் பேசவில்லை. அதனால் ஆத்திரம் அடைந்து அவனை நன்றாகத் திட்டிவிட்டு அடுத்த அறைக்குப் போனான்.

உண்மையில் அவன் பைத்தியக்காரன் அல்லவென்பதைப் பினாகபாணி கண்டு கொண்டான். பிறகு பாண்டிய நாட்டு மணிமகுடம் – ரத்தின ஹாரம் ஆகியவற்றைக் குறித்துக் கேட்டான். பைத்தியக்காரன் உடனே மௌனமானான். சோழ வம்சத்து ரகசியத்தைப் பற்றியும் சொல்ல மறுத்துவிட்டான். "எனக்கு முதலில் விடுதலை உத்தரவு வாங்கி வா! பிறகுதான் சொல்வேன்!" என்று கூறிவிட்டான்.

திரும்பி வந்து பினாகபாணி முதன்மந்திரியிடம் தன்னுடைய தோல்வியைப் பற்றிக் கூறினான். அவனை விடுவித்துக் கொண்டு வந்தால் நிச்சயம் பலன் கிட்டும் என்றும் தெரிவித்தான். முதன்மந்திரிக்கும் அது உசிதமாகத் தோன்றியது. இம்மாதிரி ராஜ்ய உரிமை பற்றிக் குழப்பம் ஏற்பட்டிருக்கும் நிலைமையில் அபாயகரமான ரகசியங்களைப் பற்றிப் பேசும் பைத்தியக்காரனைச் சிறையில் வைத்திருக்கக் கூடாது என்று கருதினார். அவனைத் தமது அரண்மனைக்கே அழைத்து வந்து உண்மையை அறிய வேண்டும் என்று எண்ணினார்.

அதன் பேரில் கொடும்பாளூர் வேளாரைப் பார்த்து அவரிடம் ஒருவாறு இந்தச் செய்தியைக் கூறினார். சின்னப் பழுவேட்டரையரால் பல வருஷங்களுக்கு முன்னால் சிறையில் அடைக்கப்பட்ட கைதியை முதன்மந்திரியின் விருப்பத்தின் பிரகாரம் விடுதலை செய்வதில் பெரிய வேளாருக்கு ஆட்சேபம் ஒன்றும் தோன்றவில்லை. எனவே அப்பைத்தியக்காரக் கைதியை விடுதலை செய்யக் கட்டளை எழுதிக் கொடுத்தார்.

அதை வாங்கிக் கொண்டு பினாகபாணி கர்வத்துடன் பாதாளச் சிறைக்குச் சென்றான். முதலில் வந்தியத்தேவன் அறையின் வாசலில் நின்று அவனை விடுதலை செய்ய உத்தரவு கொண்டு வந்திருப்பதாகச் சொன்னான். வந்தியத்தேவன் அதை உண்மை என்று நம்பி நன்றி கூறத் தொடங்கினான். உடனே பினாகபாணி தன் உண்மை சொரூபத்தைக் காட்டலானான்.

வந்தியத்தேவனை நன்றாகத் திட்டிவிட்டு, "உனக்கு நாற்சந்தி மூலையில் கழுமரத்தின் மேலே தான் விடுதலை" என்று எகத்தாளம் செய்தான். பின்னர் அடுத்த அறைக்குச் சென்று பைத்தியக்காரனுடன் சுமுகமாகப் பேசினான். அவனைச் சுவரோடு சேர்த்துப் பிணைத்திருந்த சங்கிலிகளை அவிழ்த்து விட்டான். "இதோ உனக்கு விடுதலை உத்தரவு வாங்கிக் கொண்டு வந்திருக்கிறேன். இப்போதாவது உனக்குத் தெரிந்த ரகசியங்களை சொல்லுவாயா?" என்று கேட்டான்.

முதன்மந்திரி அநிருத்தரிடம் அழைத்துப் போவதற்கு முன்னால் தானே அந்த ரகசியங்களை அறிந்துகொள்ள வைத்தியர் மகன் விரும்பினான்.

பைத்தியக்காரன் தன்னுடைய விடுதலையில் அவ்வளவு உற்சாகம் கொண்டவனாகக் காணப்படவில்லை. வெளியேறுவதற்கும் அவசரப்பட்டவனாகத் தோன்றவில்லை. பினாகபாணியின் வார்த்தையில் அவ்வளவு நம்பிக்கை கொண்டவனாகவும் தெரியவில்லை. "என்ன? ஏது? உத்தரவு யார் கொடுத்தது? சிறையிலிருந்து வெளியேறுவது நிச்சயமா? கோட்டையிலிருந்து வெளியே போகவிடுவார்களா?" என்று கேட்டுக் கொண்டிருந்தான்.

திடீரென்று பக்கத்துச் சுவரிலிருந்து சில கற்கள் பெயர்ந்து விழுந்தன. பினாகபாணி என்னவென்று திரும்பிப் பார்த்தபோது வந்தியத்தேவன் அவன் பின்னால் நிற்பதைக் கண்டான். பினாகபாணி இடுப்பில் செருகியிருந்த கத்தியை அவசரமாக எடுத்துக் கொண்டான். வந்தியத்தேவன் அவன் மீது பாய்ந்து கழுத்தைக் கெட்டியாகப் பிடித்துக் கொண்டான். கையிலிருந்த கத்தியையும் தட்டிவிட்டான். இருவரும் சிறிது நேரம் உருண்டு புரண்டு துவந்த யுத்தம் செய்தார்கள். அச்சமயம் பைத்தியக்காரன் சுவரில் மாட்டியிருந்த சங்கிலி ஒன்றைத் தூக்கிப் பினாகபாணியின் கழுத்தில் போட்டு இறுக்கினான்...

❇ ❇ ❇ ❇

ஐம்பத்தைந்தாம் அத்தியாயம்

"பைத்தியக்காரன்"

கடம்பூரிலிருந்து தஞ்சைப் பிரயாணத்தின் முதற்பகுதியில் வந்தியத்தேவன் பெரும்பாலும் நினைவிழந்த நிலையில் இருந்தான். கட்டை வண்டி ஒன்றில் அவனைக் கட்டிப் போட்டிருந்தார்கள். கரிகாலன் உயிரிழந்த அன்றிரவு புகையும் தீயும் அவனை வெகுவாக வாட்டியிருந்தன. பிரயாணத்தின் போது சிறிது நினைவு தோன்றிய போதெல்லாம் கண்களின் எரிச்சலும், உடம்பின் நோவும் அவனுக்கு அளவில்லாத வேதனையை உண்டாக்கின. அரை நினைவாக இருந்தபோது ஏதேதோ பயங்கரமான தோற்றங்கள் அவன் முன்னே தோன்றி அவனை வாட்டி எடுத்தன. வீர பாண்டியனுடைய தலை மட்டும் அவன் முகத்தருகில் வந்து, "அடே! நீயா என் பழிக்குக் குறுக்கே நிற்கிறாய்?" என்று கூறிவிட்டுக் கோபமாக விழித்தது. நந்தினி சில சமயம் அணிமணி அலங்காரங்களுடன் அவன் முன்னால் நின்று புன்னகை புரிந்து, அவனைத் தன் மாயவலையில் அகப்படுத்தப் பார்த்தாள். இன்னொரு சமயம் தலைவிரிகோலமாக நின்று கண்ணீர் விட்டுப் புலம்பினாள். மற்றொரு சமயம் பேய்க்கோலம் பூண்டு பயங்கரமாகச் சிரித்தாள். ஆதித்த கரிகாலனைத் தொடர்ந்து ஒரு நிழலுருவம் கையில் கத்தியுடன் வந்து கொண்டிருந்தது. வந்தியத்தேவன் அதைத் தடுப்பதற்காகப் பாய்ந்து சென்ற போதெல்லாம் இன்னொரு ராட்சத நிழல் வடிவம் பின்புறமாக வந்து அவன் கழுத்தைப் பிடித்து இறுக்கியது. கொழுந்து விட்டு எரிந்த நெருப்பில் அவனை ரவிதாஸனும், அவனுடைய தோழர்களும் தூக்கிப் போட்டார்கள். அவன் உடம்பு பற்றி எரிந்து கொண்டிருந்தபோது, கந்தமாறன் அவனைப் பார்த்து, "அடே! சிநேகத் துரோகி! உனக்கு நன்றாய் வேணும்!" என்றான். பார்த்திபேந்திரன் அவனைப் பார்த்தும், "அடே! உனக்கும் இளைய பிராட்டி குந்தவைக்கும் திருமணம் நிச்சயமாகிவிட்டதா? முகூர்த்தம் எப்போது?" என்று கேட்டுவிட்டு இடி இடி என்று சிரித்தான். சேந்தன் அமுதன் அவனைத் தீயிலிருந்து தப்புவிப்பதற்காக எங்கிருந்தோ ஓடி வந்தான். வைத்தியரின் மகன் பினாகபாணி ஒரு மரத்தடியில் ஒளிந்திருந்து சேந்தன் அமுதன் தலையில் ஒரு பெரிய தடியால் அடித்தான்.

உடம்பெல்லாம் தீப்பற்றி எரிந்தபோது வந்தியத்தேவனுக்குச் சகிக்க முடியாத தாகம் எடுத்தது. "தண்ணீர்! தண்ணீர்!" என்று அலற எண்ணினான்; ஆனால் சத்தம் வரவில்லை. தொண்டை வறண்டு நாக்கு வீங்கி மேலண்ணத்துடன் ஒட்டிக் கொண்டு அவனைப் பேச முடியாமல் செய்தது. இந்த நிலையில் மணிமேகலை கையில் பொற்கிண்ணத்தில் தேவாமிர்தத்தை எடுத்துக் கொண்டு வந்து அவன் வாயில் ஊற்றினாள். அவளுக்கு அவன் நன்றி கூற எண்ணுவதற்குள் அவள் இருளில் மறைந்து விட்டாள்!... ஆகா இந்தப் பெண்ணின் அன்புக்குப் பிரதியாக மூன்று உலகங்களையும் அளிக்கலாம்! ஆனால் தனக்கு என்று ஒரு சாண் அகலம் உள்ள ராஜ்யம் கூட இல்லாத நிலையில் மணிமேகலைக்கு மூன்று உலகங்களையும் கொடுப்பது பற்றி நினைப்பது என்ன அறிவீனம்?

அதோ பூங்குழலி! "என் காதலர்களைப் பார்!" என்று கொள்ளிவாய்ப் பிசாசுகளை அவள் சுட்டிக் காட்டுகிறாள்; என்ன அதிசயமான பெண்! "இந்த மண்ணுலகத்தில் ஏன் உழலுகிறாய்? பொன்னுலகத்துக்கு உன்னை அழைத்துச் செல்லுகிறேன் பார்!" என்று கூறுகிறாள். "பொன்னியின் செல்வன் உள்ள உலகத்தைத்தானே சொல்லுகிறாய்?" என்கிறான் வந்தியத்தேவன். உடனே நாலாபுறத்திருந்தும் கொள்ளிவாய்ப் பிசாசுகள் வந்து அவனைச் சூழ்ந்து கொள்ளுகின்றன. வந்தியத்தேவன் பீதியடைந்து கண்களை மூடிக் கொள்கிறான். பிசாசுகள் அவனைக் கட்டித் தூக்கிக் கொண்டுபோய்க் கோடிக்கரையின் மணல் மேட்டின் மேலேறிக் கீழே உருட்டிவிடுகின்றன...

வந்தியத்தேவன் திடுக்கிட்டுக் கண் விழித்துப் பார்க்கிறான். கையில் தீவர்த்திகளைப் பிடித்த காவல் வீரர்கள் இவனை ஒரு படகில் ஏற்றியிருக்கிறார்கள் என்று தெரிந்து கொள்கிறான். இது என்ன நதியோ,

தெரியவில்லை. கொள்ளிடம் அல்லது காவேரி அல்லது குடமுருட்டி ஆறாக இருக்கலாம்... இதற்குள் மறுபடியும் இருள் வந்து கவிந்து அவன் அறிவை மறைத்துக் கொள்கிறது...

இப்படி எத்தனையோ விதமான அனுபவங்களுக்கு பிறகு திடீரென்று ஏழு கடலும் கொந்தளித்துப் பொங்குவது போன்ற சத்தம் கேட்கிறது. அவன் மேலே ஒரு பெரிய அலை வந்து மோதி அவனை மூழ்க அடிக்கிறது.... இப்போது வந்தியத்தேவன் பூரணப் பிரக்ஞை வந்தவனாகக் கண் விழித்துப் பார்க்கிறான். எதிரே சற்றுத் தூரத்தில் தஞ்சாவூர்க் கோட்டை வாசல் தெரிகிறது. அவன் கட்டுண்டு கிடந்த கட்டை வண்டிக்கு முன்னாலும் பின்னாலும் நாலா புறங்களிலும் ஜனசமுத்திரமாகக் காட்சி அளிப்பதைக் காண்கிறான். அத்தனை பேரும் சேர்ந்து ஓலமிடும் ஓசைதான் ஏழு கடலும் பொங்குவது போன்ற சத்தமாகத் தனக்குக் கேட்டது என்று அறிகிறான். ஆதித்த கரிகாலரின் கடைசி ஊர்வலம் தஞ்சைக் கோட்டையை நெருங்கி விட்டபடியால் தான் அவ்வளவு கூட்டம் என்று தெரிந்து கொள்கிறான்.

சிறிது நேரத்துக்கெல்லாம் அத்தனை கூட்டமும் அவ்விடம் விட்டு அகன்று சென்று விடுகிறது. அவனும், சம்புவரையரும் மட்டும் காவலர்கள் சிலர் புடைசூழத் தஞ்சைக் கோட்டைக்குள் அழைத்துச் செல்லப்படுகிறார்கள். ஆகா! அந்த மகா வீரரின் இறுதிக் கிரியைகள் நடக்கும் போது, அவருடைய அந்தரங்கத்துக்குரிய தோழனாக இருந்த தனக்கு அருகில் இருக்கவும் இயலாமற் போயிற்று. அவனுடைய துரதிர்ஷ்டம் இது மட்டுமா? கடைசி வரையில் அவருடைய உயிருக்கு ஆபத்து வராமல் பாதுகாக்க எவ்வளவோ முயற்சி எடுத்துத் தோல்வியடைந்ததன் பேரில் அவரைக் கொன்றதாகக் குற்றம் சுமத்தியிருக்கிறார்கள்! அவருடைய திருமேனி கடம்பூர் மாளிகையில் பிடித்த தீயிலேயே எரிந்து போகாமல், இத்தகைய மகா வீரனுக்குரிய மரியாதைகளைப் பெருந்திரளான மக்கள் செய்வது சாத்தியமாகும்படி செய்தவன் அவன். அப்படிப்பட்ட தன்னை இப்போது கொலைகாரர்களையும், சதிகாரர்களையும் அடைக்கும் பாதாளச் சிறைக்குக் கொண்டு போகிறார்கள். கொண்டு போனால் என்ன? சீக்கிரத்திலேயே தன்னைப் பற்றி இளைய பிராட்டியும், பொன்னியின் செல்வரும் விசாரிப்பார்கள். விசாரித்துத் தான் சிறையில் அடைக்கப்பட்டது தெரிந்ததும் பதைபதைப்பார்கள். உடனே சிறையின் சாவியை எடுத்துக் கொண்டு ஓடி வருவார்கள். தன்னை விடுதலை செய்வார்கள். கரிகாலரின் உயிரைத் தன்னால் காப்பாற்ற முடியாமற் போனபோதிலும் அவருக்காகத் தான் செய்த முயற்சிகளையெல்லாம் அறிந்து பாராட்டுவார்கள்....

ஆனால் உண்மையாகவே பாராட்டுவார்களா? தன்னுடைய ஞாபகம் அவர்களுக்கு இருக்குமா? சகோதரனைப் பறிகொடுத்தவர்கள் அந்தத் துக்கத்தில் மற்றதையெல்லாம் மறந்து விட மாட்டார்களா? தான் குற்றவாளி இல்லை என்று சொன்னால்தான் நம்புவார்களா? நம்பினாலும் முன்போல் தன் பேரில் நட்புரிமை பாராட்டுவார்களா?

தங்க நாணயத் தொழிற்சாலையின் வழியாக அவனைப் பாதாளச் சிறைக்குக் கொண்டு போனபோது அவனுடைய நம்பிக்கை வரவரக் குறைந்து கொண்டு வந்தது. அந்தத் தொழிற்சாலையைச் சின்னப் பழுவேட்டரையர் சற்று முன்னதாகவே மூடிவிட்டார். அந்த வழியில் அப்போது ஆங்காங்கே சிற்சில காவலர்கள் மட்டுமே நின்றார்கள். அவர்கள் பனைமரச் சின்னம் பொறித்த பட்டயங்களைப் பூண்டிருக்கவில்லை. கொடும்பாளூர் வேளார் பழைய சிறைக் காவலர்களையெல்லாம் அனுப்பி விட்டுத் தம்முடைய ஆட்களை ஆங்கே காவலுக்குப் போட்டிருந்தார். புதிதாகச் சிறைக்குள் வந்த இருவரையும் அவர்கள் வெறிக்க வெறிக்கப் பார்த்தார்கள். ஒருவரோடொருவர், "இவன்தான் கடம்பூர் சம்புவரையன்; இவன் வாணர் குலத்து வந்தியத்தேவன். இளவரசரைக் கொன்ற சண்டாளர்கள்" என்று பேசிக் கொண்டது வந்தியத்தேவன் காதில் விழுந்தது. புலிக் கூண்டுகள் இருந்த அறை வழியாக அவர்களை அழைத்துச் சென்ற போது சோழர் குல மன்னர்களின் மறக் கருணைக்கு அவை சின்னங்களாகத் தோன்றின. மறுபடியும் கீழிறங்கிய படிகள் வழியாக

அழைத்துச் சென்று வந்தியத்தேவனை ஒரு தனி அறையில் அடைத்துப் பூட்டிவிட்டுக் காவலர்கள் சென்றபோது, அவனுடைய நம்பிக்கை முழுதும் போய்விட்டது. அங்கிருந்து தான் விடுதலையாகப் போவதில்லை. உயிர் போன பிறகு தன் உடலைத்தான் ஒருவேளை அங்கிருந்து அப்புறப்படுத்துவார்கள் என்று எண்ணிக்கொண்டான். சின்னப் பழுவேட்டரையருக்கு முன்னமேயே தன் பேரில் சந்தேகம். பார்த்திபேந்திரனுக்கோ தன் பேரில் ஒரே துவேஷம். கிழவன் மலையமானுக்குப் பார்த்திபேந்திரன் பேச்சில்தான் நம்பிக்கை. பழுவேட்டரையர்கள் பரிந்து பேசிச் சம்புவரையர் பேரில் குற்றமில்லை என்று சீக்கிரத்தில் விடுதலை செய்து விடுவார்கள். தன்னை விடுதலை செய்வதற்கு யார் சிரத்தை எடுத்துக் கொள்ளப் போகிறார்கள்? ஒருவரும் இல்லை. தன் பேரில் கொலைக் குற்றமே சாட்டி விடுவார்கள். குற்றம்சாட்டிப் பகிரங்கமாக விசாரணை செய்வார்களா? விசாரித்தால் ஒருவேளை அவன் உண்மையை எடுத்துச் சொல்லிப் பார்க்கலாம். இல்லை, இல்லை! விசாரணையே செய்யமாட்டார்கள். விசாரணை நடத்தினால் நந்தினியைப் பற்றியும் ரவிதாஸன் கூட்டத்தைப் பற்றியும் உண்மை வெளியாக வேண்டியிருக்கலாம். அதையெல்லாம் யாரும் விரும்பமாட்டார்கள். தன்னை அச்சிறையிலேயே கிடந்து சாகும்படி விட்டுவிடுவார்கள். அல்லது விசாரணை ஒன்றுமின்றிக் கரிகாலரைக் கொன்றவன் என்பதாகத் தீர்மானித்து, நாற்சந்தியில் கொண்டுபோய்க் கழுமரத்தில் ஏற்றிவிடுவார்கள்.

தெய்வமே! முதன் முதலில் தஞ்சைக்குப் புறப்பட்டு வந்தபோது அவன் உள்ளத்தில் பொங்கிக் கொண்டிருந்த உற்சாகம் என்ன? என்னவெல்லாம் பகற் கனவு கண்டு கொண்டிருந்தான்? முக்கியமாக குடந்தை ஜோதிடர் வீட்டில் இளைய பிராட்டி குந்தவையையும், வானதியையும் சந்தித்ததிலிருந்து அவன் எப்படிப்பட்ட குதூகலக் கடலில் மிதந்து கொண்டு இந்தத் தஞ்சைக்கு வந்தான்! அப்போது சின்னப் பழுவேட்டரையர் தன்னை ஒற்றன் என்று சந்தேகித்துப் பாதாளச் சிறையில் அடைத்து விடுவாரோ என்று அவன் அஞ்சியதுண்டு. அது இப்போது வேறொரு விதத்தில் உண்மையாகி விட்டதே! வானவெளியில் உல்லாசமாகத் திரிந்து பறக்கும் பறவையைப் போல் வாழ்க்கை நடத்திக் கொண்டிருந்த தன்னை இந்த இருளடைந்த அறையில் பூட்டி விட்டார்களே! இதில் தன்னால் எத்தனை காலம் இருக்க முடியும்? முடியாது! முடியாது! உயிரை விடுவதற்கு ஏதேனும் விரைவில் வழி தேட வேண்டியது தான்...

இவ்வாறெல்லாம் எண்ணி எண்ணி ஏக்கமடைந்து செயலற்று உட்கார்ந்திருந்தான் வந்தியத்தேவன்.

அந்தச் சமயத்தில் பக்கத்து அறையில் யாரோ தொண்டையைக் கனைப்பது கேட்டது. சற்று நேரத்துக்கெல்லாம் கர்ணகடூரமான குரலில்,

"பொன்னார் மேனியனே....!"

என்ற தேவாரப் பாடலும் கேட்டது.

வந்தியத்தேவனுக்கு உடனே சேந்தன் அமுதனுடைய ஞாபகம் வந்தது. பாடியவன் அவன் இல்லை. சேந்தன் அமுதனுடைய குரல் தெய்வீகமான இனிமை பொருந்தியது. இப்போது பாடுகிற குரல் கர்ணகடூரமானது. ஆயினும் அதே பாடலை இங்கே பாதாளச் சிறையில் இருப்பவன் பாடும் காரணம் என்ன?

சிவ, சிவா! காதால் கேட்க முடியவில்லை. பாதாளச் சிறையில் அடைபட்டிருப்பது போதாது என்ற இந்த அபூர்வமான சங்கீதத்தைக் கேட்கும் தண்டனை வேறேயா?

"யார், அப்பா, அங்கே?" என்றான் வந்தியத்தேவன்.

"நான்தான் பைத்தியக்காரன்!" என்று பதில் வந்தது.

"அப்பா! பைத்தியக்காரா! கருணை கூர்ந்து உன் பாட்டை நிறுத்து!"

"ஏன்? என்னுடைய பாட்டு உனக்குப் பிடிக்கவில்லையா?"

"பிடிக்காமல் என்ன? உன் பாட்டு எனக்கு ரொம்ப ரொம்பப் பிடிக்கிறது!"

"பாட்டை நிறுத்திய பிறகு ரொம்பப் பிடிக்கிறதாக்கும்?"

"அப்படி ஒன்றும் நீ பைத்தியக்காரனாகத் தெரியவில்லை. இந்தப் பாட்டை உனக்கு யார் சொல்லிக் கொடுத்தது?"

"நீ இப்போது இருக்கும் அறையில் சில காலத்துக்கு முன்பு இன்னொரு வாலிபன் வந்திருந்தான். சில நாட்கள் தான் அவன் இருந்தான். அப்போது அவன் ஓயாமல் இந்தப் பாட்டைப் பாடிக் கொண்டிருந்தான்! எனக்கு அது பாடமாகி விட்டது" என்றான்.

வந்தியத்தேவன் உடனே அந்த வாலிபன் சேந்தன் அமுதன் தான் என்று தீர்மானித்துக் கொண்டான். தான் தப்பித்துச் செல்வதற்கு உதவி செய்ததற்காகச் சேந்தன் அமுதனைச் சின்னப் பழுவேட்டரையர் சில நாட்கள் பாதாளச் சிறையில் அடைத்திருந்தார் என்பதைக் கேள்விப்பட்டிருந்தான். இந்த அறையில் இருந்தவன் அவனாகத்தான் இருக்க வேண்டும். ஆகா! சேந்தன் அமுதன் எவ்வளவு தங்கமான பிள்ளை! எத்தகைய அருமையான சிநேகிதன்!

"இந்த அறையில் சில நாட்கள் இருந்த வாலிபன் யார்? உனக்குத் தெரியுமா?" என்று கேட்டான்.

"தெரியாமல் என்ன? அவன் பெயர் சேந்தன் அமுதன். யாரோ ஒரு ஊமைச்சியின் மகனாம்! உண்மையில் அவன் யார் என்பது மட்டும் உலகத்துக்குத் தெரிந்தால்....?"

"தெரிந்தால் என்ன ஆகும்?"

"உலகமே தலைகீழாகப் போய்விடும்!"

"உலகம் தலைகீழானால், நமக்கு இந்தப் பாதாளாச் சிறையிலிருந்து விடுதலை கிடைக்குமா?"

"நிச்சயமாகக் கிடைக்கும்."

"அப்படியானால் அவன் யார் என்றுதான் சொல்லேன்?"

"அவ்வளவு சுலபமாக உன்னிடம் சொல்லிவிடுவேனா? அதைச் சோழச் சக்கரவர்த்தியின் காதிலே மட்டுந்தான் சொல்வேன்! இன்னும் சுந்தர சோழர்தானே சோழ நாட்டின் சக்கரவர்த்தியாயிருக்கிறார்?" என்று கேட்டான்.

"ஆமாம்; அதைப்பற்றி உனக்கு என்ன சந்தேகம்?"

"சில நாளைக்கு முன்பு இங்கே சில மாறுதல்கள் நடந்தன. பழைய சிறைக் காவலர்கள் எல்லாம் மாறிப் புதிய சிறைக் காவலர்கள் வந்தார்கள். தங்க நாணய வார்ப்படச் சாலையை மூடிவிட்டார்கள். அதை மூடாதிருந்த போது, கன்னார்கள் வேலை செய்யும் சத்தம் இடைவிடாமல் கேட்டுக் கொண்டிருக்கும்."

"ஏன் மூடிவிட்டார்கள்? ஏன் காவற்காரர்கள் மாறினார்கள்?"

"சின்னப் பழுவேட்டரையர் கோட்டைக் காவலை விட்டு ஓடிப் போய்விட்டாராம். கொடும்பாளூர் வேளார் தஞ்சைக் கோட்டையைப் பிடித்துக் கொண்டாராம். காவற்காரர்களின் பேச்சிலிருந்து தான் இவைகளைத் தெரிந்து கொண்டேன்..."

"ஓகோ! அதுவும் அப்படியா?" என்றான் வந்தியத்தேவன் உண்மையிலேயே அவன் பெரு வியப்படைந்தான்.

கொடும்பாளூர் பூதி விக்கிரம கேசரி தன்னை நன்கு சோதித்து அறிந்தவர். அவர் ஒருவேளை தன் பேச்சை நம்பித் தன்னை விடுதலை செய்வாரா? அவரால்தான் அது எப்படி முடியும்? இளவரசர் கரிகாலரைக் கொன்றவன் என்று குற்றம் சாட்டப்பட்டவனை யார்தான் எளிதில் விடுதலை செய்துவிட முடியும்?

"என்ன, தம்பி, மௌனமாகிவிட்டாய்? மறுபடியும் பாடத் தொடங்கட்டுமா?" என்று பைத்தியக்காரன் தொண்டையைக் கனைத்தான்.

"வேண்டாம், வேண்டாம்! நீ கூறியதைப் பற்றி யோசித்துக் கொண்டிருந்தேன். சேந்தன் அமுதன் ஊமைச்சியின் மகன் அல்லவென்று சொன்னாயே! பின் அவன் யாராயிருக்கும் என்று யோசிக்கிறேன்."

"அந்தப் பேச்சை விட்டுவிட்டு வேறு ஏதாவது சொல்லு!"

"உன்னை எதற்காகப் பைத்தியக்காரன் என்று சொல்லிக் கொள்கிறாய்?"

"இங்கே வந்தவர்கள் எல்லாரும் என்னைப் பைத்தியக்காரன் என்று சொல்லுவதினாலேதான்."

"ஏன் அப்படி அவர்கள் எல்லாரும் சொல்லுகிறார்கள்?"

"ஈழத்தில் பாண்டிய வம்சத்து மணி மகுடமும், தேவேந்திரன் அளித்த ரத்தின ஹாரமும் இருக்குமிடம் எனக்குத் தெரியும்; என்னை விடுதலை செய்தால் அவை இருக்குமிடம் சொல்வேன் என்று இங்கே வருகிறவர்களிடமெல்லாம் நான் சொல்வதுண்டு. அதற்காக என்னைப் பைத்தியம் என்கிறார்கள்!"

"உன்னைப் பைத்தியம் என்கிறவர்கள் தான் உண்மைப் பைத்தியக்காரர்கள்."

"நீ என் வார்த்தையை நம்புகிறாயா?"

"பரிபூரணமாக நம்புகிறேன்; ஆனால் நான் நம்பி என்ன பயன்? உனக்கு என்னால் ஒரு உதவியும் செய்ய முடியாதே?"

"அப்படிச் சொல்லாதே! நீ இப்போது இருக்கும் அறையில் அடைக்கப்படுகிறவர்கள் எல்லாரும் சீக்கிரத்தில் விடுதலை செய்யப்படுவது வழக்கமாயிருந்து வருகிறது" என்று சொன்னான்.

"அது என்ன வழக்கம்? உதாரணங்கள் சொல் பார்க்கலாம்."

"யாரோ வைத்தியர் மகன் ஒருவன், பினாகபாணி என்கிறவன், உன் அறையில் அடைக்கப் பட்டிருந்தான். அவனைப் பழுவூர் ராணி நந்தினி தேவி வந்து விடுதலை செய்து அழைத்துப் போனாள். அந்த அறையிலேயே சேந்தன் அமுதன் இருந்தான். அவனை குந்தவை தேவியும் கொடும்பாளூர் இளவரசியும் வந்து விடுதலை செய்தார்கள்.

வந்தியத்தேவன் ஒரு நெடிய பெருமூச்சு விட்டுவிட்டு, "அந்த மாதிரி என்னை வந்து விடுதலை செய்ய எந்த ராணியும் இளவரசியும் வரமாட்டார்கள்!" என்றான்.

"அப்படியானால் நானே உன்னை விடுதலை செய்கிறேன்" என்றான் அடுத்த அறையில் இருந்தவன்.

"இப்போதுதான் நீ பைத்தியக்காரன் போலப் பேசுகிறாய்!" என்றான் வந்தியத்தேவன்.

"இல்லை, என் வார்த்தையை நம்பு!"

"வேறு வழியில்லை; உன்னை நம்பித்தான் தீரவேண்டும்."

அப்படியானால், இன்றிரவு காவலர்கள் வந்து நமக்கு உணவு அளித்துவிட்டுப் போகும் வரையில் பொறுமையுடன் இரு!" என்றான் பைத்தியக்காரன் என்று பெயர் வாங்கியவன்.

❉ ❉ ❉ ❉

ஐம்பத்தாறாம் அத்தியாயம்

"சமய சஞ்சீவி"

அன்றிரவு கடைசிக் காவலன் வந்துவிட்டுப் போனதும், வந்தியத்தேவன் அடுத்த அறையிலிருந்த பைத்தியக்காரன் என்ன சொல்லப் போகிறான் என்று அறிய ஆவலுடன் காத்திருந்தான்.

அந்த அறையின் ஒரு பக்கத்துச் சுவரில் எலி பிறாண்டுவது போல் ஏதோ சத்தம் கேட்டது. வந்தியத்தேவனுக்குப் புலி, சிங்கத்தினிடம் பயமில்லை; ஆனால் பூனைகளுக்கும், எலிகளுக்கும் பயம். இரவெல்லாம் அந்த இருளடர்ந்த அறையில் எலிகளுடன் காலங்கழிக்க வேண்டுமோ என்று கவலைப் பட்டவனாக, "பைத்தியக்காரா! தூங்கிப் போய்விட்டாயா?" என்று கேட்டான்.

அதற்கு பதில் ஒன்றும் வரவில்லை.

எலி பிறாண்டும் சத்தம் மட்டும் மெதுவாகக் கேட்டுக் கொண்டிருந்தது.

சற்று நேரத்துக்கெல்லாம் சுவரிலிருந்து சில கற்கள் பெயர்ந்து விழுந்து துவாரம் ஒன்று உண்டாயிற்று.

அதன் வழியாகப் பைத்தியக்காரன் குரல், "அப்பனே, தூங்கிவிட்டாயா?" என்று கேட்டது.

"இல்லை; தூங்கவில்லை உனக்காகத்தான் காத்திருக்கிறேன். இது என்ன வேலை?" என்றான் வந்தியத்தேவன்.

"இது ஆறு மாதத்து வேலை. அதற்கு முன்னால் என் கைச் சங்கிலியைத் தரித்துக் கொள்வதற்கு ஆறு மாதம் பிடித்தது" என்றான் பைத்தியக்காரன்.

சற்று நேரத்துக்கெல்லாம் துவாரத்தை இன்னும் பெரிதாகச் செய்து கொண்டு வந்தியத்தேவனுடைய அறைக்குள்ளே அவன் புகுந்தான்.

வந்தியத்தேவன் அவனுடைய கரங்களைப் பிடித்து இறக்கிவிட்ட பிறகு, "இவ்வளவு கஷ்டப்பட்டு இந்தச் சுவரில் துவாரம் செய்தாயே! இதில் என்ன பயன்? வெளிச் சுவரில் துவாரம் போட்டாலும் பயன் உண்டு!" என்றான்.

"இங்கிருந்து வெளிச் சுவர் என்பதே கிடையாது. புலிக் கூண்டு அறையின் வழியாகத்தான் வெளியேற முடியும். இந்த அறை சில சமயம் காலியாக இருப்பதுண்டு. அப்போது பூட்டப் படாமலுமிருக்கும். ஆகையால் என் அறையிலிருந்து தப்பிச் செல்வதைவிட இங்கிருந்து தப்புவது சுலபம்."

"இன்றைக்கு வந்த என்னை நம்பி இதை வெளிப்படுத்தி விட்டாயே! நான் உன்னைக் காட்டிக் கொடுத்துவிட்டால் என்ன செய்வாய்?"

"ஒருவனை நம்பலாம், நம்பக்கூடாது என்பதைக் குரலிலிருந்தே கண்டுபிடிக்கலாம். சேந்தன் அமுதனை நம்புவேன்; ஆனால் பினாகபாணியை நம்பமாட்டேன். உன் குரலிலிருந்து உன்னை நம்பலாம் என்றும் முடிவு செய்தேன். மேலும் தப்பிச் செல்லும் காரியம் இப்போது நடந்தால்தான் நடந்தது. சரியான சந்தர்ப்பம் இதுதான்!"

"அது ஏன்?"

"காவற்காரர்கள் மாறியிருக்கிறார்கள் என்று சொன்னேன் அல்லவா? அவர்களில் இரண்டு பேர் பேசிக் கொண்டிருந்ததைக் கேட்டேன். புலிக் கூண்டைத் திறந்து விடுவதைப் பற்றி அவர்கள் பேசிக் கொண்டிருந்தார்கள். 'புலிக் கூண்டைத் திறக்கும்போது நம் மேலேயே புலி பாய்ந்து விட்டால் என்ன செய்கிறது?' என்று ஒருவன் கேட்டான். அதற்கு மற்றவன் 'சாகவேண்டியதுதான்!' என்றான். இதிலிருந்து அவர்கள் புலிக்

கூண்டைத் திறக்கமாட்டார்கள் என்பது நிச்சயம். புதிய காவற்காரர்களாதலால் திடீரென்று பாய்ந்து சென்று தப்பித்துக் கொள்ளலாம் என்று என் எண்ணம். எப்படியிருந்தாலும், இங்கேயே கிடந்து சாவதைக் காட்டிலும் விடுதலைக்கு ஒரு முயற்சி செய்து பார்ப்பது நல்லதல்லவா?"

"உண்மைதான்!"

"ஒருவனாக முயற்சி செய்வதைக் காட்டிலும் இரண்டு பேராக முயற்சி செய்வது எளிது. நீ என்னைப் போல் இல்லை; புதிதாக வந்தவன். நல்ல திடகாத்திரனாயிருக்கிறாய். இரண்டு காவலர்களை நாம் இருவரும் கட்டிப் போட்டுவிட்டு அவர்களிடமிருந்து சாவிகளைப் பிடுங்கிக் கொண்டு வெளியேறலாம் அல்லவா?"

"நல்ல யோசனைதான். எப்பொழுது புறப்படலாம்?"

"கொஞ்சம் பொறு; சரியான சமயம் பார்த்துச் சொல்கிறேன்".

"நானும் ரொம்பக் களைத்துப் போயிருக்கிறேன். ஒருநாள் – இரண்டு நாள் போனாலும் நல்லதுதான்."

பிறகு, அந்தப் பைத்தியக்காரன் அவன் சிறையிலிருந்த காலத்தில் வெளி உலகில் நடந்த முக்கிய சம்பவங்களையெல்லாம் வந்தியத்தேவனிடம் கேட்டுத் தெரிந்து கொண்டான். ஆதித்த கரிகாலர் இறந்தார் என்று கேட்டதும், "ஆகா, அப்படியானால் நாம் இப்போது வெளியேறுவது மிக முக்கியம்!" என்றான்.

"ஏன் அப்படிச் சொல்கிறாய்?"

"அடுத்தபடி ராஜ்யத்துக்கு யாரையாவது இளவரசுப் பட்டம் கட்ட வேண்டும் அல்லவா?"

"இளவரசுப் பட்டம் என்ன? சக்கரவர்த்தி உடல் நோயினாலும் மனச் சோர்வினாலும் பீடிக்கப்பட்டிருக்கிறார். ராஜ்யபாரத்தை அடியோடு விட்டு நீங்க விரும்புகிறார்!"

"யாருக்கு மகுடம் சூட்டுவதாகப் பேச்சு நடக்கிறது?"

"சிற்றரசர்கள் சிலர் மதுராந்தகருக்குப் பட்டம் கட்ட விரும்புகிறார்கள்! மற்றும் சிலர் பொன்னியின் செல்வருக்கு மகுடம் சூட்ட விரும்புகிறார்கள்!"

"சக்கரவர்த்தியின் கருத்து என்ன?"

"ராஜ்யத்தில் வீண் சண்டை ஏற்படாமல் தடுக்கும் பொருட்டு மதுராந்தகர் சிங்காதனம் ஏறுவதையே சக்கரவர்த்தி விரும்புகிறாராம்."

"அப்படியானால், நாம் சீக்கிரத்தில் வெளியேற வேண்டியது ரொம்ப ரொம்ப அவசியமாகிறது!" என்றான் அந்தப் பைத்தியக்காரன்.

பிறகு, ஈழ நாட்டில் பாண்டியர் மகுடமும், ரத்தின ஹாரமும் இருக்குமிடம் பற்றித் தான் தெரிந்து கொண்ட விதத்தை விவரமாகக் கூறினான்.

சோழ குலத்து ரகசியத்தைப் பற்றி மறுபடியும் வந்தியத்தேவன் கேட்டதற்கு, "அதை இப்போது சொல்ல மாட்டேன். இருவரும் தப்பிப் பிழைத்து வெளியேறினோமானால் சொல்லுவேன். இல்லாவிடில் அந்த ரகசியம் என்னோடு மடிய வேண்டியதுதான்!" என்றான்.

வந்தியத்தேவனுடைய உள்ளம் தீவிரமாகச் சிந்தனையில் ஆழ்ந்தது. அந்தப் பைத்தியக்காரன் சொல்லக் கூடிய அத்தகைய ரகசியம் என்னவாயிருக்கும் என்று ஊகிக்கப் பார்த்தான். பற்பல நிழல் போன்ற நினைவுகள் அவனுடைய மனத்திரையில் தோன்றி மறைந்தன.

* * *

திடீரென்று வைத்தியர் மகனைப் பார்த்ததும் வந்தியத்தேவனுக்குத் தூக்கி வாரிப்போட்டது. தானும் அடுத்த அறையில் உள்ளவனும் சேர்ந்து செய்திருக்கும் யோசனைக்கு அவன் தடை போட்டுவிடுவானோ என்று கவலைப்பட்டான். பினாகபாணியின் நயவஞ்சகப் பேச்சை அவன் நம்பவில்லை. அவனும் பைத்தியக்காரனும் இவ்விஷயத்தில் ஒரு மனமுடையவர்களாயிருந்தார்கள். ஏதோ துர் எண்ணத்துடனேதான் பினாகபாணி வந்திருக்கிறான் என்று முடிவு செய்து கொண்டார்கள். ஒருவரைச் சிறையில் விட்டு விட்டு இன்னொருவர் வெளியேறிப் போவதில்லையென்று சபதம் எடுத்துக் கொண்டார்கள். மறுபடியும் பினாகபாணி வந்தால் என்ன செய்கிறது என்றும் தீர்மானித்துக் கொண்டார்கள்.

எனவே, இரண்டாவது தடவை பினாகபாணி வந்தபோது இருவரும் முன் ஜாக்கிரதையாக இருந்தார்கள். பைத்தியக்காரனிடம் முத்திரை மோதிரத்தைக் காட்டி அவனுடைய இரகசியத்தைச் சொல்லும்படி வைத்தியர் மகன் கேட்டுக் கொண்டிருந்த போது, வந்தியத்தேவன் இரண்டு அறைகளுக்கும் நடுவில் சுவரில் ஏற்கெனவே செய்திருந்த துவாரத்தின் வழியாக ஓசைப்படாமல் புகுந்து அந்த அறைக்குள்ளே வந்தான்.

பினாகபாணி திரும்பி அவனைத் தாக்கவே, இருவரும் துவந்த யுத்தம் செய்தார்கள். வேறு சமயமாயிருந்தால் வந்தியத்தேவன் வைத்தியர் மகனை ஒரு நொடியில் வென்று வீழ்த்தியிருப்பான். மேலே நெருப்புச் சுட்ட புண்கள் இன்னும் நன்றாக ஆறாதபடியாலும், காளாமுக ராட்சதன் அவனுடைய தொண்டையைப் பிடித்து அமுக்கிய இடத்தில் இன்னும் வலித்துக் கொண்டிருந்தபடியாலும் துவந்த யுத்தம் நீடித்தது. அச்சமயத்தில் பைத்தியக்காரன் கையில் சங்கிலியுடன் வந்து பினாகபாணியின் கழுத்தில் போட்டு இறுக்கினான். பினாகபாணி கீழே விழுந்தான்.

பிறகு, இருவருமாக அவனை அந்த அறையின் சுவர்களில் இருந்த இரும்பு வளையங்களுடன் சேர்த்துக் கட்டினார்கள். அப்படிக் கட்டும் போதே வந்தியத்தேவன், "பினாகபாணி! நாம் இருவரும் சக்கரவர்த்தியைக் குணப்படுத்துவதற்காகச் சஞ்சீவி மூலிகையைத் தேடி ஈழ நாட்டுக்குப் போனோமே, நினைவு இருக்கிறதா? அப்போது நாம் சஞ்சீவி கொண்டு வருவதில் வெற்றி பெறவில்லை. ஆனால் இப்போது எங்களுக்குச் 'சமய சஞ்சீவி'யாக வந்து சேர்ந்தாய்! இந்த உதவிக்காக மிக்க வந்தனம். வைத்தியர் மகனாகிய நீ இனிமேல் வைத்தியத்துடன் நிற்பது நல்லது. ஒற்றன் வேலையில் தலையிட்டு ஏன் வீணாகக் கஷ்டத்தை விலைக்கு வாங்கிக் கொள்கிறாய்?" என்று சொன்னான்.

பினாகபாணி அதற்கு ஒன்றும் பதில் சொல்லவில்லை. திடீரென்று நேர்ந்த இந்த விபத்தினால் அவன் பேச்சிழந்து நின்றான். ஆனால் அவனுடைய கண்கள் மட்டும் கோபக் கனலைக் கக்கின என்பது அவன் கொண்டு வந்து கீழே போட்டிருந்த தீவர்த்தி வெளிச்சத்தில் நன்றாகத் தெரிந்தது. பின்னர் இருவரும் வைத்தியர் மகன் கொண்டு வந்திருந்த அதிகார முத்திரையைக் கைப்பற்றிக் கொண்டார்கள். பினாகபாணி தலையில் சுற்றியிருந்த துணியை எடுத்து வந்தியத்தேவன் தன் தலையில் சுற்றிக் கொண்டான்.

அந்த அறையிலிருந்து வெளிவந்து கதவைப் பூட்டினார்கள். பிறகு மெல்ல நடந்து பாதாளச் சிறையின் படிக்கட்டில் ஏறினார்கள். வழி சரியாகத் தெரியாதவர்களாதலால், நிதானமாக அங்குமிங்கும் பார்த்துக் கொண்டு நடந்தார்கள். புலிகளின் உறுமல் சத்தம் கேட்டதும் இருவருக்கும் மேலே போகச் சிறிது தயக்கமாகவே இருந்தது. ஒருவேளை தாங்கள் தப்புவதை எப்படியோ அறிந்து புலியைக் கூண்டிலிருந்து அவிழ்த்து விட்டிருப்பார்களோ!

வந்தியத்தேவனும் பைத்தியக்காரனும் புலிக் கூண்டு அறைக்குள்ளே மெதுவாக எட்டிப் பார்த்தார்கள்.

அந்த அறையில் அச்சமயம் ஒரே ஒரு காவலன் தான் இருந்தான். உறுமிய புலிகள் இருந்த கூண்டை அவன் உற்று நோக்கிக் கொண்டிருந்தான். ஒருவேளை புலிக் கூண்டைத் திறந்து புலிகளைத் தங்கள் மீது ஏவிவிட

அவன் யோசிக்கிறானா, என்ன? அச்சமயம் வைத்தியர் மகன் கூச்சல் போட ஆரம்பித்திருந்தான். அந்தக் கூச்சல் இக்காவலனுடைய சந்தேகத்தைக் கிளப்பி விட்டிருக்கலாம் அல்லவா? பினாகபாணியின் வாயில் துணியை அடைத்துவிட்டு வராதது எவ்வளவு தவறாகப் போயிற்று?

❉ ❉ ❉ ❉

ஐம்பத்தேழாம் அத்தியாயம்

விடுதலை

வந்தியத்தேவன் சிறிது நேரம் வாசற்படிக்கருகில் கவலையுடன் தயங்கி நின்றான். புலிகளைப் பார்த்த வண்ணம் மீசையில் கையை வைத்து முறுக்கிக் கொண்டு நின்ற காவலன் மீது பாய்ந்து அவனைத் தீர்த்துக் கட்டிவிட்டு மேலே போகலாமா என்று ஒரு கணம் யோசித்தான். ஆனால் புலிக் கூண்டுகளுக்கு அப்பால் அடுத்த வாசற்படிக்கருகில் மற்றும் இரு காவலர்கள் நிற்பது தெரிந்தது. அவர்களில் ஒருவன் இந்தக் காவலனுக்கு ஏதோ சமிக்ஞையினால் தெரிவித்து விட்டு அப்பால் போனான். ஒருவேளை தன்னைப் பற்றித்தான் அவர்கள் ஜாடையாகப் பேசிக் கொள்கிறார்களோ? இந்தக் காவலனைத் தாக்கி வீழ்த்திவிட்டுப் போனாலும், அப்பால் இது போன்ற பல வாசற்படிகளும் அவற்றில் காவலர்களும் இருப்பார்கள். அவர்களையெல்லாம் சமாளித்து விட்டுத் தப்பிச் செல்ல முடியுமா? அதைக் காட்டிலும் ஒரே பாய்ச்சலாகப் பாய்ந்து சென்று புலிக் கூண்டுகளைத் திறந்து விட்டால் என்ன? அப்போது ஏற்படக் கூடிய குழப்பத்தில் தப்பிச் செல்வது எளிதாக இருக்கும் அல்லவா?...

இப்படி அவன் எண்ணியபோது காவலன், "ஓகோ! தப்பித்துக் கொள்ளலாம் என்று பார்க்கிறாயோ?" என்று கூறியதைக் கேட்டு வந்தியத்தேவன் ஒரு கணம் திடுக்கிட்டான்.

புலிகளில் ஒன்று உறுமியது.

"அட நாயே! சும்மா கிட!" என்று அதட்டினான் காவற்காரன்.

அவன் புலியுடன் பேசுகிறான் என்று அறிந்ததும் வந்தியத்தேவன் சிரித்தான்.

காவற்காரன் திரும்பிப் பார்த்தான்.

"பின்னே பாருங்க, ஐயா! இந்தப் புலி என்னை மிரட்டப் பார்க்கிறது. இதுமாதிரி எத்தனையோ புலிகளை நான் பார்த்திருக்கிறேன்! இந்தச் சிங்கத்திடம் அதன் ஜம்பம் சாயாது" என்று கூறி மறுபடியும் மீசையை முறுக்கினான்.

வந்தியத்தேவன், "கூண்டுக்குள் இருக்கும் வரையில் புலியும் எலியும் ஒன்றுதான்! அதன் ஜம்பம் எப்படிச் சாயும்?" என்று சொல்லிவிட்டு கையிலிருந்த பெரிய வேளாரின் இலச்சினையைக் காட்டினான்.

"போங்க, ஐயா, போங்க! முதன்மந்திரியின் ஆட்கள் வாசலிலே உங்களுக்காகக் காத்திருக்கிறார்களாம்! சீக்கிரம் போங்க!" என்று கூறிவிட்டு, அவர்கள் வந்த பக்கத்தை நோக்கி, "அடே பைத்தியக்காரா! சும்மா இருக்கமாட்டே!" என்று கூவினான்.

அச்சமயம் வந்தியத்தேவன் பைத்தியக்காரனின் கையைப் பிடித்துக் கொண்டிருந்தான். அவன் கை நடுங்குவதைத் தெரிந்து கொண்டு, கையை இறுக்கிப் பிடித்துத் தைரியப்படுத்தினான்.

பிறகு, காவற்காரனைத் தாண்டி இருவரும் முன்னால் சென்றார்கள்.

"விடுதலை வேண்டுமாம், விடுதலை! எல்லாரையும் விடுதலை செய்துவிட்டால், பிறகு எங்கள் பிழைப்பு என்ன ஆகிறது?" என்று அந்தக் காவலன் கூறியது அவர்கள் காதில் விழுந்தது.

வந்தியத்தேவன் எவ்வளவோ துணிவுள்ளவனாயினும், அச்சமயம் அவன் நெஞ்சம் 'பக், பக்' என்று அடித்துக் கொண்டிருந்தது. வாசலில் முதன்மந்திரியின் ஆட்கள் காத்துக் கொண்டிருப்பதாகக் காவலன் சொன்னது அவன் மனத்தில் பதிந்திருந்தது. சிறைக்குள்ளே இருட்டாயிருக்கிறது; அதனால் இங்குள்ள காவலர்களை எளிதில் ஏமாற்றி விட்டுச் செல்லலாம். வெளியில் வெளிச்சமாயிருக்குமே? முதன்மந்திரியின் மனிதர்கள் இந்த ஆள்மாறாட்டத்தைக் கண்டுபிடித்துவிட்டால் என்ன செய்கிறது? ஆயினும் பார்க்கலாம் ஒரு கை! எதற்கும் தயாராயிருக்க வேண்டியதுதான்! நல்லவேளையாக இந்தப் பைத்தியக்காரனும் கெட்டிக்காரப் பைத்தியக்காரனாயிருக்கிறான். சமயத்தில் கை கொடுப்பான்!...

பாதாளச் சிறையின் பல வாசல்களையும் கடந்த பிறகு தங்க நாணய வார்ப்படச் சாலையின் வாசல்களையும் கடந்து அவர்கள் விரைந்து சென்றார்கள். ஆங்காங்கே இருந்த காவலர்கள் அவர்களிடமிருந்த வேளாரின் இலச்சினையைப் பார்த்ததும் ஒதுங்கி வழி விட்டார்கள். இவர்களை யாரும் சந்தேகிக்கவும் இல்லை; உற்றுப் பார்க்கவும் இல்லை. போகும்போதே வந்தியத்தேவன் பரபரப்புடன் யோசித்து ஒரு திட்டம் போட்டுக் கொண்டான். நீண்ட அறை ஒன்றில் அவர்கள் போய்க்கொண்டிருந்த போது அவனுடைய துணைவன் காதில், "நீ முதன்மந்திரி வீட்டுக்குப் போகப் போகிறாயா? என்னுடன் வருகிறாயா?" என்று கேட்டான்.

"முதன்மந்திரி வீட்டுக்குப் போனால் மீண்டும் பாதாளச் சிறைதான்! உன்னுடனே வருவேன்! நீ எங்கே போவதாக உத்தேசம்?" என்றான்.

"கடவுள் அருள் இருந்தால், ஈழ நாட்டுக்கே போய்விடலாம்! முதன்மந்திரியின் ஆட்களுக்கு முன்னால் நீ என்னைப் 'பினாகபாணி!' என்று கூப்பிடு!"

"உன் பெயர் என்ன?"

"பைத்தியக்காரன்!"

"உண்மையான பெயர்! உன் பெற்றோர்கள் வைத்த பெயர்?"

"ஆ! அதுவா? பெற்றோர்கள் எனக்குக் 'கரிய திருமால்' என்று பெயரிட்டனர். சுற்றத்தாரும் ஊராரும் 'கருத்திருமன்' என்று அழைத்தார்கள்!"

"நல்ல பெயர்தான்! கருத்திருமா! தஞ்சை வீதிகளில் நாம் போகும்போது உன் தோளைத் தொடுவேன். உடனே நீ என்னுடன் ஓடிவரச் சித்தமாக இருக்க வேண்டும். நன்றாக ஓடுவாய் அல்லவா?"

"ஓ! ஓட்டத்தில் ஈழத்தரசன் மகிந்தன்கூட என்னுடன் போட்டியிட முடியாது!"

வந்தியத்தேவன் சிரித்தான்.

"நீ நல்ல பைத்தியக்காரன்!..." என்றான்.

பொற்காசு வார்ப்படச் சாலையைக் கடந்து அவர்கள் வெளியில் வந்தார்கள்.

வந்தியத்தேவன் பயந்தபடி அங்கே முதன்மந்திரியின் ஆட்கள் ரொம்பப் பேர் இல்லை. இரண்டே இரண்டு பேர்தான் இருந்தார்கள். அவர்களில் ஒருவன் நல்ல குண்டன், வந்தியத்தேவனுக்கு அவனை எங்கேயோ, எப்போதோ பார்த்த மாதிரி இருந்தது; தெளிவாக நினைவுக்கு வரவில்லை.

"நீங்கள்தானே முதன்மந்திரியின் ஆட்கள்!" என்றான் வந்தியத்தேவன்.

"என்ன தம்பி, அதற்குள்ளேயா மறந்து போய்விட்டாய்?" என்றான் அவர்களில் ஒருவன்.

"இல்லை, இல்லை! நீங்கள்தானே எங்களை முதன்மந்திரி வீட்டுக்கு அழைத்துப் போகப் போகிறீர்கள்?" என்றான் வந்தியத்தேவன்.

"ஆமாம் நாங்கள்தான்! நீ முதன்மந்திரி வீட்டுக்குப் போகும் வழியைக் கூட மறந்து போனாலும் போய்விடுவாய்!"

அப்போது கருத்திருமன், வந்தியத்தேவன் கூறியதை நினைவு கூர்ந்து, "அப்பா, பினாகபாணி! எனக்குப் பயமாயிருக்கிறது! முதன்மந்திரி மறுபடியும் என்னைப் பாதாளச் சிறையில் தள்ளிவிடுவாரோ, என்னமோ!" என்றான்.

"அதெல்லாம் மாட்டார், அப்பனே! எங்கள் முதன்மந்திரியின் சமாச்சாரம் உனக்குத் தெரியாது போலிருக்கிறது. ஆனால் தப்பித்துக் கொள்ள மட்டும் பார்க்காதே! அப்படி ஏதாவது செய்தால் நாங்கள் பாதாளச் சிறையில் இருக்க நேரிடும்!" என்றான்.

இவ்விதம் சொல்லிவிட்டு அந்த ஆட்களில் குண்டனாயிருந்தவன் முன்னால் நடந்தான். இன்னொருவன் வந்தியத்தேவனுக்கும் கருத்திருமனுக்கும் பின்னால் காவலாக வந்தான்.

தஞ்சாவூர் வீதிகளில் கலகலப்பே இல்லை; ஜனசஞ்சாரமும் இல்லை. ஆதித்த கரிகாலரின் இறுதிச் சடங்குகளினால் ஏற்பட்ட கிளர்ச்சிகள் அடங்கிவிட்ட பிறகு கோட்டைக்குள் வசித்தவர்கள் அவரவர்களுடைய அலுவல்களில் ஈடுபட்டிருந்தார்கள். கோட்டைக்கு வெளியில், கொடும்பாளூர்ப் படைகள் கடுமையாகக் காவல் புரிந்து வந்தன. கோட்டைக்கு வெளியிலிருந்து யாரும் உள்ளே வருவதற்கு அனுமதிக்கப்படவில்லை.

வந்தியத்தேவன் இருபுறமும் உற்றுப் பார்த்துக் கொண்டு நடந்தான். அந்த இரண்டு ஆட்களிடமிருந்தே தப்பிச் செல்வது மிகவும் சுலபம். ஆனால் மறுபடியும் பிடிபடாமல் இருக்க வேண்டும்? கோட்டைக்குள்ளிருந்து வெளியேறுவதற்கும் வசதியாக இருக்க வேண்டுமே? இந்த எண்ணத்தினால், வந்தியத்தேவன் வீதியின் இரு பக்கங்களையும் உற்று உற்றுப் பார்த்துக் கொண்டு நடந்தான்.

பெரிய பழுவேட்டரையருடைய அரண்மனை வாசலைத் தாண்டிச் சென்றதும், வந்தியத்தேவனுடைய பரபரப்பு அதிகமாயிற்று. அடுத்தாற்போல், அந்தச் சந்து வரப் போகிறது! முன்னொரு தடவை சின்னப் பழுவேட்டரையரின் ஆட்களிடமிருந்து தான் தப்பி ஓடிச் சென்ற சந்துதான்! அதைத்தான் அவனும் எதிர்பார்த்துக் கொண்டிருந்தான். வளைந்து வளைந்து சென்ற அச்சந்தில் மூலை முடுக்குகள் அதிகம் இருந்தன. இரண்டு புறமும் தோட்டச் சுவர்கள், சுவர்களின் மேலாக வெளியில் தாழ்ந்து தொங்கிய மரங்கள்! அங்கேதான் இக்காவலர்களிடமிருந்து தப்பி ஓடினால் ஓடலாம். முன்போலவே பெரிய பழுவேட்டரையருடைய மாளிகைத் தோட்டத்துக்குள் குதிக்கலாம். அங்கே குதித்து விட்டால் அடர்ந்த மரங்களுக்கிடையே ஒளிந்து கொள்ள வசதியாயிருக்கும். முன்போலவே பொக்கிஷ நிலவறைப் பாதை மூலமாக வெளியேறவும் இலகுவாயிருக்கும்; வேறு வழியில் தப்புவது சாத்தியமில்லை...

இதோ அந்தச் சந்து வழி, அவன் முன்பு தப்பிச் சென்ற வழி, வந்துவிட்டது.

வந்தியத்தேவன் கருத்திருமனுடைய தோளைத் தொடலாம் என்று எண்ணினான். ஆனால் இது என்ன? அங்கே யார் கூட்டமாக வருகிறார்கள்? சிவிகைகள்! குதிரைகள்! கையில் வேல் பிடித்த காவல் வீரர்கள்!

இவ்வளவு ஆர்ப்பாட்டத்துடன் வருகிறார்கள் அரச குடும்பத்தைச் சேர்ந்தவர்களாகவோ, பெருந்தர அதிகாரிகளாகவோ இருக்க வேண்டும்.

இதை உணர்ந்து முதன்மந்திரியின் ஆட்கள் சுற்றுமுற்றும் பார்த்தார்கள். வந்தியத்தேவன் கவனத்தைக் கவர்ந்த சந்தை அவர்களும் கவனித்தார்கள். உடனே அவ்விடம் சென்று ஒதுங்கி நின்றார்கள். தாங்கள் அழைத்து வந்த இருவரையும் தங்களுக்குப் பின்னால் நிறுத்திப் பிறர் அறியா வண்ணம் அவர்களை மறைத்துக் கொண்டு நின்றார்கள்.

எதிரில் கூட்டமாக வந்தவர்கள் விரைவில் அந்த இடத்தை அடைந்து அவர்களைத் தாண்டிச் சென்றார்கள்.

முன்னால் வேல் பிடித்த வீரர்கள் சிலர். பிறகு, மூன்று கம்பீரமான வெண் புரவிகளின் பேரில் மலையமானும், கொடும்பாளூர் வேளாரும் அவர்களுக்கு நடுவில் ஒருவரும் வந்தனர். நடுவில் வந்தவர் பொன்னியின் செல்வர் என்பதை வந்தியத்தேவன் கண்டான்.

ஆகா! எவ்வளவு சமீபத்தில் இருக்கிறார்! ஆனாலும், எவ்வளவு தூரமாகப் போய்விட்டார்!

ஒரு கணம் வந்தியத்தேவன் எண்ணினான்; காவலர்களை மீறி ஓடிச் சென்று அவர் முன்னால் நிற்கலாமா என்று. உடனே அந்தக் கருத்தை மாற்றிக் கொண்டான். தமையனைக் கொன்றதாகக் குற்றம் சாட்டப்பட்டவனுக்குப் பொன்னியின் செல்வர் தான் எப்படிக் கருணை காட்ட முடியும்?... அல்லது சிநேக உரிமை கொண்டாட முடியும்?... தன்னைப் பார்த்ததும் அவர் அருவருப்பு அடைந்தாலும் அடையலாம். பக்கத்திலுள்ள மலையமானும், வேளாரும் என்ன செய்வார்கள் என்று சொல்ல முடியாது.

இதற்குள், அவர்களுக்குப் பின்னால் வந்த சிவிகைகளின் மீது வந்தியத்தேவன் கவனம் சென்றது.

ஆகா! இளைய பிராட்டி குந்தவை! கொடும்பாளூர் இளவரசி வானதி! சம்புவரையர் மகள் மணிமேகலை!

வந்தியத்தேவனுடைய நெஞ்சு படாதபாடுபட்டு விம்மித் துடித்தது.

வேறு எந்தச் சந்தர்ப்பமாயிருந்தாலும், இந்த மூன்று பெண்மணிகளில் எவரையும் அணுகி உதவி கோரலாம். அவர்களும் மனமுவந்து உதவி செய்வார்கள். ஆனால், இப்போது? ஆதித்த கரிகாலனை வஞ்சகத் துரோகம் செய்து கொன்றவனைப் பார்த்தால் இளைய பிராட்டியும் இளவரசி வானதியும் எத்தனை அருவருப்புக் கொள்வார்கள்?

போகட்டும், இந்தப் பேதைப் பெண் மணிமேகலையை இவர்கள் தங்களுடன் சேர்த்துக் கொண்டிருக்கிறார்களே! அதற்காக மகிழ்ச்சி அடைய வேண்டியதுதான். மணிமேகலை இவர்களிடம் கடம்பூரில் நடந்ததையெல்லாம் சொல்லியிருப்பாளா? தன்னை தப்புவிப்பதற்காக 'நான்தான் கொன்றேன்' என்று சொன்னாளே, அம்மாதிரி இவர்களிடமும் சொல்லியிருப்பாளா? இல்லை, சொல்லியிருக்கமாட்டாள். அவ்விதம் சொல்லியிருந்தால் இவர்கள் அவளைத் தங்களுடன் இவ்வளவு ஆதரவாக அழைத்துப் போகமாட்டார்கள்.

சிவிகைகள் அவர்கள் நின்று கொண்டிருந்த சந்தைக் கடந்து சென்றன. பின்னால் வந்த காவலர்களும் போனார்கள்.

"சரி வாருங்கள்! இனி நாம் போகலாம்" என்று சொல்லிவிட்டு முதன்மந்திரி ஆட்கள் முன்னால் நடந்தார்கள்.

வந்தியத்தேவன் ஒரு நொடியில் 'இதுதான் சமயம்' என்ற முடிவுக்கு வந்தான். கருத்திருமனுடைய தோளைத் தொட்டு விட்டுச் சந்து வழியாக ஓட்டம் பிடித்தான். கருத்திருமனும் அவனைத் தொடர்ந்து ஓடினான்.

காவலர்கள் இருவரும் பின்னால் ஓடிவரும் சத்தம் கேட்டது. சிறிது நேரம் வரையில் திரும்பிக்கூடப் பார்க்காமல் இருவரும் ஓடினார்கள். முதலில், கருத்திருமன் திரும்பிப் பார்த்தான்.

"ஒருவன் பின்தங்கி விட்டான்; ஒருவன்தான் வருகிறான்" என்றான்.

வந்தியத்தேவனும் திரும்பிப் பார்த்துக் குண்டன் பின் தங்கி விட்டதை அறிந்தான். ஒருவனாயிருந்தாலும், அவனுடன் நின்று சண்டை பிடிக்கப் பார்ப்பது அறிவுடமையாகாது. ஆகையால், கருத்திருமனுக்கு சமிக்ஞை காட்டிவிட்டு மேலே ஓடினான்.

முன்னொரு தடவை அவன் மதில் சுவர் ஏறிக் குதித்த அதே இடத்தை அடைந்த பிறகுதான் நின்றான். முறிந்து வளைந்திருந்த கிளை அப்படியே இன்னும் இருந்தது. அதைப் பிடித்துத் தாவிச் சுவர் மீது ஏறிக் கொண்டான். கருத்திருமனையும் கையைப் பிடித்துத் தூக்கி ஏற்றிவிட்டான்.

இருவருமாக, முறிந்து மடிந்திருந்த அந்த மரக்கிளையைச் சிறிது ஆட்டித் துண்டித்தார்கள்.

பின் தொடர்ந்து வந்த ஆள் அருகில் வந்ததும் அவன் பேரில் தள்ளினார்கள்.

மரக்கிளை அவன் பேரில் விழுந்ததா என்பதைக்கூடக் கவனியாமல் சுவர் மேலிருந்து தோட்டத்தில் குதித்தார்கள். அடர்ந்த மரங்கள் – புதர்கள் இவற்றினிடையே புகுந்து சென்று, மறைந்து கொண்டு நின்று, சுவரைக் குறி வைத்துப் பார்த்துக் கொண்டிருந்தார்கள்.

யாரும் தங்களைத் தொடர்ந்து பிடிப்பதற்குத் தோட்டத்துக்குள் குதிக்கவில்லை என்று தெரிந்து கொண்டு மேலே சென்றார்கள்.

"அப்பா! தப்பிப் பிழைத்தோம்!" என்றான் வந்தியத்தேவன்.

"இதற்குள் என்ன ஆகிவிட்டது? கோட்டைக்கு வெளியே போவது எப்படி?" என்றான் கருத்திருமன்.

"அதற்கு வழி இருக்கிறது. கொஞ்சம் பொறுமையாயிரு!"

பழுவேட்டரையரின் மாளிகையை நெருங்கியதும் வந்தியத்தேவன் நின்றான். மாளிகையில் முன் போலக் கலகலப்பு இல்லைதான், ஆயினும் நடமாட்டம் இருந்தது. இருட்டும் நேரத்தில் பொக்கிஷ நிலவறையில் புகுவதுதான் உசிதமாயிருக்கும்.

இவ்விதம் தீர்மானித்து ஒரு மரக்கட்டையின் மீது உட்கார்ந்தான்; கருத்திருமனையும் உட்காரச் செய்தான்.

"இனி இருட்டிய பிறகுதான் நம் பிரயாணத்தைத் தொடங்க வேண்டும். அதுவரையில் உன்னுடைய கதையைச் சொல்லு கேட்கலாம்!" என்றான்.

"அதுதான் சொல்ல முடியாது என்று முன்னமே சொன்னேனே!"

"அப்படியானால், உன்னை வெளியே அழைத்துப் போகவும் முடியாது".

"நான் உண்மையைச் சொல்லாமல், ஏதாவது கற்பனை செய்து கூறினால் என்ன பண்ணுவாய்?"

"கதை – கற்பனை எதுவாயிருந்தாலும் சொல்லு! கொஞ்ச நேரம் பொழுது போக வேண்டும் அல்லவா?"

கருத்திருமன் சொல்லத் தொடங்கினான். உண்மையிலேயே அது அபூர்வமான பல சம்பவங்கள் நிறைந்த கற்பனைக் கதை போலவே இருந்தது.

❈ ❈ ❈ ❈

ஐம்பத்தெட்டாம் அத்தியாயம்

கருத்திருமன் கதை

கரிய திருமால் என்னும் கருத்திருமன், கோடிக்கரைக்குச் சிறிது வடக்கே கடற்கரை ஓரத்தில் உள்ள தோப்புத்துறை என்னும் ஊரினன். அங்கிருந்து ஈழத் தீவுக்குப் படகு செலுத்திப் பிழைப்பு நடத்திக் கொண்டிருந்தான். சுமார் இருபத்தைந்து ஆண்டுகளுக்கு முன்னால் அவன் ஒருமுறை ஈழத்திலிருந்து தோப்புத்துறைக்கு வந்து கொண்டிருந்த போது புயல் அடித்துக் கடல் கொந்தளித்தது. படகு கவிழாமல் கரையில் கொண்டு வருவதற்கு மிகவும் பிரயாசைப்பட்டான். கோடிக்கரைக் கலங்கரை விளக்கின் அருகில் வந்து அவன் கரையை நெருங்கிய போது ஒரு பெண் அக்கொந்தளித்த கடலில் மிதப்பதைக் கண்டான். அவள் பேரில் இரக்கம் கொண்டு படகில் ஏற்றிப் போட்டுக் கொண்டான். அவள் அப்பொழுது உணர்வற்ற நிலையில் இருந்தாள். உயிர் இருக்கிறதா, இல்லையா என்று கூடக் கண்டுபிடிக்க இயலவில்லை. அங்கேயே படகைக் கரையேற்றப் பார்த்தும் முடியவில்லை. காற்று அடித்த திசையில் படகைச் செலுத்திக் கொண்டு போய்க் கடைசியில் திருமறைக்காடு என்னும் ஊர் அருகில் கரையை அடைந்தான். உணர்வற்ற அந்தப் பெண்ணைக் கரையில் தூக்கிக் கொண்டு வந்து போட்டுக் கவலையுடன் கவனித்துக் கொண்டிருந்தபோது குதிரைகள் மேலேறிச் சில பெரிய மனிதர்கள் அப்பக்கம் வந்தார்கள். ஆனால் அவள் பேசவும் இல்லை; மற்றவர்கள் பேசுவது அவன் காதில் விழுந்ததாகவும் தெரியவில்லை. "இவள் பிறவி ஊமைச் செவிடு" என்று அவர்களில் ஒருவர் கூறினார். அவர்களின் தலைவராகத் தோன்றியவர் கருத்திருமனைத் தனியே அழைத்து ஒரு விந்தையான செய்தியைக் கூறினார். புயல் அடங்கியதும் அந்தப் பெண்ணை ஈழ நாட்டுக்கு அழைத்துச் சென்று அந்த நாட்டிலோ அல்லது அருகில் உள்ள தீவு ஒன்றிலோ விட்டுவிட்டு வந்துவிடவேண்டும் என்றும், அதற்காகப் பெரும் பணம் தருவதாகவும் அவர் சொன்னார். அதன்படியே கருத்திருமன் ஒப்புக் கொண்டு பணமும் பெற்றுக் கொண்டான். கடலில் கொந்தளிப்பு அடங்கியதும் அவளைப் படகில் ஏற்றி அழைத்துச் சென்றான். கடல் நடுவில் கட்டை ஒன்றைப் பிடித்துக் கொண்டு ஒருவன் மிதப்பதைக் கண்டான். மிகவும் களைத்துப் போயிருந்த அவனையும் படகில் ஏற்றிக் கொண்டான். முதலில் அந்தப் பெண் புதிய மனிதனைக் கண்டு மிரண்டாள். பிறகு, அவனைக் கவனியாமலிருந்தாள். இருவரையும் அழைத்துக் கொண்டு போய் அவன் ஈழ நாட்டுக்கு அருகில் உள்ள ஒரு தீவில் இறக்கிவிட்டான்.

அந்தத் தீவில் ஒரு பெரியவர் இருந்தார். அவர் இந்தப் பெண்ணைத் தமது மகள் என்று கூறினார். முன்னமே அவள் ஊமை என்றும், இப்போது தம்மைக்கூட அவள் அறிந்து கொள்ளவில்லையென்றும் கூறினார். பிறகு, அவளைக் கடலிலிருந்து காப்பாற்றியதைக் கருத்திருமன் சொன்னான்.

நடுக்கடலில் படகில் ஏறிய மனிதர் கருத்திருமனிடம் ஓர் ஓலை கொடுத்து அதை இலங்கை அரசனிடம் கொண்டு போய்க் கொடுக்கும்படி அனுப்பினார். அதிலிருந்து அவர் ரொம்பப் பெரிய மனிதராயிருக்க வேண்டுமென்று கருத்திருமன் தீர்மானித்துக் கொண்டான். இலங்கை மன்னனிடம் ஓலையைக் கொடுத்த பிறகு அவனுடைய பேச்சிலிருந்து தன்னால் காப்பாற்றப்பட்டவர் பாண்டிய நாட்டு அரசர் என்பதைத் தெரிந்து கொண்டான். பாண்டிய மன்னரை அழைத்து வருவதற்கு இலங்கை அரசர் பரிவாரங்களை அனுப்பினார். கருத்திருமன் மிக்க களைத்திருந்தபடியால் அவர்களுடன் போகவில்லை. பாண்டிய அரசர் சில தினங்களுக்குப் பிறகு இலங்கை அரசரின் அரண்மனைக்கு வந்து சேர்ந்தார். இரு மன்னர்களும் சேர்ந்து இலங்கையின் தென்கோடியில் மலைகள் சூழ்ந்திருந்த ரோஹண நாட்டுக்குச் சென்றார்கள். அங்கே சில தினங்கள் தங்கியிருந்தார்கள். கருத்திருமன் பேரில் பிரியம் கொண்ட பாண்டிய மன்னர் அவனையும் தம்முடன் அழைத்துப் போனார். ரோஹண நாட்டில் பல இடங்களையும் இலங்கை அரசர் பாண்டிய மன்னருக்குக் காட்டினார். கடைசியாக, யாரும் எளிதில் நெருங்க முடியாத ஒரு பள்ளத்தாக்கிற்கு அழைத்துச் சென்றார். அங்கே ஒரு மலைக்

குகையில் அளவில்லாத பொற் காசுகள், நவரத்தினங்கள், விலை மதிப்பில்லாத ஆபரணங்கள் முதலியவை வைக்கப்பட்டிருந்தன. அவற்றையெல்லாம் பார்வையிட்ட பிறகு, இலங்கை அரசர் ஒரு தங்கப் பெட்டியை எடுத்துத் திறந்து காட்டினார். அதற்குள்ளே ஜாஜ்வல்யமாகப் பிரகாசித்த மணிமகுடம் ஒன்றும், ரத்தின ஹாரம் ஒன்றும் இருந்தன. அரசர்களுடைய சம்பாஷணையிலிருந்து அந்தக் கிரீடம் பாண்டிய வம்சத்து அரசர்களின் புராதனமான கிரீடம் என்றும், இந்த ரத்தின ஹாரம் பாண்டிய குல முதல்வனுக்குத் தேவேந்திரன் வழங்கியதாகச் சொல்லப்பட்ட ஹாரம் என்றும் தெரிந்து கொண்டான். அவற்றை எடுத்துக் கொண்டு போகும்படி இலங்கை அரசர் பாண்டியனை வற்புறுத்தினார். பாண்டிய மன்னர் மறுத்து விட்டார். சோழர்களை அடியோடு முறியடித்துவிட்டு மதுரையில் தாம் முடி சூடிக்கொள்ளும் நாள் வரும்போது, இலங்கையின் அரசரே அவற்றை எடுத்துக் கொண்டு மதுரைக்கு வந்து உலகம் அறியத் தம்மிடம் அளிக்க வேண்டும் என்று கூறினார்.

பிறகு, பாண்டிய அரசர் கருத்திருமனிடம் அவன் எடுத்துப் போகக் கூடிய அளவு பொற்காசுகளைக் கொடுத்து, அந்த ஊமைப் பெண்ணைப் பத்திரமாகப் பராமரிக்க ஏற்பாடு செய்துவிட்டுத் திரும்பப் பாண்டிய நாட்டில் வந்து தம்முடன் சேர்ந்து கொள்ளும்படி அனுப்பி வைத்தார்.

கருத்திருமன் பூதத்தீவுக்குச் சென்றபோது அங்கே அந்தப் பெண்ணைக் காணவில்லை. அவளுடைய தகப்பனையும் காணவில்லை. இருவரையும் தேடிக் கொண்டு கோடிக்கரைக்குப் போனான். அங்கே அந்த ஊமைப் பெண்ணைக் கண்டான். ஆனால் அவள் அவனைத் தெரிந்து கொள்ளவில்லை. அவளுடைய வீட்டாரிடமிருந்து சில விவரங்களைத் தெரிந்து கொண்டான். அவளுடைய தகப்பனார் உடல் நலிவுற்றபடியால் அவளை அழைத்துக் கொண்டு வந்து இங்கே விட்டுவிட்டு உயிர் நீத்தார். கலங்கரை விளக்கின் காவலன் அவளுடைய சகோதரர் என்று தெரிந்தது. முதலில் அவளுக்குச் சகோதரன் – சகோதரி யாரையும் நினைவிருக்கவில்லை. மறுபடியும் ஒரு தடவை கால் தவறிக் கடலில் விழுந்து காப்பாற்றப்பட்ட பிறகு அவர்களையெல்லாம் அவளுக்கு நினைவு வந்தது. அவள் கர்ப்பவதியாயிருக்கிறாள் என்பதை மற்றவர்கள் தெரிந்து கொண்டார்கள். அதை அவளும் உணர்ந்து பெரும் பீதியில் ஆழ்ந்தாள். கோடிக்கரைக் குழகர் கோவிலுக்கு அடிக்கடி சென்று அங்கே கைங்கரியம் செய்து கொண்டிருந்தாள். கருத்திருமன் எவ்வளவுதான் முயன்றும் அவனை அவள் இப்போது கண்டு கொள்ளவில்லை.

கோடிக்கரையில் இருந்தபோது அந்த ஊமைப் பெண்ணின் தங்கையை அவன் சந்தித்தான். அவளும் ஊமை என்று அறிந்து அவள் பேரில் பரிதாபம் கொண்டான். அவளை மணந்து கொண்டு வாழவும் எண்ணினான். அதற்கு முன்னால் பாண்டிய மன்னரிடம் போய்த் தகவல் தெரிவித்துவிட்டு வர விரும்பினான்.

இச்சமயத்தில் சோழ சக்கரவர்த்தி கண்டராதித்தரின் பட்டத்து அரசியும், சிவ பக்தியில் சிறந்தவருமான செம்பியன் மாதேவி கோடிக்கரைக் குழகர் கோவிலுக்குச் சுவாமி தரிசனத்துக்கு வந்தார். அங்கே அந்த ஊமைப் பெண் மந்தாகினியைக் கண்டு அவளைத் தம்முடன் அழைத்துச் சென்றார். அவளுடன் அவள் தங்கை வாணியும் போய்விட்டாள்.

கருத்திருமன் பாண்டிய நாடு சென்றான். அங்கே பாண்டிய மன்னர் போர்க்களம் சென்றிருப்பதாக அறிந்தான். போர்க்களத்தில் சென்று பாண்டிய மன்னரைச் சந்தித்தபோது, அவர் அவனை இலங்கைக்கு மீண்டும் போய் இலங்கை அரசனிடம் ஓலை கொடுத்து விட்டு வரும்படி கூறினார். திரும்பி வரும்போது மறுபடியும் அந்த ஊமைப் பெண்ணை அழைத்து வருவதற்கு ஒரு முயற்சி செய்யும்படியும் தெரிவித்தார்.

கருத்திருமன் இலங்கையிலிருந்து திரும்பிப் பழையாறைக்குச் சென்றான். வாணியின் நினைவு அவன் மனத்தை விட்டு அகலவில்லை. முக்கியமாக அவளைச் சந்திக்கும் ஆசையினால் அவன் பழையாறைக்குப் போனான். ஆனால் அங்கே அவளைக் கண்டபோது அவன் திடுக்கிட்டுத் திகைத்துப் பிரமித்துப் பயங்கரமடையும்படி நேர்ந்தது. அருணோதய நேரத்தில் அவன் அரசலாற்றங்கரை வழியாகப் பழையாறையை

நெருங்கிக் கொண்டிருந்தபோது ஆற்றங்கரை ஓரத்தில் பெண் ஒருத்தி குனிந்து குழி தோண்டிக் கொண்டிருப்பதைக் கண்டான். அது கூட அவனுக்கு அவ்வளவு வியப்பளிக்கவில்லை. அவளுக்குப் பக்கத்தில் துணி மூட்டை ஒன்று கிடந்தது. அதற்குள்ளேயிருந்து ஒரு மிக மெல்லிய குரல், சின்னஞ் சிறு குழந்தையின் அழுகைக் குரல் கேட்டது.

எந்தச் சண்டாளப் பாதகி உயிரோடு குழந்தையைப் புதைப்பதற்கு ஏற்பாடு செய்கிறாள் என்ற ஆத்திர அருவருப்புடன் அவன் அருகில் நெருங்கியபோது, குழி தோண்டிய பெண் நிமிர்ந்தாள். அவள்தான் வாணி என்று கருத்திருமன் அறிந்து கொண்டான்.

* * *

"தம்பி! எனக்கு அப்போது எப்படி இருந்திருக்கும்? நீயே ஊகித்துக் கொள்!" என்றான் கரிய திருமால்.

"அதை ஊகித்துக் கொள்கிறேன். அப்புறம் கதையைச் சொல்!" என்றான் வந்தியத்தேவன்.

"அப்புறம் நடந்ததைச் சொல்ல இயலாது; அரச குலத்தைச் சேர்ந்தவர்கள் காதிலேதான் சொல்லலாம்! நான் மட்டும் அப்போது பழையாறைக்குப் போயிராவிட்டால் எனக்குப் பின்னால் நேர்ந்த கஷ்டங்கள் ஒன்றும் நேராமற் போயிருக்கும்!" என்றான் கருத்திருமன்.

"அப்படியானால், கிளம்பு! நேரே அரச குலத்தைச் சேர்ந்தவர்களிடம் போய்ச் சொல்லலாம்!" என்று கூறி நகைத்துக் கொண்டே வந்தியத்தேவன் அங்கிருந்து எழுந்தான்.

கருத்திருமனையும் அழைத்துக் கொண்டு பொக்கிஷ நிலவறையை அணுகினான். அங்கே அப்போது யாரும் இல்லை. நிலவறைக் கதவு பெரிய பூட்டினால் பூட்டப்பட்டிருந்தது. ஆனால் தெரியாதவர்கள் கண்டுபிடிக்க முடியாதபடி அமைக்கப்பட்டிருந்த அதன் உட்கதவை வந்தியத்தேவன் அழுத்தியதும் திறந்து கொண்டது. இருவரும் உள்ளே புகுந்து உட்புறம் தாளிட்டுக் கொண்டார்கள்.

வழியில் பொன்னும், மணியும், முத்தும், நவரத்தினங்களும் குவித்து வைத்திருந்த இடத்தில் வந்தியத்தேவன் பிரவேசித்தான். கருத்திருமனிடம், "உன்னுடைய ரோஹண நாட்டு மலைக் குகையில் இவ்வளவு செல்வங்கள் உண்டா?" என்று கேட்டான். "இதைவிட நூறு மடங்கு உண்டு!" என்று சொன்னான் கரியதிருமால்.

வந்தியத்தேவன் சில தங்கக் காசுகளை எடுத்து மடியில் வைத்துக் கட்டிக் கொண்டதும் மறுபடியும் கிளம்பினார்கள். நிலவறைப் பாதை வழியாக வந்தியத்தேவன் முன்னால் சென்றான். மதிள் சுவரில் அமைந்திருந்த இரகசியக் கதவையும் திறந்தான். அங்கே இப்போது காவலன் யாரும் இருக்கவில்லை. வெளியிலே முதலில் தலையை மட்டும் நீட்டி எட்டிப் பார்த்தான். வடவாற்றில் வெள்ளம் இரு கரையும் தொட்டுக் கொண்டு சென்றது. வெகு தூரத்தில் தீவர்த்தி வெளிச்சம் தெரிந்தது. அந்த இடத்தில் அருகில் யாரும் இல்லை என்று தெரிந்து கொண்ட பிறகு வந்தியத்தேவன் வெளியே வந்தான். கருத்திருமனும் வந்த பிறகு கதவைச் சாத்தினான். வடவாற்றை எப்படிக் கடப்பது என்று யோசித்துக் கொண்டிருந்தபோது பக்கத்தில் சாய்ந்திருந்த மரத்தடியில் படகு ஒன்று மரத்தின் வேர்களில் மாட்டிக் கொண்டு நின்றது தெரிந்தது.

ஐம்பத்தொன்பதாம் அத்தியாயம்

சகுனத் தடை

மரத்தடியில் ஒதுங்கி நின்ற படகைப் பார்த்ததும் வந்தியத்தேவன் அதிர்ஷ்ட தேவதை மறுபடியும் தன் பக்கம் வந்திருப்பதாக எண்ணி உற்சாகம் அடைந்தான். தனக்குப் படகோட்டத் தெரியாவிட்டாலும், கருத்திருமன் படகோட்டுவதையே தொழிலாகக் கொண்டவன். அவனுடைய உதவியுடன் படகைத் தள்ளிக் கொண்டு வடவாற்று நீரோட்டத்தோடு சென்றால், அந்த ஆற்று வெள்ளம் கோடிக்கரைக்குப் பாதி வழி வரையில் கொண்டு சேர்த்து விடும்.

"பார்த்தாயா, கருத்திருமா! இந்தப் படகு ஆற்றில் அமிழாமல் மிதந்து வந்து நமக்காகவே காத்திருக்கிறது. உன்னுடைய படகோட்டும் திறமையைக் கொஞ்சம் காட்டினாயானால், பொழுது விடிவதற்குள் பாதி தூரம் போய்விடலாம். அப்புறம் குதிரை மேல் வருகிறவர்கள் கூட நம்மைப் பிடிக்க முடியாது!" என்றான் வந்தியத்தேவன்.

கருத்திருமன் சிறிது சந்தேகக் கண்ணுடன் சுற்று முற்றும் பார்த்தான். மரத்துக்குப் பக்கத்தில் ஆற்றங்கரையில் மதில் சுவரோரமாக மண்டி வளர்ந்திருந்த புதர்களுக்கு மத்தியில் ஏதோ அசைவது போலத் தோன்றியது. கருத்திருமன் ஒரு சிறிய கல்லைத் தூக்கிப் புதர்களுக்கு மத்தியில் எறிந்தான். அங்கிருந்து ஒரு பூனை துள்ளிப் பாய்ந்து வந்து படகில் ஏறிக் கொண்டது.

வந்தியத்தேவன் சிரித்துக் கொண்டே, "படகோட்டி! என்னை விடப் பெரிய தைரியசாலியா இருக்கிறாயே?" என்று சொல்லி இன்னொரு சிறிய கல்லைத் தூக்கிப் படகுக்குள் விட்டெறிந்தான்.

பூனை மறுபடி படகிலிருந்து வெளியே துள்ளிப் பாய்ந்து இவர்களை நோக்கி ஓடி வந்து இரண்டு பேருக்கும் இடையில் புகுந்து ஓடியது.

இப்போது வந்தியத்தேவன் மிரண்டு இரண்டடி பின்னால் எடுத்து வைத்தான்.

"நீ ஒன்றும் என்னை விடத் தீரனாகத் தோன்றவில்லையே?" என்று ஏளனமாகக் கூறினான் கருத்திருமன்.

"எனக்குப் பூனை என்றால் பயம்; அது என் மேலே பட்டாலே, உடம்பெல்லாம் மயிர்க்கூச்சு உண்டாகும். நல்ல வேளை! அதுதான் போய்விட்டதே! வா, போகலாம்!" என்றான் வந்தியத்தேவன்.

"பூனை என் மேலே விழுந்தால் கூட எனக்குப் பயம் ஒன்றுமில்லை; ஆனால் குறுக்கே போனால்தான் பயம் சகுனத்தடை!" என்றான் கருத்திருமன்.

"சகுனமாவது, தடையாவது?" என்று சொல்லிக் கொண்டே வந்தியத்தேவன் கருத்திருமன் கையைப் பிடித்து இழுத்துக் கொண்டு போய்ப் படகில் ஏறினான்.

கருத்திருமனும் படகின் ஒரு முனைக்குச் சென்று அதை மரங்களின் வேர்களிலிருந்து தள்ளிவிட முயன்றான்.

படகு சிறிது நகர்ந்ததோ, இல்லையோ, சடசடவென்று நாலு பேர் துள்ளிப் பாய்ந்து ஓடி வந்து கண்மூடித் திறக்கும் நேரத்தில் படகில் ஏறிக் கொண்டார்கள்.

அவர்களில் இரண்டு பேர் வந்தியத்தேவன் மீது பாய்ந்து அவனைப் படகுக்குள்ளே தள்ளிப் படகின் குறுக்குச் சட்டங்களோடு சேர்த்துக் கட்டினார்கள்.

மற்ற இருவரும் வேல் பிடித்த கையுடன் கருத்திருமன் அருகில் சென்று இருபுறமும் காவலாக நின்றார்கள்.

வந்த நால்வரில் தலைவனாகத் தோன்றியவன் பாதாளச் சிறைவாசலிலிருந்து தங்களைத் தொடர்ந்து வந்த பருமனான மனிதன் தான் என்பதை வந்தியத்தேவன் கண்டு கொண்டான். அவன் அதற்குள்ளே படகிலே வந்து சுரங்க வழியின் வாசலருகில் காத்திருந்ததை எண்ணி வியந்தான். அவன் சாதாரணக் காவலன் அல்ல. மிகக் கைதேர்ந்த ஒற்றனாயிருக்க வேண்டும் என்று தீர்மானித்தான். அவன் யாராயிருக்கும், எங்கோ பார்த்த நினைவாக இருக்கிறதே என்று எண்ணிக் கொண்டிருக்கும் போதே அவனுடைய பேச்சுக் குரல் காதில் விழுந்தது.

கருத்திருமனைப் பார்த்து அக்காவலன், "அப்பனே! இத்தனை வருஷம் சிறையில் கழித்து விட்டு வெளியே வந்திருக்கிறாய். உடனே இந்தத் துன்மதியாளன் வார்த்தையைக் கேட்டு ஏன் ஓடப் பார்த்தாய்? போனால் போகட்டும்; உன்னை மறுபடியும் கட்டிப் போட மனமில்லை. நான் சொல்கிறதைக் கேட்டு அதன்படி செய்தாயானால் உனக்குத் தீங்கு ஒன்றும் நேராது!" என்றான்.

ஓடக்காரனும், "அப்படியே, ஐயா! முதன்மந்திரி எனக்கு விடுதலை அளிக்க ஆள் அனுப்பினார். ஆனால் இந்த மூடன் பேச்சைக் கேட்டு நான் கெட்டுப் போனேன். இனி நீங்கள் சொல்கிறபடி செய்கிறேன். என்னைப் பாதாளச் சிறைக்கு மட்டும் மறுபடி அனுப்பி விடாதீர்கள்!" என்றான்.

"ஆமாம், ஆமாம்! முதன்மந்திரி உன்னிடம் சில விவரங்கள் கேட்க விரும்புகிறார். அவற்றை நீ உண்மையாகச் சொல்லிவிட்டால், உன்னைப் பாதாளச் சிறைக்கு அனுப்பமாட்டார். வேண்டிய பொன்னும், மணியும், பொருளும் பரிசு கொடுத்து அனுப்புவார். நீங்கள் எங்கே போவதென்று புறப்பட்டீர்கள்?"

"ஈழ நாட்டுக்குப் போவதென்று புறப்பட்டோம்."

"அழகாயிருக்கிறது. முதன்மந்திரியை ஏமாற்றி விட்டு, வேளாரின் காவலை மீறி விட்டு, அவ்வளவு தூரம் போய் விடலாம் என்று எண்ணினீர்களா? ஆனால் இந்த முரட்டு வாலிபன் அம்மாதிரி யோசனை சொல்லக் கூடியவன் தான். முன்னொரு தடவை சின்னப் பழுவேட்டரையரின் காவலுக்குத் தப்பி ஓடியவன் அல்லவா? போகட்டும். இப்போது படகை ஆற்று நீர் ஓட்டத்துக்கு எதிராகச் செலுத்த வேண்டும். என்னுடன் வந்தவர்களில் ஒருவனுக்குத்தான் படகு செலுத்தத் தெரியும். அவனும் கற்றுக் குட்டி. வரும்போது நீரோட்டத்தோடு வந்தபடியால், தட்டுத் தடுமாறி வந்துவிட்டோம். இப்போது நீ கொஞ்சம் உன் கை வரிசையைக் காட்டவேண்டும். அக்கரைக்குச் சமீபமாகப் போய் அங்கிருந்து வடக்குக் கோட்டை வாசலை நோக்கிப் படகைச் செலுத்து, பார்க்கலாம்!"

"அக்கரை சென்று அங்கிருந்து நடந்துபோய் விடலாமே, ஐயா! நீரோட்டம் வெகு வேகமாகச் செல்கிறது. எதிர்முகமாக அதிக தூரம் படகு செலுத்துவது கஷ்டமாயிற்றே!"

"அக்கரையில் இறங்கினால், இந்த முரட்டு வாலிபன் மறுபடியும் ஏதாவது தகராறு செய்வான். ஆகையால் ஆற்றோடு தான் மேலே போக வேண்டும்!" என்றான் காவலர் தலைவன்.

படகை கருத்திருமனும், மற்றொருவனும் தள்ளத் தொடங்கினார்கள். காவலர் தலைவன் வந்தியத்தேவனின் அருகில் வந்து, "அப்பனே! உன் வேலைத்தனத்தை மறுபடியும் காட்டப் பார்க்காதே!" என்றான்.

"ஐயா! என்னைப் பற்றி உமக்கு ரொம்பத் தெரியும் போலிருக்கிறதே!" என்றான் வந்தியத்தேவன்.

"ஏன் தெரியாது? வைத்தியர் மகனைச் சிறையிலே உனக்குப் பதிலாக அடைத்துவிட்டு, நீ வெளியிலே வந்ததைத்தான் பார்த்துக் கொண்டிருந்தேனே! அப்புறம் எங்களை ஏமாற்றி விட்டு ஓடிப் போகப் பார்த்தாய் நீ!"

வந்தியத்தேவன் மிக ஆச்சரியப்பட்டவனைப் போல, "ஐயா! என்னைவிடக் கெட்டிக்காரர் தாங்கள்! பாதாளச் சிறையில் நடந்ததை ஒருவரும் கவனிக்கவில்லை என்று நினைத்தேன்!" என்றான்.

"தம்பி! எங்கள் முதன்மந்திரியின் கண்களும், காதுகளும் எட்டாத இடம் சோழ சாம்ராஜ்யத்தில் எங்கும் இல்லை. அவை ஈழ நாட்டிலும் உண்டு; காஞ்சியிலும் உண்டு; கடம்பூர் மாளிகையிலும் உண்டு; பாதாளச்

சிறையிலும் உண்டு. அந்த வைத்தியர் மகன் பினாகபாணி சுத்த மூடன் என்பது முதன்மந்திரிக்கு தெரியும். அதனாலே தான், அவன் பின்னால் என்னையும் அனுப்பி வைத்தார்!"

"நான் இந்த வழியாக வெளியேறுவேன் என்பதும் முதன்மந்திரிக்குத் தெரிந்திருந்தது போலும். அவருடைய கண்களும் காதுகளும் அதிசயமானவைதான். அப்படியானால், நான் நிரபராதி என்பதும், என்னைப் பாதாளச் சிறையில் அடைத்தது தவறு என்பதும் அவருக்குத் தெரிந்திருக்க வேண்டுமே!"

"அது முதன்மந்திரியின் பொறுப்பு அல்ல. நீ குற்றவாளியா இல்லையா என்பதைத் தீர்மானிப்பது சக்கரவர்த்தியின் பொறுப்பு. நீ பாதாளச் சிறையிலிருந்து தப்ப முயன்றதற்குத் தண்டனை கொடுப்பது கொடும்பாளூர் பெரிய வேளாரின் பொறுப்பு" என்றான் காவலான்.

"ஐயா! என்னை இப்போது எங்கே கொண்டு போகிறீர்கள்?"

"முதலில் கொடும்பாளூர் வேளாரிடம் கொண்டு போகிறேன். அவர் வடக்குக் கோட்டை வாசலில் காத்திருக்கிறார்."

"எனக்காகவா பெரிய வேளார் காத்துக் கொண்டிருக்கிறார்?"

"ஆகா! உன் கர்வத்தைப் பார்! தென் திசை மாதண்ட நாயகரும், சோழ நாட்டுக் குறுநில மன்னர்களில் முதலாவது மரியாதைக்குரிய மன்னரும், சோழ குலத்தின் பரம்பரைத் துணைவரும், பாண்டிய குலத்தை வேரோடு களைந்தவரும், ஈழம் கொண்ட வீராதி வீரருமான கொடும்பாளூர் வேளார், சேனாதிபதி பூதி விக்கிரம கேசரி உனக்காகக் கோட்டை வாசலில் காத்துக் கொண்டிருப்பார் என்று நினைத்தாயா?"

"பின்னே யாருக்காகக் காத்துக் கொண்டிருக்கிறார்?"

"பழுவேட்டரையர்களையும், மற்றும் திருப்புறம்பியத்தில் கூடியிருந்த சிற்றரசர்களையும் அழைத்துக் கொண்டு பார்த்திபேந்திரன் வருகிறான்..."

"பெரிய பழுவேட்டரையர் கூடவா?"

"ஆமாம்; அவர் கூடத்தான். இளவரசர் கரிகாலரின் மரணத்தைப் பற்றி அவருக்கு உண்மை தெரியுமாம். அவர் வந்த பிறகு சக்கரவர்த்தியின் முன்னிலையில் விசாரணை நடைபெறும். நீ குற்றவாளி அல்லவென்றால், அப்போது அதை நிரூபிக்க வேண்டும்."

வந்தியத்தேவன் இதைக் கேட்டுப் பெரும் கவலையில் ஆழ்ந்தான். பழுவேட்டரையர்களும், பார்த்திபேந்திரனும் சேர்ந்து தன் பேரிலேதான் குற்றத்தைச் சுமத்துவார்கள். கடவுளே! அந்தக் குற்றச்சாட்டுடனே சக்கரவர்த்தியையும், இளவரசர் அருள்மொழிவர்மரையும் எப்படி நிமிர்ந்து பார்ப்பது? என்ன சாட்சியத்தைக் காட்டி நான் குற்றவாளி அல்லவென்று நிரூபிக்க முடியும்?

"ஐயா! நான் தங்களுக்கு ஒரு தீங்கும் செய்யவில்லையே? என்னைத் தப்பிப் போகும்படி விட்டு விடுங்கள்! உண்மையில் நான் குற்றவாளி அல்ல. காலமான இளவரசருக்கு அத்தியந்த நண்பனாயிருந்தவன். சந்தர்ப்ப வசத்தினால் இத்தகைய பயங்கரக் குற்றம் சாட்டப்பட்டேன். தாங்கள் முதன்மந்திரியின் சேவகர். சிறையிலிருந்த பைத்தியக்காரனைக் கொண்டு வரும்படி தானே தங்களுக்கு முதன்மந்திரி கட்டளையிட்டார்? இவனை அழைத்துப் போங்கள். என்னை விட்டு விடுங்கள்! உங்களுக்குப் புண்ணியம் உண்டு!" என்று வந்தியத்தேவன் இரக்கமாகக் கேட்டான்.

"உன்னை விட்டு விட்டால் எனக்கு என்ன தருவாய்?" என்றான் காவலன்.

"பின்னால் சமயம் வரும்போது பதிலுக்குப் பதில் உதவி செய்வேன்."

"அப்படிச் சமயம் வரப்போவதுமில்லை; வந்தாலும் உன் உதவி எனக்குத் தேவையும் இல்லை. இப்போது உடனே என்ன தருவாய் என்று சொல்லு!"

வந்தியத்தேவனுக்கு அவனுடைய அரைக்கச்சில் கட்டிக் கொண்டிருந்த பொற்காசுகளின் நினைவு வந்தது.

"உம்முடைய இரண்டு கைகளும் நிறையும்படி பொற்காசுகள் தருவேன்!"

"ஆகா! அப்படியா? பொற்காசுகளா? எங்கே காண்பி!" என்றான் காவலன்.

"கொஞ்சம் என் கட்டுக்களைத் தளர்த்தி விடு! அரைக்கச்சிலிருக்கிறது; எடுத்துக் காட்டுகிறேன்!" என்றான் வந்தியத்தேவன்.

"மறுபடி உன் வேலைத்தனத்தை மட்டும் காட்டிவிடாதே!" என்று சொல்லிக் கொண்டே காவலன் குனிந்து வந்தியத்தேவனுடைய கட்டுக்களைச் சிறிது தளர்த்தி விட்டான்.

வந்தியத்தேவன் அந்தக் காவலரின் முகத்தை உற்றுப் பார்த்துக் கொண்டே அரைக்கச்சை அவிழ்த்துப் பொற்காசுகளை எடுத்து கொடுத்தான். அக்காசுகளைக் காவலன் கை நிறைய வைத்துக் கொண்டு, "தம்பி! இக்காசுகளைப் பழுவேட்டரையரின் பொக்கிஷத்திலிருந்து எடுத்து வந்தாயா? அல்லது வார்ப்படச் சாலையிலிருந்தே அடித்துக் கொண்டு வந்தாயா? உன் பேரில் இப்போது மூன்று குற்றங்கள் ஆயின. கொலைக் குற்றம் ஒன்று, சிறையிலிருந்து தப்பிய குற்றம் ஒன்று, ராஜ்ய பொக்கிஷத்திலிருந்து திருடிய குற்றம் ஒன்று, ஆக மூன்று குற்றங்கள். ஒவ்வொரு குற்றத்துக்காவும் உன்னைத் தனித் தனியே கழுவில் ஏற்றலாம்" என்றான்.

"ஐயா! சோழ ராஜ்யத்துக்கு நான் எத்தனையோ சேவைகள் செய்திருக்கிறேன். பல முறை தூது சென்றேன். என் உயிரைக் கொடுத்துக் கரிகாலரின் உயிரைக் காப்பாற்ற முயன்றேன். இந்தச் சில பொற்காசுகளை என் சேவைக்குக் கூலியாகப் பெற எனக்கு உரிமை உண்டு. அதுவும் பிரயாண வசதிக்காகவே எடுத்துக் கொண்டேன்" என்றான் வந்தியத்தேவன்.

"இதையெல்லாம் நீ உன்னை விசாரணை செய்யும்போது சொல்லிக்கொள்!" என்றான் காவலன்.

"அப்படியானால், நீர் என்னைக் கட்டவிழ்த்து விடப் போவதில்லையா?" என்று கேட்டான் வந்தியத்தேவன்.

"கிழக்கில் உதிக்கும் சூரியன் மேற்கே உதித்தாலும், திருமாலைக் காட்டிலும் பரமசிவன் பெரிய தெய்வம் என்று ஏற்பட்டாலும், நான் சில பொற்காசுகளுக்காக ராஜ்யத் துரோகம் செய்யமாட்டேன்" என்றான் காவலன்.

கருத்திருமன் என்ன செய்கிறான் என்று வந்தியத்தேவன் கடைக் கண்ணால் பார்த்துக் கொண்டான். அவன் தன்னை ஆர்வத்துடன் நோக்கிக் கொண்டு சமிக்ஞையை எதிர்பார்த்திருந்தவனாகத் தோன்றியதைக் கவனித்தான்.

உடனே அவ்வீர வாலிபன் ஏற்கனவே தளர்த்தி விட்டிருந்த கட்டுக்களை இன்னும் சிறிது தளர்த்திக் கொண்டு சட்டென்று அந்தக் காவலனுடைய முகத்திலிருந்த மீசையையும் தலைக் கட்டையும் பிடித்து இழுத்தான்.

அவை அவன் கையோடு வந்துவிட்டன; சாக்ஷாத் ஆழ்வார்க்கடியான் காட்சி அளித்தான்.

"வேஷதாரி வைஷ்ணவனே! நீ தானா?" என்றான் வந்தியத்தேவன்.

ஆழ்வார்க்கடியான் தனது மீசையையும் தலைப்பாகையையும் காப்பாற்றிக் கொள்ள முயன்ற போது அவன் கையிலிருந்த பொற்காசுகள் சிதறி விழுந்தன.

வந்தியத்தேவன் ஒரு நொடியில் தன் கட்டுக்களிலிருந்து விடுபட்டு ஆழ்வார்க்கடியானைக் கீழே தள்ளினான்.

சற்றுமுன் தன்னைக் கட்டியிருந்த கயிற்றைப் போட்டு ஆழ்வார்க்கடியானைப் படகின் குறுக்குச் சட்டங்களோடு சேர்த்துக் கட்டினான்.

அவன் அரையில் தரித்திருந்த வாளை அதன் உறையிலிருந்து இழுத்து எடுத்துக் கையில் ஏந்திக் கொண்டான்.

வந்தியத்தேவன் இச்செயல்களில் ஈடுபட்டிருக்கையில் கருத்திருமன் சும்மா இருக்கவில்லை. அவன் அருகில் நின்ற காவலனைத் திடீரென்று தாக்கி ஆற்று வெள்ளத்தில் வீழ்த்தினான். அவன் நதி வெள்ளத்தில் போராடலானான்.

மற்ற இருவரில் ஒருவன் படகோட்டியை நோக்கியும் இன்னொருவன் வந்தியத்தேவனிடத்திலும் நெருங்கினார்கள். இருவீரும் பயத்துடன் தயங்கித் தயங்கியே வந்தார்கள். வந்தியத்தேவன் அவனை நோக்கி வாளை வீசிக் கொண்டு முன்னால் சென்றதும் அவ்வீரன் தானாகவே வெள்ளத்தில் குதித்து விட்டான்.

இன்னொருவனை இதற்குள் கருத்திருமன் தன் கையிலிருந்த துடுப்பினால் ஓங்கி அடித்துப் படகில் வீழ்த்தினான்.

இருவரும் சேர்ந்து அவனையும் குறுக்குச் சட்டத்தில் கட்டிப் போட்டார்கள்.

படகு நதி வெள்ளத்தோடு போய்க் கொண்டிருந்தது. வெள்ளத்தில் விழுந்த இருவரும் அக்கரையை நோக்கி நீந்திச் செல்ல முயன்று கொண்டிருந்தார்கள்.

வந்தியத்தேவன் ஆழ்வார்க்கடியான் அருகில் சென்று, "வீர வைஷ்ணவ சிகாமணியே! இப்போது என்ன சொல்லுகிறாய்?" என்று கேட்டான்.

"என்னத்தைச் சொல்வது? எல்லாம் நாராயண மூர்த்தியின் செயல். கட்டுகிறவனும் அவன்; கட்டப் படுகிறவனும் அவன். தள்ளுகிறவனும் அவன்; தள்ளப்படுகிறவனும் அவன்! தூணிலும் உள்ளான்; துரும்பிலும் உள்ளான்; உன் கை வாளிலும் உள்ளான்; என் தோளிலும் உள்ளான்!"

"அப்படியானால், இந்த ஆற்று வெள்ளத்திலும் உள்ளான்! உன்னைக் கட்டித் தூக்கி இந்த வெள்ளத்தில் போட்டு விடலாம் அல்லவா?"

"பிரஹலாதனைக் கல்லுடன் சேர்த்துக் கட்டிக் கடலில் போட்டார்கள். அவனை நாராயணமூர்த்தி காப்பாற்றிக் கரை சேர்க்கவில்லையா? அப்படிப் பகவான் வந்து என்னைக் கரை சேர்க்க முடியாவிட்டால், சாக்ஷாத் வைகுண்டத்துக்கு நேரே அழைத்துக் கொள்கிறார்!" என்றான் ஆழ்வார்க்கடியான்.

இதைக் கேட்ட வந்தியத்தேவன் சிறிது யோசித்துவிட்டு, "இதோ பார்! நீ சில சமயம் என் உயிரைக் காப்பாற்றி இருக்கிறாய். என்ன எண்ணத்துடன் காப்பாற்றினாயோ, தெரியாது! எப்படியிருந்தாலும், உன்னை நான் கொல்ல விரும்பவில்லை. ஆயினும், உன் உயிரைக் காப்பாற்றுவதாயிருந்தால், எனக்கு ஓர் உதவி நீ செய்ய வேண்டும்!" என்றான்.

"அப்பனே! பரோபகாரம் இதம் சரீரம் என்ற கொள்கை உடையவன் நான். என்ன உதவி உனக்குத் தேவையோ, கேள்! கட்டை அவிழ்த்துவிட்டால் செய்கிறேன்" என்றான் திருமலை.

"உன் சரீரத்தினால் உதவி எனக்கு இப்போது தேவையில்லை. எனக்கும் இவனுக்கும் இரண்டு குதிரைகள் வேண்டும். எதற்காக என்று கேட்கிறாயா? தப்பிச் செல்லுவதற்குத்தான்! அதற்கு ஏதேனும் வழி சொன்னால், உன்னை இப்படியே படகில் மிதக்க விட்டு விட்டு நாங்கள் கரையில் இறங்கி விடுகிறோம். படகு கரையில் ஒதுங்குமிடத்தில் நீ உன் சாமர்த்தியத்தை உபயோகித்துக் கொண்டு பிழைத்துக்கொள்!"

"என்னால் முடிந்த உதவியைக் கேட்கிறாயே, அதைப் பற்றி நான் மகிழ்ச்சி அடைகிறேன்."

"குதிரைகள் கிடைக்க எனக்கு வழி சொல்ல முடியுமா?"

"முடியும்! உங்கள் இரண்டு பேருக்கும் இரண்டு குதிரைகள் இருக்குமிடம் எனக்குத் தெரியும். வாணி அம்மை வீடு உனக்குத் தெரியும் அல்லவா?"

"எந்த வாணி அம்மை?"

"தஞ்சைத் தளிக்குளத்தார் ஆலயத்துக்குப் புஷ்ப கைங்கரியம் செய்யும் வாணி அம்மை பிறவி ஊமை. சேந்தன் அமுதனின் தாயார்."

இவ்வாறு ஆழ்வார்க்கடியான் சொல்லிக் கொண்டிருந்த போது கருத்திருமன் அருகில் நெருங்கி ஆவலாகக் கேட்டான்.

"தெரியும்; அந்த வீடு எனக்குத் தெரியும். நந்தவனத்தில் இருக்கிறது."

"அங்கே இரண்டு குதிரைகள் இந்தக் கணத்தில் இருக்கின்றன."

"எப்படி?"

"ஒன்று, என் குதிரை, வாணி அம்மையின் குடிசைக்கு அருகில் அதைக் கட்டிப் போட்டுவிட்டு இந்தப் படகில் ஏறி வந்தேன். இன்னொன்று, சேந்தன் அமுதன் ஏறி வந்த குதிரை. பாவம்! அமுதன் குதிரை ஏறி வழக்கமில்லாதவன். வழியில் அந்த முரட்டுக் குதிரை அவனைக் கீழே தள்ளிவிட்டது. முன்னமே சுரத்தினால் பலவீனமடைந்திருந்தான். கீழே விழுந்த அதிர்ச்சியால் மறுபடியும் படுத்துவிட்டான். பிழைத்தால் புனர்ஜன்மம் என்று சொல்கிறார்கள். ஆகையால் குதிரை இனி அவனுக்குத் தேவையிராது."

வந்தியத்தேவன் மிக்க கவலையுடன், "அவனைக் கவனிக்க அங்கே யார் இருக்கிறார்கள்?" என்றான்.

"அவனுடைய தாயாரும், பூங்குழலியும் இருக்கிறார்கள்!" என்றான் திருமலை.

கருத்திருமன் திடீர் என்று அச்சம்பாஷணையில் பிரவேசித்து, "எந்தத் தாயார்?" என்று கேட்டான்.

இருவரும் ஒருகணம் அவனை ஏறிட்டுப் பார்த்தார்கள்.

"என்ன கேட்டாய்?" என்றான் ஆழ்வார்க்கடியான்.

"சேந்தன் அமுதன் உயிருக்கு அபாயம் என்னும் செய்தி பெரிய பிராட்டி செம்பியன் மாதேவிக்குத் தெரியுமா என்று கேட்டேன்."

"ஆமாம்; செம்பியன் மாதேவிதான் அவர்களுக்குப் புஷ்ப கைங்கரியத்துக்கு மானியம் கொடுத்து ஆதரித்து வருகிறார். ஆனால் அரண்மனையைச் சேர்ந்தவர்கள் எல்லாரும் இப்போது கரிகாலர் மரணத்தினால் ஏற்பட்ட துயரத்தில் மூழ்கிக் கிடக்கிறார்களே? அமுதனை எங்கே கவனிக்கப் போகிறார்கள்?"

வந்தியத்தேவன் கருத்திருமனைப் பார்த்து, "நீ என்ன சொல்கிறாய்? சேந்தன் அமுதனையும் அவன் அன்னையையும் போய்ப் பார்த்துவிட்டுப் போவோமா?" என்றான்.

கருத்திருமன் தலையை அசைத்துத் தன் சம்மதத்தை தெரிவித்தான்.

"அப்படியானால், படகைக் கரையை நோக்கிச் செலுத்து!" என்று வந்தியத்தேவன் கூறிவிட்டு, ஆழ்வார்க்கடியானைப் பார்த்து, "வைஷ்ணவனே! இதில் ஏதாவது உன் சூழ்ச்சி தந்திரத்தைக் காண்பித்திருந்தாயோ, பார்த்துக்கொள்! என்னுடைய கதி எப்படியானாலும் உன்னைக் கைலாயத்துக்கு அனுப்பிவிட்டுத்தான் மறு காரியம் பார்ப்பேன்!" என்றான்.

"வேண்டாம், தம்பி! வேண்டாம்! உனக்குப் புண்ணியமாய்ப் போகட்டும். நித்திய சூரிகள் புடைசூழ ஸ்ரீமந் நாராயண மூர்த்தி மகாலக்ஷ்மி சகிதமாக வீற்றிருக்கும் வைகுண்டத்துக்கு என்னை அனுப்பி வை!" என்றான் வைஷ்ணவன்.

அறுபதாம் அத்தியாயம்

அமுதனின் கவலை

நந்தவனத்து நடுவில் இருந்த குடிலில் சேந்தன் அமுதன் நோய்ப்பட்டுப் படுத்திருந்தான். பூங்குழலி அவனுக்கு அன்புடன் பணிவிடை செய்து கொண்டிருந்தாள். வாணி அம்மை பாகம் செய்து கொடுத்த கஞ்சியைக் கொண்டு வந்து அவனை அருந்தும்படிச் செய்தாள்.

சற்று முன்னாலேதான் சுந்தர சோழ ஆதுரசாலையிலிருந்து வைத்தியர் வந்து சேந்தன் அமுதனைப் பார்த்துவிட்டுப் போயிருந்தார். போகும்போது அவரிடம் பூங்குழலி தனியாக விசாரித்தாள். "அமுதனுக்கு எப்படியிருக்கிறது. பிழைத்து எழுந்து விடுவானா?" என்று கேட்டாள்.

"முன்னமே ஒரு தடவை காய்ச்சல் வந்து பலவீனமாயிருந்தான். அத்துடன் நீண்ட பிரயாணம் போய்த் திரும்பிக் குதிரை மேலிருந்தும் கீழே விழுந்திருக்கிறான். அதனாலெல்லாம் பாதகமில்லை. ஆனால் அவன் மனத்தில் ஏதோ கவலை வைத்துக் கொண்டிருக்கிறான். அதனாலேதான் உடம்பு குணமடைவது தடைப்படுகிறது!" என்றார் வைத்தியர்.

இதை உள்ளத்தில் வைத்துக் கொண்டு பூங்குழலி, "அமுதா, உன் மனத்தில் என்ன கவலை? ஏன் உற்சாகமே இல்லாமலிருக்கிறாய்? உன் மனக் கவலையினால்தான் உன் உடம்பு குணப்படுவது தாமதமாகிறது என்று வைத்தியர் சொல்கிறாரே?" என்றாள்.

அமுதன், "பூங்குழலி! உண்மையைச் சொல்லட்டுமா? அல்லது மனத்தில் ஒன்று வைத்துக் கொண்டு வெளியில் ஒன்று பேசட்டுமா?" என்றான்.

பூங்குழலி! "நான் அப்படி உள்ளொன்றும் புறமொன்றுமாகப் பேசுகிறவள் என்று சுட்டிக் காட்டுகிறாயா?" என்று கேட்டாள்.

"பூங்குழலி! உன்னுடன் பேசுவதே அபாயகரமாயிருக்கிறது. நீ பேசாமலிருந்தால் உன் முகத்தைப் பார்த்துச் சந்தோஷப்பட்டுக் கொண்டிருப்பேன்."

"என் அத்தைமார்களைப் போல் நானும் ஊமையாய்ப் பிறந்திருந்தால் உனக்குச் சந்தோஷமாயிருக்கும் அல்லவா?"

"ஒரு நாளும் இல்லை; நீ பாடும்போது நான் அடையும் ஆனந்தத்துக்கு அளவேயில்லை. வெறும் பேச்சிலே என்ன இருக்கிறது? ஒரு தேவாரப்பண் பாடு!"

"அதெல்லாம் முடியாது. உன் மனத்தில் என்ன கவலை என்பதைச் சொன்னால்தான் பாடுவேன்."

"அப்படியானால் சொல்கிறேன் கேள்! என்னுடைய கவலையெல்லாம் என் உடம்பு சீக்கிரமாகக் குணமாகிவிடப் போகிறதே என்றுதான்."

"இது என்ன இப்படிச் சொல்கிறாய்? உனக்கு உடம்பு குணமாக வேண்டும் என்று நான் எல்லாத் தெய்வங்களையும் வேண்டிக் கொண்டிருக்கிறேனே? நீ குணமாகிவிடுமே என கவலைப்படுவது ஏன்?"

"என் உடம்பு குணமாகிவிட்டால் நீ என்னை விட்டு விட்டுப் போய் விடுவாய் அல்லவா? அதை எண்ணித்தான் கவலைப்படுகிறேன், பூங்குழலி!"

பூங்குழலியின் முகம் காலைப் பனித்துளிகளுடன் ஒளிர்ந்த மலர்ந்த செந்தாமரை போல் விளங்கியது. அவள் இதழ்களில் புன்னகை விரிந்தது; கண்களில் கண்ணீர் துளித்தது.

"அமுதா! உன் அன்பை எண்ணி என் நெஞ்சு உருகுகிறது. உன்னை விட்டுவிட்டுப் போகவும் மனம் வரவில்லை; போகாதிருக்கவும் முடியவில்லை."

"ஆமாம், அலைகடல் உன்னை அழைத்துக் கொண்டிருக்கிறது. அதனால் என்ன? நானும் உன்கூட வருகிறேன். அதற்கு உன் சம்மதத்தைத் தெரியப்படுத்து; என் உடம்பும் குணமாகிவிடும்."

"அமுதா! நான் என் மனத்திற்குள் செய்து கொண்டிருக்கும் சபதம் அதற்குத் தடையாயிருக்கிறது."

"அது என்ன சபதம்?"

"புவி ஆளும் மன்னனை மணந்து அவனுடன் சிங்காதனத்தில் அமர வேண்டும் என்பது என் மனோரதம். இது முடியாவிட்டால் கன்னிப் பெண்ணாகவே காலம் கழிக்கச் சபதம் செய்திருக்கிறேன்."

"ஆமாம்; பொன்னியின் செல்வர் உன் மனதில் இடம் பெற்றிருக்கிறார். ஆனால், பூங்குழலி! அது நடக்கிற காரியமா?"

"நீ தவறாக எண்ணிக் கொண்டிருக்கிறாய். பொன்னியின் செல்வரிடம் இச்சோழ நாட்டில் பிறந்தவர்கள் அனைவரும் அன்பு கொண்டிருக்கிறார்கள். ஆடவர்கள், மங்கையர்கள், வயோதிகர்கள், சின்னஞ்சிறு குழந்தைகள் எல்லாரும் அருள்மொழிவர்மரிடம் நேயம் கொண்டிருக்கிறார்கள். அது போலவே நானும் அவரிடம் அபிமானம் வைத்தேன். அவர் காய்ச்சலுடன் படகில் கிடந்தபோது நீயும் நானும் சேர்ந்துதான் அவருக்குப் பணிவிடை செய்து காப்பாற்றினோம்...."

"அப்படியானால், அவரிடம்... அவரிடம்... வேறு வித எண்ணம் உனக்கு நிச்சயமாக இல்லையா?"

"அமுதா! பொன்னியின் செல்வரை மணக்கப் பிறந்தவள் வேறொருத்தி இருக்கிறாள். அவள் கொடும்பாளூர் இளவரசி வானதி. நான் அவளிடம் ஏதோ விளையாட்டாகப் பேசப்போக அந்தப் பெண், 'நான் சிங்காதனம் ஏறுவதில்லை' என்று சபதம் செய்தாள்...."

"மன்னர் குலத்தில் பிறந்தவள் அவ்வாறு சொல்லிச் சபதம் செய்திருக்கிறாள். நீயோ 'சிங்காதனம் ஏறித்தான் தீருவேன்' என்கிறாய். 'இல்லாவிட்டால் கன்னிப்பெண்ணாகவே காலம் கழிப்பேன்' என்று சொல்லுகிறாய்."

"அமுதா! என் அத்தை, அரசர் குலத்தில் பிறந்தவரை நேசித்தாள். அதனால் அவளுடைய வாழ்க்கை துன்ப மயமாயிற்று. என் அத்தை அடையத் தவறிய பாக்கியத்தை நான் என் வாழ்நாளில் அடைவேன். ஏன் கூடாது?"

"உனக்கு அந்த ஆசை ஏற்பட்டது என்னுடைய பாக்கியக் குறைவினால்தான்!" என்றான் அமுதன்.

"அப்படி ஏன் நீ நிராசையடைய வேண்டும்? அரச குலத்தில் பிறந்தவர்தான் அரசர்களாயிருக்கலாம் என்று விதி ஒன்றும் இல்லை. உன்னைப்போல் சாதாரண குடும்பத்தில் பிறந்தவர்கள் தங்கள் வீர பராக்கிரமச் செயல்களினால் ராஜ்ஜியங்களை ஸ்தாபித்துச் சிங்காதனம் ஏறியிருக்கிறார்கள். நீயும் இன்றைக்கு அத்தகைய சபதம் எடுத்துக்கொள். இந்தப் பெரிய பாரத நாட்டிலோ, கடல் கடந்த அயல் நாடுகளிலோ உன் புஜபல பராக்கிரமத்தினால் ஒரு ராஜ்யத்தை ஸ்தாபிக்கத் தீர்மானம் செய்து கொள். நான் உன்னை விட்டுப் பிரியாமல் உனக்குத் துணையாயிருக்கிறேன்" என்றாள் பூங்குழலி.

"பூங்குழலி! அத்தகைய காரியங்களுக்கு நான் பிறக்கவில்லை. என் மனம் கத்தி எடுத்துப் போர் செய்வதில் ஈடுபடவில்லை. ஒரு சிறு பிராணியை இம்சிக்கவும் நான் விரும்பவில்லை. மணிமகுடமும், சிங்காதனமும் என்

உள்ளத்தைக் கவரவில்லை. சிவபெருமானையும், சிவனடியார்களையும் ஏத்திப் பரவிப் பாடிக் கொண்டு காலம் கழிக்க விரும்புகிறேன்! ஆகையால் உனக்கும் எனக்கும் பொருத்தமில்லைதான்! உன்னை நான் மணக்க விரும்புவது முடவன் கொம்புத்தேனுக்கு ஆசைப்படுவது போலத்தான். பூங்குழலி! உன்னை இங்கே தாமதிக்கச் சொல்வதில் பயனில்லை. நீ போய் விடு! என் உடம்பு குணமாவதற்காகக் காத்திராதே!" என்றான் சேந்தன் அமுதன்.

அச்சமயம் அக்குடிலின் வாசலில் காலடிச் சத்தம் கேட்கவே இருவரும் பேச்சை நிறுத்தினார்கள்.

❉ ❉ ❉ ❉

அறுபத்தொன்றாம் அத்தியாயம்

நிச்சயதார்த்தம்

வெளியில் காலடிச் சத்தம் கேட்டதும் பூங்குழலி அச்சிறு குடிலின் வாசற் கதவை நோக்கிப் போனாள்.

அவள் தன்னை விட்டுவிட்டு அடியோடு போய்விடப் போகிறாள் என்று சேந்தன் அமுதன் எண்ணிப் பெருமூச்சு விட்டான். அவள் அவ்வாசற்படி வழியாக வெளியேறும்போது தன் உயிரும் தன் உடலை விட்டு வெளியேறிவிடும் என்று கருதினான்.

பூங்குழலி கதவைச் சற்றுத் திறந்து வெளியே பார்த்துவிட்டு மறுபடியும் கதவை அடைத்துத் தாளிட்டதை சேந்தன் அமுதன் பார்த்தான். இது என்ன விந்தை? தாளிட்டது மட்டுமில்லாமல் திரும்பவும் தன்னை நோக்கி வருகிறாளே!

அவளுடைய உள்ளம் சிறிது இளகிவிட்டதோ? இளகினால்தான் என்ன? மறுபடியும் தன்னை வீரனாக வேண்டும் என்றும், ராஜ்யத்தைப் பிடிக்க வேண்டுமென்றும், சிங்காதனம் ஏறி அரசாள வேண்டும் என்றும் இவ்வாறு போதனை செய்து கொண்டுதானிருப்பாள். உலக ஆசைகள் என்னும் புயற் காற்றினால் அலை வீசிக் கொந்தளிக்கும் கடல் அவளுடைய உள்ளம்; சிவபெருமானுடைய பக்தியில் திளைத்து அமைதியுற்றிருக்கும் இனிய புனல் வாவியை ஒத்தது தன் மனம். அதில் எழுந்த சிறிய கொந்தளிப்பு இவளால் நேர்ந்ததுதான். பூங்குழலிக்கும் தனக்கும் ஒரு நாளும் ஒத்துவரப் போவதில்லை. அதைப்பற்றி வீண் மனோராஜ்யம் செய்வதில் என்ன பயன்?

பூங்குழலி அவன் அருகில் வந்ததும் அவனைத் தன் குவளை மலர்க் கண்களால் உற்றுப் பார்த்தாள். சேந்தன் அமுதனின் நெஞ்சம் தத்தளித்தது.

"கதவை ஏன் சாத்தினாய்? யார் வந்தனர்? ஒருவேளை அம்மா தானோ, என்னமோ?" என்றான் அமுதன்.

"யாராக இருந்தாலும் சிறிது நேரம் காத்திருக்கட்டும். நம்முடைய பேச்சு முடியும் வரையில் வெளியில் இருக்கட்டும். ராஜாவும், ராணியும் அந்தரங்கமாகப் பேசி கொண்டிருக்கும் போது குறுக்கே வந்து யாரும் தடை செய்யக்கூடாது அல்லவா?" என்றாள்.

"ராஜா – ராணி! யார் ராஜா? யார் ராணி?" என்று தடுமாறினான் அமுதன்.

"நீ ராஜா; நான் ராணி! இத்தனை நேரம் சொன்னதெல்லாம் உன் மனதில் ஏறவே இல்லையா?"

"இல்லை, பூங்குழலி! எனக்கு நீ போதனை செய்வதில் சிறிதும் பயனில்லை என்றுதான் சொன்னேனே? உன் உள்ளப் போக்கும், என் உள்ளப் போக்கும் முற்றும் மாறானவை. அவை ஒத்து வர மாட்டா!" என்றான் அமுதன்.

"ஒத்து வரும்படி நாம்தான் செய்ய வேண்டும்" என்றான் பூங்குழலி.

"அது முடியாத காரியம்!"

"உன்னால் முடியாவிட்டால், என்னால் முடியும். அமுதா! நான் தீர்மானம் செய்து விட்டேன். அரச குமாரனைக் கலியாணம் செய்து கொண்டு அரியாசனம் ஏறும் எண்ணத்தை விட்டு விட்டேன். அரண்மனை வாழ்வையும் அரச போகத்தையும் காட்டிலும், உன்னுடைய அன்பு கோடி மடங்கு எனக்குப் பெரிது. நீ என் வழிக்கு வர மறுப்பதால், நான் உன்னுடைய வழிக்கு வருவேன்; உன்னையே நான் மணந்து கொள்வேன்..."

சேந்தன் அமுதன் பரவச நிலையை அடைந்தான். "பூங்குழலி! பூங்குழலி! எனக்கு இப்போது சுரம் அடிக்கவில்லையே? நான் கனவு காணவில்லையே? இப்போது நீ சொன்ன வார்த்தைகள் என் காதில் தவறாக விழவில்லையே? நான் தவறாகப் பொருள் கொள்ளவில்லையே?" என்றான்.

"இன்னொரு தடவை சொல்கிறேன், கேள்! நீ என் வழிக்கு வர மறுப்பதால், நான் உன்னுடைய வழிக்கு வரத் தீர்மானித்து விட்டேன். உன்னையே நான் மணந்து கொள்வேன். என் பெரிய அத்தையின் வாழ்க்கையைப் பற்றி நான் அறிந்து கொண்டிருந்த விவரங்கள் என் உள்ளத்தில் வீண் ஆசைகளை உண்டாக்கியிருந்தன. நியாயமாக அவள் சிங்காதனத்தில் வீற்றிருக்க வேண்டியவள் என்று அடிக்கடி எண்ணியதால் நானும் ஏன் சிங்காதனம் ஏறக்கூடாது என்ற ஆத்திரம் எனக்கும் உண்டாகி விட்டது. என் அத்தை கொலைகாரனுடைய வேலினால் மரணமடைந்த போது, என்னுடைய ஆசையும் மடிந்து விட்டது. அரண்மனையில் வாழ்கிறவர்கள் படும் அவதிகளையும், வேதனைகளையும் அறிந்து கொண்டேன். அலைகடலில் படகு ஓட்டிக் கொண்டு ஆனந்தமாகக் கழிக்கும் வாழ்க்கைக்கு அரண்மனை வாழ்வு ஒருநாளும் இணையாகாது என்று அறிந்தேன். அமுதா! உனக்கு உடம்பு சரியானதும் இருவரும் கோடிக்கரை செல்வோம். அங்கே காட்டுக்கு நடுவில் உள்ள கோயிலில் குழகர் தன்னந்தனியாகத் துணை எவருமின்றி இருக்கிறார். நாம் இருவரும் கோடிக்கரைக் குழகருக்குப் புஷ்பத் திருப்பணி செய்வோம். சில சமயம் படகில் ஏறிக் கடலில் செல்வோம். ஈழ நாட்டின் ஓரத்தில் இனிய தீவுகள் எத்தனையோ இருக்கின்றன. அந்தத் தீவுகளில் ஒன்றில் சில சமயம் இறங்குவோம். அங்கே நீ ராஜாவாகவும் நான் ராணியாகவும் இருப்போம். அந்த ராஜ்யத்துக்கு யாரும் போட்டிக்கு வரமாட்டார்கள். அமுதா! இதற்கெல்லாம் உனக்கு ஆட்சேபம் ஒன்றுமில்லையே?"

"ஒரே ஆட்சேபந்தான், பூங்குழலி! இவ்வளவு பெரிய பாக்கியத்துக்கு நான் அருகதை உள்ளவனா என்னும் ஆட்சேபந்தான். இதையெல்லாம் நீ உண்மையாகத்தானே சொல்லுகிறாய்? பிறகு பெரிய ஏமாற்றத்துக்கு என்னை உள்ளாக்குவதற்காகச் சொல்லவில்லையே? இல்லை, இல்லை! நீ உண்மையாகத்தான் சொல்கிறாய். எப்போது கோடிக்கரைக்குப் புறப்படலாம்?"

"உனக்கு உடம்பு நேரான உடனே புறப்படலாம்."

"எனக்கு உடம்பு நேராகிவிட்டது, பூங்குழலி! நான் வேணுமானால் இப்போது எழுந்து நடக்கிறேன் பார்க்கிறாயா?" என்று கூறிவிட்டுச் சேந்தன் அமுதன் எழுந்திருக்க முயன்றான்.

பூங்குழலி அவன் கையைப் பிடித்து எழுந்திருக்காமல் தடுத்து, "வேண்டாம்; இன்று ஒரு நாள் மட்டும் பொறுத்துக்கொள்!" என்றாள்.

வாசற் கதவை யாரோ இலேசாகத் தட்டும் சத்தம் கேட்டது.

"அம்மா கதவைத் தட்டுகிறாள் திறந்து விடு! அம்மாவிடம் இந்தச் சந்தோஷ சமாசாரத்தைச் சொல்வோம்" என்றான் அமுதன்.

பூங்குழலி போய்க் கதவைத் திறந்தாள், வாசலில் கண்ட காட்சி அவளைச் சிறிது வியப்புறச் செய்தது.

அவள் எதிர்பார்த்தபடி கதவைத் தட்டியவள் வாணி அம்மை அல்ல.

அரண்மனைச் சேவகன் ஒருவன் கதவைத் தட்டியிருக்க வேண்டுமென்று தோன்றியது. கதவு திறந்ததும், சேவகன் ஒதுங்கி நின்றான்.

அப்பால், செம்பியன் மாதேவியும், இளவரசர் மதுராந்தகரும் நின்றார்கள்.

இன்னும் சிறிது தூரத்துக்கு அப்பால், பல்லக்குகள் இரண்டு இறக்கி வைக்கப்பட்டிருந்தன. சிவிகை தூக்கிகளும், காவலர்களும் மரத்தடியில் நின்றார்கள். அவர்களில் ஒருவன் பிடித்துக் கொண்டிருந்த தீவர்த்தி வெளிச்சத்தில் இவ்வளவு காட்சியையும் கண்ட பூங்குழலி, செம்பியன் மாதேவியின் முன்னால் தலை வணங்கிக் கும்பிட்டு, "தாயே! வரவேண்டும்!" என்றாள்.

"உன் அத்தை மகனுக்கு உடம்பு எப்படியிருக்கிறது, பூங்குழலி! வாணி அம்மை எங்கே?" என்று கேட்டுக் கொண்டே மழவரையன் மாமகளாகிய முதிய எம்பெருமாட்டி அந்தக் குடிசைக்குள்ளே பிரவேசித்தாள்.

மதுராந்தகன் வெளியிலேயே நின்றான்; ஆனால் அவனுடைய குரோதம் ததும்பிய கண்கள் ஆர்வத்துடன் குடிசைக்கு உள்ளே நோக்கின. வருகிறவர் சிவபக்த சிரோமணியும், தங்களுக்கு மானியம் அளித்துக் காப்பாற்றி வருகிறவருமான செம்பியன் மாதேவி என்று அறிந்ததும் சேந்தன் அமுதனும் எழுந்தான்.

"தாயே! நல்ல சமயத்தில் வந்தீர்கள்; முதன் முதல் சந்தோஷமான செய்தியைத் தங்களிடம் தெரிவித்து ஆசிபெறும் பாக்கியம் எங்களுக்குக் கிட்டியிருக்கிறது. சிவபெருமானுடைய திருவருளாலேயே இது நடந்திருக்க வேண்டும். இன்னும் என் அன்னையிடம் கூடச் சொல்லவில்லை. அன்னையே! இத்தனை காலம் கழித்துப் பூங்குழலி மனமிரங்கி என்னை மணம் புரிந்து கொள்ள இசைந்திருக்கிறாள். தாங்கள்தான் கூட இருந்து எங்கள் திருமணத்தை நடத்தி வைக்கவேண்டும். நாங்கள் திருமணம் செய்துகொண்ட பிறகு கோடிக்கரைக் குழகர் கோயிலுக்குப் போய் அங்கே பூமாலைக் கைங்கரியம் செய்ய எண்ணியிருக்கிறோம்!" என்றான்.

செம்பியன் மாதேவியின் முகத்தோற்றம் இச்செய்தியினால் அந்த மாதரசி மகிழ்ச்சி அடைந்தாரா, கலக்கமடைந்தாரா என்பதைத் தெரிந்து கொள்ள முடியாமலிருந்தது. அவருடைய இதழ்களில் மகிழ்ச்சிப் புன்னகை தோன்றியது. ஆனால் கண்களிலோ கண்ணீர் ததும்பி நின்றது.

அமுதனும் பூங்குழலியும் அவர் முன்னால் வணங்கிய போது, மாதரசி தழுதழுத்த குரலில், "குழந்தைகளே! இறைவன் அருளால் உங்கள் இல்வாழ்க்கை இன்பமயமாக இருக்கட்டும்!" என்று ஆசி கூறினார்.

அந்தச் சமயம் வாணி அம்மை அங்கு வந்து சேர்ந்தாள். அவளிடம் செம்பியன் மாதேவி சமிக்ஞையினால் அமுதனுடைய உடம்பைப் பற்றி தெரிந்து கொள்ள வந்ததாகக் கூறினார். வந்த இடத்தில் அவர்களுக்குத் திருமணம் நடக்கப் போகிற செய்தியை அறிந்து மகிழ்ச்சி அடைந்ததாகவும் தெரிவித்தார்.

அச்சமயம் வாணி அம்மையின் முகபாவமும் கலக்கத்தையும், களிப்பையும் ஒருங்கே காட்டுவதாயிருந்தது.

மேலும் சிறிது நேரம் சேந்தன் அமுதனுடனும், பூங்குழலியுடனும் பேசிக்கொண்டிருந்த பிறகு செம்பியன் மாதேவி வெளிக் கிளம்பினார்.

அவரும், மதுராந்தகனும் பல்லக்குகள் இரண்டும் இறக்கி வைத்திருந்த இடம் நோக்கிச் சென்றார்கள்.

வழியில் ஒரு மரத்தடியில் முதிய பிராட்டியார் நின்று, சுற்றுமுற்றும் பார்த்தார். அருகில் ஒருவரும் இல்லை என்பதைக் கண்ட பிறகு, மதுராந்தகனை நோக்கி, "பார்த்தாயா, மதுராந்தகா! என் வயிற்றில் பத்து மாதம் சுமந்து பெற்றெடுத்த மகன் அதோ அக்குடிசையில் வாழும் சேந்தன் அமுதன். அவனுக்கு ஐந்து வயதானபோதே எனக்கு இச்செய்தி தெரிந்துவிட்டது. அவன் எட்டு நாள் குழந்தையாயிருந்தபோது மூச்சுப் பேச்சற்றுக்

கிடந்ததைப் பார்த்து இறந்து விட்டதாக எண்ணினேன். பிள்ளைப் பாசத்தினால் உன்னை என் குழந்தையாக ஏற்றுக் கொண்டு இவனைக் கொண்டு போய்ப் புதைத்து விடச் சொன்னேன். இவனை எடுத்துப் போன வாணி வெகுகாலம் திரும்பி வரவே இல்லை. ஐந்து ஆண்டு கழிந்த பிறகு இவளையும், இப்பிள்ளையையும் பார்த்ததும் உண்மை தெரிந்து கொண்டேன். ஆயினும், உன்னை நான் கைவிடவில்லை. அவன் என் வயிற்றில் பிறந்த மகன் என்பதற்காக அவனை அரண்மனைக்கு வரவழைத்துக் கொள்ளவுமில்லை. எல்லாம் இறைவன் திருவிளையாடல் என்று எண்ணி உன்னை என் வயிற்றில் பிறந்த மகனைக் காட்டிலும் பதின் மடங்கு அருமையாக வளர்த்து வந்தேன். அதற்காகவெல்லாம் எனக்கு இப்போது இந்த வரத்தை நீ கொடு! சோழ சிங்காதனம் வேண்டாம் என்று சொல்லிவிடு! நீ சிங்காதனம் ஏறுவதற்குக்கூட நான் ஆட்சேபிக்க மாட்டேன். ஆனால் உன் வம்சத்தில் பிறக்கும் பிள்ளைகள் ஊமையாக இருந்துவிட்டால் என்ன செய்கிறது என்றுதான் அஞ்சுகிறேன்!" என்றார்.

இவ்விதம் செம்பியன் மாதேவி கூறி வந்தபோது மதுராந்தகனுடைய முகம் பேயடித்த முகமாகக் காணப்பட்டது.

அவன் மணம் செய்து கொண்டிருந்த சின்னப் பழுவேட்டரையரின் மகளுக்கு ஒரு பெண் மகவு பிறந்திருந்தது. அதற்கு இரண்டு பிராயம் ஆகியும் இன்னும் பேசத் தொடங்கவில்லை என்பது அவனுடைய நினைவுக்கு வந்தது.

பிரமை பிடித்து மரத்தோடு மரமாக நின்ற மதுராந்தகனைப் பார்த்து, அவனை வளர்த்த அன்னையாகிய மாதரசி, "குழந்தாய்! ஏன் இப்படியே நின்று விட்டாய்? வா போகலாம்! அரண்மனைக்குப் போய் நன்றாக யோசித்து நாளைக்குப் பதில் சொல்லு!" என்றாள்.

மதுராந்தகன் தட்டுத்தடுமாறி, "தாயே! யோசிப்பதற்கு இனி என்ன இருக்கிறது? ஒன்றுமில்லை. தாங்கள் போங்கள்! என்னுடைய இடத்தில் அரண்மனையில் வளர்ந்திருக்க வேண்டிய தங்கள் குமாரனிடம் சிறிது பேசிவிட்டுப் பிறகு வருகிறேன்!" என்றான்.

"அப்படியே செய்! வரும்போது பல்லக்கின் திரைகளை நன்றாக மூடிக்கொண்டு வா! கொடும்பாளூர் வீரர்கள் உன்னைப் பார்த்து விட்டால் ஏதேனும் கூச்சல் போட்டாலும் போடுவார்கள்!" என்று சொல்லிவிட்டு அம்மாதரசி மேலே பல்லக்கை நோக்கி நடந்தார்.

மதுராந்தகனுடைய முகம் முன்னைவிடக் குரோதமும், மாற்சரியமும் நிறைந்த பயங்கர மாறுதலை அடைந்ததை அப்பெருமாட்டி கவனியாமலே அங்கிருந்து சென்று விட்டார்.

❉ ❉ ❉ ❉

அறுபத்திரண்டாம் அத்தியாயம்

ஈட்டி பாய்ந்தது!

சற்று நேரம் நின்ற இடத்திலேயே நின்றான் மதுராந்தகன். குடிசைக்குப் போகலாமா, கோட்டைக்குப் போகலாமா என்று அவன் உள்ளத்தில் ஒரு போராட்டம் நடந்தது போலத் தோன்றியது. பின்னர் அவன் தன்னைச் சுமந்து வந்த பல்லக்கின் அருகில் சென்று, சிவிகை தூக்கிகளிடமும், காவலர்களிடமும் ஏதோ சொன்னான். சிவிகைக்கு உள்ளேயிருந்து ஏதோ ஒரு பொருளையும் எடுத்துக் கொண்டான். சிவிகையைத் தூக்கிக் கொண்டு ஆட்கள் புறப்பட்டுச் சென்றார்கள். அவர்களுடன் தீவர்த்தி வெளிச்சமும் சென்றது.

மதுராந்தகன் திரும்பக் குடிசையை நோக்கி வந்தபோது, அவனும் மாதேவடிகளும் எந்த மரத்தின் ஓரமாக நின்று பேசிக் கொண்டிருந்தார்களோ, அந்த மரத்தின் பின்புறத்திலிருந்து திடீரென்று ஒரு மனிதன் வெளிப்பட்டு வந்ததைக் கண்டு மதுராந்தகன் ஒரு கணம் திடுக்கிட்டான்.

அவன் வேறு யாரும் இல்லை; பாதாளச் சிறையிலிருந்து தப்பித்து வந்தியத்தேவனோடு வந்திருந்த 'பைத்தியக்காரன்' கருத்திருமன்தான். இன்னமும் அவன் பார்ப்பதற்குப் பைத்தியக்காரனைப் போலவே இருந்தான். அவனுடைய தோற்றமும் அவன் திடீரென்று அந்த இடத்தில் வெளிப்பட்டதும் மதுராந்தகனுக்குத் திகிலை உண்டாக்கியதில் வியப்பில்லைதானே!

அடுத்த கணம் மதுராந்தகன் சிவிகையிலிருந்துதான் எடுத்து வந்த கூரிய குத்துவாளை ஓங்கினான்.

கருத்திருமன் அவனைக் கையமர்த்தி, "ஐயா! நில்லுங்கள்! நான் தங்கள் விரோதி அல்ல!" என்றான்.

"விரோதி அல்லவென்றால், பின்னே நீ யார்? என் நண்பனா?" என்று மதுராந்தகன் கேட்டான்.

"ஆம், ஐயா! நண்பன்தான்!"

மதுராந்தகன் குரோதமும், துயரமும் ததும்பிய குரலில் மெல்லிய சிரிப்புச் சிரித்துவிட்டு, "நல்ல நண்பன் கிடைத்தாய்! உலகமே என்னைவிட்டு நழுவிச் செல்லும்போது, நீயாவது கிடைத்தாயே!" என்றான்.

"ஆம், ஐயா! உலகத்தில் யாரும் தங்களுக்குச் செய்ய முடியாத உதவியைத் தங்களுக்கு நான் செய்ய முடியும்!" என்றான் கருத்திருமன்.

"அது என்ன, சொல் பார்க்கலாம்! நேரமாகிவிட்டது சொல்லுவதைச் சீக்கிரம் சொல்லு!"

"எதற்கு நேரம் ஆகிவிட்டது?" என்று கருத்திருமன் கேட்டு விட்டு, மதுராந்தகனை உற்று நோக்கினான்.

"அரண்மனைக்குப் போவதற்குத்தான், வேறு எதற்கு?"

"தங்களுக்கு உரிமை இல்லாத அரண்மனைக்குத் தாங்கள் திரும்பிப் போகப் போகிறீர்களா?"

மதுராந்தகன் மறுபடியும் அதிர்ச்சி அடைந்து, "அடே! என்ன சொல்லுகிறாய்? உனக்கு என்ன தெரியும்? எப்படித் தெரியும்? விரைவிலே சொல்லு! இல்லாவிடில்..." என்று கையிலிருந்த குத்துவாளை ஓங்கினான்.

"ஐயா! வாளை ஓங்க வேண்டாம்; தங்கள் பகைவர்கள் எதிர்ப்படும்போது உபயோகிப்பதற்குத் தீட்டி வைத்துக் கொள்ளுங்கள். சற்று முன் தாங்களும், தங்களை வளர்த்த பெரிய மகாராணியும் இந்த மரத்தடியில் நின்று பேசிக் கொண்டிருந்தீர்கள். நான் மரத்தின் பின்னால் நின்றதை நீங்கள் இருவரும் கவனிக்கவில்லை..."

"ஆகா! ஒட்டுக்கேட்டு ரகசியத்தை அறிந்து கொண்டாயா? அந்தத் துணிச்சலுடனேதான் என்னை வழிமறித்து நிறுத்தினாயா?"

"இல்லை, இல்லை! மகாராணி தங்களிடம் சொன்ன செய்தி எனக்கு முன்னமே தெரியும்; அதைவிட அதிகமாகவும் தெரியும். அந்த மாதரசி தங்களை வயிற்றில் வைத்து வளர்த்த அன்னை அல்லவென்றும், கண்டராதித்தர் தங்கள் தந்தை அல்லவென்றும் அவர் தங்களிடம் கூறினார். தங்களுடைய அன்னை யார் என்றும் சொல்லி இருப்பார். ஆனால், தங்கள் தந்தை யார் என்று சொல்லி இருக்கமாட்டார்."

மதுராந்தகன் அவனை வெறித்து நோக்கி, "உனக்கு அது தெரியுமா?" என்று கேட்டான்.

"ஆம், தெரியும்."

மதுராந்தகன் அந்தப் பைத்தியக்காரத் தோற்றமுடையவன் தான் அவன் தந்தை என்று உரிமை கொண்டாடப் போகிறானோ என்று பீதி அடைந்தான். அருவருப்பும் ஆத்திரமும் நிறைந்த குரலில், "உனக்கு எப்படித் தெரியும்? நீ யார்?" என்று கேட்டான்.

"நான் தங்கள் தந்தையின் ஊழியன்!" என்று கருத்திருமன் கூறியதும், மதுராந்தகன் முகம் தெளிவு பெற்றது.

கருத்திருமன் சற்று அருகில் நகர்ந்து வந்து, "ஐயா! தங்கள் தந்தை..." என்று மெல்லிய குரலில் கூறினான்.

மதுராந்தகன் காதில் அவன் கூறியது விழுந்தது. மதுராந்தகனுடைய தலை சுற்றியது. கீழே விழப் பார்த்தவன் சமாளித்துக் கொண்டு கருத்திருமனுடைய புஜங்களை உறுதியாகப் பற்றிக் கொண்டு, "நீ கூறியது உண்மைதானா? உண்மையாகவே நான் ராஜ குமாரன்தானா?" என்று கேட்டான்.

"ஆம், ஐயா! இதைத் தங்களிடம் சொல்வதற்காகவே பல வருஷங்களுக்கு முன்பு நான் இங்கு வந்தேன். தங்களை அந்தரங்கமாகப் பார்த்துப் போவதற்கு சமயம் நோக்கிக் கொண்டிருந்தேன். துரதிர்ஷ்டவசமாகச் சின்னப் பழுவேட்டரையர் என்னை அரண்மனைத் தோட்டத்தில் பார்த்துவிட்டார். பிடித்துப் பாதாளச் சிறையில் போட்டுவிட்டார்."

"எப்போது தப்பினாய்? எப்படி?"

"இன்றைக்குத்தான், வந்தியத்தேவன் என்னும் வாலிபன் ஒருவனுடைய உதவியினால் தப்பித்து வெளி வந்தேன்."

"ஆகா! நானும் கேள்விப்பட்டேன்; கரிகாலரைக் கொன்றதாகக் குற்றம் சாட்டப்பட்டவன் அல்லவா அவன்?"

"ஆம்; ஐயா! ஆனால் உண்மையில் ஆதித்த கரிகாலரைக் கொன்றவன் அந்த வாலிபன் அல்ல!"

"அதைப் பற்றி நமக்கு என்ன கவலை? கொன்றவனாகவே தான் இருக்கட்டுமே! இப்போது எங்கே அவன்?"

"அதோ சற்றுத் தூரத்தில் தெரியும் வேலியின் மறைவில் இருக்கிறான். எனக்கும், அவனுக்கும் இரண்டு குதிரைகளுடன் காத்திருக்கிறான். நான் நேரம் செய்வது பற்றி அவன் இப்போது கோபம் அடைந்திருப்பான். அதைப் பற்றி நான் சிறிதும் கவலைப்படவில்லை. எதிர்பாராத விதத்தில் தங்களைச் சந்தித்து விட்டேன்."

"எப்போது நீங்கள் இங்கே வந்தீர்கள்?" என்றான் மதுராந்தகன்.

"சற்று முன்னாலேதான் வந்தோம்; இந்தக் குடிசைக்கு அருகில் இரண்டு குதிரைகள் இருக்கின்றன வென்று தெரிந்து கொண்டு வந்தோம். குதிரைகளைத் தேடிக் கொண்டிருந்தபோது தாங்களும், தங்களை வளர்த்த அன்னையும் தீவர்த்திகளுடன் சாலையில் வந்தீர்கள். அந்த வெளிச்சத்தில் குதிரைகளைக் கண்டுபிடித்தோம். நான் பல வருஷங்களுக்குப் பிறகு வாணியைப் பார்த்தேன். அவளுடைய ஊமைப் பாஷையில்

பேசிக் கொண்டிருக்கும்போதே நீங்கள் இந்தக் குடிசைப் பக்கம் திரும்பி வந்தீர்கள். நீங்கள் இந்தக் குடிசைக்குத் தான் வருகிறீர்கள் என்று நாங்கள் எதிர்பார்க்கவில்லை. வந்தியத்தேவன் வேலி மறைவுக்கு ஓடி விட்டான். நானும் வாணியும் இம்மரத்தின் பின்னால் சிறிது நேரம் நின்றோம். பிறகு அவளும் குடிசைக்குள் போய்விட்டாள். நான் மட்டும் இங்கு நின்று கொண்டிருந்தேன். அதன் பலனாகத் தங்களைப் பார்க்கும் சந்தர்ப்பம் கிடைத்தது."

"சரி, இனிமேல் நீ என்ன செய்யப் போகிறாய்?"

"தாங்கள் எவ்விதம் சொல்லுகிறீர்களோ, அவ்விதம் செய்கிறேன், ஐயா! தங்கள் பிறப்பைக் குறித்த உண்மையை அறிந்த பிறகும், தஞ்சை அரண்மனைக்குத் திரும்பிப் போகப் போகிறீர்களா? ஒன்று ஞாபகம் வைத்துக் கொள்ளுங்கள். தாங்கள் சோழ குலத்து இளவரசர் அல்லவென்பது இன்னும் சிலருக்கும் தெரியும். முதன்மந்திரிக்கும், அவருடைய ஒற்றன் ஆழ்வார்க்கடியான் என்பவனுக்கும் தெரியும். என்றைக்காவது ஒருநாள்..."

"ஆமாம், ஆமாம்! தஞ்சை அரண்மனைக்குப் போக எனக்கும் விருப்பமில்லைதான், நீ என்ன யோசனை சொல்லுகிறாய்?"

"அந்த வேலி மறைவில் இரண்டு குதிரைகள் இருக்கின்றன. தாங்கள் குடிசைக்குள் போவதுபோல் போய்விட்டு அந்த வேலிப் பக்கம் வாருங்கள். நான் வந்தியத்தேவனுடன் சிறிது பேசிக் காலம் தாழ்த்திக் கொண்டிருக்கிறேன். தங்கள் கையிலுள்ள வாளை அவன் மீது எறிந்து கொன்றுவிடுங்கள். இரண்டு குதிரைகள் மீது நாம் இருவரும் ஏறிப் போய்விடுவோம். கோடிக்கரை சென்று இலங்கைக்குப் போவோம். இலங்கை அரசர், சோழ குலத்தின் பகைவர்; பாண்டிய குலத்துக்குப் பரம்பரை சிநேகிதர். நான் இலங்கை மன்னரை நன்கு அறிவேன். பாண்டிய குலத்தின் மணி மகுடமும், ரத்தின ஹாரமும் இருக்குமிடமும் அறிவேன். என்ன சொல்லுகிறீர்கள்?"

மதுராந்தகன் சிறிது நேரம் யோசனை செய்தான். அவனுடைய உள்ளம் அந்தச் சில வினாடி நேரத்தில் எத்தனையோ கோட்டைகள் கட்டியது.

"ஐயா! நேரம் போகிறது. தங்கள் முடிவு என்ன? வந்தியத்தேவன் இனி இங்கேயே வந்து விடுவான்."

"அவனைக் கொல்ல வேண்டும் என்றா சொல்லுகிறாய்?"

"தங்களுக்குத் தயக்கமாயிருந்தால் தங்கள் கையிலுள்ள குத்து வாளை என்னிடம் கொடுங்கள்!"

"வேண்டாம்; இந்த வாளுக்கு வேறு வேலை இருக்கிறது. வந்தியத்தேவனைப் பற்றி எனக்குத் தெரியும். அவன் நல்ல வீரன். அவனையும் நம்முடன் அழைத்துக் கொண்டு போகலாமே?"

"அழைத்துப் போகலாம்; ஆனால் இன்னொரு குதிரை?"

"குதிரைக்கு என்ன குறைவு? நான் இன்னமும் பட்டத்து இளவரசன் மதுராந்தகன்தானே!" என்று கூறிவிட்டுக் கோபச் சிரிப்புச் சிரித்தான்.

பிறகு, "நீ போ! அவனைச் சற்று நேரம் பொறுமையாக இருக்கச் சொல்! இந்தக் குடிசைக்காரனைப் பார்த்து ஒரு வார்த்தை பேசிவிட்டு விரைவில் வந்து விடுகிறேன்!" என்றான்.

கருத்திருமன், வந்தியத்தேவன் மறைந்து நின்ற வேலியைத் தேடிக் கொண்டு போனான். நல்ல இருட்டு, தூரத்தில் ராஜபாட்டையில் அவ்வப்போது சிலர் தீவர்த்தி பிடித்துக் கொண்டு போனபோது சிறிது வெளிச்சம் வந்தது. வெகு தூரத்திலிருந்து வந்த அந்த மங்கலான வெளிச்சத்தில் இரண்டு கம்பீரமான புரவிகள் வேலிகளில் கட்டப்பட்டு நிற்பது தெரிந்தது. ஆனால் வந்தியத்தேவனைக் காணவில்லை. மெல்லிய குரலில் கூப்பிட்டுப் பார்த்தான்;

பதிலுக்குக் குரல் கேட்கவில்லை. "சரி; அவனாகத் தொலைந்து போனால் நல்லதாய்ப் போயிற்று" என்று கருத்திருமன் எண்ணிக் கொண்டான்.

* * *

வந்தியத்தேவனும் கருத்திருமனும் முதலில் நந்தவனக் குடிசையருகில் வந்தபோது அங்கே இருள் சூழ்ந்திருந்தது. குடிசைக்குள் எரிந்த சிறிய விளக்கிலிருந்து சில ஒளிக்கிரணங்கள் வெளியே எட்டிப் பார்த்தன. தாமரைக் குளத்திற்குத் தண்ணீர் மொள்ளச் சென்ற வாணி அம்மையாரோ, இருவர் இருட்டில் வருவதைக் கண்டு தயங்கி நின்றாள். முதலில் வந்தியத்தேவனுடைய முகம் அவள் பார்வையில் தென்பட்டது. உடனே அவளுடைய முகம் மலர்ந்தது. முன்னொரு தடவை சேந்தன் அமுதன், அவனை அழைத்து வந்ததை அவள் மறந்து விடவில்லை. வரவேற்புக்கு அறிகுறியாகத் தலையை அசைத்தாள்.

பின்னால் தொடர்ந்து வந்த கருத்திருமனைக் கண்டதும் பேய் பிசாசைக் கண்டவளைப் போல் பீதி அடைந்து செயலற்றுப் பிரமித்து நின்றாள். கருத்திருமன் அவளுடன் சமிக்ஞை பாஷையில் பேச முயன்று, அவளுடைய பீதியை ஒருவாறு போக்கினான்.

அவர்களிருவரையும் தனியாக விட்டுவிட்டு வந்தியத்தேவன் குடிசையை அணுகினான். வாசற்கதவு அப்போதுதான் தாளிடப்பட்டது. பலகணி வழியாக எட்டிப் பார்த்தான். சேந்தன் அமுதன் உயிருக்கு மன்றாடிக் கொண்டிருப்பதற்குப் பதிலாக முகமலர்ச்சியுடன் பூங்குழலியுடன் பேசிக் கொண்டிருப்பதைப் பார்த்து அவனுக்குச் சிறிது நிம்மதி ஏற்பட்டது. அவர்களுடைய பேச்சினிடையில் குறுக்கிட்டு விடைபெற்றுக் கொண்டு போக முயல்வது உசிதமா என்று யோசித்துக் கொண்டிருக்கையிலேயே, செம்பியன்மாதேவியும், மதுராந்தகனும், அவர்களுடைய பரிவாரங்களும் வந்து விட்டார்கள்.

உடனே அவன் குடிசையைவிட்டு நகர்ந்து வேலியைத் தாண்டி அப்பால் குதித்தான். அங்கே கட்டியிருந்த குதிரைகளைக் கண்டதும் ஆழ்வார்க்கடியான் அந்த வரைக்கும் தன்னை ஏமாற்றி மோசம் செய்யவில்லை என்று உறுதி பெற்றான். கருத்திருமன் வரவுக்காக அங்கேயே காத்திருந்தான்.

சிவிகைகள், பரிவாரங்கள், தீவர்த்திகள் எல்லாம் போன பிறகும் கருத்திருமன் வராதிருக்கவே, வந்தியத்தேவன் பொறுமை இழந்தான்.

மீண்டும் வேலியைத் தாண்டிக் குதித்து வந்தான். மரத்தடியில் மதுராந்தகனும், கருத்திருமனும் பேசிக் கொண்டிருப்பதைக் கவனித்தான். மதுராந்தகன் கண்ணில் பட அவன் விரும்பவில்லை. கருத்திருமனுக்கும், மதுராந்தகனுக்கும் என்ன அந்தரங்கப் பேச்சு என்ற ஐயமும் அவன் உள்ளத்தில் உதித்தது. அவர்களுடைய பேச்சில் ஒரு பகுதி அவன் காதில் விழுந்தது.

மதுராந்தகன் குடிசையை நோக்கிப் போனபோது, அவனை அறியாமல் வந்தியத்தேவனும் பின் தொடர்ந்து போனான்.

மதுராந்தகன் குடிசை வாசலில் சென்று கதவை இடிக்கலாமா, வேண்டாமா என்று தயங்கி நின்றான். அப்போது உள்ளிருந்து கலகலவென்று சிரிப்புச் சத்தம் கேட்டது. அந்தச் சிரிப்பின் ஒலியினால் மதுராந்தகனுடைய மனம் மாறிவிட்டதோ, அல்லது எண்ணி வந்த காரியத்துக்குத் துணிவு வரவில்லையோ, தெரியாது. உடனே திரும்பிக் கருத்திருமன் சென்ற திசையை நோக்கிச் செல்லத் தொடங்கினான்.

வந்தியத்தேவன் அவன் கண்ணில் படாமல் தப்புவதற்காக, அப்பாலிருந்த ஒரு மரத்தின் மறைவுக்குப் பாய்ந்தான். அப்படிப் பாயும்போது அவன் கண்ணில் ஒரு விபரீதமான காட்சி தென்பட்டது. குடிசைக்குப் பின்புறச் சுவரில் ஒரு பலகணி இருந்தது. அதன் வழியாகக் குடிசையில் எரிந்த விளக்கின் ஒளி சிறிது வெளியே வந்து

கொண்டிருந்தது. அந்த ஒளியில் ஒரு மனித உருவம் கையில் ஒரு குட்டையான ஈட்டியுடன் பயங்கரமாக நிற்பதைக் கண்டான்.

குடிசையின் பலகணி வழியாக அந்த உருவம் உள்ளே உற்றுப் பார்த்தது.

பின்னர் ஈட்டியைப் பலகணி வழியாக உள்ளே எறியும் நோக்குடன் குறி பார்க்கத் தொடங்கியது ஆனால் உடனே எறிந்துவிடவில்லை. குறி பார்ப்பதும் மறுபடி கீழே தாழ்த்துவதுமாக இருந்தது.

அதே சமயத்தில் குதிரைகள் புறப்படும் காலடிச் சத்தம் கேட்டது.

வந்தியத்தேவன் ஒரு கண நேரம் தத்தளித்தான். குதிரைகள் இரண்டும் போய்விட்டால் அவன் தப்பிச் செல்வது அசாத்தியமாகிவிடும்.

குதிரையைக் காப்பாற்றிக் கொள்வதற்காகப் போனால் இங்கே இந்தக் கரிய நிழல் உருவம் என்ன கொடிய காரியம் செய்ய எண்ணுகிறதோ, அதைத் தடுக்க முடியாமற் போகும். வந்தியத்தேவனுடைய தத்தளிப்பு ஒரு நிமிட நேரத்துக்கு மேல் நீடிக்கவில்லை.

குதிரைகள் போனால் போகட்டும்; அவன் கடமை இப்போது இங்கேதான்.

கையில் ஈட்டியுடன் நின்ற கரிய உருவத்தை நோக்கி மெள்ளச் சென்றான்.

குடிசைக்குள்ளிலிருந்து 'வீல்' என்று ஒரு குரல், பீதி நிறைந்த பெண் குரல், தெளிவாகக் கேட்டது.

வந்தியத்தேவன் ஜாக்கிரதையை விட்டு ஒரே பாய்ச்சலாகப் பாய்ந்தான்.

ஈட்டியை உள்ளே எறிய இருந்தவன் வந்தியத்தேவன் ஓடி வரும் சத்தம் கேட்டுத் திரும்பினான். திரும்பிய வேகத்துடன் அவன் மீது ஈட்டியை எறிந்தான்.

ஈட்டி வந்தியத்தேவனுடைய விலாவில் பாய்ந்தது; அவன் கீழே விழுந்தான்.

அவன் என்ன ஆனான் என்றுகூடப் பாராமல் ஈட்டியை எறிந்தவன் அங்கிருந்து ஓட்டம் எடுத்தான்.

❉ ❉ ❉ ❉

அறுபத்துமூன்றாம் அத்தியாயம்

பினாகபாணியின் வஞ்சம்

பொன்னியின் செல்வரும், குந்தவைதேவி முதலானோரும் பாதாளச் சிறைக்குச் சென்று பார்த்தபோது அங்கே அவர்கள் வந்தியத்தேவனைக் காணவில்லை. அவனுக்குப் பதிலாக வைத்தியர் மகன் பினாகபாணியைக் கண்டார்கள். பினாகபாணி சுவரில் இருந்த இரும்பு வளையங்களில் சேர்த்துக் கட்டப்பட்டிருந்தான்.

"ஐயையோ! கொலைகாரன் தப்பி ஓடிவிட்டான்! பைத்தியக்காரன் தப்பி ஓடிவிட்டான்" என்று கூச்சலிட்டுக் கொண்டுமிருந்தான். அவனைக் குந்தவை தேவிக்கும் வானதிக்கும் நன்கு நினைவிருந்தது. முதன் முதலில் வந்தியத்தேவனுக்குத் துணையாக அவனையும் கோடிக்கரைக்கு அவர்கள் அனுப்பினார்கள் அல்லவா? பினாகபாணியை விடுதலை செய்யப் பண்ணி விசாரித்தபோது அவன் சற்றுமுன் அங்கு நடந்த நிகழ்ச்சிகளைச் சுருக்கமாகத் தெரியப்படுத்தினான். தப்பி ஓடிப்போனவர்களை விரைவாகத் தொடர்ந்து பிடிக்க வேண்டுமென்றும் ஆத்திரப்பட்டான்.

ஆனால், அவனுடைய வரலாற்றைக் கேட்டவர்கள் அது விஷயத்தில் அவ்வளவு ஆத்திரம் கொள்ளவில்லை. வந்தியத்தேவனுடைய சாமர்த்தியத்தைப் பற்றி மனத்திற்குள் அவர்கள் மெச்சிக் கொண்டதுடன், அச்சமயம் அவன் தப்பி ஓடிப் போனதே ஒருவிதத்தில் நல்லது என்று எண்ணிக் கொண்டார்கள். மணிமேகலை தனது எண்ணத்தை வெளிப்படையாகத் தெரிவிக்கத் தொடங்கியபோது குந்தவை, அவளைத் தடுத்து, "தங்காய்! பேசாமலிரு! இது பெரிய ராஜாங்க விஷயம். பெண் பிள்ளைகளாகிய நமக்கு அதைப்பற்றி என்ன தெரியும்? உன் மனதில் இருப்பதை என்னிடம் தனியாகச் சொல்லு!" என்றாள்.

எல்லாரும் பாதாளச் சிறையின் வாசலில் வந்தபோது அங்கே சேனாதிபதி பெரிய வேளாரும் வந்து சேர்ந்தார். சிறையில் ஏதோ தவறு நடந்துவிட்டது என்ற செய்தி அவர் காதுக்கு அதற்குள் எட்டியிருந்தது. நடந்தவற்றை அறிந்தபோது சேனாதிபதியும் தப்பி ஓடியவர்களைப் பிடிப்பதில் அவ்வளவாகப் பரபரப்புக் காட்டவில்லை. உண்மையில் அவருடைய மனத்திற்குள்ளேயும் வந்தியத்தேவன் மீது சாட்டப்பட்டிருந்த குற்றத்தைப் பற்றிச் சிறிதும் நம்பிக்கை உண்டாகியிருக்கவில்லை. அருள்மொழிவர்மர், குந்தவைதேவி முதலியோர் வந்தியத்தேவனிடம் கொண்டிருந்த அபிமானத்தையும் அறிந்திருந்தார். ஆகையால், கோபம் கொள்வதற்குப் பதிலாக வந்தியத்தேவனுடைய கெட்டிக்காரத்தனத்தைக் குறிப்பிட்டு சிரித்தார்.

"அந்த வாணர்குல வாலிபன் ரொம்ப சாமர்த்தியசாலி! இலங்கை மாதோட்டச் சிறையிலிருந்தும் அவன் இப்படித்தான் ஒரு தடவை தந்திரமாகத் தப்பிச் சென்றான்!" என்றார்.

வைத்தியர் மகன் குறுக்கிட்டு, "ஐயா! தப்பி ஓடியவர்களைத் தேடிப் பிடிக்க ஏற்பாடு செய்ய வேண்டாமா?" என்றான்.

"ஆ! அவர்கள் எங்கே தப்பிச் சென்றுவிடப் போகிறார்கள்? இந்தக் கோட்டைக்குள்ளேதான் இருக்க வேண்டும்? பார்த்துக் கொள்ளலாம்!" என்றார் சேனாதிபதி பெரிய வேளார்.

பினாகபாணி ஆத்திரத்துடன் "இல்லை, இல்லை! அந்தக் கொலைகாரனுக்குச் சுரங்கப்பாதை தெரியும். அதன் வழியாக அவன் வெளியேறிப் போய்விடுவான்!" என்று அலறினான்.

சேனாதிபதி இதனால் கோபம் அடைந்து, "முட்டாளே! நீ எனக்குப் புத்தி சொல்ல முன் வந்துவிட்டாயா? அவர்கள் தப்பிச் செல்வதற்கு நீதானே காரணம்? வேண்டுமென்றே அவர்களுடன் சேர்ந்து நீயே இந்தச் சூழ்ச்சி செய்தாயோ, என்னமோ? இவனைப் பிடித்து மறுபடியும் பாதாளச் சிறையிலே போடுங்கள்!" என்று பக்கத்தில் நின்ற வீரர்களைப் பார்த்துக் கூறினார்.

பினாகபாணி நடுநடுங்கிப் போனான். "இல்லை, ஐயா! சத்தியமாக நான் அவர்களுடைய சூழ்ச்சியில் சேர்ந்தவன் அல்ல. முதன்மந்திரி அனுப்பி நான் வந்தேன்!" என்று முறையிட்டான்.

பொன்னியின் செல்வர் குறுக்கிட்டு, "ஆமாம்; இவன் முதல்மந்திரியின் ஆள் அல்லவா? தக்க காவலுடன் அவரிடம் அனுப்பிச் சேர்த்துவிடலாம். முதன்மந்திரியே இவனுக்குத் தக்க தண்டனை கொடுக்கட்டும்!" என்றார். அவ்வாறே சேனாதிபதி வைத்தியர் மகனை முதன்மந்திரி அநிருத்தரிடம் கொண்டுபோய் ஒப்புவித்துவிடும்படி தம்முடைய வீரர்கள் நால்வருக்குக் கட்டளை பிறப்பித்தார்.

முதன்மந்திரி அநிருத்தர் பினாகபாணியிடம் சிறையில் நடந்தவற்றைக் கேட்டு அறிந்தபோது அவரும் அவ்வளவாகப் பரபரப்புக் காட்டவில்லை.

அநிருத்தர் எந்த முக்கியமான காரியத்துக்கும் ஒரு ஆளை மட்டும் நம்பி அனுப்புவதில்லை. எங்கேயாவது ஒற்றனை அனுப்பினால், அவனைக் கவனித்துக் கொள்ளப் பின்னால் இன்னொருவனையும் அனுப்பி வைப்பது அவர் வழக்கம். அவ்வாறே இப்போதும் ஆழ்வார்க்கடியானை அனுப்பியிருந்தபடியால் அவர் கவலைப்படவில்லை.

ஓடிப்போனவர்களை அவன் பிடித்துக் கொண்டு வருவான் அல்லது அவர்களைப் பற்றிய செய்தியாவது கொண்டு வருவான் என்று நம்பினார். ஓடிப்போனவர்கள் இருவரும் ஒரு வழியாக அகப்படாமலே ஓடிப்போய்விட்டால் பல தொல்லைகள் தீர வகை ஏற்படும் என்ற எண்ணமும் அவர் மனதில் இருந்தது.

எனவே, பினாகபாணி பாதாளச் சிறையில் நடந்தவற்றைச் சொல்லிவிட்டு, "ஐயா! என்னுடன் நாலு ஆட்களை அனுப்பி வைத்தால் நானே அவர்களைத் திரும்பவும் கைப்பற்றி வருகிறேன்" என்று சொன்னபோது, அநிருத்தரும் அவன் பேரில் எரிந்து விழுந்தார்.

"முட்டாளே! காரியத்தை அடியோடு கெடுத்துவிட்டாய்! அந்தப் பைத்தியக்காரனைப் பற்றி வெளியில் யாருக்குமே தெரியக்கூடாது என்று அல்லவா உன்னை அனுப்பினேன். இல்லாவிடில் நானே போய் அவனை அழைத்து வந்திருக்க மாட்டேனா? இப்போது அரண்மனையைச் சேர்ந்த பலருக்கும் அவனைப் பற்றித் தெரிந்து போய்விட்டது. அது போதாது என்று நீ வேறு மறுபடியும் விளம்பரப்படுத்தப் பார்க்கிறாயா? போதும் உன்னுடைய சேவை! நீ ஒற்றன் வேலைக்குச் சிறிதும் தகுதி அற்றவன் போ! இனி என் முகத்தில் விழிக்காதே! இன்று நடந்தவற்றை யாரிடமும் சொல்லாதே! சொன்னதாகத் தெரிந்தால் உன்னைக் கழுவில் ஏற்றக் கட்டளையிடுவேன்!" என்றார் அநிருத்தர்.

பினாகபாணி தலையைத் தொங்கப் போட்டுக்கொண்டு முதன்மந்திரி வீட்டிலிருந்து வெளியேறினான். அவனுடைய உள்ளத்தில் ஆசாபங்கத்தினால் ஏற்பட்ட குரோதம் கொழுந்து விட்டெரிந்தது. அந்தக் குரோதமெல்லாம் வந்தியத்தேவன் மீது திரும்பியது. அவனாலேதான் தனக்கு எடுத்த காரியத்தில் தோல்வியும், அபகீர்த்தியும் உண்டாயின. சேனாதிபதியும், முதன்மந்திரியும் தன்னைக் கடிந்து கொள்ளவும் நேர்ந்தது. இவர்கள் எல்லோரும் அலட்சியமாயிருந்தால் இருந்து விட்டுப் போகட்டும். வந்தியத்தேவனைக் கண்டுபிடித்துப் பழிவாங்கும் கடமை தன்னுடையது. பைத்தியக்காரன் தப்பி ஓடிப் போனாலும் போகட்டும்; வந்தியத்தேவனை மட்டும் விடக் கூடாது. கோடிக்கரைக்குப் பிரயாணம் சென்ற நாளிலிருந்து தன்னுடைய விரோதி அவன். கடைசியாக இந்தப் பெரிய தீங்கைத் தனக்குச் செய்திருக்கிறான். அவனைக் கண்டுபிடித்துப் பழிவாங்கியே தீரவேண்டும்!...

இவ்வாறு பினாகபாணி தீர்மானித்துக் கொண்டு தஞ்சைக் கோட்டையைவிட்டு வெளியேறினான். வந்தியத்தேவன் கோட்டைக்குள் இருக்கமாட்டான் என்றும், ரகசியச் சுரங்கப்பாதை வழியாகப் போயிருப்பான் என்றும் அவன் உண்மையிலேயே நம்பினான். ஆனால் சுரங்கபாதை எங்கே இருக்கிறதென்றாவது, அதன் வெளி வாசல் எங்கே திறக்கிறதென்றாவது, அவனுக்குத் தெரிந்திருக்கவில்லை. ஆயினும் கோட்டைச் சுவரில் எங்கேயோ ஓரிடத்தில் அந்த ரகசியச் சுரங்கப் பாதையின் வெளி வாசற்படி இருக்கத்தான் வேண்டும். சுவர் ஓரமாகப் போய்ச் சுற்றிப் பார்த்தால் ஒருவேளை கண்டுபிடித்தாலும் கண்டுபிடிக்கலாம். ஏன்? வந்தியத்தேவனும், பைத்தியக்காரனும் வெளியில் வரும்போது கையும் மெய்யுமாக அவர்களைப் பிடித்தாலும் பிடித்து விடலாம்...

இத்தகைய எண்ணத்தினால் பினாகபாணி தஞ்சைக் கோட்டையின் வெளிப்புறத்தில் மதிலை ஒட்டி வடவாற்றின் அக்கரை வழியாகப் போய்க்கொண்டிருந்தான். மதில் சுவரைக் கவனமாக உற்றுப் பார்த்துக் கொண்டே போனான். கொடும்பாளூர் வீரர்கள் சிலர் கையில் தீவர்த்தியுடன் அவ்வப்போது மதிலைச் சுற்றிப் போய்க் கொண்டிருந்தார்கள். வைத்தியர் மகனிடம் இன்னமும் அவன் முதன்மந்திரியின் ஆள் என்பதற்கு அடையாளமான இலச்சினை இருந்தது. ஆகையால், வீரர்கள் எதிர்ப்பட்டால் அவன் அவர்களிடமிருந்து சமாளித்துக் கொண்டு செல்ல முடியும். ஆயினும், அவன் எடுத்த காரியம் அதனால் தாமதம் ஆகும். ஆகையால் தீவர்த்தியுடன் காவல் வீரர்கள் எதிரே வந்தபோதெல்லாம் பாதை ஓரத்தில் மரங்கள் புதர்களில் மறைந்து நின்று அவர்கள் அப்பால் போனதும் வெளி வந்தான். இப்படி அவன் ஒரு தடவை புதர்களில் மறைந்து கொண்டிருந்த போது அவனுக்குச் சற்றுத் தூரத்தில் இன்னும் இருவர் ஒளிந்திருப்பதைப் பார்த்துத் திடுக்கிட்டான். அவர்களில்

ஒருவன் கையில் வாள் இருந்தது. தீவர்த்தி வெளிச்சம் புதர்களின் வழியாக வந்து இரண்டொரு கிரணங்கள் அந்த வாளின் மீது பட்ட போது அது ஒளி வீசியது. ஆனால் ஒளிந்திருந்தவர்கள் யார் என்பது தெரியவில்லை.

காவலர்கள் அப்பால் போனதும் அந்த இரு மனிதர்களும் நதிக்கரைக்கு வந்து பினாகபாணி சென்ற திசைக்கு எதிர் பக்கமாக நடந்து சென்றார்கள். பினாகபாணி தன் வழியே சிறிது தூரம் சென்றான். சட்டென்று அவன் மனத்தில் ஓர் ஐயம் உதித்தது. அவர்கள் இருவரும் தப்பி ஓடிய வந்தியத்தேவனும் பைத்தியக்காரனுந் தானோ என்னமோ? ஏன் இருக்கக்கூடாது? கோட்டை வாசலை நோக்கி அவர்கள் சென்றபடியால் அவனுக்கு முதலில் அச்சந்தேகம் உதிக்கவில்லை. ஆனால் வந்தியத்தேவன் மிக்க தந்திரசாலி; துணிச்சலும் உள்ளவன் ஆகையால் என்ன உத்தேசத்துடன் போகிறானோ, என்னமோ?...

எனவே பினாகபாணியும் திரும்பி அவர்களைச் சற்றுத் தூரத்தில் பின்தொடர்ந்து போனான். ஒருவனுடைய கையிலே வாள் இருந்தபடியால் ஓடிப்போய் அவர்களை எதிர்ப்படவும் விரும்பவில்லை. அநாவசியமாக அன்னியன் ஒருவனுடன் சண்டை போடும் சமயம் அதுவல்ல. அவர்கள் தப்பி ஓடியவர்கள்தான் என்று நிச்சயம் தெரிந்து கொண்ட பிறகுதான் எதுவும் செய்ய வேண்டும். அவனுடைய கையில் குட்டையான குத்தீட்டி ஒன்று இருக்கவே இருந்தது. அதைத் திடீரென்று உபயோகித்து அவனுடைய ஜன்ம விரோதியைத் தீர்த்துக் கட்டுவதே நல்லது. அதோ வடக்குக் கோட்டை வாசல் தெரிகிறது! அடேடே! அங்கே என்ன இவ்வளவு கூட்டமும் ஆர்ப்பாட்டமும்? பல்லக்குகள், தீவர்த்திகள், முன்னும் பின்னும் அரண்மனைச் சேவகர்கள்! யாரோ முக்கியமானவர்கள் வெளியில் போகிறார்களோ, திரும்பி வருகிறார்களோ தெரியவில்லை!

கடவுளே! இவர்கள் எங்கே? சட்டென்று மாயமாய் மறைந்து விட்டார்களே? குறுக்கு வழியில் புகுந்து விட்டார்கள் போலும்! எங்கே போயிருப்பார்கள்? ராஜபாட்டைக்குப் போய் விட்டார்களா, என்ன? தப்பி ஓடிய கைதிகள் அவ்வளவு தைரியமாக ராஜபாட்டைக்குச் சென்றிருக்க முடியுமா? இல்லாவிடில் எங்கே போயிருக்க முடியும்?... சேந்தன் அமுதனுடைய நந்தவனக் குடிசை அங்கே சமீபத்தில் இருப்பது பினாகபாணிக்கு நினைவு வந்தது. முன்னொரு முறை வந்தியத்தேவன் அங்கே ஒளிந்திருந்தான் என்பதும் அவனுக்குத் தெரிந்திருந்தது! ஆமாம்! ஆமாம்! அவர்கள் வந்தியத்தேவனும், பைத்தியக்காரனுந்தான். சேந்தன் அமுதன் வீட்டுக்குத்தான் போகிறார்கள் போலும்! அல்லது அந்தத் தந்திரசாலியான வந்தியத்தேவன் வேறு என்ன உத்தேசம் வைத்திருக்கிறானோ தெரியவில்லை.

சேந்தன் அமுதனுடைய நந்தவனம் இருந்த திசையை நோக்கிப் பினாகபாணி சென்றான். இருட்டில் வழி கண்டுபிடித்துச் செல்வது அவ்வளவு சுலபமாயில்லை. தட்டுத்தடுமாறி நந்தவனத்தை அடைந்தபோது அங்கே சிவிகைகளும் காவலர்களும் இருப்பதைக் கண்டு வியந்தான். என்ன செய்வதென்று தெரியாமல் அவன் தயங்கி நின்றபோது, சிவிகைகள் புறப்பட்டு விட்டன. காவலர்களும் பின்தொடர்ந்து சென்றார்கள்.

பினாகபாணி அந்த நந்தவனத்தில் நாலாபுறமும் உற்றுப் பார்த்தான். ஒரு வேலியின் ஓரமாக இரண்டு குதிரைகளின் தலைகள் தெரிந்தன. வைத்தியர் மகனின் ஆர்வம் அதிகமாயிற்று. மெள்ள மெள்ள நடந்து குடிசையை அணுகினான். ஒரு மரத்தினடியில் இருவர் நின்று பேசிக் கொண்டிருப்பதைக் கண்டான். அவர்கள் தான் தேடி வந்த ஆசாமிகளாகத்தான் இருக்க வேண்டும். குதிரைகள் இரண்டு ஆயத்தமாக நிற்கின்றனவே, அது எப்படி? அவர்கள் தப்பி ஓடுவதற்கு வேறு யாராவது, பெரிய இடத்தைச் சேர்ந்தவர்கள், ரகசியமாக உதவி புரிகிறார்களா, என்ன? அவர்களைத் தப்பவைக்கும் சூழ்ச்சியில் ராஜ குடும்பத்தினரே சம்பந்தப் பட்டிருப்பார்களோ? அந்தப் பைத்தியக்காரன் தனக்கு ஏதோ ரகசியங்கள் தெரியும் என்பதாக அலறிக் கொண்டிருந்தானே, அந்த ரகசியங்கள் வெளிப்படக் கூடாது என்பதற்காக ஒருவேளை இதெல்லாம் நடைபெறுகிறதோ?..

மரத்தின் பின்னால் மறைந்து நின்று பேசுகிறவர்கள் யார் என்று உற்றுப் பார்த்தான். அவர்களில் ஒருவன் பைத்தியக்காரன்தான்; சந்தேகமில்லை. அவனுடைய கம்மல் குரலை நன்றாக அடையாளம் கண்டுபிடிக்க

முடிந்தது. அப்படியானால், இன்னொருவன் வந்தியத்தேவனாகத்தானே இருக்கவேண்டும்? ஆனால் அவன் மாதிரி தோன்றவில்லையே! இது என்ன அதிசயம்! இளவரசர் மதுராந்தகரைப் போல் அல்லவா தோன்றுகிறது! தலையிலே இளவரசுக் கிரீடம்! தோளில் பீதாம்பரம்! கழுத்தில் முத்து மாலைகள்! கைகளிலும் ஆபரணங்கள்!... மதுராந்தகருக்கும் இந்தப் பைத்தியக்காரனுக்கும் இடையில் என்ன அந்தரங்கப் பேச்சு இருக்க முடியும்?

அது ஏதாவது இருந்துவிட்டுப் போகட்டும்; தன்னுடைய ஜன்ம விரோதியான வந்தியத்தேவன் எங்கே? பக்கத்திலேதான் எங்கேயாவது இருக்க வேண்டும்! சந்தேகமில்லை. கையிலே வாளுடன் நடந்தவன் அவனேதான்! ஒருவேளை, வேலி ஓரத்தில் குதிரைகளைப் பார்த்தோமே! அவற்றில் ஒன்றின் மீது ஓடுவதற்கு ஆயத்தமாக உட்கார்ந்திருக்கிறானோ? பைத்தியக்காரன் வரவுக்காகக் காத்துக் கொண்டிருக்கிறானோ?... ஆகா! அப்படித்தான் இருக்க வேண்டும். அவர்கள் தப்பிச் செல்வதற்குக் காரணமானவர் மதுராந்தகர்தான் போலும்! மதுராந்தகருடைய தூண்டுதலினால்தான் வந்தியத்தேவன் கரிகாலரைக் கொன்றான் போலும்! இப்போது அவர்கள் தப்பித்துக் கொண்டு புறப்படுவதற்கு முன்னால், பைத்தியக்காரனிடம் மதுராந்தகர் ஏதோ செய்தி சொல்லி அனுப்புகிறார் போலும்! கடவுளே! இவையெல்லாம் மட்டும் உண்மையாக இருந்து, தன்னால் அவற்றை உண்மை என்று நிரூபிக்கவும் முடியுமானால்?...

இப்படியெல்லாம் பினாகபாணியின் கோணல் மூளை வேலை செய்தது. எல்லாவற்றுக்கும் குதிரைகளின் அருகில் போய்ப் பார்ப்பது நல்லது. அங்கே ஒருவேளை வந்தியத்தேவன் தனியாக இருந்தால், தன் கையிலிருந்த குத்தீட்டியினால் ஒரு கை பார்க்கலாம். பிற்பாடு, இந்தப் பைத்தியக்காரனைப் பிடித்துப் பயமுறுத்தி உண்மையை அறியலாம்.

மதுராந்தகரும் பைத்தியக்காரனும் பேசிக் கொண்டு நின்ற மரத்திற்கு நேர் எதிரே வேலிக்கு அப்பால் குதிரைகள் நின்றன. அவர்களைத் தாண்டிக் கொண்டு அங்கே போக முடியாது. வழியில் தாமரைக் குளம் வேறு இருந்தது. ஆகையால் குடிசைக்குப் பின்புறத்தை அடைந்து அங்கே வேலியைத் தாண்டிப் போய்க் குதிரைகள் நின்ற இடத்தைச் சேர்வதுதான் நல்லது.

பினாகபாணி அவ்வாறே சென்று குடிசையின் பின்புறத்தை அடைந்தபோது, அவனுடைய காதில் சேந்தன் அமுதன் குரலும், பூங்குழலியின் குரலும் வீழ்ந்தன. பூங்குழலியின் மீது கோடிக்கரையில் முதன்முதலாக அவளைச் சந்தித்தபோதே பினாகபாணி மோகம் கொண்டிருந்தான். அவள் காரணமாகவே வந்தியத்தேவன் மீது அவனுடைய குரோதம் அதிகமாயிற்று. பிற்பாடு, அவன் மந்தாகினியைக் கைப்பற்றிக் கொண்டு வரப்போனபோது சேந்தன் அமுதனுக்கும் பூங்குழலிக்கும் ஏற்பட்டிருந்த நட்புரிமையைத் தெரிந்து கொண்டு மனம் புழுங்கினான். சேந்தன் அமுதன் மீதும் அவனுக்குக் குரோதம் உண்டாகியிருந்தது.

இப்போது சேந்தன் அமுதனும், பூங்குழலியும் மகிழ்ச்சி ததும்பிய மலர்ந்த முகங்களுடன் சல்லாபமாகப் பேசிக் கொண்டிருந்ததைப் பினாகபாணி குடிசையின் சிறு பலகணி வழியாகப் பார்த்தான். சேந்தன் அமுதன் மீது அவன் குரோதம் கொழுந்து விட்டு எரிந்தது. இன்னும் சிறிது அருகில் சென்று அவர்களுடைய பேச்சைக் காது கொடுத்துக் கேட்டான். கலியாணம் செய்து கொண்டு கோடிக்கரை செல்லுவது பற்றிய அவர்கள் பேச்சு அவன் காதில் விழுந்தது. கலகலவென்று அவர்கள் இருவரும் சேர்ந்து சிரித்த ஒலி, அவனுடைய குரோதக் கனலைப் பொங்கி எழச் செய்தது! சீச்சீ! கடைசியில் இந்த ஊமைப் பூக்காரியின் மகனா பூங்குழலியை அடையப் போகிறான்? அந்த எண்ணத்தைப் பினாகபாணியினால் சகிக்கவே முடியவில்லை. வந்தியத்தேவனையும், பைத்தியக்காரனையும் அவர்களைப் பிடிக்கும் உத்தேசத்தையும் அச்சமயம் அடியோடு மறந்துவிட்டான். முதலில், இந்தத் தேவாரம் பாடும் சேந்தன் அமுதனை இந்த மண்ணுலகத்திலிருந்து அனுப்பிவிட வேண்டும். மற்றக் காரியங்களையெல்லாம் பிற்பாடு பார்த்துக் கொள்ளலாம்.

இவ்விதம் முடிவு செய்து பலகணிக்கு வெளியே சற்று ஓரமாக நின்று குத்தீட்டியைச் சேந்தன் அமுதன் மேல் எறியக் குறி பார்த்தான். தற்செயலாக அந்த ஈட்டியையும் அதை ஏந்திய கையையும் மட்டும் பார்த்துவிட்ட பூங்குழலி 'வீல்' என்று கூச்சலிட்டாள். உடனே சேந்தன் அமுதனும் பலகணிப் பக்கம் திரும்பிப் பார்த்தான்! ஆகா! அவன் மார்பின் பேரில் ஈட்டியை எறியச் சரியான சந்தர்ப்பம்!

பினாகபாணியின் கை ஈட்டியை எறிய ஓங்கிய போது பின்னால் தடதடவென்று காலடிச் சத்தம் கேட்டது. திரும்பிப் பார்த்தபோது ஓர் ஆள் வெகு சமீபத்தில் வந்து விட்டான். இருளில் அவன் யார் என்று தெரியவில்லை. யாராயிருந்தாலும் சரி; தன்னுடைய உத்தேசத்தைத் தெரிந்து கொண்டு தன்னைப் பிடிப்பதற்கே ஓடி வருகிறான். சேந்தன் அமுதன் மீது எறிவதற்கு ஓங்கிய ஈட்டியை, ஓடி வந்தவன் மீது செலுத்தினான்; வந்தவன் கீழே விழுந்தான்.

அதே சமயத்தில் இரண்டு குதிரைகள் புறப்பட்ட சத்தம் கேட்டது. அவர்கள் வந்தியத்தேவனும், பைத்தியக்காரனாகவும் இருக்க வேண்டும். அப்படியென்றால் இருட்டில் தன்னைத் தடுக்க வந்து தன் ஈட்டிக்கு இலக்கானது இளவரசர் மதுராந்தகராயிருக்கக் கூடுமோ!.. இந்த எண்ணங்கள் மின்னல் வேகத்தில் பினாகபாணியின் உள்ளத்தில் தோன்றி அவனுக்குப் பயங்கரத்தை உண்டாக்கின.

குடிசைக்கு உள்ளேயிருந்து 'ஆகா!' 'ஐயோ!' என்ற குரல்கள் எழுந்தன. கதவைத் திறந்து கொண்டு வெளியில் யாரோ வரும் சத்தமும் கேட்டது.

பினாகபாணி ஓட்டம் பிடித்தான்; அங்கிருந்து தப்பி ஓடுவதுதான் அப்போது முதன்மையாக அவன் செய்ய வேண்டிய காரியம். குதிரைகள் மீது ஓடியவர்களைத் தொடர்ந்து போய்ப் பிடிப்பது இரண்டாவது காரியம். தலைகால் தெரியாமல் பினாகபாணி விழுந்து அடித்து ஓடினான்.

* * *

சில கண நேரத்துக்கெல்லாம் பூங்குழலியும் சேந்தன் அமுதனும் விளக்குடன் வெளியில் வந்தார்கள். வந்தியத்தேவன் ஈட்டியால் குத்தப்பட்டு ரத்த வெள்ளத்தில் விழுந்து கிடப்பதைக் கண்டார்கள். அவர்கள் அடைந்த பயங்கரத்தையும், துயரத்தையும் சொல்லி முடியாது. மிக்க பரிவுடன் அவனை இருவரும் பிடித்துத் தூக்கிக் கொண்டு போய்க் குடிசைக்குள் சேர்த்தார்கள். அவன் இறந்துவிடவில்லை என்று அறிந்து சிறிது ஆறுதல் பெற்றார்கள்.

வாணி அம்மை முன்னொரு தடவை கந்தமாறனுக்குச் செய்த பச்சிலை வைத்தியத்தை இன்று காயம் பட்ட வந்தியத்தேவனுக்குச் செய்யும்படி நேர்ந்தது.

❉ ❉ ❉ ❉

அறுபத்துநான்காம் அத்தியாயம்

"உண்மையைச் சொல்!"

ஆழ்வார்க்கடியானை வந்தியத்தேவன் கட்டிப்போட்ட படகு ஆற்றோட்டத்தோடு சிறிது தூரம் மிதந்து சென்று கரையிலே ஒதுங்கியது. ஆற்று வெள்ளத்தில் தள்ளப்பட்ட வீரர்கள் இருவரும் தட்டுத்தடுமாறிக் கரை சேர்ந்து அந்தப் படகு ஒதுங்கியிருந்த இடத்துக்கு வந்து சேர்ந்தார்கள். ஆழ்வார்க்கடியான் படகிலிருந்து இறங்கவில்லை. அவன் படகிலே கட்டுப்பட்ட மாதிரியே இருந்து கொண்டு மற்றவர்களை மறைவில் இருக்கும்படி சொன்னான்.

உண்மையென்னவென்றால், வந்தியத்தேவனும் கருத்திருமனும் தப்பித்துப் போய்விட வேண்டுமென்பதே ஆழ்வார்க்கடியானுடைய நோக்கமாயிருந்தது. முதல் மந்திரியின் விருப்பமும் அதுவே என்பதை அவன் தெரிந்து கொண்டிருந்தான். அவ்விருவரும் அச்சமயம் தஞ்சையில் இருப்பதால், பழைய சம்பவங்கள் பலவற்றைக் குறித்து ஆராய்ச்சி நடத்த வேண்டியதாக ஏற்படும். வந்தியத்தேவன் குற்றமற்றவன் என்பதுபற்றி முதன்மந்திரிக்கும், ஆழ்வார்க்கடியானுக்கும் சந்தேகமே இல்லை. ஆயினும் அவன் மீது விசாரணை நடத்துவதனாலேயே பல சங்கடங்கள் ஏற்படும்; பலர் மனவருத்தம் அடையும்படி நேரிடும். அந்தப் பேச்சு மக்களின் காதுக்கு எட்டும்படி செய்வதே கேடாக முடியும். அருள்மொழிவர்மர் ஓர் அருமை நண்பனை இழக்கவும் சோழ ராஜ்யம் ஒரு சிறந்த வீர ராஜதந்திரியை இழக்கவும் நேரிடும். வந்தியத்தேவனைப் பற்றிக் குந்தவையின் மனோ நிலையையும் மணிமேகலையின் வெளிப்படையான ஆர்வத்தையும் முதன்மந்திரி அறிந்திருந்தார். எல்லாவற்றையும் உத்தேசித்துதான் வந்தியத்தேவன் தப்பி ஓடுவதற்கு உதவி செய்வதே அச்சமயம் உசிதமானது என்று தீர்மானித்தார்.

சேந்தன் அமுதனுடைய நந்தவனத்தில் குதிரைகளைக் கண்டுபிடித்த பிறகு வந்தியத்தேவனும், கருத்திருமனும் இந்த வடவாற்றின் கரையோடுதான் பிரயாணம் செய்வார்கள் என்று திருமலை நம்பி எதிர்பார்த்தான். கருத்திருமன் கூறியதுபோல் அந்த ஆற்றங்கரையோடு சென்றால், பாமணி நதியில் அது கலக்கும் இடம் வரையில் போகலாம். கோடிக்கரை வழியில் பாதி தூரம் சென்றாகிவிடும். ஆகவே அந்த வழியிலேதான் அவர்கள் வருவார்கள். போகும்போது அவர்களைத் தடுத்து நிறுத்தி, வந்தியத்தேவனிடம் ஒரு செய்தி சொல்லி அனுப்ப வேண்டுமென்று ஆழ்வார்க்கடியான் எண்ணிக் கொண்டு அங்கு காத்திருந்தான்.

அவன் எதிர்பார்த்ததைக் காட்டிலும் கொஞ்சம் நேரம் அதிகமாக ஆகிவிட்டது. "நாம் எண்ணியது தவறு; வேறு வழி போயிருக்க வேண்டும்; அல்லது ஏதேனும் எதிர்பாராதது நேர்ந்திருக்க வேண்டும்" என்று தீர்மானித்துத் திருமலை படகிலிருந்து கரையில் இறங்க எத்தனித்தபோது, தூரத்தில் குதிரைகளின் காலடிச் சத்தம் கேட்டது. எனவே, மறுபடியும் கட்டிப் போடப்பட்டவனைப் போல் கிடந்தான்.

குதிரைகள் நெருங்கி வந்ததும், "ஓகோ! யார் அங்கே? கொஞ்சம் நில்லுங்கள்! என்னைக் கட்டவிழ்த்து விட்டுப் போங்கள்!" என்று கூவினான்.

ஆயினும் குதிரைகள் நிற்காமல் சென்றன. முதலில் வந்த குதிரையின் மேல் இருந்தவன் கருத்திருமன்தான் என்பதைக் கண்டான். எனவே, இரண்டாவது குதிரை நெருங்கியபோது, "வந்தியத்தேவா! வந்தியத்தேவா! கொஞ்சம் நில்லு!" என்று பெரும் கூச்சலிட்டான்.

இரண்டாவது குதிரையும் நிற்காமல் போயிற்று. அப்போது அதன் மேலிருந்தவனை ஆழ்வார்க்கடியான் பார்த்தான்; கரை காணாத அதிசயத்தில் ஆழ்ந்தான். "என் கண்களில் ஏதோ கோளாறு இருக்கிறது; என் அறிவு மோசம் செய்கிறது" என்றான்.

அவனைக் கடந்து அப்பால் சென்ற குதிரைகள் சிறிது தூரம் போன பிறகு நின்றன. ஒரு குதிரை மட்டும் திரும்பி வந்தது. அதன் மேலிருந்து கருத்திருமன் இறங்கினான், படகின் அருகில் வந்தான். "பாவம்! இன்னுமா கட்டுப்பட்டிருக்கிறாய்? எங்களுக்கு எவ்வளவோ பெரிய உதவி செய்தாய்! அதற்குப் பிரதியாக உன்னைக் கட்டவிழ்த்துவிட்டாவது போகிறேன். ஆனால் உன் தந்திரம் எதையும் என்னிடம் காட்டாதே!" என்று சொல்லிக் கொண்டே அவன் குனிந்தபோது, திருமலை திடீரென்று கரையில் பாய்ந்து அவன் கழுத்தைப் பிடித்துக் கீழே தள்ளிவிட்டான்.

இதைச் சிறிதும் எதிர்பாராத கருத்திருமன் சிறிது நேரம் திகைத்துச் செயலிழந்து கிடந்தான்.

பிறகு, "ஐயோ, அப்பா! என்னை விட்டு விடு! உனக்குப் புண்ணியம் உண்டு. நல்லது செய்ய வந்தவனுக்கு இப்படி நம்பிக்கைத் துரோகம் செய்யலாமா? அதோ, உன் சிநேகிதன் வந்தியத்தேவன் காத்திருக்கிறான். ஆம்; அவன் உன்னைத் தன் அருமை நண்பன் என்று பாராட்டிக் கொண்டிருக்கிறான். இங்கு வந்து உன் காரியத்தைப் பார்த்தால் என்ன நினைப்பான்? நீ உயிரோடு தப்ப முடியாது! என்னை விட்டு விடு, அப்பனே! விட்டு விடு!" என்று பரிதாபமாகப் புலம்பினான்.

ஆழ்வார்க்கடியான், "அடே! எவ்வளவு துணிச்சலாகப் பொய் சொல்லுகிறாய்! அந்தக் குதிரையின் மேல் இருப்பவன் யார்? உண்மையைச் சொல்லு! சொன்னால் விட்டு விடுகிறேன் இல்லாவிட்டால் அடுத்த நிமிஷம் உன் உயிர் உடம்பில் இராது!" என்றான்.

"ஆம், ஆம்! பொய்தான் சொன்னேன்; உன்னை ஏமாற்ற முடியாதுதான். அந்தக் குதிரையில் இருப்பவன் வந்தியத்தேவன் அல்ல; இளவரசர் மதுராந்தகர்; என்னை விட்டுவிடு! அவரிடம் உனக்கு வேண்டிய பரிசுகள் வாங்கித் தருவேன்!"

"சரி, சரி! பரிசுகள் இருக்கட்டும்! வந்தியத்தேவன் எங்கே?"

"அந்த நந்தவனக் குடிசையில் குதிரையிலிருந்து இறங்கிப் போனான் அப்புறம் அவனைக் காணவில்லை."

"நீங்கள் எங்கே போகிறீர்கள்?"

"வந்தியத்தேவனுடன் நான் போக உத்தேசித்த இடத்துக்குத் தான்."

"அதாவது இலங்கைத் தீவுக்கு."

"ஆமாம்!"

"மதுராந்தர் எதற்காக இலங்கைக்கு வருகிறார்?"

"எனக்கு என்ன தெரியும்? அவரைக் கேள்! என்னுடன் வருகிறேன் என்று கிளம்பி வருகிறார்."

ஆழ்வார்க்கடியான் கருத்திருமனுடைய நெஞ்சை ஒரு அமுக்கு அமுக்கி, "உண்மையைச் சொல்! மதுராந்தகன் யாருடைய மகன்?" என்று கேட்டான்.

"இது என்ன கேள்வி? செம்பியன் மாதேவியின்... இல்லை, இல்லை நெஞ்சை அமுக்காதே! என் உயிர் போய்விடும்! ஊமை மந்தாகினியின் மகன்."

"மதுராந்தகனின் தகப்பன் யார்? உண்மையைச் சொல்! இல்லாவிட்டால் உயிரோடு தப்ப மாட்டாய்!"

கருத்திருமன் இதற்குப் பதில் மிக மெல்லிய குரலில் சொன்னான்.

"நல்லது; பிழைத்தாய்! கடைசியாக இன்னும் ஒன்றுமட்டும் சொல்லி விடு! சேந்தன் அமுதன் யாருடைய மகன்?"

"என்னை ஏன் கேட்கிறாய்? நீதான் முன்னமே தெரிந்து கொண்டாயே?"

"கண்டராதித்தர் – செம்பியன் மாதேவியின் மகன்தானே?"

"ஆமாம்; ஆனால் அவன் இன்று உயிரோடிருப்பதற்கு நான் தான் காரணம். செவிடும், ஊமையுமாகிய வாணி அந்தக் குழந்தை செத்துப் போய்விட்டதென்று எண்ணிப் புதைக்கப் பார்த்தாள். குழந்தை அழும் குரலைக் கேட்டு நான் காப்பாற்றினேன். அதற்காகவாவது என்னை இப்போது உயிரோடு விட்டுவிடு!"

"உண்மையில், அதற்காகவேதான் உன்னை இப்போது உயிரோடு விடுகிறேன்!" என்று சொல்லிவிட்டு ஆழ்வார்க்கடியான் எழுந்தான்.

கருத்திருமன் பாய்ந்து ஓடிக் குதிரையின் மீது ஏறிக் கொண்டான்.

இரண்டு குதிரைகளும் அந்த மழைக்கால இருட்டில் ஆற்றங்கரையோடு பாய்ந்து சென்றன.

❉ ❉ ❉ ❉

அறுபத்தைந்தாம் அத்தியாயம்

"ஐயோ, பிசாசு!"

ஆழ்வார்க்கடியான் அதுவரை மறைந்திருந்த தன் ஆட்களைத் திரட்டிச் சேர்த்துக் கொண்டு தஞ்சைக் கோட்டையின் வடக்கு வாசலை நோக்கி நடந்தான். கருத்திருமனுடன் அவன் துவந்த யுத்தம் செய்த போது தன் ஆட்களை அழையாததின் காரணத்தை வாசகர்கள் ஊகித்து உணர்ந்திருப்பார்கள். அவன் நிச்சயமாகத் தெரிந்து கொள்ள விரும்பிய மிக முக்கிய ரகசியமான விவரங்கள் மற்றவர்கள் காதில் விழுவதை அவன் விரும்பாததில் வியப்பில்லை அல்லவா?

பாதி தூரம் சென்ற பிறகு, எதிரே ஒரு தனி ஆள் வெறி கொண்டவனைப் போல் ஓடி வருவதைக் கண்டான். அப்படி ஓடி வந்தவன் இருட்டில் ஆழ்வார்க்கடியான் மீது முட்டிக் கொண்டு, பின்னர் மறுபடியும் ஓடப் பார்த்தான். திருமலை நம்பி அவனை விடாமல் கெட்டியாகப் பிடித்துக் கொண்டான். முகத்தை உற்றுப் பார்த்துவிட்டு, "அடடே! வைத்தியர் மகனா? எங்கே அப்பா இப்படித் தலை தெறிக்க ஓடுகிறாய்?" என்று கேட்டான்.

"ஓகோ! வீர வைஷ்ணவனா? பேயோ, பிசாசோ என்று பயந்து போனேன். நல்லது; நீ எத்தனை தூரத்திலிருந்து இக்கரையோடு வருகிறாய்? எதிரே இரண்டு குதிரைகள் மீது இரண்டு ஆட்கள் போனார்களா?" என்றான்.

"ஆமாம்; போனார்கள்! அவர்களைப்பற்றி உனக்கு என்ன?"

"எனக்கு என்னவா? நல்ல கேள்வி! அவர்கள் யார் என்று தெரிந்தால் நீ இப்படிப்பட்ட கேள்வி கேட்க மாட்டாய்! ஆமாம் அவர்களில் ஒருவனையாவது உனக்கு அடையாளம் தெரியவில்லையா?"

"ஒருவன் மட்டும் எனக்குத் தெரிந்த ஆள் மாதிரிதான் தோன்றியது ஆனால்..?"

"யார், யார், யார் மாதிரி தோன்றியது?"

"வந்தியத்தேவனைப் போலத் தோன்றியது; அப்படியிருக்க முடியாது என்று தீர்மானித்துக் கொண்டேன்."

"அட பாவி! அப்படியா தீர்மானித்தாய்! அவன் சாட்சாத் வந்தியத்தேவன்தான்!"

"என்னப்பா, உளறுகிறாய்? வந்தியத்தேவன் பாதாளச் சிறையில் அல்லவோ இருந்தான்?"

"இருந்தான்; ஆனால், இப்போது இல்லை! வந்தியத்தேவனும் இன்னொரு பைத்தியக்காரனும் சிறையிலிருந்து தப்பிவிட்டார்கள். என்னைக் கட்டிப் போட்டுவிட்டு, அவர்கள் ஓடி விட்டார்கள்.

"அடடே! நல்ல வேலை செய்தார்கள்! அவர்கள் உன்னைக் கட்டிப்போடும் போது உன் கைகள் என்னப்பா, செய்து கொண்டிருந்தன? முதலில், பாதாளச் சிறைக்கு நீ எதற்காகப் போனாய்?"

"முதன்மந்திரியின் கட்டளையின் பேரில் போனேன், அதையெல்லாம் இப்போது சொல்லிக் கொண்டிருக்க நேரமில்லை. நீயும் முதன்மந்திரியிடம் சேவகம் செய்கிறவன் தானே? என்னுடன் வா! அவர்களைப் பிடித்துக் கொண்டு வரலாம்..."

"எதற்காக அவர்களைப் பிடித்துக் கொண்டு வரவேண்டும்? ஓடிப் போனால் போகட்டுமே! உனக்கும் எனக்கும் அதனால் என்ன வந்தது?"

"முதன்மந்திரி நல்ல ஆளைப் பிடித்து வைத்திருக்கிறார்! உன்னைப்போல் எல்லாரும் இருந்தால் இந்தச் சோழ ராஜாங்கம் உருப்பட்டாற் போலத்தான்! வந்தியத்தேவன் இளவரசர் கரிகாலரைக் கொன்றதாகக் குற்றம் சாட்டப்பட்டவன் என்பது உனக்குத் தெரியாதா? அது மட்டுமல்ல; சற்று முன்னால் அமுதன் குடிசைக்கு அருகில் இன்னொருவனையும் அவன் ஈட்டியால் குத்திவிட்டு ஓடி வந்து விட்டான்..."

"தெய்வமே! இது என்ன? அங்கே குத்தப்பட்டவன் யார்?"

"அது யார் என்று நான் பார்க்கவில்லை. வந்தியத்தேவனைத் தொடர்ந்து நான்·ஓடி வந்தேன்... சரி, சரி! நீ என்னுடன் வராவிட்டால் போ! வழியை மறிக்காதே! உனக்குப் புண்ணியமாய்ப் போகட்டும்! என்னை விடு!"

"வைத்தியர் மகனே! இந்த உலகத்தில் எத்தனையோ மூடர்களைப் பார்த்திருக்கிறேன். அவர்கள் எல்லாரையும் நீ தூக்கி அடித்துவிட்டாய்! அவர்கள் குதிரையின் மேல் போகிறார்கள். சாவுக்குத் துணிந்து தப்பி ஓடுகிறார்கள். நீ ஒருவன், கால் நடையாகத் தேடிப் போய் அவர்களைப் பிடித்து விடுவாயா? எனக்கு என்ன அதைப் பற்றி? போ! போ!"

"நீ சொல்வது உண்மைதான்; அதனாலேயே உன்னையும் துணைக்கு வரும்படி கூப்பிட்டேன்; நீ வர மறுக்கிறாய்!"

"நான் வந்து என்ன செய்கிறது? அவர்களைத் தடுத்து நிறுத்தப் பார்த்தேன். ஒருவன் கையிலிருந்த தடியினால் நன்றாய்ப் போட்டான் வாங்கிக் கொண்டு வந்தேன். இன்னும் அந்த வலி தீரவில்லை. எனக்கு அவ்வளவாகச் சண்டை போட்டுப் பழக்கம் இல்லை. நீ ஒருவேளை.. ஆமாம்; உன் கையில் என்ன? இரத்தக் கறை மாதிரி அல்லவா இருக்கிறது?"

"சிறையிலே அவர்கள் என்னைத் தாக்கிக் காயப்படுத்தி விட்டார்கள்; பொல்லாத ராட்சதர்கள்!"

"பின்னே, அந்த ராட்சதர்களைத் தொடர்ந்து கால் நடையாகத் தனியே போகிறாயே! சிறையில் அடைக்கப்பட்டிருந்த போதே அவர்கள் உன்னை இந்தப் பாடுபடுத்தியிருக்கும் போது..."

"அப்படியானால் என்னதான் செய்யச் சொல்லுகிறாய்?"

"நான் உன்னை ஒன்றும் செய்யச் சொல்லவில்லை. என் பேரில் எதற்காகப் பழி போடுகிறாய்? நான் உன் நிலைமையில் இருந்தால், திரும்பிப் போய் யாரிடமாவது தக்க மனிதர்களிடம் சொல்லி, ஐந்தாறு குதிரை வீரர்களையாவது துணைக்கு அழைத்துக் கொண்டு, திரும்பவும் மனித வேட்டைக்குப் புறப்படுவேன். நானும் குதிரை மேல் ஏறிக் கையில் வேலும் வாளும் எடுத்துக் கொண்டுதான் கிளம்புவேன்..."

வைத்தியர் மகன் சிறிது யோசனை செய்தான். சேந்தன் அமுதனுடைய குடிசைக்கருகில் யாரோ ஒருவனைக் குத்திப் போட்டுவிட்டு அவன் ஓடி வந்திருக்கிறான். ஒருவேளை ராஜ குலத்தைச் சேர்ந்த மதுராந்தகராயிருக்கக் கூடும் என்ற நினைவு அவனுக்குக் கதி கலக்கத்தை உண்டாக்கியது. ஆனால் இந்த வைஷ்ணவன் சொல்வது போல் தனியாகக் கால் நடையாகச் செல்வதிலும் பொருள் இல்லை. அப்படி நந்தவனக் குடிசையருகில் தன் குத்தீட்டியினால் விழுந்தது மதுராந்தகத் தேவராக இருக்கும் பட்சத்தில் அந்தக் குற்றத்தையும் வந்தியத்தேவன் பேரில் போடுவதுதான் நல்லது. ஓர் இளவரசரைக் கொன்றவன் இன்னொரு இளவரசரையும் கொல்லலாம் அல்லவா? தண்டனை இரண்டுக்கும் ஒன்றுதானே?... இதை நினைத்தபோது, பினாகபாணி, 'இரண்டு இளவரசர்களையும் கொன்றவன் வந்தியத்தேவன்தான்!' என்றே நம்பத் தொடங்கி விட்டான்.

"வைஷ்ணவனே! நீ சொல்வது என்னவோ சரிதான். நான் உன்னோடு வருகிறேன், நீ எனக்கு உதவி செய்ய வேண்டும். யாராவது தக்க மனிதனிடம் சொல்லி என்னோடு குதிரை வீரர்களை அனுப்பச் சொல்ல வேண்டும். பெரிய மனிதர்களின் சுபாவம் எனக்கு என்னமோ பிடிபடுவதில்லை. அவர்களுடன் எப்படிப் பழகுவது என்றும் தெரியவில்லை. இதோ பார், நான் சேனாதிபதி கொடும்பாளூர் வேளாரிடமும், முதன்மந்திரி அன்பில் அநிருத்தரிடமும் சொல்லிப் பார்த்தேன் – ஓடிப் போனவர்களைத் திரும்பப் பிடிக்க வேண்டியதைப் பற்றித்தான். சில வீரர்களை என்னுடன் அனுப்பும்படி வேண்டினேன். இரண்டு பேரும் என்னை முட்டாள், மூடன் என்று திட்ட ஆரம்பித்து விட்டார்கள். அவர்களுடைய நோக்கம் என்ன என்று எனக்குத் தெரியவில்லை..."

"நோக்கம் வேறு என்ன? உன்னிடம் அவர்களுக்கு நம்பிக்கை இல்லை. உன்னிடம் இக்காரியத்தை ஒப்புவிக்க அவர்கள் விரும்பவில்லை. சிறைக்குள்ளேயே ஏமாந்து, சிறையிலிருந்தவர்கள் தப்பி ஓடும்படி விட்டுவிட்டாய், அவர்களை எங்கே பிடிக்கப் போகிறாய் என்று நினைத்திருப்பார்கள்..."

"அவர்களுடைய நினைவை பொய்ப்படுத்த எண்ணித் தான் தனியாகவாவது போகலாம் என்று கிளம்பினேன். எப்படியும் கோடிக்கரையில் அவர்கள் நின்றுதானே ஆக வேண்டும்? அங்கே வந்தியத்தேவன் ஒளிந்திருக்கக் கூடிய இடங்களெல்லாம் எனக்குத் தெரியும். அங்கே எனக்கு உதவி செய்யக் கூடியவர்களும் இருக்கிறார்கள்..."

"அப்படியானால், போ! உன் சாமர்த்தியத்தைப் பார்!"

"இருந்தாலும், குதிரை மேலேறி இன்னும் சிலரையும் அழைத்துக் கொண்டு போனால் நல்லதுதான். நீ அதற்கு உதவி செய்வாயா?"

* * *

இதற்குள் அவர்கள் இருவரும் வடக்குக் கோட்டைப் பெரிய வாசலை நெருங்கி வந்து விட்டார்கள்.

ராஜபாட்டையில் வடக்கே சற்றுத் தூரத்தில் அம்பாரி வைத்த யானைகளும், குதிரைகளும் காலாள் வீரர்கள் பலரும் கும்பல் கும்பலாக வந்து கொண்டிருந்தது தெரிந்தது.

கோட்டை வாசலிலும் ஒரு கும்பல் நின்றது. தீவர்த்திகளின் வெளிச்சத்தில் கொடும்பாளூர் வேளாரும், திருக்கோவலூர் மலையமானும், முதன் மந்திரி அநிருத்தரும் நிற்பது தெளிவாகத் தெரிந்தது.

"உனக்கும் எனக்கும் எஜமானர் அதோ கோட்டை வாசலில் நிற்கிறார், அவரிடம் போகலாம் வருகிறாயா?"

வைத்தியர் மகன் தயங்கினான்.

"நான் ஒரு தடவை கேட்டாகிவிட்டது; பயன்படவில்லை. ஒருவேளை நீ இரண்டு பேர் தப்பி ஓடியதைப் பார்த்திருக்கிறபடியால் உன் பேச்சை நம்பினாலும் நம்பலாம். ஆனால் என்னை உடன் அனுப்பச் சம்மதிப்பாரா என்று சந்தேகிக்கிறேன்" என்றான்.

"நீ சொல்வது உண்மைதான்; மேலும் கோட்டை வாசலில் ஏதோ முக்கியமான காரியத்துக்காகக் காத்துக் கொண்டிருக்கிறார்கள். அவர்களிடம் இச்சமயம் போவதில் பயனில்லை. எது சொன்னாலும் அவர்கள் காதில் ஏறாது. இந்தப் பக்கம் பழுவேட்டரையர்கள் வருவதாகக் காண்கிறது. அவர்களுடன் சம்புவரையரும் வருகிறார். அதோ, பார்த்திபேந்திரனும், கந்தமாறனும் காணப்படுகிறார்கள். அவர்களிடம் சொல்லிப் பார்க்கலாம். வந்தியத்தேவனைப் பிடிப்பதில் அவர்களுக்குத் தான் அதிக சிரத்தை இருக்கும்!" என்றான் ஆழ்வார்க்கடியான்.

ஊர்வலம் விரைவில் அவர்களை அணுகியது. முன்னால் கட்டியக்காரர்கள் பழுவேட்டரையர்களின் தொல்குலப் பெருமையையும், அம்மாதிரியே கடம்பூர் சம்புவரையர், மழபாடி மழவரையர், பார்த்திபேந்திர பல்லவன், நீலதங்கரையர், இரட்டைக் குடை இராஜாளியார் முதலியவர்களின் விருதுகளையும் வீரச் செயல்களையும் வரிசைக் கிரமமாக சொல்லிக் கொண்டு வந்தார்கள். இடையிடையே முரசுகள் முழங்கின; சங்கங்கள் ஆர்த்தன.

ஊர்வலத்தின் முன்னிலையில் சின்னப் பழுவேட்டரையரும், பார்த்திபேந்திரனும், கந்தமாறனும் வெண் புரவிகளின் மீது அமர்ந்து கம்பீரமாக வந்தார்கள். அடுத்தாற்போல் வந்த மத்தகஜத்தின் அம்பாரியில் பெரிய பழுவேட்டரையரும் சம்புவரையரும் அமர்ந்திருந்தார்கள். அவர்களுக்குப் பின்னால் மற்ற குறுநில மன்னர்கள் யானை மீதும் குதிரை மீதும் வந்தார்கள். முன்னும் பின்னுமாக ஏறக்குறைய நூறு வீரர்கள் கையில் வேலும், இடையில் வாளும் தரித்து நடந்து வந்தார்கள்.

இந்த ஊர்வலத்துக்கு முன்னால் ஆழ்வார்க்கடியானும் வைத்தியர் மகன் பினாகபாணியும் பாதை நடுவில் நின்றதைப் பார்த்ததும், சின்னப் பழுவேட்டரையர் தம் குதிரையைச் சிறிது நிறுத்தி, "வைஷ்ணவனே! முதன்மந்திரியிடமிருந்து முக்கியமான செய்தி ஏதேனும் உண்டா?" என்று கேட்டார்.

"தளபதி! முதன்மந்திரி என்னிடம் செய்தி ஒன்றும் அனுப்பவில்லை. சொல்ல வேண்டிய செய்தியைக் கோட்டை வாசலில் தங்களிடமே சொல்லுவார். ஆனால் முக்கியமான செய்தி ஒன்றிருக்கிறது" என்று ஆழ்வார்க்கடியான் நிறுத்தினான்.

"என்ன? என்ன? என்ன?" என்று மூன்று பேரும் ஆவலுடன் கேட்டார்கள்.

"பாதாளச் சிறையிலிருந்து வந்தியத்தேவன் தப்பி ஓடிவிட்டான்..."

"அது எப்படி முடியும்? அவன் என்ன இந்திரஜித்தா மாயமாய் மறைந்து போவதற்கு?" என்று கேட்டார் சின்னப் பழுவேட்டரையர்.

"இதில் ஏதோ சூழ்ச்சி இருக்கிறது; வேறு யாராவது அவனுக்கு ஒத்தாசை செய்திருக்க வேண்டும்!" என்றான் பார்த்திபேந்திரன்.

"எல்லாம் அந்தக் கொடும்பாளூர்ப் பெரிய வேளாரின் வேலைதான்!" என்றான் கந்தமாறன்.

"அப்படித் தப்பி ஓடினாலும் எங்கே ஓடி விடுவான்? கோட்டைக்குள்ளேதானே இருக்கவேண்டும்?" என்றார் சின்னப் பழுவேட்டரையர்.

"அப்படித்தான் வேளார் சொல்லுகிறார்; முதன்மந்திரி முன் ஜாக்கிரதையாக என்னைக் கோட்டையைச் சுற்றி வந்து பார்த்துக் கொள்ளும்படி பணித்தார். கடம்பூர் வம்சத்தின் மீது அபவாதம் எதுவும் ஏற்படக்கூடாது என்று முதன்மந்திரி கவலைப்படுகிறார்...."

"அப்படிக் கவலையுள்ளவர் ஒருவராவது இருக்கிறாரே, அந்த வரைக்கும் மிகவும் திருப்தியான காரியம்" என்று சொன்னான் கந்தமாறன்.

"வைஷ்ணவனே! உண்மையைச் சொல்! தப்பி ஓடுவதைத் தடுப்பதற்காக நீ சுற்றி வருகிறாயா? அல்லது உதவி செய்வதற்காகச் சுற்றி வருகிறாயா?" என்று பார்த்திபேந்திரன் கேட்டான். அவனுக்கு வைஷ்ணவன் பேரில் எப்போதுமே சந்தேகம்தான்.

"ஐயா! வேறு சந்தர்ப்பமாயிருந்தால் தங்களுக்கு வேறு விதமாகப் பதில் சொல்வேன். இப்போது நாம் சொந்தத்தில் சண்டை போடும் சமயம் அல்ல. இந்த வைத்தியர் மகன் பினாகபாணி, ஒரு விசித்திரமான செய்தியைக் கூறுகிறான். இரண்டு பேர் குதிரைகள் மீது ஏறிப் போனதாகவும் அவர்கள் தான் சிறையிலிருந்து தப்பி ஓடிய வந்தியத்தேவனும், கருத்திருமனும் என்றும் சொல்லுகிறான். இரண்டு பேர் குதிரை மேலேறி இந்தச் சாலை வழியாக விரைவாகப் போனதை நானும் பார்த்தேன்."

"பினாகபாணி! இந்த வைஷ்ணவன் சொல்லுவது உண்மையா?" என்றார் சின்னப் பழுவேட்டரையர்.

"சத்தியம்; ஐயா!"

"பின்னே, உடனே போய் முதன்மந்திரியிடமாவது வேளாரிடமாவது சொல்லுவதற்கென்ன?"

"அவர்கள் இருவருக்கும் என் பேரில் அசாத்திய கோபம்."

"எதற்காக?"

"அவர்களை நான்தான் தப்ப விட்டுவிட்டேன் என்று,"

"அது எப்படி?"

"பாண்டிய குலக் கிரீடமும் ரத்தின ஹாரமும் இருக்குமிடம் தெரியுமென்று ஒரு பைத்தியக்காரன் பாதாளச் சிறையில் சொல்லிக் கொண்டிருந்தான் அல்லவா? அவனை அழைத்து வருவதற்காக அநிருத்தர் என்னை அனுப்பினார். அதற்காகப் போன இடத்தில் இரண்டு பேருமாகச் சேர்ந்து என்னைப் பாதாளச் சிறையிலே கட்டிப் போட்டுவிட்டுத் தப்பி ஓடிவிட்டார்கள்!"

"போயும் போயும் முதன்மந்திரிக்கு உன்னைப் போன்ற முட்டாள்தானா இந்தக் காரியத்துக்கு அகப்பட்டான்?" என்று கூறிவிட்டுப் பார்த்திபேந்திரப் பல்லவன் சிரித்தான்.

வைத்தியர் மகன் கோபமாக, "ஐயா! நீங்கள் சிரிப்பதற்காக நான் இங்கே வரவில்லை. உதவி செய்வதாயிருந்தால், செய்யுங்கள்!" என்றான்.

"என்ன உதவி கேட்கிறாய்?"

"என்னுடன் நாலு குதிரை வீரர்களை அனுப்புங்கள். எனக்கு ஒரு குதிரை கொடுங்கள். தப்பி ஓடியவர்களைப் பிடித்துக் கொண்டு வருவது என் பொறுப்பு. ஏற்கனவே எனக்கு இட்ட காரியங்களை நான் நிறைவேற்றவில்லையா? தளபதி சின்னப் பழுவேட்டரையருக்குத் தெரியுமே!" என்றான் வைத்தியர் மகன் பினாகபாணி.

"நீ என்ன சொல்லுகிறாய்?" என்று சின்னப் பழுவேட்டரையர் பார்த்திபேந்திரனைக் கேட்டார்.

"அனுப்ப வேண்டியதுதான்; சக்கரவர்த்தி உங்களைத் திரும்ப அழைத்து வரும் பொறுப்பை என்னிடம் ஒப்புவித்திருக்கிறார். இல்லாவிட்டால் நானே இவனுடன் போவேன். வந்தியத்தேவனைப் பிடிக்க வேண்டியது மிக முக்கியமான காரியம்" என்றான் பார்த்திபேந்திரன்.

அச்சமயம் கந்தமாறன், "அந்தப் பொறுப்பை என்னிடம் ஒப்புவியுங்கள், இவனுடன் நானும் போகிறேன். வந்தியத்தேவன் யமலோகத்தின் வாசலுக்குப் போயிருந்தாலும் அவனைத் திரும்பப் பிடித்துக் கொண்டு வருகிறேன்" என்றான்.

சின்னப் பழுவேட்டரையரும் அதற்குச் சம்மதித்தார். சம்புவரையர் முதலியவர்களுக்குச் சமாதானம் சொல்லும் பொறுப்பையும் ஏற்றுக் கொண்டார்.

உடனே கந்தமாறனும், வைத்தியர் மகனும் மற்றும் வீரர்கள் நால்வரும் வடவாற்றின் வடகரையோடு விரைந்து செல்லக் கூடிய குதிரைகள் மீதேறி வாயுவேக மனோவேகமாகச் சென்றார்கள்.

* * *

மதுராந்தகன் குதிரை ஏற்றத்தில் அவ்வளவு பழக்கப்பட்டவன் அல்ல. கருத்திருமன் பழக்கப்பட்டவன் ஆனபோதிலும், பாதாளச் சிறையில் நெடுங்காலம் இருந்தவனானபடியால், மிக்க உடற்சோர்வு உற்றிருந்தான். ஆயினும் இரண்டு பேருடைய உள்ளங்களிலும் இப்போது ஒரு புதிய உற்சாகம் பிறந்திருந்தது. உள்ளத்தின் பலத்தினால் தளர்ச்சியைச் சகித்துக் கொண்டு அவர்கள் பிரயாணம் செய்தார்கள்.

நள்ளிரவு வரையில் பிரயாணம் செய்த பிறகு இருவரும் நின்றார்கள். அங்கே நதிக்குக் குறுக்கே மூங்கில் கழிகளைச் சேர்த்துக் கட்டி அமைத்த பாலம் ஒன்று இருந்தது. எப்படியும் தங்களைப் பின்தொடர்ந்து பிடிக்க ஆட்கள் வருவார்கள் என்று கருத்திருமன் எதிர்பார்த்தான். ஆகையால், அந்த இடத்தில் நதியைக் கடந்து அக்கரை சேர்ந்துவிடுவது நல்லது என்று எண்ணினான். நதியின் தென் கரையோடு சிறிது தூரம் சென்று பின்னர் கோடிக்கரைப் பாதையில் திரும்பிப் போகலாம்.

அங்கே நதியைக் கடப்பதற்கு இன்னொரு காரணமும் இருந்தது. மதுராந்தகனால் குதிரையைச் செலுத்திக் கொண்டு ஆற்று வெள்ளத்தைக் கடக்க முடியுமா என்று கருத்திருமன் ஐயமுற்றான். வெள்ளம் அதிகமாயிருந்தால் நிச்சயம் முடியாத காரியம். மதுராந்தகனைப் பாலத்தின் வழியாகப் போகச் சொல்லி விட்டு இவனே இரண்டு குதிரைகளையும் ஒவ்வொன்றாக அக்கரை கொண்டு போய்ச் சேர்த்துவிடலாம்.

இந்த யோசனைகளெல்லாம் மதுராந்தகனுக்கும் சம்மதமாயிருந்தது. நதி வெள்ளத்தில் இறங்குவதற்கு முன்னால் இருவரும் சிறிது சிரம பரிகாரம் செய்து கொள்வதற்காக மரத்தடி வேரில் உட்கார்ந்தார்கள். ஆற்று வெள்ளம் 'சோ' என்ற சத்தத்துடன் ஓடிக் கொண்டிருந்தது. நாலா புறத்திலிருந்தும் மண்டுகங்களின் குரல்கள் கிளம்பிக் காதைத் துளைத்தன. வானத்தில் விரைவாகக் கலைந்து சென்று கொண்டிருந்த மேகத் திரள்களுக்கு மத்தியில் விண்மீன்கள் எட்டிப் பார்த்து ஒற்றர் வேலை செய்து கொண்டிருந்தன.

பெரும்பாலும் அரண்மனைகளில் சப்ர மஞ்சக் கட்டில்களில் பஞ்சணை மெத்தைகளுக்கு மத்தியில் உறங்கிப் பழக்கமான மதுராந்தகனுக்கு நள்ளிரவில் ஆற்றங்கரையில் மரத்து வேர்களின் மீது உட்கார்ந்திருக்க நேர்ந்தது மிக்க மனச் சோர்வையும் வருங்காலத்தைப் பற்றிய பீதியையும் உண்டாக்கியது.

அவனுடைய மனோநிலையை உள்ளுணர்ச்சியினால் அறிந்து கருத்திருமன் அவனுக்குத் தைரியம் சொல்ல முயன்றான். இலங்கை மன்னன் மகிந்தன் பாண்டிய குலத்தின் பரம்பரைச் சிநேகிதன் என்றும், அவனிடம் மதுராந்தகன் போய்ச் சேர்ந்துவிட்டால் பிறகு ஒரு கவலையுமில்லையென்றும் தெரிவித்தான். பாண்டிய குலத்தின் மணி மகுடமும் இந்திரன் தந்த ரத்தின ஹாரமும் இலங்கையிலே தான் இருக்கின்றன; இருக்குமிடமும் தனக்குத் தெரியும்; அங்கேயே மகிந்தன் மதுராந்தகனுக்குப் பட்டாபிஷேகம் செய்து வைத்து விடுவான்! அதற்குள் சோழ நாட்டுச் சிற்றரசர்களுக்குள் போர் மூண்டு சோழ சாம்ராஜ்யம் சின்னாபின்னம் அடைந்து விடப் போகிறது. ஆதித்த கரிகாலனைக் கொன்று விட்டதாக பழுவேட்டரையர் – சம்புவரையர் கட்சியின் மீது

மற்றவர்கள் குற்றம் சாட்டுவார்கள். மதுராந்தகன் இப்போது தன்னுடன் வந்து விட்டபடியால், அவனைக் கொன்று விட்டதாக வேளார் கட்சியின் மீது பழுவேட்டரையர்கள் குற்றம் சுமத்துவார்கள். இந்தப் படுகொலைகளுக்கு அருள்மொழிவர்மனும் உடந்தையாக இருந்ததாக மக்களிடையே வதந்தி பரவப் போகிறது. ஆகையால் அவனையும் மக்கள் வெறுக்கத் தொடங்குவார்கள். இப்படியெல்லாம் சோழ ராஜ்யம் குழப்பத்தில் ஆழ்ந்திருக்கும் போது இலங்கை மன்னன் ஒரு பெரிய சைன்யத்தைத் திரட்டிக் கொண்டு பாண்டிய நாட்டின் மீது படையெடுத்து வருவான்; மதுரையைக் கைப்பற்றுவான். மதுராந்தகனுக்கு உலகம் அறிய இரண்டாந்தடவையாக முடிசூட்டு விழா நடத்தி வைப்பான். 'மதுராந்தகன்' என்ற பெயரையும் மாற்றிச் 'சோழ குலாந்தகப் பெருவழுதி' என்ற அபிஷேகப் பெயரையும் சூட்டுவான்!...

இவ்வாறெல்லாம் கருத்திருமன் சொல்லி வந்தபோது மதுராந்தகனுடைய உள்ளம் விம்மியது. அவனுடைய வாழ்க்கையில் அதுவரை கண்டிராத உற்சாகத்தை அவன் அடைந்தான். போர்க்களங்களில் கேட்கும் வெற்றி முரசுகள் அவன் காதில் ஒலித்தன. பட்டாபிஷேக வைபவங்களுக்குரிய பலவகை இன்னிசைக் கருவிகள் மற்றொரு பால் முழங்கின. ஆயிரமாயிரம் மக்களின் குரல்கள், "பாண்டிய சக்கரவர்த்தி வாழ்க! சோழ குலாந்தகப் பெருவழுதி வாழ்க!" என்று கோஷமிட்டன.

இப்படி இன்பமயமான கற்பனை உலகத்தில் மதுராந்தகன் சஞ்சரித்துக் கொண்டிருந்தபோது, அந்தக் கற்பனைக் கனவைக் கலைத்துக் கொண்டு குதிரைகளின் காலடிச் சத்தம் கேட்டது. சற்றுத் தூரத்தில் தீவர்த்திகளின் வெளிச்சமும் தெரிந்தது.

கருத்திருமன் அவ்வளவு விரைவாக ஆட்கள் தங்களைத் தொடர்ந்து வரக்கூடும் என்று எதிர்பார்க்க வில்லை. ஆகையால் மிக்க பரபரப்புடன் குதித்தெழுந்து, "இளவரசே! எழுந்திருங்கள். குதிரை மேல் ஏறுங்கள்! அவர்கள் வருவதற்கு முன் நதியைக் கடந்து விடவேண்டும்! என்றான்.

ஒரு கணத்தில் அவன் குதிரை மேல் பாய்ந்து ஏறி கொண்டான். மதுராந்தகன் குதிரை மேல் ஏறுவதற்கு கஷ்டப்படுவதைப் பார்த்துவிட்டு, "ஐயா! ஒன்று செய்யுங்கள். தாங்கள் பாலத்தின் மேல் நடந்து அக்கரை போய்விடுங்கள். நான் தங்கள் குதிரையையும் அக்கரைக்குக் கொண்டு வந்து சேர்த்து விடுகிறேன்!" என்றான்.

"அழகாயிருக்கிறது! என்னைப் பயங்காளி என்று நினைத்தாயா? குதிரை மேலேறி இந்த ஆற்றைக் கடக்க என்னால் முடியாவிட்டால், அப்புறம் கடல் கடந்து இலங்கை போவது எப்படி? பாண்டிய ராஜ்யத்தைப் பிடித்துச் சிங்காதனம் ஏறுவது எப்படி?" என்று வீரியம் பேசியபடியே மெதுவாகக் குதிரை மேலே ஏறினான்.

இரண்டு குதிரைகளும் நதியில் இறங்கின. மதுராந்தகனுடைய குதிரை தண்ணீர்க் கரையண்டை திடீரென்று முன்னங்கால் மடிந்து படுத்தது. "ஐயோ!" என்று அலறினான் கருத்திருமன். நல்லவேளையாகக் குதிரை சமாளித்து எழுந்து தண்ணீரில் இறங்கியது.

மதுராந்தகனுடைய மனத்திற்குள் திகில்தான்; ஆனால் வெளியில் காட்டிக்கொள்ளாமல், "இது என்ன பிரமாதம்? இப்படிப் பயந்து விட்டாயே!" என்றான்.

மதுராந்தகனுடைய குதிரையின் காலில் ஏதாவது காயம் பட்டிருந்ததோ என்னமோ, அது வெள்ளத்தில் மற்றக் குதிரையைப் போல் விரைந்து செல்லவில்லை. அடிக்கடி அது வெள்ளத்தோடு வெள்ளமாகப் போகப் பார்த்தது. அதைத் திருப்பி எதிர்க்கரையை நோக்கிச் செலுத்துவதற்கு மதுராந்தகன் மிக்க சிரமப்பட்டான்.

கரையோடு வந்த குதிரைகளின் காலடிச் சத்தமோ நெருங்கி, நெருங்கி வந்து கொண்டிருந்தது.

பாதி ஆறு வரையில் கருத்திருமன் இளவரசனுக்காக நின்று நின்று போய்க் கொண்டிருந்தான். பிறகு ஒரு யோசனை அவன் மனத்தில் உதித்தது. மதுராந்தகனுக்குத் தைரியம் சொல்லிவிட்டு அக்கரையை நோக்கி

விரைந்து சென்றான். கரையில் ஏறிக் குதிரையை ஒரு மரத்தினடியில் நிறுத்தினான். குதிரை மேலிருந்து பாய்ந்து இறங்கி மூங்கில் பாலத்தின் வழியாகத் திரும்பவும் வடகரைக்கு வந்தான். மதுராந்தகனிடமிருந்த சிறிய கத்தியை அவன் ஏற்கெனவே வாங்கி வைத்துக் கொண்டிருந்தான். அதைக் கொண்டு அவசர அவசரமாகப் பாலத்திலிருந்து தொங்கிக் கொண்டிருந்த கயிறுகளை அறுத்து முடி போட்டான். அது போதிய நீளமானதாகத் தெரிந்தது, ஒரு முனையைப் பாலத்தில் சேர்த்துக் கட்டிவிட்டு மற்றொரு முனையைச் சாலையின் மறுபுறத்திலிருந்த மரத்தின் அடியில் சேர்த்துக் கட்டினான்.

மர நிழலினால் அதிகமாயிருந்த இருட்டில் அவ்விதம் சாலை நடுவில் குறுக்கே ஒரு கயிறு கட்டியிருந்ததை யாரும் பார்க்க முடியாது அல்லவா? அதிலும் குதிரை மேல் வேகமாக வருகிறவர்கள் நிச்சயம் பார்க்க முடியாது.

இந்தக் காரியத்தை அவன் செய்து முடித்ததும் பாலத்தின் வழியாகத் திரும்பி ஓடி விடலாமா என்று யோசித்தான். அந்த எண்ணத்தை மாற்றிக் கொண்டு அங்கே இருந்த மரம் ஒன்றின் பேரில் சரசர என்று ஏறிக் கிளைகளின் மறைவில் உட்கார்ந்து கொண்டான்.

மதுராந்தகருடைய குதிரை கிட்டத்தட்ட நதியைக் கடந்து அக்கரையை நெருங்கியிருந்தது.

இன்னும் சில நிமிஷ அவகாசம் கிடைத்தால், கரைமேல் ஏறி மதுராந்தகன் குதிரை அப்பால் சென்றுவிடும்.

இந்த எண்ணம் அவன் மனத்தில் தோன்றி மறைவதற்குள் சாலையோடு வந்த குதிரைகள் அந்த மரத்தடியை நெருங்கி விட்டன. ஐந்தாறு குதிரைகள் இருக்கும். அவற்றில் இரண்டு குதிரைகள் முன்னணியில் வந்தன. அவை இரண்டும் ஒரு கணம் முன் பின்னாகக் கருத்திருமன் கட்டியிருந்த குறுக்குக் கயிற்றினால் தடுக்கப்பட்டுத் தலை குப்புற உருண்டு விழுந்தன.

கருத்திருமன் மரத்தின் மேலிருந்தபடி தன்னையறியாமல் 'ஹா ஹா ஹா' என்று பலமாகச் சிரித்தான்.

குதிரைகள் மேலிருந்து விழுந்தவர்களில் ஒருவன், "ஐயோ! பிசாசு! என்று பயங்கரமாக அலறினான். குரலிலிருந்து அவன் வைத்தியர் மகன் பினாகபாணி என்பதைக் கருத்திருமன் தெரிந்து கொண்டான். விழுந்தவன் கழுத்து நெறிந்து இறந்திருக்கக் கூடாதா, இன்னமும் உயிரோடிருக்கிறானே என்று எண்ணிக் கொண்டான். இன்னொரு குதிரை மேலிருந்து விழுந்தவன் சிறிதும் அதிர்ச்சியடையாமல் தரையிலிருந்து எழுந்தான். அவன் நமது பழைய நண்பன் கந்தமாறன்தான்!

❈ ❈ ❈ ❈

அறுபத்தாறாம் அத்தியாயம்

மதுராந்தகன் மறைவு

குதிரையும் தானுமாகத் திடீரென்று உருண்டு விழுந்ததும் சிறிதும் மனம் கலங்காத கந்தமாறன், எழுந்திருக்கும்போதே கையில் வேலை எடுத்துக் கொண்டு எழுந்தான். அவனுடைய நோக்கம் ஏற்கெனவே மறு கரையை அணுகிக் கொண்டிருந்த குதிரையின் பேரில் சென்றுவிட்டது. அக்குதிரை மேல் ஏறிக் கொண்டிருந்தவன் சந்தேகமின்றி வந்தியத்தேவன்தான் என்று அவன் நிச்சயித்துக் கொண்டான்.

வந்தியத்தேவன் பேரில் கந்தமாறன் கொண்டிருந்த பழைய சிநேகம் இப்போது கடும் பகையாக மாறியிருந்தது. பலவிதத்திலும் வந்தியத்தேவன் சிநேகத் துரோகம் செய்து விட்டதாக அவன் எண்ணினான். தனக்கும் தன் குடும்பத்துக்கும் நேர்ந்த அபகீர்த்திக்கெல்லாம் காரணம் வந்தியத்தேவன்தான்! தன் வீட்டில்

வந்து தங்கியிருந்தபோது தெரிந்து கொண்ட ரகசியத்தைப் பலரிடத்திலும் சொல்லியிருக்கிறான்; ராஜ குடும்பத்தாரிடமும் கூறியிருக்கிறான். எதற்காக? சோழ குலத்தினிடம் கொண்ட பக்தி விசுவாசம் காரணமாகவா? இல்லவே இல்லை! இந்த ரகசியத்தைச் சொல்லி அவர்களுடைய நம்பிக்கையைச் சம்பாதித்துக் கொண்டு, பிறகு அவர்களுக்கும் துரோகம் செய்வதற்காகத்தான்! பாண்டிய நாட்டு ஆபத்துதவிகளுக்கு அவன் உதவி செய்திருக்கிறான் என்பதில் சந்தேகமில்லை. இந்த இரட்டைத் துரோகத்தை நந்தினியின் தூண்டுதலினால், அவன் செய்தானா, வேறு தன் சொந்த லாபங்கருதியே செய்தானா என்பது தெரியவில்லை. நந்தினியின் மாய வலையில் தானும் சில காலம் சிக்கியிருந்தது உண்மையேதான்! ஆனாலும் இம்மாதிரி பயங்கரத் துரோகச் செயல்களைக் கனவிலேனும் தான் செய்ய எண்ணியிருக்க முடியுமா?

இவற்றையெல்லாம் விடத் தனது அருமைச் சகோதரி மணிமேகலையின் மனத்தைக் கெடுத்து விட்டதன் பொருட்டுக் கந்தமாறனுக்கு வந்தியத்தேவன் மீது அளவில்லாத கோபம் பொங்கிக் கொண்டிருந்தது. மணிமேகலையைச் சாம்ராஜ்ய சிங்காசனத்தில் மணிமகுடம் தரித்துச் சக்கரவர்த்தினியாக வீற்றிருக்கச் செய்ய வேண்டுமென்று கந்தமாறன் ஆசை கொண்டிருக்க, அந்தக் கள்ளங்கபடமற்ற பெண்ணைக் 'கரிகாலரை நான்தான் கொன்றேன்' என்று பலரறியப் பிதற்றும்படி செய்த கொடிய வஞ்சகன் அல்லவா அவன்!

அவ்வளவு பெரிய பாதகங்களைச் செய்தவன் உயிர் தப்பி ஓடும்படி விட்டுவிடுவதா? அதைத்தான் பார்த்துக் கொண்டிருப்பதா? ஒரு நாளும் இல்லை! வந்தியத்தேவனை உயிரோடு பிடித்துக் கொண்டு போக முடியுமானால் நல்லது தான்! முடியாத வரையில், அவனைக் கொன்று தொலைத்து விட்டோம் என்ற ஆறுதலுடனாவது இங்கிருந்து திரும்பிப் போக வேண்டும். இந்தத் தீர்மானத்துடனேதான் கந்தமாறன் அந்த மனித வேட்டைக்குப் புறப்பட்டான்.

இப்போது அவனுடைய குதிரை எதிர்பாராத விதமாகத் தடுக்கி விழுந்து விட்டது. அது இனி பிழைப்பதே துர்லபம். வைத்தியர் மகன் பினாகபாணியின் குதிரைக்கும் அதே கதிதான்!

வந்தியத்தேவனோ நதியின் அக்கரையை நெருங்கி விட்டான்!

பின்னால் வந்த வீரர்கள் அங்கு வந்து சேர சிறிது நேரம் பிடிக்கும். அவர்கள் வந்து விட்டாலும் வெள்ளத்தைக் கடந்து அக்கரை சென்று வந்தியத்தேவனைப் பிடிப்பது இயலாத காரியம். ஆகையால் அவனைக் கொன்று விடுவது ஒன்றே செய்யத் தக்கது...

இவ்வளவு எண்ணங்களும் கந்தமாறனுடைய உள்ளத்தில் சில கண நேரத்தில் தோன்றி மறைந்தன. எனவே, தரையிலிருந்து எழுந்து நின்றதும், கால்களை நன்றாக ஊன்றிக் கொண்டு, கையிலிருந்த வேலை உயர்த்திக் குறிபார்த்துப் பலங்கொண்ட மட்டும் வீசி எறிந்தான்.

வேல் 'வீர்' என்ற சத்தத்துடன் சென்று கண்மூடித்திறக்கும் நேரத்தில் மதுராந்தகன் பேரில் பாய்ந்தது.

'வீல்' என்று சத்தமிட்டுவிட்டு, மதுராந்தகன் தண்ணீரில் விழுந்தான்.

குதிரை மட்டும் தட்டுத்தடுமாறி கரைமேல் ஏற முயன்றது.

மிகச் சொற்ப நேரத்துக்குள் நடந்துவிட்ட மேற்கூறிய நிகழ்ச்சிகளையெல்லாம் மரக் கிளையிலிருந்து பார்த்துக் கொண்டிருந்த கருத்திருமன், உள்ளம் பதறி, உடலும் நடுங்கினான்.

இப்படியெல்லாம் நடக்ககூடும் என்று அவன் எதிர்பார்க்கவே இல்லை.

வேகமாக வந்து திடீரென்று தடுக்கி விழுந்த குதிரைகளுக்கு அடியில் அகப்பட்டுக் கொண்டவர்கள் உயிரோடு தப்பி எழுந்தாலும் கைகால் ஒடிந்தவர்களாக எழுந்திருப்பார்கள் என்று அவன் எண்ணியிருந்தான்.

அவன் சற்றும் எதிர்பாராதபடி எல்லாம் நடந்து விட்டது. கீழே விழுந்தவர்களில் ஒருவன் எழுந்து நின்று வேல் எறிய, அதுவும் மதுராந்தகன் பேரில் குறி தவறாமல் சென்று பாய்ந்து அவனை வெள்ளத்தில் வீழ்த்திவிட்டது. இதனால் ஏற்பட்ட முதல் அதிர்ச்சியைச் சமாளித்துக் கொண்டு பயங்கரமான கூக்குரலுடன் கீழே பாய்ந்தான்.

ஆத்திர வெறியினால் ஏற்பட்ட ராட்சத பலத்துடன் கந்தமாறனைத் தாக்கிக் கீழே தள்ளிவிட்டு அப்பால் சென்றபோது, அப்போதுதான் தட்டுத் தடுமாறி எழுந்து கொண்டிருந்த வைத்தியர் மகன் அவனைத் தடுக்கப் பார்த்தான். பினாகபாணிக்கு இதற்குள் பிசாசு பயம் நீங்கி, மரத்தின் மேலிருந்தவன் கருத்திருமன் என்பது தெரிந்து போயிருந்தது.

கருத்திருமன் தன் உள்ளத்தில் பொங்கிய கோபத்தையெல்லாம் செலுத்திக் கையிலிருந்த சிறிய கத்தியால் பினாகபாணியைக் குத்திக் கீழே தள்ளிவிட்டுப் பாலத்தை நோக்கி ஓடினான்.

மூங்கில் மரப் பாலத்தின் மீது ஒரு மனிதன் ஓடுவதைக் கந்தமாறனுக்கும் பினாகபாணிக்கும் பின்னால் குதிரைகள் மீது வந்த வீரர்கள் பார்த்தார்கள்.

தாங்கள் வருவதற்கு முன் நிகழ்ந்தவற்றை ஒருவாறு அவர்கள் ஊகித்துத் தெரிந்து கொண்டு குதிரைகளை அங்கே நிறுத்தினார்கள்.

கந்தமாறன், "பிடியுங்கள்! பிடியுங்கள்! பாலத்தின் மேல் ஓடுகிறவனைப் பிடியுங்கள்!" என்று கூவினான்.

நாலு பேரும் குதிரை மேலிருந்து தடதடவென்று குதித்துப் பாலத்தின் மீது முன்னால் சென்ற கருத்திருமனைத் தொடர்ந்து ஓடினார்கள்.

திடீரென்று இரண்டாவது முறையும் தள்ளப்பட்டுத் தலை குப்புற விழுந்த அதிர்ச்சியினால் சிறிது நேரம் செயலற்றுக் கிடந்த கந்தமாறன் விரைவிலேயே மறுபடியும் சமாளித்துக் கொண்டு எழுந்து அந்த நாலு வீரர்களுக்குப் பின்னால் தானும் ஓடினான்.

கத்தியினால், குத்தப்பட்டுப் படுகாயமுற்றிருந்த வைத்தியர் மகனும், ஆவேசங்கொண்டு எழுந்து அவர்களைப் பின் தொடர்ந்து பாலத்தின் மீது சென்றான்.

ஆனால் ஐந்தாறு அடி எடுத்து வைப்பதற்குள் அவனுடைய ஜீவசக்தி குன்றிவிட்டது. கண்கள் இருண்டு வந்தன; தலை சுற்றியது. காலை ஊன்றி நிற்கப் பார்த்தும் முடியாமல் தள்ளாடி நதி வெள்ளத்தில் விழுந்தான்.

அவன் அவ்வாறு விழுந்ததை முன்னால் சென்றவர்கள் யாரும் கவனிக்கவில்லை.

பாவம், எத்தனை எத்தனையோ மனோராஜ்யங்கள் செய்து கொண்டிருந்த வைத்தியர் மகன் பினாகபாணி தன்னுடைய துராசைகளில் எதுவும் நிறைவேறப் பெறாதவனாக உயிர் நீத்தான்! அவன் கட்டிய ஆகாசக் கோட்டைகள் எல்லாம் வடவாற்று வெள்ளத்தில் மூழ்கி மறைந்தன! அவனுடைய உடலுக்கும் அந்த நதியில் ஓடிய பெரும் பிரவாகமே சமாதிக் குழி ஆயிற்று!

* * *

கந்தமாறனைத் தாக்கித் தள்ளிவிட்டு வைத்தியர் மகனைக் கத்தியால் குத்திவிட்டு மூங்கில் பாலத்தின் மீது விரைந்து ஓடிய கருத்திருமன், அந்தப் பாலத்தில் முக்கால் பங்கு தூரம் கடந்ததும் ஒரு கணம் நின்று திரும்பிப் பார்த்தான். அப்போதுதான் குதிரைகள் மீது வந்த ஆட்கள் கீழே குதித்துப் பாலத்தின் முனையை அடைந்திருப்பதைக் கவனித்தான்.

உடனே அவன் ஒரு விந்தையான காரியம் செய்தான். அவன் நின்ற இடத்தில் மூங்கில் கழிகளை ஒன்றோடொன்று சேர்த்துக் கட்டியிருந்ததுடன், கீழேயும் முட்டுக் கொடுத்து நிறுத்தி இருந்தது.

பினாகபாணியைக் குத்திய அதே கத்தியினால் அந்தக் கட்டுக்களைச் சடசட என்று அறுத்துவிட்டான். கீழே முட்டுக் கொடுத்திருந்த கழிகளையும் காலினால் உதைத்துத் தள்ளி விட்டு மேலே விரைந்து ஓடினான்.

அக்கரையை அடைந்ததும், அங்கேயும் மூங்கில் கழிகளை மரத்து வேருடன் சேர்த்துக் கட்டியிருந்த கயிறுகளை அறுத்தான். உடனே பாலத்தின் முனையை அப்படியே கைகொடுத்து நெம்பித் தூக்கி அப்புறப்படுத்தி நதியின் வெள்ளத்தோடு விட்டான்.

மறுகணம் அந்த மூங்கில் கழிப் பாலத்தில் ஏறக்குறைய மூன்றில் ஒரு பகுதி தனியாகப் பிய்த்துக் கொண்டு புறப்பட்டு ஆற்று வெள்ளத்தோடு மிதந்து செல்லத் தொடங்கியது.

பாலத்தின் மேலே ஓடி வந்தவர்கள், அவ்விதம் அங்கே பாலம் பிய்த்துக் கொண்டு போனதைக் கவனியாமல் மேலே மேலே ஓடி வந்து ஒவ்வொருவராக வெள்ளத்தில் விழுந்தார்கள்!

அவர்கள் எல்லாருக்கும் கடைசியாக வந்த கந்தமாறன் மட்டுமே அவ்வாறு ஆற்றில் விழாமல் தப்பினான்.

எதிர்பாராமல் வெள்ளத்தில் விழுந்தவர்கள் தண்ணீரைக் குடித்துத் திணறித் திண்டாடிய பிறகு, வெளியில் தலையை நீட்டினார்கள்.

கந்தமாறன் அவர்களைப் பார்த்து அக்கரைக்கு நீந்திச் சென்று கரையேறும்படி சத்தம்போட்டுக் கட்டளை இட்டான். அவர்களில் இரண்டு பேர் அதைத் தெரிந்து கொண்டு அக்கரையை நோக்கி நீந்திச் சென்றார்கள்.

மற்ற இருவர் மிகமிகப் பிரயாசைப்பட்டு எதிர் நீச்சல் நீந்தி வந்து எஞ்சி நின்ற பாலத்தைப் பிடித்துக் கொண்டு அதன் மேல் ஏறினார்கள்.

அவர்களை முதலில் கந்தமாறன் நன்றாகத் திட்டினான். ஆனால் அவர்களை மறுபடியும் நீந்திப்போகச் சொல்வதில் பயனில்லை என்று உணர்ந்தான். எனவே, பாலத்திலிருந்து இன்னும் சில மூங்கில் கழிகளைப் பிடுங்கித் தெப்பத்தைப் போல் கட்டும்படி செய்தான். அதை வெள்ளத்தில் மிதக்கவிட்டுக் கந்தமாறனும் மற்ற இருவரும் அதைப் பிடித்துக் கொண்டு மிதந்து அக்கரையை அடைந்தார்கள்.

அதற்குச் சற்று முன்னால் தட்டுத் தடுமாறி அக்கரை சேர்ந்திருந்த மற்ற இரு வீரர்களையும் சந்தித்தார்கள்.

அவர்கள் தாங்கள் கரையேறுவதற்குச் சற்று முன்பே அக்கரை சேர்ந்த மனிதன் இருளில் மறைந்து விட்டதாகவும், இரண்டு குதிரைகள் போகும் காலடிச் சத்தம் கேட்டதாகவும் சொன்னார்கள். குதிரைகளைத் தொடர்ந்து கால் நடையாகப் போவதில் பயனில்லை என்று தாங்கள் நின்று விட்டதாகவும் அவர்கள் கூறினார்கள்.

ஆனால் கந்தமாறன் அவ்விதம் நின்று விடுவதற்கு விருப்பமில்லை. வைத்தியர் மகன் கூறிய, சிறையிலிருந்த பைத்தியக்காரன்தான் மரத்திலிருந்து குதித்துத் தன்னைத் தள்ளிவிட்டுப் பாலத்தின் மேல் ஓடியவனாக இருக்க வேண்டும். வந்தியத்தேவனைத் தப்புவிப்பதற்காகவே அவன் அவ்விதம் சாலைக்குக் குறுக்கே கயிற்றைக் கட்டிவிட்டு மரத்தின் மேல் ஏறிக் காத்திருக்க வேண்டும். தன்னுடைய வேலுக்கு இரையானவன் வந்தியத்தேவன் தான் என்பதில் ஐயமில்லை. அவன் குதிரை மேலிருந்து வெள்ளத்தில் தலை குப்புற விழுந்ததை அவன் கண்களாலேயே பார்த்தாகி விட்டது. ஆயினும் உயிர் பிரிந்த அவனுடைய உடலைக் கண்டுபிடித்துப் பார்த்து விட்டால், அவன் உள்ளம் மேலும் திருப்தி அடையும். ஒருவேளை தஞ்சாவூருக்கே வந்தியத்தேவன் உடலை எடுத்துக் கொண்டு போனாலும் போகலாம். சோழ குலத்துக்கு மாபெரும் துரோகம் செய்த ஒருவனைக் கொன்று

கொண்டு வந்த பெருமையை அடையலாம் அல்லவா? அதன் மூலம் சம்புவரையர் குலத்துக்கு நேர்ந்த அபகீர்த்தியையும் ஓரளவு போக்கிக் கொள்ளலாம். வந்தியத்தேவன் தப்பி ஓடிப் போக முயன்றது ஒன்றே அவன் குற்றத்தை நிரூபிக்கப் போதுமான காரணம் ஆகும். ஆதித்த கரிகாலரைக் கொன்றவன் வந்தியத்தேவன் என்பது நிச்சயமாகி விட்டால், அந்தப் பயங்கரமான பழியைச் சம்புவரையர் குலம் சுமக்க வேண்டியிராதல்லவா?

இவ்வாறு யோசனை செய்து கொண்டு கந்தமாறன் வடவாற்றங்கரையோடு கீழ் நோக்கிச் சென்றான். வீரர் நால்வரும் அவனைப் பின்பற்றிச் சென்றார்கள். வந்தியத்தேவனுடைய உடல் எங்கேயாவது கரையில் ஒதுங்கிக் கிடக்கிறதா என்று பார்த்துக் கொண்டே சென்றார்கள். இருளடர்ந்த இரவு நேரத்தில் இந்தக் காரியம் அவ்வளவு சுலபமாக இல்லைதான். ஆயினும் கந்தமாறன் நம்பிக்கையைக் கைவிடாமல் மேலே மேலே போனான். இவ்வாறு வெகுதூரம் போன பிறகு பெரியதோர் அருவி மலையிலிருந்து விழுவது போன்ற ஓசை கேட்கலாயிற்று. அந்த ஓசை எழுந்த இடத்தை நெருங்கிச் சென்று பார்த்த போது, அங்கே நதியின் குறுக்கே ஒரு கலங்கல் கட்டியிருந்தது தெரிய வந்தது. அவ்விடத்தில் தண்ணீர் தேங்கி நின்று, அடுத்தாற்போல் பள்ளத்தில் அதிவேகமாக விழுந்து சுற்றிச் சுழன்று அலை மோதிக் கொண்டு சென்றது.

வந்தியத்தேவனுடைய உடல் அதுவரையில் வந்திருக்குமானால் அந்தப் பெரும் பள்ளத்தில் விழுந்து அமிழ்ந்து போயிருக்கும். மறுபடியும் வெளியில் வருவதற்குப் பல நாட்கள் ஆகும். ஒரு வேளை வெளிப்படாமலே மறைந்து போனாலும் போய்விடலாம். ஆகையால் இனிமேலும் தேடிக் கொண்டு போவதில் பயனில்லை....

இவ்வாறு கந்தமாறன் எண்ணிக் கொண்டிருந்தபோதே, நதிக்கலங்கலைத் தாண்டிக் கொண்டு வெண்ணிற நுரை மயமாகப் பொழிந்து கொண்டிருந்த நீரோட்டத்தோடு ஏதோ ஒரு கரிய பொருள் விழுவது தெரிந்தது. ஆகா! அதுதான் வந்தியத்தேவனுடைய உடலாக இருக்க வேண்டும்! இந்த மண்ணுலகை விட்டு ஒரு பெரிய துரோகி ஒழிந்து போனான்! அவனுடைய பாவங்களை ஆண்டவன் மன்னிப்பாராக! – ஆனால் அது இயலுகிற காரியமா? அவனுடைய பாவங்களை ஆண்டவனால் கூட மன்னிக்க முடியுமா? முடியாது! முடியாது! அவற்றின் பலன்களை அவன் மறுபிறவியில் அனுபவித்தேயாக வேண்டும் அல்லவா?

எப்படியாவது போகட்டும்; இவ்வுலகத்தில் வந்தியத்தேவனுடைய வாழ்க்கை முடிந்து விட்டது. இனி, அவனைப் பற்றி நாம் கவலைப்பட வேண்டியதில்லை. தஞ்சைக்குத் திரும்பிப் போய் மற்றக் காரியங்களைக் கவனிக்கலாம்.

இவ்வாறு கந்தமாறன் முடிவு செய்து கொண்டு வந்த வழியே திரும்பினான்... ஆகா! தஞ்சையிலேதான் அவனுக்கு எவ்வளவு பெரிய ஏமாற்றம் காத்திருந்தது? தான் வேல் எறிந்து நதி வெள்ளத்தில் விழச் செய்தவன் வந்தியத்தேவன் அல்ல, இளவரசன் மதுராந்தகன் என்று அறியும்போது கந்தமாறன் எப்படித் திடுக்கிடுவான்! அவன் காலின் கீழ் பூமி பிளந்து விட்டதாகவே தோன்றினாலும் சிறிதும் வியப்படைவதற்கில்லை அல்லவா?

❖ ❖ ❖ ❖

அறுபத்தேழாம் அத்தியாயம்

"மண்ணரசு நான் வேண்டேன்"

பழுவேட்டரையர்கள் முதலான குறுநில மன்னர்களின் ஊர்வலம் அப்பால் சென்றதும், ஆழ்வார்க்கடியான் தன் ஆட்களுடனே சேந்தன் அமுதனுடைய பூந்தோட்டத்தை நோக்கி நடந்தான். பூந்தோட்டத்துக்குச் சமீபத்தில் ஒரு மரத்தடியில் சற்று மறைவாக மதுராந்தகத் தேவரின் சிவிகையும், அதைத் தூக்கும் ஆட்களும் நின்றார்கள். அவர்களிடம் விசாரித்து இளவரசர் கட்டளைப்படி அவர் திரும்பி வருவதற்காக அவர்கள் காத்துக் கொண்டிருந்ததை அறிந்து கொண்டான். பின்னர் மேலே சென்று பூந்தோட்டத்துக்குள் புகுந்தான். தன்னுடன் வந்தவர்களிடம் மெல்லிய குரலில் அத்தோட்டமெல்லாம் சுற்றித் தேடிப் பார்க்கும்படி கூறிவிட்டுத் தான் மட்டும் குடிசை வாசலில் போய் நின்று கொண்டான். உட்புறம் தாளிட்டிருந்த கதவண்டை காதை வைத்து ஒட்டுக் கேட்கலானான். சேந்தன் அமுதனும் பூங்குழலியும் கவலையுடன் பேசிக் கொள்ளும் குரல்கள் கேட்டன. இடையிடையே யாரோ ஒருவர் மரணாவஸ்தையில் முனகுவது போன்ற சத்தமும் கேட்டது.

தோட்டத்தைச் சுற்றித் தேடப் போனவர்களில் ஒருவன் விரைவில் திரும்பி வந்தான். அவன் கொண்டு வந்த பொருள்களைத் திருமலை நம்பி கதவிடுக்கின் வழியாக வந்த விளக்கின் ஒளிக்கிரணத்தில் உற்றுப் பார்த்தான். அவை இளவரசர் மதுராந்தகத் தேவர் வழக்கமாக அணியும் கிரீடம், இரத்தின ஹாரம், வாகுவலயம் முதலிய ஆபரணங்கள் என்று அறிந்து கொண்டான். அவற்றுடன் மதுராந்தகர் உத்தரீயமாகத் தரிக்கும் பீதாம்பரமும் இருந்தது. இவற்றைப் பார்த்ததும் ஆழ்வார்க்கடியானுடைய மனத்தில் உண்டான திருப்தி அவனுடைய முகத்தில் பிரதிபலித்தது.

"சரி; தேடியது போதும்! மற்றவர்களையும் இங்கே கூப்பிடு. எல்லாரும் கையில் ஆயுதம் ஏந்தி எதற்கும் ஆயத்தமாக நில்லுங்கள்!" என்று கூறிவிட்டு, ஆழ்வார்க்கடியான் குடிசையின் கதவை இலேசாகத் தட்டினான்.

உள்ளிருந்து மறுமொழி வராமற் போகவே, மீண்டும் தடதடவென்று கதவை வலுவாகத் தட்டினான்.

"யார் அங்கே? இங்கு என்ன வேலை?" என்று பூங்குழலியின் குரல் கேட்டது.

"அம்மணி! நான்தான் ஆழ்வார்க்கடியான் என்கிற திருமலை நம்பிதாஸன். தயவு செய்து கதவைத் திறந்து அருள வேண்டும். முக்கியமான காரியம் இருக்கிறது!" என்றான் ஆழ்வார்க்கடியான்.

உள்ளே காலடிச் சப்தம் கேட்டது; பூங்குழலி கதவண்டையில் வந்து நின்று, "அப்படி என்ன முக்கியமான காரியம் இங்கே உமக்கு வைத்திருக்கிறது? நீரோ வீர வைஷ்ணவர்; இதுவோ சிவனடியார்களின் குடிசை. இந்த வீட்டின் எஜமானருக்கு உடம்பு நலமில்லை என்பது உமக்குத் தெரியும். இரவு நேரத்தில் வந்து எதற்காகத் தொந்தரவு செய்கிறீர்?" என்றாள்.

ஆழ்வார்க்கடியான், "சமுத்திரகுமாரி! நான் வீர வைஷ்ணவன்தான்; அதனாலேயே துஷ்ட நிக்கிரக சிஷ்ட பரிபாலனம் செய்யும் பொருட்டு வந்தேன். கதவை உடனே திறக்காவிட்டால், உடைத்துத் திறக்கப்படும்!" என்றான்.

"வைஷ்ணவரே! அவ்வளவு பெரிய வீராதி வீரரோ நீர்? உமது வீரத்தை எங்களிடம் காட்டவா வந்தீர்?" என்று சொல்லிக் கொண்டே பூங்குழலி குடிசைக் கதவைத் தடால் என்று திறந்தாள்.

அவளுடைய கயல் விழிகளில் கோபக் கனல் பறந்தது. ஆழ்வார்க்கடியான் மீது தன் கோபத்தைக் காட்ட எண்ணியவள், அவனுக்கு அப்பால் வீரர்கள் சிலர் நிற்பது கண்டு திடுக்கிட்டாள். உடனே, கோபத்தைத் தணித்துக் கொண்டு, "ஐயா! இது என்ன? இவர்கள் யார்? எதற்காக இங்கே வந்திருக்கிறார்கள்? உம்முடனேதான் வந்தார்களா?" என்றாள்.

"ஆம்; என்னுடனேதான் வந்தார்கள்; ராஜாங்கக் காரியமாக வந்திருக்கிறார்கள். இவர்களுடைய காரியத்தை தடை செய்கிறவர்கள் ராஜ தண்டனைக்கு உள்ளாக நேரிடும்!" என்றான் ஆழ்வார்க்கடியான்.

"நல்ல ராஜாங்கக் காரியம்; நல்ல ராஜ தண்டனை. இந்த மாதிரி பேச்சுக்களை எல்லாம் கேட்காமல் எப்போது கோடிக்கரைக்குப் போய் சமுத்திரத்தின் அலை ஓசையைக் கேட்டுக்கொண்டு நிம்மதியாக இருக்கப் போகிறோம் என்றிருக்கிறது. போகட்டும்; இவர்களை எல்லாம் கொஞ்சம் தூரத்தில் இருக்கச் சொல்லிவிட்டுத் தாங்கள் மட்டும் உள்ளே வாருங்கள். இந்த ஓட்டைக் குடிசைக்குள்ளே என்ன ராஜாங்கக் காரியம் வைத்திருக்கிறதோ, தெரியவில்லை. அதைப் பார்ப்பதற்குத் தாங்கள் ஒருவரே போதாதா? அத்தான் அதோ கட்டிலில் படுத்து வேதனைப்பட்டுக் கொண்டிருக்கிறார். இவர்கள் உள்ளே வந்தால் அவர் திடுக்கிடுவார், அதனால் அவர் உடம்பு இன்னும் சீர்கேடடையும்!" என்றாள்.

ஆழ்வார்க்கடியான் குடிசைக்குள் பிரவேசித்ததும் அவனாகவே கதவை மறுபடியும் சாத்தித் தாளிட்டான். "பூங்குழலி! உன்னுடைய வார்த்தை மிக்க வியப்பாயிருக்கிறது. ராஜாங்கக் காரியங்களின் பேரில் உனக்கு இவ்வளவு அருவருப்பு எப்போது உண்டாயிற்று? பட்டத்து இளவரசரை மணந்து சிங்காதனம் ஏறும் உத்தேசம் என்ன ஆயிற்று? அவ்வாறு நடக்கும்போது ராஜாங்கக் காரியங்களில் முழுக்க முழுக்க கவனம் செலுத்தித்தானே ஆக வேண்டும்?" என்றான் திருமலை.

"ஐயா, வைஷ்ணவரே! அந்த உத்தேசத்தை நான் அடியோடு விட்டுவிட்டேன். சென்ற சில தினங்களில் ராஜ்ய பாரம் தாங்குவது என்பது எவ்வளவு சங்கடமான காரியம், எத்தனை மன வேதனை தரும் விஷயம் என்பதைத் தெரிந்து கொண்டேன். சிங்காசனம் இருக்குமிடத்துக்குப் பத்து காததூரத்திலே வருவதற்குக்கூட இனி நான் பிரியப்படமாட்டேன். வைஷ்ணவரே! உமக்கு ஒரு சந்தோஷச் செய்தி தெரிவிக்கிறேன். என் அத்தான் சேந்தன் அமுதனை மணந்து கொள்ள நான் முடிவு செய்து விட்டேன். சற்று முன் இங்கு வந்த செம்பியன் மாதேவியிடம் சொல்லி அவருடைய ஆசியும் பெற்றுக் கொண்டோம். அமுதனுக்கு உடம்பு கொஞ்சம் குணமானதும் இருவரும் கோடிக்கரைக்குப் புறப்பட்டுப் போய்விடுவோம்..."

ஆழ்வார்க்கடியான் குறுக்கிட்டு, "ஆகா! நல்ல தீர்மானம் செய்தீர்கள்!"

ஆனாத செல்வத்து அரம்பையர்கள் தற்சூழ
வானாளும் செல்வமும் மண்ணரசும் யான் வேண்டேன்
தேனார் பூஞ்சோலை திருவேங்கடச் சுனையில்
மீனாய்ப் பிறக்கும் விதியுடையே னாவேனே!"

என்று ஆழ்வார் அருளிச் செய்திருக்கிறார் அன்றோ? அதுபோல நீங்களும் இந்த 'மண்ணரசு வேண்டாம்' என்று தீர்மானித்துக் கோடிக்கரை கடலில் மீன்களோடு மீன்களாக வாழலாம் என்று எண்ணினீர்கள் போலும்! ஆனாலும் யார் கண்டது? சிரசிலே கிரீடத்தைச் சுமந்து சிங்காதனத்தில் வீற்றிருக்க வேண்டும், என்கிற விதி இருந்தால், அந்தப்படியே நடந்து தீரும்; வேண்டாம் என்றாலும் விடாது!" என்றான் ஆழ்வார்க்கடியான்.

"போதும் ஐயா, பரிகாசம்! எதற்காக இங்கு வந்தீர்கள் என்பதைச் சொல்லுங்கள்!" என்றாள் பூங்குழலி.

"அம்மணி! தாங்கள் மண்ணரசு ஆளும் ஆசையை மட்டும் விட்டொழித்திருக்கிறீர்களா? அல்லது தாங்களும் சேந்தன் அமுதனும் இந்த மண்ணுலகில் உயிரோடு வாழும் ஆசையையே விட்டொழித்து விட்டீர்களா? இதைத் தெரிந்து கொண்டு போகவே வந்தேன்!" என்றான் வைஷ்ணவன்.

"இது என்ன கேள்வி? இம்மண்ணுலகில் இன்னும் சில காலம் வாழும் ஆசை எங்கள் இருவருக்கும் இருக்கிறது. இன்றைக்குத்தானே நாங்கள் திருமணம் செய்து கொள்ளத் தீர்மானித்திருக்கிறோம்?

வைஷ்ணவரே! எங்களுக்கு வாழ்த்துக் கூறுங்கள்! அத்தான் விரைவில் குணமடையுமாறும் ஆசி கூறுங்கள்!" என்றாள் பூங்குழலி.

"நான் வாழ்த்துக் கூறவும், ஆசி கூறவும் சித்தமாயிருக்கிறேன். ஆனால் என் வாழ்த்தும் ஆசியும் வீணாகப் போகலாகாது. உங்களிருவருக்கும் இவ்வுலகில் உயிரோடு வாழும் எண்ணம் இருந்தால், பாதாளச் சிறையிலிருந்தவர்கள் தப்பி ஓடுவதற்கு ஏன் உதவி செய்தீர்கள்?" என்று கேட்டான் திருமலை.

பூங்குழலி முகத்தில் வியப்பை வருவித்துக் கொண்டு, "இது என்ன? எங்களுக்கு ஒன்றுமே தெரியாதே! யாரும் தப்பி ஓடுவதற்கு நாங்கள் உதவி செய்யவே இல்லையே!" என்றாள்.

"கரிகாலரைக் கொன்றவன் என்று குற்றம் சாட்டப்பட்டுப் பாதாளச் சிறையிலிருந்த வந்தியத்தேவனும், மற்றொரு பைத்தியக்காரனும் இன்று தப்பிச் சென்று விட்டார்கள். அவர்கள் இந்த நந்தவனம் வரையில் வந்ததாகத் தெரிகிறது. பிறகு, இங்கிருந்து இரண்டு குதிரைகளில் இருவர் ஓடிப் போயிருக்கிறார்கள். இந்தக் குடிசைக்குப் பக்கத்தில் ஓரிடத்தில் மண்ணில் ரத்தம் சிந்தியிருக்கிறது. பலர் இந்த இடத்துக்கு வந்துபோன அடையாளங்களும் இருக்கின்றன. ஆகையால் நீங்கள்தான் தப்பி ஓடியவர்களுக்கு உதவி செய்திருக்க வேண்டுமென்று அனுமானிக்கப்படுகிறது. முதன்மந்திரி அநிருத்தருக்கு உங்கள் பேரில் உள்ள அபிமானத்தினால் என்னை அனுப்பி வைத்தார். கொடும்பாளூர் வேளாரின் ஆட்கள் வந்திருந்தால் உங்களை உடனே சிறைப்படுத்தி இருப்பார்கள்" என்றான் ஆழ்வார்க்கடியான்.

"முதன்மந்திரிக்கும், உங்களுக்கும் மிக்க நன்றி வைஷ்ணவரே! அத்தானுக்கு இன்னும் இரண்டு தினங்களில் உடம்பு சரியாகிவிடும். உடனே நாங்கள் புறப்பட்டுக் கோடிக்கரை போய் விடுகிறோம். அப்புறம் இந்தத் தஞ்சாவூர்ப் பக்கமே எட்டிப் பார்ப்பதில்லை. அது வரையில் தாங்கள்தான் எங்களை ராஜ சேவகர்கள் யாரும் தொந்தரவு செய்யாமல் உதவி புரிய வேண்டும்!" என்று வேண்டினாள் பூங்குழலி.

"நான் உதவி புரிவதில் தடையில்லை; ஆனால் நீங்கள் உண்மையைச் சொல்ல வேண்டும்! இங்கே உங்கள் மூன்று பேரையும் தவிர வேறு யாரும் வரவில்லையா?" என்று கேட்டான்.

"ஏன் வரவில்லை? இப்போது நீங்கள் வந்திருக்கிறீர்கள்! சற்று முன்னால் செம்பியன் மாதேவியும் இளவரசர் மதுராந்தகரும் வந்து அத்தானின் உடம்பைப் பற்றி அன்புடன் விசாரித்து விட்டுப் போனார்கள். இப்போதுதான் தஞ்சாவூர்க் கோட்டையைச் சுற்றி எங்கே பார்த்தாலும் போர் வீரர்களின் நடமாட்டமாயிருக்கிறதே! யார் வந்தார்களோ, யார் போனார்களோ, எங்களுக்கு எப்படித் தெரியும்? வைஷ்ணவரே! நீங்கள் முதலில் கேட்ட கேள்விக்கு மட்டும் மறுமொழி நிச்சயமாகச் சொல்லுகிறேன். இங்கிருந்து தப்பிப் போவதற்கு நாங்கள் யாருக்கும் உதவி செய்யவில்லை...!"

"இது சத்தியமான வார்த்தையா?"

"ஆம்; சத்தியமாகச் சொல்கிறேன்; இங்கிருந்து யாரும் தப்பி ஓடுவதற்கு நாங்கள் உதவி செய்யவில்லை!"

"அப்படியானால், சிறையிலிருந்து தப்பி ஓடி வந்த வந்தியத்தேவன் இந்தக் குடிசையிலேதான் இப்போது இருக்க வேண்டும்!" என்றான் திருமலை.

அவன் இவ்விதம் சொல்லி வாய் மூடுவதற்குள் சேந்தன் அமுதன் படுத்திருந்த கயிற்றுக் கட்டிலின் அடியிலிருந்து வேதனை நிறைந்த பரிதாபமான முனகல் சத்தம் கேட்டது.

❖ ❖ ❖ ❖

அறுபத்தெட்டாம் அத்தியாயம்

"ஒரு நாள் இளவரசர்"

சேந்தன் அமுதனின் கட்டிலுக்கு அடியிலிருந்து வந்த முனகல் சத்தத்தைக் கேட்டதும், ஆழ்வார்க்கடியான், "ஆகா! அப்படியா சமாசாரம்? சிவ பக்த சிகாமணிகளே! பழைய பரமசிவனைப் போல் மோசம் செய்ய ஆரம்பித்து விட்டீர்களா?" என்று சொல்லிக் கொண்டே மேலே போகத் தொடங்கினான்.

பூங்குழலி தன் இடையில் செருகியிருந்த கத்தியைச் சட்டென்று எடுத்துக்காட்டி, "வைஷ்ணவனே! சிவபெருமானைப் பழித்த பாதகனாகிய நீ இந்த உலகில் இனி ஒரு கணமும் இருக்கலாகாது. மேலே ஒரு அடி எடுத்து வைத்தாயானால், உடனே வைகுண்டம் போய்ச் சேருவாய்!" என்றாள்.

"தாயே! மகா சக்தி! உன்னுடைய வார்த்தைக்கு மறு வார்த்தை உண்டா? வைகுண்ட பதவி கிடைப்பது எளிதன்று. உன் கையால் என்னை அங்கே அனுப்பிவிட்டாயானால், அதைக் காட்டிலும் பெரிய பாக்கியம் எனக்கு வேறு என்ன கிடைக்கக் கூடும்?" என்றான் ஆழ்வார்க்கடியான்.

இச்சமயத்தில் சேந்தன் அமுதன் கட்டிலிலிருந்து எழுந்து வந்து, "பூங்குழலி! வேண்டாம்! கத்தியை இடுப்பில் செருகிக் கொள்! இந்த வைஷ்ணவன் சிவனைத் தூஷித்ததினால் சிவபெருமானுக்குக் குறைவு ஒன்றும் வந்துவிடாது. பொய்மையினாலும் மோசத்தினாலும் நன்மை எதுவும் கிட்டாது. இந்த வைஷ்ணவனிடம் உண்மையைச் சொல்லி உதவி கேட்போம். இவனும் வந்தியதேவனுக்குச் சிநேகிதன்தானே!" என்றான்.

"அப்படி வாருங்கள் வழிக்கு! கபட நாடக சூத்திரதாரியான கிருஷ்ண பரமாத்மாவின் அடியார்க்கு அடியேனைக் கேவலம் சிவபக்தர்களால் ஏமாற்ற முடியுமா? கருணாமூர்த்தியான ஸ்ரீமந் நாராயணனைச் சரணாகதி என்று அடைந்தால், அவர் அவசியம் காப்பாற்றி அருளுவார். ஆதிமூலமே என்று கதறிய கஜேந்திரனை முதலை வாயிலிருந்து காப்பாற்றிய பெருமான் அல்லவோ எங்கள் திருமால்!..."

"ஆமாம்; ஆமாம்! உங்கள் திருமால் வைகுண்டத்திலிருந்து வந்து சேருவதற்குள் உங்கள் சிநேகிதர் இந்த மண்ணுலகிலிருந்தே போய்விடுவார்!" என்று பூங்குழலி சொல்லிவிட்டுக் கட்டிலை நோக்கி விரைந்து சென்றாள்.

மற்றவர்களும் அவளைப் பின்பற்றிச் சென்றார்கள். கட்டிலின் கீழே துணிக் குவியலினால் மறைக்கப்பட்டுக் கிடந்த வந்தியத்தேவனைத் தூக்கிக் கட்டிலின் மேலே கிடத்தினார்கள்.

வந்தியத்தேவன் நினைவற்ற நிலையில் இருந்தான். எனினும் அவ்வப்போது வேதனைக் குரலில் முனகிக் கொண்டிருந்தான். அதனாலேயே அவன் உடலில் உயிர் இருக்கிறது என்று அறிந்து கொள்ளக் கூடியதாயிருந்தது.

வாணி அம்மை மூலிகைகளை வேகவைத்து மஞ்சள் பொடி சேர்த்துக் காயத்தில் வைத்துக் கட்டுவதற்காகக் கொண்டு வந்தாள். ஆழ்வார்க்கடியானும், சேந்தன் அமுதனும் வந்தியத்தேவனுடைய கை கால்களை இறுக்கிப் பிடித்துக் கொண்டார்கள். பூங்குழலியும், வாணி அம்மையும் அவனுடைய காயத்தில் வேகவைத்த மூலிகைகளைச் சுடச்சுட வைத்துத் துணியைப் போட்டுக் கட்டினார்கள்.

அப்போது ஏற்பட்ட வேதனையினால் வந்தியத்தேவன் கண் விழித்தான். எதிரில் ஆழ்வார்க்கடியானைப் பார்த்ததும், "வைஷ்ணவனே! இப்படி வஞ்சம் செய்து விட்டாயே! இங்கே என்னை வரச்சொல்லிவிட்டு, பின்னோடு என்னைக் கொல்லுவதற்கு ஆள் அனுப்பி விட்டாயா?" என்று குழறிவிட்டு மறுபடியும் நினைவு இழந்தான்.

ஆழ்வார்க்கடியான் முகத்தில் மனச் சங்கடத்தின் அறிகுறி தென்பட்டது. அரை நினைவான நிலையில் வந்தியத்தேவன் கூறிய வார்த்தைகள் சேந்தன் அமுதன் – பூங்குழலி இவர்களுக்குத் தன்னைப்பற்றி மறுபடியும் ஐயத்தை உண்டாக்கி இருக்கும் என்று எண்ணி அவர்கள் முகத்தைப் பார்த்தான்.

பூங்குழலியின் முகத்தில் பூத்திருந்த புன்னகை அவனுக்குச் சிறிது தைரியத்தை உண்டாக்கியது.

"வைஷ்ணவரே! வந்தியத்தேவரை நீர்தான் இங்கே அனுப்பி வைத்தீரா?" என்று கேட்டாள்.

"ஆம், தாயே! ஆனால் இவனைக் கொல்லுவதற்குப் பின்னோடு நான் யாரையும் அனுப்பி வைக்கவில்லை."

"அது இருக்கட்டும்; இங்கு எதற்காக இவரை அனுப்பினீர்?"

"தப்பி ஓடிச் செல்வதற்காக அனுப்பினேன். இந்த நந்தவனத்துக்குப் பக்கத்தில் அவனுக்காகவும், அவன் நண்பனுக்காவும் இரண்டு குதிரைகளும் தயாராய் வைத்திருந்தேன்..."

"பின்னே, அவர் தப்பி ஓடவில்லை என்று எப்படித் தெரிந்தது? இக்குடிசையில் இருப்பதை எப்படி அறிந்தீர்?"

"அவனுக்காக நான் விட்டிருந்த குதிரையில் வேறொருவர் ஏறிக்கொண்டு போவதைப் பார்த்தேன் அதனாலே தான் சந்தேகம் உண்டாயிற்று...."

"திருமால் ஒன்று நினைக்கச் சிவன் வேறொன்று நினைத்து விட்டார்"

"இது என்ன புதிர், தாயே? இவன் எப்படிக் காயம் அடைந்தான்?"

"வைஷ்ணவரே! நீர் என்ன உத்தேசத்துடன் இவரை இங்கே அனுப்பினீரோ, தெரியாது. ஆனால் இவர் சரியான சமயத்துக்கு இங்கே வந்து நான் கலியாணம் செய்து கொள்வதற்குள், கைம்பெண் ஆகாமல், காப்பாற்றினார்!"

இவ்வாறு பூங்குழலி சொல்லிக் கொண்டிருக்கும்போதே, ஆழ்வார்க்கடியான், சேந்தன் அமுதன் இருவரும் "என்ன? என்ன? என்ன?" என்று அதிசயத்துடன் கேட்டார்கள்.

பூங்குழலி அமுதன் பக்கம் திரும்பி, "ஆமாம், உங்களிடம் கூட நான் சொல்லவில்லை. வெளியே ஒருவன் நின்று ஈட்டியினால் தங்களைக் குத்துவதற்குத்தான் குறி பார்த்தான். அப்போது இவர் வந்து குறுக்கிட்டு ஈட்டியைத் தான் ஏற்றுக் கொண்டு தங்களைக் காப்பாற்றினார்!" என்றாள்.

சேந்தன் அமுதன் கண்களில் நீர் ததும்பியது.

"ஐயோ! எனக்காகவா என் நண்பர் இந்த ஆபத்துக்கு உள்ளானார்?" என்றான்.

"அதனால் என்ன? தாங்கள் இவரைத் தப்புவிப்பதற்காக எவ்வளவு ஆபத்துக்கு உள்ளாகி இருக்கிறீர்கள்!" என்றாள் பூங்குழலி.

"அம்மணி! இந்த உலகத்தில் ஒருவர் செய்த உதவிக்கு உடனே பதில் உதவி செய்வதென்பது மிக அபூர்வமானது. நல்லது செய்தவர்களுக்குக் கெடுதல் செய்யாமலிருந்தாலே பெரிய காரியம். வந்தியத்தேவன் இங்கு சரியான சமயத்துக்கு வந்து, சேந்தன் அமுதனைக் காப்பாற்றியது அதிசயமான காரியந்தான்! ஆனால், கலியாணத்தைப்பற்றி ஏதோ சொன்னீர்களே? அது என்ன? கைம்பெண் ஆகாமல் காப்பாற்றியதாகவும் சொன்னீர்கள்!"

"ஆம் வைஷ்ணவரே! சிறிது நேரத்துக்கு முன்னாலே தான் நானும் இவரும் மணந்து கொள்வது என்று முடிவு செய்தோம். செம்பியன் மாதேவியின் ஆசியையும் பெற்றோம். பெரிய பிராட்டி திரும்பிச் சென்று கால் நாழிகைக்குள் இவர் மேலே ஈட்டி பாய்வதற்கு இருந்தது. என்னால் கூட அதைத் தடுத்திருக்க முடியாது. அதனால் இவர் உயிருக்கு ஆபத்து வந்திருந்தால், என் கதி என்ன? கலியாணம் ஆவதற்கு முன்பே கைம்பெண் ஆகிவிடுவேனல்லவா?"

"கருணாமூர்த்தியான திருமாலின் அருளினால் அப்படி ஒன்றும் நேராது. செம்பியன் மாதேவியின் ஆசியும் வீண் போகாது. தாங்கள் இந்த உத்தம புருஷரை மணந்து நெடுங்காலம் இனிது வாழ்ந்திருப்பீர்கள். ஆனால் இந்தப் பரம சாதுவான பிள்ளையை ஈட்டியால் குத்திக் கொல்ல முயன்ற பாதகன் யாராயிருக்கும்? அவனைத் தாங்கள் பார்த்தீர்களா? அடையாளம் ஏதேனும் தெரிந்ததா?"

"பார்க்காமல் என்ன? தெரியாமல் என்ன? அந்த வைத்தியர் மகனாகிய பினாகபாணி என்னும் சண்டாளன் தான்! என் அத்தை மந்தாகினியைக் கோடிக்கரையிலிருந்து அக்கிரமமாகப் பிடித்துக் கொண்டு வந்து கொலைகாரனுக்குப் பலியாகச் செய்தவன்தான்! சோழ ராஜ்ஜியத்தில் இப்படி எல்லாம் அக்கிரமங்கள் நடக்கின்றன..."

"இது என்ன அக்கிரமத்தைக் கண்டு விட்டீர்கள்? இதைவிட ஆயிரம் மடங்கு நடக்கப் போகிறது. சோழ நாட்டில் இன்றிரவு அராஜகம் ஆரம்பமாகப் போகிறது. சிற்றரசர்களுக்குள் பெரிய சண்டை மூளப் போகிறது. நாடெங்கும் மக்கள் ஒருவரோடொருவர் சண்டையிட்டுக் கொண்டு மடியப் போகிறார்கள்! ஸ்ரீமந் நாராயண மூர்த்தியின் அருளினால் ஒரு பெரிய அற்புதம் நடந்தாலன்றி இந்த நாட்டுக்கு வரப்போகும் விபத்துக்களைத் தடுக்க முடியாது!" என்றான் ஆழ்வார்க்கடியான்.

"வைஷ்ணவரே! இது என்ன இப்படிச் சாபம் கொடுப்பது போலப் பேசுகிறீர்? சோழ நாடு செழிப்படைய ஆசி கூறலாகாதா?" என்றான் அமுதன்.

"நாடு எப்படியாவது போகட்டும்! நாங்கள் கோடிக்கரைக்குப் போய் விடுகிறோம்!" என்றாள் பூங்குழலி.

"நாம் போய்விடலாம்; என் உயிரைக் காப்பாற்றிய இந்த உத்தம நண்பனை என்ன செய்வது?" என்று சேந்தன் அமுதன் கேட்டான்.

"இவனை உங்களால் எப்படியும் காப்பாற்ற முடியாது. இங்கேயே நீங்கள் இருந்தாலும் பயனில்லை. சிறையிலிருந்து தப்பி ஓடியவர்களைப் பிடிப்பதற்கு இப்போதே நாலாபக்கமும் சேவகர்கள் தேடி அலைகிறார்கள். விரைவில் இங்கேயும் வருவார்கள். வாசலில் நிற்கும் காவலர்களுக்கு நானே என்ன சமாதானம் சொல்லி அழைத்துப் போகிறது என்று தெரியவில்லை!" என்றான் ஆழ்வார்க்கடியான்.

"ஐயா! வைஷ்ணவரே! நீர் எவ்வளவோ கெட்டிக்காரர். முதன்மந்திரி அநிருத்தருக்கே யோசனை சொல்லக் கூடியவர். கொலைகாரனால் படுகாயம் பட்டிருக்கும் இந்த வாணர் குல வீரரைக் காப்பாற்ற ஒரு யோசனை சொன்னால் உமக்குப் புண்ணியம் உண்டு. நாங்கள் இருவரும் என்றென்றைக்கும் உமக்கு நன்றிக்கடன் பட்டிருப்போம்!"

"தேவி! அது அவ்வளவு சுலபமன்று!"

"ஐயா! நிமிஷத்துக்கு நிமிஷம் எனக்கு மரியாதை அதிகரித்துக் கொண்டு வருகிறதே! நேற்றுவரை என்னை, 'ஓடக்காரி' என்று அழைத்தீர்; சற்று முன்னால் 'அம்மணி' என்றீர்; இப்போது 'தேவி' என்று அழைக்கிறீர். சற்றுப் போனால் 'இளவரசி' என்றே அழைத்து விடுவீர் போலிருக்கிறதே!"

"ஆம், இளவரசி! இதோ நினைவற்றுக் கிடக்கும் இந்த வீர வாலிபனைக் காப்பாற்ற வேண்டுமானால், அதற்கு ஒரே ஒரு வழிதான் இருக்கிறது. தங்களை மணந்து கொள்ளப் போகும் இந்தப் பாக்கியசாலி ஒரு நாளைக்கு இளவரசராக வேண்டும்! அவர் இளவரசர் என்றால், தாங்களும் இளவரசிதானே?"

"வைஷ்ணவரே! இது என்ன பரிகாசம்? நானாவது, ஒரு நாள் இளவரசனாக இருப்பதாவது? எதற்காக?" என்று கேட்டான் அமுதன்.

"என் ஒருவனுக்கு மட்டும் தெரிந்த ரகசியத்தை இப்போது உங்கள் இருவருக்கும் சொல்லப் போகிறேன். கேளுங்கள்; இல்லை, முதலில் இதைப் பாருங்கள்!" என்று கூறிவிட்டு ஆழ்வார்க்கடியான் தன்னுடன் கொண்டு வந்திருந்த மூட்டையை அவிழ்த்து அவர்களுக்குக் காட்டினான்.

மதுராந்தகர் அணிந்திருந்த கிரீடமும், முத்து மாலைகளும், வாகுவலயங்களும் ஜாஜ்வல்யமாய் ஜொலித்தன. "ஆகா! இவை இளவரசர் மதுராந்தகர் தரித்திருந்தவை அல்லவா? சற்று முன்பு இங்கேயே நாங்கள் பார்த்தோமே!" என்றான் அமுதன்.

"இவை எங்கிருந்து கிடைத்தன?" என்றாள் பூங்குழலி.

"இந்த நந்தவனத்தின் வேலி ஓரத்தில் இருந்து கிடைத்தன. இன்னும், நான் சொல்ல வந்த ரகசியத்தையும் கேளுங்கள். வடவாற்றங்கரையோடு நான் வந்து கொண்டிருந்தபோது இரண்டு குதிரைகளின் மீது இரண்டு பேர் விரைவாகப் போய்க் கொண்டிருந்ததைக் கண்டேன். அவை நான் வந்தியத்தேவனுக்காகவும், இவனுடன் சிறையிலிருந்து தப்பிய பைத்தியக்காரனுக்காகவும் இங்கே விட்டுப்போன குதிரைகள். அந்தப் பைத்தியக்காரனைத் தங்களுக்குக்கூடத் தெரியுமே!"

"ஆமாம்; தெரியும், பாண்டிய வம்சத்து மணிமகுடத்தையும், ரத்தின ஹாரத்தையும் பற்றி யாரைப் பார்த்தாலும் உளறிக் கொண்டிருந்தவன்" என்றான் அமுதன்.

"அவனேதான்! வடவாற்றங்கரையோடு அதிவேகமாகச் சென்ற குதிரைகளில் ஒன்றின் மீது அந்தப் பைத்தியக்காரன் இருந்தான். இன்னொரு குதிரை மேலிருந்தவர் இளவரசர் மதுராந்தகர் போலத் தோன்றியது; இங்கு வந்த பிறகு அது நிச்சயமாயிற்று."

"இது என்ன விந்தை? மதுராந்தகர் எதற்காகத் தமது ஆபரணங்களைக் கழற்றி எறிந்து விட்டு ஓட வேண்டும்?"

"அதுதான் எனக்கும் தெரியவில்லை; முதன்மந்திரியிடம் சொல்லி ஓடியவர்களைத் தொடர்வதற்கு ஆட்கள் அனுப்பப் போகிறேன். ஆனால் அதற்குள்ளே இங்கு பெரிய விபரீதங்கள் நடந்துவிடும் என்று அஞ்சுகிறேன்."

"என்ன விபரீதம் நடந்து விடும்?"

"பழுவேட்டரையர்களும் அவர்களுடைய கட்சியைச் சேர்ந்த சிற்றரசர்களும் இதோ தஞ்சைக் கோட்டை வாசலை அணுகிக் கொண்டிருக்கிறார்கள். கொடும்பாளூர் வேளாரும், முதன்மந்திரியும், மலையமானும் அவர்களை வரவேற்கக் கோட்டை வாசலில் காத்துக் கொண்டிருக்கிறார்கள். ராஜ்ய உரிமை பற்றிச் சமாதானமாகப் பேசி முடிவு செய்ய வேண்டுமென்பது சக்கரவர்த்தியின் விருப்பம்; கட்டளை. ஆனால் பழுவேட்டரையர்கள் சமாதானப் பேச்சுத் தொடங்குவதற்கு முன்பு 'மதுராந்தகர் எங்கே?' என்று கேட்பார்கள். அவரைக் காணோம் என்றதும், கொடும்பாளூர் வேளார் மீது பாய்வார்கள்! சேநாதிபதிதான் பொன்னியின் செல்வருக்குப் பட்டத்தை நிச்சயம் செய்து கொள்வதற்காக மதுராந்தகரைக் கொன்று விட்டார் என்பார்கள். பெரிய வேளார் அதற்கு மறுப்புச் சொன்னாலும், அவரால் நிரூபிக்க முடியாது. உடனே பயங்கரமான உள்நாட்டு யுத்தம் ஏற்படும்; சோழ நாடு விரைவில் சீர்குலையும்."

"அதற்குள்ளே நாம் இங்கிருந்து புறப்பட்டுப் போய்விடுவோம்!"

"தேவி! அது முடியாத காரியம்!"

பின்னே, என்ன சொல்கிறீர்?"

"இந்த கிரீடத்தையும் ஆபரணங்களையும் சற்று நேரம் சேந்தன் அமுதன் அணிந்து கொள்ளட்டும். பொன்னியின் செல்வரை ஏற்றிக் கொண்டு வந்த யானையை நான் அழைத்துக் கொண்டு வருகிறேன் அதில் இவர் ஏறிக் கொள்ளட்டும். என்னுடைய ஆட்களை 'மதுராந்தகர் வாழ்க!' என்று கோஷித்துக் கொண்டு

யானைக்கு முன்னும் பின்னும் போகச் சொல்லுகிறேன். மதுராந்தகர் ஏறி வந்த பல்லக்கும் அருகில் இருக்கிறது. அதில் வந்தியத்தேவனைப் போட்டுத் திரையை விட்டு விடுவோம். தேவி! தாங்கள் பல்லக்கின் பக்கமாக நடந்து வாருங்கள். மற்றதையெல்லாம் என்னிடம் விட்டு விடுங்கள்!" என்றான் ஆழ்வார்க்கடியான்.

"இது என்ன பைத்தியக்கார யோசனை?" என்றான் சேந்தன் அமுதன்.

"இவர் கிரீடத்தை வைத்துக் கொண்டால் அடையாளம் தெரியாமல் போய்விடுமா?" என்றாள் பூங்குழலி.

"ராத்திரி வேளையில் யானை மேல் உட்கார்ந்திருப்பவரை யார் அடையாளம் கண்டுபிடிக்க முடியும்? சந்தேகம் ஏற்பட்டால் அல்லவோ கூர்ந்து பார்க்கப் போகிறார்கள்! உங்களுடனேயே நானும் வரப்போகிறேன். உங்கள் எல்லாரையும் கோட்டைக்குள் முதன்மந்திரியின் வீட்டில் பத்திரமாகக் கொண்டு போய்ச் சேர்ப்பது என் பொறுப்பு. இந்த வாணர் குலத்து வீரனைக் காப்பாற்றுவதற்கு வேறு வழி ஒன்றுமில்லை!"

இன்னும் சிறிது நேரம் விவாதம் செய்த பிறகு, சேந்தன் அமுதனும் பூங்குழலியும் ஆழ்வார்க்கடியானுடைய யோசனைக்கு இணங்கினார்கள்.

❉ ❉ ❉ ❉

அறுபத்தொன்பதாம் அத்தியாயம்

"வாளுக்கு வாள்!"

பழுவேட்டரையர் – சம்புவரையர் கோஷ்டி தஞ்சைக் கோட்டை வாசலை அணுகியபோது கடலும் கடலும் மோதிக் கொள்வது போலிருந்தது.

"சோழ நாட்டுத் தனாதிகாரி, இறை விதிக்கும் தேவர், முப்பத்தாறு போர்க்களங்களில் அறுபத்து நாலு விழுப்புண் பெற்ற வீராதி வீரர் பெரிய பழுவேட்டரையர் விஜயமாகிறார்!" என்பது போன்ற விருதுகளை ஒவ்வொரு சிற்றரசருக்காகவும் கட்டியங் கூறுவோர் கர்ஜித்து முழங்கினார்கள். அவ்விதமே கொடும்பாளூர் வேளார், திருக்கோவலூர் மலையமான் முதலியோருக்கும் விருதுகள் முழங்கப்பட்டன. இடையிடையே முரசங்களும் சங்கங்களும் முழங்கின. கோட்டைச் சுவர்கள் எதிரொலி செய்தன.

கோட்டை வாசலில் நின்ற சேனாதிபதி பெரிய வேளார், மலையமான், முதன்மந்திரி முதலியோர் கீழே நின்று கொண்டிருந்தபடியால், பழுவேட்டரையர்களும் தத்தம் வாகனங்களின் மீதிருந்து இறங்க வேண்டியதாயிற்று.

தங்களை வாகனங்களிலிருந்து இறங்கச் செய்து கோட்டைக்குள் நடத்தி அழைத்துப் போவதற்காகவே அவ்வாறு சேனாதிபதி முதலியவர்கள் வரவேற்கும் பாவனையில் கோட்டை வாசலில் நின்றதாகச் சின்னப் பழுவேட்டரையர் எண்ணினார். அவ்வாறே மற்றவர்களிடமும் கூறினார். சேனாதிபதி கோஷ்டியாருடன் பேசும் பொறுப்பைத் தம்மிடமே விட்டு விடும்படி கேட்டுக் கொண்டார்.

பெரிய வேளாரும் மற்றவர்களும் வருகிறவர்களுடன் சிறிது நேரம் பேச வேண்டியிருக்கலாம் என்று எதிர் பார்த்தார்கள். ஆகையால் கோட்டை வாசலை மறித்து நில்லாமல், சற்று அப்பாலிருந்த கொடி மரத்து மைதானத்தில் நின்று கொண்டிருந்தார்கள்.

சிற்றரசர்கள் வாகனங்களிலிருந்து அவர்களை அணுகி வந்ததும் சேனாதிபதி பெரிய வேளார் "வருக! வருக! சோழ ராஜ்ஜியத்தைத் தாங்கி நிற்கும் அஷ்டதிக்குக் கஜங்களை ஒத்த சிற்றரசர்களே! வருக! உங்கள் வரவினால் சோழ ராஜ்ஜியத்துக்கும் சோழ குலத்துக்கும் நன்மை உண்டாகுக!" என்றார்.

உடனே சின்னப் பழுவேட்டரையர், "ஆம், ஐயா! எங்கள் வருகையினால் சோழ ராஜ்ஜியத்துக்கு நன்மை உண்டாகுக! அதுபோலவே தங்கள் போகையினாலும் நன்மை விளைக!" என்றதும், பெரிய வேளாரின் கண்கள் சிவந்தன.

"ஐயா! சோழ ராஜ்ஜியத்தின் செழிப்புக்காகவும், சோழ குலத்தின் புகழுக்காகவும் நாலா திசைகளிலும் போவதுதான் கொடும்பாளூர் வேளார் குலத்தின் வழக்கம். என் அருமைச் சகோதரன் பராந்தகன் சிறிய வேளான் ஈழத்துப் போர்க்களத்தில் உயிர் நீத்ததை உலகமெல்லாம் அறியும். நானும் சில நாளைக்கு முன்பு வரை ஈழ நாட்டிலேதான் இருந்தேன். குண்டுச் சட்டியில் குதிரையோட்டும் கலையை எங்கள் குலத்தார் அறியார்கள். கோட்டைச் சுவர்களுக்குள்ளே பத்திரமாக இருந்து கொண்டு அரண்மனை அந்தப்புரங்களையும், பொக்கிஷ நிலவறைகளையும் காத்துக் கொண்டிருக்கும் வழக்கத்தையும் நாங்கள் அறியோம். உங்கள் வருகையினாலும் என்னுடைய போகையினாலும் சோழ குலம் நன்மையுறுவது உறுதியானால், பின்னர் ஒரு கணமும் இங்கு நிற்க மாட்டேன்!" என்று பெரிய வேளார் கர்ஜித்தார்.

இச்சமயம் முதன்மந்திரி அநிருத்தர் தலையிட்டு, "மன்னர் குலத்தோன்றல்களே! உங்கள் எல்லோருடைய வரவும் சோழ நாட்டிற்கு நன்மையே தரும் என்பதில் ஐயம் என்ன? நீங்கள் ஒவ்வொருவருமே சோழ ராஜ்ஜியத்தின் மேன்மை கருதித் தலைமுறை தலைமுறையாகப் பாடுபட்டவர்கள். சோழ குலத்துக்கு உயிரைக் கொடுத்தவர்கள் உங்கள் ஒவ்வொருவருடைய பரம்பரையிலும் உண்டு. இப்போதும், இனி எப்போதும், சோழ நாட்டுக்கு உங்கள் கூட்டுறவும், சேவையும் தேவையாயிருக்கும். இதனாலேயே பராந்தக சுந்தர சோழ சக்கரவர்த்தி உங்களுக்குள் நேர்ந்துள்ள வேற்றுமையைக் குறித்து வருந்துகிறார். தமது அருமைப் புதல்வர் வீரபாண்டியன் தலைகொண்ட வீராதி வீரர், ஆதித்த கரிகாலர் அகால மரணமடைந்த பெருந்துயரத்தையும் மறந்து உங்களையெல்லாம் ஒருமிக்க அழைத்திருக்கிறார். பட்டத்து உரிமை பற்றியும் மற்ற எல்லாப் பிரச்னைகளைப் பற்றியும் சக்கரவர்த்தியின் முன்னிலையில் சமாதானமாகப் பேசி முடிவு செய்து கொள்ளலாம். மன்னர் பெருமக்களே! உங்களையெல்லாம் பெரிதும் வேண்டிக் கொள்கிறேன். மூத்த புதல்வரைப் பறிகொடுத்துத் துயரத்தில் ஆழ்ந்திருக்கும் சக்கரவர்த்தியின் உள்ளத்தை உங்கள் பூசல்களினால் புண்படுத்தாதீர்கள்!" என்று கேட்டுக் கொண்டார்.

இந்த வார்த்தைகள் அங்கே கூடியிருந்த எல்லோருடைய மனத்திலும் தைத்தன. தங்களுடைய சொந்தக் கோபதாபங்களையெல்லாம் வெளிப்படுத்திக் கொள்வதற்கு இது தக்க சமயமல்ல என்பதை உணர்ந்தார்கள்.

உடனே, சின்னப் பழுவேட்டரையர், "முதன்மந்திரி! சக்கரவர்த்தியின் விருப்பத்தின்படி நாங்கள் நடந்து கொள்ளச் சித்தமாயிருக்கிறோம். சக்கரவர்த்தியின் தரிசனம் எங்களுக்கு எப்போது கிடைக்கும்? இன்று இரவே பார்க்க முடியுமா? சக்கரவர்த்தியின் விருப்பத்தை அவருடைய வாய்மொழியாக நேரில் தெரிந்துகொள்ள விரும்புகிறோம்!" என்றார்.

"தளபதி! தங்கள் விருப்பம் நியாயமான விருப்பம்தான்! அது நிறைவேறும் என்பதிலும் சந்தேகமில்லை. ஆனால் சக்கரவர்த்தியின் உடல் நிலையும், மன நிலையும், நீங்கள் எல்லாரும் அறிந்தவை. இரவு வந்தால் சக்கரவர்த்தியின் உடல் வேதனையும், மன வேதனையும் அதிகமாகின்றன. மேலும் சிற்றரசர்களுடன் பட்டத்து உரிமையைப் பற்றிப் பேசுவதற்கு முன்னால், சக்கரவர்த்தி செம்பியன் மாதேவியுடன் முடிவாகப் பேச விரும்புகிறார். அவருடைய மனத்தை மாற்ற ஒரு கடைசி முயற்சி செய்ய விரும்புகிறார். எதன் பொருட்டு என்பது உங்களுக்குத் தெரியும். ஆகையால், நாளைப் பகல் முடிவதற்குள்ளே சக்கரவர்த்தி உங்களையெல்லாம் அழைப்பார். இன்றிரவு நீங்கள் எல்லாரும் கோட்டைக்குள் வந்து அவரவர்களுடைய அரண்மனையில் நிம்மதியாக இருக்கவேண்டும் என்று விரும்புகிறார். கோட்டைக்குள் அரண்மனை இல்லாதவர்களுக்கு வேண்டிய ஜாகை வசதிகள் செய்து கொடுக்கும்படி பெரிய வேளாருக்குக் கட்டளையிட்டிருக்கிறார்...."

மறுபடியும் சின்னப் பழுவேட்டரையர் குறுக்கிட்டு, "முதன்மந்திரி! எங்களுக்கு ஜாகை வசதிகள் தேவை

இல்லை. போர்க்களங்களில் திறந்த வெளியில் இருக்கப் பயின்றவர்கள். சக்கரவர்த்தி எங்களை நாளைக்குத்தான் பார்க்கப் போகிறார் என்றால், இன்றிரவு கோட்டைக்குள் நாங்கள் வரவேண்டிய அவசியம் என்ன?" என்றார்.

"உங்களுடைய அரண்மனையில் நீங்கள் வந்து தங்காமல் வெளியில் தங்கவேண்டிய அவசியம் என்ன?" என்று கேட்டார் முதன்மந்திரி.

"தளபதி காலாந்தக கண்டர் தஞ்சைக் கோட்டைக்குள் வந்து தங்கப் பயப்படுகிறார் போலும்!" என்றார் சேனாதிபதி.

"பயமா? அது எப்படியிருக்கும்? கறுப்பா? சிவப்பா? அதற்குக் கொம்பு உண்டா? சிறகு உண்டா? ஈழத்துப் போர்க்களத்திலிருந்து அவசரமாக ஓடிவந்திருக்கும் பெரிய வேளாருக்கு ஒருவேளை தெரிந்திருக்கலாம்" என்றார் சின்னப் பழுவேட்டரையர்.

'ஏது ஏது? இவர்கள் இருவரும் முட்டி மோதிக் கொள்ளாமல் தடுக்க முடியாது போலிருக்கிறதே' என்று முதன்மந்திரி சிந்தித்துக் கொண்டிருந்தபோது பெரிய பழுவேட்டரையர், வானவெளியெல்லாம் நிறையும்படி 'ஹூம்' என்று சத்தமிட்டுக் கொண்டு, முன்னால் வந்தார். அவரை எல்லாரும் மிகுந்த மரியாதையுடன் கவனித்தார்கள்.

"தம்பி! கொடும்பாளூர் வேளார், பாரி வள்ளலின் வம்சத்தில் வந்தவர். வேளிர் குலத்தினர் வாக்குத் தவறி நடந்ததில்லை. பெரிய வேளார் நமக்குப் பாதுகாப்பு அளிப்பதாகச் சொல்லும்போது, நாம் கோட்டைக்குள் போவதற்கு என்ன தடை?" என்று கேட்டார் பெரிய பழுவேட்டரையர்.

"அண்ணா! நமக்கு இன்னொருவரின் பாதுகாப்பு தேவையில்லை; வாக்குறுதியும் தேவையில்லை. நம்முடைய உடைவாள்களும் முப்பதினாயிரம் வீரர்களின் வேல்களும் இருக்கின்றன. இந்தத் தஞ்சைக் கோட்டையின் தளபதி நான். கோட்டை மறுபடியும் என் வசம் வந்தாலன்றி நான் கோட்டைக்குள் போகச் சம்மதியேன்!" என்றார் காலாந்தககண்டர்.

சேனாதிபதி வேளார் பெரிய பழுவேட்டரையரைப் பார்த்து, "ஐயா! சக்கரவர்த்தி கட்டளை பிறப்பித்தால் அவ்வாறே செய்யச் சித்தமாயுள்ளேன்!" என்றார்.

"சக்கரவர்த்தியின் கட்டளையின் பேரிலா கோட்டையை இவர் கைப்பற்றினார்!" என்று கேட்டார் சின்னப் பழுவேட்டரையர்.

"இல்லை; வாளின் பலத்தைக் கொண்டு இந்தக் கோட்டையைக் கைப்பற்றினேன்!" என்றார் பெரிய வேளார்.

"வாளின் பலங்கொண்டு திரும்பக் கைப்பற்றுவேன்! இப்போதே சோதித்துப் பார்க்கலாம்!" என்று சின்னப் பழுவேட்டரையர் சொல்லிக் கொண்டே கத்தியின் பிடியில் கையை வைத்தார்.

பெரிய பழுவேட்டரையர் தம் தம்பியைக் கையினால் மறித்து, "தம்பி! வாள் எடுக்கும் சமயம் இதுவன்று! சக்கரவர்த்தியின் விருப்பத்தின்படி நாம் இங்கே வந்திருக்கிறோம்!" என்றார்.

"அண்ணா! கோட்டைக்குள் புகுந்ததும் இவர் நம்மைச் சிறையிடமாட்டார் என்பது என்ன நிச்சயம்? சக்கரவர்த்தியின் கட்டளையை எதிர்பாராமல் திடீரென்று கோட்டையைத் தாக்கிக் கைப்பற்றியவரை எப்படி நம்பச் சொல்கிறீர்கள்?" என்று கேட்டார் சின்னப் பழுவேட்டரையர்.

"இவரை நம்பித்தானே நம்முடைய பெண்டு பிள்ளைகளை, இந்தக் கோட்டையில் விட்டு விட்டு நீ வெளியேறினாய்? இளவரசர் மதுராந்தகரையும் விட்டுவிட்டுக் கிளம்பினாய்!" என்றார் பெரியவர்.

"அது தவறோ என்று இப்போது சந்தேகப்படுகிறேன். மதுராந்தகருக்கு மட்டும் ஒரு சிறு தீங்கு நேர்ந்திருக்கட்டும்; கொடும்பாளூர்க் குலத்தை அடிவேரோடு அழித்துவிட்டு மறுகாரியம் பார்ப்பேன்!" என்று இரைந்தார் சின்னப் பழுவேட்டரையர்.

இதுவரையில் அலட்சியமாகப் பேசிவந்த சேனாதிபதி பூதிவிக்கிரம கேசரிக்கு இப்போது கடுங்கோபம் வந்துவிட்டது! அந்த இடத்தில் ஒரு பெரிய விபரீதமான மோதல் அடுத்த கணமே ஏற்பட்டிருக்கக்கூடும். நல்ல வேளையாக, அந்தச் சமயத்தில் கோட்டை வாசலில் ஏதோ கலகலப்பு ஏற்பட்டது. எல்லாருடைய கவனமும் அங்கே சென்றது. சற்று முன்னால் முதன்மந்திரி அநிருத்தர் தம்மைச் சமிக்ஞையினால் அழைத்த ஆழ்வார்க்கடியானிடம் சென்றிருந்தார். அவன் ஏதோ அவரிடம் ரகசியச் செய்தி கூறினான். அதைக் கேட்டுவிட்டு அவர் பழுவேட்டரையர்களும் பெரிய வேளாரும் நின்ற இடத்தை அணுகி வந்தார். வரும்போது, சின்னப் பழுவேட்டரையர் மதுராந்தகத் தேவரைப்பற்றிக் கூறிய வார்த்தைகள் அவர் காதில் விழுந்தன.

"தளபதி! இளவரசர் மதுராந்தகனைப் பற்றி என்ன கவலை? அவருக்கு யாராலும் எவ்விதத் தீங்கும் நேரிடாது. சற்று முன்னால் கூட மதுராந்தகத் தேவரும் அவருடைய அன்னை செம்பியன் மாதேவியும் கோட்டைக்கு வெளியே சென்றார்கள். திருக்கோயிலுக்குப் புஷ்பகைங்கரியம் செய்யும் சேந்தன் அமுதனைப் பார்க்கப் போயிருந்தார்கள்.." என்று முதன்மந்திரி கூறுவதற்குள் காலாந்தககண்டர் குறுக்கிட்டார்.

"ஆமாம்; தாயும், மகனும் கோட்டைக்கு வெளியே வந்தார்கள். ஆனால் தாய் மட்டுந்தான் கோட்டைக்குள் திரும்பிச் சென்றார்!" என்றார் சின்னப் பழுவேட்டரையர்.

"ஆகா! அது உங்களுக்கு எப்படித் தெரிந்தது?" என்றார் முதன்மந்திரி.

"முதன்மந்திரி! உங்களிடம் மட்டுந்தான் கெட்டிக்கார ஒற்றர்கள் உண்டு என்று நினைத்தீர்களா? வெளியே வந்த மதுராந்தகத்தேவர் திரும்பக் கோட்டைக்குள்ளே போகவில்லை. அதன் காரணத்தை நான் அறிய வேண்டும்!" என்றார் சின்னப் பழுவேட்டரையர்.

முதன்மந்திரியின் முகத்தில் புன்னகை மலர்ந்தது. அதே சமயத்தில் கோட்டை வாசலில், "இளவரசர் மதுராந்தகத்தேவர் வாழ்க! வாழ்க!" என்ற கோஷங்கள் எழுந்தன.

எல்லாரும் கோஷங்கள் வந்த அந்தத் திசையை ஆவலோடு நோக்கினார்கள். கோட்டை வாசலுக்குள் பிரவேசித்துக் கொண்டிருந்த யானையின் மீது இளவரசுக் கிரீடமும் பிற ஆபரணங்களும் அணிந்த 'மதுராந்தகர்' வீற்றிருந்தார். யானைக்குப் பக்கத்தில் மூடுபல்லக்கு ஒன்று ஊர்ந்து சென்றது.

"தளபதி! மதுராந்தகத்தேவர் கோட்டைக்குள் திரும்பிப் போவதற்குச் சிறிது காலதாமதம் நேர்ந்தது. வாணி அம்மையின் மகன் சேந்தன் அமுதன் குதிரையிலிருந்து கீழே விழுந்து படுகாயமுற்றிருக்கிறான். அவனைப் பல்லக்கில் ஏற்றிக் கோட்டைக்குள் அழைத்து வரும்படியாகச் செம்பியன்மாதேவி சொல்லிவிட்டு முன்னால் சென்றுவிட்டார். அன்னையின் விருப்பத்தை மகன் நிறைவேறி வைக்கிறார். அமுதனைப் பல்லக்கில் ஏற்றிக் கொண்டு தாம் யானை மீது செல்கிறார். விரைவிலே மகுடாபிஷேகம் நடக்கும்போது பட்டத்து யானை மீது ஊர்வலம் வரவேண்டியிருக்குமல்லவா? அதற்கு இப்போதே ஒத்திகை செய்து கொள்கிறார்!" என்றார் முதன்மந்திரி அநிருத்தர்.

❉ ❉ ❉ ❉

எழுபதாம் அத்தியாயம்

கோட்டைக் காவல்

கோட்டைக்குள் பிரவேசித்த யானையையும் பல்லக்கையும் காலாந்தககண்டர் சிறிது நேரம் மிகக் கவனமாக உற்றுப் பார்த்துக் கொண்டிருந்தார். பிறகு "அதிசயமாயிருக்கிறதே!" என்றார்.

"என்ன அதிசயம்? எது அதிசயம்?" என்று அநிருத்தர் வினவினார்.

"இளவரசர் மதுராந்தகர் இவ்வளவு ஆர்ப்பாட்டத்துடன் கோட்டைக்குள்ளே போவது தான்! இளவரசர் மிக்க கூச்சம் உள்ளவராயிற்றே? பல்லக்கின் திரையை விட்டுக் கொண்டு அல்லவா பிரயாணம் செய்வார்?"

"என்றைக்காவது ஒரு நாள் கூச்சம் தெளிந்துதானே ஆக வேண்டும்? சீக்கிரத்தில் முடிசூட்டிக் கொள்ள வேண்டியவராயிற்றே?"

"மதுராந்தகருக்கு முடிசூட்டுவது என்று முடிவு செய்தாகிவிட்டதா? யார் முடிவு செய்தார்கள்?"

"ஏன்? சக்கரவர்த்திதான்! நாம் எல்லாருமாகப் போய்ச் சக்கரவர்த்தியிடம் நம் சம்மதம் தெரிவித்ததும்..."

"சக்கரவர்த்தி முடிவு செய்து, நாம் சம்மதம் கொடுத்து என்ன பயன்? கொடும்பாளூர்ப் படைகள் அல்லவா சம்மதம் கொடுக்க வேண்டும்? அவர்கள் காவல் புரியும் கோட்டைக்குள் இளவரசர் மதுராந்தகர் இவ்வளவு குதூகலமாக யானை மேல் ஏறிப்போவது அதிசயந்தான்!" என்றார் காலாந்தககண்டர்.

யானை சென்ற திசையை நோக்கிச் சில அடிகள் எடுத்து வைத்துவிட்டு மறுபடியும் திரும்பி வந்தார்.

பின்னர், பெரிய பழுவேட்டரையரைப் பார்த்து, "அண்ணா! நீங்கள் எல்லாரும் கோட்டைக்குள் செல்வதற்கு நான் குறுக்கே நிற்கவில்லை. ஆனால் நான் மட்டும் வர முடியாது. நேற்று வரை என் கட்டுக் காவலுக்குள் இருந்த கோட்டையில் இன்று நான் பிறருடைய அதிகாரத்துக்கு உட்பட்டுப் பிரவேசிக்க முடியாது. என் மனம் இடங்கொடுக்கவில்லை. நீங்கள் போய்ச் சக்கரவத்தியைத் தரிசித்து அவருடைய விருப்பம் என்னவென்று தெரிந்து கொள்ளுங்கள். நான் நம் சைன்யத்துடன் வெளியிலேதான் இருப்பேன். மேலும் வந்தியத்தேவனைத் தேடிக்கொண்டு கந்தமாறன் போயிருக்கிறான். அவன் என்ன செய்தி கொண்டு வருகிறான் என்று அறிய நான் ஆவலாயிருக்கிறேன். வந்தியத்தேவன் எப்படிப் பாதாளச் சிறையிலிருந்து தப்பினான்; யாருடைய உதவியினாலே வெளியேறினான் என்று தெரிந்து கொள்ள வேண்டும். என்னை மன்னித்து விட்டு, நீங்கள் எல்லாரும் கோட்டைக்குள் போங்கள்!" என்றார்.

கொடும்பாளூர் வேளார் ஏதோ சொல்ல வாயெடுத்தார். அதற்குள் பெரிய பழுவேட்டரையர் குறுக்கிட்டு, "சேனாதிபதி! இந்த மூடனுடைய மூளை கலங்கிப் போயிருக்கிறது. அவன் எக்கேடாவது கெட்டுப் போகட்டும், நாம் போகலாம், வாருங்கள்!" என்றார்.

ஆனால் மறுநாள் சக்கரவர்த்தியிடம் இந்த விவரங்கள் எல்லாம் அறிவிக்கப்பட்டபோது அவர் பெரிய பழுவேட்டரையரின் கருத்தை ஒப்புக் கொள்ளவில்லை. காலாந்தககண்டர் வந்தே ஆகவேண்டும் என்று வற்புறுத்தினார்.

"என் அன்பார்ந்த தளபதிகளே! நீங்கள் எல்லாரும் என் நம்பிக்கைக்கு உகந்தவர்கள். ஆனால் உங்கள் எல்லாரிலும் நான் அதிகமாக நம்பிக்கை வைத்திருந்தது கோட்டைக் காவலர் காலாந்தக கண்டரிடத்திலேதான். அவர் ஏன் வரவில்லை? அவர் வராத வரையில் உங்களையெல்லாம் நான் அழைத்த காரியம் முடிவாகாது!" என்றார்.

பெரிய பழுவேட்டரையர், "சக்கரவர்த்தி! மன்னிக்க வேண்டும்! நான் ஒப்புக் கொள்கிற எந்த முடிவையும் என் சகோதரனும் ஒப்புக் கொள்வான்! அவன் நேரில் வந்துதான் ஆக வேண்டுமென்பதில்லை!" என்றார்.

"தனாதிகாரி ! ராமனுக்கு லக்ஷ்மணன் வாய்த்ததுபோல் தங்களுக்குக் காலாந்தககண்டர் வாய்த்துள்ளார் என்பதை உலகமெல்லாம் அறிந்திருக்கிறது. ஆனாலும் அவர் ஏன் இங்கு இன்றைக்கு வரவில்லை? இதற்கு முன்னால் இங்கு நான் நடத்தியுள்ள முக்கியமான எல்லா மந்திராலோசனைகளிலும் சின்னப் பழுவேட்டரையர் இருந்திருக்கிறார். அவரைக் கேளாமல் எந்த முடிவும் நாம் செய்ததில்லை. அத்தகைய அறிவிற் சிறந்த வீரர் இப்போது மட்டும் ஏன் வராமலிருக்க வேண்டும்?" என்று கேட்டார் சக்கரவர்த்தி.

முதன்மந்திரி அநிருத்தர், "பெருமானே! அதற்கு நான் மறுமொழி சொல்கிறேன். காலாந்தககண்டர் இன்று குருவுக்கு மிஞ்சிய சீடர் ஆகிவிட்டார். அண்ணனுக்கு மிஞ்சிய தம்பியும் ஆகிவிட்டார். சக்கரவர்த்தி அழைப்பதாகச் சொல்லியும், வருவதற்கு மறுத்து விட்டார். பெரிய பழுவேட்டரையரும் எவ்வளவோ புத்தி கூறியும் அவர் கேட்டுக் கொள்ளவில்லை! கோட்டைக்குள் வருவதற்கு மறுத்து விட்டார்" என்றார்.

"ஆனால் ஒன்றை மட்டும் மறந்துவிட வேண்டாம்! சக்கரவர்த்தியின் விருப்பத்தையொட்டி நாம் இங்கு செய்யும் எந்த முடிவையும் தாம் ஒப்புக் கொள்வதாகச் சொல்லி இருக்கிறார்!" என்றான் பார்த்திபேந்திரன்.

"ஆனாலும் இங்கு வருவதற்குச் சின்னப் பழுவேட்டரையர் மறுத்ததற்குக் காரணம் என்ன? அவர் மனத்தில் இன்னும் ஏதாவது விபரீத சந்தேகம் தோன்றியிருக்கிறதா?"

"மருண்டவன் கண்ணுக்கு இருண்டதெல்லாம் பேய் என்று சொல்வதில்லையா? அவருக்கு இப்போது எது எடுத்தாலும் சந்தேகந்தான்! இங்கே மதுராந்தகர் பத்திரமாயிருக்கிறாரா என்பது பற்றிச் சந்தேகம். வந்தியத்தேவன் பாதாளச் சிறையிலிருந்து தப்பிச் சென்று விட்டது பற்றிச் சந்தேகம்.."

"காலாந்தககண்டர் மனத்தில் ஏதேனும் சந்தேகம் உதித்தால் அதற்குக் காரணம் இல்லாமற் போகாது!" என்று சக்கரவர்த்தி கூறியதும், சிறிது நேரம் அங்கே மௌனம் குடிகொண்டிருந்தது. ஒவ்வொருவர் மனத்திலும் வெவ்வேறு சிந்தனை தோன்றியது.

பெரிய பழுவேட்டரையர் தொண்டையைக் கனைத்துக் கொண்டு, "பெருமானே! என் சகோதரனுடைய சந்தேகத்துக்குக் காரணம் இருக்கலாம்; இல்லாமலும் போகலாம். அவனைப் பற்றி நான் குற்றம் கூறவும் விரும்பவில்லை. ஆனால் அவன் கோட்டைக்கு வர மறுத்ததற்கு உண்மையான காரணம் என்னவென்பதைச் சொல்லி விடுகிறேன். இந்தத் தஞ்சாவூர்க் கோட்டை வெகுகாலமாக அவனுடைய கட்டுக் காவலுக்குள் இருந்ததாம்! இப்போது பெரிய வேளாரின் அதிகாரத்துக்கு கோட்டைக் காவல் மாறி விட்டதாம்! அதனால் அவன் இக்கோட்டைக்குள் வர முடியாதாம்! அவனுடைய இப்படிப்பட்ட அதிகப் பிரசங்கித்தனத்துக்கு யார்தான் என்ன செய்ய முடியும்?" என்றார்.

"ஏன்? நீதி செய்ய முடியும்!" என்றார் சுந்தரசோழச் சக்கரவர்த்தி.

சக்கரவர்த்தி இவ்வாறு கூறியதும் எல்லாரும் மௌனமாயிருந்தார்கள். மறுபடியும் சுந்தரசோழர், "அமைச்சர்களே! சோழ குலத்தின் புகழுக்கெல்லாம் அடிப்படையான காரணம் இந்தக் குலத்து மன்னர்கள் நீதி வழுவாத நெறியில் நின்று வந்ததுதான். என் குலத்து முன்னோர் ஒருவர் தமது அருமைக் குமாரனைக் கன்றுக் குட்டியின் பேரில் தேரை ஏற்றிக் கொன்றதற்காக அவனுக்கு மரண தண்டனை விதித்த வரலாற்றை நீங்கள் எல்லோரும் அறிவீர்கள். பசுக்களுக்கு நீதி வழங்கியவர்கள் குடிமக்களுக்கு எத்தகைய நீதி வழங்கியிருப்பார்கள்! தங்கள் ஆட்சிக்குத் துணை நின்ற தளபதிகளுக்கு எப்படி நியாயம் வழங்கியிருப்பார்கள்! நான் மட்டும் அந்த மரபுக்கு மாறாக நடந்து சோழ குலத்துக்கு ஏன் களங்கத்தை உண்டாக்க வேண்டும்? சின்னப்

பழுவேட்டரையரிடமிருந்து தஞ்சைக் கோட்டைக் காவலைப் பெரிய வேளார் கைப்பற்றியது பெருந்தவறு. என் அருமை மகன் அகால மரணமடைந்த துயரத்தில் மூழ்கியிருந்தபடியால், சின்னப் பழுவேட்டரையருக்கு இழைத்த அநீதியைப் பற்றி நான் சிந்திக்கத் தவறிவிட்டேன். சேனாதிபதி! இக்கோட்டைக் காவலை மீண்டும் அவரிடம் மாற்றிக் கொடுத்து விட வேண்டியதான்!" என்றார்.

கொடும்பாளூர் பெரிய வேளாரின் முகத்தில் ஈயாடவில்லை.

திருக்கோவலூர் மலையமான் அப்போது முன்வந்து, "ஐயா! தஞ்சைக் கோட்டைக் காவல் சின்னப் பழுவேட்டரையரிடம் இருந்தபோது, அந்தப் பொறுப்பை அவர் சரியாக நிறைவேற்றியதாகத் தெரியவில்லையே! சதிகாரன் ஒருவன் இந்தக் கோட்டைக்குள் புகுந்து, அரண்மனை அந்தப்புரம் வரைக்கும் வந்து, தங்கள் பேரில் வேல் எறியும்படிக்கும் நேர்ந்து விட்டதே! யாரோ ஓர் ஊமைப் பெண் குறுக்கிட்டுத் தங்கள் உயிரைக் காப்பாற்றும்படி நேர்ந்து விட்டதே! அவள் அச்சமயம் வராவிட்டால் என்ன நடந்திருக்கும்? இந்தத் தஞ்சைக் கோட்டையில் உள்ள ஆயுதச் சாலையில் எண்ணுவதற்கு இயலாத வாள்களும், வேல்களும், ஈட்டிகளும் அடுக்கி வைத்திருந்து என்ன பயன்? இங்கே கோட்டைக் காவலுக்கு என்று இத்தனை வீரர்களும் வேளக்காரப் படையைச் சேர்ந்த வீராதி வீரர்களும் இருந்து என்ன பயன்? தளபதி சின்னப் பழுவேட்டரையர் தமது பொறுப்பைச் சரிவர நிறைவேற்றியதாகச் சொல்ல முடியுமா? அவரிடமிருந்து நம் பெரிய வேளார் கோட்டைக் காவலைக் கைப்பற்றியது எப்படித் தவறாகும்?" என்று கேட்டார்.

"மாமா! விதியின் கொடுமைக்கு யார் மீது குற்றம் சுமத்தி என்ன செய்வது? தங்கள் அருமைப் பேரன் ஆதித்த கரிகாலனைக் காப்பாற்ற உங்களால் முடிந்ததா? நீங்கள் எல்லோரும் சேர்ந்து எத்தனையோ பிரயத்தனம் செய்தீர்களே!" என்றார் சக்கரவர்த்தி.

"அதைப்பற்றி விசாரிக்க வேண்டியதும் அவசியந்தான், சக்கரவர்த்தி! கடம்பூர் அரண்மனையில் நேர்ந்த கொடிய சம்பவத்துக்குப் பொறுப்பாளி யார் என்று இன்னும் விசாரணை நடக்கவில்லை. அதைப்பற்றிய உண்மை வெளியாகவும் இல்லை!" என்றார் மலையமான்.

"பெரிய பழுவேட்டரையரின் வருகைக்காகக் காத்துக் கொண்டிருந்தோம். அவர் வந்து விட்டபடியால், இனி விசாரணை ஆரம்பிக்கப்பட வேண்டும்" என்றார் சேனாதிபதி பெரிய வேளார்.

"விசாரணை ஆரம்பிப்பதற்கு முன்னால், கொலைக் குற்றம் சாட்டப்பட்ட வந்தியத்தேவன் பாதாளச் சிறையிலிருந்து தப்பி ஓடியது எப்படி? அதற்குப் பொறுப்பு யார் என்பதையும் இப்பொழுதே தீர விசாரிக்க வேண்டும்!" என்றான் பார்த்திபேந்திரன்.

"ஆமாம்; அதுவும் கேள்விப்பட்டேன், சேனாதிபதி! வந்தியத்தேவன் பாதாளச் சிறையிலிருந்து தப்பி ஓடியது எப்படி? அதற்கு யார் பொறுப்பு ஏற்பது?" என்று சக்கரவர்த்தி கேட்டார்.

"சக்கரவர்த்தி! அதற்கு மறுமொழி முதன்மந்திரி அநிருத்தர் சொல்லவேண்டும்!" என்றார் பெரிய வேளார்.

"பிரபு! அந்தப் பொறுப்பை நானே ஏற்றுக் கொள்கிறேன். வந்தியதேவன் தப்பி ஓடியது, நான் செய்த ஒரு சிறிய தவறினால் தான். ஆனால் அவனைத் திரும்பக் கொண்டுவந்து ஒப்புவிக்கும் பொறுப்பையும் நானே ஏற்றுக்கொள்கிறேன். அதில் தவறினால் உரிய தண்டனைக்கு உள்ளாகிறேன்" என்றார் அநிருத்தர்.

"அந்தப் பொறுப்பை முதன்மந்திரிக்கு முன்னால் என் நண்பன் கந்தமாறன் ஏற்றுக்கொண்டு விட்டான்! பாதாளச் சிறையிலிருந்து தப்பி ஓடியவனைத் துரத்திக் கொண்டு போயிருக்கிறான்!" என்றான் பார்த்திபேந்திரன்.

இந்தச் சம்பாஷணைகள் எல்லாம் நடந்து கொண்டிருக்கும் போது அந்த அறையில் பெண்மணிகள் இருவர் அமர்ந்திருந்தனர். அவர்கள் சக்கரவர்த்தினி வானமாதேவியும், இளைய பிராட்டி குந்தவையுந்தான்.

வந்தியத்தேவனைக் கந்தமாறன் துரத்திக் கொண்டு போயிருக்கிறான் என்ற செய்தியைக் கேட்டதும் இளைய பிராட்டி குந்தவை தேவியின் முகம் மாறுதல் அடைந்ததை முதன்மந்திரி அநிருத்தர் மட்டுமே கவனித்தார்.

பார்த்திபேந்திரனைப் பார்த்து, "பல்லவ குமாரா! உன் நண்பன் கந்தமாறன் வெகு கெட்டிக்காரன்தான்! ஆனால் சில காரியங்களில் அவனை நம்புவதில் பயனில்லை. அவனுடைய சொந்தக் கடம்பூர் மாளிகையில் வந்து தங்கியிருந்த சோழ நாட்டின் கண்ணுக்குக் கண்ணான இளவரசர் கரிகாலரை அவனால் காப்பாற்ற முடியவில்லையே! சிறையிலிருந்து தப்பி ஓடிய வந்தியத்தேவனை அவனால் பிடிக்க முடியுமா? எனக்குத் தோன்றவில்லை!" என்றார் முதன்மந்திரி.

தமது கடைசி வார்த்தைகளில் அடங்கிய குறிப்பைக் குந்தவைப் பிராட்டி தெரிந்து கொண்டாள் என்பதையும் கவனித்துக் கொண்டார்.

"மேலும், கந்தமாறனும், வந்தியத்தேவனும் அத்தியந்த நண்பர்கள் என்று நான் கேள்விப்பட்டிருக்கிறேன்!" என்றார் சேனாதிபதி வேளார்.

"அது பழைய கதை, சக்கரவர்த்தி! சோழ குலத்துக்குத் துரோகம் செய்த யாரும் சம்புவரையர் குலத்துக்குச் சிநேகமாயிருக்க முடியாது!" என்றார் பெரிய சம்புவரையர்.

"அதைப்பற்றி இப்போது என்ன பேச்சு? வந்தியத்தேவனைத் திரும்பக் கொண்டுவந்து ஒப்புவிக்கிற பொறுப்பைத் தான் முதன்மந்திரி அநிருத்தர் ஏற்றுக்கொண்டு விட்டாரே! சேனாதிபதி தஞ்சைக் கோட்டைக் காவலைத் திரும்பச் சின்னப் பழுவேட்டரையரிடம் ஒப்புவித்துவிட வேண்டியதுதான்!" என்றார் சுந்தர சோழர்.

"சக்கரவர்த்தியின் கட்டளை இது என்றால், நிறைவேற்றி வைக்கச் சித்தமாயிருக்கிறேன்!" என்றார் சேனாதிபதி பெரிய வேளார். அவருடைய குரலின் தொனியில் அவரது உள்ளத்தில் பொங்கிய கோபம் வெளியாயிற்று.

"கொடும்பாளூர் மாமா! தாங்கள் என்னைவிட வயதிலும் அனுபவத்திலும் எவ்வளவோ மூத்தவர். என் தந்தையைப் போல் தங்களிடம் நான் பக்தி கொண்டவன். தங்களுக்கு நான் கட்டளையிட முடியுமா? என் அபிப்பிராயத்தைச் சொன்னேன். இந்த விஷயத்தில் இங்குள்ள மற்றவர்களின் அபிப்பிராயத்தையும் தெரிந்து கொண்டு செய்ய வேண்டியதைப் பற்றிப் பிறகு கவனிக்கலாமே!" என்றார் சக்கரவர்த்தி.

"எனக்கு அதில் விருப்பம் இல்லை! சின்னப் பழுவேட்டரையர் தமது கடமையில் தவறிவிட்டார்; ஆகையால் கோட்டைக் காவலைத் திரும்பக் கொடுக்கக் கூடாது!" என்று கண்டிப்பாக மறுத்துக் கூறினார் திருக்கோவலூர் மலையமான்.

"முதன்மந்திரியின் கருத்து என்ன?" என்று சக்கரவர்த்தி கேட்டார்.

"நடந்தது நடந்துவிட்டது; இப்போது கோட்டைக் காவலை மாற்றுவதில் சில கஷ்டங்கள் ஏற்படக்கூடும். ராஜ்ய உரிமை சம்பந்தமாகப் பேசி முடிவு செய்வதற்காக எங்களை எல்லாம் அழைத்திருக்கிறீர்கள். அந்த விஷயம் முடிவான பிறகு இதை எடுத்துக் கொள்ளலாம்" என்றார் அநிருத்தர்.

"சின்னப் பழுவேட்டரையர் இல்லாமல் நாம் எந்த முடிவுக்கும் வர முடியாது! தனாதிகாரி! தங்கள் கருத்து என்ன?" என்று கேட்டார் சுந்தர சோழச் சக்கரவர்த்தி.

"மலையமான் கருத்தை நானும் ஒப்புக்கொள்கிறேன். என் சகோதரன் தன் கடமையில் தவறிவிட்டான். பொறுப்பைச் சரிவர நிறைவேற்றவில்லை. ஆகையால் கோட்டைக் காவலை அவனிடம் திருப்பிக் கொடுக்க வேண்டியதில்லை!" என்றார் பெரிய பழுவேட்டரையர்.

அவருடைய சகோதர வாஞ்சையை அங்கிருந்த எல்லோரும் நன்கு அறிந்தவர்களாதலால் பெரிய பழுவேட்டரையரின் மேற்கூறிய மறுமொழி அனைவருக்கும் வியப்பை உண்டாக்கியது. அதைக் காட்டிலும், சக்கரவர்த்தி தொடர்ந்து கூறியது அதிக வியப்பையும் திகைப்பையுமே உண்டாக்கிவிட்டது.

"தனாதிகாரி! சின்னப் பழுவேட்டரையர் அவருடைய கடமையில் தவறவில்லை. நானும் தாங்களுந்தான் அவருடைய வார்த்தையைக் கேட்கத் தவறிவிட்டோம். அவர் அவ்வப்போது செய்த எச்சரிக்கைகளையும் நாம் இருவருமே பொருட்படுத்தவில்லை. எல்லாரும் கேளுங்கள்; மதுரை வீரபாண்டியனுடைய ஆபத்துதவிகளைப் பற்றிச் சின்னப் பழுவேட்டரையர் அடிக்கடி எனக்கு எச்சரிக்கை செய்து வந்தார். அவர்கள் இந்தக் கோட்டைக்கு உள்ளேயே தொடர்பு வைத்துக் கொண்டிருப்பதாகவும் கூறினார். ஆகையால் என் அரண்மனைக்கும், அந்தப்புரத்துக்கும் கூட இன்னும் கடுமையான காவல் போடவேண்டும் என்று வற்புறுத்தினார். தனாதிகாரியின் அரண்மனைக்கும், என் அரண்மனைக்கும், உள்ள ரகசிய வழிகளை அடைத்துவிட வேண்டும் என்றும், இரண்டு அரண்மனைக்கும் மத்தியில் காவல் போட வேண்டும் என்றும் வற்புறுத்தினார். பெரிய பழுவேட்டரையரிடம் காலாந்தககண்டர் எவ்வளவு பக்தி கொண்டவர் என்பது உங்களுக்கெல்லாம் தெரிந்த விஷயமே. ஆயினும் தனாதிகாரி பேரிலேயே அவர் என்னிடம் புகார் சொன்னார். தம் தமையனார் ஏமாற்றப்பட்டு வருவதாகவும், அவர் அரண்மனையிலேயே சதிகாரர்கள் வருவதாகத் தாம் சந்தேகிப்பதாகவும் தெரிவித்தார். பெரிய பழுவேட்டரையரை அவருடைய அரண்மனையிலிருந்து வேறு அரண்மனைக்குப் போகச் சொல்லி விடவேண்டும் என்றும், பொக்கிஷத்தையும், வேறு இடத்துக்கு மாற்றி விடவேண்டும் என்றும் யோசனைகள் கூறினார். அந்த எச்சரிக்கைகளையெல்லாம் நான் செவியில் வாங்கிக் கொள்ளவே இல்லை!..."

இச்சமயம் பெரிய பழுவேட்டரையர் தமது தொண்டையை ஒரு முறை கனைத்துக் கொண்டார். அதைக் கேட்டுச் சுந்தர சோழர் தம் பேச்சை நிறுத்தினார்.

"சக்கரவர்த்தி! என் பேரில் தங்களுடைய கருணை காரணமாகத் தாங்கள் சொல்லாமல் விட்டதையும் நான் சொல்லுகிறேன். என்னுடைய அவமானத்தை தாங்கள் வெளியிட விரும்பவில்லை. நானே வெளியிட்டுக் கொள்கிறேன். முதிய பிராயத்தில் நான் மோக வலையில் மூழ்கி மணந்து கொண்ட நந்தினியைப் பற்றி என் சகோதரன் எனக்கு எச்சரிக்கை செய்தான். மந்திரவாதி என்று சொல்லிக் கொண்டு அவளிடம் பாண்டிய நாட்டு ஆபத்துதவிகளின் தலைவன் வந்து போவதாகவும் எச்சரிக்கை செய்தான். மாய மோகத்தில் மூழ்கி, கண்ணிழந்து குருடனாயிருந்த நான் அதற்குச் செவி சாய்க்கவில்லை. ஆனாலும் அவன் தன் கடமையிலிருந்து தவறியவன் தான்! அவனுக்கு அவ்வளவு நிச்சயமாகத் தெரிந்திருக்கும்போது அவன் அந்தப் பாதகியையும், அவளிடம் வந்து கொண்டிருந்தவர்களையும் கண்டுபிடித்துக் கொன்றிருக்க வேண்டும். நான் தடுத்திருந்தால், தமையன் என்று பாராமல் அவனுடைய கைவாளால் என்னையும் கொன்றிருக்க வேண்டும். அவ்விதம் செய்யத் தவறியது அவன் கடமையைக் கைவிட்டதுதானே?" என்று பெரிய பழுவேட்டரையர் தம் பெரிய குரலில் கூறியதைக் கேட்டவர்களுக்கெல்லாம் மெய் சிலிர்த்தது. அவருடைய வார்த்தைகளில் ததும்பிய சொல்ல முடியாத மன வேதனையை அறிந்து கொண்டு ஒவ்வொருவரும் வேதனைப்பட்டார்கள்.

"தனாதிகாரி! கொஞ்சம் பொறுங்கள்! தங்கள் சகோதரர் சின்னப் பழுவேட்டரையர் கடமையைக் கருதி அவ்வாறு செய்யக் கூடியவர்தான். அதற்கு நானே தடையாக இருந்தேன். தங்களைப் பற்றியாவது, தங்கள் இளைய ராணியைப் பற்றியாவது ஏதாவது புகார் சொல்வதாயிருந்தால், என் முகத்திலே விழிக்க வேண்டாம் என்று கட்டளையிட்டேன். தங்களுடைய அரண்மனையிலிருந்து தங்களை வேறிடத்துக்கு மாற்றிவிட்டு, அங்கே வேளக்காரப் படையைக் கொண்டு வைக்கும் யோசனையையும் நிராகரித்தேன். அப்படி அஞ்சி அஞ்சி வாழ்ந்து எதற்காக இந்த உயிரைக் காப்பாற்றிக் கொள்ள வேண்டும் என்று கேட்டேன். என் மனத்தில் குடிகொண்டிருந்த வேதனையும், என் உடலைப் பற்றியிருந்த நோயும் என்னை வாழ்க்கையை வெறுக்கும்படி செய்திருந்தன. பழுவூர்

மாமா! எனக்காவது, என் குலத்துக்காவது நேர்ந்திருக்கும் எந்தத் தீங்குக்கும் தாங்கள் எவ்வகையிலும் பொறுப்பாளியல்ல; தங்கள் சகோதரரும் பொறுப்பாளியல்ல; அவற்றை நானே தேடிக் கொண்டேன்!"

இவ்வாறு சக்கரவர்த்தி கூறியதைக் கேட்டுக் கொண்டிருந்த பெரிய பழுவேட்டரையரின் கண்களிலிருந்து கண்ணீர் தாரைதாரையாகப் பெருகியது.

"ஆம்; சின்னப் பழுவேட்டரையர் மீது அணுவளவும் தவறில்லை. முதன் முதல் வந்தியத்தேவன் என்னும் ஒரு வாலிபன் இங்கு முதன் முதல் வந்திருந்த போதே காலாந்தககண்டர் எச்சரிக்கை செய்தார். அவன் இக்கோட்டைக்கு வெளியில் பல்லக்கில் வந்த பழுவூர் இளைய ராணியோடு ரகசியம் பேசியதாகக் கூறினார். அவனும் சோழ குலத்தின் எதிரிகளோடு சேர்ந்து சதி செய்பவனாக இருக்கலாம் என்று சந்தேகப்பட்டார். பழுவூர் முத்திரை மோதிரத்தைக் காட்டி அவன் கோட்டைக்குள்ளே பிரவேசித்ததையும், பழுவூர் அரண்மனையின் அந்தப்புரத்து ரகசிய வழியாகவே அவன் இங்கிருந்து தப்பிச் சென்றிருக்க வேண்டும் என்றும் கூறினார். அதையெல்லாம் நான் பொருட்படுத்தாமல் அலட்சியம் செய்து வந்தேன். அறிவில் சிறந்த மேதாவியான நம்முடைய முதன்மந்திரி அநிருத்தரும், என் செல்வக்குமாரி இளைய பிராட்டியும் கூட வந்தியத்தேவன் விஷயத்தில் ஏமாந்து போனார்கள். அவன் மூலமாக முக்கியமான ஓலைகள் அனுப்பி வைத்தார்கள்...."

அநிருத்தர் இச்சமயம், "சக்கரவர்த்தி! நான் ஒருவேளை ஏமாந்து போயிருக்கலாம். ஆனால் இளைய பிராட்டி அப்படியெல்லாம் எளிதில் ஏமாந்து போகக்கூடியவர் அல்ல. வந்தியத்தேவனிடம் ஓலை அனுப்பிவிட்டு, அவன் நடவடிக்கைகளைக் கவனிக்க என்னை ஏற்பாடு செய்யும்படிக் கூறினார். நான் ஈழத்துக்கும் என் சீடன் ஆழ்வார்க்கடியானை அனுப்பினேன். காஞ்சிக்கும் அவனைத் தொடரும்படி அனுப்பி இருந்தேன்..."

"அப்படியே இருக்கட்டும்; நீங்கள் இருவரும் அவனிடம் ஏமாறவில்லையென்றே வைத்துக் கொள்வோம். பாதாளச் சிறையிலிருந்து அவனும், இன்னொருவனும் தப்பிச் சென்றது உண்மைதானே! அதை நீங்கள் யாரும் மறுக்க முடியாது அல்லவா? சின்னப் பழுவேட்டரையரிடம் இந்தக் கோட்டைக் காவல் இருந்திருந்தால் அவ்வாறு அவர்கள் ஒருகாலும் திரும்பிச் சென்றிருக்க முடியாது. ஆகையால், சேனாதிபதி! சின்னப் பழுவேட்டரையரை உடனே தருவித்து அவரிடம் தஞ்சைக் கோட்டைக் காவலைத் திரும்ப ஒப்புவித்து விடுங்கள். என்னுடைய கட்டளை என்று வேண்டுமானாலும் வைத்துக் கொள்ளுங்கள்!"

"அப்படியே, பிரபு! நாங்கள் இப்போது விடைபெற்றுக் கொள்ளலாமா?" என்று சேனாதிபதி பூதிவிக்கிரம கேசரி கேட்டார். அவருடைய குரலில் ஆத்திரம் தணிந்திருந்தது. பழுவேட்டரையர்கள் விஷயத்தில் சுந்தர சோழர் காட்டிய அன்பும் ஆதரவும் குற்றத்தைப் பொறுத்துக் குணத்தையே பாராட்டிய சினேக மனப்பான்மையும் சேனாதிபதியின் உள்ளத்தையும் உருக்கி விட்டிருந்தன. அவர் ஒரு கணம் அப்படியே திகைத்துப்போய் விட்டார்.

"ஆமாம்; இப்போது எல்லாரும் போகலாம்; சின்னப் பழுவேட்டரையரும் வந்த பிறகு, மறுபடியும் கூடி மேலே நடக்க வேண்டியதைப் பற்றிப் பேசலாம். ராஜ்ஜிய உரிமையைப் பற்றி என் பெரிய அன்னை முதிய பிராட்டியாரோடு இன்னும் நான் பேசி முடிக்கவில்லை. அதற்கும் கொஞ்சம் அவகாசம் வேண்டும்!" என்றார் சக்கரவர்த்தி. அனைவரும் புறப்படும் சமயத்திலே பார்த்திபேந்திரன், "ஐயா! சிநேக துரோகியும், ராஜத் துரோகியுமான வந்தியத்தேவனைத் திரும்பக் கொண்டு வந்து ஒப்புவிக்கும் பொறுப்பை முதன்மந்திரி ஒப்புக் கொண்டார். அதை அவருக்கு ஞாபகப்படுத்த விரும்புகிறேன். என் உயிருக்குயிரான ஆப்த நண்பராக இருந்த இளவரசர் ஆதித்த கரிகாலரின் கொடிய மரணத்தை வேறு யார் மறந்தாலும் நான் மறக்க முடியாது. அவருடைய மரணத்துக்கு காரணமாயிருந்த குற்றவாளியைக் கண்டுபிடித்துத் தண்டித்தேயாக வேண்டும்!" என்றான்.

பெரிய பழுவேட்டரையர் கிழச் சிங்கத்தின் கர்ஜனையைப் போல் ஒரு முறை தொண்டையைக் கனைத்துக் கொண்டார். ஏதோ பேச எண்ணியவர் பின்னர் தம் கருத்தை மாற்றிக் கொண்டதாகத் தோன்றியது. ஒன்றும் சொல்லாமல் வெளியேறினார்; மற்றவர்களும் அவரைத் தொடர்ந்து சென்றார்கள்.

அன்று மாலையே சக்கரவர்த்தியின் கட்டளைப்படி தஞ்சாவூர்க் கோட்டையின் காவல் பொறுப்பு மீண்டும் சின்னப் பழுவேட்டரையரிடம் ஒப்புவிக்கப்பட்டது. முதலில் அவர் அதை ஏற்றுக் கொள்ளத் தயங்கினார்; ஆட்சேபணைகளும் கூறினார். இதிலும் ஏதேனும் சூழ்ச்சிகள் இருக்கக்கூடும் என்று தம் சந்தேகத்தை வெளியிட்டார். இது சக்கரவர்த்தியின் கண்டிப்பான கட்டளை என்று பெரிய பழுவேட்டரையர் எடுத்துக் கூறிய பிறகு கோட்டைக் காவலை மீண்டும் ஏற்றுக் கொண்டார்.

கொடும்பாளூர் வீரர்களில் ஒரு சிலரைத் தவிர மற்றவர்கள் எல்லோரும் கோட்டையிலிருந்து வெளியேற்றப்பட்டார்கள். கோட்டை வாசலிலும் மதில் சுவர்களிலும் முன்போல் பழுவூர் வீரர்கள் காவல் புரியத் தொடங்கினார்கள்.

இந்த மாறுதல் விபரீதமான விளைவுகளுக்குக் காரணமாயிற்று. பழுவூர் வீரர்களுக்கும் கொடும்பாளூர் வீரர்களுக்கும் அடிக்கடி சச்சரவு மூண்டு சில சமயம் குழப்பமும் விளைந்தது.

"பொன்னியின் செல்வர் வாழ்க!" என்று கோஷமும், "இளவரசர் மதுராந்தகர் வாழ்க!" என்ற கோஷமும் மாறி மாறிப் போட்டிக் கோஷங்களாக எழுந்தவண்ணமிருந்தன.

இந்தக் கோஷங்கள் நாடெங்கும் பரவின; பொதுமக்களும் அவற்றில் கலந்து கொண்டார்கள்.

அடுத்த மூன்று தினங்களில் சோழ நாடு முழுவதும் ஒரே அல்லோலகல்லோலமாகி விட்டது.

வாய்ச் சண்டை கைச் சண்டையாகித் தடி அடிச் சண்டையாக முற்றியது. கழிகளும் தடிகளும் வாள்களுக்கும் வேல்களுக்கும் இடங்கொடுத்துச் சென்றன.

சில நாளைக்கு முன்பு சோழ வள நாட்டைப் பாழ்படுத்திய புயலையும் வெள்ளத்தையும் போலவே இப்போது ஆத்திரப் புயலும் வெறியாகிய வெள்ளமும் நாலாபுறமும் பரவி நாட்டில் நாசத்தை விளைவித்தன.

❉ ❉ ❉ ❉

எழுபத்தொன்றாம் அத்தியாயம்

‘திருவயிறு உதித்த தேவர்’

செம்பியன் மாதேவியைப் பார்க்க வேண்டுமென்று சுந்தர சோழர் பலமுறை சொல்லி அனுப்பிய பின்னர், அம்மூதாட்டி சக்கரவர்த்தியைக் காண்பதற்கு வந்தார். சக்கரவர்த்தி அவர் வரும் செய்தி அறிந்து வாசற்படி வரையில் நடந்து சென்று காத்திருந்து வரவேற்று அழைத்துச் சென்றார். தம் பக்கத்தில் சிம்மாசனத்தில் வீற்றிருக்கும்படி கேட்டுக் கொண்டார்.

"அரசர்க்கரசே! அடுத்தடுத்துத் துயரமான செய்திகளே கேட்டு நொந்திருக்கும் என் உள்ளம் தாங்கள் உடல் நலம் பெற்றிருப்பதைப் பார்த்துத் திருப்தி அடைகிறது. இறைவன் அருளால் நெடுங்காலம் தாங்கள் சிரஞ்சீவியாக வாழ்ந்திருந்து இந்த உலகத்தைப் பரிபாலித்து வர வேண்டும்" என்று முதிய பிராட்டியார் கூறினார்.

"அன்னையே! என் கால்கள் மீண்டும் நடக்கும் சக்தி பெற்றிருப்பதைக் குறிப்பிடுகிறீர்கள்; அதைப் பற்றி எனக்கும் திருப்திதான்! இந்தச் சோழ நாடெல்லாம் போற்றி வணங்கும் தாங்கள் வரும்போதும் எழுந்து வரவேற்க முடியாதவனாயிருந்தேன். ஊமையும் செவிடுமான ஒரு தெய்வப் பெண்மணியின் அன்பின் சக்தியால் என்

கால்கள் இழந்திருந்த இயல்பை மீண்டும் பெற்றன. எழுந்து நின்றும், நடந்து வந்தும் தங்களை வரவேற்கும் பாக்கியம் பெற்றவனானேன். ஆயினும் தேவி, நான் உயிர் வாழ்ந்திருப்பது பற்றித் திருப்தி அடையவும் இல்லை; இனி நெடுங்காலம் உயிர் வாழ விரும்பவும் இல்லை. தாங்கள் அத்தகைய ஆசி எனக்குக் கூறவேண்டாம். விரைவில் சிவபதம் கிடைக்க வேண்டுமென்று வாழ்த்துங்கள்!" என்றார் சுந்தரசோழர்.

"சக்கரவர்த்தி! தங்கள் குலத்து மூதாதையர் எல்லாரும் வீர சொர்க்கத்தையோ, சிவபதத்தையோ அடைந்தார்கள். தங்களுக்கும் பரலோகத்தில் அவர்கள் இடந்தேடி வைத்திருப்பார்கள். உரிய காலம் வரும்போது சிவ கணங்கள் வந்து தங்களை அழைத்துப் போவார்கள். ஆனால் அத்தகைய பதத்தை அடைவதற்குத் தாங்கள் அவசரப்படுதல் ஆகாது. இந்த உலகில் தங்களுக்கு இன்னும் கடமை எவ்வளவோ இருக்கிறது. நேர்மை நெறி பிறழாத தங்கள் ஆட்சியின் கீழ் மக்கள் மகிழ்ச்சியுடன் வாழ்கிறார்கள். சிவாலய கைங்கரியங்கள் நாடெங்கும் நடைபெற்று வருகின்றன. சைவர்கள், வைணவர்கள், பௌத்தர்கள், சமணர்கள் முதலான பல மதத்தினரும் தங்கள் ஆயுள் நீடிக்க வேண்டுமென்று பிரார்த்தனை செய்து வருகிறார்கள்..."

"தாயே! அவர்கள் யாரும் இனி அத்தகைய பிரார்த்தனை செய்யலாகாது. என் ஆயுள் நீடிக்கப் பிரார்த்திப்பது என் மனவேதனையை நீடிக்கச் செய்யும் பிரார்த்தனையாகும். சோழ நாடு அளித்த வீரர்களுக்குள்ளே வீராதி வீரனான ஆதித்த கரிகாலனைப் பறிகொடுத்துவிட்டு, நான் இவ்வுலகில் நெடுங்காலம் உயிரோடு இருக்க வேண்டுமா? அவன் இறப்பதற்கு முன்னதாக என் உயிர் போயிருக்கக் கூடாதா!"

"சக்கரவர்த்தி! புத்திர சோகம் மிகக் கொடியதுதான். ஆனாலும் விதியின் வலிமையைப் பற்றிப் பேதையாகிய நான் தங்களுக்குச் சொல்ல வேண்டியதில்லை. கிருஷ்ண பகவான் அர்ச்சுனனுடன் இணைபிரியாத் தோழராயிருந்தார். காக்கும் கடவுளாகிய திருமாலின் அவதாரம் கிருஷ்ண பரமாத்மா. அவராலேகூட அரவானையும், அபிமன்யுவையும் காப்பாற்றிக் கொடுக்க முடியவில்லை. அத்தகைய வீரப் புதல்வர்கள் இறந்த பிறகும் அர்ச்சுனன் உயிர் வாழ்ந்திருக்கவில்லையா! பெற்ற பிள்ளைகளின் மீது ஆசை இல்லாதவன் அல்லவே அர்ச்சுனன்? 'மன்னுயிரைக் காக்கும் பொருட்டு நீ உன் உயிரைக் காத்துக் கொள்ள வேண்டும்' என்று கிருஷ்ண பரமாத்மா போதித்ததை ஏற்றுக் கொண்டு அர்ச்சுனன் உயிர் வாழ்ந்தான். சக்கரவர்த்தி! கிருஷ்ண பகவான் அர்ச்சுனனுக்குச் செய்த போதனை தங்களுக்கும் பொருத்தமானது."

"தாயே! அபிமன்யு போர்க்களத்தில் வீரப்போர் புரிந்து மரணமடைந்தான்; வீர சொர்க்கம் எய்தினான்!"

"தங்கள் குமாரன் வீரத்தில் அபிமன்யுவுக்குக் குறைந்தவன் அல்லவே! பன்னிரண்டாம் வயதில் சேவூர்ப் போர்க்களத்திலும், பதினெட்டாம் பிராயத்தில் வீரபாண்டியன் இறுதிப் போரிலும் ஆதித்த கரிகாலன் புரிந்த வீரச் செயல்களை இந்த உலகம் என்றும் மறக்காதே! அபிமன்யுவைக் கடைசியில் பலர் சூழ்ந்து கொண்டு அவனை நிராயுதபாணியாக்கி அதர்ம யுத்தம் செய்து கொன்றார்கள். அதுபோலவே ஆதித்த கரிகாலனையும் தந்திரத்தால் தனிமைப்படுத்திச் சதிகாரர்கள் பலர் சூழ்ந்து நின்று திடீரென்று தாக்கிக் கொன்றார்கள்..."

"தாயே! அவன் இறந்தது எப்படி என்பதை மட்டும் நான் நிச்சயமாகத் தெரிந்து கொள்ள முடியுமானால் என் மனம் ஓரளவு நிம்மதி அடையும்."

"சென்று போனதைப்பற்றி எதற்காக மனத்தைப் புண்படுத்திக் கொள்ள வேண்டும்? கரிகாலனுடைய விதி முடிந்தது; வால் நட்சத்திரம் விழுந்தது; சோழ நாடு ஒரு மகா வீரனை இழந்தது. ஏன் எப்படி என்று விசாரித்து என்ன ஆகப்போகிறது?"

"உண்மை தெளிவாகாதபடியால், யார் யார் பேரிலோ சந்தேகம் உண்டாகிறது. தாயே! பூமியை ஆதிசேஷன் தாங்குவது போல் சோழ சாம்ராஜ்யத்தையே தாங்கி வந்தவரான பெரிய பழுவேட்டரையர் மேலேயே சிலர் சந்தேகத்தைக் கிளப்புகிறார்கள்; வீண்பழி சுமத்துகிறார்கள்."

"அவரையே கேட்டு உண்மையைத் தெரிந்து கொள்ளலாம் அல்லவா?"

"பெரிய பழுவேட்டரையரைக் கேட்க யாருக்குத் தைரியம் உண்டு? எனக்கு இல்லை, தாயே! எப்படியோ அவர் இதில் சிக்கிக் கொண்டு மனம் நொந்து போயிருக்கிறார். என்ன நடந்தது என்று அவராகச் சொல்லாத வரையில், அவரை யார் கேட்க முடியும்? அம்மா! தக்கோலம் போர்க்களத்தில் என் பெரிய தந்தை ராஜாதித்தர் யானை மேல் துஞ்சி வீர சொர்க்கம் புகுந்த பின்னர், சோழ சைன்யம் சின்னாபின்னப்பட்டுச் சிதறி ஓடத் தொடங்கியது. ஓடிய வீரர்களை வழிமறித்து நிறுத்தி மறுபடியும் ஒரு சைன்யமாக்கிக் கன்னரதேவன் படைகளை விரட்டியடித்த மகா வீரர் பெரிய பழுவேட்டரையர். அன்று அவர் அவ்விதம் செய்திராவிட்டால், இன்றைக்குச் சோழ ராஜ்யமே இருந்திராது. தக்கோலத்துப் போரில் அவருடைய திருமேனியில் அறுபத்து நாலு காயங்கள் பட்டன. அப்படியும் அவர் சோர்ந்துவிடாமல் போர்க்களத்தில் நின்று வெற்றி கண்டார். அதற்குப் பிறகு அவர் போர்க்களத்துக்கே போகக்கூடாதென்று கட்டுப்பாடு செய்து தனாதிகாரியாக்கினோம். அத்தகையவரை, என் தந்தைக்குச் சமமானவரை, நான் என்ன கேட்க முடியும்?"

"உண்மை வெளியாவதற்கு வேறு வழி ஒன்றும் இல்லையா?"

"வாணர் குலத்து வந்தியத்தேவன் கரிகாலனுடைய உடலின் அருகில் இருந்தான் என்று சொல்கிறார்கள். அவனைக் கேட்டு உண்மை அறியலாம் என்று எண்ணினேன். அவனும் பாதாளச் சிறையிலிருந்து தப்பி ஓடிவிட்டான். இதைப் பற்றிச் சின்னப் பழுவேட்டரையர் முதன்மந்திரி மேல் குறை சொல்லுவதற்கு நியாயம் இருக்கிறது."

இதுவரையில் மௌனமாக இருந்த குந்தவை இப்போது குறுக்கிட்டு, "தந்தையே! அந்த வீரரை எப்படியும் கொண்டு வந்து ஒப்புவிப்பதாக முதன்மந்திரி பொறுப்பு ஒப்புக் கொண்டிருக்கிறாரே!" என்றாள்.

"குழந்தாய்! இம்மாதிரி முதன்மந்திரி பல தடவை பொறுப்பு ஒப்புக்கொண்டிருக்கிறார்; ஆனால் நிறைவேற்றுவது நிச்சயமில்லை. சம்புவரையர் மகன் கந்தமாறன் ஓடியவனைத் துரத்திக்கொண்டு போயிருப்பதாக அறிகிறேன். கந்தமாறன் அவ்வளவு முன்யோசனைக்காரன் அல்ல; அவசர புத்தி படைத்தவன். அதிலும் சம்புவரையர் குலத்துக்குக் களங்கம் உண்டாகக் கூடாது என்ற ஆத்திரமுள்ளவன். அவன் வந்தியத்தேவனைத் தொடர்ந்து போயிருப்பது என் கவலையை அதிகமாக்குகிறது."

"ஐயா! சென்று போனதை மறந்துவிடுவதே நல்லது. இனி நடக்கவேண்டியதைப் பற்றி யோசியுங்கள்!"

"அன்னையே! அதற்காகவே தங்களை அழைத்துவரச் சொன்னேன். ஆளுக்கு மேல் ஆள் அனுப்பிக் கொண்டிருந்தேன். மேலே நடக்க வேண்டியது பற்றி எனக்கு யோசனை கூறி உதவ வேண்டும்."

"சக்கரவர்த்தி! அறிவிற் சிறந்த அமைச்சர்கள் பலர் தங்களுக்கு யோசனை சொல்ல இருக்கிறார்கள். இந்தப் பேதை ஸ்திரீ என்ன யோசனை சொல்லப் போகிறேன்? என்னைக் கரம் பிடித்து என் ஜீவியத்தைப் புனிதப்படுத்திய மகா புருஷர் இவ்வுலகில் வாழ்ந்திருந்த காலத்திலும் நான் அரசாங்கக் காரியங்களில் கவனம் செலுத்தியதில்லை. அவர் தேவருலகம் சென்ற பிறகு சிவ கைங்கரியத்திலேயே ஈடுபட்டிருக்கிறேன். என்னால் என்ன யோசனை சொல்ல முடியும்?"

"தேவி! கோபித்துக் கொள்ளக் கூடாது; எங்கள் சோழ குலத்தில் தோன்றிய பெண்கள் எல்லாரும் பேதைகளாயிருக்கவில்லை, இதோ இருக்கிறாளே, என் அருமை மகள் குந்தவை, அவளுக்கு நிகரான அறிவு படைத்தவர்களை நான் கண்டதில்லை..."

"மன்னிக்க வேண்டும், சோழ சக்கரவர்த்தி! நான் சோழ குலத்தில் பிறந்தவள் அல்லவே! மழவரையர் குலத்தில் பிறந்தவள் தானே!" என்றார் முதிய பிராட்டியார்.

"எந்தக் குலத்தில் பிறந்தாலும், பெண்கள் அறிவுடையவர்களாக இருக்கலாம்; பிறந்த குலம், புகுந்த குலம் இரண்டுக்கும் நன்மை உண்டாக்கலாம். பெண்கள் வெறும் பிடிவாதம் பிடித்துப் பிறந்த குலமும், புகுந்த குலமும் அழிந்து போவதற்குக் காரணம் ஆவதும் உண்டு. தாயே! தாங்கள் அத்தகைய குல நாசத்துக்குக் காரணமாகப் போகிறீர்களா?"

இவ்விதம் சுந்தர சோழர் கேட்டதும், செம்பியன் மாதேவி நெருப்பை மிதித்தவர்போல் துடித்து, "சக்கரவர்த்தி! இது என்ன வார்த்தை? என்னால் ஏன் சோழ குலம் நாசம் அடைய வேண்டும்? நான் அவ்வளவு சக்தி படைத்தவள் அல்லவே!" என்று கண்களில் நீர் மல்க விம்மிக் கொண்டே கூறினார்.

"தேவி! சிறிது கடுமையாகப் பேசுவதற்காக என்னை மன்னிக்க வேண்டும். என் மூத்த குமாரன் இறந்து நான் உயிரோடிருக்கிறேன் என்னும் எண்ணம் என் நெஞ்சத்தைப் பிளந்து கொண்டேயிருக்கிறது. ஆனால் இதைக் காட்டிலும் எனக்கு ஏற்படக்கூடிய துன்பம் ஒன்றும் உண்டு. என் மூதாதையர் காலத்திலிருந்து வலுப்பெற்றுப் பரவி வரும் இந்தச் சோழ ராஜ்யம் என் காலத்தில் சின்னாபின்னப்பட்டு அழிந்தது என்றால், அதைக் காட்டிலும் கொடிய தண்டனை எனக்கு வேறொன்றும் இல்லை. மூன்று வருஷங்களாக என் அருமைக் குமாரன் கரிகாலனை நான் பார்க்காமலே இருந்தேன். எனக்காகக் காஞ்சி நகரில் அவன் பொன் மாளிகை கட்டினான். அங்கு வந்து தங்கும்படி என்னை அடிக்கடி கேட்டுக் கொண்டிருந்தான் நான் போகவில்லை. என் உடல்நிலையைக் காரணமாகச் சொல்லிக் கொண்டிருந்தேன். உண்மையான காரணம் அதுவல்ல; நான் காஞ்சிக்குப் புறப்பட்டுச் சென்றால், பழுவேட்டரையர்களின் சிநேகத்தில் அவநம்பிக்கை கொண்டு நான் போய்விட்டதாக அவர்களும் நினைக்கலாம். மற்ற சிற்றரசர்களும் பெருந்தர அரசாங்க அதிகாரிகளும் கருதலாம். அதிலிருந்து என்ன விபரீதம் இந்தச் சோழ ராஜ்யத்துக்கு ஏற்படுமோ என்று எண்ணித்தான் நான் காஞ்சிக்குப் போகவில்லை. நான் போயிருந்தால் ஒருவேளை என் அருமைக் குமாரன் கரிகாலன் இன்று உயிரோடு இருந்திருப்பான்..."

"மன்னர் மன்னா! தாங்கள் எவ்வளவோ அறிவாளி; ஆற்றல் மிகப் படைத்தவர். ஆயினும் விதியை மாற்றி எழுதத் தங்களால் கூட முடியாது!.."

"ஆம், அன்னையே! விதியை என்னால் மாற்றியிருக்க முடியாது. ஆனால் என் குமாரனை அந்திம காலத்தில் பார்க்க முடியாமலேயே போய்விட்டதே! அவன் மனத்தில் குடிகொண்டிருந்த வேதனையை அறியாமல் போய்விட்டேனே என்று இன்றைக்கு நான் படும் பச்சாத்தாபம் இல்லாமற் போயிருக்கும். இதையெல்லாம் எதற்காகச் சொல்கிறேன்? விஜயாலய சோழரும், அவர் வழியில் வந்த வீராதி வீரர்களும் இரத்தம் சிந்தி உயிரைக் கொடுத்து ஸ்தாபித்த இந்தச் சோழ ராஜ்ஜியத்தின் நலத்தைக் கருதி என் சொந்த ஆசாபாசங்களையெல்லாம் நான் வேரோடு களைந்து விட்டிருந்ததைத் தங்களுக்குத் தெரிவிப்பதற்காகத்தான். ஆதித்த கரிகாலனை என்ன காரணத்தினாலோ பழுவேட்டரையர்களுக்கும், அவர்களைச் சேர்ந்த சிற்றரசர்களுக்கும் பிடிக்காமல் போய்விட்டது. தங்கள் குமாரனும், என் சகோதரனுமான மதுராந்தகனை எனக்குப் பிறகு சோழ சிங்காதனத்தில் ஏற்றி வைக்க வேண்டும் என்று பிரயத்தனம் செய்தார்கள். அவர்கள் அப்படிப் பிரயத்தனம் செய்ததில் தவறு ஒன்றுமில்லை. மகா புருஷரும், சிவஞான சித்தருமான கண்டராதித்தருடைய புதல்வன் சோழ சிங்காதனத்தில் ஏற எல்லா விதத்திலும் தகுதி வாய்ந்தவன். உண்மையில் நான் முடிசூட்டிக் கொண்டதே தவறான காரியம். அப்போது பெரியவர்கள் எல்லாரும் சொன்னார்களே என்று, மறுத்துப் பேச முடியாமல், இசைந்துவிட்டேன். அதன் பலன்களை இன்று அனுபவிக்கிறேன். என் அருமைக் குமாரனைப் பறிகொடுத்துவிட்டு நான் உயிரோடிருக்கிறேன். இவ்வளவு துன்பமே எனக்குப் போதும். இனி இந்தப் பெரிய ராஜ்யம் உள்நாட்டுச் சண்டையினால் அழிந்து போவதை என் காண்ணால் பார்க்க விரும்பவில்லை. தேவி! அத்தகைய அழிவு இந்தச் சோழ சாம்ராஜ்யத்துக்கு நேராமல் தடுப்பதற்குத் தாங்கள் உதவி செய்யவேண்டும்!" என்றார் சுந்தர சோழர்.

செம்பியன் மாதேவி தம் கண்களில் துளிர்த்த கண்ணீரைத் துடைத்துக் கொண்டு, "அரசர்க்கரசே! தாங்கள் கூறியது எதுவும் என் சிற்றறிவுக்குச் சரியென்று தோன்றவில்லை. என்னுடைய கணவருக்குப் பிறகு என் மைத்துனரும் தங்கள் தந்தையுமான அரிஞ்சய தேவர் சிங்காதனம் ஏறினார். என் கணவர் விருப்பத்தின்படியே அது நடந்தது. அரிஞ்சயருக்கும் பிறகு தாங்கள் சிங்காதனம் ஏற வேண்டும் என்பதும் என் கணவரின் விருப்பந்தான். மூன்று உலகையும் ஒரு குடையில் ஆண்ட தங்கள் பாட்டனர் பராந்தகத் தேவரும் அவ்வாறு ஏற்பாடு செய்து விட்டுச் சென்றார். ஆகையால், தாங்கள் சோழ சிங்காதனம் ஏறியதில் முறைத் தவறு எதுவும் இல்லை. என்னுடைய நாதர் சிவ பக்தியில் ஈடுபட்டு ஆத்மானுபூதி செல்வராக விளங்கினார். ராஜரீகக் காரியங்களில் அவருடைய மனம் ஈடுபடவில்லை. ஆகையால் அவருடைய காலத்தில் சோழ ராஜ்யம் சுருங்கிக் கொண்டு வந்தது. தாங்கள் பட்டத்துக்கு வந்த பிறகு மறுபடியும் ராஜ்யம் விஸ்தரித்தது. தெற்கேயும் வடக்கேயும் தோன்றியிருந்த பகைவர்கள் அழிக்கப்பட்டார்கள். இவ்விதம் ராஜ்யம் மேன்மையுறுவதற்கு முக்கிய காரணமாயிருந்தவன் தங்கள் அருமைச் செல்வன் ஆதித்த கரிகாலன். அவனுக்கு உலகம் அறிய இளவரசுப் பட்டம் கட்டப்பட்டது. அதை மாற்றி என் மகனுக்கு ராஜ்ய உரிமையை அளிக்க வேண்டும் என்பதற்கு நான் எப்படிச் சம்மதிக்க முடியும்? நான் சம்மதித்தாலும் உலகம் சம்மதிக்குமா? ராஜ்யத்தின் மக்கள் சம்மதிப்பார்களா? சக்கரவர்த்தி! உள்நாட்டுச் சண்டையினால் ராஜ்யம் அழிவதைத் தடுக்க விரும்புவதாகச் சற்று முன்னால் சொன்னீர்கள். ஆதித்த கரிகாலனைப் புறக்கணித்துவிட்டு என் புதல்வனுக்குப் பட்டம் கட்டியிருந்தால், அதே உள்நாட்டுச் சண்டை நேர்ந்திராதா? ராஜ்யம் அழிந்திராதா?" என்று கேட்டார்.

"ஆம், தாயே! அதனாலேதான் நானும் தயங்கிக் கொண்டிருந்தேன். எல்லாரையும் சமரசப்படுத்தி அனைவரும் ஒப்புக் கொள்ளக்கூடிய ஏற்பாடு செய்யப் பிரயத்தனப்பட்டேன். அது கைகூடுவதற்குள்ளே, விதி குறுக்கிட்டுவிட்டது; கரிகாலனுடைய ஆயுள் முடிந்துவிட்டது. தாயே! அடுத்தாற்போல் நான் செய்யவேண்டியது என்ன? தாங்களே சொல்லுங்கள்! இந்த ராஜ்யத்தின் பொறுப்பை என்னால் இனித் தாங்க முடியாது. யாரிடமாவது ஒப்புவித்துவிட்டுக் கரிகாலனுடைய கடைசி விருப்பத்தை நிறைவேற்ற விரும்புகிறேன். காஞ்சியில் எனக்காகவென்று கரிகாலன் கட்டியுள்ள பொன் மாளிகையில் தங்கி என் அந்திமக் காலத்தைக் கழிக்க விரும்புகிறேன். இப்போது யாருக்குப் பட்டம் கட்டுவது என்று சொல்லுங்கள். அருள்மொழியைக் காட்டிலும் மதுராந்தகன் பிராயத்தில் மூத்தவன். என்னைவிட இளையவன் ஆனாலும், அவனுக்குச் சிறிய தந்தை முறையில் உள்ளவன். கொடும்பாளூர் வேளாரும், திருக்கோவலூர் மலையமானும் அருள்மொழிக்குப் பட்டம் கட்ட வேண்டும் என்கிறார்கள். தர்மத்துக்கும் நியாயத்துக்கும் குல முறைக்கும் விரோதமான இந்தக் காரியத்துக்கு நான் எப்படி உடன்பட முடியும்? அல்லது தாங்கள்தான் எப்படி உடன்பட முடியும்? அன்னையே! எனக்கு உதவி செய்யுங்கள்! மதுராந்தகனுக்கு முடிசூட்டத் தங்கள் சம்மதத்தைத் தெரிவியுங்கள். அதை வைத்துக் கொண்டு, நான் சேனாதிபதி பெரிய வேளாரையும் திருக்கோவலூர் மலையமானையும் சம்மதிக்கச் செய்வேன்! தங்கள் சம்மதத்தையும், அனுமதியையும் தெரிவித்து இந்தச் சோழ சாம்ராஜ்யத்தைக் காப்பாற்றிய புண்ணியத்தைக் கட்டிக்கொள்ளுங்கள்!" என்றார் சுந்தர சோழ சக்கரவர்த்தி.

செம்பியன் மாதேவி, "ஐயா! என் சம்மதத்தைக் கேட்க வேண்டாம். சிவபதம் அடைந்த என் இறைவர் எனக்கு இட்ட கட்டளைக்கு மாறாக நான் நடக்க முடியாது. ஆனால், ராஜ்ய விவகாரங்களில் நான் இனிக் குறுக்கிடுவதில்லை. மதுராந்தகனை அழைத்து அவன் சம்மதத்தைக் கேட்டு எப்படி உசிதமோ அப்படிச் செய்யுங்கள்!" என்றார்.

"ஆம், ஆம்! மதுராந்தகனை அழைத்து அவனுடைய சம்மதத்தைக் கேட்டுக் கொண்டுதான் எதுவும் தீர்மானிக்க வேண்டும். அதற்கும் தங்கள் உதவி வேண்டும்; தேவி! மதுராந்தகன் எங்கே?" என்றார் சக்கரவர்த்தி.

செம்பியன் மாதேவி தம் தொண்டை அடைக்க, நாத் தழுதழுக்க, "மதுராந்தகன் எங்கே? சென்ற மூன்று தினங்களாக அந்தக் கேள்வியைத்தான் நானும் கேட்டுக் கொண்டிருக்கிறேன். யாரும் மறுமொழி

சொல்லவில்லை. அரசே! என் புதல்வன் எங்கே? கோட்டைத் தளபதி சின்னப் பழுவேட்டரையரைக் கூப்பிட்டுக் கேளுங்கள்!" என்றார்.

"சின்னப் பழுவேட்டரையர் தங்களை கேட்க வேண்டும் என்கிறார். தாங்களும், முதன்மந்திரி அநிருத்தரும் ஏதோ சூழ்ச்சி செய்து மதுராந்தகனை மறைத்து வைத்திருப்பதாகக் குற்றம் சாட்டுகிறார். அன்னையே! இப்போது சின்னப் பழுவேட்டரையரையும், முதன்மந்திரியையும் அழைத்துவரச் செய்கிறேன் அனுமதி கொடுங்கள்!" என்றார் சக்கரவர்த்தி.

"அப்படியே அழைத்துவரச் செய்யுங்கள்; நானும் அவர்களைக் கேட்கிறேன்!" என்றார் செம்பியன் மாதேவி.

குந்தவை உடனே வாசற்பக்கம் சென்று அங்கிருந்த காவலர்களிடம் சொல்லி அனுப்பினாள். சிறிது நேரத்துக்கெல்லாம் முதன்மந்திரியும் சின்னப் பழுவேட்டரையரும் வந்தார்கள்.

சக்கரவர்த்தி சின்னப் பழுவேட்டரையர் நோக்கி, "தளபதி! சோழ நாடு போற்றி வணங்கும் மூதாட்டியார், நீர் கேட்ட அதே கேள்வியைக் கேட்கிறார். 'மதுராந்தகன் எங்கே?' என்று வினாவுகிறார். மதுராந்தகத் தேவரைப் பற்றி தாங்கள் அறிந்ததைச் சொல்லுங்கள். தங்கள் சந்தேகத்தையும் ஒளிவுமறைவின்றிக் கூறுங்கள்!" என்றார்.

சின்னப் பழுவேட்டரையர் கூறினார்:– "தேவியாரின் சிவ பக்தியும் சீலமும் உலகம் அறிந்தவை. சோழ நாட்டு மக்கள் அவரை நடமாடும் தெய்வமாகக் கருதிப் போற்றுகிறது போல் நானும் போற்றுகிறேன். நான் இப்போது தெரிவித்துக் கொள்வதைக் குற்றம் கூறுவதாக எண்ணக் கூடாது. எந்தக் காரணத்தாலோ தேவியார் தமது குமாரர் சோழ சிங்காதனம் ஏறுவதை விரும்பவில்லை; இதுவும் எல்லாரும் அறிந்தது. மூத்த பிராட்டியாரைக் காட்டிலும், எனக்காவது மற்றவர்களுக்காவது அவருடைய புதல்வர் விஷயத்தில் அதிக அன்பு இருக்க முடியாது. ஆயினும் மர்மமாயிருக்கிற சில விஷயங்களை விளக்குதல் அவசியமாயிருக்கிறது. அதிலும் சக்கரவர்த்தி 'மதுராந்தகரைக் கொண்டு வருக!' என்று அடியேனுக்குக் கட்டளை இட்டிருப்பதால், என்னுடைய சில சந்தேகங்களையும் வெளியிட வேண்டி வருகிறது. மூன்று நாளைக்கு முன்னால் மூத்த எம்பெருமாட்டியும், மதுராந்தகத் தேவரும் கோட்டைக்கு வெளியே சென்றார்கள். புஷ்பத் திருப்பணி செய்யும் சேந்தன் அமுதனுடைய குடிசைக்குச் சென்று க்ஷேமம் விசாரித்தார்கள். பின்னர் தேவியார் மட்டும் கோட்டைக்குத் திரும்பினார். சிறிது நேரத்துக்குப் பிறகு நானும் என் தமையனாரும் கோட்டை வாசலுக்குச் சற்று தூரத்தில் நின்று கொடும்பாளூர் வேளாருடன் பேசிக் கொண்டிருந்தோம். மதுராந்தகத் தேவரைப்பற்றி நான் விசாரித்துக் கொண்டிருந்த சமயத்தில் யானை பல்லக்கு பரிவாரத்துடன் சிலர் கோட்டைக்குள் நுழைந்தார்கள். 'மதுராந்தகத்தேவர் வாழ்க!' என்ற கோஷமும் கேட்டது. முதன்மந்திரி அவர்கள்தான் அப்போது அதைச் சுட்டிக் காட்டினார். யானை மேலிருந்தவர் மதுராந்தகத் தேவர் என்று கூறினார். எனக்கு அதைப் பற்றிச் சிறிது சந்தேகம் ஏற்பட்டது. பின்னர், சக்கரவர்த்தியின் கட்டளைப்படி கோட்டைக் காவல் என் வசத்தில் வந்தது. என் அரண்மனையில்தான் மதுராந்தகர் தங்குவது வழக்கம். அன்றிரவு அதைப்பற்றி நான் விசாரிக்கவில்லை. மறுநாள் விசாரித்த போது என் அரண்மனைக்கு வரவில்லை என்று தெரிந்தது. பின்னர் கோட்டை முழுவதும் தேடிப் பார்த்தும், யார் யாரையோ விசாரித்துப் பார்த்தும், மதுராந்தகத் தேவரைப் பற்றி ஒன்றும் தெரியவில்லை! கோட்டைக்குள் பிரவேசித்தவர் எப்படி மாயமாய் மறைந்தார்? தேவியாரும் முதன்மந்திரியும் இப்பொழுது நான் சொல்லப் போவதற்காக மன்னிக்க வேண்டும். அவர்கள் இருவரும் ஏதோ சூழ்ச்சி செய்து, மதுராந்தகர் பீதி கொள்ளும்படியான செய்தி எதையோ அவரிடம் சொல்லி, இந்த நகரை விட்டும், நாட்டை விட்டுமே ஓடிப் போகும்படி செய்து விட்டார்கள் என்று ஐயுறுகிறேன். நான் சொல்வது தவறாயிருந்தால் மீண்டும் பெரிய பிராட்டியாரின் மன்னிப்பைக் கோருகிறேன்."

செம்பியன் மாதேவி தழுதழுத்த குரலில், "தளபதி! தாங்கள் இப்போது கூறியது முற்றும் தவறு. சிவபெருமானுடைய பாத கமலங்கள் சாட்சியாகச் சொல்லுகிறேன். முதன்மந்திரி அநிருத்தரிடம் சமீபத்தில் என்

குமாரனைப் பற்றிப் பேசியதுமில்லை; சூழ்ச்சி செய்ததும் இல்லை. அன்று மாலை நானும் மதுராந்தகனும் சேந்தன் அமுதன் குடிசைக்குப் போனது உண்மைதான். நான் அங்கிருந்து புறப்பட்டபோது மதுராந்தகன் சிறிது நேரம் கழித்து வருவதாகச் சொன்னான். அதற்குப் பிறகு நான் அவனைப் பார்க்கவில்லை. மூன்று நாட்களாக நானும் அவனைத் தேடிக் கொண்டு தானிருக்கிறேன்!" என்றார்.

"தேவியார் கூறுவதை ஒப்புக் கொள்கிறேன். அப்படியானால், முதன்மந்திரிதான் இந்த மர்மத்தை விடுவிக்க வேண்டும்!" என்றார் காலாந்தகர்.

"எந்த மர்மத்தை?" என்று முதன்மந்திரி அநிருத்தர் கேட்டார்.

"தேவியின் புதல்வர் காணாமற்போன மர்மத்தைப் பற்றித்தான்!"

"தளபதி! இந்தக் கோட்டை முழுவதும் தாங்கள் நன்றாகத் தேடிப் பார்த்ததாகக் கூறியது உண்மைதானா?"

"ஆம், தங்கள் அரண்மனையைத் தவிர மற்ற எல்லா இடங்களையும் தேடித் துருவிப் பார்த்தாகிவிட்டது."

"என் அரண்மனையை மட்டும் விட்டு விட்ட காரணம் என்ன?"

"தாங்கள் சோழ சாம்ராஜ்யத்தின் முதன்மந்திரி என்கிற மரியாதை காரணமாகத்தான்!"

"ஆகா! அப்படியானால் தங்கள் கடமையைத் தாங்கள் சரியாகச் செய்யவில்லை என்று ஏற்படுகிறது. போனது போகட்டும்; சக்கரவர்த்தி! தங்களுடைய பெரிய அன்னையும் சோழ நாடு போற்றும் சிவபக்த சிரோமணியுமான மூத்த எம்பிராட்டியார் தமது புதல்வரைப் பற்றி என்னிடம் ஒன்றும் சொல்லவில்லை. நான் அவருடன் சூழ்ச்சி எதுவும் செய்யவில்லை. ஆனால் ஒன்று சொல்கிறேன்; தேவியாரின் திருவயிற்றில் உதித்த தேவர் என்னுடைய மாளிகையிலேதான் மூன்று நாளாக இருந்தார். இப்போது இந்த அறையின் வாசலிலே வந்து தங்களையும் அன்னையையும் தரிசிப்பதற்காகக் காத்திருக்கிறார்; அனுமதி கொடுத்தால், அழைத்து வருகிறேன்!"

இவ்வாறு முதன்மந்திரி கூறியதும் அங்கிருந்தவர்கள் ஒவ்வொருவரும் அடைந்த வியப்பைச் சொல்லி முடியாது. சக்கரவர்த்தி, "முதன்மந்திரி! இது என்ன வேடிக்கை! தேவியின் புதல்வரை அழைத்து வருவதற்கு அனுமதி கேட்பானேன்! சீக்கிரமே வரவழையுங்கள்!" என்றார்.

முதன்மந்திரி அநிருத்தர் வாசற்படியண்டை சென்று கை தட்டிவிட்டு மறுபடியும் உள்ளே வந்தார். அடுத்த கணம் சேந்தன் அமுதனை முன்னால் விட்டுக்கொண்டு ஆழ்வார்க்கடியான் நம்பி வந்தான்.

சின்னப் பழுவேட்டரையர் மிக்க ஆத்திரத்துடன், "முதன்மந்திரியின் பரிகாசத்துக்கு ஓர் எல்லை வேண்டாமா?" என்று கேட்டார்.

ஆனால் செம்பியன்மாதேவி இருகரங்களையும் நீட்டித் தம் திருமுகத்தில் அன்பும் ஆர்வமும் ததும்ப "மகனே!" என்று அழைத்ததும், தளபதிக்கு மனக் குழப்பம் உண்டாகி விட்டது.

சேந்தன் அமுதன், "தாயே! என்னை அழைக்க இப்போதேனும் தங்களுக்கு உள்ளம் உவந்ததோ? அது நான் செய்த தவத்தின் பயன்தான்!" என்று கண்களில் நீர் ததும்பச் சொல்லிக் கொண்டு செம்பியன்மாதேவியை நெருங்கினான். மதுராந்தக உத்தம சோழன் என்று சரித்திரத்தில் புகழ்பெற்ற சிவ பக்திச் செல்வனைத் திருவயிறு வாய்த்த தேவி அன்புடன் அணைத்துக் கொண்டு மெய்மறந்து ஆனந்தக் கண்ணீர் பொழிந்தார்.

❉ ❉ ❉ ❉

எழுபத்திரண்டாம் அத்தியாயம்

தியாகப் போட்டி

மழவர் குலத்தில் உதித்தவரும் சிவஞான கண்டராதித்த சோழரின் வாழ்க்கைத் துணைவியுமான செம்பியன்மாதேவியை, 'ஸ்ரீமதுராந்தகத் தேவரான உத்தம சோழ தேவரைத் திருவயிறு வாய்த்த உடைய பிராட்டியார்' என்று அவர் காலத்திய கல்வெட்டுக்கள் குறிப்பிடுகின்றன. சாதாரணமாகத் தாய்மார்கள் தம் குழந்தையைப் பத்து மாதம் வயிற்றில் வைத்துச் சுமந்தே பெறுவார்கள். சில தாய்மார்கள் வேறு பெண்மணிகளின் வயிற்றில் பிறந்த குழந்தைகளைத் தங்கள் குழந்தைகளைப் போலவே வளர்ப்பதும் உண்டு.

செம்பியன்மாதேவி வேறொரு பிள்ளையை வெகு காலமாகத் தம் பிள்ளையென வளர்த்து வந்த காரணத்தினால், அந்த உண்மையை அறிந்திருந்த ஒருவர் மேற்கண்டவாறு 'உத்தம சோழரைத் திருவயிறு வாய்த்தவர்' என்று கல்வெட்டிலே குறிப்பிட்டார் போலும்!

* * *

உத்தம சோழர் ஐந்து பிராயத்துச் சிறுவனாயிருந்த போதே செம்பியன்மாதேவி அவனையும், வாணி அம்மையையும் பார்க்கும்படி நேர்ந்தது. பல ஆண்டுகள் கழித்து வாணி அம்மையைச் சந்தித்ததும், அவளுடைய க்ஷேம லாபங்களைப் பற்றிச் செம்பியன்மாதேவி அன்புடன் விசாரித்தார். வாணியின் குழந்தை என்று எண்ணிய சேந்தன் அமுதனிடம் இயற்கையாகவே அம்மூதாட்டிக்கு அன்பு சுரந்தது. குழந்தையைப் பற்றி விசாரித்த போது வாணி அம்மையின் முகத்தில் திகைப்பும், அச்சமும் உண்டானதைக் கண்டார். முதலில், அதற்கு வேறு காரணங்கள் இருக்கக்கூடும் என்று எண்ணினார். வாணி பேசத் தெரியாதவளாய் இருந்தபடியால் திட்டமாக அவளிடமிருந்து ஒன்றும் அறிந்து கொள்ள முடியவில்லை. ஆயினும் வாணி அம்மை ஒரு காலத்தில் தமக்குச் செய்த உதவியைக் கருதியும், அவளுடைய குழந்தையிடம் ஏற்பட்ட பாசம் காரணமாகவும்; தாயும், பிள்ளையும் கவலையின்றி வாழ்க்கை நடத்துவதற்கு வேண்டிய உதவிகளைச் செய்தார். தஞ்சை நகருக்கு அருகில் குடியிருந்து, தளிக்குளத்தார் கோயிலுக்குப் புஷ்பக் கைங்கரியம் செய்து வருவதற்காக மானியங்களும் அளித்தார்.

சேந்தன் அமுதன் கல்வியிலும், ஒழுக்கத்திலும் சிவ பக்தியிலும் சிறந்து வளர்ந்து வந்தான். அன்னைக்கு உதவியாகப் புஷ்பத் திருப்பணி செய்வதிலும் மிக்க ஊக்கம் காட்டி வந்தான். இதைக் காணக் காணச் செம்பியன்மாதேவிக்கு அவனிடம் இயற்கையாகச் சுரந்த அன்பு வளர்ந்து வந்தது. ஒருநாள் அவருடைய மனத்தில் விசித்திரமான ஐயம் ஒன்று தோன்றியது. அது அவருக்கு ஒரே சமயத்தில் இன்பத்தையும் வேதனையையும், இனந்தெரியாத பீதியையும் உண்டாக்கியது. எத்தனையோ விதமாக அந்த ஐயத்தைப் போக்கிக் கொள்ள முயன்றும் இயலவில்லை. பிறந்து சில தினங்களில் இறந்துபோன தம் குழந்தையைப் பற்றிய நினைவு அடிக்கடி எழுந்த வண்ணமிருந்தபடியால் அவர் உள்ளம் அமைதி கொள்ளவில்லை.

கடைசியாக ஒருநாள் வாணி அம்மையிடம் தெளிவாகக் கேட்டுத் தெரிந்துகொள்வது என்று தீர்மானித்தார். வாணியைத் தனியாக அழைத்து வரும்படி செய்தார். இறந்துபோன தம் குழந்தையை வாணியிடம் கொடுத்து ஒருவரும் அறியாமல் புதைத்துவிட்டு வரச்சொன்னார் அல்லவா! அவ்வாறு புதைத்த இடத்தில் அதன் ஞாபகார்த்தமாகப் பள்ளிப்படைக் கோயில் ஒன்று எழுப்ப வேண்டும் என்று சொல்லி, புதைத்த இடத்தைச் சொல்லும்படிக் கேட்டார். இந்தப் பழைய நிகழ்ச்சிகளைப் பற்றிய ஞாபகமே அவருக்குத் துன்பம் அளித்தது. செவிடும் ஊமையுமான வாணியிடம் இதையெல்லாம் சமிக்ஞை பாஷையினால் கேட்க வேண்டியதாக இருந்தது. அது அவருக்கு மேலும் சொல்ல முடியாத வேதனையை அளித்தது.

அவருடைய கேள்விகளுக்கு விடை கூற வாணி மிகவும் தயங்கினாள். கடைசியாக, பேரரசியின் கட்டளையை மீற முடியாமல் உண்மையைச் சொல்லி விட்டாள். புதைப்பதற்காகத் தன்னிடம் கொடுக்கப்பட்ட குழந்தை உண்மையில் இறக்கவில்லை என்பதையும், அதைத் தனக்குக் கருத்திருமன் என்பவன் எடுத்துக் காட்டியதையும், பின்னர் அரசியிடம் திரும்பி வந்தால் என்ன நேரிடுமோ என்று அஞ்சிக் கருத்திருமனுடன் திருமறைக்காடு சென்றதையும், சில காலத்துக்கெல்லாம் கருத்திருமன் தன்னை விட்டுவிட்டுப் போய் விட்டபடியால், தான் திரும்பிப் பழையாறைக்கு வந்ததையும் விவரமாகக் கூறினாள்.

சேந்தன் அமுதன் உண்மையிலேயே தன் வயிற்றில் பத்து மாதம் சுமந்து பெற்ற பிள்ளைதான் என்பதை அறிந்ததும் செம்பியன்மாதேவி ஒரு புறத்தில் எல்லையற்ற ஆனந்தம் அடைந்தார். அவர் உடம்பெல்லாம் சிலிர்த்துப் பூரித்தது. கண்களிலிருந்து தாரை தாரையாகக் கண்ணீர் பொழிந்தது. "மகனே!" என்று கூவிச் சேந்தன் அமுதனைக் கட்டித் தழுவிக் கொள்ள வேண்டும் என்ற ஆர்வம் எழுந்தது. ஆயினும், அந்த ஆர்வத்தைக் கட்டுப்படுத்திக் கொண்டார். அந்த உண்மை வெளியானால், அதிலிருந்து ஏற்படக் கூடிய குழப்பங்களை எண்ணி ஒரு புறம் பீதி கொண்டார். "உலகில் பிறக்கும் எல்லாக் குழந்தைகளும் இறைவனுடைய குழந்தைகளே" என்று கருதக்கூடிய உயர் ஞான பரிபக்குவத்தை அவருடைய உள்ளம் அடைந்திருந்தபடியால், பெற்ற பிள்ளையிடம் தாய்க்கு ஏற்படக்கூடிய பாசத்தைக் கட்டுப்படுத்திக் கொள்ள அவரால் முடிந்தது. "அரண்மனையில் வளர்ந்தால் என்ன? குடிசையில் வளர்ந்தால் என்ன? இந்த நிலையில்லா மனித வாழ்வின் சுக போகங்கள் எல்லாம் வெறும் மாயை அல்லவா? உலக வாழ்வை நீத்த பிறகு அடைய வேண்டிய கதி அல்லவோ முக்கியமானது? என் பதி அரச போகங்களை வெறுத்துச் சிவபெருமானுடைய இணையடி நிழலில் திளைத்து வாழ்க்கை நடத்தியபடியால் அவருக்குப் பிறந்த பிள்ளை இவ்விதம் குடிசையில் வாழ்ந்து இறைவனுக்குத் தொண்டு செய்யும் பேறு பெற்றான் போலும்!" என்றெல்லாம் அடிக்கடி எண்ணி மனத்தை உறுதிப்படுத்திக் கொண்டார்.

ஆயினும், சேந்தன் அமுதன் தமது வயிற்றில் பிறந்த மகன் என்று அறிந்ததினால், தாம் வளர்த்த குமாரனாகிய மதுராந்தகனைச் சோழ சிங்காதனத்தில் ஏற்றி வைக்கக்கூடாது என்ற எண்ணம் அவர் உள்ளத்தில் வலுப்பட்டது. முன்னமேயே கண்டராதித்தரிடம் தாம் செய்த குற்றத்தை அவர் ஒப்புக் கொண்டு மன்னிப்பும் பெற்றிருந்தார். "உன் வயிற்றில் பிறந்த குழந்தையானால் என்ன? அனாதைப் பெண்மணிக்குப் பிறந்த குழந்தையாய் இருந்தால் என்ன? இறைவனுடைய திருக்கண்ணோட்டத்தில் இருவரும் சமமானவர்கள்தான். ஆகையால் மதுராந்தகனை உன் மகனைப் போலவே வளர்த்து வா! ஆனால் சோழ சிங்காதனத்தில் அவன் ஏற வேண்டும் என்று ஆசைப்படாதே! அதற்கு இணங்கவும் இணங்காதே! அது நான் பிறந்த சோழ குலத்துக்குத் துரோகம் செய்ததாகும். அப்படிப்பட்ட நிலைமை ஏற்படுவதாயிருந்தால் நீ உண்மையை ஒப்புக் கொள்வதற்கும் தயங்காதே! என்று கண்டராதித்தர் தேவியிடம் சொல்லி அவ்வாறு வாக்குறுதியும் பெற்றிருந்தார். அந்த வாக்குறுதியை எப்படியும் நிறைவேற்றி வைக்கப் பெரிய பிராட்டி செம்பியன்மாதேவி நிச்சயித்திருந்தார்.

ஆனால் தங்களுடைய சொந்தக் குமாரன் வாணி அம்மையின் மகனாகக் குடிசையில் வளர்ந்து வருவதை அறியாமலேயே அந்த மகான் சிவபதம் அடைந்து விட்டார். இது தெரிந்திருந்தால், அவர் என்ன செய்திருப்பார்? சேந்தன் அமுதன் விஷயத்தில் எவ்வாறு நடந்து கொள்ள வேண்டும் என்று கட்டளையிட்டிருப்பார்! இதைக் குறித்து செம்பியன்மாதேவி எவ்வளவோ முறை சிந்தனை செய்தார். "இறைவனுடைய சித்தத்தினால் இவ்விதம் நேர்ந்து விட்டது. ஊமையின் மகன் அரண்மனையில் வளரவேண்டும் என்பதும் பேரரசரின் மகன் குடிசையில் வளர வேண்டும் என்பதும் இறைவனுடைய திருவுள்ளம், அதில் நாம் குறுக்கிடக்கூடாது. அதை மாற்ற முயல்வதால் பல குழப்பங்கள் விளையும். தம் வளர்ப்புக் குமாரனின் மனம் அதனால் பெரிதும் புண்படும். அத்தகைய பாவத்தைச் செய்யக்கூடாது!" என்று முடிவாகத் தீர்மானித்துக் கொண்டார்.

இறைவனுடைய திருவருளில் அவர் கொண்டிருந்த இணையில்லாத நம்பிக்கையின் துணையினாலேயே தான் மேற்கூறிய தீர்மானத்தை அவர் காரியத்தில் நிறைவேற்றுவதும் சாத்தியமாயிற்று.

ஆயினும் அடிக்கடி சேந்தன் அமுதனைப்பற்றி அவரால் நினைக்காமல் இருக்க முடியவில்லை. அவனுடைய நினைவு வரும்போதெல்லாம் இயற்கையான தாய்ப் பாசம் அவருடைய உள்ளத்தில் பொங்கிப் பெருகாமலும் இருப்பதில்லை. இந்தப் போராட்டமானது அவருடைய இதய ஆழத்திலே பல ஆண்டு காலமாக நிகழ்ந்து கொண்டிருந்தது.

நெடுங்காலமாக அணைபோட்டுத் தடுத்து வைக்கப்பட்டிருந்த வெள்ளம் திடீரென்று ஒருநாள் அணையை உடைத்துக் கொண்டு கிளம்புவது உண்டு அல்லவா? அப்போது வெள்ளம் எவ்வளவு சக்தியுடனும், வேகத்துடனும் பாய்ந்து செல்லும் என்பதைப் பலர் பார்த்தும் அனுபவித்துமிருப்பார்கள். செம்பியன்மாதேவியின் உள்ளத்தில் அணைபோட்டுத் தடுத்து வைக்கப்பட்டிருந்த தாய்ப் பாசமாகிய உணர்ச்சி வெள்ளமும் இப்பொழுது கரையை உடைத்துக் கொண்டு பாய்ந்தது.

முதன்மந்திரி அநிருத்தர் **"தேவியின் திரு வயிற்றில் உதித்த தேவர்"** என்று குறிப்பிட்டது தான் அவ்வாறு செம்பியன்மாதேவி உள்ளத்தின் அணை உடைவதற்குக் காரணமாயிற்று. அந்த வார்த்தைகளை அநிருத்தர் கூறியவுடன் செம்பியன்மாதேவி பத்து மாத காலம் குழந்தையைத் தம் வயிற்றில் வைத்து வளர்த்த அனுபவம் அவ்வளவையும் ஒரு வினாடிப் பொழுதில் மறுபடியும் அனுபவித்தார். தம்மை மறந்து, தாம் செய்து கொண்டிருந்த சங்கல்பத்தை மறந்து, சேந்தன் அமுதனை "என் மகனே!" என்று அழைக்கவும், அவனைத் தழுவிக் கொண்டு கண்ணீர் வெள்ளம் பெருக்கவும் நேர்ந்தது.

இவ்விதம் செம்பியன்மாதேவி உணர்ச்சிப் பெருக்கினால் மெய்மறந்த நிலையில் இருந்தபோதிலும், அமுதன் கூறிய வார்த்தைகள் அவருடைய மனத்தில் நன்கு பதிந்திருந்தன. "தாயே! என்னை 'மகனே!' என்று அழைக்க இப்போதேனும் தங்களுக்கு உள்ளம் உவந்ததோ?" என்று கூறினான் அல்லவா? அவ்வார்த்தைகளின் கருத்து என்ன? அமுதனுக்கு அவனைப் பெற்ற அன்னை யார் என்பது முன்னமேயே தெரியுமா? தெரிந்தும் இத்தனை காலம் அதை வெளிக்காட்டிக் கொள்ளாமல் இருந்தானா?

சற்று நேரம் வார்த்தை சொல்ல முடியாத பரவச நிலையில் இருந்த பிறகு, செம்பியன்மாதேவி தம் மனத்தைத் திடப்படுத்திக் கொண்டு, "மகனே! உனக்கு முன்னமே தெரியுமா, நான் உன்னைப் பத்து மாதம் சுமந்து பெற்ற பாவி என்று? தெரிந்து என் பேரில் கோபம் கொண்டிருந்தாயா? அதனால் என்னிடம் அதைப்பற்றிக் கேளாமல் இருந்தாயா?" என்று தழுதழுத்த குரலில் கூறினார்.

அப்போது சேந்தன் அமுதன் கடல் மடை திறந்தது போல் பின்வருமாறு உணர்ச்சி நிறைந்த வார்த்தைகளைப் பொழிந்து தள்ளினான் :

"தாயே! நான் தங்கள் வயிற்றில் பிறந்த பாக்கியசாலி என்பதைச் சில காலமாக அறிந்திருந்தேன். உலகம் போற்றும் புண்ணியவதியாகிய தாங்கள் ஒருநாள் என்னை 'மகனே!' என்று அழைக்கவேண்டும் என்று தவம் செய்து கொண்டிருந்தேன். தங்களுடைய மகன் என்ற சொல்லுக்குத் தகுதியாவதற்குப் பிரயத்தனம் செய்து வந்தேன். அல்லும் பகலும் சிவபெருமானுடைய திருவடிகளைத் தியானித்துக் கொண்டிருந்தேன். தாங்களே என்னை அழைக்காவிட்டாலும் நானே தங்களிடம் வருவதாகத்தானிருந்தேன். ஆனால் இந்த ராஜ்யத்தின் உரிமை விஷயம் தீரட்டும் என்று காத்திருந்தேன். தங்களை 'அன்னை' என்று அழைக்கும் உரிமையைத்தான் நான் வேண்டினேன். ராஜ்யத்துக்கு உரியவர் யார் என்று நிச்சயமான பிறகு தங்களிடம் வந்து 'தாய்' உரிமை கோர விரும்பினேன். அம்மணி! தங்களுடைய மனங்கோணாமல் நடப்பதற்காக என் உள்ளத்தைக் கொள்ளை கொண்ட பூங்குழலியைத் தியாகம் செய்யவும் சித்தமாயிருந்தேன். நல்லவேளையாக அவளும் தன்னுடைய மனத்தை மாற்றிக் கொண்டாள். தாயே! மூன்று நாளைக்கு முன்பு என் உயிருக்குப் பெரும் அபாயம் வந்தது. தங்களிடம் நானும் பூங்குழலியும் வணங்கி ஆசி பெற்றுக் கொண்ட சிறிது நேரத்துக்கெல்லாம் அந்த அபாயம் வந்தது. அந்த அபாயத்திலிருந்து உத்தம நண்பன் ஒருவன் என்னைக் காப்பாற்றினான். அதைப் பற்றி நான்

அப்போது அவ்வளவு மகிழ்ச்சி அடையவில்லை. அவனிடம் அவ்வளவாக நன்றி செலுத்தவும் இல்லை. இப்போது அவனுக்கு நான் எவ்வளவு நன்றிக்கடன் பட்டவன் என்பதை உணர்கிறேன். தாங்கள் என்னை 'மகனே' என்று தங்கள் திருவாயினால் அழைத்தீர்கள் அல்லவா? இந்த நாளைக் காண நான் உயிரோடு இருந்தேன் அல்லவா? இதுவே போதும்! நான் பாக்கியசாலி ஆகிவிட்டேன். இனி ஒன்றும் எனக்கு வேண்டாம். இங்கு இப்போது நடந்தது இங்கு உள்ளவர்களுக்கு மட்டும் தெரிந்திருக்கட்டும்; வேறு யாருக்கும் தெரிய வேண்டாம். ராஜ்யத்தில் மேலும் குழப்பம் விளைய வேண்டாம்! கோடிக்கரைக்கு உடனே புறப்பட்டுப் போவதற்கு எனக்கும் பூங்குழலிக்கும் விடை கொடுத்து அனுப்புங்கள்!"

இந்த வார்த்தைகள் பெரிய பிராட்டி செம்பியன் மாதேவியின் உள்ளத்தில் உண்டாக்கிய உணர்ச்சிப் புயலைச் சொற்களினால் விவரிக்க முடியாது. விம்மலும், கண்ணீரும் கலந்த மெல்லிய குரலில், "குழந்தாய்! நீயே என் உத்தமப் புதல்வன்! நீயே தெய்வாம்சம் பொருந்திய, என் கணவரின் உத்தம குமாரன்!" என்று கூறினார்.

இவ்வளவு நேரமும் சுந்தர சோழர், சின்னப் பழுவேட்டரையர், இளையபிராட்டி குந்தவைதேவி ஆகியவர்கள் பிரமித்துப் போயிருந்தார்கள். அங்கே வெளியான ரகசியமும், அதனால் விளையக்கூடிய பலாபலன்களும் அவர்களுடைய உள்ளங்களில் பெரும் கொந்தளிப்பை உண்டாக்கின.

அவர்களில் குந்தவைதான் முதலில் பேசும் சக்தி பெற்றாள். "தந்தையே! பெரிய பிராட்டியார் மதுராந்தகருக்குப் பட்டம் கட்டக் கூடாது என்று பிடிவாதம் பிடித்ததின் காரணம் இப்போது தான் தெரிகிறது!"

சுந்தர சோழரும், அப்போது பிரமிப்பும் திகைப்பும் நீங்கி, "ஆமாம், குமாரி! ஆனால் அந்தக் காரணம் இப்போது நீங்கி விட்டது. என் பெரிய அன்னையின் திருவயிற்றில் உதித்த உத்தமப் புதல்வனுக்கு முடிசூட்டுவதில் இனிமேல் அவருக்கு ஆட்சேபம் இருக்க முடியாது அல்லவா?" என்றார்.

செம்பியன்மாதேவி சிறிது பரபரப்புடன் சுந்தர சோழரைப் பார்த்து, "சக்கரவர்த்தி! என் குமாரன் சற்று முன் கூறிய வார்த்தைகளைக் கேட்கவில்லையா? இந்தச் செய்தி இங்கே உள்ளவர்களைத் தவிர வேறு யாருக்கும் தெரியவே வேண்டாம்! என் மகன் ராஜ்ய உரிமை கோரவில்லை. அதைத் தங்கள் முன்னால் அவன் வாயினாலேயே தெரிவித்துவிட்டானே!" என்றார்.

"ஆம் பிரபு! இந்தச் சோழ ராஜ்யத்தில் ஏற்கெனவே உள்ள சிக்கல்கள் போதும்! என்னால் வேறு புதிய சிக்கல் உண்டாக வேண்டாம். எனக்கு விடை கொடுங்கள்! என்னையும் என்னை மணந்து கொள்ள உவந்த பூங்குழலியையும் ஆசீர்வதித்து அனுப்புங்கள்!... பூங்குழலி! இங்கே வா!" என்றான் அமுதன்.

வாசற்படியின் அருகில் நின்று கொண்டிருந்த பூங்குழலி உள்ளே வந்தாள். சேந்தன் அமுதனும், பூங்குழலியும் முதலில் செம்பியன்மாதேவிக்கு நமஸ்காரம் செய்தார்கள்; பின்னர், சக்கரவர்த்தியை வணங்கினார்கள். எழுந்து நின்றதும் சேந்தன் அமுதன், "பிரபு! நாங்கள் உடனே கோடிக்கரை போக விடை கொடுங்கள்! தாயே! விடை கொடுங்கள்!" என்றான்.

செம்பியன்மாதேவி சக்கரவர்த்தியைப் பார்த்து, "ஆம் ஐயா! இவர்களுக்கு விடை கொடுத்து அனுப்புவோம். எனக்கு விருப்பமானபோது நான் கோடிக்கரை சென்று இவர்களைப் பார்த்துக் கொள்கிறேன்!" என்றார்.

சுந்தர சோழர், "அது ஒருநாளும் இயலாத காரியம். நான் விடை கொடுக்கமாட்டேன்!" என்றார்.

முதன்மந்திரி குறுக்கிட்டு, "சக்கரவர்த்தி! எதுவும் இப்போது தீர்மானம் செய்ய வேண்டாம். இன்னும் சில தினங்கள் இவர்கள் என் இல்லத்திலேயே இருக்கட்டும். பெரிய பிராட்டியின் மகன் கிடைத்து விட்டார். ஆனால் சின்னப் பழுவேட்டரையரின் மருகர் கிடைக்கவில்லை. அவரைப் பற்றிய செய்தி வரும் வரையில் இவர்கள் இங்கு இருக்கட்டும். அது வரை இங்குள்ளவர்களைத் தவிர வேறு யாருக்கும் இந்த ரகசியம் தெரிய வேண்டாம்!" என்றார்.

"அருள்மொழியிடமாவது அவசியம் சொல்லித்தான் ஆக வேண்டும்!" என்றாள் இளைய பிராட்டி குந்தவை தேவி.

"வேண்டாம், வேண்டாம்! அது மட்டும் செய்ய வேண்டாம்" என்று கேட்டுக் கொண்டான் சேந்தன் அமுதன்.

கடைசியாகச் சக்கரவர்த்தி, "தேவி! எது எப்படியானாலும் ஆகட்டும். இத்தனை தினங்கள் கழித்து இன்றைக்குத் தங்கள் திருவயிற்றில் உதித்த மகன் உங்களிடம் வந்திருக்கிறான். உங்களை உடனே பிரிப்பதற்கு நான் சம்மதிக்க மாட்டேன். சில தினங்களாவது இங்கே நீங்கள் சேர்ந்திருங்கள். என் அரண்மனையிலோ, முதன்மந்திரியின் மாளிகையிலோ தங்கியிருங்கள். ராஜ்ய உரிமையைப் பற்றி முடிவான தீர்மானம் ஆன பிறகு இவர்களைக் கோடிக்கரை அனுப்புவது பற்றி யோசிக்கலாம். அது வரையில் இங்குள்ளவர்களைத் தவிர வேறு யாருக்கும் இச்செய்தி தெரியவேண்டாம்!" என்றார்.

❖ ❖ ❖ ❖

எழுபத்துமூன்றாம் அத்தியாயம்

வானதியின் திருட்டுத்தனம்

அருள்மொழிவர்மரின் மனம் பெரிதும் கலக்கம் அடைந்திருந்தது. ராஜ்ய உரிமை சம்பந்தமாகச் சோழ நாட்டில் எழுந்த கொந்தளிப்பின் வேகம் நாளுக்கு நாள் அதிகமாகிக் கொண்டிருந்ததே அதற்கு முக்கிய காரணமாகும். அவர் மக்களை அமைதிப்படுத்துவதற்காகப் போன இடங்களிலெல்லாம் மக்களின் ஆவேசந்தான் அதிகமாயிற்று. "பொன்னியின் செல்வரே எங்கள் மன்னர்!" "அருள்மொழிவர்மரே திருமுடி சூடவேண்டும்!" என்பவை போன்ற கோஷங்கள் எங்கெங்கும் எழுந்து நாலாபுறமும் முழங்கி எதிரொலி செய்தன.

இவற்றுடன் போட்டியிட்டுக் கொண்டு, "பழங்குடி மக்களான பழுவேட்டரையர்கள் வாழ்க!" "கொடுங்கோலரான கொடும்பாளூர் வேளார் வீழ்க!" என்பவை போன்ற கோஷங்களும் சிற்சில இடங்களில் கேட்கும். அத்தகைய இடங்களில் அதிக பலம் தேடலாம் என்று இளவரசர் நெருங்கிச் சென்றால், உடனே அங்குள்ளவர்களும், "பொன்னியின் செல்வர் வாழ்க!" என்று முழங்கத் தொடங்கினார்கள்.

ஏன்? கோட்டைக் காவலுக்காக மாற்றி நியமிக்கப்பட்டிருந்த பழுவூர் வீரர்கள் கூடப் பொன்னியின் செல்வரைக் கண்டதும் தங்கள் பழைய கோஷங்களைக் கைவிட்டு, "அருள்மொழிவர்மரே திருமுடி புனையவேண்டும்!" "ஈழங்கொண்ட வீராதி வீரர், பொன்னியின் செல்வர் நீடூழி வாழ வேண்டும்!" என்று முழங்கலானார்கள்.

இவ்வாறு தம்முடைய முயற்சி பொது மக்களிடையிலும் போர் வீரர்களிடத்திலும் வெற்றி பெறாமல் போனது மட்டுமன்றி, தம் கருத்துக்கு மாறான சூழ்நிலை பலப்பட்டு வருவதைக் கண்டு பொன்னியின் செல்வர் சங்கடம் அடைந்தார். சில தினங்களாக மதுராந்தகத்தேவர் காணப்படாமல் இருந்தது வேறு அவருடைய கவலையை அதிகமாக்கிற்று. இதன் பொருட்டுச் சின்னப் பழுவேட்டரையர் கொடும்பாளூர் வேளார் மீது குற்றம் கூறிக் கொண்டிருந்தது அவருக்குத் தெரிந்திருந்தது. அதற்குக் காரணம் இல்லையென்று சொல்ல முடியாது. அருள்மொழிவர்மருக்கே அதைப் பற்றிச் சிறிது சந்தேகம் இல்லாமற் போகவில்லை. தமக்குப் பட்டம் சூட்டிவிட வேண்டும் என்று கொடும்பாளூர் வேளார், திருக்கோவலூர் மலையமான் ஆகியவர்கள் உறுதி கொண்டிருந்தார்கள். அவர்களுடன் முதன்மந்திரி அநிருத்தரும் கலந்து சதி செய்வது போலத் தோன்றியது. இவர்கள் எல்லோரும் சேர்ந்து தான் மதுராந்தகத்தேவரை எங்கேனும் மறைத்து வைத்து விட்டார்களோ, என்னமோ? அல்லது ஒருவேளை மதுராந்தகத்தேவரின் உயிருக்கே அபாயம் விளைவித்து விட்டார்களோ?

அவருடைய அருமைத் தமையனாரான ஆதித்த கரிகாலரின் மரணத்துக்குப் பழுவேட்டரையர்களும், சம்புவரையர்களுமே பொறுப்பாளிகள் என்று வேளாரும், மலையமானும் கருதினார்கள். அதற்குப் பழிக்குப் பழிவாங்குவதாக எண்ணிக் கொண்டு மதுராந்தகருக்கு ஏதேனும் தீங்கு செய்துவிட்டார்களோ? ஆகா! இவர்களுக்கு என்ன? யோசனையின்றி ஏதோ செய்து விடுகிறார்கள். கடைசியாகப் பழி எல்லாம் தம் தலையில் அல்லவோ சார்ந்து விடும்? இன்றைக்கு சோழ நாட்டு மக்கள் இவர் பெயரைக் கூறி வாழ்த்துகிறார்கள். இவரைச் சிங்காதனம் ஏற வேண்டும் என்று வற்புறுத்துகிறார்கள். பொது ஜனங்களின் மனம் இப்படியே என்றுமிருக்குமா? மக்களின் உள்ளம் அடிக்கடி சலிக்கும் இயல்புடையதல்லவா? இதே ஜனங்கள் நாளைக்கு இவர் பேரிலேயே பழி கூறினாலும் கூறுவார்கள். சிங்காதனம் ஏறுவதற்காகச் சித்தப்பன் மதுராந்தகனைக் கொலை செய்வித்த பாதகன் என்று சொன்னாலும் சொல்வார்கள். ஏன்? கடம்பூர் மாளிகையில் ஆதித்த கரிகாலர் இறந்ததற்குக் கூடத் தம் பேரில் பழி சுமத்தினாலும் சுமத்துவார்கள். தெய்வமே! இத்தகைய பயங்கரமான பழிகளைச் சுமப்பதற்காகவா என்னைக் காவேரியில் முழுகிச் சாகாமல் மந்தாகினி தேவி காப்பாற்றினாள்? இன்று தெய்வமாகியிருக்கும் அந்தப் பெண்ணரசிதான் இந்த இக்கட்டான நிலையிலிருந்து என்னைக் காப்பாற்ற வேண்டும். வாழ்க்கையில் ஒருவன் அடையக்கூடிய அபகீர்த்திகளில் மிகக் கொடிய அபகீர்த்தி என்னைச் சாராமல் தடுத்து அருள் புரிய வேண்டும்.

ஈழநாட்டு ராஜ வம்சத்தில் நெருங்கிய உறவினர் ஒருவரையொருவர் கொன்று விட்டுச் சிங்காதனம் ஏறிய வரலாறுகள் அருள்மொழிவர்மரின் உள்ளத்தில் பதிந்திருந்தன. ஆகையால் அம்மாதிரியான இழிவைத் தரும் அபகீர்த்தி தன்னையும் அடையலாம் என்ற எண்ணமே அவருக்குச் சகிக்க முடியாத வேதனையை உண்டாக்கிற்று.

யாரிடமாவது தம் அந்தரங்கத்தைச் சொல்லி யோசனை கேட்கலாம் என்றால், அதற்கும் தகுதியுள்ளவராக யாரும் தென்படவில்லை. அவரைச் சுற்றியுள்ளவர்கள் அனைவருமே அவருக்கு விரோதமாகச் சதி செய்கிறார்கள் என்று தோன்றியது. அவர்களில் சிலர் உண்மையாகவே அவரிடம் விரோத பாவம் கொண்டிருந்தார்கள். மற்றும் சிலர் அவருக்கு நன்மை செய்வதாக எண்ணிக் கொண்டு பயங்கரமான பழியை அவர் தலையில் சுமத்திவிடுவதற்குப் பிரயத்தனம் செய்து கொண்டிருந்தார்கள்.

இந்த நிலைமையில் யாரை நம்புவது, தம் அந்தரங்கத்தை யாரிடம் வெளியிட்டு ஆலோசனை கேட்பது என்று அவரால் நிர்ணயம் செய்யமுடியவில்லை.

ஏன்? அவரிடம் இணையில்லா அன்பு கொண்டவரும் அவருடைய பக்திக்கு உரியவருமான தமக்கை குந்தவைப் பிராட்டியிடங்கூட அவருக்கு நம்பிக்கை குன்றிவிட்டது. அவரும் தனக்குத் தெரியாமல் ஏதோ காரியம் செய்து கொண்டிருப்பதாகத் தோன்றியது. ஏன்! அவருடைய உயிருக்கு உயிரான வானதிகூட அல்லவா அவருக்குத் தெரியாமல் எதையோ மறைத்து வைக்கப் பார்க்கிறாள்? திருட்டுத்தனமாக எங்கேயோ போய்விட்டு மர்மமான முகபாவத்துடன் திரும்பி வருகிறாள்?....

வேறு எதைப் பொறுத்தாலும் பொறுக்கலாம், வானதியின் மர்மமான நடத்தையை இனிப் பொறுக்க முடியாது; என்று அருள்மொழிவர்மர் தீர்மானித்தார். வானதி சுற்று முற்றும் பார்த்துக் கொண்டு எங்கேயோ தனியாகப் புறப்பட்டுப் போவதை அவர் கவனித்தார். உடனே அவளை அறியாமல் பின்தொடர்ந்து செல்லலானார்.

அரண்மனையின் மேல் மாடங்களின் தாழ்வாரங்களின் வழியாகச் சென்று, பின்னர்க் கீழ் மாடங்களில் இறங்கிச் சென்று, இருபுறமும் நெடிய சுவர்கள் அமைந்த ரகசியப் பாதை வழியாக வானதி மேலும் மேலும் சென்றாள். மதுராந்தகரை ரகசியமாகச் சிறைப்படுத்தி வைத்திருக்கும் இடத்துக்குத்தான் அவள் போகிறாள் என்று கருதி அருள்மொழிவர்மர் மிக்க ஆர்வத்துடனும், ஆத்திரத்துடனும் அவளைப் பின்தொடர்ந்து சென்றார்.

கடைசியாக, வானதி மற்றொரு பெரிய அரண்மனைப் பகுதியை அடைந்து அங்கு ஓர் அறைக்குள் பிரவேசித்துக் கதவைச் சாத்த முயன்றாள். அப்போது அருள்மொழிவர்மர் பாய்ந்து சென்று வானதியால் கதவைச் சாத்த முடியாமல் ஒரு காலை அறைக்குள்ளே வைத்தார்.

கதவைச் சாத்த முயன்ற அவளுடைய கரத்தை இறுக்கிப் பிடித்துக்கொண்டு, "வானதி! உன் திருட்டுத்தனம் என்னிடம் பலிக்காது! இந்த அறையில் நீங்கள் ஒளித்து வைத்திருப்பது யார்?" என்று கோபமாக வினவினார்.

வானதியோ புன்னகை மலர்ந்த முகத்துடன், "ஐயா, உண்மையில் என் திருட்டுத்தனம் பலித்துவிட்டது! நான் அழைத்திருந்தால் தாங்கள் வந்திருக்க மாட்டீர்கள். உள்ளே வந்து இங்கு இருப்பது யார் என்று நீங்களே பார்த்துக் கொள்ளுங்கள்!" என்றாள்.

மதுராந்தகத்தேவரை எதிர்பார்த்துச் சென்ற அருள்மொழிவர்மர், அங்கே வல்லவரையன் வந்தியத்தேவன் கட்டிலில் படுத்திருப்பது கண்டு வியப்பும், உவப்பும் அடைந்தார்.

அவரைப் பார்த்த வந்தியத்தேவன் படுக்கையில் நிமிர்ந்து உட்கார்ந்து, "ஐயா! வாருங்கள்! இரண்டு நாளாகத் தங்களை எதிர்பார்த்துக் கொண்டிருக்கிறேன். இந்தப் பெண்களின் சிறையிலிருந்து என்னை எப்படியாவது விடுதலை செய்யுங்கள்!" என்றான்.

பொன்னியின் செல்வர் விரைந்து சென்று வந்தியத்தேவன் அருகில் அமர்ந்து, "நண்பா! இது என்ன? இங்கு எப்படி வந்தாய்? பாதாளச் சிறையிலிருந்து தப்பியவன் இந்தப் பெண்களின் சிறையில் எப்படி அகப்பட்டுக் கொண்டாய்? இத்தனை நேரம் நீ ஈழத்தில் இருப்பாய் என்று அல்லவோ நினைத்தேன்? இன்னும் சில நாளைக் கெல்லாம் நானும் அங்கு வந்து உன்னுடனே சேர்ந்து கொள்ளலாம் என்று எண்ணியிருந்தேன்!" என்றார்.

"ஆம் இளவரசே! இவ்வளவு நேரம் நான் ஈழ நாட்டில் இருக்க வேண்டியவன்தான்! அங்கே பாண்டிய வம்சத்தாரின் மணிமுடியையும், அவர்களுக்கு இந்திரன் தந்த ரத்தின ஹாரத்தையும் தேடிக் கொண்டிருக்க வேண்டியவன். சைவப் பைத்தியமான சேந்தன் அமுதனை வைத்தியர் மகன் கொல்லாமல் தடுக்க முயன்று இந்தத் துர்க்கதிக்கு உள்ளானேன். பினாகபாணியின் ஈட்டி என் மேல் பாய்ந்ததும் நினைவிழந்து விழுந்தேன். கண்விழித்துப் பார்த்ததும் இங்கே இருக்கக் கண்டேன். இந்தப் பெண்மணிகளின் சிறைக்கு எப்படி வந்து சேர்ந்தேன் என்பது தெரியாது. கருணைகூர்ந்து நான் இங்கிருந்து தப்பிச் செல்வதற்கு உதவ வேண்டும். இல்லாவிட்டால், தங்கள் அருமைச் சகோதரரும், என் அருமைத் தலைவருமான ஆதித்த கரிகாலரைக் கொன்றதாக என் பேரில் வீண் பழியைச் சுமத்தி விடுவார்கள்!" என்றான் வந்தியத்தேவன்.

வானதி குறுக்கிட்டு, "ஐயா! இவர் கூறுவது தவறு. இவர் தப்பி ஓடிப்போனால்தான் அத்தகைய பழி இவர் மீது ஏற்படும். உண்மை வெளியாகும் வரையில் இவர் இங்கேயே ரகசியமாக இருக்க வேண்டும் என்பது தங்கள் திருத்தமக்கையின் விருப்பம்" என்றாள்.

"இவள் கூறுவதிலும் உண்மை இருக்கிறது; நீ தப்பி ஓட முயன்றால்தான் அந்தப் பழி உனக்கு ஏற்படும்; என்னையும் அது பீடிக்கலாம். அதைக் காட்டிலும் உண்மையில் நடந்ததை உலகம் அறிய நிரூபிப்பதுதான் நல்லது. முதலில், என்னிடம் சொல்லு! கடம்பூரில் நடந்ததையெல்லாம் விவரமாகச் சொல்லு!" என்றார் பொன்னியின் செல்வர்.

வந்தியத்தேவனும் தான் அறிந்தபடி நடந்ததையெல்லாம் கூறினான்.

எல்லாவற்றையும் கேட்ட பின்னரும், ஆதித்த கரிகாலரின் மரணம் நேர்ந்தது எப்படி என்பதை இளவரசரால் நிர்ணயிக்க முடியவில்லை.

❋ ❋ ❋ ❋

எழுபத்துநான்காம் அத்தியாயம்

"நானே முடிசூடுவேன்!"

வந்தியத்தேவன் கடைசியாகக் கூறினான்; "இளவரசே! ஒரே ஒரு மனிதர் மனது வைத்தால் உண்மையில் என்ன நடந்தது என்பதைச் சொல்லி என்னைக் குற்றமற்றவன் ஆக்கலாம். அந்த ஒருவர் பெரிய பழுவேட்டரையர் தான். கடம்பூர் மாளிகையில் யாழ்க் களஞ்சியத்தில் ஒளிந்திருந்த என்னைத் திடீரென்று கழுத்தைப் பிடித்து இறுக்கிக் கீழே தள்ளி மூர்ச்சை அடைந்து விழச் செய்தவர் அந்த வீரப் பெருமகனாராகவே இருக்க வேண்டும் என்று ஊகிக்கிறேன். வேறு யாரும் அங்கு அச்சமயம் வந்திருக்க முடியாது. நந்தினிதேவி பேரில் சந்தேகங் கொண்ட அந்தக் கிழவர்தான் அவ்வாறு காளாமுகச் சைவராக உருக்கொண்டு மறைவிடத்திலிருந்து அங்கு என்ன நடக்கிறது என்று பார்ப்பதற்காக வந்திருக்க வேண்டும். காளாமுகச் சைவக் கூட்டத்தைச் சேர்ந்த இடும்பன்காரி அவருக்கு ரகசிய வழியில் வருவதற்கு உதவி செய்திருப்பான். ஆனால் அந்த மாபெரும் வீரருக்கு என்னை முதன் முதல் பார்த்தபோதே என்மீது வெறுப்பு உண்டாகிவிட்டது. அந்த வெறுப்பு பிறகு நாளுக்குநாள் அதிகமாகியே வந்தது. அவர் என் உயிரைக் காப்பாற்றுவதற்காக முன் வந்து அங்கு உண்மையில் நடந்ததைச் சொல்லப் போவதில்லை. நான் இந்தப் பயங்கரமான பழி பூண்டு இறந்தால் அவருக்கு ஒருவேளை சந்தோஷமாகவே இருக்கும். ஆகையால், இளவரசே! எனக்குத் தப்பிச் செல்வதற்கு அனுமதி கொடுங்கள்! முடிந்தால் நான் ஈழ நாடு சென்று அங்கே பாண்டிய குலத்து மணிமுடியையும், ரத்தின ஹாரத்தையும், தேடிக் கண்டுபிடிப்பேன். அல்லது இங்கேயே உங்கள் கை வாளால் என்னைக் கொன்றுவிடுங்கள். என்னிடம் அளவிலாத அன்பு வைத்திருந்த தங்கள் தமையனாரைக் கொன்ற பழியைச் சுமந்து நாற்சந்தியில் கழுவில் ஏற்றப்படும் கதிக்கு என்னை ஆளாக்காதீர்கள்! அதைக் காட்டிலும் தங்கள் கை வாளினால் இறப்பது எனக்கு எவ்வளவோ ஆறுதல் அளிக்கும்! அல்லது இந்தக் கொடும்பாளூர்க் கோமகளின் கையினால் நஞ்சுண்டு இறந்தாலும் பாதகமில்லை. இவரும் தங்கள் திருத்தமக்கையுமே இந்த அனாதையின் பேரில் கருணை கொண்டு யமலோகத்தின் வாசற்படி வரைக்கும் சென்றிருந்தவனைத் திரும்பவும் இவ்வுலகத்துக்கு கொண்டு வந்து சேர்த்திருக்கிறார்கள். இதற்காக இவர்களுக்கு நான் நன்றி செலுத்தப் போவதில்லை!"

இவ்வாறு வந்தியத்தேவன் கூறியபோது வானதி இளவரசரை நோக்கி, "கேளுங்கள் ஐயா! நீங்களே கேளுங்கள்! இந்தச் சுத்த வீரருக்குப் போர்க்களத்தில் எதிரிகளுக்கு முன்னால் நின்று போரிட்டு வீர சொர்க்கம் அடையும் விருப்பம் இல்லையாம்! பெண்களின் கையினால் விஷம் அருந்திச் சாவதற்குத் தவம் கிடக்கிறாராம்!" என்றாள்.

"இளவரசே! இவரும், தங்கள் திருத்தமக்கையும் என் மீது சொல்லும் நிந்தை மொழியினாலேயே என்னைக் கொன்று விடுவார்கள் போலிருக்கிறது. அதைவிட இவர்கள் கையினால் நஞ்சு அருந்தி இறப்பது விசேஷம் அல்லவா?" என்றான் வாணர் குல வீரன் வந்தியத்தேவன்.

அருள்மொழிவர்மர் இந்தப் பேச்சுக்களையெல்லாம் பாதி கவனத்துடனேதான் கேட்டுக் கொண்டிருந்தார். அவருடைய மனத்திற்குள் வேறு எதைப்பற்றியோ தீவிரமாகச் சிந்தித்துக் கொண்டிருந்ததாகத் தோன்றியது. சட்டென்று ஒரு குதி குதித்து எழுந்து நின்று, "ஆகா! நான் முடிவு செய்துவிட்டேன். நானே சோழ நாட்டின் சக்கரவர்த்தியாக முடிசூட்டிக் கொள்வேன். நாடு நகரமெல்லாம் மக்கள் 'அருள்மொழிவர்மனே திருமுடி சூடவேண்டும்!' என்று கோஷம் செய்கிறார்கள். போர் வீரர்களின் விருப்பமும் அதுவே! அவர்கள் எல்லாருடைய விருப்பத்தையும் நிறைவேற்றுவேன். எதற்காகத் தெரியுமா? உன்னைக் குற்றம் அற்றவன் என்று விடுதலை செய்வதற்காகத்தான். அதனால் எனக்கு ஏதேனும் அபகீர்த்தி வருவதாக இருந்தால் வரட்டும்! அது என்னைப்

பாதியாது! என் பேரில் விரோதப்பான்மை கொண்ட சிற்றரசர்கள் சிலர் ஒருவேளை அந்த அபகீர்த்தியைப் பரப்புவதற்கு முயலலாம். ஆனால் மக்கள் அதை நம்பமாட்டார்கள். சிற்றரசர்கள் என் பேரில் குற்றம் சுமத்தத் துணிந்தால், அது அவர்கள் பேரிலேயே திரும்பிப் போய்ச் சேரும்! கடம்பூர் மாளிகைக்குச் சிற்றரசர்கள் விருந்துக்கு அழைத்து அவரைக் கொன்று விட்டார்கள் என்று என்னால் திருப்பிச் சொல்ல முடியும். அத்தகைய நம்பிக்கைத் துரோகத்துக்காகவும் ராஜ குலத் துரோகத்துக்காகவும் அவர்கள் எல்லாரையும் தண்டிக்கவும் என்னால் முடியும். எது எப்படியானாலும் நானே முடிசூட்டிக் கொள்ளப் போகிறேன். என் தந்தை, தமக்கை இவர்களின் விருப்பத்துக்கு விரோதமாக நடந்தாலும் நடப்பேன். ஆனால் உனக்கு எந்தவிதத் தீங்கும் நேருவதை என்னால் பார்த்துக் கொண்டு பொறுத்திருக்க முடியாது!" என்றார்.

வானதி ஒரு குதூகலத்துடன், "தங்களுடைய இந்த வார்த்தைகளைக் கேட்பதற்கு இளைய பிராட்டி இங்கே இல்லாமற் போனாரே! அவர் முன்னிலையிலும் ஒரு தடவை இந்த வார்த்தைகளைச் சொல்லுங்கள்!" என்றாள்.

"ஒரு தடவை என்ன? பல தடவை சொல்லுகிறேன்! காரியத்திலும் இதைச் செய்து காட்டுகிறேன்!" என்றார் பொன்னியின் செல்வர்.

வந்தியத்தேவன் தன் கண்களில் துளித்த கண்ணீரைத் துடைத்துக்கொண்டு, "ஐயா! ஏழையும் அனாதையுமான என் காரணமாகத் தாங்கள் தங்களுடைய மன உறுதியை மாற்றிக் கொண்டு முடிசூடுவதற்கு முன் வந்தால், அது சோழ நாடு செய்த பாக்கியமாகும். உண்மையைச் சொல்லுவதாக இருந்தால், மதுராந்தகத் தேவரை நான் அறிந்தவரையில் அவர் முடி சூடச் சிறிதும் தகுதியில்லாதவர். பெண்களைப் போல் மூடுபல்லக்கிலே பிரயாணம் செய்து ராஜ்யத்துக்காகச் சதி முயற்சிகளிலே ஈடுபடுகிறவர், ஒரு சாம்ராஜ்யத்தை ஆளத் தகுதியுடையவரா? விஜயாலய சோழரும், பராந்தக சோழரும் அலங்கரித்த சோழ சிங்காதனத்தில் இத்தகைய கோழைத்தனமே உருக்கொண்டவர் ஏறுவது நியாயமா? இதை இந்நாட்டு மக்கள் விரும்பாததில் வியப்பு ஒன்றுமில்லை!" என்று குரல் தழுதழுக்கக் கூறினான்.

"இதை உணர்ந்துதான் மதுராந்தகத் தேவரே மாயமாய் மறைந்து விட்டார் போலிருக்கிறது!" என்றாள் வானதி.

"ஆம்; ஆம்! அவரைத் தேடிக் கண்டுபிடிக்கும் பிரயத்தனத்தை இனி விட்டுவிடப் போகிறேன். நானே முடிசூட்டிக் கொள்ளப் போகிறேன்!" என்றார் அருள்மொழிவர்மர்.

இதைக் கேட்டுக் கொண்டே அச்சமயம் அவ்வறையினுள் பிரவேசித்த குந்தவை, "தம்பி! அந்த ஆசையை அடியோடு விட்டுவிடு! உனக்குச் சிங்காதனமும் இல்லை; மணிமகுடமும் இல்லை. என் அருமைத் தோழி வானதி தஞ்சைச் சிங்காதனத்தில் ஏறுவதில்லை என்று சபதம் செய்திருப்பதை மறந்து விட்டாயா? அவள் இல்லாமல் வேறொரு பெண்ணை உன் அருகில் வைத்துக் கொண்டு நீ முடிசூட்டிக் கொள்வதை நான் ஒருநாளும் என் கண்களால் பார்த்துக் கொண்டிருக்க முடியாது!" என்றாள்.

"அக்கா! அந்தச் சமயத்தில் மட்டும் தாங்கள் தங்களுடைய கண்களை மூடிக்கொண்டால் போகிறது. நான் வேண்டுமானாலும் தங்கள் கண்களை அச்சமயம் பொத்தி உதவுகிறேன்!" என்றாள் வானதி.

பொன்னியின் செல்வர் குந்தவையைப் பார்த்து, "சகோதரி, தங்கள் தோழியின் சபதத்துக்காகச் சோழ ராஜ்யம் அரசன் இல்லாமலே நடக்க முடியுமா? நம் தந்தையோ ராஜ்ய பாரத்தை இறக்கி வைத்து விட்டுக் காஞ்சிக்குப் போக வேண்டுமென்று பிடிவாதம் பிடிக்கிறார். மதுராந்தகத் தேவரோ, மாயமாக மறைந்து விட்டார், வேறு வழிதான் என்ன? எப்படியும் நான் முடிசூட்டிக் கொள்ளாமல் தீராது போலிருக்கிறதே? ராஜ்ய உரிமை பற்றி நாடெங்கும் ஒரே கொந்தளிப்பாக இருப்பது தங்களுக்குத் தெரியாததல்லவே? இந்தக் கொந்தளிப்பை, எத்தனை காலம் விட்டு வைக்க முடியும்?" என்றார்.

"தம்பி! ஒரு சந்தோஷமான சமாசாரம்; அதைத் தெரிவிப்பதற்குத் தான் நான் விரைந்து ஓடி வந்தேன். மறைந்திருந்த மதுராந்தகத் தேவர் வெளிப்பட்டு விட்டார். சோழ குலத்து முன்னோர்கள் செய்த தவம் வீண் போகவில்லை! ராஜ்யம் என்ன ஆகுமோ என்று நீ கவலைப்பட வேண்டியதில்லை. அவர் வேண்டாம் என்று சொன்னாலும் நாம் பிடிவாதம் பிடித்து அவருக்கு மகுடாபிஷேகம் செய்து வைக்கவேண்டும்!" என்றாள் இளையபிராட்டி.

அவளுடைய உற்சாகம் மற்ற மூவருக்கும் சிறிது வியப்பை அளித்தது. சில நாட்களாகவே குந்தவைப் பிராட்டி மதுராந்தகருக்கு முடிசூட்டுவதற்குச் சாதகமாயிருந்தது உண்மைதான். ஆனால் அதில் அவர் இவ்வளவு உற்சாகம் உடையவர் என்று இதுவரையில் காட்டிக் கொள்ளவில்லை.

பொன்னியின் செல்வர் அது சம்பந்தமான தம் வியப்பை அடக்கிக் கொண்டு, "தேவி! அவர் எங்கே மறைந்திருந்தார்? எதற்காக? எப்படி வெளிப்பட்டார்?" என்று கேட்டார்.

"நமக்கு அருகிலேயே அவர் இருந்து வந்தும் நம்மாலேதான் கண்டுகொள்ள முடியாமல் போயிற்று. தம்பி! செம்பியன்மாதேவியின் திருவயிற்றில் உதித்தவர்தான் சோழ சிங்காதனத்தில் ஏறத் தகுந்தவர். உன் சித்தப்பாவுக்குத்தான் இந்த ராஜ்யம் நியாயமாக உரியது. நீ மகுடம் புனையலாம் என்ற எண்ணத்தை அடியோடு விட்டுவிடு! ஓர் அதிசயத்தைக் கேள்! தம்பி! நாலு நாளைக்கு முன்னால் நம் சித்தப்பாவுக்கு ஒரு பெரிய கண்டம் வந்தது. கொலைகாரன் ஒருவன் அவர் மீது குத்தீட்டியை வீசி எறியக் குறி பார்த்தான். அதை அவன் எறிந்திருந்தால் மதுராந்தகத்தேவரின் உயிர் போயிருக்கும். சோழ குலத்தில் இன்னொரு அகால மரணம் ஏற்பட்டிருக்கும். அப்படி நேராமல் தடுத்த வீராதி வீரர் யார் தெரியுமா? தம் உயிரைக் கொடுக்கத் துணிந்து நம் சித்தப்பாவைக் காப்பாற்றியவர் யார் தெரியுமா?" என்று கூறிக் கொண்டே இளையபிராட்டி தம் விசாலமான கண்களை வந்தியத்தேவன் பேரில் திரும்பினாள். அந்தக் கண்களில் ததும்பிய அன்பும் ஆர்வமும், நன்றியும் நன்மதிப்பும், ஆதரவும் அனுதாபமும் வந்தியத்தேவனது நெஞ்சின் அடிவாரம் வரையில் சென்று அவனைத் திக்குமுக்காடச் செய்தன.

பொன்னியின் செல்வரோ வியப்புக் கடலில் ஆழ்ந்தவராக, "இது என்ன அக்கா! எனக்குப் புரியவில்லையே? என் தோழனும் இதுபற்றி எனக்குச் சொல்லவில்லையே?" என்றார்.

"அவர் சொல்லியிருக்க மாட்டார் ஏனெனில் அவர் செய்த காரியத்தின் பெருமையை அவரே உணர்ந்திருக்க மாட்டார். சோழ குலம் அவருக்கு எவ்வளவு கடமைப்பட்டிருக்கிறது என்று அவருக்கே தெரியாது!"

"அக்கா! புதிர்போடுவது போல் பேசுகிறீர்கள்? எல்லாம் ஒரே மர்மமாயிருக்கிறதே? எங்களை வீண் திகைப்புக்கு உள்ளாக்காமல் விளக்கமாகச் சொன்னால் நல்லது! இந்த வாணர் குல வீரர் மதுராந்தகரை எப்படி, எங்கே, எந்தவித அபாயத்திலிருந்து காப்பாற்றினார்? மதுராந்தகத்தேவர் இப்போது எங்கே?" என்று இளவரசர் கேட்டார்.

"பொன்னியின் செல்வ! இதோ இன்னும் சில வினாடிப் பொழுதில் அவரே இங்கு வந்து விடுவார்! நீ இங்கே வந்திருக்கிறாய் என்பது தெரிந்து, இவ்விடம் அழைத்து வரச் சொல்லியிருக்கிறேன். அவர் வாய்மொழியாகவே கேட்டுத் தெரிந்து கொள். அல்லது எல்லாவற்றையும் கண்ணால் பார்த்த பூங்குழலியிடம் கேட்டுத் தெரிந்து கொள்... இதோ அவர்கள் வருகிறார்கள் போலிருக்கிறது!".

ஆம்; அச்சமயம் அறைக்கு வெளியில் காலடிச் சப்தம் கேட்டது. சற்று நேரத்துக்கெல்லாம் நாலு பேர் உள்ளே வந்தார்கள். முதன்மந்திரி அநிருத்தர், ஆழ்வார்க்கடியான், பூங்குழலி, சேந்தன் அமுதன் ஆகியவர்கள் வந்தார்கள்.

சேந்தன் அமுதன் மட்டும் வழக்கத்துக்கு மாறாக விசித்திரமாக உடை அணிந்திருந்தான். தலையில் இளவரசுக் கிரீடம் அணிந்து, பட்டுப் பீதாம்பரமும், அரச குலத்துக்குரிய ஆபரணங்களும் புனைந்திருந்தான்.

அறைக்குள் வந்த கோஷ்டியினரை உள்ளே இருந்தவர்கள் சிறிது வியப்புடன் பார்த்தார்கள். "சகோதரி! மதுராந்தகர் வருவார் என்றல்லவோ சொன்னீர்கள்? அவரைக் காணோமே?" என்றார் அருள்மொழி.

"தம்பி! இதோ உன் முன்னால் இளவரசுக் கிரீடம் அணிந்து நிற்கிறாரே, இவர்தான் செம்பியன்மாதேவியின் திருவயிற்றில் உதித்த, சிவஞான கண்டராதித்தரின் புதல்வர். இவர்தான் நமக்கெல்லாம் சித்தப்பன் முறை பூண்ட சிவபக்திச் செல்வர். இத்தனை காலமும் சேந்தன் அமுதன் என்ற பெயருடன் அஞ்ஞாத வாசம் செய்து வந்தார். சோழர் குலம் செய்த பாக்கியத்தினால் இன்றைக்கு வெளிப்பட்டு வந்தார். இவரைத் தான் நாலு நாளைக்கு முன்னால் கொடியோன் ஒருவன் ஈட்டியினால் குத்திக் கொல்ல முயன்றான். அதைத் தடுத்து இந்த வாணர் குல வீரர் சோழ குலத்துக்கு இணையில்லாத உதவி புரிந்தார். நமது முதன்மந்திரியின் சீடரான இந்த வீர வைஷ்ணவர், இவர் சைவர் என்பதையும் பொருட்படுத்தாமல் இவரைக் கோட்டைக்குள் கொண்டு வந்து சேர்த்தார்!..."

இச்சமயத்தில் திருமலை குறுக்கிட்டு, "தேவி! இச்சைவருக்கு நான் எந்தவித உதவியும் செய்யவும் இல்லை; செய்ய விரும்பவும் இல்லை. வல்லத்து இளவரசரைப் பல்லக்கில் கொண்டு வருவது சாத்தியமாகும் பொருட்டு இவருக்கு மாறுவேடம் புனைந்து யானையில் ஏற்றி வந்தேன்" என்றான்.

குந்தவை, அதை ஆமோதித்தாள்.

"ஆம், ஆம்! திருமலை நம்பி இரு வகையில் பேருதவி புரிந்திருக்கிறார். மதுராந்தகத் தேவருக்கு இளவரசுக் கிரீடம் அணிவித்து யானை மீது ஏற்றிக் கொண்டு வந்தபோது உண்மையிலேயே இந்த நாட்டின் சிங்காதனத்துக்குரியவரை அழைத்து வருகிறோம் என்று தெரிந்திராது. அல்லது தெரிந்து தான் செய்தாரோ, அதை நான் அறியேன்! எப்படியேனும் இருக்கட்டும்! தம்பி! இத்தனை காலமும் மதுராந்தகத்தேவர் என்று நாம் எல்லோரும் எண்ணியிருந்தவர் உண்மையில் மதுராந்தகத்தேவர் அல்ல. இவர்தான் சோழ குலத்தின் தவப்பயனாக மூத்த எம்பிராட்டியின் வயிற்றில் உதித்தவர். நாம் அறிய முடியாத இறைவன் திருவிளையாடல் இவரை இத்தனை காலமும் குடிசையில் வாழ்ந்திருக்கச் செய்தது. ஆயினும் சோழர் தொல்குடியில் பிறந்ததனால் வந்த குணாதிசயங்கள் இவரிடம் குடிகொண்டிருந்ததை நாம் எல்லோரும் ஒவ்வொரு சமயம் பார்த்து வியந்திருக்கிறோம். முன்னொரு சமயம் இவர் இந்த வாணர் குலத்து வீரரைத் தப்ப வைப்பதற்காகச் செய்த முயற்சியை நாம் அறியோமா? தம்பி! உன்னை இவரும், பூங்குழலியும் கோடிக்கரையிலிருந்து நாகப்பட்டினம் வரையில் கொண்டு போய்ச் சேர்த்ததைத்தான் மறக்க முடியுமா? இவர்தான் உண்மையில் நம் சித்தப்பா என்பதை இன்று செம்பியன் மாதேவியின் வாய்மொழியாகவும் அறிந்தோம்; இவரும் ஒப்புக் கொண்டார். தம்பி! இந்தப் புண்ணிய தினத்தில் இவரை நம் அரண்மனைக்கு வரவேற்கிறேன். இல்லை இல்லை! இவருடைய சொந்த அரண்மனைக்கு வரவேற்கிறேன். இத்தனை காலமும் நம்மைவிட்டுப் பிரிந்து வாழ்ந்தவரை இன்று நம் குடும்பத்தோடு ஒன்று சேர்ந்துவிடும்படி அழைக்கிறேன். இத்தனை நாளும் பிரிந்திருந்தவர் நம்மோடு வந்து சேர்ந்த வைபவத்தை எவ்வளவோ விமரிசையாகக் கொண்டாட வேண்டும். அதற்குத் தகுதியான காலம் இதுவன்று. இந்தச் செய்தியை எவ்வளவு தூரம் வெளியில் தெரியாமல் நமக்குள் வைத்துக் கொள்கிறோமோ, அவ்வளவுக்கு நல்லது. ஆகையால் நமக்குள்ளேயே இந்த வைபவத்தை நடத்திக் கொள்ளலாம். சித்தப்பா! இப்படி வாருங்கள்! நெடு நாளைய பிரிவுக்குப் பின்னர் இன்று சோழர் குலத்தில் வந்து சேர்ந்ததற்காக எங்கள் மகிழ்ச்சியை வேறு விதத்திலும் தெரிவித்துக் கொள்ள முடியவில்லை. என் அருமைச் சகோதரர்கள் வெளியூர்களுக்குப் போகும்போதும் சரி, திரும்பி வரும்போதும் சரி, அவர்கள் நெற்றியில் நான் திருநீறு பூசிக் குங்குமத் திலகம் இடுவது வழக்கம். அதுபோலவே இன்று திரும்பி வந்து சேர்ந்த தங்கள் நெற்றியில் திருநீறும் குங்குமமும் இடுகிறேன்!"

இவ்விதம் கூறிவிட்டு இளையபிராட்டி குந்தவை தேவி சேந்தன் அமுதன் என்று இத்தனை காலமும் பெயர் வழங்கிய மதுராந்தகன் நெற்றியில் திருநீறும் குங்குமமும் இட்டாள்.

அப்போது முதன்மந்திரி அநிருத்தர் "சோழர் குலத் தோன்றல் இளங்கோ மதுராந்தகத்தேவர் நீடூழி வாழ்க!" என்று ஆசி கூறினார். "வாழ்க! வாழ்க!" என்று ஆழ்வார்க்கடியான் நம்பி எதிரொலி செய்தான்.

குந்தவை முதலில் பேச ஆரம்பித்தபோது அருள்மொழிவர்மர் உள்ளத்தில் வியப்புத்தான் அதிகமாக இருந்தது. அதில் சிறிது சந்தேகமும் கலந்திருந்தது. இதெல்லாம் தம் திருத்தமக்கையாரின் விளையாட்டோ, ஏதேனும் ஒரு முக்கிய காரணம் பற்றி இவ்விதம் பேசுகிறாரோ என்று கூட எண்ணினார். போகப் போக அவருடைய ஐயம் தீர்ந்துவிட்டது. குந்தவை தேவியின் வார்த்தைகள் இதய அந்தரங்கத்திலிருந்து வந்த அன்புணர்ச்சி ததும்பிய வார்த்தைகள் என்பதை அறிந்தார். அவர் பெரிதும் போற்றிய தமக்கையின் உள்ளத்தில் பொங்கிய உணர்ச்சி வெள்ளம் அவரையும் ஆட்கொண்டு விட்டது. குந்தவை தேவி திலகமிட்டதும் அருள்மொழித்தேவர் சேந்தன் அமுதன் அருகில் சென்று, "சித்தப்பா! முன்னமே தங்களிடம் நான் அன்பு கொண்டிருந்தேன். தாங்கள் என் சகோதரராயிருக்கக் கூடாதா என்று எண்ணியதுமுண்டு. நமக்குள் இருக்கும் ரத்தத் தொடர்புதான் அத்தகைய உணர்ச்சியை எனக்கு அளித்தது போலும்!" என்று கூறிச் சேந்தன் அமுதனை ஆலிங்கனம் செய்துகொண்டு கண்ணீர் பெருக்கினார்.

வந்தியத்தேவன், "ஆகா! நான் முன்னமே கொஞ்சம் சந்தேகித்தேன். சேந்தன் அமுதன் என்கிற சிவபக்தருக்குள்ளே பரம்பரையான வீர ராஜகுலம் எங்கேயோ ஒளிந்து கொண்டிருக்கத்தான் வேண்டும் என்று எண்ணினேன். இல்லாவிட்டால் ஊரும் பேரும் இல்லாதவனாக வந்த எனக்கு அடைக்கலம் தந்து ஆதரித்து ஊரை விட்டு ஓடவும் உதவி செய்திருப்பாரா? பேரரசர் மகனே, முன்னொரு தடவை எனக்குச் செய்த உதவியை எனக்கு மறுபடியும் செய்து அருள் புரியுங்கள். தங்களுடைய மகுடாபிஷேக வைபவத்தைப் பார்க்கக் கொடுத்து வைக்கவில்லையே என்று வருத்தமாய்த் தானிருக்கிறது. என்ன செய்யலாம்! ஒரு விஷயத்தில் எனக்கு மிக்க மகிழ்ச்சி. சேந்தன் அமுதனாருக்குச் சோழ சாம்ராஜ்யம் சொந்தமாவதிலே கூட எனக்கு அவ்வளவு திருப்தி இல்லை. எனக்குக் கடல் கடக்க உதவி செய்த பூங்குழலி அம்மை மகாராணி ஆகப் போவதிலேதான் எனக்குப் பூரிப்பு! சமுத்திர குமாரியின் ஆசைக் கனவு இவ்வளவு விரைவில் நிறைவேறப் போகிறது என்று அவரே எதிர்பார்த்திருக்க மாட்டார்!" என்றான்.

குந்தவை குறுக்கிட்டு, "ஐயா! தாங்கள் இன்னும் சில நாள் இவ்வளவு அதிகமாகப் பேசாமலிருந்தால் நல்லது. அப்போது உடம்பு குணப்பட்டுத் தப்பி ஓடுவதாயிருந்தாலும் விரைவாக ஓட முடியும்!" என்றாள்.

பின்னர், "தம்பி! அருள்மொழி! இத்தனை காலமும் நமது அருமைப் பாட்டியார் தமது திருமகனுக்கு மகுடம் சூட்டுவதை ஏன் ஆட்சேபித்தார் என்பதை இப்போது நாம் அறிந்து கொண்டோம். நமக்குக்கூட பழைய மதுராந்தகர் முடிசூடுவதில் அவ்வளவு திருப்தியில்லாமலிருந்தது. வீர சோழ குலத்தில் பிறந்தவர்களிடம் இருக்க வேண்டிய குணாதிசயங்கள் அவரிடம் இல்லை. நமது பாட்டியார் எவ்வளவோ முயன்று பார்த்தும், சிவபக்தி அவருடைய உள்ளத்தில் ஒட்டவில்லை. வீரம் என்பது அவரிடம் மருந்துக்குக்கூட இல்லை. அப்படியிருந்தும் ஒருவாறு நாம் அவருக்கே முடிசூட்டுவதற்கு மனத்தைச் சரிப்படுத்திக் கொண்டோம். இந்தப் புதிய மதுராந்தகருக்குப் பட்டம் கட்டுவதில் நமக்கெல்லாம் திருப்தி என்பது மட்டுமில்லை; குதூகலமும் பூரிப்பும் அடைகிறோம். உன்னையும் வல்லத்து இளவரசரையும் நடுக்கடலில் மூழ்காமல் கரையேற்றிக் காப்பாற்றிய பூங்குழலி சிங்காதனம் ஏறுவதைப் பார்க்கவும் எனக்கு ஆசையாக இருக்கிறது. அதற்கு வேண்டிய ஏற்பாடுகளை நம் முதன்மந்திரி உடனே செய்ய வேண்டும்!" என்றாள்.

"தேவி! பெரிய பழுவேட்டரையர் மனசு வைத்துக் கடம்பூர் மாளிகையிலே என்ன நடந்தது என்பதைச் சொல்ல வேண்டும். பழைய மதுராந்தகத்தேவர் என்ன ஆனார் என்பது தெரிய வேண்டும். இந்த இரண்டு காரியமும் ஆவதற்கு முன்னால் மகுடாபிஷேகத்துக்கு நாள் வைப்பது எப்படி?" என்றார் அநிருத்தர்.

"பெரிய பழுவேட்டரையரிடம் நான் கேட்டுக் கொள்கிறேன். பழைய மதுராந்தகரைக் கண்டுபிடிப்பது உங்கள் பொறுப்பு!" என்றாள் குந்தவை.

அப்போது சேந்தன் அமுதன் என்று நாம் இதுவரையில் அழைத்து வந்த இளவரசர் மதுராந்தகத்தேவர் பொன்னியின் செல்வரைப் பார்த்துக் கூறினார்: "இளவரசே! தாங்கள் என்னைச் சித்தப்பா முறை வைத்து மரியாதையாக அழைத்தீர்கள். இவர்களும் என்னை 'இளவரசர்' என்று அழைக்கிறார்கள். ஆனால் தங்களை நான் 'மகனே' என்று அழைப்பது சாத்தியமில்லை. இருபத்திரண்டு ஆண்டு எளிய குடிசையில் காலம் கழித்தவன். திடீரென்று இன்றைக்கு என்னைப் பேரரசர் குலத்தில் பிறந்த இளங்கோவாகக் கருதிக் கொள்ளவும் முடியவில்லை. உங்கள் எல்லாருக்கும் ஒரு விண்ணப்பம் செய்து கொள்கிறேன். வந்தியத்தேவர் தப்பி ஓடக் காரணமாக இருந்ததற்காக என்னைச் சில நாள் பாதாளச் சிறையில் அடைத்திருந்தார்கள். அப்போது பக்கத்து அறையிலிருந்தவன் மூலம் இன்று வெளியான செய்தியை நான் அறிந்தேன். ஊமைத் தாயின் பிள்ளை அரண்மனையில் அரச குமாரனாக வளர்கிறான் என்றும், ராஜ குலத்துக் குழந்தை ஊமைத் தாயின் வீட்டில் வளர்ந்து வருகிறான் என்றும் அவன் கூறினான். அப்போதே எனக்கு உண்மை தெரிந்து விட்டது. உலகம் போற்றும் செம்பியன் மாதேவி என்னிடம் காட்டிய அன்பின் காரணத்தை ஊகித்து அறிந்து கொண்டேன். அவர் என்றாவது ஒருநாள் என்னை 'மகனே! என்று அழைக்க வேண்டும் என்று ஆசைப்பட்டேன். அந்த ஆசை இன்று நிறைவேறி விட்டது இதற்கு மேல் நான் ஒன்றும் விரும்பவில்லை!..."

முதல்மந்திரி குறுக்கிட்டு, "இளங்கோவே! தாங்கள் விரும்புகிறீர்களா, இல்லையா என்பது கேள்வி அல்லவே? எது நியாயம், எது முறைமை என்றுதானே யோசிக்கவேண்டும்?" என்றார்.

"ஆகா! நன்றாக யோசியுங்கள், என்னைப் பற்றிய வரையில் யோசனை அவசியமே இல்லை. ஏற்கனவே தீர்க்கமாக யோசித்து முடிவு செய்துவிட்டேன். பூங்குழலி பலமுறை என்னிடம் 'அரசகுமாரனை மணந்து அரியாசனம் ஏறப்போகிறேன்' என்று கூறினாள். அதனாலேயே என் அந்தரங்கக் காதலை நிராகரிப்பதாகவும் சொன்னாள். அப்போதெல்லாம் 'பெண்ணே! உண்மையில் நான் அரசகுமாரன் தான்! நான் விரும்பினால் இந்தச் சோழ சாம்ராஜ்யம் என்னுடையதாகும்!' என்று கூற என் உள்ளமும் நாவும் துடிதுடித்தன. அந்த ஆர்வத்தைக் கட்டுப்படுத்திக் கொண்டேன். நாடாளும் ஆசை என் உள்ளத்தில் என்றும் புகலாகாதென்று இறைவன்னை வேண்டிக் கொண்டேன். அந்த வைராக்கியத்தை நிறைவேற்றும் பொருட்டுப் பூங்குழலியைத் தியாகம் செய்யவும் உறுதி கொண்டிருந்தேன். நல்லவேளையாக, இந்தச் சமுத்திர குமாரி தனக்குத் தகுதியில்லாத ஆசையை விட்டுவிட்டு, இந்த ஏழைச் சிவாலயத் தொண்டனை மணந்து கொள்ள முன்வந்தாள்."

பூங்குழலி இங்கே குறுக்கிட்டு, "ஐயா! எனக்குத் தகுதியில்லாத ஆசை என்று எப்படிக் கூறினீர்கள்? மூன்று உலகம் ஆளும் சக்கரவர்த்தினி ஆவதற்கும் நான் தகுதி உடையவளே. அப்படியிருந்தும் தங்களை மணந்து பூமாலை கட்டிப் பிழைப்பதற்கும் ஓடம் தள்ளி வாழ்நாளைக் கழிப்பதற்கும் இசைந்தேன்!" என்றாள்.

"அப்படிச் சொல், பூங்குழலி! உன் தகுதியை நிலைநாட்ட இதுவே போதுமே! தகுதியும் தகுதியின்மையும் எப்படி ஏற்படுகின்றன? 'பிறப்பு ஒக்கும் எல்லா உயிர்க்கும்' என்று தெய்வப் புலவரின் தமிழ் மறை கூறுகிறதே! ஆகையால், உன்னுடைய பழைய மனோரதத்தை நீ இப்போது கை விட்டுவிட வேண்டாம். உன்னைக் கைப்பிடிக்கப் போகும் இந்தப் பேரரசன் மகனுக்கும் எங்களுடன் சேர்ந்து சொல்லு! சித்தப்பா! தாங்கள் தங்கள் பிறப்பின் உண்மையை அறிந்த பிறகும் இந்த ராஜ்யம் வேண்டாம் என்று வைராக்கியம் கொண்டிருந்தது நியாயந்தான். அது தங்கள் பிறவிக் குணத்தின் பெருந்தன்மையைக் காட்டுகிறது. இப்போது நாங்கள் எல்லாரும் சொல்லுகிறோம்; சக்கரவர்த்தி சொல்லுகிறார்; முதன்மந்திரி சொல்லுகிறார். நானும் என் சகோதரனும் சொல்லுகிறோம். என் தோழி வானதி சொல்வதுடன் அவளுடைய பெரிய தகப்பனாருடைய மனத்தையும் மாற்றி விடுவதற்கு ஒப்புக்கொள்கிறாள். இப்போது ஏன் தாங்கள் மறுக்க வேண்டும்?" என்றாள் இளைய பிராட்டி குந்தவை தேவி.

"தேவி! நீங்கள் எல்லாரும் சொல்லுகிறீர்கள் ஆனால் இந்த ராஜ்யத்தில் குடிமக்கள் என்ன சொல்லுகிறார்கள்? அது உங்களுக்கு ஒருவேளை தெரிந்திராது. நாட்டு மக்களோடு பழகியுள்ள எனக்கு

நன்றாகத் தெரியும். இந்தத் தஞ்சையிலும், பழையாறையிலும், குடந்தையிலும், கோடிக்கரையிலும், நாகைப்பட்டினத்திலும் ஜனங்களின் விருப்பம் என்ன என்று எனக்கு நன்றாய்த் தெரியும். பாண்டிய நாட்டிலும், பல்லவ நாட்டிலும், கொங்கு நாட்டிலும், ஈழ நாட்டிலும் உள்ள மக்களின் விருப்பத்தையும் நான் கேள்வியினால் அறிந்திருக்கிறேன். 'அருள்மொழிவர்மரே திருமுடி சூடவேண்டும்' என்பதுதான் ஏகோபித்த மக்களின் வாக்கு. இவ்வளவு பெரிய பிரளய வெள்ளத்தை எதிர்த்து என்னால் நீந்த முடியுமா? நான் ஆசைப்பட்டாலும் இந்தப் பெரிய சோழ சாம்ராஜ்யத்தை என்னால் ஆள முடியுமா? கடவுளே! நீங்கள் எல்லாரும் 'பழைய மதுராந்தகர்' என்று சொல்கிறவர் மீது ஜனங்கள் எவ்வளவு வெறுப்புக் கொண்டிருந்தார்கள் என்பதை நான் அறிவேன். அந்த வெறுப்புக்கெல்லாம் என்னை உரிமையாளனாக்கி விடப் பார்க்கிறீர்களா? வேண்டாம்! வேண்டாம்! அவ்வளவு பெரிய தீங்கை எனக்குச் செய்ய வேண்டாம். நான் உங்களில் யாருக்கும் எந்த விதத் தீங்கும் செய்யவில்லையே!"

மற்றவர்களில் யாரும் இதற்கு மறுமொழி சொல்வதற்குள் பொன்னியின் செல்வர் கம்பீரமாகத் தலை நிமிர்ந்து நின்று, "இந்தப் பேச்சு இத்துடன் நிற்கட்டும்! நீங்கள் இந்த அறைக்குள் வரும் சமயத்தில் நான் "சோழ ராஜ்யத்துக்கு முடிசூட்டிக் கொள்ளப் போகிறேன்" என்று வந்தியத்தேவனிடம் சொல்லிக் கொண்டிருந்தேன். அதை நிறைவேற்றியே தீருவேன். முதிய எம்பிராட்டியின் திருவயிற்றில் உதித்த இந்த உத்தமத் தோழரின் கருத்தையும் அறிந்து கொண்டேன். ராஜ்ய உரிமை பற்றி இனிப் பேச்சு எதுவும் வேண்டாம்!" என்றார்.

❖ ❖ ❖ ❖

எழுபத்தைந்தாம் அத்தியாயம்

விபரீத விளைவுகள்

தஞ்சைபுரி அரண்மனையின் அந்தரங்க மந்திராலோசனை மண்டபத்தில் பராந்தக சுந்தர சோழ சக்கரவர்த்தி தர்ம சிங்காதனத்தில் வீற்றிருந்தார்.

அரண்மனைப் பெண்டிர்களில் முக்கியமானவர்கள் அவருக்கு இருமருங்கிலும் அமர்ந்திருந்தார்கள்.

சோழ நாட்டு அமைச்சர்களும், தளபதிகளும், அரசிளங்குமாரர்களும் சக்கரவர்த்தியின் முன்னிலையில் வணக்கமான பாவனையில் நின்று கொண்டிருந்தார்கள்.

பெண்டிர்களிலே மூத்த எம்பிராட்டியான செம்பியன் மாதேவியும் உடைய பிராட்டி வானமாதேவியும், இளைய பிராட்டி குந்தவையும், கொடும்பாளூர் இளவரசி வானதியும் காணப்பட்டனர். அவர்களுடன் கலந்து நிற்பதற்குத் தயங்கிய பூங்குழலியும் சற்றுத் தூரத்தில் காணப்பட்டாள்.

ஆடவர்களிலே பெரிய பழுவேட்டரையரும், சின்னப் பழுவேட்டரையரும், முதன்மந்திரி அநிருத்தரும், சேனாதிபதி பெரிய வேளாரும், மிலாடுடையார் மலையமானும், இளவரசர் அருள்மொழிவர்மரும், புனர் ஜன்மம் பெற்ற மதுராந்தகத் தேவரும், பார்த்திபேந்திரப் பல்லவனும் முதன்மந்திரிக்குப் பின்னால் சற்று ஒதுங்கித் திருமலையும் இருந்தனர்.

சக்கரவர்த்தி சபையில் கூடியிருந்தவர்களைக் கண்ணோட்டமாகப் பார்த்துவிட்டு, "அழைத்தவர்கள் எல்லாரும் வந்திருக்கிறார்களா? கடம்பூர் மன்னரைக் காணோமே?" என்றார்.

"சம்புவரையரின் மகன் இப்போதுதான் திரும்பி வந்தான். தந்தையும் மகனும் விரைவில் இங்கு வந்து சேருவார்கள்!" என்றான் பார்த்திபேந்திரன்.

"ஓ! கந்தமாறன் திரும்பி வந்துவிட்டானா? என்ன செய்தி கொண்டு வந்தான்? தப்பி ஓடியவர்களைப் பிடித்துக் கொண்டு வந்து விட்டானா?" என்று சுந்தர சோழர் வினாவினார்.

"இல்லை, பிரபு! அவர்களைப் பிடிக்க முடியவில்லை. ஆனால் வந்தியத்தேவனைக் கொன்று விட்டதாகச் சொல்லுகிறான். இன்னொரு பைத்தியக்காரன் அகப்படவில்லையாம்; தப்பிப் போய் விட்டானாம்!" என்றான் பார்த்திபேந்திரன்.

பெரிய பழுவேட்டரையர் இப்போது ஒரு ஹூங்காரம் செய்தார். அவர் ஏதோ சொல்லப் போகிறார் என்று மற்றவர்கள் எதிர்பார்த்தார்கள் ஆனால் அவர் ஒன்றும் சொல்லவில்லை.

சக்கரவர்த்தி, "நான் செய்த தவறினால் இன்னும் என்னென்ன விளைவுகள் நேருமோ, தெரியவில்லை! முதல்மந்திரி! என் மனத்தில் உள்ள எண்ணங்களை நன்கு அறிந்திருக்கிறீர். எனக்கும் என் குலத்துக்கும் மிகவும் வேண்டியவர்களை இங்கே இப்போது அழைத்திருக்கிறேன். எதற்காக அழைத்தேன் என்பதையும், என் கருத்தையும் நீர்தான் இவர்களுக்கு எடுத்துச் சொல்ல வேண்டும். என்னைக் காட்டிலும் தெளிவாக உம்மால் சொல்ல முடியும் அல்லவா!" என்றார்.

"ஆக்ஞை, சக்கரவர்த்தி!" என்று முதல் அமைச்சர் கூறிவிட்டுச் சபையோரைப் பார்த்துச் சொன்னார் "பல காரணங்களினால் சக்கரவர்த்தியின் உள்ளம் புண்பட்டிருப்பதை நீங்கள் அனைவரும் அறிவீர்கள். அபிமன்யுவையும் அரவானையும் ஒத்த வீராதி வீரனான மூத்த மகனைச் சமீபத்தில் நம் மன்னர் பறி கொடுக்க நேர்ந்தது. இளவரசர் இறந்த காரணமோ இன்னமும் மர்மமாக இருந்து வருகிறது. மூன்று ஆண்டு காலமாக அந்த வீரத் திருமகனை நம் அரசர் பார்க்கவில்லை. காஞ்சியில் பொன்மாளிகை கட்டிவிட்டுத் தந்தையை அங்கே வந்து தங்கியிருக்க வேண்டும் என்று கரிகாலர் செய்திக்கு மேல் செய்தி விடுத்தார் ஆயினும் சக்கரவர்த்தி போகவில்லை. அதன் காரணம் நீங்கள் எல்லாரும் அறிந்ததே. இந்தத் தஞ்சைமா நகரில் சக்கரவர்த்தி சின்னப் பழுவேட்டரையரின் பாதுகாப்பில் இருந்து வந்தார். நாடு நகரங்களில் பலவித வதந்திகள் உலாவி வந்தன. அத்தகைய சந்தர்ப்பங்களில் சக்கரவர்த்தி தஞ்சையை விட்டுச் சென்றால், பழுவேட்டரையர்களிடம் அவருக்கு நம்பிக்கை குன்றி விட்டதாக யாரேனும் எண்ணக்கூடும் அல்லவா? அத்தகைய எண்ணத்துக்கு இடம் கொடுக்க சக்கரவர்த்தி விரும்பவில்லை. நம் அரசர் சொல்வதற்கு தயங்கக்கூடிய ஒரு செய்தியை நான் வெளிப்படையாகச் சொல்கிறேன். அதற்காக இங்கே கூடியுள்ள மன்னர் குலத் தலைவர்கள் என்னை மன்னிக்க வேண்டும். நம் அரசர் சில காலமாக உடல் நோயுற்றுக் கால்களின் சக்தியை இழந்திருந்தார். அதனால் அவர் உள்ளம் நலிவுற்றிருந்தது. ஆனால் அதைக் காட்டிலும் அதிகமாக அவர் உள்ளத்தைப் புண்படுத்திய மன நோய் ஒன்றும் இருந்தது. சோழர் பெருங்குலத்துக்கு உற்ற துணைவர்களாயும், பரம்பரையாக அக்குலத்துடன் உறவு பூண்டவர்களாயும், இந்தப் பெரிய சோழ சாம்ராஜ்யத்தைத் தாங்கும் வைரத் தூண்களாயும் இருந்த நீங்கள் ஒருவரோடொருவர் வேற்றுமைப்பட்டுப் பகைமை பூண்டிருந்தது நம் சக்கரவர்த்தியின் உள்ளத்தைப் புண்படுத்தி உடல் நோயையும் வளர்த்து வந்தது. யானை மேல் துஞ்சி வீர சொர்க்கம் அடைந்த ராஜாதித்தரின் தலைமையில் நீங்கள் அனைவரும் ஒருமுகமாகத் தக்கோலப் போர்க்களத்தில் சண்டையிட்டீர்கள். அந்தப் போர்க்களத்தில், ராஜாதித்தர் எதிர்பாராத வீர மரணம் அடைந்தபடியால் சோழ சைன்யம் தோல்வியுற்றது. ஆனால் உங்களுடைய வீரத்தினாலும், உறுதியினாலும் ஒற்றுமையினாலும் அத்தோல்வியையே வெற்றியாக மாற்றினீர்கள். இழந்த தொண்டை மண்டலத்தையும், கங்க மண்டலத்தையும் திரும்பக் கைப்பற்றினீர்கள். சேவூர்ப் போர்க்களத்தில் பாண்டியர்களை முறியடித்துப் பாண்டிய நாட்டைக் கைப்பற்றி நமது நேர் ஆளுகைக்குள் கொண்டு வந்தீர்கள். ஈழ நாட்டில் மகிந்தனைப் புறங்கண்டு புலிக்கொடியை உயர்த்தினீர்கள். இவ்வளவு அரும் பெரும் காரியங்களை, நீங்கள் அனைவரும் ஒருமைப்பட்டுச் சோழ சாம்ராஜ்யத்தின் நலமே உங்கள் நலம் என்று கருதி வந்ததினாலே சாதிக்க முடிந்தது.

"அத்தகைய நன்னிலைமை சில ஆண்டுகளாக மாறிவிட்டது. எக்காரணத்தினாலோ உங்களுக்குள் மன வேற்றுமை ஏற்பட்டு விட்டது. இரண்டு கட்சியாகப் பிரிந்து விட்டீர்கள். இந்தப் பிளவை நீக்க வேண்டும் என்று நம் அரசர் பெருமான் எவ்வளவோ பாடுபட்டார். தமக்குப் பிறகு அரசுரிமை யாருக்கு என்பது பற்றித்தான் உங்களுக்கு வேற்றுமை என்பதை அறிந்தார். நீங்கள் யாரும் அதை நேர்முகமாகச் சக்கரவர்த்தியிடம் சொல்லவில்லை. ஆனாலும் இணையற்ற அறிவாளியான நம் பேரரசர் அதை ஊகித்து அறிந்தார். அரசுரிமை விஷயத்தை உங்கள் எல்லாருடனும் கலந்து மனம் விட்டுப் பேசி சமரசமாகத் தீர்த்து வைக்க விரும்பினார். அவ்விதம் அதைத் தீர்த்து வைத்த பின்னரே காஞ்சிக்குச் செல்வது என்று எண்ணியிருந்தார். சிவஞான கண்டராதித்த பெருமானின் திருக்குமாரருக்கே இந்தச் சோழ சாம்ராஜ்யத்தை உரிமையாக்க எண்ணியிருந்தார். இதை ஆதித்த கரிகாலரையும் ஒப்புக்கொள்ளச் செய்யலாம் என்று நம்பியிருந்தார். அதற்காகவே கரிகாலரை இங்கு வரும்படி சொல்லி அனுப்பிக் கொண்டிருந்தார். அதற்கிடையில் எதிர்பாராத துயர சம்பவம் நிகழ்ந்து விட்டது. கரிகாலர் கடம்பூர் மன்னரின் மாளிகைக்கு வருகிறார் என்று அறிந்தபோது சக்கரவர்த்தி மனம் பூரித்தார். இதன் மூலம் உங்களுக்குள் ஏற்பட்டிருந்த வேற்றுமை நீங்கிவிடும் என்று எண்ணினார். கரிகாலர் சம்புவரையரின் திருக்குமாரியை மணந்து கொண்டால் முன் போல் நீங்கள் அனைவரும் ஒருமனப்படுவீர்கள் என்றும் ராஜ்ய உரிமை விஷயத்தையும் சுலபமாகத் தீர்த்துக் கொள்ளலாம் என்றும் எண்ணினார். நானும் அவ்விதமே நினைத்தேன். உங்களில் பலரும் அவ்விதமே எண்ணியிருப்பீர்கள். நம் திருக்கோவலூர் மன்னர் கூட அதனாலேதான் ஆதித்த கரிகாலர் கடம்பூர் செல்வதற்குத் தடை சொல்லவில்லை. ஆனால் நம் எல்லாருடைய ஆசையும் பங்கம் உற்றது. கடம்பூர் அரண்மனையில் இளவரசர் கரிகாலர் அகால மரணம் அடைந்தார்..."

"அது எப்படி நேர்ந்தது என்பதைக் கண்டறியப் போகிறோமா, இல்லையா? இதைத் தெரிந்துகொண்டு மேலே நீங்கள் பேசுவது உசிதமாயிருக்கும்" என்றார் திருக்கோவலூர் மலையமான்.

"ஆமாம்; அதைத் தெரிந்து கொள்ளாமல் மேலே எந்த யோசனையும் செய்வது சாத்தியமில்லை!" என்றார் சேனாதிபதி.

"வீரப் பெருமக்களே! நடந்தது நடந்துவிட்டது. போனதைப் பற்றிக் கிளறிக் கொண்டிருக்க வேண்டாம் என்று சக்கரவர்த்தி கருதுகிறார்!" என்றார் முதன்மந்திரி அநிருத்தர்.

"அது எப்படி முறையாகும்? சோழ குலத்தின் நீதி பரிபாலனம் உலகப் பிரசித்தியானது. இந்த ராஜ்யத்தில் ஒரு திக்கற்ற அனாதை உயிரிழந்தாலும், அது எப்படி நேர்ந்தது என்று விசாரிக்கப்படுகிறது. அதற்கு யாராவது காரணம் என்று ஏற்பட்டபின் தக்க தண்டனை விதிக்கப்படுகிறது. அப்படியிருக்க பட்டத்து இளவரசர் என்று முடிசூடிய இளங்கோவின் அகால மரணத்தை எவ்வாறு விசாரிக்காமல் விடுவது?" என்றார் சேனாதிபதி பெரிய வேளார்.

சுந்தர சோழர் பெருமூச்சு விட்டு, "கொடும்பாளூர் மாமா! கேளுங்கள்! என் அருமை மகன் அகால மரணம் அடைந்ததில் என்னைவிடத் துயரம் வேறு யாருக்காவது இருக்க முடியுமா? நானே விசாரணை வேண்டாம் என்கிறேன். ஏன்? இங்குள்ள யாரும் அதற்குப் பொறுப்பாளி அல்ல என்று நிச்சயமாக அறிந்துள்ளேன். நான் செய்த பாவத்தின் பயனாக என் மகனைப் பறி கொடுத்தேன். அதற்குப் பிராயச்சித்தம் என்ன உண்டோ சொல்லுங்கள்! செய்து விடுகிறேன் வேறு காரணம் தேட வேண்டாம்!" என்றார்.

"பிரபு! தாங்கள் இப்படிச் சொல்லுவதினால், குற்றத்துக்குப் பொறுப்பாளியான யாரையோ காப்பாற்ற விரும்புகிறீர்கள் என்று ஏற்படும். நாட்டு மக்கள் ஏற்கெனவே இளவரசரது மரணத்தின் காரணம் பற்றிப் பலவாறு பேசிக் கொள்கிறார்கள். உண்மையைக் கண்டுபிடித்து வெட்ட வெளிச்சமாக்கி விடுவதுதான் நல்லது. குற்றவாளி யாராயிருந்தாலும் உரிய தண்டனைக்கு ஆளாக வேண்டியதுதான்!" என்றார் சின்னப் பழுவேட்டரையர்.

"நூற்றில் ஒரு வார்த்தை! அதுதான் நேர்மையான ராஜரீக முறை. இந்தப் பெருங்குற்றத்தை விசாரித்துத் தண்டிக்காவிட்டால், நாட்டு மக்களுக்கு நீதி பரிபாலனத்திலேயே நம்பிக்கை குன்றிப்போய் விடும்!" என்றான் பார்த்திபேந்திரன்.

"பெரியோர்களே! இதைப்பற்றி ஏன் இவ்வளவு யோசனையும், வாதப்பிரதிவாதமும்? இந்தச் சிறுவன் கூறுவது அதிகப் பிரசங்கமாக இருந்தால் மன்னித்து அருளுங்கள். குற்றவாளி தண்டிக்கப்பட்டு விட்டான்! இளவரசர் கரிகாலனைக் கொன்றவனும், என் சகோதரியின் வாழ்க்கையைப் பாழாக்கி அவளைப் பைத்தியமாக அடித்தவனுமான பாதகன் வந்தியத்தேவனை நானே என் கை வேலால் கொன்றுவிட்டுத் திரும்பினேன்; இன்னும் என்னத்திற்கு விசாரணை?" என்றான் கந்தமாறன்.

முதன்மந்திரி முதலில் பேசிக் கொண்டிருந்த போது கந்தமாறன் அங்கே வந்து விட்டான். அவன் வந்திருந்ததை அவன் குரலைக் கேட்ட பிறகுதான் மற்றவர்கள் கவனித்தார்கள். அவர்களில் பெரிய பழுவேட்டரையர் மெல்லிய குரலில், "மூடன்! நிர்மூடன்! கடம்பூர் சம்புவரையருக்கு இப்படிப்பட்ட பிள்ளை வந்து பிறந்தானே" என்று முணுமுணுத்தார்.

முதன்மந்திரி அநிருத்தர், "கந்தமாறா! வந்தியத்தேவனை நீ வேல் எறிந்து கொன்றது உண்மைதானா? அவனை நீ பார்த்தாயா? இரவு நேரத்தில் அல்லவா அவனை நீ துரத்திச் சென்றாய்!" என்றார்.

"முதன்மந்திரி! உங்களுக்கு என் பேரில் எப்போதும் நம்பிக்கை இல்லையென்பதை அறிவேன். இரவாக இருந்ததினால் ஆளைத் தெரியாமல் போகுமா?"

"அவனும் வீரனாயிற்றே! உன்னுடன் சண்டை போடவில்லையா?"

"ஆமாம், என்னுடைய வீரத்திலும் தங்களுக்கு நம்பிக்கை கிடையாதுதான். ஆகையால் சக்கரவர்த்தியிடம் விண்ணப்பித்துக் கொள்கிறேன். ஓடியவர்கள் இரண்டு பேர்; ஒருவன் சில வருஷங்களாக நம் பாதாளச் சிறையிலிருந்த பைத்தியக்காரன். அவன் என்னைத் தடுக்க யத்தனித்தபோது இன்னொருவன் ஆற்றின் அக்கரையை நெருங்கிக் கொண்டிருந்தான். வேல் எறிந்து அவனைக் கொன்றேன். அவன் வாணர் குலத்து வந்தியத்தேவனாகவே இருக்க வேண்டும்."

"இறந்து போனவனுடைய உடலை நீ உன்னுடன் எடுத்து வரவில்லையா?"

"நீங்கள் இப்படிச் சந்தேகிப்பீர்கள் என்று தெரிந்திருந்தால் வடவாற்று வெள்ளத்தில் இன்னும் கொஞ்ச தூரம் தேடிப் போயிருப்பேன். ஆனால் இந்த மந்திராலோசனை சபைக்கு வந்திருக்க முடியாது!" என்றான் கந்தமாறன்.

"ஆமாம், நீ வராமலிருந்தால் பெரு நஷ்டமாயிருக்கும்!" என்றார் தளபதி சின்னப் பழுவேட்டரையர்.

"தம்பி! வந்தியத்தேவனைத் தேடிப் பிடிப்பதில் உனக்கு என்ன அவ்வளவு சிரத்தை?" என்று பெரிய வேளார் பூதி விக்கிரம கேசரி கேட்டார்.

"இதைக் கேட்கவும் வேண்டுமா? என்னுடைய வீட்டில் அந்தத் துயர சம்பவம் நிகழ்ந்தது. உண்மைக் குற்றவாளி அகப்படாவிட்டால், என் பேரிலும், என் தந்தையின் பேரிலும் நீங்கள் சந்தேகப்பட மாட்டீர்களா?"

சுந்தர சோழர் தலையிட்டு, "பிள்ளாய்! கந்தமாறா! அப்படியெல்லாம் வேறு யார் சந்தேகப்பட்டாலும் நான் சந்தேகப்பட மாட்டேன். உன் தந்தைக்கு என்னிடமுள்ள பக்தி விசுவாசத்தை நான் அறியேனா? போகட்டும்! பெரிய சம்புவரையர் எங்கே?" என்றார்.

"சக்கரவர்த்தி! எங்கள் குடும்பத்தின் அவமானத்தை நானே சொல்லிக் கொள்ள வேண்டியிருக்கிறது. நான் வந்தியத்தேவனைக் கொன்றுவிட்டுத் திரும்பியதாக என் தந்தையிடம் சொல்லிக் கொண்டிருந்தேன். அதை

என் தங்கை மணிமேகலை கேட்டுக் கொண்டிருந்தாள். நான் கூறியதைக் கேட்டதும் அவள் என்னையே கத்தியால் குத்திக் கொல்ல வந்துவிட்டாள். அவளைச் சாந்தப்படுத்தி, அவளுடைய வெறியைத் தணிக்க என் தந்தை முயன்று கொண்டிருக்கிறார். விரைவில் வந்து விடுவார். இந்த மந்திராலோசனை சபையில் என்ன முடிவாகிறதோ, அதைத் தாமும் ஏற்றுக் கொள்வதாக என்னிடம் சொல்லி அனுப்பினார்!" என்றான் கந்தமாறன்.

"அப்பனே! உன் சகோதரி முன்னமேயே 'இளவரசரை நான் தான் கொன்றேன்!' என்று பித்துப்பிடித்தவள் போலச் சொல்லிக் கொண்டிருந்தாள் அல்லவா?" என்றார் கிழவர் மலையமான்.

"ஆம், ஆம்! வந்தியத்தேவன் செய்த குற்றத்தை மறைத்து அவனைத் தப்புவிப்பதற்காகவே அவ்வாறு அவள் சொன்னாள். அப்போது அவள் முழுப் பைத்தியமாகியிருக்கவில்லை. இப்போது பைத்தியம் முற்றிப் போயிருக்கிறது. எங்கள் குலத்தில் துரதிர்ஷ்டம்!" என்றான் கந்தமாறன்.

"இளஞ் சம்புவரையரே! வந்தியத்தேவர் தான் இளவரசர் கரிகாலரைக் கொன்றதாக அவ்வளவு தீர்மானமாய்ச் சொல்கிறீர்? அது எப்படி? நீரே உம் கண்ணால் பார்த்தீரா? அல்லது பார்த்தவர்கள் யாரேனும் சொன்னார்களா?" என்று முதன்மந்திரி கேட்டார்.

"அமைச்சர் ஐயா! கைப் புண்ணுக்குக் கண்ணாடி வேண்டுமா? இளவரசர் இறந்து கிடந்த இடத்தில் அந்த வாணர் குல வீரன்தான் இருந்தான். அவன் முகத்தைப் பார்த்தாலே குற்றவாளி என்று எழுதி ஒட்டியிருந்தது போல் தெரிந்தது. அதுவோ பழுவூர் இளைய ராணியின் அந்தப்புரம். அங்கே இவன் வேறு எதற்காகப் போனான்? குற்றவாளியில்லாவிட்டால், பாதாளச் சிறையிலிருந்து ஏன் தப்பித்து ஓடியிருக்க வேண்டும்?" என்றான் கந்தமாறன்.

"பாதாளச் சிறையிலிருந்து தப்பி ஓடியவனைப் பிடித்துக் கொண்டு வந்து ஒப்புவிக்கும் பொறுப்பை முதன்மந்திரி ஏற்றுக் கொண்டார். அதை இந்தச் சமயத்தில் ஞாபகப்படுத்துகிறேன்" என்றான் பார்த்திபேந்திரன்.

"பல்லவர் குலக் கோமகனே! நான் அவ்வாறு ஏற்றுக் கொண்டது உண்மைதான். ஆனால் இளம் சம்புவரையர் இவ்விதம் தாமே நீதிபதியாகி விசாரித்து முடிவு செய்து தண்டனையையும் நிறைவேற்றி விடுவார் என்று நான் எதிர்பார்க்கவில்லை. வந்தியத்தேவரும் பழமையான வாணர் குலத்தில் தோன்றியவர். அவருடைய மூதாதையர் ஒரு சமயம் பெரிய ராஜ்யத்தையே ஆண்டார்கள். சோழர் குலத்துக்குப் பெண் கொடுத்து உறவு பூண்டார்கள். குறுநில மன்னர் குலத்தில் வந்தவர்கள் மீது குற்றம் ஏற்பட்டால் சக்கரவர்த்தியே தர்மாசனத்தில் வீற்றிருந்து விசாரித்து முடிவு செய்வதுதான் மரபு!" என்றார் முதன்மந்திரி அநிருத்தப்பிரம்மராயர்.

"ஐயா! சிறையிலிருந்து தப்பி ஓடியவனை உயிருள்ளவனாகப் பிடித்து வரலாம். அல்லது உயிரற்றவனாகவும் பிடித்து வரலாம் என்பதும் மரபுதான்!" என்றான் பல்லவர் குல வீரன் பார்த்திபேந்திரன்.

"வந்தியத்தேவனை உயிரற்றவனாகவும் இளஞ் சம்புவரையர் கொண்டு வரவில்லையே? வடவாற்று வெள்ளத்தில் விட்டு விட்டல்லவா வந்துவிட்டார்?" என்றார் முதன்மந்திரி அநிருத்தர்.

அச்சமயத்தில் பெரிய சம்புவரையர் அந்த மந்திராலோசனை மண்டபத்தில் பிரவேசிக்கவே எல்லாருடைய கண்களும் அவர்பால் திரும்பின. அவர் முகத்தில் குடிகொண்டிருந்த வேதனையை அனைவரும் கவனித்தார்கள்.

கந்தமாறன் அவர் அருகில் சென்று மெல்லிய குரலில் "மணிமேகலை எப்படி இருக்கிறாள்?" என்று கேட்டான்.

சம்புவரையர் "அப்படியேதான் இருக்கிறாள்; உன் அன்னையை அவளுக்குக் காவல் வைத்துவிட்டு வந்தேன்!" என்று உரத்த குரலில், சற்றுக் கடுமையாகவே கூறினார்.

சக்கரவர்த்தி சம்புவரையரைப் பார்த்து, "ஐயா! தாங்கள் தங்கள் செல்வக்குமாரியின் அருகில் இருப்பது அவசியமானால் அவ்வாறே செய்யலாம். நம்முடைய ஆலோசனையை நாளை வைத்துக் கொள்ளலாம்" என்றார்.

"இல்லை, பிரபு! அவள் அருகில் நான் இருந்து பயன் ஒன்றுமில்லை. என் குமாரன் கை வேலினால் உயிர் துறந்த வாணர் குல வீரன் வந்தியத்தேவன் மீண்டும் உயிர் பெற்று வந்தால் ஒருவேளை பயன்படலாம்!" என்றார் சம்புவரையர். அவர் பேச்சில் தொனித்த வேதனை நிறைந்த துயரமும் மனக் கசப்பும் அந்தச் சபையில் சிறிது நேரம் மௌனம் குடிகொள்ளும்படி செய்தது.

முதன்மந்திரி அநிருத்தர், "ஐயா! தங்கள் மாளிகையில் நடந்த விபரீத சம்பவத்தைப் பற்றிப் பேசிக் கொண்டிருந்தோம். இளவரசர் தங்கள் மாளிகையில் அகால மரணம் அடைய நேர்ந்ததினால் தங்கள் உள்ளம் எவ்வளவு புண்பட்டிருக்கிறது என்பதை நாங்கள் எல்லாரும் உணர்ந்திருக்கிறோம். அதற்குத் தங்களை எந்த விதத்திலும் பொறுப்பாக்கச் சக்கரவர்த்தி விரும்பவில்லை. ஆனாலும் நாடு நகரங்களில் நானாவிதமான வதந்திகள் பரவாமலிருக்கும் பொருட்டு இளவரசரின் மரணம் எவ்விதம் நேர்ந்தது என்று நிச்சயமாகத் தெரிந்தால் நல்லது அல்லவா? இந்தச் சபையில் கூடியுள்ளவர்கள் அவ்வாறு கருதுகிறார்கள். அதைப்பற்றித் தாங்கள் ஏதாவது தெரியப்படுத்துவதற்கு இருக்கிறதா? வாணர் குலத்து வந்தியத்தேவனால்தான் இளவரசரின் மரணம் நேர்ந்தது என்று இளஞ் சம்புவரையர் சாதிக்கிறார். தங்களுடைய கருத்து என்ன?" என்று கேட்டார்.

சம்புவரையர் சிறிதுநேரம் திகைத்து நின்றார்; பின்னர் நாலாபுறமும் பார்த்தார். அவருடைய பார்வை கந்தமாறன் பேரில் விழுந்ததும், "ஆம், ஆம்! இந்த மூடன் அவ்வாறு தான் அன்றைக்கும் சொன்னான். அதை நான் நம்பவில்லை; இன்றும் நம்பவில்லை. இவன் வார்த்தையைக் கேட்டு இளவரசர் கரிகாலரைக் கடம்பூர் மாளிகைக்கு வரும்படி அழைத்தேன். அதனால் இத்தனை விபரீத விளைவுகள் நேர்ந்துவிட்டன. எனக்கும் என் குலத்துக்கும் என்றும் அழியாத அபகீர்த்தி ஏற்பட்டு விட்டது!" என்றார்.

கிழவர் மலையமான் இரங்கிய குரலில், "சம்புவரையரே! பதற வேண்டாம்! நடந்தது நடந்து விட்டது! நல்ல எண்ணத்துடனே தான் தாங்கள் என் பேரப் பிள்ளையைத் தங்கள் மாளிகைக்கு அழைத்தீர்கள். கரிகாலனுடைய மரணத்துக்குத் தங்களைப் பொறுப்பாக்க இங்கே யாரும் எண்ணவில்லை. ஆகையினால்தான் உண்மையை அறிய விரும்புகிறோம். அதற்குத் தாங்கள் உதவி செய்தால் நலமாயிருக்கலாம்!" என்றார்.

"நான் என்ன உதவி செய்ய முடியும்? என் மகன் ஒன்று சொல்லுகிறான், அதற்கு நேர்மாறாக என் மகள் இன்னொன்று சொல்லுகிறாள். இருவர் பேச்சையும் என்னால் நம்பமுடியவில்லை. எனக்கும் உண்மை தெரியவில்லை. கண்களைக் கட்டிக் காட்டிலே விட்டது போல் இருக்கிறது. உண்மையில் நடந்ததை அறிவதற்கு என்னைக் காட்டிலும் தனாதிகாரி பெரிய பழுவேட்டரையர் உதவி செய்யக்கூடும். அவரைக் கேளுங்கள். அவர்தான் எல்லாவற்றுக்கும் மூலகாரணம். அவர்தான் முதன் முதலில் மதுராந்தகத் தேவரை ரகசியமாகக் கடம்பூருக்கு அழைத்து வந்தார். என் மகளை அவருக்கு மணம் செய்து கொடுக்கும்படியும் சொன்னார். அதிலிருந்து என் குடும்பத்துக்குச் சனியன் பிடித்தது. அந்த மதுராந்தகத் தேவரே இப்போது மாயமாய் மறைந்துவிட்டதாக அறிகிறேன். பின்னர், பெரிய பழுவேட்டரையர் தமது இளையராணியை அழைத்துக் கொண்டு வந்தார். காஞ்சியிலிருந்து இளவரசரையும் வரப் பண்ணினார். இரண்டு பேரையும் என் மாளிகையில் விட்டு விட்டுப் போய்விட்டார். ஏன் போனார் என்று கேளுங்கள். அவருடைய இளையராணி இப்போது எங்கே போனார் என்று கேளுங்கள்...!"

இவ்விதம் சம்புவரையர் வெறி கொண்டவர் போல் எதையெல்லாமோ பேசிக் கொண்டே போனார்.

சக்கரவர்த்தி குறுக்கிட்டு, "போதும்! போதும்! நிறுத்துங்கள்! இதனாலேதான் நடந்து விட்ட காரியத்தைப் பற்றி விசாரணை ஒன்றும் வேண்டாம் என்று நான் சொன்னேன் நீங்கள் கேட்கவில்லை. ஏற்கனவே உங்களுக்குள்ளே இருக்கும் வேற்றுமை போதாதா? புதிய பூசல்கள் வேறு வேண்டுமா? சம்புவரையரே! உங்கள் மாளிகையில் நடந்ததற்கு நீங்கள் பொறுப்பாளி அல்ல. அதனாலேதான் உங்களை உடனே பாதாளச் சிறையிலிருந்து விடுவிக்கச் சொன்னேன். என் வீரப் புதல்வன் அகால மரணம் அடைந்ததற்கு என்னுடைய

பழைய பாவங்கள்தாம் காரணம். யார் பேரிலும் குற்றம் இல்லை. நீங்கள் அதைப் பற்றி ஒன்றும் சொல்ல வேண்டாம். பெரிய பழுவேட்டரையரும் எதுவும் சொல்ல வேண்டியதில்லை!" என்றார்.

அப்போது பெரிய பழுவேட்டரையர் சிம்ம கர்ஜனையைப் போல் தொண்டையைக் கனைத்துக் கொண்டு பெரும் குரலில் பேசினார்: "சோழர் குலக் கோமானே! கருணை கூர்ந்து மன்னிக்க வேண்டும். நான் பேசாமலிருக்கலாகாது! என் மனத்தில் உள்ளதைக் கூறியே ஆகவேண்டும். உண்மையை நான் அறிந்தபடி சொல்லியே ஆகவேண்டும். ஆம், பெருமானே! உண்மையை எதற்காகச் சொல்ல வேண்டும் என்றும், சொல்லாமலே என் பிரதிக்ஞையை நிறைவேற்றி விடலாம் என்றும் எண்ணியதுண்டு. சோழர் குலத்தைச் சேர்ந்தவர்களுக்கு ஆபத்து வருங்காலத்தில் காப்பாற்ற முடியாவிட்டால் என் தலையை நானே வெட்டிக் கொண்டு உயிர் விடுவேன் என பிரதிக்ஞை செய்திருந்தேன். ஆதித்த கரிகாலரைக் காப்பாற்ற என்னால் முடியவில்லை. ஆகையால் என் பிரதிக்ஞையை நிறைவேற்றியே தீரவேண்டும். அதற்கு முன்னால் எனக்குத் தெரிந்த உண்மையைச் சொல்லிவிட விரும்புகிறேன். இல்லாவிட்டால் வீணான பலப் பல சந்தேகங்கள் ஏற்பட்டு வீண் பழிகள் சுமத்தப்பட ஏதுவாகும்!"

இவ்வாறு பெரிய பழுவேட்டரையர் கூறி நிறுத்தியபோது அந்தச் சபையில் பரிபூரண மௌனம் குடிகொண்டிருந்தது. எல்லாருடைய உள்ளமும் ஒரு கணம் கனிந்து உருகி விட்டது.

சக்கரவர்த்தி தழுதழுத்த குரலில், "மாமா! சற்று யோசியுங்கள்! எதற்காகத் தாங்கள் நடந்து போன காரியங்களைப் பற்றிப் பேச வேண்டும்? இறந்தவர்களின் உயிர் திரும்பி வரப்போவதில்லை. தாங்கள் மனமறிந்து சோழ குலத்துக்கு எந்தவிதத் துரோகமும் செய்திருக்க மாட்டீர்கள்! ஆகையால், நடந்து போனதை மறந்து விட்டு இனி நடக்க வேண்டியதைப் பற்றிப் பேசுவோம்!" என்றார்.

"இல்லை ஐயா! நடந்து விட்டதைப் பற்றி நான் பேசியே ஆகவேண்டும். சோழர் குலத்துக்கு நான் எவ்வளவு பெரிய துரோகம் செய்வதற்கிருந்தேன் என்று கூறியே தீரவேண்டும். தங்களுக்கும் எனக்கும் குலதெய்வமான துர்க்கா தேவிதான் அவ்விதம் நேராமல் தடுத்தாள். அந்த அன்னை பரமேசுவரிக்கு என் காணிக்கையைச் செலுத்தியே தீரவேண்டும். கருணை கூர்ந்து நான் சொல்லப் போவதைச் செவிகொடுத்துக் கேளுங்கள்!" என்றார் பெரிய பழுவேட்டரையர். அவர் பேசுவதைத் தடை செய்ய முடியாது என்று கண்ட சக்கரவர்த்தியும் சும்மா இருந்தார்.

பின்னர், பெரிய பழுவேட்டரையர் தாம் மூன்று ஆண்டுகளுக்கு முன்னால் சாலையோரத்தில் நந்தினியைச் சந்தித்து அவள் பேரில் மோகம் கொண்டது முதல் நடந்ததையெல்லாம் ஒன்றையும் மறைக்காமல் எடுத்துச் சொன்னார். தம் சகோதரர் சின்னப் பழுவேட்டரையர் அடிக்கடி எச்சரிக்கை செய்தும் தாம் பொருட்படுத்தாததைக் கூறினார். நந்தினியின் தூண்டுதலினால் மதுராந்தகத்தேவருக்குச் சோழ சிங்காதனத்தை உரிமையாக்க எண்ணியதையும் அதற்காக மற்ற சிற்றரசர்களுடன் சேர்ந்து சதி செய்ததையும் கூறினார். நந்தினியின் மூடுபல்லக்கில் மதுராந்தகனை அழைத்துப் போனதைப் பற்றியும் சம்புவரையர் மாளிகையில் நள்ளிரவில் நடந்த கூட்டத்தைப் பற்றியும் கூறினார். முதன் முதலில், வந்தியத்தேவன் காரணமாகவே நந்தினியின் பேரில் தமக்குச் சந்தேகம் உதித்தது என்றும், அதிலிருந்து பாண்டிய நாட்டுச் சதிகாரர்களைப் பற்றி யோசனை தோன்றியது என்றும் தெரிவித்தார். ஆனாலும் அவ்வப்போது நந்தினியின் மோகமாகிய மாயை தம் அறிவை மறைத்து வந்தது என்று துயரத்தோடு எடுத்துச் சொன்னார். கடைசியாக, கொள்ளிடத்து உடைப்பு வெள்ளத்தில் சிக்கிக் கொண்டதனால் பாண்டிய நாட்டுச் சதிகாரர்களின் திட்டம் இன்னதென்று அறிந்து கொண்டதையும், விரைந்து திரும்பிக் கடம்பூர் சென்றதையும் கூறினார். வழியில் காளாமுக சைவரைப் போல வேஷம் பூண்டதையும், இடும்பன்காரியின் உதவியினால் ரகசிய வழியில் சென்று அந்தப்புரத்தை அடைந்ததையும் யாழ்க் களஞ்சியத்தில் ஒளிந்திருந்து நந்தினிக்கும், இளவரசருக்கும் நடந்த சம்பாஷணையை ஒட்டுக் கேட்கும் ஆர்வத்தினால் ஒரு

நிமிடம் தாமதித்ததையும், அதற்குள் இளவரசர் மாண்டு விழுந்ததையும் தெரிவித்தார். அவரைத் தாங்குவதற்காகத் தாம் பாய்ந்து சென்றபோது விளக்கு அணைந்ததையும், தம்மைப் பலர் சூழ்ந்து தாக்கியதையும், தாம் மூர்ச்சையுற்றதையும், பச்சை மலைக் குகையில் தமக்கு பிரக்ஞை வந்ததையும் பின்னர் திரும்பி வந்ததையும் விவரித்தார்.

"சக்கரவர்த்தி! இவ்விதம் சோழர் குலத்துக்கு நான் பெருந்துரோகம் செய்தவனாவேன். பாண்டிய நாட்டுச் சதிகாரர்களுக்கு என்னுடைய அரண்மனையிலேயே இடம் கொடுத்தேன். நம்முடைய பொக்கிஷத்திலிருந்து அவர்கள் சதிச் செயலுக்கு வேண்டிய பொருள் கொண்டு போக அனுமதித்தேன். தங்களையும், தங்கள் புதல்வர்கள் இருவரையும் ஒரே சமயத்தில் கொன்று விடுவதற்கு அந்தச் சதிகாரர்கள் திட்டமிட்டார்கள். தங்களை செவிடும் ஊமையுமான ஒரு தெய்வப் பெண்மணி தன் உயிரைக் கொடுத்துக் காப்பாற்றினாள். பொன்னியின் செல்வரைக் கேவலம் அறிவற்ற மிருகமாகிய ஒரு யானை காப்பாற்றியது. நான் ஆதித்த கரிகாலரைக் காக்க முயன்று தோல்வியுற்றேன். அவருடைய அகால மரணத்துக்கு நானே ஆதியிலும், நடுவிலும் முடிவிலும் காரணமானேன். ஐயா! துர்க்கா பரமேசுவரியின் சந்நிதியில் நான் எடுத்துக் கொண்ட பிரதிக்ஞையை இதோ நிறைவேற்றுவேன்!" என்று கூறிவிட்டுத் தம் நீண்ட கரத்தில் பிடித்திருந்த வாளை வீசினார். அவருடைய நோக்கத்தை அறிந்து கொண்ட அனைவரும் திடுக்கிட்டுப் பிரமித்து நின்றார்கள். சிறிது சிறிதாக அவர் அருகில் நெருங்கி வந்திருந்த பொன்னியின் செல்வர் மட்டும் சட்டென்று பாய்ந்து பெரிய பழுவேட்டரையரின் வாள் ஓங்கிய கரத்தை இறுக்கிப் பிடித்துக் கொண்டார்.

"ஐயா! பொறுங்கள்! வழிவழியாகச் சோழர் குலத்து மன்னர்களின் முடிசூட்டு விழாவின் போது பழுவேட்டரையர்கள் தான் கிரீடத்தை எடுத்துத் தலையில் வைப்பது வழக்கம். என் பட்டாபிஷேகத்தின் போதும் தங்கள் ஆகிவந்த கரத்தினால் தான் முடிசூட்ட வேண்டும். அதற்குப் பிறகு தங்கள் விருப்பம் போல் செய்து கொள்ளலாம் அதுவரையில் பொறுத்திருங்கள்!" என்றார்.

இந்த வார்த்தைகள் சக்கரவர்த்தியையும், மற்றக் குறுநில மன்னர்களையும் வியப்புக் கடலில் ஆழ்த்தின என்று சொல்ல வேண்டியதில்லையல்லவா?

❉ ❉ ❉ ❉

எழுபத்தாறாம் அத்தியாயம்

வடவாறு திரும்பியது!

இந்த நெடும் கதையில் வரும் பாத்திரங்களில் சிலர் முன்னுக்குப் பின் முரணாகப் பேசியும் நடந்தும் வருவதை வாசகர்கள் கவனித்திருப்பார்கள். அதற்கு நாம் பொறுப்பாளிகள் அல்லவென்பதைத் தெரிவித்துக் கொள்கிறோம். மனித இயற்கை என்றைக்கும் ஒரே மாதிரி இருப்பதில்லை. சூழ்நிலையும் பல்வேறு சம்பவங்களும் அவர்களுடைய மனப் போக்கையும் நடத்தையையும் மாற்றுகின்றன. நேற்றைக்கு ஒருவிதமாகப் பேசி நடந்து கொள்கிறவர்கள் இன்றைக்கு முற்றும் முரணான முறையில் பேசுகிறார்கள்; நடந்து கொள்கிறார்கள்.

பெரிய பழுவேட்டரையர் இக்கதையின் ஆரம்பத்தில் ஒரு பெரிய ராஜரீகச் சதியாலோசனைக்குத் தலைவராயிருந்தார். இப்போது பலரறிய தாம் செய்த குற்றத்தை எடுத்துச் சொல்லி அதற்குப் பிராயச்சித்தமாகத் தம் சிரத்தைத் தாமே துணித்துக் கொண்டு உயிரை விட விரும்பினார்.

பெரிய சம்புவரையர் இளவரசர் கரிகாலரின் உயிரற்ற உடலைக் கண்டதும் அடைந்த திக்பிரமையில் எப்படியாவது அந்தப் படுகொலைப் பழி தம் குடும்பத்தின் மீது சாராமற் போக வேண்டுமென்னும் கவலையினால்,

தமது பழைய மாளிகையையே எரிக்க முற்பட்டார். அந்தப் பழியை வேறு யார் தலையிலாவது சுமத்தி விடவேண்டும் என்ற ஆவல் கொண்டு தம் மகனையும் அந்த முயற்சியில் ஏவி விட்டார். இப்போது குற்றம் தம் பேரில் சாரவில்லை என்று அறிந்த பிறகு, தம் அருமைப் புதல்வி வந்தியத்தேவன் பேரில் கொண்டிருந்த அன்பின் ஆழத்தை அறிந்த பிறகு, வேறு விதமாகப் பேசலானார்.

இந்தக் கதையின் ஆரம்பத்தில் மூடுபல்லக்கில் மறைந்து வந்த போலி மதுராந்தகனையே உண்மை மதுராந்தகன் என்றும், அவனே பின்னால் உத்தம சோழ சக்கரவர்த்தியாகப் போகிறான் என்றும் வாசகர்கள் நம்பும்படியாக நாம் செய்திருந்தோம். கதைப் போக்குக்கு அது அவசியமாயிருந்தது. ஏன்? முதன்மந்திரி அநிருத்தருக்கு ஓரளவு பழைய ரகசியங்கள் தெரிந்திருந்த போதிலும், அவரும் மதுராந்தகரே முடிசூட்டப்பட வேண்டும் என்று கருதினார். அக்காலத்தில் நடந்த நிகழ்ச்சிகளின் முன்பின் விவரங்களை அவர் பூரணமாக அறிந்திருக்கவில்லை. ஆகையால் போலி மதுராந்தகர் கண்டராதித்தரின் புதல்வர் அல்லவென்றாலும், சுந்தர சோழருக்கும் மந்தாகினிக்கும் பிறந்த புதல்வர் என்று எண்ணினார். அதனால் அவரும் தடுமாற்றம் அடைந்து முன்னுக்குப் பின் முரணாக நடந்துகொள்ள வேண்டியதாயிற்று.

இந்தக் கதையிலேயே நேர்மையில் சிறந்தவர் என்றும், சத்திய சந்தர் என்றும் நாம் கருதி வந்த அருள்மொழித் தேவர் முன்னுக்குப் பின் முரணாகப் பேசியதை நாம் கடைசியாகப் பார்த்தோம். இத்தனை காலமும் தமக்கு அரசுரிமை வேண்டவே வேண்டாம் என்று சொல்லிக் கொண்டிருந்தவர் இப்போது திடீரென்று தம் போக்கை மாற்றிக்கொண்டு 'நானே முடிசூட்டிக் கொள்வேன்' என்று பலர் அறியச் சொல்ல ஆரம்பித்து விட்டார். சமய சந்தர்ப்பங்கள் தான் அவருடைய இந்த மாறுதலுக்குக் காரணம் என்பதை நாம் எடுத்துக்காட்ட வேண்டிய அவசியம் இல்லை அல்லவா?

* * *

ஆம்; அருள்மொழித் தேவரின் வார்த்தைகள் அங்கிருந்தோர் அனைவரையும் வியப்பும் திகைப்பும் அடையச் செய்தன. அதே சமயத்தில், அவர்களுடைய மனத்தில் ஒரு நிம்மதியையும் உண்டாக்கின. சோழ சிங்காதனம் ஏறுவதற்கு எல்லா வகையிலும் தகுதியானவரும் உரிமையுள்ளவரும் பொன்னியின் செல்வர் தான் என்பதை அனைவரும் உள்ளத்தின் உள்ளே அந்தரங்கத்தில் உணர்ந்திருந்தார்கள். சோழ சாம்ராஜ்யத்தில் வாழ்ந்த மிகப் பெரும்பாலான மக்களின் விருப்பமும் அதுவே என்பதை அறிந்திருந்தார்கள். மக்களின் பொது விருப்பத்துக்கு விரோதமாக வேறொருவரைச் சிங்காதனம் ஏறச் செய்தால் அதனால் நேரக்கூடிய பின் விளைவுகள் எப்படியிருக்குமோ என்ற கவலையும் அவர்கள் மனத்தில் இருந்தது.

ஆனாலும் பல்வேறு காரணங்களினால் அங்கிருந்தவர்களில் யாரும் பொன்னியின் செல்வருக்கு முடிசூட்ட வேண்டும் என்று சொல்லத் துணியவில்லை.

இப்போது பொன்னியின் செல்வரே முன்வந்து, "நானே மகுடம் சூட்டிக்கொள்ளப் போகிறேன்; தங்கள் திருக்கரத்தினால் முடிசூட்ட வேண்டும்!" என்று பெரிய பழுவேட்டரையரைப் பார்த்துக் கூறியதும், அனைவருடைய உள்ளத்திலும் அமைதியும் மகிழ்ச்சியும் உண்டாயின. "நல்ல முடிவு ஏற்பட்டு விட்டது; ஆனால் அந்த முடிவு செய்ய வேண்டிய தர்மசங்கடமான பொறுப்பு நம்மைவிட்டுப் போய் விட்டது!" என்று உவகையும் ஆறுதலும் அடைந்தார்கள்.

பொன்னியின் செல்வரிடம் குடிகொண்டு பிரகாசித்த அபூர்வமான காந்த சக்தியானது, அவர் எதிரில் அவருக்கு விரோதமாக யாரும் பேச முடியாமல் செய்தது என்பதை முன்னம் நாம் பார்த்திருக்கிறோம். ஏன்? வைர நெஞ்சம் படைத்த சின்னப் பழுவேட்டரையர் கூடப் பொன்னியின் செல்வரை நேரில் கண்டதும் தலை வணங்கி அவருக்கு முகமன் கூறி வரவேற்றதை நாம் பார்த்தோம் அல்லவா?

பெரிய பழுவேட்டரையர் தம் உயிரைத் தாமே போக்கிக் கொள்ளும் முயற்சியைப் பொன்னியின் செல்வர் தடுத்து நிறுத்தியதை அறிந்தார். அவருடைய வார்த்தையின் பொருளையும் உணர்ந்தார். இளவரசரின் செயலும் சொற்களும் அவரது உள்ளத்தை நெகிழச் செய்தன. உணர்ச்சி மிகுதியினால் அவருடைய உடலும் நடுங்கியது. கண்களில் கண்ணீர் மல்கியது; நாத்தழுதழுத்தது.

ஒருவாறு மனத்தை விரைவில் திடப்படுத்திக்கொண்டு அவர் கூறினார் – "சோழ குலத் தோன்றலே! பொன்னியின் செல்வா! தங்களுடைய சொற்கள் எனக்கு அளவிலா மகிழ்ச்சியை அளித்தன. தாங்களே முடிசூட்டிக் கொள்ள வேண்டும் என்று நான் தங்களை வேண்டிக் கொள்ள எண்ணினேன். சோழ குலத்துக்கே துரோகியாய்ப் போய் விட்ட எனக்கு அந்த வேண்டுகோள் விடுக்கவே உரிமை இல்லை என்று பேசாதிருந்தேன். தங்களுடைய பெரிய பாட்டனாரும் மகா புருஷருமான கண்டராதித்த சக்கரவர்த்தி ஓர் ஏற்பாடு செய்து விட்டுப் போனார். தமது சகோதரர் வம்சத்தில் வந்தவர் சிங்காதனம் ஏற வேண்டும் என்று அந்த மகான் வற்புறுத்திக் கூறினார். அவர் செய்திருந்த ஏற்பாட்டுக்கு விரோதமாக நாங்கள் சில காரியங்கள் செய்ய எண்ணினோம். எங்களுக்குள் ஏற்பட்டிருந்த மாற்சரியத்தினால் அந்தச் சிவ பக்தச் சிரோமணியின் விருப்பத்துக்கு மாறாக மதுராந்தகத்தேவருக்குப் பட்டம் சூட்ட எண்ணினோம். தங்கள் தந்தையும் அதற்கு உடன்பட்டு விட்டார். நாங்கள் கருதியது நிறைவேறியிருந்தால், எவ்வளவு பெரிய விபரீதம் ஆகியிருக்கும் என்று எண்ணும் போது என் குலை நடுங்குகிறது!. இளவரசே! தங்கள் தந்தை வீற்றிருக்கும் சோழ சிங்காதனத்துக்கு உரிமை பூண்டவர் தாங்கள் தான். சோழ சாம்ராஜ்யத்தின் மணிமகுடத்தை அணிவதற்குத் தகுதி வாய்ந்தவரும் தாங்கள்தான்! தாங்கள் சின்னஞ்சிறு பாலனாக இருந்த போது என் மார்பிலும் தோளிலும் ஏந்திச் சீராட்டியிருக்கிறேன். அப்போதெல்லாம் தங்கள் அங்க அடையாளங்களையும் தங்கள் கரங்களை அலங்கரிக்கும் ரேகைகளையும் பார்த்து, 'இந்தப் பூ மண்டலத்தையே ஆளும் மன்னாதி மன்னர் ஆகப் போகிறீர்கள்' என்று நானும் சொல்லிக் கொண்டிருந்தேன். ஓடத்திலிருந்து காவேரியின் வெள்ளத்தில் விழுந்து முழுகிப் போன தங்களைக் காவேரி அன்னை கரங்களில் ஏந்தி எடுத்ததைப் பற்றி எத்தனையோ நூறு தடவை சொல்லி மகிழ்ந்திருக்கிறேன். இந்த மூன்று வருஷ காலத்திலேதான் காமக் குரோத மத மாற்சரியங்கள் என் மனத்தைக் கெடுத்துவிட இடங்கொடுத்து துரோகியாய்ப் போய்விட்டேன். பொன்னியின் செல்வ! தாங்கள் சோழ சிங்காதனம் ஏறி மணிமகுடம் புனைவது முறைமையானது; தகுதியானது. ஆனால் அந்த மணிமகுடத்தை எடுத்துத் தங்கள் சிரசில் சூடும் தகுதியை நான் இழந்து விட்டேன்! என் கரங்களும் இழந்து விட்டன! இந்தக் கரங்களினால் நான் இனி செய்யக்கூடிய புனிதமான காரியம் என் குற்றத்துக்குப் பரிகாரமாக என்னை நான் மாய்த்துக் கொள்வதுதான்."

"இல்லை, இல்லை! கூடவே கூடாது!" என்று அந்த மந்திராலோசனை சபையில் பல குரல்கள் எழுந்தன.

சுந்தர சோழர் உருக்கம் நிறைந்த குரலில் கூறினார். "மாமா! இது என்ன வார்த்தை! இது என்ன காரியம்! தாங்கள் சோழ குலத்துக்கு அப்படி என்ன துரோகம் செய்து விட்டீர்கள்? ஒன்றுமில்லையே? என்னுடைய குமாரர்களுக்குப் பதிலாக என் பெரியப்பாவின் குமாரரைச் சிங்காசனத்தில் அமர்த்த எண்ணினீர்கள். அது சோழ குலத்துக்கு எப்படித் துரோகம் செய்வதாகும்? என் புதல்வர்களைக் காட்டிலும் என் பெரிய தந்தையின் குமாரனுக்குச் சோழ குலத்து மணிமகுடம் புனைய அதிக உரிமை உண்டல்லவா? இப்போதுகூட, என் மனத்தில் உள்ளதைச் சொல்ல நீங்கள் அனுமதி கொடுத்தால்..."

முதன்மந்திரி அநிருத்தர் குறுக்கிட்டு, "பிரபு! இந்த நாடெங்கும் 'அருள்மொழிவர்மரே திருமுடி சூடவேண்டும்' என்ற குரல்கள் ஒலிக்கின்றன. இத்தனை நாளாக அஞ்ஞாதவாசம் செய்து வந்த கண்டராதித்த தேவரின் திருக்குமாரரும் அதே உறுதி கொண்டிருக்கிறார். பொன்னியின் செல்வரும் அதே முடிவுக்கு வந்து விட்டார். இனி, அதற்கு மாறாக யோசனை எதுவும் செய்வதில் பயன் ஒன்றுமில்லை!" என்றார்.

"நீங்கள் யாரேனும் அவ்வாறு யோசனை செய்தாலும் நான் ஒப்புக்கொள்ள முடியாது!" என்றார் சேந்தன் அமுதனாகிய மதுராந்தகத்தேவர்.

"என் மகன் கூறுவதுதான் சரி; இனி வேறு யோசனை செய்ய வேண்டியதில்லை!" என்றார் செம்பியன் மாதேவியார்.

"அன்னையே! தங்கள் வார்த்தைக்கு எதிர் வார்த்தை கூறக் கூடியவர் இங்கு யாரும் இல்லை. கடவுளின் விருப்பத்தின்படி நடக்கட்டும். ஆனாலும் பழுவூர் மாமா நம் குலத்துக்குத் துரோகம் செய்து விட்டதாகக் கூறித் தம் உயிரை மாய்த்துக் கொள்ள விரும்புவது சரியில்லைதானே? தங்கள் திருக்குமாரருக்கு முடிசூட்ட வேண்டும் என்று அவர் பிரயத்தனப்பட்டது சோழ குலத்துக்குத் துரோகம் செய்தது ஆகாது அல்லவா?" என்றார் சக்கரவர்த்தி.

பெரிய பழுவேட்டரையர் தொண்டையைக் கனைத்துக் கொண்டு கூறலுற்றார்:– "ஐயா! கேளுங்கள்! என்னுடைய முயற்சி பலிதமாயிருந்தால் எவ்வளவு பயங்கரமான விபரீதம் நடந்திருக்கும் என்பதைக் கேளுங்கள்! இதை நான் சொல்லாமலே என் உயிரை மாய்த்துக் கொள்ள விரும்பினேன். முக்கியமாக சோழ சாம்ராஜ்யத்தின் மேன்மையைத் தவிர வேறு எதையும் கனவிலும் கருதாதவனான என் சகோதரன் காலாந்தககண்டனின் மனத்தைப் புண்படுத்தத் தயங்கினேன். ஆயினும் இப்போது என் மனத்தைக் கல்லாக்கிக் கொண்டு உண்மையைச் சொல்லிவிடத் தீர்மானித்து விட்டேன். சக்கரவர்த்தி! நாங்கள் மகான் கண்டராதித்தரின் குமாரர் என்று எண்ணிச் சோழ சிங்காதனத்தில் ஏற்றி வைப்பதற்கு இருந்தவன் சோழ குலத்துக்குப் பரம்பரைப் பகைவனான வீர பாண்டியனுடைய மகன்!..."

"ஐயையோ!" "இல்லை!" "அப்படி இருக்க முடியாது!" என்றெல்லாம் அச்சபையில் குரல்கள் எழுந்தன.

"உங்களுக்கு நம்புவது கஷ்டமாகத்தானிருக்கும். என் காதினாலேயே நான் கேட்டிராவிட்டால் நானும் நம்பியிருக்கமாட்டேன். அரசர்க்கரசே! என்னுடைய அவமானத்தை நான் மீண்டும் சொல்லிக் கொள்ள வேண்டியிருக்கிறது. மூன்று ஆண்டுகளுக்கு முன்னால் நான் எந்தப் பெண்ணின் முகலாவண்யத்தைக் கண்டு மயங்கி மோக வலையில் வீழ்ந்து அவளை என் அரண்மனையில் சர்வாதிகாரியாக்கி வைத்திருந்தேனோ, அவள் வீரபாண்டியனுடைய மகள்! அவள் வாயினால் இதை ஆதித்த கரிகாலரிடம் சொல்லியதை நான் என் காதினால் கேட்டேன். வீரபாண்டியனை ஆதித்த கரிகாலர் கொன்றதற்குப் பழிக்குப்பழி வாங்கவே பழுவூர் அரண்மனைக்கு அவள் வந்திருந்தாள். அதற்குத்தான் சமயம் பார்த்துக் கொண்டிருந்தாள். அந்தப் பாதகியும் அவளுடன் சதி செய்தவர்களும் கரிகாலரைக் கொன்று விட்டு வீரபாண்டியனுடைய குமாரனையே சோழ சிங்காதனத்தில் ஏற்றி வைக்கத் திட்டமிட்டிருந்தார்கள். நம் குலதெய்வமான துர்க்காதேவியின் அருளினால் அத்தகைய கொடிய விபரீதம் நேராமல் போயிற்று. துர்க்கா பரமேசுவரி என் கண்களைத் திறப்பதற்காகவே அந்த வாணர்குலத்து வீரனை அனுப்பி வைத்தாள். அவன் மூலமாகவே இந்த பயங்கரமான ரகசியங்களை நான் அறிய முடிந்தது. இன்னும் சில செய்திகளை அவனிடம் நான் கேட்டறிய வேண்டுமென்று இருந்தேன். அவனை இந்த இளஞ் சம்புவரையன் கொன்று வடவாற்று வெள்ளத்தில் விட்டுவிட்டு வந்து விட்டான்! நிர்மூடன்!"

இந்த வார்த்தையைக் கேட்டு அங்கிருந்தோர் அனைவரும் திகைத்துப் போய் நிற்கையில், கந்தமாறன் மட்டும், "ஐயா! எப்படியும் அந்த வந்தியத்தேவனும் சதிகாரக் கும்பலுடன் சேர்ந்தவன்தானே, அவனை நான் வேலெறிந்து கொன்றதில் குற்றம் என்ன?" என்றான்.

பெரிய பழுவேட்டரையர் அவனைக் கோபமாகத் திரும்பிப் பார்த்தார். அச்சமயம் அநிருத்தர் குறுக்கிட்டு, "ஐயா! வாணர் குல வீரனைக் கொன்றுவிட்டதாக இவன் சொல்லுகிறான் அவ்வளவுதானே? இவன் வேலெறிந்து கொன்றவன் வந்தியத்தேவன் என்பது என்ன நிச்சயம்?" என்று கேட்டார்.

பார்த்திபேந்திரன் சிறிது தணிவான குரலில், "வடவாற்று வெள்ளம் திரும்பி மேற்கு நோக்கிப் பாய்ந்து செத்தவனின் உடலைக் கொண்டு வந்தால், ஒருவேளை உண்மை வெளியாகும்!" என்றான்.

"யார் கண்டது? வடவாற்று வெள்ளம் திரும்பிப் பாய்ந்தாலும் பாயலாம்!" என்றார் முதன்மந்திரி அநிருத்தர்.

அவருடைய வாக்கை மெய்ப்படுத்துவது போல் அடுத்த கணத்தில் சொட்ட நனைந்திருந்த ஈரத் துணிகளிலிருந்து தண்ணீர்த் துளிகளைச் சிந்த விட்டுக் கொண்டு வந்தியத்தேவன் அந்த மந்திராலோசனை மண்டபத்தில் பிரவேசித்தான். அவனுடைய முகத்தின் மிரண்ட தோற்றமும் அவன் உள்ளே வந்த அலங்கோலமான நிலையும், வெள்ளத்தில் மூழ்கி இறந்தவனுடைய உடல் ஏதோ ஒரு ஜால வித்தையினால் எழுந்து நடமாடுவது போன்ற பிரமையைப் பார்த்தவர்களின் உள்ளத்தில் உண்டாக்கின.

ஆகா! வடவாற்றின் வெள்ளம் திரும்பியே விட்டது! இறந்தவனையே உயிர்ப்பித்துக் கொண்டு வந்து விட்டது!" என்றார் முதன்மந்திரி அநிருத்தர்.

* * *

அச்சமயம் வந்தியத்தேவன் அங்கே அந்தக் கோலத்தில் எவ்வாறு வந்து சேர்ந்தான் என்பதை வாசகர்களுக்கு நாம் அறிவித்தாக வேண்டும்.

பொன்னியின் செல்வர், குந்தவை தேவி முதலியோர் தன்னைத் தனியே விட்டுச் சென்ற பிறகு வந்தியத்தேவன் மிக்க மனச் சோர்வு அடைந்திருந்தான். வீர தீரச் செயல்கள் புரிந்து உலகத்தையே பிரமிக்க வைக்க வேண்டும் என்னும் ஆர்வம் கொண்டிருந்தவனுக்குப் பலரும் தன்னைப் பார்த்துப் பரிதாபம் கொள்ளும்படியான நிலையில் இருந்தது சிறிதும் பிடிக்கவில்லை. பாதாளச் சிறையைக் காட்டிலும் இந்த அரண்மனை அந்தபுரத்துச் சிறை கொடியதாக அவனுக்குத் தோன்றியது. பொன்னியின் செல்வரின் தயவினால் அவன் பேரில் கரிகாலரைக் கொன்ற குற்றத்தைச் சுமத்தாமலும், அதற்காகத் தண்டனை அளிக்காமலும் ஒருவேளை விட்டு விடுவார்கள். ஆனால் அரண்மனையில் உள்ளவர்களுக்கெல்லாம் அவனைப் பற்றி ஒரு சந்தேகம் இருந்து கொண்டுதானிருக்கும். அவனைக் களங்கம் உள்ளவனாகவே கருதுவார்கள். இளைய பிராட்டி அவனிடம் காட்டும் இரக்கமும் அனுதாபமும் அவ்வளவுடன் நின்றுவிடும். சோழ சாம்ராஜ்யத்தின் சக்கரவர்த்தியாக முடிசூட்டிக் கொள்ளப் போகும் பொன்னியின் செல்வரின் திருத்தமக்கையாரைக் கைப்பிடித்து மணந்து கொள்வது கனவிலும் நடவாத காரியம். அரண்மனைப் பெண்கள் அவனை ஏதோ குற்றம் செய்து மன்னிப்புப் பெற்ற சேவகனாகவே மதித்து நடத்துவார்கள். அமைச்சர்களும் தளபதிகளும் அவனை அருவருப்புடன் நோக்குவார்கள். அரச குலத்தினரின் சித்தம் அடிக்கடி மாறக் கூடியது. இளவரசர் அருள்மொழிவர்மர்தான் அவன் மீது எத்தனை நாள் அபிமானம் காட்டி வருவார் என்பது யாருக்குத் தெரியும்?

ஆகா! முதலில் அவன் உத்தேசித்திருந்தபடி சேந்தன் அமுதன் குடிசைக்கு அருகில் குதிரை மேல் ஏறியிருந்தால் இத்தனை நேரம் கோடிக்கரையை அடைந்திருக்கலாம். ஏன்? ஈழத் தீவுக்கே போய்ச் சேர்ந்திருக்கலாம். தான் வைத்தியர் மகனால் தாக்கப்பட்ட சமயத்தில் குதிரை மேல் ஏறிச் சென்றவர்கள் யாராயிருக்கும்? ஒருவன் 'பைத்தியக்காரன்' என்று பெயர் வாங்கிய கருத்திருமன். உண்மையில் அவன் பைத்தியக்காரனில்லை; சூழ்ச்சித் திறமை மிக்கவன். அவனுடன் சென்றவன் யார்? பழைய மதுராந்தகத் தேவரைக் காணோம் என்கிறார்களே? அவராக இருக்கலாம் அல்லவா? ஆம், ஆம்! அப்படித்தான் இருக்க வேண்டும்! அவர்கள் இருவரும் சேர்ந்து தப்பிச் செல்வதில் ஏதோ பொருள் இருக்கிறது. அந்த மதுராந்தகர் உண்மையில் யார் என்பது இங்குள்ளவர்களுக்குத் தெரிந்தால் எத்தனை வியப்படைவார்கள்? அவர்கள் இருவரும் பத்திரமாக ஈழ நாடு சேர்ந்து விட்டால், அதன் விளைவு என்னவாகும்? ஏன்? பாண்டிய நாட்டு மணிமகுடத்துக்கும், ரத்தின ஹாரத்துக்கும் உரியவன் அவற்றை அடைந்து விடுவான்! மகிந்தன் உதவியுடனே மறுபடியும் நாட்டை அடையப் போர் துவங்குவான். அப்படி நடவாமல் மட்டும் தடுக்க முடியுமானால்... தடுக்கக் கூடிய ஆற்றல் உடையவன் தான் ஒருவன்தான்! இங்கே இந்த அரண்மனை அந்தப்புர அறையில் ஒளிந்து உயிர் வாழ்வதில் என்ன பயன்?

இவ்வாறெல்லாம் எண்ணமிட்டுக் கொண்டு வந்தியத்தேவன் அந்த அறையில் அங்குமிங்கும் வட்டமிட்டு உலாவிக் கொண்டிருந்தான். அடிக்கடி அந்த அறையின் ஒரு பக்கத்துச் சுவரில் இருந்த பலகணியின் ஓரமாக வந்து நின்று ஆவலுடன் வெளியே பார்த்தான். அரண்மனையின் ஒரு கோடியில் இருந்த மேல் மாடத்து அறையில் அவன் இருந்து வந்தான். அதையொட்டி வடவாறு சென்று கொண்டிருந்தது. அங்கே அரண்மனையின் வெளிச் சுவரே தஞ்சைபுரிக் கோட்டையின் வெளிச் சுவராகவும் அமைந்திருந்தது. அந்தப் பலகணி வழியாக கீழே குதித்தால் வடவாறு வெள்ளத்தில் குதித்து விடலாம். அல்லது செங்குத்தான சுவரின் வழியே சிறிது பிரயத்தனத்துடன் இறங்கியும் வடவாற்று வெள்ளத்தை அடையலாம். அந்த மேன்மாடத்துக்குக் கீழே அரண்மனைப் பெண்டிர் நதியில் இறங்கிக் குளிப்பதற்காக வாசலும் படித்துறையும் இருந்ததாகத் தோன்றியது. மேன்மாடத்திலிருந்து கீழே சென்று அந்த வாசலை அடைவதற்கு வழி எப்படி என்று தெரியவில்லை. அந்தப்புரத் தாதிமார்களுக்கும் அரசிளங் குமரிகளுக்கும் அது தெரிந்திருக்கும். அவன் தப்பிச் செல்வதாயிருந்தால், அவர்கள் அறியாமல் அல்லவா செல்ல வேண்டும்...?

பலகணி ஓரத்தில் நின்று அவன் இவ்வாறு சிந்தித்துக் கொண்டிருந்தபோது, சற்றுத் தூரத்தில் தோன்றிய ஒரு காட்சி அவனைத் திடுக்கிடச் செய்தது.

அவன் இருந்த அரண்மனைக்கு அடுத்த அரண்மனைத் தோட்டத்தில் ஒரு பெண் தலைவிரிகோலமாகப் பித்துப் பிடித்தவள்போல ஓடிக்கொண்டிருந்தாள். ஆகா! அது பெரிய பழுவேட்டரையரின் அரண்மனைத் தோட்டம் போல் அல்லவா இருக்கிறது! ஆம், ஆம்! அந்தத் தோட்டந்தான்! அதில் பித்துப் பிடித்தவள் போல் ஓடுகிற பெண் யார்? ஈசுவரா! மணிமேகலை போல் அல்லவா இருக்கிறது? அவளுக்கு என்ன நேர்ந்து விட்டது? எதற்காக அப்படி ஓடுகிறாள்? கரிகாலர் மரணம் அடைந்த அன்றிரவு கடம்பூர் மாளிகையில் அவள் அவனுக்குச் செய்த உதவிகள் எல்லாம் நினைவுக்கு வந்து அவனுடைய நெஞ்சு விம்மும்படி செய்தன! அவளுக்குப் பின்னால், அவளைத் தொடர்ந்து பிடிப்பதற்காக ஓடுகிறவர்களைப் போல் இன்னும் இரு முதிய ஸ்திரீகள் ஓடினார்கள். ஆனால் அவர்கள் வரவரப் பின் தங்கி வந்தார்கள். மணிமேகலையை அவர்கள் பிடிப்பது இயலாத காரியம்! அதோ அவள் வெளி மதில் சுவரண்டை வந்து விட்டாள். சுவர் ஓரமாக வளர்ந்திருந்த ஒரு மரத்தைப் பிடித்துக் கொண்டு மதில் சுவரின் மேல் ஏறிவிட்டாள்! ஐயோ! என்ன காரியம் செய்கிறாள்? அவள் கையிலே ஒரு சிறிய கத்தி மின்னுகிறதே! அதனால் என்ன செய்யப் போகிறாள்? கடவுளே! மதில் சுவரிலிருந்து தலை குப்புற நதியின் வெள்ளத்தில் விழுந்து விட்டாளே!

முன்னொரு சமயம் வீர நாராயண ஏரியில் மணிமேகலையும், நந்தினியும் தண்ணீரில் முழுகும் தறுவாயிலிருந்ததும், அவன் மணிமேகலையை எடுக்க முதலில் உத்தேசித்துப் பிறகு நந்தினியைத் தூக்கிக் கரை ஏற்றியதும், அதனால் மணிமேகலை அடைந்த ஏமாற்றமும், அந்த ஒரு கணநேரத்தில் வந்தியத்தேவனுடைய மனத்தில் குமுறிப் பாய்ந்து வந்தன.

அதற்கு மேலே அவனால் சும்மா நிற்க முடியவில்லை. அரண்மனை மேல் மாடத்திலிருந்து பலகணியின் வழியாக வெளி வந்து ஆற்று வெள்ளத்தில் குதித்தான்.

சில கண நேரம் மூச்சுத் திணறிப் பின்னர் சமாளித்துக் கொண்டு நாலாபுறமும் பார்த்தான். ஆம்; அவன் குதித்த இடத்துக்கு அருகில் படித்துறை மண்டபமும் அதற்கு உள்ளிருந்து வரும் வாசலும் காணப்பட்டன. அதற்கு எதிர்த் திசையிலேதான் சற்றுத் தூரத்தில் மணிமேகலை மதில் மேலிருந்து கீழே குதித்தாள். நல்ல வேளையாக, ஆற்று வெள்ளம் அவனை நோக்கி வந்து கொண்டிருந்தது. மணிமேகலையும் வெள்ளத்தில் மிதந்து வந்தால், அவனை நோக்கித்தான் வரவேண்டும்.

தட்டுத்தடுமாறி நதியின் கரையோரத்தை வந்தியத்தேவன் அடைந்தான். ஆற்று வெள்ளத்தை எதிரிட்டுக் கொண்டு விரைவாக நடந்து சென்றான். ஆகா! அதோ மணிமேகலை மிதந்து வருகிறாள்? அவள் உடம்பில்

உயிர் இருக்கிறதா? அல்லது அது உயிரற்ற உடம்பா? ஐயோ! மறுபடியும் தன்னிடம் அன்பு கொண்ட ஒருவரின் உயிரற்ற உடம்பைச் சுமந்து செல்லும் துர்ப்பாக்கியம் தனக்கு ஏற்பட்டுவிடுமோ? அடடா! அந்தப் பெண் தன்னிடம் எவ்வளவு அன்பு வைத்திருந்தாள்? வீர நாராயணபுரத்து ஏரிக்கரை மண்டபத்தில் அவள் யாழ் வாசித்துக் கொண்டு பாடிய பாட்டின் தொனி, வெள்ளத்தில் அவள் உடல் மிதப்பது போலவே காற்றிலே மிதந்து வந்தது. வந்தியத்தேவனுக்கு அது அளவில்லாத வேதனையை அளித்தது.

அந்த வேதனையை எப்படியோ சகித்துக் கொண்டு வெள்ளத்திலே பாய்ந்து சென்று மணிமேகலையை இரு கரங்களினாலும் தூக்கி எடுத்துக் கொண்டான். தெய்வங்களே! இந்தப் பெண்ணின் உயிரைக் காப்பாற்றிக் கொடுங்கள்! சோழ நாட்டிலுள்ள ஒவ்வொரு ஆலயத்துக்கும் சென்று ஒவ்வொரு சந்நிதியிலும் தரையில் விழுந்து கும்பிடுகிறேன். சிவன் கோயில், விஷ்ணு கோயில், அம்மன் கோயில், அய்யனார் கோயில் எல்லாவற்றுக்கும் சென்று ஒவ்வொரு தெய்வத்துக்கும் நன்றி செலுத்துகிறேன். சூதுவாது அற்ற இந்தச் சாதுப் பெண்ணின் உயிரை மட்டும் காப்பாற்றிக் கொடுங்கள்!...

இவ்வாறு மனத்துக்குள் பல்வேறு தெய்வங்களையும் பிரார்த்தித்த வண்ணமாக வந்தியத்தேவன் மணிமேகலையைப் படித்துறையில் கொண்டுவந்து சேர்த்தான். ஏற்கனவே ஈட்டிக் காயத்தினால் மரணத்தின் வாசலுக்குச் சென்று திரும்பி வந்தவன் நதி வெள்ளத்தில் திடீரென்று குதித்த அதிர்ச்சியினால் மேலும் பலவீனமுற்றிருந்தான். நீரில் மூழ்கியதனால் கனத்திருந்த மணிமேகலையைத் தூக்கிக் கொண்டு நதியில் நடந்த போது அவனுக்கு மூச்சு வாங்கியது. அவளை மேலும் தூக்கிக் கொண்டு நடப்பது இயலாத காரியமாகத் தோன்றியது. எனவே, படித்துறையின் மேல்படி அகலமாக இருந்ததைப் பார்த்து அதன் பேரில் மணிமேகலையைப் படுக்க வைத்தான்.

பின்னர் என்ன செய்வது என்று ஒரு கணம் யோசித்தான். மணிமேகலையின் உடம்பில் இன்னும் உயிர்க்கனல் இருந்தது. ஆனால் அவளை மூர்ச்சை தெளிவித்து உயிர்ப்பிக்கும் காரியம் தன்னால் ஆகக் கூடியதில்லை. உடனே யாராவது ஒரு பெண்ணின் உதவி தேவை. அரண்மனைக்குள் சென்று அங்கிருந்து யாரையாவது அழைத்து வரவேண்டும்.

படித்துறைக்கு அரண்மனைக்குள்ளேயிருந்து வருவதற்காக அமைந்த வாசல் அவன் கண்முன் காணப்பட்டது. அதன் அருகில் சென்று சாத்தியிருந்த கதவின் பேரில் தன் உடம்பில் மிச்சமிருந்த பலம் முழுவதையும் பிரயோகித்து மோதினான். அதிர்ஷ்டவசமாகக் கதவின் உட்புறத் தாழ்ப்பாள் தகர்ந்து கதவு திறந்து கொண்டது. திறந்த கதவின் வழியாகப் புகுந்து ஓடினான். சிறிது தூரம் அது குறுகிய பாதையாகவே இருந்தது. பின்னர் தாழ்வாரங்களும் முற்றங்களும் வந்தன. அங்கேயெல்லாம் யாரையும் காணவில்லை. "இங்கே யாரும் இல்லையா? ஒரு பெண்ணைக் காப்பாற்றுவதற்கு யாரும் இல்லையா?" என்று அலறிக் கொண்டே அங்குமிங்கும் ஓடினான். கடைசியாக ஒரு பெரிய மண்டபத்தின் வாசலில் சேவகர்கள் இருவர் அவனை வழி மடக்கி நிறுத்த முயன்றார்கள். அவர்களை மீறி தள்ளிக் கொண்டு உள்ளே புகுந்தான். அங்கே சக்கரவர்த்தி உன்னதமான சிங்காதனத்தில் அமர்ந்திருப்பதையும் ஆடவர்கள், பெண்டிர்கள் பலர் சூழ்ந்து நிற்பதையும் கண்டு திகைத்துப் போனான். முதலில் அவன் கண்களில் எதிர்பட்ட பெண்மணி பூங்குழலி என்று தெரிந்து கொண்டதும், அவனுக்குச் சிறிது தைரியம் உண்டாயிற்று. "சமுத்திரகுமாரி! சமுத்திரகுமாரி! மணிமேகலை ஆற்றில் விழுந்து விட்டாள்; உடனே வந்து காப்பாற்று!" என்று அலறினான்.

❖ ❖ ❖ ❖

எழுபத்தேழாம் அத்தியாயம்

நெடுமரம் சாய்ந்தது!

ஆஸ்தான மண்டபத்துக்குள் அந்தப்புரப் பெண்கள் வருவதற்கென்று ஏற்பட்ட வாசல் வழியாக வந்தியத்தேவன் புகுந்தான். அதனால் அவன் முதலில் அங்கிருந்த பெண்களைப் பார்க்கும்படி நேர்ந்தது. அவர்களில் எல்லாருக்கும் பின்னால் ஒதுங்கி நின்ற பூங்குழலி, ஏதோ சத்தம் கேட்டுத் திரும்பிப் பார்த்தபோது, வந்தியத்தேவன் ஈரத்துணிகளுடன் அலங்கோலமாக உட்புகுந்ததைக் கண்டு திடுக்கிட்டாள். அவளைப் பார்த்தவுடனேதான் வந்தியத்தேவனும் மணிமேகலைக்கு நேர்ந்த விபத்தைப் பற்றிக் கூறினான். அது அவளுடைய காதில் விழுந்தது. அவள் அருகில் இருந்த இளைய பிராட்டி குந்தவை வானதி இவர்கள் காதிலும் விழுந்தது. அவர்கள் மூவரும் வந்தியத்தேவன் புகுந்த வாசல் வழியாக விரைந்து சென்றார்கள். தண்ணீர் சொட்டியிருந்த அடையாளத்தைக் கொண்டு அவன் வந்த வழியைக் கண்டு பிடித்துக்கொண்டு சென்றார்கள்.

வந்தியத்தேவனுடைய வார்த்தைகள் அந்த மண்டபத்திலிருந்த மற்றவர்களின் காதில் தெளிவாக விழவில்லை. "காப்பாற்றுங்கள்!" என்ற வார்த்தை மாத்திரம் சிலர் காதில் கேட்டது. கந்தமாறன், பார்த்திபேந்திரன் இவர்கள் காதில் அந்த வார்த்தைகூட விழவில்லை. ஏதோ உருத்தெரியாத அலறல் சத்தம் மட்டுமே அவர்களுக்குக் கேட்டது.

முதலில் அவ்விருவரும், அப்படி அந்தப்புர வழியில் புகுந்து வந்த உருவத்தை, இறந்துபோன வந்தியத்தேவனின் ஆவி வடிவமோ என்று நினைத்தார்கள். அகால மரணமடைந்தவர்களின் ஆவிகள் இந்த உலகை விட்டுப் போகாமல் இங்கேயே சுற்றி அலையும் என்ற நம்பிக்கை அக்காலத்தில் பலர் உள்ளத்தில் குடிகொண்டிருந்தது. "வடவாறு திரும்பினாலும் திரும்பும்!" என்று முதன்மந்திரி அநிருத்தர் கூறி வாய் மூடுவதற்குள் வந்தியத்தேவன் சொட்ட நனைந்த ஈரத் துணிகளுடன் அங்கே வந்து தோன்றியதும் அவர்களுக்கு அத்தகைய பிரமை ஏற்படக் காரணமாயிருந்தது.

ஆனால் வந்தியத்தேவனைத் தொடர்ந்து வந்த சேவகர்கள் பரபரப்புடன் உள்ளே புகுந்து அவனைப் பற்றிக் கொண்டதும், மேற்கூறிய பிரமை நீங்கியது. "சக்கரவர்த்தி! மன்னிக்க வேண்டும்; இந்தப் பைத்தியக்காரன் அரண்மனைப் படித்துறைக் கதவு வழியாகப் புகுந்து ஓடி வந்தான்; நாங்கள் தடுத்தும் கேட்கவில்லை!" என்று அச்சேவகர்கள் சொல்லிவிட்டு, வந்தியத்தேவனைத் தங்களுடன் இழுத்துச் செல்ல முயன்றார்கள்.

அம்மம்மா! இந்த வந்தியத்தேவனுடைய உயிர்தான் எவ்வளவு கெட்டியானது? எப்பேர்ப்பட்ட ஆபத்திலிருந்தும் எப்படியோ தப்பித்து வந்து விடுகிறானே? இந்த வியப்பு பார்த்திபேந்திரன் உள்ளத்தில் எழுந்தது. அத்துடன் குரோதமும் கொழுந்து விட்டெரிந்தது.

எங்கே போகிறோம் என்பது தெரியாமல் அவன் ஓடிவந்து இங்கே சிக்கிக் கொண்டிருக்கிறான்! இனி ஒரு முறை அவன் தப்பித்துச் செல்வதற்கு இடந்தரலாகாது. இவ்வாறு ஒரு கணத்தில் முடிவு செய்துகொண்ட பார்த்திபேந்திரன், சக்கரவர்த்தியின் சந்நிதானம் என்பதையும் மறந்து பாய்ந்து சென்று வந்தியத்தேவனுடைய தோள்களில் ஒன்றைப் பலமாகப் பற்றிக் கொண்டான்.

"இவன் பைத்தியக்காரன் அல்ல; கொலைகாரன்! ஆதித்த கரிகாலரைக் கொன்ற வஞ்சகத் துரோகி!" என்று கூறிக் கொண்டே, அவனைப் பிடித்து இழுக்க முயன்ற சேவகர்களை ஜாடையினால் அப்புறப்படுத்தினான்.

பார்த்திபேந்திரனைப் பின்தொடர்ந்து கந்தமாறனும் ஓடிச் சென்று வந்தியத்தேவனுடைய இன்னொரு தோளையும் இறுகப் பிடித்துக் கொண்டான். இருவருமாக அவனை இழுத்துக் கொண்டு வந்து சுந்தர சோழ சக்கரவர்த்தி அமர்ந்திருந்த தர்ம பீடத்துக்கு எதிரில் நிறுத்தினார்கள்.

சக்கரவர்த்தி, வந்தியத்தேவனை ஏறிட்டுப் பார்த்துவிட்டு, "பால் வடியும் முகமுள்ள இந்தப் பிள்ளையா என் மகனைக் கொன்றதாகச் சொல்கிறீர்கள்? என்னால் நம்ப முடியவில்லையே! இவன் தானே ஆதித்த கரிகாலனிடமிருந்து எனக்கு ஓலை கொண்டு வந்தான்?" என்றார்.

"ஆம்; ஐயா! இவன்தான் ஓலை கொண்டு வந்தான்! இவன் தான் தஞ்சைக் கோட்டைக்கு வெளியே மூடுபல்லக்கில் வந்த நந்தினி தேவியைச் சந்தித்து ரகசியம் பேசினான். இவனேதான் இக்கோட்டையிலிருந்து முன்னொரு தடவை தப்பி ஓடினான். இப்போதும் பாதாளச் சிறையிலிருந்து தப்பித்து ஓடினான்!" என்றார் சின்னப் பழுவேட்டரையர்.

"என் முதுகிலே குத்திக் காயப்படுத்தி விட்டுத் தப்பி ஓடியவன் இவன்தான்!" என்று சொன்னான் கந்தமாறன்.

முதன்மந்திரி அநிருத்தர், "ஏன், அப்பா! இவனைத் தானே நீ முதுகில் வேலெறிந்து கொன்றதாகச் சற்று முன் சொன்னாய்?" என்று கந்தமாறனிடம் கேட்டார்.

"ஆம், சொன்னேன்! தாங்கள் இக்கொலைகாரனுக்கு ஒத்தாசை செய்து, இவனை உயிர்ப்பித்துக் கொண்டு வந்து சேர்ப்பீர்கள் என்று நான் கண்டேனா?" என்றான் கந்தமாறன்.

பொன்னியின் செல்வர் இத்தனை நேரமும் செயலற்று நின்றார். வந்தியத்தேவன் மறுபடியும் தப்பி ஓடப் பார்த்து நதியில் குதித்திருக்கிறான் என்றும், நீச்சல் பயிற்சி போதிய அளவு பெறாதபடியால் திரும்பக் கரையேறி இப்படித் தெறிகெட்டு வந்து சபையில் புகுந்திருக்கிறான் என்றும் அவர் எண்ணிக் கொண்டார். இதனால் அவருக்கு வந்தியத்தேவன் மீது பிறந்த கோபம் தணிவதற்குச் சிறிது நேரம் ஆயிற்று.

கந்தமாறனுடைய கடைசி வார்த்தைகளைக் கேட்டதும், பொன்னியின் செல்வர் கம்பீரமாக நடந்து முன்னால் வந்து வந்தியத்தேவன் அருகில் நின்றார்.

"தந்தையே! இந்த வல்லத்து இளவரசர் என் உயிர்க்குயிரான நண்பர். இலங்கையிலும் நடுக்கடலிலும் எனக்கு நேர்ந்த அபாயங்களில் என்னைக் காப்பாற்றியவர். இவர் உயிர் பிழைத்து வந்தது பற்றி நான் மகிழ்ச்சி அடைகிறேன். இவர் மீது குற்றம் சுமத்துவது என் மீது குற்றம் சுமத்துவது போலாகும்!" என்றார்.

அவருடைய குரலில் தொனித்த அதிகார தோரணை எல்லாரையும் சிறிது நேரம் மௌனமாக இருக்கச் செய்தது. பின்னர் முதன்மந்திரி அநிருத்தர், "பொன்னியின் செல்வ! சிறிது யோசித்துப் பாருங்கள்! இளம் சம்புவரையரின் வேலுக்கு இரையாகி மாண்டதாகச் சொல்லப்பட்டவர் எப்படியோ உயிரோடு வந்து குதித்திருக்கிறார். அவர் மீது குற்றம் என்னமோ ஏற்கனவே சாட்டி விட்டார்கள். ஆகையால் விசாரித்து உண்மையைத் தெளிவாக்கி விடுவது நல்லதல்லவா?" என்றார்.

பார்த்திபேந்திரன், "ஆம், ஐயா! தாங்கள் நாளைச் சோழ சிங்காதனத்தில் ஏறப் போகிறவர்கள். எப்பேர்ப்பட்ட குற்றவாளியானாலும் தண்டிக்கவோ மன்னிக்கவோ தங்களுக்கு அதிகாரம் உண்டு. ஆனால் விசாரணையே வேண்டாம் என்று சொல்லுவது உசிதமா? வீண் சந்தேகங்களுக்கு இடம் தருமல்லவா?" என்றான்.

"அத்துடன் நம் இளங்கோ இன்னொரு விஷயத்தையும் சிந்தித்துப் பார்க்க வேண்டும். இளவரசர் தாம் சிங்காதனம் ஏறுவதற்காக இந்த வந்தியத்தேவனை அனுப்பித் தம் தமையனைக் கொல்லச் சதி செய்ததாக ஒரு வதந்தி பரவி வருகிறது. அதற்கு இடந்தரக் கூடாது அல்லவா?" என்றான் கந்தமாறன்.

இதைக் கேட்டு அங்கிருந்தோர் அனைவரும் பயங்கரமடைந்து நின்றார்கள். சம்புவரையர் மட்டும் முன் வந்து கந்தமாறனைக் கன்னத்தில் ஓங்கி ஓர் அறை அறைந்து, "அடே மூடா! உன்னால் நமது பழமையான வம்சமே நிர்மூலம் ஆகிவிடும் போலிருக்கிறதே! சமய சந்தர்ப்பம் தெரியாமல் உளறுவதில் உனக்கு நிகர் வேறு யாரும் இல்லை?" என்று கோபமாகச் சொன்னார்.

கந்தமாறன் அவனுடைய தந்தையை வெறித்து நோக்கினான்; அவனுடைய உதடுகள் துடித்தன. அடுத்த நிமிஷம் அவன் என்ன செய்திருப்பானோ, என்ன சொல்லியிருப்பானோ, தெரியாது! நல்ல வேளையாக அச்சமயத்தில் பெரிய பழுவேட்டரையர் ஓர் அடி முன் வந்து சம்புவரையரைப் பிடித்துக் கொண்டார். தொண்டையை முன்போல் கனைத்துக் கொண்டு, "சம்புவரையரே! உமது மகன் செய்த மூடத்தனமான காரியங்களுக்கெல்லாம் பிராயச்சித்தம் செய்து விட்டான்! சோழ சாம்ராஜ்யத்துக்கு ஒரு பெருந்தொண்டு செய்திருக்கிறான். அதைத் தெரிந்து கொள்ளும் போது தாங்களே அவனைப் பெற்றது குறித்துப் பெருமை அடைவீர்கள். கொஞ்சம் பொறுங்கள்! அவன் மீது சீற்றங் கொள்ள வேண்டாம்!" என்று சொல்லிக் கொண்டே சம்புவரையரைப் பிடித்து இழுத்துச் சிறிது அப்பால் கொண்டுபோய் நிறுத்தினார்.

பின்னர் இளஞ் சம்புவரையனைப் பார்த்து, "நீ இந்த வந்தியத்தேவன் மீது வேல் எறிந்து கொன்றதாகச் சொன்னாய் அல்லவா? இவன்தான் அப்போது குதிரை மேல் நதியைக் கடந்தவன் என்று சொல்ல முடியுமா?" என்று கேட்டார்.

முதன்மந்திரி, "ஐயா! இது பற்றி என் சீடன் ஒரு வார்த்தை சொல்ல அனுமதிக்க வேண்டும்!" என்றார்.

ஆழ்வார்க்கடியான் முன்னால் வந்து, "பிரபுக்களே! என் குற்றத்தை நான் ஒப்புக் கொள்கிறேன். இந்த வல்லத்து இளவரசர் குதிரை மேலேறி ஓடவே இல்லை. இவர் நமது உண்மையான மதுராந்தகத் தேவரைக் கொலைகாரனிடமிருந்து காப்பாற்றிவிட்டுக் காயம் பட்டு விழுந்தார். இவரை நானே மூடுபல்லக்கில் ஏற்றிக் கோட்டைக்குள் கொண்டு வந்து சேர்த்தேன். நாலு நாளாக இங்கேதான் இவர் இருந்து வருகிறார். ஆகையால் இளஞ் சம்புவரையர் இவர் முதுகில் வேலெறிந்திருக்க முடியாது!" என்றான்.

பெரிய பழுவேட்டரையர், "நானும் அப்படித்தான் ஊகித்தேன், சம்புவரையரே! உமது மகனுடைய தவறுகளை எல்லாம் மன்னித்து விடுங்கள். சோழ சாம்ராஜ்யத்துக்கு அவன் மகத்தான சேவை செய்திருக்கிறான்! அவன் வேலெறிந்து கொன்றவன் வீர பாண்டியனுடைய மகனாகவே இருக்க வேண்டும். அன்று மாலை முதல் பழைய மதுராந்தகனைக் காணவில்லையல்லவா? ஓடிப்போக முயன்றவன் அவனாகவே இருக்க வேண்டும். கடவுள் எத்தனை பெரிய விபத்திலிருந்து இந்த ராஜ்யத்தைக் காப்பாற்றினார்!" என்று கூறி நிறுத்தினார்.

இந்த வார்த்தைகளினால் ஏற்பட்ட வியப்பும் திகைப்பும் தீர்வதற்குள் அந்த முதுபெரும் கிழவர் மேலும் கூறினார்: "சக்கரவர்த்தி! அடியேனுடைய கடைசி வார்த்தைகளைச் சிறிது செவி கொடுத்துக் கேளுங்கள்! தூமகேது தன்னுடைய தீய காரியத்தைச் செய்துவிட்டு மறைந்து விட்டது. தங்கள் தீரப் புதல்வர் ஆதித்த கரிகாலரும் மறைந்துவிட்டார். ஆனாலும் தங்கள் குலத்து முன்னோர்களும் என் குலத்து முன்னோர்களும் ரத்தம் சிந்தி உயிரைக் கொடுத்து ஸ்தாபித்த சோழ சாம்ராஜ்யத்துக்கு நல்ல காலம் இருக்கிறது; இன்னும் நெடு நாள் இந்தச் சாம்ராஜ்யம் நிலைத்திருக்கப் போகிறது; விரிந்து பரவி மகோந்நத நிலையை அடையப் போகிறது. ஆகையினாலேயே, கதைகளிலே கூட கேட்டறியாத பெரிய விபத்திலிருந்து இந்தச் சோழ குலமும் சாம்ராஜ்யமும் தப்பியது. அவ்விதம் தப்புவதற்கு முக்கிய காரணமாயிருந்தவன், இந்த வாணர் குல வீரன் வந்தியத்தேவன்தான்! இவன் மூலமாகவே மோகத் திரையினால் மூடப்பட்டிருந்த என் கண்கள் திறந்தன. சம்புவரையர் மாளிகையில் நாங்கள் நள்ளிரவுக் கூட்டம் நடத்திய அன்று இவன் தற்செயலாக அங்கு வந்து சேர்ந்தான். அன்றைய தினம் இந்தச் சிறு பையனுக்குத் தெரியக் கூடாதென்று மூடி மறைத்து ஒரு காரியத்தை நாம் செய்ய வேண்டியிருக்கிறதே என்ற அவமான உணர்ச்சி எனக்கு உண்டாயிற்று. பிறகு இவன் தஞ்சைக் கோட்டைக்கு வெளியே நந்தினியைச் சந்தித்துப் பேசியதாக என் சகோதரன் கூறினான். நந்தினியின் உதவியினாலேயே இவன் கோட்டையை விட்டுத் தப்பிச் சென்றதாகவும் கூறினான். அதிலிருந்து என் உள்ளத்தில் சந்தேகத்தின் முளை தோன்றி வளர்ந்து வந்தது. என்னைச் சுற்றிலும் நடப்பனவற்றையும் அவற்றின் காரணங்களையும் பற்றிச் சிந்திக்கத் தொடங்கினேன். அடிக்கடி மாயை இருள் வந்து என் அறிவை மூடினாலும் மீண்டும் மீண்டும் உண்மை ஒளியின் கிரணங்கள்

உட்புகுந்து இருளைப் போக்க முயன்றன. கடைசியில், துர்க்கா பரமேஸ்வரியின் கிருபையினால் மதுரை ஆபத்துதவிகளின் சதியாலோசனையைப் பற்றி அறிந்தேன். நானே மறைந்திருந்து அவர்களுடைய பேச்சுக்களைக் கேட்டிராவிட்டால், நம்பியே இருக்க மாட்டேன். அதற்குப் பிறகும், தங்கள் செல்வக் குமாரி இளைய பிராட்டி என் உள்ளத்தை வேறு விதத்தில், குழப்பி விட்டார். நந்தினி அவருடைய சகோதரி என்றும், அவளுக்கு நான் தீங்கு இழைக்கக் கூடாது என்றும் கூறினார். அவரும் ஒருவேளை ஏமாந்திருக்க முடியுமோ என்று ஐயமுற்றேன். எனினும், மாறுவேடம் பூண்டு கடம்பூர் சென்று உண்மையை அறிய விரும்பினேன் காளாமுகச் சைவர்கள் என்னை அவர்களுடைய தலைவனாகக் கொண்டிருந்தார்கள். என் அவமானத்தைக் கேளுங்கள். இந்தச் சோழ சாம்ராஜ்யத்துக்கு நானே சக்கரவர்த்தியாக வேண்டுமென்ற துரோகமான துராசையின் விதையை என் மனத்தில் நந்தினி விதைத்தாள். காளாமுகக் கூட்டத்தார் அந்தத் துராசைக்குத் தூபம் போட்டு வந்தார்கள். மதுராந்தகருக்குப் பட்டம் கட்டுவது போல் கட்டி விட்டுப் பிறகு அவரையும் துரத்தி விட்டு நானே சக்கரவர்த்தியாகிவிட வேண்டும் என்று அவர்கள் விரும்பினார்கள். அந்தக் காளாமுகர்களிலே ஒருவனான இடும்பன்காரி, சம்புவரையர் அரண்மனையில் சேவகனாகயிருந்தான். மதுரை ஆபத்துதவிகளுக்கும் அவன் ஒற்றனாக உதவி வந்தான். அவனைப் பயமுறுத்தி, அச்சமயம் கடம்பூர் அரண்மனையின் வேட்டை அறையில் மதுரை ஆபத்துதவிகள் இருப்பதை அறிந்தேன். ஆதித்த கரிகாலர் நந்தினியின் அறைக்குச் சென்றிருப்பதையும், மணிமேகலையும், வந்தியத்தேவனும் அங்கேயே ஒளிந்து கொண்டிருப்பதையும் அறிந்தேன். நந்தினிக்கும், கரிகாலருக்கும் நடக்கும் சம்பாஷணையை ஒட்டுக்கேட்டு அவர்களுடைய ரகசியத்தை அறியும் ஆசை என் உறுதியைக் குலைத்துவிட்டது. நந்தினியைப் பற்றிய உண்மையையும் அறிந்து கொள்ளலாம் என்ற ஆசை எழுந்தது. நந்தினியின் அறைக்குப் போக யாழ்க் களஞ்சியத்தின் மூலம் ஓர் ரகசிய வழி இருக்கிறதென்பதை அறிந்து அங்கே போய்ச் சேர்ந்தேன். நல்ல சமயத்திலேதான் போய்ச் சேர்ந்தேன். நந்தினியைப் பற்றிய உண்மையை அவள் வாயாலேயே சொல்லக்கேட்டு அறிந்தேன். ஆதித்த கரிகாலர் நடத்தையில் களங்கமற்றவர் என்றும் தெரிந்து கொண்டேன். நந்தினியும் அவளைச் சேர்ந்தவர்களும் வீரபாண்டியனுடைய சாவுக்காகப் பழி வாங்குவதற்கு எவ்வளவு பயங்கரமான திட்டமிட்டிருக்கிறார்கள் என்பதையும் அறிந்து கொண்டேன். அந்தச் சதி வெற்றி பெறாமல் தடுக்க முயன்றேன். ஆனால் விதியை என்னால் வெல்ல முடியவில்லை. கரிகாலர் என் கண் முன்னாலேயே உயிரற்றுக் கீழே விழுந்ததைப் பார்க்கும் துர்ப்பாக்கியம் பெற்றேன்...."

இவ்விதம் கூறிவிட்டுப் பெரிய பழுவேட்டரையர் தம் முகத்தைக் கையால் மூடிக்கொண்டு விம்மினார். அந்த விம்மலின் ஒலி, புயல் அடிக்கும்போது அலை கடலில் எழும் பேரோசையை ஒத்திருந்தது. யாரும் அச்சமயம் வாய் திறந்து பேசத் துணியவில்லை. அனைவருடைய உள்ளமும் அந்த வீரப்பெரும் கிழவரின் மாபெரும் துயரத்தைக் கண்டு இளகிப் போயிருந்தன.

பெரிய பழுவேட்டரையர் மேலும் மேலும் பொங்கி வந்த விம்மலைத் தமது வைரம் பாய்ந்த இரும்பு நெஞ்சின் உதவியால் அடக்கிக் கொண்டார். முகத்திலிருந்து கையை எடுத்து விட்டு சுற்றுமுற்றும் பார்த்தார்.

"விதி வசத்தினால் ஆதித்த கரிகாலர் இறந்துவிட்டார். ஆனால் துர்க்கா பரமேசுவரியின் கருணையினால், அதே சமயத்தில் பேராபத்துக்குள்ளான பொன்னியின் செல்வர் விதியையும் மதியினால் வென்று உயிர் தப்பினார். பிரபு! சக்கரவர்த்தி! பிரம்மராயரே! என் அருமைத் தோழர்களான சிற்றரசர்களே! சோழ சிங்காதனத்தில் அருள்மொழிவர்மரை ஏற்றி வைத்து முடிசூட்டுங்கள்! அவர் மூலமாக இந்தச் சாம்ராஜ்யம் மகோந்நதத்தை அடையப் போகிறது!" என்றார்.

முதன்மந்திரி அநிருத்தர், "ஐயா! தங்கள் விருப்பம் நிறைவேறத்தான் போகிறது. பொன்னியின் செல்வர் தான் அதற்குத் தடையாயிருப்பார் என்று பயந்தோம். சோழ நாட்டின் அதிர்ஷ்டத்தினால் அவரே முடிசூட்டிக் கொள்ள இசைந்து விட்டார்! ஆனால் கரிகாலர் எப்படி இறந்தார் என்று தாங்கள் கூறவில்லையே?" என்றார்.

"அதைப் பற்றி ஏன் கேட்கிறீர்கள்? கொன்ற கை யார் கையாயிருந்தால் என்ன? உண்மையில் அவருடைய மரணம் விதியினால் நேர்ந்தது!" என்றார் அந்த வீரக் கிழவர் நடுங்கிய குரலில்.

"அது தெரியாவிட்டால், இதோ குற்றம் சுமத்தப்பட்டு நிற்கும் வாலிபன் மீது ஏற்பட்டிருக்கும் சந்தேகம் நீங்காது. கரிகாலன் மரணத்துக்காக இவனைத் தண்டிக்கும்படி நேரிடும்!" என்றார் முதன்மந்திரி அநிருத்தர்.

"ஆகா! இவன் மீதா குற்றம் சுமத்துவது? யார் சுமத்துகிறார்கள்?"

"கந்தமாறனும், பார்த்திபேந்திரனும் சுமத்துகிறார்கள்!"

"ஆகா! முழு மூடர்கள்! கந்தமாறா! பார்த்திபேந்திரா! நீங்கள் இந்த வாலிபன் மீது குற்றம் சுமத்தக் காரணம் என்ன? எதைக்கொண்டு இவன் ஆதித்த கரிகாலரைக் கொன்றதாகச் சொல்லுகிறீர்கள்?"

இதற்கும் அநிருத்தரே பதில் கூறினார்; "இவன் அச்சமயம் நந்தினி தேவியின் அந்தப்புரத்தில் ஒளிந்து கொண்டிருந்திருக்கிறான். மணிமேகலையும் அங்கே இருந்திருக்கிறாள். மணிமேகலை, தான் கொன்றதாகச் சொல்லுகிறாள், அவ்விதம் இருக்க முடியாது. அவள் காட்டிய கத்தியில் ரத்தக் கறையே இல்லை. வந்தியத்தேவனைக் காப்பாற்றுவதற்காகவே அவள் அவ்விதம் சொல்லியிருக்க வேண்டும் அல்லவா? வந்தியத்தேவன் மறைவிடத்திலிருந்து கரிகாலரைக் கொன்றதை அவள் பார்த்திருக்கலாம் அல்லவா?"

"மணிமேகலை கொல்லவில்லை என்றால், வந்தியத்தேவன் மட்டும் எப்படிக் கொன்றிருப்பான்? எந்த ஆயுதத்தைக் கொண்டு?"

"இந்த ஆயுதத்தைக் கொண்டு! ரத்தம் தோய்ந்து காய்ந்திருக்கும் இந்தக் கூரிய திருகுக் கத்தியைக் கொண்டு!" என்று கூறிப் பார்த்திபேந்திரன் நாம் முன்னமே பார்த்திருக்கும் திருகுக் கத்தியைக் காட்டினான். வந்தியத்தேவன் கரிகாலருடைய உடலைத் தீப்பிடித்த மாளிகையிலிருந்து எடுத்து வந்து போட்டுவிட்டுத் தானும் மூர்ச்சையடைந்து விழுந்தபோது, அவனிடமிருந்து திருகுக் கத்தியைப் பார்த்திபேந்திரன் எடுத்துப் பத்திரமாக வைத்திருந்தான். அதை இப்போது எடுத்துக் காட்டினான்.

பெரிய பழுவேட்டரையர் அவனை நோக்கி, "எங்கே, இப்படி அந்தக் கத்தியைக் கொடு!" என்று சொல்லி அதை வாங்கிக் கொண்டார். அதை நன்றாக உற்றுப் பார்த்துவிட்டு, "ஆகா! இது இடும்பன்காரியின் கத்திதான்!" என்று முணுமுணுத்தார்.

"கந்தமாறா! பார்த்திபேந்திரா! நீங்களும் நானும் இந்த வந்தியத்தேவனை மூன்று தரம் வலம் வந்து கும்பிட வேண்டும்! நந்தினியின் மோக வலையில் இந்தக் கிழவனைப் போலவே நீங்களும் விழுந்திருந்தீர்கள். ஆனால் இவன் ஒருவன் தான் அந்த மாயவலையில் சிக்கவில்லை. இவன் இந்தக் கத்தியை எறியவும் இல்லை; ஆதித்த கரிகாலரைக் கொல்லவும் இல்லை!"

"எதனால் அவ்வளவு நிச்சயமாகச் சொல்லுகிறீர்கள்?" என்று முதன்மந்திரி அநிருத்தர் கேட்டார்.

"ஆம், நிச்சயமாகத்தான் சொல்லுகிறேன் இந்தக் கத்தியை எறிந்து கரிகாலரைக் கொன்றவன் எவன் என்பது எனக்கு நன்றாய்த் தெரியும்!"

"யார்? யார்?"

"ஆம், ஆம்! அதைச் சொல்லிவிட வேண்டியதுதான். சொல்லாவிட்டால் உங்கள் சந்தேகம் தீராது. எல்லாரும் கேளுங்கள், இந்த வாலிபன் யாழ்க் களஞ்சியத்தில் ஒளிந்து கொண்டிருந்தான். நான் அதன் வழியாக இறங்கி வந்தேன். இவன் என்னைப் பார்த்துச் சத்தமிடக்கூடாது என்பதற்காகப் பின்னாலிருந்து இவன் கழுத்தைப் பிடித்து நெருக்கினேன். இவன் விழி பிதுங்கி, உணர்விழந்து கீழே விழுந்து விட்டான். ஆதித்த கரிகாலரைக் கொன்றது யார் என்பது இவனுக்கு அச்சமயம் தெரிந்து கூட இருக்க முடியாது."

"யார்? யார்? கொன்றது யார்?"

"இந்தத் திருகுக் கத்தியை நான்தான் இடும்பன்காரியிடமிருந்து வாங்கிக் கொண்டு வந்தேன். இதை வீசி எறிந்தவன் நானேதான்! இந்த என்னுடைய வலது கரந்தான்! சோழ சக்கரவர்த்திகளுக்கு முடிசூட்டிய பரம்பரையில் வந்த இந்தக் கரந்தான் கத்தியை எறிந்தது. ஆனால் இளவரசர் கரிகாலர் மீது எறியவில்லை, நந்தினியின் பேரில் எறிந்தேன். என்னை மோகவலையில் ஆழ்த்தித் துரோகப் படுகுழியில் வீழ்த்திய அந்த மாயப் பிசாசைக் கொன்றுவிட எண்ணி எறிந்தேன்; குறி தவறிக் கரிகாலர் மீது விழுந்தது!..."

"ஐயையோ!" "ஆஹாஹா!" என்ற குரல்கள் பல அச்சபையில் எழுந்தன.

"நூறு ஆண்டு காலமாகப் பழுவூர்க் குலம் சோழ குலத்துக்குச் செய்திருக்கும் தொண்டுகளுக்கெல்லாம் களங்கம் உண்டு பண்ணி விட்டேன். அந்தக் களங்கத்தை எப்படி நீக்கப் போகிறேனோ, தெரியவில்லை!"

"அண்ணா! இதோ அந்தக் களங்கத்தை நான் போக்குகிறேன்!" என்று சின்னப் பழுவேட்டரையர் கர்ஜித்துவிட்டுத் தமது கத்தியை உருவிக்கொண்டு அண்ணன் அருகில் விரைந்து வந்தார்.

"சோழ குலத்துக்குத் துரோகம் செய்கிறவர்கள் யாராயிருந்தாலும் அவர்களைப் பழி வாங்குவதாக நீயும் நானும் சபதம் ஏற்றிருக்கிறோம். அந்தச் சபதத்தை இப்போது நானே நிறைவேற்றுவேன். உன்னை இந்தக் கணமே கொன்று நம் குலத்துக்கு நேர்ந்த பழியைத் துடைப்பேன்!" என்று சின்னப் பழுவேட்டரையர் கத்தியை ஓங்கினார்.

"வேண்டாம்! வேண்டாம்! இங்கே ரத்தம் சிந்த வேண்டாம்!" என்றார் சுந்தர சோழச் சக்கரவர்த்தி.

இளவரசர் அருள்மொழிவர்மரும், முதன்மந்திரி அநிருத்தரும் பாய்ந்து சென்று சின்னப் பழுவேட்டரையரின் கைகளைப் பிடித்துக் கொண்டார்கள். அச்சமயத்தில் பெரிய பழுவேட்டரையர் கூறினார்; "தம்பி! நம் குலத்துக்கு என்னால் சேர்ந்த பழியைத் துடைக்கும் வேலையை உனக்கு வைக்க மாட்டேன். அத்துடன் 'தமையனைக் கொன்ற தம்பி' என்ற பழியை உனக்கும் ஏற்படுத்த மாட்டேன். இதோ துர்க்கா பரமேஸ்வரிக்கு என் சபதத்தை நிறைவேற்றுவேன்!" என்று கூறிக்கொண்டே தம் கையிலிருந்து சிறிய திருகுக் கத்தியைத் தமது மார்பை நோக்கி ஓங்கினார். முன்னொரு தடவை அவர் ஓங்கிய பெரிய வாளை மறுபடியும் உறையில் போட்டிருந்தபடியால், அவர் தமது பழைய உத்தேசத்தை விட்டு விட்டதாக மற்றவர்கள் எண்ணிக் கொண்டிருந்தார்கள். பார்த்திபேந்திரனிடமிருந்து வாங்கிக் கொண்டிருந்த திருகுக் கத்தியை அவர் உபயோகிப்பார் என்று யாரும் எதிர்பார்க்கவில்லை.

"ஐயா! வேண்டாம்!" என்று அருள்மொழிவர்மர் கூவிக்கொண்டு அவர் அருகில் பாய்ந்து வருவதற்குள் பெரிய பழுவேட்டரையர் தம் உத்தேசத்தை நிறைவேற்றி விட்டார். நெடுங்காலம் வேர் விட்டு நெடிது வளர்ந்திருந்த தேவதாரு மரம் வேருடன் பெயர்ந்து கப்பும் கிளையுமாகக் கீழே விழுவது போலத் தரையில் சாய்ந்தார்.

"ஹா ஹா!" "அடடா!" "அந்தோ!" என்பவை போன்ற குரல்கள் அச்சபையில் ஒலிக்கத் தொடங்கின.

விழுந்த பெரிய பழுவேட்டரையரை நோக்கிச் சிலர் ஓடி வந்தார்கள்.

அதே சமயத்தில் கண்களை மூடிக் கொண்டு சிங்காசனத்தில் சாய்ந்த சுந்தர சோழர் சக்கரவர்த்தியை நோக்கி இன்னும் சிலர் ஓடினார்கள்.

மந்திராலோசனை சபை கலைந்தது.

* * *

அன்றிரவு பெரிய பழுவேட்டரையர் மரணத்துடன் போராடிக் கொண்டிருந்தபோது பலர் வந்து அவரைப் பார்த்து விட்டுச் சென்றார்கள்.

சக்கரவர்த்தியும், அருள்மொழிவர்மரும், அநிருத்தரும், இளைய பிராட்டி குந்தவையும்கூட வந்திருந்தார்கள்.

சோழ குலத்துக்கும் சாம்ராஜ்யத்துக்கும் பெரிய பழுவேட்டரையர் செய்திருக்கும் சேவைகளைப் பற்றிச் சக்கரவர்த்தியும் மற்றவர்களும் பாராட்டிப் பேசினார்கள். அவர் இளம் பிராயத்தில் எத்தனையோ போர்க் களங்களில் செய்த தீரச் செயல்களைப் பற்றிக் கூறினார்கள். தக்கோலத்தில் தோல்வியடைந்து சிதறி ஓடிய சோழ சைன்யத்தை அவர் திரட்டி அமைத்துத் தோல்வியை வெற்றியாக மாற்றிய செயலை வியந்து பாராட்டினார்கள். சோழ நாட்டின் தனாதிகாரியாக இருந்து திறமையாக நிர்வாகம் நடத்தியதைப் புகழ்ந்தார்கள்.

சென்ற மூன்று வருஷத்துச் சம்பவங்களைப் பற்றி ஒரு வார்த்தையும் பேசாமல் விடைபெற்றுப் புறப்பட்டார்கள்.

பின்னர் அவர்கள் நால்வரும், பெரிய பழுவேட்டரையர் படுத்திருந்த அறைக்குள்ளேயே அவர் பார்க்க முடியாத இடங்களில் மறைந்து நின்று கொண்டார்கள்.

அச்சமயம், சின்னப் பழுவேட்டரையர் ஆழ்வார்க்கடியானை அழைத்துக் கொண்டு வந்தார். பெரிய பழுவேட்டரையருக்கு எதிரில் கொண்டு வந்து அவனை உட்கார வைத்து விட்டுத் தாமும் அருகில் அமர்ந்தார்.

பார்வை விரைவாக மங்கி வந்த கண்களினால் பெரிய பழுவேட்டரையர் ஆழ்வார்க்கடியானைப் பாத்துவிட்டு, "ஆகா! இந்த வைஷ்ணவன் இங்கு எதற்காக வந்தான்? நான் வைகுண்டத்துக்குப் போக விரும்பவில்லை, தம்பி! சிவபதம் அடைய விரும்புகிறேன்!" என்றார்.

"ஐயா! நாளை உதயத்தில் வைகுண்ட ஏகாதசி புண்ணிய நாள்! தாங்கள் கைலாசத்துக்குப் போக விரும்பினாலும் வைகுண்டத்தின் வழியாகவே போக வேண்டும்!" என்றான் திருமலை.

"வேண்டாம்! வேண்டாம்! நீ உன் மகாவிஷ்ணுவிடம் திரும்பிச் சென்று..."

"ஐயா! நான் மகாவிஷ்ணுவின் தூதனாக இப்போது வரவில்லை. என் சகோதரியிடமிருந்து செய்தி கொண்டு வந்தேன்."

"அது யார் உன் சகோதரி?"

"என்னுடன் பல நாள் வளர்ந்த சகோதரி, நந்தினியைச் சொல்லுகிறேன். ஐயா! நந்தினி தங்களுக்கு அவளுடைய நன்றியைத் தெரியப்படுத்தும்படி என்னை அனுப்பினாள். கரிகாலரைக் கொன்ற பழி அவள் பேரில் விழாதிருக்கும் பொருட்டுத் தாங்கள் அதை ஏற்றுக் கொண்டதற்காக நன்றி தெரிவிக்கச் சொன்னாள். எத்தனை ஜன்மம் எடுத்தாலும் தங்கள் அன்பை மறக்க முடியாது என்று தெரிவிக்கும்படி சொன்னாள்!" என்றான் ஆழ்வார்க்கடியான்.

"ஆகா! அவள் இன்னும் அப்படி நினைக்கிறாளா! நினைத்துக் கொண்டு சந்தோஷப்படட்டும். எவ்வளவுதான் அவள் வஞ்சகம் செய்து எனக்குத் தீங்கு புரிந்தாலும், அவளை என்னால் மறக்க முடியவில்லை. தன் உயிரைக் கொடுத்துச் சக்கரவர்த்தியைக் காப்பாற்றிய உத்தமியின் புதல்வி அல்லவா அவள்? உண்மையாகவே அடுத்த பிறவிகளிலும் அவள் என்னைத் தேடிக் கொண்டு வந்துவிடுவாளோ, என்னமோ?" என்றார் பழுவேட்டரையர்.

ஏற்கனவே மரணத்தின் சாயை படர்ந்திருந்த அவருடைய முகத்தில் இப்போது இலேசான புன்னகை தோன்றியது.

"வைஷ்ணவனே! யாராவது ஒருவரிடம் என் உண்மையைச் சொல்ல வேண்டும் உன்னிடம் சொல்லுகிறேன். நான் எறிந்த கத்தி இளவரசர் பேரில் விழவில்லை. அதற்கு முன்பே அவர் விழுந்து விட்டார். நானே இளவரசரைக் கொன்றதாக ஒப்புக் கொண்டதற்குக் காரணம் நந்தினியின் பேரில் பழி விழாமல் தடுப்பதற்கு மட்டுமல்ல; அதைவிட நூறு மடங்கு முக்கியமான காரணம் உண்டு. அருகில் வா! சொல்லுகிறேன்! உன் சிநேகிதன் வந்தியத்தேவன் இருக்கிறானே, அவன் அருமையான பிள்ளை! அவனுக்குச் சோழ குலம் ரொம்பக் கடமைப் பட்டிருக்கிறது. இளைய பிராட்டியின் உள்ளத்தை அவன் கவர்ந்து விட்டான். இளைய பிராட்டியிடம் நான் அநாவசியமாகக் குரோதம் பாராட்டினேன். அதற்கெல்லாம் பரிகாரமாகக் குற்றத்தை நான் ஒப்புக்கொண்டு என்னையும் பலி கொடுத்திராவிட்டால், வந்தியத்தேவன் பேரில் யாராவது களங்கம் கற்பித்துக் கொண்டே இருப்பார்கள். இனி ஒருவரும் அவ்வாறு பேசத் துணியமாட்டார்கள். வைஷ்ணவனே! என்றாவது ஒரு நாள் இளைய பிராட்டியிடம் அவரை நான் துவேஷித்ததற்காக என்னைத் தயைகூர்ந்து மன்னிக்கும்படி சொல்லு!"

நெடுநேரம் பேசியதால் அந்தத் தீரக் கிழவருக்கு மூச்சு வாங்கத் தொடங்கியது. அவர் கூறியதையெல்லாம் கேட்டுக் கொண்டிருந்த ஆழ்வார்க்கடியானின் உள்ளமே உருகி விட்டது என்றால், பின்னால் மறைவிடத்தில் நின்று கேட்டுக் கொண்டிருந்த குந்தவை கண்ணிலிருந்து கண்ணீர் கலகலவென்று பொழிந்ததில் வியப்பில்லை அல்லவா?

"வைஷ்ணவனே! இன்னும் ஒரு விஷயம்; முதன்மந்திரி பிரம்மராயரிடம் சொல்லு! இலங்கையிலிருந்து பாண்டியன் கிரீடத்தையும், ரத்தின ஹாரத்தையும் எப்படியாவது கொண்டு வர வேண்டும். அதற்குத் தகுந்தவன் வல்லத்து இளவரசன் தான்! அவனும், நீயும் போய்க் கொண்டு வாருங்கள். பிறகு மதுரைக்குச் சென்று அங்கே ஒரு தடவை பொன்னியின் செல்வருக்கு மகுடாபிஷேகம் நடத்த வேண்டும் தெரிகிறதா? அருள்மொழியிடம் எனக்காக ஒன்று வேண்டிக்கொள்! என்பேரில் ஏற்படும் பழியை என் சகோதரன்மீது சுமத்த வேண்டாம். அவனைப்போல் சோழ குலத்துக்கு உற்ற துணைவன் வேறு யாரும் இல்லை என்று சொல்லு! தேவி! துர்க்கா பரமேசுவரி! என் சபதத்தை நிறைவேற்றி விட்டேன்! இதோ வருகிறேன்! சோழ குலத்தைக் காப்பாற்று!"

வரவர மெலித்து கொண்டு வந்த பெரிய பழுவேட்டரையரின் குரல் அடியோடு மங்கி நின்றது. அந்தத் தீரப் பெருங் கிழவரின் உயிர்ச் சுடரும் அணைந்தது.

❇ ❇ ❇ ❇

எழுபத்தெட்டாம் அத்தியாயம்

நண்பர்கள் பிரிவு

கொள்ளிடப் பெரு நதியின் படித்துறையை நெருங்கி நாலு குதிரைகள் வந்து கொண்டிருந்தன. நாலு குதிரைகள் மீதும் நாலு வீரர்கள் இருந்தார்கள். அவர்கள் நமக்குத் தெரிந்தவர்கள் தாம். பார்த்திபேந்திரன், கந்தமாறன், வந்தியத்தேவன், பொன்னியின் செல்வர் ஆகியவர்கள்.

இவர்களில் முதல் இருவரும் படகில் ஏறிக் கொள்ளிடத்தைக் கடந்து வடதிசை நோக்கிப் பிரயாணம் செய்ய ஆயத்தமாக வந்தனர். மற்ற இருவரும் அவர்களுக்கு விடை கொடுத்து அனுப்புவதற்கு வந்தார்கள்.

படகுத் துறையை அடைந்ததும் நண்பர்கள் நால்வரும் குதிரையிலிருந்து கீழே இறங்கினார்கள்.

"கந்தமாறா! உன் பழைய நண்பனிடம் உன் கோபமெல்லாம் போய் விட்டதல்லவா? இன்னமும் ஏதாவது மிச்சம் வைத்துக் கொண்டிருக்கிறாயா?" என்று பொன்னியின் செல்வர் கேட்டார்.

"ஐயா! அவன் மீது கோபம் வைத்துக் கொள்ளக் காரணம் என்ன இருக்கிறது? என் அறிவீனத்தை நினைத்து நினைத்துப் பச்சாதாபப்படுவதற்குத்தான் நிறைய காரணம் இருக்கிறது. நான் அவனுக்கு இழைத்த தீங்குகளையெல்லாம் மறந்து என்னிடம் பழையபடி சிநேகமாயிருக்க முன் வந்தானே, அந்தப் பெருந்தன்மைக்கு இணையே கிடையாது. என் சகோதரியை நதி வெள்ளத்தில் முழுகிச் சாகாமல் காப்பாற்றினானே, அதற்கு நான் இந்த ஜன்மத்திலே நன்றிக்கடன் செலுத்த முடியுமா? என் புத்தி எதனால் எப்படிக் கெட்டுப் போயிற்று என்பதை நினைத்துப் பார்த்தால், எனக்கே வியப்பாயிருக்கிறது. முதலில் உத்தேசித்தபடி மணிமேகலையை இவனுக்கு மணம் செய்து வைக்காமற் போனேனே! அப்படிச் செய்திருந்தால், இன்றைக்கு அவள் இவ்வாறு பிச்சியாகப் போயிருக்க மாட்டாள் அல்லவா?" என்றான் கந்தமாறன்.

"அது ஏன் அப்படிச் சொல்லுகிறாய்? நதி வெள்ளத்தில் விழுந்த அதிர்ச்சியினால் சிறிது நினைவுத் தவறு ஏற்பட்டிருக்கிறது. சில நாள் போனால் சரியாகி விடாதா?" என்றார் இளவரசர்.

"சாதாரண நினைவுத் தவறுதலாகத் தோன்றவில்லை. மற்ற எல்லாரையும் அவளுக்கு ஞாபகமிருக்கிறது; எல்லா விஷயங்களும் நினைவில் இருக்கின்றன. என்னையும், வந்தியத்தேவனையும் மட்டும் அவளுக்கு அடையாளம் தெரியவில்லை. என்னிடம் அவள் வைத்திருந்த அன்பு எத்தகையது என்பதை எண்ணும்போது என் நெஞ்சு வெடித்து விடும் போலிருக்கிறது.

"ஐயோ! என் அருமை அண்ணனை என்னுடைய கையினாலேயே கொன்று விட்டேனே!" என்று அவள் ஓலமிடும் குரல் என் காதிலேயே இருந்து கொண்டிருக்கிறது..."

"அது ஏன் அப்படி அவள் ஓலமிடவேண்டும்? நீதான் உயிரோடு இருந்து வருகிறாயே!"

"நான் உயிரோடுதானிருக்கிறேன்! இறந்து போயிருந்தால் எவ்வளவோ நன்றாக இருந்திருக்கும். ஆம், ஐயா! வந்தியத்தேவனை நான் கொன்று விட்டதாகவும், அதற்காக என்னை அவள் கொன்று விட்டதாகவும் அவள் உறுதி கொண்டிருக்கிறாள். ஒரு சமயம் என்னை நினைத்துப் புலம்புகிறாள். இன்னொரு சமயம் என் சிநேகிதனை நினைத்துக் கொண்டு, 'ஆற்று வெள்ளம் திரும்பி வருமா? இறந்து போனவர்களைக் கொண்டு தருமா?' என்று புலம்புகிறாள். எவ்வளவுதான் சொன்னாலும், என்னை அவளுடைய அண்ணன் என்றும் ஒப்புக்கொள்வதில்லை; வந்தியத்தேவனையும் அடையாளம் தெரிந்து கொள்ள முடியவில்லை. 'நீ யார்; வல்லத்து இளவரசரை நீ பார்த்தது உண்டா?' என்று இவனிடமே கேட்கிறாள்!..."

"அப்படியா?" என்று பொன்னியின் செல்வர் திரும்பிப் பார்த்தபோது, வந்தியத்தேவன் கண்களில் கண்ணீர் ததும்புவதைக் கண்டார்.

"அடடா! இப்போது வந்தியத்தேவர் வல்லத்து இளவரசரல்ல, வல்லத்து அரசராகவே ஆகிவிட்டார் என்று தெரிந்தால் அவளுக்கு எவ்வளவு மகிழ்ச்சி ஏற்படும்? அதற்குக் கொடுத்து வைக்காமல் போய்விட்டதே?" என்றான் பார்த்திபேந்திரன்.

இதைக் கேட்ட கந்தமாறன் முகத்தில் வியப்புக் குறியுடன் பொன்னியின் செல்வரை நோக்கினான்.

"ஆம், அப்பா! உன் நண்பனுக்கு வாணகப்பாடி நாட்டைத் திரும்பக் கொடுத்து வல்லத்து அரசனாக்கி விடுவதென்று சக்கரவர்த்தி தீர்மானித்திருக்கிறார். அம்மாதிரியே உனக்கும் வாணகப்பாடிக்கு அருகில் வைதும்பராயர்கள் ஆண்ட பகுதியைத் தனி ராஜ்யமாக்கி அளிக்க எண்ணியிருக்கிறார். இனி, நீங்கள் இருவரும் அக்கம் பக்கத்திலேயே இருந்து வாழ வேண்டியவர்கள். எப்பொழுதும் உங்கள் சிநேகத்துக்குப் பங்கம் நேராதபடி நடந்து கொள்ள வேண்டும்" என்றார் பொன்னியின் செல்வர்.

"சக்கரவர்த்தியின் கருணைக்கு எல்லையே இல்லை போலிருக்கிறது; அப்படியானால், நான் மறுபடி கடம்பூருக்கே போகவேண்டியதில்லை அல்லவா?" என்று கந்தமாறன் சிறிது உற்சாகத்துடன் கேட்டான்.

"வேண்டியதில்லை, அங்கே உங்களுடைய பழைய அரண்மனைதான் அநேகமாக எரிந்து போய்விட்டதே? மறுபடியும் அவ்விடத்துக்கு நீங்கள் போனால் பழைய ஞாபகங்கள் வந்து கொண்டேயிருக்கும். பாலாற்றின் தென் கரையிலே புதிய அரண்மனை கட்டிக் கொள்ளுங்கள். உன் சகோதரிக்கு உடம்பு சௌகரியமானதும், அங்கே வந்து அவளும் இருக்கலாம்."

"கோமகனே! இனி மணிமேகலை எங்களுடன் வந்து இருப்பாள் என்று நான் கருதவில்லை. தங்கள் பாட்டியார் செம்பியன்மாதேவியார் அவளைத் தம்முடன் ஸ்தல யாத்திரைக்கு அழைத்துப் போவதாகச் சொல்லியிருக்கிறார். மணிமேகலைக்கும் பெரிய பிராட்டியை ரொம்பவும் பிடித்துப் போயிருக்கிறது. இன்றைக்குக் கூடப் பெரிய பிராட்டி திருவையாற்றுக்கு என் சகோதரியை அழைத்துப் போயிருக்கிறார்."

"ஆமாம்; பெரிய கோஷ்டியாகத்தான் போயிருக்கிறார்கள். புதுமணம் புரிந்துகொண்ட என் சித்தப்பாவும் சிற்றன்னையும் கூடப் போயிருக்கிறார்கள். இந்த வேடிக்கையைக் கேளுங்கள்; சமுத்திர குமாரியை இனிமேல் என் சிற்றன்னையாக நான் கருதி வர வேண்டும்!"

"சோழர் குலத்தில் இவ்வளவு அடக்கமாக ஒரு திருமணம் இதுவரையில் நடந்ததே கிடையாது, மதுராந்தகருக்கும் பூங்குழலிக்கும் நடந்த திருமணத்தைப்போல்!" என்றான் பார்த்திபேந்திரன்.

"என்னுடைய மகுடாபிஷேகம் கூட அவ்வளவு அடக்கமாகத்தான் நடக்கப்போகிறது!" என்றார் அருள்மொழி.

"அது ஒரு நாளும் நடவாத காரியம்!..." என்றான் வந்தியத்தேவன்.

பொன்னியின் செல்வர் திடுக்கிட்டது போல் நடிப்புடன், "எது நடவாது என்று கூறுகிறாய்? என்னுடைய பட்டாபிஷேகமா?" என்றார்.

வந்தியத்தேவன் சிறிது வெட்கத்துடன், "இல்லை, ஐயா! அடக்கமாக நடப்பது இயலாத காரியம் என்றேன். இப்போதே மக்கள் தங்கள் மகுடாபிஷேகத்தைப் பற்றி விசாரிக்கவும், பேசவும் ஆரம்பித்து விட்டார்கள்!" என்றான்.

"கோமகனே! தங்களுடைய முடிசூட்டு விழாவுக்கு நாங்கள் இருக்க வேண்டாமா? இந்தச் சமயம் பார்த்து எங்களை வடதிசைக்கு அனுப்புகிறீர்களே, தை மாதம் பிறந்ததும் பட்டாபிஷேகத்துக்கு நாள் குறிக்கப்படும் என்று தஞ்சையில் பேசிக் கொண்டிருந்தார்களே! வந்தியத்தேவன் கொடுத்து வைத்தவன்; அதிர்ஷ்டசாலி.." என்றான் கந்தமாறன்.

"அப்படி எல்லாம் ஒன்றுமில்லை வந்தியத்தேவரையும் நான் சீக்கிரத்தில் ஈழத்துக்கு அனுப்பப் போகிறேன். நண்பர்களே! ஒன்று நிச்சயமாக நம்புங்கள்! என் அருமை நண்பர்களாகிய நீங்கள் இல்லாமல் என் மகுடாபிஷேகம் நடைபெறாது!" என்று பொன்னியின் செல்வர் திடமாகக் கூறினார்.

"மிக்க நன்றி, ஐயா! மகுடாபிஷேகத்துக்கு நாள் குறிப்பிட்டவுடனே குதிரை ஆட்களிடம் ஓலை கொடுத்து அனுப்புங்கள், உடனே வந்து சேருகிறோம்" என்றான் கந்தமாறன்.

"நண்பா! அதைப்பற்றி என்ன கவலை? நீங்கள் வராமல் நான் பட்டாபிஷேகம் செய்து கொள்ளப் போவதில்லை. இதை நிச்சயமாக நம்புங்கள். நான் பட்டாபிஷேகம் செய்து கொள்வது எதற்காக என்பதை மறந்து விடாதீர்கள். அரண்மனை நிலா மாடங்களிலும் உத்தியான வனங்களிலும் உல்லாசப் பொழுது போக்குவதற்காக நான் முடிசூட்டிக் கொள்ளப் போவதில்லை. நண்பர்களே! ஈழ நாடு சென்றதிலிருந்து நான் கண்டு வரும் கற்பனைக் கனவுகளை உங்களிடம் முன்னமே சொல்லியிருக்கிறேன். இன்னும் ஒரு முறை சொல்லுகிறேன் கேளுங்கள்! என் பாட்டனாரின் தந்தையான பராந்தகச் சக்கரவர்த்தியின் காலத்தில் சோழ சாம்ராஜ்யம்

அடைந்திருந்த மகோந்நதத்தைக் காட்டிலும் நம்முடைய காலத்தில் அதிக மேன்மையை அடைய வேண்டும். நாலா புறத்திலும் இராஜ்யத்தை விஸ்தரிக்க வேண்டும். வடக்கே கங்கை நதிக்கரை வரைக்கும், கிழக்கே கடல் கடந்து ஸ்ரீவிஜய ராஜ்யம் வரைக்கும், சோழ நாட்டுப் படைகள் சென்று புலிக் கொடியை நாட்ட வேண்டும். மேற்கே மலை நாட்டையும் அப்பால் கடலில் உள்ள லட்சத்தீவுகளையும் கைப்பற்றி, நமது படைகளையும் அங்கே நிலைத்து இருக்கச் செய்ய வேண்டும். மலை நாட்டில் 'சேர அரசன்' ஒருவன் எங்கிருந்தோ கிளம்பியிருக்கிறான். பாண்டி நாட்டிலும் யாராவது ஒரு பாண்டியன் திடீரென்று கிளம்புவான். இந்தப் புதிய சேர, பாண்டியர்களுக்குப் பலம் அளிப்பவர்கள் இலங்கை மன்னர்கள். ஆகையால் ஈழ நாட்டு மலைக் குகைகளில் ஒளிந்திருக்கும் மகிந்தனையும் அவனுடைய படைகளையும் தேடிப் பிடித்து அவர்களுடைய பலத்தை அடியோடு அழித்து விடவேண்டும். இலங்கைத் தீவு முழுவதையும் நம் ஆட்சிக்குள் கொண்டு வர வேண்டும். ராஜ்யம் விஸ்தாரமானால் மட்டும் போதுமா? ஈழ நாட்டிலுள்ள புத்தரின் ஸ்தூபங்களைத் தோற்கடிக்கும்படியான பெரிய பெரிய சிவாலயங்களையும், விஷ்ணு ஆலயங்களையும் இந்தப் புண்ணிய பூமியில் எழுப்ப வேண்டும். இந்த வீரத் திருநாட்டில் ஆயிரம் ஆண்டுகளுக்குப் பிற்பாடு வரப்போகிறவர்கள் நாம் நம் காலத்தில் செய்த திருப்பணிகளை கண்டு பிரமிக்க வேண்டும். நண்பர்களே! இக்கனவுகள் எல்லாம் என் காலத்தில் நிறைவேறத்தான் போகின்றன; நிறைவேற்றியே தீருவேன். அதற்கு நீங்கள் ஒவ்வொருவரும் உதவி செய்ய வேண்டும். பார்த்திபேந்திரரே! சோழ நாட்டிலேயே மிக உயர்ந்த சைன்யப் பதவியை, என் தமையனார் கரிகாலர் வகித்து வந்த வடதிசை மாதண்டநாயகர் பதவியைத் தங்களுக்கு அளித்திருக்கிறேன். அந்தப் பொறுப்பை நீர் சரிவர நிறைவேற்ற வேண்டும். என் தமையனாரின் அகால மரணம் நம் பகைவர்களிடையே பலவித ஆசைகளை மூட்டிவிட்டிருக்கும். வேங்கி அரசனும் ராஷ்டிரகூட மன்னனும் சோழ நாட்டில் உள் குழப்பங்கள் நேரிடும் என்றும், சிற்றரசர்களுக்குள்ளே போர் மூளும் என்றும் எதிர்பார்த்துக் கொண்டிருப்பார்கள். ஆகையால் வட பெண்ணைக் கரையில் நம் வீரர்கள் இரும்பு அரணைப்போல் நின்று காவல் புரிய வேண்டும். பல்லவர் குலத்தோன்றலே! வடபெண்ணைக்கரையில் வேண்டிய ஏற்பாடுகள் செய்துவிட்டு, கந்தமாறனை அங்கே தளபதியாக நிறுத்தி வைத்து விட்டு, தாங்கள் உடனே காஞ்சிக்குத் திரும்புங்கள். அங்கே, என் வீரச் சகோதரர் எடுப்பித்த பொன் மாளிகையைச் சக்கரவர்த்தி வந்து தங்குவதற்கு உகந்ததாகச் செய்து வையுங்கள். என்னுடைய தலையில் கிரீடத்தை வைத்தவுடனே, சக்கரவர்த்தி காஞ்சிக்குப் பிரயாணமாவதற்கு விரும்புகிறார்!"

இதைக் கேட்டுக் கந்தமாறன் கண்களில் நீர் ததும்ப, "கோமகனே! போர்க்களத்தில் நான் எனது போர்த் திறமையை இன்னும் நிரூபித்துக் காட்டவில்லையே? எல்லைக் காவல் படைக்கு என்னைத் தளபதியாக நியமிக்கிறீர்களே? நான் தகுதியுள்ளவனா?" என்று நாத்தழுதழுக்கக் கேட்டான்.

"நண்பா! எல்லாம் வல்ல இறைவன் எனக்குச் சில சக்திகளை அளித்திருக்கிறார். யார் யார், எந்தப் பணிக்குத் தகுதியுள்ளவர் என்பதை எளிதில் கண்டுபிடிக்கும் சக்தியையும் அளித்திருக்கிறார். உன்னை வடக்கு எல்லைப் படைக்குத் தளபதியாக நியமித்திருப்பது போல், உன் நண்பர் வல்லத்தரசரை ஈழப் படைக்குத் தளபதியாக நியமித்திருக்கிறேன்! இரண்டு பேரும் உங்கள் கடமைகளை நன்கு நிறைவேற்றுவீர்கள் என்ற நம்பிக்கை எனக்கு இருக்கிறது!" என்றார் பொன்னியின் செல்வர்.

"இன்னும் சில காலத்துக்கு இவர்களில் ஒருவரை வடக்கு எல்லையிலும், இன்னொருவரைத் தெற்கு எல்லையிலும் வைத்திருப்பது நல்ல யோசனைதான். எங்கேயாவது சேர்ந்திருந்தால், தாங்களும் அங்கே இல்லாமலிருந்தால், பழைய ஞாபகம் வந்து இருவரும் மோதிக் கொண்டாலும் மோதிக் கொள்வார்கள்" என்றான் பார்த்திபேந்திரன்.

"ஐயா! இனி அம்மாதிரி ஒரு நாளும் நேரவே நேராது!" என்று கந்தமாறன் சொல்லிக் கொண்டே வந்தியத்தேவன் அருகில் சென்றான். "நண்பா! என்னுடைய தவறுகளை எல்லாம் மன்னித்து விட்டாய் அல்லவா?" என்று கேட்டான்.

வந்தியத்தேவன் அதற்கு வாயினால் மறுமொழி கூறாமல் இரு கரங்களையும் நீட்டிக் கந்தமாறனை மார்புறக் கட்டித் தழுவிக் கொண்டான். நண்பர்கள் இருவரும் சிறிது நேரம் மௌனமாகக் கண்ணீர் உகுத்தார்கள். பின்னர், பார்த்திபேந்திரனும், கந்தமாறனும், சென்று ஆயத்தமாக இருந்த படகில் ஏறிக்கொண்டார்கள்.

படகு நதியில் பாதி தூரம் போகும் வரையில் பார்த்துக்கொண்டிருந்து விட்டுப் பொன்னியின் செல்வரும், வந்தியத்தேவனும் தஞ்சையை நோக்கிக் குதிரைகளைத் திருப்பிவிடுத்தார்கள்.

❖ ❖ ❖ ❖

எழுபத்தொன்பதாம் அத்தியாயம்

சாலையில் சந்திப்பு

பொன்னியின் செல்வரின் முடிசூட்டு விழா விரைவிலேயே நடைபெறப் போகிறது என்று நாடு நகரமெல்லாம் தெரிந்து போயிருந்தது. மக்கள் ஒரே ஆர்வத்துடன் அந்த வைபவத்தை எதிர் நோக்கியிருந்தார்கள்.

ஆதித்த கரிகாலரின் அகால மரணம், மந்தாகினியின் உயிர்த் தியாகம், பெரிய பழுவேட்டரையரின் சபத நிறைவேற்றம் ஆகிய நிகழ்ச்சிகள் சக்கரவர்த்தியின் உள்ளத்தைப் பெரிதும் துன்புறச் செய்திருந்தன. ஆயினும், ராஜ்ய உரிமை சம்பந்தமான சச்சரவுகள் ஒரு மாதிரி தீர்ந்து போய், அருள்மொழிவர்மருக்கு முடிசூட்டுவதைச் சிற்றரசர்கள், பொதுமக்கள் அனைவரும் ஒருமுகமாக ஆதரித்தது, அவருடைய நொந்து போன உள்ளத்துக்கு ஓரளவு ஆறுதல் அளித்து வந்தது.

தை மாதம் பிறந்தவுடனே நல்ல நாள் குறிப்பிட்டுப் பொன்னியின் செல்வரின் தலையில் சாம்ராஜ்ய பாரத்தைச் சுமத்தி விட்டுக் காஞ்சிக்குப் புறப்பட்டுச் செல்லச் சக்கரவர்த்தி முடிவு செய்திருந்தார். அங்கே தமது வீரப் புதல்வன் கரிகாலன் தமக்கென்று நிர்மாணித்த பொன் மாளிகையிலே மிச்சமுள்ள தம் வாழ்நாளைக் கழித்து விடவும் தீர்மானித்திருந்தார்.

முடிசூட்டு வைபவத்தை அதிக ஆடம்பரமில்லாமல் நடத்தி விட வேண்டும் என்று சுந்தர சோழர் எண்ணியதிலும் வியப்பில்லை அல்லவா?

இந்த விஷயத்தில் அருள்மொழிவர்மரும் பரிபூரணமாகத் தந்தையின் விருப்பத்தை நிறைவேற்ற எண்ணியிருந்தார். ஆகையால், முடிசூட்டு விழா முடியும் வரையில் நாடு நகரங்களில் பொதுமக்களிடையில் அதிகமாகப் போவதில்லை என்று தீர்மானித்திருந்தார்.

கொள்ளிடத்தின் படகுத் துறையிலிருந்து தஞ்சைக்கு நேர் வழியாகப் போவதென்றால், திருவையாறு நகரின் வழியாகப் போக வேண்டும். அந்த நகருக்குள் சென்றால், மக்கள் அவரைச் சூழ்ந்து கொண்டு ஆரவாரம் செய்வார்கள் என்பது நிச்சயம். ஆகையால், நண்பர்கள் இருவரும் அந்த நகர் வழியாகப் புகாமல், சிறிது மேற்கே ஒதுங்கிச் சென்று காவேரி நதியைக் கடந்தார்கள். குடமுருட்டி நதியை அடைந்ததும், அதன் கரையோடு தஞ்சை ராஜபாட்டையை நோக்கிச் சென்றார்கள்.

ஐந்து நதிகள் அடுத்தடுத்துப் பாயும் அந்த அற்புதமான பிரதேசத்தின் நீர்வளமும் நிலவளமும் மார்கழி மாதத்தில் கண்கொள்ளாக் காட்சியாகத் திகழ்ந்தன. இரு கரையும் தொட்டுக் கொண்டு வெள்ளம் ஓடும் காலத்தைக் காட்டிலும், அரை ஆறு இனிய புனலும், அரை ஆறு மணல் திடலுமாகத் தோன்றிய காட்சி வனப்பு மிகுந்ததாயிருந்தது.

நதியின் இரு புறங்களிலும், தென்னையும், கமுகும், கதலியும், கரும்பும் செழித்து வளர்ந்திருந்தன. தோப்புக்கள் இல்லாத இடங்களிலெல்லாம் நன்செய் வயல்களில் பொன்னிற நெற்பயிர்கள் செந்நிறக் கதிர்களின் பாரந்தாங்காமல் தலை சாய்ந்து கிடந்தன.

இடையிடையே வாவிகளிலும் ஓடைகளிலும் தலை நிமிர்ந்து நின்ற தாமரைகளும், குமுதங்களும், செங்கழு நீர்பூக்களும் வர்ணச் சித்திரக் காட்சியாகத் திகழ்ந்தன.

இவற்றையெல்லாம் பார்த்துப் பார்த்து வியந்து கொண்டு வந்த வந்தியத்தேவனை நோக்கி பொன்னியின் செல்வர், "நண்பரே! இவ்வளவு வனப்பும் வளமும் பொருந்திய இடம் இந்த உலகில் வேறு எங்கேனும் இருக்க முடியுமா? இப்படிப்பட்ட நாட்டின் சக்கரவர்த்தியாக முடிசூட்டிக் கொள்வது எவ்வளவு பெரிய பாக்கியம்? இந்தப் பாக்கியத்தைச் சில காலத்துக்கு முன்பு வரையில் நான் வேண்டாம் என்று மறுதளித்துக் கொண்டிருந்ததை நினைத்தால் எனக்கே வியப்பாயிருக்கிறது!" என்றார்.

"எனக்கு அதில் வியப்பு ஒன்றுமில்லை; ஐயா! அரச குலத்தவர்களின் சஞ்சல உள்ளத்தைப் பற்றி அடிக்கடி பெரியோர்கள் சொல்லிக் கேட்டிருக்கிறேன்!" என்றான் வந்தியத்தேவன்.

"நீர் ரொம்பவும் பொல்லாதவர்; அதோடு நன்றியும் இல்லாதவர். ஈழ நாட்டுப் போர்ப் படைக்கு உம்மைத் தளபதி ஆக்கியதற்கு இன்னும் நன்றி கூடச் செலுத்தவில்லை. என்னை சஞ்சல புத்தியுள்ளவன் என்று வசை கூறுகிறீர்!"

"சாதாரண மக்கள் விஷயத்தில் வசையாக இருப்பது அரச குலத்தவரிடையில் புகழுக்குக் காரணமாயிருக்கக் கூடும் அல்லவா? இன்றைக்கு ஒருவனுக்கு மரண தண்டனை விதிக்கிறீர்கள். மறுநாள் அவனை மன்னித்துத் தளபதி ஆக்குகிறீர்கள். இத்தகைய சஞ்சல புத்தியினால் அரசர்களுடைய புகழ் அதிகமாகத்தானே செய்யும்? 'ஆகா! நம் மன்னர் எத்தனை கருணை உள்ளவர்!' என்று மக்கள் புகழ்வார்கள் அல்லவா!"

"ஆம், ஆம்! ஆனால் இன்றைக்கு தளபதியாகச் செய்தவனுக்கு, நாளைக்கு மரண தண்டனையும் விதிக்கலாம். அப்போது ஜனங்கள் என்ன சொல்வார்கள்?"

"நடுநிலைமை தவறாமல் நீதி வழங்கும் மன்னர் பெருமான் என்றும், மனு நீதிச் சோழரின் புனர் அவதாரம் என்றும் சொல்லிப் பாராட்டுவார்கள்!"

பொன்னியின் செல்வர் கலகலவென்று சிரித்துவிட்டு, "அப்படியானால், உமக்கு அளித்த வாணகப்பாடி ராஜ்யத்தையும், ஈழத்துச் சேனையின் தளபதி பதவியையும் நான் திரும்பப் பிடுங்கிக் கொண்டால், உமக்கு அதில் அதிசயம் ஒன்றுமே இராதல்லவா?" என்றார்.

"அதிசயப்படவும் மாட்டேன்; துயரப்படவும் மாட்டேன். இப்போது கூடத் தாங்கள் என்னை ஈழ நாட்டுக்கு அனுப்புவது எனக்குப் பெரிய தளபதி பதவி தரும் நோக்கத்துடனா அல்லது என்னை இந்த அழகிய சோழ நாட்டில் இருக்கக் கூடாது என்று தேச பிரஷ்டனாக்கும் நோக்கத்துடனா என்பது எனக்குச் சந்தேகமாகவே இருக்கிறது!"

"உண்மையில் இவ்வளவு சாமர்த்தியசாலியான உம்மை எனக்கு முதல் மந்திரியாக்கிக் கொண்டு என் அருகிலேயே வைத்துக் கொள்ளவே எனக்குப் பிரியமாக இருக்கிறது. ஆனால் முதன்மந்திரி அநிருத்தர் உமக்காகத் தமது பதவியை விட்டு விலகிக் கொள்வார் என்று தோன்றவில்லை"

"அது ஒன்றுதான் காரணமாயிருந்தால், நானே முதன்மந்திரி அநிருத்தர் அவர்களிடம் கேட்டுக் கொள்கிறேன்"

பொன்னியின் செல்வர் நகைத்துவிட்டு, "இல்லை; வேறு காரணமும் இருக்கிறது!" என்றார்.

"அப்படித்தான் நானும் நினைத்தேன்."

"என்ன நினைத்தீர்?"

"தாங்கள் இப்போதெல்லாம் மனத்தில் ஒன்றை வைத்துக் கொண்டு, வெளியில் ஒன்று சொல்கிறீர்கள் என்று."

"வல்லத்தரசரே! தங்களுடைய குற்றச்சாட்டை மெய்ப்பிக்க ஓர் உதாரணம் சொல்ல முடியுமா?"

"நன்றாக முடியும்; தங்களுடைய மகுடாபிஷேக வைபவத்துக்குத் தை மாத ஆரம்பத்திலேயே நாள் வைத்திருக்கிறது. அது தங்களுக்கு தெரியும். அப்படியிருக்கும்போது, சற்று முன் நம்மைப் பிரிந்து சென்றவர்களிடம், 'நீங்கள் இல்லாமல் என் மகுடாபிஷேகம் நடைபெறாது' என்றீர்கள். அதைப்பற்றி நான் வேறு என்ன நினைப்பது?" என்று கேட்டான்.

பொன்னியின் செல்வர் மறுபடியும் நகைத்துவிட்டு, "ஆமாம், முன்னேயெல்லாம் நான் மனத்தில் தோன்றுவதை அப்படியே வெளிப்படையாகச் சொல்வது என்றுதான் வைத்துக் கொண்டிருந்தேன். வந்தியத்தேவரோடு சிநேகமான பிறகு மந்திர தந்திரங்களில் பயிற்சி பெற்று வருகிறேன்!" என்றார்.

"வீணாக எனக்கு புகழ்ச்சி கூறுகிறீர்கள்!. தங்களுக்குத் தெரியாத மந்திர தந்திரம் உலகில் வேறு என்ன இருக்க முடியும்? யானையின் காதில் ஓதிய மந்திரத்துக்கும், யானைப்பாகன் வேஷம் போட்டு உலகை ஏமாற்றிய தந்திரத்துக்கும் இணையானவை என்ன உண்டு?"

"அப்படியே இருக்கட்டும்! என்னிடமே நீர் இனி மந்திர தந்திரங்களைக் கற்றுக் கொள்ளலாம்."

"அவ்வாறு நான் அதிகமாகக் கற்றுக் கொண்டு விடப் போகிறேனே என்றுதான் என்னை இலங்கைக்கு விரட்டிவிடப் பார்க்கிறீர்களோ?"

"நண்பரே! ஈழ நாட்டுக்குப் போவதில் தங்களுக்கு ஒரு வேளை விருப்பம் இல்லையா, என்ன?"

"யார் சொன்னார்கள்? இலங்கைக்கு அப்பால் இன்னும் தூரத்திலுள்ள இடங்களுக்குப் போகும்படி கட்டளையிட்டாலும் புறப்பட ஆயத்தமாயிருக்கிறேன். எவ்வளவு சீக்கிரம் அனுப்புகிறீர்களோ, அவ்வளவுக்கு மகிழ்ச்சி அடைவேன்!"

"என்னை விட்டுப் பிரிந்து போவதில் அவ்வளவு மகிழ்ச்சியா தங்களுக்கு?"

"ஆம், ஐயா! பேரரசர்களிடமிருந்து எவ்வளவு தூரத்தில் இருக்கிறோமோ, அவ்வளவுக்கு நல்லது என்ற முடிவுக்கு வந்திருக்கிறேன். தூரத்தில் இருந்தால், அரசர்களுடைய சிநேகத்தை இழந்து விடாமல் காப்பாற்றிக் கொள்ளலாம்."

"அப்படியானால் தாங்கள் ஏமாற்றத்துக்கு உள்ளாக நேரிடும்..."

"எவ்வளவு தூரம் போனாலும் தங்கள் சிநேகத்தை நீடித்துக் காப்பாற்றிக் கொள்ள முடியாது என்கிறீர்களா?"

"இல்லை, இல்லை, அதிக காலம் என்னைத் தாங்கள் பிரிந்திருக்க முடியாது என்று சொல்கிறேன். சில தினங்களுக்கெல்லாம் நானும் ஈழத்துக்கு வந்து தங்களுடன் சேர்ந்து கொள்வதாக உத்தேசித்திருக்கிறேன். தங்களை உடன் அழைத்துக் கொண்டு கடல்களைக் கடந்து அப்பாலுள்ள தீவாந்தரங்களுக்கெல்லாம் போகத் திட்டமிட்டிருக்கிறேன். நம்முடன் சமுத்திர குமாரியையும் அழைத்துப் போக முடியவில்லையே என்றுதான் வருத்தமாயிருக்கிறது..."

"ஐயா! என்னுடன் சேர்ந்து தாங்கள் மந்திர தந்திரங்கள் கற்றுக் கொண்டீர்கள். தங்களுடன் சிநேகமானதிலிருந்து நான் உண்மையைப் பேசுவது என்று விரதம் எடுத்துக் கொண்டேன். இப்போது என்னுடைய மனத்தில் உள்ளதைத் தங்களிடம் சொல்லட்டுமா?"

"தாராளமாகச் சொல்லுங்கள்!"

"என் நண்பர் சேந்தன் அமுதனாரிடமிருந்து, தங்கள் சித்தப்பா மதுராந்தகத்தேவரிடமிருந்து சோழ சாம்ராஜ்யத்தை தாங்கள் எடுத்துக் கொள்கிறீர்கள். அதற்கு ஒரு மாதிரி நியாயம் உண்டு. தாங்களே முடிசூட வேண்டும் என்பது மக்களின் விருப்பம் என்று காரணம் காட்டலாம். ஆனால் அவரிடமிருந்து பூங்குழலியை அபகரித்திருந்தால், அது போன்ற பெரும் துரோகச் செயல் வேறு எதுவும் இருக்க முடியாது. அதற்கு நியாயமே சொல்ல முடியாது. சமுத்திரகுமாரி இப்போது மதுராந்தகத்தேவரின் தர்ம பத்தினி என்பதைத் தாங்கள் நினைவு வைத்துக் கொள்ளுங்கள்!" என்றான் வந்தியத்தேவன்.

பொன்னியின் செல்வர் கலகலவென்று சிரித்து விட்டு, "என்னைத் தசகண்ட ராவணனோடு சேர்த்து விடுவீர்கள் போலிருக்கிறதே!" என்றார். பின்னர், "தங்களுடைய நண்பருக்குப் பரிந்து தாங்கள் பேசுவது நியாயந்தான்! ஆனால், பூங்குழலியின் நிலைமை என்ன? அவள் என் சித்தப்பாவை மனமுவந்து கல்யாணம் செய்து கொண்டாளா?" என்று கேட்டார் அருள்மொழிவர்மர்.

"அதில் என்ன சந்தேகம்? கோமகனே! தாங்கள் இந்தச் சோழ சாம்ராஜ்யத்தின் சக்கரவர்த்தியாகலாம். இந்தப் பூமண்டலம் முழுவதையும் வென்று ஒரு குடை நிழலில் கொண்டு வந்து ஆட்சி புரியலாம். ஆனால் பூங்குழலி அம்மையை மட்டும் அவருடைய விருப்பத்திற்கு விரோதமாக எந்தக் காரியமும் செய்யும்படி கட்டாயப்படுத்த முடியாது. செம்பியன் மாதேவியின் செல்வப் புதல்வரிடம் பூங்குழலி அம்மை கொண்டிருந்த அன்பின் ஆழத்தை நான் அறிந்து கொள்ளும் பேறு பெற்றேன். அதற்கு இணையான அன்பை இன்னும் ஓரிடத்திலே தான் கண்டிருக்கிறேன்!"

"அது எங்கே கண்டீர்கள்? என்னிடம் அதைப் பற்றிச் சொல்லலாம் என்றால், சொல்லுங்கள்!"

"கொடும்பாளூர் இளவரசி வானதியிடந்தான் கண்டேன்; அத்தகைய அன்பை வேறு எங்கே காணமுடியும்?"

"பொய்! பொய்! உண்மை பேசும் விவரத்தை அதற்குள்ளே மறந்து விட்டீரோ? மனத்தில் ஒன்றை ஒளித்து வைத்துக் கொண்டு, வெளியில் ஒன்றைத் திரித்துச் சொல்லுகிறீரே!"

"இல்லவே இல்லை, ஐயா! மனத்தில் எண்ணியதைத்தான் சொல்கிறேன்!"

"வேறு எங்கேயும் அத்தகைய காதலை நீர் கண்டதில்லையா?"

"இல்லை என்றுதான் சொல்கிறேனே!"

"அடே பாதகா! இரக்கமற்ற அரக்கனே! உனக்காக ஒரு பெண் தன் உயிரைத் தியாகம் செய்ய முன் வந்து மதியை இழந்து பிச்சியாகியிருக்கிறாள்! அவளுடைய காதல் பெரியதாகத் தோன்றவில்லையா?" என்று பொன்னியின் செல்வர் உண்மையான கோபத்துடன் கேட்டார்.

வந்தியத்தேவன் சிறிது நேரம் வரை மௌனமாக இருந்தான். பின்னர், "ஐயா! தாங்கள் காரண காரியங்களை மாற்றிச் சொல்கிறீர்கள். மணிமேகலையிடம் எனக்கு இரக்கம் இல்லாமற் போகவில்லை. அவளை நினைத்துக் கண்ணீர் வடிக்கிறேன். ஆனால் அவள் 'பிச்சி'யாகப் போனதற்குக் காரணம் நான் அல்ல; அவளுடைய சகோதரன் கந்தமாறன்தான்! மேலும் நாங்கள் இருவருமே அந்தப் பெண்ணுக்கு இறந்தவர்களாகி விட்டோம். இனி அதைப் பற்றிப் பேசி என்ன பயன்?" என்றான்.

"நான் சற்றுமுன் கோபமாகப் பேசியதற்காக வருத்தப்படுகிறேன்..." என்று பொன்னியின் செல்வர் ஆரம்பித்தார்.

"எனக்கு அதில் வருத்தமும் இல்லை, வியப்புமில்லை. இம்மாதிரி திடீர்க் கோபத்தை எதிர் நோக்கித்தான் சீக்கிரமே இலங்கைக்குப் புறப்பட விரும்புவதாகச் சொன்னேன்."

"தங்களை இலங்கைக்கு அனுப்புவதற்கு இன்னொரு காரணமும் உண்டு என்று சொன்னேன் அல்லவா?"

"ஆம், பிரபு!"

"சில காலம் தாங்கள் தூரதேசத்தில் இருந்துவிட்டுத் திரும்பி வந்தால், ஒருவேளை தங்களை மணிமேகலை அடையாளம் கண்டு கொள்ளலாம் என்று என் தமக்கையார் கருதுகிறார்!"

"தெரிந்து கொண்டேன், ஐயா! என்னைத் தூர தேசத்துக்கு அனுப்புவதில் தங்களைவிட இளைய பிராட்டிக்கு அதிக சிரத்தை இருப்பதைத் தெரிந்து கொண்டேன்! நாம் யாரைப் பற்றிப் பேசிக் கொண்டிருக்கிறோமோ, அவர்களே அதோ வருகிறார்கள்!" என்று வந்தியத்தேவன் சுட்டிக்காட்டினான்.

குடமுருட்டி நதிக்கரையோடு வந்த அந்த நண்பர்கள் இருவரும் அச்சமயம் திருவையாற்றிலிருந்து தஞ்சாவூர் போகும் ராஜபாட்டையை நெருங்கிக் கொண்டிருந்தார்கள். அந்த ராஜபாட்டையில் முன்னும் பின்னும் பரிவாரங்கள் புடைசூழப் பல்லக்கு ஒன்று வந்து கொண்டிருந்தது. அதில் குந்தவை தேவியும், கொடும்பாளூர் இளவரசியும் வீற்றிருந்தார்கள். குதிரைகள் மீது வந்த நண்பர்கள் இருவரையும் பார்த்ததும் அப்பெண்மணிகளின் கண்கள் வியப்பினால் விரிந்தன; அவர்களுடைய முகங்கள் மகிழ்ச்சியால் மலர்ந்தன.

❉ ❉ ❉ ❉

எண்பதாம் அத்தியாயம்

நிலமகள் காதலன்

இளவரசிகள் வீற்றிருந்த பல்லக்கைப் பொன்னியின் செல்வரின் குதிரை நெருங்கியது.

சற்று பின்னால் குதிரையை நிறுத்திய வந்தியத்தேவன், "ஜாக்கிரதை! இளவரசிகளின் அந்தப் பொல்லாத பல்லக்கு நம் சாது குதிரையை மோதிவிடப் போகிறது!" என்றான்.

கிட்டத்தட்ட அதே இடத்தில் முன்னொரு தடவை நந்தினியின் மூடுபல்லக்கின் மீது அவன் குதிரையைக் கொண்டு போய் மோதிவிட்டுக் "குதிரையைப் பல்லக்கு மோதுகிறது!" என்று கூக்குரலிட்டது அவனுக்கு நினைவு வந்தது. அச்சம்பவம் நடந்து ஆறு மாதம் கூட முழுமையாக ஆகவில்லை. ஆனால் இந்தச் சிறிய காலத்துக்குள் எத்தனை எத்தனை முக்கியமான நிகழ்ச்சிகள் நடந்தேறி விட்டன!

குந்தவை வந்தியத்தேவனுடைய வார்த்தைகளினால் ஏற்பட்ட பூரிப்பை அடக்கிக் கொண்டு, "தம்பி! உங்களைப் பார்த்தால் ஏதோ குதூகலமான விஷயத்தைப் பற்றிப் பேசிக் கொண்டு வருவதாகத் தோன்றுகிறதே! உங்களுடைய திருமுகங்கள் அவ்வளவு மலர்ச்சியுடன் விளங்குகின்றன!" என்றாள்.

"ஆம், அக்கா! குதூகலமான விஷயம் பற்றித்தான் பேசிக் கொண்டு வந்தோம். ஆனால் அது உங்கள் தோழி வானதிக்கு அவ்வளவு குதூகலம் தராது. என்னுடைய திருமண நாள் நெருங்கி வந்து கொண்டிருக்கிற தல்லவா? நான் காதல் கொண்டு மணந்து கொள்ளப் போகும் மங்கையைப் பார்த்து மகிழ்ந்தோம். அவளுடைய ரூப லாவண்யங்களை பற்றிப் பேசிக் கொண்டு வருகிறோம்!" என்றார் பொன்னியின் செல்வர்.

சற்றுமுன் பிரகாசமாக விளங்கிய இரு பெண்களின் முகங்களும் உடனே வாட்டமுற்றன. வானதி தலையைக் குனிந்து கொண்டாள். குந்தவையின் முகத்தில் கோபம், வியப்பு, ஐயம், ஆத்திரம் முதலிய வெவ்வேறு பாவங்கள் தோன்றி மறைந்தன. "இது என்ன வெட்கமற்ற பேச்சு? இந்தப் பெண்ணின் மனத்தை வருத்தப் படுத்துவதில் உனக்கு என்ன சந்தோஷம்?" என்றாள்.

வானதி குனிந்த தலையை நிமிர்த்திக் குந்தவையைப் பார்த்து, "அக்கா! இது என்ன வார்த்தை? எனக்கு எதற்காக வருத்தம்?" என்றாள்.

ஒன்றுக்கும் மறுமொழி சொல்லாமல் பொன்னியின் செல்வர் புன்னகை பூத்த முகத்துடன் நிற்பதைக் கண்ட இளையபிராட்டி, "கொள்ளிடக் கரைக்கல்லவா போய்த் திரும்புகிறீர்கள்? அங்கே எந்தப் பெண்ணைப் பார்த்தீர்கள்? எந்த ஊர்? என்ன பேர்? என்ன குலம்?" என்று கேட்டுக் கொண்டே போனாள்.

இப்போது வந்தியத்தேவன் குறுக்கிட்டு, "தேவி! இளவரசர் மணக்கப்போகும் குலமகள் யாரையும் நாங்கள் பார்த்துவிட்டு வரவில்லை. இந்தப் பஞ்சநதி தீரத்தில் பொலிந்து விளங்கும் நிலமாமகளைத்தான் நெடுகிலும் பார்த்து வியந்து கொண்டு வந்தோம். சோழ வளநாட்டின் இயற்கை அழகுகளைப் பற்றிப் பேசிக் கொண்டு வந்தோம். இளவரசர் இந்த அழகிய நாட்டின் சக்கரவர்த்தியாக முடிசூட்டிக்கொள்ளும் நாள் நெருங்கி வருகிறதல்லவா? அவர் இந்த இரு நிலமடந்தையின் பேரில் கொண்ட காதலைப் பற்றித்தான் குறிப்பிட்டார்!" என்றான்.

"ஆகா! என் சகோதரனுக்கு இப்படியெல்லாம் விகசிதமாகப் பேச முன்னெல்லாம் தெரிந்திருக்கவில்லை. அவனுக்குத் தாங்கள் கற்றுக் கொடுத்திருக்கிறீர்கள் போலிருக்கிறது!" என்றாள்.

அருள்மொழிவர்மர் சிரித்துவிட்டு, "நண்பரே! தங்களுக்கு நன்றாக வேண்டும்! தங்களுடைய சிநேகத்துக்குப் பிறகு எனக்குத் தந்திர மந்திரமெல்லாம் வந்திருக்கிறது என்று முன்னமே நான் சொல்ல வில்லையா? என் தமக்கையாருக்கும் அவ்விதமே தோன்றியிருக்கிறது, பாருங்கள்!" என்றார்.

"இது என்ன வீண் பழி! தமக்கையும், தம்பியும் ஒத்துப் பேசிக் கொண்டதுபோல் ஒரே மாதிரி என் பேரில் குற்றம் சுமத்துகிறீர்களே?" என்றான் வந்தியத்தேவன்.

"இன்னும் தங்கள் பேரில் பல குற்றங்கள் இருக்கின்றன. என் தம்பி சொல்லியிருக்க முடியாத குற்றங்களும் இருக்கின்றன. அவற்றையெல்லாம் நடுச் சாலையில் நின்று சொல்ல முடியாது!" என்றாள் குந்தவை.

வந்தியத்தேவன், "நான் சந்தேகித்தது சரியாய்ப் போய் விட்டது!" என்றான்.

"என்ன சந்தேகித்தீர்கள்?"

"என்னை ஈழ நாட்டுப் படைக்குச் சேனாதிபதியாக்கி அனுப்புவது என் குற்றங்களுக்காக எனக்குத் தீவாந்தர சிட்சை விதிப்பதேயாகும் என்று சந்தேகித்தேன்."

"பார்த்தீர்களா, அக்கா! சோழ குலத்தாரின் நன்றியறிதலில் இவருக்கு எவ்வளவு நம்பிக்கை இருக்கிறது என்று தெரிகிறது அல்லவா?"

"நமக்கு இவரிடம் நன்றி சிறிதும் இல்லை என்பது உண்மை தான்!"

"இது என்ன, நீங்களும் இப்படிச் சொல்லுகிறீர்களே?"

"அன்னியர்கள் செய்யும் உதவிக்கு நன்றி செலுத்தலாம். நண்பர்களுக்குள் நன்றி எப்படி ஏற்படும்? திருவள்ளுவர் சொல்லியிருப்பது ஞாபமில்லையா?

“உடுக்கை இழந்தவன் கைபோல ஆங்கே
இடுக்கண் களைவதாம் நட்பு!”

நழுவிய உடையை எடுத்துக் கட்டிவிட்டதற்காக இடை கைக்கு நன்றி செலுத்த வேணுமா?" என்றாள் குந்தவை.

"தேவி! நன்றி செலுத்த வேண்டியதேயில்லை. தண்டனை விதிக்காமலிருந்தால், அதுவே பெரிய நன்றியாகும்!"

"தம்பி! நீயும் சரி, இவரும் சரி, ஒன்று நினைவு வைத்துக் கொள்ளுங்கள். இவரை எனக்கு உதவியாயிருக்கும்படியாக நம் தமையன், வீர சொர்க்கம் எய்திய கரிகாலன், அனுப்பி வைத்தான். அந்தக் கடமையிலிருந்து இவரை நான் விடுதலை செய்து விடவில்லை!" என்றாள் குந்தவை.

"இவருக்கு விடுதலை தரவே வேண்டாம், அக்கா! ஆயுள் தண்டனையாகவே அளித்தாலும் எனக்குச் சம்மதந்தான்!" என்றார் இளவரசர்.

"இலங்கையில் இவரால் எனக்கு ஆகவேண்டிய காரியங்கள் சில இருக்கின்றன" என்றாள் குந்தவை.

"போவதற்கு முன்னால் தங்களிடம் விடைபெற்றுச் செல்வேன், தேவி!" என்றான் வந்தியத்தேவன்.

"அப்படியானால், பழையாறைக்குத் தாங்கள் வந்து என்னிடம் விடைபெறும்படி இருக்கும்" என்றாள் குந்தவைப் பிராட்டி.

"அக்கா! இப்போது எங்கே புறப்பட்டீர்கள்?" என்று அருள்மொழிவர்மர் சிறிது வியப்புடன் கேட்டார்.

"திருவையாறுக்குப் போகிறோம். இன்று மார்கழி திருவாதிரைத் திருநாள் அல்லவா? செம்பியன் மாதேவியும் மதுராந்தகரும் பூங்குழலியும் காலையிலேயே சென்றார்கள். நீங்களும் வருகிறீர்களா?" என்றாள் குந்தவை.

"இல்லை; நாங்கள் இப்போது வரவில்லை. திருவையாறு நகருக்குள் போகக் கூடாதென்றுதான் ஆற்றங்கரையோடு மேற்கே சென்று திரும்பி வந்தோம்."

"அப்பர் பெருமான் திருவையாற்றில் கைலாசத்தையே கண்டு பரவசமடைந்தார். உங்களுக்கு அங்கே போகவே பிடிக்கவில்லை போலிருக்கிறது. ஒருவேளை நீங்களும் வீர வைஷ்ணவர்கள் ஆகி விட்டீர்களா என்ன?"

"அப்படியெல்லாம் ஒன்றுமில்லை; திருவையாறு சென்றால், அப்பர் பெருமானைப்போல், அங்கே போக வேண்டுமென்பது என் எண்ணம்."

"அப்பர் எப்படிச் சென்றார்?"

"அவருடைய பாடலிலேயே சொல்லியிருக்கிறாரே! 'யாதும் சுவடு படாமல்' சென்றார். ஆடம்பரம் எதுவுமில்லாமல், தாம் திருநாவுக்கரசர் என்பதைக் காட்டிக் கொள்ளாமல், பூஜைக்காகப் புஷ்பமும் நீரும் கொண்டு சென்ற அடியார் கூட்டத்தின் பின்னால் சென்றார். அதனால் திருவையாற்றில் கைலாசத்தையே அவர் காண முடிந்தது. நாம் அங்கே இந்த ராஜரீக ஆடம்பரங்களுடன் சென்றால், நாமும் இறைவனைத் தரிசிக்க முடியாது; ஜனங்களும் சுவாமி தரிசனத்தை மறந்துவிட்டு நம்மைச் சுற்றிச் சூழ்ந்து கொண்டு நிற்பார்கள்!..."

"ஆமாம், ஆமாம்! உன்னுடைய ஜாதக விசேஷம் அப்படி! உன்னைக் கண்டதும் மக்கள் சூழ்ந்து கொண்டு 'மன்னர் மன்னருக்கு ஜே! பொன்னியின் செல்வருக்கு ஜே!' என்று கோஷமிடத் தொடங்குவார்கள். ஆனால் எங்களுக்கு அவ்வளவு அபாயம் இல்லை. மேலும் நாங்கள் ஜனக்கூட்டத்துக்கு மத்தியில் போகவும் மாட்டோம். திருவாதிரைத் திருநாளுக்காகச் சுவாமி எழுந்தருளல் நடக்கும்போது, திருவையாற்றிலுள்ள நம் அரண்மனை மேல் மாடத்திலிருந்து ஐயாறுடை இறைவனைத் தரிசித்துக் கொள்வோம்."

"அக்கா! ஒரு பழம் பாடல் நினைவு இருக்கிறதா? அண்ட சராசரங்களையும், அகில புவனங்களையும், ஆகாச வெளியிலுள்ள எல்லா நட்சத்திரங்களையும் படைத்தவர் இறைவன்; அவரை 'ஆதிரையான்' என்றும், 'திருவாதிரை நட்சத்திரத்துக்கு மட்டும் உரியவன்' என்றும், மக்கள் கருதுவது என்ன பேதைமை? இப்படிப்பட்ட கருத்துள்ள அந்தப் பாடல் தங்களுக்கு நினைவு இருக்கிறதா?"

"நினைவிருக்கிறது, தம்பி! ஆனால் எல்லா நட்சத்திரங்களுக்கும் உரியவன் திருவாதிரைக்கும் உரியவன்தானே?"

"சரி, நீங்கள் போய் வாருங்கள்! எப்போது தஞ்சைக்குத் திரும்பி வருவீர்கள்?"

"தஞ்சைக்கு இப்போது நாங்கள் திரும்பப் போவதில்லை. திருவையாற்றிலிருந்து பழையாறை போகிறோம்."

"என்ன, என்ன? என்னுடைய மகுடாபிஷேகத்துக்கு இல்லாமலா போகிறீர்கள்?" என்றார் இளவரசர்.

"ஆம், ஆம்! உன்னுடைய மகுடாபிஷேக வைபவத்தில் எனக்கும், வானதிக்கும் என்ன வேலை?"

"ஆகா! தாங்கள் இல்லாமல் என்னுடைய பட்டாபிஷேகம் நடைபெறாது!"

"எல்லாம் நடைபெறும், ஏன் நடைபெறாது? பட்டாபிஷேகத்துக்கு நாள் வைத்துக் கொடுத்தவர் யார்? ராமருடைய பட்டாபிஷேகத்துக்கு நாள் பார்த்துச் சொன்னவரின் சந்ததியில் வந்தவர் அல்லவே?"

"எனக்கு நாள் நட்சத்திரம், சோதிடம் ஆரூடம் எதிலும் நம்பிக்கை இல்லை, அக்கா! நம் கடமையைச் செய்யும் எல்லா நாளும் நல்ல நாள்தான்! சோம்பியிருக்கும் நாட்களே கெட்ட நாட்கள்!" என்றார் பொன்னியின் செல்வர்.

"உன்னுடைய வாழ் நாட்கள் எல்லாம் அத்தகைய நல்ல நாட்களாகவே இருக்கட்டும், தம்பி! நாங்கள் சென்று ஐயாறப்பரிடமும் அறம் வளர்த்த நாயகியிடமும் உனக்காகப் பிரார்த்தனை செய்கிறோம்!" என்றாள் குந்தவை.

"எனக்காக என்ன பிரார்த்தனை செய்யப் போகிறீர்கள்?"

"நிலமகள் மேல் நீ கொண்டிருக்கும் காதல் பூர்த்தி ஆகட்டும்; உன் மகுடாபிஷேகம் விக்கினமின்றி நடைபெறட்டும் என்று ஐயாறுடைய இறைவரிடம் பிரார்த்திக்கிறோம். உன் உள்ளம் சோழர் தொல்குடிக்கு உரிய அற வழியிலிருந்து விலகாமலிருக்கட்டும் என்று அறம் வளர்த்த நாயகியின் சந்நிதியில் பிரார்த்தித்துக் கொள்கிறோம்."

"அப்படியானால், நீங்கள் எனது பட்டாபிஷேகத்துக்கு நிச்சயமாக இருக்கப் போவதில்லையா?"

"பழையாறையிலிருந்து அகக்கண்ணால் கண்டு மகிழ்கிறோம்."

"அக்கா! தாங்கள் இந்தக் கொடும்பாளூர்க் கோமகளின் பிடிவாதத்துக்குச் சப்பைக்கட்டுக் கட்டுகிறீர்கள். இவள் என்னுடன் சோழ சிங்காதனம் ஏறுவதற்கு மறுத்தால், உலகமே அஸ்தமித்து விடும் என்று எண்ணுகிறாள்! இவளுடைய வீண் பிடிவாதம் விபரீதத்தில் முடியப்போகிறது. இவளுக்குப் பதிலாகச் சோழரின் சிங்காதனத்தில் வேறொரு பெண் அமர்ந்து விடப் போகிறாள்! அப்புறம் என் பேரில் குற்றம் சொல்லிப் பயன் ஒன்றுமில்லை" என்றார் இளவரசர் பொன்னியின் செல்வர்.

"நான் இவர் மீது என்றும் குற்றம் சொன்னதில்லை; இனிமேலும் குற்றம் சொல்லப் போவதில்லை, அக்கா!" என்றாள் கொடும்பாளூர் இளவரசி.

"நீ சொன்னாலும் பயனில்லை, வானதி! மண்ணாசை கொண்டவர்களின் காதில் வேறு எதுவும் ஏறாது!" என்றாள் இளைய பிராட்டி குந்தவை.

"இந்த மண்ணாசையை என் மனதில் உண்டாக்கியவர் தாங்கள்தான் என்பதை மறந்து விடவேண்டாம். பெண்ணாய்ப் பிறந்த தாங்களே இந்த அழகிய சோழ நாட்டை விட்டுப் போக மனம் வரவில்லையென்றும், அதற்காகவே கலியாணம் செய்து கொள்ளப் போவதில்லையென்றும் பலமுறை என்னிடம் சொன்னதில்லையா?" என்றார் அருள்மொழி.

"அப்போதெல்லாம் என் வார்த்தைகள் உன் காதில் ஏறவே இல்லை. உலகத்தில் இன்னும் எத்தனையோ அழகிய நாடுகள் இருக்கின்றன என்று சொல்லி வந்தாய்! இந்த வாணர் குலத்து வீரரின் போதனைதான் உன்னை இப்படி நிலமடந்தையின் காதலன் ஆக்கிவிட்டது!" என்றாள் குந்தவைப்பிராட்டி.

"தெய்வமே! அந்தப் பழியும் என் பேரிலேதானா வந்து விழ வேண்டும்?" என்றான் வந்தியத்தேவன்.

"எவ்வளவோ பெரிய பயங்கரமான பழியைச் சுமந்தீர்களே? இந்தச் சிறிய பழிகளுக்கா பயந்துவிடப் போகிறீர்கள்? தம்பி! வெகு நேரம் பேசிக் கொண்டிருந்து விட்டோம்! சுவாமி எழுந்தருளும் நேரம் நெருங்கி விட்டது, புறப்படுகிறோம்!" என்று கூறிக் குந்தவை சிவிகையாளருக்குச் சமிக்ஞை செய்தாள். பல்லக்கு மேலே சென்றது.

சிறிது நேரம் அங்கேயே நின்று பார்த்துக் கொண்டிருந்து விட்டு பொன்னியின் செல்வரும் தஞ்சையை நோக்கிக் குதிரையைச் செலுத்தினார். சற்றுத் தூரம் சென்றதும் பக்கத்தில் நெருங்கி வந்துகொண்டிருந்த வந்தியத்தேவனை நோக்கி, "நண்பரே! இந்தப் பெண்மணிகள் உண்மையில் சுவாமி தரிசனத்துக்குப் போகிறதாக எனக்குத் தோன்றவில்லை. குடந்தை சோதிடர் இப்போது திருவையாற்றுக்கு அருகில் குடி வந்து விட்டாராம்! அவரைப் பார்த்துச் சோதிடம் கேட்பதற்காகவே போகிறார்கள்!" என்றார்.

"ஐயா! குடந்தை சோதிடரை விடத் தாங்களே பெரிய சோதிடராயிருக்கிறீர்களே!" என்றான் வந்தியத்தேவன்.

❖ ❖ ❖ ❖

எண்பத்தொன்றாம் அத்தியாயம்

பூனையும் கிளியும்

பொன்னியின் செல்வர் ஊகித்து ஆருடம் கூறிய வண்ணமே நடந்தது.

குந்தவை தேவியும், வானதியும் திருவையாற்றில் இருந்த சோழ மாளிகை போய்ச் சேர்ந்ததும், அங்கேயே பல்லக்கையும் பரிவாரங்களையும் நிறுத்தினார்கள். செம்பியன் மாதேவியும், அவருடைய மகனும், மருமகளும் கோவிலுக்குச் சென்றிருப்பதைத் தெரிந்து கொண்டார்கள். தாங்களும் கோயிலுக்குப் போவதாக மாளிகைக் காவலர்களிடம் சொல்லி விட்டு, ஒரே ஒரு வீரனை மட்டும் துணைக்கு அழைத்துக் கொண்டு சோதிடர் வீட்டைத் தேடிச் சென்றார்கள்.

ஆம்; குடந்தை சோதிடர் அங்கே வெள்ளத்தில் தமது வீடு அடித்துக் கொண்டு போகப்பட்ட பிறகு திருவையாற்றுக்கு வந்து விட்டார். நகரில் கிழக்கு ஓரத்தில் காவேரிக் கரையில் சிறிய வீடு ஒன்று கட்டிக் கொண்டு அங்கே குடியிருக்கத் தொடங்கினார்.

இனிமேல் பழையாறை நகரைக் காட்டிலும் தஞ்சாவூர் அதிக முக்கியத்துவம் பெறலாம் என்று அவர் ஜோசியத்தின் மூலம் அறிந்து கொண்டதும், ஒருவேளை அவர் திருவையாற்றுக்கு வந்து குடியேறியதற்குக் காரணமாயிருக்கலாம்.

ஜோசியர் வீட்டின் வாசற்படியில் அவர்கள் பிரவேசிக்கும் போதே உள்ளேயிருந்து மிக இனிய மழலைக் குரலில், "வாருங்கள், ஆடலரசிகளே வாருங்கள்! நடன ராணிகளே, வாருங்கள்!" என்று யாரோ வரவேற்றதைக் கேட்டுத் தேவிமார்கள் இருவரும் வியப்படைந்தார்கள். முன்னே ஒரு முரட்டுச் சீடனைக் காவற்காரனாக வைத்திருந்தவர் இப்போது இப்படி பரிந்து உபசரித்து அழைப்பதற்கு யாரை அமர்த்தியிருக்கிறார் என்ற எண்ணத்துடன் உள்ளே பிரவேசித்தார்கள்.

கூரையிலிருந்து தொங்கிய கூண்டில் அழகிய பச்சைக் கிளி ஒன்றைக் கண்டதும் அவர்களுடைய வியப்பு நீங்கியது. அந்த பச்சைக் கிளியும் தலையை இப்படியும் அப்படியும் அசைத்து, குன்றி மணி போன்ற அதன் சிறிய கண்களால் அவர்களை உற்றுப் பார்த்து விட்டு, மறுபடியும் "வாருங்கள், ஆடல் அரசிகளே, வாருங்கள்!" என்றது.

கிளியின் குரலையும், பெண்மணிகளின் பாதச் சிலம்பின் ஒலியையும் கேட்டு விட்டுச் சோதிடரும் உள்ளேயிருந்து கூடத்துக்கு வந்தார்.

தேவிமார்களைப் பார்த்துத் திடுக்கிட்டவராய், "வாருங்கள்! தேவிமார்களே! வாருங்கள்! இந்தக் குடிசை இன்றைக்குத்தான் பாக்கியம் செய்தது!" என்றார்.

பச்சைக் கிளியும் தன் பவளவாயைத் திறந்து, "இந்தக் குடிசை இன்றைக்குத் தான் பாக்கியம் செய்தது!" என்றது.

ஜோதிடர் அதைப் பார்த்து, "சீச்சீ! சற்று நேரம் சும்மா இரு! வாயை மூடிக் கொள்!" என்றார்.

"ஐயா! அதை ஏன் கோபித்துக் கொள்கிறீர்கள்? வருகிறவர்களுக்கு நல்ல முறையில்தான் வரவேற்பு அளிக்கிறது. தினந்தினம் இங்கு பலர் வந்து இந்தக் குடிசையை 'இன்றைக்குத்தான் பாக்கியம் செய்த குடிசை'யாகச் செய்வார்கள் போலிருக்கிறது. அதிலும் இங்கே ராணிகளும் அரசிகளும் ஓயாமல் வந்து கொண்டிருப்பார்கள் போலிருக்கிறது!" என்றாள் இளைய பிராட்டி குந்தவை.

"வாருங்கள்! நடன ராணிகளே! வாருங்கள்!" என்றது கிளி.

ஜோதிடர் மறுபடியும் அதை அதட்டிவிட்டு, "தேவிமார்களே! மன்னிக்க வேண்டும்! திருஞான சம்பந்தப் பெருமான் இந்த திருவையாற்றுக்கு வந்திருந்த போது வீதிதோறும் ஆடல் அரங்குகளைக் கண்டார். அவற்றில் மங்கைமார்கள் நடனம் பயிலும்போது பாதச் சதங்கைகள் 'கலீர் கலீர்' என்று ஒலிப்பதையும் கேட்டார். அவருடைய தெய்வீகப் பாசுரங்களிலும் பாடியிருக்கிறார். அந்த நாள் போலவே இன்றைக்கும் இந்தத் திருவையாற்றில் நடனக்கலை பயிலும் நங்கைமார்கள் எத்தனையோ பேர் இருக்கிறார்கள். அவர்கள் அடிக்கடி சோதிடம் கேட்க இந்தக் குடிசையைத் தேடி வருகிறார்கள்! அவர்களுக்கு உகப்பாக இருக்கட்டும் என்று இந்தக் கிளிக்கு இவ்வாறு சொல்லப் பழக்கி வைத்தேன்! தயவு செய்து மன்னிக்க வேண்டும்!" என்றார்.

"இன்றைக்கு அந்த ஆடல் அரசிகள், நடன ராணிகள் யாரையும் இங்கே காணவில்லையே?" என்றாள் குந்தவை.

"தேவி! இன்றைக்குத் திருவாதிரைத் திருநாள்; ஆகையால் ஆடலரசிகளும் நடன ராணிகளும் ஐயாற்று இறைவன் சந்நிதியில் சேவை செய்யப் போயிருப்பார்கள். ஆனால் உண்மை அரசிகளாகிய நீங்களே வந்து விட்டீர்கள். இந்தக் குடிசை பாக்கியம் செய்தது; நான் பாக்கியம் செய்தவன்!" என்று பரவசமாகக் கூறினார் ஜோதிடர்.

பிறகு, "தயவு செய்து அமருங்கள்! இந்த ஏழையிடம் என்ன கேட்க வந்தீர்களோ, அதைக் கேளுங்கள்! தெரிந்த வரையில் சொல்லுகிறேன்!" என்றார்.

இளவரசிகள் இருவரும் உட்கார்ந்தார்கள்; குந்தவை ஒரு முறை பெருமூச்சுவிட்டு, "ஜோதிடரே! என்னத்தைக் கேட்பது? இந்த ஜோதிட சாஸ்திரத்தில் ஏதேனும் உண்மை இருக்கிறதா? என்ற கேள்வியைத்தான் முதலில் கேட்கத் தோன்றுகிறது!" என்றாள்.

"தேவி! தாங்கள் இப்படிக் கேட்டால், நான் என்ன சொல்லட்டும்? நம்பிக்கை உள்ளவர்களுக்கு ஜோதிட சாஸ்திரம் உண்மை; நம்பிக்கை இல்லாதவர்களுக்கு அது பொய்தான்!" என்று சொன்னார் ஜோதிடர்.

"நான் ஜோதிட சாஸ்திரத்தில் பூரண நம்பிக்கை வைத்துத்தான் இருந்தேன் ஆனால் அந்த சாஸ்திரம்தான் என்னைக் கைவிட்டு விட்டதே!"

"எந்த விதத்தில் தங்களைக் கைவிட்டு விட்டது, அம்மணி?"

"தாங்கள் ஜோதிடம் பார்த்துச் சொன்னபடி எது நடந்திருக்கிறது? என் தமையன் இப்படி அகால மரணம் அடைவான் என்று நீர் எப்போதாவது என்னிடம் சொன்னீரா?"

"நான் சொல்லலாமா, தேவி, தெரிந்திருந்தாலும் என் வாயைத் திறந்து சொல்லலாமா? சொல்லியிருந்தால், என்னையும் பாண்டிய நாட்டு ஆபத்துதவிகளுடனே சேர்த்திருக்க மாட்டார்களா? ராஜ குடும்பங்களையும் ராஜாங்க காரியங்களையும் பற்றி ஏதோ பொதுப்படையாகத்தான் சொல்லலாம். 'கண்டம் இருக்கிறது, இடையூறு வருகிறது, கெட்ட கிரஹம் பார்க்கிறது' என்று சொல்வதே ஆபத்தானது. மேலும் ஆதித்த கரிகாலரின் ஜாதகம் என்னிடம் இல்லவும் இல்லை; அதை நான் பார்த்ததும் இல்லை!" என்றார் ஜோதிடர்.

"நீங்கள் பார்த்திருந்தாலும் சொல்லியிருக்க மாட்டீர்கள்; சொல்லியிருந்தாலும் அந்த விபத்தைத் தடுத்திருக்க முடியாது அல்லவா?"

"அது எப்படி முடியும், தாயே! நான் என்ன பிரம்மாவா? எழுதின எழுத்தைப் பிரம்மாவினால்தான் அழித்து எழுத முடியுமா?"

"அப்படியென்றால், ஜோதிடம் பார்ப்பதில் என்ன பயன், ஜோதிடரே!"

"தாயே! இது என்ன இப்படிக் கேட்டீர்கள்? தங்களைப் போன்றவர்கள் ஜோதிடம் பார்க்காவிட்டால், என்னைப் போன்றவர்கள் பிழைப்பது எப்படி? இந்த ஏழையின் குடிசையில் ராஜகுமாரிகளின் பாதங்கள் படுவதுதான் எப்படி?" என்றார் ஜோதிடர்.

இதைக் கேட்டுக் குந்தவை கலகலவென்று சிரித்து விட்டாள். வானதியின் முகத்திலும் புன்னகை அரும்பியது.

"ஜோதிடரே! இங்கே ஜோதிடம் கேட்க வருகிறவர்கள் எல்லாரிடமும் இப்படித்தான் சொல்லுவீர்களா?" என்று இளைய பிராட்டி கேட்டாள்.

"எல்லாரிடமும் இப்படிச் சொல்லுவேனா? கலைமகளும், திருமகளும் ஓர் உருக்கொண்டு அவதரித்திருப்பதாகத் தங்களைப் பற்றி உலகமெல்லாம் புகழ் பரவியிருக்கிறது. அத்தகைய தங்களிடம் விவாதம் செய்து என்னால் சமாளிக்க முடியுமா? அதனாலே அவ்வாறு சொன்னேன். ஆனாலும் தாயே! நான் ஜோதிடம் பார்த்துச் சொல்லாததை வைத்துக் கொண்டு ஜோதிட சாஸ்திரத்தின் உண்மையைத் தாங்கள் முடிவு கட்டலாமா? சொன்னதை வைத்துக் கொண்டு அல்லவா முடிவு கட்டவேண்டும்? பொன்னியின் செல்வரின் அதிர்ஷ்ட ஜாதகத்தைப் பற்றிச் சொன்னேன். இடையில் என்னென்னமோ நேர்ந்தது, கடைசியில் இந்தப் பூமண்டலத்தின் சக்கரவர்த்தியாகும் கட்டம் நெருங்கி விட்டதல்லவா? பட்டாபிஷேகத்துக்குக் கூட நாள் வைத்தாகிவிட்டதாமே?" என்றார் ஜோதிடர்.

"ஐயா! பொன்னியின் செல்வரின் பட்டாபிஷேகத்துக்கு நாள் பார்ப்பதற்குத் தங்களிடம் யாரும் வரவில்லையா?"

"இல்லை, தேவி! அதற்கு அரண்மனைப் புரோகிதர்கள் இருக்கிறார்களே! முதன்மந்திரி அநிருத்தரே ஜோதிட சாஸ்திரத்தில் வல்லவர் ஆயிற்றே!"

"ஆம்; தை மாதம் ஏழாம் தேதி நாள் குறிப்பிட்டிருக்கிறார்கள் அது நல்ல நாள்தானா ஜோதிடரே!"

"ரொம்ப நல்ல நாள், அம்மா! மிக நன்றாக ஆலோசித்துப் பார்த்துத்தான் குறிப்பிட்டிருக்கிறார்கள்".

"பட்டாபிஷேகத்துக்கு உகந்த நல்ல நாளாக இருக்கலாம். ஆனால் பட்டாபிஷேகம் அன்று நிச்சயம் நடக்குமா என்று பார்த்துச் சொல்லுங்கள்!"

"இது என்ன கேள்வி, தேவி ஏன் நடக்காமற் போக வேண்டும்?"

"ஸ்ரீ ராமருடைய பட்டாபிஷேகத்துக்கு நல்ல நாளாகத்தான் பார்த்துக் குறிப்பிட்டார்கள். ஆனால் அன்று அவருக்குப் பட்டாபிஷேகம் நடக்காமற் போய்விடவில்லையா?"

"தேவி! வெறும் பட்டாபிஷேகம் செய்து கொள்வதைக் காட்டிலும் கோடி மடங்கு பெருமை அன்று ஸ்ரீராமருக்கு ஏற்பட்டது. அதனாலேயே ராமாயணம் பிறந்தது! அது போகட்டும்! அம்மாதிரி சந்தேகம் தங்களுக்கு ஏன் இப்போது ஏற்பட வேண்டும்? தாங்களே பட்டாபிஷேகம் அன்று நடைபெறக்கூடாது என்று விரும்புவதாகக் காண்கிறதே!"

"தங்கள் ஊகம் உண்மைதான்!"

"பொன்னியின் செல்வர் சிங்காதனம் ஏறுவதில் தங்களைக் காட்டிலும் ஆனந்தமடையக் கூடியவர் வேறு யாருமில்லை என்று அல்லவா உலகம் கருதுகிறது?"

"நியாயமாக நான் அத்தகைய ஆனந்தம் அடைய வேண்டியவள்தான். ஆனால் இந்தக் கொடும்பாளூர்ப் பெண்ணின் மூடப் பிடிவாதம் எனக்கு அதில் சந்தோஷம் இல்லாமற் செய்து விட்டது. குடந்தையில் தங்கள் வீட்டில் இவள் செய்த சபதம் நினைவிருக்கிறதா?"

"சபதமா? அன்று பல விபரீத சம்பவங்கள் நிகழ்ந்தன ஒன்றும் சரியாக நினைவில் இல்லை!" என்றார் ஜோதிடர்.

"இவளிடம் அசூயை கொண்ட ஓடக்காரப் பெண் பூங்குழலி ஏதோ சொன்னாள் என்பதற்காக இவள் ஒரு சபதம் செய்தாள். தன் உயிர் உள்ள வரையில் சிங்காதனம் ஏறுவதில்லையென்று கூறினாள்! உயிர் போனபிறகு சிங்காதனம் ஏற முடியுமா, ஜோதிடரே!"

"முடியாதுதான்!"

"அத்தகைய விபரீதமான சபதத்தைக் கேட்டு விட்டுத்தான் காவேரித்தாய் கோபங்கொண்டு பொங்கி வந்து இவளை வெள்ளத்தோடு அடித்துக் கொண்டு போகப் பார்த்தாள்!"

"ஆமாம்; எனக்குகூட நினைவு வருகிறது; அந்தச் சபதம் ஏதோ விளையாட்டு என்றல்லவா நினைத்தேன்?"

"அதுதான் இப்போது வினையாக முடிந்திருக்கிறது! இவள் சிங்காதனம் ஏற மாட்டாளாம்; என் சகோதரனுடன் சிங்காதனம் ஏறிப் பட்டமகிஷியாக விளங்குவதற்கு வேறு யாரையாவது அவன் கலியாணம் செய்து கொள்ள வேண்டுமாம். இவள் அவனுடைய அரண்மனையில் தாதிகளோடு தாதியாக இருந்து தொண்டு செய்து வருவாளாம்! இதையெல்லாம் கேட்பதற்கே எனக்குச் சகிக்கவில்லை, ஜோதிடரே! தாங்கள் இந்தப் பெண்ணைப் பற்றிக் கூறியது எல்லாம் நினைவிருக்கிறதா?"

ஜோதிடர் முகமலர்ச்சியுடன், "நன்றாக நினைவிருகிறது. தேவி! நான் சேர்த்து வைத்திருந்த ஜோதிட நூல்களுடன் பற்பல தேசங்களின் ராஜகுமாரர்கள் ராஜகுமாரிகளின் ஜாதகங்களையும் காவேரித்தாய் கொண்டு போய் விட்டாள். ஆனால் இந்தப் பெண்ணரசியின் ஜாதகம் மட்டும் என் மனச் சுவடியில் படிந்திருக்கிறது. இவருடைய கையில் உள்ள ரேகைகள் என் கண் முன்னாலேயே நிற்கின்றன. அம்மணி! நான் கூறிய ஜோதிடத்தில் வேறு எது பலித்தாலும் பலிக்காவிட்டாலும் இவரைப் பற்றி நான் கூறியது பலிக்காமல் போகாது!"

"இந்தப் பெண்ணைப் பற்றி என்ன சொன்னீர்கள் என்பது தங்களுக்கு இப்போது நினைவிருக்கிறதா?"

"நன்றாக நினைவிருக்கிறது இவரை மணந்து கொள்ளும் பாக்கியசாலி திருமடந்தையையும் நில மடந்தையையும் ஒருருவத்தில் மணந்து கொண்டவனாவான் என்று சொன்னேன். இந்த மாதரசியைப் பார்க்கும் பாக்கியத்துக்காகத் தேச தேசாந்தரங்களில் உள்ள பேரரசிமார்கள் தவங்கிடப்பார்கள் என்று கூறினேன். இவருடைய திருவயிற்றில் உதிக்கப் போகும் புதல்வன் பிறக்கும் போதே ஜயக்கொடி நாட்டிக் கொண்டு பிறப்பான். அவன் போகுமிடமெல்லாம், அவன் பார்க்குமிடமெல்லாம் வெற்றி என்று சொன்னேன்..."

"ஐயா! நீங்கள் இப்படியெல்லாம் சொல்லச் சொல்ல என்னுடைய கவலைதான் அதிகமாகிறது!"

ஜோதிடர் சட்டென்று நிமிர்ந்து உட்கார்ந்து, "தேவி! கவலையா? எதற்குக் கவலை? சோழ சாம்ராஜ்யத்துக்கும் சோழர் குலத்துக்கும் கவலைப்படவேண்டிய காலமெல்லாம் போய்விட்டது. இன்றைக்கு ஒரு விசேஷ நாள் என்பது நினைவிருக்கிறதா?"

"ஆம்; இன்றைக்கு மார்கழித் திருவாதிரை நாள்! சிவனுக்கு உகந்த நாள்!"

"இது சோழர் குலத்துக்கும் உகந்த நாள்; தெய்வத் தமிழகத்துக்கும் உகந்த நாள், தேவி! கேளுங்கள்! இதே மார்கழித் திருவாதிரையில் வருகிற ஆண்டுகளிலே ஒன்றில் ஓர் அற்புதம் நடக்கப் போகிறது! சங்கு சக்கரம் கையில் ஏந்தாமலே திருமாலின் பூரண அம்சமான குழந்தை ஒன்று உதிக்கப் போகிறது! அந்தக் குழந்தையின் மூலம் இந்தச் சோழ நாடு இதற்குமுன் என்றும் கண்டிராத மகோந்நதத்தை அடையப் போகிறது! ஆகா! என்னென்ன அதிசயங்கள் நடக்கப் போகின்றன! அவற்றைப் பார்க்க நான் ஒருவேளை உயிரோடு இருக்க மாட்டேன்; தாங்கள் பார்த்து மகிழ்வதற்கு நீண்ட காலம் வாழ்வீர்கள்!"

இப்படி ஜோதிடர் ஆவேசம் வந்தவர்போல் பேசி வருகையில் குந்தவையும் மெய்மறந்து கேட்டுக் கொண்டிருந்தாள்.

திடீரென்று ஏதோ சத்தம் கேட்டு இருவரும் திரும்பிப் பார்த்தார்கள்.

கூண்டிலிருந்த கிளி சடசடவென்று சிறகுகளை அடித்துக் கொண்டிருந்தது. அதன் மேல் தாவ முயன்று கொண்டிருந்த பூனையின் மீது வானதி ஓர் ஓலைச்சுவடியை எடுத்து எறிந்தாள்!

எறிந்து விட்டு, "அக்கா! ஜோதிட சாஸ்திரம் பயனுள்ளது தான். ஜோதிடர் சுவடியைக் கொண்டுதான் இந்த அழகான இனிய வார்த்தை பேசும் கிளியைக் காப்பாற்ற முடிந்தது! இல்லாவிட்டால் அதன் சிறகுகளைப் பூனை இத்தனை நேரம் பிய்த்துப் போட்டிருக்கும்!" என்றாள்.

❖ ❖ ❖ ❖

எண்பத்திரண்டாம் அத்தியாயம்

சீனத்து வர்த்தகர்கள்

ஆதி காலத்திலிருந்து பற்பல தேசங்களிலும் மக்கள் வருங்கால நிகழ்ச்சிகளைப் பற்றி அறிவதற்குப் பிரயத்தனங்கள் செய்து வந்திருக்கிறார்கள். ஏழை எளியவர்களையும் படிப்பில்லாத பாமர மக்களையும் போலவே அரச குலத்தவர்களும், புலமை மிக்க அறிவாளிகளும் எதிர்காலத்தை ஊடுருவிப் பார்க்க முயன்றிருக்கிறார்கள். ஜோதிட சாஸ்திரிகள், ஆரூடக்காரர்கள், நிமித்தங்கூறுவோர், குறி சொல்லுவோர், ரேகை பார்ப்போர், முதலியவர்கள் கல்வியறிவிலும், நாகரிகத்திலும் சிறந்த சமூகங்களிலும் பல்கிப் பெருகியிருந்திருக்கிறார்கள். அதைப் போலவே, ஜோதிட சாஸ்திரத்தின் உண்மையைப் பற்றிச் சந்தேகித்து, அந்தக் கலையையே கண்டனம் செய்தவர்களும் இருந்து வந்திருக்கிறார்கள்.

அறிவிற் சிறந்த மங்கையர் திலகமான இளையபிராட்டி குந்தவையின் உள்ளத்திலும் இத்தகைய போராட்டம் அடிக்கடி எழுந்து கொண்டிருந்தது. ஆயினும் சோழ சாம்ராஜ்யத்தின் வருங்காலத்தைப் பற்றிக் கவலைப்பட நேர்ந்த போதெல்லாம், அந்தக் கவலை குந்தவை தேவியைச் சோதிடர் வீட்டைத் தேடிப் போகும்படி செய்தது.

நியாயமாகப் பார்க்கப் போனால், இப்போது குந்தவையின் உள்ளம் சுந்தர சோழச் சக்கரவர்த்தி பெற்றிருந்த மன அமைதியைப் பெற்றிருக்க வேண்டும். எதிர்பாராத நிகழ்ச்சிகள் என்னென்னவோ நேர்ந்து, அருள்மொழிவர்மர் சோழ சிங்காதனம் ஏறி முடிசூட்டிக் கொள்வது நிச்சயமாகி விட்டது. பிள்ளைப் பிராயத்திலிருந்து குந்தவை தன் இளைய சகோதரனிடம் கொண்டிருந்த எல்லையில்லா வாஞ்சையை நாம் அறிந்திருக்கிறோம். கரங்களில் சங்கு, சக்கர ரேகைகளுடன் பிறந்த அருள்மொழிவர்மனால் சோழப் பேரரசு மகோந்நதத்தை அடையப் போகிறது என்று அவள் உள்ளத்தில் பலமான நம்பிக்கை குடிகொண்டிருந்தது. காவேரி வெள்ளத்தில் தவறி விழுந்தவனை, தெய்வமே போன்று வந்த பெண்மணி ஒருத்தி எடுத்துக் காப்பாற்றிய நிகழ்ச்சியும் இன்னும் இது போன்ற வேறு பல சம்பவங்களும் அவளுடைய நம்பிக்கையை மேலும் மேலும் வலுவடையச் செய்து வந்தன. அந்த நம்பிக்கை மெய்யாகும் காலம் இப்போது நெருங்கி வந்திருந்தது. ஆனாலும் அந்த அரசிளங் குமாரியின் உள்ளத்தில் இன்னமும் அமைதி ஏற்படாமற் போன காரணம் என்ன?

அருள்மொழிவர்மனைப் பற்றிக் கூறியது போலவே கொடும்பாளூர் இளவரசி வானதியின் ஜாதக விசேஷத்தைப் பற்றியும் பலர் கூறி வந்தார்கள். உண்மையாக நாளையும் கோளையும் ஆராய்ந்து வருங்காலத்தை உணர்ந்துதான் கூறினார்களோ, அல்லது அச்சமயம் குந்தவை தேவிக்கு உகப்பாக இருக்கட்டும் என்றுதான் சொன்னார்களோ, தெரியாது. ஒரு முகமாகப் பலர் சேர்ந்து கூறும் வாக்கு சில சமயம் அதிசயமாக உண்மையாகி விடுவதைப் பார்க்கிறோம். இன்னும் சிலருடைய வாக்கிலேயே ஏதோ விசேஷம் இருக்கிறது. அவர்கள் சொன்னது சொன்னபடி பலித்து விடுகிறது.

குடந்தையிலிருந்து, திருவையாற்றுக்கு வந்து குடியேறிய ஜோதிடர், அன்றைக்கு மார்கழி மாதத் திருவாதிரை நாள் என்பதை நினைவு கூர்ந்து, "சோழ குலத்துக்கு மிக்க சிறப்பை அளிக்கப் போகும் நன்னாள் அது!" என்று சற்று அழுத்தமாகக் கூறி வைத்தார்.

இரண்டு ஆண்டுகளுக்குப் பிறகு, அதே மார்கழித் திருவாதிரையில் சோழர் குலத்தில் ஆண் குழந்தை ஒன்று பிறந்தது. அந்தக் குழந்தை வளர்ந்து உரிய பிராயம் அடைந்த போது சந்திரகுப்தன், அசோகன், விக்கிரமாதித்தன், ஹர்ஷவர்த்தனன் ஆகியவர்களுடன் ஒப்பிடக்கூடிய சக்கரவர்த்தியாகி விளங்கினான். ராஜேந்திரன் என்ற அபிஷேகப் பெயர் பெற்று இலங்கை முதல் கங்கை வரையில், லட்சத்தீவு முதல் ஸ்ரீ விஜயத் தீவு வரையில் வெற்றி கொண்டு ஆணை செலுத்தினான்.

ஜோதிடர் கூறிய வார்த்தை இவ்விதம் அதிசயமான முறையில் பின்னால் பலித்துவிட்டது. ஆனால் அன்றைக்கு அவர் அவ்விதம் கூறியபோது குந்தவைக்கு அதில் பூரண நம்பிக்கை ஏற்படவில்லை. வானதிக்கோ ஜோதிடரின் வார்த்தைகள் கோபத்தையே உண்டாக்கின. அந்தக் கோபத்தை உடனே காட்டுவதற்கு ஒரு வழியும் ஏற்பட்டது. ஜோதிடர் சுவடியைத் தூக்கி அந்தப் பெண்ணரசி, பூனையின் மேல் எறிந்து விட்டு, "ஜோதிட சாஸ்திரத்துக்கும் உபயோகம் உண்டு!" என்று கூறினாள்.

அதைக் கேட்ட ஜோதிடர் திரும்பிப் பார்த்து விஷயம் இன்னதென்பதைத் தெரிந்து கொண்டு, "இளவரசி! வல்லவனுக்குப் புல்லும் ஆயுதம் என்பார்கள். அதுபோல் தங்கள் திருக்கரம் பட்ட மகிமையினால் இந்த ஓலைச்சுவடியும் ஓர் உயிரைக் காப்பாற்றியது. வருங்காலத்தில் எத்தனை எத்தனையோ உயிர்களுக்கு அபயம் அளித்துக் காப்பாற்றப் போகும் மலர்க்கரம் அல்லவா!" என்றார்.

வானதி "அக்கா! இந்த ஜோதிடர் முகஸ்துதி கூறுவதில் மிகவும் கெட்டிக்காரர் வாருங்கள், போகலாம்!" என்றாள்.

"தேவி! இன்றைக்கு நான் சொல்லும் வார்த்தைகள் தங்களுக்குப் பிடிக்கவில்லை. ஒரு காலத்தில் நான் கூறியவையெல்லாம் உண்மையாகியே தீரும். அப்போது இந்த ஏழையை மறந்து விடாதீர்கள்!" என்றார் ஜோதிடர்.

குந்தவைப் பிராட்டி குறுக்கிட்டு "ஐயா! இந்தப் பெண்ணுக்குத் தங்கள் வார்த்தைகள் பிடிக்காமலில்லை. கேட்கக் கேட்க இவள் மனத்திற்குள் சந்தோஷமாக இருக்கிறது. ஆனால் 'யோசனையில்லாமல் ஏதோ ஒரு சபதம் செய்து விட்டோமே' என்று ஆத்திரப்படுகிறாள்! அந்த ஆத்திரத்தைத் தங்கள் ஓலைச்சுவடியின் பேரில் காட்டினாள்! அதைத் தாங்கள் பொருட்படுத்த வேண்டாம்!" என்று கூறினாள்.

"நல்லவர்களுக்கு வரும் ஆத்திரமும் நல்ல பலனையே அளிக்கும்! தங்களை இனிய மொழியால் அழைத்த என் அருமைக் கிளி பிழைத்தது அல்லவா?" என்றார் ஜோதிடர்.

பின்னர் குந்தவை ஜோதிடரிடம் இன்னும் சிறிது நேரம் பேசிக் கொண்டிருந்தாள். முக்கியமாக அருள்மொழிவர்மருக்குத் திருமணம் எப்போது நடக்கும் என்று கேட்டாள். அதைப்பற்றி இளைய பிராட்டி குந்தவைக்குக் கவலை ஏற்படக் காரணம் இருந்தது.

ஏனெனில் நேற்றைய தினம் சேனாதிபதி பூதிவிக்கிரம கேசரி இளைய பிராட்டியிடம் வந்து, "தாயே! நான் கொடும்பாளூர் போகிறேன். என் சகோதரன் மகள் வானதியையும் அழைத்துச் செல்லலாம் அல்லவா?" என்று கேட்டார்.

குந்தவை திடுக்கிட்டு, "மாமா! இது என்ன அவசரம்? பட்டாபிஷேகத்துக்கு இல்லாமலா போகிறீர்கள்?" என்றாள்.

"தாயே! பட்டாபிஷேகத்தின் போது வந்து விடுவேன் அது வரையில் இங்கு ஏன் காத்திருக்க வேண்டும்? நான் வரும்போது பெரும் சைனியத்தோடு வந்தேன். தெய்வாதீனமாக, நம்முடைய மனோரதம் சண்டை ஒன்றுமில்லாமலே நிறைவேறுவதாகி விட்டது. சக்கரவர்த்தித் திருமகன் முடிசூட இணங்கி விட்டார். அதை எல்லாச் சிற்றரசர்களும் ஒப்புக்கொண்டு விட்டார்கள். இனி இவ்வளவு பெரிய சைன்யத்தை இங்கு வைத்திருக்க வேண்டிய அவசியம் இல்லை. இவ்வளவு பேருக்கும் உணவு அளித்து நிர்வகிப்பதும் தஞ்சை நகரத்தாருக்குச் சிரமமாக இருந்து வருகிறது. ஆகையினால் என் சைன்யத்தை அழைத்துப் போய் அங்கங்கே பிரித்து விட்டு விட்டு வரவேண்டிய அவசியம் ஏற்பட்டிருக்கிறது!" என்றார் சேனாதிபதி.

"அப்படியே செய்யுங்கள்! ஆனால் என் தோழி வானதியை எதற்காக அழைத்துப் போக வேண்டும்?" என்று கேட்டாள் குந்தவை.

"தேவி! அதற்கு ஒரு காரணம் இருக்கிறது. நேற்று சிற்றரசர்களாகிய நாங்கள் எல்லோரும் கூடி யோசித்து ஒரு முடிவுக்கு வந்தோம். தங்கள் பாட்டனார் அரிஞ்சய தேவரின் தந்தையாகிய பராந்தக சக்கரவர்த்தி பெண்ணரசிகள் அறுவரை மணந்திருந்தார். என்னுடைய குலத்திலிருந்தும், மிலாடுடையார் குலத்திலிருந்தும், பழுவேட்டரையர், மழவரையர், சம்புவரையர் குலங்களிலிருந்தும் ஒவ்வொரு பெண்ணை மணந்து கொண்டிருந்தார். ஆகையால் அவருடைய காலத்தில் சிற்றரசர்களிடையில் பூசல் ஏதும் இல்லாமலிருந்தது. தங்களுடைய பாட்டனார் அரிஞ்சயரும் அவ்வாறே பல சிற்றரசர் குலப் பெண்களை மணந்து கொண்டார். அவர் வெற்றி கொண்ட வைதும்பராயர் குலத்திலிருந்து தங்கள் பாட்டியாரை மணந்து கொண்டார். ஆனால் தங்கள் தந்தை இந்த நல்ல வழக்கத்தை அனுசரிக்கவில்லை. தங்கள் அன்னையாகிய மலையமான் மகளாரை மட்டும் மணந்தார். அதனால் சிற்றரசர்களுக்குள்ளே பொறாமையும், பூசலும் விளைந்தன. இனி, இந்தச் சோழ சாம்ராஜ்யத்தின் சக்கரவர்த்தியாக முடிசூட்டிக் கொள்கிறவர்கள் பராந்தக சக்கரவர்த்தியையும், அரிஞ்சய தேவரையும் போல் பல சிற்றரசர் குலங்களிலிருந்தும் பெண் கொள்ள வேண்டும் என்று நேற்றைக்கு ஏகமனதாக முடிவு செய்திருக்கிறோம். பொன்னியின் செல்வரின் முடிசூட்டு விழா நடந்த பிற்பாடு அவரிடம் இவ்வாறு விண்ணப்பம் செய்து கொள்ள எண்ணியிருக்கிறோம். வானதியை ஏன் ஊருக்கு அழைத்துச் செல்ல விரும்புகிறேன் என்று தாங்கள் ஊகித்துக் கொள்ளலாமே? அவளை இங்கே விட்டிருந்தால் நான் உடன்படிக்கைக்கு விரோதமாக நடக்கப் பார்க்கிறேன் என்று மற்றவர்கள் சந்தேகிக்கக்கூடும்?" என்றார் கொடும்பாளூர் வேளார்.

இதைக் கேட்ட குந்தவைக்கு உள்ளத்தில் பெரிதும் ஆத்திரம் உண்டாயிற்று. அதை அவள் வெளிக்காட்டிக் கொள்ளாமல், "சேனாதிபதி! அன்னை தந்தையை இழந்த தங்கள் தம்பி மகளுக்கு நானே தந்தையும் தாயுமாக இருக்க வேண்டும் என்று முன்னொரு சமயம் கேட்டுக் கொண்டீர்கள். அதை மறந்து விட்டீர்களா? வானதியைக் கொடும்பாளூருக்கு அனுப்ப முடியாது. அவளை விட்டுக் கண நேரமும் என்னால் பிரிந்திருக்க இயலாது. நான் வேண்டுமானால் வானதியையும் அழைத்துக் கொண்டு பழையாறைக்குப் போய்விடுகிறேன். முடிசூட்டு விழாவுக்குக் கூட வராமல் அங்கேயே இருந்து விடுகிறோம். கல்யாணத்தைப் பற்றிய பேச்சே இப்போது வேண்டாம். பட்டாபிஷேகம் ஆன பிறகு சிற்றரசர்களின் விருப்பத்தைப் பொன்னியின் செல்வரிடம் சொல்லுங்கள்! பிற்பாடு பார்த்துக் கொள்ளலாம்!" என்றாள்.

சேனாதிபதியும் அதை ஒப்புக்கொண்டு போய்விட்டார்.

குந்தவை தேவி ஜோதிடரைத் தேடிக் கொண்டு வருவதற்கு இது ஓர் அதிகப்படியான காரணம் ஆயிற்று. ஆகையினாலேயே பொன்னியின் செல்வரின் திருமணத்தைக் குறித்து அவ்வளவு கவலையுடன் ஜோதிடரிடம் கேட்டாள்.

அதே சமயத்தில் வானதியின் நினைவு பழையதொரு சம்பவத்துக்குப் போயிருந்தது. அதிலும் ஒரு பறவையும் பூனையும் பாத்திரங்களாயிருந்தன. பூனையுடன் ஒரு யானையும், யானைப் பாகனும் அதில் சம்பந்தப் பட்டிருந்தார்கள்.

மரக்கிளையிலிருந்து தொங்கிய ஒரு பறவையின் கூட்டை அந்தக் காட்டுப் பூனை தாக்கி அதிலிருந்து பறவைக் குஞ்சுகளைக் கபளீகரம் செய்ய முயன்றது. தாய்ப் பறவை கூட்டைச் சுற்றி வந்து பூனையைத் தடுக்கப் பார்த்தது. வானதி அதைக் கண்டு செய்வதறியாது அலறினாள். நதியில் நீந்திக் கொண்டிருந்த இளைஞன் ஒருவன் ஓடி வந்து பார்த்தான். பிறகு அவன் விரைந்து சென்று ஒரு யானையின் மீது ஏறி வந்தான். பறவைகள் கூண்டையும் அதிலிருந்த பச்சிளம் குஞ்சுகளையும் அந்தக் காட்டுப் பூனையின் வாயிலிருந்து காப்பாற்றினான்.

அந்த இளைஞன் யானைப்பாகன் என்று வானதி அப்போது கருதினாள். பின்னால் அவன்தான் பொன்னியின் செல்வன் என்று தெரிந்தது. ஆகா! அவன் வெறும் யானைப்பாகனாகவே இருந்திருக்கக் கூடாதா?

அல்லது சாதாரண வீரனாயிருந்திருக்கக் கூடாதா? அவன் சுந்தர சோழச் சக்கரவர்த்தியின் திருமகனாக இருப்பதால் அல்லவா தான் இத்தகைய தொல்லைகளுக்கு ஆளாக நேர்ந்தது? தன்னை ஒத்த தோழிமார்களும், பூங்குழலி போன்றவர்களும், சோழ நாட்டுப் பட்டத்தரசியாக விரும்பும் கள்ள நோக்கமுடையவள் என்று என்னைப் பற்றி அவதூறு கூறும்படி நேர்ந்தது...!

வானதி இத்தகைய நினைவுகளிலும், குந்தவை வருங்காலத்தைப் பற்றி ஜோதிடம் கேட்பதிலும் ஈடுபட்டிருந்த சமயத்தில், ஜோதிடரின் வீட்டு வாசலில், "சீனத்துப் பட்டு வேண்டுமா? சீனத்துப் பட்டு!" என்ற பெருங்குரல் ஒன்று கேட்டது; வேறு குரல்களும் கேட்டன.

குந்தவையும், வானதியும் தாங்கள் வந்து நேரமாகி விட்டது என்பதை உணர்ந்து எழுந்தார்கள். அப்போது ஜோதிடரின் சீடன் உள்ளே வந்து, "சுவாமி! சீனத்து வர்த்தகர்கள் இருவர் வந்திருக்கிறார்கள். தங்களிடம் ஜோதிடம் கேட்க வேண்டுமாம்! அவர்களை நாளைக்கு வரும்படி சொல்லட்டுமா?" என்று கேட்டான்.

குந்தவை, "வேண்டாம்! இப்பொழுதே வரட்டும், நாங்கள் விடைபெற்றுக் கொள்கிறோம்" என்று சொல்லி விட்டு வானதியின் கையைப் பிடித்து அழைத்துக் கொண்டு புறப்பட்டாள்.

இளவரசிகள் இருவரும் வாசலில் வந்தபோது, அங்கே ஒரு யானை நிற்பதையும், அதன் மேல் இரண்டு சீன வர்த்தகர்கள் பெரிய துணி மூட்டைகளுடன் உட்கார்ந்திருப்பதையும் பார்த்தார்கள். கீழே நின்ற யானைப்பாகனிடம் அந்தச் சீனத்து வர்த்தகர்கள் ஏதோ கேட்டுக் கொண்டிருப்பதாகத் தோன்றியது.

அவர்கள் மீது அதிக கவனம் செலுத்தாமல் இளவரசிகள் தங்களுடன் வந்த வீரனை அழைத்துக்கொண்டு சோழ மாளிகையை போய்ச் சேர்ந்தார்கள்.

❉ ❉ ❉ ❉

எண்பத்து மூன்றாம் அத்தியாயம்

அப்பர் கண்ட காட்சி

அன்று முன் இரவில் திருவாதிரைத் திருவிழாவை முன்னிட்டு ஐயாறப்பரும், அறம் வளர்த்த நாயகியும் திருவையாற்றின் விசாலமான மாட வீதிகளில் திருவோலக்கம் எழுந்தருளினார்கள்.

வெள்ளிப்பனி மூடிய கைலையங்கிரியை நினைவூட்டுமாறு வெள்ளியினால் அமைத்த கைலாச வாகனத்தில் அன்று சுவாமியையும் அம்மனையும் அலங்கரித்து வீற்றிருக்கச் செய்திருந்தார்கள்.

ஊர்வலத்தின் முன்னணியில் யானைகளும், ஒட்டகங்களும் பெரிய பெரிய ரிஷபங்களும் சென்றன. அவற்றின் மீது ஏற்றியிருந்த பேரிகைகளும், முரசுகளும் எட்டுத் திசைகளும் எதிரொலி செய்யும்படி முழங்கின. அவற்றின் பின்னால் வரிசை வரிசையாகப் பலவகைத் திருச்சின்னங்களை ஏந்தியவர்கள் சென்றார்கள். விதவிதமான வாத்தியங்களை வாசித்தவர்கள் கோஷ்டி கோஷ்டியாகச் சென்றார்கள். நடன கணிகையர் ஆங்காங்கு நின்று நடனம் ஆடி விட்டுச் சென்றார்கள். நந்தி பகவானும், சண்டிகேசுவரரும், விநாயகரும், வள்ளி தேவயானை சமேதரான முருகக் கடவுளும் தனித்தனி விமானத்தில் அமர்ந்து சென்றார்கள். கடைசியில், பார்வதியும், பரமேசுவரனும் கைலாச வாகனத்தில் அமர்ந்து சேவை தந்து கொண்டு வந்தார்கள்.

இன்னும் பின்னால் தேவார கோஷ்டியினர் வீணை, மத்தளம், தாளம் முதலிய இசைக்கருவிகளுடன் அப்பரும், சம்பந்தரும், சுந்தரரும் பாடிய திருவையாற்றுத் திருப்பதிகங்களை இசையோடு பாடிக்கொண்டு நடந்து வந்தார்கள்.

முன்னாலும், பின்னாலும் ஆயிரமாயிரம் ஜனங்கள் வீதிகளை அடைத்துக் கொண்டு மெள்ள மெள்ள ஊர்வலத்தோடு போய்க் கொண்டிருந்தார்கள்.

ஜனங்கள் அவரவர்களுடைய மனப்போக்குக்கு ஒத்தபடி, சிலர் யானை, ஒட்டகை முதலியவற்றைப் பார்ப்பதிலும், சிலர் வாத்தியக் கோஷ்டிகளின் கீதங்களைக் கேட்பதிலும், சிலர் தேவ கணிகையரின் நடனங்களைப் பார்ப்பதிலும், பெரும்பாலோர் திருவோலக்கம் வந்த தெய்வ மூர்த்திகளைத் தரிசித்துப் பரவசமடைந்து துதிப்பதிலும் ஈடுபட்டிருந்தார்கள்.

கண்ணுக்கெட்டிய தூரம் முன்னும் பின்னும் நூற்றுக்கணக்கான தீவர்த்திகள் பிரகாசித்து, அந்த அபூர்வமான தெய்வ ஊர்வலத்தை ஒரு கனவு லோகக் காட்சியாகச் செய்து கொண்டிருந்தது.

இந்தக் காட்சியைச் சோழ மாளிகையின் மேன் மாடத்திலிருந்து குந்தவையும், வானதியும், பூங்குழலியும் பார்த்துக் கொண்டிருந்தார்கள். முதன் முதலில் வந்த முரசு சுமந்த யானைகளிலிருந்து, கடைசித் தேவார கோஷ்டி வரும் வரையில் ஆர்வத்துடன் பார்த்து மகிழ்ந்தார்கள். பரவச நிலையிலிருந்த பக்தர்களையும், பலவித வேடிக்கைகளில் மனதைச் செலுத்தியிருந்த பாமர மக்களையும் பார்த்தார்கள். நந்தி தேவர் முதல் சிவன் பார்வதி வரையில் வீதி வலம் வந்த தெய்வ வடிவங்களையும் அவர்கள் தரிசித்து மகிழ்ந்தார்கள்.

அவ்வளவு ஜனக் கூட்டத்துக்கு மத்தியில் ஒரு யானையின் மீது இரண்டு சீன வர்த்தகர்கள் ஏறிக்கொண்டு வருவதையும், அவர்கள் அவ்வப்போது யானை மேலிருந்து கீழிறங்கி ஜனக் கூட்டத்தினிடையில் மறைந்து விடுவதையும், பிறகு மறுபடியும் வந்து யானை மீது ஏறிக்கொள்வதையும் கண்டார்கள்.

"ஆகா! இந்தச் சீனர்கள் இருவரும் உண்மையில் வர்த்தகர்களா? அல்லது அயல் நாட்டிலிருந்து வேவு பார்க்க வந்த ஒற்றர்களா?" என்ற ஐயம் குந்தவையின் உள்ளத்தில் ஏற்பட்டது.

சோழ ராஜ்ஜியத்து அரசுரிமை சம்பந்தமாகச் சில நாளாக ஏற்பட்டிருந்த தகராறுகள், குழப்பங்கள் பற்றிய செய்திகள் உலகெங்கும் பரவியிருக்கக்கூடியது இயல்பேயாகும்.

அதை முன்னிட்டு, பகை அரசர்கள் இந்த ஒற்றர்களைச் சீன நாட்டு வர்த்தகர்களின் தோற்றத்தில் அனுப்பி வைத்திருக்கக்கூடும் அல்லவா?

இதைப் பற்றிக் குந்தவையும், வானதியும் பேசிக் கொண்டிருந்தது பூங்குழலியின் காதில் விழுந்தது. அந்தப் பெண் "தேவி! அவர்கள் கோவில் கோபுர வாசலில் என்னை அணுகிச் 'சீனத்துப் பட்டு வேணுமா?' என்று கேட்டார்கள். நான் அவர்களிடம் 'சோழ மாளிகைக்கு வாருங்கள்; தஞ்சையிலிருந்து இளவரசிகள் வரப் போகிறார்கள்; அவர்கள் ஒருவேளை வாங்குவார்கள்!' என்று சொல்லியிருக்கிறேன். ஆகையால் ஒருவேளை இங்கு வந்தாலும் வருவார்கள்! உங்கள் சந்தேகத்தை நேரிலேயே கேட்டுத் தீர்த்துக் கொள்ளலாம்!" என்றாள்.

அச்சமயம் கைலையங்கிரி வாகனத்தில் அமர்ந்திருந்த ஐயாறப்பரும், அறம் வளர்த்த நாயகியும் சோழ மாளிகையின் வாசலுக்கு வந்திருந்தார்கள். அங்கே சுவாமியை நிறுத்தச் செய்து தீபாராதனை முதலியன நடந்தன. தெய்வ ஊர்வலத்துடன் வந்த செம்பியன் மாதேவியும் அவருடைய புதல்வரும் விமானம் அங்கிருந்து சென்ற பிறகு அரண்மனைக்குள் பிரவேசித்தார்கள். இளவரசிகள் மேன்மாடத்திலிருப்பதை அறிந்து அங்கேயே வந்து சேர்ந்தார்கள்.

உற்சவத்தின் சிறப்பைக் குறித்துச் சிறிது நேரம் சம்பாஷணை நடந்தது. பின்னர், சிவஞான கண்டராதித்தரின் தேவி, தம் அருமை மகனைப் பார்த்துக் "குழந்தாய்! இந்தத் திருவையாற்றில் அப்பர் பெருமான் கண்ட காட்சியைப் பற்றி ஒரு பதிகம் பாடியிருக்கிறாரே! அதை நீ ஒரு முறை பாடு, கேட்கலாம்! தேவார கோஷ்டியார் பாடக் கேட்டது எனக்கு அவ்வளவாகத் திருப்தி அளிக்கவில்லை!" என்றார்.

இளவரசிகளும், பூங்குழலியும் அந்தக் கோரிக்கையை ஆமோதித்தார்கள். பின்னர், சேந்தன் அமுதனாகிய மதுராந்தகத் தேவர் அந்தப் பதிகத்தைத் தமது இனிய குரலில் பாடினார் :

"மாதர்ப் பிறைக்கண்ணியானை மலையான் மகளொடும்பாடிப்
போதொடு நீர்சுமந்தேத்திப் புகுவாரவர் பின்புகுவேன்
யாதுஞ் சுவடுபடாமல் ஐயாறு அடைகின்றபோது
காதல்மடப் பிடியோடுங் களிறு வருவன கண்டேன்!
கண்டேனவர் திருப்பாதம்! கண்டறியாதன கண்டேன்!"

இந்த அடியுடன் தொடங்கிப் பின்வரும் பத்து அடிகளையும் மதுராந்தகர் தம்மை மறந்த நிலையில் பாடினார்.

கேட்டுக் கொண்டிருந்தவர்களும் தங்களை மறந்திருந்தார்கள்; அன்று அப்பர் பெருமான் கண்ட காட்சிகளையெல்லாம் அவர்களும் கண்டார்கள்.

பாடல் முடிந்து, சிறிது நேரம் வரையில் அங்கே மௌனம் குடிகொண்டிருந்தது. பின்னர், குந்தவை செம்பியன் மாதேவியைப் பார்த்து, "அம்மா! அப்பர் இந்தப் பதிகம் பாடிய வரலாற்றை முன்னொரு முறை எனக்குச் சொல்லியிருக்கிறீர்கள். இப்போது இன்னொரு தடவை சொல்லுங்கள்! இவர்களும் கேட்கட்டும்!" என்றாள்.

மற்றவர்களும் வற்புறுத்திக் கேட்டதன் பேரில் பெரிய பிராட்டி செம்பியன் மாதேவி அந்த வரலாற்றைக் கூறினார்.

அப்பர் சுவாமி பிராயம் முதிர்ந்து உடல் தளர்ச்சியுற்றிருந்த சமயத்தில் கைலையங்கிரிக்குச் சென்று இறைவனைத் தரிசிக்க விரும்பினார். நெடுதூரம் வடதிசை நோக்கிப் பிரயாணம் செய்தார். மேலே நடக்க முடியாமல் களைத்து விழுந்தார். அச்சமயம் ஒரு பெரியவர் அங்கே தோன்றி, "அப்பரே! கைலையைத் தேடி நீ எங்கே செல்கிறீர்? பொன்னி நதிக் கரையிலுள்ள திருவையாற்றுக்குச் செல்லுங்கள்! பூலோக கைலாசம் அதுதான்" என்று அருளிச் செய்து மறைந்தார். அது இறைவன் வாக்கு என்று அறிந்த அப்பர் திரும்பித் திருவையாறு வந்தார். அந்த ஸ்தலத்தை நெருங்கி வந்த போதே அவருடைய உள்ளம் பரவசம் அடைந்தது. பல அடியார்கள் கையில் பூக்குடலையும் கெண்டியில் காவேரி நீரும் ஏந்தி ஐயாறப்பனைத் தரிசிப்பதற்காகச் சென்று கொண்டிருப்பதைப் பார்த்தார். அவர்கள் இறைவனுடைய புகழைப் பாடிக்கொண்டு சென்றார்கள். அவர்கள் பின்னால் அப்பரும் சென்றார். அப்போது திருவையாறு நகர்ப்புறத்தில் ஆணும் பெண்ணுமாக இரு யானைகள் வந்தன. அந்தக் களிறும் பிடியும் சிவமும் சக்தியுமாக அப்பருக்குக் காட்சி அளித்தன. ஆலயத்தை அடைவதற்குள் இவ்வாறு பல விலங்குகளையும் பறவைகளையும் ஆண் பெண் வடிவத்தில் அப்பர் பார்த்தார். கோழி பெடையோடு கூடிக்குலாவி வந்தது; ஆண் மயில் பெண் மயிலோடு ஆடிப்பிணைந்து வந்தது. அருகிலிருந்த சோலையில் ஆண் குயிலோடு பெண் குயில் பாடிக் களித்துக் கொண்டிருந்தது; இடி முழக்கக் குரலில் முழங்கிக் கொண்டு ஏனம் ஒன்று அதன் பெண் இனத்தோடு சென்றது; நாரையும் அதன் நற்றுணையும் சேர்ந்து பறந்து சென்றன; பைங்கிளியும் அதன் பேடையும் பசுமரக்கிளைகளில் மழலை பேசிக் கொண்டிருந்தன; காளையும் பசுவும் கம்பீரமாக அசைந்து நடந்து சென்றன. இவ்வாறு ஆணும் பெண்ணுமாக அப்பர் சுவாமிகளின் முன்னால் தோன்றியவை யெல்லாம் சிவமும் சக்தியுமாக அவருடைய அகக்கண்ணுக்கு புலனாயின. உலகமெல்லாம் சக்தியும் சிவமுமாக விளங்குவதைக் கண்டார். "இந்த உலகமே கைலாசம்; தனியாக வேறு கைலாசமில்லை" என்று உணர்ந்தார். இத்தகைய மெய்ஞ்ஞான உணர்ச்சியோடு மேலே சென்றபோது, ஐயாறப்பரும், அறம் வளர்த்த நாயகியும் கைலாச வாகனத்தில் எழுந்தருளி வீதி வலம் வருவதையும் பார்த்தார். தாம் அன்று புறக்கண்ணாலும் அகக்கண்ணாலும் பார்த்து அனுபவித்ததையெல்லாம் ஒவ்வொன்றாக இனிய தமிழில் இசைத்துப் பாடி அருளினார். இத்தனை காலமும் தாம் கண்ணால் கண்டும் கருத்தினால் அறியாமலிருந்தவற்றை இன்று திருவையாற்றில் கண்டு அறிந்து கொண்டதாக ஒவ்வொரு பாடலின் முடிவிலும் "கண்டறியாதன கண்டேன்!" என்று திரும்பத் திரும்ப வியந்து கூறினார்.

முதிய எம்பிராட்டியார் கூறி வந்த இந்த வரலாற்றை எல்லாரும் மெய்மறந்து கேட்டுக்கொண்டு வந்தார்கள்.

வரலாறு முடிந்த பிறகு கொடும்பாளூர் இளவரசி ஒரு கேள்வி கேட்டாள் "அம்மா! அப்பர் சுவாமிகள் விலங்கின பறவை இனங்களின் காதலைக் குறித்து இப்படியெல்லாம் வியந்து வியந்து கூறியிருக்கிறாரே? மனித இனத்தைப் பற்றி மட்டும் ஏன் குறிப்பிடவில்லை?" என்றாள்.

"மனித குலத்தில் பிரதிப் பயனை விரும்பாமல் உண்மையான அன்பு கொண்ட ஆண் – பெண்கள் இல்லவே இல்லை. அதனாலே தான் அப்பர் மனித குலத்து ஆண் பெண்களைக் குறிப்பிடவில்லை!" என்றாள் பூங்குழலி.

"அது சரியல்ல; மகளே! உன்னையும், என் மகனையும் அப்பர் சுவாமிகள் பார்த்திருந்தால், மனித குலத்தின் காதலையும் சேர்த்துக் கொண்டு பாடியிருப்பார்!" என்றார் செம்பியன் மாதேவி.

"ஆமாம்; ஆமாம்!" என்று மற்ற இரு பெண்மணிகளும் ஆமோதித்தார்கள்.

இந்தச் சமயத்தில் அந்த மாளிகையின் வாசலில் ஏதோ சலசலப்பு உண்டாயிற்று. சேவகன் ஒருவன் உள்ளே வந்து, "சீனத்துப் பட்டு வர்த்தகர்கள் இருவர் வந்திருக்கிறார்கள். இளவரசிகளைப் பார்த்து விட்டுத்தான் போவோம் என்கிறார்கள்!" என்றான்.

இளைய பிராட்டி வியப்பும், கோபமும் அடைந்து, "அவர்கள் யார் அவ்வளவு அதிகப்பிரசங்கிகள்? இப்போது ஒன்றும் வேண்டாம் என்று சொல்லி அவர்களைப் போகச் சொல்!" என்றாள்.

இதற்குள் பூங்குழலி, "தேவி! அவர்களை நான் வரச் சொல்லியிருந்தேன் மன்னிக்க வேண்டும்!" என்றாள்.

"அப்படியானால் வந்து விட்டுப் போகட்டும்!" என்றாள் இளையபிராட்டி.

சற்று நேரத்துக்கெல்லாம் சீனத்து வர்த்தகர்கள் இருவரும் இரண்டு மூட்டைகளுடனே அங்கு வந்தார்கள்.

❖ ❖ ❖ ❖

எண்பத்து நான்காம் அத்தியாயம்

பட்டாபிஷேகப் பரிசு

சீனத்து வர்த்தகர்கள் இருவரும் தலையில் பெரிய பெரிய தலைப்பாகைகளுடனும் முகத்தில் அடர்த்தியாக வளர்ந்திருந்த தாடி மீசைகளுடனும் காட்சி அளித்தார்கள். அரண்மனை மேன்மாடத்தில் அச்சமயம் எரிந்து கொண்டிருந்த மங்கலான தீபத்தின் ஒளியில் அவர்களுடைய முகத் தோற்றங்கள் தெளிவாகப் புலப்படவில்லை. அவர்கள் என்ன பிராயத்தினர் என்பதைக் கூடத் தெரிந்து கொள்ள முடியவில்லை.

குந்தவை உள்ளத்தில் தோன்றியிருந்த ஐயங்கள் மேலும் வலுப்பட்டன. அறிவில் மிக்க அம்மாதரசி, "பட்டுப் பட்டாடைகளைப் பார்ப்பதற்கு இந்த வெளிச்சம் போதாது, பெரிய தீவர்த்தி ஏற்றிக்கொண்டு வா!" என்று அவ்வர்த்தகர்களை அழைத்து வந்த சேவகனுக்குக் கட்டளையிட்டாள்.

"நான் சென்று நல்ல விளக்கு அனுப்புகிறேன்!" என்று கூறிவிட்டு மதுராந்தகத் தேவர் அவ்விடத்திலிருந்து அகன்றார். அவருடன் செம்பியன் மாதேவியும் சென்றார்.

அவர்கள் சென்ற பின்னர் குந்தவை சீன வர்த்தகர்களை நோக்கி, "ஐயா! உங்களுக்கு ஏன் இத்தனை அவசரம்? உங்கள் சரக்குகளை நாளைப் பகல் வேளையில் கொண்டு வந்து காண்பிக்கக் கூடாதா? இரவுக்கிரவே வந்தீர்களே?" என்றாள்.

"இளவரசிமார்களே! மன்னிக்க வேண்டும்! நாங்கள் தஞ்சைக்கு வந்து பல தினங்கள் ஆயின. எவ்வளவோ பிரயத்தனம் செய்தும் அரண்மனைக்குள் வந்து தங்களைப் பார்க்க முடியவில்லை. நாளை மறுதினம் நாகைப்பட்டினத்திலிருந்து நாவாய் புறப்படுகிறது. அதில் நாங்களும் புறப்படவேண்டும். அதனாலேதான் அவசரப்பட்டோம்!" என்று சீன வர்த்தகர்களில் ஒருவன் சொன்னான்.

அவனுடைய குரல் சிறிது விசித்திரமாக இருந்தாலும் அவன் பேசிய தமிழ் நன்றாக இருந்ததைக் குறித்து அங்கிருந்தவர்கள் அதிசயப்பட்டார்கள்.

"சீன வர்த்தகரே! உமக்குத் தமிழ்மொழி மிக நன்றாக வருகிறதே!" என்றாள் குந்தவை.

"நான் இச்சோழ நாட்டுக்கு வியாபார நிமித்தமாக வந்து தங்கிச் சில காலம் ஆயிற்று. அதனால் தமிழ் பேசச் சிறிது கற்றுக் கொண்டேன். தமிழும், தமிழ்நாடும் எனக்குப் பிடித்திருக்கின்றன" என்றான் அவ்வர்த்தகன்.

"பின் ஏன் இப்போது உங்கள் நாட்டுக்குப் புறப்பட அவசரப்படுகிறீர்கள்? பட்டாபிஷேகம் வரையிலாவது இருந்து விட்டுப்போகக் கூடாதா? அவ்வளவு அவசரம் என்ன?"

"நாளை மறுநாள் புறப்படும் கப்பல் தவறி விட்டால், அப்புறம் எப்போது கப்பல் கிளம்புமோ தெரியாது. முன்போலவெல்லாம் இப்போது அடிக்கடி நாகையிலிருந்து கப்பல்கள் புறப்படுவதில்லை!"

"அது எதனால்?"

"தங்களுக்கு அதன் காரணம் தெரியாதா தேவி! கடற் பிரயாணம் முன்போல இப்போது சுலபமாயில்லை; பத்திரமாகவும் இல்லை. கடற் கொள்ளைக்காரர்கள் அதிகமாகி விட்டார்கள். அரபு நாட்டிலிருந்து ஆவேச வெறி கொண்ட வீரர்கள் கப்பல்களில் ஏறி மேலைக் கடல்களிலும் கீழைக்கடல்களிலும் எங்கெங்கும் சஞ்சரித்து வருகிறார்கள். கடற்கரை ஓரங்களிலும், துறைமுகங்களின் சமீபத்திலும்கூட அவர்கள் வந்து காத்திருக்கிறார்கள். வர்த்தகக் கப்பல்களைக் கண்டதும், நெருங்கி வந்து பாய்கிறார்கள். மூர்க்காவேசத்துடன் போர் செய்து கப்பல்களில் உள்ளவர்களையெல்லாம் கொன்று, பொருள்களையும் கொள்ளை கொண்டு போகிறார்கள். இது காரணமாக, இப்போதெல்லாம் வர்த்தகக் கப்பல்கள் தனித் தனியாகக் கிளம்பிச் செல்ல இயலுவதில்லை. பத்துக் கப்பல்கள், இருபது கப்பல்கள் சேர்ந்து புறப்பட வேண்டியிருக்கிறது. அவ்வாறு நாளை மறுநாள் புறப்படும் கப்பல்கள் போய் விட்டால், மறுபடி எத்தனை காலம் காத்திருக்க வேண்டுமோ, தெரியாது. தேவிமார்களே! பெரிய மனசு செய்து நாங்கள் கொண்டு வந்திருக்கும் பட்டுப் பட்டாடைகளைப் பாருங்கள்!"

இவ்வாறு சொல்லிக்கொண்டே அச்சீன வர்த்தகன் தான் கொண்டு வந்திருந்த மூட்டையைப் பிரிக்கத் தொடங்கினான். அம்மாதிரியே இன்னொருவனும் மூட்டையை அவிழ்த்தான்.

"வர்த்தகர்களே! இப்போது உங்கள் கடையை விரிப்பதில் பயனில்லை. உங்கள் பட்டாடைகளின் தரத்தை இரவு நேரத்தில் பார்த்து நன்கு தெரிந்துகொள்ள முடியாது. உங்களிடம் பட்டாடைகள் வாங்கினால் விலை கொடுப்பதற்கு வேண்டிய பொருளும் இங்கே நாங்கள் கொண்டு வந்திருக்கவில்லை!" என்றாள் இளைய பிராட்டி.

முதலில் பேசிய வர்த்தகன் உடனே மிக்க வியப்படைந்தவனைப் போல் எழுந்து நின்று கரங்களை விரித்துக் குவித்து விட்டு, "இளவரசி! தங்களிடம் நாங்கள் விலை கூறிப் பெறுவோமா? நல்ல வார்த்தை சொன்னீர்கள்! தாங்கள் இந்தப் பட்டாடைகளை ஏற்று அணிந்து கொள்ள மனமுவந்தால், அதுவே நாங்கள் முன் ஜென்மங்களில் செய்த தவத்தின் பயன் என்று எண்ணி மகிழ மாட்டோமா? விலை கூறி விற்பதற்காக நாங்கள் இந்தச் சரக்குகளைக் கொண்டு வரவில்லை. பட்டாபிஷேகப் பரிசுகளாகக் கொண்டு வந்தோம்!" என்றான்.

"அப்படியானால், நீங்கள் தவறான இடந்தேடி வந்தீர்கள். இங்கேயுள்ள எங்களில் யாருக்கும் பட்டாபிஷேகம் இல்லை. முடிசூட்டிக் கொள்ளப் போகிறவர் இளவரசர் பொன்னியின் செல்வர். அவரைத் தேடிக்கொண்டு போய் உங்கள் பரிசுகளைக் கொடுங்கள்!"

"இல்லை, தேவி! சரியான இடந்தேடித்தான் நாங்கள் வந்துள்ளோம். எதற்கேனும் பொன்னியின் செல்வரின் தயவைப் பெற வேண்டுமானால், முதலில் இளைய பிராட்டி குந்தவை தேவியின் தயவைப் பெறுவதுதான் அதற்கு உபாயம் என்று எல்லோரும் சொல்லுகிறார்கள்!" என்றான் சீன வர்த்தகன்.

இதைக் கேட்டு அங்கிருந்த பெண்ணரசிகள் அனைவரும் நகைத்தார்கள்.

"எல்லாரும் என்றால் யார்? அவ்விதம் எங்கே, யார் பேசியதை நீங்கள் கேள்விப்பட்டீர்கள்?"

"ஏன், தாயே? இன்றைக்கு இந்த நகரில் நடந்த உற்சவத்தின் போது கூடியிருந்த கூட்டத்தில் கூடப் பலர் பேசிக் கொண்டார்கள். 'தமக்கை சொல்லைத் தம்பி தட்டவே மாட்டார்' என்று சொல்லிக் கொண்டார்கள். இதோ என் தோழனை வேண்டுமானாலும் கேளுங்கள்!"

இத்தனை நேரம் சும்மாயிருந்த அத்தோழன், "ஆம், இளவரசிமார்களே! அது உண்மைதான்! 'பொன்னியின் செல்வருக்குப் பட்டாபிஷேகம் என்றால், அது குந்தவைப்பிராட்டிக்குப் பட்டாபிஷேகம் செய்தது மாதிரிதான்!' என்று ஜனங்கள் பேசிக் கொண்டார்கள். 'இனிமேல் சோழ நாட்டில் பெண்ணரசு தான் நடக்கப் போகிறது! அது நல்லரசாகவும் இருக்கும்' என்று ஜனங்கள் சொல்லிக்கொண்டார்கள்."

மறுபடியும் இளவரசிகள் 'கலகல'வென்று சிரித்தார்கள்.

"ஆகையால், இளவரசிமார்களே! கருணை கூர்ந்து இந்தப் பட்டாபிஷேகப் பரிசுகளை ஏற்றுக்கொள்ள வேண்டும்!" என்றான் ஒரு சீன வர்த்தகன்.

"ஏற்றுக்கொண்டு, பொன்னியின் செல்வரிடம் எங்கள் கோரிக்கையையும் சமர்ப்பிக்க வேண்டும்!" என்றான் இன்னொரு வர்த்தகன்.

"என்ன கோரிக்கை? பொன்னியின் செல்வரிடம் உங்களுக்கு என்ன காரியம் ஆகவேண்டும்? முதலில் அதைச் சொல்லுங்கள்!" என்றாள் குந்தவைப் பிராட்டி.

"தேவி! அவரால் எத்தனையோ காரியம் ஆகவேண்டும். எங்களுக்கு மட்டும் அல்ல; சோழ நாடு முதல் சீன தேசம் வரையில் உள்ள எல்லா நாட்டு வர்த்தகர்களும் பொதுமக்களும் அருள்மொழிவர்மரைத் தான் நம்பியிருக்கிறார்கள். பராந்தக சக்கரவர்த்தியின் காலத்தில் கடல்களெல்லாம் பத்திரமாயிருந்தன. கடற் பிரயாணத்தில் புயற் காற்றினால் நேரும் ஆபத்தைத் தவிர, வேறுவித அபாயம் இல்லாமலிருந்தது. கடலில் கப்பல்களைத் தாக்கிக் கொள்ளையடிப்பது என்பது கனவிலும் கேள்விப்படாத காரியமாயிருந்தது. சோழ நாட்டு நாவாய்கள் வர்த்தகப் பொருள்களை ஏற்றிக்கொண்டு ராஜபாட்டைகளில் செல்வது போல் நிர்ப்பயமாகச் சென்று கொண்டிருந்தன. மாநக்கவாரம், மாயிருடிங்கம், மாபப்பாளம், இலாமுரி தேசம், ஸ்ரீ விஜயம், சாவகம், கடாரம், காம்போஜம் ஆகிய கடல் சூழ்ந்த நாட்டுத் துறைமுகங்களுக்குச் சோழ நாட்டுக் கப்பல்கள் சென்று ஆங்காங்கே இறக்குமதி ஏற்றுமதி செய்துகொண்டு எங்கள் சீன நாட்டுக்குச் சென்றன. அவ்விதமே எங்கள் சீன தேசத்திலிருந்து புறப்பட்ட கப்பல்களும் சோழ நாட்டுக்குத் தங்கு தடையின்றி வந்து கொண்டிருந்தன. அந்தக் காலம் இப்போது பழங்கனவாகப் போய்விட்டது. தேவி! தங்களிடம் உண்மையைச் சொல்லி விடுகிறோம். இந்தப் பட்டுப் பட்டாடைகளை நாங்கள் திரும்பக் கொண்டு போனால் பத்திரமாய் எங்கள் நாட்டுக்குக் கொண்டுபோய்ச் சேர்ப்போம் என்பது நிச்சயமில்லை. வழியில் அராபியக் கடல் கொள்ளைக்காரர்களிடம் இந்தப் பட்டாடைகளைப் பறி கொடுப்பதைக் காட்டிலும் சோழ நாட்டு இளவரசிமார்களுக்குப் பரிசாக அளிப்பதே மிகவும் விசேஷமான காரியமல்லவா?"

இவ்விதம் அந்தச் சீன வர்த்தகன் சொல்லி வந்தபோது குந்தவை தேவியின் கருவண்டுகளை ஒத்த கண்கள் நன்கு விரிந்து அளவிலா ஆர்வம் ததும்பப் பெற்றவையாயின.

"பொன்னியின் செல்வரால் அந்தக் காரியம் நடைபெறும் என்று நீங்கள் நினைக்கிறீர்களா? பராந்தக சக்கரவர்த்தியின் காலத்தில் இருந்ததுபோல், கடற்பிரயாணம் அபாயமற்றதாகும் என்று எண்ணுகிறீர்களா? மாநக்கவாரம், மாயிருடிங்கம், கடாரம், ஸ்ரீ விஜயம் முதலிய நாடுகளில் பொன்னியின் செல்வரின் புகழ் பரவும் என்று நம்புகிறீர்களா?" என்று கேட்டாள்.

"நாங்கள் நம்புவது மட்டும் என்ன? இந்தச் சோழ நாட்டு வர்த்தகப் பெருமக்கள் எல்லாரும் நம்புகிறார்கள். ஏன்? சற்று முன் நாங்கள் ஒரு சோதிடரிடம் போயிருந்தோம் அவருங்கூடச் சொன்னார்."

"என்ன சொன்னார்?"

பொன்னியின் செல்வர் பெரிய பெரிய கப்பல் படைகளைத் திரட்டிக்கொண்டு கடல்களைக் கடந்து செல்வார்; கொள்ளைக்காரர்களின் கூட்டங்களை ஒழித்து விடுவார்; கடற்பிரயாணத்தை முன்போல் நிர்ப்பயமானதாகச் செய்து விடுவார்; சோழ நாடு பராந்தக சக்கரவர்த்தியின் காலத்தில் அடைந்திருந்த பெருமையை மீண்டும் அடையும் என்றெல்லாம் ஜோதிடர் சொன்னார். ஆனால் இதற்கெல்லாம் சோழ நாட்டு இளவரசிகள் குறுக்கே நின்று தடை கிளப்பாமல் இருக்க வேண்டும் என்றும் கூறினார்!"

"இவ்வளவுதான் சொன்னாரா? இளவரசிகளைப் பற்றி இன்னும் ஏதாவது அவதூறு கூறினாரா?"

"ஆகா! அவதூறா? அப்படியெல்லாம் ஒன்றுமில்லை. தேவி! பழையாறை இளையபிராட்டியைப் பற்றியும், கொடும்பாளூர்க் கோமகளைப் பற்றியும் அவதூறு சொல்கிறவர்கள் இந்தச் சோழ நாட்டில் யாருமே இருக்க முடியாது. அப்படி இருக்க, இளவரசிகளின் தயவை எதிர்பார்த்திருக்கும் ஜோதிடர் மட்டும் துணிந்து சொல்லுவாரா?"

"வேறு என்னதான் அந்த ஜோதிடர் எங்களைப் பற்றிச் சொன்னார்?"

"இளவரசிமார்கள் இருவரும் சற்று முன் அவரிடம் வந்து விட்டுப் போனதாகக் கூறினார். இரண்டு பேருக்கும் விரைவில் திருமணம் நடக்கும் என்று சொன்னார். தேவிமார்களே! பட்டாபிஷேகத்துப் பரிசாக ஏற்றுக் கொள்ளாவிட்டால் திருமணப் பரிசாகவாவது இந்தப் பட்டு ஆடைகளை ஏற்றுக் கொள்ள வேண்டும்" என்றான் முதலில் பேசிய சீன வர்த்தகன்.

இதைக் கேட்ட வானதி, "அக்கா! இந்தச் சீன வர்த்தகர்கள் வெறும் வம்புக்காரர்கள். இவர்களைப் போகச் சொல்லுங்கள்!" என்றாள்.

"கொஞ்சம் பொறு வானதி! இவர்களுடைய வம்பு இன்னும் எவ்வளவு தூரம் போகிறது, பார்க்கலாம்!" என்று குந்தவை சொல்லிவிட்டு, "வர்த்தகர்களே! ஜோதிடர் வீட்டு வாசலில் யானையின் மீது வந்து நின்றவர்கள் நீங்கள்தானே?" என்றாள்.

"ஆம், தேவி! ஜோதிடர் வீட்டைத் தேடிப் போனதற்குப் பயன் உடனே கிடைத்து விட்டது. நீங்கள் வந்திருப்பதைத் தெரிந்து கொண்டோம். உங்களைச் சந்திக்கும் பாக்கியம் இன்று எங்களுக்குக் கிடைக்கும் என்று ஜோதிடர் கூறியதும் பலித்து விட்டது. அம்மாதிரியே கொடும்பாளூர் இளவரசியைக் குறித்து அவர் கூறியதும் பலித்துவிட்டால் எங்கள் கவலையெல்லாம் தீர்ந்துவிடும்!"

வானதி மீண்டும், "அக்கா! இவர்களைப் போகச் சொல்லுங்கள்!" என்றாள்.

"வர்த்தகர்களே! உற்சவக் கூட்டத்தினிடையே யானை ஏறி வந்தவர்களும் நீங்கள்தானே? அடிக்கடி நீங்கள் யானை மேலிருந்து கீழிறங்கி ஜனக் கூட்டத்தில் கலந்து கொண்டீர்கள் அல்லவா?" என்று குந்தவை கேட்டாள்.

"ஆம், தேவி! வரப்போகும் பட்டாபிஷேகத்தைப் பற்றி ஜனங்கள் என்ன பேசிக்கொள்கிறார்கள் என்று தெரிந்து கொள்ள விரும்பி அவ்வாறு கூட்டத்தில் புகுந்து சுற்றி வந்தோம்."

"ஜனங்கள் என்ன பேசிக்கொண்டார்கள்? பொன்னியின் செல்வர் முடிசூட்டிக்கொள்ளப் போவதைப் பற்றித் திருப்தியாகத் தானே பேசினார்கள்?"

"இல்லை; முடிசூட்டு விழாவைப் பற்றியே யாரும் பேசவில்லை."

"பின்னர், ஜனங்கள் எதைப் பற்றிப் பேசினார்கள்?"

"மதுராந்தகத்தேவரின் பக்தி மகிமையைப் பற்றியே பேசிக் கொண்டார்கள்."

"அப்படி நல்ல விஷயமாகச் சொல்லுங்கள். பூங்குழலி! கேட்டாயா?" என்று குந்தவை பூங்குழலியைப் பார்த்துச் சொல்லி விட்டு, "மதுராந்தகத் தேவரைப் பற்றி இன்னும் என்னவெல்லாம் சொன்னார்கள்?" என்றாள்.

"மதுராந்தகருடைய தியாகப் பண்பைப் பற்றிப் பேசினார்கள். சோழ ராஜ்யத்தில் அவருக்குப் பாத்தியதை கொண்டாடும் உரிமை இருந்தும், 'ராஜ்யம் வேண்டாம்' என்று சொல்லி விட்டதை மிகவும் பாராட்டினார்கள்."

"அப்படியா? அதற்குக் காரணம் என்ன சொல்லிக் கொண்டார்கள்?"

"மதுராந்தகத்தேவர் யாரோ ஒரு படகுக்காரப் பெண் மீது காதல் கொண்டு அவளையே பட்டமகிஷியாக்கிக் கொள்ளுவேன் என்று பிடிவாதம் பிடித்தாராம். அதனால் ஏற்கெனவே அவர் கட்சியிலிருந்த சிற்றரசர்களின் மனம் மாறிவிட்டதாம். 'அப்படியானால் மதுராந்தகருக்குப் பட்டம் கிடையாது; பொன்னியின் செல்வருக்கே பட்டம்' என்று சிற்றரசர்கள் சொல்லிவிட்டார்களாம். இம்மாதிரி ஜனங்கள் பேசிக் கொண்டார்கள். இளவரசிமார்களே! அந்தப் பாக்கியசாலியான ஓடக்காரப் பெண் இங்கே இருந்தால், அவருக்கும் பட்டாடைப் பரிசு கொடுக்க விரும்புகிறோம்."

பூங்குழலி இப்போது, "தேவி! கொடும்பாளூர் இளவரசி கூறியது சரிதான். இந்த வர்த்தகர்கள் வெறும் வம்புக்காரர்கள் இவர்களை உடனே போகச் சொல்லுங்கள்!" என்றாள்.

"கொஞ்சம் பொறு பூங்குழலி! உனக்கு என்ன கோபம்? இவர்கள் உன்னைப் பற்றி ஒன்றும் தவறாகப் பேசவில்லையே? புகழ்ச்சியாகத்தானே பேசுகிறார்கள்?" என்றாள் குந்தவை.

"இவர்கள் என்னைப் பற்றிப் புகழ்ச்சியாகவும் பேச வேண்டாம்; இகழ்ச்சியாகவும் பேச வேண்டாம்! எனக்குப் பரிசு கொடுக்கவும் வேண்டாம்!" என்று பூங்குழலி கிளம்பினாள்.

"அம்மணி! தாங்கள்தானா அந்தப் பாக்கியவதி? ஆகா! ஜனங்கள் பேசிக்கொண்டது ரொம்ப சரி!" என்றான் சீன வர்த்தகர்களில் ஒருவன்.

"இன்னும் வேறு என்ன பேசிக் கொண்டார்கள்?" என்று பூங்குழலி புன்னகையுடன் கேட்டாள்.

"மதுராந்தகத்தேவர் தங்களை முன்னிட்டு இந்தச் சோழ ராஜ்யத்தையே தியாகம் செய்துவிட்டார் என்று கூட்டத்தில் ஒருவர் சொன்னபோது, அதற்கு மறுமொழியாக இன்னொருவர், 'பூங்குழலி தேவிக்காக ஒரு ராஜ்யத்தைத்தானா தியாகம் செய்யலாம்? என்னிடம் ஒன்பது ராஜ்யம் இருந்திருந்தால் அவ்வளவு ராஜ்யங்களையும் தியாகம் செய்திருப்பேனே?' என்று சொன்னார். அவர் கூறியதை நானும் ஆமோதிக்கிறேன்!" என்றான் அச்சீன வர்த்தகன்.

பூங்குழலி கள்ளக் கோபத்துடன், "அக்கா! இந்த அதிகப்பிரசங்கி வர்த்தகரை உடனே தண்டிப்பதற்குத் தாங்கள் ஏற்பாடு செய்யவேண்டும்; இல்லாவிட்டால் நானே பொன்னியின் செல்வரிடம் சொல்லி இவருக்குத் தண்டனை வாங்கிக் கொடுப்பேன்!" என்றாள்.

இதை கேட்டுக்கொண்டு அப்போது மேன்மாடத்துக்கு வந்தார் மதுராந்தகத்தேவர். மாலை நேரத்துப் பூஜை செய்து விட்டுக் கையில் மலர்ப் பிரஸாதம் எடுத்துக்கொண்டு வந்தவர், பூங்குழலியின் வார்த்தைகளைக் கேட்டு, "இந்த வர்த்தகர் கூறுவதில் தவறு ஒன்றுமில்லையே? எதற்காக அவரைத் தண்டிக்க வேண்டும்? அவர் கூறியதை நானும் ஆமோதிக்கிறேன் பூங்குழலி!" என்றார்.

இவ்விதம் சொல்லிக்கொண்டு வந்தவரை அந்தச் சீன வர்த்தகன் திரும்பிப் பார்த்தபோது, பூங்குழலி, "உண்மையான வர்த்தகர் சொன்னால் சரிதான்; வேஷதாரி வர்த்தகரை எப்படி ஆமோதிக்க முடியும்?" என்று சொல்லிக்கொண்டே, அந்த வர்த்தகர் தலையில் அணிந்திருந்த சீனத்துத் தலைப்பாகையைப் பிடித்து இழுத்தாள்.

தலைப்பாகை கீழே விழுந்தது; தலைப்பாகையுடன் அவருடைய முகத்திலிருந்த தாடி எல்லாம் கீழே விழுந்தன!

சாக்ஷாத் வந்தியதேவனுடைய திருமுகம் காட்சி அளித்தது. "ஐயா! காப்பாற்றுங்கள்!" என்று அலறிக் கொண்டே வந்தியத்தேவன் மற்றொரு சீன வர்த்தகனின் கழுத்தைக் கட்டிக்கொள்ள முயன்றபோது, அவனுடைய தலைப்பாகையும் தாடி மீசையும் கழன்று விழுந்தன.

பொன்னியின் செல்வர் புன்னகை பொலிந்த முகத்துடன் தோற்றமளித்தார்.

மூன்று பெண்மணிகளும் குலுங்கக் குலுங்க நீண்ட நேரம் சிரித்தார்கள்.

செம்பியன்மாதேவி மேன் மாடத்துக்கு வந்த பிறகு அவரிடம் ஒரு தடவை சொல்லிவிட்டு மறுபடியும் சிரித்தார்கள்.

பூங்குழலி, "அம்மா! இவர்களைக் கோயிலின் அருகே பார்த்த போதே ஒருமாதிரி எனக்குச் சந்தேகம் தோன்றிவிட்டது. அதனாலே தான் தைரியமாக இவர்களை அரண்மனைக்கு வரச் சொன்னேன்!" என்றாள்.

மதுராந்தகத்தேவர், "ஆமாம்; எனக்கு என் நண்பனைத் தெரிந்து போய்விட்டது. ஆகையினாலேதான் இவர்களை இங்கே விட்டு விட்டு நான் பூஜை செய்யச் சென்றேன்!" என்றார்.

"வானதி! நீயும் நானும்தான் புருஷர்களின் கள்ள வேடத்தைக் கண்டுபிடிக்க முடியாத அசடுகள் போலிருக்கிறது!" என்றாள் குந்தவை.

"இவர்கள் எதற்காக இந்த மாதிரி வேஷம் போட்டுக்கொண்டு வந்து நம்மை ஏமாற்றப் பார்த்தார்கள்? அதைக் கேளுங்கள், அக்கா?" என்றாள் கொடும்பாளூர்க் கோமகள்.

"கேட்பானேன், வானதி! என் சகோதரன் இப்படியெல்லாம் கள்ள வேஷம் போடத் தெரிந்தவன் அல்ல. சகவாச தோஷத்தினால்தான் இவ்வாறெல்லாம் வேடம் போடவும் பொய் புனைந்துரைக்கவும் கற்றுக் கொண்டிருக்கிறான்!" என்றாள் குந்தவைப் பிராட்டி.

"தேவி! இந்தக் காரியத்துக்கு வந்தியத்தேவன் மீது பழிசுமத்த வேண்டாம். சீன வர்த்தகர்கள் மாதிரி வேஷம் தரிக்கும் அபூர்வ யோசனை என் மனத்திலேதான் தோன்றியது!" என்றார் அருள்மொழி.

"இம்மாதிரி யோசனை உன் மனதில் தோன்றியதற்குக் காரணந்தான் சகவாச தோஷம் என்று சொல்கிறேன். போகட்டும், இந்த மாதிரி பொய் வேஷம் நீ இனிமேல் போட வேண்டாம்!"

"அக்கா! திருவள்ளுவர் வாய்மையின் பெருமையைப் பற்றி எவ்வளவோ சொல்லியிருக்கிறார். ஆனால் அவர்கூட, '**பொய்மையும் வாய்மை இடத்த புரைதீர்ந்த நன்மை பயக்கு மெனின்!**' என்று சொல்லியிருக்கிறார் அல்லவா?"

"திருவள்ளுவர் அந்தக் குறளைப் பாடியபோது இப்படி நீ அதை உபயோகப்படுத்தப் போகிறாய் என்று கனவிலும் கருதியிருக்க மாட்டார்."

"திருவள்ளுவரை விட்டுவிடலாம் ராமர் வனத்துக்குப் புறப்பட்டபோது தம்மைத் தொடர்ந்து வந்த அயோத்தி மக்களைத் திரும்பி அயோத்திக்குப் போகும்படி செய்வதற்குக் கொஞ்சம் பொய்மையைக் கையாளவில்லையா? ஜனங்கள் தூங்கும்போது எழுந்து ரதத்தை அயோத்தியை நோக்கிச் சிறிது தூரம் செலுத்தி விட்டுப் பிறகு கங்கைக் கரையை நோக்கிச் செலுத்தும்படி சுமந்திரரிடம் சொல்லவில்லையா!"

"தம்பி! நீ எல்லாக் காரியங்களிலும் ராமரைப் பின்பற்றுவதாயிருந்தால் எனக்கு மிக்க மகிழ்ச்சிதான்! போகட்டும்! நீங்கள் இந்தப் பொய் வேஷம் பூண்டதால் 'புரை தீர்ந்த நன்மை', என்ன உண்டாயிற்று? அதைச் சொல்வாயா?" என்று கேட்டாள் குந்தவை.

"நாங்கள் இன்னார் என்பதைக் காட்டிக் கொள்ளாமல் குடிமக்களின் கூட்டத்தில் புகுந்து அங்குமிங்கும் அலைந்து அவர்களுடைய உண்மையான மனக் கருத்துக்களை அறிய முடிந்தது!"

குந்தவை சிறிது ஆர்வத்துடன், "மக்கள் மனக் கருத்தைப் பற்றி என்ன தெரிந்து கொண்டாய், தம்பி!" என்று கேட்டாள்.

"எத்தனையோ தெரிந்து கொண்டேன், அக்கா! முக்கியமாக, இந்தச் சோழ சாம்ராஜ்யம் பராந்தகச் சக்கரவர்த்தியின் காலத்தில் இருந்ததுபோல் மகோந்நதமடைய வேண்டும் என்பதை மக்கள் எல்லாரும் விரும்புகிறார்கள் என்று அறிந்தேன். சற்று முன்னால் நானும், என் நண்பரும் சீன வர்த்தகர்கள் போல் வேஷம் போட்டுக் கொண்டு இருந்தோமல்லவா? வேஷம் பொய்யாக இருந்தாலும், நாங்கள் கூறியதெல்லாம் மெய்தான்! உங்களிருவரையும் சாலையில் சந்தித்து விட்டுத் தஞ்சைக்கு நாங்கள் சென்றோம். தஞ்சையில் கோட்டை வாசலுக்கு அருகில் உண்மையாகவே இரண்டு சீன வர்த்தகர்களைக் கண்டோம். அவர்களிடம் விலை கொடுத்து இந்தப் பட்டு மூட்டைகளை வாங்கிக் கொண்டோம். அவர்களைப் போல் வேஷம் போட்டுக்கொண்டு திரும்பி வந்தோம். அராபியக் கடல் கொள்ளைக்காரர்களைப் பற்றி நான் சற்று முன் சொன்னதெல்லாம் அந்த வர்த்தகர்கள் எங்களிடம் கூறியதுதான். அராபியக் கடல் கொள்ளைக்காரர்களின் மூர்க்கத்தனத்தை நானும் என் நண்பரும் நேரிலேயே அனுபவித்திருக்கிறோம். தேவி! எது எப்படியானாலும் பட்டாபிஷேக வைபவம் முடிந்ததும் நானும், என் நண்பரும் ஈழ நாட்டுக்குப் புறப்படுவது நிச்சயம். அங்கே எங்கள் காரியம் முடிந்ததும் கடல்களுக்கு அப்பாலுள்ள இன்னும் பல நாடுகளுக்கும் செல்ல உத்தேசித்திருக்கிறோம். உயிருடன் திரும்பி வருவோமோ, அல்லது போகுமிடங்களில் போர்க்களத்தில் உயிரை விட்டு வீர சொர்க்கம் எய்துவோமோ என்று தெரியாது. ஆகையால் நாங்கள் புறப்படும் வரையில் நீங்கள் எல்லாரும் எங்களுடனேயே இருக்கவேண்டும் என்றும், எங்களுக்கு ஆசிகூறி விடைகொடுத்து அனுப்ப வேண்டும் என்றும் கேட்டுக் கொள்வதற்காகவே அவசரமாகத் தங்களைப் பின் தொடர்ந்து வந்தோம்."

இவ்வாறு பொன்னியின் செல்வர் கூறி வந்தபோது குந்தவை தேவியின் கண்களில் நீர் ததும்பியது.

பூங்குழலி தழுதழுத்த குரலில், "யுத்தம் என்று எதற்காக ஏற்படுத்தியிருக்கிறார்களோ, தெரியவில்லை. மனிதர்கள் ஒருவரையொருவர் நேசித்துக் கொண்டு ஆனந்தமாயிருக்கக் கூடாதா?" என்றாள்.

"மகளே! அப்படியல்ல! உலகம் உள்ள வரையில் யுத்தம் இல்லாமல் தீராது. பரமசிவனும், பரமேசுவரியும் யுத்தம் செய்ய வேண்டியிருந்ததே! உலகத்தில் தர்மத்தை நிலைநாட்டுவதற்காகப் பிறந்தவர்கள் சிலர் உண்டு அவர்கள் யுத்தம் செய்யத்தான் வேண்டும்!"

இவ்விதம் சிவபக்த சிரோமணியும், பரம சாதுவுமான செம்பியன்மாதேவி கூறியதைக் கேட்டு அனைவரும் ஆச்சரியக் கடலில் ஆழ்ந்தார்கள்.

❉ ❉ ❉ ❉

எண்பத்தைந்தாம் அத்தியாயம்

சிற்பத்தின் உட்பொருள்

சேந்தன் அமுதனாகிய மதுராந்தகத்தேவர், தம்மைத் திருவயிறு சுமந்து பெற்ற அன்னை செம்பியன் மாதேவியைப் பார்த்து, "அம்மா! இந்த உலகில் யுத்தப் பைத்தியம் பிடித்து அலைகிறவர்கள் எத்தனையோ பேர் இருக்கிறார்கள். போர் செய்யாத நாள் எல்லாம் வீண் போன வெறும் நாளாகவே அவர்களுக்குத் தோன்றுகிறது. அந்தக் கூட்டத்தைச் சேர்ந்தவர்தாம் என் நண்பர் வந்தியத்தேவரும், பொன்னியின் செல்வரும். தாங்களோ, இறைவனைப் பற்றிப் பேசாத நாளெல்லாம் பிறவாத நாள் என்று கருதுகிறவர் ஆயிற்றே? தாங்களும் போர்த் தொழிலை ஆதரித்துப் பேசுவது மிக மிக ஆச்சரியமாயிருக்கிறது!" என்றார்.

அப்போது செம்பியன் மாதேவி, "என் அருமை மகனே! வேறு யார் போர்த் தொழிலை இகழ்ந்து பேசினாலும் நீ பேசக் கூடாது; பூங்குழலியும் பேசலாகாது. வல்லத்து அரசர் போர்த் தொழிலிலும் வல்லவராயிருப்பதினாலே யல்லவா நீ இன்று உயிரோடிருந்து இறைவனைத் துதிக்கும் பாடல்களை என் உள்ளமும், உடலும் உருகப் பாடுகிறாய்?" என்றார்.

"தாயே! நான் தங்கள் அருமைப் புதல்வரின் உயிரைக் காப்பாற்றியது இருக்கட்டும். அவரும், அவரைக் கரம் பிடித்த தங்கள் மருமகளும் என் உயிரைக் காப்பாற்றியதை நான் மறக்க முடியாது. பூங்குழலி அம்மையாரின் போர்க் குணம் அல்லவோ நான் இன்று உயிரோடிருப்பதற்குக் காரணமாயிருக்கிறது?" என்றான் வந்தியத்தேவன்.

"பரமேசுவரனும், துர்க்கா பரமேசுவரியும் நம் எல்லாரையும் காப்பாற்றுகிறார்கள்! அவர்களுடைய கருணை இல்லாவிட்டால், நாம் ஒருவரையொருவர் காப்பாற்றுவது ஏது?" என்றார் மதுராந்தகத்தேவர்.

"குழந்தாய்! கருணையே வடிவமான சிவபெருமானும் பலமுறை போர் செய்ய நேர்ந்தது. அன்பும் அருளும் சாந்தமும் உருக் கொண்ட ஜகன் மாதாவான துர்க்கா பரமேசுவரியும் யுத்தம் செய்வது அவசியமாயிற்று. இந்தப் புண்ணிய ஸ்தலத்திலுள்ள ஆலயத்தில் அம்பிகை அறம் வளர்த்த நாயகியாக வீற்றிருக்கிறாள். ஆயினும், ஆலயத்தின் திருச்சுற்று வீதியில் மகிஷாசுரமர்த்தினியாகவும், தரிசனம் தருகிறாள் நீ கவனித்தாயல்லவா?" என்றார்.

"ஆம், அன்னையே! கவனித்து வியந்தேன். அண்ட சராசரங்களை ஈன்றெடுத்துக் காக்கும் அன்னை ஓர் எருமை மாட்டின் தலை மீது எதற்காக நின்று காட்சி அளிக்கிறார் என்று எண்ணி அதிசயித்தேன்!" என்றார் மதுராந்தகர்.

"ஆம், ஆம்! இந்த ஆலயத்தில் உள்ள தேவி, மகிஷாசுரனை வதம் செய்து முடித்து விட்டாள். அதனால் எருமையின் தலையில் நிற்கும் தேவியின் திருமுகத்தில் அன்பும் அருளும் குடிகொண்டிருக்கக் காண்கிறோம். மாமல்லபுரத்துக் குகைச் சிற்பங்களிலே தேவி மகிஷாசுரனுடன் போரிடுவது போல் அமைந்த சிற்பம் ஒன்று இருக்கிறது. அங்கே துர்க்கா பரமேசுவரி வீர பயங்கர ரணபத்திர காளியாகத் தரிசனம் தருகிறாள். சகலலோக மாதாவாகிய துர்க்கா பரமேசுவரி, கேவலம் ஓர் எருமை மாட்டுடன் ஏன் சண்டை போட வேண்டும். அதற்கு இவ்வளவு ஆர்ப்பாட்டம் வேண்டுமா என்று வெளிப்படையாகப் பார்ப்பவர்களுக்குத் தோன்றக் கூடும். என் அருமைக் குமாரா! நம் பெரியோர்களின் உள்ளத்தில் உதயமான இத்தகைய நிகழ்ச்சிகளுக்கெல்லாம் உட்பொருள்கள் இருக்கின்றன. அவற்றை அறிந்து கொள்வதற்கு தக்க பரிபக்குவம் வேண்டும்; அறிந்து கொள்ள வேண்டுமென்னும் சிரத்தையும் வேண்டும்!"

"தேவி! எங்களுக்கெல்லாம் பரிபக்குவம் இருக்கிறதோ என்னமோ, தெரியாது! ஆனால் சிரத்தை இருக்கிறது. தாங்கள் திருவாய் மலர்ந்தருளும் வார்த்தை ஒவ்வொன்றையும் சிரத்தையுடன் கேட்டுக் கொண்டிருக்கிறோம்! ஏன்? நமது வல்லத்து அரசருடைய ஓயாமற் சலிக்கும் கண்கள் கூடவல்லவா தங்களையே பார்த்துக் கொண்டிருக்கின்றன?" என்றார் அருள்மொழி.

இந்த வார்த்தைகள் அங்கே சிறிது கலகலப்பை உண்டாக்கின. வந்தியத்தேவன் அடிக்கடி இளைய பிராட்டியின் திருமுகத்தை நோக்குவதை அருள்மொழிவர்மர் குறிப்பிடுகிறார் என்று அறிந்து கொண்ட பெண்மணிகள் இலேசாக நகைத்தார்கள்.

செம்பியன் மாதேவி கூறினார்; "சிரத்தையுடன் கேட்பதானால் சொல்கிறேன், கேளுங்கள். நமது புராண இதிகாசங்களில் தேவாசுர யுத்தங்களைப் பற்றி நிரம்பக் கூறியிருக்கிறார்கள். இவ்வுலகில் திருமால் அவதாரம் எடுத்து ராட்சதர்களோடு சண்டையிட்டது பற்றியும் சொல்லியிருக்கிறார்கள். இறைவன் உலகத்தைப் படைத்த காலத்திலிருந்து தேவ சக்திகளும் அசுர சக்திகளும் போரிட்டு வருகின்றன. அசுர சக்திகளை இறைவன் ஏன் படைத்தார் என்று கேட்டால், அதற்குச் சிற்றறிவு படைத்த நம்மால் விடை சொல்ல முடியாது. இறைவனுடைய திருவிளையாடல் அது என்றுதான் கூற முடியும். தெய்வ சக்திகளும், அசுர சக்திகளும் ஓயாமல் போராடி வருகின்றன என்பது மட்டும் நிச்சயம். சில சமயம் அசுர சக்திகளின் கை மேலோங்குவது போல் காணப்படுகிறது. அவையே உலகை என்றென்றைக்கும் ஆளும் என்று தோன்றுகின்றது. சூரபத்மனும், இரணியனும், ராவணனும் எத்தனை பல்லாயிரம் ஆண்டுகள் ஆட்சி புரிந்தார்கள்! ஆனாலும் அவர்களுக்கெல்லாம் ஒரு நொடிப் பொழுதில் முடிவு வந்து விட்டது."

"ஆம்; ஆம்! தேவர்களையெல்லாம் அடிபணிந்து குற்றேவல் புரிய வைத்த தசகண்ட ராவணனுக்கு முடிவு வந்தபோது, இரண்டு மனிதர்களும் ஒரு சில வானரர்களும் சேர்ந்து அவனைக் குலத்தோடு நாசமாக்கி விடவில்லையா?" என்றார் மதுராந்தகத்தேவர்.

"ஆகையால் அசுர சக்திகள் மேலோங்குவதைக் கண்டு மாந்தர்கள் மனச்சோர்வு அடைந்து விடக்கூடாது. தெய்வ சக்திகள் முடிவில் வெற்றிகொள்ளும் என்று நம்பித் தர்மத்திலும், சத்தியத்திலும் நின்று போராட வேண்டும். அப்படிப் போராடுகிறவர்களுக்குத் தெய்வமும் நிச்சயம் துணை செய்யும்!"

"அன்னையே! மகிஷாசுரனைப் பற்றிச் சொல்ல வந்தீர்கள்!" என்று பூங்குழலி ஞாபகப்படுத்தினாள்.

"ஆம்; நல்ல வேளையாக ஞாபகப்படுத்தினாய், மகளே! அசுர சக்திகள் இரண்டு வகையானவை. ஒன்று மௌடீக அசுர சக்திகள்; இன்னொன்று மதி நுட்பம் வாய்ந்த அசுர சக்திகள். மௌடீக அசுர சக்தியையே மகிஷாசுரனாக நமது முன்னோர்கள் உருவகப்படுத்தினார்கள். காட்டெருமைக்கு வெறி வந்து தறி கெட்டு ஓடுவதை நீங்கள் பார்த்திருக்கிறீர்களா? அப்போது அந்த எருமை யானையைவிட அதிக பலம் பெற்று விடுகிறது. எதிர்ப்பட்ட பிராணிகள் எல்லாவற்றையும் சின்னாபின்னப்படுத்தி விடுகிறது. மௌடீகமும் வெறி கொண்ட காட்டு எருமையைப் போல் வலிமை கொண்டது. மௌடீகம் சில சமயம் சிங்காதனத்தில் அமர்ந்து ஆட்சி நடத்தத் தொடங்கி விடுகிறது. இதைத்தான் மகிஷாசுரனுடைய ஆட்சி என்று நம் முன்னோர்கள் சொன்னார்கள். மகிஷாசுரன் தேவலோகச் சிங்காதனத்தில் அமர்ந்து ஆட்சி செலுத்தத் தொடங்கியபோது, மூன்று உலகங்களிலும் அல்லோல கல்லோலமுண்டாயிற்று. அறிவு வேண்டாம்; அறிவு நூல்கள் வேண்டாம், அறிவுக் கலைகள் வேண்டாம், இசை வேண்டாம். சிற்பம், சித்திரம், கோயில், கோபுரம், ஒன்றும் வேண்டாம். எல்லாவற்றையும் அழித்துப் போடுங்கள் என்று மகிஷாசுரன் கட்டளையிட்டான். தேவர்கள், முனிவர்கள், மனிதர்கள் எல்லாரும் நடுநடுங்கினார்கள். அவர்களில் பலர் மகிஷாசுரனுக்கு அடிபணிந்து அவனுடைய ஆட்சியை ஒப்புக்கொண்டார்கள். இதனால் மகிஷாசுரனுடைய அகந்தையும், மூர்க்கத்தனமும் அதிகமாயின. மௌடீகத்தோடு அகந்தையும் மூர்க்கத்தனமும் சேர்ந்து விட்டால் கேட்க வேண்டுமா? மகிஷாசுரனுடைய

கொடுமையைப் பொறுக்க முடியாமல் மூன்று உலகங்களிலும் மக்கள் ஓலமிட்டார்கள். அசுரர்களும் கூடச் சேர்ந்து அலறினார்கள். துர்க்கா பரமேசுவரி அப்போது கண் திறந்தாள். மாகாளி வடிவம் கொண்டு வந்து மகிஷாசுரனை வதம் செய்தாள். மௌடீக சக்தியைத் தெய்வீக சக்தி வென்றது. மூன்று உலகங்களும் மௌடீக அடிமைத் தளையிலிருந்து விடுதலை பெற்றன. தேவர்களும் முனிவர்களும் அசுரர்களும் கூடப் பெருமூச்சு விட்டுத் துர்க்கா பரமேசுவரியை வாழ்த்தி வணங்கினார்கள். குழந்தைகளே! இப்போதுங்கூட இவ்வுலகில் மௌடீக அசுர சக்திகள் இல்லாமற் போகவில்லை. இந்தப் புண்ணிய பரத கண்டத்தின் வடமேற்குத் திசைக்கு அப்பால் மௌடீக அசுர சக்திகள் சில தோன்றியிருப்பதாக அறிகிறேன். அவர்கள் மூர்க்காவேசத்துடன் போர் புரிந்து நகரங்களைச் சூறையாடிக் குற்றமற்ற மக்களைக் கொன்று கோயில்களையும் விக்கிரகங்களையும் உடைத்துத் தகர்த்து நாசமாக்குகிறார்களாம். அவர்களைத் தடுத்து நிறுத்தக் கூடிய பெரிய சக்கரவர்த்திகள் இப்போது வடநாட்டில் யாரும் இல்லையாம். இந்தத் தெய்வத் தமிழ்நாட்டுக்கு அத்தகைய கதி நேராதிருக்கட்டும். அப்படி நேர்வதாயிருந்தால், வீரமறக் குலத்தில் பிறந்த நீங்கள் அந்த அசுர சக்திகளுடன் போராடச் சித்தமாயிருக்க வேண்டுமல்லவா?"

"கட்டாயம் சித்தமாயிருப்போம், தாயே! மற்றொரு வகை அசுர சக்திகளைப்பற்றியும் சொல்லுங்கள்!" என்று வந்தியத்தேவன் கேட்டான்.

"மற்றொரு வகை அசுரர்கள் அறிவுக் கூர்மையுள்ளவர்கள். அந்த அறிவைக் கெட்ட காரியங்களில் பயன்படுத்துகிறவர்கள். அவர்கள் தவம் செய்து வரம் பெறுவார்கள். அதையும் துஷ்ட காரியங்களுக்கே பயன்படுத்துவார்கள். திரிபுரரர்கள் என்ன செய்தார்கள்? ஒவ்வொருவரும் ஓர் உலகத்தையே உண்டாக்கிக் கொண்டார்கள். வானத்தில் பறந்து சென்று நாடு நகரங்களின் மீது இறங்கி நிர்மூலமாக்கினார்கள். சூரபத்மன் எத்தனை தடவை அவனுடைய தலையைக் கொய்தாலும் புதிய தலை அடையும் ஆற்றலைப் பெற்றிருந்தான். ராவணன், இந்திரஜித்து முதலிய ராட்சதர்கள் வானத்தில் மேகங்களில் மறைந்து கொண்டு கீழே உள்ளவர்கள் மீது அஸ்திரங்களைப் பொழியும் சக்தி பெற்றிருந்தார்கள். இத்தகைய சூழ்ச்சித் திறமை வாய்ந்த அசுர சக்திகளையே 'முயலகன்' என்னும் அசுரனாக நம் முன்னோர்கள் உருவகப்படுத்தியிருக்கிறார்கள். இறைவன் ஆனந்த நடனம் புரியும் போதெல்லாம் தம்முடைய காலடியில் அடக்கி வைத்திருக்கும் முயலகன் மீதும் சிறிது ஞாபகம் வைத்துக் கொள்ளுகிறார். கொஞ்சம் கவனக்குறைவாயிருந்தால் முயலகன் கிளம்பி விடுவான். சிருஷ்டியின் ஆரம்ப காலத்தில் இருந்து அசுர சக்திகளுடன் தெய்வீக சக்திகள் போராடி வருகின்றன என்பதையே முயலகன் நமக்குத் தெரியப்படுத்துகிறான். ஆகையால், என் அருமை மக்களே! யுத்தமே கூடாது என்று நாம் எப்படிச் சொல்லி விட முடியும்?"

"தேவி! இதுவரையில் எங்களுக்கு விளங்காமலிருந்த பல விஷயங்களை இன்று தெரிந்து கொண்டோம். எங்களுக்கு என்ன கட்டளை இடுகிறீர்கள்?" என்று பொன்னியின் செல்வர் கேட்டார்.

"குழந்தைகளே! நீங்கள் எப்போதும் தெய்வீக சக்திகளின் பக்கம் நின்று போராடுங்கள் என்று மட்டுமே நான் சொல்ல முடியும். உங்களுக்குக் கட்டளையிட முடியாது. உங்களுடைய அந்தராத்மாதான் உங்களுக்குக் கட்டளையிட முடியும். அந்தக் கட்டளையைக் கேட்டு நடவுங்கள். சற்று முன்னால், இந்தச் செந்தமிழ் நாட்டைச் சுற்றியுள்ள கடல்களில் கப்பல் கொள்ளைக்காரர்கள் மிகுந்துவிட்டதாகச் சொன்னீர்கள். அதனால் தமிழ்நாட்டு வர்த்தகர்கள் பெரிதும் கஷ்ட நஷ்டங்களை அடைவதாகவும் கூறினீர்கள். அந்தக் கொள்ளைக்காரர்களை ஒழித்து நம் நாட்டு வர்த்தகர்களுக்குப் பாதுகாப்பு அளிப்பது ராஜ குலத்தில் பிறந்த உங்கள் தர்மம். இன்று கடல் கொள்ளைக்காரர்களுக்கு இடங்கொடுத்துவிட்டால் நாளைக்கு அவர்கள் இந்த தெய்வத் தமிழ்நாட்டிற்குள்ளேயும் பிரவேசித்து விடமாட்டார்களா? இன்று கைலாசவாசியாகிச் சிவபெருமானுடைய சந்நிதியில் சிவகணங்களுடன் வீற்றிருக்கும் என் கணவர் ஜீவிய வந்தராயிருந்தால், அவரும் உங்களுக்கு இதைத்தான் சொல்லியிருப்பார்!"

"தேவி! தங்கள் திருஉள்ளத்தை அறிந்து கொண்டோம். அதன்படியே நடந்து கொள்வோம்!" என்றார் இளவரசர் அருள்மொழிவர்மர்.

"பொன்னியின் செல்வ! நீ என்னுடைய விருப்பத்தை மதித்து நடப்பதாயிருந்தால், இன்னும் ஒன்று இப்பொழுது சொல்ல விரும்புகிறேன்!" என்றார் அந்தப் பெரு மூதாட்டியார்.

"தேவி! தங்கள் விருப்பத்துக்கு மாறாக இதுவரை நான் நடந்ததாக நினைவில்லையே? அப்படி ஏதேனும் செய்திருந்தால் மன்னியுங்கள்!"

"குழந்தாய்! இதற்கு முன்னால் நீ நடந்து கொண்டதெல்லாம் வேறு; இனிமேல் நடக்கப் போவது வேறு. இது வரையில் நீ அரண்மனையின் செல்லக் குழந்தையாக இருந்தாய். உன் விருப்பம் போல் நாங்கள் நடந்தோம். எங்கள் விருப்பத்தை நீயும் நிறைவேற்றி வைத்தாய். இனி, நீ இந்த மாநிலத்தை ஆளும் மன்னர் மன்னன் ஆகப்போகிறாய். முடிசூட்டு விழா நடந்த பிறகு, உன் விருப்பத்தின்படிதான் நாங்கள் எல்லோரும் நடந்து கொள்ள வேண்டும்."

"தாயே! அப்படிச் சொல்ல வேண்டாம்; இனியும் நான் உங்கள் செல்லக் குழந்தையாகவே இருந்து வருவேன் உங்கள் விருப்பப்படியே நடப்பேன்."

"அப்படியானால், இதைக் கேள்! இந்தப் புராதனமான சோழர் குலம் வாழையடி வாழையாகத் தளிர்த்து வளர வேண்டும். ராஜ குலத்தில் பிறந்தவர்கள் எப்போதும் வீர சொர்க்கம் அடையத் தயாராயிருக்க வேண்டியது தான். ஆனால் குலம் வளர்வதற்கும், முன்ஜாக்கிரதையாக ஏற்பாடு செய்ய வேண்டும். உன் தமையன் ஆதித்த கரிகாலன் கலியாணம் செய்து கொள்ளாமலே காலமாகி விட்டான். சோழ குலம் தழைப்பதற்கு நீ ஒருவன்தான் இருக்கிறாய்! ஆகையால் நீ மறுபடியும் கப்பலேறிக் கடல் கடந்து வெற்றித் திருமகளைத் தேடிப் போவதற்கு முன்னால் குலந்தழைப்பதற்கு வேண்டிய ஏற்பாட்டைச் செய்யவேண்டும். உன் மகுடாபிஷேகத்தோடு சேர்த்துத் திருமணத்தையும் வைத்துக் கொள். வானதியைப் போன்ற பெண்ணை மனைவியாகப் பெற நீ எவ்வளவோ தவம் செய்திருக்க வேண்டும். இந்தப் பெண்ணரசியின் மாங்கல்யபலம் நீ போகுமிடமெல்லாம் மந்திரக் கவசம் போலிருந்து உன்னைப் பாதுகாக்கும்!"

"தேவி! அந்தக் கவசத்தை அணிய நான் சித்தமாகத்தானிருக்கிறேன். வானதிதான் மறுதளிக்கிறாள் 'சிங்காதனம் ஏறமாட்டேன்; சபதம் செய்திருக்கிறேன்' என்று பிடிவாதம் பிடிக்கிறாள்!" என்றார் இளவரசர்.

யாரும் எதிர்பாராத விதமாகப் பூங்குழலி அப்போது தலையிட்டு, "கொடும்பாளூர் இளவரசியின் பேச்சை அப்படியே நம்பிவிடவேண்டாம். நாமெல்லாரும் சேர்ந்து மேலும் உபசாரம் செய்ய வேண்டும் என்று எண்ணுகிறாள். பொன்னியின் செல்வர் இன்னும் கொஞ்சம் கெஞ்சிக் கேட்க வேண்டும்!" என்று சொல்லி நகைத்தாள். இது வேடிக்கைப் பேச்சு என்று எண்ணி மற்றவர்களும் சிரித்தார்கள்.

ஆனால் வானதி மட்டும் விம்மி விம்மி அழத்தொடங்கினாள். "அசட்டுப் பெண்ணே! இது என்ன? எதற்காக நீ இப்படி விம்மி அழுகிறாய்?" என்று குந்தவை கேட்டுவிட்டு, வானதியின் கரத்தைப் பிடித்து அழைத்துக் கொண்டு கீழே போனாள்.

❋ ❋ ❋ ❋

எண்பத்தாறாம் அத்தியாயம்

"கனவா? நனவா?"

மறுநாள் காலையில் செம்பியன் மாதேவியும், மதுராந்தகரும் பூங்குழலியும் தஞ்சைக்குப் புறப்பட்டார்கள்.

பொன்னியின் செல்வரும், வந்தியத்தேவரும் உறையூருக்கும், ஸ்ரீரங்கத்துக்கும் போய்வர எண்ணியிருந்தார்கள். போகும்போது கரிகாலச் சோழர் காலத்தில் காவேரி நதியின் நீரைத் தேக்குவதற்காகக் கட்டப்பட்ட பேரணையை வந்தியத்தேவனுக்குக் காட்டுவதாக அருள்மொழிவர்மர் கூறியிருந்தார்.

அவர்கள் புறப்படுவதற்கு முன்னால் பொன்னியின் செல்வர் குந்தவை தேவியிடம் விடைபெற்றுக் கொள்வதற்காகச் சென்றார்.

"அக்கா! தாங்கள் பழையாறைக்கு அவசியம் போக வேண்டுமா?" என்றார்.

"தம்பி! நீங்கள் உறையூருக்கு அவசியம் போக வேண்டுமா? எங்களுடன் பழையாறைக்கு வரக்கூடாதா?" என்று கேட்டாள்.

"இல்லை, அக்கா! உறையூரில் ஆழ்வார்க்கடியானை முக்கியமான காரியத்துக்காகச் சந்திப்பதாகச் சொல்லியிருக்கிறோம்..." என்று சொன்னார்.

"ஆகா! நீ முன்மாதிரி இல்லை, தம்பி! உன் மனசு மிகவும் கெட்டுப் போய்விட்டது. என்னை நீ லட்சியம் செய்வதே இல்லை. இந்த மாறுதலுக்குக் காரணம் அந்த வல்லத்து அரசரின் சிநேகந்தான் என்று கருதுகிறேன்.."

"வீணாக அவர் பேரில் பழியைப் போடாதீர்கள். எனக்குப் பிராயம் வந்து விடவில்லையா, அக்கா! ஒரு பெரிய ராஜ்யத்தின் சக்கரவர்த்தியாக முடிசூட்டிக் கொள்ளப் போகிறேன். இனிமேலாவது என் இஷ்டப்படி நான் நடந்து கொள்ள வேண்டாமா?"

"நன்றாக உன் இஷ்டப்படி நடந்துகொள்! உன்னுடைய அதிகாரத்தை என் பேரில் காட்டாமலிருந்தால் சரி! உன் இஷ்டப்படி நான் நடக்க வேண்டுமென்று சொல்லாமலிருந்தால் சரி."

"மகுடாபிஷேகத்துக்கு மட்டும் வந்து விடுங்கள். அப்புறம் உங்கள் இஷ்டப்படி நடந்து கொள்ளுங்கள்."

"மகுடாபிஷேகத்துக்குப் பிறகு வேண்டுமானால், நீ என் பேரில் அதிகாரம் செலுத்தலாம். அதுவரை என்னைக் கட்டாயப்படுத்த உனக்கு என்ன உரிமை?"

"அப்படியானால், நீங்கள் மகுடாபிஷேகத்துக்கு வரப்போவதில்லையா?"

"அது வானதியின் விருப்பம்; அவள் போகவேண்டும் என்றால் நானும் வருவேன் இல்லாவிட்டால் வரமாட்டேன்."

"அந்தப் பெண் எங்கே அக்கா?"

"உன் அன்னை பொன்னி நதிக்குப் பூஜை செய்யப் போயிருக்கிறாள். உனக்கு நல்ல புத்தியைக் கொடுத்து அருளவேண்டுமென்று பிரார்த்தனை செய்யப் போயிருக்கிறாள்."

இளவரசர் சிரித்துவிட்டு, "அவளுடைய பிரார்த்தனை நிறைவேறட்டும்; நான் புறப்படுகிறேன்" என்றார்.

"தம்பி! உன்னைப் போல் குரூரமானவனை நான் பார்த்ததே இல்லை. வானதி இரவெல்லாம் தூங்கவே இல்லை. நினைத்து நினைத்து விம்மிக் கொண்டிருந்தாள். காவேரிப் படித்துறைக்குச் சென்று அவளிடம் விடை பெற்றுக் கொண்டு போ!" என்றாள் குந்தவை.

"அவள் தூங்காதது மட்டும் என்ன? என் தூக்கத்தையும் அவள்தான் பறித்துக் கொண்டு விட்டாள் போலிருக்கிறது. ஒருவர் மனத்தை ஒருவர் அறிந்து நடந்து கொள்ளத் தெரியாவிட்டால் விம்மி அழுது கொண்டிருக்க வேண்டியதுதான். இப்படிப்பட்ட பெண்ணைக் கட்டிக் கொண்டு வாழ் நாளெல்லாம் நான் கஷ்டப்பட வேண்டுமென்கிறீர்கள்?" என்று பொன்னியின் செல்வர் சொல்லிவிட்டு, அந்த அரண்மனையின் பின்புறம் விரைந்து சென்றார். தோட்டத்தைத் தாண்டியதும் பொன்னி நதியின் படித்துறையில் வானதி அமர்ந்திருப்பதையும் பக்கத்திலிருந்த தட்டிலிருந்து மலர்களை எடுத்துப் பொன்னி நதியின் வெள்ளத்தில் ஒவ்வொன்றாகப் போட்டுக் கொண்டிருப்பதையும் பார்த்தார்.

வானதி அவ்விதம் அர்ச்சனை செய்து கொண்டிராவிட்டால், அவள் அந்தக் காவேரித் துறையில் அமைக்கப்பட்ட ஒரு பெண்ணின் பொற்சிலையாகவே தோன்றியிருப்பாள்.

பொன்னியின் செல்வர் சத்தமிடாமல் சென்று வானதிக்குப் பின்னால் மேல் படி ஒன்றில் உட்கார்ந்து கொண்டார்.

வானதிக்கு யாரோ வருகிறார்கள் என்பது தெரிந்துதானிருக்க வேண்டும். உள்ளுணர்வினால் அவர் பொன்னியின் செல்வர்தான் என்று தெரிந்துகொண்டாள் போலும். ஆகையால் திரும்பிப் பாராமல் அர்ச்சனை செய்வதையும் நிறுத்தி விட்டுச் சும்மா இருந்தாள்.

தட்டிலிருந்த மலர்களின் இதழ்களில் பனித்துளிகள் இரண்டொன்று காணப்பட்டன. வானதியின் கண் மலரின் இதழ்களிலும் முத்துப் போன்ற இரண்டு கண்ணீர்த் துளிகள் பிரகாசித்தன.

உதய சூரியன் பசும்பொற் கிரணங்கள் பொன்னி நதியின் மெல்லிய அலைகளோடு கூடிக் குலாவியபோது, சோழ சாம்ராஜ்ய மங்கை தங்கரேகைகள் ஊடுருவிப் படர்ந்து நீலப் பட்டுச் சேலையை உத்தரீயமாக அணிந்து விளங்குவது போலத் தோன்றியது. அந்த நீலப் பட்டுச் சேலையின் இருபுறங்களிலும் அமைந்த பச்சை வர்ணப் பட்டுக் கரையைப் போல நதியின் இருபுறங்களிலும் செழித்து வளர்ந்திருந்த பசும் சோலைகள் காட்சி தந்தன.

காவேரியின் பிரவாகம் இசைத்த இனிய சுருதிக்கு இணங்க இருபுறத்துச் சோலைகளிலும் பலவகைப் புள்ளினங்கள் மங்கள கீதங்கள் பாடி வாழ்த்தின.

கற்பனை உலகிலே சஞ்சரித்துப் பகற் கனவு காண்பதற்கு இடமும் நேரமும் சூழ்நிலையும் மிக வாய்ப்பாக இருந்தன.

இளவரசர் சிறிது மௌனமாயிருந்து பார்த்துவிட்டு, "வானதி! பகல் கனவு காண்கிறாயா? நான் உன் கனவைக் கலைத்துவிட்டேனா?" என்றார்.

"நான் பகற் கனவுதான் காண்கிறேன், ஐயா! ஆனால் என் கனவைத் தாங்கள் எப்படி கலைக்க முடியும்? இரவில் நான் கனவு கண்டாலும், அக்கனவிலே நடுநாயகமாக விளங்குகிறவர் தாங்கள் தானே? ஆகையாலேயே தங்களைப் பக்கத்திலே பார்க்கும் போது, 'இது கனவா? நனவா?' என்று எனக்குச் சந்தேகம் தோன்றிவிடுகிறது. 'வாருங்கள்!' என்று அழைக்கவும் இயலாமற் போகிறது. ஆம், சுவாமி! எத்தனையோ நாள் எத்தனையோ விதமான பகற் கனவு கண்டிருக்கிறேன். தங்களை முதல் முதலில் திருநல்லம் அரண்மனைத் தோட்டத்தில் நான் சந்தித்தபோது, தங்களை யானைப்பாகன் என்று நினைத்தேன். தாங்கள் சாதாரண யானைப்பாகனாகவே இருக்கக் கூடாதா என்று பின்னர் பல தடவை நான் எண்ணியதுண்டு. தாங்கள் வெறும் யானைப்பாகனாயிருந்து

என்னைத் தங்கள் பின்னால் யானையின் மீது ஏற்றிச் சென்றதாகப் பலமுறை கற்பனையில் கண்டு களித்தேன். அப்போதெல்லாம், இந்த உலகத்தைச் சேர்ந்த சாதாரண கரிய யானையின் மேல் ஏறிப்போவதாக எனக்குத் தோன்றுவதில்லை. தேவலோகத்தில் உள்ள ஐராவதம் என்னும் வெள்ளை யானையின் பேரில் நான் ஏறிச் செல்வதாகத் தோன்றும். தாங்களே தேவேந்திரன் என்றும், நான் இந்திராணி என்றும் எண்ணிக் கொள்வேன்..."

"அப்படியானால் இப்போது..." என்று பொன்னியின் செல்வர் குறுக்கிட்டுப் பேச முயன்றதை வானதி தடுத்துத் தொடர்ந்து கூறினாள் :

"கொஞ்சம் பொறுங்கள், அரசே! தேவேந்திரன் இந்திராணி என்ற கற்பனையை உடனே மாற்றிக் கொள்வேன். தேவேந்திரனுக்கும், இந்திராணிக்கும் நிம்மதி ஏது? அவர்கள் இருவரும் தனியாக ஐராவதத்தில் ஏறி ஆனந்தப் பிரயாணம் செய்வதற்கு அவகாசம் ஏது? தேவர்களும் தேவிகளும் புடை சூழவல்லவா எப்பொழுதும் கொலுவிருக்க வேண்டும்? ஆகையால் அந்த எண்ணத்தை உடனே மாற்றிக்கொள்வேன். அரசர் குலத்தில் பிறந்தவளாயில்லாமல் கடற்கரையில் வாழும் படகுக்காரர் குடும்பத்தில் நான் பிறந்திருக்கக் கூடாதா என்று எண்ணிக் கொள்வேன்."

"தெரிகிறது, வானதி! எனக்குத் தெரிகிறது! பூங்குழலியைப் பார்த்து நீ பொறாமைப்படுகிறாய்!"

"ஆம், அது உண்மைதான்! இந்த உலகத்திலேயே பூங்குழலி தேவியைப் பார்த்துத்தான் நான் பொறாமைப் படுகிறேன். அவருடைய மனோரதம் நிறைவேறிவிட்டது. அவரும் அவருடைய காதலரும் கோடிக்கரைக்குப் போய் அலை கடலில் படகு செலுத்தியும், குழகர் கோவிலில் சேவை செய்தும் ஆனந்த வாழ்க்கை நடத்தப் போகிறார்கள். அவர் ஏன் என்னைப் பார்த்து சிரிக்கமாட்டார்? சிரிக்கத்தான் சிரிப்பார். ஐயா! வேறு எந்த விதமாகவேனும் என்னைத் தண்டியுங்கள். பூங்குழலி தேவி என்னைப் பார்த்துச் சிரிக்கும்படி மட்டும் செய்யாதீர்கள்..."

முதல் நாள் இரவு நடந்ததைப் பொன்னியின் செல்வர் நினைவு கூர்ந்து கூறினார் :–

"வானதி! கொஞ்சம் பொறுத்துக் கொண்டிரு! நேற்று பூங்குழலி உன்னைப் பார்த்துச் சிரித்தாள் அல்லவா? அவளைப் பார்த்து நீ சிரிக்கும் காலம் வரும்!"

"சுவாமி! நான் பூங்குழலி தேவியைப் பார்த்துச் சிரிக்க விரும்பவில்லை; வேறு யாரை பார்த்தும் சிரிக்க விரும்பவில்லை. யார் வேண்டுமானாலும் என்னைப் பார்த்துச் சிரித்துக்கொண்டு போகட்டும். தங்களுடைய பொன் முகத்தில் சில சமயம் புன்னகையைக் காண்பதற்குத்தான் ஆசைப்படுகிறேன். மற்றவர்களைப் பார்க்கும்போதும், பேசும்போதும் தங்கள் முகம் மலர்ந்திருக்கிறது. என்னைப் பார்க்கும்போது மட்டும் தங்கள் புருவங்கள் நெரிகின்றன. இப்போதுகூடத் தங்களைப் பார்ப்பதற்கே எனக்குப் பயமாயிருகிறது..."

"வானதி! இதைக் கேள்! உன்னைப் பார்த்ததும் என் முகம் சுருங்குவதற்குக் காரணம் இருக்கிறது. மற்றவர்களால் எனக்கு எவ்வித இடையூறும் இல்லை; அவர்களால் என் மன நிம்மதி குலைவதில்லை. உன்னால் என் உள்ளம் அமைதியை இழக்கிறது. நேற்றிரவு நீ தூங்கவில்லையென்று என் தமக்கையார் கூறினார். நானும் தூங்கவில்லை, வானதி! பல தினங்களாகவே நான் தூங்குவதில்லை. அரண்மனை மேன்மாடத்தில் படுத்து ஆகாசத்து நட்சத்திரங்களைப் பார்த்தேனானால், உன் கண்களின் ஒளியைத்தான் அந்த விண்மீன்கள் எனக்கு ஞாபகப்படுத்துகின்றன. சோலை மரங்கள் காற்றில் அசைந்தாடி இலைகள் சலசலவென்று சப்திக்கும்போது, நீ உன் இனிய குரலில் கலகலவென்று சிரிக்கும் ஒலியைத்தான் கேட்கிறேன். மிருதுவான தென்றல் காற்று என் தேகத்தில் படும்போது நீ உன் காந்தள் மலர்களையொத்த விரல்களால் என்னைத் தொடுவதாக எண்ணிப் பரவசமடைகிறேன். வானதி! இப்படியெல்லாம் உன் நினைவு என்னை ஆட்கொண்டிருப்பதால், உன்னை நேருக்கு நேர் பார்க்கும்போது என் முகம் சுருங்குகிறது; புருவங்கள் நெரிகின்றன. என் வாழ்க்கையில் நான் சாதனை செய்ய விரும்பும் காரியங்களுக்கெல்லாம் நீ தடங்கலாகி விடுவாயோ என்று அஞ்சுகிறேன்...."

"சுவாமி! அந்தப் பயம் தங்களுக்கு வேண்டாம்! தங்கள் காரியங்களுக்கு நான் தடையாக இருக்க மாட்டேன்...."

"நீ தடையாக இருக்கமாட்டாய்; யாருமே தடையாக இருக்க முடியாது! மாரிக்காலத்தில் கீழ்த்திசையிலிருந்து புயல் கொண்டு வரும் கருமேகத் திரளை நீ பார்த்திருக்கிறாயா, வானதி! அந்த மேகத்திரளில் மழை நீர் நிறைந்திருக்கிறது. மின்னல்களும், இடிகளும் அம்மேகத்தில் மறைந்திருக்கின்றன. சண்டமாருதம் அந்த மழை நிறைந்த கொண்டலைத் தள்ளிக் கொண்டு வருகிறது. அதை யாராவது தடுத்து நிறுத்த முடியுமா? அந்த மேகங்களின் நிலையில் நான் இருக்கிறேன். வானதி! என் உடம்பில் எப்போதும் ஒரு பரபரப்பு இருந்து கொண்டிருக்கிறது. என் உள்ளத்தில் ஏதோ ஒரு வேகம் இருந்து கொண்டிருக்கிறது. கண்ணுக்குத் தெரியாத மின்னல்கள் மின்னுகின்றன; காதில் கேட்காத இடி முழக்கங்கள் ஒலிக்கின்றன. புயல்களும், சூறைக்காற்றுகளும், சண்டமாருதங்களும் என்னை அழைக்கின்றன. ஏழு கடல்களிலும் மலைமலையாக அலைகள் கிளம்பி என்னை வரவேற்கின்றன. ஆயிரமாயிரம் சங்கங்களின் நாதமும், முரசுகளின் முழக்கமும் போர் யானைகளின் பிளிறல்களும் என்னைக் கவர்ந்து இழுக்கின்றன. என்னை யாரும் தடுக்க முடியாது. வானதி! ஆனால் தடுக்க முயன்று எனக்கு மன அமைதி இல்லாமல் செய்ய முடியும்..."

"சுவாமி! அவ்வாறு நான் ஒருநாளும் செய்ய மாட்டேன்; தடை செய்ய முயலவும் மாட்டேன். மூன்று உலகையும் ஆளப் பிறந்த தங்களுக்கு உதவி செய்ய முடியாவிட்டாலும் இடையூறாக இருக்கமாட்டேன். ஆகையினாலேதான் தங்கள் அருகில் சோழ சிங்காதனத்தில் உட்காரவும் மறுதளிக்கிறேன்."

"வானதி! சோழர் குலச் சிங்காதனம் மகிமையில் பெரியதானாலும், அளவிலே சிறியது. அதில் ஒருவர்தான் அமர முடியும். சக்கரவர்த்திக்குப் பக்கத்தில் வேறொரு சிங்காதனம் அமைத்து, அதில்தான் சக்கரவர்த்தினி அமரவேண்டும்."

"சுவாமி! எனக்குத் தாங்கள் அமரும் சிங்காதனத்திலும் இடம் வேண்டாம். தங்கள் அருகில் தனிச் சிங்காதனத்திலும் இடம் வேண்டாம். தங்களுடைய பட்டமகிஷியாகச் சிங்காதனத்தில் அமர்ந்திருக்கப் புண்ணியம் செய்தவளுக்கு அந்தப் பாக்கியம் கிடைக்கட்டும். தங்களுடைய நெஞ்சமாகிய சிங்காதனத்திலே எனக்குச் சிறிது இடங்கொடுத்தீர்களானால், அதுவே ஏழு ஜென்மங்களில் நான் செய்த தவத்தின் பயன் என்று கருதி பூரிப்பு அடைவேன்!"

"வானதி! என்னால் சுலபமாகக் கொடுக்க முடிந்ததை நீ கேட்டாய். என்னுடைய நெஞ்சமாகிய சிங்காதனத்தில் நீ ஏற்கெனவே இடம் தயார் செய்து கொண்டு விட்டாய்! அதை நான் உனக்குத் தருவதில் எவ்விதத் தடையுமில்லை! இந்தப் பெரிய சோழ சாம்ராஜ்யத்தின் சக்கரவர்த்தினியாக உண்மையிலேயே நீ விரும்பவில்லையா, வானதி! கண்டோர் கண்கள் கூசும்படி ஜொலிக்கும் நவரத்தினங்கள் பதித்த பொற்கிரீடத்தை உன் சிரசில் சூட்டிக் கொள்ள வேண்டும் என்ற ஆசை உனக்கு இல்லையா?"

"அந்த ஆசை எனக்குச் சிறிதும் இல்லை! சோழ குலத்துப் புராதன மணி மகுடங்களை நான் பார்த்திருக்கிறேன்; கையில் எடுத்துப் பார்த்திருக்கிறேன். அவற்றில் ஒன்றை என் தலையில் வைத்துக் கொண்டால், அதன் கனம் என் தலையை அமுக்கிக் கழுத்தை நெறித்து மூச்சுவிடத் திணறும்படி செய்துவிடும் என்று அஞ்சுகிறேன். அவ்வளவு வலிமை என் உடலில் இல்லை; அவ்வளவு தைரியம் என் மனத்திலும் இல்லை. சுவாமி! நவரத்தினங்கள் இழைத்த மணி மகுடத்தைச் சுமக்க வலிமையும் தைரியமும் உள்ளவர்கள் அதைச் சுமக்கட்டும். தாங்கள் கடல் கடந்த நாடுகளுக்குப் பிரயாணம் புறப்படுவதற்கு முன்னால், எனக்கு வேறொரு பரிசு கொடுத்து விட்டுப் போங்கள். அரண்மனை நந்தவனத்திலிருந்து அழகான மலர்களைப் பறித்துத் தொடுத்து மாலை கட்டித் தருகிறேன். என்னால் எளிதில் சுமக்கக்கூடிய அந்த மாலையை என் கழுத்தில் சூட்டி என்னைத் தங்கள் அடிமையாக்கிக் கொண்டுவிட்டுப் புறப்படுங்கள்!..."

"சீன வர்த்தகர்களிடமிருந்து நவரத்தின மாலையை உனக்கு பட்டாபிஷேகப் பரிசாகக் கொண்டு வந்தேன்."

"தங்கள் பட்டாபிஷேகத்துக்கு எனக்குப் பரிசு எதற்கு?"

"சரி, வேண்டாம்! இதை வேறு யாருக்காவது கொடுத்து விடுகிறேன், வானதி! நீயும், நானும் ஓர் ஒப்பந்தம் செய்து கொள்வோம். நான் புறப்படுவதற்கு முன்னர் உன் விருப்பத்தின்படி உனக்கு ஒரு மாலை சூட்டிவிட்டுப் போகிறேன். நான் சூட்டும் அந்த மணமாலைக்குப் பதிலாக நான் ஒவ்வொரு தடவை அயல் நாடுகளிலிருந்து திரும்பி வரும்போதும் நீ ஒவ்வொரு பூமாலையுடன் காத்திருக்க வேண்டும். கடல் கடந்த தூர தூர தேசங்களுக்கெல்லாம் சென்று புலிக்கொடியை நாட்டிவிட்டு வெற்றி முழக்கத்துடன் நான் திரும்பி வரும்போதெல்லாம் நீ ஒரு வெற்றி மாலையுடன் எனக்காகக் காத்திருக்க வேண்டும்" என்றார் இளவரசர்.

"ஒரு மாலை என்ன? நூறு நூறு மாலைகள் தொடுத்து வைத்துக்கொண்டு காத்திருப்பேன். இந்தத் தேச மக்கள் எல்லாரும் காத்திருப்பார்கள்!" என்றாள் இளவரசி வானதி.

❉ ❉ ❉ ❉

எண்பத்தேழாம் அத்தியாயம்

புலவரின் திகைப்பு

அருள்மொழிவர்மருக்குத் திருமுடி சூட்டு விழா நெருங்க நெருங்க, சோழ நாடு முழுவதும் ஒரே கோலாகலமாகி வந்தது. பொன்னியின் செல்வருக்குப் பொன் முடி சூடுவது குறித்து மக்களிடையில் மாறுபட்ட அபிப்பிராயமே காணப்படவில்லை. சோழ நாட்டு ஆண்கள், பெண்கள், வயோதிகர்கள், குழந்தைகள், நகர மாந்தர், கிராமவாசிகள், வர்த்தகர்கள், உழவர்கள் அனைவரும், ஒருமுகமாகப் பொன்னியின் செல்வருக்கு முடிசூட்டுவதைக் குதூகலமாக வரவேற்றார்கள். அவர் பிறந்த வேளையைப் பற்றியும், குடிமக்களிடம் அவர் கலந்து பழகும் அருமைப் பண்பைப் பற்றியும் அனைவரும் சொல்லிச் சொல்லி வியந்து மகிழ்ந்தார்கள்.

ராமருக்குப் பட்டாபிஷேகம் செய்துவைக்கத் தசரதர் முடிவு செய்துவிட்டார் என்று அறிந்ததும் அயோத்தி மக்கள் எல்லோரும் எவ்வளவு மகிழ்ச்சி அடைந்தார்கள் என்பதை ராமகாதை நன்கு வர்ணிக்கிறது.

வயது முதிர்ந்த பெண்மணிகள் எல்லாரும் கோசலையைப் போல் ஆகிவிட்டார்களாம். தத்தம் புதல்வர்களுக்கே மகுடாபிஷேகம் ஆகப் போவதாக எண்ணி மகிழ்ந்தார்களாம். இளம் பெண்கள் எல்லாரும் சீதா தேவி அடைந்த ஆனந்தத்தைத் தாங்களும் அடைந்து, தத்தம் கணவன்மார்களுக்கே முடிசூட்டப் போவதாகக் கருதித் தங்களை ஆடை ஆபரணங்களால் அலங்கரித்துக் கொண்டார்களாம். அயோத்திமா நகரத்தில் வாழ்ந்த முதிய பிராயத்து ஆண்மக்கள் எல்லாரும் தசரதனைப் போல் ஆகிவிட்டார்களாம்.

'மாதர்கள் வயதின்மிக் கார் கோசலை மனத்தைஒத் தார்;
வேதியர் வசிட்டனொத் தார்; வேறுள மகளிர்எல் லாம்
சீதையை ஒத்தார்;அன் னாள் திருவினை ஒத்தாள்;அவ் வூர்
சாதன மாந்தர்எல் லாம் தயரதன் தன்னைஒத் தார்'

என்று அயோத்தி மக்களின் மனோநிலையைக் கம்ப நாடர் அற்புதமாக சித்தரித்திருக்கிறார்.

அவ்வாறு அயோத்தி மக்களின் உள்ளன்பையும் நன்மதிப்பையும் அடைவதற்கு ராமர் என்ன அருஞ்செயல் புரிந்திருந்தார்? அவருடைய கோதண்டத்தின் மகிமையெல்லாம் பிற்காலத்தில் அல்லவா வெளியாவதற்கு இருந்தது? ராவணன் முதலிய ராட்சதர்களை வதம் செய்து மூன்று உலகங்களுக்கும் பயத்திலிருந்து விடுதலை அளித்த பெருமை பின்னால் அல்லவா அவரைச் சேர்வதாக இருந்தது? விசுவாமித்திர முனிவரோடு சென்று அவருடைய யாகத்தைப் பூர்த்தி செய்வித்து விட்டு வந்தார் என்பது அயோத்தி மக்களுக்கு அவ்வளவாக ராமருடைய பெருமையை உயர்த்திக் காட்டியிராதல்லவா? ஏன்? விசுவாமித்திரர் திரும்பி அயோத்திக்கு வந்து அதைச் சொல்லக்கூட இல்லையே?

இந்த உலகில் சிலர் செயற்கரிய வீரச் செயல்களும், பரோபகாரச் செயல்களும் புரிந்து மக்களின் உள்ளத்தைக் கவர்கிறார்கள். இன்னும் சிலர் இசை பாடியும், நடனம் ஆடியும், கவிதை புனைந்தும், சித்திர சிற்பக்கலைகளில் அற்புதங்களை அளித்தும் பிறருடைய போற்றுதலுக்கு உள்ளாகிறார்கள். வேறு சிலர் கருவிலேயே திருவுடையோராய், பிறக்கும்போதே சிறப்புடையோராய்ப் பிறந்து விடுகிறார்கள். குறிப்பிடக்கூடிய காரணம் எதுவும் இன்றிப் பார்ப்பவர்களுடைய உள்ளங்களையெல்லாம் கவர்ந்து வசீகரிக்கக் கூடிய சக்தியை இயற்கை அன்னை அவர்களுக்கு அளித்து விடுகிறாள். ஆகா! இயற்கை அன்னை மிக்க பாரபட்சம் உடையவள் போலும்! ஆனாலும் நாம் என்ன கண்டோம்? இயற்கை அன்னை அத்தகைய வசீகர சக்தியை அவர்களுக்கு அளிக்கும்போது அதற்கு இணையாக வேறு என்ன பிரதிகூலமான அம்சங்களையும் அளித்திருக்கிறாளோ, நமக்கு என்ன தெரியும்?

அவ்வளவு தூரம் அயோத்தி மாந்தரின் உள்ளன்பைக் கவர்ந்து, அவர்களுடைய போற்றுதலுக்கு உரியவராயிருந்த ராமர், உலகில் சாதாரண மனிதர் யாரும் அடையாத துன்பங்களையெல்லாம் அடைய வேண்டியிருந்ததல்லவா? நாட்டைத் துறந்து, காட்டுக்குச் சென்று, காதல் மனைவியைப் பறிகொடுத்து, சொல்லுவதற்கு இயலாத மனவேதனைப் படவேண்டி நேர்ந்ததல்லவா?

* * *

அருள்மொழிவர்மர் இயற்கை அன்னையின் பட்சபாதமான சலுகைக்குப் பாத்திரமானவர். அவருடைய தோற்றமே அவரைப் பார்த்தவர்கள் அனைவர் மனத்தையும் வசீகரித்தது. அவருடைய இனிய பேச்சும் பண்புகளும் அவருடன் பழக நேர்ந்தவர்கள் எல்லாருடைய அன்பையும் கவர்ந்தன. ஈழ நாட்டுப் போர்க்களத்துக்கு அவர் சென்றிருந்தபோது அவ்வளவாக வீர தீரச் செயல்கள் புரிவதற்குச் சந்தர்ப்பங்கள் கிட்டவில்லை. ஆயினும் அவருடைய வீரப் பிரதாபங்களைப் பற்றிய கற்பனைச் செய்திகள் பல சோழ நாடெங்கும் பரவி வந்தன. ஒருவரிடம் நாம் அன்பு கொண்டு விட்டால், அவரைப் பற்றிய எவ்வளவு மிகைப்படுத்தப்பட்ட புகழுரைகளையும் எளிதில் நம்புவதற்கு ஆயத்தமாகி விடுகிறோம் அல்லவா?

சுந்தர சோழர் நோய்வாய்ப்பட்டு நடமாடவும் சக்தியில்லாமல் போன காலத்திலிருந்து, அரசுரிமை சம்பந்தமான குழப்பங்கள் சோழ நாட்டில் ஏற்படக்கூடுமோ என்று மக்கள் கவலைப்பட்டு வந்தார்கள். பழுவேட்டரையர், சம்புவரையர் முதலிய குறுநில மன்னர்களும், பெருந்தரத்து அதிகாரிகளும் சுந்தர சோழரின் புதல்வர்களுக்கு விரோதமாகக் கண்டராதித்தருடைய மகனுக்குப் பட்டம் கட்டச் சதி செய்கிறார்கள் என்னும் வதந்தியும் பரவியிருந்தது.

கண்டராதித்தருடைய குமாரன் மதுராந்தகனுக்கு விரோதமாகச் சொல்லக் கூடியது எதுவும் மக்களுக்குத் தெரிந்திருக்கவில்லை. ஆனால் மதுராந்தகன் மக்களிடையில் வந்து கலந்து பழகியதுமில்லை. தந்தையைப்போல் உலக வாழ்க்கையில் வெறுப்புற்றுச் சிவபக்தியில் ஆழ்ந்திருக்கிறான் என்பது மட்டும் தெரிந்திருந்தது. விஜயாலய சோழர் காலத்திலிருந்து சோழ ராஜ்யம் விரிந்து பரந்து வந்ததையும், வர்த்தகம் செழித்து மக்களின் வாழ்க்கை

உயர்ந்து வந்ததையும், சோழ சைன்யங்கள் வெற்றி கொண்ட நாடுகளிலிருந்து பலவிதச் செல்வங்கள் சோழ நாட்டில் வந்து குவிந்து கொண்டிருந்ததையும் பார்த்துக் களித்துப் பெருமிதம் அடைந்திருந்த மக்கள், சோழப் பேரரசு மேலும் மேலும் பல்கிப் பரவித் தழைக்க வேண்டுமென்று விரும்பினார்கள். சிவபக்தியில் முழுக்க முழுக்க ஈடுபட்ட மதுராந்தகர் சிங்காதனம் ஏறினால், சோழ ராஜ்யத்தின் முன்னேற்றம் தொடர்ந்து நடைபெற முடியுமா என்று ஐயுற்றார்கள். அதுமட்டுமன்றி, மதுராந்தகர் பட்டத்துக்கு வந்தால் சிற்றரசர்கள் வைத்ததே சட்டமாயிருக்கும் என்று மக்கள் அஞ்சினார்கள்.

ஆதித்த கரிகாலரைப் பற்றி வீராதி வீரர் என்ற பெருமதிப்பு மக்களுக்கு இருந்தாலும், அவர் சிங்காதனம் ஏறுவது பற்றியும் அவ்வளவாக உற்சாகம் கொள்ள இடமில்லாமலிருந்தது. ஆதித்த கரிகாலரிடம் மக்களை வசீகரிக்கும் இனிய சுபாவம் இல்லை; எல்லாருடனும் அவர் சரளமாகக் கலந்து பழகுவதில்லை. இதையன்றி, கரிகாலரைப் பற்றி மர்மமான பல வதந்திகள் உலாவி வந்தன. அவர் ஏதோ பெரிய குற்றம் செய்துவிட்டார் என்றும், அவருடைய மனச்சாட்சியே அதற்காக அவரை வருத்திக் கொண்டிருக்கிறதென்றும், அதனாலே தந்தை சுந்தர சோழரின் அபிமானத்தை இழந்து விட்டார் என்றும் வதந்திகள் பரவியிருந்தன. இன்னும் பலவிதமான கற்பனைக் கதைகளும் கட்டிவிடப்பட்டிருந்தன. ஆகையால் அவர் அகால மரணமடைந்த போது ஒரு மகா வீரனுக்குரிய மரியாதையை மக்கள் செலுத்தினாலும் அதிகமாக துக்கப்பட்டுக் கொண்டிருக்கவில்லை. வால் நட்சத்திரத்தின் பேரில் பழியைப் போட்டுவிட்டு ஒருவாறு மனதைச் சமாதானப்படுத்திக் கொண்டார்கள்.

பெரிய பழுவேட்டரையரின் மரணமும், அது நேர்ந்த விதமும் மக்களுடைய உள்ளத்தில் அவர் பேரில் புதியதொரு அபிமானத்தையும், மரியாதையையும் உண்டாக்கியிருந்தது. அந்த வீரக் கிழவர் முதுமைப் பிராயத்தில் மணந்துகொண்ட மாய மோகினி உண்மையில் பாண்டிய நாட்டு ஆபத்துதவிகளைச் சேர்ந்தவள் என்றும், அவளுடைய தூண்டுதலினாலேதான் பெரிய பழுவேட்டரையரின் மனம் கெட்டுப் போயிருந்ததென்றும், ஆதித்த கரிகாலரின் அகால மரணத்துக்குப் பாண்டிய நாட்டு ஆபத்துதவிகளே காரணம் என்றும், உண்மையை அறிந்துகொண்டதும் பெரிய பழுவேட்டரையர் செய்த குற்றத்துக்குப் பிராயச்சித்தமாகத் தம்மைத் தாமே மாய்த்துக் கொண்டார் என்றும் வதந்திகள் பரவிவிட்ட பிறகு, ஜனங்கள் பெரிய பழுவேட்டரையரைக் குறித்து, "ஐயோ! பாவம்!" என்று அனுதாபப்பட்டார்கள். அவர் இறப்பதற்கு முன்னால், "மதுராந்தகருக்குப் பட்டம் கட்டும் எண்ணத்தை விட்டு விடுங்கள், பொன்னியின் செல்வருக்கே முடிசூட்டுங்கள்!" என்று மற்ற குறுநில மன்னர்களுக்குக் கட்டளையிட்டு விட்டுச்சென்றார் என்பதும் அவரிடம் மக்களின் மரியாதையை அதிகப்படுத்தியது. மக்களின் மனத்தில் உள்ள விருப்பம் நிறைவேறுவதற்கு ஒரு பெரிய தடங்கலை நிவர்த்தி செய்துவிட்டல்லவா அந்த மாபெரும் வீரக் கிழவர் உயிரை நீத்தார்? அவருடைய நினைவு வாழ்க! அவருடைய குலம் வாழ்க! இவ்வாறு ஜனங்கள் நன்றி உணர்ச்சியுடன் அவரைப் பற்றிப் புகழ்ந்து பேசினார்கள்.

மதுராந்தகத்தேவர் விஷயத்தில் ஆள் மாறாட்டம் நடந்திருக்கிறது என்னும் விவரம் பொதுமக்களில் யாருக்குமே தெரிந்திருக்கவில்லை. அரச குடும்பத்தினரையும், அவர்களுடன் நெருங்கிய தொடர்பு கொண்டவர்களையும் தவிர வேறு யாருக்கும் அந்தச் செய்தி தெரியாது. பழைய மதுராந்தகர் பெரும்பாலும் அரண்மனைக்குள்ளேயே பொழுதைக் கழித்தார். மிக அபூர்வமாகவே வெளிப்புறப்பட்டார். அந்தச் சந்தர்ப்பங்களிலும் அவர் பொதுமக்களுடன் கலந்து பழகுவதில்லை. அவருக்கு முடிசூட்டும் பேச்சு நடந்து கொண்டிருந்தபோது மூடுபல்லக்கில் வைத்து அவரை அழைத்துக்கொண்டு போவது வழக்கமாயிருந்தது. அவருடைய அங்க அடையாளங்களைக் கூர்ந்து கவனிக்கப் பொது ஜனங்களுக்குச் சந்தர்ப்பம் ஏற்படவில்லை. ஆகையால் பழைய மதுராந்தகர் போய்ப் புதிய மதுராந்தகர் வந்துள்ள விவரமே மிகப் பெரும்பாலான மக்களுக்குத் தெரியாமலிருந்தது.

ஆதலின் திருவையாற்றில் நடந்த திருவாதிரைத் திருவிழாவில் புதிய மதுராந்தகரைப் பார்த்தவர்கள் எவரும் ஆள் வேற்றுமை எதுவும் இருப்பதாக அறியவில்லை. அவர் மனைவி பூங்குழலி மட்டும் சிலருடைய கவனத்தைக்

கவர்ந்தாள். அந்தப் பெண் 'சின்னப் பழுவேட்டரையருடைய மகள்' என்று சிலர் கூறியதை மற்றும் சிலர் மறுத்துரைத்தார்கள். கடலில் படகு செலுத்தி வந்த ஓடக்காரப் பெண் இவள் என்றும், மதுராந்தகர் சமீபத்தில் இவளை மணந்து கொண்டார் என்றும் சொன்னார்கள்.

அரச குடும்பத்தினரும், குறுநில மன்னர்களும் பலதார மணம் செய்துகொள்வது அந்நாளில் சாதாரணமாக இருந்தபடியால் யாரும் அதைப் பற்றி வியப்பு அடையவில்லை. சிற்றரசர்கள் பலர் தூண்டியும் மதுராந்தகத்தேவர் தமக்குப் பட்டம் வேண்டாம் என்று சொல்லி விட்டார் என்னும் வதந்தி மக்களுக்குப் பொதுவாகவே அவரிடம் மரியாதையை உண்டுபண்ணியிருந்தது. சிவபக்தியில் திளைத்துப் பரவச நிலையை அடைந்திருந்த அவருடைய தோற்றமும் அந்த மரியாதையை வளர்த்தது. "ஓடக்காரப் பெண்ணாகிய பூங்குழலியை முன்னிட்டே மதுராந்தகர் சோழ சிங்காதனத்தை விரும்பவில்லை" என்ற பேச்சு இன்னும் பலருடைய அபிமானத்தை அவர் கவர்ந்து கொள்ளக் காரணமாயிருந்தது. பொன்னியின் செல்வருக்குப் பட்டாபிஷேகம் நடந்ததும், மதுராந்தகத்தேவருக்கு ஏதேனும் பெரிய பதவி அளிப்பார் என்றும் பேசிக் கொண்டார்கள்.

முடிசூட்டு விழாவுக்கு இரண்டு தினங்களுக்கு முன்னாலிருந்து சோழ நாட்டின் நானா திசைகளிலிருந்தும் ஜனங்கள் தஞ்சையை நோக்கி வரத் தொடங்கிவிட்டார்கள். தஞ்சைக் கோட்டைக்கு வெளியே ஒரே ஜனசமுத்திரமாகக் காட்சி அளித்தது. கோட்டையின் வாசற் கதவுகள் திறந்து விடப்பட்டன. கோட்டைக்குள் போவதற்கும் வெளியே வருவதற்கும் முன்னம் இருந்த கட்டுப்பாடுகள் நீக்கப்பட்டன.

முடிசூட்டு நாளைத் தள்ளி வைத்துக் கொண்டால் சமாளிக்க முடியாத கூட்டம் சேர்ந்து விடும் என்றுதான் தை பிறந்தவுடனே நாள் குறிப்பிட்டிருந்தார்கள். இன்னும் ஜனங்களுடைய சௌகரியத்துக்காக வேறு பல ஏற்பாடுகளும் செய்திருந்தார்கள்.

கொடும்பாளூர் வேளார் தம்முடன் அழைத்துக் கொண்டு வந்திருந்த மாபெரும் தென் திசைப் படையில் மிகப் பெரிய பகுதியைப் பொன்னியின் செல்வர் கட்டளையின் பேரில் திருப்பி அனுப்பிவிட்டார். தம்முடன் ஆயிரம் வீரர்களை மட்டுமே வைத்துக் கொண்டிருந்தார். அவ்விதமே பழுவேட்டரையர் கட்சியைச் சேர்ந்த சிற்றரசர்கள் குடந்தைக்கு அருகில் கொண்டு வந்து நிறுத்தியிருந்த வீரர்களும் திருப்பி அவரவர்களுடைய இடத்துக்கு அனுப்பப்பட்டார்கள்.

சின்னப் பழுவேட்டரையர் கோட்டைப் பாதுகாப்புக்காக வழக்கமாக வைத்திருந்த வீரர்கள் மட்டுமே இப்பொழுது இருந்தார்கள்.

பழுவூர் வீரர்களும், கொடும்பாளூர் வீரர்களும், வேளக்காரப் படை வீரர்களும் தங்களுடைய பகை மாற்சரியங்களையெல்லாம் மறந்து ஒருவரையொருவர் கட்டித் தழுவிக் கொள்ளவும், கேலி செய்வதும் கூத்தாடிக் குதூகலிப்பதுமாக இருந்தார்கள். முடிசூட்டு விழாவைப் பார்ப்பதற்குத் திரள்திரளாக வந்து குவிந்த வண்ணமிருந்த் மக்களுக்கு அவர்கள் கூடிய வரையில் உதவியாக இருந்தார்கள். சில சமயம் வேடிக்கைக்காக வானர சேஷ்டைகளில் அவ்வீரர்கள் ஈடுபட்ட போதிலும் ஜனங்கள் அவற்றைப் பொருட்படுத்தவில்லை.

தஞ்சைக் கோட்டைக்கு உட்புறமும் புறநகரமும் தேவேந்திரனின் அமராவதி நகரத்தைப் போல் அலங்கரிக்கப் பட்டு விளங்கின. நகரில் உள்ள ஒவ்வொரு வீட்டுக்கும் வெளியூரிலிருந்து விருந்தாளிகள் வந்து குவிந்த வண்ணமிருந்தார்கள்.

கடைசியாக, மகுடாபிஷேகத்துக்குக் குறிப்பிட்ட தினத்தன்று சூரியன் உதயமாயிற்று. உதிக்கும்போதே பனித்திரளைப் போக்கிக் கொண்டு பொற் கிரணங்களைப் பரப்பிக் கொண்டு தேஜோமயமாக உதித்த சூரியனைப் பார்த்த மாந்தர் அனைவரும், "இன்றைக்குப் பொன்னியின் செல்வருக்கு மகுடாபிஷேகம் அல்லவா! ஆகையால்சூரியனும் பொன்னொளி வீசித் திகழ்கிறான்!" என்று கூறி மகிழ்ந்தார்கள்.

மகுடாபிஷேகத்துக்குரிய வேளை வருவதற்கு வெகு நேரம் முன்னதாகவே, பட்டாபிஷேக மண்டபத்தின் வாசலில் ஜனத்திரள் சேர ஆரம்பித்து விட்டது. மண்டபத்துக்குள்ளே பொதுமக்கள் அனைவரும் இடம் பெறுதல் இயலாத காரியம் அல்லவா? முடிசூட்டு வைபவம் நடந்த பிறகு, பொன்னியின் செல்வர் மண்டபத்திலிருந்து வெளியில் வந்து பட்டத்து யானை மீதேறி வீதி வலம் தொடங்கும்போதுதான் மக்கள் அனைவரும் அவரைக் கண்டு மகிழ முடியும். அதற்காக, நேரம் கழித்து வரமுடியுமா, என்ன? முன்னதாக வந்தால், பொன்னியின் செல்வர் பொன் மகுடம் சூடிக்கொண்டு வெளி வரும்போதே அவரைப் பார்க்கலாமே!

மகுடாபிஷேக மண்டபத்துக்குள் அரண்மனையைச் சேர்ந்தவர்கள் வருவதற்குத் தனியான பின்புறப் பாதை இருந்தது. அதன் வழியாகச் சுந்தர சோழரும், வானமாதேவியும் அவர்களைத் தொடர்ந்து செம்பியன்மாதேவி, மதுராந்தகர், பூங்குழலி, குந்தவைப் பிராட்டி, வானதி ஆகியவர்களும் வந்து சேர்ந்தார்கள். முதன்மந்திரி அநிருத்தர், சின்னப் பழுவேட்டரையர், சம்புவரையர், சேனாதிபதி பூதிவிக்கிரம கேசரி, மலையமான் மிலாடுடையார், மற்றும் சிற்றரசர்கள், சாமந்தர்கள், வர்த்தக கணத்தலைவர்கள், கோட்டத் தலைவர்கள், பெருந்தர அதிகாரிகள், சிவாச்சாரியார்கள், விண்ணகர பட்டர்கள், தமிழ்ப் பெரும் புலவர்கள் ஆகியோர் வாசலில் கூடியிருந்த பெரும் ஜனக்கூட்டத்தில் புகுந்து முண்டியடித்துக்கொண்டு உள்ளே வந்து சேர்ந்தார்கள். கடைசியில் பொன்னியின் செல்வரும், வல்லவரையன் வந்தியத்தேவனும் தாமரை மலர் போல் அமைந்த திறந்த தங்கரதத்தில் அமர்ந்து மகுடாபிஷேக மண்டபத்தின் வாசலை அடைந்தபோது, பூரண சந்திரனைக் கண்ட அலைகடலைப் போல் அந்த ஜனசமுத்திரம் கரகோஷம் முழக்கி ஆரவாரம் செய்தது.

* * *

மகுடாபிஷேகத்துக்குரிய வைதிகச் சடங்குகள் எல்லாம் நடந்தேறின. சோழ குலத்து மன்னர்கள் வழி வழியாகப் பட்டாபிஷேக தினத்தன்று சிரசில் சூட்டிக்கொள்ளும் மணி மகுடம், மார்பில் அணியும் நவரத்தின மாலை, இடையில் தரிக்கும் உடைவாள், கையில் ஏந்தும் செங்கோல் ஆகியவற்றை ஒரு பெரிய சித்திரத் தாம்பாளத்தில் வைத்துச் சபையில் பெரியவர்கள் முன்னாலெல்லாம் கொண்டு போனார்கள். அவர்கள் அத்தாம்பாளத்தைத் தொட்டு ஆசி கூறினார்கள். பின்னர், ஆஸ்தானப் புலவராகிய நல்லன் சாத்தனார் எழுந்து நின்றார். அவருக்குப் பின்னால் கையில் யாழ் பிடித்த மங்கை ஒருத்தி நின்று, யாழின் நரம்புகளை மீட்டி இனிய சுருதியை எழுப்பினாள்.

புலவர் நல்லன் சாத்தனார் சோழ குலத்தின் தொல் பெருமையையும், அக்குலத்தில் பரம்பரையாக வந்து புகழ் பெற்ற வீர மன்னர்களின் வரலாற்றையும் இசையுடன் கலந்த சந்தப் பாடலாகப் பாடலுற்றார். அந்தப் பாடல் மிக நீண்டதாகவும் இந்தக் காலத்தவர் எளிதில் அறிந்து கொள்ள முடியாத அரிய நடையிலும் அமைந்திருந்தபடியால், அதன் சாராம்சத்தை மட்டும் இங்கே குறிப்பிடுகிறோம் :–

"சூரிய வம்சத்திலே தோன்றிய மனுமாந்தாதாவின் குலத்தில் சிபி என்னும் மன்னர் மன்னன் இருந்தான். அவன் ஒரு புறாவுக்குத் தான் அளித்த வாக்கை நிறைவேற்றி அதன் உயிரைக் காப்பதற்காகத் தன் உடலின் சதையை அறுத்துக் கொடுத்தான். அத்தகைய சிபியின் வம்சத்தில், அவனுக்குப் பின் தோன்றியவர்கள் 'செம்பியன்' என்று குலப்பெயர் சூட்டிக்கொண்டு பெருமையடைந்தார்கள். செம்பியர் குலத்தில் இராஜ கேசரி என்று ஒரு பேரரசன் தோன்றினான். அவன் மகன் பரகேசரி என்று புகழ் பெற்றான். இவர்களுக்குப்பின் தோன்றிய மன்னர்கள் கோஇராஜ கேசரி என்றும், கோப்பரகேசரி என்றும் மாற்றி மாற்றிப் பட்டம் சூட்டிக் கொண்டு வந்தார்கள். பசுவுக்கு நீதி வழங்குவதற்குத் தன் அருமைப் புதல்வனைப் பலி கொடுத்த சோழ மன்னர் மனுநீதிச் சோழன் என்று பெயர் பெற்றான். இவனுக்குப் பிற்காலத்தில் பூம்புகார் நகரில் கரிகால் பெருவளத்தான் என்னும் மன்னன் மூவுலகங்களிலும் தன் புகழைப் பரப்பி விளங்கினான். அவன் சோழ நாட்டுப் பெரும்படையுடன் வடக்கே இமயமலை வரையில் படையெடுத்துச் சென்று, அம்மலையின் பனி மூடிய சிகரத்தில் சோழ குலத்துப்

புலி இலச்சினையைப் பொறித்தான். இவன் வழியில் நலங்கிள்ளி, நெடுங்கிள்ளி, பெருங்கிள்ளி, குராப்பள்ளித்துஞ்சிய கிள்ளிவவன், குளமுற்றத்துத் துஞ்சிய கிள்ளிவளவன், சிவபெருமானுடைய பரம பக்தனாகிய கோப்பெருஞ்சோழன் ஆகியவர்கள் இப்புராதன குலத்துக்குப் பெயரும் புகழும் அளித்துச் சிவபதம் அடைந்தார்கள்.

"உலகத்துக்கெல்லாம் ஒளி அளிக்கும் சூரிய பகவானைக் கூட மாரிக்காலத்து மேகங்கள் மறைத்து விடுவது போல், சூரியனுடைய பரம்பரையில் வந்த சோழர் குலத்தைச் சில காலம் பல்லவ பாண்டியப் பகை மேகங்கள் மறைந்திருந்தன. அந்த மேகங்களைச் சிதற அடிக்கும் வஜ்ராயுதம் ஏந்திய தேவேந்திரனுக்கு இணையாக விஜயாலயச் சோழர் தோன்றினார். அந்தச் சோழர் குலப் புலியைக் கண்டதும் பெரும் பிடுகுமுத்தரையன் என்னும் எலி பீதி கொண்டு மாண்டு மறைந்தது. பின்னர் அந்த மகாவீரர் தஞ்சை நகரைக் கைப்பற்றி துர்க்கா பரமேசுவரிக்குக் கோயில் எடுப்பித்தார். பல்லவர்களும் பாண்டியர்களும் மற்றும் பல அரசர்களும் விஜயாலயச் சோழரின் நட்பைக் கோரி அனுப்பிய தூதுவர்கள் சதா காலமும் அந்த மன்னரின் அரண்மனை முற்றத்தில் காத்திருந்தார்கள். அவ்விதம் உதவி கோரி வந்த அரசர்களுக்கு அபயம் அளித்து உதவி செய்யும் பொருட்டு விஜயாலயச் சோழர் பற்பல போர்க்களங்களுக்குச் சென்று போர் புரிந்து தமது திருமேனியில் தொண்ணூற்றாறு விழுப்புண்களைப் பெற்றவரானார். விஜயாலயச் சோழரின் திருக்குமாரர் ஆதித்த சோழர் மாற்றார்களுடைய சேனா மேகங்களைச் சிதறி ஓடச் செய்யும் மற்றொரு கதிரவனாகவே விளங்கினார். திருப்புறம்பியம் போர்க்களத்தில் பல்லவன் அபராஜிதன் பாண்டியனால் முறியடிக்கப்படும் தறுவாயில் இருந்தபோது, ஆதித்த சோழர் முயற்கூட்டதில் புலி புகுவதைப் போல் புகுந்து பாண்டிய சைன்யத்தைச் சின்னாபின்னம் செய்தார். பின்னர், தாம் செய்த உதவியை மதிக்காமல் சிநேகத் துரோகம் செய்த பல்லவனுக்குப் புத்தி புகட்டும் பொருட்டு தொண்டை நாட்டுக்குப் படையெடுத்துச் சென்று அபராஜிதனை அவன் இருந்த யானை மேல் பாய்ந்து வீர சொர்க்கத்துக்கு அனுப்பினார். தமது முன்னோனாகிய கோச்செங்கணானைப் பின்பற்றி, காவேரி நதி உற்பத்தியாகும் சையபர்வதத்திலிருந்து பூம்புகார் நகரம் வரையில் எண்பத்திரண்டு சிவாலயங்களை எடுப்பித்தார். ஆதித்த சோழரின் புதல்வராகிய பராந்தக சோழர் பிறக்கும் போதே தம்முடைய இரு தோள்களிலும் வீரலக்ஷ்மியையும் விஜயலக்ஷ்மியையும் சுமந்து கொண்டு பிறந்தார். வெள்ளூரில் பாண்டியனைப் புறங்கண்ட அம்மன்னர், மதுரையும் ஈழமும் கொண்டதுடன், சேர நாட்டு வேழுப்படைக்கு ஒரு சிங்கமாக விளங்கினார். வடக்கே துங்கபத்திரை நதிக்கு அப்பால் இருந்த சளுக்கர்களும் வேங்கி மண்டலத்தாரும் பராந்தக சோழருடைய பெயரைக் கேட்டு சிம்ம சொப்பனம் கண்டவர்கள் போல் நடுநடுங்கினார்கள். அவருடைய புகழைக் கேட்டுப் பொறுக்காமல் பொறாமை கொண்ட இரட்டை மண்டலத்துக் கன்னர தேவன் ஏழு சமுத்திரம் சேர்ந்தது போன்ற மாபெரும் படையைத் திரட்டிக்கொண்டு பராந்தக சக்கரவர்த்தியைப் போரில் புறங்காண வந்தான். பராந்தகரின் மூத்த புதல்வராகிய இராஜாதித்த தேவர் குருக்ஷேத்திரத்தை ஒத்திருந்த தக்கோலப் போர்க்களத்தில் கன்னர தேவனையும் அவனுடைய மாபெரும் கடல் போன்ற சேனையையும் முறியடித்துச் சின்னாபின்னம் செய்த பிறகு யானை மேல் துஞ்சி வீர சொர்க்கம் எய்தினார். பராந்தக சோழர் தில்லைச் சிதம்பரத்து நடராஜப் பெருமான் ஆலயத்தில் பொன் மண்டபம் கட்டிய பின்னர் அப்பெருமானுடைய இணையடிகளை அடைந்தார்! அவருடைய புதல்வர் சிவஞான கண்டராதித்த தேவர் சிவாலயப் பணிகள் செய்வதில் ஈடுபட்டிருந்து சிவ பதத்தை அடைந்தார். அவருடைய காலத்தில் தொண்டை மண்டலத்தைப் பகைவர்களுடைய ஆதிக்கத்திலிருந்து விடுதலை செய்து சீட்புலி நாடு வரையில் புலிக் கொடியை நிலைநாட்டியவரான அரிஞ்சய தேவரும் தமது தமையனைப் பிரிந்து அதிக காலம் இருக்க மனமின்றி விண்ணுலகம் எய்தினார். அவருடைய திருப் புதல்வர் சுந்தர சோழ சக்கரவர்த்தி பின்னர் சோழ சிங்காதனம் ஏறினார். தான் ஒளிந்திருந்த பொந்திலிருந்து வெளியில் தலை காட்டிய பாண்டிய நரியின் மீது பாய்ந்து அதை மீண்டும் பொந்துக்குள் ஒளிந்து கொள்ளும்படி செய்தார்! சுந்தர சோழ சக்கரவர்த்தியின் வெண்கொற்றக் குடை நிழலில் மூன்று உலகமும் சிறிதும் கவலையின்றி நிர்ப்பயமாக வாழ்ந்து வருகின்றன.

"இவ்வாறு ஆயிரமாயிரம் ஆண்டுகளாக வீரப் புகழ் பெற்று விளங்கும் குலத்தில் வந்த பொன்னியின் செல்வரை எம்மொழிகளால் யாம் போற்ற முடியும்? அவருடைய புகழைச் சொல்வதற்குக் கலைமகளே பிறந்து வந்தால் ஒருவேளை சாத்தியமாகக் கூடும். எம்மைப்போன்ற மிகச் சாதாரண புலவர்களால் இயம்பத் தரமன்று..."

இவ்விதம் நல்லன் சாத்தனார் சோழ குலப் பெருமையைப் பாடி முடித்தார். அவருக்குப் பிறகு வடமொழிப் புலவர்களும், புத்த பிக்ஷுக்களும், சிவாச்சாரியார்களும், வைஷ்ணவ ஆச்சாரியர்களும் வாழ்த்துக் கூறுவதற்குக் காத்திருந்தார்கள். இவர்களை எப்படிச் சுருக்கமாக முடிக்கச் செய்வது என்பது பட்டாபிஷேக முகூர்த்தம் வைத்திருப்பவர்களுக்குப் பெரும் கவலையாகப் போய்விட்டது. அப்படிக் கவலைப்பட்டவர்களில் சின்னப் பழுவேட்டரையரும் ஒருவர். அவர் தமது கரத்தினால் சோழர் குலத்துப் புராதன கிரீடத்தை எடுத்துப் பொன்னியின் செல்வரின் சிரசில் சூடுவதற்கு ஆயத்தமாயிருந்தார். புலவர்களையும் பண்டிதர்களையும் எப்படி விரைவில் பாடி முடிக்கச் செய்வது என்று எண்ணிச் சுற்று முற்றும் பார்த்த சின்னப் பழுவேட்டரையரின் சமீபத்தில் புதிய ஆள் ஒருவன் திடுதிப்பென்று வந்தான். தெரு வீதியில் மொய்த்து நின்று கொண்டிருந்த அவ்வளவு ஜனக் கூட்டத்தாரையும் தாண்டி அவன் எப்படி ஆஸ்தான மண்டபத்துக்குள் வந்தான் என்பது பலருக்கும் வியப்பு அளித்தது. ஆனால் வந்தியத்தேவனுக்கு அது வியப்பு அளிக்கவில்லை. மாறுவேடம் பூண்டிருந்தவன் ஆழ்வார்க்கடியான்தான் என்பதை அறிந்திருந்த வந்தியத்தேவன் பொன்னியின் செல்வரை நோக்கினான். அவரும் அந்த சமிக்ஞையைத் தெரிந்து கொண்டவராகத் தோன்றினார்.

சின்னப் பழுவேட்டரையரின் காதில் ஆழ்வார்க்கடியான் என்ன ரகசியச் செய்தியைச் சொன்னானோ, தெரியாது. உடனே அவருடைய முகத்தில் பெரும் கவலையும், கலக்கமும் குடிகொண்டன. ஒரு கணம் தயங்கி நின்று விட்டு அவனை அழைத்துக் கொண்டு அச்சபா மண்டபத்தில் அதிகக் கூட்டமில்லாத ஒரு பக்கத்துக்குச் சென்றார்.

இதைக் கவனித்தார் பொன்னியின் செல்வர், நல்லன் சாத்தனார் சோழர் குலப் பெருமைக் கூறி வந்தபோதெல்லாம் கைகூப்பி நின்று வணக்கத்துடன் கேட்டுக்கொண்டு வந்தவர், இப்போது அந்தப் புலவரை நோக்கி, "ஐயா! புலவரே! இத்தனை நேரமும் தாங்கள் கூறி வந்த புகழெல்லாம் என் முன்னோரைப் பற்றியவை அல்லவோ? இந்தப் புராதனப் பெருமை வாய்ந்த சிங்காதனத்தில் அமர்ந்து மணி மகுடம் சூட்டி கொள்வதற்குத் தகுதியுள்ளவனாக நான் என்ன காரியம் செய்திருக்கிறேன்? அதைப் பற்றிக் கூறுவதற்குக் கலைமகள் இங்கே இப்போது பிரசன்னமாவது சாத்தியமில்லையாதலால் தங்களால் இயன்ற வரையில் சற்று எடுத்து இயம்பலாமே!" என்றார்.

புலவர் திகைத்து நின்றதைப் பார்த்த பொன்னியின் செல்வர், "ஐயா! தாங்கள் திகைத்து நிற்பது இயல்பே, தங்கள் பேரில் குற்றம் இல்லை. அவ்வாறு என்னுடைய புகழைப் பாட்டில் அமைத்துப் பாடும்படியாக நான் இன்னமும் ஒரு காரியமும் செய்யவில்லை; இன்றுதான் தொடங்கப் போகிறேன்!" என்றார்.

❉ ❉ ❉ ❉

எண்பத்தெட்டாம் அத்தியாயம்

பட்டாபிஷேகம்

அருள்மொழிவர்மர் தொடர்ந்து புலவரைப் பார்த்துக் கூறினார்:– "ஐயா! தங்களை இன்னும் ஒன்று கேட்கிறேன். சிபிச் சக்கரவர்த்தி முதல் சிவஞான கண்டராதித்தர் வரையில் எங்கள் சோழ குலத்து மன்னர்களின் புகழைத் தாங்கள் விரித்துரைத்தீர்கள். அவையெல்லாம் இந்தப் புராதன குலத்தில் பிறக்கும் பாக்கியம் பெற்ற எனக்கு எவ்வளவு பொருத்தமோ, அவ்வளவு என் சிறிய தந்தையும் மகான் கண்டராதித்த சோழரின் உத்தமத் திருப்புதல்வருமான மதுராந்தகத் தேவருக்கும் பொருத்தமாகுமல்லவா?"

புலவர், "ஆம்" என்பதற்கு அறிகுறியாகத் தலையை அசைத்தார். சபையிலிருந்தவர்கள் அத்தனை பேரின் கண்களும் சுந்தர சோழரின் மறு பக்கத்தில் அடக்க ஒடுக்கத்துடன் அமர்ந்திருந்த மதுராந்தகத்தேவரின் மீது திரும்பின. இப்போதுதான் புதிதாகப் பார்ப்பதுபோல் மதுராந்தகரைக் கூர்ந்து கவனிக்கத் தொடங்கினார்கள். முன்னமே மிக்க கூச்சத்துடன் அமர்ந்திருந்த மதுராந்தகர் இப்போது மேலும் சங்கோசம் அடைந்தவராகிப் பூமாதேவியைக் கண்கொட்டாமல் பார்த்துக் கொண்டு குனிந்த தலை நிமிராமலிருந்தார்.

* * *

இதற்கிடையில் மாறுவேடம் பூண்டிருந்த ஆழ்வார்க்கடியான் மண்டபத்தின் ஒரு மூலைக்கு அவனை அழைத்துச் சென்ற சின்னப் பழுவேட்டரையரிடம் கவலை தரும் ஒரு செய்தியைக் கூறினான். பாண்டிய நாட்டு ஆபத்துதவிகளைச் சேர்ந்தவளும், படகோட்டி முருகய்யனின் மனைவியுமான ராக்கம்மாள் என்பவளை மகுடாபிஷேக வைபவத்துக்காக வந்து கூடியிருந்த ஜனத்திரளிடையே அவன் கண்டான். எதற்காக இங்கே அவள் வந்திருக்கிறாள் என்பதை அறியும் பொருட்டுப் பின் தொடர்ந்து சென்றான். சின்னப் பழுவேட்டரையரின் அரண்மனைக்கு அருகில் ஜனக் கூட்டத்தில் அவள் மறைந்து விட்டாள். ஆழ்வார்க்கடியான் அங்கேயே நின்று அங்குமிங்கும் பார்த்துக் கொண்டிருந்த போது அவள் மறுபடியும் காணப்பட்டாள். அவளுடன் இன்னொரு பெண் இடுப்பில் ஒரு குழந்தையுடன் சென்றாள். அந்த இன்னொரு பெண் சின்னப் பழுவேட்டரையரின் மகளைப் போல் தோன்றவே ஆழ்வார்க்கடியான் இன்னது செய்வது என்று தெரியாமல் சிறிது நேரம் திகைத்தான். சின்னப் பழுவேட்டரையரின் மகள்தான் என்று நிச்சயமாகச் சொல்லவும் முடியவில்லை. கொஞ்ச தூரம் அவர்களுடன் போய் உறுதி செய்து கொள்ளலாம் என்று போனான். கூட்டத்தில் அவர்களைப் பின்தொடர்ந்து போவது எளிய காரியமாக இல்லை, அவன் பின் தொடர்ந்து வருகிறான் என்பதை ராக்கம்மாளும் கவனித்திருக்க வேண்டும். அவள் திடீரென்று கூட்டத்துக்கு மத்தியில் "ஐயையோ! இந்த ஆள் எங்களைத் தொந்தரவு செய்கிறான். பெண்களைத் தொடர்ந்து வந்து தொல்லை கொடுக்கிறான்!" என்று கூச்சலிட்டாள். உடனே அங்கு நின்ற ஜனங்களில் பலர் ஆழ்வார்க்கடியானைச் சூழ்ந்து கொண்டு அவனைக் கண்டிக்கத் தலைப்பட்டார்கள்.

அவர்களிடம் ஆழ்வார்க்கடியான் அப்படியொன்றும் தான் செய்யவில்லையென்றும், இவர்கள் எல்லாரையும் போல நானும் மகுடாபிஷேகக் காட்சிகளைப் பார்க்க வந்தவன் என்றும் சத்தியம் செய்து கூறினான். அவனைச் சூழ்ந்துகொண்ட ஜனத்திரளைச் சமாதானப்படுத்திவிட்டு அவன் வெளியேறுவதற்குள் ராக்கம்மாளும் இடுப்பில் குழந்தையோடு கூடிய மற்றொரு பெண்ணும் மறைந்து விட்டார்கள். ஆழ்வார்க்கடியான் கோட்டை வாசல் வரையில் அவர்களைத் தேடிக் கொண்டு சென்றான். கோட்டை வாசலுக்குச் சற்றுத் தூரத்தில் ஒரு மூடுபல்லக்கில் குழந்தையுடன் கூடிய பெண் ஏறிக் கொண்டிருப்பதைக் கண்டான். பல்லக்கைச் சூழ்ந்து நாலு குதிரை வீரர்கள் நின்றார்கள். பல்லக்கில் அப்பெண் ஏறியதும், பல்லக்கும் குதிரைகளும் விரைந்து போகத்

தொடங்கின. மேலும் அவர்களைத் தொடர்ந்து போகலாமா என்று யோசிப்பதற்குள் மகுடாபிஷேகத்தைப் பார்ப்பதற்காக வந்து கொண்டிருந்த ஒரு பெரிய ஜனக்கும்பல் ஆழ்வார்க்கடியானை இடித்துத் தள்ளிக் கொண்டு வந்து வெகு தூரம் கோட்டைக்குள் கொண்டு வந்து சேர்த்துவிட்டது. அந்தச் செய்தியைக் கோட்டைத் தளபதியிடம் உடனே தெரிவிப்பது முக்கியமானது என்று கருதி ஆழ்வார்க்கடியான் பட்டாபிஷேக மண்டபத்துக்கு வந்து சேர்ந்தான். அருள்மொழிவர்மரின் கட்டளையின் பேரிலேயே தான் இவ்வாறு மாறுவேடம் பூண்டிருப்பதாயும், ஜனக் கூட்டத்தில் அங்குமிங்கும் திரிந்து ஜனங்கள் என்ன பேசிக் கொள்கிறார்கள், என்பதை அறிந்து வந்து தம்மிடம் சொல்லும்படி பொன்னியின் செல்வர் பணித்ததாயும், அந்தக் கடமையை நிறைவேற்றி வரும் சமயத்திலேயே மேற்சொன்ன நிகழ்ச்சியைத் தான் காணும்படி நேர்ந்ததென்றும் ஆழ்வார்க்கடியான் விளக்கிய பிறகு, சின்னப் பழுவேட்டரையர் அவனுடைய வார்த்தைகளில் பூரண நம்பிக்கை கொண்டார். தன்னுடைய மகளாகிய பழைய மதுராந்தகன் மனைவியைப் பற்றி அவருக்கு முன்னமே கவலை இருந்து வந்தது. திருமலை கூறிய செய்தி அவருக்குத் திகிலை விளைவித்து மனக்குழப்பத்தையும் உண்டாக்கி விட்டது. தாம் தன் அரண்மனைக்குச் சென்று உண்மையை அறிந்து வருவதாகவும், தாம் அவசரமாகப் போக நேர்ந்ததைப் பற்றி முதன்மந்திரி அநிருத்தர் மூலம், சுந்தர சோழருக்கும், பொன்னியின் செல்வருக்கும் அறிவிக்கும்படியும் பணித்து விட்டுச் சின்னப் பழுவேட்டரையர் அந்த மண்டபத்தில் இருந்து வெகு வேகமாக வெளியேறினார்.

ஆழ்வார்க்கடியான் வந்து பொன்னியின் செல்வரிடம் சொல்ல வேண்டிய அவசியம் இருக்கவில்லை. தமிழ்ப்புலவர் நல்லன் சாத்தனாரிடம் பேசிக் கொண்டிருந்தபோதே இளவரசர் சின்னப் பழுவேட்டரையர் மீதும் கவனம் செலுத்தி வந்தார். அவர் மண்டபத்தை விட்டு அகன்றவுடன் பொன்னியின் செல்வருடைய திருமுகம் முன்னைக் காட்டிலும் ஒளி பொருந்தியதாயிற்று. சக்கரவர்த்தியின் பக்கம் திரும்பி நின்று அவர் கம்பீரமான குரலில் கூறலுற்றார்:–

"தந்தையே! நம் கோட்டைத் தளபதி சின்னப் பழுவேட்டரையர் ஏதோ மிக அவசர காரியமாக வெளியே செல்லுகிறார். அது காரணமாக இந்த மகுடாபிஷேக வைபவம் தடைப்பட வேண்டியதில்லை. இந்தச் சபையில் இன்னும் பல பெரியோர்கள் இருக்கிறார்கள். வீர மறக்குலத்து முதல்வர்கள் இருக்கிறார்கள். வேலும் வாளும் ஏந்தி எத்தனையோ போர்க்களங்களில் போர் செய்து விழுப்புண் பெற்றவர்கள் இருக்கிறார்கள். அவர்களில் யாரேனும் தங்கள் வீரத் திருக் கரத்தினால் இந்தப் புராதன சோழ குலத்தின் மணிமகுடத்தை எடுத்துச் சூட்டலாம். அவ்வளவு பேரும் இந்தப் பொற் கிரீடத்தையும் உடைவாளையும் செங்கோலையும் தங்கள் ஆகிவந்த கரத்தினால் தொட்டு ஆசி கூறியிருக்கிறார்கள். ஆகையால் இனி என் கரத்தினால் நானே எடுத்து இம்மணி மகுடத்தைச் சூடிக் கொண்டாலும் தவறு ஒன்றுமில்லை. ஆனால் அப்படிச் செய்வதற்கு முன்னால், தந்தையே! தங்களிடத்தும் இங்கே விஜயம் செய்திருக்கும் பெரியோர்களுக்கும் மறக் குலத்தவர்களுக்கும் விண்ணப்பம் ஒன்று செய்து கொள்ள விரும்புகிறேன். புறாவின் உயிரைக் காப்பதற்காகச் சதையை அரிந்து கொடுத்த சிபிச் சக்கரவர்த்தியின் பரம்பரையில் வந்தவன் நான். அதனால் நம் குலத்தவர் அனைவரையும் போல 'செம்பியன்' என்ற குலப்பெயர் பெற்றிருக்கிறேன். கன்றுக்குட்டியை இழந்த பசுவுக்கு நீதி வழங்கும் பொருட்டு மகனுக்கு மரண தண்டனை விதித்த மனுநீதிச் சோழரின் வம்சத்தில் வந்தவன் நான். நம் குலத்து முன்னோர்கள் அனைவரும் போர்க்களத்தில் புறமுதுகிடாத வீரர்கள் என்று புகழ் பெற்றது போலவே, நீதி நெறியிலிருந்து அணுவளவும் தவறாதவர்கள் என்ற புகழையும் அடைந்து வந்திருக்கிறார்கள். அவர்களுடைய வழியில் வந்தவனாகிய நான் நீதி நெறிக்கு மாறாக நடக்கலாகுமா? இன்னொருவருக்கு நியாயமாக உரிய பொருளையோ, பதவியையோ அபகரிக்கலாமா? நம் ஆஸ்தானப் புலவர் நம் குல முன்னோர்களைப் பற்றி அழகான சந்தக்கவியில் பாடி வந்தபோது அவர்கள் அனைவரும் என் மனக் கண்முன்னால் வந்து தரிசனம் அளித்தார்கள். ராஜ கேசரிகளும், பரகேசரிகளும் வரிசை வரிசையாக நின்று காட்சி தந்தார்கள். நலங்கிள்ளியும், நெடுங்கிள்ளியும், பெருங்கிள்ளியும், கோச்செங்கணாரும் என்னைக் கருணை ததும்பும் கண்களால் நோக்கி

'எங்கள் குலத்தில் உதித்த மகனே! இந்தச் சிங்காதனம் உனக்கு உரியதா என்று சிந்தித்துப் பார்!' என்றார்கள். விஜயாலயரும், ஆதித்தரும், பராந்தகரும், ராஜாதித்தரும் என்னை வீரத் திருவிழிகளால் பார்த்து, 'குமாரா! நீ இந்தச் சிங்காதனத்தில் ஏறுவதற்கு உரியவனாக என்ன வீரச் செயல் புரிந்தாய்? சொல்?' என்று கேட்டார்கள். நான் அவர்களுக்கு மறுமொழி சொல்லத் தயங்கினேன். பின்னர் மனத்தைத் திடப்படுத்திக் கொண்டு அவர்களைக் கைகூப்பி வணங்கி விண்ணப்பித்துக் கொண்டேன். 'சோழ குலத்து முதல்வர்களே! நீங்கள் செய்த அரும்பெரும் செயல்களில் ஆயிரத்தில் ஒன்றுகூட நான் செய்யவில்லை. ஆனால் உங்கள் ஆசியுடன் இனிமேல்தான் அத்தகைய காரியங்களைச் செய்யப் போகிறேன். நீங்கள் நிலைநாட்டிய சோழ குலத்துப் புகழ் மேலும் வளர்ந்தோங்கி நீடூழி நிலைத்திருக்கும்படியான காரியங்களைச் செய்யப் போகிறேன். செயற்கரிய செயல்களைச் செய்யப் போகிறேன். உலகம் வியக்கும் செயல்கள் புரியப் போகிறேன். வீராதி வீரர்களாகிய நீங்களே பார்த்து மெச்சும்படியான தீரச் செயல்களைப் புரிந்து உங்கள் எல்லாருடைய வாழ்த்துக்களையும் பெறப்போகிறேன்!' என்று இவ்விதம் என்னுடைய குலத்து முன்னோர்களிடம் நான் தெரிவித்தேன். அவர்களும் முகமலர்ந்து எனக்கு அன்புடன் ஆசி கூறினார்கள்...."

ஆவேச உணர்ச்சி ததும்புமாறு பொன்னியின் செல்வர் கூறி வந்த சொற்களைக் கேட்டுக்கொண்டு இருந்த அச்சபையில் உள்ளோர் எல்லாரும் ரோமாஞ்சனம் அடைந்தார்கள். அவர்களில் ஒருவர் "வீரவேல்! வெற்றி வேல்!" என்று முழங்கிய ஒலி பட்டாபிஷேக மண்டபத்துக்கு வெளியிலும் கேட்டது. அங்கே கூடியிருந்த மக்களிடையே பெரும் கிளர்ச்சியை உண்டாக்கிற்று.

பொன்னியின் செல்வர் எல்லாருடனும் சேர்ந்து தாமும் "வெற்றி வேல்! வீர வேல்!" என்று முழங்கினார். முழக்கம் அடங்கியதும் கூறினார்; "தந்தையே! சோழ நாட்டு வீரர்களுக்குரிய இந்த முழக்கம் ஒரு சமயம், தங்கள் பாட்டனார் பராந்தக சக்கரவர்த்தியின் காலத்தில் வடபெண்ணைக்கு அப்பால் துங்கபத்திரை – கிருஷ்ணாநதி வரைக்கும் கேட்டது. அந்த நதிகளுக்கு அப்பாலுள்ள வேங்கி நாட்டாரும், கலிங்க நாட்டாரும் கல்யாண புரத்தாரும் மான்ய கேடத்தாரும் அந்த முழக்கத்தைக் கேட்டு நடுநடுங்கினார்கள். இன்னும் மேற்குத் திசைகளிலும், தெற்குத் திசைகளிலும், கிழக்குத் திசைகளிலும் நூறு நூறு மரக்கலங்களில் ஆயிரம் பதினாயிரம் சோழ நாட்டு வீரர்கள் சென்று இந்த நாட்டு வர்த்தகத்தைக் காப்பாற்றி வந்தார்கள். தந்தையே! தாங்கள் நோய்வாய்ப்பட்டுப் படுத்த நாளிலிருந்து சோழ நாட்டு வீர முழக்கத்தின் தொனி குறைந்திருக்கிறது. நாலா புறமும் பகைவர்கள் தலையெடுத்து வருகிறார்கள். வேங்கியும், கலிங்கமும், கல்யாணபுரமும், மானிய கேடமும் நம்மை வலுச் சண்டைக்கு அழைக்கின்றன. வடக்கே இமய மலைக்கு அப்பாலிருந்து இந்தப் பழம் பெரும் பாரத தேசத்துக்கு வந்து கொண்டிருக்கும் பகைவர்களின் பேராபத்தைப்பற்றி அவர்கள் சிந்திக்கவில்லை. சோழ நாட்டின் வளத்தைப் பார்த்துப் பொறாமைப்பட்டுப் புழுங்கிக் கொண்டிருக்கிறார்கள். இலங்கையில் மகிந்தன் இன்னமும் படை திரட்டிச் சேர்த்து கொண்டிருக்கிறான். வீரபாண்டியன் இறந்து விட்டாலும் அவனுடைய குலத்தைச் சேர்ந்தவன் என்று யார் தலையிலாவது பாண்டிய நாட்டு மணிமகுடத்தைச் சூட்டிக் கலகம் உண்டாக்க முயன்று கொண்டிருக்கிறான். மகிந்தனும் பாண்டிய நாட்டு ஆபத்துதவிகளும் சேர்ந்து சதி செய்து, வீரத்திலே அபிமன்யுவையும், அரவானையும் நிகர்த்த என் அருமைத் தமையனார் ஆதித்த கரிகாலரின் உயிருக்கு இறுதி தேடிவிட்டார்கள். மேற்கே சேர மன்னன் பெரியதோர் யானைப் படையையும் மரக்கலப் படையையும் சேகரித்துக் கொண்டிருக்கிறான். சேரனுக்கு மரக்கலப் படையைத் தயாரித்துக் கொடுப்பதில் மேற்குத் திசையிலிருந்து புதிதாகக் கிளம்பியிருக்கும் ஒரு முரட்டுக் கூட்டத்தார் உதவி செய்கிறார்கள். சோழ நாட்டைச் சூழ்ந்திருக்கும் புதிய பேரபாயம் இது. தந்தையே! நெடுங்காலமாக அரபு தேசத்தவர்கள் கப்பல் தொழிலில் சிறந்து விளங்குகிறார்கள். சீன தேசம் வரையில் சென்று வர்த்தகம் நடத்தி வருகிறார்கள். நமது நாட்டுத் துறைமுகங்களுக்கும் அவர்கள் அடிக்கடி வந்து செல்வதுண்டு. நாகரிகத்தில் சிறந்த அந்தப் பழைய அராபியர்களை அடக்கி ஒடுக்கி விட்டு, புதிய அராபியக்கூட்டம் ஒன்று இப்போது கிளம்பியிருக்கிறது, அவர்கள்

அராபியர்கள்தானா அல்லது அக்கம் பக்கத்து நாட்டவர்களோ, நாம் அறியோம். ஆனால் மூர்க்கத்தனத்தில் அவர்களை மிஞ்சியவர்களை எங்கும் காண முடியாது. நானே அவர்களுடைய செயல்களை நேரில் பார்க்கும்படி நேரிட்டது. என்னைச் சிறைப்படுத்தி அழைத்துக் கொண்டு வருவதற்காகத் தங்கள் கட்டளையின் பேரில் நம் கோட்டைத் தலைவர் சின்னப் பழுவேட்டரையர் இரண்டு கப்பல்களில் வீரர்களை அனுப்பி வைத்திருந்தார்...."

சுந்தர சோழர் இந்தச் சமயம் குறுக்கிட்டுத் தழுதழுத்த குரலில், "மகனே! அப்படி நான் அனுப்பிய காரணத்தை நீ அறியாயா?" என்று கேட்டார்.

"தந்தையே! அதை நான் நன்கு அறிந்துள்ளேன். இங்கே அரசியல் உரிமை பற்றிக் குழப்பம் நேர்ந்திருந்தது; பாண்டிய நாட்டு ஆபத்துதவிகளைப் பற்றியும் கேள்விப்பட்டிருந்தீர்கள்; ஆகையால் என்னைப் பத்திரமாகத் தங்களிடம் கொண்டு சேர்ப்பதற்காகவே சிறைப்படுத்திக் கொண்டுவரச் சொன்னீர்கள். என் மீது தங்களுடைய அளவில்லாத அன்பும் பரிவுந்தான் அத்தகைய கட்டளை இடும்படி செய்தது. எல்லாருக்கும் அது நன்கு தெரியட்டும் என்றுதான் இங்கே சொல்கிறேன். அப்படி என்னைச் சிறைப்படுத்த வந்த நம் வீரர்கள் நூற்றுக்கணக்கானவர்கள். ஈழ நாட்டுக் கடற்கரையில் உடைந்த கப்பலிலிருந்து வந்து ஒதுங்கியிருந்த அராபியர்களோ பத்து பேருக்கு மேலிருக்க மாட்டார்கள். நம் வீரர்களில் எத்தனை பேரை அவர்கள் திடீரென்று தாக்கிக் கொன்று விட்டார்கள் என்பதைப் பார்த்த நான் அடைந்த வேதனை இன்னமும் என் மனத்தை விட்டு அகலவில்லை. அந்தப் புதிய அராபிய சாதியார் சேர மன்னனுக்குக் கப்பல் கட்டுவதில் உதவி செய்கிறார்கள். அது மட்டுமல்ல; கலிங்க நாட்டாருடனும் தொடர்பு கொண்டு இருக்கிறார்கள். மூன்று நாட்டாரும் சேர்ந்து சோழ நாட்டுக் கடல் வாணிபத்தை அடியோடு அழித்துவிடத் தீர்மானித்திருக்கிறார்கள். கடல் கொள்ளைக்காரர்கள் அரபு நாட்டவராயிருந்தால் தானென்ன, அல்லது நம்முடன் எத்தனையோ விதத்தில் தொடர்பு கொண்ட சேர தேசத்தாராயிருந்தால் தானென்ன? நம் கடல் வாணிகத்தைக் காப்பாற்றி கொள்ள வேண்டுமானால், நமது கடற்படையைப் பெருக்கிக் கொள்ள வேண்டும். ஆயிரமாயிரம் புதிய மரக்கலங்களைக் கட்டவேண்டும். புதிய புதிய மாலுமிகளைப் பழக்க வேண்டும். கப்பலில் இருந்து கொள்ளைக்காரர்களுடன் போரிடக்கூடிய வீரர்களைச் சேர்க்க வேண்டும். கீழைக் கடலில் உள்ள தீவுகளில் எல்லாம் புலிக் கொடியை நாட்டி, ஆங்காங்கே நம் வீரர்களை நிறுத்தி வைக்க வேண்டும். தந்தையே! இந்தக் காரியங்களையெல்லாம் செய்வதாக நம் குலத்து முன்னோர்களுக்கு நான் வாக்குறுதி அளித்திருக்கிறேன். அதை நிறைவேற்றுவதற்குத் தங்களுடைய அனுமதி வேண்டும். இந்தச் சபையிலுள்ள பெரியோர்களின் சம்மதமும் வேண்டும்!"

இவ்வாறு பொன்னியின் செல்வர் கூறி நிறுத்தியவுடன் சுந்தர சோழர், "மகனே! சோழ குலத்து வீரப் புகழை நீ வளர்ப்பதற்கு நான் தடை செய்வேனா? சோழ நாட்டுக் கடல் வாணிபத்தைப் பாதுகாப்பதற்கு இந்த மகா சபையில் உள்ள பெரியவர்கள்தான் தடைசொல்லப் போகிறார்களா?" என்றதும், மீண்டும் அச்சபையில் "வீரவேல்! வெற்றி வேல்!" என்று முழக்கம் எழுந்தது.

"தந்தையே! தாங்களும் இச்சபையோரும் தடை சொல்ல மாட்டீர்கள். நான் ஏற்கும் காரியங்களில் வெற்றியடைய வேண்டும் என்று ஆசி கூறியும் அனுப்புவீர்கள். தங்கள் ஆசி நிறைவேறி நான் எடுத்த காரியங்களில் வெற்றி கிடைக்க வேண்டும் என்றால், முதலில் என் உள்ளத்தில் நிம்மதி ஏற்பட வேண்டும். 'நேர்மையற்ற காரியம் எதையும் நான் செய்யவில்லை, என் குலத்து முன்னோர்கள் அங்கீகரிக்க முடியாத செயல் எதுவும் நான் புரியவில்லை. பிறருக்கு உரியதை நான் ஆசையினால் அபகரித்துக்கொண்டு விடவில்லை' என்ற உறுதியை நான் அடையவேண்டும். குல தர்மத்துக்கு ஒவ்வாத காரியத்தை இங்கே நான் செய்துவிட்டுப் புறப்பட்டேனானால், என் உள்ளம் என்னை வருத்திக் கொண்டேயிருக்கும். பகைவர்களிடம் போரிட்டு எப்படி வெற்றி கொள்வேன்? தர்மத்தை நிலைநாட்டப் போராடுகிறோம் என்ற நம்பிக்கை என் மனத்தில் எப்படி ஏற்படும்? முன்னொரு தடவை இலங்கைச் சிங்காதனத்தை நான் கவர்ந்து கொள்ள ஆசைப்பட்டதாக ஒரு பெரும் வதந்தி ஏற்பட்டது..."

"குழந்தாய்! அதை யாருமே நம்பவில்லையே! நீ அத்தகைய குற்றத்தைச் செய்யக் கூடியவன் என்று எவரும் எண்ணவில்லை" என்றார் சக்கரவர்த்தி.

"தாங்கள் நம்பியிருக்கமாட்டீர்கள், தந்தையே! ஆனால் அத்தகைய பேச்சு என் காதில் விழுந்ததும் என் மனம் எவ்வளவோ வேதனைப்பட்டது. ஈழ நாட்டுப் பிக்ஷுக்கள் எனக்கு அளித்த மணி மகுடத்தை நான் வேண்டாம் என்று மறுதளித்ததை என் நண்பர்கள் இருவர் அறிவார்கள். அவர்கள் அப்போது என் அருகிலேயே இருந்தார்கள்..."

சபையில் இருந்த புத்த பிக்ஷுக்களின் தலைவர் "ஆம், ஆம்! நாங்களும் அதை அறிவோம்" என்று சொன்னார்.

"ஒரு பொய்யான அவதூறு என் உள்ளத்தில் அவ்வளவு வேதனையை உண்டாக்கியது. அதைத் தாங்கள் நம்பவில்லையென்றால், நம்பியவர்கள் சிலரும் இருந்தார்கள். உண்மையாகவே நான் இப்போது இன்னொருவருக்கு உரிமையாக வேண்டிய சிங்காதனத்தை அபகரித்துக் கொண்டேனென்றால், அதனால் இந்தச் சோழ குலத்துக்கு எத்தனை அபகீர்த்தி உண்டாகும்? என் வாழ்நாளெல்லாம் அதைப்பற்றி வேதனைப்பட்டுக் கொண்டிருப்பேன். வேறு எந்தப் பெரிய காரியத்திலும் மனத்தைச் செலுத்த முடியாது, உற்சாகமாகச் செய்யவும் முடியாது..."

வெகு நேரம் குனிந்த தலை நிமிராமலிருந்த மதுராந்தகத்தேவர் இப்போது பொன்னியின் செல்வரை அண்ணாந்து பார்த்து ஏதோ சொல்வதற்குப் பிரயத்தனப்பட்டார். பொன்னியின் செல்வர் வந்தியத்தேவனைப் பார்த்துச் சமிக்ஞை செய்யவே அவ்வீரன் மதுராந்தகத்தேவர் பக்கத்தில் போய் நின்று கொண்டான். அவர் காதில் மட்டும் கேட்கும்படியான மெல்லிய குரலில், "நண்பா! சுந்தரமூர்த்தி நாயனார் பாடிய முதல் தேவாரத்தின் முதல் அடி என்ன?" என்று கேட்டான்! இந்தச் சமயத்தில் இது என்ன கேள்வி என்ற வியப்புடன் மதுராந்தகர், "பித்தா! பிறைசூடி!" என்றார். வந்தியத்தேவன் கள்ளக் கோபத்துடன் "என்ன, ஐயா, என்னைப் பித்தன் என்கிறீர்? நீர் அல்லவோ பெண்பித்துப் பிடித்து அலைகிறீர்? அதோ, பாரும்! உமது தர்மபத்தினி பூங்குழலி உம்மைப் பார்த்துச் சிரிப்பதை!" என்றான். இது என்ன? இந்த நல்ல சிநேகிதன் இப்படி திடீரென்று வலுச்சண்டைக்கு வருகிறானே என்ற எண்ணத்துடன் மதுராந்தகர் பெண்மணிகள் வீற்றிருந்த இடத்தை நோக்கினார். உண்மையில், அப்போது பூங்குழலி இவர் பக்கம் பார்க்கவேயில்லை. பூங்குழலி, குந்தவை, வானதி, செம்பியன் மாதேவி, வானமாதேவி ஆகிய அரண்மனைப் பெண்மணிகள் யாவரும் அளவில்லாத ஆர்வம் கண்களில் ததும்பப் பொன்னியின் செல்வரையே பார்த்துக் கொண்டிருந்தார்கள்.

மறுபடி மதுராந்தகர் பொன்னியின் செல்வரைப் பார்த்த போது அவர் சோழ குலத்தின் புராதன மணி மகுடத்தை தமது கரங்களில் தாங்கிக் கொண்டிருப்பதைக் கண்டார்.

"தளபதி சின்னப் பழுவேட்டரையர் இன்னும் திரும்பி வரவில்லை. அதனால் என்ன? குறிப்பிட்ட வேளையில் முடிசூட்டு விழாவை நானே நடத்தி விடுகிறேன்! தந்தையே! விஜயாலய சோழர் முதல் நம் முன்னோர்கள் அணிந்து வந்த இந்த மணிமகுடத்தை தாங்கள் எனக்கு அளிக்க உவந்தீர்கள். சாமந்தர்கள், தளபதிகள், கோட்டத் தலைவர்கள், பொதுமக்கள் அனைவரும் அதை அங்கீகரித்தார்கள். ஆகையால், இந்தக் கிரீடம் இப்போது என் உடைமை அகிவிட்டது. என் உடைமையை நான் என் இஷ்டம் போல் உபயோகிக்கும் உரிமையும் உண்டு அல்லவா! என்னை விட இந்தக் கிரீடத்தை அணியத் தகுந்தவர் இங்கே இருக்கிறார். என்னை விட பிராயத்தில் மூத்தவர். இந்தச் சோழ ராஜ்யத்துக்கு என்னை விட அதிக உரிமை அவருக்கு நிச்சயமாக இருந்த போதிலும், அவர் அதைக் கோரவில்லை. நான் முடிசூட்டிக் கொண்டு சிங்காதனத்தில் அமர்வதைப் பார்த்து மகிழச் சித்தமாக இங்கு வந்திருக்கிறார். அவர் என் உயிரை ஒரு தடவை காப்பாற்றினார். என் உயிரினும் இனியவரான என் நண்பரைக் காப்பாற்றினார். இந்தச் சோழ குலத்துக்கு நேர்வதற்கு இருந்த பெரும் விபத்து

நேரிடாமல் தடுத்தார். இப்படிப்பட்ட சிறப்பான காரியம் எதுவும் நான் இதுவரையில் இந்நாட்டுக்குச் செய்தேனில்லை. ஆகையால் இந்த மணி மகுடத்தை மகான் கண்டராதித்தரின் குமாரரும், என் சிறிய தந்தையுமான மதுராந்தகத் தேவரின் தலையில் சூட்டுகிறேன்!"

இவ்விதம் பொன்னியின் செல்வர் சொல்லிக் கொண்டே சக்கரவர்த்தியின் மறுபக்கத்தில் வீற்றிருந்த மதுராந்தகரின் அருகிலே சென்று அவர் சிரசில் கிரீடத்தை வைத்தார்.

மகுடத்தை வைக்குங்கால் மதுராந்தகர் அதைத் தடுக்காமலிருக்கும் பொருட்டு வந்தியத்தேவன் முன் ஜாக்கிரதையாக அவர் பின்னால் நின்று அவருடைய தோள்கள் இரண்டையும் நட்புரிமையுடன் இறுக்கிப் பிடித்துக் கொண்டிருந்தான்.

ஆனால் மதுராந்தகரோ அப்படி ஒன்றும் செய்ய முயலவில்லை. அவர் மெய்மறந்து தன் வசமிழந்து உண்மையிலேயே பித்துப்பிடித்தவர் போல் நாலுபுறமும் வெறிக்கப் பார்த்துக் கொண்டிருந்தார்.

மணி மகுடத்தைச் சூட்டியதும் பொன்னியின் செல்வர் "கோப்பரகேசரி மதுராந்தக உத்தம சோழ தேவர் வாழ்க!" என்று முழங்கினார். "சோழ சாம்ராஜ்ய சக்கரவர்த்தி உத்தம சோழர் வாழ்க!" என்று வந்தியத்தேவன் பெருங்குரலில் கூவினான்.

இத்தனை நேரமும் பிரமித்துப் போய் நின்ற முதன்மந்திரி அநிருத்தர் முதலியவர்கள் அனைவரும் இப்போது "கோப்பரகேசரி மதுராந்தக சோழர் வாழ்க!" என்று முழங்கினார்கள்.

சுந்தர சோழச் சக்கரவர்த்தி உணர்ச்சி மிகுதியால் பேசும் சக்தியை அடியோடு இழந்திருந்தபடியால் தம் கையிலிருந்த பல நிற மலர்களை மதுராந்தக உத்தம சோழர் மீது தூவினார்.

அரண்மனைப் பெண்மணிகளும் சக்கரவர்த்தியைப் பின்பற்றி மதுராந்தகர் மீது மலர் மாரி பொழிந்தார்கள்.

மதுராந்தகர் சிறிது திகைப்பு நீங்கியதும் எழுந்து நேரே செம்பியன் மாதேவியிடம் சென்று கும்பிட்டு நின்றார். அந்த மூதாட்டியின் கண்களிலிருந்து கண்ணீர் அருவி போலப் பொங்கிப் பொழிந்து கொண்டிருந்தது.

"மகனே! இறைவனுடைய திருவுள்ளம் இவ்வாறு இருக்கிறது! நீயும் நானும் அதற்கு எதிராக நடப்பது எப்படிச் சாத்தியம்?" என்றார்.

பொன்னியின் செல்வர், சபையில் கூடியிருந்த மற்றப் புலவர் பெருமக்கள், பட்டர்கள், பிக்ஷுக்கள் ஆகியவர்களைப் பார்த்து, "நீங்கள் இனி உங்கள் வாழ்த்துக் கவிதைகளை உசிதப்படி மாற்றிக் கொண்டு சொல்லுங்கள்!" என்றார்.

அவர்களும் அவசர அவசரமாக வாழ்த்துக் கவிதைகளை மாற்றி அமைத்துக்கொண்டு பாடத் தொடங்கினார்கள்.

* * *

மதுராந்தக உத்தம சோழருக்கு மணி மகுடம் சூட்டப்பட்ட சிறிது நேரத்துக்குள்ளே அந்தச் செய்தி தஞ்சை வீதிகளில் கூடியிருந்த மக்களிடையில் பரவி விட்டது. அது விரைவாகப் பரவுவதற்கு வந்தியத்தேவனும், ஆழ்வார்க்கடியானும் பெரிதும் காரணமாக இருந்தார்கள். பொன்னியின் செல்வர் கட்டளைபடி அவர்கள் வீதிகளில் ஆங்காங்கே ஆட்களை நிறுத்தியிருந்தார்கள். அவர்களிடமெல்லாம் அவசரமாகச் சென்று சொல்லி, "கோப்பரகேசரி உத்தம சோழ தேவர் வாழ்க!" என்று முழங்கச் செய்தார்கள். இளவரசர் அருள்மொழிவர்மர் தமக்கு அளிக்கப்பட்ட ராஜ்யத்தைத் தம் சிறிய தந்தை மதுராந்தகருக்கு அளித்து விட்டார் என்றும், கடற்

கொள்ளைக்காரர்களை அடக்குவதற்காகப் பெரிய கப்பல் படை சேர்த்துக் கொண்டு சீக்கிரம் புறப்படப் போகிறார் என்றும் வாய்மொழியான செய்தி மக்களிடையே விரைந்து பரவிக் கொண்டிருந்தது. சிலர் இதை உடனே நம்பினார்கள். பொன்னியின் செல்வரின் பெருங்குணத்துக்கு இது உகந்ததே என்று அவர்கள் கருதினார்கள். இன்னும் சிலர், "கையில் கிடைத்த பேரரசை யார்தான் இன்னொருவருக்குக் கொடுப்பார்கள்?" என்று ஐயுற்றார்கள். ஏககாலத்தில் பலவாறு பேசிய பதினாயிரக்கணக்கான குரல்களும், "வாழ்க! வாழ்க!" என்னும் முழக்கங்களும் சேர்ந்து புயற்காற்று அடிக்கும்போது அலைகடலில் கிளம்பும் பேரொலியைப் போல் ஒலித்தன.

கொஞ்ச நேரத்துக்கெல்லாம் அலங்கரிக்கப்பட்ட பட்டத்து யானையின் மீது அமைத்த பொன்மயமான அம்பாரியில் அமர்ந்து மதுராந்தக உத்தம சோழர் பவனி கிளம்பியதும் எல்லாச் சந்தேகங்களும் மக்களுக்குத் தீர்ந்துவிட்டன. யானையின் கழுத்தில் யானைப்பாகனுடைய பீடத்தில் அமர்ந்திருப்பவர் பொன்னியின் செல்வர் என்பதைக் கண்டதும் மக்களுடைய உற்சாகம் எல்லை கடந்ததாயிற்று. "கோப்பரகேசரி மதுராந்தக உத்தம சோழர் வாழ்க!" என்று மக்களின் குரல்கள் முழங்கின. ஆனால் அவர்களுடைய உள்ளங்களில் பொன்னியின் செல்வரின் செயற்கருஞ் செயலே குடிகொண்டிருந்தது. அதை எண்ணியதனால் அவர்களுடைய அகங்களைப் போல் முகங்களும் மலர்ந்திருந்தன. பொன்னியின் செல்வர் மணி மகுடம் சூட்டிக்கொண்டு, பவனி வந்தால் மக்கள் எவ்வளவு குதூகலத்தை அடைந்திருப்பார்களோ, அதைவிடப் பன்மடங்கு அதிகமான குதூகலத்தை இப்போது வெளியிட்டார்கள்.

இமயமலைச் சிகரத்தில் புலி இலச்சினையைப் பொறித்த கரிகால் பெருவளத்தானைப் பொன்னியின் செல்வர் மிஞ்சிவிட்டார் என்றும், தியாக சிகரத்தில் இவர் தமது இலச்சினையை என்றும் அழியாத வண்ணம் பொறித்து விட்டார் என்றும் அறிஞர்கள் மகிழ்ந்தார்கள்.

சாதாரண மக்களோ, அப்படியெல்லாம் அணி அலங்காரங்களையும், உபமான உபமேயங்களையும் தேடிக் கொண்டிருக்கவில்லை. மதுராந்தகர் தலையில் மணி மகுடத்தைச் சூட்டி விட்டுப் பொன்னியின் செல்வர் பட்டத்து யானையை ஓட்டிக்கொண்டு செல்லும் காட்சி அவர்கள் உள்ளத்தைப் பரவசப்படுத்தி விட்டது. ஆடிக்கொண்டும், பாடிக்கொண்டும், சிரித்துக்கொண்டும், வாழ்த்திக் கொண்டும் ஒருவரையொருவர் கட்டித் தழுவிக் கொண்டும், மலர்களைத் தூவிக் கொண்டும், மஞ்சள் நிற அட்சதையை வாரி இறைத்துக் கொண்டும் மக்கள் ஒரே கோலாகலத்தில் தங்களை மறந்து ஆழ்ந்திருந்தார்கள்.

இவ்விதம் குதூகலத்தினால் மெய்மறந்து கூத்தாடிக்கொண்டிருந்த மாபெரும் ஜனக்கூட்டத்திடையே பட்டத்து யானையைச் செலுத்திக் கொண்டு போவது எளிய காரியமாயில்லை. பொன்னியின் செல்வரும் அவசரப்படாமல் ஜனங்களின் குதூகலத்தைத் தாமும் பார்த்துக் கவனித்துக் கொண்டு அங்கங்கே அறிமுகமான முகம் தென்பட்டபோதெல்லாம் ஏதேனும் வேடிக்கையாகப் பேசிக்கொண்டும், மெள்ள மெள்ள யானையைச் செலுத்திக் கொண்டு போனார். வீதி வலம் முடிந்து அரண்மனைக்குத் திரும்புவதற்குள் மாலை மயங்கி முன்னிரவு வந்து விட்டது. வானத்து விண்மீன்களுடன் வீதிகளில் ஏற்றிய தீபங்கள் போட்டியிட்டுப் பிரகாசித்தன. அரண்மனை மேலேயிருந்து மலர் மாரி பொழிந்தது. "யானைப்பாகா! யானைப்பாகா!" என்று ஓர் இனிய குரல் கேட்டது. பொன்னியின் செல்வர் அண்ணாந்து பார்த்தபோது வானதியின் புன்னகை மலர்ந்த முகம் அங்கே தோன்றியது.

"பெண்ணே! அஞ்சவேண்டாம்! மதுராந்தக உத்தம சோழரின் தர்ம ராஜ்யத்தில் யானையும், புலியும் கலந்து உறவாடும்; பூனையும், கிளியும் கொஞ்சிக் குலாவிக் கூடி விளையாடும்!" என்றார் பொன்னியின் செல்வர்.

✤ ✤ ✤ ✤

எண்பத்தொன்பதாம் அத்தியாயம்

வஸந்தம் வந்தது

மதுராந்தக உத்தம சோழ தேவரின் முடிசூட்டு விழா நடந்து ஒன்றரை மாதத்துக்கு மேலாயிற்று. பின் பனிக்காலம் வழக்கத்தைவிட விரைவாக விடைபெற்றுக் கொண்டு சென்றது. தென்றல் என்னும் தெய்வ ரதத்தில் ஏறிக்கொண்டு வஸந்த காலம் வந்தது. பைங்கிளிகள் மாமரங்களின் குங்கும நிறத்தளிர்களுக்கு அருகில் தங்கள் பவழ வர்ண மூக்குகளை வைத்து ஒத்திட்டுப் பார்த்தன. அரச மரங்களின் தங்க நிறத்தளிர்கள் இளங்காற்றில் அசைந்தாடி இசை பாடின. புன்னை மரங்களிலிருந்து முத்துப் போன்ற மொட்டுக்களை உதிர்த்துக்கொண்டு குயில்கள் கோலாகலமாகக் கூவின. இயற்கைத் தேவி உடல் சிலிர்த்தாள். பூமாதேவி குதூகலத்தினால் பொங்கிப் பூரித்தாள். இலைகள் உதிர்ந்து மொட்டையாகத் தோன்றிய மரங்களில் திடீரென்று மொட்டுக்கள் அரும்பிப் பூத்து வெடித்தன. மாதவிப் பந்தல்களும், மல்லிகை முல்லைப் புதர்களும் பூங்கொத்துக்களின் பாரம் தாங்க முடியாமல் தவித்தன. நதிகளில் பிரவாகம் குறைந்துவிட்டது. கரையோரமாகப் பளிங்கு போன்ற தெளிந்த நீர் சலசலவென்று ஓடிக்கொண்டிருந்தது.

சோழ நாட்டு மக்கள் அகமும் முகமும் மலர்ந்து விளங்கினார்கள். வயல்களில் விளைந்திருந்த செந்நெல்லை அறுவடை செய்து களஞ்சியங்களிலே கொண்டுபோய்ச் சேர்த்தாகி விட்டது. அரசியல் சம்பந்தமான நிச்சயமற்ற நிலைமை நீங்கிக் கவலை தீர்ந்து விட்டது. நகரங்களிலும், நாட்டுப்புறங்களிலும் காமன் பண்டிகை கொண்டாடுவதற்கு மக்கள் ஆயத்தம் செய்து கொண்டிருந்தார்கள். ஆலயங்களில் வஸந்த உற்சவம் நடத்துவதற்கும் ஏற்பாடுகள் நடைபெற்றன. வீதிகள் சேருமிடங்களிலெல்லாம் நாடக மேடைகள் அமைக்கப்பட்டு வந்தன.

இந்த இனிய காட்சிகளையெல்லாம் பார்த்துக் கொண்டு வல்லவரையன் பழையாறை நகரை நோக்கிச் சென்று கொண்டிருந்தான். இந்தத் தடவை அவன் மறைந்தும் ஒளிந்தும் மாறுவேடம் பூண்டும் அந்த மாநகருக்குள் பிரவேசிக்கவில்லை. திறந்திருந்த பிரதான நகர் வாசல் வழியாகத் தங்கு தடையின்றிப் புகுந்து இளையபிராட்டி குந்தவை தேவியின் அரண்மனையை அடைந்தான்.

இளையபிராட்டி குந்தவை, வானதி முதலிய தன் தோழிகள் பலர் புடைசூழ அரண்மனை வாசலுக்கு வந்து அவனுக்கு முகமன் கூறி வரவேற்றாள்.

நெடுந்தூரம் பிரயாணம் செய்து வந்த களைப்புத் தீர்ந்த பிறகு தன்னை அரண்மனை உத்தியான வனத்தில் வந்து சந்தித்துப் பிரயாண விவரங்களைக் கூறும்படி சொல்லிவிட்டுச் சென்றாள்.

வந்தியத்தேவன் இளைப்பாறுவதற்கு அதிக நேரம் எடுத்துக்கொள்ளவில்லை. ஸ்நான பானங்களையும் அதிவிரைவில் முடித்துக் கொண்டு உத்தியானவனத்துக்குச் சென்றான். அங்கே இளைய பிராட்டி அவன் வரவை எதிர்பார்த்துக் காத்திருந்தாள். ஒருவரையொருவர் சந்திப்பதில் யாருக்கு அதிக ஆர்வம் என்று சொல்ல முடியாமலிருந்தது. ஒருவரிடம் ஒருவர் பல செய்திகளைக் கேட்டு அறிவதில் இருவரும் ஆவல் கொண்டிருந்தார்கள். ஆனால் அவர்களுடைய பரபரப்புக்கு அது மட்டுந்தானா காரணம்? தங்கள் வருங்கால வாழ்க்கையைப்பற்றி நிச்சயித்துக்கொள்ள விரும்பியதும் காரணமாயிருக்கலாம் அல்லவா? அசேதனப் பொருள்களிடத்திலும் கிளர்ச்சியை உண்டாக்கிய இளவேனில், உணர்ச்சி நிறைந்த அவர்களுடைய உள்ளத்திலும் ஒரு பரபரப்பை உண்டாக்கியிருக்கலாம் அல்லவா?

"ஐயா! தாங்கள் சென்றிருந்த காரியத்தில் பூரண வெற்றி அடையவில்லையென்று அறிகிறேன் அது உண்மையா?" என்று கேட்டாள் இளையபிராட்டி.

"உண்மைதான், தேவி! இதுவரையில் நான் ஏற்றுக் கொண்ட எந்தக் காரியத்திலேதான் பூரண வெற்றி அடைந்திருக்கிறேன்?" என்று வல்லவரையன் கூறி பெருமூச்சு விட்டான்.

"அப்படிச் சொல்ல வேண்டாம்! என் தம்பியை ஈழ நாட்டிலிருந்து கொண்டு வந்து சேர்த்தீர்கள் அல்லவா? அச்சமயம் அருள்மொழிவர்மன் வந்ததினால்தானே இந்த வரைக்கும் சோழ நாடு தப்பிப் பிழைத்தது!" என்றாள் குந்தவை.

"அருள்மொழிவர்மருக்கு அனாவசியமான அபாயத்தை உண்டாக்கி, அவரைக் கடும் குளிர் சுரத்துடன் குற்றுயிராகக் கொண்டு வந்து சேர்த்தேன். அதுவும் பூங்குழலி மகாராணியின் உதவியினால்தான். சேந்தன் அமுதனிடமும் பூங்குழலியிடமும் என் நண்பரை ஒப்புவித்து நாகைப்பட்டினத்துக்கு அழைத்துப் போகும்படி சொன்னபோது, அவர்கள் தஞ்சைபுரிக்கு வந்து இந்தச் சோழ சாம்ராஜ்யத்தில் சிங்காதனம் ஏறி மணி மகுடம் சூட்டிக்கொள்ளப் போகிறார்கள் என்று கனவிலும் நான் கருதவில்லை.."

"உத்தம சோழ சக்கரவர்த்தியின் உயிரைக் காப்பாற்றிக் கொடுத்தவர் தாங்கள்தான் என்பதை நான் மறந்து விடவில்லை, அவரும் மறந்துவிடவில்லை. பெரிய பழுவேட்டரையருக்குப் பதிலாகத் தங்களைச் சோழ நாட்டின் தனாதிகாரியாக்கிவிட வேண்டும் என்று உத்தம சோழர் விரும்பினார்..."

"நல்ல வேளை தப்பிப் பிழைத்தேன்!"

"அது என்ன அப்படிச் சொல்லுகிறீர்கள்? இச்சோழ சாம்ராஜ்யத்தின் தனாதிகாரி பதவி சாமான்யமானதா? முதன்மந்திரி பதவியைக் காட்டிலும் மாதண்ட நாயகர் பதவியைக் காட்டிலும் பெரியதாயிற்றே? தனாதிகாரியின் தயவு இல்லாமல் சக்கரவர்த்தி கூட எந்தக் காரியமும் செய்ய முடியாதே?"

"தேவி! பெரிய பழுவேட்டரையரின் பாதாளப் பொக்கிஷ நிலவரையில் ஒருமுறை நான் ஒளிந்திருக்க நேர்ந்தது. அப்போது அங்கே கும்பல் கும்பலாகக் கொட்டியிருந்த பொற்காசுகளின் ஒளியில் ஒரு சிலந்திப் பூச்சியின் வலையைப் பார்த்தேன். இறந்து போன மனிதனின் மண்டை ஓட்டையும் பார்த்தேன். இனிமேல் அந்த பொக்கிஷ நிலவறைப் பக்கமே போகக் கூடாது என்று தீர்மானித்துக் கொண்டேன்..."

இளைய பிராட்டி புன்னகை புரிந்து விட்டு, "தாங்கள் தனாதிகாரியானாலும் பொக்கிஷ நிலவறைக்குப் போக வேண்டிய அவசியம் நேராது. அந்த நிலவறையில் இருந்த பொருள்களையெல்லாம் செலவு செய்து பெரியதொரு கடற்படை உருவாக்க, கப்பல்கள் கட்ட அருள்மொழி தீர்மானித்து விட்டான். புதிய சக்கரவர்த்தியின் அனுமதியும் பெற்றுவிட்டான்!" என்றாள்.

"புதிய சக்கரவர்த்தியும் அவருடைய பட்ட மகிஷியும் அருள்மொழிவர்மருடன் கோடிக்கரைக்குச் சென்றிருப்பதாகத் தஞ்சையில் அறிந்தேன்."

"ஆம், அவர்கள் போகும் போது தங்களையும் உடன் அழைத்துப் போக முடியவில்லையே என்று மிக்க வருத்தப்பட்டுக் கொண்டு போனார்கள்.

"நான் அதைப் பற்றி வருத்தப்படவில்லை; இப்போது கூடக் கோடிக்கரை போய் அவர்களுடன் சேர்ந்து கொள்வேன். அருள்மொழிவர்மர் நான் இல்லாத சமயம் பார்த்துக் கொடும்பாளூர் இளவரசியைக் கலியாணம் செய்து கொண்டது பற்றித்தான் வருந்துகிறேன்."

"ஏன், ஐயா! தங்கள் நண்பர் என் தோழியை மணந்து கொண்டது தங்களுக்குப் பிடிக்கவில்லையா?"

"தெய்வமே! அம்மாதிரி நான் சொல்லவில்லை. நான் அந்தத் திருமணத்துக்கு இல்லாமற்போனது பற்றித்தான் வருத்தப்படுகிறேன். வானதியை மணந்து கொள்ளக் கொடுத்து வைத்தது அருள்மொழிவர்மரின் பூர்வ ஜன்ம பாக்கியம். தங்கள் தோழி வானதியும் பாக்கியசாலிதான். ஆனால் எதற்காக அவ்வளவு அவசரப்பட்டார்கள்?"

"அவர்கள் அவசரப்படவில்லை. நான்தான் அவசரப்பட்டேன். என் தந்தையும் தாயும் காஞ்சிக்குப் புறப்பட்டுப் போக விரும்பினார்கள். அவர்கள் புறப்படுவதற்குள் திருமணம் நடந்துவிட வேண்டுமென்று சொன்னேன். இதனால் கொடும்பாளூர் பெரிய வேளாரின் மனமும் நிம்மதி அடைந்தது. மகுடாபிஷேக தினத்தில் திடீரென்று தங்கள் நண்பர் உத்தம சோழரின் தலையில் சோழ நாட்டுக் கிரீடத்தை வைத்தது பெரிய வேளாருக்குப் பெரும் அதிர்ச்சியை உண்டுபண்ணியிருந்தது."

"இன்னும் பலரும் அப்போது அதிர்ச்சி அடைந்திருப்பார்கள்."

"எங்கள் எல்லாருக்குமே அது வியப்பாகத்தானிருந்தது. நண்பர்கள் இருவரும் அந்தச் செய்தியை மிக மிக ரகசியமாக வைத்திருந்தீர்கள்."

"தேவி! தங்களிடம் மட்டுமாவது சொல்லியிருப்பார் என்று நினைத்தேன்."

"சில மாதங்களுக்கு முன்னதாக இருந்தால் சொல்லித்தான் இருப்பான். என்னிடம் கேளாமல் அருள்மொழி எந்த காரியமும் செய்தது கிடையாது."

"இப்போது ஏன் மாறிவிட்டார்?"

"சகவாச தோஷந்தான்! தங்களுடன் சேர்ந்த பிறகுதான் என் அருமைத் தம்பி இவ்வாறு மாறிவிட்டான். உள்ளும் புறமும் ஒன்றாக இருந்தவன் கபட நாடகத்திலும் தந்திர மந்திரத்திலும் தேர்ந்துவிட்டான்!"

"தேவி! என் பேரில் வீண் பழி சுமத்த வேண்டாம். உத்தம சோழருக்கு முடிசூட்டிய கபட நாடகத்துக்குத் தங்கள் தம்பிதான் முழுவதும் பொறுப்பாளி. இப்படி எல்லோரையும் ஏமாற்றலாமா என்று நான் விவாதித்துப் பார்த்தேன். ராமபிரான் அயோத்தி ஜனங்களை ஏமாற்றிவிட்டு இரவுக்கிரவே காட்டுக்குச் சென்றதை அருள்மொழி உதாரணமாக எடுத்துக்காட்டினார். தங்களிடமாவது சொல்ல வேண்டாமா என்று கேட்டேன். தம் வாழ்க்கையில் ஒரு முறையாவது தங்களிடம் யோசனை கேளாமல் ஒரு காரியத்தைச் செய்து தங்களிடம் பிற்பாடு பாராட்டு வாங்கப் போவதாகச் சொன்னார். தேவி! இளவரசர் செய்தது தங்கள் மனத்திற்கு உகந்த காரியந்தானே?"

"இதைக் காட்டிலும் எனக்கு உகந்த காரியத்தை இனி யாரும் செய்ய முடியாது. என் தம்பிக்குத் தாங்கள் இக்காரியத்தில் உதவி செய்ததற்கு மிக்க நன்றி!" என்றாள் இளைய பிராட்டி.

"தேவி! அருள்மொழிவர்மர் சிங்காதனம் ஏறி மணி மகுடம் சூடி உலகாளுவதைப் பார்க்கத் தாங்கள் ஆவல் கொண்டிருந்ததாக நினைத்தேன்."

"முன்னம் அப்படி நான் ஆசை கொண்டிருந்தது உண்மைதான். என் தோழி வானதி அத்தகைய சபதம் செய்த பிறகு அந்த எண்ணத்தை மாற்றிக் கொண்டேன்.மேலும், தமையன் கொலை செய்யப்பட்டு மாண்ட உடனடியாகத் தம்பி சிங்காதனம் ஏறினால் உலகத்தார் என்ன நினைப்பார்கள்?"

"ஆம், தேவி! இலங்கை ராஜ வம்சத்தில் நடந்திருக்கும் பயங்கரமான செயல்கள் அருள்மொழிவர்மருக்கு இது விஷயத்தில் பெரிதும் கலக்கத்தை உண்டாக்கியிருந்தன. ஆனால் அதைப் பற்றிக் கூட அவர் அவ்வளவாகக் கவலைப்படவில்லை. என் பேரில் அந்தக் கொடிய கொலைக்குற்றத்தைச் சிலர் சுமத்த முயன்றபோது, என்னைக் காப்பாற்றுவதற்காகவே சோழ சிங்காதனத்தில் ஏற அவர் உறுதி கொண்டிருந்தார். நல்லவேளையாகப் பெரிய பழுவேட்டரையர் அந்தக் குற்றத்தைத் தம் பேரில் போட்டுக் கொண்டு என் மீது அந்த வீண் பழி விழாமல் காப்பாற்றினார்."

"பாவம்! அந்தக் கிழவர் ஒருவர் இல்லாதபடியால் சோழ நாடே வெறிச்சோடிப் போனதாகத் தோன்றுகிறது."

"தமையனைத் தொடர்ந்து தம்பியும் போய்விட்டதை நினைத்துப் பார்த்தால் மிக்க வருத்தமாயிருக்கிறது"

"ஐயோ! சின்னப் பழுவேட்டரையரும் இறந்தே போய்விட்டாரா? நிச்சயந்தானா?" என்று கேட்டாள் குந்தவை.

"நான் அவரிடம் விடை பெற்றுக்கொண்டு புறப்பட்ட போது அவருக்கு உயிர் இருந்தது. ஆனால் செங்குத்தான மலையிலிருந்து கீழே விழுந்து விட்டவர் எப்படிப் பிழைக்க முடியும்? இறந்து போயிருக்கத்தான் வேண்டும். சின்னப் பழுவேட்டரையரின் மரணத்துக்கும் நானே ஒரு விதத்தில் காரணமாயிருந்தேன் என்று நினைக்கும் போது எ.ன் உள்ளம் துடிக்கிறது" என்றான் வந்தியத்தேவன்.

"ஐயா! அதைப்பற்றியெல்லாம் எனக்கு விவரமாகச் சொல்லுங்கள். மகுடாபிஷேக தினத்தன்று சின்னப் பழுவேட்டரையரைச் சபா மண்டபத்திலிருந்து வெளியேற்றுவதற்குத் தாங்களும் என் தம்பியும் சூழ்ச்சி செய்தீர்கள் அல்லவா? அதில் இருந்து விவரமாகச் சொல்லுங்கள். அதைப் பற்றி என் தம்பியிடம் நான் விவரம் கேட்க முடியாமற் போயிற்று. தங்களிடம் கேட்டுத் தெரிந்து கொள்ளலாமென்றே இருந்தேன். 'பெண்களிடத்தில் ரகசியம் எதையும் சொல்லக் கூடாது' என்று எண்ணித்தான் முன்னாலேயே என்னிடம் சொல்லவில்லை. இப்பொழுதாவது சொல்லலாம் அல்லவா?"

"தேவி! அந்தக் காரணத்திற்காகத் தங்களிடம் சொல்லாமல் இல்லை. தங்களை ஒரு முறையாவது ஆச்சரியப்படச் செய்ய வேண்டுமென்று இளவரசர் விரும்பினார்."

"அப்படி ஒன்றும் நான் ஆச்சரியப்பட்டுவிடவில்லை. நீங்கள் இருவரும் சேர்ந்து இவ்விதம் ஏதோ சூழ்ச்சி செய்து கொண்டிருக்கிறீர்கள் என்று ஊகித்தேன். ஏதாவது தவறு நேர்ந்துவிடக் கூடாதே என்று சிறிது கவலைப்பட்டுக் கொண்டு இருந்தேன்."

"உண்மையில் தவறு நேர்ந்துதான் விட்டது. மிக முக்கியமான காரியம் நிறைவேறி விட்டாலும், அதன்மூலம் நேர்ந்த வேறு விபரீதத்தைத் தடுக்க முடியாமல் போயிற்று. ஒருவேளை தங்களிடம் யோசனை கேட்டிருந்தால் இந்த மாதிரி நேர்ந்திராது!" என்றான் வந்தியத்தேவன்.

பின்னர், சேந்தன் அமுதனாகிய புதிய மதுராந்தகத்தேவருக்குப் பட்டம் கட்டவேண்டுமென்று பொன்னியின் செல்வர் தீர்மானித்ததிலிருந்து அவர்கள் போட்ட திட்டங்கள், செய்த சூழ்ச்சிகள், நடத்திய காரியங்கள் எல்லாவற்றைப் பற்றியும் விவரமாகக் கூறினான்.

* * *

மதுராந்தகத் தேவருக்கு முடிசூட்டப்போவதாக முன்னாலேயே சொன்னால், அதற்குப் பல ஆட்சேபங்களும் இடையூறுகளும் ஏற்படும் என்று அருள்மொழிவர்மர் எண்ணினார். கொடும்பாளூர் வேளாரும், திருக்கோவிலூர் மலையமானும் முன்போலவே அந்த யோசனையை எதிர்ப்பார்கள். பெரிய பழுவேட்டரையரோ மரணத்தறுவாயில் பொன்னியின் செல்வருக்கே முடிசூட்ட வேண்டும் என்று சொல்லிவிட்டுப் போய்விட்டார். அவருடைய விருப்பத்தை நிறைவேற்றவே அவரைச் சேர்ந்தவர்கள் விரும்புவார்கள். சின்னப் பழுவேட்டரையர் தமது மருமகன் உண்மையான மதுராந்தகன் அல்லவென்று தெரிந்து கொண்டு விட்டார். படகோட்டியின் மகளான பூங்குழலியைச் சிங்காதனத்தில் அமர்த்துவதில் அவருக்கு உற்சாகம் இருக்க முடியாது. செம்பியன் மாதேவி, சேந்தன் அமுதனாகிய மதுராந்தகத்தேவன், பூங்குழலி எல்லாருமே ஆட்சேபனை செய்வார்கள். அவர்களுடைய ஆட்சேபணைகளைப் புறக்கணிக்கச் சுந்தர சோழரும் விரும்பாதவராயிருக்கலாம். இந்தக் காரணங்களையெல்லாம் மனத்தில் வைத்துக்கொண்டுதான் பொன்னியின் செல்வர் தாம் செய்யத் தீர்மானித்த காரியத்தைக் கடைசி நிமிஷம் வரையில் ரகசியமாக வைத்திருக்க விரும்பினார். மகுடாபிஷேக சமயத்தில் தம்மிடம் கொண்ட அன்பினாலோ அல்லது மதுராந்தகரிடம் கொண்ட பொறாமையினாலோ ஆட்சேபணை கிளப்பித் தடை செய்யக்கூடிய பரபரப்புக்காரர்கள் எல்லாரையும் ஒவ்வொருவராக வெவ்வேறு காரணங்களைச் சொல்லி வெளியூர்களுக்கு அனுப்பி வைத்தார். தமக்கு உதவி செய்ய ஒருவர் வேண்டுமே என்பதற்காக வந்தியத்தேவனிடம் மட்டும் தமது அந்தரங்க நோக்கத்தைச் சொல்லியிருந்தார். இருவரும் யோசித்துத் திட்டங்கள் வகுத்துக் காரியங்களையும் கவனமாகச் செய்து வந்தார்கள்.

இளஞ்சம்புவரையன் கந்தமாறன், பார்த்திபேந்திர பல்லவன், கொடும்பாளூர் வேளார் முதலியோர்களை ஊரை விட்டே அனுப்பியாகி விட்டது. ஆனால் சின்னப் பழுவேட்டரையரை ஊரைவிட்டு அனுப்புவது சாத்தியம் இல்லை. அவர் கையினால் பொன்னியின் செல்வரின் சிரசில் மணி மகுடத்தைச் சூட்டுவது என்ற பேச்சும் ஏற்பட்டு விட்டது. அந்தச் சமயத்தில் சேந்தன் அமுதனாகிய புதிய மதுராந்தகர் தலையில் முடிசூட்டச் சொன்னால் அவர் தடை சொல்லாமலிருப்பாரா? அவர் மறுதளித்தால் அது பெரிய அபசகுனமாகக் கருதப்படும். அதிலிருந்து வேறு பல குழப்பங்களும் ஏற்படலாம். ஆகையால் முடிசூட்டுகிற சமயத்தில் அவரை மண்டபத்திலிருந்து வெளியேற்றுவதற்கு ஏதேனும் யுக்தி செய்ய வேண்டும் என்று நண்பர்கள் இருவரும் யோசித்தார்கள். முழுதும் திருப்திகரமான யுக்தி எதுவும் தோன்றவில்லை. இச்சமயத்தில் ஆழ்வார்க்கடியான் வந்து ஒரு விசித்திரமான செய்தியைக் கூறினான்.

பாண்டிய நாட்டு ஆபத்துதவிகளான ரவிதாஸன் கூட்டத்தார் எங்கே போனார்கள், நந்தினி தேவி இன்னமும் அவர்களுடனே இருக்கிறாளா, திருப்புறம்பியம் காட்டில் நள்ளிரவில் முடிசூட்டப்பட்ட சிறுவன் எங்கே மறைத்து வைக்கப்பட்டிருக்கிறான் என்னும் செய்திகளை அறிந்து வருவதற்காக முதன்மந்திரியின் சம்மதத்துடன் ஆழ்வார்க்கடியானை அருள்மொழிவர்மர் அனுப்பியிருந்தார். பாதாளச் சிறையிலிருந்து தப்பிச்சென்ற கருத்திருமன் அவர்களுடன் சேர்ந்து கொண்டிருக்கிறானா, கந்தமாறன் வந்து சொன்னபடி பழைய மதுராந்தகன் இறந்தது உண்மையா, அல்லது அவனும் தப்பிப் பிழைத்துச் சதிக் கூட்டத்தாருடன் சேர்ந்திருக்கிறானா என்று தெரிந்து கொண்டு வருவதற்கும் திருமலை நம்பி சென்றிருந்தான். அவன் இச்செய்திகளை அறிந்து வருவதற்கு வெகு காலம் ஆகும் என்று எண்ணியிருந்தார்கள். ஆனால் ஆழ்வார்க்கடியான் சில தினங்களிலேயே திரும்பி வந்து விட்டான்.

ரவிதாஸன் கூட்டத்தைச் சேர்ந்தவர்களும், படகோட்டி முருகையன் மனைவியுமான ராக்கம்மாளைக் கொல்லிமலைக்கு அருகில் அவன் பார்த்தான். அவள் எங்கே போகிறாள் என்பதைக் கவனித்து அவளைத் தொடர்ந்து சென்றால் ரவிதாஸன் கூட்டம் இருக்குமிடத்தைச் சேரலாம் என்று ஆழ்வார்க்கடியான்

எண்ணினான். ஆனால் ராக்கம்மாள் தஞ்சைபுரிக்குச் செல்லும் மார்க்கத்தில் சென்றது அவனுக்கு வியப்பு அளித்தது. ஆயினும், அவளைத் தொடர்வதே ஆபத்துதவிகளைப் பற்றி அறிவதற்கு உபாயம் என்று எண்ணி மாறுவேடம் பூண்டு அவள் அறியாதபடி பின் தொடர்ந்து சென்றான். உறையூருக்கு அருகில் வந்த பிறகு தஞ்சையில் பொன்னியின் செல்வருக்கு நடக்கப்போகும் முடிசூட்டு விழாவைப் பார்ப்பதற்காக மக்கள் திரள் திரளாகச் சென்று கொண்டிருந்தார்கள். அந்தக் கூட்டத்தில் ராக்கம்மாளும் கலந்து கொண்டாள். ஆயினும் ஆழ்வார்க்கடியான் அவளை விடாமல் பின் தொடர்ந்து தஞ்சை வரைக்கும் வந்தான். ராக்கம்மாள் கூட்டத்தோடு கூட்டமாகத் தஞ்சைக் கோட்டைக்குள்ளும் புகுந்து சின்னப் பழுவேட்டரையரின் அரண்மனையைச் சுற்றி வட்டமிட்டதைக் கண்டதும் அவனுக்கு மிக்க வியப்பு உண்டாயிற்று. உடனே அருள்மொழிவர்மரிடமும் வந்தியத்தேவனிடமும் போய் இச்செய்தியைத் தெரிவித்தான். ராக்கம்மாளைச் சிறைப்படுத்தி விடலாமா என்று முதலில் அவர்கள் யோசனை செய்தார்கள். அப்படிச் செய்யவேண்டாம் என்றும், அவள் எதற்காக வந்திருக்கிறாள் என்பதைத் தெரிந்து கொள்வதே முக்கியமானதென்றும் தீர்மானித்தார்கள். சின்னப் பழுவேட்டரையரின் மகளுக்கு அவள் ஏதோ செய்தி கொண்டு வந்திருக்க வேண்டும் என்று ஊகித்தார்கள். சின்னப் பழுவேட்டரையரிடம் இப்போது அதைச் சொல்ல வேண்டாம் என்றும், முடிசூட்டு விழாவின் போது அவரைச் சபா மண்டபத்திலிருந்து அப்புறப்படுத்துவதற்கு அதை உபயோகித்துக் கொள்ளலாம் என்றும் முடிவு செய்தார்கள்.

ஆழ்வார்க்கடியான் மறுபடியும் சின்னப் பழுவேட்டரையரின் அரண்மனைக்கு அருகில் சென்றபோது ராக்கம்மாளைக் காணவில்லை. முடிசூட்டு விழாவுக்காக வந்த ஜனக்கூட்டம் மேலும் மேலும் அதிகமாகிக் கொண்டிருந்தது. ஆழ்வார்க்கடியான் அந்தக் கூட்டத்தில் கலந்து நின்று அரண்மனை வாசலைக் கவனமாகப் பார்த்துக் கொண்டிருந்தான். இரண்டு பெண்கள் அரண்மனையிலிருந்து வெளியில் வந்தார்கள். அவர்களில் ஒருத்தி இடுப்பில் குழந்தையையும் வைத்துக் கொண்டிருந்தாள். வந்தவர்களில் இன்னொருத்தி தலையில் முக்காடிட்டு முகத்தைப் பாதி மறைத்துக் கொண்டிருந்தாள் அவள் சின்னப் பழுவேட்டரையரின் மகளாயிருக்கலாம் என்று திருமலை நம்பி ஊகித்தான். அவர்களைத் தடுத்து நிறுத்துவதா, அல்லது எங்கே போகிறார்கள் என்று பார்ப்பதா என்பதை அவனால் நிச்சயிக்க முடியவில்லை. இதற்குள் அவர்கள் ஜனக் கூட்டத்தில் புகுந்து மறைந்து விட்டார்கள். கோட்டை வாசலை நோக்கித்தான் அவர்கள் போயிருக்கவேண்டும் என்று ஊகித்துக் கொண்டு ஆழ்வார்க்கடியான் அங்கே போனான். கோட்டை வாசலுக்கு அப்பால் சிறிது தூரத்தில் வைத்திருந்த பல்லக்கில் அவர்கள் ஏறுவதையும் குதிரை வீரர்கள் புடைசூழப் போவதையும் பார்த்து விட்டான். இனிச் சின்னப் பழுவேட்டரையரிடம் இந்தச் செய்தியைச் சொல்லாமல் தாமதிக்கக் கூடாது என்று சபா மண்டபத்துக்கு வந்தான்.

அந்தச் சமயம் பொன்னியின் செல்வர் தமிழ்ப் புலவரைப் பார்த்துப் பேசும் சமயமாயிருந்தது. சின்னப் பழுவேட்டரையரிடம் ஆழ்வார்க்கடியான் செய்தியைச் சொன்னதும் அவர் உடனே அவனுடன் கிளம்பினார். தமது அரண்மனைக்குச் சென்று மகளைத் தேடினார். மகள் இல்லை என்று அறிந்து திடுக்கிட்டார். ஆழ்வார்க்கடியான் கூறிய செய்தி உண்மையாகவே இருக்க வேண்டுமென்று தீர்மானித்தார். திரும்பி அவர் சபா மண்டபம் வருவதற்குள்ளே, "மதுராந்தக உத்தம சோழ சக்கரவர்த்தி வாழ்க!" என்று கோஷங்கள் கிளம்பின. சபா மண்டபத்தில் நடந்ததை அறிந்த பிறகு இனி அங்கே தமக்கு வேலை இல்லை என்பதை உணர்ந்து கொண்டார். சில அந்தரங்கமான ஆட்களைத் தம்முடன் அழைத்துக் கொண்டு ஓடிப்போன மகளைத் தேடிக் கொண்டு புறப்பட்டார். தம்முடைய புதல்வி சோழ குலத்தின் பரம்பரைப் பகைவர்களான பாண்டிய குலத்து ஆபத்துதவிகளுடன் சேர்வதா என்று எண்ணியபோது அவருடைய நெஞ்சம் கொதித்தது. அதைக் காட்டிலும் அத்தகைய மகளைத் தம் கையினாலேயே கொன்று விடுவது மேல் என்று எண்ணி விரைந்து சென்றார்.

அன்றிரவு உத்தம சோழ சக்கரவர்த்தியின் பட்டாபிஷேக ஊர்வல வைபவங்கள் கோலாகலமாக நடந்து முடிந்த பிறகு ஆழ்வார்க்கடியான் நம்பி அருள்மொழிவர்மரிடம் அன்று மத்தியானம் நடந்த விவரங்களைக்

கூறினான். அருள்மொழிவர்மர் வந்தியத்தேவனோடு கலந்து யோசித்தார். ரவிதாஸன் கூட்டத்தார் தந்திர மந்திரங்களிலே எவ்வளவோ கைதேர்ந்தவர்கள் என்பது அவர்கள் மூவருக்கும் தெரிந்திருந்தது. முன்கோபக்காரரான சின்னப் பழுவேட்டரையரால் அவர்களுடைய தந்திரத்தை வெல்ல முடியாதென்றும், அவர்களிடம் சிக்கிக் கொண்டு ஆபத்துக்குள்ளாவார் என்றும் எண்ணினார்கள். தமது அருமை மகளையே கொல்லுவது போன்ற விபரீதமான காரியத்தைச் செய்யக்கூடியவர் அவர் என்றும் நினைத்தார்கள். ஆகையால், சின்னப் பழுவேட்டரையரைக் காப்பாற்றி அழைத்து வருவதற்கும், பாண்டிய நாட்டு ரவிதாஸன் கூட்டத்தார் எங்கே இருக்கிறார்கள், என்ன திட்டமிட்டிருக்கிறார்கள் என்பதை அறிந்து வருவதற்கும் வந்தியத்தேவனும், ஆழ்வார்க்கடியானும் புறப்பட்டுப் போவது நலம் என்ற முடிவுக்கு வந்தார்கள்.

இவ்வாறு சின்னப் பழுவேட்டரையர் தமது மகளையும் அவளைத் தம்மையறியாமல் அழைத்துச் சென்ற சதிகாரர்களையும் பின்தொடர்ந்து போக, அவர் சென்ற வழியை ஆங்காங்கு விசாரித்துக் கொண்டு வந்தியத்தேவனும் ஆழ்வார்க்கடியானும் சென்றார்கள். சின்னப் பழுவேட்டரையர் குறுக்கும் நெடுக்குமாக அங்குமிங்கும் அலைந்து விட்டுச் சென்றிருக்க வேண்டும் என்று பின்னால் சென்ற இருவரும் கண்டார்கள். இதிலிருந்து அவருடைய மகளைக் கொண்டு போனவர்கள் வேண்டுமென்று அவரை ஏமாற்றி வேறு வழியில் போகச் செய்ய முயன்றிருக்க வேண்டும் என்று முடிவு கட்டினார்கள். காவேரிக் கரையோரமாக மேற்கு நோக்கி நெடுந்தூரம் பிரயாணம் செய்த பிறகு, அமராவதி நதி காவேரியுடன் கலக்குமிடத்தில் திசை மாறி, அந்தக் கிளைநதிக்கரை வழியாகத் தென்மேற்குத் திசையில் பிரயாணம் செய்தார்கள். சேர நாட்டுக்கும் கொங்கு நாட்டுக்கும் எல்லையாக அமைந்திருந்த ஆனைமலைப் பிரதேசத்தை அடைந்தார்கள். ஆனைமலையின் அடிவாரத்தை அடைந்த பிறகு பிரயாணம் மிகக் கடினமாகிவிட்டது. அந்த வனப் பிரதேசத்தில் மரங்கள் மிக அடர்த்தியாகவும் செழிப்பாகவும் வளர்ந்திருந்தன. வன விலங்குகளின் பயங்கர உறுமல் நாலா திசைகளிலும் கேட்டது. குதிரைகளைச் செலுத்திக் கொண்டு போவது மிகவும் சிரமமாக இருந்தது. குதிரைகளை விட்டு விட்டுக் கால் நடையாகப் போனால் காட்டு மிருகங்களுக்கு அவை இரையாகி விடலாம் என்ற பயமும் இருந்தது.

கடைசியில் நண்பர்கள் இருவரும் மேலே குதிரையைச் செலுத்திப் போக இயலாத மிக அடர்ந்த காட்டுப் பிரதேசத்தை அடைந்தார்கள். சமீபத்தில் எங்கேயோ வேறு ஒரு குதிரை கனைக்கும் சத்தம் கேட்டது. அந்த இடத்தைத் தேடிப்பிடித்து அடைந்தபோது சின்னப் பழுவேட்டரையர் ஏறி வந்த குதிரை அங்கிருப்பதையும், அதைக் காவல் புரிய ஆள் ஒருவன் இருப்பதையும் கண்டார்கள். சின்னப் பழுவேட்டரையரும் அவருடன் வந்த மற்ற மூவரும் அங்கிருந்து கால் நடையாகச் சென்றிருப்பதாக அந்த ஆள் தெரிவித்தான். தங்கள் குதிரைகளையும் அந்த ஆளைப் பார்த்துக் கொள்ளும்படி சொல்லிவிட்டு நண்பர்கள் மேலே போனார்கள். சூரிய வெளிச்சமே உள் நுழையாத கனாந்தகாரம் நிறைந்த காடுகளின் வழியாக அவர்கள் வெகு தூரம் சென்றார்கள். பின்னர், மரமடர்ந்த மலைப்பாதைகளில் ஏறிப் போனார்கள். பத்து அடி தூரத்துக்கு அப்பால் என்ன இருக்கிறது என்று தெரிந்து கொள்ள முடியாத பாதைகளில் அவர்கள் போக வேண்டியிருந்தது.

கடைசியில் சற்று வெளிச்சம் தெரிந்த ஓர் இடத்தை அடைந்தார்கள். அங்கே மலை மீதிருந்து அருவி ஒன்று செங்குத்தாக விழுந்து கொண்டிருந்தபடியால் இந்த இடைவெளி ஏற்பட்டிருந்தது. அதற்கு அப்பால் தொடர்ந்து பிரயாணம் செய்வது இயலாத காரியமாகத் தோன்றியது. ஏனெனில் மலைச் சுவர் அங்கே அவ்வளவு செங்குத்தாக மேலெழுந்தது. எவ்வளவு தேடிப் பார்த்தும் மேலே ஏறப்பாதை எதுவும் தென்படவில்லை. அருவியில் குளித்துச் சிறிது இளைப்பாறி விட்டுத் திரும்பிப் போக வேண்டியதுதான் என்று நண்பர்கள் தீர்மானித்தார்கள். சின்னப் பழுவேட்டரையரும் அவருடன் வந்த ஆட்களும் வனவிலங்குகளுக்கு இரையாகியிருக்க வேண்டுமென்று எண்ணினார்கள்.

இந்தச் சமயத்தில் அவர்கள் எதிர்பாராத அதிசயமான காட்சி ஒன்றைக் கண்டார்கள். மலை மேலே அருவியின் நெடுவீழ்ச்சி எங்கிருந்து ஆரம்பமாயிற்றோ, அங்கே இரண்டு மனித உருவங்கள் தெரிந்தன. போரிட்டுக் கொண்டே அவர்கள், அருவி விழும் இடத்தை நெருங்கி வந்து கொண்டிருந்தார்கள். அவர்களை உற்றுப் பார்த்ததில், இருவரும் தங்களுக்கு ஏற்கனவே அறிமுகமானவர்கள்தான் என்று தெரிந்தது. ஒருவர் சின்னப் பழுவேட்டரையர், இன்னொருவர் அவருடைய மகளை மணந்தவரான பழைய மதுராந்தகர், ஆகா! சண்டை என்ற வார்த்தையைக் கேட்டாலே முகத்தைச் சுளுக்கிக் கொண்டிருந்த மதுராந்தகர் இதற்குள் இவ்வளவு லாகவமாக வாளைக் கையாளக் கற்றுக்கொண்டு விட்டது என்ன விந்தை! காலாந்தக கண்டருடன் சரிசமமாகக் கத்திச் சண்டை இடுகிறாரே! ஐயோ! காலாந்தககண்டர் பின்வாங்குகிறாரே! உண்மையிலேயே களைப்புற்றுப் பின்வாங்கி வருகிறாரா அல்லது எப்படியும் தமது மருமகப்பிள்ளையாயிற்றே என்று தயங்கிப் பின்வாங்கி வருகிறாரா? எப்படியிருந்தாலும் அபாயகரமான அருவி விழும் முனையை நெருங்கி வருகிறாரே! ஐயோ! அங்கே செங்குத்தான அருவிப் பள்ளம் என்பது அவருக்குத் தெரியாது போலிருக்கிறதே!

வந்தியத்தேவனும், ஆழ்வார்க்கடியானும் பெரும் கூச்சல் போட்டு அவருக்கு எச்சரிக்கை செய்ய முயன்றார்கள். அவர்களுடைய முயற்சி பயன்படவில்லை! அருவி விழும்போது எழுந்த 'சோ' என்ற சத்தம் நூறு சிங்கங்களின் கர்ஜனையையும், இருநூறு யானைகளின் பிளிறல்களையும் விழுங்கிவிடக் கூடியது. இந்த இரண்டு மனிதர்களுடைய குரல் அந்தச் சத்தத்தை அடக்கிக் கொண்டு மேலே எழக்கூடுமா, என்ன?

ஆகவே, அவர்கள் கண் முன்னாலேயே அந்தக் கோரச் சம்பவம் நிகழ, அவர்கள் அதைப் பார்த்துக் கொண்டு சும்மா இருக்க வேண்டியதாயிற்று. எதிரியாகிய மருமகனைப் பார்த்துப் போரிட்டுக்கொண்டு, சிறிது சிறிதாகப் பின்வாங்கி வந்த சின்னப் பழுவேட்டரையர் அருவி முனைக்கு வந்து கால்கள் நழுவிச் செங்குத்தான அருவிப் பள்ளத்தில் விழுந்து விட்டார்! அவருடனே போரிட்டுக் கொண்டு வந்த பழைய மதுராந்தகன் பாறை முனையில் வந்து எட்டிப் பார்த்துவிட்டு மறுகணம் மறைந்து விட்டான். சின்னப் பழுவேட்டரையர் கால் நழுவிய இடத்திலிருந்து கீழேயிருந்த பள்ளம் சுமார் முக்கால் தென்னை மரம் உயரம் இருக்கும். இவ்வளவு உயரத்திலிருந்து விழுந்தவர் உயிர் பிழைப்பார் என்று எதிர்பார்க்க முடியாது. ஆயினும் அந்த மகா வீரருடைய உடலையாவது பார்க்கலாம் என்று எண்ணி நண்பர்கள் இருவரும் அருவிப் பள்ளத்தின் அருகில் ஓடினார்கள். சின்னப் பழுவேட்டரையரின் உடலைக் காணவில்லை. அருவி விழுந்து விழுந்து அங்கே பெரும் பள்ளமாகித் தண்ணீர் ததும்பிச் சுற்றிலும் இருந்த பாறைகளில் மோதிக் கொண்டிருந்தது. சின்னப் பழுவேட்டரையருடைய உடல் அந்த ஆழமான அருவிக் குளத்தில் முழுகியிருக்க வேண்டும் என்று ஊகித்தார்கள். ஒரு விதத்தில் இது நல்லதுதான்; கரையில் பாறைகளின் மீது விழுந்திருந்தால் அந்த மகா வீரரின் உடல் சின்னாபின்னமாகப் போயிருக்கும். ஆழமான குளத்திலே விழுந்தபடியால் அந்தக் கதியிலிருந்து தப்பிவிட்டார். விரைவில் அவருடைய உடலை அருவி நீர்ச்சுழல் வெளியில் கொண்டு வந்து தள்ளும் என்று எதிர்பார்த்துக் கொண்டிருந்தார்கள்.

அவர்கள் எதிர்பார்த்தது வீண் போகவில்லை. கொஞ்ச நேரத்துக்கெல்லாம் சின்னப் பழுவேட்டரையர் வெளியில் வந்தார். நண்பர்கள் இருவரும் விரைந்து குளத்தில் குதித்து அவரைக் கரையில் கொண்டு வந்து சேர்த்தார்கள். முதலில், உயிரற்ற உடல் என்றுதான் எண்ணினார்கள். ஆயினும் ஒருவேளை உயிர் இருக்கக் கூடாதா என்ற இலேசான நம்பிக்கையும் அவர்கள் உள்ளத்தில் இருந்தது. ஆகையால் தண்ணீரில் முழுகியவரை உயிர்ப்பிப்பதற்கு வேண்டிய சிகிச்சைகளைச் செய்தார்கள். வெகு நேரத்துக்குப் பின்னர் சின்னப் பழுவேட்டரையர் மூச்சுவிட்டுக் கண் விழித்துப் பார்த்தார். அவரால் அதிகம் பேச முடியவில்லை. ஆயினும் சொல்ல வேண்டியதைச் சில வார்த்தைகளில் சொல்லி விட்டார்.

மிகப் பிரயாசையின் பேரில் காலாந்தககண்டர் அந்த மலை உச்சியை அடைந்தார். அங்கே ஏறக்குறைய நூறு பேருக்கு நடுவில் அவருடைய மகள் இருந்தாள். ரவிதாஸன் காலாந்தககண்டரைத் தங்களுடன் சேர்ந்து கொள்ளும்படி அழைத்தான். அவருடைய மருமகனே பாண்டிய நாட்டுக்கு உரியவன் என்றும், அவனுக்குப் பட்டம் கட்டப் போவதாகவும், சேர மன்னனும் இலங்கை அரசன் மகிந்தனும் புதிய பாண்டியனுக்கு உதவி செய்ய முன் வந்திருப்பதாகவும் கூறினான். அவர்கள் உத்தேசங்களை அறிவதற்காக முதலில் சின்னப் பழுவேட்டரையர் ரவிதாஸன் கூறியதையெல்லாம் கேட்டுக் கொண்டிருந்தார். பின்னர், அவர்கள் மீது சதிகாரர்கள் என்று குற்றம் சுமத்தித் தம் குமாரியைத் தம்முடன் அனுப்பி விடும்படி கேட்டார். "உம்முடைய மகள், உம்முடன் வந்தால் அழைத்துப் போகலாம்!" என்றான் ரவிதாஸன். சின்னப் பழுவேட்டரையர் மகளுடைய முகத்தைப் பார்த்தார். அவள் தன் கணவனுடைய கதி தனக்கும் ஆகட்டும் என்று கூறி அவருடன் வர மறுத்துவிட்டாள். "உன்னை இவர்களுடன் விட்டுப் போவதைக் காட்டிலும் என் கையினாலேயே கொன்று விடுகிறேன்!" என்று கூறிக் காலாந்தககண்டர் வாளை ஓங்கினார். அதுகாறும் மறைவாக இருந்த மதுராந்தகன் அச்சமயம் திடீரென்று தோன்றி "என் மனைவியைக் கொல்வதற்கு நீ யார்?" என்று கூறி வாட்போர் தொடங்கினான். இதனால் காலாந்தகண்டருக்குச் சிறிது திகைப்பு உண்டாயிற்று. தம் மருமகனைத் தம் கையினாலேயே கொன்று தம் குமாரியைக் கைம்பெண் ஆக்குவது நியாயமா என்ற ஐயம் அவர் மனத்தில் உதித்துவிட்டது. இவ்வாறு மனத்தில் ஏற்பட்ட குழப்பத்தினால் தீவிரமாகப் போர் செய்ய முடியவில்லை. யோசித்துக் கொண்டே பின் வாங்கினார். பின்னால் அருவிப் பள்ளம் இருப்பது தெரியாமல் அதில் விழுந்து விட்டார்.

இதையெல்லாம் தட்டுத்தடுமாறிச் சொல்லி முடித்து விட்டு, "நான் இனி உயிர் பிழைக்கப் போவதில்லை. என் முடிவு நெருங்கிவிட்டது. என்னை இங்கேயே விட்டுவிட்டு நீங்கள் விரைந்து செல்லுங்கள். சேர நாட்டின் மீதும், ஈழ நாட்டின் மீதும் உடனே சோழ சைன்யம் படை எடுத்துச் செல்லட்டும். பொன்னியின் செல்வரை மதுரைக்கு அழைத்துச் சென்று 'சோழ பாண்டியன் என்ற அபிஷேகப் பெயரைச் சூட்டிப் பட்டம் கட்டச் செய்யுங்கள். இந்த மூன்று காரியங்களையும் உடனே செய்யாவிட்டால், சோழ சாம்ராஜ்யத்துக்குப் பேரபாயம் உண்டாவது நிச்சயம். மறுபடியும் பழையபடி பாண்டிய ராஜ்யம் தனியாகப் பிரிந்து போய் விடும்! உடனே விரைந்து செல்லுங்கள்!" என்று காலாந்தக கண்டர் கூறினார். அவரை இந்த நிலையில் அனாதையாக விட்டுவிட்டுப் போக நண்பர்களுக்கு மனம் வரவில்லை. ஆகையால் இருவரில் ஒருவர் அவரைப் பார்த்துக் கொள்வது என்றும், இன்னொருவர் தஞ்சைக்குப் போவது என்றும் தீர்மானித்தார்கள். இருவரில் வேகமாகக் குதிரை விடக்கூடியவன் வந்தியத்தேவன். ஆதலால் அவனே, புறப்பட வேண்டியதாயிற்று.

❈ ❈ ❈ ❈

தொண்ணூறாம் அத்தியாயம்

பொன் மழை பொழிந்தது!

வந்தியத்தேவன் ஆனைமலைக் காட்டுக்குத் தான் சென்று வந்த வரலாற்றைக் கூறி முடித்ததும், குந்தவை அவனைப் பார்த்து, "ஐயா! நீங்கள் கூறிய வரலாறு மிக அதிசயமாயிருக்கின்றது. உண்மை நிகழ்ச்சிகள் தானா என்று சந்தேகமும் சில சமயம் எனக்கு ஏற்பட்டது. கதை புனைந்து கூறுவதில் தாங்கள் கெட்டிக்காரர் என்பதை அறிவேன். அதிலும் தாங்கள் அடிக்கடி பேச்சைத் நிறுத்தி மேலும் கீழும் பார்த்து விழித்து விட்டுப் பேச்சை தொடங்கியபோது என்னுடைய சந்தேகம் மேலும் அதிகமாயிற்று!" என்றாள்.

வந்தியத்தேவன் மற்றும் ஒரு முறை மேலும் கீழும் பார்த்துவிட்டுக் குந்தவையை நோக்கினான். "தேவி! புனைகதை சொல்வதற்கு வேறு இடங்கள் இருக்கின்றன. என்னுடைய அந்தச் சாமர்த்தியத்தைத் தங்களிடம் இதுவரையில் நான் காட்டியதில்லை. இடையிடையே என் பேச்சு தடைபட்டதற்கு வேறொரு காரணம் உண்டு!" என்றான்.

"அதுவும் பெரிய ரகசியமா? பெண்களிடம் சொல்லக் கூடாதா?" என்று கேட்டாள் குந்தவைப் பிராட்டி.

"வேறு யாரிடமும் சொல்லக் கூடாத ரகசியந்தான். ஆனால் தாங்கள் அனுமதி கொடுத்தால் அதையும் சொல்லுகிறேன்!" என்றான் வந்தியத்தேவன்.

"உண்மையைச் சொல்லுவதற்கு எப்போதும் என்னுடைய அனுமதி உண்டு!" என்றாள் குந்தவை.

"அப்படியானால் சொல்லிவிடுகிறேன் பிறகு என்னைக் கோபித்துக் கொள்வதில் பயனில்லை. நான் தங்களிடம் பேசிக் கொண்டிருக்கும்போது சில சமயம் தற்செயலாகத் தங்கள் விழிகளில் என் பார்வை பதிந்து விடுகிறது. தேவியின் கரிய கண்களில் என்ன அரிய மாயம் இருக்கிறதோ, தெரியவில்லை. அது என்னை அப்படித் திகைத்து நிற்கும்படி செய்து விடுகிறது. மறுபடியும் சமாளித்துக் கொண்டு பேச்சைத் தொடங்குகிறேன்!" என்றான்.

குந்தவையின் இதழ்கள் விரிந்தன; கன்னங்கள் குழிந்தன; கண்கள் சிரித்தன. "ஐயா! என்னுடைய கண்களில் அரிய மாயம் ஒன்றுமில்லை; கரிய மாயமும் இல்லை. சில காலமாக மையிட்டுக் கொள்வதையும் விட்டு விட்டேன். என்னுடைய கண்களில் தாங்கள் தங்களுடைய உருவத்தைத்தான் பார்த்திருப்பீர்கள். அதுதான் தங்களைத் திகைப்படையச் செய்திருக்கும்!" என்றாள்.

"தேவி! என்னுடைய உருவத்தை நான் கண்ணாடிகளில் பார்த்திருக்கிறேன். தெளிந்த நீரில் பிரதிபலிக்கப் பார்த்திருக்கிறேன். அப்போதெல்லாம் நான் எந்தவிதத் திகைப்பும் அடைந்ததில்லை!" என்றான் வல்லவரையன்.

"என் கண்களைக் கண்ணாடிக்கும் தண்ணீருக்கும் ஒப்பிடுகிறீர்களா? கண்ணாடி மங்கிவிடும்; தண்ணீர் கலங்கி விடும்!" என்றாள் இளவரசி.

"கண்ணாடி மங்கினால் துடைத்துச் சுத்தம் செய்வேன். தண்ணீர் கலங்காமல் பார்த்துக் கொள்வேன். தங்கள் கண்களின் இமைகள் மூடித் திரையிட்டு என் உருவத்தை மறைப்பதை நான் தடுத்து நிறுத்த முடியாதல்லவா?" என்றான் வந்தியத்தேவன்.

"கண்ணாடிக்கு எதிரில் நின்றால்தான் உருவம் பிரதிபலிக்கும், தண்ணீர் கலங்காமல் தெளிந்திருந்தால் தான் உருவம் தெரியும். ஆனால் என் கண்கள் திறந்திருந்தாலும், கண்ணிமைகள் மூடியிருந்தாலும் தாங்கள்

என் முன் இருந்தாலும் இல்லாவிட்டாலும் தங்கள் உருவம் எப்போதும் என் கண்களில் பொலிகிறது. இந்த அதிசயத்தின் காரணம் என்ன என்று தங்களால் சொல்ல முடியுமா?" என்று குந்தவை கேட்டாள்.

வந்தியத்தேவனின் மெய் சிலிர்த்தது; தழுதழுத்த குரலில், "தெரியவில்லையே, தேவி!" என்றான்.

"தெரியாவிட்டால் நான் சொல்லுகிறேன். தங்களிடத்திலே தான் அப்படி ஏதோ ஒரு மாய மந்திர சக்தி இருக்கிறது. சோழ குலத்தைப் பழிவாங்க வந்த வயிர நெஞ்சம் கொண்ட நந்தினியின் உள்ளமும் தங்களைக் கண்டு சஞ்சலம் அடைந்து விட்டதல்லவா!"

"சற்று முன் தாங்கள் அமுதினுமினிய வார்த்தை கூறி என்னைப் பரவசப்படுத்தினீர்கள். அதே மூச்சில், அந்தக் கொடிய விஷ நாகத்தின் பெயரை ஏன் சொல்லுகிறீர்கள்?"

"நந்தினியை உள்ளத்தில் நஞ்சுடைய பாம்பு என்று நான் வெறுத்த காலம் உண்டு. இப்போது அவளை நினைக்கும்போது எனக்கு அவள் பேரில் இரக்கந்தான் உண்டாகிறது...".

"நந்தினியிடம் தாங்கள் இரக்கம் கொள்வது சோழ குலத்தை நாசமாக்கவரும் ஆலகால விஷத்திடம் இரக்கம் கொள்வதாகும்".

"ஐயா! சோழ வம்சத்தாருக்குக் குல தெய்வமாகிவிட்ட மந்தாகினி தேவியின் மகள் அவள்! என் அருமைச் சகோதரன் அருள்மொழியைப் பலமுறை காப்பாற்றிய தேவியின் மகள் அவள்! என் தந்தையைச் சதிகாரனுடைய வேலுக்கு இரையாகாமல் காப்பாற்றித் தன்னுடைய உயிரைப் பலி கொடுத்த மாதரசியின் மகள் நந்தினி!...".

"ஆனால் அந்தச் சதிகாரனுடைய வேலை எறியத் தூண்டியவள் அவள்! ஆதித்த கரிகாலருக்கு யமனாக வந்தவள் அவள்! வீராதி வீரராகிய பெரிய பழுவேட்டரையரின் மதியை மயக்கி பொம்மை போல் ஆட்டிவைத்தவள்..."

"பெரிய பழுவேட்டரையரின் மதியை மட்டுந்தானா மயக்கினாள்? பார்த்திபேந்திர பல்லவன், கந்தமாறன் முதலியவர்களையும் தன் கைக் கருவி ஆக்கிக் கொண்டாள்! இவையெல்லாம் தெரிந்திருந்தும் அவளை என்னால் வெறுக்க முடியவில்லை. வீரபாண்டியனுடைய மரணத்துக்குப் பழிவாங்கவே இவ்வளவும் செய்தாள்! எடுத்த காரியத்தை நிறைவேற்றுவதில் வெற்றி அடைந்தாள்! வீர மறக் குலத்துப் பெண்! அவள் இப்படியெல்லாம் பயங்கரமான செயல்களில் இறங்குவதற்கு நானும் காரணமாயிருந்தேன் என்பதை நினைத்தால் வருத்தமாயிருக்கிறது. அவளை குழந்தைப் பிராயத்தில் பழையாறையிலிருந்து விரட்டியடித்தோம்..."

"நல்ல காரியமே செய்தீர்கள், தேவி! தங்களுடைய நெஞ்சிரக்கத்தின் மிகுதியால் அவள் சோழ குலப் பகைவனுடைய மகள் என்பதை மறந்துவிட வேண்டாம். வீர பாண்டியனுடைய மகன் சோழர் வீட்டில் வளர்ந்து அதனால் விளைந்த அனர்த்தம் போதாதா? வீர பாண்டியனுடைய மகளும் சோழர் வீட்டில் வளர்ந்து ஆதித்த கரிகாலரைத் திருமணம் புரிந்து கொள்ள நேர்ந்திருந்தால்..."

"மிக்க நன்மையாக முடிந்திருக்கும், இந்த இரண்டு பெருங்குலங்களின் பகைமை தீர்ந்து இரு குலமும் ஒரு குலமாயிருக்கும் ஆனால் அந்தச் செய்தி உண்மையாயிருக்குமா?"

"எதைக் கேட்கிறீர்கள், தேவி!"

"நந்தினி வீர பாண்டியனின் மகள் என்பது உண்மையாயிருக்குமா?"

"நந்தினி அவ்வாறு ஆதித்த கரிகாலரிடம் கூறியதை என் காதினால் நானே கேட்டேன். பெரிய பழுவேட்டரையரும் கேட்டார். அதுதான் பெரிய பழுவேட்டரையரின் மனத்தை அடியோடு மாற்றி அவரை ரௌத்ராகாரம் கொள்ளச் செய்தது. அந்தக் கொடிய வார்த்தைதான் இளவரசர் ஆதித்த கரிகாலரின் உயிருக்கும் யமனாக முடிந்தது!"

"சிறிது யோசியுங்கள்! கரிகாலன் மீது பழி முடிப்பதற்காகவே அவள் அவ்விதம் சொல்லியிருக்கலாம் அல்லவா? வீர பாண்டியனைக் கரிகாலன் கோபத்திலிருந்து காப்பாற்ற விரும்பியபோது அவளே வேறு விதமாகக் கூறியிருக்கிறாள். பெற்ற தகப்பனைக் குறித்துக் 'காதலன்' என்று எந்தப் பெண்ணாவது தன் வாயினால் சொல்லியிருப்பாளா?"

"தேவி! கரிகாலர் அப்போது வெறி கொண்டவராயிருந்தார். அவள் என்ன சொன்னாளோ, இவர் என்னவென்று பொருள் செய்து கொண்டாரோ, யாருக்குத் தெரியும்? கரிகாலர் சொல்லியதுதானே! அவரே பின்னால் நந்தினி 'என் தகப்பன் வீர பாண்டியன்' என்று சொன்னபோது நம்பிவிட்டாரே! மேலும் வீர பாண்டியன் இறந்த பிறகே அவளுக்கு இது தெரிந்திருக்கலாம். தன் பிறப்பைக் குறித்த உண்மையை அறிவதற்காக நந்தினி என்னென்ன பிரயத்தனங்கள் செய்தாள் என்பது தங்களுக்குத் தெரியுமே! நள்ளிரவில் அவளுடைய அன்னையின் ஆவியைப் போல் நடித்துச் சுந்தர சோழரைப் பைத்தியம் பிடிக்க அடிக்க வில்லையா! அதைத் தங்கள் தோழி பார்த்து மூர்ச்சையடைந்து விழவில்லையா...!"

"பாதாளச் சிறையில் மூன்று வருஷமாக அடைபட்டிருந்து தங்களுடன் விடுதலை அடைந்த பைத்தியக்காரனை ஆழ்வார்க்கடியான் பயமுறுத்திக் கேட்டபோது அவன் சொன்னதும் தங்களுக்குத் தெரிந்திருக்கும்..."

"தெரியாமலென்ன? நந்தினிக்கும், அவள் சகோதரனுக்கும் தானே தகப்பன் என்று அவன் கூறினான்."

"அதுவே உண்மையாகவும் இருக்கலாம் அல்லவா!"

"அப்படியானால், சில சமயம் பொய்யும் மிக்க வலிமையுடையதாகிறது. அரண்மனைக்குள்ளேயே வளர்ந்து சண்டையென்றால் பயந்து கொண்டிருந்த பழைய மதுராந்தகத்தேவர் தாம் வீரபாண்டியனுடைய மகன் என்று அறிந்ததும் எத்தகைய வீர புருஷர் ஆகிவிட்டார் என்பதைத் தாங்கள் பார்த்திருந்தால் பிரமித்துப் போயிருப்பீர்கள். ஒரு முறை சின்னப் பழுவேட்டரையர் தமது வயிரக் கரத்தால் என் தோளைப் பற்றினார். அதை நினைத்தால் இன்னமும் அவர் பிடித்த இடத்தில் எனக்கு வலியுண்டாகிறது. அத்தகைய மகாவீரருடன் நாமெல்லாரும் 'கோழை' என்று எண்ணிய மதுராந்தகன் சரிசமமாக வாட்போர் இட்ட காட்சியை என்றும் நான் மறக்க முடியாது."

"அதைக் குறித்தே எனக்கும் தங்கள் வார்த்தையில் சந்தேகம் உண்டாகிறது என்று சொன்னேன்."

"நம்புவதற்கு அரிதான சம்பவந்தான், நந்தினியின் மூடுபல்லக்கில் பிரயாணம் செய்து கொண்டிருந்தவனும், பழுவேட்டரையர்களின் பெயரைச் சொன்னாலே நடுநடுங்கியவனுமான நாம் அறிந்த மதுராந்தகன் சின்னப் பழுவேட்டரையருடன் வாட்போர் செய்யத் துணிவான் என்று யார் நம்ப முடியும்? ஆயினும் அது உண்மையில் நடந்தது என்பதை ஆழ்வார்க்கடியான் திரும்பி வந்து தங்களுக்குக் கூறுவான்."

"ஐயா! தாங்கள் நந்தினி தேவியைப் பார்க்க முடியவில்லையா?"

"அந்தப் பெண் உருக்கொண்ட ராட்சஸியை நான் ஏன் பார்க்க வேண்டும்?"

"நந்தினியைப் பற்றி இனி அவ்விதம் சொல்லவேண்டாம். என்றைக்காவது ஒரு நாள் நானே அவளைச் சந்திப்பேன். உண்மையில் அவளுடைய தந்தை யார் என்னும் ரகசியத்தை அறிவேன். ஆனால் ஒன்று தெரிந்து கொள்ளுங்கள். நந்தினியைப் பற்றி என்னிடம் எதுவும் தவறாகக் கூற வேண்டாம். அவளுடைய தகப்பனார் யாராயிருந்தாலும், அவளுடைய அன்னை யார் என்பதில் சந்தேகமில்லை அல்லவா? அவளிடம் நான் அன்பு கொள்வதற்கு அது ஒன்றே போதும். அதற்கு மேலே இன்னொரு முக்கிய காரணமும் இருக்கிறது..."

"அது என்ன காரணம்?"

"நந்தினி தங்களிடம் பிரியம் கொண்டிருந்தாள். அவளுடைய முத்திரை மோதிரத்தைத் தங்களிடம் கொடுத்தாள். தஞ்சைக் கோட்டையிலிருந்து தப்பிச் செல்வதற்கு உதவி செய்தாள். கொள்ளிடக் கரைக் காட்டில் ரவிதாஸன் கூட்டத்தாரிடம் தாங்கள் சிக்கிக் கொண்டிருந்த போது மறுபடியும் தங்கள் உயிரைக் காப்பாற்றினாள்..."

"கடைசியாக, ஆதித்த கரிகாலரைக் கொன்ற பயங்கரமான பழியை என் பேரில் சுமத்தினாள். அதற்காகவே அத்தனை சூழ்ச்சிகளும் செய்தாள்!"

"ஏன் அப்படிச் செய்தாள் என்று தங்களுக்குத் தெரியவில்லையா?"

"பாம்பு ஏன் கடிக்கிறது என்பதற்குக் காரணம் சொல்ல வேண்டுமா? சிறுத்தை ஏன் பாய்கிறது என்பதற்குக் காரணம் கூற வேண்டுமா?"

"நந்தினி பிறக்கும்போதே பாம்பாகவோ, சிறுத்தையாகவோ பிறக்கவில்லை. நாங்கள்தான் அவளை அப்படிச் செய்து விட்டோம். சந்தர்ப்பங்கள் அவ்விதம் சதி செய்து விட்டன. தாங்களும் அதற்குக் காரணமாயிருந்தீர்கள்!"

"ஐயையோ! என் பேரில் ஏன் வீண் பழி? நான் அவளுக்கு அப்படி என்ன தீங்கு செய்தேன்?"

"தாங்கள் அவளுக்கு ஒரு தீங்கும் செய்யவில்லை; அவள்தான் தங்களிடம் அன்பு கொண்டிருந்தாள்."

"தெய்வமே!..."

"புருஷர்கள் சில காரியங்களில் கண்ணிருந்தும் குருடர்களாயிருப்பார்கள் போலிருக்கிறது. ஐயா! இதைக் கேளுங்கள்! நந்தினியின் உள்ளம் தங்களுக்குத் தெரியவில்லை; நான் நன்றாகத் தெரிந்து கொண்டேன். அந்தத் துர்ப்பாக்கியசாலி உண்மையில் வீர பாண்டியனிடம் அன்பு கொண்டிருக்கவில்லை; பெரிய பழுவேட்டரையரிடம் அன்பு கொண்டிருக்கவில்லை; ஆதித்த கரிகாலனிடம் அவளுக்கு உண்மையான நேசம் கிடையாது. அவர்களிடம் அன்பு கொண்டதாக நடித்ததெல்லாம் அவள் அரசு பீடத்தில் அமர்வதற்காகத்தான்!"

"இதை நானும் அறிவேன், தேவி! அவளுடைய கிராதக நெஞ்சில் அன்புக்குச் சிறிதும் இடமே இல்லை!"

"அது தவறு; தங்களைக் கண்டபோதுதான் அவள் உள்ளத்தில் உண்மையான அன்பு உதயமாயிற்று. தங்கள் அபிமானத்தைக் கவர்வதற்காக அவள் எதுவும் செய்யச் சித்தமாயிருந்தாள்..."

"என் பேரில் இளவரசரைக் கொன்ற பழியைச் சுமத்தவும் சித்தமாயிருந்தாள்."

"அது எதற்காக? தங்களை என்றென்றைக்கும் சோழ குலத்தாருடன் நட்பும், உறவும் கொள்ளாமலிருக்கச் செய்வதற்குத்தான்..."

"அதற்காக என்னைத் தஞ்சாவூர் ராஜ வீதிகளின் நாற்சந்தியில் கழுவில் ஏற்றச் செய்வதற்கு ஏற்பாடு செய்து விட்டாள். அதைவிட அவளுடைய கையில் பிடித்திருந்த கத்தியினாலேயே என்னைக் கொன்றிருக்கலாமே?"

"தங்களைக் கொல்ல எண்ணியிருந்தால் அவ்விதம் செய்திருக்கலாம். அல்லது ரவிதாஸன் கூட்டத்தைக் கொண்டு தங்களைக் கொல்லச் செய்திருக்கலாம். பெரிய பழுவேட்டரையர் குற்றத்தைத் தன் பேரில் போட்டுக் கொண்டிராவிட்டால், பொன்னியின் செல்வர் குறுக்கிட்டிராவிட்டால், தங்களை உண்மையிலேயே கழுவில் ஏற்றக்

கட்டளை பிறப்பித்திருந்தால் ரவிதாஸன் கூட்டத்தார் வந்து தங்களை விடுவித்துக் கொண்டு போயிருப்பார்கள். தாங்களும் ஒருவேளை இன்று ஆனைமலையின் மேல் சேர்ந்திருக்கும் கூட்டத்துடன் கலந்து கொண்டிருந்தாலும் இருப்பீர்கள்."

"அத்தகைய விபத்து நேராமல் கடவுள்தான் என்னைக் காப்பாற்றினார்."

"சோழ நாட்டையும் காப்பாற்றினார். தங்களைப் போன்ற ஒரு வீரரின் சேவை சோழ சாம்ராஜ்யத்துக்கு நஷ்டமாகாமல் காப்பாற்றினார்..."

"தேவி! சோழ சாம்ராஜ்யம் மகத்தானது; லட்சக்கணக்கான வீரர்களின் வாள்களும், வேல்களும் இந்த ராஜ்யத்தைக் கண் போலக் காத்து நிற்கின்றன. நான் ஒருவன் இதன் உதவிக்கு அவ்வளவு அவசியமாயிருக்க முடியாது...!"

"சோழ நாட்டை நாலாபுறமும் புதிய அபாயங்கள் சூழ்ந்து கொண்டிருப்பதாகத் தாங்களே சொன்னீர்கள்."

"அது உண்மைதான், தேவி! ரவிதாஸனுடைய சூழ்ச்சித் திறன் அதிசயமானது. பாண்டிய நாட்டுச் சிங்காதனத்துக்கு உரிமையாளர் இரண்டு பேரை உண்டாக்கி விட்டான். முன்னே ஒரு சிறு குழந்தைக்குக் கொள்ளிடக்கரைக் காட்டில் பாண்டிய மன்னன் என்று பட்டம் சூட்டினான். அந்தப் பராங்குசன் நெடுஞ்செழியனுடன், இப்போது அமர புஜங்கன் நெடுஞ்செழியன் ஒருவனும் சேர்ந்து விட்டான்..."

"அது யார் அமரபுஜங்கன் நெடுஞ்செழியன்?"

"நம் பழைய மதுராந்தகரின் பெயர் இப்போது அதுதான். பாண்டிய அரசுக்கு உரிமை கொண்டாடுவோன், 'மதுராந்தகன்' என்ற பெயருடன் இருக்க முடியாதல்லவா? சின்னப் பழுவேட்டரையர் அருவிப் பள்ளத்தில் விழுந்ததும், மலை உச்சியில் 'பாண்டியன் அமரபுஜங்கன் நெடுஞ்செழியன் வாழ்க!' என்று எழுந்த கோஷம் அந்தப் பெரிய அருவி விழும் சத்தத்தையும் அடக்கிக்கொண்டு எழுந்தது."

"இம்மாதிரி இரண்டு உரிமையாளரை ஏற்படுத்தி வைப்பதில் ரவிதாஸன் கூட்டத்தாருக்கு என்ன லாபம்?"

"ஒருவனுக்கு ஏதாவது நேர்ந்தால் இன்னொருவன் கையில் இருக்கட்டும் என்றுதான். ஒருவனைக் கொண்டு இலங்கை அரசன் மகிந்தன் உதவியைப் பெறவும், இன்னொருவனைக் கொண்டு சேர மன்னனின் கூட்டுறவைப் பெறவும் அக்கூட்டத்தார் முயற்சிப்பார்கள்..."

"ஐயா! என் சகோதரனும் தாங்களும் சேர்ந்து சதி செய்து உத்தம சோழரின் தலையில் மணி மகுடத்தைச் சூட்டினீர்கள். உத்தம சோழருக்கு நீங்கள் பெரிய நன்மை செய்து விட்டதாக நான் கருதவில்லை. தற்சமயம் சோழ சாம்ராஜ்யத்தின் பாரத்தை வகிப்பது அவ்வளவு எளிய காரியமாகத் தோன்றவில்லை..."

"சோழ சாம்ராஜ்ய பாரத்தை வகிப்பது தற்சமயம் மிகப் பிரயாசையான காரியந்தான். ஆனால் அதை உத்தம சோழரா தாங்கப் போகிறார்? அவர் தமது அன்னைக்கு உதவியாக ஆலயத் திருப்பணியில் ஈடுபட்டுக் காலம் கழிக்கப் போகிறார். சோழ சாம்ராஜ்யத்தைத் தாங்கப் போகிறவரும் பாதுகாக்கப் போகிறவரும் தங்கள் தம்பி அருள்மொழித் தேவர்தான்"

"அது உண்மையே; அருள்மொழிக்கு அதற்கு ஆற்றலும் உண்டு. ஆனாலும் அவன் பிராயத்தில் சிறியவன்; அனுபவம் இல்லாதவன். சோழ சாம்ராஜ்யத்தைத் தாங்கி வந்த இருபெரும் வயிரத் தூண்கள் – பழுவூர் அரசர்கள் போய்விட்டார்கள். பெரியவர் நம்மை விட்டே சென்று விட்டார்! தாங்கள் சொல்வதைப் பார்த்தால், சின்னப் பழுவேட்டரையர் பிழைத்து வருவதும் துர்லபம் என்று தோன்றுகிறது..."

"அவர் பிழைத்து வந்தாலும் ராஜ்யத்துக்கு பயன்படமாட்டார். தமது மகளையும் மருமகனையும் நினைத்து நொந்து கொண்டிருப்பார்..."

"சம்புவரையரும் அதே நிலையை அடைந்துவிட்டார். சில தினங்களில் அவருடைய உள்ளமும் உடலும் சோர்ந்து பலவீனமடைந்து விட்டன. மலையமான் முன்னமே முதுகிழவர். தமது பேரர்களில் ஒருவன் இறந்து, இன்னொருவனுக்குப் பட்டமில்லை என்று ஆனதும் அவரும் அடியோடு தளர்ந்து போனார். கொடும்பாளூர்ப் பெரிய வேளாரின் மனம் ஒரு நிலையிலில்லை. அருள்மொழி முடிசூட்டிக் கொள்ளப் போவதாகச் சொல்லிக் கொண்டிருந்து கடைசி நிமிஷத்தில் தம்மை ஏமாற்றி விட்டதை அவரால் மன்னிக்க முடியவில்லை. வானதியை அருள்மொழி மணந்ததில் கூட அவருக்குத் திருப்தி ஏற்படவில்லை. இனிமேல் ராஜ்ய விவகாரங்களில் தாம் தலையிடுவதில்லை என்றும் கொடும்பாளூரில் ஆலயத் திருப்பணி செய்யப் போவதாகவும் கூறிவிட்டுப் போய்விட்டார். கடம்பூர் மாளிகையில் நடந்த சதிக்கூட்டத்தில் கலந்து கொண்ட மற்ற சிற்றரசர்கள் அனைவரும் அவர்கள் ஒன்று நினைக்கக் காரியம் வேறாக முடிந்தது பற்றி வெட்கி மனம் குன்றிப் போனார்கள். ஐயா! அருள்மொழிக்கு உதவி செய்யத் துணைவர்கள் வேண்டும். வாள் வலி – தோள் வலியுடன் அறிவுத் திறமையும் வாய்ந்த உற்ற நண்பர்கள் அவனுக்கு வேண்டும்..."

"நல்ல வேளையாகப் பல்லவப் பார்த்திபேந்திரர் இருக்கிறார்!" என்று சொன்னான் வந்தியத்தேவன்.

"அவருடைய துணை வலியும் அருள்மொழிக்குக் கிடைக்கும் என்று சொல்லுவதற்கில்லை. அவரை ஊரை விட்டு அனுப்பி விட்டு உத்தம சோழருக்கு முடிசூட்டியதில் அவருக்குக் கோபம். அதைக் காட்டிலும் அருள்மொழி தன் அந்தரங்கத் தோழராகத் தங்களைப் பாவிப்பது அவருக்குப் பிடிக்கவில்லை..."

"அவருடைய கோபத்துக்கு நியாயம் இருக்கிறது. சோழ குலத்துக்கு அவர் எவ்வளவோ தொண்டு செய்திருக்கிறார். நானோ புதிதாக வந்தவன்; அவரிடம் நான் வேணுமானால் மன்னிப்புக் கேட்டுக் கொள்கிறேன்."

குந்தவை சிறிது யோசித்துவிட்டு, "அது எரிகிற தீயில் எண்ணெய் விட்டது போலாகும்" என்று கூறினாள்.

"பார்த்திபேந்திரர் மகா வீரர். அவரைச் சமாதானப்படுத்துவதற்கு வேறு வழி இல்லையா?" என்றான் வந்தியத்தேவன்.

"அவரே அந்த வழியைக் குறிப்பிட்டார். என் தந்தையிடமும் தமது விருப்பத்தைத் தெரிவித்தார்..."

"பார்த்திபேந்திர பல்லவருடைய விருப்பத்தை நிறைவேற்றச் சக்கரவர்த்தி மறுத்திருக்க மாட்டார்..."

"ஆனால் அது சக்கரவர்த்தியைப் பொருத்ததல்ல; அவருடைய மகளைப் பொறுத்தது. அவருடைய மகள் அதை ஏற்றுக்கொள்ள மறுத்து விட்டாள்! ஆம், ஐயா! சிவாலயத்துக்கு மலர் எடுத்துக் கொடுத்துக் கொண்டிருந்தவர் திடீரென்று சிங்காதனம் ஏறி மணி மகுடம் சூடிக் கொண்டதைப் பார்த்துப் பல்லவ குலத் தோன்றலுக்குப் பொறுக்கவில்லை. கடலில் படகு விட்டுக்கொண்டிருந்தவள் சிங்காதனம் ஏறியதும் அவருக்குச் சகிக்கவில்லை. பழைய பல்லவ நாட்டுக்குத் தன்னைச் சுதந்திர மன்னனாக்கிச் சிலாசாஸனம் எழுதும் உரிமை அளிக்க வேண்டும் என்று கேட்டார்...."

"ஆகா! அது எப்படிக் கொடுக்க முடியும்? சோழ ராஜ்யத்தைச் சின்னாபின்னப் படுத்துவதாகுமல்லவா?"

"அந்த உரிமை கொடுக்க என் தந்தை சம்மதித்து விட்டார். அத்துடன் பல்லவ குமாரர் நிற்கவில்லை. முன்னொரு சமயம் பல்லவ அரச குமாரி சோழ குமாரன் ஒருவனை மணந்து கொண்டாளாம். அதற்கு ஈடாகச் சுந்தர சோழரின் குமாரியைத் தமக்குத் திருமணம் செய்து கொடுக்க வேண்டும் என்று கோரினார்!"

இதைக் கேட்டதும் வந்தியத்தேவனின் முகம் மிக்க மன வேதனையைக் காட்டியது. அதை மறைத்துக் கொள்வதற்காக அவன் முகத்தை வேறு பக்கம் திருப்பிக் கொண்டான்.

குந்தவையின் முகம் புன்சிரிப்பால் மலர்ந்தது. வேண்டுமென்றே அவள் மேலே ஒன்றும் சொல்லாமலிருந்தாள். சற்றுப் பொறுத்து வந்தியத்தேவன், "அதற்குச் சக்கரவர்த்தி என்ன விடை கூறினார்?" என்றான்.

"அதற்குச் சக்கரவர்த்தி எப்படி பதில் கூறமுடியும்? அது அவர் மகள் விருப்பத்தைப் பொறுத்ததல்லவா? சக்கரவர்த்தி தம் மகளைக் கேட்டார்..."

"சக்கரவர்த்தித் திருமகள் அதற்கு என்ன பதில் கூறினார்?"

"பார்த்திபேந்திரனைக் கை பிடிக்கச் சம்மதமில்லை என்று சொல்லி விட்டார்!"

"ஏன்? ஏன்?" என்று வந்தியத்தேவன் கேட்ட குரலில் அடங்காத ஆர்வம் ததும்பியது.

"சக்கரவர்த்தித் திருமகள் காரணம் எதற்காக சொல்லவேணும்? இருந்தாலும் ஒரு காரணம் கூறினாள். தெய்வப் பொன்னி நதி பாயும் புனல் நாட்டை விட்டு, வெளிநாட்டுக்குப் போக விருப்பமில்லை என்று கூறினாள்."

"அது ஒன்றுதானா காரணம்?"

"வேறு காரணமும் இருக்கலாம். அதில் சிரத்தை உள்ளவர்களுக்கு அல்லவா சொல்ல வேணும்? ஏனோதானோ என்று கேட்பவர்களிடம் எதற்காகச் சொல்ல வேணும்?" என்றாள் குந்தவை!

"தேவி! அளவில்லாத சிரத்தையுடன் ஆர்வத்துடனும் கேட்கிறேன்."

"அவ்வளவு சிரத்தையும் ஆர்வமும் உள்ளவர்கள் தாங்களாகவே அதைத் தெரிந்து கொள்வார்கள். அவர்களுக்குச் சொல்லித் தெரிய வேண்டியதில்லை."

குந்தவையின் முகத்தை அப்போதுதான் முதன் முதலில் பார்ப்பவன் போல் வந்தியத்தேவன் பார்த்தான்.

மின்னலை மின்னல் தாக்கியது, அலையோடு அலை மோதியது. சொர்க்கம் பூமிக்கு வந்தது; மண்ணுலகம் விண்ணுலகம் ஆயிற்று.

விழிக்கோணத்தில் விஷமப் புன்சிரிப்புடன் குந்தவை, "ஒரு பெண்ணின் மனத்தில் உள்ளதை அறிய முடியாமல் அவள் வாயினால் சொல்ல வேண்டும் என்று எதிர்பார்க்கும் ஆண் மகனைப் பற்றி என்னவென்று நினைப்பது? சோழ சாம்ராஜ்யத்தின் பகைவர்களுடைய தந்திரச் சூழ்ச்சிகளையெல்லாம் அவர் அறிந்துகொள்ள முடியும் என்று எவ்விதம் எதிர்பார்ப்பது?" என்றாள்.

வந்தியத்தேவன் சற்று நேரம் மேலும் கீழும் பார்த்து விட்டு, "தேவி! பழம்பெரும் பல்லவ குலத்தில் வந்த பார்த்திபேந்திரன் கோரிய அதே கோரிக்கையை, தங்குவதற்கு ஒரு குடிசை நிழலும் இல்லாத அனாதை வாலிபன் ஒருவன் வெளியிட்டால், அதைப் பற்றிச் சக்கரவர்த்தி என்ன நினைப்பார்?" என்றான்.

"அவர் என்ன நினைத்தாலும், தம் மகளுடைய விருப்பம் என்னவென்று கேட்பார்; அதன்படியே பதில் சொல்லுவார்."

"தேவி! சக்கரவர்த்தியின் திருக்குமாரி என்ன பதில் சொல்லுவாள்?"

"இப்படிச் சுற்றி வளைத்துக் கேட்டுக் கஷ்டப்படுவானேன்? சக்கரவர்த்தியிடம் நேரில் கேட்டுப் பார்த்து விடலாமே? பதில் உடனே தெரிந்து விடுகிறது!" என்றாள் குந்தவை.

"அது எப்படிக் கேட்க முடியும்? ஈழம் முதல் வேங்கி வரையில் ஒரு குடை நிழலில் ஆளும் மன்னர் மன்னனின் திருமகளைத் தனக்கு மணம் செய்து கொடுக்கும்படி ஊரும் பேருமில்லாத வாலிபன் உற்றார், உறவினர் அற்ற அனாதைச் சிறுவன் எப்படித் துணிந்து கேட்க முடியும்?" என்றான் வல்லவரையன்.

"வாணர் குலத்தில் பிறந்த வீரருக்கு இவ்வளவு தன்னடக்கம் எங்கிருந்து வந்தது? முதன் முதலில் தாங்கள் என்னைப் பார்த்தபோது தங்கள் குலப்பெருமை பற்றிக் கூறியதை நான் மறந்து விடவில்லை. சேர சோழ பாண்டியர்களின் அரண்மனைகளில் ஆண் குழந்தைகள் பிறந்தால், அக்குழந்தையின் மார்பு அகலமாயிருந்தால், மாவலி வாணனின் பெயர்கள் எல்லாவற்றையும் அந்தக் குழந்தையின் மார்பில் எழுதலாம் என்று அரசிமார்கள் களிப்படைவார்கள் என்றீர்கள். வாணர் குல மன்னரின் அரண்மனை வாசலில் மூவேந்தர்களும் காத்திருப்பார்கள் என்றும், புலவர்கள் அம்மன்னனிடம் பெற்றுப் போகும் பரிசுகளைப் பார்த்து, 'இது என் குதிரை! இது என் யானை! இரு என் கிரீடம்! இது என் குடை!' என்று அவர்கள் பேசிக் கொள்வார்கள் என்றும் சொன்னீர்கள். அவ்வாறு பெருமையடித்துக் கொண்டவர் இவ்வளவு அடக்கம் கொண்டவரானது ஏன்?"

"தங்கள் தம்பியின் சினேகந்தான் அதற்குக் காரணம். பழைய குலப் பெருமையைக் கூறிச் சிறப்படையப் பார்ப்பதை அருள்மொழிவர்மர் வெறுக்கிறார். சூரிய குலத்தில் தோன்றியவர்கள் என்றும், கரிகால் வளவன் வம்சத்தினர் என்றும், விஜயாலயச் சோழரின் பேரரின் பேரர் என்றும் பெருமை அடித்துக் கொள்வதை நினைத்து அவர் சிரிக்கிறார். ஒரு நாள் அவர் என்னிடம் என்ன சொன்னார் தெரியுமா? 'என் குலத்து முன்னோர்கள் இது வரையில் செப்புப் பட்டயமும், சிலாசாஸனமும் எழுதுவிக்கும் போதெல்லாம் சூரிய வம்சத்திலிருந்தும், மனுநீதிச் சோழனிலிருந்தும், சிபிச் சக்கரவர்த்தியிலிருந்தும் தொடங்கி எழுதச் செய்து வந்திருக்கிறார்கள். நான் அரச பீடம் ஏறினால் இந்த வழக்கத்தை மாற்றி விடுவேன். நான் எழுதுவிக்கும் சிலாசாஸனங்களிலும் செப்புப் பட்டயங்களிலும் நான் சாதனை செய்த காரியங்களை மட்டும் பொறிக்கச் செய்வேன். அப்போது அச்சாஸனங்கள் புனைந்துரைகளோ என்ற ஐயத்துக்கு இடந்தராத மெய்க்கீர்த்தியாக விளங்கும்!' என்றார். தேவி! நானும் அவருடைய கருத்தை ஒப்புக் கொண்டேன். பழைய குலப் பெருமை பேசுவதை விட்டுவிட உறுதி கொண்டேன். தங்கள் தந்தையாரிடம் சென்று என் பழைய குலப் பெருமைகளைக் கூறித் தங்கள் கரம்பிடிக்கும் பாக்கியத்தைக் கோரமாட்டேன். அருள்மொழிவர்மரும் நானும் இந்தச் சோழ சாம்ராஜ்யத்தின் மேன்மைக்கு எங்கள் ஆயுளை அர்ப்பணித்திருக்கிறோம். வடக்கே விந்திய பர்வதத்திலும், தெற்கே திரிகோண மலையிலும், மேற்கே லட்சத்தீவிலும், கிழக்கே கடல்களுக்கு அப்பாலுள்ள சாவகத்திலும், கடாரத்திலும், காம்போஜத்திலும் புலிக்கொடியைப் பறக்கச் செய்யத் தீர்மானித்திருக்கிறோம். நாங்கள் மேற்கொண்ட காரியங்களை ஓரளவேனும் சாதித்த பிறகு, சுந்தர சோழச் சக்கரவர்த்தியிடம் சென்று 'இதோ நான் அணிந்து வந்திருக்கும் வெற்றி மாலைகளைத் தங்கள் திருக்குமாரியின் கழுத்தில் சூட அனுமதி கொடுங்கள்!' என்று விண்ணப்பித்துக் கொள்வேன். இலங்கைக்குச் சென்று மகிந்தனை வென்று, பாண்டியன் மகுடத்தையும், இந்திரன் ஹாரத்தையும் கொண்டு வந்து இளவரசியின் முன்னால் வைப்பேன். வைத்து விட்டு, 'தங்கள் திருக்கரத்தைப் பிடிப்பதற்கு நான் தகுதியுள்ளவனானால் அந்தப் பாக்கியத்தை எனக்கு அளியுங்கள்!' என்று பெருமையோடு கேட்பேன்..."

"ஐயா! தங்கள் தீர்மானத்தை நான் பாராட்டுகிறேன். தங்களுக்கும் பார்த்திபேந்திரர் மனப்போக்குக்கும் உள்ள வேற்றுமையைக் கண்டு வியந்து மகிழ்கிறேன். ஆனால் ஆண் பிள்ளையாகிய தாங்கள்தான் இவ்வாறெல்லாம் செய்யலாம். வெற்றிகளையும், சாதனைகளையும் கொண்டு வந்து சமர்ப்பிக்கலாம். அவற்றைக் குறித்துப் பெருமையடையலாம். பெண்ணாய்ப் பிறந்தவர்களுக்கு இவை ஒன்றும் சாத்தியமில்லை; அவர்களுக்குத் தேவையும் இல்லை. அரச குலத்துப் பெண்களுக்குச் சுயம்வரம் நடத்தும் வழக்கம் நம் தேசத்தில் வெகு காலம் இருந்து வந்தது, இப்போது ஏனோ மறைந்து விட்டது. ஐயா! என் தந்தை எனக்கு ஒரு சுயம்வரம்

நடத்தி அதற்கு இந்தப் பரந்த தேசத்திலுள்ள அத்தனை அரசகுமாரர்களையும் அழைத்திருந்தாரானால், என் கையிலுள்ள மாலையை அவர்கள் யாருடைய கழுத்திலும் போட்டிருக்க மாட்டேன். தஞ்சைக் கோட்டையிலிருந்து தப்பி ஓடி வந்து, பழையாறை ஆலய பட்டரின் துணையுடன் ஓடமேறி ஓடையைக் கடந்து, அரண்மனைத் தோட்டத்துக்குள் புகுந்து என்னைத் தனிமையில் சந்தித்த அனாதை வாலிபர், அத்தனை அரசகுமாரர்களுக்கு மத்தியில் எங்கேயாவது இருக்கிறாரா என்று தேடுவேன். அவருடைய கழுத்திலேதான் என் கையிலுள்ள சுயம்வர மாலையைப் போடுவேன்!"

வந்தியத்தேவனுடைய செவிகளில் ஆயிரம் கிண்கிணிகள் ஒலித்தன. வானத்திலிருந்து பொன் மழை பொழிந்தது. தளிர்களும் மலர்களும் குலுங்கிய மரங்களின் உச்சியில் வர்ணப்பட்டுப் பூச்சிகள் இறகுகளை விரித்து நடனம் புரிந்தன. இதுவரையில் உட்கார்ந்திருந்த வந்தியத்தேவன் எழுந்து நின்றான்.

"நான் கூறியது தங்களுக்குப் பிடிக்கவில்லையா?" என்றாள் குந்தவை.

"நன்றாகக் கேட்டீர்கள். நான் விழித்திருக்கிறேனா, என் காதில் விழுந்ததெல்லாம் உண்மையா, அல்லது கனவு காண்கிறேனா என்று சோதித்தேன். கனவு காணவில்லை; உண்மை தான் என்று தெரிந்து கொண்டேன்! பாற்கடலைக் கடைந்து தேவர்கள் அமுதத்தை அடைந்தார்கள், அதை அருந்தி அமரரானார்கள் என்று கேட்டிருக்கிறேன். தாங்கள் இப்போது கூறிய மொழிகள் என்னை அமுதமுண்டவனாகச் செய்து விட்டன; எனக்குப் புத்துயிர் அளித்து விட்டன!"

குந்தவை அப்போது, "ஐயா! ஒன்று மாத்திரம் நினைவில் வைத்துக் கொள்ளுங்கள். நீங்கள் போகுமிடங்களில் எத்தனையோ அபாயங்களுக்கு உட்படுவீர்கள். எவ்வளவோ போர்க்களங்களில் போர் செய்வீர்கள். பகைவர்கள் வஞ்சகச் சூழ்ச்சியால் தங்களை மேலுலகம் அனுப்ப முயற்சிப்பார்கள். அப்படி ஏதாவது தங்கள் உயிருக்கு அபாயம் நேர்ந்துவிட்டால், இந்தத் தொல் பெருமை வாய்ந்த சோழ குலத்தில் பிறந்த ஓர் இளவரசி கலியாணம் ஆவதற்கு முன்னாலேயே கைம்பெண் ஆவாள்! இதை மறந்து விடாதீர்கள்!" என்றாள்.

"தேவி! அப்படி ஒன்றும் நிச்சயமாக நேராது. நான்தான் அமுதமுண்டு அமரனாகி விட்டேனே! எனக்கு இனி மரணம் இல்லை! கன இருள் சூழ்ந்த வனாந்தரங்களில் காற்றும் மழையும் கடுகிப் பெய்து நான் திசை தெரியாமல் தடுமாறும் சமயங்களில், தாங்கள் அக்காட்டு மத்தியில் உள்ள வீட்டில் பலகணிக்கு அருகில் விளக்கேற்றி வைத்துக் கொண்டு எனக்காகக் காத்திருப்பீர்கள். அந்த நினைவு எனக்குத் தைரியமளித்துக் காற்று, மழை கனாந்தகாரத்திலிருந்து தப்புவதற்கு துணை செய்யும். அலை கடலின் நடுவில் மரக்கலத்தில் ஏறி நாளும் வாரமும் மாதமும் கணக்கு மறந்து திக்குத் தெரியாமல் மதி மயங்கிக் கதி கலங்கி நிற்கும்போது, ஸப்தரிஷி மண்டலத்தின் அடியில் என்றும் நிலைத்து நின்று சுடர் விட்டு வழி காட்டும் துருவ நட்சத்திரமாகத் தாங்கள் ஒளிவீசுவீர்கள். நான் திசை அறிந்து என் மரக் கலத்தைத் திருப்பிக் கொண்டு வருவேன். கடற்கரை ஓரத்துப் பாறைகளில் மாமலைகள் போன்ற பேரலைகள் தாக்கிக் கடல் கொந்தளித்துக் கொண்டிருக்கும் இரவு நேரங்களில் கலங்கரை விளக்கிலிருந்து வரும் உயிர் காக்கும் ஒளியாகத் தாங்கள் பிரகாசிப்பீர்கள். அந்தப் பிரகாசத்தைக் கொண்டு என் படகு பாறையில் மோதாமல் கரையிலே கொண்டு வந்து சேர்ப்பேன். புல்லும் பூண்டும் முளையாத அகண்டமான பாலைவனப் பிரதேசத்தில் வடவைக் கனல் எனக் கொளுத்தும் வெய்யிலில் அனல் பிழம்பெனச் சுட்டுப் பொசுக்கும் மணலில் நான் தாகத்தினால் நா உலர்ந்து வியர்வைக் கால்கள் வறண்டு தவித்துத் தத்தளிக்கும் நேரங்களில் தென்னை மரங்களும், தேன் கதலிகளும் சூழ்ந்த ஜீவ நதி ஊற்றாகத் தாங்கள் எனக்கு உதவுவீர்கள். தேவி! இந்த விரிந்து பரந்த உலகத்தில் நான் எங்கே போனாலும் எத்தனை கஷ்டங்களுக்கு உட்பட்டாலும் ஒரு நாள் கட்டாயம் திரும்பி வருவேன். திரும்பி வந்து தங்களைக் கரம் பிடித்து

மணந்து கொள்வேன். இந்த என் மனோரதம் நிறைவேறும் வரையில் என்னை யமன் நெருங்க மாட்டான், அமுதமுண்ட அமரனாக இருப்பேன்!"

இவ்விதம் வந்தியத்தேவன் தன் வாழ்க்கையில் என்றும் பேசி அறியாதவாறு பேசிவிட்டு உட்கார்ந்தான். இளைய பிராட்டி மெய்மறந்து அவன் முகத்தைப் பார்த்த வண்ணமிருந்தாள். இந்த வார்த்தைகளையெல்லாம் இந்த வீரன் முதல் முறையாகத் தன்னிடம் சொல்லவில்லையென்றும், எத்தனை எத்தனையோ ஆண்டுகளுக்கு முற்பட்ட யுக யுகாந்திரங்களில் எவ்வளவோ தடவை இதே சொற் பிரவாகத்தை இவனிடம் கேட்டிருப்பதாகவும் அவளுக்குத் தோன்றியது. இந்தச் சித்தப்பிரமையின் விசித்திரத்தைப் பற்றி அவள் சிந்தித்துக் கொண்டிருந்தபோது, "அக்கா! அக்கா!" என்ற வானதியின் குரல் கேட்டது.

இருவரும் திரும்பி பார்த்தார்கள்.

வானதி விரைந்து அவர்கள் அருகில் வந்து, "அக்கா! இவருக்கு ஓர் அவசர ஓலை வந்திருக்கிறது. மணிமேகலையின் தமையன் கந்தமாறனிடமிருந்து வந்திருக்கிறது!" என்று சொல்லிக் கொண்டே ஓலையை நீட்டினாள்.

❉ ❉ ❉ ❉

தொண்ணூற்றொன்றாம் அத்தியாயம்

மலர் உதிர்ந்தது!

வந்தியத்தேவன் ஓலையை வாங்கிக் கொண்டு வானதியைப் பார்த்து, "இளவரசி! என்னைத் தங்களுக்கு நினைவிருக்கிறதா? அடியோடு மறந்து விட்டீர்கள் என்றல்லவா நினைத்தேன்?" என்றான்.

"ஐயா! தங்களை எவ்வாறு நான் மறக்க முடியும்? எனக்கும் என் கணவருக்கும் தாங்கள் செய்துள்ள உதவிகளைத் தான் எப்படி மறக்க முடியும்?" என்றாள் வானதி.

"அதனாலேதான் நான் இல்லாத சமயம் பார்த்துத் தங்கள் திருமணத்தை நடத்திக் கொண்டீர்களாக்கும்!" என்றான்.

வானதி குறும்புப் புன்னகையுடன், "ஆமாம்; தாங்கள் இருந்திருந்தால் பொன்னியின் செல்வர் மகுடாபிஷேகத்தைப் போல் திருமணமும் நடந்திருக்கலாம் அல்லவா? தாங்கள் என்ன சூழ்ச்சி செய்திருப்பீர்களோ என்னமோ அதை யார் கண்டது?" என்றாள்.

"நானா பொன்னியின் செல்வருக்கு மகுடாபிஷேகம் நடக்காதபடி செய்தேன்? பூங்குழலியிடம் போட்டி போட்டுக் கொண்டு தாங்கள் 'சிங்காதனம் ஏறுவதில்லை' என்று செய்த சபதம் அல்லவா அதற்குக் காரணம்? படகுக்காரப் பெண்ணுக்கு அதிர்ஷ்டம் அடித்தது! என் மீது குறைப்பட்டு என்ன பயன்?" என்றான் வந்தியத்தேவன்.

"அவளே அந்த அதிர்ஷ்டத்தை அனுபவிக்கட்டும்! அதற்காக அவள் பேரிலும் எனக்கு குறை இல்லை; தங்கள் பேரிலும் குறை இல்லை. மகிழ்ச்சி தான். ஆனால் தங்களுடைய திருமணத்துக்கு நாள் குறிப்பிடும் போது மட்டும் நல்ல சோதிடராகப் பார்த்து நாள் குறிப்பிடச் செய்யுங்கள்!" என்றாள்.

"குடந்தை சோதிடரையே நாள் வைக்கச் சொன்னால் போகிறது! தங்களுக்கெல்லாம் அவரிடத்திலேதான் நம்பிக்கை!" என்று வானதியைப் பார்த்துச் சொன்னான் வந்தியத்தேவன்.

வானதி 'கலீர்' என்று சிரித்துவிட்டு இளைய பிராட்டியை நோக்கி, "அக்கா! இவர் குடந்தை சோதிடரைப் பற்றிச் சொன்னதும் ஒரு விஷயம் ஞாபகம் வருகிறது!" என்று சொல்லி விட்டு மறுபடியும் கலகலவென்று சிரித்தாள்.

"எதை நினைத்துக் கொண்டு சிரிக்கிறாய், வானதி! 'உன் வயிற்றிலே பிறக்கப்போகிற பிள்ளை மூன்று உலகத்தையும் ஆளப் போகிறான்' என்று அந்த ஜோசியர் உளறினாரே, அதை எண்ணிச் சிரிக்கிறாயா?" என்றாள் குந்தவை.

"அதை ஏன் உளறல் என்கிறீர்கள், தேவி? அந்த ஜோசியம் பலிக்கப் போகிறது!" என்றான் வந்தியத்தேவன்.

வானதி தன்னை அறியாமல் ஏற்பட்ட கூச்சத்தில் சிரிப்பை அடக்கிக் கொண்டாள்.

பிறகு, "அக்கா! நான் ஒன்று சொல்ல வந்தால், தாங்கள் பேச்சை வேறு பக்கம் திருப்புகிறீர்களே? குடந்தை ஜோதிடரிடம் நான் "இளைய பிராட்டிக்குத் தகுந்த கணவர் எங்கிருந்து வரப் போகிறார்?" என்று கேட்டேன். 'இந்த நிமிஷமே ஆகாசத்திலிருந்து வந்து குதித்தாலும் குதிப்பார்!" என்றார் ஜோசியர். மறுநிமிடம் இவர் ஜோசியருடைய சீடனுடன் சண்டையிட்டுக் கொண்டே உள்ளே வந்து குதித்தார்! அந்தச் சம்பவத்தை நினைத்துச் சிரித்தேன்!" என்றாள்.

குந்தவை பொங்கி வந்த சிரிப்பை அடக்கிக் கொண்டு கள்ளக் கோபத்துடன், "போதும் உன் விளையாட்டு! அவசரமாக வந்திருக்கும் ஓலையை இவர் படிக்கட்டும்!" என்றாள்.

வந்தியத்தேவன் ஓலையைப் படித்தபோது அவனுடைய முகத்தில் தோன்றிய கவலைக் குறியை இரண்டு பெண்மணிகளும் கவனித்தார்கள்.

"என்ன சேதி? கந்தமாறன் என்ன எழுதியிருக்கிறான்?" என்று இளையபிராட்டி ஆர்வத்துடன் கேட்டாள்.

"தாங்களே படித்துப் பாருங்கள்!" என்று வந்தியத்தேவன் ஓலையைக் குந்தவையிடம் கொடுத்தான்.

ஓலையில் பின்வருமாறு எழுதியிருந்தது. "என் அருமைத் தோழனாகிய வல்லவரையன் வந்தியத்தேவனுக்கு, நான் உனக்குச் செய்த குற்றங்களையும் இழைத்த அநீதிகளையும் மன்னித்துவிட்டு, என் சகோதரி மணிமேகலையைக் கடைசி முறை பார்ப்பதற்காக உடனே புறப்பட்டு வந்து சேரவும், இளஞ் சம்புவரையன் கந்தமாறன்."

குந்தவை அதைப் படித்துவிட்டு, "ஒரு விதத்தில் இது நல்ல செய்திதான். மணிமேகலை அகப்பட்டு விட்டாள் என்று தெரிகிறது!" என்றாள்.

"அது என்ன? மணிமேகலை எங்கே போயிருந்தாள்?" என்று வந்தியத்தேவன் வியப்புடன் வினவினான்.

"மணிமேகலையைப் பற்றிய செய்தி ஒன்றுமே தங்களுக்குத் தெரியாதா?"

"தெரியாது! தங்களைக் கேட்கவே எண்ணியிருந்தேன்."

"நானும் சொல்ல விரும்பினேன்; ஆனால் இவ்வளவு கல்நெஞ்சுடன் அவளைப் பற்றி விசாரிக்காமல் இருப்பவரிடம் எப்படி அவள் பேச்சை எடுப்பது என்று தயங்கினேன்."

"தேவி! மணிமேகலை விஷயத்தில் நான் கல் நெஞ்சனாவது எப்படி? அவளைப் பொறுத்த வரையில் நான் இறந்தவனாகிவிட்டேன் அல்லவா?"

"இல்லை; அவளுக்குத் தாங்கள் இறந்தவராகவில்லை. இறவா வரம் பெற்ற அமரராகி விட்டீர்கள்!"

"போகட்டும்; இப்போதாவது மணிமேகலையைப் பற்றிச் சொல்லுங்கள்."

"சொல்லுவதற்கே வருத்தமாயிருக்கிறது. செம்பியன் மாதேவி மணிமேகலை தம்முடன் இருக்கட்டும் என்று எவ்வளவோ சொன்னார். சம்புவரையர் அதற்கு இணங்கவில்லை. கந்தமாறன் எல்லைப் பாதுகாப்புக்குப் போய் விடுவான் என்றும், தன் புதல்வியாவது தம்முடன் இருக்க வேண்டும் என்றும் வற்புறுத்தி அழைத்துச் சென்றார். கடம்பூர் மாளிகை எரிந்து போய் விட்டபடியால் பாலாற்றின் வடகரையில் புதிய மாளிகை கட்டிக் கொள்ள சக்கரவர்த்தியின் அனுமதியும் பெற்றுக் கொண்டு புறப்பட்டார். வழியில் வீர நாராயணபுரத்துக்கு அருகில் இரவு நேரத்தைக் கழிப்பதற்காகக் கூடாரம் போட்டுக் கொண்டு தங்கினார். மறுநாள் பொழுது விடிந்து பார்த்தால் மணிமேகலையைக் காணவில்லையாம். ஒருவேளை இங்கே திரும்பி ஓடிவந்துவிட்டாளோ என்று பார்ப்பதற்காக ஆள் அனுப்பினார். இங்கே வரவில்லை என்று சொல்லி அனுப்பினோம். அது முதல் எங்களுக்கெல்லாம் ஒரே கவலையாக இருந்தது. ஒருவேளை வீர நாராயண ஏரியில் விழுந்து உயிரையே மாய்த்துக் கொண்டிருப்பாளோ என்று நினைத்து நினைத்து வருந்தினோம். நாலா திசைகளிலும் ஆள்கள் தேடிக் கொண்டிருப்பதாகச் செய்தி கிடைத்தது. கந்தமாறனுடைய ஓலையிலிருந்து மணிமேகலை இருக்குமிடம் தெரிந்து அவளைக் கண்டுபிடித்து விட்டார்கள் என்று தோன்றுகிறது."

"அவளை நான் போய்ப் பார்ப்பதிலே தான் என்ன பயன்? என்னை அவள் தெரிந்து கொள்ளப் போவதில்லை!" என்றான் வந்தியத்தேவன்.

"இருந்தாலும் தாங்கள் அவசியம் போகவேண்டும். 'கடைசி முறையாக' என்று கந்தமாறன் எழுதியிருக்கிறான். அதன் பொருள் என்னவோ தெரியவில்லை" என்றாள் குந்தவை.

"அக்கா! இவர் கொஞ்சமும் ஈவு இரக்கம் அற்றவர். மணிமேகலையின் அன்புக்குக் கொஞ்சமும் பாத்திரமில்லாதவர். ஒவ்வொருவர் அன்புக்காகப் பெரிய சாம்ராஜ்யத்தையே தியாகம் செய்கிறார்கள். இவரோ ஒரு பிரயாணம் செய்வதற்குக் கூடத் தயங்குகிறார்!" என்று வானதி ஒரு போடு போட்டாள்.

வந்தியத்தேவன், "இளவரசி! உலகத்தில் ராஜ்யங்கள் கொஞ்சமாகத்தான் இருக்கின்றன. ஆகையால் அன்புக்காக ராஜ்யத்தைத் தியாகம் செய்கிற காரியம் சிலராலேதான் முடியும். ஆனால் முதலில் தாங்கள் கூறியது உண்மையே. மணிமேகலையின் அன்புக்கு நான் சிறிதும் தகுதியில்லாதவன். தெய்வத்தினிடம் வைக்க வேண்டிய காதலை அவள் என்னிடம் வைத்து விட்டாள். நான் தேவனல்ல, குற்றம் குறைகள் உள்ள சாதாரண மனிதன். மணிமேகலையின் அன்பு கடவுளுக்கு அர்ப்பணமாக வேண்டியது!" என்றான்.

"இருந்தாலும் தாங்கள் ஒரு தடவை அவளைப் போய்ப் பார்த்து விட்டு வருவதில் தவறு ஒன்றுமில்லையே. கந்தமாறனும் 'கடைசித் தடவையாக' என்றுதானே எழுதியிருக்கிறான்!" என்றாள் இளைய பிராட்டி குந்தவை.

"நான் போகமாட்டேன் என்று சொல்லவில்லையே? போவதில் பயன் உண்டா என்றுதான் சந்தேகிக்கிறேன். நான் அவளுக்கு இறந்து போனவன் ஆயிற்றே என்று தயங்குகிறேன். ஆயினும் 'கடைசித் தடவையாக' என்று கந்தமாறன் எழுதியிருப்பதின் பொருள் நன்றாக விளங்கவில்லை. அப்புறம் அவளைப் பார்க்கக்கூடாது என்று கட்டுப்பாடு விதிக்கப் போகிறானா என்ன? அல்லது பௌத்த மதத்தாரின் கன்யாமாடத்தில் அவளைக் கொண்டு போய்ச் சேர்த்துவிடப் போகிறானா?"

"தாங்கள் ஒரு நாள் பிரயாணம் செய்தால் எல்லாம் தெரிந்துவிடுகிறது!" என்றாள் இளைய பிராட்டி குந்தவை.

* * *

வந்தியத்தேவன் பழையாறையிலிருந்து வீர நாராயணபுரத்துக்கு ஒருநாள்தான் பிரயாணம் செய்தான். ஆனால் முன்முறைகளில் போலன்றி இந்தத் தடவை அந்த ஒருநாள் ஒரு யுகம் செல்வது போல் சென்றது. அவனுடைய உள்ளத்தில் அவ்வளவு நினைவுகளும், அனுபவங்களும் குமுறிக் கொண்டிருந்தன. முதன் முதலில் அவன் இந்த வழியாகத் தஞ்சை சென்றபோது எத்தனையோ இனிய காட்சிகளைக் கண்டான். எவ்வளவோ ஆகாசக் கோட்டைகள் கட்டினான். அவையெல்லாம் ஆகாசக் கோட்டைகளாகப் போய்விடவில்லை. நடக்க முடியாத பல காரியங்கள் நடந்தேறி விட்டன. சோழ நாட்டின் செல்வக்குமாரரை, தமிழகமெல்லாம் போற்றிக் கொண்டாடிய வீர இளவரசரை, தன் கையில் வந்த சாம்ராஜ்ய மகுடத்தை இன்னொருவர் சிரசில் சூட்டி அதனால் மேரு மலையைவிட உயர்ந்து தியாகச் சிகரமாக விளங்கும் பொன்னியின் செல்வரை அவன் உயிர் நண்பராகப் பெற்றான். அத்தகைய பொன்னியின் செல்வர் போற்றி வணங்கும் இளையபிராட்டியின் இதயத்தில் இடம் பெற்றான். ஈழ நாட்டிலுள்ள சோழ சைன்யத்தின் மாதண்ட நாயகன் பதவியை அடைந்தான். இவ்வளவும் தன் சாமர்த்தியத்தினால் என்று சொல்ல முடியுமா? ஒரு நாளுமில்லை, கடம்பூர் மாளிகைக்கு அன்றிரவு தான் தற்செயலாகப் போய்ச் சேர்ந்ததும், அங்கே சிற்றரசர்கள் செய்த சதியாலோசனையை அறிந்ததும் பின்னால் தொடர்ந்த நிகழ்ச்சிகளுக்கெல்லாம் காரணமாயின. இந்த எட்டு மாத காலத்துக்குள் எவ்வளவு எவ்வளவோ காரியங்கள் நடந்துவிட்டன. அவற்றில் சில முக்கியமானவை. வானத்தில் தோன்றிய தூமகேது தன்னுடைய விபரீதச் செயலைப் புரிந்து விட்டு மறைந்தது. ஆதித்த கரிகாலர் மறைந்து விட்டார். வால் நட்சத்திரத்துக்கும் ஆதித்த கரிகாலருக்கும் சம்பந்தம் இருக்க முடியுமா? லட்சக்கணக்கான மக்கள் அத்தகைய நம்பிக்கை கொண்டிருப்பது பொய்யாகுமா? வானத்தில் ஊழிகாலம் சஞ்சரிக்கும் கிரகங்களுக்கும் நட்சத்திரங்களுக்கும், இந்த மண்ணுலகில் இன்று தோன்றி நாளை மறையும் மனிதர் வாழ்வுக்கும் என்ன சம்பந்தம் இருக்க முடியும்? ஆயினும், மனிதர்கள் அறிய முடியாத ஏதோ ஒரு அதீதமான சக்தி ஏதோ ஒரு மாற்றுதற்கரிய நியதி மனிதர் வாழ்வை நடத்தி வைக்கிறது என்பதில் சந்தேகமில்லை! இல்லாவிட்டால் சென்ற எட்டு மாதங்களில் தான் எத்தனையோ இடுக்கண்களில் அகப்பட்டுக்கொண்டு அவற்றிலிருந்து எவ்வாறு மீண்டிருக்க முடியும்? எத்தனை, எத்தனை பேர் அந்தந்த இடுக்கண்களிலிருந்து தப்பித்துக் கொள்ளத் தனக்கு உதவி செய்திருக்கிறார்கள்! அவர்களையெல்லாம் அந்தந்தச் சமயத்தில் தனக்கு உதவி புரிவதற்காகக் கொண்டு வந்து சேர்த்தது யார்? அந்த அதிசயமான சக்தியைத்தான் பெரியோர்கள் இறைவன் என்று போற்றி வணங்குகிறார்களா? சிவன், திருமால், மகாசக்தி என்றெல்லாம் பெயர் கொடுத்துப் பாடிப் பரவுகிறார்களா?

மிக மிக நெருக்கடியான சந்தர்ப்பங்களில் அவனுக்கு எதிர்பாராதவிதமாகக் கிடைத்த உதவிகளை நினைத்த போது, வந்தியத்தேவனுக்கு ஒரே வியப்பாயிருந்தது. உதவி செய்தவர்களை நினைத்த போது உள்ளம் உருகியது. கந்தமாறன், பின்னால் தனக்கு எவ்வளவு தீங்கிழைத்த போதிலும், முதலில் அவன் செய்த உதவியை என்றும் மறக்க இயலாது. ஆழ்வார்க்கடியான் அவனுக்கு எவ்வளவோ சகாயம் புரிந்தான். மோகினி உருக்கொண்ட ராட்சஸி நந்தினியும் அவனுக்கு உதவினாள்! அவளிடம் இளைய பிராட்டி இன்னமும் கொண்டிருக்கும் உள்ளக் கனிவை நினைத்து நினைத்து அவன் வியந்தான். ஓடக்காரப் பெண் பூங்குழலி செய்திருக்கும் உதவியை ஈரேழு பிறவிகளிலும் மறக்க முடியாது. அவள் சோழ சாம்ராஜ்ய சிங்காதனத்தில் வீற்றிருக்கத் தகுதி வாய்ந்தவளே.

சேந்தன் அமுதனாக முதலில் அவன் அறிந்த உத்தம சோழர் செய்த உதவியை என்னவென்று சொல்வது? அதற்கு ஈடு இணை உண்டா? அவரை வைத்தியர் மகனின் ஈட்டியிலிருந்து காப்பாற்றியதனால் தன் நன்றிக்கடனைச் செலுத்தி விட்டதாகுமா? ஒரு நாளுமில்லை. தன் உடலில் உயிர் உள்ளவரையில் சோழ குலத்துக்குத் தான் தொண்டு செய்வதின் மூலமாகத்தான் அந்தக் குலத்துக்குத் தான் பட்ட கடனைத் தீர்க்க முடியும். அப்புறம் தனாதிகாரி பெரிய பழுவேட்டரையர்! தமது நெடிய திருமேனியில் அறுபத்து நாலு போர்க்

காயங்களைத் தாங்கிய அந்த மகா வீரரைப் பார்க்கக் கொடுத்து வைத்தால், அதுவே தான் செய்த பெரும் பாக்கியம் என்று அவன் நினைத்திருந்த காலம் உண்டு. அவரைப் பார்த்ததுமல்லாமல் அவருடைய அனாவசியமான கோபத்துக்கும், துவேஷத்துக்கும் அவன் உள்ளாக நேர்ந்தது. கடைசியாக, அவ்வளவுக்கும் அவர் பரிகாரம் செய்து விட்டார். தான் எறிந்த கத்தி குறி தவறி ஆதித்த கரிகாலரைக் கொன்று விட்டதாக ஒப்புக் கொண்டு, அவனை விபரீதமான பழியிலிருந்தும் கொடுந்தண்டனையிலிருந்தும் காப்பாற்றினார்! அவர் அல்லவோ மகான்! இனி அவருக்கு எந்த விதத்தில் அவனுடைய நன்றியைச் செலுத்த முடியும்?

இவர்கள் எல்லாருமிருக்கட்டும்; அந்தப் பேதைப் பெண் மணிமேகலை! அவள் எதற்காக இவனிடம் இத்தகைய தெய்வீகமான அன்பு வைக்க வேண்டும்? ஏன் இப்படிப் பைத்தியமாக வேண்டும்? இவனைக் காப்பாற்ற வேண்டிக் கொலைக் குற்றத்தைத் தான் ஏற்றுக் கொள்ள ஏன் முன் வரவேண்டும்?

எல்லாம் அந்த மூடன் கந்தமாறனால் வந்த வினை! முதலில் கந்தமாறன் மணிமேகலையிடம் இவனைப்பற்றி இந்திரன், சந்திரன், அர்ச்சுனன், மன்மதன் என்றெல்லாம் புகழ்ந்திருக்கிறான். அப்போதே அந்தப் பேதைப் பெண் அவளுடைய உள்ளத்தைப் பறிகொடுத்து விட்டாள் போலும்! அதெல்லாம் வந்தியத்தேவனுக்குத் தெரியாது.

"என் தங்கையை நீ மறந்துவிடு! பெரிய இடத்தில் அவளைக் கொடுக்கப் போகிறோம்!" என்று கந்தமாறன் சொன்னதும், வந்தியத்தேவன் உண்மையாகவே அவளை மறந்து விட முயன்றான். இளையபிராட்டியைச் சந்தித்ததும் அதற்குத் துணையாயிருந்தது. ஆனால் மணிமேகலையோ தன் மனத்தை மாற்றிக் கொள்ளவில்லை; மாற்றி கொள்ள முயலவும் இல்லை. பலர் அறிய அவள் உள்ளத்தை வெளிப்படுத்தத் தயங்கவும் இல்லை. ஆகா! என்ன இனிய குணம் படைத்த பெண்! எவ்வளவு அடக்கம், அமரிக்கை! அவளுடைய மனந்தான் எத்தனை தூய்மையானது! பச்சைக் குழந்தையைப் போன்ற உள்ளம்! உண்மையிலேயே அவள் குழந்தைதான்! பால் போன்ற மனம்; அதில் பல குறும்புத்தனம். தன்னை இறந்து விட்டவனாக அவள் எண்ணிக் கொண்டிருப்பது மிக்க நல்லது. எப்போதுமே சித்தப்பிரமை கொண்டவளாக அவள் இருந்துவிட மாட்டாளே! சில காலம் போனால் உள்ளம் தெளிந்துவிடும். வேறொரு வீர வாலிபனை மணந்து அவள் ஆனந்த வாழ்க்கை நடத்துவாள்!.. உண்மையில் இப்படி நடக்குமா? அல்லது என்னை நானே ஏமாற்றிக் கொள்கிறேனா? மணிமேகலையை இந்த நிலைக்கு உள்ளாக்குவதற்கு நான் பொறுப்பாளி யாவேனோ? 'கடைசி முறை பார்ப்பதற்கு வரவும்' என்று கந்தமாறன் எழுதி இருப்பதின் பொருள் என்ன? ஒருவேளை... ஒருவேளை.. ஆகா! அந்த எண்ணமே எவ்வளவு வேதனை தருகிறது!

* * *

வந்தியத்தேவனுடைய எண்ணங்களின் வேகத்தை ஒட்டி அவன் ஏறியிருந்த புரவியும் வேகமாகச் சென்றது. நல்ல வேளையாக கொள்ளிட நதியில் பெரு வெள்ளம் போகவில்லை. படகும் தேவையாக இல்லை; குதிரை மாற்ற வேண்டிய அவசியமும் ஏற்படவில்லை. கரையோரமாகச் சென்று கொண்டிருந்த சிறிய பிரவாகத்தில் குதிரையை இறக்கி விட்டுக் கடந்து, பரந்து விரிந்திருந்த வெண் மணல் திட்டுக்களையும் கடந்து அக்கரையை அடைந்தான்.

கடம்பூர் மாளிகை தீயில் எரிந்து கரி ஏறிய சில தூண்களும் சுவர்களுமாக நின்ற கோரக் காட்சியைத் தூரத்திலிருந்தே பார்த்துவிட்டு மேலே சென்றான். வீர நாராயணபுரத்துக்கு அருகிலேயே கந்தமாறனுடைய ஆட்கள் அவனுக்காகக் காத்திருந்தார்கள். "சின்ன எஜமானர் எங்கே?" என்று கேட்டதற்கு "ஏரிக்கரையில் படகுடன் காத்திருக்கிறார்கள்!" என்று பதில் வந்தது.

ஏரிக் கரையில் எதற்காகக் காத்திருக்க வேண்டும் என்று சிந்தித்துக் கொண்டே வந்தியத்தேவன் வீர நாராயண ஏரியை அணுகினான். அந்த ஏரியின் நெடிதுயர்ந்த கரை ஒரு பெரும் கோட்டைச் சுவர் போல்

அப்பாலிருந்த தண்ணீர்ப் பரப்பை மறைத்துக் கொண்டிருந்தது. முதல் தடவை அந்த ஏரிக்கரைக்கு அவன் வந்தபோது, பதினெட்டாம் பெருக்கு விழாவுக்காக அங்கே மக்கள் திரண்டு இருந்ததையும், ஆண்களும் பெண்களும் குழந்தைகளும் கோலாகலமாக ஆடிப்பாடி விளையாடி விருந்துண்டு மகிழ்ந்ததையும் நினைவு கூர்ந்தான். இப்போது அந்த ஏரிக்கரையில் அவ்வளவு அதிக ஜனங்களைக் காணவில்லை. அங்கொருவர் இங்கொருவர்தான் காணப்பட்டார்கள். ஏரியில் எல்லா மடைகளிலிருந்தும் அச்சமயம் தண்ணீர் குபுகுபுவென்று பாய்ந்து கொண்டிருந்தது. அவ்விதம் தண்ணீர் பாயும் ஓசை சந்தை இரைச்சல் போன்ற பேரொலியாகக் கேட்டது. இச்சமயம், ஒரு சில கணவாய்களிலிருந்து மட்டும் மெல்லிய சலசல ஒலியுடன் தண்ணீர் பாய்ந்து கொண்டிருந்தது. ஏதோ சோக கீதத்தைப் பாடிக் கொண்டு நடனம் ஆடும் நாட்டியப் பெண்ணின் சிலம்பின் புலம்பலைப் போல் அது தொனித்தது.

செங்குத்தாக உயர்ந்த ஏரிக்கரையின் மேல் குதிரையை லாகவமாக வந்தியத்தேவன் ஏற்றி உச்சியை அடைந்தான். அங்கிருந்து அவன் கண் முன் தோன்றிய காட்சியும் மாறுதலாகவே இருந்தது. தண்ணீர், நிறைந்து ததும்பி ஏரிக்கரையை உடைக்க முயல்வது போல் அலைமோதிக் கொண்டிருக்கவில்லை. கரையின் அடிப் பகுதியிலிருந்துதான் தண்ணீர்ப் பரப்பு தொடங்கியது. தண்ணீரின் செங்காவி நிறம் அடியோடு மாறிப் பளிங்குபோல் தெளிந்திருந்தது. கரையோரமாக அல்லியும், செங்கழுநீரும், தாமரையும், நீலோத்பலமும் இளம் இலை, முற்றிய இலை, இளம் மொட்டு, பாதி விரிந்த மொட்டு, முழுதும் மலர்ந்த மலர் என்று இவ்வளவு பிரிவினையுடன் அடர்ந்து தழைத்திருந்தன. சிற்சில இடங்களில் தண்ணீரே அவற்றினால் மூடப்பட்டிருந்தது.

ஏரியின் தென் கரை ஓரமாக வடவாற்றிலிருந்து நீரோட்டம் சுழிகளும் சுழல்களுமாக வந்து ஏரி நீரில் கலந்து கொண்டிருக்கவில்லை. அந்த ஆற்று நீரோட்டத்தின் வழியாக வெண் சிறகு விரிந்த அன்னப் பட்சிகளைப் போல் படகுகள் மிதந்து வந்து கொண்டிருக்கவுமில்லை. நதியின் வெள்ளம் ஓடிக் கொண்டிருந்த ஏரி ஓரப் பகுதிகளில் இப்போது மரங்களும் செடிகளும் நாணல் புதர்களுமாகக் காட்சி அளித்தன. அவற்றின் இடையிடையே வெள்ளைக் கொக்குகளும் நாரைகளும் ஒற்றைக் காலில் நின்று தவம் செய்து கொண்டிருந்தன.

இவற்றையெல்லாம் கவனிப்பதற்கு வந்தியத்தேவனுக்குச் சில வினாடிகளுக்கு மேல் ஆகவில்லை. அதற்குள் சற்றுத் தூரத்தில் ஏரிக் கரையோரமாக நின்ற படகு அவன் காட்சிக்கு வந்தது. அந்தப் படகில் இருப்பவர்களில் ஒருவன் கந்தமாறன் என்பதையும் தெரிந்து கொண்டான். உடனே அந்த இடத்தை நோக்கிக் குதிரையை விரைந்து செலுத்தினான். குதிரையின் மேலிருந்து தாவிக் குதித்துப் படகை அணுகினான். கந்தமாறன் ஒரு கையை நீட்டி வந்தியத்தேவன் கரத்தைப் பிடித்துப் படகில் ஏற்றிக் கொண்டான். படகுக்காரர்களுக்குப் படகை விடும்படி சமிக்ஞை செய்துவிட்டு வந்தியத்தேவனை கண்ணீர் ததும்பிய கண்களால் சோகமாகப் பார்த்தான்.

"நண்பா! சீக்கிரமாகவே வந்துவிட்டாய்! மிக்க வந்தனம்! இன்று வராமல் நாளைக்கு நீ வந்திருந்தால் ஒருவேளை மணிமேகலையை உயிருடன் பார்த்திருக்க முடியாது!" என்றான்.

வந்தியத்தேவன் கல் நெஞ்சு படைத்தவன் என்பது உண்மைதான்! நெஞ்சில் அவ்வளவு உறுதியில்லா விட்டால், சென்ற எட்டு மாதத்தில் அவன் அத்தனை காரியங்களை அலட்சியமாகச் செய்திருக்க முடியுமா? தனக்கோ மற்றவர்களுக்கோ நேரக்கூடிய அபாயங்களைப் பற்றிச் சிறிதும் சிந்திக்காமல் உயிரைத் திரணமாக மதித்துப் பல நெருக்கடியான சந்தர்ப்பங்களில் நடந்து கொண்டிருக்க முடியுமா?

அத்தகைய நெஞ்சுறுதி படைத்தவன் கந்தமாறனின் வார்த்தைகளைக் கேட்டுக் கலங்கிவிட்டான். 'கடைசித் தடவை பார்ப்பதற்கு' என்று கந்தமாறன் எழுதியதன் பொருள் இப்போது ஐயமின்றி விளங்கிவிட்டது. அவனுடைய கண்களில் கண்ணீர் ததும்பிக் கலகலவென்று கன்னங்களில் வழிந்து ஓடியது.

"கந்தமாறா! மணிமேகலையின் உயிருக்கே ஆபத்தா? அது எப்படி? அவள் சித்தந்தானே தவறிவிட்டது? அதுவும் உன்னையும் என்னையும் பற்றித்தானே!" என்று தத்தளிப்புடன் வினவினான் வந்தியத்தேவன்.

"நண்பா! இப்போது மணிமேகலையின் சித்தம் தெளிந்து விட்டது. ஆனால் இன்னும் எத்தனை நேரம் உயிரோடிருப்பாளோ தெரியாது. உன்னைப் பார்க்கும் வரையில் உயிரோடிருக்க வேண்டுமென்று தெய்வங்களையெல்லாம் வேண்டிக்கொள்கிறேன்!" என்று சொன்னான் கந்தமாறன்.

பிறகு அவன் அறிந்தபடி நடந்த சம்பவங்களைப் பின் வருமாறு கூறினான் :—

காஞ்சியில் கந்தமாறன், சக்கரவர்த்தி வந்து தங்குவதற்காகப் பொன் மாளிகையைச் செப்பனிட்டுக் கொண்டிருந்தான். அப்போது சம்புவரையர் மணிமேகலையையும் அழைத்துக் கொண்டு புறப்பட்டு விட்டதாக கேள்விப்பட்டான். அதைத் தொடர்ந்து, வீர நாராயண ஏரிக்கரையில் மணிமேகலை காணாமற் போய் விட்டாள் என்ற செய்தியும் கிடைத்தது. உடனே பார்த்திபேந்திரனிடம் விடைபெற்றுக் கொண்டு தங்கையின் கதியை அறிவதற்காகப் புறப்பட்டு ஓடி வந்தான். அவனுடைய தந்தை துயரமிகுதியினால் ஏறக்குறைய பித்துப் பிடிக்கும் நிலையிலிருந்தார். 'இரவில் கூடாரத்திலே படுத்தாள்; பொழுது விடிந்தால் காணவில்லை' என்பதைத் தவிர அவரிடமிருந்து வேறு தகவல் எதுவும் கிடைக்கவில்லை. பழையாறைக்கு ஆள் விட்டிருப்பதாகக் கூறினார். எரிந்து பாழாய்க் கிடந்த கடம்பூர் மாளிகையிலும் சுற்றுப்புறங்களிலும் தேடிப் பார்த்தாகி விட்டதென்றும் சொன்னார். கந்தமாறன் தானும் தேட ஆரம்பித்தான். பழையாறைக்கு அவள் திரும்பிப் போயிருப்பாள் என்று கருதவில்லை. ஏரியில் விழுந்து முழுகி இருக்கலாம் என்று தேடிப் பார்த்து அவளுடைய உடலையாவது கண்டுபிடிக்க வேண்டுமென்றும் எண்ணினான். ஒருவேளை உயிருடனே ஏரியைச் சூழ்ந்திருந்த காடுகளில் அவள் சுற்றி அலைந்து கொண்டிருக்கலாம் என்ற ஆசையும் மனத்தில் இருந்தது.

ஏரிக் கரையோடு சுற்றிச் சுற்றி அலைந்து தேடினான். ஏரியிலிருந்து கிளம்பிய கணவாய்களோடு சிறிது தூரம் சென்று தேடினான். ஏரியில் குறுக்கு நெடுக்காகவும் கரையோரமாகவும் படகு விட்டுக் கொண்டு போய்த் தேடினான். ஏரியைச் சூழ்ந்திருந்த காடுகளிலும் தேடினான். இம்மாதிரி சுமார் நாலு தினங்கள் பயனற்ற தேட்டத்தில் சென்ற பிறகு, ஏரியின் மேற்புறத்துத் தீவு ஒன்றில் அமைந்திருந்த நீராழி மண்டபத்தின் நினைவு கந்தமாறனுக்கு ஏற்பட்டது. வேட்டையாடப் போன கரிகாலனும் வந்தியத்தேவனும் நீர் விளையாடச் சென்ற நந்தினியும், மணிமேகலையும் அந்த நீராழி மண்டபத்தில் ஒரு நாள் சந்தித்துப் பொழுது போக்கியதும் நினைவு வந்தது. மணிமேகலை அந்த இடத்துக்குப் படகின் உதவியில்லாமல் தனியாகப் போய்ச் சேர்ந்திருப்பது அசாத்தியமான காரியம். கரடி, சிறுத்தை முதலிய வனவிலங்குகள் நிறைந்த மேற்குப் பகுதிக் காட்டின் வழியாக அவள் தன்னந்தனியாக அங்கே சென்றிருக்க முடியுமா? காட்டைக் கடந்திருந்தாலும் வழியில் சிறு கால்வாய்கள் பலவற்றைக் கடக்க வேண்டியிருந்திருக்குமே? இருந்தாலும், அதையும் பார்த்துவிடலாம் என்று எண்ணிக் கந்தமாறன் படகில் ஏறி அந்த நீராழி மண்டபத்தை அடைந்தான். மண்டபத்தை நெருங்கியதும் பழைய நினைவுகள் பல அவன் உள்ளத்தில் குமுறிக்கொண்டு தோன்றின. முதலில் மண்டபம் சூனியமாகவே காணப்பட்டது. யாரும் அங்கே இருப்பதாகத் தோன்றவில்லை. மண்டபப் படித்துறையில் இறங்கி நின்று தான் கட்டிய மனக்கோட்டைகள் எல்லாம் வீணாய்ப் போனதை எண்ணிப் பெருமூச்சு விட்டான். அவனுடைய பெருமூச்சின் எதிரொலியைப் போல் மற்றொரு பெருமூச்சின் ஒலி கேட்டுத் திடுக்கிட்டான், ஓடிப் போய்ப் பார்த்தான். நீராழி மண்டபத்தின் மறு பக்கத்துப் படிக்கட்டில் மணிமேகலை கிடந்தாள். ஒட்டி உலர்ந்து வாடி வதங்கிக் கிடந்தாள். அவள் சேலை பல இடங்களில் கிழிந்திருந்தது. அவள் மேனியில் பல இடங்களில் கீறல்கள் காணப்பட்டன. முதலில் அந்த உடம்பில் உயிர் இருப்பதாகவே தோன்றவில்லை. பல நாள் பட்டினி கிடந்து திக்குத் திசை தெரியாமல் காட்டில் அலைந்து, கடைசியில் களைத்து விழுந்து இறந்து போனவளின் உடலாகவே தோன்றியது. அந்தக் காட்சியைக் கண்ட கந்தமாறனுடைய உள்ளத்தில் ஆயிரம் வேல்கள் பாய்வது போன்ற

வேதனை உண்டாயிற்று. மணிமேகலையை எடுத்து மடியில் போட்டுக் கொண்டு புலம்பினான். பெருமூச்சின் ஓசை நினைவுக்கு வரவே, ஒருவேளை உயிர் ஒட்டிக் கொண்டிருக்கலாம் என்ற ஆசை ஏற்பட்டது. நல்ல தண்ணீர் கொண்டு வந்து முகத்தில் தெளித்தான்; வாயில் ஊற்றினான். சூடு பிறக்கும்படி உடம்பெல்லாம் தேய்த்தான்; சிறிது நேரத்துக்கெல்லாம் மணிமேகலை கண் திறந்து மலர மலர அவனை நோக்கி விழித்தாள். "அண்ணா! நீ தானா? நான் நினைத்தது உண்மையாயிற்று. சொர்க்கத்துக்குப் போனால் உன்னையும் அவரையும் காணலாம் என்று எண்ணினேன்; அவர் எங்கே?" என்று மிக மெல்லிய குரலில் கேட்டாள். கந்தமாறன் பொங்கி வந்த அழுகையைச் சிரமப்பட்டு அடக்கிக்கொண்டு, "வருவார், அம்மா, வருவார்!" என்றான்.

மணிமேகலை தான் சொர்க்கத்திலே இருப்பதாக எண்ணுகிறாள், கந்தமாறனையும் சொர்க்கத்தில் பார்ப்பதாகவே கருதுகிறாள், வந்தியத்தேவனைப் பற்றி விசாரிக்கிறாள் என்பதை எல்லாம் கந்தமாறன் அறிந்து கொண்டான். அவளுக்கு மன அதிர்ச்சி ஏற்படாதபடி அவளுடைய நம்பிக்கையையொட்டிப் பதில் கூறிச் சமாளித்தான்.

இதன் பிறகு, மணிமேகலையின் உடம்பில் மேலும் உயிர் தளிர்க்கச் செய்வதற்குத் தான் செய்த முயற்சிகளைப் பற்றியும், அவசரமாக ஓலை எழுதி வந்தியத்தேவனுக்கு அனுப்பி வைத்தது பற்றியும் இளஞ் சம்புவரையன் கந்தமாறன் கூறினான் கடைசியாக...

"நண்பா! நீ என் ஓலையை மதித்து வந்ததற்காக என் மனத்தில் எழும் நன்றியைச் சொல்லி முடியாது. மணிமேகலை இனி அதிக காலம் ஜீவித்திருக்கமாட்டாள். அணையும் தறுவாயில் உள்ள தீபச் சுடரைத் தூண்டி விட்டால் சிறிது நேரம் எரியுமல்லவா? அது போலத்தான் அவள் உயிர்ச் சுடர் பிரகாசிக்கிறது. முக்கியமாக, உன்னைக் காணும் ஆசையே அவளை இன்னும் உயிரோடு வைத்திருக்கிறது! நாம் எல்லாரும் சொர்க்கத்தில் இருப்பதாக அவள் நம்பியிருக்கிறாள். மாறாக நீ எதுவும் சொல்ல வேண்டாம்! அவளைப் பார்த்ததும் உனக்குத் துக்கம் உண்டாவது இயல்பே. அதையும் நீ கட்டுப்படுத்திக் கொண்டு முக மலர்ச்சியுடன் பேச வேண்டும்!" என்று வேண்டிக் கொண்டான்.

படகு நீராழி மண்டபத்தை நெருங்கி விட்டது. யாழிசையும் மெல்லிய குரலில் பாட்டிசையும் கலந்து கேட்டன. வந்தியத்தேவன் கந்தமாறனை நோக்கினான். "ஆம், நண்பா! மணிமேகலை தான் யாழிசையுடன் சேர்ந்து பாடிக் கொண்டிருக்கிறாள்!" என்றான். படகிலிருந்து அவர்கள் இறங்கினார்கள். மணிமேகலை பாடுவது என்ன பாடல் என்பதை வந்தியத்தேவன் கவனமாகக் காது கொடுத்துக் கேட்டான். முன்னொரு சமயம் அதே நீராழி மண்டபத்தில் அவள் யாழிசையுடன் பாடிய அதே பாடல்தான்.

"இனியபுனல் அருவிதவழ் இன்பமலைச் சாரலிலே
கனிகுலவும் மரநிழலில் கரம்பிடித்து உகந்ததெல்லாம்
கனவுதானோடி-சகியே நினைவுதானோடி!

* * *

புன்னைமரச் சோலையிலே பொன்னொளிரும் மாலையிலே
என்னைவரச் சொல்லி அவர் கன்னல் மொழி பகர்ந்ததெல்லாம்
சொப்பனந்தானோடி - அந்த அற்புதம் பொய்யோடி!

* * *

கட்டுக்காவல் தான் கடந்து கள்ளரைப்போல் மெள்ளவந்து
மட்டில்லாத காதலுடன் கட்டி முத்தம் ஈந்ததெல்லாம்
நிகழ்ந்ததுண்டோடி - நாங்கள் மகிழ்ந்ததுண்டோடி!"

பாடல் முடிகிற வரையில் வந்தியத்தேவன் படிக்கட்டிலேயே காத்துக் கொண்டிருந்தான். முடிந்தவுடன் படிகளில் ஏறி மண்டபத்தை அடைந்தான்.

மணிமேகலை அவனைப் பார்த்ததும் யாழைக் கீழே உருட்டி விட்டு எழுந்திருக்க முயன்றாள். உடலில் பலமில்லாமையால் கால்களை ஊன்றி நிற்க முடியாமல் தள்ளாடி விழப் பார்த்தாள். வந்தியத்தேவ ன் பாய்ந்து சென்று அவள் கீழே தரையில் விழாமல் தாங்கிக் கொண்டான். மெள்ள மெள்ள அவளை உட்கார வைத்துத் தானும் உட்கார்ந்து கொண்டான். மணிமேகலையைத் தன் மடியில் சாத்திக் கொண்டான்.

மணிமேகலை அடிக்கடி அவன் முகத்தை அண்ணாந்து பார்த்தாள். அவன் வந்தியத்தேவன்தானா, அவள் படுத்திருப்பது அவனுடைய மடியில்தானா என்பதைப் பலமுறை பார்த்து உறுதி செய்து கொண்டதாகத் தோன்றியது.

"என் அண்ணன் என்னை ஏமாற்றவில்லை. சொர்க்கம் வெறும் சொப்பனமில்லை; இந்த அற்புதம் பொய்யில்லை!" என்று அவள் இதழ்கள் மெதுவாக முணுமுணுத்தன.

"பொய்யில்லை, மணிமேகலை, பொய்யில்லை, இது நிச்சயமாக சொர்க்கந்தான்! நான் வந்திருப்பது உண்மைதான்!" என்றான் வந்தியத்தேவன்.

அவன் எவ்வளவு அடக்கிக் கொள்ளப் பார்த்தும் முடியாமல் கண்களில் நீர் ததும்பியது. மணிமேகலையின் முகத்தில் அவனுடைய கண்ணீர்த் துளிகள் முத்துப்போல் உருண்டு விழுந்தன. அவனையறியாமல் விம்மல் ஒலியும் எழுந்தது.

மணிமேகலையின் முகம் சிறிது நேரம் தெய்வீகமான சோபையினால் ஜொலித்தது. அவளுடைய நீண்ட கண்களிலிருந்து வெண்ணிலவின் கிரணங்கள் வீசிப் பிரகாசித்தன.

மாதுளை மொட்டை நிகர்த்த அவளுடைய இதழ்கள் விரிந்து ஏதேதோ மதுரமான சொற்களைப் பொழிந்தன. வந்தியத்தேவன் எவ்வளவோ கவனமாகக் கேட்டான். ஆனால் அவள் என்ன சொன்னாள் என்பதை மட்டும் அவனால் தெரிந்துகொள்ள முடியவில்லை.

எதற்காகத் தெரிந்து கொள்ள வேண்டும்? அவள் கூறியவை என்ன வார்த்தைகளாயிருந்தால் என்ன? இதயமாகிய பொற் கலசம் திறந்து அன்பாகிய அமுதம் பொங்கி வரும்போது வெறும் சொற்களின் உபயோகம் என்ன?

சிறிது நேரத்துக்கெல்லாம் மணிமேகலையின் கனி இதழ்கள் குவிந்தன; கண்ணிமைகள் மூடின. முகத்தில் தவழ்ந்த தெய்வீக சோபை குன்றியது; அமைதி குடிகொண்டது.

நீராழி மண்டபத்தின் மேலே படர்ந்திருந்த மரக்கிளையின் மீது இளந்தென்றல் வீசியது; மரக்கிளையில் குலுங்கிய செந்நிற மலர்களில் சில உதிர்ந்தன.

மணிமேகலையின் உயிரும் அவளுடைய உடலிலிருந்து உதிர்ந்தது.

உடலைப் பிரிந்த உயிர் எங்கே சென்றது? எவ்வழியே சென்றது? மந்தமாருதத்துடன் கலந்து சென்றதா? இளங்காற்றில் எழுந்த சிற்றலைகளின் இனிய ஓசையில் ஏறிச் சென்றதா? இதய தாபம் தொனிக்கப் பாடிய பூங்குயில்களின் மதுரகீதத்துடன் ஒன்றாகி விண்ணில் பறந்து சென்றதா?

எங்கே சென்றது? சகல புவனங்களையும் சகல ஜீவராசிகளையும் ஆக்கி அளித்து அழிக்கும் பரம்பொருளின் பாதார விந்தத்துக்குச் சென்றதா?

அல்லது கண்ணீர் பெருக்கும் கற்சிலை போல் நினைவற்று உட்கார்ந்திருந்த வந்தியத்தேவனுடைய உள்ளத்திலேதான் கலந்து போய் விட்டதா?

யாருக்கும் தெரியாது; தெரிந்தாலும் சொல்ல முடியாது, ஒன்று மட்டும் நிச்சயம்.

வேடிக்கையும் விளையாட்டும், குறும்பும் குதூகலமும், துணிவும், துடுக்கும், துணிச்சலும் உருக்கொண்டவனாக இருந்த வந்தியத்தேவனை இனி நாம் காணப்போவதில்லை.

கனிந்த உள்ளமும், கருணையும், விவேகமும் வந்தியத்தேவனை அந்தக் கணத்தில் வந்து அடைந்தன.

மணிமேகலையாகிய தெய்வம் அவன் இதயக்கோவிலில் குடிகொண்டாள்.

இனி அவன் எங்கே சென்றாலும், என்ன காரியம் செய்தாலும் அந்தத் தெய்வம் அவனுக்குத் துணை புரியும்.

வல்லவரையன் வந்தியத்தேவனுன் நல்ல பணிகள் பல செய்ய வல்லவனாவான்; அவனை அறிந்த அனைவராலும் வந்தனை செய்வதற்கு உரியவனாக விளங்குவான்.

வீரனே! உன்னிடமிருந்து தற்சமயம் விடைபெற்றுக் கொள்கிறோம். உன் துயரம் நிறைந்த சிந்தனைகளில் நாங்கள் குறுக்கிட விரும்பவில்லை.

அருள்மொழிவர்மனின் அருமை நண்பனே! நீடூழி நீ வாழ்வாயாக! வீரத் தமிழரின் மரபில் உன் திருநாமம் என்றும் நிலைத்து விளங்குவதாக!

முற்றும்

அமரர் கல்கி அவர்களின்

"பொன்னியின் செல்வன்"

முடிவுரை

நேயர்களுக்கு என் மனமார்ந்த நன்றியை தெரிவித்துக் கொள்கிறேன். "பொன்னியின் செல்வன்" கதையைத் தொடர்ந்து படித்து வந்ததில் நேயர்கள் காட்டிய பொறுமையையும் ஆர்வத்தையும் அன்பையும் போற்றி வணங்குகிறேன்.

பல நண்பர்கள் கையெழுத்திட்டு 'பொன்னியின் செல்வன்' கதைக்குத் தங்கள் பாராட்டுதல்களைத் தெரிவித்தனர்.

இந்தப் பாராட்டுதல்களையெல்லாம் கதையின் ஆசிரியருக்குரியவையாக நான் கருதவில்லை. பழந்தமிழ் நாட்டின் சரித்திரத்திற்குரிய பெருமையாகவே கருதினேன். உண்மையிலேயே, தமிழ்நாட்டின் பழைய வரலாறு, தமிழர்கள் மிகவும் பெருமிதம் கொள்ளக்கூடிய வரலாறுதான். சென்ற சில ஆண்டுகளாகத்தான் தமிழகத்தின் பழைய சரித்திர ஆராய்ச்சி முறையாக நடைபெற்று வருகிறது. கல்வெட்டுகளும், செப்புப் பட்டயங்களும் படிக்கப்பட்டு வருகின்றன. வரலாற்று ஆராய்சியாளர் அந்த ஆதாரங்களை வைத்துத் தமிழகத்தின் சரித்திரத்தை அங்கங்கே பகுதிபகுதியாக நிர்மாணித்து வருகிறார்கள்.

சரித்திரத்தின் எந்த ஒருகாலப் பகுதியைப் பற்றியும் பரிபூரணமாகவும், ஐயந்திரிபுக்கு இடமின்றி வரலாறு எழுதப்பட்டதாகச் சொல்வதற்கில்லை.

ஆயிரத்து நானூறு வருடங்களுக்கு முன்னால் காஞ்சியைத் தலைநகராகக் கொண்டு நீடித்து அரசுபுரிந்த பல்லவச் சக்கரவர்த்திகளின் வரலாறு ஓரளவு ஆராயப்பட்டிருக்கிறது. அதில் இந்த இருநூறு ஆண்டுகளைப் பற்றிய சரித்திர வரலாற்று விவரங்கள் நன்கு தெரிய வந்திருக்கின்றன.

பின்னர், ஆயிரம் ஆண்டுகளுக்கு முன்னால் தொடங்கி முன்னூறு ஆண்டு புகழுடன் விளங்கிய விஜயாலய சோழ பரம்பரையின் காலத்து நிகழ்ச்சிகளும் ஓரளவு ஆராயப்பட்டிருக்கின்றன. இக்காலத்து நிகழ்ச்சிகளைப் பற்றித் திட்டமாக நிர்ணயிக்கமுடியாதபடி பல ஐயப்பாடுகள் தோன்ற இடமிருக்கிறது. ஆயினும், சில சம்பவங்கள் மறுக்கமுடியாத தகுந்த ஆதாரங்களுடன் நிர்ணயிக்கப்பட்டிருக்கின்றன.

இவற்றுள் எல்லாம் மிக முக்கியமானது, தமிழகத்துக்கு இணையற்ற பெருமையை அளிக்கக்கூடியது, உலக சரித்திரத்திலே ஒப்பற்ற சம்பவம் என்று கொண்டாடுவதற்குத் தகுதியானது ஒன்று உண்டு. சுந்தர சோழரின் இரண்டாவது திருக்குமாரனாகிய அருள்மொழிவர்மன், (பிற்காலத்தில் ராஜராஜசோழன் என்று புகழ்பெற்ற பேரரசன்) இளம் பிராயத்தில் எளிதில் பெற்றிருக்கக்கூடிய சோழ சாம்ராஜ்ஜியத்தை வேண்டாம் என்று மறுத்து, உத்தமசோழனுக்கு பட்டம் கட்டி வைத்தான்.

"சுந்தரசோழனுக்குப் பின்னர் அவனுடைய மகன் அருள்மொழிவர்மனே சோழ சிங்காதனம் ஏறி அரசாளவேண்டும் என்று சோழநாட்டு மக்கள் பெரிதும் விரும்பினார்கள். ஆயினும் அருள்மொழிவர்மன் தன் பெரிய பாட்டனாகிய கண்டராதித்தனுடைய புதல்வனும், தனக்குச் சிறிய தகப்பன் முறையிலிருந்தவனுமான உத்தம சோழனுடைய உரிமையை மதித்து அவனுக்கு முடிசூட்டிவைத்தான்" என்று திருவாலங்காட்டு செப்பேடுகள் அறுதியிட்டு உறுதி கூறுகின்றன.

இந்த நிகழ்ச்சியை மற்றும் பல செப்பேடுகளும் கல்வெட்டுகளும் அந்தக் காலத்தில் அறிஞர் பலரால் எழுதப்பட்ட நூல்களும் உறுதிப்படுத்துகின்றன.

அருள்மொழிவர்மன் திருமுடி சூட்டிக்கொள்ள வேண்டுமென்று ராஜ்ஜியத்தின் மக்கள் விரும்பினார்கள்; உற்றார் உறவினர் விரும்பினார்கள்; அக்காலத்தில் மிக்க வலிமை பெற்றிருந்த சோழப் பெரும் படையின் வீரர்கள் அனைவரும் விரும்பினார்கள்.

அவ்வாறு எல்லாவித ஆதரவும் அனுகூலங்களும் அருள்மொழிவர்மனுக்கு இருந்தும், அவன் சாம்ராஜ்ஜியத்தை உத்தம சோழனுக்கு அளித்து பட்டம் கட்டுவித்தான்.

உலக சரித்திரத்திலும், காவிய இதிகாசங்களிலும் இதற்கு ஒப்பான இன்னொரு அரும்பெருஞ் செயலைக் காண்பதரிது.

அசோக சக்கரவர்த்தி கலிங்க நாட்டுப் போரில் மகத்தான வெற்றி அடைந்த பிறகு, இனி யுத்தம் வேண்டாம் என்று முடிவு செய்ததைத்தான் அருள்மொழிவர்மன் தியாகத்திற்கு இணையாகக் கூறலாம்.

"பொன்னியின் செல்வன்" கதையில் சிகரமான சம்பவம் அருள்மொழிவர்மனின் ஒப்பற்ற தியாகமேயாகும். கதையில் வரும் சகல நிகழ்ச்சிகளும் இந்த மகத்தான சம்பவத்தை நோக்கியே சென்று கொண்டிருக்கின்றன. அதனாலேயே இக்கதையின் ஐந்தாம் பாகத்திற்கு 'தியாகச் சிகரம்' என்று பெயர் தரப்பட்டது.

இக்கதையின் சிகரமான நிகழ்ச்சி "பொன்னியின் செல்வன்" செய்த சாம்ராஜ்ய தியாகந்தான் என்பதைக் கதையைப் படித்துவந்த நேயர்கள் அனைவரும் உணர்ந்திருப்பார்கள் என நம்புகிறேன். யாராவது அதை உணரவில்லையென்றால், அதற்குக் காரணம் ஆசிரியருடைய ஆற்றல் குறைவு என்றே கூறவேண்டும். அந்தக் குறையை கதையாசிரியர் தாழ்மையுடன் ஒப்புக்கொண்டு நேயர்களிடம் மன்னிப்பு கோர வேண்டியதுதான்.

* * *

"பொன்னியின் செல்வன்" கதையை இப்போது முடித்திருப்பதுபோல் முடித்ததற்கு இரண்டு காரணங்கள் உண்டு;

(1) முன்னமே குறிப்பிட்டதுபோல், கதையில் சிகரமான நிகழ்ச்சி பொன்னியின் செல்வன் தன்கையில் கிடைத்த மகா சாம்ராஜ்ஜியத்தை தியாகம் செய்து இன்னொருவருக்கு முடிசூட்டியதேயாகும்.

ஆகையால், அந்த பெரு நிகழ்ச்சிக்குப்பிறகு கதையை வளர்த்திக் கொண்டு போவது ஆங்கிலத்தில் சொல்லப்படுவது போல், 'கிளைமாக்ஸு'க்குப்பிறகு 'ஆண்டி கிளைமாக்ஸு'க்குப் போவதாக முடியும்.

(2) பொதுவாக 'நாவல்கள்' எழுதுவதற்கும், முக்கியமாக 'சரித்திர நவீனங்கள்' எழுதுவதற்கும் சட்டதிட்டங்கள் ஏற்பட்டிருக்கவில்லை. (அப்படி இருந்தால் அவற்றை நான் படித்ததில்லை). ஒவ்வொரு ஆசிரியரும் தமக்குரிய முறையை வகுத்துக்கொண்டு எழுதுகிறார்கள்.

ஆயினும், முழுவதும் கற்பனையாக எழுதப்படும் சமூக வாழ்க்கை நவீனங்களுக்கும், சரித்திர சம்பவங்களை அடிப்படையாகக் கொண்டு எழுதும் நவீனங்களுக்கும் ஒரு வேற்றுமை அவசியம் இருந்து தீருகிறது.

முற்றிலும் கற்பனை செய்யப்பட்ட கதைகளில் வரும் பாத்திரங்களில் எல்லோருக்கும் கதையாசிரியர் சுலபமாக முடிவு சொல்லிவிடலாம். கதாநாயகனும் கதாநாயகியும் கலியாணம் செய்து கொண்ட பிறகோ, அல்லது கதாநாயகன் தூக்குமேடை ஏறியும் கதாநாயகி கடலில் விழுந்தும் இறந்த பின்னரோ, கதையில் வரும்

மற்றப் பாத்திரங்களை ஒரு பாராவில் சரிப்படுத்திவிடலாம். கலியாணம் செய்து கொண்ட தம்பதி பிள்ளை குட்டி பேரர்களை பெற்று நெடுங்காலம் வாழ்ந்தார்கள் என்றும், மற்றக் கதாபாத்திரங்களில் நல்லவர்கள் எல்லோரும் சுகமடைந்தார்கள் என்றும், கெட்டவர்கள் எல்லோரும் பல கஷ்டங்கள் பட்டு செத்தொழிந்தார்கள் அல்லது தக்க தண்டனை அடைந்தார்கள் என்றும் கூறிக் கதையை திருப்திகரமாக முடிக்கலாம்.

சரித்திரக் கதைகளை இந்த விதத்தில் முடிப்பது அவ்வளவு எளிய காரியமும் அன்று; உசிதமும் ஆகாது.

சரித்திரக் கதைகளில் வரும் பாத்திரங்களில் இறந்து போனவர்களைத் தவிர மற்றவர்கள் எல்லோரும் பிற்காலத்தில் பற்பல காரியங்களில் ஈடுபடுவார்கள்; வெற்றியோ, தோல்வியோ சுகமோ துக்கமோ அடைவார்கள். அவற்றைக்குறித்து முன்னதாகவே சொல்லி விடுவது முறையாகுமா? அல்லது ஆதாரங்களுடன் கூடிய விவரங்கள் இல்லாமல் முடிவான நிகழ்ச்சிகளைப் பற்றி மட்டும் சொல்வதுதான் உசிதமாகுமா?

கதையை எந்தக் காலத்தில் முடிக்கிறோமோ, அந்தக் காலத்தில் பாத்திரங்கள் இருந்த நிலையிலேயே விட்டு விடுவதுதான் முறையென்று கருதினேன். ஆனால் இது பல நேயர்களுக்கு திருப்தியளிக்காது என்பதால் ஓரளவேனும் அவர்களைத் திருப்தி செய்விக்க வேண்டியது அவசியம் என்று உணருகிறேன்.

பல நேயர்கள் அறிந்துகொள்ள விரும்பும் விவரங்களை கேள்வி பதில் ரூபத்தில் இதோ கோவைப்படுத்தித் தந்திருக்கிறேன்.

1. வந்தியத்தேவர் இளவரசி குந்தவைப்பிராட்டியாரை மணந்தாரா?
2. கோட்டைத் தளபதி சின்னப் பழுவேட்டரையர் என்ன ஆனார்?
3. வீர வைஷ்ணவனான ஆழ்வார்க்கடியான் என்ன செய்தான்?
4. பொன்னியின் செல்வரின் பிரயாணம் என்ன ஆயிற்று?
5. பழைய மதுராந்தகரும் சின்னப் பழுவேட்டரையரின் மகளும் என்ன ஆனார்கள்?
6. நந்தினியினால் முடிசூட்டப்பட்ட இளம் பாண்டியனைப் பற்றிய விவரம் ஏன்ன?
7. நந்தினியின் கதி என்ன?
8. வானதி விஷயமாக குடந்தை சோதிடர் கூறியவை பலித்தனவா?
9. ஆபத்துதவிகள் என்ன செய்தார்கள்?

மேற்கூறிய கேள்விகள் பலவற்றுக்குப் பதில்களை தமிழ்நாட்டு சரித்திரம் படித்தவர்கள் தாங்களே அறிந்து கொள்வார்கள். ஆயினும் அனைவருக்கும் திருப்தி அளிக்கும் பொருட்டு மேற்கண்ட கேள்விகள் எல்லாவற்றுக்கும் பதில் தந்து விடுகிறேன்.

1. மேலும் பல இடையூறுகளைத் தாண்டிய பிறகு குந்தவையும் வந்தியத்தேவனும் மணம் செய்து கொள்கிறார்கள். இருவரும் சோழ சாம்ராஜ்ஜியத்தில் மிக மதிக்கப்படுகிறார்கள். தஞ்சை பெரிய கோவிலில் உள்ள கல்வெட்டு ஒன்றில் "இராஜராஜ தேவரின் திருத்தமக்கையார், வல்லவரையர் வந்தியத்தேவரின் மகாதேவியார், ஆழ்வார் பராந்தகக் குந்தவையார்" என்று பொறிக்கப்பட்டு விளங்குகிறது.

2. இரும்பு மனிதராகிய சின்னப் பழுவேட்டரையர் உயிர் பிழைத்துப் பல கஷ்டங்களை அனுபவித்த பிறகு

ஊருக்குத் திரும்பி வருகிறார். சோழ சாம்ராஜ்ஜியத்திற்கு பல அரிய சேவைகள் செய்கிறார்.

3. வீர வைஷ்ணவன் ஆழ்வார்க்கடியான் தனது ஒற்றறியும் வேலையை மேலும் நடத்திக் கொண்டிருக்கிறான். நந்தினியும் பாண்டிய நாட்டு ஆபத்துதவிகளும் செய்யும் சதித் திட்டங்களை அறிந்து வந்து சொல்கிறான்.

4. பொன்னியின் செல்வர் வந்தியத்தேவனுடன் பெரிய கடற்படை தயாரித்துக் கொண்டு கடற் கொள்ளைக்காரர்களை அடக்கிச் சோழ சாம்ராஜ்ஜியத்தைக் கடல்களுக்கு அப்பால் உள்ள வெளிநாடுகளில் நிலை நாட்டுகிறார்.

உத்தமசோழருக்கு பட்டம் கட்டிப் பதினைந்து ஆண்டுகளுக்குப் பின் அவர் இறந்ததும், பொன்னியின் செல்வர் சிங்காதனம் ஏறுகிறார். 'இராஜராஜ சோழன்' என்ற பட்டத்துடன் நீண்ட காலம் சோழ சாம்ராஜ்ஜியத்தை ஆளுகிறார்.

5. பழைய மதுராந்தகன் ஆபத்துதுவிகளின் தூண்டுதலாலும், ஈழமன்னன், சேர மன்னன் உதவி கொண்டும் பாண்டிய நாட்டைக் கவர்ந்து முடிசூட்டிக்கொள்ள முயலுகிறான். அவனுடைய முயற்சி பெரிதும் பலம் பெறுகிறது. இராஜராஜ சோழர் பட்டத்திற்கு வந்த பிறகு அமரபுஜங்கன் நெடுஞ்செழியனை போரில் வெல்கிறார். அவன் வீரசொர்க்கம் எய்துகிறான்.

6. திருப்புறம்பியம் காட்டில் முடி சூட்டப்பட்ட இளம் பாண்டியனும் ராஜ்ஜியத்திற்கு உரிமை கொண்டாடுகிறான். அவன் போர்க்களத்திலிருந்து தப்பிச் சென்று மறுபடியும் நாட்டைப் பெற சதி செய்கிறான். இவன் பிற்காலத்தில் ராஜேந்திர சோழனால் முறியடிக்கப்படுகிறான்.

7. நந்தினி, அமரபுஜங்கன் இறந்த பிறகு தானும் உயிர் துறக்கிறாள். அதற்கு முன்னால் ராஜராஜ சோழர் அவளைச் சந்திக்கிறார். அவரிடம் தன் பிறப்பை பற்றிய உண்மையையும் கரிகாலனின் மரணத்தைப் பற்றிய உண்மையையும் கூறிவிட்டு இறக்கிறாள்.

8. குடந்தை ஜோதிடரின் கூற்றுக்கள் வானதியின் விஷயத்தில் பலிக்கின்றன. (சோதிடர் சாஸ்திரம் பார்த்துச் சொன்னாரா? ஊகித்துச் சொன்னாரா? நாம் அறியோம்.) வானதிக்குப் பிறக்கும் குழந்தையான ராஜேந்திரன் 'கங்கையும் கடாரமும் கொண்ட சோழன்' என்று பிற்காலத்தில் சரித்திரத்தில் புகழ்பெறுகிறான்.

ஆனால் வானதி தன் சபதத்தை நிறைவேற்றிவிட்டு உயிர் துறக்கிறாள். ராஜராஜனுடன் சோழ சிங்காதனம் ஏறுகிறவள் 'உலகமகாதேவி' என்னும் திருநாமங்கொண்ட இன்னொரு ராணியாவாள்.

9. ஆபத்துதவிகள் பாண்டிய ராஜ்ஜியத்தை ஸ்தாபிக்கும் முயற்சிகளில் மேலும் ஈடுபட்டு வருகிறார்கள். நந்தினி உயிரோடு இருந்தவரையில் ஆதித்த கரிகாலனுடைய அகால மரணத்தைப் பற்றி விசாரிக்கப் படவில்லை. நந்தினியின் மரணத்திற்குப் பிறகு ராஜராஜ சோழன், ரவிதாஸன் முதலிய ஆபத்துதவிகளை கைப்பற்றி தண்டனை விதித்து அவர்களுடைய சொத்துக்களை பறிமுதல் செய்யவும் கட்டளை பிறப்பிக்கிறான்.

இன்னும் சில கதாபாத்திரங்களைப் பற்றிய விவரங்களையும் கூறிவிடுகிறேன்.

- சுந்தர சோழர் காஞ்சி பொன்மாளிகையில் மூன்று ஆண்டு காலம் வசித்துவிட்டு அங்கேயே உயிர்

துறந்து 'பொன்மாளிகைத் துஞ்சியத் தேவர்' என்று பெயர் பெறுகிறார். அவருடைய அருமை மனைவி வானமாதேவி – மலையமானுடைய மகள் – அவருடன் உடன்கட்டை ஏறிச் சொர்க்கம் அடைகிறாள்.

❖ பார்த்திபேந்திரன் குந்தவை தன்னை நிராகரித்துவிட்ட கோபத்தினால் காஞ்சியில் சுதந்திர பல்லவ ராஜ்ஜியத்தை நிலை நிறுத்தப் பார்க்கிறான். அதில் தோல்வி கண்டு சந்ததியில்லாமல் மாண்டு போகிறான்.

❖ கந்தமாறன் பாலாற்றின் வடமேற்கில் புதிய மாளிகை கட்டிக் கொண்டு சோழ சாம்ராஜ்ஜியத்திற்கு தொண்டு செய்து வாழ்கிறான். அவனுக்குப் பின்னால் சம்புவரையர் குலம் மிகப் பிரசித்தி அடைகிறது.

நேயர்களைத் திருப்திபடுத்துவதற்காகவே மேலே கண்டவற்றை எழுதினேன். உண்மையில் இவையெல்லாம் இன்னும் ஒரு பெரிய சரித்திரக் கதைக்கு ஆதாரமாகக் கூடிய முக்கிய நிகழ்ச்சிகளாகும்.

உத்தம சோழனுக்குப் பின்னால் சிங்காதனம் ஏறிய ராஜராஜன், ராஜேந்தரன், ராஜாதிராஜன், வீர ராஜேந்திரன், குலோத்துங்க சோழன் முதலிய சோழப் பேரரசர்களின் காலத்திய மகோந்நத நிகழ்ச்சிகள் "பொன்னியின் செல்வன்" கதையைப் போல் பல சரித்திரக் கதைகள் புனைவதற்கு ஆதாரமாகக் கூடியவை.

இந்தக் கதையின் ஆசிரியரைக் காட்டிலும் அறிவிலும் ஆற்றலிலும் ஆராய்ச்சியிலும் மிக்கவர்கள் வருங்காலத்தில் சோழ சரித்திரத்தை அடிப்படையாகக் கொண்ட பல மகோந்நதமான நவீனங்களை எழுதி தமிழகத்திற்கு மேலும் மேலும் தொண்டு செய்வார்கள் என்று நம்புகிறேன்.

* * *